ಮೋಹನದಾಸ ಕರಮ್‌ಚಂದ್ ಗಾಂಧೀ

ಆತ್ಮಕಥೆ

ನನ್ನ ಸತ್ಯಶೋಧನೆಯ ಕಥೆ

ಮೂಲ : ಮೋಹನದಾಸ ಕರಮ್‌ಚಂದ್ ಗಾಂಧೀ

ಇಂಗ್ಲಿಷ್ ಮೂಲಕ ಕನ್ನಡಕ್ಕೆ : ಜಿ.ಎಂ. ಕೃಷ್ಣಮೂರ್ತಿ

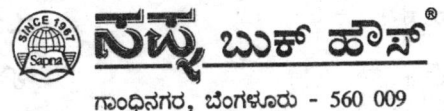

ಸಪ್ನ ಬುಕ್ ಹೌಸ್®

ಗಾಂಧಿನಗರ, ಬೆಂಗಳೂರು - 560 009

Mohandasa Karamchand Gandhi Athma Kathe - Nanna Sathyashodaneya Kathe : A biography by **Mohandasa Karamchand Gandhi** & Translated to Kannada by **G.M. Krishnamurthy** and published by **Sapna Book House (P) Ltd.**, R.O. #11, 3rd Main Road, Gandhinagar, Bangalore- 560 009 Ph: 080-40114455

ISBN : 978-81-280-1215-0 [KB - 1506]

© ಪ್ರಕಾಶಕರು

ಪುಟಗಳು : **xvi + 16 (Photos) + 703 = 735**

ಪ್ರಥಮ ಮುದ್ರಣ : ಮೇ, 2011
ಎರಡನೇ ಮುದ್ರಣ : ಏಪ್ರಿಲ್, 2013
ಮೂರನೇ ಮುದ್ರಣ : ಫೆಬ್ರವರಿ, 2016
ನಾಲ್ಕನೇ ಮುದ್ರಣ : ಫೆಬ್ರವರಿ, 2018
ಐದನೇ ಮುದ್ರಣ : ಅಕ್ಟೋಬರ್, 2019
ಆರನೇ ಮುದ್ರಣ : ಮಾರ್ಚ್, 2021
ಏಳನೇ ಮುದ್ರಣ : ಮಾರ್ಚ್, 2022
ಎಂಟನೇ ಮುದ್ರಣ : ಜೂನ್, 2023
ಒಂಬತ್ತನೇ ಮುದ್ರಣ : ಅಕ್ಟೋಬರ್, 2024

ಮುಖಪುಟ ವಿನ್ಯಾಸ :
DATA LINK

ಮುದ್ರಣ :
ಪೂರ್ಣಿಮ ಪ್ರಿಂಟರ್ಸ್

ಪರಿವಿಡಿ

ಸತ್ಯದೊಂದಿಗೆ ನನ್ನ ಪ್ರಯೋಗಗಳು (ಸತ್ಯಶೋಧನೆ)

ಭಾಗ - 1

ಮಹಾತ್ಮ ಗಾಂಧೀಜಿ ಆತ್ಮಕಥೆ

(ನನ್ನ ಸತ್ಯಶೋಧನೆ)

(ಮೋಹನ್‌ದಾಸ್ ಕರಮ್‌ಚಂದ್ ಗಾಂಧೀ ಆತ್ಮಕಥೆ ಅಥವಾ 'ದಿ ಸ್ಟೋರಿ ಆಫ್ ಮೈ ಎಕ್ಸ್‌ಪೆರಿಮೆಂಟ್ಸ್ ವಿತ್ ಟ್ರೂತ್'ನ ಕನ್ನಡ ಅನುವಾದ)

ಗುಜರಾತಿ ಭಾಷೆಯಿಂದ ಇಂಗ್ಲಿಷಿಗೆ ಅನುವಾದಿಸಿದ ಶ್ರೀ ಮಹದೇವ್ ದೇಸಾಯಿಯವರ ಪ್ರಸ್ತಾವನೆ.

ಗಾಂಧೀಜಿ ಅವರ ಆತ್ಮಕಥೆಯ ಮೊದಲ ಆವೃತ್ತಿ ಎರಡು ಸಂಪುಟಗಳಲ್ಲಿ ಪ್ರಕಟವಾಯ್ತು. 1927ರಲ್ಲಿ ಮೊದಲನೇ ಸಂಪುಟ ಪ್ರಕಟವಾಯಿತು ಮತ್ತು 1929ರಲ್ಲಿ ಎರಡನೇ ಸಂಪುಟ ಪ್ರಕಟವಾಯ್ತು. ಮೂಲ ಗುಜರಾತಿ ಕೃತಿಯ ಬೆಲೆ ಒಂದು ರೂಪಾಯಿ ಆಗಿತ್ತು. ಇದರ ಐದು ಆವೃತ್ತಿಗಳು ಪ್ರಕಟವಾದವು. ಸುಮಾರು ಐವತ್ತು ಸಾವಿರ ಪ್ರತಿಗಳು ಮಾರಾಟವಾದವು. ಇಂಗ್ಲಿಷ್ ಅನುವಾದದ ಬೆಲೆ (ಪುಸ್ತಕಭಂಡಾರದ ಆವೃತ್ತಿ ಎಂದು ಪ್ರಕಟಿಸಲಾಗಿತ್ತು) ಭಾರತೀಯ ಓದುಗನಿಗೆ ದುಬಾರಿಯಾಗಿತ್ತು. ಅಗ್ಗದ ಆವೃತ್ತಿಯೊಂದರ ಅವಶ್ಯಕತೆ ತುಂಬಾ ದಿನಗಳಿಂದ ಇತ್ತು. ಈಗ ಅದನ್ನು ಒಂದೇ ಸಂಪುಟದಲ್ಲಿ ಪ್ರಕಟಿಸಲಾಗಿದೆ. 'ಯಂಗ್ ಇಂಡಿಯ'ದಲ್ಲಿ ಅನುವಾದವು ಧಾರಾವಾಹಿಯಾಗಿ ಪ್ರಕಟವಾಗಿತ್ತು. ಅದಕ್ಕೆ ಗಾಂಧೀಜಿ ಅವರ ಪರಿಷ್ಕರಣದ ಲಾಭ ಕೂಡಾ ದೊರಕಿತ್ತು, ಎಂಬುದನ್ನು ಗಮನಕ್ಕೆ ತಂದುಕೊಳ್ಳಬಹುದು. ಈಗ ಅದನ್ನು ಭಾಷೆಯ ದೃಷ್ಟಿಕೋನದಿಂದ ಹುಷಾರಾಗಿ ಪರಿಷ್ಕರಿಸಲಾಗಿದೆ. ಪ್ರೀತಿಗೌರವಗಳಿಗೆ ಪಾತ್ರರಾದ ಗೆಳೆಯರೊಬ್ಬರು ಹುಷಾರಾಗಿ ಇದನ್ನು ಪರಿಷ್ಕರಿಸಿರುವುದರಿಂದ ಅದರ ಲಾಭ ಕೂಡಾ ಇದಕ್ಕೆ ಸಿಕ್ಕಿದೆ. ಅವರು ಇತರ ಅರ್ಹತೆಗಳ ಜತೆಯಲ್ಲಿ ಉಚ್ಚ ಇಂಗ್ಲಿಷ್ ವಿದ್ವಾಂಸರು ಕೂಡಾ ಆಗಿದ್ದಾರೆ. ಈ ಕಾರ್ಯವನ್ನು ಕೈಗೊಳ್ಳುವ ಮುನ್ನ ಅವರು ತಮ್ಮ ಹೆಸರು ಯಾವ ರೀತಿಯಲ್ಲೂ ಪ್ರಕಟಗೊಳ್ಳಬಾರದು ಎಂಬ ಷರತ್ತು ವಿಧಿಸಿದ್ದರು. ಇದರಿಂದಾಗಿ ಅವರಿಗೆ ಸಲ್ಲಿಸಬೇಕಾಗಿದ್ದ ಕೃತಜ್ಞತಾಭಾವ ಇನ್ನಷ್ಟು ಹೆಚ್ಚಾಯಿತು ಎಂದು ಹೇಳುವುದು ಅಸಾವಶ್ಯಕವಾಗಿದೆ. 5ನೇ ಭಾಗದ 29 ರಿಂದ 43ರವರೆಗಿನ ಅಧ್ಯಾಯಗಳನ್ನು ನನ್ನ ಗೆಳೆಯರೂ ಮತ್ತು ಸಹೋದ್ಯೋಗಿಯೂ ಆಗಿರುವ ಪ್ಯಾರೇಲಾಲ್ ಅನುವಾದಿಸಿದ್ದಾರೆ. 1928-29ರಲ್ಲಿ ಬ್ರೂಮ್‌ಫೀಲ್ಡ್ ಸಮಿತಿಯಿಂದ ಬಾರ್ಡೋಲಿ ಹಿಡುವಳಿ ವಿಚಾರಣೆ ನಡೆಯುತ್ತಿದ್ದ ಕಾಲದಲ್ಲಿ ನಾನು ಬಾರ್ಡೋಲಿಯಲ್ಲಿ ಗೈರುಹಾಜಾರಾಗಿದ್ದರಿಂದ ಪ್ಯಾರೇಲಾಲ್ ಈ ಕೆಲಸ ಮಾಡಿದರು.

1940 ಮಹದೇವ್ ದೇಸಾಯಿ

ಮೋಹನ್‌ದಾಸ್ ಕರಮ್‌ಚಂದ್ ಗಾಂಧೀಅವರ ಪೀಠಿಕೆ

ನಾಲ್ಕು ಅಥವಾ ಐದು ವರ್ಷಗಳ ಹಿಂದೆ ನನ್ನ ಕೆಲವು ಆಪ್ತ ಸಹ-ಕಾರ್ಯಕರ್ತರ ವಿನಂತಿಯ ಮೇರೆಗೆ ನಾನು ನನ್ನ ಆತ್ಮಕಥೆಯನ್ನು ಬರೆಯಲು ಒಪ್ಪಿಕೊಂಡೆ. ಪ್ರಾರಂಭಮಾಡಿದೆ. ಆದರೆ ಮೊದಲ ಹಾಳೆಯನ್ನು ತಿರುಗಿಸಿಯೇ ಇರಲಿಲ್ಲ ಎನ್ನುವಷ್ಟರಲ್ಲಿ ಬಾಂಬೆ (ಮುಂಬಯಿ)ಯಲ್ಲಿ ಗಲಭೆಗಳು ಶುರುವಾದವು. ಅಲ್ಲಿಗೆ ಕೆಲಸ ನಿಂತುಹೋಯ್ತು. ನಂತರ ಪ್ರಮುಖ ಘಟನೆಗಳ ಸರಣಿ ಬೆನ್ನುಹತ್ತಿತು. ಯೆರವಾಡದಲ್ಲಿ ನನ್ನನ್ನು ಬಂಧಿಸಿಡುವುದರೊಂದಿಗೆ ಇದು ಪರಾಕಾಷ್ಠೆಯನ್ನು ಮುಟ್ಟಿತು. ನನ್ನ ಸಹ-ಬಂಧಿಗಳಲ್ಲಿ ಒಬ್ಬರಾಗಿದ್ದ ಸಾರ್ಜೆಂಟ್ ಜೆರಮ್‌ದಾಸ್, ಉಳಿದ ಎಲ್ಲ ಕೆಲಸವನ್ನು ಒಂದು ಬದಿಯಲ್ಲಿಟ್ಟು ಆತ್ಮಕಥೆಯ ಬರಹವನ್ನು ಮುಗಿಸಬೇಕೆಂದು ಕೇಳಿಕೊಂಡರು. ನಾನಾಗಲೇ ನನ್ನ ಅಧ್ಯಯನ ಕುರಿತಂತೆ ಕಾರ್ಯಕ್ರಮವನ್ನು ರಚಿಸಿಟ್ಟುಕೊಂಡಿರುವುದಾಗಿಯೂ ಮತ್ತು ಆ ಸರಣಿ (ಕೋರ್ಸು) ಮುಗಿಯುವವರೆಗೆ ಬೇರೆ ಏನನ್ನೂ ಮಾಡಲು ಸಾಧ್ಯವಿಲ್ಲವೆಂದು ಉತ್ತರಿಸಿದೆ. ಯೆರವಾಡದಲ್ಲಿ ನಾನು ಸೆರೆವಾಸದ ಪೂರ್ಣ ಅವಧಿಯನ್ನು ಪೂರೈಸಿದ್ದರೆ ನಾನು ಖಂಡಿತವಾಗಿಯೂ ಆತ್ಮಕಥೆಯನ್ನು ಮುಗಿಸಬಹುದಾಗಿತ್ತು. ಏಕೆಂದರೆ ನನ್ನನ್ನು ಸೆರೆಮನೆಯಿಂದ ಹೊರಕ್ಕೆ ಕಳಿಸಿದಾಗ ಆ ಕೆಲಸವನ್ನು ಮುಗಿಸಲು ಇನ್ನೂ ಒಂದು ವರ್ಷ ಉಳಿದಿತ್ತು. ಸ್ವಾಮಿ ಆನಂದ್ ಈಗ ಅದೇ ಪ್ರಸ್ತಾಪವನ್ನು ಪುನರುಚ್ಚರಿಸಿದ್ದಾರೆ. ನಾನು ದಕ್ಷಿಣ ಆಫ್ರಿಕದಲ್ಲಿನ ಸತ್ಯಾಗ್ರಹದ ಇತಿಹಾಸವನ್ನು ಬರೆದು ಮುಗಿಸಿದ್ದೇನೆ. ಆದ್ದರಿಂದ ನವಜೀವನ್‌ಗಾಗಿ ಆತ್ಮಕಥೆಯನ್ನು ಬರೆಯುವ ಕಾರ್ಯವನ್ನು ಕೈಗೊಳ್ಳುವ ಆಸೆ ನನ್ನಲ್ಲಿ ಹುಟ್ಟಿದೆ. ಪುಸ್ತಕದ ರೂಪದಲ್ಲಿ ಪ್ರಕಟಿಸಲು ಅದನ್ನು ನಾನು ಪ್ರತ್ಯೇಕವಾಗಿ ಬರೆಯಬೇಕೆಂದು ಸ್ವಾಮಿ ಇಷ್ಟಪಟ್ಟಿದ್ದಾರೆ. ಆದರೆ ನನಗೆ ಬಿಡುವಿಲ್ಲ. ಪ್ರತಿ ವಾರವೂ ನಾನು ಒಂದು ಅಧ್ಯಾಯವನ್ನು ಮಾತ್ರ ಬರೆಯಬಲ್ಲೆ. ನವಜೀವನ್‌ಗಾಗಿ ನಾನು ಪ್ರತಿವಾರವೂ ಏನಾದರೂ ಬರೆಯಲೇ ಬೇಕು. ಹಾಗಿದ್ದರೆ ಅದು ಆತ್ಮ ಕಥೆಯೇ ಏಕಾಗಬಾರದು? ಸ್ವಾಮಿ ಈ ಪ್ರಸ್ತಾಪವನ್ನು ಒಪ್ಪಿಕೊಂಡರು. ಆದ್ದರಿಂದ ನಾನು ಆ ಕೆಲಸದಲ್ಲಿ ತೊಡಗಿಕೊಂಡಿದ್ದೇನೆ.

ಆದರೆ ದೇವರಲ್ಲಿ ಭಯ-ಭಕ್ತಿಯಿಟ್ಟುಕೊಂಡಿರುವ ಗೆಳೆಯರೊಬ್ಬರಲ್ಲಿ ಸಂದೇಹ ಉಂಟಾಗಿತ್ತು. ನಾನು ಮೌನವಹಿಸಿದ್ದ ದಿನದಂದು ಅವರು ಅದನ್ನು ನನ್ನಲ್ಲಿ ವ್ಯಕ್ತಪಡಿಸಿದರು. 'ಈ ಸಾಹಸದಲ್ಲಿ ನಿಮ್ಮನ್ನು ಯಾವುದು ಪ್ರೇರೇಪಿಸಿದೆ?' ಎಂದು ಅವರು ನನ್ನನ್ನು ಪ್ರಶ್ನಿಸಿದರು. 'ಆತ್ಮಕಥೆಯನ್ನು ಬರೆಯುವ ಅಭ್ಯಾಸ ಪಾಶ್ಚಿಮಾತ್ಯರಿಗೆ ವಿಶಿಷ್ಟವಾದುದಾಗಿದೆ. ಪಶ್ಚಿಮದ ಪ್ರಭಾವಕ್ಕೆ ಒಳಗಾದವರನ್ನು ಬಿಟ್ಟಂತೆ ಉಳಿದ ಪೌರ್ವಾತ್ಯರಲ್ಲಿ ಯಾರೂ ಬರೆದಿಲ್ಲ ಎಂದು ನನಗೆ ಗೊತ್ತಿದೆ. 'ನೀವು ಏನು ಬರೆಯುತ್ತೀರಿ? ಇಂದು ನೀವು ಮೂಲಭೂತ ತತ್ವಗಳೆಂದು ಅಂಗೀಕರಿಸಿದ ವಿಚಾರಗಳನ್ನು ಪ್ರಾಯಶಃ ನಾಳೆ ತಿರಸ್ಕರಿಸಬಹುದು. ಅಥವಾ ಇಂದಿನ ಯೋಜನೆಗಳನ್ನು (ಉದ್ದೇಶಗಳನ್ನು) ಭವಿಷ್ಯತ್ತಿನಲ್ಲಿ ಪ್ರಾಯಶಃ ನೀವು ಪರಿಷ್ಕರಿಸಬಹುದು. ಆಗ ನೀವು ಬರೆದಿರುವ ಅಥವಾ ಆಡಿರುವ ಮಾತಿನ ಆಧಾರದಲ್ಲಿ ತಮ್ಮ ನಡವಳಿಕೆಯನ್ನು ರೂಪಿಸಿಕೊಂಡವರ ದಾರಿ ತಪ್ಪಿಸಿದಂತಾಗುವುದಿಲ್ಲವೆ? ಯಾವ ಪ್ರಮಾಣದಲ್ಲೂ ಈಗಲೇ ಆತ್ಮಕಥೆಯಂತಹ ಏನನ್ನೂ ಬರೆಯದಿರುವುದು ಉತ್ತಮ ಎಂದು ನಿಮಗನ್ನಿಸುವುದಿಲ್ಲವೆ?'

ಈ ವಾದ ನನ್ನ ಮೇಲೆ ಸ್ವಲ್ಪ ಪರಿಣಾಮವನ್ನುಂಟುಮಾಡಿತು. ಒಂದು ಸಾಚಾ ಆತ್ಮಕಥೆಯನ್ನು ಬರೆಯಲು ಪ್ರಯತ್ನಿಸುವುದು ನನ್ನ ಉದ್ದೇಶವಾಗಿಲ್ಲ. ಕೇವಲ ಸತ್ಯದೊಂದಿಗೆ ನಾನು ನಡೆಸಿದ್ದ ಅನೇಕ ಪ್ರಯೋಗಗಳ ಕಥೆಯನ್ನು ಹೇಳಲು ಇಚ್ಛಿಸಿರುವೆ. ಆ ಕಥೆಯು ಒಂದು ಆತ್ಮಕಥೆಯ ರೂಪವನ್ನು ಪಡೆಯುವುದು ಎಂಬುದು ನಿಜವೇ ಆಗಿದೆ. ಅದರ ಪ್ರತಿಯೊಂದು ಪುಟವೂ ಕೇವಲ ನನ್ನ ಪ್ರಯೋಗಗಳನ್ನು ಮಾತ್ರ ಹೇಳುವಂತಾದರೆ ಅದರ ಬಗ್ಗೆ ನಾನು ತಲೆಕೆಡಿಸಿಕೊಳ್ಳಲಾರೆ. ಈ ಎಲ್ಲ ಪ್ರಯೋಗಗಳು ಕೂಡಿರುವ ಕಥನ ಓದುಗನಿಗೆ ಪ್ರಯೋಜನವಾಗದೇ ಇರಲಾರದು ಎಂದು ನಾನು ನಂಬಿದ್ದೇನೆ ಅಥವಾ ಯಾವ ರೀತಿಯಲ್ಲಾದರೂ ನಾನು ಅಂತಹ ಭ್ರಾಂತಿಗೊಳಗಾಗಿದ್ದೇನೆ. ರಾಜಕೀಯ ಕ್ಷೇತ್ರದಲ್ಲಿ ನಾನು ನಡೆಸಿರುವ ಪ್ರಯೋಗಗಳು ಭಾರತದಲ್ಲೇ ಅಲ್ಲದೇ ಸ್ವಲ್ಪಮಟ್ಟಿಗೆ ನಾಗರಿಕ ಜಗತ್ತಿಗೆ ಈಗ ಗೊತ್ತಾಗಿವೆ. ನನ್ನ ಮಟ್ಟಿಗೆ ಹೇಳುವುದಾದರೆ ಅವುಗಳಿಗೆ ಹೆಚ್ಚಿನ ಬೆಲೆಯಿಲ್ಲ. ಅವರು ನನಗೆ ಕೊಟ್ಟಿರುವ 'ಮಹಾತ್ಮ' ಎಂಬ ಪ್ರಶಸ್ತಿ ಅದಕ್ಕಿಂತ ಕಡಿಮೆ ಬೆಲೆಯುಳ್ಳದ್ದು. ಆಗಾಗ್ಗೆ ಈ ಪ್ರಶಸ್ತಿ ನನ್ನನ್ನು ತುಂಬಾ ನೋಯಿಸುತ್ತಿದೆ. ಅದು ನನ್ನನ್ನು ಉಬ್ಬಿಸಿತು ಎಂದು ಹೇಳುವ ಯಾವುದೇ ಒಂದು ಕ್ಷಣವನ್ನು ನಾನು ಸ್ಮರಿಸಿಕೊಳ್ಳಲಾರೆ. ಆದರೆ ನಾನು ಖಂಡಿತವಾಗಿಯೂ ಆಧ್ಯಾತ್ಮಿಕ ಕ್ಷೇತ್ರದಲ್ಲಿನ ನನ್ನ ಪ್ರಯೋಗಗಳನ್ನು ನಿರೂಪಿಸಲು ಇಷ್ಟಪಡುತ್ತೇನೆ. ಅದು ನನಗೆ ಮಾತ್ರ ಗೊತ್ತಿರುವಂತಹದು. ರಾಜಕೀಯ ಕ್ಷೇತ್ರದಲ್ಲಿ ಕೆಲಸ ಮಾಡುವಾಗ ಹೊಂದಿದ್ದ ಆ ಶಕ್ತಿಯನ್ನು ನಾನು ಅದರಿಂದ ಪಡೆದಿದ್ದೆ. ಪ್ರಯೋಗಗಳು ಖಂಡಿತವಾಗಿಯೂ ಆಧ್ಯಾತ್ಮಿಕವಾಗಿದ್ದರೆ ಸ್ವಯಂ-ಪ್ರಶಂಸೆಗೆ ಅವಕಾಶವೇ ಇರುವುದಿಲ್ಲ. ಅದು ನನ್ನ ನಮ್ರತೆಯನ್ನು ಹೆಚ್ಚಿಸುತ್ತದೆ. ನಾನು ಹೆಚ್ಚುಹೆಚ್ಚು ಪ್ರತಿಫಲಿಸಿದಾಗ ಮತ್ತು ಭೂತಕಾಲದ ಕಡೆಗೆ ಹಿಂದಕ್ಕೆ ತಿರುಗಿ ನೋಡಿದಾಗ ಹೆಚ್ಚು ಸ್ಫುಟವಾಗಿ ನನ್ನ ಮಿತಿಗಳನ್ನು ನಾನು ಅರಿತುಕೊಳ್ಳುತ್ತೇನೆ.

ನಾನು ಏನನ್ನು ಸಾಧಿಸಲು ಇಚ್ಛಿಸುತ್ತೇನೆ- ಈ ಮೂವತ್ತು ವರ್ಷಗಳ ಕಾಲದಲ್ಲಿ ನಾನು ಏನನ್ನು ಸಾಧಿಸಲು ಹೆಣಗಾಡುತ್ತಿದ್ದೇನೆ ಮತ್ತು ಏನನ್ನು ಭದ್ರವಾಗಿ ಹಿಡಿದುಕೊಂಡಿದ್ದೇನೆ - ಅದು ಯಾವುದೆಂದರೆ ಆತ್ಮ - ಸಾಕ್ಷಾತ್ಕಾರ, ದೇವರನ್ನು ಮುಖಾ ಮುಖಿಯಾಗಿ ನೋಡುವುದು ಮತ್ತು ಮೋಕ್ಷವನ್ನು ಸಂಪಾದಿಸಿಕೊಳ್ಳುವುದು. (ಮೋಕ್ಷವೆಂದರೆ ಜನನ ಮತ್ತು ಮರಣಗಳಿಂದ ಬಿಡುಗಡೆ ಪಡೆಯುವುದು). ನಾನು ಬದುಕಿರುವುದು, ಮತ್ತು ಚಲಿಸುವುದು ಮತ್ತು ನನ್ನ ಅಸ್ತಿತ್ವ ಈ ಗುರಿಯ ಅನ್ವೇಷಣೆಗೆ ಮೀಸಲಾಗಿದೆ. ಮಾತಾಡುತ್ತ ಮತ್ತು ಬರೆಯುತ್ತ ನಡೆಸುವ ಕ್ರಿಯೆಗಳೆಲ್ಲವೂ ಮತ್ತು ರಾಜಕೀಯ ಕ್ಷೇತ್ರದಲ್ಲಿನ ನನ್ನ ಎಲ್ಲ ಸಾಹಸಗಳು ಈ ಗುರಿಯ ಕಡೆಗೆ ನಿರ್ದೇಶಿಸಲ್ಪಟ್ಟಿವೆ. ಒಬ್ಬಾತನಿಗೆ ಸಾಧ್ಯವಾದದ್ದು ಎಲ್ಲರಿಗೂ ಸಾಧ್ಯವಾಗುವುದು ಎಂದು ಎಂದಿನಿಂದಲೂ ನಾನು ನಂಬಿಕೊಂಡಿದ್ದೇನೆ. ನನ್ನ ಪ್ರಯೋಗಗಳು ಏಕಾಂತ ಕೋಣೆಯಲ್ಲಿ ನಡೆದಿಲ್ಲ. ಆದರೆ ಅವು ಎಲ್ಲರಿಗೂ ಕಾಣುವಂತೆ ನಡೆದಿವೆ. ಈ ಸತ್ಯಾಂಶದಿಂದಾಗಿ ಅದರ ಆಧ್ಯಾತ್ಮಿಕ ಮೌಲ್ಯ ಕುಂಠಿತಗೊಳ್ಳುವುದಿಲ್ಲ. ಕೇವಲ ಒಬ್ಬಾತನಿಗೆ ಮತ್ತು ಒಬ್ಬಾತನ ಕರ್ತನಿಗೆ ಮಾತ್ರ ತಿಳಿದಿರುವ ಕೆಲವು ಸಂಗತಿಗಳಿರುತ್ತವೆ. ಇವನ್ನು ಸ್ಪಷ್ಟವಾಗಿ ತಿಳಿಸಲು ಸಾಧ್ಯವಾಗದು. ನಾನು ನಿರೂಪಿಸಲಿರುವ ಪ್ರಯೋಗಗಳು ಅಂತಹುವಲ್ಲ. ಅವು ಆಧ್ಯಾತ್ಮಿಕ ಅಥವಾ ಸುಸ್ಪಷ್ಟವಾಗಿ ನೈತಿಕವಾಗಿವೆ ಏಕೆಂದರೆ ದರ್ಮದ ತಿರುಳು ನೈತಿಕತೆಯಾಗಿದೆ.

ಮಕ್ಕಳೇ ಅಲ್ಲದೇ ವೃದ್ಧರು ಕೂಡಾ ಅರಿತುಕೊಳ್ಳಬಹುದಾದ ಧಾರ್ಮಿಕ ವಿಷಯಗಳನ್ನು ಮಾತ್ರ ಈ ಕಥೆಯಲ್ಲಿ ಸೇರಿಸಲಾಗುವುದು. ನಾನು ಇವನ್ನು ಉದ್ವೇಗವಿಲ್ಲದ ಹಾಗೂ ವಿನೀತ ಮನಸ್ಥಿತಿಯಲ್ಲಿ ನಿರೂಪಿಸಲು ಸಾಧ್ಯವಾದರೆ ಇತರ ಅನೇಕ ಪ್ರಯೋಗಗಳು ಮುಂದೆ ಹೆಜ್ಜೆಯಿಡಲು ತಕ್ಕ ನಿಬಂಧನೆಗಳನ್ನು ಕಂಡುಕೊಳ್ಳುವುವು. ಈ ಪ್ರಯೋಗಗಳ ಉತ್ಕೃಷ್ಟತೆಯ ಬಗ್ಗೆ ನಾನು ಹಕ್ಕು ಚಲಾಯಿಸುವುದಿಲ್ಲ. ವಿಜ್ಞಾನಿಗಿಂತ ಹೆಚ್ಚಾಗಿ ನಾನು ಹಕ್ಕು ಚಲಾಯಿಸುವುದಿಲ್ಲ. ವಿಜ್ಞಾನಿಯು ಅತ್ಯಂತ ನಿಖರತೆಯಿಂದ, ಮುಂದಾಲೋಚನೆಯಿಂದ ಮತ್ತು ಅತಿ ಸೂಕ್ಷ್ಮವಾಗಿ ಪ್ರಯೋಗಗಳನ್ನು ನಡೆಸಿದರೂ ಅಂತಿಮ ಫಲಿತಾಂಶಗಳ ಬಗ್ಗೆ ಅವನು ಯಾವುದೇ ಸಮರ್ಥನೆಯನ್ನೂ ನೀಡುವುದಿಲ್ಲ. ಅವುಗಳ ಬಗ್ಗೆ ಅವನು ಮುಕ್ತ ಮನಸ್ಸಿನಿಂದಿರುತ್ತಾನೆ. ನಾನು ಪ್ರತಿಯೊಂದು ಮನಸ್ಥಿತಿಯನ್ನೂ ವಿಶ್ಲೇಷಿಸಿದ್ದೇನೆ, ಪರೀಕ್ಷಿಸಿದ್ದೇನೆ ಮತ್ತು ಅದರ ಒಳಹೊಕ್ಕಿದ್ದೇನೆ. ಹಾಗಿದ್ದರೂ ನಾನು ನನ್ನ ತೀರ್ಮಾನಗಳ ಬಗ್ಗೆ ವಾದಿಸಿ ಅದೇ ಅಂತಿಮ ಎಂಬುದನ್ನಾಗಲಿ ಇಲ್ಲವೇ ಅವು ಖಂಡಿತವಾಗಿಯೂ ಸುಳ್ಳಾಗುವುದಿಲ್ಲ ಎಂಬುದನ್ನಾಗಲಿ ಸಮರ್ಥಿಸಿಕೊಳ್ಳುವುದಿಲ್ಲ. ನಾನು ಖಂಡಿತವಾಗಿಯೂ ನೀಡುವ ಸಮರ್ಥನೆಯೊಂದಿದೆ. ಅದು ಯಾವುದೆಂದರೆ ನನ್ನ ಮಟ್ಟಿಗೆ ಅವು ಸಮಗ್ರವಾಗಿ ಸರಿ ಇರುವಂತೆ ಕಾಣಿಸುತ್ತವೆ ಮತ್ತು ತತ್ಕಾಲಕ್ಕೆ ಅವೇ ಅಂತಿಮ ಎಂದು ಕಾಣುತ್ತವೆ ಎಂಬುದು. ಅವು ಹಾಗಿಲ್ಲದಿದ್ದರೆ ನಾನು ಅವುಗಳ ನೆಲೆಯಲ್ಲಿ ಯಾವುದೇ ಕಾರ್ಯವನ್ನು ಕೈಗೊಳ್ಳುತ್ತಿರಲಿಲ್ಲ. ಪ್ರತಿಯೊಂದು ಹೆಜ್ಜೆಯಲ್ಲೂ ನಾನು ಒಪ್ಪಿಕೊಳ್ಳುವ ಇಲ್ಲವೇ ತಿರಸ್ಕರಿಸುವ ನಿರ್ಧಾರವನ್ನು ತೆಗೆದುಕೊಂಡಿದ್ದೇನೆ ಮತ್ತು ಅದರ ಪ್ರಕಾರ ನಡೆದುಕೊಂಡಿದ್ದೇನೆ. ಎಲ್ಲಿಯವರೆಗೆ ನನ್ನ ವರ್ತನೆಗಳು ನನ್ನ ತರ್ಕವನ್ನು ಮತ್ತು ಹೃದಯವನ್ನು ತೃಪ್ತಿ ಗೊಳಿಸುತ್ತವೆಯೋ ಅಲ್ಲಿಯವರೆಗೆ ನಾನು ನನ್ನ ಮೂಲಭೂತ ತೀರ್ಮಾನಗಳಿಗೆ ಗಟ್ಟಿ ಮನಸ್ಸಿನಿಂದ ಅಂಟಿಕೊಂಡಿರಲೇ ಬೇಕು.

ನಾನು ಕೇವಲ ಆ್ಯಕಡೆಮಿಕ್ (ಚಿಂತನರೂಪದಲ್ಲಿರುವ ಚರ್ಚೆ) ತತ್ವಗಳನ್ನು ಚರ್ಚಿಸುವಂತಿದ್ದರೆ ಖಂಡಿತವಾಗಿಯೂ ಆತ್ಮಕಥೆಯನ್ನು ಬರೆಯುವ ಪ್ರಯತ್ನ ಮಾಡಬೇಕಾಗಿರಲಿಲ್ಲ. ಆದರೆ ಈ ತತ್ವಗಳನ್ನು ಬೇರೆಬೇರೆ ರೀತಿಗಳಲ್ಲಿ ವ್ಯಾವಹಾರಿಕವಾಗಿ ಬಳಸುವುದನ್ನು ಕುರಿತಂತೆ ವಿವರಣೆಯನ್ನು ಕೊಡುವ ಉದ್ದೇಶ ನನ್ನದಾಗಿದೆ. ಆದ್ದರಿಂದ ನಾನು ಬರೆಯಲು ಉದ್ದೇಶಿಸಿರುವ ಅಧ್ಯಾಯಗಳಿಗೆ 'ದಿ ಸ್ಟೋರಿ ಆಫ್ ಮೈ ಎಕ್ಸ್‌ಪೆರಿಮೇಂಟ್ಸ್ ವಿತ್ ಟ್ರೂತ್' (ಸತ್ಯದೊಂದಿಗಿನ ನನ್ನ ಪ್ರಯೋಗಗಳ ಕಥೆ ಅಥವಾ ಸತ್ಯಶೋಧನೆ ಎಂಬ ತಲೆಬರಹವನ್ನು) ಕೊಟ್ಟಿದ್ದೇನೆ. ಸಹಜವಾಗಿ ಇವು ಅಹಿಂಸೆ, ಬ್ರಹ್ಮಚರ್ಯೆ, ಮತ್ತು ನಡವಳಿಕೆ ಕುರಿತ ಇತರ ತತ್ವಗಳ ಬಗ್ಗೆ ನಡೆಸಿದ ಪ್ರಯೋಗಗಳನ್ನು ಒಳಗೊಂಡಿರುತ್ತವೆ. ಈ ಇತರ ತತ್ವಗಳು ಸತ್ಯದಿಂದ ದೂರ ಇರುವಂತಹವು ಎಂದು ನಂಬಲಾಗಿದೆ. ನನಗೆ ಸತ್ಯವೇ ಸರ್ವೋತ್ತಮ ತತ್ವವಾಗಿದೆ. ಇದರಲ್ಲಿ ಇತರ ಅನೇಕ ತತ್ವಗಳು ಸೇರಿರುತ್ತವೆ. ಸತ್ಯ ಎನ್ನುವುದು ಕೇವಲ ಮಾತಿನಲ್ಲಿ ಇರುವ ಸತ್ಯಸ್ಥಿತಿ (ಯತಾರ್ಥತೆ) ಆಗಿರುವುದಿಲ್ಲ ಅದು ಆಲೋಚನೆಯಲ್ಲಿ ಇರುವ ಸತ್ಯಸ್ಥಿತಿ ಕೂಡಾ ಆಗಿರುವುದು. ಅದು ನಮ್ಮ ಭಾವನೆ (ಕಲ್ಪನೆ)ಯಲ್ಲಿ ಇರುವ ಹಾಗೂ ಅನ್ಯೋನ್ಯ ಸಂಬಂಧವುಳ್ಳ ಪರ್ಯಾಯ ಸತ್ಯ ಕೂಡಾ ಆಗಿರುವುದಲ್ಲದೇ ಅದು ಸನಾತನ ಸತ್ಯ ಅಂದರೆ ದೇವರು ಕೂಡಾ ಆಗಿರುವುದು. ದೇವರನ್ನು ಕುರಿತಂತೆ ಅಸಂಖ್ಯಾತ ವ್ಯಾಖ್ಯಾನಗಳಿವೆ, ಏಕೆಂದರೆ

ಅವನ ಅಭಿವ್ಯಕ್ತಿ (ಮೈದೋರುವಿಕೆ) ಎಣಿಸಲಾರದಷ್ಟಿವೆ. ಅವು ನನ್ನನ್ನು ವಿಸ್ಮಯ ಮತ್ತು ಭಯಭಕ್ತಿಯಿಂದ ಪರವಶಗೊಳಿಸುತ್ತವೆ. ಒಂದು ಕ್ಷಣ ನನ್ನನ್ನು ಅವು ದಿಗ್ಭ್ರಾಂತಗೊಳಿಸುತ್ತವೆ. ಆದರೆ ನಾನು ದೇವರನ್ನು ಸತ್ಯ ಎಂದೇ ಆರಾಧಿಸುತ್ತೇನೆ. ನಾನು ಅವನನ್ನು ಇನ್ನೂ ಕಂಡಿಲ್ಲ. ಆದರೆ ನಾನು ಅವನನ್ನು ಹುಡುಕಿಕೊಂಡು ಹೋಗುತ್ತಿದ್ದೇನೆ. ಅವನ ಅನ್ವೇಷಣೆಯ ಕಾರ್ಯದಲ್ಲಿ ನಾನು ನನಗೆ ತುಂಬಾ ಪ್ರಿಯವಾಗಿರುವ ವಸ್ತುಗಳನ್ನು ತ್ಯಾಗಮಾಡಲು ಸಿದ್ಧನಾಗಿದ್ದೇನೆ. ಈ ತ್ಯಾಗದಲ್ಲಿ ನನ್ನ ಜೀವವನ್ನು ಕೊಡಬೇಕಾಗಿ ಬಂದರೆ ಅದನ್ನು ಕೂಡಾ ನೀಡಲು ನಾನು ಸಿದ್ಧನಾಗಬಹುದು. ಎಲ್ಲಿಯವರೆಗೆ ನನಗೆ ಈ ಪರಮ (ಪರಿಪೂರ್ಣ) ಸತ್ಯದ ಸಾಕ್ಷಾತ್ಕಾರ (ಗ್ರಹಿಕೆ) ಆಗುವುದಿಲ್ಲವೋ ಅಲ್ಲಿಯವರೆಗೆ ನಾನು ಗ್ರಹಿಸಿಕೊಂಡಂತಹ ಪರ್ಯಾಯ (ಅನ್ಯೋನ್ಯ ಸಂಬಂಧವುಳ್ಳ) ಸತ್ಯವನ್ನು ಹಿಡಿದುಕೊಂಡಿರಬೇಕು. ಈ ಮಧ್ಯದ ಕಾಲದಲ್ಲಿ ಪರ್ಯಾಯ ಸತ್ಯವೇ ನನ್ನ ಸನ್ನೆದೀಪ, ಗುರಾಣಿ ಮತ್ತು ರಕ್ಷಾಕವಚ ಆಗಿರುವುದು. ಈ ದಾರಿ ಇಕ್ಕಟ್ಟಾದುದು, ಕಿರಿದಾದದ್ದು ಮತ್ತು ಕ್ಷೌರದ ಕತ್ತಿ ಅಲಗಿನಂತೆ ಹರಿತಾದದ್ದು ಆಗಿದ್ದರೂ ನನಗೆ ಅದು ಶೀಘ್ರವಾದ ಮತ್ತು ಸುಲಭವಾದ ದಾರಿಯೇ ಆಗಿದೆ. ನನ್ನ ಹಿಮಾಲಯದಂತಹ ಪ್ರಮಾದಗಳು ಕೂಡಾ ನನಗೆ ಕ್ಷುದ್ರ ಎಂಬಂತೆ ಕಾಣುತ್ತವೆ. ಏಕೆಂದರೆ ನಾನು ಈ ದಾರಿಯಲ್ಲಿ ಶಿಸ್ತಿನಿಂದ ನಡೆಯುತ್ತಿದ್ದೇನೆ. ಈ ದಾರಿ ನನ್ನನ್ನು ದುಃಖಕ್ಕೆ ಹೊರಳದಂತೆ ಕಾಪಾಡಿದೆ ಮತ್ತು ನಾನು ನನ್ನ ಜ್ಯೋತಿಗನುಸಾರವಾಗಿ (ಅಂದರೆ ಅದು ಬೆಳಕು ಬೀರಿ ದಾರಿ ತೋರಿಸಿದಂತೆ) ಮುಂದೆ ಹೊರಟಿದ್ದೇನೆ. ಆಗಾಗ್ಗೆ ನನ್ನ ಗುರಿಯತ್ತ ಮುಂದೆ ಸಾಗುವಾಗ ಪರಮ ಸತ್ಯದ ಮಸುಕಾದ ಮಿನುಗುನೋಟದ ದರ್ಶನವಾಗಿದೆ. ಆತ ಮಾತ್ರ ಸತ್ಯ ಮತ್ತು ಉಳಿದವೆಲ್ಲವೂ ಮಿಥ್ಯೆ ಎಂಬ ಗಾಢ ನಂಬಿಕೆ ಪ್ರತಿದಿನವೂ ನನ್ನಲ್ಲಿ ಬೆಳೆಯುತ್ತಿದೆ. ಇಷ್ಟಪಡುವವರೆಲ್ಲರೂ ಈ ಮನವರಿಕೆ (ನಂಬಿಕೆ) ನನ್ನಲ್ಲಿ ಹೇಗೆ ಬೆಳೆಯಿತು ಎಂಬುದನ್ನು ಗ್ರಹಿಸಿಕೊಳ್ಳಲಿ. ನನ್ನ ಪ್ರಯೋಗಗಳನ್ನು ಹಂಚಿಕೊಳ್ಳಲಿ. ಸಾಧ್ಯವಾಗುವುದಾದರೆ ನನ್ನ ನಂಬಿಕೆಯನ್ನು ಕೂಡಾ ಹಂಚಿಕೊಳ್ಳಲಿ. ನನಗೆ ಸಾಧ್ಯವಾಗುವಂತಹದು ಮಗುವಿಗೂ ಕೂಡಾ ಸಾಧ್ಯವಾಗುವುದು ಎಂಬ ಅಭಿಪ್ರಾಯ ನನ್ನಲ್ಲಿ ಬೆಳೆಯುತ್ತಿದೆ. ಹಾಗೆ ಹೇಳಲು ನನ್ನಲ್ಲಿ ನೆಚ್ಚಬಹುದಾದ ಕಾರಣಗಳಿವೆ. ಸತ್ಯದ ಹುಡುಕಾಟದ ಸಾಧನಗಳು ಕ್ಲಿಷ್ಟವಾಗಿರುವಂತೆ ಸರಳವೂ ಆಗಿವೆ. ಅಹಂಕಾರಿಗೆ ಅವು ಅಸಾಧ್ಯವಾದವುಗಳು ಎಂದು ಭಾಸವಾಗಬಹುದು. ಆದರೆ ಮುಗ್ಧ ಮಗುವಿಗೆ ಅವು ಖಂಡಿತವಾಗಿಯೂ ಅಸಾಧ್ಯ ಎನಿಸುವುದಿಲ್ಲ. ಸತ್ಯವನ್ನು ಹುಡುಕಲು ಹೊರಟವನು ಧೂಳಿಗಿಂತಲೂ ಹೆಚ್ಚು ನಮ್ರನಾಗಿರಬೇಕು. ಜಗತ್ತು ತನ್ನ ಪಾದಗಳ ಅಡಿಯಲ್ಲಿ ಧೂಳನ್ನು ನಜ್ಜುಗುಜ್ಜುಮಾಡುವುದು. ಆದರೆ ಸತ್ಯ ಶೋಧಕನು ಧೂಳು ಕೂಡಾ ತನ್ನನ್ನು ನಜ್ಜು ಗುಜ್ಜು ಮಾಡುವಷ್ಟರ ಮಟ್ಟಿಗೆ ನಮ್ರನಾಗಿರಬೇಕು. ಆಗ ಮಾತ್ರ ಮತ್ತು ಅದಾದ ತರುವಾಯ ಸತ್ಯದ ಮಿನುಗುನೋಟದ ದರ್ಶನವಾಗುವುದು. ವಸಿಷ್ಠ ಮತ್ತು ವಿಶ್ವಾಮಿತ್ರರ ನಡುವಣ ಸಂವಾದ ಈ ವಿಚಾರವನ್ನು ತುಂಬಾ ಚೆನ್ನಾಗಿ ಸ್ಪಷ್ಟಗೊಳಿಸುವುದು. ಕ್ರಿಶ್ಚಿಯನ್ ಧರ್ಮ ಮತ್ತು ಇಸ್ಲಾಂ ಕೂಡಾ ಇದನ್ನೇ ವಿಪುಲವಾಗಿ ಪುಷ್ಟೀಕರಿಸುತ್ತವೆ.

ಈ ಪುಟಗಳಲ್ಲಿ ನಾನು ಬರೆಯುವ ಯಾವುದೇ ಸಂಗತಿಯಾದರೂ ಓದುಗನಿಗೆ ಅಹಂಕಾರದಿಂದ ಕೂಡಿದೆ ಎಂದು ಹೊಳೆದರೆ ನನ್ನ ಹುಡುಕಾಟದಲ್ಲಿ ಏನೋ ದೋಷವಿರಬೇಕು

ಎಂದು ಅವನು ಭಾವಿಸಬೇಕು. ನನ್ನ ಇಣಕುನೋಟ ಬಿಸಿಲ್ಗುದುರೆಗಿಂತ ಹೆಚ್ಚಿನದಲ್ಲ ಎಂದು ಅವನು ತಿಳಿದುಕೊಳ್ಳಬೇಕು. ನನ್ನಂತಹ ನೂರಾರು ಮಂದಿ ನಾಶವಾಗಲಿ. ಆದರೆ ಸತ್ಯ ಉಳಿದುಕೊಳ್ಳಲಿ. ನನ್ನಂತೆ ತಪ್ಪು ಮಾಡುವ ಮರ್ತ್ಯರ ಯೋಗ್ಯತೆಯನ್ನು ನಿರ್ಣಯಿಸುವಾಗ ಸತ್ಯದ ಮಟ್ಟವನ್ನು ಒಂದು ಕೂದಲಿನ ಎಳೆಯಷ್ಟು ಕೂಡಾ ತಗ್ಗಿಸಬಾರದು.

ಮುಂದಿನ ಅಧ್ಯಾಯಗಳಲ್ಲಿ ಅಲ್ಲಲ್ಲಿ ಪ್ರಸ್ತಾಪಿಸಲ್ಪಟ್ಟಿರುವ ಸಲಹೆ - ಸೂಚನೆಗಳನ್ನು ಅಧಿಕೃತ ಎಂದು ಪರಿಗಣಿಸಬಾರದೆಂದು ನಾನು ಇಷ್ಟಪಡುತ್ತೇನೆ ಮತ್ತು ಪ್ರಾರ್ಥಿಸುತ್ತೇನೆ. ನಿರೂಪಿಸಲಾಗಿರುವ ಪ್ರಯೋಗಗಳನ್ನು ನಿದರ್ಶನಗಳೆಂದು ಪರಿಗಣಿಸಬೇಕು. ಅವುಗಳ ಬೆಳಕಿನಲ್ಲಿ ಪ್ರತಿಯೊಬ್ಬನೂ ಅವನ ಸಾಮರ್ಥ್ಯ ಮತ್ತು ಪ್ರವೃತ್ತಿಗಳಿಗನುಸಾರವಾಗಿ ಅವನ ಪ್ರಯೋಗಗಳನ್ನು ನಡೆಸಿಕೊಂಡು ಹೋಗಬಹುದು. ಈ ಮಿತಿಯಲ್ಲಿ ನಿದರ್ಶನಗಳು ನಿಜವಾಗಿಯೂ ಸಹಕಾರಿಯಾಗುತ್ತವೆ ಎಂದು ನಾನು ನಂಬಿದ್ದೇನೆ. ಏಕೆಂದರೆ ನಾನು ಹೇಳಲೇ ಬೇಕಾಗಿರುವ ಯಾವುದೇ ಅವಲಕ್ಷಣದ ಸಂಗತಿಗಳನ್ನು ನಾನು ಮರೆಮಾಚಿಲ್ಲ ಇಲ್ಲವೇ ಇರುವುದಕ್ಕಿಂತ ತಗ್ಗಿಸಿ ಹೇಳಿಲ್ಲ. ಓದುಗನು ಪೂರ್ಣವಾಗಿ ನನ್ನ ದೋಷಗಳನ್ನು ಮತ್ತು ತಪ್ಪುಗಳನ್ನು ತಿಳಿದುಕೊಂಡಿರುತ್ತಾನೆ ಎಂದು ನಾನು ಆಶಿಸುತ್ತೇನೆ. ನಾನು ಎಷ್ಟು ಒಳ್ಳೆಯವನು ಎಂದು ಹೇಳುವುದು ನನ್ನ ಉದ್ದೇಶವಲ್ಲ. ಸತ್ಯಾಗ್ರಹ ಶಾಸ್ತ್ರದಲ್ಲಿ ನಾನು ನಡೆಸಿರುವ ಪ್ರಯೋಗಗಳನ್ನು ವಿವರಿಸುವುದು ನನ್ನ ಉದ್ದೇಶವಾಗಿದೆ. ನನ್ನ ಬಗ್ಗೆ ನಾನು ತೀರ್ಪು ಕೊಡುವಾಗ ಸತ್ಯದಷ್ಟೇ ಕಠಿಣವಾಗಿರಲು ಪ್ರಯತ್ನಿಸುವೆನು. ಏಕೆಂದರೆ ಇತರರು ಕೂಡಾ ಹಾಗೆ ಇರಬೇಕೆಂದು ನಾನು ಇಷ್ಟಪಡುತ್ತೇನೆ. ಆ ಮಾನದಂಡಲ್ಲಿ ನನ್ನನ್ನು ಅಳೆದುಕೊಳ್ಳುವಾಗ ನಾನು ಸೂರ್ ದಾಸ್‌ರ ಮಾತನ್ನು ಉದ್ಗರಿಸಬೇಕು:

ನನ್ನಂತೆ ದುಷ್ಟನಾದ ಮತ್ತು ಹೇಸಿಕೆಯನ್ನುಂಟುಮಾಡುವ ಲಜ್ಜಾಹೀನನು ಎಲ್ಲಿದ್ದಾನೆ?

ನಾನು ನನ್ನ ಸೃಷ್ಟಿಕರ್ತನನ್ನು ತೊರೆದುಬಿಟ್ಟಿದ್ದೇನೆ

ಅಂತಹ ವಿಶ್ವಾಸಘಾತಕ ನಾನಾಗಿದ್ದೇನೆ.

ಏಕೆಂದರೆ ಅವನಿಂದ ನಾನು ಇನ್ನೂ ದೂರದಲ್ಲಿರುವುದು ನನಗೆ ನಿರಂತರವಾದ ವೇದನೆಯೇ ಆಗಿದೆ. ಅವನು ನನ್ನ ಜೀವನದ ಪ್ರತಿಯೊಂದು ಉಸಿರನ್ನು (ಜೀವಂತಿಕೆ) ನಿಯಂತ್ರಿಸುತ್ತಾನೆ ಎಂದು ನನಗೆ ನಿಖರವಾಗಿ ಗೊತ್ತಿದೆ. ನಾನು ಅವನ ಸಂತಾನವೇ ಆಗಿದ್ದೇನೆ. ನನ್ನ ಅಂತರಂಗದಲ್ಲಿರುವ ದುಷ್ಟ ಮನೋವಿಕಾರಗಳು ನನ್ನನ್ನು ಅವನಿಂದ ದೂರ ಮಾಡಿದೆ ಎಂದು ನನಗೆ ಗೊತ್ತಿದೆ. ಹಾಗಿದ್ದರೂ ನಾನು ಅವುಗಳಿಂದ ಬಿಡಿಸಿಕೊಳ್ಳಲಾರೆ.

ನಾನು ಮುಕ್ತಾಯಗೊಳಿಸಲೇ ಬೇಕು. ಮುಂದಿನ ಅಧ್ಯಾಯದಲ್ಲಿ ಮಾತ್ರ ನಾನು ನನ್ನ ವಾಸ್ತವ ಕಥೆಯನ್ನು ಪ್ರಾರಂಭಿಸಬಲ್ಲೆ.

ಆಶ್ರಮ, ಸಬರ್‌ಮತಿ — ಎಂ.ಕೆ.ಗಾಂಧಿ

26 ನವೆಂಬರ್, 1925

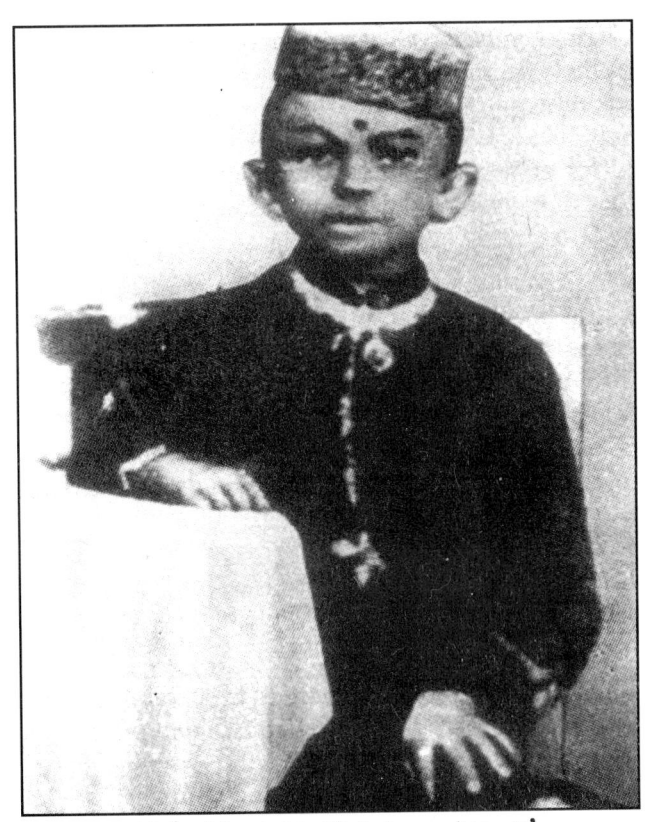

1876ರಲ್ಲಿ 'ಏಳನೇ ವಯಸ್ಸಿನಲ್ಲಿರುವ ಬಾಲಕ ಗಾಂಧಿ'

ಬಾಲಕ ಗಾಂಧಿ

ಕಾಲೇಜು ದಿವಸಗಳಲ್ಲಿ ಗಾಂಧಿ

ಲಂಡನ್‌ನಲ್ಲಿ ಗಾಂಧಿ'

ಕಸ್ತೂರ್‌ಬಾ ಅವರೊಡನೆ ಗಾಂಧಿ'

ದಕ್ಷಿಣ ಆಫ್ರಿಕದಲ್ಲಿ ಗಾಂಧಿ

ಸತ್ಯಾಗ್ರಹ ಮತ್ತು ಅಹಿಂಸೆ ಕುರಿತಂತೆ ಎಡ್ವರ್ಡ್ಸ್ ಕಾಲೇಜಿನಲ್ಲಿ ಮಹಾತ್ಮ ಗಾಂಧಿ
ಭಾಷಣ ಮಾಡುತ್ತಿದ್ದಾರೆ

III

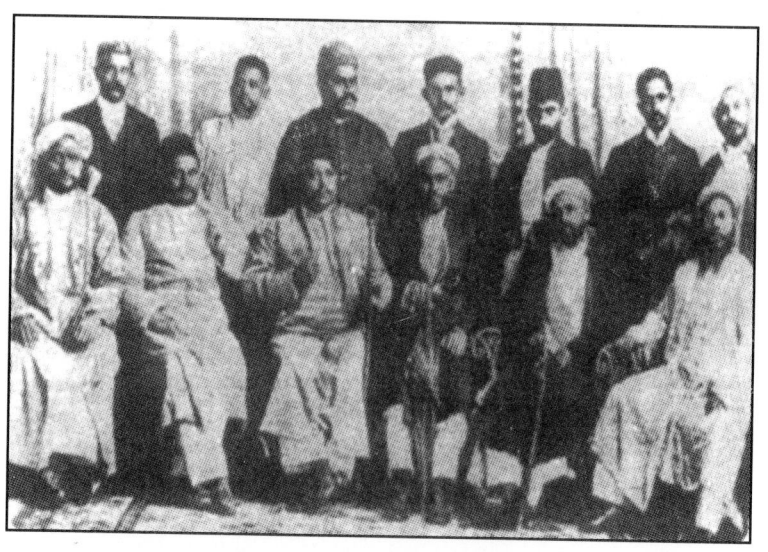

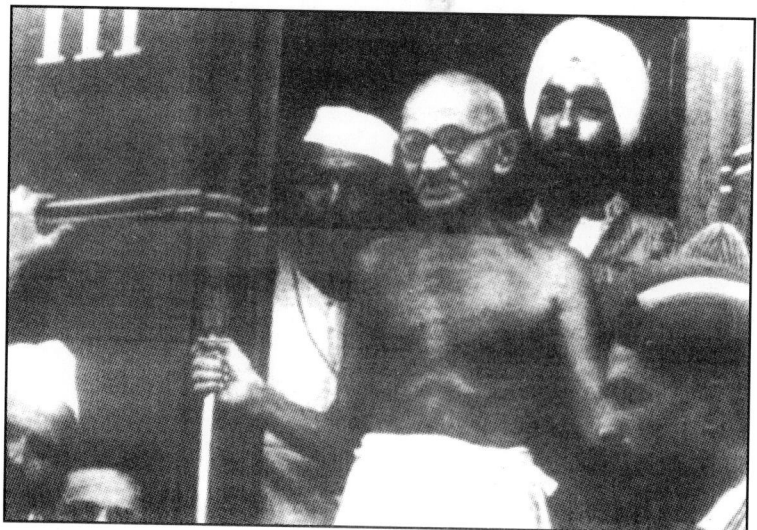

ದಕ್ಷಿಣ ಆಫ್ರಿಕದಲ್ಲಿ ಗಾಂಧಿ

ದಕ್ಷಿಣ ಆಫ್ರಿಕಾದಿಂದ ಹಿಂದಿರುಗುವ ಮಾರ್ಗದಲ್ಲಿ ಮೋಹನ್‌ದಾಸ್ ಕೆ. ಗಾಂಧಿ ಮೊದಲ
ವಿಶ್ವ ಸಮರದ ಕಾಲದಲ್ಲಿ ಬ್ರಿಟಿಷ್ ಕರ್ನಲ್‌ನನ್ನು ಭೇಟಿಯಾಗಿದ್ದರು. 1913ರಲ್ಲಿ ಗಾಂಧಿ
ಸ್ವಯಂಸೇವಕರುಗಳ ಸಂಚಾರಿ ಚಿಕಿತ್ಸಾಲಯ (ಆ್ಯಂಬ್ಯುಲನ್ಸ್) ದಳವನ್ನು
ರಚಿಸಲು ಸ್ವಂತ ಇಚ್ಛೆಯಿಂದ ಮುಂದೆ ಬಂದಿದ್ದರು

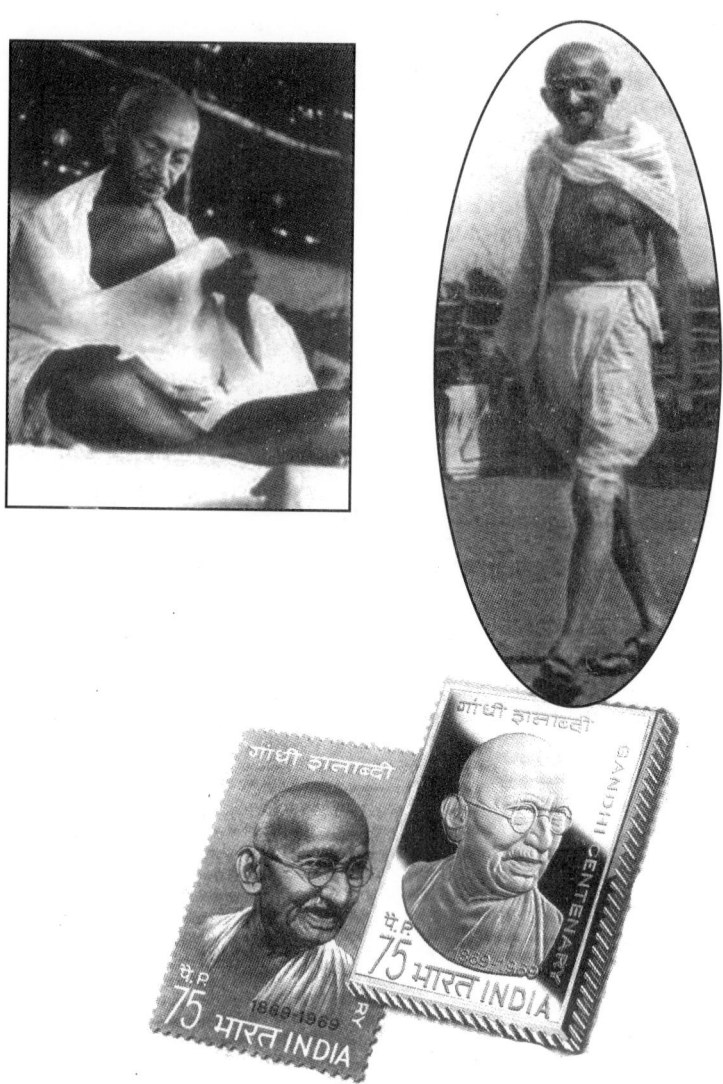

ನಮ್ಮ ಅತ್ಯಂತ ಪ್ರಿಯ 'ರಾಷ್ಟ್ರಪಿತ'ನ ಅನೇಕ ಚಿತ್ರಗಳಿವೆ. ಆದರೆ ಈ ಉತ್ಕೃಷ್ಟ ಅಧಿಕೃತ ಭಾವಚಿತ್ರವು, ಅವರ ಜೀವನವನ್ನು ವಿಶಿಷ್ಟವಾಗಿ ನಿರೂಪಿಸುವಂತಹ ಸರಳತೆಯ, ಸೌಮ್ಯತೆಯ ಮತ್ತು ಆಂತರಿಕ ಸತ್ವದ ಮಹೋನ್ನತ ಪರಿಜ್ಞಾನವನ್ನು ಸಂಪೂರ್ಣವಾಗಿ ಹಿಡಿದಿಟ್ಟಿದೆ.

ಜಗತ್ತಿನ ಮೇಲೆ ಮಹಾತ್ಮ ಗಾಂಧಿ ಬೀರಿದ ಪ್ರಭಾವ ಅಸಾಮಾನ್ಯವಾದದ್ದು. ಭಾರತವನ್ನು ಸ್ವಾತಂತ್ರ್ಯದೆಡೆಗೆ ಕರೆದೊಯ್ದಂತಹ ಅಹಿಂಸಾತ್ಮಕ ಪ್ರತಿಭಟನೆಯ ಪ್ರಯೋಗವು ನೆಲ್ಸನ್ ಮಂಡೇಲ ಮತ್ತು ಮಾರ್ಟಿನ್ ಲೂಥರ್ ಕಿಂಗ್ ಅವರುಗಳಂತಹ ಭವಿಷ್ಯದ ನಾಯಕರುಗಳಿಗೆ ಪ್ರೇರಣೆಯನ್ನು ನೀಡಿತ್ತು. ಜಗತ್ತಿನುದ್ದಕ್ಕೂ ಸ್ವಾತಂತ್ರ್ಯಕ್ಕಾಗಿ ನಡೆದ ಚಳುವಳಿಗಳಿಗೆ ಅದು ಒಂದು ಆದರ್ಶವನ್ನು ರೂಪಿಸಿಕೊಟ್ಟಿತ್ತು. ಸತ್ಯಾಗ್ರಹ ಮತ್ತು ಅಹಿಂಸೆಗಳ ತತ್ವಗಳ ಪ್ರವರ್ತಕರಾಗಿದ್ದ ಗಾಂಧೀಜಿ ಅವರ ಜೀವನ ಅತ್ಯಂತ ಕಠಿಣ ಪರಿಸ್ಥಿತಿಗಳಲ್ಲೂ ಅಹಿಂಸೆಗೆ ಅತ್ಯಂತ ದೃಢವಾಗಿ ಕಟ್ಟುಬಿದ್ದಿರಬೇಕು ಎಂಬುದರ ನಿದರ್ಶನದಂತಿದೆ.

ಗೋಪಾಲಕೃಷ್ಣ ಗೋಖಲೆ

ಆಗಸ್ಟ್ 1942ರಲ್ಲಿ ಮಹಾತ್ಮ ಗಾಂಧಿ
ಮುಂಬಯಿಯಲ್ಲಿರುವ ಬಿರ್ಲಾ ಮಂದಿರದಲ್ಲಿ
ಪತ್ರ ಬರೆಯುತ್ತಿರುವುದು

1905ರಲ್ಲಿ ಜೊಹಾನ್ಸ್ಬರ್ಗ್ನ ಅವರ ಕಛೇರಿಯ ಎದುರು ತಮ್ಮ ಕಾರ್ಯದರ್ಶಿ ಮಿಸ್ ಸ್ಕೆಲೆಸಿನ್ ಮತ್ತು ಸಹವರ್ತಿ ಪೋಲ್ಯಾಕ್ ಅವರೊಡನೆ ಗಾಂಧಿ

ಭಾರತೀಯ ರಾಷ್ಟ್ರೀಯ ಕಾಂಗ್ರೆಸ್‌ನ ಕಾರ್ಯಕಾರಿ ಸಮಿತಿಯ ಸಭೆಯಲ್ಲಿ
ಮಹಾತ್ಮ ಗಾಂಧಿ ಅವರ ಜತೆಯಲ್ಲಿ ಮೌಲಾನಾ ಆಜಾದ್ ಖಾನ್,
ಅಬ್ದುಲ್ ಗಫ಼ಾರ್ ಖಾನ್ ಮತ್ತು ಸರೋಜಿನಿನಾಯ್ಡು

ಕಾಂಗ್ರೆಸ್ ಕಾರ್ಯಕರ್ತೆ ಮೃದುಲಾಬೆಹ್ನ್ ಸಾರಾಬಾಯ್‌ಅವರನ್ನು ಹಿಂಬಾಲಿಸುತ್ತಿರುವ
ಖಾನ್ ಅಬ್ದುಲ್ ಗಫ಼ಾರ್ ಖಾನ್, ಮಹಾತ್ಮ ಗಾಂಧಿ ಮತ್ತು
ಗಾಂಧಿ ಅವರ ಸೋದರ ಸಂಬಂಧಿ(ನೀಸ್) ಮನು

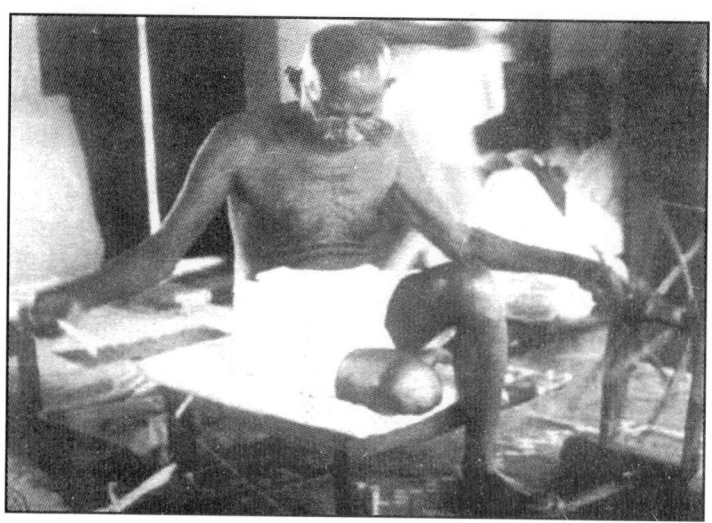

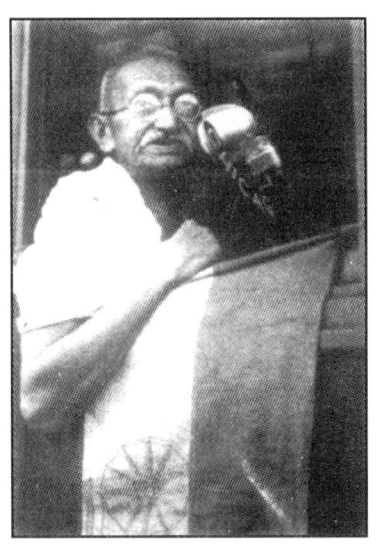

1946-47ರಲ್ಲಿ ನವಖಾಲಿಗೆ ಹೋಗುವ ಮಾರ್ಗದಲ್ಲಿ ಮಹಾತ್ಮ
ಸ್ಟೇಷನ್‌ನಲ್ಲಿ ಜನರನ್ನು ಉದ್ದೇಶಿಸಿ ಮಾತಾಡುತ್ತಿರುವುದು

ದಕ್ಷಿಣ ಆಫ್ರಿಕಾದ ಡರ್ಬಾನ್‌ನಲ್ಲಿ ಗಾಂಧಿ

1902ರಲ್ಲಿ ದಕ್ಷಿಣ ಆಫ್ರಿಕಾದಲ್ಲಿ ಕಸ್ತೂರ್‌ಬಾ ಗಾಂಧಿ
ತಮ್ಮ ನಾಲ್ವರುಗಂಡುಮಕ್ಕಳ ಜೊತೆಯಲ್ಲಿ

ಭಾಗ - 1

ಸತ್ಯದೊಂದಿಗೆ ನನ್ನ ಪ್ರಯೋಗಗಳು

(ಸತ್ಯಶೋಧನೆ)

| — గాం

_____

స్వ గిడింఒడ్రళత
ఊగిగ౧ఒఏఝ

(అఘ౧ఒశ్లళ)

1. ಜನನ ಮತ್ತು ಮನೆತನ

ಗಾಂಧಿ ಮನೆತನದವರು ಬನಿಯ (ಹಿಂದೂ-ವ್ಯಾಪಾರಿ) ಜಾತಿಗೆ ಸೇರಿದ್ದಾರೆ. ಮೂಲತಃ ಇವರು ಕಿರಾಣಿ ವ್ಯಾಪಾರಿಗಳಾಗಿದ್ದರೆಂದು ಕಾಣುತ್ತದೆ. ಆದರೆ ಮೂರು ತಲೆಮಾರುಗಳಿಂದ ಅಂದರೆ ನನ್ನ ಅಜ್ಜನಿಂದ ಮುಂದಿನವರು ಅನೇಕ ಕಥಿಯಾವಾಡ್ ರಾಜ್ಯಗಳಲ್ಲಿ ಪ್ರಧಾನ ಮಂತ್ರಿಗಳಾಗಿದ್ದರು. ಉತ್ತಮ್‌ಚಂದ್ ಗಾಂಧಿ ಉರುಫ್ ಓತಾ ಗಾಂಧಿ (ಅಡ್ಡಹೆಸರು) ನನ್ನ ಅಜ್ಜನಾಗಿದ್ದು ತತ್ವನಿಷ್ಠನಾಗಿದ್ದಿರಬೇಕು. ಆತ ಪೋರ್ ಬಂದರ್‌ನಲ್ಲಿ ದಿವಾನನಾಗಿದ್ದ. ಆದರೆ ರಾಜ್ಯದಲ್ಲಿ ನಡೆಯುತ್ತಿದ್ದ ಒಳಸಂಚಿನಿಂದಾಗಿ ಅವನು ರಾಜ್ಯವನ್ನು ಬಿಟ್ಟು ಹೊರಹೋಗಬೇಕಾಯ್ತು. ಅವನು ಜುನಾಗಢ್‌ನಲ್ಲಿ ಆಶ್ರಯಪಡೆದ. ಅಲ್ಲಿ ಅವನು ತನ್ನ ಎಡಗೈನಿಂದ ನವಾಬನಿಗೆ ವಂದನೆ ಸಲ್ಲಿಸಿದ. ಯಾರೋ ಕಣ್ಣಿಗೆಕಾಣುವಂತಹ ಈ ಅಸಭ್ಯ ನಡವಳಿಕೆಯ ಬಗ್ಗೆ ಪ್ರಶ್ನಿಸಿದಾಗ ಮತ್ತು ನನ್ನ ಅಜ್ಜನ ವಿವರಣೆಯನ್ನು ಕೇಳಿದಾಗ ನನ್ನ ಅಜ್ಜ ಈ ರೀತಿ ಉತ್ತರ ಕೊಟ್ಟಿದ್ದ: ಬಲಗೈಯನ್ನು ಈಗಾಗಲೇ ಪೋರ್‌ಬಂದರ್‌ಗೆ ಒತ್ತೆ ಇಟ್ಟಿದ್ದೇನೆ.

'ಮೊದಲನೇ ಹೆಂಡತಿ ತೀರಿಹೋಗಿದ್ದರಿಂದ ಓತಾ ಗಾಂಧಿ ಎರಡನೇ ಬಾರಿ ಮದುವೆಯಾಗಿದ್ದ. ಅವನ ಮೊದಲನೇ ಹೆಂಡತಿಯಿಂದ ಆರುಗಂಡುಮಕ್ಕಳು ಮತ್ತು ಎರಡನೇ ಹೆಂಡತಿಯಿಂದ ಇಬ್ಬರು ಇದ್ದರು. ಓತಾ ಗಾಂಧಿಯ ಈ ಮಕ್ಕಳು ಒಬ್ಬಳೇ ತಾಯಿಯ ಮಕ್ಕಳಲ್ಲ ಎಂದು ನನ್ನ ಬಾಲ್ಯದಲ್ಲಿ ನನ್ನ ಮನಸ್ಸಿನಲ್ಲಿ ಎಂದೂ ಸುಳಿದಿರಲಿಲ್ಲ ಇಲ್ಲವೇ ಅಂತಹ ಭಾವನೆ ಎಂದೂ ಹುಟ್ಟಿರಲಿಲ್ಲ. ಈ ಆರು ಸಹೋದರರಲ್ಲಿ ಐದನೆಯವನು ಕರಮ್‌ಚಂದ್ ಗಾಂಧಿ ಉರುಫ್ ಕಬಾ ಗಾಂಧಿ. ಆರನೆಯ ಸಹೋದರನ ಹೆಸರು ತುಳಸೀದಾಸ್ ಗಾಂಧಿ. ಈ ಇಬ್ಬರು ಸಹೋದರರು ಒಬ್ಬರಾದ ಮೇಲೆ ಒಬ್ಬರಂತೆ ಪೋರ್‌ಬಂದರ್‌ನಲ್ಲಿ ಪ್ರಧಾನಮಂತ್ರಿಗಳಾಗಿದ್ದರು. ಕಬಾ ಗಾಂಧಿ ನನ್ನ ತಂದೆ. ಅವನು ರಾಜಾಸ್ಥಾನಿಕ್ ನ್ಯಾಯಾಲಯದ ಸದಸ್ಯನಾಗಿದ್ದ. ಆ ನ್ಯಾಯಾಲಯ ಈಗ ನಿಂತುಹೋಗಿದೆ. ಆದರೆ ಆ ದಿನಗಳಲ್ಲಿ ಅದು ತುಂಬಾ ಪ್ರಭಾವಶಾಲಿ ಅಂಗವಾಗಿದ್ದು ಮುಖ್ಯಸ್ಥರುಗಳು ಮತ್ತು ಅವರ ಸಹ ಕುಲಬಾಂಧವರ ನಡುವಣ ವ್ಯಾಜ್ಯಗಳನ್ನು ಇದು ಪರಿಹರಿಸುತ್ತಿತ್ತು. ನನ್ನ ತಂದೆ ಸ್ವಲ್ಪ ಕಾಲ ರಾಜ್‌ಕೋಟ್‌ನಲ್ಲಿ ಮತ್ತು ತರುವಾಯ ವಾಂಕನೇರ್‌ನಲ್ಲಿ ಪ್ರಧಾನಿಯಾಗಿದ್ದ. ಅವನು ತೀರಿಕೊಂಡಾಗ ರಾಜ್‌ಕೋಟ್ ರಾಜ್ಯದ ಪಿಂಚಣಿದಾರನಾಗಿದ್ದ.

ಕಬಾ ಗಾಂಧಿ ಒಬ್ಬರಾದ ಮೇಲೆ ಒಬ್ಬರಂತೆ ಅಂದರೆ ಒಬ್ಬಳು ಹೆಂಡತಿ ತೀರಿಹೋದ ಮೇಲೆ ಮತ್ತೊಬ್ಬಳಂತೆ, ನಾಲ್ಕು ಬಾರಿ ಮದುವೆಯಾದ. ಅವನಿಗೆ ಮೊದಲ ಮತ್ತು ಎರಡನೇ ಹೆಂಡತಿಯರಿಂದ ಇಬ್ಬರು ಹೆಣ್ಣು ಮಕ್ಕಳಿದ್ದರು. ಅವನ ಕಡೆಯ ಹೆಂಡತಿ ಪುತ್ಲಿಬಾಯ್ ಒಬ್ಬಳು ಹೆಣ್ಣುಮಗಳನ್ನು ಮತ್ತು ಮೂವರು ಗಂಡುಮಕ್ಕಳನ್ನು ಹೆತ್ತಿದ್ದಳು. ಅವರಲ್ಲಿ ನಾನು ಕಿರಿಯ ಮಗನಾಗಿದ್ದೆ.

ನನ್ನ ತಂದೆ ತನ್ನ ಕುಟುಂಬ ಪ್ರೇಮಿಯಾಗಿದ್ದ, ಸತ್ಯವಾದಿಯಾಗಿದ್ದ ಮತ್ತು ಧೈರ್ಯಶಾಲಿಯಾಗಿದ್ದ, ಉದಾರಿಯಾಗಿದ್ದ. ಆದರೆ ಮುಂಗೋಪಿಯಾಗಿದ್ದ. ಸ್ವಲ್ಪಮಟ್ಟಿಗೆ ಅವನು ಇಂದ್ರಿಯ ಸುಖ - ಸಂತೋಷಗಳಿಗೆ ವಶನಾಗಿದ್ದ. ಏಕೆಂದರೆ ನಲವತ್ತು ವರ್ಷಗಳಿಗೂ ಹೆಚ್ಚಿನ ವಯಸ್ಸಾಗಿದ್ದಾಗ ನನ್ನ ತಂದೆ ನಾಲ್ಕನೇ ಬಾರಿ ಮದುವೆಯಾಗಿದ್ದ. ಆದರೆ ಅವನು ಭ್ರಷ್ಟಾಚಾರಿಯಾಗಿರಲಿಲ್ಲ. ಕಟ್ಟುನಿಟ್ಟಿನಿಂದ ನಿಷ್ಪಕ್ಷಪಾತವಾಗಿ ವರ್ತಿಸುತ್ತಿದ್ದರಿಂದ ಅವನಿಗೆ ಕುಟುಂಬದೊಳಗೆ ಮತ್ತು ಹೊರಗಡೆ ಕೂಡಾ ಒಳ್ಳೆಯ ಹೆಸರಿತ್ತು. ಅವನ ರಾಜನಿಷ್ಠೆ ಸುಪರಿಚಿತವಾಗಿತ್ತು. ಅವನು ಮುಖ್ಯಸ್ಥನಾಗಿದ್ದ ರಾಜ್‌ಕೋಟ್‌ನ ಥಾಕೂರ್ ಸಾಹೇಬನ ಬಗ್ಗೆ ಒಮ್ಮೆ ಒಬ್ಬ ಸಹಾಯಕ ರಾಜಕೀಯ ಪ್ರತಿನಿಧಿ (ಅಸಿಸ್ಟೆಂಟ್ ಪೊಲಿಟಿಕಲ್ ಏಜೆಂಟ್) ಮೂದಲಿಸಿ ಮಾತಾಡಿದಾಗ ಕಬಾ ಗಾಂಧಿ ಎದ್ದು ನಿಂತು ಪ್ರತಿಭಟಿಸಿದ, ಇದನ್ನು ಕಂಡು ರಾಜಕೀಯ ಪ್ರತಿನಿಧಿಗೆ ಸಿಟ್ಟು ಬಂತು. ಕಬಾ ಗಾಂಧಿಗೆ ಕ್ಷಮೆಕೋರಲು ತಿಳಿಸಿದ. ಕಬಾ ಗಾಂಧಿ ಹಾಗೆ ಮಾಡಲು ನಿರಾಕರಿಸಿದ. ಈ ಕಾರಣದಿಂದಾಗಿ ಅವನು ಕೆಲವು ಗಂಟೆಗಳ ಕಾಲ ಸೆರೆವಾಸವನ್ನನುಭವಿಸಬೇಕಾಯ್ತು. ಕಬಾ ಗಾಂಧಿ ತನ್ನ ನಿಲುವನ್ನು ಬದಲಿಸದೇ ಅಚಲನಾಗಿದ್ದಾನೆ ಎಂದರಿತ ರಾಜಕೀಯ ಪ್ರತಿನಿಧಿ ನನ್ನ ತಂದೆಯನ್ನು ಬಿಡುಗಡೆಮಾಡುವಂತೆ ಅಪ್ಪಣೆ ಮಾಡಿದ.

ನನ್ನ ತಂದೆಯಲ್ಲಿ ಎಂದೂ ಐಶ್ವರವನ್ನು ಸಂಗ್ರಹಿಸುವ ದುರಾಶೆಯಿರಲಿಲ್ಲ. ಹಾಗಾಗಿ ಅವನು ನಮಗೆ ಸ್ವಲ್ಪ ಮಟ್ಟಿಗೆ ಆಸ್ತಿಯನ್ನು ಬಿಟ್ಟುಹೋಗಿದ್ದ.

ನನ್ನ ತಂದೆ ಶಿಕ್ಷಿತನಾಗಿರಲಿಲ್ಲ. ಆದರೆ ಅವನಲ್ಲಿ ಅನುಭವ ಸಂಪತ್ತಿತ್ತು. ತುಂಬಾ ಹೆಚ್ಚೆಂದರೆ ಅವನು ಐದನೇ ಗುಜರಾತಿ ಸ್ಟಾಂಡರ್ಡ್‌ವರೆಗೆ ಓದಿದ್ದನೆಂದು ಹೇಳಬಹುದು. ಇತಿಹಾಸ ಮತ್ತು ಭೂಗೋಳಶಾಸ್ತ್ರದ ತಿಳಿವಳಿಕೆಯಿರಲಿಲ್ಲ. ಆದರೆ ವ್ಯಾವಾರಿಕ ವಿಷಯಗಳಲ್ಲಿ ಅವನಿಗೆ ಸಮೃದ್ಧ ಅನುಭವವಿದ್ದುದರಿಂದ ಅತ್ಯಂತ ಜಟಿಲ ಪ್ರಶ್ನೆಗಳಿಗೆ ಕೂಡಾ ಪರಿಹಾರವನ್ನು ಕಂಡುಕೊಳ್ಳುವ ಸಾಮರ್ಥ್ಯ ಅವನಲ್ಲಿತ್ತು. ನೂರಾರು ಜನರನ್ನು ನಿರ್ವಹಿಸುವ ಸಾಮರ್ಥ್ಯವಿತ್ತು. ಅವನಲ್ಲಿ ತೀರ ಅಲ್ಪ ಧಾರ್ಮಿಕ ತರಬೇತಿಯಿತ್ತು. ಆದರೆ ಅನೇಕ ಹಿಂದೂಗಳಿಗೆ ಲಭ್ಯವಾಗುವ ಧಾರ್ಮಿಕ ಪ್ರವಚನಗಳನ್ನು ಆತ ಕೇಳುತ್ತಿದ್ದರಿಂದ ಮತ್ತು ಆಗಾಗ್ಗೆ ದೇವಾಲಯಗಳಿಗೆ ಭೇಟಿಕೊಡುತ್ತಿದ್ದರಿಂದ ಒಂದು ಬಗೆಯ ಧಾರ್ಮಿಕ ಸಂಸ್ಕೃತಿ ಅವನಲ್ಲಿತ್ತು. ಕಡೆಯ ದಿವಸಗಳಲ್ಲಿ ಅವನು ವಿದ್ಯಾವಂತನಾದ ಮತ್ತು ಕುಟುಂಬಕ್ಕೆ ಪರಿಚಿತನಾಗಿದ್ದ ಬ್ರಾಹ್ಮಣ ಗೆಳೆಯನೊಬ್ಬನ ಸೂಚನೆಯಂತೆ ಗೀತೆಯನ್ನು ಓದಲಾರಂಭಿಸಿದ್ದ. ಪೂಜೆ ಮಾಡುವ ಕಾಲದಲ್ಲಿ ನನ್ನ ತಂದೆ ಗಟ್ಟಿಯಾಗಿ ಪ್ರತಿದಿನವೂ ಕೆಲವು ಛಂಧೋಬದ್ಧವಾದ ಪದ್ಯ (ಶ್ಲೋಕ)ಗಳನ್ನು ಪುನರುಚ್ಚರಿಸುತ್ತಿದ್ದ.

ನನ್ನ ತಾಯಿ ನನ್ನ ಸ್ಮರಣೆಯಲ್ಲಿ ಬಿಟ್ಟುಹೋಗಿರುವ ಮಹೋನ್ನತ ಭಾವನೆಯೆಂದರೆ ಸಂತತ್ವದ್ದು (ಸೇಂಟ್‌ಲಿನೆಸ್). ಆಕೆಯಲ್ಲಿ ಅತ್ಯಂತ ಗಾಢವಾದ ಧಾರ್ಮಿಕ ಭಾವನೆಯಿತ್ತು. ಪ್ರತಿದಿನವೂ ಪ್ರಾರ್ಥನೆಗಳನ್ನು ಸಲ್ಲಿಸದೇ ಊಟಮಾಡುತ್ತಿರಲಿಲ್ಲ. ಹವೇಲಿ ಅಂದರೆ ವೈಷ್ಣವ ದೇವಾಲಯಕ್ಕೆ ಭೇಟಿ ಕೊಡುವುದು ಆಕೆಯ ನಿತ್ಯದ ಕರ್ತವ್ಯಗಳಲ್ಲಿ ಒಂದಾಗಿತ್ತು. ನಾನು ಹಿಂದಿನದನ್ನು ನೆನಪಿಸಿಕೊಳ್ಳುತ್ತ ಹೋದರೆ ಆಕೆ ಎಂದೂ ಚಾತುರ್‌ಮಾಸವನ್ನು ಆಚರಿಸದೇ ಬಿಟ್ಟ ನೆನಪು ನನ್ನಲ್ಲಿಲ್ಲ ಎಂದು ಹೇಳಬಹುದು (ಚಾತುರ್‌ಮಾಸವೆಂದರೆ ನಾಲ್ಕು ತಿಂಗಳ ಅವಧಿ. ಮಳೆಗಾಲದ ನಾಲ್ಕು ತಿಂಗಳುಗಳಲ್ಲಿ ಉಪವಾಸ ಮತ್ತು ಅರೆ ಉಪವಾಸದ ವ್ರತ ಹಿಡಿಯುತ್ತಾರೆ. ಈ ಅವಧಿಯು ಒಂದು ಬಗೆಯ ದೀರ್ಘ ವ್ರತವಾಗಿದೆ). ನನ್ನ ತಾಯಿ ಅತ್ಯಂತ ಕಠಿಣವಾದ ವ್ರತಗಳನ್ನು ಕೈಗೊಳ್ಳುತ್ತಿದ್ದಳು ಮತ್ತು ಹಿಂಜರಿಯದೇ ಅವುಗಳನ್ನು ಆಚರಿಸುತ್ತಿದ್ದಳು. ಕಾಯಿಲೆಯಾಗಿದೆಯೆಂದು ವ್ರತಗಳ ನಿಯಮಗಳನ್ನು ಸಡಿಲಿಸುತ್ತಿರಲಿಲ್ಲ. ಒಮ್ಮೆ ಚಾಂದ್ರಾಯಣ ವ್ರತವನ್ನು ಆಚರಿಸುತ್ತಿದ್ದಾಗ ಆಕೆ ಕಾಯಿಲೆ ಮಲಗಿದ್ದುದು ನನ್ನ ನೆನಪಿಲ್ಲಿದೆ. ಆದರೂ ಕಾಯಿಲೆ ಆಕೆಯ ಆಚರಣೆಗೆ ಭಂಗ ತರಲಿಲ್ಲ. ಎರಡು ಅಥವಾ ಮೂರು ದಿನಗಳ ಕಾಲ ಎಡಬಿಡದೇ ಕೇವಲ ಒಂದು ಊಟ ಮಾತ್ರ ಮಾಡಿ ದಿನಗಳನ್ನು ದೂಡುವುದು ಆಕೆಗೆ ಅಭ್ಯಾಸವಾಗಿ ಹೋಗಿತ್ತು. ಇದರಿಂದಲೂ ತೃಪ್ತಳಾಗದ ನನ್ನ ತಾಯಿ ಒಂದು ಬಾರಿ ಚಾತುರ್‌ಮಾಸದ ಕಾಲದಲ್ಲಿ ದಿನಬಿಟ್ಟು ದಿನ ಉಪವಾಸ ಮಾಡುತ್ತಿದ್ದಳು. ಇನ್ನೊಂದು ಚಾತುರ್‌ಮಾಸದ ಕಾಲದಲ್ಲಿ ಸೂರ್ಯನ ದರ್ಶನ ಮಾಡದೇ ತಾನು ಆಹಾರವನ್ನು ಸೇವಿಸುವುದಿಲ್ಲ ಎಂಬ ವ್ರತವನ್ನು ಕೈಗೊಂಡಳು. ಆ ದಿನಗಳಲ್ಲಿ ನಾವು ಮಕ್ಕಳು ಸೂರ್ಯನನ್ನು ದಿಟ್ಟಿಸಿ ನೋಡುತ್ತ ಸೂರ್ಯ ಕಾಣಿಸುತ್ತಿದ್ದಂತೆ ನಮ್ಮ ತಾಯಿಗೆ ಅದನ್ನು ತಿಳಿಸಲು ಕಾಯುತ್ತ ನಿಂತಿರುತ್ತಿದ್ದೆವು. ಮಳೆಗಾಲ ಪರಾಕಾಷ್ಠೆಯನ್ನು ಮುಟ್ಟಿದ್ದಾಗ ಸೂರ್ಯನು ಆಗಾಗ್ಗೆ ತನ್ನ ಮುಖವನ್ನು ತೋರಿಸುವ

ಅನುಗ್ರಹಮಾಡುವುದಿಲ್ಲ ಎಂದು ಪ್ರತಿಯೊಬ್ಬರಿಗೂ ತಿಳಿದಿರುತ್ತದೆ. ಥಟ್ಟನೆ ಸೂರ್ಯನು ದರ್ಶನ ಕೊಟ್ಟಾಗ ನಾವು ನಮ್ಮ ತಾಯಿಗೆ ತಿಳಿಸಲು ಓಡಿಬರುತ್ತಿದ್ದ ದಿನಗಳನ್ನು ನಾನು ಜ್ಞಾಪಿಸಿಕೊಳ್ಳುತ್ತಿದ್ದೇನೆ. ತನ್ನ ಕಣ್ಣುಗಳಿಂದ ತಾನೇ ಸ್ವತಹ ಸೂರ್ಯನನ್ನು ಕಾಣಲು ಓಡಿಬರುತ್ತಿದ್ದಳು. ಆದರೆ ಅಷ್ಟರಲ್ಲಿ ತಲೆತಪ್ಪಿಸಿಕೊಂಡು ಓಡಿ ಹೋಗುವ ಸೂರ್ಯ ಮಾಯವಾಗಿಬಿಡುತ್ತಿದ್ದ ಮತ್ತು ಆಕೆಯ ಊಟವನ್ನು ಕಸಿದುಕೊಂಡು ಬಿಡುತ್ತಿದ್ದ. 'ಅದಕ್ಕಾಗಿ ಚಿಂತಿಸಬೇಕಾಗಿಲ್ಲ' ಎಂದು ನನ್ನ ತಾಯಿ ಉಲ್ಲಾಸದಿಂದ ಹೇಳುತ್ತಿದ್ದಳು. 'ನಾನು ಇಂದೂ ಊಟಮಾಡುವುದು ದೇವರಿಗೆ ಇಷ್ಟವಿಲ್ಲ.' ಎಂದು ಹೇಳಿ ಆಕೆ ದಿನನಿತ್ಯದ ಕರ್ತವ್ಯಗಳ ಕಡೆಗೆ ಗಮನ ಹರಿಸುತ್ತಿದ್ದಳು.

ನನ್ನ ತಾಯಿಯಲ್ಲಿ ದಕ್ಷತೆಯಿಂದ ಕೂಡಿದ್ದ ವ್ಯವಹಾರಜ್ಞಾನವಿತ್ತು. ಆಕೆಗೆ ರಾಜ್ಯಕ್ಕೆ ಸಂಬಂಧಿಸಿದ್ದ ಎಲ್ಲ ವಿಷಯಗಳೂ ಚೆನ್ನಾಗಿ ಗೊತ್ತಿದ್ದವು. ರಾಜಾಸ್ಥಾನದ ಮಹಿಳೆಯರು ಆಕೆಯ ಜಾಣತನವನ್ನು ತುಂಬಾ ಮೆಚ್ಚಿಕೊಂಡಿದ್ದರು. ನಾನು ಬಾಲಕನಾಗಿದ್ದಾಗ ಆಗಾಗ್ಗೆ ಚಿಕ್ಕವನೆಂಬ ನೆಪದಲ್ಲಿ ನನ್ನ ತಾಯಿಯ ಜತೆಯಲ್ಲಿ ರಾಜಾಸ್ಥಾನಕ್ಕೆ ತೆರಳುತ್ತಿದ್ದೆ. ನನ್ನ ತಾಯಿ ಥಾಕೂರ್ ಸಾಹೇಬನ ವಿಧವಾ ತಾಯಿಯೊಂದಿಗೆ ನಡೆಸುತ್ತಿದ್ದ ಅನೇಕ ಸ್ವಾರಸ್ಯವಾದ ಚರ್ಚೆಗಳನ್ನು ಈಗ ಕೂಡಾ ಜ್ಞಾಪಿಸಿಕೊಳ್ಳುತ್ತಿರುತ್ತೇನೆ.

ಇಂತಹ ತಂದೆತಾಯಿಯರಿಗೆ ನಾನು ಪೋರ್‌ಬಂದರ್‌ನಲ್ಲಿ (ಅದನ್ನು ಸುದಾಮ್‌ಪುರಿಎಂದೂ ಕರೆಯುತ್ತಿದ್ದರು) 2 ಅಕ್ಟೋಬರ್ 1869ರಲ್ಲಿ ಜನಿಸಿದೆನು. ನಾನು ನನ್ನ ಬಾಲ್ಯವನ್ನು ಪೋರ್‌ಬಂದರಿನಲ್ಲಿ ಕಳೆದೆ. ಶಾಲೆಗೆ ಸೇರಿಸಿದ್ದನ್ನು ಮತ್ತೆ ನೆನಪಿಗೆ ತಂದುಕೊಳ್ಳುತ್ತಿದ್ದೇನೆ. ಮಗ್ಗಿಕೋಷ್ಟಕ (ಮಲ್ಟಿ ಪ್ಲಿಕೇಷನ್ ಟೇಬಲ್)ವನ್ನು ಸ್ವಲ್ಪ ಕಷ್ಟಪಟ್ಟು ಕಲಿತಿದ್ದೆ. ಬೇರೆ ಹುಡುಗರ ಸಹವಾಸದಲ್ಲಿ ಆ ದಿನಗಳಲ್ಲಿ ನಾನು ಕಲಿತದ್ದಕ್ಕಿಂತ ಹೆಚ್ಚಿನದೇನೂ ನನ್ನ ನೆನಪಲ್ಲಿ ಉಳಿದಿಲ್ಲ. ಶಿಕ್ಷಕರನ್ನು ಬೇರೆ ಬೇರೆ ಹೆಸರುಗಳಿಂದ ಕರೆಯಲಾಗುತ್ತಿತ್ತು. ಈ ಕಾರಣದಿಂದಾಗಿ ಗಟ್ಟಿಯಾಗಿ ಹೇಳಬಹುದಾದರೆ ನನ್ನ ಬುದ್ಧಿವಂತಿಕೆ ನಿಷ್ಕ್ರಿಯವಾಗಿತ್ತೆಂದೂ ಮತ್ತು ಸ್ಮರಣ ಶಕ್ತಿ ನುರಿತಿರಲಿಲ್ಲವೆಂದು ಹೇಳಬಹುದು.

2. ಬಾಲ್ಯ

ನನ್ನ ತಂದೆ ರಾಜಾಸ್ಥಾನಿಕ್ ನ್ಯಾಯಾಲಯದ ಸದಸ್ಯನಾಗಲು ಪೋರ್‌ಬಂದರ್‌ಅನ್ನು ಬಿಟ್ಟು ರಾಜ್‌ಕೋಟ್‌ಗೆ ಬಂದಾಗ ನನಗೆ ಸುಮಾರು ಏಳು ವರ್ಷ ಆಗಿದ್ದಿರಬೇಕು. ಅಲ್ಲಿ ನನ್ನನ್ನು ಪ್ರಾಥಮಿಕ ಶಾಲೆಗೆ ಸೇರಿಸಿದರು. ನನಗೆ ಕಲಿಸಿದ ಶಿಕ್ಷಕರ ಹೆಸರುಗಳು ಮತ್ತು ಇತರ ವಿವರಗಳನ್ನು ಚೆನ್ನಾಗಿ ಸ್ಮರಿಸಿಕೊಳ್ಳಬಲ್ಲೆ. ಪೋರ್‌ಬಂದರ್‌ನಂತೆ ಇಲ್ಲಿ ಕೂಡಾ ನನ್ನ ಅಧ್ಯಯನಗಳ ಬಗ್ಗೆ ಹೇಳಬೇಕಾದದ್ದೇನೂ ಇಲ್ಲ ಎನ್ನಬಹುದು. ನಾನು ಕೇವಲ ಸಾಧಾರಣ ವಿದ್ಯಾರ್ಥಿಯಾಗಿದ್ದೆ. ಈ ಶಾಲೆಯಿಂದ ನಾನು ಉಪನಗರ (ಸಬರ್ಬನ್)ದ ಶಾಲೆಗೆ ಹೋದೆ. ಆಗಲೇ ನನಗೆ ಹನ್ನೆರಡು ವರ್ಷ ತುಂಬಿದ್ದರಿಂದ ಅಲ್ಲಿಂದ ನಾನು ಪ್ರೌಢಶಾಲೆಗೆ ಹೋದೆ. ಈ ಅಲ್ಪಾವಧಿಯಲ್ಲಿ ನಾನು ನನ್ನ ಶಿಕ್ಷಕರಿಗಾಗಲಿ ಇಲ್ಲವೇ ನನ್ನ ಸಹಪಾಠಿಗಳಿಗಾಗಲಿ ಎಂದಾದರೂ ಒಂದು ಸುಳ್ಳನ್ನು ಹೇಳಿದ ನೆನಪಿಲ್ಲ. ನಾನು ತುಂಬಾ ನಾಚಿಕೊಳ್ಳುತ್ತಿದ್ದೆ ಮತ್ತು ಎಲ್ಲರಿಂದ ದೂರವಾಗಿರುತ್ತಿದ್ದೆ. ನನ್ನ ಪುಸ್ತಕಗಳು ಮತ್ತು ನನ್ನ ಪಾಠಗಳು ನನ್ನ ಏಕಮಾತ್ರ ಸಂಗಡಿಗರಾಗಿದ್ದವು. ವೇಳೆಗೆ ಸರಿಯಾಗಿ ನಾನು ಶಾಲೆಯಲ್ಲಿರುತ್ತಿದ್ದೆ ಮತ್ತು ಶಾಲೆ ಮುಗಿಯುತ್ತಿದ್ದಂತೆ

ತ್ವರಿತವಾಗಿ ಮನೆಗೆ ಓಡುತ್ತಿದ್ದೆ- ಅದೇ ನನ್ನ ದಿನನಿತ್ಯದ ಚಾಳಿಯಾಗಿತ್ತು. ನಾನು ಅಕ್ಷರಶಃ ಶಾಲೆಯಿಂದ ಓಡುತ್ತಿದ್ದೆ. ಏಕೆಂದರೆ ನನಗೆ ಯಾರ ಮಾತನ್ನು ಸಹಿಸಿಕೊಳ್ಳಲು ಸಾಧ್ಯವಾಗುತ್ತಿರಲಿಲ್ಲ. ಯಾರಾದರೂ ನನ್ನನ್ನು ಕುಚೋದ್ಯ ಮಾಡಿ ತಿವಿಯಬಹುದೆಂದು ಕೂಡಾ ಹೆದರಿದ್ದೆ.

ಪ್ರೌಢಶಾಲೆಯಲ್ಲಿ ಮೊದಲನೇ ವರ್ಷದ ಪರೀಕ್ಷೆ ನಡೆಯುತ್ತಿದ್ದ ಕಾಲದಲ್ಲಿ ಒಂದು ಘಟನೆ ನಡೆಯಿತು ಅದನ್ನು ದಾಖಲಿಸುವುದು ಮುಖ್ಯ ಎಂದು ನಾನು ಭಾವಿಸಿದ್ದೇನೆ. ಮಿ. ಗೈಲ್ಸ್ ಎಂಬ ಶಿಕ್ಷಣದ ಇನ್‌ಸ್ಪೆಕ್ಟರ್ ಪರಿಶೀಲನೆಗಾಗಿ ನಮ್ಮ ಶಾಲೆಗೆ ಭೇಟಿಕೊಟ್ಟಿದ್ದರು. ಅವರು ಕಾಗುಣಿತದ (ಪದದ ಸರಿಯಾದ ಅಕ್ಷರದ ಕ್ರಮ) ಅಭ್ಯಾಸ ಪಾಠ ಕುರಿತಂತೆ ಐದು ಶಬ್ದಗಳನ್ನು ಬರೆದು ತೋರಿಸಲು ತಿಳಿಸಿದರು. ಅವುಗಳಲ್ಲಿ ಒಂದು ಶಬ್ದ ಕೆಟ್ಲ್ (Kettle) ಆಗಿತ್ತು. ಆ ಪದದ ಅಕ್ಷರಗಳನ್ನು ನಾನು ಸರಿಯಾಗಿ ಬರೆದಿರಲಿಲ್ಲ. ಶಿಕ್ಷಕರು ಬೂಟಿನ ತುದಿಯಿಂದ ನನಗೆ ಸೂಚನೆ ಕೊಡಲು ಪ್ರಯತ್ನಿಸಿದರು. ನನ್ನ ಪಕ್ಕದಲ್ಲಿ ಕೂತಿದ್ದವನ ಸ್ಲೇಟ್‌ನಲ್ಲಿ ಬರೆದಿದ್ದ ಅಕ್ಷರಗಳನ್ನು ನಕಲು ಕಾಪಿ ಮಾಡುವಂತೆ ಅವರು ಸೂಚಿಸಿದ್ದರು. ಆದರೆ ಉಪಾಧ್ಯಾಯರು ಶಾಲೆಯಲ್ಲಿ ನಕಲುಮಾಡದಂತೆ ನೋಡಿಕೊಳ್ಳುವ ಕರ್ತವ್ಯವನ್ನು ನಿಭಾಯಿಸಬೇಕು ಎಂದು ನಾನು ಭಾವಿಸಿದ್ದೆ. ಇದರ ಪರಿಣಾಮವೆಂದರೆ ನನ್ನನ್ನು ಬಿಟ್ಟಂತೆ ಉಳಿದ ಹುಡುಗರು ಸರಿಯಾಗಿ ಪದಗಳ ಅಕ್ಷರಗಳನ್ನು ಬರೆದಿದ್ದರು. ನಾನು ಮಾತ್ರ ಪೆದ್ದನಾಗಿದ್ದೆ. ತರುವಾಯ ಉಪಾಧ್ಯಾಯರು ಈ ಪೆದ್ದುತನವನ್ನು ಚೆನ್ನಾಗಿ ನನ್ನ ಮನಸ್ಸಿನಲ್ಲಿ ಹೊಕ್ಕಿಸಲು ಪ್ರಯತ್ನಿಸಿದರು. ಆದರೆ ಅದರಿಂದ ಏನೂ ಪರಿಣಾಮವಾಗಲಿಲ್ಲ. ನಾನು ಎಂದೂ ನಕಲು ಮಾಡುವ ಕಲೆಯನ್ನು ಕಲಿಯಲಿಲ್ಲ.

ಹಾಗಿದ್ದರೂ ಈ ಘಟನೆ ನಾನು ಉಪಾಧ್ಯಾಯರಲ್ಲಿಟ್ಟಿದ್ದ ಗೌರವವನ್ನ ಸ್ವಲ್ಪ ಕೂಡಾ ಕಡಿಮೆಮಾಡಲಿಲ್ಲ. ಸ್ವಭಾವ ಸಹಜವಾಗಿ ನಾನು ಹಿರಿಯರ ದೋಷಗಳ ಬಗ್ಗೆ ಕುರುಡಾಗಿದ್ದೆ. ಮುಂದೆ ನನಗೆ ಈ ಉಪಾಧ್ಯಾಯರ ಅನೇಕ ಇತರ ದೋಷಗಳು ತಿಳಿದುಬಂದವು. ಆದರೂ ಅವರಲ್ಲಿಟ್ಟಿದ್ದ ಗೌರವ ಒಂದೇ ರೀತಿಯಲ್ಲಿ ಉಳಿದುಕೊಂಡಿತ್ತು. ಏಕೆಂದರೆ ಹಿರಿಯರ ಆದೇಶಗಳನ್ನು ಪರಿಪಾಲಿಸಬೇಕೆಂದೂ ಅವರ ಕ್ರಿಯೆಗಳನ್ನು ಪರೀಕ್ಷಿಸಬಾರದು ಎಂಬುದನ್ನು ನಾನು ಕಲಿತಿದ್ದೆ.

ಇದೇ ಕಾಲದಲ್ಲಿ ನಡೆದ ಇನ್ನೆರಡು ಘಟನೆಗಳು ನನ್ನ ಸ್ಮರಣೆಯಲ್ಲಿ ಯಾವಾಗಲೂ ಅಂಟಿಕೊಂಡು ಕೂತಿರುತ್ತವೆ.

ವಿಧಿಯ ಪ್ರಕಾರ ನನ್ನ ಶಾಲೆಯ ಪುಸ್ತಕಗಳನ್ನು ಬಿಟ್ಟಂತೆ ಬೇರೆ ಯಾವುದೇ ಓದಿನಲ್ಲಿ ನನಗೆ ಅಭಿರುಚಿಯಿರಲಿಲ್ಲ. ದಿನನಿತ್ಯದ ಪಾಠಗಳನ್ನು ಓದಿ ಮುಗಿಸಬೇಕಾಗಿತ್ತು. ಏಕೆಂದರೆ ಉಪಾಧ್ಯಾಯರು ನನ್ನನ್ನು ತರಾಟೆಗೆ ತೆಗೆದುಕೊಳ್ಳುವುದನ್ನು ನಾನು ಇಷ್ಟಪಡುತ್ತಿರಲಿಲ್ಲ. ಹಾಗೆಯೇ ಅವರಿಗೆ ಮೋಸಮಾಡುವುದನ್ನು ಕೂಡಾ ನಾನು ಇಷ್ಟಪಡುತ್ತಿರಲಿಲ್ಲ. ಆದ್ದರಿಂದ ನಾನು ಪಾಠಗಳನ್ನು ಓದಿ ಮುಗಿಸುತ್ತಿದ್ದೆ. ಆದರೆ ಕೆಲವು ಬಾರಿ ಅವುಗಳಲ್ಲಿ ನನ್ನ ಮನಸ್ಸು ನಿಲ್ಲುತ್ತಿರಲಿಲ್ಲ. ಪಾಠಗಳನ್ನು ಸರಿಯಾಗಿ ಓದಿ ಅರಗಿಸಿಕೊಳ್ಳಲು ಸಾಧ್ಯವಾಗದಿದ್ದುದರಿಂದ ಹೆಚ್ಚುವರಿಯಾಗಿ ಇತರ ಪುಸ್ತಕಗಳನ್ನು ಓದುವ ಪ್ರಶ್ನೆಯೇ ಏಳುತ್ತಿರಲಿಲ್ಲ. ಆದರೂ ಹೇಗೋ ನನ್ನ ತಂದೆ ಕೊಂಡು ತಂದಿದ್ದ ಒಂದು ಪುಸ್ತಕದ ಮೇಲೆ ನನ್ನ ಕಣ್ಣುಗಳು ಬಿದ್ದವು. ಆ ಪುಸ್ತಕ ಯಾವುದೆಂದರೆ 'ಶ್ರವಣ ಪಿತೃಭಕ್ತಿ ನಾಟಕ' (ಶ್ರವಣ ಅವನ ತಂದೆ ತಾಯಿಯರಲ್ಲಿ ಇಟ್ಟಿದ್ದ ಭಕ್ತಿ ಕುರಿತ

ನಾಟಕ). ಅದನ್ನು ನಾನು ಅತ್ಯಂತ ಆಸಕ್ತಿಯಿಂದ ಓದಿದೆ. ಅದೇ ಕಾಲದಲ್ಲಿ ನಮ್ಮ ಊರಿಗೆ ಸಂಚಾರಿ ಪ್ರದರ್ಶಕರು ಆಗಮಿಸಿದ್ದರು. ನಾನು ಕಂಡ ಒಂದು ಪ್ರದರ್ಶನದಲ್ಲಿ ಶ್ರವಣನು ತನ್ನ ಹೆಗಲುಗಳಿಗೆ ಜೋಲಿ(ಸ್ಲಿಂಗ್-ಅಡ್ಡೆ)ಯನ್ನು ನೇತುಹಾಕಿಕೊಂಡು ಅದರಲ್ಲಿ ತನ್ನ ಕುರುಡು ತಂದೆತಾಯಿಯರನ್ನು ಕೂರಿಸಿಕೊಂಡು ತೀರ್ಥಯಾತ್ರೆಗೆ ಹೊರಟಿದ್ದ. ನಾನು ಓದಿದ್ದ ಪುಸ್ತಕ ಮತ್ತು ಆ ಪ್ರದರ್ಶನ ನನ್ನ ಮನಸ್ಸಿನ ಮೇಲೆ ಅಳಿಸಲಾಗದ ಪ್ರಭಾವ ಬೀರಿದ್ದವು. 'ಇಲ್ಲಿ ನಿನಗೆ ಅನುಕರಿಸಲು ಒಂದು ನಿದರ್ಶನವಿದೆ' ಎಂದು ನಾನು ನನಗೇ ಹೇಳಿಕೊಂಡೆ. ಶ್ರವಣನ ಸಾವಿನ ತರುವಾಯ ಅವನ ತಂದೆತಾಯಿಯರು ತುಂಬಾ ಸಂಕಟದಿಂದ ಪ್ರಲಾಪಿಸಿದ್ದುದು ಇನ್ನೂ ನನ್ನ ಸ್ಮರಣೆಯಲ್ಲಿ ಮಾಸದೇ ಉಳಿದುಕೊಂಡಿದೆ. ಹೃದಯವನ್ನು ಕರಗಿಸುತ್ತಿದ್ದ ಶ್ರುತಿ ನನ್ನನ್ನು ಗಾಢವಾಗಿ ಕಲಕಿತು. ನನ್ನ ತಂದೆಯು ಕೊಂಡು ನನಗೆ ತಂದುಕೊಟ್ಟಿದ್ದ ತಿದಿವಾದ್ಯ (ಕಾನ್ಸರ್ಟಿನ - ಎರಡು ಹಿಡಿಗಳು, ಇಕ್ಕೆಲೆದಲ್ಲೂ ಗುಂಡಿಯೊತ್ತುಗಳಿರುವ ಒಂದು ಬಗೆಯ ತಿದಿವಾದ್ಯ)ದಲ್ಲಿ ಅದನ್ನು ನುಡಿಸಿದೆ.

ಅದೇ ಕಾಲದಲ್ಲಿ ಇನ್ನೊಂದು ನಾಟಕಕ್ಕೆ ಸಂಬಂಧಿಸಿದ ಅಂತಹದೇ ಘಟನೆಯೊಂದಿದೆ. ಯಾವುದೋ ಒಂದು ನಾಟಕ ಕಂಪನಿಯು ಆಡುತ್ತಿದ್ದ ನಾಟಕವನ್ನು ನೋಡಲು ನನ್ನ ತಂದೆಯಿಂದ ಅಪ್ಪಣೆಯನ್ನು ಪಡೆದಿದ್ದೆ. ಈ ನಾಟಕ ಹರಿಶ್ಚಂದ್ರ - ನನ್ನ ಹೃದಯವನ್ನು ಸೂರೆಗೊಂಡಿತು. ಅದನ್ನು ಎಷ್ಟು ಬಾರಿ ನೋಡಿದರೂ ನನಗೆ ಬೇಸರವಾಗುತ್ತಿರಲಿಲ್ಲ. ಆದರೆ ನನಗೆ ಅದನ್ನು ನೋಡಲು ಎಷ್ಟು ಬಾರಿ ಅಪ್ಪಣೆಯನ್ನು ಕೊಡಬಹುದಾಗಿತ್ತು ? ಅದು ನನ್ನನ್ನು ಕಾಡಿತು. ನನ್ನಲ್ಲೇ ನಾನು ಎಣಿಕೆಯನ್ನೂ ಮೀರಿ ಹರಿಶ್ಚಂದ್ರನಾಗಿ ನಟಿಸಿರಬೇಕು. 'ಎಲ್ಲರೂ ಏಕೆ ಹರಿಶ್ಚಂದ್ರನಂತೆ ಸತ್ಯವಾದಿಗಳಾಗಿರಬಾರದು?- ಈ ಪ್ರಶ್ನೆಯನ್ನು ನಾನು ದಿನವೆಲ್ಲ, ರಾತ್ರಿಯೆಲ್ಲ ನನ್ನಲ್ಲೇ ಪ್ರಶ್ನಿಸಿಕೊಳ್ಳುತ್ತಿದ್ದೆ. ಸತ್ಯವನ್ನು ಆಚರಿಸಲು ಮತ್ತು ವಿಷಮ ಪರೀಕ್ಷೆಗಳ ಮೂಲಕ ಹಾದುಹೋಗಲು ಹರಿಶ್ಚಂದ್ರನು ಪಟ್ಟ ಕಷ್ಟನಷ್ಟಗಳು ಹಾಗೂ ಸಫಲತೆಯನ್ನು ಪಡೆದುದ್ದು ನನಗೊಂದು ಆದರ್ಶವಾಯಿತು ಮತ್ತು ಅದು ನನ್ನಲ್ಲಿ ಸ್ಫೂರ್ತಿಯನ್ನು ತುಂಬಿತು. ನಾನು ಅಕ್ಷರಶಃ ಹರಿಶ್ಚಂದ್ರನ ಕಥೆಯನ್ನು ನಂಬಿದ್ದೆ. ಆ ಎಲ್ಲ ಆಲೋಚನೆಗಳು ನನ್ನನ್ನು ಆಗಾಗ್ಗೆ ಅಳುವಂತೆ ಪ್ರೇರೇಪಿಸುತ್ತಿದ್ದವು. ಹರಿಶ್ಚಂದ್ರ ಐತಿಹಾಸಿಕ ವ್ಯಕ್ತಿಯಲ್ಲ ಎಂದು ನಾನು ಇಂದು ನನ್ನ ಸಾಮಾನ್ಯ ತಿಳಿವಳಿಕೆಯಿಂದ ಅರಿತುಕೊಂಡಿದ್ದೇನೆ.ಹಾಗಿದ್ದರೂ ಹರಿಶ್ಚಂದ್ರ ಮತ್ತು ಶ್ರವಣ ನನ್ನ ಪಾಲಿಗೆ ಜೀವಂತ ವ್ಯಕ್ತಿಗಳೇ ಆಗಿದ್ದಾರೆ. ಆ ನಾಟಕಗಳನ್ನು ಮತ್ತೆ ಇಂದು ಓದಿದರೆ ನಾನು ಮುಂಚಿನಂತೆಯೇ ಕರಗುವುದು ಖಂಡಿತ.

3. ಬಾಲ್ಯ ವಿವಾಹ

ನಾನು ಈ ಅಧ್ಯಾಯವನ್ನು ಬರೆಯಬಾರದು ಎಂದು ಇದ್ದಿದ್ದರೆ ನನಗೆ ತುಂಬಾ ಸಂತೋಷವಾಗುತ್ತಿತ್ತು. ಇದರ ನಿರೂಪಣೆ ಮಾಡುವಾಗ ನಾನು ಅನೇಕ ಅಂತಹ ಕಹಿ ಗುಟುಕುಗಳನ್ನು ನುಂಗಬೇಕಾಗಿದೆ. ನಾನು ಸತ್ಯದ ಆರಾಧಕ ಎಂದು ಸಮರ್ಥಿಸಿಕೊಳ್ಳುವುದಾದರೆ ನಾನು ಬೇರೆ ರೀತಿಯಲ್ಲಿ ವರ್ತಿಸಲಾರೆ. ಹದಿಮೂರನೇ ವಯಸ್ಸಿನಲ್ಲಿ ನಡೆದ ನನ್ನ ವಿವಾಹವನ್ನು ದಾಖಲಿಸುವುದು ನನಗೆ ತುಂಬಾ ನೋವುಂಟುಮಾಡುವ ಕಾರ್ಯವಾಗಿದೆ. ನನ್ನ ರಕ್ಷಣೆಯಲ್ಲಿರುವ ಅದೇ ವಯಸ್ಸಿನ ಎಳೆಯರನ್ನು ಕಂಡಾಗ ನಾನು ನನ್ನ ಮದುವೆಯ ಬಗ್ಗೆ ಚಿಂತಿಸುತ್ತೇನೆ ಮತ್ತು ನನ್ನ ಬಗ್ಗೆ ನನಗೆ ಕನಿಕರ ಹುಟ್ಟುತ್ತದೆ. ನನ್ನ ಕಾಲದ ಜನಸಮೂಹದಿಂದ ಈ ಎಳೆಯರು ತಪ್ಪಿಸಿಕೊಂಡದ್ದಕ್ಕಾಗಿ ಅವರನ್ನು ಅಭಿನಂದಿಸಬೇಕೆನಿಸುತ್ತದೆ. ವಿವೇಕ ರಹಿತವಾಗಿರುವ ಎಳೆವಯಸ್ಸಿನ ಮದುವೆಯನ್ನು ಬೆಂಬಲಿಸಲು ಯಾವುದೇ ನೈತಿಕವಾದವಿಲ್ಲ ಎಂದು ನಾನು ಕಂಡುಕೊಂಡಿದ್ದೇನೆ.

ಓದುಗನು ತಪ್ಪು ಮಾಡದಿರಲಿ. ನಾನು ಮದುವೆಯಾಗಿದ್ದೆ ಆದರೆ ಮದುವೆಯ ವಾಗ್ದಾನ ಮಾಡಿರಲಿಲ್ಲ. ಕಥಿಯಾವಾಡ್‌ನಲ್ಲಿ ಎರಡು ಬಗೆಯ

ಕ್ರಿಯಾವಿಧಿಗಳಿವೆ ಅವು ಯಾವುವೆಂದರೆ ನಿಶ್ಚಿತಾರ್ಥ ಮತ್ತು ಮದುವೆ. ನಿಶ್ಚಿತಾರ್ಥವೆಂದರೆ ಹುಡುಗ ಮತ್ತು ಹುಡುಗಿಯ ತಂದೆತಾಯಿಯರು ಅವರಿಬ್ಬರನ್ನೂ ವಿವಾಹ ಬಂಧನಕ್ಕೊಳ ಪಡಿಸುವುದಾಗಿ ವಿವಾಹಕ್ಕೆ ಮುಂಚಿತವಾಗಿಯೇ ಕೈಗೊಳ್ಳುವ ವಾಗ್ದಾನ. ಅದನ್ನು ಅವರಲ್ಲ ಯಾರೂ ಉಲ್ಲಂಘಿಸಬಾರದು.. ಹುಡುಗ ಸತ್ತು ಹೋದರೆ ಕನ್ಯೆಗೆ ವೈಧವ್ಯ ಬರುವುದಿಲ್ಲ. ಅದು ಕೇವಲ ತಂದೆತಾಯರ ನಡುವೆ ಆಗುವ ಕರಾರು ಮತ್ತು ಮಕ್ಕಳಿಗೆ ಅದರೊಂದಿಗೆ ಯಾವುದೇ ಸಂಬಂಧವಿರುವುದಿಲ್ಲ. ಕೆಲವು ಬಾರಿ ಮಕ್ಕಳಿಗೆ ಅದನ್ನು ತಿಳಿಸಿರುವುದಿಲ್ಲ. ನನಗೆ ತಿಳಿಸದೆಯೇ ಮೂರು ಬಾರಿ ನನಗೆ ನಿಶ್ಚಿತಾರ್ಥವಾಗಿದ್ದಂತೆ ತೋರುತ್ತದೆ. ನನಗಾಗಿ ಆರಿಸಲ್ಪಟ್ಟ ಹುಡುಗಿಯರು ಒಬ್ಬರಾದ ಮೇಲೆ ಒಬ್ಬರಂತೆ ತೀರಿಹೋದರೆಂದು ನನಗೆ ತಿಳಿಸಲಾಗಿತ್ತು. ಆದ್ದರಿಂದ ನನಗೆ ಮೂರು ಬಾರಿ ನಿಶ್ಚಿತಾರ್ಥವಾಗಿತ್ತು ಎಂದು ಊಹಿಸಬಹುದು. ಹಾಗಿದ್ದರೂ ನನ್ನ ಏಳನೇ ವಯಸ್ಸಿನಲ್ಲಿ ಮೂರನೇ ನಿಶ್ಚಿತಾರ್ಥ ನಡೆದಿತ್ತೆಂಬ ಮಸುಕಾದ ಸ್ಮರಣೆ ನನ್ನಲ್ಲಿದೆ. ಅದರ ಬಗ್ಗೆ ನನಗೆ ತಿಳಿಸಿದ್ದರೇ ಎಂಬುದು ನನ್ನ ನೆನಪಲ್ಲಿ ಉಳಿದಿಲ್ಲ. ಈ ಅಧ್ಯಾಯದಲ್ಲಿ ನಾನು ನನ್ನ ಮದುವೆಯ ಬಗ್ಗೆ ಮಾತಾಡುತ್ತೇನೆ. ಅದು ನನ್ನ ಸ್ಮರಣೆಯಲ್ಲಿ ಸ್ಪಷ್ಟವಾಗಿ ಉಳಿದುಕೊಂಡಿದೆ.

ನಾವು, ಮೂವರು ಸಹೋದರರು ಎಂಬುದನ್ನು ಜ್ಞಾಪಿಸಿಕೊಳ್ಳಬಹುದು. ಮೊದಲನೆಯವನಿಗೆ ಆಗಲೇ ಮದುವೆಯಾಗಿತ್ತು. ಹಿರಿಯರು ನನ್ನ ಎರಡನೇ ಸಹೋದರನಿಗೆ ಮದುವೆಮಾಡಲು ನಿಶ್ಚಯಿಸಿದ್ದರು. ಅವನು ನನಗಿಂತ ಎರಡು ಅಥವಾ ಮೂರು ವರ್ಷ ಹಿರಿಯವನಾಗಿದ್ದ. ಅದೇ ಸಂದರ್ಭದಲ್ಲಿ ಪ್ರಾಯಶಃ ನನಗಿಂತ ಒಂದು ವರ್ಷ ಹಿರಿಯವನಾಗಿದ್ದ ಸ್ಹೋದರ ಸಂಬಂಧಿ(ಕಸಿನ್) ಯೊಬ್ಬನ ಮದುವೆಯನ್ನು ಮತ್ತು ಅದರ ಜತೆಯಲ್ಲಿ ನನ್ನ ವಿವಾಹವನ್ನು ನಡೆಸಲು ಹಿರಿಯರು ನಿಶ್ಚಯಿಸಿದ್ದರು. ಹಾಗೆ ವಿವಾಹ ಮಾಡಿಸುವುದರಲ್ಲಿ ನಮ್ಮ ಕಲ್ಯಾಣದ ಮಾತೇ ಇರಲಿಲ್ಲ. ಖಂಡಿತವಾಗಿಯೂ ನಮ್ಮ ಇಷ್ಟದ ಪ್ರಶ್ನೆ ಕೂಡಾ ಇರಲಿಲ್ಲ. ಇದು ಪೂರ್ತಿಯಾಗಿ ಅವರ ಅನುಕೂಲತೆಯ ಮತ್ತು ಹಣಕಾಸಿನ ಪ್ರಶ್ನೆಯಾಗಿತ್ತು.

ಹಿಂದೂಗಳಲ್ಲಿ ಮದುವೆ ಎನ್ನುವುದು ಸರಳವಾದ ವಿಚಾರವೇನಲ್ಲ. ವಧು ಮತ್ತು ತಂದೆತಾಯಿಯರು ಕೆಲವು ವೇಳೆ ಈ ವಿಷಯದಲ್ಲಿ ತಮ್ಮನ್ನೇ ವಿನಾಶಕ್ಕೆ ತಂದುಕೊಳ್ಳುತ್ತಾರೆ. ಅವರು ತಮ್ಮ ಪದಾರ್ಥಗಳನ್ನು ಹಾಳುಮಾಡುತ್ತಾರೆ ಮತ್ತು ಸಮಯವನ್ನು ಕೂಡಾ ವ್ಯರ್ಥಮಾಡುತ್ತಾರೆ. ಸಿದ್ಧತೆಗೆ ತಿಂಗಳುಗಳು ಬೇಕಾಗುತ್ತವೆ - ಒಡವೆಗಳನ್ನು ಮತ್ತು ವಸ್ತ್ರಗಳನ್ನು ಸಿದ್ಧಪಡಿಸಿಟ್ಟು ಕೊಳ್ಳುವುದಕ್ಕೆ, ಭೋಜನಗಳಿಗೆ ಬಜೆಟ್‌ಅನ್ನು ಸಿದ್ಧಪಡಿಸುವುದಕ್ಕೆ, ಕೆಲವು ತಿಂಗಳುಗಳು ಬೇಕಾಗುತ್ತವೆ. ಸಿದ್ಧಪಡಿಸಬೇಕಾದ ಊಟದ ವಿವಿಧ ಪದಾರ್ಥಗಳಲ್ಲಿ ಮತ್ತು ಸಂಖ್ಯೆಗಳಲ್ಲಿ ಪ್ರತಿಯೊಬ್ಬರು ಇನ್ನೊಬ್ಬರನ್ನು ಮೀರಿಸಲು ಪ್ರಯತ್ನಿಸುತ್ತಾರೆ. ಶಾರೀರಬಲ ಇರಲಿ ಅಥವಾ ಇಲ್ಲದಿರಲಿ ಮಹಿಳೆಯರು ತಮ್ಮತಮ್ಮಲ್ಲೇ ಕರ್ಕಶ ದನಿಯಲ್ಲಿ ಹಾಡುತ್ತಾರೆ ಮತ್ತು ಕಾಯಿಲೆ ಬೀಳುತ್ತಾರೆ. ತಮ್ಮ ನೆರೆಯವರ ಶಾಂತಿಯನ್ನು ಕದಡುತ್ತಾರೆ. ಈ ನೆರೆಹೊರೆಯವರು ಪ್ರತಿಯಾಗಿ ಗದ್ದಲವನ್ನು ಮತ್ತು ಅವಾಂತರವನ್ನು ಸುಮ್ಮನೇ ಸಹಿಸಿಕೊಳ್ಳುತ್ತಾರೆ. ಔತಣಕೂಟಗಳಲ್ಲಿ ಉಳಿದ ಹೊಲಸು ತಿಂಡಿತಿನಿಸುಗಳನ್ನು ಮತ್ತು ಗಲೀಜನ್ನು ಬಾಯಿಮುಚ್ಚಿಕೊಂಡು

ಸಹಿಸಿಕೊಳ್ಳುತ್ತಾರೆ. ಏಕೆಂದರೆ ಈ ನೆರೆಹೊರೆಯವರಿಗೆ ಕೂಡಾ ಅದೇ ರೀತಿಯಲ್ಲಿ ವರ್ತಿಸುವ ಸಮಯ ಬರುವುದೆಂದು ಗೊತ್ತಿರುತ್ತದೆ.

ಈ ಎಲ್ಲ ಉಪದ್ರವಗಳನ್ನು ಒಂದೇ ಬಾರಿ ಮತ್ತು ಒಂದೇ ಸಮಯದಲ್ಲಿ ಮುಗಿಸಿ ಬಿಡುವುದು ಒಳ್ಳೆಯದೆಂದು ನಮ್ಮ ಹಿರಿಯರು ಭಾವಿಸಿದ್ದರು. ಖರ್ಚು ಕಡಿಮೆಯಾಗುವುದು ಮತ್ತು ಸಮಾರಂಭ ತುಂಬಾ ಭರ್ಜರಿಯಾಗಿರುವುದು. ಮೂರು ಬಾರಿಗಿಂತ ಒಂದೇ ಒಂದು ಬಾರಿ ಖರ್ಚು ಮಾಡುವಂತಾದರೆ ಹಣವನ್ನು ಮನಸಾರೆ ಖರ್ಚುಮಾಡಬಹುದು. ನನ್ನ ತಂದೆ ಮತ್ತು ನನ್ನ ಅಂಕಲ್ ವೃದ್ಧರಾಗಿದ್ದರು. ನಾವು ಮಾತ್ರವೇ ಮದುವೆಮಾಡಿಕೊಳ್ಳಬೇಕಾಗಿದ್ದ ಕಡೆಯ ಮಕ್ಕಳಾಗಿದ್ದೆವು. ಜೀವನದಲ್ಲಿ ಅವರು ಕಡೆಯ ಬಾರಿಗೆ ಸಂಭ್ರಮವನ್ನು ಅನುಭವಿಸಲು ಇಷ್ಟಪಟ್ಟಂತೆ ತೋರುತ್ತದೆ. ಈ ಎಲ್ಲ ಅಂಶಗಳನ್ನು ಪರಿಗಣಿಸಿ ಅವರು ಮೂರು ಮದುವೆಗಳನ್ನು ಒಟ್ಟಾಗಿ ನಡೆಸಲು ನಿರ್ಧರಿಸಿದ್ದರು. ನಾನೀಗಾಗಲೇ ತಿಳಿಸಿದಂತೆ ಅದರ ಸಿದ್ಧತೆಯಲ್ಲಿ ತಿಂಗಳುಗಳು ಕಳೆದು ಹೋದವು.

ಈ ಎಲ್ಲ ಸಿದ್ಧತೆಗಳ ಮೂಲಕ ನಾವು ಬರಲಿರುವ ಸಂಭ್ರಮದ ಮುನ್ಸೂಚನೆಯನ್ನು ಪಡೆದೆವು. ಧರಿಸಲು ಒಳ್ಳೆಯ ಬಟ್ಟೆಗಳು, ನಗಾರಿಯ ಹೊಡೆತ, ವಿವಾಹದ ಮೆರವಣಿಗೆಗಳು, ಸಮೃದ್ಧ ಔತಣಗಳು ಮತ್ತು ಆಡಲು ಒಬ್ಬಳು ಅಪರಿಚಿತ ಹುಡುಗಿಯ ನಿರೀಕ್ಷಣೆಯನ್ನು ಬಿಟ್ಟಂತೆ ನನಗೆ ಮದುವೆ ಎನ್ನುವುದು ಅದಕ್ಕಿಂತ ಹೆಚ್ಚಿಗೆ ಏನೂ ಆಗಿರಲಿಲ್ಲ. ಇಂದ್ರಿಯ ಸುಖದ ಅಪೇಕ್ಷೆ ನಂತರ ಬಂದಿತು. ದಾಖಲಿಸಲು ತಕ್ಕ ಕೆಲವು ವಿವರಗಳನ್ನು ಬಿಟ್ಟಂತೆ ನನ್ನ ಲಜ್ಜಾ ವರ್ತನೆಯ ಮೇಲೆ ತೆರೆ ಎಳೆಯಲು ಇಚ್ಛಿಸುತ್ತೇನೆ. ಈ ಕೆಲವು ವಿವರಗಳ ಬಗ್ಗೆ ಮುಂದೆ ಬರೆಯುತ್ತೇನೆ. ಆ ವಿವರಗಳು ಕೂಡಾ, ಈ ಕಥೆಯನ್ನು ಬರೆಯುವಲ್ಲಿ ನನ್ನ ಮುಂದೆ ಇಟ್ಟುಕೊಂಡಿರುವ ಮುಖ್ಯ ವಿಚಾರಗಳ ಜತೆಯಲ್ಲಿ ಎಲ್ಲೋ ಅಲ್ಪ ಸಂಬಂಧ ಹೊಂದಿವೆ.

ನನ್ನ ಸಹೋದರ ಮತ್ತು ನಮ್ಮ ನನ್ನನ್ನು ರಾಜ್‌ಕೋಟ್‌ನಿಂದ ಪೋರ್‌ಬಂದರ್‌ಗೆ ಕರೆದುಕೊಂಡು ಬಂದರು. ಕಡೆಯ ನಾಟಕ ಅಂದರೆ ತಮ್ಮ ದೇಹಗಳ ತುಂಬಾ ಅರಿಶಿನದ ಅಂಟುಹಿಟ್ಟನ್ನು ಬಳಿಯುವುದು ಎಂಬ ಕೆಲವು ಪೂರ್ವಭಾವಿಯಾದ ಮತ್ತು ರಂಜಿಸುವ ವಿವರಗಳಿದ್ದರೂ ನಾನು ಅವನ್ನು ಬಿಟ್ಟುಬಿಡಬೇಕು.

ನನ್ನ ತಂದೆ ದಿವಾನನಾಗಿದ್ದ. ಆದಾಗ್ಗೂ ಅವನೊಬ್ಬ ನೌಕರ (ಸರ್ವೆಂಟ್) ಆಗಿದ್ದ. ಅವನು ಥಾಕೂರ್ ಸಾಹೇಬನಿಗೆ ಪ್ರಿಯನಾಗಿದ್ದುದರಿಂದ ಹೆಚ್ಚುಹೆಚ್ಚು ಸೇವೆ ಮಾಡಬೇಕಾಗಿತ್ತು. ಸಾಹೇಬ ಕಡೆಯ ಕ್ಷಣದವರೆಗೂ ನನ್ನ ತಂದೆಯನ್ನು ಹೋಗಲು ಬಿಡಲಿಲ್ಲ. ಅವನು ಹೊರಡಲು ಅಪ್ಪಣೆ ಕೊಟ್ಟಾಗ ನನ್ನ ತಂದೆಗೆ ವಿಶೇಷ ಟಪ್ಪಾಗಾಡಿ (ಸ್ಟೇಜ್ ಕೋಚ್ - ಊರಿನಿಂದ ಊರಿಗೆ ದಿನಂಪ್ರತಿ ಹಂತಹಂತವಾಗಿ ಪ್ರಯಾಣ ಮಾಡುತ್ತಿದ್ದ ಕುದುರೆಗಾಡಿ)ಗಳನ್ನು ಒದಗಿಸಿ ಪ್ರಯಾಣವನ್ನು ಎರಡು ದಿನಗಳಿಗೆ ಕಡಿಮೆ ಮಾಡಿಸಿದ್ದ. ಆದರೆ ವಿಧಿ ಬೇರೊಂದನ್ನು ಬಯಸಿತ್ತು. ರಾಜ್‌ಕೋಟ್‌ನಿಂದ ಪೋರ್‌ಬಂದರ್ 120 ಮೈಲಿಗಳಷ್ಟು ದೂರದಲ್ಲಿದೆ. ಗಾಡಿಯಲ್ಲಿ ಕೂತು ಪ್ರಯಾಣ ಮಾಡಿದರೆ ಐದು ದಿನಗಳು ಹಿಡಿಯುವುವು. ನನ್ನ ತಂದೆ ಈ ದೂರವನ್ನು ಮೂರು ದಿನಗಳಲ್ಲಿ ಮುಗಿಸಿದರು. ಆದರೆ ಗಾಡಿಯು ಮೂರನೇ ಹಂತದಲ್ಲಿ ಉರುಳಿ ಬಿದ್ದಿತು. ನನ್ನ

ತಂದೆಗೆ ವಿಪರೀತ ಗಾಯಗಳಾಗಿದ್ದರಿಂದ ನೋವನ್ನನುಭವಿಸುತ್ತಿದ್ದರು. ನನ್ನ ತಂದೆ ದೇಹದ ತುಂಬ ಪಟ್ಟಿಗಳನ್ನು ಕಟ್ಟಿಕೊಂಡು ಬಂದಿದ್ದರು. ಮುಂದೆ ಬರಲಿರುವ ಸಂಭ್ರಮ ಕುರಿತ ಆಸಕ್ತಿ ಅವರಲ್ಲಿ ಮತ್ತು ನಮ್ಮಲ್ಲಿ ಅರ್ಧದಷ್ಟು ಕುಂದಿತು. ಆದರೂ ವಿವಾಹದ ಉತ್ಸವ ನಡೆಯಲೇ ಬೇಕಾಗಿತ್ತು. ಮದುವೆಯ ದಿನಗಳನ್ನು (ಮಹೂರ್ತವನ್ನು) ಹೇಗೆ ಬದಲಿಸಲು ಸಾಧ್ಯ? ಹಾಗಿದ್ದರೂ ಮದುವೆ ಕುರಿತ ನನ್ನ ಬಾಲ್ಯ ಸಹಜ ವಿನೋದದಾಟದಲ್ಲಿ ನನ್ನ ತಂದೆಗೆ ಗಾಯಗಳಾಗಿದ್ದರಿಂದ ಉಂಟಾದ ದುಃಖವನ್ನು ಮರೆತುಬಿಟ್ಟೆ. ನಾನು ನನ್ನ ತಂದೆತಾಯಿಯರಿಗೆ ನನ್ನನ್ನು ಅರ್ಪಿಸಿಕೊಂಡಿದ್ದೆ. ಆದರೆ ಕಾಮೋದ್ರೇಕಗಳ ಉತ್ತರಾಧಿಕಾರಿಯಂತಿದ್ದ ಇಂದ್ರಿಯಾಸಕ್ತಿಗೂ ನನ್ನನ್ನು ಅದೇ ರೀತಿಯಲ್ಲಿ ಅರ್ಪಿಸಿಕೊಂಡಿದ್ದೆ. ಎಲ್ಲ ಸುಖ ಮತ್ತು ಸಂತೋಷವನ್ನು ನನ್ನ ತಂದೆತಾಯಿಯರ ಸೇವೆಗೆ ತ್ಯಾಗಮಾಡಬೇಕು ಎಂಬುದನ್ನು ನಾನಿನ್ನೂ ಕಲಿಯಬೇಕಾಗಿತ್ತು.

ಹಾಗಿದ್ದರೂ ನನ್ನ ಸುಖಾಪೇಕ್ಷೆಯನ್ನು ಶಿಕ್ಷಿಸುವ ರೀತಿಯಲ್ಲಿ ಒಂದು ಘಟನೆ ನಡೆಯಿತು. ಅಂದಿನಿಂದಲೂ ಅದು ನನ್ನ ಮನಸ್ಸಿನಲ್ಲಿ ಕಿರಿಕಿರಿಯನ್ನುಂಟುಮಾಡುತ್ತಿದೆ. ಅದನ್ನು ಮುಂದೆ, ವಿವರಿಸುತ್ತೇನೆ. ನಿಷ್‌ಕುಲಾನಂದ್ ಹೀಗೆ ಹಾಡಿದ್ದಾರೆ: ನೀನು ಎಷ್ಟೇ ಕಷ್ಟ ಪಟ್ಟು ಪ್ರಯತ್ನಿಸಿದರೂ ಅಪೇಕ್ಷೆಗಳನ್ನು ತ್ಯಾಗ ಮಾಡದೇ ಕೇವಲ ಪದಾರ್ಥಗಳ ತ್ಯಾಗ ಮಾಡುವುದು ಅಲ್ಪಕಾಲ ಇರುವಂತಹದು.' ನಾನು ಈ ಹಾಡನ್ನು ಹಾಡಿದಾಗ ಅಥವಾ ಆ ಹಾಡನ್ನು ಕೇಳಿದಾಗ ಈ ಕಹಿಯಾದ ಅನುಚಿತ ಘಟನೆ ನನ್ನ ನೆನಪಲ್ಲಿ ನುಗ್ಗಿಬರುವುದು. ನನ್ನ ಅಂತರಂಗ ನಾಚಿಕೆಯಿಂದ ತುಂಬಿಕೊಳ್ಳುತ್ತದೆ.

ನನ್ನ ತಂದೆ ಗಾಯಗಳ ನೋವಿನಿಂದ ಒದ್ದಾಡುತ್ತಿದ್ದರೂ ಗೆಲುವಿನ ಮುಖವನ್ನು ಪ್ರದರ್ಶಿಸುತ್ತ ಮದುವೆಯಲ್ಲಿ ಮನಃಪೂರ್ವಕವಾಗಿ ಭಾಗವಹಿಸಿದರು. ಅದನ್ನು ಯೋಚಿಸುತ್ತಿದ್ದಂತೆ ಇಂದು ಕೂಡಾ ನನ್ನ ಅಂತರಂಗದ ತೆರೆಯ ಮೇಲೆ, ಅವರು ಸಮಾರಂಭದ ಬೇರೆ ಬೇರೆ ಆಚರಣೆಗಳು ನಡೆಯುತ್ತಿದ್ದಾಗ ಅದರಲ್ಲಿ ಭಾಗವವಹಿಸುತ್ತ ಎಲ್ಲಿ ಕೂತಿದ್ದರು ಎಂಬುದು ಕಾಣಿಸಿಕೊಳ್ಳುತ್ತದೆ. ನನಗೆ ಅಂದು ಬಾಲ್ಯದಲ್ಲೇ ಮದುವೆ ಮಾಡಿದ್ದಕ್ಕಾಗಿ ನನ್ನ ತಂದೆಯನ್ನು ತೀವ್ರವಾಗಿ ಟೀಕಿಸುವ ದಿನ ಬರಬಹುದೆಂದು ನಾನು ಕನಸು ಕಂಡಿರಲಿಲ್ಲ. ಅಂದಿನ ದಿನ ನಡೆದುದೆಲ್ಲವೂ ಸರಿಯಾದದ್ದು, ಯತಾರ್ಥವಾದದ್ದು ಮತ್ತು ಸಂತೋಷ ಕೊಡುವಂತಹದು ಎಂದು ಭಾವಿಸಿದ್ದೆ. ಮದುವೆಯಾಗಲು ನಾನು ಕೂಡಾ ತವಕಿಸುತ್ತಿದ್ದೆ. ನನ್ನ ತಂದೆ ಮಾಡಿದುದೆಲ್ಲವೂ ಆಗ ಖಂಡನೆಯನ್ನೂ ಮೀರಿ ನನ್ನ ಮನಸ್ಸಿಗೆ ತಾಗಿತ್ತು. ಆ ಎಲ್ಲ ಸಂಗತಿಗಳ ಸ್ಮರಣೆ ನನ್ನ ನೆನಪಲ್ಲಿ ಬಾಡದೇ ಉಳಿದುಕೊಂಡಿದೆ. ಇಂದು ಕೂಡಾ ನನ್ನನ್ನು ನಾನು ಚಿತ್ರಿಸಕೊಳ್ಳಬಲ್ಲೆ. ವಿವಾಹದ ವೇದಿಕೆ (ಮಂಟಪ)ಯಲ್ಲಿ ನಾವು ಹೇಗೆ ಕೂತಿದ್ದೆವು, ನಾವು ಸಪ್ತಪದಿ (ಹಿಂದೂ ವಧು ಮತ್ತು ವರ ಒಟ್ಟಿಗೆ ಏಳು ಹೆಜ್ಜೆ ನಡೆಯುವುದನ್ನು ಸಪ್ತಪದಿ ಎಂದು ಕರೆಯುತ್ತಾರೆ. ಹಾಗೆ ಹೆಜ್ಜೆಯಿಡುತ್ತ ಪರಸ್ಪರ ದಾಂಪತ್ಯ ನಿಷ್ಠೆ, ಮತ್ತು ಸಮರ್ಪಣೆಯ ಬಗ್ಗೆ ವಾಗ್ದಾನಮಾಡುತ್ತಾರೆ. ಇದರಿಂದ ವಿವಾಹ ಬಂಧನವು ಗಟ್ಟಿಯಾಗಿ ಕಡಿದುಹೋಗದಂತಾಗುತ್ತದೆ.) ನಾವು ಹೇಗೆ ನವ-ವಿವಾಹಿತರಾದ ಗಂಡ ಮತ್ತು ಹೆಂಡತಿಯರಾದೆವು, ಮತ್ತು ಒಬ್ಬರು ಇನ್ನೊಬ್ಬರ ಬಾಯಿಯಲ್ಲಿ ಕನ್ಸಾರ್ (ಸಿಹಿ ತಿನಿಸು, ಇದನ್ನು ಗೋಧಿಯಿಂದ ತಯಾರಿಸಲಾಗುವುದು. ಸಮಾರಂಭ ಮುಗಿದ ತರುವಾಯ ದಂಪತಿ

ಒಟ್ಟಿಗೆ ಹಂಚಿಕೊಂಡು ತಿನ್ನುತ್ತಾರೆ), ಹಾಕಿದೆವು ಹೇಗೆ ನಾವು ಒಟ್ಟಿಗೆ ಜೀವನವನ್ನು ಆರಂಭಿಸಿದೆವು ಎಂಬುದನ್ನು ನಾನು ಈಗ ಕೂಡಾ ಚಿತ್ರಿಸಿಕೊಳ್ಳಬಲ್ಲೆ. ಓ! ಆ ಮೊದಲ ರಾತ್ರಿ. ಇಬ್ಬರು ಅಮಾಯಕ ಮಕ್ಕಳು ಜೀವನದ ಮಹಾಸಾಗರದಲ್ಲಿ ಏನೂ ಅರಿಯದೇ ಅವರವರೇ ಬೀಸಿಕೊಳ್ಳುತ್ತ ಬಗೆಯಲ್ಪಟ್ಟರು. ನನ್ನ ಸಹೋದರನ ಹೆಂಡತಿ ಮೊದಲ ರಾತ್ರಿಯಲ್ಲಿ ನಾನು ಹೇಗೆ ನಡೆದುಕೊಳ್ಳಬೇಕು ಎಂಬ ಬಗ್ಗೆ ಚೆನ್ನಾಗಿ ಹೇಳಿಕೊಟ್ಟು ತಯಾರು ಮಾಡಿದ್ದಳು. ನನ್ನ ಹೆಂಡತಿಗೆ ಯಾರು ಹೇಳಿಕೊಟ್ಟರು ಎಂದು ನನಗೆ ಗೊತ್ತಿಲ್ಲ. ನಾನು ಆ ಬಗ್ಗೆ ಆಕೆಯನ್ನು ವಿಚಾರಿಸಲಿಲ್ಲ ಅಥವಾ ಈಗ ಕೂಡಾ ಅದರ ಚಿಂತೆ ನನ್ನಲ್ಲಿಲ್ಲ. ಒಬ್ಬರ ಮುಖವನ್ನು ಇನ್ನೊಬ್ಬರು ನೋಡುವ ಧೈರ್ಯ ಕೂಡಾ ನಮ್ಮಲ್ಲಿರಲಿಲ್ಲ ಎಂಬುದನ್ನು ಓದುಗನು ಖಂಡಿತವಾಗಿಯೂ ಊಹಿಸಿಕೊಂಡಿರುತ್ತಾನೆ. ನಾವು ಖಂಡಿತವಾಗಿಯೂ ನಾಚಿಕೊಂಡಿದ್ದೆವು. ನಾನು ಹೇಗೆ ಅವಳೊಂದಿಗೆ ಮಾತಾಡಲಿ, ಮತ್ತು ನಾನು ಏನು ಹೇಳಬೇಕಿತ್ತು? ಕಲಿತ ಪಾಠ ನನ್ನನ್ನು ತುಂಬಾ ದೂರ ಒಯ್ಯಲಾರದು. ಆದರೆ ಇಂತಹ ವಿಷಯಗಳಲ್ಲಿ ಪಾಠ ಹೇಳಿಸಿಕೊಳ್ಳುವುದು ನಿಜವಾಗಿಯೂ ಅವಶ್ಯಕವಲ್ಲ. ಹಿಂದಿನ ಜನ್ಮದ ಪ್ರಭಾವ ಎಲ್ಲ ಪಾಠಗಳನ್ನು ಅನಗತ್ಯ ಮಾಡಿಬಿಡುವಷ್ಟು ಸತ್ವಯುತವಾಗಿರುತ್ತದೆ. ಕ್ರಮೇಣ ನಾವು ಒಬ್ಬರನ್ನೊಬ್ಬರು ಅರಿತುಕೊಳ್ಳಲಾರಂಭಿಸಿದೆವು ಮತ್ತು ಒಟ್ಟಿಗೆ ಮನಃ ಪೂರ್ವಕವಾಗಿ ಮಾತಾಡಲಾರಂಭಿಸಿದೆವು. ನಾವು ಒಂದೇ ವಯಸ್ಸಿನವರಾಗಿದ್ದೆವು. ಆದರೆ ಗಂಡನ ಅಧಿಕಾರವನ್ನು ಚಲಾಯಿಸಲು ನನಗೆ ಹೆಚ್ಚು ಸಮಯ ಬೇಕಾಗಲಿಲ್ಲ.

4. ಗಂಡನ ಪಾತ್ರ ವಹಿಸುವುದು

ನನ್ನ ವಿವಾಹದ ಕಾಲದಲ್ಲಿ ಒಂದು ಪೈಸಾ ಇಲ್ಲವೇ ಒಂದು ಪೈ ಬೆಲೆಯಿದ್ದ (ಎಷ್ಟು ಎಂದು ನನಗೀಗ ಮರೆತುಹೋಗಿದೆ) ಚಿಕ್ಕ ಪುಸ್ತಕಗಳನ್ನು ಹಂಚಲಾಗುತ್ತಿತ್ತು. ಅವುಗಳಲ್ಲಿ, ದಾಂಪತ್ಯ ಪ್ರೇಮ, ಮಿತವ್ಯಯ, ಬಾಲ್ಯ ವಿವಾಹ ಮತ್ತು ಇತರ ಅಂತಹ ವಿಷಯಗಳನ್ನು ಚರ್ಚಿಸಲಾಗುತ್ತಿತ್ತು. ಅವುಗಳಲ್ಲಿ ಯಾವುದನ್ನಾದರೂ ನಾನು ಕಂಡರೆ ಅವುಗಳನ್ನು ಮೊದಲಿನಿಂದ ಕಡೆಯವರೆಗೆ (ಮುಂದಿನ ರಕ್ಷಾಕವಚದಿಂದ ಹಿಂದಿನ ರಕ್ಷಾಕವಚದವರೆಗೆ) ಚೆನ್ನಾಗಿ ಓದುತ್ತಿದ್ದೆ. ನನಗೆ ಇಷ್ಟವಿಲ್ಲದ್ದನ್ನು ಮರೆಯುವುದು ಮತ್ತು ನಾನು ಇಷ್ಟಪಡುವಂತಹ ವಿಚಾರಗಳನ್ನು ಆಚರಣೆಗೆ ತಂದುಕೊಳ್ಳುವುದು ನನ್ನ ಸ್ವಭಾವವಾಗಿತ್ತು ಆ ಚಿಕ್ಕ ಪುಸ್ತಕಗಳಲ್ಲಿ ಜೀವವಿರುವವರೆಗೂ ಹೆಂಡತಿಯೊಂದಿಗೆ ಆತ್ಮಸಾಕ್ಷಿಯಾಗಿ ನಡೆದುಕೊಳ್ಳುವುದು ಗಂಡನ ಕರ್ತವ್ಯ ಎಂಬುದನ್ನು ಒತ್ತಿ ಹೇಳಲಾಗಿತ್ತು. ಈ ವಿಚಾರ ನನ್ನ ಹೃದಯದಲ್ಲಿ ಖಾಯಮ್ಮಾಗ್ಗಿ ಅಚ್ಚೊತ್ತಿದಂತೆ ಉಳಿದುಕೊಂಡಿತು. ಇದಕ್ಕಾ ಹೆಚ್ಚಾಗಿ ಸತ್ಯದ ಬಗ್ಗೆ ತೀವ್ರವಾದ ಆಸಕ್ತಿ ನನ್ನಲ್ಲಿ ಸಹಜವಾಗಿ ಹುಟ್ಟಿಕೊಂಡಿತ್ತು. ಆದ್ದರಿಂದ ಅವಳಿಗೆ ಮೋಸಮಾಡುವ ಪ್ರಶ್ನೆಯೇ ಏಳುತ್ತಿರಲಿಲ್ಲ. ಆ ಎಳೆಯ ವಯಸ್ಸಿನಲ್ಲಿ ದ್ರೋಹ ಬಗೆಯುವುದಕ್ಕೆ ಅವಕಾಶವೇ ಇರಲಿಲ್ಲ.

ಆದರೆ ಆತ್ಮಸಾಕ್ಷಿಯ ಪಾಠ ಅನುಚಿತವಾದ ಪರಿಣಾಮವನ್ನು ಕೂಡಾ ಉಂಟುಮಾಡಿತು. 'ನನ್ನ ಹೆಂಡತಿಗೆ ನಾನು ಪ್ರಾಮಾಣಿಕನಾಗಿರುತ್ತೇನೆ ಎಂದು ಮಾತು ಕೊಟ್ಟಂತೆ ಆಕೆ ಕೂಡಾ ನನಗೆ ಪ್ರಾಮಾಣಿಕಳಾಗಿರುವುದಾಗಿ ಮಾತು ಕೊಡಬೇಕು.' ಎಂದು ನನ್ನಲ್ಲೇ ಹೇಳಿಕೊಂಡೆ. ಇದರಿಂದಾಗಿ ನಾನು ಹೊಟ್ಟೆಕಿಚ್ಚುಪಡುವ ಗಂಡನಾದೆ. ಅವಳ ಕರ್ತವ್ಯ ಎನ್ನುವುದು ಆಕೆಯಿಂದ ನಿಷ್ಠೆಯನ್ನು ಬಲವಂತವಾಗಿ ಪಡೆದುಕೊಳ್ಳುವ ನನ್ನ ಹಕ್ಕೆಂದು ಸುಲಭವಾಗಿ ಪರಿವರ್ತನಗೊಂಡಿತು. ಅದನ್ನು ಪಡೆಯಬೇಕೆಂದಿದ್ದರೆ ನನ್ನ ಹಕ್ಕಿನ ಬಗ್ಗೆ ನಾನು ದೃಢಮನಸ್ಸಿನಿಂದ ಜಾಗ್ರತನಾಗಿರಬೇಕು. ನನ್ನ ಹೆಂಡತಿಯ ದಾಂಪತ್ಯ ನಿಷ್ಠೆಯ ಬಗ್ಗೆ ಸಂಶಯಪಡಲು ಖಂಡಿತವಾಗಿಯೂ ಯಾವುದೇ ಕಾರಣವಿರಲಿಲ್ಲ. ಆದರೆ ಮಾತ್ಸರ್ಯ ಎನ್ನುವುದು ಕಾರಣಗಳಿಗಾಗಿ ಕಾಯುತ್ತ ಕೂರುವುದಿಲ್ಲ. ಅವಳು ಎಲ್ಲಿಗೆ ಹೋಗುತ್ತಾಳೆ ಮತ್ತು ಎಲ್ಲಿಂದ ಬರುತ್ತಾಳೆ ಎಂಬ ಬಗ್ಗೆ ನನಗೆ ಯಾವಾಗಲೂ ತಿಳಿದಿರಬೇಕು. ಆದ್ದರಿಂದ ಅವಳು ನನ್ನ ಅನುಮತಿಯಿಲ್ಲದೇ ಎಲ್ಲಿಗೂ ಹೋಗಬಾರದು. ಇದು ನಮ್ಮ ಮಧ್ಯೆ ಕಹಿ ಬೀಜಗಳನ್ನು ಬಿತ್ತಿತು. ಈ ನಿರ್ಬಂಧ ವಸ್ತುಶಃ ಒಂದು ಬಗೆಯ ಸೆರೆವಾಸದಂತಿತ್ತು. ಕಸ್ತೂರ್‌ಬಾಯ್ ಅಂತಹ ಸ್ಥಿತಿಯನ್ನು ಸಹಿಸಿಕೊಳ್ಳುವ ಹುಡುಗಿಯಾಗಿರಲಿಲ್ಲ. ತಾನು ಇಷ್ಟಪಟ್ಟಾಗ ಯಾವಾಗ ಬೇಕಾದರೂ ಎಲ್ಲಿಗಾದರೂ ಹೋಗುವುದಾಗಿ ಖಚಿತವಾಗಿ ತಿಳಿಸಿಬಿಟ್ಟಳು. ನಾನು ಆಕೆಯ ಮೇಲೆ ಹೆಚ್ಚು ಹೆಚ್ಚು ನಿರ್ಬಂಧ ಹೇರಿದಷ್ಟೂ ಆಕೆ ಹೆಚ್ಚು ಹೆಚ್ಚು ಸ್ವಾತಂತ್ರ್ಯವನ್ನು ಅನುಭವಿಸಲಾರಂಭಿಸಿದಳು. ನಾನು ಹೆಚ್ಚು ಮಾಡಿದಷ್ಟೂ ಆಕೆ ಅದನ್ನು ಹೆಚ್ಚು ಹೆಚ್ಚಾಗಿ ಮುರಿಯಲಾರಂಭಿಸಿದಳು. ನಾವಿಬ್ಬರೂ ಪರಸ್ಪರ ಮಾತಾಡುವುದನ್ನು ನಿಲ್ಲಿಸಿದೆವು. ಬಾಲದಂಪತಿಗಳಾದ ನಮ್ಮಲ್ಲಿ ನಿತ್ಯವೂ ಅದೇ ಕ್ರಮ ಮುಂದುವರೆಯಿತು. ನನ್ನ ನಿರ್ಬಂಧಗಳ ವಿರುದ್ಧ ಆಕೆ ತೋರಿಸಿದ ಸ್ವೇಚ್ಛಾಚಾರಕ್ಕೆ ಆಕೆಯ ಮುಗ್ಧತೆಯೇ ಕಾರಣ ಎಂದು ನಾನು ಭಾವಿಸಿದೆ. ವಂಚನೆಯನ್ನು ಅರಿಯದ ಹುಡುಗಿಗೆ ದೇವಾಲಯಕ್ಕೆ ಹೋಗುವುದಕ್ಕೆ ಮತ್ತು ತನ್ನ ಗೆಳೆಯರನ್ನು ಭೇಟಿಮಾಡುವುದಕ್ಕೆ ಯಾವುದೇ ನಿರ್ಬಂಧ ಹೇರಿದಾಗ ಆಕೆ ಅದನ್ನು ಹೇಗೆ ಸಹಿಸಿಕೊಳ್ಳಬಲ್ಲಳು? ನನಗೆ ನಿರ್ಬಂಧ ಹೇರುವ ಹಕ್ಕಿದ್ದರೆ ಆಕೆಗೆ ಕೂಡಾ ಅಂತಹ ಹಕ್ಕಿಲ್ಲವೆ? ಇಂದು ನನಗೆ ಈ ವಿಚಾರ ಸ್ಪಷ್ಟವಾಗಿದೆ. ಆದರೆ ಆ ಕಾಲದಲ್ಲಿ ನಾನು ಗಂಡನಾಗಿ ನನ್ನ ಅಧಿಕಾರವನ್ನು ಚೆನ್ನಾಗಿ ಚಲಾಯಿಸಿದ್ದೆ.

ಹಾಗಿದ್ದರೂ ನಮ್ಮ ಜೀವನ ಪರಿಹಾರವೇ ಇಲ್ಲದಂತಹ ವ್ಯಥೆಯಿಂದ ಕೂಡಿತ್ತು ಎಂದು ಓದುಗನು ಭಾವಿಸದಿರಲಿ. ನನ್ನ ನಿಷ್ಠುರತೆಯೆಲ್ಲವೂ ಪ್ರೇಮವನ್ನು ಆಧರಿಸಿತ್ತು. ನಾನು ನನ್ನ ಹೆಂಡತಿಯನ್ನು ಆದರ್ಶ ಪತ್ನಿಯನ್ನಾಗಿ ಮಾಡಬೇಕೆಂದು ಇಚ್ಛಿಸಿದ್ದೆ. ಆಕೆ ಪರಿಶುದ್ಧವಾದ ಜೀವನವನ್ನು ನಡೆಸಬೇಕೆಂದೂ ನಾನು ಕಲಿತಿದ್ದನ್ನು ಆಕೆಯೂ ಕಲಿಯಬೇಕೆಂದೂ ನಾನು ಆಶಿಸಿದ್ದೆ. ಆಕೆಯ ಜೀವನ ಮತ್ತು ಚಿಂತನೆ ನನ್ನ ಜತೆಯಲ್ಲಿ ಅನ್ಯೋನ್ಯವಾಗಿರಬೇಕೆಂದು ಬಯಸಿದ್ದೆ.

ಕಸ್ತೂರ್‌ಬಾಯ್‌ಳಲ್ಲಿ ಕೂಡಾ ಅಂತಹ ಮಹದಾಶೆಯಿತ್ತೆ ಎಂದು ನನಗೆ ಗೊತ್ತಿರಲಿಲ್ಲ. ಆಕೆ ಅನಕ್ಷರಸ್ಥಳು. ಸ್ವಭಾವತಃ ಆಕೆ ಸರಳ ಜೀವಿ, ಸ್ವತಂತ್ರ ಮನೋಭಾವದವಳು ಮತ್ತು ಅಪಾಯ ತಟ್ಟದಂತೆ ತನ್ನನ್ನು ಕಾಪಾಡಿಕೊಳ್ಳಬಲ್ಲವಳಾಗಿದ್ದಳು. ಕಡೆಯ ಪಕ್ಷ ನನ್ನ ಜತೆಯಲ್ಲಿ

ಆಕೆ ಸಂಕೋಚದಿಂದ ಮನಸ್ಸು ಬಿಚ್ಚಿ ಮಾತಾಡುತ್ತಿರಲಿಲ್ಲ. ಆಕೆಯಲ್ಲಿ ಅವಳ ಮೌಢ್ಯದ ಬಗ್ಗೆ ಅಸಹನೆಯಿರಲಿಲ್ಲ. ನನ್ನ ಅಧ್ಯಯನ ಅಂತಹ ಸಾಹಸದಲ್ಲಿ ತೊಡಗುವಂತೆ ಆಕೆಗೆ ಎಂದಾದರೂ ಪ್ರಚೋದನೆಯನ್ನು ನೀಡಿತ್ತೆ ಎಂಬುದನ್ನು ನಾನು ಜ್ಞಾಪಿಸಿಕೊಳ್ಳಲಾರೆ. ಆದ್ದರಿಂದ ನನ್ನ ಕಲ್ಪನೆ ಏಕಪಕ್ಷೀಯವಾಗಿತ್ತು. ನನ್ನ ತೀವ್ರಾಸಕ್ತಿ ಪೂರ್ಣವಾಗಿ ಒಬ್ಬಳು ಮಹಿಳೆಯ ಮೇಲೆ ಕೇಂದ್ರೀಕೃತವಾಗಿತ್ತು. ಅದು ಪರಸ್ಪರ ಕೊಟ್ಟು ತೆಗೆದುಕೊಳ್ಳುವಂತಾಗಬೇಕು ಎಂದು ನಾನು ಬಯಸಿದ್ದೆ. ಆದರೆ ವಿನಿಮಯ ಇಲ್ಲದಿದ್ದರೂ ಅದು ಪರಿಹಾರವೇ ಇಲ್ಲದಂತಹ ವ್ಯಥೆಯಾಗಬಾರದು. ಏಕೆಂದರೆ ಕಡೆಯ ಪಕ್ಷ ಒಂದು ಕಡೆಯಲ್ಲಾದರೂ ಚೂಟಿಯಾದ ಪ್ರೇಮವಿತ್ತು.

ನಾನು ಆಕೆಯಲ್ಲಿ ತೀವ್ರವಾದ ಆಸಕ್ತಿಯನ್ನು ಇಟ್ಟುಕೊಂಡು ಪ್ರೀತಿಸುತ್ತಿದ್ದೆ ಎಂದು ನಾನು ಹೇಳಲೇಬೇಕು. ಶಾಲೆಯಲ್ಲಿ ಕೂಡಾ ಆಕೆಯ ಬಗ್ಗೆ ಚಿಂತಿಸುತ್ತಿದ್ದೆ. ಮುಂಗತ್ತಲೆ (ನೈಟ್‌ಫಾಲ್)ಯ ಚಿಂತೆ ಮತ್ತು ನಮ್ಮ ಮಿಲನ ಯಾವಾಗಲೂ ನನ್ನನ್ನು ಕಾಡುತ್ತಿತ್ತು. ವಿರಹ ಸಹಿಸಲಸಾಧ್ಯವಾಗಿತ್ತು. ನಾನು ಆಕೆಯನ್ನು ಬರಡು ಮಾತಿನಿಂದ ರಾತ್ರಿ ತುಂಬಾ ಹೊತ್ತು ಎಚ್ಚರದಲ್ಲಿರುವಂತೆ ನೋಡಿಕೊಳ್ಳುತ್ತಿದ್ದೆ. ನುಂಗಿಹಾಕುವಂತಹ ವಿಷಯಾಸಕ್ತಿ ನನ್ನಲ್ಲಿತ್ತು. ಹಾಗೆಯೇ ನನ್ನಲ್ಲಿ ಕರ್ತವ್ಯದ ಕಡೆಗೆ ಉತ್ಕಟ ಆಸಕ್ತಿಯಿಲ್ಲದಿದ್ದರೆ ನಾನು ಕಾಯಿಲೆಗೆ ಮತ್ತು ಅಕಾಲಿಕ ಮರಣಕ್ಕೆ ತುತ್ತಾಗುತ್ತಿದ್ದೆ ಅಥವಾ ಹೊರೆಯಂತಿರುವ ಬದುಕಿನಲ್ಲಿ ಮುಳುಗಿಹೋಗುತ್ತಿದ್ದೆ. ಆದರೆ ಪ್ರತಿದಿನ ಬೆಳಗ್ಗೆ ಗೊತ್ತುಪಡಿಸಲಾದ ಕೆಲಸಗಳನ್ನು ಮಾಡಲೇಬೇಕಾಗಿತ್ತು ಮತ್ತು ಯಾರಿಗಾದರೂ ಸುಳ್ಳು ಹೇಳುವುದು ಪ್ರಶ್ನಾತೀತವಾಗಿತ್ತು. ಈ ಕಡೆಯ ನಿರ್ಣಯ ನನ್ನನ್ನು ಅನೇಕ ಪ್ರಲೋಭನೆಗಳಿಂದ ಪಾರುಮಾಡಿತು.

ಕಸ್ತೂರ್‌ಬಾಯ್ ನಿರಕ್ಷರಸ್ಥಳು ಎಂದು ಈಗಾಗಲೇ ಹೇಳಿದ್ದೇನೆ. ಆಕೆಗೆ ಬೋಧಿಸಬೇಕೆಂದು ನನ್ನಲ್ಲಿ ತುಂಬಾ ಆಸಕ್ತಿಯಿತ್ತು. ಆದರೆ ವಿಷಯಾಸಕ್ತಿ ತುಂಬಿದ್ದ ಪ್ರೇಮ ನನಗೆ ಅವಕಾಶವನ್ನೇ ಕೊಡಲಿಲ್ಲ. ಒಂದು ಕಾರಣವೆಂದರೆ ಆಕೆಯ ಇಚ್ಛೆಗೆ ವಿರುದ್ಧವಾಗಿ ನಾನು ಆಕೆಗೆ ಕಲಿಸಬೇಕಾಗಿತ್ತು. ಅದೂ ರಾತ್ರಿಯ ಕಾಲದಲ್ಲಿ ಕಲಿಸಬೇಕಾಗಿತ್ತು. ಹಿರಿಯರ ಎದುರಲ್ಲಿ ಆಕೆಯನ್ನು ಸಂಧಿಸಲು ಭಯಪಡುತ್ತಿದ್ದೆ. ತುಂಬಾ ಕಡಿಮೆ ಮಾತಾಡುತ್ತಿದ್ದೆ. ಕಥಿಯಾವಾಡ್‌ನಲ್ಲಿ ಆ ಕಾಲದಲ್ಲಿ ಮತ್ತು ಸ್ವಲ್ಪ ಮಟ್ಟಿಗೆ ಇಂದೂ ಅದರದೇ ಸ್ವಂತದ ವಿಚಿತ್ರವಾದ, ನಿಷ್ಪ್ರಯೋಜಕ ಮತ್ತು ಅನಾಗರಿಕ ಪರ್ದ (ಹೆಂಗಸರು ಅಪರಿಚಿತರಿಗೆ ಕಾಣದಂತೆ ಬುರ್ಕ ಹಾಕಿಕೊಳ್ಳುವುದು) ಪದ್ಧತಿಯನ್ನು ಅನುಸರಿಸುತ್ತಿದೆ. ಸನ್ನಿವೇಶಗಳು ಈ ಪ್ರಕಾರ ಪ್ರತಿಕೂಲವಾಗಿದ್ದವು. ನಮ್ಮ ಯೌವನದಲ್ಲಿ ಕಸ್ತೂರ್‌ಬಾಯ್‌ಗೆ ನಿರ್ದೇಶನ ನೀಡಲು ನಡೆಸಿದ್ದ ಬಹುಪಾಲು ಪ್ರಯತ್ನಗಳು ಯಶಸ್ವಿಯಾಗಲಿಲ್ಲ ಎಂದು ನಾನು ಒಪ್ಪಿಕೊಳ್ಳಲೇಬೇಕು. ನಾನು ನನ್ನ ವಿಷಯಲೋಲುಪತೆಯ ಅಂಧಕಾರದಿಂದ ಎಚ್ಚೆತ್ತಾಗ ನಾನು ಆಗಲೇ ಸಾರ್ವಜನಿಕ ಜೀವವನ್ನು ಆರಂಭಿಸಿದ್ದೆ. ಅದರಿಂದಾಗಿ ನನಗೆ ಹೆಚ್ಚು ಬಿಡುವಿನ ಸಮಯ ಸಿಗುತ್ತಿರಲಿಲ್ಲ. ಆಕೆಗೆ ಖಾಸಗಿ ಶಿಕ್ಷಕರಿಂದ ಪಾಠ ಹೇಳಿಸುವ ಪ್ರಯತ್ನ ಕೂಡಾ ವಿಫಲವಾಯ್ತು. ಈ ಕಾರಣದಿಂದಾಗಿ ಕಸ್ತೂರ್‌ಬಾಯ್ ಈಗ ಕಷ್ಟಪಟ್ಟು ಸರಳವಾದ ಅಕ್ಷರಗಳನ್ನು ಬರೆಯಬಲ್ಲಳು ಮತ್ತು ಸರಳವಾದ ಗುಜರಾತಿಯನ್ನು ಅರ್ಥಮಾಡಿಕೊಳ್ಳಬಲ್ಲಳು. ನನ್ನ ಪ್ರೀತಿ ಸಮಗ್ರವಾಗಿ ಕಾಮಾಸಕ್ತಿಯ ಕಳಂಕದಿಂದ ದೂರವಾಗಿದ್ದಿದ್ದರೆ ಆಕೆ ಇಂದು ಸುಶಿಕ್ಷಿತ

ಮಹಿಳೆಯಾಗಿರುತ್ತಿದ್ದಳು ಎಂದು ನನಗೆ ಖಂಡಿತವಾಗಿದೆ. ಆಗ ನಾನು ಆಕೆಯಲ್ಲಿ ಓದಿನ ಬಗ್ಗೆ ಇದ್ದ ಅನಾದರಣೆ (ಇಷ್ಟವಿಲ್ಲದಿರುವುದು)ಯನ್ನು ಜಯಿಸಬಹುದಾಗಿತ್ತು ಪರಿಶುದ್ಧ ಪ್ರೇಮಕ್ಕೆ ಅಸಾಧ್ಯವಾದದ್ದು ಯಾವುದೂ ಇಲ್ಲ ಎಂದು ನನಗೆ ಗೊತ್ತಿದೆ.

ಹೆಚ್ಚೂ ಕಡಿಮೆ ನನ್ನನ್ನು ಕಾಮಾಸಕ್ತಿ ತುಂಬಿದ್ದ ಪ್ರೇಮದ ಗಂಡಾಂತರಗಳಿಂದ ಪಾರುಮಾಡಿದ್ದ ಒಂದು ಸನ್ನಿವೇಶವನ್ನು ಆಗಲೇ ಉಲ್ಲೇಖಿಸಿರುವೆ. ಉಲ್ಲೇಖಿಸಲು ಅರ್ಹವಾದ ಇನ್ನೊಂದು ಸನ್ನಿವೇಶವಿದೆ. ಯಾರ ಗುರಿ ಪರಿಶುದ್ಧವಾಗಿದೆಯೋ ಅಂತಹವರನ್ನು ದೇವರು ಅಂತಿಮವಾಗಿ ಕಾಪಾಡುತ್ತಾನೆ ಎಂಬುದನ್ನು ಹಲವಾರು ನಿದರ್ಶನಗಳು ನನಗೆ ಮನವರಿಕೆಮಾಡಿಕೊಟ್ಟಿವೆ. ಬಾಲ್ಯವಿವಾಹದಂತಹ ಕ್ರೂರಪದ್ಧತಿಯ ಜತೆಯಲ್ಲಿ ಹಿಂದೂ ಸಮಾಜದಲ್ಲಿ ಇನ್ನೊಂದು ಪದ್ಧತಿ ಕೂಡಾ ಇದೆ. ಈ ಪದ್ಧತಿ ಸಾಕಷ್ಟು ಮಟ್ಟಿಗೆ ಬಾಲ್ಯವಿವಾಹದಿಂದಾಗುವ ಕೆಡಕುಗಳನ್ನು ಕಡಿಮೆಮಾಡುತ್ತವೆ. ಯುವ ದಂಪತಿಗಳು ಹೆಚ್ಚು ಕಾಲ ಒಟ್ಟಿಗೆ ಇರಲು ತಂದೆತಾಯಿಯರು ಅವಕಾಶ ಕೊಡುವುದಿಲ್ಲ. ಎಳೆಯ (ಬಾಲ್ಯ) ಹೆಂಡತಿ ಅರ್ಧಕ್ಕಿಂತಲೂ ಹೆಚ್ಚು ಕಾಲವನ್ನು ಅವಳ ತಂದೆಯ ಮನೆಯಲ್ಲಿ ಕಳೆಯುತ್ತಾಳೆ; ನಮ್ಮದೂ ಅಂತಹದೇ ಪ್ರಸಂಗವಾಗಿತ್ತು. ಅಂದರೆ ನಮ್ಮ ವಿವಾಹ ಜೀವನದ ಮೊದಲ ಐದುವರ್ಷಗಳಲ್ಲಿ (13 ರಿಂದ 18ನೇ ವಯಸ್ಸಿನವರೆಗೂ) ಮೂರು ವರ್ಷಗಳಿಗೂ ಹೆಚ್ಚು ಕಾಲ ನಮಗೆ ಒಟ್ಟಿಗೆ ವಾಸಿಸಲು ಸಾಧ್ಯವಾಗಿರಲಿಲ್ಲ. ಒಟ್ಟಿಗೆ ಒಂದೇ ಬಾರಿಗೆ ನಾವು ಆರು ತಿಂಗಳನ್ನು ಕಳೆಯಲೇ ಇಲ್ಲ ಎನ್ನಬಹುದು. ಅಷ್ಟರಲ್ಲಿ ನನ್ನ ಹೆಂಡತಿಗೆ ಅವಳ ತಂದೆತಾಯಿಯರಿಂದ ಕರೆ ಬರುತ್ತಿತ್ತು. ಆ ದಿನಗಳಲ್ಲಿ ಅಂತಹ ಕರೆಗಳು ಸ್ವಾಗತಾರ್ಹವಾಗಿರಲಿಲ್ಲ. ಆದರೆ ಆ ಕರೆಗಳು ನಮ್ಮಿಬ್ಬರನ್ನೂ ಕಾಪಾಡಿದ್ದವು. ಹದಿನೆಂಟನೇ ವಯಸ್ಸಿನಲ್ಲಿ ನಾನು ಇಂಗ್ಲೆಂಡ್‌ಗೆ ಹೊರಟು ಹೋದೆ. ಅಂದರೆ ಅದು ದೀರ್ಘವಾದ ಮತ್ತು ಆರೋಗ್ಯಕರವಾದ ಅಗಲಿಕೆಯ ಅವಧಿಯಾಗಿತ್ತು. ನಾನು ಇಂಗ್ಲೆಂಡ್‌ನಿಂದ ವಾಪಸಾದ ತರುವಾಯ ಕೂಡಾ ನಾವು ಆರು ತಿಂಗಳುಗಳಿಗಿಂತ ಹೆಚ್ಚಾಗಿ ಒಟ್ಟಿಗೆ ವಾಸಿಸಲೇ ಇಲ್ಲ ಎನ್ನಬಹುದು. ಏಕೆಂದರೆ ನಾನು ರಾಜ್‌ಕೋಟ್ ಮತ್ತು ಬಾಂಬೆ (ಮುಂಬಯಿ) ನಡುವೆ ಹೋಗಿ ಬರಬೇಕಾಗಿತ್ತು. ತರುವಾಯ ದಕ್ಷಿಣ ಆಫ್ರಿಕದಿಂದ ಕರೆ ಬಂತು. ಆಗಲೇ ನಾನು ಲೈಂಗಿಕಾಸಕ್ತಿಯ ಹಸಿವಿನಿಂದ ಚೆನ್ನಾಗಿ ಬಿಡುಗಡೆ ಪಡೆದಿದ್ದೆ.

5. ಪ್ರೌಢಶಾಲೆಯಲ್ಲಿ

ನಾನು ಈಗಾಗಲೇ ಹೇಳಿರುವಂತೆ ನನ್ನ ಮದುವೆಯಾದಾಗ ನಾನು ಪ್ರೌಢಶಾಲೆಯಲ್ಲಿ ಓದುತ್ತಿದ್ದೆ. ಆದೇ ಶಾಲೆಯಲ್ಲಿ ನಾವು ಮೂವರು ಸಹೋದರರು ಓದುತ್ತಿದ್ದೆವು. ಅತ್ಯಂತ ಹಿರಿಯ ಸಹೋದರನು ತುಂಬಾ ಮೇಲಿನ ತರಗತಿಯಲ್ಲಿ ಓದುತ್ತಿದ್ದ. ನನ್ನ ಜತೆಯಲ್ಲಿ ಮದುವೆಮಾಡಿಕೊಂಡಿದ್ದ ಸಹೋದರ ನನಗಿಂತ ಒಂದು ತರಗತಿಯಷ್ಟು ಮುಂದಿದ್ದ. ಮದುವೆಯಿಂದಾಗಿ ನಮ್ಮಿಬ್ಬರಿಗೂ ಒಂದು ವರ್ಷ ವ್ಯರ್ಥವಾಗಿತ್ತು. ಆದರೆ ಖಂಡಿತವಾಗಿಯೂ ನನ್ನ ಸಹೋದರನಿಗೆ ಇದರ ಪರಿಣಾಮ ಇನ್ನೂ ಕೆಟ್ಟದಾಗಿತ್ತು. ಅವನು ಸಂಪೂರ್ಣವಾಗಿ ಅಧ್ಯಯನವನ್ನು ಬಿಟ್ಟುಬಿಟ್ಟ. ಎಷ್ಟು ಮಂದಿ ಯುವಕರು ಅವನಂತೆ ಅದೇ ಸ್ಥಿತಿಯಲ್ಲಿದ್ದಾರೋ ದೇವರಿಗೆ ಗೊತ್ತು. ಸದ್ಯದ ಹಿಂದೂ ಸಮಾಜದಲ್ಲಿ ಮಾತ್ರ ಓದು ಮತ್ತು ಮದುವೆ ಜತೆ ಜತೆಯಾಗಿ ಹೋಗುತ್ತವೆ.

ನನ್ನ ಶಿಕ್ಷಣ ಮುದುವರೆಯಿತು. ಪ್ರೌಢಶಾಲೆಯಲ್ಲಿ ನಾನು ದಡ್ಡನೆಂದು ಪರಿಗಣಿಸಲ್ಪಟ್ಟಿರಲಿಲ್ಲ. ನಾನು ಯಾವಾಗಲು ನನ್ನ ಶಿಕ್ಷಕರ ಒಲವನ್ನು ಸಂಪಾದಿಸಿಕೊಂಡಿರುತ್ತಿದ್ದೆ. ಪ್ರತಿ ವರ್ಷವೂ ಪ್ರಗತಿಯ ಮತ್ತು ನಡತೆಯ ಅರ್ಹತಾಪತ್ರಗಳನ್ನು ತಂದೆತಾಯಿಯರಿಗೆ

ಕಳಿಸಿಕೊಡಲಾಗುತ್ತಿತ್ತು. ನನಗೆಂದೂ ದುರ್ನಡತೆಯ ಅರ್ಹತಾಪತ್ರ ಸಿಕ್ಕಿರಲಿಲ್ಲ. ವಸ್ತುತಃ ನಾನು ಎರಡನೇ ತರಗತಿ (ಸ್ಟಾಂಡರ್ಡ್-ಇಯತ್ತೆ)ಯಲ್ಲಿ ಪಾಸಾದ ತರುವಾಯ ನಾನು ಬಹುಮಾನಗಳನ್ನು ಗೆದ್ದಿದ್ದೆ. ಐದು ಮತ್ತು ಆರನೇ ತರಗತಿಗಳಲ್ಲಿ ನಾಲ್ಕು ಮತ್ತು ಹತ್ತು ರೂಪಾಯಿಗಳ ವಿದ್ಯಾರ್ಥಿ ವೇತನಗಳನ್ನು ಅನುಕ್ರಮವಾಗಿ ಪಡೆದಿದ್ದೆ. ಅದಕ್ಕೆ ನಾನು ಅರ್ಹತೆಗಿಂತಲೂ ಹೆಚ್ಚಾಗಿ ಅದೃಷ್ಟವನ್ನು ವಂದಿಸಬೇಕು. ಏಕೆಂದರೆ ಈ ವಿದ್ಯಾರ್ಥಿವೇತನಗಳು ಎಲ್ಲರಿಗೂ ಮುಕ್ತವಾಗಿರಲಿಲ್ಲ. ಈ ವಿದ್ಯಾರ್ಥಿವೇತನಗಳು ಕಥಿಯಾವಾಡ್‌ನ ಸೋರಥ್ ವಿಭಾಗದಿಂದ ಬಂದ ಮೇಲ್ಮಟ್ಟದ ವಿದ್ಯಾರ್ಥಿಗಳಿಗೆ ಮೀಸಲಾಗಿದ್ದವು. ಆ ದಿನಗಳಲ್ಲಿ ನಲವತ್ತರಿಂದ ಐವತ್ತು ವಿದ್ಯಾರ್ಥಿಗಳಿದ್ದ ತರಗತಿಯಲ್ಲಿ ಸೋರಥ್‌ನಿಂದ ಬಂದ ವಿದ್ಯಾರ್ಥಿಗಳ ಸಂಖ್ಯೆ ಹೆಚ್ಚಿರುತ್ತಿರಲಿಲ್ಲ.

ನನ್ನ ಸಾಮರ್ಥ್ಯದ ಬಗ್ಗೆ ನನ್ನಲ್ಲಿ ಉಚ್ಚ ಮಟ್ಟದ ಅಭಿಪ್ರಾಯವಿರಲಿಲ್ಲ ಎಂದು ನಾನು ಸ್ಮರಿಸಿಕೊಳ್ಳುತ್ತಿದ್ದೇನೆ. ಬಹುಮಾನಗಳನ್ನು ಮತ್ತು ವಿದ್ಯಾರ್ಥಿವೇತನಗಳನ್ನು ಗೆದ್ದಾಗ ನನಗೆ ಆಶ್ಚರ್ಯವಾಗುತ್ತಿತ್ತು. ಆದರೆ ನಾನು ನನ್ನ ನಡತೆಯನ್ನು ತುಂಬಾ ಜಾಗರೂಕತೆಯಿಂದ ಕಾಪಾಡಿಕೊಳ್ಳುತ್ತಿದ್ದೆ. ಸ್ವಲ್ಪಮಟ್ಟಿನ ಕಳಂಕ ಕೂಡಾ ನನ್ನ ಕಣ್ಣುಗಳಲ್ಲಿ ನೀರನ್ನು ಸುರಿಸುತ್ತಿತ್ತು. ನಾನು ಅರ್ಹನಾಗಿದ್ದಾಗ ಅಥವಾ ಶಿಕ್ಷಕರು ನನ್ನನ್ನು ಮೆಚ್ಚಿಕೊಂಡಿದ್ದಾರೆ ಎಂದನ್ನಿಸಿದ್ದಾಗ ಒಂದು ಬೈಗಳವನ್ನೂ ನನಗೆ ಸಹಿಸಲಸಾಧ್ಯವಾಗುತ್ತಿತ್ತು. ಒಮ್ಮೆ ನನಗೆ ಶಾರೀರಿಕವಾಗಿ ಶಿಕ್ಷೆ ಕೊಟ್ಟ ನೆನಪಿದೆ. ನಾನು ಆ ಶಿಕ್ಷೆಯ ಬಗ್ಗೆ ಹೆಚ್ಚಾಗಿ ತಲೆಕೆಡಿಸಿಕೊಳ್ಳಲಿಲ್ಲ. ವಾಸ್ತವಾಂಶವೆಂದರೆ ಅದಕ್ಕೆ ನಾನು ಅರ್ಹ ಎಂದು ಪರಿಗಣಿಸಲಾಗಿತ್ತು. ನಾನು ಮನಕರಗುವಂತೆ ಅತ್ತುಬಿಟ್ಟೆ. ಅದು ನಡೆದದ್ದು ನಾನು ಮೊದಲನೇ ಅಥವಾ ಎರಡನೇ ತರಗತಿಯಲ್ಲಿದ್ದಾಗ. ನಾನು ಏಳನೇ ತರಗತಿಯಲ್ಲಿದ್ದಾಗ ಅಂತಹದೇ ಒಂದು ಘಟನೆ ನಡೆಯಿತು. ಆಗ ದೊರಾಬ್‌ಜೀ ಎದುಲ್‌ಜೀ ಗಿಮಿ ಮುಖ್ಯೋಪಧ್ಯಾಯರಾಗಿದ್ದರು. ಅವರು ಶಿಸ್ತಿನವರಾಗಿದ್ದರಿಂದ, ಅಚ್ಚು ಕಟ್ಟನ್ನು ಪಾಲಿಸುವವರಾಗಿದ್ದರಿಂದ ಮತ್ತು ಒಳ್ಳೆಯ ಉಪಾಧ್ಯಾಯರಾಗಿದ್ದರಿಂದ ವಿದ್ಯಾರ್ಥಿಗಳ ನಡುವೆ ಅವರು ಜನಪ್ರಿಯರಾಗಿದ್ದರು. ಅವರು ಅಂಗಸಾಧನೆ ಮತ್ತು ಕ್ರಿಕೆಟ್ ಆಟವನ್ನು ಮೇಲಿನ ತರಗತಿಗಳ ಬಾಲಕರಿಗೆ ಕಡ್ಡಾಯ ಮಾಡಿದ್ದರು. ನಾನು ಅವೆರಡನ್ನೂ ಇಷ್ಟಪಡುತ್ತಿರಲಿಲ್ಲ. ಅವನ್ನು ಕಡ್ಡಾಯ ಮಾಡುವ ಮೊದಲು ನಾನು ಯಾವುದೇ ಅಂಗಸಾಧನೆಯಲ್ಲಿ, ಕ್ರಿಕೆಟ್ ಅಥವಾ ಫುಟ್‌ಬಾಲ್ ಆಟಗಳಲ್ಲಿ ಭಾಗವಹಿಸುತ್ತಿರಲಿಲ್ಲ. ಈ ಔದಾಸೀನ್ಯಕ್ಕೆ ನನ್ನ ನಾಚಿಕೊಳ್ಳುವ ಸ್ವಭಾವ ಒಂದು ಕಾರಣವಾಗಿತ್ತು. ಈಗ ನನಗೆ ಅದು ತಪ್ಪು ಎಂದು ಕಾಣಿಸುತ್ತಿದೆ. ಅಂಗಸಾಧನೆಗೂ ಶಿಕ್ಷಣಕ್ಕೂ ಯಾವುದೇ ಸಂಬಂಧವಿಲ್ಲ ಎಂಬ ತಪ್ಪು ಅಭಿಪ್ರಾಯ ಆಗ ನನ್ನಲ್ಲಿತ್ತು. ಇಂದು ನನಗೆ ದೈಹಿಕ ತರಬೇತಿ ಮಾನಸಿಕ ತರಬೇತಿಯಷ್ಟೇ ಶಿಕ್ಷಣ ಕ್ರಮದಲ್ಲಿ ಸ್ಥಾನವನ್ನು ಪಡೆಯಬೇಕು ಎಂದು ತಿಳಿದಿದೆ.

ಹಾಗಿದ್ದರೂ ಅಂಗಸಾಧನೆಯಿಂದ ದೂರ ಇದ್ದರೂ ನನಗೇನೂ ಕೆಡಕಾಗಲಿಲ್ಲ ಎಂಬುದನ್ನು ಉಲ್ಲೇಖಿಸಬಹುದು. ಹೊರಗಿನ ಗಾಳಿಯಲ್ಲಿ ದೀರ್ಘವಾಗಿ ಓಡಾಡುವುದರಿಂದ ಆಗುವ ಪ್ರಯೋಜನಗಳ ಬಗ್ಗೆ ನಾನು ಪುಸ್ತಕಗಳಲ್ಲಿ ಓದಿದ್ದೆ. ಈ ಸಲಹೆಯನ್ನು ನಾನು ಮೆಚ್ಚಿಕೊಂಡಿದ್ದರಿಂದ

ಓಡಾಡುವ ಅಭ್ಯಾಸವನ್ನು ರೂಪಿಸಿಕೊಂಡೆ. ಆ ಅಭ್ಯಾಸವನ್ನು ನಾನು ಇಂದೂ ಉಳಿಸಿಕೊಂಡು ಬಂದಿದ್ದೇನೆ. ಈ ಓಡಾಟಗಳು ನನಗೆ ಚೆನ್ನಾಗಿರುವ ದೃಢವಾದ ದೇಹಸ್ಥಿತಿಯನ್ನು ಕೊಟ್ಟಿವೆ.

ನನ್ನ ತಂದೆಗೆ ದಾದಿಯಂತೆ ಸೇವೆ ಸಲ್ಲಿಸಬೇಕೆಂಬ ಉತ್ಕಟ ಅಪೇಕ್ಷೆ ನನ್ನಲ್ಲಿದ್ದುದು ಅಂಗಸಾಧನೆಯನ್ನು ಇಷ್ಟಪಡದಿರಲು ಒಂದು ಕಾರಣವಾಗಿತ್ತು. ಶಾಲೆ ಮುಗಿಯುತ್ತಿದ್ದಂತೆ ಮನೆಗೆ ಓಡಿಹೋಗುತ್ತಿದ್ದೆ ಮತ್ತು ತಂದೆಯ ಸೇವೆಯನ್ನು ಆರಂಭಿಸುತ್ತಿದ್ದೆ. ಕಡ್ಡಾಯ ಅಂಗಸಾಧನೆ ನನ್ನ ಸೇವೆಗೆ ನೇರವಾಗಿ ತಡೆಯನ್ನೊಡ್ಡಿತು. ನಾನು ಮಿ. ಗಿಮಿಯವರಲ್ಲಿ ವಿನಾಯಿತಿಯನ್ನು ಕೊಡಬೇಕೆಂದು ಪ್ರಾರ್ಥಿಸಿದೆ. ಇದರಿಂದ ನನಗೆ ತಂದೆಯ ಸೇವೆಮಾಡಲು ಅನುಕೂಲವಾಗುವುದು ಎಂದು ತಿಳಿಸಿದೆ. ಆದರೆ ಅವರು ನನ್ನ ಮಾತನ್ನು ಕೇಳಲೇ ಇಲ್ಲ. ಒಮ್ಮೆ ಒಂದು ಶನಿವಾರದ ದಿವಸ, ಬೆಳಗಿನ ಹೊತ್ತಿನಲ್ಲಿ ಶಾಲೆಯಿದ್ದಾಗ ನಾನು ಅಂಗಸಾಧನೆಗೆಂದು ಮಧ್ಯಾಹ್ನ ನಾಲ್ಕು ಗಂಟೆಯ ಹೊತ್ತಿಗೆ ಶಾಲೆಗೆ ಹೋಗಬೇಕಾಗಿತ್ತು. ನನ್ನ ಬಳಿ ಗಡಿಯಾರವಿರಲಿಲ್ಲ. ಮೋಡಗಳು ನನಗೆ ಮೋಸಮಾಡಿದವು. ನಾನು ಅಂದು ಶಾಲೆಯನ್ನು ಸೇರುವುದಕ್ಕೂ ಮುಂಚೆಯೇ ಎಲ್ಲ ಹುಡುಗರು ಶಾಲೆಯನ್ನು ಬಿಟ್ಟು ಹೊರಟುಹೋಗಿದ್ದರು. ಮಾರನೇ ದಿನ ಮಿ. ಗಿಮಿ ಹಾಜರಿ ಯಾದಿ(ರೋಲ್ - ಹೆಸರುಪಟ್ಟಿ)ಯನ್ನು ಪರಿಶೀಲಿಸುತ್ತಿದ್ದಾಗ ನನಗೆ ಗೈರುಹಾಜರಿಯ ಗುರುತು ಹಾಕಿದ್ದನ್ನು ಕಂಡರು. ಗೈರು ಹಾಜರಾದದ್ದಕ್ಕೆ ಕಾರಣವನ್ನು ಕೇಳಿದಾಗ ನಡೆದದ್ದನ್ನು ಅವರಿಗೆ ತಿಳಿಸಿದೆ. ಅವರು ನನ್ನ ಮಾತನ್ನು ನಂಬಲಿಲ್ಲ ಮತ್ತು ಒಂದು ಅಥವಾ ಎರಡು ಆಣೆ (ಎಷ್ಟು ಎಂದು ಮರೆತುಹೋಗಿದೆ) ದಂಡವನ್ನು ಕೊಡುವಂತೆ ಅಪ್ಪಣೆಮಾಡಿದರು.

ಸುಳ್ಳು ಹೇಳಿದ್ದಕ್ಕಾಗಿ ನನ್ನನ್ನು ತಪ್ಪಿತಸ್ಥನೆಂದು ತೀರ್ಮಾನಿಸಲಾಗಿತ್ತು! ಅದರಿಂದ ನನಗೆ ತುಂಬಾ ನೋವಾಯಿತು. ನಾನು ನಿರಪರಾಧಿ ಎಂಬುದನ್ನು ಹೇಗೆ ರುಜುವಾತುಪಡಿಸುವುದು? ದಾರಿಯೇ ಇರಲಿಲ್ಲ. ನಾನು ಕಡುಸಂಕಟಪಡುತ್ತ ಅತ್ತುಬಿಟ್ಟೆ. ಸತ್ಯವಂತನು ಹುಷಾರಾಗಿದ್ದು ಹೊಣೆಗಾರನೂ ಆಗಿರಬೇಕು. ಶಾಲೆಯಲ್ಲಿ ಅಸಡ್ಡೆಯಿಂದ ನಡೆದುಕೊಂಡ ಮೊದಲ ಘಟನೆ ಇದಾಗಿತ್ತು ಮತ್ತು ಇದೇ ಕಡೆಯ ಘಟನೆ ಕೂಡಾ ಆಗಿತ್ತು. ನಾನು ಪಾವತಿಮಾಡಿದ್ದ ದಂಡವನ್ನು ಮತ್ತೆ ಪಡೆದುಕೊಳ್ಳಲು ಪ್ರಯತ್ನಿಸಿ ಕಡೆಯಲ್ಲಿ ಯಶಸ್ವಿಯಾದೆ ಎಂಬ ನೆನಪು ನನ್ನಲ್ಲಿ ಮಬ್ಬಾಗಿ ಉಳಿದುಕೊಂಡಿದೆ. ನನ್ನ ತಂದೆ ಸ್ವತಃ ಮುಖ್ಯೋಪಾಧ್ಯಾಯರಿಗೆ ಪತ್ರ ಬರೆದು ಶಾಲೆಯ ನಂತರ ಮನೆಯಲ್ಲಿ ನನ್ನ ಅವಶ್ಯಕತೆಯಿರುವುದಾಗಿ ತಿಳಿಸಿದರು. ಅದರಿಂದ ಸಹಜವಾಗಿ ನನಗೆ ಅಂಗಸಾಧನೆಯಿಂದ ವಿನಾಯಿತಿ ಸಿಕ್ಕಿತು.

ಅಂಗಸಾಧನೆಯನ್ನು ನಿರ್ಲಕ್ಷಿಸಿದ್ದಕ್ಕಾಗಿ ನನಗೆ ಕೆಡುಕಾಗಲಿಲ್ಲ. ಹಾಗಿದ್ದರೂ ಇನ್ನೊಂದು ವಿಚಾರವನ್ನು ನಾನು ನಿರ್ಲಕ್ಷಿಸಿದ್ದರಿಂದ ಇಂದಿಗೂ ನಾನು ಶಿಕ್ಷೆಯನ್ನು ಅನುಭವಿಸುತ್ತಿದ್ದೇನೆ. ಒಳ್ಳೆಯ ಕೈಬರಹ ಶಿಕ್ಷಣದ ಅವಶ್ಯಕ ಭಾಗವಲ್ಲ ಎಂಬ ಅಭಿಪ್ರಾಯವನ್ನು ನಾನು ಯಾವಾಗ ಪಡೆದೆನೋ ತಿಳಿಯದು. ಇಂಗ್ಲೆಂಡ್‌ಗೆ ಹೋಗುವವರೆಗೂ ನಾನು ಆ ಅಭಿಪ್ರಾಯವನ್ನು ಇಟ್ಟುಕೊಂಡಿದ್ದೆ. ತರುವಾಯ ವಿಶೇಷವಾಗಿ ದಕ್ಷಿಣ ಆಫ್ರಿಕದಲ್ಲಿ, ನಾನು ಆ ದೇಶದಲ್ಲಿ ಹುಟ್ಟಿ ಅಲ್ಲಿ ಶಿಕ್ಷಣ ಪಡೆದ ಯುವಕರು ಮತ್ತು ವಕೀಲರುಗಳ ಸುಂದರವಾದ ಕೈಬರಹವನ್ನು ಕಂಡೆ. ನನಗೆ ತುಂಬಾ ನಾಚಿಕೆಯಾಗಿತ್ತು. ನಾನು ಅದನ್ನು ನಿರ್ಲಕ್ಷಿಸಿದ್ದಕ್ಕಾಗಿ ಪಶ್ಚಾತ್ತಾಪಪಟ್ಟೆ. ಕೈ

ನಿಂದ ಕೆಟ್ಟದಾಗಿ ಬರೆಯುವುದನ್ನು ದೋಷಯುಕ್ತ ಶಿಕ್ಷಣದ ಗುರುತೆಂದು ಭಾವಿಸಬೇಕು. ಮುಂದೆ ಅದನ್ನು ಉತ್ತಮಪಡಿಸಿಕೊಳ್ಳಲು ಪ್ರಯತ್ನಿಸಿದೆ. ಆದರೆ ನನ್ನ ಯೌವನದಲ್ಲಿ ತೋರಿದ್ದ ಈ ಅಸಡ್ಡೆಯನ್ನು ನಾನು ಎಂದೂ ಸರಿಪಡಿಸಿಕೊಳ್ಳಲಾರೆ. ಪ್ರತಿಯೊಬ್ಬ ಪುರುಷ ಮತ್ತು ಮಹಿಳೆ ನನ್ನ ನಿರ್ದಶನದಿಂದ ಎಚ್ಚರಗೊಳ್ಳಲಿ. ಒಳ್ಳೆಯ ಕೈಬರಹ ಶಿಕ್ಷಣದ ಅವಶ್ಯಕ ಭಾಗ ಎಂದು ಅರ್ಥಮಾಡಿಕೊಳ್ಳಲಿ. ಹೇಗೆ ಬರೆಯಬೇಕು ಎಂದು ಕಲಿಸುವ ಮುಂಚೆ ಮಕ್ಕಳಿಗೆ ಮೊದಲು ಚಿತ್ರ ಕಲೆಯನ್ನು ಕಲಿಸಿಕೊಡಬೇಕೆಂಬುದು ನನ್ನ ಈಗಿನ ಅಭಿಪ್ರಾಯವಾಗಿದೆ. ಮಕ್ಕಳು ಬೇರೆಬೇರೆ ವಸ್ತುಗಳನ್ನು ಅಂದರೆ ಹೂವುಗಳು, ಪಕ್ಷಿಗಳು ಮುಂತಾದವನ್ನು ನೋಡುವಂತೆ ಅಕ್ಷರಗಳನ್ನು ಸೂಕ್ಷ್ಮವಾಗಿ ನೋಡಿ ಕಲಿಯಲಿ. ವಸ್ತುಗಳನ್ನು ಚಿತ್ರಿಸುವುದನ್ನು ಕಲಿತ ಮೇಲೆ ಮಾತ್ರ ಮಗು ಕೈಬರಹವನ್ನು ಕಲಿಯಲಿ. ಆಗ ಮಗು ಸುಂದರವಾಗಿ ರೂಪು ಪಡೆದ ಕೈನಿಂದ ಬರೆಯುವುದು.

ನನ್ನ ಶಾಲಾದಿನಗಳ ಇನ್ನೂ ಎರಡು ನೆನಪುಗಳನ್ನು ದಾಖಲಿಸುವುದು ಬೆಲೆಯುಳ್ಳದ್ದು ಎಂದು ನಾನು ಭಾವಿಸಿದ್ದೇನೆ. ನನ್ನ ಮದುವೆಯ ಕಾರಣದಿಂದ ನಾನು ಒಂದು ವರ್ಷವನ್ನು ಕಳೆದುಕೊಂಡಿದ್ದೆ. ಒಂದು ತರಗತಿಯನ್ನು ಬಿಟ್ಟು ಮುಂದಿನ ತರಗತಿಗೆ ಹಾರಿ ಹೋಗುವ ಮೂಲಕ ಈ ನಷ್ಟವನ್ನು ತುಂಬಿಕೊಳ್ಳಬೇಕೆಂದು ಶಿಕ್ಷಕರು ಅಪೇಕ್ಷಿಸಿದ್ದರು. ಈ ಸವಲತ್ತನ್ನು ಸಾಮಾನ್ಯವಾಗಿ ಕಷ್ಟಪಟ್ಟು ಓದುವ ಹುಡುಗರಿಗೆ ಅನುಗ್ರಹಿಸಲಾಗುತ್ತಿತ್ತು. ಈ ಕಾರಣದಿಂದಾಗಿ ನಾನು ಮೂರನೇ ಶರಗತಿಯಲ್ಲಿ ಕೇವಲ ಆರು ತಿಂಗಳು ಮಾತ್ರ ಇದ್ದೆ ಮತ್ತು ಪರೀಕ್ಷೆಗಳ ತರುವಾಯ ನಾಲ್ಕನೇ ತರಗತಿಗೆ ಬಡತಿ (ಪ್ರಮೋಷನ್) ಪಡೆದೆ. ಪರೀಕ್ಷೆಗಳ ತರುವಾಯ ಬೇಸಿಗೆ ರಜೆ ಆರಂಭವಾಗಿತ್ತು. ನಾಲ್ಕನೆ ತರಗತಿಯ ಬಹುಪಾಲು ವಿಷಯಗಳಿಗೆ ಇಂಗ್ಲಿಷ್, ಬೋಧನೆಯ ಮಾಧ್ಯಮವಾಗಿತ್ತು. ನಾನು ಪೂರ್ಣವಾಗಿ ಕಡಲಿನಲ್ಲಿ ಮುಳುಗಿದಂತೆ ಭಾಸವಾಯ್ತು. ಹೊಸ ವಿಷಯವಾಗಿದ್ದ ರೇಖಾಗಣಿತದಲ್ಲಿ ನಾನು ಸಮರ್ಥನಾಗಿರಲಿಲ್ಲ. ಇಂಗ್ಲಿಷ್ ಮಾಧ್ಯಮದ ದೆಸೆಯಿಂದ ಅದು ನನಗೆ ಇನ್ನೂ ಕಷ್ಟಕರವಾಗಿ ತೋರಿತು. ಶಿಕ್ಷಕರು ಅದನ್ನು ತುಂಬಾ ಚೆನ್ನಾಗಿ ಬೋಧಿಸುತ್ತಿದ್ದರು. ಆದರೆ ನನಗೆ ಅದನ್ನು ಅನುಸರಿಸಲು ಸಾಧ್ಯವಾಗಿರಲಿಲ್ಲ. ಆಗಾಗ್ಗೆ ನಾನು ಎದೆಗುಂದುತ್ತಿದ್ದೆ ಮತ್ತು ಮೂರನೇ ತರಗತಿಗೆ ವಾಪಸ್ ಹೋಗಲೆ ಎಂದು ಚಿಂತಿಸುತ್ತಿದ್ದೆ. ಎರಡು ವರ್ಷಗಳ ಅಧ್ಯಯನವನ್ನು ಒಂದೇ ವರ್ಷದಲ್ಲಿ ತುಂಬುವುದು ಭಾರಿ ಹೆಬ್ಬಯಕೆ ಎಂಬ ಭಾವನೆ ನನ್ನಲ್ಲಿ ಹುಟ್ಟಿಕೊಂಡಿತ್ತು. ಆದರೆ ಹಾಗೆ ಮಾಡಿದ್ದರೆ ನನಗಷ್ಟೇ ಅಲ್ಲದೇ ಶಿಕ್ಷಕರಿಗೆ ಕೂಡಾ ಅಪಕೀರ್ತಿ ಬರುತ್ತಿತ್ತು. ಏಕೆಂದರೆ ಶಿಕ್ಷಕರು ನಾನು ಕಷ್ಟಪಟ್ಟು ವ್ಯಾಸಂಗಮಾಡುವುದನ್ನು ಗಮನಿಸಿ ನನ್ನ ಬಡತಿಗೆ ಶಿಫಾರಸುಮಾಡಿದ್ದರು. ಆದ್ದರಿಂದ ಈ ಎರಡೂ ಕೆಟ್ಟ ಹೆಸರುಗಳಿಗೆ ಹೆದರಿಕೊಂಡು ನಾನು ಅದೇ ತರಗತಿಯಲ್ಲಿ ಉಳಿದುಕೊಂಡೆ. ಹಾಗಿರುವಾಗ ನಾನು ತುಂಬಾ ಕಷ್ಟಪಟ್ಟು ಯೂಕ್ಲಿಡ್‌ನ ಹದಿಮೂರನೇ ಪ್ರಮೇಯ (ಪ್ರಪೋಸಿಷನ್)ಕ್ಕೆ ಬಂದು ಮುಟ್ಟಿದಾಗ ನನಗೆ ಥಟ್ಟನೆ ವಿಷಯದಲ್ಲಿದ್ದ ಅತ್ಯಂತ ಸರಳತೆ ಗೋಚರವಾಯ್ತು. ಒಂದು ವಿಷಯ ಕೇವಲ ಸರಳವಾದ ಮತ್ತು ದೋಷರಹಿತವಾದ ವಿವೇಚನಾ ಸಾಮರ್ಥ್ಯವನ್ನು ಅಪೇಕ್ಷಿಸಿದಾಗ ಅದು ಕಷ್ಟದ ವಿಷಯವಾಗಲಾರದು. ಅಂದಿನಿಂದ ರೇಖಾಗಣಿತ ನನಗೆ ಸುಲಭವೂ ಮತ್ತು ಆಸಕ್ತಿದಾಯಕವೂ ಆಯಿತು.

ಹಾಗಿದ್ದರೂ ಸಂಸ್ಕೃತ ಕಷ್ಟದ ಅಧ್ಯಯನ ಎಂದು ಭಾಸವಾಯ್ತು. ರೇಖಾಗಣಿತದಲ್ಲಿ ಬಾಯಿಪಾಠ ಮಾಡುವಂತಹದೇನೂ ಇರಲಿಲ್ಲ. ಆದರೆ ನಾನು ಭಾವಿಸಿದಂತೆ ಸಂಸ್ಕೃತದಲ್ಲಿ ಪ್ರತಿಯೊಂದನ್ನು ಉರುಹಚ್ಚಿ ಕಲಿತುಕೊಳ್ಳಬೇಕಾಗಿತ್ತು. ನಾಲ್ಕನೇ ತರಗತಿಯಿಂದ ಈ ವಿಷಯವನ್ನು ಆರಂಭಿಸಲಾಗಿತ್ತು. ಆರನೇ ತರಗತಿಯನ್ನು ಪ್ರವೇಶಿಸುತ್ತಿದ್ದಂತೆಯೆ ನಾನು ಎದೆಗುಂದಿದೆ. ಶಿಕ್ಷಕರು ಕಷ್ಟದ ಕೆಲಸಕೊಡುವ ಉಪಾಧ್ಯಾಯರಾಗಿದ್ದರು. ಅವರಲ್ಲಿ ತೀವ್ರವಾಗಿ ಕಲಿಸುವ ಅಪೇಕ್ಷೆಯಿತ್ತು ಎಂದು ನಾನು ಭಾವಿಸಿದ್ದೆ. ವಿದ್ಯಾರ್ಥಿಗಳು ಪರಿಶ್ರಮಪಡುವಂತೆ ಅವರ ಮೇಲೆ ಒತ್ತಾಯ ಹೇರುತ್ತಿದ್ದರು. ಸಂಸ್ಕೃತ ಮತ್ತು ಪರ್ಷನ್ ಶಿಕ್ಷಕರ ನಡುವೆ ಒಂದು ಬಗೆಯ ಪೈಪೋಟಿ ನಡೆಯುತ್ತಿತ್ತು. ಪರ್ಷನ್ ಶಿಕ್ಷಕರು ಮೃದು ಸ್ವಭಾವದವರಾಗಿದ್ದರು. ಪರ್ಷನ್ ಕಲಿಯಲು ತುಂಬಾ ಸುಲಭವೆಂದೂ ಮತ್ತು ಪರ್ಷನ್ ಶಿಕ್ಷಕರು ತುಂಬಾ ಒಳ್ಳೆಯವರೆಂದೂ ಮತ್ತು ವಿದ್ಯಾರ್ಥಿಗಳ ಬಗ್ಗೆ ಕಳಕಳಿಯನ್ನು ತೋರಿಸುವವರೆಂದೂ ಹುಡುಗರು ತಮ್ಮತಮ್ಮಲ್ಲೆ ಮಾತಾಡಿಕೊಳ್ಳುತ್ತಿದ್ದರು. ಅದು 'ಸರಳವಾದದ್ದು' ಎಂಬುದು ನನ್ನನ್ನು ಪ್ರೇರೇಪಿಸಿದ್ದರಿಂದ ಒಂದು ದಿನ ನಾನು ಪರ್ಷನ್ ತರಗತಿಯಲ್ಲಿ ಕೂತಿದ್ದೆ. ಸಂಸ್ಕೃತ ಶಿಕ್ಷಕರಿಗೆ ಇದರಿಂದ ಸಂಕಟವಾಯ್ತು. ಅವರು ನನ್ನನ್ನು ತಮ್ಮ ಪಕ್ಕಕ್ಕೆ ಕರೆದು ಹೇಳಿದರು: 'ನೀನು ವೈಷ್ಣವ ತಂದೆಯ ಮಗ ಎಂಬುದನ್ನು ಹೇಗೆ ಮರೆಯಬಲ್ಲೆ? ನಿನ್ನ ಸ್ವಂತ ಧರ್ಮದ ಭಾಷೆಯನ್ನು ನೀನು ಕಲಿಯಲಾರೆಯಾ? ನಿನಗೆ ಏನಾದರೂ ತೊಡಕುಂಟಾದರೆ ನನ್ನ ಬಳಿಗೆ ಏಕೆ ಬರಬಾರದು? ನಾನು ನಿಮಗೆ ('ವಿದ್ಯಾರ್ಥಿಗಳಿಗೆ), ನನ್ನ ಶಕ್ತಿಮೀರಿ ಬೋಧಿಸಲು ಇಷ್ಟಪಡುತ್ತೇನೆ. ಮುಂದುವರೆದಂತೆ ನೀನು ಅದರಲ್ಲಿ ತಲ್ಲೀನವಾಗಿಬಿಡುವಂತಹ ಆಸಕ್ತಿಯುಳ್ಳ ವಿಷಯಗಳನ್ನು ಕಾಣುವೆ. ನೀನು ಧೈರ್ಯವನ್ನು ಕಳೆದುಕೊಳ್ಳಬಾರದು. ಮತ್ತೆ ಬಂದು ಸಂಸ್ಕೃತ ತರಗತಿಯಲ್ಲಿ ಕುಳಿತುಕೊ.'

ಆ ದಯಾಭಾವವನ್ನು ಕಂಡು ನಾನು ನಾಚಿಕೊಂಡೆ. ನಾನು ನನ್ನ ಶಿಕ್ಷಕರ ವಿಶ್ವಾಸವನ್ನು ಕಡೆಗಣಿಸುವಂತಿರಲಿಲ್ಲ. ಇಂದು ನಾನು ಕೃಷ್ಣಶಂಕರ್ ಪಾಂಡ್ಯಅವರನ್ನು ಕೃತಜ್ಞತೆಯಿಂದ ಸ್ಮರಿಸಿಕೊಳ್ಳದೇ ಇರಲಾರೆ. ಆಗ ನಾನು ಅಲ್ಪ ಸಂಸ್ಕೃತ ಜ್ಞಾನವನ್ನು ಗಳಿಸಿಕೊಂಡಿರದಿದ್ದರೆ ನಮ್ಮ ಪವಿತ್ರ ಗ್ರಂಥಗಳಲ್ಲಿ ಯಾವುದೇ ಆಸಕ್ತಿಯನ್ನು ತೋರಿಸಲು ಕಷ್ಟವಾಗುತ್ತಿತ್ತು. ವಾಸ್ತವವಾಗಿ ಆ ಭಾಷೆಯಲ್ಲಿ ಇನ್ನೂ ಹೆಚ್ಚಿನ ಜ್ಞಾನವನ್ನು ಸಂಪಾದಿಸಿಕೊಳ್ಳಲು ಸಾಧ್ಯವಾಗದಿದ್ದುದಕ್ಕೆ ನನಗೆ ತುಂಬಾ ದುಃಖವಾಗಿದೆ. ಏಕೆಂದರೆ ಪ್ರತಿಯೊಬ್ಬ ಹಿಂದೂ ಬಾಲಕ ಮತ್ತು ಬಾಲಕಿ ಸಂಸ್ಕೃತದ ಪಕ್ಕಾ ಜ್ಞಾನವನ್ನು ಹೊಂದಿರಬೇಕು ಎಂದು ನನಗೆ ಮನದಟ್ಟಾಗಿದೆ.

ಎಲ್ಲ ಭಾರತೀಯ ಉನ್ನತ ಶಿಕ್ಷಣದ ಪಠ್ಯಕ್ರಮ (ಕರಿಕ್ಯುಲ)ದಲ್ಲಿ ದೇಶೀಯ ಭಾಷೆಗಳ ತರಗತಿಗಳ ಜತೆಯಲ್ಲಿ ಹಿಂದಿ, ಸಂಸ್ಕೃತ, ಪರ್ಷನ್, ಅರೇಬಿಕ್ ಮತ್ತು ಇಂಗ್ಲಿಷ್‌ಗೂ ಸ್ಥಾನ ಇರಬೇಕೆಂಬುದು ನನ್ನ ಅಭಿಪ್ರಾಯವಾಗಿದೆ. ಈ ದೊಡ್ಡ ಪಟ್ಟಿ ಯಾರಲ್ಲೂ ದಿಗಿಲನ್ನು ಹುಟ್ಟಿಸಬಾರದು. ನಮ್ಮ ಶಿಕ್ಷಣ ಇನ್ನೂ ಹೆಚ್ಚು ಕ್ರಮಬದ್ಧವಾಗಿದ್ದರೆ ಮತ್ತು ವಿದೇಶಿ ಮಾಧ್ಯಮದ ಮೂಲಕ ತಮ್ಮ ವಿಷಯಗಳನ್ನು ಕಲಿಯಬೇಕೆಂಬ ಭಾರ ತಪ್ಪುವುದಾದರೆ ಈ ಎಲ್ಲ ಭಾಷೆಗಳನ್ನು ಕಲಿಯುವುದು ವಿದ್ಯಾರ್ಥಿಗಳಿಗೆ ತಲೆಚಿಟ್ಟುಹಿಡಿಸುವುದಿಲ್ಲ ಎಂದು ನನಗೆ ಖಂಡಿತವಾಗಿದೆ. ಅದರಿಂದ ಅವರಿಗೆ ಪರಿಪೂರ್ಣ ಆನಂದ ಸಿಗುವುದು. ಒಂದು ಭಾಷೆಯ ಶಾಸ್ತ್ರೀಯವಾದ

ಜ್ಞಾನ ಬೇರೆ ಭಾಷೆಗಳನ್ನು ತೌಲನಿಕವಾಗಿ ಅಧ್ಯಯನ ಮಾಡುವುದನ್ನು ಸುಲಭ ಮಾಡಿಕೊಡುವುದು.

ನಿಜವಾದ ಸಂಗತಿಯೆಂದರೆ ಹಿಂದಿ, ಗುಜರಾತಿ ಮತ್ತು ಸಂಸ್ಕೃತವನ್ನು ಒಂದೇ ಭಾಷೆಯೆಂದು ಪರಿಗಣಿಸಬಹುದು. ಪರ್ಷನ್ ಮತ್ತು ಅರೇಬಿಕ್‌ಅನ್ನು ಒಂದು ಭಾಷೆಯೆಂದೂ ಪರಿಗಣಿಸಬಹುದು ಪರ್ಷನ್ ಭಾಷೆಯನ್ನು ಆರ್ಯನ್ ಎಂದೂ ಅರೇಬಿಕ್‌ಅನ್ನು ಸಿಮಿಟಿಕ್ (ಸೆಮೈಟ್ ಸಂತತಿಯ) ಭಾಷೆಗಳ ಕುಟುಂಬಕ್ಕೆ ಸೇರಿದ್ದೆಂದು ಭಾವಿಸಿದರೂ ಪರ್ಷನ್ ಮತ್ತು ಅರೇಬಿಕ್ ನಡುವೆ ಆಪ್ತ ಸಂಬಂಧವಿದೆ. ಏಕೆಂದರೆ ಈ ಎರಡೂ ಭಾಷೆಗಳು ಇಸ್ಲಾಂನ ಉದಯದ ಮೂಲಕ ಬೆಳೆದವು. ಉರ್ದುಭಾಷೆಯನ್ನು ನಾನು ಒಂದು ಭಿನ್ನ ಭಾಷೆ ಎಂದು ಪರಿಗಣಿಸುವುದಿಲ್ಲ. ಏಕೆಂದರೆ ಅದು ಹಿಂದಿ ವ್ಯಾಕರಣವನ್ನು ಮತ್ತು ಮುಖ್ಯವಾಗಿ ಅರೇಬಿಕ್ ಮತ್ತು ಪರ್ಷನ್ ಶಬ್ದಕೋಶವನ್ನು ತನ್ನದಾಗಿಸಿಕೊಂಡಿದೆ. ಚೆನ್ನಾಗಿ ಉರ್ದು ಭಾಷೆಯನ್ನು ಕಲಿಯ ಬೇಕೆಂದಿರುವವರು ಪರ್ಷನ್ ಮತ್ತು ಅರೇಬಿಕ್ ಭಾಷೆಗಳನ್ನು ಕಲಿಯಬೇಕು. ಹಾಗೆಯೇ ಚೆನ್ನಾಗಿ ಗುಜರಾತಿ, ಹಿಂದಿ, ಬೆಂಗಾಳಿ ಮತ್ತು ಮರಾಠಿಯನ್ನು ಕಲಿಯುವವರು ಸಂಸ್ಕೃತ ಭಾಷೆಯನ್ನು ಕಲಿಯಬೇಕು.

6. ಒಂದು ಶೋಚನೀಯ ಘಟನೆ

ಪ್ರೌಢಶಾಲೆಯಲ್ಲಿ ಬೇರೆ ಬೇರೆ ಅವಧಿಗಳಲ್ಲಿ ನನ್ನ ಜತೆಯಲ್ಲಿದ್ದ ಕೆಲವು ಗೆಳೆಯರಲ್ಲಿ ಇಬ್ಬರು ನನ್ನ ಆಪ್ತರಾಗಿದ್ದರು ಎಂದು ಹೇಳಬಹುದು. ಈ ಗೆಳೆತನಗಳಲ್ಲಿ ಒಂದು ಗೆಳೆತನವನ್ನು ನಾನು ತೊರೆಯದಿದ್ದರೂ ಅದು ತುಂಬಾ ಸಮಯ ಮುಂದುವರೆಯಲಿಲ್ಲ. ನಾನು ಇನ್ನೊಬ್ಬನನ್ನು ಗೆಳೆಯನನ್ನಾಗಿ ಮಾಡಿಕೊಂಡೆನೆಂದು ಆತ ನನ್ನ ಗೆಳೆತನವನ್ನು ತೊರೆದಿದ್ದ. ಈ ಎರಡನೆಯ ಗೆಳೆತನ ನನ್ನ ಜೀವನದ ಒಂದು ಶೋಚನೀಯ ಘಟನೆಯಾಗಿ ಪರಿಣಮಿಸಿತು. ಈ ಗೆಳೆತನ ಬಹಳ ಕಾಲ ಉಳಿದಿತ್ತು. ಈ ಗೆಳೆತನವನ್ನು ನಾನು ಸುಧಾರಕನ ಹುರುಪಿನಲ್ಲಿ ಬೆಳಸಿಕೊಂಡಿದ್ದೆ.

ಈ ಸಂಗಡಿಗ ಮೊದಲು ನನ್ನ ಅಣ್ಣನ ಗೆಳೆಯನಾಗಿದ್ದ. ಅವರಿಬ್ಬರೂ ಸಹಪಾಠಿಗಳಾಗಿದ್ದರು. ನನಗೆ ಅವನ ದೌರ್ಬಲ್ಯದ ಅರಿವಿತ್ತು. ಆದರೂ ಅವನನ್ನು ವಿಶ್ವಾಸಾರ್ಹ ಗೆಳೆಯನೆಂದು ಪರಿಗಣಿಸಿದ್ದೆ. ನನ್ನ ತಾಯಿ, ನನ್ನ ಅಣ್ಣ ಮತ್ತು ನನ್ನ ಹೆಂಡತಿ ನಾನು ಕೆಟ್ಟ ಸಹವಾಸದಲ್ಲಿದ್ದೇನೆಂದು ಎಚ್ಚರಿಸಿದ್ದರು. ನನ್ನ ಹೆಂಡತಿಯ ಎಚ್ಚರಿಕೆಗೆ ಲಕ್ಷ (ಲಕ್ಷ್ಯ) ಕೊಡಲಾರದಷ್ಟು ಗರ್ವ ನನ್ನಲ್ಲಿತ್ತು. ಆದರೆ ನನ್ನ ತಾಯಿ ಮತ್ತು ನನ್ನ ಅಣ್ಣನ ಅಭಿಪ್ರಾಯಕ್ಕೆ ವಿರುದ್ಧವಾಗಿ ಹೋಗುವ ಧೈರ್ಯ ನನ್ನಲ್ಲಿರಲಿಲ್ಲ. ಆದಾಗ್ಯೂ ನಾನು ಅವರೊಂದಿಗೆ

ವಾದಿಸುತ್ತ ಹೇಳಿದೆ: 'ನೀವು ಆರೋಪಿಸುವಂತಹ ದೌರ್ಬಲ್ಯ ಅವನಲ್ಲಿದೆ ಎಂದು ನನಗೆ ಗೊತ್ತಿದೆ. ಆದರೆ ನಿಮಗೆ ಅವನ ಸದ್ಗುಣಗಳ ಪರಿಚಯವಿಲ್ಲ. ನಾನು ಅವನನ್ನು ಸುಧಾರಿಸಲು ಅವನ ಸಹವಾಸ ಮಾಡಿರುವುದರಿಂದ ಅವನು ನನ್ನ ದಾರಿ ತಪ್ಪಿಸಲಾರ. ಅವನು ಅವನ ದಾರಿಗಳನ್ನು ಉತ್ತಮಪಡಿಸಿಕೊಂಡರೆ ಅವನೊಬ್ಬ ಅದ್ಭುತ ವ್ಯಕ್ತಿಯಾಗುತ್ತಾನೆ ಎಂದು ನನಗೆ ಖಂಡಿತವಾಗಿದೆ. ನನ್ನ ಬಗ್ಗೆ ಆತಂಕಗೊಳ್ಳಬಾರದೆಂದು ನಿಮ್ಮಲ್ಲಿ ಬೇಡಿಕೊಳ್ಳುತ್ತೇನೆ.'

ಅವರಿಗೆ ಅದರಿಂದ ಸಮಾಧಾನವಾಯಿತು ಎಂದು ನನಗನ್ನಿಸಲಿಲ್ಲ. ಹಾಗಿದ್ದರೂ ಅವರು ನನ್ನ ವಿವರಣೆಯನ್ನು ಒಪ್ಪಿಕೊಂಡರು ಮತ್ತು ನನ್ನ ದಾರಿಯಲ್ಲಿ ಹೋಗಲು ನನಗೆ ಅವಕಾಶ ಕೊಟ್ಟರು.

ನನ್ನ ಲೆಕ್ಕಾಚಾರ ತಪ್ಪಾಗಿತ್ತು ಎಂದು ಮುಂದೆ ನನಗೆ ಗೊತ್ತಾಯಿತು. ತಾನು ಯಾರನ್ನು ಸುಧಾರಿಸಲು ಪ್ರಯತ್ನಿಸುತ್ತಿರುತ್ತಾನೋ ಅಂತಹವನೊಂದಿಗೆ ಸುಧಾರಕನು ಆಪ್ತ ಸಂಬಂಧವನ್ನು ಇಟ್ಟುಕೊಂಡಿರಲು ಸಮರ್ಥನಾಗಿರುವುದಿಲ್ಲ. ಅಪ್ಪಟ ಗೆಳೆತನ ಎನ್ನುವುದು ಜೀವಗಳ ಅನನ್ಯತೆಯಾಗಿದ್ದು ಅದು ಈ ಜಗತ್ತಿನಲ್ಲಿ ಅಪರೂಪವಾಗಿ ಕಾಣುವಂತಹದು. ಒಂದೇ ಸ್ವಭಾವಗಳ ನಡುವಣ ಗೆಳೆತನ ಮಾತ್ರ ಸಂಪೂರ್ಣವಾಗಿ ಬೆಲೆಯುಳ್ಳದ್ದಾಗಿರುವುದು ಮತ್ತು ದೀರ್ಘಕಾಲ ಸಹನೀಯವಾಗಿರುವುದು. ಗೆಳೆಯರು ಪರಸ್ಪರ ಪ್ರತಿಕ್ರಿಯೆಯನ್ನು ವ್ಯಕ್ತಪಡಿಸುತ್ತಿರುತ್ತಾರೆ. ಆದ್ದರಿಂದ ಗೆಳೆತನದಲ್ಲಿ ಸುಧಾರಣೆಗೆ ತೀರ ಅಲ್ಪ ಅವಕಾಶವಿರುತ್ತದೆ. ಎಲ್ಲ ಪ್ರತ್ಯೇಕತಾ ಮನೋಭಾವವಿರುವ ಆತ್ಮೀಯತೆಗಳನ್ನು ತ್ಯಜಿಸಿಬಿಡಬೇಕು ಎಂಬುದು ನನ್ನ ಅಭಿಪ್ರಾಯವಾಗಿದೆ. ಏಕೆಂದರೆ ಮನುಷ್ಯನು ಸಜ್ಜನಿಕೆಗಿಂತ ದುಷ್ಟತನವನ್ನು ತುಂಬಾ ಮನಃಪೂರ್ವಕವಾಗಿ ಸ್ವೀಕರಿಸುತ್ತಾನೆ. ಯಾರು ದೇವರೊಂದಿಗೆ ಗೆಳೆತನದಿಂದಿರುತ್ತಾರೋ ಅವರು ಒಂಟಿಯಾಗಿರಬೇಕು ಅಥವಾ ಇಡೀ ಜಗತ್ತನ್ನು ತನ್ನ ಗೆಳೆಯನನ್ನಾಗಿ ಮಾಡಿಕೊಂಡಿರಬೇಕು. ನನ್ನ ಅಭಿಪ್ರಾಯ ತಪ್ಪಿರಬಹುದು. ಆದರೆ ಆತ್ಮೀಯ ಗೆಳೆತನವನ್ನು ಗಳಿಸಲು ನಡೆಸಿದ್ದ ಪ್ರಯತ್ನ ವಿಫಲ ಎಂದು ಸಾಬೀತಾಯಿತು.

ನಾನು ಮೊದಲು ನನ್ನ ಗೆಳೆಯನ ಸಂಪರ್ಕಕ್ಕೆ ಬಂದಾಗ ಆ ಕಾಲದಲ್ಲಿ ರಾಜ್‌ಕೋಟ್ ಮೇಲೆ ಸುಧಾರಣೆಯ ಗಾಳಿ ಬೀಸುತ್ತಿತ್ತು. ನಮ್ಮ ಅನೇಕ ಶಿಕ್ಷಕರು ಗುಟ್ಟಾಗಿ ಮಾಂಸ ಮತ್ತು ಮದ್ಯವನ್ನು ಸೇವಿಸುತ್ತಾರೆಂದು ಅವನು ನನಗೆ ತಿಳಿಸಿದನು. ರಾಜ್‌ಕೋಟ್‌ನ ಅನೇಕ ಖ್ಯಾತ ವ್ಯಕ್ತಿಗಳು ಅದೇ ಸಹವಾಸದಲ್ಲಿದ್ದಾರೆಂದು ತಿಳಿಸಿ ಅವರ ಹೆಸರುಗಳನ್ನು ಹೇಳಿದನು. ಅವರಲ್ಲಿ ಕೆಲವು ಪ್ರೌಢಶಾಲಾ ವಿದ್ಯಾರ್ಥಿಗಳು ಕೂಡಾ ಇದ್ದಾರೆಂದು ಅವನು ನನಗೆ ತಿಳಿಸಿದ್ದ.

ಇದನ್ನು ಕೇಳಿ ನನಗೆ ದುಃಖವಾಯಿತು ಮತ್ತು ಆಶ್ಚರ್ಯಕೂಡಾ ಆಯಿತು. ಅದಕ್ಕೆ ಕಾರಣವೇನು ಎಂದು ನಾನು ನನ್ನ ಗೆಳೆಯನನ್ನು ಪ್ರಶ್ನಿಸಿದೆ. ಅವನು ಅದನ್ನು ಈ ರೀತಿ ವಿವರಿಸಿದ: 'ನಾವು ದುರ್ಬಲರಾಗಿದ್ದೇವೆ ಏಕೆಂದರೆ ನಾವು ಮಾಂಸವನ್ನು ತಿನ್ನುವುದಿಲ್ಲ. ಇಂಗ್ಲಿಷರು ನಮ್ಮನ್ನು ಆಳಲು ಶಕ್ತರಾಗಿದ್ದಾರೆ. ಏಕೆಂದರೆ ಅವರು ಮಾಂಸ ತಿನ್ನುವವರು. ನಿನಗೆ ಗೊತ್ತಿರುವಂತೆ ನಾನು ಎಷ್ಟೊಂದು ಗಟ್ಟಿಯಾಗಿದ್ದೇನೆ ಮತ್ತು ತುಂಬಾ ವೇಗದ ಓಟಗಾರ ಕೂಡಾ ಆಗಿದ್ದೇನೆ. ಅದಕ್ಕೆ ಕಾರಣವೆಂದರೆ ನಾನೊಬ್ಬ ಮಾಂಸ ಭಕ್ಷಕ. ಮಾಂಸ ತಿನ್ನುವವರಲ್ಲಿ ಕೀವುಗುಳ್ಳೆಗಳು ಏಳುವುದಿಲ್ಲ ಅಥವಾ ಅವರಲ್ಲಿ ದುರ್ಮಾಂಸ ಬೆಳೆಯುವುದಿಲ್ಲ. ಕೆಲವು ವೇಳೆ ಅವು

ಕಾಣಿಸಿಕೊಂಡರು ಅವು ಬೇಗನೆ ವಾಸಿಯಾಗಿಬಿಡುವುವು. ಮಾಂಸತಿನ್ನುವ ನಮ್ಮ ಶಿಕ್ಷಕರು ಮತ್ತು ಇತರ ಗಣ್ಯ ವ್ಯಕ್ತಿಗಳು ಮೂರ್ಖರಲ್ಲ. ಅವರಿಗೆ ಅದರ ಸತ್ವ ಏನು ಎಂದು ಗೊತ್ತಿದೆ. ಪರೀಕ್ಷಿಸಿ ನೋಡಬೇಕು. ಪರೀಕ್ಷಿಸಿ ನೋಡದೇ ಇರುವಂತಹದು ಯಾವುದೂ ಇಲ್ಲವೇ ಇಲ್ಲ. ಪ್ರಯತ್ನಿಸು ಮತ್ತು ಅದು ಯಾವ ಶಕ್ತಿಯನ್ನು ಕೊಡುತ್ತದೆ ಎಂಬುದನ್ನು ಗ್ರಹಿಸು.'

ಮಾಂಸ ತಿನ್ನುವುದರ ಪರವಾಗಿ ಮಂಡಿಸಲಾದ ಈ ಎಲ್ಲ ವಾದಗಳು ಒಂದೇ ಬಾರಿ ಕೂತಾಗ ನಡೆಯಲಿಲ್ಲ. ಇದರಲ್ಲಿ ನನ್ನ ಗೆಳೆಯನು ಆಗಾಗ್ಗೆ ನನ್ನ ಮೇಲೆ ಪ್ರಭಾವ ಬೀರಲು ಪ್ರಯತ್ನಿಸುತ್ತ ಮಂಡಿಸಿದ್ದ ದೀರ್ಘವಾದ ಮತ್ತು ವಿಸ್ತಾರವಾದ ವಾದದ ತಿರುಳಿದೆ. ನನ್ನ ಅಣ್ಣ ಆಗಲೇ ಕೆಳಕ್ಕೆ ಬಿದ್ದಿದ್ದ. ಆದ್ದರಿಂದ ಅವನು ನನ್ನ ಗೆಳೆಯನ ವಾದಕ್ಕೆ ಬೆಂಬಲ ನೀಡಿದ. ಖಂಡಿತವಾಗಿಯೂ ನಾನು ನನ್ನ ಸಹೋದರ ಮತ್ತು ನನ್ನ ಗೆಳೆಯನ ಮಗ್ಗುಲಲ್ಲಿ ದುರ್ಬಲನಂತೆ ಕಾಣುತ್ತಿದ್ದೆ. ಅವರಿಬ್ಬರೂ ಗಟ್ಟಿಯಾಗಿದ್ದರು, ದೈಹಿಕವಾಗಿ ಬಲಶಾಲಿಗಳಾಗಿದ್ದರು ಮತ್ತು ತುಂಬಾ ಧೈರ್ಯಶಾಲಿಗಳಾಗಿದ್ದರು. ಈ ಗೆಳೆಯನ ಸಾಹಸಕಾರ್ಯ ನನ್ನ ಮೇಲೆ ಪ್ರಭಾವ ಬೀರಿತು. ಅವನು ತುಂಬಾ ದೂರ ಓಡಬಲ್ಲ ಶಕ್ತಿಯನ್ನು ಹೊಂದಿದ್ದ ಮತ್ತು ಅಸಾಧಾರಣ ವೇಗದಿಂದ ಓಡುತ್ತಿದ್ದ. ಅವನು ಎತ್ತರದ ಮತ್ತು ದೂರದ ನೆಗೆತದಲ್ಲಿ ನಿಪುಣನಾಗಿದ್ದ. ಅವನು ಯಾವುದೇ ಬಗೆಯ ಶಾರೀರಿಕ ಶಿಕ್ಷೆಯನ್ನು ಸಹಿಸಿಕೊಳ್ಳುವಷ್ಟು ಸಮರ್ಥನಾಗಿದ್ದ. ಅವನು ಆಗಾಗ್ಗೆ ತನ್ನ ಸಾಹಸಕಾರ್ಯವನ್ನು ಪ್ರದರ್ಶಿಸುತ್ತಿದ್ದ. ತನ್ನಲ್ಲಿ ಇಲ್ಲದಿರುವ ಇತರ ಗುಣಗಳನ್ನು ಕಂಡಾಗ ಒಬ್ಬಾತನು ಯಾವಾಗಲೂ ವಿಸ್ಮಯಗೊಳ್ಳುತ್ತಾನೆ. ನಾನು ಕೂಡಾ ನನ್ನ ಗೆಳೆಯನ ಸಾಹಸಕಾರ್ಯವನ್ನು ಕಂಡು ಕಕ್ಕಾಬಿಕ್ಕಿಯಾದೆ. ಇದರಿಂದ ನನ್ನಲ್ಲಿ ಅವನಂತಾಗಬೇಕೆಂಬ ಅಪೇಕ್ಷೆ ಹುಟ್ಟಿಕೊಂಡಿತು. ನನಗೆ ಹಾರಲಾಗುತ್ತಿರಲಿಲ್ಲ ಇಲ್ಲವೇ ಓಡಲಾಗುತ್ತಿರಲಿಲ್ಲ. ನಾನು ಕೂಡಾ ಅವನಂತೆ ಏಕೆ ಬಲಶಾಲಿಯಾಗಬಾರದು? ಅದಕ್ಕಿಂತ ಹೆಚ್ಚಾಗಿ ನಾನು ಅಂಜುಬುರುಕನಾಗಿದ್ದೆ. ನನಗೆ ಕಳ್ಳರ, ಭೂತ - ಪ್ರೇತಗಳ ಮತ್ತು ಹಾವುಗಳ ಹೆದರಿಕೆ ಕಾಡುತ್ತಿತ್ತು. ರಾತ್ರಿಯ ಹೊತ್ತಿನಲ್ಲಿ ನಾನು ಬಾಗಿಲಿನಿಂದ ಹೊರಕ್ಕೆ ಹೋಗಲು ಹೆದರುತ್ತಿದ್ದೆ. ಕತ್ತಲೆ ಎನ್ನುವುದು ನನ್ನ ಪಾಲಿಗೆ ಭಯಾನಕವಾಗಿತ್ತು. ಕತ್ತಲೆಯಲ್ಲಿ ಮಲಗಲು ನನಗೆ ಹೆಚ್ಚೂಕಡಿಮೆ ಸಾಧ್ಯವೇ ಇರಲಿಲ್ಲ. ಏಕೆಂದರೆ ಒಂದು ದಿಕ್ಕಿನಿಂದ ಕಳ್ಳರು, ಇನ್ನೊಂದು ದಿಕ್ಕಿನಿಂದ ದೆವ್ವಗಳು ಮತ್ತು ಮೂರನೇ ದಿಕ್ಕಿನಿಂದ ಹಾವುಗಳು ಬರುತ್ತವೆ ಎಂದು ಕಲ್ಪನೆಮಾಡಿಕೊಂಡು ಹೆದರುತ್ತಿದ್ದೆ. ಕೊಠಡಿಯಲ್ಲಿ ಒಂದು ದೀಪವನ್ನೂ ಇಟ್ಟುಕೊಳ್ಳದೇ ನಾನು ಮಲಗುತ್ತಿರಲಿಲ್ಲ. ಯೌವನದ ಹೊಸ್ತಿಲಲ್ಲಿ ಆಗಲೇ ಇದ್ದ ಹಾಗೂ ಮಗುವಿಲ್ಲದೇ ನನ್ನ ಪಕ್ಕದಲ್ಲಿ ನಿದ್ರಿಸುತ್ತಿದ್ದ ಹೆಂಡತಿಗೆ ನನ್ನ ಭಯವನ್ನು ಹೇಗೆ ಬಹಿರಂಗ ಪಡಿಸಬಹುದಾಗಿತ್ತು? ನನಗಿಂತಲೂ ಆಕೆ ಧೈರ್ಯಶಾಲಿಯೆಂದು ನನಗೆ ಗೊತ್ತಿತ್ತು. ಅದರಿಂದ ನನಗೆ ನಾಚಿಕೆಯಾಗುತ್ತಿತ್ತು. ಆಕೆಗೆ ಹಾವುಗಳ ಇಲ್ಲವೇ ದೆವ್ವಗಳ ಭಯವಿರಲಿಲ್ಲ. ಆಕೆ ಕತ್ತಲಲ್ಲಿ ಹೊರಗೆ ಎಲ್ಲಿಗಾದರೂ ಹೋಗಿ ಬರುತ್ತಿದ್ದಳು. ನನ್ನ ಗೆಳೆಯನಿಗೆ ನನ್ನ ಈ ಎಲ್ಲ ದೌರ್ಬಲ್ಯಗಳ ಅರಿವಿತ್ತು. ತನ್ನ ಕೈಯಲ್ಲಿ ಜೀವಂತ ಹಾವುಗಳನ್ನು ಹಿಡಿದುಕೊಳ್ಳಬಲ್ಲೆ, ಕಳ್ಳರನ್ನು ಸೆಣಕಬಲ್ಲೆ ಎಂದು ಹೇಳುತ್ತಿದ್ದ. ಅವನಿಗೆ ದೆವ್ವಗಳಲ್ಲಿ ನಂಬಿಕೆಯಿರಲಿಲ್ಲ. ಸಹಜವಾಗಿ ಇವೆಲ್ಲವೂ ಮಾಂಸವನ್ನು ತಿಂದದ್ದರ ಫಲ ಎಂದು ಹೇಳುತ್ತಿದ್ದ. ಅವನಿಗೆ ದೆವ್ವಗಳಲ್ಲಿ ನಂಬಿಕೆಯಿರಲಿಲ್ಲ. ಸಹಜವಾಗಿ ಇವೆಲ್ಲವೂ ಮಾಂಸವನ್ನು ತಿಂದಿದ್ದರ ಫಲ ಎಂದು ಭಾವಿಸಿದ್ದೆ.

ಶಾಲಾಬಾಲಕರ ನಡುವೆ ಬಳಕೆಯಲ್ಲಿದ್ದ ಗುಜರಾತಿ ಕವಿ ನರ್ಮದಅವರ ಒಂದು ಕೀಳ್ತರದ ಪದ್ಯವೊಂದು ಮುಂದೆ ತಿಳಿಸುವಂತಿತ್ತು.

ಬಲಿಷ್ಠನಾದ ಇಂಗ್ಲಿಷ್‌ಮನ್‌ನನ್ನು ನೋಡು,
ಅವನು ಸಣ್ಣ ಭಾರತೀಯನನ್ನು ಆಳುತ್ತಾನೆ,
ಏಕೆಂದರೆ ಮಾಂಸ-ಭಕ್ಷಕನಾಗಿ
ಅವನು ಐದು ಮೊಳ ಎತ್ತರವಾಗಿದ್ದಾನೆ.

ಇವೆಲ್ಲವೂ ನನ್ನ ಮೇಲೆ ಪ್ರಭಾವ ಬೀರಿದವು. ನಾನು ಪರಾಜಿತನಾಗಿದ್ದೆ. ಮಾಂಸ ತಿನ್ನುವುದು ಒಳ್ಳೆಯದು ಎಂಬ ಅಭಿಪ್ರಾಯ ನನ್ನಲ್ಲಿ ಬೆಳೆಯಲಾರಂಭಿಸಿತು. ಅದರಿಂದ ನಾನು ಬಲಿಷ್ಠನಾಗುತ್ತೇನೆ ಮತ್ತು ಧೈರ್ಯಶಾಲಿಯಾಗುತ್ತೇನೆ ಮತ್ತು ಇಡೀ ದೇಶ ಮಾಂಸವನ್ನು ತಿನ್ನಲಾರಂಭಿಸಿದರೆ ಇಂಗ್ಲಿಷ್‌ರನ್ನು ಗೆಲ್ಲಬಹುದು ಎಂಬ ಭಾವನೆ ಬೆಳೆಯಿತು.

ಈ ಪ್ರಯೋಗವನ್ನು ಪ್ರಾರಂಭಿಸಲು ಒಂದು ದಿನವನ್ನು ಗೊತ್ತುಪಡಿಸಲಾಯ್ತು. ಅದನ್ನು ಗುಟ್ಟಿನಲ್ಲಿ ನಡೆಸಬೇಕಾಗಿತ್ತು. ಗಾಂಧಿ ಮನೆತನದವರು ವೈಷ್ಣವರು. ನನ್ನ ತಂದೆತಾಯಿ ವಿಶೇಷವಾಗಿ ನಿಷ್ಠಾವಂತ ವೈಷ್ಣವರಾಗಿದ್ದರು. ಅವರು ಕ್ರಮಬದ್ಧವಾಗಿ ಹವೇಲಿಗೆ ದರ್ಶನ ನೀಡುತ್ತಿದ್ದರು. ಈ ಕುಟುಂಬಕ್ಕೆ ಅದರದೇ ಸ್ವಂತದ ದೇವಾಲಯಗಳಿದ್ದವು. ಗುಜರಾತ್‌ನಲ್ಲಿ ಜೈನಧರ್ಮ ಪ್ರಬಲವಾಗಿತ್ತು ಮತ್ತು ಅದರ ಪ್ರಭಾವ ಎಲ್ಲ ಕಡೆಗಳಲ್ಲಿ ಮತ್ತು ಎಲ್ಲ ಸಂದರ್ಭಗಳಲ್ಲಿ ಕಂಡುಬರುತ್ತಿತ್ತು. ಗುಜರಾತ್‌ನ ಜೈನರಲ್ಲಿ ಮತ್ತು ವೈಷ್ಣವರಲ್ಲಿ ಮಾಂಸಾಹಾರಕ್ಕೆ ಇದ್ದ ವಿರೋಧ ಮತ್ತು ಜುಗುಪ್ಸೆ ಅಷ್ಟೇ ಪ್ರಬಲವಾಗಿ ಭಾರತದಲ್ಲಿ ಅಥವಾ ಹೊರಗಡೆ ಕಂಡುಬರುವುದಿಲ್ಲ. ಅಂತಹ ಆಚಾರ - ವಿಚಾರಗಳಲ್ಲಿ ನಾನು ಹುಟ್ಟಿದ್ದೆ ಮತ್ತು ಬೆಳೆದಿದ್ದೆ. ನಾನು ನನ್ನನ್ನು ತಂದೆತಾಯಿಯರಿಗೆ ಪೂರ್ಣವಾಗಿ ಸಮರ್ಪಿಸಿಕೊಂಡಿದ್ದೆ. ನಾನು ಮಾಂಸವನ್ನು ತಿಂದೆನೆಂಬ ಸಂಗತಿ ಅವರ ಕಿವಿಗೆ ಬಿದ್ದ ತಕ್ಷಣವೇ ಅವರಿಗೆ ಜೀವಕಳೆದುಕೊಳ್ಳಬೇಕೆಂಬುವಷ್ಟು ದಿಗ್ಭ್ರಮೆಯಾಗುತ್ತದೆ. ಇದಕ್ಕಿಂತ ಹೆಚ್ಚಾಗಿ ನಾನು ಸತ್ಯವನ್ನು ಪ್ರೀತಿಸುತ್ತಿದ್ದರಿಂದ ಇನ್ನೂ ಹೆಚ್ಚಿಗೆ ಜಾಗೃತನಾಗಿರಬೇಕಾಗಿತ್ತು. ನಾನು ಮಾಂಸವನ್ನು ತಿನ್ನಲಾರಂಭಿಸಿದರೆ ನನ್ನ ತಂದೆತಾಯಿಯರಿಗೆ ಮೋಸಮಾಡಿದಂತಾಗುತ್ತದೆ ಎಂದು ನನಗೆ ಗೊತ್ತಿರಲಿಲ್ಲವೆ ಎಂಬುದರ ಬಗ್ಗೆ ನಾನು ಏನೂ ಹೇಳಲಾರೆ. ಆದರೆ ನನ್ನ ಮನಸ್ಸು ಸುಧಾರಣೆಯ ಕಡೆಗೆ ವಾಲಿತ್ತು. ಅದು ರಸನೇಂದ್ರಿಯವನ್ನು ತೃಪ್ತಿಪಡಿಸುವ ಪ್ರಶ್ನೆಯಾಗಿರಲಿಲ್ಲ. ಅದಕ್ಕೆ ವಿಶಿಷ್ಟವಾದ ಚೆನ್ನಾದ ರುಚಿ ಇತ್ತೆ ಎಂದೂ ನನಗೆ ಗೊತ್ತಿರಲಿಲ್ಲ. ನಾನು ಬಲಶಾಲಿಯಾಗಬೇಕು ಮತ್ತು ಧೈರ್ಯಶಾಲಿಯಾಗಬೇಕು ಎಂದು ನಾನು ಇಷ್ಟಪಟ್ಟಿದ್ದೆ. ನನ್ನ ದೇಶಬಾಂಧವರು ಕೂಡಾ ಹಾಗಾಗಬೇಕು ಎಂದು ಇಷ್ಟಪಟ್ಟಿದ್ದೆ. ಆಗ ನಾವು ಇಂಗ್ಲಿಷರನ್ನು ಸೋಲಿಸಬಹುದು ಮತ್ತು ಭಾರತವನ್ನು ವಿಮೋಚನೆಗೊಳಿಸಬಹುದು ಎಂದು ಭಾವಿಸಿದ್ದೆ. 'ಸ್ವರಾಜ್' ಎಂಬ ಶಬ್ದವನ್ನು ನಾನು ಕೇಳಿರಲಿಲ್ಲ. ಆದರೆ ಸ್ವಾತಂತ್ರ್ಯ ಎಂದರೇನು ಎಂದು ನನಗೆ ಗೊತ್ತಿತ್ತು. ಸುಧಾರಣೆಯ ಭ್ರಮಾವೇಶ ನನ್ನನ್ನು ಕುರುಡುಮಾಡಿತ್ತು. ಗೌಪ್ಯವನ್ನು ಖಚಿತಪಡಿಸಿಕೊಂಡೆ. ತಂದೆತಾಯಿಯರಿಂದ ಈ ಕಾರ್ಯವನ್ನು ಮರೆಮಾಚುವುದು ಸತ್ಯದಿಂದ ದೂರ ಸರಿದಂತಾಗುವುದಿಲ್ಲ ಎಂದು ನನ್ನಲ್ಲೇ ನಾನು ಮನವರಿಕೆಮಾಡಿಕೊಂಡೆ.

7. ಒಂದು ಶೋಚನೀಯ ಘಟನೆ (ಮುಂದುವರೆದಿರುವುದು)

ಆ ದಿನ ಬಂದೇಬಿಟ್ಟಿತು. ನನ್ನ ಪರಿಸ್ಥಿತಿಯನ್ನು ಪೂರ್ಣವಾಗಿ ವಿವರಿಸುವುದು ಕಷ್ಟವಾಗುವುದು. ಇನ್ನೊಂದು ರೀತಿಯಲ್ಲಿ ಹೇಳುವುದಾದರೆ ಸುಧಾರಣೆಯ ಹುರುಪಿತ್ತು ಮತ್ತು ಜೀವನದಲ್ಲಿ ಒಂದು ಮಹತ್ವಪೂರ್ಣವಾದ ಬೇರೆ ದಾರಿಯನ್ನು ನಿರ್ಮಿಸುವ ನವೀನ ಮಾದರಿಯನ್ನು ಒಪ್ಪಿಕೊಳ್ಳುವ ಉತ್ಸಾಹದಲ್ಲಿದ್ದೆ. ಇನ್ನೊಂದು ಬಗೆಯಲ್ಲಿ ಈ ದಾರಿಯನ್ನು ತುಳಿಯುವ ಮೂಲಕ ನಾನು ಕಳ್ಳನಂತೆ ಮರೆಮಾಚಿ ನಾಚಿಕೊಳ್ಳುತ್ತಿದ್ದೆ. ಇವುಗಳಲ್ಲಿ ಯಾವುದು ನನ್ನನ್ನು ಹೆಚ್ಚಾಗಿ ತೂಗಾಡಿಸುತ್ತಿತ್ತು (ಅಂದರೆ ಪ್ರಭಾವಬೀರಿತ್ತು) ಎಂದು ಹೇಳಲಾರೆ. ನಾವು ನದಿಯ ದಡದಲ್ಲಿ ಏಕಾಂತ ಸ್ಥಳವೊಂದನ್ನು ಹುಡುಕಿಕೊಂಡು ಹೊರಟೆವು. ಅಲ್ಲಿ ನಾನು ಜೀವನದಲ್ಲಿ ಮೊದಲ ಬಾರಿಗೆ ಮಾಂಸವನ್ನು ಕಂಡೆ. ಅಲ್ಲಿ ಬೇಕರಿಯ (ರೊಟ್ಟಿ) ಬ್ರೆಡ್ಡು ಕೂಡಾ ಇತ್ತು. ನಾನು ಅವುಗಳಲ್ಲಿ ಯಾವುದರ ರುಚಿಯನ್ನೂ ಸವಿಯಲಿಲ್ಲ. ಮೇಕೆಯ ಮಾಂಸ ಚಕಳದಂತೆ ಒರಟಾಗಿತ್ತು. ನನಗೆ ಅದನ್ನು ಸರಾಗವಾಗಿ ತಿನ್ನಲು ಸಾಧ್ಯವಾಗಲಿಲ್ಲ. ನನಗೆ ವಾಂತಿಮಾಡುವಂತಾಯಿತು. ತಿನ್ನುವುದನ್ನು ಬಿಟ್ಟು ಬಿಟ್ಟೆ.

ಅಲ್ಲಿಂದ ಮುಂದೆ ನಾನು ಅನೇಕ ಕೆಟ್ಟ ರಾತ್ರಿಗಳನ್ನು ಕಳೆಯಬೇಕಾಯ್ತು. ಅತ್ಯಂತ ಕರಾಳ ದುಸ್ವಪ್ನಗಳು ನನ್ನ ಬೆನ್ನು ಹತ್ತಿ ಕಾಡಿದವು. ಪ್ರತಿ ಬಾರಿ ನಾನು ನಿದ್ರೆಗೆ ಹೊರಳುತ್ತಿದ್ದಂತೆ ಒಂದು ಜೀವಂತ ಆಡು ಕ್ಷೀಣ ಸ್ವರದಿಂದ ನನ್ನೊಳಗೆ ಅರಚಿದಂತೆ ಭಾಸವಾಗುತ್ತಿತ್ತು. ಮಾಡಿದ ತಪ್ಪಿಗಾಗಿ ತೀವ್ರವಾಗಿ ಸಂತಾಪಪಡುತ್ತ ಮೇಲಕ್ಕೆ ಹಾರುತ್ತಿದ್ದೆ. ಆಗ ತಾನು ಮಾಂಸ ತಿನ್ನುವುದು ಕರ್ತವ್ಯವೆಂದು ನನ್ನಲ್ಲೇ ಮತ್ತೆ ಮತ್ತೆ ಹೇಳಿಕೊಳ್ಳುತ್ತಿದ್ದೆ. ಆಗ ನಾನು ಮತ್ತೆ ತುಂಬಾ ಪ್ರಸನ್ನ ಚಿತ್ತನಾಗುತ್ತಿದ್ದೆ. (ಅಂದರೆ ತುಂಬಾ ಉಲ್ಲಾಸವನ್ನು ಅನುಭವಿಸುತ್ತಿದ್ದೆ.)

ನನ್ನ ಗೆಳೆಯ ಅಷ್ಟು ಸುಲಭವಾಗಿ ತನ್ನ ಪ್ರಯತ್ನವನ್ನು ಬಿಟ್ಟುಕೊಡುವವವನಾಗಿರಲಿಲ್ಲ. ಅವನೀಗ ಮಾಂಸದಿಂದ ಬೇರೆ ಬೇರೆ ಬಗೆಯ ರುಚಿಕರವಾದ ಪದಾರ್ಥಗಳನ್ನು ತಯಾರಿಸಲಾರಂಭಿಸಿದ. ಅವನ್ನು ಅಚ್ಚುಗಟ್ಟಾಗಿ ಸಿಂಗರಿಸುತ್ತಿದ್ದ. ಊಟಮಾಡಲು ನದಿಯ ದಂಡೆಯ ಮೇಲೆ ಅಯ್ದು ಹಾಗೂ ಯಾರ ಕಣ್ಣಿಗೂ ಕಾಣದಂತಿರುವ ಸ್ಥಳದ ಅಗತ್ಯವಿರಲಿಲ್ಲ. ಊಟದ ಹಾಲ್, ಮೇಜುಗಳು ಮತ್ತು ಕುರ್ಚಿಗಳು ಇದ್ದಂತಹ ಸ್ಟೇಟ್‌ಹೌಸ್ (ಸರ್ಕಾರಿ ವೆಚ್ಚದಲ್ಲಿ ಕಟ್ಟಿದ ಮನೆ)ನಲ್ಲಿ ಊಟದ ಏರ್ಪಾಡಾಗುತ್ತಿತ್ತು. ನನ್ನ ಗೆಳೆಯನು ಅಲ್ಲಿದ್ದ ಮುಖ್ಯ ಬಾಣಸಿಗ (ಚೀಫ್ ಕುಕ್)ನೊಂದಿಗೆ ಷರೀಕಾಗಿ ಏರ್ಪಾಡುಗಳನ್ನು ಮಾಡುತ್ತಿದ್ದ.

ಈ ಆಕರ್ಷಕ ಆಹಾರ ತನ್ನ ಪ್ರಭಾವವನ್ನು ಬೀರಿತು. ಬ್ರೆಡ್‌ಬಗ್ಗೆ ಇದ್ದ ಅಸಹ್ಯವನ್ನು ಹಿಮ್ಮೆಟ್ಟಿಸಿದೆ. ಆಡುಗಳ ಬಗ್ಗೆ ಇದ್ದ ಅನುಕಂಪವನ್ನು ತ್ಯಜಿಸಿಬಿಟ್ಟೆ. ಮಾಂಸವೇ ಅಲ್ಲದೇ ಮಾಂಸದಿಂದ ತಯಾರಿಸಲಾದ ಪದಾರ್ಥಗಳ ರುಚಿಯನ್ನು ಸವಿಯುತ್ತ ಆನಂದಪಡತೊಡಗಿದೆ. ಸುಮಾರು ಒಂದು ವರ್ಷಕಾಲ ಈ ಆಟ ಮುಂದುವರೆಯಿತು. ಆದರೂ ಅರ್ಧ ಡಜನ್‌ಗಿಂತಲೂ ಹೆಚ್ಚು ಮಾಂಸದ ಭಕ್ಷಗಳನ್ನು ತಿಂದು ಸಂತೋಷಪಡಲು ಸಾಧ್ಯವಾಗಿರಲಿಲ್ಲ. ಏಕೆಂದರೆ ಪ್ರತಿದಿನವೂ ಸ್ಟೇಟ್ ಹೌಸ್ ಸಿಗುತ್ತಿರಲಿಲ್ಲ. ಆಗಾಗ್ಗೆ ದುಬಾರಿಯಾದ ಘಮಘಮಿಸುವ ಮಾಂಸದ ಪದಾರ್ಥಗಳನ್ನು ತಯಾರಿಸುವುದು ಕೂಡಾ ನಿಸ್ಸಂಶಯಾಗಿಯೂ ಸುಲಭವಾಗಿರಲಿಲ್ಲ. ಈ ಸುಧಾರಣೆಗೆ ಖರ್ಚುಮಾಡಲು ನನ್ನ ಬಳಿ ಹಣವಿರುತ್ತಿರಲಿಲ್ಲ. ಆದ್ದರಿಂದ ನನ್ನ ಗೆಳೆಯನೇ ಹಣ ಮೊದಲಾದ ಸೌಲಭ್ಯಗಳನ್ನು ಹುಡುಕಿಕೊಳ್ಳಬೇಕಾಗಿತ್ತು. ಅವನು ಅದನ್ನು ಹೇಗೆ ಹುಡುಕಿಕೊಳ್ಳುತ್ತಿದ್ದ ಎಂಬ ಬಗ್ಗೆ ನನಗೇನೂ ಗೊತ್ತಿರಲಿಲ್ಲ. ಆದರೆ ಅವನು ಹೇಗಾದರೂ ಹುಡುಕಿಕೊಳ್ಳುತ್ತಿದ್ದ. ಏಕೆಂದರೆ ನನ್ನನ್ನು ಮಾಂಸಭಕ್ಷಕನನ್ನಾಗಿ ಪರಿವರ್ತಿಸಲು ಆತ ತನ್ನ ಶಕ್ತಿಯನ್ನೆಲ್ಲ ವಿನಿಯೋಗಿಸುತ್ತಿದ್ದ. ಆದರೂ ಅವನ ಗಳಿಕೆಗೆ ಕೂಡಾ ಮಿತಿ ಬಂದಂತಿತ್ತು. ಆದ್ದರಿಂದ ಈ ರಸದೂಟಗಳು ಕೇವಲ ಕೆಲವೇ ಆಗಿಬಿಟ್ಟವು. ಅವುಗಳ ನಡುವೆ ಸಾಕಷ್ಟು ಬಿಡುವು ಕೂಡಾ ಇರುತ್ತಿತ್ತು.

ನಾನು ಮುಚ್ಚುಮರೆಯಲ್ಲಿ ನಡೆಯುತ್ತಿದ್ದ ಈ ರಸದೂಟಗಳಲ್ಲಿ ತುಷ್ಟಿಗೊಂಡ ಸಂದರ್ಭದಲ್ಲಿ ಮನೆಯಲ್ಲಿ ಊಟಮಾಡುವ ಪ್ರಶ್ನೆಯೇ ಏಳುತ್ತಿರಲಿಲ್ಲ. ಸಹಜವಾಗಿ ನನ್ನ ತಾಯಿ ನನ್ನನ್ನು ಕರೆದು ಊಟಮಾಡುವಂತೆ ತಿಳಿಸಿದಾಗ ನಾನು ನಿರಾಕರಿಸುತ್ತಿದ್ದೆ. ಊಟಮಾಡದಿರಲು ಕಾರಣವೇನು ಎಂದು ನನ್ನ ತಾಯಿ ಪ್ರಶ್ನಿಸುತ್ತಿದ್ದಳು. ನಾನು ಹೀಗೆ ಹೇಳುತ್ತಿದ್ದೆ: 'ಇಂದು ನನಗೆ ಹಸಿವಿಲ್ಲ. ನನ್ನ ಜೀರ್ಣಶಕ್ತಿ ಸರಿಯಾಗಿಲ್ಲ.' ಏನೂ ಅಳುಕಿಲ್ಲದೇ ನಾನು ಈ ಸಬೂಬುಗಳನ್ನು

ಹುಟ್ಟಿಸಿಕೊಂಡು ಹೇಳುತ್ತಿದ್ದೆ. ನಾನು ಸುಳ್ಳು ಹೇಳುತ್ತಿದ್ದೆ ಮತ್ತು ನನ್ನ ತಾಯಿಗೆ ಸುಳ್ಳು ಹೇಳುತ್ತಿದ್ದೆ ಎಂದು ನನಗೆ ಗೊತ್ತಿತ್ತು. ನನ್ನ ತಂದೆಗೆ ಮತ್ತು ತಾಯಿಗೆ ನಾನು ಮಾಂಸ ಭಕ್ಷಕನಾಗಿದ್ದೇನೆ ಎಂದು ಗೊತ್ತಾದರೆ ಅವರಿಗೆ ತುಂಬಾ ದಿಗ್ಭ್ರಮೆಯಾಗುತ್ತಿತ್ತು ಎಂದು ಕೂಡಾ ನನಗೆ ಗೊತ್ತಿತ್ತು ಈ ಅರಿವು ನನ್ನ ಹೃದಯದಲ್ಲಿ ಕೂತು ಪೀಡಿಸುತ್ತಿತ್ತು.

ಆದ್ದರಿಂದ ನನಗೆ ನಾನೇ ಹೇಳಿಕೊಂಡೆ: 'ಮಾಂಸವನ್ನು ತಿನ್ನುವುದು ಅತ್ಯವಶ್ಯಕವಾಗಿದ್ದರೂ ಮತ್ತು ದೇಶದಲ್ಲಿ ಆಹಾರ 'ಸುಧಾರಣೆ'ಯನ್ನು ಕೈಗೊಳ್ಳುವುದು ಅತ್ಯಗತ್ಯವಾಗಿದ್ದರೂ ಸ್ವಂತ ತಂದೆತಾಯಿಯರಿಗೆ ಮೋಸಮಾಡುವುದು ಮತ್ತು ಸುಳ್ಳು ಹೇಳುವುದು ಮಾಂಸ ತಿನ್ನುವುದಕ್ಕಿಂತ ತುಂಬಾ ಕೆಟ್ಟದ್ದಾಗಿದೆ. ಅವರು ಜೀವಿಸಿರುವವರೆಗೆ ಮಾಂಸ ತಿನ್ನುವ ಪ್ರಶ್ನೆ ಏಳಬಾರದು. ಅವರು ಇಲ್ಲದಾದಾಗ ನನಗೆ ಸ್ವಾತಂತ್ರ್ಯ ಸಿಗುವುದು. ಆಗ ನಾನು ಬಹಿರಂಗವಾಗಿ ಮಾಂಸವನ್ನು ತಿನ್ನುತ್ತೇನೆ. ಆದರೆ ಆ ಕ್ಷಣ ಬರುವವರೆಗೆ ನಾನು ಅದರಿಂದ ದೂರ ಇರುತ್ತೇನೆ.'

ಈ ತೀರ್ಮಾನವನ್ನು ನನ್ನ ಗೆಳೆಯನಿಗೆ ತಿಳಿಸಿದೆ. ಅಲ್ಲಿಂದ ಮುಂದೆ ನಾನು ಮಾಂಸದ ಕಡೆಗೆ ತಿರುಗಲಿಲ್ಲ. ನನ್ನ ತಂದೆತಾಯಿಯರಿಗೆ ಅವರ ಇಬ್ಬರು ಮಕ್ಕಳು ಮಾಂಸಭಕ್ಷಕರಾಗಿದ್ದರೆಂಬ ಸಂಗತಿ ತಿಳಿಯಲೇ ಇಲ್ಲ.

ನನ್ನ ತಂದೆತಾಯಿಯರಿಗೆ ಸುಳ್ಳು ಹೇಳಬಾರದೆಂಬ ನನ್ನ ಅಪೇಕ್ಷೆಯ ಪಾವಿತ್ರ್ಯತೆಯನ್ನು ಉಳಿಸಿಕೊಳ್ಳಲು ಮಾಂಸವನ್ನು ವರ್ಜಿಸಿದ್ದೆ. ಅವನನ್ನು ಸುಧಾರಿಸಬೇಕೆಂಬ ನನ್ನ ಹುರುಪು ನನಗೆ ಭಾರಿ ಕೇಡುಂಟುಮಾಡಿತ್ತು. ಅಷ್ಟು ಕಾಲವೂ ಪೂರ್ತಿಯಾಗಿ ವಾಸ್ತವಾಂಶದ ಕಡೆಗೆ ನನ್ನಲ್ಲಿ ಎಚ್ಚರವೇ ಇರಲಿಲ್ಲ.

ಅದೇ ಸಹವಾಸ ನನ್ನನ್ನು ನನ್ನ ಹೆಂಡತಿಗೆ ದ್ರೋಹ ಬಗೆಯುವಂತೆ ಮಾಡುವುದರಲ್ಲಿತ್ತು. ಎಲ್ಲೋ ಸ್ವಲ್ಪದರಲ್ಲಿ ನಾನು ಉಳಿದುಕೊಂಡೆ. ಒಮ್ಮೆ ನನ್ನ ಗೆಳೆಯನು ನನ್ನನ್ನು ವೇಶ್ಯಾಗೃಹಕ್ಕೆ ಕಳಿಸಿದ್ದ. ಅವನು ನನಗೆ ಅವಶ್ಯಕವಾದ ಸೂಚನೆಗಳನ್ನು ನೀಡಿ ಅಲ್ಲಿಗೆ ಕಳಿಸಿದ್ದ. ಮೊದಲೇ ಎಲ್ಲ ವ್ಯವಸ್ಥೆಯನ್ನು ಮಾಡಲಾಗಿತ್ತು. ಮೊದಲೇ ಹಣ ಕೊಡಲಾಗಿತ್ತು. ನಾನು ಪಾಪದ ದವಡೆಗಳೊಳಕ್ಕೆ ಪ್ರವೇಶಿಸಿದ್ದೆ. ಆದರೆ ದೇವರು ಅವನ ಮೇರೆಯಿಲ್ಲದ ಕೃಪೆಯಿಂದ ನನ್ನಿಂದಲೇ ನನ್ನನ್ನು ರಕ್ಷಿಸಿದ. ನಾನು ಬಹುಪಾಲು ಕುರುಡಾಗಿದ್ದೆ ಮತ್ತು ಪಾಪದ ಗುಹೆಯಲ್ಲಿ ಕಿವುಡನಾಗಿದ್ದೆ. ನಾನು ಹೆಂಗಸಿನ ಪಕ್ಕದಲ್ಲಿ ಆಕೆಯ ಹಾಸಿಗೆಯ ಮೇಲೆ ಕುಳಿತಿದ್ದೆ. ಆದರೆ ನನ್ನ ನಾಲಿಗೆ ಕಟ್ಟಿಹೋಗಿತ್ತು. ಸಹಜವಾಗಿ ಆಕೆ ತಾಳ್ಮೆಯನ್ನು ಕಳೆದುಕೊಂಡಳು. ಬೈದು, ಅವಮಾನಿಸಿ ನನಗೆ ಬಾಗಿಲು ತೋರಿಸಿದಳು. ಆಗ ನನ್ನ ಪೌರುಷಕ್ಕೆ ಘಾಸಿಯಾಯಿತು ಎಂದು ಭಾವಿಸಿ ನಾಚಿಕೆಯಿಂದ ಭೂಮಿಯಲ್ಲಿ ಹುದುಗಿಹೋಗಬೇಕೆಂದು ಬಯಸಿದ್ದೆ. ಆದರೆ ನನ್ನನ್ನು ಕಾಪಾಡಿದ ದೇವರಿಗೆ ಅಂದಿನಿಂದ ವಂದನೆಗಳನ್ನು ಸಲ್ಲಿಸುತ್ತಿದ್ದೇನೆ. ನನ್ನ ಜೀವನದಲ್ಲಿ ನಡೆದ ಅದೇ ತರಹೆಯ ಇನ್ನೂ ಮೂರು ಘಟನೆಗಳನ್ನು ಸ್ಮರಿಸಿಕೊಳ್ಳಬಲ್ಲೆ. ಆದರೆ ಆ ಸಂದರ್ಭಗಳಲ್ಲಿ ನನ್ನ ಪ್ರಯತ್ನಕ್ಕಿಂತಲೂ ನನ್ನ ವಿಧಿಯೇ ನನ್ನನ್ನು ಕಾಪಾಡಿತ್ತು. ನೈತಿಕ ದೃಷ್ಟಿಕೋನದಲ್ಲಿ ಹೇಳುವುದಾದರೆ ಈ ಎಲ್ಲ ಘಟನೆಗಳನ್ನು ನೈತಿಕ ಪತನ ಎಂದೇ ಪರಿಗಣಿಸಬೇಕು. ಏಕೆಂದರೆ ನನ್ನಲ್ಲಿ ಕಾಮಾಸಕ್ತಿಯಿತ್ತು. ಅದು ಕ್ರಿಯೆಗೆ ಸಮವಾದದ್ದು. ಆದರೆ ಸಾಮಾನ್ಯ ದೃಷ್ಟಿಯನ್ನಿಟ್ಟುಕೊಂಡು ಹೇಳುವುದಾದರೆ

ದೈಹಿಕವಾಗಿ ಪಾಪಕಾರ್ಯ ಮಾಡುತ್ತಿದ್ದವನು ಕಾಪಾಡಲ್ಪಟ್ಟರೆ ಅವನು ಕಾಪಾಡಲ್ಪಟ್ಟವನು ಎಂದು ಪರಿಗಣಿಸಬೇಕು. ಈ ಅರ್ಥದಲ್ಲಿ ನಾನು ಕಾಪಾಡಲ್ಪಟ್ಟಿದ್ದೆ. ತಪ್ಪಿಸಿಕೊಂಡವನಿಗೆ ಮತ್ತು ಅವನೊಂದಿಗೆ ಸಂಬಂಧ ಹೊಂದಿರುವವರಿಗೆ ಕೆಲವು ಕ್ರಿಯೆಗಳು ದೇವರ ಅನುಗ್ರಹದಿಂದ ತಪ್ಪಿಸಿಕೊಂಡಂತಿರುತ್ತವೆ. ತನ್ನ ಪ್ರಜ್ಞೆಯನ್ನು ಸರಿಯಾಗಿ ಮತ್ತೆ ಪಡೆದುಕೊಂಡ ತಕ್ಷಣವೇ ಆ ವ್ಯಕ್ತಿ ತನ್ನನ್ನು ಕಾಪಾಡಿದ ದೇವರ ಕೃಪೆಯನ್ನು ನೆನಸಿಕೊಂಡು ದೇವರಿಗೆ ವಂದನೆಗಳನ್ನು ಸಲ್ಲಿಸುತ್ತಾನೆ. ನಮಗೆ ಗೊತ್ತಿರುವಂತೆ ಮನುಷ್ಯನು ತಡೆಯಲು ಎಷ್ಟೇ ಪ್ರಯತ್ನಿಸಿದರೂ ಆಗಾಗ್ಗೆ ಪ್ರಲೋಭನೆಗೆ ತುತ್ತಾಗುತ್ತಿರುತ್ತಾನೆ. ಕೆಲವು ಬಾರಿ ದೈವಾನುಗ್ರಹ ಮಧ್ಯೆ ಪ್ರವೇಶಿಸುತ್ತದೆ ಮತ್ತು ಅವನಿಗೆ ಮನಸ್ಸಿಲ್ಲದಿದ್ದರೂ ಅವನನ್ನು ಕಾಪಾಡುತ್ತದೆ ಎಂದೂ ನಮಗೆ ತಿಳಿದಿದೆ. ಇದು ಹೇಗೆ ಸಂಭವಿಸುತ್ತದೆ- ಎಲ್ಲಿಯವರೆಗೆ ಮನುಷ್ಯನು ಸ್ವತಂತ್ರನಾಗಿರುತ್ತಾನೆ ಮತ್ತು ಎಲ್ಲಿಯವರೆಗೆ ಅವನು ಸನ್ನಿವೇಶದ ಕೈಗೊಂಬೆಯಾಗಿರುತ್ತಾನೆ - ಎಲ್ಲಿಯವರೆಗೆ ಇಚ್ಛಾಶಕ್ತಿ ಆಟವಾಡಬಲ್ಲದು ಮತ್ತು ಯಾವಾಗ ವಿಧಿ ಆ ದೃಶ್ಯದ ಮಧ್ಯೆ ಪ್ರವೇಶಿಸುತ್ತದೆ - ಇವೆಲ್ಲವೂ ನಿಗೂಢವಾಗಿವೆ ಮತ್ತು ನಿಗೂಢವಾಗಿಯೇ ಉಳಿದುಕೊಂಡಿರುತ್ತವೆ.

ಆದರೆ ಕಥೆಯನ್ನು ಮುಂದುವರೆಸೋಣ. ಇಷ್ಟಾದರೂ ನನ್ನ ಗೆಳೆಯನ ಸಹವಾಸದಿಂದುಂಟಾದ ದುರಾಚಾರಗಳ ಬಗ್ಗೆ ನಾನು ಕಣ್ಣು ತೆರೆಯಲೇ ಇಲ್ಲ. ಮುಂದೆ ನನಗೆ ತೀರ ಅನಿರೀಕ್ಷಿತವಾಗಿದ್ದ ಕೆಲವು ಲೋಪ-ದೋಷಗಳು ನನ್ನ ಮುಂದೆ ಪ್ರದರ್ಶಿತವಾದವು. ಆಗ ನಾನು ನನ್ನ ಕಣ್ಣುಗಳನ್ನು ಯತಾರ್ಥವಾಗಿ ತೆರೆದುಕೊಂಡೆ. ಅಲ್ಲಿಯವರೆಗೆ ನನಗೆ ಅಂತಹ ಅನೇಕ ಕೆಟ್ಟ ಅನುಭವಗಳು ಕಾದುಕುಳಿತಿದ್ದವು. ನಾವು ಕಾಲಾನುಕ್ರಮದಲ್ಲಿ ಮುಂದುವರೆಯುತ್ತಿರುವುದರಿಂದ ಅವುಗಳ ಬಗ್ಗೆ ಮುಂದೆ ವಿವರಿಸುತ್ತೇನೆ.

ಹಾಗಿದ್ದರೂ ಇದೇ ಕಾಲಕ್ಕೆ ಸಂಬಂಧಿಸಿರುವುದರಿಂದ ಒಂದು ವಿಷಯವನ್ನು ಇಲ್ಲಿ ಉಲ್ಲೇಖಿಸಲೇ ಬೇಕು. ನನ್ನ ಹೆಂಡತಿಯೊಂದಿಗೆ ನಾನು ಹೊಂದಿದ್ದ ಭಿನ್ನಾಭಿಪ್ರಾಯಕ್ಕೆ ಒಂದು ಕಾರಣವೆಂದರೆ ನಿಸ್ಸಂಶಯವಾಗಿಯೂ ಈ ಗೆಳೆಯನ ಸಹವಾಸವಾಗಿತ್ತು. ನಾನು ನಿಷ್ಠಾವಂತನಾದ ಮತ್ತು ಮಾತ್ಸರ್ಯವುಳ್ಳ ಗಂಡನಾಗಿದ್ದೆ. ಈ ಗೆಳೆಯನು ನನ್ನ ಹೆಂಡತಿಯ ಬಗ್ಗೆ ನನ್ನಲ್ಲಿದ್ದ ಸಂಶಯದ ಉರಿಗೆ ಗಾಳಿ ಬೀಸಿದ. ನಾನು ಎಂದೂ ಆಕೆಯ ಪ್ರಾಮಾಣಿಕತೆಯ ಬಗ್ಗೆ ಸಂಶಯಪಟ್ಟಿರಲಿಲ್ಲ. ಅವನ ಮಾತು ಕೇಳಿಕೊಂಡು ಆಗಾಗ್ಗೆ ನಾನು ನನ್ನ ಹೆಂಡತಿಯನ್ನು ಗೋಳಾಡಿಸಿ ಅಪರಾಧ ಮಾಡಿದ್ದೇನೆ. ಈ ಹಿಂಸಾಕೃತ್ಯಕ್ಕೆ ನಾನು ಎಂದೂ ನನಗೆ ಕ್ಷಮೆಕೊಟ್ಟುಕೊಳ್ಳಲಾರೆ. ಪ್ರಾಯಶಃ ಹಿಂದೂ ಪತ್ನಿ ಮಾತ್ರ ಇಂತಹ ಸಂಕಷ್ಟಗಳನ್ನು ಸಹಿಸಿಕೊಳ್ಳುತ್ತಾಳೆ. ಆದ್ದರಿಂದ ನಾನು ಮಹಿಳೆಯನ್ನು ತಾಳ್ಮೆಯ ಅವತಾರ ಎಂದು ಭಾವಿಸುತ್ತೇನೆ. ತಪ್ಪು ಮಾಡಿದ್ದನೆಂಬ ಸಂಶಯಕ್ಕೊಳಗಾದ ಸೇವಕನು ತನ್ನ ಕೆಲಸವನ್ನು ಬಿಟ್ಟು ಹೊರಟುಹೋಗಬಹುದು. ಅದೇ ಪ್ರಕಾರ ಮಗ ಕೂಡಾ ತನ್ನ ತಂದೆಯ ಮನೆಯನ್ನು ಬಿಟ್ಟು ಹೊರಟುಹೋಗಬಹುದು. ಗೆಳೆಯನು ತನ್ನ ಗೆಳೆತನಕ್ಕೆ ಮಂಗಳ ಹಾಡಬಹುದು. ಹೆಂಡತಿಯಾದವಳು ತನ್ನ ಗಂಡನ ಮೇಲೆ ಸಂಶಯಪಟ್ಟರೂ ಬಾಯಿಮುಚ್ಚಿಕೊಂಡಿರಬೇಕು. ಆದರೆ ಗಂಡನು ಆಕೆಯ ಬಗ್ಗೆ ಸಂಶಯ ಪಟ್ಟರೆ ಆಕೆಯ ಜೀವನ ಹಾಳಾಗಿ ಹೋಗುವುದು. ಅವಳು ಆಗ ಎಲ್ಲಿಗೆ ಹೋಗಬೇಕು? ಹಿಂದೂ ಪತ್ನಿ

ನ್ಯಾಯಾಲಯದಲ್ಲಿ ವಿಚ್ಛೇದನಕ್ಕೆ ಪ್ರಯತ್ನಿಸಲಾರಳು. ಕಾನೂನು ಆಕೆಗೆ ಯಾವುದೇ ಪರಿಹಾರವನ್ನು ನೀಡದು. ನನ್ನ ಹೆಂಡತಿಯನ್ನು ಹತಾಶೆಗೆ ನೂಕಿದ್ದಕ್ಕಾಗಿ ನಾನು ಎಂದೂ ನನ್ನನ್ನು ಕ್ಷಮಿಸಿಕೊಳ್ಳಲಾರೆ ಮತ್ತು ಅದನ್ನು ಎಂದೂ ಮರೆಯಲಾರೆ.

ಅಹಿಂಸೆ (ಅಹಿಂಸೆಯೆಂದರೆ ಅಕ್ಷರಶಃ ನೋಯಿಸದಿರುವುದು, ಹಿಂಸೆ ಮಾಡದಿರುವುದು)ಯನ್ನು ಆದರ ಎಲ್ಲ ನೆಲೆಗಳಲ್ಲಿ ಅರ್ಥಮಾಡಿಕೊಂಡ ಮೇಲೆ ಮಾತ್ರ ಸಂಶಯದ ಹುಣ್ಣು ಬೇರು ಸಮೇತ ನಿರ್ಮೂಲಲವಾಯ್ತು. ನಾನು ಬ್ರಹ್ಮಚರ್ಯ (ಅಕ್ಷರಶಃ ಬ್ರಹ್ಮಚರ್ಯ ಒಬ್ಬಾತನನ್ನು ದೇವರೆಡೆಗೆ ಕರೆದೊಯ್ಯುವುದು. ತಾಂತ್ರಿಕವಾಗಿ ಅದರ ಅರ್ಥವೇನೆಂದರೆ ಆತ್ಮಸಂಯಮ, ವಿಶೇಷವಾಗಿ ಹೇಳುವುದಾದರೆ ಲೈಂಗಿಕ ಅಂಗದ ಮೇಲೆ ಪ್ರಭುತ್ವವನ್ನು ಸ್ಥಾಪಿಸುವುದು.)ದ ಹಿರಿಮೆಯನ್ನು ಕಂಡುಕೊಂಡೆ ಮತ್ತು ಹೆಂಡತಿಯಾದವಳು ಗಂಡನ ಜೀತದಾಳಲ್ಲ ಆದರೆ ಆಕೆ ಅವನ ಸಂಗಾತಿ ಮತ್ತು ಒಡನಾಡಿ ಹಾಗೂ ಸುಖ-ಸಂತೋಷದಲ್ಲಿ ಅವನಿಗೆ ಸಮಾನಳಾಗಿರುವ ಪಾಲುದಾರಳು ಎಂಬುದನ್ನು ಗ್ರಹಿಸಿಕೊಂಡೆ. ಅವಳಿಗೆ ಅವಳ ಗಂಡನಷ್ಟೇ ಅವಳ ದಾರಿಯನ್ನು ಆರಿಸಿಕೊಳ್ಳುವ ಸ್ವಾತಂತ್ರ್ಯವಿದೆ. ನಾನು ಸಂಶಯ ಮತ್ತು ಆತಂಕಗಳಿಂದ ಕೂಡಿದ್ದ ಆ ಕರಾಳ ದಿನಗಳನ್ನು ಜ್ಞಾಪಿಸಿಕೊಂಡಾಗ ನನ್ನಲ್ಲಿ ವಿಷಯಾಸಕ್ತಿಯುಳ್ಳ ಕ್ರೌರ್ಯ ಮತ್ತು ಅವಿವೇಕದ ಬಗ್ಗೆ ಜುಗುಪ್ಸೆ ತುಂಬಿಕೊಳ್ಳುತ್ತದೆ. ನನ್ನ ಗೆಳೆಯನಲ್ಲಿ ನಾನು ಇಟ್ಟುಕೊಂಡಿದ್ದ ಕುರುಡು ನಿಷ್ಠೆಯ ಬಗ್ಗೆ ಪಶ್ಚಾತ್ತಾಪ ಪಡುತ್ತೇನೆ.

8. ಕಳವು ಮಾಡುವುದು ಮತ್ತು ಪ್ರಾಯಶ್ಚಿತ್ತ

ಮಾಂಸವನ್ನು ತಿನ್ನುತ್ತಿದ್ದ ಕಾಲದ ಮತ್ತು ಅದಕ್ಕೂ ಹಿಂದಿನ ಅವಧಿಯಲ್ಲಿನ ನನ್ನ ಕೆಲವು ವೈಫಲ್ಯಗಳ ಬಗ್ಗೆ ಇನ್ನೂ ಹೇಳುವುದಿದೆ. ಅದು ನನ್ನ ಮದುವೆಗೂ ಮುಂಚೆ ಅಥವಾ ಅದರ ತರುವಾಯ ಲಗೂನೆ ಸಂಭವಿಸಿದ್ದವು.

ನಾನು ಮತ್ತು ನನ್ನ ಒಬ್ಬ ಸಂಬಂಧಿಗೆ ಧೂಮಪಾನ ಮಾಡುವುದು ಪ್ರಿಯವಾಗಿತ್ತು. ಸೇದುವುದರಲ್ಲಿ ನನಗೆ ಯಾವುದೇ ರುಚಿ ಕಂಡುಬಂದಿರಲಿಲ್ಲ. ಸಿಗರೇಟಿನ ವಾಸನೆ ನಮ್ಮನ್ನು ಮೋಹಗೊಳಿಸಿರಲಿಲ್ಲ. ನಮ್ಮ ಬಾಯಿಗಳಿಂದ ಧೂಮದ ಮುಗಿಲುಗಳನ್ನು ಹೊರಸೂಸುವುದರಲ್ಲಿ ಏನೋ ಒಂದು ಬಗೆಯ ಆನಂದವಿದೆ ಎಂದು ಮಾತ್ರ ನಾವು ಕಲ್ಪನೆಮಾಡಿಕೊಂಡಿದ್ದೆವು. ನನ್ನ ಅಂಕಲ್ (ಚಿಕ್ಕಪ್ಪ?)ಗೆ ಅದರ ಅಭ್ಯಾಸವಿತ್ತು. ಅವನು ಸೇದುವುದನ್ನು ನೋಡಿದಾಗ ನಮಗೂ ಅವನ ಆದರ್ಶವನ್ನು ನಕಲುಮಾಡಬೇಕೆನ್ನಿಸಿತ್ತು. ಆದರೆ ನಮ್ಮ ಬಳಿ ಹಣವಿರಲಿಲ್ಲ. ಆದ್ದರಿಂದ ನಮ್ಮ ಅಂಕಲ್ ಬಿಸಾಡಿದ್ದ ಸಿಗರೇಟಿನ ತುಂಡುಗಳನ್ನು ಕದಿಯಲಾರಂಭಿಸಿದೆವು.

ಏನೇ ಆದರೂ ಸಿಗರೇಟಿನ ತುಂಡುಗಳು ಯಾವಾಗಲೂ ಸಿಗುತ್ತಿರಲಿಲ್ಲ ಮತ್ತು ಆ ತುಂಡುಗಳು ಹೆಚ್ಚು ಧೂಮವನ್ನು ಹೊರಸೂಸುತ್ತಿರಲಿಲ್ಲ. ಆದ್ದರಿಂದ

ನಾವು ಸೇವಕರ ಜೇಬಿನ ಹಣವನ್ನು (ಕಾಪರ್) ಕದ್ದು ಅದರಿಂದ ಭಾರತೀಯ ಸಿಗರೇಟುಗಳನ್ನು ಕೊಳ್ಳುತ್ತಿದ್ದೆವು. ಆದರೆ ಅವನ್ನು ಎಲ್ಲಿ ಅಡಗಿಸಿಡುವುದು ಎಂಬುದು ಸಮಸ್ಯೆಯಾಗಿತ್ತು. ಸಹಜವಾಗಿ ನಾವು ಹಿರಿಯರ ಎದುರು ಸೇದುವಂತಿರಲಿಲ್ಲ. ಕೆಲವು ವಾರಗಳ ಕಾಲ ಕದ್ದ ತಾಮ್ರದ ಬಿಲ್ಲೆ (ಕಾಪರ್)ಗಳಿಂದ ಹೇಗೋ ಪರಿಸ್ಥಿತಿಯನ್ನು ನಿಭಾಯಿಸಿದೆವು. ಅಷ್ಟರಲ್ಲಿ, ಯಾವುದೋ ನಿರ್ದಿಷ್ಟ ಸಸ್ಯದ ಕಾಂಡಗಳು ರಂಧ್ರಗಳಿಂದ ಕೂಡಿವೆಯೆಂದೂ ಅವನ್ನು ಸಿಗರೇಟುಗಳಂತೆ ಸೇದಬಹುದು ಎಂಬ ಸಂಗತಿಯನ್ನು ಕೇಳಿದೆವು. ನಾವು ಅವನ್ನು ಪಡೆದುಕೊಂಡು ಆ ಬಗೆಯ ಧೂಮಪಾನವನ್ನು ಆರಂಭಿಸಿದೆವು.

ಆದರೆ ಇಂತಹ ವಸ್ತುಗಳಿಂದ ನಮಗೆ ತೃಪ್ತಿ ಸಿಗಲಿಲ್ಲ. ನಮ್ಮಲ್ಲಿ ಸ್ವಾತಂತ್ರ್ಯದ ಇಚ್ಛೆ ತೀವ್ರವಾಗಿ ವೇದನೆ ಕೊಡಲಾರಂಭಿಸಿತು. ಹಿರಿಯರ ಅನುಮತಿಯಿಲ್ಲದೇ ನಮಗೆ ಏನೂ ಮಾಡಲು ಸಾಧ್ಯವಿರಲಿಲ್ಲ. ಇದು ನಮಗೆ ಸಹಿಸಲಸಾಧ್ಯವಾಗಿತ್ತು. ಕಡೆಯಲ್ಲಿ, ಪೂರಾ ಬೇಸರವಾಗಿದ್ದರಿಂದ ಆತ್ಮಹತ್ಯೆ ಮಾಡಿಕೊಳ್ಳಲು ನಿರ್ಧರಿಸಿದೆವು!

ಆದರೆ ನಾವು ಹೇಗೆ ಆತ್ಮಹತ್ಯೆ ಮಾಡಿಕೊಳ್ಳುವುದು? ವಿಷವನ್ನು ಎಲ್ಲಿಂದ ಪಡೆದುಕೊಳ್ಳಬಹುದು? ದತ್ತೂರದ ಬೀಜಗಳು ಪರಿಣಾಮಕಾರಿಯಾದ ವಿಷ ಎಂದು ನಾವು ಕೇಳಿದ್ದೆವು. ನಾವು ಕಾಡಿಗೆ ಈ ಬೀಜಗಳನ್ನು ಹುಡುಕಲು ಹೊರಟೆವು ಮತ್ತು ಅವನ್ನು ಪಡೆದುಕೊಂಡೆವು. ಸಂಧ್ಯಾಕಾಲ ಈ ಕ್ರಿಯೆಗೆ ಪವಿತ್ರವಾದ ವೇಳೆ ಎಂದು ಭಾವಿಸಿದೆವು. ನಾವು ಕೇದಾರ್‌ಜೀ ಮಂದಿರಕ್ಕೆ ಹೋದೆವು ಮತ್ತು ದೇವಾಲಯದ ದೀಪಕ್ಕೆ ತುಪ್ಪವನ್ನು ಸುರಿದೆವು. ದೇವರ ದರ್ಶನಮಾಡಿ ಏಕಾಂತಸ್ಥಳವನ್ನು ಹುಡುಕಿಕೊಂಡೆವು. ಆದರೆ ನಮ್ಮ ಧೈರ್ಯ ಕುಸಿಯಿತು. ಒಡನೆಯೇ ನಾವು ಸಾಯದಿದ್ದರೆ ಏನಾಗಬಹುದು? ನಮ್ಮನ್ನು ನಾವು ಕೊಂದುಕೊಳ್ಳುವುದರಿಂದ ಏನು ಪ್ರಯೋಜನವಾಗುವುದು? ಅದಕ್ಕಿಂತ ಸ್ವಾತಂತ್ರ್ಯವಿಲ್ಲವೆಂದು ಏಕೆ ಪ್ರತಿಭಟಿಸಬಾರದು? ಆದಾಗ್ಗೂ ನಾವು ಎರಡು ಅಥವಾ ಮೂರು ಬೀಜಗಳನ್ನು ನುಂಗಿದ್ದೆವು. ನಮಗೆ ಇನ್ನೂ ಹೆಚ್ಚು ಬೀಜಗಳನ್ನು ತೆಗೆದುಕೊಳ್ಳುವ ಧೈರ್ಯ ಬರಲಿಲ್ಲ. ನಮಗಿಬ್ಬರಿಗೂ ಸಾಯಬೇಕೆಂದು ಹೊರಟಿದ್ದರ ಬಗ್ಗೆ ನಾಚಿಕೆಯಾಗಿತ್ತು. ರಾಮ್‌ಜೀ ಮಂದಿರಕ್ಕೆ ಹೋಗಿ ನಮ್ಮ ಮನಸ್ಸನ್ನು ಸಮಾಧಾನಕ್ಕೆ ತಂದುಕೊಳ್ಳಬೇಕೆಂದು ಮತ್ತು ಆತ್ಮಹತ್ಯೆಯ ಯೋಚನೆಯನ್ನು ಬಿಟ್ಟು ಬಿಡಬೇಕೆಂದು ತೀರ್ಮಾನಿಸಿದೆವು.

ಉದ್ದೇಶಿಸಿದ ಹಾಗೆ ಆತ್ಮಹತ್ಯೆ ಮಾಡಿಕೊಳ್ಳುವುದು ಸುಲಭದ ಮಾತಲ್ಲ ಎಂದು ನಾನು ಗ್ರಹಿಸಿಕೊಂಡೆ. ಅಲ್ಲಿಂದ ಮುಂದೆ ಯಾರೋ ಒಬ್ಬರು ಆತ್ಮಹತ್ಯೆ ಮಾಡಿಕೊಳ್ಳುವುದಾಗಿ ಹೆದರಿಸುತ್ತಿದ್ದಾರೆಂಬ ಸುದ್ದಿಯನ್ನು ಕೇಳಿದರೆ ಅದು ನನ್ನ ಮೇಲೆ ಯಾವುದೇ ಪರಿಣಾಮವನ್ನು ಉಂಟುಮಾಡುವುದಿಲ್ಲ.

ಆತ್ಮಹತ್ಯೆಯ ಆಲೋಚನೆ ಅಂತಿಮವಾಗಿ ನಾವಿಬ್ಬರೂ ಸಿಗರೇಟು ತುಂಡುಗಳನ್ನು ಸೇದುವ ಅಭ್ಯಾಸಕ್ಕೆ ವಿದಾಯ ಹೇಳುವುದರಲ್ಲಿ ಪರ್ಯವಸನವಾಯ್ತು. ಸೇದುವ ಉದ್ದೇಶಕ್ಕೆ ಸೇವಕರ ತಾಮ್ರದ ಬಿಲ್ಲೆಗಳನ್ನು ಕದಿಯುವ ಕೆಟ್ಟ ಚಾಳಿಗೂ ವಿದಾಯ ಹೇಳಿಬಿಟ್ಟೆವು.

ದೊಡ್ಡವನಾದ ಮೇಲೆ ಎಂದೂ ನನ್ನಲ್ಲಿ ಧೂಮಪಾನ ಮಾಡುವ ಇಚ್ಛೆ ಹುಟ್ಟಿಕೊಳ್ಳಲಿಲ್ಲ. ಸೇದುವ ಅಭ್ಯಾಸ ಅನಾಗರಿಕವಾದದ್ದು, ಕೊಳಕಾದದ್ದು ಮತ್ತು ಕೇಡುಂಟುಮಾಡುವಂತಹದು ಎಂದು ಪರಿಗಣಿಸಿದ್ದೇನೆ. ಜಗತ್ತಿನಾದ್ಯಂತ ಧೂಮಪಾನದ ಬಗ್ಗೆ ಅಂತಹ ಕಡುಹಂಬಲ ಏಕಿದೆ ಎಂದು ನನಗೆ ಅರ್ಥವಾಗುತ್ತಿಲ್ಲ. ಧೂಮಪಾನಮಾಡುವವರಿಂದ ತುಂಬಿರುವ ಕಂಪಾರ್ಟ್‌ಮೆಂಟ್‌ನಲ್ಲಿ ಕೂತು ಪ್ರಯಾಣ ಮಾಡುವುದನ್ನು ನಾನು ಸಹಿಸಿಕೊಳ್ಳಲಾರೆ. ನನಗೆ ಉಸಿರು ಕಟ್ಟಿದಂತಾಗುವುದು.

ಈ ಕಳ್ಳತನಕ್ಕಿಂತಲೂ ತುಂಬಾ ತೀವ್ರವಾಗಿದ್ದ ಘಟನೆಯೊಂದು ನಡೆಯಿತು. ಸ್ವಲ್ಪ ದಿನಗಳ ತರುವಾಯ ನಾನು ಆ ಅಪರಾಧಮಾಡಿದ್ದೆ. ಹನ್ನೆರಡು ಅಥವಾ ಹದಿಮೂರು ವರ್ಷಕ್ಕೂ ಪ್ರಾಯಶಃ ಕಡಿಮೆ ವಯಸ್ಸಿದ್ದಾಗ ನಾನು ತಾಮ್ರದ ಬಿಲ್ಲೆಗಳನ್ನು ಲಪಟಾಯಿಸಿದ್ದೆ. ನನ್ನ ಹದಿನೈದನೇ ವಯಸ್ಸಿನಲ್ಲಿ ಇನ್ನೊಂದು ಕಳ್ಳತನ ಮಾಡಿದೆ. ಮಾಂಸ ತಿಂದಿದ್ದ ಸಹೋದರನ ತೋಳಪಟ್ಟಿಯಿಂದ ಒಂದು ಚೂರು ಚಿನ್ನವನ್ನು ಕದ್ದಿದ್ದೆ. ಈ ಸಹೋದರನು ಸುಮಾರು ಇಪ್ಪತ್ತೈದು ರೂಪಾಯಿ ಸಾಲದ ಬಲೆಯಲ್ಲಿ ಸಿಕ್ಕಿಬಿದ್ದಿದ್ದ. ಅವನ ತೋಳಿನ ಮೇಲೆ ಗಟ್ಟಿ ಚಿನ್ನದ ಒಂದು ತೋಳುಪಟ್ಟಿಯಿತ್ತು. ಆದರಿಂದ ಒಂದು ಚೂರು ಚಿನ್ನವನ್ನು ಕೆತ್ತಿ ತೆಗೆಯಲು ಕಷ್ಟಪಡಬೇಕಾಗಿರಲಿಲ್ಲ ಆ ಕೆಲಸವನ್ನು ಮುಗಿಸಿ ಸಾಲವನ್ನು ತೀರಿಸಲಾಯ್ತು. ಇದು ನನಗೆ ತಾಳಿಕೊಳ್ಳಲಸಾಧ್ಯವಾದ ಸಂಗತಿಯಾಯ್ತು. ಮತ್ತೆ ನಾನು ಕದಿಯಬಾರೆಂದು ನಿರ್ಧರಿಸಿದೆ. ನನ್ನ ತಂದೆಯ ಎದುರಿಗೆ ತಪ್ಪೊಪ್ಪಿಕೊಳ್ಳಬೇಕೆಂದು ಮನಸ್ಸು ಮಾಡಿದೆ. ಆದರೆ ನನಗೆ ಮಾತಾಡುವ ಧೈರ್ಯವಿರಲಿಲ್ಲ. ನನ್ನ ತಂದೆ ನನಗೆ ಹೊಡೆಯುತ್ತಾರೆಂಬ ಹೆದರಿಕೆಯಿರಲಿಲ್ಲ. ನನ್ನ ತಂದೆ ನಮ್ಮಲ್ಲಿ ಯಾರನ್ನೂ ಎಂದಾದರೂ ಹೊಡೆದ ನೆನಪು ನನ್ನಲ್ಲಿಲ್ಲ. ಅದರಿಂದ ನನ್ನ ತಂದೆ ನೊಂದುಕೊಳ್ಳಬಹುದು ಎಂದು ನಾನು ಹೆದರಿದ್ದೆ. ಆದರೆ ಆ ಗಂಡಾಂತರವನ್ನು ಎದುರಿಸಲೇ ಬೇಕೆಂದು ತೀರ್ಮಾನಿಸಿದೆ. ಪೂರ್ಣವಾಗಿ ತಪ್ಪೊಪ್ಪಿಕೊಳ್ಳದ ವಿನಹ ಪರಿಶುದ್ಧತೆ ಸಾಧ್ಯವಾಗದು ಎಂದು ನಾನು ತೀರ್ಮಾನಿಸಿದೆ.

ಕಡೆಯಲ್ಲಿ ತಪ್ಪೊಪ್ಪಿಗೆಯ ಪತ್ರವನ್ನು ಬರೆಯಬೇಕೆಂದು ಮತ್ತು ನನ್ನ ತಂದೆಗೆ ಅದನ್ನು ಸಲ್ಲಿಸಿ ನನ್ನನ್ನು ಕ್ಷಮಿಸುವಂತೆ ಬೇಡಿಕೊಳ್ಳಬೇಕೆಂದು ತೀರ್ಮಾನಿಸಿದೆ. ನಾನು ಒಂದು ಚೂರು ಕಾಗದದ ಮೇಲೆ ಅದರ ಬಗ್ಗೆ ಬರೆದು ಅದನ್ನು ನಾನೇ ಸ್ವತಹ ತಂದೆಯವರ ಕೈಗೆ ಕೊಟ್ಟೆ. ಈ ಪತ್ರದಲ್ಲಿ ನಾನು ಅಪರಾಧವನ್ನು ಒಪ್ಪಿಕೊಂಡಿದ್ದೆ ಮತ್ತು ತಕ್ಕಷ್ಟು ಶಿಕ್ಷೆಯನ್ನು ಕೊಡಬೇಕೆಂದು ಬೇಡಿಕೊಂಡಿದ್ದೆ. ಇದಕ್ಕಾಗಿ ನನ್ನ ತಂದೆ ತಮ್ಮನ್ನು ತಾವೇ ಶಿಕ್ಷಿಸಿಕೊಳ್ಳಬಾರದೆಂದು ಪ್ರಾರ್ಥಿಸಿದ್ದೆ. ಇನ್ನು ಮುಂದೆ ಎಂದೂ ಕದಿಯುವುದಿಲ್ಲವೆಂದು ಪ್ರಮಾಣಮಾಡಿದ್ದೆ.

ನಾನು ತಪ್ಪೊಪ್ಪಿಗೆಯ ಪತ್ರವನ್ನು ನನ್ನ ತಂದೆಗೆ ನೀಡುವಾಗ ನಡುಗುತ್ತಿದ್ದೆ. ಆ ಸಮಯದಲ್ಲಿ ನನ್ನ ತಂದೆ ಭಗಂದರ (ಫಿಸ್ಟ್ಯುಲ-ನಾಳವ್ರಣ)ದಿಂದ ನರಳುತ್ತಿದ್ದರು ಮತ್ತು ಹಾಸಿಗೆ ಹಿಡಿದಿದ್ದರು. ಸಾಧಾರಣ ಮರದ ಹಲಗೆಯೇ ಅವರ ಹಾಸಿಗೆಯಾಗಿತ್ತು. ನಾನು ಅವರಿಗೆ ಪತ್ರವನ್ನು ನೀಡಿದೆ ಮತ್ತು ಹಲಗೆಯ ಮೇಲೆ ಅವರ ಎದುರು ಕೂತೆ.

ನನ್ನ ತಂದೆ ಪತ್ರವನ್ನು ಮೊದಲಿನಿಂದ ಕಡೆಯವರೆಗೆ ಓದಿದರು. ಮುತ್ತಿನ ಹನಿಗಳು ಅವರ ಗಲ್ಲಗಳ ಮೇಲೆ ತೊಟ್ಟಿಕ್ಕುತ್ತ ಪತ್ರವನ್ನು ಒದ್ದೆಮಾಡಿದವು. ಒಂದು ಕ್ಷಣ ಅವರು ಕಣ್ಣು ಮುಚ್ಚಿಕೊಂಡರು. ಏನೋ ಯೋಚಿಸಿ ಪತ್ರವನ್ನು ಹರಿದುಹಾಕಿದರು. ಪತ್ರವನ್ನು ಓದಲು ಅವರು ಎದ್ದು ಕೂತಿದ್ದರು. ಮತ್ತೆ ಮಲಗಿ ಕೊಂಡರು. ನಾನು ಅತ್ತೆ. ನನ್ನ ತಂದೆಯ ದಾರುಣ ವೇದನೆಯನ್ನು ನಾನು ಕಾಣುತ್ತಿದ್ದೆ. ನಾನು ಚಿತ್ರಕಾರನಾಗಿದ್ದಿದ್ದರೆ ಇಂದು ನಾನು ಇಡೀ ಚಿತ್ರವನ್ನು ಬರೆಯುತ್ತಿದ್ದೆ. ಇನ್ನೂ ನನ್ನ ಮನಸ್ಸಿನಲ್ಲಿ ಆದೃಶ್ಯ ಕಣ್ಣಿಗೆ ಕಟ್ಟುವಂತಿದೆ.

ಆ ಪ್ರೀತಿಯ ಮುತ್ತಿನ ಹನಿಗಳು ನನ್ನ ಹೃದಯವನ್ನು ಪರಿಶುದ್ಧಗೊಳಿಸಿದವು ಮತ್ತು ನನ್ನ ಪಾಪವನ್ನು ತೊಳೆದುಹಾಕಿದವು. ಅಂತಹ ಪ್ರೀತಿಯನ್ನು ಅನುಭವಿಸಿದವನಿಗೆ ಮಾತ್ರ ಅದೇನು ಎಂದು ಅರ್ಥವಾಗುವುದು. ಸ್ತುತಿಗೀತೆಯೊಂದು ಹೀಗೆ ಹೇಳುತ್ತದೆ:

ಪ್ರೀತಿಯ ಬಾಣಗಳಿಂದ ಯಾರು ಏಟು ತಿಂದಿರುತ್ತಾನೋ

ಅವನಿಗೆ ಮಾತ್ರ

ಅದರ ಶಕ್ತಿ ತಿಳಿದಿರುತ್ತದೆ.

ಇದು ನನಗೆ ಅಹಿಂಸೆಯ ವಸ್ತುನಿಷ್ಠ ಪಾಠವಾಗಿ ಪರಿಣಮಿಸಿತು. ಅದರಲ್ಲಿ ನನ್ನ ತಂದೆಯ ಪ್ರೀತಿಯನ್ನು ಬಿಟ್ಟಂತೆ ಹೆಚ್ಚಿಗೆ ಏನೂ ಇರಲಿಲ್ಲ ಎಂದು ಭಾವಿಸಿದ್ದೆ. ಇಂದು ನಾನು ಅದನ್ನು ಪರಿಶುದ್ಧ ಅಹಿಂಸೆ ಎಂದು ತಿಳಿದಿದ್ದೇನೆ. ಅಂತಹ ಅಹಿಂಸೆ ಎಲ್ಲರನ್ನೂ ಅಪ್ಪಿಕೊಂಡಾಗ ಅದು ಸ್ಪರ್ಶಿಸುವ ಎಲ್ಲವನ್ನೂ ಪರಿವರ್ತಿಸುತ್ತದೆ. ಅದರ ಶಕ್ತಿಗೆ ಮೇರೆಯೇ ಇರುವುದಿಲ್ಲ.

ಈ ಬಗೆಯ ಉದಾತ್ತ ಕ್ಷಮಾಗುಣ ನನ್ನ ತಂದೆಗೆ ಸಹಜವಾಗಿರಲಿಲ್ಲ. ಅವರು ಸಿಟ್ಟಾಗಬಹುದು, ಕಠಿಣ ಮಾತುಗಳನ್ನಾಡಬಹುದು ಮತ್ತು ಹಣೆಯನ್ನು ಚಚ್ಚಿಕೊಳ್ಳಬಹುದು ಎಂದು ನಾನು ಭಾವಿಸಿದ್ದೆ. ಆದರೆ ಅದ್ಭುತ ಎನ್ನುವಂತೆ ಅವರು ಶಾಂತವಾಗಿದ್ದರು. ನಾನು ಪೂರ್ಣವಾಗಿ ತಪ್ಪೊಪ್ಪಿಕೊಂಡಿದ್ದರಿಂದ ಅವರು ತಮ್ಮ ನೆಮ್ಮದಿಯನ್ನು ಕೆಡಿಸಿಕೊಳ್ಳಲಿಲ್ಲ ಎಂದು ನಂಬಿದ್ದೇನೆ. ಪೂರ್ಣ ತಪ್ಪೊಪ್ಪಿಗೆಯನ್ನು ಜತೆಯಲ್ಲಿ ಅಂತಹ ತಪ್ಪನ್ನು ಮತ್ತೆ ಮಾಡುವುದಿಲ್ಲ ಎಂಬ ವಚನವನ್ನು ಯಾರಿಗೆ ಅದನ್ನು ಸ್ವೀಕರಿಸುವ ಹಕ್ಕಿದೆಯೋ ಅವರ ಎದುರು ಅರ್ಪಿಸಿದರೆ ಅದು ಪರಿಶುದ್ಧ ಪಶ್ಚಾತ್ತಾಪವಾಗುವುದು. ನನ್ನ ತಪ್ಪೊಪ್ಪಿಗೆ ನನ್ನ ತಂದೆಯಲ್ಲಿ ನನ್ನ ಬಗ್ಗೆ ಪೂರ್ಣ ಸುರಕ್ಷಿತಾಭಾವನೆಯನ್ನು ಹುಟ್ಟಿಸಿತೆಂದು ನನಗೆ ತಿಳಿದಿದೆ. ಅವರ ವಿಶ್ವಾಸ ಅಳತೆ ಮೀರಿ ನನ್ನ ಮೇಲೆ ಹೆಚ್ಚಾಯಿತು.

9. ನನ್ನ ತಂದೆಯ ಸಾವು ಮತ್ತು ನನ್ನ ಇಮ್ಮಡಿ ಲಜ್ಜೆ

ನಾನೀಗ ಹೇಳಲಿರುವ ಸಂಗತಿ ನನ್ನ ಹದಿನಾರನೇ ವಯಸ್ಸಿನಲ್ಲಿ ನಡೆದದ್ದು. ನಾವೀಗಾಗಲೇ ಅರಿತಿರುವಂತೆ ನನ್ನ ತಂದೆ ಭಗಂದರದಿಂದ ನರಳುತ್ತ ಹಾಸಿಗೆ ಹಿಡಿದಿದ್ದರು. ನನ್ನ ತಾಯಿ, ಒಬ್ಬ ವೃದ್ಧ ನೌಕರ ಮತ್ತು ನಾನು ಅವರ ಮುಖ್ಯ ಪರಿಚರರಾಗಿ ಸೇವೆಮಾಡುತ್ತಿದ್ದೆವು. ನಾನು ದಾದಿಯ ಕರ್ತವ್ಯಗಳನ್ನು ನೆರವೇರಿಸುತ್ತಿದ್ದೆ. ಮುಖ್ಯವಾಗಿ ಗಾಯವನ್ನು ತೊಳೆದು ಔಷಧಿ ಮುಲಾಮು ಸವರಿ ಬಟ್ಟೆ ಕಟ್ಟುವುದು, ಕಾಲಕ್ಕೆ ಸರಿಯಾಗಿ ಔಷಧಿ ಕೊಡುವುದು, ಮನೆಯಲ್ಲಿಯೇ ತಯಾರಿಸಬೇಕಾದಾಗ ಬೇರೆ ಬೇರೆ ಔಷಧ ಪದಾರ್ಥಗಳನ್ನು ಬೆರಸಿ ಸಂಯುಕ್ತ ಔಷಧ ಪದಾರ್ಥವನ್ನು ತಯಾರಿಸುವುದು - ಈ ಕರ್ತವ್ಯಗಳನ್ನು ನಿರ್ವಹಿಸುತ್ತಿದ್ದೆ. ಪ್ರತಿ ರಾತ್ರಿಯೂ ಅವರ ಕಾಲುಗಳ ಮಾಲೀಸು (ಕೈಗಳಿಂದ ತಿಕ್ಕುವುದು, ಹಿಸುಕುವುದು, ನೀವುವುದು) ಮಾಡುತ್ತಿದ್ದೆ ಮತ್ತು ಅವರು ಅಪ್ಪಣೆ ಕೊಟ್ಟ ತರುವಾಯ ಇಲ್ಲವೇ ಗಾಢವಾಗಿ ನಿದ್ರಿಸಿದ ತರುವಾಯ ಎದ್ದು ಹೋಗುತ್ತಿದ್ದೆ. ನನಗೆ ಈ ಸೇವೆ ಪ್ರಿಯವಾಗಿತ್ತು. ಈ ಸೇವೆಯನ್ನು ಎಂದಾದರೂ ಆಲಕ್ಷಿಸಿದ ನೆನಪು ನನ್ನಲ್ಲಿಲ್ಲ. ನನಗೆ ಬಿಡುವಿದ್ದಾಗ, ನನ್ನ ದಿನನಿತ್ಯದ

ಕರ್ತವ್ಯಗಳನ್ನು ಮುಗಿಸಿದ ತರುವಾಯ ದೊರೆಯುವ ವೇಳೆಯನ್ನು ಶಾಲೆಗೆ ಮತ್ತು ನನ್ನ ತಂದೆಯ ಸೇವೆಗೆ ವಿನಿಯೋಗಿಸುತ್ತಿದ್ದೆ. ನನ್ನ ತಂದೆ ನನಗೆ ಅನುಮತಿಯನ್ನು ಕೊಟ್ಟಾಗ ಇಲ್ಲವೇ ಅವರು ಚೆನ್ನಾಗಿದ್ದಾಗ ನಾನು ಸಾಯಂಕಾಲದ ವೇಳೆಯಲ್ಲಿ ಹೊರಕ್ಕೆ ಓಡಾಡಲು ಹೋಗುತ್ತಿದ್ದೆ.

ಇದೇ ಕಾಲದಲ್ಲಿ ನನ್ನ ಹೆಂಡತಿ ಮಗುವನ್ನು ನಿರೀಕ್ಷಿಸುತ್ತಿದ್ದಳು - ಈ ಸನ್ನಿವೇಶವನ್ನು ಇಂದು ನೆನಸಿಕೊಂಡಾಗ ನನಗೆ ಇಮ್ಮಡಿ ಲಜ್ಜೆಯಾಗುತ್ತವೆ ಮೊದಲನೆಯದಾಗಿ ನಾನು ನನ್ನನ್ನು ಹತೋಟಿಯಲ್ಲಿಟ್ಟುಕೊಳ್ಳಲಿಲ್ಲ ಆಗ ನಾನಿನ್ನೂ ವಿದ್ಯಾರ್ಥಿಯಾಗಿದ್ದುದರಿಂದ ನಾನು ಅಂಕೆಯಲ್ಲಿರಬೇಕಾಗಿತ್ತು. ಎರಡನೆಯದಾಗಿ ಅಧ್ಯಯನ ನನ್ನ ಕರ್ತವ್ಯ ಎಂದು ಭಾವಿಸಿದ್ದರೂ ಕಾಮಾಸಕ್ತಿ ಅದಕ್ಕಿಂತ ಮೇಲುಗೈ ಆಯಿತು. ಅಧ್ಯಯನಕ್ಕಿಂತ ತಂದೆತಾಯಿಯರ ಸೇವೆ ಇನ್ನೂ ದೊಡ್ಡದಾಗಿರಬೇಕಾಗಿತ್ತು. ಏಕೆಂದರೆ ಬಾಲ್ಯದಿಂದಲೂ ಶ್ರವಣ ನನ್ನ ಆದರ್ಶನಾಗಿದ್ದ. ಪ್ರತಿ ರಾತ್ರಿಯೂ ನನ್ನ ಕೈಗಳು ನನ್ನ ತಂದೆಯ ಕಾಲುಗಳನ್ನು ಮಾಲೀಸುಮಾಡುವುದರಲ್ಲಿ ನಿರತವಾಗಿದ್ದರೂ ನನ್ನ ಮನಸ್ಸು ಶಯನ ಗೃಹದ ಸುತ್ತ ಸುಳಿದಾಡುತ್ತಿತ್ತು. ಅದೂ ಆ ಕಾಲದಲ್ಲಿ ಧರ್ಮ, ವೈದ್ಯಕೀಯ ವಿಜ್ಞಾನ ಮತ್ತು ಸಾಮಾನ್ಯ ತಿಳಿವಳಿಕೆಗಳೆಲ್ಲವೂ ಒಂದೇ ರೀತಿಯಲ್ಲಿ ಲೈಂಗಿಕ ಸಂಪರ್ಕವನ್ನು ನಿಷೇಧಿಸಿದ್ದವು. ನನ್ನ ಕರ್ತವ್ಯದಿಂದ ಬಿಡುಗಡೆಯಾದಾಗ ಯಾವಾಗಲೂ ನನಗೆ ಸಂತೋಷವಾಗುತ್ತಿತ್ತು ಮತ್ತು ನನ್ನ ತಂದೆಗೆ ನಮಸ್ಕಾರ ಮಾಡಿ ನೇರವಾಗಿ ಶಯನದ ಕೊಠಡಿಗೆ ತೆರಳುತ್ತಿದ್ದೆ.

ಇದೇ ಕಾಲದಲ್ಲಿ ನನ್ನ ತಂದೆಯ ಸ್ಥಿತಿ ದಿನದಿಂದ ದಿನಕ್ಕೆ ಹೆಚ್ಚು ಹೆಚ್ಚು ಕೆಡುತ್ತಿತ್ತು. ಆಯುರ್ವೇದದ ವೈದ್ಯರು ತಮ್ಮ ಮುಲಾಮುಗಳನ್ನು ಸವರಿ ಪ್ರಯತ್ನಿಸಿದರು. ಹಕೀಮರು ಲೇಪಗಳನ್ನು ಸವರಿದರು ಮತ್ತು ಸ್ಥಳೀಯ ಅಳಲೇಕಾಯಿ ಪಂಡಿತರು ತಮ್ಮ ಬೂಟಾಟಿಕೆಯ ಔಷಧಿಯನ್ನು ಪ್ರಯೋಗಿಸಿದರು. ಒಬ್ಬ ಇಂಗ್ಲಿಷ್ ಶಸ್ತ್ರಚಿಕಿತ್ಸಕ (ಸರ್ಜನ್) ಅವನ ನೈಪುಣ್ಯವನ್ನು ಪ್ರದರ್ಶಿಸಿದ. ಕಡೆಯ ಮತ್ತು ಏಕಮಾತ್ರ ಚಿಕಿತ್ಸೆಯೆಂದರೆ ಶಸ್ತ್ರಕ್ರಿಯೆ (ಸರ್ಜಿಕಲ್ ಆಪರೇಷನ್) ಎಂದು ಅವನು ಶಿಫಾರಸು ಮಾಡಿದ. ಆದರೆ ಕುಟುಂಬ ವೈದ್ಯನು ಅದಕ್ಕೆ ಅಡ್ಡಿಯನ್ನೊಡ್ಡಿದ. ಆ ಇಳಿ ವಯಸ್ಸಿನಲ್ಲಿ ಶಸ್ತ್ರಕ್ರಿಯೆಯನ್ನು ಮಾಡಬಾರದೆಂದು ತನ್ನ ಅಸಮ್ಮತಿಯನ್ನು ವ್ಯಕ್ತಪಡಿಸಿದ. ಈ ವೈದ್ಯನು ಹೆಸರು ವಾಸಿಯಾಗಿದ್ದ ಮತ್ತು ಸಮರ್ಥನೂ ಆಗಿದ್ದ. ಆದ್ದರಿಂದ ಅವನ ಸಲಹೆಗೆ ಮಾನ್ಯತೆ ಸಿಕ್ಕಿತು. ಶಸ್ತ್ರ ಕ್ರಿಯೆಯ ಪ್ರಶ್ನೆ ಹಿಂದೆ ಸರಿಯಿತು. ಈ ಉದ್ದೇಶಕ್ಕೆ ಕೊಳ್ಳಲಾದ ವಿವಿಧ ಔಷಧಿಗಳು ನಿಷ್ಪ್ರಯೋಜಕವಾದವು. ವೈದ್ಯನು ಶಸ್ತ್ರಕ್ರಿಯೆಗೆ ಅವಕಾಶ ನೀಡಿದ್ದರೆ ಗಾಯ ಸುಲಭವಾಗಿ ವಾಸಿಯಾಗುತ್ತಿತ್ತು ಎಂದು ನಾನು ಎಣಿಸಿದ್ದೇನೆ. ಆ ಕಾಲದಲ್ಲಿ ಬಾಂಬೆಯಲ್ಲಿ ತುಂಬಾ ಪ್ರಸಿದ್ಧನಾಗಿದ್ದ ಶಸ್ತ್ರ ಚಿಕಿತ್ಸಕನು ಈ ಶಸ್ತ್ರಕ್ರಿಯೆಯನ್ನು ನಡೆಸುವವನಿದ್ದ. ಆದರೆ ದೇವರು ಬೇರೊಂದನ್ನು ಬಯಸಿದ್ದ. ಸಾವು ಸನ್ನಿಹಿತವಾಗಿದ್ದಾಗ ಯಾರುತಾನೇ ಸರಿಯಾದ ಚಿಕಿತ್ಸೆಯ ಬಗ್ಗೆ ಚಿಂತಿಸುತ್ತಾರೆ? ನನ್ನ ತಂದೆ ಶಸ್ತ್ರಚಿಕಿತ್ಸೆಗೆ ಸಂಬಂಧಿಸಿದ ಎಲ್ಲ ಸಾಧನಗಳೊಂದಿಗೆ ಬಾಂಬೆಯಿಂದ ಹಿಂದಿರುಗಿದರು. ಆ ಸಾಧನಗಳೆಲ್ಲವೂ ನಿಷ್ಪ್ರಯೋಜಕವಾದವು. ನನ್ನ ತಂದೆ ಇನ್ನೂ ಹೆಚ್ಚು ದಿನ ಬದುಕುವ ಆಸೆಯನ್ನು ಕಳೆದುಕೊಂಡಿದ್ದರು. ದಿನದಿಂದ ದಿನಕ್ಕೆ ದುರ್ಬಲರಾಗತೊಡಗಿದರು. ಕಡೆಯಲ್ಲಿ ಅವರಿಗೆ ಹಾಸಿಗೆಯಲ್ಲಿ ಅವಶ್ಯಕವಾದ ನಿತ್ಯಕರ್ಮಗಳನ್ನು

ನೆರವೇರಿಸುವಂತೆ ತಿಳಿಸಲಾಯ್ತು. ಆದರೆ ಅವರು ಹಾಗೆ ನಡೆದುಕೊಳ್ಳಲು ನಿರಾಕರಿಸಿದರು. ತಮ್ಮ ಹಾಸಿಗೆಯನ್ನು ಬಿಟ್ಟು ನೋವನ್ನನುಭವಿಸುತ್ತ ನಿತ್ಯಕರ್ಮಗಳನ್ನು ನಡೆಸುವುದಾಗಿ ಪಟ್ಟು ಹಿಡಿಯುತ್ತಿದ್ದರು. ಬಾಹ್ಯ ಶುಚಿತ್ವದ ಬಗ್ಗೆ ವೈಷ್ಣವ ಧರ್ಮದ ನಿಯಮಗಳು ಕಠೋರವಾಗಿವೆ.

ನಿಸ್ಸಂಶಯವಾಗಿಯೂ ಅಂತಹ ಶುಚಿತ್ವ ತುಂಬಾ ಆವಶ್ಯಕ. ಆದರೆ ಪಾಶ್ಚಿಮಾತ್ಯ ವೈದ್ಯಕೀಯ ವಿಜ್ಞಾನ ನಮಗೆ ಆ ಎಲ್ಲ ಕರ್ಮಗಳನ್ನು ಹಾಸಿಗೆಯಲ್ಲಿ ಪೂರಯಿಸಬಹುದು ಎಂಬುದನ್ನು ಹೇಳಿಕೊಟ್ಟಿದೆ. ಕಟ್ಟುನಿಟ್ಟಾಗಿ ಶುಚಿತ್ವಕ್ಕೆ ಗಮನಕೊಟ್ಟು ಸ್ನಾನವನ್ನು ಕೂಡಾ ಹಾಸಿಗೆಯಲ್ಲೇ ಮಾಡಬಹುದು. ಅದರಿಂದ ರೋಗಿಗೆ ಸ್ವಲ್ಪವೂ ಇರುಸುಮುರುಸಾಗುವುದಿಲ್ಲ. ಹಾಸಿಗೆ ಕೂಡಾ ಯಾವುದೇ ಕಲೆಯಿಲ್ಲದೇ ಶುಭ್ರವಾಗಿರುವುದು. ಅಂತಹ ಶುಚಿತ್ವ ವೈಷ್ಣವರಲ್ಲಿ ಸ್ವಲ್ಪಮಟ್ಟಿಗೆ ಸಮಂಜಸವಾಗಿದೆ ಎಂದು ನಾನು ಭಾವಿಸಿದ್ದೇನೆ. ಆದರೆ ನನ್ನ ತಂದೆ ಹಾಸಿಗೆಯನ್ನು ಬಿಟ್ಟು ಆ ಕರ್ಮಗಳನ್ನು ನೆರವೇರಿಸಲು ಪಟ್ಟುಹಿಡಿದದ್ದು ನನ್ನಲ್ಲಿ ಅಚ್ಚರಿಯನ್ನುಂಟುಮಾಡಿತ್ತು. ನಾನು ಅದನ್ನು ಮೆಚ್ಚಿಕೊಳ್ಳಲೇಬೇಕಾಗಿತ್ತು.

ಭಯಹುಟ್ಟಿಸುವ ರಾತ್ರಿ ಆಗಮಿಸಿತು. ರಾಜ್‌ಕೋಟ್‌ನಲ್ಲಿ ನನ್ನ ಅಂಕಲ್ (ಚಿಕ್ಕಪ್ಪ) ಇದ್ದರು. ನನ್ನ ತಂದೆಯ ಆರೋಗ್ಯ ತುಂಬಾ ಕೆಡುತ್ತಿದೆ ಎಂಬ ಸುದ್ದಿ ಕೇಳಿ ಅವರು ರಾಜ್‌ಕೋಟ್‌ನಿಂದ ಬಂದಿದ್ದರು ಎಂಬ ಮಾಸಿದ ನೆನಪು ನನ್ನಲ್ಲಿ ಉಳಿದುಕೊಂಡಿದೆ. ಈ ಸಹೋದರರ ಮಧ್ಯೆ ಗಾಢವಾದ ಪ್ರೀತಿಯಿತ್ತು. ಇಡೀ ದಿನ ನನ್ನ ಅಂಕಲ್ ನನ್ನ ತಂದೆಯ ಹಾಸಿಗೆಯ ಬಳಿ ಕೂತಿರುತ್ತಿದ್ದರು. ನಮ್ಮೆಲ್ಲರನ್ನೂ ನಿದ್ರಿಸಲು ಕಳಿಸಿ ಅವರು ನನ್ನ ತಂದೆಯ ಬಳಿ ಮಲಗಲು ಪಟ್ಟು ಹಿಡಿಯುತ್ತಿದ್ದರು. ಆ ರಾತ್ರಿ ವಿನಾಶಕ ರಾತ್ರಿಯಾಗಬಹುದೆಂದೂ ಯಾರೂ ಕನಸು ಕಂಡಿರಲಿಲ್ಲ. ಸಹಜವಾಗಿ ಅಪಾಯ ಅಲ್ಲಿ ಕಾದುಕೂತಿತ್ತು.

ರಾತ್ರಿ 10.30 ಅಥವಾ 11 ಗಂಟೆಯಾಗಿತ್ತು. ನಾನು ಮಾಲೀಸು ಮಾಡುತ್ತಿದ್ದೆ. ನನ್ನ ಅಂಕಲ್ ನನಗೆ ಬಿಡುವು ಕೊಟ್ಟರು. ನಾನು ಸಂತೋಷದಿಂದ ನೇರವಾಗಿ ಮಲಗುವ ಕೊಠಡಿಗೆ ಹೋದೆ. ಬಡಪಾಯಿ, ನನ್ನ ಹೆಂಡತಿ ಗಾಢ ನಿದ್ರೆಯಲ್ಲಿದ್ದಳು. ಆದರೆ ನಾನು ಅಲ್ಲಿದ್ದಾಗ ಆಕೆ ಹೇಗೆ ನಿದ್ರೆಮಾಡಬಲ್ಲಳು? ನಾನು ಆಕೆಯನ್ನು ಎಚ್ಚರಿಸಿದೆ. ಏನೇ ಇರಲಿ ಐದು ಅಥವಾ ಆರು ನಿಮಿಷಗಳಲ್ಲಿ ಸೇವಕನು ಬಾಗಿಲು ಬಡಿದ. ನಾನು ದಿಗಿಲುಪಡತೊಡಗಿದೆ. 'ಏಳಿ' ಎಂದು ಅವನು ಹೇಳಿದ. 'ತಂದೆಯವರ ಆರೋಗ್ಯ ತುಂಬಾ ಕೆಟ್ಟಿದೆ'ಎಂದು ಅವನು ಹೇಳಿದ. ಅವರ ಆರೋಗ್ಯ ತುಂಬಾ ಕೆಟ್ಟಿದೆ ಎಂದು ನನಗೆ ಗೊತ್ತಿತ್ತು. ಆ ಕ್ಷಣದಲ್ಲಿ 'ತುಂಬಾ ಕೆಟ್ಟಿದೆ' ಅಂದರೇನರ್ಥ ಎಂಬುದನ್ನು ನಾನು ಊಹಿಸಿಕೊಂಡೆ. ನಾನು ಹಾಸಿಗೆಯಿಂದ ಹೊರಕ್ಕೆ ಜಿಗಿದ.

'ಏನು ವಿಷಯ? ಹೇಳು!'

'ತಂದೆ ಇನ್ನಿಲ್ಲ'

ಅಲ್ಲಿಗೆ ಎಲ್ಲವೂ ಮುಗಿದುಹೋಯಿತು! ನಾನು ಕೈಗಳನ್ನು ಹಿಸುಕಿಕೊಳ್ಳತೊಡಗಿದೆ. ನನಗೆ ತುಂಬಾ ನಾಚಿಕೆಯಾಯ್ತು ಮತ್ತು ಅತಿಯಾಗಿ ಸಂಕಟಪಡತೊಡಗಿದೆ. ನಾನು ನನ್ನ ತಂದೆಯ ಕೊಠಡಿಗೆ ಓಡಿಹೋದೆ. ಪಶುಸಮಾನವಾದ ಆವೇಶ ನನ್ನನ್ನು ಕುರುಡುಮಾಡದಿದ್ದರೆ ನನ್ನ

ತಂದೆಯ ಕಡೆಯ ಕ್ಷಣಗಳಲ್ಲಿ ಅವರಿಂದ ದೂರವಾಗಿ ವೇದನೆಯನ್ನನುಭವಿಸುವುದು ತಪ್ಪುತ್ತಿತ್ತು. ನಾನು ಅವರ ಮಾಲೀಸು ಮಾಡುತ್ತಿರಬೇಕಾಗಿತ್ತು. ಅವರು ನನ್ನ ತೋಳುಗಳಲ್ಲಿ ಕೊನೆಯುಸಿರೆಳೆಯುತ್ತಿದ್ದರು. ಆದರೆ ಈಗ ನನ್ನ ಅಂಕಲ್ (ಚಿಕ್ಕಪ್ಪ) ಆ ವಿಶೇಷ ಗೌರವಕ್ಕೆ ಪಾತ್ರರಾಗಿದ್ದರು. ಅವರು ಅವರ ಅಣ್ಣನಿಗೆ ಎಷ್ಟೊಂದು ಗಾಢವಾಗಿ ಸಮರ್ಪಿಸಿಕೊಂಡಿದ್ದರೆಂದರೆ ಕಡೆಯ ಸೇವೆ ಮಾಡುವ ಗೌರವ ಅವರಿಗೆ ಪ್ರಾಪ್ತವಾಗಿತ್ತು. ನನ್ನ ತಂದೆ ಬರಲಿರುವ ದುರ್ಘಟನೆಯನ್ನು ಮೊದಲೇ ಅರಿತಿದ್ದರು. ಕಾಗದ ಮತ್ತು ಪೆನ್‌ಅನ್ನು ತಂದುಕೊಡುವಂತೆ ಸೂಚಿಸಿದ್ದರು. 'ಅಂತಿಮ ಕರ್ಮಕ್ಕೆ ಸಿದ್ಧತೆ ನಡೆಸಿ' ಎಂದು ಕಾಗದಲ್ಲಿ ಬರೆದಿದ್ದರು. ತರುವಾಯ ಅವರು ತಮ್ಮ ತೋಳಿನಿಂದ ತಾಯಿತವನ್ನು ಕಿತ್ತೆಸೆದರು. ತುಳಸಿ ಮಣಿಗಳಿಂದ ಕೂಡಿದ್ದ ಚಿನ್ನದ ಕಂಠಹಾರವನ್ನು ಕೂಡಾ ಕಿತ್ತು ತಮ್ಮ ಪಕ್ಕದಲ್ಲಿ ಬಿಸಾಡಿದರು. ಒಂದು ಕ್ಷಣದ ನಂತರ ಅವರು ಕೊನೆಯುಸಿರೆಳೆದಿದ್ದರು.

ಮೊದಲೇ ಬಂದಿರುವ ಅಧ್ಯಾಯದಲ್ಲಿ ನಾನು ಪ್ರಸ್ತಾಪಿಸಿರುವ ಲಜ್ಜೆ (ಅವಮಾನ) ನನ್ನ ಲೈಂಗಿಕಾಸಕ್ತಿಯ ಲಜ್ಜೆಯಾಗಿತ್ತು. ನನ್ನ ತಂದೆಯ ಸಾವಿನಂತಹ ವಿಷಮ ಘಳಿಗೆಯಲ್ಲಿ, ಜಾಗರೂಕತೆಯಿಂದ ಸೇವೆ ಸಲ್ಲಿಸಬೇಕಾಗಿದ್ದ ಕಾಲದಲ್ಲಿ ನಾನು ಕಾಮಕ್ಕೆ ವಶವಾಗಿದ್ದೆ. ಅದೊಂದು ಕಳಂಕವಾಗಿದ್ದು ಅದನ್ನು ಅಳಿಸಿಹಾಕಲು ಇಲ್ಲವೇ ಮರೆಯಲು ನಾನು ಶಕ್ತನಾಗಿಲ್ಲ. ನನ್ನ ತಂದೆತಾಯಿಯರಿಗೆ ನಾನು ಮಿತಿಯಿಲ್ಲದೇ ಸೇವೆ ಸಲ್ಲಿಸಿದ್ದರೂ ನನ್ನಲ್ಲಿ ಆ ಚಿಂತೆ ಯಾವಾಗಲೂ ಉಳಿದುಕೊಂಡಿರುತ್ತದೆ. ನಾನು ನನ್ನ ತಂದೆತಾಯಿಯರ ಸೇವೆಗೆ ಏನನ್ನಾದರೂ ತ್ಯಾಗಮಾಡಲು ಸಿದ್ಧನಾಗಿದ್ದೆ. ಹಾಗಿದ್ದರೂ ಆ ಕ್ಷಣದಲ್ಲಿ ನಾನು ಕಾಮಾವೇಶದ ಹಿಡಿತದಲ್ಲಿದ್ದೆ ಎಂಬುದನ್ನು ಗಣನೆಗೆ ತೆಗೆದುಕೊಂಡರೆ ಅದು ಕ್ಷಮೆಗೆ ಅರ್ಹವಾದದ್ದಲ್ಲ ಎಂದು ಭಾಸವಾಗುವುದು. ಆದ್ದರಿಂದ ನಾನು ವಿಧೇಯನಾದ ಪತಿಯಾಗಿದ್ದರೂ ನನ್ನನ್ನು ಯಾವಾಗಲೂ ವಿಷಯಾಸಕ್ತ ಎಂದೇ ಭಾವಿಸುತ್ತೇನೆ. ವಿಷಯಾಸಕ್ತಿಯ ಸಂಕೋಲೆಯಿಂದ ಬಿಡುಗಡೆ ಪಡೆಯಲು ನನಗೆ ತುಂಬಾ ಕಾಲ ಹಿಡಿಯಿತು. ಅದನ್ನು ಜಯಿಸುವ ಮುಂಚೆ ನಾನು ಅನೇಕ ವಿಷಮ ಪರೀಕ್ಷೆಗಳನ್ನು ಹಾದು ಬರಬೇಕಾಯ್ತು.

ನನ್ನ ಇಮ್ಮಡಿ ಲಜ್ಜೆ ಕುರಿತ ಅಧ್ಯಾಯವನ್ನು ಮುಗಿಸುವ ಮುಂಚೆ ನನ್ನ ಹೆಂಡತಿ ಹೆತ್ತಿದ್ದ ಬಡಪಾಯಿ ಪುಟ್ಟ ಕೂಸು ಮೂರು ಅಥವಾ ನಾಲ್ಕು ದಿವಸಗಳಿಗಿಂತ ಹೆಚ್ಚಾಗಿ ಉಸಿರಾಡಲಿಲ್ಲ. ಇದಕ್ಕಿಂತ ಬೇರೆ ಏನನ್ನು ನಿರೀಕ್ಷಿಸಬಹುದಾಗಿತ್ತು? ವಿವಾಹಿತರೆಲ್ಲರೂ ನನ್ನ ನಿದರ್ಶನದಿಂದ ಎಚ್ಚೆತ್ತುಕೊಳ್ಳಲಿ.

10. ಧರ್ಮದ ಮಿನುಗುನೋಟ

ಆರು ಅಥವಾ ಏಳನೇ ವಯಸ್ಸಿನಿಂದ ಹದಿನಾರನೇ ವಯಸ್ಸಿನವರೆಗೆ ನಾನು ಶಾಲೆಯಲ್ಲಿ ಓದುತ್ತಿದ್ದೆ. ಧರ್ಮವನ್ನು ಬಿಟ್ಟಂತೆ ಇತರ ಅನೇಕ ವಿಷಯಗಳನ್ನು ಕಲಿತುಕೊಂಡೆ. ತಮ್ಮ ಪ್ರಯತ್ನವಿಲ್ಲದೇ ಶಿಕ್ಷಕರು ನನಗೆ ಏನು ಕೊಡಬಹುದಾಗಿತ್ತೋ ಅದನ್ನು ಪಡೆಯುವುದರಲ್ಲಿ ನಾನು ವಿಫಲನಾಗಿದ್ದೆ ಎಂದು ಹೇಳಬಹುದು. ಹಾಗಿದ್ದರೂ ನನ್ನ ಸುತ್ತಲ ಪರಿಸರದಿಂದ ಅಲ್ಲಿ, ಇಲ್ಲಿ ಕೆಲವು ವಿಷಯಗಳನ್ನು ಎತ್ತಿಕೊಳ್ಳುತ್ತಾ ಹೋದೆ. 'ಧರ್ಮ' ಎಂಬ ಪದವನ್ನು ನಾನು ವಿಶಾಲಾರ್ಥದಲ್ಲಿ ಬಳಸುತ್ತಿದ್ದೇನೆ. ಅಂದರೆ ಅದರ ಫಲವಾಗಿ ಆತ್ಮ ಸಾಕ್ಷಾತ್ಕಾರ ಅಥವಾ ಆತ್ಮಜ್ಞಾನ ಎಂದು ಅರ್ಥಮಾಡಿಕೊಳ್ಳಬೇಕು.

ನಾನು ವೈಷ್ಣವ ಪಂಥದಲ್ಲಿ ಜನಿಸಿದ್ದೆ. ಆಗಾಗ್ಗೆ ಹವೇಲಿಗೆ ಹೋಗುತ್ತಿದ್ದೆ. ಆದರೆ ಎಂದೂ ನನಗೆ ಅದು ಪ್ರಿಯವಾಗಿರಲಿಲ್ಲ. ನನಗೆ ಅದರ ಝುಗಝುಗಿಸುವ ವೈಭವ ಮತ್ತು ಡೌಲು ಇಷ್ಟವಾಗಿರಲಿಲ್ಲ. ಅಲ್ಲಿ ಅನೈತಿಕ ವ್ಯವಹಾರಗಳು ನಡೆಯುತ್ತವೆ ಎಂಬ ಗಾಳಿಸುದ್ದಿಯನ್ನು ಕೇಳಿದ್ದರಿಂದ ಎಲ್ಲ ಆಸಕ್ತಿಯನ್ನು ಕಳೆದುಕೊಂಡಿದ್ದೆ. ಆದ್ದರಿಂದ ಹವೇಲಿಯಿಂದ ನನಗೆ ಏನನ್ನೂ ಗಳಿಸಿಕೊಳ್ಳಲಾಗಿರಲಿಲ್ಲ.

ಆದರೆ ಅಲ್ಲಿ ಏನನ್ನು ಪಡೆಯಲು ವಿಫಲನಾಗಿದ್ದೆನೋ ಅದನ್ನು ನಾನು ನನ್ನ ದಾದಿಯಿಂದ ಪಡೆದುಕೊಂಡೆ. ಅವಳು ಕುಟುಂಬದ ಹಿರಿಯ ಸೇವಕಿಯಾಗಿದ್ದಳು ಮತ್ತು ಅವಳ ಅಕ್ಕರೆಯನ್ನು ಈಗಲೂ ನಾನು ನೆನಸಿಕೊಳ್ಳುತ್ತಿದ್ದೇನೆ. ನನ್ನಲ್ಲಿ ಭೂತ-ಪ್ರೇತಗಳ ಮತ್ತು ಅಲೌಕಿಕ ಶಕ್ತಿಗಳ ಬಗ್ಗೆ ಭಯವಿತ್ತೆಂದು ಈಗಾಗಲೇ ಹೇಳಿದ್ದೇನೆ. ರಂಭ ಎಂಬ ಹೆಸರಿದ್ದ ಆಕೆ ಈ ಭಯಕ್ಕೆ ಪರಿಹಾರವೆಂದರೆ ರಾಮನಾಮವನ್ನು ಮತ್ತೆಮತ್ತೆ ಜಪಿಸುವುದು ಎಂದು ಹೇಳಿಕೊಟ್ಟಳು. ನನಗೆ ಆಕೆ ನೀಡಿದ್ದ ಪರಿಹಾರಕ್ಕಿಂತಲೂ ಆಕೆಯಲ್ಲಿ ಹೆಚ್ಚು ವಿಶ್ವಾಸವಿತ್ತು. ಆದ್ದರಿಂದ ನಾನು ಆ ಎಳೆ ವಯಸ್ಸಿನಲ್ಲಿ ಭೂತಪ್ರೇತಗಳ ಮತ್ತು ಅಲೌಕಿಕ ಜೀವಿಗಳ ಭಯವನ್ನು ಹೊಡೆದೋಡಿಸಲು ರಾಮನಾಮವನ್ನು ಜಪಿಸಲಾರಂಭಿಸಿದೆ. ಈ ಜಪ ಸಹಜವಾಗಿ ಹೆಚ್ಚು ದಿನ ಉಳಿದುಕೊಳ್ಳಲಿಲ್ಲ. ಆದರೆ ಬಾಲ್ಯದಲ್ಲಿ ಬಿತ್ತಲಾಗಿದ್ದ ಈ ಒಳ್ಳೆಯ ಬೀಜ ವ್ಯರ್ಥವಾಗಲಿಲ್ಲ. ಆ ಸಜ್ಜನ ಮಹಿಳೆ ರಂಭ ಬಿತ್ತಿದ್ದ ಬೀಜದ ಫಲವಾಗಿ ಇಂದು ರಾಮನಾಮ ನನಗೆ ಅಮೋಘ ಪರಿಹಾರೋಪಾಯವಾಗಿದೆ ಎಂದು ನಾನು ಭಾವಿಸಿದ್ದೇನೆ.

ಇದೇ ಕಾಲದಲ್ಲಿ ನನ್ನ ಸೋದರ ಸಂಬಧಿ(ಕಸಿನ್) ಯೊಬ್ಬ ರಾಮಾಯಣದ ಭಕ್ತನಾಗಿದ್ದ. ಅವನು ನನ್ನ ಎರಡನೇ ಸಹೋದರನಿಗೆ ಮತ್ತು ನನಗೆ ರಾಮ ರಕ್ಷವನ್ನು ಕಲಿಸಲು ಏರ್ಪಾಡುಮಾಡಿದ. ಅದರ ಕಂಠಪಾಠ ಮಾಡಿಕೊಂಡು ಪ್ರತಿದಿನ ಬೆಳಗ್ಗೆ ಸ್ನಾನಮಾಡಿದ ತರುವಾಯ ಅದನ್ನು ಪಠಿಸಬೇಕೆಂಬ ನಿಯಮ ಮಾಡಿಕೊಂಡೆವು. ನಾವು ಪೋರ್‌ಬಂದರ್‌ನಲ್ಲಿ ಇರುವವರೆಗೆ ಈ ಅಭ್ಯಾಸ ಮುಂದುವರೆಯಿತು. ಆದರೆ ರಾಜ್‌ಕೋಟ್‌ಅನ್ನು ಮುಟ್ಟುತ್ತಿದ್ದಂತೆಯೇ ಅದು ಮರೆತೇ ಹೋಯ್ತು. ಏಕೆಂದರೆ ನನಗೆ ಅದರಲ್ಲಿ ಹೆಚ್ಚು ಶ್ರದ್ಧೆಯಿರಲಿಲ್ಲ. ಅದನ್ನು ನಾನು ಪಠಿಸುತ್ತಿದ್ದುಕ್ಕೆ ಭಾಗಶಃ ಸರಿಯಾಗಿ ಉಚ್ಚರಿಸಿ ರಾಮ ರಕ್ಷವನ್ನು ಪಠಿಸಲು ನಾನು ಶಕ್ತನಾಗಿದ್ದೇನೆ ಎಂಬ ಅಹಂಭಾವ ಕಾರಣವಾಗಿತ್ತು.

ಏನೇ ಇರಲಿ ನನ್ನ ತಂದೆಯವರ ಮುಂದೆ ರಾಮಾಯಣವನ್ನು ಓದುತ್ತಿದ್ದುದು ನನ್ನಲ್ಲಿ ಆಳವಾದ ಪ್ರಭಾವವನ್ನು ಬೀರಿತ್ತು. ನಮ್ಮ ತಂದೆ ಕಾಯಿಲೆ ಮಲಗಿದ್ದಾಗ ಸ್ವಲ್ಪ ಕಾಲ ಅವರು ಪೋರ್‌ಬಂದರ್‌ನಲ್ಲಿದ್ದರು. ಅಲ್ಲಿ ಅವರು ಪ್ರತಿ ದಿನ ಸಾಯಂಕಾಲ ರಾಮಾಯಣವನ್ನು ಕೇಳಿಸಿಕೊಳ್ಳುತ್ತಿದ್ದರು. ಓದುತ್ತಿದ್ದವರು ರಾಮನ ಪರಮ ಭಕ್ತರಾಗಿದ್ದ ಬಿಲೇಶ್ವರ್‌ನ ಲಾಧಾ ಮಹಾರಾಜ್. ಯಾವುದೇ ಔಷಧಿಯಿಂದಲೂ ಅವರನ್ನು ಅಂಟಿಕೊಂಡಿದ್ದ ಕುಷ್ಠ ರೋಗ ವಾಸಿಯಾಗದಿದ್ದಾಗ ಬಿಲ್ವದ ಎಲೆಗಳನ್ನು ರೋಗ ತಗುಲಿದ್ದ ಭಾಗಗಳಿಗೆ ಹಚ್ಚಿ ರೋಗವನ್ನು ವಾಸಿಮಾಡಿಕೊಂಡಿದ್ದರೆಂದು ಅವರ ಬಗ್ಗೆ ಹೇಳಲಾಗುತ್ತಿತ್ತು. ಬಿಲೇಶ್ವರ ದೇವಾಲಯದಲ್ಲಿದ್ದ ಮಹಾದೇವನ ಮೂರ್ತಿಗೆ ಈ ಬಿಲ್ವದ ಎಲೆಗಳನ್ನು ಅರ್ಪಿಸಿ ತರುವಾಯ ಅವನ್ನು ಎಸೆಯಲಾಗುತ್ತಿತ್ತೆಂದೂ ಅವನ್ನು ಇವರು ಬಳಸಿಕೊಳ್ಳುತ್ತಿದ್ದರೆಂದು ಹೇಳಲಾಗುತ್ತಿತ್ತು. ಅವರು ಕ್ರಮಬದ್ಧವಾಗಿ ರಾಮಾಯಣವನ್ನು ಮತ್ತೆಮತ್ತೆ ಪಠಿಸುತ್ತಿದ್ದರು. ಈ ಶ್ರದ್ಧೆಯೇ ಅವರನ್ನು ಪೂರ್ಣ ಆರೋಗ್ಯವಂತರನ್ನಾಗಿ ಮಾಡಿತ್ತು ಎಂದು ಹೇಳಲಾಗುತ್ತಿತ್ತು. ಇದು ನಿಜವಿರಬಹುದು ಅಥವಾ ನಿಜವಲ್ಲದಿರಬಹುದು. ಏನೇ ಇರಲಿ ನಾವು ಇದನ್ನು ನಂಬಿದ್ದೆವು. ಲಾಧಾ ಮಹಾರಾಜ್ ರಾಮಾಯಣದ ಪಠಣವನ್ನು, ಆರಂಭಿಸಿದಾಗ ಅವರ ಶರೀರ ಪೂರ್ಣವಾಗಿ ಕುಷ್ಠರೋಗದಿಂದ

ಬಿಡುಗಡೆ ಪಡೆದಿತ್ತು ಎಂಬುದು ಸತ್ಯ ಸಂಗತಿಯಾಗಿತ್ತು. ಅವರಲ್ಲಿ ಮಧುರವಾದ ಧ್ವನಿಯಿತ್ತು ಅವರು ದೋಹಾ (ದ್ವಿಪದಿ)ಗಳಲ್ಲಿ ಮತ್ತು ಚೋಪಿಯಾ (ಚೌಪದಿ)ಗಳಲ್ಲಿ ಹಾಡುತ್ತಿದ್ದರು ಮತ್ತು ಪ್ರವಚನದಲ್ಲಿ ತಮ್ಮನ್ನು ತಾವು ಮರೆತು ಅವನ್ನು ವಿವರಿಸುತ್ತಿದ್ದರು. ಕೇಳುಗರನ್ನು ತಮ್ಮ ಜತೆಯಲ್ಲಿ ಕರೆದುಕೊಂಡು ಹೋಗುತ್ತಿದ್ದರು. ಆ ಕಾಲದಲ್ಲಿ ನನಗೆ ಹದಿಮೂರು ವರ್ಷವಾಗಿದ್ದಿರಬೇಕು. ಆದರೆ ಅವರ ಪಠಣದಲ್ಲಿ ನಾನು ಸಂತೋಷದಿಂದ ಮೈಮರೆಯುತ್ತಿದ್ದೆ ಎಂಬುದು ಚೆನ್ನಾಗಿ ನನ್ನ ನೆನಪಲ್ಲಿ ಉಳಿದುಕೊಂಡಿದೆ. ಇದು ನನ್ನಲ್ಲಿ ರಾಮಾಯಣ ಕುರಿತಂತೆ ಆಳವಾದ ಭಕ್ತಿಗೆ ಅಡಿಪಾಯವನ್ನು ಹಾಕಿತು. ಇಂದು ನಾನು ಎಲ್ಲ ಭಕ್ತಿ ಸಾಹಿತ್ಯ ಕ್ಷೇತ್ರದಲ್ಲಿ ತುಳಸೀದಾಸ್‌ಅವರ ರಾಮಾಯಣ ಅತ್ಯಂತ ಶ್ರೇಷ್ಠ ಗ್ರಂಥ ಎಂದು ಪರಿಗಣಿಸಿದ್ದೇನೆ.

ಈ ಪ್ರಸಂಗ ನಡೆದು ಕೆಲವು ತಿಂಗಳುಗಳಾದ ನಂತರ ನಾವು ರಾಜ್‌ಕೋಟ್‌ಗೆ ಬಂದೆವು. ಅಲ್ಲಿ ರಾಮಾಯಣದ ಪಠಣವಿರಲಿಲ್ಲ. ಹಾಗಿದ್ದರೂ ಪ್ರತಿ ಏಕಾದಶಿ (ಚಾಂದ್ರಮಾಸದ ಶುಕ್ಷಪಕ್ಷ ಮತ್ತು ಕೃಷ್ಣಪಕ್ಷದ ಹನ್ನೊಂದನೇ ದಿನ)ಯ ದಿವಸ 'ಭಾಗವದ್' (ಭಾಗವತ)ಅನ್ನು ಓದಲಾಗುತ್ತಿತ್ತು. ಕೆಲವು ಬಾರಿ ಪಠಣದ ಕಾಲದಲ್ಲಿ ಹಾಜರಿರುತ್ತಿದ್ದೆ. ಆದರೆ ಪಾಠಕ (ರಿಸೈಟರ್) ನೀರಸವಾಗಿ ಓದುತ್ತಿದ್ದರಿಂದ ಕೇಳುಗರು ಉತ್ತೇಜಿತರಾಗುತ್ತಿರಲಿಲ್ಲ. 'ಭಾಗವದ್' ಧಾರ್ಮಿಕ ಭಾವತೀವ್ರತೆಯನ್ನು ಎಬ್ಬಿಸುವಂತಹ ಗ್ರಂಥವಾಗಿದೆ ಎಂದು ಇಂದು ನಾನು ಕಂಡುಕೊಂಡಿದ್ದೇನೆ. ನಾನು ಅದನ್ನು ಗುಜರಾತಿಯಲ್ಲಿ ತಿವ್ರಾಸಕ್ತಿಯಿಂದ ಓದಿದ್ದೇನೆ. ನನ್ನ ಇಪ್ಪತ್ತೊಂದು ದಿವಸಗಳ ಉಪವಾಸದ ಕಾಲದಲ್ಲಿ ಪಂಡಿತ್ ಮದನಮೋಹನ್ ಮಾಲವೀಯಅವರು ಮೂಲದ ಸ್ವಲ್ಪ ಭಾಗವನ್ನು ಓದಿದ್ದರು. ಅದನ್ನು ನಾನು ಕೇಳಿಸಿಕೊಂಡಿದ್ದೆ. ಅದನ್ನು ನಾನು ಬಾಲ್ಯದಲ್ಲಿ ಕೇಳಿಸಿ ಕೊಳ್ಳಬೇಕಾಗಿತ್ತು ಎಂದು ನಾನು ಅಂದುಕೊಂಡಿದ್ದೆ. ಅಂತಹ ಮಟ್ಟದಲ್ಲಿದ್ದ ಭಕ್ತರಿಂದ ನಾನು ಕೇಳಿಸಿಕೊಂಡಿದ್ದರೆ ಎಳೆಯ ವಯಸ್ಸಿನಲ್ಲೇ ಅದರ ಬಗ್ಗೆ ಆಸಕ್ತಿಯನ್ನು ಬೆಳಸಿಕೊಳ್ಳಬಹುದಾಗಿತ್ತು. ಆ ವಯಸ್ಸಿನಲ್ಲಿ ರೂಪುಗೊಂಡ ಪ್ರಭಾವಗಳು ಒಬ್ಬಾತನ ಸ್ವಭಾವದಲ್ಲಿ ಆಳವಾಗಿ ಬೇರೂರುತ್ತವೆ. ಆ ಕಾಲದಲ್ಲಿ ಅದೇ ಬಗೆಯ ಒಳ್ಳೆಯ ಗ್ರಂಥಗಳ ಪಠಣವನ್ನು ಸಾಕಷ್ಟು ಕೇಳಿಸಿಕೊಳ್ಳಲಿಲ್ಲವೆಂದು ನಾನು ವ್ಯಥೆಪಡುತ್ತಿದ್ದೇನೆ.

ಹಾಗಿದ್ದರೂ ರಾಜ್‌ಕೋಟ್‌ನಲ್ಲಿ ನಾನು ಹಿಂದೂ ಧರ್ಮದ ಎಲ್ಲ ಶಾಖೆಗಳ ಬಗ್ಗೆ ಮತ್ತು ಸಹ (ಸಿಸ್ಟರ್) ಧರ್ಮಗಳ ಬಗ್ಗೆ ಸಹನೆ ತೋರಬೇಕೆಂಬುದನ್ನು ಮೊದಲ ಬಾರಿಗೆ ಕಲಿತುಕೊಂಡೆ. ಏಕೆಂದರೆ ನನ್ನ ತಂದೆ ಮತ್ತು ತಾಯಿ ಹವೇಲಿ (ವಿಷ್ಣುಮಂದಿರ)ಗೆ ಭೇಟಿ ಕೊಡುವುದರ ಜತೆಯಲ್ಲಿ ಶಿವ ಮತ್ತು ರಾಮನ ದೇವಾಲಯಗಳಿಗೂ ಹೋಗಿಬರುತ್ತಿದ್ದರು. ಅವರು ನಮ್ಮನ್ನು ಜತೆಯಲ್ಲಿ ಕರೆದುಕೊಂಡು ಹೋಗುತ್ತಿದ್ದರು ಇಲ್ಲವೇ ನಮ್ಮನ್ನು ಅಲ್ಲಿಗೆ ಕಳಿಸುತ್ತಿದ್ದರು. ಜೈನ್‌ಸಾಧುಗಳು ಆಗಾಗ್ಗೆ ನಮ್ಮ ತಂದೆಯವರನ್ನು ಕಾಣಲು ಬರುತ್ತಿದ್ದರು. ಜೈನರಲ್ಲದ ನಮ್ಮಿಂದ ಆಹಾರವನ್ನು ತೆಗೆದುಕೊಳ್ಳುವ ಮೂಲಕ ತಮ್ಮ ಎಂದಿನ ನಿಯಮವನ್ನು ಮುರಿಯುತ್ತಿದ್ದರು. ಅವರು ನನ್ನ ತಂದೆಯ ಜತೆಯಲ್ಲಿ ಧಾರ್ಮಿಕ ಹಾಗೂ ಮಾಮೂಲಿ ವಿಷಯಗಳ ಬಗ್ಗೆ ಚರ್ಚಿಸುತ್ತಿದ್ದರು. ನಮ್ಮ ತಂದೆಗೆ ಇವರ ಜತೆಯಲ್ಲಿ ಮುಸಲ್ಮಾನ್ ಮತ್ತು ಪಾರ್ಸಿ ಗೆಳೆಯರಿದ್ದರು. ಅವರು ನನ್ನ ತಂದೆಯ ಜತೆಯಲ್ಲಿ ತಮ್ಮ ಸ್ವಂತದ ಧರ್ಮದ ಬಗ್ಗೆ ಮಾತಾಡುತ್ತಿದ್ದರು. ನನ್ನ

ತಂದೆ ಯಾವಾಗಲೂ ಗೌರವದಿಂದ ಮತ್ತು ಕೆಲವು ಬಾರಿ ಆಸಕ್ತಿಯಿಂದ ಅದನ್ನು ಕೇಳಿಸಿಕೊಳ್ಳುತ್ತಿದ್ದರು. ತಂದೆಯವರ ಶುಶ್ರೂಷೆ ಮಾಡುತ್ತಿದ್ದರಿಂದ ಆಗಾಗ್ಗೆ ಈ ಮಾತುಕತೆಗಳ ಕಾಲದಲ್ಲಿ ಅಲ್ಲಿ ಹಾಜರಿರುವ ಅವಕಾಶ ನನಗೆ ಒದಗಿಬರುತ್ತಿತ್ತು. ಈ ಅನೇಕ ವಿಷಯಗಳು ಒಟ್ಟುಗೂಡಿ ನನ್ನಲ್ಲಿ ಎಲ್ಲ ಮತಧರ್ಮಗಳ ಬಗ್ಗೆ ಸಹಿಷ್ಣುತೆಯನ್ನು ಮನಸ್ಸಿಗೆ ನಾಟುವಂತೆ ಅಚ್ಚೊತ್ತಿದ್ದವು. ಕ್ರಿಶ್ಚಿಯನ್ ಧರ್ಮ ಮಾತ್ರ ಆ ಕಾಲದಲ್ಲಿ ನನ್ನಿಂದ ಹೊರಗಿತ್ತು. ಅದರ ಬಗ್ಗೆ ನಮ್ಮಲ್ಲಿ ಒಂದು ಬಗೆಯ ದ್ವೇಷ ಬೆಳೆಯಿತು. ಅದಕ್ಕೆ ಒಂದು ಕಾರಣವನ್ನು ಹೇಳಬಹುದಾದರೆ ಆ ದಿನಗಳಲ್ಲಿ ಕ್ರಿಶ್ಚಿಯನ್ ಧರ್ಮಪ್ರಚಾರಕರು (ಮಿಷನರೀಸ್) ಪ್ರೌಢಶಾಲೆಯ ಬಳಿ ಮೂಲೆಯಲ್ಲಿ ನಿಂತು ಕೊಂಡು ಹಿಂದೂಗಳ ಮೇಲೆ ಮತ್ತು ಅವರ ದೇವರುಗಳ ಮೇಲೆ ಬೈಗುಳಗಳ ಮಳೆಗರೆಯುತ್ತ ಬಹಿರಂಗ ಭಾಷಣ ಮಾಡುತ್ತಿದ್ದರು. ನನಗೆ ಇದನ್ನು ಸಹಿಸಿಕೊಳ್ಳಲು ಸಾಧ್ಯವಾಗಿರಲಿಲ್ಲ. ಕೇವಲ ಒಂದು ಬಾರಿ ನಾನು ಅಲ್ಲಿ ನಿಂತುಕೊಂಡು ಅದನ್ನು ಕೇಳಿಸಿಕೊಂಡಿರಬೇಕು. ಆ ಪ್ರಯೋಗವನ್ನು ಮತ್ತೆ ಮಾಡದಿರುವಂತೆ (ಅಂದರೆ ಅಂತಹ ಭಾಷಣವನ್ನು ಕೇಳದಿರುವಂತೆ) ತಡೆಯಲು ಅದೊಂದೇ ದಿನ ಸಾಕಾಗಿತ್ತು. ಅದೇ ಕಾಲದಲ್ಲಿ ಒಬ್ಬ ಖ್ಯಾತ ಹಿಂದು ಕ್ರಿಶ್ಚಿಯನ್ ಧರ್ಮಕ್ಕೆ ಮತಾಂತರಗೊಂಡನೆಂಬ ಸುದ್ದಿಯನ್ನು ಕೇಳಿದೆ. ಅವನಿಗೆ ದೀಕ್ಷಾಸ್ನಾನ (ಬ್ಯಾಪ್ಟೈಸ್) ಮಾಡಿಸಿದಾಗ ಅವನು ಗೋಮಾಂಸವನ್ನು ತಿಂದಿದ್ದನೆಂದೂ ಮದ್ಯವನ್ನು ಕುಡಿದಿದ್ದನೆಂದೂ ಮತ್ತು ತನ್ನ ಬಟ್ಟೆಗಳನ್ನು ಕೂಡಾ ಬದಲಿಸಬೇಕಾಯಿತೆಂಬ ಸುದ್ದಿ ಪಟ್ಟಣದ ತುಂಬಾ ಹರಡಿತ್ತು. ಅಲ್ಲಿಂದ ಮುಂದೆ ಅವನು ಯುರೋಪಿಯನ್ ವೇಷದಲ್ಲಿ, ಹ್ಯಾಟನ್ನು ಧರಿಸಿಕೊಂಡು ಓಡಾಡಲಾರಂಭಿಸಿದ್ದ. ಈ ಸಂಗತಿ ನನಗೆ ಕಿರಿಕಿರಿಯನ್ನುಂಟುಮಾಡಿತ್ತು. ಯಾರನ್ನು ಗೋಮಾಂಸ ತಿನ್ನುವಂತೆ ಮದ್ಯವನ್ನು ಕುಡಿಯುವಂತೆ ಮತ್ತು ಒಬ್ಬಾತನ ಸ್ವಂತದ ಬಟ್ಟೆಗಳನ್ನು ಬದಲಿಸುವಂತೆ ಬಲವಂತ ಪಡಿಸುವುದೋ ಅಂತಹ ಧರ್ಮ ಆ ಹೆಸರಿಗೆ ಅರ್ಹವಾಗುವುದಿಲ್ಲ. ಹೊಸದಾಗಿ ಮತಾಂತರಗೊಂಡವನು ಆಗಲೇ ತನ್ನ ಪೂರ್ವಿಕರ ಧರ್ಮವನ್ನು, ಅವರ ಪದ್ಧತಿಗಳನ್ನು ಮತ್ತು ಅವರ ದೇಶವನ್ನು ತೆಗಳಲಾರಂಭಿಸಿದ್ದಾನೆ ಎಂದು ಕೂಡಾ ನಾನು ಕೇಳಿಸಿಕೊಂಡಿದ್ದೆ.

ಇತರ ಧರ್ಮಗಳ ಬಗ್ಗೆ ಸಹನೆಯನ್ನು ತೋರಿಸಬೇಕೆಂಬುದನ್ನು ಕಲಿತುಕೊಂಡೆ ಎಂದರೆ ನನ್ನಲ್ಲಿ ದೇವರ ಬಗ್ಗೆ ಜೀವಂತ ಭಕ್ತಿಯಿರಲಿಲ್ಲ ಎಂದು ಅರ್ಥಮಾಡಿಕೊಳ್ಳಬೇಕಾಗಿಲ್ಲ. ಇದೇ ಕಾಲದಲ್ಲಿ ನಾನು ಮನುಸ್ಮೃತಿ (ಹಿಂದೂಗಳ ನ್ಯಾಯಸಂಹಿತೆಗಾರನೆನಿಸಿದ್ದ ಮನುವಿನ ಕಾನೂನುಗಳು. ಇವುಗಳಿಗೆ ಧರ್ಮದ ಅನುಮೋದನೆಯಿದೆ)ಯನ್ನು ಓದಿದೆ. ಅದು ನನ್ನ ತಂದೆಯ ಸಂಗ್ರಹದಲ್ಲಿತ್ತು. ಸೃಷ್ಟಿಯ ಕಥೆ ಮತ್ತು ಇತರ ಅದೇ ಬಗೆಯ ವಿಷಯಗಳು ನನ್ನ ಮೇಲೆ ಹೆಚ್ಚು ಪ್ರಭಾವ ಬೀರಲಿಲ್ಲ. ಅದಕ್ಕೆ ಪ್ರತಿಯಾಗಿ ಒಂದು ಬಗೆಯಲ್ಲಿ ನಾಸ್ತಿಕವಾದದ ಕಡೆಗೆ ಒಲಿಯುವಂತೆ ಮಾಡಿತು.

ಇನ್ನೂ ಬದುಕಿರುವ ನನ್ನ ಸೋದರ ಸಂಬಂಧಿ (ಕಸಿನ್) ಒಬ್ಬನಿದ್ದಾನೆ. ಅವನ ಬುದ್ಧಿವಂತಿಕೆಯನ್ನು ನಾನು ತುಂಬಾ ಮೆಚ್ಚಿಕೊಂಡಿದ್ದೇನೆ. ಅವನಲ್ಲಿ ನಾನು ನನ್ನ ಸಂಶಯಗಳನ್ನು ವ್ಯಕ್ತಪಡಿಸಿದೆ. ಆದರೆ ಅವನಿಗೂ ಅವನ್ನು ಪರಿಹರಿಸಲು ಸಾಧ್ಯವಾಗಲಿಲ್ಲ. ಅವನು ಹೀಗೆ

ಉತ್ತರಿಸಿ ನನ್ನನ್ನು ಹಿಂದಕ್ಕೆ ಕಳಿಸಿದ: 'ನೀನು ದೊಡ್ಡವನಾದ ಮೇಲೆ ನೀನೆ ಈ ಸಂಶಯಗಳನ್ನು ಪರಿಹರಿಸಿಕೊಳ್ಳಲು ಶಕ್ತನಾಗುವೆ.' ಈ ವಯಸ್ಸಿನಲ್ಲಿ ಇಂತಹ ಪ್ರಶ್ನೆಗಳನ್ನು ಎತ್ತಬಾರದು. 'ನಾನು ಸುಮ್ಮನಾದೆ' ಆದರೆ ಸಮಾಧಾನ ಸಿಗಲಿಲ್ಲ. ಮನುಸ್ಮೃತಿಯಲ್ಲಿದ್ದ ಆಹಾರ ಕುರಿತ ಅಧ್ಯಾಯಗಳು ಮತ್ತು ಅಂತಹ ಇತರ ವಿಷಯಗಳು ದಿನನಿತ್ಯದ ಅಭ್ಯಾಸಕ್ಕೆ ವಿರುದ್ಧವಾಗಿರುವಂತೆ ಕಂಡುಬಂದವು. ಈ ಸಂಶಯಗಳಿಗೆ ಕೂಡಾ ಅದೇ ರೀತಿಯ ಉತ್ತರ ಸಿಕ್ಕಿತು. 'ಬುದ್ಧಿಶಕ್ತಿ ಹೆಚ್ಚು ಹೆಚ್ಚು ಬೆಳೆದಷ್ಟೂ ಹೆಚ್ಚು ಓದಿದಷ್ಟೂ ನಾನೇ ಅದನ್ನು ಚೆನ್ನಾಗಿ ಅರ್ಥಮಾಡಿಕೊಳ್ಳುತ್ತೇನೆ.' ಎಂದು ನನಗೆ ನಾನೇ ಹೇಳಿಕೊಂಡೆ.

ಮನುಸ್ಮೃತಿ ಯಾವ ರೀತಿಯಲ್ಲೂ ನನಗೆ ಅಹಿಂಸೆಯನ್ನು ಬೋಧಿಸಲಿಲ್ಲ. ಮಾಂಸ ತಿಂದ ಕಥೆಯನ್ನು ಹೇಳಿದ್ದೇನೆ. ಮನುಸ್ಮೃತಿ ಅದಕ್ಕೆ ಬೆಂಬಲ ಕೊಡುವಂತೆ ಕಾಣುತ್ತದೆ. ಎಲ್ಲ ಸರ್ಪಗಳನ್ನು, ಎಲ್ಲ ತಿಗಣೆಗಳನ್ನು ಮತ್ತು ಅದೇ ತರಹೆಯ ಜೀವಿಗಳನ್ನು ಕೊಲ್ಲುವುದು ಯತಾರ್ಥವಾಗಿಯೂ ನೈತಿಕವಾದದ್ದು ಎಂದು ಕೂಡಾ ನಾನು ಭಾವಿಸಿದ್ದೆ. ಆ ವಯಸ್ಸಿನಲ್ಲಿ ಕರ್ತವ್ಯ ಎಂದೇ ಭಾವಿಸಿ ತಿಗಣೆಗಳನ್ನು ಮತ್ತು ಅದೇ ತರಹೆಯ ಇತರ ಕ್ರಿಮಿಕೀಟಗಳನ್ನು ಕೊಂದಿದ್ದೆ ಎಂದು ನೆನಸಿಕೊಳ್ಳುತ್ತಿದ್ದೇನೆ.

ಒಂದು ವಿಷಯ ನನ್ನಲ್ಲಿ ಆಳವಾಗಿ ಬೇರೂರಿತು ಅದು ಯಾವುದೆಂದರೆ 'ನೈತಿಕತೆ' ಎನ್ನುವುದು ಎಲ್ಲ ವಸ್ತು-ವಿಷಯಗಳ ಆಧಾರವಾಗಿದೆ ಎಂಬ ಗಾಢನಂಬಿಕೆ ಮತ್ತು 'ಸತ್ಯ' ಎನ್ನುವುದು ಎಲ್ಲ ನೈತಿಕತೆಯ ತಿರುಳಾಗಿದೆ ಎಂಬುದು. ಸತ್ಯ ನನ್ನ ಏಕಮಾತ್ರ ಉದ್ದೇಶವಾಯ್ತು. ಅದು ಪ್ರತಿದಿನವೂ ಬೃಹತ್ತಾಗಿ ಬೆಳೆಯಲಾರಂಭಿಸಿತು. ನನ್ನ ವ್ಯಾಖ್ಯಾನ ಕೂಡಾ ಎಂದಿನಿಂದಲೂ ವಿಸ್ತಾರಗೊಳ್ಳುತ್ತಿದೆ.

ಒಂದು ಗುಜರಾತಿ ನೀತಿಬೋಧಕ ಪದ್ಯ ಅದೇ ಪ್ರಕಾರ ನನ್ನ ಮನಸ್ಸನ್ನು ಮತ್ತು ಹೃದಯವನ್ನು ಗಟ್ಟಿಯಾಗಿ ಹಿಡಿದಿಟ್ಟುಕೊಂಡಿತು. ಅದರ ಉಪದೇಶ - ಕೆಡುಕಿಗೆ ಪ್ರತಿಯಾಗಿ ಒಳ್ಳೆಯದನ್ನು ಹಿಂದಿರುಗಿಸು - ನನ್ನ ಮಾರ್ಗದರ್ಶಕ ಸೂತ್ರವಾಯ್ತು. ಅದು ಎಂತಹ ಉತ್ಸಾಹವನ್ನು ಕೆರಳಿಸಿತೆಂದರೆ ನಾನು ಅದರಲ್ಲಿ ಅನೇಕ ಪ್ರಯೋಗಗಳನ್ನು ಮಾಡಲಾರಂಭಿಸಿದೆ. ಇಲ್ಲಿ ನನ್ನನ್ನು ಬೆರಗುಗೊಳಿಸಿದ್ದ ಸಾಲುಗಳಿವೆ:

ಒಂದು ಬೋಗುಣಿ ನೀರಿಗೆ ಸೊಗಸಾದ ಭೋಜನವನ್ನು ನೀಡು;
ವಿಶ್ವಾಸದ ಸ್ವಾಗತಕ್ಕೆ ನೀನು ಹೃತ್ಪೂರ್ವಕವಾಗಿ ತಲೆ ಬಗ್ಗಿಸು;
ಒಂದು ಸರಳ ಪೆನಿ ಕೊಟ್ಟರೆ ನೀನು ಚಿನ್ನವನ್ನು (ಚಿನ್ನದ ನಾಣ್ಯವನ್ನು) ಹಿಂದಿರುಗಿಸು,
ನಿನ್ನ ಜೀವವನ್ನು ಉಳಿಸಿದರೆ ನಿನ್ನ ಜೀವವನ್ನು ಕೊಡದಿರಬೇಡ;
ಈ ಪ್ರಕಾರ ವಿವೇಕದ ಮಾತುಗಳು ಮತ್ತು ಕ್ರಿಯೆಗಳು ಪರಿಗಣಿಸಲ್ಪಡುತ್ತವೆ;
ಪ್ರತಿಯೊಂದು ಪುಟ್ಟ ಸೇವೆ ಹತ್ತು ಪಟ್ಟಿನಷ್ಟು ಪ್ರತಿಫಲ ನೀಡುತ್ತದೆ.
ಆದರೆ ನಿಜವಾಗಿಯೂ ಉದಾತ್ತನಾದವನು ಎಲ್ಲರೂ ಒಂದೇ ಎಂದು ಅರಿತಿರುತ್ತಾನೆ,
ಕೆಡುಕಿಗೆ ಪ್ರತಿಯಾಗಿ ಸಂತೋಷದಿಂದ ಒಳ್ಳೆಯದನ್ನು ಹಿಂದಿರುಗಿಸುತ್ತಾನೆ.

11. ಇಂಗ್ಲೆಂಡ್‌ಗೆ ಹೊರಡಲು ಸಿದ್ಧತೆ

1887ರಲ್ಲಿ ನಾನು ಮೆಟ್ರಿಕ್ಯುಲೇಷನ್ ಪಾಸುಮಾಡಿದೆ. ಆಗ ಪರೀಕ್ಷೆಗಳು ಎರಡು ಕೇಂದ್ರಗಳಲ್ಲಿ ನಡೆಯುತ್ತಿದ್ದವು. ಅಂದರೆ ಅಹಮದಾಬಾದ್ ಮತ್ತು ಬಾಂಬೆ (ಮುಂಬಯಿ) ಆ ಕೇಂದ್ರಗಳಾಗಿದ್ದವು. ದೇಶದಲ್ಲಿ ಸಾಮಾನ್ಯವಾಗಿದ್ದ ದಾರಿದ್ರ್ಯದ ಕಾರಣದಿಂದ ಸಹಜವಾಗಿ ಕಥಿಯಾವಾಡ್‌ನ ವಿದ್ಯಾರ್ಥಿಗಳು ಹತ್ತಿರದ ಮತ್ತು ಹೆಚ್ಚು ಖರ್ಚು ತಗುಲದ ಕೇಂದ್ರವನ್ನು ಆರಿಸಿಕೊಳ್ಳುತ್ತಿದ್ದರು. ನನ್ನ ಕುಟುಂಬದ ಬಡತನ ಕೂಡಾ ಅದೇರೀತಿಯಲ್ಲಿ ಆಯ್ಕೆ ಮಾಡಿಕೊಳ್ಳುವಂತೆ ಪ್ರೇರೇಪಿಸಿತ್ತು. ರಾಜ್‌ಕೋಟ್‌ನಿಂದ ಅಹಮದಾಬಾದ್‌ಗೆ ಇದೇ ನನ್ನ ಮೊದಲ ಪ್ರಯಾಣವಾಗಿತ್ತು. ಅದೂ ಜತೆಯಲ್ಲಿ ಸಂಗಡಿಗನಿಲ್ಲದೇ ಪ್ರಯಾಣಮಾಡಿದ್ದೆ.

ಮೆಟ್ರಿಕ್ಯುಲೇಷನ್ ಆದ ತರುವಾಯ ನನ್ನ ಹಿರಿಯರು ನಾನು ಕಾಲೇಜಿನಲ್ಲಿ ಶಿಕ್ಷಣವನ್ನು ಮುಂದುವರೆಸುವುದನ್ನು ಬಯಸಿದ್ದರು. ಭಾವನಗರದಲ್ಲಿ ಮತ್ತು ಬಾಂಬೆಯಲ್ಲಿ ಕಾಲೇಜುಗಳಿದ್ದವು. ಭಾವನಗರದ ಕಾಲೇಜಿನಲ್ಲಿ ಓದಲು ಹೆಚ್ಚು ಖರ್ಚು ಮಾಡಬೇಕಾಗಿರಲಿಲ್ಲ. ನಾನು ಅಲ್ಲಿಗೆ ಹೋಗಲು ನಿರ್ಧರಿಸಿದೆ ಮತ್ತು ಶ್ಯಾಮಲ್‌ದಾಸ್ ಕಾಲೇಜನ್ನು ಸೇರಿದೆ. ನಾನು ಅಲ್ಲಿಗೆ ಹೋದಾಗ ಪೂರ್ಣವಾಗಿ

ಸಮುದ್ರದಲ್ಲಿ ಇದ್ದಂತೆ (ಸಮುದ್ರ ಹೊಕ್ಕಂತೆ) ಭಾಸವಾಯ್ತು. ಪ್ರತಿಯೊಂದೂ ಕಷ್ಟಕರವಾಗಿತ್ತು. ಯಾವುದನ್ನೂ ನನಗೆ ಅನುಸರಿಸಲು ಸಾಧ್ಯವಾಗಲೇ ಇಲ್ಲ. ಇನ್ನು ಪ್ರಾಧ್ಯಾಪಕರ ಉಪನ್ಯಾಸಗಳಲ್ಲಿ ಆಸಕ್ತಿ ಹೊಂದುವುದರ ಬಗ್ಗೆ ಏನೂ ಹೇಳಬೇಕಾಗಿಲ್ಲವಲ್ಲ. ಇದರಲ್ಲಿ ಅವರ ತಪ್ಪೇನೂ ಇರಲಿಲ್ಲ. ಆ ಕಾಲೇಜಿನ ಪ್ರಾಧ್ಯಾಪಕರುಗಳು ಮೊದಲ ದರ್ಜೆಯವರೆಂದು ಪರಿಗಣಿಸಲ್ಪಟ್ಟಿದ್ದರು. ಆದರೆ ನಾನು ನುರಿತಿಲ್ಲದ (ಪಳಗಿಲ್ಲದ) ವಿದ್ಯಾರ್ಥಿಯಾಗಿದ್ದೆ. ಮೊದಲನೆಯ ಅವಧಿ ಮುಗಿಯುತ್ತಿದ್ದಂತೆ ಮನೆಗೆ ಹಿಂದಿರುಗಿದೆ.

ನಮ್ಮ ಬಳಗದಲ್ಲಿ ಮಾವ್‌ಜೀ ದವೆ ಎಂಬುವವರಿದ್ದರು. ಅವರು ವಿದ್ವಾಂಸರಾದ ಬ್ರಾಹ್ಮಣರೂ, ಸೂಕ್ಷ್ಮ ಪರಿಜ್ಞಾನವುಳ್ಳವರೂ ನಮ್ಮ ಕುಟುಂಬದ ಹಳೆಯ ಗೆಳೆಯರೂ ಮತ್ತು ಸಲಹೆಗಾರರೂ ಆಗಿದ್ದರು. ನನ್ನ ತಂದೆ ತೀರಿಹೋದ ನಂತರ ಕೂಡಾ ಅವರು ನಮ್ಮ ಕುಟುಂಬದೊಂದಿಗೆ ಸಂಬಂಧವನ್ನು ಇಟ್ಟುಕೊಂಡಿದ್ದರು. ನಾನು ರಜೆಯಲ್ಲಿದ್ದ ಕಾಲದಲ್ಲಿ ಅವರು ನಮ್ಮಲ್ಲಿಗೆ ಭೇಟಿಕೊಟ್ಟಿದ್ದರು. ನನ್ನ ತಾಯಿ ಮತ್ತು ಅಣ್ಣನ ಜತೆಯಲ್ಲಿ ಮಾತಾಡುತ್ತಿರುವಾಗ ನನ್ನ ಶಿಕ್ಷಣದ ಬಗ್ಗೆ ವಿಚಾರಿಸಿದರು. ನಾನು ಶ್ಯಾಮಲ್‌ದಾಸ್ ಕಾಲೇಜಿನಲ್ಲಿದ್ದೇನೆಂದು ಕೇಳಿ ಹೀಗೆ ಹೇಳಿದರು: 'ಕಾಲ ಬದಲಾಗಿದೆ. ನಿಮ್ಮಲ್ಲಿ ಯಾರೂ ನಿಮ್ಮ ತಂದೆಯ ಗಾದಿಯನ್ನು ಏರುವ ನಿರೀಕ್ಷೆಯನ್ನು ಇಟ್ಟುಕೊಳ್ಳುವಂತಿಲ್ಲ. ಏಕೆಂದರೆ ಯಾರಿಗೂ ಸರಿಯಾದ ಶಿಕ್ಷಣವಿಲ್ಲ. ಈ ಬಾಲಕ ಇನ್ನೂ ಅಧ್ಯಯನವನ್ನು ಮುಂದುವರೆಸುತ್ತಿರುವುದರಿಂದ ಗಾದಿಯನ್ನು ರಕ್ಷಿಸಿಕೊಳ್ಳಲು ಅವನ ಮೇಲೆ ಭರವಸೆಯನ್ನು ಇಟ್ಟುಕೊಳ್ಳಬಹುದು. ಬಿ.ಎ. ಪದವಿಯನ್ನು ಪಡೆಯಲು ಅವನಿಗೆ ಇನ್ನೂ ನಾಲ್ಕು ಅಥವಾ ಐದು ವರ್ಷಗಳು ಬೇಕಾಗುವುದು. ಅದರಿಂದ ಬಹಳ ಹೆಚ್ಚೆಂದರೆ ಅರವತ್ತು ರೂಪಾಯಿ ಹುದ್ದೆಗೆ ಅವನನ್ನು ಬಿ.ಎ ಅರ್ಹನನ್ನಾಗಿ ಮಾಡುವುದು. ಆದರೆ ದಿವಾನ್ ಪದವಿಗೆ ಅದು ಸಾಕಾಗದು. ನನ್ನ ಮಗನಂತೆ ಕಾನೂನು ಓದಲು ಹೊರಟರೆ ಅವನಿಗೆ ಇನ್ನೂ ದೀರ್ಘ ಕಾಲ ಬೇಕಾಗುವುದು. ಅಷ್ಟು ಹೊತ್ತಿಗೆ ದಿವಾನ್ ಪದವಿಗೆ ಆಶೆಪಡುವ ಲಾಯರುಗಳ ಸಮೂಹವೇ ಸಿದ್ಧವಾಗಿರುವುದು. ಅದಕ್ಕಿಂತ ಅವನನ್ನು ನೀವು ಇಂಗ್ಲೆಂಡ್‌ಗೆ ಕಳಿಸುವುದು ಒಳ್ಳೆಯದು ಎಂದು ನಾನು ಭಾವಿಸಿದ್ದೇನೆ. ಬ್ಯಾರಿಸ್ಟರ್ ಆಗುವುದು ತುಂಬಾ ಸುಲಭ ಎಂದು ನನ್ನ ಮಗ ಕೇವಲ್‌ರಾಮ್ ಹೇಳುತ್ತಾನೆ. ಮೂರು ವರ್ಷಗಳಲ್ಲಿ ಇವನು ಹಿಂದಿರುಗುತ್ತಾನೆ. ಖರ್ಚು ನಾಲ್ಕು ಅಥವಾ ಐದು ಸಾವಿರ ರೂಪಾಯಿಗಳಿಗಿಂತ ಹೆಚ್ಚಾಗುವುದಿಲ್ಲ. ಇಂಗ್ಲೆಂಡ್‌ನಿಂದ ಅದೇ ತಾನೇ ಬಂದಿರುವ ಬ್ಯಾರಿಸ್ಟರ್‌ನ ಬಗ್ಗೆ ಯೋಚಿಸಿ. ಎಂತಹ ಠೀವಿಯಲ್ಲಿ ಅವನು ಜೀವನ ನಡೆಸುತ್ತಾನೆ! ಕೇಳಿಕೊಳ್ಳುತ್ತಿದ್ದಂತೆ ಅವನು ದಿವಾನ್ ಪದವಿಯನ್ನು ಪಡೆಯಬಲ್ಲ. ಇದೇ ವರ್ಷ ಮೋಹನ್ ದಾಸ್‌ನನ್ನು ಇಂಗ್ಲೆಂಡ್‌ಗೆ ಕಳಿಸಬೇಕೆಂದು ನಾನು ಗಟ್ಟಿಯಾಗಿ ಸಲಹೆ ಕೊಡುತ್ತೇನೆ. ಕೇವಲ್‌ರಾಮ್‌ನಿಗೆ ಬಹಳ ಗೆಳೆಯರಿದ್ದಾರೆ. ಅವನು ಅವರಿಗೆ ಪರಿಚಯ ಪತ್ರಗಳನ್ನು ಕೊಡುತ್ತಾನೆ. ಮೋಹನ್‌ದಾಸ್ ಅಲ್ಲಿ ಸುಖವಾಗಿ ಕಾಲ ಕಳೆಯಬಹುದು.'

ನಾವು ಹಿರಿಯರಾದ ಮಾವ್‌ಜೀ ದವೆ ಅವರನ್ನು ಜೋಷಿಜೀ ಎಂದು ಕರೆಯುತ್ತಿದ್ದೆವು. ಅವರು ನನ್ನ ಕಡೆಗೆ ಪೂರ್ಣ ಭರವಸೆ ಕೊಡುವಂತೆ ತಿರುಗಿ ಪ್ರಶ್ನಿಸಿದರು: 'ಇಲ್ಲಿ ಓದುವುದಕ್ಕಿಂತ ಹೆಚ್ಚಾಗಿ ನೀನು ಇಂಗ್ಲೆಂಡ್‌ಗೆ ಹೋಗಲು ಇಚ್ಛಿಸುವುದಿಲ್ಲವೆ?' ಅದಕ್ಕಿಂತ ಹೆಚ್ಚು

ಸ್ವಾಗತಾರ್ಹವಾದದ್ದು ಬೇರೆ ಯಾವುದೂ ಇರಲಿಲ್ಲ. ನನ್ನ ಕಷ್ಟದ ಓದಿನ ಎದುರು ನಾನು ಆತ್ಮವಿಶ್ವಾಸವಿಲ್ಲದೇ ಹೋರಾಡುತ್ತಿದ್ದೆ. ಆ ಪ್ರಸ್ತಾವನೆಗೆ ನಾನು ಕುಣಿದಾಡಿದೆ ಮತ್ತು ಎಷ್ಟು ಬೇಗ ಕಳಿಸಿದರೆ ಅಷ್ಟು ಉತ್ತಮ ಎಂದು ಹೇಳಿದೆ. ತ್ವರಿತವಾಗಿ ಪರೀಕ್ಷೆಗಳನ್ನು ಪಾಸುಮಾಡುವುದು ಸುಲಭದ ಮಾತೇನಾಗಿರಲಿಲ್ಲ. ವೈದ್ಯಕೀಯ ವೃತ್ತಿಗೆ ಅರ್ಹತೆ ಪಡೆಯಲು ನನ್ನನ್ನು ಕಳಿಸಬಾರದೇಕೆ?

ನನ್ನ ಸಹೋದರ ನನ್ನ ಮಾತಿಗೆ ಅಡ್ಡಬಂದ: 'ನಮ್ಮ ತಂದೆ ಎಂದೂ ಇದನ್ನು ಇಷ್ಟಪಡುತ್ತಿರಲಿಲ್ಲ. ವೈಷ್ಣವರಿಗೆ ಹೆಣಗಳನ್ನು ಕೊಯ್ದು ಪರೀಕ್ಷೆ ನಡೆಸುವುದರೊಂದಿಗೆ ಯಾವುದೇ ಸಂಬಂಧ ಇರಬಾರದು ಎಂದು ಹೇಳಿದಾಗ ಅವರು ನಿನ್ನನ್ನು ಗಮನದಲ್ಲಿಟ್ಟುಕೊಂಡಿದ್ದರು. ನೀನು ನ್ಯಾಯಾವಾದಿಯಾಗಬೇಕೆಂದು ತಂದೆ ಇಚ್ಛಿಸಿದ್ದರು.'

ಜೋಷಿಜೀ ಜತೆಗೂಡಿದರು: 'ಗಾಂಧೀಜಿಯಂತೆ ನಾನು ಕೂಡಾ ವೈದ್ಯಕೀಯ ವೃತ್ತಿಯನ್ನು ವಿರೋಧಿಸುವುದಿಲ್ಲ. ನಮ್ಮ ಶಾಸ್ತ್ರಗಳು ಅದಕ್ಕೆ ವಿರೋಧವಾಗಿಲ್ಲ. ಆದರೆ ವೈದ್ಯಕೀಯ ಪದವಿ ನಿನ್ನನ್ನು ದಿವಾನನನ್ನಾಗಿ ಮಾಡುವುದಿಲ್ಲ. ನೀನು ದಿವಾನನಾಗಬೇಕೆಂದು ನಾನು ಇಷ್ಟಪಡುತ್ತೇನೆ.'

'ಸಾಧ್ಯವಾದರೆ ಅದಕ್ಕಿಂತ ಉತ್ತಮವಾದ ಯಾವುದಾದರೂ ಹುದ್ದೆಯನ್ನು ಏರಬೇಕೆಂದು ಇಷ್ಟಪಡುತ್ತೇನೆ. ಈ ಮಾರ್ಗದಲ್ಲಿ ಮಾತ್ರ ನೀನು ನಿನ್ನ ದೊಡ್ಡ ಕುಟುಂಬವನ್ನು ಕಾಪಾಡಬಲ್ಲೆ. ಕಾಲ ತುಂಬಾ ವೇಗವಾಗಿ ಬದಲಾಗುತ್ತಿದೆ. ದಿನದಿಂದ ದಿನಕ್ಕೆ ಜೀವನ ಕಷ್ಟವಾಗುತ್ತಿದೆ. ಅದ್ದರಿಂದ ಬ್ಯಾರಿಸ್ಟರ್ ಆಗುವುದೇ ತುಂಬಾ ಜಾಣತನದ್ದು. 'ತರುವಾಯ ಅವರು ನನ್ನ ತಾಯಿಯ ಕಡೆಗೆ ತಿರುಗಿ,' ನಾನು ಈಗ ಹೊರಡಬೇಕು. ನಾನು ಹೇಳಿರುವ ವಿಚಾರದ ಬಗ್ಗೆ ಆಲೋಚಿಸಿ. ನಾನು ಮುಂದಿನ ಬಾರಿ ಇಲ್ಲಿಗೆ ಬಂದಾಗ ಇಂಗ್ಲೆಂಡ್‌ಗೆ ಹೊರಡುವ ಸಿದ್ಧತೆಗಳ ಬಗ್ಗೆ ಕೇಳಲಿರುವೆನೆಂಬ ನಿರೀಕ್ಷೆ ನನ್ನಲ್ಲಿದೆ. ನಾನು ಯಾವ ರೀತಿಯಲ್ಲಾದರೂ ಸಹಾಯಮಾಡಬಹುದೇ ಎಂಬುದನ್ನು ನನಗೆ ತಿಳಿಸಿ.'

ಜೋಷಿಜೀ ಹೊರಟು ಹೋದರು. ನಾನು ಗಾಳಿಯಲ್ಲಿ ಸೌಧಗಳನ್ನು ಕಟ್ಟಲಾರಂಭಿಸಿದೆ.

ನನ್ನ ಅಣ್ಣ ತಮ್ಮ ಮನಸ್ಸಿನಲ್ಲಿ ತುಂಬಾ ಯೋಚಿಸುತ್ತಿದ್ದರು. ನನ್ನನ್ನು ಕಳಿಸಲು ಹಣ ಮೊದಲಾದವನ್ನು ಹೇಗೆ ಹುಡುಕಿಕೊಳ್ಳಬೇಕು? ನನ್ನಂತಹ ಯುವಕನನ್ನು ಒಂಟಿಯಾಗಿ ವಿದೇಶಕ್ಕೆ ಕಳಿಸುವಾಗ ಅವನಲ್ಲಿ ನಂಬಿಕೆಯಿಡುವುದು ಸರಿಯೆ?

ನನ್ನ ತಾಯಿ ಕಂಗೆಟ್ಟಿದ್ದಳು. ನನ್ನನ್ನು ದೂರ ಕಳಿಸುವ ವಿಚಾರ ಅವಳಿಗೆ ಇಷ್ಟವಿರಲಿಲ್ಲ. ಅವಳು ಈ ರೀತಿಯಲ್ಲಿ ನನ್ನ ಪ್ರಯಾಣವನ್ನು ಮುಂದೂಡಲು ಪ್ರಯತ್ನಿಸಿದಳು: 'ಚಿಕ್ಕಪ್ಪ (ಅಂಕಲ್) ಈಗ ಕುಟುಂಬದ ಅತ್ಯಂತ ಹಿರಿಯರಾಗಿದ್ದಾರೆ. ಮೊದಲು ಅವರ ಸಲಹೆ ಪಡೆಯಬೇಕು. ಅವರು ಒಪ್ಪಿಗೆ ಕೊಟ್ಟರೆ ಈ ವಿಷಯದ ಬಗ್ಗೆ ಆಲೋಚಿಸಬಹುದು.'

ನನ್ನ ಅಣ್ಣನಲ್ಲಿ ಬೇರೆ ವಿಚಾರವಿತ್ತು. ಅವರು ನನಗೆ ಹೀಗೆ ಹೇಳಿದರು: 'ಪೋರ್‌ಬಂದರ್ ರಾಜ್ಯದ ಮೇಲೆ ನಮಗೂ ಖಾತ್ರಿಯಾದ ಹಕ್ಕಿದೆ. ಮಿ. ಲೇಲಿ ಆಡಳಿತಾಧಿಕಾರಿಯಾಗಿದ್ದಾರೆ. ಅವರಲ್ಲಿ ನಮ್ಮ ಕುಟುಂಬದ ಬಗ್ಗೆ ಒಳ್ಳೆಯ ಅಭಿಪ್ರಾಯವಿದೆ. ಚಿಕ್ಕಪ್ಪ ಅವರೊಂದಿಗೆ ಚೆನ್ನಾಗಿದ್ದಾರೆ.

ಇಂಗ್ಲೆಂಡ್‌ನಲ್ಲಿನ ನಿನ್ನ ಶಿಕ್ಷಣಕ್ಕೆ ರಾಜ್ಯ ಸರ್ಕಾರ ಏನಾದರೂ ಸಹಾಯಮಾಡಬೇಕೆಂದು ಅವರು ಶಿಫಾರಸು ಮಾಡಬಹುದು.'

ನನಗೆ ಅಣ್ಣನ ಸಲಹೆ ಇಷ್ಟವಾಯ್ತು. ಪೋರ್‌ಬಂದರ್‌ಗೆ ಹೊರಡಲು ತಯಾರಾದೆ. ಆ ಕಾಲದಲ್ಲಿ ರೈಲು ಸಂಪರ್ಕವಿರಲಿಲ್ಲ. ಎತ್ತಿನಗಾಡಿಯಲ್ಲಿ ಕೂತು ಪ್ರಯಾಣ ಮಾಡಿದರೆ ಐದು ದಿವಸಗಳು ಬೇಕಾಗುತ್ತಿತ್ತು. ನಾನು ಅಂಜುಬುರುಕನಾಗಿದ್ದೆ ಎಂದು ಈಗಾಗಲೇ ಹೇಳಿದ್ದೇನೆ. ಆದರೆ ಇಂಗ್ಲೆಂಡ್‌ಗೆ ಹೋಗಬೇಕೆಂಬ ಅಪೇಕ್ಷೆಯ ಎದುರು ಆ ಘಳಿಗೆಯಲ್ಲಿ ನನ್ನ ಅಂಜುಬುರುಕುತನ ಮಾಯವಾಗಿತ್ತು. ಇಂಗ್ಲೆಂಡ್‌ಗೆ ತೆರಳುವ ವಿಚಾರ ನನ್ನನ್ನು ಪೂರ್ತಿಯಾಗಿ ತುಂಬಿಕೊಂಡಿತ್ತು. ನಾನು ಧೋರಾಜಿಯವರೆಗೆ ಒಂದು ಎತ್ತಿನ ಗಾಡಿಯನ್ನು ಬಾಡಿಗೆಗೆ ಪಡೆದೆ. ಧೋರಾಜಿಯಿಂದ ಪೋರ್‌ಬಂದರ್‌ಗೆ ಒಂದು ದಿನ ಮುಂಚಿತವಾಗಿ ತಲ್ಪಬಹುದೆಂದು ಒಂಟೆಯ ಮೇಲೆ ಕೂತು ಹೊರಟಿದ್ದೆ. ಇದು ನನ್ನ ಮೊದಲ ಒಂಟೆಸವಾರಿ.

ಕಡೆಗೂ ನಾನು ಪೋರ್‌ಬಂದರ್‌ಅನ್ನು ತಲ್ಪಿದೆ ಮತ್ತು ಚಿಕ್ಕಪ್ಪನಿಗೆ ಭಕ್ತಿಗೌರವಪೂರ್ವಕವಾಗಿ ತಲೆಬಾಗಿದೆ. ಎಲ್ಲ ವಿಷಯವನ್ನೂ ತಿಳಿಸಿದೆ. ಅವರು ಅದರ ಬಗ್ಗೆ ಯೋಚಿಸಿ ಹೇಳಿದರು: 'ಒಬ್ಬಾತ ತನ್ನ ಧರ್ಮಕ್ಕೆ ಕೆಡುಕುಂಟು ಮಾಡದೇ ಇಂಗ್ಲೆಂಡ್‌ನಲ್ಲಿ ತಂಗಲು ಸಾಧ್ಯವಾಗಬಹುದೆ ಎಂಬ ಬಗ್ಗೆ ನನ್ನಲ್ಲಿ ಖಾತರಿಯಿಲ್ಲ. ನಾನು ಕೇಳಿದ್ದರ ಮೇಲೆ ಹೇಳುವುದಾದರೆ ನನ್ನಲ್ಲಿ ಅದರ ಬಗ್ಗೆ ಸಂಶಯವಿದೆ. ನಾನು ದೊಡ್ಡ ಬ್ಯಾರಿಸ್ಟರ್‌ಗಳನ್ನು ಕಂಡಾಗ ಅವರ ಜೀವನಕ್ಕೂ ಯುರೋಪಿಯನ್ನರ ಜೀವನಕ್ಕೂ ವ್ಯತ್ಯಾಸವಿರುವಂತೆ ಕಂಡುಬರುವುದಿಲ್ಲ. ಅವರಿಗೆ ಆಹಾರದ ವಿಚಾರದಲ್ಲಿ ಯಾವುದೇ ಅಳುಕು ಇರುವುದಿಲ್ಲ. ಅವರ ಬಾಯಿಗಳಲ್ಲಿ ಸದಾ ಸಿಗಾರ್‌ಗಳು ಇರುತ್ತವೆ. ಅವರು ಇಂಗ್ಲಿಷಿನವರಂತೆ ನಾಚಿಕೆಯಿಲ್ಲದೇ ಉಡುಪನ್ನು ಧರಿಸುತ್ತಾರೆ. ಇವೆಲ್ಲವೂ ನಮ್ಮ ಕುಟುಂಬದ ಸಂಪ್ರದಾಯಕ್ಕೆ ತಕ್ಕುದಾಗಿಲ್ಲ. ನಾನು ಕೆಲವೇ ದಿನಗಳಲ್ಲಿ ಯಾತ್ರೆಗೆ ಹೊರಡುತ್ತಿದ್ದೇನೆ. ಬದುಕಲು ಇರುವುದು ಕೆಲವೇ ವರ್ಷಗಳು. ಸಾವಿನ ಹೊಸ್ತಿಲಲ್ಲಿರುವ ನಾನು ಇಂಗ್ಲೆಂಡ್‌ಗೆ ಹೋಗಲು, ಸಮುದ್ರವನ್ನು ದಾಟಲು ಅನುಮತಿಯನ್ನು ಕೊಡುವ ಧೈರ್ಯವನ್ನು ಹೇಗೆ ತೋರಿಸಲಿ? ಆದರೆ ನಾನು ನಿನ್ನ ದಾರಿಗೆ ಅಡ್ಡ ಬರಲಾರೆ. ನಿನ್ನ ತಾಯಿಯ ಅನುಮತಿ ಎಲ್ಲಕ್ಕಿಂತ ಮುಖ್ಯವಾದದ್ದು. ಆಕೆ ಅನುಮತಿಯನ್ನು ಕೊಟ್ಟರೆ ಅದು ಸೌಭಾಗ್ಯ (ಗಾಡ್‌ಸ್ಪೀಡ್ - ದೇವರು ಸೌಭಾಗ್ಯ, ಯಶಸ್ಸು ಕರುಣಿಸಲಿ ಎಂಬ ಶುಭಾಶಯ)ವೇ ಆಗುವುದು! ನಾನು ಮಧ್ಯಪ್ರವೇಶಿಸುವುದಿಲ್ಲವೆಂದು ಅವರಿಗೆ ತಿಳಿಸು. ನೀನು ನನ್ನ ಆಶೀರ್ವಾದದೊಂದಿಗೆ ಹೋಗುವೆ.'

'ನಾನು ನಿಮ್ಮಿಂದ ಇದಕ್ಕಿಂತ ಹೆಚ್ಚಿನದೇನನ್ನೂ ನಿರೀಕ್ಷಿಸುವುದಿಲ್ಲ.'ಎಂದು ನಾನು ಹೇಳಿದೆ. ನಾನು ಈಗ ನನ್ನ ತಾಯಿಯ ಮನಸ್ಸನ್ನು ಗೆಲ್ಲಲು ಪ್ರಯತ್ನಿಸುತ್ತೇನೆ. ಆದರೆ ನೀವು ನನ್ನನ್ನು ಮಿ. ಲೇಲಿಗೆ ಶಿಫಾರಸು ಮಾಡುವುದಿಲ್ಲವೆ?

'ನಾನು ಹೇಗೆ ಮಾಡಲಿ?' ಎಂದು ಅವರು ಹೇಳಿದರು. 'ಆದರೆ ಅವನು ಒಳ್ಳೆಯ ಮನುಷ್ಯ. ನಿನ್ನ ಸಂಬಂಧ ಎಂತಹದು ಎಂದು ತಿಳಿಸಿ ಅವರ ಭೇಟಿಗೆ ದಿನ ಮತ್ತು ವೇಳೆಯನ್ನು ಸೂಚಿಸುವಂತೆ ಪ್ರಾರ್ಥಿಸು. ಅವರು ನಿನ್ನನ್ನು ಖಂಡಿತವಾಗಿಯೂ ಭೇಟಿಮಾಡುತ್ತಾರೆ. ನಿನಗೆ ಸಹಾಯವನ್ನು ಕೂಡಾ ಮಾಡಬಹುದು.'

ನನ್ನ ಚಿಕ್ಕಪ್ಪ ಏಕೆ ಶಿಫಾರಸು ಪತ್ರವನ್ನು ಕೊಡಲಿಲ್ಲ ಎಂಬುದರ ಬಗ್ಗೆ ಏನೂ ಹೇಳಲಾರೆ. ಅವರ ಅಭಿಪ್ರಾಯದಲ್ಲಿ ನಾನು ಇಂಗ್ಲೆಂಡ್‌ಗೆ ಹೋಗುವುದು ಧರ್ಮಕ್ಕೆ ವಿರುದ್ಧವಾದ್ದರಿಂದ ನನಗೆ ನೇರವಾಗಿ ನೆರವಾಗಲು ಅವರು ಹಿಂದೆಮುಂದೆ ನೋಡಿರಬಹುದು ಎಂಬ ಊಹೆ ನನ್ನದು.

ನಾನು ಲೇಲಿ ಅವರಿಗೆ ಬರೆದೆ. ಅವರು ನನ್ನನ್ನು ಅವರ ಮನೆಯಲ್ಲಿ ನೋಡಲು ತಿಳಿಸಿದರು. ಮಹಡಿಯ ಮೆಟ್ಟಲುಗಳನ್ನು ಹತ್ತುವಾಗ ಅವರು ನನ್ನನ್ನು ನೋಡಿದರು. ಅಲಕ್ಷದಿಂದ ಚುಟುಕಾಗಿ ಹೇಳಿದರು: 'ಮೊದಲು ಬಿ.ಎ ಪಾಸು ಮಾಡು. ತರುವಾಯ ನನ್ನನ್ನು ನೋಡು. ಈಗ ನಿನಗೆ ಯಾವುದೇ ಸಹಾಯವನ್ನು ಮಾಡುವುದಿಲ್ಲ.' ಅವಸರವಸರವಾಗಿ ಮೆಟ್ಟಲುಗಳನ್ನು ಹತ್ತಿ ಮೇಲೆ ಹೊರಟುಹೋದರು. ನಾನು ಅವರನ್ನು ಸಂಧಿಸಲು ತುಂಬಾ ಯೋಚಿಸಿ ಸಾಕಷ್ಟು ಸಿದ್ಧತೆಮಾಡಿಕೊಂಡಿದ್ದೆ. ನಾನು ಎಚ್ಚರದಿಂದ ಕೆಲವು ವಾಕ್ಯಗಳನ್ನು ಕಲಿತುಕೊಂಡಿದ್ದೆ. ತಲೆಯನ್ನು ಕೆಳಕ್ಕೆ ಬಗ್ಗಿಸಿದ್ದೆ ಮತ್ತು ಎರಡೂ ಕೈಗಳನ್ನು ಒಟ್ಟುಗೂಡಿಸಿ ವಂದಿಸಿದ್ದೆ. ಆದರೆ ಅದರಿಂದ ಏನೂ ಪ್ರಯೋಜನವಾಗಲಿಲ್ಲ!

ನಾನು ನನ್ನ ಹೆಂಡತಿಯ ಒಡವೆಗಳ ಬಗ್ಗೆ ಯೋಚಿಸಿದೆ. ನಾನು ಅತ್ಯಂತ ಶ್ರದ್ಧೆಯನ್ನಿಟ್ಟುಕೊಂಡಿದ್ದ ನನ್ನ ಅಣ್ಣನ ಬಗ್ಗೆ ಯೋಚಿಸಿದೆ. ನಾನು ತಪ್ಪು ಮಾಡಿದಾಗ ಅವರು ಉದಾರವಾಗಿ ನೋಡಿಕೊಳ್ಳುತ್ತಿದ್ದರು. ನನ್ನನ್ನು ಅವರ ಸ್ವಂತ ಮಗನಂತೆ ಪ್ರೀತಿಸುತ್ತಿದ್ದರು.

ನಾನು ಪೋರ್‌ಬಂದರ್‌ನಿಂದ ರಾಜ್‌ಕೋಟ್‌ಗೆ ಹಿಂದಿರುಗಿದೆ. ಅಲ್ಲಿ ನಡೆದದ್ದನ್ನೆಲ್ಲ ವರದಿಮಾಡಿದೆ. ನಾನು ಜೋಷೀಜಿ ಅವರೊಂದಿಗೆ ಚರ್ಚಿಸಿದೆ. ಅವಶ್ಯಕವಾದರೆ ಸಾಲ ಮಾಡಬೇಕೆಂದು ಸಲಹೆ ಕೊಟ್ಟರು. ನನ್ನ ಹೆಂಡತಿಯ ಒಡವೆಗಳನ್ನು ಮಾರುವ ಸಲಹೆಯನ್ನು ಕೊಟ್ಟೆ. ಅದರಿಂದ ಎರಡು - ಮೂರು ಸಾವಿರ ರೂಪಾಯಿಗಳನ್ನು ಗಳಿಸಬಹುದಾಗಿತ್ತು. ಹೇಗಾದರೂ ಹಣವನ್ನು ಹೊಂದಿಸುವುದಾಗಿ ಅಣ್ಣ ಮಾತುಕೊಟ್ಟರು.

ಹಾಗಿದ್ದರೂ ನನ್ನ ತಾಯಿಗೆ ಇನ್ನೂ ಇಷ್ಟವಿರಲಿಲ್ಲ. ಅವರು ತೀರ ಸಣ್ಣ, ಸಣ್ಣ ಅಂಶಗಳ ಬಗ್ಗೆ ವಿಚಾರಿಸಲಾರಂಭಿಸಿದ್ದರು. ಯುವಕರು ಇಂಗ್ಲೆಂಡ್‌ನಲ್ಲಿ ಕಳೆದುಹೋಗುತ್ತಾರೆಂದು ಯಾರೋ ಒಬ್ಬರು ತಿಳಿಸಿದ್ದರು. ಯುವಕರು ಅಲ್ಲಿ ಮಾಂಸ ತಿನ್ನುತ್ತಾರೆಂದು ಇನ್ನೊಬ್ಬರು ತಿಳಿಸಿದ್ದರು. ಮದ್ಯವಿಲ್ಲದೇ ಅಲ್ಲಿ ಅವರು ಜೀವಿಸಲಾರರೆಂದು ಮತ್ತೊಬ್ಬರು ತಿಳಿಸಿದ್ದರು. 'ಇವುಗಳ ಬಗ್ಗೆ ಏನು ಹೇಳುವೆ?' ಎಂದು ಅವರು ನನ್ನನ್ನು ಪ್ರಶ್ನಿಸಿದರು. 'ನಾನು ಹೇಳಿದೆ:' ನೀವು ನನ್ನನ್ನು ನಂಬುವುದಿಲ್ಲವೆ? ನಾನು ನಿಮಗೆ ಸುಳ್ಳು ಹೇಳಲಾರೆ. ನಾನು ಆ ವಸ್ತುಗಳಲ್ಲಿ ಯಾವುದನ್ನೂ ಮುಟ್ಟುವುದಿಲ್ಲವೆಂದು ಪ್ರಮಾಣ ಮಾಡುತ್ತೇನೆ. ಅಂತಹ ಅಪಾಯವಿದ್ದಿದ್ದರೆ ಜೋಷಿಜೀ ನನಗೆ ಹೋಗಲು ಬಿಡುತ್ತಿದ್ದರೆ?'

ಬೇಚರ್‌ಜೀ ಸ್ವಾಮಿ ಮೊದಲು ಮೋಧ್ ಬನಿಯ ಆಗಿದ್ದರು. ಈಗ ಅವರು ಜೈನ್ ಸಾಧುವಾಗಿದ್ದಾರೆ. ಅವರು ಕೂಡಾ ಜೋಷಿಜೀ ಅವರಂತೆ ಕುಟುಂಬದ ಸಲಹೆಗಾರರಾಗಿದ್ದರು. ಅವರು ನನ್ನ ನೆರವಿಗೆ ಬಂದರು. ಅವರು ಹೇಳಿದರು: 'ನಾನು ಹುಡುಗನಿಂದ ಮೂರು

ವಚನಗಳನ್ನು ಶಾಸ್ತ್ರೋಕ್ತವಾಗಿ ತೆಗೆದುಕೊಳ್ಳುತ್ತೇನೆ. ತರುವಾಯ ಅವನಿಗೆ ಅವಕಾಶ ಕೊಡಬಹುದು.' ಅವರು ಪ್ರಮಾಣ ಮಾಡಿಸಿಕೊಂಡರು. ಮದ್ಯ, ಹೆಣ್ಣು ಮತ್ತು ಮಾಂಸವನ್ನು ಮುಟ್ಟುವುದಿಲ್ಲವೆಂದು ನಾನು ಆಣೆ ಮಾಡಿದೆ. ಇದಾದ ತರುವಾಯ ನನ್ನ ತಾಯಿ ನನಗೆ ಅನುಮತಿಯನ್ನು ನೀಡಿದರು.

ಪ್ರೌಢಶಾಲೆಯವರು ನನ್ನ ಗೌರವಾರ್ಥ ಬೀಳ್ಕೊಡಿಗೆ ಸಮಾರಂಭವನ್ನು ಏರ್ಪಡಿಸಿದರು. ರಾಜ್‌ಕೋಟ್‌ನ ಒಬ್ಬ ಯುವಕ ಇಂಗ್ಲೆಂಡ್‌ಗೆ ಹೋಗುವುದು ಸಾಮಾನ್ಯ ಸಂಗತಿಯಾಗಿರಲಿಲ್ಲ. ವಂದನೆಗಳನ್ನು ಸಲ್ಲಿಸಲು ನಾನು ಕೆಲವು ಮಾತುಗಳನ್ನು ಬರೆದಿಟ್ಟುಕೊಂಡಿದ್ದೆ. ಆದರೆ ನನಗೆ ಅವನ್ನು ತೊದಲುತ್ತ ಹೊರಕ್ಕೆ ಹಾಕಲು ಆಗಲೇ ಇಲ್ಲ ಎನ್ನಬಹುದು. ನಾನು ಅದನ್ನು ಓದಲು ಎದ್ದು ನಿಂತಾಗ ನನ್ನ ತಲೆ ಹೇಗೆ ತಿರುಗಿತು ಮತ್ತು ಇಡೀ ದೇಹ ಹೇಗೆ ನಡುಗಿತು ಎಂಬುದು ನನ್ನ ನೆನಪಲ್ಲಿದೆ.

ನನ್ನ ಹಿರಿಯರ ಆರ್ಶೀವಾದ ಪಡೆದು ಬಾಂಬೆಗೆ ಹೊರಟೆ. ಇದು ರಾಜ್‌ಕೋಟ್‌ನಿಂದ ಬಾಂಬೆಗೆ ನನ್ನ ಮೊದಲ ಪ್ರಯಾಣವಾಗಿತ್ತು. ನನ್ನ ಸಹೋದರ ನನ್ನ ಜತೆಯಲ್ಲಿ ಬಂದಿದ್ದರು. ಆದರೆ ಒಂದು ಯೋಜನೆ ಕಾರ್ಯಗತಗೊಳ್ಳುವ ಮೊದಲೇ ಅದು ತಪ್ಪು ದಾರಿ ಹಿಡಿಯಬಹುದು. ಆದ್ದರಿಂದ ಯಾವುದೇ ಕಾರ್ಯ ಪೂರ್ಣಗೊಳ್ಳುವ ಮೊದಲೇ ಅದನ್ನು ಪ್ರಶಂಸಿಸುವುದು ಜಾಣತನವಲ್ಲ. ಬಾಂಬೆಯಲ್ಲಿ ನಾನು ಎದುರಿಸಬೇಕಾಗಿದ್ದ ಕಷ್ಟಗಳು ಕಾದಿದ್ದವು.

12. ಜಾತಿಹೀನ

ನನ್ನ ತಾಯಿಯ ಅನುಮತಿಯನ್ನು ಮತ್ತು ಆರ್ಶೀವಾದವನ್ನು ಪಡೆದು ನನ್ನ ಹೆಂಡತಿಯನ್ನು ಮತ್ತು ಕೆಲವೇ ತಿಂಗಳುಗಳ ವಯಸ್ಸಾಗಿದ್ದ ಶಿಶುವನ್ನು ಬಿಟ್ಟು ಬಾಂಬೆಗೆ ಆನಂದಭರಿತನಾಗಿ ಹೊರಟಿದ್ದೆ. ಅಲ್ಲಿಗೆ ಬಂದ ನಂತರ ನನ್ನ ಅಣ್ಣನ ಗೆಳೆಯರು ಅವರಿಗೆ ಹಿಂದೂ ಮಹಾಸಾಗರ (ಇಂಡಿಯನ್ ಓಷನ್) ಜೂನ್ ಮತ್ತು ಜುಲೈನಲ್ಲಿ ಪ್ರಕ್ಷುಬ್ಧವಾಗಿರುವುದೆಂದು ತಿಳಿಸಿದರು. ಅದು ನನ್ನ ಮೊದಲ ಪ್ರಯಾಣವಾಗಿರುವುದರಿಂದ ನನಗೆ ನವೆಂಬರ್‌ವರೆಗೆ ಹಡಗಿನಲ್ಲಿ ಸಂಚರಿಸಲು ಅವಕಾಶ ಕೊಡಬಾರದೆಂದು ಅವರು ತಿಳಿಸಿದರು ತೀರ ಇತ್ತೀಚೆಗೆ ಒಂದು ಉಗಿ ಹಡಗು (ಸ್ಟೀ ಮರ್) ಬಿರುಗಾಳಿಗೆ ಸಿಕ್ಕು ಮುಳುಗಿಹೋಯಿತೆಂದು ಯಾರೋ ವರದಿಮಾಡಿದ್ದರು. ಇದರಿಂದ ನನ್ನ ಸಹೋದರ ಕಳವಳಗೊಂಡರು ಮತ್ತು ತಕ್ಷಣವೇ ಹಡಗಿನಲ್ಲಿ ಪ್ರಯಾಣ ಮಾಡಲು ಅನುಮತಿಯನ್ನು ನೀಡುವ ಮೂಲಕ ಯಾವುದೇ ಗಂಡಾಂತರವನ್ನು ಎದುರು ಹಾಕಿಕೊಳ್ಳಲು ಅವರ ಮನಸ್ಸು ಒಪ್ಪಲಿಲ್ಲ. ನನ್ನನ್ನು ಒಬ್ಬ ಗೆಳೆಯನ ಬಳಿ ಬಿಟ್ಟು, ಅವರು ತಮ್ಮ ಕರ್ತವ್ಯವನ್ನು ಪುನರಾರಂಭಿಸಲು ರಾಜ್‌ಕೋಟ್‌ಗೆ ಹಿಂದಿರುಗಿದರು. ನನ್ನ ಪ್ರಯಾಣದ ವೆಚ್ಚಕ್ಕೆ ಬೇಕಾಗಿದ್ದ

ಹಣವನ್ನು ನನ್ನ ಸಹೋದರರ ಒಬ್ಬ ಭಾವನ ಬಳಿಯಲ್ಲಿ ಬಿಟ್ಟು ಕೆಲವು ಗೆಳೆಯರಿಗೆ ನನಗೆ ಅವಶ್ಯಕವಿರುವ ಯಾವುದೇ ನೆರವನ್ನು ನೀಡುವಂತೆ ತಿಳಿಸಿ ಹೊರಟುಹೋದರು.

ಬಾಂಬೆಯಲ್ಲಿ ಕಾಲ ಕಳೆಯುವುದು ಕಷ್ಟವಾಯ್ತು. ಎಡಬಿಡದೇ ಇಂಗ್ಲೆಂಡ್‌ಗೆ ಹೋಗುವ ಕನಸು ಕಾಣುತ್ತಿದ್ದೆ.

ಈ ಮಧ್ಯೆ ನನ್ನ ಜಾತಿ ಬಾಂಧವರು ನಾನು ವಿದೇಶಕ್ಕೆ ಹೋಗುವುದನ್ನು ಪ್ರತಿಭಟಿಸಿದರು. ಅಲ್ಲಿಯವರೆಗೆ ಯಾವನೇ ಮೋಧ್ ಬನಿಯ ಇಂಗ್ಲೆಂಡ್‌ಗೆ ಹೋಗಿಲ್ಲವೆಂದೂ ನಾನು ಹಾಗೆ ಹೋಗುವ ಧೈರ್ಯವನ್ನು ಪ್ರದರ್ಶಿಸಿದರೆ ನನ್ನನ್ನು ವಿಚಾರಣೆಗೆ ಗುರಿಮಾಡಿ ಶಿಕ್ಷಿಸಬೇಕೆಂದು ಕೆರಳಿ ಕೂಗಾಡಿದ್ದರು. ಜಾತಿ ಬಾಂಧವರ ಸಾಮಾನ್ಯ ಸಭೆಯನ್ನು ಕರೆಯಲಾಯ್ತು. ಆ ಸಭೆಯ ಮುಂದೆ ನಿಂತು ವಿವರಣೆ ಕೊಡಬೇಕೆಂದು ನನಗೆ ಆದೇಶಿಸಲಾಯ್ತು. ನಾನು ಹೋದೆ. ಥಟ್ಟನೆ ನಾನು ಧೈರ್ಯವನ್ನು ತುಂಬಿಕೊಂಡು ಅವರೆದುರು ಹೇಗೆ ವಾದಮಾಡಿದೆ ಎಂದು ನನಗೆ ತಿಳಿಯದು. ಹಿಂದು ಮುಂದು ನೋಡದೇ ತಡವರಿಸದೇ ನಿರ್ಭೀತಿಯಿಂದ ಸಭೆಯ ಎದುರು ಹಾಜರಾಗಿದ್ದೆ. ಸಮುದಾಯದ ಮುಖ್ಯಸ್ಥರಾಗಿದ್ದ ಶೇಠ್ ನನ್ನ ದೂರದ ಸಂಬಂಧಿಯಾಗಿದ್ದರು. ಅವರು ನನ್ನ ತಂದೆಯ ಜತೆಯಲ್ಲಿ ಅನ್ಯೋನ್ಯ ಸಂಬಂಧ ಹೊಂದಿದ್ದರು. ಈ ಪ್ರಕಾರ ಅವರು ಮೊದಲು ಮಾತನ್ನಾರಂಭಿಸಿದರು: 'ನಮ್ಮ ಜಾತಿಯ ಅಭಿಪ್ರಾಯದಲ್ಲಿ ನೀನು ಇಂಗ್ಲೆಂಡ್‌ಗೆ ಹೋಗಬೇಕೆಂದು ನಿರ್ಣಯಿಸಿರುವುದು ಸರಿಯಲ್ಲ. ನಮ್ಮ ಧರ್ಮವು ವಿದೇಶಕ್ಕೆ ಕಡಲ ಮೂಲಕ ಪ್ರಯಾಣಮಾಡುವುದನ್ನು ನಿಷೇಧಿಸಿದೆ. ಒಬ್ಬಾತನು ತನ್ನ ಧರ್ಮದೊಂದಿಗೆ ಹೊಂದಿಕೆ ಮಾಡಿಕೊಳ್ಳದೇ ಅಲ್ಲಿ ಜೀವನ ನಡೆಸುವುದು ಅಸಾಧ್ಯವೆಂದು ನಾವು ಕೇಳಿದ್ದೇವೆ. ಅವನು ಯೂರೋಪಿಯನ್ನರೊಂದಿಗೆ ಕುಡಿಯುವ ಮತ್ತು ತಿನ್ನುವ ನಿರ್ಬಂಧಕ್ಕೊಳಗಾಗುತ್ತಾನೆ!'

ಅದಕ್ಕೆ ನಾನು ಹೀಗೆ ಉತ್ತರಿಸಿದೆ: 'ಇಂಗ್ಲೆಂಡ್‌ಗೆ ಹೋಗುವುದಕ್ಕೆ ನನ್ನ ಧರ್ಮ ಪೂರ್ತಿಯಾಗಿ ವಿರೋಧವಾಗಿದೆ ಎಂದು ನಾನು ಭಾವಿಸುವುದಿಲ್ಲ. ನಾನು ಅಲ್ಲಿಗೆ ಇನ್ನೂ ಹೆಚ್ಚಿನ ಅಧ್ಯಯನದ ಉದ್ದೇಶದಿಂದ ಹೋಗುತ್ತಿದ್ದೇನೆ. ನಾನು ನನ್ನ ತಾಯಿಗೆ ನೀವು ತುಂಬಾ ದಿಗಿಲು ಪಡುತ್ತಿರುವ ಮೂರು ವಿಷಯಗಳ ಬಗ್ಗೆ ಈಗಾಗಲೇ ಆತ್ಮಸಾಕ್ಷಿಯಿಂದ ಪ್ರಮಾಣಮಾಡಿದ್ದೇನೆ. ಪ್ರಮಾಣ ಮಾಡಿಕೊಟ್ಟ ವಚನ ಖಂಡಿತವಾಗಿಯೂ ನನ್ನನ್ನು ಸುರಕ್ಷಿತವಾಗಿರಿಸುತ್ತದೆ.'

'ಅಲ್ಲಿ ನಮ್ಮ ಧರ್ಮವನ್ನು ಕಾಪಾಡಿಕೊಳ್ಳುವುದು ನಿನಗೆ ಸಾಧ್ಯವಾಗದೆಂದು ನಾವು ಹೇಳುತ್ತೇವೆ.' ಎಂದು ಶೇಠ್ ಪ್ರತಿವಾದಿಸುತ್ತ ಹೇಳಿದರು. 'ನಿನ್ನ ತಂದೆಯ ಜತೆಯಲ್ಲಿ ನನ್ನ ಸಂಬಂಧ ಹೇಗಿತ್ತು ಎಂದು ನಿನಗೆ ಗೊತ್ತಿದೆ. ನೀನು ನನ್ನ ಮಾತನ್ನು ಕೇಳಲೇ ಬೇಕು.'

'ಆ ಸಂಬಂಧಗಳ ಬಗ್ಗೆ ನನಗೆ ಗೊತ್ತಿದೆ.' ಎಂದ ನಾನು ಹೇಳಿದೆ. 'ನೀವು ನನಗೆ ಹಿರಿಯರಾಗಿರುವಿರಿ. ಆದರೆ ಆ ವಿಷಯದಲ್ಲಿ ನಾನು ನಿಸ್ಸಹಾಯಕ. ಇಂಗ್ಲೆಂಡ್‌ಗೆ ಹೋಗುವ ನನ್ನ ತೀರ್ಮಾನವನ್ನು ಬದಲಿಸಲಾರೆ. ನನ್ನ ತಂದೆಯ ಗೆಳೆಯರೂ ಆಪ್ತ ಸಲಹೆಗಾರೂ ಮತ್ತು ವಿದ್ವಾಂಸರೂ ಆಗಿರುವ ಬ್ರಾಹ್ಮಣರು ನಾನು ಇಂಗ್ಲೆಂಡ್‌ಗೆ ಹೋಗಲು ಯಾವುದೇ ರೀತಿಯಲ್ಲೂ ಆಕ್ಷೇಪಣೆ ಮಾಡಿಲ್ಲ. ನನ್ನ ತಾಯಿ ಮತ್ತು ಸಹೋದರ ನನಗೆ ಅನುಮತಿಯನ್ನು ನೀಡಿದ್ದಾರೆ.'

'ಹಾಗಿದ್ದರೆ ನೀನು ಜಾತಿಯ ಆದೇಶಗಳನ್ನು ಉಪೇಕ್ಷಿಸುವೆಯಾ?'

'ನಾನು ನಿಜವಾಗಿಯೂ ನಿಸ್ಸಹಾಯಕನಾಗಿದ್ದೇನೆ. ಜಾತಿ ಈ ವಿಷಯದಲ್ಲಿ ಮಧ್ಯಪ್ರವೇಶಿಸಬಾರದೆಂದು ನಾನು ಭಾವಿಸಿದ್ದೇನೆ.'

ಇದು ಶೇಠ್ ಅವರನ್ನು ಸಿಟ್ಟಿಗೆಬ್ಬಿಸಿತು. ಅವರು ಕೋಪ ತೀರಿಸಿಕೊಳ್ಳಲು ಶಾಪ ಹಾಕಿದರು. ನಾನು ದೃಢ ಸಂಕಲ್ಪದಿಂದ ಕೂತಿದ್ದೆ. ಆದ್ದರಿಂದ ಶೇಠ್ ತಮ್ಮ ಆದೇಶವನ್ನು ಉಚ್ಚರಿಸಿದರು: 'ಇಂದಿನಿಂದ ಈ ಹುಡುಗನನ್ನು ಜಾತಿಹೀನ ಎಂದು ಪರಿಗಣಿಸಬೇಕು. ಯಾರು ಇವನಿಗೆ ಸಹಾಯಮಾಡುತ್ತಾರೋ ಮತ್ತು ಇವನನ್ನು ಬೀಳ್ಕೊಡಲು ಹಡಗಿನಕಟ್ಟೆಗೆ ಹೋಗುತ್ತಾರೋ ಅವರಿಗೆ ಒಂದು ರೂಪಾಯಿ ನಾಲ್ಕು ಅಣೆಗಳ ದಂಡ ಹಾಕಿ ಶಿಕ್ಷಿಸಲಾಗುವುದು.'

ಈ ಆದೇಶ ನನ್ನ ಮೇಲೆ ಯಾವುದೇ ಪರಿಣಾಮವನ್ನು ಉಂಟುಮಾಡಲಿಲ್ಲ. ನಾನು ಶೇಠ್‌ಅವರಿಗೆ ವಿದಾಯ ಹೇಳಿದೆ. ನನ್ನ ಸಹೋದರ ಅದನ್ನು ಹೇಗೆ ಸಹಿಸಿಕೊಳ್ಳುತ್ತಾರೋ ಎಂದು ನಾನು ತಿಳಿದುಕೊಳ್ಳಲು ಇಚ್ಚಿಸಿದ್ದೆ. ಅದೃಷ್ಟವಶಾತ್ ಅವರು ದೃಢಮನಸ್ಸಿನಿಂದಿದ್ದರು ಮತ್ತು ಹೊರಡಲು ತಮ್ಮ ಅನುಮತಿಯಿದೆಯೆಂದೂ ಶೇಠ್ ಅವರ ಆದೇಶವಿದ್ದರೂ ಖಾತ್ರಿ ಪಡಿಸಿದರು.

ಏನೇ ಇದ್ದರೂ ಈ ಘಟನೆಯಿಂದಾಗಿ ನಾನು ಕಡಲ ಪ್ರಯಾಣಮಾಡಲು ಹಿಂದೆಂದಿಗಿಂತಲೂ ಹೆಚ್ಚು ಕಾತರನಾದೆ. ನನ್ನ ಸಹೋದರನ ಮೇಲೆ ಒತ್ತಡ ತರಲು ಅವರು ಯಶಸ್ವಿಯಾದಲ್ಲಿ ಏನಾಗಬಹುದು? ಪ್ರಾಯಶಃ ಅನಿರೀಕ್ಷಿತವಾಗಿ ಏನಾದರೂ ಸಂಭವಿಸಿದರೆ? ಹೀಗೆ ನಾನು ನನ್ನ ದುಸ್ಥಿತಿಯ ಬಗ್ಗೆ ಚಡಪಡಿಸುತ್ತಿದ್ದಾಗ ಜುನಾಗಢ್‌ನ ವಕೀಲರೊಬ್ಬರನ್ನು ನ್ಯಾಯಾಸ್ಥಾನ (ಬಾರ್) ಕರೆದಿರುವುದರಿಂದ ಅವರು ಇಂಗ್ಲೆಂಡ್‌ಗೆ ಹೊರಟಿದ್ದಾರೆಂಬ ಸುದ್ದಿಯನ್ನು ಕೇಳಿದೆ. ಸೆಪ್ಟೆಂಬರ್ 4ನೇ ತಾರೀಖು ನಾವೆಯಲ್ಲಿ ಕೂತು ಅವರು ಪ್ರಯಾಣ ಮಾಡುವರೆಂಬ ಸುದ್ದಿ ನನ್ನ ಕಿವಿಯನ್ನು ಮುಟ್ಟಿತು. ನನ್ನ ಸಹೋದರನು ಯಾರ ವಶಕ್ಕೆ ನನ್ನನ್ನು ಒಪ್ಪಿಸಿದ್ದನೋ ಆ ಗೆಳೆಯರನ್ನು ಕಂಡೆ. ಆ ವಕೀಲರ ಜತೆಯಲ್ಲಿ ಹೋಗುವ ಅವಕಾಶವನ್ನು ನಾನು ಕಳೆದುಕೊಳ್ಳ ಬಾರದೆಂದು ತಿಳಿಸಿ ಅವರು ಒಪ್ಪಿಗೆ ಕೊಟ್ಟರು. ಕಳೆಯಲು ಹೆಚ್ಚು ಸಮಯ ಇರಲಿಲ್ಲ. ನಾನು ನನ್ನ ಸಹೋದರನಿಗೆ ತಂತಿ ಮೂಲಕ ತಿಳಿಸಿ ಅವರ ಅನುಮತಿಯನ್ನು ಪಡೆದುಕೊಂಡೆ. ನನ್ನ ಭಾವನಿಗೆ ಹಣ ಕೊಡುವಂತೆ ಕೇಳಿದೆ. ಆದರೆ ಆತನು ಶೇಠ್ ಅವರ ಆದೇಶವನ್ನು ಪ್ರಸ್ತಾವಿಸಿ ತಮಗೆ ತಮ್ಮ ಜಾತಿಯನ್ನು ಕಳೆದುಕೊಳ್ಳುವ ಶಕ್ತಿಯಿಲ್ಲವೆಂದು ತಿಳಿಸಿದರು. ತರುವಾಯ ನಾನು ನನ್ನ ಕುಟುಂಬದ ಗೆಳೆಯರೊಬ್ಬರನ್ನು ಕಂಡು ನನ್ನ ಹಡಗು ಪ್ರಯಾಣ ಮತ್ತು ಇತರ ವೆಚ್ಚಗಳಿಗೆ ತಗಲುವಷ್ಟು ಹಣವನ್ನು ಒದಗಿಸಿ ಸಹಾಯಮಾಡಬೇಕೆಂದು ಮತ್ತು ಆ ಸಾಲವನ್ನು ನನ್ನ ಸಹೋದರನಿಂದ ಪಡೆದು ಕೊಳ್ಳುವಂತೆ ಕೋರಿದೆ. ಆ ಗೆಳೆಯರು ನನ್ನ ಪ್ರಾರ್ಥನೆಗೆ ಓಗೊಟ್ಟರಲ್ಲದೇ ನನಗೆ ಶುಭವಾಗಲೆಂದು ಹುರಿದುಂಬಿಸಿದರು. ದೊರೆತ ಹಣದಲ್ಲಿ ಸ್ವಲ್ಪ ಖರ್ಚುಮಾಡಿ ತಕ್ಷಣವೇ ಪ್ರಯಾಣದ ಟಿಕೀಟನ್ನು ಕೊಂಡು ಕೊಂಡೆ. ತರುವಾಯ ನಾನು ಪ್ರಯಾಣಕ್ಕೆ ಅಣಿ ಮಾಡಿಕೊಳ್ಳಬೇಕಾಗಿತ್ತು. ಈ ವಿಷಯದಲ್ಲಿ ಅನುಭವವಿದ್ದ ಗೆಳೆಯನೊಬ್ಬನಿದ್ದ. ಅವನು ನನಗೆ ಬಟ್ಟೆ ಬರೆಯನ್ನು ಮತ್ತು ಇತರ ವಸ್ತುಗಳನ್ನು ಸಿದ್ಧಪಡಿಸಿಕೊಟ್ಟ. ಕೆಲವು

ಉಡುಗೆಗಳನ್ನು ನಾನು ಇಷ್ಟಪಟ್ಟೆ. ಆದರೆ ಇನ್ನು ಕೆಲವನ್ನು ನಾನು ಇಷ್ಟಪಡಲಿಲ್ಲ. ಮುಂದಿನ ದಿನಗಳಲ್ಲಿ ಧರಿಸಿ ಸಂತೋಷಪಟ್ಟ ನೆಕ್‌ಟೈ (ಕಂಠಬಂಧ) ಬಗ್ಗೆ ಆಗ ನಾನು ಜುಗುಪ್ಸೆಪಟ್ಟಿದ್ದೆ. ಚಿಕ್ಕ ಜಾಕೀಟನ್ನು ಅಸಭ್ಯವಾದ ಕ್ಕೆ ಎಂದು ನಾನು ಭಾವಿಸಿದ್ದೆ. ಆದರೆ ಇಂಗ್ಲೆಂಡ್‌ಗೆ ಹೋಗುವ ಅತ್ಯಾಶೆಯ ಮುಂದೆ ಈ ಅರುಚಿಗೆ ಬೆಲೆಯಿರಲಿಲ್ಲ. ಇಂಗ್ಲೆಂಡ್‌ಗೆ ಹೋಗುವುದೇ ನನ್ನಲ್ಲಿದ್ದ ಅತ್ಯಂತ ದೊಡ್ಡ ಅಪೇಕ್ಷೆಯಾಗಿತ್ತು. ನನ್ನ ಬಳಿ ಪ್ರಯಾಣಕ್ಕೆ ಅಗತ್ಯವಾಗಿದ್ದ ಸಾಮಗ್ರಿಗಳು ಸಾಕಷ್ಟಾದವು, ನನ್ನ ಗೆಳೆಯರು ನನಗೊಂದು ಸರಿಯಾದ ಜಾಗವನ್ನು ಕಾದಿರಿಸಿದ್ದರು. ನಿಗದಿಯಾಗಿದ್ದ ಆ ಕೋಣೆ (ಕ್ಯಾಬಿನ್)ಯಲ್ಲಿ ಜುನಾಗಢ್‌ನ ವಕೀಲರಾದ ಸಾರ್ಜೆಂಟ್ (ಹಿರಿಯ ವಕೀಲ) ತ್ರ್ಯಂಬಕ್‌ರಾಯ್ ಮಜುಮ್‌ದಾರ್ ನನ್ನ ಜತೆಯಲ್ಲಿದ್ದರು. ಅವರು ಪಕ್ವ ವಯಸ್ಸಿನವರಾಗಿದ್ದು ಅನುಭವಿಯಾಗಿದ್ದರು. ಅವರಿಗೆ ಜಗತ್ತು ಚೆನ್ನಾಗಿ ತಿಳಿದಿತ್ತು. ನಾನಿನ್ನೂ ಜಗತ್ತಿನ ಅನುಭವವಿಲ್ಲದ ಹದಿನೆಂಟರ ಪ್ರಾಯದ ಹಾಗೂ ತಾರುಣ್ಯ ಮುಟ್ಟುತ್ತಿರುವ ಹುಡುಗನಾಗಿದ್ದೆ. ನನ್ನ ಬಗ್ಗೆ ಚಿಂತಿಸಬಾರದೆಂದು ಸಾರ್ಜೆಂಟ್ ಮಜುಮ್‌ದಾರ್ ನನ್ನ ಗೆಳೆಯರಿಗೆ ಭರವಸೆ ಕೊಟ್ಟರು.

ಸೆಪ್ಟೆಂಬರ್ 4ರಂದು ನಾನು ಬಾಂಬೆಯಿಂದ ಕಡೆಗೂ ನಾವೆಯಲ್ಲಿ ಪ್ರಯಾಣವನ್ನು ಆರಂಭಿಸಿದೆ.

13. ಕಡೆಗೂ ಲಂಡನ್‌ನಲ್ಲಿ

ನಾನು ಕಡಲಬೇನೆ (ಹಡಗಿನಲ್ಲಿ ಪ್ರಯಾಣಮಾಡುವಾಗ ಅದರ ಚಲನದಿಂದ ಕೆಲವು ಮಂದಿಗೆ ಉಂಟಾಗುವ ಹೊಟ್ಟೆ ತೊಳಸಿಕೆ, ವಾಂತಿಬರುವಂತಾಗುವುದು)ಯಿಂದ ನರಳಲಿಲ್ಲ. ಆದರೆ ದಿನಗಳು ಕಳೆದಂತೆ ನಾನು ಚಡಪಡಿಸತೊಡಗಿದೆ. ನಾವೆಯ ಪರಿಚಾರಕ (ಸ್ಟ್ಯುಅರ್ಡ್)ನೊಂದಿಗೆ ಮಾತಾಡಲು ಕೂಡಾ ನಾಚಿಕೊಳ್ಳಲಾರಂಭಿಸಿದೆ. ನನಗೆ ಚೆನ್ನಾಗಿ ಇಂಗ್ಲಿಷ್‌ನಲ್ಲಿ ಮಾತಾಡುವ ಅಭ್ಯಾಸವಿರಲಿಲ್ಲ. ಸಾರ್ಜೆಂಟ್ ಮಜುಮ್‌ದಾರ್ ಅವರನ್ನು ಬಿಟ್ಟಂತೆ ಎರಡನೇ ಸೆಲೂನ್ (ದಿವಾನಖಾನೆ)ನಲ್ಲಿದ್ದ ಪ್ರಯಾಣಿಕರೆಲ್ಲರೂ ಇಂಗ್ಲಿಷರಾಗಿದ್ದರು. ನನಗೆ ಅವರೊಂದಿಗೆ ಮಾತಾಡಲು ಸಾಧ್ಯವಾಗುತ್ತಿರಲಿಲ್ಲ. ಏಕೆಂದರೆ ಅವರು ನನ್ನೊಂದಿಗೆ ಮಾತಾಡಲು ಬಂದಾಗ ಅವರ ಮಾತುಗಳನ್ನು ಯಾವಾಗಲು ಅನುಸರಿಸಲು ನನಗೆ ಸಾಧ್ಯವಾಗುತ್ತಿರಲಿಲ್ಲ. ನನಗೆ ಅರ್ಥವಾದರೂ ಅವರಿಗೆ ಪ್ರತ್ಯುತ್ತರ ನೀಡಲು ಸಾಧ್ಯವಾಗುತ್ತಿರಲಿಲ್ಲ. ನಾನು ಪ್ರತಿಯೊಂದು ವಾಕ್ಯವನ್ನು ಮೊದಲೇ ಮನಸ್ಸಿನಲ್ಲಿ ರೂಪಿಸಿಕೊಂಡು ತರುವಾಯ ಅದನ್ನು ಹೊರಹಾಕಬೇಕಾಗಿತ್ತು. ನನಗೆ ಚಾಕು (ನೈಫ್) ಮತ್ತು ಮುಳ್ಳು ಚಮಚ (ಫಾರ್ಕ್ - ಊಟಮಾಡುವಾಗ

ಬಳಸುವ ಕವಲು ಚಮಚ)ಗಳ ಬಳಕೆ ಗೊತ್ತಿರಲಿಲ್ಲ. ತಿನಿಸುಪಟ್ಟಿ (ಮೆನು)ಯಲ್ಲಿರುವ ಯಾವ ಪದಾರ್ಥದಲ್ಲಿ ಮಾಂಸವಿಲ್ಲ ಎಂಬುದನ್ನು ವಿಚಾರಿಸುವ ಧೈರ್ಯ ಕೂಡಾ ನನ್ನಲ್ಲಿರಲಿಲ್ಲ. ಆದ್ದರಿಂದ ನಾನು ಯಾವಾಗಲೂ ಊಟದ ಮೇಜಿನ ಎದುರು ಕೂತು ಊಟಮಾಡುತ್ತಿರಲಿಲ್ಲ, ಆದರೆ ಕೋಣೆಗೆ ತರಿಸಿಕೊಂಡು ಊಟಮಾಡುತ್ತಿದ್ದೆ. ನನ್ನ ಊಟದಲ್ಲಿ ಮುಖ್ಯವಾಗಿ ನನ್ನೊಂದಿಗೆ ತಂದಿದ್ದ ಸಿಹಿತಿನಿಸುಗಳು ಮತ್ತು ಹಣ್ಣುಗಳು ಇರುತ್ತಿದ್ದವು. ಸಾರ್ಜೆಂಟ್ (ಮೆಲುದರ್ಜೆಯ ವಕೀಲ) ಮಜುಮ್‌ದಾರ್‌ಅವರಿಗೆ ಯಾವುದೇ ತೊಂದರೆಯಿರಲಿಲ್ಲ. ಅವರು ಎಲ್ಲರ ಜತೆಯಲ್ಲಿ ಕೂತು ಊಟಮಾಡುತ್ತಿದ್ದರು. ಅವರು ಹಡಗಿನ ಅಟ್ಟ (ಡೆಕ್)ದ ಮೇಲೆ ಸಂಕೋಚವಿಲ್ಲದೇ ಎಲ್ಲರೊಂದಿಗೂ ಬೆರೆಯುತ್ತಿದ್ದರು. ಆದರೆ ನಾನು ಇಡೀದಿನಾ ಕೋಣೆಯಲ್ಲಿ ಅಡಗಿ ಕೂತಿರುತ್ತಿದ್ದೆ. ಹಾಗಿದ್ದರೂ ಕೇವಲ ಕೆಲವೇ ಜನರಿರುವಾಗ ಹಡಗಿನ ಅಟ್ಟದ ಮೇಲೆ ಓಡಿಯಾಡುವ ಸಾಹಸ ತೋರಿಸುತ್ತಿದ್ದೆ. ಇತರ ಪ್ರಯಾಣಿಕರುಗಳೊಂದಿಗೆ ಬೆರೆಯಬೇಕೆಂದು ಮತ್ತು ಅವರೊಂದಿಗೆ ಸಂಕೋಚವಿಲ್ಲದೇ ಮಾತಾಡಬೇಕೆಂದು ಸಾರ್ಜೆಂಟ್ ಮಜುಮ್‌ದಾರ್ ವಾದಿಸುತ್ತಿದ್ದರು. ಲಾಯರುಗಳಿಗೆ ಉದ್ದವಾಗಿರುವ ನಾಲಿಗೆ (ವಾಚಾಳಿತನ) ಇರಬೇಕೆಂದು ಹೇಳುತ್ತಿದ್ದರು. ಅವರು ತಮ್ಮ ವಕೀಲ ವೃತ್ತಿಗೆ ಸಂಬಂಧಿಸಿದ ಅನುಭವಗಳ ಪರಿಚಯಮಾಡಿಕೊಡುತ್ತಿದ್ದರು. ಇಂಗ್ಲಿಷ್‌ನಲ್ಲಿ ಮಾತಾಡಲು ಸಿಗುವ ಎಲ್ಲ ಅವಕಾಶಗಳನ್ನು ಬಳಸಿಕೊಳ್ಳಬೇಕೆಂದು ಸಲಹೆ ಕೊಡುತ್ತಿದ್ದರು. ವಿದೇಶಿ ಭಾಷೆಯನ್ನು ಮಾತಾಡುವಾಗ ನಿಸ್ಸಂಶಯವಾಗಿಯೂ ಉಂಟಾಗುವ ತಪ್ಪುಗಳ ಬಗ್ಗೆ ತಲೆಕೆಡಿಸಿಕೊಳ್ಳಬಾರದೆಂದು ಅವರು ಸಲಹೆ ಕೊಟ್ಟಿದ್ದರು. ಆದರೆ ಯಾವುದರಿಂದಲೂ ನನ್ನ ನಾಚಿಕೊಳ್ಳುವ ಸ್ವಭಾವವನ್ನು ಜಯಿಸಲು ನನಗೆ ಸಾಧ್ಯವಾಗಲಿಲ್ಲ.

ನನ್ನ ಮೇಲೆ ದಯೆ ತೋರಿದ ಒಬ್ಬ ಇಂಗ್ಲಿಷ್ ಪ್ರಯಾಣಿಕ ನನ್ನನ್ನು ಸಂಭಾಷಣೆಗೆಳೆದ. ಅವನು ನನಗಿಂತ ದೊಡ್ಡವನಾಗಿದ್ದ. ನಾನು ಏನು ತಿನ್ನುತ್ತೇನೆ, ನನ್ನ ವೃತ್ತಿಯೇನು, ಎಲ್ಲಿಗೆ ಹೊರಟಿದ್ದೇನೆ ಎಂದು ವಿಚಾರಿಸಿದ. ನಾನು ಉತ್ತರ ಕೊಡಲು ನಾಚಿಕೊಂಡೆ. ಅವನು ನನಗೆ ಊಟದ ಮೇಜಿಗೆ ಬರುವಂತೆ ಕೂಡಾ ಸಲಹೆ ಕೊಟ್ಟ. ನಾನು ಮಾಂಸವನ್ನು ತಿನ್ನುವುದಿಲ್ಲ ಎಂದು ಆಣೆಯಿಟ್ಟ ಪ್ರಸಂಗವನ್ನು ಕೇಳಿದಾಗ ನಕ್ಕುಬಿಟ್ಟ. ಕೆಂಪು ಸಮುದ್ರದಲ್ಲಿದ್ದಾಗ ಅವನು ಸ್ನೇಹಭಾವದಲ್ಲಿ ಹೇಳಿದ: 'ಇಲ್ಲಿಯವರೆಗೆ ಎಲ್ಲವೂ ಚೆನ್ನಾಗಿತ್ತು. ಆದರೆ ಬಿಸ್ಕೆ ಕೊಲ್ಲಿಯಲ್ಲಿ ನೀನು ನಿನ್ನ ತೀರ್ಮಾನವನ್ನು ಬದಲಾಯಿಸಿಕೊಳ್ಳಬೇಕಾಗುತ್ತದೆ. ಇಂಗ್ಲೆಂಡ್‌ನಲ್ಲಿ ತುಂಬಾ ಥಂಡಿ ಇರುವುದರಿಂದ ಮಾಂಸತಿನ್ನದೇ ಯಾರೂ ಅಲ್ಲಿ ಬದುಕಲು ಸಾಧ್ಯವಾಗದು.'

'ಆದರೆ ಮಾಂಸವನ್ನು ತಿನ್ನದೇ ಜನರು ಬದುಕಬಲ್ಲರು ಎಂದು ನಾನು ಕೇಳಿದ್ದೇನೆ' ಎಂದು ನಾನು ಹೇಳಿದೆ.

'ನಂಬಿಕೆ ಇಟ್ಟುಕೊಂಡಿರು. ಅದು ಬುರುಡೆ.' ಎಂದು ಅವನು ಹೇಳಿದ. 'ನನಗೆ ತಿಳಿದಿರುವ ಮಟ್ಟಿಗೆ ಯಾರೂ ಮಾಂಸವನ್ನು ತಿನ್ನದೇ ಬದುಕಿಲ್ಲ. ನಾನು ನಿನಗೆ ಮದ್ಯವನ್ನು ತೆಗೆದುಕೊಳ್ಳುವಂತೆ ಹೇಳುತ್ತಿಲ್ಲ ಎಂದು ನಿನಗೆ ಗೊತ್ತಿದೆ ನಾನು ನಿನಗೆ ಹಾಗೆ ಕೇಳಿಕೊಳ್ಳಬಹುದಾಗಿತ್ತು. ಅಲ್ಲವೆ? ಆದರೆ ನೀನು ಮಾಂಸವನ್ನು ತಿನ್ನಲೇ ಬೇಕು, ಏಕೆಂದರೆ ಅದಿಲ್ಲದೇ ನೀನು ಬದುಕಲಾರೆ ಎಂದು ನಾನು ಭಾವಿಸಿದ್ದೇನೆ.'

'ನಿನ್ನ ದಯಾ ಪೂರ್ಣ ಸಲಹೆಗಾಗಿ ವಂದನೆ. ಆದರೆ ನಾನು ನನ್ನ ತಾಯಿಗೆ ಆತ್ಮಸಾಕ್ಷಿಗನುಗುಣವಾಗಿ ಮಾಂಸವನ್ನು ಮುಟ್ಟುವುದಿಲ್ಲವೆಂದು ಮಾತು ಕೊಟ್ಟಿದ್ದೇನೆ. ಆದ್ದರಿಂದ ನಾನು ಅದರ ಬಗ್ಗೆ ಯೋಚಿಸಲಾರೆ. ಅದಿಲ್ಲದೇ ಬದುಕಲು ಸಾಧ್ಯವಾಗದು ಎಂದು ಕಂಡುಬಂದರೆ, ಅಲ್ಲಿ ಇರಲು ಮಾಂಸವನ್ನು ತಿನ್ನುವುದಕ್ಕಿಂತ ಭಾರತಕ್ಕೆ ಹಿಂದಿರುಗಲು ಬಯಸುತ್ತೇನೆ.'

ನಾವು ಬಿಸ್ಕೆ ಕೊಲ್ಲಿಯನ್ನು ಪ್ರವೇಶಿಸಿದೆವು. ನನಗೆ ಅಲ್ಲಿ ಮದ್ಯ ಇಲ್ಲವೇ ಮಾಂಸವನ್ನು ತೆಗೆದುಕೊಳ್ಳಬೇಕೆಂಬ ಪ್ರೇರಣೆ ಉಂಟಾಗಲಿಲ್ಲ. ನಾನು ಮಾಂಸವನ್ನು ವರ್ಜಿಸಿದ್ದರ ಬಗ್ಗೆ ಅರ್ಹತಾಪತ್ರಗಳನ್ನು ಪಡೆಯುವಂತೆ ನನಗೆ ಸಲಹೆ ಕೊಡಲಾಗಿತ್ತು. ನಾನು ಆ ಇಂಗ್ಲಿಷ್ ಗೆಳೆಯನಿಗೆ ಅರ್ಹತಾ ಪತ್ರವನ್ನು ಕೊಡುವಂತೆ ಕೇಳಿಕೊಂಡೆ. ಅವನು ಸಂತೋಷದಿಂದ ಅದನ್ನು ಕೊಟ್ಟ. ಅದನ್ನು ನಾನು ಸ್ವಲ್ಪ ಕಾಲ ನನ್ನ ಬಳಿ ಜೋಪಾನವಾಗಿ ಇಟ್ಟುಕೊಂಡಿದ್ದೆ. ಮಾಂಸವನ್ನು ತಿಂದರೂ ಅಂತಹ ಅರ್ಹತಾ ಪತ್ರ (ಸರ್ಟಿಫಿಕೇಟ್)ಗಳನ್ನು ಯಾರಾದರೂ ಸುಲಭವಾಗಿ ಪಡೆಯಬಹುದೆಂದು ಗೊತ್ತಾದಾಗ ಅದರ ಬಗ್ಗೆ ನನ್ನಲ್ಲಿದ್ದ ಎಲ್ಲ ಆಕರ್ಷಣೆಯನ್ನು ಕಳೆದುಕೊಂಡೆ. ನನ್ನ ಮಾತುಗಳನ್ನು ನಂಬದಿದ್ದರೆ ಈ ವಿಷಯದಲ್ಲಿ ಅರ್ಹತಾಪತ್ರವನ್ನು ಇಟ್ಟುಕೊಳ್ಳುವುದರಿಂದ ಏನು ಪ್ರಯೋಜನವಾದೀತು?

ನನ್ನ ನೆನಪಲ್ಲಿರುವಷ್ಟರಮಟ್ಟಿಗೆ ಹೇಳುವುದಾದರೆ ನಾವು ಸೇತಾಂಪ್ಟನ್‌ಅನ್ನು ಶನಿವಾರ ಮುಟ್ಟಿದೆವು. ನಾನು ನಾವೆಯಲ್ಲಿ ಕಪ್ಪು ಸೂಟನ್ನು ಧರಿಸಿದ್ದೆ. ನನ್ನ ಗೆಳೆಯರು ನನಗೆ ಒದಗಿಸಿಕೊಟ್ಟಿದ್ದ ಬಿಳಿಯ ಫ್ಲ್ಯಾನೆಲ್ (ಫ್ಲ್ಯಾನಲ್‌ನಿಂದ ಹೊಲೆದ ಉಡುಪು) ನನ್ನ ಬಳಿಯಿತ್ತು. ನಾನು ನೆಲದ ಮೇಲೆ ಕಾಲಿರಿಸಿದಾಗ ವಿಶೇಷವಾಗಿ ಅದನ್ನು ತೊಡಬೇಕೆಂದು ಇರಿಸಿದ್ದೆ. ದಡದ ಮೇಲೆ ಹೆಜ್ಜೆಯಿಟ್ಟಾಗ ಬಿಳಿಯ ಉಡುಗೆ ನನಗೆ ಚೆನ್ನಾಗಿ ಸರಿಹೊಂದಿಕೊಳ್ಳುವುದೆಂದು ಭಾವಿಸಿದ್ದರಿಂದ ನಾನು ಬಿಳಿಯ ಫ್ಲ್ಯಾನೆಲ್ ಉಡುಗೆಗಳನ್ನು ಧರಿಸಿಕೊಂಡೆ. ಅವು ಸೆಪ್ಟೆಂಬರ್ ತಿಂಗಳ ಕಡೆಯ ದಿನಗಳಾಗಿದ್ದವು. ಆ ಕಾಲದಲ್ಲಿ ಅಂತಹ ಬಟ್ಟೆ ತೊಟ್ಟವನು ಕೇವಲ ನಾನಾಗಿದ್ದೆ ಎಂಬುದನ್ನು ಕಂಡುಕೊಂಡೆ. ನಾನು ಗ್ರೈಂಡ್‌ಲೆ ಅಂಡ್ ಕೊ ಎಂಬ ಏಜೆಂಟ್‌ಗೆ ನನ್ನ ಹೊಣೆಯನ್ನು ವಹಿಸಿದೆ. ಇತರ ಅನೇಕರು ಅದೇ ರೀತಿಯಲ್ಲಿ ನಡೆದು ಕೊಂಡಿದ್ದನ್ನು ಕಂಡು ಕೀಗಳ ಸಮೇತ ನನ್ನ ಕಿಟ್‌ಪೆಟ್ಟಿಗೆಯನ್ನು ಅವರಿಗೆ ವಹಿಸಿಬಿಟ್ಟೆ. ನಾನು ಬೇರೆಯವರನ್ನು ಅನುಸರಿಸಬೇಕಾಗಿತ್ತು.

ನನ್ನ ಬಳಿ ನಾಲ್ಕು ಪರಿಚಯ ಪತ್ರಗಳಿದ್ದವು: ಡಾ. ಪಿ. ಜೆ. ಮೆಹತಾ ಅವರಿಗೆ, ಸಾರ್ಜೆಂಟ್ ದಲ್‌ಪತ್‌ರಾಮ್ ಶುಕ್ಲ ಅವರಿಗೆ, ಪ್ರಿನ್ಸ್ ರಣಜಿತ್‌ಸಿಂಹ್‌ಜೀ ಅವರಿಗೆ ಮತ್ತು ದಾದಾಭಾಯಿ ನವರೋಜಿಅವರಿಗೆ ಕೊಟ್ಟ ಪತ್ರಗಳಿದ್ದವು. ಹಡಗಿನಲ್ಲಿದ್ದ ಯಾರೋ ಒಬ್ಬರು ಲಂಡನ್‌ನಲ್ಲಿರುವ ವಿಕ್ಟೋರಿಯಾ ಹೊಟೆಲ್‌ನಲ್ಲಿ ಉಳಿಮುಕೊಳ್ಳಲು ಸಲಹೆ ಕೊಟ್ಟಿದ್ದರು. ಅದರ ಪ್ರಕಾರ ನಾನು ಮತ್ತು ಮಜುಮ್‌ದಾರ್ ಅಲ್ಲಿಗೆ ಹೋದೆವು. ಕೇವಲ ನಾನೊಬ್ಬನೇ ಬಿಳಿಯ ಉಡುಗೆಯನ್ನು ತೊಟ್ಟಿದ್ದರಿಂದ ತುಂಬಾ ನಾಚಿಕೊಂಡಿದ್ದೆ. ಮಾರನೇ ದಿನ ಭಾನುವಾರವಾಗಿದ್ದರಿಂದ ನನ್ನ ವಸ್ತುಗಳನ್ನು ಅಂದು ಗ್ರೈಂಡ್‌ಲೇ ಅವರಿಂದ ಪಡೆಯಲು ಸಾಧ್ಯವಾಗದು ಎಂದು ಹೋಟೆಲ್‌ನಲ್ಲಿ ತಿಳಿದಾಗ ನಾನು ಉದ್ರಿಕ್ತನಾದೆ.

ಸೌತಾಂಪ್ಟನ್‌ನಿಂದ ನಾನು ಕಳಿಸಿದ್ದ ತಂತಿಸಮಾಚಾರವನ್ನು ಪಡೆದ ಮೆಹ್‌ತಾ ಅದೇ ದಿನ ಸಾಯಂಕಾಲ ಸುಮಾರು ಎಂಟು ಗಂಟೆಯ ಹೊತ್ತಿಗೆಬಂದು ನೋಡುವಂತೆ ತಿಳಿಸಿದ್ದರು. ಅವರು ಹೃತ್ಪೂರ್ವಕವಾಗಿ ನನ್ನನ್ನು ಸ್ವಾಗತಿಸಿದರು. ನಾನು ಫ್ಲ್ಯಾನೆಲ್ ಉಡುಗೆಗಳಲ್ಲಿದ್ದುದನ್ನು ಕಂಡು ನಕ್ಕರು. ನಾವು ಮಾತಾಡುತ್ತಿದ್ದಾಗ ನಾನು ಉದ್ದೇಶವಿಲ್ಲದೇ ಅಕಸ್ಮಾತ್ತಾಗಿ ಅವರ ಟಾಪ್ - ಹ್ಯಾಟ್(ಗಂಡಸಿನ ಎತ್ತರವಾದ ಟೊಪ್ಪಿಗೆ)ಅನ್ನು ಕೈಗೆತ್ತಿಕೊಂಡೆ. ಅದು ಎಷ್ಟು ನಯವಾಗಿದೆ ಎಂಬುದನ್ನು ಪರೀಕ್ಷಿಸಿ ನೋಡಲು ಪ್ರಯತ್ನಿಸುತ್ತ ತಪ್ಪು ದಿಕ್ಕಿನಲ್ಲಿ ಕೈಯಾಡಿಸಿದೆ. ಇದರಿಂದ ತುಪ್ಪುಳು (ಫರ್) ಸ್ಥಾನಪಲ್ಲಟಗೊಂಡಿತು. (ಅಂದಗೆಟ್ಟಿತು) ಡಾ. ಮೆಹ್‌ತಾ ಒಂದು ಬಗೆಯಲ್ಲಿ ಸಿಟ್ಟಿನಿಂದ ನನ್ನನ್ನು ನೋಡಿದರು ಮತ್ತು ನನ್ನನ್ನು ತಡೆದರು. ಆದರೆ ತುಂಟ ಕಾರ್ಯ ನಡೆದುಹೋಗಿತ್ತು. ಈ ಘಟನೆ ನನ್ನ ಭವಿಷ್ಯತ್ತಿಗೆ ಒಂದು ಮುನ್‌ಸೂಚನೆಯಾಗಿತ್ತು. ಯುರೋಪಿಯನ್ ಶಿಷ್ಟಾಚಾರ ಕುರಿತಂತೆ ಇದು ನನಗೆ ಮೊದಲ ಪಾಠವಾಗಿತ್ತು. ಡಾ. ಮೆಹ್‌ತಾ ತಮಾಷೆಯಾಗಿ ನನ್ನಲ್ಲಿ ಆ ಶಿಕ್ಷಣವನ್ನು ಆರಂಭಿಸಿದ್ದರು: 'ಬೇರೆಯವರ ವಸ್ತುಗಳನ್ನು ಮುಟ್ಟಬೇಡ' ಎಂದು ಅವರು ಹೇಳಿದರು. 'ಮೊದಲ ಪರಿಚಯದಲ್ಲೇ ಭಾರತದಲ್ಲಿ ಸಾಮಾನ್ಯವಾಗಿ ನಡೆದುಕೊಳ್ಳುವಂತೆ ಪ್ರಶ್ನೆಗಳನ್ನು ಕೇಳಬೇಡ. ಗಟ್ಟಿಯಾಗಿ ಮಾತಾಡಬೇಡ. ಅವರೊಂದಿಗೆ ಮಾತಾಡುವಾಗ ಭಾರತದಲ್ಲಿ ರೂಢಿಯಲ್ಲಿರುವಂತೆ ಜನರನ್ನು ಸರ್(ಸ್ವಾಮಿ) ಎಂದು ಸಂಬೋಧಿಸಬೇಡ. ಕೇವಲ ಸೇವಕರು ಮತ್ತು ಅಧೀನದಲ್ಲಿರುವವರು ಮಾತ್ರ ಅವರ ಯಜಮಾನರುಗಳನ್ನು ಆರೀತಿಯಲ್ಲಿ ಸಂಬೋಧಿಸುತ್ತಾರೆ.' ಇದೇ ಪ್ರಕಾರ ಇನ್ನೂ ಅನೇಕ ಬುದ್ಧಿಮಾತುಗಳನ್ನು ಹೇಳಿದರು. ಹೋಟೆಲ್‌ನಲ್ಲಿ ಉಳಿದುಕೊಳ್ಳುವುದರಿಂದ ತುಂಬಾ ಖರ್ಚಾಗುವುದು ಎಂದು ತಿಳಿಸಿದರು. ಒಂದು ಖಾಸಗಿ ಕುಟುಂಬದೊಡನೆ ವಾಸಿಸಬೇಕೆಂದು ಶಿಫಾರಸುಮಾಡಿದರು. ಸೋಮವಾರದವರೆಗೆ ಆ ವಿಷಯ ಕುರಿತ ತೀರ್ಮಾನವನ್ನು ಮುಂದೂಡಿದೆವು.

ಸಾರ್ಜೆಂಟ್ ಮಜುಮ್‌ದಾರ್ ಮತ್ತು ನನಗೆ ಹೋಟೆಲ್‌ನಲ್ಲಿ ಇರುವುದು ಕಿರಿಕಿರಿಗೊಳಿಸಿತು. ಅದರಿಂದ ತುಂಬಾ ಹಣ ಖರ್ಚಾಗುತ್ತಿತ್ತು. ಏನೇ ಆಗಿರಲಿ, ಮಾಲ್ಟಾದಿಂದ ಬಂದಿದ್ದ ಒಬ್ಬ ಸಿಂಧೀ ಸಹ ಪ್ರಯಾಣಿಕ ಸಾರ್ಜೆಂಟ್ ಮಜುಮ್‌ದಾರ್‌ಅವರ ಗೆಳೆಯನಾಗಿದ್ದ. ಅವನು ಲಂಡನ್‌ಗೆ ಅಪರಿಚಿತನಾಗಿರಲಿಲ್ಲ. ಅವನು ನಮಗೆ ರೂಮುಗಳನ್ನು ಹುಡುಕಿಕೊಡುವುದಾಗಿ ತಿಳಿಸಿದ. ನಾವು ಒಪ್ಪಿಕೊಂಡೆವು.

ಸೋಮವಾರದ ದಿವಸ ನಮ್ಮ ಗಂಟುಮೂಟೆಯನ್ನು ಪಡೆದು ಬಿಲ್ಲಿನ ಮೊಬಲಗನ್ನು ಪಾವತಿಮಾಡಿದೆವು. ತರುವಾಯ ಸಿಂಧೀ ಗೆಳೆಯನು ನಮಗೆ ಗೊತ್ತುಮಾಡಿದ್ದ ಬಾಡಿಗೆ ರೂಮುಗಳಿಗೆ ತೆರಳಿದೆವು. ನನ್ನ ಹೊಟೆಲ್ ಬಿಲ್‌ನ ಮೊಬಲಗು 3 ಪೌಂಡುಗಳಾಗಿತ್ತು ಎಂದು ನನ್ನ ನೆನಪಲ್ಲಿದೆ. ಆ ಮೊಬಲಗನ್ನು ಕಂಡು ನಾನು ದಿಗ್ಭ್ರಮೆಗೊಂಡಿದ್ದೆ. ಈ ಅಧಿಕ ಮೊತ್ತದ ಬಿಲ್‌ಅನ್ನು ಪಾವತಿ ಮಾಡಿದ್ದರೂ ನಾನು ವಾಸ್ತವವಾಗಿ ಹಸಿವಿನಿಂದಿದ್ದೆ! ನನಗೆ ಯಾವುದೇ ಪದಾರ್ಥ ರುಚಿಸಿರಲಿಲ್ಲ. ಒಂದು ಪದಾರ್ಥ ರುಚಿಸದಿದ್ದಾಗ ಇನ್ನೊಂದು ಪದಾರ್ಥವನ್ನು ತರುವಂತೆ ತಿಳಿಸಿದ್ದೆ. ಆದರೆ ನಾನು ಆ ಎರಡೂ ಪದಾರ್ಥಗಳಿಗೂ ಹಣ

ಕೊಡಬೇಕಾಗಿತ್ತು. ಈ ಅವಧಿಯಲ್ಲಿ ನಾನು ಬಾಂಬೆಯಿಂದ ತಂದಿದ್ದ ಪದಾರ್ಥಗಳನ್ನು ಅವಲಂಬಿಸಿದ್ದೆ.

ಹೊಸ ಕೊಠಡಿಗಳಲ್ಲಿ ನಾನು ನೆಮ್ಮದಿಯಿಂದಿರಲಿಲ್ಲ. ನಾನು ಎಡಬಿಡದೇ ನನ್ನ ಮನೆಯನ್ನು ಮತ್ತು ದೇಶವನ್ನು ಕುರಿತಂತೆ ಚಿಂತಿಸುತ್ತಿದ್ದೆ. ನನ್ನ ತಾಯಿಯ ಪ್ರೀತಿ ನನ್ನನ್ನು ಸದಾ ಕಾಡುತ್ತಿತ್ತು. ರಾತ್ರಿಯ ಹೊತ್ತಿನಲ್ಲಿ ಕಣ್ಣೀರು ನನ್ನ ಗಲ್ಲಗಳ ಮೇಲೆ ಹರಿಯುತ್ತಿತ್ತು. ಎಲ್ಲ ರೀತಿಯಲ್ಲಿ ಮನೆಯ ನೆನಪುಗಳು ನನ್ನನ್ನು ಹಿಂಸಿಸುತ್ತಿದ್ದರಿಂದ ನಿದ್ರೆ ಬರಲು ಸಾಧ್ಯವೇ ಇರಲಿಲ್ಲ. ನನ್ನ ದುಃಖವನ್ನು ಯಾರೊಂದಿಗೂ ಹಂಚಿಕೊಳ್ಳುವುದು ಕೂಡಾ ಸಾಧ್ಯವಾಗಿರಲಿಲ್ಲ. ಹಾಗೆ ನಾನು ಹಂಚಿಕೊಳ್ಳಲು ಪ್ರಯತ್ನಿಸಿದ್ದರೂ ಅದರಿಂದ ಏನು ಪ್ರಯೋಜನವಾಗುತ್ತಿತ್ತು? ನನ್ನ ಭಯಬೀತಿ ಏನು ಎಂಬುದು ನನಗೇ ಸರಿಯಾಗಿ ಗೊತ್ತಿರಲಿಲ್ಲ. ನನಗೆ ಎಲ್ಲವೂ ಪರಕೀಯವಾಗಿತ್ತು - ಜನರು, ಅವರ ಜೀವನ ವಿಧಾನಗಳು, ಅವರು ವಾಸಿಸುವ ಕ್ರಮ ಕೂಡಾ ನನಗೆ ಅಪರಿಚಿತವಾಗಿದ್ದವು. ಇಂಗ್ಲಿಷ್ ಶಿಷ್ಟಾಚಾರ ನನಗೆ ಸಂಪೂರ್ಣವಾಗಿ ಹೊಸದಾಗಿತ್ತು. ಎಡಬಿಡದೇ ನಾನು ನನ್ನನ್ನು ರಕ್ಷಿಸಿಕೊಳ್ಳಬೇಕಾಗಿತ್ತು. ಶಾಖಾಹಾರದ ವಚನ ಕೂಡಾ ನನ್ನ ಇನ್ನೊಂದು ಅಡಚಣೆಯಾಗಿತ್ತು. ನಾನು ತಿನ್ನುತ್ತಿದ್ದ ಆಹಾರಪದಾರ್ಥಗಳು ರುಚಿಯಿಲ್ಲದೇ ಸಪ್ಪೆಯಾಗಿದ್ದವು. ನಾನು ಸಿಲ ಮತ್ತು ಕರಿಬ್ಡಿಸ್ (ಸಿಸಿಲಿ ದ್ವೀಪದ ಕಡಲಿನಿಂದಾಚೆ ಮೆಸ್ಸಿನಾ ಜಲಸಂಧಿಯ ಬಳಿ ನೌಕೆಗಳಿಗೂ, ನಾವಿಕರಿಗೂ ಮೃತ್ಯುಕಾರಕವಾಗಿತ್ತೆಂದು ಭಾವಿಸಲಾಗಿದ್ದ ಭಾರಿಬಂಡೆ ಮತ್ತು ಸಮುದ್ರ ಸುಳಿ) ನಡುವೆ (ಅಂದರೆ ಒಂದನ್ನು ತಪ್ಪಿಸಿಕೊಳ್ಳಲು ಪ್ರಯತ್ನಿಸಿದರೆ ಮತ್ತೊಂದಕ್ಕೆ ಬಲಿಯಾಗುವ ಜೋಡಿಅಪಾಯ)ಸಿಕ್ಕಿಕೊಂಡು ಒದ್ದಾಡುತ್ತಿದ್ದೆ. ನನಗೆ ಇಂಗ್ಲೆಂಡ್ ಸಹಿಸಲಸಾಧ್ಯವಾಗಿತ್ತು. ಆದರೆ ಭಾರತಕ್ಕೆ ಹಿಂದಿರುಗುವ ಯೋಚನೆಯನ್ನು ಕೂಡಾ ಮಾಡುವಂತಿರಲಿಲ್ಲ. ನಾನು ಇಲ್ಲಿಗೆ ಬಂದಿದ್ದೇನೆ, ಮೂರು ವರ್ಷಗಳನ್ನು ಇಲ್ಲಿ ಕಳೆಯಬೇಕಾಗಿದೆ ಎಂದು ನನ್ನ ಒಳಗಿನ ಧ್ವನಿಯೊಂದು ಹೇಳುತ್ತಿತ್ತು.

14. ನನ್ನ ಆಯ್ಕೆ

ಡಾ. ಮೆಹ್‌ತಾ ಸೋಮವಾರ ನನ್ನನ್ನು ಕಾಣಲು ಹೋಟೆಲ್ ವಿಕ್ಟೋರಿಯಾಕ್ಕೆ ಹೋಗಿದ್ದರು. ನಾವು ಹೋಟೆಲ್ ಬಿಟ್ಟು ಹೋಗಿರುವುದನ್ನು ತಿಳಿದು ನಮ್ಮ ಹೊಸ ವಿಳಾಸವನ್ನು ಪಡೆದುಕೊಂಡು ನಮ್ಮನ್ನು ನೋಡಲು ನಮ್ಮ ವಾಸದ ರೂಮುಗಳಿಗೆ ಬಂದರು. ಕೇವಲ ನನ್ನ ತಪ್ಪಿನಿಂದ ನಾನು ನಾವೆಯಲ್ಲಿ ಹುಳುಕಡ್ಡಿ (ರಿಂಗ್‌ವರ್ಮ್ ಚರ್ಮದ ಮೇಲೆ ಗುಂಡಾದ ಮಚ್ಚೆಗಳಾಗುವ ಗಜಕರ್ಣ)ಯ ಬಾಧೆಗೆ ಒಳಗಾಗಿದ್ದೆ. ಒಗೆಯಲು, ತೊಳೆಯಲು ಮತ್ತು ಸ್ನಾನಕ್ಕೆ ನಾವು ಸಮುದ್ರದ ನೀರನ್ನು ಉಪಯೋಗಿಸುತ್ತಿದ್ದೆವು. ಆದರೆ ಸೋಪು ಅದರಲ್ಲಿ ಕರಗುತ್ತಿರಲಿಲ್ಲ. ಹಾಗಿದ್ದರೂ ನಾನು ನಾಗರಿಕತೆಯ ಲಕ್ಷಣವೆಂದು ಸೋಪನ್ನು ಬಳಸುತ್ತಿದ್ದೆ. ಆದರೆ ಸೋಪು ಚರ್ಮವನ್ನು ಶುಭ್ರಗೊಳಿಸುವ ಪ್ರತಿಯಾಗಿ ಚರ್ಮ ಜಿಡ್ಡುಜಿಡ್ಡಾಯಿತು. ಇದರಿಂದಾಗಿ ಹುಳುಕಡ್ಡಿಯ ಬಾಧೆಗೊಳಗಾಗಬೇಕಾಯಿತು. ಅದನ್ನು ನಾನು ಡಾ. ಮೆಹ್‌ತಾ ಅವರಿಗೆ ತೋರಿಸಿದ್ದೆ. ಅವರು ಅಸಿಟಿಕ್ (ಅಸೀಟಿಕಾಮ್ಲ - ನೀರಿನಲ್ಲಿ ಮಿಶ್ರವಾಗಬಲ್ಲ ಆಮ್ಲ) ಆಮ್ಲವನ್ನು ಬಳಿದುಕೊಳ್ಳಲು ಹೇಳಿದರು. ಆ ಸುಡುವ ಆಮ್ಲ ನನ್ನನ್ನು ಅಳುವಂತೆ ಮಾಡಿತ್ತು ಎಂಬುದು

ಈಗಲೂ ನನ್ನ ನೆನಪಲ್ಲಿದೆ. ಡಾ. ಮೆಹ್‌ತಾ ನನ್ನ ಕೊಠಡಿಯನ್ನು ಮತ್ತು ಇತರ ಉಪಕರಣಗಳನ್ನು ಪರಿಶೀಲಿಸಿದರು ಎಂಬುದೂ ನನ್ನ ನೆನಪಲ್ಲಿ ಉಳಿದುಕೊಂಡಿದೆ. ಅಸಮ್ಮತಿಯನ್ನು ಸೂಚಿಸುತ್ತ ತಮ್ಮ ತಲೆಯನ್ನಾಡಿಸಿದರು. 'ಈ ಸ್ಥಳ ಪ್ರಯೋಜನವಿಲ್ಲ.' ಎಂದು ಅವರು ಹೇಳಿದರು. 'ನಾವು ಇಂಗ್ಲೆಂಡ್‌ಗೆ ಕೇವಲ ಓದುವ ಉದ್ದೇಶಕ್ಕೆ ಬರುವುದಿಲ್ಲ. ಇಂಗ್ಲಿಷ್ ಜೀವನ ಮತ್ತು ಅದರ ರೀತಿನೀತಿಗಳನ್ನು ಗಳಿಸಿಕೊಳ್ಳುವ ಉದ್ದೇಶದಿಂದಲೂ ಇಲ್ಲಿಗೆ ಬರುತ್ತೇವೆ. ಇದಕ್ಕಾಗಿ ನೀನು ಒಂದು ಕುಟುಂಬದ ಜತೆಯಲ್ಲಿ ವಾಸಮಾಡಬೇಕು. ಅದಕ್ಕೂ ಮುಂಚೆ ನೀನು ತರಬೇತಿ (ಅಂಪ್ರೆಂಟಿಸ್‌ಶಿಪ್) ಪಡೆಯುವುದು ಉತ್ತಮ ಎಂದು ನಾನು ಭಾವಿಸಿದ್ದೇನೆ. ಅದಕ್ಕಾಗಿ ನಾನು ನಿನ್ನನ್ನು ಅಲ್ಲಿಗೆ ಕರೆದುಕೊಂಡು ಹೋಗುತ್ತೇನೆ.'

ನಾನು ಕೃತಜ್ಞತಾಪೂರ್ವಕವಾಗಿ ಅವರ ಸಲಹೆಯನ್ನು ಒಪ್ಪಿಕೊಂಡೆ ಮತ್ತು ಗೆಳೆಯನ ವಾಸದ ಕೊಠಡಿಗಳಿಗೆ ವಾಸಸ್ಥಳವನ್ನು ಬದಲಾಯಿಸಿಕೊಂಡೆ. ಆ ಗೆಳೆಯರು ದಯಾಪರರಾಗಿದ್ದರು ಮತ್ತು ನನ್ನ ಕಡೆಗೆ ಗಮನ ಕೊಡುತ್ತಿದ್ದರು. ಅವರು ನನ್ನನ್ನು ಅವರ ಸ್ವಂತ ಸಹೋದರನೆಂದೇ ಭಾವಿಸಿದ್ದರು. ಇಂಗ್ಲಿಷ್ ಜೀವನ ಕ್ರಮಗಳು ಮತ್ತು ರೀತಿನೀತಿಗಳಲ್ಲಿ ಮೊದಲ ಹೆಜ್ಜೆಗಳನ್ನು ಇಡಲು ಹೇಳಿಕೊಟ್ಟರು. ಇಂಗ್ಲಿಷ್ ಭಾಷೆಯಲ್ಲಿ ಮಾತಾಡುವುದನ್ನು ಹೇಳಿಕೊಟ್ಟು ಅದರ ರೂಢಿಮಾಡಿಸಿಕೊಟ್ಟರು. ಹಾಗಿದ್ದರೂ ಆಹಾರ ಜಟಿಲ ಪ್ರಶ್ನೆಯಾಗಿ ಉಳಿದುಕೊಂಡಿತ್ತು. ಉಪ್ಪು ಅಥವಾ ವ್ಯಂಜನ (ಆಹಾರ ರುಚಿಸುವಂತೆ ಮಾಡುವ ಪದಾರ್ಥ)ಗಳಿಲ್ಲದೇ ಬೇಯಿಸಿದ ತರಕಾರಿಗಳು ನನಗೆ ರುಚಿಸುತ್ತಿರಲಿಲ್ಲ. ಮನೆಯ ಯಜಮಾನಿಗೆ ನನಗೆ ಏನು ಬೇಯಿಸಿ ಕೊಡಬೇಕೆಂದು ತಿಳಿಯುತ್ತಿರಲಿಲ್ಲ. ಬೆಳಗಿನ ಉಪಾಹಾರಕ್ಕೆ ಓಟ್ ಧಾನ್ಯದ ಹಿಟ್ಟಿನ ಅಂಬಲಿ ಇರುತ್ತಿತ್ತು. ಅದರಿಂದ ಚೆನ್ನಾಗಿ ಹೊಟ್ಟೆ ತುಂಬುತ್ತಿತ್ತು. ಆದರೆ ಮಧ್ಯಾಹ್ನದ ಊಟ ಮತ್ತು ರಾತ್ರಿಯ ಊಟದ ಹೊತ್ತಿನಲ್ಲಿ ನಾನು ಯಾವಾಗಲೂ ಹಸಿವಿನಿಂದ ಬಳಲುತ್ತಿದ್ದೆ. ಗೆಳೆಯರು ಎಡಬಿಡದೇ ಮಾಂಸವನ್ನು ತಿನ್ನುವಂತೆ ನನ್ನ ಜತೆಯಲ್ಲಿ ವಾದಿಸುತ್ತಿದ್ದರು. ನಾನು ಯಾವಾಗಲೂ ನನ್ನ ಪ್ರಮಾಣವಚನವನ್ನು ಉದ್ಗರಿಸಿ ವಾದಿಸುತ್ತಿದ್ದೆ ಮತ್ತು ನಂತರ ಸುಮ್ಮನಾಗಿಬಿಡುತ್ತಿದ್ದೆ. ಮಧ್ಯಾಹ್ನದ ಮತ್ತು ರಾತ್ರಿಯ ಊಟಕ್ಕೆ ಸ್ಪಿನಿಚ್ ಸೊಪ್ಪು ಮತ್ತು ಬ್ರೆಡ್ ಹಾಗೂ ಜಾಮ್ (ಮುರಬ್ಬ) ಇರುತ್ತಿದ್ದವು. ನಾನೊಬ್ಬ ಹೊಟ್ಟೆಬಾಕನೇ ಆಗಿದ್ದೆ. ನನಗೆ ದೊಡ್ಡ ಹೊಟ್ಟೆಯಿತ್ತು. ಆದರೆ ಎರಡು ಅಥವಾ ಮೂರು ಬ್ರೆಡ್ ಹಲ್ಲೆಗಳಿಗಿಂತ ಹೆಚ್ಚು ಕೇಳಲು ನಾಚಿಕೊಳ್ಳುತ್ತಿದ್ದೆ. ಹಾಗೆ ಕೇಳುವುದು ಸರಿಯಲ್ಲವೆಂದು ಭಾವಿಸಿದ್ದೆ. ಜತೆಯಲ್ಲಿ ಮಧ್ಯಾಹ್ನದ ಊಟಕ್ಕೆ ಇಲ್ಲವೇ ರಾತ್ರಿಯೂಟಕ್ಕೆ ಹಾಲು ಇರುತ್ತಿರಲಿಲ್ಲ. ಒಮ್ಮೆ ಈ ಗೆಳೆಯರು ಈ ಸ್ಥಿತಿಯನ್ನು ಕಂಡು ಬೇಸರಪಟ್ಟುಕೊಂಡು ಹೇಳಿದರು: 'ನೀನು ನನ್ನ ಸ್ವಂತ ಸಹೋದರನೇ ಆಗಿದ್ದರೆ ನಾನು ನಿನ್ನ ಗಂಟುಮೂಟೆ ಕಟ್ಟಿಸಿ ಕಳಿಸಿ ಬಿಡುತ್ತಿದ್ದೆ. ಇಲ್ಲಿಯ ಪರಿಸ್ಥಿತಿಯ ಅರಿವಿಲ್ಲದೇ ಅಶಿಕ್ಷಿತ ತಾಯಿಯ ಎದುರು ಮಾಡಿದ್ದ ಪ್ರಮಾಣವಚನಕ್ಕೆ ಏನು ಬೆಲೆಯಿದೆ? ಇಲ್ಲಿ ಅದು ಪ್ರಮಾಣವೇ ಅಲ್ಲ. ಕಾನೂನಿನ ಪ್ರಕಾರ ಅದಕ್ಕೆ ಪ್ರಮಾಣವಚನ ಎಂಬ ಮಾನ್ಯತೆಯೇ ಇಲ್ಲ. ಅಂತಹ ಮಾತಿಗೆ ಅಂಟಿಕೊಳ್ಳುವುದು ಕೇವಲ ಮೂಢನಂಬಿಕೆಯೇ ಸರಿ. ಈ ದೃಢ ನಿರ್ಧಾರ ನಿನಗೆ ಯಾವ ರೀತಿಯಲ್ಲೂ ನೆರವು ನೀಡದು. ನೀನು ಮಾಂಸವನ್ನು ತಿಂದಿರುವುದಾಗಿಯೂ ಅದರ ರುಚಿ

ನೋಡಿದ್ದಾಗಿಯೂ ತಪ್ಪೊಪ್ಪಿಕೊಂಡಿರುವೆ. ಎಲ್ಲಿ ಸಂಪೂರ್ಣವಾಗಿ ಅನವಶ್ಯಕವಾಗಿತ್ತೋ ಅಲ್ಲಿ ಅದನ್ನು ತಿಂದಿರುವೆ ಮತ್ತು ಅದು ಎಲ್ಲಿ ತುಂಬಾ ಅವಶ್ಯಕವಾಗಿದಯೋ ಅಲ್ಲಿ ಅದನ್ನು ತಿನ್ನುತ್ತಿಲ್ಲ. ಎಂತಹ ವಿಷಾದದ ಸಂಗತಿ!'

ಆದರೆ ನಾನು ನನ್ನ ನಿಷ್ಠೆಯಲ್ಲಿ ಅಚಲನಾಗಿದ್ದೆ.

ಹಗಲೂ ರಾತ್ರಿ ನನ್ನ ಗೆಳೆಯರು ನನ್ನ ಜತೆಯಲ್ಲಿ ವಾದಿಸುತ್ತಿದ್ದರು. ಆದರೆ ಎಡಬಿಡದೇ 'ಬೇಡ' ಎಂದು ನಾನು ಹೇಳುತ್ತಿದ್ದೆ. ಅವರು ಹೆಚ್ಚು ಹೆಚ್ಚು ವಾದಿಸಿದಷ್ಟೂ ನಾನು ಹೆಚ್ಚು ಹೆಚ್ಚು ಪಟ್ಟುಹಿಡಿಯುತ್ತಿದ್ದೆ. ಪ್ರತಿದಿನವೂ ನಾನು ದೇವರ ರಕ್ಷಣೆಯನ್ನು ಬೇಡುತ್ತಿದ್ದೆ ಮತ್ತು ಅದನ್ನು ಪಡೆದುಕೊಳ್ಳುತ್ತಿದ್ದೆ. ದೇವರ ಬಗ್ಗೆ ನನ್ನಲ್ಲಿ ಯಾವುದೇ ಸ್ಪಷ್ಟ ವಿಚಾರವಿರಲಿಲ್ಲ. ಅದು ಕೇವಲ ನಂಬಿಕೆಯಾಗಿತ್ತು - ಸಜ್ಜನಳಾಗಿದ್ದ ದಾದಿ ರಂಭ ನನ್ನಲ್ಲಿ ಬಿತ್ತಿದ್ದ ಬೀಜ ಅಂದರೆ ಆ ನಂಬಿಕೆ ಕೆಲಸಮಾಡುತ್ತಿತ್ತು.

ಒಂದು ದಿನ ಆ ಗೆಳೆಯರು ಬೆಂಥಮ್‌ನ 'ಥಿಯರಿ ಆಫ್ ಯುಟಿಲಿಟಿ (ಉಪಯುಕ್ತತೆಯ ಸಿದ್ಧಾಂತ) ಎಂಬ ಪುಸ್ತಕವನ್ನು ಓದಲಾರಂಭಿಸಿದರು. ನನ್ನ ಬುದ್ಧಿಗೆ ಅದನ್ನು ಗ್ರಹಿಸುವ ಶಕ್ತಿಯೇ ಇರಲಿಲ್ಲ. ಭಾಷೆ ತುಂಬಾ ಕ್ಲಿಷ್ಟವಾಗಿದ್ದರಿಂದ ನನಗೆ ಅರ್ಥಮಾಡಿಕೊಳ್ಳಲು ಸಾಧ್ಯವಾಗಲಿಲ್ಲ. ಅವರು ಅದನ್ನು ವಿವರಿಸಿದರು. ನಾನು ಹೇಳಿದೆ: 'ದಯವಿಟ್ಟು ಕ್ಷಮಿಸಿ. ಈ ಅತಿ ಗಹನವಾದ ವಿಚಾರಗಳು ನನಗೆ ಹೊರತಾಗಿವೆ. ಮಾಂಸ ತಿನ್ನುವುದು ಅವಶ್ಯಕ ಎಂಬುದನ್ನು ನಾನು ಒಪ್ಪಿಕೊಳ್ಳುತ್ತೇನೆ. ಆದರೆ ನಾನು ವಚನ ಭ್ರಷ್ಟನಾಗಲಾರೆ. ನಾನು ಅದರ ಬಗ್ಗೆ ವಾದಿಸಲಾರೆ. ವಾದದಲ್ಲಿ ನಾನು ನಿಮ್ಮನ್ನು ಎದುರಿಸಲಾರೆ ಎಂದು ನನಗೆ ಖಚಿತವಾಗಿದೆ. ಆದರೆ ದಯವಿಟ್ಟು ನಾನೊಬ್ಬ ಮೂರ್ಖನೆಂದು ಅಥವಾ ಹಠಮಾರಿಯೆಂದು ಭಾವಿಸಿ ನನ್ನನ್ನು ನನ್ನ ಪಾಡಿಗೆ ಬಿಟ್ಟು ಬಿಡಿ. ನೀವು ನನ್ನ ಮೇಲಿಟ್ಟಿರುವ ಪ್ರೀತಿಗಾಗಿ ನಾನು ನಿಮ್ಮನ್ನು ಗೌರವದಿಂದ ಕಾಣುತ್ತೇನೆ. ನೀವು ನನ್ನ ಶುಭವನ್ನು ಹಾರೈಸುವಿರೆಂಬುದು ನನಗೆ ಗೊತ್ತಿದೆ. ನೀವು ಮತ್ತೆ ಮತ್ತೆ ಇದೇ ವಿಷಯವನ್ನು ನನಗೆ ಹೇಳುತ್ತಿರುವಿರಿ. ಏಕೆಂದರೆ ನಿಮ್ಮಲ್ಲಿ ನನ್ನ ಬಗ್ಗೆ ಕಳಕಳಿಯಿದೆ ಎಂದು ಕೂಡಾ ನನಗೆ ಗೊತ್ತಿದೆ. ಆದರೆ ನಾನು ಅಸಹಾಯಕ. ಪ್ರತಿಜ್ಞೆ ಎನ್ನುವುದು ಪ್ರತಿಜ್ಞೆಯೇ ಆಗಿದೆ. ಅದನ್ನು ಮುರಿಯಲಾಗದು.'

ಮಿತ್ರರು ನನ್ನನ್ನು ಅಚ್ಚರಿಯಿಂದ ನೋಡಿದರು. ಅವರು ಪುಸ್ತಕವನ್ನು ಮುಚ್ಚಿ ಹೇಳಿದರು: 'ಹಾಗೆಯೇ ಆಗಲಿ. ನಾವು ಇನ್ನೂ ಹೆಚ್ಚಾಗಿ ವಾದಿಸುವುದಿಲ್ಲ.' ನನಗೆ ಸಂತೋಷವಾಯ್ತು. ಅವರು ಮತ್ತೆ ಎಂದೂ ಈ ವಿಷಯದ ಬಗ್ಗೆ ನನ್ನೊಡನೆ ಚರ್ಚಿಸಲಿಲ್ಲ. ಆದರೆ ಅವರು ನನ್ನ ಬಗ್ಗೆ ಚಿಂತಿಸುವುದನ್ನು ನಿಲ್ಲಿಸಲಿಲ್ಲ. ಅವರು ಧೂಮಪಾನ ಮಾಡುತ್ತಿದ್ದರು ಮತ್ತು ಕುಡಿಯುತ್ತಿದ್ದರು. ಆದರೆ ಎಂದೂ ಅವರು ತಮ್ಮ ಚಾಳಿಯನ್ನು ಅನುಸರಿಸುವಂತೆ ನನಗೆ ಹೇಳಲಿಲ್ಲ. ವಾಸ್ತವವಾಗಿ ಅವುಗಳಿಂದ ದೂರ ಇರುವಂತೆ ನನಗೆ ಹೇಳಿದ್ದರು. ಆದರೆ ಮಾಂಸವನ್ನು ತಿನ್ನದಿದ್ದರೆ ನಾನು ತುಂಬಾ ದುರ್ಬಲನಾಗಬಹುದು ಮತ್ತು ಇಂಗ್ಲೆಂಡ್‌ನಲ್ಲಿ ಮನೆಯಲ್ಲಿರುವಷ್ಟು ನೆಮ್ಮದಿಯಿಂದ ಇರಲು ಅಸಮರ್ಥನಾಗಬಹುದು ಎಂಬ ಕಳಕಳಿ ಮಾತ್ರ ಅವರಲ್ಲಿತ್ತು.

ಈ ಪ್ರಕಾರ ನಾನು ಒಂದು ತಿಂಗಳ ಕಾಲ ತರಬೇತಿ (ಅಪ್ರೆಂಟಿಸ್‌ಶಿಪ್) ಪಡೆದೆ. ಗೆಳೆಯರ ಮನೆ ಇದ್ದುದು ರಿಚ್‌ಮಂಡ್‌ನಲ್ಲಿ. ಲಂಡನ್‌ಗೆ ವಾರದಲ್ಲಿ ಒಂದು ಬಾರಿ ಅಥವಾ ಎರಡು ಬಾರಿಗಿಂತ ಹೆಚ್ಚಾಗಿ ಹೋಗಲು ಸಾಧ್ಯವಾಗುತ್ತಿರಲಿಲ್ಲ. ಆದ್ದರಿಂದ ಡಾ. ಮೆಹ್‌ತಾ ಮತ್ತು ಸಾರ್ಜೆಂಟ್ ದಲ್‌ಪತ್ರಾಮ್ ಶುಕ್ಲ ನನ್ನನ್ನು ಯಾವುದಾದರೊಂದು ಕುಟುಂಬದ ಜತೆಯಲ್ಲಿರಿಸಲು ನಿರ್ಧರಿಸಿದರು. ಸಾರ್ಜೆಂಟ್ (ಮೇಲುದರ್ಜೆಯ ವಕೀಲ) ಶುಕ್ಲ ನನಗಾಗಿ ಕೆನ್ಸಿಂಗ್‌ಟನ್‌ನಲ್ಲಿದ್ದ ಒಂದು ಆ್ಯಂಗ್ಲೊ ಇಂಡಿಯನ್‌ರ ಮನೆಯನ್ನು ಹುಡುಕಿದರು ಮತ್ತು ನನ್ನನ್ನು ಅಲ್ಲಿ ಇರಿಸಿದರು. ಮನೆಯೊಡತಿ ವಿಧವೆಯಾಗಿದ್ದಳು. ನಾನು ಅವಳಿಗೆ ನನ್ನ ಪ್ರತಿಜ್ಞೆಯ ಬಗ್ಗೆ ತಿಳಿಸಿದೆ. ಆ ವೃದ್ಧೆ ನನ್ನನ್ನು ಚೆನ್ನಾಗಿ ನೋಡಿಕೊಳ್ಳುವುದಾಗಿ ಮಾತು ಕೊಟ್ಟಳು ನಾನು ಅವಳ ಮನೆಯಲ್ಲಿ ವಾಸ್ತವ್ಯ ಹೂಡಿದೆ. ಇಲ್ಲಿ ಕೂಡಾ ನಾನು ವಾಸ್ತವವಾಗಿ ಹಸಿವಿನಿಂದಿರಬೇಕಾಯ್ತು. ನಾನು ಸಿಹಿ ತಿನಿಸುಗಳನ್ನು ಮತ್ತು ಇತರ ತಿಂಡಿ ತಿನಿಸುಗಳನ್ನು ಕಳಿಸುವಂತೆ ಮನೆಯವರಿಗೆ ತಿಳಿಸಿದ್ದೆ. ಆದರೆ ಯಾವ ತಿನಿಸೂ ಇನ್ನೂ ಬಂದಿರಲಿಲ್ಲ. ಪ್ರತಿಯೊಂದು ಪದಾರ್ಥವೂ ಸಪ್ಪೆಯಾಗಿರುತ್ತಿತ್ತು. ನನಗೆ ಆಹಾರ ರುಚಿಸುವುದೇ ಎಂದು ಪ್ರತಿದಿನವೂ ವೃದ್ಧೆ ನನ್ನನ್ನು ಪ್ರಶ್ನಿಸುತ್ತಿದ್ದಳು. ಆದರೆ ಆಕೆ ಏನು ಮಾಡಬಹುದಾಗಿತ್ತು? ನಾನು ಎಂದಿನಂತೆ ನಾಚಿಕೊಂಡು ಮುದುರಿಕೊಳ್ಳುತ್ತಿದ್ದೆ. ನನ್ನ ಮುಂದೆ ಇರಿಸಿರುವುದಕ್ಕಿಂತ ಹೆಚ್ಚಿಗೆ ಕೇಳುವ ಧೈರ್ಯ ನನ್ನಲ್ಲಿರಲಿಲ್ಲ. ಅವಳಿಗೆ ಇಬ್ಬರು ಹೆಣ್ಣು ಮಕ್ಕಳಿದ್ದರು. ನನಗೆ ಎರಡು ಬ್ರೆಡ್ ತುಣುಕುಗಳನ್ನು ಅಥವಾ ಹೆಚ್ಚಿಗೆ ಹಲ್ಲೆ (ಸ್ಲೈಸ್)ಯನ್ನು ಬಡಿಸುವಂತೆ ಒತ್ತಾಯಿಸುತ್ತಿದ್ದರು. ಆದರೆ ಒಂದು ತುಂಡಿನ (ಲೋಫ್) ವಿನಹ ನನ್ನ ಹೊಟ್ಟೆ ತುಂಬದು ಎಂದು ಅವರಿಗೆ ಗೊತ್ತಿರಲಿಲ್ಲ.

ಆದರೆ ಈಗ ನಾನು ಸ್ವತಂತ್ರವಾಗಿ ಆತ್ಮವಿಶ್ವಾಸದಿಂದ ನಡೆಯಲಾರಂಭಿಸಿದೆ. ನಾನಿನ್ನೂ ಕ್ರಮಬದ್ಧವಾಗಿ ಅಧ್ಯಯನವನ್ನು ಆರಂಭಿಸಿರಲಿಲ್ಲ. ನಾನು ವೃತ್ತಪತ್ರಿಕೆಗಳನ್ನು ಓದಲಾರಂಭಿಸಿದೆ. ಇದಕ್ಕಾಗಿ ಸಾರ್ಜೆಂಟ್ ಶುಕ್ಲಅವರಿಗೆ ವಂದನೆಗಳು ಸಲ್ಲಬೇಕು. ಭಾರತದಲ್ಲಿದ್ದಾಗ ನಾನು ವೃತ್ತ ಪತ್ರಿಕೆಗಳನ್ನು ಓದುತ್ತಿರಲಿಲ್ಲ. ಇಲ್ಲಿ ನಾನು ಅವನ್ನು ದಿನವೂ ತಪ್ಪದೇ ಓದುವ ಮೂಲಕ ಅವುಗಳ ಬಗ್ಗೆ ನನ್ನ ಅಭಿರುಚಿಯನ್ನು ಬೆಳಸಿಕೊಂಡೆ. ನಾನು ಸದಾ 'ದಿ ಡೈಲಿ ನ್ಯೂಸ್,' 'ದಿ ಡೈಲಿ ಟೆಲಿಗ್ರಾಫ್' ಮತ್ತು 'ದಿ ಪಾಲ್ ಮಾಲ್ ಗೆಜೆಟ್'ಗಳ ಮೇಲೆ ಕಣ್ಣು ಹಾಯಿಸುತ್ತಿದ್ದೆ. ಇದಕ್ಕೆ ನನಗೆ ಒಂದು ಗಂಟೆ ಕೂಡಾ ಬೇಕಾಗಿರಲಿಲ್ಲ. ಆದ್ದರಿಂದ ನಾನು ಸುತ್ತಮುತ್ತ ಸುತ್ತಾಡಲಾರಂಭಿಸಿದೆ. ಒಂದು ಶಾಖಾಹಾರಿ ರೆಸ್ಟರಾಂಟ್‌ಅನ್ನು ಹುಡುಕುವ ಕಾರ್ಯದಲ್ಲಿ ತೊಡಗಿದೆ. ನಗರದಲ್ಲಿ ಅಂತಹ ಸ್ಥಳಗಳಿವೆಯೆಂದು ಮನೆಯೊಡತಿ ನನಗೆ ತಿಳಿಸಿದ್ದಳು. ನಾನು ಪ್ರತಿ ದಿನವೂ ಹತ್ತು ಅಥವಾ ಹನ್ನೆರಡು ಮೈಲಿ ಕಾಲು ನಡಿಗೆಯಲ್ಲಿ ಸುತ್ತುತ್ತ ಅಗ್ಗದ ರೆಸ್ಟರಾಂಟ್ (ಹೋಟೆಲ್)ಗಳಿಗೆ ಭೇಟಿ ಕೊಡುತ್ತಿದ್ದೆ. ಹೊಟ್ಟೆತುಂಬ ಬ್ರೆಡ್ ತಿನ್ನುತ್ತಿದ್ದೆ. ಆದರೆ ನನಗೆ ತೃಪ್ತಿಯಾಗುತ್ತಿರಲಿಲ್ಲ. ಈ ಅಲೆದಾಟದ ಕಾಲದಲ್ಲಿ ಒಮ್ಮೆ ಫ್ಯಾರಿಂಗ್‌ಡನ್ ಸ್ಟ್ರೀಟ್‌ನಲ್ಲಿರುವ ಒಂದು ಶಾಖಾಹಾರಿ ರೆಸ್ಟರಾಂಟ್‌ಅನ್ನು ಅದೃಷ್ಟವಶಾತ್ ಕಂಡೆ. ತನ್ನ ಹೃದಯಕ್ಕೆ ಮೆಚ್ಚಿಕೆಯಾದಂತಹ ವಸ್ತುವೊಂದನ್ನು ಮಗು ಪಡೆದಾಗ ಸಂತೋಷಪಡುವ ರೀತಿಯಲ್ಲಿ ನಾನು ಅದನ್ನು ನೋಡಿದಾಗ ಅದೇ ರೀತಿಯಲ್ಲಿ ಸಂತೋಷಪಟ್ಟೆ. ನಾನು ಅದರೊಳಕ್ಕೆ ಪ್ರವೇಶಿಸುವ

ಮುಂಚಿ ಬಾಗಿಲ ಬಳಿ ಗಾಜಿನ ಕಿಟಕಿಯ ಕೆಳಗಡೆ ಮಾರಾಟಕ್ಕೆಂದು ಕೆಲವು ಪುಸ್ತಕಗಳನ್ನು ಪ್ರದರ್ಶಿಸಿರುವುದನ್ನು ಗಮನಿಸಿದೆ. ಅವುಗಳಲ್ಲಿ ಸಾಲ್ಟ್‌ನ 'ಪ್ಲೀ ಫಾರ್ ವೆಜಿಟೇರಿಯನಿಸಮ್ (ಸಸ್ಯಾಹಾರವ್ರತಕ್ಕೆ ಕೋರಿಕೆ) ಎಂಬ ಪುಸ್ತಕವನ್ನು ನೋಡಿದೆ. ಒಂದು ಷಿಲಿಂಗ್ ಕೊಟ್ಟು ಆ ಪುಸ್ತಕವನ್ನು ಕೊಂಡುಕೊಂಡೆ. ತರುವಾಯ ನಾನು ನೇರವಾಗಿ ಊಟದ ಕೊಠಡಿಗೆ ತೆರಳಿದೆ. ಇಂಗ್ಲೆಂಡ್‌ಗೆ ಬಂದ ಮೇಲೆ ಇದೇ ನನ್ನ ಮೊದಲ ಹೃತ್ಪೂರ್ವಕ ಊಟ ಎನ್ನಬಹುದು. ದೇವರು ನನ್ನ ನೆರವಿಗೆ ಬಂದಿದ್ದ.

ನಾನು ಸಾಲ್ಟ್‌ನ ಪುಸ್ತಕವನ್ನು ರಟ್ಟಿನಿಂದ ರಟ್ಟಿನವರೆಗೆ (ಮೊದಲಿನಿಂದ ಕಡೆಯವರೆಗೆ) ಓದಿದೆ. ಅದರಿಂದ ನಾನು ತುಂಬಾ ಪ್ರಭಾವಿತನಾದೆ. ಈ ಪುಸ್ತಕವನ್ನು ಓದಿದ ದಿನದಿಂದ ನಾನು ಮನಃ ಪೂರ್ತಿಯಾಗಿ ಆಯ್ಕೆ ಮಾಡಿಕೊಂಡು ಶಾಖಾಹಾರಿಯಾದೆ ಎಂದು ಘೋಷಿಸಿಕೊಳ್ಳುವ ಹಂತ ತಲ್ಪಿದೆ ಎನ್ನಬಹುದು ನನ್ನ ತಾಯಿಯ ಎದುರು ನಾನು ಪ್ರತಿಜ್ಞೆಮಾಡಿದ ದಿನವನ್ನು ಸ್ತುತಿಸಿದೆ. ನಾನು ತೆಗೆದುಕೊಂಡ ಪ್ರತಿಜ್ಞೆ ಮತ್ತು ಸತ್ಯವನ್ನು ಸಂರಕ್ಷಿಸುವ ಉದ್ದೇಶದಿಂದ ನಾನು ಅಷ್ಟು ದಿನವೂ ಮಾಂಸದಿಂದ ದೂರ ಇದ್ದೆ. ಅದೇ ಕಾಲದಲ್ಲಿ ನಾನು ಪ್ರತಿಯೊಬ್ಬ ಭಾರತೀಯನು ಮಾಂಸಾಹಾರಿಯಾಗಬೇಕು ಎಂದು ಇಷ್ಟಪಟ್ಟಿದ್ದೆ. ಸ್ವತಂತ್ರನಾಗಿ ಬಹಿರಂಗವಾಗಿ ಶಾಖಾಹಾರವನ್ನು ತಿನ್ನುವ ದಿನವನ್ನು ನಾನು ಎದುರು ನೋಡುತ್ತಿದ್ದೆ ಮತ್ತು ಈ ಗುರಿಯತ್ತ ಇತರರ ಬೆಂಬಲ ಪಡೆಯುವ ದಿನ ಬರಬಹುದೆಂದು ಆಶಿಸಿದ್ದೆ. ಈಗ ನಾನು ಕೈಗೊಂಡ ಆಯ್ಕೆ ಸಸ್ಯಾಹಾರ (ಶಾಖಾಹಾರ)ದ ಪರವಾಗಿತ್ತು. ಅಲ್ಲಿಂದ ಮುಂದೆ ಅದರ ಪ್ರಚಾರ ನನ್ನ ಉದ್ದಿಷ್ಟ ಕಾರ್ಯವಾಯ್ತು.

15. ಇಂಗ್ಲಿಷ್ ಸಂಭಾವಿತನಂತೆ ಸೋಗುಹಾಕುವುದು

ದಿನದಿಂದ ದಿನಕ್ಕೆ ಶಾಖಾಹಾರವ್ರತದಲ್ಲಿನ ನನ್ನ ವಿಶ್ವಾಸ ನನ್ನಲ್ಲಿ ಬೆಳೆಯುತ್ತ ಹೋಯಿತು. ಸಾಲ್ಟ್‌ನ ಪುಸ್ತಕವು ಆಹಾರ ಅಧ್ಯಯನ ಕುರಿತ ನನ್ನ ಹಸಿವನ್ನು ಕೆರಳಿಸಿತು. ನಾನು ಶಾಖಾಹಾರ ಕುರಿತಂತೆ ಲಭ್ಯವಿದ್ದ ಎಲ್ಲ ಪುಸ್ತಕಗಳನ್ನು ಕೊಂಡುಕೊಂಡು ಓದಿದೆ. ಅವುಗಳಲ್ಲಿ ಒಂದೆಂದರೆ ಹೇ ಆರ್ಡ್ ವಿಲಿಯಮ್ಸ್ ಅವರ 'ಎಥಿಕ್ಸ್ ಆಫ್ ಡೈಅಟ್' (ಆಹಾರದ ನೀತಿಗಳು). ಇದು ಅತ್ಯಂತ ಪ್ರಾಚೀನ ಕಾಲದಿಂದ ಇಲ್ಲಿಯವರೆಗಿನ ಮಾನವನ ಆಹಾರದ ಜೀವಿತಕಥೆಯ ಇತಿಹಾಸವಾಗಿತ್ತು. ಪೈತಾಗ್ಯರಸ್‌ನಿಂದ ಜೀಸಸ್‌ವರೆಗೆ ಮತ್ತು ಈಚಿನ ಯುಗದವರೆಗಿನ ಎಲ್ಲ ತತ್ವಜ್ಞಾನಿಗಳು ಮತ್ತು ಪ್ರವಾದಿಗಳು ಶಾಖಾಹಾರಿಗಳಾಗಿದ್ದರು ಎಂಬುದನ್ನು ಸಮರ್ಥಿಸಲು ಅದು ಪ್ರಯತ್ನಿಸಿತ್ತು. ಡಾ. ಆ್ಯನ ಕಿಂಗ್ಸ್‌ಫೋರ್ಡ್ ಅವರ 'ದಿ ಪರ್‌ಫೆಕ್ಟ್ ವೇ ಇನ್ ಡೈಅಟ್' (ಆಹಾರದ ಅತ್ಯುತ್ತಮ ಮಾರ್ಗ) ಇನ್ನೊಂದು ಆಕರ್ಷಕ ಪುಸ್ತಕವಾಗಿತ್ತು. ಡಾ. ಆ್ಯಲಿನ್‌ಸನ್ ಆರೋಗ್ಯ ಮತ್ತು ನೈರ್ಮಲ್ಯ ಶಾಸ್ತ್ರ ಕುರಿತಂತೆ ಬರೆದಿದ್ದ ಲೇಖನಗಳು ಕೂಡಾ ಮೇಲಿನ ಪುಸ್ತಕಗಳಂತೆ ಸಹಕಾರಿಯಾದವು. ರೋಗಿಗಳ

ಆಹಾರ ನಿಯಂತ್ರಣದ ನೆಲೆಯಲ್ಲಿ ಅವರು ರೋಗವನ್ನು ಪರಿಹರಿಸುವ ವ್ಯವಸ್ಥೆಯ ಬಗ್ಗೆ ಪ್ರತಿಪಾದಿಸಿದ್ದರು. ಸ್ವತಃ ಶಾಖಾಹಾರಿಗಳಾಗಿದ್ದು ಅವರು ತಮ್ಮ ರೋಗಿಗಳಿಗೆ ಕಟ್ಟುನಿಟ್ಟಾಗಿ ಶಾಖಾಹಾರವನ್ನು ಶಿಫಾರಸುಮಾಡಿದ್ದರು. ಈ ಎಲ್ಲ ಸಾಹಿತ್ಯದ ಓದಿನ ಫಲವೆಂದರೆ ನನ್ನ ಜೀವನದಲ್ಲಿ ಆಹಾರ (ಪಥ್ಯ) ಕುರಿತ ಪ್ರಯೋಗಗಳು ಮುಖ್ಯ ಸ್ಥಾನವನ್ನು ಗಳಿಸಿಕೊಂಡವು. ಈ ಪ್ರಯೋಗಗಳನ್ನು ಪ್ರಾರಂಭಿಸುವಾಗ ಆರೋಗ್ಯ ಎನ್ನುವುದು ಪ್ರಧಾನ ಕಾಳಜಿಯಾಗಿತ್ತು. ಮುಂದಿನ ದಿನಗಳಲ್ಲಿ ಧರ್ಮ ಪರಮೋಚ್ಚ ಗುರಿಯಾಯ್ತು.

ಈ ನಡುವೆ ನನ್ನ ಮಿತ್ರರು ನನ್ನ ಬಗ್ಗೆ ಚಿಂತಿಸುವುದನ್ನು ಬಿಟ್ಟುಕೊಟ್ಟಿರಲಿಲ್ಲ. ನಾನು ಮಾಂಸ ತಿನ್ನಲು ಒಪ್ಪದೇ ಅದನ್ನು ನಿರಾಕರಿಸುತ್ತ ಮುಂದುವರೆದರೆ ನನ್ನ ದೇಹ ಪ್ರಕೃತಿ ದುರ್ಬಲವಾಗುತ್ತ ಹೋಗುವುದು ಮತ್ತು ಇಂಗ್ಲಿಷ್ ಸಮಾಜದಲ್ಲಿ ನೆಮ್ಮದಿಯಿಂದ ಇರಲಾರದೇ ಕಾರ್ಯ ಸಾಮರ್ಥ್ಯವನ್ನು ಕಳೆದುಕೊಂಡು ನಿಷ್ಪ್ರಯೋಜಕನಾಗಿಬಿಡಬಹುದು ಎಂದು ಅವರು ಭಾವಿಸಿದ್ದರು. ನನ್ನ ಮೇಲಿನ ಪ್ರೀತಿಯಿಂದ ಅವರು ಹಾಗೆ ಚಿಂತಿಸುತ್ತಿದ್ದರು. ನಾನು ಸಸ್ಯಾಹಾರವ್ರತ ಕುರಿತ ಪುಸ್ತಕಗಳಲ್ಲಿ ಆಸಕ್ತಿ ಹೊಂದಿರುವುದನ್ನು ಅವರು ತಿಳಿಯುತ್ತಿದ್ದಂತೆ ಈ ಪುಸ್ತಕಗಳು ನನ್ನ ತಲೆಯನ್ನು ಗಲಿಬಿಲಿಗೊಳಿಸಬಹುದು ಎಂದು ಅವರು ಹೆದರಿದರು. ನನ್ನ ಸ್ವಂತದ ಕೆಲಸವನ್ನು ಮರೆತು ಪ್ರಯೋಗಗಳಲ್ಲಿ ನನ್ನ ಜೀವನವನ್ನು ಪೋಲುಮಾಡಿಕೊಳ್ಳಬಹುದೆಂದು ಮತ್ತು ತಿಕ್ಕಲಾಗಿಬಿಡಬಹುದೆಂದು ಅವರು ಭಯಪಟ್ಟರು. ಅದ್ದರಿಂದ ಅವರು ನನ್ನನ್ನು ಸುಧಾರಿಸಲು ಕಡೆಯ ಪ್ರಯತ್ನ ಮಾಡಲು ನಿರ್ಧರಿಸಿದರು. ಒಂದು ದಿನ ಅವರು ನನ್ನನ್ನು ನಾಟಕ ಪ್ರದರ್ಶನಕ್ಕೆ (ಥಿಯೇಟರ್) ಆಹ್ವಾನಿಸಿದರು. ನಾಟಕ ಆರಂಭವಾಗುವುದಕ್ಕೂ ಮುಂಚಿತವಾಗಿ ನಾವು ಒಟ್ಟಿಗೆ ಹಾಲ್‌ಬಾರ್ನ್ ರೆಸ್ಟ್‌ರಾಂಟ್‌ನಲ್ಲಿ ಊಟ ಮಾಡಬೇಕಾಗಿತ್ತು. ವಿಕ್ಟೋರಿಯ ಹೊಟೇಲ್ ಅನ್ನು ಬಿಟ್ಟ ಮೇಲೆ ನಾನು ಭೇಟಿಕೊಟ್ಟಿದ್ದ ಮೊದಲ ದೊಡ್ಡ ರೆಸ್ಟರಾಂಟ್ ಇದಾಗಿತ್ತು. ಅದು ಅರಮನೆಯಂತಿತ್ತು. ಆ ಹೊಟೇಲ್‌ನಲ್ಲಿ ಕಳೆದ ಕಾಲ ಉಪಯುಕ್ತವಾಗಿರಲಿಲ್ಲ.

ಏಕೆಂದರೆ ವಿವೇಕಿಯಂತೆ ನಾನು ಅಲ್ಲಿ ವರ್ತಿಸಲಿಲ್ಲ. ಮಾನಮರ್ಯಾದೆಯನುಳಿಸಿಕೊಳ್ಳಲು ನಾನು ಯಾವುದೇ ಪ್ರಶ್ನೆಯನ್ನು ಕೇಳುವುದಿಲ್ಲ ಎಂದು ಕಲ್ಪಿಸಿಕೊಂಡು ನನ್ನ ಗೆಳೆಯರು ಈ ರೆಸ್ಟರಾಂಟ್‌ಗೆ ನನ್ನನ್ನು ಕರೆದುಕೊಂಡು ಬರುವ ಉಪಾಯ ಮಾಡಿದ್ದರು. ಊಟಮಾಡುವವರ ಅತಿದೊಡ್ಡ ಸಮೂಹದ ಮಧ್ಯೆ ನಾನು ಮತ್ತು ನನ್ನ ಗೆಳೆಯರು ಒಂದು ಊಟದ ಮೇಜಿನ ಎದುರುಬದುರು ಕೂತೆವು. ಮೊದಲ ಸಲ ಸೂಪ್ (ಸಾರು) ಬಂತು. ಅದನ್ನು ಯಾವುದರಿಂದ ತಯಾರಿಸಿರಬಹುದು ಎಂದು ನಾನು ತಿಳಿದುಕೊಳ್ಳಲು ಇಚ್ಛಿಸಿದೆ. ಆದರೆ ಗೆಳೆಯರಲ್ಲಿ ಅದರ ಬಗ್ಗೆ ವಿಚಾರಿಸಲು ಭಯವಾಯ್ತು. ಆದ್ದರಿಂದ ನಾನು ಪರಿಚಾರಕ (ವೇಟರ್)ನನ್ನು ಕರೆದೆ. ನನ್ನ ಗೆಳೆಯರು ಇದನ್ನು ಗಮನಿಸಿ ಮೇಜಿನ ಅತ್ತ ಕಡೆಯಿಂದ ಗಡುಸಾಗಿ, ಏನು ವಿಷಯ ಎಂದು ವಿಚಾರಿಸಿದರು. ತುಂಬಾ ಸಂಕೋಚದಿಂದ ತೊದಲುತ್ತ 'ಸೂಪು ಶಾಖಾಹಾರಿ ಸೂಪೇ' ಎಂದು ವಿಚಾರಿಸಲು ಬಯಸಿದ್ದೆ ಎಂದು ಅವರಿಗೆ ಹೇಳಿದೆ. 'ಎಡವಟ್ಟಾಗಿರುವ ನೀನು ಮರ್ಯಾದಸ್ತರ ಸಮಾಜದಲ್ಲಿರಲು ತಕ್ಕವನಲ್ಲ.' ಎಂದು ಅವರು ಕೋಪದಿಂದ ಹೇಳಿದರು: 'ನೀನು ಯೋಗ್ಯವಾಗಿ ನಡೆದುಕೊಳ್ಳದಿದ್ದರೆ ಹೊರಟುಹೋಗುವುದೇ ಒಳ್ಳೆಯದು. ಯಾವುದಾದರೊಂದು ರೆಸ್ಟರಾಂಟ್‌ನಲ್ಲಿ

ಹೊಟ್ಟೆತುಂಬಿಸಿಕೊಂಡು ಹೊರಗಡೆ ನಮಗಾಗಿ ಕಾಯುತ್ತಿರು.' ಇದರಿಂದ ನನಗೆ ಸಂತೋಷವಾಯ್ತು. ನಾನು ಹೊರಗೆ ಹೊರಟೆ. ಹತ್ತಿರದಲ್ಲೊಂದು ಶಾಖಾಹಾರಿ ಹೋಟೆಲ್ ಇತ್ತು. ಆದರೆ ಅದರ ಬಾಗಿಲು ಮುಚ್ಚಿತ್ತು. ಹಾಗಾಗಿ ಅಂದಿನ ರಾತ್ರಿ ನಾನು ಊಟ ಮಾಡದೇ ಮಲಗಬೇಕಾಯ್ತು. ನಾನು ನನ್ನ ಗೆಳೆಯರೊಂದಿಗೆ ರಂಗಮಂದಿರಕ್ಕೆ ಹೋದೆ. ಆದರೆ ನಾನು ಸೃಷ್ಟಿಸಿದ್ದ ಅನುಚಿತ ದೃಶ್ಯದ ಬಗ್ಗೆ ಅವರು ಏನೂ ಹೇಳಲಿಲ್ಲ. ಸಹಜವಾಗಿ ನಾನು ಹೇಳುವುದು ಏನೂ ಇರಲಿಲ್ಲ.

ಅದೇ ನಾವಾಡಿದ್ದ ಕಡೆಯ ಸ್ನೇಹಪರ ಕಾದಾಟವಾಗಿತ್ತು. ಅದು ನಮ್ಮ ಸಂಬಂಧದ ಮೇಲೆ ಏನೂ ಪರಿಣಾಮವನ್ನು ಬೀರಲಿಲ್ಲ. ನನ್ನ ಎಲ್ಲ ಗೆಳೆಯರು ನನ್ನ ಮೇಲಿನ ಪ್ರೀತಿಯಿಂದಾಗಿ ಪ್ರಯತ್ನ ನಡೆಸುತ್ತಿದ್ದರು. ಅದನ್ನು ನಾನು ಮನಗಂಡಿದ್ದೆ ಮತ್ತು ಮೆಚ್ಚಿಕೊಂಡಿದ್ದೆ. ನಮ್ಮ ಆಲೋಚನೆ ಮತ್ತು ಕ್ರಿಯೆಯಲ್ಲಿ ಭಿನ್ನತೆಯಿದ್ದರೂ ಆ ಗೆಳೆಯರಲ್ಲಿ ನಾನು ತುಂಬಾ ಗೌರವವನ್ನಿಟ್ಟುಕೊಂಡಿದ್ದೆ.

ಇನ್ನು ಮುಂದೆ ನಾಜೂಕಿಲ್ಲದೇ ನಡೆದುಕೊಳ್ಳುವುದಿಲ್ಲವೆಂದು ಅವರಿಗೆ ಭರವಸೆಕೊಟ್ಟು ಅವರಿಗೆ ಮನಶ್ಶಾಂತಿಯನ್ನು ತಂದುಕೊಡಬೇಕೆಂದು ನಾನು ನಿರ್ಧರಿಸಿದೆ. ನಯನಾಜೂಕಿನ ವ್ಯಕ್ತಿಯಾಗಬೇಕೆಂದೂ ಸುಸಂಸ್ಕೃತ ಸಮಾಜಕ್ಕೆ ಹೊಂದಿಕೊಳ್ಳುವ ರೀತಿಯಲ್ಲಿ ಇತರ ಕೌಶಲಗಳನ್ನು ಬೆಳಸಿಕೊಳ್ಳಬೇಕೆಂದು ನಿಶ್ಚಯಿಸಿದೆ. ಈ ಉದ್ದೇಶಕ್ಕಾಗಿ ನಾನು ಇಂಗ್ಲಿಷ್ ಸಂಭಾವಿತನಾಗುವ ಅತ್ಯಂತ ಅಸಾಧ್ಯವಾದ ಕಾರ್ಯವನ್ನು ಕೈಗೊಂಡೆ.

ಬಾಂಬೆಯಲ್ಲಿ ಹೊಲಿಸಿದ್ದ ಉಡುಪುಗಳನ್ನು ನಾನು ಧರಿಸುತ್ತಿದ್ದೆ. ಅವು ಇಂಗ್ಲಿಷ್ ಸಮಾಜಕ್ಕೆ ತಕ್ಕವಲ್ಲ ಎಂದು ನಾನು ಯೋಚಿಸಿದೆ. ಆರ್ಮಿ(ಸೇನೆ) ಮತ್ತು ನೇವಿ (ನೌಕಾದಳ) ಮಳಿಗೆಗಳಿಂದ ಹೊಸ ಉಡುಪುಗಳನ್ನು ಕೊಂಡುಕೊಂಡೆ. ಹತ್ತೊಂಬತ್ತು ಷಿಲಿಂಗುಗಳನ್ನು ಕೊಟ್ಟು ಚಿಮ್ನಿ ಪಾಟ್ ಹ್ಯಾಟ್ (ಕೊಳವೆಯಂತಿರುವ ಎತ್ತರವಾದ ಸಿಲ್ಕ್ ಹ್ಯಾಟ್) ಅನ್ನು ಕೊಂಡುಕೊಂಡೆ. ಆ ದಿನಗಳಲ್ಲಿ ಇದು ಅತಿ ಹೆಚ್ಚಿನ ಬೆಲೆಯಾಗಿತ್ತು. ಇದರಿಂದ ನನಗೆ ತೃಪ್ತಿಯಾಗಲಿಲ್ಲ. ಬಾಂಡ್‌ಸ್ಟ್ರೀಟ್‌ನಲ್ಲಿ ತಯಾರಾದ ಈವೆನಿಂಗ್ ಸೂಟ್ (ಒಂದೇ ಬಣ್ಣದ ಸಂಜೆಯ ಹೊರಉಡುಪು) ಅನ್ನು ಹತ್ತು ಪೌಂಡು ಖರ್ಚುಮಾಡಿ ಕೊಂಡುಕೊಂಡೆ. ಬಾಂಡ್ ಸ್ಟ್ರೀಟ್ ಲಂಡನ್‌ನ ಫ್ಯಾಷನ್ ಜೀವನದ ಕೇಂದ್ರವಾಗಿದೆ. ಚಿನ್ನದ ಎರಡೆಳೆಯ ಗಡಿಯಾರದ ಸರಪಳಿಯನ್ನು ಕಳಿಸುವಂತೆ ಉದಾರಿಯೂ ಸಜ್ಜನನೂ ಆಗಿದ್ದ ನನ್ನ ಸಹೋದರನಿಗೆ ಬರೆದು ತರಿಸಿಕೊಂಡೆ. ಸಿದ್ಧವಾಗಿದ್ದ (ರೆಡಿಮೇಡ್) ಟೈ (ನೆಕ್-ಟೈ-ಕಂಠಪಟ್ಟಿ)ಯನ್ನು ಧರಿಸುವುದು ಸರಿಯಲ್ಲವೆಂದು ಭಾವಿಸಿ ನಾನೇ ಸ್ವತಃ ಅದನ್ನು ಕಟ್ಟಿಕೊಳ್ಳುವ ಕಲೆಯನ್ನು ಕರಗತ ಮಾಡಿಕೊಂಡೆ. ಭಾರತದಲ್ಲಿದ್ದಾಗ ಕುಟುಂಬ ಕ್ಷೌರಿಕನು ನನಗೆ ಮಂಡನ (ಶೇವ್)ಮಾಡಿದಾಗ ಮಾತ್ರ ಬಳಸಬಹುದಾಗಿದ್ದ ಕನ್ನಡಿ ಭೋಗಸಾಮಗ್ರಿಯಂತಿತ್ತು. ಆದರೆ ಇಲ್ಲಿ ನಾನು ಪ್ರತಿದಿನವೂ ದೊಡ್ಡ ಕನ್ನಡಿ ಎದುರು ನಿಂತುಕೊಂಡು ಹತ್ತು ನಿಮಿಷಗಳನ್ನು ಕಳೆಯುತ್ತಿದ್ದೆ. ನನ್ನನ್ನು ನಾನು ಕನ್ನಡಿಯಲ್ಲಿ ನೋಡಿಕೊಳ್ಳುತ್ತ ಟೈಅನ್ನು ಸರಿಪಡಿಸಿಕೊಳ್ಳುತ್ತಿದ್ದೆ ಮತ್ತು ತಲೆಗೂದಲನ್ನು ಸರಿಯಾದ ಫ್ಯಾಷನ್‌ನಲ್ಲಿ ಬಾಚಿಕೊಳ್ಳುತ್ತಿದ್ದೆ. ನನ್ನ ಕೂದಲು ಯಾವ ರೀತಿಯಲ್ಲೂ ಮೃದುವಾಗಿರಲಿಲ್ಲ. ಪ್ರತಿ ದಿನವೂ ಅದನ್ನು ಸರಿಯಾದ ಸ್ಥಿತಿಯಲ್ಲಿಡಲು ಬ್ರಷ್‌ನಿಂದ ಬಾಚಿಕೊಳ್ಳುತ್ತ ಹೋರಾಟ ನಡೆಸಬೇಕಾಗಿತ್ತು. ಪ್ರತಿ ಬಾರಿಯೂ

ಹ್ಯಾಟನ್ನು ತಲೆಯಿಂದ ಹೊರಕ್ಕೆ ತೆಗೆದು ಮತ್ತು ಹಾಕಿಕೊಳ್ಳುವಾಗ ಕೈ ತಾನಾಗಿ ಕೂದಲನ್ನು ಸರಿಪಡಿಸಿಕೊಳ್ಳಲು ತಲೆಯ ಕಡೆಗೆ ತಿರುಗುತ್ತಿತ್ತು. ಸುಸಂಸ್ಕೃತ ಜನರೊಂದಿಗೆ ಕೂತಿರುವಾಗ ಅದೇ ಉದ್ದೇಶಕ್ಕಾಗಿ ಆಗಾಗ್ಗೆ ಕೈಯನ್ನು ಬಳಸುವ ನಯನಾಜೂಕಿನ ಅಭ್ಯಾಸವನ್ನು ಬೆಳಸಿಕೊಂಡೆ.

ಇವೆಲ್ಲವೂ ನನಗೆ ಸುಸಂಸ್ಕೃತ ಸಮಾಜದಲ್ಲಿ ವ್ಯವಹರಿಸಲು ಸಾಕಾಗಲಿಲ್ಲ. ಆದ್ದರಿಂದ ನಾನು ಇಂಗ್ಲಿಷ್ ಸಂಭಾವಿತನಾಗಲು ಬೇಕಾಗಿದೆಯೆಂದು ಭಾವಿಸಲಾಗಿದ್ದ ಇತರ ವಿವರಗಳ ಕಡೆಗೆ ಗಮನ ಹರಿಸಿದೆ. ನರ್ತನ, ಫ್ರೆಂಚ್ ಮತ್ತು ವಾಚನ ಶೈಲಿ (ಮಾತುಗಾರಿಕೆ)ಯಲ್ಲಿ ಅಭ್ಯಾಸಮಾಡುವುದು ಅವಶ್ಯಕವೆಂದು ನನಗೆ ತಿಳಿಸಲಾಗಿತ್ತು. ಫ್ರೆಂಚ್ ಇಂಗ್ಲೆಂಡ್‌ನ ನೆರೆಯಲ್ಲಿದ್ದ ಫ್ರಾನ್ಸ್‌ನ ಭಾಷೆ ಮಾತ್ರ ಆಗಿರಲಿಲ್ಲ. ಅದು ಇಡೀ ಖಂಡದ ಸಂಪರ್ಕ ಭಾಷೆ ಕೂಡಾ ಆಗಿತ್ತು. ನಾನು ಫ್ರಾನ್ಸ್‌ನಲ್ಲಿ ಸಂಚರಿಸಬೇಕೆಂದು ಇಷ್ಟಪಟ್ಟಿದ್ದೆ. ತರಗತಿಗೆ ಸೇರಿ ನರ್ತನದ ಪಾಠಗಳನ್ನು ಕಲಿಯಲು ಇಚ್ಛಿಸಿ ಒಂದು ಅವಧಿಗೆ (ಟರ್ಮ್) ಶುಲ್ಕ (ಫೀ)ವೆಂದು 3 ಪೌಂಡುಗಳನ್ನು ಕೊಟ್ಟೆ. ಮೂರು ವಾರಗಳಲ್ಲಿ ನಾನು ಸುಮಾರು ಆರು ಪಾಠಗಳನ್ನು ಕಲಿತಿರಬೇಕು. ಲಯಬದ್ಧವಾಗಿ ಕುಣಿಯುವ ಕಲೆಯನ್ನು ಸಾಧಿಸುವುದು ನನ್ನ ಸಾಮರ್ಥ್ಯಕ್ಕೆ ಮೀರಿದುದಾಗಿತ್ತು. ನನಗೆ ಪಿಯಾನೋ ವಾದ್ಯವನ್ನು ಅನುಸರಿಸಲು ಸಾಧ್ಯವಾಗಿರಲಿಲ್ಲ. ಹಾಗಾಗಿ ಕಾಲಗತಿಯನ್ನು ಪಾಲಿಸುವುದು ನನಗೆ ಕಷ್ಟವಾಯ್ತು. ಹಾಗಿದ್ದರೆ ನಾನು ಏನು ಮಾಡಬೇಕಾಗಿತ್ತು? ದಂತಕಥೆಯೊಂದರಲ್ಲಿ ಏಕಾಂತವಾಸಿಯೊಬ್ಬ ಇಲಿಗಳ ಕಾಟವನ್ನು ತಪ್ಪಿಸಿಕೊಳ್ಳಲು ಬೆಕ್ಕೊಂದನ್ನು ಸಾಕುತ್ತಾನೆ. ಬೆಕ್ಕಿಗೆ ಹಾಲುಣ್ಣಿಸಲು ಹಸುವೊಂದನ್ನು ಸಾಕುತ್ತಾನೆ ಆ ಹಸುವನ್ನು ನೋಡಿಕೊಳ್ಳಲು ಒಬ್ಬಾತನನ್ನು ನೇಮಿಸಿಕೊಳ್ಳುತ್ತಾನೆ. ಹೀಗೆ ಪಟ್ಟಿ ಬೆಳೆಯುತ್ತ ಹೋಗುತ್ತದೆ. ಈ ಏಕಾಂತವಾಸಿಯ ಕುಟುಂಬದಂತೆ ನನ್ನ ಅಪೇಕ್ಷೆಗಳು ಕೂಡಾ ಬೆಳೆಯುತ್ತ ಹೋದವು. ಪಾಶ್ಚಿಮಾತ್ಯ ಸಂಗೀತವನ್ನು ಆಸ್ವಾದಿಸಲು ನಾನು ಪಿಟೀಲನ್ನು ನುಡಿಸಲು ಕಲಿತುಕೊಳ್ಳಬೇಕೆಂದು ಯೋಚಿಸಿದೆ. ಆದ್ದರಿಂದ ನಾನು 3 ಪೌಂಡು ಕೊಟ್ಟು ಪಿಟೀಲನ್ನು ಕೊಂಡೆ ಮತ್ತು ಕಲಿಕೆಯ ಶುಲ್ಕವೆಂದು ಇನ್ನೂ ಹೆಚ್ಚು ಹಣ ಕೊಟ್ಟೆ. ಮಾತುಗಾರಿಕೆಯಲ್ಲಿ ಪಾಠ ಹೇಳಿಸಿಕೊಳ್ಳಲು ಮೂರನೆಯ ಶಿಕ್ಷಕನನ್ನು ಹುಡುಕಿಕೊಂಡೆ ಮತ್ತು ಅವನಿಗೆ ಒಂದು ಗಿನಿ (ಹಿಂದಿನ ಬ್ರಿಟಿಷ್ ಚಿನ್ನದ ನಾಣ್ಯ)ಯನ್ನು ಆರಂಭದಲ್ಲಿ ಕೊಟ್ಟೆ. ಅವನು ಬೆಲ್‌ಅವರ 'ಸ್ಟಾಂಡರ್ಡ್ ಎಲಕ್ಯೂಷನಿಸ್ಟ್ (ಶಿಷ್ಟವಾಕ್ಪಟು)' ಪುಸ್ತಕವನ್ನು ಪಠ್ಯವೆಂದು ಶಿಫಾರಸು ಮಾಡಿದ. ಅದನ್ನು ನಾನು ಕೊಂಡೆ. ಪಿಟ್‌ಅವರ ಭಾಷಣದೊಂದಿಗೆ ಪಾಠವನ್ನಾರಂಭಿಸಿದೆ.

ಆದರೆ ಮಿ. ಬೆಲ್ ನನ್ನ ಕಿವಿಯಲ್ಲಿ ಎಚ್ಚರಿಕೆಯ ಗಂಟೆಯನ್ನು ಬಾರಿಸಿದ. ಅದರಿಂದ ನಾನು ಜಾಗೃತನಾದೆ.

ನಾನು ಇಡೀ ಜೀವಿತಾವಧಿಯನ್ನು ಇಂಗ್ಲೆಂಡ್‌ನಲ್ಲಿ ಕಳೆಯ ಬೇಕಾಗಿಲ್ಲ ಎಂದು ನನ್ನಲ್ಲೇ ನಾನು ಹೇಳಿಕೊಂಡೆ. ಹಾಗಿದ್ದರೆ ಮಾತುಗಾರಿಕೆಯನ್ನು ಕಲಿತುಕೊಳ್ಳುವುದರಿಂದ ಪ್ರಯೋಜನವೇನು? ನರ್ತನ ನನ್ನನ್ನು ಸಂಭಾವಿತನನ್ನಾಗಿ ಹೇಗೆ ಮಾಡುವುದು? ಪಿಟೀಲನ್ನು ನಾನು ಭಾರತದಲ್ಲಿ ಕೂಡಾ ಕಲಿತುಕೊಳ್ಳಬಹುದು. ನಾನು ವಿದ್ಯಾರ್ಥಿಯಾಗಿರುವುದರಿಂದ ನನ್ನ ಅಧ್ಯಯನದ ಕಡೆಗೆ

ಲಕ್ಷ ಕೊಡಲೇಬೇಕು. ನ್ಯಾಯಾಲಯಗಳಲ್ಲಿ ಸೇರಿಕೊಳ್ಳಲು ನಾನು ಅರ್ಹತೆಯನ್ನು ಗಳಿಸಿಕೊಳ್ಳಬೇಕು. ನನ್ನಲ್ಲಿರುವ ಗುಣ-ನಡತೆ ನನ್ನನ್ನು ಸಂಭಾವಿತನನ್ನಾಗಿ ಮಾಡಿದರೆ ಒಳ್ಳೆಯದು. ಹಾಗಾಗದಿದ್ದರೆ ನನ್ನ ಮಹದಾಶೆಯನ್ನು ಬಿಟ್ಟುಬಿಡಬೇಕು.

ನನ್ನಲ್ಲಿ ತುಂಬಿಕೊಂಡಿದ್ದ ಈ ಆಲೋಚನೆಗಳನ್ನು ಮತ್ತು ಇದೇ ರೀತಿಯ ಆಲೋಚನೆಗಳನ್ನು ಒಂದು ಪತ್ರದಲ್ಲಿ ಬರೆದು ಅದನ್ನು ಮಾತುಗಾರಿಕೆಯನ್ನು ಕಲಿಸುವ ಶಿಕ್ಷಕರಿಗೆ ತಲ್ಪಿಸಿದೆ. ನಾನು ಅಂತಹದೇ ಪತ್ರವನ್ನು ನರ್ತನದ ಶಿಕ್ಷಕರಿಗೆ ಬರೆದೆ. ಯಾವುದೇ ಬೆಲೆಗಾದರೂ ಪಿಟೀಲನ್ನು ವಿಲೆವಾರಿ ಮಾಡಿಸಿ ಕೊಡುವಂತೆ ಸ್ವತಃ ಪಿಟೀಲು ಶಿಕ್ಷಕಿಯ ಬಳಿಗೆ ಹೋಗಿ ಪ್ರಾರ್ಥಿಸಿದೆ. ಆಕೆ ನನ್ನ ಬಗ್ಗೆ ಸ್ನೇಹಪರಳಾಗಿದ್ದಳು. ನಾನು ಅಬದ್ಧ ವಿಚಾರದ ಬೆನ್ನುಹತ್ತಿ ಹೋಗುತ್ತಿರುವುದನ್ನು ಹೇಗೆ ಕಂಡುಕೊಂಡೆ ಎಂಬುದನ್ನು ಆವಳಿಗೆ ತಿಳಿಸಿದೆ. ಪೂರ್ಣವಾಗಿ ಪರಿವರ್ತನೆಗೊಳ್ಳಲು ತಕ್ಕ ನಿರ್ಣಯವನ್ನು ತೆಗೆದುಕೊಳ್ಳಲು ಆಕೆ ನನಗೆ ಪ್ರೋತ್ಸಾಹ ಕೊಟ್ಟಳು

ಈ ತಿಳಿಗೇಡಿತನ ಸುಮಾರು ಮೂರು ತಿಂಗಳುಗಳ ಕಾಲ ಉಳಿದುಕೊಂಡು ಮರೆಯಾಯ್ತು. ಅತಿ ನಾಜೂಕಿನಿಂದ ಉಡುಪುಗಳನ್ನು ತೊಡುವ ಅಭ್ಯಾಸ ಕೆಲವು ವರ್ಷಗಳ ಕಾಲ ಉಳಿದುಕೊಂಡಿತ್ತು. ಅಲ್ಲಿಂದ ಮುಂದೆ ನಾನು ವಿದ್ಯಾರ್ಥಿಯಾದೆ.

16. ಮಾರ್ಪಾಟು

ನರ್ತನ ಮತ್ತು ಅದೇ ತರಹೆಯ ಕ್ಷೇತ್ರಗಳಲ್ಲಿ ನಾನು ನಡೆಸಿದ್ದ ಪ್ರಯೋಗಗಳು ನನ್ನ ಜೀವನದಲ್ಲಿ ಇಚ್ಛೆಯನ್ನು ತೃಪ್ತಿ ಪಡಿಸಿಕೊಳ್ಳುವ ಹಂತವನ್ನು ತೋರಿಸುತ್ತವೆ ಎಂದು ಯಾರೂ ಊಹಿಸಬಾರದು. ಆಗ ಕೂಡಾ ನನ್ನ ಬಗ್ಗೆ ನಾನೇ ಚತುರೋಕ್ತಿಗಳನ್ನು ಸ್ಫುರಿಸಿಕೊಂಡಿದ್ದೇನೆ ಎಂಬುದನ್ನು ಓದುಗನು ಗಮನಿಸಿರಬಹುದು. ಆ ಮತಿಗೇಡಿತನದ ಕಾಲದಲ್ಲಿ ನಾನು ನಿರ್ದಿಷ್ಟ ಮಟ್ಟದಲ್ಲಿ ಆತ್ಮಶೋಧನೆ ಮಾಡಿಕೊಳ್ಳುವ ಮೂಲಕ ಮನಸ್ಸನ್ನು ಸಮಾಧಾನಗೊಳಿಸಿಕೊಳ್ಳುತ್ತಿದ್ದೆ. ನಾನು ಖರ್ಚುಮಾಡುತ್ತಿದ್ದ ಪ್ರತಿಯೊಂದು ಫಾರ್ದಿಂಗ್ (ಕಾಲುಪೆನಿ) ಗೂ ಲೆಕ್ಕ ಇಡುತ್ತಿದ್ದೆ. ನನ್ನ ಖರ್ಚುಗಳನ್ನು ಎಚ್ಚರಿಕೆಯಿಂದ ಗಮನಿಸಿ ಲೆಕ್ಕ ಹಾಕುತ್ತಿದ್ದೆ. ಪ್ರತಿಯೊಂದು ಚಿಕ್ಕಪುಟ್ಟ ವಸ್ತು - ಬಾಬತ್ತು ಅಂದರೆ ಅಮ್ನಿಬಸ್ (ದೊಡ್ಡ ಮೋಟಾರು ವಾಹನ) ಛಾರ್ಜು ಅಥವಾ ಅಂಚೆವೆಚ್ಚ ಅಥವಾ ವೃತ್ತಪತ್ರಿಕೆಗಾಗಿ ಖರ್ಚುಮಾಡುವ ಕೆಲವು ನಾಣ್ಯಗಳು (ಕಾಪರ್) ಮುಂತಾದವನ್ನು ನಮೂದಿಸುತ್ತಿದ್ದೆ ಮತ್ತು ಮಲಗುವ ಮುಂಚೆ ಪ್ರತಿದಿನವೂ ಉಳಿಕೆ (ಬ್ಯಾಲೆನ್ಸ್) ಎಷ್ಟು ಎಂದು ಲೆಕ್ಕ ಹಾಕಿಡುತ್ತಿದ್ದೆ. ಅಂದಿನಿಂದಲೂ ಈ ಅಭ್ಯಾಸ ನನ್ನಲ್ಲಿ ಉಳಿದುಕೊಂಡು ಬಂದಿದೆ. ಇದರ

ಪರಿಣಾಮದಿಂದಾಗಿ ಲಕ್ಷಗಟ್ಟಲೆ ಸಾರ್ವಜನಿಕ ಹಣವನ್ನು ನಿರ್ವಹಿಸುವಾಗ ಅವುಗಳನ್ನು ಕಟ್ಟುನಿಟ್ಟಾಗಿ ವಿತರಿಸುವ ಕಾರ್ಯದಲ್ಲಿ ಯಶಸ್ವಿಯಾದೆ. ನಾನು ನೇತೃತ್ವ ವಹಿಸಿದ್ದ ಎಲ್ಲ ಚಳವಳಿಗಳಲ್ಲಿ ಸಾಲ ಬಾಕಿಯಿರುವ ಬದಲು ಹೆಚ್ಚುವರಿ ಉಳಿಕೆ (ಸರ್ಪ್ಲಸ್ ಬ್ಯಾಲೆನ್ಸ್) ಇರುವಂತಾಯಿತು. (ಅಂದರೆ ಖರ್ಚು ಮಾಡಿದ ಮೇಲೂ ಹಣ ಉಳಿದಿತ್ತು). ಪ್ರತಿಯೊಬ್ಬ ಯುವಕನೂ ನನ್ನ ಮೇಲ್ಪಂಕ್ತಿಯನ್ನು ಅನುಸರಿಸಲಿ. ತನ್ನ ಜೇಬಿನಿಂದ ಹೊರಕ್ಕೆ ಹೋಗುವ ಮತ್ತು ಒಳಕ್ಕೆ ಬರುವ ಪ್ರತಿಯೊಂದು ಕಾಸಿಗೂ ಲೆಕ್ಕ ಇಟ್ಟುಕೊಳ್ಳುವ ಅಭ್ಯಾಸವನ್ನು ಬೆಳಸಿಕೊಳ್ಳಬೇಕು. ಹಾಗಿದ್ದರೆ ಆತನು ನನ್ನಂತೆ ಖಂಡಿತವಾಗಿಯೂ ಕೊನೆಯಲ್ಲಿ ಪ್ರಯೋಜನ ಹೊಂದುವನು.

ನಾನು ಬದುಕುತ್ತಿರುವ ರೀತಿಯ ಬಗ್ಗೆ ಕಟ್ಟೆಚ್ಚರ ವಹಿಸಿದೆ. ವೆಚ್ಚವನ್ನು ಕಡಿಮೆಮಾಡುವುದು ಅವಶ್ಯಕ ಎಂದು ನಾನು ಮನವರಿಕೆಮಾಡಿಕೊಂಡೆ. ಆದ್ದರಿಂದ ನನ್ನ ವೆಚ್ಚದಲ್ಲಿ ಅರ್ಧದಷ್ಟನ್ನಾದರೂ ಕಡಿಮೆಮಾಡಿಕೊಳ್ಳಲು ನಿಶ್ಚಯಿಸಿದೆ. ನನ್ನ ಲೆಕ್ಕವನ್ನು ಪರಾಮರ್ಶಿಸಿದಾಗ ಅನೇಕ ಬಾಬುಗಳಿಗೆ (ಐಟಮ್) ಖರ್ಚುಮಾಡುತ್ತಿರುವುದು ಕಂಡುಬಂತು. ನಾನು ಒಂದು ಕುಟುಂಬದ ಜತೆಯಲ್ಲಿ ವಾಸಿಸುತ್ತಿರುವುದರಿಂದ ತಪ್ಪದೇ ವಾರಕ್ಕೊಮ್ಮೆ ಬಿಲ್ಲಿನ ಮೊಬಲಗನ್ನು ಪಾವತಿಮಾಡಬೇಕಾಗಿತ್ತು. ಆಗಾಗ್ಗೆ ಕುಟುಂಬದ ಸದಸ್ಯರನ್ನು ಹೊರಕ್ಕೆ ಊಟಕ್ಕೆ ಸೌಜನ್ಯಕ್ಕಾಗಿ ಕರೆದೊಯ್ಯುವ ವೆಚ್ಚವನ್ನು ಕೂಡಾ ಇದು ಒಳಗೊಂಡಿರುತ್ತಿತ್ತು. ಅದೇ ರೀತಿಯಲ್ಲಿ ಅವರ ಜತೆಯಲ್ಲಿ ಗೋಷ್ಠಿ (ಪಾರ್ಟಿ)ಗಳಲ್ಲಿ ಭಾಗವಹಿಸಿದಾಗ ತಗಲುವ ವೆಚ್ಚ ಕೂಡ ಸೇರಿರುತ್ತಿತ್ತು. ಇದರಲ್ಲಿ ಸಾರಿಗೆಗೆ (ವಾಹನ ಛಾರ್ಜು) ಕೊಟ್ಟ ವೆಚ್ಚ ಅತಿ ಹೆಚ್ಚಾಗಿರುತ್ತಿತ್ತು. ಅದರಲ್ಲೂ ವಿಶೇಷವಾಗಿ ಜತೆಯಲ್ಲಿ ಬರುವವಳು ಮಹಿಳೆಯಾಗಿದ್ದರೆ ಅಲ್ಲಿಯ ಪದ್ಧತಿಯ ಪ್ರಕಾರ ಪುರುಷನು ಎಲ್ಲ ವೆಚ್ಚವನ್ನು ಭರಿಸಬೇಕಾಗುತ್ತಿತ್ತು. ಹೊರಗೆ ಊಟಮಾಡುವುದೆಂದರೆ ಅದಕ್ಕೆ ಹೆಚ್ಚಿಗೆ ವೆಚ್ಚ ತಗಲುತ್ತಿತ್ತು. ಏಕೆಂದರೆ ಮಾಮೂಲಿಯಾಗಿ ಕೊಡಬೇಕಾದ ವಾರದ ಬಿಲ್‌ನಲ್ಲಿ ಊಟಮಾಡದಿದ್ದರೂ ಕೂಡಾ ಪೂರ್ತಿ ಹಣವನ್ನು ಸಂದಾಯಮಾಡಬೇಕಾಗುತ್ತಿತ್ತು. ಅಂದರೆ ಊಟಮಾಡದಿದ್ದರೂ ಅದಕ್ಕೆ ಹಣ ನೀಡಲೇ ಬೇಕಾಗಿತ್ತು. ಈ ಎಲ್ಲ ಬಾಬುಗಳಿಗೂ ವೆಚ್ಚಮಾಡದೆ ಸಾಕಷ್ಟು ಹಣವನ್ನು ಉಳಿಸಿಕೊಳ್ಳಬಹುದು ಎಂದು ನನಗೆ ತೋರಿತು. ಏಕೆಂದರೆ ಪೊಳ್ಳು ಶಿಷ್ಟಾಚಾರಕ್ಕೆ ತಲೆಬಾಗುವುದರಿಂದ ನನ್ನ ಹಣದ ಚೀಲ ಖಾಲಿಯಾಗುತ್ತಿತ್ತು.

ಆದ್ದರಿಂದ ಒಂದು ಕುಟುಂಬದ ಜತೆಯಲ್ಲಿ ದೀರ್ಘಕಾಲ ಉಳಿದುಕೊಳ್ಳದೇ ನಾನೇ ಸ್ವತಃ ರೂಮುಗಳನ್ನು ಬಾಡಿಗೆಗೆ ತೆಗೆದುಕೊಳ್ಳಲು ತೀರ್ಮಾನಿಸಿದೆ. ನಾನು ಮಾಡಬೇಕಾಗಿರುವ ವ್ಯವಹಾರಗಳಿಗನುಗುಣವಾಗಿ ಒಂದು ಸ್ಥಳದಿಂದ ಮತ್ತೊಂದು ಸ್ಥಳಕ್ಕೆ ವಾಸಸ್ಥಳವನ್ನು ಬದಲಿಸಿಕೊಳ್ಳಲು ಇಚ್ಛಿಸಿದೆ. ಅದೇ ಕಾಲದಲ್ಲಿ ನನ್ನ ಅನುಭವ ಭಂಡಾರ ಕೂಡಾ ಹೆಚ್ಚುತ್ತಿತ್ತು. ನನ್ನ ವ್ಯವಹಾರದ ಸ್ಥಳವನ್ನು ಕಾಲ್ನಡಿಗೆಯಲ್ಲಿ ಅರ್ಧ ಗಂಟೆಯಲ್ಲಿ ತಲ್ಪಲು ಸಾಧ್ಯವಾಗುವಂತೆ ರೂಮುಗಳನ್ನು ಆಯ್ಕೆಮಾಡಿಕೊಳ್ಳತೊಡಗಿದೆ. ಆದರಿಂದ ವಾಹನ ಛಾರ್ಜು ಕೂಡಾ ಉಳಿಯುತ್ತಿತ್ತು. ಇದಕ್ಕೂ ಮುಂಚೆ ನಾನು ಯಾವಾಗ ಎಲ್ಲಿಗೆ ಹೋದರೂ ಯಾವುದಾದರೊಂದು ಬಗೆಯ ವಾಹನವನ್ನು ಬಳಸಬೇಕಾಗುತ್ತಿತ್ತು. ಅದರಿಂದಾಗಿ ಕಾಲ್ನಡಿಗೆಯ ಅಭ್ಯಾಸಕ್ಕೆ ಇನ್ನಷ್ಟು ಕಾಲ ವ್ಯಯವಾಗುತ್ತಿತ್ತು. ಹೊಸ ಪದ್ಧತಿಯಲ್ಲಿ ಕಾಲ್ನಡಿಗೆ ಮತ್ತು ಮಿತ್ಯವ್ಯಯ ಸೇರಿರುತ್ತಿತ್ತು.

ಅದರ ಅರ್ಥವೇನೆಂದರೆ ವಾಹನ ಛಾರ್ಜುಗಳಲ್ಲಿ ಉಳಿತಾಯವಾಗುತ್ತಿತ್ತು ಮತ್ತು ದಿನದಲ್ಲಿ ಎಂಟರಿಂದ ಹತ್ತು ಮೈಲಿಗಳಷ್ಟು ದೂರದ ಕಾಲ್ನಡಿಗೆ ಕೂಡಾ ಸೇರಿರುತ್ತಿತ್ತು. ಇಂಗ್ಲೆಂಡ್‌ನಲ್ಲಿದ್ದಷ್ಟು ಕಾಲ ಕಾಲ್ನಡಿಗೆಯಲ್ಲಿ ತುಂಬಾ ದೂರ ನಡೆಯುವ ಅಭ್ಯಾಸವನ್ನು ಬೆಳಸಿಕೊಂಡಿದ್ದರಿಂದ ಅದು ಮುಖ್ಯವಾಗಿ ನನ್ನನ್ನು ಕಾಯಿಲೆಯಿಂದ ದೂರ ಇರಿಸಿತ್ತು. ಅದರಿಂದ ನನ್ನ ಶರೀರ ಚೆನ್ನಾಗಿ ದೃಢವಾಯ್ತು.

ಈ ಪ್ರಕಾರ ನಾನು ಒಟ್ಟಿಗಿರುವ ಕೊಠಡಿಗಳನ್ನು ಕೊಂಡುಕೊಂಡೆ. ಒಂದು ನಾನು ಕೂರುವ ಕೊಠಡಿ (ದಿವಾನಖಾನೆ) ಯಾಯ್ತು ಇನ್ನೊಂದು ಮಲಗುವ ಕೋಣೆ (ಶಯ್ಯಗಾರ)ಯಾಯ್ತು. ಇದು ಎರಡನೆಯ ಹಂತ. ಮೂರನೆಯ ಹಂತ ಮುಂದೆ ಬರಬೇಕಾಗಿತ್ತು. ಈ ಮಾರ್ಪಾಟುಗಳು ನನ್ನ ಅರ್ಧ ವೆಚ್ಚವನ್ನು ಉಳಿಸಿದವು. ಆದರೆ ಕಾಲವನ್ನು ಹೇಗೆ ಉಪಯುಕ್ತವಾಗಿ ಬಳಸಿಕೊಳ್ಳಬಹುದು? ಬಾರ್ (ವಕೀಲಿ) ಪರೀಕ್ಷೆಗಳಿಗೆ ಹೆಚ್ಚು ಅಧ್ಯಯನ ಮಾಡಬೇಕಾಗಿಲ್ಲ ಎಂದು ತಿಳಿಯಿತು. ಆದ್ದರಿಂದ ನನಗೆ ಕಾಲದ ಒತ್ತಡವಿರಲಿಲ್ಲ. ನನ್ನ ದುರ್ಬಲ ಇಂಗ್ಲಿಷ್ ಸದಾಕಾಲದ ಚಿಂತೆಯಾಗಿ ನನ್ನನ್ನು ಕಾಡುತ್ತಿತ್ತು. ಮಿ. ಲೇಲಿ (ಮುಂದೆ ಫ್ರೆಡೆರಿಕ್) ಅವರ ಮಾತು: 'ಮೊದಲು ಪದವೀಧರನಾಗು. ನಂತರ ನನ್ನ ಬಳಿಗೆ ಬಾ' ಎಂಬುದು ನನ್ನ ಕಿವಿಗಳಲ್ಲಿ ಇನ್ನೂ ದನಿಮಾಡುತ್ತಿತ್ತು. ನಾನು ಕೇವಲ ವಕೀಲನಾದರೆ ಸಾಲದು, ಆದರೆ ಯಾವುದಾದರೊಂದು ಸಾಹಿತ್ಯಕ ಪದವಿಯನ್ನು ಗಳಿಸಿಕೊಳ್ಳಬೇಕು ಎಂದು ಯೋಚಿಸಿದೆ. ನಾನು ಆಕ್ಸ್‌ಫರ್ಡ್ ಮತ್ತು ಕೇಂಬ್ರಿಜ್‌ಗಳಲ್ಲಿ ನಡೆಯುವ ತರಗತಿಗಳ ಬಗ್ಗೆ ವಿಚಾರಿಸಿದೆ. ಕೆಲವು ಗೆಳೆಯರ ಸಲಹೆ ಪಡೆದೆ. ಈ ಎರಡೂ ಸ್ಥಳಗಳಿಗೆ ತೆರಳಲು ನಾನು ನಿಶ್ಚಯಿಸಿದರೆ ಅದಕ್ಕೆ ಭಾರಿ ವೆಚ್ಚವನ್ನು ಭರಿಸಬೇಕಾಗುವುದು ಮತ್ತು ನಾನು ಗೊತ್ತು ಪಡಿಸಿಕೊಂಡಿರುವ ಅವಧಿಗಿಂತಲೂ ಹೆಚ್ಚು ಕಾಲ ಇಂಗ್ಲೆಂಡ್‌ನಲ್ಲಿ ಉಳಿಯ ಬೇಕಾಗುವುದು ಎಂಬುದನ್ನು ಕಂಡುಕೊಂಡೆ. ನಿಜವಾಗಿಯೂ ಕಷ್ಟಕರವಾಗಿರುವ ಪರೀಕ್ಷೆಯನ್ನು ಎದುರಿಸಿ ತೃಪ್ತಿಪಡಲು ಇಷ್ಟಪಡುತ್ತಿದ್ದರೆ ನಾನು ಲಂಡನ್ ಮೆಟ್ರಿಕ್ಯುಲೇಷನ್‌ಅನ್ನು ಪಾಸುಮಾಡಬೇಕೆಂದು ಒಬ್ಬ ಗೆಳೆಯನು ಸಲಹೆ ಕೊಟ್ಟನು. ಅದರ ಅರ್ಥವೇನೆಂದರೆ ನಾನು ತುಂಬಾ ಕಷ್ಟಪಡಬೇಕಾಗಿತ್ತು, ಮತ್ತು ಹೆಚ್ಚು ವೆಚ್ಚವನ್ನು ಭರಿಸದೇ ನನ್ನ ಸಾಮಾನ್ಯ ಜ್ಞಾನ ಭಂಡಾರಕ್ಕೆ ಇನ್ನೂ ಹೆಚ್ಚು ಮಾಹಿತಿಗಳನ್ನು ಸೇರಿಸಿಕೊಳ್ಳಬೇಕಾಗಿತ್ತು. ನಾನು ಈ ಸಲಹೆಯನ್ನು ಒಪ್ಪಿಕೊಂಡೆ. ಆದರೆ ಪಠ್ಯಕ್ರಮ(ಸಿಲಬಸ್) ನನ್ನನ್ನು ಭಯಪಡಿಸಿತು. ಲ್ಯಾಟಿನ್ ಮತ್ತು ಆಧುನಿಕ ಭಾಷೆ ಕಡ್ಡಾಯ ವಿಷಯಗಳಾಗಿದ್ದವು! ಲ್ಯಾಟಿನ್‌ಅನ್ನು ನಿಭಾಯಿಸುವುದು (ಮ್ಯಾನೇಜ್) ಹೇಗೆ? ಆದರೆ ಗೆಳೆಯನು ಅದರ ಬಗ್ಗೆ ಪ್ರಬಲವಾಗಿ ವಾದಿಸಿದನು: 'ಲ್ಯಾಟಿನ್ ಲಾಯರುಗಳಿಗೆ ತುಂಬಾ ಬೆಲೆಯುಳ್ಳದ್ದು. ಕಾನೂನು ಪುಸ್ತಕಗಳನ್ನು ಅರ್ಥಮಾಡಿಕೊಳ್ಳಲು ಲ್ಯಾಟಿನ್‌ನ ಜ್ಞಾನ ತುಂಬಾ ಉಪಯುಕ್ತ. ರೋಮನ್ ಕಾನೂನಿನ ವಿಷಯದಲ್ಲಿ ಒಂದು ಪ್ರಶ್ನೆಪತ್ರಿಕೆ ಪೂರ್ಣವಾಗಿ ಲ್ಯಾಟಿನ್‌ನಲ್ಲಿರುವುದು. ಜತೆಯಲ್ಲಿ ಲ್ಯಾಟಿನ್‌ನ ಜ್ಞಾನವು ಇಂಗ್ಲಿಷ್ ಭಾಷೆಯ ಮೇಲಿನ ಪ್ರಭುತ್ವವನ್ನು ಹೆಚ್ಚಿಸುವುದು. 'ಈ ನುಡಿ ನೇರವಾಗಿ ಒಳಕ್ಕೆ ನಾಟಿತು. ಎಷ್ಟೇ ಕಷ್ಟವಾಗಿದ್ದರೂ ಲ್ಯಾಟಿನ್‌ಅನ್ನು ಕಲಿಯಲು ನಿಶ್ಚಯಿಸಿದೆ. ನಾನಾಗಲೇ ಫ್ರೆಂಚ್ ಕಲಿಯಲಾರಂಭಿಸಿದ್ದೆ. ಅದು ಆಧುನಿಕ ಭಾಷೆಯಾಗಲಿ ಎಂದು ನಿರ್ಧರಿಸಿದೆ.

ನಾನು ಒಂದು ಖಾಸಗಿ ಮೆಟ್ರಿಕ್ಯುಲೇಷನ್ ತರಗತಿಗೆ ಸೇರಿಕೊಂಡೆ. ಆರು ತಿಂಗಳಿಗೊಂದು ಭಾರಿ ಪರೀಕ್ಷೆಗಳು ನಡೆಯುತ್ತಿದ್ದವು. ಮುಂದಿನ ಪರೀಕ್ಷೆಗೆ ಕೂರಲು ನನಗೆ ಕೇವಲ ಐದು ತಿಂಗಳುಗಳು ಉಳಿದಿದ್ದವು. ಬಹುತೇಕ ಅದು ಅಸಾಧ್ಯವಾದ ಕಾರ್ಯವೇ ಆಗಿತ್ತು ಇಂಗ್ಲಿಷ್ ಸಂಭಾವಿತನಾದ ತರುವಾಯ ಹುಟ್ಟಿಕೊಂಡ ಮಹತ್ವಾಕಾಂಕ್ಷೆ ನನ್ನನ್ನು ಗಂಭೀರ ವಿದ್ಯಾರ್ಥಿಯಾಗಿ ಪರಿವರ್ತಿಸಿತ್ತು. ಪ್ರತಿ ನಿಮಿಷವೂ ವ್ಯರ್ಥವಾಗದಂತೆ ನನ್ನ ಸ್ವಂತದ ವೇಳಾಪಟ್ಟಿಯನ್ನು ರೂಪಿಸಿಕೊಂಡೆ. ಆದರೆ ನನ್ನ ಬುದ್ಧಿಶಕ್ತಿಯಾಗಲಿ ಇಲ್ಲವೇ ಸ್ಮರಣ ಶಕ್ತಿಯಾಗಲಿ ಗೊತ್ತಾದ ಅವಧಿಯಲ್ಲಿ ಇತರ ವಿಷಯಗಳೊಡನೆ ಫ್ರೆಂಚ್ ಮತ್ತು ಲ್ಯಾಟಿನ್‌ಅನ್ನು ನಿಭಾಯಿಸಲು ತಕ್ಕ ಶಕ್ತಿಯನ್ನು ಕೊಡಲಿಲ್ಲ. ಇದರ ಪರಿಣಾಮದಿಂದಾಗಿ ನಾನು ಲ್ಯಾಟಿನ್‌ನಲ್ಲಿ ಕೆಳಕ್ಕೆ ತಳ್ಳಲ್ಪಟ್ಟೆ. ನನಗೆ ದುಃಖವಾಯ್ತು. ಆದರೆ ಧೈರ್ಯವನ್ನು ಕಳೆದುಕೊಳ್ಳಲಿಲ್ಲ. ಇನ್ನೊಮ್ಮೆ ಪ್ರಯತ್ನಿಸಲು ಫ್ರೆಂಚ್ ಭಾಷೆ ಉತ್ತಮ ಎನಿಸಿದರೂ ಲ್ಯಾಟಿನ್‌ನಲ್ಲಿ ಅಭಿರುಚಿಯನ್ನು ಬೆಳಸಿಕೊಂಡೆ. ವಿಜ್ಞಾನದ ಗುಂಪಿನಲ್ಲಿ ಹೊಸ ವಿಷಯವನ್ನು ಆರಿಸಿಕೊಳ್ಳಲು ನಿಶ್ಚಯಿಸಿದೆ. ವಿಜ್ಞಾನದಲ್ಲಿ ರಸಾಯನ ಶಾಸ್ತ್ರ ನನ್ನ ವಿಷಯುವಾಗಿತ್ತು. ಆದರೆ ಪ್ರಯೋಗಗಳನ್ನು ಮಾಡಬೇಕಾಗಿದ್ದುದರಿಂದ ಅದು ಆಕರ್ಷಕವಾಗಿರಲಿಲ್ಲ. ಅದು ಅತ್ಯಂತ ಆಸಕ್ತಿಯುಳ್ಳ ವಿಷಯವಾಗಬೇಕಾಗಿತ್ತು. ಭಾರತದಲ್ಲಿ ಅದು ಕಡ್ಡಾಯ ವಿಷಯಗಳಲ್ಲೊಂದಾಗಿದೆ. ಆದ್ದರಿಂದ ಅದನ್ನು ನಾನು ಲಂಡನ್ ಮೆಟ್ರಿಕ್ಯುಲೇಷನ್‌ಗೆ ಆಯ್ಕೆಮಾಡಿಕೊಂಡೆ. ಹಾಗಿದ್ದರೂ ಈ ಬಾರಿ ನಾನು ರಸಾಯನ ಶಾಸ್ತ್ರಕ್ಕೆ ಪ್ರತಿಯಾಗಿ ಶಾಖ ಮತ್ತು ಬೆಳಕನ್ನು ಆರಿಸಿಕೊಂಡೆ. ಅದು ಸುಲಭ ಎಂದು ಹೇಳಲಾಗಿತ್ತು. ನನಗೂ ಅದು ಸುಲಭ ಎನಿಸಿತ್ತು.

ಇನ್ನೊಮ್ಮೆ ಪರೀಕ್ಷೆಯನ್ನು ಎದುರಿಸಲು ನಾನು ತಯಾರಾದೆ. ನನ್ನ ಜೀವನವನ್ನು ಇನ್ನೂ ಸರಳಗೊಳಿಸಿಕೊಳ್ಳಲು ಪ್ರಯತ್ನಿಸಿದೆ. ನನ್ನ ಜೀವನ ಕ್ರಮ ನನ್ನ ಕುಟುಂಬದ ಸಾಧಾರಣ ಮಟ್ಟಕ್ಕೆ ತಕ್ಕಂತಿಲ್ಲ ಎಂದು ನಾನು ಭಾವಿಸಿದೆ. ಜೀವನ ಸಾಗಿಸಲು ಹೋರಾಡುತ್ತಿರುವ ನನ್ನ ಸಹೋದರನು ನಿಯತವಾಗಿ ಹಣದ ಸಹಾಯವನ್ನು ಬೇಡಿದಾಗ ಉದಾರವಾಗಿ ಪ್ರತಿಕ್ರಿಯಿಸುತ್ತಿದ್ದ. ಅದರ ಯೋಚನೆಯಿಂದ ನನಗೆ ತುಂಬಾ ನೋವಾಗುತ್ತಿತ್ತು. ತಿಂಗಳಿಗೆ ಎಂಟರಿಂದ ಹದಿನೈದು ಪೌಂಡುಗಳಷ್ಟು ಖರ್ಚುಮಾಡುವ ಅನೇಕರು ವಿದ್ಯಾರ್ಥಿವೇತನದ ಲಾಭ ಪಡೆಯುತ್ತಿದ್ದರು ಎಂಬುದನ್ನು ನಾನು ಅರಿತಿದ್ದೆ ನನ್ನ ಎದುರಿಗೆ ತುಂಬಾ ಸರಳವಾಗಿ ಜೀವಿಸುವವರ ನಿದರ್ಶನಗಳಿದ್ದವು. ನನಗಿಂತ ತುಂಬಾ ದೈನ್ಯದಿಂದ ಜೀವಿಸುತ್ತಿರುವ ಅನೇಕ ಬಡ ವಿದ್ಯಾರ್ಥಿಗಳನ್ನು ನಾನು ಕಂಡಿದ್ದೆ. ಅವರಲ್ಲಿ ಒಬ್ಬಾತ ವಾರಕ್ಕೆ ಎರಡು ಷಿಲಿಂಗ್ ಕೊಟ್ಟು ಕೊಳೆಗೇರಿಯಲ್ಲಿನ ಒಂದು ಕೊಠಡಿಯಲ್ಲಿ ತಂಗಿದ್ದ. ಲಾಕ್‌ಹಾರ್ಟ್ಸ್‌ನ ಅಗ್ಗದ ಕೋಕೋ ರೂಮುಗಳಿಂದ ಎರಡು ಪೆನಿ ಬೆಲೆಯ ಕೋಕೋ ಮತ್ತು ಬ್ರೆಡ್‌ಅನ್ನು ಊಟದ ಸಮಯದಲ್ಲಿ ತಿಂದು ಜೀವನ ಸಾಗಿಸುತ್ತಿದ್ದ. ಅವನನ್ನು ಅನುಸರಿಸಲು ನನಗೆ ಸಾಧ್ಯವಿರಲಿಲ್ಲ. ಆದರೆ ಎರಡು ರೂಮುಗಳಿಗಿಂತ ಒಂದು ರೂಮಿನಲ್ಲಿರಲು ಸಾಧ್ಯ ಎಂದು ನಾನು ಭಾವಿಸಿದೆ. ಮನೆಯಲ್ಲೇ ಸ್ವಲ್ಪಮಟ್ಟಿಗೆ ಅಡಿಗೆಮಾಡಿಕೊಳ್ಳಬಹುದು ಎಂದು, ನಿರ್ಧರಿಸಿದೆ. ಆದರಿಂದ ತಿಂಗಳಿಗೆ ನಾಲ್ಕರಿಂದ ಐದು ಪೌಂಡುಗಳನ್ನು ಉಳಿಸಬಹುದಾಗಿತ್ತು. ಸರಳ ಜೀವನದ ಬಗ್ಗೆ ಬರೆದ ಪುಸ್ತಕಗಳನ್ನು ಓದಿದೆ.

ನಾನು ಅನೇಕ ಕೊಠಡಿಗಳಿರುವ ಮನೆಯನ್ನು ಬಿಟ್ಟು ಕೇವಲ ಒಂದು ಕೊಠಡಿಯನ್ನು ಮಾತ್ರ ಬಾಡಿಗೆಗೆ ತೆಗೆದುಕೊಂಡೆ. ಒಂದು ಸ್ಟೋವ್ (ಮುಚ್ಚೊಲೆ) ಅನ್ನು ಕೊಂಡುಕೊಂಡೆ. ಮನೆಯಲ್ಲೇ ನಾಷ್ಟದ ಅಡಿಗೆ ಮಾಡಿಕೊಳ್ಳಲಾರಂಭಿಸಿದೆ. ಈ ಪ್ರಕ್ರಿಯೆಗೆ ಇಪ್ಪತ್ತು ನಿಮಿಷಕ್ಕೂ ಹೆಚ್ಚಿನ ಸಮಯ ಬೇಕಾಗಿರಲಿಲ್ಲ. ಏಕೆಂದರೆ ಕೇವಲ ಓಟ್‌ಮೀಲ್ (ಗಂಜಿ ಅಥವಾ ರೊಟ್ಟಿಗಾಗಿ ಬಳಸುವ ಓಟ್‌ಧಾನ್ಯದ ಹಿಟ್ಟು) ಪಾರಿಜ್ (ಅಂಬಲಿ)ಯನ್ನು ಬೇಯಿಸಬೇಕಾಗಿತ್ತು ಮತ್ತು ಕೋಕೋಗೆ ನೀರನ್ನು ಕುದಿಸಬೇಕಾಗಿತ್ತು. ಹೊರಗಡೆ ಮಧ್ಯಾಹ್ನದ ಊಟಮಾಡುತ್ತಿದ್ದೆ ಮತ್ತು ಮನೆಯಲ್ಲಿ ಬ್ರೆಡ್ ಮತ್ತು ಕೋಕೋ ಸೇವಿಸಿ ರಾತ್ರಿಯೂಟ ಮುಗಿಸುತ್ತಿದ್ದೆ. ಹೀಗೆ ಪ್ರತಿದಿನವೂ ಒಂದು ಷಿಲಿಂಗ್ ಮತ್ತು ಮೂರು ಪೆನಿ ಖರ್ಚುಮಾಡಿ ಹೊಟ್ಟೆ ತುಂಬಿಸಿಕೊಳ್ಳುತ್ತಿದ್ದೆ. ಈ ಅವಧಿಯಲ್ಲಿ ನಾನು ತೀವ್ರವಾಗಿ ಅಧ್ಯಯನದಲ್ಲಿ ತೊಡಗಿದ್ದೆ. ಸರಳ ಜೀವನದಿಂದಾಗಿ ತುಂಬಾ ಸಮಯ ಉಳಿಯುತ್ತಿತ್ತು. ಈ ಬಾರಿ ನಾನು ಪರೀಕ್ಷೆಯಲ್ಲಿ ಪಾಸಾದೆ.

ಈ ಬಗೆಯ ಬದುಕು ನನ್ನ ಜೀವನವನ್ನು ಯಾವ ರೀತಿಯಲ್ಲಾದರೂ ಉತ್ಸಾಹಶೂನ್ಯವಾಗಿ ಮಾಡಿತ್ತು ಎಂದು ಓದುಗನು ಭಾವಿಸಬಾರದು. ಇದಕ್ಕೆ ಪ್ರತಿಯಾಗಿ ಹೇಳುವುದಾದರೆ ಈ ಮಾರ್ಪಾಟು ನನ್ನ ಅಂತರಂಗದ ಮತ್ತು ಬಹಿರಂಗದ ಜೀವನವನ್ನು ಸುಸಂಗತಗೊಳಿಸಿತು ಎಂದು ಹೇಳಬಹುದು. ನನ್ನ ಕುಟುಂಬದ ಸ್ಥಿತಿಗತಿಯನ್ನು ರಕ್ಷಿಸುವಲ್ಲಿ ಈ ಬದುಕು ಅತ್ಯವಶ್ಯಕವಾಗಿತ್ತು. ನಾನು ಖಂಡಿತವಾಗಿಯೂ ಮಿಗಿಲಾದ ಸತ್ಯವಾದಿಯಾಗಿದ್ದೆ. ನನ್ನ ಜೀವ ಮೇರೆಯಿಲ್ಲದ ಆನಂದವನ್ನನುಭವಿಸುತ್ತಿತ್ತು.

17. ಆಹಾರಶಾಸ್ತ್ರ ಪ್ರಯೋಗಗಳು

ನಾನೇ ನನ್ನಲ್ಲಿ ಗಾಢವಾಗಿ ಶೋಧಿಸಿಕೊಳ್ಳತೊಡಗಿದಾಗ ಆಂತರಿಕವಾಗಿ ಮತ್ತು ಬಹಿರಂಗವಾಗಿ ಪರಿವರ್ತನೆಗಳ ಅವಶ್ಯಕತೆಯಿದೆ ಎಂಬ ವಿಚಾರ ಬೆಳೆಯಲಾರಂಭಿಸಿತು. ತಕ್ಷಣವೇ ಅಥವಾ ಅದಕ್ಕೂ ಮುಂಚೆಯೇ ನನ್ನ ಖರ್ಚುಗಳಲ್ಲಿ ಮತ್ತು ಜೀವನದ ವಿಧಾನದಲ್ಲಿ ಬದಲಾವಣೆಗಳನ್ನು ಮಾಡಿಕೊಂಡಿದ್ದೆ. ನನ್ನ ಆಹಾರದಲ್ಲಿ ಪರಿವರ್ತನೆಗಳನ್ನು ಮಾಡಿಕೊಳ್ಳಲಾರಂಭಿಸಿದೆ. ಸಸ್ಯಾಹಾರಿವ್ರತ ಕುರಿತು ಬರೆದ ಲೇಖಕರುಗಳು ಈ ಪ್ರಶ್ನೆಯನ್ನು ತುಂಬಾ ಸೂಕ್ಷ್ಮವಾಗಿ ಪರೀಕ್ಷಿಸಿದ್ದರು. ಅದರ ಧಾರ್ಮಿಕ, ವೈಜ್ಞಾನಿಕ, ವ್ಯಾವಹಾರಿಕ ಮತ್ತು ವೈದ್ಯಕೀಯ ಅಂಶಗಳ ಬಗ್ಗೆ ಪರೀಕ್ಷೆ ನಡೆಸಿದ್ದರು. ಕೆಳಮಟ್ಟದ ಪ್ರಾಣಿಗಳ ಮೇಲಿನ ಮನುಷ್ಯನ ಪ್ರಭುತ್ವದ ಅರ್ಥವೇನೆಂದರೆ ಮನುಷ್ಯನು ಪ್ರಾಣಿಗಳನ್ನು ಬೇಟೆಯಾಡಬೇಕೆಂದಲ್ಲ! ಪ್ರತಿಯಾಗಿ ಮೇಲ್ವರ್ಗದ ಮನುಷ್ಯನು ಕೆಳಮಟ್ಟದ ಪ್ರಾಣಿಗಳನ್ನು ಕಾಪಾಡಬೇಕು ಎಂದು ಅವರು ನೈತಿಕವಾಗಿ ಈ ಅಭಿಪ್ರಾಯಕ್ಕೆ ಬಂದು ಮುಟ್ಟಿದ್ದರು. ಮನುಷ್ಯ ಮತ್ತು ಮನುಷ್ಯನ ನಡುವೆ ಪರಸ್ಪರ ಸಹಕಾರವಿದ್ದಂತೆ ಅವರಿಬ್ಬರ ಮಧ್ಯೆ (ಅಂದರೆ ಮನುಷ್ಯ ಮತ್ತು ಪ್ರಾಣಿಗಳ ನಡುವೆ) ಸಹಕಾರವಿರಬೇಕು

ಎಂದು ಅವರು ಭಾವಿಸಿದ್ದರು. ಮನುಷ್ಯನು ಸುಖಾನುಭವಕ್ಕಾಗಿ ತಿನ್ನುವುದಿಲ್ಲ ಆದರೆ ಬದುಕಲು ತಿನ್ನುತ್ತಾನೆ ಎಂಬ ಸತ್ಯವನ್ನು ಅವರು ಬಹಿರಂಗಪಡಿಸಿದ್ದರು. ಈ ಪ್ರಕಾರ ಅವರಲ್ಲಿ ಕೆಲವರು ಆಹಾರದಲ್ಲಿ ಮಾಂಸವನ್ನು ವರ್ಜಿಸಿದ್ದಲ್ಲದೇ ಮೊಟ್ಟೆಗಳು ಮತ್ತು ಹಾಲನ್ನು ಕೂಡಾ ವರ್ಜಿಸಿದ್ದರು ಮತ್ತು ಅವುಗಳನ್ನು ತ್ಯಜಿಸುವಂತೆ ಸಲಹೆ ಕೊಟ್ಟಿದ್ದರು. ಮನುಷ್ಯನ ದೈಹಿಕಬಂಧವು (ಅಂದರೆ ದೇಹದ ರಚನೆಯು) ಅವನು ಅಡಿಗೆ ಮಾಡಿ ತಿನ್ನಲು ಯೋಗ್ಯನಲ್ಲವೆಂದೂ ಆದರೆ ಹಣ್ಣುತಿಂದು ಜೀವಿಸುವವನೆಂದು ತೋರಿಸಿಕೊಟ್ಟಿದೆ ಎಂದು ಕೆಲವರು ವೈಜ್ಞಾನಿಕವಾಗಿ ಅಭಿಪ್ರಾಯಪಟ್ಟಿದ್ದರು. ಮನುಷ್ಯನು ತಾಯಿಯ ಹಾಲನ್ನು ಮಾತ್ರ ತೆಗೆದುಕೊಳ್ಳಬೇಕೆಂದೂ ಹಲ್ಲುಗಳು ಹುಟ್ಟುತ್ತಲೇ ಆತನು ಗಟ್ಟಿಯಾದ ಆಹಾರವನ್ನು ತೆಗೆದುಕೊಳ್ಳಬೇಕೆಂದು ಅವರು ಅಭಿಪ್ರಾಯಪಟ್ಟಿದ್ದರು. ವೈದ್ಯಶಾಸ್ತ್ರಕ್ಕೆ ಅನುಗುಣವಾಗಿ ಹೇಳುವುದಾದರೆ ಎಲ್ಲ ಸಂಬಾರ ಪದಾರ್ಥ (ಅಡಿಗೆಗೆ ಪರಿಮಳ - ರುಚಿಯನ್ನುಂಟುಮಾಡಲು ಬಳಸುವ ಲವಂಗ, ಜಾಯಿಕಾಯಿ, ಜಾಪತ್ರೆ, ಮೆಣಸು, ಏಲಕ್ಕಿ ಮೊದಲಾದ ವಸ್ತುಗಳು)ಗಳನ್ನು ಮತ್ತು ವ್ಯಂಜನ ಪದಾರ್ಥ (ಆಹಾರ ರುಚಿಸುವಂತೆ ಮಾಡುವ ಉಪ್ಪಿನಕಾಯಿ ಮೊದಲಾದವು)ಗಳನ್ನು ತಿರಸ್ಕರಿಸುವಂತೆ ಅವರು ಸಲಹೆ ಕೊಟ್ಟಿದ್ದಾರೆ. ವ್ಯಾವಹಾರಿಕ ಮತ್ತು ಆರ್ಥಿಕ ಹಿನ್ನೆಲೆಯಲ್ಲಿ ಅವರು ಸಸ್ಯಾಹಾರವು ಅತ್ಯಂತ ಕಡಿಮೆ ಖರ್ಚಿನದು ಎಂದು ಪ್ರತ್ಯಕ್ಷ ಮಾಡಿ ತೋರಿಸಿಕೊಟ್ಟಿದ್ದಾರೆ. ಈ ಎಲ್ಲ ವಿಚಾರಗಳು ನನ್ನ ಮೇಲೆ ಪರಿಣಾಮ ಬೀರಿದ್ದವು. ಶಾಖಾಹಾರಿ (ಸಸ್ಯಾಹಾರಿ) ರೆಸ್ಟರಾಂಟ್‌ಗಳಲ್ಲಿ ಈ ಎಲ್ಲ ಬಗೆಯ ಶಾಖಾಹಾರಿಗಳನ್ನು ಸಂಧಿಸಿದ್ದೆ. ಇಂಗ್ಲೆಂಡ್‌ನಲ್ಲಿ, ವೆಜಿಟೇರಿಯನ್ ಸೊಸೈಟಿ (ಶಾಖಾಹಾರಿ ಸಂಸ್ಥೆ)ಇತ್ತು. ಅದು ತನ್ನದೇ ಆದ ವಾರ ಪತ್ರಿಕೆಯನ್ನು ಹೊರಡಿಸುತ್ತಿತ್ತು. ನಾನು ಆ ವಾರಪತ್ರಿಕೆಯ ಚಂದಾದಾರನಾದೆ. ಆ ಸಂಸ್ಥೆಯ ಸದಸ್ಯನಾದೆ ಮತ್ತು ಬಹು ಬೇಗನೇ ನಾನು ಅದರ ಕಾರ್ಯಕಾರಿಸಮಿತಿಯಲ್ಲಿ ಸೇರಿಕೊಂಡೆ. ಇಲ್ಲಿ ನಾನು ಶಾಖಾಹಾರಿ ವ್ರತದ ಸ್ತಂಭಗಳೆನಿಸಿದ್ದವರ ಸಂಪರ್ಕ ಪಡೆದೆ. ನಾನು ಆಹಾರಶಾಸ್ತ್ರದಲ್ಲಿ ಸ್ವಂತವಾಗಿ ಪ್ರಯೋಗಗಳನ್ನು ನಡೆಸಲಾರಂಭಿಸಿದೆ.

ನಾನು ಮನೆಯವರು ಕಳಿಸಿದ್ದ ಸಿಹಿತಿನಿಸುಗಳನ್ನು ಮತ್ತು ವ್ಯಂಜನಪದಾರ್ಥಗಳನ್ನು (ಕಾಂಡಿಮೆಂಟ್ಸ್)ತಿನ್ನುವುದನ್ನು ಬಿಟ್ಟುಬಿಟ್ಟೆ. ಮನಸ್ಸು ಬೇರೆ ಕಡೆಗೆ ತಿರುಗಿತ್ತು. ವ್ಯಂಜನ ಪದಾರ್ಥಗಳನ್ನು ಮೆಚ್ಚಿಕೊಂಡು ತಿನ್ನಬೇಕೆಂಬ ಆಸೆ ಬತ್ತಿಹೋಯ್ತು. ರಿಚ್‌ಮಂಡ್‌ನಲ್ಲಿ ಸಿಗುತ್ತಿದ್ದ ಬೇಯಿಸಿದ ಸ್ಪಿನಿಚ್ ಸೊಪ್ಪು ಸಪ್ಪೆಯಾಗಿರುತ್ತಿತ್ತು. ಅದನ್ನು ಯಾವುದೇ ವ್ಯಂಜನ ಪದಾರ್ಥಗಳನ್ನು ಸೇರಿಸದೇ ಬೇಯಿಸಲಾಗುತ್ತಿತ್ತು. ಈಗ ನಾನು ಅದರ ರುಚಿಯನ್ನು ಸವಿಯತೊಡಗಿದೆ. ಇಂತಹ ಅನೇಕ ಪ್ರಯೋಗಗಳಿಂದ ನಾನು ಕಲಿತುಕೊಂಡದ್ದೇನೆಂದರೆ ನಿಜವಾದ ರುಚಿ ಎನ್ನುವುದು ನಾಲಿಗೆಯಲ್ಲಿಲ್ಲ. ಆದರೆ ಅದು ಮನಸ್ಸಿನಲ್ಲಿದೆ.

ಸಹಜವಾಗಿ ನನ್ನ ಮುಂದೆ ತಪ್ಪದೇ ಆರ್ಥಿಕ ಪರಿಗಣನೆ ಇರುತ್ತಿತ್ತು. ಆ ದಿನಗಳಲ್ಲಿ ಟೀ ಮತ್ತು ಕಾಫಿ ಕೇಡುಂಟುಮಾಡುವುದೆಂದೂ ಭಾವಿಸಿ ಕೋಕೋ ಬಗ್ಗೆ ಒಲವು ತೋರಿಸುತ್ತಿದ್ದವರಿದ್ದರು. ದೇಹಕ್ಕೆ ಪುಷ್ಟಿಕೊಡುವ ಪದಾರ್ಥಗಳನ್ನು ಮಾತ್ರ ತಿನ್ನಬೇಕೆಂಬ ಅಭಿಪ್ರಾಯ ನನಗೆ ಮನವರಿಕೆಯಾಗಿತ್ತು. ಆದ್ದರಿಂದ ನಿಯಮಕ್ಕೆ ಬದ್ಧನಾಗಿ ಕಾಫಿ ಮತ್ತು ಟೀಯನ್ನು ವರ್ಜಿಸಿದೆ ಮತ್ತು ಪ್ರತಿಯಾಗಿ ಕೋಕೋಅನ್ನು ಸೇವಿಸಲಾರಂಭಿಸಿದೆ.

ನಾನು ಭೇಟಿ ಕೊಡುತ್ತಿದ್ದ ರೆಸ್ಟರಾಂಟ್‌ಗಳಲ್ಲಿ ಎರಡು ವಿಭಾಗಗಳಿರುತ್ತಿದ್ದವು. ಒಂದು ವಿಭಾಗ ಶ್ರೀಮಂತರಿಂದ ಪೋಷಿಸಲ್ಪಡುತ್ತಿತ್ತು. ಆರಿಸಿಕೊಳ್ಳುವ ಯಾವುದೇ ಊಟದ ಪಟ್ಟಿಯಿಂದ ಪದಾರ್ಥವನ್ನಾದರೂ ತರಿಸಿಕೊಳ್ಳಬಹುದಾಗಿತ್ತು ಮತ್ತು ಒಟ್ಟು ಊಟವನ್ನು ತರಿಸಿಕೊಳ್ಳದೇ ತಿಂಡಿಪಟ್ಟಿಯಲ್ಲಿರುವ ಯಾವುದೇ ಪದಾರ್ಥಗಳನ್ನು ಅದಕ್ಕೆ ನಿಗದಿಯಾಗಿರುವ ಬೆಲೆಗೆ ತರಿಸಿಕೊಳ್ಳಬಹುದಾಗಿತ್ತು (ಎಲಾಕಾರ್ಟ್). ಪ್ರತಿಯೊಂದು ರಾತ್ರಿಯೂಟಕ್ಕೆ ಒಂದರಿಂದ ಎರಡು ಷಿಲಿಂಗು ಖರ್ಚಾಗುತ್ತಿತ್ತು. ಇನ್ನೊಂದು ವಿಭಾಗದಲ್ಲಿ ಮೂರು ಪದಾರ್ಥಗಳನ್ನು ಒಂದು ಬ್ರೆಡ್ ಹಲ್ಲೆಯೊಂದಿಗೆ ಆರು ಪೆನಿಗೆ ರಾತ್ರಿಯೂಟವನ್ನು ಒದಗಿಸಲಾಗುತ್ತಿತ್ತು. ಕಟ್ಟುನಿಟ್ಟಾಗಿ ಮಿತವ್ಯಯವನ್ನು ಸಾಧಿಸಬೇಕಾಗಿದ್ದ ಆ ಕಾಲದದಲ್ಲಿ ನಾನು ಸಾಮಾನ್ಯವಾಗಿ ಎರಡನೇ ವಿಭಾಗದಲ್ಲಿ ಊಟಮಾಡುತ್ತಿದ್ದೆ.

ಮುಖ್ಯ ಪ್ರಯೋಗದ ಜತೆಯಲ್ಲಿ ಅನೇಕ ಚಿಕ್ಕ ಪ್ರಯೋಗಗಳು ನಡೆಯುತ್ತಿದ್ದವು. ಉದಾಹರಣೆಗೆ ಒಂದು ಬಾರಿ ಪಿಷ್ಟ (ಧಾನ್ಯಗಳಲ್ಲಿ, ಆಲೂಗಡ್ಡೆಯಲ್ಲಿ ಕೆಲವು ಸಸ್ಯಗಳಲ್ಲಿರುವ ಜೀರ್ಣಶಕ್ತಿಗೆ ಉಪಯೋಗವಾಗುವ ಪದಾರ್ಥ)ದ ಆಹಾರವನ್ನು ಬಿಟ್ಟು ಬಿಡುವುದು, ಇನ್ನೊಂದು ಬಾರಿ ಕೇವಲ ಬ್ರೆಡ್ ಮತ್ತು ಹಣ್ಣನ್ನು ಸೇವಿಸುವುದು, ಮತ್ತು ಒಮ್ಮೊಮ್ಮೆ ಚೀಸು (ಗಿಣ್ಣು, ಮೊಸರನ್ನು ಹಿಂಡಿ ನೀರು ತೆಗೆದು ಗಟ್ಟಿಸಿದ್ದುದು) ಹಾಲು ಮತ್ತು ಮೊಟ್ಟೆಗಳನ್ನು ಮಾತ್ರ ಸೇವಿಸುವುದು. ಕಡೆಯ ಪ್ರಯೋಗ ಗಮನಾರ್ಹವಾದುದಾಗಿದೆ. ಈ ಪ್ರಯೋಗ ಹದಿನೈದು ದಿವಸಗಳ ಕಾಲ ಕೂಡಾ ನಡೆಯಲಿಲ್ಲ. ಪಿಷ್ಟವಿಲ್ಲದ ಪದಾರ್ಥವನ್ನು ಸೇವಿಸಬೇಕೆಂದು ವಾದಿಸುತ್ತಿದ್ದ ಸುಧಾರಕನು ಮೊಟ್ಟೆಗಳ ಬಗ್ಗೆ ತುಂಬಾ ಮೆಚ್ಚಿಕೆಯಿಂದ ಮಾತಾಡಿದ್ದ. ಮೊಟ್ಟೆಗಳು ಮಾಂಸವಲ್ಲವೆಂದು ಸಮರ್ಥಿಸಿದ್ದ. ಮೊಟ್ಟೆಗಳನ್ನು ತೆಗೆದುಕೊಳ್ಳುವುದರಿಂದ ಜೀವಂತ ಪ್ರಾಣಿಗೆ ಯಾವುದೇ ಹಾನಿ ಉಂಟಾಗುವುದಿಲ್ಲವೆಂಬುದು ಮೇಲುನೋಟಕ್ಕೆ ಸ್ಪಷ್ಟವಾಗಿತ್ತು. ನಾನು ಈ ವಾದದಿಂದ ಪ್ರಭಾವಿತನಾಗಿದ್ದೆ ಮತ್ತು ನನ್ನ ಪ್ರತಿಜ್ಞೆ ಮನಸ್ಸಲ್ಲಿದ್ದರೂ ಮೊಟ್ಟೆಗಳನ್ನು ತೆಗೆದುಕೊಂಡಿದ್ದೆ. ಆದರೆ ಈ ಅಚಾತುರ್ಯ ತಾತ್ಕಾಲಿಕವಾಗಿತ್ತು. ಪ್ರತಿಜ್ಞೆಗೆ ಹೊಸ ವ್ಯಾಖ್ಯಾನ ನೀಡುವುದಕ್ಕೆ ನನಗೆ ಅಧಿಕಾರವಿರಲಿಲ್ಲ. ಪ್ರತಿಜ್ಞೆಯನ್ನು ಬೋಧಿಸಿದ್ದ ನನ್ನ ತಾಯಿಯ ವ್ಯಾಖ್ಯಾನ ನನ್ನ ಮುಂದಿತ್ತು ಆಕೆಯ ಅರ್ಥವಿವರಣೆಯಲ್ಲಿ ಮೊಟ್ಟೆಗಳು ಮಾಂಸದಲ್ಲಿ ಸೇರಿಕೊಂಡಿದ್ದವು. ಪ್ರತಿಜ್ಞೆಯ ನಿಜವಾದ ತಿರುಳನ್ನು ನಾನು ಕಂಡುಕೊಳ್ಳುತ್ತಿದ್ದಂತೆ ಮೊಟ್ಟೆಗಳನ್ನು ಬಿಟ್ಟುಬಿಟ್ಟೆ. ಆ ಬಗೆಯ ಪ್ರಯೋಗವನ್ನು ನಿಲ್ಲಿಸಿಬಿಟ್ಟೆ.

ಈ ವಾದದಲ್ಲಿ ನಾಜೂಕಿನ ಅಂಶವೊಂದಿದೆ. ಅದನ್ನು ಗಮನಕ್ಕೆ ತಂದುಕೊಳ್ಳುವುದು ಒಳ್ಳೆಯದು. ಇಂಗ್ಲೆಂಡ್‌ನಲ್ಲಿ ನಾನು ಮಾಂಸದ ಮೂರು ಬಗೆಯ ಅರ್ಥವಿವರಣೆಯನ್ನು ಗಮನಿಸಿದೆ. ಮೊದಲನೆಯ ಅರ್ಥವಿವರಣೆಯ ಪ್ರಕಾರ ಮಾಂಸ ಎನ್ನುವುದು ಕೇವಲ ಪಕ್ಷಿಗಳ ಮತ್ತು ಮೃಗಗಳ ಮಾಂಸವಾಗಿರುತ್ತದೆ. ಈ ಅರ್ಥವಿವರಣೆಯನ್ನು ಒಪ್ಪಿಕೊಂಡ ಸಸ್ಯಾಹಾರಿಗಳು ಪಕ್ಷಿಗಳು ಮತ್ತು ಮೃಗಗಳ ಮಾಂಸವನ್ನು ತ್ಯಜಿಸಿದ್ದರು ಮತ್ತು ಮೀನನ್ನು ತಿನ್ನುತ್ತಿದ್ದರು. ಮೊಟ್ಟೆಗಳ ಬಗ್ಗೆ ಬೇರೆ ಹೇಳಬೇಕಾಗಿಲ್ಲ. ಎರಡನೇ ಅರ್ಥವಿವರಣೆಯ ಪ್ರಕಾರ ಮಾಂಸವೆಂದರೆ ಎಲ್ಲ ಜೀವಂತ ಪ್ರಾಣಿಗಳ ಮಾಂಸವಾಗಿತ್ತು. ಆದ್ದರಿಂದ ಇಲ್ಲಿ ಮೀನಿಗೆ ಸ್ಥಾನವೇ ಇರಲಿಲ್ಲ. ಆದರೆ

ಮೊಟ್ಟೆಗಳಿಗೆ ಅವಕಾಶವಿತ್ತು. ಮೂರನೆಯ ಅರ್ಥವಿವರಣೆಯ ಪ್ರಕಾರ ಮಾಂಸದಲ್ಲಿ ಎಲ್ಲ ಜೀವಂತ ಪ್ರಾಣಿಗಳ ಮಾಂಸ ಮತ್ತು ಅವುಗಳಿಂದ ತಯಾರಿಸಲಾದ ಪದಾರ್ಥಗಳು ಸೇರಿರುತ್ತಿದ್ದವು. ಇದರ ಪ್ರಕಾರ ಮೊಟ್ಟೆಗಳು ಮತ್ತು ಹಾಲು ಸೇರಿದ್ದವು. ನಾನು ಮೊದಲನೆಯ ಅರ್ಥವಿವರಣೆಯನ್ನು ಒಪ್ಪಿಕೊಂಡರೆ ನಾನು ಮೊಟ್ಟೆಗಳನ್ನೇ ಅಲ್ಲದೇ ಮೀನನ್ನು ಕೂಡಾ ತಿನ್ನಬಹುದಾಗಿತ್ತು. ಆದರೆ ನನ್ನ ತಾಯಿಯ ಅರ್ಥವಿವರಣೆಯೇ ನನ್ನನ್ನು ನಿರ್ಬಂಧಕ್ಕೊಳಪಡಿಸಿರುವ ಅರ್ಥವಿವರಣೆಯಾಗಿತ್ತು ಎಂಬುದು ನನಗೆ ಮನವರಿಕೆಯಾಗಿತ್ತು. ಆದ್ದರಿಂದ ನಾನು ತೆಗೆದುಕೊಂಡಿದ್ದ ಪ್ರತಿಜ್ಞೆಯ ಪ್ರಕಾರ ನಡೆದುಕೊಳ್ಳಲು ನಿರ್ಧರಿಸಿದ್ದರಿಂದ ಮೊಟ್ಟೆಗಳನ್ನು ತ್ಯಜಿಸಿದೆ. ವಿಚಾರಿಸಿದಾಗ ತಿಳಿದು ಬಂದಂತೆ ಶಾಖಾಹಾರಿ ರೆಸ್ಟರಾಂಟ್‌ಗಳಲ್ಲಿರುವ ಅನೇಕ ಪದಾರ್ಥಗಳು ಮೊಟ್ಟೆಗಳನ್ನು ಒಳಗೊಂಡಿರುತ್ತವೆ ಎಂದು ಕಂಡುಬಂದಿದ್ದರಿಂದ ಪೇಚಾಡಬೇಕಾಯ್ತು. ಇದರಿಂದ ನಾನು ಯಾವ ಪದಾರ್ಥ ಏನನ್ನು ಒಳಗೊಂಡಿದೆ ಎಂಬುದನ್ನು ತಿಳಿಯದ ಹೊರತು ಮುಂದುವರೆಯುವಂತಿರಲಿಲ್ಲ. ಒಂದು ನಿರ್ದಿಷ್ಟ ಪದಾರ್ಥ ಮೊಟ್ಟೆಗಳನ್ನು ಒಳಗೊಂಡಿದೆಯೆ ಅಥವಾ ಇಲ್ಲವೇ ಎಂಬುದನ್ನು ಅರಿಯಲು ಬಯಸಿ ಇಕ್ಕಟ್ಟಿನ ಪರಿಸ್ಥಿತಿಯನ್ನು ಎದುರಿಸಬೇಕಾಯ್ತು. ಅನೇಕ ಪುಡಿಂಗ್ (ಕಡುಬು) ಮತ್ತು ಕೇಕ್‌ಗಳು ಅವುಗಳಿಗೆ ಹೊರತಾಗಿರಲಿಲ್ಲ. ಈ ತಿಳಿವಳಿಕೆಯನ್ನು ಪಡೆಯಲು ನಾನು ಕಷ್ಟಪಡಬೇಕಾಗಿತ್ತು. ಆದರೆ ಇದರಿಂದ ನನ್ನ ಆಹಾರ ಸರಳವಾಯ್ತು. ಹೀಗೆ ಆಹಾರವನ್ನು ಸರಳಗೊಳಿಸಿದ್ದರಿಂದ ಕಿರಿಕಿರಿಯನ್ನನುಭವಿಸಬೇಕಾಯ್ತು. ನಾನು ಸವಿಯುತ್ತಿದ್ದ ಅನೇಕ ಪದಾರ್ಥಗಳನ್ನು ಬಿಟ್ಟುಕೊಡಬೇಕಾಯ್ತು. ಆದರೆ ಈ ತೊಡಕು ಮುಂದೆ ಸರಿದು ಮರೆಯಾಗುತ್ತಿತ್ತು. ಏಕೆಂದರೆ ಕಟ್ಟು ನಿಟ್ಟಾಗಿ ಪ್ರತಿಜ್ಞೆಯನ್ನು ಅನುಸರಿಸುತ್ತಿದುದರಿಂದ ಅಂತರಂಗದಲ್ಲಿ ಆನಂದ ಉತ್ಪನ್ನವಾಗುತ್ತಿತ್ತು. ಈ ಆನಂದಾನುಭವ ವಿಶಿಷ್ಟವಾಗಿ ತುಂಬಾ ಆರೋಗ್ಯಕರವಾಗಿತ್ತು, ಸೂಕ್ಷ್ಮವಾಗಿತ್ತು ಮತ್ತು ಖಾಯಮ್ಮಾಗಿತ್ತು.

ಹಾಗಿದ್ದರೂ ನಿಜವಾದ ಅಗ್ನಿಪರೀಕ್ಷೆ ಮುಂದೆ ನೆಡೆಯುವುದಿತ್ತು. ಅದು ಇನ್ನೊಂದು ಪ್ರತಿಜ್ಞೆಗೆ ಸಂಬಂಧಿಸಿತ್ತು. ಆದರೆ ದೇವರು ಯಾರನ್ನು ರಕ್ಷಿಸುತ್ತಿರುತ್ತಾನೋ ಅವನು ಕಷ್ಟಕಾರ್ಪಣ್ಯಕ್ಕೆ ಹೆದರುತ್ತಾನೆಯೆ?

ಪ್ರತಿಜ್ಞೆಗಳು ಅಥವಾ ಕೊಟ್ಟಮಾತಿನ ಬಗ್ಗೆ ಕೆಲವು ಅಭಿಪ್ರಾಯಗಳನ್ನು ಮಂಡಿಸಿದರೆ ಅವು ಇಲ್ಲಿ ಅಪ್ರಸ್ತುತ ಎನಿಸಲಾರವು. ಕೊಟ್ಟಮಾತುಗಳನ್ನು ಕುರಿತಂತೆ ಕೊಟ್ಟಿರುವ ಅರ್ಥವಿವರಣೆ ವಿಶ್ವಾದ್ಯಂತ ತಿಕ್ಕಾಟಗಳ ಫಲವತ್ತಾದ ಆಕರವಾಗಿದೆ. ಕೊಟ್ಟಮಾತು ಎಷ್ಟೇ ಸುಸ್ಪಷ್ಟವಾಗಿದ್ದರೂ ಜನರು ಅದರ ಮೂಲಪಾಠವನ್ನು ತಮ್ಮ ಸ್ವಾರ್ಥಕ್ಕೆ ತಕ್ಕಂತೆ ತಿರುಗಿಸುವರು ಮತ್ತು ತಿರುಚಿಬಿಡುವರು. ಸಮಾಜದ ಎಲ್ಲ ವರ್ಗಗಳಲ್ಲಿ ಅಂದರೆ ಶ್ರೀಮಂತನಿಂದ ಬಡವನವರೆಗೆ, ರಾಜನಿಂದ ಹಿಡಿದು ಸಾಮಾನ್ಯ ರೈತನವರೆಗೆ ಎಲ್ಲರೂ ಕೊಟ್ಟ ಮಾತನ್ನು, ಪ್ರತಿಜ್ಞೆಯನ್ನು ಪೂರಯಿಸಬೇಕು. ಆದರೆ ಸ್ವಾರ್ಥ ಅವರನ್ನು ಕುರುಡುಮಾಡುವುದು ಮತ್ತು ದ್ವಂದ್ವಾರ್ಥವನ್ನು ಮಧ್ಯದಲ್ಲಿ ಬಳಸುವ ಮೂಲಕ ತಮ್ಮನ್ನು ತಾವು ವಂಚಿಸಿಕೊಳ್ಳುವರು, ಜಗತ್ತನ್ನು ಮತ್ತು ದೇವರನ್ನು ಕೂಡಾ ವಂಚಿಸುವರು. ಒಂದು ಸುವರ್ಣ ಸೂತ್ರವೆಂದರೆ ವಚನವನ್ನು ಬೋಧಿಸಿದವನಿಗೆ ಕೊಟ್ಟ ಮಾತನ್ನು ಆಧರಿಸಿ ಪ್ರಮಾಣ ಮಾಡಿದವನು ಪ್ರಾಮಾಣಿಕವಾದ

ಅರ್ಥವಿವರಣೆಯನ್ನು ಒಪ್ಪಿಕೊಳ್ಳುವುದು. ಇನ್ನೊಂದು ಸೂತ್ರವೆಂದರೆ ದುರ್ಬಲ ಪಕ್ಷದವನ ಅರ್ಥವಿವರಣೆಯನ್ನು ಒಪ್ಪಿಕೊಳ್ಳುವುದು. ಏಕೆಂದರೆ ಎರಡು ಬಗೆಯ ಅರ್ಥವಿವರಣೆಗಳು ಇರುವ ಸಾಧ್ಯತೆ ಇರಬಹುದು. ಈ ಎರಡೂ ಸೂತ್ರಗಳನ್ನು ನಿರಾಕರಿಸುವುದರಿಂದ ತಿಕ್ಕಾಟ ಆರಂಭವಾಗುವುದು. ಅನ್ಯಾಯದಲ್ಲಿ ಅಸಮಾನತೆ ಬೇರೂರಿರುತ್ತದೆ. ಯಾರು ಕೇವಲ ಸತ್ಯವನ್ನು ಅನ್ವೇಷಿಸುತ್ತಾನೋ ಅವನು ನಿರಾತಂಕವಾಗಿ ಸುವರ್ಣ ಸೂತ್ರವನ್ನು ಅನುಸರಿಸುತ್ತಾನೆ. ಅವನು ಅರ್ಥವಿವರಣೆಗೆ ಪಂಡಿತರ ಸಲಹೆಯನ್ನು ಕೇಳುವುದಿಲ್ಲ. ಸುವರ್ಣ ಸೂತ್ರದ ಪ್ರಕಾರ ಮಾಂಸವನ್ನು ಕುರಿತ ನನ್ನ ತಾಯಿಯ ಅರ್ಥವಿವರಣೆ ಮಾತ್ರ ನನ್ನ ಪಾಲಿಗೆ ಸತ್ಯವಾದದ್ದು. ನನ್ನ ವಿಶಾಲವಾದ ಅನುಭವದ ಬೆಳಕಲ್ಲಿ ಇಲ್ಲವೇ ನಾನು ಕಲಿತಿರುವ ಉತ್ತಮ ಜ್ಞಾನದ ಗರ್ವದಲ್ಲಿ ಕೊಡುವ ಅರ್ಥವಿವರಣೆ ನನ್ನ ಪಾಲಿಗೆ ಸತ್ಯವಾದದ್ದಲ್ಲ.

ಇಂಗ್ಲೆಂಡ್‌ನಲ್ಲಿ ನನ್ನ ಪ್ರಯೋಗಗಳು ಆರ್ಥಿಕತೆ ಮತ್ತು ನೈರ್ಮಲ್ಯಶಾಸ್ತ್ರದ ದೃಷ್ಟಿಕೋನವನ್ನಿಟ್ಟುಕೊಂಡು ನಡೆದಿದ್ದವು. ದಕ್ಷಿಣ ಆಫ್ರಿಕಕ್ಕೆ ಹೋಗುವವರೆಗೆ ಈ ಪ್ರಶ್ನೆ ಕುರಿತಂತೆ ಧಾರ್ಮಿಕ ಅಂಶವನ್ನು ಪರಿಗಣಿಸಲಾಗಿರಲಿಲ್ಲ. ದಕ್ಷಿಣ ಆಫ್ರಿಕದಲ್ಲಿ ನಾನು ಹುರುಪಿನಿಂದ ಪ್ರಯೋಗಗಳನ್ನು ನಡೆಸಿದ್ದೆ. ಅದನ್ನು ಮುಂದೆ ನಿರೂಪಿಸುತ್ತೇನೆ. ಏನೇ ಆದರೂ ಅವೆಲ್ಲಕ್ಕೂ ಬೀಜಪ್ರಾಯವಾಗಿದ್ದುದನ್ನು ಇಂಗ್ಲೆಂಡ್‌ನಲ್ಲಿ ಬಿತ್ತಲಾಗಿತ್ತು.

ಹೊಸ ಧರ್ಮಕ್ಕೆ ಮತಾಂತರಗೊಂಡವನಲ್ಲಿ ಇರುವ ಉತ್ಸಾಹ ಆ ಧರ್ಮದಲ್ಲಿ ಹುಟ್ಟಿದವನಲ್ಲಿರುವುದಕ್ಕಿಂತ ಹೆಚ್ಚಾಗಿರುತ್ತದೆ. ಸಸ್ಯಾಹಾರವ್ರತ, ಆಗಿನ ದಿನಗಳಲ್ಲಿ ಇಂಗ್ಲೆಂಡ್‌ನಲ್ಲಿ ಹೊಸಪಂಥವಾಗಿ ಬೆಳೆಯುತ್ತಿತ್ತು. ನಾನು ಕೂಡಾ ಹಾಗೆಯೇ ಇದ್ದೆ. ಏಕೆಂದರೆ ನಾವೀಗಾಗಲೇ ನೋಡಿರುವಂತೆ ನಾನು ಇಂಗ್ಲೆಂಡ್‌ಗೆ ಮಾಂಸ ತಿನ್ನಬೇಕೆಂಬ ವಿಚಾರದಲ್ಲಿ ದೃಢವಾದ ವಿಶ್ವಾಸವನ್ನಿಟ್ಟುಕೊಂಡು ಬಂದಿದ್ದೆ. ಆದರೆ ಬೌದ್ಧಿಕವಾಗಿ ಮುಂದೆ ಸಸ್ಯಾಹಾರವ್ರತಕ್ಕೆ ಮತಾಂತರಗೊಂಡಿದ್ದೆ. ಹೊಸದಾಗಿ ಪಂಥಕ್ಕೆ ಸೇರಿದ್ದ ನನ್ನಲ್ಲಿ ಸಸ್ಯಾಹಾರವ್ರತದ ಬಗ್ಗೆ ಹುರುಪು ತುಂಬಿಕೊಂಡಿತ್ತು. ಆ ಹುರುಪಿನಲ್ಲಿ ನಾನು ನಾನಿದ್ದ ಸ್ಥಳದಲ್ಲಿ ಅಂದರೆ ಬೇವಾಟರ್‌ನಲ್ಲಿ ಸಸ್ಯಾಹಾರಿ ಸಂಘ (ವೆಜಿಟೇರಿಯನ್ ಕ್ಲಬ್)ವನ್ನು ಪ್ರಾರಂಭಿಸಲು ತೀರ್ಮಾನಿಸಿದೆ. ಅಲ್ಲಿ ವಾಸಿಸುತ್ತಿದ್ದ ಸರ್ ಎಡ್ವಿನ್ ಆರ್ನಾಲ್ಡ್ ಅವರನ್ನು ಉಪಾಧ್ಯಕ್ಷರಾಗಿರುವಂತೆ ಆಹ್ವಾನಿಸಿದೆ. 'ದಿ ವೆಜಿಟೇರಿಯನ್'ನ ಸಂಪಾದಕರಾಗಿದ್ದ ಡಾ. ಓಲ್ಡ್‌ಫೀಲ್ಡ್ ಸಂಘದ ಅಧ್ಯಕ್ಷರಾದರು. ನಾನೇ ಅದರ ಕಾರ್ಯದರ್ಶಿಯಾದೆ. ಸ್ವಲ್ಪ ಕಾಲ ಸಂಘ ಚೆನ್ನಾಗಿ ನಡೆಯಿತು. ಆದರೆ ಕೆಲವು ತಿಂಗಳುಗಳಲ್ಲೇ ಅದು ಮುಕ್ತಾಯಗೊಂಡಿತು. ಏಕೆಂದರೆ ಕಾಲಕಾಲಕ್ಕೆ ಸ್ಥಳದಿಂದ ಸ್ಥಳಕ್ಕೆ ವಾಸಸ್ಥಳವನ್ನು ಬದಲಿಸಿಕೊಳ್ಳುವ ಪದ್ಧತಿಯಂತೆ ಆ ಸ್ಥಳವನ್ನು ಬಿಟ್ಟು ಹೊರಟಿದ್ದರಿಂದ ಸಂಘ ಕಣ್ಣುಮುಚ್ಚಿತು ಎನ್ನಬಹುದು. ಆದರೆ ಈ ಸಂಕ್ಷಿಪ್ತವಾದ ಮತ್ತು ಅತಿಶಯಿಸದ ಅನುಭವವು ಸಂಸ್ಥೆಗಳನ್ನು ಸಂಘಟಿಸುವುದರಲ್ಲಿ ಮತ್ತು ನಡೆಸಿಕೊಂಡು ಹೋಗುವಲ್ಲಿ ಸ್ವಲ್ಪಮಟ್ಟಿನ ತರಬೇತಿಯನ್ನು ನೀಡಿತು.

18. ಅಳುಕು ನನ್ನ ರಕ್ಷಾಕವಚ

ನಾನು ಸಸ್ಯಾಹಾರಿ ಸಂಘದ ಕಾರ್ಯಕಾರಿ ಸಮಿತಿಗೆ ಆರಿಸಲ್ಪಟ್ಟಿದ್ದೆ ಮತ್ತು ಅದರ ಪ್ರತಿಯೊಂದು ಸಭೆಯಲ್ಲೂ ಹಾಜರಿರಲು ನಿಶ್ಚಯಿಸಿದ್ದೆ. ಆದರೆ ನನ್ನಲ್ಲಿ ಅಳುಕು (ಲಜ್ಜೆ) ಇದುದರಿಂದ ನಾಲಿಗೆ ಕಟ್ಟಿಕೊಂಡಿರುತ್ತಿದ್ದೆ ಡಾ. ಓಲ್ಡ್‍ಫೀಲ್ಡ್ ಒಮ್ಮೆ ನನಗೆ ಹೀಗೆ ಹೇಳಿದರು: 'ನೀನು ನನ್ನೊಂದಿಗೆ ತುಂಬಾ ಚೆನ್ನಾಗಿ ಮಾತಾಡುವೆ. ಆದರೆ ಸಮಿತಿಯ ಸಭೆಯಲ್ಲಿ ನೀನು ನಿನ್ನ ತುಟಿಗಳನ್ನು ಬಿಚ್ಚುವುದಿಲ್ಲ. ಏಕೆ? ನೀನೊಂದು ಗಂಡುಜೇನು (ಡ್ರೋನ್-ಅಲಸಿ).' ನಾನು ಈ ಟೀಕಾಕಾರರನ್ನು ಮೆಚ್ಚಿಕೊಂಡೆ. ಜೇನುಹುಳುಗಳು ಸತತವಾಗಿ ದುಡಿಯುತ್ತಿರುತ್ತವೆ. ಆದರೆ ಗಂಡುಜೇನು ಪಕ್ಕಾ ಆಲಸಿ, ಈ ಸಭೆಗಳಲ್ಲಿ ಇತರರು ತಮ್ಮ ಅಭಿಪ್ರಾಯಗಳನ್ನು ವ್ಯಕ್ತಪಡಿಸುತ್ತಿದ್ದರೆ ನಾನು ಒಂದು ಶಬ್ದವನ್ನೂ ನುಡಿಯದೇ ಮೌನವಾಗಿರುತ್ತಿದ್ದೆ ಎಂಬುದು ಸ್ವಲ್ಪವೂ ಕುತೂಹಲ ಹುಟ್ಟಿಸುವಂತಹದಲ್ಲ. ಏಕೆಂದರೆ ನನ್ನಲ್ಲಿ ಮಾತಾಡುವ ಆಸೆ ಇರಲಿಲ್ಲ ಎಂದು ಹೇಳುವಂತಿಲ್ಲ. ಆದರೆ ವಿಚಾರವನ್ನು ಹೇಗೆ ವ್ಯಕ್ತಪಡಿಸುವುದು ಎಂದು ನನಗೆ ಗೊತ್ತಾಗುತ್ತಿರಲಿಲ್ಲ. ಉಳಿದ ಎಲ್ಲ ಸದಸ್ಯರುಗಳು ನನಗಿಂತ ಚೆನ್ನಾಗಿ ತಿಳಿದುಕೊಂಡಿದ್ದಾರೆ ಎಂದು ನನಗನ್ನಿಸುತ್ತಿತ್ತು.

ಕೆಲವು ಬಾರಿ ನಾನು ಮಾತಾಡಲು ಧೈರ್ಯತಂದುಕೊಳ್ಳುವ ಹೊತ್ತಿಗೆ ಹೊಸ ವಿಷಯ ಆರಂಭವಾಗಿಬಿಡುತ್ತಿತ್ತು. ಹೀಗೆ ಬಹಳ ಕಾಲ ನಡೆಯಿತು.

ಈ ನಡುವೆ ಒಂದು ಗಂಭೀರವಾದ ಪ್ರಶ್ನೆ ಚರ್ಚೆಗೆ ಬಂತು. ಆಸಭೆಗೆ ಗೈರುಹಾಜರಾಗುವುದು ತಪ್ಪೆಂದು ನಾನು ಭಾವಿಸಿದೆ. ಮೌನವಾಗಿ ಮತ ನೀಡುವುದು ಹೇಡಿತನವೆಂದು ಭಾವಿಸಿದೆ. ಸ್ವಲ್ಪಮಟ್ಟಿಗೆ ಈ ರೀತಿ ಚರ್ಚೆ ನಡೆಯಿತು: ಮಿ. ಹಿಲ್ಸ್ ಸಂಘದ ಅಧ್ಯಕ್ಷರಾಗಿದ್ದರು. 'ಅವರು ಥೇಮ್ಸ್ ಐರನ್ ವರ್ಕ್ಸ್ (ಥೇಮ್ಸ್ ಕಬ್ಬಿಣ ಕಾರ್ಖಾನೆ)ನ ಮಾಲೀಕರಾಗಿದ್ದರು. ಅವರೊಬ್ಬ ಪ್ಯೂರಿಟನ್ (ಅತಿನೇಮಿಷ್ಠ)ರಾಗಿದ್ದರು. ವಾಸ್ತವವಾಗಿ ಸಂಘದ ಅಸ್ತಿತ್ವ ಅವರ ಆರ್ಥಿಕ ಸಹಾಯವನ್ನು ಅವಲಂಬಿಸಿತ್ತು ಎಂದು ಹೇಳಬಹುದು. ಹೆಚ್ಚು ಕಡಿಮೆ ಅನೇಕ ಸದಸ್ಯರುಗಳು ಅವರ ಆಶ್ರಿತರಾಗಿದ್ದರು. ಸಸ್ಯಾಹಾರಿಯೆಂದು ಪ್ರಸಿದ್ಧರಾಗಿದ್ದ ಡಾ. ಆ್ಯಲಿನ್‌ಸನ್ ಕೂಡಾ ಸಮಿತಿಯ ಸದಸ್ಯರಾಗಿದ್ದರು. ಅವರು ಆಗಿನ ಹೊಸ ಜನನ ನಿಯಂತ್ರಣ ಚಳವಳಿಯನ್ನು ಸಮರ್ಥಿಸುತ್ತಿದ್ದರು. ಶ್ರಮಿಕರ ನಡುವೆ ಅವರು ಅದರ ವಿಧಾನಗಳನ್ನು ಬೋಧಿಸುತ್ತಿದ್ದರು. ಈ ವಿಧಾನಗಳು ನೈತಿಕತೆಯ ಬುಡವನ್ನು ಕತ್ತರಿಸಿ ಹಾಕುವುದೆಂದು ಮಿ. ಹಿಲ್ಸ್ ಭಾವಿಸಿದ್ದರು. ಸಸ್ಯಾಹಾರಿ ಸಂಘವು ಕೇವಲ ಆಹಾರವನ್ನು ಮಾತ್ರ ತನ್ನ ಉದ್ದೇಶವಾಗಿಟ್ಟುಕೊಳ್ಳಬಾರದೆಂದೂ ಆದರೆ ನೈತಿಕ ಸುಧಾರಣೆಯನ್ನು ಕೂಡಾ ತನ್ನ ಗುರಿಯಾಗಿಟ್ಟುಕೊಳ್ಳಬೇಕೆಂದು ಮಿ. ಹಿಲ್ಸ್ ಭಾವಿಸಿದ್ದರು. ಆದ್ದರಿಂದ ಪ್ಯೂರಿಟನ್ (ಅತಿರೇಕದ ಮಡಿವಂತಿಕೆ) ಅಭಿಪ್ರಾಯಗಳಿಗೆ ವಿರೋಧಿಯಾಗಿದ್ದ ಡಾ. ಆ್ಯಲಿನ್‌ಸನ್‌ನಂತಹವರಿಗೆ ಸಂಘದಲ್ಲಿ ಇರಲು ಅವಕಾಶ ನೀಡಬಾರದೆಂದು ಹಿಲ್ಸ್ ಭಾವಿಸಿದ್ದರು. ಹಾಗಾಗಿ ಅವರನ್ನು ಕಿತ್ತು ಹಾಕಲು ಒಂದು ಗೊತ್ತುವಳಿಯನ್ನು ಮಂಡಿಸಲಾಯ್ತು' ಈ ಪ್ರಶ್ನೆ ನನ್ನಲ್ಲಿ ಗಾಢವಾದ ಆಸಕ್ತಿಯನ್ನು ಕೆರಳಿಸಿತು. ಸಂತಾನ ನಿಯಂತ್ರಣದ ಕೃತಕ ವಿಧಾನಗಳನ್ನು ಕುರಿತ ಡಾ. ಆ್ಯಲಿನ್‌ಸನ್ ಅವರ ಅಭಿಪ್ರಾಯಗಳು ಅಪಾಯಕಾರಿ ಎಂದು ನಾನು ಪರಿಗಣಿಸಿದ್ದೆ. ಆದ್ದರಿಂದ ಪ್ಯೂರಿಟನ್ ಆಗಿದ್ದ ಮಿ. ಹಿಲ್ಸ್‌ಗೆ ಆ್ಯಲಿನ್‌ಸನ್‌ಅವರನ್ನು ವಿರೋಧಿಸುವ ಹಕ್ಕಿದೆ ಎಂದು ನಾನು ನಂಬಿದ್ದೆ. ಮಿ. ಹಿಲ್ಸ್‌ಅವರನ್ನು ಮತ್ತು ಅವರ ಔದಾರ್ಯವನ್ನು ನಾನು ತುಂಬಾ ಮೆಚ್ಚಿಕೊಂಡಿದ್ದೆ. ಆದರೆ ಒಬ್ಬಾತ ಸಂಘದ ಒಂದು ಉದ್ದೇಶವೆಂದು ಪರಿಗಣಿಸಲಾಗಿರುವ ಪ್ಯೂರಿಟನ್ ನೀತಿಗಳನ್ನು ಒಪ್ಪಲು ನಿರಾಕರಿಸಿದನೆಂದು ಕೇವಲ ಅದೊಂದೇ ಕಾರಣಕ್ಕೆ ಅವನನ್ನು ಸಸ್ಯಾಹಾರಿ ಸಂಘದಿಂದ ಹೊರಹಾಕುವುದು ಖಂಡಿತವಾಗಿಯೂ ಸರಿಯಲ್ಲವೆಂದು ನಾನು ಭಾವಿಸಿದೆ. ಪ್ಯೂರಿಟನ್ ವಿರೋಧಿಗಳನ್ನು ಹೊರಹಾಕುವ ವಿಚಾರ ಮಿ. ಹಿಲ್ಸ್ ಅವರ ವೈಯಕ್ತಿಕ ನಿಲುವಾಗಿತ್ತು. ಆದರೆ ಸಂಘ ಘೋಷಿಸಿದ್ದ ಉದ್ದೇಶಕ್ಕೂ ಅದಕ್ಕೂ ಯಾವುದೇ ಸಂಬಂಧವಿಲ್ಲ. ಸಂಘದ ಉದ್ದೇಶ ಕೇವಲ ಸಸ್ಯಾಹಾರಿ ವ್ರತಕ್ಕೆ ಉತ್ತೇಜನ ನೀಡುವ ಸಲುವಾಗಿ ಪ್ರಚಾರ ಮಾಡುವುದೇ ಹೊರತು ಯಾವುದೇ ನೈತಿಕ ವ್ಯವಸ್ಥೆಗೆ ಉತ್ತೇಜನ ನೀಡುವುದಲ್ಲ. ಆದ್ದರಿಂದ ಯಾವನೇ ಸಸ್ಯಾಹಾರಿ ಇತರ ನೀತಿ ಸೂತ್ರಗಳ ಬಗ್ಗೆ ಯಾವುದೇ ಅಭಿಪ್ರಾಯವನ್ನು ಹೊಂದಿರಲಿ ಅವನು ಸಂಘದ ಸದಸ್ಯನಾಗಬಹುದು ಎಂಬ ಅಭಿಪ್ರಾಯವನ್ನು ನಾನು ಹೊಂದಿದ್ದೆ.

ಸಮಿತಿಯಲ್ಲಿ ನನ್ನ ಅಭಿಪ್ರಾಯಗಳನ್ನು ಒಪ್ಪಿಕೊಂಡಿದ್ದ ಇತರ ಸದಸ್ಯರುಗಳಿದ್ದರು. ಆದರೆ ನಾನೇ ವೈಯಕ್ತಿಕವಾಗಿ ನನ್ನ ಅಭಿಪ್ರಾಯವನ್ನು ವ್ಯಕ್ತಪಡಿಸಲು ಇಚ್ಛಿಸಿದ್ದೆ. ಆದರೆ ಹೇಗೆ ವ್ಯಕ್ತಪಡಿಸುವುದು ಎಂಬ ಪ್ರಶ್ನೆ ಉದ್ಭವಿಸಿತು. ನನಗೆ ಮಾತಾಡುವ ಧೈರ್ಯವಿರಲಿಲ್ಲ. ಆದ್ದರಿಂದ ನಾನು ನನ್ನ ವಿಚಾರಗಳನ್ನು ಬರೆದಿಟ್ಟುಕೊಳ್ಳಲು ತೀರ್ಮಾನಿಸಿದೆ. ನಾನು ಬರೆದಿಟ್ಟುಕೊಂಡಿದ್ದ ಪತ್ರವನ್ನು ಜೇಬಿನಲ್ಲಿಟ್ಟುಕೊಂಡು ಸಭೆಗೆ ಹೋದೆ. ನನಗೆ ಜ್ಞಾಪಕವಿರುವ ಮಟ್ಟಿಗೆ ಹೇಳುವುದಾದರೆ ನನ್ನಲ್ಲಿ ಓದುವ ಧೈರ್ಯ ಕೂಡಾ ಇರಲಿಲ್ಲ. ಅಧ್ಯಕ್ಷರು ಇನ್ನೊಬ್ಬರಿಂದ ಅದನ್ನು ಓದಿಸಿದರು. ಡಾ. ಆ್ಯಲಿನ್‌ಸನ್ ಸೋತುಹೋದರು. ಹೀಗೆ ಆ ಬಗೆಯ ನನ್ನ ಮೊಟ್ಟಮೊದಲ ಹೋರಾಟದಲ್ಲಿ ನಾನು ಸೋತ ಪಕ್ಷದ ಪರವಾಗಿದ್ದೆ. ಆದರೆ ನನ್ನ ಉದ್ದೇಶ ಸರಿಯಾಗಿತ್ತು ಎಂಬ ಸಮಾಧಾನ ನನ್ನಲ್ಲಿತ್ತು. ಈ ಘಟನೆಯ ತರುವಾಯ ನಾನು ಸಮಿತಿಗೆ ರಾಜೀನಾಮೆ ನೀಡಿದೆ ಎಂದು ಮಸುಕುಮಸುಕಾಗಿ ನೆನಪಿದೆ.

ಇಂಗ್ಲೆಂಡ್‌ನಲ್ಲಿರುವಷ್ಟು ಕಾಲ ಈ ಅಳುಕು (ಲಜ್ಜೆ) ನನ್ನಲ್ಲಿ ಉಳಿದುಕೊಂಡಿತ್ತು. ಆರುಜನ ಅಥವಾ ಅದಕ್ಕೂ ಹೆಚ್ಚು ಜನರನ್ನು ಶಿಷ್ಟಾಚಾರಕ್ಕೆ ಭೇಟಿಮಾಡಿದಾಗಲೂ ಮಾತೇ ಹೊರಡದೇ ಮೂಕನಾಬಿಡುತ್ತಿದ್ದೆ.

ನಾನು ಒಮ್ಮೆ ವೆಂಟ್‌ನಾರ್‌ಗೆ ಸಾರ್ಜೆಂಟ್ ಮಜುಮ್‌ದಾರ್ ಅವರ ಜತೆಯಲ್ಲಿ ಹೋಗಿದ್ದೆ. ಅಲ್ಲಿ ನಾವು ಒಂದು ಸಸ್ಯಾಹಾರಿ ಕುಟುಂಬದ ಜತೆಯಲ್ಲಿ ತಂಗಿದ್ದೆವು. 'ದಿ ಎತಿಕ್ಸ್ ಆಫ್ ಡೈಅಟ್' ಎಂಬ ಕೃತಿಯನ್ನು ಬರೆದಿರುವ ಮಿ. ಹೌಆರ್ಡ್ ಕೂಡಾ ಅದೇ ಜಲಾಶಯ(ವಾಟರಿಂಗ್ ಪ್ಲೇಸ್)ದ ಬಳಿ ಉಳಿದುಕೊಂಡಿದ್ದರು. ನಾವು ಅವರ ಭೇಟಿ ಮಾಡಿದೆವು. ಸಸ್ಯಾಹಾರಿವ್ರತದ ಪ್ರಚಾರದ ಉದ್ದೇಶದಿಂದ ಏರ್ಪಡಿಸಲಾಗಿದ್ದ ಸಭೆಗೆ ನಮ್ಮನ್ನು ಆಹ್ವಾನಿಸಿ ಭಾಷಣ ಮಾಡುವಂತೆ ಕೇಳಿಕೊಂಡಿದ್ದರು. ಭಾಷಣಕಾರನು ಭಾಷಣವನ್ನು ಓದುವುದು ತಪ್ಪಲ್ಲವೆಂದು ನಾನು ಮೊದಲೇ ತಿಳಿದುಕೊಂಡಿದ್ದೆ. ಅನೇಕರು ತಮ್ಮ ಅಭಿಪ್ರಾಯಗಳನ್ನು ಸಂಕ್ಷಿಪ್ತವಾಗಿ ಮತ್ತು ಸುಸಂಬದ್ಧವಾಗಿ ವ್ಯಕ್ತಪಡಿಸಲು ಹಾಗೆ ಮಾಡುವರೆಂದು ನನಗೆ ಗೊತ್ತಿತ್ತು. ಪೂರ್ವಸಿದ್ಧತೆಯಿಲ್ಲದೇ ಭಾಷಣ ಮಾಡುವ ಪ್ರಶ್ನೆಯೇ ಇರಲಿಲ್ಲ. ಆದ್ದರಿಂದ ಭಾಷಣವನ್ನು ಬರೆದಿಟ್ಟುಕೊಂಡೆ. ಅದನ್ನು ಓದಲು ಎದ್ದು ನಿಂತುಕೊಂಡೆ. ಆದರೆ ಓದಲು ಸಾಧ್ಯವಾಗಲಿಲ್ಲ. ನನ್ನ ದೃಷ್ಟಿ ಮಂಕಾಯಿತು. ಇಡೀ ಭಾಷಣ ಫೂಲ್‌ಸ್ಕ್ಯಾಪ್ (ಒಂದು ಗೊತ್ತಾದ ಹಳೆಯ ಕಾಲದ ಕಾಗದ) ಹಾಳೆಯನ್ನು ಪೂರ್ತಿಯಾಗಿ ತುಂಬಿರದಿದ್ದರೂ ಅದನ್ನು ಓದಲು ತೊಡಗಿದಾಗ ನಡುಗುತ್ತಿದ್ದೆ. ಸಾರ್ಜಂಟ್ ಮಜುಮ್‌ದಾರ್ ನನ್ನ ಪರವಾಗಿ ಓದಬೇಕಾಯ್ತು. ಸಹಜವಾಗಿ ಅವರ ಭಾಷಣ ಉತ್ಕೃಷ್ಟವಾಗಿತ್ತು. ಚಪ್ಪಾಳೆ ತಟ್ಟಿ ಆ ಭಾಷಣವನ್ನು ನೆರೆದವರು ಸ್ವಾಗತಿಸಿದ್ದರು. ನನ್ನ ಬಗ್ಗೆ ನನಗೇ ನಾಚಿಕೆಯಾಗಿತ್ತು. ನನ್ನ ಅಸಾಮರ್ಥ್ಯಕ್ಕಾಗಿ ನಾನು ದುಃಖಪಟ್ಟೆ.

ತಾಯ್ನಾಡಿಗೆ ಮರಳುವ ಸಂದರ್ಭದಲ್ಲಿ ನಾನು ಇಂಗ್ಲೆಂಡ್‌ನಲ್ಲಿ ಸಾರ್ವಜನಿಕ ಭಾಷಣಮಾಡಲು ಕೊನೆಯ ಪ್ರಯತ್ನ ನಡೆಸಿದೆ. ಈ ಬಾರಿ ಕೂಡಾ ನಾನು ನನ್ನನ್ನು ಅಪಹಾಸ್ಯಕ್ಕೆ ಗುರಿಪಡಿಸಿಕೊಂಡಿದ್ದೆ. ಈ ಅಧ್ಯಾಯಗಳಲ್ಲಿ ಪ್ರಸ್ತಾಪಿಸಲಾಗಿರುವ ಹಾಲ್‌ಬಾರ್ನ್ ರೆಸ್ಟರಾಂಟ್‌ಗೆ ಔತಣ (ಡಿನ್ನರ್)ಕ್ಕೆ ಬರಬೇಕೆಂದು ನನ್ನ ಸಸ್ಯಾಹಾರಿ ಗೆಳೆಯರನ್ನು ಆಹ್ವಾನಿಸಿದ್ದೆ. 'ಸಹಜವಾಗಿ

ಸಸ್ಯಾಹಾರಿ ರೆಸ್ಟರಾಂಟ್‌ಗಳಲ್ಲಿ ಸಸ್ಯಾಹಾರಿ ಊಟಮಾಡಬಹುದು. ಆದರೆ ಮಾಂಸಾಹಾರಿ ರೆಸ್ಟರಾಂಟ್‌ಗಳಲ್ಲಿ ಕೂಡಾ ಆ ಊಟ ಮಾಡಲು ಏಕೆ ಸಾಧ್ಯವಾಗಬಾರದು?' ಎಂದು ನನ್ನಲ್ಲೇ ನಾನು ಕೇಳಿಕೊಂಡಿದ್ದೆ. ಕಟ್ಟುನಿಟ್ಟಿನಿಂದ ಸಸ್ಯಾಹಾರಿ ಊಟವನ್ನು ಒದಗಿಸುವಂತೆ ನಾನು ಹಾಲ್‌ಬಾರ್ನ್ ರೆಸ್ಟರಾಂಟ್‌ನ ಮ್ಯಾನೇಜರ್‌ಗೆ ಹೇಳಿ ಏರ್ಪಾಡುಮಾಡಿದ್ದೆ. ಈ ಹೊಸ ಪ್ರಯೋಗವನ್ನು ಸಸ್ಯಾಹಾರಿಗಳು ಸಂತೋಷದಿಂದ ಅಭಿವಂದಿಸಿದರು. ಎಲ್ಲ ಔತಣಕೂಟಗಳಿರುವುದು ಆನಂದ ಪಡಲು. ಆದರೆ ಪಶ್ಚಿಮ ದೇಶದವರು ಅದನ್ನು ಕಲೆಯಾಗಿ ಬೆಳಸಿದ್ದಾರೆ. ಭರ್ಜರಿಯಾಗಿ ಸಂಗೀತ ಮತ್ತು ಭಾಷಣಗಳಿಂದ ಔತಣಕೂಟಗಳು ಆಚರಿಸಲ್ಪಡುತ್ತವೆ. ನಾನು ಕೊಟ್ಟ ಚಿಕ್ಕ ಔತಣಕೂಟ ಕೂಡಾ ಅಂತಹ ಪ್ರದರ್ಶನಕ್ಕೆ ಹೊರತಾಗಿರಲಿಲ್ಲ. ಆದ್ದರಿಂದ ಭಾಷಣಗಳು ಇರಲೇ ಬೇಕಾಗಿತ್ತು. ನನಗೆ ಮಾತಾಡುವ ಅವಕಾಶ ಬಂದಾಗ ಎದ್ದು ನಿಂತೆ. ನಾನು ತುಂಬಾ ಎಚ್ಚರಿಕೆಯಿಂದ ಅಂತಹ ಭಾಷಣದ ಬಗ್ಗೆ ಯೋಚಿಸಿದ್ದೆ. ಅದರಲ್ಲಿ ಕೆಲವೇ ಕೆಲವು ವಾಕ್ಯಗಳಿದ್ದವು. ಆದರೆ ನಾನು ಮೊದಲ ವಾಕ್ಯದಾಚೆಗೆ ಮುಂದುವರೆಯಲೇ ಇಲ್ಲ. ಹೌಸ್ ಆಫ್ ಕಾಮನ್ಸ್‌ನಲ್ಲಿ ಆ್ಯಡಿಸನ್ ಮೊದಲ ಭಾಷಣವನ್ನು ಪ್ರಾರಂಭಿಸಿದ್ದ ಪ್ರಸಂಗದ ಬಗ್ಗೆ ಓದಿದ್ದೆ: ಅವರು ಮೂರು ಬಾರಿ 'ಐ ಕನ್‌ಸೀವ್' ಎಂದು ಪುನರುಚ್ಚರಿಸಿದ್ದರು. ಅಲ್ಲಿಂದ ಮುಂದೆ ಅವರಿಗೆ ಮಾತನ್ನು ಮುಂದುವರೆಸಲು ಸಾಧ್ಯವಾಗದಿದ್ದಾಗ ಒಬ್ಬ ಕುಚೋದ್ಯಗಾರನು ಎದ್ದು ನಿಂತು ಹೇಳಿದ: 'ಈ ಸಭ್ಯನು ಮೂರು ಬಾರಿ ಗರ್ಭ ಧರಿಸಿದ್ದಾನೆ. ಆದರೆ ಏನನ್ನೂ ಪ್ರಸವಿಸಲಿಲ್ಲ.' (ಇಂಗ್ಲಿಷ್‌ನಲ್ಲಿ ಕನ್‌ಸೀವ್ ಎನ್ನುವುದಕ್ಕೆ ಭಾವಿಸು ಎಂಬ ಅರ್ಥದ ಜತೆಯಲ್ಲಿ ಗರ್ಭಧರಿಸು ಎಂಬ ಅರ್ಥಕೂಡಾ ಇದೆ.) ಈ ಸ್ವಾರಸ್ಯವಾಗಿರುವ ಘಟನೆಯನ್ನು ಮೂಲ ನಿರೂಪಣೆಯಾಗಿಟ್ಟುಕೊಂಡು ಹಾಸ್ಯಮಯ ಭಾಷಣ ಮಾಡಲು ಯೋಚಿಸಿದ್ದೆ. ಆದರೆ ನಾನು ಅದರೊಂದಿಗೆ ಪ್ರಾರಂಭಿಸಿ ಅಲ್ಲೇ ನಿಂತುಬಿಟ್ಟೆ! ನನ್ನ ನೆನಪಿನ ಶಕ್ತಿ ಪೂರ್ಣವಾಗಿ ನನಗೆ ಕೈಕೊಟ್ಟಿತು. ಹಾಸ್ಯಮಯ ಭಾಷಣ ಮಾಡಲು ಪ್ರಯತ್ನಿಸಿ ನಾನೇ ಕುಚೊದ್ಯಕ್ಕೆ ಬಲಿಯಾಗಿದ್ದೆ. 'ಸಂಭಾವಿತರೇ ನನ್ನ ಆಹ್ವಾನಕ್ಕೆ ದಯವಿಟ್ಟು ಪ್ರತಿಸ್ಪಂದಿಸಿದ್ದಕ್ಕಾಗಿ ನಿಮ್ಮನ್ನು ವಂದಿಸುತ್ತೇನೆ.' ಎಂದು ಥಟ್ಟನೆ ಹೇಳಿ ಕೂತುಬಿಟ್ಟೆ.

ನಾನು ದಕ್ಷಿಣ ಆಫ್ರಿಕದಲ್ಲಿ ಮಾತ್ರ ಈ ಅಳುಕನ್ನು ಜಯಿಸಿದೆ. ಆದರೂ ನಾನು ಪೂರ್ಣವಾಗಿ ಅದನ್ನು ಜಯಿಸಲಿಲ್ಲ. ನನಗೆ ಪೂರ್ವಸಿದ್ಧತೆಯಿಲ್ಲದೇ ಸಮಯ ಸ್ಫೂರ್ತಿಯಿಂದ ಭಾಷಣ ಮಾಡಲು ಸಾಧ್ಯವಾಗಿರಲಿಲ್ಲ. ಗುರುತಿಲ್ಲದ ಪ್ರೇಕ್ಷಕರನ್ನು ಎದುರಿಸುವಾಗ ನಾನು ಹಿಂಜರಿಯುತ್ತಿದ್ದೆ. ಸಾಧ್ಯವಿರುವ ಕಡೆಗಳಲ್ಲಿ ನಾನು ಭಾಷಣ ಮಾಡುವುದನ್ನು ತಪ್ಪಿಸಿಕೊಳ್ಳುತ್ತಿದ್ದೆ. ಇಂದು ಕೂಡಾ ಗೊಡ್ಡು ಹರಟೆಯಲ್ಲಿ ತೊಡಗಿರುವ ಗೆಳೆಯರ ಜತೆಯಲ್ಲಿ ಸೇರಿಕೊಳ್ಳಲು ನನಗೆ ಸಾಧ್ಯವಾಗದು ಮತ್ತು ಅದರ ಕಡೆಗೆ ಮನಸ್ಸು ಕೂಡಾ ಒಲಿಯುವುದಿಲ್ಲ.

ನನ್ನಲ್ಲಿ ಸಹಜವಾಗಿ ಜನಿಸಿದ್ದ ಅಳುಕು ಆಗಾಗ್ಗೆ ನನ್ನನ್ನು ಕುಚೋದ್ಯಕ್ಕೆ ಗುರಿಮಾಡುವುದರ ಹೊರತಾಗಿ ಯಾವುದೇ ರೀತಿಯಲ್ಲೂ ನನಗೆ ಹಾನಿಯನ್ನುಂಟುಮಾಡಲಿಲ್ಲ ಎಂದು ಹೇಳಲೇಬೇಕು. ವಾಸ್ತವವಾಗಿ ಅದಕ್ಕೆ ಪ್ರತಿಯಾಗಿ ಅದು ನನಗೆ ಅನುಕೂಲಕರವಾಗಿತ್ತು. ಭಾಷಣಮಾಡಲು ನಾನು ಹಿಂಜರಿಯುವುದು ಒಂದು ಕಾಲದಲ್ಲಿ ಮುಜುಗರವನ್ನುಂಟುಮಾಡುತ್ತಿತ್ತು. ಈಗ ಅದು

ನನಗೆ ಸಂತೋಷವನ್ನುಂಟುಮಾಡುತ್ತಿದೆ. ನನಗೆ ಅದು ಮಾತಿನಲ್ಲಿ ಮಿತವ್ಯಯವಿರಬೇಕೆಂಬುದನ್ನು ಕಲಿಸಿಕೊಟ್ಟಿದೆ. ಅದೇ ನನಗೆ ಸಿಕ್ಕಿರುವ ದೊಡ್ಡ ಲಾಭವಾಗಿದೆ. ಸಹಜವಾಗಿ ನನ್ನ ಆಲೋಚನೆಗಳನ್ನು ತಡೆಹಿಡಿದುಕೊಳ್ಳುವ ಅಭ್ಯಾಸವನ್ನು ಬೆಳಸಿಕೊಂಡಿದ್ದೇನೆ. ಆಲೋಚಿಸದೇ ಒಂದು ಶಬ್ದಕೂಡಾ ನನ್ನ ಲೇಖನಿಯಿಂದ ಇಲ್ಲವೇ ನನ್ನ ನಾಲಿಗೆಯಿಂದ ಹೊರ ಬೀಳಲಾರದು ಎಂದು ಈಗ ನಾನು ನನಗೆ ಅರ್ಹತಾಪತ್ರವನ್ನು ಕೊಟ್ಟುಕೊಳ್ಳಬಹುದು. ನನ್ನ ಬರಹದಲ್ಲಿಯಾಗಲಿ ಇಲ್ಲವೇ ಭಾಷಣದಲ್ಲಿಯಾಗಲಿ ಪಶ್ಚಾತ್ತಾಪಪಡುವಂತಹ ಏನನ್ನಾದರೂ ಎಂದಾದರೂ ಹೇಳಿರುವ ನೆನಪು ನನ್ನಲ್ಲಿಲ್ಲ. ಈ ಪ್ರಕಾರ ನಾನು ಅನೇಕ ದುರ್ಘಟನೆಗಳನ್ನು ತಪ್ಪಿಸಿಕೊಂಡಿದ್ದೇನೆ ಮತ್ತು ಸಮಯವನ್ನು ವ್ಯರ್ಥವಾಗಿ ಕಳೆಯುವುದನ್ನು ಕೂಡಾ ತಪ್ಪಿಸಿಕೊಂಡಿದ್ದೇನೆ. ಮೌನ ಎನ್ನುವುದು ಸತ್ಯದ ಉಪಾಸಕನ ಆಧ್ಯಾತ್ಮಿಕ ಶಿಸ್ತಿನ ಭಾಗವಾಗಿದೆ ಎಂಬುದನ್ನು ನಾನು ಅನುಭವದಿಂದ ಕಲಿತುಕೊಂಡಿದ್ದೇನೆ. ಅತಿಶಯೋಕ್ತಿಯ ಬಗ್ಗೆ ಸಹಜ ಒಲವು, ಸತ್ಯವನ್ನು ನಿಗ್ರಹಿಸುವುದು ಅಥವಾ ಅರಿತೋ ಅಥವಾ ಅರಿಯದೆಯೋ ಅದನ್ನು ಬದಲಿಸುವುದು ಮನುಷ್ಯನ ಸಹಜ ದೌರ್ಬಲ್ಯವಾಗಿದೆ. ಅದನ್ನು ದಾಟಲು ಮೌನ ಅವಶ್ಯಕವಾಗಿದೆ. ಕೆಲವೇ ಮಾತಾಡುವವನು (ಮಿತಭಾಷಿ) ತನ್ನ ಮಾತಿನಲ್ಲಿ ಲಕ್ಷವಿರಿಸಿ ಮಾಡಿಕೊಂಡಿರುತ್ತಾನೆ. ಅನೇಕ ಮಂದಿ ಮಾತಾಡಲು ತವಕಿಸುತ್ತಿರುವುದನ್ನು ನಾವು ಕಂಡಿದ್ದೇವೆ. ಮಾತಾಡಲು ಅನುಮತಿಯನ್ನು ಕೊಡಬೇಕೆಂಬ ಪತ್ರಗಳ ಪೀಡೆಯಿಂದ ತಪ್ಪಿಸಿಕೊಂಡ ಸಭಾಧ್ಯಕ್ಷನು ಇಲ್ಲವೇ ಇಲ್ಲ. ಅನುಮತಿಯನ್ನು ನೀಡಿದಾಗ ಭಾಷಣಕಾರನು ಸಾಮಾನ್ಯವಾಗಿ ಕಾಲಮಿತಿಯನ್ನು ಮೀರುತ್ತಾನೆ ಮತ್ತು ಇನ್ನೂ ಸಮಯ ಕೊಡಬೇಕೆಂದು ಕೇಳಿಕೊಳ್ಳುತ್ತಾನೆ. ಅನುಮತಿಯಿಲ್ಲದಿದ್ದರೂ ಮಾತನ್ನು ಮುಂದುವರೆಸುತ್ತಾನೆ. ನನ್ನ ಅಳುಕು ವಾಸ್ತವವಾಗಿ ನನ್ನ ರಕ್ಷಾಕವಚವಾಗಿದೆ ಮತ್ತು ನನ್ನ ಗುರಾಣಿಯಾಗಿದೆ. ಅದು ನನಗೆ ಬೆಳೆಯಲು ಅವಕಾಶ ಕೊಟ್ಟಿದೆ. ಸತ್ಯವನ್ನು ಸೂಕ್ಷ್ಮವಾಗಿ ಗ್ರಹಿಸುವಲ್ಲಿ ಅದು ನನಗೆ ನೆರವಾಗಿದೆ.

19. ಅಸತ್ಯದ ಹುಣ್ಣು

ನ ಲವತ್ತು ವರ್ಷಗಳ ಕೆಳಗೆ ಇಂಗ್ಲೆಂಡ್‌ನಲ್ಲಿ ತುಲನಾತ್ಮಕವಾಗಿ ನೋಡಿದರೆ ಕೆಲವೇ ಭಾರತೀಯ ವಿದ್ಯಾರ್ಥಿಗಳಿದ್ದರು. ಮದುವೆಯಾಗಿದ್ದರೂ ತಾವು ಅವಿವಾಹಿತರೆಂದು ಹೇಳುವುದು ರೂಢಿಯಾಗಿ ಹೋಗಿತ್ತು. ಇಂಗ್ಲೆಂಡ್‌ನ ಶಾಲೆ ಇಲ್ಲವೇ ಕಾಲೇಜಿನಲ್ಲಿರುವ ವಿದ್ಯಾರ್ಥಿಗಳೆಲ್ಲರೂ ಅವಿವಾಹಿತರೇ ಆಗಿದ್ದಾರೆ. ವೈವಾಹಿಕ ಜೀವನದೊಂದಿಗೆ ಅಧ್ಯಯನ ಎನ್ನುವುದು ಹೊಂದಿಕೆಯಾಗದು ಎಂದು ಭಾವಿಸಲ್ಪಟ್ಟಿದೆ. ಪ್ರಾಚೀನ ಕಾಲದಲ್ಲಿ ನಮ್ಮಲ್ಲಿ ಆ ಸಂಪ್ರದಾಯವಿತ್ತು. ವಿದ್ಯಾರ್ಥಿ ಆಗ ತಪ್ಪದೇ ಬ್ರಹ್ಮಚಾರಿ ಎಂದು ಕರೆಸಿಕೊಳ್ಳುತ್ತಿದ್ದ. (ಬ್ರಹ್ಮಚಾರಿ ಎಂದರೆ ಬ್ರಹ್ಮಚರ್ಯವನ್ನು ಪರಿಪಾಲಿಸುವವನು ಅಂದರೆ ಪೂರ್ಣವಾಗಿ ತನ್ನನ್ನು ನಿಯಂತ್ರಣದಲ್ಲಿ ಇಟ್ಟುಕೊಂಡವನು) ಆದರೆ ಈಚಿನ ದಿವಸಗಳಲ್ಲಿ ಬಾಲ್ಯ ವಿವಾಹಗಳು ನಡೆಯುತ್ತಿವೆ. ಬಹು ಮಟ್ಟಿಗೆ ಇಂಗ್ಲೆಂಡ್‌ನವರಿಗೆ ಈ ವಿಚಾರ ಗೊತ್ತಿಲ್ಲ. ಆದ್ದರಿಂದ ಇಂಗ್ಲೆಂಡ್‌ನಲ್ಲಿರುವ ಭಾರತೀಯ ಯುವಕರು ತಮಗೆ ಮದುವೆಯಾಗಿದೆ ಎಂದು ಒಪ್ಪಿಕೊಳ್ಳಲು ನಾಚುವರು. ಹೀಗೆ ಮರೆಮಾಚಲು ಇನ್ನೂ ಒಂದು ಕಾರಣವಿದೆ. ಮದುವೆಯಾಗಿರುವ ವಿಚಾರ ತಿಳಿದುಬಂದರೆ

ಯುವಕರಿಗೆ ತಾವು ವಾಸಿಸುತ್ತಿರುವ ಕುಟುಂಬದ ಯುವತಿಯರೊಂದಿಗೆ ಹೊರಗೆ ಸುತ್ತಾಡಲು ಇಲ್ಲವೇ ಪ್ರೇಮದ ಚೆಲ್ಲಾಟವಾಡಲು ಸಾಧ್ಯವಾಗದು. ಪ್ರೇಮದ ಚೆಲ್ಲಾಟವಾಡುವುದು ಹೆಚ್ಚು ಕಡಿಮೆ ನಿಷ್ಕಳಂಕವಾದದ್ದು. ತಂದೆ ತಾಯಿಯರು ಕೂಡಾ ಅದಕ್ಕೆ ಪ್ರೋತ್ಸಾಹ ನೀಡುತ್ತಿದ್ದರು. ಯುವಕರು ಮತ್ತು ಯುವತಿಯರ ನಡುವಣ ಅಂತಹ ಒಡನಾಟ ಅಲ್ಲಿ ಅವಶ್ಯಕವಿರಬಹುದು. ಏಕೆಂದರೆ ಅಲ್ಲಿ ಪ್ರತಿಯೊಬ್ಬ ಯುವಕನು ತನ್ನ ಬಾಳಸಂಗಾತಿಯನ್ನು ಆರಿಸಿಕೊಳ್ಳಬೇಕಾಗಿತ್ತು. ಹಾಗಿದ್ದರೂ ಭಾರತೀಯರು ಇಂಗ್ಲೆಂಡ್‌ಗೆ ಬರುತ್ತಿದ್ದಂತೆ ಇಂಗ್ಲಿಷ್ ಯುವಕರಿಗೆ ತೀರಾ ಸಹಜವಾಗಿದ್ದಂತಹ ಸಂಬಂಧಗಳಲ್ಲಿ ಆಸಕ್ತಿ ತೋರಿಸುತ್ತ ಚಪಲ ತೀರಿಸಿಕೊಳ್ಳುತ್ತಿದ್ದರು. ಆದರೆ ಆಗಾಗ್ಗೆ ಕಂಡುಬರುತ್ತಿದ್ದಂತೆ ಇದರ ಪರಿಣಾಮ ಭಾರಿ ಕೇಡುಂಟುಮಾಡುತ್ತಿತ್ತು. ನಮ್ಮ ಯುವಕರು ಅಂತಹ ಚಾಪಲ್ಯಕ್ಕೆ ತುತ್ತಾಗುತ್ತಿದ್ದುದನ್ನು ನಾನು ಕಂಡಿದ್ದೆ. ಒಡನಾಟದ ಉದ್ದೇಶವನ್ನು ಈಡೇರಿಸಿಕೊಳ್ಳಲು ಅವರು ಅಸತ್ಯದ ಜೀವನವನ್ನು ಆರಿಸಿಕೊಂಡಿದ್ದರು. ಇಂಗ್ಲಿಷ್ ಯುವಕರಿಗೆ ಸಹಜವಾಗಿ ನಿಷ್ಕಳಂಕವಾಗಿರುವ ಈ ವರ್ತನೆ ಭಾರತೀಯ ಯುವಕರಿಗೆ ಅಪೇಕ್ಷಣೀಯವಾಗಿರಲಿಲ್ಲ. ನಾನು ಕೂಡಾ ಆ ಅಂಟುರೋಗಕ್ಕೆ ತುತ್ತಾದೆ. ನನಗೆ ಮದುವೆಯಾಗಿದ್ದರೂ ಒಬ್ಬ ಮಗನ ತಂದೆಯಾಗಿದ್ದರೂ ನಾನೊಬ್ಬ ಅವಿವಾಹಿತ ಎಂದು ಹೇಳಿಕೊಂಡು ಓಡಾಡಲು ಹಿಂದೆಗೆಯಲಿಲ್ಲ. ಆದರೆ ಕಪಟಿಯಾದ್ದರಿಂದ ನನಗೆ ಸುಖ ಸಿಗಲಿಲ್ಲ. ಆಳವಾದ ನೀರಿನಲ್ಲಿ ಮುಳುಗುವುದರಿಂದ ನನ್ನನ್ನು (ಅಂದರೆ ತುಂಬಾ ಕಷ್ಟಕ್ಕೊಳಗಾಗುವುದರಿಂದ) ನನ್ನ ಬಿಗುಮಾನ (ಸಂಕೋಚ) ಮತ್ತು ಅತಿ ಮಾತಾಡದಿರುವ ಸ್ವಭಾವ ಕಾಪಾಡಿದವು. ಮಾತನ್ನೇ ಆಡದಿದ್ದರೆ ನನ್ನೊಂದಿಗೆ ಸಂಭಾಷಿಸಲು ಮತ್ತು ನನ್ನೊಂದಿಗೆ ಅಡ್ಡಾಡಲು ಯಾವಳೇ ಹುಡುಗಿ ನಾನು ಯೋಗ್ಯ ಎಂದು ಭಾವಿಸಲಾರಳು.

ನನ್ನ ಹೇಡಿತನ ನನ್ನ ಬಿಗುಮಾನಕ್ಕೆ ಸಮವಾಗಿತ್ತು. ವೆಂಟ್‌ನಾರ್‌ನಲ್ಲಿ ನಾನು ತಂಗಿದ್ದಂತಹ ಕುಟುಂಬದಂತಹ ಕುಟುಂಬಗಳಲ್ಲಿ ಮನೆಯೊಡತಿಯ ಹೆಣ್ಣುಮಕ್ಕಳು ಅತಿಥಿಗಳನ್ನು ತಿರುಗಾಟಕ್ಕೆ ಕರೆದುಕೊಂಡು ಹೋಗುವ ಪದ್ಧತಿಯಿದೆ. ನನ್ನ ಮನೆಯೊಡತಿಯ ಮಗಳು ಒಂದು ದಿನ ನನ್ನನ್ನು ವೆಂಟ್‌ನಾರ್‌ನ ಸುತ್ತ ಇದ್ದ ಮನೋಹರವಾದ ಬೆಟ್ಟಗುಡ್ಡಗಳಿಗೆ ಕರೆದುಕೊಂಡು ಹೋದಳು. ನಾನು ವೇಗವಾಗಿ ನಡೆಯುವವನಾಗಿದ್ದೆ. ಆದರೆ ನನ್ನ ಒಡನಾಡಿ ಇನ್ನೂ ವೇಗವಾಗಿ ನಡೆಯುತ್ತಿದ್ದಳು. ನನ್ನನ್ನು ಎಳೆದುಕೊಂಡು ಹೋಗುತ್ತಿದ್ದಳು ಮತ್ತು ಉದ್ದಕ್ಕೂ ಮಾತಾಡುತ್ತಿದ್ದಳು. ಅವಳು ಪಟಪಟನೇ ಮಾತಾಡುತ್ತಿದ್ದಾಗ ನಾನು ಕೆಲವು ಬಾರಿ 'ಹೌದು' ಅಥವಾ 'ಅಲ್ಲ' ಎಂದು ಪಿಸುಗುಟ್ಟುತ್ತ ಪ್ರತ್ಯುತ್ತರ ನೀಡುತ್ತಿದ್ದೆ. ಬಹು ಮಟ್ಟಿಗೆ 'ಹೌದು', ಎಷ್ಟೊಂದು ಸುಂದರವಾಗಿದೆ!' ಎಂದು ಉದ್ಗರಿಸುತ್ತಿದ್ದೆ. ಆಕೆ ಹಕ್ಕಿಯಂತೆ ಹಾರುತ್ತಿದ್ದಳು ಆದರೆ ಯಾವಾಗ ಮನೆಗೆ ಹಿಂದಿರುಗಬಹುದು ಎಂದು ನಾನು ನಿರೀಕ್ಷಿಸುತ್ತಿದ್ದೆ. ನಾವು ಈ ಪ್ರಕಾರ ಗುಡ್ಡದ ತುದಿಯನ್ನು ಮುಟ್ಟಿದೆವು. ಹೇಗೆ ಕೆಳಕ್ಕಿಳಿಯುವುದು ಎಂಬುದು ಪ್ರಶ್ನೆಯಾಗಿತ್ತು. ಆ ಯುವತಿ ಎತ್ತರದ ಹಿಮ್ಮಡಿಗಳಿದ್ದ ಬೂಟುಗಳನ್ನು (ಹೈ-ಹೀಲ್ಡ್ ಬೂಟ್ಸ್) ಧರಿಸಿದ್ದರೂ ಇಪ್ಪತ್ತರ ಪ್ರಾಯದ ಲವಲವಿಕೆಯಿಂದ ಬಾಣದಂತೆ ಗುಡ್ಡದಿಂದ ಕೆಳಕ್ಕೆ ವೇಗವಾಗಿ ಇಳಿದಳು. ನಾನು ನಾಚಿಕೊಳ್ಳುತ್ತ ಕೆಳಕ್ಕೆ ಇಳಿಯಲು ಒದ್ದಾಡುತ್ತಿದ್ದೆ. ಆಕೆ ಬೆಟ್ಟದ ಬುಡದಲ್ಲಿ ನಗುತ್ತ ನಿಂತಿದ್ದಳು. ನನ್ನಲ್ಲಿ ಉಲ್ಲಾಸ

ತುಂಬುತ್ತಿದ್ದಳು ಮತ್ತು ಮೇಲಕ್ಕೆ ಬಂದು ಎಳೆಯಲೇ ಎಂದು ಕೇಳುತ್ತಿದ್ದಳು. ನಾನು ಅಷ್ಟೊಂದು ಪುಕ್ಕಲೆದೆಯವನಾದದ್ದು ಹೇಗೆ? ತುಂಬಾ ಕಷ್ಟಪಡುತ್ತ, ಮಧ್ಯೆಮಧ್ಯೆ ತೆವಳುತ್ತ ಹೇಗೋ ಕೆಳಕ್ಕೆ ಪ್ರಯಾಸದಿಂದ ಇಳಿದೆ. ಆಕೆ ಗಟ್ಟಿಯಾಗಿ ನಗುತ್ತ 'ಭೇಷ್! ಭಲೇ!' ಎಂದು ಕೂಗುತ್ತಿದ್ದಳು. ಆಕೆ ಸಾಧ್ಯವಾದಮಟ್ಟಿಗೆ ನನ್ನನ್ನು ನಾಚಿಕೊಳ್ಳುವಂತೆ ಮಾಡಿದಳು.

ಆದರೆ ನನಗೆ ಎಲ್ಲಿಯೂ ಗಾಸಿಗೊಳ್ಳದೇ ತಪ್ಪಿಸಿಕೊಳ್ಳಲು ಸಾಧ್ಯವಾಗಿರಲಿಲ್ಲ. ಅಸತ್ಯದ ಹುಣ್ಣಿನಿಂದ ನನ್ನನ್ನು ಪಾರು ಮಾಡಲು ದೇವರು ಇಚ್ಛಿಸಿದ್ದ. ನಾನು ಇನ್ನೊಮ್ಮೆ ವೆಂಟ್ನಾರ್ ಜಲಾಶಯದಂತಿದ್ದ ಇನ್ನೊಂದು ಜಲಾಶಯ ಬ್ರೈಟನ್‌ಗೆ ಹೋಗಿದ್ದೆ. ವೆಂಟ್ನಾರ್‌ಗೆ ಭೇಟಿ ಕೊಡುವುದಕ್ಕೂ ಮುಂಚೆ ಅಲ್ಲಿಗೆ ಹೋಗಿದ್ದೆ. ಅಲ್ಲಿ ನಾನು ಹೊಟೇಲ್‌ನಲ್ಲಿ ತಕ್ಕಮಟ್ಟಿಗೆ ಅನುಕೂಲಕರ ಸ್ಥಿತಿಯಲ್ಲಿದ್ದ ವೃದ್ಧ ವಿಧವೆಯೊಬ್ಬಳನ್ನು ಭೇಟಿಮಾಡಿದ್ದೆ. ಆಗ ನಾನು ಇಂಗ್ಲೆಂಡ್‌ನಲ್ಲಿ ಮೊದಲ ವರ್ಷವನ್ನು ಕಳೆಯುತ್ತಿದ್ದೆ. ತಿನಿಸುಪಟ್ಟಿ (ಮೆನು)ಯಲ್ಲಿದ್ದ ಎಲ್ಲ ಪದಾರ್ಥಗಳನ್ನು ಫ್ರೆಂಚ್ ಭಾಷೆಯಲ್ಲಿ ವಿವರಿಸಲಾಗಿತ್ತು. ನನಗೆ ಅರ್ಥವಾಗಲಿಲ್ಲ. ನಾನು ಆ ವೃದ್ಧ ಮಹಿಳೆ ಕೂತಿದ್ದ ಊಟದ ಮೇಜಿನ ಎದುರು ಕೂತಿದ್ದೆ. ನಾನು ಹೊರನಾಡಿನವನೆಂದೂ ಮತ್ತು ಕಕ್ಕಾಬಿಕ್ಕಿಯಾಗಿರುವೆನೆಂದು ತಿಳಿದು ಆಕೆ ತಕ್ಷಣವೇ ನನ್ನ ಸಹಾಯಕ್ಕೆ ಬಂದಳು. 'ನೀನು ಹೊಸಬನಾಗಿರಬೇಕು' ಎಂದು ಆಕೆ ಹೇಳಿದಳು. 'ನೀನು ದಿಗ್ಭ್ರಾಂತನಾಗಿರುವಂತೆ ತೋರುತ್ತದೆ. ನೀನು ಯಾವುದಕ್ಕೂ ಆರ್ಡರ್ ಮಾಡಿಲ್ಲ. ಏಕೆ?' ನಾನು ತಿನಿಸುಪಟ್ಟಿಯಲ್ಲಿರುವ ತಿನಿಸನ್ನು ಸ್ಪಷ್ಟವಾಗಿ ಉಚ್ಚರಿಸುತ್ತ ವೇಟರ್‌ನಿಂದ ಆ ಪದಾರ್ಥಗಳಲ್ಲಿ ಯಾವ ಯಾವ ಘಟಕಗಳು (ಬೇರೆ ಬೇರೆ ಪದಾರ್ಥಗಳು) ಸೇರಿರುತ್ತವೆ ಎಂಬುದನ್ನು ಅರಿತುಕೊಳ್ಳಲು ಸಿದ್ಧನಾಗುತ್ತಿದ್ದೆ. ಆ ಸಮಯದಲ್ಲಿ ಆ ವೃದ್ಧ ಸಜ್ಜನ ಮಹಿಳೆ ಮಧ್ಯೆ ಪ್ರವೇಶಿಸಿದಳು. ನಾನು ಆಕೆಗೆ ವಂದಿಸಿ ನನ್ನ ಕಷ್ಟವನ್ನು ತೋಡಿಕೊಂಡೆ. ನನಗೆ ಫ್ರೆಂಚ್ ಭಾಷೆ ಬರುವುದಿಲ್ಲವಾದ್ದರಿಂದ ಯಾವ ಪದಾರ್ಥಗಳು ಸಸ್ಯಾಹಾರವಾಗಿದೆ ಎಂದು ತಿಳಿದುಕೊಳ್ಳಲು ಸಾಧ್ಯವಾಗುತ್ತಿಲ್ಲ ಎಂದು ಆಕೆಗೆ ತಿಳಿಸಿದೆ.

'ನಾನು ನಿನಗೆ ಸಹಾಯಮಾಡುತ್ತೇನೆ ಎಂದು ಆಕೆ ಹೇಳಿದಳು.' ನಾನು ನಿನಗೆ ಪಟ್ಟಿಯಲ್ಲಿರುವುದನ್ನು ವಿವರಿಸುತ್ತೇನೆ ಮತ್ತು ನೀನು ಏನು ತಿನ್ನಬಹುದು ಎಂಬುದನ್ನು ತೋರಿಸಿಕೊಡುತ್ತೇನೆ. ನಾನು ಕೃತಜ್ಞತಾಪೂರ್ವಕವಾಗಿ ಆಕೆಯ ಸಹಾಯವನ್ನು ಪಡೆದೆ. ಹೀಗೆ ನಮ್ಮ ಪರಿಚಯ ಆರಂಭವಾಯ್ತು. ಅದು ಗೆಳೆತನವಾಗಿ ವಿಕಸನಗೊಂಡಿತು. ನಾನು ಇಂಗ್ಲೆಂಡ್‌ನಲ್ಲಿರುವವರೆಗೆ ಮತ್ತು ತರುವಾಯ ಕೂಡಾ ಆ ಗೆಳೆತನ ಉಳಿದಿತ್ತು. ಆಕೆ ನನಗೆ ಅವಳ ಲಂಡನ್‌ನ ವಿಳಾಸವನ್ನು ಕೊಟ್ಟಿದ್ದಳು ಮತ್ತು ಪ್ರತಿ ಭಾನುವಾರ ನನ್ನನ್ನು ಊಟಕ್ಕೆ ಆಕೆಯ ಮನೆಗೆ ಆಹ್ವಾನಿಸುತ್ತಿದ್ದಳು. ವಿಶೇಷ ಸಂದರ್ಭಗಳಲ್ಲಿ ಕೂಡಾ ಆಕೆ ನನ್ನನ್ನು ಆಹ್ವಾನಿಸುತ್ತಿದ್ದಳು. ನನ್ನಲ್ಲಿದ್ದ ಮುಖಹೇಡಿತನವನ್ನು ಗೆಲ್ಲಲು ಸಹಾಯಮಾಡಿದಳು. ಯುವತಿಯರಿಗೆ ನನ್ನ ಪರಿಚಯಮಾಡಿಕೊಟ್ಟಳು. ಅವರೊಂದಿಗೆ ಸಂಭಾಷಿಸುವಂತೆ ನನ್ನನ್ನು ಪ್ರೇರೇಪಿಸುತ್ತಿದ್ದಳು. ಈ ಸಂಭಾಷಣೆಗಳಲ್ಲಿ ಮುಖ್ಯವಾಗಿ ಅವಳ ಜತೆಯಲ್ಲಿ ವಾಸಿಸುತ್ತಿದ್ದ ಒಬ್ಬಳು ಯುವತಿ ಇರುತ್ತಿದ್ದಳು. ಆಗಾಗ್ಗೆ ಅವಳು ನಮ್ಮಿಬ್ಬರನ್ನು ಒಂಟಿಯಾಗಿ ಬಿಟ್ಟುಬಿಡುತ್ತಿದ್ದಳು.

ಮೊದಮೊದಲು ಇದನ್ನು ಸಹಿಸಲು ನನಗೆ ತುಂಬಾ ಕಷ್ಟವಾಯ್ತು. ನನಗೆ ಸಂಭಾಷಣೆಯನ್ನು ಪ್ರಾರಂಭಿಸಲು ಸಾಧ್ಯವಾಗುತ್ತಿರಲಿಲ್ಲ ಮತ್ತು ನಗೆಮಾತು (ಜೋಕ್ಸ್)ಗಳನ್ನು ಹೇಳಿ ಪ್ರಸನ್ನಗೊಳಿಸಲು ಕೂಡಾ ಸಾಧ್ಯವಾಗುತ್ತಿರಲಿಲ್ಲ. ಆದರೆ ಆಕೆ ನನ್ನನ್ನು ಸರಿದಾರಿಗೆ ತಂದಳು. ನಾನು ಕಲಿತುಕೊಳ್ಳಲಾರಂಭಿಸಿದೆ. ಕಾಲ ಸರಿದಂತೆ ನಾನು ಪ್ರತಿ ಭಾನುವಾರವನ್ನೂ ಎದುರುನೋಡಲಾರಂಭಿಸಿದೆ. ಆ ಎಳೆಯ ಗೆಳತಿಯೊಂದಿಗೆ ಸಂಭಾಷಣೆ ನಡೆಸುವ ಬಯಕೆ ಹೆಚ್ಚಿತು.

ಆ ವೃದ್ಧೆ ಪ್ರತಿದಿನವೂ ತನ್ನ ಬಲೆಯನ್ನು ವಿಶಾಲಗೊಳಿಸುತ್ತ ಬೀಸಲಾರಂಭಿಸಿದಳು. ಆಕೆ ನಮ್ಮ ಮಾತುಕತೆಯಲ್ಲಿ ಆಸಕ್ತಿ ತೋರಲಾರಂಭಿಸಿದಳು. ಪ್ರಾಯಶಃ ಆಕೆ ನಮ್ಮಿಬ್ಬರ ಬಗ್ಗೆ ಅವಳದೇ ಆದ ಯೋಜನೆಯೊಂದನ್ನು ಹೊಂದಿದ್ದಳು.

ನಾನು ಉಭಯ ಸಂಕಟದಲ್ಲಿ ಸಿಕ್ಕಿಕೊಂಡೆ. 'ನನಗೆ ಮದುವೆಯಾಗಿದೆ ಎಂದು ನಾನು ಆ ಸಜ್ಜನ ಮಹಿಳೆಗೆ ಹೇಳಿಬಿಟ್ಟಿದ್ದರೆ' ಎಂದು ನಾನು ನನ್ನಲ್ಲೇ ಹೇಳಿಕೊಂಡೆ. 'ಆಗ ಆಕೆ ನಮ್ಮಿಬ್ಬರ ನಡುವೆ ನಿಶ್ಚಿತಾರ್ಥ ಏರ್ಪಡಿಸುವ (ವಿವಾಹದ ನಿಶ್ಚಯಮಾಡುವ) ಯೋಚನೆಯನ್ನೇ ಮಾಡುತ್ತಿರಲಿಲ್ಲ. ಹಾಗಿದ್ದರೂ ಪರಿಸ್ಥಿತಿಯನ್ನು ಸರಿಪಡಿಸಿಕೊಳ್ಳಲು ಇನ್ನೂ ಕಾಲ ಮೀರಿಲ್ಲ. ಸತ್ಯವನ್ನು ಬಹಿರಂಗಪಡಿಸಿದರೆ ನಾನು ಇನ್ನೂ ಹೆಚ್ಚಿನ ದುರವಸ್ಥೆಗೊಳಗಾಗುವುದನ್ನು ತಪ್ಪಿಸಿಕೊಳ್ಳಬಹುದು.' ಹೀಗೆ ಯೋಚಿಸಿ ನಾನು ಆಕೆಗೆ ಈ ಬಗ್ಗೆ ಏನೋ ಒಂದು ರೀತಿಯಲ್ಲಿ ಪತ್ರಬರೆದೆ:

'ನಾವು ಬ್ರೈಟನ್‌ನಲ್ಲಿ ಭೇಟಿಯಾದ ದಿನದಿಂದಲೂ ನೀವು ನನ್ನಲ್ಲಿ ವಿಶ್ವಾಸ ತೋರಿಸಿರುವಿರಿ. ತಾಯಿ ತನ್ನ ಮಗನನ್ನು ಕಾಪಾಡಿದ ರೀತಿಯಲ್ಲಿ ತಾವು ನನ್ನನ್ನು ಕಾಪಾಡಿರುವಿರಿ. ನಾನು ಮದುವೆಯಾಗಬೇಕೆಂದು ತಾವು ಇಚ್ಛಿಸಿರುವಿರಿ. ಈ ಅಭಿಪ್ರಾಯವನ್ನಿಟ್ಟುಕೊಂಡು ತಾವು ನನ್ನನ್ನು ಯುವತಿಯರಿಗೆ ಪರಿಚಯ ಮಾಡಿಸಿಕೊಡುತ್ತಿರುವಿರಿ. ಈ ವಿಷಯ ಇನ್ನೂ ಹೆಚ್ಚು ಮುಂದುವರೆಯಬಾರದೆಂದೂ ನಾನು ನಿಮ್ಮ ವಿಶ್ವಾಸಕ್ಕೆ ಯೋಗ್ಯನಲ್ಲವೆಂದು ನಿಮ್ಮಲ್ಲಿ ತಪ್ಪೊಪ್ಪಿಕೊಳ್ಳುತ್ತಿದ್ದೇನೆ. ನಿಮ್ಮನ್ನು ಭೇಟಿಮಾಡಲಾರಂಭಿಸಿದಾಗಲೇ ನಾನು ವಿವಾಹಿತನೆಂದು ಹೇಳಿಬಿಡಬೇಕಾಗಿತ್ತು ಇಂಗ್ಲೆಂಡ್‌ನಲ್ಲಿರುವ ಭಾರತೀಯ ವಿದ್ಯಾರ್ಥಿಗಳು ತಾವು ಮದುವೆಯಾಗಿರುವ ವಿಚಾರವನ್ನು ಮರೆಮಾಚುತ್ತಾರೆ ಎಂದು ನನಗೆ ಗೊತ್ತಿದೆ. ನಾನೂ ಅವರ ದಾರಿಯನ್ನೇ ತುಳಿದೆ. ಹಾಗೆ ಮಾಡಬಾರದಿತ್ತೆಂದು ಈಗ ನನಗೆ ಗೊತ್ತಾಗಿದೆ. ಇನ್ನೂ ಬಾಲಕನಾಗಿದ್ದಾಗಲೇ ನನಗೆ ಮದುವೆಯಾಗಿದೆ ಮತ್ತು ನಾನು ಒಬ್ಬ ಮಗನ ತಂದೆಯಾಗಿದ್ದೇನೆ ಎಂದು ನಿಮಗೆ ತಿಳಿಸುತ್ತಿದ್ದೇನೆ. ಇಷ್ಟು ದೀರ್ಘಕಾಲ ಈ ವಿಚಾರವನ್ನು ನಿಮ್ಮಿಂದ ಬಚ್ಚಿಟ್ಟಿದ್ದಕ್ಕಾಗಿ ನನಗೆ ವ್ಯಥೆಯಾಗಿದೆ. ಆದರೆ ದೇವರು ನನಗೆ ಈಗ ಸತ್ಯವನ್ನು ನುಡಿಯಲು ಧೈರ್ಯ ಕೊಟ್ಟಿರುವುದಕ್ಕೆ ನನಗೆ ಸಂತೋಷವಾಗಿದೆ. ನೀವು ನನ್ನನ್ನು ಕ್ಷಮಿಸುವಿರಾ? ನೀವು ನನಗೆ ಪರಿಚಯಮಾಡಿಕೊಟ್ಟಿರುವ ಯುವತಿಯ ಜತೆಯಲ್ಲಿ ನಾನು ಅನುಚಿತವಾಗಿ ವರ್ತಿಸಿಲ್ಲ ಎಂದು ನಿಮಗೆ ಭರವಸೆ ಕೊಡುತ್ತಿದ್ದೇನೆ. ನಾನು ಮದುವೆಯಾಗಿಲ್ಲ ಎಂದು ಭಾವಿಸಿದ ನೀವು ಸಹಜವಾಗಿ

ನಾವಿಬ್ಬರೂ ವಿವಾಹಮಾಡಿಕೊಳ್ಳಲು ನಿಶ್ಚಯಿಸಬೇಕೆಂದು ಬಯಸಿದ್ದೀರಿ. ಸದ್ಯದ ಹಂತವನ್ನೂ ಮೀರಿ ವಿಷಯವು ಹೋಗಬಾರದೆಂದು ನಾನು ನಿಮಗೆ ಸತ್ಯವನ್ನು ಹೇಳಲೇಬೇಕಾಗಿದೆ.

ಈ ಪತ್ರವನ್ನು ಸ್ವೀಕರಿಸಿದ ಮೇಲೆ ನಾನು ನಿಮ್ಮ ಔದಾರ್ಯಕ್ಕೆ ಅನರ್ಹ ಎಂದು ನೀವು ಭಾವಿಸುವುದಾದರೆ ನಾನು ಅದನ್ನು ಅಸಮಂಜಸ ಎಂದು ಭಾವಿಸುವುದಿಲ್ಲ ಎಂದು ಭರವಸೆ ಕೊಡುತ್ತೇನೆ. ನೀವು ನನ್ನ ಮೇಲೆ ಕರುಣೆಯನ್ನು ಮತ್ತು ಕಾಳಜಿಯನ್ನು ತೋರಿಸಿದ್ದರಿಂದಾಗಿ ನಾನು ಸದಾ ನಿಮ್ಮ ಋಣದಲ್ಲಿರುತ್ತೇನೆ. ಇದಾದ ನಂತರವೂ ನೀವು ನನ್ನನ್ನು ತಿರಸ್ಕರಿಸದಿದ್ದರೆ ಮತ್ತು ನಿಮ್ಮ ಔದಾರ್ಯಕ್ಕೆ ಅರ್ಹ ಎಂದು ಭಾವಿಸುವುದಾದರೆ ನನಗೆ ಸಹಜವಾಗಿ ಸಂತೋಷವಾಗುತ್ತದೆ. ಅಂತಹ ಅರ್ಹತೆಯನ್ನು ಉಳಿಸಿಕೊಳ್ಳುತ್ತೇನೆ ಮತ್ತು ನಿಮ್ಮ ಕರುಣೆಯ ಕುರುಹೆಂದು ಅದನ್ನು ಸ್ವೀಕರಿಸುತ್ತೇನೆ.'

ಅಂತಹ ಪತ್ರವನ್ನು ಒಂದೇ ಬಾರಿಗೆ ನಾನು ಬರೆದೆ ಎಂದು ಓದುಗನು ಭಾವಿಸದಿರಲಿ. ನಾನು ಅದರ ಕರಡನ್ನು (ಡ್ರಾಫ್ಟ್) ತಯಾರಿಸಿದೆ ಮತ್ತು ಅದನ್ನು ಅನೇಕಬಾರಿ ತಿದ್ದಿ ಮತ್ತೆ ಮತ್ತೆ ಕರಡನ್ನು ತಯಾರಿಸಿದೆ. ಆದರೆ ನನ್ನನ್ನು ಕೆಳಕ್ಕೆ ಕುಗ್ಗಿಸುತ್ತಿದ್ದ ಭಾರವನ್ನು ಅದು ಎತ್ತಿಹಾಕಿತು. ಬಹುತೇಕ ಮರು ಅಂಚೆಯಲ್ಲಿ ಆಕೆಯ ಪತ್ರ ಬಂದಿತು. ಆ ಪತ್ರ ಒಂದು ರೀತಿಯಲ್ಲಿ ಮುಂದೆ ತಿಳಿಸುವಂತಿತ್ತು:

ನಿನ್ನ ಮುಚ್ಚುಮರೆಯಿಲ್ಲದ ಪತ್ರ ನನ್ನ ಕೈಸೇರಿದೆ. ನಾವೆಲ್ಲರೂ ತುಂಬಾ ಸಂತುಷ್ಟಗೊಂಡಿದ್ದೇವೆ. ಅದನ್ನು ಓದಿ ಮನಸಾರೆ ನಕ್ಕೆವು. ನೀನು ಹೇಳಿರುವ ಅಸತ್ಯ ಅಪರಾಧ ಎಂದು ನೀನು ಭಾವಿಸಿದ್ದರೆ ಅದು ಕ್ಷಮೆಗೆ ಅರ್ಹವಾದದ್ದು. ನೀನು ನಿನ್ನ ನಿಜವಾದ ವಸ್ತುಸ್ಥಿತಿಯ ಪರಿಚಯ ಮಾಡಿಸಿರುವುದು ಒಳ್ಳೆಯದೇ ಆಗಿದೆ. ನಿನಗಿನ್ನೂ ಆಹ್ವಾನ ಇದ್ದೇ ಇದೆ. ಮುಂದಿನ ಭಾನುವಾರ ನಾವು ನಿನ್ನನ್ನು ನಿರೀಕ್ಷಿಸುತ್ತಿರುತ್ತೇವೆ. ಬಾಲ್ಯ ವಿವಾಹದ ಬಗ್ಗೆ ಎಲ್ಲ ವಿಚಾರಗಳನ್ನು ಕೇಳಲು ಎದುರು ನೋಡುತ್ತಿದ್ದೇವೆ. ನಿನ್ನ ಖರ್ಚಿನಲ್ಲಿ ನಕ್ಕು ಸಂತೋಷಪಡಲು ಇಚ್ಛಿಸಿದ್ದೇವೆ. ಈ ಘಟನೆ ನಮ್ಮ ಮಿತ್ರತ್ವದ ಮೇಲೆ ಏನೂ ಪರಿಣಾಮ ಬೀರಿಲ್ಲ ಎಂದು ನಾನು ಖಾತ್ರಿಪಡಿಸಬೇಕೆ?'

ಈ ಪ್ರಕಾರ ನಾನು ಅಸತ್ಯದ ಹುಣ್ಣಿನ ಕಲ್ಮಷವನ್ನು ಶುದ್ಧಮಾಡಿಕೊಂಡೆ. ಅಲ್ಲಿಂದ ಮುಂದೆ ಅವಶ್ಯಕತೆ ಉಂಟಾದಾಗ ವಿವಾಹಿತನೆಂದು ಹೇಳಿಕೊಳ್ಳಲು ನಾನು ಹಿಂಜರಿಯಲಿಲ್ಲ.

20. ಧರ್ಮಗಳ ಪರಿಚಯ

ಇಂಗ್ಲೆಂಡ್‌ನಲ್ಲಿ ಕಳೆದ ಎರಡನೇ ವರ್ಷದ ಕಡೆಯಲ್ಲಿ ನಾನು ಇಬ್ಬರು ಬ್ರಹ್ಮವಿದ್ಯಾವಾದಿ (ತಿಅಸಫಿಸ್ಟ್) ಸಹೋದರರನ್ನು ಭೇಟಿಯಾಗಿದ್ದೆ. ಅವರಿಬ್ಬರಿಗೂ ಮದುವೆಯಾಗಿರಲಿಲ್ಲ. ಅವರು ನನ್ನೊಂದಿಗೆ 'ಗೀತೆ'ಯ ಬಗ್ಗೆ ಮಾತಾಡಿದರು. ಅವರು ಸರ್ ಎಡ್ವಿನ್ ಅರ್ನಾಲ್ಡ್‌ನ ಅನುವಾದ ಅಂದರೆ ದಿ ಸಾಂಗ್ ಆಫ್ ಸಿಲೆಸ್ಟಿಅಲ್ (ದಿವ್ಯ ಕಾವ್ಯ)ವನ್ನು ಓದುತ್ತಿದ್ದರು. ಮೂಲಕೃತಿಯನ್ನು ತಮ್ಮೊಂದಿಗೆ ಓದಲು ನನ್ನನ್ನು ಆಹ್ವಾನಿಸಿದರು. ನನಗೆ ನಾಚಿಕೆಯಾಯ್ತು. ಏಕೆಂದರೆ ನಾನು ಸಂಸ್ಕೃತದಲ್ಲಾಗಲಿ ಇಲ್ಲವೆ ಗುಜರಾತಿಯಲ್ಲಾಗಲಿ ದಿವ್ಯ ಕಾವ್ಯವನ್ನು ಓದಿರಲಿಲ್ಲ. ನಾನು ಗೀತೆಯುನ್ನು ಓದಿಲ್ಲವೆಂದು ಹೇಳಲು ಪೇಚಾಡಿದೆ. ಆದರೆ ಅವರೊಂದಿಗೆ ಓದಲು ತನಗೆ ಸಂತೋಷವಾಗುತ್ತದೆ ಎಂದು ಅವರಿಗೆ ತಿಳಿಸಿದೆ. ನನ್ನ ಸಂಸ್ಕೃತ ಜ್ಞಾನ ಅತ್ಯಲ್ಪವಾಗಿದ್ದರೂ ಅನುವಾದ ಎಲ್ಲಿ ಸರಿಯಾದ ಅರ್ಥವನ್ನು ತರುವಲ್ಲಿ ವಿಫಲವಾಗಿದೆ ಎಂದು ಹೇಳುವಷ್ಟರಮಟ್ಟಿಗೆ ನಾನು ಗೀತೆಯುನ್ನು ಅರ್ಥಮಾಡಿಕೊಳ್ಳಬಲ್ಲೆ ಎಂದು ಅವರಿಗೆ ತಿಳಿಸಿದೆ. ನಾನು ಅವರೊಂದಿಗೆ ಗೀತೆಯನ್ನು ಓದಲಾರಂಭಿಸಿದೆ. ಎರಡನೇ ಅಧ್ಯಾಯದಲ್ಲಿ ಒಂದು ಶ್ಲೋಕ ಮುಂದೆ ತಿಳಿಸುವಂತಿತ್ತು.

ಯಾರಾದರೂ
ಇಂದ್ರಿಯಗ್ರಾಹ್ಯ ವಸ್ತುಗಳ ಬಗ್ಗೆ ಚಿಂತಿಸುತ್ತಿದ್ದರೆ, ಅಲ್ಲಿ ಚಿಮ್ಮುವುದು
ಆಕರ್ಷಣೆ; ಇಷ್ಟಾರ್ಥದ ಜ್ವಾಲೆಗಳಿಂದ ಉಗ್ರ ಮೋಹದ ಕಡೆಗೆ; ಮೋಹ ಹೆರುತ್ತದೆ
ದುಡುಕುತನವನ್ನು; ಆಗ ನೆನಪು- ಎಲ್ಲವೂ ಅಡ್ಡದಾರಿ ಹಿಡಿಯುತ್ತವೆ,
ಉಚ್ಚ ಉದ್ದೇಶಕ್ಕೆ ಹೊರಕ್ಕೆ ಹೋಗಲು ಅವಕಾಶ ಮಾಡಿಕೊಡುತ್ತದೆ ಮತ್ತು ಮನಸ್ಸನ್ನು
ದುರ್ಬಲಗೊಳಿಸುತ್ತದೆ,
ಉದ್ದೇಶ, ಮನಸ್ಸು ಮತ್ತು ಮನುಷ್ಯ ನಾಶಗೊಳ್ಳುವವರೆಗೂ.

ಇದು ನನ್ನ ಮನಸ್ಸಿನ ಮೇಲೆ ಆಳವಾದ ಪ್ರಭಾವವನ್ನು ಬೀರಿತ್ತು. ಅವು ಇನ್ನೂ ನನ್ನ ಕಿವಿಗಳಲ್ಲಿ ದನಿಮಾಡುತ್ತಿವೆ. ಈ ಪುಸ್ತಕ ಬೆಲೆಕಟ್ಟಲಾಗದ ಮೌಲ್ಯವುಳ್ಳ ಒಂದು ಕೃತಿಯೆಂದು ನನಗೆ ಹೊಳೆಯಿತು ನನ್ನಲ್ಲಿ ಅಂದಿನಿಂದಲೂ ಈ ಭಾವನೆ ಬೆಳೆಯುತ್ತಿದೆ. ಇದರ ಪರಿಣಾಮದಿಂದಾಗಿ ಈ ಕೃತಿ ಸತ್ಯದ ಅರಿವನ್ನು ಕೊಡುವುದರಲ್ಲಿ ಸರ್ವೋತ್ಕೃಷ್ಟವೆಂದು ಇಂದೂ ಭಾವಿಸಿದ್ದೇನೆ. ಮಂಕುಗವಿದ ಕ್ಷಣಗಳಲ್ಲಿ ಅದು ಅಮೂಲ್ಯವಾಗಿರುವ ನೆರವನ್ನು ನೀಡಿದೆ. ನಾನು ಬಹುತೇಕ ಅದರ ಎಲ್ಲ ಇಂಗ್ಲಿಷ್ ಅನುವಾದಗಳನ್ನು ಓದಿದ್ದೇನೆ. ಅವುಗಳಲ್ಲಿ ಸರ್ ಎಡ್ವಿನ್ ಆರ್ನಾಲ್ಡ್‌ಅವರ ಅನುವಾದ ಅತ್ಯುತ್ತಮವಾದದ್ದು ಎಂದು ಭಾವಿಸಿದ್ದೇನೆ. ಅವರು ಮೂಲ ಪಠ್ಯಕ್ಕೆ ಯತಾರ್ಥ(ಫೈತ್‌ಫುಲ್)ವಾಗಿದ್ದಾರೆ (ಅಂದರೆ ಅನುವಾದ ಮೂಲವನ್ನು ಯತಾರ್ಥವಾಗಿ ಅನುಸರಿಸಿದೆ). ಓದುವಾಗ ಅದು ಅನುವಾದ ಎಂದೆನಿಸುವುದಿಲ್ಲ. ನಾನು ಈ ಗೆಳೆಯರೊಂದಿಗೆ ಗೀತೆಯನ್ನು ಓದಿದರೂ ಆಗ ಗಮನವಿಟ್ಟು ಅದರ ಅಧ್ಯಯನ ಮಾಡಿದೆ ಎಂದು ಸುಳ್ಳು ಹೇಳಲಾರೆ. ಕೆಲವು ವರ್ಷಗಳ ತರುವಾಯ ಪ್ರತಿದಿನವೂ ನಾನು ಅದನ್ನು ಓದಲಾರಂಭಿಸಿದೆ.

ಆ ಸಹೋದರರು ಸರ್ ಎಡ್ವಿನ್ ಆರ್ನಾಲ್ಡ್‌ಅವರ 'ಲೈಟ್ ಆಫ್ ಏಷ್ಯಾ (ಏಷ್ಯಾದ ಜ್ಯೋತಿ) ಎಂಬ ಕೃತಿಯನ್ನು ಓದುವಂತೆ ಶಿಫಾರಸುಮಾಡಿದರು. ಅಲ್ಲಿಯವರೆಗೂ ನಾನು ಆರ್ನಾಲ್ಡ್ ಕೇವಲ 'ಸಾಂಗ್ ಆಫ್ ಸೆಲೆಸ್ಟಿ ಅಲ್‌ನ' ಲೇಖಕ ಎಂದು ತಿಳಿದಿದ್ದೆ. ಭಗವದ್ಗೀತೆಗಿಂತಲೂ ಹೆಚ್ಚಿನ ಆಸಕ್ತಿಯಿಂದ ಅದನ್ನು ಓದಿದೆ. ಒಮ್ಮೆ ಅದನ್ನು ಓದಲು ಪ್ರಾರಂಭಿಸುತ್ತಿದ್ದಂತೆ ಮುಗಿಸದೇ ಅದನ್ನು ಕೆಳಗಿಡಲಿಲ್ಲ. ಒಂದು ಸಂದರ್ಭದಲ್ಲಿ ಅವರು ನನ್ನನ್ನು ಮ್ಯಾಡಮ್ ಬ್ಲಾವಾಟ್‌ಸ್ಕಿ ವಸತಿಗೃಹಕ್ಕೆ ಕರೆದುಕೊಂಡು ಹೋದರು ಮತ್ತು ಮ್ಯಾಡಮ್ ಬ್ಲಾವಾಟ್‌ಸ್ಕಿ ಮತ್ತು ಶ್ರೀಮತಿ ಬೆಸೆಂಟ್‌ಅವರುಗಳ ಪರಿಚಯಮಾಡಿಸಿಕೊಟ್ಟರು. ಬೆಸೆಂಟ್ ಆಗತಾನೆ ಥಿಆಸಫಿಕಲ್ ಸೊಸೈಟಿಯನ್ನು ಸೇರಿದ್ದರು. ಆಕೆಯ ಮತಾಂತರದ ಬಗ್ಗೆ ಎದ್ದಿದ್ದ ವಾದವಿವಾದಗಳಲ್ಲಿ ನಾನು ಆಸಕ್ತಿ ವಹಿಸಿ ಅದನ್ನು ಗಮನಿಸುತ್ತಿದೆ. ಗೆಳೆಯರು ನನಗೆ ಸೊಸೈಟಿಗೆ ಸೇರುವಂತೆ ತಿಳಿಸಿದರು ಆದರೆ ನಾನು ವಿನಯಪೂರ್ವಕವಾಗಿ ನಿರಾಕರಿಸುತ್ತ ಹೇಳಿದೆ: 'ನನ್ನ ಸ್ವಂತದ ಧರ್ಮದಲ್ಲಿ ನನಗೆ ಅತ್ಯಲ್ಪ ತಿಳಿವಳಿಕೆಯಿದೆ. ಹಾಗಿರುವಾಗ ಬೇರೆ ಯಾವುದೇ ಧಾರ್ಮಿಕ ಪಂಥಕ್ಕೆ ಸೇರಲು ನನಗೆ ಇಷ್ಟವಿಲ್ಲ. 'ಆ ಸಹೋದರರ ಕೋರಿಕೆಯ ಮೇರೆಗೆ ನಾನು ಮ್ಯಾಡಮ್

ಬ್ಲಾವಾಟ್‌ಸ್ಕಿಅವರ' 'ಕೀ ಟು ಥಿಅಸಫ್ (ಬ್ರಹ್ಮವಿದ್ಯೆಗೆ ಕೀಲಿಕೈ)' ಎಂಬ ಪುಸ್ತಕವನ್ನು ಓದಿದ ನೆನಪಿದೆ. ಈ ಪುಸ್ತಕವು ಹಿಂದೂ ಧರ್ಮದ ಮೇಲಿನ ಇತರ ಕೃತಿಗಳನ್ನು ಓದುವಂತೆ ನನ್ನಲ್ಲಿ ಆಸಕ್ತಿಯನ್ನು ಪ್ರಚೋದಿಸಿತು. ಹಿಂದೂ ಧರ್ಮ ಮೂಢನಂಬಿಕೆಗಳಿಂದ ತುಂಬಿಕೊಂಡಿದೆ ಎಂದು ಧರ್ಮಪ್ರಚಾರಕರು (ಮಿಷಿನರಿ) ಉತ್ತೇಜಿಸುತ್ತಿದ್ದ ತಪ್ಪು ತಿಳಿವಳಿಕೆ ಹರಿದು ಹೋಯ್ತು.

ಇದೇ ಕಾಲದಲ್ಲಿ ನಾನು ಮ್ಯಾಂಚೆಸ್ಟರ್‌ನಿಂದ ಬಂದಿದ್ದ ಒಬ್ಬ ಸದ್ಗುಣವುಳ್ಳ ಕ್ರಿಶ್ಚಿಯನ್‌ನನ್ನು ಶಾಖಾಹಾರಿ ವಸತಿಗೃಹವೊಂದರಲ್ಲಿ ಭೇಟಿಮಾಡಿದ್ದೆ. ಅವನು ಕ್ರಿಶ್ಚಿಯನ್ ಧರ್ಮದ ಬಗ್ಗೆ ನನ್ನೊಂದಿಗೆ ಮಾತಾಡಿದ. ರಾಜ್‌ಕೋಟ್‌ನಲ್ಲಿನ ನನ್ನ ಸ್ಮೃತಿ (ನೆನಪಿಲ್ಲಿರುವ ವಿಚಾರಗಳನ್ನು)ಯನ್ನು ಅವನಿಗೆ ತಿಳಿಸಿದೆ ಅವನು ಹೇಳಿದ: 'ನಾನು ಸಸ್ಯಾಹಾರಿ. ನಾನು ಕುಡಿಯುವುದಿಲ್ಲ. ನನ್ನ ಕ್ರಿಶ್ಚಿಯನ್ ಗೆಳೆಯರು ನಿಸ್ಸಂಶಯವಾಗಿಯೂ ಮಾಂಸಾಹಾರಿಗಳು ಮತ್ತು ಕುಡುಕರು ಆದರೆ ಮಾಂಸಾಹಾರವನ್ನಾಗಲಿ ಇಲ್ಲವೇ ಕುಡಿತವನ್ನಾಗಲಿ ಶಾಸ್ತ್ರ ಗ್ರಂಥಗಳು ವಿಧಿಸುವುದಿಲ್ಲ. ಆದ್ದರಿಂದ ದಯವಿಟ್ಟು ಬೈಬಲ್‌ಅನ್ನು ಓದಿ. 'ನಾನು ಅವನ ಸಲಹೆಯನ್ನು ಒಪ್ಪಿಕೊಂಡೆ. ಅವನು ನನಗೊಂದು ಪ್ರತಿಯನ್ನು ಕೊಟ್ಟ. ಅವನು ಬೈಬಲ್‌ನ ಪ್ರತಿಗಳನ್ನು ಮಾರುತ್ತಿದ್ದ ಎಂದು ಮಸಕುಮಸುಕಾಗಿ ನನ್ನ ನೆನಪಲ್ಲಿದೆ. ನಕ್ಷೆಗಳು, ಅನುಕ್ರಮಣಿಕೆ (ಕನ್‌ಕಾರ್ಡೆನ್ಸ್) ಮತ್ತು ಇತರ ಸಹಾಯಕ (ಏಡ್ಸ್)ಗಳಿದ್ದ ಬೈಬಲ್‌ನ ಆವೃತ್ತಿಯನ್ನು ಅವನಿಂದ ಕೊಂಡುಕೊಂಡೆ. ನಾನು ಅದನ್ನು ಓದಲಾರಂಭಿಸಿದೆ. ನನಗೆ ಹಳೆಯ ಒಡಂಬಡಿಕೆ (ಓಲ್ಡ್ ಟೆಸ್ಟಮೆಂಟ್)ಯನ್ನು ಓದಲು ಸಾಧ್ಯವಾಗಲಿಲ್ಲ, ನಾನು ಜೆನಿಸಿಸ್ (ಬೈಬಲ್‌ನ ಹಳೆಯ ಒಡಂಬಡಿಕೆಯಲ್ಲಿ ವಿಶ್ವಸೃಷ್ಟಿಯನ್ನು ವಿವರಿಸುವ ಮೊದಲ ಪರ್ವ)ವನ್ನು ಓದಿದೆ. ಮುಂದಿನ ಅಧ್ಯಾಯಗಳನ್ನು ಓದುವಾಗ ನಿದ್ರೆಬರುವಂತಾಯಿತು. ನಾನು ಓದಿದ್ದೇನೆ ಎಂದು ಹೇಳಲು ಸಾಧ್ಯವಾಗುವಂತೆ ತುಂಬಾ ಕಷ್ಟದಿಂದ ಮತ್ತು ಸ್ವಲ್ಪವೂ ಆಸಕ್ತಿಯಿಲ್ಲದೇ ಹಾಗೂ ಅರ್ಥವಾಗದಿದ್ದರೂ ಇತರ ಪರ್ವಗಳನ್ನು ಅತಿಪ್ರಯಾಸದಿಂದ ಓದಿದೆ. ಸಂಖ್ಯೆಗಳ ಪರ್ವ (ಬುಕ್)ವನ್ನು ಓದಲು ನಾನು ಇಷ್ಟಪಡಲಿಲ್ಲ.'

ಹೊಸ ಒಡಂಬಡಿಕೆ (ನ್ಯೂ ಟೆಸ್ಟಮೆಂಟ್) ಭಿನ್ನರೀತಿಯ ಪ್ರಭಾವವನ್ನು ಬೀರಿತು. ಅದರಲ್ಲೂ ಮುಖ್ಯವಾಗಿ 'ಸರ್ಮನ್' ಆನ್ ದಿ ಮೌಂಟ (ಬೆಟ್ಟದ ಮೇಲಿನ ಉಪದೇಶ) ನೇರವಾಗಿ ನನ್ನ ಹೃದಯವನ್ನು ಪ್ರವೇಶಿಸಿತು. ಅದನ್ನು 'ಗೀತೆ' ಯೊಂದಿಗೆ ಹೋಲಿಸಿ ನೋಡಿದೆ. 'ಈ ಸಾಲುಗಳು ಅಂದರೆ' ನೀನು ಕೆಟ್ಟದ್ದನ್ನು ತಡೆಯಬೇಡ ಎಂದು ನಾನು ನಿನಗೆ ಹೇಳುತ್ತೇನೆ; ಯಾರಾದರೂ ಬಲಗೆನ್ನೆಗೆ ಹೊಡೆದರೆ ಇನ್ನೊಂದು ಕೆನ್ನೆಯನ್ನು ಅವನ ಕಡೆಗೆ ತಿರುಗಿಸು; ಯಾವನೇ ವ್ಯಕ್ತಿ ನಿನ್ನ ಕೋಟನ್ನು ತೆಗೆದುಕೊಂಡರೆ ಅವನಿಗೆ ನಿನ್ನ ಮೇಲಂಗಿ (ಕ್ಲೋಕ್)ಯನ್ನು ಕೊಟ್ಟುಬಿಡು 'ಎಂಬ ಸಾಲುಗಳು ನನಗೆ ಮೇರೆ ಮೀರಿ ಸಂತೋಷ ಕೊಟ್ಟವು. ಶ್ಯಾಮಲ ಭಟ್ಟನ ಸಾಲು' ಒಂದು ಬೋಗುಣಿ ನೀರಿಗೆ ಬಲುಸೊಗಸಾದ ಊಟವನ್ನು ಕೊಡು, ಮುಂತಾದವು ನೆನಪಿಗೆ ಬಂದವು. ಗೀತೆ, ಲೈಟ್ ಆಫ್ ಏಷ್ಯಾ ಮತ್ತು ಸರ್ಮನ್ ಆನ್ ದಿ ಮೌಂಟ್‌ನ ಉಪದೇಶಗಳನ್ನು ಒಂದುಗೂಡಿಸಲು ನನ್ನ ಎಳೆಯ ಮನಸ್ಸು ಪ್ರಯತ್ನಿಸಿತು. ಧರ್ಮದ ಅತ್ಯಂತ ದೊಡ್ಡ ಅಂಶವೆಂದರೆ ಸ್ವಾರ್ಥತ್ಯಾಗ ಎಂಬುದು ನನಗೆ ತುಂಬಾ ಹಿಡಿಸಿತು.

ಈ ಓದು ಇತರ ಧಾರ್ಮಿಕ ಉಪದೇಶಕರ ಜೀವನ ಚರಿತ್ರೆಗಳನ್ನು ಓದಬೇಕೆಂಬ ನನ್ನ ಹಸಿವನ್ನು ಕೆರಳಿಸಿತು. ಒಬ್ಬ ಗೆಳೆಯನು ಕಾರ್ಲೈಲ್‌ನ 'ಹೀರೋಸ್ ಅಂಡ್ ಹೀರೋ ವರ್ಷಿಪ್' (ಮಹಾಪುರುಷರು ಮತ್ತು ಮಹಾಪುರುಷರ ಆರಾಧನೆ) ಎಂಬ ಪುಸ್ತಕವನ್ನು ಓದುವಂತೆ ಶಿಫಾರಸುಮಾಡಿದ. ನಾನು ಮಹಾಪುರುಷನನ್ನು ಕುರಿತ ಅಧ್ಯಾಯವನ್ನು ಓದಿದೆ. ಮಹಾಪುರುಷ ಪ್ರವಾದಿಯಾಗಿದ್ದ ಅಧ್ಯಾಯವನ್ನು ಓದಿದೆ. ಆ ಪ್ರವಾದಿಯ ಹಿರಿಮೆ ಮತ್ತು ಕಲಿತನ ಹಾಗೂ ಸರಳ ಜೀವನ ಕುರಿತಂತೆ ಅರಿತುಕೊಂಡೆ.

ಧರ್ಮವನ್ನು ಕುರಿತಂತೆ ಈ ಮಟ್ಟದ ಪರಿಚಯದಾಚೆ ನನಗೆ ಆ ಸಮಯದಲ್ಲಿ ಹೋಗಲು ಸಾಧ್ಯವಾಗಲಿಲ್ಲ. ಏಕೆಂದರೆ ನಾನು ಪರೀಕ್ಷೆಗೆ ಓದಬೇಕಾಗಿತ್ತು. ಪರೀಕ್ಷೆಯ ವಿಷಯಗಳಾಚೆ ಓದಲು ಸಮಯವೇ ಇರಲಿಲ್ಲ. ಆದರೆ ನಾನು ಹೆಚ್ಚು ಹೆಚ್ಚು ಧಾರ್ಮಿಕ ಪುಸ್ತಕಗಳನ್ನು ಓದಬೇಕೆಂದೂ ಮತ್ತು ಎಲ್ಲ ಪ್ರಧಾನ ಧರ್ಮಗಳ ಪರಿಚಯಮಾಡಿಕೊಳ್ಳಬೇಕೆಂದು ನನ್ನ ಮನಸ್ಸಿನಲ್ಲಿ ನಿಶ್ಚಯಮಾಡಿಕೊಂಡೆ.

ನಾಸ್ತಿಕವಾದ ಕುರಿತಂತೆ ಕೂಡಾ ಅರಿತುಕೊಳ್ಳಲು ನಾನು ಏನು ಮಾಡಬೇಕಾಗಿತ್ತು? ಪ್ರತಿಯೊಬ್ಬ ಭಾರತೀಯನು ಬ್ರಾಡ್ಲ್ಯೋ ಮತ್ತು ಅವನೇ ಕರೆದಿರುವಂತಹ ನಾಸ್ತಿಕವಾದದ ಬಗ್ಗೆ ಅರಿತಿರುತ್ತಾನೆ. ಆ ವಿಷಯದಲ್ಲಿ ಕೆಲವು ಪುಸ್ತಕಗಳನ್ನು ಓದಿದೆ. ಆದರೆ ಆ ಪುಸ್ತಕಗಳ ಹೆಸರುಗಳನ್ನು ಮರೆತಿದ್ದೇನೆ. ಆದರೆ ಅವುಗಳು ನನ್ನ ಮೇಲೆ ಯಾವುದೇ ಪ್ರಭಾವಬೀರಲಿಲ್ಲ. ಏಕೆಂದರೆ ನಾನಾಗಲೇ ನಾಸ್ತಿಕವಾದದ ಸಹರಾ (ಮರಳುಗಾಡು)ವನ್ನು ದಾಟಿದ್ದೆ. ಆ ಕಾಲದಲ್ಲಿ ಲೋಕ ಪ್ರಸಿದ್ಧಿಯನ್ನು ಪಡೆದಿದ್ದ ಶ್ರೀಮತಿ ಬೆಸೆಂಟ್ ನಾಸ್ತಿಕವಾದವನ್ನು ಆಸ್ತಿಕವಾದದ ಕಡೆಗೆ ತಿರುಗಿಸಿದ್ದರು. ಈ ಅಂಶ ಕೂಡಾ ನಾಸ್ತಿಕವಾದ ಕುರಿತ ನನ್ನ ಅಸಹನೆಯನ್ನು ಗಟ್ಟಿಗೊಳಿಸಿತು. ಆಕೆ ಬರೆದಿದ್ದ. 'ಹಾ ಐ ಬಿಕೇಮ್ ಥಿಆಸಫಿಸ್ಟ್' (ನಾನು ಹೇಗೆ ಬ್ರಹ್ಮವಾದಿಯಾದೆ) ಎಂಬ ಪುಸ್ತಕವನ್ನು ನಾನಾಗಲೇ ಓದಿದ್ದೆ.

ಸುಮಾರಾಗಿ ಇದೇ ಸಮಯದಲ್ಲಿ ಬ್ರಾಡ್ಲ್ಯೋ ತೀರಿಹೋದ. ಅವನನ್ನು ವೋಕಿಂಗ್ ಸ್ಮಶಾನದಲ್ಲಿ ಸಮಾಧಿ ಮಾಡಲಾಯ್ತು. ನಾನು ಅಂತ್ಯಕ್ರಿಯೆಯಲ್ಲಿ ಭಾಗವಹಿಸಿದ್ದೆ. ಲಂಡನ್‌ನಲ್ಲಿ ವಾಸವಾಗಿದ್ದ ಪ್ರತಿಯೊಬ್ಬ ಭಾರತೀಯನೂ ಅವನ ಅಂತ್ಯಕ್ರಿಯೆಯಲ್ಲಿ ಭಾಗವಹಿಸಿದ್ದ ಎಂದು ನಾನು ಭಾವಿಸಿದ್ದೆ. ಅವನಿಗೆ ಅಂತಿಮ ಗೌರವವನ್ನು ಸಲ್ಲಿಸಲು ಕೆಲವು ದೀಕ್ಷಿತಪಾದ್ರಿಗಳು (ಕ್ಲರ್ಜಿಮೆನ್) ಕೂಡಾ ಅಲ್ಲಿ ಹಾಜರಿದ್ದರು. ಅಂತ್ಯಕ್ರಿಯೆ ಮುಗಿದ ತರುವಾಯ ನಾವು ಸ್ಟೇಷನ್‌ನಲ್ಲಿ ರೈಲಿಗೆ ಕಾಯುತ್ತಿದ್ದೆವು. ಆಗ ಗುಂಪಿನಲ್ಲಿದ್ದ ಪಕ್ಕಾ ನಾಸ್ತಿಕನೊಬ್ಬನು ಪಾದ್ರಿಗಳಲ್ಲೊಬ್ಬನನ್ನು ಚುಡಾಯಿಸಿದ: 'ಒಳ್ಳೆಯದು, ಸರ್. ನಿಮಗೆ ದೇವರ ಅಸ್ತಿತ್ವದಲ್ಲಿ ನಂಬಿಕೆಯಿದೆಯೆ?'

ಆ ಸಜ್ಜನ ಪಾದ್ರಿಯು 'ನನಗೆ ನಂಬಿಕೆಯಿದೆ.' ಎಂದು ಹೇಳಿದ.

'ಭೂಮಿಯ ಪರಿಧಿ (ಸರ್ಕಮ್‌ಫರನ್ಸ್) 28,000 ಮೈಲಿಗಳಷ್ಟಿದೆ ಎಂಬುದನ್ನು ನೀವು ಒಪ್ಪುವಿರಿ. ಅಲ್ಲವೆ?' ಎಂದು ಆ ನಾಸ್ತಿಕವಾದಿಯು ಆತ್ಮವಿಶ್ವಾಸದಿಂದ ಬೀಗುತ್ತ ಪ್ರಶ್ನಿಸಿದ.

'ಖಂಡಿತವಾಗಿಯೂ'

'ನಿಮ್ಮ ದೇವರು ಎಲ್ಲಿ ಇರಬಹುದು ಮತ್ತು ಅವನ ಗಾತ್ರ ಎಷ್ಟಿದೆ ಎಂದು ನನಗೆ ದಯವಿಟ್ಟು ತಿಳಿಸಿ?'

'ಅವನು ನಮ್ಮಿಬ್ಬರ ಹೃದಯಗಳಲ್ಲೂ ವಾಸಿಸುತ್ತಿದ್ದಾನೆ ಎಂದು ನಮಗೆ ಗೊತ್ತಿಲ್ಲದಿದ್ದರೂ ಗ್ರಹಿಸಿದ್ದೇವೆ'

'ಈಗ ನನ್ನನ್ನು ಮಗುವೆಂದು ಭಾವಿಸಬೇಡಿ.' ಎಂದು ಆ ಪಕ್ಕಾ ನಾಸ್ತಿಕ ನಮ್ಮ ಕಡೆಗೆ ವಿಜಯದ ನೋಟ ಬೀರುತ್ತ ಹೇಳಿದ.

ಪಾದ್ರಿ ವಿನೀತನಾಗಿ ಮೌನಕ್ಕೆ ಶರಣಾದ.

ಈ ಮಾತುಕತೆ ನಾಸ್ತಿಕವಾದದ ವಿರುದ್ಧದ ನನ್ನ ಪೂರ್ವಕಲ್ಪಿತ ಅಭಿಪ್ರಾಯವನ್ನು ಇನ್ನಷ್ಟು ದೃಢಗೊಳಿಸಿತು.

21. ನಿರ್ಬಲರಿಗೆ ಬಲ ರಾಮ (ನಿರ್ಬಲ್ ಕೆ ಬಲ್ ರಾಮ್)

ಹಿಂದೂ ಧರ್ಮ ಮತ್ತು ವಿಶ್ವದ ಇತರ ಧರ್ಮಗಳ ಬಗ್ಗೆ ಅಲ್ಪ ಪರಿಚಯವನ್ನು ಸಂಪಾದಿಸಿಕೊಂಡಿದ್ದರೂ ನಾನು ಕಷ್ಟಗಳನ್ನು ಎದುರಿಸುವಾಗ ಅದು ಸಾಕಾಗದು ಎಂದು ನನಗೆ ತಿಳಿದಿರಬೇಕಾಗಿತ್ತು. ವಿಪತ್ತುಗಳನ್ನು ಎದುರಿಸುವಾಗ ಯಾವುದು ಅವನಿಗೆ ಬಲ ನೀಡುವುದೋ ಅದರ ಬಗ್ಗೆ ಅವನಲ್ಲಿ ಸೂಕ್ಷ್ಮ ಅರಿವು ಇರುವುದಿಲ್ಲ, ಆ ಕಾಲದಲ್ಲಿ ಅವನಲ್ಲಿ ಅಲ್ಪ ಜ್ಞಾನ ಇರುತ್ತದೆ. ದೇವರನ್ನು ನಂಬದವನು ತಾನು ಸುರಕ್ಷಿತವಾಗಿರುವುದು ಆಕಸ್ಮಿಕ ಎಂದು ಭಾವಿಸುತ್ತಾನೆ. ದೇವರನ್ನು ನಂಬುವವನು ತನ್ನನ್ನು ದೇವರು ಕಾಪಾಡಿದ ಎಂದು ಹೇಳುತ್ತಾನೆ. ಧಾರ್ಮಿಕ ಗ್ರಂಥಗಳ ಅಧ್ಯಯನ ಇಲ್ಲವೇ ಆಧ್ಯಾತ್ಮಿಕ ಶಿಸ್ತು ತನ್ನ ಅಂತರಂಗದಲ್ಲಿರುವ ದೈವಕೃಪೆಯ ಹಿನ್ನೆಲೆಯಲ್ಲಿದೆ ಎಂದು ಆತ ಭಾವಿಸುತ್ತಾನೆ. ಆದರೆ ತನ್ನ ಅಭಿಪ್ರಾಯವನ್ನು ಒತ್ತಿ ಹೇಳುವ ಕಾಲದಲ್ಲಿ ಅವನ ಆಧ್ಯಾತ್ಮಿಕ ಶಿಸ್ತು ಅಥವಾ ಬೇರೆ ಏನಾದರೂ ಅವನನ್ನು ಕಾಪಾಡಿತೆ ಎಂದು ಅವನಿಗೆ ಗೊತ್ತಿರುವುದಿಲ್ಲ.

ಯಾರು ತನ್ನ ಆಧ್ಯಾತ್ಮಿಕ ಬಲದ ಬಗ್ಗೆ ಸ್ವತಹ ಹೆಮ್ಮೆ ಪಟ್ಟಿದ್ದನೋ ಅವನೇ ಅದು ಧೂಳಿನಲ್ಲಿ ಬಿದ್ದು

ಒದ್ದಾಡಿದ್ದನ್ನು ಕಂಡಿಲ್ಲವೆ? ಅನುಭವದಿಂದ ಭಿನ್ನವಾಗಿರುವ ಧಾರ್ಮಿಕ ಜ್ಞಾನ ಅಂತಹ ವಿಪತ್ತಿನ ಕ್ಷಣಗಳಲ್ಲಿ ಜಳ್ಳಿನಂತೆ ಕಂಡುಬರುವುದು.'

ಇಂಗ್ಲೆಂಡ್‌ನಲ್ಲಿ ನಾನು ಮೊಟ್ಟ ಮೊದಲ ಬಾರಿಗೆ ಕೇವಲ ಧಾರ್ಮಿಕ ಅರಿವು ನಿರರ್ಥಕ ಎಂಬುದನ್ನು ಕಂಡುಕೊಂಡೆ. ಹಿಂದಿನ ಸಂದರ್ಭಗಳಲ್ಲಿ ನಾನು ಹೇಗೆ ಕಾಪಾಡಲ್ಪಟ್ಟೆ ಎಂದು ನಾನು ಹೇಳುವುದಕ್ಕಿಂತಲೂ ಹೆಚ್ಚಿನದೇನೋ ಇದೆ. ಏಕೆಂದರೆ ಆಗ ನಾನು ತುಂಬಾ ಚಿಕ್ಕವನಾಗಿದ್ದೆ. ಈಗ ನಾನು ಇಪ್ಪತ್ತರ ಯುವಕನಾಗಿದ್ದೆ ಮತ್ತು ಗಂಡನಾಗಿ ಮತ್ತು ತಂದೆಯಾಗಿ ಸ್ವಲ್ಪ ಅನುಭವವನ್ನು ಸಂಪಾದಿಸಿಕೊಂಡಿದ್ದೆ.

ಕಡೆಯ ವರ್ಷದಲ್ಲಿ ಇಂಗ್ಲೆಂಡ್‌ನಲ್ಲಿರುವ ಕಾಲದಲ್ಲಿ, ನನಗೆ ನೆನಪಿರುವಂತೆ 1890ರಲ್ಲಿ ಪೋರ್ಟ್ಸ್ ಮೌತ್‌ನಲ್ಲಿ ಶಾಖಾಹಾರಿ ಸಮಾವೇಶವೊಂದು ನಡೆಯಿತು. ಅದಕ್ಕೆ ನನ್ನನ್ನು ಮತ್ತು ನನ್ನ ಗೆಳೆಯನನ್ನು ಆಹ್ವಾನಿಸಿದ್ದರು. ಪೋರ್ಟ್ಸ್ ಮೌತ್ ಕಡಲ - ಬಂದರಾಗಿದ್ದು ಅಲ್ಲಿ ನಾವಿಕರ ಜನಸಂಖ್ಯೆ ಹೆಚ್ಚಿತ್ತು. ಅಲ್ಲಿ ಕುಪ್ರಸಿದ್ಧ ಹೆಂಗಸರುಗಳಿದ್ದ ಅನೇಕ ಮನೆಗಳಿದ್ದವು. ಅವರು ವಾಸ್ತವವಾಗಿ ವೇಶ್ಯೆಯರಾಗಿರಲಿಲ್ಲ ಆದರೆ ಅವರು ನೈತಿಕ ವರ್ತನೆಯಲ್ಲಿ ಕಟ್ಟುನಿಟ್ಟಿನಿಂದಿರಲಿಲ್ಲ. ನಮ್ಮನ್ನು ಇಂತಹ ಒಂದು ಮನೆಯಲ್ಲಿ ಇರಿಸಲಾಗಿತ್ತು. ಸ್ವಾಗತ ಸಮಿತಿಗೆ ಈ ಬಗ್ಗೆ ಏನೂ ಗೊತ್ತಿರಲಿಲ್ಲ. ಪೋರ್ಟ್ಸ್ ಮೌತ್‌ನಂತಹ ಪಟ್ಟಣದಲ್ಲಿ ಆಗಾಗ್ಗೆ ಬಂದು ಹೋಗುವ ಪ್ರಯಾಣಿಕರು ತಂಗಲು ಯಾವ ವಸತಿಗೃಹಗಳು ಯೋಗ್ಯವಾದವು ಮತ್ತು ಯಾವುವು ಅಯೋಗ್ಯವಾದವು ಎಂದು ಕಂಡುಕೊಳ್ಳುವುದು ಕಷ್ಟದ ಸಂಗತಿಯೇ ಸರಿ.

ನಾವು ಇಳಿಹೊತ್ತಿನಲ್ಲಿ ಸಮಾವೇಶದಿಂದ ಹಿಂದಿರುಗಿದೆವು. ರಾತ್ರಿಯ ಊಟವಾದ ತರುವಾಯ ನಾವು ಬ್ರಿಜ್ (ಬಿಲ್ಯರ್ಡ್ಸ್) ಆಟವಾಡಲು ಕೂತೆವು. ಇಂಗ್ಲೆಂಡ್‌ನ ಗೌರವಾರ್ಹ ಕುಟುಂಬಗಳಲ್ಲಿರುವ ಪದ್ಧತಿಯಂತೆ ಮನೆಯೊಡತಿ ಕೂಡಾ ನಮ್ಮೊಂದಿಗೆ ಆಟವಾಡಲು ಕೂತಳು. ಪ್ರತಿಯೊಬ್ಬ ಆಟಗಾರನು ಸಹಜವಾಗಿ ದುರುದ್ದೇಶವಿಲ್ಲದ ಚತುರೋಕ್ತಿ (ಜೋಕ್)ಯನ್ನು ಉದ್ಗರಿಸುತ್ತ ಚಪಲ ತೀರಿಸಿಕೊಳ್ಳುತ್ತಿದ್ದ. ಆದರೆ ನನ್ನ ಗೆಳೆಯ ಮತ್ತು ನಮ್ಮ ಮನೆಯೊಡತಿ (ಹೋಸ್ಟೆಸ್) ಅಸಭ್ಯ ಚತುರೋಕ್ತಿಗಳನ್ನು ಹೇಳಲಾರಂಭಿಸಿದರು. ನನ್ನ ಗೆಳೆಯ ಆ ಕಲೆಯಲ್ಲಿ ನಿಪುಣ ಎಂದು ನನಗೆ ಗೊತ್ತಿರಲಿಲ್ಲ. ನಾನು ಅದರಿಂದ ಆಕರ್ಷಿತನಾದೆ ಮತ್ತು ಆ ಅಸಭ್ಯ ವಿನೋದದಲ್ಲಿ ಸೇರಿಕೊಂಡೆ. ನಾನು ಅದರ ಮಿತಿಯನ್ನು ಮೀರಿ ಮುಂದುವರೆದಾಗ ಕಾರ್ಡ್‌ಗಳನ್ನು ಮತ್ತು ಆಟವನ್ನು ಬಿಟ್ಟು ಆ ಗುಣಸಂಪನ್ನನಾದ ಗೆಳೆಯನ ಮೂಲಕ ದೇವರು ಪವಿತ್ರವಾಗಿದ್ದ ಎಚ್ಚರಿಕೆಯೊಂದನ್ನು ನೀಡಿದ: 'ಮಿತ್ರನೇ ಈ ದೆವ್ವ ನಿನ್ನೊಳಗೆ ಯಾವಾಗ ಹೊಕ್ಕಿತು? ತ್ವರಿತವಾಗಿ ಹೊರತುಬಿಡು?'

ನನಗೆ ನಾಚಿಕೆಯಾಯ್ತು. ನನಗೆ ಕೊಟ್ಟಿದ್ದ ಎಚ್ಚರಿಕೆಯನ್ನು ಗಮನಕ್ಕೆ ತಂದುಕೊಂಡೆ ಮತ್ತು ನನ್ನೊಳಗೆ ನನ್ನ ಸ್ನೇಹಿತನಿಗೆ ಕೃತಜ್ಞತೆಯನ್ನು ಅರ್ಪಿಸಿದೆ. ನನ್ನ ತಾಯಿಯ ಎದುರು ತೆಗೆದುಕೊಂಡ ಪ್ರತಿಜ್ಞೆಯನ್ನು ನೆನಸಿಕೊಂಡು ಅಲ್ಲಿಂದ ಎದ್ದು ಓಡಿಹೋದೆ. ಬೆನ್ನಟ್ಟಿ ಬರುವವನಿಂದ ತಪ್ಪಿಸಿಕೊಂಡ ಶಿಕಾರಿ ಪ್ರಾಣಿಯಂತೆ ನಾನು ಹಿಂದಕ್ಕೂ-ಮುಂದಕ್ಕೂ ಕಂಪಿಸುತ್ತ, ನಡುಗುತ್ತ ಎದೆ ಜೋರಾಗಿ ಹೊಡೆದುಕೊಳ್ಳುತ್ತಿರುವ ಸ್ಥಿತಿಯಲ್ಲಿ ರೂಮಿಗೆ ಬಂದೆ.

ನನ್ನ ಪತ್ನಿಯಲ್ಲದೇ ಬೇರೆ ಹೆಂಗಸೊಬ್ಬಳು ನನ್ನನ್ನು ಭೋಗಾಪೇಕ್ಷೆಯ ಕಡೆಗೆ ಸೆಳೆದ ಮೊದಲ ಪ್ರಸಂಗ ಇದು ಎಂದು ನಾನು ನೆನಪಿಗೆ ತಂದುಕೊಳ್ಳುತ್ತಿದ್ದೇನೆ. ನಾನು ನಿದ್ರೆಯಿಲ್ಲದೇ

ಆ ರಾತ್ರಿಯನ್ನು ಕಳೆದೆ. ಎಲ್ಲ ಬಗೆಯ ಆಲೋಚನೆಗಳು ನನ್ನ ಮೇಲೆ ದಾಳಿಯಿಡುತ್ತಿದ್ದವು. ನಾನು ಈ ಮನೆಯನ್ನು ಬಿಟ್ಟು ಬಿಡಲೆ? ಈ ಸ್ಥಳವನ್ನು ಬಿಟ್ಟು ಓಡಿಹೋಗಲೆ? ನಾನು ಎಲ್ಲಿದ್ದೇನೆ? ನನ್ನಲ್ಲಿ ನನ್ನ ಬಗ್ಗೆ ಬುದ್ಧಿ ಚಾತುರ್ಯವಿಲ್ಲದಿದ್ದರೆ (ಅಂದರೆ ನನ್ನ ಬುದ್ಧಿ ನನ್ನ ಸ್ವಾಧೀನದಲ್ಲಿಲ್ಲದಿದ್ದರೆ) ಏನಾಗುತ್ತಿತ್ತು? ತರುವಾಯ ಆ ಮನೆಯನ್ನು ಬಿಟ್ಟು ಹೊರಕ್ಕೆ ಹೋಗಬಾರದೆಂದು ಆದರೆ ಹೇಗಾದರೂ ಮಾಡಿ ಪೋರ್ಟ್ಸ್‌ಮೌತ್‌ಅನ್ನು ಬಿಟ್ಟು ಹೋಗಬೇಕೆಂದು ತುಂಬಾ ಸಾವಧಾನದಿಂದ ಯೋಚಿಸಿ ತೀರ್ಮಾನಿಸಿದೆ. ಸಮಾವೇಶವು ಎರಡು ದಿನಗಳಿಗಿಂತಲೂ ಹೆಚ್ಚಾಗಿ ನಡೆಯುತ್ತಿರಲಿಲ್ಲ. ನನಗೆ ನೆನಪಿರುವಂತೆ ನಾನು ಪೋರ್ಟ್ಸ್ ಮೌತ್‌ಅನ್ನು ಮಾರನೇದಿನ ಇಳಿಹೊತ್ತಿನಲ್ಲಿ ಬಿಟ್ಟು ಹೊರಟೆ. ಆದರೆ ನನ್ನ ಗೆಳೆಯನು ಇನ್ನೂ ಸ್ವಲ್ಪ ಕಾಲ ಅಲ್ಲಿ ತಂಗಿದ್ದ.

ನನಗೆ ಧರ್ಮದ ಅಥವಾ ದೇವರ ಮೂಲತತ್ವ ಏನು ಎಂದು ಆಗ ಗೊತ್ತಿರಲಿಲ್ಲ. ದೇವರು ನಮ್ಮಲ್ಲಿ ಹೇಗೆ ಕೆಲಸಮಾಡುತ್ತಾನೆ ಎಂಬುದು ಕೂಡಾ ಗೊತ್ತಿರಲಿಲ್ಲ. ಆ ಸನ್ನಿವೇಶದಲ್ಲಿ ದೇವರು ನನ್ನನ್ನು ಕಾಪಾಡಿದ ಎಂದು ಅಸ್ಪಷ್ಟವಾಗಿ ನಾನು ಅರ್ಥಮಾಡಿಕೊಂಡೆ. ವಿಪತ್ತುಂಟಾದ ಎಲ್ಲ ಸಂದರ್ಭಗಳಲ್ಲಿ ದೇವರು ನನ್ನನ್ನು ಕಾಪಾಡಿದ್ದ. 'ದೇವರು ನನ್ನನ್ನು ಕಾಪಾಡಿದ' ಎಂಬ ವಾಕ್ಸರಣಿ ನನ್ನಲ್ಲಿ ಇಂದು ಆಳವಾದ ಅರ್ಥವನ್ನು ಹೊಂದಿದೆ ಎಂದು ನನಗೆ ಗೊತ್ತಿದೆ. ಹಾಗಿದ್ದರೂ ನಾನಿನ್ನೂ ಅದರ ಪೂರ್ಣ ಅರ್ಥವನ್ನು ಪೂರ್ಣವಾಗಿ ಅರಿತುಕೊಂಡಿದ್ದೇನೆ ಎಂದು ಭಾವಿಸಲಾರೆ. ಕೇವಲ ದಿವ್ಯಾನುಭವ ಮಾತ್ರ ಪೂರ್ತಿಯಾಗಿ ಅರ್ಥಮಾಡಿಕೊಳ್ಳಲು ನೆರವಾಗಬಲ್ಲದು. ಆದರೆ ನನ್ನ ಎಲ್ಲ ವಿಪತ್ಕಾಲದಲ್ಲಿ, ನಾನು ಆಧ್ಯಾತ್ಮಿಕ ಸ್ಥಿತಿಯಲ್ಲಿರಲಿ, ವಕೀಲನಾಗಿರಲಿ, ಸಂಸ್ಥೆಗಳನ್ನು ನಡೆಸುತ್ತಿರಲಿ ಮತ್ತು ರಾಜಕೀಯದಲ್ಲಿರಲಿ - ಯಾವುದೇ ವಿಪತ್ತನ್ನು ಎದುರಿಸುತ್ತಿರುವಾಗಲೂ ದೇವರು ನನ್ನನ್ನು ಕಾಪಾಡಿದ ಎಂದು ಹೇಳಬಲ್ಲೆ. ಎಲ್ಲ ಭರವಸೆಗಳೂ ಮಾಯವಾದಾಗ, ಸಹಾಯ ನೀಡುವವರು ವಿಫಲರಾದಾಗ ಮತ್ತು ಸಮಾಧಾನ ಮರೆಯಾದಾಗ ಹೇಗಾದರೂ ಸಹಾಯ ದೊರೆಯುತ್ತಿತ್ತು. ಎಲ್ಲಿಂದ ಆ ಸಹಾಯ ಬಂದಿತ್ತು ಎಂದು ನನಗೆ ಗೊತ್ತಿರಲಿಲ್ಲ. ದೈನ್ಯದ ಬೇಡಿಕೆ, ಆರಾಧನೆ, ಪ್ರಾರ್ಥನೆ ಮೂಢನಂಬಿಕೆಯಲ್ಲ. ಅವು ತಿನ್ನುವ ಕುಡಿಯುವ, ಕೂರುವ ಇಲ್ಲವೇ ನಡೆಯುವ ಕ್ರಿಯೆಗಳಿಗಿಂತ ಹೆಚ್ಚು ದಿಟವಾದ ಕ್ರಿಯೆಗಳಾಗಿವೆ. ಅವು ಮಾತ್ರ ಯತಾರ್ಥವಾದದ್ದು ಮತ್ತು ಉಳಿದವೆಲ್ಲವೂ ಅವಾಸ್ತವಿಕವಾದದ್ದು ಎಂದು ಹೇಳಿದರೆ ಉತ್ಪ್ರೇಕ್ಷೆಯಾಗಲಾರದು.

ಅಂತಹ ಆರಾಧನೆ ಅಥವಾ ಪ್ರಾರ್ಥನೆ ವಾಗಾಡಂಬರದ ಹಾರಾಟವಲ್ಲ. ಅದು ಬಾಯುಪಚಾರವಲ್ಲ. ಅದು ಹೃದಯದಿಂದ ಚಿಮ್ಮುತ್ತದೆ. ನಮ್ಮ ಹೃದಯ ಎಲ್ಲವನ್ನೂ ಪರಿತ್ಯಜಿಸಿ ಕೇವಲ ಪ್ರೀತಿಯನ್ನು ಮಾತ್ರ ತುಂಬಿಕೊಂಡಿದ್ದರೆ, ಆ ಹೃದಯ ಪರಿಶುದ್ಧವಾಗುವುದು. ಎಲ್ಲ ಭಾವನೆಗಳನ್ನು ಸರಿಯಾದ ಶೃತಿಯಲ್ಲಿರಿಸಿಕೊಂಡಿದ್ದರೆ ಅವು ಕಣ್ಣಿಗೆ ಕಾಣದ ಸಂಗೀತದಲ್ಲಿ ಕಂಪಿಸುತ್ತ ಹಾದುಹೋಗುವುವು. ಪ್ರಾರ್ಥನೆಗೆ ಮಾತಿನ ಅವಶ್ಯಕತೆಯಿಲ್ಲ. ಅದು ಯಾವುದೇ ಐಂದ್ರಿಯಿಕ (ಇಂದ್ರಿಯಗಳ) ಪ್ರಯತ್ನದಿಂದ ಬೇರೆಯಾಗಿ ತನ್ನ ಪಾಡಿಗೆ ಸ್ವತಂತ್ರವಾಗಿರುವುದು. ಪ್ರಾರ್ಥನೆ ಎನ್ನುವುದು ವಿಷಯಾಸಕ್ತಿಯನ್ನು ತುಂಬಿಕೊಂಡಿರುವ ಹೃದಯವನ್ನು ಪರಿಶುದ್ಧ ಗೊಳಿಸುವ ವಿಶ್ವಸನೀಯ ಸಾಧನವಾಗಿದೆ ಎಂಬುದರಲ್ಲಿ ಅಲ್ಪಸ್ವಲ್ಪ ಸಂಶಯವೂ ಉಳಿದಿಲ್ಲ. ಆದರೆ ಅದನ್ನು ತುಂಬಾ ಮೇಲ್ಮಟ್ಟದ ನಮ್ರತೆಯೊಂದಿಗೆ ಬೆರೆಸಬೇಕು.

22. ನಾರಾಯಣ್ ಹೇಮ್‌ಚಂದ್ರ

ಸುಮಾರಾಗಿ ಇದೇ ಕಾಲದಲ್ಲಿ ನಾರಾಯಣ್ ಹೇಮ್‌ಚಂದ್ರ ಇಂಗ್ಲೆಂಡ್‌ಗೆ ಆಗಮಿಸಿದ. ಅವನೊಬ್ಬ ಲೇಖಕನೆಂದು ನಾನು ಕೇಳಿದ್ದೆ. ನ್ಯಾಷನಲ್ ಇಂಡಿಯನ್ ಅಸೋಸಿಯೇಷನ್ (ಭಾರತೀಯ ರಾಷ್ಟ್ರೀಯ ಸಂಘ)ನ ಮಿಸ್ ಮ್ಯಾನಿಂಗ್‌ಳ ಮನೆಯಲ್ಲಿ ನಾವೆಲ್ಲರೂ ಸೇರಿದೆವು. ನಾನು ಇತರರೊಡನೆ ಸುಲಭವಾಗಿ ಬೆರೆಯುವವನಲ್ಲ ಎಂದು ಮಿಸ್ ಮ್ಯಾನಿಂಗ್‌ಗೆ ತಿಳಿದಿತ್ತು. ನಾನು ಆಕೆಯ ಮನೆಗೆ ಹೋದಾಗ ನಾಲಿಗೆಯನ್ನು ಕಟ್ಟಿಕೊಂಡು ಕೂತಿರುತ್ತಿದ್ದೆ. ಮಾತಾಡಲೇ ಬೇಕಾಗಿದ್ದಾಗ ಮಾತ್ರ ನಾನು ಮಾತಾಡುತ್ತಿದ್ದೆ. ಆಕೆ ನನ್ನನ್ನು ನಾರಾಯಣ್ ಹೇಮ್ ಚಂದ್ರನಿಗೆ ಪರಿಚಯಮಾಡಿಸಿಕೊಟ್ಟಳು. ಹೇಮ್‌ಚಂದ್ರನಿಗೆ ಇಂಗ್ಲಿಷ್ ಬರುತ್ತಿರಲಿಲ್ಲ. ಅವನ ಉಡುಪು ವಿಚಿತ್ರವಾಗಿತ್ತು - ಅಂದಗೆಟ್ಟಿದ್ದ ಷರಾಯಿ, ಸುಕ್ಕುಸುಕ್ಕಾಗಿದ್ದ ಮತ್ತು ಕೊಳೆಯಾಗಿದ್ದ ಪಾರ್ಸಿಶೈಲಿಯ ಕಂದುಬಣ್ಣದ ಕೋಟು ಧರಿಸಿದ್ದ. ನೆಕ್‌ಟೈ ಇಲ್ಲವೇ ಕಾಲರ್ ಇರಲಿಲ್ಲ, ಕುಚ್ಚು ಕಟ್ಟಿದ್ದ ಉಣ್ಣೆ ಟೋಪಿ ಧರಿಸಿದ್ದ. ಉದ್ದವಾಗಿ ಗಡ್ಡ ಬೆಳಸಿದ್ದ.

ಅವನ ಆಕೃತಿ ತುಂಬಾ ಸಾಧಾರಣವಾಗಿತ್ತು. ಕುಳ್ಳಗಿದ್ದ. ಅವನ ದುಂಡನೆಯ ಮುಖದ ಮೇಲೆ ಸಿಡಿಬಿನ

ಕಲೆಗಳಿದ್ದವು. ಅವನ ಮೂಗು ಚೂಪಾಗಿರಲಿಲ್ಲ ಇಲ್ಲವೇ ಮೊಂಡಾಗಿರಲಿಲ್ಲ. ಅವನು ಎಡಬಿಡದೇ ತನ್ನ ತನ್ನ ಕೈಯನ್ನು ಗಡ್ಡದ ಮೇಲೆ ಆಡಿಸುತ್ತಿದ್ದ.

ಹಾಗೆ ವಿಚಿತ್ರವಾಗಿ ಕಾಣುತ್ತಿದ್ದ ಮತ್ತು ವಿಚಿತ್ರ ಉಡುಪು ಧರಿಸಿದ್ದ ವ್ಯಕ್ತಿ ಸೊಗಸುಗಾರರ ಸಮಾಜದಲ್ಲಿ ಎಲ್ಲರ ಗಮನವನ್ನು ಸಹಜವಾಗಿ ಸೆಳೆಯುತ್ತಿದ್ದ.

'ನಾನು ನಿಮ್ಮ ಬಗ್ಗೆ ತುಂಬಾ ಕೇಳಿದ್ದೀನಿ.' ಎಂದು ನಾನು ಅವನಿಗೆ ಹೇಳಿದೆ. 'ನಾನು ನಿಮ್ಮ ಕೆಲವು ಬರಹಗಳನ್ನು ಓದಿದ್ದೇನೆ. ನೀವು ನನ್ನ ಮನೆಗೆ ಬರುವ ಕೃಪೆ ತೋರಿಸಿದರೆ ನನಗೆ ತುಂಬಾ ಸಂತೋಷವಾಗುವುದು.'

ನಾರಾಯಣ್ ಹೇಮ್‌ಚಂದ್ರನಿಗೆ ಕರ್ಕಶ ದನಿಯಿತ್ತು. ತನ್ನ ಮುಖದಲ್ಲಿ ನಗುವನ್ನು ಸೂಸುತ್ತ ಉತ್ತರಿಸಿದ:

'ಆಗಲಿ. ನೀನು ಎಲ್ಲಿ ತಂಗಿರುವೆ?'

'ಸ್ಟೋರ್ ಸ್ಟ್ರೀಟ್‌ನಲ್ಲಿ.'

'ಹಾಗಿದ್ದರೆ ನಾವಿಬ್ಬರೂ ನೆರೆಹೊರೆಯವರು. ನಾನು ಇಂಗ್ಲಿಷ್ ಕಲಿಯಬೇಕೆಂದಿದ್ದೇನೆ. ನೀನು ನನಗೆ ಕಲಿಸುವೆಯಾ?'

'ನನಗೆ ಸಾಧ್ಯವಿರುವ ಏನನ್ನಾದರೂ ನಿಮಗೆ ಕಲಿಸಲು ನನಗೆ ಸಂತೋಷವಾಗುತ್ತದೆ. ನಾನು ಶಕ್ತಿಮೀರಿ ಪ್ರಯತ್ನಿಸುತ್ತೇನೆ. ನೀವು ಇಷ್ಟಪಡುವುದಾದರೆ ನಾನೇ ನೀವಿದ್ದಲ್ಲಿಗೆ ಬರುತ್ತೇನೆ.'

'ಬೇಡ. ನಾನೇ ನೀನಿದ್ದಲ್ಲಿಗೆ ಬರುತ್ತೇನೆ. ನಾನು ಜತೆಯಲ್ಲಿ ಅನುವಾದದ ಅಭ್ಯಾಸದ ಪುಸ್ತಕ (ಟ್ರಾನ್ಸ್‌ಲೇಷನ್ ಎಕ್ಸರ್‌ಸೈಜ್ ಬುಕ್)ವನ್ನು ತರುತ್ತೇನೆ. 'ನಾವು ನಮ್ಮ ಭೇಟಿಯನ್ನು ಗೊತ್ತುಮಾಡಿಕೊಂಡೆವು. ಬಹುಬೇಗನೇ ನಾವು ಆಪ್ತಮಿತ್ರರಾದೆವು.

ನಾರಾಯಣ್ ಹೇಮ್‌ಚಂದ್ರನಿಗೆ ವ್ಯಾಕರಣ ಗೊತ್ತೇ ಇರಲಿಲ್ಲ. ಅವನ ಪ್ರಕಾರ ಹಾರ್ಸ್ (ಕುದುರೆ) ಕ್ರಿಯಾಪದವಾಗಿದ್ದರೆ, ರನ್(ಓಡು) ನಾಮಪದವಾಗಿತ್ತು. ಅಂತಹ ಅನೇಕ ತಮಾಷೆಯ ಪ್ರಸಂಗಗಳು ನನ್ನ ನೆನಪಲ್ಲಿವೆ. ಆದರೆ ಅವನನ್ನು ಅವನ ಅಜ್ಞಾನದ ಮೂಲಕ ತಬ್ಬಿಬ್ಬು ಮಾಡಲಾಗುತ್ತಿರಲಿಲ್ಲ. ವ್ಯಾಕರಣ ಕುರಿತ ನನ್ನ ಅಲ್ಪಜ್ಞಾನ ಅವನ ಮೇಲೆ ಏನೂ ಪರಿಣಾಮವನ್ನುಂಟುಮಾಡಲಾಗಲಿಲ್ಲ. ಖಂಡಿತವಾಗಿಯೂ ಅವನು ವ್ಯಾಕರಣ ಕುರಿತ ತನ್ನ ಅಜ್ಞಾನವನ್ನು ನಾಚಿಕೊಳ್ಳುವ ವಿಷಯ ಎಂದು ಪರಿಗಣಿಸಲೇ ಇಲ್ಲ.

ಯಾವುದೇ ಭಾವಾವೇಶವಿಲ್ಲದೆ ಆತ ಹೇಳಿದ: 'ನಾನು ನಿನ್ನಂತೆ ಎಂದೂ ಶಾಲೆಗೆ ಹೋಗಿಲ್ಲ. ನನ್ನ ಯೋಚನೆಗಳನ್ನು ಅಭಿವ್ಯಕ್ತಪಡಿಸುವಾಗ ನನಗೆ ವ್ಯಾಕರಣದ ಅವಶ್ಯಕತೆ ಕಂಡುಬಂದಿಲ್ಲ. ಇರಲಿ, ನಿನಗೆ ಬಂಗಾಳಿ ಗೊತ್ತಿದೆಯೆ? ನನಗೆ ಗೊತ್ತಿದೆ. ನಾನು ಬಂಗಾಳದಲ್ಲಿ ಸುತ್ತಿದ್ದೇನೆ. ಮಹರ್ಷಿ ದೇವೇಂದ್ರನಾಥ ಠಾಕೂರರ ಕೃತಿಗಳನ್ನು ಗುಜರಾತಿ ಭಾಷಾ ಲೋಕಕ್ಕೆ (ಅಂದರೆ ಅನುವಾದಿಸಿ) ಕೊಟ್ಟವನು ನಾನು. ಇತರ ಅನೇಕ ಭಾಷೆಗಳ ಸಂಪತ್ತನ್ನು ಗುಜರಾತಿಗೆ ಅನುವಾದಮಾಡುವ ಇಚ್ಛೆ ನನ್ನಲ್ಲಿದೆ. ನಿನಗೆ ಗೊತ್ತಿರುವಂತೆ ನಾನು ಅಕ್ಷರಶಃ ಅನುವಾದ ಮಾಡುವುದಿಲ್ಲ. ನಾನು ಸದಾ ಸತ್ವವನ್ನು ಮೂಲತಿರುಳನ್ನು ತಂದು ತೃಪ್ತಿಪಟ್ಟುಕೊಳ್ಳುತ್ತೇನೆ.

ಇತರರು ಉತ್ತಮ ಜ್ಞಾನವನ್ನು ಪಡೆದಿರುವುದರಿಂದ ಭವಿಷ್ಯದಲ್ಲಿ ಇನ್ನೂ ಹೆಚ್ಚಿನದನ್ನು ಸಾಧಿಸಬಹುದು. ವ್ಯಾಕರಣದ ಸಹಾಯವಿಲ್ಲದೇ ನಾನು ಏನು ಸಾಧಿಸಿರುವೆನೋ ಅದರಿಂದ ನನಗೆ ಪೂರ್ಣ ತೃಪ್ತಿ ಸಿಕ್ಕಿದೆ. ನನಗೆ ಮರಾಠಿ, ಹಿಂದಿ ಮತ್ತು ಬಂಗಾಳಿ ಗೊತ್ತಿದೆ. ಈಗ ನಾನು ಇಂಗ್ಲಿಷನ್ನು ಕಲಿಯಲಾರಂಭಿಸಿದ್ದೇನೆ. ನಾನು ಇಷ್ಟಪಡುವುದೇನೆಂದರೆ ಯತೇಷ್ಟವಾಗಿರುವ ಶಬ್ದಕೋಶ. ನನ್ನ ಮಹದಾಶೆ ಇಲ್ಲಿ ನಿಂತುಹೋಗುತ್ತದೆ ಎಂದು ನೀನು ಭಾವಿಸಿರುವೆಯಾ? ಹೆದರಿಕೆಯಿರುವುದಿಲ್ಲ. ಫ್ರಾನ್ಸ್‌ಗೆ ಹೋಗಿ ಫ್ರೆಂಚ್‌ಅನ್ನು ಕಲಿಯಲು ಇಷ್ಟಪಡುತ್ತೇನೆ. ಆ ಭಾಷೆಯಲ್ಲಿ ದೊಡ್ಡ ಪ್ರಮಾಣದಲ್ಲಿ ಸಾಹಿತ್ಯವಿದೆ ಎಂದು ಕೇಳಿದ್ದೇನೆ. ಸಾಧ್ಯವಾದರೆ ನಾನು ಜರ್ಮನಿಗೆ ಹೋಗುತ್ತೇನೆ ಮತ್ತು ಅಲ್ಲಿ ಜರ್ಮನ್‌ಅನ್ನು ಕಲಿಯುತ್ತೇನೆ. 'ಹೀಗೆ ಅವನು ಸತತವಾಗಿ ಮಾತಾಡುತ್ತಿದ್ದ. ಅವನಲ್ಲಿ ಭಾಷೆಗಳನ್ನು ಕಲಿಯುವ ಮತ್ತು ವಿದೇಶಗಳಲ್ಲಿ ಪ್ರಯಾಣ ಮಾಡುವ ಮಹದಾಶೆ ಮೇರೆ ಮೀರಿ ತುಂಬಿಕೊಂಡಿತ್ತು.

'ಹಾಗಿದ್ದರೆ ನೀವು ಅಮೆರಿಕಕ್ಕೆ ಕೂಡಾ ಹೋಗುವಿರಿ?'

'ಖಂಡಿತವಾಗಿಯೂ ನವವಿಶ್ವ (ನ್ಯೂ ವರ್ಲ್ಡ್)ವನ್ನು ನೋಡದೇ ನಾನು ಹೇಗೆ ಭಾರತಕ್ಕೆ ಹಿಂದುರುಗಲಿ?'

'ಆದರೆ ನಿಮಗೆ ಹಣ ಎಲ್ಲಿ ಸಿಗುತ್ತದೆ?'

'ನನಗೆ ಹಣ ಏತಕ್ಕೆ ಬೇಕು? ನಾನು ನಿನ್ನಂತೆ ಸೊಗಸುಗಾರ ಪುರುಷನಲ್ಲ. ಕನಿಷ್ಠ ಪ್ರಮಾಣದ ಆಹಾರ ಮತ್ತು ಕನಿಷ್ಠ ಪ್ರಮಾಣದ ಬಟ್ಟೆ ನನಗೆ ಸಾಕಾಗುವುದು. ಇದಕ್ಕೆ ನಾನು ನನ್ನ ಪುಸ್ತಕಗಳಿಂದ ಪಡೆಯುವ ಅಲ್ಪ ಹಣ ಮತ್ತು ಗೆಳೆಯರು ಕೊಡುವುದು ಸಾಕಾಗುವುದು. ನಾನು ಯಾವಾಗಲೂ ಮೂರನೇ ದರ್ಜೆಯಲ್ಲಿ ಪ್ರಯಾಣ ಮಾಡುತ್ತೇನೆ. ಅಮೆರಿಕಕ್ಕೆ ಹೋಗುವಾಗಲೂ ನಾನು ಹಡಗಿನ ಅಟ್ಟ (ಡೆಕ್)ದಲ್ಲಿ ಕೂತು ಪ್ರಯಾಣ ಮಾಡುತ್ತೇನೆ.'

ನಾರಾಯಣ್ ಹೇಮ್‌ಚಂದ್ರನ ಸರಳತೆ ಅವನಿಗೆ ಮಾತ್ರ ವಿಶಿಷ್ಟವಾದುದಾಗಿತ್ತು. ಅವನ ಮುಚ್ಚುಮರೆಯಿಲ್ಲದ ಸ್ವಭಾವ ಅದಕ್ಕೆ ಸಮನಾಗಿತ್ತು. ಅವನಲ್ಲಿ ಗರ್ವದ ಅಲ್ಪಸ್ವಲ್ಪ ಕುರುಹು ಕೂಡಾ ಇರಲಿಲ್ಲ. ಆದರೆ ಲೇಖಕನಾಗಿ ಅವನಲ್ಲಿದ್ದ ಸಾಮರ್ಥ್ಯದ ಬಗ್ಗೆ ಮಿತಿಮೀರಿದ ಅದರಾಭಿಮಾನವಿತ್ತು.

ನಾವು ಪ್ರತಿದಿನವೂ ಸಂಧಿಸುತ್ತಿದ್ದೆವು. ನಮ್ಮ ಚಿಂತನೆಗಳಲ್ಲಿ ಮತ್ತು ಕ್ರಿಯೆಗಳಲ್ಲಿ ಸಾಕಷ್ಟು ಸಮಾನತೆ ಇತ್ತು. ನಾವಿಬ್ಬರೂ ಸಸ್ಯಾಹಾರಿಗಳಾಗಿದ್ದೆವು. ಆಗಾಗ್ಗೆ ನಾವು ಒಟ್ಟಾಗಿ ಊಟಮಾಡುತ್ತಿದ್ದೆವು. ನಾನು ಆ ದಿನಗಳಲ್ಲಿ ವಾರಕ್ಕೆ ಕೇವಲ 17 ಷಿಲಿಂಗ್ ಖರ್ಚುಮಾಡುತ್ತಿದ್ದೆ. ನಾನೇ ಅಡಿಗೆ ಮಾಡಿಕೊಳ್ಳುತ್ತಿದ್ದೆ. ಕೆಲವು ಬಾರಿ ನಾನು ಅವನ ರೂಮಿಗೆ ಹೋಗುತ್ತಿದ್ದೆ. ಕೆಲವು ಬಾರಿ ಅವನು ನನ್ನ ರೂಮಿಗೆ ಬರುತ್ತಿದ್ದ.

ನಾನು ಇಂಗ್ಲಿಷ್ ಶೈಲಿಯಲ್ಲಿ ಅಡಿಗೆ ಮಾಡುತ್ತಿದ್ದೆ. ಆದರೆ ಅವನಿಗೆ ಭಾರತೀಯ ಶೈಲಿಯ ವಿನಹ ಬೇರೆ ಯಾವುದೂ ತೃಪ್ತಿ ಕೊಡುತ್ತಿರಲಿಲ್ಲ. ದಾಲ್‌ಇಲ್ಲದಿದ್ದರೆ ಅವನಿಗೆ ಊಟ ಸೇರುತ್ತಿರಲಿಲ್ಲ. ನಾನು ಕ್ಯಾರಟ್‌ನ ಸಾರು ಮುಂತಾದವನ್ನು ತಯಾರಿಸುತ್ತಿದ್ದೆ. ಅವನು ನನ್ನ

ಅಭಿರುಚಿಯನ್ನು ಕಂಡು ಮರುಗುತ್ತಿದ್ದ. ಒಮ್ಮೆ ಅವನು ಹೇಗೋ ಮಂಗ್ (ಹೆಸರು)ಅನ್ನು ಹುಡುಕಿ ತಂದು ಅಡಿಗೆಮಾಡಿದ. ಅದನ್ನು ನಾನಿದ್ದಲ್ಲಿಗೆ ತಂದುಕೊಟ್ಟ. ನಾನು ಅದನ್ನು ಸಂತೋಷದಿಂದ ತಿಂದೆ. ಅಲ್ಲಿಂದ ಮುಂದೆ ನಮ್ಮ ನಡುವೆ ನಿಯತವಾಗಿ ವಿನಿಮಯ ವ್ಯವಸ್ಥೆ ಏರ್ಪಟ್ಟಿತು. ನಾನು ನನ್ನ ರಸವತ್ತಾದ ಪದಾರ್ಥಗಳನ್ನು ಅವನಿಗೆ ತೆಗೆದುಕೊಂಡು ಹೋಗಿ ಕೊಡುತ್ತಿದ್ದೆ. ಅವನು ತಯಾರಿಸಿದ್ದ ಪದಾರ್ಥಗಳನ್ನು ನನಗೆ ತಂದುಕೊಡುತ್ತಿದ್ದ.

ಕಾರ್ಡಿನಲ್ ಮ್ಯಾನಿಂಗ್‌ನ ಹೆಸರು ಆಗ ಎಲ್ಲರ ಬಾಯಲ್ಲಿತ್ತು. ಜಾನ್ ಬರ್ನ್ಸ್ ಮತ್ತು ಕಾರ್ಡಿನಲ್ ಮ್ಯಾನಿಂಗ್‌ಅವರುಗಳ ಪ್ರಯತ್ನದಿಂದಾಗಿ ಹಡಗುಕಟ್ಟೆ ಶ್ರಮಿಕರ ಮುಷ್ಕರ ಬಹುಬೇಗ ಮುಕ್ತಾಯ ಕಂಡಿತ್ತು. ಕಾರ್ಡಿನಲ್ ಅವರ ಸರಳತೆಯನ್ನು ಕುರಿತಂತೆ ಡಿಸ್ರೇಲಿ ಶ್ಲಾಘನೆಯ ಮಾತುಗಳನ್ನಾಡಿದ್ದರ ಬಗ್ಗೆ ನಾರಾಯಣ್ ಹೇಮ್‌ಚಂದ್ರನಿಗೆ ತಿಳಿಸಿದೆ. 'ಹಾಗಿದ್ದರೆ ನಾನು ಆ ಮಹಾಜ್ಞಾನಿಯನ್ನು ನೋಡಲೇ ಬೇಕು.' ಎಂದು ಅವನು ಹೇಳಿದ.

'ಅವರು ದೊಡ್ಡ ಮನುಷ್ಯರು. ನೀನು ಹೇಗೆ ಅವರನ್ನು ಕಾಣುವೆ?'

'ಏಕೆ. ನನಗೆ ಹೇಗೆಂದು ಗೊತ್ತಿದೆ. ನೀನು ನನ್ನ ಹೆಸರಲ್ಲಿ ಅವರಿಗೊಂದು ಪತ್ರ ಬರೆಯಬೇಕು. ನಾನೊಬ್ಬ ಲೇಖಕನೆಂದು ಅವರಿಗೆ ತಿಳಿಸು. ಅವರ ಜನಹಿತ ಕಾರ್ಯಗಳಿಗಾಗಿ ನಾನು ಅವರನ್ನು ವೈಯಕ್ತಿಕವಾಗಿ ಭೇಟಿಮಾಡಿ ವಂದಿಸಲು ಇಚ್ಛಿಸುವುದಾಗಿ ಅವರಿಗೆ ತಿಳಿಸು. ನನಗೆ ಇಂಗ್ಲಿಷ್ ಗೊತ್ತಿಲ್ಲದಿರುವುದರಿಂದ ನನ್ನೊಂದಿಗೆ ದುಭಾಷಿ (ಇಂಟ್‌ಪ್ರಿಟರ್)ಯೆಂದು ನಿನ್ನನ್ನು ಕರೆದುಕೊಂಡು ಬರುವುದಾಗಿ ಕೂಡಾ ಅವರಿಗೆ ತಿಳಿಸು.'

ನಾನು ಅದೇ ಪ್ರಕಾರ ಪತ್ರ ಬರೆದೆ. ಎರಡು ಅಥವಾ ಮೂರು ದಿನಗಳೊಳಗೆ ಕಾರ್ಡಿನಲ್ ಮ್ಯಾನಿಂಗ್‌ಅವರ ಉತ್ತರ ಕಾರ್ಡ್ ಮೂಲಕ ಬಂತು. ಅವರು ನಮಗೆ ಭೇಟಿಯ ದಿನವನ್ನು ತಿಳಿಸಿದ್ದರು. ಆದ್ದರಿಂದ ನಾವಿಬ್ಬರೂ ಕಾರ್ಡಿನಲ್‌ಅವರನ್ನು ಭೇಟಿಮಾಡಿದೆವು. ನಾನು ಎಂದಿನ ಭೇಟಿಸೂಟನ್ನು (ವಿಸಿಟಿಂಗ್‌ಸೂಟ್) ಧರಿಸಿದ್ದೆ. ನಾರಾಯಣ್ ಹೇಮ್‌ಚಂದ್ರ ಎಂದಿನಂತೆ ಅದೇ ಕೋಟು ಮತ್ತು ಷರಾಯಿಯನ್ನು ಧರಿಸಿದ್ದ. ನಾನು ಅದರ ಬಗ್ಗೆ ತಮಾಷೆಮಾಡಲು ಪ್ರಯತ್ನಿಸಿದೆ. ಆದರೆ ಅವನು ನಗುತ್ತ ಹೇಳಿದ:'

'ನೀವು ನಾಗರಿಕರೆಲ್ಲರೂ ಅಂಜುಬುರುಕರು. ಮಹಾಪುರುಷರು ವ್ಯಕ್ತಿಯ ಹೊರರೂಪವನ್ನು ನೋಡುವುದಿಲ್ಲ. ಅವರು ಅವನ ಹೃದಯವನ್ನು ಪರಿಗಣಿಸುತ್ತಾರೆ.'

ನಾವು ಕಾರ್ಡಿನಲ್‌ಅವರ ಮಹಲನ್ನು ಪ್ರವೇಶಿಸಿದೆವು. ನಾವು ಕೂರುತ್ತಿದ್ದಂತೆ, ತೆಳ್ಳನೆಯ ಹಾಗೂ ಎತ್ತರವಾಗಿದ್ದ ಹಿರಿಯ ಸಭ್ಯಪುರುಷರೊಬ್ಬರು ಕಾಣಿಸಿಕೊಂಡರು ಮತ್ತು ನಮ್ಮೊಂದಿಗೆ ಕೈ ಕುಲುಕಿದರು. ನಾರಾಯಣ್ ಹೇಮ್‌ಚಂದ್ರ ಮುಂದೆ ತಿಳಿಸುವ ಪ್ರಕಾರ ಶುಭಾಶಯ ಕೋರಿದ:

'ನನಗೆ ನಿಮ್ಮ ಅಮೂಲ್ಯವೇಳೆಯನ್ನು ಹೆಚ್ಚಾಗಿ ತೆಗೆದುಕೊಳ್ಳುವ ಇಷ್ಟವಿಲ್ಲ. ನಾನು ನಿಮ್ಮ ಬಗ್ಗೆ ತುಂಬಾ ಕೇಳಿದ್ದೇನೆ. ಮುಷ್ಕರನಿರತರಿಗೆ ನೀವು ಮಾಡಿರುವ ಸತ್ಕಾರ್ಯಗಳಿಗಾಗಿ ನಿಮ್ಮನ್ನು ವಂದಿಸಲು ನಾನು ಇಲ್ಲಿಗೆ ಬಂದಿದ್ದೇನೆ. ವಿಶ್ವದ ಮಹಾಪುರುಷರನ್ನು ಭೇಟಿಮಾಡುವುದು ನನ್ನ ಪದ್ಧತಿಯಾಗಿದೆ. ಹಾಗಾಗಿ ನಾನು ನಿಮಗೆ ತೊಂದರೆ ಕೊಡುತ್ತಿದ್ದೇನೆ.'

ಇದು ಅವನು ಗುಜರಾತಿಯಲ್ಲಿ ಏನು ಮಾತಾಡಿದ್ದನೋ ಅದರ ನನ್ನ ಅನುವಾದವಾಗಿತ್ತು.

ನೀವು ಬಂದಿರುವುದರಿಂದ ನನಗೆ ಸಂತೋಷವಾಗಿದೆ ನಿಮ್ಮ ಲಂಡನ್‌ನ ವಾಸ್ತವ್ಯ ನಿಮಗೆ ತೃಪ್ತಿ ತಂದಿದೆ ಎಂದು ನಾನು ಭಾವಿಸಿದ್ದೇನೆ. ನೀವು ಇಲ್ಲಿಯ ಜನರ ಸಂಪರ್ಕ ಪಡೆಯುವಿರಿ. ದೇವರು ನಿಮ್ಮನ್ನು ಅನುಗ್ರಹಿಸಲಿ.' ಹೀಗೆ ಹೇಳಿ ಕಾರ್ಡಿನಲ್ ಎದ್ದು ನಿಂತರು ಮತ್ತು ಶುಭ ಕೋರಿದರು.

ಒಮ್ಮೆ ನಾರಾಯಣ್ ಹೇಮಚಂದ್ರ ನಾನಿದ್ದ ಸ್ಥಳಕ್ಕೆ ಷರಟು ಮತ್ತು ಧೋತಿಯನ್ನು ಧರಿಸಿ ಬಂದಿದ್ದ. ಒಳ್ಳೆಯ ಗುಣವುಳ್ಳ ಮನೆಯೊಡತಿ ಬಾಗಿಲನ್ನು ತೆರೆದು ನನ್ನ ಬಳಿಗೆ ಹೆದರಿಕೊಂಡು ಓಡಿಬಂದಳು - ಈಕೆ ಹೊಸ ಮನೆಯೊಡತಿಯಾಗಿದ್ದಳು ಮತ್ತು ಆಕೆಗೆ ಹೇಮ್‌ಚಂದ್ರನ ಪರಿಚಯವಿರಲಿಲ್ಲ - 'ಏನೋ ಒಂದು ರೀತಿಯಲ್ಲಿ ಹುಚ್ಚನಂತೆ ವರ್ತಿಸುತ್ತಿರುವವನೊಬ್ಬ ನಿಮ್ಮನ್ನು ನೋಡಲು ಇಷ್ಟಪಡುತ್ತಿದ್ದಾನೆ.' ಎಂದು ಹೇಳಿದಳು. ನಾನು ಬಾಗಿಲ ಬಳಿಗೆ ಹೋದಾಗ ನಾರಾಯಣ್ ಹೇಮ್‌ಚಂದ್ರನನ್ನು ನೋಡಿ ನನಗೆ ಆಶ್ಚರ್ಯವಾಯ್ತು. ನನಗೆ ದಿಗ್ಭ್ರಮೆಯಾಯ್ತು. ಆದರೆ ಅವನ ಮುಖದಲ್ಲಿ ಎಂದಿನ ಮಂದಹಾಸವಿತ್ತು.

'ಬೀದಿಯಲ್ಲಿದ್ದ ಮಕ್ಕಳು ನಿಮ್ಮನ್ನು ಕುಚೇಷ್ಟೆ ಮಾಡಲಿಲ್ಲವೆ?'

'ಸರಿಯೆ. ಅವರು ನನ್ನ ಹಿಂದೆ ಓಡಿಬಂದರು. ನಾನು ಅವರ ಕಡೆಗೆ ಲಕ್ಷ ಕೊಡಲಿಲ್ಲ. ಅವರು ಗಲಾಟೆ ಮಾಡಲಿಲ್ಲ.'

ಕೆಲವು ತಿಂಗಳುಗಳ ಕಾಲ ಲಂಡನ್‌ನಲ್ಲಿ ತಂಗಿದ್ದ ನಾರಾಯಣ್ ಹೇಮ್‌ಚಂದ್ರ ತರುವಾಯ ಪ್ಯಾರಿಸ್‌ಗೆ ಹೋದ. ಅವನು ಫ್ರೆಂಚ್ ಕಲಿಯಲಾರಂಭಿಸಿದ. ಫ್ರೆಂಚ್ ಪುಸ್ತಕಗಳನ್ನು ಕೂಡಾ ಅನುವಾದಿಸಿದ. ಅವನ ಫ್ರೆಂಚ್ ಅನುವಾದಗಳನ್ನು ಪರಿಷ್ಕರಿಸುವಷ್ಟರ ಮಟ್ಟಿಗೆ ನನಗೆ ಫ್ರೆಂಚ್ ಗೊತ್ತಿತ್ತು. ಆದ್ದರಿಂದ ಅವನ್ನು ಓದಲು ನನಗೆ ಕೊಟ್ಟಿದ್ದ. ಅದು ಅನುವಾದವಾಗಿರಲಿಲ್ಲ. ಆದರೆ ಅದು ಕೇವಲ ಸಾರಾಂಶವಾಗಿತ್ತು.

ಕಡೆಯಲ್ಲಿ ಅವನು ಅಮೆರಿಕಕ್ಕೆ ಹೋಗಬೇಕೆಂಬ ತನ್ನ ಸಂಕಲ್ಪವನ್ನು ಪೂರಯಿಸಿಕೊಂಡ. ತುಂಬಾ ಕಷ್ಟದಿಂದ ಅವನು ಹಡಗುಕಟ್ಟೆಯ ಟಿಕೀಟನ್ನು ಸಂಪಾದಿಸಿಕೊಳ್ಳುವಲ್ಲಿ ಯಶಸ್ವಿಯಾಗಿದ್ದ. ಅವನು ಸಂಯುಕ್ತ ಸಂಸ್ಥಾನಗಳಲ್ಲಿದ್ದಾಗ ಒಮ್ಮೆ ಷರಟು ಮತ್ತು ಧೋತಿಯನ್ನು ಧರಿಸಿಕೊಂಡು ಹೊರಗೆ ಹೊರಟಿದ್ದ. ಅಸಭ್ಯ ಉಡುಗೆಯನ್ನು ಧರಿಸಿದ್ದಾನೆಂದು ಅವನ ಮೇಲೆ ಕಾನೂನು ಕ್ರಮ ಜರುಗಿಸಲಾಗಿತ್ತು. ನನ್ನ ನೆನಪಲ್ಲಿರುವಂತೆ ಅವನನ್ನು ನಂತರ ಬಿಡುಗಡೆಮಾಡಿದ್ದರು.

23. ಭಾರಿ ಸಾರ್ವಜನಿಕ ಪ್ರದರ್ಶನ

1890ರಲ್ಲಿ ಪ್ಯಾರಿಸ್‌ನಲ್ಲಿ ಭಾರಿ ಸಾರ್ವಜನಿಕ ಪ್ರದರ್ಶನ ನಡೆಯಿತು. ನಾನು ಅದರ ವಿಸ್ತೃತ ಸಿದ್ಧತೆಯ ಬಗ್ಗೆ ಓದಿದ್ದೆ. ನನ್ನಲ್ಲಿ ಪ್ಯಾರಿಸ್‌ಅನ್ನು ನೋಡಬೇಕೆಂಬ ಅತ್ಯಾಸೆಯಿತ್ತು. ಈ ಎರಡೂ ಅಪೇಕ್ಷೆಗಳನ್ನು ಒಂದಗೂಡಿಸುವುದು ಉತ್ತಮವೆಂದು ಭಾವಿಸಿ ನಾನು ಅಸಂದರ್ಭದಲ್ಲಿ ಅಲ್ಲಿಗೆ ಹೋಗಲು ಇಚ್ಛಿಸಿದೆ. ಈ ಸಾರ್ವಜನಿಕ ಮಹಾಪ್ರದರ್ಶನದ ಒಂದು ವಿಶಿಷ್ಟ ಆಕರ್ಷಣೆಯೆಂದರೆ ಐಫೆಲ್ ಗೋಪುರ (ಟವರ್) ಆಗಿತ್ತು. ಅದನ್ನು ಪೂರ್ಣವಾಗಿ ಕಬ್ಬಿಣದಿಂದ ನಿರ್ಮಿಸಲಾಗಿತ್ತು. ಸುಮಾರು 1000 ಅಡಿ ಎತ್ತರವಾಗಿತ್ತು. ಸಹಜವಾಗಿ ಅಲ್ಲಿ ಇನ್ನೂ ಅನೇಕ ಆಸಕ್ತಿ ಹುಟ್ಟಿಸುವ ವಸ್ತು-ವಿಷಯಗಳಿದ್ದವು. ಆದರೆ ಅವುಗಳಲ್ಲಿ ಗೋಪುರ ಅತಿ ಮುಖ್ಯವಾಗಿತ್ತು. ಅಲ್ಲಿಯವರೆಗೆ ಅಷ್ಟು ಎತ್ತರದ ರಚನೆಯೊಂದು ಸುರಕ್ಷಿತವಾಗಿ ನಿಲ್ಲಲಾರದೆಂದು ಊಹಿಸಲಾಗಿತ್ತು.

ಪ್ಯಾರಿಸ್‌ನಲ್ಲಿದ್ದ ಒಂದು ಶಾಖಾಹಾರಿ ರೆಸ್ಟರಾಂಟ್ ಬಗ್ಗೆ ಕೇಳಿದ್ದೆ. ನಾನು ಅಲ್ಲಿ ರೂಮನ್ನು ಪಡೆದು ಏಳು ದಿನಗಳ ಕಾಲ ತಂಗಿದ್ದೆ. ಪ್ಯಾರಿಸ್‌ಗೆ ಪ್ರಯಾಣ ಮತ್ತು ಪ್ರೇಕ್ಷಣಿಯ ಸ್ಥಳಗಳ ವೀಕ್ಷಣೆಗೆ ನಾನು ತುಂಬಾ ಹಿಡಿತದಿಂದ ಹಣ ಖರ್ಚು ಮಾಡಿದ್ದೆ. ನಾನು

ಪ್ಯಾರಿಸ್‌ನ ನಕ್ಷೆ ಮತ್ತು ಸಾರ್ವಜನಿಕ ಪ್ರದರ್ಶನದ ಮಾರ್ಗದರ್ಶಿ ಮತ್ತು ಅದರ ನಕ್ಷೆಯ ಸಹಾಯ ಪಡೆದಿದ್ದೆ. ಹೆಚ್ಚಾಗಿ ನಾನು ಕಾಲುನಡಿಗೆಯಿಂದ ಸುತ್ತಿದ್ದೆ. ಒಬ್ಬಾತನಿಗೆ ಮುಖ್ಯ ರಸ್ತೆಗಳ ಕಡೆಗೆ ಮತ್ತು ಮುಖ್ಯ ಪ್ರೇಕ್ಷಣೀಯ ಸ್ಥಳಗಳಿಗೆ ಮಾರ್ಗ ಸೂಚಿಸಲು ನಕ್ಷೆಗಳು ಮತ್ತು ಮಾರ್ಗದರ್ಶಿ(ಗೈಡ್) ಸಾಕಾಗಿದ್ದವು.

ನನ್ನ ನೆನಪಲ್ಲಿ ಮಹಾ ಸಾರ್ವಜನಿಕ ಪ್ರದರ್ಶನದ ಬೃಹತ್ತು ಮತ್ತು ವೈವಿಧ್ಯತೆಯ ವಿನಹ ಬೇರೆ ಏನೂ ಉಳಿದುಕೊಂಡಿಲ್ಲ. ನನ್ನಲ್ಲಿ ಐಫೆಲ್ ಗೋಪುರದ ನೆನಪು ಚೆನ್ನಾಗಿ ಉಳಿದುಕೊಂಡಿದೆ. ನಾನು ಅದನ್ನು ಎರಡು ಬಾರಿ ಇಲ್ಲವೇ ಮೂರು ಬಾರಿ ಹತ್ತಿದ್ದೆ. ಮೊದಲನೇ ವೇದಿಕೆ (ಪ್ಲಾಟ್‌ಫಾರ್ಮ್)ಯಲ್ಲಿ ಒಂದು ರೆಸ್ಟಾರಾಂಟ್ ಇತ್ತು. ನಾನು ಅತಿ ಎತ್ತರದಲ್ಲಿ ಉಪಾಹಾರ ತೆಗೆದುಕೊಂಡಿದ್ದೆ ಎಂದು ಹೇಳಿಕೊಂಡು ತೃಪ್ತಿಪಡುವ ಸಲುವಾಗಿ ಏಳು ಷಿಲಿಂಗುಗಳನ್ನು ಖರ್ಚುಮಾಡಿದ್ದೆ.

ಪ್ಯಾರಿಸ್‌ನ ಪ್ರಾಚೀನ ಚರ್ಚುಗಳು ಇನ್ನೂ ನನ್ನ ನೆನಪಲ್ಲಿ ಉಳಿದುಕೊಂಡಿವೆ. ಅವುಗಳ ಭವ್ಯತೆ ಮತ್ತು ಶಾಂತತೆಯನ್ನು ಮರೆಯಲು ಸಾಧ್ಯವಾಗದು. ನೋತ್ರಡಾಮ್‌ನ ಅದ್ಭುತ ರಚನೆ ಮತ್ತು ಸುಂದರವಾದ ಶಿಲ್ಪಗಳಿಂದ ಕೂಡಿರುವ ಅದರ ಒಳಾಂಗಣದ ಅಲಂಕರಣ ಮರೆಯಲಾಗದ್ದು. ಅಂತಹ ದಿವ್ಯ ಕತೀಡ್ರಲ್ (ಮುಖ್ಯ ಚರ್ಚು)ಗಳನ್ನು ಕಟ್ಟಲು ಕೋಟಿಗಟ್ಟಲೆ ಹಣವನ್ನು ಖರ್ಚುಮಾಡಿದವರ ಹೃದಯಗಳಲ್ಲಿ ದೇವರ ಮೇಲಿನ ಪ್ರೇಮವಲ್ಲದೇ ಬೇರೇನೂ ಇರಲು ಸಾಧ್ಯವಿರಲಿಲ್ಲ ಎಂದು ನಾನು ಭಾವಿಸಿದ್ದೆ.

ಪ್ಯಾರಿಸ್‌ನ ಫ್ಯಾಷನ್‌ಗಳು ಮತ್ತು ಡೌಲಿನ ಬಗ್ಗೆ ನಾನು ತುಂಬಾ ಓದಿದ್ದೆ. ಪ್ರತಿಯೊಂದು ಬೀದಿಯಲ್ಲಿ ಅವುಗಳ ಕುರುಹುಗಳಿದ್ದವು. ಆದರೆ ಚರ್ಚುಗಳು ಈ ದೃಶ್ಯಗಳಿಂದ ಬೇರೆಯಾಗಿ ಗಮನಸೆಳೆಯುವಂತಿದ್ದವು. ಅಲ್ಲಿ ಯಾರೇ ಆದರೂ ಈ ಚರ್ಚುಗಳಲ್ಲೊಂದರಲ್ಲಿ ಪ್ರವೇಶಿಸುತ್ತಿದ್ದಂತೆ ಹೊರಗಿನ ಗದ್ದಲ ಮತ್ತು ಅವಾಂತರವನ್ನು ಮರೆತುಬಿಡುತ್ತಾನೆ. ಅವನ ನಡವಳಿಕೆ ಕೂಡಾ ಬದಲಾಗುತ್ತದೆ. ಪವಿತ್ರ ಕನ್ಯೆಯ (ಏಸುವಿನ ತಾಯಿ ಮೇರಿ) ಪ್ರತಿಮೆಯ ಎದುರು ಯಾರೋ ಮಂಡಿಯೂರಿ ಕುಳಿತಿದ್ದನ್ನು ಕಂಡು ಅವರನ್ನು ಹಾದುಹೋಗುವಾಗ ಘನತೆ ಮತ್ತು ಭಯಭಕ್ತಿಯಿಂದ ವರ್ತಿಸುವನು. ಪ್ರಾರ್ಥನೆ ಮಾಡಲು ಮಂಡಿಯೂರಿ ಕೂರುವುದು ಮತ್ತು ಪ್ರಾರ್ಥನೆಮಾಡುವುದು ಕೇವಲ ಅಂಧಶ್ರದ್ಧೆಯಾಗಲಾರದು ಎಂಬ ಭಾವನೆ ಆಗಿನಿಂದಲೂ ನನ್ನಲ್ಲಿ ಬೆಳೆಯುತ್ತಿದೆ. ಕನ್ಯಾಮೇರಿಯ ಮುಂದೆ ಭಕ್ತಿಭಾವ ತುಂಬಿಕೊಂಡಿರುವ ಜೀವಗಳು ಮಂಡಿಯೂರಿ ಪ್ರಾರ್ಥಿಸುವುದು ಕೇವಲ ಶಿಲಾ ಮೂರ್ತಿಯ ಆರಾಧನೆಯಾಗಲಾರದು. ಅವರಲ್ಲಿ ಅಪ್ಪಟ ಭಕ್ತಿ ಭಾವ ಉದ್ದೀಪನಗೊಂಡಿರುತ್ತದೆ. ಅವರು ಕಲ್ಲನ್ನು ಆರಾಧಿಸುತ್ತಿರುವುದಿಲ್ಲ. ಆದರೆ ಸಂಕೇತರೂಪದಲ್ಲಿರುವ ದೈವತ್ವವನ್ನು ಆರಾಧಿಸುತ್ತಿರುತ್ತಾರೆ. ಈ ಆರಾಧನೆಯಿಂದ ಅವರು ದೇವರ ಹಿರಿಮೆಯನ್ನು ಕುಂಠಿತಗೊಳಿಸುವುದಿಲ್ಲ, ಪ್ರತಿಯಾಗಿ ಆ ಹಿರಿಮೆಯನ್ನು ಇನ್ನಷ್ಟು ಹೆಚ್ಚಿಸುತ್ತಾರೆ ಎಂಬ ಭಾವನೆ ಆಗ ನನ್ನಲ್ಲಿ ಉಂಟಾಯಿತು. ಈ ಭಾವನೆ ನನ್ನಲ್ಲಿ ಅಚ್ಚೊತ್ತಿದಂತಿದೆ.

ಐಫೆಲ್ ಗೋಪುರದ ಬಗ್ಗೆ ಒಂದು ಮಾತನ್ನು ಹೇಳಲೇಬೇಕು. ಇಂದು ಅದರಿಂದ ಏನು ಉಪಯೋಗ ಎಂದು ನನಗೆ ತಿಳಿಯದು. ಆದರೆ ಆ ಕಾಲದಲ್ಲಿ ಅದು ತುಂಬಾ ಕೆಟ್ಟ

ಹೆಸರನ್ನು ತಂದಿತ್ತು ಹಾಗೆಯೆ ಅದು ಅತಿಯಾದ ಪ್ರಶಂಸೆಯನ್ನು ಕೂಡಾ ಪಡೆದಿತ್ತು ಎಂದು ಕೇಳಿದ್ದೆ. ಅದನ್ನು ನಿಂದಿಸಿದವರಲ್ಲಿ ಟಾಲ್‌ಸ್ಟಾಯ್ ಪ್ರಮುಖರಾಗಿದ್ದರು ಎಂದು ನನ್ನ ನೆನಪಲ್ಲಿದೆ. ಐಫೆಲ್ ಗೋಪುರ ಮನುಷ್ಯನ ತಿಳಿಗೇಡಿತನದ ಸ್ಮಾರಕವಾಗಿದೆಯೇ ಹೊರತು ಅದು ಅವನ ವಿವೇಚನೆಯ ಸ್ಮಾರಕವಾಗಿಲ್ಲ ಎಂದು ಅವರು ಹೇಳಿದ್ದರು. ತಂಬಾಕು ಎಲ್ಲ ಮಾದಕದ್ರವ್ಯಗಳಲ್ಲಿ ತುಂಬಾ ಕೆಟ್ಟದ್ದು. ಎಂದು ಅವರು ವಾದಿಸಿದ್ದರು. ಅದರ ಕೆಟ್ಟ ಚಾಳಿ ಹಿಡಿಸಿಕೊಂಡವನು ಅಪರಾಧಗಳನ್ನು ಎಸಗಲು ಪ್ರಚೋದಿಸಲ್ಪಡುತ್ತಾನೆ. ಆದರೆ ಅಂತಹ ಅಪರಾಧಗಳನ್ನು ಕುಡುಕನು ಮಾಡಲು ಹಿಂಜರಿಯುತ್ತಾನೆ. ಮದ್ಯ ಮನುಷ್ಯನಿಗೆ ಹುಚ್ಚು ಹಿಡಿಸಬಹುದು. ಆದರೆ ತಂಬಾಕು ಅವನ ಬುದ್ಧಿಶಕ್ತಿಯನ್ನು ಮಂಕುಗೊಳಿಸುತ್ತದೆ ಮತ್ತು ಗಾಳಿಯಲ್ಲಿ ಗೋಪುರಗಳನ್ನು ಕಟ್ಟುವಂತೆ ಪ್ರಚೋದಿಸುತ್ತದೆ. ಅಂತಹ ಪ್ರಭಾವಕ್ಕೊಳಗಾಗಿರುವ ಮನುಷ್ಯನ ಸೃಷ್ಟಿಗಳಲ್ಲಿ ಒಂದೆಂದರೆ ಐಫೆಲ್ ಗೋಪುರ. ಐಫೆಲ್ ಗೋಪುರದಲ್ಲಿ ಕಲೆ ಎನ್ನುವುದು ಇಲ್ಲವೇ ಇಲ್ಲ ಅದು ಸಾರ್ವಜನಿಕ ಪ್ರದರ್ಶನದ ಅಪ್ಪಟ ಸೌಂದರ್ಯಕ್ಕೆ ತನ್ನ ಕಾಣಿಕೆಯನ್ನು ನೀಡಿದೆ ಎಂದು ಯಾವ ರೀತಿ ಯಲ್ಲಾದರೂ ಹೇಳಲಾದೀತೆ. ಜನರು ಹಿಂಡುಹಿಂಡಾಗಿ ಅದನ್ನು ಏರುತ್ತಿದ್ದರು ಏಕೆಂದರೆ ಅದರ ನಾವಿನ್ಯತೆ ಮತ್ತು ಅನನ್ಯ ಪರಿಮಾಣಕ್ಕೆ ಜನರು ಮಾರುಹೋಗಿದ್ದರು. ಅದು ಸಾರ್ವಜನಿಕ ಪ್ರದರ್ಶನದ ಆಟದ ಬೊಂಬೆಯಾಗಿತ್ತು. ನಾವು ಎಲ್ಲಿಯವರೆಗೆ ಮಕ್ಕಳಾಗಿರುತ್ತೇವೆಯೋ ಅಲ್ಲಿಯವರೆಗೆ ನಾವು ಆಟದ ಬೊಂಬೆಗಳಿಂದ ಆಕರ್ಷಿಸಲ್ಪಟ್ಟಿರುತ್ತೇವೆ. ಥಳುಕುಪಳುಕಿನ ವಸ್ತುಗಳಿಂದ ಎಲ್ಲ ಮಕ್ಕಳು ಆಕರ್ಷಿತರಾಗುತ್ತಾರೆ ಎಂಬ ಮಾತಿಗೆ ಐಫೆಲ್ ಗೋಪುರ ಒಂದು ಉತ್ತಮ ನಿದರ್ಶನವಾಗಿದೆ. ಐಫೆಲ್ ಗೋಪುರ ಸಾಧಿಸಿದ ಉದ್ದೇಶ ಅದೇ ಆಗಿತ್ತು ಎಂದು ಹೇಳಬಹುದು.

24. 'ಹೆಸರು ಪಡೆದೆ' - ಆದರೆ ಆ ಹೊತ್ತಿನಲ್ಲಿ?

ಇಲ್ಲಿಯವರೆಗೆ ನಾನು ಇಂಗ್ಲೆಂಡ್‌ಗೆ ಯಾವ ಉದ್ದೇಶಕ್ಕೆ ಅಂದರೆ ನ್ಯಾಯವಾದಿಯೆಂದು ಕರೆಸಿಕೊಳ್ಳಲು ಬಂದಿದ್ದರ ಬಗ್ಗೆ ಏನನ್ನೂ ಹೇಳದೇ ಉದ್ದೇಶಪೂರ್ವಕವಾಗಿ ಆ ವಿಚಾರವನ್ನು ಮುಂದಕ್ಕೆ ಹಾಕಿದ್ದೆ. ಅದನ್ನು ಸಂಕ್ಷಿಪ್ತವಾಗಿ ಪ್ರಸ್ತಾಪಿಸುವ ಕಾಲ ಈಗ ಬಂದಿದೆ.

ಔಪಚಾರಿಕವಾಗಿ ನ್ಯಾಯವಾದಿ ಎಂದು ಕರೆಯಲ್ಪಡುವ ಮುಂಚೆ ವಿದ್ಯಾರ್ಥಿಯು ಎರಡು ಷರತ್ತುಗಳನ್ನು ನೆರವೇರಿಸಬೇಕಾಗಿತ್ತು: 'ವ್ಯಾಸಂಗಾವಧಿ (ಟರ್ಮ್ಸ್)ಯನ್ನು ಅನುಷ್ಠಾನಗೊಳಿಸುವುದು(ಕೀಪಿಂಗ್)' ಅಂದರೆ ಸುಮಾರು ಮೂರು ವರ್ಷಗಳಿಗೆ ಸಮವಾಗಿರುವ ಹನ್ನೆರಡು ವ್ಯಾಸಂಗಾವಧಿಗಳಿದ್ದವು; ಪರೀಕ್ಷೆಗಳಲ್ಲಿ ಉತ್ತೀರ್ಣನಾಗಬೇಕಾಗುತ್ತಿತ್ತು. ವ್ಯಾಸಂಗಾವಧಿಯನ್ನು ಅನುಷ್ಠಾನಗೊಳಿಸುವುದೆಂದರೆಒಬ್ಬಾತನ ವ್ಯಾಸಂಗಾವಧಿಗಳನ್ನು ತಿನ್ನುವುದು ಎಂಬರ್ಥವನ್ನು ಹೊಂದಿದೆ. ಅಂದರೆ ಒಂದು ವ್ಯಾಸಂಗಾವಧಿಯಲ್ಲಿ ನಡೆಯುವ ಸುಮಾರು ಇಪ್ಪತ್ನಾಲ್ಕು ಔತಣಕೂಟಗಳಲ್ಲಿ ಕಡೆಯ ಪಕ್ಷ ಅರಕ್ಕೆ ಹಾಜರಾಗಬೇಕಾಗುತ್ತಿತ್ತು. ತಿನ್ನುವುದೆಂದರೆ ವಾಸ್ತವವಾಗಿ ಔತಣಕೂಟದಲ್ಲಿ ಭಾಗವಹಿಸುವುದು ಎಂಬ ಅರ್ಥವನ್ನು

ಹೊಂದಿಲ್ಲ. ನಿಗದಿತ ವೇಳೆಯಲ್ಲಿ ಹಾಜರಿದ್ದು ಔತಣಕೂಟದುದ್ದಕ್ಕೂ ಉಳಿದುಕೊಂಡಿರಬೇಕು ಎಂದು ಅರ್ಥಮಾಡಿಕೊಳ್ಳಬೇಕು. ಸಾಮಾನ್ಯವಾಗಿ, ಸಹಜವಾಗಿ ಪ್ರತಿಯೊಬ್ಬರೂ ಒಳ್ಳೆಯ ಆಹಾರಪದಾರ್ಥಗಳನ್ನು ಸೇವಿಸುತ್ತಿದ್ದರು ಮತ್ತು ಕುಡಿಯುತ್ತಿದ್ದರು. ಇಷ್ಟಪಡುವ ದ್ರಾಕ್ಷಾರಸವನ್ನು ಒದಗಿಸಲಾಗುತ್ತಿತ್ತು. ಒಂದು ಔತಣಕೂಟಕ್ಕೆ ಎರಡರಿಂದ ಮತ್ತು ಆರರವರೆಗೆ, ಮೂರು ಮತ್ತು ಆರರವರೆಗೆ, ಎರಡೂವರೆ ಷಿಲಿಂಗ್‌ನಿಂದ ಮೂರುವರೆ ಷಿಲಿಂಗ್‌ವರೆಗೆ ಅಂದರೆ ಎರಡರಿಂದ ಮೂರು ರೂಪಾಯಿಗಳವರೆಗೆ ಖರ್ಚಾಗುತ್ತಿತ್ತು. ಅದು ಸಾಕಷ್ಟು ಕಡಿಮೆ ಎಂದು ಪರಿಗಣಿಸಬಹುದಾಗಿತ್ತು. ಏಕೆಂದರೆ ಒಂದು ಹೊಟೇಲ್‌ನಲ್ಲಿ ಊಟಮಾಡಿದ್ದರೆ ಕೇವಲ ವೈನ್‌ಗೆ(ಮದ್ಯ)ಕ್ಕೆ ಅಷ್ಟೇ ಹಣವನ್ನು ಕೊಡಬೇಕಾಗುತ್ತಿತ್ತು. ಭಾರತದಲ್ಲಿರುವವರಿಗೆ ಅದರಲ್ಲೂ ನಾವು ಆಧುನಿಕರು ಎನಿಸಿಕೊಳ್ಳದಿದ್ದರೆ ಅದನ್ನು ಕೇಳಿ ಆಶ್ಚರ್ಯವಾಗುತ್ತದೆ. ಏಕೆಂದರೆ ಕುಡಿತದ ಬೆಲೆ ಆಹಾರ (ಊಟ)ದ ಬೆಲೆಗಿಂತಲೂ ಹೆಚ್ಚಾಗಿರುತ್ತದೆ. ಮೊದಲಬಾರಿ ನಾನು ಅದನ್ನು ಕೇಳಿದಾಗ ಭಾರಿ ಆಘಾತಕ್ಕೊಳಗಾದೆ. ಕುಡಿತದ ಮೇಲೆ ಜನರು ಅಷ್ಟೊಂದು ಹಣವನ್ನು ಹೇಗೆ ಒಗೆಯುತ್ತಾರೆ ಎಂದು ನನಗೆ ಆಶ್ಚರ್ಯವಾಗಿತ್ತು. ಮುಂದೆ ನನಗೆ ಅದರ ಅರ್ಥವಾಗಿತ್ತು. ನಾನು ಆಗಾಗ್ಗೆ ಈ ಭೋಜನಕೂಟಗಳಲ್ಲಿ ಭಾಗವಹಿಸಿದ್ದರೂ ಏನನ್ನೂ ತಿನ್ನುತ್ತಿರಲಿಲ್ಲ ಏಕೆಂದರೆ ನಾನು ತಿನ್ನಬಹುದಾಗಿದ್ದ ಪದಾರ್ಥಗಳು ಕೇವಲ ಬ್ರೆಡ್, ಬೇಯಿಸಿದ ಆಲೂಗೆಡ್ಡೆ ಮತ್ತು ಎಲೆಕೋಸು ಆಗಿರುತ್ತಿದ್ದವು. ಮೊದಮೊದಲು ನಾನು ಇವುಗಳನ್ನು ತಿನ್ನುತ್ತಿರಲಿಲ್ಲ. ಏಕೆಂದರೆ ಅವು ನನಗೆ ಇಷ್ಟವಾಗಿರಲಿಲ್ಲ. ಮುಂದೆ ಅವುಗಳನ್ನು ಸವಿಯಲಾರಂಭಿಸಿದೆ. ಇತರ ಪದಾರ್ಥಗಳನ್ನು ಬಡಿಸುವಂತೆ ಕೇಳುವ ಧೈರ್ಯವನ್ನು ಕೂಡಾ ಗಳಿಸಿಕೊಂಡೆ.

ಬೆಂಚರ್ (ಇಂಗ್ಲೆಂಡ್‌ನ 'ಇನ್ಸ್ ಆಫ್ ಕೋರ್ಟ್' ಎಂಬ ನ್ಯಾಯವಾದಿ ಸಂಘದ ಹಿರಿಯ ಸದಸ್ಯ') ಗಳಿಗೆ ಒದಗಿಸುತ್ತಿದ್ದ ಊಟ ಸಾಮಾನ್ಯವಾಗಿ ವಿದ್ಯಾರ್ಥಿಗಳಿಗೆ ಒದಗಿಸುತ್ತಿದ್ದ ಊಟಕ್ಕಿಂತ ಉತ್ತಮವಾಗಿರುತ್ತಿತ್ತು. ನನ್ನಂತೆ ಸಸ್ಯಾಹಾರಿಯಾಗಿದ್ದ ಪಾರ್ಸಿ ವಿದ್ಯಾರ್ಥಿ ಮತ್ತು ನಾನು ಸಸ್ಯಾಹಾರಿ ವ್ರತದ ಹಿತದೃಷ್ಟಿಯಿಂದ ಬೆಂಚರ್‌ಗಳಿಗೆ ಬಡಿಸುತ್ತಿದ್ದ ಶಾಖಾಹಾರಿ ಪದಾರ್ಥಗಳನ್ನೂ ತಮಗೂ ಒದಗಿಸುವಂತೆ ಕೇಳಿಕೊಂಡೆವು. ನಮ್ಮ ಕೋರಿಕೆಗೆ ಮನ್ನಣೆ ದೊರೆಯಿತು. ನಾವು ಬೆಂಚರ್‌ಗಳ ಮೇಜಿನಿಂದ ಹಣ್ಣುಗಳನ್ನು ಮತ್ತು ಇತರ ತರಕಾರಿಗಳನ್ನು ತರಿಸಿಕೊಳ್ಳಲಾರಂಭಿಸಿದೆವು.

ನಾಲ್ಕು ಜನರ ಒಂದು ತಂಡಕ್ಕೆ ಎರಡು ಸೀಸೆ ವೈನ್ (ಮದ್ಯ) ತರಿಸಿಕೊಳ್ಳಲು ಅವಕಾಶವಿತ್ತು. ನಾನು ಅವನ್ನು ಮುಟ್ಟುತ್ತಿರಲಿಲ್ಲ. ನನಗೆ ನಾಲ್ವರ ಗುಂಪಿನಲ್ಲಿ ಸೇರಿಕೊಳ್ಳಬೇಕೆಂಬ ಬೇಡಿಕೆ ಸದಾ ಇರುತ್ತಿತ್ತು. ಏಕೆಂದರೆ ಮೂವರು ಎರಡು ಸೀಸೆಗಳನ್ನು ಬರಿದುಮಾಡಬಹುದಾಗಿತ್ತು. ಪ್ರತಿ ವ್ಯಾಸಂಗಾವಧಿಯಲ್ಲೂ ಒಂದು 'ಮಹಾರಾತ್ರಿ' (ಭೋಜನಕೂಟ) ಇರುತ್ತಿತ್ತು. ಆಗ ಷ್ಯಾಂಪೇನ್ ನಂತಹ ಮದ್ಯವನ್ನು ಪೋರ್ಟ್ ಮತ್ತು ಷೆರಿಯ ಜತೆಯಲ್ಲಿ ಹೆಚ್ಚುವರಿಯಾಗಿ ನೀಡಲಾಗುತ್ತಿತ್ತು. ಆ ದಿನದಲ್ಲಿ ಹಾಜರಾಗುವಂತೆ ವಿಶೇಷವಾಗಿ ನನ್ನನ್ನು ಕೋರಲಾಗುತ್ತಿತ್ತು ಮತ್ತು ಆ ಮಹಾರಾತ್ರಿಗೆ ನನಗೆ ಬೇಡಿಕೆ ಹೆಚ್ಚಾಗಿರುತ್ತಿತ್ತು.'

ಈ ಔತಣಕೂಟಗಳು ವಿದ್ಯಾರ್ಥಿಗಳಿಗೆ ನ್ಯಾಯವಾದಿಗಳಾಗಲು ಹೇಗೆ ಉತ್ತಮ ಅರ್ಹತೆಯನ್ನು ಒದಗಿಸುತ್ತವೆ ಎಂಬುದು ಆಗಲೂ ನನಗೆ ಗೊತ್ತಾಗಿರಲಿಲ್ಲ. ಈಗಲೂ ನನಗೆ ಅರ್ಥವಾಗಿಲ್ಲ. ಒಂದು ಕಾಲದಲ್ಲಿ ಕೆಲವೇ ವಿದ್ಯಾರ್ಥಿಗಳು ಮಾತ್ರ ಈ ಔತಣಕೂಟಗಳಿಗೆ ಹಾಜರಾಗುತ್ತಿದ್ದರು. ಆಸಮಯದಲ್ಲಿ ಅವರ ಮತ್ತು ಬೆಂಚರ್‌ಗಳ ಮಧ್ಯೆ ಮಾತುಕತೆಗೆ ಅವಕಾಶಗಳಿರುತ್ತಿದ್ದವು. ಭಾಷಣಗಳಿರುತ್ತಿದ್ದವು. ಈ ಸಂದರ್ಭಗಳಲ್ಲಿ ವಿದ್ಯಾರ್ಥಿಗಳಿಗೆ ನಯನಾಜೂಕಿನಿಂದಿದ್ದ ಮತ್ತು ಉಚಿತವಾಗಿದ್ದ ಪ್ರಾಪಂಚಿಕ ಜ್ಞಾನದೊರೆಯುವ ಅವಕಾಶವಿರುತ್ತಿತ್ತು. ಅವರ ಮಾತಿನ ಸಾಮರ್ಥ್ಯ ಕೂಡಾ ಉತ್ತಮವಾಗುತ್ತಿತ್ತು. ಆದರೆ ನನ್ನ ಕಾಲದಲ್ಲಿ ಅಂತಹ ಯಾವುದಕ್ಕೂ ಅವಕಾಶವಿರಲಿಲ್ಲ. ಏಕೆಂದರೆ ಬೆಂಚರ್‌ಗಳಿಗೆ ಪ್ರತ್ಯೇಕವಾಗಿ ಊಟದ ಮೇಜುಗಳು ಇರುತ್ತಿದ್ದವು. ಈ ಆಚಾರ ಎಲ್ಲ ಅರ್ಥವನ್ನು ಕಳೆದುಕೊಂಡಿತ್ತು. ಆದರೆ ಸಂಪ್ರದಾಯವಾದಿ ಇಂಗ್ಲೆಂಡ್ ಆದಾಗ್ಗೂ ಈ ಆಚಾರವನ್ನು ಉಳಿಸಿಕೊಂಡಿತ್ತು.

ಅಧ್ಯಯನದ ಪಠ್ಯಕ್ರಮ ಸುಲಭವಾಗಿತ್ತು. ಬ್ಯಾರಿಸ್ಟರ್‌ಗಳನ್ನು ತಮಾಷೆಯಾಗಿ 'ಊಟದ ಬ್ಯಾರಿಸ್ಟರ್'ಗಳೆಂದು ಕರೆಯಲಾಗುತ್ತಿತ್ತು. ಪರೀಕ್ಷೆಗಳಿಗೆ ವಾಸ್ತವವಾಗಿ ಬೆಲೆಯಿಲ್ಲವೆಂದು ಎಲ್ಲರಿಗೂ ಗೊತ್ತಿತ್ತು. ನನ್ನ ಕಾಲದಲ್ಲಿ ಎರಡು ಪಠ್ಯಕ್ರಮಗಳಿದ್ದವು, ಒಂದು ರೋಮನ್ ಕಾನೂನಾಗಿದ್ದರೆ ಇನ್ನೊಂದು ಸಾಮಾನ್ಯ ಕಾನೂನಾಗಿತ್ತು. ಈ ಪರೀಕ್ಷೆಗಳಿಗೆ ವಿಧಿಬದ್ಧವಾಗಿ ಪಠ್ಯಪುಸ್ತಕಗಳನ್ನು ನಿಗದಿಪಡಿಸಲಾಗಿತ್ತು. ಅವನ್ನು ವಿಭಾಗಗಳಲ್ಲಿ ವಿಂಗಡಿಸಿಕೊಂಡು ಓದಬಹುದಾಗಿತ್ತು. ಆದರೆ ಯಾರೂ ಸಾಮಾನ್ಯವಾಗಿ ಅವನ್ನು ಓದುತ್ತಿರಲಿಲ್ಲ. ಕೆಲವೇ ವಾರಗಳಲ್ಲಿ ರೋಮ್ ಕಾನೂನಿನ ಮೇಲಿನ ಟಿಪ್ಪಣೆ ಬುಕ್ಕು (ನೋಟ್ಸ್)ಗಳನ್ನು ಓದಿಕೊಂಡು ಅಡ್ಡಾದಿಡ್ಡಿಯಾಗಿ ಬರೆದು ರೋಮನ್ ಕಾನೂನಿನ ಪರೀಕ್ಷೆಯನ್ನು ಪಾಸುಮಾಡಿದ ಅನೇಕ ವಿದ್ಯಾರ್ಥಿಗಳ ಬಗ್ಗೆ ನನಗೆ ಗೊತ್ತಿತ್ತು. ಎರಡು ಅಥವಾ ಮೂರು ತಿಂಗಳುಗಳಲ್ಲಿ ಟಿಪ್ಪಣೆ ಬುಕ್ಕುಗಳನ್ನು ಓದಿ ಸಾಮಾನ್ಯ ಕಾನೂನು ಪರೀಕ್ಷೆಯನ್ನು ಪಾಸುಮಾಡಿದ್ದ ಅನೇಕರು ನನಗೆ ಗೊತ್ತಿದ್ದರು. ಪ್ರಶ್ನೆ ಪತ್ರಿಕೆಗಳು ಸುಲಭವಾಗಿರುತ್ತಿದ್ದವು ಮತ್ತು ಪರೀಕ್ಷಕರು ಉದಾರವಾಗಿರುತ್ತಿದ್ದರು. ರೋಮನ್ ಕಾನೂನು ಪರೀಕ್ಷೆಯಲ್ಲಿ ಪಾಸಾಗುವವರು ಸಾಮಾನ್ಯವಾಗಿ ಶೇ 95ರಿಂದ 99ರಷ್ಟಿರುತ್ತಿದ್ದರು. ಅಂತಿಮ ಪರೀಕ್ಷೆಯಲ್ಲಿ ಫಲಿತಾಂಶ ಶೇಕಡಾವಾರು 75 ಅಥವಾ ಅದಕ್ಕಿಂತಲೂ ಹೆಚ್ಚಿರುತ್ತಿತ್ತು. ಪರೀಕ್ಷೆಯಲ್ಲಿ ನಪಾಸಾಗುವುದರ ಬಗ್ಗೆ ತೀರಾ ಅಲ್ಪ ಎನ್ನುವ ಭಯವಿರುತ್ತಿತ್ತು. ವರ್ಷದಲ್ಲಿ ಕೇವಲ ಒಂದು ಬಾರಿಯಲ್ಲದೇ ನಾಲ್ಕು ಬಾರಿ ಪರೀಕ್ಷೆಗಳು ನಡೆಯುತ್ತಿದ್ದವು. ಆದ್ದರಿಂದ ಅವನ್ನು ಕಷ್ಟಕರ ಎಂದು ಯಾರೂ ಭಾವಿಸಿರಲಿಲ್ಲ.

ನಾನು ಅಧ್ಯಯನವನ್ನು ಕಷ್ಟಕರವಾಗಿ ಪರಿವರ್ತಿಸಿಕೊಂಡೆ. ಎಲ್ಲ ಪಠ್ಯಪುಸ್ತಕಗಳನ್ನು ಓದಲೇ ಬೇಕೆಂದು ನಿರ್ಧರಿಸಿದೆ. ಪಠ್ಯ ಪುಸ್ತಕಗಳನ್ನು ಓದದಿರುವುದು ವಂಚನೆ ಎಂದು ಭಾವಿಸಿದೆ. ನಾನು ಅವುಗಳನ್ನು ಕೊಳ್ಳಲು ಹಣ ಖರ್ಚುಮಾಡಿದೆ. ಲ್ಯಾಟಿನಿನಲ್ಲಿ ರೋಮನ್ ಕಾನೂನನ್ನು ಓದಲು ನಿಶ್ಚಯಿಸಿದೆ. ಲಂಡನ್‌ನ ಮೆಟ್ರಿಕ್ಯುಲೇಷನ್‌ನಲ್ಲಿ ಕಲಿತಿದ್ದ ಲ್ಯಾಟಿನ್ ನನಗೆ ಚೆನ್ನಾಗಿ ಉಪಕಾರಮಾಡಿತು. ಈ ಎಲ್ಲ ಓದು ನನಗೆ ಮುಂದೆ ದಕ್ಷಿಣ ಆಫ್ರಿಕದಲ್ಲಿ ಉಪಯೋಗಕ್ಕೆ

ಬಂತು. ಅಲ್ಲಿ ರೋಮನ್ ಡಚ್ ಸಾಮಾನ್ಯ ಕಾನೂನಾಗಿತ್ತು. ಜಸ್ಟೀನಿಯನ್‌ಅನ್ನು ಓದಿದ್ದರಿಂದ ದಕ್ಷಿಣ ಆಫ್ರಿಕದ ಕಾನೂನನ್ನು ಅರ್ಥಮಾಡಿಕೊಳ್ಳಲು ತುಂಬಾ ಸಹಕಾರಿಯಾಯ್ತು.

ಇಂಗ್ಲೆಂಡ್‌ನ ಸಾಮಾನ್ಯಕಾನೂನನ್ನು ಓದಲು ಒಂಬತ್ತು ತಿಂಗಳುಗಳ ಕಾಲ ತುಂಬಾ ಕಷ್ಟಪಡಬೇಕಾಯ್ತು. ಬ್ರೂಮ್ಸ್‌ನ 'ಕಾಮನ್ ಲಾ' (ಸಾಮಾನ್ಯ ಕಾನೂನು) ದೊಡ್ಡ ಸಂಪುಟವಾಗಿದ್ದು ಆಸಕ್ತಿ ಕೆರಳಿಸುವಂತಿತ್ತು. ಅದನ್ನು ಓದಲು ನನಗೆ ತುಂಬಾ ಸಮಯ ಹಿಡಿಯಿತು. ಸ್ನೆಲ್‌ನ 'ಈಕ್ವಿಟಿ' (ಧರ್ಮನ್ಯಾಯ) ಕುತೂಹಲ ಹುಟ್ಟಿಸುವಂತಿದ್ದರೂ ಸುಲಭವಾಗಿ ಅರ್ಥವಾಗುತ್ತಿರಲಿಲ್ಲ. ವೈಟ್ ಮತ್ತು ಟ್ಯೂಡರ್‌ನ್ 'ಲೀಡಿಂಗ್ ಕೇಸಸ್' (ಪ್ರಮುಖ ಮೊಕದ್ದಮೆಗಳು)ನಿಂದ ಕೆಲವು ಮೊಕದ್ದಮೆಗಳನ್ನು ನಿಗದಿಪಡಿಸಲಾಗಿತ್ತು. ಈ ಕೃತಿ ಆಸಕ್ತಿಯಿಂದ ಕೂಡಿದ್ದುದಲ್ಲದೇ ಬೋಧಪ್ರದವಾಗಿದ್ದವು. ವಿಲಿಯಮ್ಸ್ ಮತ್ತು ಎಡ್ವರ್ಡ್‌ರ 'ರಿಯಲ್ ಪ್ರಾಪರ್ಟಿ ಮತ್ತು ಗೂಡೇವ್‌ನ' 'ಪರ್ಸನಲ್ ಪ್ರಾಪರ್ಟಿ' ಎಂಬ ಕೃತಿಗಳನ್ನು ಕೂಡಾ ಆಸಕ್ತಿಯಿಂದ ಓದಿದೆ. ವಿಲಿಯಮ್‌ನ ಪುಸ್ತಕವನ್ನು ಕಾದಂಬರಿಯಂತೆ ಓದಬಹುದಾಗಿತ್ತು. ಭಾರತಕ್ಕೆ ಹಿಂದಿರುಗಿದ ಮೇಲೆ ಅದೇ ರೀತಿಯ ಅತ್ಯುತ್ಸಾಹದಿಂದ ಓದಿದ್ದ ಪುಸ್ತಕವೆಂದರೆ ಮೇನ್‌ನ 'ಹಿಂದೂ ಲಾ' (ಹಿಂದೂ ಕಾನೂನು) ಎಂದು ನನ್ನ ನೆನಪಲ್ಲಿದೆ. ಆದರೆ ಭಾರತೀಯ ಕಾನೂನು ಪುಸ್ತಕಗಳ ಬಗ್ಗೆ ಇಲ್ಲಿ ಮಾತಾಡುವುದು ಯುಕ್ತವಲ್ಲ.

ನಾನು ಪರೀಕ್ಷೆಗಳಲ್ಲಿ ಪಾಸಾದೆ. 10 ಜೂನ್ 1891ರಂದು ನ್ಯಾಯವಾದಿಯೆಂದು ಕರೆಯಲ್ಪಟ್ಟೆ ಮತ್ತು 11ನೇ ತಾರೀಖಿನಂದು ಉಚ್ಚ ನ್ಯಾಯಾಲಯದಲ್ಲಿ ದಾಖಲಾದೆ. 12ನೇ ತಾರೀಖಿನಂದು ನಾನು ತಾಯ್ನಾಡಿಗೆ ಹಡಗಿನಲ್ಲಿ ಪ್ರಯಾಣ ಮಾಡಿದೆ.

ನನ್ನ ಅಧ್ಯಯನಕ್ಕೆ ಕಷ್ಟಪಟ್ಟಿದ್ದರ ಜತೆಯಲ್ಲಿ ನನ್ನ ಅಸಹಾಯಕತೆಗೆ ಮತ್ತು ಭಯಕ್ಕೆ ಕೊನೆಯೇ ಇರಲಿಲ್ಲ. ನ್ಯಾಯವಾದಿಯಾಗಿ ವೃತ್ತಿಯನ್ನು ಕೈಗೊಳ್ಳಲು ನನ್ನಲ್ಲಿ ಅರ್ಹತೆಯೇ ಇಲ್ಲ ಎಂದು ನಾನು ಭಾವಿಸಿದ್ದೆ.

ಈ ನನ್ನ ಅಸಹಾಯಕತೆಯನ್ನು ವಿವರಿಸಲು ಪ್ರತ್ಯೇಕ ಅಧ್ಯಾಯದ ಅವಶ್ಯಕತೆಯಿದೆ.

25. ನನ್ನ ಅಸಹಾಯಕತೆ

ಕರೆದುಕೊಳ್ಳುವುದು ಸುಲಭವಾಗಿದ್ದರೂ ನ್ಯಾಯ
ವಾದಿಯಾಗಿ ವೃತ್ತಿಯನ್ನು ನಡೆಸುವುದು
ಸುಲಭವಾಗಿರಲಿಲ್ಲ. ನಾನು ಕಾನೂನುಗಳನ್ನು ಓದಿದ್ದೆ
ಆದರೆ ಕಾನೂನು ವೃತ್ತಿಯನ್ನು ಹೇಗೆ ನಡೆಸಬೇಕು ಎಂದು
ನನಗೆ ಗೊತ್ತಿರಲಿಲ್ಲ. 'ನಾನು ಲೀಗಲ್ ಮ್ಯಾಕ್ಸಿಮ್ಸ್'
(ಕಾನೂನಿನ ಸೂತ್ರಗಳು) ಅನ್ನು ಆಸಕ್ತಿಯಿಂದ ಓದಿದ್ದೆ.
ಆದರೆ ನನಗೆ ಅವನ್ನು ನನ್ನ ವೃತ್ತಿಯಲ್ಲಿ ಹೇಗೆ
ಅನ್ವಯಿಸಬೇಕು ಎಂದು ಗೊತ್ತಿರಲಿಲ್ಲ. 'ನಿನ್ನ
ಒಡೆತನವನ್ನು ಬೇರೆಯವರ ಒಡೆತನಕ್ಕೆ ಹಾನಿಯಾಗದ
ರೀತಿಯಲ್ಲಿ ಉಪಯೋಗಿಸು' ಎಂಬುದು ಅಂತಹ
ಸೂತ್ರಗಳಲ್ಲಿ ಒಂದು. ಆದರೆ ಈ ಸೂತ್ರವನ್ನು ಒಬ್ಬಾತ
ತನ್ನ ಕಕ್ಷಿಗಾರನ ಲಾಭಕ್ಕಾಗಿ ಹೇಗೆ ಅಳವಡಿಸುತ್ತಾನೆ
ಎಂದು ನನಗೆ ಅರ್ಥವಾಗಿರಲಿಲ್ಲ. ಈ ಸೂತ್ರದಲ್ಲಿದ್ದ
ಎಲ್ಲ ಪ್ರಮುಖ ಮೊಕದ್ದಮೆಗಳನ್ನು ಓದಿದೆ. ಆದರೆ
ಕಾನೂನು ವೃತ್ತಿಯಲ್ಲಿ ಅದನ್ನು ಅನ್ವಯಿಸುವುದರ ಬಗ್ಗೆ
ನನ್ನಲ್ಲಿ ವಿಶ್ವಾಸ ಹುಟ್ಟಿಸಲಿಲ್ಲ.

ಜತೆಯಲ್ಲಿ ನಾನು ಭಾರತೀಯ ಕಾನೂನಿನ ಬಗ್ಗೆ
ಏನನ್ನೂ ಕಲಿತಿರಲಿಲ್ಲ. ನನ್ನಲ್ಲಿ ಹಿಂದೂ ಮತ್ತು
ಮಹಮ್ಮದೀಯ ಕಾನೂನಿನ ಬಗ್ಗೆ ಅಲ್ಪ ತಿಳಿವಳಿಕೆಯೂ

ಇರಲಿಲ್ಲ. ದಾವಾ ಅರ್ಜಿಯ ಕರಡು ಪ್ರತಿಯನ್ನು ಹೇಗೆ ತಯಾರಿಸಬೇಕು ಎಂದು ನಾನು ಕಲಿತುಕೊಂಡಿರಲಿಲ್ಲ. ನಾನು ತೀರಾ ದಿಕ್ಕುತೋಚದಂತಿದ್ದೆ. ನ್ಯಾಯಾಲಯಗಳಲ್ಲಿ ಸಿಂಹದಂತೆ ಅಬ್ಬರಿಸುತ್ತಿದ್ದ ಸರ್ ಫಿರೋಜ್‌ಷಾ ಮೆಹತಾ ಬಗ್ಗೆ ಕೇಳಿದ್ದೆ. ಅವರು ಹೇಗೆ ಈ ಕಲೆಯನ್ನು ಇಂಗ್ಲೆಂಡ್‌ನಲ್ಲಿ ಕಲಿತರು ಎಂದು ನನಗೆ ಆಶ್ಚರ್ಯವಾಗಿತ್ತು. ಅವರ ತೀಕ್ಷ್ಣ ಬುದ್ಧಿಶಕ್ತಿಯನ್ನು ಎಂದಾದರೂ ಸಂಪಾದಿಸಿಕೊಳ್ಳಬೇಕೆಂಬುದು ಪ್ರಯೋಜನವಿಲ್ಲದ ಮಾತಾಗಿತ್ತು. ಈ ವೃತ್ತಿಯಿಂದ ಬದುಕಲು ಸಾಕಾಗುವಷ್ಟನ್ನು ಸಂಪಾದಿಸಲು ನಾನು ಶಕ್ತನಾಗುವೆನೆ ಎಂಬುದರ ಬಗ್ಗೆ ನನ್ನಲ್ಲಿ ತೀವ್ರ ಅಳುಕು ಇತ್ತು.

ನಾನು ಕಾನೂನು ಶಾಸ್ತ್ರವನ್ನು ಓದುತ್ತಿದ್ದಾಗಲೇ ಈ ಬಗೆಯ ಸಂಶಯಗಳಿಂದ ಮತ್ತು ಆತಂಕಗಳಿಂದ ಛಿದ್ರಛಿದ್ರವಾಗಿದ್ದೆ. ನನ್ನ ಕೆಲವು ಗೆಳೆಯರಲ್ಲಿ ನಾನು ನನ್ನ ಕಷ್ಟಗಳನ್ನು ತೋಡಿಕೊಂಡೆ ಅವರಲ್ಲೊಬ್ಬರು ನನಗೆ ದಾದಾಭಾಯ್ ನವರೋಜಿಯವರ ಸಲಹೆಯನ್ನು ಪಡೆಯುವಂತೆ ಹೇಳಿದರು ನಾನು ಇಂಗ್ಲೆಂಡ್‌ಗೆ ಹೋದಾಗ ನನ್ನ ಬಳಿ ದಾದಾಭಾಯ್‌ಅವರಿಗೆ ಕೊಟ್ಟಿದ್ದ ಪರಿಚಯ ಪತ್ರವಿತ್ತು ಎಂದು ನಾನಾಗಲೇ ಹೇಳಿದ್ದೇನೆ. ನಾನು ತುಂಬಾ ತಡವಾಗಿ ಅದರ ಸಹಾಯ ಪಡೆದೆ. ಅಂತಹ ದೊಡ್ಡ ಮನುಷ್ಯರೊಬ್ಬರ ಭೇಟಿ ಮಾಡಿ ಅವರಿಗೆ ತೊಂದರೆ ಕೊಡುವ ಹಕ್ಕು ನನಗಿಲ್ಲ ಎಂದು ಅಂದುಕೊಂಡಿದ್ದೆ ಯಾವಾಗಾದರೂ ಅವರ ಭಾಷಣವಿದೆ ಎಂದು ಸಾರಿದಾಗ ಅಲ್ಲಿ ಹಾಜರಿದ್ದು ಹಾಲ್‌ನ ಮೂಲೆಯಲ್ಲಿ ಕುಳಿತುಕೊಂಡು ಅವರ ಭಾಷಣವನ್ನು ಕೇಳುತ್ತಿದ್ದೆ. ನನ್ನ ಕಣ್ಣು ಹಾಗೂ ಕಿವಿಗಳು ಅದರಿಂದ ಸಂಭ್ರಮಪಟ್ಟ ತರುವಾಯ ಅಲ್ಲಿಂದ ದೂರ ಹೋಗುತ್ತಿದ್ದೆ. ವಿದ್ಯಾರ್ಥಿಗಳೊಂದಿಗೆ ಆಪ್ತ ಸಂಪರ್ಕ ಪಡೆಯುವ ಉದ್ದೇಶದಿಂದ ಅವರು ಒಂದು ಸಂಘವನ್ನು ಸ್ಥಾಪಿಸಿದ್ದರು. ಅದರ ಸಭೆಗಳಲ್ಲಿ ನಾನು ಭಾಗವಹಿಸುತ್ತಿದ್ದೆ. ದಾದಾಭಾಯ್ ವಿದ್ಯಾರ್ಥಿಗಳ ಬಗ್ಗೆ ತೀವ್ರಾಸಕ್ತಿಯನ್ನು ತೋರಿಸುತ್ತಿರುವುದನ್ನು ಕಂಡು ನಾನು ಸಂತೋಷಪಟ್ಟಿದ್ದೆ. ವಿದ್ಯಾರ್ಥಿಗಳು ಕೂಡಾ ಅವರಿಗೆ ಗೌರವ ಕೊಡುತ್ತಿದುದ್ದನ್ನು ಕಂಡು ನಾನು ಹಿಗ್ಗಿದ್ದೆ. ಕಾಲ ಸರಿದಂತೆ ನಾನು ಪರಿಚಯ ಪತ್ರವನ್ನು ಅವರಿಗೆ ನೀಡಲು ಧೈರ್ಯ ತಂದುಕೊಂಡೆ. ಅವರು ಹೇಳಿದರು: 'ನಿನಗೆ ಇಷ್ಟಬಂದಾಗ ನನ್ನ ಬಳಿ ಬಂದು ನನ್ನ ಸಲಹೆಯನ್ನು ಪಡೆಯಬಹುದು.' ಆದರೆ ನಾನು ಎಂದೂ ಈ ಕೊಡುಗೆಯನ್ನು (ಅನುಗ್ರಹವನ್ನು) ಬಳಸಿಕೊಳ್ಳಲಿಲ್ಲ. ಅತ್ಯಂತ ತುರ್ತಾದ ಅವಶ್ಯಕತೆ-ಯಿಲ್ಲದೇ ಅವರಿಗೆ ತೊಂದರೆ ಕೊಡುವುದು ಸರಿಯಲ್ಲವೆಂದು ನಾನು ಭಾವಿಸಿದ್ದೆ. ಆದ್ದರಿಂದ ಆ ಸಮಯದಲ್ಲಿ ನನ್ನ ಕಷ್ಟಗಳನ್ನು ದಾದಾಭಾಯ್ ಅವರ ಮುಂದೆ ತೋಡಿಕೊಂಡು ಅವರ ಸಲಹೆಯನ್ನು ಪಡೆಯಬೇಕೆಂಬ ನನ್ನ ಗೆಳೆಯನ ಸಲಹೆಯ ಪ್ರಕಾರ ನಡೆದುಕೊಳ್ಳಲಿಲ್ಲ. ಅದೇ ಗೆಳೆಯನೋ ಅಥವ ಇನ್ನೊಬ್ಬ ಗೆಳೆಯನೋ ನನಗೆ ಫ್ರೆಡೆರಿಕ್ ಪಿನ್‌ಕಟ್‌ಅವರನ್ನು ಭೇಟಿ ಮಾಡುವಂತೆ ಶಿಫಾರಸುಮಾಡಿದ್ದ. ಯಾರು ಶಿಫಾರಸು ಮಾಡಿದ್ದು ಎಂಬುದು ನನ್ನ ನೆನಪಲ್ಲಿಲ್ಲ. ಪಿನ್‌ಕಟ್ ಸಂಪ್ರದಾಯವಾದಿಯಾಗಿದ್ದರು (ಕನ್ಸರ್‌ವೇಟಿವ್). ಆದರೆ ಅವರು ಭಾರತೀಯ ವಿದ್ಯಾರ್ಥಿಗಳ ಮೇಲೆ ಇಟ್ಟಿದ್ದ ವಿಶ್ವಾಸ ಪರಿಶುದ್ಧವಾಗಿತ್ತು ಮತ್ತು ನಿಸ್ವಾರ್ಥವಾಗಿತ್ತು. ಅನೇಕ ವಿದ್ಯಾರ್ಥಿಗಳು ಅವರ ಸಲಹೆಯನ್ನು ಪಡೆಯುತ್ತಿದ್ದರು. ಅವರನ್ನು ಭೇಟಿಮಾಡಲು ಕೋರಿ ಪತ್ರ ಬರೆದೆ. ಅವರು ಒಪ್ಪಿಗೆಕೊಟ್ಟರು. ನಾನು ಆ ಭೇಟಿಯನ್ನು

ಎಂದೆಂದೂ ಮರೆಯಲಾರೆ. ಅವರು ನನ್ನನ್ನು ಗೆಳೆಯನಂತೆ ಸ್ವಾಗತಿಸಿದರು. ಅವರು ನನ್ನ ನಿರಾಶಾಭಾವನೆಯನ್ನು ದೂರಮಾಡಿದರು. 'ಪ್ರತಿಯೊಬ್ಬರೂ ಫಿರೋಜ್‌ಷಾ ಮೆಹ್‌ತಾ ಆಗಬೇಕೆಂದು ನೀನು ಭಾವಿಸುವೆಯಾ' ಎಂದು ನನ್ನನ್ನು ಪ್ರಶ್ನಿಸಿದರು. 'ಫಿರೋಜ್‌ಷಾಗಳು, ಬಹ್ರುದ್ದೀನ್‌ನಂತಹವರು ಅಪರೂಪವಾಗಿರುತ್ತಾರೆ. ಸಾಧಾರಣ ವಕೀಲನಿಗೆ ಅಸಾಧಾರಣ ನೈಪುಣ್ಯತೆ ಬೇಕಾಗುವುದಿಲ್ಲ ಎಂಬ ಮಾತಿನಲ್ಲಿ ನಂಬಿಕೆ ಇಟ್ಟುಕೊ. ಆ ವಕೀಲನಿಗೆ ಬದುಕಲು ಸಾಮಾನ್ಯ ಮಟ್ಟದ ಪ್ರಾಮಾಣಿಕತೆ ಮತ್ತು ದುಡಿಮೆ ಸಾಕಾಗುವುದು. ಎಲ್ಲ ಮೊಕದ್ದಮೆಗಳು ಜಟಿಲವಾಗಿರುವುದಿಲ್ಲ. ಇರಲಿ, ನೀನು ಸಾಮಾನ್ಯ ತಿಳಿವಳಿಕೆಯನ್ನು ಗಳಿಸಿಕೊಳ್ಳಲು ಎಷ್ಟು ಓದಿರುವೆ ಎಂಬುದನ್ನು ನಾನು ತಿಳಿದುಕೊಳ್ಳಬೇಕು.' ಎಂದು ಹೇಳಿದರು.

ನನ್ನ ಓದಿನ ಪುಟ್ಟ ಸಂಗ್ರಹವನ್ನು ಅವರಿಗೆ ಪರಿಚಯಮಾಡಿಸಿಕೊಟ್ಟಾಗ ಅವರು ನಿರಾಶರಾದರು ಎಂಬುದನ್ನು ನಾನು ಗಮನಿಸಿದೆ. ಆದರೆ ಕೇವಲ ಒಂದು ಕ್ಷಣ ಮಾತ್ರ ಆ ಭಾವನೆ ಅವರಲ್ಲಿತ್ತು. ಬಹುಬೇಗನೇ ಅವರ ಮುಖ ಉಲ್ಲಾಸದ ನಗುವಿನೊಂದಿಗೆ ಬೆಳಗಿತು. ಅವರು ಹೇಳಿದರು: 'ನಿನ್ನ ತೊಂದರೆ ಏನು ಎಂದು ನನಗೆ ಅರ್ಥವಾಗಿದೆ. ನಿನ್ನಲ್ಲಿ ಪ್ರಪಂಚಜ್ಞಾನವಿಲ್ಲ. ಅದು ವಕೀಲನಿಗೆ ಅತ್ಯಾವಶ್ಯಕವಾದದ್ದು. ನೀನು ಭಾರತದ ಇತಿಹಾಸವನ್ನು ಕೂಡಾ ಓದಿಲ್ಲ. ವಕೀಲನಿಗೆ ಮನುಷ್ಯ ಸ್ವಭಾವದ ಪರಿಚಯವಿರಬೇಕು. ವ್ಯಕ್ತಿಯ ಮುಖ ನೋಡಿ ಅವನ ಗುಣ-ಲಕ್ಷಣವನ್ನು ಅರಿತುಕೊಳ್ಳಲು ಅವನು ಶಕ್ತನಾಗಿರಬೇಕು. ಪ್ರತಿಯೊಬ್ಬ ಭಾರತೀಯನೂ ಭಾರತದ ಇತಿಹಾಸವನ್ನು ಅರಿತುಕೊಂಡಿರಬೇಕು. ನೀನು ಕೇ ಮತ್ತು ಮ್ಯಾಲಿಸನ್ ಬರೆದಿರುವ '1857ರ ಬಂಡಾಯದ ಇತಿಹಾಸ' ಎಂಬ ಕೃತಿಯನ್ನು ಕೂಡಾ ನೀನು ಓದಿಲ್ಲ ಎಂದು ಕಾಣುತ್ತದೆ. ಆ ಪುಸ್ತಕವನ್ನು ತಕ್ಷಣವೇ ಪಡೆದುಕೊ. ಮನುಷ್ಯನ ಸ್ವಭಾವವನ್ನು ಅರ್ಥಮಾಡಿಕೊಳ್ಳಲು ನೀನು ಇನ್ನೂ ಎರಡು ಪುಸ್ತಕಗಳನ್ನು ಓದು.' ಅವುಯಾವುವೆಂದರೆ ಮುಖ ಸಾಮುದ್ರಿಕ (ಫಿಸಿಆಗಮಿ-ಮುಖಮುದ್ರೆ, ದೇಹದ ಅಂಗಗಳ ಮಾಟವನ್ನು ವಿವರಿಸುವ ಶಾಸ್ತ್ರ) ಕುರಿತು ಲ್ಯಾವಟಾರ್ ಮತ್ತು ಶೆಮೆಲ್‌ಪೆನಿಕ್ ಬರೆದಿರುವ ಪುಸ್ತಕಗಳು.

ಈ ಆದರಣೀಯ ಗೆಳೆಯರಿಗೆ ನಾನು ತುಂಬಾ ಕೃತಜ್ಞನಾಗಿದ್ದೆ. ಅವರ ಎದುರು ನನ್ನ ಎಲ್ಲ ಭಯವೂ ಓಡಿಹೋಗಿತ್ತು. ಆದರೆ ಅವರನ್ನು ಬಿಟ್ಟು ಹೊರಬರುತ್ತಿದ್ದಂತೆ ಮತ್ತೆ ಚಿಂತಿಸಲಾರಂಭಿಸಿದೆ. 'ಒಬ್ಬ ಮನುಷ್ಯನನ್ನು ಅವನ ಮುಖ ನೋಡಿ ಅರಿತುಕೊಳ್ಳುವುದು'- ಈ ಪ್ರಶ್ನೆ ನನ್ನನ್ನು ಕಾಡತೊಡಗಿತು. ಮನೆಗೆ ಮರಳುತ್ತಿದ್ದಾಗ ಆ ಎರಡು ಪುಸ್ತಕಗಳ ಬಗ್ಗೆ ಯೋಚಿಸುತ್ತಿದ್ದೆ. ಮಾರನೇ ದಿನವೇ ನಾನು ಲ್ಯಾವಟಾರ್‌ನ ಪುಸ್ತಕವನ್ನು ಕೊಂಡುಕೊಂಡೆ. ಪುಸ್ತಕದಂಗಡಿಯಲ್ಲಿ ಶೆಮೆಲ್‌ಪೆನಿಕ್‌ನ ಪುಸ್ತಕ ದೊರೆಯಲಿಲ್ಲ. ನಾನು ಲ್ಯಾವಟಾರ್‌ನ ಪುಸ್ತಕವನ್ನು ಓದಿದೆ. ಅದು ಸ್ನೆಲ್‌ನ 'ಈ ಕ್ವಿಟಿ'ಗಿಂತ ತುಂಬಾ ಕ್ಲಿಷ್ಟವಾಗಿದ್ದಂತೆ ತೋರಿತು. ಅದರಲ್ಲಿ ಏನೂ ಆಸಕ್ತಿ ಹುಟ್ಟಲಿಲ್ಲ. ನಾನು ಷೇಕ್ಸ್‌ಪಿಯರ್‌ನ ಮುಖಸಾಮುದ್ರಿಕದ ಅಧ್ಯಯನ ಮಾಡಿದ್ದೆ. ಆದರೆ ಲಂಡನ್‌ನ ಬೀದಿಗಳಲ್ಲಿ ಮೇಲಕ್ಕೂ ಕೆಳಕ್ಕೂ ಕಂಡುಬರುತ್ತಿದ್ದ ಷೇಕ್ಸ್‌ಪಿಯರ್‌ನ ಓಡಾಟವನ್ನು ಕಂಡುಹಿಡಿಯುವ ಜಾಣ್ಮೆಯನ್ನು ನಾನು ಗಳಿಸಿಕೊಳ್ಳಲಿಲ್ಲ. (ಅಂದರೆ ಓಡಾಡುತ್ತಿದ್ದ ಷೇಕ್ಸ್‌ಪಿಯರ್‌ಗಳನ್ನು ಗುರುತಿಸಲು ಸಾಧ್ಯವಾಗಲಿಲ್ಲ)

ಲ್ಯಾವಟಾರ್‌ನ ಕೃತಿ ನನ್ನ ತಿಳಿವಳಿಕೆಗೆ ಹೆಚ್ಚೇನದೇನ್ನೂ ಸೇರಿಸಲಿಲ್ಲ. ಮಿ. ಪಿನ್‌ಕಟ್ ಅವರ ಸಲಹೆ ಪ್ರತ್ಯಕ್ಷವಾಗಿ ಪ್ರಯೋಜನಕ್ಕೆ ಬರಲಿಲ್ಲ ಎನ್ನಬಹುದು. ಆದರೆ ಅವರ ಕರುಣಾಮಯತೆ ನನಗೆ ತುಂಬಾ ಉಪಕಾರ ಮಾಡಿತು ಅವರ ಉಲ್ಲಾಸ ತುಂಬಿದ್ದ ಹಾಗೂ ನಿಷ್ಕಪಟ ಮುಖ ನನ್ನ ನೆನಪಲ್ಲಿ ಸ್ಥಿರವಾಗಿ ನಿಂತಿತು. ಫಿರೋಜ್‌ಷಾ ಮೆಹತಾ ಅವರ ತೀಕ್ಷ್ಣ ಬುದ್ಧಿ, ಸ್ಮರಣಶಕ್ತಿ ಮತ್ತು ಸಾಮರ್ಥ್ಯ ಯಶಸ್ವೀ ವಕೀಲನ ನಿರ್ಮಾಣದಲ್ಲಿ ಅತ್ಯವಶ್ಯಕವಾದವುಗಳಲ್ಲ ಎಂಬ ಅವರ ಸಲಹೆಯನ್ನು ನಂಬಿಕೊಂಡೆ. ಪ್ರಾಮಾಣಿಕತೆ ಮತ್ತು ದುಡಿಮೆ ಇದ್ದರೆ ವಕೀಲನಿಗೆ ಅಷ್ಟೇ ಸಾಕು. ಕಡೆಯ ಎರಡು ನನ್ನಲ್ಲಿ ಸಾಕಷ್ಟು ಇದ್ದುದರಿಂದ ಏನೋ ಒಂದು ರೀತಿಯಲ್ಲಿ ನಾನು ಮತ್ತೆ ಭರವಸೆ ಪಡೆದೆ.

ನನಗೆ ಇಂಗ್ಲೆಂಡ್‌ನಲ್ಲಿ ಕೇ ಮತ್ತು ಮ್ಯಾಲಿಸನ್ ಅವರುಗಳ ಸಂಪುಟಗಳನ್ನು ಓದಲು ಸಾಧ್ಯವಾಗಿರಲಿಲ್ಲ ಆದರೆ ದಕ್ಷಿಣ ಆಫ್ರಿಕದಲ್ಲಿರುವಾಗ ಅವಕಾಶ ಸಿಕ್ಕ ಕೂಡಲೇ ಅವನ್ನು ಓದಬೇಕೆಂದು ನಿಶ್ಚಯಿಸಿದ್ದೆ.

ಈ ಪ್ರಕಾರ ನನ್ನ ಹತಾಶೆಯೊಂದಿಗೆ ಬೆರೆತಿದ್ದ ಕಿರುಆಶಾಕಿರಣದೊಂದಿಗೆ ಎಸ್. ಎಸ್ ಅಸ್ಸಾಮ್ ಎಂಬ ಹಡಗಿನಿಂದ ಇಳಿದು ಬಾಂಬೆಯಲ್ಲಿ ಕಾಲಿರಿಸಿದೆ. ಬಂದರಿನಲ್ಲಿ ಕಡಲು ಪ್ರಕ್ಷುಬ್ಧವಾಗಿತ್ತು. ನಾನು ಲಾಂಚ್ (ಕಡಲ ತೀರಕ್ಕೂ ಮತ್ತು ಹಡಗಿಗೂ ಹೋಗಿಬರಲು ಉಪಯೋಗಿಸಲಾಗುವ ನೌಕೆ)ನಲ್ಲಿ ಕೂತು ಬಂದರುಕಟ್ಟೆ (ಕೀ)ಯನ್ನು ತಲ್ಪಬೇಕಾಯ್ತು.

ಭಾಗ - 2

1. ರಾಯ್‌ಚಂದ್‌ಭಾಯ್

ಹಿಂದಿನ ಅಧ್ಯಾಯದಲ್ಲಿ ನಾನು ಬಾಂಬೆ ಬಂದರಿನಲ್ಲಿ ಕಡಲು ಪ್ರಕ್ಷುಬ್ಧವಾಗಿತ್ತು ಎಂದು ಹೇಳಿದ್ದೆ. ಜೂನ್ ಮತ್ತು ಜುಲೈನಲ್ಲಿ ಅರೇಬಿಯ ಕಡಲಿನಲ್ಲಿ ಅದು ಅಸಾಧಾರಣ ಸಂಗತಿಯೇನಾಗಿರಲಿಲ್ಲ ಏಡನ್‌ನಿಂದ ದಾರಿಯುದ್ದಕ್ಕೂ ಕಡಲು ಅಲ್ಲೋಲಕಲ್ಲೋಲವಾಗಿತ್ತು. ಬಹುತೇಕ ಎಲ್ಲ ಪ್ರಯಾಣಿಕರೂ ಅನಾರೋಗ್ಯದಿಂದ ಬಳಲುತ್ತಿದ್ದರು. ಆದರೆ ನಾನು ಮಾತ್ರ ಆರೋಗ್ಯದಿಂದಿದ್ದೆ. ಹಡಗಿನಅಟ್ಟದ ಮೇಲೆ ಉಳಿದುಕೊಂಡು ಬಿರುಗಾಳಿಯಿಂದ ಉಲ್ಬಣಗೊಂಡಿದ್ದ ಕಡಲನ್ನು ನೋಡುತ್ತಿದ್ದೆ. ಅಲೆಗಳ ಎರೆಚಾಟವನ್ನು ಕಂಡು ಆನಂದಿಸುತ್ತಿದ್ದೆ. ಬೆಳಗಿನ ಊಟ ಅಥವಾ ನಾಷ್ಟದ ಹೊತ್ತಿನಲ್ಲಿ ಕೇವಲ ಒಬ್ಬರು ಇಲ್ಲವೇ ಇಬ್ಬರು ಮಾತ್ರ ನನ್ನ ಪಕ್ಕದಲ್ಲಿರುತ್ತಿದ್ದರು. ತಟ್ಟೆಗಳಲ್ಲಿದ್ದ ಓಟ್‌ಮೀಲ್ (ಓಟ್‌ಧಾನ್ಯ)ನ ಪಾರಿಜ್(ಅಂಬಲಿ) ಅನ್ನು ಹುಷಾರಾಗಿ ತಮ್ಮ ತೊಡೆಗಳ ಮೇಲೆ ಹಿಡಿದಿಟ್ಟುಕೊಂಡು ತಿನ್ನಬೇಕಾಗಿತ್ತು. ಹುಷಾರು ತಪ್ಪಿದರೆ ಪಾರಿಜ್ ಮನಬಂದಂತೆ ಹರಿದುಹೋಗುತ್ತಿತ್ತು.

ಹೊರಗಿನ ಬಿರುಗಾಳಿ ನನ್ನ ಒಳಗಿದ್ದ ಬಿರುಗಾಳಿಯನ್ನು ಸಂಕೇತಿಸುವಂತಿತ್ತು. ಹೊರಗಿನ ಬಿರುಗಾಳಿ ನನ್ನನ್ನು ಗಲಿಬಿಲಿಗೊಳಿಸದೇ ಸುಮ್ಮನಿದ್ದಂತೆ

ಒಳಗಿದ್ದ ಬಿರುಗಾಳಿ ಕೂಡಾ ಅದೇ ಸ್ಥಿತಿಯಲ್ಲಿತ್ತು ಎಂದು ನಾನು ಹೇಳಬಹುದು. ಜಾತಿಯ ತಂಟೆ(ಅಂದರೆ ಜಾತಿ ಬಾಂಧವರ ಆಕ್ರೋಶ) ನನ್ನ ಮೇಲೆ ದಾಳಿಮಾಡಲು ಸಿದ್ಧವಾಗಿತ್ತು. ನನ್ನ ವೃತ್ತಿಯನ್ನು ಪ್ರಾರಂಭಿಸುವಾಗ ಇದ್ದ ನನ್ನ ಅಸಹಾಯಕತೆಯನ್ನು ನಾನೀಗಾಗಲೇ ವಿವರಿಸಿದ್ದೇನೆ. ನಾನೊಬ್ಬ ಸುಧಾರಕನಾದ್ದರಿಂದ ಕೆಲವು ಸುಧಾರಣೆಗಳನ್ನು ಎಷ್ಟು ಉತ್ತಮವಾಗಿ ಪ್ರಾರಂಭಿಸಬಹುದು ಎಂಬುದರ ಬಗ್ಗೆ ನನ್ನಲ್ಲೇ ಯೋಚಿಸುತ್ತ ದಣಿಯುತ್ತಿದ್ದೆ. ನನಗೆ ಗೊತ್ತಿರುವುದಕ್ಕಿಂತ ಹೆಚ್ಚಿನ ತಾಪತ್ರಯಗಳು ನನಗಾಗಿ ಕಾದಿದ್ದವು.

ನನ್ನ ಅಣ್ಣ ನನ್ನನ್ನು ಕಾಣಲು ಬಂದರಿಗೆ ಬಂದಿದ್ದರು. ಅವರಾಗಲೇ ಡಾ. ಮೆಹ್‌ತಾಅವರೊಂದಿಗೆ ಮತ್ತು ಅವರ ಅಣ್ಣನೊಂದಿಗೆ ಪರಿಚಯ ಬೆಳಸಿಕೊಂಡಿದ್ದರು. ಡಾ. ಮೆಹ್‌ತಾ ನನ್ನನ್ನು ಅವರ ಮನೆಯಲ್ಲಿ ಉಳಿಸಿಕೊಳ್ಳಲು ಒತ್ತಾಯ ಮಾಡಿದ್ದರಿಂದ ನಾವು ಅಲ್ಲಿಗೆ ಹೋದೆವು. ಈ ಪ್ರಕಾರ ಇಂಗ್ಲೆಂಡ್‌ನಲ್ಲಿ ಪ್ರಾರಂಭವಾದ ಪರಿಚಯ ಭಾರತದಲ್ಲೂ ಮುಂದುವರೆಯಿತು. ಅದು ಮುಂದೆ ಎರಡೂ ಕುಟುಂಬಗಳ ನಡುವೆ ಖಾಯಂ ಗೆಳೆತನವಾಗಿ ವೃದ್ಧಿಗೊಂಡಿತು. ನಾನು ನನ್ನ ತಾಯಿಯನ್ನು ನೋಡಲು ತುಂಬಾ ಕಾತರನಾಗಿದ್ದೆ. ಆದರೆ ಆಕೆ ನನ್ನನ್ನು ತನ್ನ ಎದೆಯಲ್ಲಿ ತಬ್ಬಿಕೊಂಡು ಸಂತೈಸಲು ಜೀವದಿಂದಿರಲಿಲ್ಲ. ಈಗ ನನಗೆ ಈ ದುಃಖ ತುಂಬಿದ್ದ ಸುದ್ದಿಯನ್ನು ತಿಳಿಸಿದ್ದರು. ನಾನು ಶಾಸ್ತ್ರೋಕ್ತಸ್ನಾನ ಇತ್ಯಾದಿ ವಿಧಿಗಳನ್ನು ಪೂರಯಿಸಿದೆ. ನಾನು ಇಂಗ್ಲೆಂಡ್‌ನಲ್ಲಿದ್ದಾಗಲೇ ನನ್ನ ತಾಯಿ ತೀರಿಹೋಗಿದ್ದಳು ಆದರೆ ನನ್ನ ಅಣ್ಣ ಆಕೆಯ ಸಾವಿನ ಸುದ್ದಿಯನ್ನು ನನಗೆ ತಿಳಿಸಿರಲಿಲ್ಲ. ವಿದೇಶದಲ್ಲಿದ್ದಾಗ ನಾನು ಆಘಾತಕ್ಕೊಳಗಾಗಬಾರದೆಂದು ನನ್ನ ಅಣ್ಣ ಇಚ್ಛಿಸಿ ಹಾಗೆ ಮಾಡಿದ್ದರು. ಈ ಸುದ್ದಿ ನನ್ನನ್ನು ತೀವ್ರವಾಗಿ ಘಾತಗೊಳಿಸದೇ ಇರಲಿಲ್ಲ. ನನ್ನ ತಂದೆಯ ಸಾವಿಗಿಂತಲೂ ನನ್ನ ತಾಯಿಯ ಸಾವು ಹೆಚ್ಚು ವ್ಯಥೆಯನ್ನುಂಟುಮಾಡಿತ್ತು. ನಾನು ಅದರ ಬಗ್ಗೆ ಹೆಚ್ಚು ಪ್ರಸ್ತಾಪಿಸುವುದಿಲ್ಲ. ನನ್ನ ಬಹುಪಾಲು ಅಪೇಕ್ಷೆಗಳು ಛಿದ್ರಛಿದ್ರವಾಗಿದ್ದವು. ಆದರೆ ಆ ದುಃಖವನ್ನು ಲಂಗುಲಗಾಮಿಲ್ಲದೇ ಅಭಿವ್ಯಕ್ತಪಡಿಸುವುದಕ್ಕೆ ನಾನು ಮನಸ್ಸು ಕೊಡಲಿಲ್ಲ ಎಂಬುದು ನನ್ನ ನೆನಪಲ್ಲಿದೆ. ನಾನು ಕಣ್ಣೀರನ್ನು ತಡೆಹಿಡಿದುಕೊಂಡೆ. ಏನೂ ಆಗಿಲ್ಲವೆಂಬಂತೆ ಜೀವನವನ್ನು ಮುಂದುವರೆಸಿದೆ.

ಡಾ. ಮೆಹ್‌ತಾ ನನ್ನನ್ನು ಅನೇಕ ಗೆಳೆಯರಿಗೆ ಪರಿಚಯಮಾಡಿಸಿದರು. ಅವರಲ್ಲೊಬ್ಬರು ಅವರ ಅಣ್ಣ ಶ್ರೀ ರೇವಾಶಂಕರ್ ಜಗ್‌ಜೀವನ್ ಆಗಿದ್ದರು. ಅವರೊಂದಿಗೆ ಜೀವವಿರುವವರೆಗೂ ಗೆಳೆತನ ಬೆಳೆಯಿತು. ಆದರೆ ನಾನು ವಿಶೇಷವಾಗಿ ಕವಿ ರಾಯ್‌ಚಂದ್ ಅಥವಾ ರಾಜ್‌ಚಂದ್ರನ ಪರಿಚಯವನ್ನು ಲಕ್ಷಕ್ಕೆ ತೆಗೆದುಕೊಂಡೆ. ಅವನು ಡಾ. ಮೆಹ್‌ತಾ ಅವರ ಅಣ್ಣನ ಅಳಿಯನಾಗಿದ್ದ. ಅವನು ರೇವಾಶಂಕರ್ ಜಗ್ ಜೀವನ್ ಹೆಸರಲ್ಲಿ ನಡೆಯುತ್ತಿದ್ದ ರತ್ನಪಡಿವ್ಯಾಪಾರಿಗಳ ಕಂಪನಿಯ ಪಾಲುದಾರನಾಗಿದ್ದ. ಆಗ ಅವನ ವಯಸ್ಸು ಇಪ್ಪತ್ತೈದಕ್ಕಿಂತ ಹೆಚ್ಚಿರಲಿಲ್ಲ. ಆದರೆ ಮೊದಲ ಬಾರಿ ಅವನನ್ನು ಭೇಟಿಮಾಡಿದಾಗ ಅವನು ಗುಣವಂತನೆಂದೂ, ಪಂಡಿತನೆಂದು ನನಗೆ ಮನವರಿಕೆಯಾಯಿತು. ಅವನು ಶತಾವಧಾನಿ (ಒಂದೇ ಬಾರಿಗೆ ನೂರು ವಿಷಯಗಳನ್ನು ಗಮನಿಸುವುದರಲ್ಲಿ ಇಲ್ಲವೇ ನೆನಪಲ್ಲಿಟ್ಟುಕೊಳ್ಳುವಲ್ಲಿ ಸಮರ್ಥನಾಗಿರುವವನು) ಎಂದು ಕೂಡಾ ಹೆಸರಾಗಿದ್ದ. ಅವನ ನೆನಪಿನ ಕುಶಲತೆಯನ್ನು ಪರೀಕ್ಷಿಸಿ ನೋಡುವಂತೆ ಡಾ. ಮೆಹ್‌ತಾ

ಶಿಫಾರಸು ಮಾಡಿದರು. ನಾನು ನನಗೆ ಗೊತ್ತಿದ್ದ ಯುರೋಪಿನ ಎಲ್ಲ ಭಾಷೆಗಳ ಶಬ್ದಕೋಶವನ್ನು ಅವನ ಎದುರು ಬರಿದುಮಾಡಿ ಕವಿಗೆ ಅವನು ಪುನರುಚ್ಚರಿಸುವಂತೆ ತಿಳಿಸಿದೆ. ಅವನು ನಾನು ಉಚ್ಚರಿಸಿದ್ದ ಕ್ರಮದಲ್ಲಿಯೇ ಪುನರುಚ್ಚರಿಸಿದ್ದ. ನನ್ನಲ್ಲಿ ಅವನ ಪ್ರತಿಭೆಯನ್ನು ಕಂಡು ಅಸೂಯೆ ಹುಟ್ಟಿದರೂ ಅದರ ಆಕರ್ಷಣೆಯಲ್ಲಿ ಸಿಕ್ಕಿಬೀಳಲಿಲ್ಲ. ಮುಂದೆ ನನ್ನ ಮೇಲೆ ಪ್ರಭಾವ ಬೀರಿದ ಅವನ ಇನ್ನೊಂದು ಶಕ್ತಿಯ ಪರಿಚಯವಾಯ್ತು. ಶಾಸ್ತ್ರಗ್ರಂಥಗಳ ಬಗ್ಗೆ ಅವನಲ್ಲಿದ್ದ ಆಳವಾದ ಜ್ಞಾನ, ಕುಂದಿಲ್ಲದ ಗುಣ ಮತ್ತು ಆತ್ಮಸಾಕ್ಷಾತ್ಕಾರದ ಬಗ್ಗೆ ಅವನಲ್ಲಿದ್ದ ಕಡುಬಯಕೆ ನನ್ನ ಮೇಲೆ ಪ್ರಭಾವ ಬೀರಿದವು. ಮುಂದೆ ತಿಳಿಸುವ ಮುಕ್ತಾನಂದರ ಸಾಲುಗಳು ಸದಾ ಅವನ ನಾಲಿಗೆಯ ಮೇಲಿರುತ್ತಿದ್ದವು. ಅವನ ಹೃದಯದ ಫಲಕದ ಮೇಲೆ ಅವು ಕೆತ್ತಲ್ಪಟ್ಟಿದ್ದವು:

ನಾನು ಅವನನ್ನು ದಿನನಿತ್ಯದ ಪ್ರತಿಯೊಂದು ಕಾರ್ಯದಲ್ಲಿ ನೋಡಿದಾಗ ಮಾತ್ರ
ನಾನು ಅನುಗ್ರಹಿಸಲ್ಪಟ್ಟಿದ್ದೇನೆ ಎಂದು ಭಾವಿಸುತ್ತೇನೆ.
ನಿಜವಾಗಿಯೂ ಮುಕ್ತಾನಂದನ ಜೀವನವನ್ನು ಸಂರಕ್ಷಿಸುವ
ತಂತು(ದಾರ) ಅವನೇ ಆಗಿದ್ದಾನೆ.

ರಾಯ್‌ಚಂದ್‌ಭಾಯ್‌ನ ವಾಣಿಜ್ಯ ವ್ಯವಹಾರ ನೂರಾರು ಸಾವಿರಗಳಷ್ಟಿತ್ತು ತುಂಬಿಕೊಂಡಿತ್ತು. ಅವನು ವಜ್ರಗಳ ಮತ್ತು ಮುತ್ತುಗಳ ಸೂಕ್ಷ್ಮ ಪರೀಕ್ಷಕನಾಗಿದ್ದ. ಎಂತಹ ಕಗ್ಗಂಟಿನ ವ್ಯಾಪಾರಿ ಸಮಸ್ಯೆಯಾದರೂ ಅವನಿಗೆ ಕ್ಲಿಷ್ಟವಾಗಿರಲಿಲ್ಲ. ಆದರೆ ಈ ಎಲ್ಲ ವಸ್ತು-ವಿಷಯಗಳು ಅವನ ಜೀವ ಸುತ್ತುತ್ತಿದ್ದ ಅಕ್ಷದ ಕೇಂದ್ರದಲ್ಲಿರಲಿಲ್ಲ. ಅದರ ಕೇಂದ್ರದಲ್ಲಿ ದೇವರನ್ನು ಪ್ರತ್ಯಕ್ಷವಾಗಿ ಕಾಣುವ ತೀವ್ರಾಸಕ್ತಿ ಅವನಲ್ಲಿತ್ತು. ಅವನ ವ್ಯಾಪಾರ ವ್ಯವಹಾರಕ್ಕೆ ಸಂಬಂಧಿಸಿದ್ದ ಮೇಜಿನ ಮೇಲೆ ಇದ್ದ ಇತರ ಕೆಲವು ವಸ್ತುಗಳ ನಡುವೆ ಕೆಲವು ಧಾರ್ಮಿಕ ಗ್ರಂಥಗಳು ಮತ್ತು ಡೈರಿ (ದಿನಚರಿಯ ಪುಸ್ತಕ) ತಪ್ಪದೇ ಇರುತ್ತಿದ್ದವು. ಅವನು ತನ್ನ ವ್ಯವಹಾರವನ್ನು ಪೂರಯಿಸುತ್ತಿದ್ದಂತೆ ಧಾರ್ಮಿಕ ಗ್ರಂಥ ಇಲ್ಲವೇ ಡೈರಿಯನ್ನು ತೆರೆಯುತ್ತಿದ್ದ. ಅವನು ಪ್ರಕಟಿಸಿದ್ದ ಬರಹಗಳಲ್ಲಿ ಹೆಚ್ಚಿನವು ಇವನ ಡೈರಿಯಿಂದ ತೆಗೆದುಕೊಂಡಂತಹವು. ಮಹತ್ವದ ವ್ಯಾಪಾರ ವ್ಯವಹಾರಗಳನ್ನು ಕುರಿತ ಮಾತುಕತೆಯನ್ನು ಮುಗಿಸಿದ ತರುವಾಯ ಅವನು ಆಧ್ಯಾತ್ಮಕುರಿತ ನಿಗೂಢ ವಿಚಾರಗಳ ಬಗ್ಗೆ ಬರೆಯಲಾರಂಭಿಸುತ್ತಿದ್ದ. ಆ ಸಮಯದಲ್ಲಿ ಅವನು ಖಂಡಿತವಾಗಿಯೂ ವ್ಯಾಪಾರಿಯಾಗುತ್ತಿರಲಿಲ್ಲ. ಆದರೆ ಆ ಸಮಯದಲ್ಲಿ ನಿಜವಾದ ಸತ್ಯ ಶೋಧಕನಾಗಿರುತ್ತಿದ್ದ. ಈ ಪ್ರಕಾರ ಅವನು ವ್ಯಾಪಾರ ವ್ಯವಹಾರಗಳ ಮಧ್ಯೆ ಅಮೂಲ್ಯವಾಗಿದ್ದ ವಿಚಾರಗಳಲ್ಲಿ ಮಗ್ನನಾಗಿರುತ್ತಿದ್ದ. ಒಂದಲ್ಲ ಎರಡು ಬಾರಿಯಲ್ಲದೇ ಅನೇಕ ಬಾರಿ ನಾನು ಅವನನ್ನು ಈ ರೀತಿ ಕಂಡಿದ್ದೆ. ಅವನೆಂದೂ ತನ್ನ ಸಮಸ್ಥಿತಿಯನ್ನು ಕಳೆದುಕೊಂಡಿದ್ದುದನ್ನು ನಾನು ಕಂಡಿರಲಿಲ್ಲ. ಯಾವುದೇ ವ್ಯವಹಾರಕ್ಕೆ ಸಂಬಂಧಿಸಿದ್ದ ಇಲ್ಲವೇ ಸ್ವಾರ್ಥಪರವಾಗಿದ್ದ ಯಾವುದೇ ನಂಟು ನನ್ನನ್ನು ಅವನೊಂದಿಗೆ ಬಂಧಿಸಿರಲಿಲ್ಲ. ಹಾಗಿದ್ದರೂ ನಾನು ಅವನೊಂದಿಗೆ ಆಪ್ತ ಸಹವಾಸದ ಸುಖವನ್ನು ಅನುಭವಿಸುತ್ತಿದ್ದೆ. ನಾನಾಗ ವಕಾಲತ್ತಿಲ್ಲದ ವಕೀಲನಾಗಿದ್ದೆ. ಹಾಗಿದ್ದರೂ ನಾವಿಬ್ಬರೂ ಸಂಧಿಸಿದಾಗ ಅವನು ನನ್ನನ್ನು ಅತ್ಯಂತ ಗಂಭೀರವಾಗಿದ್ದ ಧಾರ್ಮಿಕತೆಗೆ ಸಂಬಂಧಿಸಿದ್ದ ಮಾತುಕತೆಯಲ್ಲಿ ತೊಡಗಿಸುತ್ತಿದ್ದ. ಆ ಕಾಲದಲ್ಲಿ ನಾನು ಧಾರ್ಮಿಕಚರ್ಚೆಗಳಲ್ಲಿ ಗಾಢ ಆಸಕ್ತಿಯನ್ನು

ಹೊಂದಿರದಿದ್ದರೂ ಮತ್ತು ಅದನ್ನು ಕುರುಡನಂತೆ ಹುಡುಕಾಡದಿದ್ದರೂ ನಾನು ಅವನ ಮಾತುಕತೆಯಲ್ಲಿ ಪೂರ್ಣವಾಗಿ ಮಗ್ನನಾಗಿರುತ್ತಿದ್ದೆ. ಅಲ್ಲಿಂದ ಮುಂದೆ ನಾನು ಅನೇಕ ಧಾರ್ಮಿಕ ಆಚಾರ್ಯರುಗಳನ್ನು ಅಥವಾ ಬೋಧಕರನ್ನು ಭೇಟಿಮಾಡಿಮಾಡಿದ್ದೇನೆ. ನಾನು ಅನೇಕ ಪಂಥಗಳ ಮುಖ್ಯಸ್ಥರುಗಳ ಭೇಟಿಮಾಡಲು ಪ್ರಯತ್ನಿಸಿದ್ದೇನೆ. ಆದರೆ ರಾಯ್‌ಚಂದ್‌ಭಾಯ್ ಅವರಂತೆ ಅವರಲ್ಲಿ ಯಾರೂ ನನ್ನ ಮೇಲೆ ಪ್ರಭಾವಬೀರಿಲ್ಲ ಎಂದು ನಾನು ಹೇಳಲೇ ಬೇಕು. ಅವನ ಮಾತುಗಳು ನೇರವಾಗಿ ನನ್ನ ಹೃದಯದ ಒಳಹೊಕ್ಕಿದ್ದವು. ಅವನ ಜಾಣ್ಮೆ ನನ್ನಲ್ಲಿ ತುಂಬಾ ಮೆಚ್ಚಿಕೆ ಪಡೆದಂತೆ ಅವನ ನೈತಿಕ ಆಸಕ್ತಿ ಕೂಡಾ ನನ್ನಲ್ಲಿ ಮೆಚ್ಚಿಕೆಯನ್ನುಂಟುಮಾಡಿತ್ತು. ಅವನು ಎಂದೂ ನನ್ನನ್ನು ಮನಃಪೂರ್ವಕವಾಗಿ ಅಡ್ಡದಾರಿಗೆ ಎಳೆದೊಯ್ಯುತ್ತಿರಲಿಲ್ಲ. ಅವನ ಅಂತರಂಗದಲ್ಲಿದ್ದ ಚಿಂತನೆಗಳ ಬಗ್ಗೆ ಯಾವಾಗಲೂ ನನ್ನೊಂದಿಗೆ ಚರ್ಚಿಸುತ್ತಿದ್ದ. ನನ್ನಲ್ಲಿ ಆಧ್ಯಾತ್ಮಿಕ ಬಿಕ್ಕಟ್ಟುಗಳು ಉದ್ಭವವಾದಾಗ ಅವನು ನನ್ನ ಆಶ್ರಯತಾಣವಾಗಿದ್ದ.

ಹಾಗಿದ್ದರೂ ಅವನ ಬಗ್ಗೆ ನನ್ನಲ್ಲಿ ಗೌರವಾದರಗಳು ಇದ್ದರೂ ನಾನು ಅವನಿಗೆ ನನ್ನ ಹೃದಯದಲ್ಲಿ ಗುರುವಿನಂತೆ ಪಟ್ಟಕಟ್ಟಲಾರದವನಾಗಿದ್ದೆ. ಆ ಗದ್ದುಗೆ ಖಾಲಿಯಾಗಿ ಉಳಿದುಕೊಂಡಿದೆ ಮತ್ತು ನನ್ನ ಅನ್ವೇಷಣೆ ಮುಂದುವರೆದಿದೆ.

ನಾನು ಹಿಂದೂ ತತ್ವಗಳ ಪ್ರಕಾರ ಇರುವ ಗುರುವಿನಲ್ಲಿ ನಂಬಿಕೆ ಇರಿಸಿಕೊಂಡಿದ್ದೇನೆ. ಅವನಿಗೆ ಆತ್ಮಸಾಕ್ಷಾತ್ಕಾರದ ದಾರಿಯಲ್ಲಿ ಪ್ರಮುಖ ಸ್ಥಾನವಿದೆ ಎಂದು ನಂಬಿದ್ದೇನೆ. ಗುರುವಿಲ್ಲದೇ ಅಪ್ಪಟ ಜ್ಞಾನ ಅಸಾಧ್ಯ ಎಂಬ ತಾತ್ವಿಕತೆಯಲ್ಲಿ ಮಹಾ ಸತ್ಯವಿದೆ ಎಂದು ನಾನು ಭಾವಿಸಿದ್ದೇನೆ. ಒಬ್ಬ ದೋಷಯುಕ್ತ ಗುರುವನ್ನು ಪ್ರಾಪಂಚಿಕ ವ್ಯವಹಾರಗಳಲ್ಲಿ ಸಹಿಸಿಕೊಳ್ಳಬಹುದು ಆದರೆ ಆಧ್ಯಾತ್ಮಿಕ ವಿಚಾರಗಳಲ್ಲಿ ಅವನನ್ನು ಸಹಿಸಿಕೊಳ್ಳಲು ಸಾಧ್ಯವಾಗದು. ಕೇವಲ ಒಬ್ಬ ಅಪ್ಪಟ ಜ್ಞಾನಿ ಗುರುವೆಂದು ಗದ್ದುಗೆಯಲ್ಲಿ ಕೂರಲು ಅರ್ಹನಾಗಿರುತ್ತಾನೆ. ಆದ್ದರಿಂದ ಪರಿಪೂರ್ಣತೆಯತ್ತ ಎಡಬಿಡದ ಪ್ರಯತ್ನ ನಡೆಸುತ್ತಿರಬೇಕು. ಆಗ ಮಾತ್ರ ಒಬ್ಬಾತನು ತನಗೆ ಅರ್ಹನಾಗಿದ್ದ ಗುರುವನ್ನು ಪಡೆಯುತ್ತಾನೆ. ಪರಿಪೂರ್ಣತೆಯತ್ತ ಒಬ್ಬಾತನು ಅಪರಿಮಿತವಾಗಿ ಹೋರಾಡುವುದು ಅವನ ಹಕ್ಕಾಗಿದೆ. ಅದೇ ಅದರ ಪ್ರತಿಫಲವಾಗಿದೆ. ಉಳಿದದ್ದು ದೇವರ ಕೈಯಲ್ಲಿದೆ.

ಈ ಪ್ರಕಾರ ನಾನು ರಾಯ್‌ಚಂದ್‌ಭಾಯ್‌ನ್ನು ನನ್ನ ಹೃದಯದಲ್ಲಿ ಗುರುವೆಂದು ಗದ್ದುಗೆಯ ಮೇಲೆ ಕೂರಿಸದಿದ್ದರೂ ಅನೇಕ ಸಂದರ್ಭಗಳಲ್ಲಿ ಅವನು ನನ್ನ ಮಾರ್ಗದರ್ಶಿಯಾಗಿ ಮತ್ತು ಸಹಾಯಕನಾಗಿ ಹೇಗಿದ್ದ ಎಂಬುದನ್ನು ನಾವು ಮುಂದೆ ಕಾಣಬಹುದು. ಮೂವರು ಆಧುನಿಕ ಮಹಾಪುರುಷರು ನನ್ನ ಜೀವನದ ಮೇಲೆ ಆಳವಾದ ಪ್ರಭಾವ ಬೀರಿದ್ದಾರೆ ಮತ್ತು ನನ್ನ ಮನಸೆಳೆದಿದ್ದಾರೆ: ಜತೆಯಲ್ಲಿದ್ದು ಪರಿಚಿತನಾಗಿದ್ದ ರಾಯ್‌ಚಂದ್‌ಭಾಯ್; 'ದಿ ಕಿಂಗ್‌ಡಮ್ ಆಫ್ ಗಾಡ್ ವಿತಿನ್ ಯು' ಎಂಬ ಕೃತಿಯ ಲೇಖಕ ಟಾಲ್‌ಸ್ಟಾಯ್, 'ಅನ್‌ಟು ದಿಸ್ ಲಾಸ್ಟ್' ಕೃತಿಯ ಮೂಲಕ ರಸ್ಕಿನ್. ಇವುಗಳ ಬಗ್ಗೆ ಆಯಾ ಸಂದರ್ಭಗಳಲ್ಲಿ ಹೆಚ್ಚಿಗೆ ತಿಳಿಸಲಾಗುವುದು.

2. ನಾನು ಹೇಗೆ ಜೀವನವನ್ನಾರಂಭಿಸಿದೆ

ನನ್ನ ಅಣ್ಣ ನನ್ನ ಮೇಲೆ ಭಾರಿ ಭರವಸೆಗಳನ್ನಿಟ್ಟು ಕೊಂಡಿದ್ದ. ಐಶ್ವರ್ಯ, ಹೆಸರು ಮತ್ತು ಕೀರ್ತಿಯ ಬಗ್ಗೆ ಅಪೇಕ್ಷೆ ಅವನಲ್ಲಿ ತುಂಬಿಕೊಂಡಿದ್ದವು. ಅವನದ್ದು ವಿಶಾಲ ಹೃದಯ, ತಪ್ಪು ಮಾಡಿದರೂ ಉದಾರವಾಗಿರುತ್ತಿದ್ದ. ಅವನ ಸರಳ ಸ್ವಭಾವದ ಜತೆಯಲ್ಲಿ ಈ ಗುಣಗಳು ಬೆರತಿದ್ದರಿಂದ ಅವನಿಗೆ ಅನೇಕ ಗೆಳೆಯರಿದ್ದರು. ಅವರ ಮೂಲಕ ನನಗೆ ಮೊಕದ್ದಮೆಗಳು ಸಿಗುವುವು ಎಂದು ಅವನು ನಿರೀಕ್ಷಿಸಿದ್ದ. ನನಗೆ ಅತಿ ಹೆಚ್ಚಿನ ಪ್ರಮಾಣದಲ್ಲಿ ವಕೀಲಿ ವ್ಯವಹಾರ ಸಿಗುವುದು ಎಂದು ಅವನು ಭಾವಿಸಿದ್ದ. ಈ ನಿರೀಕ್ಷೆಯಲ್ಲಿ ಅವನು ಕುಟುಂಬದ ವೆಚ್ಚವನ್ನು ಮಿತಿಮೀರಿ ಹೆಚ್ಚಿಸಿಬಿಟ್ಟಿದ್ದ. ನನ್ನ ವೃತ್ತಿಗೆ ರಂಗವನ್ನು ಸಿದ್ಧಪಡಿಸಲು ಸಾಧ್ಯವಾದ ಎಲ್ಲ ಪ್ರಯತ್ನಗಳನ್ನು ಮಾಡಿದ್ದ.

ನನ್ನ ವಿದೇಶ ಪ್ರಯಾಣದ ಬಗ್ಗೆ ನನ್ನ ಜಾತಿಯಲ್ಲಿ ಎದ್ದಿದ್ದ ಬಿರುಗಾಳಿ ಇನ್ನೂ ಕುದಿಯುತ್ತಿತ್ತು ಇದು ಜಾತಿಯಲ್ಲಿ ಎರಡು ಪಂಗಡಗಳನ್ನು ರೂಪಿಸಿತು. ಅವುಗಳಲ್ಲಿ ಒಂದು ಪಂಗಡ ನನ್ನನ್ನು ತಕ್ಷಣವೇ ಜಾತಿಯೊಳಗೆ ಸೇರಿಸಿಕೊಂಡಿತು. ಇನ್ನೊಂದು ಪಂಗಡ ನನ್ನನ್ನು ಹೊರಕ್ಕೆ ಇರಿಸಲು ಹಟ ತೊಟ್ಟಿತ್ತು. ನನ್ನನ್ನು ಜಾತಿಯೊಳಕ್ಕೆ ಸೇರಿಸಿಕೊಂಡಿದ್ದ ಪಂಗಡವನ್ನು

ತೃಪ್ತಿಪಡಿಸಲು ನನ್ನ ಅಣ್ಣ ನನ್ನನ್ನು ರಾಜ್‌ಕೋಟ್‌ಗೆ ಕರೆದುಕೊಂಡು ಹೋಗುವ ಮುಂಚೆ ನಾಸಿಕ್‌ಗೆ ಕರೆದುಕೊಂಡು ಹೋದ. ಅಲ್ಲಿ ನನಗೆ ಪವಿತ್ರ ಸ್ನಾನ ಮಾಡಿಸಿದ. ತರುವಾಯ ರಾಜ್‌ಕೋಟ್‌ಗೆ ಬಂದು ಅಲ್ಲಿ ಜಾತಿಬಾಂಧವರಿಗೆ ಊಟ ಹಾಕಿಸಿದ. ನನಗೆ ಇದ್ಯಾವುದೂ ಇಷ್ಟವಿರಲಿಲ್ಲ. ಆದರೆ ನನ್ನ ಅಣ್ಣ ನನ್ನ ಮೇಲಿಟ್ಟಿದ್ದ ಪ್ರೀತಿಗೆ ಕೊನೆಯೇ ಇರಲಿಲ್ಲ. ಆತನ ಮೇಲೆ ನಾನಿಟ್ಟಿದ್ದ ಶ್ರದ್ಧೆ ಅದೇ ಪ್ರಮಾಣದಲ್ಲಿತ್ತು. ಆದ್ದರಿಂದ ಅವನ ಇಷ್ಟದಂತೆ ನಾನು ಯಾಂತ್ರಿಕವಾಗಿ ವರ್ತಿಸಿದೆ. ಅವನ ಇಚ್ಛೆಯನ್ನು ಕಾನೂನೆಂದು ಪರಿಗಣಿಸಿದ್ದೆ. ಜಾತಿಗೆ ನನ್ನನ್ನು ಮತ್ತೆ ಸೇರಿಸಿಕೊಳ್ಳುವ ವಿವಾದ ಈ ಪ್ರಕಾರ ಹೆಚ್ಚು ಕಡಿಮೆ ಮುಗಿದುಹೋಯ್ತು.

ನನ್ನನ್ನು ನಿರಾಕರಿಸಿದ್ದ ಪಂಗಡದೊಳಕ್ಕೆ ಸೇರಿಕೊಳ್ಳಲು ನಾನು ಎಂದೂ ಪ್ರಯತ್ನಿಸಲಿಲ್ಲ. ಆ ಪಂಗಡದ ಮುಖ್ಯಸ್ಥರ ವಿರುದ್ಧ ನಾನು ಮನಸ್ಸಿನಲ್ಲಿ ಕೂಡಾ ನನ್ನ ಅಸಮಾಧಾನವನ್ನು ವ್ಯಕ್ತಪಡಿಸಿಕೊಂಡಿರಲಿಲ್ಲ. ಕೆಲವರು ನನ್ನನ್ನು ಹತ್ತಿರ ಸೇರಿಸಿಕೊಳ್ಳುತ್ತಿರಲಿಲ್ಲ. ಆದರೆ ನಾನು ಎಚ್ಚರಿಕೆಯಿಂದ ಅವರ ಭಾವನೆಗಳಿಗೆ ನೋವಾಗದಂತೆ ವರ್ತಿಸುತ್ತಿದ್ದೆ. ನಾನು ಬಹಿಷ್ಕಾರದ ಬಗ್ಗೆ ಇದ್ದ ಜಾತಿ ನಿಬಂಧನೆಗಳನ್ನು ಪೂರ್ಣವಾಗಿ ಗೌರವಿಸಿದೆ. ಈ ನಿಬಂಧನೆಗಳ ಪ್ರಕಾರ ನನ್ನ ಬಂಧುಗಳಲ್ಲಿ ಯಾರೂ ಅಂದರೆ ನನ್ನ ಮಾವ (ಹೆಂಡತಿಯ ಅಪ್ಪ), ಅತ್ತೆ (ನನ್ನ ಹೆಂಡತಿಯ ತಾಯಿ) ಸಹೋದರಿ ಮತ್ತು ಭಾವ ನನ್ನನ್ನು ಸತ್ಕರಿಸುವಂತಿರಲಿಲ್ಲ. ನಾನು ಅವರ ಮನೆಯಲ್ಲಿ ನೀರನ್ನು ಕುಡಿಯುವಂತಿರಲಿಲ್ಲ. ಅವರು ಗುಟ್ಟಾಗಿ ಈ ಬಹಿಷ್ಕಾರವನ್ನು ನಿಷ್ಫಲಗೊಳಿಸಲು ಸಿದ್ಧವಾಗಿದ್ದರು. ಆದರೆ ಯಾವುದನ್ನು ನಾನು ಸಾರ್ವಜನಿಕವಾಗಿ ಮಾಡುವುದಿಲ್ಲವೋ ಅಂತಹದನ್ನು ಗುಟ್ಟಾಗಿ ಮಾಡುವುದು ನನ್ನ ಸ್ವಭಾವಕ್ಕೆ ವಿರುದ್ಧವಾಗಿತ್ತು.

ನನ್ನ ಈ ಕಟ್ಟುನಿಟ್ಟಿನ ನಡತೆಯಿಂದಾಗಿ ನನ್ನ ಜಾತಿ ಬಾಂಧವರು ನನಗೆ ತೊಂದರೆಕೊಡಲು ಮುಂದಾಗುವ ಸಂದರ್ಭವೇ ಒದಗಿಬರಲಿಲ್ಲ. ನನ್ನನ್ನು ಇನ್ನೂ ಬಹಿಷ್ಕೃತನೆಂದೇ ಪರಿಗಣಿಸಿರುವ ಪಂಗಡದ ಸಾಮಾನ್ಯ ಸಮುದಾಯ ನನ್ನ ಮೇಲೆ ಔದಾರ್ಯವನ್ನು ಮತ್ತು ವಿಶ್ವಾಸವನ್ನು ತೋರಿಸಿದ್ದಾರೆ. ನಾನು ಜಾತಿಗಾಗಿ ಏನಾದರೂ ಮಾಡಬೇಕೆಂದು ನಿರೀಕ್ಷಿಸದೇ ನನ್ನ ಕೆಲಸದಲ್ಲಿ ಅವರು ನನಗೆ ಸಹಾಯವನ್ನು ಕೂಡಾ ಮಾಡಿದ್ದಾರೆ. ಈ ಎಲ್ಲ ಒಳ್ಳೆಯ ಪರಿಣಾಮಗಳು ಪ್ರತಿರೋಧಮಾಡದಿರುವ ನನ್ನ ಸ್ವಭಾವದ ಫಲ ಎಂದು ನಾನು ಮನವರಿಕೆಮಾಡಿಕೊಂಡಿದ್ದೇನೆ. ಜಾತಿಯೊಳಕ್ಕೆ ನನ್ನನ್ನು ಸೇರಿಸಿಕೊಳ್ಳಬೇಕೆಂದು ಚಳವಳಿ ಹೂಡಿದ್ದರೆ ಮತ್ತು ಜಾತಿಯಲ್ಲಿ ಇನ್ನೂ ಅನೇಕ ಪಂಗಡಗಳಾಗುವಂತೆ ಪ್ರಯತ್ನಿಸಿದ್ದರೆ, ಜಾತಿಬಾಂಧವರನ್ನು ಕೆರಳಿಸಿದ್ದರೆ ಅವರು ಖಂಡಿತವಾಗಿಯೂ ಮುಯ್ಯಿಗೆ ಮುಯ್ಯಿ ತೀರಿಸಿಕೊಳ್ಳುತ್ತಿದ್ದರು. ಬಿರುಗಾಳಿ ಬೇರೆದಿಕ್ಕಿಗೆ ತಿರುಗಿ ಸುಸೂತ್ರ ವಾತಾವರಣವನ್ನು ಮೂಡಿಸುವ ಪ್ರತಿಯಾಗಿ ನಾನು ಇಂಗ್ಲೆಂಡ್‌ನಿಂದ ಹಿಂದಿರುಗುತ್ತಿದ್ದಂತೆ ಕ್ಷೋಭೆಯ ಸುಳಿಯಲ್ಲಿ ಸಿಕ್ಕಿಕೊಳ್ಳುತ್ತಿದ್ದೆ. ಪ್ರಾಯಶಃ ಸೋಗಿನ ವ್ಯಕ್ತಿಯಾಗುತ್ತಿದ್ದೆ.

ನನ್ನ ಪತ್ನಿಯೊಂದಿಗೆ ನಾನು ಹೊಂದಿದ್ದ ಸಂಬಂಧ ಇನ್ನೂ ನಾನು ಇಷ್ಟಪಟ್ಟಂತೆ ಇರಲಿಲ್ಲ. ನಾನು ಇಂಗ್ಲೆಂಡ್‌ನಲ್ಲಿ ಇದ್ದು ಬಂದಿದ್ದರೂ ನನ್ನ ಮಾತ್ಸರ್ಯ ನನ್ನನ್ನು ಬಿಟ್ಟು ಹೋಗಿರಲಿಲ್ಲ. ಪ್ರತಿಯೊಂದು ಚಿಕ್ಕಪುಟ್ಟ ವಿಷಯಗಳಲ್ಲೂ ನಾನು ಸಂದೇಹಪಡುತ್ತಿದ್ದೆ ಮತ್ತು ಬೇಗ ಅಸಹ್ಯಪಡುತ್ತಿದ್ದೆ. ಆದ್ದರಿಂದ ನನ್ನ ಮನಸ್ಸಿನಲ್ಲಿ ಇಟ್ಟುಕೊಂಡಿದ್ದ ಎಲ್ಲ ಅಪೇಕ್ಷೆಗಳು

ಪೂರೈಕೆಯಾಗದೇ ಹಾಗೆಯೇ ಉಳಿದುಕೊಂಡಿದ್ದವು ನನ್ನ ಹೆಂಡತಿ ಓದಲು ಮತ್ತು ಬರೆಯಲು ಕಲಿತುಕೊಳ್ಳಬೇಕೆಂದು ನಾನು ತೀರ್ಮಾನಿಸಿದ್ದೆ. ಆಕೆಯ ಅಧ್ಯಯನದಲ್ಲಿ ಸಹಾಯಮಾಡಬೇಕೆಂದು ನಾನು ಇಚ್ಛಿಸಿದ್ದೆ. ಆದರೆ ನನ್ನ ಭೋಗಾಪೇಕ್ಷೆ ಆ ದಾರಿಯಲ್ಲಿ ಅಡ್ಡಬಂತು ಮತ್ತು ಈ ನ್ಯೂನತೆಯಿಂದಾಗಿ ಆಕೆ ಯಾತನೆಪಡಬೇಕಾಯ್ತು. ಒಮ್ಮೆ ಆಕೆಯನ್ನು ಅವಳ ತಂದೆಯ ಮನೆಗೆ ಕಳಿಸುವಷ್ಟು ದೂರ ಈ ಪ್ರಸಂಗ ಹೋಗಿತ್ತು. ನಾನು ಆಕೆಯನ್ನು ಪೂರ್ಣವಾಗಿ ಸಂಕಟಕ್ಕೆ ಗುರಿಮಾಡಿದ ತರುವಾಯ ಮತ್ತೆ ಕರೆಸಿಕೊಳ್ಳಲು ನಾನು ನೀರಸವಾಗಿ ಒಪ್ಪಿಗೆ ಕೊಟ್ಟಿದ್ದೆ. ಮುಂದೆ ಇವೆಲ್ಲವೂ ಪೂರ್ಣವಾಗಿ ನನ್ನ ಪಾಲಿನ ತಪ್ಪು ಎಂದು ಕಂಡುಕೊಂಡೆ.

ನಾನು ಮಕ್ಕಳ ವಿದ್ಯಾಭ್ಯಾಸದಲ್ಲಿ ಸುಧಾರಣೆಯನ್ನು ತರಲು ಉದ್ದೇಶಿಸಿದೆ. ನನ್ನ ಸಹೋದರನಿಗೆ ಮಕ್ಕಳಿದ್ದರು. ನನ್ನ ಮಗನೂ ಇದ್ದ. ನಾನು ಇಂಗ್ಲೆಂಡ್‌ಗೆ ಹೊರಟಾಗ ಮನೆಯಲ್ಲಿದ್ದ ಈ ಮಗ ಈಗ ಸುಮಾರು ನಾಲ್ಕು ವರ್ಷದ ಬಾಲಕನಾಗಿದ್ದ. ಈ ಚಿಕ್ಕ ಮಕ್ಕಳಿಗೆ ದೈಹಿಕ ಅಂಗಸಾಧನೆ (ವ್ಯಾಯಾಮ)ಯನ್ನು ಕಲಿಸಿ ಅವರನ್ನು ದೃಢಕಾಯರನ್ನಾಗಿ ಮಾಡಬೇಕೆಂದು ಬಯಸಿದ್ದೆ. ನಾನು ಅವರಿಗೆ ವೈಯಕ್ತಿಕವಾಗಿ ಮಾರ್ಗದರ್ಶನ ಮಾಡಬೇಕೆಂದು ಇಚ್ಛಿಸಿದ್ದೆ. ಈ ವಿಷಯದಲ್ಲಿ ನನ್ನ ಸಹೋದರ ನನಗೆ ಬೆಂಬಲ ಕೊಟ್ಟಿದ್ದ. ಹೆಚ್ಚುಕಡಿಮೆ ಈ ಪ್ರಯತ್ನದಲ್ಲಿ ಯಶಸ್ವಿಯಾದೆ ಎನ್ನಬಹುದು. ನಾನು ಮಕ್ಕಳ ಸಹವಾಸದಲ್ಲಿರಲು ತುಂಬಾ ಇಷ್ಟಪಡುತ್ತಿದ್ದೆ. ಅವರೊಂದಿಗೆ ಆಡುವ, ತಮಾಷೆ ಮಾತಾಡುವ ಸ್ವಭಾವ ಈಗಲೂ ನನ್ನಲ್ಲಿದೆ. ಮಕ್ಕಳಿಗೆ ಚೆನ್ನಾಗಿ ಬೋಧಿಸುವ ಶಿಕ್ಷಕನಾಗಬೇಕೆಂದು ಆ ಕಾಲದಿಂದಲೂ ಯೋಚಿಸುತ್ತಿದ್ದೇನೆ.

ಆಹಾರದ ಸುಧಾರಣೆಯ ಅವಶ್ಯಕತೆ ಕಣ್ಣಿಗೆ ಕಾಣುವಂತೆ ಸ್ಪಷ್ಟವಾಗಿತ್ತು. ಮನೆಯಲ್ಲಿ ಟೀ ಮತ್ತು ಕಾಫಿ ಆಗಲೇ ತಳವೂರಿದ್ದವು, ನಾನು ವಾಪಸಾದಾಗ ಏನೊ ಒಂದು ಬಗೆಯ ಇಂಗ್ಲಿಷ್ ವಾತಾವರಣ ಇರುವುದು ಅವಶ್ಯಕ ಎಂದು ನನ್ನ ಸಹೋದರ ಭಾವಿಸಿದ್ದ. ಗೃಹೋಪಯೋಗಿ ಮಣ್ಣಿನ ಪಾತ್ರೆಗಳನ್ನು (ಕ್ರಾಕರಿ) ಮತ್ತು ಇತರ ವಸ್ತುಗಳನ್ನು ಮನೆಯಲ್ಲಿ ವಿಶೇಷ ಸಂದರ್ಭಗಳಲ್ಲಿ ಬಳಸಲು ಇರಿಸಲಾಗಿತ್ತು. ಈಗ ಇವನ್ನು ದಿನನಿತ್ಯವೂ ಬಳಸಲಾಗುತ್ತಿತ್ತು. ಸುಧಾರಣೆಗಳು ಇವಕ್ಕೆ ಅಂತಿಮ ರೂಪ ಕೊಟ್ಟವು. ನಾನು ಓಟ್‌ಮೀಲ್ ಗಂಜಿಯ ಪರಿಚಯ ಮಾಡಿಸಿದೆ. ಕಾಫಿ ಮತ್ತು ಟೀಯ ಸ್ಥಾನಗಳನ್ನು ಕೋಕೋ ಆಕ್ರಮಿಸಿಕೊಂಡಿತು. ವಾಸ್ತವವಾಗಿ ಟೀ ಮತ್ತು ಕಾಫಿಯ ಜತೆಯಲ್ಲಿ ಕೋಕೋ ಸೇರಿಕೊಂಡಿತು. ಬೂಟುಗಳು ಮತ್ತು ಷೂಗಳು ಆಗಲೇ ಬಳಕೆಯಲ್ಲಿದ್ದವು. ಯೂರೋಪಿಯನ್ ಉಡುಗೆಯನ್ನು ಸೇರಿಸುವ ಮೂಲಕ ನಾನು ಐರೋಪ್ಯಿಕರಣವನ್ನು ಪೂರ್ತಿಮಾಡಿದೆ.

ಈ ಪ್ರಕಾರ ಖರ್ಚು ಹೆಚ್ಚಿತ್ತು. ಪ್ರತಿದಿನವೂ ಹೊಸಹೊಸ ವಸ್ತುಗಳು ಸೇರಿಕೊಳ್ಳುತ್ತಿದ್ದವು. ನಾವು ನಮ್ಮ ಮನೆಯ ಬಾಗಿಲಿನಲ್ಲಿ ಬಿಳಿಯ ಆನೆಯನ್ನು ಕಟ್ಟಿಕೊಂಡಂತಾಗಿತ್ತು. ಆದರೆ ಅದನ್ನು ಸಾಕಲು ಹಣವನ್ನು ಎಲ್ಲಿಂದ ತರುವುದು? ರಾಜ್‌ಕೋಟ್‌ನಲ್ಲಿ ವೃತ್ತಿಯನ್ನು ಪ್ರಾರಂಭಿಸುವುದೆಂದರೆ ಖಂಡಿತವಾಗಿಯೂ ಆತ್ಮಹತ್ಯೆಯನ್ನು ಮಾಡಿಕೊಂಡಂತಾಗುತ್ತಿತ್ತು. ನನಗೆ ಯೋಗ್ಯ ವಕೀಲನಿಗಿದ್ದ ತಿಳಿವಳಿಕೆಯೂ ಇರಲಿಲ್ಲ. ಹಾಗಿದ್ದರೂ ನಾನು ಅವನ ಫೀಗಿಂತ ಹತ್ತರಷ್ಟು ಕೊಡಬೇಕೆಂದು ನಿರೀಕ್ಷಿಸುತ್ತಿದ್ದೆ. ಯಾವನೇ ಕಕ್ಷಿಗಾರನೂ ನನ್ನನ್ನು ನೇಮಿಸಿಕೊಳ್ಳುವಷ್ಟು ಮೂರ್ಖನಾಗಿರಲಿಲ್ಲ. ಅಂತಹ ಕಕ್ಷಿಗಾರನೊಬ್ಬ ಕಂಡುಬಂದರೂ ನಾನು ನನ್ನ ಮೌಢ್ಯತೆಗೆ ಉದ್ಧಟತನವನ್ನು ಮತ್ತು

ವಂಚನೆಯನ್ನು ಸೇರಿಸಿಕೊಳ್ಳಬೇಕಾಗಿತ್ತೆ? ನಾನು ಜಗತ್ತಿಗೆ ಕೊಡಬೇಕಾಗಿದ್ದ ಋಣಭಾರವನ್ನು ಹೆಚ್ಚಿಸಿಕೊಳ್ಳಬೇಕಾಗಿತ್ತೆ?

ಉಚ್ಚ ನ್ಯಾಯಾಲಯದಲ್ಲಿ ಅನುಭವವನ್ನು ಗಳಿಸಿಕೊಳ್ಳಲು ಮತ್ತು ಭಾರತೀಯ ಕಾನೂನಿನ ಅಧ್ಯಯನ ನಡೆಸಲು ಮತ್ತು ಸಾಧ್ಯವಾದಷ್ಟು ಮೊಕದ್ದಮೆಗಳನ್ನು ಪಡೆದುಕೊಳ್ಳಲು ನನಗೆ ಬೊಂಬಾಯಿಗೆ ಹೋಗುವಂತೆ ನನ್ನ ಗೆಳೆಯರು ನನಗೆ ಸಲಹೆ ನೀಡಿದರು. ನಾನು ಆ ಸಲಹೆಯನ್ನು ಒಪ್ಪಿಕೊಂಡು ಬೊಂಬಾಯಿಗೆ ಹೊರಟೆ.

ಬೊಂಬಾಯಿಯಲ್ಲಿ ನಾನು ಒಬ್ಬ ಅಡಿಗೆಯವನೊಂದಿಗೆ ಮನೆ ಮಾಡಿದೆ. ಅವನು ನನ್ನಷ್ಟೇ ಅಸಮರ್ಥನಾಗಿದ್ದ. ಬ್ರಾಹ್ಮಣನಾಗಿದ್ದ ಅವನನ್ನು ನಾನು ಸೇವಕನಂತೆ ನೋಡಿಕೊಳ್ಳುತ್ತಿರಲಿಲ್ಲ. ಮನೆಯ ಒಬ್ಬ ಸದಸ್ಯನಂತೆ ಅವನನ್ನು ನೋಡಿಕೊಳ್ಳುತ್ತಿದ್ದೆ. ಅವನು ತನ್ನ ತಲೆಯ ಮೇಲೆ ನೀರು ಸುರಿದುಕೊಳ್ಳುತ್ತಿದ್ದ. ಆದರೆ ಮೈಯನ್ನು ತಿಕ್ಕಿ ತೊಳೆದುಕೊಳ್ಳುತ್ತಿರಲಿಲ್ಲ. ಅವನು ಉಟ್ಟಿದ್ದ ಧೋತಿ ಕೊಳೆಯಾಗಿರುತ್ತಿತ್ತು. ಅವನ ಜನಿವಾರ ಕೂಡಾ ಹಾಗೆಯೇ ಕೊಳೆಯಾಗಿರುತ್ತಿತ್ತು. ಅವನಿಗೆ ಶಾಸ್ತ್ರಗ್ರಂಥಗಳ ಬಗ್ಗೆ ಏನೂ ಗೊತ್ತಿರಲಿಲ್ಲ. ನಾನು ಹೇಗೆ ಉತ್ತಮನಾದ ಅಡಿಗೆಯವನನ್ನು ಪಡೆದುಕೊಳ್ಳುವುದು?

'ಒಳ್ಳೆಯದು, ರವಿಶಂಕರ್ (ಅದು ಅವನ ಹೆಸರು)' ಎಂದು ನಾನು ಅವನನ್ನು ಕೇಳುತ್ತಿದ್ದೆ. 'ನಿನಗೆ ಅಡಿಗೆ ಮಾಡುವುದು ಗೊತ್ತಿಲ್ಲದಿರಬಹುದು. ಆದರೆ ನಿನಗೆ ಖಂಡಿತವಾಗಿಯೂ ಸಂಧ್ಯಾವಂದನೆ (ದಿನಗಿತ್ಯದ ಆರಾಧನೆ) ಗೊತ್ತಿರಬೇಕಲ್ಲ.'

'ಸರ್, ಸಂಧ್ಯಾ ವಂದನೆಯೆ! ನೇಗಿಲು ನಮ್ಮ ಸಂಧ್ಯಾವಂದನೆ ಮತ್ತು ಸನಿಕೆ (ಎಲೆಗುದ್ದಲಿ) ನಮ್ಮ ನಿತ್ಯದ ಕ್ರಿಯಾವಿಧಿ. ಈ ಬಗೆಯ ಬ್ರಾಹ್ಮಣ ನಾನು. ನಾನು ನಿಮ್ಮ ಕೃಪೆಯಲ್ಲಿ ಬದುಕಬೇಕು ಹಾಗಾಗದಿದ್ದರೆ ಸಹಜವಾಗಿ ಕೃಷಿ ಅಲ್ಲಿ ನನಗಾಗಿ ಕಾದಿದೆ.'

ಆದ್ದರಿಂದ ನಾನು ರವಿಶಂಕರ್‌ನ ಶಿಕ್ಷಕನಾಗಬೇಕಾಯ್ತು. ನನಗೂ ಬೇಕಾದಷ್ಟು ಸಮಯವಿತ್ತು. ಅರ್ಧದಷ್ಟು ಅಡಿಗೆಯನ್ನು ನಾನೇ ಮಾಡಲಾರಂಭಿಸಿದೆ. ಶಾಖಾಹಾರಿ ಅಡಿಗೆಯಲ್ಲಿ ಇಂಗ್ಲಿಷ್ ಪ್ರಯೋಗಗಳನ್ನು ಅಳವಡಿಸಲಾರಂಭಿಸಿದೆ. ನಾನು ಸ್ಟೋವ್ (ಮುಚ್ಚಿದ ಒಲೆ)ಅನ್ನು ಕೊಂಡುಕೊಂಡೆ. ರವಿಶಂಕರ್‌ನ ಜತೆಯಲ್ಲಿ ಅಡಿಗೆಮನೆಯನ್ನು ನೋಡಿಕೊಳ್ಳಲಾರಂಭಿಸಿದೆ. ಒಟ್ಟಿಗೆ ಕೂತು ಊಟಮಾಡುವುದರ ಬಗ್ಗೆ ನನ್ನಲ್ಲಿ ರವೆಯಷ್ಟೂ ಹಿಂಜರಿಕೆಯಿರಲಿಲ್ಲ ಮತ್ತು ರವಿಶಂಕರ್‌ನಲ್ಲೂ ಅಂತ ಹಿಂಜರಿಕೆಯಿರಲಿಲ್ಲ. ಆದ್ದರಿಂದ ಇಬ್ಬರೂ ಒಟ್ಟಿಗೆ ಕೂತು ಉಲ್ಲಾಸದಿಂದ ಊಟಮಾಡುತ್ತಿದ್ದೆವು. ಆದರೆ ಒಂದೇ ಒಂದು ತೊಡಕಿತ್ತು. ತಾನು ಕೊಳಕಾಗಿರುವುದಾಗಿಯೂ ಮತ್ತು ಆಹಾರಪದಾರ್ಥಗಳನ್ನು ಶುಚಿಯಾಗಿಡುವುದಿಲ್ಲವೆಂದು ರವಿಶಂಕರ್ ಪ್ರತಿಜ್ಞೆಮಾಡಿದ್ದ!

ನಾಲ್ಕು ಅಥವಾ ಐದು ತಿಂಗಳುಗಳಿಗೂ ಹೆಚ್ಚಾಗಿ ನನಗೆ ಬೊಂಬಾಯಿಯಲ್ಲಿರಲು ಸಾಧ್ಯವಿರಲಿಲ್ಲ. ಏಕೆಂದರೆ ಅಲ್ಲಿ ನನಗೆ ನಿತ್ಯವೂ ಏರುತ್ತಿದ್ದ ಖರ್ಚಿಗೆ ತಕ್ಕಂತೆ ಆದಾಯವಿರಲಿಲ್ಲ.

ಈ ಪ್ರಕಾರ ನಾನು ಜೀವನವನ್ನಾರಂಭಿಸಿದ್ದೆ. ಬ್ಯಾರಿಸ್ಟರ್‌ನ ವೃತ್ತಿ ಕೆಟ್ಟ ಕಸುಬೆಂದೂ, ಆದರೆ ಅದು ಅಲ್ಪ ಜ್ಞಾನವುಳ್ಳ ಅತಿ ಆಡಂಬರದ ವೃತ್ತಿ ಎಂಬುದನ್ನು ನಾನು ಕಂಡುಕೊಂಡೆ. ನನ್ನ ಹೊಣೆಗಾರಿಕೆಯ ಪ್ರಜ್ಞೆ ಪುಡಿಪುಡಿಯಾಗುತ್ತಿದೆ ಎಂಬ ಭಾವನೆ ನನ್ನಲ್ಲಿ ಉಂಟಾಯಿತು.

3. ಮೊದಲ ಮೊಕದ್ದಮೆ

ಬೊಂಬಾಯಿಯಲ್ಲಿದ್ದಾಗ ನಾನು ಒಂದು ಕಡೆಯಲ್ಲಿ ಭಾರತೀಯ ಕಾನೂನಿನ ಅಧ್ಯಯನವನ್ನು ಮತ್ತು ಇನ್ನೊಂದು ಕಡೆಯಲ್ಲಿ ಸಸ್ಯಾಹಾರಿವ್ರತದಲ್ಲಿ ನನ್ನ ಪ್ರಯೋಗಗಳನ್ನು ಆರಂಭಿಸಿದ್ದೆ. ಸಸ್ಯಾಹಾರಿವ್ರತದ ಅಧ್ಯಯನದಲ್ಲಿ ನನ್ನ ಗೆಳೆಯನಾದ ವೀರ್‌ಚಂದ್ ಗಾಂಧಿ ನನ್ನ ಜತೆಯಲ್ಲಿದ್ದ. ನನ್ನ ಸಹೋದರ ನನಗೆ ಮೊಕದ್ದಮೆಗಳನ್ನು ಒದಗಿಸಿಕೊಡಲು ಕೈಲಾದ ಪ್ರಯತ್ನ ಮಾಡುತ್ತಿದ್ದ.

ಭಾರತೀಯ ಕಾನೂನಿನ ಅಧ್ಯಯನ ಏಕತಾನದಿಂದ ಬೇಸರಗೊಳಿಸುವಂತಿತ್ತು. ಸಿವಿಲ್ ಪ್ರೊಸೀಜರ್ ಕೋಡ್ (ನಾಗರಿಕ ಕಾರ್ಯವಿಧಾನ ಸಂಹಿತೆ)ನ ಒಳಗೆ ಯಾವ ರೀತಿಯಲ್ಲೂ ಪ್ರವೇಶಿಸಲು ನನಗೆ ಸಾಧ್ಯವಾಗಿರಲಿಲ್ಲ (ಅಂದರೆ ಅದು ನನ್ನ ತಲೆಗೆ ಹತ್ತಲೇ ಇಲ್ಲ.) ಆದರೆ ಎವಿಡೆನ್ಸ್ ಆ್ಯಕ್ಟ್ (ಸಾಕ್ಷ ಕಾಯಿದೆ) ಹಾಗಿರಲಿಲ್ಲ. ವೀರ್‌ಚಂದ್ ಗಾಂಧಿ ಸಲಿಸಿಟರ್ (ಬ್ಯಾರಿಸ್ಟರ್‌ಗಳಿಗೆ ಮೊಕದ್ದಮೆ ಕುರಿತಂತೆ ಸಲಹೆ-ಸೂಚನೆ ಕೊಡಲು ಅರ್ಹತೆಯುಳ್ಳ ಆದರೆ ತಾನೇ ಮೊಕದ್ದಮೆಯನ್ನು ನಡೆಸಲು ಅರ್ಹತೆಯಿಲ್ಲದ ವಕೀಲ) ಪರೀಕ್ಷೆಗೆ ಕೂತಿದ್ದ. ಅವನು ಬ್ಯಾರಿಸ್ಟರ್‌ಗಳ ಬಗ್ಗೆ ಮತ್ತು ವಕೀಲರ ಬಗ್ಗೆ ಏನೇನೋ

ಕಥೆಗಳನ್ನು ಹೇಳುತ್ತಿದ್ದ. 'ಸರ್ ಫಿರೋಜ್‌ಷಾ ಅವರ ಸಾಮರ್ಥ್ಯ ಅವರ ಗಹನವಾದ ಕಾನೂನಿನ ಜ್ಞಾನದಲ್ಲಿ ಅಡಗಿದೆ' ಎಂದು ಅವನು ಹೇಳುತ್ತಿದ್ದ. 'ಅವರು ಎವಿಡೆನ್ಸ್ ಆ್ಯಕ್ಟ್‌ಅನ್ನು ಬಾಯಿಪಾಠಮಾಡಿಕೊಂಡಿದ್ದಾರೆ. ಮೂವತ್ತೆರಡನೇ ವಿಧಿಯಲ್ಲಿರುವ ಎಲ್ಲ ಮೊಕದ್ದಮೆಗಳು ಅವರಿಗೆ ಗೊತ್ತಿದೆ. ಬದ್ರುದ್ದಿನ್ ತ್ಯಾಬ್ಜಿಅವರ ವಾದದ ಅದ್ಭುತ ಶಕ್ತಿ ನ್ಯಾಯಾಧೀಶರುಗಳನ್ನು ಕೂಡಾ ವಿಸ್ಮಯಗೊಳಿಸಿ ಹುರಿದುಂಬಿಸುತ್ತದೆ.'

ಈ ಬಗೆಯ ಬಲಿಷ್ಠರ ಕಥೆಗಳು ನನ್ನ ಎದೆಗುಂದಿಸುತ್ತಿದ್ದವು. 'ಸುಮಾರು ಐದು ಅಥವಾ ಏಳು ವರ್ಷಗಳ ಕಾಲ ಏನೂ ವಿಶೇಷವಿಲ್ಲದೇ ದಿನಚರಿಯನ್ನು ನಡೆಸುವುದು ಬ್ಯಾರಿಸ್ಟರ್‌ನಿಗೆ ಅಸಾಧಾರಣ ಸಂಗತಿಯೇನಲ್ಲ.' ಎಂದು ಅವನು ತನ್ನ ಮಾತನ್ನು ಮುಂದುವರೆಸುತ್ತ ಹೇಳುತ್ತಿದ್ದ. 'ಆದ್ದರಿಂದ ನಾನು ಸಲಿಸಿಟರ್‌ಶಿಪ್‌ನ ಎಲ್ಲ ನಿಬಂಧನೆಗಳನ್ನು ಒಪ್ಪಿ ರುಜು ಮಾಡಿರುವೆ. ಮೂರುವರ್ಷಗಳಲ್ಲಿ ನೀನು ನಿನ್ನ ಸ್ವಂತದ ದೋಣಿಯನ್ನು ಹುಟ್ಟುಹಾಕಿ ನಡೆಸಲು ಶಕ್ತನಾದರೆ ನೀನೊಬ್ಬ ಅದೃಷ್ಟಶಾಲಿ ಎಂದು ನೀನು ಭಾವಿಸಿಕೊಳ್ಳಬಹುದು. (ಅಂದರೆ ನಿನ್ನ ಜೀವನ ವೆಚ್ಚವನ್ನು ಭರಿಸಿಕೊಳ್ಳಲು ಶಕ್ತನಾದರೆ ನೀನೊಬ್ಬ ಅದೃಷ್ಟಶಾಲಿಯೇ ಸರಿ)'

ಪ್ರತಿತಿಂಗಳೂ ಜೀವನ ವೆಚ್ಚ ಏರುತ್ತಿತ್ತು. ಒಳಗಡೆ ಬ್ಯಾರಿಸ್ಟರ್ ವೃತ್ತಿಗೆ ಸಿದ್ಧವಾಗುತ್ತಿರುವಾಗ ಮನೆಯ ಹೊರಗಡೆ ಬ್ಯಾರಿಸ್ಟರ್ ಫಲಕ (ಬೋರ್ಡ್)ವನ್ನು ತಗುಲಿಸಲು ನನ್ನ ಮನಸ್ಸು ಒಪ್ಪಲಿಲ್ಲ. ಆದ್ದರಿಂದ ನನ್ನ ಅಧ್ಯಯನದ ಕಡೆಗೆ ಒಂದೇ ಮನಸ್ಸಿನಿಂದ ಗಮನ ಕೊಡಲು ಸಾಧ್ಯವಾಗಲಿಲ್ಲ. ನನಗೆ ಎವಿಡೆನ್ಸ್ ಆ್ಯಕ್ಟ್‌ನಲ್ಲಿ ಏನೋ ಒಂದು ರೀತಿಯಲ್ಲಿ ಅಭಿರುಚಿ ಹೆಚ್ಚುತ್ತಿತ್ತು. ನಾನು ಮೇನ್‌ನ 'ಹಿಂದೂ ಲಾ(ಹಿಂದೂ ಕಾನೂನು)' ಎಂಬ ಕೃತಿಯನ್ನು ತುಂಬಾ ಆಸಕ್ತಿಯಿಂದ ಓದಿದೆ. ಆದರೂ ನನ್ನಲ್ಲಿ ಮೊಕದ್ದಮೆಯನ್ನು ನಡೆಸುವ ಧೈರ್ಯವಿರಲಿಲ್ಲ. ವಧು ಮೊಟ್ಟಮೊದಲಬಾರಿ ತನ್ನ ಮಾವ (ಗಂಡನ ತಂದೆ)ನ ಮನೆಗೆ ಬಂದಾಗ ಎಷ್ಟರ ಮಟ್ಟಿಗೆ ಅಸಹಾಯಕಳಾಗಿರುತ್ತಾಳೋ ಅದೇ ರೀತಿಯಲ್ಲಿ ನಾನು ಮಾತಿಗೆ ಮೀರಿ ಅಸಹಾಯಕನಾಗಿದ್ದೆ.

ಇದೇ ಸಮಯದಲ್ಲಿ ನಾನು ಮಾಮಿಬಾಯ್ ಎಂಬುವವಳ ಮೊಕದ್ದಮೆಯನ್ನು ತೆಗೆದುಕೊಂಡೆ. ಅದೊಂದು ಸಣ್ಣ ವ್ಯಾಜ್ಯವಾಗಿತ್ತು. 'ನೀನು ದಳ್ಳಾಳಿಗೆ ಸ್ವಲ್ಪ ಕಮೀಷನ್ (ದಳ್ಳಾಳಿ ರುಸುಮು) ಕೊಡಬೇಕು ಎಂದು ನನಗೆ ತಿಳಿಸಿದಾಗ ನಾನು ಕೊಡುವುದಿಲ್ಲವೆಂದು ಒತ್ತಿ ಹೇಳಿದೆ.'

'ತಿಂಗಳಿಗೆ ಮೂರರಿಂದ ನಾಲ್ಕು ಸಾವಿರ ರೂಪಾಯಿ ಸಂಪಾದಿಸುವ ದೊಡ್ಡ ಕ್ರಿಮಿನಲ್ ಲಾಯರ್ ಮಿ.. (ನಿರ್ದಿಷ್ಟ ಹೆಸರಿಲ್ಲ) ಕೂಡಾ ಕಮೀಷನ್ ಕೊಡುತ್ತಾರೆ.'

'ನನಗೆ ಅವರ ಸರಿಸಮನಾಗುವ ಅಗತ್ಯವಿಲ್ಲ.' ಎಂದು ನಾನು ಮತ್ತೆ ಉತ್ತರಿಸಿದೆ. 'ನನಗೆ ತಿಂಗಳಿಗೆ ಮೂರು ನೂರು ರೂಪಾಯಿ ಸಿಕ್ಕರೆ ಸಾಕು. ನನ್ನ ತಂದೆಗೆ ಇದಕ್ಕೂ ಹೆಚ್ಚಿಗೆ ಸಿಗುತ್ತಿರಲಿಲ್ಲ'.

'ಆದರೆ ಆ ದಿನಗಳು ಮಾಯವಾಗಿವೆ. ಬೊಂಬಾಯಿಯಲ್ಲಿ ವೆಚ್ಚ ಗಾಬರಿಪಡಿಸುವಷ್ಟು ಹೆಚ್ಚಾಗಿದೆ. ನೀವು ವ್ಯವಹಾರಕುಶಲಿಯಾಗಬೇಕು.'

ನಾನು ಅಚಲನಾಗಿದ್ದೆ. ನಾನು ಕಮೀಷನ್ ಕೊಡಲಿಲ್ಲ. ಆದರೂ ಮಾಮಿಬಾಯ್ ಮೊಕದ್ದಮೆ ನನ್ನ ಬಳಿಗೆ ಬಂತು. ಅದೊಂದು ಸರಳ ಮೊಕದ್ದಮೆಯಾಗಿತ್ತು. ನನ್ನ ಫೀ (ಶುಲ್ಕ)ಯೆಂದು ಮೂವತ್ತು ರೂಪಾಯಿ ತೆಗೆದುಕೊಂಡೆ. ಈ ಮೊಕದ್ದಮೆ ಒಂದು ದಿನಕ್ಕಿಂತ ಹೆಚ್ಚು ಕಾಲ ತೆಗೆದುಕೊಳ್ಳುವ ಸಂಭವವಿರಲಿಲ್ಲ.

ಸಣ್ಣ ವ್ಯಾಜ್ಯಗಳ ನ್ಯಾಯಾಲಯ (ಸ್ಮಾಲ್ ಕಾಸಸ್ ಕೋರ್ಟ್)ಕ್ಕೆ ಇದು ನನ್ನ ಮೊದಲ ಪ್ರವೇಶವಾಗಿತ್ತು. ನಾನು ಪ್ರತಿವಾದಿಯ ಪರವಾಗಿ ಹಾಜರಾಗಿದ್ದೆ. ಆದ್ದರಿಂದ ನಾನು ವಾದಿಯ ಪರವಾಗಿದ್ದ ಸಾಕ್ಷಿಗಳ ಪಾಟೀ ಸವಾಲು ನಡೆಸಬೇಕಾಗಿತ್ತು. ಎದ್ದು ನಿಂತೆ. ನನ್ನ ಹೃದಯ ಬೂಟುಗಳಲ್ಲಿ ಅಡಗಿಹೋಯ್ತು. ನನ್ನ ತಲೆ ಸುತ್ತತೊಡಗಿತು. ಇಡೀ ನ್ಯಾಯಾಲಯ ಅದೇ ರೀತಿಯಲ್ಲಿ ಸುತ್ತುತ್ತಿರುವಂತೆ ಭಾಸವಾಯ್ತು. ಕೇಳಲು ಪ್ರಶ್ನೆಯೇ ಇಲ್ಲ ಎನ್ನುವಂತೆ ಮಂಕಾದೆ. ನ್ಯಾಯಾಧೀಶರು ನಕ್ಕಿರಬೇಕು. ಖಂಡಿತವಾಗಿಯೂ ವಕೀಲರುಗಳು ಈ ದೃಶ್ಯವನ್ನು ಕಂಡು ವಿನೋದ ಪಟ್ಟಿರಬೇಕು. ಆದರೆ ನಾನು ಏನನ್ನೂ ನೋಡಲಾರದ ಸ್ಥಿತಿಯಲ್ಲಿದ್ದೆ. ನಾನು ಕುಳಿತುಕೊಂಡೆ. ಮೊಕದ್ದಮೆಯನ್ನು ನಡೆಸಲು ಸಾಧ್ಯವಾಗದು ಎಂದು ಏಜೆಂಟ್‌ನಿಗೆ ಹೇಳಿಬಿಟ್ಟೆ. ಪಟೇಲ್‌ಅವರನ್ನು ಗೊತ್ತು ಮಾಡಿಕೊಳ್ಳುವುದು ಒಳ್ಳೆಯದೆಂದೂ ನನ್ನಿಂದ ಫೀಯನ್ನು ವಾಪಸ್ ಪಡೆದುಕೊಳ್ಳಬಹುದೆಂದು ತಿಳಿಸಿದೆ ಮಿ. ಪಟೇಲ್ ಐವತ್ತೊಂದು ರೂಪಾಯಿ ಪಡೆದು ಮೊಕದ್ದಮೆಯನ್ನು ಕೈಗೆತ್ತಿಕೊಂಡರು. ಸಹಜವಾಗಿ ಅವರಿಗೆ ಈ ಮೊಕದ್ದಮೆ ಮಕ್ಕಳಾಟದಂತಿತ್ತು.

ನನ್ನ ಕಕ್ಷಿಗಾರಳು ಅವಳ 'ಮೊಕದ್ದಮೆಯಲ್ಲಿ ಜಯ ಪಡೆದಳೇ ಅಥವಾ ಇಲ್ಲವೇ ಎಂಬುದನ್ನು ತಿಳಿಯಲು ಇಚ್ಛಿಸದೇ ನ್ಯಾಯಾಲಯದಿಂದ ಆತುರಾತುರವಾಗಿ ಹೊರಕ್ಕೆ ಬಂದೆ. ನನಗೆ ನನ್ನ ಬಗ್ಗೆ ನಾಚಿಕೆಯಾಗಿತ್ತು. ಮೊಕದ್ದಮೆಗಳನ್ನು ನಡೆಸಲು ಸಾಕಷ್ಟು ಧೈರ್ಯ ಬರುವವರೆಗೂ ನಾನು ಮೊಕದ್ದಮೆಗಳನ್ನು ತೆಗೆದುಕೊಳ್ಳಬಾರದೆಂದು ತೀರ್ಮಾನಿಸಿದೆ. ದಕ್ಷಿಣ ಆಫ್ರಿಕಕ್ಕೆ ಹೋಗುವವರೆಗೆ ನಾನು ವಾಸ್ತವವಾಗಿ ನ್ಯಾಯಾಲಯಕ್ಕೆ ಹೋಗಲಿಲ್ಲ. ನನ್ನ ತೀರ್ಮಾನದಲ್ಲಿ ಸಚ್ಚಾರಿತ್ರ್ಯವಿರಲಿಲ್ಲ. ಅದು ಕೇವಲ ಅವಶ್ಯಕತೆಯ ಸಚ್ಚಾರಿತ್ರ್ಯವಾಗಿತ್ತು. ಕೇವಲ ಕಳೆದುಕೊಳ್ಳುವ ಉದ್ದೇಶದಿಂದ ಯಾರೂ ನನಗೆ ಮೊಕದ್ದಮೆಯನ್ನು ಕೊಡುವಷ್ಟು ಮೂರ್ಖರಾಗಿರಲಿಲ್ಲ!'

ಆದರೆ ಬೊಂಬಾಯಿಯಲ್ಲಿ ನನ್ನ ಪಾಲಿಗೆ ಇನ್ನೊಂದು ಮೊಕದ್ದಮೆ (ಪ್ರಸಂಗ) ಇತ್ತು. ಮನವಿಪತ್ರದ ಕರಡು ಪ್ರತಿಯನ್ನು ತಯಾರಿಸಬೇಕಾಗಿತ್ತು. ಒಬ್ಬ ಬಡ ಮುಸ್ಲಿಮನ ಜಮೀನನ್ನು ಪೋರ್‌ಬಂದರಿನಲ್ಲಿ ಮುಟ್ಟುಗೋಲು ಹಾಕಿಕೊಳ್ಳಲಾಗಿತ್ತು. ಅವನ ಮೊಕದ್ದಮೆ ದುರ್ಬಲವಾಗಿದ್ದಂತೆ ನನಗೆ ತೋರಿತು. ಯೋಗ್ಯ ತಂದೆಯ ಯೋಗ್ಯಮಗನೆಂದು ಭಾವಿಸಿ ನನ್ನ ಬಳಿಗೆ ಬಂದಿದ್ದ. ನಾನು ಮನವಿಪತ್ರದ ಕರಡನ್ನು ತಯಾರಿಸಲು ಒಪ್ಪಿಕೊಂಡೆ. ಕರಡು ಪ್ರತಿಯನ್ನು ತಯಾರಿಸಿ ನನ್ನ ಗೆಳೆಯರಿಗೆ ತೋರಿಸಿದೆ. ಅದರ ಮುದ್ರಣದ ವೆಚ್ಚವನ್ನು ಅವನೇ ಹೊತ್ತುಕೊಳ್ಳುವವನಿದ್ದ. ನನ್ನ ಗೆಳೆಯರು ನನ್ನ ಕರಡು ಪ್ರತಿಯನ್ನು ಮೆಚ್ಚಿಕೊಂಡರು ಒಂದು ಮನವಿಪತ್ರದ ಕರಡನ್ನು ತಯಾರಿಸುವ ಮಟ್ಟಿಗೆ ನನ್ನಲ್ಲಿ ಅರ್ಹತೆಯಿದೆ ಎಂಬ ವಿಶ್ವಾಸ ನನ್ನಲ್ಲಿ ಸ್ವಲ್ಪಮಟ್ಟಿಗೆ ಉಂಟಾಯಿತು. ಖಂಡಿತವಾಗಿಯೂ ನನ್ನಲ್ಲಿ ಆ ಅರ್ಹತೆಯಿತ್ತು.

ಏನೂ ಫೀ(ಶುಲ್ಕ)ಯನ್ನು ತೆಗೆದುಕೊಳ್ಳದೇ ಮನವಿಪತ್ರಗಳ ಕರಡನ್ನು ಬರೆದು ಕೊಡುವವನಾಗಿದ್ದರೆ ನನ್ನ ವ್ಯವಹಾರ ಏಳಿಗೆಗೆ ಬರುತ್ತಿತ್ತು. ಆದರೆ ಅದರಿಂದ ನನಗೆ ಏನೂ ಲಾಭವಾಗುತ್ತಿರಲಿಲ್ಲ ಇಲ್ಲವೇ ಯಾವುದೇ ಪ್ರಯೋಜನವಾಗುತ್ತಿರಲಿಲ್ಲ. ಆದ್ದರಿಂದ ಶಿಕ್ಷಕ ವೃತ್ತಿಯನ್ನು ಕೈಗೊಳ್ಳಬಹುದೇ ಎಂದು ಯೋಚಿಸತೊಡಗಿದೆ. ನನ್ನಲ್ಲಿ ಇಂಗ್ಲಿಷ್‌ನ ಜ್ಞಾನ ಸಾಕಷ್ಟಿತ್ತು. ಯಾವುದಾದರೊಂದು ಶಾಲೆಯಲ್ಲಿ ಮೆಟ್ರಿಕ್ಯುಲೇಷನ್ ವಿದ್ಯಾರ್ಥಿಗಳಿಗೆ ಇಂಗ್ಲಿಷ್‌ಅನ್ನು ಬೋಧಿಸಲು ಇಚ್ಛಿಸಬಹುದಾಗಿತ್ತು. ಈ ರೀತಿಯಲ್ಲಿ ಕಡೆಯಪಕ್ಷ ನನ್ನ ವೆಚ್ಚದಲ್ಲಿ ಸ್ವಲ್ಪ ಭಾಗವನ್ನು ಭರಿಸಬಹುದಾಗಿತ್ತು. ನಾನು ವೃತ್ತ ಪತ್ರಿಕೆಗಳಲ್ಲಿ ಬಂದಿದ್ದ ಜಾಹೀರಾತನ್ನು ನೋಡಿದೆ:' ಪ್ರತಿದಿನವೂ ಒಂದು ಗಂಟೆಯಕಾಲ ಬೋಧಿಸಲು ಇಂಗ್ಲಿಷ್ ಶಿಕ್ಷಕ ಬೇಕಾಗಿದ್ದಾರೆ. ಸಂಬಳ ಎಪ್ಪತ್ತೈದು ರೂಪಾಯಿ. 'ಒಂದು ಸುಪ್ರಸಿದ್ಧ ಪ್ರೌಢಶಾಲೆ ಈ ಜಾಹೀರಾತನ್ನು ನೀಡಿತ್ತು. ನಾನು ಆ ಹುದ್ದೆಗೆ ಅರ್ಜಿ ಹಾಕಿದೆ. ಸಂದರ್ಶನಕ್ಕೆ ನನ್ನನ್ನು ಕರೆದರು. ನಾನು ಅತ್ಯುತ್ಸಾಹದಿಂದ ಅಲ್ಲಿಗೆ ಹೋದೆ. ಆದರೆ ನಾನು ಪದವೀಧರನಲ್ಲವೆಂದು ಪ್ರಾಂಶುಪಾಲರು (ಪ್ರಿನಿಪಾಲ್) ಕಂಡುಕೊಳ್ಳುತ್ತಿದ್ದಂತೆ ವಿಷಾದದಿಂದ ನನ್ನನ್ನು ತಿರಸ್ಕರಿಸಿದರು. 'ಆದರೆ ನಾನು ನನ್ನ ಎರಡನೇ ಭಾಷೆಯಾಗಿ ಲ್ಯಾಟಿನ್‌ಅನ್ನು ತೆಗೆದುಕೊಂಡು ಲಂಡನ್ ಮೆಟ್ರಿಕ್ಯುಲೇಷನ್ ಪಾಸುಮಾಡಿದ್ದೇನೆ.' ಎಂದು ಹೇಳಿದೆ.

'ಅದು ನಿಜವೇ. ಆದರೆ ನಮಗೆ ಪದವೀಧರ ಬೇಕಾಗಿದ್ದಾನೆ.'

ಈ ವಿಷಯದಲ್ಲಿ ನನಗೆ ಸಹಾಯ ಸಿಗುತ್ತಿರಲಿಲ್ಲ. ನಾನು ಹತಾಶೆಯಿಂದ ಕೈಗಳನ್ನು ಹಿಸುಕಿಕೊಂಡೆ ನನ್ನ ಸಹೋದರ ತುಂಬಾ ವ್ಯಥೆಪಟ್ಟ. ಬೊಂಬಾಯಿಯಲ್ಲಿ ಇನ್ನೂ ಹೆಚ್ಚು ಕಾಲ ಕಳೆಯುವುದರಿಂದ ಏನೂ ಪ್ರಯೋಜನವಿಲ್ಲ ಎಂದು ನಾವಿಬ್ಬರೂ ತೀರ್ಮಾನಿಸಿದೆವು. ನಾನು ರಾಜ್‌ಕೋಟ್‌ನಲ್ಲೇ ವೃತ್ತಿಯಲ್ಲಿ ತೊಡಗಬೇಕೆಂದೂ ಅಲ್ಲಿ ಪುಟ್ಟ ವಕೀಲನಾಗಿರುವ ನನ್ನ ಸಹೋದರ ಅರ್ಜಿಗಳನ್ನು ಮತ್ತು ಮನವಿಗಳನ್ನು (ಕರಡು) ಬರೆಯುವ ಕೆಲಸವನ್ನು ನನಗೆ ವಹಿಸಬಹುದೆಂದು ತೀರ್ಮಾನಿಸಲಾಯ್ತು. ರಾಜ್‌ಕೋಟ್‌ನಲ್ಲಿ ಆಗಲೇ ಒಂದು ಕುಟುಂಬ ಇದ್ದುದರಿಂದ ಬೊಂಬಾಯಿಯಲ್ಲಿರುವ ಕುಟುಂಬವನ್ನು ಕೊನೆಗೊಳಿಸಿದ್ದರೆ ಗಮನಾರ್ಹವಾಗಿ ಉಳಿತಾಯವಾಗುತ್ತಿತ್ತು. ಈ ಸಲಹೆಯನ್ನು ನಾನು ಒಪ್ಪಿಕೊಂಡೆ. ಈ ಪ್ರಕಾರ ಬೊಂಬಾಯಿಯಲ್ಲಿ ಆರುತಿಂಗಳುಗಳ ಕಾಲ ತಂಗಿದ್ದ ನನ್ನ ಪುಟ್ಟ ಕುಟುಂಬ ಮುಚ್ಚಿಹೋಯ್ತು.

ನಾನು ಬೊಂಬಾಯಿಯಲ್ಲಿದ್ದಾಗ ಉಚ್ಚನ್ಯಾಯಾಲಯದಲ್ಲಿ ಹಾಜರಿರುತ್ತಿದ್ದೆ. ಆದರೆ ನಾನು ಅಲ್ಲಿ ಏನಾದರೂ ಕಲಿತುಕೊಂಡೆ ಎಂದು ಹೇಳಲಾರೆ. ಹೆಚ್ಚು ಕಲಿಯುವಷ್ಟು ತಿಳಿವಳಿಕೆ ನನ್ನಲ್ಲಿರಲಿಲ್ಲ. ಆಗಾಗ್ಗೆ ಮೊಕದ್ದಮೆಗಳನ್ನು ಅನುಸರಿಸಲು ಕೂಡಾ ಸಾಧ್ಯವಾಗುತ್ತಿರಲಿಲ್ಲ. ಕೂತು ತೂಕಡಿಸುತ್ತಿದ್ದೆ. ಈ ಕಾರ್ಯದಲ್ಲಿ ನನಗೆ ಇನ್ನೂ ಅನೇಕ ಜತೆಗಾರರರಿದ್ದರು. ಇದರಿಂದ ನಾನು ನಾಚಿಕೊಳ್ಳುವುದು ಕಡಿಮೆಯಾಗಿತ್ತು. ಸ್ವಲ್ಪಕಾಲ ಕಳೆದ ತರುವಾಯ ಹೀಗೆ ನಾಚಿಕೊಳ್ಳುವ ಪ್ರಶ್ನೆ ಕೂಡಾ ಕಳೆದುಹೋಯ್ತು. ಏಕೆಂದರೆ ಉಚ್ಚ ನ್ಯಾಯಾಲಯದಲ್ಲಿ ತೂಕಡಿಸುವುದು ಫ್ಯಾಷನ್ ಆಗಿಬಿಟ್ಟಿದೆ ಎಂದರಿತುಕೊಂಡೆ.

4. ಮೊದಲ ಬಲವಾದ ಪೆಟ್ಟು

ನಿರಾಶೆಯಿಂದ ನಾನು ಬೊಂಬಾಯಿಯನ್ನು ಬಿಟ್ಟು ರಾಜ್‌ಕೋಟ್‌ಗೆ ಬಂದು ನನ್ನ ಕಛೇರಿಯನ್ನು ಆರಂಭಿಸಿದೆ. ಇಲ್ಲಿ ನನ್ನ ವೃತ್ತಿ ಸಾಕಷ್ಟು ಮಟ್ಟಿಗೆ ಚೆನ್ನಾಗಿ ನಡೆಯತೊಡಗಿತು. ಅರ್ಜಿಗಳನ್ನು ಮತ್ತು ವನವಿಪತ್ರಗಳನ್ನು ಬರೆದು ತಿಂಗಳಿಗೆ ಸರಾಸರಿ 300 ರೂಪಾಯಿಗಳನ್ನು ಸಂಪಾದಿಸತೊಡಗಿದೆ. ಈ ಕಾರ್ಯದಲ್ಲಿ ನನ್ನ ಸ್ವಂತದ ಸಾಮರ್ಥ್ಯಕ್ಕಿಂತ ಬೇರೆಯವರ ಪ್ರಭಾವಕ್ಕೆ ವಂದನೆ ಸಲ್ಲಬೇಕು. ಏಕೆಂದರೆ ನನ್ನ ಸಹೋದರನ ಪಾಲುದಾರ ವಕೀಲಿ ವೃತ್ತಿಯಲ್ಲಿ ಚೆನ್ನಾಗಿ ಬೇರೂರಿದ್ದು ಅವನು ನನಗೆ ಸಹಾಯಮಾಡುತ್ತಿದ್ದ. ನಿಜವಾಗಿಯೂ ತುಂಬಾ ಮುಖ್ಯವಾಗಿದ್ದ ಇಲ್ಲವೇ ಅವನ ಮನಸ್ಸಿನಲ್ಲಿ ಅದು ತುಂಬಾ ಮುಖ್ಯವಾದದ್ದು ಎಂದು ಕಂಡುಬಂದದ್ದನ್ನು ದೊಡ್ಡ ಬ್ಯಾರಿಸ್ಟರ್‌ಗಳಿಗೆ ಕಳಿಸುತ್ತಿದ್ದ. ಅವನ ಬಡ ಕಕ್ಷಿಗಾರರ ಪರವಾಗಿ ಅರ್ಜಿಗಳನ್ನು ತಯಾರಿಸಬೇಕಾಗಿದ್ದಾಗ ಅವು ನನ್ನ ಪಾಲಿಗೆ ಬರುತ್ತಿದ್ದವು.

ಕಮೀಷನ್ ಕೊಡಬಾರದೆಂಬ ತತ್ವದ ಬಗ್ಗೆ ರಾಜೀ ಮಾಡಿಕೊಳ್ಳಬೇಕಾಯ್ತು ಎಂದು ನಾನು ತಪ್ಪೊಪ್ಪಿಕೊಳ್ಳಲೇ ಬೇಕು. ಬೊಂಬಾಯಿಯಲ್ಲಿದ್ದಾಗ ನಾನು ಅತ್ಯಂತ ನಿಷ್ಠೆಯಿಂದ ಈ ತತ್ವವನ್ನು ಪಾಲಿಸಿದ್ದೆ. ಈ ಎರಡೂ

(ಅಂದರೆ ರಾಜ್‌ಕೋಟ್ ಮತ್ತು ಬೊಂಬಾಯಿಯ) ಸ್ಥಳಗಳ ಷರತ್ತುಗಳು ಭಿನ್ನವಾಗಿವೆ ಎಂದು ನನಗೆ ತಿಳಿಸಲಾಯ್ತು: ಬೊಂಬಾಯಿಯಲ್ಲಿ ಕಮಿಷನ್‌ಅನ್ನು (ದಳ್ಳಾಳಿ ಹಣ) ದಳ್ಳಾಳಿಗಳಿಗೆ ಕೊಡಬೇಕಾಗಿತ್ತು. ಆದರೆ ಇಲ್ಲಿ ಈ ಹಣವನ್ನು ಮೊಕದ್ದಮೆಯನ್ನು ವಹಿಸುವ ವಕೀಲರಿಗೆ ಕೊಡಬೇಕಾಗುವುದು. ಬೊಂಬಾಯಿಯಲ್ಲಿರುವಂತೆ ಎಲ್ಲ ಬ್ಯಾರಿಸ್ಟರ್‌ಗಳು ಯಾವುದೇ ವಿನಾಯಿತಿ ಇಲ್ಲದೇ ತಮ್ಮ ಶುಲ್ಕದಲ್ಲಿ ಶೇಕಡಾವಾರು ಪ್ರಮಾಣದಲ್ಲಿ ಕಮೀಷನ್‌ಅನ್ನು ಕೊಡಲೇ ಬೇಕು. ನನ್ನ ಸಹೋದರನ ವಾದಕ್ಕೆ ನನ್ನ ಬಳಿ ಉತ್ತರವಿರಲಿಲ್ಲ: 'ನೋಡು, ನಾನು ಇನ್ನೊಬ್ಬ ವಕೀಲನೊಂದಿಗೆ ಪಾಲುದಾರನಾಗಿದ್ದೇನೆ. ನಿನಗೆ ವ್ಯವಹರಿಸಲು ಸಾಧ್ಯವಿರಬಹುದಾದ ನಮ್ಮ ಎಲ್ಲ ಮೊಕದ್ದಮೆಗಳನ್ನು ನಿನಗೆ ವಹಿಸಲು ನಾನು ಯಾವಾಗಲೂ ಒಲವು ತೋರುತ್ತೇನೆ. ಆದರೆ ನೀನು ನನ್ನ ಪಾಲುದಾರನಿಗೆ ಕಮೀಷನ್ ಕೊಡಲು ನಿರಾಕರಿಸಿದರೆ ನೀನು ನನ್ನನ್ನು ಪೇಚಾಟಕ್ಕೆ ಸಿಕ್ಕಿದಂತಾಗುತ್ತವೆ. ನೀನು ಮತ್ತು ನಾನು ಒಟ್ಟಿಗೆ ಇರುವುದರಿಂದ ನಿನ್ನ ಶುಲ್ಕ ನಮ್ಮಿಬ್ಬರ ಒಟ್ಟು ಹಣದ ಚೀಲಕ್ಕೆ ಬೀಳುತ್ತದೆ. ಅದರಲ್ಲಿ ತಾನಾಗಿ ನನಗೂ ಒಂದು ಪಾಲು ಸಿಗುತ್ತದೆ. ಆದರೆ ನನ್ನ ಪಾಲುದಾರನ ಪಾಡೇನು? ಪ್ರಾಯಶಃ ಅವನು ಆ ಮೊಕದ್ದಮೆಯನ್ನು ಇನ್ನೊಬ್ಬ ಬ್ಯಾರಿಸ್ಟರ್‌ನಿಗೆ ನೀಡಿದ್ದರೆ ಅವನಿಂದ ಖಂಡಿತವಾಗಿಯೂ ನನ್ನ ಪಾಲುದಾರನಿಗೆ ಕಮೀಷನ್ ಸಿಗುತ್ತಿತ್ತು. 'ಎಂದು ಸಹೋದರನು ಹೇಳಿದ. ನಾನು ಈ ವಾದದಲ್ಲಿ ಸಿಕ್ಕಿ ಹಾಕಿಕೊಂಡೆ. ನಾನು ಬ್ಯಾರಿಸ್ಟರ್ ಆಗಿ ವೃತ್ತಿಯನ್ನಾರಂಭಿಸಿದರೆ ಇಂತಹ ಮೊಕದ್ದಮೆಗಳಲ್ಲಿ ಕಮೀಷನ್ ಕುರಿತಂತೆ ಯಾವುದೇ ನಿಯಮವನ್ನು ಪಾಲಿಸುವಂತೆ ಕಾಡಿಸಲಾರೆ ಎಂದು ಅಂದುಕೊಂಡೆ. ಈ ಬಗೆಯಲ್ಲಿ ನಾನು ನನ್ನೊಳಗೆ ವಾದಮಾಡಿದೆ. ಅಥವಾ ಇನ್ನೂ ಖಡಾಖಂಡಿತವಾಗಿ ಹೇಳುವುದಾದರೆ ಈ ಪ್ರಕಾರ ನಾನು ನನ್ನನ್ನು ವಂಚಿಸಿಕೊಂಡೆ. ಈ ವಿಷಯದಲ್ಲಿ ನಾನು ಇನ್ನೂ ಹೆಚ್ಚಿಗೆ ಹೇಳುವುದೇನೆಂದರೆ ಯಾವುದೇ ಇತರ ಮೊಕದ್ದಮೆಗಳಲ್ಲಿ ನಾನು ಎಂದಾದರೂ ಕಮೀಷನ್ ಕೊಟ್ಟ ಬಗ್ಗೆ ನನಗೆ ನೆನಪಿಲ್ಲ.

ನಾನು ವರಮಾನವನ್ನು ಮತ್ತು ವೆಚ್ಚವನ್ನು ಸರಿಹೊಂದಿಸುತ್ತ ಜೀವನ ನಡೆಸಲಾರಂಭಿಸಿದರೂ ಇದೇ ಕಾಲದಲ್ಲಿ ನಾನು ಮೊದಲ ಭಾರಿ ಪೆಟ್ಟನ್ನು ತಿಂದೆ. ಬ್ರಿಟಿಷ್ ಅಧಿಕಾರಿಯೊಬ್ಬ ಹೇಗಿರುತ್ತಾನೆ ಎಂಬ ಬಗ್ಗೆ ನಾನು ಕೇಳಿದ್ದೆ. ಆದರೆ ಇಲ್ಲಿಯವರೆಗೆ ನಾನು ಎಂದೂ ಅವನ ಮುಖಾಮುಖಿಯಾಗಿರಲಿಲ್ಲ

ಪೋರ್‌ಬಂದರ್‌ನ ದಿವಂಗತ ರಾಣಾಸಾಹೇಬ್‌ನಿಗೆ ಅವನು ಗದ್ದುಗೆ ಏರುವ ಮುಂಚೆ ನನ್ನ ಸಹೋದರ ಕಾರ್ಯದರ್ಶಿಯೂ ಸಲಹೆಗಾರನೂ ಆಗಿದ್ದ. ಆ ಹುದ್ದೆಯಲ್ಲಿದ್ದಾಗ ನನ್ನ ಸಹೋದರ ರಾಣಾಸಾಹೇಬನಿಗೆ ತಪ್ಪು ಸಲಹೆಯನ್ನು ಕೊಟ್ಟನೆಂಬ ಆರೋಪ ನನ್ನ ಸಹೋದರನ ತಲೆಯ ಮೇಲೆ ನೇತಾಡುತ್ತಿತ್ತು. ಈ ವಿಷಯ ಪಲಿಟಿಕಲ್ ಏಜೆಂಟ್ (ರಾಜಕೀಯ ನಿಯೋಗಿ) ವರೆಗೆ ಹೋಗಿತ್ತು. ಅವನು ನನ್ನ ಸಹೋದರನ ಬಗ್ಗೆ ಪೂರ್ವಗ್ರಹವನ್ನಿಟ್ಟುಕೊಂಡು ತೊಂದರೆ ಕೊಡುವವನಿದ್ದ. ನಾನು ಇಂಗ್ಲೆಂಡ್‌ನಲ್ಲಿದ್ದಾಗ ಈ ಅಧಿಕಾರಿ ನನಗೆ ಗೊತ್ತಿದ್ದ. ಅವನು ನನ್ನೊಂದಿಗೆ ಸಾಕಷ್ಟು ಸ್ನೇಹದಿಂದಿದ್ದ ಎಂದು ಹೇಳಬಹುದಾಗಿತ್ತು. ನಾನು ಈ ಸ್ನೇಹವನ್ನು ಬಳಸಿಕೊಳ್ಳಬೇಕು ಎಂದು ನನ್ನ ಸಹೋದರ ಭಾವಿಸಿದ್ದ. ನನ್ನ ಸಹೋದರನ ಪರವಾಗಿ ಒಳ್ಳೆಯ ಮಾತುಗಳನ್ನಾಡಿ

ಪಲಿಟಿಕಲ್ ಏಜೆಂಟ್‌ನಲ್ಲಿದ್ದ ಪೂರ್ವಗ್ರಹಪೀಡಿತ ಅಭಿಪ್ರಾಯವನ್ನು ಹೋಗಲಾಡಿಸಲು ಪ್ರಯತ್ನಿಸಬಹುದೆಂದು ನನ್ನ ಸಹೋದರ ಭಾವಿಸಿದ್ದ. ನನಗೆ ಈ ವಿಚಾರ ಹಿಡಿಸಲಿಲ್ಲ. ಇಂಗ್ಲೆಂಡ್‌ನಲ್ಲಿ ಪಡೆದ ಹುಡುಗಾಟಿಕೆಯ ಪರಿಚಯದ ಪ್ರಯೋಜನ ಪಡೆದುಕೊಳ್ಳಲು ಪ್ರಯತ್ನಿಸುವುದು ಸರಿಯಲ್ಲವೆಂದು ನಾನು ಭಾವಿಸಿದೆ. ನನ್ನ ಸಹೋದರನು ನಿಜವಾಗಿಯೂ ತಪ್ಪುಮಾಡಿದ್ದರೆ ನನ್ನ ಶಿಫಾರಸಿನಿಂದ ಏನು ಪ್ರಯೋಜನವಾಗುವುದು? ಅವನು ನಿರಪರಾಧಿಯಾಗಿದ್ದರೆ ಸರಿಯಾದ ರೀತಿಯಲ್ಲಿ ಅರ್ಜಿಯನ್ನು ಸಲ್ಲಿಸಬೇಕು ಮತ್ತು ತಾನು ನಿಷ್ಕಳಂಕ ಎಂಬ ವಿಶ್ವಾಸವಿದ್ದರೆ ಮುಂದಿನ ಪರಿಣಾಮವನ್ನು ಎದುರಿಸಬೇಕು. ಆದರೆ ನನ್ನ ಸಹೋದರನಿಗೆ ಈ ಸಲಹೆ ರುಚಿಸಲಿಲ್ಲ: 'ಕಥಿಯಾವಾಡ್ ಹೇಗಿದೆಯೆಂದು ನಿನಗೆ ಗೊತ್ತಿಲ್ಲ.' ಎಂದು ಅವನು ಹೇಳಿದ. 'ನೀನಿನ್ನೂ ಪ್ರಪಂಚವನ್ನು ಅರಿತುಕೊಳ್ಳ ಬೇಕಾಗಿದೆ. ಕೇವಲ ಪ್ರಭಾವ ಇಲ್ಲಿ ಗಣನೆಗೆ ಬರುತ್ತದೆ. ನಿನಗೆ ಗೊತ್ತಿರುವ ಅಧಿಕಾರಿಗೆ ನನ್ನ ಬಗ್ಗೆ ಒಳ್ಳೆಯ ಮಾತನ್ನು ಸ್ಪಷ್ಟವಾಗಿ ಹೇಳಲು ಸಾಧ್ಯವಿದ್ದಾಗ ಸಹೋದರನಾಗಿ ನಿನ್ನ ಕರ್ತವ್ಯದಿಂದ ಜಾರಿಕೊಳ್ಳುವುದು ನಿನಗೆ ಉಚಿತವಲ್ಲ.'

ನನಗೆ ನನ್ನ ಸಹೋದರನ ಮಾತನ್ನು ತಿರಸ್ಕರಿಸಲು ಸಾಧ್ಯವಾಗಲಿಲ್ಲ. ನನ್ನ ಇಚ್ಛೆಗೆ ವಿರುದ್ಧ ಆ ಅಧಿಕಾರಿಯ ಬಳಿಗೆ ಹೋದೆ. ಅವನನ್ನೂ ಕೇಳಿಕೊಳ್ಳುವ ಹಕ್ಕು ನನ್ನಲ್ಲಿರಲಿಲ್ಲ ಎಂದು ನನಗೆ ಗೊತ್ತಿತ್ತು. ನನ್ನ ಸ್ವಾಭಿಮಾನವನ್ನು ರಾಜಿಗೆ ಒಡ್ಡಿ ಕಳಂಕ ತಂದುಕೊಳ್ಳುತ್ತಿದ್ದೇನೆ ಎಂದು ಪ್ರಜ್ಞಾಪೂರ್ವಕವಾಗಿ ಅರಿತಿದ್ದೆ. ಆದರೂ ಆ ಅಧಿಕಾರಿಯ ಭೇಟಿಗೆ ಕೋರಿದೆ ಮತ್ತು ಭೇಟಿಗೆ ಅನುಮತಿಯನ್ನು ಪಡೆದುಕೊಂಡೆ. ನಾನು ನನ್ನ ಹಿಂದಿನ ಪರಿಚಯ ಮಾಡಿಕೊಂಡು ಅದನ್ನು ಅವನ ನೆನಪಿಗೆ ತಂದುಕೊಟ್ಟೆ. ಆದರೆ ತಕ್ಷಣವೇ ಇದು ಇಂಗ್ಲೆಂಡ್‌ಗಿಂತ ಭಿನ್ನವಾಗಿದ್ದ ಕಥಿಯಾವಾಡ್ ಆಗಿತ್ತು ಎಂಬುದನ್ನು ಕಂಡುಕೊಂಡೆ. ರಜೆಯ ಮೇಲಿದ್ದ ಅಧಿಕಾರಿಯು (ಅಂದರೆ ಇಂಗ್ಲೆಂಡ್‌ನಲ್ಲಿ ಕಂಡಿದ್ದ ಅದೇ ಅಧಿಕಾರಿ) ಈಗ ಕರ್ತವ್ಯದ ಮೇಲಿದ್ದ ಅಧಿಕಾರಿಯಂತಿರಲಿಲ್ಲ. ಪಲಿಟಿಕಲ್ ಏಜೆಂಟ್ ಪರಿಚಯವನ್ನು ಒಪ್ಪಿಕೊಂಡ ಆದರೆ ಉಳಿದದ್ದರ ಬಗ್ಗೆ ತುಸು ಬಿಗುಮಾನ ತೋರಿದಂತೆ ಕಾಣಿಸಿತು. 'ಖಂಡಿತವಾಗಿಯೂ ನೀನು ಆ ಪರಿಚಯದ ದುರುಪಯೋಗ ಮಾಡಿಕೊಳ್ಳಲು ಬಂದಿಲ್ಲ, ಅಲ್ಲವೆ?' ಅವನ ತುಸು ಬಿಗುಮಾನದ ಅರ್ಥ ಹಾಗಿದ್ದಂತೆ ಕಾಣಿಸಿತು. ಅವನ ಹಣೆಯ ಮೇಲೆ ಹಾಗೆ ಬರೆದಿದ್ದಂತೆ ಕಾಣಿಸಿತು. ಆದಾಗ್ಗೂ ನಾನು ಅವನಲ್ಲಿಗೆ ಬಂದಿದ್ದರ ಬಗ್ಗೆ ಬಹಿರಂಗಪಡಿಸಿದೆ. ಸಾಹಿಬ್ ಅಸಮಾಧಾನಗೊಂಡ. 'ನಿನ್ನ ಸಹೋದರ ಒಳಸಂಚುಗಾರನಾಗಿದ್ದಾನೆ. ನಾನು ನಿನ್ನಿಂದ ಹೆಚ್ಚಿಗೆ ಏನೂ ಕೇಳಲು ಇಷ್ಟಪಡುವುದಿಲ್ಲ. ನನಗೆ ಸಮಯವಿಲ್ಲ. ನಿನ್ನ ಸಹೋದರನಿಗೆ ಏನಾದರೂ ಹೇಳುವುದಿದ್ದರೆ ಅವನು ಸರಿಯಾದ ಮಾರ್ಗದ (ಪ್ರಾಪರ್ ಚಾನೆಲ್) ಮೂಲಕ ಅರ್ಜಿಯನ್ನು ಸಲ್ಲಿಸಲಿ. 'ಈ ಉತ್ತರ ಸಾಕಷ್ಟಾಯಿತು. ಪ್ರಾಯಶಃ ನ್ಯಾಯವಾಗಿ ಸಂದಿತ್ತು. ಆದರೆ ಸ್ವಾರ್ಥ ಎನ್ನುವುದು ಕುರುಡಾಗಿರುತ್ತದೆ. ನಾನು ನನ್ನ ಕಥೆಯನ್ನು ಮುಂದುವರೆಸಿದೆ. ಸಾಹಿಬ್ ಎದ್ದುನಿಂತು ಹೇಳಿದ: 'ನೀನೀಗ ಹೋಗಬೇಕು.'

'ದಯವಿಟ್ಟು ನನ್ನ ಮಾತು ಕೇಳಿ.' ಎಂದು ನಾನು ಹೇಳಿದೆ. ಇದರಿಂದ ಅವನ ಸಿಟ್ಟು ಇನ್ನೂ ಹೆಚ್ಚಾಯಿತು. ಅವನು ಜವಾನನ್ನು ಕರೆದು ನನಗೆ ಬಾಗಿಲನ್ನು ತೋರಿಸುವಂತೆ (ಅಂದರೆ

ನನ್ನನ್ನು ಹೊರಕ್ಕೆ ಕಳಿಸುವಂತೆ) ಅಪ್ಪಣೆಮಾಡಿದ. ಜವಾನನು ಬಂದಾಗ ನಾನಿನ್ನೂ ಹಿಂದೆ-ಮುಂದೆ ನೋಡುತ್ತಿದ್ದೆ. ಜವಾನನು ನನ್ನ ಹೆಗಲುಗಳ ಮೇಲೆ ಅವನ ಕೈಗಳನ್ನು ಇಟ್ಟು ರೂಮಿನಿಂದ ಹೊರಕ್ಕೆ ಕಳಿಸಿದ.

ಸಾಹಿಬ್(ಸಾಹೇಬ) ಮತ್ತು ಜವಾನ ಹೊರಟು ಹೋದರು. ನಾನು ಕೆರಳುತ್ತ, ಸಿಡಿಮಿಡಿಗೊಳ್ಳುತ್ತ ಆ ಸ್ಥಳವನ್ನು ಬಿಟ್ಟುಹೊರಟೆ. ತಕ್ಷಣವೇ ನಾನು ಈ ಬಗ್ಗೆ ಒಂದು ಪತ್ರವನ್ನು ಬರೆದು ಅವನಿಗೆ ಕಳಿಸಿದೆ. 'ಅದರಲ್ಲಿ ನಾನು ಹೀಗೆ ಹೇಳಿದ್ದೆ: 'ನೀನು ನನ್ನನ್ನು ಅವಮಾನ ಮಾಡಿರುವೆ. ನೀನು ನಿನ್ನ ಜವಾನನ ಮೂಲಕ ನನ್ನ ಮೇಲೆ ಹಲ್ಲೆ ಮಾಡಿರುವೆ. ನೀನು ಈ ತಪ್ಪನ್ನು ಸರಿಪಡಿಸದಿದ್ದರೆ (ಅಂದರೆ ಕ್ಷಮೆ ಕೋರದಿದ್ದರೆ) ನಿನ್ನ ವಿರುದ್ಧ ನ್ಯಾಯಾಲಯದಲ್ಲಿ ಕ್ರಮ ತೆಗೆದುಕೊಳ್ಳಲಾಗುವುದು.'

ತಕ್ಷಣವೇ ಅವನ ಸವಾರನ ಮೂಲಕ ನನಗೆ ಉತ್ತರ ಕಳಿಸಿದ:

'ನೀನು ನನ್ನೊಂದಿಗೆ ಒರಟಾಗಿ ವರ್ತಿಸಿರುವೆ. ನಾನು ನಿನಗೆ ಹೊರಟು ಹೋಗುವಂತೆ ತಿಳಿಸಿದರೂ ನೀನು ಹಾಗೆ ಮಾಡಲಿಲ್ಲ. ನಿನ್ನನ್ನು ಹೊರಕ್ಕೆ ಕಳಿಸುವಂತೆ ಜವಾನನಿಗೆ ತಿಳಿಸದೇ ನನಗೆ ಬೇರೆ ದಾರಿಯೇ ಇರಲಿಲ್ಲ. ಅವನು ನಿನಗೆ ಕಛೇರಿಯನ್ನು ಬಿಟ್ಟು ಹೊಗುವಂತೆ ತಿಳಿಸಿದರೂ ನೀನು ಹಾಗೆ ಮಾಡಲಿಲ್ಲ. ಆದ್ದರಿಂದ ಅವನು ನಿನ್ನನ್ನು ಹೊರಕ್ಕೆ ಕಳಿಸುವಷ್ಟರ ಮಟ್ಟಿಗೆ ಬಲ ಪ್ರಯೋಗಿಸಿದ್ದಾನೆ. ಇಷ್ಟವಿದ್ದರೆ ಮುಂದಿನ ಕ್ರಮ ತೆಗೆದುಕೊಳ್ಳಲು ನೀನು ಸ್ವತಂತ್ರನಾಗಿರುವೆ.'

ಈ ಉತ್ತರವನ್ನು ನನ್ನ ಜೇಬಿನಲ್ಲಿಟ್ಟುಕೊಂಡು ಜೋಲುಬಿದ್ದ ಮುಖ ಹೊತ್ತುಕೊಂಡು ಮನೆಗೆ ಬಂದೆ. ನಡೆದಿದ್ದೆಲ್ಲವನ್ನೂ ನನ್ನ ಸಹೋದರನಿಗೆ ತಿಳಿಸಿದೆ. ಅವನಿಗೆ ದುಃಖವಾಯ್ತು. ಆದರೆ ನನ್ನನ್ನು ಹೇಗೆ ಸಮಾಧಾನಪಡಿಸುವುದು ಎಂದು ಅವನಿಗೆ ಗೊತ್ತಾಗಲಿಲ್ಲ. ಅವನು ಅವನ ವಕೀಲ ಮಿತ್ರರೊಂದಿಗೆ ಸಮಾಲೋಚಿಸಿದ. ಏಕೆಂದರೆ ಸಾಹಿಬ್‌ನ ವಿರುದ್ಧ ಹೇಗೆ ಕ್ರಮ ಕೈಗೊಳ್ಳಬೇಕು ಎಂದು ನನಗೆ ಗೊತ್ತಿರಲಿಲ್ಲ. ಆ ಸಮಯದಲ್ಲಿ ಸರ್ ಫಿರೋಜ್‌ಷಾ ಮೆಹ್‌ತಾ ರಾಜ್‌ಕೋಟ್‌ನಲ್ಲಿದ್ದರು. ಅವರು ಬೊಂಬಾಯಿಯಿಂದ ಯಾವುದೋ ಮೊಕದ್ದಮೆಯ ಸಲುವಾಗಿ ರಾಜ್‌ಕೋಟ್‌ಗೆ ಬಂದಿದ್ದರು. ಆದರೆ ಕಿರಿಯ ವಕೀಲನಾಗಿದ್ದ ನನ್ನಂತಹವನು ಅವರನ್ನು ಕಾಣುವ ಧೈರ್ಯ ತೋರಿಸಲು ಸಾಧ್ಯವೆ? ಆದ್ದರಿಂದ ಅವರನ್ನು ಕರೆಸಿಕೊಂಡಿದ್ದ ವಕೀಲನ ಮೂಲಕ ನನ್ನ ಮೊಕದ್ದಮೆಗೆ ಸಂಬಂಧಿಸಿದ್ದ ಕಾಗದಪತ್ರಗಳನ್ನು ಅವರಿಗೆ ಕಳಿಸಿ ಸಲಹೆ ಕೊಡುವಂತೆ ಕೋರಿದೆ. 'ಗಾಂಧಿಗೆ ಹೇಳು' ಎಂದು ಅವರು ಹೇಳಿದರು. 'ಅನೇಕ ವಕೀಲರುಗಳಿಗೆ ಮತ್ತು ಬ್ಯಾರಿಸ್ಟರುಗಳಿಗೆ ಇಂತಹ ಸಂಗತಿಗಳು ನಡೆಯುವುದು ಸಾಮಾನ್ಯ ಅನುಭವಗಳಾಗಿವೆ. ಅವನು ಈಗತಾನೇ ಇಂಗ್ಲೆಂಡ್‌ನಿಂದ ಬಂದಿದ್ದಾನೆ. ಬಿಸಿರಕ್ತವಿದೆ. ಅವನಿಗೆ ಬ್ರಿಟಿಷ್ ಅಧಿಕಾರಿಗಳು ಹೇಗಿರುತ್ತಾರೆ ಎಂದು ಗೊತ್ತಿಲ್ಲ. ಏನಾದರೂ ಸಂಪಾದಿಸಿಕೊಂಡು ಇಲ್ಲಿ ಸುಖವಾಗಿ ಕಾಲಕಳೆಯಬೇಕೆಂದಿದ್ದರೆ ಅವನು ಪಲಿಟಿಕಲ್ ಏಜೆಂಟ್‌ನಿಂದ ಬಂದಿರುವ ಪತ್ರವನ್ನು ಹರಿದು ಹಾಕಲಿ ಮತ್ತು ಅವಮಾನವನ್ನು ಜೇಬಿನಲ್ಲಿರಿಸಿಕೊಳ್ಳಲಿ. (ಅಂದರೆ ಅವಮಾನಗಳನ್ನು ಒಳಗಿಟ್ಟುಕೊಳ್ಳಲಿ.) ಸಾಹಿಬ್‌ನ ವಿರುದ್ಧ ಕ್ರಮ ತೆಗೆದುಕೊಳ್ಳುವುದರಿಂದ ಏನನ್ನೂ ಗಳಿಸಿಕೊಳ್ಳಲು ಸಾಧ್ಯವಾಗದು. ಪ್ರತಿಯಾಗಿ ಅವನೇ ಹಾಳಾಗಬೇಕಾಗುತ್ತದೆ. ಅವನಿನ್ನೂ

ಜೀವನವನ್ನು ಅರಿತುಕೊಳ್ಳಬೇಕು (ಅಂದರೆ ಜೀವನಾನುಭವ ಇನ್ನೂ ಸಾಕಷ್ಟಾಗಬೇಕಾಗಿದೆ.)' ಎಂದು ಅವನಿಗೆ ತಿಳಿಸು.

ಈ ಸಲಹೆ ನನಗೆ ವಿಷದಷ್ಟು ಕಹಿಯಾಗಿತ್ತು. ಆದರೆ ನಾನು ಅದನ್ನು ನುಂಗಲೇ ಬೇಕಾಗಿತ್ತು. ನಾನು ಈ ಅವಮಾನವನ್ನು ಮುಚ್ಚಿಟ್ಟುಕೊಂಡೆ ಮತ್ತು ಅದರಿಂದ ಲಾಭ ಪಡೆದೆ. 'ಅಂತಹ ಪೊಳ್ಳು ಸ್ಥಿತಿಯನ್ನು ನಾನು ಮತ್ತೆ ತಂದುಕೊಳ್ಳುವುದಿಲ್ಲ. ಈ ರೀತಿಯಲ್ಲಿ ಗೆಳೆತನವನ್ನು ದುರುಪಯೋಗಪಡಿಸಿಕೊಳ್ಳಲು ನಾನು ಇನ್ನೆಂದೂ ಪ್ರಯತ್ನಿಸುವುದಿಲ್ಲ.' ಎಂದು ನನ್ನಲ್ಲೇ ಹೇಳಿಕೊಂಡೆ. ಅಲ್ಲಿಂದ ಮುಂದೆ ಎಂದೂ ನಾನು ಈ ನಿರ್ಧಾರವನ್ನು ಮುರಿದು ಅಪರಾಧಮಾಡಿಲ್ಲ. ಈ ಬಲವಾದ ಪೆಟ್ಟು ನನ್ನ ಜೀವನ ಮಾರ್ಗವನ್ನೇ ಬದಲಿಸಿತು.

5. ದಕ್ಷಿಣ ಆಫ್ರಿಕಕ್ಕೆ ಹೊರಡಲು ಸಿದ್ಧತೆ

ನಿಸ್ಸಂಶಯವಾಗಿಯೂ ಆ ಅಧಿಕಾರಿಯ ಬಳಿಗೆ ಹೋಗಿ ತಪ್ಪು ಮಾಡಿದ್ದೆ. ಆದರೆ ಅವನ ಅಸಮಾಧಾನ, ಸಹಿಸಲಸಾಧ್ಯವಾಗಿದ್ದ ರೋಷ ನನ್ನ ತಪ್ಪಿಗೆ ಹೋಲಿಸಿದ್ದರೆ ಅಳತೆ ಮೀರಿತ್ತು. ಹೊರದೂಡುವಷ್ಟರಮಟ್ಟಿಗೆ ನನ್ನ ತಪ್ಪು ದೊಡ್ಡದಾಗಿರಲಿಲ್ಲ. ಐದು ನಿಮಿಷಗಳಿಗೂ ಹೆಚ್ಚಾಗಿ ಅವನ ಸಮಯವನ್ನು ನಾನು ತೆಗೆದುಕೊಂಡಿರಲಿಲ್ಲ. ಅವನಿಗೆ ನನ್ನ ಮಾತನ್ನು ಕೇಳಿ ಸಹಿಸಿಕೊಳ್ಳಲು ಸಾಧ್ಯವೇ ಆಗಿರಲಿಲ್ಲ. ಹೊರಟು ಹೋಗುವಂತೆ ಅವನು ನನಗೆ ವಿನಯದಿಂದ ಹೇಳಬಹುದಾಗಿತ್ತು. ಆದರೆ ಅಧಿಕಾರ ಮಿತಿಮೀರಿದ್ದರಿಂದ ಅವನನ್ನು ಉನ್ಮತ್ತಗೊಳಿಸಿತ್ತು. ತರುವಾಯ ನನಗೆ ತಿಳಿದುಬಂದಂತೆ ಈ ಅಧಿಕಾರಿಯಲ್ಲಿ ಸಮಾಧಾನ ಎಂಬ ಗುಣವೇ ಇರಲಿಲ್ಲ. ತನ್ನನ್ನು ನೋಡಲು ಬಂದವರನ್ನು ಅವಮಾನಮಾಡುವುದು ಅವನ ನಿತ್ಯದ ಚಾಳಿಯಾಗಿತ್ತು. ಅತ್ಯಲ್ಪ ಅಹಿತಕರ ನುಡಿ ಸಾಹಿಬ್‌ನನ್ನು ಸಿಟ್ಟಿಗೆಬ್ಬಿಸುತ್ತಿತ್ತು.

ಸಹಜವಾಗಿ ನನ್ನ ಹೆಚ್ಚಿನ ಕೆಲಸಕಾರ್ಯಗಳು ಅವನ ನ್ಯಾಯಾಲಯುದಲ್ಲಿರುತ್ತಿತ್ತು. ಅವನೊಂದಿಗೆ ಹೊಂದಿಕೊಳ್ಳಲು ನನಗೆ ಸಾಧ್ಯವಾಗುತ್ತಿರಲಿಲ್ಲ. ಅವನಿಗೆ ಬೆಣ್ಣೆ ಹಚ್ಚಲು ಇಷ್ಟವಿರಲಿಲ್ಲ. ಖಂಡಿತವಾಗಿಯೂ ಒಮ್ಮೆ ಅವನ ವಿರುದ್ಧ ಕ್ರಮ ತೆಗೆದುಕೊಳ್ಳುವುದಾಗಿ ಹೆದರಿಸಿದ ಮೇಲೆ ನನಗೆ ಸುಮ್ಮನೆ ಇರಲು ಸಾಧ್ಯವಾಗಿರಲಿಲ್ಲ.

ಈ ಮಧ್ಯೆ ನಾನು ದೇಶದ ಕ್ಷುದ್ರ ರಾಜಕೀಯದ ಬಗ್ಗೆ ಅಲ್ಪಸ್ವಲ್ಪ ಅರಿತುಕೊಳ್ಳಲಾರಂಭಿಸಿದೆ. ಕಥಿಯಾವಾಡ್ ಚಿಕ್ಕಪುಟ್ಟ ರಾಜ್ಯಗಳ ಕಲಬೆರಕೆಯಂತಿತ್ತು. ಆದ್ದರಿಂದ ಸಹಜವಾಗಿ ಇಲ್ಲಿ ರಾಜಕಾರಿಣಿಗಳ ಬೆಳೆ ಸಮೃದ್ಧವಾಗಿತ್ತು. ರಾಜ್ಯಗಳ ನಡುವೆ ಚಿಕ್ಕಪುಟ್ಟ ಒಳಸಂಚುಗಳು, ಅಧಿಕಾರವನ್ನು ಕಬಳಿಸಲು ಅಧಿಕಾರಿಗಳು ನಡೆಸುತ್ತಿದ್ದ ಒಳಸಂಚುಗಳು ದಿನನಿತ್ಯದ ಪರಿಪಾಟವಾಗಿತ್ತು. ರಾಜರುಗಳು ಯಾವಾಗಲೂ ಇತರರ ಕೃಪೆಯಲ್ಲಿರುತ್ತಿದ್ದರು ಮತ್ತು ಹೊಗಳು ಭಟ್ಟರ ಮಾತುಗಳಿಗೆ ಕಿವಿಗೊಡಲು ಯಾವಾಗಲೂ ಸಿದ್ದರಾಗಿರುತ್ತಿದ್ದರು. ಸಾಹಿಬ್‌ನ ಜವಾನನ್ನು ಕೂಡಾ ಪುಸಲಾಯಿಸಬೇಕಾಗಿತ್ತು. ಮತ್ತು ಸಾಹಿಬ್‌ನ ಶಿರಸ್ತೆದಾರ್ ಅವನ ಯಜಮಾನನಿಗಿಂತ ಮೇಲಿರುತ್ತಿದ್ದ. ಏಕೆಂದರೆ ಅವನು ಸಾಹಿಬ್‌ನ ಕಣ್ಣು, ಕಿವಿ ಮತ್ತು ಅವನ ವ್ಯಾಖ್ಯಾನಕಾರ (ದುಭಾಷಿ-ಅರ್ಥವಿವರಣೆಮಾಡುವವನು) ಕೂಡಾ ಆಗಿರುತ್ತಿದ್ದ. ಶಿರಸ್ತೆದಾರ ಸ್ವತಃ ಕಾನೂನೇ ಆಗಿರುತ್ತಿದ್ದ. ಅವನ ಆದಾಯ ಅವನ ಸಾಹಿಬ್‌ನಿಗಿಂತ ಯಾವಾಗಲೂ ತುಂಬಾ ಹೆಚ್ಚಿರುತ್ತಿತ್ತೆಂದು ಭಾವಿಸಲಾಗಿತ್ತು. ಇದು ಉತ್ಪ್ರೇಕ್ಷೆಯಾಗಿರಬಹುದು. ಆದರೆ ಅವನು ತನ್ನ ಸಂಬಳಕ್ಕಿಂತ ಹೆಚ್ಚು ಖರ್ಚುಮಾಡುತ್ತ ಜೀವನ ನಡೆಸುತ್ತಿದ್ದ.

ಈ ವಾತಾವರಣ ನನಗೆ ವಿಷಮಯವಾಗಿರುವಂತೆ ತೋರುತ್ತಿತ್ತು ಮತ್ತು ಅದರ ಅಪಾಯದಿಂದ ಪಾರಾಗಿ ಉಳಿದುಕೊಳ್ಳುವುದೇ ನನಗೆ ಸದಾಕಾಲದ ಸಮಸ್ಯೆಯಾಗಿತ್ತು.

ನಾನು ಪೂರ್ಣವಾಗಿ ಮಂಕಾದೆ. ನನ್ನ ಸಹೋದರನು ಅದನ್ನು ಸ್ಪಷ್ಟವಾಗಿ ಅರಿತುಕೊಂಡ. ನನಗೆ ಏನಾದರೊಂದು ಕೆಲಸ ಸಿಕ್ಕರೆ ಈ ಪಿತೂರಿಯ ವಾತಾವರಣದಿಂದ ಬಿಡುಗಡೆ ಪಡೆಯಬಹುದು ಎಂದು ನಮಗಿಬ್ಬರಿಗೂ ಗೊತ್ತಿತ್ತು. ಆದರೆ ಗುಪ್ತವಾಗಿ ಪಿತೂರಿ ಮಾಡದೇ ಸಚಿವಪದವಿ ಇಲ್ಲವೇ ನ್ಯಾಯಧೀಶ ಪದವಿ ಸಿಗುವ ಪ್ರಶ್ನೆಯೇ ಇರಲಿಲ್ಲ. ನನ್ನ ವೃತ್ತಿಯಲ್ಲಿ ಸಾಹಿಬ್‌ನ ಜತೆಯಲ್ಲಿ ನಡೆಸಿದ್ದ ಕಲಹ ಅಡ್ಡವಾಗಿ ನಿಂತಿತ್ತು.

ಪೋರ್‌ಬಂದರ್ ಆ ಕಾಲದಲ್ಲಿ ಬ್ರಿಟಿಷರ ನೇರ ಆಡಳಿತ (ಅಡ್ಮಿನಿಸ್ಟ್ರೇಷನ್)ಕ್ಕೊಳಪಟ್ಟಿತ್ತು. (ಅಂದರೆ ಬ್ರಿಟಿಷರು ನೇಮಿಸಿದ್ದ ಅಧಿಕಾರಿ ಆ ರಾಜ್ಯವನ್ನು ಆಳುತ್ತಿದ್ದ.) ರಾಜನಿಗೆ ಹೆಚ್ಚು ಅಧಿಕಾರವನ್ನು ಕೊಡಿಸಿಕೊಡುವ ವಿಚಾರದಲ್ಲಿ ನನಗೆ ಅಲ್ಲಿ ಸ್ವಲ್ಪ ಕೆಲಸವಿತ್ತು. ಮೇರ್ (ಭೂಕಂದಾಯ ಕೊಡುವ ರೈತ)ಗಳಿಂದ ಭಾರಿ ವಿಘೋಟಿ (ಭೂಕಂದಾಯ)ಯನ್ನು ವಸೂಲ್ಮಾಡಿದ್ದರ ಬಗ್ಗೆ ಅಲ್ಲಿಯ ಆಡಳಿತಗಾರ (ಅಡ್ಮಿನಿಸ್ಟ್ರೇಟರ್)ನನ್ನು ನಾನು ನೋಡಬೇಕಾಗಿತ್ತು. ಈ ಅಧಿಕಾರಿ ಭಾರತೀಯನಾಗಿದ್ದರೂ ದುರಹಂಕಾರದಲ್ಲಿ ಸಾಹಿಬ್‌ನನ್ನು ಮೀರಿಸಿದ್ದನೆಂದು ನನಗೆ ತೋರಿತು. ಅವನು ದಕ್ಷ ಅಧಿಕಾರಿಯಾಗಿದ್ದ. ಆದರೂ ಅವನ ಸಮರ್ಥ ಆಡಳಿತದಿಂದ ರೈತರಿಗೆ ಒಳ್ಳೆಯದಾದಂತೆ ಕಂಡುಬರಲಿಲ್ಲ. ಸ್ವಲ್ಪ ಹೆಚ್ಚಿನ ಅಧಿಕಾರವನ್ನು ರಾಣಾನಿಗೆ ಕೊಡಿಸಿಕೊಡುವಲ್ಲಿ ನಾನು ಯಶಸ್ವಿಯಾದರೂ ಮೇರ್‌ಗಳಿಗೆ ಏನೂ ಪರಿಹಾರ ಸಿಗಲಿಲ್ಲ. ಅವರ ವಿವಾದದ ವಿಷಯದಲ್ಲಿ ಯಾರೂ ಸಾಕಷ್ಟು ಲಕ್ಷ ಹರಿಸಿರಲಿಲ್ಲ ಎಂದು ನನಗೆ ಹೊಳೆಯಿತು.

ಈ ವಿಷಯದಲ್ಲಿ ಕೂಡಾ ನಾನು ನಿರಾಶನಾಗಿದ್ದೆ. ನನ್ನ ಕಕ್ಷಿಗಾರರಿಗೆ ನ್ಯಾಯ ದೊರಕಿಲ್ಲ ಎಂದು ನಾನು ಭಾವಿಸಿದ್ದೆ. ಆದರೆ ಅದನ್ನು ಗಳಿಸಿಕೊಳ್ಳುವ ವಿಧಾನ ನನ್ನ ಬಳಿಯಿರಲಿಲ್ಲ. ಹೆಚ್ಚೆಂದರೆ ನಾನು ಪಲಿಟಿಕಲ್ ಏಜೆಂಟ್‌ನಿಗೆ ಇಲ್ಲವೇ ಗವರ್ನರ್‌ನಿಗೆ ಮನವಿ ಸಲ್ಲಿಸಬಹುದಾಗಿತ್ತು.

ಗವರ್ನರ್ ಇಲ್ಲವೇ ಪಲಿಟಿಕಲ್ ಏಜೆಂಟ್ 'ನಾವು ಹಸ್ತಕ್ಷೇಪಮಾಡಲು ನಿರಾಕರಿಸುತ್ತೇವೆ' ಎಂದು ಹೇಳಿ ಮನವಿಯನ್ನು ನಿರಾಕರಿಸುವರು. ಅಂತಹ ತೀರ್ಮಾನಗಳನ್ನು ನಿಯಂತ್ರಿಸುವಂತಹ ಯಾವುದೇ ನಿಯಮ ಇಲ್ಲವೇ ನಿಬಂಧನೆಗಳು ಇದ್ದಿದ್ದರೆ ಏನಾದರೂ ಆಗಬಹುದಾಗಿತ್ತು. ಆದರೆ ಇಲ್ಲಿ ಸಾಹೀಬ್‌ನ ಇಚ್ಛೆಯೇ ಕಾನೂನಾಗಿತ್ತು.

ನಾನು ಕೆರಳಿದ್ದೆ.

ಈ ನಡುವೆ ಪೋರ್‌ಬಂದರ್‌ನಿಂದ ಮೆಮನ್ ಕಂಪನಿಯು ನನ್ನ ಸಹೋದರನಿಗೆ ಪತ್ರ ಬರೆದು ಮುಂದೆ ತಿಳಿಸುವ ಕರಾರೊಂದನ್ನು ನಮ್ಮ ಮುಂದಿಟ್ಟಿತು: ನಮಗೆ ದಕ್ಷಿಣ ಆಫ್ರಿಕದಲ್ಲಿ ವ್ಯಾಪಾರ - ವ್ಯವಹಾರವಿದೆ. ನಮ್ಮದು ದೊಡ್ಡ ಕಂಪನಿ ಮತ್ತು ಅಲ್ಲಿಯ ನ್ಯಾಯಾಲಯದಲ್ಲಿ ನಮ್ಮದೊಂದು ದೊಡ್ಡ ಮೊಕದ್ದಮೆಯಿದೆ. 40,000 ಪೌಂಡು ನಮಗೆ ಬರಬೇಕೆಂದು ಹಕ್ಕು ಮಂಡಿಸಿದ್ದೇವೆ. ಈ ಮೊಕದ್ದಮೆ ತುಂಬಾ ದಿನಗಳಿಂದ ನಡೆಯುತ್ತಿದೆ. ನಾವು ಅತ್ಯುತ್ತಮ ವಕೀಲರುಗಳ ಮತ್ತು ಬ್ಯಾರಿಸ್ಟರ್‌ಗಳ ಸೇವೆ ಪಡೆಯುತ್ತಿದ್ದೇವೆ. ನೀವು ನಿಮ್ಮ ಸಹೋದರನನ್ನು ಅಲ್ಲಿಗೆ ಕಳಿಸಿದರೆ ನಮಗೂ ಉಪಯೋಗವಾಗುತ್ತದೆ ಮತ್ತು ಅವನಿಗೂ ಉಪಯೋಗವಾಗುತ್ತದೆ. ಅವನು ನಮಗಿಂತಲೂ ಚೆನ್ನಾಗಿ ನಮ್ಮ ನ್ಯಾಯವಾದಿಗಳಿಗೆ ಸೂಚನೆ ಕೊಡಬಹುದು. ಅವನಿಗೆ ಜಗತ್ತಿನ ಹೊಸಭಾಗವನ್ನು ನೋಡುವ ಮತ್ತು ಹೊಸ ಪರಿಚಯಗಳನ್ನು ಮಾಡಿಕೊಳ್ಳುವ ಅವಕಾಶ ದೊರೆತು ಅವನಿಗೆ ಲಾಭವಾಗುವುದು.

ನನ್ನ ಸಹೋದರನು ಈ ಪ್ರಸ್ತಾಪದ ಬಗ್ಗೆ ನನ್ನೊಂದಿಗೆ ಚರ್ಚಿಸಿದನು. ನಾನು ನ್ಯಾಯವಾದಿಗಳಿಗೆ ಕೇವಲ ಸೂಚನೆಯನ್ನು ಕೊಡಬೇಕೆ ಅಥವಾ ನ್ಯಾಯಾಲಯದಲ್ಲಿ ವಾದಿಸಬೇಕೆ ಎಂಬುದು ನನಗೆ ಸ್ಪಷ್ಟವಾಗಿರಲಿಲ್ಲ. ಹಾಗಿದ್ದರೂ ನನ್ನಲ್ಲಿ ಆ ಪ್ರಸ್ತಾಪ ಆಸೆಯನ್ನು ಹುಟ್ಟಿಸಿತು.

ನನ್ನ ಸಹೋದರನು ನನ್ನನ್ನು ದಿವಂಗತ ಶೇತ್ ಅಬ್ದುಲ್ ಕರೀಂ ಝುವೇರಿ ಅವರಿಗೆ ಪರಿಚಯಮಾಡಿಕೊಟ್ಟನು. ಈ ಶೇತ್ ಪ್ರಸ್ತಾಪಿಸಲ್ಪಟ್ಟಿರುವ ಕಂಪನಿ ಅಂದರೆ ದಾದಾ ಅಬ್ದುಲ್ಲಾ ಅಂಡ್ ಕೋನ ಪಾಲುದಾರರಾಗಿದ್ದರು 'ಅದೇನು ಕಷ್ಟದ ಕೆಲಸವಲ್ಲ' ಎಂದು ಶೇತ್ ನನಗೆ ಭರವಸೆ ಕೊಟ್ಟರು. 'ದೊಡ್ಡ ಯೂರೋಪಿಯನ್ನರು ನಮ್ಮ ಗೆಳೆಯರಾಗಿದ್ದಾರೆ. ನೀವು ಅವರ ಪರಿಚಯಮಾಡಿಕೊಳ್ಳಬಹುದು. ನೀವು ನಮ್ಮ ಅಂಗಡಿಯಲ್ಲಿ ಕೂಡಾ ಉಪಯುಕ್ತ ಸೇವೆ ಸಲ್ಲಿಸಬಹುದು. ನಮ್ಮ ಪತ್ರವ್ಯವಹಾರ ಹೆಚ್ಚಾಗಿ ಇಂಗ್ಲಿಷ್‌ನಲ್ಲಿರುತ್ತದೆ. ನೀವು ಆ ವಿಷಯದಲ್ಲಿ ಕೂಡಾ ಸಹಾಯಮಾಡಬಹುದು. ಸಹಜವಾಗಿ ನೀವು ನಮ್ಮ ಅತಿಥಿಯಾಗಿರುವಿರಿ ಮತ್ತು ನೀವು ಯಾವುದೇ ರೀತಿಯಲ್ಲೂ ಅಲ್ಲಿ ಖರ್ಚುಮಾಡಬೇಕಾಗುವುದಿಲ್ಲ.'

'ನಿಮಗೆ ಎಷ್ಟು ಕಾಲ ನನ್ನ ಸೇವೆ ಬೇಕಾಗಬಹುದು?' ಎಂದು ನಾನು ಪ್ರಶ್ನಿಸಿದೆ. 'ಸಂಬಳ ಎಷ್ಟಿರುವುದು?'

'ಒಂದು ವರ್ಷಕ್ಕಿಂತಲೂ ಹೆಚ್ಚು ಕಾಲ ಬೇಕಾಗುವುದಿಲ್ಲ. ನಿಮಗೆ ಹೋಗಿಬರುವ ಮೊದಲನೇ ದರ್ಜೆ ಪ್ರಯಾಣದ ವೆಚ್ಚವನ್ನು ಕೊಡುತ್ತೇವೆ ಮತ್ತು ಒಟ್ಟಿಗೆ 105 ಪೌಂಡು ಸಂಭಾವನೆ ಕೊಡುತ್ತೇವೆ.'

ಬ್ಯಾರಿಸ್ಟರ್‌ಆಗಿ ನಾನು ಅಲ್ಲಿಗೆ ಹೋಗುತ್ತಿಲ್ಲ ಎಂದು ಸ್ಪಷ್ಟವಾಗಿತ್ತು. ಕಂಪನಿಯ ಒಬ್ಬ ಸೇವಕನಾಗಿ ನಾನು ಅಲ್ಲಿಗೆ ಹೋಗಬೇಕಾಗಿತ್ತು. ಆದರೆ ನಾನು ಹೇಗಾದರೂ ಭಾರತವನ್ನು ಬಿಟ್ಟು ಹೊರಹೋಗಬೇಕೆಂದು ಬಯಸಿದ್ದೆ. ಹೊಸ ದೇಶವನ್ನು ನೋಡುವ ಮತ್ತು ಹೊಸ ಅನುಭವ ಪಡೆಯುವ ಆಕರ್ಷಕ ಅವಕಾಶ ನನ್ನ ಮುಂದಿತ್ತು. ನಾನು ನನ್ನ ಸಹೋದರನಿಗೆ 105 ಪೌಂಡುಗಳನ್ನು ಕಳಿಸಿಕೊಡಬಹುದಾಗಿತ್ತು ಮತ್ತು ಮನೆಯ ವೆಚ್ಚಕ್ಕೆ ಸಹಾಯ ಮಾಡಬಹುದಾಗಿತ್ತು. ನಾನು ಚೌಕಸಿಮಾಡದೇ ಕರಾರನ್ನು (ಅಂದರೆ ನೌಕರಿಯನ್ನು) ಒಪ್ಪಿಕೊಂಡೆ ಮತ್ತು ದಕ್ಷಿಣ ಆಫ್ರಿಕಕ್ಕೆ ತೆರಳಲು ಸಿದ್ಧತೆ ಮಾಡಿಕೊಂಡೆ.

6. ನೆಟಾಲ್‌ಗೆ ಆಗಮನ

ನಾನು ಇಂಗ್ಲೆಂಡ್‌ಗೆ ಹೊರಟಿದ್ದ ಸಂದರ್ಭದಲ್ಲಿ ಅನುಭವಿಸಿದ್ದ ಅಗಲಿಕೆಯ ನೋವನ್ನು ಈ ಬಾರಿ ದಕ್ಷಿಣ ಆಫ್ರಿಕಕ್ಕೆ ಹೊರಟಾಗ ಅನುಭವಿಸಲಿಲ್ಲ. ಈಗ ನನ್ನ ಬಳಿ ನನ್ನ ತಾಯಿ ಇರಲಿಲ್ಲ. ವಿದೇಶದ ಪ್ರಯಾಣದ ಜತೆಯಲ್ಲಿ ಸ್ವಲ್ಪಮಟ್ಟಿನ ಪ್ರಾಪಂಚಿಕ ಜ್ಞಾನವನ್ನು ಸಂಪಾದಿಸಿಕೊಂಡಿದ್ದೆ. ರಾಜ್‌ಕೋಟ್‌ನಿಂದ ಬೊಂಬಾಯಿಗೆ ಪ್ರಯಾಣಮಾಡುವುದು ನನಗೆ ಅಸಾಧಾರಣ ಸಂಗತಿಯೇನಾಗಿರಲಿಲ್ಲ.

ಈ ಬಾರಿ ನಾನು ನನ್ನ ಹೆಂಡತಿಯನ್ನು ಬಿಟ್ಟುಹೋಗಬೇಕೆಂಬ ಮನೋವೇದನೆಯನ್ನು ಮಾತ್ರ ಅನುಭವಿಸುತ್ತಿದ್ದೆ. ನಾನು ಇಂಗ್ಲೆಂಡ್‌ನಿಂದ ವಾಪಸಾದ ತರುವಾಯ ಇನ್ನೊಂದು ಶಿಶು ಜನಿಸಿತ್ತು. ನಮ್ಮ ಪ್ರೇಮ ಭೋಗಾಪೇಕ್ಷೆಯಿಂದ ಮುಕ್ತವಾಗಿತ್ತು ಎಂದು ಇನ್ನೂ ಹೇಳುವಂತಿರಲಿಲ್ಲ. ಅದು ಕ್ರಮೇಣ ಪರಿಶುದ್ಧವಾಗುತ್ತಿತ್ತು. ನಾನು ಯೂರೋಪಿನಿಂದ ವಾಪಸಾದ ತರುವಾಯ ಸ್ವಲ್ಪಕಾಲ ಮಾತ್ರ ಒಟ್ಟಿಗಿದ್ದೆವು. ನಾನೀಗ ಆಕೆಯ ಶಿಕ್ಷಕನಾಗಿದ್ದರೂ ಅಸಡ್ಡೆಯಿಂದಿದ್ದೆ. ಕೆಲವು ಸುಧಾರಣೆಗಳನ್ನು ಅಳವಡಿಸಿಕೊಳ್ಳಲು ಸಹಾಯ ಮಾಡಿದ್ದೆ. ಸುಧಾರಣೆಗಳನ್ನು ಮುಂದುವರೆಸುವಂತಿದ್ದರೆ ನಮಗೆ ಇನ್ನೂ ಹೆಚ್ಚಾಗಿ ಒಟ್ಟಿಗೆ ಇರುವ ಅವಶ್ಯಕತೆಯಿತ್ತು. ಆದರೆ ದಕ್ಷಿಣ ಆಫ್ರಿಕದ ಆಕರ್ಷಣೆ ಅದನ್ನು ಸಹಿಸಿಕೊಳ್ಳುವಂತೆ ಮಾಡಿತ್ತು: 'ನಾವು

ಒಂದು ವರ್ಷದಲ್ಲಿ ಮತ್ತೆ ಕೂಡುವುದು ಖಂಡಿತ' ಎಂದು ಅವಳಿಗೆ ಸಮಾಧಾನ ಹೇಳಿ ರಾಜ್‌ಕೋಟ್‌ನಿಂದ ಬೊಂಬಾಯಿಗೆ ಹೊರಟೆ.

ಇಲ್ಲಿ ನಾನು ದಾದಾ ಅಬ್ದುಲ್ಲಾ ಕಂಪನಿಯ ಏಜೆಂಟ್‌ನ ಮೂಲಕ ನನ್ನ ಟಿಕೀಟನ್ನು ಪಡೆದುಕೊಳ್ಳಬೇಕಾಗಿತ್ತು. ಆದರೆ ನೌಕೆಯಲ್ಲಿ ಮಲಗುವ ಸ್ಥಳ (ಬರ್ತ್) ಖಾಲಿಯಿರಲಿಲ್ಲ. ನಾನು ಅದರಲ್ಲಿ ಪ್ರಯಾಣ ಮಾಡದಿದ್ದರೆ ಬೊಂಬಾಯಿಯಲ್ಲಿ ಒಬ್ಬೊಂಟಿಗನಾಗಿ ಉಳಿದುಕೊಳ್ಳಬೇಕಾಗಿತ್ತು. 'ಮೊದಲನೇ ದರ್ಜೆಯ ಟಿಕೀಟು ಪಡೆಯಲು ನಾವು ತುಂಬಾ ಪ್ರಯತ್ನಿಸಿದೆವು. ಆದರೆ ಫಲಕಾರಿಯಾಗಲಿಲ್ಲ. ನೀವು ಹಡಗಿನಅಟ್ಟ (ಡೆಕ್)ದಲ್ಲಿ ಕೂತು ಪ್ರಯಾಣ ಮಾಡಲು ಸಿದ್ಧರಾಗದಿದ್ದರೆ ಏನೂ ಮಾಡುವಂತಿಲ್ಲ. ನಿಮ್ಮ ಊಟವನ್ನು ಸಲೂನ್ (ಹಡಗು ದಿವಾನಖಾನೆ)ನಲ್ಲಿ ಏರ್ಪಾಡುಮಾಡಬಹುದು.' ಎಂದು ಏಜೆಂಟ್ ಹೇಳಿದ. ಆದಿನಗಳು ನಾನು ಮೊದಲ ದರ್ಜೆಯಲ್ಲಿ ಪ್ರಯಾಣಮಾಡುತ್ತಿದ್ದ ದಿವಸಗಳಾಗಿದ್ದವು. ಬ್ಯಾರಿಸ್ಟರ್ ಹಡಗಿನ ಅಟ್ಟದ ಪ್ರಯಾಣಿಕನಾಗಿ ಪ್ರಯಾಣಮಾಡುವುದೆಂದರೇನು? ಆದ್ದರಿಂದ ನಾನು ನಿರಾಕರಿಸಿದೆ. ಏಜೆಂಟ್‌ನ ಪ್ರಾಮಾಣಿಕತೆಯ ಬಗ್ಗೆ ಸಂದೇಹ ಉಂಟಾಯಿತು. ಮೊದಲನೇ ದರ್ಜೆಯ ಟಿಕೀಟು ಲಭ್ಯವಿಲ್ಲ ಎಂಬುದನ್ನು ನನಗೆ ನಂಬಲಾಗಲಿಲ್ಲ. ಏಜೆಂಟ್‌ನ ಒಪ್ಪಿಗೆ ಪಡೆದು ಟಿಕೀಟು ಗಿಟ್ಟಿಸಿಕೊಳ್ಳಲು ಹೊರಟೆ. ನೌಕೆಯ ಮೇಲೆ ಹೋಗಿ ಮುಖ್ಯಾಧಿಕಾರಿಯನ್ನು ಕಂಡೆ. ಅವನು ನನಗೆ ಮುಚ್ಚುಮರೆಯಿಲ್ಲದೇ ಹೇಳಿದ: 'ಸಾಮಾನ್ಯವಾಗಿ ನಮಗೆ ಅಂತಹ ನುಗ್ಗಾಟ(ರಷ್) ಇರುವುದಿಲ್ಲ. ಆದರೆ ಮೊಜಾಂಬಿಕ್‌ನ ಗವರ್ನರ್-ಜನರಲ್ ಈ ನೌಕೆಯಲ್ಲಿ ಪ್ರಯಾಣ ಮಾಡುತ್ತಿದ್ದಾರೆ. ಆದ್ದರಿಂದ ಎಲ್ಲ ಮಲಗುವ ಸ್ಥಳಗಳೂ ಭರ್ತಿಯಾಗಿವೆ.'

'ನನ್ನನ್ನು ಎಲ್ಲಾದರೂ ತುರುಕಿ ಸ್ಥಳ ದೊರಕಿಸಿಕೊಡಲು ನಿನಗೆ ಸಾಧ್ಯವಾಗದೆ?' ಎಂದು ನಾನು ಅವನನ್ನು ಕೇಳಿಕೊಂಡೆ.

ಅವನ್ನು ನನ್ನನ್ನು ಮೇಲಿನಿಂದ ಕೆಳಗಿನವರೆಗೂ (ಅಂದರೆ ತಲೆಯಿಂದ ಕಾಲ್ಬೆರಳಿನವರೆಗೂ) ದಿಟ್ಟಿಸಿ ನೋಡಿದ. 'ಕೇವಲ ಒಂದು ದಾರಿಯಿದೆ.' ಎಂದು ಅವನು ಹೇಳಿದ. 'ನನ್ನ ಕ್ಯಾಬಿನ್ (ಕೋಣೆ)ನಲ್ಲಿ ಹೆಚ್ಚಿಗೆಯಾಗಿ ಮಲಗುವ ಮಂಚವೊಂದಿದೆ. ಸಾಮಾನ್ಯವಾಗಿ ಅದನ್ನು ಪ್ರಯಾಣಿಕರಿಗೆ ಕೊಡಲಾಗುವುದಿಲ್ಲ. ಆದರೆ ಅದನ್ನು ನಾನು ನಿನಗೆ ಕೊಡಲು ಸಿದ್ಧನಾಗಿದ್ದೇನೆ.' ನಾನು ಅವನಿಗೆ ವಂದನೆಯನ್ನು ಸಲ್ಲಿಸಿದೆ. ಏಜೆಂಟ್ ಟಿಕೀಟನ್ನು ಕೊಂಡ. ಏಪ್ರಿಲ್ 1893ರಲ್ಲಿ ದಕ್ಷಿಣ ಆಫ್ರಿಕದಲ್ಲಿ ನನ್ನ ಅದೃಷ್ಟವನ್ನು ಪರೀಕ್ಷಿಸಿಕೊಳ್ಳಲು ಪೂರ್ಣ ಹುರುಪಿನಿಂದ ಹೊರಟೆ."

ಸುಮಾರು ಹದಿಮೂರು ದಿವಸಗಳಲ್ಲಿ ನಮ್ಮ ಪ್ರಯಾಣದ ಮೊದಲನೇ ಬಂದರಾದ ಲಾಮುವನ್ನು ತಲ್ಪಿದೆವು. ಈ ಹೊತ್ತಿಗಾಗಲೇ ನಾನು ಮತ್ತು ಕಫ್ತಾನ (ಹಡಗಿನ ಮುಖ್ಯಾಧಿಕಾರಿ) ಆಪ್ತ ಗೆಳೆಯರಾಗಿದ್ದೆವು. ಚದುರಂಗದಾಟ (ಚೆಸ್)ವನ್ನು ಅವನು ತುಂಬಾ ಇಷ್ಟಪಡುತ್ತಿದ್ದ. ಆದರೆ ಅವನಿನ್ನೂ ಆಟಕ್ಕೆ ಹೊಸಬನಾಗಿದ್ದರಿಂದ ಚೆನ್ನಾಗಿ ನುರಿತಿರಲಿಲ್ಲ. ಇನ್ನೂ ಆಟ ಕಲಿಯಲು ಪ್ರಾರಂಭಿಸಿದ್ದ. ಜೊತೆಯಾಟಗಾರನನ್ನು ಅವನು ಅಪೇಕ್ಷಿಸುತ್ತಿದ್ದದ್ದರಿಂದ ಅವನು ನನ್ನನ್ನು ಆಡಲು ಆಹ್ವಾನಿಸಿದ. ನಾನು ಈ ಆಟದ ಬಗ್ಗೆ ತುಂಬಾ ಕೇಳಿದ್ದೆ. ಆದರೆ ಎಂದೂ ಆಟವಾಡಲು ಪ್ರಯತ್ನಿಸಿರಲಿಲ್ಲ. ಒಬ್ಬಾತನ ಜಾಣ್ಮೆಯನ್ನು ಪ್ರದರ್ಶಿಸಲು ಈ ಆಟದಲ್ಲಿ ತುಂಬಾ

ಅವಕಾಶಗಳಿರುವುದೆಂದು ಆಟಗಾರರು ಹೇಳುತ್ತಿರುತ್ತಾರೆ. ಕಫ್ತಾನನು ನನಗೆ ಪಾಠ ಹೇಳಿಕೊಡಲು ಮುಂದೆ ಬಂದನು. ನನ್ನಲ್ಲಿ ಮಿತಿಯೇ ಇಲ್ಲದ ಸಮಾಧಾನ ಇರುವುದನ್ನು ಕಂಡು ಅವನಿಗೆ ನಾನೊಬ ಒಳ್ಳೆಯ ವಿದ್ಯಾರ್ಥಿ ಎಂದನ್ನಿಸಿತ್ತು. ಪ್ರತಿಬಾರಿಯೂ ನಾನು ಆಟದಲ್ಲಿ ಸೋಲುತ್ತಿದ್ದೆ. ಅದರಿಂದ ಅವನು ಪ್ರತಿಬಾರಿಯೂ ನನಗೆ ಬೋಧಿಸಲು ಹೆಚ್ಚು ಹೆಚ್ಚು ಉತ್ಸಾಹವನ್ನು ಪ್ರದರ್ಶಿಸುತ್ತಿದ್ದ. ನನಗೆ ಆಟ ಇಷ್ಟ ವಾಯ್ತು. ಆದರೆ ನನ್ನ ಅಭಿರುಚಿ ನೌಕೆಯಲ್ಲಿ ಕೊನೆಮುಟ್ಟಿತು. ಕಾಯಿಗಳನ್ನು ಅತ್ತ - ಇತ್ತ ಚಲಿಸುವುದಕ್ಕಿಂತ ಹೆಚ್ಚಾಗಿ ಈ ಆಟದಲ್ಲಿ ನನ್ನ ಅಭಿರುಚಿ ಬೆಳೆಯಲಿಲ್ಲ.

ಲಾಮುವಿನಲ್ಲಿ ಹಡಗು ಸುಮಾರು ಮೂರರಿಂದ ನಾಲ್ಕು ಗಂಟೆಗಳ ವರೆಗೆ ಲಂಗರಿ (ನೌಕೆ ನಿಲ್ಲಿಸಲು ಬಳಸುವ ಲೋಹದ ಸಲಕರಣೆ)ನಲ್ಲಿ ನಿಂತಿತು. ಕಫ್ತಾನನು ಕೂಡಾ ದಡಕ್ಕೆ (ತೀರ ಪ್ರದೇಶಕ್ಕೆ) ಹೊರಟಿದ್ದ. ನಾನು ಕೂಡಾ ಬಂದರನ್ನು ನೋಡಲು ಕೆಳಕ್ಕಿಳಿದೆ. ಬಂದರು ನಂಬದಂತಿರುವುದರಿಂದ ಸಮಯ ಮೀರುವುದರೊಳಗೆ ಹಿಂದಿರುಗು ಎಂದು ಕಫ್ತಾನನು ನನಗೆ ಎಚ್ಚರಿಕೆಕೊಟ್ಟಿದ್ದ.

ಲಾಮು ತೀರ ಸಣ್ಣ ಊರಾಗಿತ್ತು. ನಾನು ಅಂಚೆ ಕಛೇರಿಗೆ ಹೋದೆ. ಅಲ್ಲಿ ಭಾರತೀಯ ಗುಮಾಸ್ತರು ಇದ್ದುದನ್ನು ಕಂಡು ನನಗೆ ಸಂತೋಷವಾಯ್ತು. ಅವರೊಂದಿಗೆ ಮಾತಾಡಿದೆ. ನಾನು ಕೆಲವು ಆಫ್ರಿಕನನ್ನರನ್ನು ಕಂಡೆ. ಅವವ ಜೀವನದ ರೀತಿನೀತಿಗಳ ಪರಿಚಯಮಾಡಿಕೊಳ್ಳಲು ಪ್ರಯತ್ನಿಸಿದೆ. ಅದರಲ್ಲಿ ನನಗೆ ತುಂಬಾ ಆಸಕ್ತಿಯಿತ್ತು. ಇದರಲ್ಲಿ ಸ್ವಲ್ಪ ಕಾಲ ಕಳೆಯಿತು.

ನೌಕೆಯಲ್ಲಿದ್ದ ಕೆಲವು ಪ್ರಯಾಣಿಕರುಗಳೊಂದಿಗೆ ನನ್ನ ಪರಿಚಯ ಬೆಳೆದಿತ್ತು. ದಡದ ಮೇಲೆ ಅಡಿಗೆಮಾಡಿಕೊಂಡು ನೆಮ್ಮದಿಯಿಂದ ಊಟಮಾಡಲು ಅವರು ನೌಕೆಯಿಂದ ಕೆಳಕ್ಕಿಳಿದಿದ್ದರು. ಅವರೆಲ್ಲರೂ ನೌಕೆಗೆ ಹಿಂದಿರುಗಲು ಸಿದ್ದರಾಗುತ್ತಿರುವುದನ್ನು ಕಂಡೆ. ಹಾಗಾಗಿ ನಾವೆಲ್ಲರೂ ಒಂದೇ ದೋಣಿಯಲ್ಲಿ ಕೂತೆವು ಬಂದರಿನಲ್ಲಿ ಭಾರಿ ಅಲೆಗಳು ಏಳುತ್ತಿದ್ದವು. ಹಾಗೂ ದೋಣಿಯಲ್ಲಿ ಪ್ರಯಾಣಿಕರು ಹೆಚ್ಚಾಗಿದ್ದರಿಂದ ಭಾರ ಹೆಚ್ಚಾಗಿತ್ತು. ಕಡಲ ಪ್ರವಾಹ ಪ್ರಬಲವಾಗಿತ್ತು. ಹಾಗಾಗಿ ದೋಣಿಯನ್ನು ನೌಕೆಯ ಏಣಿಗೆ (ಲ್ಯಾಡರ್)ಕಟ್ಟಿ ಬಿಗಿಯುವುದು ಅಸಾಧ್ಯವಾಗಿತ್ತು. ದೋಣಿ ಏಣಿಯನ್ನು ಮುಟ್ಟುತ್ತಿತ್ತು. ಮತ್ತು ಪ್ರವಾಹದ ಸುಳಿಗೆ ಸಿಕ್ಕು ಮತ್ತೆ ದೂರ ಹೋಗುತ್ತಿತ್ತು. ನೌಕೆಯು ಹೊರಡಲು ಮೊದಲ ಶಿಳ್ಳೆ ಹಾಕಿತ್ತು. ನಾನು ಪೇಚಾಡತೊಡಗಿದೆ. ಕಫ್ತಾನನು ನನ್ನ ದುರವಸ್ಥೆಯನ್ನು ವೇದಿಕೆ (ಬ್ರಿಜ್ - ಕಫ್ತಾನನಿಗಾಗಿ ನಿರ್ಮಿಸಿರುವ ಸೇತುವೆಯಂತಿರುವ ಎತ್ತರವಾದ ವೇದಿಕೆ)ಯ ಮೇಲೆ ನಿಂತು ನೋಡುತ್ತಿದ್ದ.

ನೌಕೆಗೆ (ಅವಿಬಲದಿಂದ ನಡೆಯುವ ಹಡಗು ಸ್ಟೀಮರ್) ಐದು ನಿಮಿಷಗಳಷ್ಟು ಹೆಚ್ಚು ಹೊತ್ತು ಕಾಯುವಂತೆ ಅಪ್ಪಣೆಮಾಡಿದ. ನೌಕೆಯ ಪಕ್ಕದಲ್ಲಿ ಇನ್ನೊಂದು ದೋಣಿಯಿತ್ತು. ನನ್ನ ಗೆಳೆಯನು ಅದನ್ನು ನನಗಾಗಿ ಹತ್ತು ರೂಪಾಯಿಗೆ ಬಾಡಿಗೆಗೆ ಪಡೆದಿದ್ದ. ಈ ದೋಣಿಯು ನನ್ನನ್ನು ಅಧಿಕ ಭಾರದಿಂದ ಜಗ್ಗಾಡುತ್ತಿದ್ದ ದೋಣಿಯಿಂದ ಎತ್ತಿ ಕೊಂಡಿತು. ಏಣಿಯನ್ನು ಆಗಲೇ ಮೇಲೆತ್ತಲಾಗಿತ್ತು. ಆದ್ದರಿಂದ ಹಗ್ಗ ಕಟ್ಟಿ ನನ್ನನ್ನು ಮೇಲಕ್ಕೆಳೆದು ನೌಕೆಗೆ ಕರೆದುಕೊಳ್ಳಲಾಯ್ತು. ತಕ್ಷಣವೇ ನೌಕೆಯು ಹೊರಟುಬಿಟ್ಟಿತು. ಇತರ ಪ್ರಯಾಣಿಕರು ಹಿಂದೆ ಉಳಿದರು. ನಾನೀಗ ಕಫ್ತಾನನ ಎಚ್ಚರಿಕೆಯ ಮಾತನ್ನು ನೆನಪಿಗೆ ತಂದುಕೊಂಡು ಮೆಚ್ಚಿಕೊಂಡೆ

ಲಾಮುವಿನ ತರುವಾಯ ನಾವು ಮುಟ್ಟಿದ ಮುಂದಿನ ಬಂದರುಗಳು ಮೊಂಬಾಸ ಮತ್ತು ತರುವಾಯ ಜಾಂಜಿಬಾರ್ ಆಗಿದ್ದವು. ಅಲ್ಲಿ ನಾವು ದೀರ್ಘಕಾಲ ನಿಂತುಕೊಂಡೆವು - ಎಂಟು ಅಥವಾ ಹತ್ತು ದಿನಗಳಕಾಲ ಉಳಿದುಕೊಂಡೆವು. ತರುವಾಯ ನಾವು ಇನ್ನೊಂದು ನೌಕೆಯನ್ನು ಹತ್ತಿದೆವು.

ಕಪ್ತಾನನು ನನ್ನನ್ನು ತುಂಬಾ ಇಷ್ಟಪಡುತ್ತಿದ್ದ. ಆದರೆ ಈ ಇಷ್ಟ ನನ್ನನ್ನು ಅನಪೇಕ್ಷಿತವಾದ ತಿರುವಿಗೆ ಎಳೆದೊಯ್ಯಿತು. ಅವನು ನನ್ನನ್ನು ಮತ್ತು ಇನ್ನೊಬ್ಬ ಇಂಗ್ಲಿಷ್ ಗೆಳೆಯನನ್ನು ವಿಹಾರಕ್ಕೆ ತನ್ನೊಂದಿಗೆ ಬರುವಂತೆ ಆಹ್ವಾನಿಸಿದ. ನಾವೆಲ್ಲರೂ ಅವನ ದೋಣಿಯಲ್ಲಿ ದಡಕ್ಕೆ ಹೋದೆವು. ನನಗೆ ವಿಹಾರ(ಔಟಿಂಗ್) ವೆಂದರೇನರ್ಥ ಎಂಬುದರ ಬಗ್ಗೆ ಅಲ್ಪ ಸ್ವಲ್ಪ ಕಲ್ಪನೆಯೂ ಇರಲಿಲ್ಲ. ಅಂತಹ ವಿಷಯಗಳಲ್ಲಿ ನಾನು ಶುದ್ಧ ಹೆಡ್ಡನಾಗಿದ್ದೆ ಎಂದು ಕಪ್ತಾನನಿಗೆ ಗೊತ್ತಿರಲಿಲ್ಲ. ನಮ್ಮನ್ನು ಗಿರಾಕಿಹಿಡುಕ(ಟಾಟ್) ಯಾವಳೋ ಒಬ್ಬಳು ನೀಗ್ರೋ ಹೆಂಗಸಿನ ವಸತಿಗೃಹಕ್ಕೆ ಕರೆದುಕೊಂಡು ಹೋದ. ನಮ್ಮಲ್ಲಿ ಎಲ್ಲರಿಗೂ ಒಂದೊಂದು ಪ್ರತ್ಯೇಕ ಕೊಠಡಿಯನ್ನು ತೋರಿಸಿದರು. ನಾನು ಆ ಕೊಠಡಿಯಲ್ಲಿ ಸುಮ್ಮನೇ ನಾಚಿಕೆಯಿಂದ ಮೂಕನಂತೆ ನಿಂತುಬಿಟ್ಟೆ. ಆ ಬಡಪಾಯಿ ಹೆಂಗಸು ನನ್ನ ಬಗ್ಗೆ ಏನು ಅಂದುಕೊಂಡಳೋ ಆ ದೇವರಿಗೆ ಗೊತ್ತು. ಕಪ್ತಾನನು ನನ್ನನ್ನು ಕರೆದಾಗ ನಾನು ಒಳಕ್ಕೆ ಪ್ರವೇಶಿಸಿದ ರೀತಿಯಲ್ಲೇ ಹೊರಕ್ಕೆ ಬಂದೆ. ಅವನು ನನ್ನ ಪೆದ್ದುತನವನ್ನು ಗಮನಿಸಿದ. ಮೊದಮೊದಲು ನನಗೆ ತುಂಬಾ ನಾಚಿಕೆಯಾಗಿತ್ತು. ಆದರೆ ದಿಗಿಲುಪಡದೇ ನನಗೆ ಆ ಘಟನೆಯ ಬಗ್ಗೆ ಯೋಚಿಸಲು ಸಾಧ್ಯವಾಗಿರಲಿಲ್ಲವಾದ್ದರಿಂದ ಕ್ರಮೇಣ ನಾಚಿಕೆ ನನ್ನಿಂದ ದೂರವಾಯ್ತು. ಹೆಂಗಸನ್ನು ನೋಡಿದರೂ ನಾನು ಸ್ವಲ್ಪವೂ ಕದಲಲಿಲ್ಲ (ಕೆಟ್ಟ ಹಾದಿ ತುಳಿಯಲಿಲ್ಲ) ಎಂಬುದನ್ನು ನೆನೆದು ನಾನು ದೇವರನ್ನು ವಂದಿಸಿದೆ. ನನ್ನ ದೌರ್ಬಲ್ಯದ ಬಗ್ಗೆ ನನ್ನಲ್ಲಿ ಬೇಸರ ಹುಟ್ಟಿತು. ಆ ಕೊಠಡಿಯೊಳಕ್ಕೆ ಪ್ರವೇಶಿಸಲು ನಿರಾಕರಿಸುವ ಧೈರ್ಯವನ್ನು ಪ್ರದರ್ಶಿಸದಿದ್ದಕ್ಕಾಗಿ ನನ್ನ ಬಗ್ಗೆ ನನ್ನಲ್ಲಿ ಮರುಕ ಹುಟ್ಟಿತು.

ಇದು ನನ್ನ ಜೀವನದಲ್ಲಿ ಅದೇ ಬಗೆಯ ಮೂರನೇ ಪರೀಕ್ಷೆಯಾಗಿತ್ತು. ಅನೇಕ ಯುವಕರು ಮೊದಮೊದಲು ಮುಗ್ಧರಾಗಿದ್ದರೂ, ಮಾನಹೋಗುವುದೆಂಬ ಪೊಳ್ಳು ಪ್ರಜ್ಞೆಯಿಂದ ಪಾಪದ ಕಡೆಗೆ ಎಳೆಯಲ್ಪಡುವರು. ಅಪಾಯದಿಂದ ಪಾರಾಗಿ ಹೊರಕ್ಕೆ ಬಂದದ್ದಕ್ಕಾಗಿ ನಾನು ಯಾವುದೇ ಪ್ರಶಂಸೆಯನ್ನು ಬಯಸುವುದಿಲ್ಲ. ನಾನು ಆ ಕೊಠಡಿಯೊಳಕ್ಕೆ ಪ್ರವೇಶಿಸಲು ನಿರಾಕರಿಸಿದ್ದರೆ ನನ್ನನ್ನು ಮೆಚ್ಚಿಕೊಳ್ಳಬಹುದಾಗಿತ್ತು. ನನ್ನನ್ನು ಆ ಘಳಿಗೆಯಲ್ಲಿ ಕಾಪಾಡಿದ್ದಕ್ಕಾಗಿ ಕರುಣಾಳುವಾದ ದೇವರನ್ನು ಒಂದೇ ಮನಸ್ಸಿನಿಂದ ವಂದಿಸಬೇಕು. ಈ ಘಟನೆಯ ದೇವರಲ್ಲಿ ನಾನಿಟ್ಟಿದ್ದ ಭಕ್ತಿಯನ್ನು ಹೆಚ್ಚಿಸಿತು ಮತ್ತು ಸ್ವಲ್ಪ ಮಟ್ಟಿಗೆ ಪೊಳ್ಳು ನಾಚಿಕೆಯನ್ನು ಹೊಡೆದೊಡಿಸುವಂತೆ ನನಗೆ ಕಲಿಸಿತು.

ನಾವು ಆ ಬಂದರಿನಲ್ಲಿ ಒಂದು ವಾರಕಾಲ ಉಳಿದುಕೊಳ್ಳಬೇಕಾಗಿತ್ತು. ನಾನು ಪಟ್ಟಣದಲ್ಲಿ ಕೆಲವು ರೂಮುಗಳನ್ನು ಬಾಡಿಗೆಗೆ ಪಡೆದುಕೊಂಡೆ. ನೆರೆಹೊರೆಯಲ್ಲಿ ಅಡ್ಡಾಡುತ್ತ ಸ್ಥಳಗಳನ್ನು ನೋಡಿದೆ. ಕೇವಲ ಮಲಬಾರ್ ಜಾಂಜಿಬಾರ್‌ನ ಸಮೃದ್ಧ ಸಸ್ಯವರ್ಗದ ಬಗ್ಗೆ ಒಂದು ಕಲ್ಪನೆಯನ್ನು ನೀಡಬಲ್ಲದು. ನಾನು ದೈತ್ಯಸದೃಶವಾಗಿದ್ದ ವೃಕ್ಷಗಳನ್ನು ಮತ್ತು ಹಣ್ಣುಗಳ ಆಕಾರವನ್ನು ಕಂಡು ಬೆರಗಾದೆ. ನಂತರ ನಾವು ಮೊಜಾಂಬಿಕ್‌ಅನ್ನು ಮುಟ್ಟಿದೆವು. ತರುವಾಯ ಮೇ ತಿಂಗಳ ಕೊನೆಯಲ್ಲಿ ನೆಟಾಲ್ ಅನ್ನು ಮುಟ್ಟಿದೆವು.

7. ಕೆಲವು ಅನುಭವಗಳು

ನೆಟಾಲ್‌ನ ಬಂದರು ಡರ್ಬಾನ್ ಆಗಿದ್ದು ಅದು ನೆಟಾಲ್ ಬಂದರು ಎಂದೂ ಹೆಸರುಪಡೆದಿದೆ (ಪೋರ್ಟ್ ನೆಟಾಲ್). ಅಬ್ದುಲ್ಲಾ ಶೇತ್ ನನ್ನನ್ನು ಬರಮಾಡಿಕೊಳ್ಳಲು ಅಲ್ಲಿದ್ದರು. ನೌಕೆಯು ಬಂದರುಕಟ್ಟೆ (ಕೀ)ಯ ಬಳಿ ಬಂದಾಗ ತಮ್ಮ ಗೆಳೆಯರನ್ನು ಸಂಧಿಸಲು ಬರುತ್ತಿದ್ದ ಜನರನ್ನು ಗಮನಿಸಿದೆ. ಭಾರತೀಯರು ಅಲ್ಲಿ ತುಂಬಾ ಗೌರವದಿಂದ ಜೀವನಸಾಗಿಸುತ್ತಿಲ್ಲ ಎಂಬುದನ್ನು ಗಮನಿಸಿದೆ. ಅಬ್ದುಲ್ಲಾ ಶೇತ್ ಅವರ ಪರಿಚಿತರು ಅವರ ಬಗ್ಗೆ ತೋರಿಸುತ್ತಿದ್ದ ಒಂದು ಬಗೆಯ ದೊಡ್ಡಸ್ತಿಕೆಯನ್ನು ಗಮನಿಸಿದೆ. ಇದು ನನ್ನನ್ನು ಚುರುಗುಟ್ಟಿಸಿತು. ಅಬ್ದುಲ್ಲಾ ಶೇತ್‌ಅವರಿಗೆ ಇದು ಅಭ್ಯಾಸವಾಗಿಬಿಟ್ಟಿತ್ತು. ನನ್ನನ್ನು ನೋಡಿದವರು ನನ್ನ ಬಗ್ಗೆ ಕುತೂಹಲಗೊಂಡಿರುವಂತೆ ಕಾಣಿಸಿತು. ನನ್ನ ಉಡುಪು ಇತರ ಭಾರತೀಯರಿಗಿಂತ ಭಿನ್ನ ಎಂಬುದನ್ನು ತೋರಿಸಿಕೊಡುತ್ತಿತ್ತು. ನಾನು ಸಡಿಲತೋಳಿನ ನಿಲುವಂಗಿ (ಫ್ರಾಕ್ ಕೋಟ್)ಯನ್ನು ಮತ್ತು ಬೆಂಗಾಲಿಗಳ ಪುಗ್ರೀ (ಪಗಡಿ)ಯನ್ನು ಹೋಲುತ್ತಿದ್ದ ಮುಂಡಾಸನ್ನು ಧರಿಸಿದ್ದೆ.

ನನ್ನನ್ನು ಕಂಪನಿಯ ವಸತಿಗೃಹಕ್ಕೆ ಕರೆದುಕೊಂಡು ಹೋದರು. ಅಬ್ದುಲ್ಲಾ ಶೇತ್ ಅವರ ಪಕ್ಕದಲ್ಲಿದ್ದ

ರೂಮನ್ನು ನನಗೆ ಮೀಸಲಾಗಿರಿಸಿದ್ದರು. ಅದನ್ನು ನನಗೆ ತೋರಿಸಿದರು. ಶೇಠ್ ಅವರಿಗೆ ನನ್ನ ಮಾತು ಅರ್ಥವಾಗಲಿಲ್ಲ ಮತ್ತು ನನಗೆ ಅವರ ಮಾತು ಅರ್ಥವಾಗಲಿಲ್ಲ. ನನ್ನ ಜತೆಯಲ್ಲಿ ಅವನ ಸಹೋದರನು ಕಳಿಸಿದ್ದ ಕಾಗದಪತ್ರಗಳನ್ನು ಓದಿದರು. ಅದರಿಂದ ಅವರು ಇನ್ನೂ ತಬ್ಬಿಬ್ಬಾದರು. ತಮ್ಮ ಸಹೋದರ ಬಿಳಿಯಾನೆಯನ್ನು ಕಳಿಸಿಕೊಟ್ಟಿದ್ದಾನೆ ಎಂದು ಅವರು ಭಾವಿಸಿದರು. ನನ್ನ ಉಡುಪಿನ ಶೈಲಿ ಮತ್ತು ಜೀವನ ಕ್ರಮ ಯುರೋಪಿಯನ್ನರಷ್ಟೇ ತುಂಬಾ ಖರ್ಚಿನದು ಎಂದು ಅವರಿಗೆ ಹೊಳೆಯಿತು ಆ ಹೊತ್ತಿಗೆ ನನಗೆ ವಹಿಸಬಹುದಾಗಿದ್ದ ವಿಶಿಷ್ಟ ಕಾರ್ಯ ಅವರ ಬಳಿಯಲ್ಲಿರಲಿಲ್ಲ. ಅವರ ಮೊಕದ್ದಮೆ ಟ್ರಾನ್ಸ್‌ವಾಲ್‌ನಲ್ಲಿ ನಡೆಯುತ್ತಿತ್ತು. ನನ್ನನ್ನು ಅಲ್ಲಿಗೆ ತಕ್ಷಣವೆ ಕಳಿಸುವುದರಲ್ಲಿ ಅರ್ಥವಿರಲಿಲ್ಲ. ನನ್ನ ಸಾಮರ್ಥ್ಯ ಮತ್ತು ಪ್ರಾಮಾಣಿಕತೆಯನ್ನು ಅವರು ಎಲ್ಲಿಯವರೆಗೆ ನಂಬಬಹುದಾಗಿತ್ತು? ನನ್ನನ್ನು ಗಮನಿಸಲು ಅವರು ಪ್ರಿಟೋರಿಯಾದಲ್ಲಿರುತ್ತಿರಲಿಲ್ಲ. ಪ್ರತಿವಾದಿಗಳು ಪ್ರಿಟೋರಿಯಾದಲ್ಲಿದ್ದರು. ಅವರು ನನ್ನ ಮೇಲೆ ಅನುಚಿತವಾಗಿ ಪ್ರಭಾವ ಬೀರಬಹುದೆಂದು ಅವರಿಗೆ ಅಲ್ಪಸ್ವಲ್ಪ ಅನುಮಾನವಿತ್ತು. ನಡೆಯುತ್ತಿದ್ದ ಮೊಕದ್ದಮೆಯ ಸಂಬಂಧದಲ್ಲಿ ಯಾವುದೇ ಕೆಲಸವನ್ನು ನನಗೆ ವಹಿಸಿಕೊಡಲು ಸಾಧ್ಯವಾಗದಿದ್ದರೆ ನನಗೆ ಯಾವ ಕೆಲಸವನ್ನು ಕೊಡಬೇಕು? ಏಕೆಂದರೆ ಅವರ ಗುಮಾಸ್ತರುಗಳು ಇತರ ಎಲ್ಲ ಕೆಲಸಗಳನ್ನು ಚೆನ್ನಾಗಿ ನಿರ್ವಹಿಸುತ್ತಿದ್ದರು. ಗುಮಾಸ್ತರುಗಳು ತಪ್ಪುಮಾಡಿದರೆ ಅವರ ಮೇಲೆ ಕ್ರಮ ತೆಗೆದುಕೊಳ್ಳಬಹುದಾಗಿತ್ತು. ಆದರೆ ನಾನು ತಪ್ಪುಮಾಡಿದರೆ ನನ್ನನ್ನು ಶಿಕ್ಷೆಗೆ ಗುರಿಮಾಡಲು ಸಾಧ್ಯವಿತ್ತೆ? ಮೊಕದ್ದಮೆಗೆ ಸಂಬಂಧಿಸಿದ್ದ ಯಾವುದೇ ಕೆಲಸವನ್ನು ನನಗೆ ವಹಿಸಲು ಸಾಧ್ಯವಾಗದಿದ್ದರೆ ಏನೂ ಕೆಲಸ ಕೊಡದೇ ನನ್ನನ್ನು ಸುಮ್ಮನೇ ಇರಿಸಿಕೊಳ್ಳಬೇಕಾಗಿತ್ತು.

ಅಬ್ದುಲ್ಲಾ ಶೇಠ್‌ಗೆ ಅಕ್ಷರಜ್ಞಾನವಿರಲಿಲ್ಲ. ಆದರೆ ಅವರಲ್ಲಿ ಸಮೃದ್ಧವಾಗಿ ಅನುಭವ ಜ್ಞಾನವಿತ್ತು. ಅವರಲ್ಲಿ ತೀಕ್ಷ್ಣವಾದ ಬುದ್ಧಿಶಕ್ತಿಯಿತ್ತು. ಅದು ಅವರಿಗೆ ಗೊತ್ತಿತ್ತು. ವ್ಯವಹಾರದಲ್ಲಿ ಅವರು ಅಭ್ಯಾಸಬಲದಿಂದ ತಕ್ಕಮಟ್ಟಿಗೆ ಇಂಗ್ಲಿಷ್‌ನಲ್ಲಿ ಸಂಭಾಷಣೆ ನಡೆಸಲು ಸಮರ್ಥರಾಗಿದ್ದರು. ಅವರ ಎಲ್ಲ ವ್ಯವಹಾರಗಳನ್ನು ನಡೆಸಲು ಅಷ್ಟು ಸಾಕಾಗಿತ್ತು. ಬ್ಯಾಂಕ್ ಮ್ಯಾನೇಜರ್‌ಗಳೊಂದಿಗೆ ಅಥವಾ ಯುರೋಪಿಯನ್ ವ್ಯಾಪಾರಿಗಳೊಂದಿಗೆ ವ್ಯವಹರಿಸಲು ಇಲ್ಲವೇ ತಮ್ಮ ನ್ಯಾಯವಾದಿಗೆ ತಮ್ಮ ಮೊಕದ್ದಮೆಯನ್ನು ವಿವರಿಸಲು ಅಷ್ಟು ಇಂಗ್ಲಿಷ್ ಜ್ಞಾನ ಸಾಕಾಗಿತ್ತು. ಭಾರತೀಯರು ಅವರನ್ನು ತುಂಬಾ ಗೌರವದಿಂದ ಕಾಣುತ್ತಿದ್ದರು. ಆ ಕಾಲದಲ್ಲಿ ಅವರ ಕಂಪನಿ ಅತ್ಯಂತ ದೊಡ್ಡದಾಗಿತ್ತು ಅಥವಾ ಭಾರತೀಯ ಕಂಪನಿಗಳಲ್ಲಿ ಅತ್ಯಂತ ದೊಡ್ಡದೆಂದು ಪರಿಗಣಿಸಲ್ಪಟ್ಟದ್ದರಲ್ಲಿ ಈ ಕಂಪನಿಯೂ ಸೇರಿತ್ತು. ಈ ಎಲ್ಲ ಅನುಕೂಲಗಳ ಮಧ್ಯೆ ಒಂದು ಕುಂದಿತ್ತು. ಅದೆಂದರೆ ಅವರಲ್ಲಿ ಸಂದೇಹಪಡುವ ಸ್ವಭಾವವಿತ್ತು.

ಅವರಿಗೆ ಇಸ್ಲಾಂ ಧರ್ಮದ ಬಗ್ಗೆ ಹೆಮ್ಮೆಯಿತ್ತು. ಇಸ್ಲಾಂ ತತ್ವಜ್ಞಾನದ ಬಗ್ಗೆ ಸಂವಾದ ನಡೆಸುವುದೆಂದರೆ ಅವರಿಗೆ ತುಂಬಾ ಇಷ್ಟ. ಅವರಿಗೆ ಅರೇಬಿಕ್ ಗೊತ್ತಿರಲಿಲ್ಲ. ಆದರೆ ಪವಿತ್ರ ಕೊರಾನು ಮತ್ತು ಇಸ್ಲಾಂ ಸಾಹಿತ್ಯದ ಪರಿಚಯವಿತ್ತು ಮತ್ತು ಅವುಗಳಲ್ಲಿ ಅವರ ಜ್ಞಾನ ಚೆನ್ನಾಗಿತ್ತು. ಅವರಲ್ಲಿ ವಿವರಣೆಗಳು, ದೃಷ್ಟಾಂತಗಳು ವಿಪುಲವಾಗಿರುತ್ತಿದ್ದವು ಮತ್ತು ಸದಾ ಉಲ್ಲೇಖಿಸಲು ಅವರ ನಾಲಿಗೆಗಳಲ್ಲಿ ಅವು ಸಿದ್ಧವಾಗಿರುತ್ತಿದ್ದವು. ಅವರೊಂದಿಗೆ ನಾನು

ಸಂಪರ್ಕದಲ್ಲಿದ್ದುದರಿಂದ ಬೇಕೆಂಬಷ್ಟರ ಮಟ್ಟಿಗೆ ಇಸ್ಲಾಂ ಕುರಿತ ವಾಸ್ತವ ಜ್ಞಾನದ ಪರಿಚಯಮಾಡಿಕೊಟ್ಟರು. ನಾವು ಇನ್ನೂ ನಿಕಟವಾದಂತೆ ಧಾರ್ಮಿಕ ವಿಷಯಗಳಲ್ಲಿ ದೀರ್ಘ ಚರ್ಚೆಗಳನ್ನು ನಡೆಸುತ್ತಿದ್ದೆವು.

ನಾನು ಅಲ್ಲಿಗೆ ಬಂದ ಎರಡನೇ ದಿನ ಅಥವಾ ಮೂರನೇ ದಿನ ಅವರು ನನ್ನನ್ನು ಡರ್ಬಾನ್ ನ್ಯಾಯಾಲಯಕ್ಕೆ ಕರೆದುಕೊಂಡು ಹೋದರು. ಅವರು ಅಲ್ಲಿ ನನ್ನನ್ನು ಅನೇಕರಿಗೆ ಪರಿಚಯಮಾಡಿಕೊಟ್ಟರು. ಅವರ ನ್ಯಾಯವಾದಿ (ಅಟಾರ್ನಿ)ಯ ಪಕ್ಕದಲ್ಲಿ ನನ್ನನ್ನು ಕೂರಿಸಿದರು. ನ್ಯಾಯಾಧೀಶರು ನನ್ನನ್ನು ದಿಟ್ಟಿಸಿ ನೋಡಿದರು ಮತ್ತು ಕಡೆಯಲ್ಲಿ ನನ್ನ ಮುಂಡಾಸ (ಟರ್ಬನ್)ನ್ನು ತೆಗೆಯಲು ಹೇಳಿದರು. ನಾನು ನಿರಾಕರಿಸಿದೆ ಮತ್ತು ನ್ಯಾಯಾಲಯವನ್ನು ಬಿಟ್ಟು ಹೊರಕ್ಕೆ ಬಂದೆ.

ಆದ್ದರಿಂದ ಇಲ್ಲಿಕೂಡಾ ನನಗೆ ಮುಂದಿನ ದಿನಗಳಲ್ಲಿ ಹೋರಾಟ ಕಾದಿತ್ತು.

ಏಕೆ ಕೆಲವು ಭಾರತೀಯರು ಮುಂಡಾಸನ್ನು ತೆಗೆಯಬೇಕಾಗುತ್ತದೆ ಎಂಬುದನ್ನು ಅಬ್ದುಲ್ಲಾ ಶೇಠ್ ವಿವರಿಸಿದರು. ಮುಸಲ್ಮಾನ್ ಪೋಷಾಕು ತೊಟ್ಟವರು ಮುಂಡಾಸನ್ನು ಧರಿಸಿಕೊಳ್ಳಬಹುದೆಂದೂ ಆದರೆ ನಿಯಮದಂತೆ ಇತರ ಭಾರತೀಯರು ನ್ಯಾಯಾಲಯವನ್ನು ಪ್ರವೇಶಿಸುತ್ತಿದ್ದಂತೆ ಮುಂಡಾಸನ್ನು ತೆಗೆಯಬೇಕಾಗುತ್ತದೆ ಎಂದು ಅವರು ತಿಳಿಸಿದರು.

ಈ ನಾಜೂಕಿನ ಭಿನ್ನತೆಯ ಬಗ್ಗೆ ಗ್ರಹಿಸಲು ಸಾಧ್ಯವಾಗುವಂತೆ ನಾನು ಕೆಲವು ವಿವರಗಳನ್ನು ಕೊಡಬೇಕಾಗುತ್ತದೆ. ಈ ಎರಡು ಅಥವಾ ಮೂರು ದಿನಗಳ ಅವಧಿಯಲ್ಲಿ ನಾನು ಗ್ರಹಿಸಿದಂತೆ ಭಾರತೀಯರು ಎರಡು ಬೇರೆಬೇರೆ ಗುಂಪುಗಳಲ್ಲಿ ವಿಭಜಿಸಲ್ಪಟ್ಟಿದ್ದರು. ಒಂದು ಗುಂಪು ಮುಸಲ್ಮಾನ್ ವ್ಯಾಪಾರಿಗಳದ್ದಾಗಿತ್ತು. ಅವರು ತಮ್ಮನ್ನು 'ಅರಬ್ಬರು' ಎಂದು ಕರೆದುಕೊಳ್ಳುತ್ತಿದ್ದರು. ಇನ್ನೊಂದು ಗುಂಪು ಹಿಂದೂಗಳದ್ದಾಗಿದ್ದರೆ ಮತ್ತೊಂದು ಗುಂಪು ಪಾರ್ಸಿ ಗುಮಾಸ್ತರುಗಳದ್ದಾಗಿತ್ತು. ಹಿಂದೂ ಗುಮಾಸ್ತರುಗಳು ಅರಬ್ಬರೊಂದಿಗೆ ತಮ್ಮ ಒಲವನ್ನು ವ್ಯಕ್ತಪಡಿಸದ ಹೊರತು ಅವರು ಅಲ್ಲೂ ಇರುತ್ತಿರಲಿಲ್ಲ ಇಲ್ಲವೇ ಇಲ್ಲೂ ಇರುತ್ತಿರಲಿಲ್ಲ. ಪಾರ್ಸಿ ಗುಮಾಸ್ತರುಗಳು ತಮ್ಮನ್ನು 'ಪರ್ಷಿಯನ್ನರು' ಎಂದು ಕರೆದುಕೊಳ್ಳುತ್ತಿದ್ದರು. ಈ ಮೂರು ವರ್ಗಗಳು ಒಬ್ಬರೊಂದಿಗೆ ಇನ್ನೊಬ್ಬರು ಏನೋ ಒಂದು ರೀತಿಯ ಸಾಮಾಜಿಕ ಸಂಬಂಧ ಹೊಂದಿದ್ದರು. ಅತ್ಯಂತ ದೊಡ್ಡ ವರ್ಗದಲ್ಲಿ ತಮಿಳು, ತೆಲಗು ಮತ್ತು ಉತ್ತರ ಭಾರತದಿಂದ ಕರಾರಿನ ಮೇಲೆ ಬಂದಿದ್ದ ಮತ್ತು ಗುಲಾಮಗಿರಿಯಿಂದ ಬಿಡುಗಡೆ ಪಡೆದಿದ್ದ ಶ್ರಮಿಕರು ಇದ್ದರು. ಕರಾರಿನ ಮೇಲೆ ಬಂದಿದ್ದ ಶ್ರಮಿಕರು ಯಾರೆಂದರೆ ಐದು ವರ್ಷಗಳ ಕಾಲ ಸೇವೆ ಸಲ್ಲಿಸುವುದಾಗಿ ಕರಾರು ಮಾಡಿಕೊಂಡು ನೆಟಾಲ್‌ಗೆ ಬಂದಿದ್ದ ಶ್ರಮಿಕರು. ಇವರನ್ನು ಗಿರ್‌ಮಿಟಿಯರು ಎಂದು ಕರೆಯಲಾಗುತ್ತಿತ್ತು ಗಿರ್‌ಮಿಟ್ ಎಂಬುದು ಇಂಗ್ಲಿಷ್‌ನ 'ಅಗ್ರಿಮೆಂಟ್' ಎಂಬ ಪದದ ಅಶುದ್ಧ ರೂಪವಾಗಿತ್ತು. ಇತರ ಮೂರು ವರ್ಗಗಳು ಈ ಜನರೊಂದಿಗೆ ವ್ಯಾಪಾರಿ ಸಂಬಂಧ ಬಿಟ್ಟಂತೆ ಬೇರೆ ಯಾವುದೇ ಸಂಬಂಧವನ್ನು ಇಟ್ಟುಕೊಂಡಿರಲಿಲ್ಲ. ಭಾರತೀಯರಲ್ಲೂ ಬಹುಪಾಲು ಮಂದಿ ಶ್ರಮಿಕ ವರ್ಗಕ್ಕೆ ಸೇರಿದ್ದರಿಂದ ಇಂಗ್ಲಿಷಿನವರು (ಇಂಗ್ಲಿಷ್‌ಮೆನ್) ಇವರನ್ನು ಕೂಲಿಗಳು ಅಥವಾ ಸಾಮಿಗಳು ಎಂದು ಕರೆಯುತ್ತಿದ್ದರು. 'ಸಾಮಿ' ಎಂಬುದು ಅನೇಕ ತಮಿಳು ಹೆಸರುಗಳ ಕಡೆಯಲ್ಲಿ ಬರುವ

ಪದವಾಗಿತು. ಸಂಸ್ಕೃತದಲ್ಲಿ 'ಸ್ವಾಮಿ' ಎಂದರೆ ಮಾಲೀಕ ಎಂಬರ್ಥವನ್ನು ಕೊಡುತ್ತದೆ. ಸಾಮಿ ಎಂದರೆ ಸ್ವಾಮಿ ಎಂದಾಗುವುದು. ಆದ್ದರಿಂದ ಯಾವಾಗಾದರೂ ಯಾವನೇ ಭಾರತೀಯನನ್ನು ಸಾಮಿ ಎಂದು ಕರೆದಾಗ ಅವನು ಕೋಪಗೊಂಡಿದ್ದರೆ ಮತ್ತು ಅವನಲ್ಲಿ ಸಾಕಷ್ಟು ಬುದ್ಧಿ ಚಾತುರ್ಯವಿದ್ದರೆ ಅವನು ಮುಂದೆ ತಿಳಿಸುವ ಪ್ರಕಾರ ಮೆಚ್ಚುಗೆಯನ್ನು ಪಡೆಯಲು ಪ್ರಯತ್ನಿಸಬಹುದು: 'ನೀವು ನನ್ನನ್ನು ಸ್ವಾಮಿ ಎಂದು ಕರೆಯಬಹುದು. ಆದರೆ ಸಾಮಿ ಎಂದರೆ ಮಾಲೀಕ ಎಂದು ಅರ್ಥವಾಗುತ್ತದೆ ಎಂಬುದನ್ನು ನೀವು ಮರೆತಿರುವಿರಿ. ನಾನು ನಿಮ್ಮ ಮಾಲೀಕನಲ್ಲ.' ಕೆಲವು ಇಂಗ್ಲಿಷನವರು ಇದನ್ನು ಕೇಳಿ ಬೆಚ್ಚಿಬೀಳುವರು. ಇತರರು ಕೋಪಗೊಂಡು ಭಾರತೀಯನ ಮೇಲೆ ಅಪರಾಧ ಹೊರಿಸುವರು. ಅವಕಾಶ ಸಿಕ್ಕರೆ ಅವನನ್ನು ಸದೆಬಡಿಯುವರು. ಏಕೆಂದರೆ ಇಂಗ್ಲಿಷಿನವರಿಗೆ 'ಸಾಮಿ' ಎನ್ನುವುದು ತಾತ್ಸಾರದ ಪದವಾಗಿದೆಯೇ ವಿನಹ ಅದಕ್ಕಿಂತ ಉತ್ತಮವಾದ ಅರ್ಥವನ್ನು ಹೊಂದಿಲ್ಲ. 'ಸಾಮಿ' ಎಂಬ ಶಬ್ದ ಮಾಲೀಕ ಎಂಬ ಅರ್ಥವನ್ನು ಹೊಂದಿಗೆ ಎಂದು ಹೇಳಿದರೆ ಅದು ಇಂಗ್ಲಿಷಿನವರಿಗೆ ಮೂದಲಿಕೆಯಾಗಿಬಿಡುವುದು!

ಆದ್ದರಿಂದ ನಾನು 'ಕೂಲಿ ಬ್ಯಾರಿಸ್ಟರ್' ಎಂದು ಹೆಸರಾಗಿದ್ದೆ. ವ್ಯಾಪಾರಿಗಳು 'ಕೂಲಿ ವ್ಯಾಪಾರಿಗಳು' ಎಂದು ಹೆಸರಾಗಿದ್ದರು. 'ಕೂಲಿ' ಎಂಬುದರ ಮೂಲ ಅರ್ಥ ಈ ಪ್ರಕಾರ ಮರೆತೇ ಹೋಗಿತ್ತು. ಈ ಪದ ಎಲ್ಲ ಭಾರತೀಯರಿಗೂ ಸಾಮಾನ್ಯವಾಗಿ ಅನ್ವಯಿಸುವ ಪದವಾಗಿ ಬಿಟ್ಟಿತ್ತು. ಮುಸಲ್ಮಾನ್ ವ್ಯಾಪಾರಿಯು ಕೋಪಗೊಂಡು ಹೇಳುತ್ತಿದ್ದ: 'ನಾನು ಕೂಲಿಯಲ್ಲ. ನಾನೊಬ್ಬ ಅರಬ್' ಅಥವಾ 'ನಾನೊಬ್ಬ ವ್ಯಾಪಾರಿ'. ಇಂಗ್ಲಿಷಿನವನು, ವಿನಯಶೀಲನಾಗಿದ್ದರೆ ಕ್ಷಮೆ ಕೇಳುತ್ತಿದ್ದ.

ಇಂತಹ ಪರಿಸ್ಥಿತಿಯಲ್ಲಿ ಮುಂಡಾಸನ್ನು ಧರಿಸುವ ಪ್ರಶ್ನೆ ಮಹತ್ವದ್ದಾಗಿತ್ತು. ಒಬ್ಬಾತನು ಭಾರತೀಯ ಮುಂಡಾಸನ್ನು ತೆಗೆದುಹಾಕಲು ಒಪ್ಪಿಕೊಳ್ಳುವುದೆಂದರೆ ಅವನು ಅವಮಾನವನ್ನು ನುಂಗಿಕೊಂಡಂತಾಗುವುದು. ಆದ್ದರಿಂದ ನಾನು ಭಾರತೀಯ ಮುಂಡಾಸಿಗೆ ವಿದಾಯಹೇಳುವುದೇ ಒಳ್ಳೆಯದು ಎಂದು ಭಾವಿಸಿದೆ. ಇಂಗ್ಲಿಷ್ ಹ್ಯಾಟನ್ನು ಧರಿಸಿಕೊಳ್ಳಲು ನಿಶ್ಚಯಿಸಿದೆ. ಇದರಿಂದ ಅವಮಾನವನ್ನು ಮತ್ತು ಅಹಿತಕರವಾದ ವಾಗ್ವಾದವನ್ನು ತಪ್ಪಿಸಿಕೊಂಡಂತಾಗುವುದು.

ಆದರೆ ಅಬ್ದುಲ್ಲಾ ಶೇಠ್ ಈ ವಿಚಾರವನ್ನು ಒಪ್ಪಿಕೊಳ್ಳಲಿಲ್ಲ. ಅವರು ಹೇಳಿದರು: 'ನೀವು ಈ ರೀತಿಯಲ್ಲಿ ಏನಾದರೂ ಮಾಡಿದರೆ ಅದರಿಂದ ಕೆಟ್ಟ ಪರಿಣಾಮವಾಗುವುದು. ಭಾರತೀಯ ಮುಂಡಾಸನ್ನು ಧರಿಸಿಕೊಳ್ಳಬೇಕೆಂದು ಒತ್ತಾಯಿಸುವವರನ್ನು ನೀವು ನಿಂದೆಗೆ ಗುರಿಮಾಡಿದಂತಾಗುವುದು. ಭಾರತೀಯ ಮುಂಡಾಸು ನಿಮ್ಮ ತಲೆಯ ಮೇಲೆ ಚೆನ್ನಾಗಿ ಕೂರುವುದು. ನೀವು ಇಂಗ್ಲಿಷ್ ಹ್ಯಾಟನ್ನು ಧರಿಸಿದರೆ ಪರಿಚಾರಕ (ವೇಟರ್)ನೆಂದು ನೀವೇ ಒಪ್ಪಿಕೊಂಡಂತಾಗುತ್ತದೆ.'

ಈ ಸಲಹೆಯಲ್ಲಿ ವ್ಯಾವಹಾರಿಕ ಜಾಣ್ಮೆಯಿತ್ತು, ದೇಶಭಕ್ತಿಯಿತ್ತು ಮತ್ತು ಸ್ವಲ್ಪಮಟ್ಟಿನ ಸಂಕುಚಿತ ಭಾವನೆ ಕೂಡಾ ಇತ್ತು. ಅವರ ಬುದ್ಧಿವಂತಿಕೆ ಮೇಲುನೋಟಕ್ಕೆ ಸ್ಪಷ್ಟವಾಗಿತ್ತು, ದೇಶಾಭಿಮಾನವಿಲ್ಲದಿದ್ದರೆ ಅವರು ಭಾರತೀಯ ಮುಂಡಾಸನ್ನು ಧರಿಸುವಂತೆ ಒತ್ತಾಯಮಾಡುತ್ತಿರಲಿಲ್ಲ. ಪರಿಚಾರಕನೆಂಬುದರ ಬಗ್ಗೆ ಅವರು ಪ್ರಸ್ತಾಪಿಸಿದ್ದರಲ್ಲಿ ಒಂದು ಬಗೆಯ

ಸಂಕುಚಿತ ಮನೋಭಾವ ಎದ್ದು ಕಾಣುತ್ತಿತ್ತು. ಕರಾರಿನ ಮೇಲೆ ಬಂದಿದ್ದ ಭಾರತೀಯರಲ್ಲಿ ಮೂರು ವರ್ಗಗಳಿದ್ದವು - ಹಿಂದೂಗಳು, ಮುಸ್ಲಿಮರು ಮತ್ತು ಕ್ರಿಶ್ಚಿಯನ್ನರು. ಕಡೆಯ ವರ್ಗದವರು ಕರಾರಿನ ಮೇಲೆ ಬಂದಿದ್ದ ಭಾರತೀಯರ ಮಕ್ಕಳುಗಳಾಗಿದ್ದು ಅವರು ಕ್ರಿಶ್ಚಿಯನ್ ಧರ್ಮಕ್ಕೆ ಮತಾಂತರಗೊಂಡಿದ್ದರು. 1893ರಲ್ಲೂ ಅವರ ಸಂಖ್ಯೆ ದೊಡ್ಡದಾಗಿತ್ತು. ಅವರು ಇಂಗ್ಲಿಷ್ ಪೋಷಾಕನ್ನು ಧರಿಸುತ್ತಿದ್ದರು ಮತ್ತು ಅವರಲ್ಲಿ ಬಹುಪಾಲಿನವರು ಹೊಟೇಲ್‌ಗಳಲ್ಲಿ ಪರಿಚಾರಕರಾಗಿ ಸೇವೆ ಸಲ್ಲಿಸುತ್ತ ಜೀವನ ನಡೆಸುತ್ತಿದ್ದರು. ಇಂಗ್ಲಿಷ್ ಹ್ಯಾಟ್ ಬಗ್ಗೆ ಶೇಠ್ ಮಾಡಿದ್ದ ಟೀಕೆ ಈ ವರ್ಗವನ್ನು ಕುರಿತದ್ದಾಗಿತ್ತು. ಹೊಟೇಲ್‌ನಲ್ಲಿ ಪರಿಚಾರಕನಾಗಿ ಸೇವೆ ಸಲ್ಲಿಸುವುದು ಕೆಳಮಟ್ಟದ್ದು ಎಂದು ಪರಿಗಣಿಸಲ್ಪಟ್ಟಿತ್ತು. ಈ ನಂಬಿಕೆ ಇಂದು ಕೂಡಾ ಅನೇಕರಲ್ಲಿ ದೃಢವಾಗಿ ಉಳಿದುಕೊಂಡಿದೆ.

ಒಟ್ಟಿನಲ್ಲಿ ನಾನು ಅಬ್ದುಲ್ಲಾ ಶೇಠ್‌ಅವರ ಸಲಹೆಯನ್ನು ಮೆಚ್ಚಿಕೊಂಡೆ. ನಾನು ಈ ಘಟನೆಯ ಬಗ್ಗೆ ಪತ್ರಿಕೆಗಳಲ್ಲಿ ಬರೆದೆ ಮತ್ತು ನ್ಯಾಯಾಲಯದಲ್ಲಿ ಮುಂಡಾಸನ್ನು ಧರಿಸುವ ಕ್ರಮವನ್ನು ಸಮರ್ಥಿಸಿಕೊಂಡೆ. ವೃತ್ತ ಪತ್ರಿಕೆಗಳಲ್ಲಿ ಈ ಪ್ರಶ್ನೆ ತುಂಬಾ ಚರ್ಚೆಗೊಳಗಾಯಿತು ಮತ್ತು ನಾನೊಬ್ಬ ಅಪ್ರಿಯ ಅತಿಥಿ ಎಂದು ವರ್ಣಿಸಲ್ಪಟ್ಟೆ. ಈ ಪ್ರಕಾರ ಈ ಘಟನೆ ನಾನು ದಕ್ಷಿಣ ಆಫ್ರಿಕದಲ್ಲಿ ಕಾಲಿರಿಸಿದ ಕೆಲವೇ ದಿನಗಳಲ್ಲಿ ನನಗೆ ಅನಿರೀಕ್ಷಿತವಾಗಿ ಪ್ರಚಾರವನ್ನು ತಂದುಕೊಟ್ಟಿತು. ಕೆಲವರು ನನ್ನನ್ನು ಬೆಂಬಲಿಸಿದರು ಮತ್ತೆ ಕೆಲವರು ನನ್ನ ದುಡುಕುತನವನ್ನು ಕಟುವಾಗಿ ಟೀಕಿಸಿದರು.

ನನ್ನ ಮುಂಡಾಸು ನಾನು ದಕ್ಷಿಣ ಆಫ್ರಿಕದಲ್ಲಿದ್ದ ಕಡೆಯ ದಿನದವರೆಗೂ ವಸ್ತುತಃ ನನ್ನ ಬಳಿಯಲ್ಲಿತ್ತು. ದಕ್ಷಿಣ ಆಫ್ರಿಕದಲ್ಲಿ ನಾನು ಏಕೆ ಮತ್ತು ಯಾವಾಗ ತಲೆಯ ಮೇಲೆ ಯಾವುದೇ ಉಡುಪನ್ನು ಧರಿಸುವುದನ್ನು ಬಿಟ್ಟುಬಿಟ್ಟೆ ಎಂಬುದಕ್ಕೆ ಮುಂದೆ ನೋಡೋಣ.

8. ಪ್ರಿಟೋರಿಯಾ ದಾರಿಯಲ್ಲಿ

ನಾನು ಬೇಗನೇ ಡರ್ಬಾನ್‌ನಲ್ಲಿ ವಾಸಿಸುತ್ತಿದ್ದ ಕ್ರಿಶ್ಚಿಯನ್ ಭಾರತೀಯರ ಪರಿಚಯ ಬೆಳಸಿಕೊಂಡೆ ಮಿ. ಪಾಲ್ ನ್ಯಾಯಾಲಯದ ದುಭಾಷಿಯಾಗಿದ್ದು ರೋಮನ್ ಕ್ಯಾಥೊಲಿಕ್ ಆಗಿದ್ದರು. ನಾನು ಅವರ ಪರಿಚಯ ಮಾಡಿಕೊಂಡೆ ಮತ್ತು ದಿವಂಗತ ಸುಭಾನ್ ಗಾಡ್‌ಫ್ರೆಅವರ ಪರಿಚಯವನ್ನು ಕೂಡಾ ಮಾಡಿಕೊಂಡೆ. ಸುಭಾಸ್ ಗಾಡ್‌ಫ್ರೆ ಆಗ ಪ್ರಾಟೆಸ್ಟೆಂಟ್ ಧರ್ಮ ಪ್ರಚಾರಮಂಡಳಿ (ಮಿಷನ್)ಯಲ್ಲಿ ಶಿಕ್ಷಕರಾಗಿದ್ದರು ಮತ್ತು 1924ರಲ್ಲಿ ಭಾರತಕ್ಕೆ ಭೇಟಿ ನೀಡಿದ್ದ ದಕ್ಷಿಣ ಆಫ್ರಿಕದ ನಿಯೋಗದ ಸದಸ್ಯರಾಗಿದ್ದ ಮಿ. ಜೇಮ್ಸ್ ಗಾಡ್‌ಫ್ರೇ ಅವರ ತಂದೆಯಾಗಿದ್ದರು. ಇದೇ ರೀತಿಯಲ್ಲಿ ನಾನು ದಿವಂಗತ ಪಾರ್ಸಿ ರುಸ್ತೋಮ್‌ಜೀ ಮತ್ತು ದಿವಂಗತ ಆ್ಯಡಮ್‌ಜೀ ಮಿಯಾಖಾನ್ ಅವರುಗಳನ್ನು ಇದೇ ಕಾಲದಲ್ಲಿ ಭೇಟಿಮಾಡಿದ್ದೆ. ಈ ಎಲ್ಲ ಗೆಳೆಯರು ಅಲ್ಲಿಯುವರೆಗೆ ವ್ಯಾಪಾರದ ನಿಮಿತ್ತ ಮಾತ್ರ ಒಬ್ಬರನ್ನೊಬ್ಬರು ಭೇಟಿಯಾಗುತ್ತಿದ್ದರು. ಆದರೆ ಮುಂದೆ ತಿಳಿಸುವಂತೆ ಅವರೆಲ್ಲರೂ ಅಂತಿಮವಾಗಿ ಆಪ್ತ ಸಂಪರ್ಕಕ್ಕೆ ಬಂದರು.

ಈ ರೀತಿಯಲ್ಲಿ ನಾನು ನನ್ನ ಪರಿಚಯದ ವಲಯವನ್ನು ವಿಸ್ತರಿಸಿಕೊಳ್ಳುತ್ತಿದ್ದ ಕಾಲದಲ್ಲಿ ಕಂಪನಿಗೆ ಅವರ ವಕೀಲನಿಂದ ಪತ್ರ ಬಂತು. ಮೊಕದ್ದಮೆಗೆ ಸಿದ್ಧತೆ ಮಾಡಬೇಕಾಗಿದೆಯೆಂದೂ ಅದಕ್ಕಾಗಿ ಅಬ್ದುಲ್ಲಾ ಶೇಠ್ ಪ್ರಿಟೋರಿಯಾಕ್ಕೆ ಹೋಗಬೇಕೆಂದೂ ಇಲ್ಲದಿದ್ದರೆ ಅವರ ಪ್ರತಿನಿಧಿಯೊರ್ವರನ್ನು ಅಲ್ಲಿಗೆ ಕಳಿಸಬೇಕೆಂದು ಪತ್ರದಲ್ಲಿ ತಿಳಿಸಲಾಗಿತ್ತು.

ಅಬ್ದುಲ್ಲಾ ಶೇಠ್ ನನಗೆ ಈ ಪತ್ರವನ್ನು ಓದುವಂತೆ ತಿಳಿಸಿದರು ಮತ್ತು 'ಪ್ರಿಟೋರಿಯಾಕ್ಕೆ ಹೋಗುವಿರಾ' ಎಂದು ಪ್ರಶ್ನಿಸಿದರು. 'ನನಗೆ ಮೊಕದ್ದಮೆ ಅರ್ಥವಾದ ಬಳಿಕ ನಾನು ಈ ಬಗ್ಗೆ ಏನಾದರೂ ಹೇಳಬಹುದು.' ಎಂದು ನಾನು ಹೇಳಿದೆ. 'ಸದ್ಯಕ್ಕೆ ನನಗೆ ಅಲ್ಲಿ ಏನುಮಾಡಬೇಕು ಎಂದು ಗೊತ್ತಾಗುತ್ತಿಲ್ಲ.' ಅದನ್ನು ಕೇಳಿ ಶೇಠ್ ಅವರ ಗುಮಾಸ್ತರುಗಳಿಗೆ ಮೊಕದ್ದಮೆಯನ್ನು ನನಗೆ ವಿವರಿಸುವಂತೆ ತಿಳಿಸಿದರು.

ನಾನು ಮೊಕದ್ದಮೆಯ ಅಧ್ಯಯನದಲ್ಲಿ ತೊಡಗಿದೆ. ವಿಷಯದ ಪ್ರಾರಂಭದಿಂದಲೇ ಅಧ್ಯಯನವನ್ನು ಶುರುಮಾಡಬೇಕು ಎಂದು ನನಗೆ ತೋರಿತ್ತು. ಕೆಲವೇ ದಿವಸಗಳಲ್ಲಿ ನಾನು ಜಾಂಜಿಬಾರ್‌ನಲ್ಲಿದ್ದೆ. ನ್ಯಾಯಾಲಯದಲ್ಲಿ ನಡೆಯುತ್ತಿದ್ದ ಕೆಲಸ-ಕಾರ್ಯವನ್ನು ನೋಡಲು ಅಲ್ಲಿಗೆ ಹೋದೆ. ಒಬ್ಬ ಪಾರ್ಸಿ ವಕೀಲನು ಒಬ್ಬ ಸಾಕ್ಷಿಯನ್ನು ವಿಚಾರಿಸುತ್ತಿದ್ದನು. ಲೆಕ್ಕ ಪುಸ್ತಕಗಳಲ್ಲಿರುವ ಜಮಾ ಮತ್ತು ಖರ್ಚಿನ ದಾಖಲೆಗಳ ಬಗ್ಗೆ ಅವನಿಗೆ ಪ್ರಶ್ನೆ ಹಾಕುತ್ತಿದ್ದನು. ಅದೆಲ್ಲವೂ ನನಗೆ ಅರ್ಥವಾಗದ ವಿಷಯವಾಗಿತ್ತು. ಜಮಾ - ಖರ್ಚಿನ ಲೆಕ್ಕದ ಬಗ್ಗೆ ನಾನು ಶಾಲೆಯಲ್ಲಾಗಲೀ ಇಲ್ಲವೇ ಇಂಗ್ಲೆಂಡ್‌ನಲ್ಲಾಗಲಿ ಕಲಿತಿರಲಿಲ್ಲ. ನಾನು ದಕ್ಷಿಣ ಆಫ್ರಿಕಕ್ಕೆ ಯಾವ ಮೊಕ್ಕದ್ದಮೆಯ ಸಲುವಾಗಿ ಬಂದಿದ್ದೆನೋ ಅದು ಮುಖ್ಯವಾಗಿ ಲೆಕ್ಕಗಳಿಗೆ ಸಂಬಂಧಿಸಿತ್ತು. ಲೆಕ್ಕಗಳ ಬಗ್ಗೆ ಚೆನ್ನಾಗಿ ತಿಳಿದುಕೊಂಡಿರುವವನು ಮಾತ್ರ ಅದನ್ನು ಅರ್ಥಮಾಡಿಕೊಳ್ಳಬಲ್ಲವನಾಗಿದ್ದ ಮತ್ತು ಅದನ್ನು ವಿವರಿಸಲು ಸಮರ್ಥನಾಗಿದ್ದ. ಗುಮಾಸ್ತನು ಖರ್ಚಿನ ಬಗ್ಗೆ ಮತ್ತು ಜಮಾದ ಬಗ್ಗೆ ಮಾತಾಡುತ್ತಿದ್ದ. ನಾನು ಅದನ್ನು ಕೇಳುತ್ತ, ಕೇಳುತ್ತ. ಹೆಚ್ಚು ಹೆಚ್ಚು ದಿಗ್ಭ್ರಾಂತನಾದೆ. ನನಗೆ ಪಿ. ನೋಟ್ ಎಂದರೇನು ಎಂದು ಗೊತ್ತಿರಲಿಲ್ಲ. ಆ ಶಬ್ದ ನಿಘಂಟುವಿನಲ್ಲಿ ಕೂಡಾ ಕಂಡುಬರಲಿಲ್ಲ. ನನ್ನ ಮೌಢ್ಯವನ್ನು ಗುಮಾಸ್ತನೆದುರು ಬಹಿರಂಗಪಡಿಸಿದೆ. ಪಿ. ನೋಟ್ ಎಂದರೆ ಪ್ರಾಮಿಸರಿ ನೋಟ್ (ವಾಗ್ದಾನ ಸಾಲಪತ್ರ) ಎಂದು ಅವನಿಂದ ಕಲಿತುಕೊಂಡೆ. ನಾನು ಜಮಾಖರ್ಚುಲೆಕ್ಕ (ಬುಕ್ ಕೀಪಿಂಗ್) ಕುರಿತ ಪುಸ್ತಕವೊಂದನ್ನು ಕೊಂಡುಕೊಂಡೆ. ಇದರಿಂದ ನನ್ನಲ್ಲಿ ಸ್ವಲ್ಪಮಟ್ಟಿನ ವಿಶ್ವಾಸ ಹುಟ್ಟಿಕೊಂಡಿತು. ನಾನು ಮೊಕದ್ದಮೆಯನ್ನು ಅರ್ಥಮಾಡಿಕೊಂಡೆ. ಲೆಕ್ಕಗಳನ್ನು ಹೇಗೆ ಇಡಬೇಕು ಎಂಬುದನ್ನು ಅರಿಯದ ಅಬ್ದುಲ್ಲಾ ಶೇಠ್‌ಅವರಲ್ಲಿ ವ್ಯಾವಾಹಾರಿಕ ಜ್ಞಾನವಿತ್ತು. ಜಮಾ - ಖರ್ಚಿನ ಬಗ್ಗೆ ಯಾವುದೇ ತೊಡಕನ್ನಾದರೂ ಥಟ್ಟನೇ ಬಗೆಹರಿಸಿಬಿಡುತ್ತಿದ್ದರು. ನಾನು ಪ್ರಿಟೋರಿಯಾಕ್ಕೆ ಹೋಗಲು ಸಿದ್ಧನಾಗಿರುವುದಾಗಿ ತಿಳಿಸಿದೆ.

'ನೀವು ಎಲ್ಲಿ ಉಳಿದುಕೊಳ್ಳುವಿರಿ?' ಎಂದು ಶೇಠ್ ವಿಚಾರಿಸಿದರು.

'ನೀವು ಎಲ್ಲಿ ಇಷ್ಟಪಟ್ಟರೆ ಅಲ್ಲಿರುತ್ತೇನೆ.' ಎಂದು ನಾನು ಉತ್ತರಿಸಿದೆ.

'ಹಾಗಿದ್ದರೆ ನಾನು ನಮ್ಮ ವಕೀಲರಿಗೆ ಬರೆಯುತ್ತೇನೆ. ಅವರು ನಿಮ್ಮ ವಸತಿಗೆ ಏರ್ಪಾಡುಮಾಡುತ್ತಾರೆ. ನಾನು ಅಲ್ಲಿರುವ ಮೇಮನ್ ಗೆಳೆಯರಿಗೆ ಕೂಡಾ ಬರೆಯುತ್ತೇನೆ. ಆದರೆ ನೀವು ಅವರ ಜತೆಯಲ್ಲಿ ತಂಗಬಾರದೆಂದು ಸಲಹೆ ಕೊಡುತ್ತಿದ್ದೇನೆ. ಎದುರು ಪಕ್ಷದವರಿಗೆ ಪ್ರಿಟೋರಿಯಾದಲ್ಲಿ ಭಾರಿ ಪ್ರಭಾವವಿದೆ. ಅವರಲ್ಲಿ ಯಾರಾದರೊಬ್ಬರು ನಮ್ಮ ಖಾಸಗಿ ಪತ್ರಗಳನ್ನು ಓದಲು ಸಮರ್ಥರಾದರೆ ಅದರಿಂದ ನಮಗೆ ತುಂಬಾ ಕೆಡುಕಾಗುವುದು. ಅವರೊಂದಿಗೆ ಅನ್ಯೋನ್ಯತೆಯನ್ನು ದೂರಮಾಡಿದಷ್ಟು ನಮಗೆ ಒಳ್ಳೆಯದಾಗುವುದು.'

'ನಿಮ್ಮ ವಕೀಲರು ನನ್ನನ್ನು ಎಲ್ಲಿ ಉಳಿಯಲು ಏರ್ಪಾಡುಮಾಡುತ್ತಾರೋ ಅಲ್ಲೇ ನಾನು ಉಳಿದುಕೊಳ್ಳುತ್ತೇನೆ. ಅಥವಾ ನಾನು ಸ್ವತಂತ್ರವಾಗಿ ವಸತಿಗೃಹವನ್ನು ಹುಡುಕಿಕೊಳ್ಳುತ್ತೇನೆ. ದಯವಿಟ್ಟು ಚಿಂತಿಸಬೇಡಿ. ನಮ್ಮಿಬ್ಬರ ಮಧ್ಯೆ ಇರುವ ರಹಸ್ಯದ ಬಗ್ಗೆ ಯಾರು ಏನನ್ನೂ ತಿಳಿದುಕೊಳ್ಳಲಾರರು. ಆದರೆ ಎದುರು ಪಕ್ಷದೊಂದಿಗೆ ಪರಿಚಯವನ್ನು ಬೆಳೆಸಿಕೊಳ್ಳಲು ಇಚ್ಛಿಸಿದ್ದೇನೆ. ನಾನು ಅವರೊಂದಿಗೆ ಗೆಳೆತನವನ್ನು ಬೆಳಸಿಕೊಳ್ಳಲು ಬಯಸಿದ್ದೇನೆ. ಏನೇ ಆದರೂ ತ್ಯೆಬ್ ಶೇಠ್ ನಿಮ್ಮ ಬಂಧುವೇ ಆಗಿದ್ದಾರೆ. ಸಾಧ್ಯವಾದರೆ ಮೊಕದ್ದಮೆಯನ್ನು ನ್ಯಾಯಾಲಯದ ಹೊರಗೆ ಪರಿಹರಿಸಲು ಪ್ರಯತ್ನಿಸುತ್ತೇನೆ.'

ಶೇಠ್ ತ್ಯೆಬ್ ಹಾಜಿ ಖಾನ್ ಮುಹಮ್ಮದ್, ಅಬ್ದುಲ್ಲಾ ಶೇಠ್ ಅವರ ಹತ್ತಿರದ ಬಂಧುವಾಗಿದ್ದರು.

ಪ್ರಾಯಶಃ ಪರಿಹಾರವಾಗಬಹುದು ಎಂಬ ಮಾತು ಕೇಳಿ ಶೇಠ್ ಏನೋ ಒಂದು ರೀತಿಯಲ್ಲಿ ಬೆಚ್ಚಿಬಿದ್ದಿದ್ದರು ಎಂಬುದನ್ನು ನಾನು ಗಮನಿಸಿದೆ. ಆದರೆ ನಾನು ಆರು ಅಥವಾ ಏಳು ದಿವಸಗಳಿಂದ ಡರ್ಬಾನ್‌ನಲ್ಲಿದ್ದೆ. ನಾವು ಒಬ್ಬರನ್ನೊಬ್ಬರು ಅರಿತಿದ್ದೆವು ಮತ್ತು ಅರ್ಥಮಾಡಿಕೊಂಡಿದ್ದೆವು. ನಾನು 'ಬಿಳಿಯಾನೆ' ಆಗಿರಲಿಲ್ಲ.

'ಆ...ಗಲಿ. ನ್ಯಾಯಾಲಯದ ಹೊರಗೆ ಬಗೆಹರಿಯುವುದಕ್ಕಿಂತ ಉತ್ತಮವಾದದ್ದು ಬೇರೆ ಇಲ್ಲವೇ ಇಲ್ಲ. ಆದರೆ ನಾವೆಲ್ಲರೂ ಬಂಧುಗಳಾಗಿದ್ದೇವೆ. ಒಬ್ಬರನ್ನೊಬ್ಬರು ಚೆನ್ನಾಗಿ ಅರಿತಿದ್ದೇವೆ. ತ್ಯೆಬ್ ಶೇಠ್ ಸುಲಭವಾಗಿ ವ್ಯಾಜ್ಯವನ್ನು ಅಂತ್ಯಗೊಳಿಸಲು ಒಪ್ಪುವವರಲ್ಲ. ನಾವು ಸ್ವಲ್ಪಮಟ್ಟಿಗೆ ಎಚ್ಚರ ತಪ್ಪಿದರೂ ಅವರು ನಮ್ಮಿಂದ ಎಲ್ಲ ವಿಷಯಗಳನ್ನು ಬಲಾತ್ಕಾರದಿಂದ ಹಿಂಡಿಬಿಡುತ್ತಾರೆ. ಆದ್ದರಿಂದ ಏನಾದರೂ ಮಾಡುವ ಮುಂಚೆ ಮತ್ತೆ ಮತ್ತೆ ದಯವಿಟ್ಟು ಯೋಚಿಸಿ' ಎಂದು ಅವರು ಹೇಳಿದರು.

'ನೀವು ಅದರ ಬಗ್ಗೆ ವ್ಯಾಕುಲಪಡಬೇಡಿ.' ಎಂದು ಹೇಳಿದೆ. 'ನನಗೆ ತ್ಯೆಬ್ ಶೇಠ್ ಅವರಲ್ಲಿ ಅಥವಾ ಈ ವಿಷಯದಲ್ಲಿ ಬೇರೆ ಯಾರ ಬಳಿಯಲ್ಲಾದರೂ ಮೊಕದ್ದಮೆಯ ಬಗ್ಗೆ ಮಾತಾಡುವ ಅವಶ್ಯಕತೆಯಿಲ್ಲ. ನಾನು ಅವರಿಗೆ ಪರಿಸ್ಥಿತಿಯನ್ನು ಅರಿತು ಒಪ್ಪಂದ ಮಾಡಿಕೊಳ್ಳುವಂತೆ ಮತ್ತು ಅನವಶ್ಯಕವಾಗಿ ಖಟ್ಲೆ ನಡೆಸುವುದಕ್ಕೆ ಖರ್ಚುಮಾಡುವ ಹಣವನ್ನು ಉಳಿಸುವಂತೆ ಅವರಿಗೆ ಸಲಹೆ ಕೊಡುತ್ತೇನೆ.'

ನಾನು ಬಂದ ಏಳನೇ ಅಥವಾ ಎಂಟನೇ ದಿವಸ ಡರ್ಬಾನ್‌ಅನ್ನು ಬಿಟ್ಟು ಹೊರಟೆ. ನನಗೆ ಮೊದಲನೇ ದರ್ಜೆಯ ಟಿಕೀಟನ್ನು ಕಾದಿರಿಸಲಾಗಿತ್ತು. ಸಾಮಾನ್ಯವಾಗಿ ಅಲ್ಲಿ ಹಾಸಿಗೆ ಬೇಕೆಂದು ಕಾದಿರಿಸಲು ಐದು ಷಿಲಿಂಗ್‌ಅನ್ನು ಹೆಚ್ಚಿಗೇ ಕೊಡಬೇಕಾಗಿತ್ತು. ಅಬ್ದುಲ್ಲಾ ಶೇಠ್ ಒಂದು ಹಾಸಿಗೆ ಬೇಕೆಂದು ಕಾದಿರಿಸುವಂತೆ ಒತ್ತಾಯ ಮಾಡಿದ್ದರು. ಆದರೆ ನಾನು ಗರ್ವದಿಂದಲೂ ಮೊಂಡುತನದಿಂದಲೂ ಮತ್ತು ಐದು ಷಿಲಿಂಗುಗಳನ್ನು ಉಳಿಸುವ ದೃಷ್ಟಿಯಿಂದಲೂ ನಾನು ಕಾದಿರಿಸಲು ನಿರಾಕರಿಸಿದೆ. ಅಬ್ದುಲ್ಲಾ ಶೇಠ್ ನನಗೆ ಮುನ್ನೆಚ್ಚರಿಕೆ ಕೊಟ್ಟರು: 'ನೋಡಿ, ಇದು ಭಾರತಕ್ಕಿಂತ ಭಿನ್ನವಾಗಿರುವ ದೇಶವಾಗಿದೆ. ದೇವರ ಅನುಗ್ರಹದಿಂದ ನಮಗೆ ಸಾಕಷ್ಟಿದೆ ಮತ್ತು ಉಳಿಸಲೂಸಬಹುದು. ಅವಶ್ಯಕತೆಯಿರುವ ಯಾವುದರ ಬಗ್ಗೆಯೂ ಕೈಬಿಗಿ ಹಿಡಿಯಬೇಡಿ.

ನಾನು ಅವರಿಗೆ ವಂದಿಸಿದೆ ಮತ್ತು ಕಳವಳಪಡಬಾರದೆಂದು ಹೇಳಿದೆ.

ರಾತ್ರಿ ಸುಮಾರು ಒಂಬತ್ತು ಗಂಟೆಯ ಹೊತ್ತಿಗೆ ರೈಲು ನೆಟಾಲ್‌ನ ರಾಜಧಾನಿಯಾದ ಮ್ಯಾರಿಟ್ಸ್‌ಬರ್ಗ್‌ನ್ನು ತಲ್ಪಿತು. ರೈಲ್ವೆ ನೌಕರನೊಬ್ಬ ನನ್ನ ಬಳಿಗೆ 'ಬಂದು ಹಾಸಿಗೆ ಬೇಕೆ' ಎಂದು ಕೇಳಿದ. ಆ ಸ್ಟೇಷನ್‌ನಲ್ಲಿ ಸಾಮಾನ್ಯವಾಗಿ ಹಾಸಿಗೆಗಳನ್ನು ಒದಗಿಸಲಾಗುತ್ತಿತ್ತು. 'ಬೇಡ ನನ್ನ ಬಳಿಯಿದೆ'. ಎಂದು ಹೇಳಿದೆ. ಅವನು ಹೊರಟು ಹೋದ. ತರುವಾಯ ಒಬ್ಬ ಪ್ರಯಾಣಿಕ ಬಂದ. ಅವನು ನನ್ನನ್ನು ಮೇಲಕ್ಕೂ ಕೆಳಕ್ಕೂ ನೋಡಿದ. ನಾನೊಬ್ಬ ವರ್ಣೀಯ ವ್ಯಕ್ತಿ '(ಕಲರ್ಡ್-ದಕ್ಷಿಣ ಆಫ್ರಿಕದ ಕಂದು ಬಿಳಿಯರ ಇಲ್ಲವೇ ಬಿಳಿಕರಿಯರ ಸಂತತಿಯ ವ್ಯಕ್ತಿ) ಎಂಬುದನ್ನು ಅವನು ಗಮನಿಸಿದ. ಇದರಿಂದ ನಾನು ದುಗುಡಗೊಂಡೆ. ಅವನು ಹೊರಗೆ ಹೋದ, ಮತ್ತೆ ಒಬ್ಬರು ಅಥವಾ ಇಬ್ಬರು ಅಧಿಕಾರಿಗಳೊಂದಿಗೆ ನನ್ನ ಬಳಿಗೆ ಬಂದ. ಅವರೆಲ್ಲರೂ ಸುಮ್ಮನೇ ನಿಂತಿದ್ದರು. ಇನ್ನೊಬ್ಬ ಅಧಿಕಾರಿ ಬಂದ ಮತ್ತು ಹೇಳಿದ:' ಮುಂದಕ್ಕೆ ಹೊರಡು. ನೀನು ವ್ಯಾನ್ ಕಂಪಾರ್ಟ್‌ಮೆಂಟ್‌ಗೆ ಹೋಗಬೇಕು.'

'ಆದರೆ ನನ್ನ ಬಳಿ ಮೊದಲ ದರ್ಜೆಯ ಟಿಕೀಟ್ ಇದೆ.'

'ಅದು ಮುಖ್ಯವಲ್ಲ.' ಎಂದು ಇನ್ನೊಬ್ಬ ಪ್ರತಿಯಾಗಿ ವಾದಿಸಿದ. 'ನೀನು ವ್ಯಾನ್ ಕಂಪಾರ್ಟ್‌ಮೆಂಟ್‌ಗೆ ಹೋಗಬೇಕೆಂದು ನಾನು ನಿನಗೆ ಅಪ್ಪಣೆಮಾಡುತ್ತಿದ್ದೇನೆ.'

'ಡರ್ಬಾನ್‌ನಲ್ಲಿ ಇದೇ ಕಂಪಾರ್ಟ್‌ಮೆಂಟ್‌ನಲ್ಲಿ ಪ್ರಯಾಣ ಮಾಡಲು ನನಗೆ ಅನುಮತಿ ಸಿಕ್ಕಿದೆ, ಇದರಲ್ಲೇ ಪ್ರಯಾಣ ಮಾಡಬೇಕೆಂದು ನಾನು ಒತ್ತಿ ಹೇಳುತ್ತೇನೆ'

'ಕೂಡದು, ನೀನು ಹಾಗೆ ಮಾಡಲಾರೆ' ಎಂದು ಅಧಿಕಾರಿ ಹೇಳಿದ. 'ನೀನು ಈ ಕಂಪಾರ್ಟ್‌ಮೆಂಟ್‌ಅನ್ನು ಬಿಡಲೇಬೇಕು. ಇಲ್ಲದಿದ್ದರೆ ನಾನು ಪೋಲಿಸ್ ಕಾನ್‌ಸ್ಟೇಬಲ್‌ನನ್ನು ಕರೆದು ನಿನ್ನನ್ನು ಹೊರಕ್ಕೆ ದಬ್ಬಿಸಬೇಕಾಗುತ್ತದೆ.'

'ಆಗಲಿ, ಹಾಗೆ ಮಾಡಬಹುದು. ನಾನಾಗಿ ಹೊರಕ್ಕೆ ಹೋಗುವುದಿಲ್ಲ'.

ಕಾನ್‌ಸ್ಟೇಬಲ್ ಬಂದ. ಅವನು ನನ್ನ ಕೈ ಹಿಡಿದು ಹೊರಕ್ಕೆ ದಬ್ಬಿದ. ನನ್ನ ಸಾಮಾನನ್ನು ಕೂಡಾ ಹೊರಕ್ಕೆ ಎಸೆಯಲಾಯ್ತು. ನಾನು ಇನ್ನೊಂದು ಕಂಪಾರ್ಟ್‌ಮೆಂಟ್‌ಗೆ ಹೋಗಲು ನಿರಾಕರಿಸಿದೆ. ರೈಲು ಹೊಗೆಯುಗುಳುತ್ತ ಹೊರಟು ಹೋಯಿತು. ನಾನು ಹೊರಟು ವೇಟಿಂಗ್

ರೂಮ್ (ಕಾಯುವ ಕೊಠಡಿ)ನಲ್ಲಿ ಕುಳಿತೆ. ನನ್ನ ಕೈಚೀಲ ನನ್ನ ಬಳಿಯಲ್ಲಿತ್ತು. ಉಳಿದ ಸಾಮಾನನ್ನು ಬಿದ್ದ ಸ್ಥಳದಲ್ಲಿಯೇ ಬಿಟ್ಟಿದ್ದೆ. ರೈಲ್ವೆ ಅಧಿಕಾರಿಗಳು ಅದರ ಹೊಣೆಯನ್ನು ಹೊತ್ತುಕೊಂಡರು.

ಚಳಿಗಾಲವಾಗಿತ್ತು. ದಕ್ಷಿಣ ಆಫ್ರಿಕದ ಎತ್ತರದ ಪ್ರದೇಶಗಳಲ್ಲಿ ಚಳಿ ಉಗ್ರವಾಗಿತ್ತು. ಮ್ಯಾರಿಟ್ಸ್‌ಬರ್ಗ್ ಅತ್ಯಂತ ಎತ್ತರದಲ್ಲಿದ್ದರಿಂದ ಚಳಿ ತುಂಬಾ ಉಗ್ರವಾಗಿತ್ತು. ನನ್ನ ಮೇಲಂಗಿ (ಓವರ್‌ಕೋಟ್) ನನ್ನ ಸಾಮಾನುಗಳ ಜತೆಯಲ್ಲಿತ್ತು. ಅದನ್ನು ಕೇಳುವ ಧೈರ್ಯ ಮಾಡಲಿಲ್ಲ. ನನಗೆ ಮತ್ತೆ ಅವಮಾನವಾಗಬಾರದೆಂದು ಚಿಂತಿಸಿ ಸುಮ್ಮನಿದ್ದೆ. ಚಳಿಯಿಂದ ತುಂಬಾ ನಡುಗುತ್ತ ಕುಳಿತುಕೊಂಡಿದ್ದೆ. ರೂಮಿನಲ್ಲಿ ದೀಪವಿರಲಿಲ್ಲ. ಸುಮಾರಾಗಿ ಮಧ್ಯರಾತ್ರಿಯ ಹೊತ್ತಿನಲ್ಲಿ ಒಬ್ಬ ಪ್ರಯಾಣಿಕನು ಬಂದ. ಪ್ರಾಯಶಃ ಅವನು ನನ್ನೊಂದಿಗೆ ಮಾತಾಡಲು ಬಯಸಿದ್ದ. ಆದರೆ ನನಗೆ ಮಾತಾಡುವ ಮನಸ್ಸಿರಲಿಲ್ಲ.

ನನ್ನ ಕರ್ತವ್ಯವೇನು ಎಂದು ಯೋಚಿಸತೊಡಗಿದೆ. ನಾನು ನನ್ನ ಹಕ್ಕುಗಳಿಗಾಗಿ ಹೋರಾಡಬೇಕು ಇಲ್ಲವೇ ಭಾರತಕ್ಕೆ ಹಿಂದಿರುಗಬೇಕು ಇಲ್ಲವೇ ಮೂದಲಿಕೆಗಳಿಗೆ ಗಮನಕೊಡದೇ ಪ್ರಿಟೋರಿಯಾಕ್ಕೆ ಹೋಗಬೇಕು ಹಾಗೂ ಮೊಕದ್ದಮೆಯನ್ನು ಮುಗಿಸಿ ಭಾರತಕ್ಕೆ ಹಿಂದಿರುಗಬೇಕು? ನನ್ನ ಹೊಣೆಗಾರಿಕೆಯನ್ನು ಪೂರೈಸದೇ ಭಾರತಕ್ಕೆ ಓಡುವುದು ಹೇಡಿತನ ಎನಿಸಿಕೊಳ್ಳುವುದು. ನನ್ನನ್ನು ಕಾಡುತ್ತಿರುವ ಕಷ್ಟಗಳು ಬಾಹ್ಯದ ತೋರಿಕೆಯವು- ವರ್ಣಪಕ್ಷಪಾತ ವರ್ಣ ದ್ವೇಷವೆಂಬ ಘೋರ ಕಾಯಿಲೆಯ ಚಿಹ್ನೆ ಮಾತ್ರ ಆಗಿದೆ. ಸಾಧ್ಯವಾದರೆ ಕಾಯಿಲೆಯನ್ನು ಬೇರು ಸಮೇತ ಕಿತ್ತು ಹಾಕಲು ಪ್ರಯತ್ನಿಸಬೇಕು ಮತ್ತು ಹಾಗೆ ಪ್ರಯತ್ನಿಸುವಾಗ ಕಷ್ಟಗಳನ್ನು ಅನುಭವಿಸಬೇಕು. ತಪ್ಪುಗಳನ್ನು ಸರಿಪಡಿಸುವಾಗ ನಾನು ವರ್ಣಪಕ್ಷಪಾತವನ್ನು ತೊಡೆದುಹಾಕಲು ಅವಶ್ಯಕವಾಗಿರುವಷ್ಟರ ಮಟ್ಟಿಗೆ ಮಾತ್ರ ಪರಿಹಾರವನ್ನು ಹುಡುಕಬೇಕು.

ಆದ್ದರಿಂದ ನಾನು ಮುಂದೆ ಸಿಗುವ ರೈಲಿನಲ್ಲಿ ಪ್ರಿಟೋರಿಯಾಕ್ಕೆ ಹೋಗಲು ತೀರ್ಮಾನಿಸಿದೆ. ಮಾರನೇದಿನ ಬೆಳಗ್ಗೆ ರೈಲ್ವೆ ಜನರಲ್ ಮ್ಯಾನೇಜರ್‌ನಿಗೆ ದೀರ್ಘವಾಗಿ ತಂತಿ ಸುದ್ದಿಯನ್ನು ಕಳಿಸಿದೆ. ಅಬ್ದುಲ್ಲಾ ಶೇಠ್‌ಅವರಿಗೆ ವಿಚಾರ ತಿಳಿಸಿದೆ. ಶೇಠ್ ತಕ್ಷಣವೇ ಜನರಲ್ ಮ್ಯಾನೇಜರ್‌ನನ್ನು ಕಂಡರು. ಮ್ಯಾನೇಜರ್ ರೈಲ್ವೆ ಅಧಿಕಾರಿಗಳ ಕ್ರಮವನ್ನು ಸಮರ್ಥಿಸಿಕೊಂಡ. ಆದರೆ ನಾನು ತಲಪಬೇಕಾದ ಸ್ಥಳವನ್ನು ಸುರಕ್ಷಿತವಾಗಿ ತಲಪುವಂತೆ ನೋಡಿಕೊಳ್ಳಲು ಸ್ಟೇಷನ್ ಮಾಸ್ಟರ್‌ಗೆ ಆಗಲೇ ಆದೇಶ ನೀಡಿರುವುದಾಗಿ ತಿಳಿಸಿದ. ಅಬ್ದುಲ್ಲಾ ಶೇಠ್ ಮ್ಯಾರಿಟ್ಸ್‌ಬರ್ಗ್‌ನಲ್ಲಿದ್ದ ವರ್ತಕರುಗಳಿಗೆ ಮತ್ತು ಇತರ ಸ್ಥಳಗಳಲ್ಲಿದ್ದ ಗೆಳೆಯರುಗಳಿಗೆ ತಂತಿಯ ಮೂಲಕ ಸಂದೇಶ ಕಳಿಸಿ ನನ್ನನ್ನು ಭೇಟಿಮಾಡುವಂತೆ ಮತ್ತು ನನ್ನ ಕ್ಷೇಮವನ್ನು ನೋಡಿಕೊಳ್ಳುವಂತೆ ತಿಳಿಸಿದ್ದರು. ಸ್ಟೇಷನ್‌ನಲ್ಲಿ ನನ್ನನ್ನು ನೋಡಲು ವರ್ತಕರುಗಳು ಬಂದಿದ್ದರು ಮತ್ತು ತಾವು ಅನುಭವಿಸುತ್ತಿದ್ದ ಕಷ್ಟಗಳನ್ನು ವಿವರಿಸಿ ನನ್ನನ್ನು ಸಂತೈಸಲು ಪ್ರಯತ್ನಿಸಿದರು. ನನಗೆ ಏನುಸಂಭವಿಸಿತ್ತೋ ಅಂತಹ ಘಟನೆ ಅಸಾಧಾರಣವಾದದ್ದಲ್ಲ ಎಂದು ನನಗೆ ವಿವರಿಸಿದರು ಮೊದಲ ಇಲ್ಲವೇ ಎರಡನೇ ದರ್ಜೆಯಲ್ಲಿ ಪ್ರಯಾಣ ಮಾಡುವ ಭಾರತೀಯರು ರೈಲ್ವೆ ಅಧಿಕಾರಿಗಳಿಂದ ಇಲ್ಲವೇ ಬಿಳಿಯ ಪ್ರಯಾಣಿಕರುಗಳಿಂದ ತೊಂದರೆಯನ್ನು ನಿರೀಕ್ಷಿಸಬೇಕಾಗುತ್ತದೆ ಎಂದು ಅವರು ಹೇಳಿದರು.

ಅವರ ಈ ಸಂಕಷ್ಟದ ಕಥೆಗಳನ್ನು ಕೇಳುತ್ತ ದಿನವನ್ನು ಕಳೆದೆ. ಸಾಯಂಕಾಲದ ರೈಲು ಆಗಮಿಸಿತು. ಅಲ್ಲಿ ನನಗಾಗಿ ಮಲಗುವ ಸ್ಥಳವನ್ನು ಕಾದಿರಿಸಲಾಗಿತ್ತು. ಮ್ಯಾರಿಟ್ಸ್‌ಬರ್ಗ್‌ನಲ್ಲಿ ಮಲಗುವ ಹಾಸಿಗೆಗೆ ಟಿಕೀಟನ್ನು ಕೊಂಡುಕೊಂಡೆ. ಡರ್ಬಾನ್‌ನಲ್ಲಿ ನಾನು ಮೊದಲೇ ಟಿಕೀಟನ್ನು ಕೊಂಡು ಜಾಗವನ್ನು ಕಾದಿರಿಸಿರಲಿಲ್ಲ.

ರೈಲು ನನ್ನನ್ನು ಚಾರ್ಲ್ಸ್‌ಟೌನ್‌ಗೆ ಕರೆದುಕೊಂಡು ಹೋಯಿತು.

9. ಇನ್ನೂ ಹೆಚ್ಚಿನ ತೀವ್ರ ಕಷ್ಟಗಳು

ಬೆಳಗ್ಗೆ ರೈಲು ಚಾರ್ಲ್ಸ್‌ಟೌನ್‌ಅನ್ನು ಮುಟ್ಟಿತು. ಆ ದಿನಗಳಲ್ಲಿ ಚಾರ್ಲ್ಸ್‌ಟೌನ್‌ನಿಂದ ಜೊಹಾನ್ಸ್‌ಬರ್ಗ್‌ಗೆ ರೈಲುಸಂಪರ್ಕವಿರಲಿಲ್ಲ. ಆದರೆ ಕೇವಲ ಟಪ್ಪಾಬಂಡಿ (ಊರಿನಿಂದ ಊರಿಗೆ ದಿನಂಪ್ರತಿ ಹಂತಹಂತವಾಗಿ ಪ್ರಯಾಣ ಮಾಡುತ್ತಿದ್ದ ಕುದುರೆಗಾಡಿ)ಯಿತ್ತು. ದಾರಿಯಲ್ಲಿ ಅದು ರಾತ್ರಿಕಾಲದಲ್ಲಿ ಸ್ಟಾಂಡರ್‌ಟನ್‌ನಲ್ಲಿ ನಿಂತು ಕೊಳ್ಳುತ್ತಿತ್ತು. ಗಾಡಿಯಲ್ಲಿ ಕೂರಲು ನನ್ನ ಬಳಿ ಟಿಕೀಟ್‌ಯಿತ್ತು. ಮ್ಯಾರಿಟ್ಸ್‌ಬರ್ಗ್‌ನಲ್ಲಿ ನನ್ನ ಪ್ರಯಾಣ ಒಂದು ದಿನದ ಮಟ್ಟಿಗೆ ನಿಂತುಹೋಗಿದ್ದರೂ ನನ್ನ ಟಿಕೀಟು ರದ್ದಾಗಿರಲಿಲ್ಲ. ಜತೆಯಲ್ಲಿ ಅಬ್ದುಲ್ಲಾ ಶೇಠ್‌ಕೂಡಾ ಗಾಡಿ (ಕೋಚು-ಸಾರೋಟು)ಯ ಏಜೆಂಟ್‌ನಿಗೆ ತಂತಿ ಸಂದೇಶ ಕಳಿಸಿದ್ದರು.

ಆದರೆ ಏಜೆಂಟ್ ನಾನೊಬ್ಬ ಅಪರಿಚಿತ ಎಂಬುದನ್ನರಿತು ನನ್ನನ್ನು ಗಾಡಿಯಲ್ಲಿ ಕೂರಿಸದೇ ತಪ್ಪಿಸಿಕೊಳ್ಳಲು ಒಂದು ನೆಪ ಹುಡುಕಿದ. ಅವನು ಹೇಳಿದ 'ನಿಮ್ಮ ಟಿಕೀಟು ರದ್ದಾಗಿದೆ.' ಆದರೆ ನಾನು ಅವನಿಗೆ ಸರಿಯಾಗಿ ಉತ್ತರ ಕೊಟ್ಟೆ. ಹೀಗೆ ಅವನು ಹೇಳಿದ್ದರ ಹಿನ್ನೆಲೆಯಲ್ಲಿ ಗಾಡಿಯಲ್ಲಿ ಜಾಗವಿಲ್ಲ ಎಂಬುದು ಕಾರಣವಾಗಿರಲಿಲ್ಲ. ಆದರೆ ಇನ್ನೊಂದು ಕಾರಣವಿತ್ತು.

ಗಾಡಿಯ ಒಳಗಡೆ ಎಲ್ಲ ಪ್ರಯಾಣಿಕರುಗಳಿಗೆ ಜಾಗಗಳನ್ನು ಕೊಡಬೇಕಾಗಿತ್ತು. ಆದರೆ ನಾನು 'ಕೂಲಿ' ಎಂದು ಪರಿಗಣಿಸಲ್ಪಟ್ಟಿದ್ದರಿಂದ ಮತ್ತು ಅಪರಿಚಿತನಂತೆ ಕಾಣಿಸುತ್ತಿದ್ದೆನಾದ್ದರಿಂದ ಗಾಡಿಯ ಮೇಲ್ವಿಚಾರಕನಾಗಿದ್ದ ಹಾಗೂ ಬಿಳಿಯ ವರ್ಣದವನಾಗಿದ್ದ ನಾಯಕ ಬಿಳಿಯ ಪ್ರಯಾಣಿಕರುಗಳೊಂದಿಗೆ ನನ್ನನ್ನು ಕೂರಿಸುವುದು ಸರಿಯಲ್ಲವೆಂದು ಭಾವಿಸಿದ್ದ. ಬಂಡಿಯವನ ಪೀಠ (ಕೋಚ್-ಬಾಕ್ಸ್)ದ ಎರಡೂ ಮಗ್ಗುಲುಗಳಲ್ಲಿ ಸ್ಥಳಗಳಿದ್ದವು. ನಿಯಮದ ಪ್ರಕಾರ ನಾಯಕನು ಇವುಗಳಲ್ಲಿ ಒಂದು ಜಾಗದಲ್ಲಿ ಕೂರಬೇಕಾಗಿತ್ತು. ಆದರೆ ಆ ದಿವಸ ಅವನು ಗಾಡಿಯ ಒಳಗಡೆ ಕೂತಿದ್ದ ಮತ್ತು ಅವನ ಜಾಗವನ್ನು ನನಗೆ ಕೊಟ್ಟಿದ್ದ. ಇದು ತೀರ ಅನ್ಯಾಯ ಮತ್ತು ಅವಮಾನ ಎಂದು ನನಗೆ ಗೊತ್ತಿತ್ತು. ಆದರೆ ಅದನ್ನು ಅಡಗಿಸಿಟ್ಟುಕೊಳ್ಳುವುದೇ ಒಳ್ಳೆಯದು ಎಂದು ಭಾವಿಸಿದೆ. ನಾನು ಬಲವಂತವಾಗಿ ಒಳಗಡೆ ತೂರಿಕೊಂಡು ಹೋಗಿ ಕೂರಲು ನನಗೆ ಸಾಧ್ಯವಿರಲಿಲ್ಲ. ನಾನು ಪ್ರತಿಭಟಿಸಿದ್ದರೆ ಗಾಡಿಯು ನನ್ನನ್ನು ಅಲ್ಲಿಯೇ ಬಿಟ್ಟು ಹೊರಟು ಹೋಗಬಹುದಾಗಿತ್ತು. ಇದರಿಂದ ನನಗೆ ಒಂದು ದಿನ ನಷ್ಟವಾಗುತ್ತಿತ್ತು. ಮಾರನೇ ದಿನ ಏನಾಗುತ್ತಿತ್ತೋ ಎಂಬುದು ದೇವರಿಗೆ ಮಾತ್ರ ಗೊತ್ತಿತ್ತು. ಆದ್ದರಿಂದ ನಾನು ಒಳಗೊಳಗೆ ತುಂಬಾ ಕೋಪಗೊಂಡಿದ್ದರೂ ವಿವೇಚನೆಯಿಂದ ಬಂಡಿ ನಡೆಸುವವನ ಪಕ್ಕದಲ್ಲಿ ಕೂತೆ.

ಸುಮಾರು ಮೂರುಗಂಟೆಯ ಹೊತ್ತಿಗೆ ಗಾಡಿಯು ಪರ್ಡೆಕೋಫ್‌ಅನ್ನು ಮುಟ್ಟಿತು. ಈಗ ನಾಯಕನು ನಾನು ಕೂತಿದ್ದ ಜಾಗದಲ್ಲಿ ಕುಳಿತುಕೊಳ್ಳಲು ಇಷ್ಟಪಟ್ಟ. ಏಕೆಂದರೆ ಅವನು ಸಿಗರೇಟು ಸೇದಬೇಕಾಗಿತ್ತು ಮತ್ತು ಪ್ರಾಯಶಃ ಸ್ವಲ್ಪ ತಾಜಾ ಗಾಳಿಯನ್ನು ಸೇವಿಸಲು ಇಷ್ಟಪಟ್ಟಿದ್ದ. ಆದ್ದರಿಂದ ಅವನು ಚಾಲಕನಿಂದ ಕೊಳೆಯಾಗಿದ್ದ ಗೋಣಿಚೀಲದ ಬಟ್ಟೆಯ ಚೂರನ್ನು ತೆಗೆದುಕೊಂಡು ಪಾದಪೀಠ (ಫುಟ್‌ಬೋರ್ಡ್)ದ ಮೇಲೆ ಹರಡಿ ನನಗೆ ಹೇಳಿದ: 'ಸಾಮಿ, ನೀನು ಇದರ ಮೇಲೆ ಕುಳಿತುಕೊ. ನಾನು ಚಾಲಕನ ಪಕ್ಕದಲ್ಲಿ ಕೂರುತ್ತೇನೆ.' 'ಈ ಅವಮಾನವನ್ನು ನನಗೆ ಸಹಿಸಿಕೊಳ್ಳಲು ಸಾಧ್ಯವಾಗಲಿಲ್ಲ. ಹೆದರಿಕೊಂಡು ನಡುಗುತ್ತ ಅವನಿಗೆ ಹೇಳಿದೆ: ನನಗೆ ಒಳಗಡೆ ಜಾಗಕೊಡಬೇಕಾಗಿದ್ದರೂ ನೀನೇ ನನ್ನನ್ನು ಇಲ್ಲಿ ಕೂರಿಸಿದ್ದೆ. ನಾನು ಈ ಅವಮಾನವನ್ನು ಸಹಿಸಿಕೊಂಡೆ. ಈಗ ನೀನು ಹೊರಗಡೆ ಕೂತು ಸಿಗರೇಟು ಸೇದಬೇಕೆಂದಿರುವೆ ಮತ್ತು ನನ್ನನ್ನು ನಿನ್ನ ಪಾದಗಳ ಕೆಳಗೆ ಕೂರಿಸುತ್ತಿರುವೆ. ನಾನು ಹಾಗೆ ಮಾಡಲಾರೆ. ನಾನು ಒಳಗಡೆ ಕೂರಲು ಸಿದ್ಧನಾಗಿರುವೆ.'

ನಾನು ಈ ನುಡಿಯನ್ನು ಉಚ್ಚರಿಸಲು ಹೆಣಗಾಡುತ್ತಿರುವಾಗಲೇ ಆತನು ನನ್ನ ಮೇಲೆ ಆಕ್ರಮಣ ಮಾಡಿದ. ನನ್ನ ಕಿವಿಗಳ ಮೇಲೆ ಗಟ್ಟಿಯಾಗಿ ಹೊಡೆಯಲಾರಂಭಿಸಿದ. ನನ್ನ ತೋಳನ್ನು ಹಿಡಿದು ಕೆಳಕ್ಕೆ ಎಳೆದುಹಾಕಲು ಪ್ರಯತ್ನಿಸಿದ. ನಾನು ಗಾಡಿಯ ಪೀಠದ ಹಿತ್ತಾಳೆಯ ಕಂಬಿಗಳನ್ನು ಬಲವಾಗಿ ತಬ್ಬಿಕೊಂಡೆ. ನನ್ನ ಮಣಿಕಟ್ಟಿನ ಎಲುಬುಗಳು (ರಿಸ್ಟ್ ಬೋನ್ಸ್) ಮುರಿದು ಹೋದರೂ ನಾನು ನನ್ನ ಹಿಡಿತವನ್ನು ಬಿಡಬಾರದು ಎಂದು ನಿಶ್ಚಯಮಾಡಿದ್ದೆ. ಪ್ರಯಾಣಿಕರುಗಳು ಈ ದೃಶ್ಯವನ್ನು ನೋಡುತ್ತಿದ್ದರು - ಆ ಮನುಷ್ಯ ನನ್ನನ್ನು ಅಪಶಬ್ದಗಳಲ್ಲಿ ಬಯ್ಯುತ್ತಿದ್ದ, ಕೆಳಕ್ಕೆ ಎಳೆಯುತ್ತಿದ್ದ ಮತ್ತು ಬಡಿಯುತ್ತಿದ್ದ. ನಾನು ಏನೂ ಹೇಳದೇ ಸುಮ್ಮನಿದ್ದೆ. ಅವನು ಬಲಿಷ್ಠನಾಗಿದ್ದ ಆದರೆ ನಾನು ದುರ್ಬಲನಾಗಿದ್ದೆ. ಕೆಲವು ಪ್ರಯಾಣಿಕರು ಮರುಗಿದರು ಮತ್ತು ಹೇಳಿದರು:

'ಅಯ್ಯಾ, ಅವನನ್ನು ಬಿಟ್ಟುಬಿಡು. ಅವನಿಗೆ ಹೊಡೆಯ ಬೇಡ. ಅವನನ್ನು ದೂಷಿಸುವಂತಿಲ್ಲ. ಅವನು ಹೇಳುತ್ತಿರುವುದು ನ್ಯಾಯವಾಗಿದೆ. ಅವನಿಗೆ ಅಲ್ಲಿ ಇರಲು ಸಾಧ್ಯವಾಗದಿದ್ದರೆ ಅವನು ಇಲ್ಲಿಗೆ ಬರಲಿ ಮತ್ತು ನಮ್ಮ ಜತೆಯಲ್ಲಿ ಕುಳಿತುಕೊಳ್ಳಲಿ.' 'ಭಯವಿಲ್ಲ' ಎಂದು ಆತ ಕೂಗಿಕೊಂಡ. ಆದರೂ ಸ್ವಲ್ಪಮಟ್ಟಿಗೆ ಅವನ ಹೆಮ್ಮೆ ಉಡುಗಿತ್ತು. ಹೊಡೆಯುವುದನ್ನು ನಿಲ್ಲಿಸಿದ. ನನ್ನ ತೋಳನ್ನು ಬಿಟ್ಟುಬಿಟ್ಟ. ಇನ್ನೂ ಸ್ವಲ್ಪ ಹೊತ್ತು ಕೋಪ ತೀರಿಸಿಕೊಳ್ಳಲು ಶಪಿಸಿದನು. ಗಾಡಿಯ ಪೀಠದ ಇನ್ನೊಂದು ಮಗ್ಗುಲಲ್ಲಿ ಕೂತಿದ್ದ ಹಾಟನ್ಟಾಟ್ (ದಕ್ಷಿಣ ಆಫ್ರಿಕದ ಒಂದು ಬುಡಕಟ್ಟಿಗೆ ಸೇರಿದವನು) ಸೇವಕನಿಗೆ ಪಾದದ ಪೀಠದಲ್ಲಿ ಕುಳಿತುಕೊಳ್ಳಲು ತಿಳಿಸಿ ಖಾಲಿಯಾದ ಆ ಜಾಗದಲ್ಲಿ ಅವನು ಕೂತನು.

ಪ್ರಯಾಣಿಕರು ಅವರವರ ಜಾಗಗಳಲ್ಲಿ ಕೂತಮೇಲೆ ಸಿಳ್ಳೆ ಹಾಕಲಾಯ್ತು ಮತ್ತು ಗಾಡಿಯು ಲಟಲಟನೇ ಶಬ್ದಮಾಡುತ್ತ ಮುಂದೆ ಹೊರಟಿತು. ನನ್ನ ಎದೆಯ ಭಾಗದಲ್ಲಿದ್ದ ಹೃದಯ ಜೋರಾಗಿ ಬಡಿದುಕೊಳ್ಳುತ್ತಿತ್ತು. ನಾನು ತಲ್ಪಬೇಕಾಗಿರುವ ಸ್ಥಳವನ್ನು ಜೀವಂತವಾಗಿ ಮುಟ್ಟುವೆನೆ ಎಂದು ಆತಂಕಗೊಂಡಿದ್ದೆ. ಆ ಮನುಷ್ಯನು ಈಗ ನನ್ನ ಕಡೆಗೆ ಕೋಪದಿಂದ ನೋಡಿದ ಮತ್ತು ತನ್ನ ಬೆರಳನ್ನು ನನ್ನ ಕಡೆಗೆ ತೋರಿಸುತ್ತ ಗುರುಗುಟ್ಟುತ್ತ ಹೇಳಿದ: 'ಹುಷಾರಾಗಿರು. ಒಮ್ಮೆ ಸ್ಟಾಂಡರ್‌ಟನ್‌ನಲ್ಲಿ ಇಳಿದೆನೆಂದರೆ ನಾನು ಏನು ಮಾಡಬಹುದು ಎಂಬುದನ್ನು ತೋರಿಸುತ್ತೇನೆ.' ನಾನು ಮಾತಾಡದೇ ಹೆದರಿ ಕುಳಿತಿದ್ದೆ. 'ದೇವರೇ ನನ್ನನ್ನು ಕಾಪಾಡು' ಎಂದು ಪ್ರಾರ್ಥಿಸಿದೆ.

ಕತ್ತಲೆಯಾದ ತರುವಾಯ ನಾವು ಸ್ಟಾಂಡರ್‌ಟನ್‌ಅನ್ನು ಮುಟ್ಟಿದೆವು. ಕೆಲವು ಭಾರತೀಯರ ಮುಖಗಳನ್ನು ಕಂಡಮೇಲೆ ನಾನು ಸಮಾಧಾನ ನಿಟ್ಟುಸಿರು ಬಿಟ್ಟೆ. ನಾನು ಕೆಳಕ್ಕೆ ಇಳಿಯುತ್ತಿದ್ದಂತೆ ಆ ಗೆಳೆಯರು ಹೇಳಿದರು: 'ನಾವು ಇಲ್ಲಿ ನಿಮ್ಮನ್ನು ಸ್ವಾಗತಿಸಿ ಇಸಾ ಶೇಠ್ ಅವರ ಅಂಗಡಿಗೆ ಕರೆದುಕೊಂಡು ಹೋಗಲು ಬಂದಿದ್ದೇವೆ. ದಾದಾ ಅಬ್ದುಲ್ಲಾ ಅವರಿಂದ ನಮಗೆ ತಂತಿಸುದ್ದಿ ಬಂದಿದೆ' ನನಗೆ ತುಂಬಾ ಸಂತೋಷವಾಯ್ತು. ನಾವು ಶೇಠ್ ಇಸಾ ಹಾಜೀ ಸುಮರ್ ಶೇಠ್ ಅವರ ಅಂಗಡಿಗೆ ಹೋದೆವು. ಶೇಠ್ ಮತ್ತು ಅವರ ಗುಮಾಸ್ತರುಗಳು ನನ್ನ ಸುತ್ತ ಸೇರಿದರು. ನಾನು ಪಟ್ಟ ಸಂಕಟವನ್ನೆಲ್ಲ ಅವರಿಗೆ ತಿಳಿಸಿದೆ. ಅದನ್ನು ಕೇಳಿ ಅವರಿಗೆ ತುಂಬಾ ದುಃಖವಾಯ್ತು. ಅವರು ಅನುಭವಿಸಿದ್ದ ಕಹಿ ಅನುಭವಗಳನ್ನು ನನಗೆ ತಿಳಿಸಿ ನನ್ನನ್ನು ಸಮಾಧಾನಗೊಳಿಸಿದರು.

ಕೋಚ್(ಗಾಡಿ) ಕಂಪನಿಯ ಏಜೆಂಟ್‌ನಿಗೆ ಇಡೀ ವಿಷಯದ ಬಗ್ಗೆ ತಿಳಿಸಲು ಇಚ್ಛಿಸಿದೆ. ಆದ್ದರಿಂದ ಅವನಿಗೊಂದು ಪತ್ರ ಬರೆದು ನಡೆದದ್ದೆಲ್ಲವನ್ನೂ ವಿವರಿಸಿದೆ. ಅವನ ಪ್ರಯಾಣಿಕರ ಜತೆಯಲ್ಲಿ ನನಗೂ ಗಾಡಿಯ ಒಳಗೆ ಕೂರಲು ಜಾಗ ಕೊಡಿಸುವುದಾಗಿ ಭರವಸೆ ನೀಡಬೇಕೆಂದು ಕೂಡಾ ಕೇಳಿದೆ ಈ ಪತ್ರಕ್ಕೆ ಏಜೆಂಟ್ ಹೀಗೆ ಉತ್ತರಿಸಿದ: 'ಸ್ಟಾಂಡರ್‌ಟನ್‌ನಿಂದ ದೊಡ್ಡಗಾಡಿಯು ಹೊರಡಲಿದೆ. ಅದರ ಮೇಲ್ವಿಚಾರಣೆಯನ್ನು ನೋಡಿಕೊಳ್ಳಲು ಬೇರೆಯವರು ಇರುತ್ತಾರೆ. ನೀವು ದೂರು ಹೊರಿಸಿರುವ ಮನುಷ್ಯನು ನಾಳೆ ಅಲ್ಲಿರುವುದಿಲ್ಲ. ನಿಮ್ಮನ್ನು ಬೇರೆ ಪ್ರಯಾಣಿಕರ ಜತೆಯಲ್ಲಿ ಕೂರಿಸಲಾಗುವುದು.' ಇದರಿಂದ ಸ್ವಲ್ಪಮಟ್ಟಿಗೆ ನನಗೆ ಸಮಾಧಾನ ಸಿಕ್ಕಿತು. ನನ್ನ ಮೇಲೆ ಆಕ್ರಮಣಮಾಡಿದ್ದ ಮನುಷ್ಯನ ಮೇಲೆ ನ್ಯಾಯಾಂಗ ಕ್ರಮ ತೆಗೆದುಕೊಳ್ಳುವ ಇಚ್ಛೆ ನನ್ನಲ್ಲಿ ಸಹಜವಾಗಿ ಇರಲಿಲ್ಲ. ಹೀಗೆ ಇಲ್ಲಿಗೆ ಆಕ್ರಮಣದ ಅಧ್ಯಾಯ ಮುಗಿಯಿತು.

ಬೆಳಗ್ಗೆ ಇಸಾ ಶೇಠ್‌ಅವರ ಕಡೆಯ ನೌಕರನು ನನ್ನನ್ನು ಗಾಡಿಯ ಬಳಿಗೆ ಕರೆದುಕೊಂಡು ಹೋದ. ನನಗೆ ಒಳ್ಳೆಯ ಜಾಗ ಸಿಕ್ಕಿತು. ಅಂದಿನ ರಾತ್ರಿ ನಾನು ಸುರಕ್ಷಿತವಾಗಿ ಜೊಹಾನ್ಸ್‌ಬರ್ಗ್ ಸೇರಿದೆ.

ಸ್ಟಾಂಡರ್‌ಟನ್ ಒಂದು ಸಣ್ಣ ಹಳ್ಳಿ. ಜೊಹಾನ್ಸ್‌ಬರ್ಗ್ ದೊಡ್ಡ ನಗರ. ಅಬ್ದುಲ್ಲಾ ಶೇಠ್‌ಅವರು ಜೊಹಾನ್ಸ್‌ಬರ್ಗ್‌ಗೆ ಕೂಡಾ ತಂತಿಸುದ್ದಿ ಕಳಿಸಿದ್ದರು. ನನಗೆ ಅಲ್ಲಿದ್ದ ಮುಹಮ್ಮದ್ ಕಸಮ್ ಕಮ್‌ರುದ್ದೀನ್‌ಅವರ ಕಂಪನಿಯ ವಿಳಾಸವನ್ನು ಕೂಡಾ ಕೊಟ್ಟಿದ್ದರು. ಅವರ ಕಡೆಯ ನೌಕರನು ನನ್ನನ್ನು ಬರಮಾಡಿಕೊಳ್ಳಲು ನಿಲ್ದಾಣ (ಸ್ಟೇಜ್)ಕ್ಕೆ ಬಂದಿದ್ದನು. ಆದರೆ ನಾನು ಅವನನ್ನು ನೋಡಲಿಲ್ಲ ಇಲ್ಲವೇ ಅವನು ನನ್ನನ್ನು ಗುರುತಿಸಲಿಲ್ಲ. ಆದ್ದರಿಂದ ನಾನು ಹೋಟೇಲ್‌ಗೆ ಹೋಗಲು ನಿರ್ಧರಿಸಿದೆ. ನನಗೆ ಕೆಲವು ಹೊಟೇಲಗಳ ಹೆಸರುಗಳು ಗೊತ್ತಿದ್ದವು. ಕ್ಯಾಬ್ (ಸಾರೋಟು) ಅನ್ನು ಬಾಡಿಗೆಗೆ ಗೊತ್ತುಮಾಡಿಕೊಂಡು ಗ್ರಾಂಡ್ ನ್ಯಾಷನಲ್ ಹೊಟೇಲ್‌ಗೆ ಕರೆದುಕೊಂಡು ಹೋಗುವಂತೆ ತಿಳಿಸಿದೆ. ನಾನು ಮ್ಯಾನೇಜರ್‌ನನ್ನು ಕಂಡು ರೂಮು ಬೇಕೆಂದು ಕೇಳಿದೆ. ಒಂದು ನಿಮಿಷ ಅವನು ನನ್ನನ್ನು ತಾತ್ಸಾರದಿಂದ ನೋಡಿದ ಮತ್ತು ವಿನಯದಿಂದ ಹೇಳಿದ: 'ಕ್ಷಮಿಸಿ. ಎಲ್ಲ ರೂಮುಗಳು ಭರ್ತಿಯಾಗಿವೆ' ನನಗೆ ಗುಡ್-ಬೈ ಹೇಳಿದ. ಆದ್ದರಿಂದ ನಾನು ಸಾರೋಟಿನವನಿಗೆ ಮುಹಮ್ಮದ್ ಕಸಮ್ ಕಮುದ್ರೀನ್‌ಅವರ ಅಂಗಡಿಗೆ ಕರೆದುಕೊಂಡು ಹೋಗುವಂತೆ ತಿಳಿಸಿದೆ. ಅಲ್ಲಿ ಅಬ್ದುಲ್ ಗನಿ ಶೇಠ್ ನನ್ನನ್ನು ನಿರೀಕ್ಷಿಸುತ್ತಿದ್ದರು. ನನ್ನನ್ನು ಹೃತ್ಪೂರ್ವಕವಾಗಿ ಸ್ವಾಗತಿಸಿದರು. ಹೊಟೇಲ್‌ನಲ್ಲಿ ನನಗಾಗಿದ್ದ ಅನುಭವದ ಕಥೆಯನ್ನು ಕೇಳಿ ಅಂತಃಕರಣ ಪೂರ್ವಕವಾಗಿ ನಕ್ಕರು. 'ಏನೇ ಇರಲಿ ನಿಮ್ಮನ್ನು ಹೋಟೆಲ್‌ಗೆ ಸೇರಿಸಿಕೊಳ್ಳುತ್ತಿದ್ದರು ಎಂದು ನೀವು ನಿರೀಕ್ಷಿಸಿದ್ದಿರಾ?' ಎಂದು ಪ್ರಶ್ನಿಸಿದರು.

ಏಕೆ ಸೇರಿಸುವುದಿಲ್ಲ? 'ಎಂದು ನಾನು ಅವರನ್ನು ಕೇಳಿದೆ.'

'ಇಲ್ಲಿ ಕೆಲವು ದಿನಗಳಕಾಲ ತಂಗಿದ್ದರೆ ನಿಮಗೆ ಎಲ್ಲವೂ ತಿಳಿಯುವುದು.' ಎಂದು ಅವರು ಹೇಳಿದರು 'ನಾವು ಮಾತ್ರ ಇಂತಹ ನಾಡಿನಲ್ಲಿ ನೆಲಸಬಹುದು. ಏಕೆಂದರೆ ಹಣ ಸಂಪಾದಿಸಲು ನಾವು ಅವಮಾನಗಳನ್ನು ನುಂಗಿಕೊಳ್ಳುತ್ತೇವೆ. ಅದರ ಬಗ್ಗೆ ತಲೆಕೆಡಿಸಿಕೊಳ್ಳುವುದಿಲ್ಲ. ಹಾಗೆ ನಾವು ಇಲ್ಲಿದ್ದೇವೆ.' ಇದರ ಜತೆಯಲ್ಲಿ ಅವರು ದಕ್ಷಿಣ ಆಫ್ರಿಕದಲ್ಲಿ ಭಾರತೀಯರು ಅನುಭವಿಸುತ್ತಿದ್ದ ಸಂಕಷ್ಟಗಳ ಕಥೆಯನ್ನು ನಿರೂಪಿಸಿದರು.

ಶೇಠ್ ಅಬ್ದುಲ್ ಗನಿಯವರು ಹೇಳಿದ್ದುದರ ಬಗ್ಗೆ ನಾವು ಮುಂದುವರೆದಂತೆ ಇನ್ನೂ ಹೆಚ್ಚು ಹೆಚ್ಚು ವಿಷಯಗಳನ್ನು ಅರಿತುಕೊಳ್ಳುತ್ತೇವೆ. ಅವರು ಹೇಳಿದರು: 'ಈ ದೇಶ ನಿಮ್ಮಂತಹವರಿಗಲ್ಲ. ನೋಡಿ, ನೀವು ನಾಳೆ ಪ್ರಿಟೋರಿಯಾಕ್ಕೆ ಹೋಗುವಿರಿ. ನೀವು ಮೂರನೇ ದರ್ಜೆಯಲ್ಲಿ ಪ್ರಯಾಣ ಮಾಡಬೇಕಾಗುತ್ತದೆ. ಟ್ರಾನ್ಸ್‌ವಾಲ್‌ನಲ್ಲಿ ಪರಿಸ್ಥಿತಿ ನೆಟಾಲ್‌ಗಿಂತ ಕೆಟ್ಟದಾಗಿದೆ. ಮೊದಲನೇ ಮತ್ತು ಎರಡನೇ ದರ್ಜೆಯ ಟಿಕೀಟುಗಳನ್ನು ಭಾರತೀಯರಿಗೆ ಕೊಡುವುದಿಲ್ಲ.'

'ನೀವು ಈ ದಿಕ್ಕಿನಲ್ಲಿ ಎಡಬಿಡದ ಪ್ರಯತ್ನಗಳನ್ನು ಮಾಡಿದಂತಿಲ್ಲ.' ಎಂದು ನಾನು ಹೇಳಿದೆ.

'ನಾವು ಮನವಿಪತ್ರಗಳನ್ನು ಕಳಿಸಿದ್ದೇವೆ. ಆದರೆ ನಮ್ಮ ಜನರು ಕೂಡಾ ವಾಸ್ತವವಾಗಿ ಮೊದಲನೇ ಇಲ್ಲವೇ ಎರಡನೇ ದರ್ಜೆಗಳಲ್ಲಿ ಪ್ರಯಾಣ ಮಾಡಲು ಇಷ್ಟಪಡುವುದಿಲ್ಲ. ನಮ್ಮ ಈ ತಪ್ಪನ್ನು ಒಪ್ಪಿಕೊಳ್ಳಲೇಬೇಕಾಗಿದೆ.'

ನಾನು ರೈಲ್ವೆ ನಿಬಂಧನೆಗಳ ಪುಸ್ತಕವನ್ನು ತರಿಸಿಕೊಂಡು ಓದಿದೆ. ಅದರಲ್ಲೊಂದು ನುಣುಚಿಕೊಳ್ಳುವ ಮಾರ್ಗವಿತ್ತು. ಹಳೆಯ ಟ್ರಾನ್ಸ್‌ವಾಲ್ ಕಾಯಿದೆಗಳು ತುಂಬಾ ಖಚಿತವಾಗಿ ಇಲ್ಲವೇ ಸ್ಪಷ್ಟವಾಗಿರುತ್ತಿರಲಿಲ್ಲ. ರೈಲ್ವೆ ನಿಬಂಧನೆಗಳು ಕೂಡಾ ಅದಕ್ಕಿಂತ ಹೆಚ್ಚು ಅಸ್ಪಷ್ಟವಾಗಿದ್ದವು.

ನಾನು ಶೇಠ್‌ಅವರಿಗೆ ಹೇಳಿದೆ: 'ನಾನು ಮೊದಲನೇ ದರ್ಜೆಯಲ್ಲಿ ಪ್ರಯಾಣ ಮಾಡುತ್ತೇನೆ. ಸಾಧ್ಯವಾಗದಿದ್ದರೆ ಪ್ರಿಟೋರಿಯಾಕ್ಕೆ ಸಾರೋಟಿನಲ್ಲಿ ಹೋಗಲು ಇಷ್ಟಪಡುತ್ತೇನೆ. ಕೇವಲ ಮೂವತ್ತೇಳು ಮೈಲಿಯಾದ್ದರಿಂದ ಚಿಂತಿಸಬೇಕಾಗಿಲ್ಲ.'

ಶೇಠ್ ಅಬ್ದುಲ್ ಗನಿಯವರು ಸಮಯ ಹೆಚ್ಚಾಗುವುದರ ಬಗ್ಗೆ ಮತ್ತು ಇದರಿಂದ ಖರ್ಚಾಗುವ ಹಣದ ಬಗ್ಗೆ ನನ್ನ ಗಮನ ಸೆಳೆದರು. ಆದರೆ ಮೊದಲನೇ ದರ್ಜೆಯಲ್ಲಿ ಪ್ರಯಾಣ ಮಾಡಬೇಕೆಂಬ ನನ್ನ ಪ್ರಸ್ತಾಪವನ್ನು ಒಪ್ಪಿಕೊಂಡರು. ಅದರ ಪ್ರಕಾರ ಸ್ಟೇಷನ್ ಮಾಸ್ಟರ್‌ನಿಗೆ ಒಂದು ಪತ್ರವನ್ನು ಕಳಿಸಿದೆ. ನನ್ನ ಪತ್ರದಲ್ಲಿ ನಾನು ಬ್ಯಾರಿಸ್ಟರ್ ಎಂದೂ ಮತ್ತು ನಾನು ಯಾವಾಗಲೂ ಮೊದಲನೇ ದರ್ಜೆಯಲ್ಲಿ ಪ್ರಯಾಣ ಮಾಡುವುದಾಗಿ ಉಲ್ಲೇಖಿಸಿದ್ದೆ. ನನಗೆ ಪ್ರಿಟೋರಿಯಾವನ್ನು ಸಾಧ್ಯವಾದಷ್ಟು ಬೇಗನೇ ತಲ್ಪುವ ಅವಶ್ಯಕತೆಯಿದೆಯೆಂದು ತಿಳಿಸಿದ್ದೆ. ಪ್ರತ್ಯುತ್ತರಕ್ಕೆ ಕಾಯುವಷ್ಟು ಸಮಯವಿಲ್ಲದಿರುವುದರಿಂದ ನಾನೇ ಸ್ವತಃ ಸ್ಟೇಷನ್‌ನಲ್ಲಿ ಉತ್ತರವನ್ನು ಸ್ವೀಕರಿಸುವುದಾಗಿಯೂ ಮತ್ತು ನಾನು ಮೊದಲನೇ ದರ್ಜೆಯ ಟಿಕೀಟನ್ನು ನಿರೀಕ್ಷಿಸುತ್ತಿರುವುದಾಗಿಯೂ ತಿಳಿಸಿದ್ದೆ. ಸ್ವತಃ ಉತ್ತರವನ್ನು ಸ್ವೀಕರಿಸುವೆನೆಂದು ಹೇಳಿದ್ದುದರ ಹಿಂದೆ ಒಂದು ಉದ್ದೇಶವಿತ್ತು. ಸ್ಟೇಷನ್ ಮಾಸ್ಟರ್ ಬರಹದಲ್ಲಿ ಉತ್ತರವನ್ನು ಕೊಟ್ಟಿದ್ದರೆ ಅವನು ಖಂಡಿತವಾಗಿಯೂ 'ಆಗದು' ಎಂದು ಹೇಳುತ್ತಿದ್ದ. ಏಕೆಂದರೆ ಕೂಲಿ ಬ್ಯಾರಿಸ್ಟರ್ ಬಗ್ಗೆ ಅವನು ಅವನದೇ ಆದ ಧೋರಣೆಯನ್ನಿಟ್ಟುಕೊಂಡಿರುತ್ತಿದ್ದ. ಆದರೆ ನಾನು ಅವನ ಮುಂದೆ ಕುಂದಿಲ್ಲದ ಇಂಗ್ಲಿಷ್ ಪೋಷಾಕಿನಲ್ಲಿ ಕಾಣಿಸಿಕೊಂಡು ಮಾತಾಡಿದರೆ ಮೊದಲನೇ ದರ್ಜೆಯ ಟಿಕೀಟನ್ನು ಕೊಡುವಂತೆ ಪ್ರಾಯಶಃ ಅವನ ಮೇಲೆ ಒತ್ತಾಯ ಹೇರಬಹುದಾಗಿತ್ತು. ಆದ್ದರಿಂದ ನಾನು ಫ್ರಾಕ್ ಕೋಟನ್ನು ಸಡಿಲ ತೋಳಿನಗೌನು ಮತ್ತು ನೆಕ್‌ಟೈಯನ್ನು ಧರಿಸಿಕೊಂಡು ಕೌಂಟರ್‌ನಲ್ಲಿ ನನ್ನ ಟಿಕೀಟು ವೆಚ್ಚವೆಂದು ಒಂದು ಸಾವರಿನ್ (ಒಂದು ಪೌಂಡು ಬೆಲೆಯ ಬ್ರಿಟನ್‌ನ ಚಿನ್ನದ ನಾಣ್ಯ)ವನ್ನು ಇಟ್ಟು ಮೊದಲನೇ ದರ್ಜೆಯ ಟಿಕೀಟನ್ನು ಕೊಡುವಂತೆ ಕೇಳಿದೆ.

'ನೀವು ನನಗೆ ಪತ್ರ ಕಳಿಸಿದ್ದೀರಾ?' ಎಂದು ಅವನು ಪ್ರಶ್ನಿಸಿದ.

'ಹೌದು. ನೀವು ನನಗೆ ಟಿಕೀಟು ಕೊಟ್ಟರೆ ಉಪಕಾರ ಮಾಡಿದಂತಾಗುತ್ತದೆ. ನಾನು ಇಂದೇ ಪ್ರಿಟೋರಿಯಾ ತಲ್ಪಬೇಕು.'

ಆತ ನಕ್ಕ ಮತ್ತು ಕನಿಕರ ತೋರಿದ. ಹೇಳಿದ: 'ನಾನು ಟ್ರಾನ್ಸ್‌ವಾಲ್‌ನವನಲ್ಲ. ನಾನು ಹಾಲೆಂಡ್‌ನವನು. ನಾನು ನಿಮ್ಮ ಭಾವನೆಗಳನ್ನು ಮೆಚ್ಚಿಕೊಳ್ಳುತ್ತೇನೆ. ನಿಮ್ಮ ಬಗ್ಗೆ ನನ್ನಲ್ಲಿ ಸಹಾನುಭೂತಿಯಿದೆ. ನಾನು ನಿಮಗೆ ಒಂದು ಟಿಕೀಟು ಕೋಡುತ್ತೇನೆ. - ಒಂದು ಷರತ್ತಿನ ಮೇಲೆ. ಏನೇ ಇರಲಿ, ಗಾರ್ಡ್ (ರೈಲಿನಲ್ಲಿ ಮೇಲ್ವಿಚಾರಕನಾಗಿರುವವನು) ನಿಮಗೆ ಮೂರನೇ ದರ್ಜೆಗೆ ಜಾಗವನ್ನು ಬದಲಾಯಿಸಿಕೊಳ್ಳಬೇಕೆಂದು ತಿಳಿಸಿದರೆ ನೀವು ಈ ವಿಷಯದಲ್ಲಿ ನನ್ನನ್ನು ಸಿಕ್ಕಿಹಾಕಿಸಬಾರದು. ಅಂದರೆ ರೈಲ್ವೆ ಕಂಪನಿಯ ವಿರುದ್ಧ ಕಾನೂನು ಕ್ರಮ ಜರುಗಿಸಬಾರದು. ನಿಮ್ಮ ಪ್ರಯಾಣ ಸುರಕ್ಷಿತವಾಗಿರಲೆಂದು ಹಾರೈಸುತ್ತೇನೆ. ನೀವೊಬ್ಬ ಸಭ್ಯಗೃಹಸ್ಥರು ಎಂದು ನಿಮ್ಮನ್ನು ನೋಡಿದರೆ ಗೊತ್ತಾಗುತ್ತದೆ.'

ಅವನು ಹೀಗೆ ಹೇಳಿ ಒಂದು ಟಿಕೀಟು ಕೊಟ್ಟ. ನಾನು ಅವನಿಗೆ ವಂದಿಸಿದೆ ಮತ್ತು ಅವಶ್ಯಕವಾಗಿದ್ದ ಭರವಸೆಯನ್ನು ನೀಡಿದೆ.

ಶೇಠ್ ಅಬ್ದುಲ್ ಗನಿ ಸ್ಟೇಷನ್‌ಗೆ ನನ್ನನ್ನು ಬೀಳ್ಕೊಡಲು ಬಂದಿದ್ದರು. ಈ ಘಟನೆಯನ್ನು ಕಂಡು ಅವರ ಮನಸ್ಸಿಗೆ ಹಿತಕರವಾಗಿತ್ತು. ಆಶ್ಚರ್ಯವೂ ಆಗಿತ್ತು. ಆದರೂ ಅವರು ನನಗೆ ಮುನ್ನೆಚ್ಚರಿಕೆ ಕೊಡುತ್ತ ಹೀಗೆ ಹೇಳಿದರು: 'ನೀವು ಸುರಕ್ಷಿತವಾಗಿ ಪ್ರಿಟೋರಿಯಾವನ್ನು ತಲ್ಪಿದರೆ ನನಗೆ ಸಂತೋಷವಾಗುತ್ತದೆ. ಗಾರ್ಡ್ ನಿಮ್ಮನ್ನು ಮೊದಲನೇ ದರ್ಜೆಯಲ್ಲಿ ಶಾಂತಿಯಿಂದ ಕೂರಲು ಬಿಡುವುದಿಲ್ಲ ಎಂದು ನನಗೆ ಭಯವಾಗುತ್ತಿದೆ. ಅವನು ನಿಮ್ಮನ್ನು ಬಿಟ್ಟರೂ ಪ್ರಯಾಣಿಕರು ನಿಮ್ಮನ್ನು ಬಿಡುವುದಿಲ್ಲ.'

ನಾನು ಮೊದಲನೇ ದರ್ಜೆಯ ಕಂಪಾರ್ಟ್‌ಮೆಂಟ್‌ನಲ್ಲಿ ಕೂತೆ. ರೈಲು ಹೊರಟಿತು. ಜೆರ್ಮಿಸ್ಟನ್‌ನಲ್ಲಿ ಟಿಕೀಟುಗಳನ್ನು ಪರೀಕ್ಷಿಸಲು ಗಾರ್ಡ್ ಬಂದ. ಅವನಿಗೆ ನನ್ನನ್ನು ಅಲ್ಲಿ ನೋಡಿ ಕೋಪ ಬಂತು. ನನಗೆ ಮೂರನೆ ದರ್ಜೆಗೆ ತೆರಳುವಂತೆ ಕೈಬೆರಳಿನಿಂದ ಸನ್ನೆಮಾಡಿದ. ನಾನು ಅವನಿಗೆ ನನ್ನ ಮೊದಲನೇ ದರ್ಜೆಯ ಟಿಕೀಟನ್ನು ತೋರಿಸಿದೆ. 'ಅದರಿಂದ ಏನೂ ಆಗುವುದಿಲ್ಲ' ಎಂದು ಅವನು ಹೇಳಿದ. 'ಮೂರನೇ ದರ್ಜೆಗೆ ಹೊರಟು ಹೋಗು.'

ಕಂಪಾರ್ಟ್‌ಮೆಂಟ್‌ನಲ್ಲಿ ಒಬ್ಬನೇ ಒಬ್ಬ ಇಂಗ್ಲಿಷ್ ಪ್ರಯಾಣಿಕನಿದ್ದ ಅವನು ಗಾರ್ಡ್‌ನನ್ನು ತರಾಟೆಗೆ ತೆಗೆದುಕೊಂಡ: 'ಈ ಸಭ್ಯ ಗೃಹಸ್ಥನಿಗೆ ತೊಂದರೆ ಕೊಡುವ ಅರ್ಥವೇನು?' ಎಂದು ಅವನು ಪ್ರಶ್ನಿಸಿದ 'ಅವನಲ್ಲಿ ಮೊದಲನೇ ದರ್ಜೆಯ ಟಿಕೀಟು ಇರುವುದನ್ನು ನೀನು ನೋಡುತ್ತಿಲ್ಲವೆ? ಅವನು ನನ್ನ ಜತೆಯಲ್ಲಿ ಪ್ರಯಾಣ ಮಾಡುವುದರಿಂದ ನನಗೆ ಏನೂ ತೊಂದರೆಯಿಲ್ಲ.' ನನ್ನ ಕಡೆಗೆ ತಿರುಗಿ ಹೇಳಿದ 'ನೀವು ಕುಳಿತಿರುವಲ್ಲಿ ಆರಾಮಾಗಿರಿ.'

ಗಾರ್ಡ್ ಗೊಣಗಿದ: 'ಕೂಲಿಯ ಜತೆಯಲ್ಲಿ ಪ್ರಯಾಣಮಾಡಲು ನೀವು ಇಷ್ಟಪಡುವುದಾದರೆ ನಾನೇಕೆ ತಲೆ ಕೆಡಿಸಿಕೊಳ್ಳಬೇಕು. ಅಲ್ಲಿಂದ ಹೊರಟು ಹೋದ.'

ಇಳಿ ಹೊತ್ತಿನಲ್ಲಿ ಎಂಟುಗಂಟೆಯ ಹೊತ್ತಿಗೆ ರೈಲು ಪ್ರಿಟೋರಿಯಾವನ್ನು ಸೇರಿತು.

10. ಪ್ರಿಟೋರಿಯಾದಲ್ಲಿ ಮೊದಲ ದಿನ

ದಾದಾ ಅಬ್ದುಲ್ಲಾ ಅವರ ನ್ಯಾಯವಾದಿಯ ಪರವಾಗಿ ಯಾರಾದರೊಬ್ಬರು ಸ್ಟೇಷನ್‌ನಲ್ಲಿ ನನ್ನನ್ನು ಕಾಣಲು ಕಾದಿರುತ್ತಾರೆ ಎಂದು ನಾನು ನಿರೀಕ್ಷಿಸಿದ್ದೆ. ಯಾವನೇ ಭಾರತೀಯನೂ ಅಲ್ಲಿ ನನ್ನನ್ನು ಬರಮಾಡಿಕೊಳ್ಳಲು ಬಂದಿರುವುದಿಲ್ಲ ಎಂದು ನನಗೆ ಗೊತ್ತಿತ್ತು ಏಕೆಂದರೆ ಭಾರತೀಯನ ಮನೆಯಲ್ಲಿ ನಾನು ತಂಗುವುದಿಲ್ಲ ಎಂದು ವಿಶೇಷವಾಗಿ ಮಾತುಕೊಟ್ಟಿದ್ದೆ. ಆದರೆ ನ್ಯಾಯವಾದಿ ಯಾರನ್ನೂ ಕಳಿಸಿರಲಿಲ್ಲ. ಮುಂದೆ ನನಗೆ ತಿಳಿದುಬಂದಂತೆ ನಾನು ಭಾನುವಾರದ ದಿವಸ ಬಂದಿದ್ದರಿಂದ ಯಾರಿಗೂ ತೊಂದರೆ ಕೊಡದೇ ಯಾರನ್ನೂ ಸ್ಟೇಷನ್‌ಗೆ ಕಳಿಸಲು ಅವರಿಗೆ ಸಾಧ್ಯವಾಗಿರಲಿಲ್ಲ. ಕಕ್ಕಾಬಿಕ್ಕಿಯಾದೆ. ಎಲ್ಲಿಗೆ ಹೋಗಬೇಕೆಂದು ತಿಳಿಯದೇ ತಬ್ಬಿಬ್ಬಾದೆ. ಯಾವುದೇ ಹೊಟೇಲ್ ನನ್ನನ್ನು ಸ್ವಾಗತಿಸುವುದಿಲ್ಲವೆಂದು ಭಯಪಟ್ಟೆ.

1893ರಲ್ಲಿದ್ದ ಪ್ರಿಟೋರಿಯಾ ಸ್ಟೇಷನ್ 1914ರಲ್ಲಿದ್ದಕ್ಕಿಂತ ತುಂಬಾ ಭಿನ್ನ ಸ್ಥಿತಿಯಲ್ಲಿತ್ತು. ದೀಪಗಳು ಮಂಕಾಗಿ ಬೆಳಗುತ್ತಿದ್ದವು. ಕೆಲವೇ ಪ್ರಯಾಣಿಕರು ಗಳಿರುತ್ತಿದ್ದರು. ಇತರ ಎಲ್ಲ ಪ್ರಯಾಣಿಕರುಗಳು ಹೊರಟುಹೋಗುವವರೆಗೂ ಕಾಯಬೇಕೆಂದು ನಿರ್ಧರಿಸಿದೆ. ತರುವಾಯ ಟಿಕೇಟ್ ಸಂಗ್ರಾಹಕ (ಟಿಕೇಟ್

ಕಲೆಕ್ಟರ್)ನಿಗೆ ಕೆಲಸಕಾರ್ಯಗಳಿಲ್ಲದೇ ಬಿಡುವು ಸಿಕ್ಕಾಗ ನಾನು ಅವನಿಗೆ ಟಿಕೀಟು ತೋರಿಸಿ ಯಾವುದಾದರೂ ಹೊಟೇಲ್‌ಅನ್ನು ಇಲ್ಲವೇ ನಾನು ಇಳಿದುಕೊಳ್ಳಬಹುದಾದ ಯಾವುದಾದರೂ ಸ್ಥಳವನ್ನು ತೋರಿಸುವಂತೆ ಪ್ರಾರ್ಥಿಸಬೇಕೆಂದು ಯೋಚಿಸಿದೆ. ಅದು ಸಾಧ್ಯವಾಗದಿದ್ದರೆ ಸ್ಟೇಷನ್‌ನಲ್ಲಿ ಇಡೀ ರಾತ್ರಿ ಕಳೆಯಬೇಕೆಂದು ನಿಶ್ಚಯಿಸಿದೆ. ಹಾಗೆ ಕೇಳಲು ಕೂಡಾ ಹೆದರಿ ನಾನು ಕುಗ್ಗಿ ಹೋಗಿದ್ದೆ. ಏಕೆಂದರೆ ಮೂದಲಿಸಬಹುದೆಂದು ಭಯಪಟ್ಟಿದ್ದೆ ಎಂದು ನಾನು ಒಪ್ಪಿಕೊಳ್ಳಲೇಬೇಕು.

ಸ್ಟೇಷನ್‌ನಿಂದ ಎಲ್ಲ ಪ್ರಯಾಣಿಕರುಗಳು ಹೊರಟು ಹೋಗಿದ್ದರಿಂದ ಅದು ಖಾಲಿಯಾಯ್ತು. ನಾನು ಟಿಕೀಟು ಸಂಗ್ರಾಹಕನಿಗೆ ನನ್ನ ಟಿಕೀಟನ್ನು ಕೊಟ್ಟು ವಿಚಾರಿಸಿದೆ. ಅವನು ವಿನಯದಿಂದ ಮಾತಾಡಿದ. ಆದರೆ ಅವನಿಂದ ಸಾಕಷ್ಟು ನೆರವು ಸಿಗುವಂತಿರಲಿಲ್ಲ. ಆದರೆ ಅವನ ಪಕ್ಕದಲ್ಲಿ ನಿಂತಿದ್ದ ಒಬ್ಬ ಅಮೆರಿಕನ್ ನೀಗ್ರೋ ನಮ್ಮ ಸಂಭಾಷಣೆಯ ಮಧ್ಯೆಪ್ರವೇಶಿಸಿ ಹೇಳಿದ:

'ನೀವು ಇಲ್ಲಿಗೆ ತೀರಾ ಅಪರಿಚಿತರು. ನಿಮಗೆ ಯಾರಾದರೂ ಗೆಳೆಯರಿಲ್ಲ. ನೀವು ನನ್ನ ಜತೆಯಲ್ಲಿ ಬಂದರೆ ನಾನು ನಿಮ್ಮನ್ನು ಒಂದು ಸಣ್ಣ ಹೊಟೆಲ್‌ಗೆ ಕರೆದುಕೊಂಡು ಹೋಗುತ್ತೇನೆ. ಅದರ ಮಾಲೀಕರು ಅಮೆರಿಕನ್ ಆಗಿದ್ದು ಅವರು ನನಗೆ ಚೆನ್ನಾಗಿ ಗೊತ್ತಿದೆ. ಅವರು ನಿಮ್ಮನ್ನು ಒಳಕ್ಕೆ ಕರೆದುಕೊಳ್ಳುವರು ಎಂದು ನಾನು ಭಾವಿಸಿದ್ದೇನೆ.'

ಈ ಆಶ್ವಾಸನೆಯ ಬಗ್ಗೆ ನನ್ನಲ್ಲಿ ಸಂಶಯಗಳಿದ್ದವು. ಆದರೂ ನಾನು ಅವನಿಗೆ ಕೃತಜ್ಞತೆಯನ್ನು ಸಲ್ಲಿಸಿದೆ ಮತ್ತು ಅವನ ಸಲಹೆಯನ್ನು ಒಪ್ಪಿಕೊಂಡೆ. ಅವನು ನನ್ನನ್ನು ಜಾನ್‌ಸನ್ಸ್ ಫ್ಯಾಮಿಲಿ (ಕುಟುಂಬ) ಹೋಟೆಲ್‌ಗೆ ಕರೆದುಕೊಂಡು ಹೋದ. ಅವನು ಮಿ. ಜಾನ್ಸನ್‌ನನ್ನು ಪಕ್ಕಕ್ಕೆಕರೆದು ಮಾತಾಡಿದ. ತರುವಾಯ ಜಾನ್ಸನ್ ನನಗೆ ಆ ರಾತ್ರಿ ವಸತಿ ಕಲ್ಪಿಸಿಕೊಡಲು ಒಪ್ಪಿದ. ಆದರೆ ಒಂದು ಷರತ್ತನ್ನು ಒಡ್ಡಿದ - ನಾನು ನನ್ನ ರೂಮಿನಲ್ಲೆ ರಾತ್ರಿಯೂಟ ಮಾಡಬೇಕೆಂದು ತಿಳಿಸಿದ.

'ನನ್ನಲ್ಲಿ ವರ್ಣಪಕ್ಷಪಾತವಿಲ್ಲವೆಂದು ನಾನು ನಿಮಗೆ ಭರವಸೆ ಕೊಡುತ್ತೇನೆ.' ಎಂದು ಅವನು ಹೇಳಿದ. 'ಆದರೆ ನಾನು ಯುರೋಪಿಯನ್ ಪದ್ಧತಿಯನ್ನು ಅನುಸರಿಸುತ್ತೇನೆ. ನಾನು ನಿಮಗೆ ನಮ್ಮ ಊಟದ ಮನೆಯಲ್ಲಿ ಊಟಮಾಡಲು ಅವಕಾಶ ನೀಡಿದರೆ ನನ್ನ ಅತಿಥಿಗಳು ಮುನನೊಂದು ಸಿಟ್ಟಿಗೇಳಬಹುದು. ಅವರು ನನ್ನ ಹೊಟೇಲ್‌ಅನ್ನು ಬಿಟ್ಟು ಹೊರಟುಹೋಗಲೂಬಹುದು.'

'ಒಂದು ರಾತ್ರಿಗಾದರೂ, ನೀವು ನನಗೆ ವಸತಿಯನ್ನು ಕಲ್ಪಿಸಿಕೊಟ್ಟದ್ದಕ್ಕಾಗಿ ನಿಮಗೆ ನಾನು ಕೃತಜ್ಞನಾಗಿದ್ದೇನೆ.' ಎಂದು ನಾನು ಹೇಳಿದೆ. 'ಈಗ ನಾನು ಹೆಚ್ಚೂಕಡಿಮೆ ಇಲ್ಲಿಯ ಪರಿಸ್ಥಿತಿಗೆ ಹೊಂದಿಕೊಂಡಿದ್ದೇನೆ. ನನಗೆ ನಿಮ್ಮ ಕಷ್ಟ ಏನು ಎಂದು ಅರ್ಥವಾಗುತ್ತದೆ. ನನ್ನ ರೂಮಿನಲ್ಲೇ ನನಗೆ ಊಟವನ್ನು ಒದಗಿಸಿದರೆ ನಾನು ನೊಂದುಕೊಳ್ಳುವುದಿಲ್ಲ. ನಾಳೆಯ ದಿನ ನಾನು ಏನಾದರೂ ಏರ್ಪಾಟುಮಾಡಿಕೊಳ್ಳುತ್ತೇನೆ. ನನ್ನಲ್ಲಿ ಆ ನಂಬಿಕೆಯಿದೆ.'

ನನ್ನನ್ನು ರೂಮಿಗೆ ಕರೆದೊಯ್ದು ತೋರಿಸಿದರು. ಊಟಕ್ಕಾಗಿ ಕಾಯುತ್ತ ಕುಳಿತೆ. ಒಂಟಿಯಾಗಿದ್ದರಿಂದ ಧ್ಯಾನಮಗ್ನನಾದೆ. ಹೊಟೇಲ್‌ನಲ್ಲಿ ಹೆಚ್ಚು ಅತಿಥಿಗಳಿರಲಿಲ್ಲ. ವೇಟರ್ (ಪರಿಚಾರಕ) ಬೇಗನೇ ಊಟ ತೆಗೆದುಕೊಂಡು ಬರಬಹುದೆಂದು ನಿರೀಕ್ಷಿಸುತ್ತ ಕೂತಿದ್ದೆ. ಆದರೆ

ವೇಟರ್‌ನ ಪ್ರತಿಯಾಗಿ ಜಾನ್ಸನ್ ಕಾಣಿಸಿಕೊಂಡ. 'ನೀವು ಇಲ್ಲಿ ಊಟಮಾಡಬೇಕೆಂದು ಹೇಳಿದ್ದಕ್ಕಾಗಿ ನನಗೆ ನಾಚಿಕೆಯಾಗುತ್ತಿದೆ. 'ಎಂದು ಅವನು ಹೇಳಿದ.' 'ನಾನು ಇತರ ಅತಿಥಿಗಳೊಡನೆ ನಿಮ್ಮ ಬಗ್ಗೆ ಮಾತಾಡಿದೆ. ಊಟದ ಮನೆಯಲ್ಲಿ ಕೂತು ಅವರೊಂದಿಗೆ ಊಟಮಾಡಿದರೆ ಆಕ್ಷೇಪಿಸುವರೆ ಎಂದು ಅವರನ್ನು ಪ್ರಶ್ನೆ ಮಾಡಿದೆ. ತಮಗೇನೂ ಆಕ್ಷೇಪವಿಲ್ಲ ಎಂದೂ ಹೇಳಿದ್ದಾರೆ. ಆದ್ದರಿಂದ ತಾವು ಬಯಸುವುದಾದರೆ ದಯವಿಟ್ಟು ಊಟದ ಮನೆಗೆ ಬನ್ನಿ. ಅಲ್ಲಿ ತಾವು ಇಷ್ಟಪಡುವಷ್ಟು ಕಾಲ ಉಳಿದುಕೊಳ್ಳಬಹುದು.'

ನಾನು ಅವನಿಗೆ ಕೃತಜ್ಞತೆಯನ್ನು ಸಲ್ಲಿಸಿ ಊಟದ ಮನೆಗೆ ಬಂದೆ. ಹೃತ್ಪೂರ್ವಕವಾಗಿ ಊಟಮಾಡಿದೆ.

ಮಾರನೇ ದಿನ ಬೆಳಗ್ಗೆ ನಾನು ನ್ಯಾಯವಾದಿ ಎ. ಡಬ್ಲ್ಯು. ಬೇಕರ್‌ಅವರ ಭೇಟಿಮಾಡಿದೆ. ಅಬ್ದುಲ್ಲಾ ಶೇಠ್ ಅವರ ಬಗ್ಗೆ - ಸ್ವಲ್ಪ ವಿವರ ಕೊಟ್ಟಿದ್ದರು. ಆದ್ದರಿಂದ ಅವರು ನನ್ನನ್ನು ಅದರ ಪೂರ್ವಕವಾಗಿ ಸ್ವಾಗತಿಸಿದಾಗ ನನಗೆ ಆಶ್ಚರ್ಯವಾಗಲಿಲ್ಲ. ಅವರು ನನ್ನನ್ನು ಪ್ರೀತಿಪೂರಿತವಾಗಿ ಬರಮಾಡಿಕೊಂಡರು ಮತ್ತು ಆದರದಿಂದ ವಿಚಾರಿಸಿದರು. ನಾನು ನನ್ನ ಬಗ್ಗೆ ಎಲ್ಲವನ್ನೂ ವಿವರಿಸಿದೆ. ಅದನ್ನು ಕೇಳಿ ಅವರು ಹೇಳಿದರು: 'ಬ್ಯಾರಿಸ್ಟರ್ ಆಗಿ ನಿಮಗೆ ಇಲ್ಲಿ ಯಾವುದೇ ಕೆಲಸವಿಲ್ಲ. ಏಕೆಂದರೆ ನಾವು ಅತ್ಯುತ್ತಮ ಬ್ಯಾರಿಸ್ಟರ್‌ನನ್ನು ಗೊತ್ತುಮಾಡಿಕೊಂಡಿದ್ದೇವೆ. ಮೊಕದ್ದಮೆಯು ತುಂಬಾ ಸಮಯವನ್ನು ತೆಗೆದುಕೊಂಡಿದೆ ಮತ್ತು ಜಟಿಲವಾಗಿದೆ. ಆದ್ದರಿಂದ ಅವಶ್ಯಕವಾದ ವಿವರವನ್ನು ಪಡೆಯುವಷ್ಟರಮಟ್ಟಿಗೆ ಮಾತ್ರ ನಾನು ನಿಮ್ಮ ಸಹಾಯ ಪಡೆಯುತ್ತೇನೆ. ಖಂಡಿತವಾಗಿಯೂ ನೀವು ನಮ್ಮ ಕಕ್ಷಿಗಾರೊಂದಿಗೆ ವಿಚಾರವಿನಿಮಯವನ್ನು ಸುಲಭಮಾಡಿಕೊಡುವಿರಿ. ನನಗೆ ಬೇಕಾಗಿರುವ ಎಲ್ಲ ಮಾಹಿತಿಯನ್ನು ನಾನು ನಿಮ್ಮ ಮೂಲಕ ಕೇಳಿ ಪಡೆಯುತ್ತೇನೆ. ಇದರಿಂದ ಖಂಡಿತವಾಗಿಯೂ ಅನುಕೂಲವಾಗುತ್ತದೆ. ನಾನಿನ್ನೂ ನಿಮಗೆ ರೂಮುಗಳನ್ನು ಹುಡುಕಿಲ್ಲ. ನಿಮ್ಮನ್ನು ಕಂಡಮೇಲೆ ಹುಡುಕುವುದು ಒಳ್ಳೆಯದೆಂದು ನಾನು ಭಾವಿಸಿದೆ. ಇಲ್ಲಿ ವರ್ಣಪಕ್ಷಪಾತ ಅಂಜಿಕೆ ಹುಟ್ಟಿಸುವಷ್ಟು ಉಗ್ರವಾಗಿದೆ. ಆದ್ದರಿಂದ ನಿಮ್ಮಂತಹವರಿಗೆ ವಸತಿ ಗೃಹಗಳನ್ನು ಹುಡುಕುವುದು ಸುಲಭದ ಮಾತಲ್ಲ. ನನಗೊಬ್ಬಳು ಬಡ ಹೆಂಗಸು ಗೊತ್ತಿದ್ದಾಳೆ. ಅವಳು ಬ್ರೆಡ್ಡುವ್ಯಾಪಾರಿ (ಬ್ರೆಡ್ ತಯಾರಿಸುವವನು)ಯ ಹೆಂಡತಿ. ಆಕೆ ನಿಮ್ಮನ್ನು ಅವಳ ಮನೆಯಲ್ಲಿ ಇರಿಸಿಕೊಳ್ಳಲು ಒಪ್ಪಬಹುದು. ಇದರಿಂದ ಅವಳ ಆದಾಯ ಕೂಡಾ ಹೆಚ್ಚಾಗುತ್ತದೆ. ಬನ್ನಿ, ಆಕೆಯ ಮನೆಗೆ ಹೋಗೋಣ.'

ನ್ಯಾಯವಾದಿ ನನ್ನನ್ನು ಆಕೆಯ ಮನೆಗೆ ಕರೆದುಕೊಂಡು ಹೋದರು. ಅವರು ಆಕೆಯೊಂದಿಗೆ ಖಾಸಗಿಯಾಗಿ ಮಾತಾಡಿದರು. ವಾರಕ್ಕೆ 35 ಷಿಲಿಂಗುಗಳನ್ನು ಪಡೆದು ನನ್ನನ್ನು ಬೋರ್ಡರ್(ನಿಗದಿಯಾದ ಹಣ ಕೊಟ್ಟು ಊಟಮಾಡುವವನು) ಆಗಿ ಇರಿಸಿಕೊಳ್ಳಲು ಒಪ್ಪಿದಳು.

ಮಿ. ಬೇಕರ್ ನ್ಯಾಯವಾದಿಯಾಗಿರುವ ಜತೆಯಲ್ಲಿ ನಿಷ್ಠಾವಂತ ಅದೀಕ್ಷಿತ (ದೀಕ್ಷೆಪಡೆಯದ ಹಾಗೂ ಪಾದ್ರಿಯಲ್ಲದ) ಧರ್ಮೋಪದೇಶಕರಾಗಿದ್ದರು. ಅವರು ಈಗಲೂ ಜೀವಿಸಿದ್ದಾರೆ ಮತ್ತು ಕಾನೂನಿನ ವೃತ್ತಿಯನ್ನು ಬಿಟ್ಟು ಈಗ ಪೂರ್ತಿಯಾಗಿ ಮತ ಪ್ರಚಾರದಲ್ಲಿ ನಿರತರಾಗಿದ್ದಾರೆ. ಅವರು ಸ್ಥಿತಿವಂತರೇ ಆಗಿದ್ದಾರೆ. ಅವರು ಇನ್ನೂ ನನ್ನ ಜತೆಯಲ್ಲಿ ಪತ್ರವ್ಯವಹಾರವನ್ನು

ಇರಿಸಿಕೊಂಡಿದ್ದಾರೆ. ತಮ್ಮ ಪತ್ರಗಳಲ್ಲಿ ಅವರು ಯಾವಾಗಲೂ ಒಂದೇ ವಿಷಯದ ಮೇಲೆ ಲಕ್ಷ್ಯ ಇರಿಸಿಕೊಂಡಿದ್ದಾರೆ. ವಿವಿಧ ದೃಷ್ಟಿಕೋನಗಳಿಂದ ಅವರು ಕ್ರಿಶ್ಚಿಯನ್ ಧರ್ಮದ ಉತ್ಕೃಷ್ಟತೆಯನ್ನು ಎತ್ತಿಹಿಡಿಯುತ್ತಾರೆ. ಮಾನವ ಜನಾಂಗದ ಉದ್ಧಾರಕನೆಂದೂ ಮತ್ತು ದೇವ ಪುತ್ರನೆಂದು ಜೀಸಸ್‌ನ್ನು ಒಪ್ಪಿಕೊಳ್ಳದ ವಿನಹ ಚಿರಂತನ ಶಾಂತಿ ಸಾಧ್ಯವಿಲ್ಲವೆಂದು ಅವರು ಒತ್ತಿ ಹೇಳುತ್ತಾರೆ.

ನಮ್ಮ ಮೊದಲನೇ ಭೇಟಿಯಲ್ಲಿ ಅವರು ನನ್ನ ಧಾರ್ಮಿಕ ವಿಚಾರಗಳನ್ನು ಖಚಿತಪಡಿಸಿಕೊಂಡರು. ನಾನು ಅವರಿಗೆ ಹೇಳಿದೆ: ನಾನು ಜನ್ಮದಿಂದ ಹಿಂದು. ಹಾಗಿದ್ದರೂ ನನಗೆ ಹಿಂದೂ ಧರ್ಮದ ಬಗ್ಗೆ ಹೆಚ್ಚು ಗೊತ್ತಿಲ್ಲ. ಇತರ ಧರ್ಮಗಳ ಬಗ್ಗೆ ಕೊಂಚ ಮಾತ್ರ ಗೊತ್ತಿದೆ. ವಾಸ್ತವವಾಗಿ ನಾನು ಎಲ್ಲಿದ್ದೇನೆ ಮತ್ತು ಏನಾಗಿದ್ದೇನೆ ಮತ್ತು ನನ್ನ ನಂಬಿಕೆ ಏನಾಗಬೇಕು ಎಂದು ನನಗೆ ಗೊತ್ತಿಲ್ಲ. ನಾನು ಅತ್ಯಂತ ಎಚ್ಚರದಿಂದ ನನ್ನ ಸ್ವಂತದ ಧರ್ಮವನ್ನು ಅಧ್ಯಯನ ಮಾಡಲು ಇಚ್ಛಿಸಿದ್ದೇನೆ ಮತ್ತು ಸಾಧ್ಯವಾದ ಮಟ್ಟಿಗೆ ಇತರ ಧರ್ಮಗಳ ಬಗೆ ಕೂಡಾ ಅಧ್ಯಯನ ಮಾಡಲು ಬಯಸಿದ್ದೇನೆ.'

ಇದೆಲ್ಲವನ್ನೂ ಕೇಳಿ ಬೇಕರ್‌ಅವರಿಗೆ ಸಂತೋಷವಾಯ್ತು. ಅವರು ಹೇಳಿದರು: 'ಸೌತ್ ಆಫ್ರಿಕ ಜನರಲ್ ಮಿಷಿನ್ (ದಕ್ಷಿಣ ಆಫ್ರಿಕ ಜನ ಸಾಮಾನ್ಯ ಧರ್ಮಪಚಾರ ಮಂಡಳಿ)ಯ ನಿರ್ದೇಶಕರುಗಳಲ್ಲಿ ನಾನೂ ಒಬ್ಬ ನಿರ್ದೇಶಕನಾಗಿದ್ದೇನೆ. ನನ್ನ ಸ್ವಂತ ಖರ್ಚಿನಿಂದ ಒಂದು ಚರ್ಚ್‌ಅನ್ನು ಕಟ್ಟಿಸಿದ್ದೇನೆ. ಅದರಲ್ಲಿ ಕ್ರಮಬದ್ಧವಾಗಿ ನಾನು ಧರ್ಮೋಪದೇಶ ಮಾಡುತ್ತೇನೆ. ನಾನು ವರ್ಣಪಕ್ಷಪಾತವನ್ನು ಅನುಸರಿಸುವುದಿಲ್ಲ. ನನ್ನ ಜತೆಯಲ್ಲಿ ಕೆಲವು ಸಹಕಾರ್ಯ ಕರ್ತರುಗಳಿದ್ದಾರೆ. ನಾವು ಪ್ರತಿದಿನ ಒಂದು ಗಂಟೆಯ ಹೊತ್ತಿಗೆ ಕೆಲವು ನಿಮಿಷಗಳ ಕಾಲ ಸೇರುತ್ತೇವೆ ಮತ್ತು ಶಾಂತಿ ಹಾಗೂ ಜ್ಯೋತಿ (ಜ್ಞಾನ)ಯನ್ನು ಕರುಣಿಸಬೇಕೆಂದು ಪ್ರಾರ್ಥಿಸುತ್ತೇವೆ. ನೀವು ಅಲ್ಲಿ ನಮ್ಮನ್ನು ಕೂಡಿಕೊಂಡರೆ ನಮಗೆ ಸಂತೋಷವಾಗುತ್ತದೆ. ನಮ್ಮ ಸಹಕಾರ್ಯಕರ್ತರುಗಳಿಗೆ ನಿಮ್ಮ ಪರಿಚಯಮಾಡಿಸಿಕೊಡುತ್ತೇನೆ. ಅವರಿಗೆ ನಿಮ್ಮನ್ನು ಕಂಡು ಸಂತೋಷವಾಗುತ್ತದೆ. ನಿಮಗೂ ಅವರ ಒಡನಾಟ ಇಷ್ಟವಾಗುತ್ತದೆ ಎಂದು ಧೈರ್ಯವಾಗಿ ಹೇಳುತ್ತೇನೆ. ಜತೆಯಲ್ಲಿ ನಾನು ನಿಮಗೆ ಕೆಲವು ಧಾರ್ಮಿಕ ಗ್ರಂಥಗಳನ್ನು ಓದಲು ಕೊಡುತ್ತೇನೆ. ಸಹಜವಾಗಿ ಅದು ಗ್ರಂಥಗಳ ಗ್ರಂಥ ಎನಿಸಿರುವ ಪವಿತ್ರ ಬೈಬಲ್‌ಆಗಿದ್ದು ಅದನ್ನು ನಾನು ನಿಮಗೆ ವಿಶೇಷವಾಗಿ ಶಿಫಾರಸು ಮಾಡುತ್ತೇನೆ.'

ನಾನು ಬೇಕರ್‌ಅವರಿಗೆ ಕೃತಜ್ಞತೆಯನ್ನು ಸಲ್ಲಿಸಿದೆ ಮತ್ತು ಸಾಧ್ಯವಾದಷ್ಟು ಮಟ್ಟಿಗೆ ಎಡಬಿಡದೇ ಒಂದು ಗಂಟೆಯ ಪ್ರಾರ್ಥನೆಗೆ ಹಾಜರಾಗುವುದಾಗಿ ಒಪ್ಪಿಕೊಂಡೆ.

'ಹಾಗಿದ್ದರೆ ನಾನು ನಿಮ್ಮನ್ನು ನಾಳೆ ಇಲ್ಲಿ ಒಂದು ಗಂಟೆಯ ಹೊತ್ತಿಗೆ ನಿರೀಕ್ಷಿಸುತ್ತಿರುತ್ತೇನೆ. ನಾವು ಒಟ್ಟಾಗಿ ಪ್ರಾರ್ಥನೆಮಾಡಬಹುದು.' ಎಂದು ಮಿ. ಬೇಕರ್ ಹೇಳಿದರು.

ಆಗ ನನಗೆ ಆ ಬಗ್ಗೆ ಚಿಂತಿಸಲು ಹೆಚ್ಚು ಸಮಯವೇ ಇರಲಿಲ್ಲ.

ನಾನು ಮಿ. ಜಾನ್‌ಸ್ಟನ್ ಅವರಲ್ಲಿಗೆ ಹೋಗಿ ಬಿಲ್‌ನ ಹಣವನ್ನು ಕೊಟ್ಟೆ ಮತ್ತು ಹೊಸ ವಸತಿಗೃಹಕ್ಕೆ ವಾಸ್ತವ್ಯವನ್ನು ಬದಲಾಯಿಸಿದೆ. ಅಲ್ಲಿ ನಾನು ಉಪಾಹಾರವನ್ನು ಸ್ವೀಕರಿಸಿದೆ. ಮನೆಯೊಡತಿ ಒಳ್ಳೆಯ ಹೆಂಗಸಾಗಿದ್ದಳು. ಅವಳು ನನಗೆ ಶಾಖಾಹಾರದ ಅಡಿಗೆ ಮಾಡಿದ್ದಳು. ನಾನು ಆ ಕುಟುಂಬದೊಂದಿಗೆ ಮನೆಯವನಂತೆ ಇರಲು ಹೆಚ್ಚು ಕಾಲ ಹಿಡಿಯಲಿಲ್ಲ.

ತರುವಾಯ ನಾನು ದಾದಾ ಅಬ್ದುಲ್ಲಾ ಕೊಟ್ಟಿದ್ದ ಪತ್ರವನ್ನು ಅವರ ಗೆಳೆಯರಿಗೆ ತಲ್ಪಿಸಲು ಹೊರಟೆ. ಆ ಗೆಳೆಯರಿಂದ ನಾನು ದಕ್ಷಿಣ ಆಫ್ರಿಕದಲ್ಲಿ ಭಾರತೀಯರು ಅನುಭವಿಸುತ್ತಿದ್ದ ಸಂಕಷ್ಟಗಳ ಬಗ್ಗೆ ಇನ್ನೂ ಹೆಚ್ಚು ವಿಚಾರಗಳನ್ನು ಅರಿತುಕೊಂಡೆ. ತಮ್ಮ ಜತೆಯಲ್ಲಿರುವಂತೆ ಅವರು ನನ್ನನ್ನು ಒತ್ತಾಯಿಸಿದರು. ನಾನು ಅವರಿಗೆ ಕೃತಜ್ಞತೆಯನ್ನು ಸಲ್ಲಿಸಿ ಈಗಾಗಲೇ ಅದರ ಬಗ್ಗೆ ಏರ್ಪಾಡುಮಾಡಿಕೊಂಡಿರುವುದಾಗಿ ತಿಳಿಸಿದೆ. ಏನಾದರೂ ಅವಶ್ಯಕತೆ ಉಂಟಾದರೆ ತಮ್ಮನ್ನು ಕೇಳಲು ಹಿಂಜರಿಯಬಾರದೆಂದು ಅವರು ಒತ್ತಿಒತ್ತಿ ಹೇಳಿದರು.

ಕತ್ತಲೆಯಾಯಿತು. ನಾನು ಮನೆಗೆ ಹಿಂದಿರುಗಿದೆ. ರಾತ್ರಿಯೂಟ ಮುಗಿಸಿ ನನ್ನ ಕೊಠಡಿಗೆ ಹೋದೆ. ಅಲ್ಲಿ ನಾನು ಗಾಢಾಲೋಚನೆಯಲ್ಲಿ ಮುಳುಗಿದೆ. ತಕ್ಷಣವೆ ಮಾಡಲು ನನಗೆ ಯಾವುದೇ ಕೆಲಸವಿರಲಿಲ್ಲ. ಇದರ ಬಗ್ಗೆ ನಾನು ಅಬ್ದುಲ್ಲಾ ಶೇಠ್‌ಅವರಿಗೆ ತಿಳಿಸಿದೆ. ಮಿ. ಬೇಕರ್ ನನ್ನಲ್ಲಿ ಅಷ್ಟೊಂದು ಆಸಕ್ತಿ ತೋರಿಸುತ್ತಿರುವುದರ ಅರ್ಥವೇನು? ಅವರ ಧಾರ್ಮಿಕ ಸಹಕಾರ್ಯಕರ್ತರುಗಳಿಂದ ನಾನು ಏನನ್ನು ಸಂಪಾದಿಸಿಕೊಳ್ಳಬಹುದು? ಕ್ರಿಶ್ಚಿಯನ್ ಧರ್ಮದ ಅಧ್ಯಯನವನ್ನು ನಾನು ಎಲ್ಲಿಯವರೆಗೆ ಕೈಗೊಳ್ಳಬಹುದು? ಹಿಂದೂಧರ್ಮ ಕುರಿತ ಸಾಹಿತ್ಯವನ್ನು ನಾನು ಹೇಗೆ ಪಡೆದುಕೊಳ್ಳಬಹುದು? ನನ್ನ ಧರ್ಮವನ್ನು ಆಮೂಲಾಗ್ರವಾಗಿ ತಿಳಿದುಕೊಳ್ಳದೆ ನಾನು ಕ್ರಿಶ್ಚಿಯನ್ ಧರ್ಮವನ್ನು ಅದರ ಸರಿಯಾದ ದೃಷ್ಟಿಕೋನದಲ್ಲಿ ನಾನು ಹೇಗೆ ತಿಳಿದುಕೊಳ್ಳಬಹುದು? ನಾನು ಕೇವಲ ಒಂದು ನಿರ್ಧಾರಕ್ಕೆ ಬರಬಹುದು: ನಾನು ನನ್ನ ಬಳಿಗೆ ಬರುವುದೆಲ್ಲವನ್ನೂ ಪೂರ್ವಗ್ರಹವಿಲ್ಲದೇ ಅಧ್ಯಯನ ಮಾಡಬೇಕು. ಬೇಕರ್ ಅವರ ಗುಂಪಿನೊಂದಿಗೆ ನಾನು ದೇವರು ದಾರಿ ತೋರಿಸಿದ ರೀತಿಯಲ್ಲಿ ವ್ಯವಹರಿಸಬೇಕು. ನನ್ನ ಸ್ವಂತದ ಧರ್ಮವನ್ನು ಪೂರ್ತಿಯಾಗಿ ಅರ್ಥಮಾಡಿಕೊಳ್ಳುವ ಮುಂಚೆ ಯಾವುದೇ ಇತರ ಧರ್ಮವನ್ನು ಅಪ್ಪಿಕೊಳ್ಳುವ ಯೋಚನೆಯನ್ನು ಮಾಡಬಾರದು.

ಈ ಪ್ರಕಾರ ಗಾಢವಾಗಿ ಚಿಂತಿಸುತ್ತ ನಿದ್ರೆ ಮಾಡಿದೆ.

11. ಕ್ರೈಸ್ತಮತೀಯ ಸಂಪರ್ಕ

ಮೂರನೇ ದಿನ ಒಂದು ಗಂಟೆಯ ಹೊತ್ತಿಗೆ ನಾನು ಮಿ. ಬೇಕರ್‌ಅವರ ಪ್ರಾರ್ಥನಾಸಭೆಗೆ ಹೋದೆ. ನನಗೆ ಮಿಸ್ ಹ್ಯಾರಿಸ್, ಮಿಸ್ ಗ್ಯಾಬ್ ಮತ್ತು ಮಿಸ್ಟರ್. ಕೋಟ್ಸ್ ಮತ್ತು ಇತರರ ಪರಿಚಯವಾಯ್ತು. ಪ್ರತಿಯೊಬ್ಬರೂ ಪ್ರಾರ್ಥನೆ ಮಾಡಲು ಮಂಡಿಯೂರಿ ಕುಳಿತರು ಮತ್ತು ನಾನು ಅವರನ್ನು ಅನುಸರಿಸಿದೆ. ಪ್ರತಿಯೊಬ್ಬ ವ್ಯಕ್ತಿಯು ಅವರವರ ಅಪೇಕ್ಷೆಗನುಸಾರವಾಗಿ ವಿವಿಧ ವಸ್ತು-ವಿಷಯಗಳನ್ನು ಬೇಡುತ್ತ ದೇವರಿಗೆ ಪ್ರಾರ್ಥನೆಯನ್ನು ಸಲ್ಲಿಸಿದರು. ಎಂದಿನ ಪದ್ಧತಿಯ ಪ್ರಕಾರ ಆ ದಿನ ಶಾಂತವಾಗಿ ಕಳೆಯಲೆಂದು ಅಥವಾ ದೇವರು ಹೃದಯುದ ಬಾಗಿಲುಗಳನ್ನು ತೆರೆಯುಲೆಂದು ಪ್ರಾರ್ಥಿಸಲಾಯ್ತು.

ನನ್ನ ಕ್ಷೇಮಕ್ಕಾಗಿಯೂ ಒಂದು ಪ್ರಾರ್ಥನೆಯನ್ನು ಸೇರಿಸಲಾಯ್ತು: 'ದೇವರೇ ನಮ್ಮ ನಡುವೆ ಬಂದಿರುವ ಹೊಸ ಸಹೋದರನಿಗೆ ದಾರಿಯನ್ನು ತೋರಿಸು. ದೇವರೇ ನೀನು ನಮಗೆ ನೀಡಿರುವ ಶಾಂತಿಯನ್ನು ಅವನಿಗೂ ಕರುಣಿಸು. ನಮ್ಮನ್ನು ಕಾಪಾಡಿರುವ ಪ್ರಭು ಜೀಸಸ್ ಇವನನ್ನೂ ಕಾಪಾಡಲಿ. ನಾವು ಜೀಸ್‌ಸ್‌ನ ಹೆಸರಲ್ಲಿ ಇವೆಲ್ಲವನ್ನೂ ಕೇಳಿಕೊಳ್ಳುತ್ತಿದ್ದೇವೆ.' ಈ ಸಭೆಗಳಲ್ಲಿ

ಸ್ತುತಿಗೀತೆಯು ಹಾಡಾಗಲಿ ಇಲ್ಲವೇ ಬೇರೆ ಸಂಗೀತವಾಗಲಿ ಇರಲಿಲ್ಲ. ಪ್ರತಿದಿನವೂ ಏನಾದರೊಂದನ್ನು ವಿಶೇಷವಾಗಿ ಪ್ರಾರ್ಥಿಸಿ ನಾವು ಚೆದರುತ್ತಿದ್ದೆವು. ಮಧ್ಯಾಹ್ನದ ಊಟದ ಸಮಯವಾದ್ದರಿಂದ ಪ್ರತಿಯೊಬ್ಬರೂ ಊಟಮಾಡಲು ಹೊರಟು ಹೋಗುತ್ತಿದ್ದರು. ಪ್ರಾರ್ಥನೆ ಸಲ್ಲಿಸಲು ಐದು ನಿಮಿಷಗಳಿಗಿಂತಲೂ ಹೆಚ್ಚು ಸಮಯ ಬೇಕಾಗುತ್ತಿರಲಿಲ್ಲ.

ಕುಮಾರಿಯರಾದ ಹ್ಯಾರಿಸ್ ಮತ್ತು ಗ್ಯಾಬ್ ವಯಸ್ಸಾದ ಅವಿವಾಹಿತ ಮಹಿಳೆಯರಾಗಿದ್ದರು. ಮಿಸ್ಟರ್ ಕೋಟ್ಸ್ ಕ್ವೇಕರ್ (1648-50ರಲ್ಲಿ ಜಾರ್ಜ್ ಫಾಕ್ಸ್ ಎಂಬಾತ ಸ್ಥಾಪಿಸಿದ 'ಸೊಸೈಟಿ ಆಫ್ ಫ್ರೆಂಡ್ಸ್' ಎಂಬ ಕ್ರೈಸ್ತ ಮಿತ್ರ ಮಂಡಲಿಗೆ ಸೇರಿದವನು) ಆಗಿದ್ದ. ಇಬ್ಬರು ಮಹಿಳೆಯರೂ ಒಟ್ಟಾಗಿ ವಾಸಿಸುತ್ತಿದ್ದರು. ಅವರು ನನಗೆ ತಮ್ಮ ಮನೆಗೆ ಪ್ರತಿ ಭಾನುವಾರ ನಾಲ್ಕುಗಂಟೆಯ ಹೊತ್ತಿಗೆ ಟೀ (ಚಹಾಪಾನ)ಗೆ ಬರಬೇಕೆದು ಕಾಯಂ ಆಹ್ವಾನ ನೀಡಿದರು.

ನಾವು ಭಾನುವಾರಗಳಲ್ಲಿ ಸೇರಿದಾಗ ನಾನು ಸಾಮಾನ್ಯವಾಗಿ ಮಿ. ಕೋಟ್ಸ್‌ಅವರಿಗೆ ವಾರದ ಧಾರ್ಮಿಕ ದಿನಚರಿಯ ವಿವರ ನೀಡುತ್ತಿದ್ದೆ. ನಾನು ಓದಿದ ಪುಸ್ತಕಗಳ ಬಗ್ಗೆ ಮತ್ತು ಅವುಗಳು ನನ್ನ ಮೇಲೆ ಬೀರಿದ ಪ್ರಭಾವದ ಬಗ್ಗೆ ಅವರೊಂದಿಗೆ ಚರ್ಚಿಸುತ್ತಿದ್ದೆ. ಮಹಿಳೆಯರು ತಮ್ಮ ಮಧುರ ಅನುಭವವನ್ನು ನಿರೂಪಿಸುತ್ತಿದ್ದರು ಮತ್ತು ತಾವು ಕಂಡುಕೊಂಡ ಶಾಂತಿಯ ಬಗ್ಗೆ ಮಾತಾಡುತ್ತಿದ್ದರು.

ಮಿ. ಕೋಟ್ಸ್ ನಿಷ್ಕಪಟ ಹೃದಯವುಳ್ಳ ನಿಷ್ಠಾವಂತ ಯುವಕರಾಗಿದ್ದರು. ನಾವು ಒಟ್ಟಿಗೆ ತಿರುಗಾಡಲು ಹೋಗುತ್ತಿದ್ದೆವು. ಅವರು ನನ್ನನ್ನು ಇತರ ಕ್ರಿಶ್ಚಿಯನ್ ಗೆಳೆಯರ ಬಳಿಗೆ ಕರೆದುಕೊಂಡು ಹೋಗುತ್ತಿದ್ದರು.

ನಾವು ನಿಕಟವಾದಂತೆ ಅವರು ತಾವು ಆರಿಸಿದ್ದ ಪುಸ್ತಕಗಳನ್ನು ನನಗೆ ಕೊಡಲಾರಂಭಿಸಿದರು. ನನ್ನ ಕಪಾಟು ಅವುಗಳಿಂದ ತುಂಬುವವರೆಗೂ ಅವರು ಕೊಡುತ್ತಿದ್ದರು. ನನ್ನ ಮೇಲೆ ಪುಸ್ತಕಗಳ ಹೊರೆ ಹೊರಿಸಿದರು. ಶುದ್ಧ ನಂಬಿಕೆಯಿಂದ ನಾನು ಆ ಎಲ್ಲ ಪುಸ್ತಕಗಳನ್ನು ಓದಲು ಒಪ್ಪಿಕೊಂಡೆ. ಅವನ್ನು ಓದುತ್ತ ಹೋದಂತೆ ನಾವು ಅವುಗಳ ಬಗ್ಗೆ ಚರ್ಚಿಸುತ್ತಿದ್ದೆವು.

1893ರಲ್ಲಿ ನಾನು ಅಂತಹ ಅನೇಕ ಪುಸ್ತಕಗಳನ್ನು ಓದಿದೆ. ನನಗೆ ಆ ಎಲ್ಲ ಪುಸ್ತಕಗಳ ಹೆಸರುಗಳು ನೆನಪಲ್ಲಿಲ್ಲ. ಆದರೆ ಅವುಗಳಲ್ಲಿ ಸಿಟಿಟೆಂಪಲ್‌ನ ಡಾ. ಪಾರ್ಕರ್‌ನ 'ಕಾಮೆಂಟರಿ' (ವ್ಯಾಖ್ಯಾನ), ಪಿಯರ್‌ಸನ್‌ನ 'ಮೆನಿ ಇನ್‌ಫ್ಯಾಲಿಬ್‌ಲ್‌ಪ್ರೂಫ್ಸ್ (ಅನೇಕ ತಪ್ಪಬಹುದಾದ ರುಜುವಾತುಗಳು) ಮತ್ತು ಬಟ್ಲರ್‌ನ 'ಅನಾಲಜಿ' (ಸಾಮ್ಯ)ಗಳು ಸೇರಿದ್ದವು. ಇವುಗಳಲ್ಲಿ ಕೆಲವು ಭಾಗಗಳು ತಿಳಿದುಕೊಳ್ಳಲು ಕಷ್ಟವಾಗಿದ್ದವು. ಅವುಗಳಲ್ಲಿ ಕೆಲವನ್ನು ನಾನು ಮೆಚ್ಚಿಕೊಂಡೆ. ಆದರೆ ಬೇರೆ ಕೆಲವನ್ನು ನಾನು ಇಷ್ಟಪಡಲಿಲ್ಲ. 'ಮೆನಿ ಇನ್‌ಫ್ಯಾಲಿಬ್‌ಲ್ ಪ್ರೂಫ್ಸ್' ಅದರ ಲೇಖಕನು ಅರ್ಥಮಾಡಿಕೊಂಡಂತೆ ಬೈಬ್‌ಲ್ ಧರ್ಮವನ್ನು ಎತ್ತಿಹಿಡಿಯುವ ರುಜುವಾತುಗಳಾಗಿದ್ದವು. ಈ ಕೃತಿ ನನ್ನ ಮೇಲೆ ಯಾವುದೇ ಪ್ರಭಾವವನ್ನು ಬೀರಲಿಲ್ಲ. ಪಾರ್ಕರ್‌ನ 'ಕಾಮೆಂಟರಿ' ನೈತಿಕವಾಗಿ ಉತ್ತೇಜಿಸುವಂತಿದ್ದರೂ ಪ್ರಚಲಿತ ಕ್ರಿಶ್ಚಿಯನ್ ಧರ್ಮಶ್ರದ್ಧೆಯಲ್ಲಿ ನಂಬಿಕೆಯಿಲ್ಲದವರಿಗೆ ಯಾವುದೇ ರೀತಿಯಲ್ಲೂ ನೆರವು ನೀಡುವಂತಿರಲಿಲ್ಲ.

ಬಟ್ಲರ್‌ನ 'ಅನಾಲಜಿ' ತುಂಬಾ ಉತ್ಕೃಷ್ಟ ಗ್ರಂಥವಾಗಿದ್ದು ಕ್ಲಿಷ್ಟಕರವಾಗಿತ್ತು. ಸರಿಯಾಗಿ ಅರ್ಥಮಾಡಿಕೊಳ್ಳಲು ಅದನ್ನು ನಾಲ್ಕು ಅಥವಾ ಐದು ಬಾರಿಯಾದರೂ ಓದಬೇಕಾಗಿತ್ತು. ನಾಸ್ತಿಕರನ್ನು ಆಸ್ತಿಕತೆಯ ಕಡೆಗೆ ತಿರುಗಿಸಲು ಈ ಕೃತಿಯನ್ನು ಬರೆಯಲಾಗಿತ್ತು ಎಂದು ನನಗೆ ಭಾಸವಾಯ್ತು. ದೇವರ ಅಸ್ತಿತ್ವದ ಬಗ್ಗೆ ಅದರಲ್ಲಿ ಮಂಡಿಸಿದ್ದ ವಾದಗಳು ನನಗೆ ಅನವಶ್ಯಕವಾಗಿದ್ದವು ಏಕೆಂದರೆ ನಾನು ಆ ಹಂತವನ್ನು ಮೀರಿ ಮುಂದುವರೆದಿದ್ದೆ. ಆದರೆ ಜೀಸಸ್ ಮಾತ್ರ ದೇವರ ಅವತಾರ ಮತ್ತು ದೇವರು ಮತ್ತು ಮನುಷ್ಯನ ನಡುವೆ ಮಧ್ಯಸ್ತಗಾರನಂತಿದ್ದಾನೆ ಎಂಬುದನ್ನು ರುಜುವಾತುಪಡಿಸಲು ಒಡ್ಡಲಾಗಿದ್ದ ವಾದಗಳು ನನ್ನ ಮನಸ್ಸನ್ನು ಚಂಚಲಗೊಳಿಸಲಿಲ್ಲ.

ಆದರೆ ಮಿ. ಕೋಟ್ಸ್ ಸುಲಭವಾಗಿ ಸೋಲನ್ನು ಒಪ್ಪಿಕೊಳ್ಳುವವರಾಗಿರಲಿಲ್ಲ. ಅವರಿಗೆ ನನ್ನ ಮೇಲೆ ತುಂಬಾ ವಿಶ್ವಾಸವಿತ್ತು. ಅವರು ನನ್ನ ಕುತ್ತಿಗೆಯನ್ನು ಸುತ್ತುವರೆದಿದ್ದ ತುಳಸಿ - ಮಣಿಗಳ ವೈಷ್ಣವ ಮಣಿಸರವನ್ನು ನೋಡಿದರು. ಅವರು ಅದೊಂದು ಮೂಢನಂಬಿಕೆ ಎಂದು ಭಾವಿಸಿ ಅದಕ್ಕಾಗಿ ವ್ಯಥೆಪಟ್ಟರು. 'ಈ ಮೂಢನಂಬಿಕೆಗೆ ನೀವು ಕಟ್ಟುಬೀಳಬಾರದು. ಬನ್ನಿ, ನಾನು ಮಣಿಸರವನ್ನು ಕಿತ್ತು ಹಾಕುತ್ತೇನೆ.' ಎಂದು ಹೇಳಿದರು.

'ಕೂಡದು, ನೀವು ಹಾಗೆ ಮಾಡಬಾರದು. ಅದು ನನ್ನ ತಾಯಿ ನನಗೆ ಕೊಟ್ಟಿರುವ ಪವಿತ್ರ ಕೊಡುಗೆಯಾಗಿದೆ'

'ಆದರೆ ಅದರಲ್ಲಿ ನಿಮಗೆ ನಂಬಿಕೆಯಿದೆಯೆ?' ಎಂದು ಅವರು ಪ್ರಶ್ನಿಸಿದರು.

'ನನಗೆ ಅದರ ನಿಗೂಢ ಅಂತರಾರ್ಥ ಗೊತ್ತಿಲ್ಲ. ನಾನು ಇದನ್ನು ಧರಿಸದಿದ್ದರೆ ನನಗೆ ಏನಾದರೂ ತೊಂದರೆಯಾಗಬಹುದು ಎಂದು ನಾನು ಭಾವಿಸಿಲ್ಲ. ಆದರೆ ಸಮರ್ಪಕವಾದ ಕಾರಣವಿಲ್ಲದಿದ್ದರೆ ನಾನು ಮಣಿಸರವನ್ನು ಧರಿಸುತ್ತಿರಲಿಲ್ಲ. ನನ್ನ ಕ್ಷೇಮಕ್ಕೆ ಅದು ನೆರವಾಗುವುದು ಎಂಬ ಗಾಢನಂಬಿಕೆಯಿಂದ ಮತ್ತು ಪ್ರೀತಿಯಿಂದ ಆಕೆ (ನನ್ನ ತಾಯಿ) ನನ್ನ ಕುತ್ತಿಗೆ ಸುತ್ತ ಕಟ್ಟಿರುವ ಈ ಮಣಿಸರವನ್ನು ತೆಗೆದು ಹಾಕಲಾರೆ. ಕಾಲ ಸರಿದಂತೆ ಅದು ಸವೆದುಹೋಗುವುದು ಮತ್ತು ತನ್ನಷ್ಟಕ್ಕೆ ತಾನೆ ಕಡಿದುಹೋಗುವುದು. ಹೊಸದೊಂದನ್ನು ಹಾಕಿಕೊಳ್ಳುವ ಇಚ್ಛೆಯಿಲ್ಲ. ಆದರೆ ಈ ಮಣಿಸರವನ್ನು ಕಡಿದುಹಾಕಲಾಗುವುದಿಲ್ಲ.'

ಮಿ. ಕೋಟ್ಸ್‌ಅವರಿಗೆ ನನ್ನ ವಾದ ರುಚಿಸಲಿಲ್ಲ. ಏಕೆಂದರೆ ಅವರಿಗೆ ನನ್ನ ಧರ್ಮದ ಬಗ್ಗೆ ಒಲವಿರಲಿಲ್ಲ. ಅವರು ನನ್ನನ್ನು ಮೌಢ್ಯತೆಯ ವಿಪ್ಲವಕೂಪದಿಂದ ಪಾರುಮಾಡುವ ಅವಕಾಶಕ್ಕಾಗಿ ಕಾಯುತ್ತಿದ್ದರು. ಬೇರೆ ಧರ್ಮಗಳಲ್ಲಿ ಸ್ವಲ್ಪ ಮಟ್ಟಿಗೆ ಸತ್ಯವಿದ್ದರೂ ಕ್ರಿಶ್ಚಿಯನ್ ಧರ್ಮವನ್ನು ನಾನು ಅಂಗೀಕರಿಸದ ವಿನಹ ನನಗೆ ಆತ್ಮೋದ್ಧಾರ ಸಾಧ್ಯವಾಗದು ಎಂದು ಅವರು ನನ್ನನ್ನೊಪ್ಪಿಸಲು ಇಚ್ಛಿಸಿದ್ದರು. ಏಕೆಂದರೆ ಅವರ ಪ್ರಕಾರ ಕ್ರಿಶ್ಚಿಯನ್ ಧರ್ಮ ಮಾತ್ರ ಸತ್ಯವನ್ನು ಪ್ರತಿನಿಧಿಸುತ್ತಿದೆ. ಜೀಸಸ್‌ನ ಮದ್ಯಸ್ತಿಕೆಯಿಲ್ಲದೇ ನನ್ನ ಪಾಪಗಳು ತೊಳೆದು ಹೋಗುವುದಿಲ್ಲವೆಂದೂ ಉಳಿದ ಎಲ್ಲ ಸತ್ಕಾರ್ಯಗಳು ಉಪಯೋಗವಿಲ್ಲದವು ಎಂದು ಅವರು ವಾದಿಸುತ್ತಿದ್ದರು.

ನನಗೆ ಅವರು ಅನೇಕ ಪುಸ್ತಕಗಳ ಪರಿಚಯಮಾಡಿಕೊಟ್ಟಂತೆ ಅನೇಕ ಗೆಳೆಯರ ಪರಿಚಯಮಾಡಿಕೊಟ್ಟರು ಅವರೆಲ್ಲರೂ ನಿಷ್ಠಾವಂತ ಕ್ರಿಶ್ಚಿಯನ್ನರಾಗಿದ್ದರು. ಅವರು

ಪರಿಚಯಮಾಡಿಕೊಟ್ಟ ಒಂದುಕುಟುಂಬ ಪ್ಲಿಮತ್ ಬ್ರೆದರ್ನ್ ಎಂಬ ಒಂದು ಕ್ರಿಶ್ಚಿಯನ್ ಪಂಥಕ್ಕೆ ಸೇರಿತ್ತು.

ಮಿ. ಕೋಟ್ಸ್ ಪರಿಚಯಮಾಡಿಕೊಟ್ಟ ಅನೇಕ ಮಂದಿ ಒಳ್ಳೆಯವರಾಗಿದ್ದರು. ಅವರೆಲ್ಲರೂ ದೇವರಲ್ಲಿ ಭಯ-ಭಕ್ತಿಯುಳ್ಳವರು ಎಂಬ ಅಂಶ ನನ್ನ ಮನಸ್ಸಿಗೆ ಹೊಳೆಯಿತು. ಆದರೆ ಈ ಕುಟುಂಬದೊಡನೆ ಅಂದರೆ ಪ್ಲಿಮತ್ ಬ್ರೆದರ್ನ್ (ಪ್ಲಿಮತ್ ಸಹೋದರರು 1860ರಲ್ಲಿ ಪ್ಲೆಮತ್ ನಗರದಲ್ಲಿ ಸ್ಥಾಪಿಸಿದ್ದ ನಿಷ್ಠುರ ಕ್ರಿಶ್ಚಿಯನ್ ಪಂಥ) ಕುಟುಂಬದೊಡನೆ ನನ್ನ ಸಂಪರ್ಕ ಏರ್ಪಟ್ಟಾಗ ನಾನು ಒಂದು ಬಗೆಯವಾದವನ್ನು ಎದುರಿಸಬೇಕಾಯ್ತು. ಆದರೆ ನಾನು ಅದಕ್ಕೆ ಸಿದ್ಧನಾಗಿರಲಿಲ್ಲ:

'ನೀವು ನಮ್ಮ ಧರ್ಮದ ಸೌಂದರ್ಯವನ್ನು ಅರ್ಥ ಮಾಡಿಕೊಳ್ಳಲಾರಿರಿ. ನಿಮ್ಮ ಜೀವನದ ಪ್ರತಿಯೊಂದು ಕ್ಷಣದಲ್ಲೂ ನಿಮ್ಮ ಉಲ್ಲಂಘನೆಯನ್ನು ತಪ್ಪುಗಳನ್ನು ಕುರಿತಂತೆ ಕೊರಗುತ್ತಿರುವಿರಿ ಎಂದು ನೀವು ಹೇಳಿದ್ದನ್ನು ಕೇಳಿದ ಮೇಲೆ ನಮಗೆ ಗೊತ್ತಾಗುತ್ತಿದೆ. ಸದಾ ನೀವು ಅವನ್ನು ಸರಿಪಡಿಸಿಕೊಳ್ಳಲು ಪ್ರಯತ್ನಿಸುತ್ತಿರುವಿರಿ ಮತ್ತು ಪ್ರಾಯಶ್ಚಿತ್ತ ಮಾಡಿಕೊಳ್ಳುತ್ತಿರುವಿರಿ. ಈ ಎಡಬಿಡದ ಕರ್ಮ ಚಕ್ರ ಹೇಗೆ ನಿಮಗೆ ವಿಮೋಚನೆಯನ್ನು ತಂದುಕೊಡಬಲ್ಲದು? ನಿಮಗೆ ಎಂದೂ ಶಾಂತಿ ಸಿಗದು. ನಾವೆಲ್ಲರೂ ಪಾಪಿಗಳು ಎಂಬುದನ್ನು ನೀವು ಒಪ್ಪಿಕೊಳ್ಳುವಿರಿ. ನಮ್ಮ ನಂಬಿಕೆಯ ಉತ್ಕೃಷ್ಟತೆಯ ಕಡೆಗೆ ದೃಷ್ಟಿ ಹರಿಸಿ. ಸುಧಾರಿಸಿಕೊಳ್ಳಲು ಮತ್ತು ಪ್ರಾಯಶ್ಚಿತ್ತ ಮಾಡಿಕೊಳ್ಳಲು ನಡೆಸುವ ಎಲ್ಲ ಪ್ರಯತ್ನಗಳು ನಿರರ್ಥಕವಾದವು. ಹಾಗಿದ್ದರೂ ನಾವು ಉದ್ಧಾರವಾಗಲೇಬೇಕು. ನಾವು ಹೇಗೆ ಪಾಪದ ಹೊರೆಯನ್ನು ಹೊತ್ತು ಕೊಂಡಿರುವುದು? ನಾವು ಅದನ್ನು ಜೀಸಸ್‌ನ ಮೇಲೆ ಹಾಕದೇ ಬೇರೆ ಏನೂ ಮಾಡಲಾರೆವು. ಅವನೊಬ್ಬನೇ ದೇವರ ಪಾಪರಹಿತ ಪುತ್ರನಾಗಿದ್ದಾನೆ. ಅವನಲ್ಲಿ ನಂಬಿಕೆಯನ್ನಿಟ್ಟುಕೊಂಡವರು ಶಾಶ್ವತ ಜೀವನವನ್ನು (ಅಮೃತತ್ವ) ಪಡೆಯುತ್ತಾರೆ ಎಂದು ಅವನೇ ಹೇಳಿದ್ದಾನೆ. ಅಲ್ಲಿ ದೇವರ ಅಪರಿಮಿತ ಕೃಪೆ ಅಡಗಿದೆ. ನಾವು ಜೀಸಸ್‌ನ ಪಾಪವಿಮೋಚನೆಯಲ್ಲಿ ನಂಬಿಕೆಯನ್ನಿಟ್ಟು-ಕೊಂಡಿರುವುದರಿಂದ ನಮ್ಮ ಸ್ವಂತದ ಪಾಪಗಳು ನಮ್ಮನ್ನು ಕಟ್ಟಿಹಾಕುವುದಿಲ್ಲ. ನಾವು ಪಾಪಿಗಳಾಗಬೇಕು. ಈ ಜಗತ್ತಿನಲ್ಲಿ ಪಾಪಮಾಡದೇ ಬದುಕಲು ಸಾಧ್ಯವಾಗದು. ಆದ್ದರಿಂದ ಜೀಸಸ್ ಯಾತನೆಯನ್ನನುಭವಿಸಿದ ಮತ್ತು ಮಾನವ ಜನಾಂಗದ ಎಲ್ಲ ಪಾಪಗಳ ಬಗ್ಗೆ ಪಶ್ಚಾತ್ತಾಪಟ್ಟ ಅವನ ಮಹಾ ಪಾಪ ವಿಮೋಚನೆಯನ್ನು (ಬಲಿದಾನ) ಯಾರು ಒಪ್ಪಿಕೊಳ್ಳುತ್ತಾರೋ ಅವರು ಶಾಶ್ವತ ಶಾಂತಿಯನ್ನು ಪಡೆಯಬಲ್ಲರು. ನಿಮ್ಮ ಜೀವನ ಸದಾ ಎಂತಹ ಪ್ರಕ್ಷುಬ್ಧಸ್ಥಿತಿಯಲ್ಲಿರುವುದು ಮತ್ತು ನಾವು ಎಂತಹ ಶಾಂತಿಯ ವಾಗ್ದಾನ ಪಡೆದಿದ್ದೇನೆ ಎಂಬ ಬಗ್ಗೆ ಯೋಚಿಸಿ.'

ಈ ವಾದ ನನ್ನ ಮನಸ್ಸನ್ನು ಒಪ್ಪಿಸುವುದರಲ್ಲಿ ಪೂರ್ತಿಯಾಗಿ ವಿಫಲವಾಯ್ತು. ನಾನು ವಿನಯದಿಂದ ಉತ್ತರಿಸಿದೆ:

'ಎಲ್ಲ ಕ್ರಿಶ್ಚಿಯನ್ನರು ಒಪ್ಪಿಕೊಂಡಿರುವ ಕ್ರಿಶ್ಚಿಯನ್ ಧರ್ಮ ಇದೇ ಆಗಿದ್ದರೆ ನಾನು ಇದನ್ನು ಒಪ್ಪಿಕೊಳ್ಳಲಾರೆ. ನಾನು ನನ್ನ ಪಾಪದ ಪರಿಣಾಮಗಳಿಂದ ವಿಮೋಚನೆಯನ್ನು ಕಂಡುಕೊಳ್ಳಲು ಪ್ರಯತ್ನಿಸುವುದಿಲ್ಲ. ಕೇವಲ ನಾನು ಪಾಪದಿಂದಲೇ ಅಥವಾ ಯತಾರ್ಥವಾಗಿ ಹೇಳುವುದಾದರೆ ಕೇವಲ ಪಾಪದ ಆಲೋಚನೆಯಿಂದಲೇ ವಿಮೋಚನೆಯನ್ನು ಕಂಡುಕೊಳ್ಳಲು

ಪ್ರಯತ್ನಿಸುತ್ತೇನೆ. ಈ ಗುರಿಯನ್ನು ಸಾಧಿಸುವವರೆಗೂ ನಾನು ಚಡಪಡಿಕೆಯಲ್ಲೇ ತೃಪ್ತಿ ಪಡೆಯುತ್ತೇನೆ.'

ಇದಕ್ಕೆ ಪ್ಲಿಮತ್ ಬ್ರದರ್ ಪ್ರತಿಯಾಗಿ ವಾದಿಸಿದರು: 'ನಿಮ್ಮ ಪ್ರಯತ್ನ ನಿರರ್ಥಕ ಎಂದು ನಾನು ನಿಮಗೆ ಖಂಡಿತವಾಗಿಯೂ ಹೇಳುತ್ತೇನೆ. ನಾವು ಹೇಳಿದ್ದುದರ ಬಗ್ಗೆ ಮತ್ತೆ ಯೋಚಿಸಿ.'

ಬ್ರದರ್ ಅವನ ಮಾತನ್ನು ಸರಿಯೆಂದು ಸಾಧಿಸಿದ್ದ. ಅವನು ತಿಳಿದೂ ತಿಳಿದೂ ಕಟ್ಟಳೆಗಳನ್ನು ಮೀರಿದ ಮತ್ತು ಅವುಗಳ ಚಿಂತೆಯಿಂದ ತಾನು ಗಲಿಬಿಲಿಗೊಂಡಿಲ್ಲ ಎಂಬುದನ್ನು ತೋರಿಸಿಕೊಟ್ಟ.

ಈ ಗೆಳೆಯರನ್ನು ಸಂಧಿಸುವ ಮೊದಲೇ ಎಲ್ಲ ಕ್ರಿಶ್ಚಿಯನ್ನರು ಈ ಬಗೆಯ ಬಲಿದಾನ ತತ್ವದಲ್ಲಿ ನಂಬಿಕೆಯನ್ನಿಟ್ಟುಕೊಂಡಿರಲಿಲ್ಲ ಎಂದು ನನಗೆ ಗೊತ್ತಿತ್ತು. ಮೀ. ಕೋಟ್ಸ್ ದೇವರ ಭಯವನ್ನಿಟ್ಟುಕೊಂಡು ಓಡಾಡುತ್ತಿದ್ದರು. ಅವರ ಹೃದಯ ಪರಿಶುದ್ಧವಾಗಿತ್ತು ಮತ್ತು ಆತ್ಮಶುದ್ಧಿಕರಣವಾದ ಸಾಧ್ಯತೆಯಲ್ಲಿ ನಂಬಿಕೆಯನ್ನಿರಿಸಿಕೊಂಡಿದ್ದರು. ಇಬ್ಬರು ಮಹಿಳೆಯರು ಕೂಡಾ ಈ ಅಭಿಪ್ರಾಯವನ್ನಿಟ್ಟುಕೊಂಡಿದ್ದರು. ನನ್ನ ಕೈಗೆ ಬಂದಿದ್ದ ಅನೇಕ ಪುಸ್ತಕಗಳು ಭಯ-ಭಕ್ತಿಯಿಂದ ತುಂಬಿಕೊಂಡಿದ್ದವು. ಮಿ. ಕೋಟ್ಸ್ ನನ್ನ ಇತ್ತೀಚಿನ ಅನುಭವದಿಂದ ತುಂಬಾ ಪ್ರಕ್ಷುಬ್ಧರಾಗಿದ್ದರು. ಪ್ಲಿಮತ್ ಬ್ರದರ್‌ನ ವಿಕೃತ ನಂಬಿಕೆ ನನ್ನನ್ನು ಕ್ರಿಶ್ಚಿಯನ್ ಧರ್ಮದ ವಿರುದ್ಧ ಪೂರ್ವ ಗ್ರಹಪೀಡಿತನನ್ನಾಗಿ ಮಾಡಲಾರದು ಎಂದು ನಾನು ಅವನಿಗೆ ಹೇಳಿದೆ ಮತ್ತು ಅವರಲ್ಲಿ ಮತ್ತೆ, ಮತ್ತೆ ಭರವಸೆ ಕೊಟ್ಟೆ.

ನನ್ನ ಸಂಕಷ್ಟಗಳು ಇನ್ನೆಲ್ಲೋ ಇದ್ದವು. ಬೈಬಲ್ ಮತ್ತು ಅವುಗಳ ಅಂಗೀಕೃತ ವ್ಯಾಖ್ಯಾನಗಳ ಬಗ್ಗೆ ತೊಡಕುಗಳಿದ್ದವು.

12. ಭಾರತೀಯರೊಡನೆ ಸಂಬಂಧ ಬೆಳಸಿಕೊಳ್ಳುವ ಪ್ರಯತ್ನ

ಕ್ರಿಶ್ಚಿಯನ್ನರ ಒಡನಾಟಗಳ ಬಗ್ಗೆ ಇನ್ನೂ ಹೆಚ್ಚಾಗಿ ಬರೆಯುವ ಮುಂಚೆ ನಾನು ಅದೇ ಕಾಲದ ಇತರ ಅನುಭವಗಳನ್ನು ದಾಖಲಿಸಬೇಕು.

ಶೇಠ್ ತೈಬ್ ಹಾಜಿ ಖಾನ್ ಮುಹಮ್ಮದ್ ಪ್ರಿಟೋರಿಯಾದಲ್ಲಿ, ದಾದಾ ಅಬ್ದುಲ್ಲಾ ನೆಟಾಲ್‌ನಲ್ಲಿ ಅನುಭವಿಸುತ್ತಿದ್ದ ಸ್ಥಾನ ಮಾನವನ್ನೇ ಅನುಭವಿಸುತ್ತ ಅದೇ ರೀತಿ ಸುಖ ಪಡುತ್ತಿದ್ದರು. ಅವರ ಪಾತ್ರವಿಲ್ಲದೇ ಯಾವುದೇ ಸಾರ್ವಜನಿಕ ಚಳವಳಿಯನ್ನು ನಡೆಸಲಾಗುತ್ತಿರಲಿಲ್ಲ. ಮೊದಲನೇ ವಾರದಲ್ಲಿ ನಾನು ಅವರ ಪರಿಚಯ ಮಾಡಿಕೊಂಡೆ ಮತ್ತು ಪ್ರಿಟೋರಿಯಾದಲ್ಲಿರುವ ಪ್ರತಿಯೊಬ್ಬ ಭಾರತೀಯನೊಂದಿಗೆ ಸಂಬಂಧ ಬೆಳಸಿಕೊಳ್ಳಬೇಕೆಂಬ ನನ್ನ ಇಚ್ಛೆಯನ್ನು ಅವರಿಗೆ ತಿಳಿಸಿದೆ. ಅಲ್ಲಿರುವ ಭಾರತೀಯರ ಸ್ಥಿತಿ-ಗತಿಯ ಅಧ್ಯಯನ ಮಾಡಬೇಕೆಂಬ ಇಚ್ಛೆಯಿದೆಯೆಂದು ಅವರಿಗೆ ತಿಳಿಸಿದೆ. ನನ್ನ ಕೆಲಸದಲ್ಲಿ ಅವರು ಸಹಾಯಮಾಡಬೇಕೆಂದು ಕೇಳಿಕೊಂಡೆ. ಅವರು ಸಂತೋಷದಿಂದ ಒಪ್ಪಿಗೆ ನೀಡಿದರು.

ಮೊದಲನೇ ಹೆಜ್ಜೆಯಾಗಿ ಪ್ರಿಟೋರಿಯಾದಲ್ಲಿ ಎಲ್ಲ ಭಾರತೀಯ ಸಭೆಯೊಂದನ್ನು ಕರೆಯುವುದಾಗಿತ್ತು ಮತ್ತು ಅವರೆದರು ಟ್ರಾನ್ಸ್‌ವಾಲ್‌ನಲ್ಲಿದ್ದ ಪರಿಸ್ಥಿತಿಯ ಚಿತ್ರಣವನ್ನು ಇಡುವುದಾಗಿತ್ತು. ಆ ಸಭೆಯು ಶೇಠ್ ಹಾಜಿ ಮುಹಮ್ಮದ್ ಹಾಜಿ ಜೂಸಾಬ್ ಅವರ ಮನೆಯಲ್ಲಿ ನಡೆಯಿತು. ಅವರಿಗೆ ನಾನೊಂದು ಪರಿಚಯಪತ್ರವನ್ನು ಕೂಡಾ ತಂದಿದ್ದೆ. ಆ ಸಭೆಯಲ್ಲಿ ಮುಖ್ಯವಾಗಿ ಮೆಮನ್ ವರ್ತಕರು ಭಾಗವಹಿಸಿದ್ದರು. ಕೆಲವೇ ಮಂದಿ ಹಿಂದೂಗಳು ಇದ್ದರು. ವಾಸ್ತವವಾಗಿ ಪ್ರಿಟೋರಿಯಾದಲ್ಲಿ ಹಿಂದೂಗಳು ತುಂಬಾ ಕಡಿಮೆಯಿದ್ದರು.

ಆ ಸಭೆಯಲ್ಲಿ ಮಾಡಿದ ನನ್ನ ಭಾಷಣವು ನನ್ನ ಜೀವನದ ಮೊಟ್ಟಮೊದಲ ಸಾರ್ವಜನಿಕ ಭಾಷಣವಾಗಿತ್ತು ಎಂದು ಹೇಳಬಹುದು. ನಾನು ವಿಷಯದ ಬಗ್ಗೆ ಮಾತಾಡಲು ಪೂರ್ಣ ಸಿದ್ಧತೆಮಾಡಿಕೊಂಡು ಹೋಗಿದ್ದೆ. ವ್ಯಾಪಾರ ವ್ಯವಹಾರದಲ್ಲಿ ಸತ್ಯ ಸ್ಥಿತಿಯನ್ನು ಪಾಲಿಸಿಕೊಂಡು ಹೋಗುವುದರ ಬಗ್ಗೆ ನಾನು ಮಾತಾಡಬೇಕಾಗಿತ್ತು. ವ್ಯಾಪಾರದಲ್ಲಿ ಸತ್ಯವನ್ನು ಪಾಲಿಸಲು ಸಾಧ್ಯವಾಗದು ಎಂದು ವರ್ತಕರು ಸದಾ ಹೇಳುವುದನ್ನು ನಾನು ಕೇಳಿದ್ದೆ. ಆಗ ನಾನು ಅದನ್ನು ಒಪ್ಪಿರಲಿಲ್ಲ ಇಲ್ಲವೇ ಈಗ ಕೂಡಾ ಅದನ್ನು ನಾನು ಒಪ್ಪುವುದಿಲ್ಲ. ಇಂದು ಕೂಡಾ ಸತ್ಯಸ್ಥಿತಿ ವ್ಯಾಪಾರದೊಂದಿಗೆ ಹೊಂದಿಕೊಳ್ಳುವುದಿಲ್ಲವೆಂದು ಒತ್ತಿ ಹೇಳುವ ವರ್ತಕರುಗಳು ಇದ್ದಾರೆ. ವ್ಯಾಪಾರ ಎನ್ನುವುದು ತುಂಬಾ ಪ್ರಾಯೋಗಿಕ ವ್ಯವಹಾರವಾಗಿದ್ದು ಸತ್ಯ ಎನ್ನುವುದು ಧಾರ್ಮಿಕ ವಿಷಯವಾಗಿದೆ ಎಂದು ಅವರು ಹೇಳುತ್ತಾರೆ. ಪ್ರಾಯೋಗಿಕ ವ್ಯವಹಾರ ಬೇರೆ ಒಂದು ವಿಷಯವಾಗಿದ್ದರೆ ಧರ್ಮಎನ್ನುವುದು ಸಂಪೂರ್ಣವಾಗಿ ಬೇರೆ ವಿಷಯವಾಗಿದೆ ಎಂದು ಅವರು ವಾದಿಸುತ್ತಾರೆ. ಅಪ್ಪಟ ಸತ್ಯ ಎನ್ನುವುದು ವ್ಯಾಪಾರ ವ್ಯವಹಾರದಲ್ಲಿ ಪರಿಗಣನೆಗೆ ಬರುವಂತಹದೇ ಅಲ್ಲ ಎಂದು ಅವರು ಒತ್ತಿ ಹೇಳುತ್ತಾರೆ. ಸತ್ಯದ ಬಗ್ಗೆ ಒಬ್ಬಾತನು ಅವನ ಉದ್ದೇಶಕ್ಕೆ ಸರಿಹೊಂದುವ ರೀತಿಯಲ್ಲಿ ಮಾತಾಡಬಹುದು. ನಾನು ನನ್ನ ಭಾಷಣದಲ್ಲಿ ದೃಢವಾಗಿ ಈ ವಿಚಾರಧಾರೆಯನ್ನು ವಿರೋಧಿಸಿದೆ. ಎರಡು ಮಡಿಕೆಗಳಿರುವ ಅವರ ಕರ್ತವ್ಯ ಪ್ರಜ್ಞೆಯ ಕಡೆಗೆ ವರ್ತಕರುಗಳನ್ನು ಎಚ್ಚರಿಸಿದೆ. ವಿದೇಶದಲ್ಲಿ ಸತ್ಯಸಂಧರಾಗಿರಬೇಕೆಂಬ ಅವರ ಹೊಣೆಗಾರಿಕೆ ತುಂಬಾ ದೊಡ್ಡದಾಗಿರುದೆಂದೂ ಏಕೆಂದರೆ ಕೆಲವೇ ಭಾರತೀಯರ ನಡವಳಿಕೆ ಅವರ ಲಕ್ಷಾಂತರ ದೇಶವಾಸಿಗಳ ನಡವಳಿಕೆಯ ಮಾನದಂಡವಾಗಿರುವುದು.

ಸುತ್ತ ಇದ್ದ ಇಂಗ್ಲಿಷರ ಜತೆಯಲ್ಲಿ ಹೋಲಿಸಿದಾಗ ನಮ್ಮ ಜನರ ನಡವಳಿಕೆಗಳು ಸ್ವಚ್ಛವಾಗಿರುವುದಿಲ್ಲ ಎಂಬುದನ್ನು ನಾನು ಕಂಡಿದ್ದೆ. ಅದರ ಕಡೆಗೆ ಅವರ ಗಮನವನ್ನು ಸೆಳೆದೆ. ಹಿಂದೂಗಳು, ಮುಸಲ್ಮಾನರು, ಪಾರ್ಸಿಗಳು, ಕ್ರಿಶ್ಚಿಯನ್ನರು, ಗುಜರಾತಿಗಳು, ಮದರಾಸಿಗಳು, ಪಂಜಾಬಿಗಳು, ಸಿಂಧಿಗಳು ಕಚ್ಚಿಹಿಗಳು, ಸೂರತಿಗಳು ಮುಂತಾದ ಎಲ್ಲ ಭಿನ್ನತೆಗಳನ್ನು ಮರೆತುಬಿಡುವ ಅವಶ್ಯಕತೆಯಿದೆಯೆಂದು ಒತ್ತಿ ಒತ್ತಿ ಹೇಳಿದೆ.

ಸಭೆಯ ಮುಕ್ತಾಯದ ಸಂದರ್ಭದಲ್ಲಿ ಒಂದು ಸಂಘವನ್ನು ರಚಿಸಬೇಕೆಂದು ಸಲಹೆಮಾಡಿದೆ. ಭಾರತೀಯ ವಲಸಿಗರ ಸಂಕಷ್ಟಗಳ ಬಗ್ಗೆ ಸಂಬಂಧಿಸಿದ ಅಧಿಕಾರಿಗಳಿಗೆ ಮನವಿಪತ್ರಗಳನ್ನು ಸಲ್ಲಿಸಲು ಅನುಕೂಲವಾಗುವಂತೆ ಸಂಘವನ್ನು ರಚಿಸಬೇಕೆಂದು ತಿಳಿಸಿದೆ. ಆ ಸಂಘದ ನಿರ್ವಹಣೆಗೆ

ನಾನು ಸಾಧ್ಯವಾದಷ್ಟು ಸಮಯವನ್ನು ಮೀಸಲಿಡುವುದಾಗಿಯೂ ಸಾಧ್ಯವಾದಷ್ಟು ಸೇವೆ ಸಲ್ಲಿಸುವುದಾಗಿಯೂ ತಿಳಿಸಿದೆ.

ಸಭೆಯ ಮೇಲೆ ನಾನು ಸಾಕಷ್ಟು ಪರಿಣಾಮವನ್ನು ಉಂಟು ಮಾಡಿದ್ದೆ ಎಂಬುದನ್ನು ಅರಿತುಕೊಂಡೆ. ನನ್ನ ಭಾಷಣದ ತರುವಾಯ ಚರ್ಚೆ ನಡೆಯಿತು. ಕೆಲವರು ನನಗೆ ವಾಸ್ತವಾಂಶಗಳನ್ನು ಒದಗಿಸುವುದಾಗಿ ತಿಳಿಸಿದರು. ಇದರಿಂದ ನಾನು ಉತ್ತೇಜಿತನಾದೆ.

ನನ್ನ ಪ್ರೇಕ್ಷಕರಲ್ಲಿ ಕೆಲವೇ ಜನರಿಗೆ ಮಾತ್ರ ಇಂಗ್ಲಿಷ್ ಬರುತ್ತಿತ್ತು ಎಂಬುದನ್ನು ಗಮನಿಸಿದೆ. ಆ ದೇಶದಲ್ಲಿ ಇಂಗ್ಲಿಷ್ ತಿಳಿವಳಿಕೆ ಉಪಯುಕ್ತ ಎಂದು ನಾನು ಭಾವಿಸಿದ್ದರಿಂದ ಬಿಡುವಿದ್ದವರು ಇಂಗ್ಲಿಷ್‌ಅನ್ನು ಕಲಿಯಬೇಕೆಂದು ಸಲಹೆ ನೀಡಿದೆ. ವಯಸ್ಸಾದ ಮೇಲೂ ಒಂದು ಭಾಷೆಯನ್ನು ಕಲಿಯಲು ಸಾಧ್ಯವೆಂದು ಅವರಿಗೆ ತಿಳಿಸಿದೆ. ಹಾಗೆ ಕಲಿತವರ ನಿದರ್ಶನಗಳನ್ನು ಅವರ ಮುಂದಿಟ್ಟೆ. ಜತೆಯಲ್ಲಿ ಯಾರಾದರೂ ತರಗತಿಯನ್ನು ಪ್ರಾರಂಭಿಸಿದರೆ ನಾನು ಬೋಧಿಸುವೆನೆಂದೂ ಅಥವಾ ಆ ಭಾಷೆಯನ್ನು ಕಲಿಯಲು ಬಯಸುವ ವ್ಯಕ್ತಿಗಳಿಗೆ ನಾನು ವೈಯಕ್ತಿಕವಾಗಿ ಕಲಿಸುವುದಾಗಿಯೂ ಹೇಳಿದೆ.

ತರಗತಿಗಳು ಆರಂಭವಾಗಲಿಲ್ಲ. ಆದರೆ ಮೂವರು ಯುವಕರು ತಮಗೆ ಅನುಕೂಲವಾದಾಗ ಕಲಿಯಲು ಸಿದ್ಧವಿರುವುದಾಗಿ ಹೇಳಿದರು. ಆದರೆ ಅವರಿಗೆ ಕಲಿಸಲು ನಾನು ಅವರಿದ್ದ ಸ್ಥಳಕ್ಕೆ ಹೋಗಬೇಕೆಂಬ ಷರತ್ತನ್ನು ವಿಧಿಸಿದ್ದರು. ಅವರಲ್ಲಿ ಇಬ್ಬರು ಮುಸಲ್ಮಾನರಾಗಿದ್ದು - ಒಬ್ಬಾತ ಕ್ಷೌರಿಕನಾಗಿದ್ದರೆ ಇನ್ನೊಬ್ಬ ಗುಮಾಸ್ತನಾಗಿದ್ದ. ಮೂರನೆಯವನು ಹಿಂದೂ ಆಗಿದ್ದು ಚಿಕ್ಕ ಅಂಗಡಿಯನ್ನು ಇಟ್ಟುಕೊಂಡಿದ್ದ. ನಾನು ಅವರೆಲ್ಲರಿಗೂ ಅನುಕೂಲವಾಗುವ ರೀತಿಯಲ್ಲಿ ಕಲಿಸಲು ಒಪ್ಪಿಕೊಂಡೆ. ಕಲಿಸುವ ನನ್ನ ಸಾಮರ್ಥ್ಯದ ಬಗ್ಗೆ ನನ್ನಲ್ಲಿ ಅಳುಕಿರಲಿಲ್ಲ. ನನ್ನ ವಿದ್ಯಾರ್ಥಿಗಳು ಆಯಾಸಗೊಳ್ಳುತ್ತಿದ್ದರೇ ವಿನಹ ನನಗೆ ಆಯಾಸವಾಗುತ್ತಿರಲಿಲ್ಲ. ಕೆಲವು ವೇಳೆ ನಾನು ಅವರಿದ್ದ ಸ್ಥಳಗಳಿಗೆ ಹೋದಾಗ ಅವರು ಅವರ ವ್ಯವಹಾರದಲ್ಲಿ ನಿರತರಾಗಿರುತ್ತಿದ್ದರು. ಆದರೂ ನಾನು ಸಮಾಧಾನವನ್ನು ಕಳೆದುಕೊಳ್ಳಲಿಲ್ಲ. ಆ ಮೂವರಲ್ಲಿ ಯಾರಿಗೂ ತೀವ್ರವಾಗಿ ಇಂಗ್ಲಿಷ್ ಕಲಿಯುವ ಅಪೇಕ್ಷೆಯಿರಲಿಲ್ಲ. ಅವರಲ್ಲಿ ಇಬ್ಬರು ಸುಮಾರು ಎಂಟು ತಿಂಗಳುಗಳಲ್ಲಿ ಸಾಕಷ್ಟುಮಟ್ಟಿಗೆ ಕಲಿತರು. ಇಬ್ಬರು ಲೆಕ್ಕಗಳನ್ನು ಇಡುವಷ್ಟರಮಟ್ಟಿಗೆ ಮತ್ತು ಸಾಮಾನ್ಯ ವ್ಯವಹಾರದ ಪತ್ರಗಳನ್ನು ಬರೆಯುವಷ್ಟರಮಟ್ಟಿಗೆ ಕಲಿತರು. ತನ್ನ ಗಿರಾಕಿಗಳೊಂದಿಗೆ ವ್ಯವಹರಿಸುವಷ್ಟರ ಮಟ್ಟಿಗೆ ಇಂಗ್ಲಿಷನ್ನು ಕಲಿಯುವುದು ಕ್ಷೌರಿಕನ ಮಹದಾಸೆಯಾಗಿತ್ತು. ಅವರ ಅಧ್ಯಯನದ ಫಲವಾಗಿ ಇಬ್ಬರು ವಿದ್ಯಾರ್ಥಿಗಳು ಸಾಕಷ್ಟು ಹಣವನ್ನು ಸಂಪಾದಿಸುವಷ್ಟರಮಟ್ಟಿಗೆ ಇಂಗ್ಲಿಷ್ ಕಲಿತುಕೊಂಡರು.

ನನಗೆ ಸಭೆಯ ಫಲಿತಾಂಶದ ಬಗ್ಗೆ ತೃಪ್ತಿಯಾಗಿತ್ತು. ನನ್ನಲ್ಲಿ ನೆನಪಿರುವಂತೆ ವಾರದಲ್ಲಿ ಒಂದುಬಾರಿಯಾದರೂ ಅಥವಾ ತಿಂಗಳಿಗೆ ಒಂದು ಬಾರಿಯಾದರೂ ಅಂತಹ ಸಭೆಯನ್ನು ನಡೆಸಲು ತೀರ್ಮಾನಿಸಲಾಗಿತ್ತು. ಹೆಚ್ಚೂಕಡಿಮೆ ಕ್ರಮಬದ್ಧವಾಗಿ ಸಭೆಗಳು ನಡೆದವು. ಈ ಸಭೆಗಳಲ್ಲಿ ಮುಕ್ತವಾಗಿ ವಿಚಾರ ವಿನಿಮಯ ನಡೆಯುತ್ತಿತ್ತು. ಇದರ ಫಲವಾಗಿ ಈಗ ಪ್ರಿಟೋರಿಯಾದಲ್ಲಿ ನನಗೆ ಗೊತ್ತಿರದ ಭಾರತೀಯನೇ ಇರಲಿಲ್ಲ. ನನಗೆ ಅವರೆಲ್ಲರ ಪರಿಸ್ಥಿತಿಯ ಅರಿವಿತ್ತು. ಇದರಿಂದ ಪ್ರೇರಿತನಾದ ನಾನು ಪ್ರಿಟೋರಿಯಾದಲ್ಲಿದ್ದ ಬ್ರಿಟಿಷ್ ಏಜೆಂಟ್ ಮಿಸ್ಟರ್.

ಜಾಕೊಬಸ್ ಡಿ ವೆಟ್‌ಅವರ ಪರಿಚಯಮಾಡಿಕೊಂಡೆ. ಅವರಿಗೆ ಭಾರತೀಯರ ಬಗ್ಗೆ ಸಹಾನುಭೂತಿಯಿತ್ತು. ಆದರೆ ಅವರು ಹೆಚ್ಚು ಪ್ರಭಾವಶಾಲಿಯಾಗಿರಲಿಲ್ಲ. ಹಾಗಿದ್ದರೂ ತಮಗೆ ಸಾಧ್ಯವಿರುವಷ್ಟರಮಟ್ಟಿಗೆ ನೆರವು ನೀಡುವುದಾಗಿ ಒಪ್ಪಿಕೊಂಡರು. ಇಷ್ಟಪಟ್ಟಾಗ ತಮ್ಮನ್ನು ಕಾಣುವಂತೆ ಆಹ್ವಾನಿಸಿದರು.

ಈಗ ನಾನು ರೈಲ್ವೆ ಅಧಿಕಾರಿಗಳೊಂದಿಗೆ ಸಂಪರ್ಕ ಬೆಳೆಸಿದೆ. ಅವರ ಸ್ವಂತದ ನಿಯಮಗಳಡಿಯಲ್ಲಿ ಕೂಡಾ ಭಾರತೀಯರ ಪ್ರಯಾಣದ ವಿಷಯದಲ್ಲಿ ಕಂಡುಬರುವ ಕುಂದು - ಕೊರತೆಗಳನ್ನು ಮತ್ತು ಅವರನ್ನು ಅನರ್ಹಗೊಳಿಸುತ್ತಿರುವುದನ್ನು ಸಮರ್ಥಿಸಿಕೊಳ್ಳಲು ಸಾಧ್ಯವಾಗದು ಎಂದು ಅವರಿಗೆ ತಿಳಿಸಿದೆ. ಯಾರು ಸರಿಯಾಗಿ ಉಡುಪು ತೊಟ್ಟಿರುತ್ತಾರೋ ಅಂತಹ ಭಾರತೀಯರಿಗೆ ಮೊದಲನೇ ಮತ್ತು ಎರಡನೇ ದರ್ಜೆಯ ಟಿಕೀಟುಗಳನ್ನು ನೀಡುವುದಾಗಿ ಉತ್ತರ ಕೊಟ್ಟರು. ಇದರಿಂದ ಸಾಕಷ್ಟು ಸಮಾಧಾನ ಸಿಗಲಿಲ್ಲ. ಏಕೆಂದರೆ ಯಾರು ಸರಿಯಾಗಿ ಉಡುಪು ತೊಟ್ಟಿದ್ದಾರೆ ಎಂದು ತೀರ್ಮಾನಿಸುವ ಅಧಿಕಾರ ಸ್ಟೇಷನ್ ಮಾಸ್ಟರ್ ಕೈಯಲ್ಲಿತ್ತು.

ಬ್ರಿಟಿಷ್ ಏಜೆಂಟ್ ಭಾರತೀಯ ವ್ಯವಹಾರ ಕುರಿತಂತೆ ಕೆಲವು ಪತ್ರಗಳನ್ನು ನನಗೆ ತೋರಿಸಿದ. ತ್ಯೆಬ್ ಸೇಠ್ ಕೂಡಾ ಅದೇ ಬಗೆಯ ಪತ್ರಗಳನ್ನು ನನಗೆ ಕೊಟ್ಟರು. ಆರೇಂಜ್ ಫ್ರೀ ಸ್ಟೇಟ್‌ನಿಂದ ಎಷ್ಟೊಂದು ಕ್ರೂರವಾಗಿ ಭಾರತೀಯರ ಬೇಟೆಯಾಡಿ ಅವರನ್ನು ಹೊರಕ್ಕೆ ಅಟ್ಟಲಾಯ್ತು ಎಂಬುದನ್ನು ಅವುಗಳಿಂದ ನಾನು ಅರಿತು ಕೊಂಡೆ.

ಸಂಕ್ಷಿಪ್ತವಾಗಿ ಹೇಳುವುದಾದರೆ ನಾನು ಪ್ರಿಟೋರಿಯಾದಲ್ಲಿ ತಂಗಿದ್ದರಿಂದ ಟ್ರಾನ್ಸ್‌ವಾಲ್ ಮತ್ತು ಆರೇಂಜ್ ಫ್ರೀ ಸ್ಟೇಟ್‌ಗಳಲ್ಲಿದ್ದ ಭಾರತೀಯರ ರಾಜಕೀಯ, ಸಾಮಾಜಿಕ ಮತ್ತು ಆರ್ಥಿಕ ಪರಿಸ್ಥಿತಿ ಕುರಿತಂತೆ ತೀವ್ರವಾಗಿ ಅಧ್ಯಯನ ನಡೆಸಲು ಸಾಧ್ಯವಾಯಿತು. ಈ ಅಧ್ಯಯನ ನನಗೆ ಭವಿಷ್ಯತ್ತಿನಲ್ಲಿ ಅಮೂಲ್ಯ ಸೇವೆಯನ್ನು ಒದಗಿಸಿತು ಎಂಬ ವಿಚಾರ ಆಗ ನನ್ನಲ್ಲಿರಲಿಲ್ಲ. ಏಕೆಂದರೆ ವರ್ಷಮುಗಿಯುವುದರೊಳಗೆ ಮೊಕದ್ದಮೆಯು ಕೊನೆಮುಟ್ಟಿದ್ದರೆ ವರ್ಷದ ಕೊನೆಯಲ್ಲಿ ಅಥವಾ ಇನ್ನೂ ಮುಂಚಿತವಾಗಿ ನಾನು ತಾಯ್ನಾಡಿಗೆ ಮರಳಬಹುದೆಂದು ಭಾವಿಸಿದ್ದೆ.

ಆದರೆ ದೇವರು ಬೇರೆ ರೀತಿಯಲ್ಲಿ ಮನಸ್ಸುಮಾಡಿದ್ದ.

13. 'ಕೂಲಿ'ಯಾಗಿರುವುದೆಂದರೇನು?

ಟ್ರಾನ್ಸ್‌ವಾಲ್ ಮತ್ತು ಆರೇಂಜ್ ಫ್ರೀ ಸ್ಟೇಟ್‌ನಲ್ಲಿರುವ ಭಾರತೀಯರ ಸ್ಥಿತಿ-ಗತಿಯನ್ನು ಇಲ್ಲಿ ವಿವರಿಸುವುದು ಅನುಚಿತ ಎಂದೆನ್ನಿಸಬಹುದು. ಯಾರಲ್ಲಿ ಈ ವಿಚಾರವನ್ನು ತಿಳಿದುಕೊಳ್ಳಬೇಕೆಂಬ ಆಸಕ್ತಿಯಿದೆಯೋ ಅವರು ನನ್ನ 'ಹಿಸ್ಟರಿ ಆಫ್ ಸತ್ಯಾಗ್ರಹ ಇನ್ ಸೌತ್ ಆಫ್ರಿಕ' (ದಕ್ಷಿಣ ಆಫ್ರಿಕದಲ್ಲಿನ ನನ್ನ ಸತ್ಯಾಗ್ರಹದ ಚರಿತ್ರೆ) ಎಂಬ ಪುಸ್ತಕವನ್ನು ಓದಬಹುದು. ಹಾಗಿದ್ದರೂ ಇಲ್ಲಿ ಸಂಕ್ಷಿಪ್ತವಾಗಿ ವಿವರ ಕೊಡುವುದು ಅವಶ್ಯಕ ಎಂದು ಭಾವಿಸಿದ್ದೇನೆ.

ಆರೇಂಜ್ ಫ್ರೀ ಸ್ಟೇಟ್‌ನಲ್ಲಿ 1888ರಲ್ಲಿ ಜಾರಿಗೆ ತಂದ ವಿಶೇಷ ಕಾಯಿದೆಯ ಪ್ರಕಾರ ಅಥವಾ ಅದಕ್ಕೂ ಮುಂಚೆಯೇ ಭಾರತೀಯರಿಂದ ಅವರ ಎಲ್ಲ ಹಕ್ಕುಗಳನ್ನು ಕಿತ್ತುಕೊಳ್ಳಲಾಗಿತ್ತು. ಅಲ್ಲಿಯೇ ಉಳಿದುಕೊಳ್ಳಲು ಇಚ್ಛಿಸಿದ್ದರೆ ಭಾರತೀಯರು ಹೊಟೇಲ್‌ಗಳಲ್ಲಿ ಪರಿಚಾರಕ (ವೇಟರ್)ರುಗಳಾಗಿ ಮಾತ್ರ ಸೇವೆ ಸಲ್ಲಿಸಬೇಕಾಗಿತ್ತು ಇಲ್ಲವೇ ಮನೆಯಾಳು, ಸೇವಕರುಗಳಂತಹ ಇತರ ಕೀಳು ಕೆಲಸಗಳನ್ನು ಮಾತ್ರ ಮಾಡಿಕೊಂಡಿರಬಹುದಾಗಿತ್ತು. ವ್ಯಾಪಾರಿಗಳಿಗೆ ಹೆಸರಿಗೆ ಮಾತ್ರ ಅತ್ಯಲ್ಪ ಮೊತ್ತದ ಪರಿಹಾರವನ್ನು ಕೊಟ್ಟು ಓಡಿಸಿಬಿಟ್ಟರು. ಅವರು ಅರ್ಜಿಗಳನ್ನು, ಮನವಿಗಳನ್ನು ಸಲ್ಲಿಸಿದರು. ಆದರೆ ಅವೆಲ್ಲವೂ ನಿರರ್ಥಕವಾಯ್ತು.

1885ರಲ್ಲಿ ಟ್ರಾನ್ಸ್‌ವಾಲ್‌ನಲ್ಲಿ ತುಂಬಾ ಬಿಗಿಯಾದ ಕಾಯಿದೆಯನ್ನು ಜಾರಿಗೆ ತರಲಾಯ್ತು. 1886ರಲ್ಲಿ ಅದನ್ನು ಸ್ವಲ್ಪಮಟ್ಟಿಗೆ ತಿದ್ದುಪಡಿಮಾಡಿದರು. ತಿದ್ದುಪಡಿಯಾದ ಕಾನೂನಿನ ಪ್ರಕಾರ ಎಲ್ಲ ಭಾರತೀಯರು ಟ್ರಾನ್ಸ್‌ವಾಲ್‌ನೊಳಗೆ ಪ್ರವೇಶಿಸಿದ್ದಕ್ಕಾಗಿ 3 ಪೌಂಡು ತಲೆಗಂದಾಯವನ್ನು ಶುಲ್ಕವೆಂದು ಕೊಡಬೇಕಾಗಿತ್ತು. ಅವರು ತಮಗೆ ಮೀಸಲಿರಿಸಿದ್ದ ಪ್ರದೇಶಗಳಲ್ಲಿ ಜಮೀನನ್ನು ಬಿಟ್ಟಂತೆ ಬೇರೆ ಕಡೆಗಳಲ್ಲಿ ಜಮೀನಿನ ಒಡೆಯರಾಗುವಂತಿರಲಿಲ್ಲ. ವ್ಯಾವಹಾರಿಕವಾಗಿ ಅವರಿಗೆ ಮೀಸಲಿರಿಸಿದ್ದ ಸ್ಥಳಗಳಲ್ಲಿನ ಜಮೀನಿನ ಒಡೆತನ ಅವರಲ್ಲಿರುತ್ತಿರಲಿಲ್ಲ. ಅವರಿಗೆ ಮತದಾನದ ಹಕ್ಕು ಇರಲಿಲ್ಲ. ಏಷ್ಯನ್ನರಿಗೆ ಅನ್ವಯಿಸಲಾಗಿದ್ದ ವಿಶೇಷ ಕಾನೂನಿನಡಿಯಲ್ಲಿ ಈ ಎಲ್ಲ ಪ್ರತಿಬಂಧಗಳಿದ್ದವು. ವರ್ಣೀಯರಿಗೆ ಅನ್ವಯಿಸಲಾಗುತ್ತಿದ್ದ ನಿಯಮಗಳನ್ನು ಇವರಿಗೂ ಅನ್ವಯಿಸಲಾಗುತ್ತಿತ್ತು ಈ ಕಾನೂನಿನಡಿಯಲ್ಲಿ ಮುಂದೆ ಭಾರತೀಯರು ಸಾರ್ವಜನಿಕ ಕಾಲುದಾರಿಗಳಲ್ಲಿ ಓಡಾಡಬಾರದೆಂಬ ನಿಷೇಧ ಹೇರಲಾಯ್ತು. ರಾತ್ರಿ ಒಂಬತ್ತುಗಂಟೆಯ ತರುವಾಯ ಮನೆಯಿಂದ ಹೊರಗಡೆ ಪರವಾನಿಗಿಯಿಲ್ಲದೇ ಓಡಾಡಬಾರದು ಎಂದು ಪ್ರತಿಬಂಧಿಸಲಾಯ್ತು. ಕಡೆಯ ನಿಯಮವನ್ನು ಜಾರಿಗೊಳಿಸುವಾಗ ಭಾರತೀಯರಿಗೆ ಸಂಬಂಧಿಸಿದಂತೆ ಹಿಗ್ಗಿಸಲಾಗಿತ್ತು. ಅಂದರೆ ಅವರಿಗೆ ಸ್ವಲ್ಪ ವಿನಾಯಿತಿಯನ್ನು ನೀಡಲಾಗಿತ್ತು. ಯಾರು 'ಅರಬ್ಬರು' ಎಂದು ಅಂಗೀಕಾರ ಪಡೆದಿದ್ದರೋ ಅವರ ಮೇಲೆ ಕೃಪಾದೃಷ್ಟಿಯನ್ನು ಹರಿಸಿದ್ದರಿಂದ ಅವರಿಗೆ ಈ ನಿಯಮದಿಂದ ವಿನಾಯಿತಿಯನ್ನು ನೀಡಲಾಗಿತ್ತು. ಸಹಜವಾಗಿ ಈ ವಿನಾಯಿತಿ ಪೊಲೀಸರ ವಿಶ್ವಾಸವನ್ನೂ ಒಲವನ್ನೂ ಅವಲಂಬಿಸಿತ್ತು.

ಈ ಎರಡೂ ವಿಧಿಗಳ ಪರಿಣಾಮವನ್ನು ನಾನು ಅನುಭವಿಸಬೇಕಾಗಿತ್ತು. ನಾನು ಆಗಾಗ್ಗೆ ಮಿ. ಕೋಟ್ಸ್ ಅವರ ಜತೆಯಲ್ಲಿ ರಾತ್ರಿ ಕಾಲದಲ್ಲಿ ಹೊರಗಡೆ ಓಡಾಡುತ್ತಿದ್ದೆ. ನಾವು ರಾತ್ರಿ ಹತ್ತು ಗಂಟೆಗೂ ಮುಂಚೆ ಅಪರೂಪವಾಗಿ ಮನೆ ಸೇರುತ್ತಿದ್ದೆವು. 'ಪೊಲೀಸರು ನನ್ನನ್ನು ಬಂಧಿಸಿದರೆ?- ಈ ಬಗ್ಗೆ ಮಿ. ಕೋಟ್ಸ್ ನನಗಿಂತ ಹೆಚ್ಚು ವ್ಯಾಕುಲ ಗೊಂಡಿದ್ದರು. ಅವರು ಅವರ ನೀಗ್ರೋ ಸೇವಕರುಗಳಿಗೆ ಅನುಮತಿ ಪತ್ರಗಳನ್ನು ಕೊಡಬಹುದಾಗಿತ್ತು. ಆದರೆ ಅವರು ಹೇಗೆ ಅಂತಹ ಪತ್ರವನ್ನು ನನಗೆ ಕೊಡಬಲ್ಲರು? ಕೇವಲ ಮಾಲೀಕರುಗಳು ಮಾತ್ರ ತಮ್ಮ ಸೇವಕರುಗಳಿಗೆ ಅನುಮತಿ ಪತ್ರಗಳನ್ನು ಕೊಡಬಹುದಾಗಿತ್ತು. ನಾನು ಅಂತಹ ಪತ್ರವನ್ನು ಅಪೇಕ್ಷಿಸಿದ್ದರೂ ಮಿ. ಕೋಟ್ಸ್ ಅದನ್ನು ಕೊಡಲು ಸಿದ್ಧರಾಗಿದ್ದರೂ ಅವರು ಹಾಗೆ ಮಾಡಲಾಗುತ್ತಿರಲಿಲ್ಲ. ಏಕೆಂದರೆ ಅದು ದಂಡನಾರ್ಹ ವಂಚನೆಯಾಗುತ್ತಿತ್ತು.

ಆದ್ದರಿಂದ ಮಿ. ಕೋಟ್ಸ್ ಅಥವಾ ಯಾರೋ ಒಬ್ಬ ಗೆಳೆಯ ನನ್ನನ್ನು ರಾಜ್ಯಸರ್ಕಾರದ ನ್ಯಾಯವಾದಿಯಾಗಿದ್ದ ಡಾ. ಕ್ರೌಸ್‌ಅವರ ಬಳಿಗೆ ಕರೆದುಕೊಂಡು ಹೋದರು. ನಾವು ಒಂದೇ ಇನ್‌ನಲ್ಲಿ ಬ್ಯಾರಿಸ್ಟರ್‌ಗಳಾಗಿದ್ದೆವು. ಒಂಬತ್ತು ಗಂಟೆಯ ತರುವಾಯವೂ ನನಗೆ ಹೊರಗಿರಲು ಅನುಮತಿಪತ್ರದ ಅವಶ್ಯಕತೆಯಿದೆ ಎಂಬುದು ಅವರಿಗೆ ತುಂಬಾ ಹೆಚ್ಚೆಂದು ತೋರಿತು. ಅವರು ನನ್ನ ಬಗ್ಗೆ ಸಹಾನುಭೂತಿಯನ್ನು ವ್ಯಕ್ತಪಡಿಸಿದರು. ನನಗೆ ಅನುಮತಿಪತ್ರವನ್ನು ಕೊಡಬೇಕೆಂದು ಆದೇಶ ಕೊಡುವ ಪ್ರತಿಯಾಗಿ ಪೊಲೀಸರ ಮಧ್ಯಪ್ರವೇಶವಿಲ್ಲದೇ ಎಲ್ಲ ವೇಳೆಯಲ್ಲೂ ಮನೆಯ ಹೊರಗಿರಲು ನನಗೆ ಅಧಿಕಾರ ನೀಡಿ ಪತ್ರವನ್ನು ಕೊಟ್ಟರು. ನಾನು ಹೊರಕ್ಕೆ ಹೊರಟಾಗ

ಯಾವಾಗಲು ನಾನು ಈ ಪತ್ರವನ್ನು ನನ್ನ ಬಳಿ ಇಟ್ಟುಕೊಂಡಿರುತ್ತಿದ್ದೆ. ನಾನು ಎಂದೂ ಆ ಪತ್ರವನ್ನು ಬಳಸಿಕೊಳ್ಳಲಿಲ್ಲ ಎಂಬ ಅಂಶ ಕೇವಲ ಆಕಸ್ಮಿಕ ಎನ್ನಬಹುದು.

ಡಾ. ಕ್ರೌಸ್ ನನ್ನನ್ನು ಅವರಿದ್ದ ಸ್ಥಳಕ್ಕೆ ಬರುವಂತೆ ಆಹ್ವಾನಿಸಿದರು. ನಾವು ಗೆಳೆಯರಾದೆವು ಎಂದು ಹೇಳಬಹುದು. ನಾನು ಆಗಾಗ್ಗೆ ಅವರಿದ್ದಲ್ಲಿಗೆ ಹೋಗುತ್ತಿದ್ದೆ. ಅವರ ಮೂಲಕ ನಾನು ಅವರ ಪ್ರಸಿದ್ಧ ಸಹೋದರನ ಪರಿಚಯಮಾಡಿಕೊಂಡೆ. ಈ ಸಹೋದರ ಜೊಹಾನ್ಸ್ ಬರ್ಗ್‌ನಲ್ಲಿ ಸರ್ಕಾರಿ ನ್ಯಾಯವಾದಿಗಳಾಗಿದ್ದರು. ಬೋಯರ್ (ಬೋಅರ್- ಡಚ್ ಜನಾಂಗದ ದಕ್ಷಿಣ ಆಫ್ರಿಕದ ನಿವಾಸಿ) ಯುದ್ಧದ ಕಾಲದಲ್ಲಿ ಅವರು ಒಬ್ಬ ಇಂಗ್ಲಿಷ್ ಅಧಿಕಾರಿಯನ್ನು ಕೊಲ್ಲಲು ಒಳಸಂಚು ನಡೆಸಿದ್ದರೆಂದು ಸೈನಿಕ ನ್ಯಾಯಾಲಯದಲ್ಲಿ ವಿಚಾರಣೆಗೆ ಒಳಗಾಗಿದ್ದರು. ಏಳು ವರ್ಷಗಳ ಕಾಲ ಸೆರೆವಾಸವನ್ನನುಭವಿಸಬೇಕೆಂದು ಅವರಿಗೆ ಶಿಕ್ಷೆ ವಿಧಿಲಾಗಿತ್ತು. ಅವರನ್ನು ಬೆಂಚರ್‌ಗಳು (ಇಂಗ್ಲೆಂಡ್‌ನ ಇನ್ಸ್ ಆಫ್ ಕೋರ್ಟ್ ಎಂಬ ನ್ಯಾಯವಾದಿ ಸಂಘದ ಹಿರಿಯ ಸದಸ್ಯರುಗಳು) ಕೂಡಾ ವಜಾಮಾಡಿದ್ದರು. ವಿರೋಧವೆಲ್ಲವೂ ತಣ್ಣಗಾದ ಮೇಲೆ ಅವರ ಬಿಡುಗಡೆಯಾಯ್ತು. ಟ್ರಾನ್ಸ್‌ವಾಲ್ ವಕೀಲರ ಸಂಘಕ್ಕೆ ಪುನಃ ಅವರನ್ನು ಗೌರವ ಪೂರ್ವಕವಾಗಿ ಸೇರಿಸಿಕೊಳ್ಳಲಾಯ್ತು. ಅವರು ಮತ್ತೆ ವಕೀಲಿವೃತ್ತಿಯನ್ನು ಆರಂಭಿಸಿದರು.

ಮುಂದೆ ಈ ಎಲ್ಲ ಸಂಬಂಧಗಳು ನನ್ನ ಸಾರ್ವಜನಿಕ ಜೀವನದಲ್ಲಿ ಉಪಯುಕ್ತವಾದವು ಮತ್ತು ನನ್ನ ಕೆಲಸಕಾರ್ಯಗಳನ್ನು ಸರಳಗೊಳಿಸಿದವು. (ಅಂದರೆ ಅವರೆಲ್ಲರ ನೆರವಿನಿಂದ ನನ್ನ ಕೆಲಸಕಾರ್ಯಗಳು ಸುಲಭವಾದವು)

ಕಾಲುದಾರಿಗಳನ್ನು ಬಳಸುವುದರ ಬಗ್ಗೆ ಇದ್ದ ನಿಬಂಧನೆಯ ಪರಿಣಾಮಗಳು ನನಗೆ ತುಂಬಾ ಗುರುತರವೇ ಆಯ್ತು. ನಾನು ಯಾವಾಗಲೂ ಪ್ರೆಸಿಡೆಂಟ್ ಸ್ಟ್ರೀಟ್‌ನ ಮೂಲಕ ಬಯಲಲ್ಲಿ ತಿರುಗಾಡಲು ಹೋಗುತ್ತಿದ್ದೆ. ಅದೇ ಬೀದಿಯಲ್ಲಿ ಅಧ್ಯಕ್ಷ ಕ್ರೂಗರ್ ಅವರ ಮಹಲಿತ್ತು. ಅದೊಂದು ತೀರಾ ಸಾಮಾನ್ಯವಾಗಿದ್ದ, ಆಡಂಬರವಿಲ್ಲದ, ಕಟ್ಟಡವಾಗಿತ್ತು ಸುತ್ತ ತೋಟ ಕೂಡಾ ಇರಲಿಲ್ಲ. ನೆರೆಹೊರೆಯಲ್ಲಿದ್ದ ಇತರ ಕಟ್ಟಡಗಳಿಂದ ಅದು ಬೇರೆ ರೀತಿಯಲ್ಲಿದೆ ಎಂದು ಕಾಣುತ್ತಿರಲಿಲ್ಲ. ಪ್ರಿಟೋರಿಯಾದಲ್ಲಿದ್ದ ಅನೇಕ ಲಕ್ಷಾಧೀಶರ ಮಹಲುಗಳು ಇದಕ್ಕಿಂತ ತುಂಬಾ ಆಡಂಬರದಿಂದ ಕೂಡಿದ್ದವು. ಈ ಶ್ರೀಮಂತರ ಮಹಲುಗಳು ತೋಟಗಳಿಂದ ಸುತ್ತುವರೆದಿದ್ದವು.

ಖಂಡಿತವಾಗಿಯೂ ಕ್ರೂಗರ್ ಅವರ ಸರಳತೆ ಮನೆಮಾತಾಗಿತ್ತು. ಮನೆಯ ಮುಂದಿದ್ದ ಪೊಲೀಸು ಕಾವಲು ಮಾತ್ರ ಅದು ಯಾರೋ ಒಬ್ಬ ಅಧಿಕಾರಿಗೆ ಸೇರಿದ್ದು ಎಂಬುದನ್ನು ಸೂಚಿಸುತ್ತಿತ್ತು. ನಾನು ಯಾವಾಗಲೂ ಈ ಕಾಲುದಾರಿಯಲ್ಲಿ ಪೊಲೀಸು ಕಾವಲನ್ನು ದಾಟಿಕೊಂಡು ರವೆಯಷ್ಟೂ ಅಡ್ಡಿಯಿಲ್ಲದೇ ಮತ್ತು ಅಡಚಣೆಯಿಲ್ಲದೇ ಹೋಗುತ್ತಿದ್ದೆ.

ಕಾವಲು ಕರ್ತವ್ಯದ ಮೇಲಿದ್ದ ವ್ಯಕ್ತಿಯನ್ನು ಆಗಾಗ್ಗೆ ಬದಲಾಯಿಸಲಾಗುತ್ತಿತ್ತು. ಒಮ್ಮೆ ಇವರಲ್ಲಿ ಒಬ್ಬಾತ ಕೊಂಚ ಮುನ್ನೆಚ್ಚರಿಕೆಯನ್ನೂ ನೀಡದೇ, ಕಾಲುದಾರಿಯನ್ನು ಬಿಟ್ಟು ದೂರಸರಿಯವಂತೆ ಕೂಡಾ ಹೇಳದೇ ನನ್ನನ್ನು ದಬ್ಬಿ ಒದ್ದು (ಬೀದಿಯ ಮೇಲೆ) ಕೆಡವಿದ. ನಾನು ಭಯಭ್ರಾಂತನಾದೆ. ನಾನು ಅವನ ನಡವಳಿಕೆಯ ಬಗ್ಗೆ ಪ್ರಶ್ನಿಸುವ ಮೊದಲೇ ಕುದುರೆಯ ಮೇಲೆ ಕುಳಿತುಕೊಂಡು ಅದೇ ಸ್ಥಳದಲ್ಲಿ ಹೋಗುತ್ತಿದ್ದ ಮಿ. ಕೋಟ್ಸ್ ನನ್ನನ್ನು ಕೂಗಿ ಕರೆದು ಹೇಳಿದರು:

'ಗಾಂಧಿ ನಾನು ಎಲ್ಲವನ್ನೂ ನೋಡಿದ್ದೇನೆ. ಈ ವ್ಯಕ್ತಿಯ ಮೇಲೆ ನೀವು ನ್ಯಾಯಾಲಯದಲ್ಲಿ ಮೊಕದ್ದಮೆ ಹೂಡಿದರೆ ನಾನು ಸಂತೋಷದಿಂದ ನಿಮ್ಮ ಪರವಾಗಿ ಸಾಕ್ಷಿ ಹೇಳುತ್ತೇನೆ. ನಿಮ್ಮ ಮೇಲೆ ಇಷ್ಟು ಒರಟಾಗಿ ಹಲ್ಲೆ ಮಾಡಿದ್ದನ್ನು ಕಂಡು ನನಗೆ ತುಂಬಾ ವ್ಯಥೆಯಾಗಿದೆ.'

'ನೀವು ವ್ಯಥೆಪಡಬೇಕಾಗಿಲ್ಲ' ಎಂದು ನಾನು ಹೇಳಿದೆ. 'ಈ ಬಡಪಾಯಿಗೆ ಏನು ಗೊತ್ತಿದೆ? ಎಲ್ಲ ವರ್ಣೀಯರೂ ಅವನ ದೃಷ್ಟಿಯಲ್ಲಿ ಒಂದೇ. ಅವನು ನಿಸ್ಸಂಶಯವಾಗಿಯೂ ನನ್ನ ಜತೆಯಲ್ಲಿ ಹೇಗೆ ವರ್ತಿಸಿದನೋ ಅದೇರೀತಿಯಲ್ಲಿ ನೀಗ್ರೊಗಳ ಜತೆಯಲ್ಲಿ ಕೂಡಾ ವರ್ತಿಸುತ್ತಾನೆ. ನನ್ನ ವೈಯಕ್ತಿಕ ಅಳಲುಗಳ ಬಗ್ಗೆ ನ್ಯಾಯಾಲಯಕ್ಕೆ ಹೋಗಬಾರದೆಂಬ ನಿಯಮವನ್ನು ಪಾಲಿಸುತ್ತಿದ್ದೇನೆ. ಆದ್ದರಿಂದ ನಾನು ಅವನ ವಿರುದ್ಧ ಮುಂದಿನ ಕ್ರಮವನ್ನು ಕೈಗೊಳ್ಳುವುದಿಲ್ಲ.'

'ಇದು ನಿಮ್ಮ ಸ್ವಭಾವಕ್ಕೆ ತಕ್ಕಂತಿದೆ' ಎಂದು ಕೋಟ್ಸ್ ಹೇಳಿದರು. 'ಇದರ ಬಗ್ಗೆ ಮತ್ತೊಮ್ಮೆ ಯೋಚಿಸಿ. ಇಂತಹವರಿಗೆ ನಾವು ಪಾಠ ಕಲಿಸಬೇಕು.' ಅವರು ತರುವಾಯ ಪೊಲೀಸಿನವನೊಂದಿಗೆ ಮಾತಾಡಿದರು ಮತ್ತು ಅವನಿಗೆ ಛೀಮಾರಿ ಹಾಕಿದರು. ಆ ಸಂಭಾಷಣೆ ಡಚ್ ಭಾಷೆಯಲ್ಲಿದ್ದುದರಿಂದ ನನಗೆ ಅದನ್ನು ಅರ್ಥಮಾಡಿಕೊಳ್ಳಲು ಸಾಧ್ಯವಾಗಲಿಲ್ಲ. ಏಕೆಂದರೆ ಪೊಲೀಸಿನವನು ಬೋಅರ್ ಆಗಿದ್ದ. ಅವನು ನನ್ನ ಕ್ಷಮೆ ಕೋರಿದ. ಆದರೆ ಅದರ ಅವಶ್ಯಕತೆಯಿರಲಿಲ್ಲ. ನಾನಾಗಲೇ ಅವನನ್ನು ಕ್ಷಮಿಸಿಬಿಟ್ಟಿದ್ದೆ.

ಆದರೆ ನಾನು ಆ ಬೀದಿಯ ಮೂಲಕ ಮತ್ತೆ ತಿರುಗಾಡಲಿಲ್ಲ. ಇದೇ ಪೊಲೀಸಿನವನ ಜಾಗದಲ್ಲಿ ಬೇರೊಬ್ಬರು ಬರಬಹುದು. ಅವರಿಗೆ ಈ ವಿಚಾರ ಗೊತ್ತಿರುವುದಿಲ್ಲವಾದ್ದರಿಂದ ಇದೇ ರೀತಿಯಲ್ಲಿ ವರ್ತಿಸಬಹುದು. ನಾನೇಕೆ ಅನವಶ್ಯಕವಾಗಿ ಇನ್ನೊಂದು ಒದೆತಕ್ಕೆ ಆಹ್ವಾನ ಕೊಡಬೇಕು? ಆದ್ದರಿಂದ ನಾನು ಓಡಾಟಕ್ಕೆ ಬೇರೆ ದಾರಿಯನ್ನು ಆರಿಸಿಕೊಂಡೆ.

ಈ ಘಟನೆಯು ಭಾರತೀಯ ವಲಸಿಗರ ಬಗ್ಗೆ ನನ್ನ ಅನುಕಂಪವನ್ನು ಹೆಚ್ಚಿಸಿತು. ಈ ನಿಬಂಧನೆಗಳ ಬಗ್ಗೆ ಬ್ರಿಟಿಷ್ ಏಜೆಂಟ್‌ನನ್ನು ಕಂಡ ತರುವಾಯ ಅವಶ್ಯಕವೆಂದು ತೋರಿದರೆ ಪ್ರಾಯೋಗಿಕ ಮೊಕದ್ದಮೆಯನ್ನಾಗಿ ಹೂಡಬಹುದೆ ಎಂಬುದರ ಬಗ್ಗೆ ಚರ್ಚಿಸಿ ಅವರ ಸಲಹೆ ಪಡೆದೆ.

ಈ ಪ್ರಕಾರ ನಾನು ಭಾರತೀಯರ ಕಠಿಣ ಪರಿಸ್ಥಿತಿಯ ಬಗ್ಗೆ ಕೇವಲ ಓದಿ ಮತ್ತು ಅವರಿವರಿಂದ ಕೇಳಿ ತಿಳಿದುಕೊಳ್ಳುವುದರ ಜತೆಯಲ್ಲಿ ವೈಯಕ್ತಿಕ ಅನುಭವದ ಮೂಲಕವಾಗಿ ಆಮೂಲಾಗ್ರವಾಗಿ ಅಧ್ಯಯನ ಮಾಡಿದೆ. ದಕ್ಷಿಣ ಆಫ್ರಿಕ ಸ್ವಾಭಿಮಾನವುಳ್ಳ ಭಾರತೀಯರಿಗೆ ಇರಲು ತಕ್ಕ ದೇಶವಾಗಿಲ್ಲವೆಂದೂ ಕಂಡುಕೊಂಡೆ. ಈ ರೀತಿಯ ವಸ್ತುಸ್ಥಿತಿಯನ್ನು ಹೇಗೆ ಸುಧಾರಿಸಬಹುದು ಎಂಬ ಪ್ರಶ್ನೆಯಲ್ಲಿ ನನ್ನ ಮನಸ್ಸು ಹೆಚ್ಚು ಹೆಚ್ಚಾಗಿ ತೊಡಗಿಕೊಂಡಿತು.

ಆದರೆ ಆ ಕ್ಷಣದಲ್ಲಿ ನನ್ನ ಮುಖ್ಯ ಕರ್ತವ್ಯ ದಾದಾ ಅಬ್ದುಲ್ಲಾ ಅವರ ಮೊಕದ್ದಮೆಯ ಕಡೆಗೆ ಮನಸ್ಸು ಕೊಡುವುದಾಗಿತ್ತು.

14. ಮೊಕದ್ದಮೆಗೆ ತಯಾರಿ

ಪ್ರಿಟೋರಿಯಾದಲ್ಲಿ ಒಂದು ವರ್ಷ ತಂಗಿದ್ದುದು ನನ್ನ ಜೀವನದ ಅತ್ಯಮೂಲ್ಯವುಳ್ಳ ಅನುಭವವಾಗಿತ್ತು. ಇಲ್ಲಿ ನನಗೆ ಸಾರ್ವಜನಿಕ ಕಾರ್ಯಗಳನ್ನು ಕಲಿಯುವ ಅವಕಾಶಗಳಿದ್ದವು ಮತ್ತು ಅದಕ್ಕಾಗಿ ಸ್ವಲ್ಪ ಮಟ್ಟಿಗೆ ನಾನು ಸಾಮರ್ಥ್ಯವನ್ನು ಸಂಪಾದಿಸಿಕೊಂಡೆ. ಇಲ್ಲಿ ನನ್ನ ಅಂತರಂಗದಲ್ಲಿದ್ದ ಧಾರ್ಮಿಕ ಚೈತನ್ಯವು ಜೀವಂತ ಶಕ್ತಿಯಾಯಿತು. ಇಲ್ಲಿ ನಾನು ವಕೀಲ ವೃತ್ತಿಯ ನಿಜವಾದ ಜ್ಞಾನವನ್ನು ಕೂಡಾ ಗಳಿಸಿಕೊಂಡೆ. ಒಬ್ಬ ಕಿರಿಯ ಬ್ಯಾರಿಸ್ಟರ್ ಹಿರಿಯ ಬ್ಯಾರಿಸ್ಟರ್‌ನ ಕೋಣೆಯಲ್ಲಿ ಕಲಿಯುವ ವಿಷಯಗಳನ್ನು ಇಲ್ಲಿ ಕಲಿತುಕೊಂಡೆ. ಏನೇ ಆದರೂ ನಾನು ವಕೀಲನಾಗಿ ವಿಫಲನಾಗಬಾರದು ಎಂಬ ಆತ್ಮವಿಶ್ವಾಸವನ್ನು ಕೂಡಾ ಇಲ್ಲಿ ಗಳಿಸಿಕೊಂಡೆ. ಇದೇ ರೀತಿಯಲ್ಲಿ ವಕೀಲನ ಯಶಸ್ಸಿನ ರಹಸ್ಯವನ್ನು ಕೂಡಾ ಕಲಿತುಕೊಂಡೆ.

ದಾದಾ ಅಬ್ದುಲ್ಲಾ ಅವರದ್ದು ಸಣ್ಣ ಮೊಕದ್ದಮೆಯಾಗಿರಲಿಲ್ಲ. 40,000 ಪೌಂಡುಗಳಿಗೆ ದಾವಾ ಹಾಕಲಾಗಿತ್ತು. ವ್ಯಾಪಾರ ವ್ಯವಹಾರಗಳಿಂದ ಹುಟ್ಟಿಕೊಂಡ ಲೆಕ್ಕಗಳ ತೊಡಕುಗಳಿಂದ ಅದು ತುಂಬಿಹೋಗಿತ್ತು. ಹಣ ಬರಬೇಕೆಂದು ಸಲ್ಲಿಸಲಾದ ಹಕ್ಕು ಕೋರಿಕೆಯ ಒಂದು ಭಾಗ ಪ್ರಾಮಿಸರಿ ನೋಟ್(ವಾಗ್ದಾನ ಸಾಲಪತ್ರ)ಗಳ ಆಧಾರದಲ್ಲಿದ್ದರೆ ಇನ್ನೊಂದು ಭಾಗ ಪ್ರಾಮಿಸರಿ

ನೋಟ್‌ಗಳನ್ನು ಬರೆದುಕೊಡುವೆನೆಂಬ ವಾಗ್ದಾನಗಳನ್ನು ಅವಲಂಬಿಸಿತ್ತು. (ಅಂದರೆ ಪ್ರಾಮಿಸರಿ ನೋಟ್‌ಗಳು ಮತ್ತು ಅವನ್ನು ಬರೆದುಕೊಡಲು ವಾಗ್ದಾನಮಾಡಿದ್ದುದನ್ನು ಕುರಿತಂತೆ ಮೊಕದ್ದಮೆಯನ್ನು ಹೂಡಲಾಗಿತ್ತು.) ಪ್ರಾಮಿಸರಿ ನೋಟ್‌ಗಳನ್ನು ಮೋಸದಿಂದ ಪಡೆದುಕೊಳ್ಳಲಾಗಿದೆಯೆಂದೂ ಮತ್ತು ಸಮರ್ಪಕವಾಗಿ ಪರಿಗಣನೆಗೆ ತಂದುಕೊಂಡಿಲ್ಲ ಎಂದು ಪ್ರತಿವಾದ ಹೂಡಲಾಗಿತ್ತು. ಈ ತೊಡಕಿನ ಮೊಕದ್ದಮೆಯಲ್ಲಿ ವಾಸ್ತವಾಂಶಗಳನ್ನು ಕುರಿತು ಅನೇಕ ವಿಚಾರಗಳು ಮತ್ತು ಕಾನೂನಿನ ಅನೇಕ ಅಂಶಗಳು ಅಡಗಿದ್ದವು.

ಎರಡೂ ಪಕ್ಷಗಳು ಅತ್ಯುತ್ತಮ ನ್ಯಾಯವಾದಿಗಳನ್ನು ಮತ್ತು ನ್ಯಾಯವಾದಿ ಮಂಡಲಿಯನ್ನು ನೇಮಿಸಿಕೊಂಡಿದ್ದವು ಆದ್ದರಿಂದ ನನಗೆ ಅವರ ಕೆಲಸಕಾರ್ಯದ ಅಧ್ಯಯನ ಮಾಡಲು ಒಳ್ಳೆಯ ಅವಕಾಶ ದೊರಕಿತ್ತು. ವಾದಿಯ ಮೊಕದ್ದಮೆಯನ್ನು ತಯಾರಿಸಿ ನ್ಯಾಯವಾದಿಗೆ ಒದಗಿಸುವ ಮತ್ತು ಅವನ ಮೊಕದ್ದಮೆಗೆ ಪುಷ್ಟಿಕೊಡುವ ವಾಸ್ತವಾಂಶಗಳನ್ನು ಸೂಕ್ಷ್ಮವಾಗಿ ಶೋಧಿಸುವ ಕೆಲಸವನ್ನು ನನಗೆ ವಹಿಸಲಾಗಿತ್ತು. ನ್ಯಾಯವಾದಿಯು ನನ್ನ ತಯಾರಿಯಲ್ಲಿ ಎಷ್ಟನ್ನು ಒಪ್ಪಿ ಕೊಳ್ಳುತ್ತಾನೆ ಮತ್ತು ಎಷ್ಟನ್ನು ತಿರಸ್ಕರಿಸುತ್ತಾನೆ ಎಂಬುದು ನನಗೆ ತರಬೇತಿಯಂತಿತ್ತು. ನ್ಯಾಯವಾದಿಯು ತಯಾರಿಸಿದ ಸಾರಾಂಶ(ಅನುಕೂಲಕ್ಕಾಗಿ ಬರೆದುಕೊಟ್ಟ ಟಿಪ್ಪಣಿ)ದಲ್ಲಿ ನ್ಯಾಯವಾದಿ ಮಂಡಲಿಯು ಎಷ್ಟನ್ನು ಉಪಯೋಗಿಸಿಕೊಳ್ಳುವುದು ಎಂಬುದನ್ನು ಅರಿತುಕೊಳ್ಳುವುದು ಕೂಡಾ ಶಿಕ್ಷಣದಂತಿತ್ತು. ಮೊಕದ್ದಮೆಗೆ ನಡೆಸುವ ತಯಾರಿಯು ನನ್ನ ಗ್ರಹಣಶಕ್ತಿ ಯಾವ ಪ್ರಮಾಣದಲ್ಲಿದೆ ಎಂಬುದನ್ನು ತೋರಿಸಿಕೊಡುವುದು ಮತ್ತು ಸಾಕ್ಷವನ್ನು ವ್ಯವಸ್ಥೆಗೊಳಿಸುವಲ್ಲಿ ನನ್ನ ಸಾಮರ್ಥ್ಯ ಎಷ್ಟಿದೆ ಎಂಬುದನ್ನು ಕೂಡ ನನಗೆ ತಿಳಿಸಿಕೊಡುವುದು.

ನಾನು ಈ ಮೊಕದ್ದಮೆಯಲ್ಲಿ ತೀವ್ರವಾದ ಆಸಕ್ತಿಯನ್ನು ಇಟ್ಟುಕೊಂಡಿದ್ದೆ. ಖಂಡಿತವಾಗಿಯೂ ನಾನು ಇದರೊಳಕ್ಕೆ ಮುಳುಗಿದ್ದೆ ಎಂದು ಹೇಳಬಹುದು. ವ್ಯವಹಾರಗಳಿಗೆ ಸಂಬಂಧಿಸಿದ್ದ ಎಲ್ಲ ಕಾಗದಪತ್ರಗಳನ್ನು ಓದಿದೆ. ನನ್ನ ಕಕ್ಷಿಗಾರ ತುಂಬಾ ಸಮರ್ಥರಾಗಿದ್ದರು. ಅವರು ನನ್ನಲ್ಲಿ ಸಂಪೂರ್ಣ ವಿಶ್ವಾಸವನ್ನು ಇಟ್ಟುಕೊಂಡಿದ್ದರು. ಇದರಿಂದಾಗಿ ನನ್ನ ಕೆಲಸ ಸುಲಭವಾಯ್ತು. ನಾನು ಜಮಾ-ಖರ್ಚು ಲೆಕ್ಕ ಕುರಿತಂತೆ ಚೆನ್ನಾಗಿ ಅಧ್ಯಯನ ಮಾಡಿದೆ. ಪತ್ರ ವ್ಯವಹಾರವನ್ನು ಅನುವಾದಿಸುವ ಮೂಲಕ ನನ್ನ ಅನುವಾದದ ಸಾಮರ್ಥ್ಯ ಉತ್ತಮವಾಯಿತು. ಈ ಪತ್ರ ವ್ಯವಹಾರದಲ್ಲಿ ಹೆಚ್ಚು ಭಾಗ ಗುಜರಾತಿಯಲ್ಲಿತ್ತು.

ನಾನು ಈಗಾಗಲೇ ಹೇಳಿರುವಂತೆ ಧಾರ್ಮಿಕ ಕೂಟಗಳಲ್ಲಿ ಮತ್ತು ಸಾರ್ವಜನಿಕ ಕೆಲಸಗಳಲ್ಲಿ ತೀವ್ರವಾದ ಆಸಕ್ತಿಯನ್ನು ಇಟ್ಟುಕೊಂಡಿದ್ದು ಅವುಗಳಿಗಾಗಿ ಸ್ವಲ್ಪ ಸಮಯವನ್ನು ಮೀಸಲಿಟ್ಟಿದ್ದರೂ ಆಗ ಅವು ನನ್ನ ಪ್ರಧಾನ ಆಸಕ್ತಿಯ ವಿಷಯವಾಗಿರಲಿಲ್ಲ. ಈ ಮೊಕದ್ದಮೆಯ ತಯಾರಿ ನನ್ನ ಪ್ರಧಾನ ಆಸಕ್ತಿಯಾಗಿತ್ತು. ಕಾನೂನು ಪುಸ್ತಕಗಳನ್ನು ಓದುವುದು ಮತ್ತು ಮೊಕದ್ದಮೆಗಳ ಅಧ್ಯಯನ ನನ್ನ ಸಮಯದಲ್ಲಿ ಯಾವಾಗಲೂ ಆದ್ಯ ಸ್ಥಾನವನ್ನು ಪಡೆದಿದ್ದವು. ಇದರ ಪರಿಣಾಮದಿಂದ ಮೊಕದ್ದಮೆಯ ಎಲ್ಲ ವಾಸ್ತವಾಂಶಗಳ ಬಗ್ಗೆ ಪ್ರಭುತ್ವವನ್ನು ಸಾಧಿಸಿದೆ. ನನ್ನ ಬಳಿ ಎರಡೂ ಪಕ್ಷಗಳ ವಾಸ್ತವಾಂಶಗಳು ಇದ್ದವು. ಪ್ರಾಯಶಃ ಎರಡೂ ಪಕ್ಷಗಳ ಬಳಿಯಲ್ಲಿ ನನ್ನಲ್ಲಿರುವಷ್ಟರಮಟ್ಟಿಗೆ ಪ್ರಭುತ್ವವಿರಲಿಲ್ಲ ಎಂದು ಹೇಳಬಹುದು.

ನಾನು ದಿವಂಗತ ಪಿನ್‌ಕಟ್‌ಅವರ ಬುದ್ಧಿವಾದವನ್ನು ನೆನಪಿಗೆ ತಂದುಕೊಂಡೆ- "ವಾಸ್ತವಾಂಶಗಳು ಕಾನೂನಿನ ನಾಲ್ಕನೇ ಮೂರು ಭಾಗವಾಗಿದೆ." ಮುಂದೊಂದು ದಿನ ದಕ್ಷಿಣ ಆಫ್ರಿಕದ ಪ್ರಸಿದ್ಧ ಬ್ಯಾರಿಸ್ಟರ್ ದಿವಂಗತ ಲಿಯೊನಾರ್ಡ್ ಇದನ್ನು ಚೆನ್ನಾಗಿ ಗ್ರಹಿಸಿದ್ದರು ಎಂದು ನನಗೆ ಗೊತ್ತಾಯ್ತು. ನನ್ನ ಅಧೀನದಲ್ಲಿದ್ದ ಯಾವುದೋ ಮೊಕದ್ದಮೆಯಲ್ಲಿ ನ್ಯಾಯ ನನ್ನ ಕಕ್ಷಿಗಾರನ ಪರವಾಗಿದ್ದರೂ ಕಾನೂನು ಅವನಿಗೆ ವಿರೊಧವಾಗಿತ್ತು ಎಂಬುದನ್ನು ಕಂಡುಕೊಂಡೆ. ಹತಾಶನಾಗಿ ನಾನು ಮಿ. ಲಿಯೊನಾರ್ಡ್ ಅವರ ಸಹಾಯ ಕೋರಿದೆ. ಅವರು ಕೂಡಾ ಮೊಕದ್ದಮೆಯ ವಾಸ್ತವಾಂಶಗಳು ತುಂಬಾ ಗಟ್ಟಿಯಾಗಿವೆ ಎಂದು ಭಾವಿಸಿದರು. ಅವರು ಹೇಳಿದರು: 'ಗಾಂಧಿ, ನಾನೊಂದು ಪಾಠವನ್ನು ಕಲಿತುಕೊಂಡಿದ್ದೇನೆ. ಅದೇನೆಂದರೆ ನಾವು ಮೊಕದ್ದಮೆಯ ವಾಸ್ತವಾಂಶಗಳ ಬಗ್ಗೆ ಗಮನ ಹರಿಸಿದರೆ ಕಾನೂನು ಅದರ ಕಡೆಗೆ ಗಮನಹರಿಸುವುದು. ನಾವು ಈ ಮೊಕದ್ದಮೆಯ ವಾಸ್ತವಾಂಶಗಳಲ್ಲಿ ಇನ್ನೂ ಆಳವಾಗಿ ಮುಳುಗಬೇಕು.' ಹೀಗೆ ಹೇಳಿ ಅವರು ಮೊಕದ್ದಮೆಯನ್ನು ಇನ್ನೂ ಚೆನ್ನಾಗಿ ಅಧ್ಯಯನಮಾಡುವಂತೆ ಮತ್ತು ತರುವಾಯ ತಮ್ಮನ್ನು ಕಾಣುವಂತೆ ತಿಳಿಸಿದರು. ನಾನು ವಾಸ್ತವಾಂಶಗಳನ್ನು ಮತ್ತೆ ಪರಿಶೀಲಿಸಿದಾಗ ಅವನ್ನು ಪೂರ್ಣವಾಗಿ ಹೊಸ ಬೆಳಕಿನಲ್ಲಿ ನೋಡಿದಂತಾಯ್ತು. ಇದೇ ಅಂಶವಿದ್ದ ಇನ್ನೊಂದು ದಕ್ಷಿಣ ಆಫ್ರಿಕದ ಹಳೆಯ ಮೊಕದ್ದಮೆಯನ್ನು ಅನಿರೀಕ್ಷಿತವಾಗಿ ಕಂಡುಹಿಡಿದೆ. ನನಗೆ ಸಂತೋಷವಾಯ್ತು. ನಾನು ಲಿಯೊನಾರ್ಡ್ ಅವರ ಬಳಿಗೆ ಹೋಗಿ ಎಲ್ಲವನ್ನೂ ತಿಳಿಸಿದೆ. 'ಸರಿ' ಎಂದು ಅವರು ಹೇಳಿದರು. 'ನಾವು ಮೊಕದ್ದಮೆಯನ್ನು ಗೆಲ್ಲುತ್ತೇವೆ. ಆದರೆ ಯಾವ ನ್ಯಾಯಾಧೀಶರ ಮುಂದೆ ಈ ಮೊಕದ್ದಮೆ ಬರುವುದು ಎಂಬುದನ್ನು ಮಾತ್ರ ಮನಸ್ಸಿನಲ್ಲಿಟ್ಟುಕೊಳ್ಳಬೇಕು.'

ನಾನು ದಾದಾ ಅಬ್ದುಲ್ಲಾಅವರ ಮೊಕದ್ದಮೆಯ ತಯಾರಿಯಲ್ಲಿ ತೊಡಗಿದ್ದಾಗ ವಾಸ್ತಾವಾಂಶಗಳ ಅತ್ಯುಚ್ಚ ಪ್ರಾಮುಖ್ಯತೆಯನ್ನು ಪೂರ್ಣವಾಗಿ ಗ್ರಹಿಸಿದೆ. ವಾಸ್ತವಾಂಶಗಳೆಂದರೆ ಸತ್ಯವೇ ಆಗಿದ್ದು ಒಮ್ಮೆ ನಾವು ಸತ್ಯಕ್ಕೆ ಅಂಟಿಕೊಂಡರೆ ಕಾನೂನು ಸಹಜವಾಗಿ ನಮ್ಮ ಸಹಾಯಕ್ಕೆ ಬರುವುದು. ದಾದಾ ಅಬ್ದುಲ್ಲಾ ಅವರ ಮೊಕದ್ದಮೆಯ ವಾಸ್ತವಾಂಶಗಳು ಖಂಡಿತವಾಗಿಯೂ ತುಂಬಾ ಪ್ರಬಲವಾಗಿದ್ದು ಕಾನೂನು ಅವರ ಪಕ್ಷಕ್ಕೆ ಬದ್ಧವಾಗಿರಬೇಕಾಗಿತ್ತು. ಆದರೆ ವ್ಯಾಜ್ಯವನ್ನು ಪಟ್ಟು ಹಿಡಿದು ಮುಂದುವರೆಸಿದರೆ ಅದು ವಾದಿ ಮತ್ತು ಪ್ರತಿವಾದಿಗಳಿಬ್ಬರನ್ನೂ ಹಾಳುಮಾಡುವುದು ಎಂಬುದನ್ನು ನಾನು ಕಂಡುಕೊಂಡೆ. ವಾದಿ ಮತ್ತು ಪ್ರತಿವಾದಿಗಳಿಬ್ಬರೂ ಸಂಬಂಧಿಕರುಗಳಾಗಿದ್ದು ಇಬ್ಬರೂ ಅದೇ ನಗರಕ್ಕೆ ಸೇರಿದ್ದರು. ಈ ಮೊಕದ್ದಮೆ ಎಷ್ಟು ಕಾಲ ಹಿಡಿಯುವುದು ಎಂದು ಯಾರಿಗೂ ಗೊತ್ತಿರಲಿಲ್ಲ. ಅದು ನ್ಯಾಯಾಲಯದಲ್ಲಿಯೇ ಇತ್ಯರ್ಥವಾಗಲಿ ಎಂದು ಕಾಲಕಳೆದರೆ ಅದು ಅರ್ನಿಷ್ಟವಾಗಿ ಮುಂದುವರೆಯುವುದು ಮತ್ತು ಅದರಿಂದ ಎರಡೂ ಪಕ್ಷಗಳಿಗೆ ಏನೂ ಲಾಭವಾಗದು. ಆದ್ದರಿಂದ ಸಾಧ್ಯವಾದರೆ ತಕ್ಷಣವೇ ಮೊಕದ್ದಮೆಯನ್ನು ಮುಕ್ತಾಯಗೊಳಿಸುವುದು ಒಳ್ಳೆಯದು ಎಂದು ಭಾಸವಾಯ್ತು.

ನಾನು ತ್ಯೇಬ್ ಶೇಠ್ ಅವರ ಬಳಿಗೆ ಹೋಗಿ ಪಂಚಾಯಿತಿಗೆ ಒಪ್ಪಿಕೊಳ್ಳುವಂತೆ ಸಲಹೆ ಮಾಡಿದೆ. ಅವರ ನ್ಯಾಯವಾದಿ ಮಂಡಲಿಯನ್ನು ಕಾಣುವಂತೆ ಶಿಫಾರಸುಮಾಡಿದೆ. ಎರಡೂ ಪಕ್ಷಗಳ ವಿಶ್ವಾಸವನ್ನು ಹೊಂದಿರುವಂತಹ ಒಬ್ಬ ಮಧ್ಯಸ್ತಿಕೆದಾರನನ್ನು ನೇಮಿಸಬೇಕೆಂದು ಅವರಿಗೆ

ಸಲಹೆ ಕೊಟ್ಟೆ. ಆಗ ಮೊಕದ್ದಮೆಯು ಶೀಘ್ರವಾಗಿ ಇತ್ಯರ್ಥವಾಗುವುಂದು ತಿಳಿಸಿದೆ. ವಕೀಲರ ಶುಲ್ಕವು ತ್ವರಿತವಾಗಿ ಏರುತ್ತಿತ್ತು. ಕಕ್ಷಿಗಾರರು ಭಾರಿ ವರ್ತಕರುಗಳಾಗಿದ್ದರೂ ಅವರ ಎಲ್ಲ ಸಂಪನ್ಮೂಲಗಳನ್ನು ಈ ಶುಲ್ಕವು ತಿಂದು ಹಾಕುತ್ತಿತ್ತು. ಈ ಮೊಕದ್ದಮೆ ಅವರ ಗಮನವನ್ನು ಎಷ್ಟೊಂದು ಸೆಳೆಯುತ್ತಿತ್ತೆಂದರೆ ಬೇರೆ ಕೆಲಸಕಾರ್ಯಗಳ ಕಡೆಗೆ ಗಮನ ಹರಿಸಲು ಅವರಿಗೆ ಸಮಯವೇ ಉಳಿಯುತ್ತಿರಲಿಲ್ಲ. ಈ ಮಧ್ಯೆ ಅವರ ನಡುವೆ ಬದ್ಧದ್ವೇಷ ಒಂದೇ ಸಮನಾಗಿ ಹೆಚ್ಚುತ್ತಿತ್ತು. ನನಗೆ ವೃತ್ತಿಯ ಬಗ್ಗೆ ಬೇಸರ ಬಂದಿತ್ತು. ಎರಡೂ ಪಕ್ಷಗಳ ಕಡೆಗಿದ್ದ ನ್ಯಾಯವಾದಿಗಳು ಮತ್ತು ನ್ಯಾಯಮಂಡಲಿ ತಮ್ಮ ಕಕ್ಷಿಗಾರರ ಬೆಂಬಲಕ್ಕೆ ಕಾನೂನಿನ ಅಂಶಗಳಿವೆ ಎಂದು ಉಲ್ಲೇಖಿಸಿ ದೃಢೀಕರಿಸುತ್ತಿದ್ದರು. ಗೆದ್ದ ಪಕ್ಷ ಮಾಡಿದ್ದ ಎಲ್ಲ ವೆಚ್ಚವನ್ನು ಎದುರು ಪಕ್ಷದಿಂದ ವಸೂಲ್ಮಾಡಲು ಸಾಧ್ಯವಾಗುವುದಿಲ್ಲ ಎಂಬುದನ್ನು ನಾನು ಮೊದಲಬಾರಿಗೆ ಮನಗಂಡೆ. ನ್ಯಾಯಾಲಯ ಶುಲ್ಕಗಳ ನಿಬಂಧನೆಗಳ ಪ್ರಕಾರ ಪಕ್ಷ ಮತ್ತು ಪಕ್ಷದ ನಡುವೆ ನಿಶ್ಚಿತವಾದ ಶುಲ್ಕಗಳ ಪಟ್ಟಿಯಿತ್ತು. ಆದರೆ ನ್ಯಾಯವಾದಿಗೆ ಕಕ್ಷಿಗಾರನು ಮೊಕದ್ದಮೆ ಕುರಿತಂತೆ ನೀಡುವ ಹಣ ಅಂದರೆ ವಾಸ್ತವ ವೆಚ್ಚ ಇದಕ್ಕಿಂತ ತುಂಬಾ ಹೆಚ್ಚಾಗಿರುತ್ತಿತ್ತು. ಇದನ್ನು ನನಗೆ ಸಹಿಸಿಕೊಳ್ಳಲು ಸಾಧ್ಯವಾಗಿರಲಿಲ್ಲ. ನನ್ನ ಕರ್ತವ್ಯವೆಂದರೆ ಎರಡೂ ಪಕ್ಷಗಳ ನಡುವೆ ಗೆಳೆತನ ಮೂಡಿಸುವುದು ಮತ್ತು ಅವರಿಬ್ಬರನ್ನೂ ಒಟ್ಟುಗೂಡಿಸುವುದು ಎಂದು ಭಾವಿಸಿದೆ. ಸಂಧಾನಕ್ಕೆ ಒಪ್ಪಿಸಲು ನಾನು ಸರ್ವ ಪ್ರಯತ್ನ ಮಾಡಿದೆ. ಕಡೆಯಲ್ಲಿ ತ್ಯೆಬ್ ಸೇಠ್ ಒಪ್ಪಿಗೆಯನ್ನಿತ್ತರು. ಒಬ್ಬ ಮಧ್ಯಸ್ತಿಕೆದಾರರನ್ನು ನೇಮಿಸಲಾಯ್ತು. ಅವನ ಮುಂದೆ ಮೊಕದ್ದಮೆಯ ಬಗ್ಗೆ ವಾದವನ್ನು ಮಂಡಿಸಲಾಯ್ತು. ದಾದಾ ಅಬ್ದುಲ್ಲಾ ಈ ಮೊಕದ್ದಮೆಯನ್ನು ಗೆದ್ದರು.

ಆದರೆ ಇದರಿಂದ ನನಗೆ ತೃಪ್ತಿಯಾಗಲಿಲ್ಲ. ನನ್ನ ಕಕ್ಷಿಗಾರರು ತಕ್ಷಣವೇ ತೀರ್ಪನ್ನು ಕಾರ್ಯಗತಗೊಳಿಸುವಂತೆ ಕೇಳಿದರೆ, ತೀರ್ಪಿನ ಪೂರ್ತಿ ಹಣವನ್ನು ಕೊಡಲು ತ್ಯೆಬ್ ಶೇಠ್‌ಅವರಿಗೆ ಸಾಧ್ಯವಾಗುತ್ತಿರಲಿಲ್ಲ. ದಕ್ಷಿಣ ಆಫ್ರಿಕದಲ್ಲಿ ವಾಸಿಸುತ್ತಿರುವ ಪೋರ್‌ಬಂದರ್‌ನ ಮೆಮನ್‌ಗಳ ನಡುವೆ ಚಾಲ್ತಿಯಲ್ಲಿದ್ದ ಅಲಿಖಿತ ಕಾನೂನಿನ ಪ್ರಕಾರ ದಿವಾಳಿಗಿಂತಲೂ ಸಾವನ್ನು ಅವರು ಆರಿಸಿಕೊಳ್ಳಬೇಕಾಗಿತ್ತು. ಸುಮಾರು 37,000 ಪೌಂಡುಗಳು ಮತ್ತು ಇತರ ವೆಚ್ಚವನ್ನು ಇಡಿಗಂಟಿನಲ್ಲಿ ಪಾವತಿಮಾಡುವುದು ತ್ಯೆಬ್ ಶೇಠ್‌ಗೆ ಅಸಾಧ್ಯವಾಗಿತ್ತು. ಆ ಹಣಕ್ಕಿಂತ ಒಂದು ಪೈಸೆಯಷ್ಟು ಕಡಿಮೆ ಪಾವತಿಮಾಡಲು ಅವರು ಇಷ್ಟಪಟ್ಟಿರಲಿಲ್ಲ. ಆದರೆ ತಮ್ಮನ್ನು ದಿವಾಳಿ ಎಂದು ಘೋಷಿಸಿಕೊಳ್ಳುವ ಇಷ್ಟ ಕೂಡಾ ಅವರಲ್ಲಿರಲಿಲ್ಲ. ಆದರೆ ಇದನ್ನು ತಪ್ಪಿಸಲು ಒಂದೇ ಒಂದು ಮಾರ್ಗವಿತ್ತು. ದಾದಾ ಅಬ್ದುಲ್ಲಾ ತ್ಯೆಬ್ ಶೇಠ್‌ಅವರಿಗೆ ಸಾಮಾನ್ಯ ಕಂತುಗಳಲ್ಲಿ ಪಾವತಿ ಮಾಡಲು ಅವಕಾಶ ನೀಡಬೇಕಾಗಿತ್ತು. ದಾದಾ ಅಬ್ದುಲ್ಲಾ ಅವರಿಗೆ ಆ ಸಂದರ್ಭವನ್ನು ಎದುರಿಸುವ ಸಾಮರ್ಥ್ಯವಿತ್ತು. ತ್ಯೆಬ್ ಶೇಠ್‌ಅವರಿಗೆ ದೀರ್ಘ ಅವಧಿ ನೀಡಿ ಕಂತುಗಳಲ್ಲಿ ಹಣವನ್ನು ಪಾವತಿ ಮಾಡಲು ದಾದಾಅಬ್ದುಲ್ಲಾ ಅವಕಾಶ ನೀಡಿದರು. ಎರಡೂ ಪಕ್ಷಗಳನ್ನು ಮಧ್ಯಸ್ತಿಕೆಗೆ ಒಪ್ಪಿಸುವುದಕ್ಕಿಂತಲೂ ಕಂತುಗಳಲ್ಲಿ ಹಣವನ್ನು ಪಾವತಿಮಾಡುವಂತೆ ವಿನಾಯಿತಿಯನ್ನು ಪಡೆಯುವುದು ನನಗೆ ತುಂಬಾ ಕಷ್ಟವಾಗಿತ್ತು. ಫಲಿತಾಂಶದ ಬಗ್ಗೆ ಇಬ್ಬರೂ ಸಂತೋಷಪಟ್ಟರು. ಅವರಿಬ್ಬರೂ ಸಾರ್ವಜನಿಕ ಗೌರವಾದರಗಳಿಗೆ ತಕ್ಕಂತೆ ವರ್ತಿಸಿದರು.

ನನ್ನ ಸಂತೋಷಕ್ಕೆ ಪಾರವೇ ಇರಲಿಲ್ಲ. ನಾನು ಕಾನೂನಿನ ಸಾಚಾ ವೃತ್ತಿಯನ್ನು ಕಲಿತುಕೊಂಡೆ. ಮಾನವ ಸ್ವಭಾವದ ಉತ್ತಮವಾದ ಮಗ್ಗುಲನ್ನು (ಅಂಶವನ್ನು) ಕಂಡುಹಿಡಿದು ಜನರ ಹೃದಯಗಳನ್ನು ಪ್ರವೇಶಿಸುವುದು ಹೇಗೆ ಎಂಬುದನ್ನು ಕಲಿತುಕೊಂಡೆ. ವಕೀಲನ ನಿಜವಾದ ಕರ್ತವ್ಯವೆಂದರೆ ಬೇರೆಬೇರೆಯಾಗಿ ಒಡೆದು ಹೋಗಿದ್ದ ಎರಡು ಪಕ್ಷಗಳನ್ನು ಕೂಡಿಸುವುದೇ ಆಗಿದೆ ಎಂಬುದನ್ನು ಗ್ರಹಿಸಿಕೊಂಡೆ.

ವಕೀಲನಾಗಿ ಕಳೆದ ಇಪ್ಪತ್ತು ವರ್ಷಗಳ ಅವಧಿಯ ವೃತ್ತಿಜೀವನದಲ್ಲಿ ತುಂಬಾ ಸಮಯ ನೂರಾರು ಮೊಕದ್ದಮೆಗಳಲ್ಲಿ ಖಾಸಗಿ ಸಂಧಾನಗಳ ಮೂಲಕ ಆ ವ್ಯಾಜ್ಯಗಳನ್ನು ಬಗೆಹರಿಸುವುದರಲ್ಲಿ ಕಳೆಯಿತು. ಈ ಪಾಠ ನನ್ನಲ್ಲಿ ಆರಿಹೋಗದೇ ನನ್ನೊಳಗೆ ಉರಿಯುತ್ತಿತ್ತು. ಅದರಲ್ಲಿ ನನಗೆ ಏನೂ ನಷ್ಟವಾಗಲಿಲ್ಲ-ಹಣದ ನಷ್ಟವೂ ಆಗಲಿಲ್ಲ. ಇಲ್ಲವೇ ಖಂಡಿತವಾಗಿಯೂ ನನ್ನ ಆತ್ಮಕ್ಕಂತೂ ಏನೂ ನಷ್ಟವಾಗಲಿಲ್ಲ.

15. ಧಾರ್ಮಿಕ ಕೋಲಾಹಲ

ಕ್ರಿಶ್ಚಿಯನ್ ಗೆಳಯರೊಂದಿಗಿನ ನನ್ನ ಅನುಭವದತ್ತ ಮತ್ತೆ ತಿರುಗಲು ಈಗ ಕಾಲ ಕೂಡಿಬಂದಿದೆ.

ಮಿ. ಬೇಕರ್ ನನ್ನ ಭವಿಷ್ಯತ್ತಿನ ಬಗ್ಗೆ ಕಳವಡುತ್ತಿದ್ದರು. ಅವರು ನನ್ನನ್ನು ವೆಲಿಂಗ್‌ಟನ್ ಸಭೆಗೆ ಕರೆದುಕೊಂಡು ಹೋದರು: ಪ್ರಾಟೆಸ್ಟೆಂಟ್ ಕ್ರಿಶ್ಚಿಯನ್ನರು ಕೆಲವು ವರ್ಷಗಳಿಗೊಮ್ಮೆ ಧಾರ್ಮಿಕ ಜ್ಞಾನೋದಯ ಅಥವಾ ಬೇರೆ ಮಾತಿನಲ್ಲಿ ಹೇಳುವುದಾದರೆ ಆತ್ಮ-ಶುದ್ಧಿಕರಣಕ್ಕಾಗಿ ಅಂತಹ ಸಭೆಗಳನ್ನು ಸಂಘಟಿಸುತ್ತಿದ್ದರು. ಇದನ್ನು ಧಾರ್ಮಿಕ ನವೀಕರಣ ಅಥವಾ ಪುನರುಜ್ಜೀವನ ಎಂದು ಕರೆಯಬಹುದು. ವೆಲಿಂಗ್‌ಟನ್ ಸಭೆ ಈ ಬಗೆಯದು. ಆ ಊರಿನ ಪ್ರಸಿದ್ಧ ಕ್ರೈಸ್ತವೈದಿಕ(ಡಿವೈನ್) ಪೂಜ್ಯ (ರೆವರೆಂಡ್) ಆ್ಯಂಡ್ರೂ ಮುರ್ರೆ ಅಧ್ಯಕ್ಷರಾಗಿದ್ದರು. ಸಭೆಯಲ್ಲಿನ ಧಾರ್ಮಿಕ ಆನಂದ ಪರವಶತೆಯ ವಾತಾವರಣ ಮತ್ತು ಅದರಲ್ಲಿ ಭಾಗವಹಿಸುತ್ತಿರುವ ಜನರ ಅತ್ಯುತ್ಸಾಹ ಮತ್ತು ಶ್ರದ್ಧೆ ಅಂತಿಮವಾಗಿ ನನ್ನನ್ನು ಕ್ರಿಶ್ಚಿಯನ್ ಧರ್ಮಕ್ಕೆ ಒಲಿಯವಂತೆ ಮಾಡುವುದು ಎಂದು ಮಿ. ಬೇಕರ್ ಭಾವಿಸಿದ್ದರು.

ಅವರ ಅಂತಿಮ ಅಪೇಕ್ಷೆ, ಪ್ರಾರ್ಥನೆಯ ಸಾರ್ಥಕತೆಯನ್ನು ಆಧರಿಸಿತ್ತು. ಅವರಿಗೆ ಪ್ರಾರ್ಥನೆಯಲ್ಲಿ ದೃಢವಾದ ಶ್ರದ್ಧೆಯಿತ್ತು. ದೇವರು ಖಂಡಿತವಾಗಿಯೂ ಭಯ-ಭಕ್ತಿಯ ಉತ್ಸಾಹದಿಂದ ಅರ್ಪಿಸಲಾದ ಪ್ರಾರ್ಥನೆಯನ್ನು ಕೇಳಿಸಿಕೊಳ್ಳುತ್ತಾನೆ ಎಂದು ಅವರು ಗಾಢವಾಗಿ ನಂಬಿದ್ದರು. ತಮ್ಮ ಪ್ರಾಪಂಚಿಕ ಅವಶ್ಯಕತೆಗಳಿಗೂ ಪೂರ್ಣವಾಗಿ ಪ್ರಾರ್ಥನೆಯನ್ನು ಅವಲಂಬಿಸಿದ್ದ ಬ್ರಿಸ್ಟೋಲ್‌ನ ಜಾರ್ಜ್ ಮಲರ್‌ಮುಂತಾದವರ ನಿದರ್ಶಗಳನ್ನು ಅವರು ಉಲ್ಲೇಖಿಸುತ್ತಿದ್ದರು. ನಾನು ಯಾವುದೇ ಪೂರ್ವಾಗ್ರಹವಿಲ್ಲದೇ ಪ್ರಾರ್ಥನೆಯ ಸಾರ್ಥಕತೆಯ ಬಗ್ಗೆ ಅವರು ನೀಡಿದ ಪ್ರವಚನವನ್ನು ಕೇಳಿದೆ. ನನ್ನ ಅಂತರಾತ್ಮಕ್ಕೆ ಪ್ರೇರಣೆ ಉಂಟಾದರೆ ಕ್ರಿಶ್ಚಿಯನ್ ಧರ್ಮವನ್ನು ಅಲಂಗಿಸಿಕೊಳ್ಳುವಲ್ಲಿ ಯಾವುದೂ ನನ್ನನ್ನು ತಡೆಯಲಾರದು ಎಂದು ನಾನು ಅವರಿಗೆ ಭರವಸೆಕೊಟ್ಟೆ. ಈ ಭರವಸೆಯನ್ನು ಕೊಡಲು ನಾನು ಹಿಂದೆ ಮುಂದೆ ನೋಡಲಿಲ್ಲ. ಏಕೆಂದರೆ ಅಂತರಾತ್ಮನ ಕರೆಯನ್ನು ಅನುಸರಿಸಬೇಕೆಂಬುದನ್ನು ನಾನು ಬಹಳ ಕಾಲದಿಂದಲೂ ಕಲಿತುಕೊಂಡಿದ್ದೆ. ಹಾಗೆ ನನ್ನನ್ನು ಅರ್ಪಿಸಿಕೊಳ್ಳುವುದರಲ್ಲಿ ಆನಂದಾನುಭವವಿತ್ತು. ಆ ಕರೆಗೆ ವಿರುದ್ಧವಾಗಿ ನಡೆದುಕೊಳ್ಳುವುದು ನನಗೆ ಕಷ್ಟಕರವಾಗಿತ್ತಲ್ಲದೇ ನೋವುಂಟುಮಾಡುತ್ತಿತ್ತು.

ಆದ್ದರಿಂದ ನಾವು ವೆಲಿಂಗ್‌ಟನ್‌ಗೆ ಹೋದೆವು. ನನ್ನಂತಹ ವರ್ಣೀಯನನ್ನು ತಮ್ಮ ಒಡನಾಡಿಯಾಗಿ ಪಡೆದದ್ದಕ್ಕಾಗಿ ಮಿ. ಬೇಕರ್ ಕಷ್ಟಪಡಬೇಕಾಯ್ತು. ಅನೇಕ ಸಂದರ್ಭಗಳಲ್ಲಿ ಕೇವಲ ನನ್ನ ಕಾರಣದಿಂದಾಗಿ ಅವರು ಅನೇಕ ಕಿರುಕುಳಗಳನ್ನು ಸಹಿಸಿಕೊಳ್ಳಬೇಕಾಯ್ತು. ದಾರಿಯಲ್ಲಿ ನಾವು ಒಂದು ದಿನ ಪ್ರಯಾಣಕ್ಕೆ ಬಿಡುವು ಕೊಡಬೇಕಾಯ್ತು. ಏಕೆಂದರೆ ಅಂದು ಭಾನುವಾರವಾಗಿದ್ದು ಮಿ. ಬೇಕರ್ ಮತ್ತು ಅವರ ತಂಡ ಸಬ್ಬತು (ಕ್ರೈಸ್ತರಿಗೆ ಭಾನುವಾರ ವಿಶ್ರಾಂತಿ ದಿನವಾಗಿರುವುದರಿಂದ ಅಂದು ಅವರು ಕೆಲಸ ಮಾಡುವುದಿಲ್ಲ) ದಿನದಂದು ಪ್ರಯಾಣ ಮಾಡುತ್ತಿರಲಿಲ್ಲ. ಸ್ಟೇಷನ್ ಹೋಟೆಲ್‌ನ ಮ್ಯಾನೇಜರ್, ನನ್ನನ್ನು ತುಂಬಾ ವಾಗ್ವಾದ ನಡೆದ ತರುವಾಯ ಒಳಕ್ಕೆ ಕರೆದುಕೊಳ್ಳಲು ಒಪ್ಪಿದ. ಆದರೆ ಅವನು ಖಡಾಖಂಡಿತವಾಗಿ ನನಗೆ ಊಟದ ಕೊಠಡಿಗೆ ಪ್ರವೇಶ ನೀಡಲು ನಿರಾಕರಿಸಿದ. ಆದರೆ ಮಿ. ಬೇಕರ್ ಸುಲಭವಾಗಿ ಒಪ್ಪಿಕೊಳ್ಳುವವರಾಗಿರಲಿಲ್ಲ. ಅವರು ಹೋಟೆಲ್‌ನ ಅತಿಥಿಗಳು ಹೊಂದಿರುವ ಹಕ್ಕುಗಳ ಪರವಾಗಿ ದೃಢವಾಗಿ ನಿಂತರು. ಆದರೆ ನನಗೆ ಅವರ ಕಷ್ಟ ಏನು ಎಂದು ಅರ್ಥವಾಗಿತ್ತು. ವೆಲಿಂಗ್‌ಟನ್‌ನಲ್ಲಿ ಕೂಡಾ ನಾನು ಮಿ. ಬೇಕರ್ ಜತೆಯಲ್ಲಿ ತಂಗಿದ್ದೆ. ಅವರು ಅನುಭವಿಸಿದ್ದ ಚಿಕ್ಕಪುಟ್ಟ ಕಿರುಕುಳಗಳನ್ನು ನನ್ನಿಂದ ಮುಚ್ಚಿಡಲು ಪ್ರಯತ್ನಿಸಿದರೂ ನಾನು ಅವೆಲ್ಲವನ್ನೂ ಗಮನಿಸಿದ್ದೆ.

ಈ ಸಮಾವೇಶವು ಶ್ರದ್ಧಾವಂತ ಕ್ರಿಶ್ಚಿಯನ್ನರ ಕೂಟವಾಗಿತ್ತು. ಅವರ ಶ್ರದ್ಧೆಯನ್ನು ಕಂಡು ನನಗೆ ಸಂತೋಷವಾಗಿತ್ತು. ನಾನು ರೆವರೆಂಡ್. ಮುರ್ರೆಯವರನ್ನು ಭೇಟಿಮಾಡಿದೆ. ಅನೇಕರು ನನಗಾಗಿ ಪ್ರಾರ್ಥಿಸುತ್ತಿದ್ದುದನ್ನು ಕಂಡೆ. ನಾನು ಅವರ ಕೆಲವು ಸ್ತೋತ್ರಗೀತೆಗಳನ್ನು ಇಷ್ಟಪಟ್ಟೆ. ಅವು ತುಂಬಾ ಮಧುರವಾಗಿದ್ದವು.

ಸಮಾವೇಶವು ಮೂರುದಿನಗಳ ಕಾಲ ನಡೆಯಿತು. ಅದರಲ್ಲಿ ಭಾಗವಹಿಸಿದ್ದವರ ಭಕ್ತಿಭಾವವನ್ನು ಅರ್ಥಮಾಡಿಕೊಂಡಿದ್ದೆ ಮತ್ತು ಅದನ್ನು ಮೆಚ್ಚಿಕೊಂಡಿದ್ದೆ. ಆದರೆ ನನ್ನ ನಂಬಿಕೆಯನ್ನು ಅಂದರೆ ಧರ್ಮವನ್ನು ಬದಲಿಸಿಕೊಳ್ಳಬೇಕೆಂಬುದರ ಬಗ್ಗೆ ನನಗೆ ಅಲ್ಲಿ ಏನೂ

ಕಾರಣ ಸಿಗಲಿಲ್ಲ. ಕ್ರಿಶ್ಚಿಯನ್ ಆದರೆ ಮಾತ್ರ ನಾನು ಸ್ವರ್ಗಕ್ಕೆ ಹೋಗಬಹುದು ಮತ್ತು ಪಾಪವಿಮೋಚನೆ ಹೊಂದಬಹುದು ಎಂಬುದನ್ನು ನಂಬಲು ನನಗೆ ಸಾಧ್ಯವಿರಲಿಲ್ಲ. ನಾನು ಕೆಲವು ಸಜ್ಜನ ಕ್ರಿಶ್ಚಿಯನ್ನರಿಗೆ ಈ ಅಭಿಪ್ರಾಯವನ್ನು ಮುಚ್ಚುಮರೆಯಿಲ್ಲದೇ ಹೇಳಿದಾಗ ಅವರು ದಿಗ್ಭ್ರಮೆಗೊಂಡರು. ಆದರೆ ನಾನು ಏನೂ ಮಾಡುವಂತಿರಲಿಲ್ಲ.

ನನ್ನ ಕಷ್ಟಗಳು ಇನ್ನೂ ಹೆಚ್ಚು ಗಾಢವಾಗಿದ್ದವು. ಜೀಸಸ್ ಮಾತ್ರ ದೇವರ ಮೈದಾಳಿದ ಪುತ್ರ ಮತ್ತು ಅವನಲ್ಲಿ ನಂಬಿಕೆಯಿಟ್ಟವರು ಮಾತ್ರ ಶಾಶ್ವತ ಜೀವ(ಅಮೃತತ್ವ)ವನ್ನು ಪಡೆಯುತ್ತಾರೆ ಎಂಬ ನಂಬಿಕೆಯನ್ನು ನನ್ನಲ್ಲಿದ್ದ ಅಸ್ಪಷ್ಟತೆ ಮೀರಿತ್ತು ಎನ್ನಬಹುದು. ದೇವರಿಗೆ ಮಕ್ಕಳು ಇರಬಹುದಾದರೆ ಎಲ್ಲರೂ ಅವನ ಮಕ್ಕಳೇ ಆಗಿರುತ್ತಾರೆ. ಜೀಸಸ್ ದೇವರಂತಿದ್ದರೆ ಅಥವಾ ಅವನೇ ಸ್ವತಹ ದೇವರಾಗಿದ್ದರೆ ಎಲ್ಲ ಜನರೂ ದೇವರಂತೆಯೇ ಇರುತ್ತಾರೆ ಮತ್ತು ಅವನಂತೆಯೇ ದೇವರಾಗಬಲ್ಲರು. ಜೀಸಸ್ ತನ್ನ ಸಾವಿನಿಂದ ಮತ್ತು ತನ್ನ ರಕ್ತದಿಂದ ವಿಶ್ವದ ಪಾಪಗಳನ್ನು ನಿವಾರಿಸಿದ ಎಂಬುದನ್ನು ಅಕ್ಷರಶಃ ನಂಬಲು ನನ್ನ ತರ್ಕ ಸಿದ್ಧವಾಗಿರಲಿಲ್ಲ. ರೂಪಕಾರ್ಥದಲ್ಲಿ ಹೇಳುವುದಾದರೆ ಅದರಲ್ಲಿ ಸ್ವಲ್ಪಮಟ್ಟಿಗೆ ಸತ್ಯ ಇರಬಹುದು. ಇನ್ನೂ ಹೇಳುವುದಾದರೆ ಕ್ರಿಶ್ಚಿಯನ್ ಧರ್ಮದ ಪ್ರಕಾರ ಕೇವಲ ಮಾನವರಲ್ಲಿ ಮಾತ್ರ ಆತ್ಮ(ಸೋಲ್)ಗಳಿವೆ. ಬೇರೆ ಯಾವುದೇ ಜೀವಿಗಳಿಗೆ ಆತ್ಮಗಳಿಲ್ಲದಿರುವುದರಿಂದ ಸಾವು ಎನ್ನುವುದು ಅವುಗಳ ಪಾಲಿಗೆ ಪೂರ್ಣ ವಿನಾಶವೇ ಆಗುವುದು. ಆದರೆ ನಾನು ಇದಕ್ಕೆ ಪ್ರತಿಯಾದ ನಂಬಿಕೆಯನ್ನಿಟ್ಟುಕೊಂಡಿದ್ದೆ. ನಾನು ಜೀಸಸ್‌ನನ್ನು ಹುತಾತ್ಮನೆಂದೂ ತ್ಯಾಗದ ಸಾಕಾರವೆಂದೂ ದಿವ್ಯ ಬೋಧಕನೆಂದೂ ಒಪ್ಪಿಕೊಂಡಿದ್ದೆ. ಆದರೆ ಎಂದೂ ಜನ್ಮ ತಾಳದಿದ್ದ ಅತ್ಯಂತ ಪರಿಪೂರ್ಣ ಪುರುಷ ಎಂದು ಒಪ್ಪಿಕೊಳ್ಳಲು ನಾನು ಸಿದ್ಧನಾಗಿರಲಿಲ್ಲ. ಶಿಲುಬೆ(ಕ್ರಾಸ್) ಮೇಲಿನ ಅವನ ಸಾವು ವಿಶ್ವಕ್ಕೆ ಒಂದು ಆದರ್ಶದಂತಿತ್ತು. ಆದರೆ ನನ್ನ ಹೃದಯ ಒಪ್ಪಿಕೊಳ್ಳುವಂತಹ ಯಾವುದೇ ರೀತಿಯ ನಿಗೂಢತೆಯಾಗಲಿ ಇಲ್ಲವೇ ಪವಾಡ ಸದೃಶ ಸತ್ತ್ವವಾಗಲಿ ಇರಲಿಲ್ಲ. ಇತರ ಧರ್ಮಾವಲಂಬಿಗಳ ಬದುಕು ಕೊಡದೇ ಇರುವಂತಹ ವೈಶಿಷ್ಟ್ಯವನ್ನು ಕ್ರಿಶ್ಚಿಯನ್ನರ ಪವಿತ್ರ ಬದುಕುಗಳು ನನಗೆ ಕೊಡುವಲ್ಲಿ ವಿಫಲವಾದವು. ಕ್ರಿಶ್ಚಿಯನ್ನರ ನಡುವೆ ನಾನು ಕೇಳಿದ್ದಂತಹ ಅದೇ ಬಗೆಯ ಸುಧಾರಣೆಯನ್ನು ಬೇರೆ ಜೀವಿಗಳಲ್ಲಿ ಕಂಡಿದ್ದೆ. ತಾತ್ವಿಕವಾಗಿ ಹೇಳುವುದಾದರೆ ಹಿಂದೂಗಳು ಕ್ರಿಶ್ಚಿಯನ್ನರನ್ನು ಉನ್ನತ ರೀತಿಯಲ್ಲಿ ಮೀರಿಸಿದ್ದಂತೆ ನನಗೆ ಕಂಡುಬಂತು. ಕ್ರಿಶ್ಚಿಯನ್ ಧರ್ಮ ಪರಿಪೂರ್ಣ ಧರ್ಮವಾಗಿದೆ ಮತ್ತು ಎಲ್ಲ ಧರ್ಮಗಳಿಗಿಂತಲೂ ಅದು ಸರ್ವಶ್ರೇಷ್ಠವಾದದ್ದು ಎಂದು ಭಾವಿಸಲು ನನಗೆ ಸಾಧ್ಯವಾಗಿರಲಿಲ್ಲ.

ಅವಕಾಶ ಸಿಕ್ಕಾಗ ನಾನು ನನ್ನ ಕ್ರಿಶ್ಚಿಯನ್ ಗೆಳೆಯರೊಂದಿಗೆ ನನ್ನ ಮಾನಸಿಕ ಮಂಥನವನ್ನು ಹಂಚಿಕೊಳ್ಳುತ್ತಿದ್ದೆ. ಆದರೆ ಅವರು ಕೊಟ್ಟ ಉತ್ತರಗಳು ನನಗೆ ತೃಪ್ತಿ ತಂದಿರಲಿಲ್ಲ.

ಈ ಪ್ರಕಾರ ನಾನು ಕ್ರಿಶ್ಚಿಯನ್ ಧರ್ಮವನ್ನು ಪರಿಪೂರ್ಣ ಇಲ್ಲವೇ ಅತ್ಯಂತ ಶ್ರೇಷ್ಠ ಎಂದು ಒಪ್ಪಿಕೊಂಡಿರಲಿಲ್ಲ. ಹಾಗೆಯೇ ಹಿಂದೂಧರ್ಮ ಕೂಡಾ ಅಂತಹ ಶ್ರೇಷ್ಠ ಧರ್ಮ ಎಂದು ನನ್ನ ಮನಸ್ಸು ಒಪ್ಪಿರಲಿಲ್ಲ. ಹಿಂದೂ ಧರ್ಮದ ಲೋಪದೋಷಗಳು ನನಗೆ ತುರ್ತಾಗಿ ಎದ್ದು ಕಾಣುತ್ತಿದ್ದವು. ಅಸ್ಪೃಶ್ಯತೆ ಎನ್ನುವುದು ಹಿಂದೂ ಧರ್ಮದ ಭಾಗವೇ ಆಗಿದ್ದರೆ ಅದು

ಕೊಳೆತ ಭಾಗವಾಗಿರಬಲ್ಲದು ಇಲ್ಲವೇ ಅಸ್ವಾಭಾವಿಕವಾಗಿ ಎದ್ದ ಗಡ್ಡೆಯಾಗಿರಬಲ್ಲದು. ಜಾತಿಗಳು ಮತ್ತು ಪಂಥಗಳ ಬಾಹುಳ್ಯದ (ಅಂದರೆ ಅಸಂಖ್ಯಾತ ಜಾತಿ ಪಂಥಗಳು) ಮಹಾ ಉದ್ದೇಶ ನನಗೆ ಅರ್ಥವೇ ಆಗಿರಲಿಲ್ಲ. ವೇದಗಳು ದೇವರ ಪ್ರೇರಣೆ ಪಡೆದ ಮಾತು ಎಂದು ಹೇಳುವುದರ ಅರ್ಥವೇನು? ಬೈಬಲ್ ಮತ್ತು ಕೂರಾನ್ ಕೂಡಾ ದೇವರ ಪ್ರೇರಣೆಯ ಮಾತಾಗಬಾರದೇಕೆ?

ಕ್ರಿಶ್ಚಿಯನ್ ಗೆಳೆಯರು ನನ್ನನ್ನು ಮತಾಂತರಗೊಳಿಸಲು ಹೆಣಗಾಡುತ್ತಿದ್ದಂತೆ ಮುಸ್ಲಿಂ ಗೆಳೆಯರು ಕೂಡಾ ಪ್ರಯತ್ನಿಸುತ್ತಿದ್ದರು. ಅಬ್ದುಲ್ಲಾ ಶೇಠ್ ಇಸ್ಲಾಂನ ಅಧ್ಯಯನ ಮಾಡುವಂತೆ ಮನ ಒಲಿಸುತ್ತಿದ್ದರು. ಸಹಜವಾಗಿ ಅವರು ಯಾವಾಗಲೂ ಇಸ್ಲಾಂ ಧರ್ಮದ ಸೌಂದರ್ಯದ ಬಗ್ಗೆ ಏನಾದರೂ ಹೇಳುತ್ತಿರುತ್ತಿದ್ದರು.

ರಾಯ್‌ಚಂದ್‌ಭಾಯ್ ಅವರಿಗೆ ಪತ್ರ ಬರೆದು ನನ್ನ ಕಷ್ಟಗಳನ್ನು ತೋಡಿಕೊಂಡೆ. ನಾನು ಭಾರತದಲ್ಲಿದ್ದ ಇತರ ಧರ್ಮಾಧಿಕಾರಿಗಳೊಂದಿಗೆ ಕೂಡಾ ಪತ್ರವ್ಯವಹಾರ ನಡೆಸಿದೆ. ಅವರಿಂದ ಉತ್ತರಗಳನ್ನು ಕೂಡಾ ಪಡೆದುಕೊಂಡೆ. ರಾಯ್‌ಚಂದ್‌ಭಾಯ್ ಅವರ ಪತ್ರ ಏನೋ ಒಂದು ರೀತಿಯಲ್ಲಿ ನನಗೆ ಸಮಾಧಾನ ತಂದುಕೊಟ್ಟಿತು. ಅವರು ನನಗೆ ಸಮಾಧಾನದಿಂದಿರುವಂತೆ ಮತ್ತು ಹೆಚ್ಚು ಆಳವಾಗಿ ಹಿಂದೂಧರ್ಮದ ಅಧ್ಯಯನ ನಡೆಸುವಂತೆ ತಿಳಿಸಿದ್ದರು. ಅವರ ಒಂದು ವಾಕ್ಯ ಈ ರೀತಿಯಲ್ಲಿತ್ತು: 'ಇತರ ಯಾವುದೇ ಧರ್ಮವೂ ಹಿಂದೂಧರ್ಮದಷ್ಟು ಮಾರ್ಮಿಕವೂ ಮತ್ತು ಗಹನವೂ ಆಗಿಲ್ಲ ಎಂದು ಈ ಪ್ರಶ್ನೆಯ ಬಗ್ಗೆ ಯಾವುದೇ ಉದ್ವೇಗವಿಲ್ಲದೇ ಚಿಂತಿಸಿದಾಗ ನನಗೆ ಮನದಟ್ಟಾಗಿದೆ ಹಾಗೂ ಆತ್ಮದ ಬಗ್ಗೆ ಹಿಂದೂ ಧರ್ಮ ಹೊಂದಿರುವ ಸೂಕ್ಷ್ಮಅಂತರ್‌ದೃಷ್ಟಿ ಮತ್ತು ಹೃದಯ ವೈಶಾಲ್ಯತೆ ಬೇರೆ ಧರ್ಮಗಳಲ್ಲಿಲ್ಲ'.

ನಾನು ಸೇಲ್ ಅವರ ಕೋರಾನ್‌ನ ಅನುವಾದವನ್ನು ಕೊಂಡುಕೊಂಡು ಓದಲಾರಂಭಿಸಿದೆ. ಇಸ್ಲಾಂ ಬಗ್ಗೆ ಬರೆದಿರುವ ಇತರ ಪುಸ್ತಕಗಳನ್ನು ಕೂಡಾ ಪಡೆದುಕೊಂಡೆ. ನಾನು ಇಂಗ್ಲೆಂಡ್‌ನಲ್ಲಿದ್ದ ಇತರ ಕ್ರಿಶ್ಚಿಯನ್ ಗೆಳೆಯರೊಂದಿಗೆ ಪತ್ರ ವ್ಯವಹಾರ ನಡೆಸಿದೆ. ಅವರಲ್ಲೊಬ್ಬರು ನನಗೆ ಎಡ್ವರ್ಡ್ ಮೈಟ್‌ಲ್ಯಾಂಡ್‌ಅವರ ಪರಿಚಯಮಾಡಿಸಿಕೊಟ್ಟರು. ನಾನು ಅವರೊಂದಿಗೆ ಪತ್ರ ವ್ಯವಹಾರ ಆರಂಭಿಸಿದೆ. ಅವರ 'ದಿ ಪರ್‌ಫೆಕ್ಟ್ ವೇ' (ಪರಿಪೂರ್ಣ ಹಾದಿ) ಎಂಬ ಪುಸ್ತಕವನ್ನು ಕಳಿಸಿಕೊಟ್ಟರು. ಅವರು ಈ ಕೃತಿಯನ್ನು ಅನ್ನಾ ಕಿಂಗ್ಸ್‌ಫೋರ್ಡ್ ಜತೆಗೂಡಿ ಬರೆದಿದ್ದರು. ಈ ಪುಸ್ತಕವು ವರ್ತಮಾನಕಾಲದ ಕ್ರಿಶ್ಚಿಯನ್ ನಂಬಿಕೆಯನ್ನು ನಿರಾಕರಿಸುತ್ತಿತ್ತು. ಅವರು ಇನ್ನೊಂದು ಪುಸ್ತಕವನ್ನು ಅಂದರೆ 'ದಿ ನ್ಯೂ ಇಂಟರ್‌ಪ್ರಟೇಷನ್ ಆಫ್ ಬೈಬಲ್ (ಬೈಬಲ್‌ನ ಹೊಸ ಅರ್ಥವಿವರಣೆ)' ಎಂಬುದನ್ನು ಕಳಿಸಿಕೊಟ್ಟರು ನಾನು ಈ ಎರಡೂ ಪುಸ್ತಕಗಳನ್ನು ಮೆಚ್ಚಿಕೊಂಡೆ. ಅವು ಹಿಂದೂಧರ್ಮವನ್ನು ಬೆಂಬಲಿಸುತ್ತಿರುವಂತೆ ಕಂಡುಬಂದವು. ಟಾಲ್‌ಸ್ಟಾಯ್‌ಅವರ 'ದಿ ಕಿಂಗ್‌ಡಮ್ ಆಫ್ ಗಾಡ್ ಈಸ್ ವಿತಿನ್ ಯು(ನಿನ್ನ ಅಂತರಂಗದಲ್ಲಿ ದೇವರ ರಾಜ್ಯವಿದೆ)' ಎಂಬ ಕೃತಿ ನನ್ನನ್ನು ಪರವಶಗೊಳಿಸಿತು. ಅದು ನನ್ನ ಮೇಲೆ ಶಾಶ್ವತವಾದ ಪ್ರಭಾವ ಬೀರಿತು. ಈ ಪುಸ್ತಕ ಒಳಗೊಂಡಿದ್ದ ಸ್ವತಂತ್ರ ಚಿಂತನೆ ಉನ್ನತ ನೈತಿಕತೆ ಮತ್ತು ವಾಸ್ತವತೆಯ ಮುಂದೆ ಮಿ. ಕೋಟ್ಸ್ ಕೊಟ್ಟಿದ್ದ ಎಲ್ಲ ಪುಸ್ತಕಗಳು ಕಾಂತಿಹೀನವೆಂದೂ ಕ್ಷುಲ್ಲಕವೆಂದೂ ಭಾಸವಾಯ್ತು.

ಈ ಪ್ರಕಾರ ನನ್ನ ಅಧ್ಯಯನ ನನ್ನ ಕ್ರಿಶ್ಚಿಯನ್ ಗೆಳೆಯರು ಎಂದೂ ಚಿಂತಿಸದಿದ್ದಂತಹ ದಿಕ್ಕಿನೆಡೆಗೆ ಕರೆದುಕೊಂಡು ಹೋಯಿತು. ಎಡ್ವರ್ಡ್ ಮೈಟ್‌ಲ್ಯಾಂಡ್ ಅವರೊಡನೆ ನನ್ನ ಪತ್ರವ್ಯವಹಾರ ತುಂಬಾ ಕಾಲ ಮುಂದುವರೆದಿತ್ತು ಹಾಗೆಯೇ ರಾಯ್‌ಚಂದ್‌ಭಾಯ್ ಅವರೊಡನೆ ನಡೆಸುತ್ತಿದ್ದ ಪತ್ರ ವ್ಯವಹಾರ ಅವರ ಸಾವಿನ ವರೆಗೂ ಮುಂದುವರೆದಿತ್ತು. ಅವರು ಕಳಿಸಿದ್ದ ಕೆಲವು ಪುಸ್ತಕಗಳನ್ನು ನಾನು ಓದಿದೆ. ಅವುಗಳಲ್ಲಿ 'ಪಂಚೀಕರಣ, ಮಣಿರತ್ನಮಾಲ, ಯೋಗವಾಸಿಷ್ಠದ ಮುಮುಕ್ಷು ಪ್ರಕರಣ ಮತ್ತು ಹರಿಭದ್ರ ಸೂರಿಅವರ 'ಷಡ್‌ದರ್ಶನ ಸಮುಂಚಯ' ಮುಂತಾದವು ಸೇರಿದ್ದವು.

ನನ್ನ ಕ್ರಿಶ್ಚಿಯನ್ ಗೆಳೆಯರು ನನಗೆ ಗೊತ್ತುಮಾಡದಿದ್ದ ದಾರಿಯನ್ನು ನಾನು ತುಳಿಯಲಾರಂಭಿಸಿದರೂ ಅವರಿಗೆ ನಾನು ಎಂದೆಂದೂ ಕೃತಜ್ಞನಾಗಿದ್ದೇನೆ. ಅವರು ನನ್ನ ಅಂತರಂಗದಲ್ಲಿ ಧಾರ್ಮಿಕ ಹಸಿವನ್ನು ಹೆಚ್ಚಿಸಿ ಅನ್ವೇಷಣೆಯ ಕಡೆಗೆ ನನ್ನನ್ನು ಪ್ರೇರೇಪಿಸಿದರು. ನಾನು ಅವರ ಸಹವಾಸದ ನೆನಪನ್ನು ಸದಾ ನನ್ನ ಹೃದಯದಲ್ಲಿರಿಸಿಕೊಂಡಿರುತ್ತೇನೆ. ಮುಂದಿನ ವರ್ಷಗಳಲ್ಲಿ ಇನ್ನೂ ಹೆಚ್ಚಿನ, ಯಾವ ರೀತಿಯಲ್ಲೂ ಕಡಿಮೆಯೆಂದೆನ್ನಿಸದ ಹಿತಕರವಾದ ಮತ್ತು ಪವಿತ್ರವಾದ ಸಂಬಂಧಗಳು ನನಗಾಗಿ ಕಾದಿದ್ದವು.

16. ಆಡುವುದು, ಮಾಡುವುದು ಮನುಷ್ಯನ ಇಚ್ಛೆ, ಆಗುವುದು, ಹೋಗುವುದು ದೈವೇಚ್ಛೆ

ಮೊಕದ್ದಮೆ ಮುಗಿದುಹೋಗಿದ್ದರಿಂದ ನನಗೆ ಪ್ರಿಟೋರಿಯಾದಲ್ಲಿ ತಂಗಲು ಯಾವುದೇ ಕಾರಣವಿರಲಿಲ್ಲ. ಆದ್ದರಿಂದ ನಾನು ಡರ್ಬಾನ್‌ಗೆ ಹೋದೆ ಮತ್ತು ಮನೆಗೆ ಹಿಂದಿರುಗಲು ಸಿದ್ಧತೆಗಳನ್ನು ಮಾಡಿಕೊಳ್ಳಲಾರಂಭಿಸಿದೆ. ಆದರೆ ಅಬ್ದುಲ್ಲಾ ಶೇಠ್ ಪ್ರಯಾಣಮಾಡಲು ಹೊರಟಿದ್ದ ನನಗೆ ಸಂಭ್ರಮದಿಂದ ಶುಭ ಕೋರದೇ ಕಳಿಸಿಕೊಡಲು ಸಿದ್ಧರಾಗಿರಲಿಲ್ಲ. ಅವರು ಸೈಡೆನ್‌ಹ್ಯಾಮ್‌ನಲ್ಲಿ ನನ್ನ ಗೌರವಾರ್ಥ ಬೀಳ್ಕೊಡುಗೆಯ ಸಮಾರಂಭವನ್ನು ಏರ್ಪಡಿಸಿದ್ದರು.

ಇಡೀ ದಿನವನ್ನು ಅಲ್ಲಿಯೇ ಕಳೆಯಬೇಕೆಂದು ಉದ್ದೇಶಿಸಲಾಗಿತ್ತು. ನಾನು ಕೆಲವು ವೃತ್ತಪತ್ರಿಕೆಗಳ ಪುಟಗಳನ್ನು ತಿರುವಿಹಾಕುತ್ತಿರುವಾಗ ಆಕಸ್ಮಾತ್ತಾಗಿ ಒಂದು ಪುಟದ ಮೂಲೆಯಲ್ಲಿದ್ದ ಒಂದು ಪ್ಯಾರಾವನ್ನು ಗಮನಿಸಿದೆ ಅದರ ತಲೆಬರಹ ಹೀಗಿತ್ತು: 'ಭಾರತೀಯ ಪೌರತ್ವ'. ಅದು ಶಾಸನ ಸಭೆಯ ಮುಂದಿದ್ದ ಒಂದು ಮಸೂದೆಗೆ ಸಂಬಂಧಿಸಿತ್ತು. ಆ ಮಸೂದೆಯು ನೆಟಾಲ್ ಶಾಸನ ಸಭೆಗೆ ಸದ್ಯರುಗಳನ್ನು ಆಯ್ಕೆಮಾಡಲು ಭಾರತೀಯರು ಹೊಂದಿದ್ದ ಹಕ್ಕನ್ನು ಕಿತ್ತುಕೊಳ್ಳುವ ಉದ್ದೇಶವನ್ನು

ಹೊಂದಿತ್ತು. ನನಗೆ ಈ ಮಸೂದೆಯ ಬಗ್ಗೆ ಏನೂ ಗೊತ್ತಿರಲಿಲ್ಲ. ಅಲ್ಲಿ ಸೇರಿದ್ದ ಅತಿಥಿಗಳಿಗೂ ಇದರ ಬಗ್ಗೆ ಏನೂ ಗೊತ್ತಿರಲಿಲ್ಲ.

ನಾನು ಅಬ್ದುಲ್ಲಾ ಶೇತ್‌ಅವರಲ್ಲಿ ಈ ಬಗ್ಗೆ ವಿಚಾರಿಸಿದೆ. ಅವರು ಹೇಳಿದರು: 'ಈ ವಿಷಯಗಳಲ್ಲಿ ನಮಗೆ ಏನು ಅರ್ಥವಾಗುತ್ತದೆ? ನಮ್ಮ ವ್ಯಾಪಾರದ ಮೇಲೆ ಪರಿಣಾಮವನ್ನುಂಟುಮಾಡುವಂತಹ ವಿಚಾರಗಳನ್ನು ಮಾತ್ರ ನಾವು ಅರ್ಥ ಮಾಡಿಕೊಳ್ಳಬಲ್ಲೆವು. ನಿಮಗೆ ಗೊತ್ತಿರುವಂತೆ ಆರೇಂಜ್ ಫ್ರೀ ಸ್ಟೇಟ್‌ನಲ್ಲಿರುವ ನಮ್ಮ ಎಲ್ಲ ವ್ಯಾಪಾರ ಕೊಚ್ಚಿ ಕೊಂಡು ಹೋಯಿತು. ಏನೇ ಆದರೂ ನಾವು ಅಶಿಕ್ಷಿತರಾಗಿರುವುದರಿಂದ ಅಂಗಹೀನರಾಗಬಿಟ್ಟಿದ್ದೇವೆ. ಪ್ರತಿದಿನದ ಮಾರು ಕಟ್ಟೆ ಬೆಲೆಗಳು ಮುಂತಾದವನ್ನು ತಿಳಿದುಕೊಳ್ಳಲು ಮಾತ್ರ ನಾವು ವೃತ್ತಪತ್ರಿಕೆಗಳನ್ನು ಕೊಂಡುಕೊಳ್ಳುತ್ತೇವೆ ಶಾಸನದ ಬಗ್ಗೆ ನಮಗೇನು ಗೊತ್ತಾಗುತ್ತದೆ? ಯುರೋಪಿಯನ್ ವಕೀಲರುಗಳು ಇಲ್ಲಿ ನಮ್ಮ ಕಣ್ಣುಗಳು ಮತ್ತು ಕಿವಿಗಳಾಗಿದ್ದಾರೆ'

'ಆದರೆ ಇಲ್ಲಿ ಅನೇಕ ಭಾರತೀಯರು ಹುಟ್ಟಿದ್ದಾರೆ ಮತ್ತು ಶಿಕ್ಷಣ ಪಡೆದಿದ್ದಾರೆ. ಅವರು ನಿಮಗೆ ಸಹಾಯ ಮಾಡವುದಿಲ್ಲವೆ?' ಎಂದು ನಾನು ಪ್ರಶ್ನಿಸಿದೆ.

ಅಬ್ದುಲ್ಲಾ ಶೇತ್ ಹತಾಶೆಯಿಂದ ಹೇಳಿದರು: 'ಅವರೇ! ಅವರೆಂದೂ ನಮ್ಮ ಬಳಿಗೆ ಬರುವುದಿಲ್ಲ. ಸತ್ಯವನ್ನೇ ಹೇಳಬೇಕೆಂದಿದ್ದರೆ ಅವರನ್ನು ನಾವು ಗಮನಿಸುವುದೇ ಇಲ್ಲ. ಕ್ರಿಶ್ಚಿಯನ್ನ ರಾದ್ದರಿಂದ ಅವರು ಬಿಳಿಯ ಪಾದರಿಗಳ ಅಧೀನದಲ್ಲಿದ್ದಾರೆ. ಪ್ರತಿಯಾಗಿ ಈ ಪಾದ್ರಿಗಳು ಸರಕಾರದ ಅಧೀನದಲ್ಲಿದ್ದಾರೆ.'

ಇದರಿಂದ ನನ್ನ ಕಣ್ಣುಗಳು ತೆರೆದುಕೊಂಡವು (ಅಂದರೆ ವಾಸ್ತವ ಸ್ಥಿತಿ ಅರಿವಿಗೆ ಬಂತು) ಈ ವರ್ಗವನ್ನು ನಮ್ಮವರನ್ನಾಗಿ ಮಾಡಿಕೊಳ್ಳಬೇಕೆಂದು ಭಾವಿಸಿದೆ. ಕ್ರಿಶ್ಚಿಯನ್ ಧರ್ಮದ ಅರ್ಥ ಇದೇ ಏನು? ಕ್ರಿಶ್ಚಿಯನ್ನರಾದ ಮಾತ್ರಕ್ಕೆ ಅವರು ಭಾರತೀಯರೆಂಬುದು ಮುಗಿದುಹೋಗುವುದೆ?

ಆದರೆ ನಾನು ಮನೆಗೆ ಹಿಂದಿರುಗುವ ಚಿಂತೆಯಲ್ಲಿದ್ದೆ. ಆದ್ದರಿಂದ ನನ್ನ ತಲೆಯಲ್ಲಿ ಈ ವಿಷಯದ ಬಗ್ಗೆ ಏನು ವಿಚಾರವಿತ್ತು ಎಂಬುದನ್ನು ವ್ಯಕ್ತಪಡಿಸಲು ಹಿಂಜರಿದೆ. ನಾನು ಅಬ್ದುಲ್ಲಾ ಶೇತ್‌ಅವರಿಗೆ ಖಚಿತವಾಗಿ ಹೇಳಿದೆ: 'ಈ ಮಸೂದೆಯು ಅಂಗೀಕೃತವಾಗಿ ಕಾನೂನಾದರೆ ನಮ್ಮ ಸ್ಥಿತಿ ಇನ್ನೂ ಹೆಚ್ಚು ಜಟಿಲವಾಗುವುದು. ಇದು ನಮ್ಮ ಶವದ ಪೆಟ್ಟಿಗೆಯ ಮೇಲೆ ಹೊಡೆಯುವ ಮೊದಲ ಮೊಳೆಯಂತಿದೆ. ಇದು ನಮ್ಮ ಸ್ವಾಭಿಮಾನದ ಬುಡಕ್ಕೆ ಏಟು ಕೊಡುತ್ತಿದೆ.'

'ಇರಬಹುದು' ಎಂದು ಶೇತ್ ಅಬ್ದುಲ್ಲಾ ಪ್ರತಿಧ್ವನಿಸಿದರು. 'ನಾನು ನಿಮಗೆ ಪೌರತ್ವ(ಮತಕೊಡುವ ಹಕ್ಕು)ದ ಪ್ರಶ್ನೆಯ ಮೂಲವನ್ನು ಕುರಿತಂತೆ ವಿವರಿಸುತ್ತೇನೆ. ನಮಗೆ ಅದರ ಬಗ್ಗೆ ಏನೂ ಗೊತ್ತಿರಲಿಲ್ಲ. ಆದರೆ ಮಿಸ್ಟರ್ ಎಸ್ಕಾಮ್ ಎಂಬ ನಮ್ಮ ಅತ್ಯುತ್ತಮ ವಕೀಲರಲ್ಲೊಬ್ಬರು ಈ ವಿಚಾರವನ್ನು ನಮ್ಮ ತಲೆಗಳಲ್ಲಿ ತುಂಬಿದರು. ಅವರು ನಿಮಗೂ ಗೊತ್ತಿರುವವರೇ. ಅವರು ಭಾರಿ ಹೋರಾಟಗಾರರು. ಅವರ ಮತ್ತು ವಾರ್ಫ್(ಬಂದರು ಕಟ್ಟೆ)

ಇಂಜನಿಯರ್ ನಡುವೆ ಪ್ರೀತಿ-ವಿಶ್ವಾಸ ಇರಲಿಲ್ಲ. ಇದರಿಂದ ಇಂಜನಿಯರ್ ತಮ್ಮ ಮತಗಳನ್ನು ಕಿತ್ತುಕೊಳ್ಳಬಹುದೆಂದೂ ಮತ್ತು ಚುನಾವಣೆಯಲ್ಲಿ ತಮ್ಮನ್ನು ಸೋಲಿಸಬಹುದೆಂದು ಎಸ್ಕಾಮ್ ಹೆದರಿದ್ದರು. ಆದ್ದರಿಂದ ಅವರು ನಮ್ಮ ಸ್ಥಿತಿ-ಗತಿ ಏನು ಎಂಬುದನ್ನು ನಮಗೆ ತಿಳಿಸಿಕೊಟ್ಟರು. ಅವರ ಸೂಚನೆಯ ಪ್ರಕಾರ ನಾವು ಮತದಾರರೆಂದು ಮತದಾರರ ಪಟ್ಟಿಯಲ್ಲಿ ದಾಖಲುಮಾಡಿಸಿಕೊಂಡೆವು. ಅವರಿಗೆ ಮತ ನೀಡಿದೆವು. ಈ ಪೌರತ್ವ ನೀವು ಅನ್ವಯಿಸುವ ರೀತಿಯಲ್ಲಿ ಅಷ್ಟೊಂದು ಬೆಲೆಯುಳ್ಳದ್ದಲ್ಲ ಎಂದು ಈಗ ನಿಮಗೆ ಗೊತ್ತಾಗಿರಬಹುದು. ಆದರೆ ನೀವು ಹೇಳುವುದೇನು ಎಂದು ನಮಗೆ ಅರ್ಥವಾಗಿದೆ. ಒಳ್ಳೆಯದು, ನಿಮ್ಮ ಸಲಹೆ ಏನು?

ನಮ್ಮ ಸಂವಾದವನ್ನು ಇತರ ಅತಿಥಿಗಳು ಗಮನವಿಟ್ಟು ಕೇಳುತ್ತಿದ್ದರು. ಅವರಲ್ಲೊಬ್ಬರು ಹೀಗೆ ಹೇಳಿದರು: 'ಏನು ಮಾಡಬೇಕೆಂದು ನಾನು ಹೇಳಲೆ? ನೀವು ಈ ನೌಕೆಯಲ್ಲಿ ಪ್ರಯಾಣ ಮಾಡುವುದನ್ನು ರದ್ದುಮಾಡಿ. ಇಲ್ಲಿ ಇನ್ನೂ ಒಂದು ತಿಂಗಳ ಕಾಲ ಉಳಿದುಕೊಳ್ಳಿ. ನೀವು ಹೇಳಿದ ರೀತಿಯಲ್ಲಿ ಹೋರಾಡುತ್ತೇವೆ.'

ಉಳಿದವರೆಲ್ಲರೂ ಈ ಸಲಹೆಯನ್ನು ಒಪ್ಪಿಕೊಳ್ಳಬೇಕೆಂದು ಒತ್ತಾಯಿಸಿದರು.: 'ಖಂಡಿತವಾಗಿಯೂ, ಖಂಡಿತವಾಗಿಯೂ. ಅಬ್ದುಲ್ಲಾ ಶೇಠ್‌ಅವರೇ ನೀವು ಗಾಂಧಿ ಭಾಯ್ ಅವರನ್ನು ತಡೆದು ನಿಲ್ಲಿಸಿಕೊಳ್ಳಬೇಕು.'

ಶೇಠ್ ಬುದ್ಧಿವಂತರು ಅವರು ಹೇಳಿದರು: 'ನಾನು ಈಗ ಇವರನ್ನು ತಡೆಹಿಡಿದು ನಿಲ್ಲಿಸಿಕೊಳ್ಳಲಾರೆ. ಅಥವಾ ನಿಜವಾಗಿ ಹೇಳುವುದಾದರೆ ಇದರಲ್ಲಿ ನನಗೆಷ್ಟು ಹಕ್ಕಿದೆಯೋ ಅಷ್ಟೇ ಹಕ್ಕು ನಿಮಗೂ ಇದೆ. ಆದರೆ ನೀವು ಹೇಳುವುದು ಖಂಡಿತವಾಗಿಯೂ ಸರಿಯಾಗಿದೆ. ನಾವೆಲ್ಲರೂ ಒಟ್ಟುಗೂಡಿ ಇವರನ್ನು ಒತ್ತಾಯಿಸೋಣ. ಆದರೆ ಇವರೊಬ್ಬರು ಬ್ಯಾರಿಸ್ಟರ್ ಎಂಬುದನ್ನು ನೀವು ಮರೆಯಬಾರದು. ಅವರು ಶುಲ್ಕದ ಬಗ್ಗೆ ಏನು ಹೇಳಬಹುದು?'

ಶುಲ್ಕದ ವಿಚಾರ ಎತ್ತಿದ್ದರಿಂದ ನನಗೆ ನೋವಾಯಿತು. ನಾನು ಮಧ್ಯ ಪ್ರವೇಶಿಸಿ ಹೇಳಿದೆ. ಅಬ್ದುಲ್ಲಾ ಶೇಠ್‌ಅವರೇ ಇಲ್ಲಿ ಶುಲ್ಕದ ಪ್ರಶ್ನೆಯೇ ಇಲ್ಲ. ಸಾರ್ವಜನಿಕ ಕೆಲಸಕ್ಕೆ ಶುಲ್ಕವಿರಬಾರದು. ನಾನು ಉಳಿದುಕೊಂಡರೂ ಸೇವಕನಂತೆ ಇರುತ್ತೇನೆ. ನಿಮಗೆ ಗೊತ್ತಿರುವಂತೆ ನನಗೆ ಎಲ್ಲ ಗೆಳೆಯರ ಪರಿಚಯವಿಲ್ಲ. ಅವರೆಲ್ಲರೂ ಸಹಕರಿಸುತ್ತಾರೆ ಎಂಬ ನಂಬಿಕೆ ನಿಮ್ಮಲ್ಲಿದ್ದರೆ ನಾನು ಇನ್ನೂ ಒಂದ ತಿಂಗಳ ಕಾಲ ಉಳಿದುಕೊಳ್ಳಲು ಸಿದ್ಧನಾಗಿದ್ದೇನೆ. ಹಾಗಿದ್ದರೂ ಹೇಳಬೇಕಾದ ಒಂದು ವಿಷಯವಿದೆ. ನೀವು ನನಗೆ ಏನೂ ಕೊಡಬೇಕಾಗಿಲ್ಲದಿದ್ದರೂ ನಾವು ಸಂಕಲ್ಪಿಸಿರುವ ಕೆಲಸವನ್ನು ಪ್ರಾರಂಭಿಸಲು ಸ್ವಲ್ಪ ಹಣವನ್ನಿಟ್ಟುಕೊಳ್ಳದೆ ನಡೆಸಲು ಸಾಧ್ಯವಾಗದು. ನಾವು ತಂತಿ ಸಮಾಚಾರಗಳನ್ನು ಕಳಿಸಬೇಕಾಗುವುದು, ಸ್ವಲ್ಪ ಸಾಹಿತ್ಯವನ್ನು ಮುದ್ರಿಸಬೇಕಾಗುವುದು, ಸ್ವಲ್ಪಮಟ್ಟಿಗೆ ಪ್ರವಾಸಮಾಡಬೇಕಾಗುವುದು, ಸ್ಥಳೀಯ ವಕೀಲರುಗಳ ಸಲಹೆಯನ್ನು ಪಡೆಯಬೇಕಾಗುವುದು, ನನಗೆ ನಿಮ್ಮ ಕಾನೂನಿನ ಪರಿಚಯವಿಲ್ಲದಿರುವುದರಿಂದ ಪರಾಮರ್ಶಿಸಲು ಕೆಲವು ಕಾನೂನು ಪುಸ್ತಕಗಳು ಬೇಕಾಗುವುದು. ಹಣವಿಲ್ಲದೇ ಈ ಯಾವ ಕೆಲಸವನ್ನು ಮಾಡಲು ಸಾಧ್ಯವಾಗದು. ಈ ಕೆಲಸಕ್ಕೆ ಕೇವಲ ಒಬ್ಬ ವ್ಯಕ್ತಿ ಸಾಕಾಗುವುದಿಲ್ಲ ಎಂಬುದು ಕೂಡಾ ಸ್ಪಷ್ಟವಾಗಿದೆ. ಆ ವ್ಯಕ್ತಿಗೆ ಸಹಾಯಮಾಡಲು ಅನೇಕರು ಮುಂದೆ ಬರಬೇಕು.

ಒಕ್ಕೊರಲಿನ ದನಿ ಕೇಳಿಸಿತು: 'ಅಲ್ಲಾ ದೊಡ್ಡವನು. ದಯಾಶಾಲಿ. ಹಣ ಬರುತ್ತದೆ. ನಿಮಗೆ ಅವಶ್ಯಕವಿರುವಷ್ಟು ಜನರೂ ಇದ್ದಾರೆ. ದಯವಿಟ್ಟು ಉಳಿದುಕೊಳ್ಳಲು ಒಪ್ಪಿಕೊಳ್ಳಿ. ಎಲ್ಲವೂ ಒಳ್ಳೆಯದಾಗುವುದು.'

ಈ ಪ್ರಕಾರ ಬೀಳ್ಕೊಡುಗೆಯ ಕೂಟ ಕಾರ್ಯಕಾರಿ ಸಮಿತಿಯಾಗಿ ಪರಿವರ್ತಿತವಾಯ್ತು. ಔತಣಕೂಟ ಇತ್ಯಾದಿ ಕಾರ್ಯಕ್ರಮಗಳನ್ನು ಬೇಗನೇ ಮುಗಿಸುವಂತೆ ಮತ್ತು ಮನೆಗೆ ಹಿಂದಿರುಗುವಂತೆ ಸಲಹೆ ಮಾಡಿದೆ. ನಾನು ಮನಸ್ಸಿನಲ್ಲಿ ಪ್ರಚಾರದ ರೂಪರೇಖೆಯ ಬಗ್ಗೆ ಕೂಲಕಂಷವಾಗಿ ಯೋಜಿಸಿದೆ. ಮತದಾರರ ಪಟ್ಟಿಯಲ್ಲಿರುವವರ ಹೆಸರುಗಳನ್ನು ಖಚಿತಪಡಿಸಿಕೊಂಡೆ. ಒಂದು ತಿಂಗಳ ಕಾಲ ಉಳಿದುಕೊಳ್ಳುವುದರ ಬಗ್ಗೆ ಸಂಕಲ್ಪ ಮಾಡಿದೆ.

ಈ ಪ್ರಕಾರ ದೇವರು ದಕ್ಷಿಣ ಆಫ್ರಿಕದಲ್ಲಿನ ನನ್ನ ಜೀವನದ ನೆಲೆಗಟ್ಟನ್ನು ಹಾಕಿದ ಮತ್ತು ರಾಷ್ಟ್ರೀಯ ಸ್ವಾಭಿಮಾನಕ್ಕೆ ಹೋರಾಡಲು ಬೀಜವನ್ನು ಬಿತ್ತಿದ.

17. ನೆಟಾಲ್‌ನಲ್ಲಿ ನೆಲೆನಿಂತದ್ದು

1893ರಲ್ಲಿ ನೆಟಾಲ್‌ನಲ್ಲಿ ಶೇಠ್ ಹಾಜೀ ಮುಹಮ್ಮದ್ ಹಾಜೀ ದಾದ ಭಾರತೀಯ ಸಮುದಾಯದ ಅತ್ಯಂತ ಪ್ರಮುಖ ನಾಯಕರು ಎಂದು ಪರಿಗಣಿಸಲ್ಪಟ್ಟಿದ್ದರು. ಆರ್ಥಿಕವಾಗಿ ಶೇಠ್ ಅಬ್ದುಲ್ಲಾ ಹಾಜಿ ಆ್ಯಡಮ್ ಅವರಲ್ಲಿ ಪ್ರಮುಖರಾಗಿದ್ದರು. ಆದರೆ ಅವರು ಮತ್ತು ಇತರರು ಸಾರ್ವಜನಿಕ ವ್ಯವಹಾರಗಳಲ್ಲಿ ಶೇಠ್ ಹಾಜಿ ಮುಹಮ್ಮದ್ ಅವರಿಗೆ ಯಾವಾಗಲೂ ಮೊದಲನೇ ಸ್ಥಾನವನ್ನು ನೀಡುತ್ತಿದ್ದರು. ಆದ್ದರಿಂದ ಅವರ ಅಧ್ಯಕ್ಷತೆಯಲ್ಲಿ ಅಬ್ದುಲ್ಲಾ ಶೇಠ್ ಅವರ ಮನೆಯಲ್ಲಿ ಸಭೆ ನಡೆಯಿತು. ಪೌರತ್ವ ಮಸೂದೆಗೆ (ಫ್ರಾಂಚೈರ್ಸ್ ಬಿಲ್) ವಿರೋಧವನ್ನು ವ್ಯಕ್ತಪಡಿಸಬೇಕೆಂದು ತೀರ್ಮಾನಿಸಲಾಯ್ತು.

ಸ್ವಯಂಸೇವಕರುಗಳನ್ನು ಸೇರಿಸಿಕೊಳ್ಳಲಾಯ್ತು. ನೆಟಾಲ್‌ನಲ್ಲಿ ಹುಟ್ಟಿದ ಭಾರತೀಯರು ಅಂದರೆ ಬಹುಪಾಲು ಭಾರತೀಯ ಕ್ರಿಶ್ಚಿಯನ್ ಯುವಕರನ್ನು ಈ ಸಭೆಗೆ ಬರುವಂತೆ ಆಹ್ವಾನಿಸಲಾಯ್ತು. ಡರ್ಬಾನ್ ನ್ಯಾಯಾಲಯದ ದುಭಾಷಿಯಾದ ಮಿಟ್ಟರ್ ಪಾಲ್, ಮಿಷನ್ ಶಾಲೆಯ ಮುಖ್ಯೋಪಾಧ್ಯಾಯರಾದ ಮಿಸ್ಟರ್, ಸುಭಾನ್ ಗಾಡ್ ಫ್ರೇ ಸಭೆಯಲ್ಲಿ ಹಾಜರಿದ್ದರು. ಸಾಕಷ್ಟು ಸಂಖ್ಯೆಯಲ್ಲಿ ಕ್ರಿಶ್ಚಿಯನ್ ಯುವಕರುಗಳನ್ನು ಸಭೆಗೆ

ಕರೆತರುವ ಹೊಣೆಯನ್ನು ಅವರು ಹೊತ್ತುಕೊಂಡಿದ್ದರು. ಇವರೆಲ್ಲರೂ ತಾವಾಗಿ ಸ್ವಯಂಸೇವಕರುಗಳಾದರು.

ಸಹಜವಾಗಿ ಅನೇಕ ಸ್ಥಳೀಯ ವ್ಯಾಪಾರಿಗಳು ಸ್ವಯಂಸೇವಕರುಗಳಾಗಿ ಸೇರಿಕೊಂಡರು. ಅವರಲ್ಲಿ ಮುಖ್ಯರಾದವರೆಂದರೆ ಶೇಠ್‌ಗಳಾದ ದಾವೂದ್ ಮುಹಮ್ಮದ್ ಕಸಮ್ ಕಮ್ರುದ್ದೀನ್, ಆ್ಯಡಮ್‌ಜೀ ಮಿಯಾಖಾನ್, ಎ. ಕೋಲಂಡವೆಲ್ಲು ಪಿಳ್ಳೈ, ಸಿ. ಲಚ್ಚಿರಾಮ್, ರಂಗಸಾಮಿ ಪಡಿಯಾಚಿ, ಮತ್ತು ಅಮೋದ್ ಜೀವ. ಸಹಜವಾಗಿ ಪಾರ್ಸಿ ರುಸ್ತೋಮ್ ಜೀ ಅವರಲ್ಲಿದ್ದರು ಗುಮಾಸ್ತರುಗಳಲ್ಲಿ ಮಾಣೀಕ್‌ಜೀ, ಜೋಷಿ, ನರಸಿಂಹರಾಮ್ ಮುಂತಾದವರು. ದಾದಾಅಬ್ದುಲ್ಲಾ ಅಂಡ್ ಕಂ. ಹಾಗೂ ಇತರ ದೊಡ್ಡ ಕಂಪನಿಗಳ ಉದ್ಯೋಗಿಗಳಿದ್ದರು. ಸಾರ್ವಜನಿಕ ಕೆಲಸದಲ್ಲಿ ತಾವು ಭಾಗಿಗಳಾಗುತ್ತಿರುವುದನ್ನು ಕಂಡು ಅವರಿಗೆ ಮನಃ ಪೂರ್ತಿ ಸಂತೋಷವಾಗಿತ್ತು. ಹೀಗೆ ಭಾಗವಹಿಸಲು ಅವರನ್ನು ಆಹ್ವಾನಿಸುತ್ತಿರುವುದು ಅವರಿಗೊಂದು ಹೊಸ ಅನುಭವವಾಗಿತ್ತು. ಸಮುದಾಯದ ಮೇಲೆ ಎರಗಿದ್ದ ಘೋರವಿಪತ್ತಿನ ಎದುರಲ್ಲಿ ಎಲ್ಲ ಭಿನ್ನತೆಗಳು ಅಂದರೆ ಮೇಲಿರುವವನು ಮತ್ತು ಕೆಳಗಿರುವವನು, ಚಿಕ್ಕವನು ಮತ್ತು ದೊಡ್ಡವನು, ಗುಜರಾತಿಗಳು, ಮದರಾಸಿಗಳು, ಸಿಂಧೀಗಳು ಮುಂತಾದ ಭಿನ್ನತೆಗಳನ್ನು ಮರೆತು ಬಿಡಲಾಗಿತ್ತು. ಎಲ್ಲರೂ ತಾಯ್ನಾಡಿನ ಮಕ್ಕಳು ಮತ್ತು ಸೇವಕರೂ ಆಗಿದ್ದರು.

ಮಸೂದೆ ಆಗಲೇ ಪಾಸಾಗಿತ್ತು ಇಲ್ಲವೇ ಪಾಸಾಗುವುದರಲ್ಲಿತ್ತು. ಮಸೂದೆಯ ಮುಖ್ಯಾಂಶಗಳನ್ನು ಅಂಗೀಕರಿಸಲು ಎರಡನೇ ಬಾರಿ ಪಠಿಸಲಾಗಿತ್ತು. ಈ ಸಂದರ್ಭದಲ್ಲಿ ಶಾಸನಸಭೆಯಲ್ಲಿ ನಡೆದ ಭಾಷಣಗಳಲ್ಲಿ ಭಾರತೀಯರು ಈ ಅತಿ ಕಠಿಣ ಮಸೂದೆಗೆ ವಿರೋಧವನ್ನು ವ್ಯಕ್ತಪಡಿಸಿರಲಿಲ್ಲ ಎಂಬ ಅಂಶವನ್ನು ಗಮನಿಸಿದರೆ ಅವರು ಪೌರತ್ವಕ್ಕೆ ಅನರ್ಹರು ಎಂಬುದಕ್ಕೆ ರುಜುವಾತಿನಂತಿದೆ ಎಂದು ಒತ್ತಿ ಹೇಳಲಾಗಿತ್ತು.

ನಾನು ಸಭೆಯಲ್ಲಿ ಪರಿಸ್ಥಿತಿಯನ್ನು ವಿವರಿಸಿದೆ. ಮೊದಲು ನಾವು ಮಾಡಿದ್ದ ಕೆಲಸವೆಂದರೆ ಶಾಸನಸಭೆಯ ಅಧ್ಯಕ್ಷ(ಸ್ಪೀಕರ್)ರಿಗೆ ತಂತಿಸುದ್ದಿ ಕಳಿಸಿ ಮಸೂದೆಯ ಮೇಲಿನ ಮುಂದಿನ ಚರ್ಚೆಯನ್ನು ಮುಂದಕ್ಕೆ ಹಾಕುವಂತೆ ಪ್ರಾರ್ಥಿಸಿದೆವು. ಅದೇ ರೀತಿಯ ತಂತಿಯನ್ನು ಪ್ರಧಾನಮಂತ್ರಿ ಸರ್ ಜಾನ್ ರಾಬಿನ್‌ಸನ್ ಅವರಿಗೂ ಮತ್ತು ಇನ್ನೊಂದು ತಂತಿಯನ್ನು ದಾದಾ ಅಬ್ದುಲ್ಲಾ ಅವರ ಗೆಳೆಯರಾದ ಮಿ. ಎಸ್‌ಕಾಮ್‌ಅವರಿಗೆ ಕಳಿಸಿದೆವು. ಸ್ಪೀಕರ್ ಕೂಡಲೇ ಉತ್ತರಕೊಟ್ಟು ಮಸೂದೆ ಕುರಿತ ಚರ್ಚೆಯನ್ನು ಎರಡು ದಿನಗಳ ಕಾಲ ಮುಂದಕ್ಕೆ ದೂಡುವುದಾಗಿ ತಿಳಿಸಿದರು. ಇದರಿಂದ ನಮ್ಮ ಹೃದಯಗಳು ಹರ್ಷಭರಿತವಾದವು.

ಶಾಸನಸಭೆಗೆ ಸಲ್ಲಿಸಬೇಕಾಗಿದ್ದ ಅರ್ಜಿಯನ್ನು ಬರೆದು ಸಿದ್ಧಪಡಿಸಲಾಯ್ತು. ಮೂರು ಪ್ರತಿಗಳನ್ನು ಸಿದ್ಧಪಡಿಸಬೇಕಾಗಿತ್ತು. ವೃತ್ತಿಪತ್ರಿಕೆಗಳಿಗೆ ಕಳಿಸಲು ಇನ್ನೊಂದು ಹೆಚ್ಚಿನ ಪ್ರತಿಯ ಅವಶ್ಯಕತೆಯಿತ್ತು. ಸಾಧ್ಯವಾದಷ್ಟು ಮಟ್ಟಿಗೆ ಅತಿ ಹೆಚ್ಚು ಸಹಿಗಳನ್ನು ಪಡೆದುಕೊಳ್ಳಲು ಕೂಡಾ ನಿಶ್ಚಯಿಸಲಾಗಿತ್ತು. ಈ ಎಲ್ಲ ಕೆಲಸಗಳನ್ನು ಕೇವಲ ಒಂದೇ ರಾತ್ರಿಯಲ್ಲಿ ಪೂರಯಿಸಬೇಕಾಗಿತ್ತು. ಇಂಗ್ಲಿಷ್ ಬಲ್ಲ ಸ್ವಯಂಸೇವಕರುಗಳು ಮತ್ತು ಇತರರು ಇಡೀ ರಾತ್ರಿ ಕೂತು ಕೆಲಸಮಾಡಿದರು. ಅಂದದ ಬರಹಕ್ಕೆ ಪ್ರಸಿದ್ಧನಾಗಿದ್ದ ವೃದ್ಧ ಮಿ. ಆರ್ಥರ್ ಮುಖ್ಯ ಪ್ರತಿಯನ್ನು ಸಿದ್ಧಪಡಿಸಿದರು

ಬೇರೆಯವರು ಗಟ್ಟಿಯಾಗಿ ಓದಿದಾಗ ಅದನ್ನು ಕೇಳಿ ಉಳಿದ ಪ್ರತಿಗಳನ್ನು ಇತರರು ಬರೆದು ಸಿದ್ಧಪಡಿಸಿದರು. ಹೀಗೆ ಒಂದೇ ಬಾರಿ ಐದು ಪ್ರತಿಗಳು ಸಿದ್ಧವಾದವು. ವ್ಯಾಪಾರಿಗಳಾಗಿದ್ದ ಸ್ವಯಂಸೇವಕರುಗಳು ತಮ್ಮ ಸ್ವಂತದ ಬಂಡಿ(ಕ್ಯಾರಿಯೇಜ್)ಗಳಲ್ಲಿ ಕೂತು ಇಲ್ಲವೇ ತಾವೇ ಹಣ ಕೊಟ್ಟು ಬಂಡಿಗಳಲ್ಲಿ ಕೂತು ಅರ್ಜಿಗೆ ಸಹಿಗಳನ್ನು ಪಡೆಯಲು ಹೊರಟರು. ತ್ವರಿತವಾಗಿ ಈ ಕೆಲಸವನ್ನು ಪೂರಯಿಸಲಾಯ್ತು ಮತ್ತು ಅರ್ಜಿಯನ್ನು ಕಳಿಸಲಾಯ್ತು. ವೃತ್ತಪತ್ರಿಕೆಗಳು ಆಶಾದಾಯಕವಾಗಿರುವ ಅಭಿಪ್ರಾಯಗಳನ್ನು ಬರೆದು ಪ್ರಕಟಿಸಿದವು. ಹೀಗೆ ವೃತ್ತಪತ್ರಿಕೆಗಳು ಶಾಸನ ಸಭೆಯ ಮೇಲೆ ಪ್ರಭಾವ ಬೀರಿದ್ದವು. ಶಾಸನ ಸಭೆಯಲ್ಲಿ ಈ ಬಗ್ಗೆ ಚರ್ಚೆ ನಡೆಯಿತು. ಮಸೂದೆಯ ಪರವಾಗಿದ್ದವರು ಅದನ್ನು ಸಮರ್ಥಿಸಿಕೊಂಡರು. ಅರ್ಜಿಯಲ್ಲಿ ಪ್ರತಿಪಾದಿಸಿದ್ದ ವಾದಗಳಿಗೆ ಉತ್ತರ ಕೊಟ್ಟರು. ಆದರೆ ಎಲ್ಲರೂ ಅಂದುಕೊಂಡಂತೆ ಅದು ಕೇವಲ ಕುಂಟುನೆಪವಾಗಿತ್ತು. ಏನೇ ಇರಲಿ ಮಸೂದೆ ಅಂಗೀಕೃತವಾಯ್ತು.

ಇದೊಂದು ಮೊದಲೇ ನಿಶ್ಚಿತವಾಗಿದ್ದು ತೀರ್ಮಾನ ಎಂದು ನಮಗೆಲ್ಲರಿಗೂ ತಿಳಿದಿತ್ತು. ಆದರೆ ನಾವು ನಡೆಸಿದ್ದ ಚಳವಳಿ ಸಮುದಾಯದಲ್ಲಿ ಹೊಸ ಜೀವವನ್ನು ತುಂಬಿಸಿತ್ತು. ಸಮುದಾಯವು ಒಂದೇ ಆಗಿದೆ ಮತ್ತು ಅದು ಅಖಂಡ ಎಂಬ ಗಾಢನಂಬಿಕೆ ಅವರ ಮನಸ್ಸಲ್ಲಿ ಚೆನ್ನಾಗಿ ನಾಟಿತು. ವ್ಯಾಪಾರದ ಹಕ್ಕುಗಳಂತೆ ರಾಜಕೀಯ ಹಕ್ಕುಗಳಿಗಾಗಿ ಕೂಡಾ ಹೋರಾಡುವುದು ತಮ್ಮ ಕರ್ತವ್ಯ ಎಂಬ ಅಭಿಪ್ರಾಯ ಸಮುದಾಯದಲ್ಲಿ ಮೂಡಿತು.

ಈ ಕಾಲದಲ್ಲಿ ಲಾರ್ಡ್ ರಿಪನ್ ವಸಾಹತು(ಕಾಲನಿ)ಗಳ ವ್ಯವಹಾರ ನೋಡಿಕೊಳ್ಳುತ್ತಿದ್ದ ಸೆಕ್ರೆಟರ್ ಆಫ್ ಸ್ಟೇಟ್(ಪ್ರಮುಖ ಜಾತೆಯ ಕಾರ್ಯದರ್ಶಿ) ಆಗಿದ್ದರು. ಅವರಿಗೊಂದು ಭಾರಿ ಅರ್ಜಿಯನ್ನು ಸಲ್ಲಿಸಲು ತೀರ್ಮಾನಿಸಲಾಯ್ತು. ಇದು ಸಣ್ಣ ಕೆಲಸವೇನಾಗಿರಲಿಲ್ಲ. ಒಂದೇ ದಿನದಲ್ಲಿ ಇದನ್ನು ತಯಾರಿಸಲು ಸಾಧ್ಯವಿರಲಿಲ್ಲ. ಸ್ವಯಂ ಸೇವಕರುಗಳ ಸಹಕಾರ ಪಡೆಯಲಾಯ್ತು. ಅವರೆಲ್ಲರೂ ತಮಗೆ ಒಪ್ಪಿಸಲಾದ ಕೆಲಸವನ್ನು ಸಮರ್ಪಕವಾಗಿ ಮಾಡಿದರು.

ಈ ಅರ್ಜಿಯನ್ನು ಬರೆಯಲು ನಾನು ಸಾಕಷ್ಟು ಶ್ರಮಪಟ್ಟೆ. ಈ ವಿಷಯ ಕುರಿತಂತೆ ಲಭ್ಯವಾಗಿದ್ದ ಎಲ್ಲ ಸಾಹಿತ್ಯವನ್ನು ಓದಿದೆ. ನನ್ನ ವಾದ ಒಂದು ತತ್ವದ ಮತ್ತು ಅದರ ಔಚಿತ್ಯದ ಸುತ್ತಲೂ ಕೇಂದ್ರಿಕೃತವಾಗಿತ್ತು ಮತ್ತು ಭಾರತದಲ್ಲಿ ನಮಗೆ ಒಂದು ಬಗೆಯ ಮತದಾನದ ಹಕ್ಕು(ಪೌರತ್ವ) ಇರುವುದರಿಂದ ನೆಟಾಲ್‌ನಲ್ಲಿ ಕೂಡಾ ನಮಗೆ ಮತ ನೀಡುವ ಹಕ್ಕಿದೆ ಎಂದು ನಾನು ವಾದಿಸಿದೆ. ಮತದಾನದ ಹಕ್ಕನ್ನು ಬಳಸಿಕೊಳ್ಳುವ ಸಾಮರ್ಥ್ಯವುಳ್ಳ ಭಾರತೀಯ ಸಮುದಾಯ ತುಂಬಾ ಚಿಕ್ಕದಾಗಿರುವುದರಿಂದ ಅದನ್ನು ಉಳಿಸಿಕೊಳ್ಳವುದು ಉಚಿತವಾದದ್ದು ಎಂದು ನಾನು ಒತ್ತಾಯಿಸಿದ್ದೆ.

ಹದಿನೈದು ದಿವಸಗಳಲ್ಲಿ ಹತ್ತು ಸಾವಿರ ಸಹಿಗಳನ್ನು ಪಡೆಯಲಾಯ್ತು. ಇಡೀ ಪ್ರಾಂತದಿಂದ ಈ ಸಂಖ್ಯೆಯಲ್ಲಿ ಸಹಿಗಳನ್ನು ಪಡೆಯುವುದು ಸುಲಭವಾದ ಕಾರ್ಯವಾಗಿರಲಿಲ್ಲ. ಅದರಲ್ಲೂ ಈ ಕೆಲಸದಲ್ಲಿ ತೊಡಗಿದ್ದವರು ಈ ಕೆಲಸಕ್ಕೆ ಹೊಸಬರು ಎಂಬುದನ್ನು ಗಮನಿಸಬೇಕು. ಅರ್ಜಿಯನ್ನು ಪೂರ್ತಿಯಾಗಿ ಅರ್ಥಮಾಡಿಕೊಳ್ಳದಿದ್ದವರ ಒಂದೂ ಸಹಿಯನ್ನು ಪಡೆಯಬಾರದು ಎಂದು ತೀರ್ಮಾನಿಸಿದ್ದರಿಂದ ಈ ಕೆಲಸಕ್ಕೆ ವಿಶೇಷ ಅರ್ಹತೆಯುನ್ನು ಪಡೆದ ಸ್ವಯಂಸೇವಕರುಗಳನ್ನು ಆರಿಸಿಕೊಳ್ಳಬೇಕಾಗಿತ್ತು. ಹಳ್ಳಿಗಳು ನಗರದಿಂದ ದೂರವಾಗಿ

ಹರಡಿಹೋಗಿದ್ದವು. ಬಹುಮಂದಿ ಕಾರ್ಯಕರ್ತರು ಪೂರ್ಣ ಮನಸ್ಸಿನಿಂದ ಈ ಕಾರ್ಯವನ್ನು ಮಾಡಿಕೊಟ್ಟರು. ಎಲ್ಲರೂ ಅವರವರಿಗೆ ಹಂಚಲಾದ ಕಾರ್ಯವನ್ನು ಉತ್ಸಾಹದಿಂದ ಮಾಡಿದರು. ಆದರೆ ನಾನು ಈ ಸಾಲುಗಳನ್ನು ಬರೆಯುತ್ತಿರುವಾಗ ಶೇಠ್ ದಾವೂದ್ ಮುಹಮ್ಮದ್, ರುಸ್ತೋಮ್‌ಜೀ, ಆ್ಯಡಮ್‌ಜೀ ಮಿಯಾಖಾನ್ ಮತ್ತು ಅಮೋದ್ ಜೀವ ಅವರುಗಳ ಚಿತ್ರಗಳು ನನ್ನ ಮನಸ್ಸಿನ ಮುಂದೆ ಸ್ಪಷ್ಟವಾಗಿ ಕಾಣಿಸಿಕೊಳ್ಳುತ್ತಿವೆ. ಅವರು ಅತಿ ಹೆಚ್ಚು ಸಂಖ್ಯೆಯಲ್ಲಿ ಸಹಿಗಳನ್ನು ಒದಗಿಸಿದರು. ದಾವೂದ್ ಶೇಠ್ ಇಡೀ ದಿನ ತಮ್ಮ ಬಂಡಿಯಲ್ಲಿ ಕೂತು ಹೋಗುತ್ತಿದ್ದರು. ಅದೆಲ್ಲವೂ ಪ್ರೀತಿಯ ಕಾರ್ಯವಾಗಿತ್ತು. ಯಾರೊಬ್ಬರೂ ತಮ್ಮ ಜೇಬುಗಳಿಂದ ಖರ್ಚುಮಾಡಿದ್ದ ಹಣವನ್ನು ಕೂಡಾ ಕೇಳಲಿಲ್ಲ. ದಾದಾ ಅಬ್ದುಲ್ಲಾ ಅವರ ಮನೆಯು ಏಕಕಾಲದಲ್ಲಿ ಧರ್ಮಶಾಲೆಯೂ ಮತ್ತು ಸಾರ್ವಜನಿಕ ಕಛೇರಿಯೂ ಆಗಿತ್ತು. ನನಗೆ ಸಹಾಯಮಾಡಿದ್ದ ಅನೇಕ ಸುಶಿಕ್ಷಿತ ಗೆಳೆಯರು ಮತ್ತು ಇತರ ಅನೇಕರು ಅಲ್ಲಿಯೇ ಊಟಮಾಡುತ್ತಿದ್ದರು. ಈ ಪ್ರಕಾರ ಪ್ರತಿಯೊಬ್ಬ ಸಹಾಯಕನೂ ಸಾಕಷ್ಟು ಖರ್ಚುಮಾಡಿದ್ದ.

ಕಡೆಗೂ ನಾವು ಅರ್ಜಿಯನ್ನು ಸಲ್ಲಿಸಿದೆವು. ಹಂಚಲು ಮತ್ತು ಪ್ರಸಾರಮಾಡಲು ಒಂದು ಸಾವಿರ ಪ್ರತಿಗಳನ್ನು ಮುದ್ರಿಸಿದ್ದೆವು. ಭಾರತದ ಸಾರ್ವಜನಿಕರಿಗೆ ಮೊದಲ ಬಾರಿಗೆ ನೆಟಾಲ್‌ನ ಪರಿಸ್ಥಿತಿಯನ್ನು ಈ ಪ್ರತಿಗಳು ಪರಿಚಯಮಾಡಿಕೊಟ್ಟವು. ನನಗೆ ಗೊತ್ತಿದ್ದ ವ್ಯವಹಾರ ಕುಶಲರಿಗೂ ಮತ್ತು ಎಲ್ಲ ವರ್ತಮಾನ ಪತ್ರಿಕೆಗಳಿಗೂ ಈ ಪ್ರತಿಗಳನ್ನು ಕಳಿಸಿಕೊಟ್ಟೆ.

'ಟೈಮ್ಸ್ ಆಫ್ ಇಂಡಿಯ' ಈ ಅರ್ಜಿಯ ಬಗ್ಗೆ ಮುಖ್ಯ ಲೇಖನವವನ್ನು ಬರೆದು ಭಾರತೀಯರ ಬೇಡಿಕೆಗಳಿಗೆ ಭಾರಿ ಬೆಂಬಲ ನೀಡಿತು. ಇಂಗ್ಲೆಂಡ್‌ನಲ್ಲಿ ಬೇರೆ ಬೇರೆ ಪಕ್ಷಗಳನ್ನು ಪ್ರತಿನಿಧಿಸುತ್ತಿದ್ದ ರಾಜಕೀಯ ಧುರಿಣರುಗಳಿಗೂ ಮತ್ತು ಪತ್ರಿಕೆಗಳಿಗೂ ಪ್ರತಿಗಳನ್ನು ಕಳಿಸಿಕೊಡಲಾಗಿತ್ತು. 'ದಿ ಲಂಡನ್ ಟೈಮ್ಸ್' ನಮ್ಮ ಕೋರಿಕೆಗಳನ್ನು ಬೆಂಬಲಿಸಿತು. ಈ ಮಸೂದೆಯನ್ನು ತಳ್ಳಿಹಾಕಬಹುದು(ವೀಟೊ) ಎಂದು ನಿರೀಕ್ಷಿಸಲಾರಂಭಿಸಿದೆವು.

ಈಗ ನನಗೆ ನೆಟಾಲ್‌ಅನ್ನು ಬಿಟ್ಟು ಹೊರಡುವುದು ಅಸಾಧ್ಯವಾಗಿತ್ತು. ಭಾರತೀಯ ಗೆಳೆಯರುಗಳು ನನ್ನನ್ನು ಎಲ್ಲ ಕಡೆಗಳಿಂದ ಸುತ್ತುವರೆದಿದ್ದರು ಮತ್ತು ಅಲ್ಲಿಯೇ ಖಾಯಮ್ಮಾಗಿ ಉಳಿದುಕೊಳ್ಳುವಂತೆ ಪ್ರಾರ್ಥಿಸಲಾರಂಭಿಸಿದರು. ನಾನು ನನ್ನ ಕಷ್ಟಗಳನ್ನು ವ್ಯಕ್ತಪಡಿಸಿದೆ. ಸಾರ್ವಜನಿಕರ ಖರ್ಚಿನಲ್ಲಿ ನಾನು ಉಳಿದುಕೊಳ್ಳಬಾರದೆಂದು ಮನಸ್ಸು ಮಾಡಿದ್ದೆ. ಸ್ವತಂತ್ರವಾಗಿ ಮನೆಮಾಡುವುದು ಅವಶ್ಯಕವೆಂದು ನಾನು ಭಾವಿಸಿದ್ದೆ. ಮನೆ ಚೆನ್ನಾಗಿದ್ದು ಒಳ್ಳೆಯ ಸ್ಥಳದಲ್ಲಿ ಇರಬೇಕೆಂದು ಯೋಚಿಸಿದ್ದೆ. ಬ್ಯಾರಿಸ್ಟರ್‌ಗಳಿಗೆ ರೂಢಿಯಾಗಿರುವ ಶೈಲಿಯಲ್ಲಿ ಜೀವಿಸದಿದ್ದರೆ ಸಮುದಾಯದ ಮನ್ನಣೆಯನ್ನು ಹೆಚ್ಚಿಸಲಾರೆ ಎಂಬ ವಿಚಾರ ನನ್ನಲ್ಲಿತ್ತು. ವರ್ಷಕ್ಕೆ 300 ಪೌಂಡುಗಳಿಗಿಂತಲೂ ಕಡಿಮೆ ಖರ್ಚಿನಲ್ಲಿ ಹಾಗೆ ಜೀವನವನ್ನು ನಡೆಸುವುದು ಅಸಾಧ್ಯ ಎಂದು ನನಗೆ ಭಾಸವಾಗಿತ್ತು. ಸಮುದಾಯದ ಸದಸ್ಯರುಗಳು ಕನಿಷ್ಠ ಪಕ್ಷ ಅಷ್ಟಾದರೂ ವಕೀಲೀ ಕೆಲಸವನ್ನು ಕೊಡುವುದಾಗಿ ಖಾತರಿ ನೀಡಿದರೆ ಮಾತ್ರ ನಾನು ಅಲ್ಲಿ ಉಳಿದು ಕೊಳ್ಳಬಲ್ಲೆ ಎಂದು ತೀರ್ಮಾನಿಸಿದೆ. ನಾನು ನನ್ನ ನಿರ್ಧಾರವನ್ನು ಅವರಿಗೆ ತಿಳಿಸಿದೆ.

ಆದರೆ ಅವರು ಹೇಳಿದರು: 'ಸಾರ್ವಜನಿಕ ಕೆಲಸಕ್ಕಾಗಿ ನೀವು ಹಣ ಪಡೆಯಬೇಕೆಂದು ನಾವು ಬಯಸುತ್ತೇವೆ. ನಾವು ಅಷ್ಟು ಹಣವನ್ನು ಸುಲಭವಾಗಿ ಸಂಗ್ರಹಿಸಬಹುದು. ಸಹಜವಾಗಿ ಖಾಸಗಿಯಾಗಿ ವಕೀಲಿ ಕೆಲಸ ಮಾಡಿದ್ದರೆ ನೀವು ಪಡೆಯುವ ಶುಲ್ಕಕ್ಕೆ ಈ ಹಣ ಹೊರತಾಗಿರುತ್ತದೆ.'

'ಇಲ್ಲ. ನಾನು ಸಾರ್ವಜನಿಕ ಕೆಲಸಕ್ಕೆ ಹಣ ತೆಗೆದುಕೊಳ್ಳುವುದಿಲ್ಲ.' ಎಂದು ನಾನು ಹೇಳಿದೆ. 'ಈ ಕೆಲಸದಲ್ಲಿ ಬ್ಯಾರಿಸ್ಟರ್ ಆಗಿ ಜಾಣ್ಮೆಯನ್ನು ತೋರಿಸುವಷ್ಟರ ಮಟ್ಟದಲ್ಲಿ ನಾನು ಶ್ರಮಪಡಬೇಕಾಗುವುದಿಲ್ಲ. ನೀವೆಲ್ಲರೂ ಕೆಲಸಮಾಡುವಂತೆ ನೋಡಿಕೊಳ್ಳುವುದೇ ನನ್ನ ಮುಖ್ಯ ಕೆಲಸವಾಗಿರುತ್ತದೆ. ಅದಕ್ಕಾಗಿ ನಾನು ಹೇಗೆ ನಿಮ್ಮಿಂದ ಶುಲ್ಕವನ್ನು ತೆಗೆದುಕೊಳ್ಳಬಲ್ಲೆ? ಜತೆಯಲ್ಲಿ ಈ ಕೆಲಸಕ್ಕಾಗಿ ಹಣವನ್ನು ಕೊಡುವಂತೆ ಆಗಾಗ್ಗೆ ನಾನು ನಿಮ್ಮನ್ನು ಪ್ರಾರ್ಥಿಸಬೇಕಾಗುತ್ತದೆ. ನಾನು ನಿಮ್ಮಿಂದ ನನ್ನ ಜೀವನ ನಿರ್ವಹಣೆಗಾಗಿ ಹಣವನ್ನು ಪಡೆಯುತ್ತಿದ್ದರೆ ತುಂಬಾ ಹಣ ಬೇಕೆಂದು ನಿಮ್ಮನ್ನು ಪ್ರಾರ್ಥಿಸಲು ನನಗೆ ಸಾಧ್ಯವಾಗದು. ಇದರಿಂದಾಗಿ ಕಡೆಯಲ್ಲಿ ನಾವೆಲ್ಲರೂ ಏನೂ ಕೆಲಸಮಾಡದೇ ನಿಶ್ಚಲರಾಗಿಬಿಡುತ್ತೇವೆ. ಇದೂ ಅಲ್ಲದೇ ಸಾರ್ವಜನಿಕ ಕೆಲಸಕ್ಕೆಂದು ವರ್ಷಕ್ಕೆ 300 ಪೌಂಡುಗಳಿಗಿಂತಲೂ ಹೆಚ್ಚು ಹಣವನ್ನು ಕೂಡಿಸಬೇಕೆಂದು ನಾನು ಇಷ್ಟಪಡುತ್ತೇನೆ.'

'ಸ್ವಲ್ಪ ಕಾಲದಿಂದ ನಾವು ನಿಮ್ಮನ್ನು ಅರಿತಿದ್ದೇವೆ. ಅವಶ್ಯಕತೆಗಿಂತ ಹೆಚ್ಚು ಹಣವನ್ನು ನೀವು ಪಡೆಯುವುದಿಲ್ಲವೆಂದು ನಮಗೆ ಖಾತರಿಯಾಗಿದೆ. ನೀವು ಇಲ್ಲಿ ಉಳಿಯಬೇಕೆಂದು ನಾವು ಇಷ್ಟಪಡುವುದಾದರೆ ನಾವು ನಿಮ್ಮ ಖರ್ಚಿಗಾಗಿ ಹಣ ಕೊಡುವುದು ಬೇಡವೆ?

'ನಿಮ್ಮಲ್ಲಿರುವ ಪ್ರೀತಿ ಮತ್ತು ಸದ್ಯದ ಉತ್ಸಾಹ ನಿಮ್ಮನ್ನು ಹೀಗೆ ಮಾತಾಡುವಂತೆ ಮಾಡಿದೆ. ಈ ಪ್ರೀತಿ ಮತ್ತು ಉತ್ಸಾಹ ಎಂದೆಂದೂ ಉಳಿದುಕೊಂಡಿರುವುದು ಎಂದು ನಮ್ಮಲ್ಲಿ ಖಾತರಿಯಿದೆಯೆ? ನಿಮ್ಮ ಗೆಳೆಯನಾಗಿ ಮತ್ತು ಸೇವಕನಾಗಿ ನಾನು ಆಗಾಗ್ಗೆ ನಿಮ್ಮೊಂದಿಗೆ ಕಠಿಣವಾಗಿ ಮಾತಾಡಬೇಕಾಗಬಹುದು. ಆಗಲೂ ನಾನು ನಿಮ್ಮ ವಿಶ್ವಾಸವನ್ನು ಉಳಿಸಿಕೊಂಡಿರುತ್ತೇನೆಯೆ ಎಂಬುದು ದೇವರಿಗೆ ಮಾತ್ರ ಗೊತ್ತು. ವಾಸ್ತವವಾಗಿರುವ ವಿಷಯವೆಂದರೆ ನಾನು ಸಾರ್ವಜನಿಕ ಕೆಲಸಕ್ಕೆ ಸಂಬಳವನ್ನು ಸ್ವೀಕರಿಸುವುದಿಲ್ಲ. ನೀವೆಲ್ಲರೂ ನನಗೆ ನಿಮ್ಮ ವಕೀಲಿ ಕೆಲಸವನ್ನು ವಹಿಸಿಕೊಡಲು ಒಪ್ಪಿದರೆ ಅಷ್ಟು ನನಗೆ ಸಾಕಾಗುವುದು. ಅದು ಕೂಡಾ ನಿಮಗೆ ಕಷ್ಟವಾಗಬಹುದು. ಗಮನಿಸಬೇಕಾದ ಅಂಶವೆಂದರೆ ನಾನು ಬಿಳಿಯ ಬ್ಯಾರಿಸ್ಟರ್ ಅಲ್ಲ. ನ್ಯಾಯಾಲಯವು ನನಗೆ ಚೆನ್ನಾಗಿ ಪ್ರತಿಸ್ಪಂದಿಸುವುದು ಎಂದು ನಾನು ಹೇಗೆ ಭರವಸೆ ಕೊಡಬಲ್ಲೆ? ಲಾಯರ್‌ಆಗಿ ನಾನು ಜಯಶಾಲಿಯಾಗಬಹುದು ಎಂಬ ಭರವಸೆಯನ್ನು ಕೂಡಾ ಕೊಡಲಾರೆ. ಮುಂಗೊತ್ತಿನ ತೆರ(ರಿಟೇನರ್-ವಕೀಲನಿಗೆ ಕೊಡುವ ಪೂರ್ವನೇಮಕದಹಣ)ವನ್ನು ನೀವು ನನಗೆ ಕೊಟ್ಟರೂ ಅದರಲ್ಲೂ ನಿಮಗೆ ಅಪಾಯವಿರುತ್ತದೆ. ನೀವು ಹಾಗೆ ನೀಡಿದರೂ ಅದು ನನ್ನ ಸಾರ್ವಜನಿಕ ಕೆಲಸಕ್ಕೆ ದೊರೆತ ಪ್ರತಿಫಲ ಎಂದು ನಾನು ಭಾವಿಸುತ್ತೇನೆ'.

ಈ ಚರ್ಚೆಯ ಫಲಶೃತಿ ಎಂಬಂತೆ ಸುಮಾರು ಇಪ್ಪತ್ತು ವರ್ತಕರುಗಳು ನನಗೆ ಒಂದು ವರ್ಷಗಳ ಕಾಲ ಅವರ ವಕೀಲ ಕೆಲಸಕ್ಕಾಗಿ ಮುಂಗೊತ್ತಿನ ತೆರ(ರಿಟೇನರ್)ಗಳನ್ನು ಕೊಟ್ಟರು. ಇದೂ ಅಲ್ಲದೇ ದಾದಾ ಅಬ್ದುಲ್ಲಾ ಶೇಠ್, ನಾನು ಹೊರಟಾಗ ನನಗೆ ಕೊಡಬೇಕೆಂದು ಇಚ್ಛಿಸಿದ್ದ ಹಣಕ್ಕೆ ಪ್ರತಿಯಾಗಿ ಅವಶ್ಯಕವಾಗಿದ್ದ ಪೀಠೋಪಕರಣಗಳನ್ನು (ಫರ್ನಿಚರ್) ಕೊಂಡುಕೊಟ್ಟರು.

ಈ ಪ್ರಕಾರ ನಾನು ನೆಟಾಲ್‌ನಲ್ಲಿ ನೆಲೆನಿಂತೆ.

18. ವರ್ಣ ನಿರ್ಬಂಧ

ನಿಷ್ಪಕ್ಷಪಾತವಾಗಿದ್ದು ಕುರುಡಾಗಿದ್ದರೂ ಸೂಕ್ಷ್ಮ ವಿವೇಚನೆಯುಳ್ಳ ಮಹಿಳೆ ಸರಿಸಮವಾಗಿ ಹಿಡಿದಿದ್ದ ತಕ್ಕಡಿ ನ್ಯಾಯಾಲಯದ ಲಾಂಛನವಾಗಿದೆ. ವಿಧಿ ಆಕೆಯನ್ನು ಉದ್ದೇಶ ಪೂರ್ವಕವಾಗಿ ಕುರುಡುಮಾಡಿದೆ. ಏಕೆಂದರೆ ಆಕೆ ಒಬ್ಬ ವ್ಯಕ್ತಿಯ ಬಾಹ್ಯರೂಪವನ್ನು ಕಂಡು ತೀರ್ಪು ಕೊಡದೇ ಅವನ ಅಂತರಂಗದ ಮೌಲ್ಯವನ್ನರಿತುಕೊಂಡು ತೀರ್ಪು ಕೊಡಬೇಕು ಎಂದು ಸೂಚಿಸುವುದಕ್ಕಾಗಿ ಆಕೆ ಕುರುಡಾಗಿದ್ದಾಳೆ. ಆದರೆ ನೆಟಾಲ್‌ನ ವಕೀಲರ ಸಂಘ(ಲಾ ಸೊಸೈಟಿ)ವು ಈ ತತ್ವವನ್ನು ಉಲ್ಲಂಘಿಸಿ ವರ್ತಿಸಬೇಕೆಂದು ಮತ್ತು ಆದರ ಲಾಂಛನವನ್ನು ಹುಸಿಮಾಡಬೇಕೆಂದು ಸರ್ವೋನ್ನತ ನ್ಯಾಯಾಲಯದ ಮನ ಒಲಿಸಲು ಹೊರಟಿತ್ತು.

ನಾನು ಸರ್ವೋನ್ನತ ನ್ಯಾಯಾಲಯದಲ್ಲಿ ವಕೀಲನಾಗಲು ಅನುಮತಿಯನ್ನು ಕೋರಿ ಅರ್ಜಿಯನ್ನು ಸಲ್ಲಿಸಿದೆ. ಬಾಂಬೆ ಉಚ್ಚ ನ್ಯಾಯಾಲಯ ನೀಡಿದ್ದ ಪ್ರವೇಶ ಅರ್ಹತಾಪತ್ರ (ಸರ್ಟಿಫಿಕೇಟ್ ಆಫ್ ಅಡ್ಮಿಷನ್) ನನ್ನ ಬಳಿಯಲ್ಲಿತ್ತು. ನಾನು ಸೇರಿಕೊಳ್ಳುವಾಗ ಬಾಂಬೆ ಉಚ್ಚ ನ್ಯಾಯಾಲಯದಲ್ಲಿ ಇಂಗ್ಲಿಷ್ ಅರ್ಹತಾ ಪತ್ರವನ್ನು ಸುರಕ್ಷಿತವಾಗಿ ಇರಿಸಬೇಕಾಗಿತ್ತು. ನಾನು ಇಲ್ಲಿ ಪ್ರವೇಶಕ್ಕೆ

ಅರ್ಜಿಯನ್ನು ಸಲ್ಲಿಸುವಾಗ ಎರಡು ಯೋಗ್ಯತಾಪತ್ರಗಳನ್ನು ಲಗತ್ತಿಸುವುದು ಅಗತ್ಯವಾಗಿತ್ತು. ಯುರೋಪಿಯನ್ನರು ಈ ಅರ್ಹತಾಪತ್ರಗಳನ್ನು ಕೊಟ್ಟರೆ ಅವಕ್ಕೆ ಹೆಚ್ಚು ಬೆಲೆ ಬರುವುದೆಂದು ಯೋಚಿಸಿ ನಾನು ಶೇಠ್ ಅಬ್ದುಲ್ಲಾ ಅವರ ಮೂಲಕ ಪರಿಚಯಮಾಡಿಕೊಂಡ ಇಬ್ಬರು ಯೂರೋಪಿಯನ್ ವರ್ತಕರುಗಳಿಂದ ಈ ಪತ್ರಗಳನ್ನು ಪಡೆದುಕೊಂಡೆ. ಅರ್ಜಿಯನ್ನು ವಕೀಲರ ಸಂಘದ ಒಬ್ಬರು ಸದಸ್ಯರ ಮೂಲಕ ಸಲ್ಲಿಸಬೇಕಾಗಿತ್ತು. ನಿಯಮದ ಪ್ರಕಾರ ಅಟರ್ನಿ ಜನರಲ್ (ರಾಜ್ಯದ ಪ್ರಧಾನವಕೀಲ) ಇಂತಹ ಅರ್ಜಿಯನ್ನು ಶುಲ್ಕ ತೆಗೆದುಕೊಳ್ಳದೇ ಸಲ್ಲಿಸುತ್ತಿದ್ದರು. ನಾವೀಗಾಗಲೇ ತಿಳಿದಿರುವಂತೆ ಮೆಸರ್ಸ್ ದಾದಾ ಅಬ್ದುಲ್ಲಾ ಅಂಡ್ ಕಂ. ಯ ಕಾನೂನು ಸಲಹೆಗಾರರಾಗಿದ್ದು ಮಿ. ಎಸ್ಕಾಮ್ ಅಟರ್ನಿ ಜನರಲ್ ಆಗಿದ್ದರು. ನಾನು ಅವರನ್ನು ಭೇಟಿಮಾಡಿದೆ. ಅವರು ಸಂತೋಷದಿಂದ ನನ್ನ ಅರ್ಜಿಯನ್ನು ಸಲ್ಲಿಸಲು ಒಪ್ಪಿಕೊಂಡರು.

ಪ್ರವೇಶಕ್ಕಾಗಿ ಕೋರಿದ್ದ ನನ್ನ ಅರ್ಜಿಯನ್ನು ವಿರೋಧಿಸಿ ನನಗೆ ನೋಟಿಸು ಕೊಡುವಮೂಲಕ ವಕೀಲರ ಸಂಘವು ಅನಿರೀಕ್ಷಿತವಾಗಿ ನನ್ನನ್ನು ಚಕಿತಗೊಳಿಸಿತು. ಮೂಲ ಇಂಗ್ಲಿಷ್ ಅರ್ಹತಾಪತ್ರ(ಸರ್ಟಿಫಿಕೇಟ್)ವನ್ನು ಅರ್ಜಿಯೊಂದಿಗೆ ಲಗತ್ತಿಸಿಲ್ಲ ಎಂಬುದು ಅವರ ಆಕ್ಷೇಪಣೆಗಳಲ್ಲಿ ಒಂದಾಗಿತ್ತು. ಆದರೆ ವಕೀಲರ ಪ್ರವೇಶ ಕುರಿತಂತೆ ನಿಯಮಗಳನ್ನು ರೂಪಿಸುವಾಗ ವರ್ಣೀಯ ವ್ಯಕ್ತಿಯೊಬ್ಬ ಅರ್ಜಿಯನ್ನು ಸಲ್ಲಿಸುವ ಸಾಧ್ಯತೆಯನ್ನು ನಿರೀಕ್ಷಿಸಿರಲಿಲ್ಲ ಎಂಬುದು ಅವರ ಮುಖ್ಯ ಆಕ್ಷೇಪಣೆಯಾಗಿತ್ತು. ನೆಟಾಲ್ ತನ್ನ ಬೆಳವಣಿಗೆಗೆ ಯುರೋಪಿಯನ್ನರ ಉದ್ಯಮಶೀಲತೆಗೆ ಋಣಿಯಾಗಿದೆ. ಆದ್ದರಿಂದ ಯುರೋಪಿಯನ್ನರ ಪಾಲು ವಕೀಲ ವೃಂದದಲ್ಲಿ ಪ್ರಬಲವಾಗಿರುವುದು ಅವಶ್ಯಕ ಎಂದು ಅವರು ಭಾವಿಸಿದ್ದರು. ವರ್ಣೀಯ ಜನರಿಗೆ ಪ್ರವೇಶ ನೀಡಿದರೆ ಅವರು ಕ್ರಮೇಣ ಯುರೋಪಿಯನ್ನರ ಸಂಖ್ಯೆಯನ್ನು ಮೀರಿಸಿಬಿಡುವರು ಮತ್ತು ತಮ್ಮ ರಕ್ಷಣೆಯ ಕೋಟೆ ಮುರಿದು ಬೀಳುವುದು ಎಂದು ಅವರು ವಾದಿಸುತ್ತಿದ್ದರು.

ವಕೀಲರ ಸಂಘವು ಒಬ್ಬ ಪ್ರಸಿದ್ಧ ವಕೀಲನನ್ನು ಗೊತ್ತುಮಾಡಿಕೊಂಡಿತ್ತು. ಅವರೂ ದಾದಾ ಅಬ್ದುಲ್ಲಾ ಅವರ ಮೂಲಕ ಸಂದೇಶ ಕಳಿಸಿ ತಮ್ಮನ್ನು ಕಾಣುವಂತೆ ತಿಳಿಸಿದ್ದರು. ಅವರು ನನ್ನೊಂದಿಗೆ ತುಂಬಾ ನೇರವಾಗಿ ಮಾತಾಡಿದರು. ನನ್ನ ಹಿಂದಿನ ಸಂಗತಿಗಳ ಬಗ್ಗೆ ವಿಚಾರಿಸಿದರು. ನಾನು ಎಲ್ಲ ಮಾಹಿತಿಗಳನ್ನು ನೀಡಿದೆ. ಅದಕ್ಕೆ ಅವರು ಹೀಗೆ ಹೇಳಿದರು:

'ನಿಮ್ಮ ವಿರುದ್ಧವಾಗಿ ನನಗೆ ಹೇಳಲು ಏನೂ ಇಲ್ಲ. ನೀವು ವಸಾಹತುವಿನಲ್ಲಿ ಹುಟ್ಟಿರುವ ಒಬ್ಬ ಸಾಹಸಿಯಾಗಬಹುದೆಂಬ ಭಯ ಮಾತ್ರ ನನ್ನಲ್ಲಿದೆ. ನಿಮ್ಮ ಅರ್ಜಿಯೊಂದಿಗೆ ಮೂಲ ಅರ್ಹತಾಪತ್ರವನ್ನು ಲಗತ್ತಿಸಲಾಗಿಲ್ಲ ಎಂಬ ಅಂಶ ಕೂಡಾ ನನ್ನ ಶಂಕೆಯನ್ನು ಪುಷ್ಟೀಕರಿಸಿದೆ. ತಮ್ಮದಲ್ಲದ ಡಿಪ್ಲೋಮ(ಸನ್ನದು)ಗಳನ್ನು ಬಳಸಿಕೊಂಡವರಿದ್ದಾರೆ. ನೀವು ಸಲ್ಲಿಸಿದ ಯೂರೋಪಿಯನ್ ವ್ಯಾಪಾರಿಗಳ ಯೋಗ್ಯತಾಪತ್ರಗಳು ನನ್ನ ದೃಷ್ಟಿಯಲ್ಲಿ ಬೆಲೆಯಿಲ್ಲದವು. ಅವರಿಗೆ ನಿಮ್ಮ ಬಗ್ಗೆ ಏನು ಗೊತ್ತು? ನಿಮ್ಮೊಂದಿಗೆ ಅವರ ಪರಿಚಯ ಎಷ್ಟಿರಬಹುದು?'

'ಆದರೆ ಇಲ್ಲಿ ನನಗೆ ಎಲ್ಲರೂ ಅಪರಿಚಿತರೇ. ಶೇಠ್ ಅಬ್ದುಲ್ಲಾ ಕೂಡಾ ಇಲ್ಲಿ ಮೊದಲಬಾರಿಗೆ ನನ್ನ ಪರಿಚಯ ಮಾಡಿಕೊಂಡಿದ್ದಾರೆ.' ಎಂದು ನಾನು ಹೇಳಿದೆ.

'ಆದರೆ ಅವರು ನಿಮ್ಮಂತೆ ಅದೇ ಸ್ಥಳಕ್ಕೆ ಸೇರಿದವರು ಎಂದು ನೀವು ಹೇಳುತ್ತಿರುವಿರಿ.

ಅಲ್ಲವೇ? ನಿಮ್ಮ ತಂದೆ ಅಲ್ಲಿ ಪ್ರಧಾನಿಯಾಗಿದ್ದಿದ್ದರೆ ಶೇಠ್ ಅಬ್ದುಲ್ಲಾ ನಿಮ್ಮ ಕುಟುಂಬದ ಬಗ್ಗೆ ತಿಳಿದುಕೊಂಡಿರಲೇ ಬೇಕು. ನೀವು ಅವರ ಪ್ರಮಾಣಪತ್ರ(ಅಫಿಡವಿಟ್)ವನ್ನು ಲಗತ್ತಿಸಿದ್ದರೆ ನನಗೆ ಖಂಡಿತವಾಗಿಯೂ ಆಕ್ಷೇಪಣೆ ಇರುತ್ತಿರಲಿಲ್ಲ. ಆಗ ನಾನು ಸಂತೋಷವಾಗಿ ವಕೀಲರ ಸಂಘಕ್ಕೆ ನಿಮ್ಮ ಅರ್ಜಿಯನ್ನು ವಿರೋಧಿಸಲು ಸಾಧ್ಯವಾಗುವುದಿಲ್ಲವೆಂದು ತಿಳಿಸಿಬಿಡುತ್ತಿದ್ದೆ.'

ಈ ಮಾತು ನನ್ನನ್ನು ಕೆರಳಿಸಿತು. ಆದರೆ ನಾನು ನನ್ನ ರೋಷವನ್ನು ತಡೆಹಿಡಿದುಕೊಂಡೆ. 'ನಾನು ದಾದಾ ಅಬ್ದುಲ್ಲಾ ಶೇಠ್‌ಅವರ ಅರ್ಹತಾಪತ್ರವನ್ನು ಲಗತ್ತಿಸಿದ್ದರೆ ಅವರು ಯುರೋಪಿಯನ್ನರ ಶಿಫಾರಸುಪತ್ರ (ಯೋಗ್ಯತೆ ಪತ್ರ) ಬೇಕೆಂದು ಕೇಳುತ್ತಿದ್ದರು. ನನ್ನ ಹುಟ್ಟು ಮತ್ತು ಹಿಂದಿನ ಸಂಗತಿಗಳಿಗೂ ವಕೀಲನಾಗಿ ಪ್ರವೇಶ ಪಡೆಯುವುದ್ಕೂ ಏನು ಸಂಬಂಧವಿದೆ? ನನ್ನ ಹುಟ್ಟು, ಅದು ಕೀಳು ಅಂತಸ್ತಿನನಲ್ಲಿರಲಿ ಇಲ್ಲವೇ ಆಕ್ಷೇಪಾರ್ಹವಾಗಿರಲಿ ಅದನ್ನು ನನ್ನ ವಿರುದ್ಧ ಹೇಗೆ ಬಳಸಿಕೊಳ್ಳಬಹುದಾಗಿತ್ತು?' ನಾನು ಈ ಎಲ್ಲವನ್ನೂ ತಾಳಿಕೊಂಡು ಸಮಾಧಾನದಿಂದ ಉತ್ತರಿಸಿದೆ:

'ವಕೀಲರ ಸಂಘಕ್ಕೆ ಈ ಎಲ್ಲಾ ವಿವರಗಳನ್ನು ಕೇಳಲು ಅಧಿಕಾರವಿದೆ ಎಂಬುದನ್ನು ನಾನು ಒಪ್ಪಿಕೊಳ್ಳದಿದ್ದರೂ ನೀವು ಅಪೇಕ್ಷಿಸಿರುವಂತಹ ಪ್ರಮಾಣಪತ್ರವನ್ನು ಸಲ್ಲಿಸಲು ನಾನು ಸಿದ್ಧನಾಗಿದ್ದೇನೆ.'

ಶೇಠ್ ಅಬ್ದುಲ್ಲಾಅವರ ಪ್ರಮಾಣಪತ್ರವನ್ನು ತಯಾರಿಸಲಾಯ್ತು ಮತ್ತು ಅದನ್ನು ವಕೀಲರ ಸಂಘದ ನ್ಯಾಯವಾದಿ(ಕೌನ್ಸೆಲ್)ಗೆ ನೀಡಲಾಯ್ತು. ತಮಗೆ ಅದರಿಂದ ತೃಪ್ತಿಯಾಗಿದೆಯೆಂದು ಅವರು ತಿಳಿಸಿದರು. ಆದರೆ ವಕೀಲರ ಸಂಘಕ್ಕೆ ಅದರಿಂದ ತೃಪ್ತಿಯಾಗಿರಲಿಲ್ಲ. ಅದು ಸರ್ವೋನ್ನತ ನ್ಯಾಯಾಲಯದ ಮುಂದೆ ನನ್ನ ಅರ್ಜಿಯನ್ನು ವಿರೋಧಿಸಿತು. ನ್ಯಾಯಾಲಯವು ಎಸ್. ಕಾಮ್ ಅವರಿಂದ ಉತ್ತರವನ್ನು ಕೂಡಾ ಪಡೆಯದೇ ಅರ್ಜಿಯನ್ನು ತಳ್ಳಿಹಾಕಿತು. ಮುಖ್ಯ ನ್ಯಾಯಾಧೀಶರು ಈ ಸಂಬಂಧದಲ್ಲಿ ಹೀಗೆ ಹೇಳಿದರು:

'ಅರ್ಜಿದಾರರು ಮೂಲ ಅರ್ಹತಾಪತ್ರವನ್ನು ಲಗತ್ತಿಸಿಲ್ಲ ಎಂಬ ಆಕ್ಷೇಪಣೆಯಲ್ಲಿ ಯಾವುದೇ ಹುರುಳಿಲ್ಲ. ಅವರು ಸುಳ್ಳು ಪ್ರಮಾಣಪತ್ರವನ್ನು ಕೊಟ್ಟಿದ್ದರೆ ಅವರ ಮೇಲೆ ಕಾನೂನು ಕ್ರಮ ಜರುಗಿಸಬಹುದು. ಅವರು ಅಪರಾಧಮಾಡಿದ್ದಾರೆಂದು ಸಾಬೀತಾದರೆ ಅವರ ಹೆಸರನ್ನು ಪಟ್ಟಿಯಿಂದ ಹೊಡೆದುಹಾಕಬಹುದು. ಕಾನೂನು ಬಿಳಿಯರು ಮತ್ತು ವರ್ಣೀಯರ ನಡುವೆ ಭೇದಮಾಡುವುದಿಲ್ಲ. ಆದ್ದರಿಂದ ನ್ಯಾಯಾಲಯವು ಗಾಂಧಿ ವಕೀಲರಾಗಿ ಸೇರುವುದಕ್ಕೆ ತಡೆಯೊಡ್ಡುವ ಅಧಿಕಾರ ಹೊಂದಿಲ್ಲ. ನಾವು ಅರ್ಜಿಯನ್ನು ಪುರಸ್ಕರಿಸಿದ್ದೇವೆ. ಮಿ. ಗಾಂಧಿ, ನೀವು ಈಗ ಪ್ರಮಾಣವಚನವನ್ನು ಸ್ವೀಕರಿಸಬಹುದು.'

ನಾನು ಎದ್ದುನಿಂತುಕೊಂಡು ರಿಜಿಸ್ಟ್ರಾರ್‌ಅವರ ಎದುರು ಪ್ರಮಾಣವಚನವನ್ನು ತೆಗೆದುಕೊಂಡೆ. ನಾನು ಪ್ರಮಾಣವಚನವನ್ನು ಸ್ವೀಕರಿಸುತ್ತಿದ್ದಂತೆ ಮುಖ್ಯ ನ್ಯಾಯಾಧೀಶರು ನನಗೆ ಹೀಗೆ ಹೇಳಿದರು:

'ಮಿ. ಗಾಂಧಿ ಈಗ ನೀವು ನಿಮ್ಮ ಮುಂಡಾಸನ್ನು(ಟರ್ಬನ್) ತೆಗೆಯಬೇಕು. ಬ್ಯಾರಿಸ್ಟರ್ ವೃತ್ತಿ ನಡೆಸುವವರು ಧರಿಬೇಕಾಗಿರುವ ಉಡುಪುಗಳಿಗೆ ಸಂಬಂಧಿಸಿದಂತೆ ಇರುವ ನ್ಯಾಯಾಲಯದ ನಿಯಮಗಳನ್ನು ನೀವು ಪಾಲಿಸಬೇಕು'.

ನನಗೆ ನನ್ನ ಮಿತಿಗಳೇನು ಎಂದು ಗೊತ್ತಾಗಿತ್ತು. 'ಜಿಲ್ಲಾ ನ್ಯಾಯಾಧೀಶರ ನ್ಯಾಯಾಲಯದಲ್ಲಿ ನಾನು ಮುಂಡಾಸನ್ನು ಧರಿಸಲೇಬೇಕೆಂದು ಹಠ ಹಿಡಿದಿದ್ದೆ. ಆದರೆ ಸರ್ವೋನ್ನತ ನ್ಯಾಯಾಧೀಶರ ನ್ಯಾಯಾಲಯದಲ್ಲಿ ನಾನು ಮುಂಡಾಸನ್ನು ತೆಗೆದು ಬಿಟ್ಟೆ. ಈಗ ನಾನು ಪ್ರತಿರೋಧವನ್ನೊಡ್ಡಿದ್ದರೆ ಆ ಪ್ರತಿರೋಧವನ್ನು ಸಮರ್ಥಿಸಿಕೊಳ್ಳಲು ಸಾಧ್ಯವಿರಲಿಲ್ಲ. ನಾನು ನನ್ನ ಶಕ್ತಿಯನ್ನು ದೊಡ್ಡ ಹೋರಾಟಗಳಲ್ಲಿ ಹೋರಾಡಲು ಕಾದಿರಿಸಿಕೊಳ್ಳಲು ಬಯಸಿದ್ದೆ. ನನ್ನ ಮುಂಡಾಸನ್ನು ಉಳಿಸಿಕೊಳ್ಳಲು ಒತ್ತಾಯಿಸಿ ಹೋರಾಡುತ್ತ ನನ್ನ ಜಾಣ್ಮೆಯನ್ನು ಕಳೆದುಕೊಳ್ಳಬಾರದು. ಅದು ಅತ್ಯುತ್ತಮ ಉದ್ದೇಶಕ್ಕೆ ಅರ್ಹವಾದದ್ದು'.

ಶೇಠ್ ಅಬ್ದುಲ್ಲಾ ಮತ್ತು ಇತರ ಗೆಳೆಯರು ನನ್ನ ವಿಧೇಯತೆ(ಅಥವಾ ದೌರ್ಬಲ್ಯವಾಗಿತ್ತೆ?) ಯನ್ನು ಇಷ್ಟಪಡಲಿಲ್ಲ. ನ್ಯಾಯಾಲಯದಲ್ಲಿ ವಕೀಲವೃತ್ತಿಯನ್ನು ನಡೆಸುವಾಗ ಮುಂಡಾಸನ್ನು ಧರಿಸುವುದು ನನ್ನ ಹಕ್ಕು ಎಂಬುದಕ್ಕೆ ನಾನು ಬಲವಾಗಿ ಅಂಟಿಕೊಂಡಿರಬೇಕಾಗಿತ್ತು ಎಂದು ಅವರು ಭಾವಿಸಿದರು. ನಾನು ಅವರನ್ನು ಒಪ್ಪಿಸಲು ಪ್ರಯತ್ನಿಸಿದೆ. ನಿಯಮದ ಯಥಾರ್ಥತೆಯನ್ನು ಅವರಿಗೆ ಮನದಟ್ಟುಮಾಡಿಸಿಕೊಡಲು ಪ್ರಯತ್ನಿಸಿದೆ. 'ರೋಮ್‌ನಲ್ಲಿದ್ದಾಗ ರೋಮನ್ನರಂತೆ ಇರು' (ಅಂದರೆ ತಾನಿರುವ ಸನ್ನಿವೇಶ ಮತ್ತು ಸ್ಥಳಕ್ಕೆ ತಕ್ಕಂತೆ ಅಲ್ಲಿಯ ನಡವಳಿಕೆಗಳನ್ನು ಅನುಸರಿಸುವುದೇ ಬುದ್ಧಿವಂತಿಕೆ). ನಾನು ಹೇಳಿದೆ: 'ಭಾರತದಲ್ಲಿದ್ದಾಗ ಇಂಗ್ಲಿಷ್ ನ್ಯಾಯಾಧೀಶ ಇಲ್ಲವೇ ಅಧಿಕಾರಿ ನಿಮ್ಮ ಮುಂಡಾಸನ್ನು ತೆಗೆಯಬೇಕೆಂದು ಅಪ್ಪಣೆ ಮಾಡಿದರೆ ಅದಕ್ಕೆ ತಲೆಬಾಗಲು ತಿರಸ್ಕರಿಸಿದರೆ ಅದು ಸರಿಯಾದ ಕ್ರಮವಾಗುವುದು. ಆದರೆ ನೆಟಾಲ್ ಪ್ರಾಂತದಲ್ಲಿ ನ್ಯಾಯಾಲಯದ ಒಬ್ಬ ಅಧಿಕಾರಿಯಾಗಿ ನಾನು ನ್ಯಾಯಾಲಯದ ಪದ್ಧತಿಯನ್ನು ಉಪೇಕ್ಷಿಸುವುದು ದೂಷಣೆ ಎನಿಸಿಕೊಳ್ಳುವುದು'.

ಏನೋ ಒಂದು ರೀತಿಯಲ್ಲಿ ಈ ಬಗೆಯ ವಾದಗಳನ್ನೊಡ್ಡಿ ನನ್ನ ಗೆಳೆಯರುಗಳನ್ನು ಸಾಂತ್ವನ ಪಡಿಸಿದೆ. ಆದರೆ ನಾನು ಅವರನ್ನು ಪೂರ್ತಿಯಾಗಿ ಒಪ್ಪಿಸಿದೆ ಎಂದು ಹೇಳಲಾರೆ. ಬೇರೆ ಬೇರೆ ಸನ್ನಿವೇಶಗಳಲ್ಲಿ ಬೇರೆ ಬೇರೆ ನಿಲುವುಗಳಿಂದ ಒಂದು ವಸ್ತುವಿಷಯವನ್ನು ನೋಡಬೇಕೆಂಬ ತತ್ವವನ್ನು ಅನ್ವಯಿಸಬೇಕು ಎಂಬ ಬಗ್ಗೆ ಅವರನ್ನು ಒಪ್ಪಿಸಿದೆ ಎಂದು ಹೇಳಲಾರೆ. ನನ್ನ ಜೀವನದುದ್ದಕ್ಕೂ ಸತ್ಯದ ಬಗ್ಗೆ ತುಂಬಾ ಹಠಹಿಡಿಯುವುದರ ಮೂಲಕ ನಾನು ಸಂಧಾನದ ಸೊಗಸನ್ನು ಮೆಚ್ಚಿಕೊಳ್ಳಬೇಕು ಎಂಬ ಪಾಠವನ್ನು ಕಲಿತು ಕೊಂಡಿದ್ದೇನೆ. ನನ್ನ ಜೀವನದ ಉತ್ತರಾರ್ಧದಲ್ಲಿ ಈ ಆದರ್ಶ ಸತ್ಯಾಗ್ರಹದ ಮುಖ್ಯ ಭಾಗ ಎಂಬುದನ್ನು ಕಂಡುಕೊಂಡೆ. ಆಗಾಗ್ಗೆ ಇದರಿಂದ ನನ್ನ ಜೀವಕ್ಕೆ ಅಪಾಯ ಒದಗುವ ಸಾಧ್ಯತೆಯಿತ್ತು ಮತ್ತು ಗೆಳೆಯರ ಅಸಂತೋಷಕ್ಕೆ ಗುರಿಯಾಗಬೇಕಾಗುತ್ತಿತ್ತು. ಆದರೆ ಸತ್ಯ ಎನ್ನುವುದು ವಜ್ರದಷ್ಟು ಕಠಿಣ ಮತ್ತು ಪುಷ್ಪರಾಶಿಯಷ್ಟು ಮೃದುವಾಗಿರುತ್ತದೆ.

ವಕೀಲರ ಸಂಘದ ವಿರೋಧವು ದಕ್ಷಿಣ ಆಫ್ರಿಕದಲ್ಲಿ ನನಗೆ ಇನ್ನೊಂದು ಪ್ರಚಾರವನ್ನು ನೀಡಿತ್ತು. ಬಹುಪಾಲು ವೃತ್ತಪತ್ರಿಕೆಗಳು ವಕೀಲರ ಸಂಘದ ವಿರೋಧವನ್ನು ಖಂಡಿಸಿದವು ಮತ್ತು ಆ ಸಂಘದ ಮಾತ್ಸರ್ಯವನ್ನು ದೂಷಿಸಿದವು. ಈ ಪ್ರಚಾರ ಸ್ವಲ್ಪಮಟ್ಟಿಗೆ ನನ್ನ ಕೆಲಸವನ್ನು ಹಗುರಮಾಡಿತ್ತು.

19. ನೆಟಾಲ್ ಇಂಡಿಯನ್ ಕಾಂಗ್ರೆಸ್

ವಕೀಲ ವೃತ್ತಿಯು ನನಗೆ ಮುಖ್ಯವಲ್ಲದ ಉದ್ಯೋಗವಾಯ್ತು. ನೆಟಾಲ್‌ನಲ್ಲಿ ನಾನು ತಂಗಿರುವುದನ್ನು ಸಮರ್ಥಿಸಿಕೊಳ್ಳಲು ನಾನು ಸಾರ್ವಜನಿಕ ಕೆಲಸದ ಮೇಲೆ ಗಮನವನ್ನು ಕೇಂದ್ರೀಕರಿಸುವುದು ಅವಶ್ಯಕವಾಗಿತ್ತು. ಮತದಾನದ ಹಕ್ಕನ್ನು ವಿರೋಧಿಸಿದ ಮಸೂದೆಯ ಬಗ್ಗೆ ಅರ್ಜಿಯನ್ನು ಸಲ್ಲಿಸಿದ್ದರೂ ಅಷ್ಟೆ ಸಾಕಾಗಿರಲಿಲ್ಲ. ಕಾಲನಿಗಳ ಮುಖ್ಯ ಕಾರ್ಯದರ್ಶಿ(ಸೆಕ್ರೆಟರಿ ಆಫ್ ಸ್ಟೇಟ್)ಯ ಮೇಲೆ ಪ್ರಭಾವ ಬೀರಲು ನಿರಂತರವಾಗಿ ಚಳವಳಿಯನ್ನು ನಡೆಸುವುದು ಅವಶ್ಯಕವಾಗಿತ್ತು. ಈ ಉದ್ದೇಶವನ್ನು ಸಾಧಿಸಲು ಒಂದು ಖಾಯಂ ಸಂಘಟನೆಯನ್ನು ಹೊಂದಿರಬೇಕೆಂದು ನಾವೆಲ್ಲರೂ ತೀರ್ಮಾನಿಸಿದೆವು.

ಹೊಸ ಸಂಘಟನೆಗೆ ಒಂದು ಹೆಸರನ್ನು ಕಂಡುಕೊಳ್ಳುವ ವಿಷಯ ನನ್ನನ್ನು ತೀವ್ರವಾಗಿ ಕಂಗೆಡಿಸಿತ್ತು. ಯಾವುದೇ ಪಕ್ಷವನ್ನೂ ಅದು ಸೂಚಿಸುವಂತಿರಬಾರದು. 'ಕಾಂಗ್ರೆಸ್' ಎಂಬ ಹೆಸರು ಇಂಗ್ಲೆಂಡ್‌ನಲ್ಲಿ ಕನ್ಸರ್‌ವೇಟಿವ್‌ಗಳಿಗೆ (ಸಂಪ್ರದಾಯವಾದಿಗಳು) ದುರ್ವಾಸನೆ ಬೀರುತ್ತಿತ್ತು. ಹಾಗಿದ್ದರೂ 'ಕಾಂಗ್ರೆಸ್' ಎನ್ನುವುದು ಭಾರತದ ಪೂರ್ಣ ಜೀವವೇ ಆಗಿತ್ತು.

ನೆಟಾಲ್‌ನಲ್ಲಿ ಅದನ್ನು ಜನಪ್ರಿಯಗೊಳಿಸಲು ಇಷ್ಟಪಟ್ಟೆ. ಆ ಹೆಸರನ್ನು ಅನ್ವಯಿಸಲು ಹಿಂದೆಗೆಯುವವರು ಹೇಡಿತನದ ರುಚಿನೋಡುವವರಾಗಿದ್ದರು. ಆದ್ದರಿಂದ ಕಾರಣಗಳನ್ನು ನೀಡಿ ಪೂರ್ತಿಯಾಗಿ ವಿವರಿಸಿ ಸಂಘಟನೆಗೆ 'ನೆಟಾಲ್ ಇಂಡಿಯನ್ ಕಾಂಗ್ರೆಸ್' ಎಂಬ ಹೆಸರನ್ನಿಡುವಂತೆ ಶಿಫಾರಸುಮಾಡಿದೆ. ಮೇ 22ರಂದು ನೆಟಾಲ್‌ನ ಇಂಡಿಯನ್ ಕಾಂಗ್ರೆಸ್ ಅಸ್ತಿತ್ವಕ್ಕೆ ಬಂತು.

ಆ ದಿನದಂದು ದಾದಾ ಅಬ್ದುಲ್ಲಾ ಅವರ ವಿಶಾಲವಾದ ಕೊಠಡಿ ತುಂಬಿಹೋಗಿತ್ತು. ಹಾಜರಿದ್ದವರೆಲ್ಲರೂ ಕಾಂಗ್ರೆಸ್‌ಅನ್ನು ಉತ್ಸಾಹದಿಂದ ಸ್ವೀಕರಿಸಿದರು. ಸಂವಿಧಾನ ಸರಳವಾಗಿತ್ತು. ಆದರೆ ಚಂದಾ ಭಾರವಾಗಿತ್ತು. ತಿಂಗಳಿಗೆ ಐದು ಷಿಲಿಂಗುಗಳನ್ನು ಕೊಡಬಲ್ಲವರು ಮಾತ್ರ ಸದಸ್ಯರಾಗಬಹುದಾಗಿತ್ತು. ಶ್ರೀಮಂತ ವರ್ಗಕ್ಕೆ ಸೇರಿದವರು ತಮಗೆ ಸಾಧ್ಯವಾದಷ್ಟು ಚಂದಾ ಕೊಡಬೇಕೆಂದು ಅವರನ್ನು ಒಪ್ಪಿಸಲಾಗಿತ್ತು. ಅಬ್ದುಲ್ಲಾ ಶೇಠ್‌ಅವರು ತಿಂಗಳಿಗೆ ಎರಡು ಪೌಂಡು ನೀಡಲು ಒಪ್ಪಿ ಚಂದಾದಾರರ ಪಟ್ಟಿಯಲ್ಲಿ ಎಲ್ಲರಿಗಿಂತ ಮೇಲಾದರು. ಇತರ ಇಬ್ಬರು ಗೆಳೆಯರು ಕೂಡಾ ಅದೇ ರೀತಿಯಲ್ಲಿ ಚಂದಾ ನೀಡಲು ಒಪ್ಪಿ ತಮ್ಮ ಹೆಸರು ಬರೆಸಿಕೊಂಡರು. ನಾನು ನನ್ನ ಚಂದಾ ಬಗ್ಗೆ ಜಿಪುಣತನ ತೋರಬಾರದೆಂದು ಭಾವಿಸಿ ತಿಂಗಳಿಗೆ ಎರಡು ಪೌಂಡು ನೀಡಲು ಒಪ್ಪಿಕೊಂಡೆ. ಇದು ನನಗೆ ಸಣ್ಣ ಮೊತ್ತವೇನಾಗಿರಲಿಲ್ಲ. ಸಾಲ ಮಾಡದೇ ನನ್ನ ಜೀವನ ವೆಚ್ಚವನ್ನು ಭರಿಸಲು ಸಾಧ್ಯವಾದರೆ ಅದು ನನಗೆ ಅಸಾಧ್ಯವಾಗದು ಎಂದು ನಾನು ಭಾವಿಸಿದೆ. ದೇವರು ನನಗೆ ಸಹಾಯಮಾಡಿದ. ತಿಂಗಳಿಗೆ ಒಂದು ಪೌಂಡು ಚಂದಾ ಕೊಡುವಂತಹ ಅನೇಕ ಸದಸ್ಯರುಗಳು ನಮಗೆ ದೊರಕಿದರು. 10ಷಿಲಿಂಗ್ ಕೊಡಲು ಒಪ್ಪಿದವರ ಸಂಖ್ಯೆ ಇನ್ನೂ ಹೆಚ್ಚಾಗಿತ್ತು. ಇದೂ ಅಲ್ಲದೇ ದೇಣಿಗೆ ಕೊಡುವವರೂ ಇದ್ದರು. ದೇಣಿಗೆಗಳನ್ನು ಕೃತಜ್ಞತಾಪೂರ್ವಕವಾಗಿ ಸ್ವೀಕರಿಸಲಾಯ್ತು.

ಯಾರೂ ತಮ್ಮ ಚಂದಾ ಹಣವನ್ನು ಕೇಳಿದ ಮಾತ್ರಕ್ಕೆ ಕೊಟ್ಟಿರಲಿಲ್ಲ ಎಂಬುದನ್ನು ಅನುಭವ ತೋರಿಸಿಕೊಟ್ಟಿತ್ತು. ಡರ್ಬಾನ್‌ನ ಹೊರಗಡೆ ಇರುವ ಸದಸ್ಯರುಗಳನ್ನು ಆಗಾಗ್ಗೆ ಭೇಟಿಮಾಡುವುದು ಕೂಡಾ ಅಸಾಧ್ಯವಾಗಿತ್ತು. ಒಂದು ಕ್ಷಣದಲ್ಲಿ ತೋರಿಸಿದ್ದ ಉತ್ಸಾಹ ಮರುಕ್ಷಣದಲ್ಲಿ ಮಾಯವಾದಂತೆ ತೋರುತ್ತಿತ್ತು. ಡರ್ಬಾನ್‌ನಲ್ಲಿದ್ದ ಸದಸ್ಯರುಗಳಿಗೆ ಕೂಡಾ ಅವರು ತಮ್ಮ ಚಂದಾ ಹಣವನ್ನು ನೀಡುವ ಮುಂಚೆ ಸಾಕಷ್ಟು ತಗಾದೆ ಮಾಡಬೇಕಾಗುತ್ತಿತ್ತು.

ನಾನು ಕಾರ್ಯದರ್ಶಿಯಾಗಿದ್ದರಿಂದ ಚಂದಾಹಣವನ್ನು ವಸೂಲ್ಮಾಡುವ ಕಾರ್ಯ ನನ್ನ ಹೆಗಲಿಗೆ ಬಿದ್ದಿತ್ತು. ಒಂದು ಹಂತದಲ್ಲಿ ಇಡೀ ದಿನ ಹಣ ಸಂಗ್ರಹಿಸುವ ಕೆಲಸದಲ್ಲಿ ನನ್ನ ಗುಮಾಸ್ತನನ್ನು ತೊಡಗಿಸಬೇಕಾಯ್ತು. ಆ ವ್ಯಕ್ತಿ ಆ ಕೆಲಸದಲ್ಲಿ ದಣಿದ. ಈ ಪರಿಸ್ಥಿತಿಯನ್ನು ಸುಧಾರಿಸಲು ಚಂದಾಹಣವನ್ನು ತಿಂಗಳಿಗೊಮ್ಮೆ ವಸೂಲ್ಮಾಡುವ ಪ್ರತಿಯಾಗಿ ವರ್ಷಕ್ಕೊಮ್ಮೆ ವಸೂಲ್ಮಾಡುವುದು ಮತ್ತು ಕಟ್ಟುನಿಟ್ಟಿನಿಂದ ಮುಂಗಡವಾಗಿ ವಸೂಲ್ಮಾಡುವುದೇ ಒಳ್ಳೆಯದೆಂದು ಭಾವಿಸಿದೆ. ಆದ್ದರಿಂದ ನಾನು ಕಾಂಗ್ರೆಸ್‌ನ ಸಭೆಯನ್ನು ಕರೆದೆ. ತಿಂಗಳಿಗೆ ಬದಲಾಗಿ ವರ್ಷಕ್ಕೊಮ್ಮೆ ಚಂದಾಹಣವನ್ನು ವಸೂಲ್ಮಾಡಬೇಕೆಂಬ ಪ್ರಸ್ತಾಪವನ್ನು ಪ್ರತಿಯೊಬ್ಬರೂ ಸ್ವಾಗತಿಸಿದರು ಮತ್ತು ಚಂದಾಹಣವನ್ನು ಕನಿಷ್ಠ 3 ಪೌಂಡುಗಳಿಗೆ ಗೊತ್ತುಪಡಿಸಬೇಕೆಂದು ಒಪ್ಪಿಕೊಳ್ಳಲಾಯ್ತು. ಈ ಪ್ರಕಾರ ವಸೂಲಿಯ ಕೆಲಸವನ್ನು ಸುಗುಮಗೊಳಿಸಲಾಯ್ತು.

ಸಾರ್ವಜನಿಕ ಕಾರ್ಯವನ್ನು ಸಾಲಮಾಡಿ ನಡೆಸಬಾರೆಂದು ನಾನು ಮೊದಲಿನಿಂದಲೂ ಕಲಿತುಕೊಂಡಿದ್ದೆ. ಹಣವನ್ನು ಬಿಟ್ಟಂತೆ ಇತರ ಬಹುಪಾಲು ವಿಷಯಗಳಲ್ಲಿ ಜನರ ವಾಗ್ದಾನಗಳನ್ನು ನೆಚ್ಚಿಕೊಳ್ಳಬಹುದು. ಚಂದಾಹಣವನ್ನು ಕೊಡುವುದಾಗಿ ಮಾತುಕೊಟ್ಟವರು ತ್ವರಿತವಾಗಿ ಹಣ ನೀಡಿದ್ದನ್ನು ನಾನು ಕಂಡೇ ಇಲ್ಲ. ಈ ನಿಯಮಕ್ಕೆ ನೇಟಾಲ್ ಕಾಂಗ್ರೆಸ್‌ನವರು ಅಪವಾದವೇನಾಗಿರಲಿಲ್ಲ. ಆದ್ದರಿಂದ ಕೈಯಲ್ಲಿ ಹಣ ಇಲ್ಲದಿದ್ದರೆ ಯಾವ ಕೆಲಸವನ್ನು ಮಾಡುತ್ತಿರಲಿಲ್ಲ. ಈ ಕಾರಣದಿಂದಾಗಿ ನೇಟಾಲ್‌ಕಾಂಗ್ರೆಸ್ ಎಂದೂ ಸಾಲಗಾರನಾಗಲಿಲ್ಲ.

ನನ್ನ ಸಹ ಕಾರ್ಯಕರ್ತರುಗಳು ಪ್ರಚಾರಮಾಡಿ ಸದಸ್ಯರುಗಳನ್ನು ಸೇರಿಸಿಕೊಳ್ಳುವ ಕಾರ್ಯದಲ್ಲಿ ಅಸಾಧಾರಣ ಉತ್ಸಾಹವನ್ನು ವ್ಯಕ್ತಪಡಿಸಿದರು. ಆ ಕೆಲಸದಲ್ಲಿ ಅವರಿಗೆ ಆಸಕ್ತಿಯಿತ್ತು ಮತ್ತು ಅದೊಂದು ಅಮೂಲ್ಯವಾದ ಅನುಭವವೂ ಆಗಿತ್ತು. ಅನೇಕ ಜನರು ಚಂದಾಹಣವನ್ನು ನಗದಿನಲ್ಲಿ ನೀಡಲು ಸಂತೋಷದಿಂದ ಮುಂದೆ ಬಂದರು. ಒಳನಾಡಿನಲ್ಲಿ ತುಂಬಾ ದೂರದಲ್ಲಿದ್ದ ಹಳ್ಳಿಗಳಲ್ಲಿ ಈ ಕೆಲಸ ಮಾಡುವುದು ತುಂಬಾ ಕಷ್ಟಕರವಾಗಿತ್ತು. ಜನರಿಗೆ ಸಾರ್ವಜನಿಕ ಕಾರ್ಯದ ವೈಶಿಷ್ಟ್ಯ ಏನು ಎಂದುಗೊತ್ತಿರಲಿಲ್ಲ. ಹಾಗಿದ್ದರೂ ದೂರದ ಸ್ಥಳಗಳಿಂದ ಅಲ್ಲಿಗೆ ಬರುವಂತೆ ಆಹ್ವಾನಗಳು ಬಂದಿದ್ದವು ಮತ್ತು ಪ್ರತಿಯೊಂದು ಊರಿನ ಪ್ರಮುಖ ವ್ಯಾಪಾರಿಗಳು ಅತಿಥ್ಯ ನೀಡಿದ್ದರು.

ಹೀಗೆ ಪ್ರವಾಸಮಾಡುತ್ತಿರುವಾಗ ಒಂದು ಸಂದರ್ಭದಲ್ಲಿ ಕಷ್ಟಕರವಾದ ಪರಿಸ್ಥಿತಿಯನ್ನು ಎದುರಿಸಬೇಕಾಯ್ತು. ನಮ್ಮ ಅತಿಥೇಯನು 6 ಪೌಂಡನ್ನು ಚಂದಾ ರೂಪದಲ್ಲಿ ನೀಡುತ್ತಾನೆಂದು ನಾವು ನಿರೀಕ್ಷಿಸಿದ್ದೆವು. ಆದರೆ ಅವನು 3 ಪೌಂಡುಗಳಿಗಿಂತ ಹೆಚ್ಚಿಗೆ ಕೊಡಲು ನಿರಾಕರಿಸಿದ. ನಾವು ಅವನಿಂದ ಆ ಹಣವನ್ನು ಸ್ವೀಕರಿಸಿದ್ದರೆ ಉಳಿದವರೂ ಅವನ ದಾರಿಯನ್ನೇ ತುಳಿಯುತ್ತಿದ್ದರು ಮತ್ತು ಹಣ ಸಂಗ್ರಹಿಸುವ ಕಾರ್ಯ ಹಾಳಾಗಿ ಹೋಗುತ್ತಿತ್ತು. ರಾತ್ರಿ ತುಂಬಾ ತಡವಾಗಿತ್ತು ಮತ್ತು ನಾವೆಲ್ಲರೂ ಹಸಿದಿದ್ದೆವು. ಹಣವನ್ನು ಮೊದಲು ಪಡೆಯದೇ ನಾವು ಹೇಗೆ ಊಟ ಮಾಡುವುದು? ನಾವು ಹಣ ಪಡೆಯಲೇಬೇಕೆಂದು ಪಟ್ಟು ಹಿಡಿದೆವು. ಅವನ ಮನಒಲಿಸುವ ಕಾರ್ಯ ವಿಫಲವಾಯ್ತು. ಅತಿಥೇಯನು ಅಚಲನಾಗಿದ್ದಂತೆ ತೋರುತ್ತಿತ್ತು. ಪಟ್ಟಣದಲ್ಲಿದ್ದ ಇತರ ವ್ಯಾಪಾರಿಗಳು ಅವನೊಂದಿಗೆ ವಾದಮಾಡಿದರು. ನಾವು ಇಡೀ ರಾತ್ರಿ ಅಲ್ಲಿಯೇ ಕೂತೆವು. ಅವನು ಒಂದು ಇಂಚು ಕೂಡಾ ಹಿಂದೆ ಸರಿಯದಿರಲು ನಿಶ್ಚಯಿಸಿದ್ದ. ನನ್ನ ಸಹಕಾರ್ಯಕರ್ತರುಗಳು ಕೋಪದಿಂದ ಉರಿಯುತ್ತಿದ್ದರು. ಆದರೂ ಅವರು ಅದನ್ನು ಸಹಿಸಿಕೊಂಡಿದ್ದರು. ಕಡೆಯಲ್ಲಿ ಬೆಳಕು ಹರಿಯಲಾರಂಭಿಸುವ ಹೊತ್ತಿನಲ್ಲಿ ಅತಿಥೇಯನು ಸೋಲೊಪ್ಪಿಕೊಂಡ. 6 ಪೌಂಡುಗಳನ್ನು ನೀಡಿದ ಮತ್ತು ನಮಗೆ ಸವಿಯೂಟ ಕೊಟ್ಟ. ಈ ಪ್ರಕರಣ ನಡೆದದ್ದು ಟೊಂಗಟ್‌ನಲ್ಲಿ. ಆದರೆ ಇದೇ ಘಟನೆ ಉತ್ತರ ತೀರದ ಸ್ಟೇಂಜರ್ ಮತ್ತು ಒಳನಾಡಿನ ಚಾರ್ಲ್ಸ್‌ಟನ್‌ವರೆಗೂ ಪರಿಣಾಮ ಬೀರಿತ್ತು. ಇದರಿಂದಾಗಿ ಹಣ ಸಂಗ್ರಹಿಸುವ ನಮ್ಮ ಕೆಲಸ ತರಾತುರಿಯಿಂದ ನಡೆಯಿತು.

ಆದರೆ ಹಣ ಸಂಗ್ರಹಿಸುವ ಕೆಲಸವಷ್ಟೇ ನಮ್ಮ ಮುಂದಿರಲಿಲ್ಲ. ವಾಸ್ತವವಾಗಿ ತುಂಬಾ ಹಿಂದೆಯೇ ಅವಶ್ಯಕತೆಗಿಂತ ಹೆಚ್ಚಾಗಿ ಹಣವನ್ನು ಇಟ್ಟುಕೊಳ್ಳಬಾರದು ಎಂಬ ತತ್ವವನ್ನು ನಾನು ಕಲಿತುಕೊಂಡಿದ್ದೆ.

ಸಾಮಾನ್ಯವಾಗಿ ಸಭೆಗಳು ತಿಂಗಳಿಗೊಮ್ಮೆ ಮತ್ತು ಅಗತ್ಯ ಬಿದ್ದಾಗ ವಾರಕ್ಕೊಮ್ಮೆ ನಡೆಯುತ್ತಿತ್ತು. ಹಿಂದಿನ ಸಭೆಯ ಕಾರ್ಯಕಲಾಪಗಳ ಸಾರಾಂಶವನ್ನು ಓದಲಾಗುತ್ತಿತ್ತು ಮತ್ತು ಎಲ್ಲ ಬಗೆಯ ಪ್ರಶ್ನೆಗಳ ಬಗ್ಗೆ ಚರ್ಚಿಸಲಾಗುತ್ತಿತ್ತು. ಜನರಿಗೆ ಸಾರ್ವಜನಿಕ ಚರ್ಚೆಗಳಲ್ಲಿ ಭಾಗವಹಿಸಿದ ಅನುಭವವಾಗಲೀ, ಸಂಕ್ಷಿಪ್ತವಾಗಿ ಮಾತಾಡುವುದಾಗಲಿ ಇಲ್ಲವೇ ನೇರವಾಗಿ ವಿಷಯಕ್ಕೆ ಸಂಬಂಧಿಸಿದಂತೆ ಮಾತಾಡುವುದಾಗಲಿ ತಿಳಿದಿರಲಿಲ್ಲ. ಪ್ರತಿಯೊಬ್ಬರೂ ಎದ್ದು ನಿಂತು ಮಾತಾಡಲು ಹಿಂಜರಿಯುತ್ತಿದ್ದರು. ನಾನು ಅವರಿಗೆ ಸಭೆಗಳಲ್ಲಿ ಕಾರ್ಯವಿಧಾನಗಳ ಬಗ್ಗೆ ಇದ್ದ ನಿಯಮಗಳನ್ನು ವಿವರಿಸುತ್ತಿದ್ದೆ. ಅವರು ಆ ನಿಯಮಗಳನ್ನು ಗೌರವಿಸುತ್ತಿದ್ದರು. ಅವರ ಪಾಲಿಗೆ ಅದೊಂದು ಶಿಕ್ಷಣ ಎಂದು ಅವರು ಗ್ರಹಿಸಿಕೊಂಡಿದ್ದರು. ಶ್ರೋತೃಗಳ ಮುಂದೆ ಮಾತಾಡುವ ಅಭ್ಯಾಸವಿರದಿದ್ದ ಅನೇಕರು ಬಹುಬೇಗನೇ ಸಾರ್ವಜನಿಕಾಸಕ್ತಿಯುಳ್ಳ ವಿಷಯಗಳ ಬಗ್ಗೆ ಆಲೋಚಿಸುವ ಮತ್ತು ಮಾತಾಡುವ ಅಭ್ಯಾಸವನ್ನು ಬೆಳಸಿಕೊಂಡರು.

ಸಾರ್ವಜನಿಕ ಕೆಲಸಕಾರ್ಯಗಳಲ್ಲಿ ಚಿಕ್ಕಪುಟ್ಟ ವೆಚ್ಚಗಳಿಗೆ ತುಂಬಾ ಹಣ ಖರ್ಚಾಗುವುದೆಂದು ತಿಳಿದಿದ್ದರಿಂದ ನಾನು ಮೊದಮೊದಲು ರಸೀತಿ ಪುಸ್ತಕಗಳನ್ನು ಕೂಡಾ ಮುದ್ರಿಸಬಾರದೆಂದು ತೀರ್ಮಾನಿಸಿದ್ದೆ. ನನ್ನ ಕಛೇರಿಯಲ್ಲಿ ಒಂದು ನಕಲಚ್ಚು ತೆಗೆಯುವ (ಸೈಕ್ಲಸ್ಟೈಲ್)ಯಂತ್ರವಿತ್ತು. ಅದರಿಂದ ರಸೀತಿಯ ಪ್ರತಿಗಳನ್ನು ಮತ್ತು ವರದಿಗಳನ್ನು ಪಡೆದುಕೊಳ್ಳುತ್ತಿದ್ದೆ. ಕಾಂಗ್ರೆಸ್‌ನ ಖಜಾನೆಗಳು ಭರ್ತಿಯಾದಾಗ ಮಾತ್ರ ಮತ್ತು ಸದಸ್ಯರುಗಳ ಸಂಖ್ಯೆ ಹೆಚ್ಚಾಗಿದ್ದರಿಂದ ಮತ್ತು ಕೆಲಸದ ಪ್ರಮಾಣ ಹೆಚ್ಚಿದ್ದರಿಂದ ಮುದ್ರಣದ ಕಡೆಗೆ ಗಮನಹರಿಸಿದೆ. ಪ್ರತಿಯೊಂದು ಸಂಘಟನೆಗೂ ಅಂತಹ ಮಿತವ್ಯಯ ಅತ್ಯಗತ್ಯ. ಹಾಗಿದ್ದರೂ ಅದನ್ನು ಯಾವಾಗಲೂ ಪಾಲಿಸಲಾಗುತ್ತಿಲ್ಲ ಎಂದು ನನಗೆ ತಿಳಿದಿದೆ. ಈ ಕಾರಣದಿಂದಾಗಿ ಸಣ್ಣದಾಗಿ ಪ್ರಾರಂಭವಾದ ಆದರೆ ಬೆಳೆಯುತ್ತಿರುವ ಸಂಘಟನೆಯ ಆರಂಭ ದಿವಸಗಳ ಈ ಚಿಕ್ಕಪುಟ್ಟ ವಿವರಗಳನ್ನು ದಾಖಲಿಸುವುದು ಸರಿಯಾದದ್ದು ಎಂದು ಭಾವಿಸಿದ್ದೇನೆ.

ತಾವು ಕೊಟ್ಟ ಹಣಕ್ಕೆ ರಸೀತಿಗಳನ್ನು ಪಡೆಯುವುದರ ಬಗ್ಗೆ ಜನರು ಜಾಗ್ರತೆ ವಹಿಸುವುದಿಲ್ಲ. ಆದರೆ ನಾವು ಯಾವಾಗಲೂ ರಸೀತಿಗಳನ್ನು ಒತ್ತಾಯಪೂರ್ವವಾಗಿ ನೀಡುತ್ತಿದ್ದೆವು. ಈ ಪ್ರಕಾರ ಪ್ರತಿಯೊಂದು ಪೈ ಲೆಕ್ಕಕ್ಕೆ ಬರುತ್ತಿತ್ತು. ನೆಟಾಲ್ ಇಂಡಿಯನ್ ಕಾಂಗ್ರೆಸ್‌ನ ದಾಖಲೆಗಳಲ್ಲಿ 1894ರ ಲೆಕ್ಕದ ಪುಸ್ತಕಗಳು ಇಂದು ಕೂಡಾ ಸರಿಯಾದ ಸ್ಥಿತಿಯಲ್ಲಿರುವುದನ್ನು ಕಾಣಬಹುದು. ಹುಷಾರಾಗಿ ಇಟ್ಟ ಲೆಕ್ಕಗಳು ಯಾವುದೇ ಸಂಘಟನೆಗೆ ಅತ್ಯಾವಶ್ಯಕವಾಗಿವೆ. ಹಾಗೆ ಇಡದಿದ್ದರೆ ಸಂಘಟನೆಗೆ ಅಗೌರವ ಬರುವುದು. ಸರಿಯಾದ ಕ್ರಮದಲ್ಲಿ ಲೆಕ್ಕಗಳನ್ನು ಇಡದಿದ್ದರೆ ಸತ್ಯವನ್ನು ಅದರ ಮೂಲರೂಪದಲ್ಲಿ ಪರಿಶುದ್ಧವಾಗಿ ರಕ್ಷಿಸಲು ಸಾಧ್ಯವಾಗದು.

ಕಾಂಗ್ರೆಸ್‌ನ ಇನ್ನೊಂದು ವೈಶಿಷ್ಟ್ಯವೆಂದರೆ ವಸಾಹತುವಿನಲ್ಲಿ ಹುಟ್ಟಿದ್ದ ಸುಶಿಕ್ಷಿತ ಭಾರತೀಯರ ಸೇವೆ ಎನ್ನಬಹುದು. ಕಾಂಗ್ರೆಸ್‌ನ ಆಶ್ರಯದಲ್ಲಿ 'ದಿ ಕಲೋನಿಯನ್ ಬಾರ್ನ್ ಇಂಡಿಯನ್ ಎಜುಕೇಷನಲ್ ಅಸೋಸಿಯೇಷನ್(ವಸಾಹತುವಿನಲ್ಲಿ ಜನಿಸಿದ್ದ ಭಾರತೀಯರ ಶಿಕ್ಷಣ ಸಂಸ್ಥೆ)ಯನ್ನು ಸ್ಥಾಪಿಸಲಾಯ್ತು. ಸದಸ್ಯರುಗಳಲ್ಲಿ ಬಹುಪಾಲು ಮಂದಿ ಈ ಸುಶಿಕ್ಷಿತ ಯುವಕರಾಗಿದ್ದರು. ಅವರು ಹೆಸರಿಗೆ ಮಾತ್ರ ಚಂದಾಹಣವನ್ನು ನೀಡಬೇಕಾಗಿತ್ತು. ಈ ಸಂಸ್ಥೆಯು

ಅವರ ಅವಶ್ಯಕತೆಗಳನ್ನು ಮತ್ತು ಕುಂದುಕೊರತೆಗಳನ್ನು ಸಾರ್ವಜನಿಕರ ಮುಂದಿಡಲು ನೆರವು ನೀಡಿತು. ಅವರಲ್ಲಿ ಆಲೋಚನಾ ಶಕ್ತಿಯನ್ನು ಪ್ರಚೋದಿಸಲು, ಭಾರತೀಯ ವರ್ತಕರುಗಳೊಂದಿಗೆ ಅವರ ಸಂಪರ್ಕ ಬೆಳೆಯಲು ಮತ್ತು ಸಮುದಾಯದ ಸೇವೆಮಾಡಲು ಅವರಿಗೆ ಅವಕಾಶಗಳನ್ನು ಕಲ್ಪಿಸಿಕೊಡಲು ಈ ಸಂಸ್ಥೆ ನೆರವು ನೀಡಿತು. ಸದಸ್ಯರುಗಳು ತಪ್ಪದೇ ಗೊತ್ತಾದ ಕಾಲದಲ್ಲಿ ಸಭೆ ಸೇರುತ್ತಿದ್ದರು ಮತ್ತು ಬೇರೆಬೇರೆ ವಿಷಯಗಳ ಬಗ್ಗೆ ಮಾತಾಡುತ್ತಿದ್ದರು ಅಥವಾ ವೃತ್ತಪತ್ರಿಕೆಗಳನ್ನು ಓದುತ್ತಿದ್ದರು. ಈ ಸಂಸ್ಥೆಗೆ ಸಂಬಂಧಿಸಿದಂತೆ ಒಂದು ಪುಟ್ಟ ಪುಸ್ತಕಭಂಡಾರವನ್ನು ಕೂಡಾ ಪ್ರಾರಂಭಿಸಲಾಯ್ತು.

ಕಾಂಗ್ರೆಸ್‌ನ ಮೂರನೇ ವೈಶಿಷ್ಟ್ಯವೆಂದರೆ ಪ್ರಚಾರ. ನೆಟಾಲ್‌ನಲ್ಲಿರುವ ವಾಸ್ತವ ಸ್ಥಿತಿಯ ಬಗ್ಗೆ ದಕ್ಷಿಣ ಆಫ್ರಿಕದಲ್ಲಿ ಮತ್ತು ಇಂಗ್ಲೆಂಡ್‌ನಲ್ಲಿರುವ ಇಂಗ್ಲಿಷರಿಗೆ ಮತ್ತು ಭಾರತದಲ್ಲಿರುವ ಜನರಿಗೆ ಪರಿಚಯಮಾಡಿಕೊಡುವ ಗುರಿಯನ್ನಿಟ್ಟುಕೊಳ್ಳಲಾಗಿತ್ತು. ಈ ಗುರಿಯನ್ನು ಸಾಧಿಸಲು ನಾನು ಎರಡು ಕಿರುಪುಸ್ತಕಗಳನ್ನು ಬರೆದೆ. ಮೊದಲನೆಯದೆಂದರೆ 'ಅಪೀಲ್ ಟು ಎವ್ವೆರಿ ಬ್ರಿಟನ್ ಇನ್ ಸೌತ್ ಆಫ್ರಿಕ'(ದಕ್ಷಿಣ ಆಫ್ರಿಕದಲ್ಲಿರುವ ಪ್ರತಿಯೊಬ್ಬ ಬ್ರಿಟಿಷ್ ನಿವಾಸಿಗೂ ಮನವಿ) ಆಗಿತ್ತು. ನೆಟಾಲ್ ಭಾರತೀಯರ ಸಾಮಾನ್ಯ ಸ್ಥಿತಿಯ ಬಗ್ಗೆ ಸಾಕ್ಷಗಳ ಸಮೇತ ಹೇಳಿಕೆಯನ್ನು ಈ ಕೃತಿ ಒಳಗೊಂಡಿತ್ತು. ಇನ್ನೊಂದರ ತಲೆಬರಹ 'ಇಂಡಿಯನ್ ಫ್ರಾಂಚೈಸ್ - ಎನ್ ಅಪೀಲ್' (ಭಾರತೀಯ ಪೌರತ್ವ-ಮತಾಧಿಕಾರದ ಹಕ್ಕು ಒಂದು ಮನವಿ) ಎಂದಿತ್ತು. ಅದು ಅಂಕಿಅಂಶಗಳ ಸಮೇತ ನೆಟಾಲ್‌ನ ಭಾರತೀಯ ಪೌರತ್ವದ ಸಂಕ್ಷಿಪ್ತ ಇತಿಹಾಸವನ್ನು ಒಳಗೊಂಡಿತ್ತು. ನಾನು ಸಾಕಷ್ಟು ಶ್ರಮಪಟ್ಟಿದ್ದೆ ಮತ್ತು ಈ ಕಿರುಪುಸ್ತಕಗಳನ್ನು ಸಿದ್ಧಪಡಿಸಲು ಸಾಕಷ್ಟು ಅಧ್ಯಯನ ನಡೆಸಿದ್ದೆ. ಶ್ರಮಕ್ಕೆ ತಕ್ಕಂತೆ ಈ ಕೃತಿಗಳು ಸಾಕಷ್ಟು ಸಮರ್ಪಕವಾಗಿ ಪ್ರಕಟವಾಗಿದ್ದವು. ಅವನ್ನು ವ್ಯಾಪಕವಾಗಿ ಪ್ರಚಾರ ಮಾಡಲಾಯ್ತು.

ಈ ಎಲ್ಲ ಚಟುವಟಿಕೆಗಳಿಂದಾಗಿ ಭಾರತೀಯರಿಗೆ ದಕ್ಷಿಣ ಆಫ್ರಿಕದಲ್ಲಿ ಅಸಂಖ್ಯಾತ ಗೆಳೆಯರನ್ನು ಗಳಿಸಿಕೊಳ್ಳಲು ಸಾಧ್ಯವಾಯ್ತು. ಭಾರತದಲ್ಲಿ ಎಲ್ಲ ಪಕ್ಷಗಳ ಸಕ್ರಿಯ ಸಹಾನುಭೂತಿಯನ್ನು ಗಳಿಸಿಕೊಳ್ಳಲು ಸಾಧ್ಯವಾಯ್ತು. ದಕ್ಷಿಣ ಆಫ್ರಿಕದ ಭಾರತೀಯರ ಮುಂದೆ ಇದು ನಿಶ್ಚಿತ ಕಾರ್ಯಮಾರ್ಗವನ್ನು ರೂಪಿಸಿ ತೋರಿಸಿಕೊಟ್ಟಿತು.

20. ಬಾಲಸುಂದರಮ್

ಹೃದಯದ ಪ್ರಾಮಾಣಿಕವಾದ ಮತ್ತು ಪರಿಶುದ್ಧವಾದ ಅಪೇಕ್ಷೆ ಯಾವಾಗಲೂ ಪೂರಯಿಸಲ್ಪಡುತ್ತದೆ. ನನ್ನ ಸ್ವಂತದ ಅನುಭವದಲ್ಲಿ ನಾನು ಈ ನಿಯಮವನ್ನು ಆಗಾಗ್ಗೆ ಪರೀಕ್ಷಿಸಿ ನೋಡಿದ್ದೇನೆ. ಬಡವರ ಸೇವೆ ನನ್ನ ಹೃತ್ಪೂರ್ವಕ ಅಪೇಕ್ಷೆಯಾಗಿತ್ತು. ಈ ಅಪೇಕ್ಷೆ ಯಾವಾಗಲೂ ನನ್ನನ್ನು ಬಡಜನರ ಮಧ್ಯೆ ಒಗೆಯುತ್ತಿತ್ತು ಮತ್ತು ನನ್ನನ್ನು ಅವರ ನಡುವೆ ಗುರುತಿಸಿಕೊಳ್ಳುವಂತೆ ಮಾಡುತ್ತಿತ್ತು.

ನೆಟಾಲ್ ಇಂಡಿಯನ್ ಕಾಂಗ್ರೆಸ್‌ನಲ್ಲಿ ವಸಾಹತುವಿನಲ್ಲಿ ಹುಟ್ಟಿದ್ದ ಭಾರತೀಯರು ಮತ್ತು ಗುಮಾಸ್ತವರ್ಗದವರು ಸೇರಿದ್ದರೂ ನುರಿತಿಲ್ಲದ(ಅನ್‌ಸ್ಕಿಲ್ಡ್) ಕೂಲಿಗಳು ಮತ್ತು ಕರಾರಿನ ಪ್ರಕಾರ ಬಂದಿದ್ದ ಶ್ರಮಿಕರು ಕಾಂಗ್ರೆಸ್‌ನ ಎಲ್ಲೆಯ ಹೊರಗಿದ್ದರು. ಕಾಂಗ್ರೆಸ್ ಇನ್ನೂ ಅವರದಾಗಿರಲಿಲ್ಲ. ಚಂದಾಹಣವನ್ನು ಕೊಟ್ಟು ಅದರ ಸದಸ್ಯರಾಗಿ ಅದರಲ್ಲಿ ಸೇರಿಕೊಳ್ಳುವ ಸಾಮರ್ಥ್ಯ ಅವರಲ್ಲಿರಲಿಲ್ಲ. ಅವರಿಗೆ ಸೇವೆ ಸಲ್ಲಿಸುವ ಮೂಲಕ ಮಾತ್ರ ಅವರ ವಿಶ್ವಾಸವನ್ನು ಕಾಂಗ್ರೆಸ್‌ಗಳಿಸಿಕೊಳ್ಳಬಹುದಾಗಿತ್ತು. ಒಂದು ಅವಕಾಶ ದೊರಕಿತ್ತು. ಆದರೆ ಆಗ ನಾನಾಗಲೀ ಇಲ್ಲವೇ ಕಾಂಗ್ರೆಸ್ ಆಗಲಿ ಸಿದ್ಧವಾಗಿರಲಿಲ್ಲ. ನಾನು ಹೆಚ್ಚು

ಕಡಿಮೆ ಮೂರು ಇಲ್ಲವೇ ನಾಲ್ಕುತಿಂಗಳುಗಳಷ್ಟು ಕಾಲ ಪರಿಶ್ರಮಪಟ್ಟಿದ್ದೆ ಮತ್ತು ಕಾಂಗ್ರೆಸ್ ಇನ್ನೂ ಶೈಶವಾವಸ್ಥೆಯಲ್ಲಿತ್ತು. ಆ ಸಮಯದಲ್ಲಿ ಚಿಂದಿಬಟ್ಟೆಯನ್ನು ತೊಟ್ಟುಕೊಂಡಿದ್ದ ಮತ್ತು ಕೈಯಲ್ಲಿ ಹ್ಯಾಟು(ಹೆಡ್‌ಗಿಅರ್) ಹಿಡಿದುಕೊಂಡಿದ್ದ ಒಬ್ಬ ತಮಿಳು ಮನುಷ್ಯ ನನ್ನ ಮುಂದೆ ನಡುಗುತ್ತ, ಅಳುತ್ತ ನಿಂತಿದ್ದ. ಅವನ ಮುಂದಿನ ಎರಡು ಹಲ್ಲುಗಳು ಮುರಿದಿದ್ದವು ಮತ್ತು ಅವನ ಬಾಯಿಂದ ರಕ್ತ ಸೋರುತ್ತಿತ್ತು. ಅವನ ಮಾಲೀಕನು ಅವನನ್ನು ಚೆನ್ನಾಗಿ ಚಚ್ಚಿಹಾಕಿದ್ದ. ತಮಿಳಿನವನಾಗಿದ್ದ ನನ್ನ ಗುಮಾಸ್ತನಿಂದ ಅವನ ಬಗ್ಗೆ ಎಲ್ಲವನ್ನೂ ತಿಳಿದುಕೊಂಡೆ. ನನ್ನನ್ನು ಭೇಟಿಮಾಡಲು ಬಂದಿದ್ದವನ ಹೆಸರು ಬಾಲಸುಂದರಮ್. ಅವನು ಡರ್ಬಾನ್‌ನ ಖ್ಯಾತ ಯೂರೋಪಿಯನ್ ನಿವಾಸಿಯ ಕೆಳಗೆ ಕರಾರಿನ ಮೇಲೆ ಕೆಲಸಮಾಡುತ್ತಿದ್ದ. ಅವನ ಮೇಲೆ ಕೋಪಗೊಂಡ ಮಾಲೀಕನು ಮೈ ಮರೆತು ಬಾಲಸುಂದರಮ್‌ನನ್ನು ಉಗ್ರವಾಗಿ ಹೊಡೆದಿದ್ದ. ಬಾಲಸುಂದರಮ್‌ನ ಎರಡು ಹಲ್ಲುಗಳನ್ನು ಮುರಿದುಹಾಕಿದ್ದ.

ನಾನು ಅವನನ್ನು ಒಬ್ಬ ವೈದ್ಯರ ಬಳಿಗೆ ಕಳಿಸಿದೆ. ಆ ಕಾಲದಲ್ಲಿ ಕೇವಲ ಬಿಳಿಯ ವೈದ್ಯರು ಮಾತ್ರ ದೊರೆಯುತ್ತಿದ್ದರು. ಬಾಲಸುಂದರಮ್‌ಗೆ ಆಗಿದ್ದ ಗಾಯಗಳ ಸ್ವರೂಪದ ಬಗ್ಗೆ ವೈದ್ಯರಿಂದ ಒಂದು ದೃಢೀಕರಣಪತ್ರ(ಸರ್ಟಿಫಿಕೇಟ್)ವನ್ನು ಅಪೇಕ್ಷಿಸಿದೆ. ಆ ದೃಢೀಕರಣಪತ್ರ ಸಿಕ್ಕಿದಾಗ ನಾನು ನೇರವಾಗಿ ಗಾಯಗೊಂಡಿದ್ದ ವ್ಯಕ್ತಿಯನ್ನು ನ್ಯಾಯಾಧೀಶರ ಬಳಿಗೆ ಕರೆದುಕೊಂಡು ಹೋದೆ ಮತ್ತು ಅವರಿಗೆ ಪ್ರಮಾಣಪತ್ರ(ಅಫಿಡವಿಟ್)ವನ್ನು ಸಲ್ಲಿಸಿದೆ. ಅದನ್ನು ಓದಿದ ನ್ಯಾಯಾಧೀಶರಿಗೆ (ಮ್ಯಾಜಿಸ್ಟ್ರೇಟ್) ನ್ಯಾಯವಾಗಿ ಕೋಪಬಂತು. ಆ ಒಡೆಯನ ವಿರುದ್ಧ ಸಮನ್(ನ್ಯಾಯಾಲಯದಲ್ಲಿ ಹಾಜರಾಗಲು ಆದೇಶ) ನೀಡಿದರು.

ನನಗೆ ಒಡೆಯನನ್ನು ಶಿಕ್ಷಿಸಬೇಕೆಂಬ ಇಷ್ಟವಿರಲಿಲ್ಲ. ನನಗೆ ಕೇವಲ ಬಾಲಸುಂದರಮ್‌ನನ್ನು ಅವನಿಂದ ಬಿಡುಗಡೆಗೊಳಿಸಬೇಕೆಂಬ ಇಚ್ಛೆಯಿತ್ತು. ನಾನು ಕರಾರುಬದ್ಧ ಶ್ರಮಿಕರ ಬಗ್ಗೆ ಕಾನೂನನ್ನು ಓದಿದೆ. ಸಾಮಾನ್ಯ ಸೇವಕನೊಬ್ಬನು ನೋಟಿಸು ನೀಡದೇ ಸೇವೆಯನ್ನು ಬಿಟ್ಟರೆ ಅವನ ಮಾಲೀಕನು ಅವರ ಮೇಲೆ ಸಿವಿಲ್ ನ್ಯಾಯಾಲಯದಲ್ಲಿ ಮೊಕದ್ದಮೆ ಹೂಡಬಹುದಾಗಿತ್ತು. ಆದರೆ ಕರಾರುಬದ್ಧ ಶ್ರಮಿಕನ ಬಗ್ಗೆ ಕಾನೂನು ಪೂರ್ತಿಯಾಗಿ ಬೇರೆರೀತಿಯಲ್ಲಿತ್ತು. ಅಂತಹ ಸನ್ನಿವೇಶದಲ್ಲಿ ಕ್ರಿಮಿನಲ್ ನ್ಯಾಯಾಲಯದಲ್ಲಿ ಕ್ರಮ ಜರುಗಿಸಬಹುದಾಗಿತ್ತು ಮತ್ತು ಅಪರಾಧಿಯೆಂದು ತೀರ್ಮಾನಿಸಿದಾಗ ಅವನನ್ನು ಸೆರೆಮನೆಗೆ ದೂಡಬಹುದಾಗಿತ್ತು. ಈ ಕಾರಣದಿಂದಾಗಿ ಸರ್ ವಿಲಿಯನ್‌ಹಂಟರ್ 'ಕರಾರುಬದ್ಧ ಕೂಲಿ ವ್ಯವಸ್ಥೆ ಗುಲಾಮಗಿರಿಯಷ್ಟೇ ಕೆಟ್ಟದ್ದು' ಎಂದು ಕರೆದಿದ್ದರು. ಗುಲಾಮನಂತೆ ಕರಾರುಬದ್ಧ ಶ್ರಮಿಕನೂ ಮಾಲೀಕನ ಸ್ವತ್ತಾಗಿದ್ದ.

ಬಾಲಸುಂದರಮ್‌ನನ್ನು ಬಿಡಿಸಲು ಕೇವಲ ಎರಡು ದಾರಿಗಳಿದ್ದವು: ಕರಾರುಬದ್ಧ ಶ್ರಮಿಕರ ರಕ್ಷಕ(ಪ್ರೊಟೆಕ್ಟರ್)ನಿಂದ ಕರಾರನ್ನು ರದ್ದುಗೊಳಿಸುವುದು ಇಲ್ಲವೇ ಅವನನ್ನು ಬೇರೆ ಮಾಲೀಕರಿಗೆ ವರ್ಗಾಯಿಸವುದು. ಇನ್ನೊಂದು ದಾರಿಯೆಂದರೆ ಬಾಲಸುಂದರಮ್‌ನ ಒಡೆಯನಿಂದ ಅವನನ್ನು ಬಿಡಿಸುವುದು. ನಾನು ಮಾಲೀಕನನ್ನು ಭೇಟಿಯಾದೆ ಮತ್ತು ಅವನಿಗೆ ಹೇಳಿದೆ: 'ನಾನು ನಿಮ್ಮ ವಿರುದ್ಧ ಮೊಕದ್ದಮೆ ಹೂಡಿ, ನಿಮ್ಮನ್ನು ಶಿಕ್ಷಿಸಲು ಇಷ್ಟಪಡುವುದಿಲ್ಲ. ಈ ಮನುಷ್ಯನನ್ನು ನೀವು

ಉಗ್ರವಾಗಿ ಹೊಡೆದಿರುವಿರಿ ಎಂದು ನಿಮಗೆ ಗೊತ್ತಾಗಿದೆ ಎಂದು ನಾನು ಭಾವಿಸಿದ್ದೇನೆ. ನೀವು ಇವನನ್ನು ಬೇರೆ ಮಾಲೀಕರಿಗೆ ವರ್ಗಾಯಿಸಿದರೆ ನನಗೆ ತೃಪ್ತಿಯಾಗುತ್ತದೆ.' ಇದಕ್ಕೆ ಆ ಮಾಲೀಕ ಕೂಡಲೇ ಒಪ್ಪಿಕೊಂಡ. ಆದರೆ ನಾನು ಹೊಸ ಒಡೆಯ(ಎಂಪ್ಲಾಯರ್)ನನ್ನು ಹುಡುಕಬೇಕೆಂಬ ಷರತ್ತು ಹಾಕಿದ.

ನಾನು ಒಡೆಯನನ್ನು ಹುಡುಕಿಕೊಂಡು ಹೊರಟೆ. ಅವನು ಯುರೋಪಿಯನ್ ಆಗಿರಬೇಕಾಗಿತ್ತು. ಏಕೆಂದರೆ ಯಾವನೇ ಭಾರತೀಯ ಕರಾರು ಬದ್ಧ ಕೂಲಿಯನ್ನು ಕೆಲಸಕ್ಕೆ ಇಟ್ಟುಕೊಳ್ಳುವ ಹಾಗಿರಲಿಲ್ಲ. ಆ ಕಾಲದಲ್ಲಿ ನನಗೆ ಕೆಲವೇ ಕೆಲವು ಯುರೋಪಿಯನ್ನರ ಪರಿಚಯವಿತ್ತು. ಅವರಲ್ಲಿ ಒಬ್ಬರನ್ನು ಭೇಟಿಮಾಡಿದೆ. ಅವರು ತುಂಬಾ ದಯೆ ತೋರಿಸಿ ಬಾಲಸುಂದರಮ್‌ನನ್ನು ಇಟ್ಟುಕೊಳ್ಳಲು ಒಪ್ಪಿದರು. ನಾನು ಅವರ ಕೃಪೆಗೆ ಕೃತಜ್ಞತೆಯನ್ನು ಸಲ್ಲಿಸಿದೆ. ನ್ಯಾಯಾಧೀಶರು ಬಾಲಸುಂದರಮ್‌ನ ಒಡೆಯನನ್ನು ತಪ್ಪಿತಸ್ಥನೆಂದು ತೀರ್ಮಾನಿಸಿದರು ಮತ್ತು ಕರಾರು ಬದ್ಧ ಕೂಲಿಯನ್ನು ಬೇರೆ ಒಡೆಯನಿಗೆ ವರ್ಗಾಯಿಸಲು ಒಪ್ಪಿರುವನೆಂದು ದಾಖಲಿಸಿದರು.

ಬಾಲಸುಂದರಮ್‌ನ ಪ್ರಕರಣ ಪ್ರತಿಯೊಬ್ಬ ಕರಾರುಬದ್ಧ ಕೂಲಿಯ ಕಿವಿಗಳನ್ನು ಮುಟ್ಟಿತು. ನನ್ನನ್ನು ಅವರು ತಮ್ಮ ಗೆಳೆಯನೆಂದು ಭಾವಿಸಿದರು. ನಾನು ಈ ಸಂಬಂಧವನ್ನು ತುಂಬಾ ಮೆಚ್ಚಿಕೊಂಡೆ. ಕರಾರುಬದ್ಧ ಕೂಲಿಗಳ ಎಡಬಿಡದ ಪ್ರವಾಹ ನನ್ನ ಕಛೇರಿಯನ್ನು ತುಂಬಿ ಹರಿಲಾರಂಭಿಸಿತು. ಅವರ ಸಂತೋಷ ಮತ್ತು ಸಂಕಟಗಳ ಬಗ್ಗೆ ಚೆನ್ನಾಗಿ ಅರಿಯುವ ಅವಕಾಶ ನನಗೆ ಒದಗಿಬಂತು.

ಬಾಲಸುಂದರಮ್‌ನ ಮೊಕದ್ದಮೆಯ ಪ್ರತಿಧ್ವನಿ ದೂರದ ಮದ್ರಾಸಿನಲ್ಲಿ ಕೇಳಿಸಿತು. ನೆಟಾಲ್‌ಗೆ ಕರಾರುಬದ್ಧತೆಗೆ ಒಳಗಾಗಿ ಪ್ರಾಂತದ ಇತರ ಭಾಗಗಳಿಂದ ಬಂದಿದ್ದ ಶ್ರಮಿಕರು ತಮ್ಮ ಕರಾರುಬದ್ಧ ಕೂಲಿ ಸಹೋದ್ಯೋಗಿಗಳಿಂದ ಈ ಮೊಕದ್ದಮೆಯ ಬಗ್ಗೆ ಅರಿತುಕೊಂಡರು.

ಈ ಮೊಕದ್ದಮೆಯಲ್ಲಿ ಅಸಾಧಾರಣವಾದದ್ದೇನೂ ಇರಲಿಲ್ಲ. ಆದರೆ ತಮ್ಮ ಬಗ್ಗೆ ಸಮರ್ಥಿಸುವವರೊಬ್ಬರು ನೆಟಾಲ್‌ನಲ್ಲಿ ಇದ್ದಾರೆ ಮತ್ತು ತಮಗಾಗಿ ಬಹಿರಂಗವಾಗಿ ಕೆಲಸಮಾಡುತ್ತಾರೆ ಎಂಬುದು ಕರಾರುಬದ್ಧ ಶ್ರಮಿಕರಿಗೆ ಸಂತೋಷಕರವಾದ ಅಚ್ಚರಿಯನ್ನುಂಟುಮಾಡಿತ್ತು ಮತ್ತು ಅವರಲ್ಲಿ ಮಹದಾಶೆಯನ್ನು ಪ್ರೇರೇಪಿಸಿತ್ತು.

ತನ್ನ ಕೈಯಲ್ಲಿ ಹ್ಯಾಟನ್ನು ಹಿಡಿದುಕೊಂಡು ಬಾಲಸುಂದರಮ್ ನನ್ನ ಕಛೇರಿಯನ್ನು ಪ್ರವೇಶಿಸಿದ್ದ ಎಂದು ಹೇಳಿದ್ದೆ. ನಮ್ಮ ವಿನಮ್ರತೆಯನ್ನು ತೋರಿಸುವ ಸನ್ನಿವೇಶಗಳ ಬಗ್ಗೆ ಕೆಲವು ವಿಚಿತ್ರವಾದ ಕರುಣಾಜನಕ ಪ್ರಸಂಗಗಳಿವೆ. ನನ್ನ ಮುಂಡಾಸನ್ನು ತೆಗೆದುಹಾಕಬೇಕೆಂದು ಕೇಳಿದ್ದ ಪ್ರಸಂಗದ ಬಗ್ಗೆ ಈಗಾಗಲೇ ನಿರೂಪಿಸಿದ್ದೇನೆ. ಪ್ರತಿಯೊಬ್ಬ ಕರಾರುಬದ್ಧ ಕೂಲಿ ಮತ್ತು ಪ್ರತಿಯೊಬ್ಬ ಅಪರಿಚಿತ ಭಾರತೀಯ ಯುರೋಪಿಯನ್‌ನನ್ನು ಭೇಟಿಮಾಡುವಾಗ ಉಡುಗೆ ಟೋಪಿಯಾಗಿದ್ದರೂ, ಒಂದು ಮುಂಡಾಸು ಆಗಿದ್ದರೂ ತಲೆಯನ್ನು ಸುತ್ತಿಕೊಂಡಿದ್ದ ಅಂಗವಸ್ತ್ರ (ಸ್ಕಾರ್ಫ್) ಆಗಿದ್ದರೂ ಅದನ್ನು ತೆಗೆದುಹಾಕಬೇಕಾಗಿತ್ತು. ಎರಡೂ ಕೈಗಳನ್ನೆತ್ತಿ ವಂದಿಸಿದರೆ

ಅದು ಕೂಡಾ ಸಾಕಾಗುತ್ತಿರಲಿಲ್ಲ. ಈ ಪದ್ಧತಿಯನ್ನು ನನ್ನ ಮುಂದೆ ಕೂಡಾ ಅನುಸರಿಬೇಕೆಂದು ಬಾಲಸುಂದರಮ್ ಭಾವಿಸಿದ್ದ. ಇದು ನನ್ನ ಅನುಭವದಲ್ಲಿ ಬಂದ ಮೊದಲನೇ ಪ್ರಸಂಗವಾಗಿತ್ತು. ನನಗೆ ಅವಮಾನವಾದಂತಾಗಿತ್ತು. ಅವನಿಗೆ ಅಂಗವಸ್ತ್ರವನ್ನು ಸುತ್ತಿಕೊಳ್ಳುವಂತೆ ತಿಳಿಸಿದೆ. ಸ್ವಲ್ಪಮಟ್ಟಿಗೆ ಹಿಂದೆಮುಂದೆ ನೋಡಿ ಅವನು ಹಾಗೆ ಮಾಡಿದ. ಆದರೆ ಅವನ ಮುಖದಲ್ಲಿ ಕಂಡ ಹರ್ಷವನ್ನು ನಾನು ಕಣ್ಣಿನಿಂದ ಗ್ರಹಿಸಿದೆ.

ತಮ್ಮ ಸಹಜೀವಿಗಳ ಅಪಮಾನ ಮಾಡಿ ತಮ್ಮನ್ನು ತಾವು ಜನರು ಹೇಗೆ ಗೌರವಿಸಿಕೊಳ್ಳುತ್ತಾರೆ ಎಂಬುದು ಯಾವಾಗಲು ನನಗೆ ನಿಗೂಢ ವಿಷಯವಾಗಿ ಉಳಿದುಕೊಂಡಿದೆ.

21. ಮೂರು ಪೌಂಡ್ ತೆರಿಗೆ

ಬಾಲಸುಂದರಮ್‌ನ ಪ್ರಕರಣ ನನಗೆ ಕರಾರುಬದ್ಧ ಭಾರತೀಯ ಕೂಲಿಗಳೊಂದಿಗೆ ಸಂಪರ್ಕವನ್ನು ಬೆಳಸಿತು. ಅವರ ಪರಿಸ್ಥಿತಿಯ ಬಗ್ಗೆ ಆಳವಾದ ಅಧ್ಯಯನವನ್ನು ನಡೆಸುವಾಗ ಅವರನ್ನು ಭಾರವಾದ ತೆರಿಗೆಯ ವ್ಯಾಪ್ತಿಯಲ್ಲಿ ತರಬೇಕೆಂಬುದರ ಬಗ್ಗೆ ನಡೆಸುತ್ತಿದ್ದ ಪ್ರಚಾರವನ್ನು ವಿಶೇಷವಾಗಿ ಗಮನಿಸಬೇಕು ಎಂದು ಗೊತ್ತಾಯಿತು. ಇದರ ಬಗ್ಗೆ ಏನಾದರೂ ಮಾಡುವಂತೆ ನಾನು ಪ್ರೇರೇಪಿಸಲ್ಪಟ್ಟೆ.

ಅದೇ ವರ್ಷ ಅಂದರೆ 1894ರಲ್ಲಿ ನೆಟಾಲ್ ಸರ್ಕಾರ ಕರಾರುಬದ್ಧ ಭಾರತೀಯ ಕೂಲಿಗಳ ಮೇಲೆ 25 ಪೌಂಡ್ ವಾರ್ಷಿಕ ತೆರಿಗೆಯನ್ನು ಹೇರಲು ಪ್ರಯತ್ನಿಸುತ್ತಿತ್ತು. ಈ ಪ್ರಸ್ತಾಪ ನನ್ನನ್ನು ವಿಸ್ಮಯಗೊಳಿಸಿತು. ನಾನು ಕಾಂಗ್ರೆಸ್‌ನ ಮುಂದೆ ಚರ್ಚೆ ನಡೆಸಲು ಈ ವಿಷಯವನ್ನಿಟ್ಟೆ. ಅಗತ್ಯವಾಗಿರುವ ವಿರೋಧವನ್ನು ಸಂಘಟಿಸುವಂತೆ ತಕ್ಷಣವೇ ನಿರ್ಣಯಿಸಲಾಯ್ತು.

ಆರಂಭದಲ್ಲಿ ನಾನು ಸಂಕ್ಷಿಪ್ತವಾಗಿ ತೆರಿಗೆಯ ಮೂಲದ ಬಗ್ಗೆ ವಿವರಿಸಬೇಕು.

ಸುಮಾರಾಗಿ 1860ನೇ ವರ್ಷದಲ್ಲಿ ನೆಟಾಲ್‌ನಲ್ಲಿರುವ ಯೂರೋಪಿಯನ್ನರು ಈ ಪ್ರದೇಶದಲ್ಲಿ ಕಬ್ಬಿನ ಕೃಷಿಗೆ ಸಾಕಷ್ಟು ಅವಕಾಶವಿದೆ

ಎಂಬುದನ್ನು ಕಂಡುಕೊಂಡರು. ಆಗ ಅವರಿಗೆ ಶ್ರಮಜೀವಿಗಳ ಅವಶ್ಯಕತೆ ಉಂಟಾಯಿತು. ನೆಟಾಲ್‌ನ ಸೂಲು (ದಕ್ಷಿಣ ಆಫ್ರಿಕದ ಕರಿಯರ ಬಂಟು ಜನಾಂಗದವನು)ಗಳು ಈ ಬಗೆಯ ಕೆಲಸಕ್ಕೆ ಯೋಗ್ಯರಲ್ಲವೆಂದು ಪರಿಗಣಿಸಲ್ಪಟ್ಟಿದ್ದರಿಂದ ಹೊರಗಡೆಯಿಂದ ಶ್ರಮಿಕರನ್ನು ಕರೆಸಿಕೊಳ್ಳದೇ ಕಬ್ಬು ಬೆಳೆಯುವುದು ಮತ್ತು ಸಕ್ಕರೆಯ ತಯಾರಿಕೆ ಅಸಾಧ್ಯವೆಂದು ಯುರೋಪಿಯನ್ನರು ಕಂಡುಕೊಂಡರು. ಆದ್ದರಿಂದ ನೆಟಾಲ್ ಸರ್ಕಾರ ಭಾರತ ಸರ್ಕಾರದೊಂದಿಗೆ ಪತ್ರವ್ಯವಹಾರ ನಡೆಸಿತು ಮತ್ತು ಭಾರತೀಯ ಶ್ರಮಿಕರನ್ನು ನೇಮಿಸಿಕೊಳ್ಳಲು ಅನುಮತಿಯನ್ನು ಪಡೆದುಕೊಂಡಿತು. ಹೀಗೆ ಆರಿಸಲ್ಪಟ್ಟ ಶ್ರಮಿಕರು ಐದು ವರ್ಷಗಳ ಕಾಲ ನೆಟಾಲ್‌ನಲ್ಲಿ ಕೆಲಸಮಾಡುವುದಾಗಿ ಕರಾರು ಪತ್ರಕ್ಕೆ ಸಹಿಮಾಡಬೇಕಾಗಿತ್ತು ಮತ್ತು ಐದು ವರ್ಷಗಳ ತರುವಾಯ ಅವರು ಅಲ್ಲಿಯೇ ನೆಲಸುವ ಮತ್ತು ಜಮೀನಿನ ಒಡೆತನದ ಪೂರ್ಣ ಹಕ್ಕನ್ನು ಪಡೆಯುವ ಸ್ವಾತಂತ್ರ್ಯವನ್ನು ಪಡೆಯುತ್ತಿದ್ದರು. ಈ ಬಗೆಯಲ್ಲಿ ಅವರಿಗೆ ಪ್ರಲೋಭನೆಯನ್ನು ಒಡ್ಡಲಾಗಿತ್ತು. ಏಕೆಂದರೆ ಆ ಕಾಲದಲ್ಲಿ ಯೂರೋಪಿಯನ್ನರು, ಕರಾರು ಮುಗಿದ ತರುವಾಯ ಭಾರತೀಯ ಶ್ರಮಿಕರ ದುಡಿಮೆಯಿಂದ ತಮ್ಮ ಕೃಷಿ ಅಭಿವೃದ್ಧಿಗೊಂಡಿರುವುದರಿಂದ ಅದನ್ನು ಮುಂದುವರೆಸಿಕೊಂಡು ಹೋಗಬಹುದು ಎಂಬ ನಿರೀಕ್ಷೆಯನ್ನಿಟ್ಟುಕೊಂಡಿದ್ದರು.

ಆದರೆ ಭಾರತೀಯರು ತಮ್ಮಿಂದ ಏನನ್ನು ನಿರೀಕ್ಷಿಸಲಾಗಿತ್ತೋ ಅದಕ್ಕಿಂತ ಹೆಚ್ಚು ಕಾಣಿಕೆಯನ್ನು ನೀಡಿದರು. ಅವರು ಭಾರಿ ಪ್ರಮಾಣದಲ್ಲಿ ತರಕಾರಿಗಳನ್ನು ಬೆಳೆದರು. ವಿವಿಧ ಭಾರತೀಯ ಬೆಳೆಗಳನ್ನು ಪ್ರಾರಂಭಿಸಿ ಸ್ಥಳೀಯ ವಿವಿಧ ಬೆಳೆಗಳನ್ನು ಅಗ್ಗವಾಗಿ ಬೆಳೆಸಬಹುದು ಎಂದು ತೋರಿಸಿಕೊಟ್ಟರು. ಭಾರತೀಯರು ಮಾವಿನ ಹಣ್ಣನ್ನು ಅಲ್ಲಿಯ ಜನರಿಗೆ ಪರಿಚಯಮಾಡಿಕೊಟ್ಟರು. ಅವರ ಸಾಹಸ ಕೃಷಿಗೆ ಮಾತ್ರ ಸೀಮಿತಗೊಳ್ಳಲಿಲ್ಲ. ವ್ಯಾಪಾರಿ ಕ್ಷೇತ್ರವನ್ನು ಪ್ರವೇಶಿಸಿದರು. ಕಟ್ಟಡ ಕಟ್ಟಲು ಭೂಮಿಯನ್ನು ಕೊಂಡುಕೊಂಡರು. ಅನೇಕ ಮಂದಿ, ಶ್ರಮಿಕರ ಮಟ್ಟದಿಂದ ಭೂ ಮಾಲೀಕರ ಮಟ್ಟಕ್ಕೆ ಏರಿದರು ಮತ್ತು ಮನೆಯ ಮಾಲೀಕರುಗಳಾದರು. ಭಾರತದಿಂದ ಬಂದ ವ್ಯಾಪಾರಿಗಳು ಅವರನ್ನು ಅನುಸರಿಸಿದರು ಮತ್ತು ಅಲ್ಲಿಯೇ ನೆಲೆ ನಿಂತರು. ದಿವಂಗತ ಶೇಠ್ ಅಬುಬೆಕರ್ ಅಮೋದ್ ಅವರಲ್ಲಿ ಮೊದಲನೆಯವರಾಗಿದ್ದರು. ಅವರು ಬಹುಬೇಗನೇ ಭಾರಿ ವ್ಯಾಪಾರೊದ್ದಿಮೆಯನ್ನು ಸ್ಥಾಪಿಸಿದರು.

ಬಿಳಿಯ ವರ್ತಕರು ಅಪಾಯದ ಭೀತಿಯಿಂದ ಗಾಬರಿಯಾದರು. ಮೊದಲು ಭಾರತೀಯ ಶ್ರಮಿಕರನ್ನು ಸ್ವಾಗತಿಸಿದ್ದಾಗ ಅವರ ವ್ಯಾಪಾರಿ ಕೌಶಲವನ್ನು ಬಿಳಿಯರು ಗಣನೆಗೆ ತಂದುಕೊಂಡಿರಲಿಲ್ಲ. ಕೇವಲ ಕೃಷಿಕರಾಗಿ ಸ್ವತಂತ್ರವಾಗಿ ಉಳಿದಿದ್ದರೆ ಭಾರತೀಯರನ್ನು ಬಿಳಿಯರು ಸಹಿಸಿಕೊಳ್ಳುತ್ತಿದ್ದರು. ಆದರೆ ವ್ಯಾಪಾರ ಕ್ಷೇತ್ರದಲ್ಲಿ ಭಾರತೀಯರ ಸ್ಪರ್ಧೆಯನ್ನು ಬಿಳಿಯರು ಸಹಿಕೊಳ್ಳಲು ಸಾಧ್ಯವಾಗಲಿಲ್ಲ.

ಇದು ಬಿಳಿಯರಲ್ಲಿ ಭಾರತೀಯರ ಬಗ್ಗೆ ವೈಷಮ್ಯ ಬೀಜವನ್ನು ಬಿತ್ತಿತು. ಇನ್ನೂ ಅನೇಕ ಅಂಶಗಳು ವೈಷಮ್ಯವನ್ನು ಇನ್ನಷ್ಟು ಬೆಳಸಿದವು. ನಮ್ಮ ಜೀವನದ ವಿವಿಧ ರೀತಿಗಳು, ನಮ್ಮ ಸರಳತೆ, ಅಲ್ಪಲಾಭದಿಂದ ನಾವು ತೃಪ್ತಿಪಡುವುದು, ನೈರ್ಮಲ್ಯ ಮತ್ತು ಆರೋಗ್ಯದ ಬಗ್ಗೆ ನಮ್ಮ ಅಸಡ್ಡೆ, ನಮ್ಮ ಪರಿಸರವನ್ನು ಕಾಪಾಡುವಲ್ಲಿ ಮತ್ತು ಸುತ್ತಲ ಪ್ರದೇಶವನ್ನು

ಓರಣವಾಗಿಟ್ಟುಕೊಳ್ಳುವಲ್ಲಿ ನಾವು ಪ್ರದರ್ಶಿಸುತ್ತಿದ್ದ ಮಂದಬುದ್ಧಿ, ನಮ್ಮ ಮನೆಗಳನ್ನು ರಿಪೇರಿಮಾಡಿ ಚೆನ್ನಾಗಿಟ್ಟುಕೊಳ್ಳುವಲ್ಲಿ ನಾವು ತೋರುತ್ತಿದ್ದ ಜಿಪುಣತನ ಇವೇ ಮೊದಲಾದವುಗಳ ಜತೆಯಲ್ಲಿ ಧರ್ಮದಲ್ಲಿ ಭಿನ್ನತೆ ಇರುವುದು ಕೂಡಿಕೊಂಡು ವೈಷಮ್ಯದ ಉರಿಗೆ ಗಾಳಿ ಬೀಸಿದಂತಾಗಿತ್ತು. ಕಾಯಿದೆಯ ಮೂಲಕ ಅಂದರೆ ಮತದಾನದ ಹಕ್ಕನ್ನು ನಿರಾಕರಿಸುವ ಮಸೂದೆ ಮತ್ತು ಕರಾರು ಬದ್ಧ ಭಾರತೀಯ ಶ್ರಮಿಕರಮೇಲೆ ತೆರಿಗೆಯನ್ನು ಹೇರುವ ಮಸೂದೆಯ ಮೂಲಕ ಈ ವೈಷಮ್ಯ ವ್ಯಕ್ತವಾಯಿತು. ಕಾಯಿದೆಗೆ ಹೊರತಾಗಿ ಆಗಲೇ ಅನೇಕ ಕ್ಷುಲ್ಲಕ ಕಿರಿಕಿರಿಗಳು ಆರಂಭವಾಗಿದ್ದವು.

ಮೊದಲನೇ ಸಲಹೆಯು ಭಾರತೀಯ ಶ್ರಮಿಕರನ್ನು ಬಲವಂತವಾಗಿ ಅವರ ತಾಯ್ನಾಡಿಗೆ ಮತ್ತೆ ಕಳಿಸುವ ಉದ್ದೇಶವನ್ನು ಹೊಂದಿತ್ತು. ಇದರ ಪ್ರಕಾರ ಅವರ ಕರಾರಿನ ಅವಧಿ ಭಾರತದಲ್ಲಿಯೇ ಮುಗಿದು ಹೋಗಲಿ ಎಂದು ಎಣಿಸಲಾಗಿತ್ತು. ಭಾರತದ ಸರ್ಕಾರವು ಈ ಸಲಹೆಯನ್ನು ಒಪ್ಪಿಕೊಳ್ಳುವುದಿಲ್ಲ ಎಂದು ಭಾವಿಸಲಾಗಿತ್ತು. ಆದ್ದರಿಂದ ಈ ಉದ್ದೇಶವನ್ನು ಪೂರಯಿಸಿಕೊಳ್ಳಲು ಇನ್ನೊಂದು ಪ್ರಸ್ತಾಪವನ್ನು ಮಾಡಲಾಗಿತ್ತು:

1. ಕರಾರುಬದ್ಧ ಶ್ರಮಿಕನು ಕರಾರು ಮುಗಿದ ತರುವಾಯ ಭಾರತಕ್ಕೆ ಹಿಂದಿರುಗಬೇಕು; ಅಥವಾ
2. ಎರಡು ವರ್ಷಕ್ಕೊಮ್ಮೆ ಆತನು ಹೊಸಕರಾರಿಗೆ ರುಜು ಮಾಡಬೇಕು, ಪ್ರತಿಬಾರಿ ಕರಾರನ್ನು ನವೀಕರಿಸಿದಾಗ ಒಂದು ಬಡತಿ (ಇನ್‌ಕ್ರಿಮೆಂಟ್)ಯನ್ನು ನೀಡಬೇಕು;
3. ಅವನು ಭಾರತಕ್ಕೆ ಹಿಂದಿರುಗಲು ಒಪ್ಪದಿದ್ದರೆ ಅಥವಾ ಕರಾರನ್ನು ನವೀಕರಿಸಲು ನಿರಾಕರಿಸಿದರೆ ಅವನು 25 ಪೌಂಡು ವಾರ್ಷಿಕ ತೆರಿಗೆಯನ್ನು ನೀಡಬೇಕು.

ಸರ್ ಹೆನ್ರಿ ಬಿನ್ಸ್ ಮತ್ತು ಮಿ. ಮೇಸನ್‌ಅವರುಗಳನ್ನು ಒಳಗೊಂಡಿದ್ದ ನಿಯೋಗವೊಂದನ್ನು ಈ ಪ್ರಸ್ತಾಪಕ್ಕೆ ಭಾರತ ಸರ್ಕಾರದ ಸಮ್ಮತಿಯನ್ನು ಪಡೆಯಲು ಭಾರತಕ್ಕೆ ಕಳಿಸಲಾಯ್ತು. ಆ ಸಮಯದಲ್ಲಿ ಲಾರ್ಡ್ ಎಲ್‌ಗಿನ್ ವೈಸ್‌ರಾಯ್ ಆಗಿದ್ದರು. ಅವರು 25 ಪೌಂಡು ತೆರಿಗೆಯನ್ನು ವಿಧಿಸುವುದಕ್ಕೆ ಒಪ್ಪಿಗೆ ಕೊಡಲಿಲ್ಲ. ಆದರೆ 3 ಪೌಂಡು ತಲೆಗಂದಾಯ(ಪೋಲ್ ಟ್ಯಾಕ್ಸ್) ವಿಧಿಸಲು ಒಪ್ಪಿಗೆ ಕೊಟ್ಟರು. ಆಗ ಮತ್ತು ಈಗ ಈ ಒಪ್ಪಿಗೆ ಕೂಡಾ ವೈಸ್‌ರಾಯ್ ಎಸಗಿದ್ದ ಮಹಾಪ್ರಮಾದ ಎಂದು ಭಾವಿಸಿದ್ದೇನೆ. ಹಾಗೆ ಸಮ್ಮತಿಯನ್ನು ಕೊಡುವಾಗ ಅವರು ಯಾವ ರೀತಿಯಲ್ಲಿಯೂ ಭಾರತದ ಹಿತಾಸಕ್ತಿಗಳ ಬಗ್ಗೆ ಯೋಚಿಸಲಿಲ್ಲ. ನೆಟಾಲ್ ಯುರೋಪಿಯನ್ನರಿಗೆ ಸಹಾಯ ಮಾಡುವುದು ಅವರ ಕರ್ತವ್ಯದ ಭಾಗವೇ ಆಗಿರಲಿಲ್ಲ. ಮೂರು ಅಥವಾ ನಾಲ್ಕು ವರ್ಷಗಳ ಅವಧಿಯಲ್ಲಿ ಒಬ್ಬ ಕರಾರು ಬದ್ಧ ಶ್ರಮಿಕ(ಕೂಲಿ)ನು ತನ್ನ ಹೆಂಡತಿ ಮತ್ತು 16 ವರ್ಷಕ್ಕೆ ಮೆಲ್ಪಟ್ಟ ಮಗ ಮತ್ತು 13 ವರ್ಷಕ್ಕೆ ಮೇಲ್ಪಟ್ಟ ಮಗಳು ತೆರಿಗೆಯ ಭಾರವನ್ನು ಹೊರಬೇಕಾಗುತ್ತಿತ್ತು. ನಾಲ್ಕು ಮಂದಿ ಅಂದರೆ ಗಂಡ, ಹೆಂಡತಿ, ಮತ್ತು ಇಬ್ಬರು ಮಕ್ಕಳು ಇರುವ ಕುಟುಂಬಕ್ಕೆ ವಾರ್ಷಿಕ 12 ಪೌಂಡು ತೆರಿಗೆಯನ್ನು ಹೊರಿಸಲಾಗುತ್ತಿತ್ತು. ಆದರೆ ಗಂಡನ ಆದಾಯ ತಿಂಗಳಿಗೆ ಸರಾಸರಿ 14 ಷಿಲಿಂಗುಗಳಿಗಿಂತ ಹೆಚ್ಚಾಗಿರುವುದಿಲ್ಲ ಎಂಬುದನ್ನು ಗಮನಿಸಿದರೆ ಈ ತೆರಿಗೆ ಎಷ್ಟೊಂದು ಘೋರವಾಗಿತ್ತು ಎಂದು ಗೊತ್ತಾಗುವುದು. ವಿಶ್ವದ ಯಾವುದೇ

ಪ್ರದೇಶದಲ್ಲೂ ಇಂತಹದನ್ನು ಯಾರೂ ಕೇಳಿರಲಿಲ್ಲ. ನಾವು ಈ ತೆರಿಗೆಯ ವಿರುದ್ಧ ಪ್ರಚಂಡ ಚಳವಳಿಯನ್ನು ಸಂಘಟಿಸಿದೆವು. ಈ ವಿಷಯದಲ್ಲಿ ನೆಟಾಲ್ ಕಾಂಗ್ರೆಸ್ ಬಾಯಿ ಮುಚ್ಚಿಕೊಂಡಿದ್ದಿದ್ದರೆ ವೈಸ್‌ರಾಯ್ 25 ಪೌಂಡು ತೆರಿಗೆಯನ್ನು ಹೇರಲು ಕೂಡಾ ಸಮ್ಮತಿಯನ್ನು ನೀಡುತ್ತಿದ್ದ. ಪ್ರಾಯಶಃ ಕಾಂಗ್ರೆಸ್‌ನ ಚಳವಳಿಯ ಏಕಮಾತ್ರ ಕಾರಣದಿಂದಾಗಿಯೇ ತೆರಿಗೆಯು 25 ಪೌಂಡ್‌ನಿಂದ 3 ಪೌಂಡ್‌ಗೆ ಇಳಿಯಿತು. ಹೀಗೆ ಯೋಚಿಸಿದ್ದ ನಾನು ತಪ್ಪು ಮಾಡಿರಬಹುದು. ಪ್ರಾಯಶಃ ಭಾರತ ಸರ್ಕಾರವು ಮೊದಲಿನಿಂದಲೂ 25 ಪೌಂಡು ತೆರಿಗೆ ಹೇರುವುದನ್ನು ಒಪ್ಪಿರಲಿಲ್ಲ ಮತ್ತು ಕಾಂಗ್ರೆಸ್‌ನ ವಿರೋಧವನ್ನು ಪರಿಗಣಿಸದೇ ಭಾರತ ಸರ್ಕಾರ ಅದನ್ನು 3 ಪೌಂಡ್‌ಗೆ ಇಳಿಸಿತು ಎಂದೂ ಭಾವಿಸಬಹುದು. ಏನೇ ಇರಲಿ ಭಾರತ ಸರ್ಕಾರವು ತನ್ನ ಅಮಾನವೀಯ ತೆರಿಗೆಗೆ ಎಂದೂ ಒಪ್ಪಿಗೆಯನ್ನು ಕೊಡಬಾರದಾಗಿತ್ತು.

ತೆರಿಗೆಯನ್ನು 25 ಪೌಂಡ್‌ನಿಂದ 3 ಪೌಂಡ್‌ಗೆ ಇಳಿಸುವುದರಲ್ಲಿ ಯಶಸ್ವಿಯಾದದ್ದು ಕಾಂಗ್ರೆಸ್‌ನ ಭಾರಿ ಸಾಧನೆ ಎಂದು ಪರಿಗಣಿಸಲಾಗದು. ಅದು ಪೂರ್ತಿಯಾಗಿ ಕರಾರುಬದ್ಧ ಭಾರತೀಯ ಶ್ರಮಿಕರ ಹಿತಾಸಕ್ತಿಯನ್ನು ರಕ್ಷಿಸಲಿಲ್ಲ ಎಂಬುದಕ್ಕೆ ಇನ್ನೂ ನನ್ನಲ್ಲಿ ವಿಷಾದವಿದೆ. ಆದರೆ ಈ ದೃಢನಿಶ್ಚಯ ಕೈಗೂಡುವುದಕ್ಕೆ ಇಪ್ಪತ್ತು ವರ್ಷಗಳಿಗೂ ಮುಂಚಿತವಾಗಿಯೇ ತೆರಿಗೆಯನ್ನು ಪಾವತಿಮಾಡುವುದರ ಬಗ್ಗೆ ದೃಢ ನಿಶ್ಚಯವಿತ್ತು. ನೆಟಾಲ್ ಭಾರತೀಯ ಶ್ರಮಿಕರ ಪ್ರಯತ್ನದಿಂದ ಮಾತ್ರವಲ್ಲದೇ ದಕ್ಷಿಣ ಆಫ್ರಿಕದ ಎಲ್ಲ ಭಾರತೀಯರ ಪ್ರಯತ್ನದ ಫಲವಾಗಿ ದೃಢ ನಿಶ್ಚಯ ನೆರವೇರಿತ್ತು. ಶ್ರೀ ಗೊಖಲೆಯವರ ವಿಷಯದಲ್ಲಿ ಮಾತಿಗೆ ತಪ್ಪಿದ ಸಂದರ್ಭದಲ್ಲಿ ಅಂತಿಮ ಚಳವಳಿ ನಡೆಯಿತು. ಈ ಚಳಿವಳಿಯಲ್ಲಿ ಕರಾರುಬದ್ಧ ಶ್ರಮಿಕರು ಪೂರ್ಣವಾಗಿ ಭಾಗವಹಿಸಿದ್ದರು ಮತ್ತು ಸರ್ಕಾರ ಗೋಲಿಬಾರು ನಡೆಸಿದ್ದರಿಂದ ಅವರಲ್ಲಿ ಕೆಲವರು ಪ್ರಾಣಗಳನ್ನು ಅರ್ಪಿಸಿದರು. ಹತ್ತು ಸಾವಿರಕ್ಕೂ ಮಿಕ್ಕು ಶ್ರಮಿಕರು ಸೆರೆವಾಸವನ್ನನುಭವಿಸಿದರು.

ಕಡೆಯಲ್ಲಿ ಸತ್ಯವೇ ಗೆಲವು ಪಡೆಯಿತು. ಭಾರತೀಯರ ಯಾತನೆ ಸತ್ಯದ ಅಭಿವ್ಯಕ್ತಿಯಾಗಿತ್ತು. ಹಾಗಿದ್ದರೂ ಅಳುಕದ ನಿಷ್ಠೆ, ಭಾರಿ ಸಮಾಧಾನ ಮತ್ತು ಎಡಬಿಡದ ಪ್ರಯತ್ನವಿಲ್ಲದಿದ್ದರೆ ಗೆಲುವು ಸಾಧ್ಯವಾಗುತ್ತಿರಲಿಲ್ಲ. ಸಮುದಾಯವು ಹೋರಾಟವನ್ನು ಬಿಟ್ಟುಕೊಟ್ಟಿದ್ದರೆ, ಕಾಂಗ್ರೆಸ್ ಚಳುವಳಿಯನ್ನು ತ್ಯಜಿಸಿದ್ದರೆ ಮತ್ತು ಅನಿವಾರ್ಯವೆಂದು ತೆರಿಗೆಗೆ ತಲೆಬಾಗಿದ್ದರೆ ವೈಷಮ್ಯವನ್ನು ಹುಟ್ಟು ಹಾಕಿದ್ದ ಈ ತೆರಿಗೆಯನ್ನು ಕರಾರುಬದ್ಧ ಭಾರತೀಯ ಶ್ರಮಿಕರ ಮೇಲೆ ಇಂದಿನ ವರೆಗೂ ಹೇರಲಾಗುತ್ತಿತ್ತು. ಇದರಿಂದ ದಕ್ಷಿಣ ಆಫ್ರಿಕದ ಭಾರತೀಯರು ಮತ್ತು ಇಡೀ ಭಾರತ ಶಾಶ್ವತವಾಗಿ ಅಪಮಾನವನ್ನು ಅನುಭವಿಸಬೇಕಾಗುತ್ತಿತ್ತು.

22. ಧರ್ಮಗಳ ತೌಲನಿಕ ಅಧ್ಯಯನ

ನಾನು ಪೂರ್ಣವಾಗಿ ಸಮುದಾಯದ ಸೇವೆಯಲ್ಲಿ ಲೀನವಾಗಿದ್ದಕ್ಕೆ ಆತ್ಮ ಸಾಕ್ಷಾತ್ಕಾರದ ಅಪೇಕ್ಷೆಯೇ ಕಾರಣವಾಗಿತ್ತು. ಸೇವೆಯ ಮೂಲಕ ದೇವರ ಸಾಕ್ಷಾತ್ಕಾರವಾಗುವುದು ಎಂದು ಭಾವಿಸಿದ್ದರಿಂದ ನಾನು ಸೇವೆಯ ಧರ್ಮವನ್ನು ನನ್ನದಾಗಿ ಮಾಡಿಕೊಂಡಿದ್ದೆ. ನನಗೆ ಸೇವೆ ಮಾಡಿವುದೆಂದರೆ ಭಾರತದ ಸೇವೆಯಾಗಿತ್ತು ಏಕೆಂದರೆ ನಾನು ಹುಡುಕದೆಯೇ ಅದು ನನ್ನ ಬಳಿಗೆ ಬಂದಿತ್ತು. ನನಗೆ ಅದರ ಬಗ್ಗೆ ಸಹಜ ಒಲವಿತ್ತು. ನಾನು ದಕ್ಷಿಣ ಆಫ್ರಿಕಕ್ಕೆ ಪ್ರವಾಸ ಮಾಡಲು, ಕಥಿಯಾವಾಡ್‌ನ ಪಿತೂರಿಗಳಿಂದ ತಪ್ಪಿಸಿಕೊಳ್ಳಲು, ನನ್ನ ಜೀವನೋಪಾಯವನ್ನು ಗಳಿಸಿಕೊಳ್ಳಲು ಹೋಗಿದ್ದೆ. ಆದರೆ ನಾನು ಹೇಳಿದಂತೆ, ನಾನು ದೇವರ ಶೋಧನೆಯಲ್ಲಿದ್ದೆ ಮತ್ತು ಆತ್ಮಸಾಕ್ಷಾತ್ಕಾರದ ಗುರಿಯನ್ನು ಸಾಧಿಸಲು ಪ್ರಯತ್ನಿಸುತ್ತಿದ್ದೆ.

ಕ್ರಿಶ್ಚಿಯನ್ ಗೆಳೆಯರು ನನ್ನ ಜ್ಞಾನದ ಹಸಿವನ್ನು ಕೆರಳಿಸಿದ್ದರು. ಆ ಹಸಿವು ನನ್ನಲ್ಲಿ ತಣಿಸಲಾಗದ್ದಾಗಿತ್ತು. ನಾನು ಅಸಡ್ಡೆ ತೋರಿದರೂ ಅವರು ಶಾಂತಿಯಿಂದ ಇರಲು ಬಿಡುತ್ತಿರಲಿಲ್ಲ. ಡರ್ಬಾನ್‌ನಲ್ಲಿ ಸೌತ್ ಆಫ್ರಿಕನ್ ಜನರಲ್ ಮಿಷನ್‌ನ ಮುಖ್ಯಸ್ಥರಾದ ಮಿ. ಸ್ಪೆನ್ಸರ್ ವಾಲ್ಟನ್ ನನ್ನನ್ನು ಹುಡುಕಿದ್ದರು. ನಾನು ಹೆಚ್ಚು ಕಡಿಮೆ

ಅವರ ಕುಟುಂಬದ ಸದಸ್ಯನೇ ಆಗಿದ್ದೆ. ಈ ಪರಿಚಯದ ಹಿನ್ನೆಲೆಯಲ್ಲಿ ಸಹಜವಾಗಿ ಪ್ರಿಟೋರಿಯಾದ ಕ್ರಿಶ್ಚಿಯನ್ನರೊಡನೆ ನಾನು ಗಳಿಸಿಕೊಂಡಿದ್ದ ಪರಿಚಯವಿತ್ತು. ಮಿ. ವಾಲ್ಟನ್ ಅವರಲ್ಲಿ ಅವರದೇ ಆದ ರೀತಿನೀತಿಗಳಿದ್ದವು. ಕ್ರಿಶ್ಚಿಯನ್ ಧರ್ಮವನ್ನು ಅಲಂಗಿಸಿಕೊಳ್ಳುವಂತೆ ಅವರು ಎಂದಾದರೂ ಕರೆಕೊಟ್ಟಿದ್ದರೆ ಎಂಬುದು ನನ್ನ ನೆನಪಲ್ಲಿಲ್ಲ. ಆದರೆ ಅವರು ತಮ್ಮ ಜೀವನವನ್ನು ನನ್ನ ಎದುರು ಪುಸ್ತಕದಂತೆ ತೆರೆದಿಟ್ಟಿದ್ದರು ನಾನು ಅವರ ಚಲನವಲನವನ್ನು ಗಮನಿಸಬಹುದಾಗಿತ್ತು. ಮಿಸೆಸ್ ವಾಲ್ಟನ್ ತುಂಬಾ ವಿನೀತಳಾದ ಮತ್ತು ಬುದ್ಧಿವಂತಳಾದ ಮಹಿಳೆಯಾಗಿದ್ದಳು. ಈ ದಂಪತಿಗಳ ಮನೋಧರ್ಮವನ್ನು ನಾನು ಇಷ್ಟಪಟ್ಟಿದ್ದೆ. ನಮ್ಮ ನಡುವೆ ಇದ್ದ ಮೂಲಭೂತ ಭಿನ್ನಾಭಿಪ್ರಾಯಗಳ ಅರಿವು ನಮ್ಮಲ್ಲಿತ್ತು. ಯಾವುದೇ ಪ್ರಮಾಣದಲ್ಲಿ ಚರ್ಚಿಸಿದರೂ ಅವರನ್ನು ಕಡೆಗಣಿಸಲು ಸಾಧ್ಯವಿರಲಿಲ್ಲ. ಸಹಿಷ್ಣುತೆ, ಹೃದಯ ವೈಶಾಲ್ಯ ಮತ್ತು ಸತ್ಯ ಇರುವಲ್ಲಿ ಭಿನ್ನಾಭಿಪ್ರಾಯಗಳು ಕೂಡಾ ಸಹಕಾರಿಯಾಗಬಲ್ಲವು. ಮಿಸ್ಟರ್ ಮತ್ತು ಮಿಸೆಸ್ ವಾಲ್ಟನ್‌ಅವರುಗಳ ವಿನಮ್ರತೆ, ಸಾಧನೆ ಮತ್ತು ದುಡಿಮೆಯಲ್ಲಿ ನಿಷ್ಠೆ - ಇವನ್ನು ನಾನು ಇಷ್ಟಪಟ್ಟಿದ್ದೆ. ನಾವು ಆಗಾಗ್ಗೆ ಸಂಧಿಸುತ್ತಿದ್ದೆವು.

ಈ ಗೆಳೆತನ ಧರ್ಮದಲ್ಲಿ ನನ್ನ ಆಸಕ್ತಿಯನ್ನು ಜೀವಂತದಿಂದಿರಿಸಿತ್ತು. ಪ್ರಿಟೋರಿಯಾದಲ್ಲಿ ನನ್ನ ಧಾರ್ಮಿಕ ಅಧ್ಯಯನಕ್ಕೆ ಬಿಡುವು ಸಿಗುತ್ತಿದ್ದಂತೆ ಈಗ ಇಲ್ಲಿ ಬಿಡುವು ಸಿಗುವುದು ಅಸಾಧ್ಯವಾಗಿತ್ತು. ಆದರೆ ಎಷ್ಟು ಅಲ್ಪ ಅವಧಿಯನ್ನಾದರೂ ಕೊಡಲು ಸಾಧ್ಯವಾದಾಗ ನಾನು ಅದನ್ನು ಒಳ್ಳೆಯ ಕೆಲಸಕ್ಕೆ ಬಳಸಿಕೊಳ್ಳುತ್ತಿದ್ದೆ. ನನ್ನ ಧಾರ್ಮಿಕ ಪತ್ರ ವ್ಯವಹಾರ ಮುಂದುವರೆದಿತ್ತು. ರಾಯ್‌ಚಂದ್‌ಭಾಯ್ ನನಗೆ ಮಾರ್ಗದರ್ಶನ ನೀಡುತ್ತಿದ್ದರು. ಕೆಲವು ಗೆಳೆಯರು ನನಗೆ ನರ್ಮದಾಶಂಕರ್‌ಅವರ ಪುಸ್ತಕ 'ಧರ್ಮ ವಿಚಾರ'ವನ್ನು ಕಳಿಸಿಕೊಟ್ಟರು. ಅದರ ಪೀಠಿಕೆ ನನಗೆ ತುಂಬಾ ಸಹಾಯ ಮಾಡಿತು ನಾನು ಆ ಕವಿ ಬದುಕಿದ್ದ ರೀತಿ ಅಂದರೆ ಬೋಹೀಮಿಅನ್(ಸಮಾಜದ ಕಟ್ಟುಪಾಡುಗಳುನ್ನು ಲೆಕ್ಕಿಸದವನು) ಮಾರ್ಗದ ಬಗ್ಗೆ ಕೇಳಿದ್ದೆ. ಧಾರ್ಮಿಕ ಅಧ್ಯಯನದಿಂದಾಗಿ ಅವರ ಜೀವನದ ಮೇಲೆ ಪರಿಣಾಮವನ್ನುಂಟು ಮಾಡಿದ ಕ್ರಾಂತಿಯ ಬಗ್ಗೆ ಪೀಠಿಕೆಯಲ್ಲಿ ಓದಿದ್ದರಿಂದ ಆ ಕೃತಿಯ ಬಗ್ಗೆ ಆಕರ್ಷಿತನಾದೆ. ನಾನು ಆ ಪುಸ್ತಕವನ್ನು ಮೆಚ್ಚಿಕೊಂಡು ಗಮನವಿಟ್ಟು ಮೊದಲಿನಿಂದ ಕಡೆಯವರೆಗೆ ಆಮೂಲಾಗ್ರವಾಗಿ ಓದಿದೆ. ಮ್ಯಾಕ್ಸ್ ಮುಲ್ಲರ್‌ನ ಪುಸ್ತಕ 'ಇಂಡಿಯ ವಾಟ್ ಕೆನ್ ಇಟ್ ಟೀಚ್ ಅಸ್?' (ಭಾರತ - ಅದು ನಮಗೆ ಏನನ್ನು ಭೋಧಿಸಬಲ್ಲುದು?) ಮತ್ತು ತಿಅಸಾಫಿಕಲ್ ಸೊಸೈಟಿ (ಬ್ರಹ್ಮವಿದ್ಯಾ ಸಂಘ) ಪ್ರಕಟಿಸಿರುವ ಉಪನಿಷತ್‌ಗಳ ಅನುವಾದವನ್ನು ಆಸಕ್ತಿಯಿಂದ ಓದಿದೆ. ಇವೆಲ್ಲವೂ ಹಿಂದೂಧರ್ಮದ ಮೇಲಿನ ಆದರವನ್ನು ಬೆಳೆಸಿದವು. ಅದರ ಸೊಗಸು ನನ್ನ ಮೇಲೆ ವರ್ಧಿಸಲಾರಂಭಿಸಿತು. ಹಾಗಿದ್ದರೂ ಅದು ಇತರ ಧರ್ಮಗಳ ವಿರುದ್ಧವಾಗಿ ಪೂರ್ವ ಕಲ್ಪಿತ ಭಾವನೆಯನ್ನು ಹುಟ್ಟಿಸಲಿಲ್ಲ. ನಾನು ವಾಷಿಂಗ್‌ಟನ್ ಇರ್ವಿಂಗ್‌ನ 'ಲೈಫ್ ಆಫ್ ಮಹೊಮೆತ್ ಅಂಡ್ ಹಿಸ್ ಸಕ್ಸೆಸರ್ಸ್' (ಮಹಮ್ಮದ್‌ಅವರ ಜೀವನ ಮತ್ತು ಅವರ ಉತ್ತರಾಧಿಕಾರಿಗಳು) ಮತ್ತು ಕಾರ್ಲೈನ ಪ್ರವಾದಿಯ ಗುಣಗಾನವನ್ನು ಓದಿದೆ. ಈ ಪುಸ್ತಕಗಳು ಮಹಾಮ್ಮದ್ ಅವರ ಬಗ್ಗೆ ನನ್ನ ಗೌರವಾದರವನ್ನು ಹೆಚ್ಚಿಸಿದವು. ನಾನು 'ದಿ ಸೇಯಿಂಗ್ಸ್ ಆಫ್ ಸ್ಯಾರತುಸ್ತ' (ಸ್ಯಾರತುಸ್ತನ ಹೇಳಿಕೆಗಳು) ಎಂಬ ಕೃತಿಯನ್ನು ಕೂಡಾ ಓದಿದೆ.

ಈ ಪ್ರಕಾರ ನಾನು ಬೇರೆ ಬೇರೆ ಧರ್ಮಗಳ ಬಗ್ಗೆ ಹೆಚ್ಚು ಹೆಚ್ಚು ಜ್ಞಾನವನ್ನು ಗಳಿಸಿಕೊಂಡೆ. ಅಧ್ಯಯನವು ನನ್ನ ಆತ್ಮಾವಲೋಕನವನ್ನು ಪ್ರಚೋದಿಸಿತು ಮತ್ತು ನನ್ನ ಅಧ್ಯಯನದ ಕಾಲದಲ್ಲಿ ಯಾವ ಯಾವ ಅಂಶಗಳು ನನಗೆ ಮೆಚ್ಚಿಕೆಯಾದವೋ ಅವನ್ನು ಅಭ್ಯಾಸಕ್ಕೆ ತರುವಂತಹ ನಡವಳಿಕೆ ನನ್ನಲ್ಲಿ ಬೆಳೆಯಲಾರಂಭಿಸಿತು. ಈ ಪ್ರಕಾರ ನಾನು ಹಿಂದೂ ಧಾರ್ಮಿಕ ಪುಸ್ತಕಗಳನ್ನು ಓದಿದ್ದರಿಂದ ಅವುಗಳಿಂದ ಅರ್ಥಮಾಡಿಕೊಂಡಂತಹ ಕೆಲವು ಯೋಗದ ಅಭ್ಯಾಸಗಳನ್ನು ಆರಂಭಿಸಿದೆ. ಆದರೆ ನನಗೆ ತುಂಬಾ ದೂರ ಹೋಗಲು ಸಾಧ್ಯವಾಗಲಿಲ್ಲ. ನಾನು ಭಾರತಕ್ಕೆ ಹಿಂದಿರುಗಿದಾಗ ಒಬ್ಬ ತಜ್ಞರ ನೆರವು ಪಡೆದು ಮುಂದುವರೆಸಲು ತೀರ್ಮಾನಿಸಿದೆ. ಈ ಆಸೆ ಇನ್ನೂ ಕೈಗೂಡಿಲ್ಲ.

ನಾನು ಟಾಲ್‌ಸ್ಟಾಯಅವರ ಪುಸ್ತಕಗಳ ತೀವ್ರ ಅಧ್ಯಯನ ನಡೆಸಿದೆ. 'ದಿ ಗಾಸ್ಪಲ್ಸ್ ಇನ್ ಬ್ರೀಫ್. ವಾಟ್‌ಟುಡು' (ಸಂಕ್ಷಿಪ್ತ ಶುಭನುಡಿಗಳು. ಏನು ಮಾಡಬೇಕು?) ಮತ್ತು ಇತರ ಪುಸ್ತಕಗಳು ನನ್ನ ಮೇಲೆ ಗಾಢ ಪ್ರಭಾವ ಬೀರಿದವು. ವಿಶ್ವ ಪ್ರೇಮದ ಅಪರಿಮಿತ ಸಾಧ್ಯತೆಗಳ ಬಗ್ಗೆ ನಾನು ಹೆಚ್ಚು ಹೆಚ್ಚು ಗ್ರಹಿಸಿಕೊಳ್ಳಲಾರಂಭಿಸಿದೆ.

ಇದೇ ಕಾಲದಲ್ಲಿ ಇನ್ನೊಂದು ಕ್ರಿಶ್ಚಿಯನ್ ಕುಟುಂಬದ ಜತೆಯಲ್ಲಿ ನನಗೆ ಸಂಪರ್ಕ ಉಂಟಾಯಿತು. ಅವರ ಸಲಹೆಯ ಪ್ರಕಾರ ನಾನು ಪ್ರತಿ ಭಾನುವಾರ ವೆಸ್‌ಲೆಯನ್ ಚರ್ಚ್‌ಗೆ ಹೋಗಲಾರಂಭಿಸಿದೆ. ಈ ಎಲ್ಲ ದಿವಸಗಳಲ್ಲಿ ಅವರು ನನಗೆ ಊಟಕ್ಕೆ ಕಾಯಂ ಆಹ್ವಾನ ನೀಡಿದ್ದರು. ಚರ್ಚ್ ನನ್ನ ಮೇಲೆ ಮೆಚ್ಚಿಕೊಳ್ಳುವ ರೀತಿಯಲ್ಲಿ ಪ್ರಭಾವ ಬೀರಲಿಲ್ಲ. ಧರ್ಮಪ್ರವಚನಗಳು ಸ್ಫೂರ್ತಿದಾಯಕವಾಗಿರಲಿಲ್ಲವೆಂದು ಕಾಣುತ್ತಿತ್ತು. ಧಾರ್ಮಿಕ ಕೂಟಗಳು ವಿಶಿಷ್ಟವಾಗಿ ಧಾರ್ಮಿಕವಾಗಿವೆ ಎಂದು ನನಗೆ ಹೊಳೆಯಲಿಲ್ಲ. ಅವು ಶ್ರದ್ಧಾಜೀವಿಗಳ ಕೂಟವಾಗಿರಲಿಲ್ಲ. ಅವು ಹೆಚ್ಚಾಗಿ ಲೌಕಿಕ ಮನೋಭಾವವುಳ್ಳ ಜನರ ಕೂಟವಾಗಿದ್ದಂತೆ ತೋರುತ್ತಿತ್ತು. ಚರ್ಚ್‌ಗೆ ಹೋಗುವುದು ಮನರಂಜನೆಗಾಗಿ ಮತ್ತು ಕೇವಲ ಪದ್ಧತಿಯ ಅನುಸರಣೆ ಎಂಬಂತೆ ಭಾಸವಾಗುತ್ತಿತ್ತು. ಇಲ್ಲಿ ಆಗಾಗ್ಗೆ ನಾನು ಬಯಸದಿದ್ದರೂ (ಅನೈಚ್ಛಿಕವಾಗಿ) ತೂಕಡಿಸುತ್ತಿದ್ದೆ. ನನಗೆ ನಾಚಿಕೆಯಾಗುತ್ತಿತ್ತು. ಆದರೆ ನನ್ನ ಕೆಲವು ನೆರೆಹೊರೆಯವರು ನನಗಿಂತ ಉತ್ತಮವಾಗಿ ವರ್ತಿಸುತ್ತಿರಲಿಲ್ಲ. ಅದರಿಂದಾಗಿ ನನ್ನ ನಾಚಿಕೆ ಹಗುರವಾಗುತ್ತಿತ್ತು. ಹೀಗೆ ನಾನು ಬಹಳ ಕಾಲ ನಡೆದುಕೊಳ್ಳಲಾರೆ ಎಂಬುದು ನಿಶ್ಚಯವಾದಾಗ ನಾನು ಚರ್ಚ್‌ನ ಆರಾಧನೆಗೆ ಹಾಜರಾಗುವುದನ್ನು ಬಿಟ್ಟುಬಿಟ್ಟೆ.

ಪ್ರತಿ ಭಾನುವಾರವೂ ಭೇಟಿ ಮಾಡುವ ಮೂಲಕ ನಾನು ಆ ಕುಟುಂಬದ ಜತೆಯಲ್ಲಿ ಹೊಂದಿದ್ದ ಸಂಬಂಧ ಇದ್ದಕ್ಕಿದ್ದಂತೆ ಮುರಿದು ಬಿತ್ತು. ವಾಸ್ತವವಾಗಿ ಮತ್ತೆ ಭೇಟಿ ನೀಡಬಾರದೆಂದು ನನಗೆ ಎಚ್ಚರಿಕೆ ಕೊಡಲಾಗಿತ್ತು ಎಂದು ಹೇಳಬಹುದು. ಈ ಪ್ರಕಾರ ನಡೆದುಹೋಯ್ತು: ನನ್ನ ಅತಿಥೇಯಳು ಒಳ್ಳೆಯ ಮತ್ತು ಸರಳ ಮನಸ್ಸಿನ ಮಹಿಳೆಯಾಗಿದ್ದಳು. ಆದರೆ ಆಕೆಯಲ್ಲಿ ಏನೋ ಒಂದು ರೀತಿಯಲ್ಲಿ ಸಂಕುಚಿತ ಮನೋಭಾವವಿತ್ತು. ನಾವು ಯಾವಾಗಲೂ ಧಾರ್ಮಿಕ ವಿಷಯಗಳ ಬಗ್ಗೆ ಚರ್ಚಿಸುತ್ತಿದ್ದೆವು. ನಾನು ಆಗ ಅರ್ನಾಲ್ಡ್‌ನ 'ಲೈಟ್ ಆಫ್ ಏಷ್ಯಾ' (ಏಷ್ಯಾದ ಜ್ಯೋತಿ) ಎಂಬ ಪುಸ್ತಕವನ್ನು ಓದುತ್ತಿದ್ದೆ. ಒಮ್ಮೆ ನಾವು ಜೀಸಸ್‌ನ ಜೀವನವನ್ನು ಬುದ್ಧನ ಜೀವನದೊಂದಿಗೆ ಹೋಲಿಸಲಾರಂಭಿಸಿದಾಗ ನಾನು ಹೇಳಿದೆ: 'ಗೌತಮನ ಕರುಣೆಯ ಕಡೆಗೆ

ನೋಡಿ. ಅದು ಕೇವಲ ಮಾನವಜನಾಂಗಕ್ಕೆ ಸೀಮಿತವಾಗಿರಲಿಲ್ಲ. ಅದು ಎಲ್ಲ ಸಜೀವಿಗಳವರೆಗೂ ವ್ಯಾಪಿಸಿಕೊಂಡಿತ್ತು. ಅವನ ಹೆಗಲುಗಳ ಮೇಲೆ ಹರ್ಷದಿಂದ ಕುಳಿತಿರುವ ಕುರಿಮರಿಯ ಬಗ್ಗೆ ಯೋಚಿಸಿದಾಗ ಒಬ್ಬಾತನ ಹೃದಯ ಪ್ರೀತಿಯಿಂದ ಉಕ್ಕಿ ಹರಿಯುವುದಿಲ್ಲವೆ? ಜೀಸಸ್‌ನ ಜೀವನದಲ್ಲಿ ಎಲ್ಲ ಸಜೀವಿಗಳ ಮೇಲಿನ ಪ್ರೀತಿಯನ್ನು ಯಾರೂ ಗಮನಿಸಲಾರದು'. ಈ ಹೋಲಿಕೆ ಆ ಸಜ್ಜನ ಮಹಿಳೆಯನ್ನು ನೋಯಿಸಿತು. ಆಕೆಯ ಭಾವನೆಗಳನ್ನು ನಾನು ಅರ್ಥಮಾಡಿಕೊಳ್ಳಬಲ್ಲೆ. ನಾನು ಆ ವಿಷಯವನ್ನು ಅಲ್ಲಿಗೆ ನಿಲ್ಲಿಸಿದೆ. ನಾವು ಊಟದ ಕೊಠಡಿಗೆ ಹೋದೆವು. ಅವಳ ಇನ್ನೂ ಐದು ವರ್ಷ ತುಂಬದ ಮುದ್ದು ಮಗ ಕೂಡಾ ನಮ್ಮ ಜತೆಯಲ್ಲಿದ್ದ. ನಾನು ಮಕ್ಕಳ ಮಧ್ಯೆ ಇರುವಾಗ ಆನಂದಪಡುತ್ತಿದ್ದೆ. ಈ ಎಳೆಯ ಬಾಲಕ ಮತ್ತು ನಾನು ಬಹಳ ದಿನಗಳಿಂದಲೂ ಗೆಳೆಯರಾಗಿದ್ದೆವು. ನಾನು ಅವನ ಊಟದ ತಟ್ಟೆಯಲ್ಲಿದ್ದ ಮಾಂಸದ ಚೂರಿನ ಬಗ್ಗೆ ಅಣಕಿಸುವಂತೆ ಮಾತಾಡಿದೆ. ನನ್ನ ತಟ್ಟೆಯಲ್ಲಿದ್ದ ಸೇಬಿನ ಬಗ್ಗೆ ತುಂಬಾ ಮೆಚ್ಚಿಕೆಯಿಂದ ಮಾತಾಡಿದೆ. ಆ ಮುಗ್ಧ ಬಾಲಕ ಮರುಳಾದ ಮತ್ತು ನನ್ನ ಜತೆಯಲ್ಲಿ ಅವನೂ ಹಣ್ಣನ್ನು ಪ್ರಶಂಸಿಸಲಾರಂಭಿಸಿದ.

ಆದರೆ ತಾಯಿಗೊ? ಆಕೆ ಗಾಬರಿಗೊಂಡಳು.

ನನಗೆ ಎಚ್ಚರಿಕೆಯನ್ನು ಕೊಟ್ಟಳು. ನಾನು ನನ್ನನ್ನು ನಿಯಂತ್ರಿಸಿಕೊಂಡೆ ಮತ್ತು ವಿಷಯವನ್ನು ಬದಲಿಸಿದೆ. ಅದರ ಮುಂದಿನ ವಾರ ಎಂದಿನಂತೆ ನಾನು ಆ ಕುಟುಂಬಕ್ಕೆ ಭೇಟಿಕೊಟ್ಟೆ. ಆದರೂ ಮನಸ್ಸಿನಲ್ಲಿ ಗಾಬರಿಯಿತ್ತು. ನಾನು ಅಲ್ಲಿಗೆ ಹೋಗುವುದನ್ನು ನಿಲ್ಲಿಸಬೇಕೆಂದು ನನಗೆ ಅನಿಸಲಿಲ್ಲ. ಹಾಗೆ ಮಾಡುವುದು ಸರಿಯೆಂದೂ ನನಗೆ ಕಾಣಲಿಲ್ಲ. ಆದರೆ ಆ ಸಜ್ಜನ ಮಹಿಳೆ ನನ್ನ ದಾರಿಯನ್ನು ಸುಗಮಮಾಡಿಕೊಟ್ಟಳು.

'ಮಿ. ಗಾಂಧಿ, ನನ್ನ ಮಗ ನಿಮ್ಮ ಸಹವಾಸಕ್ಕೆ ಯೋಗ್ಯನಲ್ಲವೆಂದು ನಾನು ಭಾವಿಸಿದರೆ ನೀವು ಅದನ್ನು ಅನುಚಿತವೆಂದು ಭಾವಿಸಬೇಡಿ' ಎಂದು ಅವಳು ಹೇಳಿದಳು. 'ಪ್ರತಿದಿನವೂ ಅವನು ತಿನ್ನಲು ಹಿಂಜರಿಯುತ್ತಾನೆ. ಅದು ಅತಿಯಾಯ್ತು. ಅವನು ಮಾಂಸ ತಿನ್ನುವುದನ್ನುಬಿಟ್ಟರೆ ಕಾಯಿಲೆ ಬೀಳದಿದ್ದರೂ ಅವನು ದುರ್ಬಲನಾಗುತ್ತಾನೆ. ಅದನ್ನು ನಾನು ಹೇಗೆ ಸಹಿಸಲಿ? ಇಲ್ಲಿಂದ ಮುಂದೆ ನಿಮ್ಮ ಚರ್ಚೆ ಏನಿದ್ದರೂ ಹಿರಿಯರ ಜತೆಯಲ್ಲಿರಬೇಕು. ಅವು ಖಂಡಿತವಾಗಿಯೂ ಮಕ್ಕಳ ಮೇಲೆ ಕೆಟ್ಟ ಪರಿಣಾಮವನ್ನುಂಟುಮಾಡುವುದು'.

'ಮಿಸೆಸ್. ನನಗೆ ವಿಷಾದವಾಗಿದೆ'. ಎಂದು ನಾನು ಉತ್ತರಿಸಿದೆ. 'ತಾಯಿಯಾಗಿ ನಿಮ್ಮ ಭಾವನೆಗಳನ್ನು ನಾನು ಅರ್ಥಮಾಡಿಕೊಳ್ಳಬಲ್ಲೆ. ನನಗೂ ಮಕ್ಕಳಿದ್ದಾರೆ. ನಾವು ತುಂಬಾ ಸುಲಭವಾಗಿ ಈ ಅಹಿತಕರವಾದ ಪ್ರಸಂಗವನ್ನು ಕೊನೆಗೊಳಿಸಬಹುದು. ನಾನು ಹೇಳುವುದಕ್ಕಿಂತಲೂ ನಾನು ಏನು ತಿನ್ನುತ್ತೇನೋ ಮತ್ತು ಯಾವುದನ್ನು ಬಿಟ್ಟುಬಿಡುತ್ತೇನೋ ಅದು ಮಗುವಿನ ಮೇಲೆ ಭಾರಿ ಪರಿಣಾಮವನ್ನುಂಟುಮಾಡುವುದು. ಆದ್ದರಿಂದ ನನಗಿರುವ ಉತ್ತಮ ಮಾರ್ಗವೆಂದರೆ ಈ ಭೇಟಿಗಳನ್ನು ಕೊನೆಗೊಳಿಸುವುದು. ಅದು ಖಂಡಿತವಾಗಿಯೂ ನಮ್ಮ ಗೆಳೆತನದ ಮೇಲೆ ಪರಿಣಾಮವನ್ನುಂಟುಮಾಡಬಾರದು'.

'ನಿಮಗೆ ವಂದನೆ' ಎಂದು ಅವಳು ಹೃದಯಭಾರ ಕಡಿಮೆಯಾದಂತೆ ಹೇಳಿದಳು.

23. ಗೃಹವಾಸಿಯಾಗಿ

ಮನೆ(ಗೃಹ)ಯನ್ನು ರೂಪಿಸಿಕೊಳ್ಳುವುದು ನನಗೆ ಹೊಸ ಅನುಭವವೇನೂ ಆಗಿರಲಿಲ್ಲ. ಆದರೆ ಬಾಂಬೆ ಮತ್ತು ಲಂಡನ್‌ನಲ್ಲಿ ಪಡೆದ ಅನುಭವಕ್ಕಿಂತ ನೆಟಾಲ್‌ನಲ್ಲಿ ಮನೆ ಮಾಡಿದ ಅನುಭವ ಭಿನ್ನ ರೀತಿಯಲ್ಲಿತ್ತು. ಈ ಭಾರಿ ಖರ್ಚಿನಲ್ಲಿ ಸ್ವಲ್ಪ ಭಾಗ ಕೇವಲ ನನ್ನ ಪ್ರತಿಷ್ಠೆಗೆ ಮೀಸಲಾಗಿತ್ತು. ನೆಟಾಲ್‌ನಲ್ಲಿ ಭಾರತೀಯ ಬ್ಯಾರಿಸ್ಟರ್ ಆಗಿ ಮತ್ತು ಪ್ರತಿನಿಧಿಯಾಗಿ ನನ್ನ ಅಂತಸ್ತಿಗೆ ತಕ್ಕಂತೆ ಮನೆಯನ್ನು ಹೊಂದುವುದು ಅವಶ್ಯಕ ಎಂದು ನಾನು ಭಾವಿಸಿದ್ದೆ. ಆದ್ದರಿಂದ ನಾನು ಪ್ರಮುಖ ಸ್ಥಳದಲ್ಲಿ ಚೆನ್ನಾಗಿ ಕಾಣುವ ಪುಟ್ಟ ಮನೆಯನ್ನು ಪಡೆದೆ. ಕುರ್ಚಿ, ಮೇಜು ಮುಂತಾದ ಅವಶ್ಯಕ ವಸ್ತುಗಳಿಂದ ಅದನ್ನು ಸಜ್ಜುಗೊಳಿಸಲಾಗಿತ್ತು. ಆಹಾರ ಸರಳವಾಗಿತ್ತು. ಆದರೆ ಇಂಗ್ಲಿಷ್ ಗೆಳೆಯರನ್ನು, ಭಾರತೀಯ ಸಹಕಾರ್ಯಕರ್ತರುಗಳನ್ನು ಆಹ್ವಾನಿಸುತ್ತಿದ್ದರಿಂದ ಮನೆಯ ನಿರ್ವಹಣೆಯ ಖರ್ಚು ಸಾಕಷ್ಟು ಹೆಚ್ಚಾಗುತ್ತಿತ್ತು.

ಪ್ರತಿಯೊಂದು ಮನೆಗೂ ಒಬ್ಬ ಒಳ್ಳೆಯ ಸೇವಕ ಅವಶ್ಯಕ. ಆದರೆ ನನಗೆ ಯಾರನ್ನಾದರೂ ಹೇಗೆ ಸೇವಕನಂತೆ ಇಟ್ಟುಕೊಳ್ಳುವುದು ಎಂದು ಗೊತ್ತಿರಲಿಲ್ಲ.

ಒಬ್ಬ ಗೆಳೆಯ ಸಂಗಾತಿಯಾಗಿ ಮತ್ತು ಸಹಾಯಕನಾಗಿ ನನ್ನ ಜತೆಯಲ್ಲಿದ್ದ. ಒಬ್ಬ ಅಡಿಗೆಯವನಿದ್ದು ಅವನು ಮನೆಯ ಸದಸ್ಯನೇ ಆಗಿದ್ದ. ನನ್ನ ಜತೆಯಲ್ಲಿ ನನ್ನ ಕಛೇರಿಯ ಗುಮಾಸ್ತರುಗಳು ಊಟಮಾಡುತ್ತಿದ್ದರು. ಮನೆಯಲ್ಲಿ ಮಲಗಲು ಅವರಿಗೆ ಸ್ಥಳ ಕೊಟ್ಟಿದ್ದೆ.

ಈ ಪ್ರಯೋಗದಲ್ಲಿ ಸಾಕಷ್ಟು ಜಯ ಸಿಕ್ಕಿತ್ತು. ಆದರೆ ಜೀವನದ ಅಲ್ಪಸ್ವಲ್ಪ ಕಹಿ ಅನುಭವವೂ ಸಿಕ್ಕಿತ್ತು.

ಸಂಗಾತಿ (ಜತೆಗಾರ) ತುಂಬಾ ಜಾಣನಾಗಿದ್ದ. ಅವನು ನನಗೆ ವಿಧೇಯನಾಗಿದ್ದಾನೆ ಎಂದು ನಾನು ಭಾವಿಸಿದ್ದೆ. ಆದರೆ ಅವನು ನನಗೆ ಮೋಸಮಾಡಿದ. ನನ್ನ ಜತೆಯಲ್ಲಿ ಉಳಿದುಕೊಂಡಿದ್ದ ಒಬ್ಬ ಕಛೇರಿ ಗುಮಾಸ್ತನ ಬಗ್ಗೆ ಅವನಲ್ಲಿ ಅಸೂಯೆ ಹುಟ್ಟಿತು. ಅವನು ಎಂತಹ ಬಲೆಯೊಂದನ್ನು ಹೆಣೆದನೆಂದರೆ ನಾನು ಗುಮಾಸ್ತನ ಬಗ್ಗೆ ಸಂಶಯ ಪಡಲಾರಂಭಿಸಿದೆ. ಈ ಗುಮಾಸ್ತ ಗೆಳೆಯನಲ್ಲಿ ಕೋಪಿಸಿಕೊಳ್ಳುವ ಸ್ವಭಾವವಿತ್ತು. ನನ್ನ ಸಂಶಯಕ್ಕೆ ತಾನು ಒಳಗಾಗಿದ್ದೇನೆ ಎಂದು ಗೊತ್ತಾದ ತಕ್ಷಣವೇ ಅವನು ನನ್ನ ಮನೆಯನ್ನು ಮತ್ತು ಕಛೇರಿಯನ್ನು ಬಿಟ್ಟು ಹೊರಟುಹೋದ. ನನಗೆ ನೋವಾಯಿತು. ಪ್ರಾಯಶಃ ನಾನು ಅವನಿಗೆ ಅನ್ಯಾಯ ಮಾಡಿರಬಹುದೆಂದು ಭಾವಿಸಿದೆ. ನನ್ನ ಪ್ರಜ್ಞೆ ನನ್ನನ್ನು ಯಾವಾಗಲೂ ಚುಚ್ಚುತ್ತಿತ್ತು.

ಈ ನಡುವೆ ಅಡಿಗೆಯವನು ಕೆಲವು ದಿವಸಗಳ ರಜೆಯ ಮೇಲಿದ್ದ ಅಥವಾ ಯಾವುದೋ ಕಾರಣದ ಮೇಲೆ ದೂರ ಹೊರಟುಹೋಗಿದ್ದ. ಅವನ ಗೈರುಹಾಜರಿಯ ಕಾಲದಲ್ಲಿ ಇನ್ನೊಬ್ಬ ಅಡಿಗೆಯವನನ್ನು ಇಟ್ಟುಕೊಳ್ಳುವುದು ಅನಿವಾರ್ಯವಾಯಿತು. ನಾನು ಮುಂದೆ ತಿಳಿದುಕೊಂಡಂತೆ ಅವನೊಬ್ಬ ಶುದ್ಧ ಪೋಕರಿಯಾಗಿದ್ದ. ಆದರೆ ನನ್ನ ಪಾಲಿಗೆ ಅವನನ್ನು ದೇವರೇ ಕಳಿಸಿದ್ದ ಎಂದು ಮುಂದೆ ರುಜುವಾತಾಯ್ತು. ನನ್ನ ಮನೆಗೆ ಬಂದ ಎರಡು-ಮೂರು ದಿವಸಗಳಲ್ಲಿ ನನ್ನ ಚಾವಣಿಯ ಕೆಳಗೆ ನನಗೆ ಗೊತ್ತಿಲ್ಲದಂತೆ ಕೆಲವು ಅಕ್ರಮಗಳು ನಡೆಯುತ್ತಿವೆ ಎಂಬುದನ್ನು ಕಂಡು ಹಿಡಿದ. ನನಗೆ ಆ ಬಗ್ಗೆ ಎಚ್ಚರಿಕೆ ನೀಡಬೇಕೆಂದು ಮನಸ್ಸುಮಾಡಿದ. ನನ್ನಲ್ಲಿ ಸುಲಭವಾಗಿ ಯಾರನ್ನಾದರೂ ನಂಬುವ ಸ್ವಭಾವವಿತ್ತು ಆದರೆ ತೆರೆದ ನಾನು ಮನಸ್ಸಿನವನಾಗಿದ್ದೆ (ಖಂಡಿತವಾದಿಯಾಗಿದ್ದೆ). ಅವನು ಏನನ್ನು ಕಂಡಿದ್ದನೋ ಅದರಿಂದ ಅವನು ದಿಗ್ಭ್ರಮೆಗೊಂಡಿದ್ದ. ಪ್ರತಿದಿನ ನಾನು ಒಂದು ಗಂಟೆಯ ಹೊತ್ತಿಗೆ ಕಛೇರಿಯಿಂದ ಮನೆಗೆ ಊಟಕ್ಕೆ ಹೋಗುತ್ತಿದ್ದೆ. ಒಂದು ದಿನ ಸುಮಾರು ಹನ್ನೆರಡು ಗಂಟೆಯ ಹೊತ್ತಿಗೆ ಅಡಿಗೆಯವನು ಏದುಸಿರು ಬಿಡುತ್ತ ಕಛೇರಿಗೆ ಬಂದ ಮತ್ತು ಹೇಳಿದ: 'ದಯವಿಟ್ಟು ತಕ್ಷಣವೇ ಮನೆಗೆ ಬನ್ನಿ. ನಿಮಗೊಂದು ಆಶ್ಚರ್ಯ ಕಾದಿದೆ'.

'ಈಗ ಏನಿದು?' ಎಂದು ನಾನು ಅವನನ್ನು ಪ್ರಶ್ನಿಸಿದೆ. 'ಏನಾಗಿದೆ ಎಂದು ನೀನು ನನಗೆ ಹೇಳಬೇಕು ಈ ವೇಳೆಯಲ್ಲಿ ನಾನು ಕಛೇರಿಯನ್ನು ಬಿಟ್ಟು ಬರಲೆ ಮತ್ತು ಅದನ್ನು ನೋಡಲೆ?'

'ನೀವು ಬರದಿದ್ದರೆ ಪಶ್ಚಾತ್ತಾಪಪಡುವಿರಿ. ನಾನು ಹೇಳುವುದಿಷ್ಟೆ'.

ಅವನ ಆಗ್ರಹದಲ್ಲಿರುವ ಕೋರಿಕೆಯನ್ನು ನಾನು ಮನಸ್ಸಿಗೆ ತಂದುಕೊಂಡೆ. ನಾನು ಒಬ್ಬ ಗುಮಾಸ್ತನ ಜತೆಯಲ್ಲಿ ಮನೆಗೆ ಹೋದೆ. ಅಡಿಗೆಯವನು ನಮ್ಮ ಮಂದಿದ್ದ. ಅವನು ನಮ್ಮನ್ನು ನೇರವಾಗಿ ಮಹಡಿಗೆ ಕರೆದುಕೊಂಡು ಹೋದ. ನನ್ನ ಸಂಗಾತಿಯ ಕೊಠಡಿಯ ಕಡೆಗೆ ಬೆರಳು ತೋರಿಸಿದ ಮತ್ತು ಹೇಳಿದ: 'ಈ ಬಾಗಿಲು ತೆರೆಯಿರಿ ಮತ್ತು ನೀವೇ ನೋಡಿ'.

ನಾನು ಎಲ್ಲವನ್ನೂ ನೋಡಿದೆ. ನಾನು ಬಾಗಿಲು ಬಡಿದೆ. ಉತ್ತರ ಬರಲಿಲ್ಲ. ನಾನು ಬಲವಾಗಿ ಬಾಗಿಲು ಬಡಿದೆ. ಅದರಿಂದ ಗೋಡೆಗಳು ಅಲುಗಾಡಿದವು. ಬಾಗಿಲು ತೆರೆಯಿತು. ಒಳಗಡೆ ಒಬ್ಬಳು ವೇಶ್ಯೆಯನ್ನು ಕಂಡೆ. ನಾನು ಆಕೆಗೆ ಮನೆಯನ್ನು ಬಿಟ್ಟು ಹೊರಟುಹೋಗುವಂತೆ ಮತ್ತೆಂದೂ ಬರಬಾರದೆಂದು ಹೇಳಿದೆ.

ಸಂಗಾತಿಗೆ ನಾನು ಹೇಳಿದೆ: 'ಈ ಕ್ಷಣದಿಂದ ನಾನು ನಿನ್ನ ಜತೆಯಲ್ಲಿ ಎಲ್ಲ ಸಂಬಂಧವನ್ನು ಕಡಿದುಕೊಂಡಿದ್ದೇನೆ. ನನ್ನನ್ನು ನೀನು ಪೂರ್ಣವಾಗಿ ವಂಚಿಸಿರುವೆ. ನನ್ನನ್ನು ಮೂರ್ಖನನ್ನಾಗಿ ಮಾಡಿರುವೆ. ನಾನು ನಿನ್ನ ಮೇಲಿಟ್ಟದ್ದ ನಂಬಿಕೆಯನ್ನು ಈ ರೀತಿಯಲ್ಲಿ ಬಳಸಿಕೊಂಡೆಯಾ?'

ವಿವೇಕವನ್ನು ತಂದುಕೊಳ್ಳುವ ಪ್ರತಿಯಾಗಿ ಅವನು ನನ್ನ ಗುಟ್ಟನ್ನು ರಟ್ಟುಮಾಡುವುದಾಗಿ ಹೆದರಿಸಿದ. 'ನಾನು ಮುಚ್ಚಿಟ್ಟುಕೊಳ್ಳವುದೇನಿಲ್ಲ'. ಎಂದು ನಾನು ಹೇಳಿದೆ. 'ನಾನು ಮಾಡಿರುವುದೆಲ್ಲವನ್ನೂ ಬಹಿರಂಗಪಡಿಸು. ಆದರೆ ನೀನು ಈ ಕ್ಷಣವೇ ನನ್ನನ್ನು ಬಿಟ್ಟು ಹೊರಟು ಹೋಗಬೇಕು'.

ಇದರಿಂದ ಅವನ ಪರಿಸ್ಥಿತಿ ತೀರಾ ಕೆಟ್ಟು ಹೋಯಿತು. ಅದಕ್ಕೆ ಯಾರೂ ಏನೂ ಮಾಡಲಾಗುತ್ತಿರಲಿಲ್ಲ. ಆದ್ದರಿಂದ ನಾನು ಮಹಡಿಯ ಕೆಳಗೆ ನಿಂತಿದ್ದ ಗುಮಾಸ್ತನಿಗೆ ಹೇಳಿದೆ: 'ದಯವಿಟ್ಟು ಹೋಗಿಪೊಲೀಸು ಸೂಪರಿಂಟೆಂಡೆಂಟರಿಗೆ ನನ್ನ ಶುಭಾಶಯಗಳನ್ನು ತಿಳಿಸು. ನನ್ನ ಜತೆಯಲ್ಲಿ ವಾಸಿಸುತ್ತಿದ್ದ ವ್ಯಕ್ತಿ ಅನುಚಿತವಾಗಿ ನಡೆದುಕೊಂಡಿದ್ದಾನೆಂದು ತಿಳಿಸಿ. ಅವನನ್ನು ನಾನು ನನ್ನ ಮನೆಯಲ್ಕಿ ಇಟ್ಟುಕೊಳ್ಳಲಾರೆ. ಆದರೆ ಅವನು ಮನೆಯನ್ನು ಬಿಟ್ಟು ಹೋಗಲು ನಿರಾಕರಿಸುತ್ತಿದ್ದಾನೆ. ನನಗೆ ಪೊಲೀಸು ಸಹಾಯ ಕಳಿಸಿದರೆ ಉಪಕಾರ ಮಾಡಿದಂತಾಗುತ್ತದೆ'.

ನಾನು ಕಟ್ಟುನಿಟ್ಟಿನಿಂದಿದ್ದೇನೆ ಎಂದು ಅವನಿಗೆ ಗೊತ್ತಾಯಿತು. ಅವನಲ್ಲಿ ಅಪರಾಧಿ ಭಾವನೆ ಉಂಟಾಯಿತು. ನನ್ನ ಎದುರು ತಪ್ಪೊಪ್ಪಿಕೊಂಡು ಕ್ಷಮೆ ಕೋರಿದ. ಪೊಲೀಸರಿಗೆ ಹೇಳಬಾರದೆದು ಬೇಡಿಕೊಂಡ. ತಕ್ಷಣವೇ ಮನೆಯನ್ನು ಬಿಡುವುದಕ್ಕೆ ಒಪ್ಪಿಕೊಂಡು ತನ್ನ ಮಾತಿನಂತೆ ಮನೆಯನ್ನು ಬಿಟ್ಟು ಹೊರಟುಹೋದ.

ಈ ಘಟನೆಯು ನನ್ನ ಜೀವನದಲ್ಲಿ ಒಂದು ಸಕಾಲಿಕ ಎಚ್ಚರಿಕೆಯಾಗಿತ್ತು. ನಾನು ಸಂಪೂರ್ಣವಾಗಿ ಈ ದುಷ್ಟ ಶಕ್ತಿಯಿಂದ ಹೇಗೆ ಮೋಸಹೋಗಿದ್ದೆ ಎಂಬುದು ಈಗ ಮಾತ್ರ ಸ್ಪಷ್ಟವಾಗಿ ಗೋಚರವಾಗಿತ್ತು. ಅವನಿಗೆ ಆಶ್ರಯ ಕೊಡುವ ಮೂಲಕ ನಾನು ಒಳ್ಳೆಯ ಗುರಿಯನ್ನು ಸಾಧಿಸಲು ಕೆಟ್ಟ ಮಾರ್ಗವನ್ನು ಆರಿಸಿಕೊಂಡಿದ್ದೆ. ನಾನು ತಿಸಲ್(ಅರಿಸಿನ ಉಮ್ಮತ್ತ)ನಿಂದ ಅಂಜೂರದ ಹಣ್ಣುಗಳನ್ನು ಪಡೆಯುವ ನಿರೀಕ್ಷೆಯಲ್ಲಿದ್ದೆ. (ಅಂದರೆ ಮಾವಿನ ಮರದಿಂದ ಬೇವಿನ ಹಣ್ಣನ್ನು ಪಡೆಯುವ ನಿರೀಕ್ಷೆಯಲ್ಲಿದ್ದೆ.) ನನಗೆ ಆ ಒಡನಾಡಿ ಕೆಟ್ಟಗುಣವುಳ್ಳವನು ಎಂದು

ತಿಳಿದಿತ್ತು. ಆದರೂ ಅವನು ನನಗೆ ವಿಧೇಯನಾಗಿದ್ದಾನೆಂದು ಭಾವಿಸಿ ಅವನನ್ನು ನಂಬಿದ್ದೆ. ಅವನನ್ನು ಸುಧಾರಿಸುವ ಪ್ರಯತ್ನದಲ್ಲಿ ನಾನು ವಿನಾಶದ ಅಂಚಿನಲ್ಲಿದ್ದೆ. ನಾನು ಆತ್ಮೀಯ ಗೆಳೆಯರ ಮಾತುಗಳನ್ನು ಅಲಕ್ಷಿಸಿದ್ದೆ. ಅವಿವೇಕ ನನ್ನನ್ನು ಪೂರ್ತಿಯಾಗಿ ಕುರುಡುಮಾಡಿತ್ತು.

ಹೊಸ ಅಡಿಗೆಯವನು ಇಲ್ಲದಿದ್ದರೆ ನಾನು ಎಂದೂ ಸತ್ಯವನ್ನು ಕಾಣುತ್ತಿರಲಿಲ್ಲ. ಆ ಒಡನಾಡಿಯ ಪ್ರಭಾವದಲ್ಲಿ ಆಗ ನಾನು ಪ್ರಾರಂಭಿಸಿದ್ದ ನಿರ್ಲಿಪ್ತ ಜೀವನವನ್ನು ಪ್ರಾಯಶಃ ನಡೆಸಲು ಅಸಮರ್ಥನಾಗುತ್ತಿದ್ದೆ. ನಾನು ಯಾವಾಗಲೂ ಅವನಿಗಾಗಿ ಸಮಯವನ್ನು ವ್ಯರ್ಥಮಾಡುತ್ತಿದ್ದೆ. ಅವನು ನನ್ನನ್ನು ಕತ್ತಲೆಯಲ್ಲಿ ಇಡಲು ಮತ್ತು ತಪ್ಪುದಾರಿಯಲ್ಲಿ ಕರೆದೊಯ್ಯಲು ಶಕ್ತನಾಗಿದ್ದ.

ಆದರೆ ಮುಂಚಿನಂತೆ ದೇವರು ನನ್ನನ್ನು ಪಾರುಮಾಡಿದ್ದ. ನನ್ನ ಆಶಯಗಳು ಪರಿಶುದ್ಧವಾಗಿದ್ದವು. ಆದ್ದರಿಂದ ನಾನು ತಪ್ಪುಗಳನ್ನು ಮಾಡಿದ್ದರೂ ಉಳಿದುಕೊಂಡೆ. ಈ ಮುಂಚಿನ ಅನುಭವವು ಭವಿಷ್ಯತ್ತಿನ ಬಗ್ಗೆ ಪೂರ್ಣವಾಗಿ ನನಗೆ ಮೊದಲೇ ಎಚ್ಚರಿಕೆಯನ್ನು ನೀಡಿತ್ತು.

ಈ ಅಡಿಗೆಯವನು ಬಹುತೇಕ ಸ್ವರ್ಗದಿಂದ ಬಂದ ದೂತನೇ ಆಗಿದ್ದ. ಅವನಿಗೆ ಅಡಿಗೆ ಮಾಡಲು ಬರುತ್ತಿರಲಿಲ್ಲ. ಅಡಿಗೆಯವನಾಗಿ ಅವನು ನನ್ನ ಮನೆಯಲ್ಲಿ ಉಳಿಯಲು ಸಾಧ್ಯವಿರಲಿಲ್ಲ. ಆದರೆ ಇತರ ಯಾರೂ ನನ್ನ ಕಣ್ಣುಗಳನ್ನು ತೆರೆಸಲಾರದವರಾಗಿದ್ದರು. ಮುಂದೆ ನನಗೆ ತಿಳಿದು ಬಂದ ಪ್ರಕಾರ ಇದೇ ಮೊದಲಬಾರಿಗೆ ಆ ದುಷ್ಟ ಆ ಹೆಂಗಸನ್ನು ನನ್ನ ಮನೆಗೆ ಕರೆದುಕೊಂಡು ಬಂದಿರಲಿಲ್ಲ. ಇದಕ್ಕೂ ಮುಂಚೆ ಅವಳು ಆಗಾಗ್ಗೆ ನನ್ನ ಮನೆಗೆ ಬರುತ್ತಿದ್ದಳು. ಆದರೆ ಅದನ್ನು ಅರಿತವರಲ್ಲಿ ಯಾರಿಗೂ ಅಡಿಗೆಯವನಲ್ಲಿದ್ದ ಧೈರ್ಯ ಇರಲಿಲ್ಲ. ನಾನು ಹೇಗೆ ಕುರುಡನಂತೆ ಆ ಒಡನಾಡಿಯನ್ನು ನಂಬಿದ್ದೆ ಎಂದು ಪ್ರತಿಯೊಬ್ಬರಿಗೂ ಗೊತ್ತಿತ್ತು. ಈ ಸೇವೆಯನ್ನು ಮಾತ್ರ ಸಲ್ಲಿಸಲು ಅಡಿಗೆಯವನನ್ನು ಬಳಿಗೆ ಕಳಿಸಲಾಗಿತ್ತು. ಏಕೆಂದರೆ ಅದೇ ಕ್ಷಣದಲ್ಲಿ ಅವನು ನನ್ನನ್ನು ಬಿಟ್ಟು ಹೋಗುವುದಾಗಿ ಬೇಡಿಕೊಂಡ.

'ನಾನು ನಿಮ್ಮ ಮನೆಯಲ್ಲಿರಲಾರೆ.' ಎಂದು ಅವನು ಹೇಳಿದ. 'ನೀವು ಸುಲಭವಾಗಿ ಮೋಸಹೋಗುವಿರಿ. ನನಗೆ ಇಲ್ಲಿ ಸ್ಥಳವಿಲ್ಲ'.

ನಾನು ಅವನಿಗೆ ಹೋಗಲು ಅಪ್ಪಣೆ ಕೊಟ್ಟೆ.

ಗುಮಾಸ್ತನ ವಿರುದ್ಧ ನನ್ನ ಕಿವಿಗಳಲ್ಲಿ ವಿಷ ತುಂಬಿದವನು ಬೇರೆ ಯಾರೂ ಆಗಿರದೇ ಇದೇ ವ್ಯಕ್ತಿಯಾಗಿದ್ದ ಎಂದು ನಾನು ಈಗ ಕಂಡುಹಿಡಿದೆ. ಗುಮಾಸ್ತನಿಗೆ ಮಾಡಿದ್ದ ಅನ್ಯಾಯವನ್ನು ಸರಿಪಡಿಸಲು ನಾನು ತುಂಬಾ ಪ್ರಯತ್ನಿಸಿದೆ. ಹಾಗಿದ್ದರೂ ನನಗೆ ಅವನನ್ನು ಪೂರ್ತಿಯಾಗಿ ಸಮಾಧಾನ ಪಡಿಸಲು ಸಾಧ್ಯವಾಗಲಿಲ್ಲ ಎಂಬುದಕ್ಕೆ ನಾನು ಎಂದೆಂದೂ ಪಶ್ಚಾತ್ತಾಪಡುತ್ತೇನೆ. ಎಷ್ಟರಮಟ್ಟಿಗೆ ಅದನ್ನು ನೀವು ಸರಿಪಡಿಸಿದರೂ ಒಡಕು ಒಡಕೇ.

24. ತಾಯ್ನಾಡಿನ ಕಡೆಗೆ

ಈಗ ನಾನು ದಕ್ಷಿಣ ಆಫ್ರಿಕದಲ್ಲಿ ಮೂರು ವರ್ಷಗಳನ್ನು ಕಳೆದಿದ್ದೆ. ಅಲ್ಲಿಯ ಜನರು ನನ್ನನ್ನು ಅರಿತು ಕೊಂಡಿದ್ದರು ಮತ್ತು ನಾನು ಅವರನ್ನು ಅರಿತುಕೊಂಡಿದ್ದೆ. 1896ರಲ್ಲಿ ನಾನು ಆರು ತಿಂಗಳ ಕಾಲ ತಾಯ್ನಾಡಿಗೆ ಹೋಗಿ ಅಲ್ಲಿ ಇರಲು ಅಪ್ಪಣೆಯನ್ನು ಕೇಳಿದೆ. ಏಕೆಂದರೆ ನಾನು ದಕ್ಷಿಣ ಆಫ್ರಿಕದಲ್ಲಿ ಬಹುಕಾಲ ಉಳಿದಿದ್ದೆ ಎಂದು ಭಾವಿಸಿದ್ದೆ. ನನ್ನ ವೃತ್ತಿ ತುಂಬಾ ಚೆನ್ನಾಗಿ ನಡೆಯುತ್ತಿತ್ತು ಮತ್ತು ಅಲ್ಲಿಯ ಜನರು ನಾನು ಅಲ್ಲಿರುವುದು ಅವಶ್ಯಕವೆಂದು ಭಾವಿಸಿದ್ದರು. ಆದ್ದರಿಂದ ನಾನು ಮನೆಗೆ ಹೋಗಿ ನನ್ನ ಹೆಂಡತಿ ಮತ್ತು ಮಕ್ಕಳನ್ನು ಕರೆದುಕೊಂಡು ವಾಪಸ್ ಬಂದು ಅಲ್ಲಿಯೇ ವಸತಿಯನ್ನು ಹೂಡಬೇಕೆಂದು ಮನಸ್ಸು ಮಾಡಿದೆ. ನಾನು ತಾಯ್ನಾಡಿಗೆ ಹಿಂದಿರುಗಿದರೆ, ದಕ್ಷಿಣ ಆಫ್ರಿಕದಲ್ಲಿರುವ ಭಾರತಿಯರ ಬಗ್ಗೆ ಇನ್ನೂ ಹೆಚ್ಚು ಆಸಕ್ತಿಯನ್ನು ತಾಯ್ನಾಡಿನಲ್ಲಿ ಹುಟ್ಟಿಸಬಹುದೆಂದೂ ಮತ್ತು ಅವರ ಬಗ್ಗೆ ಅಲ್ಲಿ ಸಾರ್ವಜನಿಕಾಭಿಪ್ರಾಯವನ್ನು ಹದಗೊಳಿಸುವ ಮೂಲಕ ಏನಾದರೂ ಸಾರ್ವಜನಿಕ ಕೆಲಸವನ್ನು ಮಾಡಲು ಸಮರ್ಥನಾಗಬಹುದು ಎಂದು ಭಾವಿಸಿದೆ. 3 ಪೌಂಡ್ ತೆರಿಗೆ ಪ್ರಕಟಗೊಂಡಿರುವ ಹುಣ್ಣಿನಂತಿತ್ತು. ಅದು ರದ್ದಾಗುವವರೆಗೂ ಶಾಂತಿ ನೆಲೆಸಲು ಸಾಧ್ಯವಿರಲಿಲ್ಲ.

ಆದರೆ ನನ್ನ ಗೈರುಹಾಜರಿಯಲ್ಲಿ ಕಾಂಗ್ರೆಸ್‌ನ ಕೆಲಸ ಮತ್ತು ವಿದ್ಯಾ ಸಂಸ್ಥೆಯನ್ನು ಯಾರು ನೋಡಿಕೊಳ್ಳುತ್ತಾರೆ? ನಾನು ಇಬ್ಬರ ಬಗ್ಗೆ ಚಿಂತಿಸಿದ್ದೆ. ಅವರಾರೆಂದರೆ ಆ್ಯಡಮ್‌ಜೀ ಮಿಯಾಖಾನ್ ಮತ್ತು ಪಾರ್ಸಿ ರುಸ್ತೋಮ್‌ಜೀ. ವ್ಯಾಪಾರಿ ವರ್ಗದಲ್ಲಿ ಅನೇಕ ಕಾರ್ಯಕರ್ತರು ಈಗ ಲಭ್ಯವಿದ್ದರು. ಆದರೆ ಅವರಲ್ಲಿ ಕ್ರಮಬದ್ಧವಾಗಿ ಕೆಲಸಮಾಡುವ ಮೂಲಕ ಕಾರ್ಯದರ್ಶಿಯ ಕರ್ತವ್ಯವನ್ನು ನಿರ್ವಹಿಸಬಲ್ಲ ಮತ್ತು ಭಾರತೀಯ ಸಮುದಾಯದ ಮೆಚ್ಚಿಕೆಯನ್ನು ಗಳಿಸಿಕೊಂಡಿದ್ದರಲ್ಲಿ ಇವರಿಬ್ಬರೂ ಪ್ರಮುಖರಾಗಿದ್ದರು. ಕಾರ್ಯದರ್ಶಿಗೆ ಖಂಡಿತವಾಗಿಯೂ ಇಂಗ್ಲಿಷಿನಲ್ಲಿ ವ್ಯವಹರಿಸುವ ಜ್ಞಾನದ ಅವಶ್ಯಕತೆಯಿತ್ತು. ನಾನು ಕಾಂಗ್ರೆಸ್‌ಗೆ ದಿವಂಗತ ಆ್ಯಡಮ್‌ಜೀ ಮಿಯಾಖಾನ್‌ಅವರ ಹೆಸರನ್ನು ಶಿಫಾರಸು ಮಾಡಿದೆ. ಕಾಂಗ್ರೆಸ್ ಕಾರ್ಯದರ್ಶಿ ಹುದ್ದೆಗೆ ಅವರನ್ನು ನೇಮಿಸಲು ಸಮ್ಮತಿ ನೀಡಿತು. ಈ ಆಯ್ಕೆ ತುಂಬಾ ಸಮಂಜಸವಾಗಿತ್ತೆಂದು ಮುಂದಿನ ಅನುಭವ ತೋರಿಸಿ ಕೊಟ್ಟಿತ್ತು. ಆ್ಯಡಮ್‌ಜೀ ಮಿಯಾಖಾನ್ ತಮ್ಮ ದೃಢನಿಷ್ಠೆ, ಔದಾರ್ಯ, ಸ್ನೇಹಪರತೆ ಮತ್ತು ಸಭ್ಯತೆಯ ಮೂಲಕ ಎಲ್ಲರನ್ನೂ ತೃಪ್ತಿಪಡಿಸಿದರು. ಕಾರ್ಯದರ್ಶಿಯ ಕೆಲಸಕ್ಕೆ ಬ್ಯಾರಿಸ್ಟರ್ ಪದವಿಯಾಗಲಿ ಇಲ್ಲವೇ ಉನ್ನತ ಶಿಕ್ಷಣವಾಗಲಿ ಅಗತ್ಯವಿಲ್ಲವೆಂದು ಎಲ್ಲರಿಗೂ ತೋರಿಸಿಕೊಟ್ಟರು.

ಸುಮಾರಾಗಿ 1896ನೇ ಇಸವಿಯ ಮಧ್ಯಭಾಗದಲ್ಲಿ ನಾನು ಕಲ್ಕತ್ತಕ್ಕೆ ಹೊರಟಿದ್ದ ಎಸ್. ಎಸ್. ಪೊಂಗೊಲದಲ್ಲಿ ತಾಯ್ನಾಡಿನ ಕಡೆಗೆ ಪ್ರಯಾಣ ಮಾಡಿದೆ.

ಹಡಗಿನಲ್ಲಿ ತುಂಬಾ ಕಡಿಮೆ ಪ್ರಯಾಣಿಕರಿದ್ದರು. ಅವರಲ್ಲಿ ಇಬ್ಬರು ಇಂಗ್ಲಿಷ್ ಅಧಿಕಾರಿಗಳಿದ್ದರು. ನಾನು ಅವರೊಂದಿಗೆ ಆಪ್ತ ಸಂಪರ್ಕವನ್ನು ಬೆಳಸಿಕೊಂಡೆ. ಅವರಲ್ಲೊಬ್ಬರೊಂದಿಗೆ ನಾನು ಪ್ರತಿದಿನವೂ ಒಂದು ಗಂಟೆಯ ಕಾಲ ಚದುರಂಗದಾಟ(ಚೆಸ್) ಆಡುತ್ತಿದ್ದೆ. ಹಡಗಿನ ವೈದ್ಯರು ನನಗೆ 'ತಮಿಳ್ ಸೆಲ್ಫ್ ಟೀಚರ್(ತಮಿಳು ಸ್ವಯಂ ಶಿಕ್ಷಕ)' ಎಂಬ ಪುಸ್ತಕವನ್ನು ಕೊಟ್ಟರು. ನಾನು ಅದರ ವ್ಯಾಸಂಗವನ್ನಾರಂಭಿಸಿದೆ. ಮುಸಲ್ಮಾನರೊಂದಿಗೆ ಆಪ್ತ ಸಂಪರ್ಕ ಬೆಳೆಸಲು ಉರ್ದುವಿನ ಜ್ಞಾನವನ್ನು ಮತ್ತು ಮದರಾಸು ಭಾರತೀಯರೊಂದಿಗೆ ಅಪ್ತ ಸಂಬಂಧವನ್ನು ಬೆಳೆಸಲು ತಮಿಳಿನ ಜ್ಞಾನವನ್ನು ಬೆಳಸಿಕೊಳ್ಳುವುದು ಅವಶ್ಯಕ ಎಂಬುದನ್ನು ನೆಟಾಲ್‌ನ ಅನುಭವ ನನಗೆ ಮನದಟ್ಟುಮಾಡಿಕೊಟ್ಟಿತ್ತು.

ನನ್ನ ಜತೆಯಲ್ಲಿ ಉರ್ದು ವ್ಯಾಸಂಗಮಾಡುತ್ತಿದ್ದ ಇಂಗ್ಲಿಷ್ ಗೆಳೆಯನ ಕೋರಿಕೆಯಂತೆ ಹಡಗಿನಲ್ಲಿದ್ದ ಪ್ರಯಾಣಿಕರಲ್ಲಿ ಒಬ್ಬ ಸಮರ್ಥ ಉರ್ದು ಮುನ್ಷಿಯವರನ್ನು ಹುಡುಕಿದೆ. ನಮ್ಮ ವ್ಯಾಸಂಗದಲ್ಲಿ ಅತ್ಯುತ್ತಮ ಪ್ರಗತಿಯನ್ನು ಸಾಧಿಸಿದೆವು. ಅಧಿಕಾರಿಗೆ ನನಗಿಂತ ಒಳ್ಳೆಯ ನೆನಪಿನ ಶಕ್ತಿಯಿತ್ತು. ಒಂದು ಶಬ್ದವನ್ನು ಒಂದು ಬಾರಿ ನೋಡಿದರೂ ಸಾಕು ಅದನ್ನು ಅವನು ಎಂದೂ ಮರೆಯುತ್ತಿರಲಿಲ್ಲ. ನನಗೆ ಉರ್ದು ಅಕ್ಷರಗಳನ್ನು ಅರ್ಥಮಾಡಿಕೊಂಡು ತಿಳಿದುಕೊಳ್ಳುವುದು ಕಷ್ಟಕರವೆಂದು ತೋರುತ್ತಿತ್ತು. ನಾನು ದೃಢನಿರ್ಧಾರದಿಂದ ಸತತ ಪ್ರಯತ್ನ ನಡೆಸಿದೆ. ಆದರೆ ನನಗೆ ಆ ಅಧಿಕಾರಿಯನ್ನು ಹಿಂದಕ್ಕೆ ಹಾಕಲು ಸಾಧ್ಯವಾಗಲಿಲ್ಲ.

ತಮಿಳಿನಲ್ಲಿ ನಾನು ಸಾಕಷ್ಟು ಪ್ರಗತಿಯನ್ನು ಸಾಧಿಸಿದೆ. ಯಾವುದೇ ಸಹಾಯ ದೊರೆಯದಿದ್ದರೂ ತಮಿಳ್ ಸೆಲ್ಫ್ ಟೀಚರ್‌ಅನ್ನು ಚೆನ್ನಾಗಿ ರಚಿಸಿದ್ದರಿಂದ ಹೊರಗಡೆಯ ಸಹಾಯದ ಅವಶ್ಯಕತೆಯಿಲ್ಲವೆಂದು ನಾನು ಭಾವಿಸಿದ್ದೆ.

ಭಾರತವನ್ನು ಮುಟ್ಟಿದಮೇಲೂ ಈ ಅಧ್ಯಯನಗಳನ್ನು ಮುಂದುವರೆಸಬೇಕೆಂದು ಬಯಸಿದ್ದೆ. ಆದರೆ ಸಾಧ್ಯವಾಗಲಿಲ್ಲ. 1893ರ ತರುವಾಯ ನನ್ನ ಬಹುತೇಕ ಅಧ್ಯಯನ ಸೆರೆಮನೆಯಲ್ಲಿ ನಡೆಯಿತು. ಸೆರೆಮನೆಗಳಲ್ಲಿ ತಮಿಳು ಮತ್ತು ಉರ್ದುವಿನಲ್ಲಿ ಸ್ವಲ್ಪಮಟ್ಟಿನ ಪ್ರಗತಿಯನ್ನು ಸಾಧಿಸಿದೆ. ದಕ್ಷಿಣ ಆಫ್ರಿಕದ ಸೆರೆಮನೆಗಳಲ್ಲಿ ತಮಿಳು ಭಾಷೆಯನ್ನು ಮತ್ತು ಯೆರವಾಡ ಸೆರೆಮನೆಯಲ್ಲಿ ಉರ್ದು ಭಾಷೆಯ ವ್ಯಾಸಂಗವನ್ನು ಮುಂದುವರೆಸಿದ್ದೆ. ಆದರೆ ತಮಿಳಿನಲ್ಲಿ ಮಾತಾಡುವುದನ್ನು ನಾನು ಕಲಿಯಲೇ ಇಲ್ಲ. ಓದುವ ಮೂಲಕ ಅಲ್ಪಸ್ವಲ್ಪ ಕಲಿತದ್ದು ಈಗ ಅಭ್ಯಾಸ ತಪ್ಪಿಹೋಗಿರುವುದರಿಂದ ಉಪಯೋಗಿಸಲಾಗದೇ ನಿಷ್ಕ್ರಿಯವಾಗಿದೆ.

ಈಗ ಕೂಡಾ ತಮಿಳು ಅಥವಾ ತೆಲುಗಿನ ಜ್ಞಾನವಿಲ್ಲದಿರುವುದರಿಂದ ಎಷ್ಟೊಂದು ಅನಾನುಕೂಲ ಉಂಟಾಗಿದೆ ಎಂಬುದನ್ನು ಗ್ರಹಿಸಿಕೊಳ್ಳುತ್ತಿದ್ದೇನೆ. ದಕ್ಷಿಣ ಆಫ್ರಿಕದಲ್ಲಿರುವ ದ್ರಾವಿಡರು ನನ್ನ ಮೇಲೆ ಧಾರಾಕಾರವಾಗಿ ಸುರಿಸಿದ ವಿಶ್ವಾಸ ನನ್ನಲ್ಲಿ ನೆಚ್ಚಿನ ನೆನಪಾಗಿ ಉಳಿದುಕೊಂಡಿದೆ. ತಮಿಳು ಅಥವಾ ತೆಲುಗು ಗೆಳೆಯನನ್ನು ಯಾವಾಗ ನೋಡಿದರೂ ದಕ್ಷಿಣ ಆಫ್ರಿಕದಲ್ಲಿನ ಅವರ ಅನೇಕ ದೇಶಭಾಂಧವರ ನಿಸ್ವಾರ್ಥ ತ್ಯಾಗ, ನಿಷ್ಠೆ ಮತ್ತು ಸತತ ಪ್ರಯತ್ನ ನನ್ನ ನೆನಪಿಗೆ ಬರುತ್ತವೆ. ಅವರಲ್ಲಿ ಬಹುಪಾಲು ಮಂದಿ ಅಶಿಕ್ಷಿತರಾಗಿದ್ದರು. ಸ್ತ್ರೀಯರಂತೆ ಪುರುಷರೂ ಅಶಿಕ್ಷಿತರೇ ಆಗಿದ್ದರು. ದಕ್ಷಿಣ ಆಫ್ರಿಕದಲ್ಲಿನ ಹೋರಾಟ ಆ ರೀತಿಯಲ್ಲಿತ್ತು. ಅಶಿಕ್ಷಿತ ಯೋಧರು ಆ ಹೊರಾಟ ನಡೆಸಿದರು. ಬಡವರಿಗಾಗಿ ನಡೆದ ಆ ಹೋರಾಟದಲ್ಲಿ ಬಡವರು ಪೂರ್ಣ ಪಾಲು ಪಡೆದಿದ್ದರು. ಹಾಗಿದ್ದರೂ ಅವರ ಭಾಷೆಯ ಅರಿವಿಲ್ಲದಿದ್ದುದು ನನಗೆ ಈ ಸರಳ ಹೃದಯವುಳ್ಳ ಮತ್ತು ಸಜ್ಜನರಾದ ದೇಶಬಾಂಧವರ ಹೃದಯಗಳನ್ನು ಸೆಳೆಯುವಲ್ಲಿ ಎಂದೂ ಅಡ್ಡಿಯಾಗಲಿಲ್ಲ. ಅವರು ಹರುಕುಮುರುಕು ಹಿಂದೂಸ್ಥಾನಿ ಅಥವಾ ಹರುಕುಮುರುಕು ಇಂಗ್ಲಿಷಿನಲ್ಲಿ ಮಾತಾಡುತ್ತಿದ್ದರು. ನಮ್ಮ ಕೆಲಸದಲ್ಲಿ ಇದು ಯಾವುದೇ ಅಡಚಣೆಯನ್ನುಂಟುಮಾಡಲಿಲ್ಲ. ಆದರೆ ತಮಿಳು ಮತ್ತು ತೆಲುಗು ಭಾಷೆಗಳನ್ನು ಕಲಿತುಕೊಂಡು ಅವರ ವಿಶ್ವಾಸವನ್ನು ಗಳಿಸಿಕೊಳ್ಳಲು ಬಯಸಿದ್ದೆ. ನಾನು ಈಗಾಗಲೇ ಹೇಳಿರುವಂತೆ ತಮಿಳಿನಲ್ಲಿ ಅಲ್ಪಸ್ವಲ್ಪ ಪ್ರಗತಿಯನ್ನು ಸಾಧಿಸಿದ್ದೆ. ಆದರೆ ತೆಲುಗು ಭಾಷೆಯನ್ನು ಭಾರತದಲ್ಲಿ ಕಲಿತುಕೊಳ್ಳಲು ಪ್ರಯತ್ನಿಸಿದೆ. ಹಾಗಿದ್ದರೂ ಅದರ ಅಕ್ಷರಗಳಾಚೆ ನನ್ನ ಕಲಿಕೆ ಮುಂದುವರೆಯಲಿಲ್ಲ. ಈಗ ನಾನು ಈ ಭಾಷೆಗಳನ್ನು ಕಲಿಯಲಾರೆ ಎಂಬ ಭಯ ನನ್ನಲ್ಲಿದೆ. ಆದ್ದರಿಂದ ದ್ರಾವಿಡರು ಹಿಂದೂಸ್ಥಾನಿಯನ್ನು ಕಲಿಯವರೆಂಬ ಅಪೇಕ್ಷೆ ನನ್ನಲ್ಲಿದೆ. ಏನೇ ಇರಲಿ ದಕ್ಷಿಣ ಆಫ್ರಿಕದಲ್ಲಿರುವ ಇಂಗ್ಲಿಷ್ ಮಾತಾಡದ ಜನರು ಹಿಂದಿ ಅಥವಾ ಹಿಂದೂಸ್ಥಾನಿಯನ್ನು ಕೆಟ್ಟದೆನ್ನಬಹುದಾದ ರೀತಿಯಲ್ಲಿ ಮಾತಾಡುತ್ತಾರೆ. ನಮ್ಮ ಭಾಷೆಗಳನ್ನು ಕಲಿಯಲು ಇಂಗ್ಲಿಷ್‌ನ ಜ್ಞಾನ ಅಡೆತಡೆಯುಂತಿದ್ದರೂ ಇಂಗ್ಲಿಷ್ ಮಾತಾಡುವವರು ಮಾತ್ರ ಹಿಂದೂಸ್ಥಾನಿಯನ್ನು ಕಲಿತುಕೊಳ್ಳುವುದಿಲ್ಲ.

ನಾನು ವಿಷಯಾಂತರ ಮಾಡಿದ್ದೇನೆ. ನನ್ನ ಪ್ರಯಾಣದ ನಿರೂಪಣೆಯನ್ನು ನಾನು ಮುಗಿಸಬೇಕಾಗಿದೆ. ಎಸ್. ಎಸ್. ಪೊಂಗೊಲದ ಕ್ಯಾಪ್ಟನ್(ನೌಕೆಯ ಪ್ರಧಾನಾಧಿಕಾರಿ)ನನ್ನು ಓದುಗರಿಗೆ ಪರಿಚಯ ಮಾಡಿಕೊಡಬೇಕು. ನಾವು ಗೆಳೆಯರಾದೆವು. ಈ ಸಜ್ಜನ ಕ್ಯಾಪ್ಟನ್ ಪ್ಲಿಮತ್ ಬ್ರದರ್(ಇಂಗ್ಲೆಂಡ್‌ನ ಪ್ಲಿಮತ್ ನಗರದಲ್ಲಿ ಸ್ಥಾಪಿತವಾಗಿದ್ದ ನಿಷ್ಠುರ ಕ್ಯಾಲನಿಸ್ಟಿಕ್ ಸಂಪ್ರದಾಯಕ್ಕೆ ಸೇರಿದವನು) ಆಗಿದ್ದ. ನಮ್ಮ ಮಾತುಕತೆ ಸಮುದ್ರಯಾನಕ್ಕಿಂತ ಹೆಚ್ಚಾಗಿ ಆಧ್ಯಾತ್ಮ ವಿಷಯಗಳನ್ನು ಒಳಗೊಂಡಿದ್ದವು. ಅವನು ನೈತಿಕತೆ ಮತ್ತು ನಿಷ್ಠೆಯ ನಡುವೆ ಒಂದು ರೇಖೆಯನ್ನು ಎಳೆದಿದ್ದ. ಬೈಬಲ್‌ನ ಬೋಧನೆ ಅವನಿಗೆ ಮಕ್ಕಳಾಟದಂತಿತ್ತು. ಅದರ ಸೌಂದರ್ಯ ಅದರ ಸರಳತೆಯಲ್ಲಿದೆ. ಎಲ್ಲ ಪುರುಷರು, ಮಹಿಳೆಯರು ಮತ್ತು ಮಕ್ಕಳು ಜೀಸಸ್‌ನಲ್ಲಿ ಮತ್ತು ಅವನ ಬಲಿದಾನದಲ್ಲಿ ನಿಷ್ಠೆಯನ್ನಿಡಬೇಕೆಂದೂ ಅವರ ಪಾಪಗಳು ಖಂಡಿತವಾಗಿಯೂ ನಿವಾರಣೆಯಾಗುತ್ತವೆಂದೂ ಅವನು ಹೇಳುತ್ತಿದ್ದ. ಈ ಗೆಳೆಯನು ಪ್ರಿಟೋರಿಯಾದಲ್ಲಿನ ಪ್ಲಿಮತ್ ಬ್ರದರ್‌ನ ನೆನಪನ್ನು ಮರುಕಳಿಸಿದ. ಯಾವುದೇ ನೈತಿಕ ನಿರ್ಬಂಧಗಳನ್ನು ಹೇರುವ ಧರ್ಮ ಅವನ ಪಾಲಿಗೆ ಒಳ್ಳೆಯದಾಗಿರಲಿಲ್ಲ. ನನ್ನ ಸಸ್ಯಾಹಾರ ಇಡೀ ಚರ್ಚೆಯ ಪ್ರೇರಕಶಕ್ತಿಯಾಗಿತ್ತು. ನಾನೇಕೆ ಮಾಂಸವನ್ನು ಅಥವಾ ಅದೇ ವಿಷಯದಲ್ಲಿ ಹೇಳುವುದಾದರೆ ದನದ ಮಾಂಸವನ್ನು ತಿನ್ನಬಾರದು? ಮಾನವ ಜನಾಂಗದ ಸಂತುಷ್ಟಿಗಾಗಿ ದೇವರು ಎಲ್ಲ ಕೆಳವರ್ಗದ ಪ್ರಾಣಿಗಳನ್ನು ಸೃಷ್ಟಿಸಿಲ್ಲವೆ? ಉದಾಹಣೆಗೆ ಅವನು ತರಕಾರಿ ಸಾಮ್ರಾಜ್ಯವನ್ನು ಸೃಷ್ಟಿಸಿಲ್ಲವೆ? ಈ ಪ್ರಶ್ನೆಗಳು ಅನಿವಾರ್ಯವಾಗಿ ನಮ್ಮನ್ನು ಧಾರ್ಮಿಕ ಚರ್ಚೆಯ ಕಡೆಗೆ ಸೆಳೆಯುತ್ತಿದ್ದವು.

ನಮ್ಮಲ್ಲಿ ಒಬ್ಬರಿಗೆ ಇನ್ನೊಬ್ಬರನ್ನು ಒಪ್ಪಿಸಲು ಸಾಧ್ಯವಾಗುತ್ತಿರಲಿಲ್ಲ. ಧರ್ಮ ಮತ್ತು ನೈತಿಕತೆ ಸಮಾನಾರ್ಥಕವಾಗಿರುವಂತಹವು ಎಂಬುದು ನನ್ನ ಅಭಿಪ್ರಾಯವಾಗಿತ್ತು. ಆದರೆ ಕ್ಯಾಪ್ಟನ್ ನಿಸ್ಸಂಶಯವಾಗಿಯೂ ತನ್ನ ವ್ಯತಿರಿಕ್ತ ಅಭಿಪ್ರಾಯ ಸರಿಯಾದದ್ದು ಎಂದು ಭಾವಿಸಿದ್ದ.

ಇಪ್ಪತ್ನಾಲ್ಕು ದಿನಗಳ ಸುಖಕರವಾದ ಪ್ರಯಾಣ ಮುಕ್ತಾಯವಾದಾಗ ಹೂಗ್ಲಿಯ ಸೌಂದರ್ಯವನ್ನು ಮೆಚ್ಚಿಕೊಳ್ಳುತ್ತ ಕಲ್ಕತ್ತದಲ್ಲಿ ಕಾಲಿರಿಸಿದೆ. ಅದೇ ದಿನ ನಾನು ರೈಲಿನಲ್ಲಿ ಬಾಂಬೆಗೆ ಪ್ರಯಾಣ ಹೊರಟೆ.

25. ಭಾರತದಲ್ಲಿ

ಭಾಂಬೆಗೆ ಹೋಗುವ ದಾರಿಯಲ್ಲಿ ರೈಲು ಅಲಹಾಬಾದ್‌ನಲ್ಲಿ ನಲವತ್ತೈದು ನಿಮಿಷಗಳ ಕಾಲ ನಿಂತಿತ್ತು. ಈ ಬಿಡುವಿನ ಅವಧಿಯಲ್ಲಿ ನಾನು ವಾಹನದಲ್ಲಿ ಕೂತು ಪಟ್ಟಣದಲ್ಲಿ ಸುತ್ತಿಬರಲು ನಿಶ್ಚಯಿಸಿದೆ. ಔಷಧಿ ವ್ಯಾಪಾರಿಯ ಬಳಿ ನಾನು ಯಾವುದೋ ಔಷಧಿಯನ್ನು ಕೂಡಾ ಕೊಂಡು ಕೊಳ್ಳಬೇಕಾಗಿತ್ತು. ಔಷಧಿ ವ್ಯಾಪಾರಿ ನಿದ್ರಿಸುತ್ತಿದ್ದ. ಹಾಗಾಗಿ ಅವನು ಔಷಧಿಯನ್ನು ಕೊಡಲು ತುಂಬಾ ಸಮಯವನ್ನು ತೆಗೆದುಕೊಂಡ. ಈ ಕಾರಣದಿಂದಾಗಿ ನಾನು ಸ್ಟೇಷನ್‌ಅನ್ನು ಮುಟ್ಟಿದಾಗ ರೈಲು ಅದೇ ತಾನೇ ಹೊರಟಿತ್ತು. ಸ್ಟೇಷನ್ ಮಾಸ್ಟರ್ ದಯೆಯಿಟ್ಟು ನನಗಾಗಿ ಒಂದು ನಿಮಿಷ ರೈಲನ್ನು ತಡೆದು ನಿಲ್ಲಿಸಿದ್ದ. ಆದರೆ ನಾನು ಬರುತ್ತಿದ್ದುದು ಅವನಿಗೆ ಕಾಣಿಸಿದಿದ್ದುದರಿಂದ ಅವನು ನನ್ನ ಸಾಮಾನನ್ನು ಹೊರಕ್ಕೆ ಹುಷಾರಾಗಿ ತೆಗೆದಿರಿಸುವಂತೆ ಅಪ್ಪಣೆಮಾಡಿದ್ದ.

ನಾನು ಕೆಲ್ನರ್ ಹೊಟೇಲ್‌ನಲ್ಲಿ ಒಂದು ರೂಮು ಪಡೆದೆ ಮತ್ತು ಅಲ್ಲಿಯೇ ಮತ್ತು ಆ ಕ್ಷಣದಲ್ಲೇ ಕೆಲಸ ಪ್ರಾರಂಭಿಸಲು ನಿರ್ಧರಿಸಿದೆ. ಅಲಹಾಬಾದ್‌ನಿಂದ ಪ್ರಕಟವಾಗುತ್ತಿದ್ದ 'ಪೈಅನಿಅರ್' (ಪಯನೀರ್?) ಬಗ್ಗೆ

ತುಂಬಾ ಕೇಳಿದ್ದೆ. ಅದು ಭಾರತೀಯರ ಆಶಯಗಳಿಗೆ ವಿರುದ್ಧವಾಗಿದೆಯೆಂದು ಅರ್ಥಮಾಡಿಕೊಂಡಿದ್ದೆ. ಮಿ. ಚೆಸ್ನಿ ಜೂನಿಯರ್ ಆ ಕಾಲದಲ್ಲಿ ಅದರ ಸಂಪಾದಕರಾಗಿದ್ದರು ಎಂಬ ಅಸ್ಪಷ್ಟ ನೆನಪಿದೆ. ಪ್ರತಿಯೊಂದು ಪಕ್ಷದ ಸಹಾಯವನ್ನು ಖಾತರಿಪಡಿಸಿಕೊಳ್ಳಬೇಕೆಂದು ನಾನು ಬಯಸುತ್ತಿದ್ದರಿಂದ ನಾನು ಮಿ. ಚೆಸ್ನಿಅವರಿಗೆ ಚೀಟಿ ಬರೆದು ನಾನು ರೈಲನ್ನು ಹೇಗೆ ತಪ್ಪಿಸಿಕೊಂಡೆ ಎಂದು ತಿಳಿಸಿದೆ. ಮಾರನೇ ದಿನ ನನಗೆ ಹೊರಡಲು ಅನುಕೂಲವಾಗುವಂತೆ ನನಗೆ ಆ ದಿನವೇ ಅವರ ಭೇಟಿಗೆ ಒಪ್ಪಿಗೆ ಕೊಡಬೇಕೆಂದು ಕೇಳಿಕೊಂಡೆ. ಅವರು ನನಗೆ ತಕ್ಷಣವೇ ಅನುಮತಿಯನ್ನು ಕೊಟ್ಟರು. ವಿಶೇಷವಾಗಿ ಅವರು ಸಮಾಧಾನದಿಂದ ನಾನು ಹೇಳಿದ್ದನ್ನು ಕೇಳಿದ್ದರಿಂದ ನನಗೆ ತುಂಬಾ ಸಂತೋಷವಾಗಿತ್ತು. ನಾನು ಬರೆಯುವ ಯಾವುದೇ ವಿಚಾರವನ್ನು ತಮ್ಮ ಪತ್ರಿಕೆಯ ಮೂಲಕ ಓದುಗರ ಗಮನಕ್ಕೆ ತರುವುದಾಗಿ ತಿಳಿಸಿದರು. ವಸಾಹತುಗಳಲ್ಲಿರುವವರ ದೃಷ್ಟಿಕೋನಕ್ಕೆ ಸಾಕಷ್ಟು ಬೆಲೆಕೊಟ್ಟು ಅದನ್ನು ಅರ್ಥಮಾಡಿಕೊಂಡರೂ ಭಾರತೀಯರ ಎಲ್ಲ ಬೇಡಿಕೆಗಳನ್ನು ತಾವು ಬೆಂಬಲಿಸುವುದಿಲ್ಲ ಎಂದೂ ಹೇಳಿದರು.

'ಇದು ಸಾಕಷ್ಟಾಯಿತು 'ಎಂದು ನಾನು ಹೇಳಿದೆ. 'ನೀವು ಈ ಪ್ರಶ್ನೆಯ ಅಧ್ಯಯನ ಮಾಡಿ ನಿಮ್ಮ ಪತ್ರಿಕೆಯಲ್ಲಿ ಚರ್ಚಿಸಬೇಕು. ನಮಗೆ ಸಿಗಬೇಕಾಗಿರುವ ಕೇವಲ ನ್ಯಾಯವನ್ನಲ್ಲದೇ ನಾನು ಬೇರೆ ಏನನ್ನು ಕೇಳುವುದಿಲ್ಲ ಮತ್ತು ಇನ್ನೇನನ್ನು ಅಪೇಕ್ಷಿಸುವುದಿಲ್ಲ.'

ತ್ರಿವೇಣಿ ಅಂದರೆ ಮೂರು ನದಿಗಳ ದಿವ್ಯ ಸಂಗಮದ ದರ್ಶನಮಾಡಿ ಸಂತೋಷಪಡುವುದರಲ್ಲಿ ಮತ್ತು ನನ್ನ ಮುಂದಿರುವ ಕೆಲಸದ ಬಗ್ಗೆ ಯೋಜಿಸುವುದರಲ್ಲಿ ಉಳಿದ ದಿನ ಕಳೆದುಹೋಯ್ತು.

'ಪೈಆನೀರ್'ನ ಸಂಪಾದಕರೊಂದಿಗೆ ನಾನು ನಡೆಸಿದ್ದ ಅನಿರೀಕ್ಷಿತ ಸಂದರ್ಶನ ಘಟನೆಗಳ ಸರಮಾಲೆಗೆ ಅಸ್ತಿಭಾರ ಹಾಕಿತು. ಇದರಿಂದಾಗಿ ಅಂತಿಮವಾಗಿ ನೆಟಾಲ್‌ನಲ್ಲಿ ಅಪರಾಧಮಾಡಿದ್ದಾನೆಂಬ ಆರೋಪ ಹೊರಿಸಿಕೊಂಡು ಕಾನೂನು ಸಮ್ಮತ ವಿಚಾರಣೆಯಿಲ್ಲದೇ (ಲಿಂಚ್ ನ್ಯಾಯದ ಪ್ರಕಾರ) ಗಲ್ಲಿಗೇರುವ ಸ್ಥಿತಿಯನ್ನು ನಾನು ಎದುರಿಸಬೇಕಾಯ್ತು.

ನಾನು ಬಾಂಬೆಯಲ್ಲಿ ಇಳಿಯದೇ ನೇರವಾಗಿ ರಾಜಕೋಟ್‌ಗೆ ಬಂದು ಮುಟ್ಟಿದೆ. ದಕ್ಷಿಣ ಆಫ್ರಿಕದಲ್ಲಿನ ಪರಿಸ್ಥಿತಿಯ ಬಗ್ಗೆ ಕಿರು ಪುಸ್ತಕಗಳನ್ನು ಬರೆಯಲು ಸಿದ್ಧತೆಯನ್ನು ನಡೆಸಲಾರಂಭಿಸಿದೆ ಬರವಣಿಗೆ ಮತ್ತು ಪ್ರಕಟಣೆ ಸುಮಾರು ಒಂದು ತಿಂಗಳ ಅವಧಿಯನ್ನು ತೆಗೆದುಕೊಂಡಿತು. ಪುಸ್ತಕಕ್ಕೆ ಹಸಿರುರಟ್ಟಿತ್ತು. ಅದ್ದರಿಂದ ಅದು ಮುಂದೆ 'ಹಸಿರು ಕಿರು ಪುಸ್ತಕ' ಎಂದು ಪ್ರಸಿದ್ಧಿ ಪಡೆಯಿತು. ಇದರಲ್ಲಿ ನಾನು ಉದ್ದೇಶಪೂರ್ವಕವಾಗಿ ದಕ್ಷಿಣ ಆಫ್ರಿಕದಲ್ಲಿನ ಭಾರತೀಯರ ಪರಿಸ್ಥಿತಿಯ ಚಿತ್ರಣವನ್ನು ಮೆದುಗೊಳಿಸಿ ಉದ್ರೇಕವಿಲ್ಲದೇ ಬರೆದಿದ್ದೆ. ನಾನು ಮೊದಲೇ ಪ್ರಸ್ತಾಪಿಸಿರುವ ಎರಡು ಕಿರುಪುಸ್ತಿಕೆಗಳಿಗಿಂತ ಇದರಲ್ಲಿ ಭಾಷೆಯನ್ನು ತುಂಬಾ ಸೌಮ್ಯವಾಗಿ ಬಳಸಿದ್ದೆ. ದೂರದಿಂದ ಕೇಳಿಬರುವ ವಿಷಯಗಳು ತಾವು ಇರುವುದಕ್ಕಿಂತಲೂ ದೊಡ್ಡದಾಗಿ ಕಾಣಿಸಿಕೊಳ್ಳುತ್ತವೆ ಎಂಬುದು ನನಗೆ ಗೊತ್ತಿತ್ತು.

ಹತ್ತು ಸಾವಿರ ಪ್ರತಿಗಳನ್ನು ಮುದ್ರಿಸಲಾಗಿತ್ತು ಮತ್ತು ಭಾರತದ ಎಲ್ಲ ಪತ್ರಿಕೆಗಳಿಗೂ ಮತ್ತು ಪ್ರತಿಯೊಂದು ಪಕ್ಷದ ನಾಯಕರುಗಳಿಗೆ ಕಳಿಸಿಕೊಡಲಾಗಿತ್ತು. ಪೈಆನೀರ್

(ಪಯೋನಿಯರ್) ಅದನ್ನು ಮೊದಲು ತನ್ನ ಸಂಪಾದಕೀಯದಲ್ಲಿ ಗಮನಿಸಿತು. ರಾಯಿಟರ್ (ರಾಯ್‌ಟರ್) ಲೇಖನದ ಸಾರಾಂಶವನ್ನು ಇಂಗ್ಲೆಂಡ್‌ಗೆ ತಂತಿ(ಕೇಬಲ್) ಮೂಲಕ ಕಳಿಸಿತು. ಆ ಸಾರಾಂಶದ ಸಾರಾಂಶವನ್ನು ರಾಯಿಟರ್‌ನ ಲಂಡನ್ ಕಛೇರಿಯು ನೆಟಾಲ್‌ಗೆ ತಂತಿ ಮೂಲಕ ಕಳಿಸಿತು. ಈ ತಂತಿ ಸುದ್ದಿ ಮುದ್ರಣದಲ್ಲಿ ಮೂರುಸಾಲುಗಳಿಗೂ ಹೆಚ್ಚು ಉದ್ದವಾಗಿರಲಿಲ್ಲ. ಅದು ಕಿರು ಚಿತ್ರಣವಾಗಿದ್ದರೂ ನೆಟಾಲ್‌ನ ಭಾರತೀಯರನ್ನು ನೋಡಿಕೊಳ್ಳುತ್ತಿರುವ ರೀತಿಯ ಬಗ್ಗೆ ನಾನು ಬರೆದಿದ್ದ ನಿರೂಪಣೆಯ ಉತ್ಪ್ರೇಕ್ಷಿತ ಆವೃತ್ತಿಯಂತಿತ್ತು. ಅವು ನನ್ನ ಮಾತುಗಳಾಗಿರಲಿಲ್ಲ. ಇದರಿಂದ ನೆಟಾಲ್‌ನಲ್ಲಿ ಏನು ಪರಿಣಾಮವಾಯ್ತು ಎಂಬುದನ್ನು ನಾವು ಮುಂದೆ ನೋಡಬಹುದು. ಇಷ್ಟರಲ್ಲಿ ಪ್ರತಿಯೊಂದು ಪ್ರಸಿದ್ಧ ಪತ್ರಿಕೆಯೂ ಈ ಪ್ರಶ್ನೆಯ ಬಗ್ಗೆ ವಿಸ್ತಾರವಾಗಿ ಟೀಕೆಮಾಡಿದ್ದವು.

ಈ ಕಿರುಪುಸ್ತಿಕೆಗಳನ್ನು ಅಂಚೆಯ ಮೂಲಕ ಕಳಿಸುವುದು ಅಲ್ಪ ವಿಷಯವೇನಾಗಿರಲಿಲ್ಲ. ನಾನು ಹೊದಿಕೆ(ರ್‍ಯಾಪರ್) ಮುಂತಾದವನ್ನು ಸಿದ್ಧಪಡಿಸಲು ಯಾರನ್ನಾದರೂ ನೇಮಿಸಿಕೊಂಡಿದ್ದರೆ ತುಂಬಾ ಹಣ ಖರ್ಚಾಗುತ್ತಿತ್ತು. ಆದರೆ ನಾನು ಸರಳವಾದ ಉಪಾಯವೊಂದನ್ನು ಹುಡುಕಿಕೊಂಡೆ. ನಾನು ವಾಸಿಸುತ್ತಿದ್ದ ಸ್ಥಳದಲ್ಲಿದ್ದ ಎಲ್ಲ ಮಕ್ಕಳನ್ನು ಕೂಡಿಸಿಕೊಂಡು ಬೆಳಗಿನ ಹೊತ್ತಿನಲ್ಲಿ ಮತ್ತು ಶಾಲೆ ಇಲ್ಲದಿದ್ದಾಗ ಎರಡು ಅಥವಾ ಮೂರು ಗಂಟೆಗಳ ಕಾಲ ಹಣ ತೆಗದುಕೊಳ್ಳದೇ ಸ್ವಪ್ರೇರಣೆಯಿಂದ ಕೆಲಸಮಾಡುವಂತೆ ಕೇಳಿಕೊಂಡೆ. ಅವರು ಸಂತೋಷದಿಂದ ಒಪ್ಪಿಕೊಂಡರು. ನಾನು ಅವರಿಗೆ ಶುಭ ಹಾರೈಸುವುದಾಗಿ ಮಾತುಕೊಟ್ಟೆ ಮತ್ತು ಪ್ರತಿಫಲವೆಂದು ನಾನು ಸಂಗ್ರಹಿಸಿಟ್ಟುಕೊಂಡಿದ್ದ ಹಾಗೂ ಬಳಸಿದ್ದ ಸ್ಟಾಂಪ್‌ಗಳನ್ನು ಅವರಿಗೆ ಕೊಟ್ಟುಬಿಟ್ಟೆ. ಅವರು ಬಹಳ ಬೇಗ ಕೆಲಸಮುಗಿಸಿದರು. ಮಕ್ಕಳನ್ನು ಸ್ವಯಂಸೇವಕರುಗಳನ್ನಾಗಿ ಬಳಸಿಕೊಂಡ ಮೊದಲ ಪ್ರಯೋಗ ಇದಾಗಿತ್ತು. ಅವರಲ್ಲಿದ್ದ ಇಬ್ಬರು ಪುಟ್ಟ ಗೆಳೆಯರು ಇಂದು ನನ್ನ ಸಹಕಾರ್ಯ ಕರ್ತರುಗಳಾಗಿದ್ದಾರೆ.

ಇದೇ ಕಾಲದಲ್ಲಿ ಬಾಂಬೆಯಲ್ಲಿ ಪ್ಲೇಗ್(ಒಂದು ಬಗೆಯ ಸಾಂಕ್ರಾಮಿಕ ಮಾರಕ ವ್ಯಾಧಿ) ತಲೆದೋರಿತು. ಎಲ್ಲ ಕಡೆ ದಿಗಿಲುಹುಟ್ಟಿಕೊಂಡಿತು. ರಾಜ್‌ಕೋಟ್‌ನಲ್ಲಿ ಅದು ತಲೆದೋರಬಹುದೆಂಬ ಭಯವಿತ್ತು. ನಿರ್ಮಲೀಕರಣ (ಸ್ಯಾನಿಟೇಷನ್) ಇಲಾಖೆಗೆ ನಾನು ಏನಾದರೂ ಸಹಾಯ ಮಾಡಬಹುದು ಎಂದು ಭಾವಿಸಿ ಸರ್ಕಾರಕ್ಕೆ ನನ್ನ ಸೇವೆಯನ್ನು ಬಳಸಿಕೊಳ್ಳುವಂತೆ ಕೇಳಿಕೊಂಡೆ. ಸರ್ಕಾರ ನನ್ನ ಸೇವೆಯನ್ನು ಒಪ್ಪಿಕೊಂಡಿತು ಮತ್ತು ಈ ಸಮಸ್ಯೆ ಬಗ್ಗೆ ನಿಗಾವಹಿಸಲು ನೇಮಕವಾಗಿದ್ದ ಸಮಿತಿಯಲ್ಲಿ ನನ್ನನ್ನು ಸೇರಿಸಿದರು. ನಾನು ಮುಖ್ಯವಾಗಿ ಪಾಯಿಖಾನೆ ಮನೆ (ಕಕ್ಕಸು - ಲಟ್ರೀನ್)ಗಳ ಸ್ವಚ್ಛತೆಯ ಮೇಲೆ ಒತ್ತುಕೊಟ್ಟೆ. ಪ್ರತಿಯೊಂದು ಬೀದಿಯಲ್ಲಿರುವ ಪಾಯಿಖಾನೆಗಳ ತಪಾಸಣೆ ನಡೆಸಲು ಸಮಿತಿಯು ತೀರ್ಮಾನಿಸಿತು. ಬಡಜನರು ತಮ್ಮ ಪಾಯಿಖಾನೆಗಳ ತಪಾಸಣೆಯನ್ನು ಆಕ್ಷೇಪಿಸಲಿಲ್ಲ. ಅದಕ್ಕಿಂತ ಹೆಚ್ಚಾಗಿ ಅವರು ಅವುಗಳನ್ನು ಸುಧಾರಿಸಲು ನಾವು ಕೊಟ್ಟ ಸಲಹೆಗಳನ್ನು ಅನುಸರಿಸಿದರು. ಆದರೆ ನಾವು ಮೇಲ್ವರ್ಗದವರ ಮನೆಗಳ ತಪಾಸಣೆ ನಡೆಸಲು ಹೋದಾಗ ಅವರಲ್ಲಿ ಕೆಲವರು ನಮಗೆ ಮನೆಯೊಳಗೆ ಪ್ರವೇಶ ಕೊಡಲು ನಿರಾಕರಿಸಿದರು. ಹೀಗಿದ್ದ ಮೇಲೆ ನಾವು ಕೊಟ್ಟ

ಸಲಹೆಗಳನ್ನು ಕೇಳಿಸಿಕೊಳ್ಳುವ ಮಾತೆಲ್ಲಿದೆ? ನಮ್ಮ ಸಾಮಾನ್ಯ ಅನುಭವಕ್ಕೆ ಬಂದ ಪ್ರಕಾರ ಶ್ರೀಮಂತರ ಪಾಯಿಖಾನೆ ಮನೆಗಳು ತುಂಬಾ ಕೊಳಕಾಗಿದ್ದು ಅಶುಚಿಯಾಗಿರುತ್ತವೆ. ಕತ್ತಲೆ ತುಂಬಿದ್ದು, ದುರ್ವಾಸನೆ ಬೀರುತ್ತ ಕೊಳೆತು ನಾರುತ್ತಿರುತ್ತವೆ. ಕ್ರಿಮಿಗಳು ತುಂಬಿಕೊಂಡಿರುತ್ತವೆ. ನಾವು ಸಲಹೆಕೊಟ್ಟಿದ್ದ ಸುಧಾರಣೆಗಳು ತೀರ ಸರಳವಾಗಿದ್ದವು ಅಂದರೆ ಮಲವನ್ನು ನೆಲದ ಮೇಲೆ ಬೀಳಿಸುವ ಪ್ರತಿಯಾಗಿ ಅದನ್ನು ಬಕೆಟ್‌ನೊಳಗೆ ಬೀಳುವಂತೆ ಮಾಡುವುದು, ಮೂತ್ರವನ್ನು ನೆಲದಲ್ಲಿ ಹೀರಿಕೊಳ್ಳುವಂತೆ ಬಿಡುವ ಪ್ರತಿಯಾಗಿ ಅದು ಕೂಡಾ ಬಕೆಟ್‌ನೊಳಗೆ ಸಂಗ್ರಹವಾಗುವಂತೆ ನೋಡಿಕೊಳ್ಳುವುದು, ಹೊರಗಡೆಯ ಗೋಡೆಗಳು ಮತ್ತು ಪಾಯಿಖಾನೆ ಮನೆಗಳ ನಡುವಣ ತೆಳುಗೋಡೆಗಳನ್ನು ಕಿತ್ತು ಹಾಕುವ ಮೂಲಕ ಪಾಯಿಖಾನೆಗಳೊಳಗೆ ಬೆಳಕು ಮತ್ತು ಗಾಳಿಯಾಡುವಂತೆ ಮಾಡುವುದು ಮತ್ತು ಜಾಡಮಾಲಿ(ಸ್ಕ್ಯಾವಿಂಜರ್)ಗೆ ಅವನ್ನು ಚೆನ್ನಾಗಿ ಶುಭ್ರಗೊಳಿಸಲು ಅನುಕೂಲಮಾಡಿಕೊಡುವುದು. ಮೇಲ್ವರ್ಗದವರು ಕಡೆಯ ಸುಧಾರಣೆಯ ಬಗ್ಗೆ ನೂರಾರು ಆಕ್ಷೇಪಣೆಗಳನ್ನು ಎತ್ತಿದರು. ಅನೇಕ ಮನೆಗಳು ಆ ಸುಧಾರಣೆಯನ್ನು ಅಳವಡಿಸಿಕೊಳ್ಳಲಿಲ್ಲ.

ಸಮಿತಿಯು ಅಸ್ಪೃಶ್ಯರ ಮನೆಗಳ ತಪಾಸಣೆಯನ್ನು ನಡೆಸಬೇಕಾಗಿತ್ತು. ಕೇವಲ ಒಬ್ಬನೇ ಒಬ್ಬ ಸದಸ್ಯ ನನ್ನ ಜತೆಗೆ ಬರಲು ಸಿದ್ಧನಾದ. ಉಳಿದವರಿಗೆ ಆ ಮನೆಗಳಿಗೆ ಭೇಟಿಕೊಡುವುದು ಏನೋ ಒಂದು ರೀತಿಯಲ್ಲಿ ಮುಜಗರ ತಂದಂತೆ ಕಾಣಿಸಿತು. ಅದಕ್ಕಿಂತ ಹೆಚ್ಚಾಗಿ ಅವರ ಪಾಯಿಖಾನೆ ಮನೆಗಳ ತಪಾಸಣೆ ನಡೆಸುವುದು ಇನ್ನೂ ಹೆಚ್ಚು ಅಸಂಬಂದ್ಧವಾಗಿ ಕಾಣಿಸಿತು. ಆದರೆ ನನಗೆ ಆ ಮನೆಗಳಿಗೆ ಭೇಟಿಕೊಡುವುದು ಪ್ರಿಯವಾದ ವಿಸ್ಮಯಕಾರಿ ಸಂಗತಿ ಎನಿಸಿತ್ತು. ನನ್ನ ಜೀವನದಲ್ಲಿ ಅಂತಹ ಸ್ಥಳಕ್ಕೆ ಮೊದಲ ಬಾರಿ ಭೇಟಿ ಕೊಟ್ಟಿದ್ದೆ. ನಮ್ಮನ್ನು ಕಂಡು ಅಲ್ಲಿಯ ಪುರುಷರಿಗೆ ಮತ್ತು ಸ್ತ್ರೀಯರಿಗೆ ಅಚ್ಚರಿಯಾಗಿತ್ತು. ಅವರ ಪಾಯಿಖಾನೆ ಮನೆಗಳನ್ನು ನಾವು ಪರೀಕ್ಷಿಸಿ ನೋಡುವುದಾಗಿ ಅವರಿಗೆ ತಿಳಿಸಿದೆ.

'ನಮಗೆ ಪಾಯಿಖಾನೆಗಳೇ!' ಎಂದು ಅವರು ಆಶ್ಚರ್ಯದಿಂದ ಗಟ್ಟಿಯಾಗಿ ಹೇಳಿದರು 'ನಾವು ಹೊರಗಡೆ ಹೋಗಿ ಆ ಕಾರ್ಯಗಳನ್ನು ಮುಗಿಸುತ್ತೇವೆ. ಪಾಯಿಖಾನೆಗಳೇನಿದ್ದರೂ ನಿಮ್ಮಂತಹ ದೊಡ್ಡವರಿಗೆ'

'ಒಳ್ಳೆಯದು. ಹಾಗಿದ್ದರೆ ನಾವು ನಿಮ್ಮ ಮನೆಗಳ ತಪಾಸಣೆ ನಡೆಸಿದರೆ ನಿಮ್ಮ ಅಭ್ಯಂತರವಿಲ್ಲವಲ್ಲ'.

'ಸ್ವಾಮಿ, ನಿಮ್ಮನ್ನು ಧಾರಾಳವಾಗಿ ಸ್ವಾಗತಿಸುತ್ತೇವೆ. ನೀವು ನಮ್ಮ ಮನೆಯ ಪ್ರತಿಯೊಂದು ಮೂಲೆ ಮೂಲೆಯನ್ನು ನೋಡಬಹುದು. ನಮ್ಮದು ಮನೆಗಳೇ ಅಲ್ಲ. ಅವು ಬಿಲಗಳು'. ಎಂದು ಅವರು ಹೇಳಿದರು ನಾನು ಒಳಕ್ಕೆ ಹೋದೆ. ಹೊರಗಿದ್ದಂತೆ ಒಳಗಡೆ ಕೂಡಾ ಶುಚಿಯಾಗಿದ್ದುದನ್ನು ಕಂಡು ನನಗೆ ಸಂತೋಷವಾಯ್ತು. ಪ್ರವೇಶದ್ವಾರಗಳಲ್ಲಿ ಚೆನ್ನಾಗಿ ಗುಡಿಸಿ ಆ ಜಾಗವನ್ನು ಚೊಕ್ಕಟವಾಗಿರಿಸಲಾಗಿತ್ತು. ನೆಲವನ್ನು ದನದ ಸಗಣಿಯಿಂದ ಸಾರಿಸಿ ಅಂದವಾಗಿರಿಸಲಾಗಿತ್ತು. ಇದ್ದ ಕೆಲವೇ ಮಡಿಕೆಗಳು ಮತ್ತು ಪಾತ್ರೆಗಳು ಶುಭ್ರವಾಗಿ ಹೊಳೆಯುತ್ತಿದ್ದುವು. ಈ ಮನೆಗಳಲ್ಲಿ ಕಾಯಿಲೆ ತಲೆಹಾಕುವ ಭಯವೇ ಇರಲಿಲ್ಲ.

ಮೆಲ್ವರ್ಗದ ನಿವಾಸಗಳಲ್ಲೊಂದರಲ್ಲಿ ನಾವು ಕಂಡಿದ್ದ ಪಾಯಿಖಾನೆಮನೆಯನ್ನು ಕುರಿತಂತೆ ಸ್ವಲ್ಪ ವಿವರವನ್ನು ಕೊಡಲೇ ಬೇಕಾಗಿದೆ. ಪ್ರತಿಯೊಂದು ಕೊಠಡಿಯಲ್ಲಿ ಚರಂಡಿ (ಗಟರ್) ಇತ್ತು. ಅದನ್ನು ನೀರು ಚೆಲ್ಲುವುದಕ್ಕೂ ಮೂತ್ರ ವಿಸರ್ಜನೆಗೂ ಬಳಸುತ್ತಿದ್ದರು. ಅಂದರೆ ಇಡೀ ಮನೆಯಲ್ಲಿ ಕೆಟ್ಟ ವಾಸನೆ ತುಂಬಿಕೊಂಡಿತ್ತು. ಇನ್ನೊಂದು ಮನೆಯಲ್ಲಿ ಉಪ್ಪರಿಗೆಯ ಮೇಲೆ ಮಲಗುವ ಕೊಠಡಿಯಿತ್ತು. ಅದಕ್ಕೊಂದು ಚರಂಡಿಯಿತ್ತು. ಅದನ್ನು ಅವರು ಪಾಯಿಖಾನೆಮನೆಯಾಗಿ ಮತ್ತು ಮೂತ್ರಾಲಯ(ಯುಅರಿನಲ್)ವಾಗಿ ಬಳಸುತ್ತಿದ್ದರು. ಈ ಚರಂಡಿಗೆ ಒಂದು ಕೊಳವೆಯನ್ನು (ಪೈಪ್) ಜೋಡಿಸಿದ್ದರು. ಆ ಕೊಳವೆ ನೆಲಮಹಡಿಯ ಕಡೆಗೆ ಇಳಿದಿತ್ತು. ಈ ಕೊಠಡಿಯಲ್ಲಿ ತುಂಬಿದ್ದ ದುರ್ವಾಸನೆಯನ್ನು ಸಹಿಸಲಸಾಧ್ಯವಾಗಿತ್ತು. ಆ ಮನೆಯಲ್ಲಿದ್ದವರು ಹೇಗೆ ಆ ವಾಸನೆಯನ್ನು ಸಹಿಸಿಕೊಂಡು ಮಲಗುತ್ತಿದ್ದರು ಎಂಬುದನ್ನು ಓದುಗರ ಕಲ್ಪನೆಗೆ ಬಿಡುತ್ತಿದ್ದೇನೆ.

ಸಮಿತಿಯವರು ವೈಷ್ಣವ ಹವೇಲಿಗೂ (ದೇವಾಲಯ) ಭೇಟಿಕೊಟ್ಟರು. ಹವೇಲಿಯ ಮೇಲ್ವಿಚಾರಕನು ಎಲ್ಲ ಭಾಗಗಳ ತಪಾಸಣೆ ನಡೆಸಲು ನಮಗೆ ಒಪ್ಪಿಗೆ ಕೊಟ್ಟಿದ್ದ. ನಾವು ಕೊಡುವ ಯಾವುದೇ ಸಲಹೆಯನ್ನು ಸ್ವೀಕರಿಸಲು ಸಿದ್ಧನಾಗಿದ್ದ. ಹವೇಲಿ ಕಟ್ಟಡಗಳ ಒಂದು ಭಾಗವನ್ನು ಅವನೇ ಅವರೆಗೂ ನೋಡಿರಲಿಲ್ಲ. ಕೆಲಸಕ್ಕೆ ಬಾರದ ಕಸಕಡ್ಡಿಗಳನ್ನು ಮತ್ತು ಊಟದ ಎಲೆಗಳನ್ನು ಗೋಡೆಯಾಚೆಗೆ ಅಂದರೆ ಈ ಜಾಗದಲ್ಲಿ ಎಸೆಯಲಾಗಿತ್ತು. ಅದು ಕಾಗೆಗಳು ಮತ್ತು ಗಿಡುಗ ಹದ್ದುಗಳ ಬೇಟೆಯ ತಾಣವಾಗಿತ್ತು. ಪಾಯಿಖಾನೆ ಮನೆಗಳಂತೂ ಹೊಲಸಾಗಿದ್ದವು. ನಾವು ಕೊಟ್ಟ ಸಲಹೆಗಳಲ್ಲಿ ಎಷ್ಟನ್ನು ಆ ಅರ್ಚಕ ಕಾರ್ಯ ರೂಪಕ್ಕೆ ತಂದ ಎಂಬುದನ್ನು ನೋಡಲು ನಾನು ರಾಜ್‌ಕೋಟ್‌ನಲ್ಲಿ ಹೆಚ್ಚು ಕಾಲ ಇರಲಿಲ್ಲ.

ಆರಾಧನಾ ಸ್ಥಳದಲ್ಲಿ ಅಷ್ಟೊಂದು ಕೊಳಕು ಇರುವುದನ್ನು ಕಂಡು ನನಗೆ ವ್ಯಥೆಯಾಯ್ತು. ನಾವು ಪವಿತ್ರ ಎಂದು ಭಾವಿಸಿರುವ ಸ್ಥಳದಲ್ಲಿ ನೈರ್ಮಲ್ಯ ಮತ್ತು ಆರೋಗ್ಯ ಕುರಿತ ನಿಯಮಗಳನ್ನು ಜಾಗರೂಕತೆಯಿಂದ ಅನುಸರಿಸುತ್ತಾರೆ ಎಂದು ಯಾರಾದರೂ ನಿರೀಕ್ಷಿಸುತ್ತಾರೆ. ಆಗ ಕೂಡಾ ನಾನರಿತಿದ್ದಂತೆ ಸ್ಮೃತಿಗಳ ಕರ್ತೃಗಳು ಅಂತರಂಗದಲ್ಲಿ ಹಾಗೂ ಬಹಿರಂಗದಲ್ಲಿ ಪರಿಶುದ್ಧಿ ಇರಬೇಕೆಂಬುದರ ಮೇಲೆ ತುಂಬಾ ಒತ್ತು ಕೊಟ್ಟಿದ್ದರು.

26. ಎರಡು ವಿಷಯಾಸಕ್ತಿಗಳು

‒ ‒

ನಾನು ಬ್ರಿಟಿಷ್ ಸಂವಿಧಾನದಲ್ಲಿ ಇಟ್ಟುಕೊಂಡಿದ್ದಂತಹ
ನಿಷ್ಠೆಯನ್ನು ನನಗೆ ತಿಳಿದಂತೆ ಬೇರೆಯಾರೂ
ಇಟ್ಟುಕೊಂಡು ಪೋಷಿಸುತ್ತಿರಲಿಲ್ಲ. ಈ ನಿಷ್ಠೆಯ
ಬುಡದಲ್ಲಿ ಸತ್ಯದ ಮೇಲಿನ ನನ್ನ ಪ್ರೀತಿಯಿತ್ತು
ಎಂಬುದನ್ನು ಈಗಲೂ ನಾನು ಕಾಣುತ್ತಿದ್ದೇನೆ. ನಿಷ್ಠೆ
ಅಥವಾ ಅದೇ ವಿಷಯದಲ್ಲಿ ಹೇಳುವುದಾದರೆ ಯಾವುದೇ
ಇತರ ಗುಣದ ಸೋಗುಹಾಕುವುದು ನನಗೆ ಎಂದೂ
ಸಾಧ್ಯವಾಗಿರಲಿಲ್ಲ. ನೆಟಾಲ್‌ನಲ್ಲಿ ನಾನು ಹಾಜರಾಗಿದ್ದ
ಪ್ರತಿಯೊಂದು ಸಭೆಯಲ್ಲಿ ಇಂಗ್ಲಿಷ್ ರಾಷ್ಟ್ರಗೀತೆಯನ್ನು
ಹಾಡಲಾಗುತ್ತಿತ್ತು. ಆಗ ನಾನು ಆ ಹಾಡಿಗೆ ನನ್ನ
ದನಿಗೂಡಿಸಬೇಕು ಎಂದು ನಂಬಿದ್ದೆ.

ದಕ್ಷಿಣ ಆಫ್ರಿಕದಲ್ಲಿ ನಾನು ಕಂಡಿದ್ದ ವರ್ಣ
ಪಕ್ಷಪಾತ(ದ್ವೇಷ) ಬ್ರಿಟಿಷ್ ಸಂಪ್ರದಾಯಗಳಿಗೆ ತೀರ
ವ್ಯತಿರಿಕ್ತವಾದದ್ದು ಎಂದು ನಾನು ಭಾವಿಸಿದ್ದೆ. ಅದು
ಕೇವಲ ತಾತ್ಕಾಲಿಕವಾದದ್ದು ಮತ್ತು ಸ್ಥಳೀಯವಾದದ್ದು
ಎಂದು ನಾನು ನಂಬಿಕೊಂಡಿದ್ದೆ. ಆದ್ದರಿಂದ ನಾನು
ಸಿಂಹಾಸನಕ್ಕೆ ನಿಷ್ಠೆಯನ್ನು ತೋರಿಸುವುದರಲ್ಲಿ
ಇಂಗ್ಲಿಷಿನವರೊಂದಿಗೆ ಪೈಪೋಟಿ ನಡೆಸುತ್ತಿದ್ದೆ.
ಹುಷಾರಾಗಿ ಪಟ್ಟುಹಿಡಿದು ರಾಷ್ಟ್ರಗೀತೆಯ

ಧಾಟಿ(ಟ್ಯೂನ್)ಯನ್ನು ಕಲಿತುಕೊಂಡೆ ಮತ್ತು ಅದನ್ನು ಎಲ್ಲಿ ಹಾಡಿದರೂ ಅಲ್ಲಿ ನಾನು ಅದರ ಜತೆಯಲ್ಲಿ ದನಿಗೂಡಿಸುತ್ತಿದ್ದೆ. ಗಡಿಬಿಡಿ ಮತ್ತು ಢಂಬಾಚಾರವಿಲ್ಲದೇ ನಿಷ್ಠೆಯನ್ನು ಅಭಿವ್ಯಕ್ತಪಡಿಸುವ ಸಂದರ್ಭದಲ್ಲಿ ನಾನು ಮನಃಪೂರ್ವಕವಾಗಿ ಭಾಗವಹಿಸುತ್ತಿದ್ದೆ.

ನನ್ನ ಜೀವನದಲ್ಲಿ ನಾನೆಂದೂ ಈ ನಿಷ್ಠೆಯನ್ನು ದುರುಪಯೋಗಪಡಿಸಿಕೊಳ್ಳಲಿಲ್ಲ ಮತ್ತು ಅದನ್ನು ಬಳಸಿಕೊಂಡು ನನ್ನ ಸ್ವಾರ್ಥವನ್ನು ಸಾಧಿಸಿಕೊಳ್ಳಲು ಪ್ರಯತ್ನಿಸಲಿಲ್ಲ. ಅದು ನನ್ನ ಪಾಲಿಗೆ ಹೆಚ್ಚಾಗಿ ಋಣತೀರಿಸುವ ಸ್ಮರಣೆಯಂತಿತ್ತು. ಯಾವುದೇ ಪ್ರತಿಫಲವನ್ನು ಅಪೇಕ್ಷಿಸದೇ ನಾನು ಕೃತಜ್ಞತೆಯನ್ನು ಸಲ್ಲಿಸುತ್ತಿದ್ದೆ.

ನಾನು ಭಾರತವನ್ನು ಮುಟ್ಟುವ ಹೊತ್ತಿನಲ್ಲಿ ಮಹಾರಾಣಿ ವಿಕ್ಟೋರಿಯಾಳ ವಜ್ರ ಮಹೋತ್ಸವದ ಸಂಭ್ರಮಕ್ಕೆ ಸಿದ್ಧತೆಗಳು ನಡೆಯುತ್ತಿದ್ದವು. ರಾಜ್‌ಕೋಟ್‌ನಲ್ಲಿ ಇದೇ ಉದ್ದೇಶಕ್ಕೆ ನೇಮಿಸಲ್ಪಟ್ಟಿದ್ದ ಸಮಿತಿಗೆ ಸೇರಿಕೊಳ್ಳಬೇಕೆಂದು ನನ್ನನ್ನು ಆಹ್ವಾನಿಸಿದ್ದರು. ನಾನು ಈ ಆಹ್ವಾನವನ್ನು ಒಪ್ಪಿಕೊಂಡೆ. ಆದರೆ ಈ ಉತ್ಸವಗಳು ಹೆಚ್ಚಾಗಿ ಪ್ರದರ್ಶನದ ಮೆರಗಿನಿಂದ ಕೂಡಿವೆ ಎಂಬ ಸಂಶಯ ನನ್ನಲ್ಲಿತ್ತು. ಅವುಗಳಲ್ಲಿ ಅತಿ ಹೆಚ್ಚು ಕಪಟಾಚಾರವಿರುವುದನ್ನು ಕಂಡುಹಿಡಿದು ಸಾಕಷ್ಟು ವ್ಯಥೆಪಟ್ಟೆ. ನಾನು ಈ ಸಮಿತಿಯಲ್ಲಿರಬೇಕೆ ಅಥವಾ ಬೇಡವೇ ಎಂಬ ಬಗ್ಗೆ ನನ್ನಲ್ಲೇ ಪ್ರಶ್ನೆಹಾಕಿಕೊಳ್ಳಲಾರಂಭಿಸಿದೆ ಆದರೆ ಅಂತಿಮವಾಗಿ ನನ್ನ ಪಾಲಿಗೆ ಬಂದಿರುವ ಕಾರ್ಯವನ್ನು ಮಾಡಿ ತೃಪ್ತಿಗೊಂಡು ಸುಮ್ಮನಿರಲು ತೀರ್ಮಾನಿಸಿದೆ.

ಗಿಡಗಳನ್ನು ನೆಡಬೇಕೆಂಬ ಒಂದು ಪ್ರಸ್ತಾವವಿತ್ತು. ಅನೇಕರು ಕೇವಲ ಪ್ರದರ್ಶನಕ್ಕೆ ಮತ್ತು ಅಧಿಕಾರಿಗಳನ್ನು ಸಂತೋಷಪಡಿಸಲು ಆ ಕಾರ್ಯಕ್ರಮವನ್ನು ನೆರವೇರಿಸುತ್ತಿದ್ದರು ಎಂದು ನಾನು ಕಂಡುಕೊಂಡೆ. ಗಿಡನೆಡುವುದು ಕಡ್ಡಾಯವಲ್ಲವೆಂದೂ ಆದರೆ ಅದು ಕೇವಲ ಒಂದು ಸಲಹೆಯಾಗಿದೆಯೆಂದು ನಾನು ಅವರೊಂದಿಗೆ ವಾದಿಸಲು ಪ್ರಯತ್ನಿಸಿದೆ. ಆ ಕೆಲಸಮಾಡುವುದಾದರೆ ಶ್ರದ್ಧೆಯಿಂದ ಅದನ್ನು ಮಾಡಬೇಕೆಂದೂ ಹಾಗೆ ಮಾಡಲು ಸಾಧ್ಯವಾಗದಿದ್ದರೆ ಆ ಕಾರ್ಯವನ್ನು ಬಿಟ್ಟಬಿಡಬೇಕೆಂದು ತಿಳಿಸಿದೆ. ಅವರು ನನ್ನ ವಿಚಾರಗಳನ್ನು ಕೇಳಿ ಮುಸಿಮುಸಿ ನಕ್ಕರೆಂದು ನನಗೆ ಭಾಸವಾಯ್ತು. ನನಗೆ ಹಂಚಿಕೊಟ್ಟಿದ್ದ ಗಿಡವನ್ನು ನಾನು ಶ್ರದ್ಧೆಯಿಂದ ನೆಟ್ಟೆ ಮತ್ತು ಅದಕ್ಕೆ ನೀರು ಹಾಕಿ ಕಾಪಾಡಿದೆ ಎಂಬ ನೆನಪು ನನ್ನಲ್ಲಿದೆ.

ಇದೇ ಪ್ರಕಾರ ನಾನು ನನ್ನ ಕುಟುಂಬದ ಮಕ್ಕಳಿಗೆ ರಾಷ್ಟ್ರಗೀತೆಯನ್ನು ಕಲಿಸಿದೆ. ಸ್ಥಳೀಯ ತರಬೇತಿ ಕಾಲೇಜಿನ ವಿದ್ಯಾರ್ಥಿಗಳಿಗೆ ಕಲಿಸಿದೆ ಎಂಬ ನೆನಪಿದೆ. ಆದರೆ ಇದನ್ನು ಕಲಿಸಿದ್ದುದು ಏಳನೇ ದೊರೆ ಎಡ್ವರ್ಡ್ ಭಾರತದ ಚಕ್ರವರ್ತಿಯಾಗಿ ಕಿರೀಟ ಧರಿಸಿದ ಸಂದರ್ಭದಲ್ಲೋ ಅಥವಾ ವಜ್ರ ಮಹೋತ್ಸವದ ಕಾಲದಲ್ಲೋ ಎಂಬುದು ಮರೆತುಹೋಗಿದೆ. ಮುಂದೆ ರಾಷ್ಟ್ರಗೀತೆಯ ಪಠ್ಯ ನನಗೆ ನೋವುಂಟುಮಾಡಲಾರಂಭಿಸಿತು. ನನ್ನಲ್ಲಿ ಅಹಿಂಸೆಯ ಭಾವನೆ ಪಕ್ವಗೊಳ್ಳಲಾರಂಭಿಸಿದಂತೆ ನನ್ನ ಆಲೋಚನೆ ಮತ್ತು ಮಾತಿನ ಬಗ್ಗೆ ಹೆಚ್ಚು ಹೆಚ್ಚು ಜಾಗೃತನಾಗಲಾರಂಭಿಸಿದೆ. ರಾಷ್ಟ್ರಗೀತೆಯಲ್ಲಿನ ಸಾಲುಗಳು ಮುಂದೆ ತಿಳಿಸುವಂತಿದ್ದವು:

ಆಕೆಯ ಶತ್ರುಗಳನ್ನು ಸುತ್ತಲೂ ಚೆಲ್ಲಿಬಿಡು.

ಮತ್ತು ಅವರನ್ನು ಬೀಳುವಂತೆ ಮಾಡು;

ಅವರ ರಾಜಕೀಯ ತಂತ್ರಗಳನ್ನು ಭಂಗಗೊಳಿಸು

ಅವರ ಠಕ್ಕುಗಾರಿಕೆಯ ಕೈಚಳಕಗಳನ್ನು ನಿಷ್ಫಲಗೊಳಿಸು.

ಮುಖ್ಯವಾಗಿ ನನ್ನ ಅಹಿಂಸೆಯ ಭಾವನೆಯಿಂದಾಗಿ ನಾನು ವ್ಯಥೆಪಡತೊಡಗಿದೆ. ನಾನು ನನ್ನ ಭಾವನೆಗಳನ್ನು ಡಾ. ಬೂತ್‌ಅವರ ಬಳಿ ಹಂಚಿಕೊಂಡೆ. ಆ ಸಾಲುಗಳನ್ನು ಹಾಡುವುದರಿಂದ ಅಹಿಂಸೆಯಲ್ಲಿ ನಂಬಿಕೆಯಿಟ್ಟವನ ಮನಸ್ಸಿಗೆ ಸಮಾಧಾನವಿರುವುದಿಲ್ಲ ಎಂದು ಅವರು ಒಪ್ಪಿಕೊಂಡರು. ಶತ್ರುಗಳೆಂದು ಕರೆಯಲ್ಪಡುವವರೆಲ್ಲರೂ ಠಕ್ಕುಗಾಗಿರುತ್ತಾರೆ ಎಂದು ನಾವು ಪ್ರಮಾಣವಿಲ್ಲದೇ ಹೇಗೆ ಅಂಗೀಕರಿಸುವುದು? ಶತ್ರುಗಳಾದ ಮಾತ್ರಕ್ಕೆ ಅವರು ತಪ್ಪುಮಾಡುತ್ತಿದ್ದಾರೆ ಎಂದು ಭಾವಿಸುವುದು ಸರಿಯೆ? ದೇವರಿಂದ ನಾವು ನ್ಯಾಯವನ್ನು ಮಾತ್ರ ಕೇಳಿಕೊಳ್ಳಬೇಕು. ಡಾ. ಬೂತ್ ನನ್ನ ಭಾವನೆಗಳನ್ನು ಪೂರ್ಣವಾಗಿ ಅಂಗೀಕರಿಸಿದರು ಮತ್ತು ತಮ್ಮ ಧಾರ್ಮಿಕಕೂಟಕ್ಕೆ ಹೊಸ ಗೀತೆಯನ್ನು ರಚಿಸಿದರು. ಆದರೆ ಡಾ. ಬೂತ್‌ಅವರ ಬಗ್ಗೆ ಮುಂದೆ ಹೆಚ್ಚಾಗಿ ನೋಡೋಣ.

ನಿಷ್ಠೆಯಂತೆ ಶುಶ್ರೂಷೆಯ ಬಗ್ಗೆ ಸಹಜ ಒಲವು ನನ್ನ ಸ್ವಭಾವದಲ್ಲಿ ಆಳವಾಗಿ ಬೇರೂರಿತ್ತು. ಗೆಳೆಯರಾಗಲಿ ಇಲ್ಲವೇ ಅಪರಿಚಿತರಾಗಿರಲಿ ಆ ಜನರ ಶುಶ್ರೂಷೆಮಾಡುವುದರಲ್ಲಿ ನನಗೆ ಶ್ರದ್ಧೆಯಿತ್ತು.

ದಕ್ಷಿಣ ಆಫ್ರಿಕದ ಬಗ್ಗೆ ಬರೆದ ಕಿರು ಪುಸ್ತಿಕೆಗಳ ವಿಷಯದಲ್ಲಿ ನಾನು ರಾಜ್‌ಕೋಟ್‌ನಲ್ಲಿ ವಿರಾಮವಿಲ್ಲದೇ ದುಡಿಯುತ್ತಿದ್ದಾಗ ಬಾಂಬೆಗೆ ಅವಸರವಸರವಾಗಿ ಭೇಟಿಕೊಡುವ ಅವಕಾಶ ಒದಗಿಬಂದಿತು. ಸಭೆಗಳನ್ನು ಏರ್ಪಡಿಸುವ ಮೂಲಕ ನಗರಗಳಲ್ಲಿ ಸಾರ್ವಜನಿಕಾಭಿಪ್ರಾಯವನ್ನು ಉತ್ತೇಜಿಸುವ ಆಶಯವನ್ನಿಟ್ಟುಕೊಂಡಿದ್ದೆ. ಬಾಂಬೆ ಈ ದಿಕ್ಕಿನಲ್ಲಿ ನಾನು ಆರಿಸಿಕೊಂಡ ಮೊದಲು ನಗರವಾಗಿತ್ತು. ಎಲ್ಲಕ್ಕಿಂತ ಮೊದಲು ನಾನು ನ್ಯಾಯಾಧಿಪತಿ ರಾನಡೆಯವರನ್ನು ಭೇಟಿಮಾಡಿದೆ. ಅವರು ಗಮನವಿಟ್ಟು ನನ್ನ ಮಾತುಗಳನ್ನು ಕೇಳಿಸಿಕೊಂಡರು ಮತ್ತು ಸರ್ ಫಿರೋಜ್‌ಷಾ ಮೆಹ್‌ತಾ ಅವರನ್ನು ಭೇಟಿಮಾಡುವಂತೆ ತಿಳಿಸಿದರು. ತರುವಾಯ ನಾನು ಭೇಟಿಮಾಡಿದ್ದ ನ್ಯಾಯಾಧಿಪತಿ ಬದ್ರುದ್ದಿನ್ ತ್ಯಾಬ್‌ಜೀ ಕೂಡಾ ಅದೇ ಸಲಹೆಯನ್ನು ನೀಡಿದರು. 'ನ್ಯಾಯಾಧಿಪತಿ ರಾನಡೆ ಮತ್ತು ನಾನು ನಿನಗೆ ಅಲ್ಪಸ್ವಲ್ಪ ಮಾರ್ಗದರ್ಶನ ನೀಡಬಹುದು'. ಎಂದು ಅವರು ಹೇಳಿದರು. 'ನಿಮಗೆ ನಮ್ಮ ಪರಿಸ್ಥಿತಿ ಏನೆಂದು ಗೊತ್ತಿದೆ. ನಾವು ಸಾರ್ವಜನಿಕ ವ್ಯಹಾರಗಳಲ್ಲಿ ಕ್ರಿಯಾಶೀಲರಾಗಿ ಪಾತ್ರ ವಹಿಸಲಾರೆವು. ಆದರೆ ನಮ್ಮ ಸಹಾನುಭೂತಿ ನಿಮ್ಮ ಮೇಲಿರುತ್ತದೆ. ನಿಮಗೆ ಪರಿಣಾಮಕಾರಿಯಾಗಿ ಸರ್ ಫಿರೋಜ್‌ಷಾ ಮೆಹ್‌ತಾ ಮಾರ್ಗದರ್ಶನ ಮಾಡಬಲ್ಲರು'.

ನಾನು ಖಂಡಿತವಾಗಿಯೂ ಸರ್ ಫಿರೋಜ್‌ಷಾ ಮೆಹ್‌ತಾ ಅವರನ್ನು ಕಾಣಲು ಬಯಸಿದ್ದೆ. ಹಿರಿಯರು ನನಗೆ ಅವರ ಸಲಹೆಯ ಪ್ರಕಾರ ನಡೆದುಕೊಳ್ಳಲು ಹೇಳಿದ್ದರಿಂದ ಸರ್ ಫಿರೋಜ್‌ಷಾ ಮೆಹ್‌ತಾ ಸಾರ್ವಜನಿಕರ ಮೇಲೆ ಅಪಾರ ಪ್ರಭಾವ ಬೀರುತ್ತಿದ್ದಾರೆ ಎಂಬುದರ ಬಗ್ಗೆ ಇನ್ನೂ ನನಗೆ ಹೆಚ್ಚಾಗಿ ಮನದಟ್ಟಾಗಿತ್ತು. ಕೆಲವೇ ದಿನಗಳಲ್ಲಿ ನಾನು ಅವರ

ಭೇಟಿಮಾಡಿದೆ. ಅವರ ಎದುರಲ್ಲಿ ಭಯಭಕ್ತಿಯಿಂದ ನಡೆದುಕೊಳ್ಳಲು ತಯಾರಾಗಿದ್ದೆ. ಅವರು ಗಳಿಸಿಕೊಂಡಿದ್ದ ಜನಪ್ರಿಯ ಬಿರುದುಗಳ ಬಗ್ಗೆ ನಾನು ಆಗಲೇ ಕೇಳಿದ್ದೆ. 'ಬಾಂಬೆಯಸಿಂಹ' ಮತ್ತು 'ಪ್ರಾಂತ (ಈಸ್ಟ್ ಇಂಡಿಯಾ ಕಂಪನಿಗೆ ಸೇರಿದ್ದ ಆಡಳಿತ ಭಾಗ)ದ ಅನಭಿಶಕ್ತ ದೊರೆ'ಯ ದರ್ಶನವನ್ನು ನಾನು ಮಾಡುತ್ತಿದ್ದೇನೆ ಎಂದೂ ನನಗೆ ಗೊತ್ತಿತ್ತು. ಆದರೆ ದೊರೆ ನನ್ನನ್ನು ಕಂಡರು. ನಮ್ಮ ಭೇಟಿ ಅವರ ಖಾಸಗಿ ಕೊಠಡಿಯಲ್ಲಿ ನಡೆಯಿತು. ಅವರ ಸುತ್ತ ಗೆಳೆಯರು ಮತ್ತು ಅನುಯಾಯಿಗಳು ಮುತ್ತಿಕೊಂಡಿದ್ದರು. ಅವರಲ್ಲಿ ಮಿಸ್ಟರ್. ಡಿ. ಈ. ವಾಚಾ ಮತ್ತು ಮಿಸ್ಟರ್. ಕಾಮಾಅವರುಗಳಿದ್ದರು. ನನ್ನನ್ನು ಅವರಿಗೆ ಪರಿಚಯಮಾಡಿಕೊಡಲಾಯ್ತು. ನಾನು ಆಗಲೇ ಮಿ. ವಾಚಾಅವರ ಬಗ್ಗೆ ಕೇಳಿದ್ದೆ. ಅವರನ್ನು ಸರ್‌ಫಿರೋಜ್‌ಷಾ ಮೆಹ್‌ತಾ ಅವರ 'ಬಲಗೈ' ಎಂದು ಪರಿಗಣಿಸಲಾಗಿತ್ತು. ಅವರೊಬ್ಬ ಖ್ಯಾತ ಸಂಖ್ಯಾಶಾಸ್ತ್ರಜ್ಞ ಎಂದು ಸಾರ್ಜೆಂಟ್ ವೀರ್‌ಚಂದ್ ಗಾಂಧಿ ಅವರ ಬಗ್ಗೆ ವರ್ಣಿಸಿದ್ದರು. ಮಿ. ವಾಚಾ ಹೇಳಿದರು: 'ಗಾಂಧಿ ನಾವು ಮತ್ತೆ ಭೇಟಿಮಾಡಬೇಕು'.

ಈ ಎಲ್ಲ ಪರಿಚಯಕ್ಕೆ ಎರಡು ನಿಮಿಷಗಳು ಕೂಡಾ ಬೇಕಾಗಿರಲಿಲ್ಲ. ಸರ್ ಫಿರೋಜ್‌ಷಾ ನಾನು ಹೇಳುವುದನ್ನು ಗಮನವಿಟ್ಟು ಕೇಳಿದರು. ನಾನು ನ್ಯಾಯಾಧೀಶರುಗಳಾದ ರಾನಡೆ ಮತ್ತು ತ್ಯಾಬ್‌ಜೀ ಅವರುಗಳನ್ನು ಕಂಡದ್ದನ್ನು ತಿಳಿಸಿದೆ. ಅವರು ಹೇಳಿದರು: 'ಗಾಂಧಿ, ನಾನು ನಿನಗೆ ಸಹಾಯಮಾಡಲೇಬೇಕು ಎಂದು ನನಗೆ ತೋರುತ್ತಿದೆ. ನಾನು ಇಲ್ಲಿ ಒಂದು ಸಾರ್ವಜನಿಕ ಸಭೆಯನ್ನು ಕರೆಯಬೇಕು'. ಹೀಗೆ ಹೇಳಿ ಅವರು ತಮ್ಮ ಕಾರ್ಯದರ್ಶಿ ಮುನ್‌ಷಿ ಕಡೆಗೆ ತಿರುಗಿ ಸಭೆಗೆ ಒಂದು ದಿನವನ್ನು ನಿಗದಿಪಡಿಸುವಂತೆ ತಿಳಿಸಿದರು. ತಾರೀಖನ್ನು ಗೊತ್ತುಪಡಿಸಲಾಯ್ತು. ಸಭೆಯ ಹಿಂದಿನ ದಿನ ತಮ್ಮನ್ನು ಮತ್ತೆ ನೋಡುವಂತೆ ತಿಳಿಸಿ ನನಗೆ ಅವರು ವಿದಾಯ ಹೇಳಿದರು. ಈ ಭೇಟಿ ನನ್ನ ಭಯವನ್ನು ಹೋಗಲಾಡಿಸಿತು. ನಾನು ಮನೆಗೆ ಸಂತೋಷದಿಂದ ಹಿಂದಿರುಗಿದೆ.

ನಾನು ಬಾಂಬೆಯಲ್ಲಿ ತಂಗಿದ್ದಾಗ ನನ್ನ ಭಾವನನ್ನು ಕಂಡಿದ್ದೆ. ಅವನು ಅಲ್ಲಿ ವಾಸವಾಗಿದ್ದ ಮತ್ತು ಕಾಯಿಲೆಯಿಂದ ನರಳುತ್ತ ಮಲಗಿದ್ದ. ಸಾಮಾನ್ಯ ಜೀವನ ನಡೆಸುತ್ತಿದ್ದ ಮತ್ತು ಅವನ ಹೆಂಡತಿ(ಅಂದರೆ ನನ್ನ ಸಹೋದರಿ) ಅವನ ಶುಶ್ರೂಷೆ ಮಾಡಲು ಸಮರ್ಥಳಾಗಿರಲಿಲ್ಲ. ಕಾಯಿಲೆ ತೀವ್ರವಾಗಿತ್ತು. ನಾನು ಅವನನ್ನು ರಾಜ್‌ಕೋಟ್‌ಗೆ ಕರೆದುಕೊಂಡು ಹೋಗುವುದಾಗಿ ಹೇಳಿದೆ. ಅವನು ಒಪ್ಪಿಗೆ ಕೊಟ್ಟ. ಆದ್ದರಿಂದ ನಾನು ಮನೆಗೆ ನನ್ನ ಸಹೋದರಿ ಮತ್ತು ಭಾವನ ಸಮೇತ ಹಿಂದಿರುಗಿದೆ. ನಾನು ನಿರೀಕ್ಷಿಸಿದ್ದುದಕ್ಕಿಂತಲೂ ಹೆಚ್ಚು ಕಾಲ ಕಾಯಿಲೆ ಅವನನ್ನು ಕಾಡಿತು. ನಾನು ನನ್ನ ಭಾವನನ್ನು ನನ್ನ ಕೊಠಡಿಯಲ್ಲಿ ಇರಿಸಿದ್ದೆ ಮತ್ತು ರಾತ್ರಿಹಗಲೂ ಅವನ ಜತೆಯಲ್ಲಿರುತ್ತಿದೆ. ರಾತ್ರಿ ಸ್ವಲ್ಪ ಕಾಲ ಎಚ್ಚರವಿರಬೇಕಾಗುತ್ತಿತ್ತು. ನಾನು ಅವನ ಶುಶ್ರೂಷೆ ಮಾಡುವಾಗ ನನ್ನ ದಕ್ಷಿಣ ಆಫ್ರಿಕದ ಕೆಲಸವನ್ನು ಮಾಡಿ ಮುಗಿಸುತ್ತಿದ್ದೆ. ಕಡೆಗೂ ಎಂತೇ ಆದರೂ ರೋಗಿ ಜೀವ ಬಿಟ್ಟ. ಆದರೆ ಕಡೆಯ ದಿನಗಳಲ್ಲಿ ಅವನ ಶುಶ್ರೂಷೆ ಮಾಡುವ ಅವಕಾಶ ಸಿಕ್ಕಿತ್ತು ಎಂಬುದು ನನಗೆ ತುಂಬಾ ಸಮಾಧಾನವನ್ನು ತಂದುಕೊಟ್ಟಿತ್ತು.

ಕ್ರಮೇಣ ಶಶ್ರೂಷೆ ಮಾಡಬೇಕೆನ್ನುವ ಪ್ರವೃತ್ತಿ ತೀವ್ರಾಸಕ್ತಿಯಾಗಿ ನನ್ನಲ್ಲಿ ಬೆಳೆಯಿತು. ಅದು ಎಷ್ಟರಮಟ್ಟಿಗೆ ಬೆಳೆಯಿತೆಂದರೆ ಕೆಲವು ಬಾರಿ ನನ್ನ ಕೆಲಸವನ್ನು ಕೂಡಾ ನಿರ್ಲಕ್ಷಿಸುವಂತಾಯಿತು. ಕೆಲವು ಸಂದರ್ಭಗಳಲ್ಲಿ ನಾನು ನನ್ನ ಹೆಂಡತಿಯನ್ನು ಮಾತ್ರವಲ್ಲದೇ ಇಡೀ ಕುಟುಂಬವನ್ನು ಅಂತಹ ಸೇವೆಯಲ್ಲಿ ತೊಡಗಿಸಿಬಿಡುತ್ತಿದ್ದೆ.

ಒಬ್ಬಾತನು ಅಂತಹ ಸೇವೆಯಲ್ಲಿ ಸಂತೋಷವನ್ನು ಅನುಭವಿಸದಿದ್ದರೆ ಆ ಸೇವೆಗೆ ಅರ್ಥವೇ ಇರುವುದಿಲ್ಲ. ಅದನ್ನು ಕೇವಲ ಪ್ರದರ್ಶನಕ್ಕೆಂದೇ ಮಾಡಿದಾಗ ಇಲ್ಲವೇ ಸಾರ್ವಜನಿಕಾಭಿಪ್ರಾಯದ ಭಯದಿಂದ ಮಾಡಿದಾಗ ಅದು ವ್ಯಕ್ತಿಯ ಚೇತನವನ್ನು ಛಿದ್ರಛಿದ್ರಮಾಡುತ್ತದೆ. ಸಂತೋಷಪಡದೇ ಸೇವೆಯನ್ನು ಸಲ್ಲಿಸಿದರೆ ಅದು ಸೇವೆ ಮಾಡುವವನಿಗಾಗಲಿ ಇಲ್ಲವೇ ಸೇವೆ ಮಾಡಿಸಿಕೊಂಡವನಿಗಾಗಲಿ ಪ್ರಯೋಜನವಾಗದು. ಸಂತೋಷದ ಹುಮ್ಮಸ್ಸಿನಿಂದ ಸಲ್ಲಿಸಲಾದ ಸೇವೆಯ ಮುಂದೆ ಎಲ್ಲ ಇತರ ಇಂದ್ರಿಯಗಳು ಮತ್ತು ಸಂಪತ್ತು ಬೆಲೆಯಿಲ್ಲದಂತೆ ಮಂಕಾಗುತ್ತವೆ.

27. ಬೊಂಬಾಯಿ ಸಭೆ

ನನ್ನ ಭಾವ ತೀರಿಹೋದ ಮರುದಿನವೇ ನಾನು ಬಾಂಬೆ(ಬೊಂಬಾಯಿ)ಗೆ ಸಾರ್ವಜನಿಕ ಸಭೆಗೆ ಹೋಗಬೇಕಾಯ್ತು. ನನ್ನ ಭಾಷಣದ ಬಗ್ಗೆ ಯೋಚಿಸಲು ಸಮಯವೇ ಇರಲಿಲ್ಲ ಎನ್ನಬಹುದು. ಕಾತರದಿಂದ ಜಾಗರಣೆ ಮಾಡುತ್ತ ರಾತ್ರಿಗಳನ್ನು ಮತ್ತು ಹಗಲುಗಳನ್ನು ಕಳೆದ ತರುವಾಯ ನನಗೆ ದಣಿವಾಗಿತ್ತು ಮತ್ತು ನನ್ನ ಗಂಟಲು ಕಟ್ಟಿಹೋಗಿದ್ದರಿಂದ ಧ್ವನಿ ಗೊಗ್ಗರಾಗಿತ್ತು. ಹಾಗಿದ್ದರೂ ನಾನು ದೇವರನ್ನು ಪೂರ್ಣವಾಗಿ ನಂಬಿಕೊಂಡು ಬಾಂಬೆಗೆ ಹೋದೆ. ನನ್ನ ಭಾಷಣವನ್ನು ಬರೆದಿಟ್ಟುಕೊಳ್ಳಬೇಕೆಂಬುದರ ಬಗ್ಗೆ ಕನಸನ್ನು ಕೂಡಾ ಕಂಡಿರಲಿಲ್ಲ.

ಸರ್ ಫಿರೋಜ್‌ಷಾ ಅವರ ಆದೇಶದ ಪ್ರಕಾರ ನಾನು ಸಭೆಯ ಹಿಂದಿನ ದಿವಸ ಸಾಯಂಕಾಲ 5 ಗಂಟೆಯ ಹೊತ್ತಿಗೆ ಅವರ ಕಛೇರಿಗೆ ಹೋದೆ.

'ಗಾಂಧಿ ನಿಮ್ಮ ಭಾಷಣ ಸಿದ್ಧವಾಗಿದೆಯೆ?' ಎಂದು ಅವರು ಪ್ರಶ್ನಿಸಿದರು.

'ಇಲ್ಲ, ಸರ್' ಎಂದು ನಾನು ಹೆದರಿಕೆಯಿಂದ ನಡುಗುತ್ತ ಹೇಳಿದೆ. 'ಪೂರ್ವಸಿದ್ಧತೆಯಿಲ್ಲದೇ ಇದ್ದಕ್ಕಿದ್ದಂತೆ ಭಾಷಣಮಾಡಬಹುದೆಂದು ನಾನು ಭಾವಿಸಿದ್ದೆ'.

'ಇದು ಬಾಂಬೆಯಲ್ಲಿ ನಡೆಯುವುದಿಲ್ಲ. ಇಲ್ಲಿ ಪತ್ರಿಕಾವರದಿಗಳು ಕೆಟ್ಟದಾಗಿರುತ್ತವೆ. ನಾವು ಈ ಸಭೆಯಿಂದ ಪ್ರಯೋಜನ ಪಡೆಯಬೇಕೆಂದಿದ್ದರೆ ನೀವು ನಿಮ್ಮ ಭಾಷಣವನ್ನು ಬರೆಯಬೇಕು ಮತ್ತು ನಾಳೆ ಬೆಳಗಾಗುವ ಮುಂದೆ ಅದು ಮುದ್ರಣಗೊಳ್ಳಬೇಕು. ನೀವು ಇದನ್ನು ನಿರ್ವಹಿಸಬಲ್ಲಿರಿ ಎಂದು ನಾನು ಆಶಿಸುತ್ತೇನೆ?'.

ನಾನು ಖಿನ್ನನಾದೆ ಮತ್ತು 'ಪ್ರಯತ್ನಿಸುತ್ತೇನೆ' ಎಂದು ಹೇಳಿದೆ.

'ಹಾಗಿದ್ದರೆ ಹಸ್ತಪ್ರತಿಯನ್ನು ತೆಗೆದುಕೊಳ್ಳಲು ಮುನ್‌ಷಿ ಎಷ್ಟು ಹೊತ್ತಿಗೆ ನಿಮ್ಮಲ್ಲಿಗೆ ಬರಬೇಕು ಎಂದು ತಿಳಿಸಿ'.

'ಇಂದು ರಾತ್ರಿ ಹನ್ನೊಂದು ಗಂಟೆಯ ಹೊತ್ತಿಗೆ'. ಎಂದು ನಾನು ಹೇಳಿದೆ.

ಮಾರನೇ ದಿನ ನಾನು ಸಭೆಗೆ ಹೋದಾಗ ಸರ್‌ಫಿರೋಜ್ ಅವರ ಸಲಹೆಯ ಹಿಂದಿದ್ದ ಬುದ್ಧಿವಂತಿಕೆಯನ್ನು ಅರಿತುಕೊಂಡೆ. ಸಭೆಯು ಸರ್ ಕೋವಾಸ್‌ಜೀ ಜೆಹಾಂಗೀರ್ ಸಂಸ್ಥೆಯ ಸಭಾಂಗಣದಲ್ಲಿ ನಡೆಯಿತು. ಸರ್ ಫಿರೋಜ್‌ಷಾ ಮೆಹ್‌ತಾ ಸಭೆಗಳನ್ನು ಉದ್ದೇಶಿಸಿ ಮಾತಾಡುವಾಗ ಸಭಾಂಗಣ ಯಾವಾಗಲೂ ತುಂಬಿರುತ್ತಿತ್ತು ಎಂದು ನಾನು ಕೇಳಿದ್ದೆ. ಮುಖ್ಯವಾಗಿ ಅವರ ಮಾತು ಕೇಳುವ ಆಶಯದಿಂದ ವಿದ್ಯಾರ್ಥಿಗಳು ತುಂಬಿರುತ್ತಿದ್ದರು. ಸಭಾಂಗಣದಲ್ಲಿ ಒಂದು ಇಂಚು ಜಾಗ ಕೂಡಾ ಖಾಲಿಯಿರುತ್ತಿರಲಿಲ್ಲ. ನನ್ನ ಅನುಭವದಲ್ಲಿ ಈ ಬಗೆಯ ಸಭೆ ಇದೇ ಮೊದಲನೆಯದಾಗಿತ್ತು. ನನ್ನ ದನಿ ಕೇವಲ ಕೆಲವರನ್ನು ಮಾತ್ರ ಮುಟ್ಟಬಲ್ಲದು ಎಂದು ಅರಿತೆ. ನನ್ನ ಬಾಷಣವನ್ನು ಓದಲಾರಂಭಿಸಿದಾಗ ನಾನು ನಡುಗುತ್ತಿದ್ದೆ. ಫಿರೋಜ್‌ಷಾ ಗಟ್ಟಿಯಾಗಿ, ಗಟ್ಟಿಯಾಗಿ ಮಾತಾಡುವಂತೆ ಒಂದೇ ಸಮನೇ ನನ್ನಲ್ಲಿ ಹುರುಪು ತುಂಬುತ್ತಿದ್ದರು. ಅದು ನನಗೆ ಪ್ರೋತ್ಸಾಹ ಕೊಡುವ ಪ್ರತಿಯಾಗಿ ನನ್ನ ದನಿಯನ್ನು ಇನ್ನೂ ಕೆಳಕ್ಕೆ ತಳ್ಳುತ್ತಿತ್ತು ಎಂದು ನನಗೆ ಭಾಸವಾಗುತ್ತಿತ್ತು.

ನನ್ನ ಹಳೆಯ ಗೆಳೆಯ ಸಾರ್ಜೆಂಟ್ ಕೇಶವರಾವ್ ದೇಶ್‌ಪಾಂಡೆ ನನ್ನ ನೆರವಿಗೆ ಬಂದರು. ನಾನು ನನ್ನ ಭಾಷಣವನ್ನು ಅವರ ಕೈಗೆ ಒಪ್ಪಿಸಿದೆ. ಅವರ ದನಿ ಉಚಿತವಾಗಿತ್ತು. ಆದರೆ ಶ್ರೋತೃಗಳು ಅವರ ಮಾತನ್ನು ಕೇಳಿಸಿಕೊಳ್ಳಲು ನಿರಾಕರಿಸಿದರು. 'ವಾಚಾ ವಾಚಾ' ಎಂಬ ಕೂಗು ಸಭಾಂಗಣದಲ್ಲಿ ಮೊಳಗತೊಡಗಿತು. ಆದ್ದರಿಂದ ವಾಚಾ ಎದ್ದು ನಿಂತರು ಮತ್ತು ಭಾಷಣವನ್ನು ಓದಲಾರಂಭಿಸಿದರು. ಪರಿಣಾಮ ಅದ್ಭುತವಾಗಿತ್ತು. ಶ್ರೋತೃಗಳು ಸದ್ದು ಮಾಡದೇ ಕೂತು ಕಡೆಯವರೆಗೂ ಭಾಷಣವನ್ನು ಕೇಳಿದರು. ಚಪ್ಪಾಳೆತಟ್ಟಿ ಮೆಚ್ಚಿಗೆಯನ್ನು ಸೂಚಿಸಿದರು ಮತ್ತು ಅವಶ್ಯಕತೆ ಇದ್ದ ಕಡೆಗಳಲ್ಲಿ 'ನಾಚಿಕೆಗೇಡು' ಎಂದು ಕೂಗುತ್ತಿದ್ದರು. ಇದರಿಂದ ನನ್ನ ಹೃದಯ ಸಂತೋಷಪಟ್ಟಿತು.

ಸರ್ ಫಿರೋಜ್‌ಷಾ ಭಾಷಣವನ್ನು ಮೆಚ್ಚಿಕೊಂಡರು. ನನಗೆ ತುಂಬಾ ಸಂತೋಷವಾಗಿತ್ತು. ಈ ಸಭೆಯು ಸಾರ್ಜೆಂಟ್ ದೇಶ್‌ಪಾಂಡೆ ಮತ್ತು ಒಬ್ಬ ಪಾರ್ಸಿಗೆಳೆಯನ ಸಹಾನುಭೂತಿಯನ್ನು ಗಳಿಸಿಕೊಟ್ಟಿತು. ಆ ಪಾರ್ಸಿಗೆಳೆಯನ ಹೆಸರನ್ನು ಹೇಳಲು ಹಿಂಜರಿಯುತ್ತಿದ್ದೇನೆ. ಏಕೆಂದರೆ ಇಂದು ಅವರು ಉನ್ನತ ಸ್ಥಾನದಲ್ಲಿರುವ ಸರಕಾರಿ ಅಧಿಕಾರಿಯಾಗಿದ್ದಾರೆ. ಅವರಿಬ್ಬರೂ ನನ್ನ ಜತೆಯಲ್ಲಿ

ದಕ್ಷಿಣ ಆಫ್ರಿಕಕ್ಕೆ ಬರಲು ತೀರ್ಮಾನಿಸಿರುವುದಾಗಿ ತಿಳಿಸಿದರು. ವ್ಯಾಜ್ಯಗಳ ನ್ಯಾಯಾಲಯದ ನ್ಯಾಯಾಧೀಶರಾಗಿದ್ದ ಮಿ. ಸಿ. ಎಂ. ಕರ್‌ಸೆಟ್‌ಜೀ ಆ ಪಾರ್ಸಿ ಗೆಳೆಯರು ತಮ್ಮ ತೀರ್ಮಾನದಿಂದ ಹಿಂದೆಸರಿಯುವಂತೆ ಮಾಡಿದರು. ಏಕೆಂದರೆ ಕರ್‌ಸೆಟ್‌ಜೀ ಪಾರ್ಸಿ ಗೆಳಯರ ಮದುವೆಯ ಬಗ್ಗೆ ಮಾತುಕತೆ ನಡೆಸುತ್ತಿದ್ದರು. ಪಾರ್ಸಿಗೆಳೆಯರು ದಕ್ಷಿಣ ಆಫ್ರಿಕಕ್ಕೆ ಹೋಗುವುದು ಅಥವಾ ಮದುವೆ ಇವುಗಳಲ್ಲಿ ಯಾವುದಾದರೊಂದನ್ನು ಆರಿಸಿಕೊಳ್ಳಬೇಕಾಗಿತ್ತು. ಅವರು ಮದುವೆಯನ್ನು ಆರಿಸಿಕೊಂಡರು. ಆದರೆ ಪಾರ್ಸಿ ರುಸ್ತೋಮ್‌ಜೀ ಈ ತೀರ್ಮಾನದಿಂದ ಹಿಂದೆಸರಿದಿದ್ದರಿಂದಾದ ತಪ್ಪುಗಳನ್ನು ಸರಿಪಡಿಸಿದರು. ಹೀಗೆ ವಾಗ್ದಾನವನ್ನು ಭಂಗಗೊಳಿಸಿದ್ದ ಆ ಮಹಿಳೆಗೆ ಪ್ರತಿಯಾಗಿ ಅನೇಕ ಪಾರ್ಸಿ ಸಹೋದರಿಯರು ಈಗ ಆ ತಪ್ಪನ್ನು ಸರಿಪಡಿಸುತ್ತಿದ್ದಾರೆ. ಇವರೆಲ್ಲರೂ ತಮ್ಮನ್ನು ಖಾದಿ ಕಾರ್ಯಕ್ಕೆ ಸಮರ್ಪಿಸಿಕೊಂಡಿದ್ದಾರೆ. ಆದ್ದರಿಂದ ನಾನು ತುಂಬಾ ಸಂತೋಷದಿಂದ ಸೆಟ್‌ಜೀ ದಂಪತಿಗಳನ್ನು ಕ್ಷಮಿಸಿದ್ದೇನೆ. ಸಾರ್ಜೆಂಟ್ ದೇಶ್‌ಪಾಂಡೆಅವರಿಗೆ ಮದುವೆಯ ಪ್ರಲೋಭನೆಗಳೇನಿರಲಿಲ್ಲ. ಆದರೆ ಅವರಿಗೂ ಬರಲಾಗಲಿಲ್ಲ. ಇಂದು ಅವರು ಈ ವಾಗ್ದಾನವನ್ನು ಉಲ್ಲಂಘಿಸಿದ್ದಕ್ಕಾಗಿ ಸಾಕಷ್ಟು ನಷ್ಟ ಕಟ್ಟಿಕೊಡುತ್ತಿದ್ದಾರೆ. ನಾನು ದಕ್ಷಿಣ ಆಫ್ರಿಕಕ್ಕೆ ಹಿಂದಿರುಗುತ್ತಿದ್ದಾಗ ಜಾಂಜಿಬಾರ್‌ನಲ್ಲಿ ತ್ಯಾಬ್‌ಜೀಗಳಲ್ಲಿ ಒಬ್ಬರನ್ನು ಭೇಟಿಮಾಡಿದ್ದೆ. ಅವರು ದಕ್ಷಿಣ ಆಫ್ರಿಕಕ್ಕೆ ಬಂದು ನನಗೆ ಸಹಾಯಮಾಡುವುದಾಗಿ ಮಾತುಕೊಟ್ಟರು. ಆದರೆ ಅವರು ಬರಲೇಇಲ್ಲ. ಮಿ. ಅಬ್ಬಾಸ್ ತ್ಯಾಬ್‌ಜೀ ಆ ಅಪರಾಧಕ್ಕೆ ಪ್ರಾಯಶ್ಚಿತ್ತಮಾಡಿಕೊಳ್ಳುತ್ತಿದ್ದಾರೆ. ಈ ಪ್ರಕಾರ ದಕ್ಷಿಣ ಆಫ್ರಿಕಕ್ಕೆ ಹೋಗಲು ನಾನು ಬ್ಯಾರಿಸ್ಟರ್‌ಗಳನ್ನು ಪ್ರಚೋದಿಸಲು ನಡೆಸಿದ ಮೂರು ಪ್ರಯತ್ನಗಳು ವಿಫಲವಾದವು.

ಈ ಸಂಬಂಧದಲ್ಲಿ ನಾನು ಮಿ. ಪೆಸ್ತೋನ್‌ಜೀ ಪಾದ್‌ಷಾ ಅವರನ್ನು ನೆನಪಿಗೆ ತಂದುಕೊಳ್ಳುತ್ತಿದ್ದೇನೆ. ನಾನು ಇಂಗ್ಲೆಂಡ್‌ನಲ್ಲಿ ತಂಗಿದ್ದ ದಿನಗಳಿಂದ ನಾನು ಅವರೊಂದಿಗೆ ಸ್ನೇಹದಿಂದಿದ್ದೇನೆ. ನಾನು ಮೊದಲು ಅವರನ್ನು ಲಂಡನ್‌ನಲ್ಲಿ ಒಂದು ಶಾಖಾಹಾರಿ ಹೊಟೇಲ್‌ನಲ್ಲಿ ಭೇಟಿಮಾಡಿದ್ದೆ. ನಾನು ಅವರ ಸಹೋದರ ಮಿ. ಬರ್ಜೋರ್‌ಜೀ ಪಾದ್‌ಷಾ 'ತಿಕ್ಕಲು ವ್ಯಕ್ತಿ' ಎಂದು ಹೆಸರಾಗಿದ್ದು ಹಾಗೆಯೇ ಅವರನ್ನು ಅರಿತಿದ್ದೆ. ನಾನು ಬರ್ಜೋರ್‌ಜೀ ಅವರನ್ನು ಎಂದೂ ಭೇಟಿಮಾಡಿರಲಿಲ್ಲ ಆದರೆ ಗೆಳೆಯರು ಅವರೊಬ್ಬ ವಿಲಕ್ಷಣ ವ್ಯಕ್ತಿ ಎಂದು ತಿಳಿಸಿದ್ದರು. ಕುದುರೆಗಳ ಬಗ್ಗೆ ಅವರಲ್ಲಿ ಕರುಣೆಯಿದ್ದುದರಿಂದ ಅವರು ಟ್ರ್ಯಾಮ್‌ಕಾರ್(ರಸ್ತೆರೈಲುಬಂಡಿ)ಗಳಲ್ಲಿ ಪ್ರಯಾಣ ಮಾಡುತ್ತಿರಲಿಲ್ಲ ಬೆರಗುಗೊಳಿಸುವಂತಹ ನೆನಪಿನ ಶಕ್ತಿಯಿದ್ದರೂ ಪದವಿಗಳನ್ನು ಸ್ವೀಕರಿಸಲು ನಿರಾಕರಿಸುತ್ತಿದ್ದರು. ಅವರು ಸ್ವಚ್ಛಂದ ರೀತಿಯ ಚೈತನ್ಯವನ್ನು ಬೆಳೆಸಿಕೊಂಡಿದ್ದರು. ಪಾರ್ಸಿಯಾಗಿದ್ದರೂ ಅವರು ಶಾಖಾಹಾರಿಗಳಾಗಿದ್ದರು. ಪೆಸ್ತೋನ್‌ಜೀಅವರಿಗೆ ಈ ರೀತಿಯ ಮಾನ್ಯತೆಯಿರಲಿಲ್ಲ. ಆದರೆ ಅವರು ಲಂಡನ್‌ನಲ್ಲಿ ಕೂಡಾ ತಮ್ಮ ಪ್ರೌಢಪಾಂಡಿತ್ಯಬಲದಿಂದ ಖ್ಯಾತಿ ಪಡೆದಿದ್ದರು. ಏನೇ ಇರಲಿ ನಮ್ಮ ನಡುವಣ ಸಾಮಾನ್ಯ ಅಂಶವೆಂದರೆ ಶಾಖಾಹಾರವಾಗಿತ್ತು. ವಿದ್ವತ್ತಿನ ವಿಷಯದಲ್ಲಿ ಹೇಳುವುದಾದರೆ ಅವರ ಬಳಿಯಲ್ಲಿ ಸುಳಿಯಲು ನಾನು ಸಮರ್ಥನಾಗಿರಲಿಲ್ಲ.

ನಾನು ಅವರನ್ನು ಮತ್ತೆ ಬಾಂಬೆಯಲ್ಲಿ ಕಂಡೆ. ಉಚ್ಚ ನ್ಯಾಯಾಲಯದಲ್ಲಿ ಪ್ರೊತನೋಟರಿ (ನ್ಯಾಯಾಸ್ಥಾನದಲ್ಲಿ ಮುಖ್ಯ ಗುಮಾಸ್ತೆ) ಆಗಿದ್ದರು. ನಾನು ಅವರನ್ನು ಭೇಟಿಮಾಡಿದಾಗ ಅವರು ಉನ್ನತ ಗುಜರಾತೀ ನಿಘಂಟುವಿಗೆ ಲೇಖನ ಒದಗಿಸುವ ಕಾರ್ಯದಲ್ಲಿ ನಿರತರಾಗಿದ್ದರು. ನನ್ನ ದಕ್ಷಿಣ ಆಫ್ರಿಕದ ಕೆಲಸಕ್ಕೆ ನಾನು ನೆರವು ಕೇಳಿಕೊಂಡು ಹೋಗದ ಒಬ್ಬ ಗೆಳೆಯನೂ ಇರಲಿಲ್ಲ. ಏನೇ ಇದ್ದರೂ ಪೆಸ್ತೋನ್‌ಜೀ ನನಗೆ ಸಹಾಯ ಮಾಡಲು ನಿರಾಕರಿಸಿದರು ಮತ್ತು ದಕ್ಷಿಣ ಆಫ್ರಿಕಕ್ಕೆ ಹಿಂದಿರುಗದಂತೆ ಸಲಹೆ ಕೊಟ್ಟರು.

'ನಿಮಗೆ ನೆರವು ನೀಡಲು ನನಗೆ ಸಾಧ್ಯವಿಲ್ಲ' ಎಂದು ಅವರು ಹೇಳಿದರು. 'ನೀವು ದಕ್ಷಿಣ ಆಫ್ರಿಕಕ್ಕೆ ಹೋಗುವುದು ಕೂಡಾ ನನಗೆ ಇಷ್ಟವಿಲ್ಲ ಎಂದು ನಾನು ನಿಮಗೆ ತಿಳಿಸುತ್ತಿದ್ದೇನೆ. ನಮ್ಮ ದೇಶವಲ್ಲಿ ಕೆಲಸ ಕಡಿಮೆಯಿದೆಯೆ? ನೋಡಿ, ಈಗ ನಮ್ಮ ಭಾಷೆಗೆ ಮಾಡಬೇಕಾದ್ದು ಬಹಳ ಇದೆ. ನಾನು ವೈಜ್ಞಾನಿಕ ಪದಗಳನ್ನು ಕಂಡುಹಿಡಿಯಬೇಕಾಗಿದೆ. ಆದರೆ ಇದು ಕೆಲಸದ ಒಂದು ಭಾಗ ಮಾತ್ರ. ಈ ನಾಡಿನ ದಾರಿದ್ರ್ಯದ ಬಗ್ಗೆ ಯೋಚಿಸಿ. ದಕ್ಷಿಣ ಆಫ್ರಿಕದಲ್ಲಿರುವ ನಮ್ಮ ಜನರು ನಿಸ್ಸಂಶಯವಾಗಿಯೂ ಕಷ್ಟದಲ್ಲಿದ್ದಾರೆ. ಆದರೆ ನಿಮ್ಮಂತಹವರು ಆ ಕಾರ್ಯಕ್ಕೆ ಬಲಿಯಾಗುವುದನ್ನು ನಾನು ಇಷ್ಟಪಡುವುದಿಲ್ಲ. ನಾವು ಇಲ್ಲಿ ಸ್ವಯಮಾಧಿಕಾರವನ್ನು ಗೆದ್ದುಕೊಳ್ಳೋಣ. ಆಗ ಅಲ್ಲಿರುವ ನಮ್ಮ ದೇಶ ಬಾಂಧವರಿಗೆ ಅಪ್ರಜ್ಞಾಪೂರ್ವಕವಾಗಿ ಸಹಾಯ ಮಾಡುವೆವು. ನಾನು ನಿಮ್ಮ ಮೇಲೆ ಜಯಗಳಿಸಲಾರೆ ಎಂದು ನನಗೆ ಗೊತ್ತಿದೆ. ಆದರೆ ನಿಮ್ಮ ರೀತಿಯಲ್ಲಿರುವ ಯಾರೇ ಆದರೂ ನಿಮ್ಮ ಜತೆಯಲ್ಲಿ ಸೇರಿಕೊಳ್ಳುವುದಕ್ಕೆ ಪ್ರೋತ್ಸಾಹ ನೀಡಲಾರೆ'.

ನಾನು ಅವರ ಸಲಹೆಯನ್ನು ಒಪ್ಪಿಕೊಳ್ಳಲಿಲ್ಲ, ಆದರೆ ಮಿ. ಪಾಸ್ತೋನ್‌ಜೀ ಪಾದ್‌ಷಾಅವರ ಮೇಲಿದ್ದ ಗೌರವ ಹೆಚ್ಚಾಯಿತು. ದೇಶದ ಮೇಲೆ ಮತ್ತು ಮಾತೃಭಾಷೆಯ ಮೇಲೆ ಅವರಿಟ್ಟಿದ್ದ ಪ್ರೀತಿಯನ್ನು ಕಂಡು ನಾನು ದಂಗಾದೆ. ಈ ಘಟನೆ ನಮ್ಮಿಬ್ಬರನ್ನೂ ಇನ್ನೂ ಹತ್ತಿರಕ್ಕೆ ತಂದಿತು. ನಾನು ನನ್ನ ಸಂಕಲ್ಪದಲ್ಲಿ ದೃಢವಾಗುತ್ತಿದ್ದೆ. ದೇಶಭಕ್ತನು ಮಾತೃಭೂಮಿಗೆ ಯಾವುದೇ ಬಗೆಯಲ್ಲಾದರೂ ಸೇವೆ ಸಲ್ಲಿಸುವುದನ್ನು ನಿರ್ಲಕ್ಷಿಸಲಾರ. ನನಗೆ ಗೀತೆ (ಭಗವದ್ಗೀತೆ)ಯ ಪಠ್ಯ ಸ್ಪಷ್ಟವಾಗಿತ್ತು ಮತ್ತು ಅರ್ಥವತ್ತಾಗಿತ್ತು:

ಕಡೆಯಲ್ಲಿ ಇದೇ ಉತ್ತಮ ಅಂದರೆ ತನ್ನ ಸ್ವಂತದ್ದಲ್ಲದ ಕೆಲಸಗಳನ್ನು
ಅವು ಚೆನ್ನಾಗಿರುವಂತೆ ಕಂಡರೂ ಅವನ್ನು ಸ್ವೀಕರಿಸುವುದಕ್ಕಿಂತ
ವಿಫಲನಾದರೂ ತನಗೆ ಸಾಧ್ಯವಿರುವ ತನ್ನ ಸ್ವಂತದ ಕೆಲಸಗಳನ್ನು ಮಾಡಬೇಕು.
ಕರ್ತವ್ಯ ಮಾಡುತ್ತ ಸಾಯುವುದು ಕೆಟ್ಟದಲ್ಲ.
ಆದರೆ ಇತರ ಮಾರ್ಗಗಗಳನ್ನು ಹುಡುಕುವವನು ಇನ್ನೂ ಅಲೆಯುತ್ತಿರುತ್ತಾನೆ.

28. ಪೂನಾ ಮತ್ತು ಮದ್ರಾಸ್

ಸರ್ ಫಿರೋಜ್‌ಷಾ ನನ್ನ ಮಾರ್ಗವನ್ನು ಸುಗಮಮಾಡಿಕೊಟ್ಟರು. ಆದ್ದರಿಂದ ನಾನು ಬ್ಯಾಂಬೆಯಿಂದ ಪೂನಾಕ್ಕೆ ಹೋದೆ. ಇಲ್ಲಿ ಎರಡು ಪಕ್ಷಗಳಿದ್ದವು. ನಾನು ಬೇರೆ ಬೇರೆ ಅಭಿಪ್ರಾಯ ಹೊಂದಿರುವ ಜನರ ಬೆಂಬಲವನ್ನು ಅಪೇಕ್ಷಿಸಿದ್ದೆ. ಮೊದಲು ನಾನು ಲೋಕಮಾನ್ಯ ತಿಲಕರನ್ನು ಕಂಡೆ. ಅವರು ಹೇಳಿದರು:

'ಎಲ್ಲ ಪಕ್ಷಗಳ ಬೆಂಬಲವನ್ನು ಅಪೇಕ್ಷಿಸುವ. ನಿಮ್ಮ ಅಭಿಪ್ರಾಯ ಸರಿಯಾಗಿದೆ. ದಕ್ಷಿಣ ಆಫ್ರಿಕದ ಪ್ರಶ್ನೆಯ ಮೇಲೆ ಅಭಿಪ್ರಾಯ ಬೇಧವಿರಲಾರದು. ಆದರೆ ನೀವು ಯಾವ ಪಕ್ಕಕ್ಕೂ ಸೇರದವರೊಬ್ಬರನ್ನು ನಿಮ್ಮ ಅಧ್ಯಕ್ಷರನ್ನಾಗಿ ಮಾಡಿಕೊಳ್ಳಬೇಕು. ಪ್ರೊಫೆಸರ್ ಭಂಡಾರ್‌ಕರ್‌ಅವರನ್ನು ಭೇಟಿಮಾಡಿ. ಅವರು ಇತ್ತೀಚಿಗೆ ಸಾರ್ವಜನಿಕ ಚಳವಳಿಯಲ್ಲಿ ಭಾಗವಹಿಸುತ್ತಿಲ್ಲ. ಆದರೆ ಈ ಪ್ರಶ್ನೆ ಅವರನ್ನು ಹೊರಕ್ಕೆಳೆಯಬಹುದು. ಅವರನ್ನು ನೋಡಿ. ಅವರು ಏನು ಹೇಳಿದರೆಂದು ನನಗೆ ತಿಳಿಸಿ. ನಾನು ನಿಮಗೆ ಪೂರ್ಣವಾಗಿ ಸಹಾಯಮಾಡಲು ಬಯಸಿದ್ದೇನೆ. ಸಹಜವಾಗಿ ನೀವು ನನ್ನನ್ನು ಯಾವಾಗ ಬೇಕಾದರೂ ಭೇಟಿಮಾಡಬಹುದು. ನಾನು ನಿಮಗೆ ಬದ್ಧನಾಗಿದ್ದೇನೆ'.

ಇದು ಲೋಕಮಾನ್ಯರೊಡನೆ ಭೇಟಿಯಾಗಿತ್ತು. ಅವರ ಅನನ್ಯ ಜನಪ್ರಿಯತೆಯ ಗುಟ್ಟನ್ನು ಆ ಭೇಟಿ ಬಹಿರಂಗಗೊಳಿಸಿತ್ತು.

ತರುವಾಯ ನಾನು ಗೋಖಲೆಅವರ ಭೇಟಿಮಾಡಿದೆ. ನಾನು ಅವರನ್ನು ಫರ್ಗ್ಯುಸನ್ ಕಾಲೇಜಿನ ಆವರಣದಲ್ಲಿ ಕಂಡೆ ಅವರು ನನ್ನನ್ನು ವಿಶ್ವಾಸ ಪೂರ್ವಕವಾಗಿ ಬರಮಾಡಿಕೊಂಡರು. ಅವರ ನಡವಳಿಕೆ ತಕ್ಷಣವೇ ನನ್ನ ಹೃದಯವನ್ನು ಗೆದ್ದುಬಿಟ್ಟಿತು. ಇದೂ ಕೂಡಾ ಅವರೊಡನೆ ನನ್ನ ಮೊದಲ ಭೇಟಿಯಾಗಿತ್ತು. ಹಾಗಿದ್ದರೂ ನಾವು ನಮ್ಮ ಹಳೆಯ ಸ್ನೇಹವನ್ನು ಪುನರುಜ್ಜೀವನಗೊಳಿಸುತ್ತಿರುವಂತೆ ಭಾಸವಾಗುತ್ತಿತ್ತು. ಸರ್ ಫಿರೋಜ್‌ಷಾ ನನಗೆ ಹಿಮಾಲಯದಂತೆ, ಲೋಕಮಾನ್ಯರು ಸಾಗರದಂತೆ ಕಾಣಿಸಿಕೊಂಡಿದ್ದರು. ಆದರೆ ಗೋಖಲೆಯವರು ಪವಿತ್ರ ಗಂಗಾನದಿಯಂತೆ ಕಾಣಿಸಿಕೊಂಡರು. ಯಾರಾದರೂ ಪವಿತ್ರ ನದಿಯಲ್ಲಿ ಚೇತೋಹಾರಿಯಾಗಿ ಸ್ನಾನಮಾಡಬಹುದಾಗಿತ್ತು. ಹಿಮಾಲಯವನ್ನು ಹತ್ತಲು ಸಾಧ್ಯವಾಗುವುದಿಲ್ಲ. ಯಾರಿಗಾದರೂ ಕಡಲಲ್ಲಿ ನೌಕೆಯನ್ನು ನಡೆಸಲು ಸಾಧ್ಯವಾಗದು. ಆದರೆ ಗಂಗಾನದಿ ಒಬ್ಬಾತನನ್ನು ತನ್ನ ಅಲಿಂಗನಕ್ಕೆ ಸ್ವಾಗತಿಸುವುದು. ಅದರ ಮೇಲೆ ದೋಣಿ ಮತ್ತು ಹುಟ್ಟಿನ ಜತೆಯಲ್ಲಿ ಇರುವುದು ಹರ್ಷದಾಯಕವಾದದ್ದು. ಗೋಖಲೆ ನನ್ನನ್ನು, ಶಾಲೆಗೆ ಪ್ರವೇಶ ಬಯಸಿ ಬಂದಿದ್ದ ಅಭ್ಯರ್ಥಿಯನ್ನು ಪರೀಕ್ಷಿಸುವ ರೀತಿಯಲ್ಲಿ ನಿಕಟವಾಗಿ ಪರೀಕ್ಷಿಸಿದರು. ಅವರು ನನಗೆ ಯಾರನ್ನು ನೋಡ ಬೇಕು ಮತ್ತು ಹೇಗೆ ನೋಡಬೇಕು ಎಂಬುದನ್ನು ತಿಳಿಸಿಕೊಟ್ಟರು. ನನ್ನ ಭಾಷಣವನ್ನು ನೋಡಲು ಬಯಸಿದರು. ಅವರು ಕಾಲೇಜಿನ ಎಲ್ಲ ಆವರಣವನ್ನು ತೋರಿಸಿದರು. ತಾವು ನನಗೆ ಬದ್ಧರಾಗಿರುವುದಾಗಿ ಭರವಸೆಕೊಟ್ಟರು. ಡಾ. ಭಂಡಾರ್‌ಕರ್‌ಅವರ ಭೇಟಿಯ ಫಲಿತಾಂಶದ ಬಗ್ಗೆ ತಿಳಿಸಲು ಹೇಳಿದರು. ಅವರು ನನ್ನನ್ನು ಅತ್ಯಾನಂದದಿಂದ ಬೀಳ್ಕೊಟ್ಟರು. ರಾಜಕೀಯ ಕ್ಷೇತ್ರದಲ್ಲಿ ಗೊಖಲೆಯವರು ನನ್ನ ಹೃದಯದಲ್ಲಿ ಆಕ್ರಮಿಸಿಕೊಂಡಿದ್ದ ಸ್ಥಾನ ಅವರು ಜೀವಿಸಿದ್ದಾಗಲೂ ಮತ್ತು ಇಂದು ಕೂಡಾ ಅದೇ ರೀತಿಯಲ್ಲಿ ಉಳಿದುಕೊಂಡಿದೆ. ಅದು ನಿಸ್ಸಂಶಯವಾಗಿಯೂ ಅನನ್ಯವಾದದ್ದು ಎಂದು ನಾನು ಭಾವಿಸಿದ್ದೇನೆ.

ಡಾ. ಭಂಡಾರ್‌ಕರ್ ತಂದೆಯರೀತಿಯಲ್ಲಿ ನನ್ನನ್ನು ಮಮತೆಯಿಂದ ಬರಮಾಡಿಕೊಂಡರು. ನಾನು ಅವರನ್ನು ಮಧ್ಯಾಹ್ನ ಭೇಟಿಮಾಡಿದ್ದೆ.

ಆ ಸಮಯದಲ್ಲಿ ನಾನು ಜನರನ್ನು ಭೇಟಿಮಾಡುವುದರಲ್ಲಿ ನಿರತನಾಗಿರುತ್ತಿದ್ದೆ ಎಂಬ ಅಂಶ ಈ ದಣಿವರಿಯದ ವಿದ್ವಾಂಸರಲ್ಲಿ ತುಂಬಾ ಮೆಚ್ಚಿಕೆಯನ್ನು ಪಡೆದಿತ್ತು. ಯಾವ ಪಕ್ಷಕ್ಕೂ ಸೇರದವರೊಬ್ಬರು ಈ ಸಭೆಯ ಅಧ್ಯಕ್ಷರಾಗಬೇಕೆಂದು ನಾನು ಒತ್ತಾಯಿಸಿದುದಕ್ಕೆ ಅವರು ಕೂಡಲೇ ಒಪ್ಪಿಗೆಯನ್ನು ಕೊಟ್ಟರು. ಅವರು, 'ಅದೇ ಸರಿಯಾದದ್ದು ಅದೇ ಸರಿಯಾದದ್ದು' ಎಂದು ಸಹಜವಾಗಿ ಉದ್ಗರಿಸುವ ಮೂಲಕ ತಮ್ಮ ಒಪ್ಪಿಗೆಯನ್ನು ಸೂಚಿಸಿದ್ದರು.

ನಾನು ಹೇಳಿದ್ದನ್ನು ಕೇಳಿದ ಮೇಲೆ ಅವರು ಹೇಳಿದರು: 'ನಾನು ರಾಜಕೀಯದಲ್ಲಿ ಭಾಗವಹಿಸುವುದಿಲ್ಲವೆಂದು ಯಾರೇ ಆದರೂ ನಿಮಗೆ ಹೇಳುತ್ತಾರೆ. ಆದರೆ ನಾನು ನಿಮ್ಮನ್ನು ನಿರಾಕರಿಸಲಾರೆ. ನಿಮ್ಮ ವಾದ ಗಟ್ಟಿಯಾಗಿದೆ ಮತ್ತು ನಿಮ್ಮ ಶ್ರಮ ಮೆಚ್ಚುವಂತಹದು. ಹಾಗಾಗಿ ನಾನು ನಿಮ್ಮ ಸಭೆಯಲ್ಲಿ ಭಾಗವಹಿಸಲಾರೆ ಎಂದು ಮುಖ ತಿರುಗಿಸಲಾರೆ. ತಿಲಕ್ ಮತ್ತು

ಗೋಖಲೆಅವರುಗಳ ಸಲಹೆ ಪಡೆದು ಒಳ್ಳೆಯದನ್ನು ಮಾಡಿರುವಿರಿ. ಎರಡೂ ಸಭೆಗಳ ಜಂಟೀ ಆಶ್ರಯದಲ್ಲಿ ನಡೆಯುವ ಸಭೆಯ ಅಧ್ಯಕ್ಷತೆಯನ್ನು ವಹಿಸಲು ನನಗೆ ಸಂತೋಷವಾಗುತ್ತದೆ ಎಂದು ಅವರಿಗೆ ದಯವಿಟ್ಟು ತಿಳಿಸಿ. ಸಭೆಯ ಸಮಯವನ್ನು ನೀವು ನನ್ನಿಂದ ಕೇಳುವ ಅವಶ್ಯಕತೆಯಿಲ್ಲ. ಅವರಿಗೆ ಹೊಂದಿಕೆಯಾಗುವ ಸಮಯ ನನಗೂ ಹೊಂದಿಕೆಯಾಗುತ್ತದೆ'. ಹೀಗೆ ಹೇಳಿ ಅವರು ನನ್ನನ್ನು ಆಶೀರ್ವದಿಸಿ ಮತ್ತು ಅಭಿನಂದನೆಯನ್ನು ಸಲ್ಲಿಸಿ ವಿದಾಯ ಹೇಳಿ ಕಳಿಸಿಕೊಟ್ಟರು.

ಯಾವುದೇ ಗಡಿಬಿಡಿಯಿಲ್ಲದೇ ಪೂನಾದ ಈ ಪ್ರೌಢಪಾಂಡಿತ್ಯವಿದ್ದ ಮತ್ತು ನಿಸ್ವಾರ್ಥಪರರಾಗಿದ್ದ ಕಾರ್ಯಕರ್ತರುಗಳ ತಂಡ ಆಡಂಬರವಿಲ್ಲದಿದ್ದ ಚಿಕ್ಕ ಸ್ಥಳದಲ್ಲಿ ಸಭೆಯನ್ನು ನಡೆಸಿತು ಮತ್ತು ನನ್ನ ಕಾರ್ಯಕ್ಕೆ ಹೆಚ್ಚು ಭರವಸೆಯನ್ನು ಮತ್ತು ಆನಂದವನ್ನು ತುಂಬಿಸಿ ಕಳಿಸಿಕೊಟ್ಟಿತು.

ತರುವಾಯ ನಾನು ಮದ್ರಾಸಿ(ಮದರಾಸು)ಗೆ ಹೊರಟೆ. ಅಲ್ಲಿ ಪ್ರಚಂಡ ಉತ್ಸಾಹ ಕಾಣಿಸಿಕೊಂಡಿತ್ತು. ಬಾಲಸುಂದರಮ್ ಪ್ರಕರಣ ಸಭೆಯ ಮೇಲೆ ಆಳವಾದ ಪರಿಣಾಮವನ್ನುಂಟುಮಾಡಿತ್ತು. ನನ್ನ ಭಾಷಣವನ್ನು ಮುದ್ರಿಸಲಾಗಿತ್ತು ಮತ್ತು ಅದು ಸಾಕಷ್ಟು ದೊಡ್ಡದಾಗಿತ್ತು. ಆದರೂ ಶ್ರೋತೃಗಳು ಪ್ರತಿಯೊಂದು ಶಬ್ದವನ್ನೂ ಗಮನವಿಟ್ಟು ಕೇಳಿದರು. ಸಭೆ ಮುಕ್ತಾಯಗೊಂಡಾಗ 'ಹಸಿರು ಕಿರುಪುಸ್ತಿಕೆ (ಗ್ರೀನ್ ಪಾಂಫ್ಲೇಟ್)'ಯನ್ನು ಕೊಳ್ಳಲು ಜನರು ಸಾಲುಸಾಲಾಗಿ ನಿಂತಿದ್ದರು. ನಾನು ಹತ್ತು ಸಾವಿರ ಪ್ರತಿಗಳನ್ನು ಎರಡನೇ ಮತ್ತು ಪರಿಷ್ಕೃತ ಆವೃತ್ತಿಯ ರೂಪದಲ್ಲಿ ಪ್ರಕಟಿಸಿ ಹೊರತಂದಿದ್ದೆ. ಅವು ಬಿಸಿ ಕೇಕುಗಳಂತೆ ಖರ್ಚಾದವು. ಆದರೆ ಅಷ್ಟೊಂದು ದೊಡ್ಡ ಸಂಖ್ಯೆಯಲ್ಲಿ ಮುದ್ರಿಸುವ ಅವಶ್ಯಕತೆಯಿಲ್ಲವೆಂದು ನನಗೆ ಭಾಸವಾಗಿತ್ತು. ಉತ್ಸಾಹದ ಆವೇಶದಲ್ಲಿ ನಾನು ಬೇಡಿಕೆಯ ಬಗ್ಗೆ ಮಿತಿಮೀರಿ ಅಂದಾಜುಮಾಡಿದ್ದೆ. ನನ್ನ ಬಾಷಣ ಇಂಗ್ಲಿಷ್ ಬಲ್ಲ ಸಾರ್ವಜನಿಕರನ್ನು ಉದ್ದೇಶಿಸಿತ್ತು. ಮದರಾಸಿನಲ್ಲಿ ಆ ವರ್ಗ ಮಾತ್ರ ಇಡೀ ಹತ್ತು ಸಾವಿರ ಪ್ರತಿಗಳನ್ನು ಕೊಂಡಿರಲಿಲ್ಲ.

'ದಿ ಮದ್ರಾಸ್ ಸ್ಟಾಂಡರ್ಡ್' ಪತ್ರಿಕೆಯ ಸಂಪಾದಕರಾಗಿದ್ದ ದಿವಂಗತ ಸಾರ್ಜೆಂಟ್ ಜಿ ಪರಮೇಶ್ವರನ್ ಪಿಳ್ಳೈ ನನಗೆ ತುಂಬಾ ಸಹಾಯ ಮಾಡಿದರು. ಅವರು ತುಂಬಾ ಎಚ್ಚರಿಕೆಯಿಂದ ಈ ಪ್ರಶ್ನೆಯ ಅಧ್ಯಯನ ನಡೆಸಿದರು ಮತ್ತು ತಮ್ಮ ಕಛೇರಿಗೆ ನನ್ನನ್ನು ಆಹ್ವಾನಿಸಿ ಮಾರ್ಗದರ್ಶನ ನೀಡಿದರು. 'ದಿ ಹಿಂದೂ' ಪತ್ರಿಕೆಯ ಸಾರ್ಜೆಂಟ್ ಜಿ. ಸುಬ್ರಹ್ಮಣ್ಯೆಯವರು ಮತ್ತು ಡಾ. ಸುಬ್ರಹ್ಮಣ್ಯೆಯಮ್ ಕೂಡಾ ತುಂಬಾ ಸಹಾನುಭೂತಿಯನ್ನು ತೋರಿಸಿದರು. ಆದರೆ ಸಾರ್ಜೆಂಟ್ ಜಿ. ಪರಮೇಶ್ವರನ್ ಪಿಳ್ಳೈ 'ಮದ್ರಾಸ್ ಸ್ಟಾಂಡರ್ಡ್'ನ ಕಾಲಂಗಳನ್ನು ನನ್ನ ವಶಕ್ಕೆ ಒಪ್ಪಿಸಿದ್ದರು. ನಾನು ಮುಕ್ತವಾಗಿ ಆ ಕೊಡುಗೆಯನ್ನು ಬಳಸಿಕೊಂಡೆ. ನನ್ನ ನೆನಪಲ್ಲಿರುವಂತೆ ಪಾಚ್ಯಪ್ಪ ಸಭಾಂಗಣದಲ್ಲಿ ನಡೆದ ಸಭೆಯ ಅಧ್ಯಕ್ಷತೆಯನ್ನು ಡಾ. ಸುಬ್ರಹ್ಮಣ್ಯೆಯಮ್ ವಹಿಸಿದ್ದರು.

ನಾನು ಭೇಟಿಮಾಡಿದ್ದ ಬಹುತೇಕ ಗೆಳೆಯರು ನನ್ನ ಮೇಲೆ ವಿಶ್ವಾಸದ ಮಳೆಗರೆದಿದ್ದರು ಮತ್ತು ಅವರು ಈ ಕಾರ್ಯದಲ್ಲಿ ತೋರಿಸಿದ್ದ ಅವರ ಉತ್ಸಾಹ ಅಪರಿಮಿತವಾಗಿತ್ತು. ನಾನು ಅವರೊಂದಿಗೆ ಇಂಗ್ಲಿಷಿನಲ್ಲಿ ಮಾತಾಡಿ ಸಂಪರ್ಕ ಬೆಳೆಸಬೇಕಾಗಿದ್ದರೂ ನಾನು ಸ್ವಂತ ಮನೆಯಲ್ಲಿದ್ದಂತೆ ಆರಾಮಾಗಿ ಅವರ ಜತೆಯಲ್ಲಿದ್ದೆ. ಪ್ರೀತಿ ಎನ್ನುವುದು ಮುರಿದು ಹಾಕದ ಯಾವುದಾದರೂ ತಡೆಯಿದೆಯೆ?

29. ಲಗೂನೆ ಹಿಂದಿರುಗಿ

ನಾನು ಮದರಾಸಿನಿಂದ ಕಲ್ಕತ್ತಕ್ಕೆ ಹೊರಟೆ. ಅಲ್ಲಿ ನಾನು ಕಷ್ಟಗಳನ್ನು ಎದುರಿಸುತ್ತ ಹಿಂದುಮುಂದು ನೋಡುವಂತಾಯ್ತು. ಅಲ್ಲಿ ನನ್ನ ಪರಿಚಿತರು ಯಾರೂ ಇರಲಿಲ್ಲ. ಆದ್ದರಿಂದ ನಾನು ಗ್ರೇಟ್ ಈಸ್ಟರ್ನ್ ಹೊಟೇಲ್‌ನಲ್ಲಿ ಬಾಡಿಗೆಗೆ ರೂಮನ್ನು ಪಡೆದೆ. ಇಲ್ಲಿ ನಾನು 'ದಿ ಡೈಲಿ ಟೆಲಿಗ್ರಾಫ್'ನ ಪ್ರತಿನಿಧಿಯಾದ ಮಿ. ಎಲರ್‌ಥಾರ್ಪ್‌ಅವರ ಪರಿಚಯ ಬೆಳಸಿಕೊಂಡೆ. ಅವರು ತಂಗಿದ್ದ ಬೆಂಗಾಲ್ ಕ್ಲಬ್‌ಗೆ ನನ್ನನ್ನು ಆಹ್ವಾನಿಸಿದರು. ಕ್ಲಬ್‌ನ ದಿವಾನಖಾನೆ (ಡ್ರಾಯಿಂಗ್‌ರೂಮ್)ಗೆ ಭಾರತೀಯರನ್ನು ಕರೆದೊಯ್ಯುವಂತಿಲ್ಲ ಎಂಬ ವಿಚಾರ ಅವರಿಗೆ ತಿಳಿದಿರಲಿಲ್ಲ. ಈ ನಿರ್ಬಂಧ ಗೊತ್ತಾಗುತ್ತಿದ್ದಂತೆ ನನ್ನನ್ನು ಅವರು ತಮ್ಮ ರೂಮಿಗೆ ಕರೆದುಕೊಂಡು ಹೋದರು. ಸ್ಥಳೀಯ ಇಂಗ್ಲಿಷರ ವಿರೋಧಿ ಭಾವನೆಯ ಬಗ್ಗೆ ದುಃಖವನ್ನು ವ್ಯಕ್ತಪಡಿಸಿದರು. ದಿವಾನಖಾನೆಗೆ ನನ್ನನ್ನು ಕರೆದೊಯ್ಯಲು ಸಾಧ್ಯವಾಗದಿದ್ದರ ಬಗ್ಗೆ ನನ್ನ ಕ್ಷಮೆಯನ್ನು ಕೋರಿದರು.

ಸಹಜವಾಗಿ ನಾನು ಬೆಂಗಾಲ್‌ನ ಆರಾಧ್ಯ ಪುರುಷ ಎಂದು ಖ್ಯಾತರಾಗಿದ್ದ ಸುರೇಂದ್ರನಾಥ ಬ್ಯಾನರ್ಜಿಅವರನ್ನು ಕಂಡೆ. ನಾನು ಅವರ ಭೇಟಿಮಾಡಿದಾಗ ಅವರ ಸುತ್ತ ಅನೇಕ ಗೆಳೆಯರು ಮುತ್ತಿಕೊಂಡಿದ್ದರು. ಅವರು ಹೇಳಿದರು:

'ಜನರು ನಿಮ್ಮ ಕಾರ್ಯದಲ್ಲಿ ಆಸಕ್ತಿ ವಹಿಸಲಾರರು ಎಂಬ ಭಯವಿದೆ. ನಿಮಗೆ ಗೊತ್ತಿರುವಂತೆ ನಮ್ಮ ಕಷ್ಟಗಳು ಯಾವ ರೀತಿಯಲ್ಲೂ ಕಡಿಮೆಯಿಲ್ಲ. ಆದರೆ ನೀವು ನಿಮ್ಮಿಂದ ಸಾಧ್ಯವಾದಷ್ಟು ಪ್ರಯತ್ನಿಸಿ. ನೀವು ಮಹಾರಾಜರ ಸಹಾನುಭೂತಿಯನ್ನು ಗಳಿಸಿಕೊಳ್ಳಬೇಕು. ಬ್ರಿಟಿಷ್ ಇಂಡಿಯನ್ ಅಸೋಸಿಯೇಷನ್‌ನ ಪ್ರತಿನಿಧಿಗಳ ಭೇಟಿ ಮಾಡಬೇಕೆಂಬುದನ್ನು ಗಮನದಲ್ಲಿಟ್ಟುಕೊಳ್ಳಿ. ನೀವು ರಾಜಾ ಸರ್ ಪ್ಯಾರಿಮೋಹನ್ ಮುಖರ್ಜಿ ಮತ್ತು ಮಹಾರಾಜ ಟ್ಯಾಗೋರ್ ಅವರುಗಳನ್ನು ಭೇಟಿಮಾಡಲೇಬೇಕು. ಅವರಿಬ್ಬರೂ ಉದಾರ ಮನಸ್ಸಿನವರು ಮತ್ತು ಸಾರ್ವಜನಿಕ ಕೆಲಸದಲ್ಲಿ ಅವರಿಗೆ ಸಾಕಷ್ಟುಪಾಲಿದೆ'.

ನಾನು ಆ ಮಹನೀಯರುಗಳನ್ನು ಭೇಟಿಮಾಡಿದೆ. ಆದರೆ ಫಲಕಾರಿಯಾಗಲಿಲ್ಲ. ಅವರಿಬ್ಬರೂ ಅರೆ ಮನಸ್ಸಿನಿಂದ ನನ್ನನ್ನು ಸ್ವಾಗತಿಸಿದರು. ಕಲ್ಕತ್ತದಲ್ಲಿ ಸಾರ್ವಜನಿಕ ಸಭೆಯನ್ನು ಕರೆಯುವುದು ಸುಲಭದ ಮಾತಲ್ಲ ಎಂದು ಅವರು ಹೇಳಿದರು. ಈ ವಿಷಯದಲ್ಲಿ ಏನಾದರೂ ಮಾಡಬೇಕೆಂದಿದ್ದರೆ ಅದು ವಾಸ್ತವವಾಗಿ ಸುರೇಂದ್ರನಾಥ ಬ್ಯಾನರ್ಜಿಅವರನ್ನು ಅವಲಂಬಿಸಿದೆಯೆಂದು ತಿಳಿಸಿದರು.

ನನ್ನ ಕೆಲಸ ಹೆಚ್ಚು ಹೆಚ್ಚು ಕಷ್ಟಕರವಾಗುತ್ತಿದೆ ಎಂದು ನನಗೆ ಭಾಸವಾಯ್ತು. ನಾನು 'ಅಮೃತ್ ಬಜಾರ್' ಪತ್ರಿಕೆಯ ಕಛೇರಿಗೆ ಭೇಟಿಕೊಟ್ಟೆ. ನಾನು ಅಲ್ಲಿ ಭೇಟಿಮಾಡಿದ ಸಂಭಾವಿತನು ನಾನೊಬ್ಬ ಅಲೆಮಾರಿ ಯೆಹೂದಿ ಎಂದು ಭಾವಿಸಿದ. 'ದಿ ಬಂಗಭಾಸಿ(ವಂಗವಾಸಿ) ಇದಕ್ಕಿಂತ ಚೆನ್ನಾಗಿ ನನ್ನನ್ನು ನೋಡಿಕೊಂಡಿತು. ಅದರ ಸಂಪಾದಕನು ನನ್ನನ್ನು ಒಂದು ಗಂಟೆ ಕಾಯಿಸಿದ. ವಾಸ್ತವವಾಗಿ ಅನೇಕ ಸಂದರ್ಶಕರು ಅವನ ಭೇಟಿಮಾಡಲು ಬಂದಿದ್ದರು. ಆದರೆ ಅವನು ಎಲ್ಲರನ್ನೂ ಕಳಿಸಿಕೊಟ್ಟ ಮೇಲೂ ನನ್ನ ಕಡೆಗೆ ದೃಷ್ಟಿಹರಿಸಲಿಲ್ಲ. ತುಂಬಾ ಹೊತ್ತು ಕಾದ ಮೇಲೆ ನಾನು ನನ್ನ ವಿಷಯದ ಬಗ್ಗೆ ಮಾತನ್ನಾರಂಭಿಸುವ ಸಾಹಸ ತೋರುತ್ತಿದ್ದಂತೆ ಅವನು ಹೇಳಿದ: 'ನಮ್ಮ ಕೈಗಳು ತುಂಬಿಹೋಗಿವೆ ಎಂದು ನಿಮಗೆ ಕಾಣುತ್ತಿಲ್ಲವೆ? ನಿಮ್ಮಂತಹ ಸಂದರ್ಶಕರಿಗೆ ಕೊನೆಯೇ ಇಲ್ಲ. ನೀವು ಹೊರಟು ಹೋಗುವುದೇ ಒಳ್ಳೆಯದು. ನಿಮ್ಮ ಮಾತನ್ನು ಕೇಳುವ ಮನಸ್ಸಿಲ್ಲ'. ಒಂದು ಕ್ಷಣ ನನಗೆ ಕೋಪ ಬಂತು. ಆದರೆ ತಕ್ಷಣವೇ ಸಂಪಾದಕನ ಪರಿಸ್ಥಿತಿಯನ್ನು ಅರ್ಥಮಾಡಿಕೊಂಡೆ. ನಾನು 'ಬಂಗಭಾಸಿ'ಯ ಪ್ರಸಿದ್ಧಿಯ ಬಗ್ಗೆ ಕೇಳಿದ್ದೆ. ಸಂದರ್ಶಕರ ಎಡಬಿಡದ ಪ್ರವಾಹವನ್ನು ನಾನು ಅಲ್ಲಿ ಕಾಣುತ್ತಿದ್ದೆ. ಅವರೆಲ್ಲರೂ ಸಂಪಾದಕನಿಗೆ ಪರಿಚಿತರಾಗಿದ್ದವರು. ಅವನ ಪತ್ರಿಕೆಯಲ್ಲಿ ಚರ್ಚಿಸಲು ವಿಷಯಗಳ ಅಭಾವವಿರಲಿಲ್ಲ. ಆ ಕಾಲದಲ್ಲಿ ದಕ್ಷಿಣ ಆಫ್ರಿಕದ ಬಗ್ಗೆ ಯಾರಿಗೂ ಏನೂ ಗೊತ್ತೇ ಇರಲಿಲ್ಲ ಎನ್ನಬಹುದು.

ಹಾಗಿದ್ದರೂ ಯಾರು ಯಾತನೆಯನ್ನನುಭವಿಸಿರುತ್ತಾನೋ ಅವನ ಕಣ್ಣುಗಳಲ್ಲಿ ತೀವ್ರವಾದ ಬೇಗುದಿ ಇರಬಹುದು. ಸಂಪಾದಕರ ಕಛೇರಿಗೆ ನುಗ್ಗುತ್ತಿರುವ ಅಸಂಖ್ಯಾತ ಜನರಲ್ಲಿ ಅವನೂ ಒಬ್ಬನಾಗಿರಬಹುದು. ಪ್ರತಿಯೊಬ್ಬರಲ್ಲೂ ಅವರದೇ ಆದ ಬೇಗುದಿ ತುಂಬಿಕೊಂಡಿರುತ್ತದೆ. ಸಂಪಾದಕನು ಅವರೆಲ್ಲರನ್ನೂ ಹೇಗೆ ಭೇಟಿಮಾಡಬಲ್ಲ? ಇದಕ್ಕಿಂತ ಹೆಚ್ಚಾಗಿ ಅನ್ಯಾಯಕ್ಕೆ ಒಳಗಾದವನು, ಪತ್ರಿಕೆಯ ಸಂಪಾದಕನು ನಾಡಿನ ಶಕ್ತಿಯಾಗಿದ್ದಾನೆ ಎಂಬ ಕಲ್ಪನೆಮಾಡಿಕೊಂಡಿರುತ್ತಾನೆ. ಆದರೆ ತನ್ನ ಶಕ್ತಿ ತನ್ನ ಕಛೇರಿಯ ಹೊಸ್ತಿಲಿನಾಚೆ ಸಂಚರಿಸದು

ಎಂದು ಅವನಿಗೆ ಮಾತ್ರ ಗೊತ್ತಿರುತ್ತದೆ. ಏನೇ ಆದರೂ ನಾನು ಇದರಿಂದ ಆತ್ಮವಿಶ್ವಾಸವನ್ನು ಕಳೆದುಕೊಳ್ಳಲಿಲ್ಲ. ನಾನು ಇತರ ಪತ್ರಿಕೆಗಳ ಸಂಪಾದಕರುಗಳು ಭೇಟಿಯನ್ನು ಮುಂದುವರೆಸಿದೆ. ಎಂದಿನಂತೆ ನಾನು ಆ್ಯಂಗ್ಲೊ-ಇಂಡಿಯನ್ ಸಂಪಾದಕರುಗಳನ್ನು ಕೂಡಾ ಭೇಟಿಮಾಡಿದೆ. 'ದಿ ಸ್ಟೇಟ್ಸ್‌ಮನ್' ಮತ್ತು 'ದಿ ಇಂಗ್ಲಿಷ್‌ಮನ್' ಈ ಪ್ರಶ್ನೆಯ ಮಹತ್ವವನ್ನು ಮನಗಂಡವು. ಅವರಿಗೆ ನಾನು ದೀರ್ಘವಾದ ಸಂದರ್ಶನಗಳನ್ನು ನೀಡಿದೆ. ಅವರು ಅವನ್ನು ಪೂರ್ತಿಯಾಗಿ ಪ್ರಕಟಿಸಿದರು.

'ಇಂಗ್ಲಿಷ್‌ಮನ್' ಸಂಪಾದಕರಾದ ಮಿ. ಸ್ಯಾಂಡರ್ಸ್ ನನ್ನನ್ನು ತಮ್ಮವನೆಂದೇ ಸ್ವೀಕರಿಸಿದ್ದರು. ಅವರು ತಮ್ಮ ಕಛೇರಿಯನ್ನು ಮತ್ತು ಪತ್ರಿಕೆಯನ್ನು ನನ್ನ ವಶಕ್ಕೆ ಒಪ್ಪಿಸಿದ್ದರು. ಈ ಪರಿಸ್ಥಿತಿಯ ಬಗ್ಗೆ ಅವರೇ ಬರೆದಿದ್ದ ಮುಖ್ಯ ಲೇಖನದಲ್ಲಿ ಏನಾದರೂ ಬದಲಾವಣೆಗಳನ್ನು ಮಾಡುವ ಅವಕಾಶವನ್ನು ಕೂಡಾ ನನಗೆ ಕೊಟ್ಟಿದ್ದರು. ಅದರ ಕರಡು ಪ್ರತಿಯನ್ನು ನನಗೆ ಮುಂಚಿತವಾಗಿ ಕಳಿಸಿಕೊಡುತ್ತಿದ್ದರು. ನಮ್ಮ ನಡುವೆ ಗೆಳೆತನ ಬೆಳೆಯಿತು ಎಂಬುದರಲ್ಲಿ ಯಾವುದೇ ಉತ್ಪ್ರೇಕ್ಷೆಯಿಲ್ಲ. ತಮಗೆ ಸಾಧ್ಯವಿರುವ ಎಲ್ಲ ಸಹಾಯವನ್ನು ನನಗೆ ನೀಡುವುದಾಗಿ ಮಾತುಕೊಟ್ಟರು. ಈ ವಾಗ್ದಾನವನ್ನು ಅಕ್ಷರಶಃ ಪಾಲಿಸಿದರು. ತೀವ್ರವಾಗಿ ಕಾಯಿಲೆಗೆ ತುತ್ತಾಗುವವರೆಗೂ ಅವರು ನನ್ನ ಜತೆಯಲ್ಲಿ ಪತ್ರ ವ್ಯವಹಾರವನ್ನು ಇಟ್ಟುಕೊಂಡಿದ್ದರು.

ನನ್ನ ಜೀವನದುದ್ದಕ್ಕೂ ನಾನು ಇಂತಹ ಅನೇಕ ಗೆಳೆತನದ ಸವಲತ್ತನ್ನು ಪಡೆದಿದ್ದೇನೆ. ಇವೆಲ್ಲವೂ ತೀರ ಅನಿರೀಕ್ಷಿತವಾಗಿ ಚಿಮ್ಮಿದ್ದವು. ಸತ್ಯದ ಮೇಲೆ ನಾನಿಟ್ಟಿದ್ದ ಶ್ರದ್ಧೆ ಮತ್ತು ಉತ್ಪ್ರೇಕ್ಷೆಮಾಡದಿರುವ ನನ್ನ ಸ್ವಭಾವವನ್ನು ಮಿ. ಸ್ಯಾಂಡರ್ಸ್ ಇಷ್ಟಪಟ್ಟಿದ್ದರು. ನನ್ನ ಉದ್ದೇಶಕ್ಕೆ ತಮ್ಮ ಸಹಾನುಭೂತಿಯನ್ನು ತೋರುವ ಮುಂಚೆ ಅವರು ನನ್ನನ್ನು ಪಾಟೀಸವಾಲಿಗೆ ಒಳಪಡಿಸಿ ಪರೀಕ್ಷಿಸಿದ್ದರು. ದಕ್ಷಿಣ ಆಫ್ರಿಕದಲ್ಲಿರುವ ಬಿಳಿಯರ ಬಗ್ಗೆ ಕೂಡಾ ನಾನು ನಿಷ್ಪಕ್ಷಪಾತವಾದ ಹೇಳಿಕೆಯನ್ನು ಅವರ ಮುಂದಿಡುವಾಗ ಮತ್ತು ಅದನ್ನು ಮೆಚ್ಚಿಕೊಳ್ಳುವಾಗ ನಾನು ಸಂಕಟವನ್ನಾಗಲೀ ಇಲ್ಲವೇ ಪ್ರಬಲ ಆಸೆಯನ್ನಾಗಲಿ ತೋರಿಸಿರಲಿಲ್ಲ.

ಇನ್ನೊಂದು ಪಕ್ಷಕ್ಕೆ ನ್ಯಾಯವನ್ನು ಒದಗಿಸುವ ಮೂಲಕ ನಾವು ತ್ವರಿತವಾಗಿ ನ್ಯಾಯವನ್ನು ಪಡೆಯಬಹುದು ಎಂದು ನನ್ನ ಅನುಭವ ನನಗೆ ತೋರಿಸಿಕೊಟ್ಟಿದೆ.

ಏನೇ ಆದರೂ ಕಲ್ಕತ್ತದಲ್ಲಿ ಒಂದು ಸಾರ್ವಜನಿಕ ಸಭೆಯನ್ನು ಏರ್ಪಡಿಸುವಲ್ಲಿ ನಾನು ಯಶಸ್ವಿಯಾಗಬಹುದು ಎಂಬ ವಿಚಾರ ಮಿ. ಸ್ಯಾಂಡರ್ಸ್‌ಅವರ ಅನಿರೀಕ್ಷಿತ ಸಹಾಯ ದೊರೆತಿದ್ದರಿಂದ ನನ್ನಲ್ಲಿ ಪ್ರೇರಣೆ ಪಡೆಯಲಾರಂಭಿಸಿತು. ಆದರೆ ಅದೇ ಸಮಯದಲ್ಲಿ ಡರ್ಬಾನ್‌ನಿಂದ ಮುಂದೆ ತಿಳಿಸುವ ತಂತಿಸುದ್ದಿ ಬಂತು: 'ಸಂಸತ್ತಿನ ಅಧಿವೇಶನ ಜನವರಿಯಲ್ಲಿ ಪ್ರಾರಂಭವಾಗಿಲಿದೆ. ಲಗೂನೆ ಹಿಂದಿರುಗಿ.'

ಆದ್ದರಿಂದ ಪತ್ರಿಕೆಗಳಿಗೆ ಒಂದು ಪತ್ರವನ್ನು ಬರೆದು ನಾನು ಹಠಾತ್ತಾಗಿ ಕಲ್ಕತ್ತೆಯನ್ನು ಏಕೆ ಬಿಟ್ಟು ಹೋಗುತ್ತಿದ್ದೇನೆ ಎಂಬುದನ್ನು ವಿವರಿಸಿದೆ ಮತ್ತು ಬಾಂಬೆ ಕಡೆಗೆ ಪ್ರಯಾಣ ಬೆಳಸಿದೆ. ಹೊರಡುವ ಮುಂಚೆ ನಾನು ದಾದಾ ಅಬ್ದುಲ್ಲಾ ಅಂಡ್ ಕಂ. ಯ ಬಾಂಬೆ ಏಜೆಂಟ್‌ನಿಗೆ ತಂತಿ ಕಳಿಸಿ ದಕ್ಷಿಣ ಆಫ್ರಿಕಕ್ಕೆ ಹೊರಡುವ ಮೊದಲ ನೌಕೆಯಲ್ಲಿ ಪ್ರಯಾಣ ಮಾಡಲು ಏರ್ಪಾಟು ಮಾಡಬೇಕೆಂದು ತಿಳಿಸಿದೆ. ದಾದಾ ಅಬ್ದುಲ್ಲಾ ಅವರು ಆಗತಾನೇ

ಕೊರ್‌ಲ್ಯಾಂಡ್ ಎಂಬ ಆವಿಜಹಜ (ಸ್ಟೀಮ್‌ಶಿಪ್-ಆವಿ ಶಕ್ತಿಯಿಂದ ಚಲಿಸುವ ಹಡಗು)ನ್ನು ಕೊಂಡಿದ್ದರು ಮತ್ತು ನನಗೆ ಆ ನೌಕೆಯಲ್ಲಿ ಪ್ರಯಾಣ ಮಾಡುವಂತೆ ಒತ್ತಾಯಿಸಿದ್ದರು. ನನಗೆ ಮತ್ತು ನನ್ನ ಕುಟುಂಬಕ್ಕೆ ಪುಕ್ಕಟೆಯಾಗಿ ಕರೆದುಕೊಂಡು ಹೋಗುವುದಾಗಿ ಆಹ್ವಾನಿಸಿದ್ದರು. ನಾನು ಅವರ ಕೊಡುಗೆಯನ್ನು ಕೃತಜ್ಞತೆಯಿಂದ ಸ್ವೀಕರಿಸಿದ್ದೆ. ಡಿಸೆಂಬರ್‌ನ ಪ್ರಾರಂಭದಲ್ಲಿ ನಾನು ದಕ್ಷಿಣಆಫ್ರಿಕಕ್ಕೆ ಎರಡನೇ ಬಾರಿ ಕಡಲ ಪ್ರಯಾಣವನ್ನು ಆರಂಭಿಸಿದೆ. ಈ ಬಾರಿ ನನ್ನ ಜತೆಯಲ್ಲಿ ನನ್ನ ಹೆಂಡತಿ, ಇಬ್ಬರು ಮಕ್ಕಳು ಮತ್ತು ನನ್ನ ವಿಧವಾ ಸಹೋದರಿಯ ಏಕಮಾತ್ರ ಪುತ್ರ ಪ್ರಯಾಣ ಮಾಡುತ್ತಿದ್ದರು. ಅದೇ ಸಮಯದಲ್ಲಿ ಇನ್ನೊಂದು ಅವಿ ಜಹಜು 'ನಾದೇರಿ' ಎಂಬುದು ಕೂಡಾ ಡರ್ಬಾನ್‌ಗೆ ಹೊರಟಿತ್ತು. ದಾದಾ ಅಬ್ದುಲ್ಲಾ ಅಂಡ್ ಕಂ. ಆ ಕಂಪನಿಯ ಏಜೆಂಟ್‌ಆಗಿತ್ತು. ಈ ಎರಡೂ ನೌಕೆಗಳಲ್ಲಿದ್ದ ಒಟ್ಟು ಪ್ರಯಾಣಿಕರ ಸಂಖ್ಯೆ ಸುಮಾರು ಎಂಟುನೂರು ಆಗಿದ್ದಿರಬಹುದು. ಅವರಲ್ಲಿ ಅರ್ಧದಷ್ಟು ಜನ ಟ್ರಾನ್ಸ್‌ವಾಲ್‌ಗೆ ಹೊರಟಿದ್ದರು.

ಭಾಗ - 3

1. ಚಂಡಮಾರುತದ ಗುಡುಗಿನ ಧ್ವನಿಗಳು

ನನ್ನ ಹೆಂಡತಿ ಮತ್ತು ಮಕ್ಕಳೊಡನೆ ಇದೇ ಮೊದಲ ದೀರ್ಘ ದೂರದ ಕಡಲ ಪ್ರಯಾಣವಾಗಿತ್ತು. ಈ ನಿರೂಪಣೆಯ ಹಾದಿಯಲ್ಲಿ ನಾನು ಆಗಾಗ್ಗೆ ಕಂಡುಕೊಂಡಿರುವಂತೆ ಮಧ್ಯಮವರ್ಗದ ಹಿಂದೂ ಗಳಲ್ಲಿರುವ ಬಾಲ್ಯವಿವಾಹದ ಪದ್ಧತಿಯಿಂದಾಗಿ ಗಂಡನು ಸುಶಿಕ್ಷಿತನಾಗಿಬಿಡುವನು. ಆದರೆ ಹೆಂಡತಿಯು ವಾಸ್ತವವಾಗಿ ಅಶಿಕ್ಷಿತಳಾಗಿ ಉಳಿದುಬಿಡುವಳು. ಒಂದು ಅಗಲವಾದ ಕಂದರ ಅವರನ್ನು ಪ್ರತ್ಯೇಕಿಸುವುದು. ಗಂಡನು ಹೆಂಡತಿಯ ಶಿಕ್ಷಕನಾಗಬೇಕಾಗುವುದು. ಆದ್ದರಿಂದ ನಾನು ನನ್ನ ಹೆಂಡತಿ ಮತ್ತು ಮಕ್ಕಳು ತೊಡಬೇಕಾಗಿರುವ ಉಡುಪುಗಳ ವಿವರದ ಬಗ್ಗೆ, ಅವರು ಸೇವಿಸಬೇಕಾದ ಆಹಾರದ ಬಗ್ಗೆ, ಅವರು ಹೊಸ ಆವರಣಕ್ಕೆ ಹೊಂದಿಕೊಳ್ಳುವಂತಹ ರೀತಿನೀತಿಗಳ ಬಗ್ಗೆ ಚಿಂತಿಸಬೇಕಾಗಿತ್ತು. ಮತ್ತೆ ಹಿಂದೆ ತಿರುಗಿ ನೋಡಿದಾಗ ಆ ದಿನಗಳ ನೆನಪು ನನ್ನ ಮನಸ್ಸನ್ನು ರಂಜಿಸುವುವು.

ಹಿಂದೂ ಪತ್ನಿಯು ತನ್ನ ಗಂಡನಿಗೆ ದೃಢವಾಗಿ ವಿಧೇಯತೆಯನ್ನು ತೋರುವುದು ಉನ್ನತ ಧರ್ಮ ಎಂದು ಪರಿಗಣಿಸುತ್ತಾಳೆ. ಹಿಂದೂ ಪತಿಯು ತನ್ನನ್ನು ತನ್ನ

ಹೆಂಡತಿಯ ಯಜಮಾನ ಮತ್ತು ಪ್ರಭು ಎಂದು ಪರಿಗಣಿಸುತ್ತಾನೆ. ಹೆಂಡತಿಯು ಎಂದೆಂದೂ ಓಲೈಸಬೇಕು ಎಂದು ಭಾವಿಸುತ್ತಾನೆ.

ನಾನು ಬರೆಯುತ್ತಿರುವಂತಹ ಆ ಕಾಲದಲ್ಲಿ ನಾಗರಿಕರಂತೆ ಕಾಣಿಸಿಕೊಳ್ಳುವ ಉದ್ದೇಶದಿಂದ ನಮ್ಮ ಉಡುಪು ಮತ್ತು ನಡವಳಿಕೆ ಸಾಧ್ಯವಾದಷ್ಟು ಮಟ್ಟಿಗೆ ಯೂರೋಪಿಯನ್ ಮಟ್ಟಕ್ಕೆ ಬಹುಮಟ್ಟಿಗೆ ಹೋಲುವಂತಿರಬೇಕು ಎಂದು ನಂಬಿಕೊಂಡಿದ್ದೆ. ಏಕೆಂದರೆ ಹಾಗೆ ಇದ್ದರೆ ಮಾತ್ರ ನಾವು ಸ್ವಲ್ಪ ಪ್ರಭಾವ ಬೀರಬಹುದು ಮತ್ತು ಪ್ರಭಾವವಿಲ್ಲದಿದ್ದರೆ ಸಮುದಾಯಕ್ಕೆ ಸೇವೆ ಸಲ್ಲಿಸಲು ಸಾಧ್ಯವಾಗದು ಎಂದು ನಾನು ಭಾವಿಸಿದ್ದೆ.

ಆದ್ದರಿಂದ ನಾನು ನನ್ನ ಹೆಂಡತಿ ಮತ್ತು ಮಕ್ಕಳಿಗೆ ಯಾವ ಶೈಲಿಯ ಉಡುಪು ಹೊಂದಿಕೊಳ್ಳುವುದು ಎಂಬುದನ್ನು ನಿರ್ಣಯಿಸಿದೆ. ಅವರು ಕಥಿಯಾವಾಡ್ ಬನಿಯಾಗಳು ಎಂದು ಹೆಸರು ಪಡೆಯುವುದನ್ನು ನಾನು ಹೇಗೆ ಇಷ್ಟಪಡಲಿ? ಆ ಕಾಲದಲ್ಲಿ ಭಾರತೀಯರ ಮಧ್ಯೆ ಪಾರ್ಸಿಗಳು ಅತ್ಯಂತ ನಾಗರಿಕ ಜನರೆಂದು ಪರಿಗಣಿಲ್ಪಟ್ಟಿದ್ದರು. ಆದ್ದರಿಂದ ಪೂರ್ಣ ಪ್ರಮಾಣದಲ್ಲಿ ಯುರೋಪಿಯನ್ ಶೈಲಿ ಸರಿಹೊಂದಲಾರದು ಎಂದು ಕಂಡುಬಂದಿದ್ದರಿಂದ ನಾವು ಪಾರ್ಸಿ ಶೈಲಿಯನ್ನು ಅನುಸರಿಸಿದೆವು. ಅದರ ಪ್ರಕಾರ ನನ್ನ ಹೆಂಡತಿ ಪಾರ್ಸಿ ಸೀರೆಯನ್ನು ಧರಿಸಲಾರಂಭಿಸಿದಳು ಮತ್ತು ಮಕ್ಕಳು ಪಾರ್ಸಿ ಕೋಟನ್ನು ಮತ್ತು ಷರಾಯಿಯನ್ನು ಧರಿಸಲಾರಂಭಿಸಿದರು. ಸಹಜವಾಗಿ ಯಾರೂ ಷೂಗಳನ್ನು ಮತ್ತು ಕಾಲುಚೀಲಗಳನ್ನು ಧರಿಸದೇ ಇರುತ್ತಿರಲಿಲ್ಲ. ನನ್ನ ಹೆಂಡತಿ ಮತ್ತು ಮಕ್ಕಳಿಗೆ ಇವಕ್ಕೆ ಹೊಂದಿಕೊಳ್ಳಲು ಸಾಕಷ್ಟು ಕಾಲ ಹಿಡಿಯಿತು. ಷೂಗಳು ಅವರ ಪಾದಗಳನ್ನು ಕಟ್ಟಿಹಾಕುತ್ತಿದ್ದವು ಮತ್ತು ಕಾಲುಚೀಲಗಳು ಬೆವರಿನಿಂದ ದುರ್ವಾಸನೆ ಬೀರುತ್ತಿದ್ದವು. ಕಾಲ್ಬೆರಳುಗಳು ಆಗಾಗ್ಗೆ ಸಹಿಸಲಾರದ ನೋವನ್ನನುಭವಿಸುತ್ತಿದ್ದವು. ಈ ಎಲ್ಲ ಆಕ್ಷೇಪಣೆಗಳಿಗೂ ನನ್ನಲ್ಲಿ ಯಾವಾಗಲೂ ಉತ್ತರಗಳು ಸಿದ್ಧವಾಗಿರುತ್ತಿದ್ದವು. ಈ ಪದ್ಧತಿಯನ್ನು ಜಾರಿಗೆ ತಂದ ಅಧಿಕಾರದ ಬಲದಷ್ಟು ನಾನು ಕೊಟ್ಟ ಉತ್ತರಗಳು ಸಮರ್ಪಕವಾಗಿರಲಿಲ್ಲ ಎಂಬ ಭಾವನೆ ನನ್ನಲ್ಲಿದೆ. ಅವರು ತಮ್ಮ ಉಡುಪುಗಳಲ್ಲಿ ಬದಲಾವಣೆಮಾಡಿಕೊಳ್ಳಲು ಒಪ್ಪಿಗೆ ಕೊಟ್ಟರು ಏಕೆಂದರೆ ಅದಕ್ಕೆ ಪರ್ಯಾಯವೇ ಇರಲಿಲ್ಲ. ಅದೇ ಉತ್ಸಾಹದಲ್ಲಿ ಮತ್ತು ಇನ್ನೂ ಹೆಚ್ಚಿಗೆ ಹೆಣಗಾಡುತ್ತ ಚಾಕುಗಳನ್ನು ಮತ್ತು ಮುಳ್ಳುಚಮಚ(ಫೋರ್ಕು)ಗಳನ್ನು ಬಳಸಲಾರಂಭಿಸಿದರು. ಹೊಸ ಶೈಲಿಗೆ ತುಂಬಾ ದಿನಗಳ ನಂತರ ಒಗ್ಗಿಕೊಂಡ ತರುವಾಯ ಪ್ರಾಯಶಃ ಮೂಲ ಪದ್ಧತಿಗೆ ಹಿಂದಿರುಗಲು ಅವರಿಗೆ ಸಾಕಷ್ಟ ಬೇಸರವಾಗಿರಬೇಕು. ಆದರೆ ನಾಗರಿಕತೆಯ ಬಾಹ್ಯಾಡಂಬರವನ್ನು ಬಿಟ್ಟುಕೊಟ್ಟಿದ್ದರಿಂದ ನಾವು ಉಲ್ಲಾಸದಿಂದ ಮತ್ತು ಯಾವುದೇ ನಿರ್ಬಂಧವಿಲ್ಲದೇ ಬದುಕುತ್ತಿದ್ದೇವೆ ಎಂದು ಇಂದು ನಾನು ಕಂಡುಕೊಂಡಿದ್ದೇನೆ.

ಅದೇ ಜಹಜಿನಲ್ಲಿ ನಮ್ಮ ಜತೆಯಲ್ಲಿ ಕೆಲವು ಬಂಧುಗಳು ಮತ್ತು ಪರಿಚಿತರು ಇದ್ದರು. ಇವರನ್ನು ಮತ್ತು ಇತರ ಹಡಗು ಪ್ರಯಾಣಿಕರನ್ನು ನಾನು ಆಗಾಗ್ಗೆ ಭೇಟಿಮಾಡುತ್ತಿದ್ದೆ. ಏಕೆಂದರೆ ಹಡಗು ನನ್ನ ಕಕ್ಷಿಗಾರ ಗೆಳೆಯನಿಗೆ ಸೇರಿತ್ತು ಮತ್ತು ನಾನು ಇಷ್ಟಬಂದ ಕಡೆಯಲ್ಲಿ ನಿರ್ಬಂಧವಿಲ್ಲದೇ ಓಡಾಬಹುದಾಗಿತ್ತು.

ಹಡಗು ನೇರವಾಗಿ ನೆಟಾಲ್‌ಗೆ ಪ್ರಯಾಣ ಮಾಡುತ್ತಿದ್ದರಿಂದ ಮಧ್ಯದಲ್ಲಿ ಬರುವ ಯಾವುದೇ ಬಂದರಿನಲ್ಲೂ ನಿಲ್ಲದೇ ಹೋಗುತ್ತಿತ್ತು. ಆದ್ದರಿಂದ ನಮ್ಮ ಪ್ರಯಾಣಕ್ಕೆ ಕೇವಲ ಹದಿನೆಂಟು ದಿನಗಳು ಸಾಕಾದವು. ಮುಂದೆ ಬರಲಿರುವ ನೈಜವಾದ ಚಂಡಮಾರುತದ ಬಗ್ಗೆ ನಮಗೆ ಮುನ್ನೆಚ್ಚರಿಕೆ ಕೊಡುತ್ತಿದೆಯೋ ಎಂಬಂತೆ ನಾವು ನೆಟಾಲ್‌ನಿಂದ ಕೇವಲ ನಾಲ್ಕು ದಿನಗಳಷ್ಟು ಹತ್ತಿರದಲ್ಲಿದ್ದಾಗ ಭಯಂಕರವಾದ ಚಂಡಮಾರುತ ನಮ್ಮ ಮೇಲೆ ಆಕ್ರಮಣಮಾಡಿತು. ದಕ್ಷಿಣಾರ್ಧಗೋಳದಲ್ಲಿ ಡಿಸೆಂಬರ್ ವರ್ಷಕಾಲದ ಬೇಸಗೆ ಮಾಸವಾಗಿದ್ದರಿಂದ ಆ ಕಾಲದಲ್ಲಿ ದೊಡ್ಡ ಮತ್ತು ಸಣ್ಣ ಚಂಡಮಾರುತಗಳು ತೀರಾ ಸಾಮಾನ್ಯವಾಗಿದ್ದವು. ಆದರೆ ನಾವು ಸಿಕ್ಕಿಹಾಕಿಕೊಂಡಿದ್ದ ಚಂಡಮಾರುತವು ತುಂಬಾ ಭಯಂಕರವಾಗಿದ್ದರಿಂದ ಮತ್ತು ಹೆಚ್ಚು ಕಾಲ ಬೀಸಿದ್ದರಿಂದ ಪ್ರಯಾಣಿಕರು ಗಾಬರಿಯಾದರು. ಗಾಢ ಮೌನ ಆವರಿಸಿತ್ತು. ಸಾರ್ವತ್ರಿಕ ಅಪಾಯವೊಂದು ಎದುರಾಗಿದ್ದರಿಂದ ಎಲ್ಲರೂ ಒಂದಾದರು. ಅವರೆಲ್ಲರೂ ತಮ್ಮ ನಡುವೆ ಇದ್ದ ಭೇದಭಾವಗಳನ್ನು ಮರೆತರು ಮತ್ತು ಕೇವಲ ಏಕಮಾತ್ರ ದೇವರನ್ನು ಪ್ರಾರ್ಥಿಸಲಾರಂಭಿಸಿದರು. ಮುಸಲ್ಮಾನರು, ಹಿಂದೂಗಳು ಮತ್ತು ಕ್ರಿಶ್ಚಿಯನ್ನರು ಮತ್ತು ಎಲ್ಲರೂ ಕೂಡಿ ಪ್ರಾರ್ಥಿಸಲಾರಂಭಿಸಿದರು. ಕೆಲವರು ಬಗೆಬಗೆಯ ಹರಕೆ ಕಟ್ಟಿಕೊಳ್ಳಲಾಂಭಿಸಿದರು. ಕ್ಯಾಪ್ಟನ್ ಕೂಡಾ ಪ್ರಾರ್ಥನೆಯಲ್ಲಿ ಪ್ರಯಾಣಿಕರ ಜತೆಯಲ್ಲಿ ಸೇರಿದ. ಚಂಡಮಾರುತ ಅಪಾಯ ತರುವಂತಿದ್ದರೂ ಅದಕ್ಕಿಂತಲೂ ಭಯಂಕರವಾಗಿದ್ದ ಅನೇಕ ಚಂಡಮಾರುತಗಳನ್ನು ತಾನು ಅನುಭವಿಸಿರುವುದಾಗಿಯೂ ಅವನು ಹೇಳಿ ಪ್ರಯಾಣಿಕರಲ್ಲಿ ಧೈರ್ಯ ತುಂಬಲು ಪ್ರಯತ್ನಿಸಿದ. ಸುಭದ್ರವಾಗಿ ನಿರ್ಮಿಸಲ್ಪಟ್ಟಿರುವ ಹಡಗು ಯಾವುದೇ ಅತ್ಯಂತ ಭೀಕರವಾದ ಹವಾಮಾನವನ್ನು ಎದುರಿಸಿ ನಿಲ್ಲಬಲ್ಲದು ಎಂದು ಅವರಿಗೆ ಭರವಸೆಯನ್ನು ಕೊಟ್ಟ. ಆದರೆ ಪ್ರಯಾಣಿಕರನ್ನು ಸಂತೈಸಲು ಸಾಧ್ಯವಾಗಲಿಲ್ಲ. ಪ್ರತಿ ನಿಮಿಷದಲ್ಲೂ ಗಟ್ಟಿಯಾದ ಧ್ವನಿಗಳನ್ನು ಮತ್ತು ಕಿವಿಒಡೆಯುವಂತೆ ಆಗುವ ಸದ್ದುಗಳನ್ನು ಕೇಳಿಸಿಕೊಳ್ಳುತ್ತಿದ್ದರು. ಅದರಿಂದ ಒಡಕುಗಳು ಮತ್ತು ತೂತುಗಳು ಉಂಟಾಗುವ ಸಾಧ್ಯತೆ ಇತ್ತು. ಹಡಗು ಎಷ್ಟೊಂದು ಪ್ರಮಾಣದಲ್ಲಿ ಅಪ್ಪಳಿಸಿತೆಂದರೆ ಮತ್ತು ಸುತ್ತಿತೆಂದರೆ ಅದು ಯಾವುದೇ ಕ್ಷಣದಲ್ಲಾದರೂ ತಲೆಕೆಳಕಾಗಬಹುದು ಎಂಬಂತೆ ಭಾಸವಾಯಿತು. ಯಾರಿಗೂ ಆ ಹೊತ್ತಿನಲ್ಲಿ ಹಡಗುಟ್ಟೆಯಲ್ಲಿ ಉಳಿಯುವ ಮಾತೇ ಇರಲಿಲ್ಲ. 'ಅವನ ಇಚ್ಛೆಯಿದ್ದಂತಾಗುವುದು' ಎಂಬ ಕೂಗು ಎಲ್ಲರ ತುಟಿಗಳ ಮೇಲಿತ್ತು. ನಾನು ನೆನಪಿಗೆ ತಂದುಕೊಳ್ಳುವಷ್ಟರಮಟ್ಟಿಗೆ ಹೇಳುವುದಾದರೆ ಈ ದುರವಸ್ಥೆಯಲ್ಲಿ ನಾವು ಇಪ್ಪತ್ನಾಲ್ಕು ಗಂಟೆಗಳನ್ನು ಕಳೆದಿರಬಹುದು. ಕಡೆಯಲ್ಲಿ ಆಕಾಶ ನಿರ್ಮಲವಾಯ್ತು. ಸೂರ್ಯ ಕಾಣಿಸಿಕೊಂಡ. ಚಂಡಮಾರುತವು ಹಾರಿಹೋಯಿತು ಎಂದು ಕ್ಯಾಪ್ಟನ್ ಹೇಳಿದ. ಜನರ ಮುಖಗಳು ಸಂತೋಷದಿಂದ ಅರಳಿದವು. ಅಪಾಯ ಮರೆಯಾಗುತ್ತಿದ್ದಂತೆ ಅವರ ತುಟಿಗಳಿಂದ ದೇವರ ಹೆಸರು ಕೂಡಾ ಮರೆಯಾಯಿತು. ತಿನ್ನುವುದು ಮತ್ತು ಕುಡಿಯುವುದು, ಹಾಡುವುದು ಮತ್ತು ಸಂತೋಷದಲ್ಲಿ ಸಂಭ್ರಮಿಸುವುದು ಮತ್ತೆ ಮುಂದಿನ ದಿನಗಳ ಎಂದಿನ ಕಾರ್ಯಕ್ರಮಗಳಾದವು. ಸಾವಿನ ಭಯ ದೂರವಾಗಿತ್ತು. ಆ ಕ್ಷಣದಲ್ಲಿ ಶ್ರದ್ಧೆಯಿಂದ ಕೂಡಿದ್ದ ಪ್ರಾರ್ಥನೆಯ ಭಾವ ಮಾಯೆಗೆ ಸ್ಥಾನವನ್ನು ಬಿಟ್ಟುಕೊಟ್ಟಿತ್ತು. '(ಮಾಯೆ ಎಂಬ ಹಿಂದೂ ವೇದಾಂತದ ಶಬ್ದವನ್ನು

ಬಹುತೇಕ ಇಂಗ್ಲಿಷಿಗೆ ಅನುವಾದಿಸಲು ಸಾಧ್ಯವಾದು. ಆದರೆ ಈ ಶಬ್ದವನ್ನು ಆಗಾಗ್ಗೆ ಇಂಗ್ಲಿಷಿನಲ್ಲಿ 'ಭ್ರಮೆ' ಮತ್ತು 'ಭ್ರಾಂತಿ' ಎಂದು ಅನುವಾದಿಸಲಾಗುತ್ತಿದೆ)' ಹಾಗಿದ್ದರೂ ನಮಾಜ್ (ಕೊರಾನ್‌ನಲ್ಲಿ ಗೊತ್ತುಪಡಿಸಿರುವ ಪ್ರಾರ್ಥನೆ) ಮತ್ತು ಪ್ರಾರ್ಥನೆಗಳು ಎಂದಿನಂತೆ ನಡೆಯುತ್ತಿದ್ದವು. ಆದರೂ ಅವುಗಳಲ್ಲಿ ಆ ಭಯಾನಕ ವೇಳೆಯದ್ದಂತಹ ಶ್ರದ್ಧೆ ಅಥವಾ ಮನೋಧರ್ಮ ಇರಲಿಲ್ಲ.

ಆದರೆ ಚಂಡಮಾರುತ ನನ್ನನ್ನು ಪ್ರಯಾಣಿಕರ ಜತೆಯಲ್ಲಿ ಒಂದುಮಾಡಿತ್ತು. ನನಗೆ ಚಂಡಮಾರುತದ ಬಗ್ಗೆ ಹೆಚ್ಚು ಭಯವಿರಲಿಲ್ಲ ಏಕೆಂದರೆ ಅಂತಹ ಚಂಡಮಾರುತಗಳನ್ನು ನಾನು ಸಾಕಷ್ಟು ಅನುಭವಿಸಿದ್ದೆ. ನಾನೊಬ್ಬ ಒಳ್ಳೆಯ ನಾವಿಕನಾಗಿದ್ದೆ ಮತ್ತು ನಾನು ಕಡಲಬೇನೆ (ಹಡಗಿನಲ್ಲಿ ಚಲಿಸುವಾಗ ಕೆಲವು ಮಂದಿಗೆ ಉಂಟಾಗುವ ಹೊಟ್ಟೆತೊಳಸುವಿಕೆ ಮತ್ತು ವಾಂತಿಬರುವಂತಹದು)ಗೆ ತುತ್ತಾಗುತ್ತಿರಲಿಲ್ಲ. ಆದ್ದರಿಂದ ನಾನು ಭಯಪಡದೇ ಪ್ರಯಾಣಿಕರ ನಡುವೆ ಓಡಾಡುತ್ತಿದ್ದೆ ಮತ್ತು ಅವರನ್ನು ಸಮಾಧಾನಪಡಿಸುತ್ತಿದ್ದೆ. ಅವರನ್ನು ಉಲ್ಲಾಸಗೊಳಿಸುತ್ತಿದ್ದೆ ಮತ್ತು ಕ್ಯಾಪ್ಟನ್‌ನಿಂದ ಗಂಟೆಗಂಟೆಗೂ ಬರುತ್ತಿದ್ದ ವರದಿಗಳನ್ನು ಅವರಿಗೆ ತಲ್ಪಿಸುತ್ತಿದ್ದೆ. ಈ ಪ್ರಕಾರ ಬೆಳೆದು ನಿಂತಿದ್ದ ಗೆಳೆತನ ನಾವು ಮುಂದೆ ನೋಡುವಂತೆ ತುಂಬಾ ಉಪಕಾರಮಾಡಿತು.

ಡಿಸೆಂಬರ್ ತಿಂಗಳಿನ 18 ಅಥವಾ 19ರಂದು ಹಡಗು ಡರ್ಬಾನ್ ಬಂದರಿನಲ್ಲಿ ಲಂಗರು ಹಾಕಿತು. ನಾಂದೇರಿ ಜಹಜು ಕೂಡಾ ಅದೇ ದಿನ ಬಂದರನ್ನು ತಲ್ಪಿತು.

ಆದರೆ ನೈಜ ಚಂಡಮಾರುತ ಇನ್ನೂ ಬರಬೇಕಾಗಿತ್ತು.

2. ಚಂಡಮಾರುತ

ಸುಮಾರಾಗಿ ಡಿಸೆಂಬರ್ 18ರಂದು ಹಡಗುಗಳು ಡರ್ಬಾನ್ ಬಂದರಿನಲ್ಲಿ (ಪೋರ್ಟ್-ರೇವು?) ಲಂಗರು ಹಾಕಿದವು ಎಂದು ಈಗಾಗಲೇ ಅರಿತಿದ್ದೇವೆ. ಸಂಪೂರ್ಣವಾಗಿ ವೈದ್ಯಕೀಯ ಪರೀಕ್ಷೆ ನಡೆಯದ ವಿನಹ ಯಾವ ಪ್ರಯಾಣಿಕನಿಗೂ ದಕ್ಷಿಣ ಆಫ್ರಿಕದ ಯಾವುದೇ ಬಂದರಿನಲ್ಲೂ ಇಳಿಯಲು ಅವಕಾಶವಿರಲಿಲ್ಲ. ಹಡಗಿನಲ್ಲಿದ್ದ ಪ್ರಯಾಣಿಕರಲ್ಲಿ ಯಾರಾದರೂ ಸಾಂಕ್ರಾಮಿಕ ರೋಗದಿಂದ ನರಳುತ್ತಿದ್ದರೆ ಆ ಹಡಗು ಸಂಪರ್ಕನಿಷೇಧ ಅವಧಿ (ಪರಸ್ಥಳದಿಂದ ಬಂದವರಿಂದ ಸೋಂಕುರೋಗ ಹರಡುವುದನ್ನು ತಡೆಗಟ್ಟಲು ಇತರರ ಸಂಪರ್ಕವಿಲ್ಲದಂತೆ ಬಲಾತ್ಕಾರವಾಗಿ ಬೇರ್ಪಡಿಸಿ ಸಮುದ್ರದಲ್ಲಿಯೇ ನಿಲ್ಲಿಸುವುದು)ಯನ್ನು ಪೂರಯಿಸ ಬೇಕಾಗಿತ್ತು. ನಾವು ಹಡಗಿನಲ್ಲಿ ಪ್ರಯಾಣ ಹೊರಟಾಗ ಬಾಂಬೆಯಲ್ಲಿ ಪ್ಲೇಗು ಇದ್ದದ್ದರಿಂದ ನಾವು ಅಲ್ಪಾವಧಿಯ ಸಂಪರ್ಕ ನಿಷೇಧವನ್ನು ಎದುರಿಸ ಬೇಕಾಗುವುದೆಂದು ನಾವು ಭಯಪಟ್ಟಿದ್ದೆವು. ತಪಾಸಣೆಗೂ ಮುಂಚಿತವಾಗಿ ಹಡಗು ಹಳದಿ ಬಾವುಟನ್ನು ಹಾರಿಸಬೇಕಾಗುತ್ತದೆ ಮತ್ತು ವೈದ್ಯ ಆ ಹಡಗು ಸ್ವಸ್ಥವಾಗಿದೆ ಎಂದು ಪ್ರಮಾಣಪತ್ರವನ್ನು ಕೊಟ್ಟ ಮೇಲೆ ಮಾತ್ರ ಅದನ್ನು ಕೆಳಗಿಳಿಸುತ್ತಾರೆ. ಹಳದಿ

ಬಾವುಟವನ್ನು ಕೆಳಗಿಳಿಸಿದ ಮೇಲೆ ಪ್ರಯಾಣಿಕರ ಬಂಧುಗಳಿಗೆ ಮತ್ತು ಗೆಳೆಯರಿಗೆ ಹಡಗಿಗೆ ಬರಲು ಅವಕಾಶ ನೀಡಲಾಗುವುದು.

ಇದರ ಪ್ರಕಾರ ನಮ್ಮ ಹಡಗು, ವೈದ್ಯನು ತಪಾಸಣೆ ನಡೆಸಲು ನಮ್ಮ ಬಳಿಗೆ ಬಂದಾಗ ಹಳದಿ ಬಾವುಟವನ್ನು ಹಾರಿಸಿತ್ತು. ಅವನು ಐದು ದಿನಗಳ ಕಾಲ ಸಂಪರ್ಕವನ್ನು ನಿಷೇಧಿಸಿ ಆದೇಶ ಕೊಟ್ಟ. ಏಕೆಂದರೆ ಅವನ ಅಭಿಪ್ರಾಯದಲ್ಲಿ ಪ್ಲೇಗ್ ಕ್ರಿಮಿಗಳು ಹೆಚ್ಚೆಂದರೆ ಬೆಳೆಯಲು ಇಪ್ಪತ್ಮೂರು ದಿವಸಗಳನ್ನು ತೆಗೆದುಕೊಳ್ಳುತ್ತವೆ. ಆದ್ದರಿಂದ ಬಾಂಬೆಯಿಂದ ಕಡಲಲ್ಲಿ ನಾವು ಪ್ರಯಾಣ ಪ್ರಾರಂಭಿಸಿದ ತರುವಾಯ ಇಪ್ಪತ್ಮೂರು ದಿವಸಗಳು ಮುಗಿಯುವವರೆಗೂ ಕಡಲಲ್ಲಿ ಉಳಿಯಬೇಕೆಂದು ಅಪ್ಪಣೆಮಾಡಿದ್ದರಿಂದ ಹಡಗು ಅಲ್ಲಿಯೇ ನಿಲ್ಲಬೇಕಾಯ್ತು. ಆದರೆ ಈ ನಿಷೇಧಕ್ಕೆ ಆರೋಗ್ಯಕ್ಕೆ ಸಂಬಂಧಿಸಿದ್ದ ಕಾರಣಕ್ಕಿಂತ ಬೇರೆ ಕಾರಣಗಳಿದ್ದವು.

ಡರ್ಬಾನ್‌ನ ಬಿಳಿಯ ನಿವಾಸಿಗಳು ನಮ್ಮನ್ನು ತಾಯ್ನಾಡಿಗೆ ಕಳಿಸಬೇಕೆಂದು ಚಳವಳಿ ಮಾಡುತ್ತಿದ್ದರು. ಈ ಚಳವಳಿಯು ನಮ್ಮ ಮೇಲೆ ನಿಷೇಧ ಹೇರಿದ್ದಕ್ಕೆ ಒಂದು ಕಾರಣವೂ ಆಗಿತ್ತು. ದಾದಾ ಅಬ್ದುಲ್ಲಾ ಅಂಡ್ ಕಂ. ಪಟ್ಟಣದಲ್ಲಿ ದಿನವೂ ನಡೆಯುತ್ತಿದ್ದ ಘಟನೆಗಳ ಬಗ್ಗೆ ನಮಗೆ ಎಡಬಿಡದೇ ಸುದ್ದಿ ಮುಟ್ಟಿಸುತ್ತಿತ್ತು. ಅಲ್ಲಿಯ ಬಿಳಿಯರು ಪ್ರತಿದಿನವೂ ಭಾರಿ ಸಭೆಗಳನ್ನು ನಡೆಸುತ್ತಿದ್ದರು. ಅವರು ಎಲ್ಲ ಬಗೆಯ ಬೆದರಿಕೆಗಳನ್ನೊಡ್ಡುತ್ತಿದ್ದರು ಮತ್ತು ಆಗೊಮ್ಮೆ ಈಗೊಮ್ಮೆ ದಾದಾ ಅಬ್ದುಲ್ಲಾ ಅಂಡ್ ಕಂ. ಗೆ ಪ್ರಲೋಭನೆಗಳನ್ನೊಡ್ಡಿ ಅವರ ಮನ ಒಲಿಸಲು ಕೂಡಾ ಪ್ರಯತ್ನಿಸುತ್ತಿದ್ದರು. ಎರಡು ಹಡುಗಗುಗಳನ್ನು ಹಿಂದಕ್ಕೆ ಕಳಿಸಿದರೆ ಕಂಪನಿಗಾದ ನಷ್ಟವನ್ನು ತುಂಬಿಕೊಡಲು ಸಿದ್ಧರಾಗಿದ್ದರು. ಆದರೆ ದಾದಾ ಅಬ್ದುಲ್ಲಾ ಅಂಡ್ ಕಂ. ಬೆದರಿಕೆಗಳಿಗೆ ಜಗ್ಗುವವರಾಗಿರಲಿಲ್ಲ. ಶೇಠ್ ಅಬ್ದುಲ್ಲಾ ಕರೀಮ್ ಹಾಜಿ ಆ್ಯಡಮ್ ಆ ಸಮಯದಲ್ಲಿ ಕಂಪನಿಯ ಕಾರ್ಯನಿರ್ವಾಹಕ ಪಾಲುದಾರರಾಗಿದ್ದರು (ಮ್ಯಾನೇಜಿಂಗ್ ಪಾರ್ಟ್‌ನರ್). ಅವರು ಹಡಗುಗಳನ್ನು ಬಂದರು ಕಟ್ಟೆಯಲ್ಲಿ ಲಂಗರು ಇಳಿಸಲು ಮತ್ತು ಏನೇ ಆದರೂ ಪ್ರಯಾಣಿಕರುಗಳನ್ನು ಬಂದರಿನಲ್ಲಿ ಇಳಿಸಲು ದೃಢ ಮನಸ್ಸಿನಿಂದ ನಿರ್ಧರಿಸಿದ್ದರು. ಅವರು ನನಗೆ ಪ್ರತಿದಿನವೂ ವಿವರವಾಗಿ ಪತ್ರಗಳನ್ನು ಬರೆದು ಕಳಿಸಿಕೊಡುತ್ತಿದ್ದರು. ಅದೃಷ್ಟವಶಾತ್ ದಿವಂಗತ ಸಾರ್ಜೆಂಟ್ ಮನ್‌ಸುಖ್‌ಲಾಲ್ ನಾಜರ್ ಆ ಸಮಯದಲ್ಲಿ ಡರ್ಬಾನ್‌ನಲ್ಲಿದ್ದರು. ನನ್ನನ್ನು ಭೇಟಿಮಾಡಲು ಅವರು ಅಲ್ಲಿಗೆ ಬಂದಿದ್ದರು. ಅವರು ಸಮರ್ಥರೂ ಮತ್ತು ಧೈರ್ಯಶಾಲಿಗಳೂ ಆಗಿದ್ದು ಭಾರತೀಯ ಸಮುದಾಯಕ್ಕೆ ಮಾರ್ಗದರ್ಶನ ನೀಡಿದರು. ಅವರ ವಕೀಲರಾಗಿದ್ದ ಮಿ. ಲಾಟ್ನ್ ಅವರಂತೆಯೇ ಧೈರ್ಯಶಾಲಿಗಳಾಗಿದ್ದರು. ಅವರು ಬಿಳಿಯ ನಿವಾಸಿಗಳ ನಡತೆಯನ್ನು ಖಂಡಿಸಿದರಲ್ಲದೇ ಕೇವಲ ಹಣ ಪಡೆದು ಕೆಲಸಮಾಡುವ ವಕೀಲರಂತಲ್ಲದೇ ಸಾಚಾ ಗೆಳೆಯರಂತೆ ಸಮುದಾಯಕ್ಕೆ ಸಲಹೆ ಕೊಟ್ಟರು.

ಈ ಪ್ರಕಾರ ಡರ್ಬಾನ್ ಸರಿಜೋಡಿಯಲ್ಲದ ದ್ವಂದ್ವಯುದ್ಧದ ಕ್ಷೇತ್ರವಾಗಿ ಪರಿಣಮಿಸಿತು. ಒಂದು ಪಕ್ಷದಲ್ಲಿ ಸಣ್ಣ ಸಂಖ್ಯೆಯಲ್ಲಿದ್ದ ಬಡ ಭಾರತೀಯರಿದ್ದರು. ಜತೆಯಲ್ಲಿ ಅವರ ಕೆಲವು ಇಂಗ್ಲಿಷ್ ಗೆಳೆಯರಿದ್ದರು. ಇನ್ನೊಂದು ಪಕ್ಷದಲ್ಲಿ, ಸಂಪತ್ತಿನಲ್ಲಿ, ಶಿಕ್ಷಣದಲ್ಲಿ, ಸಂಖ್ಯೆಯಲ್ಲಿ, ಶಸ್ತ್ರಬಲದಲ್ಲಿ ಬಲಿಷ್ಠರಾಗಿದ್ದು ಸಾಲಾಗಿ ನಿಂತಿದ್ದ ಬಿಳಿಯ ಜನರಿದ್ದರು. ಬಿಳಿಯರಿಗೆ ಸರ್ಕಾರದ

ಬೆಂಬಲಿವಿತ್ತು. ನೆಟಾಲ್ ಸರ್ಕಾರ ಅವರಿಗೆ ಬಹಿರಂಗವಾಗಿ ಸಹಾಯಮಾಡುತ್ತಿತ್ತು. ಮಿ. ಹ್ಯಾರಿ ಎಸ್ಕಾಮ್ ಮಂತ್ರಿ ಮಂಡಲದ ಸದಸ್ಯರುಗಳಲ್ಲಿ ಅತ್ಯಂತ ಪ್ರಭಾವಶಾಲಿಯಾಗಿದ್ದ. ಅವನು ಬಹಿರಂಗವಾಗಿ ಅವರ ಸಭೆಗಳಲ್ಲಿ ಭಾಗವಹಿಸುತ್ತಿದ್ದ. ಹಡಗುಗಳು ಬಾರದಂತೆ ನಿಷೇಧ ಹೇರಿದ್ದ ನಿಜವಾದ ಉದ್ದೇಶ, ಹೇಗಾದರೂ ಹಿಂದಿರುಗುವಂತೆ ಬಲವಂತಪಡಿಸುವುದೇ ಆಗಿತ್ತು. ಈಗ ನಮಗೆ ಕೂಡ ಬೆದರಿಕೆಗಳನ್ನೊಡ್ಡಲು ಆರಂಭವಾಗಿತ್ತು: 'ನೀವು ವಾಪಸ್ ಹೋಗದಿದ್ದರೆ ನಿಮ್ಮನ್ನು ಖಂಡಿತವಾಗಿಯೂ ಸಮುದ್ರಕ್ಕೆ ತಳ್ಳಲಾಗುವುದು. ನೀವು ಹಿಂದಿರುಗಲು ಒಪ್ಪಿದರೆ ನಿಮ್ಮ ಪ್ರಯಾಣದ ಹಣವನ್ನು ಕೂಡಾ ಪಡೆಯುವಿರಿ'.

ನಾನು ಎಡಬಿಡದೇ ನನ್ನ ಸಹ ಪ್ರಯಾಣಿಕರ ನಡುವೆ ಅಡ್ಡಾಡುತ್ತ ಅವರಲ್ಲಿ ಧೈರ್ಯ ತುಂಬುತ್ತಿದ್ದೆ. ಎಸ್. ಎಸ್ ನಾದೇರಿ ಹಡಗಿನಲ್ಲಿದ್ದ ಪ್ರಯಾಣಿಕರಿಗೆ ಕೂಡಾ ನಿಶ್ಚಿಂತೆಯಿಂದ ಹಾಯಾಗಿರುವಂತೆ ಸಂದೇಶ ಕಳಿಸಿದ್ದೆ. ಅವರೆಲ್ಲರೂ ಸಮಾಧಾನದಿಂದಿದ್ದರು ಮತ್ತು ಧೈರ್ಯದಿಂದಿದ್ದರು.

ಪ್ರಯಾಣಿಕರ ಮನ ರಂಜಿಸಲು ನಾವು ಎಲ್ಲ ಬಗೆಯ ಆಟಗಳನ್ನು ಹಡಗಿನಲ್ಲಿ ಏರ್ಪಡಿಸಿದೆವು. ಕ್ರಿಸ್‌ಮಸ್‌ಹಬ್ಬದ ದಿವಸ ಕ್ಯಾಪ್ಟನ್ ಹಡಗು ದಿವಾನ್‌ಖಾನೆ(ಸೆಲೂನ್)ಯ ಪ್ರಯಾಣಿಕರನ್ನು ಔತಣಕೂಟಕ್ಕೆ ಆಹ್ವಾನಿಸಿದ್ದ. ಇವರಲ್ಲಿ ಮುಖ್ಯ ಅತಿಥಿಗಳಾಗಿದ್ದವರು ನನ್ನ ಕುಟುಂಬ ಮತ್ತು ನಾನು. ಭೋಜನದ ತರುವಾಯ ಭಾಷಣ ಕಾರ್ಯಕ್ರಮಗಳು ನಡೆದಾಗ ನಾನು ಪಾಶ್ಚಿಮಾತ್ಯ ನಾಗರಿಕತೆಯ ಬಗ್ಗೆ ಭಾಷಣ ಮಾಡಿದೆ. ಗಂಭೀರವಾದ ಭಾಷಣಕ್ಕೆ ಇದು ತಕ್ಕ ಸಂದರ್ಭವಲ್ಲ ಎಂದು ನನಗೆ ಗೊತ್ತಿತ್ತು. ಆದರೆ ನನ್ನ ಭಾಷಣ ಬೇರೆ ರೀತಿಯಲ್ಲಿರಲು ಸಾಧ್ಯವಿರಲಿಲ್ಲ. ನಾನು ವಿನೋದದಾಟಗಳಲ್ಲಿ ಭಾಗವಹಿಸಿದೆ. ಆದರೆ ನನ್ನ ಹೃದಯ ಡರ್ಬಾನ್‌ನಲ್ಲಿ ನಡೆಯುತ್ತಿದ್ದ ಕಾಳಗದ ಕಡೆಗೆ ಲಕ್ಷಕೊಟ್ಟಿತ್ತು ಏಕೆಂದರೆ ನಾನೇ ನಿಜವಾಗಿ ಬಿಳಿಯರು ಹೊಡೆಯಲುದ್ದೇಶಿಸಿದ್ದ ವ್ಯಕ್ತಿಯಾಗಿದ್ದೆ. ನನ್ನ ವಿರುದ್ಧ ಎರಡು ಆರೋಪಗಳಿದ್ದವು:

1. ಭಾರತದಲ್ಲಿದ್ದಾಗ ನಾನು ನೆಟಾಲ್‌ನ ಬಿಳಿಯರನ್ನು ಅನುಚಿತವಾಗಿ ಖಂಡಿಸುವ ಕಾರ್ಯದಲ್ಲಿ ತೊಡಗಿದ್ದೆ;
2. ನೆಟಾಲ್‌ಅನ್ನು ಭಾರತೀಯರಿಂದ ಮುಳುಗಿಸುವ (ಅಂದರೆ ತುಂಬುವ) ದೃಷ್ಟಿಯನ್ನಿಟ್ಟುಕೊಂಡು ನಾನು ವಿಶೇಷವಾಗಿ ಎರಡು ಹಡಗುಗಳ ತುಂಬಾ ಪ್ರಯಾಣಿಕರುಗಳನ್ನು ಕರೆತಂದು ಅವರನ್ನು ಇಲ್ಲಿ ನೆಲೆಗೊಳಿಸುತ್ತಿದ್ದೇನೆ.

ನನ್ನಲ್ಲಿ ನನ್ನ ಹೊಣೆಗಾರಿಕೆಯ ಅರಿವಿತ್ತು. ದಾದಾ ಅಬ್ದುಲ್ಲಾ ಅಂಡ್ ಕಂ. ನನ್ನ ವಿಷಯದಲ್ಲಿ ಭಾರಿ ಗಂಡಾಂತರವನ್ನು ಎದುರಿಸುತ್ತಿತ್ತು. ಪ್ರಯಾಣಿಕರುಗಳ ಜೀವಗಳು ಅಪಾಯದಲ್ಲಿದ್ದವು. ನನ್ನ ಕುಟುಂಬವನ್ನು ನನ್ನ ಜತೆಯಲ್ಲಿ ಕರೆದುಕೊಂಡು ಬಂದಿರುವುದರಿಂದ ಅವರನ್ನು ಕೂಡಾ ನನ್ನಂತೆಯೇ ಅಪಾಯದಲ್ಲಿ ಸಿಲುಕಿಸಿದ್ದೆ.

ಆದರೆ ನಾನು ನಿಸ್ಸಂಶಯವಾಗಿಯೂ ಅಮಾಯಕನಾಗಿದ್ದೆ. ನಾನು ಯಾರನ್ನೂ ನೆಟಾಲ್‌ಗೆ ಹೋಗುವಂತೆ ಪ್ರಚೋದಿಸಿರಲಿಲ್ಲ. ಹಡಗನ್ನು ಹತ್ತಿದಾಗ ಆ ಪ್ರಯಾಣಿಕರಲ್ಲಿ ಕೇವಲ ಕೆಲವು ಸಂಬಂಧಿಕರುಗಳನ್ನು ಬಿಟ್ಟಂತೆ ಬೇರೆಯವರು ನನಗೆ ಗೊತ್ತಿರಲಿಲ್ಲ. ಹಡಗಿನಲ್ಲಿದ್ದ ಇತರ ನೂರಾರು

ಪ್ರಯಾಣಿಕರುಗಳಲ್ಲಿ ಒಬ್ಬರ ಹೆಸರು ಮತ್ತು ವಿಳಾಸ ಕೂಡಾ ನನಗೆ ಗೊತ್ತಿರಲಿಲ್ಲ. ನೆಟಾಲ್‌ನಲ್ಲಿ ಆಗಲೇ ಹೇಳಿದ್ದ ವಿಚಾರಗಳನ್ನು ಬಿಟ್ಟಂತೆ ನೆಟಾಲ್‌ನ ಬಿಳಿಯರ ಬಗ್ಗೆ ನಾನು ಭಾರತದಲ್ಲಿದ್ದಾಗ ಹೊಸದಾಗಿ ಒಂದು ಶಬ್ದವನ್ನೂ ಉಚ್ಚರಿಸಿರಲಿಲ್ಲ. ನಾನು ಹೇಳಿದ್ದ ಎಲ್ಲ ವಿಚಾರಗಳ ಬಗ್ಗೆ ಪೂರಕವಾಗಿ ನನ್ನ ಬಳಿ ಸಾಕಷ್ಟು ಸಾಕ್ಷಿಗಳಿದ್ದವು.

ಆದ್ದರಿಂದ ನಾನು ನೆಟಾಲ್‌ನ ಬಿಳಿಯರು ಯಾವ ನಾಗರಿಕತೆಯ ಫಲಗಳಾಗಿದ್ದರೋ ಯಾವುದರ ಪ್ರತಿನಿಧಿಗಳಾಗಿದ್ದರೋ ಮತ್ತು ಯಾವುದರ ಸಮರ್ಥಕರಾಗಿದ್ದರೋ ಅಂತಹ ನಾಗರಿಕತೆಯ ಬಗ್ಗೆ ಪ್ರಸ್ತಾಪಿಸಿದ್ದೆ. ಈ ನಾಗರಿಕತೆಯು ಉದ್ದಕ್ಕೂ ನನ್ನ ಮನಸ್ಸಿನಲ್ಲಿತು. ಆದ್ದರಿಂದ ನಾನು ಪುಟ್ಟ ಸಭೆಯ ಮುಂದೆ ಮಾಡಿದ ನನ್ನ ಭಾಷಣದಲ್ಲಿ ಅದಕ್ಕೆ ಸಂಬಂಧಿಸಿದ ನನ್ನ ದೃಷ್ಟಿಕೋನವನ್ನು ಅವರ ಮುಂದಿಟ್ಟಿದ್ದೆ. ಕ್ಯಾಪ್ಟನ್ ಮತ್ತು ಇತರ ಗೆಳೆಯರು ಸಮಾಧಾನದಿಂದ ನನ್ನ ಭಾಷಣವನ್ನು ಕೇಳಿಸಿಕೊಂಡಿದ್ದರು. ಯಾವ ಹುರುಪಿನಲ್ಲಿ ಭಾಷಣವನ್ನು ತಯಾರಿಸಲಾಗಿತ್ತೋ ಅದೇ ಹುರುಪಿನಲ್ಲಿ ಅದನ್ನು ಅವರು ಸ್ವೀಕರಿಸಿದ್ದರು. ಯಾವ ರೀತಿಯಲ್ಲಾದರೂ ಅವರ ಜೀವನ ಮಾರ್ಗಗಳ ಮೇಲೆ ಅದು ಪರಿಣಾಮ ಬೀರಿತೆ ಎಂದು ನನಗೆ ತಿಳಿಯದು. ಆದರೆ ತರುವಾಯ ನಾನು ಕ್ಯಾಪ್ಟನ್ ಮತ್ತು ಇತರ ಅಧಿಕಾರಿಗಳ ಜತೆಯಲ್ಲಿ ಪಶ್ಚಿಮದ ನಾಗರಿಕತೆಯು ಪೌರ್ವಾತ್ಯ ನಾಗರಿಕತೆಯಂತಿಲ್ಲವೆಂದೂ ಅದು ಪ್ರಬಲತರವಾಗಿ ಶಕ್ತಿಯನ್ನು ಆಧರಿಸಿದೆಯೆಂದು ವಿವರಿಸಿದ್ದೆ. ಪ್ರಶ್ನೆಹಾಕಿದವರು ನನ್ನ ನಂಬಿಕೆಯನ್ನು ಚುಚ್ಚಿದರು. ಅವರಲ್ಲಿ ಒಬ್ಬನಾಗಿದ್ದ ಅಂದರೆ ಕ್ಯಾಪ್ಟನ್, ನನಗೆ ನೆನಪಿರುವಂತೆ ನನ್ನನ್ನು ಉದ್ದೇಶಿಸಿ ಹೇಳಿದ: ಬಿಳಿಯರು ತಮ್ಮ ಬೆದರಿಕೆಗಳನ್ನು ಕಾರ್ಯರೂಪಕ್ಕೆ ತಂದರು ಎಂದು ಭಾವಿಸೋಣ. ಆಗಲೂ ನೀವು ನಿಮ್ಮ ಅಹಿಂಸಾತತ್ವಕ್ಕೆ ಹೇಗೆ ಬದ್ಧರಾಗಿರುವಿರಿ

'ಅದಕ್ಕೆ ನಾನು ಹೀಗೆ ಉತ್ತರಿಸಿದೆ:' ದೇವರು ನನಗೆ ಅವರನ್ನು ಕ್ಷಮಿಸುವ ವಿವೇಕವನ್ನು ಮತ್ತು ಧೈರ್ಯವನ್ನು ಹಾಗೂ ಕಾನೂನಿಡಿಯಲ್ಲಿ ಅವರನ್ನು ಶಿಕ್ಷಿಸದಿರುವಂತಹ ಸಂಯಮವನ್ನು ಕೊಡುತ್ತಾನೆ ಎಂದು ಬಯಸುತ್ತೇನೆ. ನನಗೆ ಅವರ ಮೇಲೆ ಕೋಪವಿಲ್ಲ. ಆದರೆ ಅವರ ಸಂಕುಚಿತ ಸ್ವಭಾವ ಮತ್ತು ಅವಿವೇಕವನ್ನು ಕಂಡು ನನಗೆ ವ್ಯಥೆಯಾಗುತ್ತಿದೆ. ಅವರು ಇಂದು ಏನು ಮಾಡುತ್ತಿದ್ದಾರೋ ಅದು ಸರಿಯಾಗಿದೆ ಮತ್ತು ಉಚಿತವಾಗಿದೆ ಎಂದು ಅವರು ಪ್ರಾಮಾಣಿಕರಾಗಿ ನಂಬಿದ್ದಾರೆ ಎಂದು ನನಗೆ ಗೊತ್ತಿದೆ. ಆದ್ದರಿಂದ ಅವರ ಮೇಲೆ ಕೊಪಗೊಳ್ಳಲು ನನ್ನಲ್ಲಿ ಕಾರಣವೇ ಇಲ್ಲ.

ಪ್ರಶ್ನೆಹಾಕಿದವರು ಪ್ರಾಯಶಃ ಸಂದೇಹಪಡುತ್ತ ನಕ್ಕರು.

ಈ ಪ್ರಕಾರ ದಿನಗಳು ಬೇಸರಪಡಿಸುತ್ತ ದೀರ್ಘವಾಗಿ ಮುಂದೆ ಸಾಗಿದವು. ಯಾವಾಗ ನಿಷೇಧ ಮುಗಿದು ಹೋಗುವುದು ಎಂಬುದು ಅನಿಶ್ಚಿತವಾಗಿತ್ತು. ಕಡಲಲ್ಲಿ ನಿಲ್ಲುವಂತೆ ನಿಷೇಧ ಹೇರಿದ್ದ ಅಧಿಕಾರಿಯು ಈ ವಿಷಯ ತನ್ನ ಕೈಮೀರಿ ಹೋಗಿದೆಯೆಂದು ಹೇಳಿದ. ಸರ್ಕಾರದಿಂದ ಆದೇಶ ಬಂದ ತಕ್ಷಣ ತಾನು ನಮಗೆ ಬಂದರಿನ ನೆಲದ ಮೇಲೆ ಇಳಿಯಲು ಅವಕಾಶ ಕೊಡುವುದಾಗಿ ಹೇಳಿದ.

ಕಡೆಯಲ್ಲಿ ಪ್ರಯಾಣಿಕರಿಗೆ ಮತ್ತು ನನಗೆ ಕಟ್ಟಕಡೆಯ ನಿರ್ಧಾರ(ಅಲ್ಟಿಮೇಟಮ್)ವನ್ನು ತಿಳಿಸಲಾಯ್ತು. 'ಜೀವವನ್ನು ಉಳಿಸಿಕೊಳ್ಳಬೇಕೆಂದಿದ್ದರೆ ಶರಣಾಗುವಂತೆ ತಿಳಿಸಲಾಯ್ತು. ನಮಗೆ ಪ್ರಯಾಣಿಕರು ಮತ್ತು ನಾನು ಒಟ್ಟು ಸೇರಿಕೊಂಡು ನಮ್ಮ ಉತ್ತರದಲ್ಲಿ ನೆಟಾಲ್ ಬಂದರಿನಲ್ಲಿ ಇಳಿಯುವ ನಮ್ಮ ಹಕ್ಕನ್ನು' ಎತ್ತಿಹಿಡಿದೆವು. ಯಾವುದೇ ಅಪಾಯವಿದ್ದರೂ ನೆಟಾಲ್‌ಅನ್ನು ಪ್ರವೇಶಿಸಲು ನಿಶ್ಚಯಿಸಿರುವುದಾಗಿ ನಾವು ತಿಳಿಸಿದೆವು'.

ಇಪ್ಪತ್ತೂಮ್ರು ದಿನಗಳ ಕೊನೆಯಲ್ಲಿ ಹಡಗುಗಳಿಗೆ ಬಂದರನ್ನು ಪ್ರವೇಶಿಸಲು ಅನುಮತಿ ನೀಡಲಾಯ್ತು ಪ್ರಯಾಣಿಕರಿಗೆ ಬಂದರಿನ ನೆಲದಲ್ಲಿ ಇಳಿಯಲು ಅನುಮತಿ ನೀಡಿ ಆದೇಶ ಕೊಡಲಾಯ್ತು.

3. ಸೂಕ್ಷ್ಮ ಪರೀಕ್ಷೆ

ಹಡಗುಗಳನ್ನು ಬಂದರುಕಟ್ಟೆಗೆ ಕರೆತರಲಾಯ್ತು. ಪ್ರಯಾಣಿಕರು ಹಡಗುಗಳಿಂದ ಇಳಿಯಲಾರಂಭಿಸಿದರು. ಬಿಳಿಯರು ನನ್ನ ವಿರುದ್ಧ ತುಂಬಾ ಕೋಪಗೊಂಡಿರುವುದರಿಂದ ಮತ್ತು ನನ್ನ ಜೀವ ಅಪಾಯದಲ್ಲಿರುವುದರಿಂದ ನನ್ನ ಕುಟುಂಬ ಮತ್ತು ನಾನು ಮುಚ್ಚಂಜೆಯಲ್ಲಿ ಇಳಿಯುವಂತೆ ಸಲಹೆ ನೀಡಬೇಕೆಂದು ಮಿ. ಎಸ್ಕಾಮ್ ಕ್ಯಾಪ್ಟನ್‌ಗೆ ಸೂಚನೆ ಕಳಿಸಿದ್ದ. ಆ ಹೊತ್ತಿನಲ್ಲಿ ಬಂದರಿನ ಸೂಪರಿಂಟೆಂಡೆಂಟ್ ಮಿ. ಟ್ಯಾಟುಮ್ ನಮ್ಮನ್ನು ಮನೆಗೆ ಬೆಂಗಾವಲಿನಲ್ಲಿ ಕರೆದುಕೊಂಡು ಹೋಗುತ್ತಾನೆ ಎಂದು ತಿಳಿಸಲಾಗಿತ್ತು. ಕ್ಯಾಪ್ಟನ್ ಈ ಸಂದೇಶವನ್ನು ನನಗೆ ತಲ್ಪಿಸಿದ. ನಾನು ಅದೇ ಪ್ರಕಾರ ನಡೆದುಕೊಳ್ಳುವುದಾಗಿ ಮಾತುಕೊಟ್ಟೆ. ಇದು ನಡೆದು ಅರ್ಧಗಂಟೆ ಮುಗಿಯುವಷ್ಟರಲ್ಲಿ ಮಿ. ಲಾಟ್ನ್ ಕ್ಯಾಪ್ಟನ್ ಬಳಿಗೆ ಬಂದರು. ಅವರು ಹೇಳಿದರು: ‘ನಾನು ಮಿ. ಗಾಂಧಿ ಅವರನ್ನು ಅವರ ಆಕ್ಷೇಪಣೆಯಿಲ್ಲದಿದ್ದರೆ ನನ್ನ ಜತೆಯಲ್ಲಿ ಕರೆದುಕೊಂಡು ಹೋಗಲು ಬಯಸುತ್ತೇನೆ. ಏಜೆಂಟ್ ಕಂಪನಿಯ ಕಾನೂನು ಸಲಹೆಗಾರನಾಗಿರುವುದರಿಂದ ನಾನು ಹೇಳುವುದೇನೆಂದರೆ ಮಿ. ಎಸ್ಕಾನ್ ಅವರಿಂದ ನೀನು ಸ್ವೀಕರಿಸಿರುವ ಸಂದೇಶದ ಪ್ರಕಾರ ನೀನು ನಡೆದುಕೊಳ್ಳಬೇಕಾಗಿಲ್ಲ’.

ಇದಾದ ತರುವಾಯ ಅವರು ನನ್ನ ಬಳಿಗೆ ಬಂದು ಕೊಂಚಮಟ್ಟಿಗೆ ಈ ರೀತಿಯಲ್ಲಿ ಹೇಳಿದರು: 'ನಿಮಗೆ ಹೆದರಿಕೆಯಿಲ್ಲದಿದ್ದರೆ ಶ್ರೀಮತಿ ಗಾಂಧಿ ಮತ್ತು ಮಕ್ಕಳು ರುಸ್ತೋಮ್‌ಜೀ ಅವರ ಮನೆಗೆ ಗಾಡಿಯಲ್ಲಿ ಕುಳಿತು ಹೋಗಲಿ ಎಂಬುದು ನನ್ನ ಸಲಹೆ. ನೀವು ಮತ್ತು ನಾನು ಅವರನ್ನು ಕಾಲುನಡಿಗೆಯಲ್ಲಿ ಹಿಂಬಾಲಿಸೋಣ. ರಾತ್ರಿ ಕಾಲದಲ್ಲಿ ಕಳ್ಳನಂತೆ ನೀವು ನಗರವನ್ನು ಪ್ರವೇಶಿಸುವ ವಿಚಾರವನ್ನು ಖಂಡಿತವಾಗಿಯೂ ನಾನು ಇಷ್ಟಪಡುವುದಿಲ್ಲ. ಯಾರಾದರೂ ನಿಮ್ಮನ್ನು ಗಾಯಗೊಳಿಸುವರೆಂಬ ಭೀತಿ ನನ್ನಲ್ಲಿಲ್ಲ. ಎಲ್ಲವೂ ಈಗ ಸದ್ದುಗದ್ದಲವಿಲ್ಲವೇ ಪ್ರಶಾಂತವಾಗಿದೆ. ಬಿಳಿಯರೆಲ್ಲರೂ ಚೆದುರಿಹೋಗಿದ್ದಾರೆ. ಆದರೆ ಯಾವುದೇ ಕಾರಣದಿಂದಲೂ ನೀವು ಗುಟ್ಟುಗುಟ್ಟಾಗಿ ನಗರವನ್ನು ಪ್ರವೇಶಿಸಲೇಬಾರದು ಎಂದು ನನಗೆ ಮನವರಿಕೆಯಾಗಿದೆ'. ನಾನು ಕೂಡಲೇ ಒಪ್ಪಿಕೊಂಡೆ. ನನ್ನ ಹೆಂಡತಿ ಮತ್ತು ಮಕ್ಕಳು ಸುರಕ್ಷಿತವಾಗಿ ಗಾಡಿಯಲ್ಲಿ ಕೂತು ರುಸ್ತೋಮ್‌ಜೀ ಅವರ ಮನೆ ಸೇರಿದರು. ಕ್ಯಾಪ್ಟನ್‌ನ ಅಪ್ಪಣೆಯನ್ನು ಪಡೆದು ನಾನು ಲಾಟ್ನ್‌ಅವರ ಜತೆಯಲ್ಲಿ ದಡಕ್ಕೆ ಹೋದೆ. ಹಡಗುಕಟ್ಟೆಯಿಂದ ರುಸ್ತೋಮ್‌ಜೀಅವರ ಮನೆ ಸುಮಾರು ಎರಡು ಮೈಲಿ ದೂರದಲ್ಲತ್ತು.

ನಾನು ನೆಲದ ಮೇಲೆ ಕಾಲಿರಿಸುತ್ತಿದ್ದಂತೆ ಕೂಡಲೇ ಕೆಲವು ಎಳೆಯರು ನನ್ನನ್ನು ಗುರುತಿಸಿ ಕೂಗಿಕೊಂಡರು: 'ಗಾಂಧಿ, ಗಾಂಧಿ'. ಸುಮಾರು ಐದಾರು ಮಂದಿ ನಾವಿದ್ದ ಸ್ಥಳಕ್ಕೆ ಓಡೋಡಿಬಂದರು ಮತ್ತು ಎಳೆಯರ ಕೂಗಿನ ಜತೆಯಲ್ಲಿ ತಾವೂ ದನಿಗೂಡಿಸಿದರು. ಮಿ. ಲಾಟ್ನ್ ಗುಂಪು ಹಿಗ್ಗಬಹುದೆಂದು ಭಯಪಟ್ಟರು ಮತ್ತು ಒಂದು ರಿಕ್ಷಾವನ್ನು ಕೂಗಿ ಕರೆದರು. ರಿಕ್ಷಾದಲ್ಲಿ ಕುಳಿತುಕೊಂಡು ಹೋಗುವ ವಿಚಾರ ನನಗೆ ಇಷ್ಟವಾಗಲಿಲ್ಲ. ಇದು ನನ್ನ ಮೊದಲ ಅನುಭವವಾಗಿತ್ತು. ಆದರೆ ಎಳೆಯರು ನನಗೆ ರಿಕ್ಷಾದಲ್ಲಿ ನುಗ್ಗಿ ಕುಳಿತುಕೊಳ್ಳಲು ಬಿಡಲಾರರು. ಅವರು ರಿಕ್ಷಾ ಹುಡುಗನನ್ನು ಜೀವತೆಗೆಯುವುದಾಗಿ ಹೆದರಿಸಿದರು. ಅವನು ಹೆದರಿ ಕಾಲಿಗೆ ಬುದ್ಧಿ ಹೇಳಿದ. ನಾವು ಮುಂದುಮುಂದಕ್ಕೆ ಹೋದಂತೆ ಗುಂಪು ಹಿಗ್ಗತೊಡಗಿತು. ನಮಗೆ ಮುಂದುವರೆಯಲು ಸಾಧ್ಯವಾಗದ ರೀತಿಯಲ್ಲಿ ಗುಂಪು ದೊಡ್ಡದಾಯಿತು. ಅವರು ಮೊದಲು ಲಾಟ್ನ್‌ಅವರನ್ನು ಹಿಡಿದುಕೊಂಡು ನಮ್ಮಿಬ್ಬರನ್ನೂ ಬೇರೆಮಾಡಿದರು. ನಂತರ ಅವರು ನನಗೆ ಕಲ್ಲುಗಳಿಂದ, ಇಟ್ಟಿಗೆ ಚೂರುಗಳಿಂದ ಮತ್ತು ಕೊಳೆತ ಮೊಟ್ಟೆಗಳಿಂದ ಪಟಪಟನೆ ಹೊಡೆದರು. ಯಾರೋ ಒಬ್ಬರು ನನ್ನ ಮಂಡಾಸನ್ನು ಕಿತ್ತುಕೊಂಡರು. ಮತ್ತೊಬ್ಬರು ನನ್ನನ್ನು ಬಲವಾಗಿ ಹೊಡೆದರು ಮತ್ತು ಒದ್ದರು. ನನ್ನ ಜ್ಞಾನ ತಪ್ಪಿತು. ಒಂದು ಮನೆಯ ಮುಂದಿನ ಕಂಬಿಗಳನ್ನು ಹಿಡಿದುಕೊಂಡೆ ಮತ್ತು ಸರಾಗವಾಗಿ ಉಸಿರಾಡಲು ಪ್ರಯತ್ನಿಸುತ್ತ ನಿಂತುಕೊಂಡೆ. ಆದರೆ ಸರಾಗವಾಗಿ ಉಸಿರಾಡಲು ಸಾಧ್ಯವಾಗಲಿಲ್ಲ. ಅವರು ನನ್ನನ್ನು ಹೊಡೆಯಲು, ಚಚ್ಚಲು ನನ್ನ ಮೇಲೆ ಬಿದ್ದರು. ನನ್ನನ್ನು ಅರಿತಿದ್ದ ಪೊಲೀಸ್ ಸೂಪರಿಂಟೆಂಡೆಂಟ್‌ರ ಪತ್ನಿ ಆ ದಾರಿಯಲ್ಲಿ ಹೋಗುತ್ತಿದ್ದರು. ಆ ಧೀರ ಮಹಿಳೆ ನನ್ನ ಬಳಿಗೆ ಬಂದರು ಮತ್ತು ಬಿಸಿಲಿಲ್ಲದಿದ್ದರೂ ನನ್ನ ಮತ್ತು ಗುಂಪಿನ ಮಧ್ಯೆ ಹೆಂಗಸರು ಹಿಡಿದುಕೊಳ್ಳುವ ಹಗುರವಾದ ಬಿಸಿಲು ಛತ್ರಿಯನ್ನು ಬಿಡಿಸಿ ನಿಂತುಕೊಂಡರು. ಇದರಿಂದ ಗುಂಪಿನ ರೋಷಕ್ಕೆ ತಡೆಯೊಡ್ಡಿದಂತಾಯ್ತು. ಏಕೆಂದರೆ ಶ್ರೀ ಮತಿ ಅಲೆಕ್ಸಾಂಡರ್‌ಅವರಿಗೆ ಹಿಂಸೆ ಕೊಡದೇ ನನ್ನನ್ನು ಚಚ್ಚುವುದು ಅವರಿಗೆ ಕಷ್ಟವಾಯ್ತು.

ಇಷ್ಟರಲ್ಲಿ ಈ ಘಟನೆಯನ್ನು ಕಂಡ ಒಬ್ಬ ಭಾರತೀಯ ಯುವಕನು ಪೋಲಿಸ್ ಸ್ಟೇಷನ್‌ಗೆ ಓಡಿಹೋಗಿ ಸುದ್ದಿಮುಟ್ಟಿಸಿದ. ಪೊಲೀಸು ಸೂಪರಿಂಟೆಂಡಂಟ್ ಅಲೆಕ್ಸಾಂಡರ್ ನನ್ನನ್ನು ಸುತ್ತುವರೆದು ಸುರಕ್ಷಿತವಾಗಿ ನನ್ನ ಸ್ಥಳಕ್ಕೆ ನನ್ನನ್ನು ಮುಟ್ಟಿಸಲು ಪೊಲೀಸು ಪ್ಯಾದೆಗಳ ತುಕಡಿಯನ್ನು ಕಳಿಸಿದರು. ಅವರ ಸಕಾಲಕ್ಕೆ ಆಗಮಿಸಿದರು. ನಾವು ಹೋಗುವ ದಾರಿಯಲ್ಲಿ ಪೊಲೀಸ್ ಸ್ಟೇಷನ್ ಇತ್ತು. ನಾವು ಸ್ಟೇಷನ್‌ಅನ್ನು ಸೇರುತ್ತಿದ್ದಂತೆ ಸೂಪರಿಂಟೆಂಡೆಂಟ್ ನನಗೆ ಸ್ಟೇಷನ್‌ನಲ್ಲಿ ಆಶ್ರಯ ಪಡೆಯುವಂತೆ ತಿಳಿಸಿದರು. ನಾನು ಕೃತಜ್ಞತಾಪೂರ್ವಕವಾಗಿ ಅವರ ಸೂಚನೆಯನ್ನು ನಿರಾಕರಿಸಿದೆ: 'ತಮ್ಮ ತಪ್ಪು ಏನು ಎಂದು ಅವರಿಗೆ ಗೊತ್ತಾದಾಗ ಅವರು ಖಂಡಿತವಾಗಿಯೂ ಶಾಂತರಾಗುತ್ತಾರೆ'. ಎಂದು ನಾನು ಹೇಳಿದೆ. 'ಅವರ ನ್ಯಾಯನಡವಳಿಕೆಯ ಪ್ರಜ್ಞೆಯಲ್ಲಿ ನನಗೆ ನಂಬಿಕೆಯಿದೆ'. ಪೊಲೀಸರ ಬಂಗಾವಲಿನಲ್ಲಿ ನಾನು ಹೆಚ್ಚು ತೊಂದರೆಯಿಲ್ಲದೇ ರುಸ್ತೋಮ್‌ಜೀ ಅವರ ಮನೆಯನ್ನು ತಲ್ಪಿದೆ. ಮೈತುಂಬಾ ಅದುಮುಗಾಯ (ಮೇಲಿನ ಚರ್ಮ ಹರಿಯದಂತೆ ಒಳಗೆ ಆದ ಗಾಯ)ಗಳಿದ್ದವು. ಒಂದು ಜಾಗಬಿಟ್ಟಂತೆ ಬೇರೆಲ್ಲೂ ತರಚುಗಾಯವಿರಲಿಲ್ಲ. ಹಡಗಿನ ವೈದ್ಯರಾಗಿದ್ದ ಮತ್ತು ಈ ಸಮಯದಲ್ಲಿ ಆ ಸ್ಥಳದಲ್ಲಿದ್ದ ಡಾ. ದಾದಿಬಾರ್‌ಜೋರ್ ಸಾಧ್ಯವಾದ ಮಟ್ಟಿಗೆ ಚಿಕಿತ್ಸೆ ನೀಡಿ ಉತ್ತಮವಾಗಿ ಸಹಾಯ ಮಾಡಿದರು.

ಮನೆಯ ಒಳಗಡೆ ಪರಿಸ್ಥಿತಿ ಶಾಂತವಾಗಿತ್ತು. ಆದರೆ ಹೊರಗಡೆ ಬಿಳಿಯರು ಮನೆಯನ್ನು ಸುತ್ತುವರೆದಿದ್ದರು. ರಾತ್ರಿಯಾಗುತ್ತಿತ್ತು. ಅರಚುತ್ತಿದ್ದ ಗುಂಪು ಕೂಗಾಡುತ್ತಿತ್ತು. 'ನಮಗೆ ಗಾಂಧಿ ಬೇಕು'. ಸೂಕ್ಷ್ಮದೃಷ್ಟಿಯುಳ್ಳ ಪೋಲೀಸ್ ಸೂಪರಿಂಟೆಂಡೆಂಟ್ ಆಗಲೇ ಅಲ್ಲಿದ್ದರು ಮತ್ತು ಗುಂಪನ್ನು ನಿಯಂತ್ರಿಸಲು ಪ್ರಯತ್ನಿಸುತ್ತಿದ್ದರು. ಆದರೆ ಅವರಲ್ಲಿ ಆತಂಕವಿತ್ತು. ಅವರು ನನಗೊಂದು ಸಂದೇಶವನ್ನು ಕಳಿಸಿಕೊಟ್ಟರು: 'ನಿಮಗೆ ನಿಮ್ಮ ಗೆಳೆಯನ ಮನೆಯನ್ನು ಮತ್ತು ಅವರ ಕುಟುಂಬವನ್ನು ಹಾಗೂ ಆಸ್ತಿಯನ್ನು ಉಳಿಸಬೇಕೆಂದಿದ್ದರೆ ಮನೆಯಿಂದ ವೇಷ ಮರೆಸಿಕೊಂಡು ಪಾರಾಗಬೇಕು'.

ಒಂದೇ ದಿನ ಅಂದರೆ ಆದೇ ದಿನ ಎರಡು ಬಗೆಯ ಪರಸ್ಪರ ವಿರುದ್ಧವಾದ ಪರಿಸ್ಥಿತಿಗಳನ್ನು ಎದುರಿಸಬೇಕಾಯ್ತು. ಜೀವಕ್ಕೆ ಅಪಾಯ ಎನ್ನುವುದು ಕಲ್ಪನೆಮಾಡಿಕೊಂಡಷ್ಟು ಭೀಕರವಾಗಿಲ್ಲ ಎನಿಸಿದಾಗ ಮಿ. ಲಾಟ್ನ್ ಬಹಿರಂಗವಾಗಿ ಮುಂದೆ ಹೊರಡುವಂತೆ ಸಲಹೆ ಕೊಟ್ಟಿದ್ದರು. ನಾನು ಅವರ ಸಲಹೆಯನ್ನು ಅಂಗೀಕರಿಸಿದ್ದೆ. ಆದರೆ ಅಪಾಯ ಎನ್ನುವುದು ತೀರಾ ವಾಸ್ತವ ಎನಿಸಿದಾಗ ಇನ್ನೊಬ್ಬ ಗೆಳೆಯರು ಅದಕ್ಕೆ ವ್ಯತಿರಿಕ್ತವಾದ ಸಲಹೆಯನ್ನು ಕೊಟ್ಟಿದ್ದರು. ಅದನ್ನು ಕೂಡಾ ನಾನು ಅಂಗೀಕರಿಸಿದ್ದೆ. ನಾನು ಹಾಗೆ ನಡೆದುಕೊಂಡಿದ್ದೆ. ಏಕೆಂದರೆ ನನ್ನ ಜೀವ ಅಪಾಯದಲ್ಲಿತ್ತು ಅಥವಾ ನನ್ನ ಗೆಳೆಯರ ಜೀವ ಮತ್ತು ಆಸ್ತಿಯನ್ನು ಅಥವಾ ನನ್ನ ಹೆಂಡತಿ ಮತ್ತು ಮಕ್ಕಳ ಜೀವಗಳನ್ನು ಅಪಾಯಕ್ಕೆ ಒಡ್ಡಲು ಇಷ್ಟಪಡಲಿಲ್ಲವೆ ಎಂದು ಯಾರು ಹೇಳಬಲ್ಲರು? ನಾನು ಎರಡೂ ಪ್ರಸಂಗಗಳಲ್ಲಿ ಸರಿಯಾಗಿ ನಡೆದುಕೊಂಡಿದ್ದೆ ಎಂದು ನಿರ್ದಿಷ್ಟವಾಗಿ ಯಾರು ಹೇಳಬಲ್ಲರು? ನಾನೀಗಾಗಲೇ ಹೇಳಿರುವಂತೆ ಮೊದಲ ಪ್ರಸಂಗದಲ್ಲಿ ಗುಂಪನ್ನು ಧೈರ್ಯವಾಗಿ ಎದುರಿಸಿದ್ದೆ ಮತ್ತು ಇನ್ನೊಂದು ಪ್ರಸಂಗದಲ್ಲಿ ಅಲ್ಲಿಂದ ವೇಷಮರೆಸಿಕೊಂಡು ಪಾರಾದಾಗ ನನ್ನ ನೀತಿ ಸರಿಯಾದದ್ದು ಎಂದು ಯಾರು ಹೇಳಬಲ್ಲರು?

ಈಗಾಗಲೇ ಆಗಿ ಹೋಗಿರುವ ಘಟನೆಗಳಲ್ಲಿ ನಾನು ಸರಿಯಾಗಿ ನಡೆದುಕೊಂಡಿದ್ದೇನೆಯೇ ಅಥವಾ ತಪ್ಪಾಗಿ ನಡೆದುಕೊಂಡಿದ್ದೇನೆಯೇ ಎಂಬುದನ್ನು ತೀರ್ಮಾನಿಸುವುದು ನಿರರ್ಥಕ ಮಾತಾಗುವುದು. ಅವುಗಳನ್ನು ಅರ್ಥಮಾಡಿಕೊಳ್ಳುವುದರಿಂದ ಪ್ರಯೋಜನವಿದೆ. ಸಾಧ್ಯವಾದರೆ ಅವುಗಳಿಂದ ಭವಿಷ್ಯತ್ತಿಗೆ ಪಾಠ ಕಲಿತುಕೊಳ್ಳುವುದು ಉಪಯುಕ್ತವಾದದ್ದು. ಒಬ್ಬ ವಿಶಿಷ್ಟ ವ್ಯಕ್ತಿ ವಿಶಿಷ್ಟ ಬಗೆಯ ಸನ್ನಿವೇಶಗಳಲ್ಲಿ ಹೇಗೆ ವರ್ತಿಸುತ್ತಾನೆ ಎಂದು ಹೇಳಲು ಕಷ್ಟವಾಗುವುದು. ಒಬ್ಬ ವ್ಯಕ್ತಿಯನ್ನು ಅವನ ಹೊರಗಿನ ವರ್ತನೆಯಿಂದ ತೀರ್ಮಾನಿಸುವುದು ಸಂದೇಹಾಸ್ಪದವಾದ ತೀರ್ಮಾನವಾಗಿಬಿಡಬಹುದು. ಸಾಕಷ್ಟು ಅಂಕಿಅಂಶಗಳನ್ನು ಆ ತೀರ್ಮಾನ ಆಧರಿಸಿಲ್ಲದಿರಬಹುದು

ಅದಿರಲಿ, ತಪ್ಪಿಸಿಕೊಳ್ಳಲು ಸಿದ್ಧತೆಗಳು ನಡೆಯುತ್ತಿದ್ದರಿಂದ ನಾನು ನನ್ನ ಗಾಯಗಳನ್ನು ಮರೆತುಬಿಟ್ಟೆ. ಸೂಪರಿಂಟೆಂಡೆಂಟ್ ನನಗೆ ಪುನಹ ಸಲಹೆ ಕೊಟ್ಟ ಪ್ರಕಾರ ನಾನು ಭಾರತೀಯ ಪೊಲೀಸು ಸಮವಸ್ತ್ರವನ್ನು ಧರಿಸಿಕೊಂಡೆ ಮತ್ತು ತಲೆಯ ಮೇಲೆ ಒಂದು ತಟ್ಟೆಗೆ ಸುತ್ತಿದ್ದ ಮದರಾಸಿ ಉತ್ತರೀಯವನ್ನು ಇಟ್ಟುಕೊಂಡಿದ್ದೆ. ಅದು ಶಿರಸ್ತ್ರಾಣ(ಹೆಲ್ಮೆಟ್ಟು)ದಂತಿತ್ತು. ಇಬ್ಬರು ಪತ್ತೆದಾರರು ನನ್ನ ಜತೆಯಲ್ಲಿದ್ದರು. ಅವರಲ್ಲಿ ಒಬ್ಬನು ಭಾರತೀಯ ವರ್ತಕನಂತೆ ವೇಷಮರೆಸಿಕೊಂಡಿದ್ದ. ಅವನ ಮುಖ ಭಾರತೀಯನಂತೆ ಕಾಣಲು ಬಣ್ಣ ಬಳಿಯಲಾಗಿತ್ತು. ಇನ್ನೊಬ್ಬ ಯಾವ ರೀತಿಯಲ್ಲಿ ವೇಷ ಮರೆಸಿಕೊಂಡಿದ್ದ ಎಂಬುದನ್ನು ಮರೆತುಬಿಟ್ಟಿದ್ದೇನೆ. ನಾವು ಅಡ್ಡಗಲ್ಲಿಯ ಮೂಲಕ ಹತ್ತಿರದ ಅಂಗಡಿಯನ್ನು ಮುಟ್ಟಿದೆವು. ಗೋದಾಮಿ (ಗೋಡೌನ್)ನಲ್ಲಿ ರಾಶಿ ಹಾಕಿದ್ದ ಗೋಣಿಚೀಲಗಳ ಮರೆಯಲ್ಲಿ ದಾರಿಮಾಡಿಕೊಳ್ಳುತ್ತ ಅಂಗಡಿಯ ಬಾಗಿಲಿನಿಂದ ಪಾರಾದೆವು. ಗುಂಪಿನಲ್ಲಿ ನುಸುಳುತ್ತ ದಾರಿಮಾಡಿಕೊಂಡು ಬೀದಿಯ ತುದಿಯಲ್ಲಿ ನನಗಾಗಿ ಕಾಯುತ್ತಿದ್ದ ಬಂಡಿಯಲ್ಲಿ ಕೂತು ಮುಂದೆ ಹೊರಟೆವು. ಸ್ವಲ್ಪ ಹೊತ್ತಿನ ಮುಂಚೆ ಮಿ. ಅಲೆಕ್ಸಾಂಡರ್ ನನಗೆ ಆಶ್ರಯ ನೀಡುವುದಾಗಿ ಹೇಳಿದ್ದ ಅದೇ ಪೊಲೀಸು ಸ್ಟೇಷನ್‌ಗೆ ನಾವು ಬಂದು ಸೇರಿದೆವು. ನಾನು ಅವರಿಗೆ ಮತ್ತು ಪತ್ತೆದಾರರಿಗೆ ವಂದಿಸಿದೆ.

ನಾನು ಈ ಪ್ರಕಾರ ತಪ್ಪಿಸಿಕೊಳ್ಳಲು ಪ್ರಯತ್ನಿಸುತ್ತಿದ್ದಾಗ ಮಿ. ಅಲೆಕ್ಸಾಂಡ್ರ್ ಶ್ರುತಿಗೆ ಸರಿಯಾಗಿ ಹಾಡುತ್ತ ನೆರೆದಿದ್ದ ಗುಂಪನ್ನು ವಿನೋದಪಡಿಸುತ್ತಿದ್ದರು:

ಹುಳಿ ಸೇಬಿನ (ಸೇಅರ್ ಆ್ಯಪಲ್) ಮರದ ಮೇಲೆ

ಮುದಿ ಗಾಂಧಿಯನ್ನು ನೇತುಹಾಕಿ.

ನಾನು ಪೊಲೀಸ್ ಸ್ಟೇಷನ್‌ಗೆ ಸುರಕ್ಷಿತವಾಗಿ ಬಂದಿದ್ದೇನೆ ಎಂಬ ಸಮಾಚಾರವನ್ನು ಅಲೆಕ್ಸಾಂಡರ್ ಅವರಿಗೆ ತಿಳಿಸಿದ ಮೇಲೆ ಅವರು ಈ ಸುದ್ದಿಯನ್ನು ಈ ಪ್ರಕಾರ ಹೊರಗೆಡಹಿದರು: 'ನಿಮ್ಮ ಬಲಿ ಪಕ್ಕದ ಅಂಗಡಿಯ ಮೂಲಕ ಉಪಾಯವಾಗಿ ತಪ್ಪಿಸಿಕೊಂಡಿದ್ದಾನೆ. ಆದ್ದರಿಂದ ನೀವು ಮನೆಗೆ ಹೋಗುವುದು ಒಳ್ಳೆಯದು'. ಅವರಲ್ಲಿ ಕೆಲವರು ಕೋಪದಿಂದ ಕುದಿಯುತ್ತಿದ್ದರು. ಇತರರು ನಗುತ್ತಿದ್ದರು. ಕೆಲವರು ಈ ಕಥೆಯನ್ನು ನಂಬಲು ಸಿದ್ಧರಿರಲಿಲ್ಲ. 'ಹಾಗಿದ್ದರೆ ಇದೇ ಸರಿ'. ಎಂದು ಸೂಪರಿಂಟೆಂಡೆಂಟ್ ಹೇಳಿದರು. 'ನಿಮಗೆ ನನ್ನ ಮೇಲೆ ನಂಬಿಕೆಯಿರದಿದ್ದರೆ ನೀವು ಇಬ್ಬರು ಪ್ರತಿನಿಧಿಗಳನ್ನು ನೇಮಿಸಿಕೊಳ್ಳಬಹುದು. ಅವರನ್ನು ನಾನು ಮನೆಯ ಒಳಗಡೆ ಕರೆದುಕೊಂಡು ಹೋಗಲು ಸಿದ್ಧನಾಗಿದ್ದೇನೆ. ಅವರು ಗಾಂಧಿಯನ್ನು ಹುಡುಕುವುದರಲ್ಲಿ

ಯಶಸ್ವಿಯಾದರೆ ನಾನು ಸಂತೋಷದಿಂದ ಅವರನ್ನು ನಿಮಗೆ ಒಪ್ಪಿಸುತ್ತೇನೆ. ಆದರೆ ಹುಡುಕಲು ವಿಫಲರಾದರೆ ನೀವು ಹೊರಟುಹೋಗಬೇಕು. ರುಸ್ತೋಮ್‌ಜೀ ಅವರ ಮನೆಯನ್ನು ಹಾಳುಮಾಡುವ ಇಲ್ಲವೇ ಮಿ. ಗಾಂಧಿಅವರ ಹೆಂಡತಿ ಮತ್ತು ಮಕ್ಕಳಿಗೆ ಕೆಡಕುಮಾಡುವ ಇಚ್ಛೆ ನಿಮ್ಮಲ್ಲಿಲ್ಲ ಎಂದು ನನಗೆ ಖಾತ್ರಿಯಾಗಿದೆ'.

ನೆರೆದಿದ್ದ ಗುಂಪು ತಮ್ಮ ಪ್ರತಿನಿಧಿಗಳನ್ನು ಮನೆಯಲ್ಲಿ ಹುಡುಕಲು ಕಳಿಸಿಕೊಟ್ಟಿತು. ಅವರು ಬಹುಬೇಗನೇ ಹಿಂದಿರುಗಿದರು ಮತ್ತು ನಿರಾಶಾದಾಯಕ ಸುದ್ದಿಯನ್ನು ಪ್ರಕಟಿಸಿದರು. ಗುಂಪು ಕಡೆಗೂ ಚೆದುರಿ ಹೋಯಿತು. ಅವರಲ್ಲಿ ಅನೇಕರು ಸೂಪರಿಂಟೆಂಡೆಂಟ್ ಚಾಕಚಕ್ಯತೆಯಿಂದ ಪರಿಸ್ಥಿತಿಯನ್ನು ನಿಭಾಯಿಸಿದ ಕ್ರಮವನ್ನು ಮೆಚ್ಚಿಕೊಂಡರು. ಕೆಲವರು ಕೆರಳುತ್ತಿದ್ದರು ಮತ್ತು ಸಿಡಿಮಿಡಿಗೊಳ್ಳುತ್ತಿದ್ದರು.

ಆ ಸಮಯದಲ್ಲಿ ಸೆಕ್ರೆಟರಿ ಆಫ್ ಸ್ಟೇಟ್ ಆಗಿದ್ದ ದಿವಂಗತ ಮಿ. ಚೇಂಬರ್‌ಲಿನ್ ತಂತಿ ಕಳಿಸಿ ನೆಟಾಲ್ ಸರ್ಕಾರಕ್ಕೆ ನನ್ನ ಮೇಲೆ ದಾಳಿಮಾಡಿದವರ ಮೇಲೆ ಕಾನೂನು ಕ್ರಮ ಜರುಗಿಸುಂತೆ ತಿಳಿಸಿದ್ದರು. ಮಿ. ಎಸ್ಕಾಮ್ ನನ್ನನ್ನು ಕರೆಸಿಕೊಂಡರು ಮತ್ತು ಹೇಳಿದರು: 'ನನ್ನನ್ನು ನಂಬಿ. ನಿಮ್ಮ ದೇಹಕ್ಕೆ ಅತ್ಯಲ್ಪ ಬಾಧೆ ಉಂಟಾಗಿದ್ದರೂ ನನಗೆ ದುಃಖವಾಗುತ್ತದೆ. ಮಿ. ಲಾಟ್ನ್‌ಅವರ ಸಲಹೆಯನ್ನು ಒಪ್ಪಿಕೊಂಡು ಕೆಡುಕನ್ನು ಎದುರಿಸುವ ಹಕ್ಕು ನಿಮಗಿದೆ. ಆದರೆ ನೀವು ನನ್ನ ಸಲಹೆಯನ್ನು ಉದಾರವಾಗಿ ಒಪ್ಪಿಕೊಂಡಿದ್ದರೆ ಈ ವಿಷಾದಕರ ಘಟನೆಗಳು ನಡೆಯುತ್ತಿರಲಿಲ್ಲ. ನೀವು ದಾಳಿಕೋರರರನ್ನು ಗುರುತಿಸಿದರೆ ನಾನು ಅವರನ್ನು ಬಂಧಿಸಲು ಮತ್ತು ಅವರ ಮೇಲೆ ಕಾನೂನು ಕ್ರಮ ಜರುಗಿಸಲು ಸಿದ್ಧನಾಗಿದ್ದೇನೆ. ಮಿ. ಚೇಂಬರ್‌ಲಿನ್ ಕೂಡಾ ನಾನು ಹಾಗೆ ಮಾಡಬೇಕೆಂದು ಇಚ್ಛಿಸಿದ್ದಾರೆ'.

'ನನಗೆ ಯಾರ ಮೇಲೂ ಕಾನೂನು ಕ್ರಮ ಜರುಗಿಸುವ ಇಷ್ಟವಿಲ್ಲ. ಅವರಲ್ಲಿ ಒಬ್ಬರನ್ನೋ ಇಬ್ಬರನ್ನೋ ನಾನು ಗುರುತಿಸಲು ಶಕ್ತನಾಗಬಹುದು. ಆದರೆ ಅವರನ್ನು ಶಿಕ್ಷಿಸುವುದರಿಂದ ಏನು ಪ್ರಯೋಜನ? ಇನ್ನೂ ಹೇಳುವುದಾದರೆ ನಾನು ದಾಳಿಕೋರರರನ್ನು ದೂಷಿಸಲಾರೆ. ನೆಟಾಲ್‌ನಲ್ಲಿರುವ ಬಿಳಿಯರ ಬಗ್ಗೆ ನಾನು ಉತ್ಪ್ರೇಕ್ಷೆಯಿಂದ ಕೂಡಿದ್ದ ಹೇಳಿಕೆಗಳನ್ನು ಭಾರತದಲ್ಲಿ ಕೊಟ್ಟೆ ಮತ್ತು ಅವರ ಹೆಸರು ಕೆಡಿಸಿದೆ ಎಂದು ಅವರು ತಿಳಿದುಕೊಳ್ಳುವಂತೆ ಮಾಡಲಾಗಿದೆ. ಅವರು ಈ ವರದಿಗಳನ್ನು ನಂಬಿ ಸಿಟ್ಟಿಗೆದ್ದಿದ್ದಾರೆ ಎಂದಾದರೆ ಅದರಲ್ಲಿ ಅಚ್ಚರಿಯೇನಿಲ್ಲ. ನಾಯಕರುಗಳನ್ನು ಮತ್ತು ನೀವು ನನಗೆ ಅನುಮತಿಯನ್ನು ಕೊಡುವುದಾದರೆ, ನಿಮ್ಮನ್ನು ದೂಷಿಸಬೇಕು. ನೀವು ಜನರಿಗೆ ಸರಿಯಾದ ಮಾರ್ಗದರ್ಶನವನ್ನು ನೀಡಬೇಕಾಗಿತ್ತು. ನೀವು ಕೂಡಾ ರಾಯಿಟರ್‌ಅನ್ನು ನಂಬಿ ನಾನು ಅತಿಶಯೋಕ್ತಿಯ ಮಾತಾಡಿ ಚಪಲ ತೀರಿಸಿಕೊಂಡೆ ಎಂದು ಊಹಿಸಿದ್ದೀರಿ. ನಾನು ಯಾರ ಮೇಲೂ ಆರೋಪ ಹೊರಿಸಲು ಇಷ್ಟಪಡುವುದಿಲ್ಲ. ಸತ್ಯ ಅರಿವಿಗೆ ಬರುತ್ತಿದ್ದಂತೆ ಅವರೇ ಅವರ ನಡತೆಯ ಬಗ್ಗೆ ವಿಷಾದಪಡುತ್ತಾರೆ ಎಂದು ನನಗೆ ಖಾತ್ರಿಯಾಗಿದೆ'.

'ಇದನ್ನು ನೀವು ಬರೆದುಕೊಡಲು ಮನಸ್ಸು ಮಾಡುವಿರಾ?' ಎಂದು ಮಿ. ಎಸ್ಕಾಮ್ ಪ್ರಶ್ನಿಸಿದರು. 'ಏಕೆಂದರೆ ನಾನು ಮಿ. ಚೇಂಬರ್‌ಲಿನ್‌ಅವರಿಗೆ ವಿಷಯದ ಬಗ್ಗೆ ತಂತಿ ಕಳಿಸಬೇಕು.

ಅತುರಾತುರವಾಗಿ ನೀವು ಯಾವುದೇ ಹೇಳಿಕೆಯನ್ನು ಕೊಡಬೇಡಿ. ಇಷ್ಟಪಟ್ಟರೆ ನೀವು ಮಿ. ಲಾಟ್ನ್ ಮತ್ತು ಇತರ ಗೆಳೆಯರ ಸಲಹೆಯನ್ನು ಅಂತಿಮ ನಿರ್ಧಾರಕ್ಕೆ ಬರುವ ಮುಂಚೆ ಪಡೆಯಬಹುದು. ಹಾಗಿದ್ದರೂ ನಿಮ್ಮ ದಾಳಿಕೋರರ ಮೇಲೆ ಆರೋಪ ಹೊರಿಸುವ ನಿಮ್ಮ ಹಕ್ಕನ್ನು ಬಿಟ್ಟುಕೊಟ್ಟರೆ ಶಾಂತಿಯನ್ನು ಮತ್ತೆ ಸ್ಥಾಪಿಸುವಲ್ಲಿ ನೀವು ನನಗೆ ಸಾಕಷ್ಟು ಸಹಾಯಮಾಡಿದಂತಾಗುತ್ತದೆ ಎಂದು ನಾನು ನಿವೇದಿಸಿಕೊಳ್ಳುತ್ತಿದ್ದೇನೆ. ಹಾಗೆಯೇ ನಿಮ್ಮ ಗೌರವ ಕೂಡಾ ಹೆಚ್ಚುತ್ತದೆ'.

'ನಿಮಗೆ ವಂದನೆ'. ಎಂದು ನಾನು ಹೇಳಿದೆ. 'ನನಗೆ ಯಾರ ಸಲಹೆಯನ್ನೂ ಕೇಳುವ ಅವಶ್ಯಕತೆಯಿಲ್ಲ. ನಿಮ್ಮನ್ನು ನೋಡಲು ಬರುವ ಮುಂಚೆಯೇ ಈ ವಿಷಯದಲ್ಲಿ ನಾನು ನನ್ನ ತೀರ್ಮಾನವನ್ನು ತೆಗೆದುಕೊಂಡಿದ್ದೇನೆ ದಾಳಿಕೋರರ ಮೇಲೆ ಕಾನೂನು ಕ್ರಮ ಜರುಗಿಸಬಾರದೆಂಬುದು ನನ್ನ ನಿಶ್ಚಿತಾಭಿಪ್ರಾಯವಾಗಿದೆ. ಈ ಕ್ಷಣದಲ್ಲಿ ನಾನು ನನ್ನ ತೀರ್ಮಾನವನ್ನು ಬರಹದಲ್ಲಿ ಕೊಡಲು ಸಿದ್ದನಾಗಿದ್ದೇನೆ'.

ಹೀಗೆ ಹೇಳಿ ನಾನು ಅವಶ್ಯಕವಾಗಿದ್ದ ಹೇಳಿಕೆಯನ್ನು ಅವರಿಗೆ ಕೊಟ್ಟೆ.

4. ಚಂಡಮಾರುತದ ತರುವಾಯ ಪ್ರಶಾಂತತೆ

ನಾನಿನ್ನೂ ಪೊಲೀಸ್ ಸ್ಟೇಷನ್‌ಅನ್ನು ಬಿಟ್ಟು ಹೊರಬಂದಿರಲಿಲ್ಲ. ಆಗ ಅಂದರೆ ಎರಡು ದಿನಗಳ ತರುವಾಯ ನನ್ನನ್ನು ಮಿ. ಎಸ್ಕಾಮ್‌ಅವರ ಬಳಿಗೆ ಕರೆದುಕೊಂಡು ಹೋದರು. ಇಬ್ಬರು ಪೊಲೀಸ್ ಪೇದೆಗಳನ್ನು ನನ್ನ ರಕ್ಷಣೆಗೆ ಕಳಿಸಲಾಗಿತ್ತು. ಆದರೆ ಅಂತಹ ಮುನ್ನೆಚ್ಚರಿಕೆಯ ಅವಶ್ಯಕತೆಯಿರಲಿಲ್ಲ.

ಬಂದರಿನ ನೆಲದ ಮೇಲೆ ಇಳಿಯುವ ದಿವಸ, ಹಳದಿ ಬಾವುಟವನ್ನು ಕೆಳಗಿಳಿಸಿದ ತಕ್ಷಣವೇ 'ದಿ ನೆಟಾಲ್ ಅಡ್ವರ್‌ಟೈಸರ್' ನ ಪ್ರತಿನಿಧಿಯು ನನ್ನ ಸಂದರ್ಶನವನ್ನು ತೆಗೆದುಕೊಳ್ಳಲು ಬಂದಿದ್ದ. ಅವನು ನನಗೆ ಅನೇಕ ಪ್ರಶ್ನೆಗಳನ್ನು ಹಾಕಿದ್ದ. ಅದಕ್ಕೆ ಉತ್ತರವಾಗಿ ನಾನು ನನ್ನ ಮೇಲೆ ಹೊರಿಸಲಾಗಿದ್ದ ಪ್ರತಿಯೊಬ್ಬರ ಆರೋಪವನ್ನು ಅಲ್ಲಗೆಳೆದಿದ್ದೆ. ಸರ್ ಫಿರೋಜ್‌ಷಾ ಮೆಹ್‌ತಾಅವರಿಗೆ ವಂದನೆಯನ್ನು ಸಲ್ಲಿಸಬೇಕು. ಏಕೆಂದರೆ ಅವರ ಮಾತಿನ ಪ್ರಕಾರ ನಾನು ಭಾರತದಲ್ಲಿ ಲಿಖಿತ ಭಾಷಣಗಳನ್ನು ಓದಿದ್ದೆ. ನನ್ನ ಬಳಿ ಅವುಗಳೆಲ್ಲದರ ಪ್ರತಿಗಳಿದ್ದವು ಮತ್ತು ಜತೆಯಲ್ಲಿ ನನ್ನ ಇತರ ಲೇಖನಗಳೂ ಇದ್ದವು. ನಾನು ಈ ಎಲ್ಲ ಸಾಹಿತ್ಯವನ್ನು ಸಂದರ್ಶಕನಿಗೆ ಕೊಟ್ಟೆ, ಅದಕ್ಕೂಹಿಂದೆ ನಾನು ದಕ್ಷಿಣ

ಆಫ್ರಿಕದಲ್ಲಿ ಕಠೋರ ಭಾಷೆಯಲ್ಲಿ ಏನು ಹೇಳಿದ್ದೆನೋ ಅದನ್ನು ಬಿಟ್ಟು ನಾನು ಮತ್ತೆ ಏನನ್ನೂ ಭಾರತದಲ್ಲಿ ಹೇಳಿಲ್ಲ ಎಂಬುದನ್ನು ನಾನು ಅವನಿಗೆ ತೋರಿಸಿಕೊಟ್ಟೆ. ದಕ್ಷಿಣ ಆಫ್ರಿಕಕ್ಕೆ ಕೋರ್‌ಲ್ಯಾಂಡ್ ಮತ್ತು ನಾದೇರಿ ಹಡಗುಗಳಲ್ಲಿ ಪ್ರಯಾಣಿಕರನ್ನು ತರುವಲ್ಲಿ ನನ್ನ ಕೈವಾಡವಿಲ್ಲ ಎಂಬುದನ್ನು ಕೂಡಾ ನಾನು ಅವನಿಗೆ ತೋರಿಸಿಕೊಟ್ಟೆ. ಅವರಲ್ಲಿ ಅನೇಕರು ಹಳೆಯ ನಿವಾಸಿಗಳು. ಅವರಲ್ಲಿ ಬಹುಮಂದಿ ನೆಟಾಲ್‌ನಲ್ಲಿ ತಂಗಲು ಇಷ್ಟಪಟ್ಟವರಲ್ಲ ಅಂದರೆ ಅವರು ಟ್ರಾನ್ಸ್‌ವಾಲ್‌ಗೆ ಹೊರಟವರು. ಆ ದಿನಗಳಲ್ಲಿ ಸಂಪತ್ತನ್ನು ಅರಸಿಕೊಂಡು ಬರುವ ಭಾರತೀಯರಿಗೆ ನೆಟಾಲ್‌ಗಿಂತ ಟ್ರಾನ್ಸ್‌ವಾಲ್ ಅತ್ಯುತ್ತಮ ಭವಿಷ್ಯತ್ತನ್ನು, ಭರವಸೆಯನ್ನು ನೀಡುತ್ತಿತ್ತು. ಆದ್ದರಿಂದ ಅವರು ಟ್ರಾನ್ಸ್‌ವಾಲ್‌ಗೆ ಹೋಗಲು ಇಷ್ಟಪಡುತ್ತಿದ್ದರು.

ಈ ಸಂದರ್ಶನ ಮತ್ತು ದಾಳಿಕೋರರ ಮೇಲೆ ಕಾನೂನು ಕ್ರಮ ತೆಗೆದುಕೊಳ್ಳಲು ನಾನು ನಿರಾಕರಿಸಿದ್ದುದು ಅಗಾಧ ಪರಿಣಾಮವನ್ನುಂಟುಮಾಡಿತ್ತು. ಡರ್ಬಾನ್ ಯೂರೋಪಿಯನ್ನರು ತಮ್ಮ ನಡತೆಯ ಬಗ್ಗೆ ತಾವೇ ನಾಚಿಕೊಂಡರು. ಪತ್ರಿಕೆಗಳು ನಾನು ಅಮಾಯಕ ಎಂದು ಘೋಷಿಸಿದವು ಮತ್ತು ನನ್ನ ಮೇಲಿನ ಆಕ್ರಮಣವನ್ನು ಖಂಡಿಸಿದವು. ಈ ಪ್ರಕಾರ ಲಿಂಚ್‌ನ್ಯಾಯದಂತೆ ಅಪರಾಧಿಯನ್ನು ಕಾನೂನು ಬಾಹಿರವಾಗಿ ಗಲ್ಲಿಗೇರಿಸುವ ಕ್ರಮ ಅಂತಿಮವಾಗಿ ನನಗೆ ಅದರಲ್ಲೂ ಘನ ಉದ್ದೇಶಕ್ಕೆ ಶುಭಕಾಮನೆಯಾಗಿ ಪರಿಣಮಿಸಿತು. ದಕ್ಷಣ ಆಫ್ರಿಕದಲ್ಲಿನ ಭಾರತೀಯ ಸಮುದಾಯದ ಪ್ರತಿಷ್ಠೆಯನ್ನು ಅದು ಹೆಚ್ಚಿಸಿತ್ತು ಮತ್ತು ನನ್ನ ಕೆಲಸವನ್ನು ಸುಲಭಮಾಡಿಕೊಟ್ಟಿತ್ತು.

ಮೂರು ಅಥವಾ ನಾಲ್ಕು ದಿವಸಗಳಲ್ಲಿ ನಾನು ನನ್ನ ಮನೆಗೆ ಹೋದೆ. ಮತ್ತೆ ವ್ಯವಸ್ಥಿತವಾಗಿ ಜೀವನ ನಡೆಸಲು ನನಗೆ ಹೆಚ್ಚು ಕಾಲ ಹಿಡಿಯಲಿಲ್ಲ. ಈ ಪ್ರಸಂಗ ನನ್ನ ವೃತ್ತಿಯನ್ನು ಕೂಡಾ ವೃದ್ಧಿಸಿತ್ತು.

ಆದರೆ ಅದು ಸಮುದಾಯದ ಪ್ರತಿಷ್ಠೆಯನ್ನು ಹೆಚ್ಚಿಸಿದ್ದರೂ ಅದು ಸಮುದಾಯದ ವಿರುದ್ಧ ಪ್ರತಿಕೂಲ ಅಭಿಪ್ರಾಯದ ಜ್ವಾಲೆಯನ್ನು ಹೆಚ್ಚಿಸಿತ್ತು. ಭಾರತೀಯನು ಪೌರುಷದಿಂದ ಹೋರಾಟ ನಡೆಸಬಲ್ಲ ಎಂದು ರುಜುವಾತಾಗುತ್ತಿದ್ದಂತೆ ಅವನು ಅಪಾಯಕಾರಿ ಎಂದು ಪರಿಗಣಿಲ್ಪಟ್ಟ. ನೆಟಾಲ್ ಶಾಸನಸಭೆಯಲ್ಲಿ ಎರಡು ಮಸೂದೆಗಳನ್ನು ಮಂಡಿಸಲಾಯ್ತು. ಅದರಲ್ಲಿ ಒಂದು ಮಸೂದೆ ಭಾರತೀಯ ವ್ಯಾಪಾರಿಯ ಮೇಲೆ ಪ್ರತಿಕೂಲ ಪರಿಣಾಮವನ್ನುಂಟು ಮಾಡುವುದು ಎಂದು ಪರಿಗಣಿಸಲಾಗಿತ್ತು. ಮತ್ತೊಂದು ಭಾರತೀಯ ವಲಸಿಗನ ಮೇಲೆ ಬಿಗಿಯಾದ ನಿರ್ಬಂಧವನ್ನು ಹೇರುವ ಉದ್ದೇಶವನ್ನಿಟ್ಟುಕೊಂಡಿತ್ತು. ಅದೃಷ್ಟವಶಾತ್ ಪೌರತ್ವ(ಮತದಾನದ ಹಕ್ಕು)ಕ್ಕಾಗಿ ಭಾರತೀಯರು ನಡೆಸಿದ್ದ ಹೋರಾಟದ ಕಾರಣದಿಂದಾಗಿ ಭಾರತೀಯರ ವಿರುದ್ಧ ಯಾವುದೇ ಅಂತಹ ಕಾಯಿದೆಯನ್ನು ಜಾರಿಗೆ ತರುವ ತೀರ್ಮಾನ ಅಸಾಧ್ಯ ಎಂಬ ವಿವೇಕ ಮೂಡಿತ್ತು. ಅಂದರೆ ಕಾನೂನು ಜನಾಂಗ ಮತ್ತು ವರ್ಣಭೇದವನ್ನು ಪರಿಗಣಿಸಬಾರದು ಎಂದು ನಿರ್ಧಾರವಾಗಿತ್ತು. ಮೇಲೆ ಉಲ್ಲೇಖಿಸಲಾಗಿರುವ ಮಸೂದೆಗಳ ಭಾಷೆಯನ್ನು ಗಮನಿಸಿದರೆ ಅದನ್ನು ಎಲ್ಲರಿಗೂ ಅನ್ವಯಿಸಲಾಗುವುದು ಎಂದು ಭಾಸವಾಗುತ್ತಿತ್ತು. ಆದರೆ

ನಿಸ್ಸಂಶಯವಾಗಿಯೂ ನೆಟಾಲ್‌ನಲ್ಲಿರುವ ಭಾರತೀಯ ನಿವಾಸಿಗಳ ಮೇಲೆ ಇನ್ನಷ್ಟು ನಿರ್ಬಂಧಗಳನ್ನು ಹೇರುವ ಗುರಿಯನ್ನು ಆ ಮಸೂದೆಗಳು ಇಟ್ಟುಕೊಂಡಿದ್ದವು.

ಈ ಮಸೂದೆಗಳು ನನ್ನ ಸಾರ್ವಜನಿಕ ಕೆಲಸವನ್ನು ಗಮನಾರ್ಹವಾಗಿ ಹೆಚ್ಚಿಸಿದ್ದವು. ಸಮುದಾಯವು ಎಂದಿಗಿಂತ ತಮ್ಮ ಕರ್ತವ್ಯ ಪ್ರಜ್ಞೆಯಲ್ಲಿ ಹೆಚ್ಚು ಹುರುಪನ್ನು ತೋರುವಂತೆ ಈ ಮಸೂದೆಗಳು ಪ್ರೇರೇಪಿಸಿದ್ದವು. ಅವನ್ನು ಭಾರತೀಯ ಭಾಷೆಗಳಿಗೆ ಅನುವಾದಿಸಲಾಯ್ತು ಮತ್ತು ಸಮುದಾಯಗಳ ಮೇಲೆ ಅವುಗಳು ಉಂಟುಮಾಡುವ ಸೂಕ್ಷ್ಮ ಪರಿಣಾಮವನ್ನು ಮನದಟ್ಟುಮಾಡಿಕೊಡಲು ಅವನ್ನು ಪೂರ್ತಿಯಾಗಿ ವಿವರಿಸಲಾಯ್ತು. ನಾವು ವಸಾಹತು ವ್ಯವಹಾರಗಳ ಕಾರ್ಯದರ್ಶಿಗೆ ಮನವಿ ಪತ್ರವನ್ನು ಅರ್ಪಿಸಿದೆವು. ಆದರೆ ಅವನು ಮಧ್ಯಪ್ರವೇಶಿಸಲು ನಿರಾಕರಿಸಿದನು. ಮಸೂದೆಗಳು ಕಾನೂನಾಗಿ ಜಾರಿಗೆ ಬಂದವು.

ಈಗ ನನ್ನ ಬಹುಭಾಗದ ಸಮಯ ಸಾರ್ವಜನಿಕ ಕೆಲಸದಲ್ಲಿ ಲೀನವಾಗಲಾರಂಭಿಸಿತು. ನಾನು ಈಗಾಲೇ ಉಲ್ಲೇಖಿಸಿರುವ ಸಾರ್ಜೆಂಟ್ ಮನ್‌ಸುಖ್‌ಲಾಲ್ ನಾಜರ್ ಆಗಲೇ ಡರ್ಬಾನ್‌ನಲ್ಲಿದ್ದರು. ಅವರು ನನ್ನ ಜತೆಯಲ್ಲಿ ತಂಗಿದ್ದರು. ಅವರು ತಮ್ಮ ಕಾಲವನ್ನು ಸಾರ್ವಜನಿಕ ಕೆಲಸಕ್ಕೆ ವಿನಿಯೋಗಿಸಿದರು. ಹೀಗೆ ಅವರು ಸ್ವಲ್ಪಮಟ್ಟಿಗೆ ನನ್ನ ಭಾರವನ್ನು ಹಗುರಮಾಡಿದರು.

ನನ್ನ ಗೈರುಹಾಜರಿಯಲ್ಲಿ ಶೇಠ್ ಆ್ಯಡಮ್‌ಜೀ ಮಿಯಾಖಾನ್ ತಮ್ಮ ಕರ್ತವ್ಯವನ್ನು ಪ್ರಶಂಸಾರ್ಹರೀತಿಯಲ್ಲಿ ನಿರ್ವಹಿಸಿದ್ದರು. ಅವರು ಸದಸ್ಯತ್ವವನ್ನು ಹೆಚ್ಚಿಸಿದ್ದರು ಮತ್ತು ನೆಟಾಲ್ ಇಂಡಿಯನ್ ಕಾಂಗ್ರೆಸ್‌ನ ಬೊಕ್ಕಸಕ್ಕೆ ಸುಮಾರು 1000 ಪೌಂಡುಗಳನ್ನು ಸೇರಿಸಿದ್ದರು. ಈ ಮಸೂದೆಗಳಿಂದಾಗಿ ಜಾಗೃತಿ ಹೆಚ್ಚಿತ್ತು ಮತ್ತು ಪ್ರಯಾಣಿಕರ ವಿರುದ್ಧ ನಡೆದಿದ್ದ ಪ್ರದರ್ಶನದಿಂದಾಗಿ ನಾನು ಸದಸ್ಯತ್ವಕ್ಕೆ ಮತ್ತು ನಿಧಿಗೆ ಮನವಿಮಾಡಿಕೊಂಡಾಗ ಅದಕ್ಕೆ ತುಂಬಾ ಯಶಸ್ಸು ಸಿಕ್ಕಿತ್ತು. ನಿಧಿಯು ಈಗ 5000 ಪೌಂಡುಗಳಿಗೆ ಏರಿತ್ತು. ಕಾಂಗ್ರೆಸ್‌ಗೆ ಖಾಯಂ ನಿಧಿಯನ್ನು ಕೂಡಿಸಿ ಸುಭದ್ರಪಡಿಸಬೇಕೆಂಬ ಆಸೆಯನ್ನು ನಾನು ಇಟ್ಟುಕೊಂಡಿದ್ದೆ. ಆ ಮೂಲಕ ಕಾಂಗ್ರೆಸ್‌ಗೆ ಸ್ವಂತದ ಆಸ್ತಿಯನ್ನು ಸಂಪಾದಿಸಿಕೊಳ್ಳಬೇಕೆಂದೂ ಮತ್ತು ಅದರಿಂದ ಬರುವ ಬಾಡಿಗೆಯ ಹಣದಲ್ಲಿ ತನ್ನ ಕೆಲಸಕಾರ್ಯಗಳನ್ನು ನಡೆಸಿಕೊಂಡು ಹೋಗಬೇಕೆಂದು ನಾನು ಬಯಸಿದ್ದೆ. ಇದು ಸಾರ್ವಜನಿಕ ಸಂಸ್ಥೆಯ ನಿರ್ವಹಣೆಯಲ್ಲಿ ನನ್ನ ಮೊದಲ ಅನುಭವವಾಗಿತ್ತು. ನನ್ನ ಸಹಕಾರ್ಯಕರ್ತರುಗಳ ಮುಂದೆ ನನ್ನ ಪ್ರಸ್ತಾಪವನ್ನಿಟ್ಟೆ. ಅವರು ಅದನ್ನು ಸ್ವಾಗತಿಸಿದರು. ಆಸ್ತಿಯನ್ನು ಕೊಂಡು ಅದನ್ನು ಗುತ್ತಿಗೆಗೆ ಕೊಡಲಾಯ್ತು. ಕ್ರಾಂಗ್ರೆಸ್‌ನ ಸದ್ಯದ ವೆಚ್ಚಗಳನ್ನು ಭರಿಸುವಷ್ಟರಮಟ್ಟಿಗೆ ಬಾಡಿಗೆ ಬರುತ್ತಿತ್ತು. ಈ ಆಸ್ತಿಯನ್ನು ಟ್ರಸ್ಟಿ(ಧರ್ಮದರ್ಶಿ)ಗಳ ಬಲಿಷ್ಠ ಅಂಗದ ವಶದಲ್ಲಿ ಇರಿಸಲಾಯ್ತು. ಆ ಆಸ್ತಿ ಇನ್ನೂ ಇದೆ. ಆದರೆ ಆಸ್ತಿಯ ಬಾಡಿಗೆ ಹಣ ನ್ಯಾಯಾಲಯದಲ್ಲಿ ಶೇಖರವಾಗುತ್ತಿದ್ದು ಅದು ಭಾರಿ ಅಂತಃಕಲಹಕ್ಕೆ ಮೂಲವಾಗಿ ಪರಿಣಮಿಸಿದೆ.

ದಕ್ಷಿಣ ಆಫ್ರಿಕದಿಂದ ನಾನು ಹೊರಟುಬಂದ ತರುವಾಯ ಈ ವಿಷಾದಕರ ಪರಿಸ್ಥಿತಿಯ ನಿರ್ಮಾಣವಾಯ್ತು. ಈ ವೈಮನಸ್ಯ ಹುಟ್ಟಿಕೊಳ್ಳುವುದಕ್ಕೂ ತುಂಬಾ ಹಿಂದೆಯೇ ಸಾರ್ವಜನಿಕ ಸಂಸ್ಥೆಗಳು ಖಾಯಂ ನಿಧಿಯನ್ನು ಹೊಂದುವುದರ ಬಗ್ಗೆ ನನ್ನ ವಿಚಾರ ಬದಲಾಗುತ್ತಿತ್ತು. ನಾನು ನಿರ್ವಹಿಸಿದ್ದ ಅನೇಕ ಸಾರ್ವಜನಿಕ ಸಂಸ್ಥೆಗಳಲ್ಲಿ ಸಾಕಷ್ಟು ಅನುಭವವನ್ನು ಗಳಿಸಿಕೊಂಡ ಮೇಲೆ

ಸಾರ್ವಜನಿಕ ಸಂಸ್ಥೆಗಳನ್ನು ಖಾಯಂ ನಿಧಿಯ ನೆರವಿನಿಂದ ನಡೆಸುವುದು ಒಳ್ಳೆಯದಲ್ಲ ಎಂಬ ಗಟ್ಟಿಯಾದ ನಿಶ್ಚಿತಾಭಿಪ್ರಾಯಕ್ಕೆ ಈಗ ನಾನು ಬಂದು ಮುಟ್ಟಿದ್ದೇನೆ. ಖಾಯಂ(ಶಾಶ್ವತ) ನಿಧಿಯು ಅದರ ಉದರದಲ್ಲೇ ಸಂಸ್ಥೆಯ ನೈತಿಕ ಪತನದ ಬೀಜವನ್ನು ಒಯ್ಯುತ್ತಿರುತ್ತದೆ. ಸಾರ್ವಜನಿಕ ಸಂಸ್ಥೆ ಎಂಬುದರ ಅರ್ಥನೆಂದರೆ ಸಾರ್ವಜನಿಕರ ಹಣದಿಂದ ಮತ್ತು ಅವರ ಸಮ್ಮತಿಯಿಂದ ನಡೆಯುವ ಸಂಸ್ಥೆ ಎಂದು ಭಾವಿಸಬೇಕು. ಅಂತಹ ಸಂಸ್ಥೆ ಸಾರ್ವಜನಿಕರ ಬೆಂಬಲವನ್ನು ಕಳೆದುಕೊಳ್ಳುತ್ತಿದ್ದಂತೆ ಅದು ಅದರ ಅಸ್ತಿತ್ವದ ಹಕ್ಕನ್ನು ಕಳೆದುಕೊಳ್ಳುವುದು. ಖಾಯಂ ನಿಧಿಯ ಬಲದ ಮೇಲೆ ನಿರ್ವಹಿಸಲಾಗುತ್ತಿರುವ ಸಂಸ್ಥೆಗಳು ಆಗಾಗ್ಗೆ ಸಾರ್ವಜನಿಕಾಭಿಪ್ರಾಯವನ್ನು ಅಲಕ್ಷಿಸುವಂತೆ ಕಂಡುಬರುತ್ತವೆ. ಆಗಾಗ್ಗೆ ಅವು ಸಾರ್ವಜನಿಕಾಭಿಪ್ರಾಯಕ್ಕೆ ವಿರೋಧವಾಗಿರುವ ಕೃತ್ಯಗಳ ಹೊಣೆಯನ್ನು ಕೂಡಾ ಹೊತ್ತುಕೊಳ್ಳುತ್ತವೆ. ಧಾರ್ಮಿಕ ಟ್ರಸ್ಟ್‌ಗಳು (ವಿಶ್ವಸ್ಥ) ಎಂದು ಕರೆಯಲ್ಪಡುವ ಕೆಲವು ಟ್ರಸ್ಟ್‌ಗಳು ಯಾವರೀತಿಯಲ್ಲೂ ಲೆಕ್ಕಪತ್ರಗಳನ್ನು ಹೊರಗೆಡವುವ ಕಾರ್ಯವನ್ನು ನಿಲ್ಲಿಸಿಬಿಟ್ಟಿವೆ. ಧರ್ಮದರ್ಶಿ(ಟ್ರಸ್ಟ್)ಗಳು ಯಜಮಾನರಾಗಿಬಿಟ್ಟಿದ್ದಾರೆ ಮತ್ತು ಅವರು ಯಾರಿಗೂ ಜವಾಬುದಾರರಾಗಿಲ್ಲ. ನಿಸ್ಸಂಶಯವಾಗಿಯೂ ಸಾರ್ವಜನಿಕ ಸಂಸ್ಥೆಗಳ ಆದರ್ಶ, ಪ್ರಕೃತಿಯಂತೆ ದಿನದಿನವೂ ಜೀವಿಸಬೇಕು ಎಂಬಂತಿರಬೇಕು. ಸಾರ್ವಜನಿಕರ ಬೆಂಬಲವನ್ನು ಗಳಿಸಿಕೊಳ್ಳುವುದರಲ್ಲಿ ವಿಫಲವಾಗುವ ಸಂಸ್ಥೆಗಳಿಗೆ ಆ ರೀತಿಯಲ್ಲಿ ಅಸ್ತಿತ್ವವನ್ನುಳಿಸಿಕೊಳ್ಳುವ ಹಕ್ಕು ಇರುವುದಿಲ್ಲ. ಒಂದು ಸಂಸ್ಥೆಯು ವಾರ್ಷಿಕವಾಗಿ ಸ್ವೀಕರಿಸುವ ಚಂದಾ ಅದರ ಜನಪ್ರಿಯತೆಯ ಮತ್ತು ಅದರ ನ್ಯಾಯಪರ ನಿರ್ವಹಣೆಯ ಒರೆಗಲ್ಲಾಗಿರುವುದು. ಪ್ರತಿಯೊಂದು ಸಂಸ್ಥೆಯೂ ಅಂತಹ ಪರೀಕ್ಷೆಗೆ ತನ್ನನ್ನು ಸಮರ್ಪಿಸಿಕೊಳ್ಳಬೇಕು ಎಂಬುದು ನನ್ನ ಅಭಿಪ್ರಾಯವಾಗಿದೆ. ಆದರೆ ಯಾರೂ ನನ್ನನ್ನು ಅಪಾರ್ಥಮಾಡಿಕೊಳ್ಳಬಾರದು. ಯಾವುದೇ ಅಂಗಸಂಸ್ಥೆಗಳಿಗೆ ಖಾಯಂ ಕಟ್ಟಡಗಳಿಲ್ಲದಿದ್ದರೆ ತಮ್ಮ ಸಹಜ ಸ್ವಭಾಕ್ಕನುಗುಣವಾಗಿ ಕೆಲಸ ಮಾಡಲು ಸಾಧ್ಯವಾಗುವುದಿಲ್ಲವೋ ಅಂತಹ ಸಂಸ್ಥೆಗಳಿಗೆ ನನ್ನ ಟೀಕೆಗಳು ಅನ್ವಯವಾಗುವುದಿಲ್ಲ. ಸದ್ಯದ ವೆಚ್ಚವನ್ನು ಪ್ರತಿ ವರ್ಷವೂ ಸ್ವೀಕರಿಸಲಾಗುವ ಹಾಗೂ ಸ್ವಂತ ಇಷ್ಟದಿಂದ ನೀಡಲಾಗುವ ಚಂದಾ ಹಣದಿಂದ ಭರಿಸಬೇಕು ಎಂಬುದು ನನ್ನ ಮಾತಿನ ಅರ್ಥವಾಗಿದೆ.

ದಕ್ಷಿಣ ಆಫ್ರಿಕದಲ್ಲಿ ನಡೆದ ಸತ್ಯಾಗ್ರಹದ ದಿವಸಗಳಲ್ಲಿ ಈ ಅಭಿಪ್ರಾಯಗಳು ದೃಢಪಟ್ಟಿವೆ. ಆರು ವರ್ಷಗಳಿಗೂ ಹೆಚ್ಚು ಕಾಲ ವ್ಯಾಪಿಸಿಕೊಂಡಿದ್ದ ಆ ಮಹತ್ತಾದ ಚಳವಳಿಯನ್ನು ಖಾಯಂ ನಿಧಿಯ ನೆರವಿಲ್ಲದೇ ನಡೆಸಿಕೊಂಡು ಹೋಗಲಾಗಿತ್ತು. ಲಕ್ಷಾಂತರ ರೂಪಾಯಿಗಳ ಅವಶ್ಯಕತೆಯಿದ್ದರೂ ಖಾಯಂ ನಿಧಿಯ ನೆರವನ್ನು ಪಡೆಯದೆಯೇ ನಡೆಸಿಕೊಂಡು ಹೋಗಲಾಗಿತ್ತು. ಚಂದಾ ಬಾರದೇ ಇದ್ದರೆ ಮಾರನೇ ದಿನ ಏನಾಗಬಹುದು ಎಂದು ನನಗೆ ಗೊತ್ತಾಗದೇ ತಳಮಳಿಸುತ್ತಿದ್ದ ಆ ದಿನಗಳನ್ನು ನಾನು ಈಗ ನೆನಪಿಗೆ ತಂದುಕೊಳ್ಳಬಲ್ಲೆ. ಆದರೆ ನಾನು ಭವಿಷ್ಯತ್ತಿನ ಘಟನೆಗಳನ್ನು ನಿರೀಕ್ಷಿಸಲಾರೆ. ಮುಂದಿನ ನಿರೂಪಣೆಯಲ್ಲಿ ಓದುಗನು ಮೇಲಿನ ಅಭಿಪ್ರಾಯಕ್ಕೆ ಸಾಕಷ್ಟು ಪುಷ್ಟಿ ಸಿಕ್ಕಿದೆ ಎಂಬುದನ್ನು ಕಂಡುಕೊಳ್ಳಬಹುದು.

5. ಮಕ್ಕಳ ಶಿಕ್ಷಣ

ಜನವರಿ 1897ರಲ್ಲಿ ನಾನು ಡರ್ಬಾನ್‌ನಲ್ಲಿ ಇಳಿದಾಗ ನನ್ನ ಜತೆಯಲ್ಲಿ ಮೂವರು ಮಕ್ಕಳಿದ್ದರು. ನನ್ನ ಸಹೋದರಿಯ ಮಗನಿಗೆ ಹತ್ತು ವರ್ಷ ವಯಸ್ಸಾಗಿದ್ದರೆ ನನ್ನ ಸ್ವಂತದ ಒಬ್ಬ ಮಗನಿಗೆ ಒಂಬತ್ತು ವರ್ಷವಯಸ್ಸಾಗಿತ್ತು. ಇನ್ನೊಬ್ಬನಿಗೆ ಐದು ವರ್ಷವಯಸ್ಸಾಗಿತ್ತು. ಅವರಿಗೆ ನಾನು ಎಲ್ಲಿ ಶಿಕ್ಷಣ ಕೊಡಿಸಲಿ?

ನಾನು ಅವರನ್ನು ಐರೋಪ್ಯರ ಮಕ್ಕಳ ಶಾಲೆಗಳಿಗೆ ಕಳಿಸಬಹುದಾಗಿತ್ತು. ಆದರೆ ಅದು ಕೇವಲ ಕೃಪೆಯ ಮತ್ತು ಅಪವಾದದ ಮಾತಾಗಿತ್ತು. ಬೇರೆ ಯಾವುದೇ ಭಾರತೀಯ ಮಕ್ಕಳಿಗೆ ಅಲ್ಲಿ ಕಲಿಯುವ ಅವಕಾಶವಿರಲಿಲ್ಲ. ಈ ಮಕ್ಕಳಿಗಾಗಿ ಕ್ರಿಶ್ಚಿಯನ್ ಮಿಷನ್‌ಗಳು ಸ್ಥಾಪಿಸಿದ್ದ ಶಾಲೆಗಳಿದ್ದವು. ಈ ಶಾಲೆಗಳಲ್ಲಿ ಕಲಿಸುತಿದ್ದ ವಿದ್ಯೆ ನನಗೆ ಇಷ್ಟವಾಗಿರಲಿಲ್ಲ. ಒಂದು ವಿಚಾರವನ್ನು ಗಮನಿಸುವುದಾದರೆ ಅಲ್ಲಿ ಶಿಕ್ಷಣ ಮಾಧ್ಯಮ ಇಂಗ್ಲಿಷಿನಲ್ಲಿರುವುದು ಮತ್ತು ಪ್ರಾಯಶಃ ತಪ್ಪುತಪ್ಪಾದ ತಮಿಳು ಅಥವಾ ಹಿಂದಿಯಲ್ಲಿರುವುದು. ಇದನ್ನು ಕೂಡಾ ತುಂಬಾ ಪ್ರಯಾಸದಿಂದ ಏರ್ಪಡಿಸಬೇಕಾಗುತ್ತಿತ್ತು. ಈಮಧ್ಯೆ ನಾನು ಅವರಿಗೆ ಬೋಧಿಸಲು ಸ್ವಂತವಾಗಿ

ಪ್ರಯತ್ನಿಸುತ್ತಿದ್ದೆ. ಆದರೆ ಅದು ಕ್ರಮಬದ್ಧವಾಗಿರಲಿಲ್ಲ. ಅರ್ಹನಾದ ಗುಜರಾತೀ ಶಿಕ್ಷಕನನ್ನು ನೇಮಿಸಿಕೊಳ್ಳಲು ಸಾಧ್ಯವಾಗಿರಲಿಲ್ಲ.

ನಾನು ತಬ್ಬಿಬ್ಬಾಗಿದ್ದೆ ಮತ್ತು ಹತಾಶನಾಗಿದ್ದೆ. ನನ್ನ ನಿರ್ದೇಶನದಡಿಯಲ್ಲಿ ಮಕ್ಕಳಿಗೆ ಬೋಧಿಸಬಲ್ಲ ಇಂಗ್ಲಿಷ್ ಶಿಕ್ಷಕ ಬೇಕೆಂದು ಜಾಹೀರಾತು ನೀಡಿದೆ. ಈ ಶಿಕ್ಷಕನು ಅವರಿಗೆ ವಾಡಿಕೆಯ ಕೆಲವು ವಿಷಯಗಳನ್ನು ಕಲಿಸಬೇಕಾಗಿತ್ತು. ಉಳಿದವಕ್ಕೆ ನಾನು ಆಗಾಗ ಹೇಳಿಕೊಡುತ್ತಿದ್ದ ಶಿಕ್ಷಣ ಪಡೆದು ಮಕ್ಕಳು ತೃಪ್ತಿಪಡಬೇಕಾಗಿತ್ತು. ಆದ್ದರಿಂದ ನಾನು ತಿಂಗಳಿಗೆ 7 ಪೌಂಡು ನೀಡಿ ಇಂಗ್ಲಿಷ್ ಗೃಹಶಿಕ್ಷಕಿ (ಗವರ್ನೆಸ್ ಮನೆಯಲ್ಲಿ ಪಾಠಹೇಳಿಕೊಳುವ ಶಿಕ್ಷಕಿ)ಯನ್ನು ನೇಮಿಸಿಕೊಂಡೆ. ಕೆಲವು ಕಾಲ ಆ ಪದ್ಧತಿ ಮುಂದುವರೆಯಿತು. ಆದರೆ ಅದರಿಂದ ನನಗೆ ತೃಪಿಯಾಗಲಿಲ್ಲ. ನಾನು ಹುಡುಗರೊಂದಿಗೆ ನಡೆಸುತ್ತಿದ್ದ ಸಂಭಾಷಣೆ ಮತ್ತು ಪರಸ್ಪರ ವ್ಯವಹಾರದ ಮೂಲಕ ಹುಡುಗರು ಸ್ವಲ್ಪಮಟ್ಟಿಗೆ ಗುಜರಾತಿ ಜ್ಞಾನವನ್ನು ಸಂಪಾದಿಸಿಕೊಂಡರು. ನಮ್ಮ ನಡುವೆ ಸಂಭಾಷಣೆ ಕಟ್ಟುನಿಟ್ಟಿನಿಂದ ಮಾತೃಭಾಷೆಯಲ್ಲಿ ನಡೆಯುತ್ತಿತ್ತು. ನಾನು ಅವರನ್ನು ಮರಳಿ ಭಾರತಕ್ಕೆ ಕಳಿಸಲು ಇಷ್ಟಪಡಲಿಲ್ಲ. ಏಕೆಂದರೆ ಎಳೆಯಮಕ್ಕಳು ತಮ್ಮ ತಂದೆತಾಯಿಯರಿಂದ ಬೇರೆಯಾಗಿರಬಾರದು ಎಂದು ನಾನು ನಂಬಿದ್ದೆ. ಮಕ್ಕಳು ಸಹಜವಾಗಿ ಸುವ್ಯವಸ್ಥಿತವಾಗಿರುವ ಮನೆಗಳಲ್ಲಿ ಮೈಗೂಡಿಸಿಕೊಳ್ಳುವ ಶಿಕ್ಷಣ ವಿದ್ಯಾರ್ಥಿನಿಲಯ(ಹಾಸ್ಟೆಲ್)ಗಳಲ್ಲಿ ಪಡೆಯಲು ಸಾಧ್ಯವಾಗದು. ಆದ್ದರಿಂದ ನಾನು ಮಕ್ಕಳನ್ನು ನನ್ನ ಜತೆಯಲ್ಲಿರಿಸಿಕೊಂಡಿದ್ದೆ. ನಾನು ನನ್ನ ಸೋದರಸಂಬಂಧಿ(ನೆವ್ಯೂ)ಯನ್ನು ಮತ್ತು ಹಿರಿಯ ಮಗನನ್ನು ಕೆಲವು ತಿಂಗಳುಗಳ ಕಾಲ ಭಾರತದಲ್ಲಿನ ವಸತಿಶಾಲೆ(ರೆಸಿಡೆನ್‌ಷಿಯಲ್ ಸ್ಕೂಲ್)ಗಳಿಗೆ ಕಳಿಸಿದ್ದೆ. ಆದರೆ ನಾನು ಅವರನ್ನು ಬಹುಬೇಗನೇ ಹಿಂದಕ್ಕೆ ಕರೆಸಿಕೊಳ್ಳಬೇಕಾಯ್ತು. ಮುಂದೆ, ಹಿರಿಯ ಮಗನು ಪ್ರೌಢವಯಸ್ಸಿಗೆ ಬಂದು ತುಂಬಾ ಕಾಲ ಕಳೆದ ತರುವಾಯ ನನ್ನಿಂದ ದೂರವಾದ ಮತ್ತು ಅಹಮದಾಬಾದ್‌ನ ಪ್ರೌಢಶಾಲೆಗೆ ಸೇರಿಕೊಳ್ಳಲು ಭಾರತಕ್ಕೆ ಹೊರಟುಹೋದ. ನಾನು ಏನು ಶಿಕ್ಷಣ ಕೊಟ್ಟಿದ್ದೆನೋ ಅದರಿಂದ ನನ್ನ ಸೋದರ ಸಂಬಂಧಿಗೆ ತೃಪ್ತಿಯಾಗಿತ್ತು ಎಂದು ನಾನು ಭಾವಿಸಿದ್ದೇನೆ. ದುರದೃಷ್ಟವಶಾತ್ ಅವನು ಇನ್ನೂ ಯೌವನಾವಸ್ಥೆಯ ಆರಂಭದಲ್ಲಿದ್ದಾಗಲೇ ಅಲ್ಪ ಕಾಲ ಕಾಯಿಲೆಯಿಂದ ನರಳಿ ಜೀವಬಿಟ್ಟ. ನನ್ನ ಇತರ ಮೂವರು ಮಕ್ಕಳು ಸಾರ್ವಜನಿಕ ಶಾಲೆಯನ್ನು ಎಂದೂ ಪ್ರವೇಶಿಸಲಿಲ್ಲ. ಆದರೆ ನಾನು ದಕ್ಷಿಣ ಆಫ್ರಿಕದಲ್ಲಿ ಸತ್ಯಾಗ್ರಹಿಗಳಾಗಿದ್ದ ತಂದೆತಾಯಿಯರ ಮಕ್ಕಳಿಗಾಗಿ ಪೂರ್ವ ಸಿದ್ಧತೆಯಿಲ್ಲದೇ ಪ್ರಾರಂಭಿಸಿದ್ದ ಶಾಲೆಯಲ್ಲಿ ನನ್ನ ಈ ಮಕ್ಕಳು ಸ್ವಲ್ಪಮಟ್ಟಿಗೆ ಕ್ರಮಬದ್ಧವಾದ ಶಿಕ್ಷಣವನ್ನು ಪಡೆದರು.

ಈ ಪ್ರಯೋಗಗಳು ಅಪರಿಪೂರ್ಣವಾಗಿದ್ದವು. ನಾನು ಇಷ್ಟಪಟ್ಟಂತೆ ಎಲ್ಲ ಸಮಯವನ್ನು ಮಕ್ಕಳಿಗೆ ಮೀಸಲಿರಿಸಲು ಸಾಧ್ಯವಾಗಲಿಲ್ಲ. ಅವರ ಕಡೆಗೆ ನನಗೆ ಸಾಕಷ್ಟು ಗಮನ ಕೊಡಲುಸಾಧ್ಯವಾಗದಿದ್ದುದರಿಂದ ಮತ್ತು ಇತರ ಅನಿವಾರ್ಯ ಕಾರಣಗಳಿಂದಾಗಿ ನಾನು ಅಪೇಕ್ಷಿಸಿದಂತಹ ಹಾಗೂ ಒಳ್ಳೆಯ ಪಾಂಡಿತ್ಯವುಳ್ಳ ಶಿಕ್ಷಣವನ್ನು ಅವರಿಗೆ ಒದಗಿಸಲು ಸಾಧ್ಯವಾಗಲಿಲ್ಲ. ನನ್ನ ಎಲ್ಲ ಮಕ್ಕಳು ಈ ವಿಷಯದಲ್ಲಿ ನನ್ನನ್ನು ದೂರುತ್ತಾರೆ. ಯಾವಾಗಾದರೂ ಅವರು ಎಂ. ಎ. ಅಥವಾ ಒಬ್ಬ ಬಿ. ಎ ಅಥವಾ ಮೆಟ್ರಿಕ್ಯುಲೇಟ್ ಆದವನು ಅವರ

ಎದುರು ಹಾದುಹೋದರೂ ಅವರು ತಮಗೆ ಶಾಲಾಶಿಕ್ಷಣ ದೊರೆಯಲಿಲ್ಲವಲ್ಲ ಎಂದು ವ್ಯಥೆಪಡುತ್ತಾರೆ.

ಏನೇ ಆದರೂ, ಸಾರ್ವಜನಿಕ ಶಾಲೆಗಳಲ್ಲಿ ಹೇಗಾದರೂ ಶಿಕ್ಷಣ ದೊರೆಯಲಿ ಎಂದು ನಾನು ಪಟ್ಟುಹಿಡಿದಿದ್ದರೆ ಅನುಭವ ಎಂಬ ಶಾಲೆಯಲ್ಲಿ ಮಾತ್ರ ದೊರೆಯಬಹುದಾಗಿದ್ದ ತರಬೇತಿಯಿಂದ ಅವರು ವಂಚಿತರಾಗುತ್ತಿದ್ದರು. ತಂದೆತಾಯಿಯರೊಂದಿಗೆ ಎಡಬಿಡದ ಸಂಪರ್ಕದಿಂದ ದೊರೆಯುಬಹುದಾಗಿದ್ದ ತರಬೇತಿಯನ್ನು ಪಡೆಯಲು ಅವರಿಗೆ ಸಾಧ್ಯವಾಗುತ್ತಿರಲಿಲ್ಲ. ಇಂಗ್ಲೆಂಡ್ ಇಲ್ಲವೇ ದಕ್ಷಿಣ ಆಫ್ರಿಕದಲ್ಲಿ ಅವರು ಕೃತಕ ಶಿಕ್ಷಣವನ್ನು ಪಡೆಯಬಹುದಾಗಿತ್ತು. ಹಾಗಾಗಿದ್ದರೆ ನಾನು ಇಂದಿನಂತೆ ಅವರ ನಿಮಿತ್ತ ಆತಂಕದಿಂದ ಮುಕ್ತವಾಗಿರುತ್ತಿರಲಿಲ್ಲ. ಆ ಕೃತಕ ಶಿಕ್ಷಣ ಅವರನ್ನು ನನ್ನಿಂದ ಎಳೆದು ದೂರ ಹಾಕುತ್ತಿತ್ತು. ಇಂದು ಅವರ ಜೀವನದಲ್ಲಿ ಕಂಡುಬರುವ ಸೇವಾಮನೋಭಾವ ಮತ್ತು ಸರಳತೆಯನ್ನು ಆ ಶಿಕ್ಷಣ ಅವರಿಗೆ ಕಲಿಸಿಕೊಡುತ್ತಿರಲಿಲ್ಲ. ಅವರ ಅಸಹಜ ಜೀವನ ವಿಧಾನಗಳು ನನ್ನ ಸಾರ್ವಜನಿಕ ಸೇವೆಯಲ್ಲಿ ಗುರುತರವಾದ ಪ್ರತಿಬಂಧವನ್ನೊಡ್ಡುತ್ತಿದ್ದವು. ಆದ್ದರಿಂದ ನಾನು ಅವರಿಗೆ ನನ್ನನ್ನು ಇಲ್ಲವೇ ಅವರನ್ನು ತೃಪ್ತಿಪಡಿಸವಷ್ಟರಮಟ್ಟಿಗೆ ಪಾಂಡಿತ್ಯವುಳ್ಳ ಶಿಕ್ಷಣವನ್ನು ಕೊಡಿಸಲು ನನಗೆ ಸಾಧ್ಯವಾಗಲಿಲ್ಲ. ಆದರೂ ನಾನು ನನ್ನ ಹಿಂದಿನ ದಿನಗಳನ್ನು ಅವಲೋಕಿಸಿದರೆ ನನ್ನ ಸಾಮರ್ಥ್ಯಕ್ಕೆ ತಕ್ಕಂತೆ ನಾನು ನನ್ನ ಕರ್ತವ್ಯವನ್ನು ನಿರ್ವಹಿಸಲಿಲ್ಲ ಎಂಬುದನ್ನು ನಾನು ಪೂರ್ಣವಾಗಿ ಒಪ್ಪಿಕೊಳ್ಳುವುದಿಲ್ಲ ಅವರನ್ನು ಸಾರ್ವಜನಿಕ ಶಾಲೆಗಳಿಗೆ ಕಳಿಸದಿದ್ದಕ್ಕಾಗಿ ನಾನು ಪಶ್ಚಾತ್ತಾಪಡುವುದಿಲ್ಲ. ನನ್ನ ಹಿರಿಯ ಮಗನಲ್ಲಿ ಇಂದು ನಾನು ಕಾಣುತ್ತಿರುವ ಅನೇಪೇಕ್ಷಿತವಾದ ವಿಶೇಷ ಲಕ್ಷಣಗಳು ಅಶಿಸ್ತಿನ ಮತ್ತು ನಿರ್ದಿಷ್ಟವಾಗಿ ರೂಪುಗೊಳ್ಳದ ನನ್ನ ಪ್ರಾರಂಭದ ಜೀವನದ ಪ್ರತಿ ಧ್ವನಿ ಎಂದು ನಾನು ಯಾವಾಗಲೂ ಅಂದುಕೊಳ್ಳುತ್ತಿರುತ್ತೇನೆ. ಆ ಕಾಲ ಅರ್ಧಬೆಂದ ಜ್ಞಾನದ ಮತ್ತು ಲೋಲುಪತೆಯ ಅವಧಿಯೆಂದು ನಾನು ಭಾವಿಸಿದ್ದೇನೆ. ನನ್ನ ಹಿರಿಯಮಗನು ತುಂಬಾ ಸುಲಭವಾಗಿ ಪ್ರಭಾವಕ್ಕೊಳಗಾಗುವ ಕಾಲ ಅದಾಗಿತ್ತು ಮತ್ತು ನನ್ನ ಆರಂಭಕಾಲದೊಂದಿಗೆ ಅದು ಹೊಂದಿಕೊಂಡಿತು. ಸಹಜವಾಗಿ ಅದು ನನ್ನ ಲೋಲುಪತೆಯ ಮತ್ತು ಅನನುಭವದ ಕಾಲವಾಗಿತ್ತು ಎಂದು ಪರಿಗಣಿಸಲು ನನ್ನ ಹಿರಿಯ ಮಗನು ನಿರಾಕರಿಸಿದ. ಅದಕ್ಕೆ ವಿರುದ್ಧವಾಗಿ ಅವನು ಆ ಕಾಲ ನನ್ನ ಅತ್ಯಂತ ಉಜ್ವಲವಾದ ಕಾಲ ಎಂದು ನಂಬಿಕೊಂಡ. ಮುಂದಿನ ದಿನಗಳಲ್ಲಿ ಪರಿಣಾಮ ಬೀರಿದ ಬದಲಾವಣೆಗಳು ಭ್ರಮೆ ಮತ್ತು ಅಜ್ಞಾನದ ಪ್ರಭಾವದಿಂದ ಆದವು. ಅವನು ಹಾಗೆ ಬೆಳೆದ. ನನ್ನ ಆರಂಭದ ವರ್ಷಗಳು ಜಾಗೃತಿಯ ಅವಧಿಯನ್ನು ಪ್ರತಿನಿಧಿಸಿದ್ದರೆ ಮುಂದಿನ ವರ್ಷಗಳು ತೀವ್ರಸುಧಾರಣೆಯ ಅವಧಿಯನ್ನು ಪ್ರತಿನಿಧಿಸುತ್ತವೆ ಎಂದು ಅವನು ಏಕೆ ಯೋಚಿಸಲಿಲ್ಲ? ಆಗಾಗ್ಗೆ ನಾನು ಗೆಳೆಯರಿಂದ ಅನೇಕ ಬಗೆಯ ದಿಗ್ಭ್ರಮೆಗೊಳಿಸುವ ಪ್ರಶ್ನೆಗಳನ್ನು ಎದುರಿಸುತ್ತಿರುತ್ತೇನೆ: ನಾನು ನನ್ನ ಮಕ್ಕಳಿಗೆ ಪಾಂಡಿತ್ಯಪೂರ್ಣವಾದ (ಅಕ್ಯಾಡೆಮಿಕಲ್) ಶಿಕ್ಷಣವನ್ನು ಕೊಡಿಸಿದ್ದರೆ ಅದರಲ್ಲಿ ಯಾವ ಕೇಡಿದೆ? ಈ ಪ್ರಕಾರ ಅವರ ರೆಕ್ಕೆಗಳನ್ನು ಕತ್ತರಿಸಲು ನನಗೆ ಯಾವ ಹಕ್ಕಿದೆ? ಅವರು ತಮಗೆ ಇಷ್ಟವಾದ ವೃತ್ತಿಗಳನ್ನು ಆರಿಸಿಕೊಳ್ಳುವುದರಲ್ಲಿ ಮತ್ತು ಪದವಿಗಳನ್ನು ಪಡೆಯುವ ಮಾರ್ಗದಲ್ಲಿ ನಾನೇಕೆ ಅಡ್ಡಬರಬೇಕು?

ಈ ಪ್ರಶ್ನೆಗಳಲ್ಲಿ ಭಾರಿ ಮಹತ್ವವಿದೆಯೆಂದು ನಾನು ಭಾವಿಸುವುದಿಲ್ಲ. ನಾನು ಅನೇಕ ವಿದ್ಯಾರ್ಥಿಗಳ ಪರಿಚಯ ಮಾಡಿಕೊಂಡಿದ್ದೇನೆ. ನಾನೇ ಸ್ವತಹ ಇಲ್ಲವೇ ಬೇರೆಯವರ ಮೂಲಕ ಇತರ ಮಕ್ಕಳ ಮೇಲೆ ಕೂಡಾ ನನ್ನ ಶಿಕ್ಷಣ ನೀತಿ(ಫ್ಯಾಡ್-ಖಯಾಲು)ಯನ್ನು ಬಲವಂತವಾಗಿ ಹೇರಲು ಪ್ರಯತ್ನಿಸಿದ್ದೇನೆ. ಅದರ ಫಲಿತಾಂಶಗಳನ್ನು ಕೂಡಾ ಗಮನಿಸಿದ್ದೇನೆ. ನನ್ನ ತಿಳಿವಳಿಕೆಗೆ ಬಂದಿರುವ ಪ್ರಕಾರ ನನ್ನ ಮಕ್ಕಳ ಸಮಕಾಲೀನರಾಗಿರುವ ಅನೇಕ ಯುವಕರು ಇಂದೂ ಇದ್ದಾರೆ. ಅವರಲ್ಲಿ ಪ್ರತಿಯೊಬ್ಬರನ್ನು ಗಮನಿಸಿದರೂ ಅವರು ನನ್ನ ಮಕ್ಕಳಿಗಿಂತ ಉತ್ತಮರಾಗಿದ್ದಾರೆ ಮತ್ತು ಅಥವಾ ನನ್ನ ಮಕ್ಕಳು ಅವರಿಂದ ತುಂಬಾ ಕಲಿತುಕೊಳ್ಳಬೇಕಾದದ್ದಿದೆ ಎಂದು ನಾನು ಭಾವಿಸಿಲ್ಲ.

ನನ್ನ ಪ್ರಯೋಗಗಳ ಅಂತಿಮ ಫಲಿತಾಂಶ ಭವಿಷ್ಯತ್ತಿನ ಗರ್ಭದಲ್ಲಿದೆ. ಈ ವಿಷಯವನ್ನು ಇಲ್ಲಿ ಚರ್ಚಿಸಿರುವುದರ ನನ್ನ ಉದ್ದೇಶವೇನೆಂದರೆ ನಾಗರಿಕತೆಯ ಇತಿಹಾಸದ ಅಧ್ಯಯನ ನಡೆಸುವ ವಿದ್ಯಾರ್ಥಿಯು ಶಿಸ್ತಿನಿಂದ ಕೂಡಿರುವ ಮನೆಯ ಶಿಕ್ಷಣ ಮತ್ತು ಶಾಲಾ ಶಿಕ್ಷಣದ ನಡುವೆ ಸ್ವಲ್ಪಮಟ್ಟಿನ ವ್ಯತ್ಯಾಸವನ್ನು ಗುರುತಿಸಬಹುದು. ತಂದೆತಾಯಿಯರು ರೂಢಿಗೆ ತರುವ ಬದಲಾವಣೆಗಳ ಮೂಲಕ ಮಕ್ಕಳಲ್ಲಿ ಉಂಟಾಗುವ ಪರಿಣಾಮವನ್ನು ಕೂಡಾ ಗುರುತಿಸಬಹುದು. ಈ ಅಧ್ಯಾಯದ ಉದ್ದೇಶ ಯಾವುದೆಂದರೆ ಸತ್ಯದೊಂದಿಗೆ ನಾನು ನಡೆಸಿದ್ದ ಪ್ರಯೋಗಗಳಿಂದ ಸತ್ಯದ ಉಪಾಸಕನು ಎಷ್ಟು ದೂರದವರೆಗೆ ಸಾಗುತ್ತಾನೆ ಎಂಬುದನ್ನು ತೋರಿಸುವುದೇ ಆಗಿದೆ. ನನ್ನಲ್ಲಿ ಸ್ವಾಭಿಮಾನದ ಪ್ರಜ್ಞೆಯಿರದಿದ್ದರೆ ಮತ್ತು ಇತರ ಮಕ್ಕಳಿಗೆ ದೊರೆಯದಿದ್ದಂತಹ ಶಿಕ್ಷಣ ನನ್ನ ಮಕ್ಕಳಿಗೆ ದೊರೆಯಲಿ ಎಂದು ಇಚ್ಛಿಸದಿದ್ದಿದ್ದರೆ ನಾನು ಅವರಿಗೆ ಇಚ್ಛಾಸ್ವಾತಂತ್ಯ ಇರುವಂತಹ ವಸ್ತು ನಿಷ್ಠ ಶಿಕ್ಷಣವನ್ನು ಕೊಡಲಾಗದೇ ಅವರನ್ನು ವಂಚಿಸುತ್ತಿದ್ದೆ. ಪಾಂಡಿತ್ಯಪೂರ್ಣ ತರಬೇತಿಯನ್ನು ಅವರಿಗೆ ಕೊಟ್ಟಿದ್ದರೆ ನಾನು ಅವರಲ್ಲಿ ಈಗ ಇರುವಂತಹ ಸ್ವಾಭಿಮಾನವನ್ನು ದೊರಕಿಸಿಕೊಡದಿದ್ದರೆ ಅವರು ವಂಚಿತರಾಗುತ್ತಿದ್ದರು. ಇಚ್ಛಾಸ್ವಾತಂತ್ರ್ಯ ಮತ್ತು ಕಲಿಕೆ ಇವುಗಳಲ್ಲಿ ಯಾವುದಾದರೊಂದನ್ನು ಆಯ್ಕೆಮಾಡಿಕೊಳ್ಳಬೇಕೆಂದಿದ್ದರೆ ಇಚ್ಛಾ ಸ್ವಾತಂತ್ರ್ಯವೇ ಕಲಿಕೆಗಿಂತ ಸಾವಿರ ಪಾಲಿನಷ್ಟು ಉತ್ತಮ ಎಂದು ಯಾರು ತಾನೇ ಹೇಳುವುದಿಲ್ಲ?

1920ರಲ್ಲಿ ಈ ಗುಲಾಮಗಿರಿಯ ಕೋಟೆಗಳಿಂದ ಅಂದರೆ ಶಾಲೆಗಳು ಮತ್ತು ಕಾಲೇಜುಗಳಿಂದ ಹೊರಬರಬೇಕೆಂದು ಯುವಕರಿಗೆ ಕರೆಕೊಟ್ಟಿದ್ದೆ. ಗುಲಾಮಗಿರಿಯ ಸರಪಳಿಯಿಂದ ಬಂಧಿಸಲ್ಪಟ್ಟಿರುವ ಪಾಂಡಿತ್ಯಪೂರ್ಣ ಶಿಕ್ಷಣ ಪಡೆಯಲು ಹೋಗುವುದಕ್ಕಿಂತಲೂ ಸ್ವಾತಂತ್ರ್ಯವನ್ನು ಸಂಪಾದಿಸಿಕೊಳ್ಳಲು ಕಲ್ಲುಗಳನ್ನು ಒಡೆಯುವುದು ಉತ್ತಮ ಎಂದು ಅವರಿಗೆ ಕರೆಕೊಟ್ಟಿದ್ದೆ. ಅಂತಹ ಸನ್ನಿವೇಶದಲ್ಲಿ ಅಕ್ಷರ ಕಲಿಯದಿರುವುದೇ ತುಂಬಾ ಉತ್ತಮ ಎಂದು ಹೇಳಿದ್ದೆ. ಪ್ರಾಯಶಃ ನನ್ನ ಸಲಹೆಯ ಮೂಲವನ್ನು ಅವರು ಈಗ ಹುಡುಕಿಕೊಳ್ಳಬಹುದು.

6. ಸೇವಾಮನೋಭಾವ

ನನ್ನ ವೃತ್ತಿ ಚೆನ್ನಾಗಿ ವೃದ್ಧಿಯಾಗುತ್ತಿತ್ತು. ಆದರೆ ಅದು ನನಗೆ ತೃಪ್ತಿ ಕೊಟ್ಟಿರಲಿಲ್ಲ. ನನ್ನ ಜೀವನವನ್ನು ಇನ್ನಷ್ಟು ಸರಳಗೊಳಿಸುವ ಮತ್ತು ನನ್ನ ಸಹಜೀವಗಳಿಗೆ ಸೇವೆಮಾಡಲು ಕೆಲವು ನಿರ್ದಿಷ್ಟ ಕಾರ್ಯಗಳಲ್ಲಿ ತೊಡಗುವ ಪ್ರಶ್ನೆ ನನ್ನನ್ನು ಎಡಬಿಡದೇ ಕಾಡುತಿತ್ತು. ಒಬ್ಬ ಕುಷ್ಠರೋಗಿ ನನ್ನ ಬಾಗಿಲಿಗೆ ಬಂದಾಗ ಆಶ್ರಯ ನೀಡಿದೆ. ಅವನ ಗಾಯಗಳನ್ನು ತೊಳೆದು ಔಷಧಿ ಹಚ್ಚಿ ಬಟ್ಟೆ ಕಟ್ಟಿದೆ. ಅವನನ್ನು ನೋಡಿಕೊಳ್ಳಲಾರಂಭಿಸಿದೆ. ಆದರೆ ನಾನು ಅನಿರ್ದಿಷ್ಟವಾಗಿ ಈ ರೀತಿಯಲ್ಲಿ ಯಾವಾಗಲೂ ನೋಡಿಕೊಳ್ಳುವುದು ಅಸಾಧ್ಯವಾಗಿತ್ತು. ಅಂತಹ ಶಕ್ತಿ ನನ್ನಲ್ಲಿರಲಿಲ್ಲ. ಇಚ್ಛಾ ಶಕ್ತಿ ನನ್ನಲ್ಲಿ ಯಾವಾಗಲೂ ಇರುತ್ತಿರಲಿಲ್ಲ. ಆದ್ದರಿಂದ ನಾನು ಅವನನ್ನು ಕರಾರುಬದ್ಧ ಕೂಲಿಗಳಿಗಾಗಿ ಇದ್ದ ಸರ್ಕಾರಿ ಆಸ್ಪತ್ರೆಗೆ ಕಳಿಸಿಕೊಟ್ಟೆ.

ಆದರೆ ನಾನಿನ್ನೂ ನಿರಾತಂಕವಾಗಿರಲಿಲ್ಲ. ಖಾಯಮ್ಮಾಗಿ ಯಾವುದಾದರೊಂದು ಮಾನವೀಯ ಕೆಲಸದಲ್ಲಿ ತೊಡಗಬೇಕೆಂದು ಹಂಬಲಿಸುತ್ತಿದ್ದೆ. ಡಾ. ಬೂತ್‌ಅವರು ಸಂತ ಐಡಾನ್‌ನ ಮಿಷಿನ್‌ನ ಮುಖ್ಯಸ್ಥರಾಗಿದ್ದರು. ಅವರು ದಯಾಹೃದಯವುಳ್ಳವರಾಗಿದ್ದರು ಮತ್ತು ತಮ್ಮ ರೋಗಿಗಳಿಗೆ

ಪುಕ್ಕಟೆಯಾಗಿ ಚಿಕಿತ್ಸೆ ನೀಡುತ್ತಿದ್ದರು. ಪಾರ್ಸಿ ರುಸ್ತೋಮ್‌ಜೀ ಅವರಿಗೆ ವಂದನೆಗಳು ಸಲ್ಲಬೇಕು. ಅವರ ಔದಾರ್ಯದ ಫಲವಾಗಿ ಡಾ. ಬೂತ್‌ಅವರ ಮೇಲ್ವಿಚಾರಣೆಯಲ್ಲಿ ಸಣ್ಣ ಧರ್ಮಾರ್ಥದ ಆಸ್ಪತ್ರೆಯನ್ನು ತೆರೆಯಲಾಯಿತು. ಈ ಆಸ್ಪತ್ರೆಯಲ್ಲಿ ನಾನು ದಾದಿಯಾಗಿ ಸೇವೆಸಲ್ಲಿಸಬೇಕೆಂಬ ಮನಸ್ಸುಳ್ಳವನಾಗಿದ್ದೆ.. ಔಷಧಿಗಳನ್ನು ವಿತರಿಸುವ ಕಾರ್ಯಕ್ಕೆ ಪ್ರತಿದಿನವೂ ಒಂದರಿಂದ ಎರಡುಗಂಟೆಗಳಷ್ಟು ಸಮಯ ಬೇಕಾಗುತ್ತಿತ್ತು. ಆ ಸಮಯದಲ್ಲಿ ನಾನು ಕಛೇರಿಯ ಕೆಲಸವನ್ನು ಬಿಟ್ಟು ಈ ಕೆಲಸಕ್ಕೆ ಆ ಸಮಯವನ್ನು ವಿನಿಯೋಗಿಸಲು ಮನಸ್ಸು ಮಾಡಿದೆ. ಆಸ್ಪತ್ರೆಗೆ ಅಂಟಿಕೊಂಡಂತಿದ್ದ ದವಾಖಾನೆ(ಡಿಸ್ಪೆನ್ಸರಿ)ಯಲ್ಲಿ ಕಾಂಪೌಂಡರ್ ಸ್ಥಾನವನ್ನು ತುಂಬಿದೆ. ನನ್ನ ವಕೀಲಿ ವೃತ್ತಿಯ ಕೆಲಸದಲ್ಲಿ ಹೆಚ್ಚು ಭಾಗ ನ್ಯಾಯವಾದಿ ಕೊಠಡಿಯಲ್ಲಿ ಕೂತು ಕೆಲಸಮಾಡುವುದರಲ್ಲಿ ಕಳೆದುಹೋಗುತ್ತಿತ್ತು. ಅಭಿಪ್ರಾಯ ಮೊದಲಾದವನ್ನು ಕಕ್ಷಿಗಾರರಿಗೆ ತಿಳಿಸುವುದು ಮತ್ತು ಎರಡು ಪಕ್ಷಗಳ ನಡುವಣ ವ್ಯಾಜ್ಯಗಳಲ್ಲಿ ಮಧ್ಯಸ್ಥಿಕೆ ಮುಖ್ಯವಾಗಿ ನನ್ನ ವೃತ್ತಿಗೆ ಸಂಬಂಧಿಸಿದ ಕೆಲಸಗಳಾಗಿದ್ದವು. ಮ್ಯಾಜಿಸ್ಟ್ರೇಟ್ ನ್ಯಾಯಾಲಯದಲ್ಲಿ ಕೆಲವು ಮೊಕದ್ದಮೆಗಳು ಮಾತ್ರ ನನಗೆ ಇರುತ್ತಿದ್ದವು. ಅವುಗಳಲ್ಲಿ ಬಹುಪಾಲು ವಿವಾದಾಸ್ಪದವಾಗಿರುತ್ತಿರಲಿಲ್ಲ. ನನ್ನನ್ನು ಅನುಸರಿಸಿ ದಕ್ಷಿಣ ಆಫ್ರಿಕಕ್ಕೆ ಬಂದಿದ್ದ ಮಿ. ಖಾನ್ ಆಗ ನನ್ನ ಜತೆಯಲ್ಲಿ ವಾಸಿಸುತ್ತಿದ್ದರು ಮತ್ತು ಅವರು ಆ ಮೊಕದ್ದಮೆಗಳನ್ನು ನಾನು ಗೈರುಹಾಜರಾದಾಗ ನೋಡಿಕೊಳ್ಳುತ್ತಿದ್ದರು. ಆದ್ದರಿಂದ ನನಗೆ ಸಣ್ಣ ಆಸ್ಪತ್ರೆಯಲ್ಲಿ ಸೇವೆ ಸಲ್ಲಿಸಲು ಸಮಯ ಸಿಗುತ್ತಿತ್ತು. ಬೆಳಗಿನ ಹೊತ್ತಿನಲ್ಲಿ ಎರಡು ಗಂಟೆಗಳನ್ನು ಈ ಕೆಲಸಕ್ಕೆ ವಿನಿಯೋಗಿಸುತ್ತಿದ್ದೆ. ಇದರಲ್ಲಿ ಆಸ್ಪತ್ರೆಗೆ ಹೋಗುವ ಮತ್ತು ಬರುವ ಸಮಯ ಕೂಡಾ ಸೇರಿರುತ್ತಿತ್ತು. ನನ್ನ ಮನಸ್ಸಿಗೆ ಇದರಿಂದ ಸ್ವಲ್ಪಮಟ್ಟಿಗೆ ಶಾಂತಿ ಸಿಕ್ಕಿತು. ರೋಗಿಗಳ ಬೇನೆಯನ್ನು ಅರಿತುಕೊಳ್ಳುವುದು, ಆ ಮಾಹಿತಿಯನ್ನು ವೈದ್ಯರ ಮುಂದೆ ಇಡುವುದು ಮತ್ತು ವೈದ್ಯರು ಸೂಚಿಸಿದ ಔಷದವನ್ನು ತಯಾರಿಸಿ ಕೊಡುವುದು ನನ್ನ ಕೆಲಸವಾಗಿತ್ತು. ಇದರಿಂದಾಗಿ ಯಾತನೆಯನ್ನನುಭವಿಸುತ್ತಿದ್ದ ಭಾರತಿಯರೊಂದಿಗೆ ನನ್ನ ನಿಕಟ ಸಂಪರ್ಕ ಬೆಳೆಯಿತು. ಅವರಲ್ಲಿ ಹೆಚ್ಚಿನವರು ಕರಾರುಬದ್ಧ ಶ್ರಮಿಕರಾಗಿದ್ದ ತಮಿಳರು, ತೆಲುಗರು ಮತ್ತು ಉತ್ತರ ಭಾರತದವರಾಗಿದ್ದರು.

ಈ ಅನುಭವ ನನಗೆ ತುಂಬಾ ಸಹಾಯ ಮಾಡಿತು. ಬೋ ಅರ್(ದಕ್ಷಿಣ ಆಫ್ರಿಕದ ಡಚ್‌ನಿವಾಸಿ) ಯುದ್ಧದ ಕಾಲದಲ್ಲಿ ಗಾಯಗೊಂಡಿದ್ದ ಮತ್ತು ಕಾಯಿಲೆ ಮಲಗಿದ್ದ ಸೈನಿಕರ ಶುಶ್ರೂಷೆಮಾಡಿ ಸೇವೆ ಸಲ್ಲಿಸಲು ಮುಂದೆ ಬಂದಿದ್ದ.

ಬೆಳಯುತ್ತಿರುವ ಮಕ್ಕಳ ಪ್ರಶ್ನೆ ಯಾವಾಗಲೂ ನನ್ನ ಮುಂದಿರುತ್ತಿತ್ತು. ನನಗೆ ದಕ್ಷಿಣ ಆಫ್ರಿಕದಲ್ಲಿ ಹುಟ್ಟಿದ್ದ ಇಬ್ಬರು ಮಕ್ಕಳಿದ್ದರು. ಅವರ ಬೆಳೆವಣಿಗೆಯನ್ನು ಕುರಿತಂತೆ ಇದ್ದ ಸಮಸ್ಯೆಯನ್ನು ಬಗೆಹರಿಸಿಕೊಳ್ಳಲು ಆಸ್ಪತ್ರೆಯಲ್ಲಿ ನಾನು ಸಲ್ಲಿಸುತ್ತಿದ್ದ ಸೇವೆ ಸಹಾಯಮಾಡಿತು. ನನ್ನ ಧೀರ ಪ್ರವೃತ್ತಿ ಯಾವಾಗಲು ನನ್ನ ಪ್ರಯೋಗದ ಅವಿಚ್ಛಿನ್ನ ಆಕರವಾಗಿರುತ್ತಿತ್ತು. ನನ್ನ ಹೆಂಡತಿಯ ಹೆರಿಗೆಯ ಸಮಯದಲ್ಲಿ ಅತ್ಯುತ್ತಮ ವೈದ್ಯಕೀಯ ನೆರವನ್ನು ಪಡೆಯಬೇಕೆಂದು ನನ್ನ ಹೆಂಡತಿ ಮತ್ತು ನಾನು ನಿರ್ಧರಿಸಿದ್ದೆವು. ಆದರೆ ಸರಿಯಾದ ಸಮಯದಲ್ಲಿ ವೈದ್ಯ ಮತ್ತು ದಾದಿ ಥಟ್ಟನೆ ನಮ್ಮನ್ನು ಬಿಟ್ಟು ಹೊರಟು ಹೋಗಿಬಿಟ್ಟರೆ ನಾನು ಏನು ಮಾಡಬೇಕು? ಆ

ಸಮಯದಲ್ಲಿ ಭಾರತೀಯ ಮಹಿಳೆಯೊಬ್ಬಳು ದಾದಿಯಾಗಿರಬೇಕು. ಭಾರತದಲ್ಲಿರುವಂತೆ ದಕ್ಷಿಣ ಆಫ್ರಿಕದಲ್ಲಿ ಕೂಡಾ ತರಬೇತಿ ಪಡೆದ ಭಾರತೀಯ ದಾದಿಯನ್ನು ಪಡೆಯಲು ಇರುವ ಕಷ್ಟವನ್ನು ಯಾರಾದರೂ ಸುಲಭವಾಗಿ ಕಲ್ಪನೆಮಾಡಿಕೊಳ್ಳಬಹುದು. ನಾನು ಡಾ. ತ್ರಿಭುವನ್‌ದಾಸ್‌ಅವರ ಪುಸ್ತಕ 'ಮಾನೆ ಶಿಖಾಮಣಿ' (ತಾಯಿಗೆ ಶಿಕ್ಷಣ)ವನ್ನು ಓದಿದೆ. ಆ ಪುಸ್ತಕದಲ್ಲಿ ಕೊಟ್ಟಿರುವ ಸೂಚನೆಗಳ ಪ್ರಕಾರ ಇಬ್ಬರು ಮಕ್ಕಳ ಶುಶ್ರೂಷೆಮಾಡಿದೆ. ಬೇರೆ ಕಡೆಗಳಲ್ಲಿ ನಾನು ಗಳಿಸಿಕೊಂಡಿದ್ದ ಅಂತಹ ಅನುಭವವನ್ನು ಅಲ್ಲಿ ಇಲ್ಲಿ ಹದವಾಗಿ ಬಳಸಿಕೊಳ್ಳುವ ಮೂಲಕ ಮಕ್ಕಳ ಶುಶ್ರೂಷೆ ಮಾಡಿದೆ. ಒಬ್ಬಳು ದಾಸಿಯ ಸೇವೆಯನ್ನು ಬಳಸಿಕೊಳ್ಳಲಾಯ್ತು. ಆದರೆ ಪ್ರತಿಬಾರಿಯೂ ಎರಡು ತಿಂಗಳುಗಳಿಗಿಂತ ಹೆಚ್ಚಾಗಿ ಆಕೆಯ ಸೇವೆಯನ್ನು ಬಳಸಿಕೊಳ್ಳಲಿಲ್ಲ. ಮುಖ್ಯವಾಗಿ ನನ್ನ ಹೆಂಡತಿಗೆ ಸಹಾಯಮಾಡಲು ದಾದಿಯ ಸೇವೆಯನ್ನು ಬಳಸಿಕೊಳ್ಳಲಾಗಿತ್ತು. ಆದರೆ ಶಿಶುಗಳನ್ನು ನೋಡಿಕೊಳ್ಳುವ ಕೆಲಸಕ್ಕೆ ದಾದಿಯ ಸೇವೆಯನ್ನು ಬಳಸಿಕೊಳ್ಳಲಿಲ್ಲ. ನಾನೇ ಸ್ವತಹ ಆ ಹೊಣೆಯನ್ನು ಹೊತ್ತುಕೊಂಡಿದ್ದೆ.

ಕಡೆಯ ಶಿಶು ಜನಿಸಿದಾಗ ನಾನು ಅತ್ಯಂತ ಕಠೋರ ಪರೀಕ್ಷೆಯನ್ನು ಎದುರಿಸಬೇಕಾಯ್ತು. ಥಟ್ಟನೇ ಹೆರಿಗೆಯ ನೋವು ಆರಂಭವಾದಾಗ ತಕ್ಷಣವೇ ವೈದ್ಯನು ಸಿಗಲಿಲ್ಲ. ಸ್ಥಳದಲ್ಲೇ ಇದ್ದಿದ್ದರೂ ಆಕೆಗೆ ಹೆರಿಗೆಗೆ ಸಹಾಯಮಾಡಲಾಗುತ್ತಿರಲಿಲ್ಲ. ನನ್ನ ಹೆಂಡತಿ ಸುರಕ್ಷಿತವಾಗಿ ಶಿಶುವನ್ನು ಹೆರುವಂತೆ ನಾನೇ ನೋಡಿಕೊಂಡೆ. ಡಾ. ತ್ರಿಭುವನ್‌ದಾಸ್‌ಅವರ ಕೃತಿಯಲ್ಲಿ ವಿವರಿಸಲಾಗಿದ್ದ ವಿಷಯವನ್ನು ತುಂಬಾ ಎಚ್ಚರದಿಂದ ಅಧ್ಯಯನ ಮಾಡಿದ್ದರಿಂದ ನನಗೆ ಅಮೂಲ್ಯವಾದ ನೆರವು ಸಿಕ್ಕಿತ್ತು. ನಾನು ಧೈರ್ಯವನ್ನು ಕಳೆದುಕೊಳ್ಳಲಿಲ್ಲ.

ಮಕ್ಕಳನ್ನು ಚೆನ್ನಾಗಿ ಬೆಳೆಸಲು ತಂದೆತಾಯಿಯರು ಶಿಶುಗಳ ಪಾಲನೆ ಮತ್ತು ಪೋಷಣೆಯ ಬಗ್ಗೆ ಸಾಮಾನ್ಯ ಜ್ಞಾನವನ್ನು ಹೊಂದಿರಬೇಕು ಎಂದು ನನಗೆ ಮನದಟ್ಟಾಗಿದೆ. ಪ್ರತಿಯೊಂದು ಹೆಜ್ಜೆಯಲ್ಲೂ ವಿಷಯವನ್ನು ಎಚ್ಚರದಿಂದ ಅಧ್ಯಯನಮಾಡಿದ್ದರಿಂದ ನನಗೆ ಪ್ರಯೋಜನಗಳಾದವು ಎಂಬುದನ್ನು ಕಂಡುಕೊಂಡಿದ್ದೇನೆ. ನಾನು ಆ ವಿಷಯವನ್ನು ಅಧ್ಯಯನ ಮಾಡಿರದಿದ್ದರೆ ಮತ್ತು ಆ ಜ್ಞಾನವನ್ನು ಕಾರ್ಯರೂಪಕ್ಕೆ ತರದಿದ್ದಿದ್ದರೆ ಇಂದು ಮಕ್ಕಳು ಅನುಭವಿಸುತ್ತಿರುವ ಸರ್ವಸಾಮಾನ್ಯ ಮಟ್ಟದ ಆರೋಗ್ಯವನ್ನು ಅನುಭವಿಸುತಿರಲಿಲ್ಲ. ಮಗು ತನ್ನ ಜೀವನಾರಂಭದ ಐದುವರ್ಷಗಳಲ್ಲಿ ಏನನ್ನೂ ಕಲಿಯುವುದಿಲ್ಲ ಎಂಬ ಒಂದು ಬಗೆಯ ಮೂಢನಂಬಿಕೆಯಡಿಯಲ್ಲಿ ನಾವು ಕಷ್ಟಪಡುತ್ತಿರುತ್ತೇವೆ. ಆದರೆ ಇದಕ್ಕೆ ಪ್ರತಿಯಾಗಿ ಹೇಳುವುದಾದರೆ ಮಗು ತನ್ನ ಆರಂಭದ ಐದುವರ್ಷಗಳಲ್ಲಿ ಏನು ಕಲಿಯುತ್ತದೆಯೋ ಅದನ್ನು ಮುಂದಿನ ವರ್ಷಗಳಲ್ಲಿ ಕಲಿಯುವುದಿಲ್ಲ ಎಂಬುದು ವಾಸ್ತವಾಂಶವಾಗಿದೆ. ಮಗುವಿನ ಶಿಕ್ಷಣ ಗರ್ಭಧಾರಣೆಯೊಂದಿಗೆ ಆರಂಭವಾಗುತ್ತದೆ. ಗರ್ಭಧಾರಣೆಯ ಸಮಯದಲ್ಲಿ ತಂದೆತಾಯಿಯರ ದೈಹಿಕ ಮತ್ತು ಮಾನಸಿಕ ಸ್ಥಿತಿ ಏನಿರುತ್ತದೆಯೋ ಅದು ಶಿಶುವಿನಲ್ಲಿ ಮತ್ತೆ ಉತ್ಪನ್ನವಾಗುತ್ತದೆ. ತರುವಾಯ ಗರ್ಭಿಣಿಯಾಗಿದ್ದ ಕಾಲದಲ್ಲಿ ತಾಯಿಯ ಭಾವನೆಗಳು, ಅಪೇಕ್ಷೆಗಳು ಮತ್ತು ಮನೋಭಾವ ಹಾಗೆಯೇ ಅವಳ ಜೀವನ ವಿಧಾನಗಳು ಕೂಡಾ ಒಂದೇ ಸಮನೇ ಶಿಶುವಿನ ಮೇಲೆ ಪ್ರಭಾವ ಬೀರುತ್ತಿರುತ್ತವೆ.

ಹುಟ್ಟಿದ ತರುವಾಯ ಮಗು ತಂದೆತಾಯಿಯರನ್ನು ಅನುಕರಿಸುತ್ತದೆ ಮತ್ತು ಸಾಕಷ್ಟು ವರ್ಷಗಳ ಕಾಲ ತನ್ನ ಬೆಳವಣಿಗೆಗೆ ಮಗು ಪೂರ್ಣವಾಗಿ ಅವರನ್ನು ಅವಲಂಬಿಸಿರುತ್ತದೆ.

ಈ ವಿಚಾರಗಳನ್ನು ಗ್ರಹಿಸಿಕೊಂಡಿರುವ ತಂದೆತಾಯಿಯರು ತಮ್ಮ ಭೋಗಾಪೇಕ್ಷೆಗಾಗಿ ಲೈಂಗಿಕ ಸಂಪರ್ಕವನ್ನು ಹೊಂದುವುದಿಲ್ಲ. ಆದರೆ ಮಕ್ಕಳನ್ನು ಅಪೇಕ್ಷಿಸಿದಾಗ ಮಾತ್ರ ಅವರು ಪರಸ್ಪರ ಕೂಡುತ್ತಾರೆ. ಲೈಂಗಿಕ ಕ್ರಿಯೆಯು ನಿದ್ರೆ ಅಥವಾ ಊಟದಂತೆ ಅವಶ್ಯಕವಾಗಿರುವ ಸ್ವತಂತ್ರ ಕ್ರಿಯೆಯಾಗಿದೆ ಎಂದು ನಂಬುವುದು ಅಜ್ಞಾನದ ಪರಮಾವಧಿ ಎಂದು ನಾನು ಭಾವಿಸಿದ್ದೇನೆ. ವಿಶ್ವವು ತನ್ನ ಅಸ್ತಿತ್ವಕ್ಕೆ ಸಂತಾನಕ್ರಿಯೆಯನ್ನು ಅವಲಂಬಿಸಿದೆ. ಏಕೆಂದರೆ ವಿಶ್ವ ಎನ್ನುವುದು ದೇವರ ಆಟದ ಅಂಗಳವಾಗಿದೆ ಮತ್ತು ಅವನ ವೈಭವದ ಪ್ರತಿಬಿಂಬವಾಗಿದೆ. ಸಂತಾನ ಕ್ರಿಯೆಯು ವಿಶ್ವದ ಕ್ರಮಬದ್ಧವಾದ ಬೆಳವಣಿಗೆಯಿಂದ ನಿಯಂತ್ರಿಸಲ್ಪಡಬೇಕು. ಯಾರು ಇದನ್ನು ಗ್ರಹಿಸಿಕೊಂಡಿರುತ್ತಾರೋ ಅವನು ಯಾವರೀತಿಯಿಂದಾದರೂ ಭೋಗಾಪೇಕ್ಷೆಯನ್ನು ನಿಯಂತ್ರಿಸುತ್ತಾನೆ. ತನ್ನ ಸಂತಾನದ ದೈಹಿಕ, ಮಾನಸಿಕ ಮತ್ತು ಪಾರಮಾರ್ಥಿಕ ಕ್ಷೇಮಕ್ಕಾಗಿ ಅವಶ್ಯಕವಾಗಿರುವ ಜ್ಞಾನವನ್ನು ಗಳಿಸಿಕೊಂಡು ಸುಸಜ್ಜಿತನಾಗಿರುತ್ತಾನೆ. ಆ ಜ್ಞಾನದ ಲಾಭವನ್ನು ತನ್ನ ವಂಶಜರಿಗೆ ನೀಡುತ್ತಾನೆ.

7. ಬ್ರಹ್ಮಚರ್ಯ-1

ಈ ಕಥೆಯಲ್ಲಿ ನಾನು ಬ್ರಹ್ಮಚರ್ಯ ವ್ರತವನ್ನು
ತೆಗೆದುಕೊಳ್ಳುವುದರ ಬಗ್ಗೆ ಗಂಭೀರವಾಗಿ ಚಿಂತಿಸುವ
ಹಂತಕ್ಕೆ ಬಂದು ಮುಟ್ಟಿದ್ದೇವೆ. ನಾನು
ಮದುವೆಯಾದಾಗಿನಿಂದಲೂ ಏಕ ಪತ್ನಿತ್ವದ ಆದರ್ಶಕ್ಕೆ
ಕಡುನಿಷ್ಠೆಯಿಂದ ಕಟ್ಟುಬಿದ್ದಿದ್ದೆ. ನನ್ನ ಹೆಂಡತಿಯೊಂದಿಗೆ
ನಿಷ್ಠೆಯಿಂದ ನಡೆದುಕೊಳ್ಳುವುದು ಸತ್ಯವನ್ನು ಪ್ರೀತಿಸುವ
ಒಂದು ಭಾಗವಾಗಿತ್ತು. ಆದರೆ ದಕ್ಷಿಣ ಆಫ್ರಿಕದಲ್ಲಿ ನಾನು
ನನ್ನ ಹೆಂಡತಿಯ ವಿಷಯದಲ್ಲಿ ಕೂಡಾ ಬ್ರಹ್ಮಚರ್ಯವನ್ನು
ಆಚರಿಸುವ ಮಹತ್ವವನ್ನು ಅರಿತುಕೊಂಡೆ. ಯಾವ
ಸನ್ನಿವೇಶಗಳು ಅಥವಾ ಯಾವ ಪುಸ್ತಕ ಆ ದಿಕ್ಕಿನಲ್ಲಿ
ನನ್ನ ಚಿಂತನೆಗಳನ್ನು ರೂಪಿಸಿತು ಎಂಬುದರ ಬಗ್ಗೆ
ಖಚಿತವಾಗಿ ಹೇಳಲಾರೆ. ಆದರೆ ರಾಯ್‌ಚಂದ್‌ಭಾಯ್
ಅವರ ಪ್ರಭಾವ ಪ್ರಬಲವಾಗಿತ್ತು ಎಂದು ನಾನು ನೆನಪಿಗೆ
ತಂದುಕೊಳ್ಳಬಲ್ಲೆ. ನಾನು ಅವರಿಗೆ ಆಗಲೇ ಈ ಬಗ್ಗೆ
ಬರೆದಿದ್ದೆ. ಅವರೊಂದಿಗೆ ನಡೆದ ಸಂವಾದವನ್ನು
ಈಗಲೂ ನಾನು ನೆನಪಿಗೆ ತಂದುಕೊಳ್ಳಬಲ್ಲೆ. ಒಂದು
ಸಂದರ್ಭದಲ್ಲಿ ನಾನು ಶ್ರೀಮತಿ ಮಿಸೆಸ್ ಗ್ಲ್ಯಾಡ್‌ಸ್ಟನ್
ಆಕೆಯ ಗಂಡನ ಮೇಲಿಟ್ಟಿದ್ದ ನಿಷ್ಠೆಯನ್ನು ತುಂಬಾ
ಪ್ರಶಂಸಿಸಿ ಮಾತಡಿದ್ದೆ. ಶ್ರೀಮತಿ ಗ್ಲ್ಯಾಡ್‌ಸ್ಟನ್ ಹೌಸ್

ಆಫ್ ಕಾಮನ್ಸ್(ಕಾಮನ್ಸ್ ಸಭೆ)ನಲ್ಲಿ ಕೂಡಾ ಶ್ರೀಮಾನ್ ಮಿಸ್ಟರ್ ಗ್ಲ್ಯಾಡ್‌ಸ್ಟನ್ ಅವರಿಗೆ ಟೀ ಮಾಡಿಕೊಡಲು ಪಟ್ಟುಹಿಡಿದಿದ್ದಳು ಎಂಬ ಸಂಗತಿಯನ್ನು ನಾನು ಎಲ್ಲೋ ಒಂದು ಕಡೆ ಓದಿದ್ದೆ. ಇದು ಈ ಹೆಸರಾಂತ ದಂಪತಿಗಳ ಜೀವನದಲ್ಲಿ ಒಂದು ನಿಯಮವೇ ಆಯಿತು. ಅವರ ಕ್ರಿಯೆಗಳೆಲ್ಲವೂ ಕ್ರಮಬದ್ಧವಾಗಿದ್ದವು. ನಾನು ಈ ವಿಷಯವನ್ನು ಕವಿಗೆ ತಿಳಿಸಿದೆ ಮತ್ತು ಪ್ರಾಸಂಗಿಕವಾಗಿ ದಾಂಪತ್ಯ ಪ್ರೇಮವನ್ನು ಪ್ರಶಂಸಿಸಿದೆ. 'ಈ ಇಬ್ಬರಲ್ಲಿ ಯಾರ ಪ್ರೇಮವನ್ನು ನೀವು ಅಮೂಲ್ಯವೆಂದು ಭಾವಿಸುವಿರಿ?' ಎಂದು ರಾಯ್‌ಚಂದ್‌ಭಾಯ್ ಪ್ರಶ್ನಿಸಿದರು. 'ಶ್ರೀಮತಿ ಗ್ಲ್ಯಾಡ್‌ಸ್ಟನ್ ತನ್ನ ಗಂಡನಿಗೆ ಹೆಂಡತಿಯಾಗಿ ತೋರಿಸುತ್ತಿದ್ದ ಪ್ರೇಮವೇ ಅಥವಾ ಶ್ರೀಮಾನ್ ಗ್ಲಾಡ್‌ಸ್ಟನ್‌ನೊಂದಿಗೆ ಆಕೆ ಹೊಂದಿದ್ದ ಸಂಬಂಧವನ್ನು ಗಣನೆಗೆ ತೆಗೆದುಕೊಳ್ಳದ ಆಕೆಯ ಶ್ರದ್ಧಾಪೂರ್ಣ ಸೇವೆಯೆ? ಆಕೆ ಅವನ ಸಹೋದರಿಯಾಗಿದ್ದಳೆಂದು ಅಥವಾ ಅವನ ನಿಷ್ಠಾವಂತ ಸೇವಕಿಯಾಗಿದ್ದಳೆಂದು ಭಾವಿಸಿದರೆ ಮತ್ತು ಅದೇ ರೀತಿಯಲ್ಲಿ ಗಮನವಿಟ್ಟು ಉಪಚರಿಸಿದ್ದರೆ ನೀವು ಏನು ಹೇಳುತ್ತಿದ್ದಿರಿ? ಅಂತಹ ದೃಢನಿಷ್ಠೆಯುಳ್ಳ ಸಹೋದರಿಯರ ಮತ್ತು ಸೇವಕರ ನಿದರ್ಶನಗಳು ನಮ್ಮ ಬಳಿ ಇಲ್ಲವೆ? ನೀವು ಅಂತಹ ಪ್ರೀತಿ ತುಂಬಿದ ನಿಷ್ಠೆಯನ್ನು ಸೇವಕರಲ್ಲಿ ಪ್ರಾಯಶಃ ಕಂಡಿದ್ದರೆ ಶ್ರೀಮತಿ ಗ್ಲ್ಯಾಡ್‌ಸ್ಟನ್‌ರ ಪ್ರಸಂಗದಲ್ಲಿ ಆದ ರೀತಿಯಲ್ಲಿ ನಿಮಗೆ ಸಂತೋಷವಾಗುತ್ತಿರಲಿಲ್ಲವೆ? ನಾನು ಸೂಚಿಸಿರುವ ದೃಷ್ಟಿಕೋನವನ್ನು ಪರೀಕ್ಷಿಸಿ ನೋಡಿ'.

ರಾಯ್‌ಚಂದ್‌ಭಾಯ್‌ಅವರಿಗೆ ಮದುವೆಯಾಗಿತ್ತು. ಆ ಕ್ಷಣದಲ್ಲಿ ನನಗೆ ಅವರ ಮಾತು ಕಠಿಣವೆಂದು ತೋರಿತ್ತು ಎಂಬ ಅಸ್ಪಷ್ಟ ನೆನಪು ನನ್ನಲ್ಲಿದೆ. ಆದರೆ ಅವರ ಮಾತು ನನ್ನ ಮನಸ್ಸನ್ನು ಪ್ರಬಲವಾಗಿ ಹಿಡಿದಿಟ್ಟುಕೊಂಡಿತ್ತು. ಒಬ್ಬ ಸೇವಕನು ತೋರಿಸುವ ನಿಷ್ಠೆಯು ಒಬ್ಬಳು ಹೆಂಡತಿ ತನ್ನ ಗಂಡನಿಗೆ ತೋರಿಸುವ ನಿಷ್ಠೆಗಿಂತಲೂ ಸಾವಿರ ಪಟ್ಟುಗಳಿಗೂ ಮೀರಿ ಹೆಚ್ಚು ಬೆಲೆಯುಳ್ಳದ್ದು ಎಂದು ನಾನು ಭಾವಿಸಿದೆ. ಪತ್ನಿಯು ತನ್ನ ಗಂಡನಲ್ಲಿ ಇಟ್ಟುಕೊಂಡಿರುವ ನಿಷ್ಠೆಯಲ್ಲಿ ಆಶ್ಚರ್ಯಪಡುವಂತಹದೇನಿಲ್ಲ. ಏಕೆಂದರೆ ಅವರಿಬ್ಬರ ನಡುವೆ ಮುರಿಯಲಾರದಂತಹ ಬಂಧನ(ಕಟ್ಟು) ಇರುತ್ತದೆ. ಈ ನಿಷ್ಠೆ ಸಹಜವಾದದ್ದು. ಆದರೆ ಮಾಲೀಕ ಮತ್ತು ಸೇವಕನ ನಡುವೆ ಅದಕ್ಕೆ ಸಮಾನವಾಗಿರುವ ನಿಷ್ಠೆಯನ್ನು ಬೆಳೆಸಲು ವಿಶೇಷವಾಗಿ ಪ್ರಯತ್ನಿಸಬೇಕಾಗುತ್ತದೆ. ಕವಿಯ ಈ ಬಗೆಯ ದೃಷ್ಟಿಕೋನವು ಕ್ರಮೇಣ ನನ್ನಲ್ಲಿ ಬೆಳೆಯಲಾರಂಭಿಸಿತು.

ಹಾಗಿದ್ದರೆ, ನನ್ನ ಹೆಂಡತಿಯೊಡನೆ ನನ್ನ ಸಂಬಂಧ ಹೇಗಿರಬೇಕು ಎಂದು ನಾನು ನನ್ನಲ್ಲೇ ಪ್ರಶ್ನಿಸಿಕೊಂಡೆ. ನನ್ನ ನಿಷ್ಠೆಯು ನನ್ನ ಹೆಂಡತಿಯನ್ನು ನನ್ನ ಭೋಗಾಪೇಕ್ಷೆಯ ಉಪಕರಣವನ್ನಾಗಿ ಮಾಡಿಕೊಳ್ಳುವ ಉದ್ದೇಶವನ್ನು ಒಳಗೊಂಡಿದೆಯೆ? ಎಲ್ಲಿಯವರೆಗೆ ನಾನು ಭೋಗಾಪೇಕ್ಷೆಯ ಗುಲಾಮನಾಗಿರುತ್ತೇನೆಯೋ ಅಲ್ಲಿಯವರೆಗೆ ನನ್ನ ನಿಷ್ಠೆಗೆ ಬೆಲೆಯಿರಲಾರದು. ನನ್ನ ಹೆಂಡತಿಯೊಂದಿಗೆ ನಾನು ನ್ಯಾಯಂದಿರಬೇಕಾಗಿದ್ದರೆ ಆಕೆ ಮಾಯಗಾತಿಯಲ್ಲ ಎಂದು ನಾನು ಹೇಳಬೇಕು. ಆದ್ದರಿಂದ ಬ್ರಹ್ಮಚರ್ಯವ್ರತವನ್ನು ಹಿಡಿದುಕೊಳ್ಳುವುದು, ನಾನು ಇಷ್ಟಪಟ್ಟರೆ ಮಾತ್ರ ಅತ್ಯಂತ ಸುಲಭ ಮಾರ್ಗವಾಗಿತ್ತು. ನನ್ನ ದುರ್ಬಲ ಇಚ್ಛಾಶಕ್ತಿ ಅಥವಾ ಭೋಗಾಪೇಕ್ಷೆಯ ಸಂಬಂಧವೇ ನಿಜವಾದ ತೊಡಕಾಗಿತ್ತು.

ನನ್ನ ಪ್ರಜ್ಞೆ ಈ ವಿಷಯದಲ್ಲಿ ನನ್ನನ್ನು ಹುರಿದುಂಬಿಸಿರೂ ನಾನು ಎರಡು ಬಾರಿ ವಿಫಲನಾಗಿದ್ದೆ. ನನ್ನ ಪ್ರಯತ್ನವನ್ನು ಪ್ರಚೋದಿಸಿದ ಉದ್ದೇಶ ಅತ್ಯುಚ್ಚವಾಗಿರಲಿಲ್ಲವಾದ್ದರಿಂದ ನಾನು ಸೋತಿದ್ದೆ. ನನ್ನ ಮುಖ್ಯ ಉದ್ದೇಶ ಹೆಚ್ಚು ಮಕ್ಕಳನ್ನು ಪಡೆಯದಿರುವುದೇ ಆಗಿತ್ತು. ನಾನು ಇಂಗ್ಲೆಂಡಿನಲ್ಲಿದ್ದಾಗ ಗರ್ಭನಿರೋಧಕಗಳ ಬಗ್ಗೆ ಸ್ವಲ್ಪ ವಿಚಾರವನ್ನು ಓದಿ ತಿಳಿದುಕೊಂಡಿದ್ದೆ. ಸಸ್ಯಾಹಾರವ್ರತದ ಮೇಲೆ ಬರೆದಿರುವ ಅಧ್ಯಾಯದಲ್ಲಿ ನಾನು ಆಗಲೇ ಡಾ. ಆ್ಯಲಿನ್‌ಸನ್ ಅವರ ಸಂತಾನ ನಿಯಂತ್ರಣ ಪ್ರಚಾರದ ಬಗ್ಗೆ ಪ್ರಸ್ತಾಪಿಸಿದ್ದೇನೆ. ಅದು ನನ್ನ ಮೇಲೆ ತಾತ್ಕಾಲಿಕವಾಗಿ ಪ್ರಭಾವ ಬೀರಿದ್ದರೂ ಮಿ. ಹಿಲ್ ಈ ಕ್ರಮಗಳಿಗೆ ತೋರಿಸಿದ್ದ ವಿರೋಧ ನನ್ನ ಮೇಲೆ ಹೆಚ್ಚು ಪರಿಣಾಮವನ್ನುಂಟುಮಾಡಿತ್ತು. ಹೊರಗಿನ ವಿಧಾನಗಳಿಗಿಂತ ಆಂತರಿಕ ಪ್ರಯತ್ನಗಳನ್ನು ಕುರಿತಂತೆ ಅವರು ಸಲಹೆ ಕೊಟ್ಟದ್ದರು ಮತ್ತು ಒಂದೇ ಮಾತಿನಲ್ಲಿ ಹೇಳುವುದಾದರೆ ಸ್ವಯಂ ನಿಯಂತ್ರಣ (ಆತ್ಮ ಸಂಯಮ) ತನ್ನ ಮೇಲೆ ತುಂಬಾ ಪರಿಣಾಮವನ್ನುಂಟುಮಾಡಿತ್ತು. ಕಾಲ ಕಳೆದಂತೆ ಆ ಅಭಿಪ್ರಾಯ ನನ್ನನ್ನು ಗಟ್ಟಿಯಾಗಿ ಅಂಟಿಕೊಂಡಿತು. ಆದ್ದರಿಂದ ನಾನು ಹೆಚ್ಚು ಮಕ್ಕಳನ್ನು ಬಯಸುತ್ತಿಲ್ಲ ಎಂದು ಕಂಡುಕೊಳ್ಳುತ್ತಿದ್ದಂತೆಯೇ ನಾನು ಸ್ವಯಂ ನಿಯಂತ್ರಣದ ಗುರಿ ಸಾಧಿಸಲು ಪ್ರಯತ್ನಿಸಲಾರಂಭಿಸಿದೆ. ಈ ಪ್ರಯತ್ನದಲ್ಲಿ ಕೊನೆಯಿಲ್ಲದ ಕಷ್ಟಗಳಿದ್ದವು. ನಾವು ಬೇರೆಬೇರೆ ಹಾಸಿಗೆಗಳಲ್ಲಿ ಮಲಗಲಾರಂಭಿಸಿದೆವು. ದಿನದ ಕೆಲಸಮಾಡಿ ಪೂರ್ತಿಯಾಗಿ ದಣಿದ ತರುವಾಯ ಮಾತ್ರ ನಾನು ಹಾಸಿಗೆಯಲ್ಲಿ ಮಲಗಲು ನಿರ್ಧರಿಸಿದೆ. ಈ ಎಲ್ಲ ಪ್ರಯತ್ನಗಳು ಹೆಚ್ಚು ಫಲ ಕೊಡುವಂತೆ ಕಂಡುಬರಲಿಲ್ಲ. ಆದರೆ ನಾನು ಭೂತಕಾಲದ ಕಡೆಗೆ ಹಿಂದೆ ತಿರುಗಿ ನೋಡಿದಾಗ ಆ ಎಲ್ಲ ಆಯಶಸ್ವಿ ಪ್ರಯತ್ನಗಳ ಒಟ್ಟು ಪರಿಣಾಮವೇ ಅಂತಿಮ ನಿರ್ಣಯವಾಗಿತ್ತು ಎಂದು ನಾನು ಭಾವಿಸುತ್ತೇನೆ.

1906ರಷ್ಟು ತಡವಾಗಿ ನನಗೆ ಅಂತಿಮ ನಿರ್ಣಯವನ್ನು ತೆಗೆದುಕೊಳ್ಳಲು ಸಾಧ್ಯವಾಗಿತ್ತು. ಆಗ ಸತ್ಯಾಗ್ರಹವಿನ್ನೂ ಆರಂಭವಾಗಿರಲಿಲ್ಲ. ಸತ್ಯಾಗ್ರಹ ಸಾಧ್ಯವಾಗಬಹುದು ಎಂಬುದರ ಬಗ್ಗೆ ಊಹೆಯೂ ಇರಲಿಲ್ಲ. ನೆಟಾಲ್‌ನಲ್ಲಿ ಜೂಲು (ದಕ್ಷಿಣ ಆಫ್ರಿಕದ ಕರಿಯರ ಬಂಟು ಜನಾಂಗ) ಬಂಡಾಯದ ಕಾಲದಲ್ಲಿ ನಾನು ಜೋಹಾನ್ಸ್‌ಬರ್ಗ್‌ನಲ್ಲಿ ವಕೀಲಿ ವೃತ್ತಿಯನ್ನು ನಡೆಸುತ್ತಿದ್ದೆ. ಈ ಬಂಡಾಯ ಬೋಅರ್‌ಯದ್ಧದ ತರುವಾಯ ಸಂಭವಿಸಿತ್ತು. ಆ ಸಂದರ್ಭದಲ್ಲಿ ನೆಟಾಲ್ ಸರ್ಕಾರಕ್ಕೆ ನನ್ನ ಸೇವೆಯನ್ನು ಸಲ್ಲಿಸಬೇಕು ಎಂದು ನಾನು ಭಾವಿಸಿದ್ದೆ. ಈ ಕೊಡುಗೆಯನ್ನು ಸರ್ಕಾರ ಸ್ವೀಕರಿಸಿತ್ತು. ಈ ವಿಷಯವನ್ನು ಇನ್ನೊಂದು ಅಧ್ಯಾಯದಲ್ಲಿ ನಾವು ಕಾಣಬಹುದು. ಈ ಸೇವೆಯು ನನ್ನಲ್ಲಿ ಸ್ವಯಂ ನಿಯಂತ್ರಣದ ದಿಕ್ಕಿನಲ್ಲಿ ತೀವ್ರವಾಗಿ ಯೋಚಿಸುವಂತೆ ಮಾಡಿತ್ತು. ನನ್ನ ಅಭ್ಯಾಸದ ಪ್ರಕಾರ ನನ್ನ ಸಹಕಾರ್ಯಕರ್ತರುಗಳೊಂದಿಗೆ ನಾನು ನನ್ನ ಚಿಂತನೆಗಳ ಬಗ್ಗೆ ಚರ್ಚಿಸಿದೆ. ಸಂತಾನ ಪಡೆಯುವುದು ಮತ್ತು ತರುವಾಯ ಆ ಮಕ್ಕಳನ್ನು ಪಾಲಿಸುವುದು ಸಾರ್ವಜನಿಕ ಸೇವೆಯೊಂದಿಗೆ ಹೊಂದಿಕೊಳ್ಳದು ಎಂಬುದು ನನ್ನ ಗಾಢನಂಬಿಕೆ ಯಾಗಲಾರಂಭಿಸಿತು. ಬಂಡಾಯದ ಕಾಲದಲ್ಲಿ ನಾನು ಸೇವೆ ಸಲ್ಲಿಸುವ ಉದ್ದೇಶದಿಂದ ಜೊಹಾನ್‌ಬರ್ಗ್‌ನಲ್ಲಿನ ನನ್ನ ಕುಟುಂಬದಿಂದ ಬೇರೆ ಇರಬೇಕಾಗಿತ್ತು. ನಾನು ಸೇವೆಸಲ್ಲಿಸಲು

ಆರಂಭಿಸಿದ ಒಂದು ತಿಂಗಳ ತರುವಾಯ ತುಂಬಾ ಜಾಗ್ರತೆಯಿಂದ ಸಜ್ಜುಗೊಳಿಸಿದ್ದ ಮನೆಯನ್ನು ಬಿಟ್ಟುಬಿಡಬೇಕಾಯ್ತು. ನಾನು ನನ್ನ ಹೆಂಡತಿ ಮತ್ತು ಮಕ್ಕಳನ್ನು ಫೀನಿಕ್ಸ್‌ಗೆ ಕರೆದುಕೊಂಡು ಹೋದೆ. ನೆಟಾಲ್ ಸೇನೆಗೆ ಕೂಡಿಸಲಾಗಿದ್ದ ಭಾರತೀಯ ಆ್ಯಂಬುಲೆನ್ಸ್(ಸಂಚಾರಿ ಚಿಕಿತ್ಸಾಲಯ) ದಳದ ನೇತೃತ್ವವನ್ನು ವಹಿಸಿಕೊಂಡೆ. ಆ ಕಾಲದಲ್ಲಿ ನಾನು ಕಷ್ಟಪಡುತ್ತ ಸಂಚರಿಸುತ್ತಿದ್ದಾಗ ಈ ರೀತಿಯಲ್ಲಿ ಸಮುದಾಯದ ಸೇವೆಗೆ ಅರ್ಪಿಸಿಕೊಳ್ಳಲು ಇಚ್ಛಿಸಿದರೆ ನಾನು ಮಕ್ಕಳ, ಐಶ್ವರ್ಯದ ಮೇಲಿನ ಆಸೆಯನ್ನು ಬಿಟ್ಟು ಬಿಡಬೇಕು ಎಂಬ ವಿಚಾರ ಹೊಳೆಯಿತು. ವಾನಪ್ರಸ್ಥ ಜೀವನ ಅಂದರೆ ಕುಟುಂಬದ ಹೊಣೆಗಾರಿಕೆಯಿಂದ ಬಿಡುಗಡೆ ಪಡೆದಿರುವ ಜೀವನ ನಡೆಸಬೇಕು ಎಂದು ಭಾವಿಸಿದೆ.

ಆರುವಾರಗಳಿಗಿಂತಲೂ ಹೆಚ್ಚಾಗಿ 'ಬಂಡಾಯ' ನನ್ನನ್ನು ಆಕ್ರಮಿಸಿಕೊಳ್ಳಲಿಲ್ಲ. (ಬಂಡಾಯ ಎದ್ದಿದ್ದ ಕಾಲದಲ್ಲಿ ನಾನು ಆರುವಾರಗಳಿಗಿಂತಲೂ ಹೆಚ್ಚಾಗಿ ಸೇವೆಸಲ್ಲಿಸಲಿಲ್ಲ.) ಆದರೆ ಈ ಅಲ್ಪಾವಧಿ ನನ್ನ ಜೀವನದಲ್ಲಿ ಅತ್ಯಂತ ಮುಖ್ಯ ಪರ್ವವಾಗಿ ಪರಿಣಮಿಸಿತು. ಹಿಂದೆಂದಿಗಿಂತಲೂ ಪ್ರತಿಜ್ಞೆಗಳ (ವ್ರತಗಳ) ಮಹತ್ವ ನನ್ನಲ್ಲಿ ಹೆಚ್ಚು ಸ್ಪಷ್ಟವಾಗಿ ಬೆಳೆಯಲಾರಂಭಿಸಿತು. ನಿಜವಾದ ಸ್ವಾತಂತ್ರ್ಯಕ್ಕೆ ಬಾಗಿಲು ಮುಚ್ಚದೇ ಈ ಪ್ರತಿಜ್ಞೆಗಳು ಅದನ್ನು ತೆರೆಯುತ್ತವೆ ಎಂದು ನಾನು ಗ್ರಹಿಸಿಕೊಂಡೆ. ನನಗೆ ಯಶಸ್ಸು ಸಿಕ್ಕಿರಲಿಲ್ಲ. ಏಕೆಂದರೆ ನನ್ನಲ್ಲಿ ಇಚ್ಛಾಶಕ್ತಿಯ ಕೊರತೆಯಿತ್ತು. ನನ್ನ ಬಗ್ಗೆ ನನ್ನಲ್ಲಿ ಭರವಸೆಯಿರಲಿಲ್ಲ ಮತ್ತು ದೇವರ ಅನುಗ್ರಹದಲ್ಲಿ ಕೂಡಾ ನಂಬಿಕೆಯಿರಲಿಲ್ಲ. ಹಾಗಾಗಿ ಯಶಸ್ಸು ಸಿಕ್ಕಿರಲಿಲ್ಲ. ಆದ್ದರಿಂದ ನನ್ನ ಮನಸ್ಸು ಸಂದೇಹವೆಂಬ ಆರ್ಭಟಿಸುವ ಕಡಲಲ್ಲಿ ಅತ್ತಿತ್ತ ಹೊಯ್ದಾಡುತ್ತಿತ್ತು. ಒಂದು ವ್ರತವನ್ನು (ಪ್ರತಿಜ್ಞೆಯನ್ನು) ಕೈಗೊಳ್ಳಲು ನಿರಾಕರಿಸಿದಾಗ ನಾನು ಪ್ರಲೋಭನೆಯ ಕಡೆಗೆ ಸೆಳೆಯಲ್ಪಡುತ್ತೇನೆ ಎಂದು ಮನವರಿಕೆಮಾಡಿಕೊಂಡೆ. ಒಂದು ವ್ರತಕ್ಕೆ ಕಟ್ಟುಬೀಳುವುದೆಂದರೆ ಸ್ವಚ್ಛಂದತೆಯ ಕಡೆಯಿಂದ ನಿಜವಾಗಿಯೂ ಏಕಪತ್ನಿವ್ರತಸ್ಥ (ಒಬ್ಬಳೇ ಹೆಂಡತಿಗೆ ನಿಷ್ಠೆಯನ್ನಿಟ್ಟುಕೊಂಡು)ನಾಗಿ ಮದುವೆಗೆ ರಹದಾರಿ ಪಡೆದಂತೆ ಎಂದು ನಾನು ಭಾವಿಸಿದೆ. 'ನನಗೆ ಪ್ರಯತ್ನದಲ್ಲಿ ನಂಬಿಕೆಯಿದೆ. ವ್ರತಗಳಿಂದ ಕಟ್ಟಿಸಿಕೊಳ್ಳಲು ನಾನು ಇಷ್ಟಪಡುವುದಿಲ್ಲ.' ಎಂಬುದು ದುರ್ಬಲ ಮನೋಭಾವವಾಗಿದೆ ಮತ್ತು ತ್ಯಜಿಸಬೇಕಾಗಿರುವ ವಸ್ತುವಿನ ಮೇಲಿಟ್ಟಿರುವ ನವಿರಾದ ಆಸೆಯನ್ನು ವ್ಯಕ್ತಪಡಿಸುವಂತಿರುತ್ತದೆ. ಅಥವಾ ಅಂತಿಮ ತೀರ್ಮಾನವನ್ನು ತೆಗೆದುಕೊಳ್ಳುವುದರಲ್ಲಿ ಏನು ಕಷ್ಟವಿದೆ? ನಾನು ಸರ್ಪದಿಂದ ಓಡಿ ಹೋಗಲು ಪ್ರತಿಜ್ಞೆಮಾಡುತ್ತೇನೆ. ಏಕೆಂದರೆ ಅದು ಕಚ್ಚುತ್ತದೆ ಎಂದು ನನಗೆ ಗೊತ್ತಿದೆ. ನಾನು ಅದರಿಂದ ಸುಮ್ಮನೇ ಓಡಿಹೋಗಲು ಪ್ರಯತ್ನಿಸುವುದಿಲ್ಲ. ಕೇವಲ (ಬರಿಯ) ಪ್ರಯತ್ನವೆಂದರೆ ಖಂಡಿತವಾಗಿಯೂ ಕೊಲ್ಲುತ್ತದೆ ಎಂಬುದರ ಬಗ್ಗೆ ನಿರ್ದಿಷ್ಟವಾಗಿ ತಿಳಿದುಕೊಳ್ಳದಿರುವುದು ಎಂದು ಅರ್ಥವಾಗುತ್ತದೆ. ಆದ್ದರಿಂದ ನಾನು ಪ್ರಯತ್ನದ ಮೇಲೆ ಮಾತ್ರ ಅವಲಂಬಿಸಿ ತೃಪ್ತಿಪಟ್ಟುಕೊಳ್ಳುವುದೆಂದರೆ ನಿಶ್ಚಿತ ಕಾರ್ಯದ ಅವಶ್ಯಕತೆಯನ್ನು ನಾನು ಸ್ಪಷ್ಟವಾಗಿ ಗ್ರಹಿಸಿಕೊಂಡಿಲ್ಲ ಎಂದು ಅರ್ಥವಾಗುವುದು'. ಆದರೆ ನನ್ನ ಅಭಿಪ್ರಾಯಗಳು ಭವಿಷ್ಯತ್ತಿನಲ್ಲಿ ಬದಲಾಗುತ್ತವೆ ಎಂದು ಭಾವಿಸಿದರೆ ನಾನು ನನ್ನ ವ್ರತಕ್ಕೆ ಹೇಗೆ ಅಂಟಿಕೊಳ್ಳಬಲ್ಲೆ? ಅಂತಹ ಸಂಶಯ ಆಗಾಗ್ಗೆ ನನ್ನನ್ನು ಅಡ್ಡಿಪಡಿಸುತ್ತಿರುತ್ತದೆ. ಆದರೆ ಈ ಸಂಶಯ ಒಂದು ವಿಶಿಷ್ಟ ವಸ್ತುವನ್ನು ತ್ಯಜಿಸಬೇಕು ಎಂಬ

ಸ್ಪಷ್ಟ ದೃಷ್ಟಿಕೋನಕ್ಕೆ ಅಡ್ಡಿಯನ್ನೊಡ್ಡುತ್ತದೆ. (ಅಂದರೆ ತ್ಯಜಿಸಬೇಕು ಎಂಬುದರ ಬಗ್ಗೆ ಸ್ಪಷ್ಟತೆಯಿಲ್ಲ ಎಂಬುದನ್ನು ಕೂಡಾ ಸೂಚಿಸುತ್ತದೆ.) ಆದ್ದರಿಂದ ನಿಷ್ಕುಲಾನಂದರು ಹೀಗೆ ಹಾಡಿದ್ದಾರೆ:

'ಜುಗುಪ್ಸೆ ಹುಟ್ಟದೇ ತ್ಯಾಗಮಾಡಿದರೆ ಅದು ಶಾಶ್ವತವಾಗಿ ಉಳಿಯದು'. (ವೈರಾಗ್ಯವಿಲ್ಲದ ತ್ಯಾಗ ಶಾಶ್ವತವಲ್ಲ)

ಎಲ್ಲಿ ಅತ್ಯಾಸೆ ಉಳಿದುಕೊಳ್ಳದೇ ದೂರ ಹೋಗಿ ಮಾಯವಾಗುವುದೋ ಅಲ್ಲಿ ತ್ಯಾಗದ ವ್ರತ ಸಹಜವಾಗಿರುವುದು ಮತ್ತು ಅನಿವಾರ್ಯವಾದ ಫಲವೂ ಆಗುವುದು.

8. ಬ್ರಹ್ಮಚರ್ಯ-2

ಪೂರ್ತಿಯಾಗಿ ಚರ್ಚಿಸಿದ ತರುವಾಯ ಮತ್ತು ಸಾವಧಾನವಾಗಿ ವಿವೇಚಿಸಿ 1906ರಲ್ಲಿ ವ್ರತವನ್ನು ಕೈಗೊಂಡೆ. ಅಲ್ಲಿಯವರೆಗೂ ನಾನು ನನ್ನ ಹೆಂಡತಿಯ ಜತೆಯಲ್ಲಿ ನನ್ನ ಚಿಂತನೆಗಳನ್ನು ಹಂಚಿಕೊಂಡಿರಲಿಲ್ಲ. ಆದರೆ ವ್ರತವನ್ನು ಕೈಗೊಳ್ಳುವಾಗ ನಾನು ಆಕೆಯೊಂದಿಗೆ ಚರ್ಚಿಸಿದೆ. ಆಕೆ ಅಕ್ಷೇಪಿಸಲಿಲ್ಲ. ಆದರೆ ಅಂತಿಮವಾಗಿ ನಿರ್ಣಯವನ್ನು ತೆಗೆದುಕೊಳ್ಳವಾಗ ನನಗೆ ತುಂಬಾ ಕಷ್ಟವಾಯ್ತು. ನನ್ನಲ್ಲಿ ಅವಶ್ಯಕವಾಗಿರುವ ಶಕ್ತಿಯಿರಲಿಲ್ಲ. ನಾನು ಹೇಗೆ ನನ್ನ ಭೋಗಾಪೇಕ್ಷೆಗಳನ್ನು ಹತೋಟಿಯಲ್ಲಿರಿಸಿಕೊಳ್ಳಲಿ? ಒಬ್ಬಾತ ತನ್ನ ಪತ್ನಿಯ ಜತೆಯಲ್ಲಿ ಲೈಂಗಿಕ ಸಂಬಂಧವನ್ನು ತೊಡೆದುಹಾಕವುದು ಅಚ್ಚರಿಯ ವಿಷಯದಂತೆ ಕಾಣುತ್ತಿತ್ತು. ದೇವರ ದೃಢವಾದ ಶಕ್ತಿಯಲ್ಲಿ ಶ್ರದ್ಧೆಯನ್ನಿಟ್ಟುಕೊಂಡು ನಾನು ವ್ರತವನ್ನು ಕೈಗೊಂಡು ಮುಂದೆ ಹೆಜ್ಜೆಯಿಟ್ಟೆ.

ಈ ವ್ರತವನ್ನು ಕೈಗೊಂಡ ದಿನವನ್ನು ಅಂದರೆ ಇಪ್ಪತ್ತು ವರ್ಷಗಳ ಹಿಂದೆ ನೋಡಿದಾಗ ನನ್ನಲ್ಲಿ ಸಂತೋಷ ಮತ್ತು ವಿಸ್ಮಯ ತುಂಬಿಕೊಳ್ಳುತ್ತದೆ. 1901ರಿಂದಲೂ ಹೆಚ್ಚು ಅಥವಾ ಕಡಿಮೆ ಮಟ್ಟದಲ್ಲಿ ಸ್ವಯಂ ನಿಯಂತ್ರಣದ ಯಶಸ್ವಿ ಅಭ್ಯಾಸ ನಡೆಯುತ್ತಿತ್ತು.

ಆದರೆ ವ್ರತವನ್ನು ಕೈಗೊಂಡ ಬಳಿಕ ನಿಸ್ಸಂಕೋಚ (ಸ್ವಾತಂತ್ರ್ಯ) ಮತ್ತು ಖುಷಿ ನನ್ನ ಬಳಿಗೆ ಬಂದವು. 1906ರಕ್ಕೆ ಮುಂಚೆ ನಾನು ಅಂತಹ ಅನುಭವವನ್ನು ಪಡೆದಿರಲಿಲ್ಲ. ವ್ರತವನ್ನು ಕೈಗೊಳ್ಳುವ ಮುಂಚೆ ನಾನು ಯಾವ ಕ್ಷಣದಲ್ಲಾದರೂ ಪ್ರಲೋಭನೆಯ ಆಕ್ರಮಣಕ್ಕೆ ತೆರೆದ ಮನಸ್ಸುಳ್ಳವನಾಗಿದ್ದೆ. ಈಗ ವ್ರತವು ಖಂಡಿತವಾಗಿಯೂ ಪ್ರಲೋಭನೆಯ ಎದುರು ರಕ್ಷಾಕವಚದಂತೆ ನನ್ನನ್ನು ರಕ್ಷಿಸುತ್ತಿದೆ. ಬ್ರಹ್ಮಚರ್ಯದ ಭಾರಿ ಸತ್ವ(ಮಹಿಮೆ) ದಿನವೂ ನನಗೆ ಹೆಚ್ಚು ಹೆಚ್ಚಾಗಿ ಲಾಂಛನ(ಪೇಟೆಂಟ್)ದಂತಾಗತೊಡಗಿತು. ನಾನು ಫೀನಿಕ್ಸ್‌ನಲ್ಲಿದ್ದಾಗ ವ್ರತವನ್ನು ಕೈಗೊಂಡಿದ್ದೆ. ಆ್ಯಂಬುಲೆನ್ಸ್ ಕೆಲಸದಿಂದ ಬಿಡುಗಡೆ ಪಡೆದ ತಕ್ಷಣ ನಾನು ಫೀನಿಕ್ಸ್‌ಗೆ ಹೋದೆ. ಅಲ್ಲಿಂದ ನಾನು ಜೊಹಾನ್ಸ್‌ಬರ್ಗ್‌ಗೆ ಹಿಂದಿರುಗಬೇಕಾಗಿತ್ತು. ಅಲ್ಲಿಗೆ ನಾನು ಹಿಂದಿರುಗಿದ ಸುಮಾರು ಒಂದು ತಿಂಗಳ ತರುವಾಯ ಸತ್ಯಾಗ್ರಹಕ್ಕೆ ಅಡಿಪಾಯವನ್ನು ಹಾಕಲಾಯ್ತು. ಗೊತ್ತಿಲ್ಲದಿದ್ದರೂ ಬ್ರಹ್ಮಚರ್ಯವ್ರತ ಅದಕ್ಕೆ ನನ್ನನ್ನು ಸಿದ್ಧಪಡಿಸುತ್ತಿತ್ತು. ಸತ್ಯಾಗ್ರಹ ಎನ್ನುವುದು ಮೊದಲೇ ಕಲ್ಪಿಸಿಕೊಂಡಿದ್ದ ಯೋಜನೆಯಾಗಿರಲಿಲ್ಲ. ನಾನು ಅದನ್ನು ಇಚ್ಛಿಸದಿದ್ದರೂ ಅದು ತಾನೇತಾನಾಗಿ ಆಗಮಿಸಿತ್ತು. ಆದರೆ ನನ್ನ ಹಿಂದಿನ ಎಲ್ಲ ಹೆಜ್ಜೆಗಳು ಆ ಗುರಿಯತ್ತ ನನ್ನನ್ನು ಕರೆದುಕೊಂಡು ಬಂದಿದ್ದವು ಎಂದು ನಾನು ಕಂಡುಕೊಳ್ಳಬಲ್ಲೆ. ಜೊಹಾನ್ಸ್‌ಬರ್ಗ್‌ನಲ್ಲಿ ನಾನು ಸಂಸಾರವನ್ನು ನಿರ್ವಹಿಸಲು ಮಾಡುತ್ತಿದ್ದ ದುಬಾರಿ ಖರ್ಚನ್ನು ಕಡಿಮೆಮಾಡಬೇಕಾಯ್ತು. ಬ್ರಹ್ಮಚರ್ಯವ್ರತವನ್ನು ಕೈಗೊಳ್ಳಲೋ ಎಂಬಂತೆ ನಾನು ಫೀನಿಕ್ಸ್‌ಗೆ ಹೋದೆ.

ಬ್ರಹ್ಮಚರ್ಯದ ಶುದ್ಧ ಆಚರಣೆಯೆಂದರೆ ಬ್ರಹ್ಮನ ಸಾಕ್ಷಾತ್ಕಾರ ಎಂದು ಹೇಳಲಾಗಿದೆ. ಇದಕ್ಕೆ ನಾನು ಶಾಸ್ತ್ರಗಳ ಅಧ್ಯಯನಕ್ಕೆ ಕೃತಜ್ಞನಾಗಿರಬೇಕಾಗಿಲ್ಲ. ಆ ನಂಬಿಕೆ ನಿಧಾನವಾಗಿ ನನ್ನ ಅನುಭವದೊಂದಿಗೆ ಬೆಳೆಯುತ್ತ ಹೋಯಿತು. ಬ್ರಹ್ಮಚರ್ಯ ಜೀವನದ ಅನಂತರದ ವರ್ಷಗಳಲ್ಲಿ ಮಾತ್ರ ನಾನು ಈ ವಿಷಯದ ಮೇಲಿನ ಶಾಸ್ತ್ರ ಗ್ರಂಥಗಳನ್ನು ಓದಿದೆ. ವ್ರತ ಕೈಗೊಂಡ ಮೇಲೆ ಪ್ರತಿದಿನವೂ ಬ್ರಹ್ಮಚರ್ಯದಲ್ಲಿ ಶರೀರ, ಮನಸ್ಸು ಮತ್ತು ಆತ್ಮದ ರಕ್ಷಣೆ ಅಡಗಿದೆ ಎಂಬ ಅರಿವಿನ ಹತ್ತಿರಕ್ಕೆ ಹೋಗತೊಡಗಿದೆ. ಬ್ರಹ್ಮಚರ್ಯಕ್ಕಾಗಿ ನಾನು ಈಗ ಕಠಿಣ ತಪಸ್ಸನ್ನು ಮಾಡಬೇಕಾಗಿಲ್ಲ. ಅದು ಹರ್ಷದ ಮತ್ತು ಸಮಾಧಾನ ತರುವ ವಿಷಯವಾಗಿದೆ. ಪ್ರತಿದಿನವೂ ಅದು ನನ್ನಲ್ಲಿ ನವನವೀನ ಸೌಂದರ್ಯವನ್ನು ಪ್ರಕಟಿಸುತ್ತಿದೆ.

ಆದರೆ ಅದು ಎಂದೆಂದೂ ಸಂತೋಷದ ವಿಷಯವಾಗಿತ್ತು ಎಂದಾಗಿದ್ದರೆ ಅದು ನನಗೆ ಸುಲಭಸಾಧ್ಯವಾದ ವಿಷಯವಾಗಿತ್ತು ಎಂದು ಯಾರೂ ಭಾವಿಸಬಾರದು. ನಾನು ಐವತ್ತಾರು ವರ್ಷಗಳನ್ನು ಕಳೆದಿದ್ದರೂ ಅದು ಎಷ್ಟೊಂದು ಪ್ರಯಾಸದ ಕಾರ್ಯವಾಗಿತ್ತು ಎಂಬುದನ್ನು ನಾನು ಗ್ರಹಿಸಿಕೊಂಡಿದ್ದೇನೆ. ಅದು ಕತ್ತಿಯ ಅಂಚಿನ ಮೇಲೆ ನಡೆಯುವಂತಿದೆ ಎಂದು ಪ್ರತಿದಿನವೂ ಹೆಚ್ಚು ಹೆಚ್ಚಾಗಿ ಅರಿತುಕೊಳ್ಳುತ್ತಿದ್ದೇನೆ. ಪ್ರತಿ ಕ್ಷಣದಲ್ಲೂ ನಿರಂತರ ಜಾಗೃತಿಯ ಅವಶ್ಯಕತೆಯಿದೆ ಎಂಬುದನ್ನು ನಾನು ಕಂಡುಕೊಂಡಿದ್ದೇನೆ.

ರಸನೇಂದ್ರಿಯ(ನಾಲಿಗೆ)ದ ಅಭಿರುಚಿಯನ್ನು ನಿಯಂತ್ರಿಸುವುದು ವ್ರತದ ಆಚರಣೆಯಲ್ಲಿ ಮೊದಲ ಮುಖ್ಯ ಹೆಜ್ಜೆಯಾಗಿದೆ. ನಾಲಿಗೆಯ ರುಚಿಯನ್ನು ಸಂಪೂರ್ಣವಾಗಿ ನಿಯಂತ್ರಿಸುವುದರಿಂದ ವ್ರತಾಚರಣೆಯು ತುಂಬಾ ಸುಲಭವಾಗುವುದು. ಆದ್ದರಿಂದ ನಾನು

ನನ್ನ ಆಹಾರದ ಪ್ರಯೋಗಗಳಲ್ಲಿ ಕೇವಲ ಶಾಖಾಹಾರಿ ದೃಷ್ಟಿಕೋನದಿಂದಲ್ಲದೇ ಬ್ರಹ್ಮಚರ್ಯದ ದೃಷ್ಟಿಕೊನದಿಂದಲೂ ಶೋಧನೆಯನ್ನು ಮುಂದುವರೆಸಿದೆ. ಈ ಪ್ರಯೋಗಗಳ ಪರಿಣಾಮದಿಂದಾಗಿ ನಾನು ಬ್ರಹ್ಮಚಾರಿಯ ಆಹಾರ ಸರಳವಾಗಿರಬೇಕು, ಮಸಾಲೆಯಿಂದ ಕೂಡಿರಬಾರದು ಮತ್ತು ಸಾಧ್ಯವಾದರೆ ಬೇಯಿಸಿರಬಾರದು ಎಂದು ಕಂಡುಕೊಂಡೆ.

ಆರು ವರ್ಷಗಳ ಪ್ರಯೋಗಗಳ ಫಲವಾಗಿ ಬ್ರಹ್ಮಚಾರಿಯ ಆದರ್ಶ ಆಹಾರವೆಂದರೆ ತಾಜಾ ಹಣ್ಣುಗಳು ಮತ್ತು ಬೀಜಗಳು-ಕಾಯಿಗಳು (ನೆಲಗಡಲೆ ಮಂತಾದ ಬೀಜಗಳು) ಎಂದು ನಾನು ಕಂಡುಕೊಂಡಿದ್ದೇನೆ. ಈ ಆಹಾರವನ್ನು ಅವಲಂಬಿಸಿ ಜೀವಿಸಿದಾಗ ನಾನು ಸುಖಾಪೇಕ್ಷೆಯಿಂದ ಬಿಡುಗಡೆ ಪಡೆದಿದ್ದೆ. ನಾನು ಆಹಾರವನ್ನು ಬದಲಾಯಿಸಿದ ತರುವಾಯ ಅದು ನನಗೆ ತಿಳಿಯದಂತೆ ಮಾಯವಾಯ್ತು. ನಾನು ಕೇವಲ ಹಣ್ಣುಗಳು ಮತ್ತು ಬೀಜ ಮತ್ತು ಕಾಯಿಗಳನ್ನು ಅವಲಂಬಿಸಿ ಜೀವಿಸುತ್ತಿದ್ದಾಗ ದಕ್ಷಿಣ ಆಫ್ರಿಕದಲ್ಲಿ ಬ್ರಹ್ಮಚರ್ಯವನ್ನು ಆಚರಿಸಲು ನಾನು ಯಾವುದೇ ಪ್ರಯತ್ನ ಮಾಡಲಿಲ್ಲ. ನಾನು ಹಾಲನ್ನು ತೆಗೆದುಕೊಳ್ಳಲಾರಂಭಿಸಿದ ತರುವಾಯ ಈ ಆಚರಣೆಗೆ ತುಂಬಾ ಪ್ರಯತ್ನ ನಡೆಸಬೇಕಾಯ್ತು. ಹಣ್ಣಿನಿಂದ ಹಾಲಿಗೆ ಹೇಗೆ ಹಿಂದಿರುಗಬೇಕಾಯ್ತು ಎಂಬುದನ್ನು ಅದಕ್ಕೆ ಉಚಿತವಾಗಿರುವ ಸ್ಥಳದಲ್ಲಿ ಪರಿಗಣಿಸಲಾಗುವುದು. ಹಾಲಿನ ಆಹಾರವು ಬ್ರಹ್ಮಚರ್ಯ ವ್ರತವನ್ನು ಆಚರಿಸಲು ತುಂಬಾ ಕಷ್ಟ ಕೊಟ್ಟಿತು ಎಂಬುದರಲ್ಲಿ ಸ್ವಲ್ಪವೂ ಸಂಶಯವಿಲ್ಲ ಎಂದು ಇಲ್ಲಿ ಹೇಳಿಬಿಟ್ಟರೆ ಸಾಕು ಎಂದು ಭಾವಿಸಿದ್ದೇನೆ. ಎಲ್ಲ ಬ್ರಹ್ಮಚಾರಿಗಳು ಹಾಲನ್ನು ಬಿಟ್ಟುಬಿಡಬೇಕು ಎಂದು ಯಾರೂ ಊಹಿಸಬಾರದು. ಅನೇಕ ಪ್ರಯೋಗಗಳನ್ನು ನಡೆಸಿದ ತರುವಾಯ ಮಾತ್ರ ಬೇರೆಬೇರೆ ಬಗೆಯ ಆಹಾರ ಬ್ರಹ್ಮಚರ್ಯದ ಮೇಲೆ ಮಾಡುವ ಪರಿಣಾಮವನ್ನು ನಿರ್ಧರಿಸಬಹುದು. ಹಾಲಿಗೆ ಬದಲಿಯಾಗಿರುವ ಹಣ್ಣನ್ನು ನಾನಿನ್ನೂ ಕಂಡುಕೊಳ್ಳಬೇಕಾಗಿದೆ. ಹಾಲಿಗೆ ಸಮಾನವಾಗಿ ಚೆನ್ನಾಗಿ ಸ್ನಾಯುಗಳ ಬಲವರ್ಧಿಸುವ ಮತ್ತು ಸುಲಭವಾಗಿ ಜೀರ್ಣವಾಗುವ ಹಣ್ಣನ್ನು ಹುಡುಕಿಕೊಳ್ಳಬೇಕಾಗಿದೆ. ಡಾಕ್ಟರುಗಳು, ವೈದ್ಯರುಗಳು ಮತ್ತು ಹಕೀಮರುಗಳು ನನಗೆ ಈ ಬಗ್ಗೆ ತಿಳಿಯ ಹೇಳಲು ಪ್ರಯತ್ನಿಸಿ ವಿಫಲರಾಗಿದ್ದಾರೆ. ಆದ್ದರಿಂದ ನನಗೆ ಹಾಲು ಭಾಗಶಃ ಉತ್ತೇಜಕ(ಸ್ಟಿಮ್ಯುಲೆಂಟ್) ಎಂದು ಗೊತ್ತಿದ್ದರೂ ಸದ್ಯ ಅದನ್ನು ಬಿಟ್ಟುಬಿಡಬೇಕೆಂದು ನಾನು ಯಾರಿಗೂ ಸಲಹೆ ಕೊಡುವುದಿಲ್ಲ.

ಬ್ರಹ್ಮಚರ್ಯಕ್ಕೆ ಹೊರಗಿನಿಂದ ನೆರವು ಕೊಡಲು ಉಪವಾಸಮಾಡುವುದು ಅವಶ್ಯಕವಾಗಿದೆ. ಆಹಾರದಲ್ಲಿ ನಿರ್ಬಂಧ ಮತ್ತು ಆಯ್ಕೆಯಷ್ಟೇ ಉಪವಾಸ ಅಗತ್ಯ. ಮೇಲಿನಿಂದ ಮತ್ತು ಕೆಳಗಿನಿಂದ ಎಲ್ಲ ಮಗ್ಗುಲುಗಳಿಂದಲೂ ಇಂದ್ರಿಯಗಳನ್ನು ಪೂರ್ಣವಾಗಿ ಸುತ್ತುಗಟ್ಟಿದಾಗ ಮಾತ್ರ ಅವನ್ನು ಹತೋಟಿಯಲ್ಲಿಟ್ಟುಕೊಳ್ಳಬಹುದು. ಹೀಗೆ ಅವನ್ನು ಜಯಿಸಬಹುದು. ಆಹಾರವಿಲ್ಲದಿದ್ದರೆ ಇಂದ್ರಿಯಗಳು ದುರ್ಬಲವಾಗುವುವು ಎಂಬುದು ಸಾಮಾನ್ಯ ತಿಳಿವಳಿಕೆಯಾಗಿದೆ. ಆದ್ದರಿಂದ ಇಂದ್ರಿಯಗಳನ್ನು ಹತೋಟಿಯಲ್ಲಿಟ್ಟುಕೊಳ್ಳಲು ಉಪವಾಸ ಮಾಡಬೇಕು. ನಿಸ್ಸಂಶಯವಾಗಿಯೂ ಅದರಿಂದ ತುಂಬಾ ನೆರವು ಸಿಗುವುದು. ಕೆಲವರಿಗೆ ಉಪವಾಸದಿಂದ ಸಹಾಯ ಸಿಗದು. ಏಕೆಂದರೆ ಯಾಂತ್ರಿಕವಾಗಿ ಉಪವಾಸಮಾಡುವುದರಿಂದ ಮಾತ್ರ ಅನಾರೋಗ್ಯದಿಂದ ರಕ್ಷಣೆ ಸಿಗುವುದು ಎಂದು ಅವರು ಭಾವಿಸುತ್ತಾರೆ. ಅವರು ತಮ್ಮ ಶರೀರಗಳನ್ನು ಆಹಾರವಿಲ್ಲದೇ

ದಣಿಸುತ್ತಾರೆ. ಆದರೆ ತಮ್ಮ ಮನಸ್ಸುಗಳನ್ನು ಬಗೆಯ ಸವಿಯಾದ ವಿಚಾರಗಳಿಂದ ತಣಿಸುತ್ತಾರೆ. ಉಪವಾಸದ ಕಾಲದಲ್ಲಿ ಅವರು ಉಪವಾಸ ಮುಗಿದ ತರುವಾಯ ತಾವು ಏನು ಕುಡಿಯಬಹುದು ಮತ್ತು ಏನು ತಿನ್ನಬಹುದು ಎಂದು ಚಿಂತಿಸುತ್ತಿರುತ್ತಾರೆ. ಅಂತಹ ಉಪವಾಸ ಅವರ ನಾಲಿಗೆಯ ರುಚಿಯನ್ನಾಗಲಿ ಇಲ್ಲವೇ ಭೋಗಾಪೇಕ್ಷೆಯನ್ನಾಗಲಿ ನಿಯಂತ್ರಿಸಲು ಸಹಾಯ ಮಾಡದು. ಉಪವಾಸಮಾಡುತ್ತಿರುವ ಶರೀರದೊಂದಿಗೆ ಮನಸ್ಸು ಕೂಡಾ ಸಹಕರಿಸಿದಾಗ ಮಾತ್ರ ಉಪವಾಸ ಉಪಯುಕ್ತವಾಗುವುದು. ಆದರ ಅರ್ಥವೇನೆಂದರೆ ಶರೀರ ತಿರಸ್ಕರಿಸಿರುವ ವಸ್ತುಗಳ ಬಗ್ಗೆ ಮನಸ್ಸಿನಲ್ಲಿ ಜುಗುಪ್ಸೆಯನ್ನು ಬೆಳಸಿಕೊಳ್ಳಬೇಕು. ನಮ್ಮ ಎಲ್ಲ ವಿಷಯಾಸಕ್ತಿಗಳ ಮೂಲದಲ್ಲಿರುವುದು ಮನಸ್ಸೇ ಆಗಿದೆ. ಆದ್ದರಿಂದ ಇಂತಹ ಉಪವಾಸ ಮಿತವಾಗಿ ಉಪಯೋಗಕ್ಕೆ ಬರಬಹುದು. ಏಕೆಂದರೆ ಉಪವಾಸಮಾಡುವವನು ಭೋಗಾಪೇಕ್ಷೆಯಿಂದ ತೂಗಾಡುತ್ತಿರಬಹುದು. ಆದರೆ ವಾಡಿಕೆಯಂತೆ ಹೇಳುವುದಾದರೆ ಉಪವಾಸ ಮಾಡದೇ ಇಂದ್ರಿಯಾಪೇಕ್ಷೆಯನ್ನು ನಾಶಮಾಡಲು ಸಾಧ್ಯವಾಗದು. ಆದ್ದರಿಂದ ಉಪವಾಸ ಬ್ರಹ್ಮಚರ್ಯಕ್ಕೆ ಅನಿವಾರ್ಯ ಎಂದು ಹೇಳಬಹುದು. ಬ್ರಹ್ಮಚರ್ಯವನ್ನು ಆಶಿಸುವ ಅನೇಕರು ವಿಫಲರಾಗುತ್ತಾರೆ. ಏಕೆಂದರೆ ಯಾರು ಬ್ರಹ್ಮಚಾರಿಗಳಾಗಿಲ್ಲವೋ ಅವರಂತೆಯೇ ಇವರು ಕೂಡಾ ಇತರ ಇಂದ್ರಿಯಾಪೇಕ್ಷೆಗಳನ್ನು ತೃಪ್ತಿಪಡಿಸುತ್ತಿರುತ್ತಾರೆ. ಅವರ ಪ್ರಯತ್ನವು ಸುಡುವ ಬೇಸಗೆ ಕಾಲದಲ್ಲಿ ಚಳಿಗಾಲದ ಥಂಡಿಯ ಆಸರೆಯ ಅನುಭವ ಪಡೆಯಲು ಪ್ರಯತ್ನಿಸುವಂತಿರುತ್ತದೆ. ಬ್ರಹ್ಮಚಾರಿಯ ಜೀವನಕ್ಕೂ ಮತ್ತು ಬ್ರಹ್ಮಚಾರಿಯಲ್ಲದವನ ಜೀವನಕ್ಕೂ ನಡುವೆ ಸ್ಪಷ್ಟವಾದ ರೇಖೆಯಿರಬೇಕು. ಇವೆರಡರ ನಡುವೆ ಇರುವ ಸಾದೃಶ್ಯ ಸುಸ್ಪಷ್ಟವಾಗಿ ಗೋಚರವಾಗುವಂತಿರುವುದು. ಈ ಭಿನ್ನತೆಯು ಸೂರ್ಯಪ್ರಕಾಶದಷ್ಟು ಸುಸ್ಪಷ್ಟವಾಗಿರಬೇಕು. ಅವರಿಬ್ಬರೂ ತಮ್ಮ ಕಣ್ಣುದೃಷ್ಟಿಯನ್ನು ಬಳಸುತ್ತಾರೆ. ಆದರೆ ಬ್ರಹ್ಮಚಾರಿಯು ಅದನ್ನು ದೇವರ ವೈಭವವನ್ನು ಕಾಣಲು ಬಳಸುತ್ತಾನೆ. ಆದರೆ ಇನ್ನೊಬ್ಬ ಅದನ್ನು ತನ್ನ ಸುತ್ತ ಇರುವ ಚೆಲ್ಲಾಟವನ್ನು ನೋಡಲು ಬಳಸುತ್ತಾನೆ. ಅವರಿಬ್ಬರೂ ಕಿವಿಗಳನ್ನು ಬಳಸುತ್ತಾರೆ. ಆದರೆ ಒಬ್ಬಾತನು ದೇವರ ಸ್ತೋತ್ರಗಳನ್ನಲ್ಲದೇ ಬೇರೆ ಏನನ್ನೂ ಕೇಳಿಸಿಕೊಳ್ಳುವುದಿಲ್ಲ. ಆದರೆ ಇನ್ನೊಬ್ಬ ಅಶ್ಲೀಲವನ್ನು ಕೇಳಿಸಿಕೊಂಡು ನಲಿಯುತ್ತಿರುತ್ತಾನೆ. ಇಬ್ಬರೂ ರಾತ್ರಿಯ ವೇಳೆಯಲ್ಲಿ ತುಂಬಾ ಹೊತ್ತು ಎಚ್ಚರವಾಗಿರುತ್ತಾರೆ. ಒಬ್ಬಾತ ದೇವರ ಪ್ರಾರ್ಥನೆಗೆ ಆ ವೇಳೆಯನ್ನು ವಿನಿಯೋಗಿಸುತ್ತಾನೆ. ಇನ್ನೊಬ್ಬಾತ ಅನಾಗರಿಕವಾದ ಮತ್ತು ವ್ಯರ್ಥವಾಗಿರುವ ವಿನೋದದಲ್ಲಿ ಆ ಸಮಯವನ್ನು ಪೋಲುಮಾಡುತ್ತಾನೆ. ಇಬ್ಬರೂ ಅಂತರಾಳವನ್ನು ಪೋಷಿಸುತ್ತಾರೆ. ಆದರೆ ಒಬ್ಬಾತನು ದೇವರ ಆಲಯವನ್ನು ಒಳ್ಳೆಯ ಸ್ಥಿತಿಯಲ್ಲಿಡಲು ಅದನ್ನು ಪೋಷಿಸುತ್ತಾನೆ. ಆದರೆ ಇನ್ನೊಬ್ಬನು ಹೊಟ್ಟೆಬಿರಿಯುವಂತೆ ಉಣ್ಣುತ್ತಾನೆ ಮತ್ತು ಆ ಪವಿತ್ರ ಪಾತ್ರೆಯನ್ನು ದುರ್ವಾಸನೆ ಬೀರುವ ಗಟಾರವನ್ನಾಗಿ ಮಾಡಿಬಿಡುತ್ತಾನೆ. ಆದ್ದರಿಂದ ಈ ಇಬ್ಬರೂ ಬೇರೆಬೇರೆಯಾಗಿರುವ ಧ್ರುವಗಳಂತೆ ಇರುತ್ತಾರೆ. ಅವರ ನಡುವಣ ಅಂತರ ಹೆಚ್ಚುತ್ತ ಹೋಗುತ್ತದೆ ಮತ್ತು ಕಾಲ ಸರಿದಂತೆ ಅದು ನಾಶವಾಗುವುದಿಲ್ಲ.

ಬ್ರಹ್ಮಚರ್ಯವೆಂದರೆ ಚಿಂತನೆಯಲ್ಲಿ, ಮಾತಿನಲ್ಲಿ ಮತ್ತು ಕಾರ್ಯಗಳಲ್ಲಿರುವ ಸಂವೇದನೆಗಳನ್ನು ನಿಯಂತ್ರಿಸುವುದು ಎಂದು ಅರ್ಥಮಾಡಿಕೊಳ್ಳಬೇಕು. ನಾನು ಮೇಲೆ ವಿವರಿಸಿರುವಂತಹ ರೀತಿಯ ನಿರ್ಬಂಧಗಳ ಅವಶ್ಯಕತೆಯನ್ನು ಹೆಚ್ಚು ಹೆಚ್ಚಾಗಿ ಪ್ರತಿದಿನವೂ ಗ್ರಹಿಸಿಕೊಳ್ಳುತ್ತಿದ್ದೇನೆ. ತ್ಯಾಗದ

ಸಾಧ್ಯತೆಗಳಿಗೆ ಮಿತಿ ಎಂಬುದಿಲ್ಲವೇ ಇಲ್ಲ. ಹಾಗೆಯೇ ಬ್ರಹ್ಮಚರ್ಯಕ್ಕೂ ಮಿತಿ ಇಲ್ಲವೇ ಇಲ್ಲ. ಅಂತಹ ಬ್ರಹ್ಮಚರ್ಯವನ್ನು ಮಿತವಾಗಿ ಪ್ರಯತ್ನಗಳಿಸಿಕೊಳ್ಳಲು ಸಾಧ್ಯವಾಗದು. ಅನೇಕರಿಗೆ ಅದು ಕೇವಲ ಒಂದು ಆದರ್ಶವಾಗಿ ಉಳಿದುಕೊಳ್ಳಬೇಕು. ಬ್ರಹ್ಮಚರ್ಯವನ್ನು ಆಶಿಸುವವನು ಯಾವಾಗಲು ತನ್ನ ಕುಂದುಕೊರತೆಗಳನ್ನು ಅರಿತುಕೊಂಡಿರಬೇಕು ಮತ್ತು ತನ್ನ ಹೃದಯದಾಳದ ಗೂಡಿನಲ್ಲಿ ಕಾಲಹರಣಮಾಡುತ್ತಿರುವ ಭೋಗಾಪೇಕ್ಷೆಗಳ ಪತ್ತೆಹಚ್ಚಬೇಕು ಮತ್ತು ಅವುಗಳಿಂದ ಬಿಡುಗಡೆ ಪಡೆಯಲು ಎಡಬಿಡದೇ ಪ್ರಯಾಸಪಡುತ್ತಿರಬೇಕು. ಯೋಚನೆ ಎನ್ನುವುದು ಇಚ್ಛಾಶಕ್ತಿಯ ಪೂರ್ಣ ಹತೋಟಿಗೆ ಒಳಪಡದ ವಿನಹ ಬ್ರಹ್ಮಚರ್ಯ ಪರಿಪೂರ್ಣ ಸ್ವರೂಪದಲ್ಲಿ ಇರಲಾರದು. ಅನೈಚ್ಛಿಕವಾದ ಯೋಚನೆಯು ಮನಸ್ಸಿನ ಪ್ರವೃತ್ತಿಯಾಗಿರುವುದು. ಆದ್ದರಿಂದ ಯೋಚನೆಯನ್ನು ಹತೋಟಿಯಲ್ಲಿಡುವುದೆಂದರೆ ಮನಸ್ಸನ್ನು ಹತೋಟಿಯಲ್ಲಿಡುವುದು ಎಂದು ಅರ್ಥಮಾಡಿಕೊಳ್ಳಬೇಕು. ಹಾಗೆ ಹತೋಟಿಗೊಳಪಡಿಸುವುದು ಗಾಳಿಯನ್ನು ಹತೋಟಿಗೊಳಪಡಿಸುವುದಕ್ಕಿಂತಲೂ ಹೆಚ್ಚು ಕಷ್ಟಕರವಾಗಿರುವುದು. ಏನೇ ಆದರೂ ಅಂತರಂಗದಲ್ಲಿರುವ ದೇವರು ಮನಸ್ಸಿನ ನಿಯಂತ್ರಣವನ್ನು ಸಾಧ್ಯಮಾಡಿಸಿಕೊಡುವನು. ಅದು ಕಷ್ಟಕರವಾಗಿರುವುದರಿಂದ ಅಸಾಧ್ಯವಾದದ್ದು ಎಂದು ಯಾರೂ ಭಾವಿಸಬಾರದು. ಅದು ಅತ್ಯುಚ್ಚ ಗುರಿಯಾಗಿರುವುದು. ಅದನ್ನು ಗಳಿಸಿಕೊಳ್ಳಲು ಭಾರಿ ಪ್ರಯತ್ನ ಅತ್ಯಗತ್ಯ ಎಂಬುದರಲ್ಲಿ ಆಶ್ಚರ್ಯಪಡುವಂತದೇನೂ ಇಲ್ಲ.

ಆದರೆ ನಾನು ಭಾರತಕ್ಕೆ ಬಂದ ತರುವಾಯ, ಕೇವಲ ಮಾನವ ಪ್ರಯತ್ನದಿಂದ ಬ್ರಹ್ಮಚರ್ಯ ಅಸಾಧ್ಯ ಎಂಬುದನ್ನು ಅರಿತುಕೊಂಡೆ. ಫಲದ (ಹಣ್ಣಿನ) ಆಹಾರ ಮಾತ್ರ ಎಲ್ಲ ಸುಖಾಪೇಕ್ಷೆಗಳನ್ನು ತೊಡೆದು ಹಾಕಲು ನನಗೆ ಶಕ್ತಿ ಕೊಡುವುದು ಎಂಬ ಭ್ರಮೆಯಲ್ಲಿ ನಾನು ಅಲ್ಲಿಯವರೆಗೂ ಕಷ್ಟಪಡುತ್ತಿದ್ದೆ. ಇದ್ದಕ್ಕಿಂತ ಹೆಚ್ಚಿಗೆ ನಾನು ಏನೂ ಮಾಡಬೇಕಾಗಿಲ್ಲ ಎಂಬ ನಂಬಿಕೆಯಿಂದ ನಾನು ಹೆಮ್ಮೆಪಡುತ್ತಿದ್ದೆ.

ನನ್ನ ಹೋರಾಟಗಳ ಅಧ್ಯಾಯವನ್ನು ನಾನು ಈಗಲೇ ನಿರೀಕ್ಷಿಸಬಾರದು. (ಅಂದರೆ ನನ್ನ ಮುಂದಿನ ಹೋರಾಟಗಳನ್ನು ಈಗಲೇ ನಾನು ಹೇಳುವುದಿಲ್ಲ) ಯಾರು ದೇವರ ಸಾಕ್ಷಾತ್ಕಾರದ ದೃಷ್ಟಿಯನ್ನಿಟುಕೊಂಡು ಬ್ರಹ್ಮಚರ್ಯವನ್ನು ಆಚರಿಸುತ್ತಾರೋ ಅವರು ಹತಾಶರಾಗಬಾರದು ಎಂದು ನಾನು ಸ್ಪಷ್ಟಪಡಿಸುತ್ತಿದ್ದೇನೆ. ಆದರೆ ದೇವರಲ್ಲಿ ಅವರಿಟ್ಟಿರುವ ನಿಷ್ಠೆ ಅವರ ಸ್ವಪ್ರಯತ್ನಕ್ಕೆ ಸಮವಾಗಿರಬೇಕು.

ವಿಷಯಾ ವಿನಿವರ್ತಂತೆ ನಿರಾಹಾರಸ್ಯ ದೇಹಿನಃ ।

ರಸವರ್ಜ್ ರಸ್ತೋऽಪಸ್ಯಪರಂ ದೃಷ್ಟಯಾ ನಿವರ್ತತೆ ॥

ಇಂದ್ರಿಯಗಳ ವಸ್ತುವಿಷಯಗಳು ತಟಸ್ಥವಾಗಿರುವ ಜೀವದಿಂದ ಬೇರೊಂದು ಕಡೆಗೆ ಸವಿಯನ್ನು ಅಲ್ಲಿಯೇ ಬಿಟ್ಟು ಮುಖ ತಿರುಗಿಸುತ್ತವೆ. ಪರಮಶಕ್ತಿ(ದೇವರು)ಯು ಸಾಕ್ಷಾತ್ಕಾರವಾಗುತ್ತಿದ್ದಂತೆ ಸವಿ ಕೂಡಾ ಮಾಯವಾಗುತ್ತದೆ.- 'ಭಗವದ್ಗೀತೆ 2-59'.

ಆದ್ದರಿಂದ ದೇವರ ಹೆಸರು ಮತ್ತು ಅವನ ಅನುಗ್ರಹ ಮೋಕ್ಷವನ್ನು ಆಶಿಸುವವರ ಕಟ್ಟಕಡೆಯ ಆಕರ(ಉತ್ಪತ್ತಿಸ್ಥಾನ)ಗಳಾಗಿವೆ. ನಾನು ಭಾರತಕ್ಕೆ ಹಿಂದಿರುಗಿದ ತರುವಾಯ ಮಾತ್ರ ಈ ಸತ್ಯ ನನಗೆ ಗೋಚರವಾಯ್ತು.

9. ಸರಳ ಜೀವನ

ನಾನು ಆರಾಮಾಗಿರುವ ಮತ್ತು ಸೌಖ್ಯದಿಂದಿರುವ ಜೀವನವನ್ನು ಆರಂಭಿಸಿದೆ. ಆದರೆ ಈ ಪ್ರಯೋಗ ಹೆಚ್ಚು ಕಾಲ ಇರಲಿಲ್ಲ. ನಾನು ಮನೆಯನ್ನು ಎಚ್ಚರಿಕೆಯಿಂದ ಸಜ್ಜುಗೊಳಿಸಿದ್ದರೂ ಅದು ನನ್ನನ್ನು ಹಿಡಿದಿಟ್ಟು ಕೊಳ್ಳುವುದರಲ್ಲಿ ವಿಫಲವಾಯ್ತು. ಆದ್ದರಿಂದ ನಾನು ಆ ಬಗೆಯ ಜೀವನವನ್ನು ಪ್ರಾರಂಭಿಸುತ್ತಿದ್ದಂತೆಯೇ ನಾನು ನನ್ನ ಖರ್ಚುಗಳಲ್ಲಿ ಕಡಿತ ಮಾಡಲಾರಂಭಿಸಿದೆ. ಅಗಸನ ಬಿಲ್ಲು ಹೆಚ್ಚಾಗಿತ್ತು ಮತ್ತು ಅವನು ಯಾವರೀತಿಯಲ್ಲೂ ಗೊತ್ತಾದ ಕಾಲದಲ್ಲಿ ಒಗೆದ ಉಡುಪನ್ನು ತಂದುಕೊಡುತ್ತಿರಲಿಲ್ಲ. ಹಾಗಾಗಿ ನನ್ನ ಬಳಿ ಎರಡು ಅಥವಾ ಮೂರು ಡಜನ್ ಷರಟುಗಳು ಮತ್ತು ಕಾಲರುಗಳಿದ್ದರೂ ಸಾಕಾಗುತ್ತಿರಲಿಲ್ಲ. ಪ್ರತಿದಿನವೂ ಕಾಲರ್‌ಗಳನ್ನು ಬದಲಿಸಬೇಕಾಗುತ್ತಿತ್ತು. ಪ್ರತಿ ದಿನ ಷರಟನ್ನು ಬದಲಿಸದಿದ್ದರೂ ಕಡೆಯಪಕ್ಷ ಎರಡು ದಿನಗಳಿಗೊಮ್ಮೆಯಾದರೂ ಅದನ್ನು ಬದಲಿಸಬೇಕಾಗಿತ್ತು. ಇದು ಇಮ್ಮಡಿ ಖರ್ಚೆಂದು ನನಗೆ ತೋರಿತು. ಅದು ಅನವಶ್ಯಕವೆಂದು ಭಾಸವಾಯ್ತು. ಆದ್ದರಿಂದ ನಾನು ಒಗೆಯುವಸಜ್ಜುಸಾಮಾಗ್ರಿ (ವಾಷಿಂಗ್ ಔಟ್‌ಫಿಟ್)ಯನ್ನು ಅಣಿಮಾಡಿಕೊಂಡೆ. ನಾನು ಒಗೆಯುವುದನ್ನು (ಮಡಿ

ಮಾಡುವುದನ್ನು) ಕುರಿತು ಪುಸ್ತಕವನ್ನು ಕೊಂಡುತಂದೆ ಮತ್ತು ಆ ಕಲೆಯನ್ನು ಕಲಿತುಕೊಂಡೆ. ಅದನ್ನು ನನ್ನ ಹೆಂಡತಿಗೆ ಕೂಡಾ ಕಲಿಸಿಕೊಟ್ಟೆ. ಇದರಿಂದ ನನ್ನ ಕೆಲಸ ಜಾಸ್ತಿಯಾಯ್ತು. ಆದರೆ ಅದರ ನಾವಿನ್ಯ (ಉದ್ದಿಮೆ) ನನ್ನನ್ನು ಸಂತೋಷಗೊಳಿಸಿತ್ತು.

ನಾನೇ ಸ್ವತಹ ಒಗೆದ ಮೊದಲನೆ ಕಾಲರನ್ನು ಎಂದೂ ಮರೆಯಲಾರೆ. ನಾನು ಅಗತ್ಯಕ್ಕಿಂತಲೂ ಹೆಚ್ಚಾಗಿ ಗಂಜಿ(ಸ್ಟಾರ್ಚ್-ಬಟ್ಟೆಯನ್ನು ಗಡಸುಮಾಡಲು, ಇಸ್ತರಿ ಮಾಡುವ ಮುಂಚೆ ಹಾಕುವ ಹಿಟ್ಟಿನ ಗಂಜಿ)ಯನ್ನು ಉಪಯೋಗಿಸಿದ್ದೆ. ಕಾಲರು ಸುಟ್ಟುಹೋಗಬಹುದು ಎಂಬ ಭಯದಿಂದ ನಾನು ಇಸ್ತರಿಪೆಟ್ಟಿಗೆಯನ್ನು ಸಾಕಷ್ಟು ಬಿಸಿಮಾಡಿರಲಿಲ್ಲ ಮತ್ತು ಪೆಟ್ಟಿಗೆಯಿಂದ ಅದನ್ನು ಚೆನ್ನಾಗಿ ಉಜ್ಜಿರಲಿಲ್ಲ. ಇದರ ಪರಿಣಾಮದಿಂದಾಗಿ ಕಾಲರು ಸಾಕಷ್ಟು ಬಿರುಸಾಗಿದ್ದರೂ ಅವಶ್ಯಕತೆಗಿಂತ ಹೆಚ್ಚಾಗಿದ್ದ ಗಂಜಿ ಒಂದೇ ಸಮನೇ ಉದುರುತ್ತಿತ್ತು. ಅದೇ ಕಾಲರನ್ನೇ ಧರಿಸಿಕೊಂಡು ನಾನು ನ್ಯಾಯಾಲಯಕ್ಕೆ ಹೋಗಿದ್ದೆ ಇದರಿಂದಾಗಿ ನಾನು ನನ್ನ ಜೊತೆಯ ಬ್ಯಾರಿಸ್ಟರುಗಳ ಅಪಹಾಸ್ಯಕ್ಕೆ ಗುರಿಯಾಗಿದ್ದೆ. ಆದರೆ ಆ ದಿನಗಳಲ್ಲಿ ಕೂಡಾ ನಾನು ಅಪಹಾಸ್ಯದಿಂದ ಪ್ರಭಾವಿತನಾಗದೇ ವಿಚಲನಾಗಿರುತ್ತಿದ್ದೆ.

'ಒಳ್ಳೆಯದು. ಇದು ನನ್ನ ಸ್ವಂತದ ಕಾಲರುಗಳನ್ನು ಒಗೆಯುವ ಮೊದಲ ಪ್ರಯೋಗ. ಆದ್ದರಿಂದ ಗಂಜಿ ಉದುರಿ ಬೀಳುತ್ತಿದೆ. ಆದರೆ ಅದರಿಂದ ನನಗೇನೂ ತೊಂದರೆಯಾಗಿಲ್ಲ. ಅದು ನಿಮಗೆ ತುಂಬಾ ವಿನೋದವನ್ನು ಒದಗಿಸಿ ಕೊಟ್ಟು ಉಪಯುಕ್ತ ಎನಿಸಿಕೊಂಡಿದೆ'. ಎಂದು ನಾನು ಹೇಳಿದೆ.

'ಆದರೆ ಖಂಡಿತವಾಗಿಯೂ ಇಲ್ಲಿ ದೋಬಿಖಾನೆ(ಲಾಂಡ್ರಿ)ಗಳ ಅಭಾವವಿಲ್ಲ?' ಎಂದು ಒಬ್ಬ ಗೆಳೆಯ ಪ್ರಶ್ನಿಸಿದ. 'ದೋಬಿ ಬಿಲ್ಲು ತುಂಬಾ ಹೆಚ್ಚಾಗುವುದು' ಎಂದು ನಾನು ಉತ್ತರಿಸಿದೆ. 'ಒಂದು ಕಾಲರಿನ ದೋಬಿ ಖರ್ಚು ಸುಮಾರಾಗಿ ಅದರ ಬೆಲೆಯಷ್ಟೇ ಹೆಚ್ಚಾಗಿರುತ್ತದೆ. ಜತೆಯಲ್ಲಿ ದೋಬಿಯ ಮೇಲೆ ಎಂದೆಂದೂ ಅವಲಂಬಿತವಾಗಿರಬೇಕು. ನನ್ನ ಬಟ್ಟೆಗಳನ್ನು ನಾನೇ ಒಗೆದುಕೊಳ್ಳುವುದು ನನಗೆ ಇಷ್ಟ'.

ಆದರೆ ಸ್ವಾವಲಂಬನೆ (ಸೆಲ್ಫ್-ಹೆಲ್ಪ್)ಯ ಸೊಬಗನ್ನು ನನ್ನ ಗೆಳೆಯರು ಪ್ರಶಂಸಿಸುವಂತೆ ಮಾಡಲು ನನಗೆ ಸಾಧ್ಯವಾಗಲಿಲ್ಲ. ಕಾಲಕಳೆದಂತೆ ನಾನು ಸ್ವಂತವಾಗಿ ನನ್ನ ಕೆಲಸವನ್ನು ಮುಂದುವರೆಸಿದಂತೆ ನಾನೊಬ್ಬ ತಜ್ಞ ದೋಬಿಯಾದೆ. ನನ್ನ ದೋಬಿಕೆಲಸ ದೋಬಿಖಾನೆಯಲ್ಲಿ ನಡೆಯುತ್ತಿದ್ದ ಕೆಲಸಕ್ಕಿಂತಲೂ ಕೀಳಾಗಿರಲಿಲ್ಲ. ನನ್ನ ಕಾಲರುಗಳು ಬಿರುಸಿನಲ್ಲಿ ಕಡಿಮೆಯಾಗಿರಲಿಲ್ಲ ಮತ್ತು ಇತರರ ಕಾಲರುಗಳಂತೆ ಹೊಳೆಯುತ್ತಿದ್ದವು.

ಗೋಖಲೆಅವರು ದಕ್ಷಿಣ ಆಫ್ರಿಕಕ್ಕೆ ಬಂದಿದ್ದಾಗ ಅವರ ಬಳಿಯಲ್ಲೊಂದು ಅಂಗವಸ್ತ್ರ (ಸ್ಕಾರ್ಫ್) ಇತ್ತು. ಮಹದೇವ್ ಗೋವಿಂದ್ ರಾನಡೆಅವರು ಇದನ್ನು ಗೋಖಲೆಅವರಿಗೆ ಕೊಡುಗೆಯಾಗಿ ಕೊಟ್ಟಿದ್ದರು. ಗೊಖಲೆ ತುಂಬಾ ಜಾಗೃತೆಯಾಗಿ ಈ ಸ್ಮರಣಿಕೆಯನ್ನು ನಿಧಿಯಂತೆ ಜೋಪಾನಾಗಿಟ್ಟು ಕೊಂಡಿದ್ದರು. ಕೇವಲ ವಿಶೇಷ ಸಂದರ್ಭಗಳಲ್ಲಿ ಅದನ್ನು ಬಳಸುತ್ತಿದ್ದರು. ಜೊಹಾನ್ಸ್‌ಬರ್ಗ್‌ನ ಭಾರತೀಯರು ಅವರ ಗೌರವಾರ್ಥ ನೀಡಿದ್ದ ಔತಣಕೂಟ ಅಂತಹ

ಒಂದು ವಿಶೇಷ ಸಂದರ್ಭವಾಗಿತ್ತು. ಈ ಅಂಗವಸ್ತ್ರ ಸುಕ್ಕುಸುಕ್ಕಾಗಿತ್ತು ಮತ್ತು ಅದಕ್ಕೆ ಇಸ್ತರಿ ಮಾಡುವ ಅವಶ್ಯಕತೆಯಿತ್ತು. ಅದನ್ನು ದೋಬಿಖಾನೆಗೆ ಕಳಿಸಲು ಸಾಧ್ಯವಿರಲಿಲ್ಲ ಮತ್ತು ಅದನ್ನು ಕಾಲಕ್ಕೆ ಸರಿಯಾಗಿ ಹಿಂದಕ್ಕೆ ಪಡೆಯುವುದು ಕೂಡಾ ಸಾಧ್ಯವಿರಲಿಲ್ಲ. ನಾನು ನನ್ನ ಕಲೆಯನ್ನು ಪ್ರದರ್ಶಿಸಲು ನಿರ್ಧರಿಸಿದೆ.

'ವಕೀಲರಾಗಿ ನಿಮ್ಮ ಸಾಮರ್ಥ್ಯದಲ್ಲಿ ನನಗೆ ನಂಬಿಕೆಯಿದೆ. ಆದರೆ ದೋಬಿಯಾಗಿ ನಾನು ನಿಮ್ಮನ್ನು ನಂಬಲಾರೆ' ಎಂದು ಗೋಖಲೆ ಹೇಳಿದರು. 'ನೀವು ಅದನ್ನು ಕೊಳೆಮಾಡಿದರೆ' ಕಲೆಮಾಡಿದರೆ ಏನಾಗಬಹುದು? ಅದು ನನಗೆ ಎಷ್ಟೊಂದು ಬೆಲೆಯುಳ್ಳದ್ದು ಎಂದು ನಿಮಗೆ ಗೊತ್ತಿದೆಯೆ?'

ಹೀಗೆ ಹೇಳಿ ಜತೆಯಲ್ಲಿ ಅವರು ತುಂಬಾ ಸಂತೋಷದಿಂದ ಆ ಕೊಡುಗೆಯ ಕಥೆಯನ್ನು ನನಗೆ ಹೇಳಿದರು. ನಾನು ಆಗಲೂ ಬಲವಂತಪಡಿಸಿದೆ. ನನ್ನ ಸಾಮರ್ಥ್ಯದ ಬಗ್ಗೆ ಖಾತ್ರಿಪಡಿಸಿದೆ ಮತ್ತು ಅದನ್ನು ಇಸ್ತ್ರಿಮಾಡಿಕೊಡಲು ಅವರ ಅನುಮತಿಯನ್ನು ಪಡೆದೆ. ನನಗೆ ಅವರ ಅರ್ಹತಾಪತ್ರ ಕೂಡಾ ಸಿಕ್ಕಿತು. ಇದಾದ ತರುವಾಯ ಉಳಿದ ಜಗತ್ತು ನನಗೆ ಅರ್ಹತಾಪತ್ರ ಕೊಡಲು ನಿರಾಕರಿಸಿದರೂ ನಾನು ಅದರ ಬಗ್ಗೆ ತಲೆ ಕೆಡಿಸಿಕೊಳ್ಳಲಾರೆ.

ಇದೇ ರೀತಿಯಲ್ಲಿ ದೋಬಿ (ಮಡಿವಾಳ, ಅಗಸ)ಯ ಗುಲಾಮಗಿರಿಯಿಂದ ಬಿಡುಗಡೆ ಪಡೆದಂತೆ ನಾನು ಕ್ಷೌರಿಕನ ಮೇಲಿನ ಅವಲಂಬನೆಯನ್ನು ಕೂಡಾ ಕಿತ್ತೊಗೆದೆ. ಇಂಗ್ಲೆಂಡ್‌ಗೆ ಹೋಗುವವರೆಲ್ಲರೂ ಕಡೆಯ ಪಕ್ಷ ಕ್ಷೌರಮಾಡಿಕೊಳ್ಳುವುದನ್ನು ಕಲಿತುಕೊಂಡಿರುತ್ತಾರೆ. ನನಗೆ ತಿಳಿದ ಮಟ್ಟಿಗೆ ಯಾರೂ ತಮ್ಮ ಕೂದಲನ್ನು ಕತ್ತರಿಸಿಕೊಳ್ಳವುದನ್ನು ಕಲಿತಿರುವುದಿಲ್ಲ. ನಾನು ಅದನ್ನು ಕೂಡಾ ಕಲಿತುಕೊಳ್ಳಲು ನಿಶ್ಚಯಿಸಿದೆ. ನಾನೊಮ್ಮೆ ಪ್ರಿಟೋರಿಯಾದಲ್ಲಿದ್ದ ಇಂಗ್ಲಿಷ್ ಕ್ಷೌರಿಕನ ಬಳಿಗೆ ಹೋಗಿದ್ದೆ. ಅವನು ಸೊಕ್ಕಿನಿಂದ ನನ್ನ ಕೂದಲನ್ನು ಕತ್ತರಿಸಲು ನಿರಾಕರಿಸಿದ. ಇದರಿಂದ ನನಗೆ ಖಂಡಿತವಾಗಿಯೂ ನೋವಾಯಿತು. ತಕ್ಷಣವೇ ನಾನು ನಾನು ಕತ್ತರಿಯನ್ನು ಕೊಂಡುಕೊಂಡೆ ಮತ್ತು ಕನ್ನಡಿಯ ಎದುರು ನಿಂತುಕೊಂಡು ನನ್ನ ಕೂದಲನ್ನು ಕತ್ತರಿಸಿಕೊಂಡೆ. ಹೆಚ್ಚು ಕಡಿಮೆ ನಾನು ಮುಂಭಾಗದಲ್ಲಿದ್ದ ಕೂದಲನ್ನು ಕತ್ತರಿಸಿಕೊಳ್ಳುವುದರಲ್ಲಿ ಯಶಸ್ವಿಯಾಗಿದ್ದೆ ಆದರೆ ಹಿಂಬದಿಯ ಕೂದಲನ್ನು ಹಾಳುಮಾಡಿಕೊಂಡಿದ್ದೆ. ನ್ಯಾಯಾಲಯದಲ್ಲಿದ್ದ ನನ್ನ ಗೆಳೆಯರು ನಗುತ್ತ ತಲೆದೂಗಿದರು.

'ಗಾಂಧಿ, ನಿಮ್ಮ ಕೂದಲಿಗೇನಾಗಿದೆ? ಇಲಿಗಳು ಅವನ್ನು ಕತ್ತರಿಸಿರಬೇಕು'.

'ಇಲ್ಲ. ಬಿಳಿಯ ಕ್ಷೌರಿಕನು ನನ್ನ ಕಪ್ಪು ಕೂದಲನ್ನು ಮುಟ್ಟಲು ಅನುಗ್ರಹ ತೋರಿಸಲಿಲ್ಲ'. ಎಂದು ನಾನು ಹೇಳಿದೆ. 'ಆದ್ದರಿಂದ ಎಷ್ಟೇ ಕೆಟ್ಟದಾಗುವುದಾದರೂ ನಾನೇ ಕತ್ತರಿಸಿಕೊಳ್ಳಲು ಇಷ್ಟಪಟ್ಟೆ'.

ನನ್ನ ಉತ್ತರ ಅವರಾರನ್ನೂ ಚಕಿತಗೊಳಿಸಲಿಲ್ಲ.

ನನ್ನ ಕೂದಲನ್ನು ಕತ್ತರಿಸಲು ನಿರಾಕರಿಸುವ ಮೂಲಕ ಕ್ಷೌರಿಕನು ತಪ್ಪುಮಾಡಿರಲಿಲ್ಲ. ಕಪ್ಪು ಜನರಿಗೆ ಸೇವೆ ಸಲ್ಲಿಸಿದ್ದರೆ ಅವನು ಅವನ ಮಾಮೂಲಿ ಗಿರಾಕಿಗಳನ್ನು ಕಳೆದುಕೊಳ್ಳುತ್ತಿದ್ದ.

ನಾವು ನಮ್ಮ ಅಸ್ಪೃಶ್ಯ ಸಹೋದರರ ಸೇವೆ ಮಾಡಲು ನಮ್ಮ ಕ್ಷೌರಿಕರುಗಳಿಗೆ ಅವಕಾಶಕೊಡುವುದಿಲ್ಲ. ನಾನು ದಕ್ಷಿಣ ಆಫ್ರಿಕದಲ್ಲಿ ಒಂದಲ್ಲ, ಅನೇಕ ಬಾರಿ ಈ ಬಗೆಯ ಪಾರಿತೋಷಕವನ್ನು ಸ್ವೀಕರಿಸಿದ್ದೇನೆ. ನಮ್ಮ ಪಾಪಗಳಿಗೆ ದೊರೆತ ಶಿಕ್ಷೆ ಎಂಬ ಗಾಢನಂಬಿಕೆ ನನ್ನಲ್ಲಿದ್ದದ್ದರಿಂದ ಅದು ನನ್ನನ್ನು ಈ ಬಗ್ಗೆ ಕೋಪಗೊಳ್ಳದಂತೆ ಕಾಪಾಡಿತ್ತು.

ಸ್ವಾವಲಂಬನೆ ಮತ್ತು ಸರಳತೆ ಕುರಿತಂತೆ ನನ್ನ ಅತ್ಯಾಸೆ ಅತಿರೇಕದ ಸ್ವರೂಪಗಳಲ್ಲಿ ಅಂತಿಮವಾಗಿ ಅಭಿವ್ಯಕ್ತಗೊಂಡಿತು. ಆ ವಿಚಾರವನ್ನು ಅವುಗಳ ಸರಿಯಾದ ಸ್ಥಾನದಲ್ಲಿ ವಿವರಿಸಲಾಗುವುದು. ತುಂಬಾ ಹಿಂದೆಯೇ ಬೀಜವನ್ನು ಬಿತ್ತಲಾಗಿತ್ತು. ಅದು ಬೇರೂರಲು, ಹೂಬಿಡಲು ಮತ್ತು ಫಲ ಕೊಡಲು ನೀರೂಡಿಸುವ ಅವಶ್ಯಕತೆಯಿತ್ತು. ಕಾಲ ಸರಿದಂತೆ ನೀರು ಸುರಿಯಲಾಯ್ತು.

10. ಬೋಅರ್ ಸಮರ

1897-1899ರ ನಡುವಣ ಅವಧಿಯ ನನ್ನ ಇತರ ಅನೇಕ ಅನುಭವಗಳನ್ನು ಬಿಟ್ಟು ಬಿಡಬೇಕು ಮತ್ತು ನೇರವಾಗಿ ಬೋಅರ್(ಬೋಯರ್) ಸಮರಕ್ಕೆ ಬರಬೇಕು.

ಸಮರ ಆರಂಭವಾದಾಗ ನನ್ನ ವೈಯಕ್ತಿಕ ಸಹಾನುಭೂತಿ ಆ ಬೋಅರ್‌ಗಳ ಪರವಾಗಿತ್ತು. ಆದರೆ ಅಂತಹ ಪ್ರಸಂಗಗಳಲ್ಲಿ ನನ್ನ ವೈಯಕ್ತಿಕ ಅಭಿಪ್ರಾಯಗಳನ್ನು ಒತ್ತಿಹೇಳುವ ಹಕ್ಕು ನನಗಿಲ್ಲ ಎಂದು ನಾನು ಭಾವಿಸಿದ್ದೆ. ನಾನು ನನ್ನ 'ಸತ್ಯಾಗ್ರಹ ಇನ್ ಸೌತ್ ಆಫ್ರಿಕ' '(ದಕ್ಷಿಣಆಫ್ರಿಕದಲ್ಲಿನ ಸತ್ಯಾಗ್ರಹ)ಎಂಬ ಕೃತಿಯಲ್ಲಿ ಒಳಗಿನ ಹೋರಾಟದ ಬಗ್ಗೆ ಸೂಕ್ಷ್ಮವಾಗಿ ವಿವರಿಸಿದ್ದೇನೆ. ಆದ್ದರಿಂದ ನಾನು ಆ ವಿಷಯವನ್ನು ಪುನರುಚ್ಚರಿಸಬಾರದು. ಕುತೂಹಲವುಳ್ಳವರು ಆ ಪುಟಗಳತ್ತ ದೃಷ್ಟಿಹರಿಸಬೇಕೆಂದು ಹೇಳುತ್ತಿದ್ದೇನೆ. ಬ್ರಿಟಿಷ್ ಪ್ರಭುತ್ವದ ಮೇಲೆ ನಾನಿಟ್ಟಿದ್ದ ನಿಷ್ಠೆಯು ಆ ಸಮರದಲ್ಲಿ ಬ್ರಿಟಿಷರ ಜತೆಯಲ್ಲಿ ಭಾಗವಹಿಸುವಂತೆ ನನ್ನನ್ನು ಪ್ರೇರೇಪಿಸಿತ್ತು ಎಂದು ಹೇಳಿದರೆ ಸಾಕು. ಬ್ರಿಟಿಷ್ ಪ್ರಜೆಯಾಗಿ ನಾನು ಹಕ್ಕುಗಳನ್ನು ಒತ್ತಾಯಿಸುತ್ತಿರುವುದರಿಂದ ಬ್ರಿಟಿಷ್ ಸಾಮ್ರಾಜ್ಯದ ರಕ್ಷಣೆಯಲ್ಲಿ ಕೂಡಾ ಭಾಗವಹಿಸುವುದು

ನನ್ನ ಕರ್ತವ್ಯ ಎಂದು ಭಾವಿಸಿದ್ದೆ. ಬ್ರಿಟಿಷ್ ಸಾಮ್ರಾಜ್ಯದ ಮೂಲಕ ಮತ್ತು ಅದರೊಳಗೆ ಭಾರತ ತನ್ನ ಪೂರ್ಣ ವಿಮೋಚನೆಯನ್ನು ಪಡೆಯಬಹುದು ಎಂದು ಆಗ ನಾನು ಭಾವಿಸಿದ್ದೆ. ಆದ್ದರಿಂದ ನಾನು ಸಾಧ್ಯವಾದಷ್ಟು ಮಂದಿ ಒಡನಾಡಿಗಳನ್ನು ಒಟ್ಟುಗೂಡಿಸಿದೆ. ತುಂಬಾ ಕಷ್ಟಪಟ್ಟಮೇಲೆ ಅವರ ಸೇವೆಯನ್ನು ಆ್ಯಂಬುಲೆನ್ಸ್(ಸೈನ್ಯದ ಹಿಂದೆ ಹೋಗುವ ಸಂಚಾರಿ ಚಿಕಿತ್ಸಾಲಯ) ದಳದಲ್ಲಿ ಬಳಸಿಕೊಳ್ಳಲು ಒಪ್ಪಿಗೆಪಡೆದೆ.

ಭಾರತೀಯ ಹೇಡಿ, ಅಪಾಯವನ್ನು ಎದುರಿಸಲು ಅಸಮರ್ಥ ಮತ್ತು ತನ್ನ ಸ್ವಂತದ ತರ್ತು ಅಗತ್ಯದಾಚೆ ಅವನ ದೃಷ್ಟಿ ಹರಿಯದು ಎಂದು ಸಾಮಾನ್ಯ ಇಂಗ್ಲಿಷ್‌ನವನು ಭಾವಿಸಿದ್ದ. ಆದ್ದರಿಂದ ಅನೇಕ ಇಂಗ್ಲಿಷ್ ಗೆಳೆಯರು ನನ್ನ ಯೋಜನೆಯ ಮೇಲೆ ತಣ್ಣೀರು ಸುರಿದಿದ್ದರು. ಆದರೆ ಡಾ. ಬೂತ್ ಹೃದಯ ಪೂರ್ವಕವಾಗಿ ಬೆಂಬಲ ನೀಡಿದ್ದರು. ಅವರು ನಮಗೆ ಆ್ಯಂಬುಲೆನ್ಸ್ ಕೆಲಸದಲ್ಲಿ ತರಬೇತಿ ನೀಡಿದ್ದರು. ನಾವು ಸೇವೆಗೆ ಅರ್ಹರಾಗಿದ್ದರ ಬಗ್ಗೆ ವೈದ್ಯಕೀಯ ಪ್ರಮಾಣಪತ್ರವನ್ನು ಪಡೆದಿದ್ದೆವು. ಮಿ. ಲಾಟ್ನ್ ಮತ್ತು ದಿವಂಗತ ಎಸ್ಕಾಮ್ ಅತ್ಯುತ್ಸಾಹದಿಂದ ನಮ್ಮ ಯೋಜನೆಗೆ ಬೆಂಬಲ ನೀಡಿದ್ದರು. ಕಡೆಯಲ್ಲಿ ನಾವು ರಣರಂಗದಲ್ಲಿ ಸೇವೆ ಸಲ್ಲಿಸಲು ಮನವಿ ಮಾಡಿಕೊಂಡೆವು. ಸರ್ಕಾರವು ನಮ್ಮ ಮನವಿಯನ್ನು ಕೃತಜ್ಞತಾಪೂರ್ವಕವಾಗಿ ಸ್ವೀಕರಿಸಿತು ಆದರೆ ನಮ್ಮ ಸೇವೆಯ ಅಗತ್ಯವಿಲ್ಲವೆಂದು ತಿಳಿಸಿತು.

ಹಾಗಿದ್ದರೂ ಈರೀತಿ ನಿರಾಕರಿಸಿದ್ದರೂ ನನಗೆ ಸಮಾಧಾನವಾಗಿರಲಿಲ್ಲ. ಡಾ. ಬೂತ್‌ಅವರ ಮೂಲಕ ಪರಿಚಯಮಾಡಿಕೊಂಡಿದ್ದ ನೆಟಾಲ್‌ನ ಬಿಷಪ್ ಅವರನ್ನು ಭೇಟಿಮಾಡಿದೆ. ನಮ್ಮ ದೇಶದಲ್ಲಿ ಅನೇಕ ಮಂದಿ ಬ್ರಿಟಿಷ್ ಭಾರತೀಯರಿದ್ದರು. ಬಿಷಪ್ ನನ್ನ ಪ್ರಸ್ತಾವನೆಯನ್ನು ಕೇಳಿ ಸಂತೋಷಪಟ್ಟರು. ನಮ್ಮ ಸೇವೆಗೆ ಅನುಮತಿ ದೊರೆಯಲು ತಾವು ಸಹಾಯ ನೀಡುವುದಾಗಿ ಮಾತುಕೊಟ್ಟರು.

ಕಾಲ ಕೂಡಾ ನಮಗೆ ಅನುಕೂಲಕರವಾಗಿತ್ತು. ಬೋಅರ್ ಮೊದಲು ನಿರೀಕ್ಷಿಸಿದ್ದಂತ ಹೆಚ್ಚು ಧೈರ್ಯಶಾಲಿಗಳಾಗಿದ್ದರು, ಸ್ಥಿರ ಸಂಕಲ್ಪ ಹೊಂದಿದ್ದರು ಮತ್ತು ಎದೆಗಾರಿಕೆ ಪ್ರದರ್ಶಿಸಿದ್ದರು. ಅಂತಿಮವಾಗಿ ನಮ್ಮ ಸೇವೆಯ ಅವಶ್ಯಕತೆ ಉಂಟಾಯಿತು.

ನಮ್ಮ ದಳದಲ್ಲಿ ಒಂದು ಸಾವಿರ ಮಂದಿ ಬಲಿಷ್ಠರಿದ್ದರು. ಸುಮಾರು 40 ಮಂದಿ ನಾಯಕರುಗಳಿದ್ದರು. ಸುಮಾರು ಮೂನ್ನುರುಮಂದಿ ಸ್ವತಂತ್ರ ಭಾರತೀಯರಿದ್ದರು. ಉಳಿದವರು ಕರಾರುಬದ್ಧ ಶ್ರಮಿಕರಾಗಿದ್ದರು. ದಳವು ಚೆನ್ನಾಗಿ ನಡೆದುಕೊಂಡಿತು. ನಮ್ಮ ಕೆಲಸ ಮುಂಚೂಣಿ (ಯುದ್ಧದಲ್ಲಿ ಶತ್ರುವಿನ ಮೇಲೆ ಗುಂಡುಹಾರಿಸುವಸಾಲು)ಯ ಹೊರಗಡೆ ಇದ್ದರೂ ಮತ್ತು ರೆಡ್‌ಕ್ರಾಸ್ ನಮ್ಮನ್ನು ರಕ್ಷಿಸುತ್ತಿದ್ದರೂ ಗಂಡಾಂತರದ ಸಮಯದಲ್ಲಿ ಮುಂಚೂಣಿಯಲ್ಲಿ ಸೇವೆ ಸಲ್ಲಿಸುವಂತೆ ನಮಗೆ ತಿಳಿಸಲಾಗುತ್ತಿತ್ತು. ಮುಂಚೂಣಿಯಲ್ಲಿ ಸೇವೆ ಸಲ್ಲಿಸುವುದಿಲ್ಲ ಎಂದು ನಾವು ವಿನಾಯಿತಿಯನ್ನು ಕೋರಿರಲಿಲ್ಲ. ಆದರೆ ಅಧಿಕಾರಿಗಳು ಗುಂಡುಬೀಳುವ ಜಾಗದೊಳಗೆ ನಾವು ಇರುವುದನ್ನು ಇಷ್ಟಪಟ್ಟಿರಲಿಲ್ಲ. ಸ್ಪಿಯನ್ ಕೋಪ್‌ನಲ್ಲಿ ಶತ್ರುವನ್ನು ಹಿಂದಕ್ಕೆ ಅಟ್ಟಿದ ತರುವಾಯ ಈ ಧೋರಣೆ ಬದಲಾಯ್ತು ಜನರಲ್ ಬುಲರ್ ಸಂದೇಶವೊಂದನ್ನು ಕಳಿಸಿ ಗಂಡಾಂತರಕ್ಕೊಳಗಾಗಲು ಬದ್ಧರಾಗಿಲ್ಲದಿದ್ದರೂ ನಾವು ಅದಕ್ಕೆ ಸಿದ್ಧರಾಗಿದ್ದರೆ ಸರ್ಕಾರ

ಕೃತಜ್ಞತೆಯನ್ನು ಅರ್ಪಿಸುವುದೆಂದು ತಿಳಿಸಿದ. ರಣರಂಗದಲ್ಲಿ ಗಾಯಗೊಂಡಿದ್ದವರನ್ನು ಅಲ್ಲಿಂದ ಕರೆದುಕೊಂಡು ಬರಲು ನೆರವಾಗಬಹುದೆಂದು ತಿಳಿಸಿದ. ನಾವು ಹಿಂದುಮುಂದು ನೋಡುವವರಾಗಿರಲಿಲ್ಲ. ಆದ್ದರಿಂದ ಸ್ಪಯನ್ ಕೋಪ್‌ನಲ್ಲಿನ ಕಾರ್ಯಾಚರಣೆಯು ನಮ್ಮನ್ನು ಮುಂಚೂಣಿಯಲ್ಲಿ ಕೆಲಸಮಾಡಲು ಅವಕಾಶ ಒದಗಿಸಿಕೊಟ್ಟಿತು. ಈ ದಿವಸಗಳಲ್ಲಿ ನಾವು ಪ್ರತಿದಿನವೂ ಇಪ್ಪತ್ತರಿಂದ ಇಪ್ಪತ್ತೈದು ಮೈಲಿಗಳಷ್ಟು ದೂರ ಡೋಲಿ (ಸ್ಟ್ರೆಚರ್ ಗಾಯಗೊಂಡವರನ್ನು ಎತ್ತಿಕೊಂಡು ಹೋಗುವ ಒಂದು ಬಗೆಯ ರಟ್ಟುಬಟ್ಟೆಯ ಹಾಸಿಗೆ)ಗಳ ಮೇಲೆ ಗಾಯಗೊಂಡವರನ್ನು ಹೊತ್ತುಕೊಂಡು ನಡೆಯಬೇಕಾಗುತ್ತಿತ್ತು. ಗಾಯಗೊಂಡವರಲ್ಲಿ ಜನರಲ್‌ವುಡ್‌ಅವರಂತಹ ಯೋಧರನ್ನು ಹೊತ್ತುಕೊಂಡು ಹೋಗುವ ಗೌರವಕ್ಕೆ ನಾವು ಪಾತ್ರರಾಗಿದ್ದೆವು.

ಆರುವಾರಗಳ ಕಾಲ ಸೇವ ಸಲ್ಲಿಸಿದ ತರುವಾಯ ನಮ್ಮ ದಳವನ್ನು ವಿಸರ್ಜಿಸಲಾಯ್ತು. ಸ್ಪಿಯನ್ ಕೋಪ್ ಮತ್ತು ವಾಲ್‌ಕ್ರಾಂಜ್‌ಗಳಲ್ಲಿ ಹಿಮ್ಮೆಟ್ಟಿದ ತರುವಾಯ ಬ್ರಿಟಿಷ್ ದಂಡನಾಯಕನು ಲೇಡಿಸ್ಮಿತ್ ಮತ್ತು ಇತರ ಸ್ಥಳಗಳನ್ನು ಕ್ಷಿಪ್ರ ಕಾರ್ಯಾಚರಣೆಗಳ ಮೂಲಕ ಶತ್ರುವಿನಿಂದ ಬಿಡಿಸುವ ಪ್ರಯತ್ನವನ್ನು ಕೈಬಿಟ್ಟ ಮತ್ತು ಇಂಗ್ಲೆಂಡ್ ಮತ್ತು ಭಾರತದಿಂದ ಹೆಚ್ಚಿನ ಸೈನಿಕರು ಬರುವುದನ್ನು ಕಾಯುತ್ತ ನಿಧಾನವಾಗಿ ಮುಂದುವರೆಯಲು ತೀರ್ಮಾನಿಸಿದ್ದ.

ಆ ಸಮಯದಲ್ಲಿ ನಾವು ಸಲ್ಲಿಸಿದ್ದ ಸೇವೆಯನ್ನು ತುಂಬಾ ಪ್ರಶಂಸಿಸಲಾಗಿತ್ತು. ಭಾರತೀಯರ ಪ್ರತಿಷ್ಠೆ ಹೆಚ್ಚಿತ್ತು. ವರ್ತಮಾನ ಪ್ರತಿಕೆಗಳು 'ನಾವು ಎಷ್ಟಾದರೂ ಸಾಮ್ರಾಜ್ಯದ ಮಕ್ಕಳು' ಎಂಬ ಪಲ್ಲವಿಯೊಂದಿಗೆ ಹೊಗಳಿಕೆಯ ಪ್ರಾಸಬದ್ಧ ಕವಿತೆಗಳನ್ನು ಪ್ರಕಟಿಸಿದ್ದವು.

ಜನರಲ್ ಬುಲರ್ ತನ್ನ ಅಧಿಕೃತ ದಾಖಲೆಗಳಲ್ಲಿ (ವಿಶೇಷ ಧೈರ್ಯ ಮತ್ತು ಸೇವಾ ಚಟುವಟಿಕೆಗಳಿಗಾಗಿ ಸೈನ್ಯ ವರದಿಗಳಲ್ಲಿ ನಮೂದಿಸಿ ಗೌರವಿಸುವುದು) ದಳದ ಕಾರ್ಯವನ್ನು ಪ್ರಶಂಸಿಸಿದ್ದ. ನಾಯಕರುಗಳಿಗೆ ಸಮರ ಪದಕಗಳನ್ನು ನೀಡಿ ಗೌರವಿಸಲಾಗಿತ್ತು.

ಭಾರತೀಯ ಸಮುದಾಯವು ಉತ್ತಮವಾಗಿ ಸಂಘಟಿತವಾಯ್ತು. ನಾನು ಕರಾರುಬದ್ಧ ಭಾರತೀಯ ಶ್ರಮಿಕರೊಂದಿಗೆ ಆಪ್ತ ಸಂಪರ್ಕವನ್ನು ಬೆಳೆಸಿಕೊಂಡೆ. ಅವರಲ್ಲಿ ಜಾಗೃತಿ ಉಂಟಾಯಿತು. ಹಿಂದೂಗಳು, ಮುಸಲ್ಮಾನರು ಕ್ರಿಶ್ಚಿಯನ್ನರು, ತಮಿಳರು, ಗುಜರಾತಿಗಳು ಮತ್ತು ಸಿಂಧಿಗಳೆಲ್ಲರೂ ಭಾರತೀಯರು ಮತ್ತು ಒಂದೇ ಮಾತೃ ಭೂಮಿಯ ಮಕ್ಕಳು ಎಂಬ ಭಾವನೆ ಅವರಲ್ಲಿ ಆಳವಾಗಿ ಬೇರೂರಿತು. ಭಾರತೀಯರ ಕುಂದುಕೊರತೆಗಳನ್ನು ಈಗ ಖಂಡಿತವಾಗಿಯೂ ಪರಿಹರಿಸಲಾಗುವುದು ಎಂದು ಎಲ್ಲರೂ ನಂಬಿದರು. ಈ ಸಮಯದಲ್ಲಿ ಬಿಳಿಯರ ಪ್ರವೃತ್ತಿ ವಿಶೇಷವಾಗಿ ಬದಲಾಗಿರುವಂತೆ ಕಾಣುತ್ತಿತ್ತು. ಯುದ್ಧದ ಕಾಲದಲ್ಲಿ ಬಿಳಿಯರೊಂದಿಗೆ ಬೆಳೆದ ಸಂಬಂಧಗಳು ಹಿತವಾಗಿದ್ದವು. ಸಾವಿರಾರು ಸಾಮಾನ್ಯ ಬಿಟ್ರಿಷ್ ಸೈನಿಕರೊಂದಿಗೆ ನಮ್ಮ ಸಂಪರ್ಕ ಬೆಳೆದಿತ್ತು. ಅವರು ನಮ್ಮ ಜತೆಯಲ್ಲಿ ಸ್ನೇಹದಿಂದಿದ್ದರು ಮತ್ತು ಅಲ್ಲಿ ಅವರಿಗೆ ಸೇವೆ ಸಲ್ಲಿಸುತ್ತಿದ್ದುದಕ್ಕಾಗಿ ಕೃತಜ್ಞರಾಗಿದ್ದರು.

ಕಷ್ಟದ ವೇಳೆಯಲ್ಲಿ ಮಾನವ ಸ್ವಭಾವವು ತನ್ನ ಅತ್ಯುತ್ತಮ ಅಂಶವನ್ನು ಹೇಗೆ ಪ್ರದರ್ಶಿಸುವುದು ಎಂಬುದರ ಮಧುರ ಸ್ಮೃತಿಯೊಂದನ್ನು ದಾಖಲಿಸದೇ ಇರಲು ನನಗೆ

ಸಾಧ್ಯವಾಗದು. ನಾವು ಚೀ ವೆಲಿ ಶಿಬಿರದ ಕಡೆಗೆ ಹೊರಟಿದ್ದೆವು. ಅಲ್ಲಿ ಲಾರ್ಡ್ ರಾಬರ್ಟ್ಸ್‌ನ ಮಗ ಲೆಫ್ಟಿನೆಂಟ್ ರಾಬರ್ಟ್ಸ್ ಪ್ರಾಣಾಂತಕ ಪೆಟ್ಟು ತಿಂದು ಬಿದ್ದಿದ್ದ. ಯದ್ಧರಂಗದಿಂದ ಅವನ ಶರೀರವನ್ನು ಹೊತ್ತುಕೊಂಡು ತರುವ ಗೌರವ ನಮ್ಮ ದಳಕ್ಕೆ ಪ್ರಾಪ್ತವಾಗಿತ್ತು. ಅದು ತೀರ ಸೆಕೆಯ ದಿನವಾಗಿತ್ತು ನಮ್ಮ ದಂಡಿನ ಪ್ರಯಾಣದ ದಿನವೂ ಆಗಿತ್ತು. ಪ್ರತಿಯೊಬ್ಬರೂ ಬಾಯಾರಿದ್ದರಿಂದ ನೀರಿಗಾಗಿ ಪರಿತಪಿಸುತ್ತಿದ್ದರು. ದಾರಿಯಲ್ಲಿ ಒಂದು ಸಣ್ಣ ಹಳ್ಳವೊಂದು ಸಿಕ್ಕಿತು. ಅಲ್ಲಿ ನಾವು ನಮ್ಮ ಬಾಯಾರಿಕೆಯನ್ನು ತಣಿಸಿಕೊಳ್ಳಬಹುದಾಗಿತ್ತು. ಆದರೆ ಯಾರು ಮೊದಲು ನೀರು ಕುಡಿಯಬೇಕು? ಬ್ರಿಟಿಷ್ ಸೈನಿಕರು ಬಾಯಾರಿಕೆಯನ್ನು ತಣಿಸಿಕೊಂಡ ತರುವಾಯ ನಾವು ಹಳ್ಳಕ್ಕೆ ಬಂದು ನೀರು ಕುಡಿಯುವುದಾಗಿ ತಿಳಿಸಿದೆವು. ಆದರೆ ಅವರು ಮೊದಲು ನೀರು ಕುಡಿಯಲು ಒಪ್ಪಲಿಲ್ಲ, ನಮಗೆ ಮೊದಲು ನೀರು ಕುಡಿಯುವಂತೆ ಒತ್ತಾಯಮಾಡಿದರು. ಸ್ವಲ್ಪ ಹೊತ್ತು ಒಬ್ಬರು ಇನ್ನೊಬ್ಬರಿಗೆ ನೀರುಕುಡಿಯುವುದರಲ್ಲಿ ಆದ್ಯತೆಯನ್ನು ಕೊಡುವ ಮೂಲಕ ಹಿತಕರವಾದ ಸ್ಪರ್ಧೆ ನಡೆಯಿತು.

11. ನೈರ್ಮಲ್ಯ ಸುಧಾರಣೆ ಮತ್ತು ಕ್ಷಾಮ ಪರಿಹಾರ

ವಿವೇಕಿಗಳ ಕೂಟದಲ್ಲಿ ಯಾವನೇ ಒಬ್ಬ ಸದಸ್ಯ ಏನೂ ಉಪಯೋಗಕ್ಕೆ ಬಾರದೆ ಉಳಿಯುವುದನ್ನು ಒಪ್ಪಿಕೊಳ್ಳಲು ನನಗೆ ಯಾವಾಗಲೂ ಸಾಧ್ಯವಾಗುತ್ತಿರಲಿಲ್ಲ. ಒಂದು ಸಮುದಾಯದ ನ್ಯೂನತೆಗಳನ್ನು ಪರಿಶುದ್ಧಗೊಳಿಸದೇ ಅದರ ಹಕ್ಕುಗಳಿಗಾಗಿ ಒತ್ತಾಯಮಾಡುವುದು ಇಲ್ಲವೇ ಅದರ ದುರ್ಬಲ ಅಂಶಗಳನ್ನು ಮುಚ್ಚಿಟ್ಟುಕೊಂಡು ಅದರ ಕಡೆಗೆ ಲಕ್ಷ್ಯ ಹರಿಸದಿರುವುದನ್ನು ನಾನು ಯಾವಾಗಲೂ ಒಪ್ಪಿಕೊಳ್ಳುತ್ತಿರಲಿಲ್ಲ. ಆದ್ದರಿಂದ ನಾನು ನೆಟಾಲ್‌ನಲ್ಲಿ ನೆಲೆವೂರಿದಂದಿನಿಂದ ನಮ್ಮ ಸಮಾಜದ ಮೇಲೆ ಹೊರಿಸಲಾಗಿದ್ದ ಒಂದು ಆಕ್ಷೇಪಣೆಯನ್ನು ತೊಡೆದು ಹಾಕಲು ಹೆಣಗಾಡುತ್ತಿದ್ದೆ. ಆ ಆಕ್ಷೇಪಣೆಯಲ್ಲಿ ಸಾಕಷ್ಟು ಸತ್ಯವೂ ಇತ್ತು. ಭಾರತೀಯನು ಅಜಾಗರೂಕ ನಡವಳಿಕೆಯನ್ನು ಹೊಂದಿರುತ್ತಾನೆ ಮತ್ತು ತನ್ನಮನೆಯನ್ನು ಹಾಗೂ ಸುತ್ತಮುತ್ತ ಇರುವ ಪರಿಸರವನ್ನು ಚೊಕ್ಕಟವಾಗಿಟ್ಟುಕೊಳ್ಳುವುದಿಲ್ಲ ಎಂಬ ಆಕ್ಷೇಪಣೆಯನ್ನು ಆಗಾಗ್ಗೆ ಮಾಡಲಾಗುತ್ತಿತ್ತು. ಹಾಗಾಗಿ ಸಮುದಾಯ ಮುಖ್ಯಸ್ಥರುಗಳು ಆಗಲೇ ತಮ್ಮ ಮನೆಗಳನ್ನು ಶುಚಿಯಾಗಿಟ್ಟುಕೊಳ್ಳಲಾರಂಭಿಸಿದ್ದರು. ಆದರೆ ಡರ್ಬಾನ್‌ನಲ್ಲಿ ಪ್ಲೇಗು ಸದ್ಯದಲ್ಲೇ ಕಾಡಲಿದೆ ಎಂದು

ವರದಿಯಾದ ತರುವಾಯ ಮನೆಯಿಂದ ಮನೆಗೆ ತಪಾಸಣೆಯನ್ನು ಆರಂಭಿಸಲಾಯ್ತು. ನಮ್ಮ ಸಹಕಾರವನ್ನು ಅಪೇಕ್ಷಿಸಿದ್ದ ಪುರ ಪಿತೃಗಳೊಡನೆ ಸಮಾಲೋಚನೆ ನಡೆಸಿ ಅವರ ಅನುಮತಿಯನ್ನು ಪಡೆದ ತರುವಾಯ ಈ ತಪಾಸಣೆ ಕಾರ್ಯವನ್ನು ಕೈಗೊಳ್ಳಲಾಗಿತ್ತು. ನಮ್ಮ ಸಹಕಾರ ದೊರಕಿದ್ದರಿಂದ ಅವರ ಕೆಲಸ ಸುಗಮವಾಗಿತ್ತು ಜತೆಯಲ್ಲಿ ನಮ್ಮ ಕಷ್ಟ ಕೂಡಾ ಹಗುರವಾಗಿತ್ತು. ಏಕೆಂದರೆ ಸಾಂಕ್ರಾಮಿಕ ಕಾಯಿಲೆಗಳು ಹಠಾತ್ ಆರಂಭವಾದೊಡನೆ ಸಾಮಾನ್ಯವಾಗಿ ಅಧಿಕಾರಿಗಳು ಸಮಾಧಾನವನ್ನು ಕಳೆದುಕೊಂಡು ಅತಿರೇಕದ ಕ್ರಮಗಳನ್ನು ತೆಗೆದುಕೊಳ್ಳುತ್ತಾರೆ. ದಬ್ಬಾಳಿಕೆಯಿಂದ ವರ್ತಿಸುತ್ತಾರೆ. ಸಮುದಾಯವು ತಾನಾಗಿಯೇ ನೈರ್ಮಲ್ಯದ ಕ್ರಮಗಳನ್ನು ತೆಗೆದುಕೊಳ್ಳುವ ಮೂಲಕ ತನ್ನನ್ನು ಅಧಿಕಾರಿಗಳ ದಬ್ಬಾಳಿಕೆಯಿಂದ ರಕ್ಷಿಸಿಕೊಂಡಿತ್ತು.

ಆದರೆ ನನಗೆ ಕಟು ಅನುಭವವಾಯ್ತು. ಸಮುದಾಯದ ಹಕ್ಕುಗಳನ್ನು ಎತ್ತಿಹಿಡಿಯುತ್ತಿದ್ದರಿಂದ ನಾನು ಸಮುದಾಯದ ನೆರವನ್ನು ಸುಲಭವಾಗಿ ಪಡೆಯಬಹುದು ಎಂದು ಭಾವಿಸಿದ್ದೆ. ಸಮುದಾಯಕ್ಕೆ ಅದರ ಕರ್ತವ್ಯವನ್ನು ಪಾಲಿಸುವಂತೆ ಒಪ್ಪಿಸಬಹುದು ಎಂದು ಅಂದುಕೊಂಡಿದ್ದೆ. ಕೆಲವು ಸ್ಥಳಗಳಲ್ಲಿ ನಾನು ಅವಮಾನವನ್ನು ಎದುರಿಸಬೇಕಾಯ್ತು. ಕೆಲವರು ನಯನಾಜೂಕಿನಿಂದ ನನ್ನ ಮಾತಿಗೆ ಅಸಡ್ಡೆ ತೋರಿದರು. ತಮ್ಮ ಪರಿಸರವನ್ನು ಚೊಕ್ಕಟವಾಗಿಟ್ಟುಕೊಳ್ಳುವಂತೆ ಜಾಗ್ರತೆ ವಹಿಸುವುದು ಕೆಲವರಿಗೆ ಅತಿರೇಕ ಎಂದು ತೋರುತ್ತಿತ್ತು. ಈ ಕೆಲಸಕ್ಕೆ ಹಣವನ್ನು ಅಪೇಕ್ಷಿಸುವುದು ಪ್ರಶ್ನೆಗೆ ಹೊರತಾಗಿತ್ತು. ಅಪರಿಮಿತ ಸಹನೆಯಿಲ್ಲದಿದ್ದರೆ ಜನರಿಂದ ಯಾವುದೇ ಕೆಲಸವನ್ನು ಮಾಡಿಸುವುದು ಅಸಾಧ್ಯ ಎಂಬ ಸತ್ಯವನ್ನು ನಾನು ಈ ಅನುಭವಗಳಿಂದ ಹಿಂದಿಗಿಂತಲೂ ಚೆನ್ನಾಗಿ ಕಲಿತುಕೊಂಡೆ. ಸುಧಾರಕನು ಸುಧಾರಣೆಯ ಬಗ್ಗೆ ತೀವ್ರವಾದ ಅಪೇಕ್ಷೆಯನ್ನು ಹೊಂದಿರುತ್ತಾನೆ. ಆದರೆ ಸಮಾಜ ಅಂತಹ ಅಪೇಕ್ಷೆಯನ್ನಿಟ್ಟುಕೊಂಡಿರುವುದಿಲ್ಲ. ಸಮಾಜದಿಂದ ವಿರೋಧ, ಜುಗುಪ್ಸೆ ಮತ್ತು ನೈತಿಕ ಕಿರುಕುಳವನ್ನಲ್ಲದೇ ಹೆಚ್ಚಿನದನ್ನು ಅವನು ನಿರೀಕ್ಷಿಸಬಾರದು. ಸುಧಾರಕನು ತನ್ನ ಪ್ರಾಣವೆಂದು ಭಾವಿಸಿ ಪ್ರೀತಿಯಿಂದ ಹಿಡಿದಿಟ್ಟುಕೊಂಡಿರುವುದನ್ನು ಸಮಾಜವು ಏಕೆ ತನ್ನ ವಿಮುಖಗತಿ (ಹಿಂದಕ್ಕೆ ಮರಳುವ ಕ್ರಮ) ಎಂದು ಭಾವಿಸುತ್ತದೆ?

ಏನೇ ಆದರೂ ಇದರ ಪರಿಣಾಮದಿಂದಾಗಿ ಭಾರತೀಯ ಸಮಾಜವು ತಮ್ಮ ಮನೆಗಳನ್ನು ಮತ್ತು ಪರಿಸರವನ್ನು ಚೊಕ್ಕಟವಾಗಿಟ್ಟುಕೊಳ್ಳುವುದರ ಅವಶ್ಯಕತೆಯನ್ನು ಹೆಚ್ಚು ಕಡಿಮೆ ಕಲಿತುಕೊಂಡಿತು. ನಾನು ಅಧಿಕಾರಿಗಳಿಂದ ಗೌರವವನ್ನು ಗಳಿಸಿಕೊಂಡೆ. ಹಕ್ಕುಗಳಿಗಾಗಿ ಒತ್ತಾಯಿಸುವ ಮತ್ತು ಕುಂದುಕೊರತೆಗಳನ್ನು ಪರಾಮರ್ಶೆಗೆ ಮುಂದೊಡ್ಡುವ ವ್ಯವಹಾರದಲ್ಲಿ ನಿರತನಾಗಿದ್ದರೂ ಸ್ವಯಂಶುದ್ಧೀಕರಣದ ವಿಷಯದಲ್ಲಿ ನಾನು ತೀವ್ರಾಸಕ್ತಿಯನ್ನಿಟ್ಟುಕೊಂಡಿದ್ದೆ ಮತ್ತು ಪಟ್ಟುಹಿಡಿಯುತ್ತಿದ್ದೆ ಎಂಬುದನ್ನು ಅವರು ಕಂಡುಕೊಂಡರು.

ಹಾಗಿದ್ದರೂ ಒಂದು ಕಾರ್ಯ ಮಾಡುವುದಿನ್ನೂ ಉಳಿದಿತ್ತು. ಅದು ಯಾವುದೆಂದರೆ ಭಾರತೀಯ ನಿವಾಸಿಗಳಲ್ಲಿ ಮಾತೃಭೂಮಿಗೆ ಸೇವೆ ಸಲ್ಲಿಸಬೇಕೆಂಬ ಪ್ರಜ್ಞೆಯನ್ನು ಜಾಗ್ರತಗೊಳಿಸಬೇಕಾಗಿತ್ತು. ಭಾರತ ಬಡದೇಶ. ಭಾರತೀಯ ನಿವಾಸಿ ಸಂಪತ್ತನ್ನು ಹುಡುಕಿಕೊಂಡು

ದಕ್ಷಿಣ ಆಫ್ರಿಕಕ್ಕೆ ಹೋಗಿದ್ದ. ಅವನು ತನ್ನ ಆದಾಯದಲ್ಲಿ ಸ್ವಲ್ಪ ಭಾಗವನ್ನು ತನ್ನ ದೇಶಬಾಂಧವರ ವಿಪತ್ಕಾಲದಲ್ಲಿ ಅವರ ಸಹಾಯಾರ್ಥ ಸಲ್ಲಿಸಬೇಕೆಂಬ ಕಟ್ಟಿಗೊಳಪಟ್ಟಿದ್ದಾನೆ.

ಸ್ವದೇಶವನ್ನು ಬಿಟ್ಟು ಪರದೇಶದಲ್ಲಿ ನೆಲಸಿದ್ದವನು 1897 ಮತ್ತು 1899 ಭೀಕರ ಕ್ಷಾಮಗಳ ಪರಿಹಾರಕ್ಕೆ ಸಹಾಯಮಾಡಿದನು. ಹೀಗೆ ನೆಲಸಿದ್ದವರು ಕ್ಷಾಮ ಪರಿಹಾರಕ್ಕೆ ಧಾರಾಳವಾಗಿ ಧನ ಸಹಾಯಮಾಡಿದರು. 1897ಕ್ಕಿಂತ 1899ರಲ್ಲಿ ಅವರು ಇನ್ನೂ ಹೆಚ್ಚು ಧಾರಾಳವಾಗಿ ಸಹಾಯಮಾಡಿದರು. ನಾವು ಇಂಗ್ಲಿಷಿನವರಿಗೆ ಕೂಡಾ ಧನ ಸಹಾಯಮಾಡುವಂತೆ ಮನವಿ ಮಾಡಿದ್ದೆವು. ಅವರು ಕೂಡಾ ಉದಾರವಾಗಿ ಪ್ರತಿಸ್ಪಂದಿಸಿದ್ದರು. ಕರಾರುಬದ್ಧ ಭಾರತೀಯ ಶ್ರಮಿಕರುಗಳು ಕೂಡಾ ತಮ್ಮ ಪಾಲಿನ ಕಾಣಿಕೆಯನ್ನು ಸಲ್ಲಿಸಿದ್ದರು. ಈ ಕ್ಷಾಮಗಳ ಕಾಲದಲ್ಲಿ ಪ್ರಾರಂಭವಾದ ಈ ವ್ಯವಸ್ಥೆಯು ಆ ಕಾಲದಿಂದಲೂ ಮುಂದುವರೆದಿದೆ ಮತ್ತು ರಾಷ್ಟ್ರೀಯ ವಿಪತ್ತು ಸಂಭವಿಸಿದ ಕಾಲದಲ್ಲಿ ದಕ್ಷಿಣ ಆಫ್ರಿಕದಲ್ಲಿರುವ ಭಾರತೀಯರು ಭಾರತಕ್ಕೆ ಉದಾರವಾಗಿ ಧನಸಹಾಯಮಾಡುವ ಕಾರ್ಯದಲ್ಲಿ ಎಂದೂ ವಿಫಲರಾಗಿಲ್ಲ ಎಂದು ನಮಗೆ ಗೊತ್ತಿದೆ.

ಈ ಪ್ರಕಾರ ದಕ್ಷಿಣ ಆಫ್ರಿಕದಲ್ಲಿರುವ ಭಾರತೀಯರ ಸೇವೆಯು ಪ್ರತಿ ಹೆಜ್ಜೆಯಲ್ಲೂ ನನಗೆ ಸತ್ಯದ ಹೊಸ ಪ್ರಭಾವಗಳನ್ನು ಪ್ರಕಾಶಪಡಿಸಿತು. ಸತ್ಯ ಎನ್ನುವುದು ಒಂದು ಬಹುದೊಡ್ಡ ವೃಕ್ಷದಂತಿದ್ದು ಅದನ್ನು ನೀವು ಹೆಚ್ಚು ಹೆಚ್ಚು ಪೋಷಿಸಿದಷ್ಟೂ ಅದು ಹೆಚ್ಚು ಹೆಚ್ಚು ಫಲಗಳನ್ನು ನೀಡುತ್ತದೆ. ಸತ್ಯದ ಗಣಿಯಲ್ಲಿ ಶೋಧಿಸುತ್ತ ಆಳಕ್ಕೆ ಹೋದಷ್ಟೂ ಹೂತುಹೋಗಿರುವ ರತ್ನಮಣಿಗಳ ಆವಿಷ್ಕಾರ ಸಮೃದ್ಧವಾಗುತ್ತದೆ. ಇಲ್ಲಿ, ಇನ್ನೂ ಭಾರಿ ವೈವಿಧ್ಯವಿರುವ ಸೇವೆಗೆ ಅವಕಾಶಗಳು ತೆರೆದುಕೊಳ್ಳುತ್ತವೆ.

12. ಭಾರತಕ್ಕೆ ಪುನರಾಗಮನ

ಯುದ್ಧದ ಸೇವೆಯಿಂದ ನನಗೆ ಬಿಡುಗಡೆ ಸಿಕ್ಕ ತರುವಾಯ ನನ್ನ ಕೆಲಸ ಇನ್ನು ಮುಂದೆ ದಕ್ಷಿಣ ಆಫ್ರಿಕದಲ್ಲಿ ಅವಶ್ಯಕತೆಯಿಲ್ಲವೆಂದೂ ಆದರೆ ಭಾರತದಲ್ಲಿ ಕೆಲಸಮಾಡಬೇಕು ಇನ್ನು ಮುಂದೆ ಭಾವಿಸಿದೆ. ಹಾಗಿದ್ದರೂ ದಕ್ಷಿಣ ಆಫ್ರಿಕದಲ್ಲಿ ಮಾಡಬೇಕಾ ದುದೇನೂಯಿರಲಿಲ್ಲ ಎಂದು ಅರ್ಥಮಾಡಬೇಕಾಗಿಲ್ಲ. ಆದರೆ ನನ್ನ ಮುಖ್ಯ ವ್ಯವಹಾರ ಕೇವಲ ಹಣಮಾಡುವುದು ಎಂದು ಆಗಿಬಿಡುವುದು ಎಂದು ಹೆದರಿದೆ. ತಾಯ್ನಾಡಿನಲ್ಲಿದ್ದ ಗೆಳೆಯರು ವಾಪಸಾಗುವಂತೆ ನನ್ನನ್ನು ಒತ್ತಾಯಿಸುತ್ತಿದ್ದರು. ಭಾರತಕ್ಕೆ ನಾನು ಹೆಚ್ಚು ಹೆಚ್ಚು ಸೇವೆಮಾಡಬೇಕು ಎಂದು ನಾನು ಭಾವಿಸಿದ್ದೆ. ಸಹಜವಾಗಿ ದಕ್ಷಿಣ ಆಫ್ರಿಕದಲ್ಲಿ ಕೆಲಸ ಮಾಡಲು ಶ್ರಿಯುತರುಗಳಾದ ಖಾನ್ ಮತ್ತು ಮನ್‌ಸುಖ್‌ಲಾಲ್ ನಾಜರ್‌ಅವರುಗಳಿದ್ದರು. ಆದ್ದರಿಂದ ನಾನು ನನ್ನ ಸಹ ಕಾರ್ಯಕರ್ತರುಗಳಿಗೆ ನನ್ನ ಭಾರವನ್ನು ಕೆಳಗಿಳಿಸಿ ನನ್ನನ್ನು ಭಾರತಕ್ಕೆ ಕಳಿಸುವಂತೆ ಕೇಳಿಕೊಂಡೆ. ತುಂಬಾ ಪ್ರಯಾಸಪಟ್ಟ ತರುವಾಯ ನನ್ನ ಕೋರಿಕೆಯನ್ನು ಷರತ್ತಿನೊಂದಿಗೆ ಒಪ್ಪಿಕೊಂಡರು. ಆ ಷರತ್ತು ಯಾವುದೆಂದರೆ ಒಂದು ವರ್ಷದಲ್ಲಿ ಸಮುದಾಯಕ್ಕೆ ನನ್ನ ಅವಶ್ಯಕತೆ ಉಂಟಾದರೆ ನಾನು ದಕ್ಷಿಣ ಆಫ್ರಿಕಕ್ಕೆ ವಾಪಸ್

ಬರಲು ಸಿದ್ಧನಾಗಿರಬೇಕು. ಅದು ತೊಡಕಿನ ಷರತ್ತು ಎಂದು ನನಗೆ ಭಾಸವಾಗಿತ್ತು. ಆದರೆ ಸಮುದಾಯಕ್ಕೆ ನನ್ನನ್ನು ಕಟ್ಟಿಹಾಕಿದ್ದ ಪ್ರೀತಿಯ ಕಾರಣದಿಂದಾಗಿ ನಾನು ಅದಕ್ಕೆ ಒಪ್ಪಿಗೆಕೊಟ್ಟೆ

ದೇವರು ನನ್ನನ್ನು ಪ್ರೀತಿಯ

ಹತ್ತಿಯ ದಾರದಿಂದ ಕಟ್ಟಿಹಾಕಿದ್ದಾನೆ.

ನಾನು ಅವನ ಜೀತದಾಳು.

ಹೀಗೆ ಮೀರಾಬಾಯಿ ಹಾಡಿದ್ದಾಳೆ. ಸಮುದಾಯದೊಡನೆ ನನ್ನನ್ನು ಕಟ್ಟಿಹಾಕಿದ್ದ ಹತ್ತಿಯದಾರ ಕೂಡಾ ಕಡಿದುಹಾಕಲಾರದಷ್ಟು ಗಟ್ಟಿಯಾಗಿತ್ತು. ಜನರ ದನಿ ದೇವರ ದನಿಯೇ ಆಗಿರುತ್ತದೆ. ಅದ್ದರಿಂದ ಗೆಳೆಯರ ದನಿ (ಮಾತು) ತಿರಸ್ಕರಿಸಲಾರದಷ್ಟು ಪರಮ ಸತ್ಯವೇ ಆಗಿರುತ್ತದೆ. ನಾನು ಷರತ್ತನ್ನು ಒಪ್ಪಿಕೊಂಡೆ ಮತ್ತು ಭಾರತಕ್ಕೆ ತೆರಳಲು ಅವರ ಒಪ್ಪಿಗೆಯನ್ನು ಪಡೆದೆ.

ಈ ಸಮಯದಲ್ಲಿ ನಾನು ಕೇವಲ ನೆಟಾಲ್‌ನೊಂದಿಗೆ ಅಪ್ತ ಸಂಬಂಧವನ್ನು ಪಡೆದಿದ್ದೆ. ನೆಟಾಲ್ ಭಾರತೀಯರು ನನ್ನನ್ನು ಪ್ರೇಮಾಮೃತದಿಂದ ಸ್ನಾನಮಾಡಿಸಿದ್ದರು. ಪ್ರತಿಯೊಂದು ಸ್ಥಳದಲ್ಲೂ ಬೀಳ್ಕೊಡಿಗೆಯ ಸಭೆಗಳು ನಡೆದವು. ದುಬಾರಿಯಾಗಿದ್ದ ಕೊಡುಗೆಗಳನ್ನು ನನಗೆ ಕೊಟ್ಟರು.

1899ರಲ್ಲಿ ನಾನು ಭಾರತಕ್ಕೆ ವಾಪಸಾದಾಗಲೂ ನನಗೆ ಉಡುಗೊರೆಗಳನ್ನು ನೀಡಿದ್ದರು. ಆದರೆ ಈ ಬಾರಿಯ ಬೀಳ್ಕೊಡಿಗೆ ಅದಕ್ಕಿಂತಲೂ ಅಗಾಧವಾಗಿತ್ತು. ಕೊಡುಗೆಗಳಲ್ಲಿ ಚಿನ್ನದ ಮತ್ತು ಬೆಳ್ಳಿಯ ವಸ್ತುಗಳಿದ್ದವಲ್ಲದೇ ದುಬಾರಿಯಾಗಿದ್ದ ವಜ್ರದ ವಸ್ತುಗಳು ಕೂಡಾ ಇದ್ದವು.

ಈ ಎಲ್ಲ ಉಡುಗೊರೆಗಳನ್ನು ಸ್ವೀಕರಿಸಲು ನನಗೇನು ಹಕ್ಕಿತ್ತು? ಅವುಗಳನ್ನು ಸ್ವೀಕರಿಸಿದ ಮೇಲೆ ಯಾವುದೇ ಪ್ರತಿಫಲವನ್ನು ತೆಗೆದುಕೊಳ್ಳದೇ ನಾನು ಸಮುದಾಯದ ಸೇವೆ ಸಲ್ಲಿಸಿದ್ದೇನೆ ಎಂದು ನಾನು ಹೇಗೆ ನನ್ನ ಮನಸ್ಸನ್ನು ಒಪ್ಪಿಸಲಿ? ನನ್ನ ಕಕ್ಷಿಗಾರರು ಕೊಟ್ಟಿದ್ದ ಕೆಲವು ಉಡುಗೊರೆಗಳನ್ನು ಬಿಟ್ಟಂತೆ ಉಳಿದವೆಲ್ಲವೂ ಪೂರ್ಣವಾಗಿ ಸಮುದಾಯಕ್ಕೆ ನಾನು ಸಲ್ಲಿಸಿದ್ದ ಸೇವೆಗೆ ಸಂದಿತ್ತು. ತನ್ನ ಕಕ್ಷಿಗಾರರು ಮತ್ತು ಸಹ ಕಾರ್ಯಕರ್ತರುಗಳ ನಡುವೆ ನಾನು ಭೇದ ಕಲ್ಪಿಸಲಾರದವನಾಗಿದ್ದೆ. ಏಕೆಂದರೆ ನನ್ನ ಕಕ್ಷಿಗಾರರು ಕೂಡಾ ನನ್ನ ಸಾರ್ವಜನಿಕ ಕೆಲಸದಲ್ಲಿ ಸಹಾಯಮಾಡಿದ್ದರು.

ಅವರು ಕೊಟ್ಟ ಉಡುಗೊರೆಗಳಲ್ಲಿ ಒಂದು ಚಿನ್ನದ ಕಂಠೀಹಾರವಿತ್ತು (ನೆಕಲೆಸ್). ಅದರ ಬೆಲೆ 50 ಗಿನಿ (ಬ್ರಿಟಿಷ್ ಚಿನ್ನದ ನಾಣ್ಯ)ಗಳು. ಅದನ್ನು ನನ್ನ ಹೆಂಡತಿಗೆ ನೀಡಲಾಗಿತ್ತು. ಅದನ್ನು ಕೂಡಾ ನನ್ನ ಸಾರ್ವಜನಿಕ ಕಾರ್ಯವನ್ನು ಗಮನಿಸಿ ನೀಡಲಾಗಿತ್ತು. ಆದ್ದರಿಂದ ನಾನು ಅದನ್ನು ಉಳಿದ ಉಡುಗೊರೆಗಳಿಂದ ಬೇರೆ ಎಂದು ಪರಿಗಣಿಸಲು ಸಾಧ್ಯವಿರಲಿಲ್ಲ.

ಈ ಎಲ್ಲ ವಸ್ತುಗಳ ರಾಶಿಯನ್ನು ಉಡುಗೊರೆಯ ರೂಪದಲ್ಲಿ ನೀಡಲಾಗಿದ್ದ ಆ ರಾತ್ರಿಯಿಡೀ ನನಗೆ ನಿದ್ರೆ ಬರಲಿಲ್ಲ. ರಾತ್ರಿಯಿಡೀ ನಾನು ರೂಮಿನಲ್ಲಿ ಅತ್ತ-ಇತ್ತ ಚಿಂತೆಯಿಂದ ಓಡಾಡುತ್ತಿದ್ದೆ. ಆದರೆ ಪರಿಹಾರ ಗೋಚರವಾಗಲಿಲ್ಲ. ಸಾವಿರಾರು ರೂಪಾಯಿ ಬೆಲೆಬಾಳುವ

ಆ ಉಡುಗೊರೆಗಳನ್ನು ತ್ಯಜಿಸುವುದು ಕಷ್ಟಕರವಾಗಿತ್ತು. ಆದರೆ ಅವನ್ನು ನನ್ನ ಬಳಿಯೇ ಇಟ್ಟುಕೊಳ್ಳುವುದು ನನಗೆ ಇನ್ನೂ ಕಷ್ಟಕರವಾಗಿ ತೋರಿತು.

ನಾನು ಅವನ್ನು ಇಟ್ಟುಕೊಂಡರೂ ನನ್ನ ಮಕ್ಕಳ ಪಾಡೇನು? ನನ್ನ ಹೆಂಡತಿಯ ಪಾಡೇನು? ಅವರಿಗೆ ಸೇವಾಜೀವನದ ಬಗ್ಗೆ ತರಬೇತಿ ಕೊಟ್ಟಿದ್ದೆ. ಸೇವೆಗೆ ಆದರದೇ ಆದ ಪ್ರತಿಫಲವಿದೆ ಎಂಬುದನ್ನು ಅವರಿಗೆ ಮನದಟ್ಟು ಮಾಡಿಸಿದ್ದೆ.

ನನ್ನ ಮನೆಯಲ್ಲಿ ಬೆಲೆಬಾಳುವ ಒಡವೆಗಳಿರಲಿಲ್ಲ. ನಾವು ನಮ್ಮ ಜೀವನವನ್ನು ತ್ವರಿತವಾಗಿ ಸರಳಗೊಳಿಸುತ್ತಿದ್ದೆವು. ಹಾಗಿದ್ದರೆ ಚಿನ್ನದ ಗಡಿಯಾರಗಳನ್ನು ನಾವು ಹೇಗೆ ಇಟ್ಟುಕೊಳ್ಳುವುದು? ಚಿನ್ನದ ಸರಪಳಿಗಳನ್ನು ಮತ್ತು ವಜ್ರದ ಉಂಗುರಗಳನ್ನು ಧರಿಸಿಕೊಳ್ಳಲು ಹೇಗೆ ಸಾಧ್ಯವಾದೀತು? ಆಗಲೂ ಒಡವೆಗಳ ಮೇಲಿನ ಮೋಹವನ್ನು ಗೆಲ್ಲಬೇಕೆಂದು ನಾನು ಜನರನ್ನು ಪ್ರೇರೇಪಿಸುತ್ತಿದ್ದೆ. ನನ್ನ ಮೇಲೆ ಇದ್ದಕ್ಕಿದ್ದಂತೆ ಹೊರಿಸಲಾಗಿದ್ದ ಒಡವೆಗಳನ್ನು ಈಗ ನಾನು ಏನು ಮಾಡಲಿ?

ಈ ವಸ್ತುಗಳನ್ನು ನಾನು ಇಟ್ಟುಕೊಳ್ಳಲಾರೆ ಎಂದು ತೀರ್ಮಾನಿಸಿದೆ. ನಾನು ಪತ್ರವನ್ನು ಬರೆದು ಸಮುದಾಯದ ಪರವಾಗಿ ನ್ಯಾಸ (ಟ್ರಸ್ಟ್)ವೊಂದನ್ನು ರಚಿಸಿದೆ. ಪಾರ್ಸಿ ರುಸ್ತೋಮ್‌ಜೀ ಮತ್ತು ಇತರರನ್ನು ನ್ಯಾಯದರ್ಶಿ (ಟ್ರಸ್ಟಿ) ಗಳನ್ನಾಗಿ ನೇಮಿಸಿದೆ. ಬೆಳಿಗ್ಗೆ ನಾನು ನನ್ನ ಹೆಂಡತಿ ಮತ್ತು ಮಕ್ಕಳೊಂದಿಗೆ ಸಮಾಲೋಚನೆ ನಡೆಸಿದೆ. ಅಂತಿಮವಾಗಿ ನಾನು ಭಾರಿ ಸ್ವಪ್ನ ಪಿಶಾಚಿಗಳಿಂದ ಬಿಡುಗಡೆ ಪಡೆದೆ.

ನನ್ನ ಹೆಂಡತಿಯ ಮನಒಲಿಸಲು ಸ್ವಲ್ಪ ಕಷ್ಟವಾಗಬಹುದು ಎಂದು ನನಗೆ ಗೊತ್ತಿತ್ತು. ಮಕ್ಕಳ ಬಗ್ಗೆ ಹೇಳುವುದಾದರೆ ಅವರ ಮನ ಒಲಿಸಲು ಯಾರೂ ನನಗೆ ಸಹಾಯ ಮಾಡುವವರಿರಲಿಲ್ಲ. ಆದ್ದರಿಂದ ಅವರನ್ನು ನನ್ನ ವಕೀಲರನ್ನಾಗಿ ನೇಮಿಸಿಕೊಳ್ಳಲು ನಿಶ್ಚಯಿಸಿದೆ. (ಅಂದರೆ ಅವರೇ ನನ್ನ ಪರ ವಾದಿಸುವಂತೆ ಮಾಡಿದೆ.) ಮಕ್ಕಳು ಕೂಡಲೇ ನನ್ನ ಪ್ರಸ್ತಾವನೆಯನ್ನು ಒಪ್ಪಿಕೊಂಡರು. 'ನಮಗೆ ಈ ಬೆಲೆಬಾಳುವ ಉಡುಗೊರೆಗಳ ಅವಶ್ಯಕತೆಯಿಲ್ಲ. ನಾವು ಅವುಗಳನ್ನು ಸಮುದಾಯಕ್ಕೆ ಹಿಂದಿರುಗಿಸಬೇಕು. ನಮಗೆ ಅವುಗಳ ಅವಶ್ಯಕತೆ ಉಂಟಾದರೆ ನಾವು ಅವುಗಳನ್ನು ಸಲೀಸಾಗಿ ಕೊಂಡುಕೊಳ್ಳಬಹುದು' ಎಂದು ಅವರು ಹೇಳಿದರು.

ನನಗೆ ಸಂತೋಷವಾಯಿತು 'ಹಾಗಿದ್ದರೆ ನೀವು ತಾಯಿಯೊಡನೆ ವಾದಿಸಿ ಸಮಾಧಾನ ಹೇಳಿ. ನೀವು ಹಾಗೆ ಮಾಡುವುದಿಲ್ಲವೆ?' ಎಂದು ಅವರನ್ನು ಪ್ರಶ್ನಿಸಿದೆ.

'ಖಂಡಿತವಾಗಿ' ಎಂದು ಅವರು ಹೇಳಿದರು. 'ಇದು ನಮ್ಮ ವ್ಯವಹಾರ. ಒಡವೆಗಳನ್ನು ಧರಿಸುವ ಅವಶ್ಯಕತೆ ಅವಳಿಗಿಲ್ಲ. ಅವಳು ಅವನ್ನು ನಮಗೋಸ್ಕರ ಇಟ್ಟುಕೊಳ್ಳಲು ಬಯಸುತ್ತಾಳೆ. ಆದರೆ ನಮಗೆ ಅವು ಬೇಡ ಎನ್ನುವುದಾದರೆ ಆಕೆ ಅವುಗಳನ್ನು ಬಿಟ್ಟುಕೊಡಲು 'ಏಕೆ ಒಪ್ಪಬಾರದು?' ಆದರೆ ಯಾರಿಗಾದರೂ ಮಾಡುವುದಕ್ಕಿಂತ ಹೇಳುವುದು ಸುಲಭವಾಗಿರುತ್ತದೆ.

'ನಿಮಗೆ ಅವುಗಳ ಅವಶ್ಯಕತೆಯಿಲ್ಲದಿರಬಹುದು' ಎಂದು ನನ್ನ ಹೆಂಡತಿ ಹೇಳಿದಳು. 'ನಿಮ್ಮ ಮಕ್ಕಳಿಗೂ ಅವು ಬೇಕಾಗದಿರಬಹುದು. ಅವರು ನಿಮ್ಮ ತಾಳಕ್ಕೆ ತಕ್ಕಂತೆ ಕುಣಿಯುತ್ತಾರೆ. ಅವನ್ನು ಧರಿಸಲು ನೀವು ನನಗೆ ಅಪ್ಪಣೆ ಕೊಡದಿರುವುದನ್ನು ನಾನು ಅರ್ಥಮಾಡಿಕೊಳ್ಳಬಲ್ಲೆ.

ಆದರೆ ನನ್ನ ಸೊಸೆಯಂದಿರ ಬಗ್ಗೆ ಏನು ಹೇಳುವಿರಿ? ಅವರಿಗೆ ಖಂಡಿತವಾಗಿಯೂ ಅವುಗಳ ಅವಶ್ಯಕತೆ ಇರುವುದು. ನಾಳೆ ಏನಾಗುವುದೆಂದು ಯಾರಿಗೆ ಗೊತ್ತಿರುತ್ತದೆ? ಅಷ್ಟೊಂದು ಪ್ರೀತಿಯಿಂದ ಕೊಟ್ಟಿರುವ ಉಡುಗೊರೆಗಳನ್ನು ಬಿಟ್ಟುಕೊಡುವುದರಲ್ಲಿ ನಾನು ಕಡೆಯವಳಾಗಿರುವೆ. (ಅಂದರೆ ನಾನು ಖಂಡಿತವಾಗಿಯೂ ಬಿಟ್ಟು ಕೊಡುವುದಿಲ್ಲ).'

ಈ ಪ್ರಕಾರ ಧಾರಾಕಾರವಾಗಿ ವಾದದ ಪ್ರವಾಹ ಮುಂದುವರೆಯಿತು. ಕಡೆಯಲ್ಲಿ ಆಕೆಯ ವಾದ ಕಣ್ಣೀರಿನೊಂದಿಗೆ ಗಟ್ಟಿಯಾಯ್ತು. ಆದರೆ ಮಕ್ಕಳು ತಮ್ಮ ಅಭಿಪ್ರಾಯದಿಂದ ಆಚಿ ಈಚಿ ಕದಲಲಿಲ್ಲ. ನಾನು ಕೂಡಾ ವಿಚಲಿತನಾಗಲಿಲ್ಲ ನಾನು ಮೃದುವಾಗಿ ನನ್ನ ವಾದವನ್ನು ಮಂಡಿಸಿದೆಃ 'ಮಕ್ಕಳಿಗೆ ಇನ್ನೂ ಮದುವೆಯಾಗಬೇಕಾಗಿದೆ. ತೀರ ಎಳೆಯರಾಗಿದ್ದಾಗ ಅವರು ಮದುವೆಯಾಗುವುದನ್ನು ನಾವು ಇಷ್ಟಪಡುವುದಿಲ್ಲ. ದೊಡ್ಡವರಾದ ಮೇಲೆ ಅವರ ಆಯ್ಕೆಯನ್ನು ಅವರೇ ಮಾಡಿಕೊಳ್ಳುತ್ತಾರೆ. ಖಂಡಿತವಾಗಿಯೂ ಒಡವೆಗಳ ಮೇಲೆ ಅತಿಯಾದ ಮೋಹ ಇಟ್ಟು ಕೊಂಡಿರುವ ವಧುಗಳು ನಮ್ಮ ಮಕ್ಕಳನ್ನು ಮದುವೆಯಾಗಬಾರದು. ಏನೇ ಇರಲಿ ಅವರಿಗೆ ಒಡವೆಗಳನ್ನು ಒದಗಿಸಬೇಕೆಂದಿದ್ದರೆ ನಾನು ಅದಕ್ಕೆ ಸಿದ್ಧನಾಗಿರುತ್ತೇನೆ. ಆಗ ನೀನು ನನ್ನನ್ನು ಕೇಳಬಹುದು.'

'ನಿಮ್ಮನ್ನು ಕೇಳಬೇಕೆ? ಈ ಹೊತ್ತಿಗಾಗಲೇ ನಾನು ನಿಮ್ಮನ್ನು ಚೆನ್ನಾಗಿ ಅರಿತಿದ್ದೇನೆ. ನೀವು ನನ್ನ ಒಡವೆಗಳನ್ನು ಕಿತ್ತುಕೊಂಡಿರುವಿರಿ. ಅವು ನನ್ನ ಬಳಿಯಲ್ಲಿದ್ದಿದ್ದರೆ ನೀವು ನನ್ನನ್ನು ಶಾಂತಿಯಿಂದಿರಲು ಬಿಡುತ್ತಿರಲಿಲ್ಲ. ಸೊಸೆಯಂದಿರಿಗೆ ಒಡವೆಗಳನ್ನು ತಂದು ಕೊಡುತ್ತೇನೆ ಎಂದು ಹೇಳುವುದು ಭ್ರಾಂತಿಯೇ ಸರಿ! ನೀವು ಇಂದಿನಿಂದ ನನ್ನ ಹುಡುಗರನ್ನು ಸಾಧುಗಳಾಗಿ ಮಾಡಲು ಪ್ರಯತ್ನಿಸುತ್ತಿದ್ದೀರಿ! ಸಾಧ್ಯವಿಲ್ಲ ಒಡವೆಗಳನ್ನು ಹಿಂದಿರುಗಿಸುವುದಿಲ್ಲ. ನನ್ನ ಕಂಠಹಾರದ ಮೇಲೆ ನಿಮಗೇನು ಹಕ್ಕಿದೆ, ತಿಳಿಸಿ.'

'ಆದರೆ, ಕಂಠಹಾರವನ್ನು ನಿನಗೆ ನಿನ್ನ ಸೇವೆಯನ್ನು ಮೆಚ್ಚಿ ಕೊಟ್ಟಿದ್ದಾರೆಯೇ ಅಥವಾ ನನ್ನ ಸೇವೆಯನ್ನು ಪರಿಗಣಿಸಿ ಕೊಟ್ಟಿದ್ದಾರೆಯೆ?' ಎಂದು ನಾನು ಪ್ರತ್ಯುತ್ತರ ಕೊಡುತ್ತ ಮತ್ತೆ ಪ್ರಶ್ನಿಸಿದೆ.

'ನಾನು ಒಪ್ಪುತ್ತೇನೆ. ಆದರೆ ನೀವು ಮಾಡಿರುವ ಸೇವೆ ನಾನು ಮಾಡಿರುವ ಸೇವೆಗೆ ಸಮನಾಗಿರುತ್ತದೆ. ದಿನವಿಡೀ ನಾನು ನಿಮಗಾಗಿ ದುಡಿದು ದುಡಿದು ಸುಸ್ತಾಗಿದ್ದೇನೆ. ಅದು ಸೇವೆಯಲ್ಲವೆ? ನೀವು ಎಲ್ಲವನ್ನೂ, ನಾನಾ ಬಗೆಯ ಕಷ್ಟಗಳನ್ನು ನನ್ನ ಮೇಲೆ ಬಲವಂತವಾಗಿ ಹೇರಿರುವಿರಿ. ಕಹಿಯಾಗಿರುವ ಕಣ್ಣೀರನ್ನು ಸುರಿಸುವಂತೆ ಮಾಡಿರುವಿರಿ. ನಾನು ಅವರೆಲ್ಲರ ಕತ್ತೆಚಾಕರಿ ಮಾಡಿದ್ದೀನಿ!'

ಇವು ನನ್ನನ್ನು ಚುಚ್ಚಿದ ಬಿರುನುಡಿಗಳಾಗಿದ್ದವು. ಅವುಗಳಲ್ಲಿ ಕೆಲವು ಚೆನ್ನಾಗಿ ನನ್ನ ಮನಸ್ಸಿಗೆ ನಾಟಿದ್ದವು. ಆದರೆ ಒಡವೆಗಳನ್ನು ಹಿಂದಿರುಗಿಸಬೇಕೆಂದು ನಾನು ಆಗಲೇ ನಿಶ್ಚಯಿಸಿ ಬಿಟ್ಟಿದ್ದೆ ಹೇಗೋ ಆಕೆಯಿಂದ ಕಷ್ಟಪಟ್ಟು ಒಪ್ಪಿಗೆಯನ್ನು ಪಡೆದು ಕೊಳ್ಳುವಲ್ಲಿ ಯಶಸ್ವಿಯಾದೆ. 1896ರಲ್ಲಿ ಮತ್ತು 1901ರಲ್ಲಿ ನಾನು ಪಡೆದ ಎಲ್ಲ ಉಡುಗೊರೆಗಳನ್ನು ಹಿಂದಿರುಗಿಸಿದೆ. ನ್ಯಾಸಪತ್ರ (ಟ್ರಸ್ಟ್‌ಡೀಡ್‌ಅನ್ನು) ತಯಾರಿಸಲಾಯ್ತು. ಅದನ್ನು ಬ್ಯಾಂಕ್‌ನಲ್ಲಿ ಸುರಕ್ಷಿತವಾಗಿರಿಸಲಾಯ್ತು.

ನನ್ನ ಇಷ್ಟ ಮತ್ತು ಧರ್ಮದರ್ಶಿ (ಟ್ರಸ್ಟೀಸ್) ಇಷ್ಟದ ಪ್ರಕಾರ ಅದನ್ನು ಸಮುದಾಯ ಸೇವೆಗೆ ಉಪಯೋಗಿಸಬೇಕೆಂದು ನಿರ್ಧರಿಸಲಾಗಿತ್ತು.

ಆಗಾಗ್ಗೆ ಸಾರ್ವಜನಿಕ ಉದ್ದೇಶಗಳಿಗೆ ಹಣದ ಅವಶ್ಯಕತೆ ಉಂಟಾದಾಗ ನಾನು ಆ ನ್ಯಾಸ (ಟ್ರಸ್ಟ್)ದಿಂದ ಹಣವನ್ನು ತೆಗೆದುಕೊಳ್ಳಬೇಕೆಂದು ಭಾವಿಸಿದ್ದೆ. ಆದರೆ ನ್ಯಾಸದ ಹಣವನ್ನು ಮುಟ್ಟದೇ ಅಗತ್ಯವಾಗಿದ್ದ ಹಣವನ್ನು ಕೂಡಿಸುವಲ್ಲಿ ಸಮರ್ಥನಾಗಿದ್ದೆ. ಆ ನ್ಯಾಸ ಇನ್ನೂ ಅಲ್ಲೇ ಇದೆ. ಅವಶ್ಯಕತೆ ಉಂಟಾದಾಗ ಅದರಿಂದ ಹಣವನ್ನು ತೆಗೆದುಕೊಂಡು ಬಳಸಿಕೊಳ್ಳಲಾಗುತ್ತಿದೆ ಮತ್ತು ಅದಕ್ಕೆ ಕ್ರಮವಾಗಿ ಹಣವನ್ನು ಕೂಡಿಸಲಾಗುತ್ತಿದೆ.

ಅಲ್ಲಿಂದ ಮುಂದೆ ಎಂದೂ ನಾನು, ನಾನು ಹೀಗೆ ತೆಗೆದುಕೊಂಡಿದ್ದ ಕ್ರಮದ ಬಗ್ಗೆ ಪಶ್ಚಾತ್ತಾಪ ಪಡಲಿಲ್ಲ. ವರ್ಷಗಳು ಉರುಳಿದಂತೆ ನನ್ನ ಪತ್ನಿ ಕೂಡಾ ಯುಕ್ತಾಯುಕ್ತ ಪರಿಜ್ಞಾನವನ್ನು ಪಡೆದಿದ್ದಾಳೆ. ಅದು ನಮ್ಮನ್ನು ಅನೇಕ ಪ್ರಲೋಭನೆಗಳಿಂದ ಕಾಪಾಡಿದೆ.

ಸಾರ್ವಜನಿಕ ಕಾರ್ಯಕರ್ತನು ದುಬಾರಿ ಉಡುಗೊರೆಗಳನ್ನು ಸ್ವೀಕರಿಸಬಾರದು ಎಂಬ ಅಭಿಪ್ರಾಯ ನನ್ನಲ್ಲಿ ದೃಢವಾಗಿ ಬೇರೂರಿದೆ.

13. ಮತ್ತೆ ಭಾರತದಲ್ಲಿ

ನಾನು ತಾಯ್ನಾಡಿಗೆ ನೌಕೆಯಲ್ಲಿ ಪ್ರಯಾಣ ಮಾಡಿದೆ.

ದಾರಿಯಲ್ಲಿ ಭೇಟಿಮಾಡಿದ್ದ ಬಂದರುಗಳಲ್ಲಿ ಮಾರಿಷಸ್ ಕೂಡಾ ಸೇರಿತ್ತು ನೌಕೆಯು ಅಲ್ಲಿ ದೀರ್ಘಕಾಲ ನಿಂತಿತ್ತು. ನಾನು ದಡಕ್ಕೆ ಹೋದೆ ಮತ್ತು ಸ್ಥಳೀಯ ಪರಿಸ್ಥಿತಿಯನ್ನು ಚೆನ್ನಾಗಿ ಅರಿತುಕೊಂಡೆ. ಒಂದು ರಾತ್ರಿ ನಾನು ವಸಾಹತುವಿನ ಗವರ್ನರ್ ಆಗಿದ್ದ ಸರ್ ಚಾರ್ಲ್ಸ್ ಬ್ರೂಸ್ ಅವರ ಅತಿಥಿಯಾಗಿದ್ದೆ.

ಭಾರತವನ್ನು ಮುಟ್ಟಿದ ತರುವಾಯ ನಾನು ದೇಶದಲ್ಲಿ ಸುತ್ತುತ್ತ ಸ್ವಲ್ಪ ಕಾಲ ಕಳೆದೆ. ಆ ವರ್ಷ ಅಂದರೆ 1901ರಲ್ಲಿ ಕಾಂಗ್ರೆಸ್ ಕಲ್ಕತ್ತದಲ್ಲಿ ಮಿ. (ಮುಂದೆ ಸರ್) ದಿನಷಾ ವಾಚಾ ಅವರ ಅಧ್ಯಕ್ಷತೆಯಲ್ಲಿ ಸಭೆ ಸೇರಿತ್ತು. ಸಹಜವಾಗಿ ನಾನು ಹಾಜರಾಗಿದ್ದೆ. ಅದು ಕಾಂಗ್ರೆಸ್ ಜತೆಗಿನ ನನ್ನ ಸಂಬಂಧದ ಮೊದಲ ಅನುಭವವಾಗಿತ್ತು.

ನಾನು ರೈಲಿನಲ್ಲಿ ಬಾಂಬೆಗೆ ಪ್ರಯಾಣ ಮಾಡಿದೆ. ಸರ್ ಫಿರೋಜ್‌ಷಾ ಮೆಹ್‌ತಾ ಕೂಡಾ ಅದೇ ರೈಲಿನಲ್ಲಿ ಪ್ರಯಾಣ ಮಾಡುತ್ತಿದ್ದರು. ನಾನು ಅವರೊಂದಿಗೆ ದಕ್ಷಿಣ ಆಫ್ರಿಕದ ಪರಿಸ್ಥಿತಿಯ ಬಗ್ಗೆ ಮಾತಾಡಬೇಕಾಗಿತ್ತು. ಅವರು ರಾಜ ಠೀವಿಯಲ್ಲಿ ಜೀವಿಸುತ್ತಿದ್ದರು ಎಂದು ನನಗೆ ಗೊತ್ತಿತ್ತು. ಅವರು ತಮಗಾಗಿ ಒಂದು ವಿಶೇಷ

ಸಲೂನ್‌ನನ್ನು (ಬಂಡಿ) ಗೊತ್ತು ಮಾಡಿಕೊಂಡಿದ್ದರು. ಒಂದು ಹಂತದವರೆಗೆ ಅವರ ಸಲೂನ್‌ನಲ್ಲಿ ಅವರ ಜತೆಯಲ್ಲಿ ಪ್ರಯಾಣ ಮಾಡುತ್ತ ಅವರೊಂದಿಗೆ ಮಾತಾಡುವ ಅವಕಾಶವನ್ನು ಬಳಸಿಕೊಳ್ಳಬೇಕೆಂದು ನನಗೆ ಆದೇಶ ಕೊಡಲಾಗಿತ್ತು. ಆದ್ದರಿಂದ ನಾನು ಅವರ ಸಲೂನ್‌ಗೆ ಹೋದೆ ಮತ್ತು ಗೊತ್ತು ಪಡಿಸಿದ್ದ ಸ್ಟೇಷನ್‌ನಲ್ಲಿ ಅವರ ಮುಂದೆ ನಿಂತು ಕೊಂಡೆ. ಅವರೊಂದಿಗೆ ಮಿ. ವಾಚಾ ಮತ್ತು ಮಿ. (ಈಗ ಸರ್) ಚಿಮನ್‌ಲಾಲ್ ಸೆಟಲ್‌ವಾಡ್ ಇದ್ದರು. ಅವರೆಲ್ಲರೂ ರಾಜಕೀಯ ಕುರಿತು ಮಾತಾಡುತ್ತಿದ್ದರು. ಸರ್ ಫಿರೋಜ್ ಷಾ ನನ್ನನ್ನು ನೋಡುತ್ತಿದ್ದಂತೆ ಹೇಳಿದರು: 'ಗಾಂಧಿ, ನಿಮಗಾಗಿ ಏನನ್ನಾದರೂ ಮಾಡುವಂತೆ ಕಾಣುತ್ತಿಲ್ಲ. ಆದರೆ ನೀವು ಅಪೇಕ್ಷಿಸಿರುವ ನಿರ್ಣಯವನ್ನು ಅಂಗೀಕರಿಸಬಹುದು. ನಮ್ಮ ತಾಯ್ನಾಡಿನಲ್ಲಿ ನಮಗೆ ಯಾವ ಹಕ್ಕುಗಳಿವೆ? ನಮ್ಮ ತಾಯ್ನಾಡಿನಲ್ಲಿ ನಮಗೆ ಅಧಿಕಾರ ಸಿಗುವವರೆಗೂ ನೀವು ವಸಾಹತುಗಳಲ್ಲಿ ಚೆನ್ನಾಗಿ ಬದುಕಲು ಸಾಧ್ಯವಾಗದು' ಎಂಬುದು ನನ್ನ ನಂಬಿಕೆ.

ನಾನು ಬೆಚ್ಚಿಬಿದ್ದೆ. ಮಿ. ಸೆಟಲ್‌ವಾಡ್ ಆ ಅಭಿಪ್ರಾಯವನ್ನು ಒಪ್ಪಿಕೊಂಡಂತೆ ಕಾಣಿಸಿತು. ಮಿ. ವಾಚಾ ನನ್ನ ಕಡೆಗೆ ಕನಿಕರದ ದೃಷ್ಟಿ ಬೀರಿದರು.

ನಾನು ಸರ್ ಫಿರೋಜ್‌ಷಾ ಅವರೊಂದಿಗೆ ವಾದಿಸಲು ಪ್ರಯತ್ನಿಸಿದೆ. ಆದರೆ ಬಾಂಬೆಯ ಅನಭಿಷಕ್ತ ಮಹಾರಾಜನಂತಿದ್ದವರ ಮೇಲೆ ನನ್ನಂತಹವರು ಮೇಲುಗೈ ಸಾಧಿಸುವುದು ಅಸಾಧ್ಯವೇ ಆಗಿತ್ತು. ನಿರ್ಣಯವನ್ನು ಮಂಡಿಸಲು ನನಗೆ ಅವಕಾಶ ದೊರಕಿದ್ದಕ್ಕೆ ನಾನು ತೃಪ್ತಿ ಪಡೆಯ ಬೇಕಾಯ್ತು.

'ನೀವು ಎಂದಿನಂತೆ ನನಗೆ ನಿರ್ಣಯವನ್ನು ತೋರಿಸುವಿರಿ' ಎಂದು ಮಿ. ವಾಚಾ ನನ್ನನ್ನು ಹುರಿದುಂಬಿಸಲು ಹೇಳಿದರು. ನಾನು ಅವರಿಗೆ ವಂದನೆಯನ್ನು ಸಲ್ಲಿಸಿದೆ ಮತ್ತು ಮುಂದಿನ ನಿಲ್ದಾಣದಲ್ಲಿ ಅವರನ್ನು ಬಿಟ್ಟು ಹೊರಟೆ.

ನಾವು ಕಲ್ಕತ್ತೆಯನ್ನು ಸೇರಿದೆವು. ಅಧ್ಯಕ್ಷರನ್ನು ಸ್ವಾಗತ ಸಮಿತಿಯು ವೈಭವದಿಂದ ಅವರ ಬಿಡಾರಕ್ಕೆ ಕರೆದುಕೊಂಡು ಹೋಯಿತು. ನಾನು ಎಲ್ಲಿಗೆ ಹೋಗಬೇಕೆಂದು ಒಬ್ಬ ಸ್ವಯಂಸೇವಕನ ಬಳಿ ವಿಚಾರಿಸಿದೆ. ಅವನು ನನ್ನನ್ನು ರಿಪನ್ ಕಾಲೇಜಿಗೆ ಕರೆದುಕೊಂಡು ಹೋದ. ಅಲ್ಲಿ ಅನೇಕ ಪ್ರತಿನಿಧಿಗಳಿಗೆ (ಡೆಲಿಗೇಟ್ಸ್) ಊಟ, ವಸತಿ ಮೊದಲಾದವನ್ನು ಕಲ್ಪಿಸಲಾಗಿತ್ತು. ಅಲ್ಲಿ ಅದೃಷ್ಟ ನನಗೆ ಒಲಿದಿತ್ತು. ಲೋಕಮಾನ್ಯರು ಕೂಡಾ ನಾನಿದ್ದ ವಠಾರ (ಬ್ಲಾಕ್) ದಲ್ಲಿ ತಂಗಿದ್ದರು. ನನಗೆ ನೆನಪಿರುವಂತೆ ನಾನು ಬಂದ ಒಂದು ದಿನದ ನಂತರ ಅವರು ಬಂದರು.

ಸ್ವಾಭಾವಿಕವಾಗಿ ಲೋಕಮಾನ್ಯರು ಎಂದೂ ದರ್ಬಾರಿಲ್ಲದೇ ಇರುತ್ತಿರಲಿಲ್ಲ. ನಾನೊಬ್ಬ ಚಿತ್ರಕಲಾವಿದನಾಗಿದ್ದರೆ ಅವರನ್ನು ಹಾಸಿಗೆಯ ಮೇಲೆ ಕೂತಿರುವಂತೆ ಚಿತ್ರಿಸಬಹುದಾಗಿತ್ತು ನನ್ನ ನೆನಪಿನಲ್ಲಿ ಇಡೀ ದೃಶ್ಯ ಕಣ್ಣಿಗೆ ಕಟ್ಟುವಂತಿದೆ. ಅವರನ್ನು ಭೇಟಿಮಾಡಲು ಬಂದ ಅಸಂಖ್ಯಾತ ಜನರಲ್ಲಿ ನಾನು ಕೇವಲ ಒಬ್ಬರನ್ನು ಮಾತ್ರ ನೆನಪಿಗೆ ತಂದುಕೊಳ್ಳಬಹುದು. ಅವರೇ ಅಮೃತ್ ಬಜಾರ್ ಪತ್ರಿಕೆಯ ಸಂಪಾದಕರಾಗಿದ್ದ ದಿವಂಗತ ಬಾಬು ಮೋತಿಲಾಲ್ ಘೋಷ್. ಅವರು ಗಟ್ಟಿಯಾಗಿ ಕೇಳಿಸುವಂತೆ ನಗುತ್ತಿದ್ದುದು ಮತ್ತು ಆಳುವ ಜನಾಂಗದ ಅನ್ಯಾಯಗಳ ಬಗ್ಗೆ ಅವರು ಮಾತಾಡಿಕೊಳ್ಳುತ್ತಿದ್ದುದು ಇನ್ನೂ ನನ್ನ ನೆನಪಲ್ಲಿ ಉಳಿದುಕೊಂಡಿದೆ.

ಬಿಡಾರದಲ್ಲಿನ ನೇಮಕಗಳ ಬಗ್ಗೆ ಕೆಲವು ವಿವರಗಳನ್ನು ಪರಿಶೀಲನೆಗಾಗಿ ಪ್ರಸ್ತಾಪಿಸುತ್ತಿದ್ದೇನೆ. ಸ್ವಯಂ ಸೇವಕರುಗಳಲ್ಲಿ ಒಬ್ಬರು ಮತ್ತೊಬ್ಬರೊಂದಿಗೆ ಕಾದಾಡುತ್ತಿದ್ದರು. ನೀವು ಒಬ್ಬನಿಗೆ ಏನಾದರೊಂದನ್ನು ಮಾಡುವಂತೆ ಹೇಳಿದರೆ ಅವನು ಅದನ್ನು ಇನ್ನೊಬ್ಬನಿಗೆ ವಹಿಸುತ್ತಿದ್ದ. ಪ್ರತಿಯಾಗಿ ಅವನು ಅದನ್ನು ಮೂರನೆಯವನಿಗೆ ವಹಿಸುತ್ತಿದ್ದ. ಹೀಗೆ ಒಬ್ಬರು ಇನ್ನೊಬ್ಬರಿಗೆ ಕೆಲಸ ವಹಿಸುತ್ತಿದ್ದರು. ಪ್ರತಿನಿಧಿಗಳ ಉಪಚಾರದ ಬಗ್ಗೆ ಹೇಳುವುದಾದರೆ ಅವರು ಇಲ್ಲೂ ಇರುತ್ತಿರಲಿಲ್ಲ. ಇಲ್ಲವೇ ಅಲ್ಲೂ ಇರುತ್ತಿರಲಿಲ್ಲ. (ಅಂದರೆ ಅವರು ಎಲ್ಲೂ ಇರುತ್ತಿರಲಿಲ್ಲ).

ನಾನು ಕೆಲವು ಸ್ವಯಂ ಸೇವಕರುಗಳೊಂದಿಗೆ ಗೆಳೆತನವನ್ನು ಬೆಳಸಿಕೊಂಡೆ. ನಾನು ಅವರಿಗೆ ದಕ್ಷಿಣ ಆಫ್ರಿಕಾದ ಬಗ್ಗೆ ಸ್ವಲ್ಪ ವಿಚಾರವನ್ನು ತಿಳಿಸಿದೆ. ಅವರಿಗೆ ಆದರಿಂದ 'ಏನೋ ಒಂದು ರೀತಿಯಲ್ಲಿ ನಾಚಿಕೆಯಾಯ್ತು. ಅವರಿಗೆ ಸೇವೆಯ ಗುಟ್ಟನ್ನು ಮನದಟ್ಟು ಮಾಡಿಸಲು ಪ್ರಯತ್ನಿಸಿದೆ. ಅವರಿಗೆ ಅದು ಅರ್ಥವಾದಂತೆ ಕಂಡಿತು. ಆದರೆ ಸೇವೆ ಎನ್ನುವುದು ನಾಯಿಕೊಡೆಗಳಂತೆ ಥಟ್ಟನೆ ಬೆಳೆಯುವುದಿಲ್ಲ. ಅದು ಮೊದಲು ಇಚ್ಛಾಶಕ್ತಿಯನ್ನು ತುಂಬಿಕೊಳ್ಳುತ್ತದೆ. ತರುವಾಯ ಅನುಭವವನ್ನು ಪಡೆಯುತ್ತದೆ. ಆ ಸರಳ ಹೃದಯವುಳ್ಳ ಯುವಕರಲ್ಲಿ ಇಚ್ಛಾಶಕ್ತಿಯ ಕೊರತೆಯಿರಲಿಲ್ಲ. ಆದರೆ ಅವರಲ್ಲಿ ಅನುಭವವೇ ಇರಲಿಲ್ಲ. ಕಾಂಗ್ರೆಸ್ ಪ್ರತಿವರ್ಷವೂ ಮೂರು ದಿನಗಳ ಕಾಲ ಸಭೆ ಸೇರುವುದು. ತರುವಾಯ ನಿದ್ರೆ ಮಾಡುವುದು. ವರ್ಷದಲ್ಲೊಮ್ಮೆ ಕೇವಲ ಮೂರು ದಿನಗಳ ಪ್ರದರ್ಶನದಲ್ಲಿ ಯಾರು ಯಾವ ರೀತಿಯ ತರಬೇತಿಯನ್ನು ಪಡೆಯಲು ಸಾಧ್ಯವಾಗುವುದು? ಪ್ರತಿನಿಧಿಗಳು ಸ್ವಯಂ ಸೇವಕರುಗಳೊಂದಿಗೆ ಸೇರಿ ಒಂದೇ ಆಗಿಬಿಟ್ಟಿದ್ದರು. ಅವರಿಗೆ ಉತ್ತಮಮಟ್ಟದ ಮತ್ತು ದೀರ್ಘಕಾಲದ ತರಬೇತಿ ಸಿಕ್ಕಿರಲಿಲ್ಲ. ಅವರು ತಮ್ಮ ಸ್ವಂತದ ಯಾವ ಕೆಲಸವನ್ನೂ ತಾವೇ ಸ್ವಂತ ಮಾಡುತ್ತಿರಲಿಲ್ಲ. ಸ್ವಯಂಸೇವಕನೇ ಇದನ್ನು ಮಾಡು ಸ್ವಯಂಸೇವಕನೇ ಅದನ್ನು ಮಾಡು, ಎಂದು ಅವರು ಒಂದೇ ಸಮನೇ ಅಪ್ಪಣೆ ಮಾಡುತ್ತಿದ್ದರು.

ಇಲ್ಲಿ ಕೂಡಾ ನಾನು ಅಸ್ಪೃಶ್ಯತೆಯನ್ನು ಸಾಕಷ್ಟು ಪ್ರಮಾಣದಲ್ಲಿ ಎದುರಿಸಬೇಕಾಯ್ತು. ತಮಿಳರ ಅಡಿಗೆಮನೆಯು ಉಳಿದ ಅಡಿಗೆಮನೆಗಳಿಂದ ತುಂಬಾ ದೂರದಲ್ಲಿತ್ತು. ತಮಿಳು ಪ್ರತಿನಿಧಿಗಳಿಗೆ ಅವರು ಊಟ ಮಾಡುತ್ತಿದ್ದಾಗ ಬೇರೆಯವರ ದೃಷ್ಟಿಬಿದ್ದರೆ ಮಾಲಿನ್ಯ (ಮೈಲಿಗೆ) ವಾಗಿಬಿಡುತ್ತಿತ್ತು. ಆದ್ದರಿಂದ ಅವರಿಗೆ ಕಾಲೇಜು ಆವರಣ (ಕಾಂಪೌಂಡ್)ದಲ್ಲಿ ಪ್ರತ್ಯೇಕ ಅಡಿಗೆಮನೆಯನ್ನು ಕಟ್ಟಿಕೊಡಲಾಗಿತ್ತು. ಅದಕ್ಕೆ ಚಾಪೆಕಡ್ಡಿಗಳಿಂದ (ವಿಕರ ವರ್ಕ್) ಮರೆಮಾಡಲಾಗಿತ್ತು. ಅದರಲ್ಲಿ ಹೊಗೆ ತುಂಬಿರುತ್ತಿತ್ತು. ಉಸಿರು ಕಟ್ಟಿಕೊಳ್ಳುತ್ತಿತ್ತು. ಅದು ಅಡಿಗೆಮನೆಯೂ ಆಗಿತ್ತು. ಜತೆಯಲ್ಲಿ ಅದು ಊಟದ ಮನೆ ಮತ್ತು ಮಾರ್ಜನಕೋಣೆ (ವಾಷಿಂಗ್‌ರೂಮ್-ಕೈಕಾಲು ಮುಖ ತೊಳೆಯುವ ಮತ್ತು ಸ್ನಾನದ ವ್ಯವಸ್ಥೆಯಿರುವ ಕೋಣೆ)ಯೂ ಆಗಿ ಎಲ್ಲವೂ ಒಂದೇ ಆಗಿಬಿಟ್ಟಿತ್ತು. ಹೊರಗಂಡಿಯೇ (ಜೇಟ್‌ಲೆಟ್) ಇಲ್ಲದಿದ್ದುದರಿಂದ ಅದು ಮುಚ್ಚಿದ ಪೆಟ್ಟಿಗೆ (ಕ್ಲೋಸ್ ಸೇಫ್)ಯಂತಿತ್ತು. ಇದು ನನಗೆ ವರ್ಣದ ಅಮಲಿನ (ವರ್ಣಗಳೆಂದರೆ ಹಿಂದೂ ಸಮಾಜದಲ್ಲಿ ಕರ್ತವ್ಯಗಳನ್ನು ಕುರಿತಂತೆ ಇರುವ ನಾಲ್ಕು ಪ್ರಧಾನ ವಿಭಾಗಗಳು) ವಿಡಂಬನೆಯಂತೆ ಕಾಣುತ್ತಿತ್ತು. ಕಾಂಗ್ರೆಸ್‌ನ ಪ್ರತಿನಿಧಿಗಳ ನಡುವೆ ಅಂತಹ

ಅಸ್ಪೃಶ್ಯತೆ ಇರುವುದಾದರೆ ಅವರನ್ನು ಆರಿಸಿ ಕಳಿಸಿರುವ ಕ್ಷೇತ್ರದಲ್ಲಿ ಯಾವ ಮಟ್ಟದಲ್ಲಿ ಅದು ಬೇರೂರಿರಬಹುದು ಎಂಬುದನ್ನು ಚೆನ್ನಾಗಿ ಕಲ್ಪನೆ ಮಾಡಿಕೊಳ್ಳಬಹುದು ಎಂದು ನನ್ನಲ್ಲೇ ಹೇಳಿಕೊಂಡೆ. ಈ ಯೋಚನೆ ಬರುತ್ತಿದ್ದಂತೆ ನಾನು ನಿಟ್ಟುಸಿರುಬಿಟ್ಟೆ. ಅಶುಚಿತ್ವ (ಇನ್‌ಸ್ಯಾನಿಟೇಷನ್)ಕ್ಕೆ ಮಿತಿಯೇ ಇರಲಿಲ್ಲ. ಎಲ್ಲೆಲ್ಲೂ ನೀರಿನ ಹೊಂಡಗಳಿದ್ದವು. ಕೇವಲ ಕೆಲವೇ ಶೌಚಾಲಯಗಳಿದ್ದವು. ಅವುಗಳ ಗಬ್ಬುವಾಸನೆಯನ್ನು ನೆನಸಿಕೊಂಡರೆ ಈಗಲೂ ನನ್ನ ಮನಸ್ಸು ಕುಗ್ಗಿಹೋಗುತ್ತದೆ. ಅದನ್ನು ನಾನು ಸ್ವಯಂಸೇವಕರುಗಳಿಗೆ ತೋರಿಸಿದೆ. ಅವರು ನಿರ್ದಾಕ್ಷಿಣ್ಯವಾಗಿ ಹೇಳಿದರು: 'ಅದು ನಮ್ಮ ಕೆಲಸವಲ್ಲ. ಅದು ಜಾಡಮಾಲಿಯ ಕೆಲಸ.' ನಾನು ಪೊರಕೆಯೊಂದನ್ನು ಕೊಡುವಂತೆ ಕೇಳಿದೆ. ಆ ವ್ಯಕ್ತಿಯು ಅಚ್ಚರಿಯಿಂದ ನನ್ನನ್ನು ದಿಟ್ಟಿಸಿನೋಡಿದ. ನಾನು ಪೊರಕೆಯೊಂದನ್ನು ಪಡೆದು ಕಕ್ಕಸನ್ನು ಶುಚಿಗೊಳಿಸಿದೆ. ಆದರೆ ನಾನು ನನಗಾಗಿ ಶೌಚಾಲಯ (ಕಕ್ಕಸು)ದ ಶುಚಿಮಾಡಿಕೊಂಡಿದ್ದೆ. ಆದರೆ ನೂಕುನುಗ್ಗಲು ಹೆಚ್ಚಾಗಿತ್ತು. ಆದರೆ ಶೌಚಾಲಯುಗಳು ಹೆಚ್ಚಿರಲಿಲ್ಲ. ಆದ್ದರಿಂದ ಅವನ್ನು ಪದೇ ಪದೇ ಚೊಕ್ಕಟಗೊಳಿಸಬೇಕಾಗಿತ್ತು. ಆ ಕೆಲಸ ನನ್ನ ಸಾಮರ್ಥ್ಯವನ್ನು ಮೀರಿತ್ತು. ಆದ್ದರಿಂದ ನಾನು ಕೇವಲ ನನಗಾಗಿ ಕಕ್ಕಸ (ಶೌಚಾಲಯ)ನ್ನು ಚೊಕ್ಕಟಮಾಡಿಕೊಂಡು ಸಮಾಧಾನ ಪಟ್ಟುಕೊಂಡೆ, ಆದರೆ ಇತರರು ಹೊಲಸನ್ನು ಮತ್ತು ದುರ್ವಾಸನೆಯನ್ನು ಮನಸ್ಸಿಗೆ ಹಚ್ಚಿಕೊಂಡಂತೆ ಕಂಡುಬರಲಿಲ್ಲ.

ಇಷ್ಟಕ್ಕೆ ಎಲ್ಲವೂ ಮುಗಿಯಲಿಲ್ಲ. ಕೆಲವು ಪ್ರತಿನಿಧಿಗಳು ತಮ್ಮ ಕೊಠಡಿಗಳ ಮುಂದಿದ್ದ ವರಾಂಡವನ್ನು ರಾತ್ರಿ ಕಾಲದಲ್ಲಿ ದೇಹಬಾಧೆ (ಮಲ ಅಥವಾ ಮೂತ್ರ ವಿಸರ್ಜನೆ)ಗೆ ಬಳಸಿಕೊಳ್ಳಲು ಹಿಂಜರಿಯಲಿಲ್ಲ. ಬೆಳಗ್ಗೆ ನಾನು ಸ್ವಯಂಸೇವಕರುಗಳಿಗೆ ಆ ಸ್ಥಳಗಳನ್ನು ತೋರಿಸಿದೆ. ಆದರೆ ಯಾರೂ ಅವನ್ನು ಶುಚಿಗೊಳಿಸಲು ಸಿದ್ಧರಿರಲಿಲ್ಲ. ಆ ಕೆಲಸಮಾಡಲು ಹೊರಟ ನನ್ನ ಜತೆಯಲ್ಲಿ ಸೇರಿಕೊಳ್ಳಲು ಯಾರೂ ಮುಂದೆ ಬರಲಿಲ್ಲ. ಅಲ್ಲಿಂದ ಮುಂದೆ ವರ್ಷಗಳು ಉರುಳಿದಂತೆ ಪರಿಸ್ಥಿತಿ ಸಾಕಷ್ಟು ಸುಧಾರಿಸಿದೆ. ಆದರೆ ಇಂದು ಕೂಡಾ ಕೆಲವು ಅವಿಚಾರಿ ಪ್ರತಿನಿಧಿಗಳು ತಮಗೆ ಬೇಕೆನಿಸಿದ ಸ್ಥಳಗಳಲ್ಲಿ ಗಲೀಜುಮಾಡಿ ಕಾಂಗ್ರೆಸ್ ಬಿಡಾರವನ್ನು ವಿರೂಪಗೊಳಿಸುತ್ತಿದ್ದಾರೆ. ಸ್ವಯಂಸೇವಕರುಗಳು ಅವರ ಹಿಂದೆಯೇ ಆ ಸ್ಥಳಗಳನ್ನು ಶುಚಿಗೊಳಿಸಲು ಯಾವಾಗಲೂ ಸಿದ್ಧರಾಗಿರುವುದಿಲ್ಲ.

ಕಾಂಗ್ರೆಸ್ ಮಹಾಧಿವೇಶನ ಧೀರ್ಘಕಾಲ ನಡೆದರೆ ಸಾಂಕ್ರಾಮಿಕ ರೋಗ ಸ್ಫೋಟಗೊಳ್ಳಲು ಇದೇ ಪರಿಸ್ಥಿತಿಯು ಅನುಕೂಲ ಮಾಡಿಕೊಡುವುದು ಎಂದು ನಾನು ಅರಿತುಕೊಂಡೆ.

14. ಕರಣಿಕ ಮತ್ತು ಸೇವಕ

ಕಾಂಗ್ರೆಸ್ ಮಹಾಧಿವೇಶನ ಆರಂಭವಾಗಲೂ ಇನ್ನೂ ಎರಡು ದಿನಗಳಿದ್ದವು. ಸ್ವಲ್ಪ ಅನುಭವವನ್ನು ಗಳಿಸಿಕೊಳ್ಳುವ ಉದ್ದೇಶದಿಂದ ನಾನು ಕಾಂಗ್ರೆಸ್ ಕಛೇರಿಯಲ್ಲಿ ಸೇವೆ ಸಲ್ಲಿಸಲು ಮನಸ್ಸು ಮಾಡಿದೆ. ಆದ್ದರಿಂದ ಕಲ್ಕತ್ತಕ್ಕೆ ಬಂದ ಮೇಲೆ ದಿನನಿತ್ಯದ ಸ್ನಾನ ಇತ್ಯಾದಿ ಕರ್ಮಗಳನ್ನು ಮುಗಿಸಿದ ತರುವಾಯ ನಾನು ಕಾಂಗ್ರೆಸ್ ಕಛೇರಿಗೆ ತೆರಳಿದೆ.

ಬಾಬು ಭೂಪೆಂದ್ರನಾಥ್ ಬಸು ಮತ್ತು ಸಾರ್ಜೆಂಟ್ ಘೋಷಾಲ್ ಕಾರ್ಯದರ್ಶಿಗಳಾಗಿದ್ದರು. ನಾನು ಭೂಪೇನ್‌ಬಾಬು ಅವರ ಬಳಿಗೆ ಹೋಗಿ ನನ್ನ ಸೇವೆಯನ್ನು ಪಡೆಯಬೇಕೆಂದು ಕೇಳಿಕೊಂಡೆ. ಅವರು ನನ್ನನ್ನು ನೋಡಿ ಹೇಳಿದರು. 'ನನ್ನ ಬಳಿ ಕೆಲಸವಿಲ್ಲ. ಆದರೆ ಪ್ರಾಯಶಃ ಘೋಷಾಲ್ ಬಾಬು ನಿಮಗೆ ಏನಾದರೂ ಕೆಲಸ ಕೊಡಬಹುದು. ದಯವಿಟ್ಟು ಅವರ ಬಳಿಗೆ ಹೋಗಿ.' ನಾನು ಅವರ ಬಳಿಗೆ ಹೋದೆ. ಅವರು ನನ್ನನ್ನು ನೆಟ್ಟದೃಷ್ಟಿಯಿಂದ ನೋಡಿದರು ಮತ್ತು ನಗುತ್ತ ಹೇಳಿದರು: ನಾನು ನಿಮಗೆ ಕರಣಿಕ (ಗುಮಾಸ್ತೆ) ಕೆಲಸವನ್ನು ಮಾತ್ರ ಕೊಡಬಹುದು. ನೀವು ಮಾಡುವಿರಾ?

'ಖಂಡಿತವಾಗಿಯೂ' ಎಂದು ನಾನು ಹೇಳಿದೆ. 'ನನ್ನ ಸಾಮರ್ಥ್ಯಕ್ಕೆ ಮೀರದ ಯಾವುದೇ ಕೆಲಸವನ್ನಾದರೂ ಮಾಡಲು ನಾನು ಇಲ್ಲಿದ್ದೇನೆ.'

'ತರುಣನೇ ಇದೇ ನಿಜವಾದ ಶ್ರದ್ಧೆ' ಎಂದು ಅವರು ಸುತ್ತ ಇದ್ದ ಸ್ವಯಂ ಸೇವಕರುಗಳನ್ನುದ್ದೇಶಿಸಿ ಹೇಳಿದರು. 'ಈ ತರುಣ ಏನು ಹೇಳುತ್ತಿದ್ದಾನೆ ಎಂಬುದನ್ನು ಕೇಳಿಸಿಕೊಂಡಿರುವಿರಾ?'

ತರುವಾಯ ನನ್ನ ಕಡೆಗೆ ತಿರುಗಿ ಹೇಳಿದರು: 'ಹಾಗಿದ್ದರೆ ಒಳ್ಳೆಯದು. ಇಲ್ಲಿ ವಿಲೆವಾರಿಗೆ ಕಾಗದ ಪತ್ರಗಳ ರಾಶಿ ಬಿದ್ದಿದೆ. ಕುರ್ಚಿಯನ್ನು ಎಳೆದುಕೊ. ಕೆಲಸವನ್ನು ಪ್ರಾರಂಭಿಸು. ನೀನೇ ಕಂಡಿರುವಂತೆ ನೂರಾರು ಮಂದಿ ನನ್ನನ್ನು ನೋಡಲು ಬರುತ್ತಾರೆ. ನಾನು ಏನು ಮಾಡಲಿ? ನಾನು ಅವರ ಭೇಟಿ ಮಾಡಲೆ ಅಥವಾ ಕಾಗದ ಪತ್ರಗಳಲ್ಲಿ ನನ್ನನ್ನು ಮುಳುಗಿಸುತ್ತಿರುವ ಈ ಅಧಿಕಪ್ರಸಂಗಿಗಳಿಗೆ ಉತ್ತರಿಸಲೆ? ಈ ಕೆಲಸವನ್ನು ಯಾರಿಗಾದರೂ ವಹಿಸಿಕೊಡೋಣವೆಂದರೆ ನನ್ನ ಬಳಿ ಕರಣಿಕರುಗಳಿಲ್ಲ. ಬಹುಪಾಲು ಪತ್ರಗಳಲ್ಲಿ ಏನೂ ಇರುವುದಿಲ್ಲ. ಆದರೆ ನೀನು ದಯವಿಟ್ಟು ಅವುಗಳನ್ನು ಪೂರ್ತಿಯಾಗಿ ಓದಿಕೊಳ್ಳಬೇಕು. ಯೋಗ್ಯವೆಂದು ಕಂಡುಬಂದ ಪತ್ರಗಳನ್ನು ಪರಿಗಣಿಸು. ಉತ್ತರ ಕೊಡುವುದು ಅವಶ್ಯಕವೆಂದು ಕಂಡುಬಂದ ಪತ್ರಗಳನ್ನು ನನಗೆ ಒಪ್ಪಿಸು.'

ಅವರು ನನ್ನ ಮೇಲೆ ಇಟ್ಟಿದ್ದ ವಿಶ್ವಾಸವನ್ನು ಕಂಡು ನನಗೆ ಸಂತೋಷವಾಯ್ತು.

ಈ ಕೆಲಸವನ್ನು ನನಗೆ ವಹಿಸಿದಾಗ ಸಾರ್ಜೆಂಟ್ ಘೋಷಾಲ್ ಅವರಿಗೆ ನನ್ನ ಬಗ್ಗೆ ಏನೂ ಗೊತ್ತಿರಲಿಲ್ಲ. ತರುವಾಯ ಮಾತ್ರ ಅವರು ನನ್ನ ಬಗ್ಗೆ ವಿಚಾರಿಸಿದ್ದರು.

ನನ್ನ ಕೆಲಸ ತುಂಬಾ ಸುಲಭವಾದದ್ದೆಂದು ಗೊತ್ತಾಯಿತು, ಕಾಗದ ಪತ್ರಗಳ ರಾಶಿಯನ್ನು ವಿಲೆವಾರಿ ಮಾಡಬೇಕಾಗಿತ್ತು. ಬಹಳಬೇಗ ನನ್ನ ಕೆಲಸವನ್ನು ಮುಗಿಸಿದೆ. ಸಾರ್ಜೆಂಟ್ ಘೋಷಾಲ್ ಅವರಿಗೆ ತುಂಬಾ ಸಂತೋಷವಾಗಿತ್ತು. ಅವರು ಹರಟೆಮಲ್ಲರಾಗಿದ್ದರು. ಗಂಟೆಗಟ್ಟಲೆ ಅವರು ಮಾತಾಡುತ್ತಿದ್ದರು. ಅವರು ನನ್ನಿಂದ ಸ್ವಲ್ಪ ಮಟ್ಟಿಗೆ ನನ್ನ ವೃತ್ತಾಂತವನ್ನು ಅರಿತ ಮೇಲೆ ನನಗೆ ಕರಣಿಕನ ಕೆಲಸ ಕೊಟ್ಟಿದ್ದರ ಬಗ್ಗೆ ವ್ಯಥೆಪಟ್ಟರು ಆದರೆ ನಾನು ಅವರನ್ನು ಸಮಾಧಾನಪಡಿಸಿದೆ: 'ದಯವಿಟ್ಟು ನೀವು ವ್ಯಥೆಪಡಬೇಡಿ. ನಿಮ್ಮ ಮುಂದೆ ನಾನು ಎಷ್ಟರವನು? ನೀವು ಕಾಂಗ್ರೆಸ್ ಸೇವೆಯಲ್ಲಿ ಪರಿಪಕ್ವಗೊಂಡಿರುವಿರಿ. ನೀವು ನನಗಿಂತ ಹಿರಿಯರು. ಆದರೆ ನಾನಿನ್ನೂ ಅನುಭವವಿಲ್ಲದ ಯುವಕ. ಈ ಕೆಲಸವನ್ನು ನನಗೆ ವಹಿಸಿಕೊಡುವ ಮೂಲಕ ನೀವು ನನ್ನ ಮೇಲೆ ಕೃತಜ್ಞತೆಯ ಭಾರವನ್ನು ಹೊರಿಸಿರುವಿರಿ. ನಾನು ಕಾಂಗ್ರೆಸ್‌ನ ಕೆಲಸ ಮಾಡಬೇಕೆಂದು ಇಚ್ಛಿಸಿದ್ದೆ. ವಿವರಗಳನ್ನು ಅರ್ಥಮಾಡಿಕೊಳ್ಳುವ ಅಪರೂಪದ ಅವಕಾಶವನ್ನು ನೀವು ನನಗೆ ಕೊಟ್ಟಿರುವಿರಿ.'

'ನಿನಗೆ ಸತ್ಯವನ್ನು ಹೇಳಬೇಕೆಂದಿದ್ದರೆ ಅದೇ ಸರಿಯಾದ ಮನೋಭಾವ' ಎಂದು ಸಾರ್ಜೆಂಟ್ ಘೋಷಾಲ್ ಹೇಳಿದರು. 'ಆದರೆ ಯುವಜನರು ಇಂದು ಇದನ್ನು ಗ್ರಹಿಸಿಕೊಳ್ಳುತ್ತಿಲ್ಲ. ಕಾಂಗ್ರೆಸ್ ಹುಟ್ಟಿದ ದಿನದಿಂದಲೂ ನಾನು ಅದನ್ನು ಅರಿತಿದ್ದೇನೆ. ವಾಸ್ತವವಾಗಿ ಕಾಂಗ್ರೆಸ್

ರೂಪು ಪಡೆಯುವುದರಲ್ಲಿ ಮಿ. ಹೋಮ್ಸ್ ಜತೆಯಲ್ಲಿ ನಾನು ಒಂದಿಷ್ಟು ಪಾಲನ್ನು ಕೋರಬಹುದು.'

ಈ ಪ್ರಕಾರ ನಾವು ಒಳ್ಳೆಯ ಗೆಳೆಯರಾದೆವು. ತಮ್ಮ ಜತೆಯಲ್ಲಿ ಊಟ ಮಾಡಬೇಕೆಂದು ನನ್ನನ್ನು ಒತ್ತಾಯಪಡಿಸಿದರು.

ಸಾರ್ಜೆಂಟ್ ಘೋಷಾಲ್ ಸಾಮಾನ್ಯವಾಗಿ ತಮ್ಮ ಷರಟಿನ ಗುಂಡಿಗಳನ್ನು ಅವರ ಸೇವಕನಿಂದ ಹಾಕಿಸಿಕೊಳ್ಳುತ್ತಿದ್ದರು. ನಾನು ಆ ಸೇವಕನ ಕೆಲಸವನ್ನು ಮಾಡಲು ಸ್ವತಹ ಮುಂದೆ ಬಂದೆ. ಹಾಗೆ ಮಾಡಲು ನನಗೆ ಸಂತೋಷವಾಗುತ್ತಿತ್ತು. ಏಕೆಂದರೆ ಹಿರಿಯರಲ್ಲಿ ನಾನು ಯಾವಾಗಲೂ ತುಂಬಾ ಗೌರವವನ್ನು ಇಟ್ಟುಕೊಂಡಿರುತ್ತಿದ್ದೆ. ಇದು ಅವರಿಗೆ ಗೊತ್ತಾಗುತ್ತಿದ್ದಂತೆ ನಾನು ಅವರಿಗೆ ಚಿಕ್ಕಪುಟ್ಟ ವೈಯಕ್ತಿಕ ಸೇವೆಯನ್ನು ಸಲ್ಲಿಸಿದಾಗ ಅದರ ಬಗ್ಗೆ ಆಕ್ಷೇಪವನ್ನು ವ್ಯಕ್ತಪಡಿಸಲಿಲ್ಲ. ತಮ್ಮ ಷರಟಿನ ಗುಂಡಿಗಳನ್ನು ಹಾಕುವಂತೆ ನನಗೆ ತಿಳಿಸುತ್ತ ಅವರು ಹೇಳುತ್ತಿದ್ದರು: 'ನೋಡು, ಈಗ ಕಾಂಗ್ರೆಸ್ ಕಾರ್ಯದರ್ಶಿಗೆ ಅವನ ಷರಟಿನ ಗುಂಡಿ ಹಾಕಿಕೊಳ್ಳುವುದಕ್ಕೂ ಪುರುಸೊತ್ತಿಲ್ಲ. ಯಾವಾಗಲೂ ಅವನಿಗೆ ಮಾಡಲು ಏನಾದರೂ ಕೆಲಸವಿದ್ದೇಯಿರುವುದು.' ಸಾರ್ಜೆಂಟ್ ಘೋಷಾಲ್ ಅವರ ನಿಷ್ಕಪಟ ಮನಸ್ಸು ನನ್ನನ್ನು ಉಲ್ಲಾಸಿತ ಗೊಳಿಸುತ್ತಿತ್ತು ಆ ಬಗೆಯ ಸೇವೆ ಮಾಡಲು ನನ್ನಲ್ಲಿ ಅಸಹ್ಯವೇನೂ ಹುಟ್ಟಲಿಲ್ಲ. ಈ ಸೇವೆಯಿಂದ ನಾನು ಪಡೆದ ಲಾಭ ಊಹಿಸಲಾಗದ್ದು ಎಂದು ಹೇಳಬಹುದು.

ಕೆಲವೇ ದಿವಸಗಳಲ್ಲಿ ಕಾಂಗ್ರೆಸ್ ಕೆಲಸಮಾಡುವ ವಿಧಾನ ನನಗೆ ಗೊತ್ತಾಯ್ತು. ನಾನು ಬಹುಪಾಲು ನಾಯಕರುಗಳನ್ನು ಭೇಟಿಯಾದೆ. ಗೋಖಲೆ, ಸುರೇಂದ್ರನಾಥ್ ಮುಂತಾದ ಬಲಿಷ್ಠ ನಾಯಕರುಗಳ ಚಲನವಲನವನ್ನು ಗಮನಿಸಿದೆ. ಅಲ್ಲಿ ಸಮಯ ಎನ್ನುವುದು ತುಂಬಾ ವ್ಯರ್ಥವಾಗುತ್ತಿರುವುದನ್ನು ಕೂಡಾ ಗಮನಿಸಿದೆ. ನಮ್ಮ ವ್ಯವಹಾರಗಳಲ್ಲಿ ಇಂಗ್ಲಿಷ್ ಭಾಷೆ ಪ್ರಮುಖ ಸ್ಥಾನವನ್ನು ಆಕ್ರಮಿಸಿಕೊಂಡಿರುವುದನ್ನು ಆಗ ಕೂಡಾ ವ್ಯಥೆಯಿಂದ ಗಮನಿಸಿದ್ದೆ. ಕ್ರಿಯಾಸಾಧನಗಳು (ಮನುಷ್ಯ ಶಕ್ತಿ ಇತ್ಯಾದಿ) ಪೋಲಾಗುತ್ತಿರುವುದರ ಕಡೆಗೆ ಹೆಚ್ಚು ಗಮನವಿರಲಿಲ್ಲ. ಒಬ್ಬ ಮಾಡುವ ಕೆಲಸವನ್ನು ಒಬ್ಬರಿಗಿಂತಲೂ ಹೆಚ್ಚು ಮಂದಿ ಮಾಡುತ್ತಿದ್ದರು. ಅನೇಕ ಮುಖ್ಯ ಕಾರ್ಯಗಳಲ್ಲಿ ಯಾರೂ ಕೈ ಹಾಕುತ್ತಿರಲಿಲ್ಲ.

ನನ್ನ ಮನಸ್ಸು ಈ ವಿಷಯಗಳ ವಿವೇಚನೆಯಲ್ಲಿ ತೊಡಗಿದ್ದಾಗಲೂ ನನ್ನಲ್ಲಿ ಸಾಕಷ್ಟು ಔದಾರ್ಯವೂ ಇತ್ತು. ಏನೇ ಆದರೂ ಅಂತಹ ಸನ್ನಿವೇಶಗಳಲ್ಲಿ ಅದಕ್ಕಿಂತ ಉತ್ತಮವಾಗಿ ಕೆಲಸ ಮಾಡಲು ಸಾಧ್ಯವಾಗದು ಎಂದು ಯಾವಾಗಲೂ ನಾನು ಯೋಚಿಸುತ್ತಿದ್ದೆ. ಆ ಚಿಂತನೆಯಿಂದಾಗಿ ನಾನು ಯಾವುದೇ ಕೆಲಸವನ್ನು ತೀರಾ ಕಡಿಮೆ ಬೆಲೆಯುಳ್ಳದ್ದು ಎಂದು ಭಾವಿಸಲಿಲ್ಲ. ಹೀಗೆ ನನ್ನನ್ನು ನಾನು ಕಾಪಾಡಿಕೊಂಡೆ.

15. ಕಾಂಗ್ರೆಸ್ ಮಹಾಧಿವೇಶನದಲ್ಲಿ

ಕಡೆಯಲ್ಲಿ ಕಾಂಗ್ರೆಸ್ ಮಹಾಧಿವೇಶನ (ಯಾವುದೇ ವಿಷಯದ ಚರ್ಚೆಗೆ ನಿಯೋಜಿತವಾದ ಔಪಚಾರಿಕ ಸಮ್ಮೇಳನವನ್ನು ಕಾಂಗ್ರೆಸ್ ಎಂದೂ ಕರೆಯುತ್ತಾರೆ.) ಆರಂಭವಾಯ್ತು. ಅಗಾಧವಾದ ಸಭಾಂಗಣ, ಗಂಭೀರವಾದ ಪೋಷಾಕು ಧರಿಸಿ ಕೊಂಡಿದ್ದ ಸ್ವಯಂ ಸೇವಕರುಗಳು, ವೇದಿಕೆಯ ಮೇಲೆ ಕೂತಿದ್ದ ಹಿರಿಯರುಗಳು ಕೂಡಾ ನನ್ನನ್ನು ಪರವಶ ಗೊಳಿಸಿದರು. ಈ ಅಗಾಧ ಜನಸಮೂಹದಲ್ಲಿ ನಾನು ಎಲ್ಲಿರಬೇಕು ಎಂದು ದಿಗ್ಭ್ರಮೆಗೊಂಡೆ.

ಅಧ್ಯಕ್ಷ ಭಾಷಣ ಒಂದು ಪುಸ್ತಕದಷ್ಟು ದೊಡ್ಡದಾಗಿತ್ತು. ಅದನ್ನು ಮೊದಲಿನಿಂದ ಕಡೆಯವರೆಗೆ ಓದುವ ಪ್ರಶ್ನೆಯೇ ಇರಲಿಲ್ಲ. ಆದ್ದರಿಂದ ಕೆಲವು ಪ್ಯಾರಗಳನ್ನು ಮಾತ್ರ ಓದಲಾಯ್ತು.

ಇದಾದ ತರುವಾಯ ವಿಷಯ ನಿಯಾಮಕ ಸಮಿತಿಗಳಿಗೆ ಚುನಾವಣೆ ನಡೆಯಿತು. ಗೋಖಲೆ ನನ್ನನ್ನು ಸಮಿತಿಯ ಸಭೆಗಳಿಗೆ ಕರೆದುಕೊಂಡು ಹೊಗಿದ್ದರು.

ಸರ್ ಫಿರೋಜ್ ಷಾ ಅವರೇನೋ ನನ್ನ ನಿರ್ಣಯವನ್ನು ಅಂಗೀಕರಿಸಲು ಒಪ್ಪಿಗೆ ಕೊಟ್ಟರು. ಆದರೆ ಯಾರು ಅದನ್ನು ಯಾವಾಗ ವಿಷಯನಿಯಾಮಕ (ಸಬ್ಜೆಕ್ಟ್ ಕಮಿಟಿ)

ಸಮಿತಿಯ ಮುಂದೆ ಮಂಡಿಸುತ್ತಾರೆ ಎಂದು ಚಿಂತಿಸತೊಡಗಿದೆ. ಪ್ರತಿಯೊಂದು ನಿರ್ಣಯದ ಬಗ್ಗೆ ಉದ್ದುದ್ದ ಭಾಷಣಗಳಾಗುತ್ತಿದ್ದವು. ಸಾಲದುದಕ್ಕೆ ಎಲ್ಲವೂ ಇಂಗ್ಲಿಷ್‌ನಲ್ಲಿರುತ್ತಿದ್ದವು. ಪ್ರತಿಯೊಂದು ನಿರ್ಣಯಕ್ಕೂ ಅದನ್ನು ಬೆಂಬಲಿಸಲು ಯಾರಾದರೂ ಪ್ರಸಿದ್ಧ ನಾಯಕರುಗಳಿರುತ್ತಿದ್ದರು. ಆ ಪರಿಣಿತ ನಗಾರಿಗಳ ನಡುವೆ ನನ್ನದು ಮಂದಧ್ವನಿಯ ಪೀಪಿಯಂತಿತ್ತು. ರಾತ್ರಿಯಾಗುತ್ತ ಬಂದಂತೆ ನನ್ನ ಹೃದಯ ವೇಗವಾಗಿ ಬಡಿದುಕೊಳ್ಳಲಾರಂಭಿಸಿತು. ಕಟ್ಟಕಡೆಯಲ್ಲಿ ಬಂದ ನಿರ್ಣಯಗಳು ಮಿಂಚಿನ ವೇಗದಲ್ಲಿ ನುಗ್ಗಿಹೋಗುತ್ತಿದ್ದವು ಎಂಬುದು ನನ್ನ ನೆನಪಲ್ಲಿದೆ. ಪ್ರತಿಯೊಬ್ಬರೂ ಹೊರಡಲು ತರಾತುರಿಯಿಂದಿದ್ದರು. ಆಗಲೇ ರಾತ್ರಿ ಹನ್ನೊಂದು ಗಂಟೆಯಾಗಿತ್ತು. ನನಗೆ ಮಾತಾಡುವ ಧೈರ್ಯವಿರಲಿಲ್ಲ. ನಾನು ಆಗಲೇ ಗೋಖಲೆ ಅವರನ್ನು ಕಂಡಿದ್ದೆ. ಅವರು ನಿರ್ಣಯವನ್ನು ಓದಿದ್ದರು. ಆದ್ದರಿಂದ ನಾನು ಅವರ ಕುರ್ಚಿಯ ಬಳಿಗೆ ಹೋದೆ ಮತ್ತು ಅವರ ಕಿವಿಯಲ್ಲಿ ಪಿಸುಗುಟ್ಟಿದೆ: 'ದಯವಿಟ್ಟು ನನಗಾಗಿ ಏನಾದರೂ ಮಾಡಿ.' ಅವರು ಹೇಳಿದರುಃ 'ನಿಮ್ಮ ನಿರ್ಣಯ ನನ್ನ ಮನಸ್ಸಿನಿಂದ ಅಳಿಸಿಹೋಗಿಲ್ಲ. ಅವರು ನಿರ್ಣಯಗಳನ್ನು ನುಗ್ಗಿಸುತ್ತಿರುವುದನ್ನು ನೀವೆ ನೋಡುತ್ತಿರುವಿರಿ. ಆದರೆ ನಿಮ್ಮ ನಿರ್ಣಯವನ್ನು ಬಿಟ್ಟುಬಿಡಲು ನಾನು ಅವಕಾಶ ಕೊಡುವುದಿಲ್ಲ.'

'ನಾವು ಕೆಲಸವನ್ನು ಮುಗಿಸಿದ್ದೇವೆ' ಎಂದು ಸರ್ ಫಿರೋಜ್ ಷಾ ಮೆಹತಾ ಹೇಳಿದರು.

'ಇಲ್ಲ, ಇಲ್ಲ ದಕ್ಷಿಣ ಆಫ್ರಿಕದ ಮೇಲಿನ ನಿರ್ಣಯ ಇನ್ನೂ ಬಾಕಿಯಿದೆ. ಮಿ. ಗಾಂಧಿ ಬಹಳ ಹೊತ್ತಿನಿಂದ ಕಾದಿದ್ದಾರೆ' ಎಂದು ಗೋಖಲೆ ಕೂಗಿಕೊಂಡರು.

'ನೀವು ನಿರ್ಣಯವನ್ನು ನೋಡಿರುವಿರಾ? ಎಂದು ಫಿರೋಜ್ ಷಾ ಪ್ರಶ್ನಿಸಿದರು.'

'ಖಂಡಿತವಾಗಿಯೂ'

'ನಿಮಗೆ ಅದು ಒಪ್ಪಿಗೆಯಾಗಿದೆಯೆ?'

'ಅದು ತುಂಬಾ ಚೆನ್ನಾಗಿದೆ'

ಹಾಗಿದ್ದರೆ ನಾವು ಅದನ್ನು ಕೈಗೆತ್ತಿಕೊಳ್ಳೋಣ. 'ಗಾಂಧಿ' ಎಂದು ಕರೆದರು.

ನಾನು ನಡುಗುತ್ತ ನಿರ್ಣಯವನ್ನು ಓದಿದೆ.

ಗೋಖಲೆ ಅದನ್ನು ಬೆಂಬಲಿಸಿದರು.

'ಅವಿರೋಧವಾಗಿ ಅಂಗೀಕೃತವಾಗಿದೆ' ಎಂದು ಎಲ್ಲರೂ ಕೂಗಿಕೊಂಡರು.

'ಗಾಂಧಿ, ಅದರ ಬಗ್ಗೆ ಮಾತಾಡಲು ನಿಮಗೆ ಐದು ನಿಮಿಷಗಳ ಕಾಲಾವಕಾಶವಿದೆ' ಎಂದು ಮಿ. ವಾಚಾ ಹೇಳಿದರು.

ಈ ಕಾರ್ಯವಿಧಾನ ನನಗೆ ಸ್ವಲ್ಪವೂ ಇಷ್ಟವಾಗಲಿಲ್ಲ. ಯಾರೂ ನಿರ್ಣಯವನ್ನು ಅರ್ಥಮಾಡಿಕೊಳ್ಳುವ ತೊಂದರೆಯನ್ನೇ ತೆಗೆದುಕೊಳ್ಳಲಿಲ್ಲ ಪ್ರತಿಯೊಬ್ಬರೂ ಹೊರಡುವ ಅವಸರದಲ್ಲಿದ್ದರು. ಆದರೆ ಗೋಖಲೆಅವರು ನಿರ್ಣಯವನ್ನು ಕಂಡಿದ್ದರಿಂದ ಉಳಿದವರಿಗೆ ಅದನ್ನು ನೋಡುವ ಅಥವಾ ಅದನ್ನು ಅರ್ಥಮಾಡಿಕೊಳ್ಳುವ ಅವಶ್ಯಕತೆ ಕಂಡುಬರಲಿಲ್ಲ!

ಅಂದಿನ ಬೆಳಗ್ಗೆ ನಾನು ನನ್ನ ಭಾಷಣದ ಬಗ್ಗೆ ತಲೆಕೆಡಿಸಿಕೊಂಡಿದ್ದೆ. ಐದು ನಿಮಿಷಗಳಲ್ಲಿ ನಾನು ಏನು ಹೇಳಬಹುದು? ನಾನು ತುಂಬಾ ಚೆನ್ನಾಗಿ ಸಿದ್ಧತೆಯನ್ನು ನಡೆಸಿದ್ದೆ. ಆದರೆ ಶಬ್ದಗಳು ನನ್ನ ಬಳಿಗೆ ಬರುತ್ತಿರಲಿಲ್ಲ. ನಾನು ನನ್ನ ಭಾಷಣವನ್ನು ಓದಬಾರದೆಂದು ನಿರ್ಧರಿಸಿದ್ದೆ. ಪೂರ್ವಸಿದ್ಧತೆಯಿಲ್ಲದೇ ಏಕಾಏಕಿ ಮಾತಾಡಬೇಕೆಂದು ನಿರ್ಧರಿಸಿದ್ದೆ. ಆದರೆ ಆ ಕ್ಷಣದಲ್ಲಿ ನಾನು ದಕ್ಷಿಣ ಆಫ್ರಿಕದಲ್ಲಿ ಸಂಪಾದಿಸಿಕೊಂಡಿದ್ದ ಮಾತಿನ ಸೌಲಭ್ಯ ನನ್ನನ್ನು ಬಿಟ್ಟು ಹೊರಟುಹೋದಂತೆ ಭಾಸವಾಯ್ತು.

ನನ್ನ ನಿರ್ಣಯವನ್ನು ಮಂಡಿಸುವ ಸಮಯ ಬಂದಾಗ ಮಿ. ವಾಚಾ ನನ್ನ ಹೆಸರನ್ನು ಕೂಗಿ ಕರೆದರು. ನಾನು ಎದ್ದು ನಿಂತೆ. ನನ್ನ ತಲೆ ಸುತ್ತುತ್ತಿತ್ತು. ಹೇಗೋ ನಾನು ನಿರ್ಣಯವನ್ನು ಓದಿದೆ. ಯಾರೋ ಒಬ್ಬರು ವಿದೇಶದಲ್ಲಿ ನೆಲೆಸಿದ್ದವರ (ವಲಸಿಗರು)ನ್ನು ಪ್ರಶಂಸಿಸಿ ಬರೆದಿದ್ದ ಪದ್ಯವನ್ನು ಮುದ್ರಿಸಿ ಪ್ರತಿನಿಧಿಗಳ ನಡುವೆ ಹಂಚುತ್ತಿದ್ದರು. ನಾನು ಆ ಪದ್ಯವನ್ನು ಓದಿದೆ ಮತ್ತು ದಕ್ಷಿಣ ಆಫ್ರಿಕದಲ್ಲಿ ನೆಲಸಿದ್ದವರ ಕುಂದುಕೊರತೆಗಳ ಬಗ್ಗೆ ಪ್ರಸ್ತಾಪಿಸಿದೆ. ಇಷ್ಟು ಹೊತ್ತಿಗೆ ಮಿ. ವಾಚಾ ಗಂಟೆಯ ದನಿ ಮಾಡಿದರು. ನಾನು ಐದು ನಿಮಿಷಗಳ ಕಾಲ ಮಾತಾಡಿರಲಿಲ್ಲ ಎಂಬುದು ಖಚಿತವಾಗಿತ್ತು. ಇನ್ನು ಎರಡು ನಿಮಿಷಗಳಲ್ಲಿ ಮಾತನ್ನು ಮುಗಿಸಬೇಕೆಂದು ಎಚ್ಚರಿಸಲು ಗಂಟೆಯ ದನಿ ಮಾಡಲಾಗಿತ್ತು ಎಂದು ನನಗೆ ಗೊತ್ತಿರಲಿಲ್ಲ. ಇತರರು ಅರ್ಧಗಂಟೆ ಅಥವಾ ಮುಕ್ಕಾಲು ಗಂಟೆ ಮಾತಾಡಿದ್ದರು ಎಂದು ನಾನು ಕೇಳಿದ್ದೆ. ಆದರೆ ಅವರಲ್ಲಿ ಯಾರಿಗೂ ಗಂಟೆಯನ್ನೇ ಹೊಡೆದಿರಲಿಲ್ಲ. ನನಗೆ ನೋವಾಯಿತು. ಗಂಟೆ ಹೊಡೆಯುತ್ತಿದ್ದಂತೆ ಮಾತು ನಿಲ್ಲಿಸಿ ಕೂತುಬಿಟ್ಟೆ. ಆದರೆ ಆ ಪದ್ಯವು ಸರ್ ಫಿರೋಜ್ ಷಾ ಅವರಿಗೆ ಉತ್ತರ ಕೊಟ್ಟಿದೆಯೆಂದು ನನ್ನ ಶಿಶು ಸಹಜ ಬುದ್ಧಿಶಕ್ತಿಗೆ ಹೊಳೆದಿತ್ತು. (ಅಧ್ಯಾಯ 13- ಪ್ಯಾರಾ ಮೂರನ್ನು ನೋಡಿ) ನಿರ್ಣಯವನ್ನು ಅಂಗೀಕರಿಸುವ ಪ್ರಶ್ನೆಯೇ ಇರಲಿಲ್ಲ. ಪ್ರತಿಯೊಬ್ಬರು ಅವರ ಕೈಗಳನ್ನು ಮೇಲೆತ್ತಿದರು ಮತ್ತು ಎಲ್ಲ ನಿರ್ಣಯಗಳೂ ಸರ್ವಾನುಮತದಿಂದ ಪಾಸಾದವು. ನನ್ನ ನಿರ್ಣಯ ಕೂಡಾ ಇದೇ ಬಗೆಯ ವ್ಯಾವಹಾರಿಕ ಜಾಣತನಕ್ಕೆ ಒಳಗಾಗಿತ್ತು. ನನ್ನ ಮಟ್ಟಿಗೆ ಅದು ತನ್ನ ಪ್ರಾಮುಖ್ಯತೆಯನ್ನು ಕಳೆದುಕೊಂಡಿತ್ತು. ಹಾಗಿದ್ದರೂ ಕಾಂಗ್ರೆಸ್ ಅದನ್ನು ಅಂಗೀಕರಿಸಿದೆ ಎಂಬ ಅಂಶವು ನನ್ನನ್ನು ಸಂತೋಷಪಡಿಸಲು ಸಾಕಾಗಿತ್ತು. ಕಾಂಗ್ರೆಸ್‌ನ ಮಂಜೂರಾತಿ ಎನ್ನುವುದು ಇಡೀ ದೇಶದ್ದು ಎಂಬ ತಿಳಿವಳಿಕೆ ಯಾರನ್ನಾದರೂ ಸಂತೋಷಪಡಿಸಲು ಸಾಕಾಗಿತ್ತು.

16. ಲಾರ್ಡ್ ಕರ್ಜನ್‌ನ ದರ್ಬಾರ್

ಕಾಂಗ್ರೆಸ್ ಮಹಾಧಿವೇಶನ ಮುಗಿಯಿತು. ಆದರೆ ನಾನು ದಕ್ಷಿಣ ಆಫ್ರಿಕದಲ್ಲಿನ ಕಾರ್ಯದ ಸಂಬಂಧದಲ್ಲಿ ವಾಣಿಜ್ಯ ಮಂಡಳಿ (ಚೇಂಬರ್ ಆಫ್ ಕಾಮರ್ಸ್) ಸದಸ್ಯರನ್ನು ಮತ್ತು ಇತರರನ್ನು ಭೇಟಿಮಾಡಬೇಕಾಗಿತ್ತು. ಆದ್ದರಿಂದ ನಾನು ಕಲ್ಕತ್ತೆಯಲ್ಲಿ ಒಂದು ತಿಂಗಳ ಕಾಲ ಉಳಿದುಕೊಂಡೆ. ಹೊಟೇಲ್‌ನಲ್ಲಿ ಉಳಿದುಕೊಳ್ಳುವ ಪ್ರತಿಯಾಗಿ ನಾನು ಅಗತ್ಯವಾಗಿದ್ದ ಪರಿಚಯದ ಮೂಲಕ ಇಂಡಿಯ ಕ್ಲಬ್‌ನಲ್ಲಿ ಒಂದು ರೂಮನ್ನು ಪಡೆದೆ. ಆದರ ಸದಸ್ಯರುಗಳಲ್ಲಿ ಕೆಲವು ಪ್ರಮುಖ ಭಾರತೀಯರಿದ್ದರು. ಅವರ ಸಂಪರ್ಕ ಪಡೆಯುವ ಮತ್ತು ದಕ್ಷಿಣ ಆಫ್ರಿಕದಲ್ಲಿನ ಕೆಲಸಕಾರ್ಯಗಳಲ್ಲಿ ಅವರ ಆಸಕ್ತಿಯನ್ನು ಕೆರಳಿಸುವ ನಿರೀಕ್ಷೆಯಲ್ಲಿದ್ದೆ. ಗೋಖಲೆ ಆಗಾಗ್ಗೆ ಈ ಕ್ಲಬ್‌ಗೆ ಬಿಲಿಯರ್ಡ್ಸ್ (ಮೇಜಿನ ಮೇಲೆ ಕೋಲಿನಿಂದ ಮೂರು ಗುಂಡುಗಳನ್ನು ತಳ್ಳುವ ಆಟ) ಆಡಲು ಹೋಗುತ್ತಿದ್ದರು. ನಾನು ಕಲ್ಕತ್ತೆಯಲ್ಲಿ ಸ್ವಲ್ಪಕಾಲ ಉಳಿದು ಕೊಳ್ಳಬೇಕೆಂದಿರುವುದನ್ನು ತಿಳಿಯುತ್ತಿದ್ದಂತೆ ಅವರು ತಮ್ಮ ಜತೆಯಲ್ಲಿ ಉಳಿದು ಕೊಳ್ಳಲು ನನ್ನನ್ನು ಆಹ್ವಾನಿಸಿದರು. ನಾನು ಕೃತಜ್ಞತಾಪೂರ್ವಕವಾಗಿ ಅವರ ಆಹ್ವಾನವನ್ನು ಒಪ್ಪಿಕೊಂಡೆ. ಆದರೆ ನಾನೇ ಸ್ವತಹ ಅಲ್ಲಿಗೆ ಹೋಗುವುದು

ಸರಿಯಲ್ಲವೆಂದು ಭಾವಿಸಿದೆ. ಅವರು ಒಂದು ಅಥವಾ ಎರಡು ದಿನ ನನಗಾಗಿ ಕಾದರು. ತರುವಾಯ ಅವರೇ ಸ್ವತಹ ನನ್ನನ್ನು ಕರೆದುಕೊಂಡು ಹೋದರು. ಅವರು ನನ್ನ ಬಿಗುಮಾನವನ್ನು ಗಮನಿಸಿದರು ಮತ್ತು ಹೇಳಿದರು: 'ನೀವು ಈ ದೇಶದಲ್ಲಿ ಉಳಿದುಕೊಳ್ಳಬೇಕಾಗಿದೆ. ಈ ಬಗೆಯ ಬಿಗುಮಾನದಿಂದ ಕೆಲಸಮಾಗುವುದಿಲ್ಲ ಸಾಧ್ಯವಾದಷ್ಟು ಹೆಚ್ಚು ಜನರೊಂದಿಗೆ ನೀವು ಸಂಪರ್ಕ ಬೆಳಸಿಕೊಳ್ಳಬೇಕಾಗಿದೆ. ನೀವು ಕಾಂಗ್ರೆಸ್‌ನ ಕೆಲಸ ಮಾಡಬೇಕೆಂಬುದು ನನ್ನ ಇಷ್ಟವಾಗಿದೆ.'

ನಾನು ಗೋಖಲೆ ಅವರೊಂದಿಗೆ ಉಳಿದುಕೊಂಡಿದ್ದರ ಬಗ್ಗೆ ಮಾತಾಡಲು ಹೊರಡುವ ಮುಂಚೆ ಇಂಡಿಯಕ್ಲಬ್‌ನ ಒಂದು ಘಟನೆಯನ್ನು ದಾಖಲಿಸಬೇಕು.

ಇದೇ ಕಾಲದಲ್ಲಿ ಲಾರ್ಡ್ ಕರ್ಜನ್ ತನ್ನ ದರ್ಬಾರ್ ಅನ್ನು ನಡೆಸಿದ್ದ. ದರ್ಬಾರ್‌ಗೆ ಆಹ್ವಾನಿಸಲ್ಪಟ್ಟಿದ್ದ ಕೆಲವು ರಾಜರು ಮತ್ತು ಮಹಾರಾಜರುಗಳು ಕ್ಲಬ್‌ನ ಸದಸ್ಯರಾಗಿದ್ದರು. ಕ್ಲಬ್‌ನಲ್ಲಿ ಅವರು ಯಾವಾಗಲೂ ಬೆಂಗಾಳಿ ಧೋತಿಗಳನ್ನು ಷರಟುಗಳನ್ನು ಮತ್ತು ಅಂಗವಸ್ತ್ರಗಳನ್ನು ಧರಿಸಿಕೊಂಡಿರುವುದನ್ನು ನಾನು ಕಂಡಿದ್ದೆ. ದರ್ಬಾರಿನ ದಿವಸ ಅವರು ಖಾನ್‌ಸಮಸ್ (ಅಂದರೆ ಪರಿಚಾರಕರುಗಳಿಗೆ-ವೇಟರ್ಸ್‌ಗಳಿಗೆ) ಒಪ್ಪುವಂತಹ ಷರಾಯಿಗಳನ್ನು ಮತ್ತು ಹೊಳೆಯುವ ಬೂಟುಗಳನ್ನು ಧರಿಸಿಕೊಂಡಿದ್ದರು. ಇದನ್ನು ಕಂಡು ನನಗೆ ನೋವಾಯಿತು. ಹೀಗೆ ಉಡುಪನ್ನು ಬದಲಾಯಿಸಲು ಕಾರಣವೇನು ಎಂದು ಅವರಲ್ಲಿ ಒಬ್ಬರ ಬಳಿ ವಿಚಾರಿಸಿದೆ.

'ನಮಗೆ ಮಾತ್ರ ನಮ್ಮ ಶೋಚನೀಯ ಪರಿಸ್ಥಿತಿ ಗೊತ್ತಿದೆ. ನಮ್ಮ ಸಂಪತ್ತನ್ನು ಮತ್ತು ಅಧಿಕಾರಸೂಚಕ ಹೆಸರುಗಳನ್ನು ಇಟ್ಟುಕೊಂಡಿರಲು ನಾವು ಸಹಿಸಿಕೊಳ್ಳುತ್ತಿರುವ ಅವಮಾನ ನಮಗೆ ಮಾತ್ರ ಗೊತ್ತಿದೆ. ಎಂದು ಅವನು ಉತ್ತರಕೊಟ್ಟ.'

ಆದರೆ ಈ ಖನ್‌ಸಮ (ಪರಿಚಾರಕ) ಮುಂಡಾಸುಗಳು ಮತ್ತು ಈ ಹೊಳೆಯುತ್ತಿರುವ ಬೂಟುಗಳ ಬಗ್ಗೆ 'ಏನು ಹೇಳುವಿರಿ?' ಎಂದು ನಾನು ಪ್ರಶ್ನಿಸಿದೆ.

ಖಾನ್‌ಸಮಗಳು (ಪರಿಚಾರಕರುಗಳು) ಮತ್ತು ನಮ್ಮ ನಡುವೆ ಏನಾದರೂ ವ್ಯತ್ಯಾಸವನ್ನು ನೀವು ಕಾಣುತ್ತಿರುವಿರಾ? 'ಎಂದು ಅವನು ಉತ್ತರಿಸಿದ. ಮತ್ತೆ ಹೇಳಿದ: ಅವರು ನಮ್ಮ ಖಾನ್‌ಸಮಗಳು (ಪರಿಚಾರಕರುಗಳು). ನಾವು ಲಾರ್ಡ್ ಕರ್ಜನ್‌ನ ಖಾನ್‌ಸಮಗಳು. (ಅಂದರೆ ನಾವು ಲಾರ್ಡ್ ಕರ್ಜನ್‌ನ ಪರಿಚಾರಕರುಗಳು). ನಾನು ಲೇವಿ (ದರ್ಬಾರ್?)ಗೆ ಗೈರುಹಾಜರಾದರೆ ಮುಂದಿನ ಫಲಗಳನ್ನು ಅನುಭವಿಸಬೇಕಾಗುವುದು. ನಾನು ನನ್ನ ಎಂದಿನ ಉಡುಗೆಯಲ್ಲಿ ಹಾಜರಾದರೆ ಅದು ಅಪರಾಧ ಎನಿಸಿಕೊಳ್ಳುವುದು ಲಾರ್ಡ್ ಕರ್ಜನ್‌ನೊಂದಿಗೆ ಮಾತಾಡುವ ಅವಕಾಶ ನನಗೆ ಸಿಗುವುದೆಂದು ನೀವು ಭಾವಿಸಿರುವಿರಾ? ಸುತರಾಮ್ ಇಲ್ಲ.' ಮುಚ್ಚಿಡದೇ ಎಲ್ಲವನ್ನೂ ಹೇಳಿದ ಈ ಗೆಳೆಯನ ಬಗ್ಗೆ ನನ್ನಲ್ಲಿ ಕರುಣೆ ಹುಟ್ಟಿತು.

ಇದು ನನಗೆ ಇನ್ನೊಂದು ದರ್ಬಾರ್ ಅನ್ನು ನೆನಪಿಗೆ ತರುತ್ತಿದೆ.

ಲಾಡ್ ಹಾರ್ಡಿಂಗ್ ಹಿಂದು ವಿಶ್ವವಿದ್ಯಾಲಯದ ಆಸ್ತಿಭಾರ ಶಿಲೆ ಇಡುವ ಸಂದರ್ಭದಲ್ಲಿ ದರ್ಬಾರ್ ನಡೆದಿತ್ತು. ಎಂದಿನಂತೆ ರಾಜರು ಮತ್ತು ಮಹಾರಾಜರುಗಳು ಅಲ್ಲಿದ್ದರು. ಪಂಡಿತ ಮಾಲವೀಯಜೀ ನನ್ನನ್ನು ವಿಶೇಷವಾಗಿ ಆಹ್ವಾನಿಸಿದ್ದರು. ಆದ್ದರಿಂದ ನಾನು ಹಾಜರಾಗಿದ್ದೆ.

ಮಹಾರಾಜರುಗಳು ಸ್ತ್ರೀಯರಂತೆ ಅಲಂಕರಿಸಿಕೊಂಡಿದ್ದನ್ನು ಕಂಡು ತುಂಬಾ ಕಸಿವಿಸಿಯಾಯ್ತು - ರೇಶಿಮೆ ಪೈಜಾಮಗಳು ರೇಶಿಮೆ ಅಚ್‌ಕನ್‌ಗಳು, ಅವರ ಕುತ್ತಿಗೆಯ ಸುತ್ತಲೂ ಮುತ್ತಿನ ಕಂಠಹಾರಗಳು, ಅವರ ಮಣಿಕಟ್ಟು (ರಿಸ್ಟ್)ಗಳಲ್ಲಿ ಕೈಬಳೆಗಳು (ಬ್ರೇಸ್‌ಲೀಟ್ಸ್) ಮುಂಡಾಸಿನಲ್ಲಿ ವಜ್ರದ ಮತ್ತು ಮುತ್ತಿನ ಗೊಂಡೆಗಳು (ಟ್ಯಾಸೆಲ್ಸ್). ಜತೆಯಲ್ಲಿ ಅವರ ಸೊಂಟದ ಪಟ್ಟಿಯಲ್ಲಿ ನೇತಾಡುತ್ತಿರುವ ಚಿನ್ನದ ಹಿಡಿಯಿರುವ ಕತ್ತಿಗಳು.

ಇವು ಅವರ ರಾಜ ಪದವಿಯ ಲಾಂಛನಗಳಲ್ಲ. ಆದರೆ ಅವು ಅವರ ಗುಲಾಮಗಿರಿಯ ಲಾಂಛನಗಳಾಗಿದ್ದವು ಎಂಬುದನ್ನು ನಾನು ಕಂಡು ಕೊಂಡಿದ್ದೆ. ಈ ಸತ್ವಹೀನತೆ (ಷಂಡನ)ಯ ಲಾಂಛನಗಳನ್ನು ಅವರು ಸ್ವಂತ ಇಚ್ಛೆಯಿಂದಲೇ ಧರಿಸಿರಬೇಕು ಎಂದು ನಾನು ಭಾವಿಸಿದ್ದೆ. ಆದರೆ ಈ ರಾಜರುಗಳು ಅಂತಹ ಸಮಾರಂಭಗಳಲ್ಲಿ ಅವರ ಬೆಲೆಬಾಳುವ ರತ್ನಾಭರಣಗಳನ್ನು ಧರಿಸುವುದು ಅನಿವಾರ್ಯವಾಗಿದ್ದು ಅದು ನಿಬಂಧನೆಗೊಳಪಟ್ಟಿತ್ತು ಎಂದು ನನಗೆ ಯಾರೋ ತಿಳಿಸಿದ್ದರು. ಅವರಲ್ಲಿ ಕೆಲವರಿಗೆ ಈ ರತ್ನಾಭರಣಗಳನ್ನು ಧರಿಸಲು ಖಂಡಿತವಾಗಿಯೂ ಇಷ್ಟವಿರಲಿಲ್ಲ. ಅವರು ದರ್ಬಾರ್‌ನಂತಹ ಸಮಾರಂಭಗಳನ್ನು ಬಿಟ್ಟಂತೆ ಬೇರೆ ಎಲ್ಲೂ ಅವರು ಈ ರತ್ನಾಭರಣಗಳನ್ನು ಧರಿಸುತ್ತಿರಲಿಲ್ಲ.

ನನ್ನ ಈ ಮಾಹಿತಿ ಎಷ್ಟರಮಟ್ಟಿಗೆ ಸರಿಯಾದದ್ದು ಎಂದು ನನಗೆ ತಿಳಿಯದು. ಆದರೆ ಅವರು ಬೇರೆ ಸಮಾರಂಭಗಳಲ್ಲಿ ಅವನ್ನು ಧರಿಸಲಿ ಅಥವಾ ಧರಿಸದೇ ಇರಲಿ, ಕೇವಲ ಕೆಲವು ಮಹಿಳೆಯರು ಮಾತ್ರ ಧರಿಸುವಂತಹ ರತ್ನಾಭರಣಗಳನ್ನು ಧರಿಸಿ ವೈಸರಾಯನ ದರ್ಬಾರ್‌ಗೆ ಹಾಜರಾಗುವುದು ಖಂಡಿತವಾಗಿಯೂ ಸಾಕಷ್ಟು ವೇದನೆ ತರುವ ವಿಷಯವಾಗಿದೆ. ಸಂಪತ್ತು, ಅಧಿಕಾರ ಮತ್ತು ಪ್ರತಿಷ್ಠೆ ಮನುಷ್ಯನಿಂದ ಮಾಡಿಸುವ ಪಾಪಗಳು ಎಷ್ಟೊಂದು ದೊಡ್ಡದಾಗಿರುತ್ತವೆ!

17. ಗೋಖಲೆ ಅವರೊಡನೆ ಒಂದು ತಿಂಗಳು

ಗೋಖಲೆ ಅವರೊಡನೆ ತಂಗಿದ ಮೊಟ್ಟಮೊದಲ ದಿನದಿಂದಲೇ ನಾನು ನನ್ನ ಮನೆಯಲ್ಲೇ ಇದ್ದಂತೆ ಭಾಸವಾಯ್ತು. ನಾನು ಅವರ ತಮ್ಮ ಎಂಬಂತೆ ನನ್ನನ್ನು ನೋಡಿಕೊಂಡರು. ನನ್ನ ಎಲ್ಲ ಅಗತ್ಯಗಳನ್ನು ಅವರೇ ಸ್ವತಹ ಪರಿಚಯ ಮಾಡಿಕೊಂಡಿದ್ದರು. ನನಗೆ ಅಗತ್ಯವಿರುವ ಎಲ್ಲವೂ ನನಗೆ ದೊರೆಯುವಂತೆ ನೋಡಿ ಕೊಂಡರು. ಅದೃಷ್ಟವಶಾತ್ ನನಗೆ ಕೆಲವೇ ಅವಶ್ಯಕತೆಗಳಿದ್ದವು ಮತ್ತು ನಾನು ಸ್ವಸಹಾಯದ (ಸ್ವಾವಲಂಬಿ) ನಡವಳಿಕೆಯನ್ನು ಬೆಳಸಿಕೊಂಡಿದ್ದೆ, ನನಗೆ ವೈಯಕ್ತಿಕವಾಗಿ ತೀರ ಅಲ್ಪ ಆರೈಕೆ ಸಾಕಾಗಿತ್ತು. ನನ್ನ ಯೋಗಕ್ಷೇಮವನ್ನು ನಾನೇ ಸ್ವತಹ ನೋಡಿಕೊಳ್ಳುವ ನಡವಳಿಕೆ, ನನ್ನ ವೈಯಕ್ತಿಕ ಶುಚಿತ್ವ, ದೃಢ ನಿಷ್ಠೆ ಮತ್ತು ಕ್ರಮಬದ್ಧತೆ ಅವರ ಮೇಲೆ ಗಾಢ ಪ್ರಭಾವ ಬೀರಿದ್ದವು. ನನ್ನನ್ನು ಅವರು ಆಗಾಗ್ಗೆ ಹೊಗಳಿ ನನ್ನ ಬಾಯಿಂದ ಮಾತೇ ಹೊರಡದಂತೆ ಮಾಡಿದ್ದರು.

ನನ್ನಿಂದ ಅವರು ಏನನ್ನೂ ಖಾಸಗಿ ಎಂದು ಮರೆಮಾಚಿದಂತೆ ತೋರಲಿಲ್ಲ. ಅವರ ಭೇಟಿಗೆ ಬಂದ ಎಲ್ಲ ಪ್ರಮುಖ ವ್ಯಕ್ತಿಗಳಿಗೂ ನನ್ನ ಪರಿಚಯ ಮಾಡಿಸುತ್ತಿದ್ದರು. ಹಾಗೆ ಪರಿಚಿತರಾದವರಲ್ಲಿ ಇನ್ನೂ

ನನ್ನ ನೆನಪಲ್ಲಿ ತುಂಬಾ ಮುಖ್ಯವಾಗಿ ಉಳಿದುಕೊಂಡಿರುವವರೆಂದರೆ ಡಾ. (ಈಗ ಸರ್) ಪಿ. ಸಿ. ರಾಯ್ (ಪ್ರಫುಲಚಂದ್ರ ರಾಯ್) ಅವರು ಬಹುಮಟ್ಟಿಗೆ ನೆರೆಮನೆಯಲ್ಲಿದ್ದಂತಿದ್ದರು. ಮತ್ತು ಪದೇ ಪದೇ ಗೋಖಲೆ ಅವರನ್ನು ಭೇಟಿಮಾಡಲು ಬರುತ್ತಿದ್ದರು.

ಅವರು ಮುಂದೆ ತಿಳಿಸುವಂತೆ ನನಗೆ ಡಾ. ರಾಯ್ ಅವರನ್ನು ನನಗೆ ಪರಿಚಯ ಮಾಡಿಕೊಟ್ಟರು: 'ಇವರು ಪ್ರೊಫೆಸರ್ ರಾಯ್. ಇವರ ತಿಂಗಳ ಸಂಬಳ 800ರೂ. ಅದರಲ್ಲಿ ಅವರು ತಮಗಾಗಿ ಕೇವಲ 40 ರೂ. ಅನ್ನು ಇಟ್ಟುಕೊಳ್ಳುತ್ತಾರೆ. ಉಳಿದ ಹಣವನ್ನು ಸಾರ್ವಜನಿಕ ಉದ್ದೇಶಗಳಿಗೆ ಅರ್ಪಿಸುತ್ತಾರೆ. ಇವರಿಗೆ ಮದುವೆಯಾಗಿಲ್ಲ ಮತ್ತು ಮದುವೆಯಾಗಲು ಇಷ್ಟಪಡುತ್ತಿಲ್ಲ.'

ಇಂದು ಇರುವ ಡಾ. ರಾಯ್ ಮತ್ತು ಆ ದಿನಗಳಲ್ಲಿ ಬದುಕು ಸಾಗಿಸುತ್ತಿದ್ದ ಡಾ. ರಾಯ್ ಅವರ ನಡುವೆ ಎಲ್ಲೋ ಅಲ್ಪ ವ್ಯತ್ಯಾಸ ಇರುವಂತೆ ಕಾಣುತ್ತದೆ. ಅವರ ಉಡುಪು ಇಂದು ಇರುವಂತೆ ಅಂದು ಕೂಡಾ ಬಹುಮಟ್ಟಿಗೆ ಸರಳವಾಗಿತ್ತು. ಆ ದಿನಗಳಲ್ಲಿ ಅವರ ಉಡುಪು ಭಾರತೀಯ ಗಿರಣಿಯ ಬಟ್ಟೆಯದಾಗಿದ್ದರೆ ಇಂದು ಖಾದಿಬಟ್ಟೆಯದಾಗಿದೆ. ಇದೊಂದು ವ್ಯತ್ಯಾಸ ಎನ್ನಬಹುದು. ಗೋಖಲೆ ಮತ್ತು ಡಾ. ರಾಯ್ ನಡುವೆ ನಡೆಯುತ್ತಿದ್ದಂತಹ ಮಾತುಕತೆಯನ್ನು ಬೇರೆಕಡೆಯಲ್ಲಿ ಹೆಚ್ಚಿಗೆ ನಾನು ಎಲ್ಲೂ ಕೇಳಿಲ್ಲ ಎಂದು ಹೇಳಬಹುದು. ಅವರ ಮಾತುಕತೆ ಸಾರ್ವಜನಿಕರ ಹಿತಕ್ಕೆ ಸಂಬಂಧಿಸಿದ್ದವು ಅಥವಾ ಶೈಕ್ಷಣಿಕ ಮೌಲ್ಯವನ್ನು ಒಳಗೊಂಡಿದ್ದವು. ಕೆಲವೊಮ್ಮೆ ಯಾತನಾಮಯವಾಗಿರುತ್ತಿದ್ದವು. ಸಾರ್ವಜನಿಕ ವ್ಯಕ್ತಿಗಳ ಮೇಲಿನ ಕಟುಟೀಕೆಯನ್ನು ಕೂಡಾ ಅವರ ಮಾತುಕತೆ ಒಳಗೊಂಡಿರುತ್ತಿತ್ತು. ಇದರ ಪರಿಣಾಮದಿಂದಾಗಿ ನಾನು ಯಾರನ್ನು ಬಲಿಷ್ಠರ ಹೋರಾಟಗಾರರು ಎಂದು ಪರಿಗಣಿಸಿದ್ದೆನೋ ಅವರಲ್ಲಿ ಕೆಲವರು ತೀರ ಕುಬ್ಜರಂತೆ ಕಾಣಲಾರಂಭಿಸಿದರು.

ಕೆಲಸ ಮಾಡುತ್ತಿದ್ದಾಗ ಗೋಖಲೆ ಅವರನ್ನು ಕಾಣುವುದೆಂದರೆ ಶಿಕ್ಷಣ ಪಡೆದಷ್ಟೇ ಸಂತೋಷವನ್ನುಂಟು ಮಾಡುತ್ತಿತ್ತು. ಅವರು ಒಂದು ನಿಮಿಷವನ್ನೂ ವ್ಯರ್ಥಗೊಳಿಸುತ್ತಿರಲಿಲ್ಲ. ಅವರ ಖಾಸಗಿ ಸಂಬಂಧಗಳು ಮತ್ತು ಗೆಳೆತನಗಳೆಲ್ಲವೂ ಸಾರ್ವಜನಿಕ ಹಿತಕ್ಕೆ ಮೀಸಲಾಗಿದ್ದವು. ಅವರ ಎಲ್ಲ ಮಾತುಕತೆ ದೇಶದ ಒಳಿತಿಗೆ ಮೀಸಲಾಗಿದ್ದವು. ಖಂಡಿತವಾಗಿಯೂ ಅವರ ಮಾತುಕತೆಯಲ್ಲಿ ಅಸತ್ಯದ ಅಥವಾ ಅಪ್ರಮಾಣಿಕತೆಯ ಕುರುಹು ಕೂಡಾ ಇರುತ್ತಿರಲಿಲ್ಲ. ಭಾರತದ ದಾರಿದ್ರ್ಯ ಮತ್ತು ಪರಾಧೀನತೆ (ಪಾರತಂತ್ರ್ಯ) ಅವರ ಎಂದಿನ ವಿಷಯಗಳಾಗಿರುತ್ತಿದ್ದವು ಮತ್ತು ಅವನ್ನು ತೀವ್ರವಾಗಿ ತಲೆಗೆ ಹಚ್ಚಿಕೊಂಡಿದ್ದರು. ಅನೇಕ ಮಂದಿ ಬೇರೆ ಬೇರೆ ವಿಷಯಗಳಲ್ಲಿ ಆಸಕ್ತಿಯನ್ನಿಟ್ಟು ಕೊಂಡು ಅವರ ಬಳಿಗೆ ಬರುತ್ತಿದ್ದರು. ಪ್ರತಿಯೊಬ್ಬರಿಗೂ ಅವರು ಒಂದೇ ಬಗೆಯ ಉತ್ತರ ಕೊಡುತ್ತಿದ್ದರು: 'ನೀವೇ ಸ್ವತಹ ಮಾಡಿನೋಡಿ. ನನಗೆ ನನ್ನ ಕೆಲಸ ಮಾಡಲು ಬಿಡಿ. ನನ್ನ ದೇಶಕ್ಕೆ ಸ್ವಾತಂತ್ರ್ಯ ಸಿಗಬೇಕೆಂಬುದೇ ನನ್ನ ಇಚ್ಛೆಯಾಗಿದೆ. ಅದನ್ನು ಪಡೆದ ಮೇಲೆ ನಾವು ಬೇರೆ ವಿಷಯಗಳ ಬಗ್ಗೆ ಯೋಚಿಸಬಹುದು. ನನ್ನ ಎಲ್ಲ ಕಾಲ ಮತ್ತು ಶಕ್ತಿಯನ್ನು ತೊಡಗಿಸಿಕೊಳ್ಳಲು ಇಂದು ಈ ಒಂದೇ ವಿಷಯ ಸಾಕಷ್ಟಾಗಿದೆ.'

ಪ್ರತಿಯೊಂದು ಕ್ಷಣದಲ್ಲೂ ರಾನಡೆಯವರಲ್ಲಿ ಅವರಿಟ್ಟುಕೊಂಡಿದ್ದ ಭಯಭಕ್ತಿಭಾವವನ್ನು ಕಾಣಬಹುದಾಗಿತ್ತು. ಪ್ರತಿಯೊಂದು ವಿಷಯದಲ್ಲೂ ರಾನಡೆಅವರ ಅಪ್ಪಣೆ ಅಂತಿಮವಾಗಿತ್ತು. ಪ್ರತಿಯೊಂದು ಹೆಜ್ಜೆಯಲ್ಲೂ ಗೋಖಲೆ ಅದನ್ನು ಉಲ್ಲೇಖಿಸುತ್ತಿದ್ದರು. ರಾನಡೆ ಅವರ ಮರಣದ ವಾರ್ಷಿಕೋತ್ಸವ (ಪುಣ್ಯತಿಥಿ) (ಅಥವಾ ಜಯಂತಿ - ಜನ್ಮ ವಾರ್ಷಿಕೋತ್ಸವವಿರಬಹುದು ನಾನು ಏನೆಂದು ಮರೆತುಬಿಟ್ಟಿದ್ದೇನೆ), ನಾನು ಗೋಖಲೆ ಅವರ ಜತೆಯಲ್ಲಿ ತಂಗಿದ್ದ ಕಾಲದಲ್ಲಿ ಆಚರಿಸಲ್ಪಟ್ಟಿತು. ಅವರು ಆ ದಿನವನ್ನು ತಪ್ಪದೇ ಆಚರಿಸುತ್ತಿದ್ದರು. ಅವರ ಜತೆಯಲ್ಲಿ ನಾನೂ ಸೇರಿಕೊಂಡಂತೆ ಅವರ ಗೆಳೆಯರಾದ ಪ್ರೊ. ಕಥವಟೆ ಮತ್ತು ಒಬ್ಬರು ಉಪನ್ಯಾಯಾಧೀಶ (ಸಬ್-ಜಡ್ಜ್)ರು ಇದ್ದರು. ಈ ಸಂಭ್ರಮದಲ್ಲಿ ಭಾಗವಹಿಸುವಂತೆ ಅವರು ನಮ್ಮನ್ನು ಆಹ್ವಾನಿಸಿದ್ದರು. ಅವರು ತಮ್ಮ ಭಾಷಣದಲ್ಲಿ ರಾನಡೆ ಅವರ ನೆನಪು ಮಾಡಿಕೊಟ್ಟರು. ಅವರು ಪ್ರಾಸಂಗಿಕವಾಗಿ ರಾನಡೆ, ತೆಲಂಗ್ ಮತ್ತು ಮಾಂಡೆಲಿಕ್ ಅವರುಗಳ ತುಲನೆ ಮಾಡಿದ್ದರು. ಅವರು ತೆಲಂಗ್ ಅವರ ಚಿತ್ತಾಕರ್ಷಕ ಶೈಲಿಯನ್ನು ಮತ್ತು ಮಾಂಡೆಲಿಕ್ ಸುಧಾರಕರಾಗಿ ಪಡೆದಿದ್ದ ಮಹತ್ವವನ್ನು ಪ್ರಶಂಸಿಸಿದರು. ಮಾಂಡೆಲಿಕ್ ಅವರು ತಮ್ಮ ಕಕ್ಷಿಗಾರರ ಬಗ್ಗೆ ತೀವ್ರಾಸಕ್ತಿಯನ್ನಿಟ್ಟುಕೊಂಡಿದ್ದರು ಎಂಬುದರ ಬಗ್ಗೆ ಒಂದು ದೃಷ್ಟಾಂತವನ್ನು ಉಲ್ಲೇಖಿಸುತ್ತ ಒಮ್ಮೆ ಮಾಂಡ್‌ಲಿಕ್ ತಮ್ಮ ನಿತ್ಯದ ರೈಲನ್ನು ತಪ್ಪಿಸಿಕೊಂಡಿದ್ದರೆಂದೂ ತಮ್ಮ ಕಕ್ಷಿಗಾರನ ಹಿತವನ್ನು ಕಾಪಾಡಲು ಅವರು ವಿಶೇಷ ರೈಲನ್ನು ಗೊತ್ತು ಮಾಡಿಕೊಂಡು ನ್ಯಾಯಾಲಯಕ್ಕೆ ಹಾಜರಾಗಿದ್ದರೆಂದು ಗೋಖಲೆ ನಮಗೆ ತಿಳಿಸಿದರು. ರಾನಡೆ ಅವರೆಲ್ಲರಲ್ಲೂ ಶಿಖರಪ್ರಾಯವಾಗಿದ್ದರೆಂದೂ ಮತ್ತು ಬಹುಮುಖ ಪ್ರತಿಭೆ ಹೊಂದಿದ್ದರೆಂದು ತಿಳಿಸಿದರು. ರಾನಡೆ ಕೇವಲ ಶ್ರೇಷ್ಠ ನ್ಯಾಯಾಧಿಪತಿ ಮಾತ್ರ ಆಗಿರದೇ ಶ್ರೇಷ್ಠ ಇತಿಹಾಸಕಾರರು, ಅರ್ಥಶಾಸ್ತ್ರಜ್ಞರೂ ಮತ್ತು ಸುಧಾರಕರೂ ಆಗಿದ್ದರೆಂದು ತಿಳಿಸಿದರು. ರಾನಡೆ ನ್ಯಾಯಾಧಿಪತಿಯಾಗಿದ್ದರೂ ಭಯಪಡದೇ ಕಾಂಗ್ರೆಸ್ ಮಹಾಸಭೆಗೆ ಹಾಜರಾಗುತ್ತಿದ್ದರೆಂದು ಮತ್ತು ಪ್ರತಿಯೊಬ್ಬರೂ ಅವರ ಸೂಕ್ಷ್ಮಪರಿಜ್ಞಾನದಲ್ಲಿ ವಿಶ್ವಾಸವಿಟ್ಟುಕೊಂಡಿದ್ದರಿಂದ ಅವರ ತೀರ್ಮಾನಗಳನ್ನು ಪ್ರಶ್ನಿಸದೇ ಒಪ್ಪಿಕೊಳ್ಳುತ್ತಿದ್ದರು. ತಮ್ಮ ಗುರುವಿನಲ್ಲಿ ಒಟ್ಟುಗೂಡಿದ್ದ ಬುದ್ಧಿ ಮತ್ತು ಹೃದಯ ಪೂರ್ವಕ ಗುಣಗಳನ್ನು ವರ್ಣಿಸುವಾಗ ಗೋಖಲೆ ಅನುಭವಿಸುತ್ತಿದ್ದ ಆನಂದಕ್ಕೆ ಮೇರೆಯೇ ಇರಲಿಲ್ಲ.

ಆ ಕಾಲದಲ್ಲಿ ಗೋಖಲೆ ಅವರ ಬಳಿ ಬಂದು ಕುದುರೆಗಾಡಿಯಿತ್ತು. ಕುದುರೆಗಾಡಿಯ ಅವಶ್ಯಕತೆಯಿದ್ದಂತಹ ಪರಿಸ್ಥಿತಿ ಯಾವುದು ಎಂದು ನನಗೆ ಗೊತ್ತಿರಲಿಲ್ಲ. ನಾನು ಇದರ ಬಗ್ಗೆ ಆಕ್ಷೇಪಿಸುತ್ತ ಕೇಳಿದೆ: 'ಒಂದು ಸ್ಥಳದಿಂದ ಮತ್ತೊಂದು ಸ್ಥಳಕ್ಕೆ ಹೋಗುವಾಗ ನೀವು ಟ್ರ್ಯಾಮ್‌ಕಾರನ್ನು ಬಳಸಲು ಸಾಧ್ಯವಿಲ್ಲವೆ? ಅದು ನಾಯಕನ ಘನತೆಯನ್ನು ತಗ್ಗಿಸುವುದೆ?'.

ಸ್ವಲ್ಪ ಮಟ್ಟಿಗೆ ನೊಂದುಕೊಂಡು ಅವರು ಹೇಳಿದರು: 'ನೀವು ಕೂಡಾ ನನ್ನನ್ನು ಅರ್ಥಮಾಡಿಕೊಳ್ಳುವುದರಲ್ಲಿ ವಿಫಲರಾಗಿದ್ದೀರಿ. ನಾನು ಕೌನ್ಸಿಲ್‌ನ ಭತ್ಯೆಯನ್ನು ನನ್ನ ಸ್ವಂತದ ಸೌಲಭ್ಯಗಳಿಗೆ ಬಳಸುವುದಿಲ್ಲ. ಟ್ರ್ಯಾಮ್‌ಕಾರ್‌ನಲ್ಲಿ ಕೂತು ಪ್ರಯಾಣ ಮಾಡುವ ನಿಮ್ಮ ಸವಲತ್ತನ್ನು ಕಂಡು ನನಗೆ ಅಸೂಯೆಯಾಗುತ್ತದೆ. ಆದರೆ ನಾನು ಹಾಗೆ ಮಾಡಲಾರೆ ಎಂಬುದಕ್ಕೆ

ನನಗೆ ವ್ಯಥೆಯಾಗುತ್ತದೆ. ನನ್ನಂತೆ ನೀವು ಕೂಡಾ ಭಾರಿ ಪ್ರಚಾರಕ್ಕೆ ಬಲಿಯಾದಾಗ ಟ್ರ್ಯಾಮ್‌ಕಾರ್‌ನಲ್ಲಿ ಕೂತು ಪ್ರಯಾಣಮಾಡುವುದು ಕಷ್ಟಕರವಾಗುವುದಲ್ಲದೇ ಅಸಾಧ್ಯವೂ ಆಗುತ್ತದೆ. ನಾಯಕರು ಮಾಡುವುದೆಲ್ಲವೂ ತಮ್ಮ ಸ್ವಂತದ ಅನುಕೂಲದ ದೃಷ್ಟಿಯಿಂದ ಎಂದು ಭಾವಿಸುವುದಕ್ಕೆ ಕಾರಣವಿಲ್ಲ. ನಾನು ನಿಮ್ಮ ಸರಳವಾದ ನಡವಳಿಕೆಯನ್ನು ಇಷ್ಟಪಡುತ್ತೇನೆ. ಸಾಧ್ಯವಾದಷ್ಟು ಮಟ್ಟಿಗೆ ನಾನು ಸರಳವಾಗಿ ಜೀವಿಸುತ್ತೇನೆ. ಆದರೆ ನನ್ನಂತಹ ವ್ಯಕ್ತಿಗೆ ಕೆಲವು ಖರ್ಚುಗಳು ಬಹುಮಟ್ಟಿಗೆ ಅನಿವಾರ್ಯವಾಗಿವೆ.'

ಈ ಪ್ರಕಾರ ಅವರು ನನ್ನ ಒಂದು ದೂರನ್ನು ತೃಪ್ತಿಕರವಾಗಿ ಫೈಸಲುಮಾಡಿದರು. ಆದರೆ ಅವರು ನನ್ನ ಇನ್ನೊಂದು ದೂರನ್ನು ತೃಪ್ತಿಕರವಾಗಿ ಫೈಸಲ್ ಮಾಡಲಿಲ್ಲ.

'ಆದರೆ ನೀವು ತಿರುಗಾಟಕ್ಕೆ (ವಾಕ್) ಕೂಡಾ ಹೋಗುತ್ತಿಲ್ಲ ಎಂದು ನಾನು ಹೇಳಿದೆ. ನೀವು ಯಾವಾಗಲೂ ಅಸ್ವಸ್ಥರಾಗಿರುತ್ತೀರಿ ಎನ್ನುವುದು ಆಶ್ಚರ್ಯಕರವೆ? ಸಾರ್ವಜನಿಕ ಕೆಲಸದಿಂದಾಗಿ ದೈಹಿಕ ವ್ಯಾಯಾಮಕ್ಕೆ ಸಮಯವಿಲ್ಲವೆ?'

'ತಿರುಗಾಡಲು ಹೊರಕ್ಕೆ ಹೋಗಲು ನನಗೆ ಸಾಕಷ್ಟು ಅವಕಾಶ ಸಿಕ್ಕಿರುವುದನ್ನು ನೀವು ಎಂದಾದರೂ ಕಂಡಿರುವಿರಾ' ಎಂದು ಅವರು ಉತ್ತರ ಕೊಟ್ಟರು.

ನಾನು ಗೋಖಲೆ ಅವರಲ್ಲಿ ಭಾರಿ ಆದರಾಭಿಮಾನವನ್ನು ಇಟ್ಟುಕೊಂಡಿದ್ದೆ. ನಾನು ಅವರೊಂದಿಗೆ ಎಂದೂ ವಾದಮಾಡಿ ಸೆಣಸಾಡುತ್ತಿರಲಿಲ್ಲ. ಅವರ ಉತ್ತರದಿಂದ ನನಗೆ ತೃಪ್ತಿಯಾಗದಿದ್ದರೂ ನಾನು ಸುಮ್ಮನಾದೆ. ಯಾರಲ್ಲಿ ಎಷ್ಟೇ ಕೆಲಸವಿರಲಿ. ಊಟಮಾಡಲು ಸಮಯವಿರುವಂತೆ ವ್ಯಾಯಾಮಕ್ಕೆ ಕೂಡಾ ಸ್ವಲ್ಪ ಸಮಯವನ್ನು ಕಂಡುಕೊಳ್ಳಬೇಕು ಎಂದು ಆಗಲೂ ಮತ್ತು ಈಗ ಕೂಡಾ ನಂಬಿದ್ದೇನೆ. ಅದು ಒಬ್ಬಾತನ ಕಾರ್ಯ ಸಾಮರ್ಥ್ಯವನ್ನು ಕಡಿಮೆ ಮಾಡುವುದಿಲ್ಲ. ಪ್ರತಿಯಾಗಿ ಅದು ಅವನು ಸಾಮರ್ಥ್ಯವನ್ನು ಮತ್ತಷ್ಟು ಹೆಚ್ಚಿಸುತ್ತದೆ ಎಂಬುದು ನನ್ನ ಅಭಿಪ್ರಾಯವಾಗಿದೆ.

18. ಗೋಖಲೆಯವರೊಡನೆ ಒಂದು ತಿಂಗಳು - 2

ನಾನು ಗೋಖಲೆ ಅವರ ಛಾವಣಿಯಡಿಯಲ್ಲಿ ವಾಸಿಸುತ್ತಿದ್ದಾಗ ಕೇವಲ ಮನೆಯಲ್ಲೇ ಕೂತು ಕಾಲ ಕಳೆಯಲಿಲ್ಲ

ಭಾರತದಲ್ಲಿ ನಾನು ಕ್ರಿಶ್ಚಿಯನ್ ಭಾರತೀಯರನ್ನು ಭೇಟಿಮಾಡುವುದಾಗಿಯೂ ಮತ್ತು ನಾನೇ ಅವರ ಪರಿಸ್ಥಿತಿಯನ್ನು ಸ್ವತಹ ಪರಿಚಯವಮಾಡಿ ಕೊಳ್ಳುವುದಾಗಿಯೂ ದಕ್ಷಿಣ ಆಫ್ರಿಕದಲ್ಲಿನ ಕ್ರಿಶ್ಚಿಯನ್ ಗೆಳೆಯರಿಗೆ ತಿಳಿಸಿದ್ದೆ. ನಾನು ಬಾಬು ಕಾಳಿಚರಣ್ ಬ್ಯಾನರ್ಜಿರವರ ಬಗ್ಗೆ ಕೇಳಿದ್ದೆ ಮತ್ತು ಅವರಲ್ಲಿ ತುಂಬಾ ಗೌರವಾದರವನ್ನು ಇಟ್ಟುಕೊಂಡಿದ್ದೆ. ಅವರು ಕಾಂಗ್ರೆಸ್‌ನಲ್ಲಿ ಮುಖ್ಯ ಪಾತ್ರ ವಹಿಸಿದ್ದರು. ಸಾಮಾನ್ಯ ಕ್ರಿಶ್ಚಿಯನ್ ಭಾರತೀಯನು ಕಾಂಗ್ರೆಸ್‌ನಿಂದ ದೂರಸರಿದಿದ್ದ ಮತ್ತು ಹಿಂದೂಗಳು ಹಾಗೂ ಮಸಲ್ಮಾನರಿಂದ ಬೇರ್ಪಟ್ಟು ತನ್ನ ಪಾಡಿಗೆ ತಾನಿದ್ದ. ನಾನು ಕಾಳಿಚರಣ್ ಅವರನ್ನು ಭೇಟಿಮಾಡಲು ಯೋಚಿಸುತ್ತಿರುವುದಾಗಿ ಗೋಖಲೆ ಅವರಿಗೆ ತಿಳಿಸಿದೆ. ಅವರು ಹೇಳಿದರು: 'ಅವರನ್ನು ನೋಡುವುದರಿಂದ ಏನು ಪ್ರಯೋಜನವಾಗುವುದು? ಅವರು ತುಂಬಾ ಒಳ್ಳೆಯವರು. ಆದರೆ ಅವರಿಂದ

ನಿಮಗೆ ಸಮಾಧಾನ ಸಿಗದು ಎಂದನ್ನಿಸುತ್ತದೆ. ನನಗೆ ಅವರು ಚೆನ್ನಾಗಿ ಗೊತ್ತು. ಹಾಗಿದ್ದರೂ ನಿಮಗೆ ಇಷ್ಟವಿದ್ದರೆ ನೀವು ಖಂಡಿತವಾಗಿಯೂ ಅವರ ಭೇಟಿಮಾಡಬಹುದು.'

ನಾನು ಅವರ ಭೇಟಿಗೆ ಅವಕಾಶ ನೀಡಬೇಕೆಂದು ಕೋರಿದೆ. ಅವರು ಕೂಡಲೆ ಒಪ್ಪಿಗೆ ಕೊಟ್ಟರು. ನಾನು ಅವರ ಬಳಿ ಹೋದಾಗ ಅವರು ಮರಣಶಯ್ಯೆಯಲ್ಲಿದ್ದ ಅವರ ಪತ್ನಿಯ ಬಳಿ ಇದ್ದರು. ಅವರ ಮನೆ ಸರಳವಾಗಿತ್ತು. ಅವರು ಕಾಂಗ್ರೆಸ್‌ನಲ್ಲಿದ್ದಾಗ ಕೋಟು ಮತ್ತು ಷರಾಯಿಯನ್ನು ಧರಿಸಿಕೊಂಡಿದ್ದುದನ್ನು ಕಂಡಿದ್ದೆ ಈಗ ಅವರು ಬೆಂಗಾಳಿ ಧೋತಿಯನ್ನು ಮತ್ತು ಷರಟನ್ನು ಧರಿಸಿದ್ದುದನ್ನು ಕಂಡು ಹರ್ಷಿತನಾದೆ. ನಾನು ಪಾರ್ಸಿ ಕೋಟನ್ನು ಮತ್ತು ಷರಾಯಿಯನ್ನು ಧರಿಸಿಕೊಂಡಿದ್ದರೂ ಅವರ ಸರಳ ಉಡುಪಿನ ಶೈಲಿಯನ್ನು ನಾನು ಇಷ್ಟಪಟ್ಟೆ. ಬೇರೆ ಬೇರೆ ಮಾತಾಡಿ ಕಾಲಹರಣ ಮಾಡದೇ ನನ್ನ ಸದ್ಯದ ಕಷ್ಟಗಳನ್ನು ಅವರಿಗೆ ವಿವರಿಸಿದೆ. ಅವರು ಪ್ರಶ್ನಿಸಿದರು: ಮೂಲಪಾಪದ ಸಿದ್ಧಾಂತದಲ್ಲಿ ನಿಮಗೆ ನಂಬಿಕೆಯಿದೆಯೆ?

'ನಂಬಿಕೆಯಿದೆ' ಎಂದು ನಾನು ಹೇಳಿದೆ.

'ಹಾಗಿದ್ದರೆ ಹಿಂದೂ ಧರ್ಮವು ಪಾಪದಿಂದ ವಿಮೋಚನೆಯ ಆಶ್ವಾಸನೆಯನ್ನು ನೀಡುವುದಿಲ್ಲ. ಆದರೆ ಕ್ರಿಶ್ಚಿಯನ್ ಧರ್ಮ ಅಂತಹ ಆಶ್ವಾಸನೆಯನ್ನು ನೀಡುತ್ತದೆ'. ಎಂದು ಅವರು ಹೇಳಿದರು. 'ಪಾಪದ ಪ್ರತಿಫಲವೆಂದರೆ ಮರಣ. ವಿಮೋಚನೆಗಿರುವ ಏಕಮಾತ್ರ ಮಾರ್ಗವೆಂದರೆ ಜೀಸಸ್‌ಗೆ ಶರಣಾಗುವುದು ಎಂದು ಬೈಬಲ್ ಹೇಳುತ್ತದೆ.'

ನಾನು ಭಗವದ್ಗೀತೆಯಲ್ಲಿ ಹೇಳಿರುವ ಭಕ್ತಿಮಾರ್ಗವನ್ನು ಅವರ ಮುಂದಿಟ್ಟೆ. ಆದರೆ ಅದು ಉಪಯೋಗಕ್ಕೆ ಬರಲಿಲ್ಲ. ಅವರ ಔದಾರ್ಯಕ್ಕೆ ವಂದನೆಯನ್ನು ಸಲ್ಲಿಸಿದೆ. ಅವರು ನನ್ನನ್ನು ಸಮಾಧಾನಪಡಿಸುವಲ್ಲಿ ವಿಫಲರಾದರು. ಆದರೆ ನಾನು ಈ ಸಂದರ್ಶನದಿಂದ ಲಾಭ ಪಡೆದೆ.

ಈ ದಿವಸಗಳಲ್ಲಿ ನಾನು ಕಲ್ಕತ್ತದ ಬೀದಿಗಳಲ್ಲಿ ಮೇಲಕ್ಕೂ, ಕೆಳಕ್ಕೂ ಓಡಾಡಿದೆ. ನಾನು ಅನೇಕ ಸ್ಥಳಗಳಿಗೆ ನಡೆದು ಕೊಂಡೇ ಹೋಗಿದ್ದೆ. ನಾನು ನ್ಯಾಯಾಧಿಪತಿ ಮಿಟ್ಟರ್‌ಅವರನ್ನು ಮತ್ತು ಸರ್ ಗುರುದಾಸ್ ಬ್ಯಾನರ್ಜಿಅವರನ್ನು ಭೇಟಿಮಾಡಿದ್ದೆ. ದಕ್ಷಿಣ ಆಫ್ರಿಕದಲ್ಲಿನ ನನ್ನ ಕೆಲಸಕ್ಕೆ ಅವರ ಸಹಾಯವನ್ನು ಅಪೇಕ್ಷಿಸಿದ್ದೆ. ಇದೇ ಕಾಲದಲ್ಲಿ ನಾನು ರಾಜಾ ಸರ್ ಪ್ಯಾರಿಮೋಹನ್ ಬ್ಯಾನರ್ಜಿಅವರನ್ನು ಭೇಟಿಮಾಡಿದ್ದೆ.

ಕಾಳಿಚರಣ್ ಬ್ಯಾನರ್ಜಿ ಕಾಳಿ ದೇವಾಲಯದ ಬಗ್ಗೆ ಮಾತಾಡಿದ್ದರು. ಆದರ ಬಗ್ಗೆ ನಾನು ಪುಸ್ತಕಗಳಲ್ಲಿ ಓದಿದ್ದರಿಂದ ವಿಶೇಷವಾಗಿ ಅದನ್ನು ನೋಡಲು ತವಕಿಸುತ್ತಿದ್ದೆ. ಆದ್ದರಿಂದ ಒಂದು ದಿನ ನಾನು ಅಲ್ಲಿಗೆ ಹೋಗಿದ್ದೆ. ಅದೇ ಪ್ರದೇಶದಲ್ಲಿ ನ್ಯಾಯಾಧಿಪತಿ ಮಿಟ್ಟರ್‌ಅವರ ಮನೆಯಿತ್ತು. ನಾನು ಕಾಳಿಗೆ ಬಲಿಕೊಡಲು ಹೋಗುತ್ತಿದ್ದ ಕುರಿಗಳ ಹಿಂಡನ್ನು ನೋಡಿದೆ. ದೇವಾಲಯಕ್ಕೆ ಹೋಗುವ ದಾರಿಯಲ್ಲಿ ಭಿಕ್ಷುಕರ ಸಾಲು ಇದ್ದುದನ್ನು ನಾನು ಕಂಡಿದ್ದೆ. ಧಾರ್ಮಿಕ ಭಿಕ್ಷುಕರುಗಳು (ಬೈರಾಗಿಗಳು, ಸಾಧುಗಳು?) ಕೂಡಾ ಇದ್ದರು. ಆ ದಿವಸಗಳಲ್ಲಿ ಕೂಡಾ ನಾನು ಗಟ್ಟಿಮುಟ್ಟಾಗಿದ್ದ ಭಿಕ್ಷುಕರುಗಳಿಗೆ ಭಿಕ್ಷೆ ಕೊಡುವುದನ್ನು ತೀಕ್ಷ್ಣವಾಗಿ ವಿರೋಧಿಸುತ್ತಿದ್ದೆ. ಭಿಕ್ಷುಕರ ಗುಂಪೊಂದು ನನ್ನನ್ನು ಹಿಂಬಾಲಿಸಿತು. ಅಂತಹವರಲ್ಲೊಬ್ಬನು ವರಾಂಡದಲ್ಲಿ

ಕೂತಿರುವುದನ್ನು ಗಮನಿಸಿದೆ. ಅವನು ನನ್ನನ್ನು ನಿಲ್ಲಿಸಿದ ಮತ್ತು ಧೈರ್ಯದಿಂದ ಹತ್ತಿರ ಬಂದು ಮಾತಾಡಿಸಿದ: 'ಬಾಲಕನೇ ಎಲ್ಲಿಗೆ ಹೋಗುತ್ತಿದ್ದೀಯೆ?' ನಾನು ಅವನಿಗೆ ಉತ್ತರಕೊಟ್ಟೆ.

ಅವನು ನನಗೆ ಮತ್ತು ನನ್ನ ಒಡನಾಡಿಗೆ ಕೂರಲು ಹೇಳಿದ. ನಾನು ಕೂತೆವು.

ನಾನು ಅವನನ್ನು ಪ್ರಶ್ನಿಸಿದೆ: 'ನೀವು ಈ ಬಲಿಕೊಡುವ ಪದ್ಧತಿಯನ್ನು ಧರ್ಮವೆಂದು ಪರಿಗಣಿಸುವಿರಾ?'

'ಪ್ರಾಣಿಗಳನ್ನು ಕೊಲ್ಲುವುದನ್ನು ಯಾರು ತಾನೇ ಧರ್ಮವೆಂದು ಪರಿಗಣಿಸುತ್ತಾರೆ?'

'ಹಾಗಿದ್ದರೆ ನೀವೇಕೆ ಅದನ್ನು ಮಾಡಬಾರದೆಂದು ಉಪದೇಶ ಮಾಡಬಾರದು?'

'ಅದು ನನ್ನ ಕೆಲಸವಲ್ಲ, ದೇವರನ್ನು ಆರಾಧಿಸುವುದಷ್ಟೇ ನಮ್ಮ ಕೆಲಸ.'

'ಆದರೆ ದೇವರನ್ನು ಆರಾಧಿಸಲು ನೀವು ಇನ್ನೊಂದು ಸ್ಥಳವನ್ನು ಹುಡುಕಿಕೊಳ್ಳಲಾರಿರಾ?'

'ಎಲ್ಲ ಸ್ಥಳಗಳೂ ನಮಗೆ ಸಮಾನವಾಗಿ ಒಳ್ಳೆಯವೇ ಆಗಿವೆ. ಜನರು ಕುರಿ ಹಿಂಡಿನಂತಿದ್ದಾರೆ. ನಾಯಕರುಗಳು ಅವರನ್ನು ಎಲ್ಲಿಗೆ ಕರೆದೊಯ್ಯುವರೋ ಅಲ್ಲಿಗೆ ಅವರನ್ನು ಹಿಂಬಾಲಿಸುತ್ತಾರೆ. ನಮ್ಮಂತಹ ಸಾಧುಗಳ ವ್ಯವಹಾರವಲ್ಲ ಅದು.'

ನಾವು ವಾದವನ್ನು ಮುಂದುವರೆಸಲಿಲ್ಲ. ದೇವಾಲಯಕ್ಕೆ ಹೊರಟೆವು. ನಮ್ಮನ್ನು ರಕ್ತದ ಹೊಳೆ ಸ್ವಾಗತಿಸಿತು. ಅಲ್ಲಿ ನಿಂತು ಅದನ್ನು ಸಹಿಸಿಕೊಳ್ಳಲು ನನಗೆ ಸಾಧ್ಯವಾಗಲಿಲ್ಲ. ನಾನು ಉದ್ರೇಕಗೊಂಡೆ ಮತ್ತು ಚಡಪಡಿಸತೊಡಗಿದೆ. ನಾನು ಮುಂದೆಂದೂ ಆ ದೃಶ್ಯವನ್ನು ಮರೆಯಲೇ ಇಲ್ಲ.

ಅದೇ ದಿನ ಸಾಯಂಕಾಲ ಬೆಂಗಾಳಿ ಗೆಳೆಯರು ನನ್ನನ್ನು ಭೋಜನಕೂಟಕ್ಕೆ ಆಹ್ವಾನಿಸಿದ್ದರು. ನಾನು ಅಲ್ಲಿ ಒಬ್ಬ ಗೆಳೆಯರೊಂದಿಗೆ ಈ ಕ್ರೂರ ಆರಾಧನೆಯ ಬಗ್ಗೆ ಮಾತಾಡಿದೆ. ಅವರು ಹೇಳಿದರು: 'ಕುರಿಗೆ ಏನೂ ಅನುಭವವಾಗುವುದಿಲ್ಲ. ಗದ್ದಲ ಮತ್ತು ನಗಾರಿಯ ಬಡಿತ ನೋವಿನ ಸಂವೇದನೆಯನ್ನು ಕುಂದಿಸುವುದು'.

ನನಗೆ ಈ ಮಾತನ್ನು ನುಂಗಿಕೊಳ್ಳಲು ಸಾಧ್ಯವಾಗಲಿಲ್ಲ. 'ಕುರಿಗಳಿಗೆ ಮಾತಾಡುವ ಶಕ್ತಿಯಿದ್ದಿದ್ದರೆ ಅವು ಬೇರೆ ಕಥೆಯನ್ನು ಹೇಳುತ್ತಿದ್ದವು' ಎಂದು ನಾನು ಹೇಳಿದೆ. ಈ ಕ್ರೂರ ಪದ್ಧತಿಯನ್ನು ನಿಲ್ಲಿಸಲೇಬೇಕು ಎಂದು ನಾನು ಭಾವಿಸಿದೆ. ನಾನು ಬುದ್ಧನ ಕಥೆಯ ಬಗ್ಗೆ ಚಿಂತಿಸಿದೆ. ಆದರೆ ಈ ಕೆಲಸ ನನ್ನ ಸಾಮರ್ಥ್ಯಕ್ಕೆ ಮೀರಿದ್ದುದು ಎಂದು ಅರಿತುಕೊಂಡೆ.

ಆಗ ನಾನು ಹೊಂದಿದ್ದ ಅಭಿಪ್ರಾಯವನ್ನು ಇಂದೂ ಇಟ್ಟುಕೊಂಡಿದ್ದೇನೆ. ನನ್ನ ಮನಸ್ಸಿಗೆ ಕುರಿಮರಿಯ ಜೀವ ಮನುಷ್ಯ ಜೀವದಷ್ಟೇ ಅಮೂಲ್ಯವುಳ್ಳದ್ದು ಎಂದು ಭಾವಿಸಿದ್ದೇನೆ. ಮಾನವನ ಶರೀರ ಸುಖಕ್ಕೋಸ್ಕರ ಕುರಿಮರಿಯ ಜೀವವನ್ನು ತೆಗೆಯುವುದನ್ನು ನಾನು ಒಪ್ಪುವುದಿಲ್ಲ. ಒಂದು ಪ್ರಾಣಿಯು ಹೆಚ್ಚು ಹೆಚ್ಚು ನಿಸ್ಸಹಾಯಕವಾದಷ್ಟೂ ಮನುಷ್ಯನ ಕ್ರೌರ್ಯದಿಂದ ಅದನ್ನು ಕಾಪಾಡಲು ಮನುಷ್ಯನೇ ಮುಂದಾಗಬೇಕು. ಮನುಷ್ಯನ ರಕ್ಷಣೆಗೆ ಅದು ತೀರಾ ಹೆಚ್ಚು ಅರ್ಹವಾಗುತ್ತದೆ. ಅಂತಹ ಸೇವೆಗೆ ಅರ್ಹತೆ ಪಡೆಯದವನು ಬೇರೆಯವರಿಗೆ ರಕ್ಷಣೆಯನ್ನು

ಒದಗಿಸಲು ಶಕ್ತನಾಗುವುದಿಲ್ಲ. ಅಪವಿತ್ರವಾಗಿರುವ ಬಲಿದಾನಗಳಿಂದ ಕುರಿಮರಿಗಳನ್ನು ಕಾಪಾಡಲು ಇಚ್ಛಿಸುವ ಮುಂಚೆ ನಾನು ತ್ಯಾಗ ಮತ್ತು ಆತ್ಮಶುದ್ಧಿಯ ದಾರಿಯಲ್ಲಿ ಸಾಕಷ್ಟು ಸಾಗಬೇಕು. ಇಂದು ನಾನು ಆತ್ಮಶುದ್ಧಿ ಮತ್ತು ತ್ಯಾಗವನ್ನು ಬಂಧಿಸಿಕೊಂಡು ಸಾಯಬೇಕೆಂದು ಚಿಂತಿಸುತ್ತಿದ್ದೇನೆ. ಭೂಮಿಯ ಮೇಲೆ ದೈವೀ ಕರುಣೆಯಿಂದ ಉತ್ತೇಜನಗೊಂಡ ಭಾರಿ ಚೇತನ, ಶ್ರೇಷ್ಠರಾದ ಪುರುಷ ಅಥವಾ ಸ್ತ್ರೀ ಹುಟ್ಟಬಹುದು. ಅವರು ಈ ಘೋರ ಪಾಪದಿಂದ ನಮ್ಮನ್ನು ಪಾರುಮಾಡುವರು. ಮುಗ್ಧ ಪ್ರಾಣಿಗಳ ಜೀವಗಳನ್ನು ಉಳಿಸುವರು ಮತ್ತು ದೇವಾಲಯವನ್ನು ಪರಿಶುದ್ಧಗೊಳಿಸುವರು. ಜ್ಞಾನ, ಜಾಣತನ, ಭಾವ ಮತ್ತು ತ್ಯಾಗಗಳಿಂದ ಕೂಡಿರುವ ಬಂಗಾಳ ಈ ಸಾಮೂಹಿಕ ವಧೆಯನ್ನು ಹೇಗೆ ಸಹಿಸಿಕೊಂಡಿದೆ?

19. ಗೋಖಲೆಯವರೊಡನೆ ಒಂದು ತಿಂಗಳು - 3

ಧರ್ಮದ ಹೆಸರಲ್ಲಿ ಕಾಳಿಗೆ ಅರ್ಪಿಸಲಾಗುತ್ತಿದ್ದ ಘೋರ ಬಲಿ, ಬೆಂಗಾಳಿ ಜೀವನವನ್ನು ತಿಳಿದುಕೊಳ್ಳಬೇಕೆನ್ನುವ ನನ್ನ ಅಪೇಕ್ಷೆಯನ್ನು ಇನ್ನಷ್ಟು ಹೆಚ್ಚಿಸಿತು. ಬ್ರಹ್ಮೋ ಸಮಾಜದ ಬಗ್ಗೆ ಸಾಕಷ್ಟು ಓದಿದ್ದೆ ಮತ್ತು ಕೇಳಿದ್ದೆ. ಪ್ರತಾಪ್ ಚಂದ್ರ ಮಜುಮದಾರ್ ಅವರ ಜೀವನದ ಬಗ್ಗೆ ಸ್ವಲ್ಪ ತಿಳಿದಿದ್ದೆ. ಕೇಶವ ಚಂದ್ರ ಸೇನ್ ಬಗ್ಗೆ ಅವರು ಬರೆದಿದ್ದ ಕೃತಿಯನ್ನು ದೊರಕಿಸಿಕೊಂಡು ತುಂಬಾ ಉತ್ಸಾಹದಿಂದ ಅದನ್ನು ಓದಿದೆ. ಸಾಧಾರಣ ಬ್ರಹ್ಮೊ ಸಮಾಜ ಮತ್ತು ಆದಿ ಬ್ರಹ್ಮೊ ಸಮಾಜದ ನಡುವಣ ಭಿನ್ನತೆಯನ್ನು ಅರ್ಥಮಾಡಿಕೊಂಡೆ. ನಾನು ಪಂಡಿತ ಶಿವನಾಥ್ ಶಾಸ್ತ್ರಿ ಅವರ ಭೇಟಿ ಮಾಡಿದ್ದೆ ಮತ್ತು ಪ್ರೊ. ಕಥವಟೆ ಅವರ ಜತೆಯಲ್ಲಿ ಮಹರ್ಷಿ ದೇವೇಂದ್ರನಾಥ ಟಾಗೋರ್ ಅವರನ್ನು ನೋಡಲು ಹೋಗಿದ್ದೆ. ಆಗ ಅವರೊಡನೆ ಸಂದರ್ಶನಕ್ಕೆ ಅವಕಾಶವಿರಲಿಲ್ಲ. ಆದ್ದರಿಂದ ನಮಗೆ ಅವರನ್ನು ನೋಡಲು ಆಗಲಿಲ್ಲ. ಹಾಗಿದ್ದರೂ ಈ ಸ್ಥಳದಲ್ಲಿ ನಡೆದ ಬ್ರಹ್ಮೊ ಸಮಾಜದ ಉತ್ಸವಕ್ಕೆ ಆಹ್ವಾನ ಪಡೆದೆವು. ಅಲ್ಲಿ ನಮಗೆ ಉತ್ಕೃಷ್ಟ ಬೆಂಗಾಳಿ ಸಂಗೀತವನ್ನು ಕೇಳುವ ಅವಕಾಶ ಸಿಕ್ಕಿತ್ತು. ಅಲ್ಲಿಂದ ಮುಂದೆ ನಾನು ಬೆಂಗಾಳಿ ಸಂಗೀತ ಪ್ರೇಮಿಯಾದೆ.

ಬ್ರಹ್ಮೊ ಸಮಾಜವನ್ನು ಸಾಕಷ್ಟು ಅರಿತ ಮೇಲೆ ಸ್ವಾಮಿ ವಿವೇಕಾನಂದ ಅವರನ್ನು ನೋಡದೇ ತೃಪ್ತಿ ಸಿಗುವುದು ಅಸಾಧ್ಯವೇ ಆಗಿತ್ತು. ಆದ್ದರಿಂದ ನಾನು ತುಂಬಾ ಉತ್ಸಾಹದಿಂದ ಬೇಲೂರು ಮಠಕ್ಕೆ ಹೋದೆ. ಬಹುಮಟ್ಟಿಗೆ ಅಥವಾ ಉದ್ದಕ್ಕೂ ನಡೆದುಕೊಂಡು ಅಲ್ಲಿಗೆ ಹೋಗಿದ್ದೆ. ನಾನು ಮಠದ ಏಕಾಂತ ತಾಣವನ್ನು ನಾನು ಮೆಚ್ಚಿಕೊಂಡೆ. ಸ್ವಾಮಿವಿವೇಕಾನಂದ ಅವರು ಕಲ್ಕತ್ತದ ಮನೆಯಲ್ಲಿದ್ದಾರೆಂದೂ ಕಾಯಿಲೆಯಿಂದ ನರಳುತ್ತ ಮಲಗಿದ್ದಾರೆಂದೂ ಮತ್ತು ಅವರನ್ನು ನೋಡಲು ಸಾಧ್ಯವಿಲ್ಲವೆಂದು ತಿಳಿದು ನನಗೆ ನಿರಾಶೆಯಾಯ್ತು ಮತ್ತು ದುಃಖವಾಯ್ತು.

ತರುವಾಯ ನಾನು ಸಹೋದರಿ (ಸಿಸ್ಟರ್) ನಿವೇದಿತ ಅವರ ನಿವಾಸವಿದ್ದ ಸ್ಥಳವನ್ನು ವಿಚಾರಿಸಿ ತಿಳಿದುಕೊಂಡೆ. ಅವರನ್ನು ಚೌರಿಂಘೀ ಬಂಗಲೆಯಲ್ಲಿ ಭೇಟಿ ಮಾಡಿದೆ. ಆಕೆಯ ಸುತ್ತ ಇದ್ದ ವೈಭವವನ್ನು ಕಂಡು ಬೆಚ್ಚಿಬಿದ್ದೆ. ನಮ್ಮ ಸಂಭಾಷಣೆಯಲ್ಲಿ ಕೂಡಾ ಹೆಚ್ಚು ಸಹಮತವಿದ್ದ ವಿಷಯಗಳಿರಲಿಲ್ಲ. ನಾನು ಗೋಖಲೆ ಅವರ ಬಳಿ ಈ ಬಗ್ಗೆ ಮಾತಾಡಿದೆ. ಆಕೆಯಂತಹ ಲಘು ಮನೋವೃತ್ತಿಯ ವ್ಯಕ್ತಿ ಮತ್ತು ನನ್ನ ನಡುವೆ ಹೊಂದಾಣಿಕೆ ಸಾಧ್ಯವಾಗದು ಎಂಬುದರ ಬಗ್ಗೆ ತಮಗೆ ಆಶ್ಚರ್ಯವಾಗದು ಎಂದು ಅವರು ತಿಳಿಸಿದರು. (ಪಾಲಟೈಲ್ - ಲಘುಮನೋವೃತ್ತಿ, ಎಂಬ ಶಬ್ದದ ಬಗ್ಗೆ 30 ಜೂನ್, 1927ರ ಯಂಗ್ ಇಂಡಿಯದ 'ಇನ್ ಜಸ್ಟಿಸ್ ಟು ಹರ್ ಮೆಮರಿ'ಯ ಟಿಪ್ಪಣಿಯನ್ನು ನೋಡಿ).

ನಾನು ಆಕೆಯನ್ನು ಮತ್ತೆ ಪೆಸ್ತೋಂಜಿ ಪಾದ್‌ಷಾ ಅವರ ಮನೆಯಲ್ಲಿ ಭೇಟಿ ಮಾಡಿದ್ದೆ. ಆಕೆ ಪಾದ್‌ಷಾ ಅವರ ವೃದ್ಧ ತಾಯಿಯವರೊಂದಿಗೆ ಮಾತಾಡುತ್ತಿದ್ದ ಸಮಯದಲ್ಲಿ ನಾನು ಅಲ್ಲಿಗೆ ಬಂದಿದ್ದೆ. ಆದ್ದರಿಂದ ನಾನು ಅವರಿಬ್ಬರ ನಡುವಣ ದುಭಾಷಿಯಾದೆ. ನನಗೆ ಆಕೆಯೊಡನೆ ಸಹಮತವಿಲ್ಲದಿದ್ದರೂ ಹಿಂದೂ ಧರ್ಮದ ಬಗ್ಗೆ ಆಕೆಯಲ್ಲಿ ಉಕ್ಕಿ ಹರಿಯುತ್ತಿದ್ದ ಪ್ರೀತಿಯನ್ನು ಗಮನಿಸಿದೆ ಮತ್ತು ಅದನ್ನು ಮೆಚ್ಚಿಕೊಂಡೆ. ತರುವಾಯ ಆಕೆ ಬರೆದಿದ್ದ ಪುಸ್ತಕಗಳ ಪರಿಚಯಮಾಡಿಕೊಂಡೆ.

ನಾನು ನನ್ನ ದಿನವನ್ನು ದಕ್ಷಿಣ ಆಫ್ರಿಕದ ಕೆಲಸ ಕುರಿತಂತೆ ಕಲ್ಕತ್ತದ ಮುಖ್ಯ ವ್ಯಕ್ತಿಗಳನ್ನು ಭೇಟಿಮಾಡುವುದು ಮತ್ತು ನಗರದ ಧಾರ್ಮಿಕ ಮತ್ತು ಸಾರ್ವಜನಿಕ ಸಂಸ್ಥೆಗಳಿಗೆ ಭೇಟಿಕೊಟ್ಟು ಅವುಗಳ ಅಧ್ಯಯನ ನಡೆಸುವುದರ ನಡುವೆ ವಿಭಜಿಸಿಕೊಂಡಿದ್ದೆ. ಡಾ. ಮಲಿಕ್ ಅವರು ಅಧ್ಯಕ್ಷತೆ ವಹಿಸಿದ್ದ ಸಭೆಯೊಂದರಲ್ಲಿ ನಾನು ಒಮ್ಮೆ ಬೋಅರ್ ಯುದ್ಧದ ಸಮಯದಲ್ಲಿ ಭಾರತೀಯ ಆ್ಯಂಬ್ಯುಲೆನ್ಸ್ ದಳ ಕೈಗೊಂಡಿದ್ದ ಕಾರ್ಯದ ಬಗ್ಗೆ ಮಾತಾಡಿದ್ದೆ. 'ದಿ ಇಂಗ್ಲಿಷ್‌ಮನ್' ಜತೆಗಿದ್ದ ನನ್ನ ಹಿಂದಿನ ಪರಿಚಯ ಈ ಸಂದರ್ಭದಲ್ಲಿ ಕೂಡಾ ನೆರವಿಗೆ ಬಂದಿತ್ತು. ಮಿ. ಸ್ಯಾಂಡರ್ಸ್ ಆ ಸಮಯದಲ್ಲಿ ಕಾಯಿಲೆ ಮಲಗಿದ್ದರು. ಆದರೂ 1896ರಲ್ಲಿ ಸಹಾಯ ಮಾಡಿದಂತೆ ಈ ಸಮಯದಲ್ಲಿ ಕೂಡಾ ತುಂಬಾ ಸಹಾಯ ಮಾಡಿದರು. ಗೋಖಲೆ ಅವರು ನನ್ನ ಭಾಷಣವನ್ನು ಮೆಚ್ಚಿಕೊಂಡರು. ಡಾ. ರಾಯ್ ಅದನ್ನು ಪ್ರಶಂಸಿಸಿದ್ದುದನ್ನು ಕೇಳಿ ಸಂತೋಷಪಟ್ಟಿದ್ದರು.

ಈ ಪ್ರಕಾರ ನಾನು ಗೋಖಲೆ ಅವರ ಛಾವಣಿಯಡಿಯಲ್ಲಿ ತಂಗಿದ್ದರಿಂದ ಕಲ್ಕತ್ತದಲ್ಲಿನ ನನ್ನ ಕೆಲಸ ತುಂಬಾ ಸುಲಭವಾಗಿ ನಡೆಯಿತು. ಪ್ರಮುಖ ಬೆಂಗಾಳಿ ಕುಟುಂಬಗಳೊಡನೆ ನನ್ನ ಸಂಪರ್ಕ ಬೆಳೆಯಿತು. ಬಂಗಾಳದ ಜತೆಗಿನ ನನ್ನ ಆಪ್ತ ಸಂಪರ್ಕ ಪ್ರಾರಂಭವಾಯ್ತು.

ಈ ಸ್ಮರಣಾರ್ಹ ತಿಂಗಳಿನ ಅನೇಕ ಅನೇಕ ನೆನಪುಗಳನ್ನು ಬಿಟ್ಟು ಬಿಡುವುದು ನನಗೆ ಅನಿವಾರ್ಯವೇ ಆಗಿದೆ. ನಾನು ಬರ್ಮಾಕ್ಕೆ ಕೊಟ್ಟಿದ್ದ ಅವಸರದ ಭೇಟಿಯ ಬಗ್ಗೆ ಕೇವಲವಾಗಿ ಉಲ್ಲೇಖಿಸುತ್ತೇನೆ. ನಾನು ಅಲ್ಲಿಯ ಜನರ ಆಲಸ್ಯವನ್ನು ಕಂಡು ನೊಂದುಕೊಂಡೆ. ಅಲ್ಲಿ ಫೂಂಗಿ (ಭಿಕ್ಷು) ಗಳನ್ನು ಕಂಡಿದ್ದೆ. ನಾನು ಚಿನ್ನದ ಪಗೋಡ (ಬಹು ಅಂತಸ್ತಿನ ಗೋಪುರದಿಂದ ಕೂಡಿದ ದೇವಾಲಯ)ವನ್ನು ಕಂಡೆ. ದೇವಾಲಯದಲ್ಲಿ ಉರಿಯುತ್ತಿದ್ದ ಅಸಂಖ್ಯಾತ ಪುಟ್ಟ ಮೊಂಬತ್ತಿಗಳನ್ನು ಕಂಡು ನನಗೆ ಸಂತೋಷವಾಗಲಿಲ್ಲ. ಪೂಜ್ಯ ಸ್ಥಾನದಲ್ಲಿ (ಗರ್ಭಗುಡಿಯಲ್ಲಿ) ಓಡಾಡುತ್ತಿದ್ದ ಇಲಿಗಳನ್ನು ಕಂಡಾಗ ನನ್ನ ಮನಸ್ಸಿನಲ್ಲಿ ಮೋರ್ವಿಯಲ್ಲಿ ಸ್ವಾಮಿ ದಯಾನಂದಅವರಿಗಾದ ಅನುಭವ ಕುರಿತ ಚಿಂತನೆಗಳು ಮೂಡಿದವು. ಪುರುಷರ ಮೈಗಳ್ಳತನ ನನಗೆ ನೋವುಂಟುಮಾಡಿದಂತೆ ಬರ್ಮೀ ಮಹಿಳೆಯರ ಚೈತನ್ಯ ಮತ್ತು ಸ್ವತಂತ್ರ ಮನೋಭಾವ ನನ್ನನ್ನು ಉಲ್ಲಾಸಗೊಳಿಸಿದವು. ಸಂಕ್ಷಿಪ್ತವಾಗಿ ಹಾಗೂ ತಾತ್ಕಾಲಿಕವಾಗಿ ಬರ್ಮಾದಲ್ಲಿ ತಂಗಿದ್ದ ಕಾಲದಲ್ಲಿ ಮುಂಬಯಿ (ಬಾಂಬೆ) ಭಾರತವಲ್ಲ ಎಂಬಂತೆ ರಂಗೂನ್ ಕೂಡಾ ಬರ್ಮಾ ಅಲ್ಲ ಎಂಬುದನ್ನರಿತುಕೊಂಡೆ. ಭಾರತದಲ್ಲಿ ನಾವು ಇಂಗ್ಲೀಷ್ ವರ್ತಕರ ದಳ್ಳಾಳಿ (ಕಮೀಷನ್ ಏಜೆಂಟ್) ಆಗಿದ್ದಂತೆ ಬರ್ಮಾದಲ್ಲಿ ಕೂಡಾ ಇಂಗ್ಲಿಷ್ ವರ್ತಕರ ಜತೆಯಲ್ಲಿ ಸೇರಿಕೊಂಡು ಬರ್ಮೀ ಜನರನ್ನು ನಮ್ಮ ದಳ್ಳಾಳಿಗಳನ್ನಾಗಿ ಮಾಡಿಕೊಂಡಿದ್ದೆವು.

ಬರ್ಮಾದಿಂದ ಹಿಂದಿರುಗಿದ ತರುವಾಯ ನಾನು ಗೋಖಲೆ ಅವರಿಂದ ಬೀಳ್ಕೊಂಡೆ. ವಿಯೋಗ ನನಗೆ ವಿಪರೀತ ಯಾತನೆಯನ್ನುಂಟು ಮಾಡಿತು. ಆದರೆ ಬಂಗಾಳದಲ್ಲಿನ ಅಥವಾ ಖಚಿತವಾಗಿ ಹೇಳುವುದಾದರೆ ಕಲ್ಕತ್ತದಲ್ಲಿನ ನನ್ನ ಕೆಲಸ ಮುಗಿದಿತ್ತು. ಇನ್ನೂ ಹೆಚ್ಚು ದಿನಗಳ ಕಾಲ ನನಗೆ ಅಲ್ಲಿ ಉಳಿಯುವ ಅವಶ್ಯಕತೆಯೇ ಇರಲಿಲ್ಲ.

ಒಂದು ಕಡೆಯಲ್ಲಿ ನೆಲೆವೂರುವ ಮುಂಚೆ ಭಾರತದುದ್ದಕ್ಕೂ ಮೂರನೇ ದರ್ಜೆಯಲ್ಲಿ ಪ್ರವಾಸಮಾಡಬೇಕೆಂದು ನಿಶ್ಚಿಯಿಸಿದ್ದೆ. ಮೂರನೇ ದರ್ಜೆಯ ಪ್ರಯಾಣಿಕರ ತಾಪತ್ರಯಗಳ ಪರಿಚಯಮಾಡಿಕೊಳ್ಳಬೇಕೆಂದು ಬಯಸಿದ್ದೆ ಇದರ ಬಗ್ಗೆ ನಾನು ಗೋಖಲೆ ಅವರ ಜತೆಯಲ್ಲಿ ಮಾತಾಡಿದೆ. ಪ್ರಾರಂಭದಲ್ಲಿ ಅವರು ನನ್ನ ವಿಚಾರದ ಬಗ್ಗೆ ಕುಚೋದ್ಯಮಾಡಿದರು. ಆದರೆ ಅವರಿಗೆ ನಾನು ಏನನ್ನು ನೋಡಲು ಇಚ್ಛಿಸುತ್ತಿದ್ದೇನೆ ಎಂಬುದನ್ನು ವಿವರಿಸಿದಾಗ ಅವರು ನಗುಮುಖದಿಂದ ನನ್ನ ವಿಚಾರವನ್ನು ಒಪ್ಪಿಕೊಂಡರು. ಆ ಸಮಯದಲ್ಲಿ ಕಾಯಿಲೆ ಮಲಗಿದ್ದ ಶ್ರೀಮತಿ ಬೆಸೆಂಟ್ ಅವರಿಗೆ ನನ್ನ ಗೌರವಾದರಗಳನ್ನು ಸಲ್ಲಿಸಲು ಬೆನಾರಸ್‌ಗೆ (ವಾರಣಾಸಿಗೆ) ಮೊದಲು ಹೋಗಲು ನಿರ್ಧರಿಸಿದೆ.

ಮೂರನೇ ದರ್ಜೆಯಲ್ಲಿ ಪ್ರಯಾಣ ಮಾಡಲು ಹೊಸರೀತಿಯಲ್ಲಿ ವ್ಯವಸ್ಥೆ ಮಾಡಿಕೊಳ್ಳುವುದು ನನಗೆ ಅವಶ್ಯಕವಾಗಿತ್ತು. ಗೋಖಲೆ ಅವರು ನನಗೆ ಲೋಹದ (ಹಿತ್ತಾಳೆ) ತಿಂಡಿ-ಪೆಟ್ಟಿಗೆ (ಟಿಫಿನ್-ಬಾಕ್ಸ್) ಅನ್ನು ಕೊಟ್ಟರು. ಅದರಲ್ಲಿ ಸಿಹಿ ಉಂಡೆ (ಲಾಡು)ಗಳನ್ನು ಮತ್ತು

ಪೂರಿಗಳನ್ನು ತುಂಬಿಸಿದ್ದರು. ನಾನು ಹನ್ನೆರಡಾಣೆ ಕೊಟ್ಟು ಕ್ಯಾನ್ವಾಸ್ (ರಟ್ಟುಬಟ್ಟೆ)ನ ಚೀಲವನ್ನು ಕೊಂಡುಕೊಂಡೆ. ಛಾಯಾ (ಪೋರ್‌ಬಂದರ್ ರಾಜ್ಯದಲ್ಲಿದ್ದ ಒಂದು ಸ್ಥಳ. ಅದು ಆ ಪ್ರದೇಶದಲ್ಲಿ ಒರಟು ಉಣ್ಣೆಯ ಬಟ್ಟೆಗೆ ಹೆಸರುವಾಸಿಯಾಗಿದೆ) ಉಣ್ಣೆಬಟ್ಟೆಯ ಕೋಟನ್ನು ಕೊಂಡುಕೊಂಡೆ. ಈ ಚೀಲದಲ್ಲಿ ಈ ಕೋಟು, ಒಂದು ಧೋತಿ ಮತ್ತು ಒಂದು ಟವಲ್ಲು ಹಾಗೂ ಒಂದು ಷರಟು ಹಿಡಿಸುವಂತಿತ್ತು. ನಾನು ದೇಹವನ್ನು ಮುಚ್ಚಿಕೊಳ್ಳಲು ಒಂದು ಉಣ್ಣೆ ದುಪ್ಪಟಿ (ಕಂಬಳಿ) ಯನ್ನು ಮತ್ತು ನೀರಿನ ಹೂಜಿಯನ್ನು ನನ್ನ ಬಳಿ ಇಟ್ಟುಕೊಂಡೆ. ಈ ಪ್ರಕಾರ ನಾನು ಸುಸಜ್ಜಿತನಾಗಿ ಪ್ರಯಾಣ ಹೊರಟೆ. ಗೋಖಲೆ ಮತ್ತು ಡಾ. ರಾಯ್ ಸ್ಟೇಷನ್‌ಗೆ ಬಂದು ನನ್ನನ್ನು ಬೀಳ್ಕೊಟ್ಟರು. ನಾನು ಅವರಿಬ್ಬರಿಗೂ ಸ್ಟೇಷನ್‌ಗೆ ಬರುವ ತೊಂದರೆಯನ್ನು ತೆಗೆದುಕೊಳ್ಳಬಾರದೆಂದು ತಿಳಿಸಿದ್ದೆ. ಆದರೂ ಅವರು ಪಟ್ಟುಹಿಡಿದಿದ್ದರು. 'ನೀವು ಮೊದಲನೇ ದರ್ಜೆಯಲ್ಲಿ ಪ್ರಯಾಣ ಮಾಡಿದ್ದರೆ ನಾನು ಬರಬೇಕಾಗಿರಲಿಲ್ಲ. ಆದರೆ ಈಗ ನಾನು ಬರಬೇಕಾಗಿದೆ' ಎಂದು ಗೋಖಲೆ ಹೇಳಿದರು.

ಯಾರೂ ಗೋಖಲೆ ಪ್ಲಾಟ್‌ಫಾರ್ಮ್‌ಗೆ ಹೋಗುವುದನ್ನು ತಡೆಯಲಿಲ್ಲ. ಅವರು ದೇಶಿ ಮುಂಡಾಸನ್ನು ಮತ್ತು ಜಾಕೆಟ್ (ನಡುವಂಗಿ) ಮತ್ತು ಧೋತಿಯನ್ನು ಧರಿಸಿದ್ದರು. ಡಾ. ರಾಯ್ ಎಂದಿನ ಅವರ ಬಂಗಾಳಿ ಉಡುಪನ್ನು ಧರಿಸಿದ್ದರು. ಟಿಕೀಟು ಕಲೆಕ್ಟರ್ (ಟಿಕೀಟು ಪರೀಕ್ಷಕ) ರಾಯ್ ಅವರನ್ನು ತಡೆದಾಗ ಗೋಖಲೆಅವರು ತಮ್ಮ ಗೆಳೆಯರು ಎಂದು ತಿಳಿಸಿದರು. ಅದನ್ನು ಕೇಳಿ ರಾಯ್‌ಅವರಿಗೆ ಅನುಮತಿ ಸಿಕ್ಕಿ ಸಿಕ್ಕಿತು.

ಅವರ ಶುಭ ಹಾರೈಕೆಗಳೊಂದಿಗೆ ನಾನು ನನ್ನ ಪ್ರಯಾಣವನ್ನು ಆರಂಭಿಸಿದೆ.

20. ಬೆನಾರೆಸ್‌ನಲ್ಲಿ

ನಾನು ಕಲ್ಕತ್ತದಿಂದ ರಾಜ್‌ಕೋಟ್‌ಗೆ ಹೊರಟಿದ್ದೆ. ದಾರಿಯಲ್ಲಿ ಬೆನಾರೆಸ್, ಆಗ್ರ, ಜಯಪುರ್ ಮತ್ತು ಪಾಲನ್‌ಪುರ್‌ಗಳಲ್ಲಿ ಸ್ವಲ್ಪಕಾಲ ತಂಗಲು ನಿರ್ಧರಿಸಿದ್ದೆ. ಈ ನಗರಗಳನ್ನು ಬಿಟ್ಟಂತೆ ಬೇರೆ ಸ್ಥಳಗಳನ್ನು ನೋಡಲು ನನಗೆ ಸಮಯವಿರಲಿಲ್ಲ. ಪ್ರತಿಯೊಂದು ನಗರದಲ್ಲೂ ಒಂದು ದಿನ ಮಾತ್ರ ತಂಗಿದ್ದೆ. ಧರ್ಮಶಾಲೆಗಳಲ್ಲಿ ಅಥವಾ ಪಂಡಾ (ಅರ್ಚಕರು)ಗಳ ಜತೆಯಲ್ಲಿ ಸಾಮಾನ್ಯ ಪ್ರಯಾಣಿಕನಂತೆ ಪಾಲನ್‌ಪುರ್ ಬಿಟ್ಟಂತೆ ಉಳಿದ ನಗರಗಳಲ್ಲಿ ಇಳಿದುಕೊಂಡಿದ್ದೆ. ನನಗೆ ನೆನಪಿರುವಂತೆ 31 ರೂಗಳಿಗಿಂತ (ರೈಲ್ವೆ ಛಾರ್ಜು ಸೇರಿದಂತೆ) ಹೆಚ್ಚು ಹಣವನ್ನು ಈ ಪ್ರಯಾಣಕ್ಕೆ ನಾನು ಖರ್ಚುಮಾಡಲಿಲ್ಲ. ಮೂರನೇ ದರ್ಜೆಯಲ್ಲಿ ಪ್ರಯಾಣ ಮಾಡುವಾಗ ನಾನು ಬಹುಮಟ್ಟಿಗೆ ಟಪಾಲ್ ರೈಲಿಗಿಂತ (ಲಿಮೇಲ್ ಟ್ರೈನ್) ಸಾಧಾರಣ ರೈಲನ್ನು ಖಾಯಿಶ್ ಮಾಡುತ್ತಿದ್ದೆ. ಏಕೆಂದರೆ ಟಪಾಲು ರೈಲಿನಲ್ಲಿ ಪ್ರಯಾಣಿಕರ ನೂಕುನುಗ್ಗಲು ಹೆಚ್ಚಾಗಿರುತ್ತಿತ್ತು ಮತ್ತು ಛಾರ್ಜು ಕೂಡಾ ಹೆಚ್ಚಾಗಿರುತ್ತಿತ್ತು.

ಮೂರನೇ ದರ್ಜೆಯ ಕಂಪಾರ್ಟ್‌ಮೆಂಟ್‌ಗಳು ವಾಸ್ತವವಾಗಿ ಕೊಳಕಾಗಿರುತ್ತವೆ. ಈಗಿರುವಂತೆ ಆಗ

ಕೂಡಾ ಸಾಮಾನುಗಳನ್ನು ಇಡುವ ಅರೆ (ಕ್ಲೊಸೆಟ್) ವ್ಯವಸ್ಥೆ ಚೆನ್ನಾಗಿರುತ್ತಿರಲಿಲ್ಲ ಈಗ ಸ್ವಲ್ಪ ಮಟ್ಟಿಗೆ ಸುಧಾರಣೆಯಾಗಿರಬಹುದು. ಆದರೆ ಮೊದಲನೇ ದರ್ಜೆ ಮತ್ತು ಮೂರನೇ ದರ್ಜೆಗಳಿಗೆ ಒದಗಿಸಲಾಗಿರುವ ಸೌಲಭ್ಯಗಳ ನಡುವಣ ವ್ಯತ್ಯಾಸವನ್ನು ಈ ಎರಡೂ ದರ್ಜೆಗಳಿಗೆ ವಿಧಿಸಲಾಗುವ ಛಾರ್ಜುಗಳ ನಡುವಣ ವ್ಯತ್ಯಾಸದೊಂದಿಗೆ ಹೋಲಿಸಿ ನೋಡಿದಾಗ ಅಜಗಜಾಂತರ ವ್ಯತ್ಯಾಸವಿರುವುದನ್ನು ಗಮನಿಸಬಹುದು. ಮೂರನೇ ದರ್ಜೆ ಪ್ರಯಾಣಿಕರುಗಳನ್ನು ಕುರಿಗಳೆಂದು ಪರಿಗಣಿಸಲಾಗುತ್ತಿದೆ. ಅವರಿಗೆ ಕೊಡಲಾಗುತ್ತಿರುವ ಸೌಲಭ್ಯಗಳು ಕುರಿಗಳಿಗೆ ಕೊಡಲಾಗುವ ಸೌಲಭ್ಯಗಳಂತಿವೆ. ಯೂರೋಪ್‌ನಲ್ಲಿ ನಾನು ಮೂರನೇ ದರ್ಜೆಯಲ್ಲಿ ಪ್ರಯಾಣ ಮಾಡುತ್ತಿದ್ದೆ. ಹೇಗಿರುತ್ತದೆ ಎಂದು ಅರಿಯುವ ಕಾರಣದಿಂದ ಮಾತ್ರ ಒಂದೇ ಒಂದು ಬಾರಿ ಮೊದಲ ದರ್ಜೆಯಲ್ಲಿ ಪ್ರಯಾಣ ಮಾಡಿದ್ದೆ. ಅಲ್ಲಿ ನಾನು ಮೊದಲನೇ ದರ್ಜೆ ಮತ್ತು ಮೂರನೇ ದರ್ಜೆಯ ನಡುವೆ ವಿಶೇಷವಾಗಿ ವ್ಯತ್ಯಾಸವಿರುವುದನ್ನು ಗಮನಿಸಲಿಲ್ಲ. ದಕ್ಷಿಣ ಆಫ್ರಿಕದಲ್ಲಿ ಮೂರನೇ ದರ್ಜೆಯ ಪ್ರಯಾಣಿಕರು ಹೆಚ್ಚಾಗಿ ನೀಗ್ರೋಗಳಾಗಿರುತ್ತಾರೆ. ಹಾಗಿದ್ದರೂ ಮೂರನೇ ದರ್ಜೆಗೆ ಒದಗಿಸಲಾಗಿರುವ ಸೌಲಭ್ಯಗಳು ಇಲ್ಲಿಗಿಂತ ಉತ್ತಮವಾಗಿರುತ್ತವೆ. ದಕ್ಷಿಣ ಆಫ್ರಿಕದ ಕೆಲವು ಭಾಗಗಳಲ್ಲಿ ಮೂರನೇ ದರ್ಜೆಯ ಕಂಪಾರ್ಟ್‌ಮೆಂಟ್‌ಗಳಿಗೆ ಮಲಗುವ ಸ್ಥಳಗಳನ್ನು ಮತ್ತು ಮೆತ್ತೆಯಿರುವ ಆಸನಗಳನ್ನು ಒದಗಿಸಿರುತ್ತಾರೆ. ಆಸನಗಳನ್ನು ನಿಯಂತ್ರಿಸಿ (ಮಿತಿಗೆ ತಕ್ಕಂತೆ ಟಿಕೇಟುಗಳನ್ನು ಕೊಟ್ಟು) ನೂಕುನುಗ್ಗಲನ್ನು ತಡೆಗಟ್ಟುವರು. ಆದರೆ ಇಲ್ಲಿ ಸಾಮಾನ್ಯವಾಗಿ ನಿಯಂತ್ರಿತ ಮಿತಿಯನ್ನು ಮೀರಲಾಗುವುದು (ಅಂದರೆ ನಿಗದಿಯಾಗಿರುವ ಆಸನಗಳಿಗೂ ಮೀರಿ ಪ್ರಯಾಣಿಕರಿಗೆ ಟಿಕೀಟು ಕೊಟ್ಟಿರುತ್ತಾರೆ).

ಮೂರನೇ ದರ್ಜೆಯ ಪ್ರಯಾಣಿಕರುಗಳಿಗೆ ಒದಗಿಸಲಾಗುವ ಸೌಲಭ್ಯಗಳ ಬಗ್ಗೆ ರೈಲ್ವೆ ಅಧಿಕಾರಿಗಳು ಅಸಡ್ಡೆ ತೋರುತ್ತಾರೆ. ಜತೆಯಲ್ಲಿ ಕೊಳಕು ಮತ್ತು ಪ್ರಯಾಣಿಕರು ತೋರುವ ವಿವೇಚನೆಯಿಲ್ಲದ ನಡವಳಿಕೆಗಳು ಸೇರಿಕೊಳ್ಳುವುದರಿಂದ ಸಹಜವಾಗಿ ನೈರ್ಮಲ್ಯಕ್ಕೆ ಗಮನ ಕೊಡುವ ಪ್ರಯಾಣಿಕನಿಗೆ ಮೂರನೇ ದರ್ಜೆಯಲ್ಲಿ ಪ್ರಯಾಣ ಮಾಡುವುದು ಪೀಡೆಯಾಗಿ ಕಾಡುವುದು ಈ ಅಹಿತಕರವಾದ ನೆಡವಳಿಕೆಗಳಲ್ಲಿ ಸಾಮಾನ್ಯವಾಗಿ ಕಂಪಾರ್ಟ್‌ಮೆಂಟ್‌ನ ನೆಲದ ಮೇಲೆ ಕಚಡ-ಕಸವನ್ನು ಎಸೆಯುವುದು, ಸದಾಕಾಲವೂ ಹೊಗೆಬತ್ತಿ ಸೇದುತ್ತಿರುವುದು. ಎಲೆ-ಅಡಿಕೆ, ತಂಬಾಕನ್ನು ಅಗಿಯುವುದು, ಇಡೀ ಕ್ಯಾರಿಜ್ (ಡಬ್ಬಿ) ಅನ್ನು ಉಗುಳುಪಾತ್ರೆ (ಪೀಕುದಾನಿ)ಯಾಗಿ ಪರಿವರ್ತಿಸುವುದು, ಕೂಗುವುದು ಮತ್ತು ಅರಚುವುದು, ಅಶ್ಲೀಲ ಭಾಷೆಯನ್ನು ಬಳಸುವುದು ಸೇರಿರುತ್ತವೆ. ಸಹ ಪ್ರಯಾಣಿಕರ ನೆಮ್ಮದಿ ಅಥವಾ ಸೌಕರ್ಯಗಳ ಕಡೆಗೆ ಗಮನ ಕೊಡದೇ ಪ್ರಯಾಣಿಕರು ಮನಬಂದಂತೆ ವರ್ತಿಸುತ್ತಿರುತ್ತಾರೆ. 1902ರಲ್ಲಿ ಮೂರನೇ ದರ್ಜೆಯಲ್ಲಿ ಪ್ರಯಾಣ ಮಾಡಿದ್ದಾಗ ಉಂಟಾಗಿದ್ದ ನನ್ನ ಅನುಭವಕ್ಕೂ 1915-1919ರ ಅವಧಿಯ ನನ್ನ ಮೂರನೇ ದರ್ಜೆಯ (ಅವಿಚ್ಛಿನ್ನ) ಪ್ರಯಾಣದ ಅನುಭವಕ್ಕೂ ನಡುವೆ ಎಲ್ಲೋ ಕಿಂಚಿತ್ ವ್ಯತ್ಯಾಸವನ್ನು ಗಮನಿಸಿರಬಹುದು.

ಈ ಕಡುಬೇಸರ ತರಿಸುವ ಈ ಪರಿಸ್ಥಿತಿಗೆ ಒಂದೇ ಒಂದು ಪರಿಹಾರವಿದೆ. ವಿದ್ಯಾವಂತರು ಮೂರನೇ ದರ್ಜೆಯಲ್ಲಿ ಪ್ರಯಾಣ ಮಾಡುವುದು ಅತ್ಯವಶ್ಯವೆಂದು ಪರಿಗಣಿಸಬೇಕು ಮತ್ತು

ಜನರ ನಡವಳಿಕೆಯನ್ನು ತಿದ್ದಬೇಕು. ರೈಲ್ವೆ ಅಧಿಕಾರಿಗಳು ನೆಮ್ಮದಿಯಿಂದಿರದಂತೆ ನೋಡಿಕೊಳ್ಳಬೇಕು. ಅದಕ್ಕಾಗಿ ಅವಶ್ಯಕತೆಯಿದ್ದಾಗ ವಿಧಿಬದ್ಧವಾಗಿ ಆಕ್ಷೇಪಣೆಗಳನ್ನು ಸಲ್ಲಿಸಬೇಕು. ಪ್ರಯಾಣಿಕರು ತಮಗೆ ಮಾತ್ರ ಸೌಲಭ್ಯಗಳನ್ನು ಪಡೆಯಲು ಲಂಚ ಕೊಡಬಾರದು ಇಲ್ಲವೇ ಯಾವುದೇ ಇತರ ಅನುಚಿತ ಮಾರ್ಗಗಳನ್ನು ತುಳಿಯಬಾರದು. ಯಾರೇ ಆಗಿರಲಿ ನಿಯಮಗಳನ್ನು ಮೀರಿ ನಡೆದುಕೊಂಡರೆ ಅದನ್ನು ಸಹಿಸಿಕೊಳ್ಳಬಾರದು. ಹೀಗೆ ನಡೆದುಕೊಂಡರೆ ಖಂಡಿತವಾಯೂ ಸಾಕಷ್ಟು ಸುಧಾರಣೆಯನ್ನು ತರಬಹುದು.

1918-19ರಲ್ಲಿ ನಾನು ತೀವ್ರವಾಗಿ ಕಾಯಿಲೆ ಮಲಗಿದ್ದರಿಂದ ದುರದೃಷ್ಟವಶಾತ್ ನಾನು ಮೂರನೇ ದರ್ಜೆಯಲ್ಲಿ ಪ್ರಯಾಣ ಮಾಡುವ ಉದ್ದೇಶವನ್ನು ಬಿಟ್ಟುಕೊಡಬೇಕಾಯ್ತು. ಆದರಿಂದ ನಾನು ಎಂದಿನಿಂದಲೂ ನೊಂದುಕೊಳ್ಳುತ್ತಿದ್ದೇನೆ ಮತ್ತು ನಾಚಿಕೊಳ್ಳುತ್ತಿದ್ದೇನೆ. ಏಕೆಂದರೆ ಮುಖ್ಯವಾಗಿ ಮೂರನೇ ದರ್ಜೆಯ ಪ್ರಯಾಣಿಕರ ತಾಪತ್ರಯಗಳನ್ನು ನಿವಾರಿಸಲು ನಡೆಯುತ್ತಿದ್ದ ಪ್ರತಿಭಟನೆ ತೃಪ್ತಿಕರವಾಗಿ ಮುಂದುವರೆಯುತ್ತಿದ್ದಾಗ ಕಾಯಿಲೆಯಿಂದಾದ ದೈಹಿಕ ಅಸಾಮರ್ಥ್ಯ ಅಡ್ಡಬಂದಿತ್ತು. ಪ್ರಯಾಣಿಕರ ದುರಭ್ಯಾಸಗಳು, ವಿದೇಶಿ ವ್ಯಾಪಾರಕ್ಕೆ ಸರ್ಕಾರವು ಅನುಚಿತವಾಗಿ ದಯಪಾಲಿಸಿರುವ ಸೌಲಭ್ಯಗಳು ಮತ್ತು ಇದೇ ಬಗೆಯ ಇತರ ಅನೇಕ ಲೋಪ ದೋಷಗಳಿಂದ ಉಂಟಾಗಿರುವ ಬಡ ರೈಲ್ವೆ ಮತ್ತು ಹಡಗು ಪ್ರಯಾಣಿಕರ ಕಷ್ಟಕಾರ್ಪಣ್ಯಗಳು ಒಂದು ಮುಖ್ಯ ವಿಷಯವಾಗಿದೆ. ಒಬ್ಬರೋ ಅಥವಾ ಇಬ್ಬರು ಸಾಹಸಿಗಳು ಅಥವಾ ಈ ವಿಷಯಕ್ಕೆ ತಮ್ಮ ಪೂರ್ಣ ಕಾಲವನ್ನು ವಿನಿಯೋಗಿಸಲು ತಯಾರಿರುವಂತಹ ಹಾಗೂ ಪಟ್ಟು ಹಿಡಿದು ಸಾಧಿಸುವಂತಹ ಶ್ರಮಿಕರು ಈ ಕಾರ್ಯದಲ್ಲಿ ತೊಡಗಿಕೊಳ್ಳುವಷ್ಟರ ಮಟ್ಟಿಗೆ ಈ ವಿಷಯ ಮಹತ್ವದ್ದಾಗಿದೆ.

ನಾನೀಗ ಮೂರನೇ ದರ್ಜೆಯ ಪ್ರಯಾಣಿಕರನ್ನು ಈ ಹಂತದಲ್ಲಿ ಬಿಟ್ಟು ಬೆನಾರಸ್‌ನಲ್ಲಿನ ನನ್ನ ಅನುಭವದ ಕಡೆಗೆ ಬರುತ್ತೇನೆ. ನಾನು ಅಲ್ಲಿಗೆ ಬೆಳಿಗ್ಗೆ ಬಂದೆ. ಒಬ್ಬ ಪಂಡನ ಜತೆಯಲ್ಲಿ ಉಳಿದುಕೊಳ್ಳಲು ನಿಶ್ಚಯಿಸಿದ್ದೆ. ನಾನು ರೈಲಿನಿಂದ ಇಳಿಯುತ್ತಿದ್ದಂತೆ ಅನೇಕ ಬ್ರಾಹ್ಮಣರು ನನ್ನನ್ನು ಮುತ್ತಿಕೊಂಡರು. ತುಲನಾತ್ಮಕವಾಗಿ ಉಳಿದವರಿಗಿಂತ ಶುಚಿಯಾಗಿದ್ದಾನೆ ಎಂದು ಕಂಡುಬರುವ ಒಬ್ಬ ಪಂಡನನ್ನು ಆಯ್ಕೆಮಾಡಿಕೊಂಡೆ. ಅದು ಒಳ್ಳೆಯ ಆಯ್ಕೆಯೇ ಆಗಿತ್ತು. ಅವನ ಮನೆಯ ಒಳಾಂಗಣದಲ್ಲಿ ಒಂದು ಹಸುವಿತ್ತು. ಮೇಲಿನ ಮಾಳಿಗೆಯನ್ನು ನನಗೆ ವಸತಿಗೆಂದು ಬಿಟ್ಟುಕೊಟ್ಟಿದ್ದರು. ಗಂಗಾನದಿಯಲ್ಲಿ ಸೂಕ್ತ ಸಾಂಪ್ರದಾಯಿಕ ರೀತಿಯಲ್ಲಿ ಶಾಸ್ತ್ರೋಕ್ತ ಸ್ನಾನ ಮಾಡದೇ ಆಹಾರ ತೆಗೆದುಕೊಳ್ಳಲು ನಾನು ಇಷ್ಟಪಡಲಿಲ್ಲ. ಪಂಡ ಅದಕ್ಕೆ ತಕ್ಕ ಸಿದ್ಧತೆಗಳನ್ನು ಮಾಡಿಕೊಟ್ಟ. ನಾನು ಅವನಿಗೆ ದಕ್ಷಿಣೆ (ಕೊಡುಗೆ)ಯ ರೂಪದಲ್ಲಿ ಒಂದು ರೂಪಾಯಿ ಮತ್ತು ನಾಲ್ಕು ಅಣೆಗಳಿಗಿಂತ ಹೆಚ್ಚಾಗಿ ಯಾವುದೇ ರೀತಿಯಲ್ಲೂ ಹಣ ಕೊಡುವುದಿಲ್ಲವೆಂದೂ ಆದ್ದರಿಂದ ಸಿದ್ಧತೆಗಳನ್ನು ನಡೆಸುವಾಗ ಅದನ್ನು ಮನಸ್ಸಿನಲ್ಲಿಟ್ಟುಕೊಂಡಿರಬೇಕೆಂದು ಮೊದಲೇ ತಿಳಿಸಿದ್ದೆ.

ಪಂಡ ಕೂಡಲೇ ಒಪ್ಪಿಕೊಂಡ. 'ಯಾತ್ರಿಕನು ಶ್ರೀಮಂತನಾಗಿರಲಿ ಅಥವಾ ಬಡವನಾಗಿರಲಿ ಪ್ರತಿಯೊಂದು ಪ್ರಸಂಗದಲ್ಲೂ ಸೇವೆ ಒಂದೇ ತೆರನಾಗಿರುವುದು' ಎಂದು ಅವನು ಹೇಳಿದ. ಆದರೆ ನಾವು ಸ್ವೀಕರಿಸುವ ದಕ್ಷಿಣೆಯ 'ಹಣ ಯಾತ್ರಿಕನ ಇಚ್ಛೆ ಮತ್ತು ಅವನ ಸಾಮರ್ಥ್ಯವನ್ನು

ಅವಲಂಬಿಸಿರುವುದು.' ಎಂದು ಹೇಳಿದ. 'ಪಂಡ ನನ್ನ ವಿಷಯದಲ್ಲಿ ಎಂದಿನ ಕ್ರಿಯಾವಿಧಿಗಳನ್ನು ಸಂಕ್ಷೇಪಗೊಳಿಸಲಿಲ್ಲ ಎಂಬುದನ್ನರಿತೆ. ಪೂಜೆ (ಆರಾಧನೆ) ಹನ್ನೆರಡು ಗಂಟೆಯ ಹೊತ್ತಿಗೆ ಮುಗಿಯಿತು. ನಾನು ತರುವಾಯ ವಿಶ್ವನಾಥನ ದರ್ಶನ ಮಾಡಲು ಕಾಶಿಗೆ ಹೋದೆ. ನಾನು ಅಲ್ಲಿ ಏನು ಕಂಡೆನೋ ಅದರಿಂದ ನನಗೆ ತುಂಬಾ ನೋವುಂಟಾಯಿತು. 1891ರಲ್ಲಿ ಬಾಂಬೆಯಲ್ಲಿ ಬ್ಯಾರಿಸ್ಟರ್ ಆಗಿ ವೃತ್ತಿಯನ್ನು ನಡೆಸುತ್ತಿದ್ದಾಗ ಪ್ರಾರ್ಥನಾ ಸಮಾಜ ಸಭಾಂಗಣದಲ್ಲಿ ಕಾಶಿಗೆ ತೀರ್ಥಯಾತ್ರೆ ಎಂಬ ವಿಷಯದ ಮೇಲೆ ಭಾಷಣ ಮಾಡುವ ಸಂದರ್ಭ ಒದಗಿ ಬಂದಿತ್ತು. ಆದ್ದರಿಂದ ನಾನು ಸ್ವಲ್ಪಮಟ್ಟಿಗೆ ನಿರಾಶೆಗೆ ಸಿದ್ಧನಾಗಿದ್ದೆ. ಆದರೆ ನಾನು ನಿರೀಕ್ಷಿಸಿದ್ದಕ್ಕಿಂತ ಪ್ರತ್ಯಕ್ಷವಾಗಿದ್ದ ನಿರಾಶೆ ಇನ್ನೂ ಹೆಚ್ಚಾಗಿತ್ತು.

ಹೋಗುವ ದಾರಿ ಇಕ್ಕಟ್ಟಾಗಿತ್ತು ಮತ್ತು ನುಣುಪಾಗಿದ್ದರಿಂದ ಜಾರುವಂತಿತ್ತು. ಅಲ್ಲಿ ನೆಮ್ಮದಿ ಇರಲಿಲ್ಲ. ಹಿಂಡುಹಿಂಡಾಗಿ ಮುತ್ತುತ್ತಿದ್ದ ನೊಣಗಳು ಮತ್ತು ಅಂಗಡಿ ಮಾಲೀಕರುಗಳು ಮತ್ತು ಯಾತ್ರಿಕರು ಮಾಡುತ್ತಿದ್ದ ಗದ್ದಲ ಖಂಡಿತವಾಗಿಯೂ ಸಹಿಸಲಸಾಧ್ಯವಾಗಿತ್ತು.

ಯಾವ ಸ್ಥಳದಲ್ಲಿ ಯಾರಾದರೂ ಧ್ಯಾನ ಮತ್ತು ಆಧ್ಯಾತ್ಮಿಕ ಸಂಸರ್ಗವಿರುವ ವಾತಾವರಣವನ್ನು ನಿರೀಕ್ಷಿಸುತ್ತಾರೋ ಅಲ್ಲಿ ಸ್ಪಷ್ಟವಾಗಿ ಅಂತಹ ವಾತಾವರಣವೇ ಇರಲಿಲ್ಲ. ಯಾರಾದರೂ ತನ್ನಲ್ಲೇ ಅದನ್ನು ಕಂಡುಕೊಳ್ಳಬೇಕಾಗಿತ್ತು. ಧ್ಯಾನದಲ್ಲಿ ಮಗ್ನರಾಗಿದ್ದು ಪೂರ್ಣವಾಗಿ ಸುತ್ತ ಇದ್ದ ಪರಿಸರವನ್ನು ಮರೆತಿದ್ದ ಶ್ರದ್ಧಾವಂತರಾದ ಸಹೋದರಿಯರನ್ನು ಗಮನಿಸಿದೆ. ಆದರೆ ಇದಕ್ಕೆ ದೇವಾಲಯದ ಅಧಿಕಾರಿಗಳಿಗೆ ಯಾವುದೇ ಮನ್ನಣೇ ಸಲ್ಲಬೇಕಾಗಿರಲಿಲ್ಲ. ದೇವಾಲಯ ಭೌತಿಕವಾಗಿ ಮತ್ತು ನೈತಿಕವಾಗಿ ಪರಿಶುದ್ಧವಾದ, ಮಧುರವಾದ ಮತ್ತು ಪವಿತ್ರವಾದ ವಾತಾವರಣವನ್ನು ಸೃಷ್ಟಿಸುವಂತಿರಬೇಕು. ಅದನ್ನು ನಿರ್ವಹಿಸಿಕೊಂಡು ಬರುವ ಹೊಣೆಗಾರಿಕೆಯನ್ನು ಅಧಿಕಾರಿಗಳು ಹೊತ್ತುಕೊಳ್ಳಬೇಕು. ಆದರೆ ಇದಕ್ಕೆ ಪ್ರತಿಯಾಗಿ ನಾನು ತಮ್ಮ ಸಿಹಿತಿಂಡಿಗಳನ್ನು ಮತ್ತು ಇತ್ತೀಚಿನ ನಮೂನೆಯ ಆಟದ ಸಾಮಾನ್ಯಗಳನ್ನು ಮಾರುವ ವಂಚಕರಾದ ಅಂಗಡಿ ಮಾಲೀಕರುಗಳು ತುಂಬಿರುವ ಬಜಾರವನ್ನು ಕಂಡೆ.

ನಾನು ದೇವಾಲಯವನ್ನು ಮುಟ್ಟಿದಾಗ ದುರ್ವಾಸನೆಯನ್ನು ಸೂಸುತ್ತಿದ್ದ ಕೊಳೆತ ಹೂವುಗಳ ರಾಶಿ ನನ್ನನ್ನು ಸ್ವಾಗತಿಸಿತು. ನೆಲಕ್ಕೆ ಉತ್ಕೃಷ್ಟ ಅಮೃತಶಿಲೆಯನ್ನು ಹಾಸಲಾಗಿತ್ತು. ಹಾಗಿದ್ದರೂ ಸೌಂದರ್ಯಾಭಿರುಚಿಯಿಲ್ಲದ ಯಾವನೋಒಬ್ಬ ಮುಗ್ಧ ಭಕ್ತ ಅವನ್ನು ಒಡೆದು ಹಾಕಿದ್ದ. ಅವುಗಳಲ್ಲಿ ರೂಪಾಯಿಗಳನ್ನು ಹುದುಗಿಸಿಟ್ಟಿದ್ದ. ಅದರಿಂದಾಗಿ ಅವೆಲ್ಲವು ಕೊಳೆ ಸೇರಿಕೊಳ್ಳಲು ತಕ್ಕ ಉತ್ಕಷ್ಟ ತೊಟ್ಟಿಯಾಗಿತ್ತು.

ನಾನು ಜನ ವಾಪಿ (ಜ್ಞಾನದ ಬಾವಿ)ಯ ಬಳಿಗೆ ಹೋದೆ. ನಾನು ಅಲ್ಲಿ ದೇವರಿಗಾಗಿ ಹುಡುಕಾಡಿದೆ. ಆದರೆ ಅವನನ್ನು ಕಾಣದೇ ವಿಫಲನಾದೆ. ಆದ್ದರಿಂದ ಅಲ್ಲಿ ಮುಖ್ಯವಾಗಿ ನನ್ನಲ್ಲಿ ಒಳ್ಳೆಯ ಮನೋಭಾವ ಹುಟ್ಟಿಕೊಳ್ಳಲಿಲ್ಲ ಜನ ವಾಪಿಯ ಸುತ್ತ ಇದ್ದ ಆವರಣ ಕೂಡಾ ಕೊಳಕಾಗಿದ್ದುದನ್ನು ಗಮನಿಸಿದೆ. ದಕ್ಷಿಣೆಯನ್ನು ಕೊಡುವ ಮನಸ್ಸಿರಲಿಲ್ಲ. ಆದ್ದರಿಂದ ನಾನು ಒಂದು ಪೈಯನ್ನು ಕೊಟ್ಟೆ. ಪೂಜೆಯ ಹೊಣೆಯನ್ನು ಹೊತ್ತು ಕೊಂಡಿದ್ದ ಪಂಡ ಕೋಪಗೊಂಡು ಪೈ

(ಕಾಸು)ಯನ್ನು ದೂರ ಎಸೆದ. ಅವನು ಕೋಪತೀರಿಸಿಕೊಳ್ಳಲು ಶಪಿಸುತ್ತ ಹೇಳಿದ: 'ಈ ಅಪಮಾನ ನಿನ್ನನ್ನು ನರಕಕ್ಕೆ ನೇರವಾಗಿ ಒಯ್ಯುವುದು'.

ಇದರಿಂದ ನಾನು ಗಲಿಬಿಲಿಗೊಳ್ಳಲಿಲ್ಲ. 'ಮಹಾರಾಜ್', ಯಾವುದೇ ದುರ್ವಿಧಿ ನನಗಾಗಿ ಕಾದಿರಲಿ. ಅಂತಹ ಭಾಷೆಯಲ್ಲಿ ಚಪಲ ತೀರಿಸಿಕೊಳ್ಳುವುದು ನಿಮ್ಮಂತಹವರಿಗೆ ಅವಶ್ಯಕವಾಗಿರಬಾರದು. ಇಷ್ಟಪಟ್ಟರೆ ನೀವು ಈ ಪೈಯನ್ನು ತೆಗೆದುಕೊಳ್ಳಬಹುದು ಅಥವಾ ನೀವು ಅದನ್ನು ಕೂಡಾ ಕಳೆದುಕೊಳ್ಳುವಿರಿ.'

'ಹೊರಟು ಹೋಗು' ಎಂದು ಅವನು ಉತ್ತರಕೊಟ್ಟ. 'ನನಗೆ ನಿನ್ನ ಪೈ ಬೇಕಾಗಿಲ್ಲ' ತರುವಾಯ ಅವನು ಇನ್ನಷ್ಟು ಬೈಗುಳಗಳ ಮಳೆಗರೆದ.'

ನಾನು ನನ್ನ ಪೈಯನ್ನು ತೆಗೆದುಕೊಂಡು ನನ್ನ ದಾರಿ ಹಿಡಿದೆ. ಆ ಬ್ರಾಹ್ಮಣನು ಒಂದು ಪೈಯನ್ನು ಕಳೆದುಕೊಂಡ ಮತ್ತು ನಾನು ಒಂದು ಪೈಯನ್ನು ಉಳಿಸಿಕೊಂಡೆ ಎಂದು ನನ್ನನ್ನು ನಾನು ಮಿತಿಮೀರಿ ಹೊಗಳಿಕೊಳ್ಳುತ್ತ ಮುಂದೆ ಹೊರಟೆ. ಆದರೆ ಮಹಾರಾಜ ಪೈಯನ್ನು ಸುಲಭವಾಗಿ ಕಳೆದುಕೊಳ್ಳುವವನಾಗಿರಲಿಲ್ಲ. ಅವನು ನನ್ನನ್ನು ಹಿಂದಕ್ಕೆ ಬರುವಂತೆ ಕರೆದ ಮತ್ತು ಹೇಳಿದ: 'ಆಗಲಿ, ಪೈಯನ್ನು ಇಲ್ಲಿ ಬಿಡು. ನಾನು ನಿನ್ನಂತಿರಲಾರೆ. ನಾನು ನಿನ್ನ ಪೈಯನ್ನು ನಿರಾಕರಿಸಿದರೆ ಆದರಿಂದ ನಿನಗೆ ಕೆಡುಕಾಗುವುದು'.

ನಾನು ಏನೂ ಮಾತಾಡದೇ ನಿಟ್ಟುಸಿರುಬಿಡುತ್ತ ಅವನಿಗೆ ಪೈಯನ್ನು ನೀಡಿದೆ. ಮತ್ತು ಹೊರಟುಬಿಟ್ಟೆ. ಅಲ್ಲಿಂದ ಮುಂದೆ ನಾನು ಕಾಶಿ ವಿಶ್ವನಾಥನ ಬಳಿಗೆ ಎರಡು ಬಾರಿ ಬಂದಿದ್ದೆ. ಆ ಹೊತ್ತಿಗಾಗಲೇ ನಾನು ಮಹಾತ್ಮ ಎಂಬ ಬಿರುದನ್ನು ಪಡೆದು ವೇದನೆಗೊಳಗಾಗಿದ್ದೆ. ಆದ್ದರಿಂದ ನಾನು ಮೇಲೆ ವಿವರಿಸಿದ್ದಂತಹ ಅನುಭವಗಳು ನನಗಾಗುವುದು ಅಸಾಧ್ಯವಾಗಿತ್ತು. ಜನರು ನನ್ನ ದರ್ಶನಕ್ಕೆ ಅತ್ಯಾಸಕ್ತಿ ತೋರುತ್ತಿದ್ದರಿಂದ ನನಗೆ ದೇವಾಲಯದ ದರ್ಶನಕ್ಕೆ ಅವರು ಅವಕಾಶವನ್ನೇ ನೀಡುತ್ತಿರಲಿಲ್ಲ. ಮಹಾತ್ಮರುಗಳ ಅಳಲು ಮಹಾತ್ಮರುಗಳಿಗೆ ಮಾತ್ರ ಗೊತ್ತಿರುತ್ತದೆ. ಇದನ್ನು ಬಿಟ್ಟಂತೆ ಹೇಳುವುದಾದರೆ ಕೊಳಕು ಮತ್ತು ಗದ್ದಲ ಹಿಂದಿನಂತೆಯೇ ಅದೇ ರೀತಿಯಲ್ಲಿದ್ದವು.

ಯಾರಾದರೂ ದೇವರ ಅಪರಿಮಿತ ಕರುಣೆಯಲ್ಲಿ ಸಂಶಯವನ್ನು ಹೊಂದಿದ್ದರೆ ಆತನು ಈ ಪವಿತ್ರ ಸ್ಥಳಗಳನ್ನು ನೋಡಲಿ. ಅವನ ಪವಿತ್ರ ಹೆಸರಲ್ಲಿ ಎಷ್ಟೊಂದು ಬೂಟಾಟಿಕೆ ಮತ್ತು ಅಧರ್ಮ ನಡೆಯುತ್ತಿದ್ದರೂ. ಆ ಯೋಗಿಗಳ ದೊರೆಯು ಈ ಪ್ರಮಾದಕಾರ್ಯಗಳು ನಡೆಯುತ್ತಿರುವುದನ್ನು ಹೇಗೆ ಸಹಿಸಿಕೊಳ್ಳುತ್ತಾನೆ? ಅವನು ತುಂಬಾ ಹಿಂದೆಯೇ ಘೋಷಿಸಿದ್ದ:

ಯೇ ಯಥಾ ಮಾಂ ಪ್ರಪದ್ಯಂತ್ ತಾಂಸ್ತಥೈವ್ ಭಜಾಮ್ಯಹಮು?

ಮನುಷ್ಯನು ಏನನ್ನು ಬಿತ್ತುತ್ತಾನೋ ಅದರ ಫಸಲಿನ ಕಟಾವುಮಾಡುತ್ತಾನೆ. ಕರ್ಮದ ಕಟ್ಟಳೆಯು ನಿಷ್ಠುರವಾದದ್ದು ಮತ್ತು ನುಣುಚಿಕೊಳ್ಳಲು ಅಸಾಧ್ಯವಾದದ್ದು. ಆದ್ದರಿಂದ ಅದರ ಮಧ್ಯಪ್ರವೇಶಿಸಲು ದೇವರಿಗೆ ಅವಶ್ಯಕತೆಯೇ ಬೀಳುವುದಿಲ್ಲ. ಅವನು ಕಟ್ಟಳೆಯನ್ನು ರೂಪಿಸಿದ್ದಾನೆ ಮತ್ತು ಅದನ್ನು ಇಲ್ಲಿ ಬಿಟ್ಟು ನಿರ್ಗಮಿಸಿದ್ದಾನೆ.

ದೇವಾಲಯವನ್ನು ಸಂದರ್ಶಿಸಿದ ತರುವಾಯ ನಾನು ಶ್ರೀಮತಿ ಬೆಸೆಂಟ್ ಅವರನ್ನು ಗೌರವಪೂರ್ವಕವಾಗಿ ಭೇಟಿ ಮಾಡಲು ಕಾದು ಕೂತೆ. ಅವರು ಆಗತಾನೇ ಕಾಯಿಲೆಯಿಂದ ಗುಣಮುಖರಾಗುತ್ತಿದ್ದರು ಎಂದು ತಿಳಿದಿದ್ದೆ. ನಾನು ನನ್ನ ಹೆಸರನ್ನು ಬರೆದು ಆ ಚೀಟಿಯನ್ನು ಅವರ ಬಳಿಗೆ ಕಳಿಸಿದೆ. ಅವರು ತಕ್ಷಣವೇ ನನ್ನನ್ನು ಕಾಣಲು ಬಂದರು. ಅವರಿಗೆ ನನ್ನ ಗೌರವಾದಾರಗಳನ್ನು ಸಲ್ಲಿಸುವ ಉದ್ದೇಶದಿಂದ ಮಾತ್ರ ನಾನು ಅಲ್ಲಿಗೆ ಬಂದಿದ್ದೆ. ನಾನು ಹೇಳಿದೆ: ತಮ್ಮ ಆರೋಗ್ಯ ತುಂಬಾ ಸೂಕ್ಷ್ಮವಾಗಿದೆಯೆಂದು ನನಗೆ ಗೊತ್ತಿದೆ. ನಾನು ನಿಮಗೆ ನನ್ನ ಗೌರವಾದರವನ್ನು ಸಲ್ಲಿಸಲು ಮಾತ್ರ ಇಚ್ಛಿಸಿದ್ದೇನೆ. ನಿಮ್ಮ ಆರೋಗ್ಯ ಚೆನ್ನಾಗಿಲ್ಲದಿದ್ದರೂ ನನ್ನನ್ನು ಬರಮಾಡಿಕೊಳ್ಳುವಷ್ಟು ಹಿರಿಮೆಯನ್ನು ತೋರಿಸಿದ್ದಕ್ಕಾಗಿ ನಿಮಗೆ ವಂದನೆಗಳು. ನಾನು ನಿಮ್ಮನ್ನು ಹೆಚ್ಚು ಕಾಲ ತಡೆದು ನಿಲ್ಲಿಸಿಕೊಳ್ಳಲಾರೆ.'

ಹಾಗೆ ಹೇಳಿ ನಾನು ಅವರನ್ನು ಬಿಟ್ಟು ಹೊರಕ್ಕೆ ಬಂದೆ.

21. ಬೊಂಬಾಯಿಯಲ್ಲಿ ನೆಲೆನಿಂತೆ?

ನಾನು ಬಾಂಬೆಯಲ್ಲಿ ನೆಲೆ ನಿಲ್ಲಬೇಕೆಂದೂ ವಕೀಲನಾಗಿ ವೃತ್ತಿಯನ್ನು ನಡೆಸಬೇಕೆಂದೂ ಮತ್ತು ಸಾರ್ವಜನಿಕ ಕೆಲಸದಲ್ಲಿ ಅವರಿಗೆ ಸಹಾಯ ಮಾಡಬೇಕೆಂದು ಗೋಖಲೆ ಅವರು ತೀವ್ರಾಪೇಕ್ಷೆಯನ್ನಿಟ್ಟು ಕೊಂಡಿದ್ದರು. ಆ ದಿವಸಗಳಲ್ಲಿ ಸಾರ್ವಜನಿಕ ಕೆಲಸವೆಂದರೆ ಕಾಂಗ್ರೆಸ್ ಕೆಲಸವಾಗಿತ್ತು. ಆ ಸಂಸ್ಥೆಯ ಸ್ಥಾಪನೆಗೆ ಅವರು ನೆರವಾಗಿದ್ದರು ಮುಖ್ಯಕಾರ್ಯಗಳನ್ನು ನೋಡಿಕೊಳ್ಳುತ್ತಿದ್ದ ಆ ಸಂಸ್ಥೆಯೇ ಕಾಂಗ್ರೆಸ್ ಆಡಳಿತವನ್ನು ನೋಡಿಕೊಳ್ಳುತ್ತಿತ್ತು.

ನಾನು ಗೋಖಲೆ ಅವರ ಸಲಹೆಯನ್ನು ಇಷ್ಟಪಟ್ಟೆ. ಆದರೆ ಬ್ಯಾರಿಸ್ಟರ್ ಆಗಿ ಯಶಸ್ವಿಯಾಗುವುದರ ಬಗ್ಗೆ ನನ್ನಲ್ಲಿ ಅತಿ ಆತ್ಮವಿಶ್ವಾಸವಿರಲಿಲ್ಲ. ಹಿಂದಿನ ವೈಫಲ್ಯಗಳ ಕಹಿ ನೆನಪುಗಳು ಇನ್ನೂ ನನ್ನಲ್ಲಿ ಮನೆ ಮಾಡಿದ್ದವು. ಮೊಕದ್ದಮೆಗಳನ್ನು ಸಂಪಾದಿಸಿಕೊಳ್ಳಲು ಮುಖಸ್ತುತಿ ಮಾಡುವುದು ವಿಷವೆಂದು ಭಾವಿಸಿದ್ದರಿಂದ ನಾನು ಆ ನಡವಳಿಕೆಯನ್ನು ಇನ್ನೂ ದ್ವೇಷಿಸುತ್ತಿದ್ದೆ.

ಆದ್ದರಿಂದ ನಾನು ಮೊದಲು ರಾಜ್‌ಕೋಟ್‌ನಲ್ಲಿ ಕೆಲಸವನ್ನು ಪ್ರಾರಂಭಿಸಲು ನಿರ್ಧರಿಸಿದೆ. ನನ್ನ ಹಿಂದಿನ ಹಿತೈಷಿ ಕೇವಲ್‌ರಾಮ್ ಮಾವಜೀ ದವೆ ನನಗೆ

ಇಂಗ್ಲೆಂಡ್‌ಗೆ ಹೋಗಲು ಪ್ರಚೋದಿಸಿದ್ದರು. ಅವರು ಅಲ್ಲಿದ್ದರು. ಅವರು ನನಗೆ ಕೂಡಲೇ ಮರುಮಾತಿಲ್ಲದೇ ಮೂರು ಮೊಕದ್ದಮೆಗಳನ್ನು ಕೊಟ್ಟು ನಾನು ಕೆಲಸ ಆರಂಭಿಸುವಂತೆ ಮಾಡಿದರು. ಅವುಗಳಲ್ಲಿ ಎರಡು ಮೊಕದ್ದಮೆಗಳು ಕಥಿಯಾವಾಡ್‌ನ ಪೊಲಿಟಿಕಲ್ ಏಜೆಂಟ್‌ನ ಜುಡಿಷಲ್ ಅಸಿಸ್ಟೆಂಟ್ (ಕಾನೂನು ಸಹಾಯಕ)ನ ಮುಂದೆ ಸಲ್ಲಿಸಲಾದ ಮೇಲರ್ಜಿ (ಅಪೀಲ್)ಗಳಿಗೆ ಸಂಬಂಧಿಸಿದ್ದವು. ಒಂದು ಮೊಕದ್ದಮೆ ಜಾಮ್‌ನಗರದಲ್ಲಿದ್ದ ಮೂಲ (ಒರಿಜಿನಲ್) ಮೊಕದ್ದಮೆಯಾಗಿತ್ತು. ಕಡೆಯ ಮೊಕದ್ದಮೆ ತುಂಬಾ ಮುಖ್ಯವಾಗಿತ್ತು. ನಿಮಗೆ ನ್ಯಾಯ ಒದಗಿಸುತ್ತೇನೆಂಬ ವಿಶ್ವಾಸ ನನ್ನಲ್ಲಿಲ್ಲ ಎಂದು ನಾನು ಹೇಳಿದಾಗ ಕೇವಲ್ ರಾಮ್ ಹೇಳಿದರು: ಗೆಲ್ಲುವುದು ಇಲ್ಲವೇ ಸೋಲುವುದರ ಬಗ್ಗೆ ನೀವು ಕಳವಳ ಪಡಬೇಕಾಗಿಲ್ಲ. ನೀವು ಕೇವಲ ನಿಮಗೆ ತಕ್ಕದ್ದಾದ ಸಾಮರ್ಥ್ಯವನ್ನು ಪ್ರಯೋಗಿಸಿ. ನಾನಂತೂ ನಿಮಗೆ ಸಹಾಯಮಾಡಲು ಅಲ್ಲಿರುತ್ತೇನೆ.'

ಎದುರು ಪಕ್ಷದ ನ್ಯಾಯವಾದಿಯಾಗಿದ್ದವರು ದಿವಂಗತ ಸಾರ್ಜೆಂಟ್ ಸಮರ್ಥ. ನಾನು ಚೆನ್ನಾಗಿ ತಯಾರಾಗಿದ್ದೆ. ನನಗೆ ಭಾರತೀಯ ಕಾನೂನಿನ ಬಗ್ಗೆ ಹೆಚ್ಚು ಗೊತ್ತಿತ್ತು ಎಂದು ಭಾವಿಸಬೇಕಾಗಿಲ್ಲ. ಆದರೆ ಕೇವಲ್ ರಾಮ್ ದವೆ ನನಗೆ ಚೆನ್ನಾಗಿ ವಿಷಯವನ್ನು ತಿಳಿಸಿದ್ದರು. ಸರ್ ಫಿರೋಜ್ ಷಾ ಮೆಹತಾ ತಮ್ಮ ಬೆರಳ ತುದಿಗಳಲ್ಲಿ ಸಾಕ್ಷ್ಯಕ್ಕೆ ಸಂಬಂಧಿಸಿದ ಕಾನೂನನ್ನು ಇಟ್ಟುಕೊಂಡಿದ್ದರೆಂದೂ (ಅಂದರೆ ಅದು ಕರತಲಾಮಲಕವಾಗಿತ್ತು ಅಥವಾ ಅಮೂಲಾಗ್ರವಾಗಿ ಅರಿತಿದ್ದರು) ಅದೇ ಅವರ ಯಶಸ್ಸಿನ ಗುಟ್ಟೆಂದು ನಾನು ದಕ್ಷಿಣ ಆಫ್ರಿಕಕ್ಕೆ ಹೊರಡುವ ಮುಂಚೆ ಗೆಳೆಯರು ಹೇಳುತ್ತಿದ್ದುದನ್ನು ನಾನು ಕೇಳಿಸಿಕೊಂಡಿದ್ದೆ. ನಾನು ಈ ಮಾತನ್ನು ಮನಸ್ಸಿನಲ್ಲಿ ಇಟ್ಟು ಕೊಂಡಿದ್ದು ಪ್ರಯಾಣದ ಕಾಲದಲ್ಲಿ ಭಾರತೀಯ ಸಾಕ್ಷ್ಯ ಕಾಯಿದೆ (ಇಂಡಿಯನ್ ಎವಿಡೆನ್ಸ್ ಆ್ಯಕ್ಟ್)ಯನ್ನು ಅದರ ಮೇಲಿನ ವಿವರಣೆಯೊಂದಿಗೆ ತುಂಬಾ ಎಚ್ಚರಿಕೆಯಿಂದ ಅಧ್ಯಯನ ಮಾಡಿದ್ದೆ. ಹಾಗೆಯೇ ದಕ್ಷಿಣ ಆಫ್ರಿಕದಲ್ಲಿ ನಾನು ಪಡೆದಿದ್ದ ಕಾನೂನು ಅನುಭವ ಕೂಡಾ ನನಗೆ ಅನುಕೂಲಕರವಾಗಿತ್ತು.

ನಾನು ಮೊಕದ್ದಮೆಯನ್ನು ಗೆದ್ದೆ ಮತ್ತು ಅದರಿಂದ ಸ್ವಲ್ಪ ಆತ್ಮವಿಶ್ವಾಸವನ್ನು ಪಡೆದುಕೊಂಡೆ. ನನಗೆ ಮೇಲರ್ಜಿ (ಅಪೀಲ್)ಗಳ ಬಗ್ಗೆ ಭಯವಿರಲಿಲ್ಲ. ಅವುಗಳಲ್ಲಿ ನಾನು ಯಶಸ್ವಿಯಾಗಿದ್ದೆ. ಏನೇ ಆದರೂ ಬಾಂಬೆಯಲ್ಲಿ ಕೂಡಾ ನಾನು ವಿಫಲನಾಗಲಾರೆ ಎಂಬ ಮಹದಾಸೆಗೆ ಈ ಎಲ್ಲವೂ ಸ್ಫೂರ್ತಿ ನೀಡಿದ್ದವು.

ನಾನು ಬಾಂಬೆಗೆ ಹೋಗಲು ತೀರ್ಮಾನ ತೆಗೆದುಕೊಳ್ಳಲು ಪ್ರೇರೇಪಿಸಿದ್ದ ಸನ್ನಿವೇಶಗಳ ಬಗ್ಗೆ ವರ್ಣಿಸುವ ಮುಂಚೆ ನಾನು ಇಂಗ್ಲಿಷ್ ಅಧಿಕಾರಿಗಳ ಹೆಡ್ಡತನ ಮತ್ತು ವಿಚಾರಶೂನ್ಯತೆ ಕುರಿತ ನನ್ನ ಅನುಭವವನ್ನು ವಿವರಿಸುತ್ತೇನೆ. ಜುಡಿಷಲ್ ಅಸಿಸ್ಟೆಂಟ್ ಅವರ ನ್ಯಾಯಾಲಯ ಸಂಚರಿಸುವ ನ್ಯಾಯಾಲಯವಾಗಿತ್ತು. ನ್ಯಾಯಾಧೀಶರು ಯಾವಾಗಲೂ ಸಂಚಾರದಲ್ಲಿರುತ್ತಿದ್ದರು. ಅವರು ತಮ್ಮ ಬಿಡಾರವನ್ನು ಎಲ್ಲೆಲ್ಲಿಗೆ ಒಯ್ಯುತ್ತಾರೋ ಅಲ್ಲಿಗೆ ವಕೀಲರುಗಳು, ಅವರ ಕಕ್ಷಿಗಾರರು ಹಿಂಬಾಲಿಸಬೇಕಾಗಿತ್ತು. ಮುಖ್ಯ ಕಛೇರಿಯಿಂದ ಹೊರಕ್ಕೆ ಹೋಗುವಾಗ ವಕೀಲರುಗಳು ಹೆಚ್ಚು ಛಾರ್ಜನ್ನು ವಸೂಲ್ಮಾಡುತ್ತಿದ್ದರು. ಇದರಿಂದಾಗಿ ಕಕ್ಷಿಗಾರರು ಸಹಜವಾಗಿ ಎರಡು ಪಟ್ಟಿನಷ್ಟು

ಖರ್ಚು ಮಾಡಬೇಕಾಗುತ್ತಿತ್ತು. ನ್ಯಾಯಾಧೀಶರು ಈ ಅನಾನುಕೂಲದ ಬಗ್ಗೆ ತಲೆಕೆಡಿಸಿಕೊಳ್ಳುತ್ತಿರಲಿಲ್ಲ.

ನಾನು ಪ್ರಸ್ತಾಪಿಸಿದ್ದ ಮೇಲರ್ಜಿ (ಅಪೀಲ್) ವೆರಾವಲ್‌ನಲ್ಲಿ ವಿಚಾರಣೆಗೆ ಬಂದಿತ್ತು. ಅಲ್ಲಿ ಪ್ಲೇಗ್ ಕಾಯಿಲೆ ಉಲ್ಬಣಿಸಿತ್ತು. 5500 ಮಂದಿ ಇದ್ದ ಆ ಊರಿನಲ್ಲಿ ಪ್ರತಿದಿನವೂ 50 ಮಂದಿ ಈ ರೋಗಕ್ಕೆ ತುತ್ತಾಗುತ್ತಿದ್ದರೆಂಬುದು ನನ್ನ ನೆನಪಲ್ಲಿದೆ. ವಾಸ್ತವವಾಗಿ ಇಡೀ ಊರು ನಿರ್ಜನವಾಗಿತ್ತು. ಪಟ್ಟಣದಿಂದ ಸ್ವಲ್ಪ ದೂರದಲ್ಲಿದ್ದು ನಿರ್ಜನವಾಗಿದ್ದ ಧರ್ಮಶಾಲೆಯಲ್ಲಿ ನಾನು ಉಳಿದುಕೊಂಡಿದ್ದೆ. ಆದರೆ ಕಕ್ಷಿಗಾರರು ಎಲ್ಲಿ ಉಳಿದುಕೊಳ್ಳುವುದು? ಬಡವರಾಗಿದ್ದರೆ ಅವರು ಕೇವಲ ದೇವರ ಕರುಣೆಯನ್ನು ನಂಬಿಕೊಂಡಿರಬೇಕಾಗುತ್ತಿತ್ತು.

ಆ ನ್ಯಾಯಾಲಯದ ಮುಂದೆ ಮೊಕದ್ದಮೆಗಳನ್ನು ನಡೆಸಬೇಕಾಗಿದ್ದ ಒಬ್ಬ ಗೆಳೆಯರು ನನಗೆ ತಂತಿ ಕಳಿಸಿ ವೆರವಾಲ್‌ನಲ್ಲಿ ಪ್ಲೇಗು ಇರುವುದರಿಂದ ಬೇರೆ ಊರಿಗೆ ಬಿಡಾರವನ್ನು ಒಯ್ಯಬೇಕೆಂದು ನಾನು ಅರ್ಜಿ ಹಾಕಬೇಕೆಂದು ಕೇಳಿಕೊಂಡರು. ನಾನು ಅರ್ಜಿಯನ್ನು ಸಲ್ಲಿಸಿದಾಗ ಸಾಹಿಬ್ ನನ್ನನ್ನು ಪ್ರಶ್ನಿಸಿದ: 'ನಿಮಗೆ ಹೆದರಿಕೆಯಾಗುತ್ತಿದೆಯೇ?'

ನಾನು ಉತ್ತರಕೊಟ್ಟೆ: 'ನಾನು ಭಯಪಡುವ ಪ್ರಶ್ನೆ ಇದಲ್ಲ. ನಾನು ಬೇರೆ ಕಡೆಗೆ ಹೊರಟುಹೋಗಬಲ್ಲೆ. ಆದರೆ ಕಕ್ಷಿಗಾರರ ಪಾಡೇನು?'

'ಪ್ಲೇಗು ಭಾರತದಲ್ಲಿ ತಳವೂರಲು ಬಂದುಬಿಟ್ಟಿದೆ.' ಎಂದು ಸಾಹೀಬ್ ಉತ್ತರಿಸಿದ. 'ಏಕೆ ಹೆದರಬೇಕು? ವೆರಾವಲ್‌ನ ಹವಾಮಾನ ಸೊಗಸಾಗಿದೆ. (ಈ ಸಾಹಿಬ್ ಪಟ್ಟಣದಿಂದ ದೂರದಲ್ಲಿ ಹಾಗೂ ಸಮುದ್ರ ತೀರದಲ್ಲಿ ಹಾಕಿದ್ದ ಭವ್ಯವಾದ ಗುಡಾರದಲ್ಲಿ ವಾಸಿಸುತ್ತಿದ್ದ). ಖಂಡಿತವಾಗಿಯೂ ಜನರು ಬಯಲಲ್ಲಿ ವಾಸಿಸಲು ಕಲಿತುಕೊಳ್ಳಬೇಕು'. ಎಂದು ಹೇಳಿದ.

ಈ ತತ್ತ್ವದ ವಿರುದ್ಧ ವಾದಿಸುವುದರಿಂದ ಪ್ರಯೋಜನವಿರಲಿಲ್ಲ. ಸಾಹಿಬ್ ತಮ್ಮ ಶಿರಸ್ತೆದಾರನಿಗೆ ಹೇಳಿದರು. 'ಗಾಂಧಿ ಹೇಳಿದ್ದರ ಬಗ್ಗೆ ಟಿಪ್ಪಣಿ ಮಾಡಿಟ್ಟುಕೊಳ್ಳಿ. ಇದರಿಂದ ತುಂಬಾ ಅನಾನುಕೂಲವಾಗಿರುವುದು ವಕೀಲರಿಗೂ ಅಥವಾ ಕಕ್ಷಿಗಾರರಿಗೋ ಎಂಬುದನ್ನು ನಾನು ತಿಳಿದುಕೊಳ್ಳಬೇಕಾಗಿದೆ.'

ಸಾಹೇಬರಂತೂ ತಮಗೆ ಯಾವುದು ಸರಿ ಎಂದು ತೋರಿತೋ ಅದರ ಪ್ರಕಾರ ಪ್ರಾಮಾಣಿಕವಾಗಿ ನಡೆದುಕೊಂಡರು. ಆದರೆ ಬಡಭಾರತದ ಕಷ್ಟಕಾರ್ಪಣ್ಯಗಳ ಬಗ್ಗೆ ಆತನಲ್ಲಿ ಏನು ವಿಚಾರ ಹೊಳೆದೀತು? ಆತನಿಗೆ ಜನರ ನಡವಳಿಕೆಗಳು, ಅವಶ್ಯಕತೆಗಳು, ವೈಶಿಷ್ಟ್ಯಗಳು ಮತ್ತು ಪದ್ಧತಿಗಳು ಹೇಗೆ ಅರ್ಥವಾಗಬಲ್ಲದು? ಚಿನ್ನದ ಸವರನ್ನು (ಒಂದು ಪೌಂಡು ಬೆಲೆಯ ಬ್ರಿಟನ್‌ನ ಚಿನ್ನದ ನಾಣ್ಯ)ಗಳಲ್ಲಿ ವಸ್ತುಗಳನ್ನು ತೂಗಿ ನೀಡುವ ಅಭ್ಯಾಸಮಾಡಿಕೊಂಡವನಿಗೆ ತಕ್ಷಣವೇ ತಾಮ್ರದ ಚಿಕ್ಕಪುಟ್ಟ ಚೂರುಗಳಲ್ಲಿ ಲೆಕ್ಕಹಾಕಲು ಹೇಗೆ ಸಾಧ್ಯವಾಗುವುದು? ಜಗತ್ತಿನಲ್ಲಿ ಎಷ್ಟೇ ಒಳ್ಳೆಯ ಆಶಯಗಳನ್ನಿಟ್ಟುಕೊಂಡಿದ್ದರೂ ಆನೆಯು ಇರುವೆಯ ಪರಿಮಿತಿಯಲ್ಲಿ ಯೋಚಿಸಲು ಅಸಮರ್ಥವಾಗಿರುವುದು. ಇಂಗ್ಲಿಷ್‌ನವನು ಭಾರತೀಯನ ಪರಿಮಿತಿಯಲ್ಲಿ ಯೋಚಿಸಲು ಅಥವಾ ಭಾರತೀಯನಿಗಾಗಿ ಕಾಯಿದೆಯನ್ನು ರೂಪಿಸುವಲ್ಲಿ ಅಸಮರ್ಥನಾಗಿರುವನು.

ಕಥೆಯ ಎಳೆಯನ್ನು ಬಿಟ್ಟಲ್ಲಿಂದ ಪುನರಾರಂಭಿಸೋಣ. ನಾನು ಯಶಸ್ವಿಯಾಗಿದ್ದರೂ ಇನ್ನೂ ಸ್ವಲ್ಪ ಕಾಲ ರಾಜ್‌ಕೋಟ್‌ನಲ್ಲಿ ತಂಗುವುದರ ಬಗ್ಗೆ ಯೋಚಿಸುತ್ತಿದ್ದೆ. ಹಾಗಿರುವಾಗ ಒಂದು ದಿನ ಕೇವಲ್‌ರಾಮ್ ನನ್ನ ಬಳಿಗೆ ಬಂದು ಹೇಳಿದರು : ಗಾಂಧಿ ನೀವು ಇಲ್ಲಿ ಒಂದೇ ರೀತಿಯ ದಿನಚರಿ ನಡೆಸುತ್ತ ಇರುವಂತೆ ಹೇಳಿ ನಾವು ನಿಮ್ಮನ್ನು ಸಂಕಟಕ್ಕೆ ಗುರಿ ಮಾಡುವುದಿಲ್ಲ. ನೀವು ಬಾಂಬೆಯಲ್ಲಿ ನೆಲೆ ನಿಲ್ಲಬೇಕು.

'ಆದರೆ ಅಲ್ಲಿ ನನಗೆ ಕೆಲಸವನ್ನು ಯಾರು ಹುಡುಕಿಕೊಡುತ್ತಾರೆ?' ಎಂದು ನಾನು ಪ್ರಶ್ನಿಸಿದೆ. 'ನೀವು ನನ್ನ ಖರ್ಚುಗಳನ್ನು ಪೂರೈಸುವಿರಾ?'.

'ಹೌದು, ಹೌದು ನಾನು ಪೂರೈಸುತ್ತೇನೆ' ಎಂದು ಅವರು ಹೇಳಿದರು. 'ಕೆಲವು ಬಾರಿ ನಾವು ನಿಮ್ಮನ್ನು ಬಾಂಬೆಯಿಂದ ದೊಡ್ಡ ಬ್ಯಾರಿಸ್ಟರ್ ಎಂದು ಇಲ್ಲಿಗೆ ಕರೆಸಿಕೊಳ್ಳುತ್ತೇವೆ. ಕರಡು ತಯಾರಿಕೆಯ ಕೆಲಸವನ್ನು ನಾವು ನಿಮ್ಮಲ್ಲಿಗೆ ಕಳಿಸುತ್ತೇವೆ. ಒಬ್ಬ ಬ್ಯಾರಿಸ್ಟರ್‌ನನ್ನು ತಯಾರಿಸುವ ಇಲ್ಲವೇ ಹಾಳು ಮಾಡುವ ಕೆಲಸ ನಮ್ಮಂತಹ ವಕೀಲರದ್ದು. ನೀವು ನಿಮ್ಮ ಬೆಲೆಯನ್ನು ಜಾಮ್‌ನಗರದಲ್ಲಿ ಮತ್ತು ವೆರಾವಲ್‌ನಲ್ಲಿ ಸಾಧಿಸಿ ತೋರಿಸಿರುವಿರಿ. ಆದ್ದರಿಂದ ನನಗೆ ನಿಮ್ಮ ಬಗ್ಗೆ ಸ್ವಲ್ಪವೂ ಆತಂಕವಿಲ್ಲ. ಸಾರ್ವಜನಿಕ ಕೆಲಸ ಮಾಡಬೇಕೆಂದು ನಿಮ್ಮ ಹಣೆಯಲ್ಲಿ ಬರೆಯಲಾಗಿದೆ. ಕಥಿಯಾವಾಡ್‌ನಲ್ಲಿ ನೀವು ಕಣ್ಮರೆಯಾಗುವುದಕ್ಕೆ ನಾವು ಅವಕಾಶ ಕೊಡುವುದಿಲ್ಲ. ಆದ್ದರಿಂದ ನೀವು ಬಾಂಬೆಗೆ ಯಾವಾಗ ಹೊರಡುವಿರಿ ಎಂದು ನನಗೆ ತಿಳಿಸಿ.'

'ನಾನು ನೆಟಾಲ್‌ನಿಂದ ಹಣ ಬರುವುದನ್ನು ನಿರೀಕ್ಷಿಸುತ್ತಿದ್ದೇನೆ. ಆ ಹಣ ನನ್ನ ಕೈಸೇರುತ್ತಿದ್ದಂತೆ ನಾನು ಹೊರಡುತ್ತೇನೆ.' ಎಂದು ನಾನು ಉತ್ತರಿಸಿದೆ.

ಸುಮಾರು ಎರಡು ವಾರಗಳಲ್ಲಿ ಹಣ ಬಂತು. ನಾನು ಬಾಂಬೆಗೆ ಹೊರಟುಹೋದೆ.

ನಾನು ಗಿಲ್ಬರ್ಟ್ ಮತ್ತು ಸಯಾನಿಯವರ ಕಛೇರಿಗಳಿರುವ, ಪೇಯ್ನಾನಲ್ಲಿ ಕೋಣೆಗಳನ್ನು ಪಡೆದೆ ಮತ್ತು ಅಲ್ಲಿ ನಾನು ನೆಲೆ ನಿಂತೆ ಎಂದು ಭಾವಿಸಿದೆ.

22. ಶ್ರದ್ಧೆಯ ಪರೀಕ್ಷೆ

ನಾನು ಫೋರ್ಟ್‌ನಲ್ಲಿ ಕೋಣೆಗಳನ್ನು ಮತ್ತು ಗಿರ್‌ಗಾಂವ್‌ನಲ್ಲಿ ಮನೆಯನ್ನು ಬಾಡಿಗೆಗೆ ತೆಗೆದುಕೊಂಡೆ. ಆದರೆ ದೇವರು ನನಗೆ ನೆಲೆಗೊಳ್ಳಲು ಬಿಡಲಾರ ಎಂದು ತೋರಿತು. ನಾನು ಹೊಸ ಮನೆಗೆ ಬಂದು ನೆಲಸಿದ್ದನೋ ಇಲ್ಲವೋ ಆಗಲೇ ನನ್ನ ಎರಡನೇ ಮಗ ಮಣಿಲಾಲ್ ತೀವ್ರ ಸ್ವರೂಪದ ವಿಷಮಶೀತ ಜ್ವರ (ಟೈಫಾಯ್ಡ್)ಕ್ಕೆ ತುತ್ತಾದ. ಜತೆಯಲ್ಲಿ ನ್ಯೂಮೋನಿಅ (ಶ್ವಾಸಕೋಶದ ಉರಿಯೂತ ಉಂಟಾಗುವ ಒಂದು ವ್ಯಾಧಿ) ಅವನನ್ನು ಕಾಡುತ್ತಿತ್ತು. ರಾತ್ರಿಕಾಲದಲ್ಲಿ ಕಾಯಿಲೆಯಿಂದ ಬುದ್ಧಿವಿಕಲ್ಪವಾಗಿ ಅಸಂಬಂದ್ಧವಾಗಿ ಮಾತಾಡುತ್ತಿದ್ದ ಆಗಲೇ ಕೆಲವು ವರ್ಷಗಳ ಕೆಳಗೆ ತೀವ್ರವಾದ ಸಿಡುಬು (ಸ್ಮಾಲ್‌ಪಾಕ್ಸ್) ರೋಗಕ್ಕೆ ತುತ್ತಾಗಿ ನರಳಿದ್ದ.

ವೈದ್ಯರನ್ನು ಕರೆತರಲಾಯಿತು. ಔಷಧದಿಂದ ಅತ್ಯಲ್ಪ ಪರಿಣಾಮವಾಗ ಬಹುದು ಎಂದು ಅವರು ಹೇಳಿದರು. ಆದರೆ ಮೊಟ್ಟೆಗಳನ್ನು ಮತ್ತು ಕೋಳಿಮರಿಮಾಂಸ (ಚಿಕನ್)ದ ತಿಳಿಸಾರನ್ನು ಕೊಟ್ಟರೆ ಪ್ರಯೋಜನವಾಗಬಹುದು ಎಂದು ಅವರು ತಿಳಿಸಿದರು.

ಆಗ ಮಣಿಲಾಲ್‌ನ ವಯಸ್ಸು ಕೇವಲ ಹತ್ತು ವರ್ಷ. ಅವನ ಇಷ್ಟ ಏನು ಎಂದು ವಿಚಾರಿಸುವುದು

ಪ್ರಶ್ನೆಗೆ ಹೊರತಾಗಿತ್ತು. ಅವನ ಪಾಲಕನಾಗಿದ್ದರಿಂದ ನಾನು ತೀರ್ಮಾನವನ್ನು ತೆಗೆದುಕೊಳ್ಳಬೇಕಾಗಿತ್ತು. ವೈದ್ಯರು ತುಂಬಾ ಒಳ್ಳೆಯವರಾಗಿದ್ದು ಪಾರ್ಸಿ ಆಗಿದ್ದರು. ನಾವೆಲ್ಲರೂ ಶಾಖಾಹಾರಿಗಳೆಂದು ನಾನು ಅವರಿಗೆ ತಿಳಿಸಿದೆ. ಅವರು ಹೇಳಿದ್ದ ಎರಡನ್ನೂ ಕೊಡಲು ಪ್ರಾಯಶಃ ನನಗೆ ಸಾಧ್ಯವಾಗದು ಎಂದು ತಿಳಿಸಿದೆ. ಆದ್ದರಿಂದ ಅವರು ಬೇರೆ ಏನನ್ನಾದರೂ ಶಿಫಾರಸು ಮಾಡುವರೆ?

'ನಿಮ್ಮ ಮಗನ ಜೀವ ಅಪಾಯದಲ್ಲಿದೆ' ಎಂದು ಆ ಸಜ್ಜನ ವೈದ್ಯರು ಹೇಳಿದರು. 'ನಾವು ಅವನಿಗೆ ನೀರಿನೊಂದಿಗೆ ಹಾಲನ್ನು ಬೆರಸಿ ತೆಳುಮಾಡಿ ಕೊಡಬಹುದು. ಆದರೆ ಅವನಿಗೆ ಆದರಿಂದ ಸಾಕಷ್ಟು ಪೋಷಣೆ ಸಿಗುವುದಿಲ್ಲ. ನಿಮಗೆ ಗೊತ್ತಿರುವಂತೆ ಅನೇಕ ಹಿಂದೂ ಕುಟುಂಬಗಳು ನನ್ನನ್ನು ಕರೆಸಿಕೊಳ್ಳುತ್ತವೆ. ಅವರಾರು ನಾನು ಶಿಫಾರಸುಮಾಡುವ ಯಾವುದನ್ನೂ ಆಕ್ಷೇಪಿಸುವುದಿಲ್ಲ. ನಿಮ್ಮ ಮಗನ ಬಗ್ಗೆ ಅಷ್ಟೊಂದು ಕಠಿಣವಾಗಿರಬಾರದು ಎಂದು ನಿಮಗೆ ಒಳ್ಳೆಯ ರೀತಿಯಲ್ಲಿ ಸಲಹೆ ಕೊಡಬಹುದು.'

'ನೀವು ಹೇಳುವುದು ಖಂಡಿತವಾಗಿಯೂ ಸರಿಯಾಗಿದೆ' ಎಂದು ನಾನು ಹೇಳಿದೆ. 'ವೈದ್ಯರಾಗಿ ನೀವು ಬೇರೇ ರೀತಿಯಲ್ಲಿ ಏನೂ ಮಾಡಲಾರಿರಿ. ಆದರೆ ನನ್ನ ಹೊಣೆಗಾರಿಕೆ ತುಂಬಾ ದೊಡ್ಡದು. ಬಾಲಕನು ದೊಡ್ಡವನಾಗಿದ್ದರೆ ನಾನು ಖಂಡಿತವಾಗಿಯೂ ಅವನ ಇಷ್ಟ ಏನು ಎಂಬುದನ್ನು ತಿಳಿದುಕೊಳ್ಳಲು ಪ್ರಯತ್ನಿಸುತ್ತಿದ್ದೆ ಮತ್ತು ಅದನ್ನು ಗೌರವಿಸುತ್ತಿದ್ದೆ. ಆದರೆ ಈಗ ನಾನೇ ಯೋಚಿಸಿ ಅವನಿಗಾಗಿ ತೀರ್ಮಾನವನ್ನು ತೆಗೆದುಕೊಳ್ಳಬೇಕಾಗಿದೆ. ನನ್ನ ಮನಸ್ಸಿಗೆ ಹೊಳೆಯುತ್ತಿರುವಂತೆ ಇಂತಹ ಸಂದರ್ಭಗಳಲ್ಲಿ ಮಾತ್ರ ಒಬ್ಬಾತನ ಶ್ರದ್ಧೆಯು ನಿಜವಾಗಿಯೂ ಪರೀಕ್ಷೆ ಗೊಳಗಾಗುವುದು. ಮನುಷ್ಯನು ಮಾಂಸ, ಮೊಟ್ಟೆಗಳು ಮತ್ತು ಅದೇ ರೀತಿಯ ಪದಾರ್ಥಗಳನ್ನು ತಿನ್ನಬಾರದು ಎಂಬುದು ಸರಿಯಾಗಿಯೋ ಅಥವಾ ತಪ್ಪಾಗಿಯೋ ನನ್ನ ಧಾರ್ಮಿಕ ನಂಬಿಕೆಯ ಅಂಗವಾಗಿದೆ. ನಾವು ಜೀವದಿಂದ ಉಳಿದುಕೊಳ್ಳಲು ಇರುವ ವಿಧಾನಗಳಲ್ಲಿ ಕೂಡಾ ಮಿತಿ ಇರಬೇಕು. ಜೀವದಿಂದಿರಲು ಕೂಡಾ ನಾವು ಕೆಲವು ಕಾರ್ಯಗಳನ್ನು ಮಾಡಬಾರದು. ಇಂತಹ ಸಂದರ್ಭದಲ್ಲಿ ಕೂಡಾ ನನಗೆ ಧರ್ಮವು ಮಾಂಸ ಅಥವಾ ಮೊಟ್ಟೆಗಳನ್ನು ಸೇವಿಸಲು ಅನುಮತಿಯನ್ನು ಕೊಡುವುದಿಲ್ಲ ಎಂದು ಅರ್ಥ ಮಾಡಿಕೊಂಡಿದ್ದೇನೆ. ಆದ್ದರಿಂದ ನೀವು ಸಂಭವಿಸಬಹುದೆಂದು ಹೇಳುತ್ತಿರುವಂತಹ ಗಂಡಾಂತರವನ್ನು ನಾನು ಎದುರಿಸಬೇಕು. ಆದರೂ ನಿಮ್ಮ ಬಳಿ ನನ್ನದೊಂದು ಕೋರಿಕೆ ಇದೆ. ನಾನು ನಿಮ್ಮ ಚಿಕಿತ್ಸೆಯ ಪ್ರಯೋಜನವನ್ನು ಪಡೆಯಲು ಸಾಧ್ಯವಾಗದಿರುವುದರಿಂದ ನನಗೆ ಗೊತ್ತಿರುವಂತಹ ಯಾವುದೋ ಒಂದು ಬಗೆಯ ಜಲಚಿಕಿತ್ಸೆ (ಹ್ಯಾಡ್ರ ಪ್ಯಾತಿಕ್-ದೇಹದ ಒಳಗೂ ಹೊರಗೂ ನೀರನ್ನು ಪ್ರಯೋಗಿಸಿ ರೋಗಗಳನ್ನು ಗುಣಪಡಿಸುವ ವೈದ್ಯಕೀಯ ಪದ್ಧತಿ) ಯನ್ನು ಪ್ರಯೋಗಿಸಬೇಕೆಂದು ಮನಸ್ಸು ಮಾಡಿದ್ದೇನೆ. ಆದರೆ ಬಾಲಕನ ನಾಡಿಯನ್ನು ಹೇಗೆ ಪರೀಕ್ಷಿಸಬೇಕೆಂದು ನನಗೆ ಗೊತ್ತಿಲ್ಲ. ಹೃದಯ, ಶ್ವಾಸಕೋಶಗಳು ಮುಂತಾದವನ್ನು ಹೇಗೆ ಪರೀಕ್ಷಿಸಬೇಕೆಂದು ಕೂಡಾ ಗೊತ್ತಿಲ್ಲ. ನೀವು ಆಗಾಗ್ಗೆ ಕರುಣೆಯಿಟ್ಟು ಅವನನ್ನು ಪರೀಕ್ಷಿಸಿ ಅವನ ದೇಹಸ್ಥಿತಿಯ ಬಗ್ಗೆ ನನಗೆ ತಿಳಿಸಿದರೆ ನಾನು ನಿಮಗೆ ಕೃತಜ್ಞನಾಗಿರುತ್ತೇನೆ.'

ಆ ಸಜ್ಜನ ವೈದ್ಯರು ನನ್ನ ಕಷ್ಟವನ್ನು ಅರಿತು ಮೆಚ್ಚಿಕೊಂಡರು ಮತ್ತು ನನ್ನ ಕೋರಿಕೆಗೆ ಒಪ್ಪಿಗೆ ನೀಡಿದ್ದರು. ಮಣಿಲಾಲ್‌ಗೆ ಆಯ್ಕೆಮಾಡಿಕೊಳ್ಳಲು ಸಾಧ್ಯವಾಗದಿದ್ದರೂ ನಾನು ಅವನಿಗೆ ವೈದ್ಯರು ಮತ್ತು ನನ್ನ ನಡುವೆ ನಡೆದ ಮಾತುಕತೆಯನ್ನು ತಿಳಿಸಿ ಅವನ ಅಭಿಪ್ರಾಯ ಏನು ಎಂದು ಕೇಳಿದೆ.

'ನಿಮ್ಮ ಜಲಚಿಕಿತ್ಸೆಯನ್ನು ಪ್ರಯೋಗಿಸಿ' ಎಂದು ಅವನು ಹೇಳಿದ. 'ನಾನು ಮೊಟ್ಟೆಗಳನ್ನು ಇಲ್ಲವೇ ಕೋಳಿಮರಿಯ ತಿಳಿಸಾರನ್ನು ಸೇವಿಸುವುದಿಲ್ಲ.'

ಇದರಿಂದ ನನಗೆ ಸಂತೋಷವಾಯ್ತು. ಹಾಗಿದ್ದರೂ ಇವೆರಡರಲ್ಲಿ ಯಾವುದನ್ನು ನಾನು ಅವನಿಗೆ ನೀಡಿದ್ದರೂ ಅವನು ಅದನ್ನು ಒಪ್ಪಿಕೊಳ್ಳುತ್ತಿದ್ದ ಎಂದು ಗ್ರಹಿಸಿಕೊಂಡೆ.

ನನಗೆ ಕುಹ್ನೆ ಅವರ ಚಿಕಿತ್ಸೆಯ ಪರಿಚಯವಿತ್ತು. ಅದನ್ನು ಕೂಡಾ ನಾನು ಪ್ರಯೋಗಿಸಿದ್ದೆ. ಉಪವಾಸ ವ್ರತವನ್ನು ಕೂಡಾ ಅನುಸರಿಸಿ ಪ್ರಯೋಜನ ಪಡೆಯಬಹುದು ಎಂದೂ ನನಗೆ ಗೊತ್ತಿತ್ತು. ಆದ್ದರಿಂದ ನಾನು ಮಣಿಲಾಲ್‌ನಿಗೆ ಕುಹ್ನೆ ಅವರ ಪ್ರಕಾರ ಸೊಂಟಕ್ಕೆ ಸ್ನಾನ ಮಾಡಿಸಲಾರಂಭಿಸಿದೆ. ಯಾವುದೇ ಸಂದರ್ಭದಲ್ಲೂ ಅವನನ್ನು ಮೂರು ನಿಮಿಷಗಳಿಗೂ ಹೆಚ್ಚು ಕಾಲ ಸ್ನಾನದ ತೊಟ್ಟಿಯಲ್ಲಿ ಬಿಡುತ್ತಿರಲಿಲ್ಲ. ಮೂರು ದಿವಸಗಳ ಕಾಲ ಅವನಿಗೆ ಕಿತ್ತಳೆರಸ ಬೆರೆತ ನೀರನ್ನು ಕೊಡುತ್ತಿದ್ದೆ.

ಆದರೆ ದೇಹದ ಜ್ವರ ಹಟಹಿಡಿದು ಉಳಿದುಕೊಂಡಿತ್ತು. 104° ಯವರೆಗೆ ಏರಿತ್ತು. ರಾತ್ರಿ ಕಾಲದಲ್ಲಿ ಅವನು ಸನ್ನಿ ಹಿಡಿದಂತೆ ಭಾವೋನ್ಮತ್ತ ಸ್ಥಿತಿಯಲ್ಲಿರುತ್ತಿದ್ದ. ನಾನು ಆತಂಕ ಪಡತೊಡಗಿದೆ. ಜನರು ನನ್ನ ಬಗ್ಗೆ ಏನು ಹೇಳಬಹುದು? ನನ್ನ ಅಣ್ಣ ನನ್ನ ಬಗ್ಗೆ ಏನು ಭಾವಿಸಬಹುದು? ನಾವು ಇನ್ನೊಬ್ಬ ವೈದ್ಯರನ್ನು ಕರೆಯಬಹುದೆ? ಒಬ್ಬ ಆಯುರ್ವೇದ ವೈದ್ಯನನ್ನು ಕರೆಸಿಕೊಳ್ಳಬಹುದೆ? ತಮ್ಮ ಖಯಾಲನ್ನು ತಮ್ಮ ಮಕ್ಕಳ ಮೇಲೆ ಹೇರಲು ತಂದೆ ತಾಯಿಯರಿಗೆ ಏನು ಅಧಿಕಾರವಿದೆ?

ಇಂತಹ ಆಲೋಚನೆಗಳು ನನ್ನನ್ನು ಕಾಡತೊಡಗಿದವು. ತರುವಾಯ ಅದಕ್ಕೆ ವಿರುದ್ಧವಾದ ಯೋಚನಾ ಪ್ರವಾಹ ಆರಂಭವಾಗುವುದು. ನಾನೇ ಸ್ವತಹ ತೆಗೆದುಕೊಳ್ಳುವ ಚಿಕಿತ್ಸೆಯನ್ನೇ ನನ್ನ ಮಗನಿಗೂ ಕೊಡುತ್ತಿದ್ದೇನೆ ಎಂಬುದನ್ನರಿತು ದೇವರು ಖಂಡಿತವಾಗಿಯೂ ಪ್ರಸನ್ನನಾಗುವನು. ನನಗೆ ಜಲಚಿಕಿತ್ಸೆಯಲ್ಲಿ ಶ್ರದ್ಧೆಯಿದೆ, ನಂಬಿಕೆಯಿದೆ, ಆಲೋಪತಿ (ಪ್ರತಿ ಚಿಕಿತ್ಸೆ - ವ್ಯಾಧಿಗೆ ಕಾರಣವಾಗುವ ಲಕ್ಷಣಗಳಿಗೆ ಪ್ರತಿಯಾದ ಚಿಕಿತ್ಸೆ)ಯಲ್ಲಿ ನನಗೆ ನಂಬಿಕೆಯಿಲ್ಲವೇ ಇಲ್ಲ ಎನ್ನಬಹುದು. ವೈದ್ಯರು ಗುಣವಾಗುತ್ತದೆ ಎಂಬ ಖಾತರಿಯನ್ನು ಕೊಡುವುದಿಲ್ಲ. ಅತಿ ಹೆಚ್ಚೆಂದರೆ ಅವರು ಪ್ರಯೋಗ ನಡೆಸುತ್ತಾರೆ. ಜೀವನದ ಎಳೆ ದೇವರ ಕೈಯಲ್ಲಿದೆ. ಆ ನಂಬಿಕೆಯನ್ನು ಅವನಿಗೆ ಬಿಟ್ಟುಬಿಡಬೇಕು ಮತ್ತು ನಾನು ಯಾವುದನ್ನು ಸರಿಯಾದ ಚಿಕಿತ್ಸೆ ಎಂದು ಭಾವಿಸಿರುವೆನೋ ಅದನ್ನು ಅವನ ಹೆಸರಲ್ಲಿ ಮುಂದುವರೆಸಬೇಕು.

ನನ್ನ ಮನಸ್ಸು ಪರಸ್ಪರ ವಿರುದ್ಧವಾಗಿದ್ದ ಈ ಆಲೋಚನೆಗಳ ನಡುವೆ ಹರಿದು ಛಿದ್ರಛಿದ್ರವಾಗಿತ್ತು. ರಾತ್ರಿಯಾಗಿತ್ತು. ಮಣಿಲಾಲ್‌ನ ಪಕ್ಕದಲ್ಲಿ ಅವನ ಹಾಸಿಗೆಯಲ್ಲಿ

ಕುಳಿತುಕೊಂಡ ನಾನು ಅವನಿಗೆ ಒದ್ದೆ ಬಟ್ಟೆ ಕಟ್ಟಲು (ಒದ್ದೆ ಬಟ್ಟೆ ಚಿಕಿತ್ಸೆ) ತೀರ್ಮಾನಿಸಿದೆ. ಮೇಲೆದ್ದು ಬಟ್ಟೆಯ ಕಟ್ಟನ್ನು ಒದ್ದೆ ಮಾಡಿದೆ. ಅದರಿಂದ ನೀರನ್ನು ಹಿಂಡಿ ಹೊರಕ್ಕೆ ಚೆಲ್ಲಿದೆ. ಅದನ್ನು ಮಣಿಲಾಲ್‌ನ ಸುತ್ತ ಸುತ್ತಿದೆ. ಆದರೆ ಅವನ ತಲೆಯನ್ನು ಮಾತ್ರ ಸುತ್ತದೇ ಹಾಗೆಯೇ ಬಿಟ್ಟೆ, ತರುವಾಯ ಅವನನ್ನು ಎರಡು ಕಂಬಳಿಗಳಿಂದ ಸುತ್ತಿದೆ ತಲೆಯನ್ನು ನಾನು ಒದ್ದೆ ಟವಲ್‌ನಿಂದ ಸುತ್ತಿದೆ. ಇಡೀ ದೇಹ ಕಾದ ಕಬ್ಬಿಣದಂತೆ ಸುಡುತ್ತಿತ್ತು. ಇಡೀ ದೇಹ ಚೆನ್ನಾಗಿ ಒಣಗಿತು. ಆದರೆ ಇಡೀ ದೇಹದಲ್ಲಿ ಸಂಪೂರ್ಣವಾಗಿ ಬೆವರೇ ಇರಲಿಲ್ಲ.

ನಾನು ತೀರ ದಣಿದಿದ್ದೆ. ಮಣಿಲಾಲ್‌ನನ್ನು ಅವನ ತಾಯಿಯ ವಶಕ್ಕೆ ಒಪ್ಪಿಸಿ ನಾನು ಚೌಪಾತಿ ಕಡೆಗೆ ದಣಿವಾರಿಸಿಕೊಳ್ಳಲು ತಿರುಗಾಡಿ ಬರಲು ಹೊರಟೆ. ಸುಮಾರು ಹತ್ತು ಗಂಟೆಯಾಗಿತ್ತು. ಕೇವಲ ಕೆಲವೇ ಪಾದಚಾರಿಗಳು ತಿರುಗಾಡುತ್ತಿದ್ದರು. ಆಳವಾದ ಯೋಚನೆಯಲ್ಲಿ ಮಗ್ನನಾಗಿದ್ದರಿಂದ ನಾನು ಅವರ ಕಡೆಗೆ ನೋಡಲೇ ಇಲ್ಲ ಎನ್ನಬಹುದು. 'ಓ ದೇವರೇ ಈ ಪರೀಕ್ಷಾವೇಳೆಯಲ್ಲಿ ನನ್ನ ಮಾನ ನಿನ್ನ ವಶದಲ್ಲಿದೆ'. ನಾನು ಮತ್ತೆ ಮತ್ತೆ ಅದನ್ನೇ ಉಚ್ಚರಿಸಿದೆ. ನನ್ನ ತುಟಿಗಳ ಮೇಲೆ ರಾಮನಾಮವಿತ್ತು. ಸ್ವಲ್ಪ ಹೊತ್ತಿನ ನಂತರ ಹಿಂದಿರುಗಿದೆ. ಹೃದಯ ನನ್ನ ಎದೆಯೊಳಗೆ ಬಡಿದುಕೊಳ್ಳುತ್ತಿತ್ತು.

ನಾನು ಕೊಠಡಿಯನ್ನು ಪ್ರವೇಶಿಸುತ್ತಿದ್ದಂತೆ ಮಣಿಲಾಲ್ ಹೇಳಿದ: ಬಾಪು, ಆಗಲೇ ಹಿಂದಿರುಗಿದ್ದೀರಾ?

'ಹೌದು, ಮಗುವೆ'

'ದಯವಿಟ್ಟು ನನ್ನನ್ನು ಹೊರಕ್ಕೆ ಎಳೆಯಿರಿ. ನಾನು ಸುಟ್ಟು ಹೋಗುತ್ತಿದ್ದೇನೆ.'

'ಮಗನೇ ನೀನು ಬೆವರುತ್ತಿರುವೆಯಾ?'

'ನಾನು ಪೂರ್ತಿ ಒದ್ದೆಯಾಗಿದ್ದೇನೆ. ನನ್ನನ್ನು ದಯವಿಟ್ಟು ಹೊರಕ್ಕೆ ಕರೆದುಕೊಳ್ಳಿ'.

ಅವನ ಹಣೆಯನ್ನು ಮುಟ್ಟಿ ನೋಡಿದೆ. ಅದು ಬೆವರಿನ ಹನಿಗಳಿಂದ ಮುಚ್ಚಿ ಹೋಗಿತ್ತು. ದೇಹದ ಶಾಖ ಕಡಿಮೆಯಾಗುತ್ತಿತ್ತು. ನಾನು ದೇವರನ್ನು ವಂದಿಸಿದೆ.

'ಮಣಿಲಾಲ್, ನಿನ್ನ ಜ್ವರ ಖಂಡಿತವಾಗಿಯೂ ಈಗ ಹೊರಟು ಹೋಗುತ್ತದೆ. ಇನ್ನು ಸ್ವಲ್ಪ ಬೆವರು ಹರಿದರೆ ನಾನು ನಿನ್ನನ್ನು ಹೊರಕ್ಕೆ ಕರೆದುಕೊಳ್ಳುತ್ತೇನೆ'.

'ಬೇಡ ಬೇಡುತ್ತಿದ್ದೇನೆ. ನನ್ನನ್ನು ಈ ಕುಲುಮೆಯಿಂದ ಪಾರುಮಾಡಿ. ನೀವು ಇಷ್ಟಪಟ್ಟಾಗ ಇನ್ನೊಮ್ಮೆ ನನ್ನನ್ನು ಸುತ್ತಿ.'

ಅವನ ಮನಸ್ಸನ್ನು ಬೇರೆ ಕಡೆಗೆ ಹೊರಳಿಸುವ ಮೂಲಕ ನಾನು ಇನ್ನೂ ಕೆಲವು ನಿಮಿಷಗಳ ಕಾಲ ಆ ಬಟ್ಟೆಯಕಟ್ಟಿನಡಿಯಲ್ಲಿ ಅವನನ್ನು ಇರಿಸುವುದರಲ್ಲಿ ಸಫಲನಾದೆ. ಅವನ ತಲೆಯಿಂದ ಬೆವರು ಕೆಳಕ್ಕೆ ಹರಿಯುತ್ತಿತ್ತು. ಕಟ್ಟನ್ನು ಬಿಚ್ಚಿ ಅವನ ಶರೀರವನ್ನು ಒರಸಿ ಒಣಗಿಸಿದೆ. ತಂದೆ ಮತ್ತು ಮಗ ಅದೇ ಹಾಸಿಗೆಯ ಮೇಲೆ ಮಲಗಿ ನಿದ್ರೆ ಮಾಡಿದರು.

ನಮ್ಮಲ್ಲಿ ಪ್ರತಿಯೊಬ್ಬರೂ ಮರದ ತುಂಡಿನಂತೆ ಮಲಗಿದ್ದೆವು. ಮಾರನೇ ಬೆಳಗ್ಗೆ ಮಣಿಲಾಲ್‌ನ ಜ್ವರ ತುಂಬಾ ಕಡಿಮೆಯಾಗಿತ್ತು. ಅವನು ಇದೇ ಪ್ರಕಾರ ಮುಂದಿನ ನಲವತ್ತು ದಿನಗಳ ಕಾಲ ನೀರು ಬೆರಸಿದ ತೆಳು ಹಾಲು ಮತ್ತು ಹಣ್ಣಿನ ರಸವನ್ನು ಸೇವಿಸುತ್ತಿದ್ದ. ಈಗ ನನ್ನಲ್ಲಿ ಭಯವಿರಲಿಲ್ಲ. ಅದೊಂದು ಬಗೆಯ ಮೊಂಡತನದ ಜ್ವರವಾಗಿತ್ತು. ಆದರೆ ಅದನ್ನು ನಿಯಂತ್ರಣಕ್ಕೆ ತರಲಾಗಿತ್ತು.

ಇಂದು ಮಣಿಲಾಲ್ ನನ್ನ ಗಂಡುಮಕ್ಕಳಲ್ಲಿ ಅತ್ಯಂತ ಆರೋಗ್ಯವಂತನಾಗಿದ್ದಾನೆ. ಅವನು ಗುಣಮುಖನಾದದ್ದು ದೇವರ ದಯೆಯಿಂದಲೋ ಅಥವಾ ಜಲಚಿಕಿತ್ಸೆಯಿಂದಲೋ ಅಥವಾ ಜಾಗರೂಕತೆಯಿಂದ ಶುಶ್ರೂಷೆ ಮಾಡಿದ್ದರಿಂದಲೋ ಮತ್ತು ಸರಿಯಾದ ಆಹಾರಕ್ರಮವನ್ನು ಅನುಸರಿಸಿದ್ದುದರಿಂದಲೋ ಎಂದು ಯಾರು ಹೇಳಬಲ್ಲರು? ನನ್ನ ದೃಷ್ಟಿಯಿಂದ ಹೇಳುವುದಾದರೆ ಖಂಡಿತವಾಗಿಯು ದೇವರು ನನ್ನ ಮಾನವನ್ನು ಕಾಪಾಡಿದ್ದ. ಪ್ರತಿಯೊಬ್ಬರು ತಮ್ಮ ಸ್ವಂತದ ಶ್ರದ್ಧೆಗನುಸಾರವಾಗಿ ತೀರ್ಮಾನಿಸಲಿ. ನನ್ನ ನಂಬಿಕೆ ಇಂದಿನವರೆಗೂ ಬದಲಾಗದೇ ಹಾಗೆಯೇ ಉಳಿದುಕೊಂಡಿದೆ.

23. ಪುನಃ ದಕ್ಷಿಣ ಆಫ್ರಿಕಕ್ಕೆ

ಮಣಿಲಾಲ್ ಮತ್ತೆ ಆರೋಗ್ಯವಂತನಾದ ಆದರೆ ಗಿರ್‌ಗಾಂಮ್‌ನ ಮನೆ ವಾಸಕ್ಕೆ ತಕ್ಕದ್ದಲ್ಲ ಎಂದು ತೋರಿತು. ಅದು ತೇವದಿಂದ ಕೂಡಿತ್ತು ಮತ್ತು ಬೆಳಕು ಚೆನ್ನಾಗಿರಲಿಲ್ಲ. ಆದ್ದರಿಂದ ಶ್ರೀ ರೇವಾಶಂಕರ್ ಜಗಜೀವನ್ ಅವರೊಂದಿಗೆ ಸಮಾಲೋಚನೆ ನಡೆಸಿದ ತರುವಾಯ ಬಾಂಬೆಯ ಉಪನಗರದಲ್ಲಿ ಚೆನ್ನಾಗಿ ಗಾಳಿ ಬೆಳಕು ಬರುವಂತಿದ್ದ ಯಾವುದೋ ಬಂಗಲೆಯನ್ನು ಬಾಡಿಗೆಗೆ ತೆಗೆದುಕೊಳ್ಳಲು ತೀರ್ಮಾನಿಸಿದೆ. ನಾನು ಬಾಂದ್ರಾ ಮತ್ತು ಸಾಂತಾ ಕ್ರೂಜ್‌ಗಳಲ್ಲಿ ಅಡ್ಡಾಡಿದ್ದೆ. ಬಾಂದ್ರಾದಲ್ಲಿದ್ದ ಕಸಾಯಿಖಾನೆ (ಸ್ಲಾಟರ್ ಹೌಸ್) ಯಿಂದಾಗಿ ಅಲ್ಲಿ ಮನೆಯನ್ನು ತೆಗೆದುಕೊಳ್ಳುವ ವಿಚಾರವನ್ನು ಬಿಟ್ಟುಬಿಡಬೇಕಾಯ್ತು. ಅದರ ಹತ್ತಿರದಲ್ಲಿದ್ದ ಸ್ಥಳಗಳು ಮತ್ತು ಘಾಟಿಕೊಪರ್ ಸಮುದ್ರದಿಂದ ದೂರದಲ್ಲಿವೆ. ಕಡೆಯಲ್ಲಿ ಸಾಂತಾ ಕ್ರೂಜ್‌ನಲ್ಲಿ ಚೆನ್ನಾಗಿರುವ ಬಂಗಲೆಯನ್ನು ಅದೃಷ್ಟವಶಾತ್ ಪಡೆದೆ. ನೈರ್ಮಲ್ಯದ ದೃಷ್ಟಿಯಿಂದ ಅದು ಅತ್ಯುತ್ತಮ ಎಂದು ಭಾವಿಸಿ ನಾವು ಅದನ್ನು ಬಾಡಿಗೆಗೆ ತೆಗೆದುಕೊಂಡೆವು.

ನಾನು ಸಾಂತಾ ಕ್ರೂಜ್‌ನಿಂದ ಚರ್ಚ್‌ಗೇಟ್‌ಗೆ ಮೊದಲನೇ ದರ್ಜೆಯ ಸೀಸನ್ ಟಿಕೇಟ್ (ನಿಗದಿಯಾದ ರಿಯಾಯಿತಿ ಬೆಲೆ ಕೊಟ್ಟು ಪಡೆಯುವ ಟಿಕೇಟು) ಅನ್ನು ತೆಗೆದುಕೊಂಡೆ. ನನ್ನ ಕಂಪಾರ್ಟ್‌ಮೆಂಟ್‌ನಲ್ಲಿ ಕೇವಲ

ನಾನೊಬ್ಬನೇ ಪ್ರಥಮ ದರ್ಜೆಯ ಪ್ರಯಾಣಿಕನಾಗಿದ್ದೆ ಎಂಬ ಒಂದು ಬಗೆಯ ಪ್ರತಿಷ್ಠೆಯಿಂದ ಆಗಾಗ್ಗೆ ಹೆಮ್ಮೆ ಪಡುತ್ತಿದ್ದೆ ಎಂಬ ನೆನಪಿದೆ. ಆಗಾಗ್ಗೆ ನಾನು ಅಲ್ಲಿಂದ ನೇರವಾಗಿ ಚರ್ಚ್‌ಗೇಟ್‌ಗೆ ಓಡುತ್ತಿದ್ದ ವೇಗದ ರೈಲನ್ನು ಹಿಡಿಯಲು ಬಾಂದ್ರಾವರೆಗೆ ನಡೆದುಕೊಂಡು ಹೋಗುತ್ತಿದ್ದೆ.

ನಾನು ನಿರೀಕ್ಷಿಸಿದ್ದುದಕ್ಕಿಂತ ಉತ್ತಮವಾಗಿ ನನ್ನ ವೃತ್ತಿಯಲ್ಲಿ ಪ್ರಗತಿಯನ್ನು ಸಾಧಿಸಿದೆ. ನನ್ನ ದಕ್ಷಿಣ ಆಫ್ರಿಕದ ಗೆಳೆಯರು ಆಗಾಗ್ಗೆ ಏನಾದರೂ ಕೆಲಸವನ್ನು ನನಗೆ ಒಪ್ಪಿಸುತ್ತಿದ್ದರು ಮತ್ತು ಸಾಲ ಮಾಡದೇ ನನ್ನ ಖರ್ಚುಗಳನ್ನು ಭರಿಸಲು ಅಷ್ಟು ಸಾಕಾಗಿತ್ತು.

ಉಚ್ಚ ನ್ಯಾಯಾಲಯದಲ್ಲಿ ಯಾವುದೇ ಕೆಲಸವನ್ನು ಸಂಪಾದಿಸಿಕೊಳ್ಳುವಲ್ಲಿ ನಾನಿನ್ನೂ ಯಶಸ್ವಿಯಾಗಿರಲಿಲ್ಲ. ಆದರೆ ನಾನು ಆ ದಿನಗಳಲ್ಲಿ ಸಾಮಾನ್ಯವಾಗಿ ನಡೆಯುತ್ತಿದ್ದ ಮೂಟ್ (ಅಭ್ಯಾಸಕ್ಕಾಗಿ ನ್ಯಾಯಶಾಸ್ತ್ರದ ವಿದ್ಯಾರ್ಥಿಗಳು ಕಾಲ್ಪನಿಕ ವಿವಾದಗಳನ್ನು, ವಿಷಯಗಳನ್ನು ಚರ್ಚಿಸುವ ಕೂಟ)ಗೆ ಹಾಜರಾಗುತ್ತಿದ್ದೆ. ಆದರೆ ನಾನು ಎಂದೂ ಆ ಚರ್ಚಾಗೋಷ್ಠಿಗಳಲ್ಲಿ ಭಾಗವಹಿಸುವ ಸಾಹಸ ಮಾಡಲಿಲ್ಲ. ಜಾಮಿಯತ್‌ರಾಮ್ ನಾನಾಭಾಯಿ ಈ ಚರ್ಚೆಯಲ್ಲಿ ಪ್ರಮುಖ ಪಾತ್ರ ವಹಿಸುತ್ತಿದ್ದರು ಎಂಬ ನೆನಪಿದೆ. ಇತರ ಹೊಸ ಬ್ಯಾರಿಸ್ಟರ್‌ಗಳಂತೆ ನಾನು ಉಚ್ಚ ನ್ಯಾಯಾಲಯದಲ್ಲಿ ಮೊಕದ್ದಮೆಗಳು ವಿಚಾರಣೆಗೆ ಬರುವ ಸಂದರ್ಭದಲ್ಲಿ ಅಲ್ಲಿ ಹಾಜರಿರುತ್ತಿದ್ದೆ. ನನ್ನ ಜ್ಞಾನಕ್ಕೆ ಹೆಚ್ಚಿಗೆ ಏನ್ನನ್ನಾದರೂ ಸೇರಿಸಿಕೊಳ್ಳುವುದಕ್ಕಿಂತಲೂ ಕಡಲಿನಿಂದ ನೇರವಾಗಿ ಬರುತ್ತಿದ್ದ ಹಾಗೂ ನಿದ್ರೆ ಬರಿಸುತ್ತಿದ್ದ ತಂಗಾಳಿಯ ಆನಂದವನ್ನನುಭಸುತ್ತಿದ್ದವನು ನಾನು ಮಾತ್ರ ಆಗಿರಲಿಲ್ಲ ಎಂದು ಅರಿತೆ. ಅದು ಫ್ಯಾಷನ್ (ಸಂಪ್ರದಾಯ) ಆಗಿದ್ದಂತೆ ಕಾಣುತ್ತಿತ್ತು. ಆದ್ದರಿಂದ ಅದಕ್ಕಾಗಿ ನಾಚಿಕೊಳ್ಳಬೇಕಾಗಿರಲಿಲ್ಲ.

ಹಾಗಿದ್ದರೂ ನಾನು ಉಚ್ಚನ್ಯಾಯಾಲಯದ ಪುಸ್ತಕಭಂಡಾರವನ್ನು ಬಳಸಿಕೊಂಡೆ ಮತ್ತು ಹೊಸ ಪರಿಚಯಗಳನ್ನು ಮಾಡಿಕೊಂಡೆ. ಬೇಗನೇ ನನಗೆ ಉಚ್ಚ ನ್ಯಾಯಾಲಯದಲ್ಲಿ ಕೆಲಸ ದೊರೆಯುವುದೆಂಬ ಆಶಾಭಾವನೆ ಬೆಳೆಯಿತು.

ಪ್ರಕಾರ ನಾನು ಒಂದು ಕಡೆಯಲ್ಲಿ ನನ್ನ ವೃತ್ತಿಯ ಬಗ್ಗೆ ಏನೋ ಒಂದು ರೀತಿಯಲ್ಲಿ ನಿಶ್ಚಿಂತೆಯಿಂದಿದ್ದೆ. ಇನ್ನೊಂದು ಕಡೆಯಲ್ಲಿ ನನ್ನ ಮೇಲೆ ಸದಾ ದೃಷ್ಟಿಯನ್ನಿರಿಸಿಕೊಂಡಿದ್ದ ಗೋಖಲೆ ಅವರು ನನ್ನ ಪರವಾಗಿ ಅವರ ಸ್ವಂತದ ಯೋಜನೆಗಳನ್ನು ತಯಾರಿಸುವುದರಲ್ಲಿ ಮಗ್ನರಾಗಿದ್ದರು. ಪ್ರತಿ ವಾರವೂ ನನ್ನ ಚೇಂಬರ್ (ನ್ಯಾಯವಾದಿ ಕೋಣೆ)ನಲ್ಲಿ ಎರಡು ಅಥವಾ ಮೂರು ಬಾರಿಯಾದರೂ ಹಣಿಕಿ ನೋಡುತ್ತಿದ್ದರು. ಆಗಾಗ್ಗೆ ಅವರ ಜತೆಯಲ್ಲಿ ಗೆಳೆಯರಿರುತ್ತಿದ್ದರು. ಅವರ ಪರಿಚಯ ಮಾಡಿಸುತ್ತಿದ್ದರು ಮತ್ತು ಅವರ ಕಾರ್ಯ ವಿಧಾನದ ಬಗ್ಗೆ ನನಗೆ ತಿಳಿವಳಿಕೆ ನೀಡುತ್ತಿದ್ದರು.

ಆದರೆ ನನ್ನ ಯಾವುದೇ ಯೋಜನೆ ಊರ್ಜಿತವಾಗಲು ದೇವರು ಎಂದೂ ಅವಕಾಶಕೊಡಲಿಲ್ಲ ಎಂದು ಹೇಳಬಹುದು. ದೇವರು ಅವನ ರೀತಿಯಲ್ಲಿ ಅವನ್ನು ವ್ಯವಸ್ಥೆಗೊಳಿಸಿದ ಎನ್ನಬಹುದು.

ನಾನು ಆಶಿಸಿದಂತೆ ನೆಲೆ ನಿಂತಿದ್ದೇನೆ ಎಂದು ಭಾವಿಸುತ್ತಿರುವಾಗ ದಕ್ಷಿಣ ಆಫ್ರಿಕದಿಂದ ಅನಿರೀಕ್ಷಿತವಾಗಿ ತಂತಿ ಸಂದೇಶ ಪಡೆದೆ: ಚೇಂಬರ್‌ಲೀನ್ ಇಲ್ಲಿಗೆ ಬರುವವರಿದ್ದಾರೆ. ದಯವಿಟ್ಟು ತಕ್ಷಣವೇ ಹಿಂದಿರುಗಿ. 'ನಾನು ಅವರಿಗೆ ಕೊಟ್ಟ ವಾಗ್ದಾನವನ್ನು ನೆನಪಿಗೆ ತಂದು ಕೊಂಡೆ. 'ಅವರು ಹಣ ಕಳಿಸುತ್ತಿದ್ದಂತೆ ನಾನು ಹೊರಡಲು ತಯಾರಾಗುತ್ತೇನೆ' ಎಂದು ಅವರಿಗೆ ತಂತಿ ಕಳಿಸಿದೆ.

ಅವರು ಕೂಡಲೇ ಪ್ರತಿಸ್ಪಂದಿಸಿದರು. ನಾನು ನ್ಯಾಯವಾದಿ ಕೊಠಡಿ (ಚೇಂಬರ್) ಗಳನ್ನು ಬಿಟ್ಟು ದಕ್ಷಿಣ ಆಫ್ರಿಕಕ್ಕೆ ಹೊರಟೆ.

ಅಲ್ಲಿ ನನ್ನ ಕೆಲಸದಲ್ಲಿ ಕಡೆಯ ಪಕ್ಷ ಒಂದು ವರ್ಷವಾದರೂ ಮಗ್ನನಾಗಿರುತ್ತೇನೆ ಎಂಬ ವಿಚಾರ ನನ್ನಲ್ಲಿತ್ತು. ಆದ್ದರಿಂದ ನಾನು ಬಂಗಲೆಯನ್ನು ಇಟ್ಟುಕೊಂಡು ಅಲ್ಲಿ ನನ್ನ ಹೆಂಡತಿ ಮತ್ತು ಮಕ್ಕಳನ್ನು ಬಿಟ್ಟು ಹೊರಟಿದ್ದೆ.

ತಮ್ಮ ದೇಶದಲ್ಲಿ ಉದ್ಯೋಗ ವ್ಯಾಪಾರಗಳಲ್ಲಿ ಸದವಕಾಶ ದೊರೆಯದ ಉದ್ಯೋಗ ಶೀಲ ಯುವಕರು ಇತರ ದೇಶಗಳಿಗೆ ವಲಸೆ ಹೋಗಬೇಕು ಎಂದು ನಾನು ನಂಬಿಕೊಂಡಿದ್ದೆ. ಆದ್ದರಿಂದ ನಾನು ನನ್ನ ಜತೆಯಲ್ಲಿ ಅಂತಹ ನಾಲ್ಕು ಅಥವಾ ಐದು ಮಂದಿ ಯುವಕರನ್ನು ಕರೆದುಕೊಂಡು ಹೊರಟಿದ್ದೆ. ಅವರಲ್ಲಿ ಒಬ್ಬ ಮಗನ್‌ಲಾಲ್ ಗಾಂಧಿಯಾಗಿದ್ದ.

ಗಾಂಧಿ ಅವರುಗಳದ್ದು ದೊಡ್ಡ ಮನೆತನವಾಗಿತ್ತು. ಈಗಾಗಲೇ ತುಳಿದಿದ್ದ ದಾರಿಯನ್ನು ಬಿಟ್ಟು ವಿದೇಶದಲ್ಲಿ ಸಾಹಸ ತೋರಲು ಇಚ್ಛಿಸುವ ಎಲ್ಲರನ್ನೂ ಹುಡುಕಲು ನಾನು ಇಷ್ಟಪಟ್ಟಿದ್ದೆ. ನನ್ನ ತಂದೆ ಅಂತಹವರಲ್ಲಿ ಅನೇಕ ಮಂದಿಗೆ ರಾಜ್ಯದ ಯಾವುದಾದರೂ ಸೇವೆಯಲ್ಲಿ (ನೌಕರಿ) ಅವಕಾಶ ಒದಗಿಸಿಕೊಡುತ್ತಿದ್ದರು. ಈ ಬಗೆಯ ನೌಕರಿ ಆಕರ್ಷಣೆಗೆ ಅವರು ಒಳಗಾಗಬಾರದೆಂದು ನಾನು ಇಚ್ಛಿಸಿದ್ದೆ. ಅವರಿಗೆ ನಾನು ಬೇರೆ ಬಗೆಯ ನೌಕರಿಗಳನ್ನು ಒದಗಿಸಲು ಅಸಮರ್ಥನಾಗಿದ್ದೆ. ಆದ್ದರಿಂದ ಅವರು ಸ್ವಾವಲಂಬಿಗಳಾಗಬೇಕೆಂದು ಇಷ್ಟಪಟ್ಟಿದ್ದೆ.

ನನ್ನ ಆದರ್ಶಗಳು ಬೆಳೆದಂತೆ ನಾನು ಈ ಯುವಕರುಗಳನ್ನು ನನ್ನ ಆದರ್ಶಗಳೊಂದಿಗೆ ಸರಿಹೊಂದಿಸಿಕೊಳ್ಳಲು ಅವರ ಮನ ಒಪ್ಪಿಸಲು ಪ್ರಯತ್ನಿಸಿದೆ. ಮಗನ್‌ಲಾಲ್ ಗಾಂಧಿಗೆ ಮಾರ್ಗದರ್ಶನ ನೀಡುವಲ್ಲಿ ನಾನು ಭಾರಿ ಯಶಸ್ಸನ್ನು ಗಳಿಸಿಕೊಂಡಿದ್ದೆ. ಆದರೆ ಇದರ ಬಗ್ಗೆ ಮುಂದೆ ಬರೆಯುವವನಿದ್ದೇನೆ.

ಹೆಂಡತಿ ಮತ್ತು ಮಕ್ಕಳನ್ನು ಬಿಟ್ಟು ಹೋಗುವುದು, ನೆಲೆನಿಂತಿದ್ದ ಸಂಸಾರವನ್ನು ಒಡೆಯುವುದು ಮತ್ತು ನಿಶ್ಚಿತ ಜೀವನದಿಂದ ಅನಿಶ್ಚಿತ ಜೀವನದ ಕಡೆಗೆ ಹೋಗುವುದು - ಇವೆಲ್ಲವೂ ಒಂದು ಕ್ಷಣ ನೋವುಂಟುಮಾಡಿತು. ಆದರೆ ನಾನು ಅನಿಶ್ಚಿತ ಜೀವನಕ್ಕೆ ಒಗ್ಗಿಹೋಗಿದ್ದೆ. ಈ ಜೀವನದಲ್ಲಿ ನಿಶ್ಚಿಂತೆಯನ್ನು ನಿರೀಕ್ಷಿಸುವುದು ತಪ್ಪು ಎಂದು ನಾನು ಭಾವಿಸಿದ್ದೆ. ಸತ್ಯವೇ ಆಗಿರುವ ದೇವರನ್ನು ಬಿಟ್ಟಂತೆ ಉಳಿದವೆಲ್ಲವೂ ಅನಿಶ್ಚಿತವೇ ಆಗಿವೆ. ಆದರೆ ಅದರಲ್ಲಿ ಸತ್ಯವೇ ಆಗಿರುವ, ನಿಶ್ಚಿತನಾಗಿರುವ ಪರಮಪುರುಷನು ಅಡಗಿದ್ದಾನೆ. ಆ ನಿಶ್ಚಿತ ಶಕ್ತಿಯ ಮಿನುಗುನೋಟವನ್ನು ಯಾರು ಹಿಡಿದಿಟ್ಟುಕೊಳ್ಳುತ್ತಾನೋ ಮತ್ತು ಬಂಡಿಯನ್ನು (ಜೀವನ) ಅದಕ್ಕೆ ಕಟ್ಟಿಹಾಕುತ್ತಾನೋ ಅವನು ಪುಣ್ಯಶಾಲಿಯಾಗುತ್ತಾನೆ. ಆ ಸತ್ಯದ ಅನ್ವೇಷಣೆಯು ಜೀವನದ ಪರಮ ಪುರುಷಾರ್ಥವಾಗಿದೆ.

ನಾನು ಡರ್ಬಾನ್ ಅನ್ನು ಬೇಗನೇ, ಒಂದು ದಿನ ಮುಂಚಿತವಾಗಿ ಕೂಡಾ ಸೇರಲು ಸಾಧ್ಯವಾಗಲಿಲ್ಲ. ಅಲ್ಲಿ ನನಗಾಗಿ ಕೆಲಸ ಕಾದಿತ್ತು. ಚೇಂಬರ್‌ಲೀನ್ ಅವರನ್ನು ಭೇಟಿಮಾಡಲು ನಿಯೋಗಕ್ಕೆ ತಾರೀಖು ನಿಗದಿಯಾಗಿತ್ತು. ಅವರಿಗೆ ಸಲ್ಲಿಸಬೇಕಾಗಿರುವ ನಿವೇದನಾ ಪತ್ರದ ಕರಡನ್ನು ಸಿದ್ಧಗೊಳಿಸಬೇಕಾಗಿತ್ತು ಮತ್ತು ನಿಯೋಗದ ಜತೆಯಲ್ಲಿ ನಾನು ತೆರಳಬೇಕಾಗಿತ್ತು.

ಭಾಗ - 4

1. 'ಪ್ರೀತಿಯ ದುಡಿಮೆ' ವ್ಯರ್ಥವಾಯ್ತು?

ಮಿ. ಚೇಂಬರ್‌ಲೀನ್ ದಕ್ಷಿಣ ಆಫ್ರಿಕದಿಂದ 35 ದಶಲಕ್ಷ ಪೌಂಡುಗಳ ಕೊಡುಗೆಯನ್ನು ಸ್ವೀಕರಿಸಲು ಮತ್ತು ಇಂಗ್ಲಿಷಿನವರು ಹಾಗೂ ಬೋಅರ್‌ಗಳ ಹೃದಯಗಳನ್ನು ಗೆಲ್ಲುವ ಉದ್ದೇಶದಿಂದ ಬಂದಿದ್ದರು. ಆದ್ದರಿಂದ ಅವರು ಭಾರತೀಯ ನಿಯೋಗವನ್ನು ಉದ್ದೇಶಪೂರ್ವಕವಾಗಿ ಕಡೆಗಣಿಸಿದರು.

'ಬ್ರಿಟಿಷ್ ಸಾಮ್ರಾಜ್ಯದ ಸರ್ಕಾರವು ಸ್ವಯಮಾಡಳಿತ ನಡೆಸುತ್ತಿರುವ ವಸಾಹತುಗಳ ಮೇಲೆ ಅತ್ಯಲ್ಪ ನಿಯಂತ್ರಣವನ್ನು ಇಟ್ಟುಕೊಂಡಿದೆ ಎಂದು ನಿಮಗೆ ಗೊತ್ತಿದೆ. ಎಂದು ಅವರು ಹೇಳಿದರು. 'ನಿಮ್ಮ ಅಳಲು ಯಥಾರ್ಥವಾಗಿವೆಯೆಂದು ತೋರುತ್ತದೆ. ನನ್ನಿಂದ ಏನು ಸಾಧ್ಯವೋ ಅದನ್ನು ಮಾಡುತ್ತೇನೆ. ಆದರೆ ನೀವು ಅವರ ನಡುವೆ ಬಾಳಲು ಇಷ್ಟಪಡುವುದಾದರೆ ಅವರನ್ನು ಸಂತೈಸಲು ನಿಮ್ಮ ಕೈಲಾದ ಪ್ರಯತ್ನ ಮಾಡಬೇಕು.'

ಈ ಉತ್ತರ ನಿಯೋಗದ ಸದಸ್ಯರುಗಳ ಮೇಲೆ ತಣ್ಣನೆಯ ನೀರನ್ನು ಎರಚಿದಂತಾಯ್ತು. ನನಗೂ ನಿರಾಶೆಯಾಯ್ತು. ನಮ್ಮೆಲ್ಲರಿಗೂ ಅದು ಕಣ್ಣನ್ನು ತೆರೆಸಿತು. ನಾವು ನಮ್ಮ ಕೆಲಸವನ್ನು ಹೊಸದಾಗಿ ಆರಂಭಿಸಬೇಕು ಎಂದು ನಾನರಿತುಕೊಂಡೆ. ನಾನು ಪರಿಸ್ಥಿತಿಯನ್ನು ನನ್ನ ಸಹಕಾರ್ಯ ಕರ್ತರುಗಳಿಗೆ ವಿವರಿಸಿದೆ.

ಮಿ. ಚೇಂಬರ್‌ಲೀನ್ ಅವರ ಉತ್ತರದಲ್ಲಿ ವಾಸ್ತವವಾಗಿ ತಪ್ಪೇನೂ ಇರಲಿಲ್ಲ. ಅವರು ಕೃತಕವಾಗಿ ನಾಜೂಕಿನಿಂದ ಮಾತಾಡಿರಲಿಲ್ಲ. ಅವರು ನಮಗೆ ಸೌಮ್ಯವಾಗಿ ಬಲದ ಆಡಳಿತವನ್ನು ಅಥವಾ ಕತ್ತಿಯ ಕಾನೂನನ್ನು ಮನದಟ್ಟು ಮಾಡಿಸಿದ್ದರು.

ಆದರೆ ನಮ್ಮ ಬಳಿ ಕತ್ತಿ ಇರಲಿಲ್ಲ. ಕತ್ತಿಯ ಏಟುಗಳನ್ನು ಸ್ವೀಕರಿಸಲು ನಮ್ಮ ಬಳಿ ದೈವಿಕ ಶಕ್ತಿ ಮತ್ತು ಸ್ಥೈರ್ಯ ಕೂಡಾ ಇರಲಿಲ್ಲ.

ಮಿ. ಚೇಂಬರ್‌ಲೀನ್ ಉಪಖಂಡದ ಭೇಟಿಗೆ ತೀರ ಸ್ವಲ್ಪ ಕಾಲವನ್ನು ವಿನಿಯೋಗಿಸಿದ್ದರು. ಶ್ರೀನಗರದಿಂದ ಕೇಪ್ ಕಾಮೊರಿನ್ (ಕನ್ಯಾಕುಮಾರಿ)ಗೆ ಇರುವ ದೂರ 1900 ಮೈಲಿಯಾಗಿದ್ದರೆ ಡರ್ಬಾನ್‌ನಿಂದ ಕೇಪ್‌ಟೌನ್‌ಗೆ ಇರುವ ದೂರ 1100 ಮೈಲಿಗಳಿಗೂ ಕಡಿಮೆ ಇತ್ತು. ಮಿ. ಚೇಂಬರ್‌ಲೀನ್ ಬಿರುಗಾಳಿಯ ವೇಗದಲ್ಲಿ ಈ ದೂರವನ್ನು ಸುತ್ತಿ ಮುಗಿಸಬೇಕಾಗಿತ್ತು.

ನೆಟಾಲ್‌ನಿಂದ ಅವರು ಟ್ರಾನ್ಸ್‌ವಾಲ್‌ಗೆ ತರಾತುರಿಯಿಂದ ಹೊರಟಿದ್ದರು. ಭಾರತೀಯರ ಪರವಾಗಿ ನಾನು ಮನವಿಯನ್ನು ಸಿದ್ಧಪಡಿಸಬೇಕಾಗಿತ್ತು ಮತ್ತು ಅದನ್ನು ಅವರಿಗೆ ಸಲ್ಲಿಸಬೇಕಾಗಿತ್ತು. ಆದರೆ ಪ್ರಿಟೋರಿಯಾಗೆ ಹೇಗೆ ಹೋಗುವುದು? ಅಲ್ಲಿದ್ದ ನಮ್ಮ ಜನರು ಅಲ್ಲಿ ನಾನು ಸಕಾಲದಲ್ಲಿ ಅಲ್ಲಿ ಇರುವಂತೆ ನೋಡಿಕೊಳ್ಳಲು ಅವಶ್ಯಕವಾಗಿದ್ದ ಕಾನೂನು ಸೌಲಭ್ಯಗಳನ್ನು ಒದಗಿಸಿಕೊಳ್ಳುವ ಸ್ಥಿತಿಯಲ್ಲಿರಲಿಲ್ಲ. ಯುದ್ಧವು ಟ್ರಾನ್ಸ್‌ವಾಲ್ ಅನ್ನು ಭೀಕರ ಮರುಭೂಮಿಯನ್ನಾಗಿ ಮಾಡಿಬಿಟ್ಟಿತ್ತು. ಆಹಾರ ಸಾಮಗ್ರಿಗಳಾಗಲೀ ಬಟ್ಟೆಬರೆಗಳಾಗಲಿ ಸಿಗುತ್ತಿರಲಿಲ್ಲ. ಖಾಲಿಯಾಗಿರುವ ಇಲ್ಲವೇ ಮುಚ್ಚಿದ ಅಂಗಡಿಗಳು ಅಲ್ಲಿದ್ದವು. ಅವು ಭರ್ತಿಯಾಗಲೂ ಅಥವಾ ಪ್ರಾರಂಭವಾಗಲು ಕಾದು ನಿಂತಿದ್ದವು. ಆದರೆ ಅದಕ್ಕೆ ಸಾಕಷ್ಟು ಕಾಲಾವಕಾಶವಿತ್ತು. ಅಂಗಡಿಗಳು ಆಹಾರ ಸಾಮಗ್ರಿಗಳನ್ನು ತುಂಬಿಕೊಂಡು ಸಿದ್ಧವಾಗುವವರೆಗೂ ನಿರಾಶ್ರಿತರಿಗೆ ಹಿಂದಿರುಗಲು ಅವಕಾಶವನ್ನು ಕೊಡುತ್ತಿರಲಿಲ್ಲ. ಆದ್ದರಿಂದ ಪ್ರತಿಯೊಬ್ಬ ಟ್ರಾನ್ಸ್‌ವಾಲ್ ನಿವಾಸಿಯೂ ಅನುಮತಿ ಪತ್ರ (ಪರ್ಮಿಟ)ವನ್ನು ಪಡೆದುಕೊಳ್ಳಬೇಕಾಗಿತ್ತು. ಐರೋಪ್ಯರು ಅವನ್ನು ಪಡೆಯಲು ಕಷ್ಟಪಡಬೇಕಾಗಿರಲಿಲ್ಲ. ಆದರೆ ಭಾರತೀಯರು ಅವನ್ನು ಪಡೆಯಲು ತುಂಬಾ ಕಷ್ಟಪಡಬೇಕಾಗಿತ್ತು.

ಯುದ್ಧದ ಕಾಲದಲ್ಲಿ ಭಾರತ ಮತ್ತು ಸಿಲೋನ್‌ನಿಂದ ಅನೇಕ ಅಧಿಕಾರಿಗಳು ಮತ್ತು ಯೋಧರು ದಕ್ಷಿಣ ಆಫ್ರಿಕಕ್ಕೆ ಬಂದಿದ್ದರು. ಅಂತಹವರಿಗೆ ಆಗಲೇ ತೀರ್ಮಾನಿಸಿದ್ದ ಪ್ರಕಾರ ಅಲ್ಲಿ ನೆಲೆ ನಿಲ್ಲಲು ಬ್ರಿಟಿಷ್ ಅಧಿಕಾರಿಗಳು ಅವಕಾಶ ಒದಗಿಸುವುದು ಅವರ ಕರ್ತವ್ಯವೆಂದು ಪರಿಗಣಿಸಲಾಗಿತ್ತು. ಏನೇ ಕಾರಣವಿದ್ದರೂ ಅವರು ಹೊಸ ಅಧಿಕಾರಿಗಳನ್ನು ನೇಮಿಸಿ ಕೊಳ್ಳಬೇಕಾಗಿತ್ತು. ಈ ಅನುಭವೀ ಜನರು ತುಂಬಾ ಅನುಕೂಲಕರವಾಗಿ ಅವರ ಕೈಗೆ ಸಿಕ್ಕಿದ್ದರು. ಇವರಲ್ಲಿ ಕೆಲವರು ನಿಷ್ಕಪಟವಾಗಿದ್ದು ಮುಗ್ಧರಾಗಿದ್ದರಿಂದ ಅವರಿಗಾಗಿ ಹೊಸ ಇಲಾಖೆ ಸೃಷ್ಟಿಯಾಯಿತು. ಇದು ಅವರ ವ್ಯವಹಾರ ಕೌಶಲವನ್ನು ಪ್ರದರ್ಶಿಸಿತು. ನೀಗ್ರೊಗಳಿಗಾಗಿ ವಿಶೇಷ ಇಲಾಖೆಯೊಂದಿತ್ತು. ಹಾಗಿದ್ದರೆ ಏಷ್ಯಾ ದೇಶವಾಸಿಗಳಿಗೆ ವಿಶೇಷ ಇಲಾಖೆಯೊಂದು ಏಕೆ ಇರಬಾರದು? ಈ ವಾದ ಖಂಡಿತವಾಗಿಯೂ ನ್ಯಾಯಸಮ್ಮತವೆಂದು ತೋರಿತು. ನಾನು ಟ್ರಾನ್ಸ್‌ವಾಲ್ ಅನ್ನು ಮುಟ್ಟಿದಾಗ ಈ ಹೊಸ ಇಲಾಖೆ ಆಗಲೇ ಆರಂಭವಾಗಿತ್ತು ಮತ್ತು ಅದು ತನ್ನ ಬಾಹು(ಸ್ಪರ್ಶಾಂಗ)ಗಳನ್ನು ಕ್ರಮೇಣ ಚಾಚುತ್ತಿತ್ತು. ಹಿಂದಿರುಗುತ್ತಿದ್ದ ನಿರಾಶ್ರಿತರೆಲ್ಲರಿಗೂ (ಅಂದರೆ ಯುದ್ಧ ನಡೆಯುತ್ತಿದ್ದ ಕಾಲದಲ್ಲಿ ಓಡಿಹೋದವರಿಗೆ) ಅಧಿಕಾರಿಗಳು ಅನುಮತಿ

ಪತ್ರವನ್ನು ಕೊಡಬಹುದಾಗಿತ್ತು. ಆದರೆ ಹೊಸ ಇಲಾಖೆಯ ಮಧ್ಯಸ್ಥಿಕೆಯಿಲ್ಲದೇ (ಅಂದರೆ ಅವರನ್ನು ವಿಚಾರಿಸದೇ) ಏಷ್ಯಾದೇಶವಾಸಿಗಳಿಗೆ ಹೇಗೆ ಅನುಮತಿ ಪತ್ರಗಳನ್ನು ಈ ಅಧಿಕಾರಿಗಳು ಕೊಡಬಲ್ಲರು? ಹೊಸ ಇಲಾಖೆಯ ಶಿಫಾರಸಿನ ಮೇಲೆ ಅನುಮತಿ ಪತ್ರಗಳನ್ನು ಕೊಡಲು ನಿಶ್ಚಯಿಸಿದ್ದರೆ, ಈ ಅಧಿಕಾರಿಗಳ ಸ್ವಲ್ಪಮಟ್ಟಿನ ಭಾರವನ್ನು ಮತ್ತು ಹೊಣೆಗಾರಿಕೆಯನ್ನು ಈ ಪ್ರಕಾರ ಕಡಿಮೆಮಾಡಬಹುದಾಗಿತ್ತು. ಈ ಪ್ರಕಾರ ಅಧಿಕಾರಿಗಳು ವಾದಿಸುತ್ತಿದ್ದರು. ವಾಸ್ತವವಾಗಿ ಹೊಸ ಇಲಾಖೆಯು ಯಾವುದೋ ರೀತಿಯಲ್ಲಿ ಸಮಾಧಾನ ನೀಡುತ್ತಿತ್ತು ಮತ್ತು ಅಲ್ಲಿದ್ದವರಿಗೆ ಹಣ ಬೇಕಾಗಿತ್ತು. ಕೆಲಸವಿಲ್ಲದಿದ್ದರೆ ಈ ಹೊಸ ಇಲಾಖೆಯು ಅನವಶ್ಯಕವೆಂದು ಕಂಡು ಬರುತ್ತಿತ್ತು ಮತ್ತು ಅದನ್ನು ಕಿತ್ತು ಹಾಕುತ್ತಿದ್ದರು. ಆದ್ದರಿಂದ ಹೊಸ ಇಲಾಖೆಯವರೇ ಈ ಕೆಲಸವನ್ನು ಸ್ವತಹ ಹುಡುಕಿಕೊಂಡಿದ್ದರು.

ಭಾರತೀಯರು ಈ ಇಲಾಖೆಗೆ ಅರ್ಜಿಯನ್ನು ಸಲ್ಲಿಸಬೇಕಾಗಿತ್ತು. ಅನೇಕ ದಿನಗಳ ತರುವಾಯ ಇಲಾಖೆಯು ಉತ್ತರಿಸುವ ಕೃಪೆ ಮಾಡುತ್ತಿತ್ತು. ಹೆಚ್ಚು ಜನರು ಟ್ರಾನ್ಸ್‌ವಾಲ್‌ಗೆ ಹಿಂದಿರುಗಲು ಇಚ್ಛಿಸುತ್ತಿದ್ದರಿಂದ ಮಧ್ಯವರ್ತಿಗಳ ಅಥವಾ ದಳ್ಳಾಳಿಗಳ ಪಡೆ ಬೆಳೆಯಲಾರಂಭಿಸಿತು. ಸಾವಿರಗಳ ಮಟ್ಟದಲ್ಲಿ ಅಧಿಕಾರಿಗಳು ಬಡ ಭಾರತೀಯರ ಲೂಟಿ ಮಾಡಿದರು. ಪ್ರಭಾವವಿಲ್ಲದೇ ಅನುಮತಿ ಪತ್ರವನ್ನು ಪಡೆಯಲು ಸಾಧ್ಯವಿರಲಿಲ್ಲ ಎಂದು ನನಗೆ ತಿಳಿಸಲಾಗಿತ್ತು. ಕೆಲವು ಪ್ರಸಂಗಗಳಲ್ಲಿ ಪ್ರಭಾವ ಬೀರಿದರೂ (ಅಂದರೆ ಶಿಫಾರಸು ಇದ್ದರೂ) ನೂರು ಪೌಂಡುಗಳವರೆಗೆ ಕೊಡಬೇಕಾಗಿತ್ತು. ಹೀಗೆ ಅಲ್ಲಿ ಕಾರುಬಾರು ನಡೆಯುತ್ತಿದ್ದರಿಂದ ನನಗೆ ದಾರಿಯೇ ಕಾಣಲಿಲ್ಲ. ನಾನು ನನ್ನ ಹಳೆಯ ಗೆಳೆಯರು ಮತ್ತು ಡರ್ಬಾನ್‌ನ ಪೋಲೀಸು ಸೂಪರಿಂಟೆಂಡೆರಿಟ್ ಆಗಿದ್ದವರ ಬಳಿಗೆ ಹೋಗಿ ಹೇಳಿದೆ: 'ದಯವಿಟ್ಟು ನನ್ನನ್ನು ಆ ಅನುಮತಿ ಪತ್ರದ ಅಧಿಕಾರಿಗೆ ಪರಿಚಯ ಮಾಡಿಕೊಡಿ. ಮತ್ತು ಅನುಮತಿ ಪತ್ರವನ್ನು ಪಡೆದುಕೊಳ್ಳಲು ಸಹಾಯಮಾಡಿ. ನಿಮಗೆ ಗೊತ್ತಿರುವಂತೆ ನಾನು ಟ್ರಾನ್ಸ್‌ವಾಲ್‌ನ ನಿವಾಸಿ.' ಇವರು ತಕ್ಷಣವೇ ಹ್ಯಾಟ್ ಅನ್ನು ತಲೆಯ ಮೇಲಿಟ್ಟುಕೊಂಡು ಹೊರಗೆ ಬಂದರು ಮತ್ತು ನನಗೆ ಅನುಮತಿ ಪತ್ರವನ್ನು ದೊರಕಿಸಿಕೊಟ್ಟರು. ರೈಲು ಹೊರಡಲು ಹೆಚ್ಚು ಕಡಿಮೆ ಒಂದು ಗಂಟೆಯಿತ್ತು. ನಾನು ನನ್ನ ಸಮಾನು ಸರಂಜಾಮನ್ನು ಕಟ್ಟಿ ಸಿದ್ಧವಾಗಿದ್ದೆ. ನಾನು ಸೂಪರಿಂಟೆಂಡೆಂಟ್ ಅಲೆಗ್ಸಾಂಡರ್ ಅವರಿಗೆ ವಂದಿಸಿ ಪ್ರಿಟೋರಿಯಾಕ್ಕೆ ಹೊರಟೆ. ಈಗ ನನ್ನಲ್ಲಿ ಮುಂದಿರುವ ಕಷ್ಟಗಳ ಬಗ್ಗೆ ಸ್ಪಷ್ಟವಾದ ವಿಚಾರ ಮೂಡಿತ್ತು.

ಪ್ರಿಟೋರಿಯಾವನ್ನು ಮುಟ್ಟುತ್ತಿದ್ದಂತೆ ನಾನು ಮನವಿ (ನಿವೇದನಾ ಪತ್ರ)ಯ ಕರಡನ್ನು ತಯಾರಿಸಿದೆ. ಡರ್ಬಾನ್‌ನಲ್ಲಿ ತಮ್ಮ ಪ್ರತಿನಿಧಿಗಳ ಹೆಸರುಗಳನ್ನು ಮುಂಚಿತವಾಗಿ ತಿಳಿಸುವಂತೆ ಭಾರತೀಯರನ್ನು ಕೇಳಿಕೊಳ್ಳಲಾಗಿತ್ತೆ ಎಂಬುದು ನನ್ನ ನೆನಪಲ್ಲಿಲ್ಲ. ಆದರೆ ಇಲ್ಲಿ ಹೊಸ ಇಲಾಖೆಯೊಂದಿತ್ತು ಮತ್ತು ಅದು ಹಾಗೆ ಮಾಡುವಂತೆ ಕೇಳಿತ್ತು. (ಅಂದರೆ ಪ್ರತಿನಿಧಿಗಳ ಹೆಸರುಗಳನ್ನು ಮೊದಲೇ ತಿಳಿಸುವಂತೆ ಸೂಚಿಸಲಾಗಿತ್ತು) ಅಧಿಕಾರಿಗಳು ನನ್ನ ಹೆಸರನ್ನು ಹೊರಗಿಡಲು ಇಚ್ಛಿಸಿದ್ದಾರೆ ಎಂದು ಪ್ರಿಟೋರಿಯಾದ ಭಾರತೀಯರಿಗೆ ತಿಳಿದಿತ್ತು.

ಈ ಶೋಚನೀಯವಾದ ಆದರೆ ನಗುಬರಿಸುವಂತಹ ಘಟನೆಯನ್ನು ವಿವರಿಸಲು ಇನ್ನೊಂದು ಅಧ್ಯಾಯದ ಅವಶ್ಯಕತೆಯಿದೆ.

2. ಏಷ್ಯಾದಿಂದ ಬಂದಿದ್ದ ಸ್ವೇಚ್ಛಾವರ್ತಿಗಳು

ಹೊಸ ಇಲಾಖೆಯ ಮುಖ್ಯಸ್ಥಾನಗಳಲ್ಲಿದ್ದ ಅಧಿಕಾರಿಗಳಿಗೆ ನಾನು ಟ್ರಾನ್ಸ್‌ವಾಲ್‌ಅನ್ನು ಪ್ರವೇಶಿಸಿದ ವಿಚಾರ ಹೇಗೆ ತಿಳಿಯಿತೋ ಗೊತ್ತಿಲ್ಲ. ಅವರ ಬಳಿಗೆ ಹೋಗಿ ಬರುತ್ತಿದ್ದ ಭಾರತೀಯರನ್ನು ವಿಚಾರಿಸಿದ್ದರು. ಆದರೆ ಅವರು ನಿಶ್ಚಿತವಾಗಿ ಏನೂ ಹೇಳಿರಲಾರರು. ನನ್ನ ಹಳೆಯ ಸಂಬಂಧಗಳ ಬಲದಲ್ಲಿ ನಾನು ಅನುಮತಿ ಪತ್ರವಿಲ್ಲದೇ ಪ್ರವೇಶಿಸುವ ಸಾಹಸ ಮಾಡಿರಬಹುದೆಂದು ಮಾತ್ರ ಅಧಿಕಾರಿಯೂ ಊಹಿಸಿಕೊಂಡಿರಬಹುದು. ಹಾಗಾಗಿದ್ದರೆ ನಾನು ಬಂಧನಕ್ಕೆ ಒಳಗಾಗಬೇಕಾಗಿತ್ತು!

ಸಾಮಾನ್ಯವಾಗಿ ರೂಢಿಯಲ್ಲಿರುವ ಪ್ರಕಾರ ದೊಡ್ಡ ಯುದ್ಧವೊಂದು ಮುಗಿದ ಮೇಲೆ ಆದಿನಗಳಲ್ಲಿದ್ದ ಸರ್ಕಾರಕ್ಕೆ ವಿಶೇಷ ಅಧಿಕಾರವನ್ನು ಕೊಡಲಾಗುವುದು. ದಕ್ಷಿಣ ಆಫ್ರಿಕದಲ್ಲಿ ಈ ಪದ್ಧತಿಯಿತ್ತು. ಸರ್ಕಾರವು ಶಾಂತಿ ಪಾಲನಾ ವಿಶೇಷಾಜ್ಞೆ (ಆರ್ಡಿನನ್ಸ್)ಯನ್ನು ಜಾರಿಗೆ ತಂದಿತ್ತು. ಅದರ ಪ್ರಕಾರ ಅನುಮತಿ ಪತ್ರವಿಲ್ಲದೇ ಟ್ರಾನ್ಸ್‌ವಾಲ್‌ಅನ್ನು ಪ್ರವೇಶಿಸುವ ಯಾರನ್ನಾದರೂ ಬಂಧಿಸಿ ಸೆರೆಮನೆಗೆ ದೂಡಬಹುದಾಗಿತ್ತು. ಈ ವಿಧಿಯಡಿಯಲ್ಲಿ ನನ್ನನ್ನು ಬಂಧಿಸುವ ಪ್ರಶ್ನೆಯನ್ನು ಚರ್ಚಿಸಲಾಗಿತ್ತು. ಆದರೆ ಅನುಮತಿ ಪತ್ರವನ್ನು ತೋರಿಸುವಂತೆ ನನ್ನನ್ನು ಕೇಳುವ ಧೈರ್ಯ ಯಾರಲ್ಲೂ ಇರಲಿಲ್ಲ.

ಅಧಿಕಾರಿಗಳಂತೂ ಡರ್ಬಾನ್‌ಗೆ ತಂತಿಯನ್ನು ಕಳಿಸಿದ್ದರು. ಆದರೆ ನಾನು ಅನುಮತಿ ಪತ್ರದ ಜತೆಯಲ್ಲಿ ಪ್ರವೇಶಿಸಿದ್ದೇನೆ ಎಂದು ತಿಳಿಯುತ್ತಿದ್ದಂತೆ ಅವರಿಗೆ ನಿರಾಶೆಯಾಯ್ತು. ಆದರೆ ಇಂತಹ ನಿರಾಶೆಗಳಿಂದ ಅವರು ಸೋಲನ್ನು ಒಪ್ಪಿಕೊಳ್ಳುವವರಾಗಿರಲಿಲ್ಲ. ನಾನು ಟ್ರಾನ್ಸ್‌ವಾಲ್ ಅನ್ನು ಪ್ರವೇಶಿಸುವುದರಲ್ಲಿ ಸಫಲನಾಗಿದ್ದರೂ ಮಿ. ಚೇಂಬರ್‌ಲೀನ್ ಅವರ ಭೇಟಿಗೆ ತಡೆಯೊಡ್ಡುವುದರಲ್ಲಿ ಅವರು ಯಶಸ್ವಿಯಾಗಬಹುದಾಗಿತ್ತು.

ಆದ್ದರಿಂದ ನಿಯೋಗದಲ್ಲಿರುವ ಪ್ರತಿನಿಧಿಗಳ ಹೆಸರುಗಳನ್ನು ತಿಳಿಸಬೇಕೆಂದು ಭಾರತೀಯ ಸಮುದಾಯಕ್ಕೆ ತಿಳಿಸಲಾಯ್ತು. ಎಂದಿನಂತೆ ದಕ್ಷಿಣ ಆಫ್ರಿಕದಲ್ಲಿ ಎಲ್ಲ ಕಡೆ ವರ್ಣ ಪಕ್ಷಪಾತ ಸ್ಪಷ್ಟವಾಗಿ ಕಂಡುಬರುತ್ತಿತ್ತು. ಭಾರತದಲ್ಲಿ ನನಗೆ ಪರಿಚಿತವಾಗಿರುವಂತಹ ಹೇಯವಾದ ಮತ್ತು ಮೋಸದ ವ್ಯವಹಾರವನ್ನು ಇಲ್ಲಿ ಕೂಡಾ ಕಾಣಲು ನಾನು ತಯಾರಿರಲಿಲ್ಲ. ದಕ್ಷಿಣ ಆಫ್ರಿಕದಲ್ಲಿ ಸಾರ್ವಜನಿಕ ಇಲಾಖೆಗಳು ಜನರ ಒಳಿತಿಗಾಗಿ ಕೆಲಸ ಮಾಡುತ್ತಿದ್ದವು ಮತ್ತು ಆ ಇಲಾಖೆಗಳು ಸಾರ್ವಜನಿಕರಿಗೆ ಜವಾಬು ಕೊಡಲೇ ಬೇಕಾಗಿತ್ತು. ಆದ್ದರಿಂದ ಅಧಿಕಾರ ನಡೆಸುತ್ತಿದ್ದ ಅಧಿಕಾರಿಗಳ ರೀತಿನೀತಿಗಳಲ್ಲಿ ಸಭ್ಯತೆ ಇರುತ್ತಿತ್ತು ಮತ್ತು ಅವರು ನಮ್ರತೆಯಿಂದ ವರ್ತಿಸುತ್ತಿದ್ದರು. ವರ್ಣೀಯರು ಕೂಡಾ ಹೆಚ್ಚು ಕಡಿಮೆ ಇದರ ಪ್ರಯೋಜನ ಪಡೆಯುತ್ತಿದ್ದರು. ಆದರೆ ಏಷ್ಯದಿಂದ ಅಧಿಕಾರಿಗಳು ಬಂದ ತರುವಾಯ ಸ್ವೇಚ್ಛಾ ಪ್ರವೃತ್ತಿ ಅವರ ಜತೆಯಲ್ಲೇ ಬಂದಿತ್ತು. ನಿರಂಕುಶ ಪ್ರಭುತ್ವದ ನಡವಳಿಕೆಗಳೆಲ್ಲವೂ ಇಲ್ಲಿ ರಕ್ತಗತವಾದವು. ದಕ್ಷಿಣ ಆಫ್ರಿಕದಲ್ಲಿ ಒಂದು ಬಗೆಯ ಜವಾಬ್ದಾರಿ ಸರ್ಕಾರ ಅಥವಾ ಪ್ರಜಾಪ್ರಭುತ್ವವಿತ್ತು. ಆದರೆ ಏಷ್ಯಾದಿಂದ ಆಮದು ಮಾಡಿಕೊಂಡ ಸರಕು ಬರಿಯ ಕೇವಲ ನಿರಂಕುಶಾಧಿಕಾರವುಳ್ಳ ಆಳ್ವಿಕೆಯಾಗಿತ್ತು. ಏಕೆಂದರೆ ಏಷ್ಯನ್ನರಿಗೆ ಜವಾಬ್ದಾರಿ ಸರ್ಕಾರವಿರಲಿಲ್ಲ. ಅಲ್ಲಿ ಅವರನ್ನು ವಿದೇಶಿ ಸರ್ಕಾರ ಆಳುತ್ತಿತ್ತು. ದಕ್ಷಿಣ ಆಫ್ರಿಕದಲ್ಲಿ ಐರೋಪ್ಯರು ಖಾಯಮ್ಮಾಗಿ ನೆಲೆವೂರಿದ್ದ ವಲಸಿಗರಾಗಿದ್ದರು. ಅವರು ದಕ್ಷಿಣ ಆಫ್ರಿಕದ ಪ್ರಜೆಗಳಾಗಿದ್ದರು ಮತ್ತು ಅಧಿಕಾರಿಗಳ ಮೇಲೆ ನಿಯಂತ್ರಣ ಹೊಂದಿದ್ದರು. ಆದರೆ ಈಗ ಏಷ್ಯಾದಿಂದ ಬಂದಿದ್ದ ನಿರಕುಂಶಾಧಿಕಾರಿಗಳು ಇಂತಹ ಸನ್ನಿವೇಶದಲ್ಲಿ ಕಾಣಿಸಿಕೊಂಡಿದ್ದರು. ಇದರ ಪರಿಣಾಮದಿಂದಾಗಿ ಭಾರತೀಯರು ಪಿಶಾಚಿ ಮತ್ತು ಆಳವಾದ ಕಡಲಿನ ನಡುವೆ ಸಿಕ್ಕಿಬಿದ್ದಿದ್ದರು. (ಅಂದರೆ ಎರಡು ಅಪಾಯಕಾರಿಯಾದ ಮತ್ತು ಅನಿಷ್ಟ ಶಕ್ತಿಗಳ ನಡುವೆ ಸಿಕ್ಕಿ ಬಿದ್ದಿದ್ದರು).

ನಾನು ಈ ನಿರಂಕುಶಾಧಿಕಾರದ ರುಚಿಯನ್ನು ಚೆನ್ನಾಗಿ ಸವಿದೆ. ಮೊದಲು ನನ್ನನ್ನು ಇಲಾಖೆಯ ಮುಖ್ಯಸ್ಥನನ್ನು ನೋಡಲು ಕರೆಸಲಾಯ್ತು. ಅವನು ಸಿಲೋನಿನಿಂದ ಬಂದಿದ್ದ. ಅವನನ್ನು ನೋಡಲು ನನ್ನನ್ನು ಕರೆಸಲಾಗಿತ್ತು ಎಂದು ಹೇಳಿದಾಗ ನಾನು ಈ ಪ್ರಸಂಗವನ್ನು ಮಿತಿಮೀರಿ ವರ್ಣಿಸುತ್ತಿದ್ದೇನೆ ಎಂದು ಭಾವಿಸಬೇಕಾಗಿಲ್ಲ. ಆದ್ದರಿಂದ ನಾನು ಈ ವಿಚಾರವನ್ನು ಸ್ಪಷ್ಟಪಡಿಸುತ್ತೇನೆ. ನನಗೆ ಬರಹದ ರೂಪದಲ್ಲಿ ಆದೇಶವನ್ನು ಕಳಿಸಿರಲಿಲ್ಲ. ಭಾರತೀಯ ನಾಯಕರುಗಳು ಆಗಾಗ್ಗೆ ಏಷ್ಯಾ ಅಧಿಕಾರಿಗಳನ್ನು ಭೇಟಿ ಮಾಡಬೇಕಾಗುತ್ತಿತ್ತು. ಇವರಲ್ಲಿ ದಿವಂಗತ ಶೇಠ್ ತ್ಯೇಬ್ ಹಾಜೀ ಖಾನಮಹೊಮದ್ ಕೂಡಾ ಒಬ್ಬರಾಗಿದ್ದರು. ಕಛೇರಿಯ ಮುಖ್ಯಸ್ಥನು ಅವರ ಬಳಿ 'ನಾನು ಯಾರೆಂದು' ವಿಚಾರಿಸಿದನು. ನಾನು ಏಕೆ ಅಲ್ಲಿಗೆ ಬಂದಿದ್ದೇನೆ, ಎಂದೂ

ವಿಚಾರಿಸಿದನು. ಅವರು ನನ್ನ ಸಲಹೆಗಾರರು. ನಾವು ಕೋರಿದ್ದರಿಂದ ಅವರು ಇಲ್ಲಿಗೆ ಬಂದಿದ್ದಾರೆ ಎಂದು ತ್ಯೆಬ್ ಶೇಠ್ ತಿಳಿಸಿದರು.

'ಹಾಗಿದ್ದರೆ ನಾವು, ಇಲ್ಲಿ ಏತಕ್ಕೆ ಇದ್ದೇವೆ? ನಿಮ್ಮನ್ನು ರಕ್ಷಿಸಲು ನಮ್ಮನ್ನು ನೇಮಿಸಿಲ್ಲವೆ? ಇಲ್ಲಿಯ ಪರಿಸ್ಥಿತಿಯ ಬಗ್ಗೆ ಗಾಂಧಿಗೆ ಏನು ಗೊತ್ತಿದೆ?'

ತ್ಯೆಬ್ ಶೇಠ್ ತಮ್ಮಿಂದ ಎಷ್ಟು ಸಾಧ್ಯವೋ ಅಷ್ಟು ಚೆನ್ನಾಗಿ ಈ ಆರೋಪಕ್ಕೆ ಉತ್ತರಕೊಟ್ಟರು: 'ನೀವೇನೋ ಇಲ್ಲಿದ್ದೀರಿ. ಆದರೆ ಗಾಂಧಿ ನಮ್ಮವರು. ಅವರಿಗೆ ನಮ್ಮ ಭಾಷೆ ತಿಳಿಯುತ್ತದೆ ಮತ್ತು ನಮ್ಮನ್ನು ಅರ್ಥಮಾಡಿಕೊಳ್ಳುತ್ತಾರೆ. ಎಷ್ಟಾದರೂ ನೀವು ಅಧಿಕಾರಿಗಳು'.

ನನ್ನನ್ನು ಕರೆದುಕೊಂಡು ಬಂದು ಅವನ ಮುಂದೆ ನಿಲ್ಲಿಸುವಂತೆ ಸಾಹಿಬ್ ತ್ಯೆಬ್ ಶೇಠ್‌ಗೆ ಅಪ್ಪಣೆ ಮಾಡಿದ. ನಾನು ತ್ಯೆಬ್ ಶೇಠ್ ಮತ್ತು ಇತರರೊಡನೆ ಸಾಹಿಬ್ ಬಳಿಗೆ ಹೋದೆ. ನಮಗೆ ಕುಳಿತುಕೊಳ್ಳಲು ಆಸನಗಳನ್ನು ನೀಡಲಿಲ್ಲ. ನಾವೆಲ್ಲರೂ ನಿಂತಿದ್ದೆವು.

'ನೀವು ಇಲ್ಲಿಗೆ ಏಕೆ ಬಂದಿದ್ದೀರಿ?' ಎಂದು ಅಧಿಕಾರಿಯು ನನ್ನನ್ನು ಪ್ರಶ್ನಿಸಿದ.

'ನನ್ನ ಸಹ ದೇಶವಾಸಿಗಳಿಗೆ ಸಲಹೆ ಕೊಟ್ಟು ನೆರವಾಗಲು ಅವರ ಕೋರಿಕೆಯ ಮೇಲೆ ನಾನು ಇಲ್ಲಿಗೆ ಬಂದಿದ್ದೇನೆ' ಎಂದು ನಾನು ಉತ್ತರಿಸಿದೆ.

'ಇಲ್ಲಿಗೆ ಬರಲು ನಿಮಗೆ ಹಕ್ಕಿಲ್ಲ ಎಂದು ನಿಮಗೆ ಗೊತ್ತಿಲ್ಲವೆ? ನಿಮ್ಮ ಕೈಯಲ್ಲಿರುವ ಅನುಮತಿ ಪತ್ರವನ್ನು ನಿಮಗೆ ತಪ್ಪಾಗಿ ಕೊಡಲಾಗಿದೆ. ಇಲ್ಲಿಯೇ ನೆಲೆನಿಂತ (ಡಾಮಿಸೈಲ್ಡ್) ಭಾರತೀಯ ಎಂದು ನಿಮ್ಮನ್ನು ಪರಿಗಣಿಸಲು ಸಾಧ್ಯವಿಲ್ಲ. ನೀವು ಹಿಂದಿರುಗಬೇಕು. ನೀವು ಮಿ. ಚೇಂಬರ್‌ಲೀನ್ ಅವರನ್ನು ಭೇಟಿಮಾಡಲು ನೀವು ಕಾಯಬೇಕಾಗಿಲ್ಲ. ಇಲ್ಲಿ ಭಾರತೀಯರ ರಕ್ಷಣೆಗಾಗಿಯೇ ವಿಶೇಷವಾಗಿ ಏಷ್ಯನ್ (ಏಷಿಯಾಟಿಕ್) ಇಲಾಖೆಯನ್ನು ಸೃಷ್ಟಿಸಲಾಗಿದೆ. ಒಳ್ಳೆಯದು, ತಾವು ಹೊರಡಬಹುದು.' ಹೀಗೆ ಹೇಳಿ ಅವನು ನನ್ನನ್ನು ಬೀಳ್ಕೊಟ್ಟ. ಉತ್ತರ ಕೊಡಲು ನನಗೆ ಅವಕಾಶವನ್ನೇ ಕೊಡಲಿಲ್ಲ.

ಆದರೆ ಅವನು ನನ್ನ ಸಂಗಡಿಗರನ್ನು ತಡೆದು ನಿಲ್ಲಿಸಿಕೊಂಡ. ಅವನು ಅವರಿಗೆ ಚೆನ್ನಾಗಿ ಛೀಮಾರಿ ಹಾಕಿದ ಮತ್ತು ನನ್ನನ್ನು ದೂರ ಕಳಿಸುವಂತೆ ಬುದ್ಧಿ ಹೇಳಿದ.

ಅವರು ಅವಮಾನಿತರಾಗಿ ಸಂತಾಪಗೊಂಡು ವಾಪಸ್ ಬಂದರು. ನಮಗೀಗ ಅನಿರೀಕ್ಷಿತ ಪರಿಸ್ಥಿತಿ ಎದುರಾಗಿತ್ತು.

3. ಮೂದಲಿಕೆಯನ್ನು ಸಹಿಸಿಕೊಂಡಿದ್ದು

ನಾನು ಈ ಮೂದಲಿಕೆಯಿಂದ ತೀವ್ರ ವೇದನೆ ಪಡುತ್ತಿದ್ದೆ. ಆದರೆ ನಾನು ಅಂತಹ ಅನೇಕ ಮೂದಲಿಕೆಗಳನ್ನು ಹಿಂದಿನ ದಿನಗಳಲ್ಲಿ ಸಹಿಸಿಕೊಂಡಿದ್ದರಿಂದ ಅವಕ್ಕೆ ಒಗ್ಗಿಹೋಗಿದ್ದೆ. ಆದ್ದರಿಂದ ನಾನು ಇತ್ತೀಚಿನ ಈ ಅವಮಾನವನ್ನು ಮರೆತು ಬಿಡಲು ನಿರ್ಧರಿಸಿದೆ ಮತ್ತು ಈ ಪ್ರಸಂಗ ಏನು ತೋರಿಸಿಕೊಡುತ್ತಿದೆ ಎಂಬುದರ ಬಗ್ಗೆ ಉದ್ವೇಗವಿಲ್ಲದ ದೃಷ್ಟಿಕೋನವನ್ನಿಟ್ಟು ಕೊಂಡು ಸರಿಯಾದ ದಾರಿಯನ್ನು ತುಳಿಯಲು ತೀರ್ಮಾನಿಸಿದೆ.

ಏಷ್ಯನ್ ಇಲಾಖೆಯ ಮುಖ್ಯಸ್ಥ ನಮಗೆ ಬರೆದಿದ್ದ ಪತ್ರ ನಮ್ಮ ಬಳಿಯಲ್ಲಿತ್ತು. ನಾನು ಡರ್ಬಾನ್‌ನಲ್ಲಿ ಮಿ. ಚೇಂಬರ್‌ಲೀನ್ ಅವರನ್ನು ಈಗಾಗಲೇ ಕಂಡಿರುವುದರಿಂದ ಅವರನ್ನು ಭೇಟಿಮಾಡಲಿರುವ ನಿಯೋಗದಿಂದ ನನ್ನ ಹೆಸರನ್ನು ಬಿಡುವುದು ಅವಶ್ಯಕವೆಂದು ಕಂಡುಬಂದಿದೆ ಎಂದು ಆ ಪತ್ರದಲ್ಲಿ ತಿಳಿಸಲಾಗಿತ್ತು.

ನನ್ನ ಸಹಕಾರ್ಯಕರ್ತರುಗಳಿಗೆ ಆ ಪತ್ರವನ್ನು ಸಹಿಸಿಕೊಳ್ಳಲು ಸಾಧ್ಯವಾಗಲಿಲ್ಲ. ಅವರೆಲ್ಲರೂ ಒಟ್ಟಾಗಿ ಇಡೀ ಭೇಟಿಯನ್ನೇ ರದ್ದುಪಡಿಸುವ ಪ್ರಸ್ತಾಪವನ್ನು ಮುಂದಿಟ್ಟರು.

'ನೀವು ನಿಮ್ಮ ವಿಚಾರವನ್ನು ಮಿ. ಚೇಂಬರ್‌ಲೀನ್ ಅವರ ಮುಂದೆ ಮಂಡಿಸದಿದ್ದರೆ ನಿಮಗೆ

ಹೇಳಬೇಕಾದುದೇನೂ ಇಲ್ಲ ಎಂದು ಊಹಿಸಲಾಗುವುದು'. ಎಂದು ನಾನು ಹೇಳಿದೆ. 'ಏನೇ ಆದರೂ ಮನವಿಪತ್ರವನ್ನು ಬರಹದಲ್ಲಿ ಸಲ್ಲಿಸಬೇಕು. ಅದನ್ನು ನಾವು ಈಗಾಗಲೇ ಸಿದ್ಧಪಡಿಸಿದ್ದೇವೆ. ಅದನ್ನು ನಾನು ಓದುತ್ತೇನೆಯೋ ಇಲ್ಲವೇ ಬೇರೆ ಯಾರಾದರೂ ಓದುತ್ತಾರೆಯೋ ಎಂಬುದು ಕೊಂಚವೂ ಪರಿಗಣನೆಗೆ ಬರುವುದಿಲ್ಲ. ಮಿ. ಚೇಂಬರ್‌ಲೀನ್ ನಮ್ಮೊಂದಿಗೆ ವಾದಿಸುತ್ತ ನಿಲ್ಲುವುದಿಲ್ಲ. ನಾವು ಈ ಮೂದಲಿಕೆಯನ್ನು ಸಹಿಸಿಕೊಳ್ಳಬೇಕು'.

ನಾನು ಮಾತನ್ನು ಮುಗಿಸಿದ್ದೆನೋ ಇಲ್ಲವೋ ಅಷ್ಟರಲ್ಲಿ ತ್ಯೆಬ್ ಶೇಠ್ ಕೂಗಿಕೊಂಡರು: 'ನಿಮಗಾದ ಮೂದಲಿಕೆ ಇಡೀ ಸಮುದಾಯದ ಮೂದಲಿಕೆಯಾಗುವುದಿಲ್ಲವೆ? ನೀವು ನಮ್ಮ ಪ್ರತಿನಿಧಿ ಎಂಬುದನ್ನು ನಾವು ಹೇಗೆ ಮರೆಯಲಾದೀತು?'

'ಅದೂ ನಿಜ. ಆದರೆ ಸಮುದಾಯ ಕೂಡಾ ಇಂತಹ ಮೂದಲಿಕೆಗಳನ್ನು ಸಹಿಸಿಕೊಳ್ಳಬೇಕಾಗುವುದು. ನಮಗೆ ಬೇರೆ ಮಾರ್ಗವಿದೆಯೆ?' ಎಂದು ನಾನು ಪ್ರಶ್ನಿಸಿದೆ.

'ಏನು ಬೇಕಾದರೂ ಬರಲಿ. ನಾವೇಕೆ ಮೂದಲಿಕೆಯನ್ನು ಸಹಿಸಿಕೊಳ್ಳಬೇಕು?' ಎಂದು ತ್ಯೆಬ್ ಶೇಠ್ ಪ್ರಶ್ನಿಸಿದರು.

ಅದೊಂದು ಕೆಚ್ಚಿನ ಉತ್ತರವಾಗಿತ್ತು. ಆದರೆ ಅದರಿಂದ ಏನು ಪ್ರಯೋಜನ? ಸಮುದಾಯದ ಮಿತಿಗಳ ಬಗ್ಗೆ ನನ್ನಲ್ಲಿ ಪೂರ್ಣ ಅರಿವಿತ್ತು. ನಾನು ಗೆಳೆಯರನ್ನು ಸಮಾಧಾನಪಡಿಸಿದೆ. ಭಾರತೀಯ ಬ್ಯಾರಿಸ್ಟರ್‌ಆಗಿದ್ದ ಮಿ. ಜಾರ್ಜ್ ಗಾಡ್‌ಫ್ರೇ ಅವರನ್ನು ನನ್ನ ಜಾಗದಲ್ಲಿ ಕರೆದುಕೊಂಡು ಹೋಗಲು ಸಲಹೆ ನೀಡಿದೆ.

ಆದ್ದರಿಂದ ಮಿ. ಗಾಡ್‌ಫ್ರೇ ನಿಯೋಗದ ನೆತೃತ್ವವನ್ನು ವಹಿಸಿಕೊಂಡರು. ಮಿ. ಚೇಂಬರ್‌ಲೀನ್ ನನ್ನನ್ನು ನಿಯೋಗದಿಂದ ಹೊರಗಿಟ್ಟ ಬಗ್ಗೆ ತಮ್ಮ ಉತ್ತರದಲ್ಲಿ ಪ್ರಸ್ತಾಪಿಸಿದರು. 'ಮತ್ತೆ ಮತ್ತೆ ಅದೇ ಪ್ರತಿನಿಧಿಯಿಂದ ಮಾತುಗಳನ್ನು ಕೇಳಿಸಿಕೊಳ್ಳುವ ಬದಲು ಹೊಸ ಪ್ರತಿನಿಧಿಯನ್ನು ಕಾಣುವುದು ಉತ್ತಮವಲ್ಲವೆ?' ಎಂದು ಹೇಳಿ ಆಗಿದ್ದ ಗಾಯವನ್ನು ಗುಣಪಡಿಸಲು ಪ್ರಯತ್ನಿಸಿದರು.

ಆದರೆ ಇವೆಲ್ಲವೂ ಇಲ್ಲಿಗೆ ಈ ವಿಷಯವನ್ನು ಕೊನೆಗೊಳಿಸಲಿಲ್ಲ. ಸಮುದಾಯದ ಮತ್ತು ನನ್ನ ಕೆಲಸ ಕೂಡಾ ಹೆಚ್ಚಾಯಿತು. ನಾವು ಹೊಸದಾಗಿ ಕೆಲಸವನ್ನು ಪ್ರಾರಂಭಿಸಬೇಕಾಯ್ತು.

'ನಿಮ್ಮ ಸೂಚನೆಯಂತೆ ಸಮುದಾಯವು ಯುದ್ಧಕ್ಕೆ ಸಹಾಯಮಾಡಿತು. ಅದರ ಪರಿಣಾಮವನ್ನು ನೀವು ಈಗ ನೋಡುತ್ತಿರುವಿರಿ'. ಎಂದು ಕೆಲವು ಜನರು ನನ್ನನ್ನು ಮೂದಲಿಸಿದರು. ಆದರೆ ಅವರ ಮೂದಲಿಕೆ ನನ್ನ ಮೇಲೆ ಯಾವುದೇ ಪರಿಣಾಮವನ್ನುಂಟು ಮಾಡಲಿಲ್ಲ. 'ನನ್ನ ಸಲಹೆಯ ಬಗ್ಗೆ ನಾನು ಪಶ್ಚಾತ್ತಾಪಪಡುವುದಿಲ್ಲ'. ಎಂದು ನಾನು ಹೇಳಿದೆ. 'ಯುದ್ಧದಲ್ಲಿ ಭಾಗಿಯಾಗುವ ಮೂಲಕ ನಾವು ಒಳ್ಳೆಯದನ್ನು ಮಾಡಿದ್ದೇವೆ ಎಂದು ನಾನು ಸಮರ್ಥಿಸುತ್ತೇನೆ. ಹಾಗೆ ಮಾಡುವ ಮೂಲಕ ನಾವು ಕೇವಲ ನಮ್ಮ ಕರ್ತವ್ಯವನ್ನು ನಿರ್ವಹಿಸಿದೆವು. ನಮ್ಮ ಶ್ರಮಕ್ಕೆ ನಾವು ಯಾವುದೇ ಪ್ರತಿಫಲವನ್ನು ನಿರೀಕ್ಷಿಸಬಾರದು. ಎಲ್ಲ ಒಳ್ಳೆಯ ಕಾರ್ಯಗಳು ಕೊನೆಯಲ್ಲಿ ಫಲ ನೀಡುತ್ತವೆ ಎಂಬುದು ನನ್ನ ನಿಶ್ಚಿತಾಭಿಪ್ರಾಯವಾಗಿದೆ.

ನಾವು ಹಿಂದೆ ನಡೆದದ್ದನ್ನು ಮರೆತುಬಿಡೋಣ. ನಮ್ಮ ಮುಂದೆ ಇರುವ ಕಾರ್ಯದ ಬಗ್ಗೆ ಚಿಂತಿಸೋಣ'. ಉಳಿದವರೆಲ್ಲರೂ ನನ್ನ ಮಾತನ್ನು ಒಪ್ಪಿಕೊಂಡರು.

ನಾನು ಮತ್ತೆ ಹೇಳಿದೆ: 'ನಿಮಗೆ ಸತ್ಯವನ್ನೇ ಹೇಳುವುದಾದರೆ ನೀವು ನನ್ನನ್ನು ಏತಕ್ಕೆ ಕರೆಸಿಕೊಂಡಿದ್ದಿರೋ ಅದು ವಾಸ್ತವವಾಗಿ ಮುಗಿದುಹೋಗಿದೆ. ನೀವು ನನಗೆ ಮನೆಗೆ ಹಿಂದಿರುಗಲು ಅಪ್ಪಣೆ ಕೊಟ್ಟರೂ ಸಾಧ್ಯವಾದಮಟ್ಟಿಗೆ ನಾನು ಟ್ರಾನ್ಸ್‌ವಾಲ್‌ಅನ್ನು ಬಿಡಬಾರದೆಂದು ಭಾವಿಸಿದ್ದೇನೆ. ನೆಟಾಲ್‌ನಿಂದ ನನ್ನ ಕೆಲಸವನ್ನು ನಡೆಸುವ ಪ್ರತಿಯಾಗಿ ನಾನು ಇಲ್ಲಿಂದ ಈಗ ಅದೇ ಕೆಲಸ ಮಾಡಬೇಕು. ಒಂದು ವರ್ಷದೊಳಗೆ ಭಾರತಕ್ಕೆ ಹಿಂದಿರುಗುವ ಯೋಚನೆಯನ್ನು ಮಾಡಲೇಬಾರದು. ಆದರೆ ಟ್ರಾನ್ಸ್‌ವಾಲ್‌ನ ಸರ್ವೋನ್ನತ ನ್ಯಾಯಾಲಯದಲ್ಲಿ ವಕೀಲನಾಗಿ ದಾಖಲಾಗಬೇಕು. ಈ ಹೊಸ ಇಲಾಖೆಯೊಂದಿಗೆ ವ್ಯವಹರಿಸಲು ಬೇಕೆಂಬಷ್ಟು ವಿಶ್ವಾಸ ನನ್ನಲ್ಲಿದೆ. ನಾವು ಈ ಕೆಲಸ ಮಾಡಿದಿದ್ದರೆ ನಮ್ಮ ಸಮುದಾಯವನ್ನು ದೇಶದಿಂದ ಹೊರಕ್ಕೆ ಹೋಗುವಂತೆ ಅಟ್ಟಿಸಿಕೊಂಡು ಹೋಗಲಾಗುವುದು. ಜತೆಯಲ್ಲಿ ಇರುವುದೆಲ್ಲವನ್ನೂ ಲೂಟಿಮಾಡಲಾಗುವುದು. ಪ್ರತಿದಿನವೂ ಹೊಸ ಹೊಸ ಮೂದಲಿಕೆಗಳನ್ನು ನಮ್ಮ ಮೇಲೆ ಹೇರಿ ರಾಶಿಮಾಡಲಾಗುವುದು. ಮಿ. ಚೇಂಬರ್‌ಲೀನ್ ನನ್ನನ್ನು ನೋಡಲು ನಿರಾಕರಿಸಿದ ಮತ್ತು ಅಧಿಕಾರಿಯು ನನ್ನನ್ನು ಅವಮಾನಗೊಳಿಸಿದ ಅಂಶಗಳು ಇಡೀ ಸಮುದಾಯಕ್ಕಾದ ಅವಮಾನದ ಮುಂದೆ ಏನೂ ಅಲ್ಲ. ನಾವು ಮುಂದೆ ನಡೆಸುವೆವೆಂದು ನಿರೀಕ್ಷಿಸಲಾಗಿರುವ ಹಾಗೂ ನಿಜ ಎನ್ನಬಹುದಾದ ನಾಯಿಯ ಬಾಳನ್ನು ಸಾಗಿಸುವುದು ಅಸಹನೀಯವಾಗುವುದು'.

ಈಗ ನಾನು ಮುಂದಿನ ಕೆಲಸವನ್ನು ಆರಂಭಿಸಿದೆ. ಪ್ರಿಟೋರಿಯಾ ಮತ್ತು ಜೊಹಾನ್ಸ್‌ಬರ್ಗ್‌ನಲ್ಲಿದ್ದ ಭಾರತೀಯರೊಡನೆ ಈ ಎಲ್ಲ ವಿಷಯಗಳನ್ನು ಚರ್ಚಿಸಲಾಯ್ತು. ಕಡೆಯಲ್ಲಿ ಜೊಹಾನ್ಸ್‌ಬರ್ಗ್‌ನಲ್ಲಿ ಕಛೇರಿಯನ್ನು ಆರಂಭಿಸಲು ನಿರ್ಧರಿಸಲಾಯ್ತು.

ಟ್ರಾನ್ಸ್‌ವಾಲ್ ಸರ್ವೋನ್ನತ ನ್ಯಾಯಾಲಯದಲ್ಲಿ ವಕೀಲನಾಗಿ ದಾಖಲಾಗುವುದು ಖಂಡಿವಾಗಿಯೂ ಸಂದೇಹಾಸ್ಪದವಾಗಿತ್ತು. ಆದರೆ ಸೊಸೈಟಿ(ವಕೀಲರ ಸಂಘ) ನನ್ನ ಅರ್ಜಿಯನ್ನು ವಿರೋಧಿಸಲಿಲ್ಲ. ನ್ಯಾಯಾಲಯ ನನ್ನ ಅರ್ಜಿಗೆ ಅಂಗೀಕಾರ ನೀಡಿತು. ಭಾರತೀಯನಿಗೆ ಉಚಿತವಾಗಿರುವ ಸ್ಥಳದಲ್ಲಿ ಕಛೇರಿಗೆ ರೂಮುಗಳನ್ನು ಪಡೆದುಕೊಳ್ಳುವುದು ಸುಲಭದ ಮಾತಾಗಿರಲಿಲ್ಲ. ಆದರೆ ಅಲ್ಲಿದ್ದ ಒಬ್ಬರು ವರ್ತಕರಾದ ಮಿ. ರೀಚ್‌ಅವರೊಂದಿಗೆ ಆಪ್ತ ಸಂಪರ್ಕ ಹೊಂದಿದ್ದೆ. ಅವರಿಗೆ ಪರಿಚಿತರಾಗಿದ್ದ ಮನೆಯ ಏಜೆಂಟ್(ದಳ್ಳಾಳಿ)ನ ನೆರವಿನ ಮೂಲಕ ನನ್ನ ಕಛೇರಿ ಬಿಡಾರ(ಕ್ವಾರ್ಟರ್)ಗಳಲ್ಲಿತ್ತು. ನಾನು ನನ್ನ ವೃತ್ತಿಗೆ ಸಂಬಂಧಿಸಿದ್ದ ಕೆಲಸವನ್ನು ಆರಂಭಿಸಿದೆ.

4. ತ್ಯಾಗದ ಹುಮ್ಮಸ್ಸಿನ ವೇಗ ಹೆಚ್ಚಿದ್ದುದು

ಟ್ರಾನ್ಸ್‌ವಾಲ್‌ನಲ್ಲಿದ್ದ ಭಾರತೀಯ ನಿವಾಸಿಗಳಿಗಾಗಿ ನಡೆದ ಹೋರಾಟವನ್ನು ಮತ್ತು ಏಷ್ಯನ್ ಇಲಾಖೆಯೊಂದಿಗೆ ಅವರು ನಡೆಸಿದ್ದ ವ್ಯವಹಾರವನ್ನು ನಿರೂಪಿಸುವುದಕ್ಕೂ ಮುಂಚಿತವಾಗಿ ನಾನು ನನ್ನ ಜೀವನದ ಇತರ ಕೆಲವು ಅಂಶಗಳತ್ತ ತಿರುಗಬೇಕು.

ಇಲ್ಲಿಯ ವರೆಗೆ ನನ್ನಲ್ಲಿ ಮಿಶ್ರಿತ ಅಪೇಕ್ಷೆಗಳಿದ್ದವು. ಸ್ವಯಂ ಹುಮ್ಮಸ್ಸು ಭವಿಷ್ಯತ್ತಿಗೆ ಅಲ್ಪಸ್ವಲ್ಪ ಕೂಡಿಡಬೇಕೆಂಬ ಅಪೇಕ್ಷೆಯೊಂದಿಗೆ ಹದಗೊಂಡಿತ್ತು.

ನಾನು ಬಾಂಬೆಯಲ್ಲಿ ವಕೀಲರ ಕೊಠಡಿಯನ್ನು ಬಾಡಿಗೆಗೆ ತೆಗೆದುಕೊಂಡಿದ್ದ ಕಾಲದಲ್ಲಿ ಅಮೇರಿಕದ ಒಬ್ಬ ವಿಮಾ(ಇನ್‌ಷೂರೆನ್ಸ್) ಏಜೆಂಟ್ ಅಲ್ಲಿಗೆ ಬಂದಿದ್ದ. ಅವನಲ್ಲಿ ಹುರಿದುಂಬಿಸುವ ಸಂತುಷ್ಟ ಹಾಗೂ ಸಿಹಿಯಾದ ನಾಲಿಗೆಯಿತ್ತು. (ಅಂದರೆ ಅವನು ಉಲ್ಲಾಸದಿಂದ ಮಾತಾಡುತ್ತಿದ್ದ.) ನಾವು ಹಳೆಯ ಗೆಳೆಯರಾಗಿದ್ದೆವೋ ಎಂಬಂತೆ ಅವನು ನನ್ನ ಭವಿಷ್ಯತ್ತಿನ ಯೋಗಕ್ಷೇಮದ ಬಗ್ಗೆ ನನ್ನೊಂದಿಗೆ ಚರ್ಚಿಸಿದ. 'ಅಮೇರಿಕದಲ್ಲಿ ನಿಮ್ಮ ಅಂತಸ್ತಿನಲ್ಲಿರುವವರೆಲ್ಲರೂ ಅವರ ಜೀವಗಳನ್ನು ವಿಮೆಮಾಡಿಸಿರುತ್ತಾರೆ. ನೀವು ಕೂಡಾ ನಿಮ್ಮ ಭವಿಷ್ಯತ್ತಿಗಾಗಿ ನಿಮ್ಮ ಜೀವದ ವಿಮೆಮಾಡಿಸಬಾರದೆ?

ಜೀವ ಎನ್ನುವುದು ಅನಿಶ್ಚಿತವಾದದ್ದು. ಅಮೆರಿಕದಲ್ಲಿರುವ ನಾವೆಲ್ಲರೂ ವಿಮೆ ಮಾಡಿಸುವುದು ಧಾರ್ಮಿಕ ಹೊಣೆ ಎಂದು ಪರಿಗಣಿಸುತ್ತೇವೆ. ಒಂದು ಸಣ್ಣ ಪಾಲಿಸಿಯನ್ನು ತೆಗೆದುಕೊಳ್ಳುವಂತೆ ನಾನು ನಿಮ್ಮನ್ನು ಪ್ರಚೋದಿಸಬಾರದೆ?'

ಈ ಸಮಯದವರೆಗೆ ನಾನು ಭಾರತ ಮತ್ತು ದಕ್ಷಿಣ ಆಫ್ರಿಕದಲ್ಲಿ ನನ್ನನ್ನು ಸಂಧಿಸಿದ್ದ ಎಲ್ಲ ಏಜೆಂಟರುಗಳನ್ನು ಉದ್ದೇಶಪೂರ್ವಕವಾಗಿ ಕಡೆಗಣಿಸಿದ್ದೆ. ಏಕೆಂದರೆ ಜೀವ ವಿಮೆ ಭಯವನ್ನು ವ್ಯಕ್ತಪಡಿಸುತ್ತದೆ ಮತ್ತು ದೇವರಲ್ಲಿ ನಂಬಿಕೆಯಿಲ್ಲ ಎಂಬುದನ್ನು ಸೂಚಿಸುತ್ತದೆ ಎಂದು ನಾನು ಭಾವಿಸಿದ್ದೆ. ಆದರೆ ಈಗ ನಾನು ಅಮೆರಿಕದ ಏಜೆಂಟ್‌ನ ಆಕರ್ಷಣೆಗೆ ತುತ್ತಾದೆ. ಅವನು ತನ್ನ ವಾದವನ್ನು ಮುಂದುವರೆಸುತ್ತಿದ್ದಾಗ ನಾನು ನನ್ನ ಮನೋಚಕ್ಷು(ಮನಸ್ಸಿನಲ್ಲಿ)ವಿನ ಮುಂದೆ ನನ್ನ ಹೆಂಡತಿ ಮತ್ತು ಮಕ್ಕಳ ಚಿತ್ರ ಕಾಣಿಸಿಕೊಂಡಿತು. 'ಎಲೈ ವ್ಯಕ್ತಿಯೇ ನೀನು ನಿನ್ನ ಹೆಂಡತಿಯ ಬಹುಪಾಲು ಎಲ್ಲ ಒಡವೆಗಳನ್ನು ಮಾರಿಬಿಟ್ಟಿರುವೆ' ಎಂದು ನನಗೆ ನಾನೇ ಹೇಳಿಕೊಂಡೆ. 'ನಿನಗೆ ಏನಾದರೂ ಸಂಭವಿಸಿದರೆ ಆಕೆಯನ್ನು ಮತ್ತು ಮಕ್ಕಳನ್ನು ಪೋಷಿಸುವ ಭಾರ ನಿನ್ನ ಬಡ ಸಹೋದರನ ಮೇಲೆ ಬೀಳುವುದು. ಆ ನಿನ್ನ ಸಹೋದರ ಶ್ರೇಷ್ಠರೀತಿಯಲ್ಲಿ ನಿನ್ನ ತಂದೆಯ ಸ್ಥಾನವನ್ನು ತುಂಬಿದ್ದಾನೆ. ನೀನು ಹಾಗೆ ನಡೆದುಕೊಳ್ಳುವೆಯಾ?' ಎಂದು ಹೇಳಿಕೊಂಡೆ. ಈ ಬಗೆಯ ವಾದಗಳಲ್ಲಿ ತೊಡಗಿಕೊಳ್ಳುತ್ತ 10,000ರೂ. ಗಳಿಗೆ ಒಂದು ಪಾಲಿಸಿಯನ್ನು ತೆಗೆದುಕೊಳ್ಳಲು ಪುಸಲಾಯಿಸುತ್ತ ನನ್ನ ಮನಸ್ಸನ್ನು ಒಪ್ಪಿಸಿದೆ.

ಆದರೆ ದಕ್ಷಿಣ ಆಫ್ರಿಕದಲ್ಲಿ ನನ್ನ ಜೀವನ ಮಾರ್ಗ ಬದಲಾದಾಗ ನನ್ನ ದೃಷ್ಟಿಕೋನ ಕೂಡಾ ಬದಲಾಯಿತು. ಈ ಪರೀಕ್ಷಾ ಸಮಯದಲ್ಲಿ ತೆಗೆದುಕೊಂಡ ಎಲ್ಲ ಕ್ರಮಗಳು ದೇವರ ಹೆಸರಲ್ಲಿದ್ದವು ಮತ್ತು ಅವನ ಸೇವೆಗೆ ಮೀಸಲಾಗಿದ್ದವು. ದಕ್ಷಿಣ ಆಫ್ರಿಕದಲ್ಲಿ ನಾನು ಹೇಗೆ ಉಳಿದುಕೊಳ್ಳಬೇಕು ಎಂದು ನನಗೆ ಗೊತ್ತಿರಲಿಲ್ಲ. ನನಗೆ ಭಾರತಕ್ಕೆ ಹಿಂದಿರುಗಲು ಸಾಧ್ಯವಾಗದಿರಬಹುದು ಎಂದು ಭಯಪಟ್ಟಿದ್ದೆ. ಆದ್ದರಿಂದ ನಾನು ನನ್ನ ಹೆಂಡತಿ ಮತ್ತು ಮಕ್ಕಳನ್ನು ನನ್ನ ಜತೆಯಲ್ಲಿ ಇರಿಸಿಕೊಂಡಿದ್ದೆ ಮತ್ತು ಅವರನ್ನು ಪೋಷಿಸಲು ಬೇಕಾಗುವಷ್ಟನ್ನು ಸಂಪಾದಿಸುತ್ತಿದ್ದೆ. ಈ ಬಗೆಯ ಯೋಜನೆಯಿಂದಾಗಿ ನಾನು ಜೀವವಿಮಾ ಪಾಲಿಸಿಯ ಬಗ್ಗೆ ವ್ಯಥೆಪಡಲಾರಂಭಿಸಿದೆ. ವಿಮಾ ಏಜೆಂಟ್‌ನ ಬಲೆಯಲ್ಲಿ ಸಿಕ್ಕಿಬಿದ್ದದ್ದಕ್ಕಾಗಿ ಮುಜಗರಪಟ್ಟುಕೊಳ್ಳತೊಡಗಿದೆ. ನನ್ನ ಸಹೋದರನು ನಿಜವಾಗಿಯೂ ನನ್ನ ತಂದೆಯ ಸ್ಥಾನನದಲ್ಲಿರುವುದಾದರೆ ಖಂಡಿತವಾಗಿಯೂ ಅಂತಹ ಪ್ರಸಂಗ ಬಂದರೆ ನನ್ನ ವಿಧವೆಯನ್ನು ಪೋಷಿಸುವ ಭಾರವನ್ನು ಅತಿ ಹೆಚ್ಚಿಂದು ಪರಿಗಣಿಸುವುದಿಲ್ಲ ಎಂದು ನನ್ನಲ್ಲೇ ನಾನು ಹೇಳಿಕೊಂಡೆ. ಇತರರಿಗಿಂತ ಮುಂಚಿತವಾಗಿ ಸಾವು ನನ್ನನ್ನು ಕಬಳಿಸಬಹುದು ಎಂದು ಊಹಿಸಲು ಯಾವ ಕಾರಣವಿದೆ? ಏನೇ ಇರಲಿ ನಿಜವಾದ ಪಾಲಕ ನಾನಲ್ಲ ಇಲ್ಲವೇ ನನ್ನ ಸಹೋದರನೂ ಅಲ್ಲ. ನಿಜವಾದ ಪಾಲಕ ಸರ್ವಶಕ್ತನಾದ ಭಗವಂತ ಆಗಿದ್ದಾನೆ. ನನ್ನ ಜೀವವನ್ನು ವಿಮೆಯಾಡಿಸುವ ಮೂಲಕ ನಾನು ನನ್ನ ಹೆಂಡತಿ ಮತ್ತು ಮಕ್ಕಳಿಂದ ಅವರ ಸ್ವಾವಲಂಬನೆಯನ್ನು ಕಿತ್ತುಕೊಂಡಿದ್ದೆ. ಅವರ ರಕ್ಷಣೆಯನ್ನು ಅವರೇ ನೋಡಿಕೊಳ್ಳುತ್ತಾರೆ ಎಂಬ ನಿರೀಕ್ಷೆಯನ್ನು ಏಕೆ ಇಟ್ಟುಕೊಳ್ಳಬಾರದು?

ಜಗತ್ತಿನಲ್ಲಿರುವ ಅಸಂಖ್ಯಾತ ಬಡಕುಟುಂಬಗಳಿಗೆ ಏನಾಗುತ್ತದೆ? ಅವರಲ್ಲಿ ನಾನೂ ಒಬ್ಬ ಎಂದೇಕೆ ಗಣನೆಗೆ ತಂದುಕೊಳ್ಳಬಾರದು?

ನನ್ನ ಮನಸ್ಸಿನಲ್ಲಿ ಇಂತಹ ಆಲೋಚನೆಗಳ ಸರಣಿ ಸುಳಿದಾಡಲಾರಂಭಿಸಿತು. ಆದರೆ ನಾನು ತಕ್ಷಣವೇ ಕಾರ್ಯ ಪ್ರವೃತ್ತನಾಗಲಿಲ್ಲ. ದಕ್ಷಿಣ ಆಫ್ರಿಕದಲ್ಲಿ ನಾನು ಕಡೆಯ ಪಕ್ಷ ಒಂದು ವಿಮಾ ಕಂತನ್ನು(ಪ್ರೀಮಿಯಮ್) ಕಟ್ಟಿದ್ದೆ ಎಂಬುದು ನನ್ನ ನೆನಪಲ್ಲಿದೆ.

ಈ ಯೋಚನಾ ಸರಣಿಗೆ ಬಾಹ್ಯ ಸನ್ನಿವೇಶಗಳು ಕೂಡಾ ಬೆಂಬಲ ಕೊಟ್ಟಿದ್ದವು. ದಕ್ಷಿಣ ಆಫ್ರಿಕದಲ್ಲಿ ಮೊದಲು ಸ್ವಲ್ಪ ಕಾಲ ತಂಗಿದ್ದ ಕಾಲದಲ್ಲಿ ಕ್ರಿಶ್ಚಿಯನ್ ಪ್ರಭಾವ ನನ್ನಲ್ಲಿ ಧಾರ್ಮಿಕ ಪ್ರಜ್ಞೆಯನ್ನು ಜೀವಂತವಾಗಿ ಉಳಿಸಿತ್ತು. ಈಗ ಥಿಆಸಫಿಕಲ್ ಪ್ರಭಾವ ಅದಕ್ಕೆ ಇನ್ನಷ್ಟು ಶಕ್ತಿಯನ್ನು ನೀಡಿತ್ತು. ಮಿ. ರೀಚ್ ತಿಆಸಫಿಸ್ಟ್(ಬ್ರಹ್ಮವಿದ್ಯಾವಾದಿ) ಆಗಿದ್ದರು. ಅವರು ಜೊಹಾನ್ಸ್‌ಬರ್ಗ್‌ನಲ್ಲಿದ್ದ ಆ ಸಮಾಜ(ಸೊಸೈಟಿ)ಯೊಂದಿಗೆ ನನಗೆ ಸಂಪರ್ಕವನ್ನು ಕಲ್ಪಿಸಿಕೊಟ್ಟರು. ನನ್ನ ಮತ್ತು ಆ ಸಮಾಜದ ನಡುವೆ ವಿಚಾರಗಳಲ್ಲಿ ಭಿನ್ನತೆಯಿದ್ದುದ್ದರಿಂದ ನಾನು ಎಂದೂ ಅದರ ಸದಸ್ಯನಾಗಲಿಲ್ಲ. ಆದರೆ ಬಹುತೇಕ ಎಲ್ಲ ಥಿಆಸಪಿಸ್ಟ್‌ಗಳೊಡನೆ ನಾನು ಅಪ್ತ ಸಂಪರ್ಕ ಪಡೆದಿದ್ದೆ. ಪ್ರತಿದಿನ ನಾನು ಅವರೊಂದಿಗೆ ಧಾರ್ಮಿಕ ಚರ್ಚೆ ನಡೆಸುತ್ತಿದ್ದೆ. ಥಿಆಸಫಿಕಲ್(ಬ್ರಹ್ಮವಿದ್ಯಾ) ಗ್ರಂಥಗಳ ಪಠಣ ಸಾಮಾನ್ಯವಾಗಿ ಸದಾ ನಡೆಯುತ್ತಿತ್ತು ಮತ್ತು ಕೆಲವು ಬಾರಿ ಅವರ ಸಭೆಗಳನ್ನು ಉದ್ದೇಶಿಸಿ ಮಾತಾಡಿದ್ದೆ. ಥಿಆಸಫಿಯ ಮುಖ್ಯ ಸಿದ್ಧಾಂತವೆಂದರೆ ಸಹೋದರಭಾವ(ಭ್ರಾತೃತ್ವ)ದ ವಿಚಾರವನ್ನು ಉತ್ತೇಜಿಸುವುದು. ಇದರ ಬಗ್ಗೆ ನಮ್ಮ ನಡುವೆ ಸಾಕಷ್ಟು ಚರ್ಚೆಗಳು ನಡೆದಿದ್ದವು. ಅವರ ನಡತೆ ಅವರ ಆದರ್ಶದೊಂದಿಗೆ ಅಚ್ಚುಗಟ್ಟಾಗಿ ಕೂಡಿಕೊಂಡಿಲ್ಲ ಎಂದು ಕಂಡುಬಂದಾಗ ಸದಸ್ಯರುಗಳನ್ನು ಟೀಕಿಸಿದ್ದೆ. ಈ ಟೀಕೆ ನನ್ನ ಮೇಲೆ ವಿವೇಚನಾಯುಕ್ತ ಪರಿಣಾಮವನ್ನುಂಟುಮಾಡಿತ್ತು. ಇದು ನನ್ನನ್ನು ಆತ್ಮಾವಲೋಕನದ ಕಡೆಗೆ ಕರೆದುಕೊಂಡು ಹೋಗಿತ್ತು.

5. ಆತ್ಮಾವಲೋಕನದ ಪರಿಣಾಮ

1893ರಲ್ಲಿ ನನಗೆ ಕ್ರಿಶ್ಚಿಯನ್ ಗೆಳೆಯರೊಂದಿಗೆ ಆಪ್ತ ಸಂಪರ್ಕ ಬೆಳೆದಾಗ ನಾನಿನ್ನೂ ಅನನುಭವಿಯಾಗಿದ್ದೆ. ಜೀಸಸ್‌ನ ಸಂದೇಶವನ್ನು ನನಗೆ ಮನದಟ್ಟುಮಾಡಿಸಲು ಮತ್ತು ಅದನ್ನು ಒಪ್ಪಿಕೊಳ್ಳುವಂತೆ ಮಾಡಲು ಪ್ರಯತ್ನಿಸಿದ್ದರು. ನಾನು ಮುಕ್ತ ಮನಸ್ಸಿನಿಂದ ಹಾಗೂ ನಮ್ರತೆಯಿಂದ ಗೌರವಪೂರ್ವಕವಾಗಿ ಅದನ್ನು ಕೇಳಿಸಿಕೊಂಡಿದ್ದೆ. ಆ ಸಮಯದಲ್ಲಿ ಸಹಜವಾಗಿ ನಾನು ನನ್ನ ಸಾಮರ್ಥ್ಯಕ್ಕೆ ತಕ್ಕಂತೆ ಹಿಂದೂಧರ್ಮದ ಬಗ್ಗೆ ಅಧ್ಯಯನ ನಡೆಸಿದ್ದೆ ಮತ್ತು ಇತರ ಧರ್ಮಗಳನ್ನು ಅರ್ಥಮಾಡಿಕೊಳ್ಳಲು ಹೆಣಗಾಡಿದ್ದೆ.

1903ರಲ್ಲಿ ಈ ಪರಿಸ್ಥಿತಿ ಏನೋ ಒಂದು ರೀತಿಯಲ್ಲಿ ಬದಲಾಗಿತ್ತು. ಥಿಅಸಫಿವಾದದ ಗೆಳೆಯರು ಖಂಡಿತವಾಗಿಯೂ ನನ್ನನ್ನು ತಮ್ಮ ಸಮಾಜದೊಳಕ್ಕೆ ಎಳೆದುಕೋಳ್ಳುವ ಉದ್ದೇಶವನ್ನಿಟ್ಟುಕೊಂಡಿದ್ದರು. ಏಕೆಂದರೆ ಹಿಂದೂ ಆಗಿದ್ದ ನನ್ನಿಂದ ಏನಾದರೂ ವಿಚಾರವನ್ನು ಗಳಿಸಿಕೊಳ್ಳುವ ದೃಷ್ಟಿಯನ್ನಿಟ್ಟುಕೊಂಡಿದ್ದರು. ಥಿಅಸಫಿ ಸಾಹಿತ್ಯದ ಮೇಲೆ ಹಿಂದೂ ಪ್ರಭಾವ ಆವರಿಸಿಕೊಂಡಿದೆ. ಆದ್ದರಿಂದ ಈ ಗೆಳೆಯರು ನನ್ನಿಂದ ಸಹಾಯ ಸಿಗಬಹುದೆಂಬ ನಿರೀಕ್ಷೆಯನ್ನಿಟ್ಟುಕೊಂಡಿದ್ದರು. ನನ್ನ ಸಂಸ್ಕೃತ ಅಧ್ಯಯುನ ಹೇಳಿಕೊಳ್ಳುವಷ್ಟು ಚೆನ್ನಾಗಿಲ್ಲವೆಂದೂ ಮತ್ತು ಮೂಲದಲ್ಲಿ ನಾನು ಹಿಂದೂ

ಧರ್ಮಗ್ರಂಥಗಳನ್ನು ಓದಿಲ್ಲವೆಂದು ಅವರಿಗೆ ತಿಳಿಸಿದ್ದೆ. ಅನುವಾದಗಳಿಂದ ನಾನು ಅವುಗಳ ಪರಿಚಯ ಪಡೆದಿರುವುದು ಕೂಡಾ ಅತ್ಯಲ್ಪವಾಗಿದೆ ಎಂದು ನಾನು ಅವರಿಗೆ ತಿಳಿಸಿದ್ದೆ. ಆದರೆ ಸಂಸ್ಕಾರ (ಹಿಂದಿನ ಜನ್ಮಗಳಿಂದ ಉತ್ಪತ್ತಿಯಾಗಿರುವ ಪ್ರವೃತ್ತಿಗಳು) ಮತ್ತು ಪುನರ್‌ಜನ್ಮಗಳಲ್ಲಿ ನಂಬಿಕೆ ಇಟ್ಟು ಕೊಂಡವರಾಗಿದ್ದರಿಂದ ನಾನು ಕಡೆಯ ಪಕ್ಷ ಸ್ವಲ್ಪ ಸಹಾಯವನ್ನಾದರೂ ಕೊಡಬಹುದೆಂದು ಅವರು ಊಹಿಸಿದ್ದರು. ಆದ್ದರಿಂದ ನಾನು ಮಿನೋ (ಸಣ್ಣ ಸಿಹಿನೀರು ಮೀನು)ಗಳ ನಡುವೆ ಟ್ರೈಟನ್ (ಸಮುದ್ರವಾಸಿ ಉದರಪದಿ ಮೃದ್ವಂಗಿ)ನಂತಿದ್ದೆ. (ಅಂದರೆ ಮರಗಳಿಲ್ಲದ ಸ್ಥಳದಲ್ಲಿ ಹರಳುಗಿಡವೇ ಶೋಭಿಸುತ್ತದೆ ಎಂಬ ಗಾದೆಮಾತಿನಂತೆ ಅವರ ನಡುವೆ ಮೆರೆಯುತ್ತಿದ್ದೆ.) ಈ ಗೆಳೆಯರ ನಡುವೆ ಸ್ವಾಮಿ ವಿವೇಕಾನಂದಅವರ 'ರಾಜಯೋಗ'ವನ್ನು ಮತ್ತು ಇತರರೊಂದಿಗೆ ಎಂ. ಎನ್. ದ್ವಿವೇದಿ ಅವರ 'ರಾಜಯೋಗ'ವನ್ನು ಓದಲಾರಂಭಿಸಿದೆ. ಒಬ್ಬ ಗೆಳೆಯನೊಂದಿಗೆ ಪತಂಜಲಿಅವರ 'ಯೋಗಸೂತ್ರಗಳು' ಮತ್ತು ಇತರ ಕೆಲವರೊಂದಿಗೆ ಭಗವದ್ಗೀತೆಯನ್ನು ಓದಬೇಕಾಗಿತ್ತು. ನಾವು ಒಂದು ಬಗೆಯ ಅನ್ವೇಷಕರ ಕೂಟ(ಕ್ಲಬ್)ವನ್ನು ಸ್ಥಾಪಿಸಿಕೊಂಡೆವು ಮತ್ತು ಅಲ್ಲಿ ಕ್ರಮಬದ್ಧವಾಗಿ ಅಧ್ಯಯನ ನಡೆಸುತ್ತಿದ್ದೆವು. ನಾನು ಆ ಹೊತ್ತಿಗಾಗಲೇ ಗೀತೆಯಲ್ಲಿ ಶ್ರದ್ಧೆಯನ್ನಿಟ್ಟುಕೊಂಡಿದ್ದೆ. ಅದು ನನ್ನಮೇಲೆ ಮೋಡಿ ಹಾಕಿತ್ತು. ಈಗ ನಾನು ಅದರಲ್ಲಿ ಆಳವಾಗಿ ಮುಳುಗುವುದರ ಅವಶ್ಯಕತೆಯಿದೆ ಎಂದು ಗ್ರಹಿಸಿಕೊಂಡೆ. ನನ್ನ ಬಳಿ ಒಂದು ಅಥವಾ ಎರಡು ಅನುವಾದಗಳಿದ್ದವು. ಅವುಗಳ ಮೂಲಕ ಮೂಲ ಸಂಸ್ಕೃತವನ್ನು ಅರ್ಥಮಾಡಿಕೊಳ್ಳಲು ಪ್ರಯತ್ನಿಸಿದೆ. ಪ್ರತಿದಿನವೂ ಒಂದು ಅಥವಾ ಎರಡು ಶ್ಲೋಕಗಳ ಕಂಠಪಾಠ ಮಾಡಲು ಕೂಡಾ ನಿರ್ಧರಿಸಿದೆ. ಈ ಉದ್ದೇಶಕ್ಕೆ ನಾನು ನನ್ನ ಬೆಳಗಿನ ಸ್ನಾನ ಇತ್ಯಾದಿ ಕರ್ಮಗಳ ವೇಳೆಯನ್ನು ಮೀಸಲಿರಿಸಿದೆ. ಈ ಕಾರ್ಯಗಳನ್ನು ನಡೆಸಲು ನನಗೆ ಮೂವತ್ತೈದು ನಿಮಿಷ ಬೇಕಾಗಿತ್ತು ಅಂದರೆ ಹಲ್ಲು ತಿಕ್ಕಲು ಹದಿನೈದು ನಿಮಿಷ ಮತ್ತು ಸ್ನಾನಕ್ಕೆ ಇಪ್ಪತ್ತು ನಿಮಿಷ ಬೇಕಾಗುತ್ತಿತ್ತು. ಮೊದಲು ನಾನು ಪಾಶ್ಚಿಮಾತ್ಯ ಶೈಲಿಯಲ್ಲಿ ನಿಲ್ಲಲಾರಂಭಸಿದೆ. ನನ್ನ ಎದುರಿದ್ದ ಗೋಡೆಯ ಮೇಲೆ ಕಾಗದದ ಚೂರುಗಳನ್ನು ಸಿಕ್ಕಿಸಿರುತ್ತಿದ್ದೆ. ಆ ಚೂರುಗಳ ಮೇಲೆ ಗೀತೆಯ ಶ್ಲೋಕಗಳನ್ನು ಬರೆಯಲಾಗಿತ್ತು. ಆಗಾಗ್ಗೆ ಜ್ಞಾಪಿಸಿಕೊಳ್ಳಲು ಅವುಗಳ ಕಡೆಗೆ ಗಮನ ಹರಿಸುತ್ತಿದ್ದೆ. ದಿನದ ಗೀತೆಯ ಭಾಗವನ್ನು ಕಂಠಪಾಠಮಾಡಲು ಮತ್ತು ಆಗಲೇ ಕಲಿತಿದ್ದ ಶ್ಲೋಕಗಳನ್ನು ಮತ್ತೆ ನೆನಪಿಗೆ ತಂದುಕೊಳ್ಳಲು ಈ ಸಮಯ ಸಾಕಾಗುತ್ತಿತ್ತು. ಈ ಪ್ರಕಾರ ನಾನು ಹದಿಮೂರು ಅಧ್ಯಾಯಗಳನ್ನು ಸ್ಮೃತಿಕೋಶದಲ್ಲಿ ಸಂಗ್ರಹಿಸಿಟ್ಟುಕೊಂಡಿದ್ದೆ ಎಂದು ಜ್ಞಾಪಿಸಿಕೊಳ್ಳುತ್ತಿದ್ದೇನೆ. ಆದರೆ ಗೀತೆಯ ಕಂಠಪಾಠಮಾಡುವ ಕಾರ್ಯ ಕ್ರಮೇಣ ಇತರ ಕೆಲಸಗಳಿಗೆ ದಾರಿಯನ್ನು ಬಿಟ್ಟುಕೊಡಬೇಕಾಯ್ತು. (ಅಂದರೆ ಇತರ ಕೆಲಸಗಳಿಂದಾಗಿ ಈ ಕಾರ್ಯ ನಿಂತುಹೋಯ್ತು.) ಸತ್ಯಾಗ್ರಹದ ಸೃಷ್ಟಿ ಮತ್ತು ಅದರ ಪೋಷಣೆ ನನ್ನ ಎಲ್ಲ ಆಲೋಚನಾ ಸಮಯವನ್ನು ಹೀರಿಕೊಂಡಿತು. ಇಂದು ಕೂಡಾ ಈ ಕಾರ್ಯ ನಡೆಯುತ್ತಿದೆ ಎಂದು ಹೇಳಬಹುದು.

ಗೀತೆಯ ಅಧ್ಯಯನ ನನ್ನ ಗೆಳೆಯರ ಮೇಲೆ ಯಾವ ಪರಿಣಾಮವನ್ನುಂಟುಮಾಡಿತು ಎಂಬುದನ್ನು ಅವರು ಮಾತ್ರ ಹೇಳಬಲ್ಲರು. ಆದರೆ ನನಗೆ ಗೀತೆಯು, ನೀತಿಗೆ ಸಂಬಂಧಪಟ್ಟ ನಡತೆ ಕುರಿತ ಅಮೋಘ ಮಾರ್ಗದರ್ಶಕನಂತಾಯಿತು. ಅದು ನನ್ನ ದಿನ ನಿತ್ಯದ ಉಲ್ಲೇಖಗಳ ನಿಘಂಟುವಿನಂತಾಯಿತು. ನನಗೆ ಅರ್ಥವಾಗುವ ಇಂಗ್ಲಿಷ್ ಶಬ್ದಗಳ ಅರ್ಥಗಳನ್ನು ಅರಿತುಕೊಳ್ಳಲು

ಇಂಗ್ಲಿಷ್ ನಿಘಂಟಿನ ಪುಟಗಳನ್ನು ತಿರುವಿಹಾಕುವಂತೆ ನನ್ನ ಎಲ್ಲ ತಾಪತ್ರಯಗಳು ಮತ್ತು ಪ್ರಯೋಗಗಳಿಗೆ ಈಗಾಗಲೇ ಸಿದ್ಧವಾಗಿರುವ ಪರಿಹಾರವನ್ನು ಕಂಡುಕೊಳ್ಳಲು ಈ ನಡತೆ ಕುರಿತ ನಿಘಂಟುವಿನ ಕಡೆಗೆ ತಿರುಗುತ್ತಿದ್ದೆ. ಅಪರಿಗ್ರಹ (ಒಡೆತನವಿಲ್ಲದಿರುವುದು) ಮತ್ತು ಸಮಭಾವ (ಒಂದೇ ಸಮನಾಗಿರುವುದು) ದಂತಹ ಶಬ್ದಗಳು ನನ್ನನ್ನು ಬಿಗಿಯಾಗಿ ಹಿಡಿದುಕೊಂಡಿದ್ದವು. ಆ ಸಮಭಾವವನ್ನು ಹೇಗೆ ಬೆಳಸಿಕೊಳ್ಳುವುದು ಮತ್ತು ರಕ್ಷಿಸಿಕೊಳ್ಳುವುದು ಎಂಬುದು ಪ್ರಶ್ನೆಯಾಗಿತ್ತು. ಮೂದಲಿಸುವವರನ್ನು, ಸೊಕ್ಕಿನ ಮತ್ತು ಲಂಚತಿನ್ನುವ ಅಧಿಕಾರಿಗಳನ್ನು, ಅರ್ಥವಿಲ್ಲದ ವಿರೋಧವನ್ನು ಎತ್ತುತ್ತಿರುವ ಹಿಂದಿನ ಸಹಕಾರ್ಯಕರ್ತರುಗಳನ್ನು ಮತ್ತು ಯಾವಾಗಲೂ ಒಳ್ಳೆಯತನದಿಂದ ನಡೆದುಕೊಳ್ಳುವವರನ್ನು ಒಂದೇ ಎಂದು ಹೇಗೆ ಕಾಣುವುದು? ಒಬ್ಬಾತನು ತನ್ನಲ್ಲಿರುವ ಸಂಪತ್ತನ್ನೆಲ್ಲ(ಒಡೆತನ) ಹೇಗೆ ತೊರೆಯಲು ಸಾಧ್ಯವಾಗುವುದು? ಕೇವಲ ದೇಹವೊಂದರ ಒಡೆತನ ಸಾಕಾಗುವುದೆ? ಹೆಂಡತಿ ಮತ್ತು ಮಕ್ಕಳು ಕೂಡಾ ಸಂಪತ್ತೇ ಅಲ್ಲವೆ? ನನ್ನ ಬಳಿಯಿರುವ ಕಪಾಟಿನಲ್ಲಿ ತುಂಬಿರುವ ಪುಸ್ತಗಳನ್ನೆಲ್ಲ ನಾಶಮಾಡಬೇಕೆ? ನನ್ನ ಬಳಿಯಿರುವುದೆಲ್ಲವನ್ನೂ ತ್ಯಜಿಸಿ ದೇವರನ್ನು ಅನುಸರಿಸಬೇಕೆ? ನೇರವಾಗಿ ಉತ್ತರ ಬಂದಿತು: ನನ್ನ ಬಳಿಯಿರುವುದೆಲ್ಲವನ್ನೂ ತ್ಯಜಿಸದ ವಿನಹ ನಾನು ದೇವರನ್ನು ಅನುಸರಿಸಲಾರೆ. ಇಂಗ್ಲಿಷ್ ಕಾಯಿದೆಯ ಅಧ್ಯಯನ ನನ್ನ ನೆರವಿಗೆ ಬಂದಿತು. ಧರ್ಮಸಮ್ಮತ ಹಕ್ಕಿನ ಸೂತ್ರ ಕುರಿತ ಸ್ನೆಲ್‌ನ ಚರ್ಚೆ ನನ್ನ ನೆನಪಿಗೆ ಬಂದಿತು. ಗೀತೆಯ ಬೋಧನೆಯ ಬೆಳಕಲ್ಲಿ 'ಧರ್ಮದರ್ಶಿ' (ಟ್ರಸ್ಟಿ - ನ್ಯಾಸಧಾರಿ) ಎಂಬ ಶಬ್ದದ ಅಂತರಾರ್ಥವನ್ನು ತುಂಬಾ ಸ್ಪಷ್ಟವಾಗಿ ಅರ್ಥಮಾಡಿಕೊಂಡೆ. ನ್ಯಾಯಶಾಸ್ತ್ರದ ಮೇಲಿನ ಆದರಾಭಿಮಾನ ಹೆಚ್ಚಿತು. ಅದನ್ನು ನಾನು ಧರ್ಮದಲ್ಲಿ ಕಂಡುಕೊಂಡೆ. ಗೀತೆಯಲ್ಲಿ ಬೋಧಿಸಲಾಗಿರುವ 'ಒಡೆತನದ ಪರಿತ್ಯಾಗ' ವೆಂದರೆ ಯಾರು ಆತ್ಮೋದ್ಧಾರವನ್ನು ಅಪೇಕ್ಷಿಸುತ್ತಾರೋ ಅಂತಹವರು ಧರ್ಮದರ್ಶಿಯಂತೆ ವ್ಯವಹರಿಸಬೇಕು ಮತ್ತು ಭಾರಿ ಸಂಪತ್ತಿನ ಮೇಲೆ ಹತೋಟಿ ಹೊಂದಿದ್ದರೂ ಅದರಲ್ಲಿ ಕಿಂಚಿತ್ತು ತನ್ನದಲ್ಲ ಎಂದು ಭಾವಿಸಬೇಕು. ಒಡೆತನವಿಲ್ಲದಿರುವುದು ಮತ್ತು ಸಮತೆ(ಏಕರೂಪತೆ) ಹೃದಯಪರಿವರ್ತನೆಯ ಹಾಗೂ ಮನೋಧರ್ಮದ ಪರಿವರ್ತನೆಯ ಪೂರ್ವಸೂಚನೆ(ಮೊದಲೇ ಇರಬೇಕಾದದ್ದು) ಎಂದು ನನಗೆ ಸೂರ್ಯನ ಬೆಳಕಿನಷ್ಟು ಸ್ಪಷ್ಟವಾಯಿತು. ತರುವಾಯ ನಾನು ರೇವಾಶಂಕರ್‌ಭಾಯ್‌ಗೆ ಪತ್ರ ಬರೆದು ವಿಮಾಪಾಲಿಸಿಯನ್ನು ರದ್ದು ಮಾಡಬೇಕೆಂದು ಕೇಳಿಕೊಂಡೆ. ಏನನ್ನು ಹಿಂದಕ್ಕೆ ಪಡೆದುಕೊಳ್ಳಲು ಸಾಧ್ಯವೋ ಅದನ್ನು ಪಡೆದುಕೊಳ್ಳಬೇಕೆಂದೂ ಅಥವಾ ಹಾಗಾಗದಿದ್ದರೆ ಈಗಾಗಲೇ ಕಟ್ಟಿರುವ ಕಂತುಗಳು ನಷ್ಟವಾಯಿತೆಂದು ಭಾವಿಸಬೇಕೆಂದು ತಿಳಿಸಿದೆ. ಏಕೆಂದರೆ ನನ್ನನ್ನು ಮತ್ತು ನನ್ನ ಹೆಂಡತಿ ಮಕ್ಕಳನ್ನು ಸೃಷ್ಟಿಸಿರುವ ದೇವರು ಅವರ ರಕ್ಷಣೆ ಮಾಡುವನೆಂಬ ವಿಶ್ವಾಸ ನನ್ನಲ್ಲಿ ಉಂಟಾಗಿದೆ ಎಂದು ತಿಳಿಸಿದೆ. ನನಗೆ ತಂದೆಯಂತಿದ್ದ ನನ್ನ ಸಹೋದರನಿಗೆ ಪತ್ರ ಬರೆದು ಆ ಕ್ಷಣದವರೆಗೆ ನಾನು ಉಳಿಸಿದ್ದೆಲ್ಲವನ್ನೂ ಅವರಿಗೆ ಕೊಟ್ಟಿರುವುದಾಗಿ ತಿಳಿಸಿದೆ. ಇಲ್ಲಿಂದ ಮುಂದಕ್ಕೆ ನನ್ನಿಂದ ಏನನ್ನೂ ನಿರೀಕ್ಷಿಸಬಾರದೆಂದೂ ಏಕೆಂದರೆ ಮುಂದೆ ಏನಾದರೂ ಉಳಿಸಿದರೆ ಅದನ್ನು ಸಮುದಾಯದ ಉಪಯೋಗಕ್ಕೆ ಬಳಸುವುದಾಗಿ ತಿಳಿಸಿದೆ.

ನನ್ನ ಸಹೋದರನಿಗೆ ಇದನ್ನು ಸುಲಭವಾಗಿ ತಿಳಿಸಿಹೇಳಲು ಸಾಧ್ಯವಾಗಲಿಲ್ಲ. ಗಡುಸಿನ ಭಾಷೆಯಲ್ಲಿ ನಾನು ಅವರಿಗೆ ಸಲ್ಲಿಸಬೇಕಾಗಿದ್ದ ಕರ್ತವ್ಯವನ್ನು ಅವರು ನನಗೆ ವಿವರಿಸಿದರು.

ನಾನು ತಂದೆಗಿಂತ ಹೆಚ್ಚು ಬುದ್ಧಿವಂತನಾಗಲು ಆಶೆ ಪಡಬಾರದೆಂದು ತಿಳಿಸಿದರು. ಅವನಂತೆ ನಾನು ಕೂಡಾ ಕುಟಂಬಕ್ಕೆ ನೆರವಾಗಬೇಕು. ನಮ್ಮ ತಂದೆ ಏನು ಮಾಡಿದ್ದಾರೋ ಅದನ್ನೇ ನಾನು ಖಚಿತವಾಗಿ ಮಾಡುತ್ತಿದ್ದೇನೆ ಎಂದು ಅವರಿಗೆ ನಾನು ದೃಢಪಡಿಸಿದೆ. ಕುಟುಂಬದ ಅರ್ಥವ್ಯಾಪ್ತಿಯನ್ನು ಸ್ವಲ್ಪಮಟ್ಟಿಗೆ ವಿಸ್ತರಿಸಬೇಕೆಂದೂ ಆಗ ನನ್ನ ಕ್ರಮದ ವಿವೇಚನೆ ಸ್ಪಷ್ಟವಾಗುವುದು ಎಂದು ತಿಳಿಸಿದೆ.

ನನ್ನ ಸಹೋದರ ನನ್ನ ಕೈಬಿಟ್ಟರು ಮತ್ತು ಬಹುಮಟ್ಟಿಗೆ ಎಲ್ಲ ಸಂಪರ್ಕವನ್ನು ಕಡಿದುಕೊಂಡರು. ನನಗೆ ತುಂಬಾ ದುಃಖವಾಯ್ತು. ಏನನ್ನು ನಾನು ನನ್ನ ಕರ್ತವ್ಯ ಎಂದು ಪರಿಗಣಿಸಿದ್ದೆನೋ ಅದನ್ನು ಬಿಟ್ಟುಕೊಡಲು ನನಗೆ ತುಂಬಾ ವ್ಯಥೆಯಾಗುತ್ತಿತ್ತು. ನಾನು ಅವುಗಳಲ್ಲಿ ಯಾವುದು ಕಡಿಮೆ ವ್ಯಥೆಯನ್ನುಂಟುಮಾಡುತ್ತಿತ್ತೋ ಅದನ್ನು ಆರಿಸಿಕೊಂಡೆ. ಆದರೆ ನಾನು ಅವರ ಮೇಲಿಟ್ಟಿದ್ದ ನಿಷ್ಠೆಯ ಮೇಲೆ ಇದರಿಂದ ಏನೂ ಪರಿಣಾಮ ಉಂಟಾಗಲಿಲ್ಲ. ನನ್ನ ನಿಷ್ಠೆ ಎಂದಿನಂತೆ ಪರಿಶುದ್ಧವಾಗಿತ್ತು. ಅದರ ದುಃಖದ ಬುಡದಲ್ಲಿದ್ದುದು ನನ್ನ ಮೇಲೆ ಅವರಿಟ್ಟಿದ್ದ ಪ್ರೀತಿಯೇ ಆಗಿತ್ತು. ಅವರಿಗೆ ನನ್ನ ಹಣದ ಮೇಲೆ ಹೆಚ್ಚು ಆಸೆಯಿರಲಿಲ್ಲ. ಆದರೆ ನಾನು ಕುಟುಂಬದೊಡನೆ ಚೆನ್ನಾಗಿ ವ್ಯವಹರಿಸಬೇಕು ಎಂದು ಅವರು ಇಷ್ಟಪಡುತ್ತಿದ್ದರು. ಜೀವನದ ಕಡೆಯ ಕಾಲದಲ್ಲಿ (ಅಂದರೆ ಕೊನೆಯುಸಿರೆಳೆಯುವುದಕ್ಕೂ ಸ್ವಲ್ಪ ದಿನಗಳ ಹಿಂದೆ) ಅವರು ನನ್ನ ದೃಷ್ಟಿಕೋನವನ್ನು ಮೆಚ್ಚಿಕೊಂಡಿದ್ದರು. ಹೆಚ್ಚು ಕಡಿಮೆ ಅವರು ಮರಣಶಯ್ಯೆಯಲ್ಲಿದ್ದಾಗ ನಾನು ತೆಗೆದುಕೊಂಡಿದ್ದ ಕ್ರಮ ಸರಿಯಾದದ್ದು ಎಂದು ಅವರು ಗ್ರಹಿಸಿದ್ದರು ಮತ್ತು ಅವರು ನನಗೆ ತುಂಬಾ ಮರುಕಹುಟ್ಟಿಸುವಂತಹ ಪತ್ರವನ್ನು ಬರೆದಿದ್ದರು. ತಂದೆಯೊಬ್ಬ ಮಗನ ಕ್ಷಮೆಯಾಚಿಸುವ ರೀತಿಯಲ್ಲಿ ಅವರು ನನ್ನಲ್ಲಿ ಕ್ಷಮೆ ಯಾಚಿಸಿದ್ದರು. ಅವರು ಅವರ ಮಕ್ಕಳನ್ನು ನನ್ನ ರಕ್ಷಣೆಗೆ ಒಪ್ಪಿಸಿದ್ದರು. ನನಗೆ ಸರಿತೋರಿದ ರೀತಿಯಲ್ಲಿ ಅವರನ್ನು ಬೆಳಸುವಂತೆ ತಿಳಿಸಿದ್ದರು. ನನ್ನನ್ನು ನೋಡಲು ಕಾತರರಾಗಿರುವುದಾಗಿಯೂ ತಿಳಿಸಿದ್ದರು. ತಾವು ದಕ್ಷಿಣ ಆಫ್ರಿಕಕ್ಕೆ ಬರಲು ಇಷ್ಟಪಡುತ್ತಿರುವುದಾಗಿ ತಂತಿ ಕಳಿಸಿದ್ದರು. ಅದಕ್ಕೆ ಉತ್ತರವಾಗಿ ಅವರು ಬರಬಹುದೆಂದು ನಾನು ತಂತಿ ಕಳಿಸಿದ್ದೆ. ಆದರೆ ಹಾಗಾಗಲಿಲ್ಲ. ಅವರ ಮಕ್ಕಳ ಬಗ್ಗೆ ಅವರು ಹೊಂದಿದ್ದ ಅಪೇಕ್ಷೆ ಕೂಡಾ ಪೂರ್ಣವಾಗಲಿಲ್ಲ. ದಕ್ಷಿಣ ಆಫ್ರಿಕಕ್ಕೆ ಅವರು ಹೊರಡುವ ಮುಂಚೆಯೇ ಸ್ವರ್ಗಸ್ಥರಾದರು. ಅವರ ಮಕ್ಕಳು ಹಳೆಯ ವಾತಾವರಣದಲ್ಲಿ ಬೆಳೆದರು ಮತ್ತು ಅವರಿಗೆ ಅವರ ಜೀವನ ಮಾರ್ಗವನ್ನು ಬದಲಿಸಿಕೊಳ್ಳಲು ಸಾಧ್ಯವಾಗಲಿಲ್ಲ. ಅವರನ್ನು ನನ್ನ ಕಡೆಗೆ ಸೆಳೆದುಕೊಳ್ಳಲು ನನಗೆ ಸಾಧ್ಯವಾಗಲಿಲ್ಲ. ಅದು ಅವರ ತಪ್ಪಲ್ಲ. 'ಒಬ್ಬಾತನು ತನ್ನ ಸ್ವಂತ ಸ್ವಭಾವಕ್ಕಿಂತ ದೂರ ಹೋಗಲು ಇನ್ನೂ ಮುಂದುವರೆಯಲು ಅವನಿಗೆ ಯಾರು ಹೇಳಬಲ್ಲರು? ಅವನು ಯಾವ ಉದ್ದೇಶಕ್ಕಾಗಿ ಹುಟ್ಟಿದ್ದನೋ ಅದನ್ನು ಯಾರು ಅಳಿಸಬಲ್ಲರು? ಒಬ್ಬಾತನ ಮಕ್ಕಳು ಮತ್ತು ಪೋಷಿತರು(ಪಾಲನೆ ಮತ್ತು ಪೋಷಣೆಗಾಗಿ ಅವನ ವಶದಲ್ಲಿರುವವರು) ಅವಶ್ಯಕವಾಗಿ ಅವನ ವಿಕಾಸದ ದಾರಿಯನ್ನು ಅನುಸರಿಸುತ್ತಾರೆ ಎಂದು ನಿರೀಕ್ಷಿಸುವುದು ನಿರರ್ಥಕವೇ ಸರಿ'.

ಸ್ವಲ್ಪ ಮಟ್ಟಿಗೆ ಈ ದೃಷ್ಟಾಂತವು ತಂದೆತಾಯಿಯರ ಮೇಲಿರುವ ಅಗಾಧವಾದ ಹೊಣೆಗಾರಿಕೆ ಎಷ್ಟು ಎಂಬುದನ್ನುತೋರಿಸಿಕೊಡುತ್ತದೆ.

6. ಶಾಕಾಹಾರವ್ರತಕ್ಕೆ ಆಹುತಿ

ನನ್ನ ನಿತ್ಯದ ಜೀವನದಲ್ಲಿ ಸರಳತೆ ಮತ್ತು ತ್ಯಾಗದ ಆದರ್ಶಗಳು ಹೆಚ್ಚು ಹೆಚ್ಚಾಗಿ ಸಫಲವಾಗತೊಡಗಿದವು ಮತ್ತು ಧಾರ್ಮಿಕ ಪ್ರಜ್ಞೆ ಹೆಚ್ಚು ಹೆಚ್ಚಾಗಿ ಚೈತನ್ಯ ನೀಡಲಾರಂಭಿಸಿತು. ಶಾಕಾಹಾರ(ಸಸ್ಯಾಹಾರ) ವ್ರತದ ಮೇಲಿನ ತೀವ್ರಾಸಕ್ತಿ ಜೀವಿತೋದ್ದೇಶದಂತೆ ಹೆಚ್ಚುತ್ತ ಹೋಯಿತು. ಪ್ರಚಾರ ಕಾರ್ಯ ಮಾಡಲು ನನಗೆ ಒಂದೇ ಒಂದು ಮಾರ್ಗಗೊತ್ತಿತ್ತು. ಅದು ಯಾವುದೆಂದರೆ ವೈಯಕ್ತಿಕ ಆದರ್ಶ(ಸ್ವತಹ ಆಚರಣೆ) ಮತ್ತು ಜ್ಞಾನಕ್ಕಾಗಿ ಅನ್ವೇಷಕರುಗಳೊಡನೆ ಚರ್ಚಿಸುವುದು.

ಜೊಹಾನ್ಸ್‌ಬರ್ಗ್‌ನಲ್ಲಿ ಒಂದು ಶಾಕಾಹಾರಿ ರೆಸ್ಟರಾಂಟ್(ಹೋಟೆಲ್)ಇತ್ತು. ಅದನ್ನು ಜರ್ಮನಿ ಯುವನೊಬ್ಬ ನಡೆಸುತ್ತಿದ್ದ. ಅವನು ಕುಹ್ನೆಯ ಜಲಚಿಕಿತ್ಸೆ(ಹೈಡ್ರಪ್ಯಾತಿಕ್)ಯಲ್ಲಿ ವಿಶ್ವಾಸವನ್ನಿರಿಸಿಕೊಂಡಿದ್ದ. ಆ ರೆಸ್ಟರಾಂಟ್‌ಗೆ ಭೇಟಿ ಕೊಡುತ್ತಿದ್ದೆ. ಅಲ್ಲಿಗೆ ಇಂಗ್ಲಿಷ್ ಗೆಳೆಯರನ್ನು ಕರೆದುಕೊಂಡುಹೋಗುತ್ತ ಅವನಿಗೆ ನೆರವಾಗುತ್ತಿದ್ದೆ. ಯಾವಾಗಲು ಹಣಕಾಸಿನ ತೊಂದರೆಯಲ್ಲಿ ಸಿಕ್ಕಿಕೊಳ್ಳುತ್ತಿದ್ದರಿಂದ ಈ ರೆಸ್ಟರಾಂಟ್ ಬಹಳ ದಿನಗಳ ಕಾಲ ನಡೆಯಲಾರದೆಂದು ನಾನು ಭಾವಿಸಿದ್ದೆ. ನಾನು ಯೋಚಿಸಿ ಅದಕ್ಕೆ ಅವಶ್ಯಕವಿದ್ದಷ್ಟು

ನೆರವು ನೀಡಿದೆ. ರೆಸ್ಟರಾಂಟ್ ಮೇಲೆ ಹಣ ಖರ್ಚುಮಾಡಿದೆ. ಆದರೂ ಅಂತಿಮವಾಗಿ ಅದನ್ನು ಮುಚ್ಚಲೇ ಬೇಕಾಯಿತು.

ಹೆಚ್ಚು ಕಡಿಮೆ ಎಲ್ಲ ಥಿಆಸಫಿಸ್ಟರು(ಬ್ರಹ್ಮವಿದ್ಯಾವಾದಿಗಳು) ಶಾಕಾಹಾರಿಗಳು. ಆ ಸೊಸೈಟಿಗೆ ಸೇರಿದ್ದ ದಿಟ್ಟತನದ ಮಹಿಳೆಯೊಬ್ಬಳು ಈ ಸಮಯದಲ್ಲಿ ಪ್ರತ್ಯಕ್ಷಳಾದಳು ಮತ್ತು ದೊಡ್ಡ ಪ್ರಮಾಣದಲ್ಲಿ ಶಾಕಾಹಾರಿ ರೆಸ್ಟರಾಂಟ್‌ಅನ್ನು ತೆರೆಯಲು ಮುಂದೆಬಂದಳು. ಆಕೆಗೆ ಕಲೆಯಲ್ಲಿ ಆಸಕ್ತಿಯಿತ್ತು. ಮತ್ತು ದುಂದುವೆಚ್ಚ ಮಾಡವವಳಾಗಿದ್ದಳು. ಆದರೆ ಆಕೆಗೆ ಲೆಕ್ಕಪತ್ರಗಳನ್ನಿಡುವುದು ಗೊತ್ತಿರಲಿಲ್ಲ. ಅವಳ ಗೆಳೆಯರು ಗುಂಪು ತುಂಬಾ ದೊಡ್ಡದಾಗಿತ್ತು. ಸಣ್ಣ ಪ್ರಮಾಣದಲ್ಲಿ ರೆಸ್ಟರಾಂಟ್‌ಅನ್ನು ಪ್ರಾರಂಭಿಸಿದಳು. ಆದರೆ ತರುವಾಯ ದೊಡ್ಡ ಕೊಠಡಿಗಳನ್ನು ಬಾಡಿಗೆಗೆ ಪಡೆದು ಉದ್ದಿಮೆಯನ್ನು ವಿಸ್ತರಿಸಲು ತೀರ್ಮಾನಿಸಿದಳು. ಆಕೆ ನನ್ನ ಬಳಿಗೆ ಬಂದಾಗ ನನಗೆ ಆಕೆಯ ಹಣಕಾಸಿನ ಸ್ಥಿತಿಯು ಬಗ್ಗೆ ಏನೂ ಗೊತ್ತಿರಲಿಲ್ಲ. ಆಕೆಯ ಅಂದಾಜು ನಿಖರವಾಗಿದೆಯೆಂದು ನಾನು ಭಾವಿಸಿದ್ದೆ. ಆಕೆಗೆ ಉಪಕಾರಮಾಡುವ ಸ್ಥಿತಿಯಲ್ಲಿ ನಾನಿದ್ದೆ. ನನ್ನ ಕಕ್ಷಿಗಾರರು ನನ್ನ ಬಳಿ ತುಂಬಾ ಹಣವನ್ನು ಠೇವಣಿಯಾಗಿರಿಸುತ್ತಿದ್ದರು. ಇವರಲ್ಲಿ ಒಬ್ಬ ಕಕ್ಷಿಗಾರನ ಒಪ್ಪಿಗೆಯನ್ನು ಪಡೆದು ಸುಮಾರು ಒಂದು ಸಾವಿರ ಪೌಂಡುಗಳನ್ನು ಅವನ ಲೆಕ್ಕದಲ್ಲಿ ಈಕೆಗೆ ಸಾಲವಾಗಿ ಕೊಟ್ಟೆ. ಈ ಕಕ್ಷಿಗಾರನು ವಿಶಾಲ ಹೃದಯದವನಾಗಿದ್ದ ಮತ್ತು ವಿಶ್ವಾಸಾರ್ಹನೂ ಆಗಿದ್ದ. ಅವನು ಪ್ರಾರಂಭದಲ್ಲಿ ದಕ್ಷಿಣ ಆಫ್ರಿಕಕ್ಕೆ ಕರಾರು ಬದ್ಧ ಶ್ರಮಿಕನಾಗಿ ಬಂದಿದ್ದ. ಅವನು ಹೇಳಿದ: 'ನೀವು ಇಷ್ಟಪಡುವುದಾದರೆ ಹಣವನ್ನು ಕೊಟ್ಟುಬಿಡಿ. ಈ ವಿಷಯಗಳಲ್ಲಿ ನನಗೇನೂ ಗೊತ್ತಿಲ್ಲ. ನನಗೆ ನೀವು ಮಾತ್ರ ಗೊತ್ತು'. ಅವನ ಹೆಸರು ಬದ್ರಿ. ಮುಂದೆ ಅವನು ಸತ್ಯಾಗ್ರಹದಲ್ಲಿ ಮುಖ್ಯ ಪಾತ್ರವಹಿಸಿದ ಮತ್ತು ಸೆರೆವಾಸವನ್ನೂ ಅನುಭವಿಸಿದ. ಅವನ ಈ ಒಪ್ಪಿಗೆ ಸಾಕು ಎಂದು ಭಾವಿಸಿ ಆಕೆಗೆ ಹಣವನ್ನು ಸಾಲವೆಂದು ಕೊಟ್ಟುಬಿಟ್ಟೆ.

ಎರಡು ಅಥವಾ ಮೂರು ತಿಂಗಳುಗಳೊಳಗೆ ನನಗೆ ಆ ಹಣ ವಾಪಸ್ ಬರುವುದಿಲ್ಲವೆಂದು ಗೊತ್ತಾಯ್ತು. ಅಂತಹ ನಷ್ಟವನ್ನು ತಾಳಿಕೊಳ್ಳುವ ಶಕ್ತಿ ನನ್ನಲ್ಲಿರಲಿಲ್ಲ. ಇನ್ನೂ ಅನೇಕ ಇತರ ಉದ್ದೇಶಗಳಿಗೆ ಈ ಹಣವನ್ನು ಖರ್ಚು ಮಾಡಬಹುದಾಗಿತ್ತು. ಈ ಸಾಲ ವಸೂಲಾಗಲೇ ಇಲ್ಲ. ಆದರೆ ನನ್ನನ್ನು ನಂಬಿದ್ದ ಬದ್ರಿಗೆ ಹೇಗೆ ನಷ್ಟ ಉಂಟುಮಾಡವುದು? ಅವನಿಗೆ ನಾನು ಮಾತ್ರ ಗೊತ್ತಿತ್ತು. ನಾನು ಆ ನಷ್ಟವನ್ನು ತುಂಬಿಕೊಟ್ಟೆ (ಅಂದರೆ ನಾನು ಬದ್ರಿಗೆ ನನ್ನಲ್ಲಿದ್ದ ಹಣವನ್ನು ಕೊಟ್ಟುಬಿಟ್ಟೆ)

ಈ ವ್ಯವಹಾರದ ಬಗ್ಗೆ ನನ್ನ ಒಬ್ಬ ಕಕ್ಷಿಗಾರ ಗೆಳೆಯನೊಡನೆ ಮಾತಾಡಿದಾಗ ಅವನು ನನ್ನ ತಪ್ಪಿನ ಬಗ್ಗೆ ನನ್ನನ್ನು ಮೃದುವಾಗಿ ನಿಂದಿಸುತ್ತ ಹೇಳಿದ.

'ಭಾಯ್ ಅದೃಷ್ಟವಶಾತ್ ಆಗ ನಾನಿನ್ನೂ ಮಹಾತ್ಮ ಅಥವಾ ಬಾಪು(ತಂದೆ) ಕೂಡಾ ಆಗಿರಲಿಲ್ಲ. ಗೆಳೆಯರು ಪ್ರೀತಿಯಿಂದ ಭಾಯ್ (ಸಹೋದರ) ಎಂದು ಕರೆಯುತ್ತಿದ್ದರು ಹೀಗೆ ನೀವು ಮಾಡಬಾರದಾಗಿತ್ತು. ನಾವು ನಿಮ್ಮ ಮೇಲೆ ಹಲವು ವಿಷಯಗಳಲ್ಲಿ ಅವಲಂಬಿತರಾಗಿದ್ದೇವೆ. ಈ ಹಣವನ್ನು ನೀವು ಮತ್ತೆ ಪಡೆಯಲಾರಿರಿ. ಬದ್ರಿ ಇದರಿಂದ ವ್ಯಥೆಪಡುವುದಕ್ಕೆ ನೀವು ಅವಕಾಶ ಕೊಡುವುದಿಲ್ಲ ಎಂದು ನನಗೆ ಗೊತ್ತಿದೆ. ನೀವು ನಿಮ್ಮ ಜೇಬಿನಿಂದ ಅವನಿಗೆ ಹಣ

ಕೊಡುವಿರಿ. ನಿಮ್ಮ ಕಕ್ಷಿಗಾರರ ಹಣವನ್ನು ಬಳಸಿಕೊಳ್ಳುತ್ತ ನೀವು ನಿಮ್ಮ ಸುಧಾರಣಾ ಯೋಜನೆಗಳಿಗೆ ಸಹಾಯ ಮಾಡುತ್ತ ಹೋದರೆ ಬಡಪಾಯಿಗಳು ಹಾಳಾಗುವರು ಮತ್ತು ನೀವು ಬಹುಬೇಗನೇ ಭಿಕ್ಷುಕರಾಗುವಿರಿ. ನೀವು ನಮ್ಮ ಧರ್ಮದರ್ಶಿಗಳಾಗಿರುವುದರಿಂದ ನೀವು ಭಿಕ್ಷುಕರಾದರೆ ನಮ್ಮ ಎಲ್ಲ ಕಾರ್ಯಗಳು ನಿಂತು ಹೋಗುವುವು ಎಂದು ನಿಮಗೆ ಗೊತ್ತಿರಬೇಕು'.

ಈ ಗೆಳೆಯ ಇನ್ನೂ ಬದುಕಿದ್ದಾನೆ ಎಂದು ಕೃತಜ್ಞತಾಪೂರ್ವಕವಾಗಿ ಹೇಳುತ್ತಿದ್ದೇನೆ. ದಕ್ಷಿಣ ಆಫ್ರಿಕದಲ್ಲಿ ಇಲ್ಲವೇ ಇತರ ಕಡೆಗಳಲ್ಲಿ ಅವನಿಗಿಂತಲೂ ಪರಿಶುದ್ಧನಾಗಿರುವ ಪುರುಷನನ್ನು ನಾನು ಇಲ್ಲಿಯವರೆಗೆ ಕಂಡಿಲ್ಲ. ಯಾರ ಮೋಲಾದರೂ ಸಂಶಯ ಉಂಟಾದರೆ ಮತ್ತು ತರುವಾಯ ಆ ಸಂಶಯ ಆಧಾರರಹಿತ ಎಂದು ಕಂಡುಬಂದರೆ ಅವನು ಅವರ ಕ್ಷಮೆಯಾಚಿಸುತ್ತಿದ್ದ ಮತ್ತು ತನ್ನನ್ನು ಪರಿಶುದ್ಧಗೊಳಿಸಿಕೊಳ್ಳುತ್ತಿದ್ದ ಎಂದು ನನಗೆ ಗೊತ್ತಿದೆ.

ಅವನು ಸರಿಯಾಗಿ ನನಗೆ ಎಚ್ಚರಿಕೆ ನೀಡಿದ್ದ. ನಾನು ಬದ್ರಿಯ ನಷ್ಟವನ್ನು ತುಂಬಿಕೊಟ್ಟರೂ ಅಂತಹ ಯಾವುದೇ ಇತರ ನಷ್ಟವನ್ನು ತುಂಬಿಕೊಡುವ ಶಕ್ತಿ ನನ್ನಲ್ಲಿರಲಿಲ್ಲ. ಅಂತಹ ಸಂದರ್ಭದಲ್ಲಿ ನಾನು ಸಾಲ ತೆಗೆದುಕೊಳ್ಳಲೇಬೇಕಾಗಿತ್ತು. ನನ್ನ ಇಡೀ ಜೀವನದಲ್ಲಿ ನಾನು ಸಾಲಮಾಡಿಲ್ಲ ಮತ್ತು ಯಾವಾಗಲೂ ಅದರ ಬಗ್ಗೆ ಜುಗುಪ್ಸೆ ಪಡುತ್ತೇನೆ. ಒಬ್ಬಾತನ ಸುಧಾರಣೆಯ ಹುರುಪು ಅವನ ಮಿತಿಗಳನ್ನು ಮೀರಬಾರದು ಎಂಬುದನ್ನು ಅರಿತಿದ್ದೇನೆ. ಹಾಗೆ ನಂಬಿ ಇಟ್ಟಿದ್ದ ಟ್ರಸ್ಟ್ ಹಣವನ್ನು ಸಾಲವಾಗಿ ಕೊಡುವ ಮೂಲಕ ನಾನು ಗೀತೆಯ ಪ್ರಮುಖ ಬೋಧನೆಯನ್ನು ಉಲ್ಲಂಘಿಸಿದ್ದೆ. ಆ ಬೋಧನೆ ಯಾವುದೆಂದರೆ 'ಸಮತೂಕದಿಂದಿರುವ ಮನುಷ್ಯನ ಕರ್ತವ್ಯವೆಂದರೆ ಫಲಕ್ಕಾಗಿ ಆಶೆ ಪಡದೇ ವರ್ತಿಸುವುದು'. ಈ ತಪ್ಪು ನನಗೆ ಎಚ್ಚರಿಕೆಯ ಸನ್ನೆದೀಪ(ಬಿಕನ್‌ಲೈಟ್‌ವೇ) ಆಯಿತು.

ಶಾಕಾಹಾರವ್ರತದ ವೇದಿಕೆಯ ಮೇಲೆ ಅರ್ಪಿಸಲಾಗಿದ್ದ ಅಹುತಿ ಉದ್ದೇಶಪೂರ್ವಕವಾಗಿರಲಿಲ್ಲ ಇಲ್ಲವೇ ನಿರೀಕ್ಷಿತವೂ ಆಗಿರಲಿಲ್ಲ. ಅವಶ್ಯಕವಾಗಿ ಮಾಡಬೇಕಾಗಿ ಬಂದದ್ದು ಸತ್ಕಾರ್ಯವೇ ಆಗಿತ್ತು.

7. ಮಣ್ಣು ಮತ್ತು ನೀರಿನ ಚಿಕಿತ್ಸೆಯ ಪ್ರಯೋಗಗಳು

ನನ್ನ ಜೀವನದಲ್ಲಿ ಸರಳತೆ ಬೆಳೆಯುತ್ತ ಹೋದಂತೆ ಔಷಧಿಗಳನ್ನು ಕುರಿತ ನನ್ನ ಉಪೇಕ್ಷೆ ಏಕಪ್ರಕಾರವಾಗಿ ಹೆಚ್ಚುತ್ತಹೋಯಿತು. ಡರ್ಬಾನ್‌ನಲ್ಲಿ ನಾನು ವೃತ್ತಿಯನ್ನು ನಡೆಸುತ್ತಿದ್ದಾಗ ನಾನು ಸ್ವಲ್ಪ ಕಾಲ ನಿತ್ರಾಣ ಮತ್ತು ಸಂಧಿವಾತ (ಇನ್‌ಫ್ಲಮೇಷನ್)ದಿಂದ ನರಳಿದೆ. ನನ್ನನ್ನು ನೋಡಲು ಬಂದಿದ್ದ ಡಾ. ಪಿ. ಜೆ. ಮೆಹ್‌ತಾ ನನಗೆ ಚಿಕಿತ್ಸೆ ನೀಡಿದರು. ನಾನು ಗುಣಮುಖನಾದೆ. ಅಲ್ಲಿಂದ ಮುಂದೆ ಭಾರತಕ್ಕೆ ಹಿಂದಿರುಗುವವರೆಗೆ ಹೇಳಿಕೊಳ್ಳುವಂತಹ ಕಾಯಿಲೆಯಿಂದ ನರಳಿದ ನೆನಪು ನನ್ನಲ್ಲಿಲ್ಲ.

ಆದರೆ ನಾನು ಜೊಹಾನ್ಸ್‌ಬರ್ಗ್‌ನಲ್ಲಿದ್ದಾಗ ಮಲಬದ್ಧತೆ(ಕಾನ್‌ಸ್ಟಿಪೇಷನ್) ಮತ್ತು ಆಗಾಗ್ಗೆ ತಲೆನೋವಿನಿಂದ ನರಳುತ್ತಿದ್ದೆ. ಆಗಾಗ್ಗೆ ಜುಲಾಬಿನ ಮದ್ದನ್ನು ತೆಗೆದುಕೊಳ್ಳುತ್ತ ಮತ್ತು ಕ್ರಮಬದ್ಧವಾಗಿ ಆಹಾರವನ್ನು ಸೇವಿಸುತ್ತ ನನ್ನ ಆರೋಗ್ಯವನ್ನು ಚೆನ್ನಾಗಿಟ್ಟುಕೊಂಡಿದ್ದೆ. ಹಾಗಿದ್ದರೂ ನಾನು ಆರೋಗ್ಯವಂತನಾಗಿದ್ದೆ ಎಂದು ಹೇಳಿಕೊಳ್ಳಲು ಸಾಧ್ಯವಾಗಿರಲಿಲ್ಲ. ಈ ಜುಲಾಬಿನ ಔಷಧಿಗಳ

ಪೀಡೆಗಳಿಂದ ಯಾವಾಗ ಬಿಡುಗಡೆ ಪಡೆಯುತ್ತೇನೆ ಎಂದು ನಾನು ಯಾವಾಗಲೂ ಪ್ರಶ್ನಿಸಿಕೊಳ್ಳುತ್ತಿದ್ದೆ.

ಇದೇ ಕಾಲದಲ್ಲಿ ಮ್ಯಾಂಚೆಸ್ಟರ್‌ನಲ್ಲಿ ನಾಷ್ಟರಹಿತ (ನೋ ಬ್ರೇಕ್‌ಫಸ್ಟ್- ದಿನದ ಮೊದಲೂಟವಿಲ್ಲದಿರುವುದು) ಕೂಟವೊಂದರನ್ನು ಸ್ಥಾಪಿಸಿಕೊಂಡಿದ್ದರ ಬಗ್ಗೆ ಓದಿದೆ. ಈ ಕೂಟದ ಪ್ರವರ್ತಕರ(ಪ್ರವೋಟರ್ಸ್) ಪ್ರಕಾರ ಇಂಗ್ಲಿಷಿನವರು ಆಗಾಗ್ಗೆ ತಿನ್ನುತ್ತಿರುತ್ತಾರೆ ಮತ್ತು ತುಂಬಾ ತಿನ್ನುತ್ತಾರೆ. ಅವರು ಮಧ್ಯರಾತ್ರಿಯವರೆಗೂ ತಿನ್ನುತ್ತಿರುವುದರಿಂದ ವೈದ್ಯರ ಬಿಲ್ಲಿನ ಹಣ ತುಂಬಾ ಹೆಚ್ಚಾಗುತ್ತದೆ. ಅವರು ತಮ್ಮ ಈ ಸ್ಥಿತಿಯನ್ನು ಉತ್ತಮ ಪಡಿಸಿಕೊಳ್ಳಬೇಕೆಂದಿದ್ದರೆ ಕಡೆಯಪಕ್ಷ ಅವರು ಬೆಳಗಿನ ನಾಷ್ಟ(ಉಪಾಹಾರ)ವನ್ನಾದರೂ ಬಿಟ್ಟು ಬಿಡಬೇಕು. ಈ ಎಲ್ಲ ವಿಚಾರಗಳನ್ನು ನನ್ನ ಬಗ್ಗೆ ಹೇಳಲಾಗದಿದ್ದರೂ ಈ ವಾದದಲ್ಲಿ ಸ್ವಲ್ಪ ಭಾಗವಾದರೂ ನನಗೆ ಅನ್ವಯವಾಗುತ್ತದೆ ಎಂದು ನಾನು ಭಾವಿಸಿದೆ. ನಾನು ಪ್ರತಿದಿನವೂ ಮಧ್ಯಾಹ್ನದ ಟೀ ಹಾಗೂ ಮೂರು ಬಾರಿ ಹೊಟ್ಟೆ ತುಂಬುವಷ್ಟು ಊಟ ಮಾಡುತ್ತಿದ್ದೆ. ನಾನು ಎಂದೂ ಮಿತವಾಗಿ ಆಹಾರವನ್ನು ತೆಗೆದುಕೊಳ್ಳುತ್ತಿರಲಿಲ್ಲ. ಸಾಧ್ಯವಾದಷ್ಟು ಸವಿ ತಿನಿಸುಗಳೊಂದಿಗೆ ಶಾಕಾಹಾರವನ್ನು ಮಸಾಲೆ ಪದಾರ್ಥಗಳಿಲ್ಲದೇ ಸೇವಿಸುತ್ತಿದ್ದೆ. ನಾನು ಎಂದೂ ಆರು ಅಥವಾ ಏಳು ಗಂಟೆಯ ಮುಂಚೆ ಏಳುತ್ತಿರಲಿಲ್ಲ. ಆದ್ದರಿಂದ ನಾನು ಬೆಳಗಿನ ನಾಷ್ಟವನ್ನು ಬಿಟ್ಟುಬಿಟ್ಟರೆ ತಲೆನೋವಿನಿಂದ ಬಿಡುಗಡೆ ಪಡೆಯಬಹುದು ಎಂದು ನನ್ನಲ್ಲೇ ಚರ್ಚಿಸಿ ತೀರ್ಮಾನಿಸಿದೆ. ಆದ್ದರಿಂದ ಈ ಪ್ರಯೋಗವನ್ನು ನಡೆಸಿದೆ. ಕೆಲವು ದಿನಗಳ ಕಾಲ ಅದು ಕಷ್ಟಕರವಾಗಿ ಕಂಡಿತು. ಆದರೆ ತಲೆನೋವು ಪೂರ್ಣವಾಗಿ ಮರೆಯಾಯಿತು. ಇದರಿಂದ ಅವಶ್ಯಕವಾಗಿರುವುದಕ್ಕಿಂತಲೂ ಹೆಚ್ಚಾಗಿ ನಾನು ತಿನ್ನುತ್ತಿದ್ದೇನೆ ಎಂಬ ತೀರ್ಮಾನಕ್ಕೆ ನಾನು ಬರುವಂತಾಯಿತು.

ಆದರೆ ಈ ಬದಲಾವಣೆ ಮಲಬದ್ಧತೆಯ ಪೀಡೆಯನ್ನು ನಿವಾರಿಸಲಿಲ್ಲ. ನಾನು ಕುಹ್ನೆಅವರ ಕಟಿ(ಸೊಂಟ)ಸ್ನಾನ ಪದ್ಧತಿಯನ್ನು ಅನುಸರಿಸಿದೆ. ಅದರಿಂದ ಸ್ವಲ್ಪಮಟ್ಟಿಗೆ ಪರಿಹಾರ ಸಿಕ್ಕರೂ ಪೂರ್ಣವಾಗಿ ವಾಸಿಯಾಗಲಿಲ್ಲ. ಇಷ್ಟರಲ್ಲಿ ಶಾಕಾಹಾರಿ ರೆಸ್ಟರಾಂಟ್‌ಅನ್ನು ನಡೆಸುತ್ತಿದ್ದ ಜರ್ಮನ್ ಇಲ್ಲವೇ ಇನ್ನೊಬ್ಬ ಗೆಳೆಯರಿರಬಹುದು ಯಾರು ಎಂದು ಮರೆತುಬಿಟ್ಟಿದ್ದೇನೆ, ಅವರಲ್ಲೊಬ್ಬರು ನನ್ನ ಕೈಗಳಲ್ಲಿ ಜಸ್ಟ್ ಎಂಬಾತನ 'ರಿಟರ್ನ್ ಟು ನೇಚರ್' (ಪ್ರಕೃತಿಗೆ ಹಿಂದಿರುಗಿ) ಎಂಬ ಕೃತಿಯನ್ನು ಇಟ್ಟರು. ಈ ಪುಸ್ತಕದಲ್ಲಿ ನಾನು ಮಣ್ಣಿನ ಚಿಕಿತ್ಸೆಯ ಬಗ್ಗೆ ಓದಿದೆ. ತಾಜಾ ಹಣ್ಣುಗಳು ಮತ್ತು ಬೀಜಗಳು ಮನುಷ್ಯನ ಸ್ವಾಭಾವಿಕ ಆಹಾರ ಎಂದು ಈ ಲೇಖಕನು ವಾದಿಸಿದ್ದ. ಕೂಡಲೇ ನಾನು ಉಳಿದವನ್ನೆಲ್ಲ ಬಿಟ್ಟು ಹಣ್ಣುಗಳನ್ನು ಮಾತ್ರ ತೆಗೆದುಕೊಳ್ಳಲು ಮುಂದಾಗಲಿಲ್ಲ. ಆದರೆ ತಕ್ಷಣವೇ ನಾನು ಮಣ್ಣಿನ ಚಿಕಿತ್ಸೆ ಕುರಿತಂತೆ ಪ್ರಯೋಗಗಳನ್ನು ಆರಂಭಿಸಿದೆ. ಅದರಿಂದ ಆಶ್ಚರ್ಯವನ್ನುಂಟುಮಾಡುವಂತಹ ಪರಿಣಾಮಗಳಾದವು. ಈ ಚಿಕಿತ್ಸಾ ಪದ್ಧತಿಯಲ್ಲಿ ಶುದ್ಧವಾದ ಮಣ್ಣನ್ನು ತಣ್ಣೀರಿನಲ್ಲಿ ನೆನಸಿ ಚೆನ್ನಾಗಿರುವ ನಾರುಬಟ್ಟೆ(ಲೆನಿನ್)ಯಲ್ಲಿ ಪೋಲ್ಟೀಸ್(ಕಟ್ಟುವ ಹಿಟ್ಟು)ನಂತೆ ಹರಡಿ ಆ ಪಟ್ಟಿಯನ್ನು ಹೊಟ್ಟೆಗೆ ಕಟ್ಟಿಕೊಳ್ಳಬೇಕು. ಮಲಗುವ ಸಮಯದಲ್ಲಿ ಇದನ್ನು ಕಟ್ಟಿಕೊಳ್ಳುತ್ತಿದ್ದೆ. ರಾತ್ರಿಕಾಲದಲ್ಲಿ ಇಲ್ಲವೇ ಬೆಳಗ್ಗೆ ಅಥವಾ ಮಧ್ಯದಲ್ಲಿ ಎಚ್ಚರವಾದಾಗ ನಾನು ಇದನ್ನು ತೆಗೆದುಹಾಕುತ್ತಿದ್ದೆ. ಇದು ಬಹು ಬೇಗನೇ ರೋಗವನ್ನು ವಾಸಿಮಾಡಿತು.

ಅಲ್ಲಿಂದ ಮುಂದೆ ನಾನು ನನ್ನ ಮೇಲೆ ಈ ಪ್ರಯೋಗವನ್ನು ನಡೆಸಿದ್ದೇನೆ ಮತ್ತು ಗೆಳೆಯರ ಮೇಲೆ ಪ್ರಯೋಗಿಸಿದ್ದೇನೆ. ಅದಕ್ಕಾಗಿ ನಾನು ಎಂದೂ ಪಶ್ಚಾತ್ತಾಪಟ್ಟಿಲ್ಲ. ಭಾರತದಲ್ಲಿ ನನಗೆ ಅದೇ ವಿಶ್ವಾಸದಿಂದ ಈ ಚಿಕಿತ್ಸೆ ಮಾಡಲು ಸಾಧ್ಯವಾಗಿಲ್ಲ. ಇದಕ್ಕೆ ಇದ್ದ ಒಂದು ಕಾರಣವೆಂದರೆ ಪ್ರಯೋಗಗಳನ್ನು ನಡೆಸಲು ನನಗೆ ಒಂದೇ ಸ್ಥಳದಲ್ಲಿ ತಂಗಲು ಸಾಕಷ್ಟು ಸಮಯ ಸಿಕ್ಕದಿರುವುದು ಎಂದು ಹೇಳಬಹುದು. ಆದರೆ ನೀರು ಮತ್ತು ಮಣ್ಣಿನ ಚಿಕಿತ್ಸೆಗಳಲ್ಲಿ ನಾನಿಟ್ಟಿರುವ ನಂಬಿಕೆ ಹಿಂದಿನಂತೆ ಇಂದೂ ಹಾಗೆಯೇ ಉಳಿದುಕೊಂಡಿದೆ. ಇಂದು ಕೂಡಾ ನಾನು ಸ್ವಲ್ಪಮಟ್ಟಿಗೆ ಮಣ್ಣಿನ ಚಿಕಿತ್ಸೆಯನ್ನು ಮಾಡಿಕೊಳ್ಳುತ್ತಿದ್ದೇನೆ ಮತ್ತು ಸಂದರ್ಭಬಂದಾಗ ನನ್ನ ಸಹಕಾರ್ಯಕರ್ತರುಗಳಿಗೆ ಈ ಚಿಕಿತ್ಸೆಯ ಶಿಫಾರಸುಮಾಡುತ್ತೇನೆ.

ನನ್ನ ಜೀವನದಲ್ಲಿ ನಾನು ಎರಡು ಬಾರಿ ತೀವ್ರ ಕಾಯಿಲೆಗೆ ತುತ್ತಾಗಿದ್ದರೂ ಮನುಷ್ಯನಿಗೆ ಔಷಧಿ ತೆಗೆದುಕೊಳ್ಳುವ ಅವಶ್ಯಕತೆ ತೀರ ಅಲ್ಪ ಎಂಬ ನಂಬಿಕೆ ನನ್ನಲ್ಲಿದೆ. ಒಂದು ಸಾವಿರ ಪ್ರಸಂಗಗಳಲ್ಲಿ ಸುಮಾರು 999 ಪ್ರಕರಣಗಳನ್ನು ಕ್ರಮಬದ್ಧವಾಗಿ ಆಹಾರವನ್ನು ತೆಗೆದುಕೊಳ್ಳುವ ಮೂಲಕ ಗುಣಪಡಿಸಬಹುದು ಜತೆಯಲ್ಲಿ ನೀರು ಮತ್ತು ಜಲ ಚಿಕಿತ್ಸೆಗಳು ಮತ್ತು ಮನೆಮದ್ದುಗಳ ಮೂಲಕ ಗುಣಪಡಿಸಬಹುದು. ಪ್ರತಿಯೊಂದು ಚಿಕ್ಕಪುಟ್ಟ ಕಾಯಿಲೆಗಳಿಗೆ ಡಾಕ್ಟರ್, ವೈದ್ಯ ಇಲ್ಲವೇ ಹಕೀಮರ ಬಳಿಗೆ ಓಡುವವನು, ಎಲ್ಲ ಬಗೆಯ ತರಕಾರಿಗಳನ್ನು ತಿನ್ನುವವನು ಮತ್ತು ರಾಸಾಯಿನಿಕ ಔಷದಿಗಳನ್ನು ಸೇವಿಸುವವನು ತನ್ನ ಆಯಸ್ಸನ್ನು ಕಡಿಮೆಮಾಡಿಕೊಳ್ಳುತ್ತಾನಲ್ಲದೇ ತನ್ನ ದೇಹದ ಯಜಮಾನನಾಗುವ ಬದಲಿಗೆ ಅದರ ಗುಲಾಮನಾಗುತ್ತಾನೆ. ಅವನು ಸ್ವನಿಯಂತ್ರಣವನ್ನು ಕಳೆದುಕೊಳ್ಳುವನಲ್ಲದೇ ಮನುಷ್ಯತ್ವವನ್ನು ಕಳೆದುಕೊಳ್ಳುತ್ತಾನೆ.

ಯಾರೂ ಕೂಡಾ ಈ ಅಭಿಪ್ರಾಯಗಳನ್ನು ಕಾಯಿಲೆ ಮಲಗಿದ್ದಾಗ ಬರೆಯಲಾಗಿದೆ ಎಂಬ ಕಾರಣಕ್ಕೆ ಗಣನೆಗೆ ತೆಗೆದುಕೊಳ್ಳದೇ ಬಿಡಬಾರದು. ನನ್ನ ಕಾಯಿಲೆಗಳಿಗೆ ಏನು ಕಾರಣ ಎಂದು ನನಗೆ ಗೊತ್ತಿದೆ. ಇವುಗಳಿಗೆ ನಾನೇ ಜವಾಬುದಾರ ಎಂಬ ಪ್ರಜ್ಞೆ ಪೂರ್ಣವಾಗಿ ನನ್ನಲ್ಲಿದೆ. ಆ ಪ್ರಜ್ಞೆಯ ಕಾರಣದಿಂದಾಗಿ ನಾನು ಸಮಾಧಾನವನ್ನು ಕಳೆದುಕೊಂಡಿಲ್ಲ. ಅವುಗಳನ್ನು ಪಾಠಗಳೆಂದು ಅರಿತುಕೊಂಡು ದೇವರಿಗೆ ವಂದಿಸಿದ್ದೇನೆ. ಅನೇಕ ಔಷಧಿಗಳನ್ನು ತೆಗೆದುಕೊಳ್ಳಬೇಕೆಂಬ ಪ್ರಚೋದನೆಯನ್ನು ತಡೆಯಲು ಪ್ರಯತ್ನಿಸಿದ್ದೇನೆ. ಆಗಾಗ್ಗೆ ನನ್ನ ವೈದ್ಯರುಗಳನ್ನು ತೀವ್ರ ಪರೀಕ್ಷೆಗೆ ಒಡ್ಡಬೇಕೆನ್ನುವ ಹಟ ನನ್ನಲ್ಲಿದೆ ಎಂದು ನನಗೆ ಗೊತ್ತಿದೆ. ಆದರೆ ಅವರು ಉದಾರವಾಗಿ ನನ್ನನ್ನು ಸಹಿಸಿಕೊಂಡಿದ್ದಾರೆ. ಅವರು ನನ್ನ ಕೈ ಬಿಡುವುದಿಲ್ಲ.

ಹಾಗಿದ್ದರೂ ನಾನು ಮುಖ್ಯ ವಿಷಯವನ್ನು ಬಿಟ್ಟು ಬೇರೆ ಕಡೆಗೆ ಹೋಗಬಾರದು. ಮುಂದುವರೆಯುವುದಕ್ಕೂ ಮುಂಚಿತವಾಗಿ ನಾನು ಓದುಗನಿಗೆ ಒಂದು ಎಚ್ಚರಿಕೆಯ ಮಾತನ್ನು ಹೇಳಬೇಕು. ಈ ಅಧ್ಯಾಯನ್ನು ಓದಿ ಅದರಿಂದ ಪ್ರಭಾವಿತರಾಗಿ ಯಾರು ಜಸ್ಟ್‌ನ ಪುಸ್ತಕವನ್ನು ಕೊಂಡುಕೊಳ್ಳುವವರೋ ಅವರು ಅದರಲ್ಲಿರುವುದೆಲ್ಲವೂ ಸುವಾರ್ತೆ(ಗಾಸ್ಪಲ್-ಕ್ರಿಸ್ತನು ಉಪದೇಶಿಸಿದ ಶುಭನುಡಿ) ಯಷ್ಟೇ ಸತ್ಯವಾದದ್ದು ಎಂದು ಭಾವಿಸಿ ಸ್ವೀಕರಿಸಬಾರದು. ಒಬ್ಬ ಲೇಖಕನು ಬಹುಮಟ್ಟಿಗೆ ಯಾವಾಗಲು ಒಂದು ಪ್ರಸಂಗದ ಬಗ್ಗೆ ಒಂದು ದೃಷ್ಟಿಕೋನವನ್ನು ಮಂಡಿಸುತ್ತಾನೆ. ಆದರೆ ಪ್ರತಿಯೊಂದು ಪ್ರಸಂಗವನ್ನೂ ಏಳಕ್ಕೂ ಕಡಿಮೆಯಿಲ್ಲದ ಭಿನ್ನ ಭಿನ್ನ

ದೃಷ್ಟಿಕೋನಗಳಿಂದ ನೋಡಬಹುದು. ಪ್ರಾಯಶಃ ಅವೆಲ್ಲವೂ ಸರಿಇರಬಹುದು. ಆದರೆ ಒಂದು ನಿರ್ದಿಷ್ಟ ಕಾಲದಲ್ಲಿ ಮತ್ತು ಅದೇ ಸನ್ನಿವೇಶದಲ್ಲಿ ಸರಿಯಿಲ್ಲದಿರಬಹುದು. ಗಿರಾಕಿಗಳನ್ನು ಪಡೆಯುವ ಉದ್ದೇಶದಿಂದ ಅನೇಕ ಪುಸ್ತಕಗಳನ್ನು ಬರೆಯಲಾಗುವುದು. ಹೆಸರನ್ನು ಮತ್ತು ಕೀರ್ತಿಯನ್ನು ಗಳಿಸುವ ಉದ್ದೇಶದಿಂದಲೂ ಪುಸ್ತಕಗಳನ್ನು ಬರೆಯುವವರಿದ್ದಾರೆ. ಆದ್ದರಿಂದ ಅಂತಹ ಪುಸ್ತಕಗಳನ್ನು ಓದುವವರು ತಾರತಮ್ಯವನ್ನು ಕಂಡುಕೊಳ್ಳಲಿ. ಅವುಗಳಲ್ಲಿ ನಿರೂಪಿಸಿಲಾಗಿರುವ ಯಾವುದೇ ಪ್ರಯೋಗವನ್ನು ನಡೆಸುವ ಮುಂಚೆ ಅನುಭವಿಯೊಬ್ಬರ ಸಲಹೆಯನ್ನು ಪಡೆದುಕೊಳ್ಳಬೇಕು ಅಥವಾ ಅವರು ಸಮಾಧಾನದಿಂದ ಪುಸ್ತಕವನ್ನು ಓದಿಕೊಂಡು ಪ್ರಯೋಗಕ್ಕೆ ತೊಡಗುವ ಮುಂಚೆ ಅದರಲ್ಲಿ ಹೇಳಿರುವುದನ್ನು ಪೂರ್ಣವಾಗಿ ಜೀರ್ಣಮಾಡಿಕೊಳ್ಳಬೇಕು.

8. ಒಂದು ಮುನ್ಸೂಚನೆ

ಮುಂದಿನ ಅಧ್ಯಾಯದವರೆಗೆ ನಾನು ವಿಷಯಾಂತರ (ಮುಖ್ಯ ವಿಷಯ ಬಿಟ್ಟು ಬೇರೆ ವಿಷಯಕ್ಕೆ ಹೋಗುವುದು) ವನ್ನು ಮುಂದುವರೆಸಬೇಕೆಂದು ಹೇಳಲು ನನಗೆ ಅಂಜಿಕೆಯಾಗುತ್ತಿದೆ. ಮಣ್ಣಿನ ಚಿಕಿತ್ಸೆಯಲ್ಲಿ ನನ್ನ ಪ್ರಯೋಗಗಳನ್ನು ನಡೆಸುತ್ತಿದ್ದುದರ ಜತೆಯಲ್ಲಿ ಆಹಾರದ ವಿಷಯದಲ್ಲಿ ಕೂಡಾ ಪ್ರಯೋಗಗಳು ನಡೆಯುತ್ತಿದ್ದವು. ನಾನು ಆಹಾರದ ವಿಷಯದ ಬಗ್ಗೆ ಮತ್ತೆ ಪ್ರಸ್ತಾಪಿಸಿದರೂ ಇಲ್ಲಿ ಅದರ ಬಗ್ಗೆ ಕೆಲವು ಅಭಿಪ್ರಾಯಗಳನ್ನು ಹೇಳಿದರೆ ಅಪ್ರಸ್ತುತ ಎನಿಸಲಾರದು.

ಇಲ್ಲಿ ಅಥವಾ ಇಲ್ಲಿಂದ ಮುಂದೆ ಆಹಾರದ ಪ್ರಯೋಗಗಳ ಬಗ್ಗೆ ವಿವರವಾದ ನಿರೂಪಣೆಯನ್ನು ಕೊಡದಿರಬಹುದು. ಏಕೆಂದರೆ ಕೆಲವು ವರ್ಷಗಳ ಹಿಂದೆ 'ಇಂಡಿಯನ್ ಒಪಿನಿಯನ್'ನಲ್ಲಿ ಗುಜರಾತಿ ಲೇಖನಗಳ ಮಾಲಿಕೆಗಳಲ್ಲಿ ಈ ಬಗ್ಗೆ ಬರೆದದ್ದು ಪ್ರಕಟವಾಗಿತ್ತು. ಮುಂದೆ ಇಂಗ್ಲಿಷಿನಲ್ಲಿ 'ಎ ಗೈಡ್ ಟು ಹೆಲ್ತ್' ಎಂಬ ಜನಪ್ರಿಯ ಶೀರ್ಷಿಕೆಯುಳ್ಳ ಪುಸ್ತಕದ ರೂಪದಲ್ಲಿ ಇದು ಪ್ರಕಟವಾಯ್ತು. (ಕೀ ಟು ಹೆಲ್ತ್ ಎಂಬ ಹೊಸ ಶೀರ್ಷಿಕೆಯಡಿಯಲ್ಲಿ ಪ್ರಕಟವಾಗಿದೆ. ನವಜೀವನ್ ಪಬ್ಲಿಷಿಂಗ್ ಹೌಸ್, 50 ಪೈ. ಅಂಚೆವೆಚ್ಚ ಇತ್ಯಾದಿ 20

ಪೈ) ನನ್ನ ಕಿರು ಪುಸ್ತಕಗಳಲ್ಲಿ ಪೂರ್ವ ಮತ್ತು ಪಶ್ಚಿಮದೇಶಗಳೆರಡಲ್ಲೂ ಒಂದೇ ಪ್ರಕಾರ ಹೆಚ್ಚು ಮಂದಿ ಓದಿದ ಪುಸ್ತಕ ಇದೇ ಆಗಿದೆ. ಹೀಗೇಕೆ ಎಂದು ನನಗೆ ಅರ್ಥವಾಗಿಲ್ಲ. ಅದನ್ನು ನಾನು 'ಇಂಡಿಯನ್ ಒಪಿಯನ್'ನ ಓದುಗರ ಪ್ರಯೋಜನಕ್ಕಾಗಿ ಬರೆದಿದ್ದೆ. ಆದರೆ ಈ ಕಿರು ಪುಸ್ತಕ ಪೂರ್ವ ಮತ್ತು ಪಶ್ಚಿಮದೇಶಗಳೆರಡರಲ್ಲೂ 'ಇಂಡಿಯನ್ ಒಪಿನಿಯನ್'ಅನ್ನು ಎಂದೂ ನೋಡದ ಅನೇಕ ಓದುಗರ ಜೀವನದ ಮೇಲೆ ಮಹತ್ವದ ಪ್ರಭಾವ ಬೀರಿದೆ ಎಂದು ನನಗೆ ಗೊತ್ತಿದೆ. ಅವರು ನನ್ನ ಜತೆಯಲ್ಲಿ ಈ ವಿಷಯದ ಬಗ್ಗೆ ಪತ್ರವ್ಯವಹಾರ ನಡೆಸಿದ್ದಾರೆ. ಆದ್ದರಿಂದ ಆ ಕಿರು ಪುಸ್ತಕದ ಬಗ್ಗೆ ಇಲ್ಲಿ ಏನಾದರೂ ಹೇಳುವುದು ಅವಶ್ಯಕ ಎಂದು ಕಂಡುಬಂದಿದೆ. ಆದರೆ ಆ ಪುಸ್ತಕದಲ್ಲಿ ಮಂಡಿಸಲಾಗಿರುವ ಅಭಿಪ್ರಾಯಗಳನ್ನು ಬದಲಿಸಲು ಏನೂ ಕಾರಣವಿಲ್ಲ. ಹಾಗಿದ್ದರೂ ನನ್ನ ಸದ್ಯದ ಆಚರಣೆಯಲ್ಲಿ ಕೆಲವು ತೀವ್ರ ಸ್ವರೂಪದ ಬದಲಾವಣೆಗಳನ್ನು ಮಾಡಿಕೊಂಡಿದ್ದೇನೆ. ಆ ಪುಸ್ತಕದ ಓದುಗರಿಗೆ ಅವುಗಳ ಬಗ್ಗೆ ಏನೂ ಗೊತ್ತಿಲ್ಲ. ಆದ್ದರಿಂದ ಅವುಗಳನ್ನು ತಿಳಿಸುವುದು ಅವಶ್ಯಕವೆಂದು ಭಾವಿಸಿದ್ದೇನೆ.

ನನ್ನ ಎಲ್ಲ ಇತರ ಬರಹಗಳಂತೆ ಕಿರು ಪುಸ್ತಕ ಕೂಡಾ ಆಧ್ಯಾತ್ಮಿಕ ಗುರಿಯನ್ನಿಟ್ಟುಕೊಂಡು ಬರೆಯಲ್ಪಟ್ಟಿದೆ. ಅದು ನನ್ನ ಪ್ರತಿಯೊಂದು ಕ್ರಿಯೆಯನ್ನು ಯಾವಾಗಲೂ ಹುರಿದುಂಬಿಸುತ್ತದೆ. ಆದ್ದರಿಂದ ಆ ಪುಸ್ತಕದಲ್ಲಿ ಪ್ರತಿಪಾದಿಸಲಾಗಿರುವ ಕೆಲವು ತತ್ವಗಳನ್ನು ಆಚರಿಸಲು ನನಗೆ ಇಂದು ಸಾಧ್ಯವಾಗಿಲ್ಲ ಎಂಬುದು ನನಗೆ ತುಂಬಾ ಸಂಕಟವನ್ನುಂಟುಮಾಡುತ್ತಿದೆ.

ಶಿಶುವು ತಾಯಿಯ ಹಾಲು ಕುಡಿಯುವುದನ್ನು ಬಿಟ್ಟಂತೆ ಮನುಷ್ಯನಿಗೆ ಹಾಲಿನ ಅಗತ್ಯವಿಲ್ಲ ಎನ್ನುವುದು ನನ್ನ ದೃಢ ನಂಬಿಕೆಯಾಗಿದೆ. ಅವನ ಆಹಾರ ಬಿಸಿಲಲ್ಲಿ ಮಾಗಿದ ಹಣ್ಣುಗಳು ಮತ್ತು ಬೀಜಗಳನ್ನು ಬಿಟ್ಟಂತೆ ಬೇರೆ ಏನೂ ಆಗಿರಬೇಕಾಗಿಲ್ಲ. ದ್ರಾಕ್ಷಿ ಹಣ್ಣುಗಳಂತಹ ಹಣ್ಣುಗಳಲ್ಲಿ ಮತ್ತು ಬಾದಾಮಿಯಂತಹ ಬೀಜಗಳಲ್ಲಿ ಅವನ ಜೀವಕೋಶಗಳಿಗೆ ಮತ್ತು ನರಮಂಡಲಕ್ಕೆ ಬೇಕಾಗಿರುವಷ್ಟು ಪೌಷ್ಟಿಕಾಂಶಗಳನ್ನು ಪಡೆಯಬಹುದು. ಅಂತಹ ಆಹಾರ ಸೇವಿಸುತ್ತ ಜೀವಿಸುವವನು ಲೈಂಗಿಕ ಮತ್ತು ಇತರ ಮನೋವಿಕಾರಗಳನ್ನು ಸುಲಭವಾಗಿ ಸಂಯಮದಲ್ಲಿಟ್ಟು ಕೊಳ್ಳಬಹುದು 'ಮನುಷ್ಯ ಏನು ತಿನ್ನುತ್ತಾನೋ ಹಾಗಾಗುತ್ತಾನೆ' ಎಂಬ ಭಾರತೀಯ ಗಾದೆ ಮಾತಿನಲ್ಲಿ ತುಂಬಾ ಸತ್ಯವಿದೆಯೆಂದು ನಾನು ಮತ್ತು ನನ್ನ ಸಹಕಾರ್ಯಕರ್ತರುಗಳು ಅನುಭವದಿಂದ ಕಂಡುಕೊಂಡಿದ್ದೇವೆ. ಈ ಅಭಿಪ್ರಾಯಗಳನ್ನು ವಿಸ್ತೃತವಾಗಿ ಪುಸ್ತಕದಲ್ಲಿ ಮಂಡಿಸಲಾಗಿದೆ.

ಆದರೆ ದುರದೃಷ್ಟವಶಾತ್ ಭಾರತದಲ್ಲಿ ನನ್ನ ಕೆಲವು ತಾತ್ವಿಕ ವಿಚಾರಗಳನ್ನು ಆಚರಣೆಗೆ ತರಲು ಸಾಧ್ಯವಾಗಿಲ್ಲ. ನಾನು ಖೇಡಾದಲ್ಲಿ ಹೊಸಬರನ್ನು ಸೇರಿಸಿಕೊಳ್ಳುವ ಪ್ರಚಾರ ಕಾರ್ಯದಲ್ಲಿ ನಿರತನಾಗಿದ್ದಾಗ ಆಹಾರದಲ್ಲಿ ವ್ಯತ್ಯಾಸ ಉಂಟಾಗಿ ಕಾಯಿಲೆಯಾಗಿದ್ದರಿಂದ ಮಲಗಬೇಕಾಯ್ತು. ಆಗ ನಾನು ಮೃತ್ಯುದ್ವಾರದಲ್ಲಿದ್ದೆ. (ಅಂದರೆ ಸಾವಿನ ಹತ್ತಿರದಲ್ಲಿದ್ದೆ.) ಹಾಲನ್ನು ಸೇವಿಸದೇ ನಾನು ಛಿದ್ರಛಿದ್ರವಾಗಿದ್ದ ನನ್ನ ದೇಹಸ್ಥಿತಿಯನ್ನು ಮತ್ತೆ ಉತ್ತಮ ಸ್ಥಿತಿಗೆ ತಂದುಕೊಳ್ಳಲು ಪ್ರಯತ್ನಿಸಿದೆ. ಹಾಲಿಗೆ ಬದಲಿ ಪದಾರ್ಥವನ್ನೂ ಶಿಫಾರಸು ಮಾಡುವಂತೆ ನಾನು ನನಗೆ ಗೊತ್ತಿದ್ದಂತಹ ವಿಜ್ಞಾನಿಗಳ, ಡಾಕ್ಟರ್‌ಗಳ ಮತ್ತು ವೈದ್ಯರುಗಳ ಸಹಾಯವನ್ನು ಕೋರಿದೆ. ಕೆಲವರು ಉದ್ದಿನ ನೀರನ್ನು, ಕೆಲವರು ಹಿಪ್ಪೆ(ಮೌಹ್ರ) ಎಣ್ಣೆಯನ್ನು, ಕೆಲವರು ಬಾದಾಮಿ ಹಾಲನ್ನು

ತೆಗೆದುಕೊಳ್ಳುವಂತೆ ಸೂಚಿಸಿದರು. ಇವುಗಳ ಪ್ರಯೋಗ ಮಾಡುತ್ತ ನಾನು ಕೃಶನಾದೆ. ಕಾಯಿಲೆಯಿಂದ ನರಳುತ್ತ ಮಲಗಿದ್ದ ಹಾಸಿಗೆಯಿಂದ ಮೇಲೇಳಲು ಯಾವುದರಿಂದಲೂ ನನಗೆ ಸಾಧ್ಯವಾಗಲಿಲ್ಲ. ವೈದ್ಯರುಗಳು ಚರಕನ ಗ್ರಂಥದಿಂದ ಶ್ಲೋಕಗಳನ್ನು ಓದಿ ಹೇಳಿ ಆಹಾರ ಕುರಿತ ಧಾರ್ಮಿಕ ತೊಳಲಾಟಗಳಿಗೆ ಚಿಕಿತ್ಸಾಶಾಸ್ತ್ರದಲ್ಲಿ ಸ್ಥಾನವೇ ಇಲ್ಲ ಎಂದು ತೋರಿಸಿಕೊಟ್ಟರು. ಆದ್ದರಿಂದ ಹಾಲಿಲ್ಲದೇ ಜೀವಿಸುವುದಕ್ಕೆ ಅವರಿಂದ ಯಾವುದೇ ಸಹಾಯವನ್ನು ನಿರೀಕ್ಷಿಸುವಂತಿರಲಿಲ್ಲ. ಹಾಗಿರುವಾಗ ಗೋಮಾಂಸದ ಕಟ್ಟು(ರೋಗಿಗಳಿಗೆ ಕೊಡುವ ಗೋಮಾಂಸದಸಾರು - ಬೀಫ್‌ಟೀ) ಮತ್ತು ಬ್ರಾಂದಿ (ಬ್ರಾಂಡಿ- ಹಣ್ಣುಗಳ ಹುಳಿಯಿಳಿಸಿದ ರಸಗಳಿಂದ ಬಟ್ಟಿಯಿಳಿಸಿದ ತೀಕ್ಷ್ಣ ಮದ್ಯ)ಯನ್ನು ಹಿಂದುಮುಂದು ನೋಡದೇ ಶಿಫಾರಸು ಮಾಡುವವರು ಹಾಲಿಲ್ಲದ ಆಹಾರವನ್ನು ಸೇರಿಸಿ ಸಾಧಿಸಿ ತೋರಿಸಲು ಹೇಗೆ ಸಹಾಯಮಾಡುವರು?

ನಾನು ಪ್ರತಿಜ್ಞೆಗೆ ಕಟ್ಟುಬಿದ್ದದ್ದರಿಂದ ಹಸುವಿನ ಇಲ್ಲವೇ ಎಮ್ಮೆಯ ಹಾಲನ್ನು ತೆಗೆದುಕೊಳ್ಳುವಂತಿರಲಿಲ್ಲ. ಏನೇ ಇರಲಿ ಈ ಪ್ರತಿಜ್ಞೆಯಲ್ಲಿ ಎಲ್ಲ ಬಗೆಯ ಹಾಲನ್ನು ತ್ಯಜಿಸಿಬೇಕೆಂಬ ಅರ್ಥವನ್ನು ಒಳಗೊಂಡಿತ್ತು. ತಾಯಿಹಸುವಿನ ಮತ್ತು ತಾಯಿ ಎಮ್ಮೆಯ ಹಾಲನ್ನು ಮಾತ್ರ ಪ್ರತಿಜ್ಞೆಯನ್ನು ತೆಗೆದುಕೊಳ್ಳುವಾಗ ಮನಸ್ಸಿನಲ್ಲಿ ಇಟ್ಟುಕೊಂಡಿದ್ದೆ. ಹೇಗಾದರೂ ನಾನು ಬದುಕಲು ಇಚ್ಛಿಸಿದ್ದರಿಂದ ಪ್ರತಿಜ್ಞೆಯನ್ನು ಅಕ್ಷರಶಃ ಪಾಲಿಸುವುದರಲ್ಲಿ ನನ್ನನ್ನು ನಾನು ವಂಚಿಸಿಕೊಂಡೆ ಮತ್ತು ಮೇಕೆಯ ಹಾಲನ್ನು ತೆಗೆದುಕೊಳ್ಳಲು ತೀರ್ಮಾನಿಸಿದೆ. ತಾಯಿ ಮೇಕೆಯ ಹಾಲನ್ನು ನಾನು ಸೇವಿಸಲಾರಂಭಿಸಿದಾಗ ನನ್ನ ಪ್ರತಿಜ್ಞೆಯ ಅಂತರಾರ್ಥ ನಾಶವಾಯಿತು ಎಂಬುದನ್ನು ನಾನು ಪೂರ್ಣವಾಗಿ ಅರಿತಿದ್ದೆ.

ಆದರೆ ರೌಲಟ್ ಕಾಯಿದೆ ವಿರೋಧಿ ಚಳವಳಿಯನ್ನು ಮುಂದಕ್ಕೆ ಕರೆದೊಯ್ಯುವ ವಿಚಾರ ನನ್ನನ್ನು ಪೂರ್ಣವಾಗಿ ಹಿಡಿದಿಟ್ಟುಕೊಂಡಿತ್ತು. ಅದರ ಜತೆಯಲ್ಲಿ ಬದುಕಬೇಕೆನ್ನುವ ಆಸೆ ಬೆಳೆಯುತ್ತಿತ್ತು. ಇದರ ಪರಿಣಾಮದಿಂದಾಗಿ ನನ್ನ ಜೀವನದ ಅತ್ಯಂತ ದೊಡ್ಡ ಪ್ರಯೋಗಗಳಲ್ಲೊಂದು ನಿಂತುಹೋಯಿತು.

ಒಬ್ಬಾತ ಏನು ತಿನ್ನುತ್ತಾನೆ ಅಥವಾ ಏನು ಕುಡಿಯುತ್ತಾನೆ ಎನ್ನುವುದಕ್ಕೂ ಆತ್ಮಕ್ಕೂ ಏನೂ ಸಂಬಂಧವಿಲ್ಲ ಎಂದು ವಾದಿಸಲಾಗುತ್ತಿದೆ ಎಂದು ನನಗೆ ಗೊತ್ತಿದೆ. ಏಕೆಂದರೆ ಆತ್ಮ ತಿನ್ನುವುದಿಲ್ಲ ಇಲ್ಲವೇ ಕುಡಿಯುವುದಿಲ್ಲ. ಹೊರಗಡೆಯಿಂದ ನೀವು ಏನನ್ನು ಒಳಕ್ಕೆ (ಅಂತರಂಗ) ಹಾಕಿಕೊಳ್ಳುತ್ತಿರೋ ಅದು ಮುಖ್ಯವಾಗುವುದಿಲ್ಲ. ಆದರೆ ಒಳಗಿನಿಂದ ನೀವು ಏನನ್ನು ಹೊರಕ್ಕೆಳೆದು (ಬಹಿರಂಗ) ವ್ಯಕ್ತ ಪಡಿಸುತ್ತಿರೋ ಅದು ಮುಖ್ಯವಾಗುತ್ತದೆ. ಇದರಲ್ಲಿ ಏನೋ ಒಂದು ರೀತಿಯ ಶಕ್ತಿಯಿದೆ ಎಂಬುದರಲ್ಲಿ ಸಂಶಯವಿಲ್ಲ. ಈ ತರ್ಕವನ್ನು ಪರೀಕ್ಷೆಗೆ ಒಡ್ಡುವ ಪ್ರತಿಯಾಗಿ ನನ್ನ ದೃಢವಾದ ನಂಬಿಕೆಯನ್ನು ಘೋಷಿಸುವ ಮೂಲಕ ಮಾತ್ರ ನಾನು ತೃಪ್ತಿಪಡುತ್ತೇನೆ. ಆ ನಂಬಿಕೆ ಯಾವುದೆಂದರೆ ಯಾರು ದೇವರಲ್ಲಿ ಭಯಭಕ್ತಿಯನ್ನಿಟ್ಟುಕೊಂಡು ಬದುಕುತ್ತಾನೋ ಮತ್ತು ಅವನ ಮುಖಕ್ಕೆ ಮುಖ ಕೊಟ್ಟು (ಅಂದರೆ ಪ್ರತ್ಯಕ್ಷವಾಗಿ) ನೋಡಲು ಬಯಸುತ್ತಾನೋ ಅಂತಹ ಸಾಧಕನು ಗುಣಮಟ್ಟ ಮತ್ತು ಪ್ರಮಾಣಗಳೆರಡಲ್ಲೂ ಆಹಾರದ ಬಗ್ಗೆ ಸಂಯಮವನ್ನು

ಇಟ್ಟುಕೊಳ್ಳುತ್ತಾನೆ. ಹಾಗೆಯೇ ಚಿಂತನೆ ಮತ್ತು ಮಾತಿನಲ್ಲಿ ಕೂಡಾ ಸಂಯಮವನ್ನು ಇಟ್ಟುಕೊಳ್ಳುತ್ತಾನೆ.

ಹಾಗಿದ್ದರೂ ಒಂದು ವಿಷಯದಲ್ಲಿ, ನನ್ನ ತತ್ವವಿಚಾರ ನನ್ನನ್ನು ವಿಫಲಗೊಳಿಸಿದಾಗ (ಅಂದರೆ ಆ ತತ್ವವಿಚಾರದಂತೆ ನಡೆಯಲು ಸಾಧ್ಯವಾಗದಿದ್ದಾಗ) ನಾನು ಮಾಹಿತಿಯನ್ನು ಕೊಡಬೇಕಲ್ಲದೇ ಅದನ್ನು ಅನುಸರಿಸುವುದರ ವಿರುದ್ಧ ಗಂಭೀರವಾದ ಎಚ್ಚರಿಕೆಯನ್ನು ಕೊಡಬೇಕಾಗಿದೆ. ನಾನು ಪ್ರತಿಪಾದಿಸಿದ ತತ್ವದ ಆಧಾರದಲ್ಲಿ ಕೆಲವರು ಹಾಲನ್ನು ಬಿಟ್ಟು ಬಿಟ್ಟರಬಹುದು. ತಮಗೆ ಅದರಿಂದ ಎಲ್ಲ ರೀತಿಯಲ್ಲೂ ಪ್ರಯೋಜನವಾಗಿದೆಯೆಂದು ಕಂಡುಕೊಂಡ ಹೊರತು ಅಂತಹವರು ಆ ಪ್ರಯೋಗವನ್ನು ಮುಂದುವರೆಸಲು ಪಟ್ಟು ಹಿಡಿಯಬಾರದು. ಇಲ್ಲಿಯವರೆಗಿನ ನನ್ನ ಅನುಭವ ತೋರಿಸಿಕೊಟ್ಟಿರುವ ಪ್ರಕಾರ ಯಾರಲ್ಲಿ ದುರ್ಬಲ ಜೀರ್ಣಶಕ್ತಿಯದೆಯೋ ಮತ್ತು ಯಾರು ಹಾಸಿಗೆಯಲ್ಲಿ ಮಲಗಿ ಇರಬೇಕಾತ್ತದೆಯೋ (ಅಂದರೆ ರೋಗತಗಲಿದ್ದರಿಂದ ಹಾಸಿಗೆ ಹಿಡಿದಿರುವವರು) ಅಂತಹವರಿಗೆ ಹಾಲನ್ನು ಬಿಟ್ಟರೆ ಅದಕ್ಕೆ ಸರಿಸಮವಾಗಿರುವ ಪುಷ್ಟಿಕರವಾದ ಮತ್ತು ಲಘುವಾಗಿರುವ (ಅಂದರೆ ಸುಲಭವಾಗಿ0 ಜೀರ್ಣವಾಗುವ) ಆಹಾರ ಇಲ್ಲವೇ ಇಲ್ಲ.

ಈ ದಾರಿಯಲ್ಲಿ ಅನುಭವವುಳ್ಳ ಯಾರಾದರೂ ಮತ್ತು ಈ ಅಧ್ಯಾಯವನ್ನು ಓದಿದವರು, ಓದಿನಿಂದಲ್ಲದೇ ಅನುಭವದಿಂದ ಹಾಲಿಗೆ ಬದಲಿಯಾಗಿರುವ ತರಕಾರಿಯನ್ನು ಅರಿತಿದ್ದರೆ ಅದನ್ನು ನನಗೆ ತಿಳಿಸಿದರೆ ನಾನು ಅವರಿಗೆ ಕೃತಜ್ಞನಾಗಿರುತ್ತೇನೆ. ಆ ಬದಲಿ ತರಕಾರಿಯು ಹಾಲಿನಷ್ಟೇ ಪುಷ್ಟಿದಾಯಕವಾಗಿರಬೇಕು ಮತ್ತು ಸುಲಭವಾಗಿ ಜೀರ್ಣವಾಗುವಂತಿರಬೇಕು.

9. ಅಧಿಕಾರದೊಡನೆ ಕಾದಾಟ

ಈಗ ಏಷಿಯಾಟಿಕ್ ಇಲಾಖೆಯ ಕಡೆಗೆ ತಿರುಗೋಣ. ಜೊಹಾನ್ಸ್‌ಬರ್ಗ್ ಏಷಿಯಾಟಿಕ್ (ಏಷ್ಯಾಟಿಕ್, ಏಷ್ಯಾದವರು) ಅಧಿಕಾರಿಗಳ ಭದ್ರಹಿಡಿತದಲ್ಲಿತ್ತು. ಇವರು ಭಾರತೀಯರನ್ನು, ಚೀನಿಯರನ್ನು ಮತ್ತು ಇತರರನ್ನು ರಕ್ಷಿಸುವ ಪ್ರತಿಯಾಗಿ ಅವರನ್ನು ಕೆಳಕ್ಕೆ ಬೀಳಿಸಿ ಪೀಡಿಸುತ್ತಿದ್ದರು ಎಂಬುದನ್ನು ನಾನು ಸೂಕ್ಷ್ಮವಾಗಿ ಗಮನಿಸಿದ್ದೆ. ಪ್ರತಿದಿನವೂ ನಾನು ಈಬಗೆಯ ದೂರುಗಳನ್ನು ಸ್ವೀಕರಿಸುತ್ತಿದ್ದೆ: ಅಂದರೆ ಹಕ್ಕುಳ್ಳವರನ್ನು ಒಳಕ್ಕೆ ಬರಲು ಬಿಡುತ್ತಿರಲಿಲ್ಲ. ಆದರೆ 100 ಪೌಂಡು ನೀಡಿ ಹಕ್ಕಿಲ್ಲದಿದ್ದರೂ ಕಳ್ಳತನದಿಂದ ಬರುವವರಿಗೆ ಪ್ರವೇಶವನ್ನು ನೀಡಲಾಗುತ್ತಿತ್ತು. 'ನೀವು ಈ ದುಸ್ಥಿತಿಯನ್ನು ನಿವಾರಣೆ ಮಾಡದಿದ್ದರೆ ಯಾರು ಈ ಕೆಲಸ ಮಾಡುತ್ತಾರೆ.' ಸಮುದಾಯದವರ ಈ ಭಾವನೆಯನ್ನು ನಾನು ಹಂಚಿಕೊಂಡೆ. ನಾನು ಈ ದುಷ್ಟಕೃತ್ಯವನ್ನು ನಿರ್ನಾಮಮಾಡದಿದ್ದರೆ ಟ್ರಾನ್ಸ್‌ವಾಲ್‌ನಲ್ಲಿ ನಾನು ವಾಸಿಸುತ್ತಿರುವುದು ನಿರರ್ಥಕವಾಗುವುದು.

ಆದ್ದರಿಂದ ನಾನು ಸಾಕ್ಷಗಳನ್ನು ಸಂಗ್ರಹಿಸಲಾರಂಭಿಸಿದೆ. ನಾನು ಸಾಕಷ್ಟು ಪ್ರಮಾಣದಲ್ಲಿ ಸಾಕ್ಷಗಳನ್ನು ಸಂಗ್ರಹಿಸಿಕೊಳ್ಳುತ್ತಿದ್ದಂತೆ ಪೊಲೀಸ್ ಕಮೀಷನರ್ ಬಳಿಗೆ

ಹೋದೆ. ಅವನು ನ್ಯಾಯವಾಗಿ ನಡೆದುಕೊಳ್ಳುವವನಂತೆ ಕಾಣುತ್ತಿದ್ದ. ಅವನು ನನ್ನ ಬಗ್ಗೆ ಉಪೇಕ್ಷೆ ತೋರುವ ಪ್ರತಿಯಾಗಿ ನಾನು ಹೇಳಿದ್ದನ್ನು ಸಮಾಧಾನವಾಗಿ ಕೇಳಿಸಿಕೊಂಡ ಮತ್ತು ನನ್ನ ಬಳಿಯಿದ್ದ ಎಲ್ಲ ಸಾಕ್ಷಗಳನ್ನು ತನಗೆ ತೋರಿಸುವಂತೆ ಕೇಳಿದ. ಅವನು ಸ್ವತಹ ಸಾಕ್ಷಗಳನ್ನು ಪರೀಕ್ಷಿಸಿದ. ಅವನಿಗೆ ತೃಪ್ತಿಯಾಯಿತು. ಆದರೆ ದಕ್ಷಿಣ ಆಫ್ರಿಕದಲ್ಲಿ ವರ್ಣೀಯರ ವಿರುದ್ಧ ಅಪರಾಧ ಮಾಡಿದ್ದ ಬಿಳಿಯ ಅಪರಾಧಿಯನ್ನು ಅಪರಾಧಿಯೆಂದು ತೀರ್ಮಾನಿಸಲು ಒಬ್ಬ ಬಿಳಿಯ ನ್ಯಾಯದರ್ಶಿ(ಜೂರಿ)ಯನ್ನು ಒಪ್ಪಿಸುವುದು ಕಷ್ಟವೆಂದು ಅವನಿಗೆ ಗೊತ್ತಿತ್ತು. 'ಆದರೆ ಯಾವ ರೀತಿಯಲ್ಲಾದರೂ ನಾವು ಪ್ರಯತ್ನಿಸೋಣ. ಅಂತಹ ಅಪರಾಧಿಗಳನ್ನು ನ್ಯಾಯದರ್ಶಿ ಬಿಡುಗಡೆಮಾಡಬಹುದೆಂಬ ಹೆದರಿಕೆಯಿಂದ ತಪ್ಪು ಮಾಡಿದ್ದರೂ ಅವರು ಶಿಕ್ಷೆಯಿಂದ ಪಾರಾಗುವಂತೆ ಮಾಡುವುದು ನ್ಯಾಯವಲ್ಲ. ನಾನು ಅವರನ್ನು ಬಂಧಿಸಲೇ ಬೇಕು. ಸಾಧ್ಯವಿರುವ ಎಲ್ಲ ಪ್ರಯತ್ನ ಮಾಡುತ್ತೇನೆಂದು ನಾನು ನಿಮಗೆ ಭರವಸೆ ಕೊಡುತ್ತಿದ್ದೇನೆ'. ಎಂದು ಅವನು ಹೇಳಿದ.

ನನಗೆ ಭರವಸೆಯ ಅವಶ್ಯಕತೆಯಿರಲಿಲ್ಲ. ಅನೇಕ ಅಧಿಕಾರಿಗಳ ಮೇಲೆ ನನ್ನ ಸಂಶಯವಿತ್ತು. ಆದರೆ ಅವರೆಲ್ಲರ ವಿರುದ್ಧ ಪ್ರಶ್ನಾತೀತ (ಸವಾಲು ಹಾಕದ ರೀತಿಯಲ್ಲಿ)ವಾಗಿ ನನ್ನ ಬಳಿ ಸಾಕ್ಷವಿಲ್ಲದಿದ್ದುದರಿಂದ ಕೇವಲ ಇಬ್ಬರ ವಿರುದ್ಧ ಬಂಧನದ ವಾರಂಟ್(ಅಧಿಕಾರಪತ್ರ)ಅನ್ನು ಹೊರಡಿಸಲಾಯ್ತು. ಅವರಿಬ್ಬರ ಅಪರಾಧದ ಬಗ್ಗೆ ನನ್ನಲ್ಲಿ ಎಳ್ಳಷ್ಟೂ ಸಂಶಯವಿರಲಿಲ್ಲ.

ನನ್ನ ಚಲನವಲನಗಳನ್ನು (ಚಟುವಟಿಕೆ) ಗುಟ್ಟಿನಲ್ಲಿ ಇಡುತ್ತಿರಲಿಲ್ಲ. ನಾನು ಸಾಮಾನ್ಯವಾಗಿ ಪ್ರತಿದಿನವೂ ಪೊಲೀಸು ಕಮೀಷನರ್‌ನನ್ನು ಕಾಣಲು ಹೋಗುತ್ತಿದ್ದೆ ಎಂದು ಅನೇಕರಿಗೆ ಗೊತ್ತಿತ್ತು. ಯಾರ ವಿರುದ್ಧ ವಾರಂಟ್‌ಗಳು ಹೊರಟಿದ್ದವೋ ಅವರು ಹೆಚ್ಚು ಕಡಿಮೆ ದಕ್ಷರಾಗಿದ್ದ ಗುಪ್ತಚಾರರುಗಳನ್ನಿಟ್ಟುಕೊಂಡಿದ್ದರು. ಅವರು ನನ್ನ ಕಛೇರಿಯ ಸುತ್ತ ಗಸ್ತು ತಿರುಗುತ್ತಿದ್ದರು ಮತ್ತು ನನ್ನ ಚಟುವಟಿಕೆಗಳನ್ನು ಆ ಅಧಿಕಾರಿಗಳಿಗೆ ವರದಿಮಾಡುತ್ತಿದ್ದರು. ಹಾಗಿದ್ದರೂ ಆ ಅಧಿಕಾರಿಗಳು ಎಷ್ಟು ಕಳಪೆಯಾಗಿದ್ದರೆಂದರೆ ಅವರಿಗೆ ಅನೇಕ ಗುಪ್ತಚಾರರುಗಳನ್ನು ಇಟ್ಟುಕೊಳ್ಳಲು ಸಾಧ್ಯವಾಗಿರಲಿಲ್ಲ ಎಂಬುದನ್ನು ನಾನು ಒಪ್ಪಿಕೊಳ್ಳಲೇಬೇಕು. ಭಾರತೀಯರು ಮತ್ತು ಚೀನಿಯರು ನನಗೆ ಸಹಾಯಮಾಡದಿದ್ದರೆ ಅವರನ್ನು ಬಂಧಿಸಲು ಸಾಧ್ಯವಾಗುತ್ತಿರಲಿಲ್ಲ.

ಇವರಲ್ಲಿ ಒಬ್ಬನು ತಲೆ ತಪ್ಪಿಸಿಕೊಂಡು ಹೋಗಿಬಿಟ್ಟ. ಪೋಲಿಸ್ ಕಮೀಷನರ್ ಅವನ ವಿರುದ್ಧ ಎಕ್ಸ್‌ಟ್ರಡಿಷನ್(ತಪ್ಪಿಸಿಕೊಂಡು ಅಡಗಿರುವವನನ್ನು ಬಂಧಿಸಿ ವಶಕ್ಕೆ ತೆಗೆದುಕೊಳ್ಳುವುದು) ವಾರಂಟ್‌ಅನ್ನು ಪಡೆದದ್ದರಿಂದ ಅವನನ್ನು ಬಂಧಿಸಲಾಯ್ತು. ಅವರ ವಿರುದ್ಧ ಬಲವಾದ ಸಾಕ್ಷವಿದ್ದರೂ ಮತ್ತು ಅವರಲ್ಲೊಬ್ಬನು ತಪ್ಪಿಸಿಕೊಂಡು ಹೋಗಿದ್ದರ ಬಗ್ಗೆ ನ್ಯಾಯದರ್ಶಿಯ ಎದುರು ಸಾಕ್ಷವಿದ್ದರೂ ಅವರಿಬ್ಬರೂ ಅಪರಾಧಿಗಳಲ್ಲ ಎಂದು ತೀರ್ಮಾನಿಸಲಾಯ್ತು. ಅವರಿಬ್ಬರ ಬಿಡುಗಡೆಯಾಯ್ತು.

ನನಗೆ ತೀರ ನಿರಾಶೆಯಾಯ್ತು. ಪೊಲೀಸ್ ಕಮೀಷನರ್ ಕೂಡಾ ತುಂಬಾ ವ್ಯಥೆಪಟ್ಟ. ನನಗೆ ವಕೀಲಿ ವೃತ್ತಿಯ ಬಗ್ಗೆ ಜಿಗುಪ್ಸೆ ಹುಟ್ಟಿತು. ಅಪರಾಧದ ತಪಾಸಣೆಯ ದುರುಪಯೋಗಕ್ಕೆ

ನೆರವಾಗುತ್ತಿದ್ದ ಅದೇ ಬುದ್ಧಿವಂತಿಕೆ ಬಗ್ಗೆ ನನ್ನಲ್ಲಿ ಜುಗುಪ್ಸೆ ಹುಟ್ಟಿತು. (ಅಂದರೆ ಅಪರಾಧಗಳನ್ನು ಮುಚ್ಚಿಹಾಕಲು ಬುದ್ಧಿ ವಂತಿಕೆ ಬಳಕೆಯಾಗುತ್ತಿದ್ದುದರಿಂದ ಅದರ ಬಗ್ಗೆ ಹೇಸಿಕೆಯಾಗಿತ್ತು.)

ಹಾಗಿದ್ದರೂ ಈ ಇಬ್ಬರು ಅಧಿಕಾರಿಗಳ ಅಪರಾಧ ಸ್ವತಸಿದ್ಧವಾಗಿದ್ದರಿಂದ (ಅಂದರೆ ಸುಸ್ಪಷ್ಟವಾಗಿದ್ದರಿಂದ)ಅವರ ಬಿಡುಗಡೆಯಾಗಿದ್ದರೂ ಸರ್ಕಾರಕ್ಕೆ ಅವರನ್ನು ರಕ್ಷಿಸಲು ಸಾಧ್ಯವಾಗಲಿಲ್ಲ. ಅವರನ್ನು ಕೆಲಸದಿಂದ ತೆಗೆದುಹಾಕಲಾಯ್ತು. ಏಷಿಯ್ಯಾಟಿಕ್ ಇಲಾಖೆಯನ್ನು ಅದರ ಹಿಂದಿನ ದಿನಗಳಿಗೆ ಹೋಲಿಸಿ ನೋಡಿದಾಗ ಬಹುಮಟ್ಟಿಗೆ ನಿಷ್ಕಳಂಕವಾಯ್ತು. ಏನೋ ಒಂದು ರೀತಿಯಲ್ಲಿ ಭಾರತೀಯ ಸಮುದಾಯದಲ್ಲಿ ಪುನಃ ವಿಶ್ವಾಸ ಹುಟ್ಟಿತು.

ಈ ಘಟನೆಯು ನನ್ನ ಪ್ರತಿಷ್ಠೆಯನ್ನು ಹೆಚ್ಚಿಸಿತು ಮತ್ತು ಜತೆಯಲ್ಲಿ ನನ್ನ ವಕೀಲಿ ವ್ಯವಹಾರವೂ ಹೆಚ್ಚಾಯಿತು ಸಮುದಾಯವು ಪ್ರತಿ ತಿಂಗಳೂ ಸಲ್ಲದ ಕಾರ್ಯಗಳಿಗೆ (ಅಂದರೆ ಲಂಚಕೊಡಲು) ದುಂದು ವೆಚ್ಚ ಮಾಡುತ್ತಿದ್ದ ನೂರಾರು ಪೌಂಡುಗಳಲ್ಲಿ ಎಲ್ಲವನ್ನೂ ಉಳಿಸಲು ಸಾಧ್ಯವಾಗದಿದ್ದರೂ ದೊಡ್ಡ ಪಾಲು ಉಳಿತಾಯವಾಯ್ತು. ಎಲ್ಲವನ್ನೂ ಉಳಿಸಲು ಸಾಧ್ಯವಾಗಲಿಲ್ಲ. ಏಕೆಂದರೆ ಈ ವ್ಯವಹಾರದಲ್ಲಿ ಅಪ್ರಮಾಣಿಕರು ಇನ್ನೂ ಪಟ್ಟಾಗಿ ತೊಡಗಿಕೊಂಡಿದ್ದರು. ಆದರೆ ಪ್ರಾಮಾಣಿಕರಿಗೆ ತಮ್ಮ ಪ್ರಾಮಾಣಿಕತೆಯನ್ನು ರಕ್ಷಿಸಿಕೊಳ್ಳಲು ಈಗ ಸಾಧ್ಯವಾಗಿತ್ತು.

ಈ ಅಧಿಕಾರಿಗಳು ಎಷ್ಟೇ ಕಳಪೆಯಾಗಿದ್ದರೂ ಅವರ ವಿರುದ್ಧ ವೈಯಕ್ತಿಕವಾಗಿ ನನ್ನಲ್ಲಿ ದ್ವೇಷ ಭಾವನೆಯಿರಲ್ಲಿಲ ಎಂದು ನಾನು ಹೇಳಲೇಬೇಕು. ಅವರಿಗೆ ಈ ವಿಚಾರ ತಿಳಿದಿತ್ತು. ಏಕೆಂದರೆ ಅವರು ಕಷ್ಟದಲ್ಲಿದ್ದಾಗ ನನ್ನ ಬಳಿಗೆ ಬಂದಿದ್ದರು ಮತ್ತು ನಾನು ಅವರಿಗೆ ಸಹಾಯಮಾಡಿದ್ದೆ. ಜೊಹಾನ್ಸ್‌ಬರ್ಗ್ ಮುನಿಸಿಪಾಲಿಟಿಯಲ್ಲಿ ಅವರಿಗೆ ಉದ್ಯೋಗ ಸಿಗುವ ಸಾಧ್ಯತೆಯಿತ್ತು. ಆದರೆ ನಾನು ಈ ಪ್ರಸ್ತಾವನೆಯನ್ನು ವಿರೋಧಿಸದಿದ್ದಲ್ಲಿ ಅವರಿಗೆ ಆ ಉದ್ಯೋಗ ಸಿಗುವ ಸಂಭವವಿತ್ತು. ಅವರ ಗೆಳೆಯನೊಬ್ಬನು ಈ ಸಂಬಂಧವಲ್ಲಿ ನನ್ನನ್ನು ಕಂಡಿದ್ದ. ನಾನು ಅಡ್ಡಬರುವುದಿಲ್ಲವೆಂದು ತಿಳಿಸಿ ಒಪ್ಪಿಗೆ ಕೊಟ್ಟೆ. ಅವರು ಉದ್ಯೋಗ ಪಡೆಯುವಲ್ಲಿ ಯಶಸ್ವಿಯಾದರು.

ನನ್ನ ಈ ಮನೋಭಾವ ನನ್ನ ಸಂಪರ್ಕಕ್ಕೆ ಬಂದ ಅಧಿಕಾರಿಗಳೊಂದಿಗೆ ಸರಾಗವಾಗಿ ವ್ಯವಹರಿಸಲು ನೆರವಾಯಿತು. ಆಗಾಗ್ಗೆ ನಾನು ಅವರ ಇಲಾಖೆಯೊಂದಿಗೆ ಗುದ್ದಾಡುತ್ತಿದ್ದರೂ ಮತ್ತು ಕಠಿಣ ಭಾಷೆಯನ್ನು ಬಳಸುತ್ತಿದ್ದರೂ ಆ ಅಧಿಕಾರಿಗಳು ನನ್ನೊಂದಿಗೆ ಸ್ನೇಹದಿಂದಿದ್ದರು. ಅಂತಹ ನಡವಳಿಕೆ ನನ್ನ ಸ್ವಭಾವದ ಭಾಗವೇ ಆಗಿದೆ ಎಂದು ಆಗ ನನಗೆ ಚೆನ್ನಾಗಿ ಗೊತ್ತಿರಲಿಲ್ಲ. ಮುಂದಿನ ದಿನಗಳಲ್ಲಿ ಅದು ಸತ್ಯಾಗ್ರಹದ ಮುಖ್ಯ ಭಾಗವಾಗಿದೆಯೆಂದೂ ಮತ್ತು ಅಹಿಂಸೆಯ ವೈಶಿಷ್ಟ್ಯವಾಗಿದೆಯೆಂದು ಕಲಿತುಕೊಂಡೆ.

ಮನುಷ್ಯ ಮತ್ತು ಅವನ ಕಾರ್ಯಗಳು ಎರಡು ಬೇರೆ ಬೇರೆ ವಿಷಯಗಳಾಗಿವೆ. ಸತ್ಕಾರ್ಯ ಮೆಚ್ಚಿಕೆಯನ್ನು ತಂದುಕೊಟ್ಟರೆ ದುಷ್ಟಕಾರ್ಯವು ನಿಂದನೆಯನ್ನು ತಂದುಕೊಡುವುದು. ಕಾರ್ಯ ಮಾಡುವವನು ಒಳ್ಳೆಯವನಾಗಿರಬಹುದು ಇಲ್ಲವೇ ಕೆಟ್ಟವನಾಗಿರಬಹುದು ಆದರೆ ಅವನ ಆಯಾ ಕಾರ್ಯವಿದ್ದಂತೆ ಅದಕ್ಕೆ ಸಮವಾಗಿ ಅವನು ತಿರಸ್ಕಾರ ಇಲ್ಲವೇ ಗೌರವಕ್ಕೆ ಯಾವಾಗಲೂ

ಅರ್ಹನಾಗುವನು. 'ಪಾಪವನ್ನು ದ್ವೇಷಿಸು ಆದರೆ ಪಾಪಿಯನ್ನಲ್ಲ' ಎಂಬ ಆಚಾರಸೂತ್ರವೊಂದಿದೆ. ಇದನ್ನು ಸುಲಭವಾಗಿ ಅರ್ಥಮಾಡಿಕೊಳ್ಳಬಹುದು. ಆದರೆ ಅದನ್ನು ಅಪರೂಪವಾಗಿ ಆಚರಣೆಗೆ ತರಲಾಗುತ್ತಿದೆ. ಈ ಕಾರಣದಿಂದಾಗಿ ದ್ವೇಷದ ವಿಷ ಜಗತ್ತಿನಲ್ಲಿ ಹರಡುತ್ತಿದೆ.

ಸತ್ಯದ ಅನ್ವೇಷಣೆಯ ನೆಲೆಯೆಂದರೆ ಅಹಿಂಸೆ. ಅಹಿಂಸೆಯನ್ನು ನೆಲೆಯಾಗಿ ಮಾಡಿಕೊಳ್ಳದ ಹೊರತು ಅನ್ವೇಷಣೆ ನಿರರ್ಥಕ ಎಂದು ನಾನು ಪ್ರತಿದಿನವೂ ಗ್ರಹಿಸಿಕೊಳ್ಳುತ್ತಿದ್ದೇನೆ. ಒಂದು ವ್ಯವಸ್ಥೆಯನ್ನು ತಡೆದು ನಿಲ್ಲಿಸುವುದು ಮತ್ತು ಅದರ ಮೇಲೆ ಆಕ್ರಮಣವಾಡುವುದು ಸರಿಯಾದ ಕ್ರಮವೇ ಆಗಿದೆ. ಆದರೆ ತಡೆದು ನಿಲ್ಲಿಸುವುದರಿಂದ ಮತ್ತು ಆಕ್ರಮಣ ಮಾಡುವುದರಿಂದ ಅದರ ಕರ್ತೃ ತನ್ನನ್ನು ತಾನೇ ತಡೆದು ನಿಲ್ಲಿಸಿಕೊಳ್ಳುತ್ತಿರುತ್ತಾನೆ ಮತ್ತು ತನ್ನ ಮೇಲೆ ತಾನೇ ಆಕ್ರಮಣ ಮಾಡುತ್ತಿರುತ್ತಾನೆ. ಏಕೆಂದರೆ ನಾವೆಲ್ಲರೂ ಅದೇ ದೋಷಗಳುಳ್ಳವರಾಗಿದ್ದೇವೆ. ನಾವೆಲ್ಲರೂ ಒಬ್ಬನ ಮತ್ತು ಅದೇ ಸೃಷ್ಟಿಕರ್ತನ ಮಕ್ಕಳಾಗಿದ್ದೇವೆ. ಹಾಗಿರುವುದರಿಂದ ನಮ್ಮಲ್ಲಿರುವ ದೈವಿಕ ಶಕ್ತಿ ಅಪರಿಮಿತವಾದದ್ದು. ಒಬ್ಬ ವ್ಯಕ್ತಿಯನ್ನು ಉಪೇಕ್ಷಿಸುವುದೆಂದರೆ ಆ ದೈವಿಕ ಶಕ್ತಿಯನ್ನು ಉಪೇಕ್ಷಿಸಿದಂತಾಗುವುದು. ಹೀಗಿರುವುದರಿಂದ ಆ ವ್ಯಕ್ತಿಗೆ ಕೇಡುಂಟುಮಾಡಿದರೆ ಅವನ ಜತೆಯಲ್ಲಿ ಇಡೀ ಜಗತ್ತಿಗೆ ಕೇಡುಂಟು ಮಾಡಿದಂತಾಗುತ್ತದೆ.

10. ಒಂದು ಪವಿತ್ರ ಸ್ಮೃತಿ ಮತ್ತು ಪಾಪನಿವೇದನ

ನನ್ನ ಜೀವನದಲ್ಲಿ ನಡೆದ ಅನೇಕ ಘಟನೆಗಳು ಅನೇಕ ಸಮುದಾಯಗಳೊಂದಿಗೆ ಮತ್ತು ಅನೇಕ ಮತಗಳಿಗೆ ಸೇರಿದ್ದ ಜನರೊಂದಿಗೆ ಆಪ್ತ ಸಂಪರ್ಕವನ್ನು ಕಲ್ಪಿಸಿಕೊಟ್ಟವು. ಬಂಧುಗಳು ಮತ್ತು ಅಪರಿಚಿತರ ನಡುವೆ, ದೇಶವಾಸಿಗಳು ಮತ್ತು ವಿದೇಶಿಯರ ನಡುವೆ ಬಿಳಿಯರು ಮತ್ತು ವರ್ಣೀಯರ ನಡುವೆ ಹಿಂದೂಗಳು ಮತ್ತು ಇತರ ಭಾರತೀಯ ಮತಬಾಂಧವರ ನಡುವೆ, ಅವರು ಪಾರ್ಸಿಗಳಾಗಿರಲಿ, ಮುಸಲ್ಮಾನರಾಗಿರಲಿ ಕ್ರಿಶ್ಚಿಯನ್ನರಾಗಿರಲಿ ಇಲ್ಲವೇ ಯೆಹೂದಿಗಳಾಗಿರಲಿ ಅವರ ನಡುವೆ ನಾನು ಯಾವುದೇ ರೀತಿಯ ಭೇದಭಾವವನ್ನು ತೋರಲಿಲ್ಲ ಎಂಬುದಕ್ಕೆ ಅವರೆಲ್ಲರೊಂದಿಗಿನ ನನ್ನ ಅನುಭವವು ಸಾಕ್ಷಿಯಂತಿದೆ. ನನ್ನ ಹೃದಯವು ಅಂತಹ ಭೇದಭಾವ ತೋರಲು ಅಸಮರ್ಥವಾಗಿತ್ತು ಎಂದು ಹೇಳಬಹುದು. ನಾನು ಇದನ್ನು ಒಂದ ವಿಶಿಷ್ಟ ಗುಣ ಎಂದು ವಾದಿಸುವುದಿಲ್ಲ. ಏಕೆಂದರೆ ಅದು ನಾನು ಪ್ರಯತ್ನಪಟ್ಟಿದ್ದರ ಫಲ ಎನ್ನುವುದಕ್ಕಿಂತ ಅದು ನನ್ನ ಸ್ವಭಾವವೇ ಆಗಿದೆ ಎಂದು ಹೇಳಬಹುದು. ಆದರೆ ಅಹಿಂಸೆ, ಬ್ರಹ್ಮಚರ್ಯ (ಸಂಕಲ್ಪ ಪೂರ್ವಕವಾದ ಸಂಭೋಗ ತ್ಯಾಗ), ಅಪರಿಗ್ರಹ (ಯಾವುದೇ ಸಂಪತ್ತಿನ

ಒಡೆತನವಿಲ್ಲದಿರುವುದು) ಮತ್ತು ಇತರ ಪ್ರಮುಖ ಸದ್ಗುಣಗಳ ವಿಷಯಗಳ ಬಗ್ಗೆ ಹೇಳುವುದಾದರೆ ಅವನ್ನು ಬೆಳಸಿಕೊಳ್ಳಲು ನಾನು ಎಡಬಿಡದೇ ಹೋರಾಡಬೇಕೆಂಬುದನ್ನು ನಾನು ಪೂರ್ತಿಯಾಗಿ ಪ್ರಜ್ಞಾಪೂರ್ವಕವಾಗಿ ಅರಿತಿದ್ದೇನೆ.

ನಾನು ಡರ್ಬಾನ್‌ನಲ್ಲಿ ವಕೀಲಿ ವೃತ್ತಿಯನ್ನು ನಡೆಸುತ್ತಿರುವಾಗ ನನ್ನ ಕಛೇರಿಯ ಗುಮಾಸ್ತರುಗಳು ಆಗಾಗ್ಗೆ ನನ್ನ ಜತೆಯಲ್ಲಿ ತಂಗುತ್ತಿದ್ದರು. ಅವರಲ್ಲಿ ಹಿಂದೂಗಳು ಮತ್ತು ಕ್ರಿಶ್ಚಿಯನ್ನರು ಇರುತ್ತಿದ್ದರು. ಪ್ರಾದೇಶಿಕವಾಗಿ ಅವರನ್ನು ವಿವರಿಸುವುದಾದರೆ ಗುಜರಾತಿಗಳು ಮತ್ತು ತಮಿಳರು ಇರುತ್ತಿದ್ದರು. ಅವರನ್ನು ನಾನು ಬೇರೆ ಯಾವರೀತಿಯಲ್ಲೂ ಭಾವಿಸದೇ ನನ್ನ ನೆಂಟರಿಷ್ಟರು ಎಂದೇ ಪರಿಗಣಿಸಿದ್ದೆ ಎಂಬುದು ನನ್ನ ನೆನಪಲ್ಲಿದೆ. ನಾನು ಅವರನ್ನು ನನ್ನ ಕುಟುಂಬದ ಸದಸ್ಯರೆಂದೇ ಪರಿಗಣಿಸಿದ್ದೆ. ಅವರನ್ನು ಹಾಗೆ ಪರಿಗಣಿಸುವ ದಾರಿಯಲ್ಲಿ ನನ್ನ ಹೆಂಡತಿ ಎಂದಾದರೂ ಅಡ್ಡ ನಿಂತಿದ್ದರೆ ನಾನು ಆಕೆಯೊಡನೆ ಮನಸ್ತಾಪ ಕಟ್ಟಿಕೊಳ್ಳುತ್ತಿದ್ದೆ. ಅವರಲ್ಲಿ ಒಬ್ಬ ಗುಮಾಸ್ತನು ಪಂಚಮ ತಂದೆತಾಯಿಯರಿಗೆ ಜನಿಸಿದ್ದ ಕ್ರಿಶ್ಚಿಯನ್ ಆಗಿದ್ದ.

ನಾನಿದ್ದ ಮನೆಯನ್ನು ಪಾಶ್ಚಿಮಾತ್ಯ ಶೈಲಿಯಲ್ಲಿ ಕಟ್ಟಲಾಗಿತ್ತು. ಕೊಳೆ ನೀರು ಹರಿದು ಹೋಗಲು ರೂಮುಗಳಲ್ಲಿ ಸರಿಯಾದ ದಾರಿಗಳು(ಮೋರಿ)ಇರಲಿಲ್ಲ. ಆದ್ದರಿಂದ ಪ್ರತಿಯೊಂದು ರೂಮಿನಲ್ಲಿ ಮೂತ್ರಪಾತ್ರೆ (ಚೇಂಬರ್‌ಪಾಟ್- ಮೂತ್ರ ವಿಸರ್ಜನೆಗಾಗಿ ಬಳಸುವ ಪಾತ್ರೆ)ಗಳಿದ್ದವು. ಇವನ್ನು ಸೇವಕ ಇಲ್ಲವೇ ಝಾಡಮಾಲಿ(ಸ್ವೀಪರ್)ಯಿಂದ ಸ್ವಚ್ಛಗೊಳಿಸುವ ಪ್ರತಿಯಾಗಿ ನಾನು ಇಲ್ಲವೇ ನನ್ನ ಹೆಂಡತಿ ಅವನ್ನು ಸ್ವಚ್ಛಗೊಳಿಸುತ್ತಿದ್ದೆವು. ಪೂರ್ಣವಾಗಿ ಮನೆಯವರಂತೆ ನಮ್ಮ ಮನೆಯಲ್ಲಿದ್ದ ಗುಮಾಸ್ತರುಗಳು ತಮ್ಮ ಮೂತ್ರ ಪಾತ್ರೆಗಳನ್ನು ತಾವೇ ಸ್ವಚ್ಛಗೊಳಿಸುತ್ತಿದ್ದರು. ಆದರೆ ಕ್ರಿಶ್ಚಿಯನ್ ಗುಮಾಸ್ತನು ಹೊಸದಾಗಿ ಬಂದಿದ್ದರಿಂದ ಅವನ ಮಲಗುವ ಕೋಣೆಯನ್ನು ಸ್ವಚ್ಛಗೊಳಿಸುವುದು ನಮ್ಮ ಕರ್ತವ್ಯವಾಗಿತ್ತು. ನನ್ನ ಹೆಂಡತಿ ಇತರರ ಮೂತ್ರಪಾತ್ರೆಗಳನ್ನು ಸ್ವಚ್ಛಗೊಳಿಸುತ್ತಿದ್ದಳು. ಆದರೆ ಪಂಚಮನಾಗಿದ್ದವನು ಉಪಯೋಗಿಸಿದ್ದ ಪಾತ್ರೆಯನ್ನು ಸ್ವಚ್ಛಗೊಳಿಸುವುದು ಅವಳ ಮಿತಿಗೆ ಮೀರಿದಂತೆ ಕಂಡಿತು. ನಾವು ಈ ವಿಷಯದಲ್ಲಿ ಜಗಳವಾಡಿದೆವು. ನಾನು ಅವನ್ನು ಸ್ವಚ್ಛಗೊಳಿಸಲು ಮುಂದಾದರೆ ಅದನ್ನು ಆಕೆ ಸಹಿಸಲಿಲ್ಲ. ಆದರೆ ಆಕೆಗೆ ಅದೇ ಕೆಲಸ ಮಾಡಲು ಇಷ್ಟವಿರಲಿಲ್ಲ. ಇಂದು ಕೂಡಾ ಆಕೆ ನನಗೆ ಛೀಮಾರಿ ಹಾಕುತ್ತಿದ್ದ ಚಿತ್ರವನ್ನು ನಾನು ನೆನಪಿಗೆ ತಂದುಕೊಳ್ಳಬಲ್ಲೆ ಅವಳ ಕಣ್ಣುಗಳು ಕೋಪದಿಂದ ಕೆಂಪಾಗುತ್ತಿದ್ದವು. ಆಕೆ ಕೈಯಲ್ಲಿ ಪಾತ್ರೆಯನ್ನು ಹಿಡಿದುಕೊಂಡು ಏಣಿಯಿಂದ ಕೆಳಕ್ಕಿಳಿಯುವಾಗ ಅವಳ ಗಲ್ಲದ ಮೇಲೆ ಹರಿಯುತ್ತಿದ್ದ ಮುತ್ತಿನ ಹನಿಗಳು ಕೆಳಕ್ಕಿಳಿಯುತ್ತಿದ್ದವು. ಆದರೆ ನಾನೊಬ್ಬ ಕ್ರೂರಿಯಾಗಿದ್ದರೂ ಪ್ರೀತಿಯಿದ್ದ ಪತಿಯಾಗಿದ್ದೆ. ನಾನು ನನ್ನನ್ನು ಆಕೆಯ ಶಿಕ್ಷಕನೆಂದು ಭಾವಿಸಿದ್ದೆ. ಆದ್ದರಿಂದ ನಾನು ಆಕೆಯ ಮೇಲಿಟ್ಟಿದ್ದ ಕುರುಡು ಪ್ರೀತಿಯಿಂದ ಆಕೆಗೆ ಪದೇಪದೇ ಕಿರುಕುಳ ಕೊಡುತ್ತಿದ್ದೆ.

ಆಕೆ ಪಾತ್ರೆಯನ್ನು ಸುಮ್ಮನೇ ಎತ್ತಿಕೊಂಡು ಹೋಗುವುದರಿಂದ ನನಗೆ ತೃಪ್ತಿಯಾಗುತ್ತಿರಲಿಲ್ಲ. ಆಕೆ ಅದನ್ನು ಉಲ್ಲಾಸದಿಂದ ಮಾಡಬೇಕೆಂದು ಬಯಸುತ್ತಿದ್ದೆ. ಆದ್ದರಿಂದ ನಾನು ಏರಿದ ಕಂಠದಲ್ಲಿ ಹೇಳಿದೆ: 'ನನ್ನ ಮನೆಯಲ್ಲಿ ಈ ಅವಿವೇಕವನ್ನು ಸಹಿಸಿಕೊಳ್ಳುವುದಿಲ್ಲ'.

ಈ ಮಾತು ಆಕೆಯನ್ನು ಬಾಣದಂತೆ ಚುಚ್ಚಿತು.

ಆಕೆ ಮರಳಿ ಗಟ್ಟಿಯಾಗಿ ಕೂಗಿಕೊಂಡಳು:' ನಿಮ್ಮ ಮನೆಯನ್ನು ನೀವೇ ಇಟ್ಟುಕೊಳ್ಳಿ. ನಾನು ಹೊರಟೆ. 'ನನ್ನನ್ನು ನಾನು ಮರೆತುಬಿಟ್ಟೆ. ನನ್ನಲ್ಲಿದ್ದ ಕನಿಕರದ ಚಿಲುಮೆ ಬತ್ತಿ ಹೋಯ್ತು. ನಾನು ಆಕೆಯ ಕೈಯನ್ನು ಹಿಡಿದುಕೊಂಡು ಆ ನಿಸ್ಸಹಾಯಕ ಮಹಿಳೆಯನ್ನು ಗೇಟಿನವರೆಗೂ ಎಳೆದುಕೊಂಡು ಹೋದೆ. ಆಕೆಯನ್ನು ಹೊರಕ್ಕೆ ದಬ್ಬುವ ಉದ್ದೇಶದಿಂದ ಏಣಿಯ ಎದುರಿದ್ದ ಗೇಟನ್ನು (ಬಾಗಿಲನ್ನು) ತೆರೆಯಲು ಮುಂದಾದೆ. ಆಕೆಯ ಗಲ್ಲಗಳ ಮೇಲೆ ಕಣ್ಣೀರು ಧಾರಾಕಾರವಾಗಿ ಹರಿಯುತ್ತಿತ್ತು. ಆಕೆ ಕೂಗಿಕೊಂಡಳು: 'ನಿಮಗೆ ನಾಚಿಕೆಯಾಗುವುದಿಲ್ಲವೆ? ನೀವು ನಿಮ್ಮನ್ನು ಇಷ್ಟರಮಟ್ಟಿಗೆ ಮರೆತುಬಿಡುವಿರಾ? ನಾನು ಎಲ್ಲಿಗೆ ಹೋಗಬೇಕು? ನನಗೆ ಆಶ್ರಯ ನೀಡಲು ಇಲ್ಲಿ ನನ್ನ ತಂದೆತಾಯಿಯರಿಲ್ಲ ಇಲ್ಲವೇ ನೆಂಟರಿಷ್ಟರೂ ಇಲ್ಲ. ನಾನು ನಿಮ್ಮ ಹೆಂಡತಿಯಾಗಿರುವುದರಿಂದ ನಿಮ್ಮ ಗುದ್ದುಗಳನ್ನು ಮತ್ತು ಒದೆತಗಳನ್ನು ಸಹಿಸಿಕೊಳ್ಳಬೇಕೆಂದು ಭಾವಿಸುವಿರಾ? ದೇವರ ಸಲುವಾಗಿಯಾದರೂ ಸರಿಯಾಗಿ ನಡೆದುಕೊಳ್ಳಿ. ಗೇಟನ್ನು ಮುಚ್ಚಿ. ಈ ಬಗೆಯ ಅವಾಂತರ ಮಾಡುವುದನ್ನು ಬೇರೆ ಯಾರೂ ನೋಡದಿರಲಿ'.

ಮುಖದ ಮೇಲೆ ಧೈರ್ಯವನ್ನು ಪ್ರದರ್ಶಿಸಿದರೂ ನಿಜವಾಗಿ ನನಗೆ ತುಂಬಾ ನಾಚಿಕೆಯಾಗಿತ್ತು. ಗೇಟನ್ನು ಮುಚ್ಚಿದೆ. ನನ್ನ ಹೆಂಡತಿಗೆ ನನ್ನನ್ನು ಬಿಡಲಾಗುತ್ತಿರಲಿಲ್ಲವಾದರೆ ನನಗೆ ಆಕೆಯನ್ನು ಬಿಡಲು ಆಗುತ್ತಿರಲಿಲ್ಲ. ನಾವು ಅನೇಕ ಬಾರಿ ಕಾದಾಡಿದ್ದೆವು. ಆದರೆ ಕಡೆಯಲ್ಲಿ ಯಾವಾಗಲೂ ನಮ್ಮ ಮಧ್ಯೆ ಶಾಂತಿ ನೆಲಸುತ್ತಿತ್ತು. ಎಣೆಯಿಲ್ಲದ ಸಹಾನಾ ಶಕ್ತಿಯನ್ನು ಹೊಂದಿದ್ದ ನನ್ನ ಹೆಂಡತಿ ಯಾವಾಗಲೂ ಜಯಶೀಲಳಾಗುತ್ತಿದ್ದಳು.

ಇಂದು ನಾನು ಈ ಘಟನೆಯನ್ನು ಸ್ವಲ್ಪಮಟ್ಟಿಗೆ ನಿರ್ಲಿಪ್ತತೆಯಿಂದ ನಿರೂಪಿಸುವ ಸ್ಥಿತಿಯಲ್ಲಿದ್ದೇನೆ. ಏಕೆಂದರೆ ಅದೃಷ್ಟವಶಾತ್ ಈ ಘಟನೆ ನಾನು ಮೇಲಕ್ಕೆದ್ದುಬಂದ (ದಾಟಿ ಬಂದ) ಅವಧಿಗೆ ಸಂಬಂಧಿಸಿದೆ. ನಾನು ಒಬ್ಬ ಕುರುಡಾದ ಮತ್ತು ತಲೆಕೆಟ್ಟ ಪತಿಯಾಗಿ ಇಂದು ಉಳಿದಿಲ್ಲ. ನನ್ನ ಹೆಂಡತಿಯ ಶಿಕ್ಷಕ ಕೂಡಾ ಆಗಿಲ್ಲ. ಹಿಂದೆ ನಾನು ಕಸ್ತೂರ್‌ಬಾ ಜತೆಯಲ್ಲಿ ಅಹಿತಕರವಾಗಿ ನಡೆದುಕೊಂಡಂತೆ ಆಕೆ ಇಂದು ನನ್ನ ಜತೆಯಲ್ಲಿ ಅಹಿತಕರವಾಗಿ ನಡೆದುಕೊಳ್ಳಬಹುದು. ನಾವೀಗ ಶ್ರಮಪಟ್ಟು ಒಬ್ಬರನ್ನೊಬ್ಬರು ಪರೀಕ್ಷಿಸಿ ಗೆಳೆಯರಾಗಿದ್ದೇವೆ. ಒಬ್ಬರು ಇನ್ನೊಬ್ಬರನ್ನು ಕೇವಲ ಭೋಗಾಪೇಕ್ಷೆಯ ವಸ್ತು ಎಂದು ಪರಿಗಣಿಸುವುದಿಲ್ಲ. ನಾನು ಕಾಯಿಲೆ ಮಲಗಿದ್ದಾಗ ಯಾವುದೇ ಪ್ರತಿಫಲದ ಬಗ್ಗೆ ಯೋಚಿಸದೇ ನಿಷ್ಠೆಯಿಂದ ಆಕೆ ನನ್ನ ಶುಶ್ರೂಷೆ ಮಾಡಿದ್ದಾಳೆ.

ಈ ಘಟನೆ ನಡೆದದ್ದು 1900ರಲ್ಲಿ. ಈ ವಿಚಾರಗಳು ತೀವ್ರ ಸ್ವರೂಪದಲ್ಲಿ ಪರಿವರ್ತನೆಗೊಂಡಿವೆ. 1906ರಲ್ಲಿ ಈ ವಿಚಾರಗಳು ಮೂರ್ತರೂಪ (ಸ್ಪಷ್ಟ ಆಕಾರ) ಪಡೆದವು. ಇದರ ಬಗ್ಗೆ ಸರಿಯಾದ ಸ್ಥಳದಲ್ಲಿ ಮಾತಾಡುವವನಿದ್ದೇನೆ. ನನ್ನಲ್ಲಿ ಇಂದ್ರಿಯಸುಖಾಪೇಕ್ಷೆ ಕ್ರಮೇಣ ಮಾಯವಾಗುತ್ತಿದ್ದಂತೆ ನನ್ನ ಕುಟುಂಬ ಜೀವನದಲ್ಲಿ ಶಾಂತಿ ನೆಲಸಿತು. ಮತ್ತು ಸಂಸಾರ ಸುಖ ಹೆಚ್ಚು ಹೆಚ್ಚಾಗಿ ಶಾಂತಿಯುತವೂ, ಮಧುರವೂ ಮತ್ತು ಸುಖಕರವೂ ಆಗುತ್ತಿದೆ.

ಯಾವ ರೀತಿಯಿಂದ ನೋಡಿದರೂ ನಾವು ಆದರ್ಶ ದಂಪತಿಗಳು ಅಥವಾ ನಮ್ಮ ನಡುವೆ ಇರುವ ಆದರ್ಶಗಳು ಪೂರ್ಣವಾಗಿ ಅನನ್ಯವಾಗಿವೆ (ಅಂದರೆ ಒಂದೇ ಆಗಿವೆ) ಎಂದು ಯಾರೂ ಈ ಪವಿತ್ರ ಸ್ಮೃತಿಯ ನಿರೂಪಣೆಯಿಂದ ನಿರ್ಣಯಿಸಬಾರದು. ನನಗಿಂತ ಬೇರೆಯಾಗಿರುವ (ಸ್ವತಂತ್ರ) ಆದರ್ಶಗಳು ತನ್ನಲ್ಲಿವೆಯೆ ಎಂದು ಪ್ರಾಯಶಃ ಕಸ್ತೂರ್‌ಬಾಗೆ ಕೂಡಾ ಗೊತ್ತಿಲ್ಲ. ಇಂದು ಕೂಡಾ ನನ್ನ ಅನೇಕ ಕಾರ್ಯಗಳಿಗೆ ಅವಳ ಸಮ್ಮತಿಯಿಲ್ಲದಿರಬಹುದು. ನಾವು ಅವುಗಳ ಬಗ್ಗೆ ಚರ್ಚಿಸುವುದಿಲ್ಲ. ಅವುಗಳನ್ನು ನಮ್ಮಲ್ಲಿ ಚರ್ಚಿಸುವುದರಿಂದ ಏನೂ ಪ್ರಯೋಜನವಿಲ್ಲ. ಅವಳ ತಂದೆತಾಯಿಯರು ಅವಳಿಗೆ ಶಿಕ್ಷಣ ನೀಡಲಿಲ್ಲ. ನಾನು ಆಕೆಗೆ ಶಿಕ್ಷಣ ಕೊಡಬೇಕಾಗಿದ್ದ ಕಾಲದಲ್ಲಿ ಆ ಕೆಲಸಮಾಡಲಿಲ್ಲ. ಆದರೆ ಆಕೆಯಲ್ಲಿ ದೈವಾನುಗ್ರಹದಿಂದ ಒಂದು ಅತಿದೊಡ್ಡ ಗುಣ ತುಂಬಾ ಮೇಲ್ಪಟ್ಟದಲ್ಲಿದೆ. ಈ ಗುಣವನ್ನು ಬಹುತೇಕ ಹಿಂದೂ ಪತ್ನಿಯರು ಸ್ವಲ್ಪ ಮಟ್ಟಿಗಾದರೂ ಹೊಂದಿರುತ್ತಾರೆ. ಅದು ಯಾವುದೆಂದರೆ, ಬಯಸಿಯೋ ಬಯಸದೆಯೋ, ಪ್ರಜ್ಞಾಪೂರ್ವಕವಾಗಿ ಇಲ್ಲವೇ ಅಪ್ರಜ್ಞಾಪೂರ್ವಕವಾಗಿ ಆಕೆ ದೈವಾನುಗ್ರಹದಿಂದ ನನ್ನ ಹೆಜ್ಜೆಗಳನ್ನು ಅನುಸರಿಸಬೇಕೆಂದು ಭಾವಿಸಿದ್ದಾಳೆ. ಸಂಯಮದ ಜೀವನವನ್ನು ನಡೆಸಲು ನಾನು ಹೊರಾಡುತ್ತಿದ್ದಾಗ ಆ ದಾರಿಯಲ್ಲಿ ಆಕೆ ಅಡ್ಡ ನಿಂತುಕೊಳ್ಳಲಿಲ್ಲ. ಆದ್ದರಿಂದ ಬೌದ್ಧಿಕವಾಗಿ ನಮ್ಮ ನಡುವೆ ವ್ಯಾಪಕವಾದ ಅಂತರವಿದ್ದರೂ ನಮ್ಮದು ತೃಪ್ತಿಕರವಾದ, ಸುಖಕರವಾದ ಮತ್ತು ಮುನ್ನಡೆಯ ಜೀವನ ಎಂಬ ಭಾವನೆಯನ್ನು ನಾನು ಯಾವಾಗಲೂ ಇಟ್ಟುಕೊಂಡಿದ್ದೇನೆ.

11. ಆಪ್ತ ಐರೋಪ್ಯ ಸಂಪರ್ಕಗಳು

ಈ ಕಥೆ (ಘಟನಾವಾಳಿಯ ನಿರೂಪಣೆ) ವಾರದಿಂದ ವಾರಕ್ಕೆ ಹೇಗೆ ಬರೆಯಲ್ಪಡುತ್ತಿದೆ ಎಂಬುದನ್ನು ಓದುಗನಿಗೆ ವಿವರಿಸುವ ಅವಶ್ಯಕತೆ ಈ ಅಧ್ಯಾಯದ, ಈ ಹಂತದಲ್ಲಿ ಕಂಡುಬಂದಿದೆ.

ನಾನು ಬರೆಯಲಾರಂಭಿಸಿದಾಗ ನನ್ನ ಮುಂದೆ ನಿಶ್ಚಿತ ಯೋಜನೆಯಿರಲಿಲ್ಲ. ನನ್ನ ಪ್ರಯೋಗಗಳ ಕಥೆಯನ್ನು ಆಧರಿಸಲು ನನ್ನ ಬಳಿ ಡೈರಿ (ದಿನಚರಿ) ಅಥವಾ ಯಾವುದೇ ದಾಖಲೆಗಳಿರಲಿಲ್ಲ. ಬರೆಯುವ ಕಾಲದಲ್ಲಿ ನನ್ನ ಅಂತರಾತ್ಮ ಪ್ರೇರೆಪಿಸಿದಂತೆ ನಾನು ಬರೆಯುತ್ತ ಹೋದೆ. ನನ್ನ ಎಲ್ಲ ಪ್ರಜ್ಞಾಪೂರ್ವಕವಾದ ಆಲೋಚನೆಗಳು ಮತ್ತು ಕ್ರಿಯೆಗಳು ಅಂತರಾತ್ಮನಿಂದ ನಿರ್ದೇಶಿಸಲ್ಪಡುತ್ತವೆ ಎಂದು ನಾನು ವಾದಮಾಡುವುದಿಲ್ಲ. ಆದರೆ ನನ್ನ ಜೀವನದಲ್ಲಿ ನಾನು ತೆಗೆದುಕೊಂಡು ದೊಡ್ಡ ಕಾರ್ಯಗಳನ್ನು ಹಾಗೂ ಅತ್ಯಂತ ಕನಿಷ್ಠ ಎಂದು ಭಾವಿಲಾಗಿರುವ ಕಾರ್ಯಗಳನ್ನು ಕೂಡಾ ಪರೀಕ್ಷಿಸಿದರೆ ಅವೆಲ್ಲವೂ ಅಂತರಾತ್ಮನಿಂದ ನಿರ್ದೇಶಿಸಲ್ಪಟ್ಟಿವೆ ಎಂದು ನಾನು ಭಾವಿಸಿದ್ದೇನೆ.

ನಾನು ದೇವರನ್ನು ಕಂಡಿಲ್ಲ ಇಲ್ಲವೇ ಅವನ ಪರಿಚಯವೂ ಇಲ್ಲ. ನನ್ನ ಸ್ವಂತದ ದೇವರಲ್ಲಿ ವಿಶ್ವದ

ನಿಷ್ಠೆಯನ್ನು ರೂಪಿಸಿಕೊಂಡಿದ್ದೇನೆ. ನನ್ನ ನಿಷ್ಠೆ ಅಳಿಸಲಾಗದ್ದಾಗಿರುವುದರಿಂದ ನನ್ನ ನಿಷ್ಠೆ ಅನುಭವಕ್ಕೆ ಸಮವಾದದ್ದು ಎಂದು ಭಾವಿಸಿದ್ದೇನೆ. ಹಾಗಿದ್ದರೂ ನಿಷ್ಠೆ (ಶ್ರದ್ಧೆ)ಯನ್ನು ಅನುಭವವೆಂದು ವಿವರಿಸುವುದು ಸತ್ಯವನ್ನು ದುರುಪಯೋಗಪಡಿಸಿಕೊಂಡಂತೆ ಎಂದು ಹೇಳಬಹುದು. ದೇವರಲ್ಲಿಟ್ಟಿರುವ ನಂಬಿಕೆಯ ಸ್ವರೂಪವನ್ನು ವಿವರಿಸಲು ನನ್ನ ಬಳಿ ಶಬ್ದಗಳೇ ಇಲ್ಲ ಎಂದು ಹೇಳವುದು ಪ್ರಾಯಶಃ ಯಥಾರ್ಥವಾಗಿರಬಹುದು.

ಅಂತರಾತ್ಮ ಪ್ರಚೋದಿಸಿದಂತೆ ನಾನು ಈ ಕಥೆಯನ್ನು ಬರೆಯುತ್ತಿದ್ದೇನೆ ಎಂದು ಏಕೆ ನಾನು ನಂಬಿದ್ದೇನೆ ಎಂಬುದನ್ನು ಅರ್ಥಮಾಡಿಕೊಳ್ಳಲು ಪ್ರಾಯಶಃ ಈಗ ಸ್ವಲ್ಪಮಟ್ಟಿಗೆ ಸುಲಭವಾಗುವುದು. ಹಿಂದಿನ ಅಧ್ಯಾಯವನ್ನು ನಾನು ಬರೆಯಲಾರಂಭಿಸಿದಾಗ ಇದಕ್ಕೆ ಕೊಟ್ಟ ತಲೆಬರಹ (ಹೆಡಿಂಗ್)ವನ್ನು ಅದಕ್ಕೆ ಕೊಟ್ಟಿದ್ದೆ. ಆದರೆ ನಾನು ಇದನ್ನು ಬರೆಯುತ್ತ ಹೋದಂತೆ ನಾನು ಐರೋಪ್ಯರ ಜತೆಗಿನ ನನ್ನ ಅನುಭವಗಳನ್ನು ವಿವರಿಸುವ ಮುಂಚೆ ನಾನು ಮುನ್ನಡಿಯ ರೂಪದಲ್ಲಿ ಏನಾದರೂ ಬರೆಯಬೇಕು ಎಂಬುದನ್ನು ಗ್ರಹಿಸಿಕೊಂಡೆ. ಆ ರೀತಿ ಮಾಡಿದೆ ಮತ್ತು ತಲೆಬರಹವನ್ನು ಬದಲಾಯಿಸಿದೆ.

ಈಗ ಮತ್ತೆ, ಈ ಅಧ್ಯಾಯವನ್ನು ಬರೆಯಲಾರಂಭಿಸಿದಾಗ ಹೊಸ ಸಮಸ್ಯೆಯೊಂದರನ್ನು ಎದುರಿಸಬೇಕಾಯ್ತು. ನಾನು ಬರೆಯಬೇಕೆಂದಿರುವ ಇಂಗ್ಲಿಷ್ ಗೆಳೆಯರ ಬಗ್ಗೆ ಯಾವ ಯಾವ ಸಂಗತಿಗಳನ್ನು ಉಲ್ಲೇಖಿಸಬೇಕು ಮತ್ತು ಯಾವ ಸಂಗತಿಗಳನ್ನು ಬಿಡಬೇಕು ಎಂಬ ಗಂಭೀರ ಸಮಸ್ಯೆ ಎದುರಾಯಿತು. ಪ್ರಸ್ತುತ (ಸುಸಂಗತ) ಸಂಗತಿಗಳನ್ನು ಬಿಟ್ಟರೆ ಸತ್ಯಕ್ಕೆ ಅಪಚಾರ ಎಸಗಿದಂತಾಗುವುದು. (ಸತ್ಯದ ಕಳೆಗುಂದಿಸಿದಂತಾಗುವುದು). ಈ ಕಥೆಯ ಪ್ರಸ್ತುತತೆಯ ಬಗ್ಗೆ ನನ್ನಲ್ಲಿ ಖಚಿತತೆ (ನಿಶ್ಚಿತಾಭಿಪ್ರಾಯ) ಇಲ್ಲದಿರುವಾಗ ಯಾವುದು ಪ್ರಸ್ತುತ ಎಂದು ನೇರವಾಗಿ ತೀರ್ಮಾನಿಸುವುದು ಕಷ್ಟ.

ಎಲ್ಲ ಆತ್ಮಚರಿತ್ರೆಗಳು ಅಸಮರ್ಪಕ ಇತಿಹಾಸ ಎಂಬುದರ ಬಗ್ಗೆ ತುಂಬಾ ಹಿಂದೆ ಓದಿದ್ದುದನ್ನು ಇಂದು ನಾನು ತುಂಬಾ ಸ್ಪಷ್ಟವಾಗಿ ಅರ್ಥಮಾಡಿಕೊಂಡಿದ್ದೇನೆ. ಈ ಕಥೆಯಲ್ಲಿ ನಾನು ಜ್ಞಾಪಿಸಿಕೊಳ್ಳುವುದೆಲ್ಲವನ್ನೂ ದಾಖಲಿಸುತ್ತಿಲ್ಲ ಎಂದು ನನಗೆ ಗೊತ್ತಿದೆ. ಸತ್ಯದ ದೃಷ್ಟಿಯಲ್ಲಿ ಎಷ್ಟು ಸಂಗತಿಗಳನ್ನು ನಾನು ದಾಖಲಿಸಬೇಕು ಮತ್ತು ಎಷ್ಟು ಸಂಗತಿಗಳನ್ನು ನಾನು ಬಿಟ್ಟಬಿಡಬೇಕು ಎಂದು ಯಾರು ಹೇಳಬಲ್ಲರು? ನನ್ನ ಜೀವನದಲ್ಲಿ ನಡೆದ ನಿರ್ದಿಷ್ಟ ಘಟನೆಗಳನ್ನು ದಾಖಲಿಸುವಾಗ ಕೊಡುವ ಏಕಪಕ್ಷೀಯವಾದ ಅಸಮರ್ಪಕ ಸಾಕ್ಷ ನ್ಯಾಯಾಲಯದಲ್ಲಿ ಪಡೆಯುವಂತಹ ಬೆಲೆಯನ್ನು ಪಡೆದುಕೊಳ್ಳಬಹುದೆ? ನಾನೀಗಾಗಲೇ ಬರೆದಿರುವ ಅಧ್ಯಾಯಗಳ ಮೇಲೆ ಅಧಿಕಪ್ರಸಂಗಿಯೊಬ್ಬ ನನ್ನ ಪಾಟೀಸವಾಲು ನಡೆಸಿದರೆ ಅವನು ಪ್ರಾಯಶಃ ಅವುಗಳ ಮೇಲೆ ಹೆಚ್ಚು ಬೆಳಕನ್ನು ಚೆಲ್ಲಬಹುದು. ಅದು ಪ್ರತಿಕೂಲ ಟೀಕಾಕಾರನ ಪಾಟೀ ಸವಾಲಾಗಿದ್ದರೆ ನನ್ನ ಅನೇಕ ಆಡಂಬರದ ಹೇಳಿಕೆಗಳ ಪೊಳ್ಳುತನವನ್ನು ತೋರಿಸಿಕೊಡವ ಮೂಲಕ ತನ್ನನ್ನು ತಾನು ಅತಿಯಾಗಿ ಮುಖಸ್ತುತಿಮಾಡಿಕೊಳ್ಳಬಹುದು.

ಆದ್ದರಿಂದ ನಾನು ಒಂದು ಕ್ಷಣ ಈ ಅಧ್ಯಾಯಗಳನ್ನು ಬರೆಯುವುದನ್ನು ನಿಲ್ಲಿಸುವುದೇ ಸರಿಯಾದದ್ದು ಎಂದು ಅಂದುಕೊಂಡಿದ್ದೆ. ಆದರೆ ಎಲ್ಲಿಯವರೆಗೆ ಅಂತರಾತ್ಮ ಅದಕ್ಕೆ ತಡೆ

ಒಡ್ಡುವುದಿಲ್ಲವೋ ಅಲ್ಲಿಯವರೆಗೆ ನಾನು ಬರವಣಿಗೆಯನ್ನು ಮುಂದುವರೆಸಬೇಕು. ಒಮ್ಮೆ ಪ್ರಾರಂಭವಾದದ್ದು ನೈತಿಕವಾಗಿ ತಪ್ಪು ಎಂದು ರುಜುವಾತಾಗುವವರೆಗೂ ಅದನ್ನು ಬಿಡಬಾರದು ಎಂಬ ಋಷಿವಾಣಿಯನ್ನು ಅನುಸರಿಸಬೇಕು.

ನಾನು ಈ ಆತ್ಮಕಥೆಯನ್ನು ಟೀಕಾಕಾರರನ್ನು ಮೆಚ್ಚಿಸಲು ಬರೆಯುತ್ತಿಲ್ಲ. ಬರವಣಿಗೆ ಅದರಷ್ಟಕ್ಕೆ ಅದೇ ಸತ್ಯದ ಜತೆಗೆ ನಡೆಸಿದ ಒಂದು ಪ್ರಯೋಗವಾಗಿದೆ. ನನ್ನ ಸಹಕಾರ್ಯಕರ್ತರುಗಳ ಪರ್ಯಾಲೋಚನೆಗೆ ಆಹಾರವನ್ನು ಮತ್ತು ಸಾಂತ್ವನವನ್ನು ಒದಗಿಸುವ ಗುರಿಯನ್ನು ಖಂಡಿತವಾಗಿಯೂ ಇಟ್ಟುಕೊಳ್ಳಲಾಗಿದೆ. ಖಂಡಿತವಾಗಿಯೂ ಅವರ ಕೋರಿಕೆಯ ಮೇರೆಗೆ ನಾನು ಬರೆಯಲಾರಂಭಿಸಿದೆ. ಜೆರಮ್‌ದಾಸ್ ಮತ್ತು ಸ್ವಾಮಿ ಸ್ವಾಮಿ ಆನಂದ್ ತಮ್ಮ ಸಲಹೆಯ ಬಗ್ಗೆ ಪಟ್ಟುಹಿಡಿಯದಿದ್ದರೆ ಇದನ್ನು ಪ್ರಾಯಶಃ ಬರೆಯುತ್ತಿರಲಿಲ್ಲ. ಆದ್ದರಿಂದ ಈ ಆತ್ಮಕಥೆಯನ್ನು ಬರೆದು ನಾನು ತಪ್ಪು ಮಾಡಿದ್ದರೆ ಅವರೂ ಈ ದೂಷಣೆಯನ್ನು ಹಂಚಿಕೊಳ್ಳಬೇಕು.

ತಲೆಬರಹದಲ್ಲಿ ಸೂಚಿಸಲಾಗಿರುವ ವಿಷಯವನ್ನು ತೆಗೆದುಕೊಳ್ಳುವಾಗ ನನ್ನ ಜತೆಯಲ್ಲಿ ನನ್ನ ಕುಟುಂಬದ ಸದಸ್ಯರುಗಳಂತೆ ಭಾರತೀಯರಿದ್ದಂತೆ ಡರ್ಬಾನ್‌ನಲ್ಲಿ ಇಂಗ್ಲಿಷ್ ಗೆಳೆಯರು ಕೂಡಾ ನನ್ನ ಜತೆಯಲ್ಲಿದ್ದರು ಎಂಬುದನ್ನು ಗಮನಕ್ಕೆ ತಂದುಕೊಳ್ಳಬೇಕು. ಅವರೂ ನನ್ನ ಜತೆಯಲ್ಲಿರಬೇಕೆಂದು ಪಟ್ಟು ಹಿಡಿದಿದ್ದೆ. ಅವರಲ್ಲಿ ಎಲ್ಲರನ್ನೂ ಜತೆಯಲ್ಲಿ ಇಟ್ಟುಕೊಂಡದ್ದು ಬುದ್ಧಿವಂತಿಕೆ ಎಂದು ಹೇಳಲಾಗುವುದಿಲ್ಲ. ನನಗೆ ಕೆಲವು ಕಹಿ ಅನುಭವಗಳಾದವು. ಇವರಲ್ಲಿ ಭಾರತೀಯರೂ ಇದ್ದರು. ಹಾಗೆಯೇ ಐರೋಪ್ಯರೂ ಇದ್ದರು. ಆದರೆ ನನ್ನಲ್ಲಿ ಈ ಅನುಭವಗಳ ಬಗ್ಗೆ ಪಶ್ಚಾತ್ತಾಪವಿಲ್ಲ. ಅವರು ನನ್ನ ಜತೆಯಲ್ಲಿದ್ದರೂ ಆಗಾಗ್ಗೆ ನಾನು ಗೆಳೆಯರಿಗೆ ಅಸೌಕರ್ಯವನ್ನುಂಟುಮಾಡಿದ್ದರೂ ಮತ್ತು ಅವರನ್ನು ಗೋಳಾಡಿಸಿದ್ದರೂ ನಾನು ನನ್ನ ನಡತೆಯನ್ನು ಬದಲಿಸಿಕೊಳ್ಳಲಿಲ್ಲ. ಗೆಳೆಯರು ಉದಾರವಾಗಿ ನನ್ನನ್ನು ಸಹಿಸಿಕೊಂಡರು. ಅವರೊಂದಿಗಿನ ನನ್ನ ಸಂಪರ್ಕ ಗೆಳೆಯರಿಗೆ ನೋವುಂಟುಮಾಡಿದಾಗ ನಾನು ಅವರನ್ನು ಖಂಡಿಸಲು ಹಿಂದೆಗೆಯಲಿಲ್ಲ.

ಯಾರು ತಮ್ಮಲ್ಲಿ ದೇವರನ್ನು ಕಾಣುತ್ತಾರೋ ಅದೇ ರೀತಿಯಲ್ಲಿ ಅವರು ಇತರರಲ್ಲಿ ಅದೇ ದೇವರನ್ನು ಕಾಣಬೇಕು. ಅಂತಹ ಆಸ್ತಿಕರು ಎಲ್ಲರ ನಡುವೆ ಸಾಕಷ್ಟು ನಿರ್ಲಿಪ್ತತೆಯಿಂದ ಬದುಕಲು ಸಮರ್ಥರಾಗಿರಬೇಕು ಎಂದು ನಾನು ನಂಬಿದ್ದೇನೆ. ಅಂತಹ ಸಂಪರ್ಕಗಳು ಅನಿರೀಕ್ಷಿತವಾಗಿ ದೊರೆತಾಗ ಅವನ್ನು ಸೇವಾಮನೋಭಾವದಿಂದ ಕೂಗಿ ಕರೆದು ಸ್ವಾಗತಿಸಬೇಕು ಮತ್ತು ಜತೆಯಲ್ಲಿ ಅವುಗಳ ಪ್ರಭಾವಕ್ಕೊಳಗಾಗದೇ ಅವನ್ನು ಉಳಿಸಿಕೊಳ್ಳಬೇಕು.

ಆದ್ದರಿಂದ ಬೋಅರ್ ಯುದ್ಧ ಸ್ಫೋಟಗೊಂಡಾಗ ನನ್ನ ಮನೆ ಜನರಿಂದ ತುಂಬಿದ್ದರೂ ಇಬ್ಬರು ಇಂಗ್ಲಿಷರನ್ನು ನನ್ನ ಮನೆಗೆ ಕರೆದುಕೊಂಡು ಬಂದಿದ್ದೆ. ಅವರು ಜೊಹಾನ್ಸ್‌ಬರ್ಗ್‌ನಿಂದ ಬಂದಿದ್ದರು. ಅವರಿಬ್ಬರೂ ಥಿಅಸಫಿಸ್ಟರಾಗಿದ್ದರು. ಅವರಲ್ಲೊಬ್ಬರ ಹೆಸರು ಕಿಚಿನ್. ಅವರ ಬಗ್ಗೆ ತಿಳಿದುಕೊಳ್ಳಲು ಮುಂದೆ ಸಂದರ್ಭಗಳು ಒದಗಿಬರಲಿವೆ. ಈ ಇಬ್ಬರು ಆಗಾಗ್ಗೆ ನನ್ನ ಹೆಂಡತಿಯ ಕಣ್ಣುಗಳಲ್ಲಿ ವ್ಯಥೆ ತುಂಬಿದ ಕಣ್ಣೀರು ಸುರಿಯುವಂತೆ ಮಾಡುತ್ತಿದ್ದರು ದುರದೃಷ್ಟವಶಾತ್ ನನ್ನ ದೆಸೆಯಿಂದ ಆಕೆ ಅಂತಹ ಅನೇಕ ಪರೀಕ್ಷೆಗಳನ್ನು ಎದುರಿಸುತ್ತಿದ್ದಳು.

ಇದೇ ಮೊದಲುಬಾರಿಗೆ ನಾನು ಇಂಗ್ಲಿಷ್ ಗೆಳೆಯರನ್ನು ನನ್ನ ಮನೆಯ ಸದಸ್ಯರಂತೆ ನನ್ನ ಜತೆಯಲ್ಲಿ ಆತ್ಮೀಯತೆಯಿಂದ ಉಳಿಸಿಕೊಂಡಿದ್ದೆ ಇಂಗ್ಲೆಂಡ್‌ನಲ್ಲಿದ್ದಾಗ ನಾನು ಇಂಗ್ಲಿಷರ ಮನೆಗಳಲ್ಲಿ ತಂಗಿದ್ದೆ. ಆದರೆ ಅಲ್ಲಿ ನಾನು ಅವರ ಜೀವನ ಮಾರ್ಗಕ್ಕೆ ಹೊಂದಿಕೊಂಡಿದ್ದೆ. ಹೆಚ್ಚುಕಡಿಮೆ ಅಲ್ಲಿ ನಾನು ಭೋಜನ ಗೃಹದಲ್ಲಿ ವಾಸಮಾಡುವಂತೆ ವಾಸಿಸುತ್ತಿದ್ದೆ. ಆದರೆ ಇಲ್ಲಿ ಅದಕ್ಕೆ ತೀರ ತದ್ವಿರುದ್ಧವಾಗಿತ್ತು. ಇಂಗ್ಲಿಷ್ ಗೆಳೆಯರು ನನ್ನ ಕುಟುಂಬದ ಸದಸ್ಯರುಗಳಾಗಿದ್ದರು. ಅವರು ಅನೇಕ ವಿಷಯಗಳಲ್ಲಿ ಭಾರತೀಯ ಶೈಲಿಯನ್ನು ಅನುಸರಿಸಿದ್ದರು. ಮನೆಯಲ್ಲಿನ ಉಪಕರಣಗಳು, ಸಜ್ಜುಗೊಂಡ ರೀತಿ ಪಾಶ್ಚಿಮಾತ್ಯ ಪದ್ಧತಿಯಲ್ಲಿದ್ದರೂ ಆಂತರಿಕ ಜೀವನ ಬಹುಪಾಲು ಭಾರತೀಯ ಪದ್ಧತಿಯಲ್ಲಿತ್ತು. ಅವರನ್ನು ಮನೆಯ ಸದಸ್ಯರುಗಳಂತೆ ಇಟ್ಟುಕೊಳ್ಳುವಲ್ಲಿ ಸ್ವಲ್ಪ ಮಟ್ಟಿಗೆ ಕಷ್ಟವಾದರೂ ಖಂಡಿತವಾಗಿಯೂ ಅವರು ನನ್ನ ಮನೆಯಲ್ಲಿ ಬಹುಮಟ್ಟಿಗೆ ತಮ್ಮ ಸ್ವಂತ ಮನೆಯಲ್ಲಿದ್ದಂತೆ ಇರಲು ಕಷ್ಟಪಡಲಿಲ್ಲ ಎಂದು ನಾನು ಜ್ಞಾಪಿಸಿಕೊಳ್ಳುತ್ತಿದ್ದೇನೆ. ಜೊಹಾನ್ಸ್‌ಬರ್ಗ್‌ನ ಈ ಸಂಪರ್ಕಗಳು ಡರ್ಬಾನ್‌ನಲ್ಲಿ ಇನ್ನೂ ಹೆಚ್ಚಾಗಿ ಬೆಳೆದವು.

12. ಐರೋಪ್ಯ ಸಂಪರ್ಕಗಳು
(ಮುಂದುವರೆದದ್ದು)

ಜೊಹಾನ್ಸ್‌ಬರ್ಗ್‌ನಲ್ಲಿ ನನ್ನ ಬಳಿ ಒಮ್ಮೆ ನಾಲ್ವರು ಭಾರತೀಯ ಗುಮಾಸ್ತರುಗಳಿದ್ದರು. ಪ್ರಾಯಶಃ ಅವರು ಗುಮಾಸ್ತರುಗಳಂತಿರದೇ ಅದಕ್ಕೂ ಹೆಚ್ಚಾಗಿ ನನ್ನ ಮಕ್ಕಳಂತಿದ್ದರು. ಆದರೆ ಇಷ್ಟು ಮಂದಿ ಕೂಡಾ ನನ್ನ ಕೆಲಸಕ್ಕೆ ಸಾಕಾಗುತ್ತಿರಲಿಲ್ಲ. ಬೆರಳಚ್ಚು (ಟೈಪ್‌ರೈಟಿಂಗ್) ಮಾಡದೇ ಕೆಲಸ ಮಾಡಲು ಸಾಧ್ಯವಿರಲಿಲ್ಲ. ನಮ್ಮಲ್ಲಿ ಕೇವಲ ನನಗೆ ಮಾತ್ರ ಬೆರಚ್ಚು ಮಾಡುವುದು ತಿಳಿದಿತ್ತು. ಇಬ್ಬರು ಗುಮಾಸ್ತರುಗಳಿಗೆ ಅದನ್ನು ಕಲಿಸಿಕೊಟ್ಟೆ. ಆದರೆ ಅವರಿಗೆ ಇಂಗ್ಲಿಷ್ ಭಾಷೆ ಚೆನ್ನಾಗಿ ಗೊತ್ತಿಲ್ಲದಿದ್ದುದರಿಂದ ಅವರು ಇನ್ನೂ ಮೇಲಿನ ಮಟ್ಟಕ್ಕೆ ಬರಲೇಯಿಲ್ಲ. ಇವರಲ್ಲಿ ಒಬ್ಬನನ್ನು ಲೆಕ್ಕಿಗ (ಅಕೌಂಟೆಂಟ್) ನನ್ನಾಗಿ ಮಾಡಲು ತರಬೇತಿಕೊಡಲು ಬಯಸಿದ್ದೆ. ಯಾರನ್ನೂ ನಾನು ನೆಟಾಲ್‌ನಿಂದ ಕರೆದುಕೊಂಡು ಬರುವಂತಿರಲಿಲ್ಲ. ಏಕೆಂದರೆ ಯಾರೂ ಅನುಮತಿಪತ್ರವಿಲ್ಲದೇ ಟ್ರಾನ್ಸ್‌ವಾಲ್‌ಅನ್ನು ಪ್ರವೇಶಿಸುವಂತಿರಲಿಲ್ಲ ಸ್ವಂತದ ಸೌಲಭ್ಯಕ್ಕೆ ನಾನು ಅನುಮತಿ ಪತ್ರ ನೀಡುವ ಅಧಿಕಾರಿಯ ಕೃಪೆಯನ್ನು ಬೇಡಲು ಇಷ್ಟಪಡಲಿಲ್ಲ.

ನಾನು ಹತಾಶನಾದೆ ಮತ್ತು ಏನು ಮಾಡಬೇಕೆಂದು ತಿಳಿಯದೇ ತಬ್ಬಿಬ್ಬಾದೆ. ಬಾಕಿ ಕೆಲಸ ಗುಡ್ಡದಂತೆ

ಬೆಳೆಯುತ್ತಿತ್ತು. ನಾನು ಎಷ್ಟೇ ಪ್ರಯತ್ನಪಟ್ಟರೂ ನನ್ನ ವೃತ್ತಿಗೆ ಸಂಬಂಧಿಸಿದ್ದ ಕೆಲಸವನ್ನು ಮತ್ತು ಸಾರ್ವಜನಿಕ ಕೆಲಸವನ್ನು ಒಟ್ಟಿಗೆ ನಿಭಾಯಿಸುವುದು ಕಷ್ಟ ಎಂದು ಭಾಸವಾಗತೊಡಗಿತು. ನಾನು ಒಬ್ಬ ಐರೋಪ್ಯ ಗುಮಾಸ್ತನನ್ನು ನೇಮಿಸಿಕೊಳ್ಳಲು ಸಿದ್ಧನಾಗಿದ್ದೆ. ಆದರೆ ನನ್ನಂತಹ ವರ್ಣೀಯ(ಕರಿಯ)ನ ಕೆಳಗೆ ಸೇವೆ ಸಲ್ಲಿಸಲು ಒಬ್ಬ ಬಿಳಿಯ ಪುರುಷನನ್ನೋ ಇಲ್ಲವೇ ಬಿಳಿಯ ಮಹಿಳೆಯನ್ನೋ ನೇಮಿಸಿಕೊಳ್ಳುವುದರ ಬಗ್ಗೆ ನನ್ನಲ್ಲಿ ಖಾತ್ರಿ ಇರಲಿಲ್ಲ. ಹಾಗಿದ್ದರೂ ನಾನು ಪ್ರಯತ್ನಿಸಿದೆ. ನನಗೆ ಗೊತ್ತಿದ್ದ ಒಬ್ಬ ಟೈಪ್‌ರೈಟರ್‌ಗಳ ಏಜೆಂಟ್‌ನನ್ನು ಕಂಡು ನನಗೊಬ್ಬ ಶೀಘ್ರಲಿಪಿಗಾರ(ಸ್ಟೆನೋಗ್ರಾಫರ್)ನನ್ನು ಒದಗಿಸಿಕೊಡುವಂತೆ ಕೇಳಿದೆ. ಅಲ್ಲಿ ಕೇವಲ ಹುಡುಗಿಯರಿದ್ದರು. ಯಾರಾದರೊಬ್ಬರ ಸೇವೆಯನ್ನು ದೊರಕಿಸಿಕೊಡಲು ಪ್ರಯತ್ನಿಸುವುದಾಗಿ ಆತ ಭರವಸೆಕೊಟ್ಟ. ಮಿಸ್. ಡಿಕ್ ಎಂಬ ಸ್ಕಾಟ್ಲೆಂಡ್‌ನ(ಸ್ಕಾಚ್) ಹುಡುಗಿ ಆಕಸ್ಮಿಕವಾಗಿ ಅವನ ಕಣ್ಣಿಗೆ ಬಿದ್ದಳು. ಅವಳು ಅದೇ ತಾನೇ ಸ್ಕಾಟ್‌ಲೆಂಡ್‌ನಿಂದ ಬಂದಿದ್ದಳು. ಪ್ರಾಮಾಣಿಕವಾಗಿ ಜೀವನೋಪಾಯವನ್ನು ಒದಗಿಸಿಕೊಳ್ಳುವುದರಲ್ಲಿ ಆಕೆಗೆ ಯಾವುದೇ ಆಕ್ಷೇಪಣೆಯಿರಲಿಲ್ಲ. ಆಕೆಗೆ ಉದ್ಯೋಗದ ಅವಶ್ಯಕತೆಯಿತ್ತು ಮತ್ತು ಎಲ್ಲಿ ಅವಕಾಶ ದೊರೆತರೂ ಅಲ್ಲಿ ಸೇವೆ ಸಲ್ಲಿಸಲು ಸಿದ್ಧಳಾಗಿದ್ದಳು. ಹೀಗಿದ್ದರಿಂದ ಏಜೆಂಟ್ ಆಕೆಯನ್ನು ನನ್ನ ಬಳಿಗೆ ಕಳಿಸಿದ. ಆಕೆ ಕೂಡಲೇ ನನ್ನ ಮನಸ್ಸಿನ ಸೆರೆಹಿಡಿದಳು.

'ಭಾರತೀಯನ ಕೆಳಗೆ ಸೇವೆ ಸಲ್ಲಿಸಲು ಅಡ್ಡಿ ಇಲ್ಲವೆ?' ಎಂದು ಆಕೆಯನ್ನು ಪ್ರಶ್ನಿಸಿದೆ.

'ಇಲ್ಲವೇ ಇಲ್ಲ'. ಎಂದು ಆಕೆ ದೃಢವಾಗಿ ಉತ್ತರ ಕೊಟ್ಟಳು.

'ನೀನು ಎಷ್ಟು ಸಂಬಳ ನಿರೀಕ್ಷಿಸುವೆ?'

'17/10 ಪೌಂಡು ಕೇಳಿದರೆ ಹೆಚ್ಚಾಗುವುದೆ?'

'ನಾನು ನಿನ್ನಿಂದ ನಿರೀಕ್ಷಿಸುವ ರೀತಿಯಲ್ಲಿ ಕೆಲಸ ಮಾಡಿದರೆ ಅದು ಹೆಚ್ಚೇನೂ ಆಗಲಾರದು. ಯಾವಾಗ ಕೆಲಸಕ್ಕೆ ಸೇರುವೆ?'

'ನೀವು ಇಚ್ಛಿಸಿದರೆ ಈ ಕ್ಷಣದಲ್ಲಿ ಸೇರುವೆ'.

ಅವಳ ಮಾತು ಕೇಳಿ ನನಗೆ ಸಂತೋಷವಾಯ್ತು. ತಡಮಾಡದೆ ನಾನು ಬರೆಯಬೇಕೆಂದಿರುವ ವಿಷಯವನ್ನು ಹೇಳಿ ಆಕೆಯಿಂದ ಕಾಗದ ಬರೆಸಲಾರಂಭಿಸಿದೆ.

ಕೇವಲ ಕೆಲವೇ ದಿನಗಳಲ್ಲಿ ಆಕೆ ಕೇವಲ ಸ್ಟೆನೋಟೈಪಿಸ್ಟ್ (ಶೀಘ್ರಲಿಪಿಕಾರಳೂ ಬೆರಳಚ್ಚುಗಾರ್ತಿಯೂ) ಆಗಿರದೇ ನನ್ನ ಸಹೋದರಿ ಅಥವಾ ಮಗಳಿಗಿಂತಲೂ ಹೆಚ್ಚಾದಳು. ನನಗೆ ಆಕೆಯ ಕೆಲಸದಲ್ಲಿ ದೋಷ ಹುಡುಕಲು ಅವಕಾಶವೇ ಇರಲಿಲ್ಲ. ಆಗಾಗ್ಗೆ ಆಕೆಗೆ ನಾನು ಸಾವಿರಾರು ಪೌಂಡುಗಳಿಷ್ಟಿದ್ದ ನಿಧಿಯ ನಿರ್ವಹಣೆಯ ಕೆಲಸನ್ನು ವಹಿಸುತ್ತಿದ್ದೆ. ಆಕೆ ಲೆಕ್ಕಪುಸ್ತಕಗಳ ನಿರ್ವಹಣೆಯ ಹೊಣೆಯನ್ನು ಕೂಡಾ ಹೊತ್ತುಕೊಂಡಿದ್ದಳು. ಆಕೆ ನನ್ನ ಪೂರ್ಣ ವಿಶ್ವಾಸವನ್ನು ಗಳಿಸಿಕೊಂಡಿದ್ದಳು. ಪ್ರಾಯಶಃ ಅದಕ್ಕಿಂತ ಹೆಚ್ಚಾಗಿ ಆಕೆ ನನ್ನ ಮೇಲೆ ವಿಶ್ವಾಸವಿಟ್ಟು ಅವಳ ಅತ್ಯಂತ ಆಪ್ತ ಚಿಂತನೆಗಳನ್ನು ಮತ್ತು ಭಾವನೆಗಳನ್ನು ನನ್ನೊಂದಿಗೆ ಚರ್ಚಿಸುತ್ತಿದ್ದಳು. ಆಕೆ ಪತಿಯನ್ನು ಆಯ್ಕೆಮಾಡಿಕೊಳ್ಳುವಾಗ ನನ್ನ ಸಲಹೆಯನ್ನು ಬೇಡಿದಳು. ಮದುವೆಯ ಸಮಯದಲ್ಲಿ

ಆಕೆಯನ್ನು ದಾನಮಾಡುವ ವಿಶೇಷ ಗೌರವ ನನಗೆ ಪ್ರಾಪ್ತವಾಗಿತ್ತು. (ಅಂದರೆ ನಾನೇ ಕನ್ಯಾದಾನಮಾಡಿದೆ.) ಕುಮಾರಿ (ಮಿಸ್) ಡಿಕ್ ಶ್ರೀಮತಿ(ಮಿಸೆಸ್) ಮ್ಯಾಕ್‌ಡೊನಾಲ್ಡ್ ಆಗುತ್ತಿದ್ದಂತೆ ನನ್ನನ್ನು ಬಿಟ್ಟು ಹೋಗಬೇಕಾಯ್ತು. ಆದರೆ ವಿವಾಹವಾದ ತರುವಾಯ ಕೂಡಾ ಆಕೆ ನನ್ನ ಜತೆಯಲ್ಲಿ ಪ್ರತಿಸ್ಪಂದಿಸುತ್ತಿದ್ದಳು. ಒತ್ತಡದಲ್ಲಿ ಸಿಕ್ಕಿಕೊಂಡು ನರಳುತ್ತಿದ್ದಾಗ ಆಕೆಯನ್ನು ಜ್ಞಾಪಿಸಿಕೊಂಡು ನಾನು ಆಕೆಗೆ ಕರೆನೀಡುತ್ತಿದ್ದೆ.

ಆಕೆಯ ಜಾಗದಲ್ಲಿ ಖಾಯಂ ಸ್ಟೆನೋಟೈಪಿಸ್ಟ್ ಅಗತ್ಯ ಬಿತ್ತು. ಅದೃಷ್ಟವಶಾತ್ ನಾನು ಇನ್ನೊಬ್ಬಳು ಹುಡುಗಿಯನ್ನು ನೇಮಿಸಿಕೊಳ್ಳುವುದರಲಿ ಯಶಸ್ವಿಯಾದೆ. ಆಕೆಯ ಹೆಸರು ಮಿಸ್. ಸ್ಕ್ಲೆಸಿನ್. ಮಿ. ಕ್ಯಾಲೆನ್‌ಬಾಕ್ ಆಕೆಯ ಪರಿಚಯಮಾಡಿಸಿಕೊಟ್ಟಿದ್ದ. ಅವನ ಬಗ್ಗೆ ಮುಂದೆ ಓದುಗರು ಹೆಚ್ಚು ವಿಷಯಗಳನ್ನು ತಿಳಿದುಕೊಳ್ಳುವರು. ಈಗ ಆಕೆ ಟ್ರಾನ್ಸ್‌ವಾಲ್‌ನ ಒಂದು ಪ್ರೌಢಶಾಲೆಯಲ್ಲಿ ಶಿಕ್ಷಕಿಯಾಗಿದ್ದಾಳೆ. ಆಕೆ ಕೆಲಸಮಾಡುವುದಕ್ಕಿಂತಲೂ ಹೆಚ್ಚಾಗಿ ಸ್ಟೆನೋಟೈಪಿಸ್ಟ್ ಆಗಿ ಅನುಭವವನ್ನು ಗಳಿಸಿಕೊಳ್ಳಲು ನನ್ನ ಬಳಿಗೆ ಬರುತ್ತಿದ್ದಳು. ಆಕೆಯ ಮನೋಭಾವಕ್ಕೆ ವರ್ಣ ಪಕ್ಷಪಾತ(ವರ್ಣಭೇದ) ಎನ್ನುವುದು ಗೊತ್ತೇ ಇರದ ವಿಷಯವಾಗಿತ್ತು. ಆಕೆ ಅನುಭವ ಇಲ್ಲವೇ ವಯಸ್ಸಿನ ಬಗ್ಗೆ ತಲೆಕೆಡಿಸಿಕೊಳ್ಳುವಂತೆ ಕಾಣುತ್ತಿರಲಿಲ್ಲ. ಒಬ್ಬಾತನನ್ನು ಅವಮಾನಗೊಳಿಸಲು ಕೂಡಾ ಆಕೆ ಹಿಂಜರಿಯುತ್ತಿರಲಿಲ್ಲ. ಅವನ ಬಗ್ಗೆ ಆಕೆ ಏನು ಭಾವಿಸಿದ್ದಾಳೆ ಎಂದು ಅವನ ಎದುರು ಹೇಳಲು ಕೂಡಾ ಆಕೆ ಹಿಂದೆಮುಂದೆ ನೋಡುತ್ತಿರಲಿಲ್ಲ. ಆಕೆಯ ದುಡುಕು ಸ್ವಭಾವದಿಂದ ನಾನು ಆಗಾಗ್ಗೆ ಕಷ್ಟಕ್ಕೆ ಸಿಕ್ಕಿಕೊಳ್ಳಬೇಕಾಗುತ್ತಿತ್ತು. ಆದರೆ ಆಕೆಯ ತೆರೆದ ಹಾಗೂ ನಿಷ್ಕಪಟ ಮನೋಭಾವದಿಂದಾಗಿ ಹುಟ್ಟಿಕೊಳ್ಳುತ್ತಿದ್ದ ಕಷ್ಟಗಳು ಬಹುಬೇಗನೇ ನಿವಾರಣೆಯಾಗುತ್ತಿದ್ದವು. ಆವಳ ಇಂಗ್ಲಿಷ್ ಭಾಷಾ ಜ್ಞಾನ ನನಗಿಂತಲೂ ಉತ್ತಮವಾಗಿತ್ತೆಂದು ನಾನು ಪರಿಗಣಿಸಿದ್ದರಿಂದ ಮತ್ತು ಆಕೆಯ ನಿಷ್ಠೆಯಲ್ಲಿ ನನಗೆ ಪೂರ್ಣ ವಿಶ್ವಾಸವಿದ್ದುದರಿಂದ ನಾನು ಕೆಲವು ಬಾರಿ ಆಕೆ ಟೈಪ್ ಮಾಡಿದ್ದ ಪತ್ರಗಳನ್ನು ಮತ್ತೆ ಓದಿ ಪರಿಷ್ಕರಿಸದೇ ರುಜು ಮಾಡುತ್ತಿದ್ದೆ.

ಆಕೆಯ ತ್ಯಾಗ ತುಂಬಾ ದೊಡ್ಡದು. ಸಾಕಷ್ಟು ಅವಧಿಯಲ್ಲಿ ಆಕೆ 6 ಪೌಂಡುಗಳಿಗಿಂತಲೂ ಹೆಚ್ಚು ಹಣವನ್ನು ಸಂಬಳದ ರೂಪದಲ್ಲಿ ತೆಗೆದುಕೊಳ್ಳುತ್ತಿರಲಿಲ್ಲ. ತಿಂಗಳಿಗೆ 10 ಪೌಂಡುಗಳಿಗಿಂತಲೂ ಹೆಚ್ಚು ಸಂಬಳ ತೆಗದುಕೊಳ್ಳಲು ನಿರಾಕರಿಸಿದ್ದಳು ಹೆಚ್ಚು ಸಂಬಳವನ್ನು ತೆಗೆದುಕೊಳ್ಳುವಂತೆ ಆಕೆಯನ್ನು ಒತ್ತಾಯಿಸಿದಾಗ ಆಕೆ ಗದರಿಸುತ್ತ ಹೇಳಿದಳು: 'ನಾನು ನಿಮ್ಮಿಂದ ಸಂಬಳವನ್ನು ತೆಗೆದುಕೊಳ್ಳಲು ಇಲ್ಲಿಗೆ ಬಂದಿಲ್ಲ. ನಿಮ್ಮ ಆದರ್ಶಗಳು ನನಗೆ ಇಷ್ಟವಾಗಿವೆ ಮತ್ತು ನನಗೆ ನಿಮ್ಮೊಂದಿಗೆ ಕೆಲಸಮಾಡುವ ಇಷ್ಟವಿದೆ. ಆದ್ದರಿಂದ ಇಲ್ಲಿದ್ದೇನೆ'.

ಒಮ್ಮೆ ಅವಳು ನನ್ನಿಂದ 40 ಪೌಂಡು ತೆಗೆದುಕೊಂಡಿದ್ದಳು. ಅದನ್ನು ಸಾಲವೆಂದು ತಾನು ತೆಗೆದುಕೊಳ್ಳುತ್ತಿರುವುದಾಗಿ ಹೇಳಿ ಬಲವಂತಪಡಿಸಿದ್ದಳು. ಕಳೆದ ವರ್ಷ ಆ ಹಣವನ್ನು ಪೂರ್ತಿಯಾಗಿ ವಾಪಸ್ ಮಾಡಿದಳು. ಅವಳ ಧೈರ್ಯ ಆಕೆಯ ತ್ಯಾಗಕ್ಕೆ ಸರಿಸಮವಾಗಿತ್ತು. ಸ್ಫಟಿಕದಂತೆ ಪರಿಶುದ್ಧವಾಗಿದ್ದ ಮತ್ತು ಯೋಧ ಕೂಡಾ ನಾಚಿಕೊಳ್ಳುವಂತಿದ್ದ ಕೆಚ್ಚೆದೆಯ ಗುಣಗಳುಳ್ಳ ಅಂತಹವರನ್ನು ಭೇಟಿಮಾಡುವ ಸುಯೋಗ ಒದಗಿಸಿದ್ದ ಕೆಲವೇ ಮಹಿಳೆಯರಲ್ಲಿ

ಆಕೆಯು ಒಬ್ಬಳು ಎಂದು ಹೇಳಬಹುದು. ಈಗ ಆಕೆ ಪ್ರೌಢಳಾಗಿದ್ದಾಳೆ. ನನ್ನ ಜತೆಯಲ್ಲಿದ್ದಾಗ ಇದ್ದಂತೆಯೇ ಆಕೆಯ ಮನಸ್ಸು ಅದೇ ರೀತಿಯಲ್ಲಿ ಈಗಲೂ ಇದೆಯೇ ಎಂದು ನನಗೆ ತಿಳಿಯದು. ಆದರೆ ಈ ಯುವತಿಯ ಸಂಪರ್ಕ ನನ್ನಲ್ಲಿ ಪವಿತ್ರ ಸ್ಮೃತಿಯಾಗಿ ಈಗ ಕೂಡಾ ಉಳಿದುಕೊಂಡಿದೆ. ಆದ್ದರಿಂದ ಆಕೆಯು ಬಗ್ಗೆ ನನಗೆ ತಿಳಿದಿರುವುದೆಲ್ಲವನ್ನೂ ಅಡಗಿಸಿಟ್ಟರೆ ಸತ್ಯಕ್ಕೆ ಅಪಚಾರಮಾಡಿದಂತಾಗುವುದು.

ಒಂದು ಧ್ಯೇಯಕ್ಕಾಗಿ ಕೆಲಸಮಾಡುವಾಗ ಆಕೆಗೆ ಹಗಲು ಅಥವಾ ರಾತ್ರಿ ಎಂಬುದರ ಪರಿವೆಯೇ ಇರುತ್ತಿರಲಿಲ್ಲ. ರಾತ್ರಿಯ ಗಾಢಾಂಧಕಾರದಲ್ಲಿ ಆಕೆ ತಾನೊಬ್ಬಳು ಸ್ವಲ್ಪ ದೂರ ಪ್ರಯಾಣಮಾಡುವಂತಹ ಸಾಹಸಿಯಾಗಿದ್ದಳು. ಯಾರಾದರೂ ಜತೆಗೆ ಕಾವಲಿಗೆ ಇರಲಿ ಎಂದು ಸಲಹೆ ಕೊಟ್ಟರೆ ಕೆರಳಿ ಗೇಲಿಮಾಡುತ್ತಿದ್ದಳು. ಸಾವಿರಾರು ಪ್ರಮುಖ ಭಾರತೀಯರು ಮಾರ್ಗದರ್ಶನಕ್ಕೆ ಆಕೆಯ ಕಡೆಗೆ ದೃಷ್ಟಿ ಹರಿಸುತ್ತಿದ್ದರು. ಸತ್ಯಾಗ್ರಹದ ಕಾಲದಲ್ಲಿ ಬಹುಪಾಲು ನಾಯಕರುಗಳು ಸೆರೆಮನೆಯಲ್ಲಿದ್ದಾಗ ಆಕೆ ಏಕಾಂಗಿಯಾಗಿ ಚಳವಳಿಯನ್ನು ಮುನ್ನಡೆಸಿದ್ದಳು. ಆಕೆ ಸಾವಿರಾರು ಪೌಂಡುಗಳ ವ್ಯವಹಾರವನ್ನು ನಿರ್ವಹಿಸಿದ್ದಳು. ನಡುಕಹುಟ್ಟಿಸುವಂತಹ ಪ್ರಮಾಣದಲ್ಲಿದ್ದ ಪತ್ರ ವ್ಯವಹಾರವನ್ನು ನಿರ್ವಹಿಸಿದ್ದಳು. ಆಕೆಯ ಕೈಯಲ್ಲಿ 'ಇಂಡಿಯನ್ ಒಪಿನಿಯನ್' ಇತ್ತು. ಆದರೂ ಆಕೆಗೆ ಎಂದೂ ದಣಿವಾಗಲಿಲ್ಲ.

ಮಿಸ್ ಸ್ಲೆಸಿನ್‌ಬಗ್ಗೆ ಈ ರೀತಿಯಲ್ಲಿ ಕೊನೆಯೇ ಇಲ್ಲದಂತೆ ಬರೆಯುತ್ತ ಹೋಗಬಹುದು. ಆದರೆ ಈ ಅಧ್ಯಾಯವನ್ನು ಗೋಖಲೆಅವರು ಆಕೆಯ ಬಗ್ಗೆ ಏನು ಅಭಿಪ್ರಾಯವನ್ನು ಕೊಟ್ಟಿದ್ದರೋ ಅದನ್ನು ಉಲ್ಲೇಖಿಸುವುದರೊಂದಿಗೆ ಮುಗಿಸುತ್ತೇನೆ. ಗೋಖಲೆಅವರಿಗೆ ನನ್ನ ಎಲ್ಲ ಸಹಕಾರ್ಯಕರ್ತರುಗಳ ಬಗ್ಗೆ ಗೊತ್ತಿತ್ತು. ಅವರಲ್ಲಿ ಅನೇಕರು ಅವರಿಗೆ ಪ್ರಿಯರಾಗಿದ್ದರು. ಸಂತೋಷಪಟ್ಟಿದ್ದರು. ಎಲ್ಲ ಭಾರತೀಯ ಮತ್ತು ಐರೋಪ್ಯ ಸಹಕಾರ್ಯಕರ್ತರುಗಳಲ್ಲಿ ಅವರು ಮೊದಲ ಸ್ಥಾನವನ್ನು ಮಿಸ್. ಸ್ಲೆಸಿನ್‌ಗೆ ಕೊಟ್ಟಿದ್ದರು. 'ಮಿಸ್. ಸ್ಲೆಸಿನ್‌ನಲ್ಲಿ ನಾನು ಕಂಡಿರುವಂತಹ ತ್ಯಾಗ, ಪರಿಶುದ್ಧತೆ ಮತ್ತು ನಿರ್ಭಯತೆಯನ್ನು ನಾನು ತೀರ ಅಪರೂಪವಾಗಿ ಕಂಡಿದ್ದೇನೆ. ನಿಮ್ಮ ಸಹಕಾರ್ಯಕರ್ತರುಗಳಲ್ಲಿ ಅವಳು ನನ್ನ ಅಂದಾಜಿನ ಪ್ರಕಾರ ಮೊದಲ ಸ್ಥಾನವನ್ನು ಪಡೆಯುತ್ತಾಳೆ'. ಎಂದು ಅವರು ಹೇಳಿದ್ದರು.

13. 'ಇಂಡಿಯನ್ ಒಪಿನಿಯನ್'

ಇತರ ಆಪ್ತ ಐರೋಪ್ಯ ಸಂಪರ್ಕಗಳ ಬಗ್ಗೆ ಬರೆಯಲು ಮುಂದುವರೆಯುವ ಮುಂಚೆ ಮುಖ್ಯವಾದ ಎರಡು ಅಥವಾ ಮೂರು ವಿಷಯಗಳ ಬಗ್ಗೆ ನಾನು ಲಕ್ಷ ಹರಿಸಬೇಕು. ಹಾಗಿದ್ದರೂ ಒಂದು ಸಂಪರ್ಕವನ್ನು ಕೂಡಲೇ ಉಲ್ಲೇಖಿಸಬೇಕು. ನನ್ನ ಉದ್ದೇಶಕ್ಕೆ ಮಿಸ್. ಡಿಕ್‌ಳ ನೇಮಕ ಸಾಕಾಗುತ್ತಿರಲಿಲ್ಲ. ನನಗೆ ಇನ್ನೂ ಹೆಚ್ಚಿನ ಸಹಾಯದ ಅವಶ್ಯಕತೆಯಿತ್ತು. ನಾನು ಹಿಂದಿನ ಅಧ್ಯಾಯದಲ್ಲಿ ಮಿಸ್ಟರ್. ರೀಚ್ ಬಗ್ಗೆ ಪ್ರಸ್ತಾಪಿಸಿದ್ದೆ. ನನಗೆ ಆತ ಚೆನ್ನಾಗಿಗೊತ್ತಿದ್ದ. ಅವನು ಒಂದು ವಾಣಿಜ್ಯ ಕಂಪನಿಯಲ್ಲಿ ನಿರ್ವಾಹಕ(ಮ್ಯಾನೇಜರ್) ಆಗಿದ್ದ. ಕಂಪನಿಯನ್ನು ಬಿಡಬೇಕೆಂಬ ನನ್ನ ಸಲಹೆಯನ್ನು ಒಪ್ಪಿಕೊಂಡ ಮತ್ತು ನನ್ನ ಕೈಕೆಳಗೆ ಅಭ್ಯಾಸಿಯಾಗಿರಲು ಒಪ್ಪಿಕೊಂಡ. ಅವನು ಬಹುಮಟ್ಟಿಗೆ ನನ್ನ ಭಾರವನ್ನು ಹಗುರಮಾಡಿದ.

ಇದೇ ಕಾಲದಲ್ಲಿ ಸಾರ್ಜೆಂಟ್ ಮದನ್‌ಜಿತ್ 'ಇಂಡಿಯನ್ ಒಪಿನಿಯನ್'ಅನ್ನು ಪ್ರಾರಂಭಿಸುವ ಪ್ರಸ್ತಾಪದೊಂದಿಗೆ ನನ್ನ ಬಳಿಗೆ ಬಂದರು. ನನ್ನ ಸಲಹೆ ಕೇಳಿದರು. ಅವರಾಗಲೇ ಒಂದು ಮುದ್ರಣಾಲಯವನ್ನು ನಡೆಸುತ್ತಿದ್ದರು. ಅವರ ಪ್ರಸ್ತಾಪವನ್ನು ನಾನು ಒಪ್ಪಿಕೊಂಡೆ.

1904ರಲ್ಲಿ ಪತ್ರಿಕೆ ಆರಂಭವಾಯ್ತು. ಸಾರ್ಜೆಂಟ್. ಮನ್‌ಸುಖ್‌ಲಾಲ್ ನಾಜರ್ ಅದರ ಮೊದಲ ಸಂಪಾದಕರಾದರು. ಆದರೆ ನಾನು ಪತ್ರಿಕೆಯ ಕೆಲಸದ ಒತ್ತರವನ್ನು ಸಹಿಸಿಕೊಳ್ಳಬೇಕಾಯ್ತು. ಬಹುತೇಕ ಹೆಚ್ಚು ಕಾಲ ನಾನು ವಾಸ್ತವವಾಗಿ ಪತ್ರಿಕೆಯ ಜವಾಬುದಾರಿಯನ್ನು ಹೋತ್ತುಕೊಳ್ಳಬೇಕಾಗಿತ್ತು. ಹಾಗೆಂದರೆ ಮನ್‌ಸುಖ್‌ಲಾಲ್ ಅವರಿಗೆ ಅದನ್ನು ನಡೆಸುವ ಸಾಮರ್ಥ್ಯ ಇರಲಿಲ್ಲವೆಂದಲ್ಲ. ಭಾರತದಲ್ಲಿದ್ದಾಗ ಅವರು ಪತ್ರಿಕಾರಂಗದಲ್ಲಿ ಸಾಕಷ್ಟು ಕೆಲಸ ಮಾಡಿದ್ದರು. ಆದರೆ ನಾನು ಅಲ್ಲಿರುವವರೆಗೂ ಅವರು ಕ್ಲಿಷ್ಟವಾಗಿದ್ದ ದಕ್ಷಿಣ ಆಫ್ರಿಕದ ಸಮಸ್ಯೆಗಳ ಬಗ್ಗೆ ಬರೆಯುವ ಸಾಹಸ ಮಾಡಲಿಲ್ಲ. ಅವರಿಗೆ ನನ್ನ ವಿವೇಚನಾಶಕ್ತಿಯಲ್ಲಿ ತುಂಬಾ ವಿಶ್ವಾಸವಿತ್ತು. ಆದ್ದರಿಂದ ಅವರು ಸಂಪಾದಕೀಯ ಅಂಕಣ(ಕಾಲಂ)ಗಳನ್ನು ಬರೆಯುವ ಹೊಣೆಯನ್ನು ನನ್ನ ಮೇಲೆ ಒಗೆದಿದ್ದರು. ಈ ಪತ್ರಿಕೆಯು ಇಲ್ಲಿಯವರೆಗೂ ವಾರಪತ್ರಿಕೆಯಾಗಿ ಉಳಿದುಕೊಂಡಿದೆ. ಪ್ರಾರಂಭದಲ್ಲಿ ಅದನ್ನು ಗುಜರಾತಿ, ತಮಿಳು, ಹಿಂದಿ ಮತ್ತು ಇಂಗ್ಲಿಷ್‌ನಲ್ಲಿ ಹೊರಡಿಸಲಾಗುತ್ತಿತ್ತು. ಹಾಗಿದ್ದರೂ ತಮಿಳು ಮತ್ತು ಹಿಂದಿ ಆವೃತ್ತಿಗಳು ಕೇವಲ ಹೆಸರಿಗೆ ಮಾತ್ರ ಇದ್ದವು. ಅವುಗಳನ್ನು ಯಾವ ಉದ್ದೇಶಕ್ಕೆ ಪ್ರಕಟಿಸಲಾಗುತ್ತಿತ್ತೋ ಆ ಉದ್ದೇಶ ಈಡೇರುತ್ತಿರಲಿಲ್ಲ. ಆದ್ದರಿಂದ ಅವುಗಳ ಪ್ರಕಟಣೆಯನ್ನು ನಿಲ್ಲಿಸಿದೆ. ಅವುಗಳನ್ನು ಮುಂದುವರಿಸಿದ್ದರೆ ಏನೋ ಒಂದು ಬಗೆಯ ವಂಚನೆಯಲ್ಲಿ ಭಾಗಿಯಾಗುತ್ತಿದ್ದೆ ಎಂದು ಕೂಡಾ ಭಾವಿಸಿದ್ದೇನೆ.

ಈ ಪತ್ರಿಕೆಯಲ್ಲಿ ನಾನು ಹಣ ತೊಡಗಿಸಬೇಕಾಗುವುದೆಂಬ ಕಲ್ಪನೆ ನನ್ನಲ್ಲಿರಲಿಲ್ಲ. ಆದರೆ ನನ್ನ ಹಣಕಾಸಿನ ನೆರವಿಲ್ಲದೇ ಅದು ಮುಂದುವರಿಯಲಾರದು ಎಂದು ಬಹುಬೇಗನೇ ನಾನು ಅರಿತುಕೊಂಡೆ. ಸ್ಪಷ್ಟವಾಗಿ ಪ್ರಕಟಿಸಿರುವಂತೆ ನಾನು 'ಇಂಡಿಯನ್ ಒಪಿನಿಯನ್'ನ ಸಂಪಾದಕನಲ್ಲದಿದ್ದರೂ ಅದು ಮುಂದುವರಿಯಲು ನಾನೇ ವಸ್ತುತಃ ಜವಾಬುದಾರ ಎಂಬುದನ್ನು ಭಾರತೀಯರು ಮತ್ತು ಐರೋಪ್ಯರು ಅರಿತಿದ್ದರು. ಪತ್ರಿಕೆಯನ್ನು ಪ್ರಾರಂಭಿಸದಿದ್ದಿದ್ದರೆ ಅದರ ಬಗ್ಗೆ ಚಿಂತಿಸಬೇಕಾಗಿರಲಿಲ್ಲ. ಒಮ್ಮೆ ಅದನ್ನು ಪ್ರಾರಂಭಿಸಿದ ಮೇಲೆ ಅದನ್ನು ನಿಲ್ಲಿಸುವುದರಿಂದ ನಷ್ಟದ ಜತೆಯಲ್ಲಿ ಅವಮಾನವೂ ಆಗುತ್ತಿತ್ತು. ಹಾಗಾಗಿ ನಾನು ಹಣ ಸುರಿಯಲಾರಂಭಿಸಿದೆ. ವಾಸ್ತವವಾಗಿ ನನ್ನ ಎಲ್ಲ ಉಳಿತಾಯವೂ ಅದರಲ್ಲಿ ಮುಳುಗುವವರೆಗೂ ಸುರಿದೆ. ಪ್ರತಿ ತಿಂಗಳೂ 75 ಪೌಂಡುಗಳನ್ನು ಅದಕ್ಕಾಗಿ ಖರ್ಚುಮಾಡುತ್ತಿದ್ದ ಕಾಲದ ನೆನಪು ನನ್ನಲ್ಲಿದೆ.

ಆದರೆ ಈ ಎಲ್ಲ ವರ್ಷಗಳಲ್ಲಿ ಪತ್ರಿಕೆಯ ಸಮುದಾಯಕ್ಕೆ ಒಳ್ಳೆಯ ಸೇವೆಯನ್ನು ಸಲ್ಲಿಸಿದೆ ಎಂದು ನಾನು ಭಾವಿಸಿದ್ದೇನೆ. ಅದು ಎಂದೂ ವ್ಯಾಪಾರಿ ಸಂಸ್ಥೆಯಾಗಲು ಇಚ್ಛಿಸಲಿಲ್ಲ. ನನ್ನ ನಿಯಂತ್ರಣದಲ್ಲಿರುವವರೆಗೂ ಪತ್ರಿಕೆಯಲ್ಲಿನ ಬದಲಾವಣೆಗಳು ನನ್ನ ಜೀವನದಲ್ಲಿನ ಬದಲಾವಣೆಗಳನ್ನು ಸೂಚಿಸುವಂತಿದ್ದವು. ಆದಿವಸಗಳ 'ಇಂಡಿಯನ್ ಒಪಿನಿಯನ್', ಇಂದಿನ 'ಯಂಗ್ ಇಂಡಿಯ' ಮತ್ತು 'ನವಜೀವನ್'ನಂತೆ ನನ್ನ ಜೀವನದ ಒಂದು ಅಂಶದ ಕನ್ನಡಿಯಂತಿತ್ತು. ವಾರದಿಂದ ವಾರಕ್ಕೆ ನಾನು ನನ್ನ ಅಂತರಂಗವನ್ನು ಅವುಗಳ ಅಂಕಣಗಳಲ್ಲಿ ಸುರಿಯುತ್ತಿದ್ದೆ. ನಾನು ಅರ್ಥಮಾಡಿಕೊಂಡಂತೆ ಸತ್ಯಾಗ್ರಹದ ತತ್ವ ಮತ್ತು ಆಚರಣೆಯನ್ನು ವಿವರಿಸುತ್ತಿದ್ದೆ. ಹತ್ತು ವರ್ಷಗಳ ಕಾಲದಲ್ಲಿ ಅಂದರೆ 1914ರವರೆಗೆ ಸೆರೆಮನೆಯಲ್ಲಿ ಒತ್ತಾಯಪೂರ್ವಕವಾಗಿ ವಿಶ್ರಾಂತಿ ತೆಗೆದುಕೊಂಡ ಬಿಡುವಿನ ಅವಧಿಯನ್ನು ಬಿಟ್ಟಂತೆ, ನನ್ನ

ಲೇಖನವಿಲ್ಲದೇ ಇಂಡಿಯನ್ ಒಪಿನಿಯನ್‌ನ ಒಂದು ಆವೃತ್ತಿ ಕೂಡಾ ಹೊರಬೀಳಲಿಲ್ಲ. ಆ ಲೇಖನಗಳಲ್ಲಿ ಯೋಚಿಸದೇ ಅಥವಾ ಉದ್ದೇಶಪೂರ್ವಕವಾಗಿ ಅಥವಾ ಪ್ರಜ್ಞಾಪೂರ್ವಕವಾಗಿ ಉತ್ಪ್ರೇಕ್ಷೆಯಿಂದ ಕೂಡಿದ್ದ ಅಥವಾ ಕೇವಲ ಯಾರನ್ನೋ ಪ್ರಸನ್ನಗೊಳಿಸುವ ಉದ್ದೇಶದಿಂದ ಕೂಡಿದ್ದ ಮಾತನ್ನು ಹೇಳಿದ್ದೆ ಎಂಬುದು ನನ್ನ ನೆನಪಲ್ಲಿಲ್ಲ. ಖಂಡಿತವಾಗಿಯೂ ಈ ಪತ್ರಿಕೆಯು ನನಗೆ ಆತ್ಮಸಂಯಮದ ತರಬೇತಿಯನ್ನು ಕೊಟ್ಟಿತ್ತು. ನನ್ನ ಚಿಂತನೆಗಳ ಮೂಲಕ ನನ್ನ ಗೆಳೆಯರೊಂದಿಗೆ ಸಂಪರ್ಕವನ್ನು ಇಟ್ಟುಕೊಳ್ಳುವ ಮಾಧ್ಯಮದಂತಿತ್ತು. ಟೀಕಾಕಾರನಿಗೆ ಆಕ್ಷೇಪಿಸಲು ಹೆಚ್ಚುಕಡಿಮೆ ಏನೂ ಸಿಗುತ್ತಿರಲಿಲ್ಲ. ವಾಸ್ತವವಾಗಿ ಇಂಡಿಯನ್ ಒಪಿನಿಯನ್‌ನ ದೃಷ್ಟಿಕೋನವು ತನ್ನ ಲೇಖನಿಯ ಮೇಲೆ ಹತೋಟಿಯನ್ನಿಟ್ಟುಕೊಳ್ಳಲು ಟೀಕಾಕಾರನನ್ನು ಒತ್ತಾಯಿಸುತ್ತಿತ್ತು. ಇಂಡಿಯನ್ ಒಪಿನಿಯನ್ ಇಲ್ಲದಿದ್ದರೆ ಪ್ರಾಯಶಃ ದಕ್ಷಿಣ ಆಫ್ರಿಕದಲ್ಲಿ ಸತ್ಯಾಗ್ರಹ ಅಸಾಧ್ಯವಾಗಿತ್ತು. ಸತ್ಯಾಗ್ರಹ ಚಳವಳಿಯ ಬಗ್ಗೆ ವಿಶ್ವಾಸಾರ್ಹವಾದ ವರದಿಗಾಗಿ ಮತ್ತು ದಕ್ಷಿಣ ಆಫ್ರಿಕದಲ್ಲಿನ ಭಾರತೀಯರ ನಿಜವಾದ ಪರಿಸ್ಥಿತಿಯನ್ನು ಅರಿಯಲು ಓದುಗರು ಈ ಪತ್ರಿಕೆಯನ್ನು ಎದುರು ನೋಡುತ್ತಿದ್ದರು. ನನಗೆ ಈ ಪತ್ರಿಕೆ ಎಲ್ಲ ಜಾತಿಗಳಿಗೆ ಸೇರಿದ ಮತ್ತು ಎಲ್ಲ ಛಾಯೆಗಳಲ್ಲಿ (ಬಣ್ಣಗಳಲ್ಲಿ)ರುವ ಮಾನವವ ಸ್ವಭಾವದ ಅಧ್ಯಯನ ನಡೆಸುವ ಒಂದು ಸಾಧನವಾಗಿತ್ತು. ನಾನು ಯಾವಾಗಲೂ ಸಂಪಾದಕ ಮತ್ತು ಓದುಗರ ಮಧ್ಯೆ ಆಪ್ತವಾದ ಮತ್ತು ಪರಿಶುದ್ಧವಾದ ಸಂಬಂಧವನ್ನು ಸ್ಥಾಪಿಸುವ ಗುರಿಯನ್ನು ಇಟ್ಟುಕೊಂಡಿದ್ದೆ. ನನ್ನ ವರದಿಗಾರರುಗಳ ಹೃದಯಗಳಲ್ಲಿ ಉಕ್ಕಿ ಹರಿಯುತ್ತಿದ್ದ ವಿಚಾರಗಳಿಂದ ತುಂಬಿದ್ದ ಪತ್ರಗಳಲ್ಲಿ ನಾನು ಮುಳುಗಿಹೋಗುತ್ತಿದ್ದೆ. ಬರೆಯುವವನ ಮನೋಭಾವಕ್ಕೆ ತಕ್ಕಂತೆ ಆ ಪತ್ರಗಳು ಸ್ನೇಹಪರವಾಗಿರುತ್ತಿದ್ದವು ಇಲ್ಲವೇ ಟೀಕೆಗಳಿಂದ ತುಂಬಿರುತ್ತಿದ್ದವು ಇಲ್ಲವೇ ಕೋಪಭಾವವನ್ನು ತುಂಬಿಕೊಂಡಿರುತ್ತಿದ್ದವು. ಆ ಪತ್ರಗಳ ಅಧ್ಯಯನಮಾಡಿ ವಿಚಾರಗಳನ್ನು ಜೀರ್ಣಿಸಿಕೊಂಡು ಎಲ್ಲ ಪತ್ರಗಳಿಗೆ ಉತ್ತರಿಸುವುದು ನನಗೊಂದು ಒಳ್ಳೆಯ ಶಿಕ್ಷಣವೇ ಆಗಿತ್ತು. ನನ್ನೊಂದಿಗೆ ಪತ್ರ ವ್ಯವಹಾರ ನಡೆಸುವ ಮೂಲಕ ಸಮುದಾಯವು ಗಟ್ಟಿಯಾಗಿ ಕಿವಿಗೆ ಕೇಳಿಸುವಂತೆ ಆಲೋಚಿಸುತ್ತಿತ್ತು ಎಂದು ನಾನು ಭಾವಿಸಿದ್ದೆ. ಪತ್ರಕರ್ತನ ಜವಾಬುದಾರಿಯನ್ನು ಪೂರ್ತಿಯಾಗಿ ಅರ್ಥಮಾಡಿಕೊಳ್ಳಲು ಇದರಿಂದ ಸಾಧ್ಯವಾಯಿತು. ಈ ಪ್ರಕಾರ ನಾನು ಸಮುದಾಯೊಂದಿಗೆ ಭದ್ರಪಡಿಸಿಕೊಂಡಿದ್ದ ಸಂಬಂಧವು ನನಗೆ ಮುಂದೆ ಚಳವಳಿಯನ್ನು ಘನತೆಯಿಂದ, ಪ್ರಬಲವಾಗಿ ಯಶಸ್ವಿನೆಡೆಗೆ ತರುವಂತೆ ಪ್ರೇರೇಪಿಸಿತ್ತು.

'ಇಂಡಿಯನ್ ಒಪಿನಿಯನ್' ಆರಂಭವಾದ ಮೊದಲ ತಿಂಗಳಿನಲ್ಲಿ ಪತ್ರಿಕಾರಂಗದ ಏಕಮಾತ್ರ ಗುರಿ 'ಸೇವೆ' ಎಂಬುದನ್ನು ನಾನು ಗ್ರಹಿಸಿಕೊಂಡೆ. ಪತ್ರಿಕಾರಂಗ ಒಂದು ದೊಡ್ಡ ಶಕ್ತಿಯಾಗಿದೆ. ಆದರೆ ತಡೆಯಿರದ ನೀರಿನ ರಭಸ ಪ್ರವಾಹವು ಇಡೀ ದೇಶವನ್ನು ಮುಳುಗಿಸುವುದಲ್ಲದೇ ಬೆಳೆಯನ್ನು ನಾಶಪಡಿಸುವಂತೆ, ಹತೋಟಿಯಿಲ್ಲದ ಲೇಖನಿ ಒಳ್ಳೆಯದನ್ನು ಮಾಡದೇ ಎಲ್ಲವನ್ನು ನಾಶಮಾಡುವುದು ಎಂಬುದನ್ನು ಗ್ರಹಿಸಿಕೊಂಡೆ. ನಿಯಂತ್ರಣವು ಹೊರಗಡೆಯಿಂದ ಬಂದರೆ ಅದು ಹತೋಟಿ ಎನ್ನುವುದಕ್ಕಿಂತಲೂ ಹೆಚ್ಚು ವಿಷಪೂರಿತವಾಗುವುದು. ಪತ್ರಿಕಾರಂಗದ ಒಳಗಿನಿಂದಲೇ ನಿಯಂತ್ರಣವನ್ನು ಸಾಧಿಸಿದರೆ ಅದು ಉಪಯುಕ್ತವಾಗಬಲ್ಲದು.ಈ

ತರ್ಕ ಸರಣಿ ಸರಿ ಎನ್ನುವುದಾದರೆ ಜಗತ್ತಿನಲ್ಲಿರುವ ಎಷ್ಟು ಮಂದಿ ಪತ್ರ ಕರ್ತರು ಪರೀಕ್ಷೆಯನ್ನು ಎದುರಿಸಬಲ್ಲರು? ಅಪ್ರಯೋಜಕರಾಗಿರುವವರನ್ನು ಯಾರು ತಡೆದು ನಿಲ್ಲಿಸಬಲ್ಲರು? ಯಾರು ತೀರ್ಪು ನೀಡುವ ನ್ಯಾಯಾಧಿಪತಿಯಾಗಬೇಕು? ಸಾಮಾನ್ಯವಾಗಿ ಪ್ರಯೊಜನಕ್ಕೆ ಬರುವಂತಹದು ಮತ್ತು ಪ್ರಯೋಜನಕ್ಕೆ ಬಾರದಿರುವುದು, ಒಳ್ಳೆಯತನ ಮತ್ತು ದುಷ್ಟತನದಂತೆ ಒಟ್ಟಿಗೆ ಸಾಗುತ್ತಿರುತ್ತವೆ. ಮನುಷ್ಯನು ತನಗೆ ಬೇಕಾದದ್ದನ್ನು ಆಯ್ಕೆಮಾಡಿಕೊಳ್ಳಬೇಕು.

14. ಕೂಲಿಯಾಳುಗಳ ವಾಸಸ್ಥಾನಗಳು ಅಥವಾ ಗೆಟ್ಟೋಗಳು

ಅತ್ಯಂತ ಅಸಾಧಾರಣ ರೀತಿಯಲ್ಲಿ ಸಾಮಾಜಿಕ ಸೇವೆ ಸಲ್ಲಿಸುತ್ತಿರುವ ಕೆಲವು ವರ್ಗಗಳಿವೆ. ಆದರೆ ನಾವು ಹಿಂದೂಗಳು ಅವರನ್ನು 'ಅಸ್ಪೃಶ್ಯರು' ಎಂದು ಕರೆಯುತ್ತಿದ್ದೇವೆ. ಪಟ್ಟಣ ಇಲ್ಲವೇ ಹಳ್ಳಿಗೆ ದೂರವಾಗಿರುವ ಕೇರಿ (ಆ ವರ್ಗಕ್ಕೆ ಮೀಸಲಾಗಿರುವ ಪ್ರದೇಶ)ಗಳಿಗೆ ಅವರನ್ನು ತಳ್ಳಿಬಿಟ್ಟಿದ್ದೇವೆ. ಗುಜರಾತಿಯಲ್ಲಿ ಇವನ್ನು 'ಧೇಡ್‌ವಾಡೋ' (ಹೊಲಗೇರಿ, ಭಂಗೀಕೇರಿ)ಎಂದು ಕರೆಯುತ್ತಾರೆ. ಈ ಹೆಸರೇ ದುರ್ವಾಸನೆಯನ್ನು ಪಡೆದುಕೊಂಡು ಬಿಟ್ಟಿದೆ. ಇದೇ ರೀತಿಯಲ್ಲಿ ಕ್ರಿಶ್ಚಿಯನ್ನರ ಯುರೋಪಿನಲ್ಲಿ ಯೆಹೂದಿಗಳು ಒಂದು ಕಾಲದಲ್ಲಿ ಅಸ್ಪೃಶ್ಯರಾಗಿದ್ದರು. ಅವರಿಗೆ ಮೀಸಲಾಗಿದ್ದ ಕೇರಿಗಳಿಗೆ 'ಗೆಟ್ಟೋಗಳು' ಎಂಬ ಅಸಹ್ಯಕರವಾದ ಹೆಸರಿತ್ತು. ಇದೇ ರೀತಿಯಲ್ಲಿ ಇಂದು ನಾವು ದಕ್ಷಿಣ ಆಫ್ರಿಕದ ಅಸ್ಪೃಶ್ಯರಾಗಿದ್ದೇವೆ. ಆ್ಯಂಡ್ರೂಸ್‌ಅವರ ತ್ಯಾಗ ಮತ್ತು ಶಾಸ್ತ್ರಿಅವರ ಮಂತ್ರದಂಡ ನಮ್ಮನ್ನು ಪುನರ್ವಸತಿಗೊಳಿಸುವುದರಲ್ಲಿ ಮತ್ತೆ ಉತ್ತಮಸ್ಥಿತಿಗೆ ತರುವುದರಲ್ಲಿ ಎಷ್ಟರಮಟ್ಟಿಗೆ ಯಶಸ್ವಿಯಾಗಬಲ್ಲದು ಎಂಬುದನ್ನು ಕಾದು ನೋಡಬೇಕು.

ಪ್ರಾಚೀನ ಯಹೂದಿಗಳು ತಮ್ಮನ್ನು 'ದೇವರು ಆಯ್ಕೆಮಾಡಿರುವ ಜನಾಂಗ' ಎಂದು ಭಾವಿಸಿದ್ದರು. ಇತರ ಎಲ್ಲರನ್ನು ಅವರು ಹೊರಗಿಟ್ಟಿದ್ದರು. ಇದರ ಪರಿಣಾಮದಿಂದಾಗಿ ಅವರ ಸಂತತಿಯವರು ವಿಚಿತ್ರ ಎನ್ನಿಸುವ ಮತ್ತು ಅನ್ಯಾಯ ಎನ್ನಬಹುದಾದ ಪ್ರತಿಕಾರಕ್ಕೆ (ಶಿಕ್ಷೆಗೆ) ಒಳಗಾಗಬೇಕಾಯ್ತು. ಬಹುಮಟ್ಟಿಗೆ ಇದೇ ರೀತಿಯಲ್ಲಿ ಹಿಂದೂಗಳು ತಮ್ಮನ್ನು ತಾವು ಆರ್ಯರೆಂದು ಅಂದರೆ ನಾಗರಿಕರೆಂದೂ ತಮ್ಮ ಬಂಧುಮಿತ್ರರಲ್ಲಿ ಒಂದು ಭಾಗವನ್ನು ಅನಾರ್ಯರೆಂದು ಅಂದರೆ ಅಸ್ಪೃಶ್ಯರೆಂದು ಭಾವಿಸಿದ್ದಾರೆ. ಇದರ ಪರಿಣಾಮದಿಂದಾಗಿ ಅನ್ಯಾಯವಾಗಿದ್ದರೂ ವಿಚಿತ್ರವಾದ ರೀತಿಯಲ್ಲಿ ದಕ್ಷಿಣ ಆಫ್ರಿಕದಲ್ಲಿ ಕೇವಲ ಹಿಂದೂಗಳೇ ಅಲ್ಲದೇ ಮುಸಲ್ಮಾನರು ಮತ್ತು ಪಾರ್ಸಿಗಳು ಕೂಡಾ ತಕ್ಕ ಶಾಸ್ತಿಯನ್ನು ಅನುಭವಿಸುತ್ತಿದ್ದಾರೆ. ಹಿಂದೂಗಳಲ್ಲದ ಇತರರು ಒಂದೇ ದೇಶಕ್ಕೆ ಸೇರಿದವರಾಗಿದ್ದು ಅದೇ ಬಣ್ಣವನ್ನು ಹೊಂದಿರುವುದರಿಂದ ಅವರೂ ಈ ಪಾಪದ ಫಲವನ್ನು ಅನುಭವಿಸುತ್ತಿದ್ದಾರೆ.

ನಾನು ಈ ಅಧ್ಯಾಯಕ್ಕೆ ಕೊಟ್ಟಿರುವ ತಲೆಬರಹದಲ್ಲಿರುವ 'ವಾಸಸ್ಥಾನಗಳು' ಎಂಬ ಶಬ್ದದ ಅರ್ಥವನ್ನು ಈಗ ಓದುಗರು ಸ್ವಲ್ಪಮಟ್ಟಿಗೆ ಗ್ರಹಿಸಿಕೊಂಡಿರುತ್ತಾರೆ. ದಕ್ಷಿಣ ಆಫ್ರಿಕದಲ್ಲಿ ನಾವು ಕೂಲಿಗಳು(ಕೂಲಿಯಾಳುಗಳು) ಎಂಬ ದುರ್ವಾಸನೆ ಬೀರುವ ಹೆಸರನ್ನು ಸಂಪಾದಿಸಿಕೊಂಡಿದ್ದೇವೆ. ಭಾರತದಲ್ಲಿ 'ಕೂಲಿ' ಎಂದರೆ ಹೊರೆಯಾಳು(ಪೋರ್ಟರ್-ದ್ವಾರಪಾಲಕ ನೌಕರ, ರೈಲಿನ ಮಲಗುವ ಡಬ್ಬಿಯ ಸೇವಕ ಇತ್ಯಾದಿ) ಅಥವಾ ಮಜೂರಿಗೆ ಗೊತ್ತುಮಾಡಿಕೊಂಡಿರುವ ಶ್ರಮಿಕ(ಹೈರ್ಡ್ ವರ್ಕ್‌ಮನ್). ಆದರೆ ದಕ್ಷಿಣ ಆಫ್ರಿಕದಲ್ಲಿ ಇದು ತುಚ್ಛೀಕರಿಸುವಂತಹ ಅರ್ಥವನ್ನು ಹೊಂದಿದೆ. ಇದರ ಅರ್ಥವೇನೆಂದರೆ ನಮ್ಮಲ್ಲಿ ಪರಯ(ಪರಕೀಯ, ಅನ್ಯ) ಅಥವಾ ಅಸ್ಪೃಶ್ಯ ಎನ್ನುವುದಕ್ಕೆ ಯಾವ ಅರ್ಥವಿದೆಯೋ ಅದೇ ರೀತಿಯಲ್ಲಿ ಕೂಲಿಗಳಿಗೆ ನಿಗದಿಪಡಿಸಿರುವ ವಾಸಸ್ಥಾನಗಳು 'ಕೂಲಿ ವಾಸಸ್ಥಾನಗಳು' ಎಂಬ ಹೆಸರು ಹೊಂದಿದ್ದು ಹೀನಾಯವೆಂದು ಪರಿಗಣಿಸಲ್ಪಟ್ಟಿವೆ. ಜೊಹಾನ್ಸ್‌ಬರ್ಗ್‌ನಲ್ಲಿ ಅಂತಹ ಒಂದು ವಾಸಸ್ಥಾನವಿತ್ತು. ಇತರ ಊರುಗಳಲ್ಲಿ ಅಂತಹ ವಾಸಸ್ಥಾನಗಳಿದ್ದರೂ ಅಲ್ಲಿ ಭಾರತೀಯರಿಗೆ ಗೇಣಿ (ಟೆನೆನ್ಸಿ - ಒಕ್ಕಲುತನದ ಹಕ್ಕು). ಹಕ್ಕುಗಳಿದ್ದವು ಜೊಹಾನ್ಸ್‌ಬರ್ಗ್‌ನ ವಾಸಸ್ಥಾನದಲ್ಲಿ ಭಾರತೀಯರು 99 ವರ್ಷಗಳ ಭೋಗ್ಯ (ಲೀಸ್‌ಗುತ್ತಿಗೆ ಕರಾರು)ದ ಮೇಲೆ ಜಮೀನನ್ನು ಪಡೆದಿದ್ದರು. ಆ ವಾಸಸ್ಥಾನದಲ್ಲಿ (ಕೇರಿಯಲ್ಲಿ) ಜನರು ಒತ್ತೊತ್ತಾಗಿ ತುಂಬಿಕೊಂಡಿದ್ದರು. ಜನಸಂಖ್ಯೆ ಹೆಚ್ಚಾದರೂ ಅವರಿದ್ದ ಪ್ರದೇಶ ವಿಸ್ತಾರಗೊಂಡಿರಲಿಲ್ಲ. ಈ ಕೇರಿಯಲ್ಲಿ ಮುನಿಸಿಪಾಲಿಟಿ ಗೊತ್ತು ಗುರಿಯಿಲ್ಲದೇ ಕಾಟಾಚಾರಕ್ಕೆ ಕಕ್ಕಸುಗಳನ್ನು ಶುಚಿಗೊಳಿಸುವುದನ್ನು ಬಿಟ್ಟಂತೆ ಇತರ ಯಾವುದೇ ಬಗೆಯ ನೈರ್ಮಲ್ಯ ಸೌಲಭ್ಯಗಳನ್ನು ಒದಗಿಸಿರಲಿಲ್ಲ. ರಸ್ತೆಗಳು ಅಥವಾ ದೀಪವ್ಯವಸ್ಥೆ ಇರಲೇ ಇಲ್ಲ ಎನ್ನಬಹುದಾಗಿತ್ತು. ನಿವಾಸಿಗಳ ಯೋಗಕ್ಷೇಮದ ಬಗ್ಗೆ ಇಷ್ಟರಮಟ್ಟಿಗೆ ಅಸಡ್ಡೆಯನ್ನು ತೋರಿಸುತ್ತಿದ್ದ ಮುನಿಸಿಪಾಲಿಟಿ ಕೇರಿಯ ನೈರ್ಮಲ್ಯವನ್ನು ಕಾಪಾಡುವ ಸಂಭವವೇ ಇರಲಿಲ್ಲ. ಮಿನಿಸಿಪಾಲಿಟಿಯ ನೆರವು ಅಥವಾ ಮೇಲುಸ್ತುವಾರಿಯಿಲ್ಲದೇ ಏನಾದರೂ ಮಾಡಲು ಅಲ್ಲಿಯ ನಿವಾಸಿಗಳಿಗೆ ಮುನಿಸಿಪಲ್ ನೈರ್ಮಲ್ಯ ಮತ್ತು ಆರೋಗ್ಯ ಕುರಿತ ನಿಯಮಗಳ ಬಗ್ಗೆ ಸರಿಯಾದ ತಿಳಿವಳಿಕೆಯಿರಲಿಲ್ಲ. ಅಲ್ಲಿಗೆ ಹೋದವರೆಲ್ಲರೂ ರಾಬಿನ್‌ಸನ್ ಕ್ರೂಸೋಗಳೇ ಆಗಿದ್ದರೆ ಅವರ ಕಥೆ ಭಿನ್ನವಾಗಿರುತ್ತಿತ್ತು.

ಆದರೆ ಜಗತ್ತಿನಲ್ಲಿ ರಾಬಿನಸನ್ ಕ್ರೂಸೋಗಳ ಏಕಮಾತ್ರ ವಲಸಿಗನ ಕಾಲ ಇದೆಯೆ ಎಂದು ನಮಗೆ ಗೊತ್ತಿಲ್ಲ. ಸಾಮಾನ್ಯವಾಗಿ ಸಂಪತ್ತು ಮತ್ತು ವ್ಯಾಪಾರವನ್ನು ಹುಡುಕಿಕೊಂಡು ಜನರು ವಿದೇಶಕ್ಕೆ ವಲಸೆ ಹೋಗುತ್ತಾರೆ. ಆದರೆ ದಕ್ಷಿಣ ಆಫ್ರಿಕಕ್ಕೆ ವಲಸೆ ಹೋಗಿದ್ದ ಬಹುಪಾಲು ಭಾರತೀಯರು ಕೃಷಿಕರು, ನಿರ್ಗತಿಕರು ಮತ್ತು ಅಮಾಯಕರೂ ಆಗಿದ್ದರು. ಆದ್ದರಿಂದ ಅವರಿಗೆ ರಕ್ಷಣೆ ಮತ್ತು ಪೋಷಣೆಯನ್ನು ಕೊಡುವ ಅವಶ್ಯಕತೆಯಿತ್ತು. ಅವರನ್ನು ಹಿಂಬಾಲಿಸಿದ ವರ್ತಕರು ಮತ್ತು ಸುಶಿಕ್ಷಿತ ಭಾರತೀಯರ ಸಂಖ್ಯೆ ತೀರಾ ಕಡಿಮೆಯಿತ್ತು.

ಮುನಿಸಿಪಾಲಿಟಿಯ ಕ್ಷಮೆಗೂ ಅರ್ಹವಲ್ಲದ ಅಸಡ್ಡೆ ಮತ್ತು ಭಾರತೀಯ ನಿವಾಸಿಗಳ ಅಜ್ಞಾನ ಈ ಪ್ರಕಾರ ಕೇರಿಯನ್ನು ಪೂರ್ಣವಾಗಿ ಅನಾರೋಗ್ಯಕರ ಸ್ಥಿತಿಗೆ ತಂದಿತ್ತು. ಮುನಿಸಿಪಾಲಿಟಿಯು ಈ ಕೇರಿಯ(ವಾಸಸ್ಥಾನ) ಪರಿಸ್ಥಿತಿಯನ್ನು ಸುಧಾರಿಸಿ ಅದನ್ನು ಉತ್ತಮ ಸ್ಥಿತಿಗೆ ತರುವ ಪ್ರತಿಯಾಗಿ ತನ್ನ ಸ್ವಂತದ ನಿರ್ಲಕ್ಷದ ಕಾರಣದಿಂದಾಗಿ ಉಂಟಾಗಿದ್ದ ಅನೈರ್ಮಲ್ಯವನ್ನು ಮುಂದಿಟ್ಟುಕೊಂಡು ಆ ಕೇರಿಯನ್ನು ನಾಶಮಾಡಲು ಅದನ್ನೇ ಒಂದು ಸಬೂಬಾಗಿ ಮಾಡಿಕೊಂಡಿತು. ಈ ಉದ್ದೇಶವನ್ನು ಈಡೇರಿಸಲು ಅದು ಅಲ್ಲಿಯ ನಿವಾಸಿಗಳನ್ನು ಉಚ್ಚಾಟಿಸಲು ಸ್ಥಳೀಯ ಶಾಸನಸಭೆಯಿಂದ ಅಧಿಕಾರವನ್ನು (ಅನುಮತಿಯನ್ನು) ಪಡೆದುಕೊಂಡಿತ್ತು. ನಾನು ಜೊಹಾನ್ಸ್‌ಬರ್ಗ್‌ನಲ್ಲಿ ನೆಲೆನಿಂತಾಗ ಪರಿಸ್ಥಿತಿ ಹೀಗಿತ್ತು.

ನಿವಾಸಿಗಳ ಬಳಿ ಅವರ ಜಮೀನಿನ ಬಗ್ಗೆ ಸ್ವಾಮಿತ್ವದ ಹಕ್ಕುಗಳು ಇದ್ದುದರಿಂದ ಸಹಜವಾಗಿ ಅವರು ಪರಿಹಾರಕ್ಕೆ ಅರ್ಹರಾಗಿದ್ದರು. ಭೂಸ್ವಾಧೀನದ ಮೋಕದ್ದಮೆಗಳ ಬಗ್ಗೆ ವಿಚಾರಿಸಲು ವಿಶೇಷ ನ್ಯಾಯಮಂಡಳಿ (ಟ್ರಿಬ್ಯೂನಲ್)ಯನ್ನು ನೇಮಿಸಲಾಗಿತ್ತು. ಗೇಣಿದಾರನು(ಟೆನಂಟ್) ಮುನಿಸಿಪಾಲಿಟಿಯು ನೀಡುವ ಪರಿಹಾರವನ್ನು ಒಪ್ಪಿಕೊಳ್ಳಲು ಸಿದ್ಧವಾಗಿರದಿದ್ದರೆ ಅವನಿಗೆ ನ್ಯಾಯಮಂಡಳಿಗೆ ಮೇಲ್ಮನವಿ ಸಲ್ಲಿಸುವ ಹಕ್ಕಿತ್ತು. ನ್ಯಾಯಮಂಡಳಿಯ ತೀರ್ಪಿನ ಪ್ರಕಾರ ಕೊಡಬೇಕಾದ ಹಣ ಮುನಿಸಿಪಾಲಿಟಿಯ ಕೊಡುಗೆಗಿಂತ ಹೆಚ್ಚಾಗಿದ್ದರೆ ಮುನಿಸಿಪಾಲಿಟಿಯು ಮೊಕದ್ದಮೆಯ ಖರ್ಚನ್ನು ಭರಿಸಬೇಕಾಗಿತ್ತು.

ಬಹುಪಾಲು ಗೇಣಿದಾರರು ನನ್ನನ್ನು ತಮ್ಮ ನ್ಯಾಯವಾದಿಯನ್ನಾಗಿ ನೇಮಿಸಿಕೊಂಡರು. ನನಗೆ ಈ ಮೋಕದ್ದಮೆಗಳ ಮೂಲಕ ಹಣ ಸಂಪಾದಿಸುವ ಆಸೆಯಿರಲಿಲ್ಲ. ಗೇಣಿದಾರರು ಮೊಕದ್ದಮೆಗಳಲ್ಲಿ ಜಯಶೀಲರಾದರೆ ಮತ್ತು ನ್ಯಾಯಮಂಡಳಿಯು ಎಷ್ಟು ವೆಚ್ಚ ಕೊಡಬೇಕೆಂದು ತೀರ್ಪು ನೀಡಿದರೂ ನನಗೆ ಅಷ್ಟು ಮಾತ್ರ ಕೊಟ್ಟರೆ ಸಾಕೆಂದು ತಿಳಿಸಿದೆ. ಪ್ರತಿಯೊಂದು ಭೋಗ್ಯಕ್ಕೆ 10 ಪೌಂಡುಗಳಷ್ಟು ವಕೀಲಿ ಛಾರ್ಜನ್ನು ಕೊಟ್ಟರೆ ತೃಪ್ತಿಯಾಗುವುದೆಂದು ಮೊಕದ್ದಮೆಯ ಫಲಿತಾಂಶ ಏನೇ ಆದರೂ ನನಗೆ ಅಷ್ಟು ಛಾರ್ಜನ್ನು ಕೊಟ್ಟರೆ ಸಾಕೆಂದು ಗೇಣಿದಾರರಿಗೆ ತಿಳಿಸಿದೆ. ಅವರು ಕೊಡುವ ಹಣದಲ್ಲಿ ಅರ್ಧ ಭಾಗವನ್ನು ಒಂದು ಆಸ್ಪತ್ರೆಗೆ ಇಲ್ಲವೇ ಬಡವರಿಗಾಗಿ ತೆರೆಯಲಾಗುವ ಅಂತಹ ಯಾವುದೇ ಸಂಸ್ಥೆಗೆ ನೀಡಲುದ್ದೇಶಿಸಿರುವುದಾಗಿ ಅವರಿಗೆ ತಿಳಿಸಿದೆ. ಇದರಿಂದ ಸಹಜವಾಗಿ ಅವರೆಲ್ಲರಿಗೂ ಸಂತೋಷವಾಯ್ತು.

ಸುಮಾರು 70 ಮೊಕದ್ದಮೆಗಳಲ್ಲಿ ಕೇವಲ ಒಂದರಲ್ಲಿ ಸೋಲು ಉಂಟಾಯಿತು. ಆದ್ದರಿಂದ ಒಳ್ಳೆಯ ಮೊತ್ತದಲ್ಲಿ ವಕೀಲಿ ಛಾರ್ಜು ಸಂಗ್ರಹವಾಗಿತ್ತು. ಆದರೆ ನನ್ನ ಕೈಯಲ್ಲಿದ್ದ 'ಇಂಡಿಯನ್

ಒಪಿನಿಯನ್' ಪದೇ ಪದೇ ಹಣವನ್ನು ಬೇಡುತ್ತಿತ್ತು. ಅದು ಆ ಹಣವನ್ನು ತಿಂದು ಹಾಕಿತು. ನನಗೆ ನೆನಪಿರುವ ಮಟ್ಟಿಗೆ 1600 ಪೌಂಡುಗಳಷ್ಟು ಹಣವನ್ನು ನಾನು ಈ ಮೂಲಕ ಸಂಗ್ರಹಿಸಿದ್ದೆ. ನಾನು ಈ ಮೊಕದ್ದಮೆಗಳಿಗಾಗಿ ಕಷ್ಟಪಟ್ಟು ಕೆಲಸ ಮಾಡಿದ್ದೆ. ಕಕ್ಷಿಗಾರರು ಸದಾ ನನ್ನನ್ನು ಮುತ್ತಿಕೊಂಡಿರುತ್ತಿದ್ದರು. ಅವರಲ್ಲಿ ಅನೇಕರು ಮೂಲತಃ ಬಿಹಾರ ಮತ್ತು ಅದರ ಸುತ್ತಮುತ್ತಲ ಪ್ರದೇಶಗಳಿಂದಲೂ ಮತ್ತು ದಕ್ಷಿಣ ಭಾರತದಿಂದಲೂ ಬಂದಿದ್ದ ಕರಾರುಬದ್ಧ ಶ್ರಮಿಕರಾಗಿದ್ದರು. ಅವರ ವಿಚಿತ್ರ ರೀತಿಯ ಕುಂದುಕೊರತೆಗಳನ್ನು ಪರಿಹರಿಸಿಕೊಳ್ಳಲು ಅವರು ತಮ್ಮದೇ ಆದ ಸಂಘವೊಂದನ್ನು ರಚಿಸಿಕೊಂಡಿದ್ದರು. ಅದು ಸ್ವತಂತ್ರ ಭಾರತೀಯ ವ್ಯಾಪಾರಿಗಳ ಮತ್ತು ವರ್ತಕರ ಸಂಘದಿಂದ ಬೇರೆಯಾಗಿ ರಚಿಸಲ್ಪಟ್ಟಿತ್ತು. ಅವರಲ್ಲಿ ಕೆಲವರು ಉದಾರ ಹೃದಯವುಳ್ಳವರು, ವಿಶಾಲ ಮನಸ್ಸುಳ್ಳವರು ಮತ್ತು ಉಚ್ಛ ಗುಣಸಂಪನ್ನರೂ ಆಗಿದ್ದರು. ಅವರ ನಾಯಕರುಗಳಲ್ಲಿ ಸಾರ್ಜೆಂಟ್ ಜೈರಾಮ್‌ಸಿಂಗ್ ಸಮಿತಿಯ ಅಧ್ಯಕ್ಷರಾಗಿದ್ದರು. ಸಾರ್ಜೆಂಟ್ ಬದ್ರಿ ಅಧ್ಯಕ್ಷರಷ್ಟೇ ಹಿರಿಮೆಯನ್ನುಳ್ಳವರಾಗಿದ್ದರು. ಅವರಿಬ್ಬರೂ ಈಗ ಬದುಕಿಲ್ಲ. ಅವರು ನನಗೆ ತುಂಬಾ ಸಹಾಯಮಾಡಿದರು. ಸಾರ್ಜೆಂಟ್ ಬದ್ರಿ ನನ್ನ ಆಪ್ತರಾಗಿದ್ದರು ಮತ್ತು ಸತ್ಯಾಗ್ರಹದಲ್ಲಿ ಪ್ರಮುಖ ಪಾತ್ರ ವಹಿಸಿದ್ದರು. ಇವರ ಮತ್ತು ಇತರ ಗೆಳೆಯರ ಮೂಲಕ ದಕ್ಷಿಣ ಮತ್ತು ಉತ್ತರ ಭಾರತದಿಂದ ಬಂದಿದ್ದ ಅನೇಕ ಭಾರತೀಯ ನಿವಾಸಿಗಳ ಆಪ್ತ ಸಂಪರ್ಕ ನನಗೆ ದೊರಕಿತ್ತು. ನಾನು ಅವರ ಕೇವಲ ನ್ಯಾಯವಾದಿಯಾಗಿರದೇ ಅದಕ್ಕೂ ಹೆಚ್ಚಾಗಿ ಅವರ ಸಹೋದರನೇ ಆಗಿದ್ದೆ. ಅವರ ಎಲ್ಲ ಖಾಸಗಿ ಮತ್ತು ಸಾರ್ವಜನಿಕ ಕೊರಗುಗಳನ್ನು ಮತ್ತು ಕಷ್ಟಗಳನ್ನು ಹಂಚಿಕೊಂಡಿದ್ದೆ.

ಭಾರತೀಯರು ಸಾಮಾನ್ಯವಾಗಿ ನನ್ನನ್ನು ಹೇಗೆ ಕರೆಯುತ್ತಿದ್ದರು ಎಂಬುದು ಸ್ವಲ್ಪ ಕುತೂಹಲ ಹುಟ್ಟಿಸುವ ವಿಷಯವಾಗಿದೆ. ಅಬ್ದುಲ್ಲಾ ಶೇಠ್‌ನನ್ನನ್ನು ಗಾಂಧಿ ಎಂದು ಕರೆಯಲು ಇಷ್ಟಪಡುತ್ತಿರಲಿಲ್ಲ. ಅದೃಷ್ಟವಶಾತ್ ಯಾರೂ ನನ್ನನ್ನು 'ಸಾಹಿಬ್' ಎಂದು ಕರೆದು ಅವಮಾನಮಾಡಲಿಲ್ಲ. ಅಬ್ದುಲ್ಲಾ ಶೇಠ್ ನನಗೆ ಚೆನ್ನಾಗಿರುವ ಹೆಸರೊಂದನ್ನು ಇಟ್ಟಿದ್ದರು ಅದು ಯಾವುದೆಂದರೆ 'ಭಾಯ್' ಅಂದರೆ ಸಹೋದರ. ಇತರರು ಅವರು ಹಾಕಿಕೊಟ್ಟ ದಾರಿಯನ್ನೇ ಅನುಸರಿಸಿದರು ಮತ್ತು ನಾನು ದಕ್ಷಿಣ ಆಫ್ರಿಕವನ್ನು ಬಿಡುವ ಕ್ಷಣದವರೆಗೂ 'ಭಾಯ್' ಎಂದೇ ಕರೆಯುತ್ತಿದ್ದರು. ಹಿಂದಿನ ಕರಾರುಬದ್ಧ ಶ್ರಮಿಕರು ಹಾಗೆ ಕರೆದಾಗ ಆ ಹೆಸರಲ್ಲಿ ರುಚಿಪರಿಮಳ ಇರುವಂತೆ ಭಾಸವಾಗುತ್ತಿತ್ತು.

15. ಕರಾಳ ಪ್ಲೇಗು - 1

ಮುನಿಸಿಪಾಲಿಟಿಯವರು ವಾಸಸ್ಥಾನದ ಸ್ವಾಮಿತ್ವವನ್ನು ಪಡೆದಾಗ ಭಾರತೀಯರು ಅಲ್ಲಿಂದ ಬೇರೆ ಕಡೆಗೆ ಹೊರಟಿರಲಿಲ್ಲ. ಅಲ್ಲಿಂದ ಹೊರಡಿಸುವ ಮುಂಚೆ ಅಲ್ಲಿಯ ನಿವಾಸಿಗಳಿಗೆ ತಕ್ಕುದಾದ ವಾಸಸ್ಥಳಗಳನ್ನು ಹುಡುಕುವ ಅವಶ್ಯಕತೆಯಿತ್ತು. ಆದರೆ ಮುನಿಸಿಪಾಲಿಟಿಗೆ(ಪೌರಸಭೆ) ಈ ಕೆಲಸವನ್ನು ಸುಲಭವಾಗಿ ಮಾಡಲು ಆಗದ್ದರಿಂದ ಭಾರತೀಯರು ಅದೇ ಕೊಳಕಾಗಿದ್ದ ಸ್ಥಳದಲ್ಲಿ ತಂಗಿ ಯಾತನೆ ಪಡಬೇಕಾಯ್ತು. ಈ ಕಾರಣದಿಂದಾಗಿ ಅವರ ಪರಿಸ್ಥಿತಿ ಮೊದಲಿಗಿಂತಲೂ ಇನ್ನೂ ತೀವ್ರವಾಗಿ ಕೆಟ್ಟಿತು. ಹಿಂದೆ ಒಡೆಯರಾಗಿದ್ದ ಭಾರತೀಯರು ಒಡೆತನವನ್ನು ಕಳೆದುಕೊಂಡಿದ್ದರಿಂದ ಈಗ ಮುನಿಸಿಪಾಲಿಟಿಯ ಬಾಡಿಗೆದಾರರಾದರು. ಇದರ ಪರಿಣಾಮದಿಂದಾಗಿ ಅವರ ಸುತ್ತಮುತ್ತಲ ಪ್ರದೇಶ ಮೊದಲಿಗಿಂತಲೂ ಹೆಚ್ಚು ಕೊಳಕಾಗಿ ಅನಾರೋಗ್ಯದಿಂದ ತುಂಬಿಕೊಂಡಿತು ಏಕೆಂದರೆ ಭಾರತೀಯರು ಒಡೆಯರಾಗಿದ್ದಾಗ ಸ್ವಲ್ಪಮಟ್ಟಿಗಾದರೂ ಕಾನೂನಿನ ಭಯದಿಂದ ಶುಚಿತ್ವವನ್ನು ಕಾಪಾಡಬೇಕಾಗಿತ್ತು. ಆದರೆ ಮುನಿಸಿಪಾಲಿಟಿಗೆ ಅಂತಹ ಭಯವೇ ಇರಲಿಲ್ಲ! ಗೇಣಿದಾರರ(ಬಾಡಿಗೆದಾರರ) ಸಂಖ್ಯೆ ಹೆಚ್ಚಿತು. ಅವರೊಂದಿಗೆ ಹೊಲಸಿನ ಸ್ಥಿತಿ ಮತ್ತು ಅವ್ಯವಸ್ಥೆ ಕೂಡಾ ಹೆಚ್ಚಿತ್ತು.

ಇಂತಹ ಪರಿಸ್ಥಿತಿಯಿಂದಾಗಿ ಭಾರತೀಯರು ದುಗುಡಪಡುತ್ತಿದ್ದರು. ಆ ಸಮಯದಲ್ಲಿ ಇದ್ದಕ್ಕಿದ್ದಂತೆ ಕರಾಳ ಪ್ಲೇಗು (ಮಹಾಮಾರಿ) ಆಸ್ಫೋಟನಗೊಂಡಿತು. ಅದನ್ನು ನ್ಯುಮೋನಿಯದ ಪ್ಲೇಗು ಎಂದೂ ಕರೆಯುತ್ತಾರೆ. ಅದು ಗೆಡ್ಡೆಪ್ಲೇಗಿಗಿಂತ (ಮೈಯಲ್ಲಿ ಗೆಡ್ಡೆಗಳು ಕಾಣಿಸಿಕೊಳ್ಳುವ ಒಂದು ಬಗೆಯ ಪ್ಲೇಗು ರೋಗ) ಮಾರಕವಾದದ್ದು.

ಅದೃಷ್ಟವಶಾತ್ ಭಾರತೀಯರಿದ್ದ ಜಾಗದಲ್ಲಿ ಪ್ಲೇಗು ಕಾಣಿಸಿಕೊಂಡಿರಲಿಲ್ಲ. ಆದರೆ ಜೊಹಾನ್ಸ್‌ಬರ್ಗ್‌ನ ನೆರೆಹೊರೆಯಲ್ಲಿದ್ದ ಚಿನ್ನದ ಗಣಿಯೊಂದರಲ್ಲಿ ಈ ಕಾಯಿಲೆ ಸ್ಫೋಟಗೊಂಡಿತ್ತು. ಈ ಗಣಿಯಲ್ಲಿ ಕೆಲಸಮಾಡುತ್ತಿದ್ದ ಶ್ರಮಿಕರಲ್ಲಿ ಬಹುಪಾಲು ಮಂದಿ ನೀಗ್ರೊಗಳಾಗಿದ್ದರು. ಅವರ ಅಶುಚಿತ್ವಕ್ಕೆ ಅವರ ಬಿಳಿಯ ಯಜಮಾನರುಗಳು ಮಾತ್ರವೇ ಹೊಣೆಗಾರರಾಗಿದ್ದರು. ಈ ಗಣಿಯ ಕೆಲಸದಲ್ಲಿ ಕೆಲವು ಭಾರತೀಯರು ತೊಡಗಿಕೊಂಡಿದ್ದರು. ಅವರಲ್ಲಿ ಇಪ್ಪತ್ತೂಮ್ರು ಮಂದಿಗೆ ಇದ್ದಕ್ಕಿದ್ದಂತೆ ಸೋಂಕು ತಗುಲಿತು. ತಮ್ಮ ನಿವಾಸಗಳಿಗೆ ಅವರು ಒಂದು ದಿನ ಸಂಜೆಯ ಹೊತ್ತಿನಲ್ಲಿ ವಾಪಸಾದರು. ಅವರು ತೀವ್ರವಾಗಿ ಸೋಂಕಿಗೆ ತುತ್ತಾಗಿದ್ದರು. ಆ ಸಮಯದಲ್ಲಿ 'ಇಂಡಿಯನ್ ಒಪಿನಿಯನ್'ಗೆ ಚಂದಾ ಕೇಳಿಕೊಂಡು ಓಡಿಯಾಡುತ್ತಿದ್ದ ಸಾರ್ಜೆಂಟ್ ಮದನ್‌ಜಿತ್ ಅಲ್ಲಿದ್ದರು. ಅವರೊಬ್ಬ ನಿರ್ಭೀತ ವ್ಯಕ್ತಿಯಾಗಿದ್ದರು. ಉಪದ್ರವಕ್ಕೆ ತುತ್ತಾಗಿ ನರಳುತ್ತಿದ್ದ ಈ ಬಡಪಾಯಿಗಳನ್ನು ಕಂಡು ಅವರು ಮರುಗಿದರು. ನನಗೆ ಪೆನ್ಸಿಲ್‌ನಲ್ಲಿ ಬರೆದ ಚೀಟಿಯೊಂದನ್ನು ಕಳಿಸಿದರು: 'ಥಟ್ಟನೆ ಕರಾಳ ಪ್ಲೇಗು ಆಸ್ಫೋಟನೆಗೊಂಡಿದೆ. ನೀವು ತಕ್ಷಣವೇ ಬರಬೇಕು. ವಿಳಂಬ ಮಾಡದೇ ಕ್ರಮಗಳನ್ನು ಕೈಗೊಳ್ಳಬೇಕು. ಹಾಗೆ ಮಾಡಲಾಗದಿದ್ದರೆ ನಾವು ವಿಪತ್ಕಾರಕ ಪರಿಣಾಮಗಳಿಗೆ ಸಿದ್ಧರಾಗಬೇಕಾಗುತ್ತದೆ. ದಯವಿಟ್ಟು ತಕ್ಷಣವೇ ಬನ್ನಿ'.

ಸಾರ್ಜೆಂಟ್ ಮದನ್‌ಜಿತ್ ಖಾಲಿಯಾಗಿದ್ದ ಮನೆಯೊಂದರ ಬೀಗವನ್ನು ಧೈರ್ಯವಾಗಿ ಒಡೆದು ಎಲ್ಲ ರೋಗಿಗಳನ್ನು ಅಲ್ಲಿ ಸೇರಿಸಿದ್ದರು. ನಾನು ಸೈಕಲ್ ಹತ್ತಿ ಅದನ್ನು ಓಡಿಸಿಕೊಂಡು ಆ ಸ್ಥಳಕ್ಕೆ ಬಂದೆ. ನಾವು ಯಾವ ಪರಿಸ್ಥಿತಿಯಲ್ಲಿ ಮನೆಯನ್ನು ಸ್ವಾಧೀನಕ್ಕೆ ತೆಗೆದುಕೊಂಡಿದ್ದೇವೆ ಎಂಬುದನ್ನು ವಿವರಿಸಿ ಟೌನ್ ಕ್ಲರ್ಕ್ (ಪುರಸಭೆಯ ಗುಮಾಸ್ತ)ಗೆ ಪತ್ರ ಬರೆದೆ.

ಜೊಹಾನ್ಸ್‌ಬರ್ಗ್‌ನಲ್ಲಿ ವೃತ್ತಿ ನಡೆಸುತ್ತಿದ್ದ ಡಾ. ವಿಲಿಯಮ್ ಗಾಡ್‌ಫ್ರೇ ಈ ಸುದ್ದಿ ಮುಟ್ಟುತ್ತಿದ್ದಂತೆಯೇ ರೋಗಿಗಳನ್ನು ಕಾಪಾಡುವ ಉದ್ದೇಶದಿಂದ ಓಡಿಬಂದರು. ಅವರು ರೋಗಿಗಳಿಗೆ ದಾದಿಯೂ ಆಗಿದ್ದರೂ ಜತೆಯಲ್ಲಿ ಅವರ ವೈದ್ಯರೂ ಆಗಿದ್ದರು. ಆದರೆ ನಮಗೆ ಮೂವರಿಗೆ ಇಪ್ಪತ್ತೂಮ್ರು ರೋಗಿಗಳನ್ನು ಸಮರ್ಥವಾಗಿ ನೋಡಿಕೊಳ್ಳಲು ಸಾಧ್ಯವಾಗುತ್ತಿರಲಿಲ್ಲ.

ಅನುಭವದ ನೆಲೆಯಲ್ಲಿ ಹೇಳುವುದಾದರೆ ನನ್ನಲ್ಲಿರುವ ಶ್ರದ್ಧೆಯ ಪ್ರಕಾರ ಒಬ್ಬಾತನ ಹೃದಯ ಪರಿಶುದ್ಧವಾಗಿದ್ದರೆ, ಘೋರ ವಿಪತ್ತು ಜನರನ್ನು ಮತ್ತು ನಿವಾರಣಾ ಕ್ರಮಗಳನ್ನು ತಾನೇ ಕರೆದುಕೊಂಡು ಬಂದಿರುತ್ತದೆ. ಆ ಕಾಲದಲ್ಲಿ ನನ್ನ ಕಛೇರಿಯಲ್ಲಿ ನಾಲ್ವರು ಭಾರತೀಯರಿದ್ದರು ಅವರೆಂದರೆ ಸಾರ್ಜಂಟರುಗಳಾದ ಕಲ್ಯಾಣ್‌ದಾಸ್, ಮಾಣೆಕ್‌ಲಾಲ್, ಗುಣವಂತ್ರೈ ದೇಸಾಯ್ ಮತ್ತು ಇನ್ನೊಬ್ಬರು. ಅವರ ಹೆಸರನ್ನು ಮರೆತುಬಿಟ್ಟಿದ್ದೇನೆ. ಕಲ್ಯಾಣ್‌ದಾಸ್‌ನನ್ನು ಅವನ ತಂದೆ ನನ್ನ ರಕ್ಷಣೆಯಲ್ಲಿರಲು ಬಿಟ್ಟಿದ್ದರು. ಕಲ್ಯಾಣ್‌ದಾಸ್‌ನಿಗಿಂತ ಹೆಚ್ಚಾಗಿ ದಾಕ್ಷಿಣ್ಯಶೀಲನಾಗಿದ್ದ, ಮತ್ತು ದೃಢವಾಗಿ ಸ್ವಂತಇಷ್ಟದಿಂದ ಭಕ್ತಿಗೌರವಗಳನ್ನು ಸಲ್ಲಿಸುತ್ತಿದ್ದ ಯಾವನೇ ವ್ಯಕ್ತಿಯನ್ನು ನಾನು ದಕ್ಷಿಣ ಆಫ್ರಿಕದಲ್ಲಿ ತೀರ ಅಪರೂಪವಾಗಿ ಕಂಡಿದ್ದೆ ಎನ್ನಬಹುದು. ಅದೃಷ್ಟವಶಾತ್ ಅವನು ಅವಿವಾಹಿತನಾಗಿದ್ದ. ಎಷ್ಟೇ ದೊಡ್ಡದಾಗಿದ್ದರೂ

ಅಪಾಯಗಳುಳ್ಳ ಕರ್ತವ್ಯಗಳನ್ನು ಅವನ ಮೇಲೆ ಹೇರಲು ನಾನು ಹಿಂದೆಮುಂದೆ ನೋಡುತ್ತಿರಲಿಲ್ಲ. ಮಾಣಿಕ್‌ಲಾಲ್ ಜೊಹಾನ್ಸ್‌ಬರ್ಗ್‌ನಲ್ಲಿ ನನ್ನ ಕೈಗೆ ಸಿಕ್ಕಿದ್ದ. ನನಗೆ ನೆನಪಿರುವಷ್ಟರಮಟ್ಟಿಗೆ ಹೇಳುವುದಾದರೆ ಮಾಣಿಕ್‌ಲಾಲ್‌ಗೆ ಕೂಡಾ ಮದುವೆಯಾಗಿರಲಿಲ್ಲ. ಅವರನ್ನು ನಾನು ಗುಮಾಸ್ತರುಗಳು, ಸಹಕಾರ್ಯಕರ್ತರುಗಳು ಅಥವಾ ಮಕ್ಕಳೆಂದು ಭಾವಿಸಿದ್ದೆ. ಈ ನಾಲ್ವರನ್ನು ನಾನು ಬಲಿಕೊಡಲು ತೀರ್ಮಾನಿಸಿದೆ. ಕಲ್ಯಾಣ್‌ದಾಸ್‌ನನ್ನು ವಿಚಾರಿಸುವ ಅವಶ್ಯಕತೆಯೇ ಇರಲಿಲ್ಲ. ಇತರರು ಕೇಳಿಕೊಂಡ ಕೂಡಲೇ ತಾವು ಸಿದ್ಧರಿರುವುದಾಗಿ ತಿಳಿಸಿದರು: 'ನೀವು ಎಲ್ಲಿರುತ್ತೀರೋ ಅಲ್ಲಿ ನಾವಿರುತ್ತೇವೆ'. ಎಂಬುದು ಅವರ ಸಂಕ್ಷಿಪ್ತವಾದ ಮತ್ತು ಮಾಧುರ್ಯ ತುಂಬಿದ್ದ ಉತ್ತರವಾಗಿತ್ತು.

ಮಿ. ರೀಚ್‌ನಿಗೆ ದೊಡ್ಡ ಕುಟುಂಬವಿತ್ತು. ಹಾಗಿದ್ದರೂ ಅವನು ಈ ಅಪಾಯಕಾರಿ ಕೆಲಸಕ್ಕೆ ಹಠಾತ್ತಾಗಿ ಇಳಿಯಲು ಸಿದ್ಧನಾಗಿದ್ದ. ಆದರೆ ನಾನು ಅವನನ್ನು ತಡೆದೆ. ನನಗೆ ಅವನನ್ನು ಅಪಾಯಕ್ಕೆ ಒಡ್ಡುವ ಮನಸ್ಸಿರಲಿಲ್ಲ. ಆದ್ದರಿಂದ ಅವನು ಗಂಡಾಂತರ ವಲಯದ ಹೊರಕ್ಕೆ ಕೆಲಸಮಾಡಲಾಂಭಿಸಿದ.

ಅದು ಭಯಂಕರವಾದ ಹಾಗೂ ಜಾಗರೂಕವಾಗಿರಬೇಕಾಗಿದ್ದ ಮತ್ತು ಶುಶ್ರೂಷೆಯಲ್ಲಿ ತೊಡಗಿರಬೇಕಾಗಿದ್ದ ರಾತ್ರಿಯಾಗಿತ್ತು. ಇದಕ್ಕೂ ಮುಂಚೆ ನಾನು ಅನೇಕ ರೋಗಿಗಳ ಶುಶ್ರೂಷೆ ಮಾಡಿದ್ದೆ. ಆದರೆ ಅವರಲ್ಲಿ ಯಾರೂ ಕರಾಳ ಪ್ಲೇಗಿನ ಆಕ್ರಮಣಕ್ಕೆ ಒಳಗಾಗಿರಲಿಲ್ಲ. ಡಾ. ಗಾಡ್‌ಫ್ರೇಅವರ ಎದೆಗಾರಿಕೆ ನಮ್ಮ ಮೇಲೆ ಪ್ರಭಾವ ಬೀರಿತ್ತು. ರೋಗಿಗಳಿಗೆ ತುಂಬಾ ಶುಶ್ರೂಷೆಯ ಅಗತ್ಯವಿರಲಿಲ್ಲ. ಕಾಲಕಾಲಕ್ಕೆ ಸರಿಯಾದ ಪ್ರಮಾಣದಲ್ಲಿ ಔಷಧಿ ಕೊಡುವುದು. ಅವರ ಎಂದಿನ ಅವಶ್ಯಕತೆಗಳನ್ನು ಪೂರಯಿಸುವುದು ಅವರನ್ನು ಮತ್ತು ಅವರ ಹಾಸಿಗೆಗಳನ್ನು ಓರಣವಾಗಿ ಮತ್ತು ಶುಚಿಯಾಗಿಡುವುದು ಮತ್ತು ಅವರಲ್ಲಿ ಧೈರ್ಯ ತುಂಬಿ ಉಲ್ಲಾಸದಿಂದಿರಿಸುವುದು- ಇವನ್ನು ನಾವು ಮಾಡಬೇಕಾಗಿತ್ತು.

ದಣಿವರಿಯದ ಹುರುಪಿನಿಂದ ಮತ್ತು ನಿರ್ಭೀತಿಯಿಂದ ಕೆಲಸಮಾಡುತ್ತಿದ್ದ ಯುವಕರನ್ನು ಕಂಡು ನನಗೆ ಮೇರೆ ಮೀರಿದ ಆನಂದವಾಗಿತ್ತು. ಡಾ. ಗಾಡ್‌ಫ್ರೇ ಮತ್ತು ಅನುಭವಿಯಾಗಿದ್ದ ಸಾರ್ಜೆಂಟ್ ಮದನ್‌ಜಿತ್ ಅವರಂತಹವರ ಎದೆಗಾರಿಕೆಯನ್ನು ಅರ್ಥಮಾಡಿಕೊಳ್ಳಬಹುದು.

ನನ್ನಲ್ಲಿ ನೆನಪಿರುವಂತೆ ನಾವು ಎಲ್ಲ ರೋಗಿಗಳನ್ನು ಅಂದಿನ ರಾತ್ರಿ ಸುರಕ್ಷಿತವಾಗಿ ಪಾರುಮಾಡಿದೆವು.

ಇಡೀ ಪ್ರಸಂಗ ಅದರಲ್ಲಿದ್ದ ನೋವು ಸಂಕಟಗಳನ್ನು ಹೊರತುಪಡಿಸಿದಂತೆ ನನ್ನ ಪಾಲಿಗೆ ಗಮನಸೆಳೆಯುವಂತಹ ಕೌತುಕವನ್ನುಂಟುಮಾಡಿತ್ತು. ಅದರಲ್ಲಿ ಧಾರ್ಮಿಕ ಮೌಲ್ಯವಿರುವುದರಿಂದ ಕಡೆಯ ಪಕ್ಷ ಇನ್ನೂ ಎರಡು ಅಧ್ಯಾಯಗಳನ್ನು ನಾನು ಇದೇ ವಿಷಯಕ್ಕೆ ಮೀಸಲಿಡಬೇಕಾಗುವುದು.

16. ಕರಾಳ ಪ್ಲೇಗು-2

ಖಾಲಿಯಾಗಿದ್ದ ಮನೆ ಮತ್ತು ರೋಗಿಗಳ ಹೊಣೆ ಹೊತ್ತುಕೊಂಡಿದ್ದಕ್ಕಾಗಿ ಟೌನ್ ಕ್ಲರ್ಕ್ ನನಗೆ ಕೃತಜ್ಞತೆಯನ್ನು ಸಲ್ಲಿಸಿದ. ಪುರಸಭೆ(ಟೌನ್ ಕೌನ್ಸಿಲ್)ಯ ಬಳಿ ಅಂತಹ ತುರ್ತು ಪರಿಸ್ಥಿತಿಯನ್ನು ಸಮರ್ಥವಾಗಿ ಎದುರಿಸಲು ತಕ್ಕ ಜರೂರಾದ ಸಾಧನಗಳು ಇಲ್ಲವೆಂದು ಅವನು ಮುಚ್ಚು ಮರೆಯಿಲ್ಲದೇ ತಪ್ಪೊಪ್ಪಿಕೊಂಡ. ಆದರೆ ತಮ್ಮ ಅಧಿಕಾರಕ್ಕೆ ಒಳಪಟ್ಟಂತೆ ಎಲ್ಲ ರೀತಿಯ ನೆರವನ್ನು ಒದಗಿಸುವುದಾಗಿ ಅವನು ಮಾತುಕೊಟ್ಟ. ಒಮ್ಮೆ ತಮ್ಮ ಕರ್ತವ್ಯ ಪ್ರಜ್ಞೆಯಿಂದ ಎಚ್ಚೆತ್ತ ಕೂಡಲೇ ಪುರಸಭೆಯು ತಡಮಾಡದೇ ತಕ್ಕ ಕ್ರಮವನ್ನು ತೆಗೆದುಕೊಂಡಿತು.

ಮಾರನೇ ದಿನ ಅವರು ಖಾಲಿಯಿದ್ದ ಗೋದಾಮನ್ನು(ಗೋಡೌನ್)ನನ್ನ ವಶಕ್ಕೆ ಕೊಟ್ಟರು ಮತ್ತು ರೋಗಿಗಳನ್ನು ಅಲ್ಲಿಗೆ ಸಾಗಿಸುವಂತೆ ತಿಳಿಸಿದರು. ಆದರೆ ಮುನಿಸಿಪಾಲಿಟಿ ಆ ಕಟ್ಟಡವನ್ನು ಶುಚಿಗೊಳಿಸುವ ಕೆಲಸವನ್ನು ಹೊತ್ತುಕೊಳ್ಳಲಿಲ್ಲ. ಕಟ್ಟಡವು ಒಪ್ಪ ಓರಣವಿಲ್ಲದೇ ಕಸಕಡ್ಡಿಗಳಿಂದ ತುಂಬಿಕೊಂಡಿತ್ತು. ನಾವೇ ಸ್ವತಹ ಆ ಕಟ್ಟಡವನ್ನು ಶುಚಿಗೊಳಿಸಿದೆವು ಮತ್ತು ಕೊಡುಗೈಯ ಭಾರತೀಯರ ಮೂಲಕ ಕೆಲವು ಹಾಸಿಗೆಗಳನ್ನು ಮತ್ತು ಇತರ ಅವಶ್ಯಕ ವಸ್ತುಗಳನ್ನು

ಪಡೆದವು. ತಾತ್ಕಾಲಿಕ ಆಸ್ಪತ್ರೆಯನ್ನು ನಿರ್ಮಿಸಿದೆವು. ಮುನಿಸಿಪಾಲಿಟಿಯು ಒಬ್ಬಳು ದಾದಿಯ ಸೇವೆಯನ್ನು ತಾತ್ಕಾಲಿಕವಾಗಿ ಒದಗಿಸಿತು. ಆಕೆ ಬ್ರಾಂದಿ (ಬ್ರ್ಯಾಂಡಿ) ಮತ್ತು ಇತರ ವೈದ್ಯಕೀಯ ಸಲಕರಣೆಗಳೊಂದಿಗೆ ಬಂದಳು. ಡಾ. ಗಾಡ್‌ಫ್ರೇ ಮೇಲ್ವಿಚಾರಕರಾಗಿ ಮುಂದುವರಿದರು.

ದಾದಿ ದಯಾಶೀಲ ಮಹಿಳೆಯಾಗಿದ್ದಳು. ರೋಗಿಗಳ ಶುಶ್ರೂಷೆಮಾಡಲು ಸಂತೋಷದಿಂದ ಮುಂದೆ ಬಂದಿದ್ದಳು. ಆದರೆ ನಾವು ತೀರ ಅಪರೂಪವಾಗಿ ರೋಗಿಗಳನ್ನು ಮುಟ್ಟಲು ಆಕೆಗೆ ಅವಕಾಶ ಕೊಡುತ್ತಿದ್ದೆವು. ಏಕೆಂದರೆ ಆಕೆಗೆ ಸೋಂಕು ತಗುಲಬಾರದೆಂದು ನಾವು ಆಶಿಸಿದ್ದೆವು.

ರೋಗಿಗಳಿಗೆ ಆಗಾಗ್ಗೆ ಗೊತ್ತಾದ ಪ್ರಮಾಣದಲ್ಲಿ ಬ್ರಾಂದಿಯನ್ನು ಕೊಡಬೇಕೆಂದು ಸೂಚಿಸಲಾಗಿತ್ತು. ನಾವು ಕೂಡಾ ಮುನ್ನೆಚ್ಚರಿಕೆಯ ನೆಪದಲ್ಲಿ ಬ್ರಾಂದಿಯನ್ನು ತೆಗೆದುಕೊಳ್ಳಬೇಕೆಂದು ದಾದಿ ನಮಗೆ ತಿಳಿಸಿದ್ದಳು. ಆಕೆ ಕೂಡಾ ತೆಗೆದುಕೊಳ್ಳುತ್ತಿದ್ದಳು. ಆದರೆ ನಮ್ಮಲ್ಲಿ ಯಾರೂ ಅದನ್ನು ಮುಟ್ಟಲಿಲ್ಲ. ರೋಗಿಗಳಿಗೆ ಕೂಡಾ ಅದರಿಂದ ಪ್ರಯೋಜನವಾಗುವುದು ಎಂಬುದರಲ್ಲಿ ನನಗೆ ನಂಬಿಕೆಯಿರಲಿಲ್ಲ. ಡಾ. ಗಾಡ್‌ಫ್ರೇ ಅವರ ಅನುಮತಿ ಪಡೆದು ಬ್ರಾಂದಿಯನ್ನು ಸೇವಿಸದೇ ಇತರ ಚಿಕಿತ್ಸೆ ಪಡೆಯಲು ಸಿದ್ಧರಾಗಿದ್ದ ಮೂವರು ರೋಗಿಗಳನ್ನು ಮಣ್ಣಿನ ಚಿಕಿತ್ಸೆಗೆ ಒಳಪಡಿಸಿದೆ. ಅವರ ತಲೆಗಳಿಗೆ ಮತ್ತು ಎದೆಯ ಬಾಗಕ್ಕೆ ಒದ್ದೆ ಮಣ್ಣಿನ ಪಟ್ಟಿಗಳನ್ನು ಕಟ್ಟಿದೆ. ಇವರಲ್ಲಿ ಇಬ್ಬರು ಉಳಿದುಕೊಂಡರು. ಗೋದಾಮಿನಲ್ಲಿದ್ದ ಇತರ ಇಪ್ಪತ್ತು ಮಂದಿ ತೀರಿಹೋದರು.

ಈ ನಡುವೆ ಮುನಿಸಿಪಾಲಿಟಿಯು ಇತರ ಕ್ರಮಗಳನ್ನು ತೆಗೆದುಕೊಳ್ಳುವುದರಲ್ಲಿ ನಿರತವಾಗಿತ್ತು. ಜೊಹಾನ್ಸ್‌ಬರ್ಗ್‌ನಿಂದ ಸುಮಾರು ಏಳು ಮೈಲಿಗಳ ದೂರದಲ್ಲಿ ಸೋಂಕು ತಟ್ಟಿದ ರೋಗಿಗಳನ್ನು ನೋಡಿಕೊಳ್ಳುವ ಪ್ರತ್ಯೇಕ ಕಟ್ಟಡವಿತ್ತು. ಆ ಕಟ್ಟಡದ ಬಳಿಯಿದ್ದ ಡೇರೆ(ಟೆಂಟ್)ಗಳಿಗೆ ಜೀವವುಳಿಸಿಕೊಂಡಿದ್ದ ಇಬ್ಬರು ರೋಗಿಗಳನ್ನು ಸಾಗಿಸಲಾಯ್ತು ಮತ್ತು ಹೊಸದಾಗಿ ರೋಗ ತಗುಲಿದವರನ್ನು ಅಲ್ಲಿಗೆ ಕಳಿಸಲು ಏರ್ಪಾಡುಮಾಡಲಾಯ್ತು. ಈ ಪ್ರಕಾರ ನಮ್ಮ ಕೆಲಸದಿಂದ ನಮಗೆ ಬಿಡುಗಡೆ ಸಿಕ್ಕಿತ್ತು.

ಕೆಲವೇ ದಿವಸಗಳಲ್ಲಿ ಆ ಸುಶೀಲವಂತೆ ದಾದಿ ಸೋಂಕುರೋಗಕ್ಕೆ ತುತ್ತಾಗಿ ತಕ್ಷಣವೇ ಜೀವ ಬಿಟ್ಟಳು ಎಂದು ನಮಗೆ ಗೊತ್ತಾಯ್ತು. ಆ ಇಬ್ಬರು ರೋಗಿಗಳು ಹೇಗೆ ಉಳಿದುಕೊಂಡರು ಮತ್ತು ನಮಗೆ ಸೋಂಕು ತಗುಲದೇ ಸುರಕ್ಷಿತವಾದದ್ದು ಹೇಗೆ ಎಂದು ಹೇಳುವುದು ಅಸಾಧ್ಯವೇ ಆಗಿದೆ. ಆದರೆ ಈ ಅನುಭವದಿಂದ ಮಣ್ಣಿನ ಚಿಕಿತ್ಸೆಯ ಮೇಲಿಟ್ಟಿದ್ದ ನನ್ನ ನಂಬಿಕೆ ಇನ್ನಷ್ಟು ಹೆಚ್ಚಿತು ಮತ್ತು ಔಷಧಿಯ ರೂಪದಲ್ಲಿ ಕೂಡ ಬ್ರಾಂದಿ ರೋಗವನ್ನು ಗುಣಪಡಿಸುವುದು ಎಂಬುದರ ಬಗ್ಗೆ ನನ್ನ ಸಂದೇಹ ಇನ್ನಷ್ಟು ಹೆಚ್ಚಿತು. ಈ ನಂಬಿಕೆ(ಶ್ರದ್ಧೆ) ಮತ್ತು ಸಂದೇಹ ಯಾವುದೇ ಗಟ್ಟಿಯಾದ ನೆಲೆಗಳನ್ನು ಆಧರಿಸಿಲ್ಲ ಎಂದು ನನಗೆ ಗೊತ್ತಿದೆ. ಆದರೆ ಆಗ ಮನಸ್ಸಿನಲ್ಲಿ ಉತ್ಪನ್ನವಾಗಿದ್ದ ಅಭಿಪ್ರಾಯವನ್ನು ಇನ್ನೂ ಉಳಿಸಿಕೊಂಡಿದ್ದೇನೆ. ಆದ್ದರಿಂದ ಅದನ್ನು ಇಲ್ಲಿ ಉಲ್ಲೇಖಿಸುವುದು ಅವಶ್ಯಕ ಎಂದು ಭಾವಿಸಿದ್ದೇನೆ.

ಪ್ಲೇಗು ಅಸ್ಫೋಟನೆಗೊಂಡ ಮೇಲೆ ನಾನು ಪತ್ರಿಕೆಗಳಿಗೆ ತೀಕ್ಷ್ಣವಾದ ಪತ್ರವನ್ನು ಬರೆದೆ. ಮುನಿಸಿಪಾಲಿಟಿಯು ತನ್ನ ಸ್ವಾಧೀನಕ್ಕೆ ಆ ವಾಸಸ್ಥಾನ ಬಂದ ತರುವಾಯ ಅದರ ಬಗ್ಗೆ ನಿರ್ಲಕ್ಷ ತೋರಿಸಿ ಅಪರಾಧಮಾಡಿದೆಯೆಂದೂ ಆದರಿಂದಾಗಿ ಪ್ಲೇಗು ಅಸ್ಫೋಟನಗೊಳ್ಳಲು

ಮುನಿಸಿಪಾಲಿಟಿಯೇ ಕಾರಣವಾಗಿರುವುದರಿಂದ ಅದರ ಜವಾಬುದಾರಿಯನ್ನು ಹೊತ್ತುಕೊಳ್ಳಬೇಕೆಂದು ತಿಳಿಸಿದ್ದೆ. ಈ ಪತ್ರವು ಮಿ. ಹೆನ್ರಿ ಪೊಲಾಕ್‌ನ ಸ್ನೇಹವನ್ನು ಸಂಪಾದಿಸಿಕೊಟ್ಟಿತು. ಸ್ವಲ್ಪಮಟ್ಟಿಗೆ ದಿವಂಗತ ರೆವರೆಂಡ್ ಜೋಸೆಫ್ ಡೋಕ್ ಅವರ ಗೆಳೆತನಕ್ಕೂ ಇದೇ ಕಾರಣವಾಗಿತ್ತು.

ಹಿಂದಿನ ಅಧ್ಯಾಯದಲ್ಲಿ ನಾನು ಶಾಕಾಹಾರಿ ರೆಸ್ಟರಾಂಟ್‌ನಲ್ಲಿ ಸಾಮಾನ್ಯವಾಗಿ ಊಟಮಾಡುತ್ತಿದ್ದೆ ಎಂದು ಹೇಳಿದ್ದೆ ಅಲ್ಲಿ ನಾನು ಮಿ. ಅಲ್ಬರ್ಟ್ ವೆಸ್ಟ್ ಅವರನ್ನು ಭೇಟಿಮಾಡಿದ್ದೆ. ನಾವು ರೆಸ್ಟರಾಂಟ್‌ನಲ್ಲಿ ಪ್ರತಿ ದಿನ ಸಾಯಂಕಾಲ ಸಂಧಿಸುತ್ತಿದ್ದೆವು ಮತ್ತು ಊಟವಾದ ತರುವಾಯ ಓಡಾಡಲು ಹೊರಗೆ ಹೋಗುತ್ತಿದ್ದೆವು. ಮಿ. ವೆಸ್ಟ್‌ಒಂದು ಸಣ್ಣ ಮುದ್ರಾಣಾಲಯದ ಪಾಲುದಾರರಾಗಿದ್ದರು. ಅವರು ಪ್ಲೇಗು ಅಸ್ಫೋಟನೆಗೊಂಡಿದ್ದರ ಬಗ್ಗೆ ಪತ್ರಿಕೆಗಳಲ್ಲಿ ಓದಿ ನನ್ನನ್ನು ರೆಸ್ಟರಾಂಟ್‌ನಲ್ಲಿ ಕಾಣದೇ ತಲ್ಲಣಗೊಂಡರು.

ನಾನು ಮತ್ತು ನನ್ನ ಸಹಕಾರ್ಯಕರ್ತರುಗಳು ರೋಗ ಅಸ್ಫೋಟನೆಗೊಂಡ ದಿನದಿಂದಲೂ ನಮ್ಮ ಆಹಾರದ ಪ್ರಮಾಣವನ್ನು ಕಡಿಮೆ ಮಾಡಿಕೊಂಡಿದ್ದೆವು. ಸಾಂಕ್ರಾಮಿಕ ರೋಗ ಹರಡುತ್ತಿದ್ದ ಕಾಲದಲ್ಲಿ ಕಡಿಮೆ ಪ್ರಮಾಣದಲ್ಲಿ ಆಹಾರವನ್ನು ತೆಗೆದುಕೊಳ್ಳಬೇಕು ಎಂಬ ನಿಯಮವನ್ನು ನಾನು ಹಿಂದೆಯೇ ಮಾಡಿಕೊಂಡಿದ್ದೆ. ಆದ್ದರಿಂದ ಈ ದಿವಸಗಳಲ್ಲಿ ನಾನು ರಾತ್ರಿಯ ಊಟವನ್ನು ಬಿಟ್ಟುಬಿಟ್ಟಿದ್ದೆ. ಇತರ ಅತಿಥಿಗಳು ಬರುವ ಮುಂಚೆಯೇ ನಾನು ಮಧ್ಯಾಹ್ನದ ಊಟವನ್ನು ಮುಗಿಸಿ ಬಿಡುತ್ತಿದ್ದೆ. ಪ್ಲೇಗು ರೋಗ ತಗುಲಿದ್ದ ರೋಗಿಗಳ ಶುಶ್ರೂಷೆ ಮಾಡುತ್ತಿದ್ದುದರಿಂದ ಸಾಧ್ಯವಾದ ಮಟ್ಟಿಗೆ ನಾನು ಗೆಳೆಯರ ಸಂಪರ್ಕವನ್ನು ತಪ್ಪಿಸಿಕೊಳ್ಳಲು ಇಚ್ಛಿಸುತ್ತಿರುವುದಾಗಿ ನಾನು ತಿಳಿಸಿದ್ದರಿಂದ ರೆಸ್ಟರಾಂಟ್‌ನ ಮಾಲೀಕನಿಗೆ ಈ ವಿಚಾರ ಚೆನ್ನಾಗಿ ತಿಳಿದಿತ್ತು.

ಒಂದೆರಡು ದಿನ ನನ್ನನ್ನು ರೆಸ್ಟರಾಂಟ್‌ನಲ್ಲಿ ಕಾಣದಿದ್ದುದರಿಂದ ಮಿ. ವೆಸ್ಟ್ ಒಂದು ದಿನ ಬೆಳಗ್ಗೆ ಮುಂಚಿತವಾಗಿ ನನ್ನ ಮನೆಯ ಬಾಗಿಲನ್ನು ಬಡಿದರು. ಆ ಸಮಯದಲ್ಲಿ ನಾನು ತಿರುಗಾಡಲು ಹೊರಕ್ಕೆ ಹೊರಡಲು ಸಿದ್ಧನಾಗುತ್ತಿದ್ದೆ. ನಾನು ಬಾಗಿಲನ್ನು ತೆರೆಯುತ್ತಿದ್ದಂತೆ ಮಿ. ವೆಸ್ಟ್ ಹೇಳಿದರು: 'ನಾನು ನಿಮ್ಮನ್ನು ರೆಸ್ಟರಾಂಟ್‌ನಲ್ಲಿ ಕಾಣಲಿಲ್ಲ. ನಿಮಗೆ ಏನಾದರೂ ಆಗಿರಬಹುದೆಂದು ನಿಜವಾಗಿಯೂ ಭಯಪಟ್ಟಿದ್ದೆ. ಆದ್ದರಿಂದ ನಾನು ನಿಮ್ಮನ್ನು ಮನೆಯಲ್ಲಿ ಕಾಣುವ ಭರವಸೆಯನ್ನಿಟ್ಟುಕೊಂಡು ಬೆಳಗ್ಗೆ ನಿಮ್ಮನ್ನು ನೋಡಲು ಬರಬೇಕೆಂದು ತೀರ್ಮಾನಿಸಿದೆ. ಒಳ್ಳೆಯದು, ಇಲ್ಲಿ ನಾನು ನಿಮ್ಮ ವಶದಲ್ಲಿದ್ದೇನೆ. ರೋಗಿಗಳ ಶುಶ್ರೂಷೆಯಲ್ಲಿ ಸಹಾಯಮಾಡಲು ನಾನು ಸಿದ್ಧನಾಗಿದ್ದೇನೆ. ನಿಮಗೆ ಗೊತ್ತಿರುವಂತೆ ನನ್ನ ಮೇಲೆ ಯಾರೂ ಅವಲಂಬಿಸಿಲ್ಲ'.

ನಾನು ಕೃತಜ್ಞತೆಯನ್ನು ವ್ಯಕ್ತಪಡಿಸಿದೆ. ಯೋಚಿಸಲು ಒಂದು ಕ್ಷಣವನ್ನು ತೆಗೆದುಕೊಳ್ಳದೇ ನಾನು ಹೇಳಿದೆ:

'ನಾನು ನಿಮ್ಮನ್ನು ಶುಶ್ರೂಷೆಯ ಕೆಲಸಕ್ಕೆ ತೆಗೆದುಕೊಳ್ಳಲಾರೆ. ಇನ್ನೂ ಹೆಚ್ಚಿನ ರೋಗಿಗಳು ಸಿಗದಿದ್ದರೆ ನಾವು ಒಂದೆರಡು ದಿವಸಗಳಲ್ಲಿ ಅದರಿಂದ ಬಿಡುಗಡೆ ಪಡೆಯುತ್ತೇವೆ. ಹಾಗಿದ್ದರೂ ಒಂದು ವಿಷಯವಿದೆ'.

'ಸರಿ, ಏನದು?'

'ಡರ್ಬಾನ್‌ನಲ್ಲಿರುವ 'ಇಂಡಿಯನ್ ಒಪಿನಿಯನ್' ಮುದ್ರಣಾಲಯವನ್ನು ನೋಡಿಕೊಳ್ಳಲು ಸಾಧ್ಯವಿದೆಯೆ? ಮಿ. ಮದನ್‌ಜಿತ್ ಇಲ್ಲಿ ಕೆಲಸದಲ್ಲಿ ನಿರತರಾಗುವ ಸಂಭವವಿದೆ. ಆದ್ದರಿಂದ ಡರ್ಬಾನ್‌ನಲ್ಲಿ ಯಾರಾದರೊಬ್ಬರ ಅವಶ್ಯಕತೆಯಿದೆ. ನೀವು ಅಲ್ಲಿಗೆ ಹೋಗುವುದಾದರೆ ಆ ವಿಷಯದಲ್ಲಿ ನನ್ನ ಚಿಂತೆ ತಪ್ಪುವುದು'.

'ನಿಮಗೆ ಗೊತ್ತಿರುವಂತೆ ನನಗೊಂದು ಮುದ್ರಣಾಲಯವಿದೆ. ಬಹುಮಟ್ಟಿಗೆ ಪ್ರಾಯಶಃ ನಾನು ಅಲ್ಲಿಗೆ ಹೋಗಲು ಸಮರ್ಥನಾಗಬಹುದು. ಸಾಯಂಕಾಲದೊಳಗೆ ನಾನು ನಿಮಗೆ ನನ್ನ ಅಂತಿಮ ಉತ್ತರವನ್ನು ಕೊಡಬಹುದೆ? ಸಾಯಂಕಾಲ ತಿರುಗಾಟಕ್ಕೆ ಹೊರಟಾಗ ನಾವು ಅದರ ಬಗ್ಗೆ ಮಾತಾಡಬಹುದೆ?'

ನನಗೆ ಸಂತೋಷವಾಯ್ತು. ನಾವು ಆ ಬಗ್ಗೆ ಮಾತಾಡಿದೆವು. ಅವರು ಹೋಗಲು ಒಪ್ಪಿಕೊಂಡರು. ಸಂಬಳ ಅವರಿಗೆ ಮುಖ್ಯವಾಗಿರಲಿಲ್ಲ. ಏಕೆಂದರೆ ಹಣ ಅವರ ಗುರಿಯಾಗಿರಲಿಲ್ಲ. ಆದರೆ ತಿಂಗಳಿಗೆ 10 ಪೌಂಡುಗಳನ್ನು ಸಂಬಳವೆಂದೂ ಮತ್ತು ಲಾಭ ಸಿಕ್ಕರೆ ಅದರಲ್ಲಿ ಒಂದು ಭಾಗ ಅವರಿಗೆ ಸಲ್ಲಬೇಕೆಂದು ತೀರ್ಮಾನಿಸಲಾಯ್ತು. ಮಾರನೇ ದಿನ ಮಿ. ವೆಸ್ಟ್ ಸಾಯಂಕಾಲದ ಮೇಲ್‌ರೈಲಿಗೆ (ಟಪ್ಪಾಲು ರೈಲು)ಡರ್ಬಾನ್‌ಗೆ ಹೊರಟರು. ಹೊರಡುವ ಮುಂಚೆ ಅವರಿಗೆ ಬರಬೇಕಾಗಿದ್ದ ಸಾಲವನ್ನು ವಸೂಲ್ಮಾಡುವ ಹೊಣೆಯನ್ನು ನನಗೆ ಒಪ್ಪಿಸಿದರು. ಅಂದಿನ ದಿನದಿಂದ ನಾನು ದಕ್ಷಿಣ ಆಫ್ರಿಕದ ಕಡಲದಂಡೆಗಳನ್ನು ಬಿಡುವರೆಗೆ ಅವರು ನನ್ನ ಸುಖ ಮತ್ತು ದುಃಖಗಳಲ್ಲಿ ಪಾಲುದಾರರಾಗಿ ಉಳಿದುಕೊಂಡಿದ್ದರು.

ಮಿ. ವೆಸ್ಟ್ ಲಾತ್(ಲಿಂಕಲ್ನ್‌ಶೈರ್)ನ ರೈತ ಕುಟುಂಬಕ್ಕೆ ಸೇರಿದ್ದರು. ಅವರಿಗೆ ಸಾಮಾನ್ಯ ಶಾಲಾ ಶಿಕ್ಷಣ ಸಿಕ್ಕಿತ್ತು. ಆದರೆ ಅನುಭವದ ಶಾಲೆಯಲ್ಲಿ ಅವರು ಸಾಕಷ್ಟನ್ನು ಸ್ವಸಹಾಯದ ಮೂಲಕ ಪೆಟ್ಟು ತಿಂದು ಕಲಿತಿದ್ದರು. ನಾನು ಯಾವಾಗಲು ಅವರನ್ನು ಪರಿಶುದ್ಧ, ಪ್ರಶಾಂತಮನೋಭಾವವುಳ್ಳ, ದೇವರಲ್ಲಿ ಭಯಭಕ್ತಿಯುಳ್ಳ ದಯಾಪರರಾದ ಆಂಗ್ಲೇಯ(ಇಂಗ್ಲಿಷ್‌ಮನ್) ಎಂದು ಭಾವಿಸಿದ್ದೆ.

ಮುಂದೆ ಬರಲಿರುವ ಅಧ್ಯಾಯಗಳಲ್ಲಿ ನಾವು ಅವರ ಬಗ್ಗೆ ಮತ್ತು ಅವರ ಕುಟುಂಬದ ಬಗ್ಗೆ ಇನ್ನೂ ಹೆಚ್ಚು ವಿಚಾರಗಳನ್ನು ತಿಳಿದುಕೊಳ್ಳಬಹುದು.

17. ನಿವಾಸಗಳ ದಹನ

ನನ್ನ ಸಹಕಾರ್ಯಕರ್ತರುಗಳಿಗೆ ರೋಗಿಗಳನ್ನು ನೋಡಿಕೊಳ್ಳವ ಕೆಲಸದಿಂದ ಬಿಡುಗಡೆ ಸಿಕ್ಕರೂ ಕರಾಳ ಪ್ಲೇಗಿನಿಂದ ಹುಟ್ಟಿಕೊಂಡಿದ್ದ ಅನೇಕ ವಿಷಯಗಳು ಇನ್ನೂ ಉಳಿದು ಕೊಂಡಿದ್ದವು ಮತ್ತು ಅವುಗಳ ಬಗ್ಗೆ ತಕ್ಕ ಕ್ರಮಗಳನ್ನು ತೆಗೆದುಕೊಳ್ಳಬೇಕಾಗಿತ್ತು.

ವಾಸಸ್ಥಾನ(ಲೊಕೇಷನ್)ದ ಬಗ್ಗೆ ಮುನಿಸಿ ಪಾಲಿಟಿಯು ತೋರಿದ್ದ ಅಸಡ್ಡೆಯ ಬಗ್ಗೆ ಈಗಾಗಲೇ ಪ್ರಸ್ತಾಪಿಸಿದ್ದೇನೆ. ಬಿಳಿಯ ಪ್ರಜೆಗಳ ಆರೋಗ್ಯಕ್ಕೆ ಸಂಬಂಧಿಸಿದಂತೆ ಅದು ಇಲ್ಲಿಯವರೆಗೂ ಅಗಲವಾಗಿ ಕಣ್ಣು ತೆರೆದಿರಲಿಲ್ಲ (ಅಂದರೆ ಪೂರ್ತಿಯಾಗಿ ಎಚ್ಚೆತ್ತಿರಲಿಲ್ಲ.) ಅವರ ಆರೋಗ್ಯವನ್ನು ಕಾಪಾಡಲು ಅದು ತುಂಬಾ ಹಣವನ್ನು ಖರ್ಚುಮಾಡಿತ್ತು. ಈಗ ಮುನಿಸಿಪಾಲಿಟಿಯು ಕರಾಳ ಪ್ಲೇಗನ್ನು ಮೆಟ್ಟಿಹಾಕಲು ಹಣವನ್ನು ನೀರಿನಂತೆ ಸುರಿಯಲಾರಂಭಿಸಿತು. ಭಾರತೀಯರಿಗೆ ಮುನಿಸಿಪಾಲಿಟಿಯು ಮಾಡಬೇಕಾದ್ದನ್ನು ಮಾಡದೇ ಮಾಡಬಾರದ್ದನ್ನು ಮಾಡಿ ಕಟ್ಟಿಕೊಂಡಿದ್ದ ಪಾಪಗಳನ್ನು ಅದರ ಬಾಗಿಲಲ್ಲಿ ನಾನು ಒಗೆದಿದ್ದರೂ (ಅಂದರೆ ಆಕ್ಷೇಪಿಸಿದ್ದರೂ) ಬಿಳಿಯ ಪ್ರಜೆಗಳ ಕ್ಷೇಮದ ಬಗ್ಗೆ ಅದು ವ್ಯಕ್ತಪಡಿಸಿದ್ದ ಕಳವಳವನ್ನು ಮೆಚ್ಚಿಕೊಳ್ಳದೇ

ಇರಲಿಲ್ಲ. ಅದರ ಶ್ಲಾಘನೀಯ ಪ್ರಯತ್ನಗಳಲ್ಲಿ ನಾನು ನನ್ನ ಕೈಲಾದ ಸಹಾಯಮಾಡಿದೆ. ನಾನು ನನ್ನ ಸಹಕಾರವನ್ನು ಕೊಡದೇ ಸುಮ್ಮನಿದ್ದಿದ್ದರೆ ಮುನಿಸಿಪಾಲಿಟಿಗೆ ಕೆಲಸಮಾಡುವುದು ಕಷ್ಟಕರವಾಗಬಹುದು ಎಂದು ನಾನು ಬಾವಿಸಿದ್ದೆ. ಅಂತಹ ಸಂದರ್ಭದಲ್ಲಿ ಅದು ಶಸ್ತ್ರಬಲವನ್ನು ಪ್ರಯೋಗಿಸಲು ಹಿಂದೆಮುಂದೆ ನೋಡುತ್ತಿರಲಿಲ್ಲ. ಜತೆಯಲ್ಲಿ ಅದು ಇನ್ನೂ ಕೆಟ್ಟದಾಗಿ ವರ್ತಿಸುವ ಸಾಧ್ಯತೆಯೂ ಇತ್ತು.

ಎಲ್ಲವೂ ನಿವಾರಣೆಯಾದವು. ಭಾರತೀಯರ ನಡವಳಿಕೆಯನ್ನು ಕಂಡು ಮುನಿಸಿಪಲ್ ಪುರಸಭೆ ಅಧಿಕಾರಿಗಳು ಪ್ರಸನ್ನರಾದರು. ಪ್ಲೇಗ್‌ನ ನಿವಾರಣೋಪಾಯಗಳನ್ನು ಕುರಿತ ಮುಂದಿನ ಅನೇಕ ಕ್ರಮಗಳು ಸುಲಭವಾಗಿ, ಸರಳವಾಗಿ ಅನುಷ್ಠಾನಗೊಂಡವು. ಮುನಿಸಿಪಾಲಿಟಿಯ ಅಗತ್ಯಗಳಿಗೆ ತಕ್ಕಂತೆ ನಡೆದುಕೊಳ್ಳುವಂತೆ ನಾನು ನನಗೆ ಸಾಧ್ಯವಿದ್ದ ಪ್ರಭಾವವನ್ನು ಭಾರತೀಯರ ಮೇಲೆ ಪ್ರಯೋಗಿಸಿದೆ. ಅಷ್ಟು ದೂರದವರೆಗೆ ಹೋಗುವುದು ಭಾರತೀಯರಿಗೆ ಸುಲಭವಾಗಿರಲಿಲ್ಲ (ಅಂದರೆ ಆ ಎಲ್ಲ ಕ್ರಮಗಳನ್ನು ಒಪ್ಪಿಕೊಳ್ಳುವುದು ಸುಲಭದ ಮಾತಾಗಿರಲಿಲ್ಲ) ಆದರೂ ನನ್ನ ಸಲಹೆಯನ್ನು ಯಾರಾದರೂ ವಿರೋಧಿಸಿದ್ದ ಪ್ರಸಂಗ ನನ್ನ ನೆನಪಲ್ಲಿಲ್ಲ.

ವಾಸಸ್ಥಾನಕ್ಕೆ ಬಲಿಷ್ಠವಾದ ಕಾವಲನ್ನು ಏರ್ಪಡಿಸಲಾಯ್ತು. ಯಾರಿಗೂ ಸುಲಭವಾಗಿ ಒಳಕ್ಕೆ ಬರಲು ಮತ್ತು ಹೊರಕ್ಕೆ ಹೋಗಲು ಸಾಧ್ಯವಿರಲಿಲ್ಲ. ನನಗೆ ಮತ್ತು ನನ್ನ ಸಹಕಾರ್ಯಕರ್ತರುಗಳಿಗೆ ಒಳಕ್ಕೆ ಪ್ರವೇಶಿಸಲು ಮತ್ತು ಹೊರಕ್ಕೆ ಹೋಗಲು ಮುಕ್ತ ಅನುಮತಿಪತ್ರಗಳನ್ನು ನೀಡಲಾಗಿತ್ತು. ಇಡೀ ವಾಸಸ್ಥಾನದಿಂದ ಜನರನ್ನು ಖಾಲಿಮಾಡಿಸಲು ನಿರ್ಧರಿಸಿದ್ದರಿಂದ ಈ ತೀರ್ಮಾನವನ್ನು ತೆಗೆದುಕೊಳ್ಳಲಾಗಿತ್ತು. ಜೊಹಾನ್ಸ್‌ಬರ್ಗ್‌ನಿಂದ ಸುಮಾರು ಹದಿಮೂರುಮೈಲಿಗಳಷ್ಟು ದೂರದಲ್ಲಿದ್ದ ಬಯಲಲ್ಲಿ ಮೂರು ವಾರಗಳ ಕಾಲ ಡೇರೆಗಳಲ್ಲಿ ಅವರು ವಾಸಿಸಬೇಕೆಂದು ನಿರ್ಧರಿಸಲಾಗಿತ್ತು. ತರುವಾಯ ನಿವಾಸಗಳನ್ನು (ಅಂದರೆ ಅವರು ವಾಸಿಸುತ್ತಿದ್ದ ಸ್ಥಳವನ್ನು) ಸುಟ್ಟುಹಾಕಬೇಕೆಂದು ತೀರ್ಮಾನಿಸಲಾಗಿತ್ತು. ಡೇರೆಗಳಲ್ಲಿ ಆಹಾರ ಮತ್ತು ಇತರ ಪದಾರ್ಥಗಳ ಸಮೇತ ವಾಸಿಸಲು ಮತ್ತು ಅವಶ್ಯಕವಾಗಿದ್ದ ಇತರ ಸೌಕರ್ಯಗಳನ್ನು ಒದಗಿಸಿಕೊಡಲು ಸ್ವಲ್ಪ ಕಾಲ ಹಿಡಿಯುತ್ತಿತ್ತು. ಆದ್ದರಿಂದ ಈ ನಡುವಣ ಅವಧಿ (ಇಂಟರ್‌ವಲ್)ಯಲ್ಲಿ ಕಾವಲಿನ ಅವಶ್ಯಕತೆಯಿತ್ತು.

ಜನರು ತುಂಬಾ ಭಯಪಟ್ಟಿದ್ದರು. ಆದರೆ ನಾನು ಸದಾ ಅವರ ಜತೆಯಲ್ಲಿರುತ್ತಿದ್ದರಿಂದ ಅವರಿಗೆ ಸ್ವಲ್ಪಮಟ್ಟಿಗೆ ಸಮಾಧಾನ ಉಂಟಾಗಿತ್ತು. ಅನೇಕ ಬಡಜನರು ತಮ್ಮ ತೀರ ಅಲ್ಪ ಉಳಿತಾಯದ ಹಣವನ್ನು ಭೂಮಿಯೊಳಗೆ ಹೂತಿಡುತ್ತಿದ್ದರು. ಇವನ್ನು ಆಗೆದು ತೆಗೆದುಕೊಳ್ಳಬೇಕಾಗಿತ್ತು. ಅವರಿಗೆ ಬ್ಯಾಂಕ್ ಇರಲಿಲ್ಲ ಇಲ್ಲವೇ ಅವರಿಗೆ ಯಾವ ಬ್ಯಾಂಕ್‌ನ ಪರಿಚಯವೂ ಇರಲಿಲ್ಲ. ನಾನೇ ಅವರ ಬ್ಯಾಂಕರ್ ಆದೆ. ಹಣದ ಪ್ರವಾಹವೇ ನನ್ನ ಕಛೇರಿಗೆ ಹರಿದು ಬಂದಿತು. ಅಂತಹ ಬಿಕ್ಕಟ್ಟಿನ ಕಾಲದಲ್ಲಿ ನಾನು ಈ ಶ್ರಮಿಕರುಗಳಿಂದ ಶುಲ್ಕವನ್ನು ವಸೂಲ್ಮಾಡುವಂತಿರಲಿಲ್ಲ. ಹೇಗೋ ನಾನು ಕೆಲಸವನ್ನು ಸಮರ್ಥವಾಗಿ ನಿರ್ವಹಿಸುತ್ತಿದ್ದೆ. ನನಗೆ ಬ್ಯಾಂಕ್ ಮ್ಯಾನೇಜರ್‌ನ ಪರಿಚಯ ಚೆನ್ನಾಗಿತ್ತು. ನಾನು ಈ ಹಣವನ್ನು ಅವನ ಬಳಿ ಠೇವಣಿ ಇಡಬೇಕಾಗಿದೆಯೆಂದು ತಿಳಿಸಿದೆ. ತಾಮ್ರದ ಮತ್ತು ಬೆಳ್ಳಿಯ ನಾಣ್ಯಗಳನ್ನು ಅಗಾಧ ಪ್ರಮಾಣದಲ್ಲಿ

ಸ್ವೀಕರಿಸಲು ಬ್ಯಾಂಕುಗಳು ಯಾವ ರೀತಿಯಲ್ಲೂ ಕಾತರಗೊಂಡಿರಲಿಲ್ಲ. ಪ್ಲೇಗು ಪೀಡಿತ ಪ್ರದೇಶದಿಂದ ಬಂದಿದ್ದ ಹಣವನ್ನು ಮುಟ್ಟಲು ಕೂಡಾ ಬ್ಯಾಂಕ್ ಗುಮಾಸ್ತರುಗಳು ನಿರಾಕರಿಸುವ ಭಯ ಕೂಡಾ ಇತ್ತು. ಆದರೆ ಮ್ಯಾನೇಜರ್ ನನಗೆ ಎಲ್ಲ ರೀತಿಯಿಂದಲೂ ಅನುಕೂಲ ಮಾಡಿಕೊಟ್ಟ. ಬ್ಯಾಂಕ್‌ಗೆ ಕಳಿಸುವ ಮುಂಚೆ ಎಲ್ಲ ಹಣವನ್ನು ಕ್ರಿಮಿನಾಶಕ ದ್ರವದಲ್ಲಿ ತೊಳೆದು(ಡಿಸ್‌ಇನ್‌ಫೆಕ್ಟ್) ಕಳಿಸಬೇಕೆಂದು ತೀರ್ಮಾನಿಸಲಾಯ್ತು. ನನಗೆ ಜ್ಞಾಪಕವಿರುವಂತೆ ಸುಮಾರು ಅರವತ್ತು ಸಾವಿರ ಪೌಂಡುಗಳಷ್ಟು ಹಣವನ್ನು ಈ ಪ್ರಕಾರ ಠೇವಣಿ ಇಡಿಸಲಾಯ್ತು. ಸಾಕಷ್ಟು ಹಣವಿರುವವರು ಅವರನ್ನು ಸ್ಥಿರ ಠೇವಣಿ (ಫಿಕ್ಸ್ಡ್ ಡಿಪಾಸಿಟ್)ಗಳಲ್ಲಿ ಇರಿಸಬೇಕೆಂದು ನಾನು ಸಲಹೆ ಕೊಟ್ಟೆ. ಇಂತಹ ಮಂದಿ ನನ್ನ ಸಲಹೆಯನ್ನು ಒಪ್ಪಿಕೊಂಡರು. ಇದರ ಪರಿಣಾಮದಿಂದಾಗಿ ಅವರಲ್ಲಿ ಕೆಲವರು ಬ್ಯಾಂಕುಗಳಲ್ಲಿ ಹಣವನ್ನು ತೊಡಗಿಸುವ ಅಭ್ಯಾಸವನ್ನು ಬೆಳಸಿಕೊಂಡರು.

ಜೊಹಾನ್ಸ್‌ಬರ್ಗ್‌ನ ಹತ್ತಿರವಿದ್ದ ಕ್ಲಿಪ್ಸ್‌ಪ್ರೂಟ್ ಫಾರ್ಮ್‌ಗೆ ವಾಸಸ್ಥಾನಗಳಲ್ಲಿದ್ದ (ಲೊಕೇಷನ್) ನಿವಾಸಿಗಳನ್ನು ವಿಶೇಷ ರೈಲಿನಲ್ಲಿ ಸಾಗಿಸಲಾಯ್ತು. ಅಲ್ಲಿ ಅವರಿಗೆ ಸರಕಾರದ ಖರ್ಚಿನಲ್ಲಿ ಮುನಿಸಿಪಾಲಿಟಿ(ಪುರಸಭೆ)ಯು ಆಹಾರಸಾಮಗ್ರಿಗಳನ್ನು ಒದಗಿಸಿತು. ಡೇರೆಗಳಲ್ಲಿ ಮುಚ್ಚಿಹೋಗಿದ್ದ ಈ ನಗರವು ಮಿಲಿಟರಿ ಬಿಡಾರ(ಕ್ಯಾಂಪ್)ದಂತೆ ಕಾಣುತ್ತಿತ್ತು. ಬಿಡಾರದ ಜೀವನಕ್ಕೆ ಒಗ್ಗಿಕೊಳ್ಳದವರು ಸಂಕಟಪಡುತ್ತಿದ್ದರು. ಈ ಬಗೆಯ ಏರ್ಪಾಡಿನಿಂದ ಅವರು ವಿಸ್ಮಯಗೊಂಡಿದ್ದರು. ಆದರೂ ಯಾವುದೇ ರೀತಿಯಲ್ಲೂ ಅವರಿಗೆ ಅನಾನುಕೂಲವಾಗಿರಲಿಲ್ಲ, ಪ್ರತಿದಿನವೂ ನಾನು ಸೈಕಲ್‌ನಲ್ಲಿ ಅವರ ಬಳಿಗೆ ಹೋಗುತ್ತಿದ್ದೆ. ಅಲ್ಲಿ ತಂಗಿ ಇಪ್ಪತ್ನಾಲ್ಕು ಗಂಟೆಗಳಾಗುವುದರೊಳಗೆ ಅವರು ತಮ್ಮ ಎಲ್ಲ ಸಂಕಟಗಳನ್ನು ಮರೆತರು ಮತ್ತು ನಗುನಗುತ್ತ ಜೀವನ ನಡೆಸಲಾರಂಭಿಸಿದರು. ನಾನು ಅಲ್ಲಿಗೆ ಹೋದಾಗಲೆಲ್ಲ ಅವರು ಹಾಡು ಹೇಳುತ್ತ ಉಲ್ಲಾಸದಲ್ಲಿ ಕಾಲ ಕಳೆಯುತ್ತಿದ್ದುದನ್ನು ಕಾಣುತ್ತಿದ್ದೆ. ಮುಕ್ತ ಹವಾದಲ್ಲಿ (ಬಯಲಲ್ಲಿ) ಮೂರು ವಾರಗಳ ಕಾಲ ತಂಗಿದ್ದರಿಂದ ಅವರ ಆರೋಗ್ಯ ಸುಧಾರಿಸಿತು.

ನನಗೆ ಜ್ಞಾಪಕವಿರುವಂತೆ ವಾಸಸ್ಥಳ ಪೂರ್ತಿಯಾಗಿ ಖಾಲಿಯಾದ ಮಾರನೇ ದಿವಸ ಅದಕ್ಕೆ ಬೆಂಕಿ ಹಚ್ಚಲಾಯ್ತು. ಮುನಿಸಿಪಾಲಿಟಿಯು ದಳ್ಳುರಿಯಿಂದ ಏನನ್ನೂ ಉಳಿಸಿಕೊಳ್ಳಲು ಕೊಂಚ ಆಸಕ್ತಿಯನ್ನೂ ತೋರಿಸಲಿಲ್ಲ. ಇದೇ ಸಮಯದಲ್ಲಿ ಅದೇ ಕಾರಣವನ್ನೊಡ್ಡಿ ಮಾರುಕಟ್ಟೆಯಲ್ಲಿದ್ದ ಎಲ್ಲ ಮರಮಟ್ಟುಗಳನ್ನು ಕೂಡಾ ಸುಟ್ಟುಬಿಟ್ಟರು. ಇದರಿಂದಾಗಿ ಸುಮಾರು ಹತ್ತು ಸಾವಿರ ಪೌಂಡುಗಳಷ್ಟು ನಷ್ಟವನ್ನು ಕೂಡಾ ಮುನಿಸಿಪಾಲಿಟಿಯು ಅನುಭವಿಸಿತು. ಮಾರುಕಟ್ಟೆಯಲ್ಲಿ ಕೆಲವು ಸತ್ತ ಇಲಿಗಳು ಕಂಡುಬಂದಿದ್ದರಿಂದ ಮುನಿಸಿಪಾಲಿಟಿಯು ಇಂತಹ ಉಗ್ರ ಕ್ರಮವನ್ನು ಕೈಗೊಂಡಿತ್ತು.

ಮುನಿಸಿಪಾಲಿಟಿಯು ಭಾರಿ ನಷ್ಟವನ್ನು ಅನುಭವಿಸಿತು. ಆದರೆ ಪ್ಲೇಗು ರೋಗ ಇನ್ನಷ್ಟು ಬೆಳೆಯುವುದನ್ನು ತಡೆಹಿಡಿಯುವಲ್ಲಿ ಅದು ಯಶಸ್ವಿಯಾಯಿತು. ಮತ್ತೆ ನಗರ ಸರಾಗವಾಗಿ ಉಸಿರಾಡಲಾರಂಭಿಸಿತು.

18. ಒಂದು ಪುಸ್ತಕದ ಮಾಂತ್ರಿಕ ಪ್ರಭಾವ

ಕರಾಳ ಪ್ಲೇಗ್ ಬಡ ಭಾರತೀಯರ ಮೇಲಿನ ನನ್ನ ಪ್ರಭಾವವನ್ನು ಹೆಚ್ಚಿಸಿತು. ಜತೆಯಲ್ಲಿ ನನ್ನ ವೃತ್ತಿ ಹಾಗೂ ನನ್ನ ಹೊಣೆಗಾರಿಕೆ ಕೂಡಾ ಹೆಚ್ಚಿತು. ಕೆಲವು ಐರೋಪ್ಯರ ಜತೆಯಲ್ಲಿ ನನ್ನ ಸಂಪರ್ಕ ಕೂಡಾ ಹೊಸದಾಗಿ ಬೆಳೆದು ನಿಕಟವಾಯ್ತು. ಅದರಿಂದಾಗಿ ನನ್ನ ನೈತಿಕ ಕರ್ತವ್ಯದ ಭಾರ ಕೂಡಾ ಹೆಚ್ಚಾಯಿತು.

ಶಾಕಾಹಾರಿ ರೆಸ್ಟರಾಂಟ್‌ನಲ್ಲಿ ನಾನು ಮಿ. ವೆಸ್ಟ್ ಅವರೊಂದಿಗೆ ಪರಿಚಯ ಬೆಳಿಸಿಕೊಂಡಂತೆ ಮಿ. ಪೋಲ್ಯಾಕ್‌ನೊಂದಿಗೆ ನಾನು ಪರಿಚಯ ಮಾಡಿಕೊಂಡಿದ್ದೆ. ಒಂದು ದಿನ ರಾತ್ರಿ ಊಟದ ಮೇಜಿನ ಮೇಲೆ ನನ್ನಿಂದ ಸ್ವಲ್ಪ ದೂರದಲ್ಲಿ ಊಟಕ್ಕೆ ಕೂತಿದ್ದ ಯುವಕನೊಬ್ಬ ತನ್ನ ಹೆಸರುಚೀಟಿ (ಕಾರ್ಡ್)ಯನ್ನು ನನಗೆ ಕಳಿಸಿ ನನ್ನನ್ನು ನೋಡಬೇಕೆಂದು ಅಪೇಕ್ಷಿಸಿದ. ನಾನು ಅವನಿಗೆ ನನ್ನ ಮೇಜಿಗೆ ಬರುವಂತೆ ಆಹ್ವಾನಿಸಿದೆ. ಅವನು ಹಾಗೆ ಮಾಡಿದ.

ನಾನು 'ದಿ ಕ್ರಿಟಿಕ್ ನ ಉಪಸಂಪಾದಕ'. ಎಂದು ಅವನು ಹೇಳಿದ. 'ನೀವು ಪ್ಲೇಗ್ ಬಗ್ಗೆ ಪತ್ರಿಕೆಗಳಿಗೆ ಬರೆದಿದ್ದ ಪತ್ರವನ್ನು ಓದಿದಾಗ ನನಗೆ ನಿಮ್ಮನ್ನು ನೋಡಬೇಕೆಂಬ ತೀವ್ರವಾದ ಅಪೇಕ್ಷೆ ಉಂಟಾಯಿತು. ಈ ಅವಕಾಶ ಸಿಕ್ಕಿದ್ದರಿಂದ ನನಗೆ ಸಂತೋಷವಾಗಿದೆ'.

ಮಿ. ಪೋಲ್ಯಾಕ್‌ನ ನಿಷ್ಕಪಟತೆ ನನ್ನನ್ನು ಅವನ ಬಳಿಗೆ ಆಕರ್ಷಿಸಿತು. ಅದೇ ದಿನ ರಾತ್ರಿ ನಾವು ಒಬ್ಬರನ್ನೊಬ್ಬರು ಚೆನ್ನಾಗಿ ಅರಿತುಕೊಂಡೆವು. ಜೀವನದ ಬಹುಮುಖ್ಯ ವಿಷಯಗಳಲ್ಲಿ ನಾವು ಒಂದೇ ರೀತಿಯ ಅಭಿಪ್ರಾಯಗಳನ್ನಿಟ್ಟುಕೊಂಡಂತೆ ಕಾಣಿಸಿತು. ಅವನಿಗೆ ಸರಳ ಜೀವನ ಇಷ್ಟವಾಗಿತ್ತು. ತನ್ನ ಬುದ್ಧಿಶಕ್ತಿಗೆ ಮೆಚ್ಚಿಕೆಯಾದದ್ದನ್ನು ಆಚರಣೆಗೆ ತರುವಂತಹ ಅದ್ಭುತ ಸಾಮರ್ಥ್ಯ ಅವನಲ್ಲಿತ್ತು. ಅವನು ಅವನ ಜೀವನದಲ್ಲಿ ಮಾಡಿಕೊಂಡಿದ್ದ ಕೆಲವು ಬದಲಾವಣೆಗಳು ತೀವ್ರ ಸುಧಾರಣಾ ತತ್ವಗಳಿಗೆ ಸಂವಾದಿಯಾಗಿದ್ದವಲ್ಲದೇ ಪ್ರಚೋದಿಸುವಂತಿದ್ದವು.

'ಇಂಡಿಯನ್ ಒಪಿನಿಯನ್'ನ ವೆಚ್ಚ ದಿನದಿಂದ ದಿನಕ್ಕೆ ಹೆಚ್ಚಾಗುತ್ತಿತ್ತು. ಮಿ. ವೆಸ್ಟ್ ಕಳಿಸಿದ್ದ ಪ್ರಥಮ ವರದಿಯೇ ನನ್ನನ್ನು ತುಂಬಾ ಗಾಬರಿಗೊಳಿಸಿತು ಅವರು ಹೀಗೆ ಬರೆದಿದ್ದರು: 'ನೀವು ಪ್ರಾಯಶಃ ಭಾವಿಸಿದಂತೆ ಈ ಉದ್ದಿಮೆ ಲಾಭವನ್ನು ಗಳಿಸುತ್ತದೆ ಎಂದು ನಾನು ನಿರೀಕ್ಷಿಸುತ್ತಿಲ್ಲ. ನಷ್ಟ ಕೂಡಾ ಉಂಟಾಗಬಹುದೆಂದು ನಾನು ಭಯಪಡುತ್ತಿದ್ದೇನೆ ವಸೂಲ್ಮಾಡಬೇಕಾಗಿರುವ ಬಾಕಿ ತುಂಬಾ ಇದೆ. ಲೆಕ್ಕದ ಪುಸ್ತಕಗಳು ಕ್ರಮಬದ್ಧವಾಗಿಲ್ಲ. ಆದ್ದರಿಂದ ಅದರ ತಲೆ ಮತ್ತು ಬುಡ ಯಾವುದು ಎಂದು ಅರ್ಥವಾಗುತ್ತಿಲ್ಲ (ಅಂದರೆ ಏನೂ ಅರ್ಥವಾಗುವುದಿಲ್ಲ) ಪುನಹ ಪೂರ್ತಿಯಾಗಿ ಪರೀಕ್ಷಿಸಿ ನೋಡಬೇಕಾಗಿದೆ. ಆದರೆ ಇವೆಲ್ಲವುಗಳಿಂದ ನೀವು ಗಾಬರಿಪಡಬೇಕಾಗಿಲ್ಲ. ನನ್ನಿಂದ ಸಾಧ್ಯವಾದಷ್ಟು ಮಟ್ಟಿಗೆ ಎಲ್ಲವನ್ನೂ ಸರಿಪಡಿಸುತ್ತೇನೆ. ಲಾಭವಾಗಲಿ ಇಲ್ಲವೇ ನಷ್ಟವಾಗಲಿ ನಾನು ಇಲ್ಲಿರುತ್ತೇನೆ'.

ಲಾಭವಾಗುತ್ತಿಲ್ಲ ಎಂದು ಕಂಡುಕೊಂಡ ಮೇಲೆ ಮಿ. ವೆಸ್ಟ್ ಅಲ್ಲಿಗೆ ತೆರಳಬಹುದಾಗಿತ್ತು. ಆಗ ನನಗೆ ಅವರನ್ನು ಖಂಡಿಸಲು ಸಾಧ್ಯವಾಗುತ್ತಿರಲಿಲ್ಲ. ವಾಸ್ತವವಾಗಿ, ಸರಿಯಾದ ಆಧಾರವಿಲ್ಲದೇ ಉದ್ದಿಮೆ ಲಾಭದಾಯಕವಾಗಿದೆಯೆಂದು ವಿವರಿಸಿದ್ದಕ್ಕಾಗಿ ನನ್ನನ್ನು ದೂಷಿಸಲು ಅವರಿಗೆ ಹಕ್ಕಿರುತ್ತಿತ್ತು. ಆದರೆ ಅವರು ನನ್ನನ್ನು ದೂರಿ ಒಂದೇ ಒಂದು ಶಬ್ದವನ್ನು ಉಚ್ಚರಿಸಿರಲಿಲ್ಲ. ಹಾಗಿದ್ದರೂ ನಷ್ಟದಲ್ಲಿದೆ ಎಂದು ಮಿ. ವೆಸ್ಟ್ ಕಂಡುಕೊಂಡಿದ್ದರಿಂದ ಅವರು ನನ್ನನ್ನು ಭೋಳೆ ಸ್ವಭಾವದನು ಎಂದು ಭಾವಿಸಬಹುದು ಎಂಬ ಅಭಿಪ್ರಾಯ ನನ್ನಲ್ಲಿ ಉಂಟಾಯಿತು. ಏನನ್ನಾದರೂ ಪರೀಕ್ಷಿಸಿ ಅರಿತುಕೊಳ್ಳಬೇಕೆಂಬುದರ ಕಡೆಗೆ ಲಕ್ಷ ಕೊಡದೇ ನಾನು ಸಾರ್ಜೆಂಟ್ ಮದನ್‌ಜಿತ್‌ಅವರ ಅಭಿಪ್ರಾಯವನ್ನು ಸುಮ್ಮನೇ ಒಪ್ಪಿಕೊಂಡಿದ್ದೆ. ಅದನ್ನು ಆಧರಿಸಿ ಮಿ. ವೆಸ್ಟ್ ಅವರಿಗೆ ಲಾಭವಾಗುವುದು ಎಂದು ನಿರೀಕ್ಷಿಸಬಹುದೆಂದು ಹೇಳಿಬಿಟ್ಟಿದ್ದೆ.

ಸಾರ್ವಜನಿಕ ಕಾರ್ಯಕರ್ತನು ತನಗೇ ಭರವಸೆಯಿಲ್ಲದ ಹೇಳಿಕೆಗಳನ್ನು ಕೊಡಬಾರದು ಎಂದು ಮನವರಿಕೆಮಾಡಿಕೊಂಡೆ. ಎಲ್ಲಕ್ಕಿಂತ ಹೆಚ್ಚಾಗಿ ಸತ್ಯದ ಅವಿಚ್ಛಿನ್ನ ಭಕ್ತನು ತುಂಬಾ ಎಚ್ಚರಿಕೆಯಿಂದ ಕೆಲಸ ಮಾಡಬೇಕು. ತಾನು ಪೂರ್ತಿಯಾಗಿ ಪರೀಕ್ಷಿಸಿ ನೋಡದ ಯಾವುದೇ ವಿಷಯವನ್ನು ಒಪ್ಪಿಕೊಳ್ಳುವುದೆಂದರೆ ಸತ್ಯದ ಹೆಸರು ಕೆಡಿಸಿದಂತಾಗುವುದು. ನಾನು ನನ್ನ ಭೋಳೆ ಸ್ವಭಾವವನ್ನು ಪೂರ್ತಿಯಾಗಿ ಗೆದ್ದಿರಲಿಲ್ಲ. ನನಗೆ ನಿರ್ವಹಿಸಲು ಸಾಧ್ಯವಿರುವುದಕ್ಕಿಂತಲೂ ಹೆಚ್ಚಾಗಿ ಕೆಲಸಮಾಡಬೇಕೆಂಬ ಮಹದಾಸೆಯೇ ಇದಕ್ಕೆ ಕಾರಣವಾಗಿತ್ತು. ಈ ಮಹದಾಸೆ ಆಗಾಗ್ಗೆ ನನಗಿಂತ ನನ್ನ ಸಹಕಾರ್ಯಕರ್ತರನ್ನು ತುಂಬಾ ಗೋಳುಹೋಯ್ದುಕೊಳ್ಳುತ್ತಿತ್ತು.

ಮಿ. ವೆಸ್ಟ್‌ಅವರ ಪತ್ರ ಬರುತ್ತಿದ್ದಂತೆಯೇ ನಾನು ನೆಟಾಲ್‌ಗೆ ಹೊರಟೆ. ನಾನು ಮಿ. ಪೋಲ್ಯಾಕ್‌ನನ್ನು ಪೂರ್ತಿಯಾಗಿ ನನ್ನ ವಿಶ್ವಾಸಕ್ಕೆ ತೆಗೆದುಕೊಂಡಿದ್ದೆ. ನನ್ನನ್ನು ಬೀಳ್ಕೊಡಲು ಅವನು ಸ್ಟೇಷನ್‌ಗೆ ಬಂದಿದ್ದ. ಪ್ರಯಾಣಮಾಡುವಾಗ ಓದಲು ಅವನು ನನಗೆ ಒಂದು ಪುಸ್ತಕವನ್ನು ಕೊಟ್ಟ. ಅದು ನನಗೆ ಖಂಡಿತವಾಗಿಯೂ ಇಷ್ಟವಾಗುವುದೆಂದು ಅವನು ಹೇಳಿದ. ಅದೇ ರಸ್ಕಿನ್‌ನ 'ಅನ್‌ಟು ದಿಸ್ ಲಾಸ್ಟ್'

ಒಮ್ಮೆ ಅದನ್ನು ನಾನು ಓದಲು ಕೈಗೆತ್ತಿಕೊಂಡ ಕ್ಷಣದಿಂದ ಅದನ್ನು ಪಕ್ಕಕ್ಕಿಡಲು ನನಗೆ ಸಾಧ್ಯವಾಗಲಿಲ್ಲ. ಅದು ನನ್ನ ಮನಸ್ಸನ್ನು ಸೆರೆಹಿಡಿಯಿತು. ಜೊಹಾನ್ಸ್‌ಬರ್ಗ್‌ನಿಂದ ಡರ್ಬಾನ್‌ಗೆ ಇಪ್ಪತ್ನಾಲ್ಕು ಗಂಟೆಗಳಕಾಲ ಪ್ರಯಾಣಮಾಡಬೇಕಾಗಿತ್ತು. ಸಂಜೆಯ ಇಳಿಹೊತ್ತಿನಲ್ಲಿ ರೈಲು ಡರ್ಬಾನ್‌ಅನ್ನು ಸೇರಿತು. ಆದಿನ ರಾತ್ರಿ ನಾನು ನಿದ್ರೆಮಾಡಲಿಲ್ಲ. ಆ ಪುಸ್ತಕದ ಆದರ್ಶಗಳಿಗನುಸಾರವಾಗಿ ನನ್ನ ಜೀವನವನ್ನು ಬದಲಿಸಿಕೊಳ್ಳಲು ನಿಶ್ಚಯಿಸಿದೆ.

ನಾನು ಓದಿದ್ದ ರಸ್ಕಿನ್‌ನ ಮೊದಲನೇ ಪುಸ್ತಕ ಇದೇ ಆಗಿತ್ತು. ಶಿಕ್ಷಣ ಪಡೆಯುತ್ತಿದ್ದ ಕಾಲದಲ್ಲಿ ನಾನು ಪಠ್ಯಪುಸ್ತಕಗಳನ್ನು ಬಿಟ್ಟಂತೆ ಬೇರೆ ಯಾವುದೇ ಪುಸ್ತಕವನ್ನು ಓದುತ್ತಿರಲಿಲ್ಲ. ಕ್ರಿಯಾಶೀಲ ಜೀವನವನ್ನು ಆರಂಭಿಸುತ್ತಿದ್ದಂತೆ ನನಗೆ ಓದಲು ಸಮಯವೇ ಸಿಕ್ಕುತ್ತಿರಲಿಲ್ಲ ಎನ್ನಬಹುದು. ಆದ್ದರಿಂದ ನನ್ನಲ್ಲಿ ತುಂಬಾ ಪುಸ್ತಕಜ್ಞಾನವಿದೆಯೆಂದು ಸಮರ್ಥಿಸಿಕೊಳ್ಳಲಾರೆ. ಹಾಗಿದ್ದರೂ ಈ ಬಗೆಯ ನಿರ್ಬಂಧಕ್ಕೊಳಪಟ್ಟಿದ್ದರಿಂದ ನನಗೆ ತುಂಬಾ ನಷ್ಟವಾಯಿತೆಂದು ಹೇಳಲಾರೆ. ಇದಕ್ಕೆ ಪ್ರತಿಯಾಗಿ ಹೇಳುವುದಾದರೆ ಮಿತವಾಗಿ ಓದಿದ್ದರಿಂದ ನಾನು ಏನನ್ನು ಓದ್ದಿದ್ದೆನೋ ಅದನ್ನು ಪೂರ್ತಿಯಾಗಿ ಅರಗಿಸಿಕೊಳ್ಳಲು ಸಮರ್ಥನಾಗಿದ್ದೆ ಎಂದು ಹೇಳಬಹುದು. ಈ ಪುಸ್ತಕಗಳಲ್ಲಿ ನನ್ನ ಜೀವನದಲ್ಲಿ ತತ್‌ಕ್ಷಣದಲ್ಲಿ ವಾಸ್ತವ ಪರಿವರ್ತನೆಯನ್ನು ತಂದುಕೊಟ್ಟ ಪುಸ್ತಕವೆಂದರೆ 'ಅನ್‌ಟು ದಿಸ್ ಲಾಸ್ಟ್'. ಅದನ್ನು ನಾನು ತರುವಾಯ ಗುಜರಾತಿಗೆ ಅನುವಾದಿಸಿದೆ. ಅದರ ಶೀರ್ಷಿಕೆ 'ಸರ್ವೋದಯ' (ಎಲ್ಲರ ಹಿತರಕ್ಷಣೆ).

ರಸ್ಕಿನ್‌ನ ಈ ಮಹಾನ್ ಕೃತಿಯಲ್ಲಿ ನನ್ನ ಕೆಲವು ನಿಶ್ಚಿತಾಭಿಪ್ರಾಯಗಳು ಪ್ರತಿಫಲನಗೊಂಡಿವೆ ಎಂಬುದನ್ನು ನಾನು ಕಂಡುಕೊಂಡೆ ಎಂಬ ನಂಬಿಕೆ ನನ್ನಲ್ಲಿದೆ. ಈ ಕಾರಣದಿಂದಾಗಿ ಅದು ನನ್ನ ಮನಸ್ಸನ್ನು ಸೆರೆಹಿಡಿಯಿತು ಮತ್ತು ನನ್ನ ಜೀವನ ಪರಿವರ್ತನಗೊಳ್ಳುವಂತೆ ಮಾಡಿತು. ಮಾನವನ ಹೃದಯದಲ್ಲಿ ಅಡಗಿರುವ ಹಾಗೂ ವಿಕಾಸಗೊಳ್ಳದಿರುವ ಸದ್ಭಾವನೆಗಳನ್ನು ಹೊರಕ್ಕೆ ಬರುವಂತೆ ಮಾಡುವವನೇ ಕವಿ. ಕವಿಗಳು ಎಲ್ಲರ ಮೇಲೂ ಒಂದೇ ರೀತಿಯಲ್ಲಿ ಪ್ರಭಾವ ಬೀರುವುದಿಲ್ಲ. ಏಕೆಂದರೆ ಎಲ್ಲರೂ ಒಂದೇ ಪ್ರಮಾಣದಲ್ಲಿ ವಿಕಾಸಗೊಂಡಿರುವುದಿಲ್ಲ.

ನಾನು ಅರ್ಥಮಾಡಿಕೊಂಡಿರುವ ಪ್ರಕಾರ 'ಅನ್‌ಟು ದಿಸ್ ಲಾಸ್ಟ್'ನ ಬೋಧನೆಗಳು ಯಾವುವೆಂದರೆ:

1. ಎಲ್ಲರ ಯೋಗಕ್ಷೇಮ(ಹಿತರಕ್ಷಣೆ)ದಲ್ಲಿ ವ್ಯಕ್ತಿಯ ಯೋಗಕ್ಷೇಮ (ಒಳಿತು) ಕೂಡಾ ಅಡಗಿಕೊಂಡಿರುತ್ತದೆ.

2. ವಕೀಲನ ಕೆಲಸ ಕ್ಷೌರಿಕನ ಕೆಲಸದಷ್ಟೇ ಬೆಲೆಯುಳ್ಳದ್ದಾಗಿರುತ್ತದೆ. ಪ್ರತಿಯೊಬ್ಬರಿಗೂ ತಮ್ಮ ಕೆಲಸದಿಂದ ಜೀವನೋಪಾಯವನ್ನು ಸಂಪಾದಿಸಿಕೊಳ್ಳುವ ಹಕ್ಕಿದೆ.
3. ಶ್ರಮಿಕನ ಜೀವನ ಅಂದರೆ ಬೇಸಾಯಗಾರನ ಜೀವನ ಮತ್ತು ಕೈಕಸುಬುಗಾರನ ಜೀವನ ಬೆಲೆಯಳ್ಳ ಬದುಕಾಗಿದೆ.

ಇವುಗಳಲ್ಲಿ ಮೊದಲನೆಯದು ನನಗೆ ಗೊತ್ತಿತ್ತು. ಎರಡನೆಯದನ್ನು ನಾನು ಅಸ್ಪಷ್ಟವಾಗಿ ಅರಿತಿದ್ದೆ. ಮೂರನೆಯದು ಎಂದೂ ನನ್ನ ಮನಸ್ಸಿಗೆ ಹೊಳೆದಿರಲಿಲ್ಲ. 'ಅನ್‌ಟು ದಿಸ್ ಲಾಸ್ಟ್' ಎರಡನೆಯದು ಮತ್ತು ಮೂರನೆಯದು ಮೊದಲನೆಯದರಲ್ಲಿ ಅಡಗಿದೆ ಎಂಬುದನ್ನು ಸ್ಪಷ್ಟವಾಗಿ ನನಗೆ ತೋರಿಸಿಕೊಟ್ಟಿತು. ಬೆಳಗಾಗುತ್ತಿದ್ದಂತೆ ಮೇಲೆದ್ದ ನಾನು ಈ ತತ್ವಗಳನ್ನು ಆಚರಣೆಯಲ್ಲಿ ಅಳವಡಿಸಿಕೊಳ್ಳಲು ಸಿದ್ಧನಾದೆ.

19. ದಿ ಫೀನಿಕ್ಸ್ ನೆಲಸುನಾಡು

ನಾನು ಇಡೀ ವಿಷಯದ ಬಗ್ಗೆ ಮಿ. ವೆಸ್ಟ್ ಅವರ ಜತೆಯಲ್ಲಿ ಮಾತಾಡಿದೆ. ನನ್ನ ಮನಸ್ಸಿನ ಮೇಲೆ 'ಅನ್‌ಟು ದಿಸ್ ಲಾಸ್ಟ್' ಉಂಟುಮಾಡಿದ್ದ ಪರಿಣಾಮವನ್ನು ಅವರಿಗೆ ವಿವರಿಸಿದೆ. 'ಇಂಡಿಯನ್ ಒಪಿನಿಯನ್' ಅನ್ನು ಒಂದು ಒಕ್ಕಲುಜಮೀನಿಗೆ(ಫಾರ್ಮ್)ಗೆ ಸಾಗಿಸಬೇಕೆಂದು ಸೂಚಿಸಿದೆ. ಅಲ್ಲಿ ಪ್ರತಿಯೊಬ್ಬರೂ ಕೆಲಸಮಾಡಬೇಕೆಂದೂ, ಒಂದೇ ಮಟ್ಟದಲ್ಲಿ ಜೀವಿಸುತ್ತ ಸಮವಾಗಿ ಕೂಲಿಹಣವನ್ನು ಪಡೆಯಬೇಕೆಂದು ತಿಳಿಸಿದೆ. ಬಿಡುವಿನ ವೇಳೆಯಲ್ಲಿ ಪತ್ರಿಕೆಯ ಕೆಲಸಕ್ಕೆ ಹಾಜರಾಗಬೇಕೆಂದು ತಿಳಿಸಿದೆ. ಮಿ. ವೆಸ್ಟ್ ಈ ಪ್ರಸ್ತಾಪವನ್ನು ಒಪ್ಪಿಕೊಂಡರು. ತಿಂಗಳ ಭತ್ಯವೆಂದು ತಲಾ 3 ಪೌಂಡುಗಳಷ್ಟು ಹಣವನ್ನು ವರ್ಣ ಅಥವಾ ರಾಷ್ಟ್ರೀಯತೆಯನ್ನು ವಿಶೇಷವಾಗಿ ಪರಿಗಣಿಸದೇ ಎಲ್ಲರಿಗೂ ಕೊಡಬೇಕೆಂದು ನಿಗದಿಪಡಿಸಲಾಯ್ತು.

ಆದರೆ ಪತ್ರಿಕೆಯಲ್ಲಿ ಕೆಲಸಮಾಡುತ್ತಿದ್ದ ಎಲ್ಲ ಹತ್ತು ಮಂದಿ ಮತ್ತು ಇನ್ನೂ ಹೆಚ್ಚಿನ ಶ್ರಮಿಕರು ಜನಸಂದಣಿಯಿಂದ ದೂರವಾಗಿದ್ದ ಒಕ್ಕಲು ಜಮೀನಿನಲ್ಲಿ ವಾಸಿಸಲು ಒಪ್ಪುವರೆ? ತೀರ ಅಲ್ಪ ಹಣ ಪಡೆದು ಜೀವನ ಸಾಗಿಸುತ್ತ ತೃಪ್ತಿಪಡುವರೆ? ಆದ್ದರಿಂದ ಈ ಯೋಜನೆಯಲ್ಲಿ ಹೊಂದಿಕೊಳ್ಳಲು ಯಾರಿಗೆ ಸಾಧ್ಯವಾಗುವುದಿಲ್ಲವೋ

ಅಂತಹವರು ಈಗಿನ ಸಂಬಳವನ್ನೇ ತೆಗೆದುಕೊಂಡು ಮುಂದುವರೆಯ ಬಹುದೆಂದು ಮತ್ತು ಅವರು ಕ್ರಮೇಣ ನೆಲಸುನಾಡಿನ (ವಾಸಸ್ಥಾನದ) ಸದಸ್ಯರುಗಳಾಗಿ ಆದರ್ಶಪೂರ್ಣ ಜೀವನವನ್ನು ಸಾಗಿಸಲು ಪ್ರಯತ್ನಿಸಬೇಕೆಂದು ನಾವು ಸೂಚಿಸಿದ್ದೆವು.

ಈ ಪ್ರಸ್ತಾಪದ ಷರತ್ತುಗಳ ಬಗ್ಗೆ ನಾನು ಶ್ರಮಿಕರೊಂದಿಗೆ ಮಾತಾಡಿದೆ. ಸಾರ್ಜೆಂಟ್ ಮದನ್‌ಜಿತ್‌ಗೆ ಇದು ಇಷ್ಟವಾಗಲಿಲ್ಲ. ಈ ಪ್ರಸ್ತಾಪ ಮೂರ್ಖತನದ್ದೆಂದು ಪರಿಗಣಿಸಿದರು. ತಮ್ಮ ಸಮಸ್ತವನ್ನು ಸಮರ್ಪಿಸಿ ಬೆಳೆಸಿದ್ದ ಉದ್ದಿಮೆ ಇದರಿಂದ ನಾಶವಾಗುವುದೆಂದು ಅವರು ಭಾವಿಸಿದರು. ಶ್ರಮಿಕರು ಕಂಬಿ ಕೀಳುವರೆಂದು (ಪಲಾಯನ ಮಾಡುವರೆಂದು) ಭಾವಿಸಿದರು. 'ಇಂಡಿಯನ್ ಒಪಿನಿಯನ್' ನಿಂತುಹೋಗುವುದೆಂದೂ ಮುದ್ರಣಾಲಯವನ್ನು ಮುಚ್ಚಬೇಕಾಗುವುದೆಂದು ಭಾವಿಸಿದರು.

ಮುದ್ರಣಾಲಯದಲ್ಲಿ ಕೆಲಸಮಾಡುತ್ತಿದ್ದವರ ಪೈಕಿ ನನ್ನ ಸೋದರ ಸಂಬಂಧಿ ಛಗನ್‌ಲಾಲ್ ಗಾಂಧಿ ಕೂಡಾ ಒಬ್ಬನಾಗಿದ್ದ. ವೆಸ್ಟ್‌ಅವರ ಮುಂದೆ ಈ ಪ್ರಸ್ತಾಪವನ್ನಿಟ್ಟ ಸಮಯದಲ್ಲಿ ಅವನ ಮುಂದೆ ಕೂಡಾ ಈ ಪ್ರಸ್ತಾಪವನ್ನಿಟ್ಟಿದ್ದೆ. ಅವನಿಗೆ ಹೆಂಡತಿ ಮತ್ತು ಮಕ್ಕಳಿದ್ದರು. ಆದರೆ ಅವನು ಬಾಲ್ಯದಿಂದಲೂ ನನ್ನ ಕೈಕೆಳಗೆ ತರಬೇತಿ ಪಡೆದಿದ್ದ ಮತ್ತು ಕೆಲಸಮಾಡಿದ್ದ. ಅವನಿಗೆ ನನ್ನ ಮೇಲೆ ಪೂರ್ಣ ವಿಶ್ವಾಸವಿತ್ತು. ಆದ್ದರಿಂದ ಅವನು ಏನೂ ವಾದಿಸದೇ ನನ್ನ ಯೋಜನೆಗೆ ಒಪ್ಪಿಗೆ ಕೊಟ್ಟ ಮತ್ತು ಅಲ್ಲಿಂದ ಇಲ್ಲಿಯವರೆಗೂ ನನ್ನ ಜತೆಯಲ್ಲಿ ಇದ್ದಾನೆ. ಯಂತ್ರ ಶಿಲ್ಪಿ (ಮೆಷಿನಿಸ್ಟ್) ಗೋವಿಂದಸ್ವಾಮಿ ನನ್ನ ಪ್ರಸ್ತಾಪವನ್ನು ಒಪ್ಪಿಕೊಂಡ. ಉಳಿದವರು ಈ ಯೋಜನೆಯಲ್ಲಿ ಸೇರಿಕೊಳ್ಳಲಿಲ್ಲ. ಆದರೆ ನಾನು ಮುದ್ರಣಾಲಯವನ್ನು ಎಲ್ಲಿಗೆ ಸಾಗಿಸಿದರೂ ಅಲ್ಲಿಗೆ ಬಂದು ಕೆಲಸ ಮಾಡುವುದಾಗಿ ಒಪ್ಪಿಕೊಂಡರು.

ಈ ವಿಷಯದಲ್ಲಿ ಜನರನ್ನು ಒಪ್ಪಿಸಿ ಮುಂದುವರೆಯಲು ಎರಡು ದಿನಗಳಿಗಿಂತಲೂ ಹೆಚ್ಚು ಕಾಲವನ್ನು ನಾನು ತೆಗೆದುಕೊಳ್ಳಲಿಲ್ಲ ಎಂದು ನಾನು ಭಾವಿಸಿದ್ದೇನೆ. ಅಲ್ಲಿಂದ ಮುಂದೆ ನಾನು ತಕ್ಷಣವೇ ಡರ್ಬಾನ್‌ನ ನೆರೆಹೊರೆಯಲ್ಲಿ, ರೈಲ್ವೇ ಸ್ಟೇಷನ್‌ಗೆ ಹತ್ತಿರವಾಗಿರುವ ತುಂಡು ಜಮೀನು ಬೇಕಾಗಿದೆಯೆಂದು ಜಾಹೀರಾತು ನೀಡಿದೆ. ಫೀನಿಕ್ಸ್‌ನ ಸಂಬಂಧದಲ್ಲಿ ಯಾರೋ ಒಬ್ಬರು ಜಮೀನು ಮಾರಲು ಮುಂದೆ ಬಂದರು. ನಾನು ಮತ್ತು ಮಿ. ವೆಸ್ಟ್ ಜಮೀನನ್ನು ನೋಡಲು ಹೋದೆವು. ಒಂದು ವಾರದೊಳಗೆ ನಾವು ಇಪ್ಪತ್ತು ಎಕರೆ ಜಮೀನನ್ನು ಕೊಂಡುಕೊಂಡೆವು. ಅದರಲ್ಲಿ ಪುಟ್ಟದಾದ ಹಾಗೂ ಆಕರ್ಷಕವಾಗಿದ್ದ ಚಿಲುಮೆ (ಸ್ಪ್ರಿಂಗ್) ಮತ್ತು ಕೆಲವು ಕಿತ್ತಳೆ ಹಾಗೂ ಮಾವಿನ ಮರಗಳಿದ್ದವು. ಅದಕ್ಕೆ ಅಂಟಿಕೊಂಡಂತೆ 80 ಎಕರೆ ತುಂಡು ಜಮೀನಿತ್ತು. ಅದರಲ್ಲಿ ತುಂಬಾ ಹಣ್ಣಿನ ಮರಗಳಿದ್ದವು ಮತ್ತು ಶಿಥಿಲಗೊಂಡಿದ್ದ ಒಂದು ಗುಡಿಸಲು (ಕಾಟೇಜ್) ಇತ್ತು. ಅದನ್ನೂ ನಾವು ಕೊಂಡುಕೊಂಡೆವು. ಎಲ್ಲದರ ಒಟ್ಟು ಬೆಲೆ ಒಂದು ಸಾವಿರ ಪೌಂಡುಗಳಾಗಿತ್ತು.

ಇಂತಹ ಸಾಹಸೋದ್ದಿಮೆಗಳಲ್ಲಿ ದಿವಂಗತ ಮಿ. ರುಸ್ತೋಮ್‌ಜೀ ಯಾವಾಗಲೂ ನನಗೆ ಬೆಂಬಲ ಕೊಡುತ್ತಿದ್ದರು. ಅವರಿಗೆ ಈ ಯೋಜನೆ ಇಷ್ಟವಾಗಿತ್ತು. ಅವರು ಒಂದು ದೊಡ್ಡ ಗೋದಾಮಿಗೆ(ಗೋಡೌನ್) ಬೇಕಾಗಿದ್ದ ಹಾಗೂ ಒಮ್ಮೆ ಬಳಸಿದ್ದ ನಿರಿಗೆ ತಗಡಿನ ಕಬ್ಬಿಣದ

ಹಾಳೆಗಳನ್ನು (ಕಾರ್‍ಯುಗೇಟೇಡ್ ಐರನ್ ಷೀಟ್ಸ್) ಮತ್ತು ಇತರ ಕಟ್ಟಡ ಸಾಮೇಗ್ರಿಗಳನ್ನು ನನ್ನ ವಶಕ್ಕೆ ಒಪ್ಪಿಸಿದರು.

ಕೆಲವು ಭಾರತೀಯ ಬಡಗಿಯರು ಮತ್ತು ಕಲ್ಲುಕುಟಿಗರು ನನ್ನೊಂದಿಗೆ ಕಟ್ಟಡ ಕಟ್ಟುವ ಕೆಲಸವನ್ನು ಆರಂಭಿಸಿದರು ಅವರು ಬೋಅರ್ ಯುದ್ಧದ ಸಮಯದಲ್ಲಿ ಪತ್ರಿಕಾಲಯದ ಕಟ್ಟಡವನ್ನು ನಿರ್ಮಿಸಲು ನನಗೆ ಸಹಾಯಮಾಡಿದ್ದರು. ಈಗಿನ ಕಟ್ಟಡ 75 ಅಡಿ ಉದ್ದವಾಗಿತ್ತು ಮತ್ತು 50 ಅಡಿ ಅಗಲವಾಗಿತ್ತು. ಒಂದು ತಿಂಗಳೊಳಗೆ ಈ ಕಟ್ಟಡ ಸಿದ್ಧವಾಯ್ತು. ಮಿ. ವೆಸ್ಟ್ ಮತ್ತು ಇತರರು ಭಾರಿ ಗಂಡಾಂತರಕ್ಕೆ ತಮ್ಮನ್ನು ಒಡ್ಡಿಕೊಂಡು ಬಡಗಿಯರು ಮತ್ತು ಕಲ್ಲುಕುಟಿಗರೊಂದಿಗೆ ಅದರಲ್ಲಿ ತಂಗಿದ್ದರು. ಈ ಸ್ಥಳದಲ್ಲಿ ಜನವಸತಿಯಿರಲಿಲ್ಲ. ಮತ್ತು ಹುಲ್ಲು ದಟ್ಟವಾಗಿ ಬೆಳೆದಿತ್ತು. ಹಾವುಗಳು ಪ್ರದೇಶದ ತುಂಬಾ ಹರಿದಾಡುತ್ತಿದ್ದವು. ಖಂಡಿತವಾಗಿಯೂ ಈ ಸ್ಥಳದಲ್ಲಿ ವಾಸಿಸುವುದು ಅಪಾಯಕಾರಿಯಾಗಿತ್ತು. ಮೊದಲು ನಾವು ಡೇರೆಯಲ್ಲಿ ವಾಸಿಸಿದೆವು. ಸುಮಾರು ಒಂದು ವಾರದೊಳಗೆ ನಮ್ಮ ಬಹುಪಾಲು ಸಾಮಗ್ರಿಗಳನ್ನು ಫೀನಿಕ್ಸ್‌ನೊಳಕ್ಕೆ ಬಂಡಿಯಲ್ಲಿ ಸಾಗಿಸಿ ತಂದೆವು. ಡರ್ಬಾನ್‌ನಿಂದ ಇಲ್ಲಿಗೆ ಹದಿನಾಲ್ಕು ಮೈಲಿ ದೂರವಿತ್ತು ಮತ್ತು ಫೀನಿಕ್ಸ್‌ಗೆ ಸ್ಟೇಷನ್‌ನಿಂದ ಎರಡೂವರೆ ಮೈಲಿ ದೂರವಿತ್ತು.

ಇಂಡಿಯನ್ ಒಪಿನಿಯನ್‌ನ ಒಂದೇ ಒಂದು ಸಂಚಿಕೆಯನ್ನು ಹೊರಗಡೆ, ಮರ್ಕ್ಯುರಿ ಪ್ರೆಸ್‌ನಲ್ಲಿ ಮುದ್ರಿಸಬೇಕಾಯ್ತು.

ತಮ್ಮ ಅದೃಷ್ಟವನ್ನು ಪರೀಕ್ಷಿಸಿ ನೋಡಲು ಭಾರತದಿಂದ ನನ್ನ ಜತೆಯಲ್ಲಿ ಬಂದಿದ್ದ ಮತ್ತು ಬೇರೆ ಬೇರೆ ಬಗೆಯ ವ್ಯವಹಾರಗಳಲ್ಲಿ ನಿರತರಾಗಿದ್ದ ಗೆಳೆಯರು ಮತ್ತು ಅಂತಹ ಬಂಧುಗಳನ್ನು ನಾನು ಫೀನಿಕ್ಸ್‌ನೊಳಗೆ ಈಗ ಸೆಳೆದುಕೊಳ್ಳಲು ಪ್ರಯತ್ನಿಸಿದೆ. ಅವರು ಐಶ್ವರ್ಯವನ್ನು ಹುಡುಕಿಕೊಂಡು ಬಂದಿದ್ದರು. ಆದ್ದರಿಂದ ಅವರನ್ನು ಬಲವಂತಪಡಿಸುವುದು ಸುಲಭದ ಮಾತಾಗಿರಲಿಲ್ಲ. ಕೆಲವರು ಒಪ್ಪಿಕೊಂಡರು. ಇವರಲ್ಲಿ ನಾನು ಮಗನ್‌ಲಾಲ್ ಗಾಂಧಿಯ ಹೆಸರನ್ನು ಮಾತ್ರ ಎತ್ತಿ ಹೇಳಬಹುದು. ಇತರರು ಮತ್ತೆ ತಮ್ಮ ತಮ್ಮ ವ್ಯವಹಾರಗಳಿಗೆ ಹಿಂದಿರುಗಿದರು. ಮಗನ್‌ಲಾಲ್ ಗಾಂಧಿ ಒಳ್ಳೆಯ ಫಲ ಪಡೆಯಲು ತನ್ನ ವ್ಯವಹಾರವನ್ನು ಬಿಟ್ಟು ನನ್ನ ನೈತಿಕ ಪ್ರಯೋಗಗಳಲ್ಲಿ ಎಲ್ಲರಿಗಿಂತ ಪ್ರಮುಖನಾಗಿದ್ದಾನೆ. ಸ್ವಂತವಾಗಿ ಕಲಿತು ಕರಕುಶಲ ಕಲೆಗಾರನಾಗಿರುವ ಆತನ ಸ್ಥಾನ ಅವರುಗಳ ನಡುವೆ ಅನನ್ಯವಾದುದ್ದಾಗಿದೆ.

ಈ ಪ್ರಕಾರ ಫೀನಿಕ್ಸ್ ನೆಲಸುನಾಡು(ಸೆಟ್ಲ್ ಮೆಂಟ್) 1904ರಲ್ಲಿ ಪ್ರಾರಂಭವಾಯ್ತು. ಅಲ್ಲಿ ಅನೇಕ ಅಡ್ಡಿ ಆತಂಕಗಳಿದ್ದರೂ ಇಂಡಿಯನ್ ಒಪಿನಿಯನ್ ಅನ್ನು ಪ್ರಕಟಿಸಲಾಗುತ್ತಿದೆ.

ಆದರೆ ಪ್ರಾರಂಭದ ಕಷ್ಟಗಳು, ಮಾಡಲಾದ ಬದಲಾವಣೆಗಳು ಮತ್ತು ನಿರೀಕ್ಷೆಗಳು ಹಾಗೂ ನಿರಾಶೆಗಳ ಬಗ್ಗೆ ಪ್ರತ್ಯೇಕ ಅಧ್ಯಾಯವನ್ನು ಬರೆಯಬೇಕಾಗಿದೆ.

20. ಪ್ರಥಮ ರಾತ್ರಿ

ಫೀನಿಕ್ಸ್‌ನಿಂದ 'ಇಂಡಿಯನ್ ಒಪಿನಿಯನ್'ನ ಮೊದಲ ಸಂಚಿಕೆಯನ್ನು ಪ್ರಕಟಿಸುವುದು ಸುಲಭದ ಮಾತಾಗಿರಲಿಲ್ಲ. ನಾನು ಎರಡು ಮುನ್ನೆಚ್ಚರಿಕೆಗಳನ್ನು ತೆಗೆದುಕೊಳ್ಳದಿದ್ದಿದ್ದರೆ ಮೊದಲ ಸಂಚಿಕೆಯನ್ನು ಬಿಟ್ಟುಬಿಡಬೇಕಾಗಿತ್ತು ಇಲ್ಲವೇ ತಡಮಾಡಬೇಕಾಗುತ್ತಿತ್ತು. ಮುದ್ರಣಾಲಯದ ಕೆಲಸವನ್ನು ಯಂತ್ರದಿಂದ ಮಾಡಿಸುವ ವಿಚಾರ ನನಗೆ ಒಪ್ಪಿಗೆಯಾಗಿರಲಿಲ್ಲ. ಕೈನಿಂದಲೇ ಕೃಷಿ ಕೆಲಸ ಮಾಡಬೇಕಾಗಿದ್ದ ಪರಿಸರದಲ್ಲಿ ಕೈನಿಂದ ಕೆಲಸಮಾಡುವುದೇ ಅನುರೂಪವಾಗಿರುವುದು ಎಂದು ನಾನು ಭಾವಿಸಿದ್ದೆ. ಆದರೆ ಈ ವಿಚಾರ ಕಾರ್ಯಸಾಧ್ಯವೆಂದು ತೋರಿಬರಲಿಲ್ಲವಾದ್ದರಿಂದ ಒಂದು ತೈಲ ಯಂತ್ರ(ಆಇಲ್ ಎಂಜಿನ್)ವನ್ನು ಜೋಡಿಸಲಾಯ್ತು. ಹಾಗಿದ್ದರೂ ಯಂತ್ರವು ಕೆಟ್ಟು ಹೋದ ಸಂದರ್ಭದಲ್ಲಿ ಕೈ ಕೆಲಸವನ್ನು ಅವಲಂಬಿಸಲು ಸಾಧ್ಯವಾಗುವಂತೆ ಏನಾದರೂ ಮಾಡಬೇಕೆಂದು ನಾನು ವೆಸ್ಟ್‌ಅವರಿಗೆ ಸಲಹೆ ಕೊಟ್ಟೆ. ಆದ್ದರಿಂದ ಅವರು ಚಕ್ರವೊಂದನ್ನು ಸಿದ್ಧಪಡಿಸಿದರು. ಅದನ್ನು ಕೈನಿಂದ ತಿರುಗಿಸಿ ಕೆಲಸಮಾಡಬಹುದಾಗಿತ್ತು. ಪಟ್ಟಣದಿಂದ ದೂರದಲ್ಲಿದ್ದ ಫೀನಿಕ್ಸ್‌ನಂತಹ ಸ್ಥಳದ ದಿನಪತ್ರಿಕೆಯೊಂದಕ್ಕೆ ಸಧ್ಯದ ಕಾಗದದ ಆಕಾರ ತಕ್ಕುದಲ್ಲ ಎಂದು ತೀರ್ಮಾನಿಸಲಾಗಿದ್ದರಿಂದ ಅದನ್ನು ಫುಲ್‌ಸ್ಕೇಪ್ ಆಕಾರಕ್ಕೆ

ತಗ್ಗಿಸಲಾಯ್ತು. ಇದರಿಂದಾಗಿ ತುರ್ತು ಪರಿಸ್ಥಿತಿ ತಲೆದೋರಿದಾಗ ಟ್ರೆಡಲ್(ಕಾಲೊತ್ತಿ ಯಂತ್ರ ನಡೆಸುವ ಸನ್ನೆ)ಯ ಸಹಾಯದಿಂದ ಪ್ರತಿಗಳನ್ನು ಮುದ್ರಿಸಬಹುದಾಗಿತ್ತು.

ಪ್ರಾರಂಭದಲ್ಲಿ ನಾವು ದಿನದ ಪ್ರತಿ ಪ್ರಕಟವಾಗುವುದಕ್ಕೂ ಮುಂದೆ ನಿದ್ರೆ ಬಿಟ್ಟು ತಡವಾಗಿ ಕೆಲಸ ಮಾಡಬೇಕಾಗುತ್ತಿತ್ತು. ಪ್ರತಿಯೊಬ್ಬರೂ ವಯಸ್ಸಾದವರಾಗಿರಲಿ ಇಲ್ಲವೇ ಕಿರಿಯರಾಗಿರಲಿ ಕಾಗದ ಹಾಳೆಗಳನ್ನು ಮಡಿಸಲು ಸಹಾಯಮಾಡಬೇಕಾಗುತ್ತಿತ್ತು. ನಾವು ಸಾಮಾನ್ಯವಾಗಿ ರಾತ್ರಿ ಹತ್ತುಗಂಟೆಯಿಂದ ಮಧ್ಯರಾತ್ರಿಯವರೆಗೆ ಕೆಲಸಮಾಡುತ್ತಿದ್ದೆವು. ಆದರೆ ಪತ್ರಿಕೆಯ ಮುದ್ರಣದ ಪ್ರಥಮರಾತ್ರಿ ಮರೆಯಲಾಗದ್ದಾಗಿದೆ. ಪುಟಗಳು ಒಳಗಡೆ ಕೂಡಿಕೊಂಡು ಬಿಗಿಯಾಗಿದ್ದವು ಮತ್ತು ಯಂತ್ರ ಕೆಲಸಮಾಡಲು ನಿರಾಕರಿಸಿತ್ತು. ನಾವು ಡರ್ಬಾನ್‌ನಿಂದ ಒಬ್ಬ ಇಂಜನಿಯರ್‌ನನ್ನು ಕರೆದುಕೊಂಡು ಬಂದು ಯಂತ್ರವನ್ನು ಸರಿಪಡಿಸಬೇಕಾಗಿತ್ತು ಮತ್ತು ಅದನ್ನು ಕೆಲಸಕ್ಕೆ ಹಚ್ಚಬೇಕಾಗಿತ್ತು. ಅವನು ಮತ್ತು ಮಿ. ವೆಸ್ಟ್ ತುಂಬಾ ಕಷ್ಟಪಟ್ಟರು. ಆದರೂ ಫಲಕಾರಿಯಾಗಲಿಲ್ಲ. ಪ್ರತಿಯೊಬ್ಬರೂ ಆತಂಕದಿಂದಿದ್ದರು. ವೆಸ್ಟ್ ಕಡೆಯಲ್ಲಿ ಹತಾಶೆಯಿಂದ ನನ್ನ ಬಳಿಗೆ ಬಂದರು. ಅವರ ಕಣ್ಣುಗಳಲ್ಲಿ ನೀರು ಸುರಿಯುತ್ತಿತ್ತು. ಅವರು ಹೇಳಿದರು: 'ಯಂತ್ರವು ಕೆಲಸಮಾಡುತ್ತಿಲ್ಲ. ಸಕಾಲದಲ್ಲಿ ಪತ್ರಿಕೆಯನ್ನು ಹೊರಡಿಸಲು ಸಾಧ್ಯವಾಗದೆಂದು ಭಯಪಡುತ್ತಿದ್ದೇನೆ'.

'ಹಾಗಿದ್ದರೆ ನಾವು ಏನೂ ಮಾಡಲಾಗುವುದಿಲ್ಲ. ಕಣ್ಣೀರು ಸುರಿಸುವುದರಿಂದ ಪ್ರಯೋಜನವಿಲ್ಲ. ಮನುಷ್ಯ ಪ್ರಯತ್ನಗಳಿಂದ ಏನು ಮಾಡಲು ಸಾಧ್ಯವಾಗುವುದೋ ಅದನ್ನು ಮಾಡೋಣ. ಕೈಚಕ್ರ (ಹ್ಯಾಂಡ್ ವೀಲ್)ದ ಬಗ್ಗೆ ಏನು ಹೇಳುವಿರಿ'. ಎಂದು ನಾನು ಅವರನ್ನು ಸಮಾಧಾನಪಡಿಸುತ್ತ ಹೇಳಿದೆ.

'ಆ ಕೆಲಸ ಮಾಡಲು ನಮ್ಮ ಬಳಿ ಜನರೆಲ್ಲಿದ್ದಾರೆ?' ಎಂದು ಅವರು ಉತ್ತರಿಸಿದರು. ಆ ಕೆಲಸ ಮಾಡಲು ನಮ್ಮಲ್ಲಿರುವಷ್ಟು ಜನ ಸಾಕಾಗದು. ಸರದಿಯಲ್ಲಿ ನಾಲ್ಕು ನಾಲ್ಕು ಮಂದಿ ಆ ಕೆಲಸಕ್ಕೆ ಬೇಕಾಗುವುದು. ನಮ್ಮಲ್ಲಿರುವವವರೆಲ್ಲರೂ ದಣಿದಿದ್ದಾರೆ.

ಕಟ್ಟಡದ ಕೆಲಸ ಇನ್ನೂ ಮುಗಿದಿರಲಿಲ್ಲ. ಆದ್ದರಿಂದ ಬಡಗಿಗಳು ಮತ್ತು ಕಲ್ಲುಕುಟಿಗರು ನಮ್ಮ ಜತೆಯಲ್ಲಿ ಇನ್ನೂ ಇದ್ದರು. ಅವರು ಮುದ್ರಣಾಲಯದ ನೆಲದ ಮೇಲೆ ಮಲಗಿದ್ದರು. ನಾನು ಅವರ ಕಡೆಗೆ ಬೆರಳು ತೋರಿಸುತ್ತ, 'ನಾವು ಈ ಬಡಗಿಗಳನ್ನು ಬಳಸಿಕೊಳ್ಳಲು ಸಾಧ್ಯವಿಲ್ಲವೆ? ನಾವು ಇಡೀ ರಾತ್ರಿ ಕೆಲಸಮಾಡಬೇಕಾಗುವುದು. ನಮ್ಮ ಮುಂದೆ ಇದೊಂದು ದಾರಿ ಇದೆ'.

'ನನಗೆ ಬಡಗಿಗಳನ್ನು ಎಬ್ಬಿಸುವ ಧೈರ್ಯವಿಲ್ಲ. ನಮ್ಮ ಜನರು ಖಂಡಿತವಾಗಿಯೂ ತುಂಬಾ ದಣಿದಿದ್ದಾರೆ'. ಎಂದು ವೆಸ್ಟ್ ಹೇಳಿದರು.

'ಒಳ್ಳೆಯದು, ಹಾಗಿದ್ದರೆ ನಾನು ಇವರೊಂದಿಗೆ ಸಮಾಲೋಚಿಸುತ್ತೇನೆ' ಎಂದು ನಾನು ಹೇಳಿದೆ.

'ಹಾಗಿದ್ದರೆ ಈ ಕೆಲಸವನ್ನು ಮುಗಿಸಲು ನಮಗೆ ಸಾಧ್ಯವಾಗುವುದು'. ಎಂದು ವೆಸ್ಟ್ ಉತ್ತರಿಸಿದರು.

ನಾನು ಬಡಗಿಗಳನ್ನು ಎಚ್ಚರಿಸಿದೆ ಮತ್ತು ಅವರ ಸಹಕಾರವನ್ನು ಕೋರಿದೆ. ಅವರ ಮೇಲೆ ಒತ್ತಡ ಹೇರುವ ಅವಶ್ಯಕತೆ ಬರಲಿಲ್ಲ. ಅವರು ಹೇಳಿದರು: 'ತುರ್ತು ಪರಿಸ್ಥಿತಿಯಲ್ಲಿ ನಮ್ಮನ್ನು ಬರಹೇಳದಿದ್ದರೆ ನಾವು ಇದ್ದು ಏನು ಪ್ರಯೋಜನ? ನೀವು ವಿಶ್ರಾಂತಿ ತೆಗೆದುಕೊಳ್ಳಿ. ನಾವು ಚಕ್ರ ತಿರುಗಿಸುವ ಕೆಲಸ ಮಾಡುತ್ತೇವೆ. ನಮಗೆ ಈ ಕೆಲಸ ಸುಲಭ'. ನಮ್ಮ ಜನರಂತೂ ಕೆಲಸ ಮಾಡಲು ಸಿದ್ಧರಾಗಿದ್ದರು.

ವೆಸ್ಟ್‌ಅವರಿಗೆ ತುಂಬಾ ಸಂತೋಷವಾಗಿತ್ತು. ನಾವು ಕೆಲಸ ಪ್ರಾರಂಭಿಸಿದಾಗ ವೆಸ್ಟ್ ದೇವರ ಸ್ತುತಿಗೀತೆಯೊಂದನ್ನು ಹಾಡುತ್ತಿದ್ದರು. ನಾನು ಬಡಗಿಗಳ ಜತೆಯಲ್ಲಿ ಸೇರಿಕೊಂಡು ಕೆಲಸಮಾಡಿದೆ. ಉಳಿದವರು ಸರದಿಯ ಮೇಲೆ ಕೆಲಸ ಮಾಡಿದರು. ಬೆಳಗ್ಗೆ ಏಳುಗಂಟೆಯವರೆಗೂ ಕೆಲಸ ನಡೆಯಿತು. ಆಗಲೂ ಇನ್ನೂ ಮಾಡಬೇಕಾದ ಕೆಲಸವಿತ್ತು.

ಆದ್ದರಿಂದ ನಾನು ವೆಸ್ಟ್‌ಅವರಿಗೆ, ಇಂಜನಿಯರ್‌ನನ್ನು ಈಗ ಎಬ್ಬಿಸಬಹುದೆಂದೂ ಮತ್ತು ಯಂತ್ರವನ್ನು ಮತ್ತೆ ಓಡಿಸಲು ಪ್ರಯತ್ನಿಸಬಹುದೆಂದು ತಿಳಿಸಿದೆ. ಈ ಪ್ರಯತ್ನದಲ್ಲಿ ಯಶಸ್ವಿಯಾದರೆ ಸಕಾಲದಲ್ಲಿ ಕೆಲಸವನ್ನು ಮುಗಿಸಬಹುದೆಂದು ತಿಳಿಸದೆ.

ವೆಸ್ಟ್ ಇಂಜನಿಯರ್‌ನನ್ನು ಎಬ್ಬಿಸಿದರು. ಅವನು ತಕ್ಷಣವೇ ಯಂತ್ರದ ಕೊಠಡಿಗೆ ತೆರಳಿದನು. ಅಗೋ ನೋಡು! ಅವನು ಯಂತ್ರವನ್ನು ಮುಟ್ಟುತ್ತಿದ್ದಂತೆಯೇ ಅದು ಕೆಲಸಮಾಡಲಾರಂಭಿಸಿತು. ಇಡೀ ಮುದ್ರಣಾಲಯ ಉಲ್ಲಾಸದಿಂದ ಗಂಟೆಗಳ ಸಾಲು ಮೊಳಗಿದಂತೆ ಹರ್ಷದಿಂದ ಕುಣಿದಾಡಿತು. 'ಇದು ಹೇಗೆ ಸಾಧ್ಯ? ಕಳೆದ ರಾತ್ರಿ ನಾವು ಪಟ್ಟ ಶ್ರಮ ಏಕೆ ವ್ಯರ್ಥವಾಯ್ತು ಮತ್ತು ಇಂದು ಬೆಳಗ್ಗೆ ತನ್ನಲ್ಲಿ ಏನೂ ದೋಷವೇ ಇಲ್ಲ ಎಂಬಂತೆ ಯಂತ್ರ ಕೆಲಸ ಮಾಡುತ್ತಿದೆಯಲ್ಲ?' ಎಂದು ನಾನು ವಿಚಾರಿಸಿದೆ.

'ಅದನ್ನು ಹೇಳುವುದು ಸುಲಭವಲ್ಲ' ಎಂದು ವೆಸ್ಟ್ ಅಥವಾ ಇಂಜನಿಯರ್ ಅವರುಗಳಲ್ಲಿ ಯಾರು ಹೇಳಿದರು ಎಂದು ನನಗೆ ಜ್ಞಾಪಕವಿಲ್ಲ. ನಮಗೆ ವಿಶ್ರಾಂತಿ ಅಗತ್ಯವಾಗಿರುವಂತೆ ಕೆಲವು ವೇಳೆ ಯಂತ್ರಗಳು ತಮಗೂ ಅದರ ಅವಶ್ಯಕತೆಯಿದೆ ಎಂಬಂತೆ ವರ್ತಿಸುತ್ತವೆ.

ಯಂತ್ರದ ವೈಫಲ್ಯ ನಮಗೆಲ್ಲರಿಗೂ ಪರೀಕ್ಷೆಯನ್ನೊಡ್ಡಿತು ಎಂದು ನನಗೆ ಭಾಸವಾಗಿತ್ತು. ಸರಿಯಾದ ಹೊತ್ತಿನಲ್ಲಿ ಅದು ಕೆಲಸ ಪ್ರಾರಂಭಿಸಿದ್ದುದು ನಮ್ಮ ಪ್ರಾಮಾಣಿಕವಾದ ಮತ್ತು ಮನಃಪೂರ್ವಕವಾದ ಶ್ರಮದ ಫಲವೇ ಆಗಿತ್ತು.

ಪ್ರತಿಗಳನ್ನು ಸಕಾಲದಲ್ಲಿ ಆಯಾ ಸ್ಥಳಗಳಿಗೆ ಕಳಿಸಲಾಯ್ತು. ಇದರಿಂದ ಪ್ರತಿಯೊಬ್ಬರಿಗೂ ಸಂತೋಷವಾಗಿತ್ತು. ಈ ಪ್ರಾರಂಭದ, ಪಟ್ಟು ಹಿಡಿದು ಸಾಧಿಸಬೇಕೆಂಬ ಹಟ ಪತ್ರಿಕೆಯ ಕ್ರಮಬದ್ಧತೆಯನ್ನು ಖಚಿತಪಡಿಸಿತು. ಫೀನಿಕ್ಸ್‌ನಲ್ಲಿ ಸ್ವಾವಲಂಬನೆಯ ವಾತಾವರಣವನ್ನು ಸೃಷ್ಟಿಸಿತು. ನಾವು ಉದ್ದೇಶಪೂರ್ವಕವಾಗಿ ಯಂತ್ರದ ಉಪಯೋಗವನ್ನು ಬಿಟ್ಟು ಕೊಟ್ಟ ಕಾಲ ಕೂಡಾ ಮುಂದೆ ಬಂತು. ಕೈಯ ಶಕ್ತಿಯನ್ನು ಅವಲಂಬಿಸಿ ಕೆಲಸಮಾಡಿದೆವು. ನನ್ನ ಮನಸ್ಸಿನಲ್ಲಿರುವಂತೆ ಆ ದಿನಗಳು ಫಿನಿಕ್ಸ್‌ನ ಉನ್ನತ ನೈತಿಕ ಉದ್ಧಾರದ ದಿನಗಳಾಗಿದ್ದವು.

21. ಪೋಲ್ಯಾಕ್ ದುಡುಮ್ಮನೇ ಧುಮುಕಿದ

ನಾನು ಫೀನಿಕ್ಸ್‌ನಲ್ಲಿ ವಾಸಸ್ಥಾನವನ್ನು ಆರಂಭಿಸಿದರೂ ನಾನು ಅಲ್ಲಿ ಕೇವಲ ಅಲ್ಪಾವಧಿಗಳಲ್ಲಿ (ಆಗಾಗ್ಗೆ) ತಂಗಲು ಸಾಧ್ಯವಾಗಿತ್ತು ಎಂಬುದರ ಬಗ್ಗೆ ಯಾವಾಗಲೂ ನಾನು ವಿಷಾದಪಡುತ್ತೇನೆ. ನನ್ನ ಆರಂಭದ ವಿಚಾರದ ಪ್ರಕಾರ ನಾನು ಕ್ರಮೇಣ ವಕೀಲಿ ವೃತ್ತಿಯಿಂದ ನಿವೃತ್ತಿ ಪಡೆದು ಆ ವಾಸಸ್ಥಾನಕ್ಕೆ ಹೋಗಿ ಅಲ್ಲಿ ನೆಲಸುವುದಾಗಿತ್ತು. ಅಲ್ಲಿ ಶಾರೀರಿಕವಾಗಿ ಕೆಲಸಮಾಡಿ ನನ್ನ ಜೀವನೋಪಾಯವನ್ನು ಗಳಿಸಿಕೊಳ್ಳಬೇಕೆಂದೂ ಮತ್ತು ಫೀನಿಕ್ಸ್‌ನ ಪರಿಪೂರ್ಣತೆಯಲ್ಲಿ ಸೇವೆಯ ಆನಂದವನ್ನು ಅನುಭವಿಸಬೇಕೆಂದು ವಿಚಾರಮಾಡಿದ್ದೆ. ಆದರೆ ಹಾಗಾಗಲಿಲ್ಲ. ನಾನು ನನ್ನ ಅನುಭವದಿಂದ ಕಂಡುಕೊಂಡಿರುವ ಪ್ರಕಾರ ಮನುಷ್ಯನು ತನ್ನ ಯೋಜನೆಗಳನ್ನು ತಯಾರಿಸಿಕೊಳ್ಳುತ್ತಾನೆ. ಆದರೆ ದೇವರು ಅವುಗಳನ್ನು ತಲೆಕೆಳಗು ಮಾಡುತ್ತಾನೆ. ಆದರೆ ಅದೇ ಕಾಲದಲ್ಲಿ ಸತ್ಯದ ಶೋಧನೆ ಅಂತಿಮ ಗುರಿಯಾಗಿದ್ದಲ್ಲಿ ಮನುಷ್ಯನ ಯೋಜನೆಗಳೆಲ್ಲವೂ ಹೇಗೆ ಆಶಾಭಂಗಗೊಂಡರೂ ಅಂತ್ಯ ಮಾತ್ರ ಹಾನಿಕರವಾಗುವುದಿಲ್ಲ. ಕೆಲವು ವೇಳೆ ಅದು ನಿರೀಕ್ಷೆಗಿಂತ ಉತ್ತಮವಾಗಬಹುದು. ಫೀನಿಕ್ಸ್ ತೆಗೆದುಕೊಂಡ ಅನಿರೀಕ್ಷಿತ ತಿರುವು ಮತ್ತು ಅನಿರೀಕ್ಷಿತ ಘಟನೆಗಳು

ಖಂಡಿವಾಗಿಯೂ ಹಾನಿಕರವಾಗಿರಲಿಲ್ಲ. ಆದರೂ ನಮ್ಮ ಆರಂಭದ ನಿರೀಕ್ಷೆಗಳಿಗಿಂತ ಅವು ಉತ್ತಮವಾಗಿದ್ದವು ಎಂದು ಹೇಳುವುದು ಕಷ್ಟವಾಗಬಹುದು.

ಶಾರೀರಿಕ ದುಡಿಮೆಯಿಂದ ಪ್ರತಿಯೊಬ್ಬರೂ ತಮ್ಮ ಬದುಕನ್ನು ನಡೆಸಿಕೊಂಡು ಹೋಗಲು ಸಮರ್ಥರಾಗಬೇಕೆಂಬ ಕಾರಣದಿಂದಾಗಿ ನಾವು ಮುದ್ರಣಾಲಯದ ಸುತ್ತ ಇದ್ದ ಜಮೀನನ್ನು ತಲಾ ಮೂರು ಎಕರೆಗಳಂತೆ ಭಾಗ ಮಾಡಿ ಎಲ್ಲರಿಗೂ ಹಂಚಿಕೊಟ್ಟೆವು. ಇವುಗಳಲ್ಲಿ ಒಂದು ಭಾಗ ನನ್ನ ಪಾಲಿಗೆ ಬಂತು. ಈ ಎಲ್ಲ ತುಂಡು ತುಂಡು ಜಮೀನಿನಲ್ಲಿ ನಮ್ಮ ಇಷ್ಟಕ್ಕೆ ವಿರುದ್ಧವಾಗಿ ನಿರಿಗೆ ತಗಡಿನ ಮನೆಗಳು(ಕಾರ್ರುಗೇಟೆಡ್ ಐರನ್)ಕಟ್ಟಲ್ಪಟ್ಟವು. ಆದರೆ ಸಾಮಾನ್ಯ ರೈತರಿಗೆ ತಕ್ಕುದಾದ ಸಣ್ಣ ಇಟ್ಟಿಗೆಯ ಮನೆಗಳು ಇಲ್ಲವೇ ಚಾವಣಿಗೆ ಒಣಹುಲ್ಲು ಹೊದಿಸಿದ್ದ ಮಣ್ಣಿನ ಗುಡಿಸಲುಗಳನ್ನು ಕಟ್ಟಲಾಗುವುದೆಂದು ನಾವು ಆಶಿಸಿದ್ದೆವು. ಆದರೆ ಹಾಗಾಗಲಿಲ್ಲ. ಆದರೆ ಅಂತಹ ಮನೆಗಳನ್ನು ಕಟ್ಟಲು ತುಂಬಾ ಹಣ ಖರ್ಚಾಗುತ್ತಿತ್ತು ಮತ್ತು ತುಂಬಾ ಸಮಯ ಹಿಡಿಯುತ್ತಿತ್ತು. ಪ್ರತಿಯೊಬ್ಬರೂ ಶೀಘ್ರವಾಗಿ ತಮ್ಮ ಮನೆಗಳಲ್ಲಿ ನೆಲೆಸಲು ಕಾತರರಾಗಿದ್ದರು.

ಮನ್‌ಸುಖ್‌ಲಾಲ್ ನಾಜರ್ ಆಗಲೂ ಸಂಪಾದಕರಾಗಿದ್ದರು. ಅವರು ಹೊಸ ಯೋಜನೆಯನ್ನು ಒಪ್ಪಿಕೊಳ್ಳಲಿಲ್ಲ. ಇಂಡಿಯನ್ ಒಪಿನಿಯನ್‌ನ ಒಂದು ಶಾಖಾ ಕಛೇರಿಯಿದ್ದ ಡರ್ಬಾನ್‌ನಲ್ಲಿ ಇದ್ದುಕೊಂಡು ಪತ್ರಿಕೆಗೆ ನಿರ್ದೇಶನ ನೀಡುತ್ತಿದ್ದರು. ನಾವು ಮೊಳೆಜೋಡಿಸುವವರಿಗೆ(ಕಂಪಾಸಿಟರ್ಸ್) ಹಣ ಕೊಡುತ್ತಿದ್ದರೂ ವಾಸಸ್ಥಾನದ ಪ್ರತಿಯೊಬ್ಬ ಸದಸ್ಯನೂ ಮೊಳೆಜೋಡಿಸುವುದನ್ನು ಕಲಿತುಕೊಳ್ಳಬೇಕೆಂಬುದು ನಮ್ಮ ವಿಚಾರವಾಗಿತ್ತು. ಮುದ್ರಣಾಲಯದ ಕೆಲಸಕಾರ್ಯಗಳಲ್ಲಿ ಇದು ತುಂಬಾ ಸುಲಭವಾದದ್ದಾದರೂ ಬೇಸರ ತರುವಂತಹದಾಗಿತ್ತು. ಆದ್ದರಿಂದ ಯಾರು ಇದನ್ನು ಕಲಿತಿರಲಿಲ್ಲವೋ ಅಂತಹವರು ಅದನ್ನು ಕಲಿತರು. ನಾನು ಕೊನೆಯವರೆಗೂ ಮುಠಾಳನಾಗಿಯೇ ಉಳಿದುಕೊಂಡೆ. ಛಗನ್‌ಲಾಲ್ ಗಾಂಧಿ ನಮ್ಮೆಲ್ಲರನ್ನೂ ಮೀರಿಸಿದ. ಹಿಂದೆಂದೂ ಮುದ್ರಣಾಲಯದಲ್ಲಿ ಕೆಲಸ ಮಾಡಿರದಿದ್ದರೂ ಅವನು ಮೊಳೆಜೋಡಿಸುವುದರಲ್ಲಿ ನಿಪುಣನಾದ ಮತ್ತು ತುಂಬಾ ವೇಗದಿಂದ ಕೆಲಸ ಮಾಡುತ್ತಿದ್ದ. ಮುದ್ರಣಾಲಯಕ್ಕೆ ಸಂಬಂಧಿಸಿದ ಇತರ ಎಲ್ಲ ಕೆಲಸಗಳಲ್ಲಿ ನೈಪುಣ್ಯವನ್ನು ಸಂಪಾದಿಸಿಕೊಂಡು ನನ್ನನ್ನು ಬೆರಗುಗೊಳಿಸಿದ. ಅವನಿಗೆ ಅವನ ಸ್ವಂತದ ಸಾಮರ್ಥ್ಯದ ಅರಿವೇ ಇರಲಿಲ್ಲ ಎಂದು ನಾನು ಯಾವಾಗಲೂ ಅಂದುಕೊಳ್ಳುತ್ತೇನೆ.

ನಾವಿನ್ನೂ ಸರಿಯಾಗಿ ತಳವೂರಿರಲಿಲ್ಲ ಮತ್ತು ಕಟ್ಟಡಗಳು ಇನ್ನೂ ಸಿದ್ಧವಾಗಿರಲಿಲ್ಲ. ಆ ಹೊತ್ತಿನಲ್ಲಿ ನಾನು ಹೊಸದಾಗಿ ರಚಿಸಲ್ಪಟ್ಟಿದ್ದ ಸುಖಕರವಾದ ನಿವಾಸಸ್ಥಾನವನ್ನು ಬಿಟ್ಟು ಜೊಹಾನ್ಸ್‌ಬರ್ಗ್‌ಗೆ ಹೋಗಬೇಕಾಯ್ತು. ಅಲ್ಲಿಯ ಕೆಲಸಗಳನ್ನು ತುಂಬಾ ಕಾಲ ಗಮನಿಸದೇ ಹಾಗೆಯೇ ಬಿಡುವ ಸ್ಥಿತಿಯಲ್ಲಿ ನಾನಿರಲಿಲ್ಲ.

ನಾನು ಜೊಹಾನ್ಸ್‌ಬರ್ಗ್‌ಗೆ ಹಿಂದಿರುಗಿದ ತರುವಾಯ ಪೋಲ್ಯಾಕ್‌ನಿಗೆ ನಾನು ಮಾಡಿದ್ದ ಮುಖ್ಯ ಬದಲಾವಣೆಗಳನ್ನು ತಿಳಿಸಿದೆ. ತಾನು ಎರವಲು ಕೊಟ್ಟಿದ್ದ ಪುಸ್ತಕ ಅಷ್ಟೊಂದು ಸಮೃದ್ಧ ಫಲ ನೀಡಿತ್ತು ಎಂಬುದನ್ನು ಅರಿತ ಅವನ ಆನಂದಕ್ಕೆ ಪಾರವೇ ಇರಲಿಲ್ಲ. 'ನನಗೆ ಈ ಹೊಸ ಸಾಹಸೋದ್ದಿಮೆಯಲ್ಲಿ ಭಾಗವಹಿಸಲು ಸಾಧ್ಯವೇ?' ಎಂದು ಅವನು ಪ್ರಶ್ನಿಸಿದ.

'ಖಂಡಿತವಾಗಿಯೂ' ಎಂದು ನಾನು ಅವನಿಗೆ ಹೇಳಿದೆ. ಆ ವಾಸಸ್ಥಾನದಲ್ಲಿ ಸೇರಲು ಇಷ್ಟಪಟ್ಟರೆ ನೀನು ಸೇರಬಹುದು. ಎಂದು ನಾನು ಹೇಳಿದಾಗ 'ನೀವು ನನಗೆ ಪ್ರವೇಶ ಕೊಡುವುದಾದರೆ ನಾನು ಸಿದ್ಧನಾಗಿದ್ದೇನೆ'. ಎಂದು ಉತ್ತರಿಸಿದ.

ಅವನ ತೀರ್ಮಾನ ನನ್ನ ಮನಸ್ಸನ್ನು ಸೆರೆಹಿಡಿದಿತು. 'ದಿ ಕ್ರಿಟಿಕ್' ನಿಂದ ತನ್ನನ್ನು ಬಿಡುಗಡೆ ಮಾಡಬೇಕೆಂದು ಅವನು ಮುಖ್ಯಸ್ಥನಿಗೆ ಒಂದು ನೋಟಿಸನ್ನು ಕೊಟ್ಟ. ಸಕಾಲದಲ್ಲಿ ಅವನು ಫೀನಿಕ್ಸ್‌ಅನ್ನು ಸೇರಿಕೊಂಡ. ಸ್ನೇಹಪರನಾಗಿದ್ದ ಅವನು ಎಲ್ಲರ ಹೃದಯಗಳನ್ನು ಗೆದ್ದ ಮತ್ತು ಬೇಗನೇ ಕುಂಟುಂಬದ ಸದಸ್ಯ ಕೂಡಾ ಆದ. ಅವನ ಸ್ವಭಾವದಲ್ಲಿ ಸರಳತೆ ತುಂಬಿಕೊಂಡಿತ್ತು. ಆದ್ದರಿಂದ ಅವನಿಗೆ ಫೀನಿಕ್ಸ್‌ನ ಜೀವನ ಯಾವ ರೀತಿಯಲ್ಲೂ ಕಷ್ಟಕರವಾಗಿ ತೋರಲಿಲ್ಲ ಇಲ್ಲವೇ ಅಪರಿಚಿತ ಎನಿಸಲಿಲ್ಲ. ಬಾತುಕೋಳಿ ನೀರಿಗೆ ಸಹಜವಾಗಿ ಹೊಂದಿಕೊಳ್ಳುವಂತೆ ಅವನು ಅಲ್ಲಿಯ ಜೀವನಕ್ಕೆ ಹೊಂದಿಕೊಂಡ. ಆದರೆ ನಾನು ಅವನನ್ನು ಅಲ್ಲಿ ಹೆಚ್ಚು ಕಾಲ ಇರಲು ಬಿಡಲಿಲ್ಲ. ಮಿ. ರೀಚ್ ತನ್ನ ಕಾನೂನು ಅಧ್ಯಯನವನ್ನು ಇಂಗ್ಲೆಂಡ್‌ನಲ್ಲಿ ಮುಗಿಸಲು ತೀರ್ಮಾನಿಸಿದ್ದ. ಆದ್ದರಿಂದ ನನಗೊಬ್ಬನಿಗೆ ಕಛೇರಿಯ ಹೊಣೆಯನ್ನು ಹೊತ್ತುಕೊಳ್ಳಲು ಸಾಧ್ಯವಿರಲಿಲ್ಲ. ಆದ್ದರಿಂದ ನಾನು ಪೋಲ್ಯಾಕ್‌ನಿಗೆ ನನ್ನ ಕಛೇರಿಯಲ್ಲಿ ಸೇರಿಕೊಳ್ಳಬೇಕೆಂದೂ ನ್ಯಾಯವಾದಿಯಾಗಿ ಅರ್ಹತೆಯನ್ನು ಗಳಿಸಿಕೊಳ್ಳಬೇಕೆಂದು ಸಲಹೆ ಕೊಟ್ಟೆ. ಅಂತಿಮವಾಗಿ ನಾವಿಬ್ಬರೂ ವೃತ್ತಿಯಿಂದ ನಿವೃತ್ತರಾಗಬೇಕೆಂದೂ ತರುವಾಯ ಫೀನಿಕ್ಸ್‌ನಲ್ಲಿ ನೆಲೆನಿಲ್ಲಬೇಕೆಂದು ನಾನು ಯೋಚಿಸಿದ್ದೆ. ಆದರೆ ಆ ದಿನ ಬರಲೇ ಇಲ್ಲ. ಪೋಲ್ಯಾಕ್‌ನಲ್ಲಿ ವಿಶ್ವಾಸವಿಡುವ ಸ್ವಭಾವವಿತ್ತು. ಒಬ್ಬ ಗೆಳೆಯನಲ್ಲಿ ವಿಶ್ವಾಸವನ್ನಿಟ್ಟರೆ ಅವನು ತನ್ನ ಆ ಗೆಳೆಯನೊಂದಿಗೆ ವಾದಮಾಡುವ ಪ್ರತಿಯಾಗಿ ಅವನೊಂದಿಗೆ ಒಮ್ಮತದಿಂದಿರಲು ಪ್ರಯತ್ನಿಸುತ್ತಿದ್ದ. ಅವನು ಫೀನಿಕ್ಸ್‌ನಿಂದ ನನಗೊಂದು ಪತ್ರ ಬರೆದಿದ್ದ. ತನಗೆ ಅಲ್ಲಿಯ ಜೀವನ ಇಷ್ಟವಾದರೂ ತುಂಬಾ ಸುಖಸಂತೋಷದಿಂದಿದ್ದರೂ ಮತ್ತು ಆ ನಿವಾಸಸ್ಥಾನವನ್ನು ಅಭಿವೃದ್ಧಿಗೊಳಿಸಬೇಕೆಂಬ ಆಸೆಯನ್ನಿಟ್ಟುಕೊಂಡಿದ್ದರೂ ತಾನು ಆ ಸ್ಥಳವನ್ನು ಬಿಟ್ಟು ಕಛೇರಿಗೆ ಸೇರಿಕೊಳ್ಳಲು ಸಿದ್ಧವಿರುವುದಾಗಿ ತಿಳಿಸಿದ್ದ. ಆತ ನ್ಯಾಯವಾದಿಯಾಗಿ ಅರ್ಹತೆಯನ್ನು ಗಳಿಸಿಕೊಳ್ಳಬೇಕೆಂದು ನಾನು ಇಚ್ಛಿಸಿದರೆ ಹಾಗೆ ನಡೆದುಕೊಳ್ಳುವುದಾಗಿಯೂ ಆಮೂಲಕ ಬಹುಬೇಗನೇ ನಮ್ಮ ಆದರ್ಶಗಳು ಪರಿಪೂರ್ಣಗೊಳ್ಳುವವೆಂದು ಆತನು ತಿಳಿಸಿದ್ದ. ನಾನು ಹೃತ್ಪೂರ್ವಕವಾಗಿ ಅವನ ಪತ್ರವನ್ನು ಸ್ವಾಗತಿಸಿದೆ. ಪೋಲ್ಯಾಕ್ ಫೀನಿಕ್ಸ್‌ಅನ್ನು ಬಿಟ್ಟು ಜೊಹಾನ್ಸ್‌ಬರ್ಗ್‌ಗೆ ಬಂದ ಮತ್ತು ನನ್ನ ಜತೆಯಲ್ಲಿ ನಿಬಂಧನೆಗಳಿಗೆ(ಆರ್ಟಿಕಲ್ಸ್) ಸಹಿಮಾಡಿದ.

ಇದೇ ಸಮಯದಲ್ಲಿ ಒಬ್ಬ ಸ್ಕಾಚ್(ಸ್ಕಾಟ್‌ಲೆಂಡಿನವನು) ಥಿಆಸಫಿಸ್ಟ್(ಬ್ರಹ್ಮವಿದ್ಯಾವಾದಿ) ಆಗಿದ್ದವನು ಅಭ್ಯಾಸಿಯ ಕಟ್ಟಳೆಗೆ ಒಳಪಟ್ಟು (ಆರ್ಟಿಕಲ್ಡ್) ಕ್ಲಾರ್ಕಾಗಿ ನನ್ನ ಕಛೇರಿಗೆ ಸೇರಿಕೊಂಡ. ಅವನ ಹೆಸರು ಮ್ಯಾಕ್ಲಿನ್‌ಟೈರ್. ಸ್ಥಳೀಯ ಕಾನೂನು ಪರೀಕ್ಷೆಗೆ ಕೂರಲು ಅವನಿಗೆ ನಾನು ಪಾಠಹೇಳಿಕೊಡುತ್ತಿದ್ದೆ. ಪೋಲ್ಯಾಕ್‌ನ ಆದರ್ಶವನ್ನು ಅನುಸರಿಸಲು ನಾನು ಅವನನ್ನು ಆಹ್ವಾನಿಸಿದ್ದರಿಂದ ಅವನು ನನ್ನ ಕಛೇರಿಗೆ ಸೇರಿಕೊಂಡಿದ್ದ.

ಈ ಪ್ರಕಾರ ನಾನು ಫೀನಿಕ್ಸ್‌ನ ಅತಿಮೆಚ್ಚಿನ ಗುರಿಯನ್ನು ತ್ವರಿತವಾಗಿ ಸಾಧಿಸಿಕೊಳ್ಳುತ್ತಿದ್ದಾಗ ಅದಕ್ಕೆ ವಿರುದ್ಧವಾಗಿದ್ದ ಪ್ರವಾಹದಲ್ಲಿ ತುಂಬಾ ಆಳವಾಗಿ ಹೋಗುತ್ತಿರುವಂತೆ ಭಾಸವಾಗುತ್ತಿತ್ತು. ದೇವರು ಇದಕ್ಕಿಂತ ಬೇರೆಯಾಗಿ ಏನನ್ನೂ ಉದ್ದೇಶಿಸಿರಲಿಲ್ಲ. ಸರಳ ಜೀವನದ ಹೆಸರಲ್ಲಿ ಚಾಚಿಕೊಂಡಿದ್ದ ಗೂಡಿನಲ್ಲಿ ನಾನೇ ಸ್ವತಹ ಸಿಕ್ಕಿಬಿದ್ದಿದ್ದೆ ಎಂದು ನಾನು ಅರಿತುಕೊಳ್ಳಬೇಕಾಗಿತ್ತು.

ಇನ್ನೂ ಹೆಚ್ಚಿನ ಕೆಲವು ಅಧ್ಯಾಯಗಳ ತರುವಾಯ ನಾನು ಮತ್ತು ನನ್ನ ಆದರ್ಶಗಳು ಯಾರೂ ಕಲ್ಪಿಸಿಕೊಳ್ಳಲಾರದ ಮತ್ತು ನಿರೀಕ್ಷಿಸಲಾಗದ ರೀತಿಯಲ್ಲಿ ಕಾಪಾಡಲ್ಪಟ್ಟಿತು ಎಂಬುದನ್ನು ವಿವರಿಸುತ್ತೇನೆ.

22. ಯಾರನ್ನು ದೇವರು ಕಾಪಾಡುತ್ತಾನೆ

ಸದ್ಯದಲ್ಲಿ ನಾನು ಭಾರತಕ್ಕೆ ಹಿಂದಿರುಗಬೇಕೆಂಬ ಆಸೆಯನ್ನು ಈಗ ನಾನು ಬಿಟ್ಟುಬಿಟ್ಟಿದ್ದೆ. ನಾನು ಒಂದು ವರ್ಷದಲ್ಲಿ ಹಿಂದಿರುಗುವುದಾಗಿ ನನ್ನ ಹೆಂಡತಿಗೆ ಮಾತುಕೊಟ್ಟಿದ್ದೆ. ಅಂತಹ ಯಾವುದೇ ನಿರೀಕ್ಷೆಯೂ ಇಲ್ಲದೇ ಒಂದು ವರ್ಷ ಕಳೆದು ಹೋಯಿತು. ಆದ್ದರಿಂದ ನಾನು ಆಕೆಯನ್ನು ಮತ್ತು ಮಕ್ಕಳನ್ನು ಕರೆಸಬೇಕೆಂದು ನಿರ್ಧರಿಸಿದೆ.

ದಕ್ಷಿಣ ಆಫ್ರಿಕಕ್ಕೆ ಅವರನ್ನು ಕರೆದುಕೊಂಡು ಬರುತ್ತಿದ್ದ ನೌಕೆಯಲ್ಲಿ ನನ್ನ ಮೂರನೇ ಮಗ ರಾಮ್‌ದಾಸ್ ಹಡಗಿನ ಕ್ಯಾಪ್ಟನ್‌ನೊಂದಿಗೆ ಆಟವಾಡುತ್ತ ತನ್ನ ತೋಳನ್ನು ಮುರಿದುಕೊಂಡಿದ್ದ. ಕ್ಯಾಪ್ಟನ್ ಅವನನ್ನು ಚೆನ್ನಾಗಿ ನೋಡಿಕೊಂಡ ಮತ್ತು ಹಡಗಿನ ವೈದ್ಯನಿಂದ ಅವನಿಗೆ ಚಿಕಿತ್ಸೆ ಮಾಡಿಸಿದ್ದ. ರಾಮ್‌ದಾಸ್ ಬ್ಯಾಂಡೇಜ್(ಪೆಟ್ಟುಬಿದ್ದ ತೋಳಿಗೆ ಆಸರೆಯಾಗಿ ಕತ್ತಿಗೆ ಕಟ್ಟಿದ ಪಟ್ಟಿ)ನಲ್ಲಿ ಕೈಯನ್ನು ನೇತುಹಾಕಿಕೊಂಡು ದಡದಲ್ಲಿ ಇಳಿದಿದ್ದ. ಮನೆಯನ್ನು ಮುಟ್ಟುತ್ತಿದ್ದಂತೆ ಅರ್ಹ ವೈದ್ಯನಿಂದ ಗಾಯಕ್ಕೆ ಔಷಧಿ ಹಾಕಿ ಬಟ್ಟೆ ಕಟ್ಟಿಸಬೇಕೆಂದು ಹಡಗಿನ ವೈದ್ಯನು ಸಲಹೆ ಕೊಟ್ಟಿದ್ದ. ಆದರೆ ಆಸಮಯದಲ್ಲಿ ಮಣ್ಣಿನ ಚಿಕಿತ್ಸೆ ಕುರಿತ ನನ್ನ ಪ್ರಯೋಗಗಳಲ್ಲಿ ನನಗೆ ಪೂರ್ಣ

ಶ್ರದ್ಧೆಯಿತ್ತು. ಮಣ್ಣು ಮತ್ತು ನೀರಿನ ಚಿಕಿತ್ಸೆಯನ್ನು ಪ್ರಯೋಗಿಸಿ ನೋಡಬೇಕೆಂದು ನನ್ನ ಕಪಟ ವೈದ್ಯದಲ್ಲಿ ಶ್ರದ್ಧೆಯನ್ನಿಟ್ಟುಕೊಂಡಿದ್ದ ಕೆಲವು ಕಕ್ಷಿಗಾರರ ಮನಒಲಿಸುವುದರಲ್ಲಿ ನಾನು ಯಶಸ್ವಿಯಾಗಿದ್ದೆ.

ಹಾಗಿದ್ದಾಗ ರಾಮ್‌ದಾಸ್ ಬಗ್ಗೆ ಏನು ಮಾಡಬೇಕು? ಅವನಿನ್ನೂ ಕೇವಲ ಏಳು ವರ್ಷದ ಬಾಲಕನಾಗಿದ್ದ. ನಾನು ಗಾಯಕ್ಕೆ ಪಟ್ಟಿಕಟ್ಟಿದರೆ ಆಕ್ಷೇಪಿಸುವೆಯಾ ಎಂದು ಅವನನ್ನು ಪ್ರಶ್ನಿಸಿದೆ ಅವನು ನಗುತ್ತ ತಾನು ಆ ಬಗ್ಗೆ ಯಾವರೀತಿಯಲ್ಲೂ ಆಕ್ಷೇಪಿಸುವುದಿಲ್ಲ ಎಂದು ಹೇಳಿದ. ತನಗೆ ಏನು ಉತ್ತಮ ಎಂದು ಆ ವಯಸ್ಸಿನಲ್ಲಿ ಅವನಿಗೆ ನಿರ್ಧರಿಸಲು ಸಾಧ್ಯವಿರಲಿಲ್ಲ. ಆದರೆ ಕಪಟ ವೈದ್ಯ ಮತ್ತು ಸೂಕ್ತ ವೈದ್ಯಕೀಯ ಚಿಕಿತ್ಸೆಯ ನಡುವಣ ಭಿನ್ನತೆ ಅವನಿಗೆ ಚೆನ್ನಾಗಿ ಗೊತ್ತಿತ್ತು. ನನ್ನಲ್ಲಿ ಮನೆವೈದ್ಯದ ಅಭ್ಯಾಸವಿದ್ದದ್ದು ಅವನಿಗೆ ಗೊತ್ತಿತ್ತು. ನನ್ನಲ್ಲಿ ನಂಬಿಕೆಯಿಡುವಷ್ಟು ಶ್ರದ್ಧೆ ಕೂಡಾ ಅವನಲ್ಲಿತ್ತು. ಹೆದರಿಕೆಯಿಂದ ನಡುಗುತ್ತ ನಾನು ಅವನ ಪಟ್ಟಿಯನ್ನು ಬಿಚ್ಚಿದೆ ಮತ್ತು ಗಾಯವನ್ನು ತೊಳೆದೆ. ಪರಿಶುದ್ಧವಾದ ಮಣ್ಣು ಪೌಲ್ಟೀಸ್‌ಅನ್ನು ಸವರಿ ಮತ್ತೆ ತೋಳನ್ನು ಕಟ್ಟಿದೆ. ಸುಮಾರು ಒಂದು ತಿಂಗಳು ಕಾಲ ಅಂದರೆ ಗಾಯವು ಪೂರ್ತಿಯಾಗಿ ವಾಸಿಯಾಗುವವರೆಗೂ ಇದೇ ಬಗೆಯಲ್ಲಿ ಪಟ್ಟಿಯನ್ನು ಕಟ್ಟುತ್ತಿದ್ದೆ. ಏನೂ ತೊಡಕುಂಟಾಗಲಿಲ್ಲ. ಹಡಗಿನ ವೈದ್ಯನು ಗಾಯ ವಾಸಿಯಾಗಲು ಸಾಮಾನ್ಯ ಚಿಕಿತ್ಸೆಯಡಿಯಲ್ಲಿ ನಿಗದಿಪಡಿಸಿದ್ದ ಅವಧಿಗಿಂತಲೂ ಹೆಚ್ಚಿನ ಅವಧಿಯನ್ನು ಮಣ್ಣು ಚಿಕಿತ್ಸೆ ತೆಗೆದುಕೊಳ್ಳಲಿಲ್ಲ ಮೇಲೆ ತಿಳಿಸಿದ ಮತ್ತು ಇತರ ಪ್ರಯೋಗಗಳು ಇಂತಹ ಮನೆ ಮದ್ದುಗಳಲ್ಲಿ ನಾನು ಇಟ್ಟುಕೊಂಡಿದ್ದ ಶ್ರದ್ಧೆಯನ್ನು ಮತ್ತಷ್ಟು ಹೆಚ್ಚಿಸಿದ್ದವು. ಈಗ ನಾನು ಇನ್ನೂ ಹೆಚ್ಚಿನ ಆತ್ಮವಿಶ್ವಾಸದಿಂದ ನನ್ನ ಪ್ರಯೋಗಗಳನ್ನು ಮುಂದುವರೆಸಿದೆ. ನಾನು ಅದನ್ನು ಇನ್ನೂ ವಿಸ್ತಾರವಾಗಿ ಅನೇಕ ಕ್ಷೇತ್ರಗಳಲ್ಲಿ ಅನ್ವಯಿಸಲು ಮುಂದಾದೆ. ಗಾಯಗಳು, ಜ್ವರಗಳು, ಅಜೀರ್ಣ, ಕಾಮಾಲೆರೋಗ ಮತ್ತು ಇತರ ಅನೇಕ ಬೇನೆಗಳಲ್ಲಿ ಮಣ್ಣು ಮತ್ತು ನೀರಿನ ಹಾಗೂ ಉಪವಾಸದ ಚಿಕಿತ್ಸೆಯನ್ನು ಪ್ರಯೋಗಿಸಲಾರಂಭಿಸಿದೆ. ಅನೇಕ ಸಂದರ್ಭಗಳಲ್ಲಿ ಜಯಶಾಲಿಯೂ ಆದೆ. ಆದರೆ ದಕ್ಷಿಣ ಆಫ್ರಿಕದಲ್ಲಿ ನನ್ನಲ್ಲಿದ್ದ ಆತ್ಮವಿಶ್ವಾಸ ಇತ್ತೀಚಿನ ದಿನಗಳಲ್ಲಿ ಉಳಿದುಕೊಂಡಿಲ್ಲ. ಈ ಪ್ರಯೋಗಗಳು ನಿಸ್ಸಂಶಯವಾಗಿಯೂ ಅಪಾಯಗಳನ್ನು ಒಳಗೊಂಡಿವೆ ಎಂದು ಕೂಡಾ ನನ್ನ ಅನುಭವ ತೋರಿಸಿಕೊಟ್ಟಿದೆ.

ಈ ಪ್ರಯೋಗಗಳ ಯಶಸ್ಸನ್ನು ಪ್ರದರ್ಶಿಸುವ ಉದ್ದೇಶದಿಂದ ಇವುಗಳನ್ನು ನಾನು ಇಲ್ಲಿ ಉಲ್ಲೇಖಿಸುತ್ತಿಲ್ಲ. ಯಾವುದೇ ಪ್ರಯೋಗದ ಪೂರ್ಣ ಯಶಸ್ಸು ನನಗೆ ಸೇರಿದ್ದು ಎಂದು ನಾನು ಸಮರ್ಥಿಸಿಕೊಳ್ಳುತ್ತಿಲ್ಲ. ವೈದ್ಯಕೀಯ ಕ್ಷೇತ್ರದಲ್ಲಿ ಕೆಲಸಮಾಡುವವರು ಕೂಡಾ ತಮ್ಮ ಪ್ರಯೋಗಗಳ ಯಶಸ್ಸು ತಮಗೆ ಸೇರಿದ್ದು ಎಂದು ಸಮರ್ಥಿಸಿಕೊಳ್ಳುವುದಿಲ್ಲ. ಹೊಸ ಪ್ರಯೋಗಗಳಲ್ಲಿ ತೊಡಗುವವರು ಅದನ್ನು ಸ್ವತಹ ತಮ್ಮಿಂದಲೇ ಪ್ರಾರಂಭಿಸಬೇಕು ಎಂದು ತೋರಿಸಿಕೊಡುವುದೇ ನನ್ನ ಉದ್ದೇಶವಾಗಿದೆ. ಅದು ಸತ್ಯದ ಶೋಧನೆಗೆ ತ್ವರಿತವಾಗಿ ಆತನನ್ನು ಮುಂದಕ್ಕೆ ಕರೆದುಕೊಂಡು ಹೋಗುವುದು. ದೇವರು ಪ್ರಾಮಾಣಿಕನಾಗಿರುವ ಪ್ರಯೋಗಶೀಲ (ಎಕ್ಸ್‌ಪೆರಿಮೆಂಟರ್) ನನ್ನು ಸದಾ ಕಾಪಾಡುತ್ತಾನೆ.

ಪ್ರಕೃತಿ ಚಿಕಿತ್ಸೆಯ ಪ್ರಯೋಗಗಳಂತೆ ಐರೋಪ್ಯರೊಂದಿಗೆ ಆಪ್ತ ಸಂಪರ್ಕ ಬೆಳೆಸುವುದು ಕೂಡಾ ಅಪಾಯಕಾರಿಯಾಗಿದೆ. ಈ ಪ್ರಯೋಗಗಳಲ್ಲಿ ಗಂಡಾಂತರಗಳನ್ನು ಎದುರಿಸಬೇಕಾಗುತ್ತದೆ. ಆದರೆ ಈ ಗಂಡಾಂತರಗಳು ಬೇರೆಬೇರೆ ಬಗೆಗಳಲ್ಲಿರುವುವು. ಆದರೆ ಈ ಸಂಪರ್ಕಗಳನ್ನು ಬೆಳಸಿಕೊಳ್ಳುವಾಗ ನಾನು ಈ ಗಂಡಾಂತರಗಳ ಬಗ್ಗೆ ಹೆಚ್ಚು ಯೋಚಿಸಿರಲಿಲ್ಲ.

ನಾನು ಪೋಲ್ಯಾಕ್‌ನನ್ನು ನನ್ನಲ್ಲಿಗೆ ಬಂದು ತಂಗುವಂತೆ ಆಹ್ವಾನಿಸಿದ್ದೆ. ನಾವು ಸಹೋದರರಂತೆ ವಾಸಿಸಲಾರಂಭಿಸಿದೆವು. ಕೆಲವು ವರ್ಷಗಳಿಂದ ಮದುವೆಯಾಗಲು ನಿಶ್ಚಯಿಸಿ ಮಾತುಕೊಡಲಾಗಿದ್ದ ಮಹಿಳೆ ಎಂದರೆ ಮುಂದೆ ಆಗಲಿರುವ ಶ್ರೀಮತಿ ಪೋಲ್ಯಾಕ್ ಬಗ್ಗೆ ಹೇಳುವುದಾದರೆ ಅನುಕೂಲಕರವಾದ ಸಮಯವನ್ನು ನಿರೀಕ್ಷಿಸುತ್ತ ಅವರ ಮದುವೆಯನ್ನು ಮುಂದೂಡಲಾಗಿತ್ತು. ವಿವಾಹಿತನಾಗಿ ಸಂಸಾರದಲ್ಲಿ ನೆಲೆಗೊಳ್ಳುವ ಮುಂಚೆ ಪೋಲ್ಯಾಕ್ ಸ್ವಲ್ಪ ಹಣವನ್ನು ಕೂಡಿಟ್ಟುಕೊಳ್ಳಲು ಬಯಸಿದ್ದಾನೆ ಎಂಬ ಭಾವನೆ ನನ್ನಲ್ಲಿತ್ತು. ನನಗಿಂತ ಹೆಚ್ಚಾಗಿ ಅವನು ರಸ್ಕಿನ್‌ನನ್ನು ಅರಿತಿದ್ದ. ಆದರೆ ಅವನ ಪಾಶ್ಚಿಮಾತ್ಯ ಪರಿಸರ ರಸ್ಕಿನ್‌ನ ಬೋಧನೆಗಳನ್ನು ತಕ್ಷಣವೇ ಆಚರಣೆಗೆ ತರುವಲ್ಲಿ ತಡೆಯನ್ನೊಡ್ಡಿತ್ತು. ಆದರೆ ನಾನು ಅವನೊಂದಿಗೆ ವಾದಿಸಿದೆ: 'ನಿನ್ನ ಪ್ರಸಂಗದಲ್ಲಿರುವಂತೆ ಹೃದಯಗಳು ಒಂದಾದಾಗ ಕೇವಲ ಹಣಕಾಸಿನ ನಿಮಿತ್ತದಿಂದ ಮದುವೆಯನ್ನು ಮುಂದಕ್ಕೆ ಹಾಕುವುದು ಸರಿಯಲ್ಲ. ಬಡತನವೇ ತಡೆ ಎನ್ನುವುದಾದರೆ ಬಡಜನರು ಎಂದೂ ಮದುವೆಯಾಗಲಾರರು. ಈಗ ನೀನು ನನ್ನ ಜತೆಯಲ್ಲಿ ತಂಗಿರುವೆ. ಗೃಹಕೃತ್ಯದ ಖರ್ಚಿನ ಪ್ರಶ್ನೆ ಏಳುವುದಿಲ್ಲ. ಹೀಗಿರುವುದರಿಂದ ಸಾಧ್ಯವಾದಷ್ಟು ಶೀಘ್ರವಾಗಿ ನೀನು ಮದುವೆಯಾಗಬೇಕು'. ಆದ್ದರಿಂದ ಈಗಾಗಲೇ ನಾನು ಹಿಂದಿನ ಅಧ್ಯಾಯದಲ್ಲಿ ಹೇಳಿರುವಂತೆ ಒಂದೇ ವಿಷಯದ ಬಗ್ಗೆ ಪೋಲ್ಯಾಕ್‌ನೊಂದಿಗೆ ನಾನು ಎಂದೂ ಎರಡನೇ ಬಾರಿ ವಾದಿಸುತ್ತಿರಲಿಲ್ಲ. ಅವನು ನನ್ನ ವಾದದಲ್ಲಿದ್ದ ಸತ್ವವನ್ನು ಮೆಚ್ಚಿಕೊಂಡ. ತಕ್ಷಣವೇ ಆ ಸಮಯದಲ್ಲಿ ಇಂಗ್ಲೆಂಡ್‌ನಲ್ಲಿದ್ದ ಶ್ರೀಮತಿ ಪೋಲ್ಯಾಕ್‌ಳೊಂದಿಗೆ ಇದೇ ವಿಷಯದ ಬಗ್ಗೆ ಪತ್ರವ್ಯವಹಾರವನ್ನಾರಂಭಿಸಿದ. ಅವಳು ಈ ಪ್ರಸ್ತಾಪವನ್ನು ಸಂತೋಷದಿಂದ ಒಪ್ಪಿಕೊಂಡಳು ಮತ್ತು ಕೆಲವೇ ತಿಂಗಳುಗಳಲ್ಲಿ ಜೊಹಾನ್ಸ್‌ಬರ್ಗ್‌ಗೆ ಬಂದಳು. ಮದುವೆಗೆ ಖರ್ಚುಮಾಡುವ ಪ್ರಶ್ನೆಯೇ ಏಳಲಿಲ್ಲ. ವಿಶೇಷ ಉಡುಪನ್ನು ಕೂಡಾ ಅವಶ್ಯಕವೆಂದು ಭಾವಿಸಲಿಲ್ಲ. ಈ ಬಂಧನವನ್ನು ರುಜುವಾತುಪಡಿಸಲು ಧಾರ್ಮಿಕ ಕ್ರಿಯಾವಿಧಿಗಳ ಅವಶ್ಯಕತೆ ಕೂಡಾ ಇರಲಿಲ್ಲ. ಶ್ರೀಮತಿ ಪೋಲ್ಯಾಕ್ ಹುಟ್ಟಿನಿಂದ ಕ್ರಿಶ್ಚಿಯನ್ ಆಗಿದ್ದಳು ಮತ್ತು ಪೋಲ್ಯಾಕ್ ಹುಟ್ಟಿನಿಂದ ಯೆಹೂದಿಯಾಗಿದ್ದ. ಅವರಿಬ್ಬರ ಸಮಾನ ಧರ್ಮ ನೈತಿಕ ಧರ್ಮವಾಗಿತ್ತು.

ಈ ವಿವಾಹದ ಸಂದರ್ಭದಲ್ಲಿ ನಡೆದ ಒಂದು ವಿನೋದ ಪ್ರಸಂಗವನ್ನು ಉಲ್ಲೇಖಿಸಬೇಕು. ಟ್ರಾನ್ಸ್‌ವಾಲ್‌ನಲ್ಲಿದ್ದ ಐರೋಪ್ಯ ಮದುವೆಗಳ ದಾಖಲೆಮಾಡುವ ಅಧಿಕಾರಿ(ರಿಜಿಸ್ಟ್ರಾರ್ ಆಫ್ ಯುರೋಪಿಯನ್ ಮ್ಯಾರಿಜ್ಸ್) ಕರಿಯರು ಅಥವಾ ವರ್ಣೀಯರ ನಡುವಣ ಮದುವೆಗಳನ್ನು ದಾಖಲ್ಮಾಡುತ್ತಿರಲಿಲ್ಲ. ಈ ಮದುವೆಯಲ್ಲಿ ನಾನು ಬೆಸ್ಟ್‌ಮ್ಯಾನ್(ವರನ ಸ್ನೇಹಿತ - ಕ್ರೈಸ್ತರ ಮದುವೆಗಳಲ್ಲಿ ಈತ ಇರಲೇಬೇಕು) ನಂತೆ ವರ್ತಿಸಿದ್ದೆ. ಈ ಉದ್ದೇಶಕ್ಕೆ ನಮಗೆ ಐರೋಪ್ಯ ಗೆಳೆಯನೊಬ್ಬನು ಸಿಗುತ್ತಿರಲಿಲ್ಲ ಎಂದು ಎಣಿಸಬೇಕಾಗಿಲ್ಲ. ಆದರೆ ಪೋಲ್ಯಾಕ್‌ಗೆ ಈ

ಸಲಹೆಯನ್ನು ಕೊಟ್ಟಿದ್ದರೆ ಅವನು ಅದನ್ನು ಸ್ವಲ್ಪವೂ ಸಹಿಸಿಕೊಳ್ಳುತ್ತಿರಲಿಲ್ಲ. ಆದ್ದರಿಂದ ನಾವು ಮೂವರು ಮದುವೆಗಳ ರಿಜಿಸ್ಟ್ರಾರ್(ದಾಖಲೆಮಾಡುವ ಅಧಿಕಾರಿ)ಬಳಿಗೆ ಹೋದೆವು. ನಾನು ಬೆಸ್ಟ್‌ಮ್ಯಾನ್ ಆಗಿ ವರ್ತಿಸಿದ್ದ ಮದುವೆಯ ಸಹಭಾಗಿಗಳು(ಅಂದರೆ ಗಂಡು ಮತ್ತು ಹೆಣ್ಣು) ಬಿಳಿಯರೇ ಆಗಿದ್ದಾರೆಂಬುದನ್ನು ಹೇಗೆ ನಂಬುವುದು? ಅವನು ವಿಚಾರಣೆ ನಡೆಸಿ ಖಂಡಿತಮಾಡಿಕೊಳ್ಳುವವರೆಗೆ ದಾಖಲ್ಮಾಡುವುದನ್ನು ಮುಂದಕ್ಕೆ ಹಾಕುವುದಾಗಿ ಸೂಚಿಸಿದ. ಮಾರನೇ ದಿನ ಭಾನುವಾರವಾಗಿತ್ತು. ಅದರ ಮರುದಿನ ಹೊಸವರ್ಷದ ದಿನ(ನ್ಯೂ ಈಯರ್ಸ್ ಡೇ)ವಾಗಿದ್ದರಿಂದ ಅಂದು ಸಾರ್ವಜನಿಕ ರಜಾದಿನವಾಗಿತ್ತು. ವಿಧ್ಯುಕ್ತವಾಗಿ ನಡೆಸಿದ್ದ ಮದುವೆಯ ದಿನವನ್ನು ಇಂತಹ ಜುಜುಬಿ ನೆಪದ ಮೇಲೆ ಮುಂದಕ್ಕೆ ಹಾಕುವುದನ್ನು ಯಾರೂ ಪ್ರತಿಭಟಿಸದೇ ಸುಮ್ಮನಿರಲಾರರು. ನನಗೆ ಮುಖ್ಯ ನ್ಯಾಯಾಧಿಪತಿ(ಜೀಫ್ ಮ್ಯಾಜಿಸ್ಟ್ರೇಟ್) ಗೊತ್ತಿದ್ದರು. ಅವರು ದಾಖಲಾತಿ ಇಲಾಖೆಯ ಮುಖ್ಯಸ್ಥರಾಗಿದ್ದರು. ನಾನು ಅವರ ಎದುರು ದಂಪತಿಗಳೊಂದಿಗೆ ಹಾಜರಾದೆ. ಅವರು ನಕ್ಕರು ಮತ್ತು ರಿಜಿಸ್ಟ್ರಾರ್‌ಗೆ ಒಂದು ಚೀಟಿಯನ್ನು ಬರೆದು ಕೊಟ್ಟರು. ಮುಂದೆ ನಿಯಮದಂತೆ ಮದುವೆಯನ್ನು ದಾಖಲ್ಮಾಡಲಾಯಿತು.

ಇಲ್ಲಿಯವರೆಗೆ ನನ್ನ ಜತೆಯಲ್ಲಿ ವಾಸಿಸುತ್ತಿದ್ದ ಐರೋಪ್ಯರು ಹೆಚ್ಚು ಕಡಿಮೆ ನನಗೆ ಮೊದಲೇ ತಿಳಿದವರಾಗಿದ್ದರು ಆದರೆ ಈಗ ತೀರ ಅಪರಿಚಿತಳಾಗಿದ್ದ ಇಂಗ್ಲಿಷ್ ಮಹಿಳೆ ನಮ್ಮ ಕುಟುಂಬದೊಳಕ್ಕೆ ಪ್ರವೇಶಿದ್ದಳು. ಹೊಸದಾಗಿ ಮದುವೆಯಾಗಿದ್ದ ಈ ದಂಪತಿಗಳೊಂದಿಗೆ ಎಂದಾದರೂ ವಿರಸ ಉಂಟಾಗಿತ್ತೆ ಎಂಬುದು ನನ್ನ ನೆನಪಲ್ಲಿ ಇಲ್ಲವೇ ಇಲ್ಲ. ಆದರೆ ಶ್ರೀಮತಿ ಪೋಲ್ಯಾಕ್ ಮತ್ತು ನನ್ನ ಹೆಂಡತಿಯ ನಡುವೆ ಅಹಿತಕರವಾದ ಪ್ರಸಂಗಗಳು ನಡೆದಿದ್ದರೂ ಸುವ್ಯವಸ್ಥಿತವಾಗಿದ್ದ ಸಮಾನಜಾತೀಯ ಕುಟುಂಬಗಳಲ್ಲಿ ಏನು ನಡೆಯುತ್ತದೆಯೋ ಅವುಗಳಿಗಿಂದ ಈ ಪ್ರಸಂಗಗಳು ತೀರ ಹೆಚ್ಚಿನವಾಗಿರಲಿಲ್ಲ. ನನ್ನ ಕುಟುಂಬ ಮುಖ್ಯವಾಗಿ ಭಿನ್ನ ಸಂತತಿ(ವಿಜಾತಿ)ಯ ಕುಟುಂಬವೆಂದು ಪರಿಗಣಿಸಲ್ಪಟ್ಟಿತ್ತು ಎಂಬುದನ್ನು ನೆನಪಿಗೆ ತಂದುಕೊಳ್ಳಬೇಕು. ಇಂತಹ ಕುಟುಂಬದಲ್ಲಿ ಎಲ್ಲ ಬಗೆಯ ಮತ್ತು ಎಲ್ಲ ಪ್ರವೃತ್ತಿಗಳನ್ನುಳ್ಳ ಜನರನ್ನು ಮುಕ್ತವಾಗಿ ಒಳಕ್ಕೆ ಕರೆದುಕೊಳ್ಳಲಾಗುತ್ತಿತ್ತು. ಇದರ ಬಗ್ಗೆ ಯೋಚಿಸಲಾರಂಭಿಸಿದಾಗ ಸಜಾತಿ ಮತ್ತು ವಿಜಾತಿಯ ನಡುವಣ ಭಿನ್ನತೆ ಕೇವಲ ಕಾಲ್ಪನಿಕ ಎಂದು ಗೊತ್ತಾಗುವುದು. ನಾವೆಲ್ಲರೂ ಒಂದೇ ಕುಟುಂಬಕ್ಕೆ ಸೇರಿದವರು.

ಈ ಅಧ್ಯಾಯದಲ್ಲಿ ವೆಸ್ಟ್‌ಅವರ ವಿವಾಹವನ್ನು ಕೂಡಾ ಆಚರಿಸಿಬಿಡುವುದು ಒಳ್ಳೆಯದು. ನನ್ನ ಜೀವನದ ಈ ಹಂತದಲ್ಲಿ ಬ್ರಹ್ಮಚರ್ಯ ಕುರಿತ ನನ್ನ ವಿಚಾರಗಳು ಪೂರ್ಣವಾಗಿ ಪಕ್ವಗೊಂಡಿರಲಿಲ್ಲ. ಆದ್ದರಿಂದ ನನ್ನ ಎಲ್ಲ ಅವಿವಾಹಿತ ಗೆಳೆಯರಿಗೆ ಮದುವೆಮಾಡಿಸುವುದರಲ್ಲಿ ಆಸಕ್ತಿ ವಹಿಸುತ್ತಿದ್ದೆ. ಮುಂದೆ ಸ್ವಲ್ಪ ಕಾಲದಲ್ಲಿ ವೆಸ್ಟ್ ತಮ್ಮ ತಂದೆತಾಯಿಯರನ್ನು ಕಾಣುವ ಹಂಬಲದಿಂದ ಲಾತ್‌ಗೆ ಯಾತ್ರೆ ಹೊರಟಿದ್ದರು. ಆಗ ನಾನು ಅವರಿಗೆ ಸಾಧ್ಯವಾದರೆ ಮದುವೆಮಾಡಿಕೊಂಡು ಹಿಂದಿರುಗಬೇಕೆಂದು ಸಲಹೆ ಕೊಟ್ಟಿದ್ದೆ. ಫೀನಿಕ್ಸ್ ನಮ್ಮೆಲ್ಲರ ಸರ್ವಸಮಾನ ಮನೆಯಾಗಿತ್ತು. ನಾವೆಲ್ಲರೂ ರೈತರಾಗಲು ಹೊರಟಿದ್ದೇವೆಂದು ಭಾವಿಸಿಕೊಂಡಿದ್ದರಿಂದ ನಮಗೆ ಮದುವೆಗಳ ಬಗ್ಗೆ ಭಯವಿರಲಿಲ್ಲ. ಅದರಿಂದುಂಟಾಗುವ ಎಂದಿನ ಪರಿಣಾಮಗಳ ಬಗ್ಗೆ ಕೂಡಾ

ಭಯವಿರಲಿಲ್ಲ. ವೆಸ್ಟ್ ಶ್ರೀಮತಿ ವೆಸ್ಟ್‌ಅವರೊಂದಿಗೆ ವಾಪಸ್ ಬಂದರು. ಆಕೆ ಲೀಸೆಸ್ಟರ್‌ನ ಸುಂದರ ಯುವತಿಯಾಗಿದ್ದಳು. ಆಕೆ ಲೀಸೆಸ್ಟರ್‌ನ ಕಾರ್ಖಾನೆಯಲ್ಲಿ ಕೆಲಸಮಾಡುತ್ತಿದ್ದ ಮೋಚಿ (ಬೂಟುಗಳನ್ನು ಹೊಲೆಯುವವರು) ಕುಟುಂಬಕ್ಕೆ ಸೇರಿದ್ದಳು. ಶ್ರೀಮತಿ ವೆಸ್ಟ್ ಈ ಕಾರ್ಖಾನೆಯಲ್ಲಿ ಕೆಲಸ ಮಾಡಿ ಸ್ವಲ್ಪ ಅನುಭವ ಪಡೆದಿದ್ದಳು. ನಾನು ಆಕೆಯನ್ನು ಸುಂದರಿ ಎಂದು ಕರೆದಿದ್ದೆ. ಏಕೆಂದರೆ ಆಕೆಯ ನೈತಿಕ ಸೌಂದರ್ಯ ನನ್ನನ್ನು ತಕ್ಷಣವೇ ಆಕರ್ಷಿಸಿತ್ತು. ಏನೇ ಆದರೂ ನಿಜವಾದ ಸೌಂದರ್ಯ ಪರಿಶುದ್ಧಹೃದಯದಲ್ಲಿ ಅಡಗಿರುತ್ತದೆ. ಮಿಸ್ಟರ್ ವೆಸ್ಟ್‌ಅವರೊಂದಿಗೆ ಅವರ ಅತ್ತೆ(ಹೆಂಡತಿಯ ತಾಯಿ) ಕೂಡಾ ಬಂದಿದ್ದರು. ಆ ವೃದ್ಧೆ ಇನ್ನೂ ಬದುಕಿದ್ದಾರೆ. ಆಕೆ ತಮ್ಮ ದುಡಿಮೆ, ಲವಲವಿಕೆ ಮತ್ತು ಉಲ್ಲಾಸಪೂರ್ಣ ಸ್ವಭಾವದಿಂದ ನಾವೆಲ್ಲರೂ ನಾಚಿಕೊಳ್ಳುವಂತೆ ಮಾಡಿದ್ದರು.

ನಾನು ಐರೋಪ್ಯ ಗೆಳೆಯರನ್ನು ಮದುವೆಮಾಡಿಕೊಳ್ಳುವಂತೆ ಬಲವಂತಪಡಿಸಿದ್ದ ರೀತಿಯಲ್ಲಿ ನನ್ನ ಭಾರತೀಯ ಗೆಳೆಯರನ್ನು ತಮ್ಮ ತಾಯ್ನಾಡಿನಿಂದ ತಮ್ಮ ಕುಟುಂಬಗಳನ್ನು ಕರೆಸುವಂತೆ ಪ್ರಚೋದಿಸಿದ್ದೆ. ಈ ಪ್ರಕಾರ ಫೀನಿಕ್ಸ್ ಒಂದು ಪುಟ್ಟ ಹಳ್ಳಿಯಾಗಿ ಬೆಳೆಯಿತು. ಅರ್ಧ ಡಜನ್ ಕುಟುಂಬಗಳು ಅಲ್ಲಿಗೆ ಬಂದು ನೆಲೆ ನಿಂತವು ಮತ್ತು ಅಲ್ಲಿ ಅವುಗಳು ವೃದ್ಧಿಯಾಗಲಾರಂಭಿಸಿದವು.

23. ಕುಟುಂಬದಲ್ಲೊಂದು ಇಣುಕುನೋಟ

ಗೃಹಕೃತ್ಯದ ಖರ್ಚು ಹೆಚ್ಚಾಗುತ್ತಿದ್ದರೂ ಡರ್ಬಾನ್‌ನಲ್ಲಿ ಸರಳತೆಯ ಮನೋಭಾವ ಆರಂಭವಾಗಿತ್ತು ಎಂದು ಈಗಾಗಲೇ ನೋಡಿದ್ದೆವೆ. ಆದರೆ ರಸ್ಕಿನ್‌ನ ಬೋಧನೆಯ ಬೆಳಕಲ್ಲಿ ಜೊಹಾನ್ಸ್‌ಬರ್ಗ್‌ನಲ್ಲಿ ಇದರ ಬಗ್ಗೆ ಇನ್ನೂ ಹೆಚ್ಚಿನ ತೀವ್ರವಾದ ಪರೀಕ್ಷೆ ಆರಂಭವಾಯ್ತು.

ಬ್ಯಾರಿಸ್ಟರ್‌ನ ಮನೆಯಲ್ಲಿ ಎಷ್ಟು ಸಾಧ್ಯವೋ ಅಷ್ಟರಮಟ್ಟಿಗೆ ಸರಳತೆಯನ್ನು ಆಚರಣೆ ತರಲಾಯ್ತು. ಸ್ವಲ್ಪಮಟ್ಟಿನ ಪೀಠೋಪಕರಣ(ಫರ್ನೀಚರ್)ಗಳಿಲ್ಲದೇ ಇರುವುದು ಅಸಾಧ್ಯವಾಗಿತ್ತು. ಯಾವುದೇ ಬದಲಾವಣೆ ಮಾಡಿದರೂ ಅದು ಹೊರಡಗಡೆ ಆಗದೇ ಅದಕ್ಕಿಂತ ಹೆಚ್ಚಾಗಿ ಕುಟುಂಬದೊಳಗೆ ಆಗಬೇಕಾಗಿತ್ತು. ಆದ್ದರಿಂದ ನಾನು ಈ ಶಿಸ್ತುಕ್ರಮದೊಳಗೆ ನನ್ನ ಮಕ್ಕಳನ್ನು ಎಳೆದುತಂದಿದ್ದೆ.

ಬ್ರೆಡ್ಡುವ್ಯಾಪಾರಿ(ಬೇಕರಿ)ಯಿಂದ ಬ್ರೆಡ್ಡನ್ನು(ರೊಟ್ಟಿ) ಕೊಂಡುಕೊಳ್ಳುವ ಪ್ರತಿಯಾಗಿ ನಾವು ಕುಹ್ನೆಯ ಪಾಕಸೂತ್ರದ ಪ್ರಕಾರ ಮನೆಯಲ್ಲಿ ಹುದುಗಿಲ್ಲದೇ ತಯಾರಿಸಲಾಗುವ ಹಾಗೂ ತವಡು ತೆಗೆಯದ ಹಿಟ್ಟಿನ ಬ್ರೆಡ್‌ಅನ್ನು ಮನೆಯಲ್ಲಿ ತಯಾರಿಸಲಾರಂಭಿಸಿದೆವು. ಗಿರಣಿಯ ಸಾಮಾನ್ಯ ಹಿಟ್ಟಿನಿಂದ ಇದನ್ನು

ತಯಾರಿಸಲಾಗುತ್ತಿರಲಿಲ್ಲ. ಆದ್ದರಿಂದ ಕೈನಿಂದ ಬೀಸಿ ತಯಾರಿಸಲಾದ ಹಿಟ್ಟು ಸಾಧಾರಣವಾಗಿದ್ದು ಆರೋಗ್ಯಕ್ಕೂ ಒಳ್ಳೆಯದಾಗಿದ್ದು ಕಡಿಮೆ ವೆಚ್ಚದ್ದು ಎಂದು ನಾವು ದೃಢಪಡಿಸಿಕೊಂಡಿದ್ದೆವು. ಆದ್ದರಿಂದ ನಾನು 70 ಪೌಂಡುಗಳನ್ನು ಕೊಟ್ಟು ಕೈಯಿಂದ ಬೀಸುವ ಕಲ್ಲನ್ನು(ಹ್ಯಾಂಡ್‌ಮಿಲ್) ಕೊಂಡುಕೊಂಡಿದ್ದೆ. ಅದರ ಕಬ್ಬಿಣದ ಚಕ್ರವನ್ನು ತಿರುಗಿಸುವುದು ಒಬ್ಬಾತನಿಗೆ ಕಷ್ಟವಾಗುತ್ತಿತ್ತು. ಆದರೆ ಇಬ್ಬರಿಗೆ ಅದನ್ನು ತಿರುಗಿಸುವುದು ಸುಲಭವಾಗುತ್ತಿತ್ತು. ಸಾಮಾನ್ಯವಾಗಿ ಪೋಲ್ಯಾಕ್, ನಾನು ಮತ್ತು ಮಕ್ಕಳು ಆ ಕೆಲಸ ಮಾಡುತ್ತಿದ್ದೆವು. ನನ್ನ ಹೆಂಡತಿ ಕೂಡಾ ಆಗಾಗ್ಗೆ ಸಹಾಯಮಾಡುತ್ತಿದ್ದಳು. ಆದರೆ ಬೀಸುವ ಕಾಲದಲ್ಲಿ ಸಾಮಾನ್ಯವಾಗಿ ಆಕೆ ಅಡಿಗೆಮನೆಯಲ್ಲಿ ಕೆಲಸವನ್ನು ಆರಂಭಿಸಬೇಕಾಗುತ್ತಿತ್ತು. ನಮ್ಮ ಮನೆಗೆ ಬರುತ್ತಿದ್ದಂತೆ ಶ್ರೀಮತಿ ಪೋಲ್ಯಾಕ್ ನಮ್ಮ ಜತೆಯಲ್ಲಿ ಆ ಕೆಲಸಕ್ಕೆ ಸೇರಿಕೊಂಡಳು. ಬೀಸುವ ಕೆಲಸ ಮಕ್ಕಳಿಗೆ ತುಂಬಾ ಉಪಯುಕ್ತವಾಗಿದ್ದ ವ್ಯಾಯಾಮ ಎಂದು ಸಾಬೀತಾಯ್ತು. ಈ ಕೆಲಸವನ್ನಾಗಲೀ ಇಲ್ಲವೇ ಬೇರೆ ಕೆಲಸವನ್ನಾಗಲಿ ಅವರ ಮೇಲೆ ಎಂದೂ ಬಲವಂತವಾಗಿ ಹೇರುತ್ತಿರಲಿಲ್ಲ. ಆದರೆ ಈ ಕೆಲಸ ಅವರಿಗೊಂದು ಆಟವೇ ಆಗಿತ್ತು. ಹಾಗಾಗಿ ಅವರೇ ಮುಂದೆ ಬಂದು ಕೈ ನೀಡಿ ಸಹಾಯಮಾಡುತ್ತಿದ್ದರು. ಆಯಾಸವಾದಾಗ ಕೆಲಸವನ್ನು ಬಿಟ್ಟುಬಿಡುವ ಸ್ವಾತಂತ್ರ್ಯ ಅವರಿಗಿತ್ತು. ಆದರೆ ಮಕ್ಕಳು ಮತ್ತು ಮುಂದೆ ಸಂದರ್ಭ ಒದಗಿದಾಗ ನಾನು ಮುಂದೆ ಪರಿಚಯಮಾಡಿಸುವವರೆಲ್ಲರೂ ಸಾಮಾನ್ಯವಾಗಿ ನನ್ನನ್ನು ನಿರಾಶೆಗೊಳಿಸಲಿಲ್ಲ. ಮಂದಗಾಮಿಗಳು ನನ್ನ ಜತೆಯಲ್ಲಿ ಇರಲೇ ಇಲ್ಲ ಎಂದು ಹೇಳಲಾರೆ. ಆದರೆ ನನ್ನ ಜತೆಗಿದ್ದವರಲ್ಲಿ ಬಹಳಷ್ಟು ಮಂದಿ ಉಲ್ಲಾಸದಿಂದ ತಮ್ಮ ಕೆಲಸ ಮಾಡುತ್ತಿದ್ದರು. ಆ ದಿನಗಳಲ್ಲಿ ಕೆಲವು ಯುವಕರು ಕೆಲಸಮಾಡಲು ನಾಚಿಕೊಳ್ಳುತ್ತಿದ್ದರು ಇಲ್ಲವೇ ಬಳಲಿದ್ದೇವೆ ಎಂದು ವಾದಿಸುತ್ತಿದ್ದರು ಎಂಬುದನ್ನು ನಾನು ನೆನಪಿಗೆ ತಂದುಕೊಳ್ಳುತ್ತಿದ್ದೇನೆ.

ಮನೆಯನ್ನು ನೋಡಿಕೊಳ್ಳಲು ನಾವು ಒಬ್ಬ ಆಳನ್ನು ನೇಮಿಸಿಕೊಂಡಿದ್ದೆವು. ಅವನು ನಮ್ಮ ಜತೆಯಲ್ಲಿ ಕುಟುಂಬದ ಒಬ್ಬ ಸದಸ್ಯನಂತೆ ವಾಸಿಸುತ್ತಿದ್ದ. ಮಕ್ಕಳು ಅವನಿಗೆ ಅವನ ಕೆಲಸದಲ್ಲಿ ಸಹಾಯಮಾಡುತ್ತಿದ್ದರು. ಮುನಿಸಿಪಲ್ ಜಾಡಮಾಲಿ(ಸ್ವೀಪರ್) ಮಲವನ್ನು ಎತ್ತಿಕೊಂಡು ಹೋಗುತ್ತಿದ್ದ. ಆದರೆ ಆಳು ಶುಭ್ರಗೊಳಿಸುವ ಕೆಲಸಮಾಡಲಿ ಎಂದು ನಿರೀಕ್ಷಿಸುತ್ತ ಇಲ್ಲವೇ ಅವನಿಗೆ ಹೇಳುವ ಪ್ರತಿಯಾಗಿ ನಾವೇ ಪಾಯಿಖಾನೆ(ಕ್ಲಾಸಿಟ್)ಯನ್ನು ಸ್ವತಹ ಶುಭ್ರಗೊಳಿಸುತ್ತಿದ್ದೆವು. ಇದು ಮಕ್ಕಳಿಗೆ ಒಳ್ಳೆಯ ತರಬೇತಿಯನ್ನು ನೀಡಿತು ಎನ್ನಬಹುದು.

ಇದರ ಪರಿಣಾಮದಿಂದಾಗಿ ನನ್ನ ಮಕ್ಕಳಲ್ಲಿ ಯಾರೂ ಜಾಡಮಾಲಿ ಕೆಲಸ ಮಾಡಲು ಜುಗುಪ್ಸೆಯನ್ನು ತೋರಿಸಲಿಲ್ಲ. ಸಹಜವಾಗಿ ಅವರಿಗೆ ಸಾಮಾನ್ಯ ನೈರ್ಮಲ್ಯದ ಬಗ್ಗೆ ಮೂಲಶಿಕ್ಷಣ ದೊರೆಯಿತು. ಜೊಹಾನ್ಸ್‌ಬರ್ಗ್‌ನ ಮನೆಯಲ್ಲಿ ಯಾರೂ ಕಾಯಿಲೆಗೆ ತುತ್ತಾಗುತ್ತಿರಲಿಲ್ಲ. ಆದರೂ ಯಾರಾದರೂ ಅಕಸ್ಮಾತ್ತಾಗಿ ಕಾಯಿಲೆಗೆ ತುತ್ತಾದರೆ ನನ್ನ ಮಕ್ಕಳು ಸಂತೋಷದಿಂದ ಅವರ ಶುಶ್ರೂಷೆಮಾಡುತ್ತಿದ್ದರು. ನನ್ನ ಮಕ್ಕಳ ಗ್ರಾಂಥಿಕ(ಲಿಟರರಿ-ಶಾಲಾಶಿಕ್ಷಣ) ಶಿಕ್ಷಣಕ್ಕೆ ನಾನು ಅಸಡ್ಡೆ ತೋರಿಸಿದ್ದೆ ಎಂದು ಹೇಳಲಾರೆ. ಹಾಗಿದ್ದರೂ ಅಂತಹ ಶಿಕ್ಷಣವನ್ನು ನಿರಾಕರಿಸಲು ನಾನು ಖಂಡಿತವಾಗಿಯೂ ಹಿಂದೆಮುಂದೆ ನೋಡಿರಲಿಲ್ಲ. ಆದ್ದರಿಂದ ನನ್ನ ಮಕ್ಕಳು ನನ್ನ ಬಗ್ಗೆ ಅಸಮಾಧಾನಪಟ್ಟಿದ್ದರೆ ಅದು ಸಕಾರಣವಾದದ್ದು ಎಂದು ನಾನು ಭಾವಿಸಿದ್ದೇನೆ.

ನಿಸ್ಸಂಶಯವಾಗಿಯೂ ಅವರು ಆಗಾಗ್ಗೆ ತಮ್ಮ ಅಸಮಾಧಾನವನ್ನು ವ್ಯಕ್ತಪಡಿಸಿದ್ದಾರೆ. ಸ್ವಲ್ಪಮಟ್ಟಿಗೆ ನಾನು ಅಪರಾಧಿ ಎಂದು ಒಪ್ಪಿಕೊಳ್ಳುತ್ತಿದ್ದೇನೆ. ಅವರಿಗೆ ಗ್ರಾಂಥಿಕ ಶಿಕ್ಷಣ(ಪುಸ್ತಕಾಭ್ಯಾಸ)ವನ್ನು ಕೊಡಬೇಕೆಂಬ ಅಭಿಲಾಶೆ ನನ್ನಲ್ಲಿತ್ತು. ನಾನೇ ಸ್ವತಹ ಅವರಿಗೆ ಈ ಬಗೆಯ ಶಿಕ್ಷಣವನ್ನು ಕೊಡಲು ಹೆಣಗಾಡಿದೆ. ಆದರೆ ಆಗಾಗ್ಗೆ ಏನಾದರೊಂದು ಅಡಚಣೆ, ತೊಂದರೆ ಅಡ್ಡಬರುತ್ತಿತ್ತು. ಅವರಿಗೆ ಖಾಸಗಿಯಾಗಿ ಮನೆಯಲ್ಲಿ ಪಾಠ ಹೇಳಿಸಲು ಬೇರೆ ಏರ್ಪಾಡು ಮಾಡಿರಲಿಲ್ಲ. ಪ್ರತಿದಿನವೂ ಅವರನ್ನು ನನ್ನ ಜತೆಯಲ್ಲಿ ಕಛೇರಿಗೆ ಮತ್ತು ಮರಳಿ ಮನಗೆ ಅಂದರೆ ಒಟ್ಟಿನಲ್ಲಿ ಸುಮಾರು 5 ಮೈಲಿಗಳಷ್ಟು ದೂರ ತಿರುಗಾಡಲು ಕರೆದುಕೊಂಡು ಹೋಗುತ್ತಿದ್ದೆ. ಈ ಕಾಲದಲ್ಲಿ ಸಂಭಾಷಣೆಯ ಮೂಲಕ ಅವರಿಗೆ ಬೋಧಿಸಲು ಪ್ರಯತ್ನಿಸುತ್ತಿದ್ದೆ. ಆದರೆ ಆ ಸಮಯದಲ್ಲಿ ಯಾರಾದರೂ ನನ್ನ ಗಮನವನ್ನು ಸೆಳೆಯುತ್ತಿದ್ದರೆ ಇದು ಸಾಧ್ಯವಾಗುತ್ತಿರಲಿಲ್ಲ. ನನ್ನ ಹಿರಿಯ ಮಗ ಹರಿಲಾಲ್‌ನನ್ನು ಬಿಟ್ಟಂತೆ(ಹರಿಲಾಲ್ ಈ ಸಮಯದಲ್ಲಿ ಭಾರತದಲ್ಲಿ ಉಳಿದುಕೊಂಡಿದ್ದ) ಉಳಿದ ಮಕ್ಕಳು ಜೊಹಾನ್ಸ್‌ಬರ್ಗ್‌ನಲ್ಲಿ ಇದೇ ರೀತಿಯಲ್ಲಿ ಬೆಳೆದರು. ಕಡೆಯ ಪಕ್ಷ ಅವರ ಗ್ರಾಂಥಿಕ ಶಿಕ್ಷಣಕ್ಕೆ ಕಟ್ಟುನಿಟ್ಟಿನಿಂದ ಕ್ರಮಬದ್ಧವಾಗಿ ದಿನಕ್ಕೆ ಒಂದು ಗಂಟೆಯನ್ನಾದರೂ ಮಿಸಲಿಡಲು ನಾನು ಸಮರ್ಥನಾಗಿದ್ದರೆ ನನ್ನ ಅಭಿಪ್ರಾಯದಲ್ಲಿ ಅವರಿಗೆ ಆದರ್ಶ ಶಿಕ್ಷಣವನ್ನು ಕೊಡಬಹುದಾಗಿತ್ತು. ಆದರೆ ಅವರಿಗೆ ಗ್ರಾಂಥಿಕ ಶಿಕ್ಷಣದಲ್ಲಿ ಸಾಕಷ್ಟು ತರಬೇತಿಯನ್ನು ಕೊಡಲಾಗದಿದ್ದುದಕ್ಕೆ ಅವರ ಜತೆಯಲ್ಲಿ ನಾನು ಕೂಡಾ ಪಶ್ಚಾತ್ತಾಪಡುತ್ತಿದ್ದೇನೆ. ನನ್ನ ಹಿರಿಯ ಮಗನು ಖಾಸಗಿಯಾಗಿ ನನ್ನ ಎದುರು ಮತ್ತು ಪತ್ರಕರ್ತರ ಮುಂದೆ ತನ್ನ ಹತಾಶೆಯನ್ನು ಆಗಾಗ್ಗೆ ವ್ಯಕ್ತಪಡಿಸಿದ್ದಾನೆ. ಇತರ ಮಕ್ಕಳು ಉದಾರತೆಯಿಂದ ಈ ವೈಫಲ್ಯ ಅನಿವಾರ್ಯವಾಗಿತ್ತು ಎಂದು ನನ್ನನ್ನು ಕ್ಷಮಿಸಿಬಿಟ್ಟಿದ್ದಾರೆ. ಇದರಿಂದ ನನ್ನ ಎದೆ ಒಡೆದುಹೋಗಿಲ್ಲ. ಇದರ ಬಗ್ಗೆ ವ್ಯಥೆಪಡುವುದೇನಾದರೂ ಇದ್ದರೂ ನಾನೊಬ್ಬ ಆದರ್ಶ ತಂದೆ ಎಂದು ಸಾಬೀತಾಗಿಲ್ಲ. ಏಕೆಂದರೆ ಅವರ ಗ್ರಾಂಥಿಕ ತರಬೇತಿಯನ್ನು, ತಪ್ಪೇ ಆಗಿದ್ದರೂ ನಾನು ಪ್ರಾಮಾಣಿಕವಾಗಿ ನಂಬಿಕೊಂಡಿರುವಂತೆ ಸಮುದಾಯದ ಸೇವೆಗೆ ಬಲಿಕೊಟ್ಟಿದ್ದೇನೆ ಎಂದು ನಾನು ಭಾವಿಸುತ್ತೇನೆ. ಅವರ ವ್ಯಕ್ತಿತ್ವದ ನಿರ್ಮಾಣದಲ್ಲಿ ಏನು ಅವಶ್ಯಕವಾಗಿತ್ತೋ ಅದನ್ನು ನೆರವೇರಿಸುವಲ್ಲಿ ನಾನು ಅಲಕ್ಷ ತೋರಿರಲಿಲ್ಲ ಎಂಬುದನ್ನು ನಾನು ಸ್ಪಷ್ಟಪಡಿಸುತ್ತೇನೆ. ವ್ಯಕ್ತಿತ್ವವನ್ನು ಸರಿಯಾಗಿ ರೂಪಿಸಲು ತಕ್ಕುದಾದದ್ದನ್ನು ಒದಗಿಸುವುದು ಪ್ರತಿಯೊಬ್ಬ ತಂದೆತಾಯಿಯರು ಕಡ್ಡಾಯವಾಗಿ ನಿರ್ವಹಿಸಲೇ ಬೇಕಾಗಿರುವ ಕರ್ತವ್ಯ ಎಂದು ನಾನು ಭಾವಿಸಿದ್ದೇನೆ. ಯಾವಾಗಾದರೂ ನಾನು ಎಷ್ಟೇ ಹೋರಾಡಿದ್ದರೂ ನನ್ನ ಮಕ್ಕಳಲ್ಲಿ ಏನಾದರೂ ನ್ಯೂನತೆ ಕಂಡುಬಂದರೆ ಅದಕ್ಕೆ ನಾನು ಅವರನ್ನು ಪಾಲಿಸಿದ ರೀತಿ ಕಾರಣ ಎಂದು ಭಾವಿಸಬೇಕಾಗಿಲ್ಲ. ಆದರೆ ಅದಕ್ಕೆ ತಂದೆತಾಯಿಯರಿಬ್ಬರಲ್ಲಿದ್ದ ದೋಷಗಳೇ ಕಾರಣವಾಗಿದ್ದು ಅದು ಅವರಲ್ಲಿ ಪ್ರತಿಫಲನಗೊಂಡಿವೆ ಎಂಬುದು ನನ್ನ ನಿಶ್ಚಿತಾಭಿಪ್ರಾಯವಾಗಿದೆ.

ಮಕ್ಕಳು ತಮ್ಮ ತಂದೆತಾಯಿಯರ ದೈಹಿಕ ಲಕ್ಷಣಗಳ ಜತೆಯಲ್ಲಿ ಅವರ ಗುಣಗಳನ್ನು ಕೂಡಾ ಉತ್ತರಾಧಿಕಾರದಿಂದ ಪಡೆದುಕೊಳ್ಳುತ್ತಾರೆ. ಪರಿಸರ ಮುಖ್ಯ ಪಾತ್ರವನ್ನು ವಹಿಸುತ್ತದೆ. ಆದರೆ ಮಗುವು ತನ್ನ ಪೂರ್ವಜರಿಂದ ಉತ್ತರಾಧಿಕಾರದ(ಬಳುವಳಿಯಾಗಿ) ಮೂಲಕ ಪಡೆದ

ಮೂಲ ಬಂಡವಾಳ(ಸಂಚಯಧನ)ದ ಮೇಲೆ ಜೀವನವನ್ನು ಆರಂಭಿಸುತ್ತದೆ. ಮಕ್ಕಳು ದುಷ್ಟ ಅನುವಂಶಿಕ ಲಕ್ಷಣ (ಅಂದರೆ ಉತ್ತರಾಧಿಕಾರದಿಂದ)ಗಳಿಂದುಂಟಾಗುವ ಪರಿಣಾಮಗಳಿಂದ ಯಶಸ್ವಿಯಾಗಿ ಪಾರಾಗಿರುವುದನ್ನು ಕೂಡಾ ನಾನು ಕಂಡಿದ್ದೇನೆ. ಇದಕ್ಕೆ ಆತ್ಮದಲ್ಲಿ ಅಂತರ್ಗತವಾಗಿರುವ ಪರಿಶುದ್ಧತೆ ಕಾರಣ ಎಂದು ಹೇಳಬಹುದು.

ಪೋಲ್ಯಾಕ್ ಮತ್ತು ನಾನು ಆಗಾಗ್ಗೆ ಮಕ್ಕಳಿಗೆ ಇಂಗ್ಲಿಷ್ ಶಿಕ್ಷಣ ನೀಡುವುದು ಒಳ್ಳೆಯದೇ ಅಥವಾ ಅಲ್ಲವೇ ಎಂಬ ಬಗ್ಗೆ ತುಂಬಾ ಬಿರುಸಾಗಿ ಚರ್ಚಿಸುತ್ತಿದ್ದೆವು. ತಮ್ಮ ಮಕ್ಕಳು ಎಳೆತನದಿಂದಲೂ ಇಂಗ್ಲೀಷ್‌ನಲ್ಲಿ ಯೋಚಿಸುವಂತೆ ಮತ್ತು ಮಾತಾಡುವಂತೆ ತರಬೇತಿ ನೀಡುವ ತಂದೆತಾಯಿಯರು ತಮ್ಮ ಮಕ್ಕಳಿಗೆ ಮತ್ತು ದೇಶಕ್ಕೆ ದ್ರೋಹವೆಸಗುತ್ತಾರೆ ಎಂಬುದು ಯಾವಾಗಲೂ ನನ್ನ ನಿಶ್ಚಿತಾಭಿಪ್ರಾಯವಾಗಿದೆ. ಅಂತಹ ತಂದೆತಾಯಿಯರು ರಾಷ್ಟ್ರದ ಸಾಮಾಜಿಕ ಮತ್ತು ಸಾಂಸ್ಕೃತಿಕ ಪರಂಪರೆಯು ಮಕ್ಕಳಿಗೆ ದೊರೆಯದಂತೆ ಮಾಡುತ್ತಾರೆ. ಈ ಮೂಲಕ ಮಕ್ಕಳು ದೇಶಸೇವೆಗೆ ಅಯೋಗ್ಯರಾಗುವಂತೆ ಮಾಡುತ್ತಾರೆ. ಈ ಎಲ್ಲ ನಿಶ್ಚಿತಾಭಿಪ್ರಾಯಗಳನ್ನು ಮನಸ್ಸಿನಲ್ಲಿ ಇಟ್ಟುಕೊಂಡು ನಾನು ಯಾವಾಗಲೂ ನನ್ನ ಮಕ್ಕಳೊಂದಿಗೆ ಗುಜರಾತಿಯಲ್ಲಿ ಮಾತಾಡಬೇಕೆಂಬ ನಿಯಮವನ್ನು ಪಾಲಿಸುತ್ತಿದ್ದೇನೆ. ಪೋಲ್ಯಾಕ್ ಎಂದೂ ಇದನ್ನು ಮೆಚ್ಚಿಕೊಂಡಿರಲಿಲ್ಲ. ಅವರ ಭವಿಷ್ಯವನ್ನು ನಾನು ಹಾಳುಮಾಡುತ್ತಿದ್ದೇನೆಂದು ಅವನು ಭಾವಿಸಿದ್ದ. ಎಳೆತನದಿಂದಲೂ ಮಕ್ಕಳು ಇಂಗ್ಲಿಷ್‌ನಂತಹ ಅಂತರರಾಷ್ಟ್ರೀಯ ಭಾಷೆಯನ್ನು ಕಲಿತರೆ ಅವರು ಸುಲಭವಾಗಿ ಜೀವನದ ಪಂದ್ಯದಲ್ಲಿ ಇತರರ ಮೇಲೆ ಗಮನಾರ್ಹವಾಗಿ ಮೇಲಗೈಯನ್ನು ಸಾಧಿಸಬಹುದು ಎಂದು ಅವನು ಹುರುಪಿನಿಂದ ಮತ್ತು ನಮ್ಮ ಮೇಲಿಟ್ಟಿದ್ದ ಪ್ರೀತಿಯಿಂದ ಒತ್ತಿ, ಒತ್ತಿ ಹೇಳುತ್ತಿದ್ದ. ಆದರೆ ಅವನಿಗೆ ನನ್ನನ್ನು ಒಪ್ಪಿಸಲು ಸಾಧ್ಯವಾಗಿರಲಿಲ್ಲ. ನನ್ನಲ್ಲಿದ್ದ ಅಭಿಪ್ರಾಯ ಸರಿಯಾದದ್ದು ಎಂದು ನಾನು ಅವನ ಮನ ಒಪ್ಪಿಸಿದ್ದೆ ಅಥವಾ ನಾನು ತುಂಬಾ ಹಠಮಾರಿಯೆಂದು ಅವನೇ ತನ್ನ ಪ್ರಯತ್ನವನ್ನು ಕೈಬಿಟ್ಟನೆ ಎಂಬುದು ನನ್ನ ನೆನಪಲ್ಲಿ ಉಳಿದಿಲ್ಲ. ಈ ಪ್ರಸಂಗ ನಡೆದದ್ದು ಸುಮಾರು ಇಪ್ಪತ್ತು ವರ್ಷಗಳ ಕೆಳಗೆ. ಆದರೆ ಅನುಭವ ಹೆಚ್ಚಿದಂತೆ ನನ್ನ ನಿಶ್ಚಿತಾಭಿಪ್ರಾಯಗಳು ಇನ್ನೂ ದೃಢವಾಗುತ್ತಿವೆ. ನನ್ನ ಮಕ್ಕಳು ಪೂರ್ಣ ಗ್ರಾಂಥಿಕ ಶಿಕ್ಷಣವಿಲ್ಲದೇ ಸಂಕಟ ಪಡುವಂತಾದರೂ ಅವರು ಸಹಜವಾಗಿ ಸಂಪಾದಿಸಿಕೊಂಡಿದ್ದ ಮಾತೃಭಾಷಾ ಜ್ಞಾನವು ಅವರಿಗೆ ಮತ್ತು ದೇಶಕ್ಕೆ ಒಳ್ಳೆಯದನ್ನು ಮಾಡಿದೆ. ಹಾಗೆ ಸಂಪಾದಿಸಿಕೊಂಡಿರದಿದ್ದರೆ ಅವರು ವಿದೇಶೀಯರಂತೆ ಕಂಡುಬರುತ್ತಿದ್ದರು. ಅವರು ಸಹಜವಾಗಿ ದ್ವಿಭಾಷಿ (ಎರಡು ಭಾಷೆಗಳಲ್ಲಿ ಸರಾಗವಾಗಿ ಮಾತಾಡಬಲ್ಲವರು)ಗಳಾಗಿದ್ದಾರೆ. ಅವರು ಸರಾಗವಾಗಿ ಇಂಗ್ಲಿಷ್‌ನಲ್ಲಿ ಮಾತಾಡಬಲ್ಲರು ಮತ್ತು ಬರೆಯಬಲ್ಲರು. ಏಕೆಂದರೆ ಅವರು ದೊಡ್ಡದಾಗಿರುವ ಇಂಗ್ಲಿಷ್ ಗೆಳೆಯರ ಬಳಗದಲ್ಲಿ ದಿನನಿತ್ಯ ಸಂಪರ್ಕವನ್ನಿಟ್ಟುಕೊಂಡಿದ್ದಾರೆ. ಹಾಗೆಯೇ ಮುಖ್ಯ ಭಾಷೆಯಾಗಿ ಇಂಗ್ಲಿಷ್‌ನಲ್ಲಿ ಮಾತಾಡುವವರಿರುವ ದೇಶದಲ್ಲಿ ಅವರು ವಾಸಿಸುತ್ತಿದ್ದಾರೆ.

24. ಝೂಲೂ ಬಂಡಾಯ

ನಾನು ಜೊಹಾನ್ಸ್‌ಬರ್ಗ್‌ನಲ್ಲಿ ನೆಲೆವೂರಿದೆ ಎಂದು ಭಾವಿಸಿದ ತರುವಾಯ ಕೂಡಾ ನನಗೆ ಸ್ಥಿರವಾದ ಜೀವನ ದೊರೆಯಲಿಲ್ಲ. ನೆಮ್ಮದಿಯಿಂದ ನಾನು ಉಸಿರಾಡುತ್ತಿದ್ದೇನೆ ಎಂದು ಭಾವಿಸುತ್ತಿರುವ ಹೊತ್ತಿಗೆ ಒಂದು ಅನಿರೀಕ್ಷಿತ ಘಟನೆ ನಡೆಯಿತು. ನೆಟಾಲ್‌ನಲ್ಲಿ (ಜೂಲು) ಝೂಲು ಬಂಡಾಯ ಸ್ಫೋಟಗೊಂಡಿದೆ ಎಂಬ ಸುದ್ದಿ ವೃತ್ತಪತ್ರಿಕೆಗಳಲ್ಲಿ ಪ್ರಕಟವಾಯ್ತು. ನನಗೆ ಸೂಲೂ ಜನರ ಬಗ್ಗೆ ಸಂಶಯಗಳು ಹುಟ್ಟಿಕೊಂಡಿದ್ದವು. ವಿಶ್ವದ ಸುರಕ್ಷತೆಗಾಗಿ ಬ್ರಿಟಿಷ್ ಸಾಮ್ರಾಜ್ಯ ಅಸ್ತಿತ್ವದಲ್ಲಿದೆ ಎಂದು ಆ ಕಾಲದಲ್ಲಿ ನಾನು ನಂಬಿಕೊಂಡಿದ್ದೆ. ಸಾಮ್ರಾಜ್ಯಕ್ಕೆ ಕೆಡುಕಾಗಲಿ ಎಂದು ಕೂಡಾ ಹಾರೈಸುತ್ತಿರಲಿಲ್ಲ. ನನ್ನಲ್ಲಿ ಅಂತಹ ಅಪ್ಪಟ ರಾಜನಿಷ್ಠೆಯಿತ್ತು. ಆದ್ದರಿಂದ ಬಂಡಾಯ ನ್ಯಾಯವಾದದ್ದೇ ಅಥವಾ ಇಲ್ಲವೇ ಎಂಬುದು ನನ್ನ ತೀರ್ಮಾನದ ಮೇಲೆ ಯಾವುದೇ ಪರಿಣಾಮವನ್ನುಂಟು ಮಾಡುತ್ತಿರಲಿಲ್ಲ. ನೆಟಾಲ್‌ನಲ್ಲಿ ಸ್ವಯಂ ಪ್ರೇರಿತ ರಕ್ಷಣಾದಳವಿತ್ತು. ಅದಕ್ಕೆ ಇನ್ನೂ ಹೆಚ್ಚು ಜನರು ಸೇರಿಕೊಳ್ಳಲು ಅವಕಾಶವಿತ್ತು. ಈ ದಳವನ್ನು ಈಗಾಗಲೇ ಬಂಡಾಯವನ್ನು ಹತ್ತಿಕ್ಕಲು ಸನ್ನದ್ಧಗೊಳಿಸಲಾಗಿದೆ ಎಂದು ನಾನು ಓದಿದ್ದೆ. ನಾನು ನೆಟಾಲ್‌ನೊಂದಿಗೆ ಆಪ್ತ

ಸಂಪರ್ಕವನ್ನು ಹೊಂದಿದ್ದರಿಂದ ನನ್ನನ್ನು ನಾನು ನೆಟಾಲ್‌ನ ಪ್ರಜೆ ಎಂದು ಪರಿಗಣಿಸಿಕೊಂಡಿದ್ದೆ. ಅವಶ್ಯಕವಾದರೆ ಭಾರತೀಯ ಆ್ಯಂಬುಲೆನ್ಸ್ ದಳವನ್ನು ರಚಿಸಲು ಸಿದ್ಧವಿರುವುದಾಗಿ ನಾನು ಗವರ್ನರ್‌ಗೆ ಬರೆದು ತಿಳಿಸಿದೆ. ನನ್ನ ಪ್ರಸ್ತಾಪವನ್ನು ಒಪ್ಪಿ ಅವರು ತಕ್ಷಣವೇ ಪತ್ರ ಬರೆದರು.

ನಾನು ಅಂತಹ ಜರೂರು ಒಪ್ಪಿಗೆಯನ್ನು ನಿರೀಕ್ಷಿಸಿರಲಿಲ್ಲ. ಆದರೆ ಅದೃಷ್ಟವಶಾತ್ ಪತ್ರ ಬರೆಯುವುದಕ್ಕೂ ಮುಂಚಿತವಾಗಿ ನಾನು ಅವಶ್ಯಕವಾಗಿದ್ದ ಎಲ್ಲ ಸಿದ್ಧತೆಗಳನ್ನು ಮಾಡಿಕೊಂಡಿದ್ದೆ. ನನ್ನ ಪ್ರಸ್ತಾಪಕ್ಕೆ ಒಪ್ಪಿಗೆ ದೊರೆತರೆ ನಾನು ಜೊಹಾನ್ಸ್‌ಬರ್ಗ್‌ನಲ್ಲಿದ್ದ ಮನೆಯನ್ನು ಬರಖಾಸ್ತು ಮಾಡಲು ನಿರ್ಧರಿಸಿದ್ದೆ. ಪೋಲ್ಯಾಕ್ ಒಂದು ಸಣ್ಣ ಮನೆಗೆ ಹೋಗಬೇಕೆಂದೂ ಮತ್ತು ನನ್ನ ಹೆಂಡತಿ ಫೀನಿಕ್ಸ್‌ಗೆ ಹೋಗಿ ಅಲ್ಲಿ ವಾಸಿಸಬೇಕೆಂದು ನಿಶ್ಚಯಿಸಲಾಗಿತ್ತು.

ನಾನು ಈ ತೀರ್ಮಾನಕ್ಕೆ ಆಕೆಯ ಪೂರ್ಣ ಒಪ್ಪಿಗೆಯನ್ನು ಪಡೆದಿದ್ದೆ. ಇಂತಹ ವಿಷಯಗಳಲ್ಲಿ ಆಕೆ ಎಂದಾದರೂ ನನ್ನ ತೀರ್ಮಾನಕ್ಕೆ ಅಡ್ಡ ಬಂದ ಪ್ರಸಂಗಗಳು ನನ್ನ ನೆನಪಲ್ಲಿ ಇಲ್ಲವೇ ಇಲ್ಲ. ಆದ್ದರಿಂದ ಗವರ್ನರ್ ಅವರಿಂದ ಉತ್ತರವನ್ನು ಪಡೆದ ತಕ್ಷಣ ನಾನು ಮನೆಯ ಮಾಲೀಕನಿಗೆ ಮನೆಯನ್ನು ಖಾಲಿ ಮಾಡುವುದಾಗಿ ಮಾಮೂಲಿಯಂತೆ ಕೊಡಬೇಕಾಗಿದ್ದ ಒಂದು ತಿಂಗಳ ನೋಟಿಸ್‌ನ್ನು ಕೊಟ್ಟೆ. ಕೆಲವು ಸಾಮಾನುಗಳನ್ನು ಫೀನಿಕ್ಸ್‌ಗೆ ಕಳಿಸಿದೆ ಮತ್ತು ಕೆಲವನ್ನು ಪೋಲ್ಯಾಕ್ ಬಳಿಯಲ್ಲಿ ಬಿಟ್ಟೆ.

ನಾನು ಡರ್ಬಾನ್‌ಗೆ ಹೋದೆ ಮತ್ತು ಜನರಿಗೆ ನಮ್ಮ ದಳ ಸೇರುವಂತೆ ಮನವಿ ಮಾಡಿದೆ. ದೊಡ್ಡ ತುಕಡಿಯ ಅವಶ್ಯಕತೆಯಿತ್ತು. ನಮ್ಮದು ಇಪ್ಪತ್ನಾಲ್ಕು ಜನರ ಮಜಬೂತಾದ ದಳವಾಗಿತ್ತು. ಅವರಲ್ಲಿ ನನ್ನ ಜತೆಯಲ್ಲಿ ನಾಲ್ವರು ಗುಜರಾತಿಗಳಿದ್ದರು. ಉಳಿದವರಲ್ಲಿ ಒಬ್ಬನನ್ನು ಬಿಟ್ಟಂತೆ ಉಳಿದವರು ದಕ್ಷಿಣ ಭಾರತದಿಂದ ಬಂದಿದ್ದ ಹಿಂದಿನ ಕರಾರುಬದ್ಧ ಶ್ರಮಿಕರಾಗಿದ್ದರು. ಒಬ್ಬಾತ ಸ್ವತಂತ್ರ ಪಠಾಣ್ ಆಗಿದ್ದ.

ನನಗೆ ಸೂಕ್ತ ಸ್ಥಾನಮಾನವನ್ನು ನೀಡಿ ಕೆಲಸವನ್ನು ಸುಲಲಿತಗೊಳಿಸಲು ಮತ್ತು ಸದ್ಯದಲ್ಲಿ ಜಾಲ್ತಿಯಲ್ಲಿದ್ದ ಸಂಪ್ರದಾಯಕ್ಕನುಗುಣವಾಗಿ ಮುಖ್ಯ ವೈದ್ಯಾಧಿಕಾರಿಯು ನನ್ನನ್ನು ಹಂಗಾಮಿಯಾಗಿ ಸಾರ್ಜೆಂಟ್ ಮೇಜರ್‌ನ ದರ್ಜೆಯಲ್ಲಿ ನೇಮಿಸಿದನು. ನಾನು ಆಯ್ಕೆ ಮಾಡಿದ್ದ ಮೂವರನ್ನು ಸಾರ್ಜೆಂಟ್ ದರ್ಜೆಯಲ್ಲಿ ಮತ್ತು ಒಬ್ಬರನ್ನು ಕಾರ್ಪೊರಲ್ ದರ್ಜೆಯಲ್ಲಿ ನೇಮಕಮಾಡಲಾಯ್ತು. ನಾವು ಸರ್ಕಾರದಿಂದ ಸಮಸ್ತ್ರಗಳನ್ನು ಪಡೆದೆವು. ನಮ್ಮ ದಳವು ಸುಮಾರು ಆರು ತಿಂಗಳುಗಳ ಕಾಲ ಸಕ್ರಿಯ ಸೇವೆ ಸಲ್ಲಿಸಿತು. ಬಂಡಾಯ ನಡೆಯುತ್ತಿದ್ದ ಸ್ಥಳವನ್ನು ಮುಟ್ಟಿದ್ದಾಗ ಅಲ್ಲಿ ಬಂಡಾಯ ಎಂದು ಸಮರ್ಥಿಸಬಹುದಾದ ಏನನ್ನೂ ನಾನು ಕಾಣಲಿಲ್ಲ. ನಮಗೆ ಕಂಡುಬಂದಂತೆ ಅಲ್ಲಿ ಪ್ರತಿರೋಧವೇ ಇರಲಿಲ್ಲ. ಈ ದೊಂಬಿಯನ್ನು ಬಂಡಾಯವೆಂದು ಉತ್ಪ್ರೇಕ್ಷಿಸಿ ದೊಡ್ಡದು ಮಾಡಿದ್ದಕ್ಕೆ ಕಾರಣವೆಂದರೆ ಸೂಲೂ (ದಕ್ಷಿಣ ಆಫ್ರಿಕದ. ಕರಿಯ ಬಂಟು ಜನಾಂಗ) ಮುಖ್ಯಸ್ಥನೊಬ್ಬ ತನ್ನ ಜನರ ಮೇಲೆ ಬಲವಂತವಾಗಿ ಹೇರಲಾಗಿದ್ದ ಹೊಸ ತೆರಿಗೆಯನ್ನು ಕೊಡಬಾರದೆಂದು ತನ್ನ ಜನರಿಗೆ ಸಲಹೆ ಕೊಟ್ಟಿದ್ದರಿಂದ ಸರ್ಕಾರ ಕೆರಳಿತ್ತು. ತೆರಿಗೆಯನ್ನು ವಸೂಲ್ಮಾಡಲು ಹೋಗಿದ್ದ ಸಾರ್ಜೆಂಟ್‌ನನ್ನು ಈಟಿ (ದಕ್ಷಿಣ ಆಫ್ರಿಕದ ಬುಡಕಟ್ಟಿನ ಜನರು ಉಪಯೋಗಿಸುವ ಗಟ್ಟಿಮರದ ಕಬ್ಬಿಣದ ಮೂರ್ತಿಯುಳ್ಳ ಲಘು ಈಟಿ) ಯಿಂದ ತಿವಿಯಲಾಗಿತ್ತು. ಏನೇ ಇರಲಿ ನನ್ನ ಹೃದಯ

ಝೂಲು ಜನರ ಪರವಾಗಿತ್ತು. ಮುಖ್ಯ ಕಛೇರಿಯನ್ನು ಮುಟ್ಟಿದಾಗ ನಮ್ಮ ಮುಖ್ಯ ಕಾರ್ಯವೆಂದರೆ ಗಾಯಗೊಂಡಿರುವ ಝೂಲುಗಳ ಶುಶ್ರೂಷೆ ಮಾಡುವುದು ಎಂದು ತಿಳಿದು ನನಗೆ ಸಂತೋಷವಾಗಿತ್ತು. ಮೇಲುಸ್ತುವಾರಿಯನ್ನು ನೋಡಿಕೊಳ್ಳುತ್ತಿದ್ದ ವೈದ್ಯಾಧಿಕಾರಿ ನಮ್ಮನ್ನು ಸ್ವಾಗತಿಸಿದರು. ಬಿಳಿಯರು ಗಾಯಗೊಂಡಿರುವ ಝೂಲುಗಳ ಶುಶ್ರೂಷೆ ಮಾಡಲು ಒಪ್ಪುತ್ತಿಲ್ಲವೆಂದೂ ಮತ್ತು ಝೂಲುಗಳ ಗಾಯಗಳು ಕೀವು ತುಂಬಿಕೊಂಡು ಹುಣ್ಣಾಗುತ್ತಿವೆಯೆಂದು ತಿಳಿಸಿದರು. ಏನು ಮಾಡಬೇಕೆಂದು ತೋಚದೇ ಅವರು ಪರದಾಡುತ್ತಿದ್ದರು. ಆ ಅಮಾಯಕ ಜನರ ಸೇವೆಗೆ ನಮ್ಮನ್ನು ದೇವರೇ ಕಳಿಸಿದ್ದಾನೆಂದು ಭಾವಿಸಿ ಅವರು ನಮ್ಮ ಆಗಮನವನ್ನು ಮೆಚ್ಚಿಕೊಂಡರು. ಅವರು ನಮಗೆ ಬ್ಯಾಂಡೇಜ್‌ಗಳನ್ನು (ಗಾಯಕ್ಕೆ ಕಟ್ಟುವ ಪಟ್ಟಿಗಳು) ಮತ್ತು ಸೋಂಕುನಿವಾರಕಗಳು ಮುಂತಾದವನ್ನು ಒದಗಿಸಿದರು. ಅವರು ನಮ್ಮನ್ನು ಪೂರ್ವಸಿದ್ಧತೆ ನಡೆಸದೇ ತಕ್ಷಣವೇ ಹಂಗಾಮಿಯಾಗಿ ಸಜ್ಜು ಗೊಳಿಸಲಾಗಿದ್ದ ಆಸ್ಪತ್ರೆಗೆ ಕರೆದುಕೊಂಡು ಹೋದರು. ನಮ್ಮನ್ನು ಕಂಡು ಝೂಲುಗಳಿಗೆ ಆನಂದವಾಯ್ತು. ಬಿಳಿಯ ಯೋಧರು ನಮ್ಮನ್ನು ಅವರಿಂದ ಪ್ರತ್ಯೇಕಿಸಿದ್ದ ಕಂಬಿಗಳ ಮೂಲಕ ಹಣಕಿ ಯತ್ನಿಸುತ್ತಿದ್ದರು. ನಾವು ಅವರ ಕಡೆಗೆ ಲಕ್ಷ ಕೊಡದಿದ್ದಾಗ ಕೆರಳಿದ ಬಿಳಿಯರು ಝೂಲುಗಳ ಮೇಲೆ ಹೊಲಸು ಬೈಗುಳಗಳ ಮಳೆಗರೆದರು.

ಕ್ರಮೇಣ ನಾನು ಈ ಯೋಧರ ಆಪ್ತ ಸಂಪರ್ಕ ಬೆಳಸಿಕೊಂಡೆ. ಅವರು ಮಧ್ಯೆ ಪ್ರವೇಶಿಸಿ ತೊಂದರೆ ಕೊಡುವುದನ್ನು ನಿಲ್ಲಿಸಿದರು. ಆಜ್ಞಾಧಿಕಾರಿಗಳಲ್ಲಿ (ಕಮಾಂಡಿಂಗ್ ಆಫೀಸರ್ಸ್) ಗಳಲ್ಲಿ ಕರ್ನಲ್ ಸ್ಪಾರ್ಕ್ಸ್ ಮತ್ತು ಕರ್ನಲ್ ವೈಲೀ ಕೂಡಾ ಇದ್ದರು. 1896ರಲ್ಲಿ ಅವರು ನನ್ನನ್ನು ತೀವ್ರವಾಗಿ ವಿರೋಧಿಸಿದ್ದರು. ಅವರು ಈಗ ನನ್ನ ಮನೋಧರ್ಮವನ್ನು ಕಂಡು ಆಶ್ಚರ್ಯಪಟ್ಟರು ಮತ್ತು ವಿಶೇಷವಾಗಿ ನನ್ನನ್ನು ಕರೆಸಿಕೊಂಡು ನನಗೆ ವಂದನೆಗಳನ್ನು ಸಲ್ಲಿದರು. ಅವರು ನನ್ನನ್ನು ಜನರಲ್ ಮೆಕೆನ್ನಿಗೆ ಪರಿಚಯಮಾಡಿಕೊಟ್ಟರು. ಇವರೆಲ್ಲರೂ ವೃತ್ತಿಕೌಶಲವುಳ್ಳ ಯೋಧರಾಗಿದ್ದರು ಎಂದು ಭಾವಿಸಬಾರದು. ಕರ್ನಲ್ ವೈಲೀ ಡರ್ಬಾನ್‌ನ ಪ್ರಸಿದ್ಧ ವಕೀಲನಾಗಿದ್ದ. ಕರ್ನಲ್ ಸ್ಪಾರ್ಕ್ಸ್ ಡರ್ಬಾನ್‌ನಲ್ಲಿ ಕಸಾಯಿ (ಬುಚರ್) ಅಂಗಡಿಯ ಮಾಲೀಕನೆಂದು ಹೆಸರಾಗಿದ್ದ ಮತ್ತು ಜನರಲ್ ಮೆಕೆನ್ನಿ ನೆಟಾಲ್‌ನ ಖ್ಯಾತ ರೈತನಾಗಿದ್ದ. ಈ ಎಲ್ಲ ಸಭ್ಯರು ಸ್ವಯಂಪ್ರೇರಿತ ಕಾರ್ಯಕರ್ತರುಗಳಾಗಿದ್ದರು. ಹಾಗೆಯೇ ಮಿಲಿಟರಿ ತರಬೇತಿ ಮತ್ತು ಅನುಭವವನ್ನು ಗಳಿಸಿಕೊಂಡಿದ್ದರು.

ನಮ್ಮ ಮೇಲ್ವಿಚಾರಣೆಯಲ್ಲಿದ್ದವರು ಯುದ್ಧದಲ್ಲಿ ಗಾಯಗೊಂಡಿರಲಿಲ್ಲ. ಅವರಲ್ಲಿ ಕೆಲವರು ಸಂಶಯದ ಮೇಲೆ ಬಂಧಿಸಲ್ಪಟ್ಟ ಕೈದಿಗಳಾಗಿದ್ದರು. ಜನರಲ್ ಅವರಿಗೆ ಚಾವಟಿಯಿಂದ ಹೊಡೆಯುವಂತೆ ಆಜ್ಞಾಪಿಸಿದ್ದ. ಹೀಗೆ ಚಾವಟಿಯಿಂದ ಹೊಡೆದದ್ದರಿಂದ ಅವರ ಮೈಮೇಲೆ ತೀವ್ರ ಸ್ವರೂಪದ ಗಾಯಗಳಾಗಿದ್ದವ. ಇವನ್ನು ಸರಿಯಾಗಿ ಉಪಚರಿಸದಿದ್ದುದರಿಂದ ಕೀವು ತುಂಬಿಕೊಂಡು ಹುಣ್ಣಾಗಿದ್ದವು. ಇತರರು ಝೂಲುಗಳೊಂದಿಗೆ ಸ್ನೇಹದಿಂದಿದ್ದ ಸ್ಥಳೀಯ ಬುಡಕಟ್ಟಿನವರಾಗಿದ್ದರು. ಅವರು ಶತ್ರುಗಳಲ್ಲ ಎಂದು ಗುರುತಿಸಲು ಅವರಿಗೆ ಗುರುತುಬಿಲ್ಲೆ (ಬ್ಯಾಡ್ಜ್)ಗಳನ್ನು ಕೊಡಲಾಗಿದ್ದರೂ ಯೋಧರು ಅವರನ್ನು ತಪ್ಪಾಗಿ ಗುರುತಿಸಿ ಗುಂಡು ಹೊಡೆದಿದ್ದರು.

ಈ ಕೆಲಸದ ಜತೆಯಲ್ಲಿ ನಾನು ಬಿಳಿಯ ಯೋಧರಿಗೆ ಬೇರೆ ಬೇರೆ ಪದಾರ್ಥಗಳನ್ನು ಬೆರಸಿ ಔಷಧಿಯನ್ನು ತಯಾರಿಸಿ ಕೊಡಬೇಕಾಗಿತ್ತು ಮತ್ತು ಸೂಚಿಸಿದ ಔಷಧಿಯನ್ನು ಕೊಡಿಸಬೇಕಾಗಿತ್ತು. ನನಗೆ ಡಾ. ಬೂತ್ ಅವರ ಚಿಕ್ಕ ಆಸ್ಪತ್ರೆಯಲ್ಲಿ ಒಂದು ವರ್ಷಕಾಲ ತರಬೇತಿ ಸಿಕ್ಕಿದ್ದರಿಂದ ಈ ಕೆಲಸ ನನಗೆ ಸುಲಭವಾದದ್ದಾಗಿತ್ತು. ಈ ಕೆಲಸದಿಂದಾಗಿ ಅನೇಕ ಐರೋಪ್ಯರು ನನಗೆ ಆಪ್ತರಾದರು.

ತ್ವರಿತವಾಗಿ ಚಲಿಸುತ್ತಿದ್ದ ಸೇನಾ ತುಕಡಿಗಳ ಸಾಲಿಗೆ ನಮ್ಮನ್ನು ಸೇರಿಸಲಾಗಿತ್ತು. ಅಪಾಯ ಒದಗಿದ ಸ್ಥಳಗಳಿಗೆ ತೆರಳುವಂತೆ ಆಜ್ಞಾಪಿಸಲಾಗಿತ್ತು. ಈ ತುಕಡಿಯಲ್ಲಿ ಹೆಚ್ಚು ಪಾಲು ಅಶ್ವಾರೋಪಿ ಕಾಲಾಳು ಪಡೆಯಿಂದ ಕೂಡಿತ್ತು. ನಮ್ಮ ಬಿಡಾರ ಬೇರೆ ಕಡೆಗೆ ಚಲಿಸಲಾರಂಭಿಸುತ್ತಿದ್ದಂತೆ ನಮ್ಮ ತೋಳುಗಳ ಮೇಲೆ ಡೋಲಿ (ರೋಗಿಗಳನ್ನು ಎತ್ತಿಕೊಂಡು ಹೋಗುವ ಒಂದು ಚೌಕಟ್ಟಿನಲ್ಲಿ ಅಳವಡಿಸಿರುವ ರಟ್ಟು ಬಟ್ಟೆಯ ಹಾಸಿಗೆ - ಸ್ಟ್ರೆಚರ್) ಗಳನ್ನು ಹೊತ್ತು ಕೊಂಡು ಕಾಲುನಡಿಗೆಯಲ್ಲಿ ಅವರನ್ನು ಹಿಂಬಾಲಿಸಬೇಕಾಗಿತ್ತು. ಎರಡು ಬಾರಿ ಇಲ್ಲವೇ ಮೂರು ಬಾರಿ ನಾವು ದಿನಕ್ಕೆ ನಲವತ್ತು ಮೈಲಿಗಳಷ್ಟು ದೂರ ನಡೆದಿದ್ದವು. ಆದರೆ ನಾವು ಎಲ್ಲಿಗೆ ಹೋದರೂ ಅಲ್ಲಿ ದೇವರ ಅನುಗ್ರಹದಿಂದ ಕರ್ತವ್ಯ ನಿರ್ವಹಿಸಲು ಸತ್ಕಾರ್ಯಗಳಿದ್ದವು. ಅಜಾಗರೂಕತೆಯಿಂದ ಗಾಯಗೊಂಡಿದ್ದ ಜ್ಹೂಲುಗಳ ಮಿತ್ರರುಗಳನ್ನು (ಸರ್ಕಾರದ ಮಿತ್ರರಾಗಿದ್ದ ಇತರ ಬುಡಕಟ್ಟಿನವರು) ನಮ್ಮ ಡೋಲಿಗಳ ಮೇಲೆ ಹೊತ್ತುಕೊಂಡು ಬಿಡಾರಗಳಿಗೆ ಕರೆದೊಯ್ದು ಅವರನ್ನು ಉಪಚರಿಸುತ್ತಿದ್ದೆವು.

25. ಸೂಕ್ಷ್ಮವಾದ ಹೃದಯ ಶೋಧನೆ

ಝೂಲು ಬಂಡಾಯ ಹೊಸ ಅನುಭವಗಳಿಂದ ತುಂಬಿಕೊಂಡಿತ್ತು ಮತ್ತು ನನ್ನ ಚಿಂತನೆಗೆ ತುಂಬಾ ಆಹಾರವನ್ನು ಒದಗಿಸಿದ್ದವು. ಬೋಅರ್ ಯುದ್ಧ ಕೂಡಾ ಈ ಬಂಡಾಯ ಸುಸ್ಪಷ್ಟಗೊಳಿಸಿದಂತಹ ಯುದ್ಧದ ಭಯಾನಕತೆಯು ಬಗ್ಗೆ ನನಗೆ ಏನನ್ನೂ ಮನವರಿಕೆಮಾಡಿಕೊಟ್ಟಿರಲಿಲ್ಲ. ಇದು ಯುದ್ಧವೇ ಆಗಿರಲಿಲ್ಲ. ಕೇವಲ ನನ್ನ ಅಭಿಪ್ರಾಯದಲ್ಲಿ ಮಾತ್ರವಲ್ಲದೇ ನಾನು ಆಗಾಗ್ಗೆ ಮಾತಾಡಿದ್ದ ಅನೇಕ ಇಂಗ್ಲಿಷರ ದೃಷ್ಟಿಯಲ್ಲಿ ಕೂಡಾ ನರಬೇಟೆಯೇ ಆಗಿತ್ತು. ಅಮಾಯಕರ ಸಣ್ಣಹಳ್ಳಿ (ಹ್ಯಾಮ್ಲಿಟ್)ಗಳ ಮೇಲೆ ಯೋಧರು ಪಟಾಕಿ ಸಿಡಿಸಿದಂತೆ ತುಪಾಕಿಗಳಿಂದ ಗುಂಡುಗಳನ್ನು ಸಿಡಿಸಿದ ವರದಿಗಳನ್ನು ಪ್ರತಿದಿನ ಬೆಳಿಗ್ಗೆ ಕೇಳುವುದು ಮತ್ತು ಅವರ ಮಧ್ಯೆ ವಾಸಮಾಡುವುದು ನಿಜವಾಗಿಯೂ ಒಬ್ಬಾತನ ತಾಳ್ಮೆಯನ್ನು ಪರೀಕ್ಷಿಸುವಂತಹ ಪೀಡೆಯೇ ಆಗಿತ್ತು. ವಿಶೇಷವಾಗಿ ನನ್ನ ದಳದ ಕೆಲಸ ಕೇವಲ ಗಾಯಗೊಂಡಿದ್ದ ಝೂಲುಗಳನ್ನು ಉಪಚರಿಸುವ (ನರ್ಸಿಂಗ್) ಕೆಲಸದಲ್ಲಿ ತೊಡಗಿ ಕೊಂಡಿದ್ದರಿಂದ ನಾನು ಈ ಸಂಕಟವನ್ನು ನುಂಗಿಕೊಂಡೆ. ಈ ಕಾರಣದಿಂದಾಗಿ ನನ್ನ ಕರ್ತವ್ಯ ನನ್ನ ಸಂಕಟವನ್ನು ಶಮನಗೊಳಿಸಿತು.

ಒಬ್ಬಾತನನ್ನು ಚಿಂತೆಗೆ ಹಚ್ಚಲು ಇನ್ನೂ ಹೆಚ್ಚಿನ ವಿಷಯಗಳಿದ್ದವು. ಆ ಪ್ರದೇಶದಲ್ಲಿ ಜನಸಂಖ್ಯೆ ವಿರಳವಾಗಿತ್ತು. ಗುಡ್ಡಗಳು ಮತ್ತು ಕಣಿವೆಗಳ ನಡುವೆ ದೂರದೂರವಾಗಿ ಚೆದುರಿದಂತಹ ಮತ್ತು ಸರಳವಾದ ಕೆಲವು ಕ್ರಾಲ್‌ಗಳು(ಗುಡಿಸಲುಗಳು) ಇದ್ದವು. ಅವುಗಳಲ್ಲಿ ಅನಾಗರಿಕರು ಎಂದು ಕರೆಯಲ್ಪಡುತ್ತಿದ್ದ ಝೂಲುಗಳಿದ್ದರು. ವಿಚಿತ್ರರೀತಿಯಲ್ಲಿ ಭಯಹುಟ್ಟಿಸುತ್ತಿದ್ದ ಹಾಗೂ ಜನಸಂಚಾರವೇ ಇಲ್ಲದಿದ್ದ ಈ ಸ್ಥಳಗಳಲ್ಲಿ ಗಾಯಗೊಂಡಿರುವವರನ್ನು ಹೊತ್ತುಕೊಂಡು ಇಲ್ಲವೇ ಬರಿಗೈಯಲ್ಲಿ ಮುಂದೆ ನಡೆಯುತ್ತಿದ್ದಾಗ ನಾನು ಆಗಾಗ್ಗೆ ಗಾಢ ಚಿಂತೆಯಲ್ಲಿ ಮುಳುಗುತ್ತಿದ್ದೆ.

ನಾನು ಬ್ರಹ್ಮಚರ್ಯ ಮತ್ತು ಅದರ ಪರಿಣಾಮಗಳ ಬಗ್ಗೆ ವಿಚಾರಮಾಡುತ್ತಿದ್ದೆ ಮತ್ತು ನನ್ನ ನಿಶ್ಚಿತಾಭಿಪ್ರಾಯಗಳು ಆ ಸಮಯದಲ್ಲಿ ನನ್ನಲ್ಲಿ ಆಳವಾಗಿ ಬೇರೂರಿದವು. ನಾನು ನನ್ನ ಸಹಕಾರ್ಯಕರ್ತರುಗಳ ಜತೆಯಲ್ಲಿ ಚರ್ಚಿಸುತ್ತಿದ್ದೆ. ಆತ್ಮಸಾಕ್ಷಾತ್ಕಾರಕ್ಕೆ ಬ್ರಹ್ಮಚರ್ಯ ಹೇಗೆ ಅನಿವಾರ್ಯ ಎಂಬುದನ್ನು ನಾನು ಆಗ ಗ್ರಹಿಸಿಕೊಂಡಿರದಿದ್ದರೂ ಮಾನವ ಜನಾಂಗಕ್ಕೆ ಸೇವೆ ಸಲ್ಲಿಸುವ ಆಶಯವನ್ನಿಟ್ಟುಕೊಂಡವನು ಅದಿಲ್ಲದೇ ಸೇವಾ ಕಾರ್ಯ ಮಾಡಲಾರ ಎಂಬುದನ್ನು ನಾನು ಸ್ಪಷ್ಟವಾಗಿ ಕಂಡುಕೊಂಡೆ. ನಾನು ಸದ್ಯ ಸಲ್ಲಿಸುತ್ತಿದ್ದಂತಹ ಈ ಬಗೆಯ ಸೇವೆ ಮಾಡಲು ನಾನು ಇನ್ನೂ ಹೆಚ್ಚು ಹೆಚ್ಚು ಅವಕಾಶಗಳನ್ನು ಪಡೆದುಕೊಳ್ಳಬೇಕು ಎಂಬ ವಿಚಾರ ನನ್ನ ಮನಸ್ಸಿನಲ್ಲಿ ಬೆಳೆಯುತ್ತಿತ್ತು. ಕುಟುಂಬ ಜೀವನದ ಸುಖಸಂತೋಷಗಳಲ್ಲಿ ಮಗ್ನನಾದರೆ ಮತ್ತು ಸಂತಾನವನ್ನು ಬೆಳೆಸುವುದರಲ್ಲಿ ಹಾಗೂ ಅವರ ಪಾಲನೆಯಲ್ಲಿ ನಾನು ಮಗ್ನನಾದರೆ ಸೇವಾಕಾರ್ಯದಲ್ಲಿ ನನ್ನನ್ನು ನಾನು ತೊಡಗಿಸಿಕೊಳ್ಳಲು ಅಸಮರ್ಥನಾಗುವೆ ಎಂಬ ವಿಚಾರ ನನ್ನಲ್ಲಿ ಬೆಳೆಯುತ್ತಿತ್ತು.

ಒಂದೇ ಮಾತಿನಲ್ಲಿ ಹೇಳುವುದಾದಲೆ ನಾನು ಇಂದ್ರಿಯಾಸಕ್ತಿ ಮತ್ತು ಆಧ್ಯಾತ್ಮಿಕತೆಗಳೆರಡರ ಜತೆಯಲ್ಲಿ ಜೀವಿಸಲಾರೆ ಎಂಬುದು ಸ್ಪಷ್ಟವಾಗಿತ್ತು. ಉದಾಹರಣೆಗೆ, ಸದ್ಯದ ಸಂದರ್ಭದಲ್ಲಿ ನನ್ನ ಹೆಂಡತಿ ಒಂದು ಶಿಶುವನ್ನು ನಿರೀಕ್ಷಿಸುತ್ತಿದ್ದರೆ (ಅಂದರೆ ಆಕೆ ಗರ್ಭಿಣಿಯಾಗಿದ್ದಿದ್ದರೆ) ನಾನು ಈ ಹುಯಿಲಿ (ಸೇವಾಕಾರ್ಯ)ನಲ್ಲಿ ಧುಮುಕಲು ಸಮರ್ಥನಾಗುತ್ತಿರಲಿಲ್ಲ. ಬ್ರಹ್ಮಚರ್ಯವನ್ನು ಆಚರಿಸದಿದ್ದರೆ ಕುಟುಂಬದ ಸೇವೆಯು ಸಮುದಾಯದ ಸೇವೆಯೊಂದಿಗೆ ಹೊಂದಿಕೊಳ್ಳುವುದಿಲ್ಲ. ಬ್ರಹ್ಮಚರ್ಯವನ್ನು ಆಚರಿಸಿದರೆ ಮಾತ್ರ ಈ ಎರಡು ಸೇವೆಗಳು ಸಮಗ್ರವಾಗಿ ಸುಸಂಗತವಾಗುವುವು.

ಹೀಗೆ ಚಿಂತಿಸುತ್ತ ನಾನು ಅಂತಿಮ ಪ್ರತಿಜ್ಞೆಯನ್ನು ತೆಗೆದುಕೊಳ್ಳಲು ಸ್ವಲ್ಪಮಟ್ಟಿಗೆ ಹಾತೊರೆಯತೊಡಗಿದೆ. ಪ್ರತಿಜ್ಞೆಯ ನಿರೀಕ್ಷೆ ಒಂದು ಬಗೆಯ ಹಿಗ್ಗನ್ನುಂಟುಮಾಡಿತು. ಕಾಲ್ಪನಿಕತೆ ಯಾವುದೇ ನಿರ್ಬಂಧವಿಲ್ಲದೇ ಆಟವಾಡುವುದನ್ನು ಕಂಡುಕೊಂಡಿತು ಮತ್ತು ಮಿತಿಯಿಲ್ಲದ ಸೇವಾ ಹೆಬ್ಬಯಕೆಗಳಿಗೆ ಹೊಸ ದೃಶ್ಯಗಳನ್ನು ತೆರೆದು ತೋರಿಸಿತು.

ಈ ಪ್ರಕಾರ ನಾನು ಹುರುಪಿನಿಂದ ಕೂಡಿದ್ದ ದೈಹಿಕ ಮತ್ತು ಮಾನಸಿಕ ಕಾರ್ಯದಲ್ಲಿ ತೊಡಗಿಕೊಂಡಿದ್ದಾಗ ಒಂದು ವರದಿ ಬಂದಿತು. ಬಂಡಾಯವನ್ನು ದಮನಗೊಳಿಸಿದ್ದ ಕಾರ್ಯ ಹೆಚ್ಚು ಕಡಿಮೆ ಮುಗಿದಿದೆ ಎಂದು ಈ ವರದಿ ತಿಳಿಸಿತ್ತು. ನಾವು ಬೇಗನೇ ಸೇವೆಯಿಂದ ಬಿಡುಗಡೆ ಪಡೆಯಲಿದ್ದೇವೆ ಎಂದು ತಿಳಿದು ಬಂತು. ಇದಾದ ಒಂದು ಅಥವಾ ಎರಡು ದಿನಗಳಲ್ಲಿ ನಮ್ಮನ್ನು ಸೇವೆಯಿಂದ ವಿಮುಕ್ತಿಗೊಳಿಸಲಾಯ್ತು. ಕೆಲವೇ ದಿನಗಳಲ್ಲಿ ನಾವು ನಮ್ಮ ಮನೆಗಳಿಗೆ ಹಿಂದಿರುಗಿದೆವು.

ಕೆಲವು ದಿನಗಳು ಕಳೆಯುವಷ್ಟರಲ್ಲಿ ಆ್ಯಂಬುಲೆನ್ಸ್ ದಳದ ಸೇವೆಯನ್ನು ಪ್ರಶಂಸಿಸಿ ವಿಶೇಷವಾಗಿ ವಂದನೆಗಳನ್ನು ಸಲ್ಲಿಸಿ ಗವರ್ನರ್ ನನಗೆ ಒಂದು ಪತ್ರವನ್ನು ಬರೆದಿದ್ದರು.

ನಾನು ಫೀನಿಕ್ಸ್‌ಅನ್ನು ತಲುಪುತ್ತಿದ್ದಂತೆಯೇ ಛಗನ್‌ಲಾಲ್, ಮಗನ್‌ಲಾಲ್ ಮತ್ತು ವೆಸ್ಟ್ ಹಾಗೂ ಇತರರ ಜತೆಯಲ್ಲಿ ಬ್ರಹ್ಮಚರ್ಯದ ವಿಷಯದ ಬಗ್ಗೆ ತೀವ್ರವಾಗಿ ಚರ್ಚಿಸಲಾರಂಭಿಸಿದೆ. ಅವರು ಈ ವಿಚಾರವನ್ನು ಮೆಚ್ಚಿಕೊಂಡರು ಮತ್ತು ಪ್ರತಿಜ್ಞೆಯನ್ನು ತೆಗೆದುಕೊಳ್ಳುವುದರ ಅವಶ್ಯಕತೆಯನ್ನು ಕೂಡಾ ನನ್ನ ಮುಂದಿಟ್ಟರು. ಅವರಲ್ಲಿ ಕೆಲವರು ಅದನ್ನು ಆಚರಣೆಗೆ ತರಲು ಧೈರ್ಯವಾಗಿ ದೃಢ ಸಂಕಲ್ಪಮಾಡಿದರು. ನನಗೆ ಗೊತ್ತಿರುವಂತೆ ಅವರಲ್ಲಿ ಕೆಲವರು ಜಯಶಾಲಿಗಳಾಗಿದ್ದಾರೆ.

ಜೀವಿಸಿರುವವರೆಗೂ ಬ್ರಹ್ಮಚರ್ಯವನ್ನು ಆಚರಿಸುವ ಪ್ರತಿಜ್ಞೆಮಾಡಿ ನಾನು ಕೂಡಾ ಆ ವ್ರತದಲ್ಲಿ ಧುಮುಕಿದೆ. ಆ ಸಮಯದಲ್ಲಿ ನಾನು ಕೈಗೊಂಡಿದ್ದ ಕಾರ್ಯದ ಮಹತ್ವ ಮತ್ತು ಅಗಾಧತೆಯನ್ನು ಪೂರ್ಣವಾಗಿ ಮನವರಿಕೆಮಾಡಿಕೊಂಡಿರಲಿಲ್ಲ ಎಂದು ಈಗ ತಪ್ಪೊಪ್ಪಿಕೊಳ್ಳಲೇಬೇಕು. ಆ ಕಷ್ಟಗಳು ಇಂದು ಕೂಡಾ ನನ್ನ ಮುಖವನ್ನು ದಿಟ್ಟಿಸಿ ನೋಡುತ್ತಿವೆ. ಪ್ರತಿಜ್ಞೆಯ ಮಹತ್ವ ನನ್ನ ಮೇಲೆ ಹೆಚ್ಚು ಹೆಚ್ಚಾಗಿ ತನ್ನ ಭಾರವನ್ನು ಹೇರುತ್ತಿದೆ. ಬ್ರಹ್ಮಚರ್ಯವಿಲ್ಲದ ಜೀವನ ನನಗೆ ನಿಸ್ಸಾರವೆಂದು ಮತ್ತು ಪ್ರಾಣಿ ಸಹಜವಾದದ್ದೆಂದೂ ಭಾಸವಾಗುತ್ತಿದೆ. ಸ್ವಭಾವದಿಂದ ಕಾಮುಕನಾದವನಿಗೆ ಆತ್ಮ ಸಂಯಮ ಎಂದರೇನು ಎಂದು ಗೊತ್ತಿರುವುದಿಲ್ಲ. ಮನುಷ್ಯ ಮನುಷ್ಯನೇ ಆಗುತ್ತಾನೆ. ಏಕೆಂದರೆ ಅವನಲ್ಲಿ ಸಾಮರ್ಥ್ಯವಿರುತ್ತದೆ. ಅವನು ಆತ್ಮ ಸಂಯಮವನ್ನು ಚಲಾಯಿಸಿದಾಗ ಮಾತ್ರ ಅವನು ಸಮರ್ಥ ಎನಿಸಿಕೊಳ್ಳುತ್ತಾನೆ. ನಮ್ಮ ಧಾರ್ಮಿಕ ಗ್ರಂಥಗಳಲ್ಲಿ ಬ್ರಹ್ಮಚರ್ಯದ ಬಗ್ಗೆ ಅತಿಯಾದ ಪ್ರಶಂಸೆ ಇದೆ ಎಂದು ನನಗೆ ಹಿಂದೆ ಭಾಸವಾಗುತ್ತಿತ್ತು. ಆದರೆ ಈಗ ಪ್ರತಿದಿನವೂ ನನಗೆ ಈ ವಿಚಾರ ಹೆಚ್ಚು ಹೆಚ್ಚು ಸ್ಪಷ್ಟವಾಗುತ್ತಿರುವುದರಿಂದ ಆ ಪ್ರಶಂಸೆ ಖಂಡಿತವಾಗಿಯೂ ಸರಿಯಾದದ್ದು ಮತ್ತು ಅನುಭವದ ನೆಲೆಯನ್ನು ಅದು ಆಧರಿಸಿದೆ ಎಂದು ನನಗೆ ಕಂಡುಬರುತ್ತಿದೆ.

ಬ್ರಹ್ಮಚರ್ಯವು ಅದ್ಭುತವಾದ ಸತ್ವದಿಂದ ತುಂಬಿಕೊಂಡಿದ್ದರೂ ಅದು ಯಾವ ರೀತಿಯಲ್ಲೂ ಸುಲಭವಾದ ವಿಚಾರವಾಗಿಲ್ಲ. ಅದು ನಿಸ್ಸಂಶಯವಾಗಿಯೂ ಕೇವಲ ದೇಹಕ್ಕೆ ಸಂಬಂಧಿಸಿದ ವಿಚಾರವೂ ಆಗಿಲ್ಲ. ಅದು ದೇಹದ ಸಂಯಮ (ಅಂದರೆ ಹತೋಟಿಯಲ್ಲಿಟ್ಟು ಕೊಳ್ಳುವುದು) ದಿಂದ ಪ್ರಾರಂಭವಾದರೂ ಅದು ಅಲ್ಲಿಯೇ ಕೊನೆಮುಟ್ಟುವುದಿಲ್ಲ. ಅದರ ಉತ್ಕೃಷ್ಟತೆಯು ಅಶುದ್ಧ ಚಿಂತನೆಗೆ ತಡೆಯನ್ನೊಡ್ಡುತ್ತದೆ. ಅಪ್ಪಟ ಬ್ರಹ್ಮಚಾರಿಯು ಇಂದ್ರಿಯಗಳನ್ನು ತೃಪ್ತಿಪಡಿಕೊಳ್ಳಬೇಕೆಂಬ ಕನಸನ್ನು ಕೂಡಾ ಕಾಣಲಾರ. ಆ ಸ್ಥಿತಿಯಲ್ಲಿರುವವರೆಗೂ ತುಂಬಾ ಯೋಚಿಸಿ, ವಿಚಾರಮಾಡಿ ಗುರಿಯನ್ನು ಸಾಧಿಸಬೇಕಾಗುತ್ತದೆ.

ನನಗೆ ದೈಹಿಕವಾಗಿ ಬ್ರಹ್ಮಚರ್ಯವನ್ನು ಆಚರಿಸುವುದು ತುಂಬಾ ಕಠಿಣವಾಗಿತ್ತು. ಇಂದು ನಾನು ಸಾಕಷ್ಟು ಸುರಕ್ಷಿತವಾಗಿದ್ದೇನೆ ಎಂದು ಹೇಳಿಕೊಳ್ಳಬಹುದು. ಆದರೆ ತುಂಬಾ ಮುಖ್ಯವೆಂದು ಭಾವಿಸಲಾಗಿರುವ ಆಲೋಚನೆಯ ಮೇಲೆ ನಾನಿನ್ನೂ ಪೂರ್ಣ ಜಯವನ್ನು ಸಾಧಿಸಬೇಕಾಗಿದೆ. ಇಚ್ಛಾಶಕ್ತಿ ಅಥವಾ ಪ್ರಯತ್ನದಲ್ಲಿ ಕೊರತೆಯಿದೆ ಎಂದು ಹೇಳುವಂತಿಲ್ಲ. ಆದರೆ ಎಲ್ಲಿಂದಲೋ

ಅನಪೇಕ್ಷಿತ ಆಲೋಚನೆಯ ಮೋಸದಿಂದ ಆಕ್ರಮಣ ಮಾಡುತ್ತವೆ. ಎಂಬುದು ಇನ್ನೂ ನನಗೆ ಸಮಸ್ಯೆಯಾಗಿ ಉಳಿದುಕೊಂಡಿದೆ. ಅನಪೇಕ್ಷಿತ ಆಲೋಚನೆಗಳನ್ನು ಬಂಧಿಸಿ ಬೀಗ ಜಡಿಯುವ ಕೀಲಿಕೈ (ಅಂದರೆ ಮಾರ್ಗ)ಯಿದ್ದೇಯಿದೆ ಎಂಬುದರಲ್ಲಿ ಸಂಶಯವೇ ಇಲ್ಲ. ಆದರೆ ಪ್ರತಿಯೊಬ್ಬರೂ ಅಂತಹ ಕೀಲಿಕೈಯನ್ನು ಅವರೇ ಸ್ವತಹ ಹುಡುಕಿಕೊಳ್ಳಬೇಕು. ಸಂತರು ಮತ್ತು ದ್ರಷ್ಟಾರರು ತಮ್ಮ ಅನುಭವಗಳನ್ನು ನಮಗೆ ತೋರಿಸಿಕೊಟ್ಟಿದ್ದಾರೆ. ಆದರೆ ಅವರು ವೈಫಲ್ಯವೇ ಇರದಿದ್ದಂತಹ ಮತ್ತು ಸಾರ್ವತ್ರಿಕವಾಗಿರುವ ಕಟ್ಟಳೆಯನ್ನು ವಿಧಿಸಿಲ್ಲ. ಪರಿಪೂರ್ಣತೆಯನ್ನು ಪಡೆಯುವುದು ಅಥವಾ ಪಾಪದಿಂದ ವಿಮೋಚನೆ ಪಡೆಯುವುದು ದೇವರ ಅನುಗ್ರಹದಿಂದ ಮಾತ್ರ ಸಾಧ್ಯವಾಗುವಂತಹದು. ಆದ್ದರಿಂದ ದೇವರ ಅನ್ವೇಷಣೆಯಲ್ಲಿ ತೊಡಗಿದ್ದವರು ರಾಮನಾಮದಂತಹ ಮಂತ್ರವನ್ನು ನಮಗೆ ಬಿಟ್ಟು ಹೋಗಿದ್ದಾರೆ. ಈ ಮಹಾಪುರುಷರು ತಮ್ಮ ಉಗ್ರ ತಪಸ್ಸಿನಿಂದ ಮಂತ್ರಗಳನ್ನು ಪವಿತ್ರಗೊಳಿಸಿದ್ದಾರೆ ಮತ್ತು ಅವುಗಳನ್ನು ತಮ್ಮ ಪರಿಶುದ್ಧ ವ್ಯಕ್ತಿತ್ವಗಳಿಂದ ಆವೇಶಗೊಳಿಸಿ ಅವುಗಳಲ್ಲಿ ಶಕ್ತಿಯನ್ನು ತುಂಬಿದ್ದಾರೆ. ಪರಮಾತ್ಮನ ಅನುಗ್ರಹಕ್ಕೆ ಮುಚ್ಚುಮರೆಯಿಲ್ಲದೇ ಶರಣಾಗದೇ ಆಲೋಚನೆಯ ಮೇಲೆ ಪೂರ್ಣ ಜಯ ಸಾಧಿಸಲು ಸಾಧ್ಯವಾಗದು. ಪ್ರತಿಯೊಂದು ಶ್ರೇಷ್ಠ ಧಾರ್ಮಿಕ ಗ್ರಂಥದ ಬೋಧನೆ ಇದೇ ಆಗಿದೆ. ಪರಿಪೂರ್ಣ ಬ್ರಹ್ಮಚರ್ಯವನ್ನು ಸಾಧಿಸಿಕೊಳ್ಳಲು ಹೆಣಗಾಡುತ್ತಿರುವ ಪ್ರತಿ ಕ್ಷಣದಲ್ಲೂ ನಾನು ಸತ್ಯದ ಮನವರಿಕೆಮಾಡಿಕೊಳ್ಳುತ್ತಿದ್ದೇನೆ.

ಆ ಹೆಣಗಾಟ ಮತ್ತು ಹೋರಾಟದ ಇತಿಹಾಸದ ಸ್ವಲ್ಪ ಭಾಗವನ್ನು ಮುಂದೆ ಬರಲಿರುವ ಅಧ್ಯಾಯದಲ್ಲಿ ಹೇಳುತ್ತೇನೆ. ನಾನು ಹೇಗೆ ಕಾರ್ಯನಿರತನಾದೆ ಎಂಬ ಸೂಚನೆಯೊಂದಿಗೆ ನಾನು ಈ ಅಧ್ಯಾಯವನ್ನು ಮುಗಿಸುತ್ತೇನೆ. ನನ್ನಲ್ಲಿ ಉತ್ಸಾಹ ಚಿಮ್ಮುತ್ತಿದ್ದ ಕಾಲದ ಪ್ರಾರಂಭದಲ್ಲಿ ಅದು ತುಂಬಾ ಸುಲಭ ಎಂದು ಭಾವಿಸಿದ್ದೆ. ನನ್ನ ಜೀವನ ವಿಧಾನದಲ್ಲಿ ಮೊಟ್ಟಮೊದಲು ಮಾಡಿಕೊಂಡ ಬದಲಾವಣೆಯೆಂದರೆ ನನ್ನ ಹೆಂಡತಿಯೊಂದಿಗೆ ಹಾಸಿಗೆಯನ್ನು ಹಂಚಿಕೊಳ್ಳುವುದನ್ನು ನಿಲ್ಲಿಸಿದ್ದುದು (ಅಂದರೆ ಒಂದೇ ಹಾಸಿಗೆಯಲ್ಲಿ ಮಲಗುವುದನ್ನು ಬಿಟ್ಟುಕೊಟ್ಟದ್ದು) ಅಥವಾ ಆಕೆಯೊಂದಿಗೆ ಅಪ್ತ ಸಹವಾಸವನ್ನು ಬಿಟ್ಟುಕೊಟ್ಟದ್ದು.

1900ರಿಂದ ಈ ಪ್ರಕಾರ ಬ್ರಹ್ಮಚರ್ಯವನ್ನು ಅನಿಶ್ಚಿತ ಸ್ಥಿತಿಯಲ್ಲಿ ಆಚರಿಸುತ್ತಿದ್ದೆ. 1906ರ ಮಧ್ಯಭಾಗದಲ್ಲಿ ಪ್ರತಿಜ್ಞೆ ಮಾಡುವ ಮೂಲಕ ಅದಕ್ಕೆ ಮುದ್ರೆಯನ್ನೊತ್ತಿದೆವು.

26. ಸತ್ಯಾಗ್ರಹದ ಜನನ

ನನ್ನಲ್ಲಾಗುತ್ತಿದ್ದ ಆತ್ಮಶುದ್ಧೀಕರಣ ಸತ್ಯಾಗ್ರಹಕ್ಕೆ ಪೂರ್ವಸಿದ್ಧತೆಯೋ ಎಂಬಂತೆ ಜೊಹಾನ್ಸ್‌ಬರ್ಗ್‌ನಲ್ಲಿ ಸಂಭವಿಸುತ್ತಿದ್ದ ಘಟನೆಗಳು ತಮ್ಮಷ್ಟಕ್ಕೆ ತಾವೇ ರೂಪುಗೊಳ್ಳುತ್ತಿದ್ದವು. ಬ್ರಹ್ಮಚರ್ಯದ ಪ್ರತಿಜ್ಞೆಯಲ್ಲಿ ನನ್ನ ಜೀವನದ ಎಲ್ಲ ಮುಖ್ಯ ಘಟನೆಗಳು ಅಂತ್ಯ ಮುಟ್ಟುತ್ತಿದ್ದುದನ್ನು ನೋಡಿದರೆ ಅವು ನನ್ನನ್ನು ರಹಸ್ಯವಾಗಿ ಅದಕ್ಕಾಗಿ ತಯಾರು ಮಾಡುತ್ತಿದ್ದವು ಎಂಬುದನ್ನು ಈಗ ನಾನು ಅರಿತುಕೊಳ್ಳುತ್ತಿದ್ದೇನೆ. 'ಸತ್ಯಾಗ್ರಹ' ಎಂದು ಕರೆಯಲ್ಪಡಬಹುದಾದದ್ದರ ಮುಖ್ಯ ತತ್ವ ಆ ಹೆಸರನ್ನು ಕಂಡು ಹಿಡಿಯುವುದಕ್ಕೂ ಮುಂಚೆಯೇ ಅಸ್ತಿತ್ವಕ್ಕೆ ಬಂದಿತ್ತು. ಖಂಡಿತವಾಗಿಯೂ ಹುಟ್ಟಿದಾಗ ಅದು ಏನೆಂದು ನನಗೆ ಹೇಳಲು ಸಾಧ್ಯವಾಗಿರಲಿಲ್ಲ. ಗುಜರಾತಿಯಲ್ಲಿ ಕೂಡಾ ನಾವು ಅದನ್ನು ವಿವರಿಸಲು ಇಂಗ್ಲಿಷ್ ವಾಕ್ಸರಣಿ 'ವಿನಮ್ರ ಪ್ರತಿರೋಧ' (ಪ್ಯಾಸಿವ್ ರೆಸಿಸ್ಟೆನ್ಸ್) ಎಂಬುದನ್ನು ಬಳಸುತ್ತೇವೆ. ಐರೋಪ್ಯರ ಸಭೆಯೊಂದರಲ್ಲಿ ನಾನು ಈ ಪದ ಅಂದರೆ 'ಪ್ಯಾಸಿವ್ ರೆಸಿಸ್ಟೆನ್ಸ್' ಅನ್ನು ತುಂಬಾ ಸಂಕುಚಿತವಾಗಿ ಸಂಯೋಜಿಸಲಾಗಿದೆ ಎಂಬುದನ್ನು ಕಂಡುಕೊಂಡೆ. ಅದು ದುರ್ಬಲರ ಆಯುಧ ಎಂದು ಭಾವಿಸಲಾಗಿತ್ತು. ದ್ವೇಷದ ಮೂಲಕ ಅದರ ಸ್ವರೂಪವನ್ನು ವಿವರಿಸಲಾಗುತ್ತಿತ್ತು.

ಅಂತಿಮವಾಗಿ ಅದನ್ನು ಹಿಂಸೆ ಎಂದು ಸ್ಪಷ್ಟಪಡಿಸಬಹುದಾಗಿತ್ತು. ನಾನು ಈ ಎಲ್ಲ ಹೇಳಿಕೆಗಳ ಬಗ್ಗೆ ಶಂಕೆಯನ್ನು ವ್ಯಕ್ತಪಡಿಸಿದೆ. ಭಾರತೀಯ ಚಳವಳಿಯ ಅಪ್ಪಟ ಸ್ವರೂಪವನ್ನು ವಿವರಿಸಿದೆ. ತಮ್ಮ ಹೋರಾಟಕ್ಕೆ ನಿರ್ದಿಷ್ಟವಾದ ಹೆಸರಿಡಲು ಭಾರತೀಯರು ಹೊಸ ಪದವೊಂದನ್ನು ಸೃಷ್ಟಿಸಿಕೊಳ್ಳಬೇಕು ಎಂದು ನನಗೆ ಸ್ಪಷ್ಟವಾಗಿತ್ತು.

ನನ್ನ ಜೀವನದ ಬೆಳಕಲ್ಲಿ ಹೊಸ ಪದವೊಂದನ್ನು ಕಂಡುಕೊಳ್ಳಲು ನನಗೆ ಸಾಧ್ಯವಾಗಲಿಲ್ಲ. ಆದ್ದರಿಂದ ಈ ವಿಷಯದಲ್ಲಿ ಉತ್ತಮ ಸಲಹೆಯನ್ನು ಕೊಡುವ ಓದುಗನಿಗೆ ನಾಮಮಾತ್ರದ ಬಹುಮಾನವನ್ನು ಕೊಡುವುದಾಗಿ 'ಇಂಡಿಯನ್ ಒಪಿನಿಯನ್'ನಲ್ಲಿ ಪ್ರಕಟಿಸಿದೆ. ಇದರ ಪರಿಣಾಮವಾಗಿ ಮಗನ್‌ಲಾಲ್ ಗಾಂಧಿ 'ಸದಾಗ್ರಹ' ಎಂಬ ಪದವನ್ನು ಸೃಷ್ಟಿಸಿದ (ಸತ್-ಸತ್ಯ, ಆಗ್ರಹ-ದೃಢತೆ) ಮತ್ತು ಬಹುಮಾನವನ್ನು ಗೆದ್ದ. ಆದರೆ ನಾನು ಅದನ್ನು ಸ್ಪಷ್ಟ ಪಡಿಸಲೆಂದು ಆ ಪದವನ್ನು 'ಸತ್ಯಾಗ್ರಹ' ಎಂದು ಬದಲಾಯಿಸಿದೆ. ಅಲ್ಲಿಂದ ಮುಂದೆ ಅದು ಗುಜರಾತಿಯಲ್ಲಿ ಹೋರಾಟದ ಹೆಸರಾಗಿ ಚಾಲ್ತಿಗೆ ಬಂತು.

ಈ ಹೋರಾಟದ ಇತಿಹಾಸವು ವಸ್ತುತ: ಎಲ್ಲ ಉದ್ದೇಶಗಳಿಗೆ ಸಂಬಂಧಿಸಿದಂತೆ ದಕ್ಷಿಣ ಆಫ್ರಿಕದಲ್ಲಿನ ನನ್ನ ಜೀವನದ ಉಳಿದ ಭಾಗದ ಇತಿಹಾಸವೂ ಆಗಿದೆ ಎನ್ನಬಹುದು. ಮುಖ್ಯವಾಗಿ ಆ ಉಪಖಂಡದಲ್ಲಿ ಸತ್ಯದೊಡನೆ ನಾನು ನಡೆಸಿದ್ದ ಪ್ರಯೋಗಗಳ (ಸತ್ಯಶೋಧನೆ) ಇತಿಹಾಸವೂ ಆಗಿದೆ. ನಾನು ಈ ಇತಿಹಾಸದ ಮುಖ್ಯ ಭಾಗವನ್ನು ಯೆರವಾಡ ಸೆರೆಮನೆಯಲ್ಲಿದ್ದಾಗ ಬರೆದೆ. ನನ್ನ ಬಿಡುಗಡೆಯಾದ ತರುವಾಯ ಅದನ್ನು ಮುಗಿಸಿದೆ. ಅದು 'ನವವಜೀವನ್'ನಲ್ಲಿ ಪ್ರಕಟವಾಯ್ತು. ಮುಂದೆ ಅದು ಪುಸ್ತಕ ರೂಪದಲ್ಲಿ ಹೊರಬಂತು. ಸಾರ್ಜೆಂಟ್ ವಾಲ್‌ಜೀ ಗೋವಿಂದ್‌ಜೀ ದೇಸಾಯ್ ಅದನ್ನು 'ಕರೆಂಟ್ ಥಾಟ್' ಎಂಬ ಪತ್ರಿಕೆಯಲ್ಲಿ ಪ್ರಕಟಿಸಲು ಇಂಗ್ಲಿಷಿಗೆ ಅನುವಾದಿಸುತ್ತಿದ್ದಾರೆ. ಈಗ ನಾನು ಇಂಗ್ಲಿಷ್ ಅನುವಾದವನ್ನು ಸಾಧ್ಯವಾದಷ್ಟು ಶೀಘ್ರವಾಗಿ ಪುಸ್ತಕರೂಪದಲ್ಲಿ ಪ್ರಕಟಿಸಲು ಏರ್ಪಾಟುಮಾಡುತ್ತಿದ್ದೇನೆ. (ನವಜೀವನ್ ಪಬ್ಲಿಷಿಂಗ್ ಹೌಸ್ ಅದನ್ನು ಪ್ರಕಟಿಸಿದೆ. ಬೆಲೆ ರೂ. 4 ಅಂಚೆ ವೆಚ್ಚ ಇತ್ಯಾದಿ ರೂ. 1.15) ದಕ್ಷಿಣ ಆಫ್ರಿಕದಲ್ಲಿನ ನನ್ನ ಅತ್ಯಂತ ಮುಖ್ಯ ಪ್ರಯೋಗಗಳನ್ನು ಚೆನ್ನಾಗಿ ತಿಳಿದುಕೊಳ್ಳಲು ಅಪೇಕ್ಷಿಸುವವರಿಗೆ ಇದು ಉಪಯುಕ್ತವಾಗಬಲ್ಲದು. ಈಗಾಗಲೇ ಇದನ್ನು ಕಾಣದ ಓದುಗರು ದಕ್ಷಿಣ ಆಫ್ರಿಕದಲ್ಲಿನ ಸತ್ಯಾಗ್ರಹದ ನನ್ನ ಇತಿಹಾಸವನ್ನು ಎಚ್ಚರದಿಂದ ಓದಬೇಕೆಂದು ಶಿಫಾರಸು ಮಾಡುತ್ತೇನೆ. ಅಲ್ಲಿ ಹೇಳಿರುವುದನ್ನು ನಾನು ಪುನಹ ಹೇಳುವುದಿಲ್ಲ. ಆದರೆ ಮುಂದಿನ ಕೆಲವು ಅಧ್ಯಾಯಗಳಲ್ಲಿ ದಕ್ಷಿಣ ಆಫ್ರಿಕದಲ್ಲಿನ ನನ್ನ ಜೀವನದ ಕೆಲವು ವೈಯಕ್ತಿಕ ಘಟನೆಗಳನ್ನು ಮಾತ್ರ ವರ್ಣಿಸುತ್ತೇನೆ. ಇವು ಆ ಇತಿಹಾಸದಲ್ಲಿ ದಾಖಲಾಗಿಲ್ಲ. ಇವನ್ನು ದಾಖಲಿಸಿದ ತರುವಾಯ ನಾನು ತಡಮಾಡದೇ ಭಾರತದಲ್ಲಿ ನಾನು ನಡೆಸಿದ್ದ ಪ್ರಯೋಗಗಳ ವಿಚಾರಗಳನ್ನು ಓದುಗರಿಗೆ ತಿಳಿಸುತ್ತೇನೆ. ಆದ್ದರಿಂದ ಯಾರಾದರೂ ಈ ಪ್ರಯೋಗಗಳನ್ನು ಕಾಲಾನುಕ್ರಮದಲ್ಲಿ ಜೋಡಿಸಿ ಅದನ್ನು ಕಟ್ಟುನಿಟ್ಟಾಗಿ ಪರಿಗಣಿಸಲು ಇಚ್ಛಿಸಿದರೆ ಅಂತಹವರು ಅವರ ಮುಂದೆ ಸತ್ಯಾಗ್ರಹದ ಇತಿಹಾಸ (ಹಿಸ್ಟರಿ ಆಫ್ ಸತ್ಯಾಗ್ರಹ)ವನ್ನು ಇಟ್ಟುಕೊಳ್ಳುವುದು ಒಳ್ಳೆಯದು.

27. ಆಹಾರ ಅಧ್ಯಯನದಲ್ಲಿ ಹೆಚ್ಚಿನ ಪ್ರಯೋಗಗಳು

ನಾನು ಚಿಂತನೆ, ಮಾತು ಮತ್ತು ಕೃತಿಯಲ್ಲಿ ಬ್ರಹ್ಮಚರ್ಯವನ್ನು ಆಚರಿಸಲು ಕಾತರನಾಗಿದ್ದೆ. ಅದೇ ರೀತಿಯಲ್ಲಿ ಸತ್ಯಾಗ್ರಹ ಹೋರಾಟಕ್ಕೆ ಅತಿ ಹೆಚ್ಚಿನ ಸಮಯವನ್ನು ವಿನಿಯೋಗಿಸಲು ಕೂಡಾ ಕಾತರನಾಗಿದ್ದೆ. ಪರಿಶುದ್ಧ ವ್ಯಕ್ತಿತ್ವವನ್ನು ಬೆಳೆಸಿಕೊಳ್ಳುವ ಮೂಲಕ ಅದಕ್ಕೆ ಯೋಗ್ಯನಾಗಲು ಇಚ್ಛಿಸಿದ್ದೆ. ಅದ್ದರಿಂದ ನಾನು ಇನ್ನೂ ಹೆಚ್ಚಿನ ಬದಲಾವಣೆಗಳನ್ನು ಮಾಡಿಕೊಳ್ಳಲು ಮುಂದಾದೆ ಮತ್ತು ಆಹಾರದ ವಿಷಯದಲ್ಲಿ ನನ್ನ ಮೇಲೆ ಇನ್ನೂ ಹೆಚ್ಚು ನಿಯಂತ್ರಣಗಳನ್ನು ಹೇರಿಕೊಂಡೆ. ಹಿಂದಿನ ಬದಲಾವಣೆಗಳ ಗುರಿ ಮುಖ್ಯವಾಗಿ ಆರೋಗ್ಯದೃಷ್ಟಿಗೆ ಸಂಬಂಧಿಸಿದ್ದವು. ಆದರೆ ಹೊಸ ಪ್ರಯೋಗಗಳನ್ನು ಧಾರ್ಮಿಕ ನಿಲುವಿನ ಮೇಲೆ ತೆಗೆದುಕೊಳ್ಳಲಾಗಿತ್ತು.

ಉಪವಾಸ ಮತ್ತು ಆಹಾರದ ಮೇಲೆ ನಿರ್ಬಂಧ ಹೇರಿಕೊಳ್ಳುವುದು, ನನ್ನ ಜೀವನದಲ್ಲಿ ಅತಿ ಮುಖ್ಯ ಪಾತ್ರವನ್ನು ವಹಿಸಿದವು. ಮನುಷ್ಯನಲ್ಲಿರುವ ವಿಷಯಾಸಕ್ತಿ ಸಾಮಾನ್ಯವಾಗಿ ನಾಲಿಗೆಯ ಚಾಪಲ್ಯದ ಜತೆಯಲ್ಲಿದ್ದುಕೊಂಡು ಹಂಬಲಿಸುತ್ತಿರುತ್ತದೆ. ರುಚಿ ಮತ್ತು ವಿಷಯಾಸಕ್ತಿಯನ್ನು ನಿಯಂತ್ರಣದಲ್ಲಿರಿಸಿಕೊಳ್ಳಲು ನಾನು ಅನೇಕ ಕಷ್ಟಗಳನ್ನು ಎದುರಿಸಿದ್ದೇನೆ. ಈಗ ಕೂಡಾ ನಾನು

ಅವುಗಳನ್ನು ಪೂರ್ಣವಾಗಿ ನನ್ನ ಹತೋಟಿಯಲ್ಲಿರಿಸಿಕೊಂಡಿದ್ದೇನೆ ಎಂದು ಸಮರ್ಥಿಸಿಕೊಳ್ಳಲಾರೆ. ನಾನು ಹೊಟ್ಟೆಬಾಕ(ತುಂಬಾ ತಿನ್ನುವವನು) ಎಂದು ನನ್ನನ್ನು ನಾನು ಪರಿಗಣಿಸಿದ್ದೆ. ನನ್ನ ಗೆಳೆಯರು ಯಾವುದನ್ನು ನಾನೇ ಹೇರಿಕೊಂಡ ನಿರ್ಬಂಧ ಎಂದು ಭಾವಿಸಿದ್ದರೋ ಅದು ಆ ರೀತಿಯಲ್ಲಿ ನನಗೆ ಕಾಣಿಸಲೇ ಇಲ್ಲ. ಸಾಧ್ಯವಾಗುವ ಮಟ್ಟದಲ್ಲಿ ನಿರ್ಬಂಧಿಸಲು ವಿಫಲನಾದರೆ ನಾನು ಮೃಗಗಳಿಗಿಂತಲೂ ಕೆಳಮಟ್ಟಕ್ಕೆ ಇಳಿಯುತ್ತಿದ್ದೆ ಮತ್ತು ತುಂಬಾ ಹಿಂದೆಯೇ ದುರವಸ್ಥೆಗೆ ಪಕ್ಕಾಗುತ್ತಿದ್ದೆ. ಹಾಗಿದ್ದರೂ ನಾನು ನನ್ನ ನ್ಯೂನತೆಗಳನ್ನು ಸಾಕಷ್ಟು ಗ್ರಹಿಸಿಕೊಂಡಿದ್ದರಿಂದ ಅವುಗಳನ್ನು ತೊಡೆದು ಹಾಕಲು ತುಂಬಾ ಪ್ರಯತ್ನ ನಡೆಸಿದೆ. ಈ ಹೆಣಗಾಟದ ಕಾರಣದಿಂದಾಗಿ ನಾನು ಈ ಎಲ್ಲ ವರ್ಷಗಳಲ್ಲಿ ನನ್ನ ಶರೀರವನ್ನು ನನ್ನ ಕೆಲಸದ ಪ್ರಮಾಣದೊಂದಿಗೆ ಹೊಂದಿಸಿಕೊಂಡಿದ್ದೇನೆ.

ನನ್ನ ದೌರ್ಬಲ್ಯದ ಅರಿವು ನನ್ನಲ್ಲಿದ್ದದ್ದರಿಂದ ಮತ್ತು ಅನಿರೀಕ್ಷಿತವಾಗಿ ಅದೇ ಸ್ವಭಾವ ಹೊಂದಿದ್ದವರ ಸಹವಾಸ ದೊರಕಿದ್ದದ್ದರಿಂದ ನಾನು ಉಳಿವನ್ನೆಲ್ಲ ಬಿಟ್ಟು ಹಣ್ಣಿನ ಆಹಾರವನ್ನು ಸೇವಿಸಲಾರಂಭಿಸಿದೆ ಅಥವಾ ಏಕಾದಶಿ ದಿವಸದಂದು ನಾನು ಉಪವಾಸ ಮಾಡಲಾರಂಭಿಸಿದೆ. ಜನ್ಮಾಷ್ಟಮಿ ಮತ್ತು ಅದೇ ಬಗೆಯ ಇತರ ರಜಾದಿನಗಳನ್ನು ಆಚರಿಸಲಾರಂಭಿಸಿದೆ.

ನಾನು ಫಲಾಹಾರ(ಹಣ್ಣಿನ ಆಹಾರ)ವನ್ನು ಆರಂಭಿಸಿದೆ. ಆದರೆ ನಿರ್ಬಂಧದ ದೃಷ್ಟಿಯಿಂದ ನೋಡಿದಾಗ ಆಹಾರ ಧಾನ್ಯಗಳ ಆಹಾರ ಮತ್ತು ಫಲಾಹಾರದ ನಡುವೆ ಆಯ್ಕೆಮಾಡಿಕೊಳ್ಳಲು ಹೆಚ್ಚೇನೂ ಇಲ್ಲ ಎಂದು ಕಂಡುಕೊಂಡೆ. ಅವೆರಡರಲ್ಲೂ ರುಚಿಯನ್ನು ತಣಿಸುವ ಶಕ್ತಿಯಿದೆ ಎಂಬುದನ್ನು ಸೂಕ್ಷ್ಮವಾಗಿ ಅರಿತೆ. ಅದರಲ್ಲೂ ಒಬ್ಬಾತ ಯಾವುದನ್ನಾದರೂ ರೂಢಿಮಾಡಿಕೊಂಡ ತರುವಾಯ ಅದರಲ್ಲಿ ಹೆಚ್ಚಿನ ರುಚಿಯನ್ನು ಕಂಡುಕೊಳ್ಳುತ್ತಾನೆ. ಆದ್ದರಿಂದ ನಾನು ಉಪವಾಸಕ್ಕೆ ತುಂಬಾ ಮಹತ್ವವನ್ನು ಕೊಡಲಾರಂಭಿಸಿದೆ ಅಥವಾ ರಜಾದಿನಗಳಲ್ಲಿ ದಿನಕ್ಕೆ ಒಂದೇ ಬಾರಿ ಊಟ ಮಾಡಲಾರಂಭಿಸಿದೆ. ದೇಹ ದಂಡನೆ ಅಥವಾ ಅದೇ ಬಗೆಯ ಯಾವುದೇ ಬಗೆಯ ಸಂದರ್ಭ ಒದಗಿಬಂದರೆ ಅದನ್ನು ಕೂಡಾ ಉಪವಾಸವನ್ನಾಚರಿಸಲು ಸಂತೋಷದಿಂದ ಬಳಸಿಕೊಳ್ಳುತ್ತಿದ್ದೆ.

ಶರೀರ ಈಗ ಹೆಚ್ಚು ಪರಿಣಾಮಕಾರಿಯಾಗಿ ಒಣಗಿ ಬರಿದಾಗಿದ್ದರಿಂದ ಆಹಾರವು ತುಂಬಾ ರುಚಿಯನ್ನು ಬಿಟ್ಟುಕೊಡುತ್ತಿತ್ತು ಮತ್ತು ಹಸಿವು ತೀಕ್ಷ್ಣವಾಗುತ್ತಿತ್ತು. ಉಪವಾಸವನ್ನು ತೃಪ್ತಿಯ ಸಶಕ್ತ ಆಯುಧವನ್ನಾಗಿ ಮಾಡಿಕೊಳ್ಳುವಂತೆ ಸಂಯಮ (ಅತಿರೇಕಕ್ಕೆ ಹೋಗದಂತೆ ತಡೆಯುವ)ವನ್ನು ಕೂಡಾ ಆಯುಧವನ್ನಾಗಿ ಕೂಡಾ ಮಾಡಿಕೊಳ್ಳಬಹುದೆಂಬ ವಿಚಾರ ಬೆಳಕಿನಂತೆ ಹೊಮ್ಮಿತು. ಇದೇ ಬಗೆಯ ಮುಂದಿನ ಅನೇಕ ಅನುಭವಗಳನ್ನು ಮತ್ತು ಇತರ ಅನುಭವಗಳನ್ನು ಈ ಪ್ರಾರಂಭ ಬಿಂದುವಿಗೆ (ಅಂದರೆ ಆರಂಭದ ಹಂತದಲ್ಲಿ) ಸಾಕ್ಷಿಯೆಂದು ಮಂಡಿಸಬಹುದು. ನಾನು ನನ್ನ ಶರೀರಕ್ಕೆ ತರಬೇತಿ ನೀಡಲು ಮತ್ತು ಅದನ್ನು ಉತ್ತಮಗೊಳಿಸಲು ಇಚ್ಛಿಸಿದೆ. ಈಗ ನನ್ನ ಮುಖ್ಯ ಉದ್ದೇಶ ಹತೋಟಿಯನ್ನು ಸಾಧಿಸುವುದು ಮತ್ತು ರಸನೇಂದ್ರಿಯ(ನಾಲಿಗೆ)ದ ಮೇಲೆ ಜಯವನ್ನು ಸಾಧಿಸುವುದಾಗಿತ್ತು. ನಾನು ಮೊದಲು ಒಂದು ಆಹಾರವನ್ನು ಆಯ್ಕೆಮಾಡಿಕೊಂಡೆ. ತರುವಾಯ ಇನ್ನೊಂದನ್ನು ಆರಿಸಿಕೊಂಡೆ. ಅದೇ ಕಾಲದಲ್ಲಿ ಪ್ರಮಾಣವನ್ನು

ನಿರ್ಬಂಧಿಸಿದೆ. ಆದರೆ ರುಚಿ ನನ್ನ ಬೆನ್ನಟ್ಟಿತ್ತು. ನಾನು ಒಂದು ಬಗೆಯ ಆಹಾರಪದಾರ್ಥವನ್ನು ಬಿಟ್ಟು ಇನ್ನೊಂದನ್ನು ಸ್ವೀಕರಿಸಿದಾಗ, ಹೊಸದಾಗಿ ಸ್ವೀಕರಿಸಿದ್ದುದು ನನಗೆ ತಾಜಾ ಆಗಿ ಭಾಸವಾಗುತ್ತಿತ್ತು ಮತ್ತು ಹಿಂದಿನ ಪದಾರ್ಥಕ್ಕಿಂತ ಹೆಚ್ಚು ರುಚಿಕರವಾಗಿರುವಂತೆ ಕಾಣುತ್ತಿತ್ತು.

ಈ ಪ್ರಯೋಗಗಳನ್ನು ನಡೆಸುತ್ತಿರುವಾಗ ನನ್ನ ಜತೆಯಲ್ಲಿ ಅನೇಕ ಸಂಗಡಿಗರಿದ್ದರು. ಅವರಲ್ಲಿ ಮುಖ್ಯನಾದವನೆಂದರೆ ಹರ್ಮನ್ ಕ್ಯಾಲೆನ್‌ಬಾಕ್. ದಕ್ಷಿಣ ಆಫ್ರಿಕದ ಸತ್ಯಾಗ್ರಹದ ಇತಿಹಾಸದಲ್ಲಿ ನಾನು ಈಗಾಗಲೇ ಈ ಗೆಳೆಯನ ಬಗ್ಗೆ ಬರೆದಿದ್ದೇನೆ. ಆದ್ದರಿಂದ ಮತ್ತೆ ಅದೇ ವಿಷಯದ ಬಗ್ಗೆ ಬರೆಯುವುದಿಲ್ಲ. ಉಪವಾಸಗಳಲ್ಲಿ ಅಥವಾ ಆಹಾರಗಳ ಬದಲಾವಣೆಗಳಲ್ಲಿ ಮಿ. ಕ್ಯಾಲೆನ್‌ಬಾಕ್ ಸದಾ ನನ್ನ ಜತೆಯಲ್ಲಿರುತ್ತಿದ್ದ. ಸತ್ಯಾಗ್ರಹ ಹೋರಾಟವು ಪರಾಕಾಷ್ಠೆಯನ್ನು ಮುಟ್ಟಿದ್ದ ಕಾಲದಲ್ಲಿ ನಾನು ಅವನ ಜತೆಯಲ್ಲಿ ಅವನ ಸ್ಥಳದಲ್ಲಿ ತಂಗಿದ್ದೆ. ನಾವು ಆಹಾರದಲ್ಲಿ ಬದಲಾವಣೆ ಮಾಡಿಕೊಳ್ಳುವುದರ ಬಗ್ಗೆ ಚರ್ಚಿಸುತ್ತಿದ್ದೆವು. ಹಳೆಯ ಆಹಾರಕ್ಕಿಂತ ಹೊಸ ಆಹಾರದಲ್ಲಿ ತುಂಬಾ ಆನಂದವನ್ನು ಅನುಭವಿಸುತ್ತಿದ್ದೆವು. ಆ ದಿನಗಳಲ್ಲಿ ಈ ಬಗೆಯ ಮಾತುಕತೆ ತುಂಬಾ ಸಂತೋಷವನ್ನುಂಟುಮಾಡುತ್ತಿತ್ತು. ಅವೆಲ್ಲವೂ ಅನುಚಿತವಾದವುಗಳು ಎಂಬುದು ನನಗೆ ಆಗ ಹೊಳೆದಿರಲಿಲ್ಲ. ಹಾಗಿದ್ದರೂ ಆಹಾರದ ರುಚಿಯ ಮೇಲೆ ಲಕ್ಷವಿಡುವುದು ತಪ್ಪು ಎಂಬುದನ್ನು ಅನುಭವ ನನಗೆ ಕಲಿಸಿಕೊಟ್ಟಿದೆ. ಯಾರೂ ನಾಲಿಗೆಯನ್ನು ಸಂತೋಷಪಡಿಸಲು ತಿನ್ನಬಾರದು. ಆದರೆ ಶರೀರವನ್ನು ಜೀವಂತವಾಗಿರಿಸಲು ಮಾತ್ರ ಆಹಾರವನ್ನು ಸೇವಿಸಬೇಕು. ಪ್ರತಿಯೊಂದು ಇಂದ್ರಿಯವೂ ದೇಹಕ್ಕೆ ಉಪಯುಕ್ತವಾದಾಗ ಶರೀರದ ಮೂಲಕ ಆತ್ಮಕ್ಕೆ ಉಪಯುಕ್ತವಾದಾಗ ಅದರ ವಿಶಿಷ್ಟ ರುಚಿ, ಕಂಪು ಮರೆಯಾಗಿ ಬಿಡುತ್ತದೆ. ಆಗ ಮಾತ್ರ ಪ್ರಕೃತಿಯು ಇಚ್ಛಿಸಿದ ರೀತಿಯಲ್ಲಿ ಅದು ಕೆಲಸ ಮಾಡಲಾರಂಭಿಸುತ್ತದೆ.

ಪ್ರಕೃತಿಯೊಂದಿಗೆ ಸಾಮರಸ್ಯವನ್ನು ಸಾಧಿಸಲು ಎಷ್ಟು ಪ್ರಯೋಗಗಳನ್ನು ಮಾಡಿದರೂ ಅದು ಸಾಕಾಗುವುದಿಲ್ಲ ಯಾವುದೇ ತ್ಯಾಗಮಾಡಿದರೂ ಅದು ದೊಡ್ಡದೆನಿಸಿಕೊಳ್ಳುವುದಿಲ್ಲ. ಆದರೆ ದುರದೃಷ್ಟವಶಾತ್ ಇತ್ತೀಚಿನ ದಿನಗಳಲ್ಲಿ ಪ್ರವಾಹವು ವಿರುದ್ಧ ದಿಕ್ಕಿನಲ್ಲಿ ರಭಸದಿಂದ ಹರಿಯುತ್ತಿದೆ. ನಾಶವಾಗುವ ಶರೀರವನ್ನು ಅಲಂಕರಿಸಲು ಇತರ ಜೀವಿಗಳನ್ನು ಬಹು ಸಂಖ್ಯೆಯಲ್ಲಿ ಬಲಿಕೊಡುತ್ತಿರುವುದಕ್ಕೆ ನಾವು ನಾಚಿಕೊಂಡು ತಲೆ ತಗ್ಗಿಸುತ್ತಿಲ್ಲ. ಶರೀರದ ಅಸ್ತಿತ್ವವನ್ನು ಕಳೆದುಹೋಗುತ್ತಿರುವ ಕೆಲವು ಕ್ಷಣಗಳ ಕಾಲ ಉಳಿಸಿಕೊಳ್ಳಲು ಪ್ರಯತ್ನಿಸುತ್ತಿರುವುದಕ್ಕೆ ನಾವು ನಾಚಿಕೊಳ್ಳುತ್ತಿಲ್ಲ. ಇದರ ಪರಿಣಾಮದಿಂದಾಗಿ ನಾವು ನಮ್ಮ ದೇಹ ಮತ್ತು ಆತ್ಮಗಳೆರಡನ್ನೂ ನಾವಾಗಿಯೇ ಕೊಲ್ಲುತ್ತಿದ್ದೇವೆ. ಒಂದು ಕಾಯಿಲೆಯನ್ನು ವಾಸಿ ಮಾಡಲು ಪ್ರಯತ್ನಿಸುತ್ತಿರುವಾಗ ಹೊಸದಾಗಿ ನೂರಾರು ಕಾಯಿಲೆಗಳನ್ನು ಹುಟ್ಟಿಸುತ್ತಿದ್ದೇವೆ. ಇಂದ್ರಿಯಗಳು ನೀಡುವ ಭೋಗಗಳನ್ನು ಆನಂದಿಸಲು ಪ್ರಯತ್ನಿಸುತ್ತ ಕಡೆಯಲ್ಲಿ ಆನಂದಪಡುವ ನಮ್ಮ ಸಾಮರ್ಥ್ಯವನ್ನು ಕೂಡಾ ಕಳೆದುಕೊಳ್ಳುತ್ತೇವೆ. ಇವೆಲ್ಲವೂ ನಮ್ಮ ಕಣ್ಣುಗಳ ಎದುರು ಸಾಗಿಹೋಗುತ್ತವೆ. ಆದರೆ ಮನುಷ್ಯನು ಅಂತಹ ಏನನ್ನೂ ನೋಡಲಾರದೇ ಕುರುಡನಂತೇ ಕುರುಡನೇ ಆಗಿಬಿಡುತ್ತಾನೆ. ಈ ಪ್ರಕಾರ ಅವುಗಳ ಗುರಿಯನ್ನು ಮತ್ತು ಅವುಗಳ ಬಳಿಗೆ ಕರೆದೊಯ್ಯುವ ವಿಚಾರಧಾರೆಯನ್ನು ರೂಪಿಸಿದ ತರುವಾಯ ನಾನು ಈಗ ವಿಸ್ತಾರವಾಗಿ ಆಹಾರಕ್ಕೆ ಸಂಬಂಧಿಸಿದ ಪ್ರಯೋಗಗಳನ್ನು ವಿವರಿಸುತ್ತೇನೆ.

28. ಕಸ್ತೂರ್‌ಬಾಯ್‌ಯ ಎದೆಗಾರಿಕೆ

ನನ್ನ ಹೆಂಡತಿ ಆಕೆಯ ಜೀವನದಲ್ಲಿ ಮೂರು ಬಾರಿ ತೀವ್ರ ಕಾಯಿಲೆಯಿಂದ ನರಳಿ ಸ್ವಲ್ಪದರಲ್ಲಿ ಉಳಿದುಕೊಂಡಿದ್ದಳು. ಅವಳು ವಾಸಿಯಾಗುವುದಕ್ಕೆ ಮನೆ ಮದ್ದುಗಳೇ ಕಾರಣವಾಗಿದ್ದವು. ಮೊದಲ ಬಾರಿ ಆಕೆ ಕಾಯಿಲೆಗೆ ತುತ್ತಾದಾಗ ಸತ್ಯಾಗ್ರಹ ನಡೆಯುತ್ತಿತ್ತು. ಅಥವಾ ಪ್ರಾರಂಭವಾಗುವುದರಲ್ಲಿತ್ತು. ಆಕೆಗೆ ಆಗಾಗ್ಗೆ ರಕ್ತಸ್ರಾವವಾಗುತ್ತಿತ್ತು. ಗೆಳೆಯನಾಗಿದ್ದ ವೈದ್ಯನೊಬ್ಬ ಆಕೆಗೆ ಶಸ್ತ್ರ ಚಿಕಿತ್ಸೆ ಮಾಡಿಸಬೇಕೆಂದು ಸಲಹೆ ಕೊಟ್ಟಿದ್ದ. ಸ್ವಲ್ಪಮಟ್ಟಿಗೆ ಹಿಂದುಮುಂದು ನೋಡಿದ ತರುವಾಯ ಆಕೆ ಒಪ್ಪಿಗೆ ಕೊಟ್ಟಳು. ತುಂಬಾ ಸೊರಗಿದ್ದರಿಂದ ಆಕೆಗೆ ಕ್ಲೋರೊಫಾರ್ಮ್ (ಶಸ್ತ್ರಚಿಕಿತ್ಸೆಯಲ್ಲಿ ಸಂವೇದನೆ ಕಳೆಯಲು ಬಳಸುವ ಒಂದು ಸಾವಯವ ಸಂಯುಕ್ತ) ಕೊಡದೆಯೇ ಶಸ್ತ್ರ ಚಿಕಿತ್ಸೆಯನ್ನು ನಡೆಸಬೇಕಾಗಿತ್ತು. ಶಸ್ತ್ರ ಚಿಕಿತ್ಸೆ ಯಶಸ್ವಿಯಾಯ್ತು. ಆದರೆ ಆಕೆ ತುಂಬಾ ನೋವನ್ನು ಅನುಭವಿಸಿದಳು. ಹಾಗಾದರೂ ಆಕೆ ಅದ್ಭುತ ಎನ್ನುವಂತಹ ಎದೆಗಾರಿಕೆಯನ್ನು ಪ್ರದರ್ಶಿಸಿ ಪಾರಾಗಿ ಬಂದಳು. ವೈದ್ಯ ಮತ್ತು ಅವನ ಪತ್ನಿ ಆಕೆಯ ಮೇಲೆ ಪೂರ್ಣ ಗಮನವಿರಿಸಿ ಶುಶ್ರೂಷೆ ಮಾಡಿದರು. ಇದು ನಡೆದದ್ದು ಡರ್ಬಾನ್‌ನಲ್ಲಿ. ವೈದ್ಯನು (ಡಾಕ್ಟರ್) ನನಗೆ

ಜೊಹಾನ್ಸ್‌ಬರ್ಗ್‌ಗೆ ಹೋಗಲು ಅನುಮತಿಯನ್ನು ಕೊಟ್ಟನು ಮತ್ತು ರೋಗಿಯ ಬಗ್ಗೆ ಏನೂ ಕಳವಳಪಡಬೇಕಾಗಿಲ್ಲ ಎಂದು ತಿಳಿಸಿದನು.

ಹಾಗಾದರೂ ಕೆಲವೇ ದಿನಗಳಲ್ಲಿ ಕಸ್ತೂರ್‌ಬಾಯ್ ಪರಿಸ್ಥಿತಿ ತೀರಾ ಕೆಟ್ಟಿದೆಯೆಂದು ಪತ್ರ ಬಂತು. ಹಾಸಿಗೆಯು ಮೇಲೆ ಕುಳಿತುಕೊಳ್ಳಲು ಸಾಧ್ಯವಾಗದಷ್ಟು ಮಟ್ಟಿಗೆ ಆಕೆ ದುರ್ಬಲಳಾಗಿದ್ದಾಳೆಂದೂ ಒಮ್ಮೆ ಪ್ರಜ್ಞಾಹೀನಳಾಗಿದ್ದಳೆಂದು ಪತ್ರದಲ್ಲಿ ತಿಳಿಸಲಾಗಿತ್ತು. ನನ್ನ ಒಪ್ಪಿಗೆಯಿಲ್ಲದೇ ಆಕೆಗೆ ಮದ್ಯವನ್ನಾಗಲೀ ಅಥವಾ ಮಾಂಸವನ್ನಾಗಲಿ ಕೊಡಬಾರದೆಂದು ಆ ವೈದ್ಯನಿಗೆ ಗೊತ್ತಿತ್ತು. ಆದ್ದರಿಂದ ಆತ ಜೊಹಾನ್ಸ್‌ಬರ್ಗ್‌ಗೆ ದೂರವಾಣಿ (ಟೆಲಿಫೋನ್) ಮೂಲಕ ಮಾತಾಡಿ ಆಕೆಗೆ ಗೋಮಾಂಸದ ಕಟ್ಟು (ಬೀಫ್‌ಟೀ - ರೋಗಿಗಳಿಗೆ ಕೊಡುವ ಗೋಮಾಂಸದ ಸಾರು) ಕೊಡಲು ಅನುಮತಿಯನ್ನು ಕೊಡಬೇಕೆಂದು ಕೇಳಿಕೊಂಡ. ಅನುಮತಿಯನ್ನು ಕೊಡಲಾರೆ ಎಂದು ವೈದ್ಯನಿಗೆ ಉತ್ತರಿಸಿದೆ. ಆದರೆ ಈ ವಿಷಯದಲ್ಲಿ ತನ್ನ ಇಷ್ಟವನ್ನು ವ್ಯಕ್ತಪಡಿಸುವಷ್ಟರ ಮಟ್ಟಿಗೆ ಆಕೆ ಸಮರ್ಥಳಾಗಿದ್ದರೆ ಆಕೆಯ ಜತೆಯಲ್ಲಿ ಸಮಾಲೋಚನೆ ನಡೆಸಬಹುದೆಂದೂ ತಾನು ಇಷ್ಟಪಡುವ ರೀತಿಯಲ್ಲಿ ನಡೆದುಕೊಳ್ಳಲು ಆಕೆ ಸ್ವತಂತ್ರಳೆಂದು ತಿಳಿಸಿದೆ. 'ಆದರೆ ಈ ವಿಷಯದಲ್ಲಿ ರೋಗಿಯ ಇಷ್ಟದ ಬಗ್ಗೆ ಆಕೆಯೊಡನೆ ಸಮಾಲೋಚನೆಯನ್ನು ನಡೆಸಲಾರೆ. ನೀವೇ ಸ್ವತಹ ಇಲ್ಲಿಗೆ ಬರಬೇಕು. ನಾನು ಇಷ್ಟಪಡುವ ಆಹಾರವನ್ನು ಆಕೆಗೆ ನೀಡಲು ನೀವು ಬಿಡದಿದ್ದರೆ ನಿಮ್ಮ ಹೆಂಡತಿಯ ಜೀವನದ ಹೊಣೆಯನ್ನು ನಾನು ಹೊತ್ತುಕೊಳ್ಳುವುದಿಲ್ಲ' ಎಂದು ವೈದ್ಯನು ತಿಳಿಸಿದ.

ಅದೇ ದಿನ ನಾನು ಡರ್ಬಾನ್‌ಗೆ ರೈಲಿನಲ್ಲಿ ಹೊರಟೆ. ನಾನು ವೈದ್ಯನನ್ನು ಕಂಡಾಗ ಆತ ನಿಶ್ಚಿಂತೆಯಿಂದ ಹೇಳಿದ: ನಾನು ನಿಮಗೆ ದೂರವಾಣಿ ಮೂಲಕ ಮಾತಾಡುವ ಹೊತ್ತಿಗಾಗಲೇ ಶ್ರೀಮತಿ ಗಾಂಧಿಅವರಿಗೆ ಗೋಮಾಂಸದ ಕಟ್ಟನ್ನು ಕೊಟ್ಟಿದ್ದೆ.

'ವೈದ್ಯರೇ ಇದನ್ನು ನಾನು ವಂಚನೆ ಎಂದು ಕರೆಯುತ್ತೇನೆ'.

'ರೋಗಿಗೆ ವೈದ್ಯನು ಆಹಾರವನ್ನು ಇಲ್ಲವೇ ಔಷಧಿಯನ್ನು ವಿಧಿಸಿದರೆ ಅದನ್ನು ವಂಚನೆ ಎಂದು ಕರೆಯಲಾಗದು. ನಾವು ರೋಗಿಗಳನ್ನು ಇಲ್ಲವೇ ಅವರ ಸಂಬಂಧಿಕರನ್ನು ವಂಚಿಸಿದರೆ ಮತ್ತು ಹಾಗೆ ಮಾಡುವುದರ ಮೂಲಕ ರೋಗಿಗಳನ್ನು ಉಳಿಸಿಕೊಳ್ಳಲು ಸಾಧ್ಯವಾದರೆ ನಾವು ವೈದ್ಯರುಗಳು ವಾಸ್ತವವಾಗಿ ಅದನ್ನು ಸಚ್ಚಾರಿತ್ರ್ಯ ಎಂದು ಪರಿಗಣಿಸುತ್ತೇವೆ'. ಎಂದು ಹೇಳಿದ

ನನಗೆ ತುಂಬಾ ಸಂಕಟವಾಯ್ತು. ಆದರೂ ನಾನು ಸಮಾಧಾನವನ್ನು ಕಳೆದುಕೊಳ್ಳಲಿಲ್ಲ. ವೈದ್ಯನು ಒಳ್ಳೆಯವನಾಗಿದ್ದು ನನ್ನ ಆಪ್ತ ಗೆಳೆಯನೂ ಆಗಿದ್ದ. ಅವನು ಮತ್ತು ಅವನ ಹೆಂಡತಿ ನನ್ನನ್ನು ಋಣದ ಬಲೆಯಲ್ಲಿ ಕಟ್ಟಿಹಾಕಿದ್ದರು. ಆದರೂ ನಾನು ಅವನ ವೈದ್ಯಕೀಯ ನೀತಿಗಳನ್ನು ಸಹಿಸಿಕೊಳ್ಳಲು ತಯಾರಿರಲಿಲ್ಲ.

'ವೈದ್ಯರೇ, ನಾನೀಗ ಏನು ಮಾಡಬೇಕೆಂದು ತಿಳಿಸಿ. ನಾನು ನನ್ನ ಹೆಂಡತಿಗೆ ಮಾಂಸ ಇಲ್ಲವೇ ಗೋಮಾಂಸವನ್ನು ಕೊಡಲು ಅವಕಾಶ ಕೊಡಲಾರೆ. ಆಕೆ ಅವನ್ನು ತೆಗೆದುಕೊಳ್ಳಲು ಇಚ್ಛಿಸಿದ ಹೊರತು, ಅವನ್ನು ಕೊಡದಿದ್ದರೆ ಆಕೆಗೆ ಸಾವು ಬರುವುದು ನಿಶ್ಚಿತವಾದರೂ ಅದಕ್ಕೆ ನಾನು ಒಪ್ಪಿಗೆ ಕೊಡುವುದಿಲ್ಲ'.

'ನಿಮ್ಮ ತತ್ತ್ವ ನಿಮ್ಮ ಬಳಿಯೇ ಇರಲಿ. ನಿಮ್ಮ ಹೆಂಡತಿ ನನ್ನ ಚಿಕಿತ್ಸೆಯಲ್ಲಿರುವವರೆಗೂ ನಾನು ಇಷ್ಟಪಡುವಂತಹ ಏನನ್ನಾದರೂ ಕೊಡುವ ಆಯ್ಕೆಯ ಸ್ವಾತಂತ್ರ್ಯ ನನಗಿರಬೇಕು. ನಿಮಗೆ ಇದು ಇಷ್ಟವಾಗದಿದ್ದರೆ ನೀವು ಆಕೆಯನ್ನು ಕರೆದುಕೊಂಡು ಹೋಗಬೇಕೆಂದು ವಿಷಾದದಿಂದ ನಾನು ಹೇಳಲೇ ಬೇಕು. ನನ್ನ ಚಾವಣಿಯಡಿಯಲ್ಲಿ ಆಕೆ ಸಾಯುವುದನ್ನು ನಾನು ನೋಡಲಾರೆ'.

'ನಾನು ಆಕೆಯನ್ನು ತಕ್ಷಣವೇ ಸಾಗಿಸಬೇಕೆಂದು ನಿಮ್ಮ ಮಾತಿನ ಅರ್ಥವೇ?'

'ಆಕೆಯನ್ನು ಕರೆದುಕೊಂಡು ಹೋಗಬೇಕೆಂದು ನಾನೆಲ್ಲಿ ಹೇಳಿದೆ? ನನ್ನನ್ನು ಸ್ವತಂತ್ರವಾಗಿ ಇರಲು ಬಿಡಿ ಎಂದು ಮಾತ್ರ ನಾನು ಬಯಸುತ್ತೇನೆ. ನೀವು ಹಾಗೆ ಮಾಡಿದರೆ ನಾನು ಮತ್ತು ನನ್ನ ಹೆಂಡತಿ ಆಕೆಯನ್ನು ಗುಣಪಡಿಸಲು ಏನು ಸಾಧ್ಯವೋ ಅವೆಲ್ಲವನ್ನೂ ಮಾಡುತ್ತೇವೆ. ಆಕೆಯ ಬಗ್ಗೆ ಸ್ವಲ್ಪವೂ ಕಳವಳಪಡದೇ ನೀವು ವಾಪಸ್ ಹೋಗಬಹುದು. ನಿಮಗೆ ಈ ಸರಳವಾದ ವಿಷಯ ಅರ್ಥವಾಗದಿದ್ದರೆ ನಿಮ್ಮ ಹೆಂಡತಿಯನ್ನು ನನ್ನ ಸ್ಥಳದಿಂದ ಕರೆದುಕೊಂಡು ಹೋಗಿ ಎಂದು ನಿಮಗೆ ನಾನು ಹೇಳಲೇ ಬೇಕಾಗುತ್ತದೆ'.

ಆ ಸಮಯದಲ್ಲಿ ನನ್ನ ಮಕ್ಕಳಲ್ಲಿ ಒಬ್ಬಾತ ನನ್ನ ಜತೆಯಲ್ಲಿದ್ದನೆಂಬ ನೆನಪಿದೆ. ಅವನು ಪೂರ್ಣವಾಗಿ ನನ್ನ ಅಭಿಪ್ರಾಯವನ್ನು ಒಪ್ಪಿಕೊಂಡ ಮತ್ತು ತನ್ನ ತಾಯಿಗೆ ಗೋಮಾಂಸದ ಕಟ್ಟನ್ನು ಕೊಡಬಾರದೆಂದು ಹೇಳಿದ. ತರುವಾಯ ನಾನು ಕಸ್ತೂರ್‌ಬಾಯ್ ಜತೆಯಲ್ಲಿ ಮಾತಾಡಿದೆ. ಚರ್ಚಿಸಲಾರದ ಮಟ್ಟದಲ್ಲಿ ಆಕೆ ದುರ್ಬಲಳಾಗಿದ್ದಳು. ಹಾಗಾಗಿ ಆಕೆಯ ಸಲಹೆ ಪಡೆಯಲು ಪ್ರಯತ್ನಿಸಿದಾಗ ನನಗೆ ಸಂಕಟವಾಗುತ್ತಿತ್ತು. ವೈದ್ಯ ಮತ್ತು ನನ್ನ ನಡುವೆ ನಡೆದಿದ್ದ ಮಾತುಕತೆಯನ್ನು ನಾನು ಆಕೆಗೆ ತಿಳಿಸಿದೆ. ಆಕೆ ಹಿಂದುಮುಂದು ಯೋಚಿಸದೇ ದೃಢನಿಶ್ಚಯದಿಂದ ಹೇಳಿದಳು: 'ನಾನು ಗೋಮಾಂಸದ ಕಟ್ಟನ್ನು ತೆಗೆದುಕೊಳ್ಳುವುದಿಲ್ಲ. ಮನುಷ್ಯನಾಗಿ ಈ ಜಗತ್ತಿನಲ್ಲಿ ಹುಟ್ಟುವುದೇ ಅಪರೂಪದ ಸಂಗತಿಯಾಗಿದೆ. ಅಂತಹ ಅಸಹ್ಯಕರ ವಸ್ತುಗಳಿಂದ ನನ್ನ ದೇಹವನ್ನು ಮಲಿನಗೊಳಿಸಿಕೊಳ್ಳುವ ಪ್ರತಿಯಾಗಿ ನಿಮ್ಮ ತೋಳುಗಳಲ್ಲಿ ಸಾಯುವುದೇ ತುಂಬಾ ಒಳ್ಳೆಯದು'.

ನಾನು ಆಕೆಯ ಜತೆಯಲ್ಲಿ ವಾದಿಸಿದೆ. ಆಕೆ ನನ್ನನ್ನು ಅನುಸರಿಸಬೇಕಾಗಿಲ್ಲ ಎಂದು ತಿಳಿಸಿದೆ. ಮಾಂಸ ಇಲ್ಲವೇ ಮದ್ಯವನ್ನು ಔಷಧಿಯ ರೂಪದಲ್ಲಿ ತೆಗೆದುಕೊಳ್ಳಲು ಹಿಂಜರಿಯದ ಅನೇಕ ಹಿಂದೂ ಗೆಳೆಯರ ಮತ್ತು ಪರಿಚಿತರ ನಿದರ್ಶನಗಳನ್ನು ಅವಳಿಗೆ ತಿಳಿಸಿದೆ. ಆದರೆ ಆಕೆ ತನ್ನ ಸಂಕಲ್ಪದಲ್ಲಿ ದೃಢವಾಗಿದ್ದಳು. 'ಸಾಧ್ಯವಿಲ್ಲ. ನನ್ನನ್ನು ತಕ್ಷಣವೇ ಕರೆದುಕೊಂಡು ಹೋಗಿ' ಎಂದು ಆಕೆ ಹೇಳಿದಳು.

ನನಗೆ ಸಂತೋಷವಾಗಿತ್ತು. ನಾನು ಇನ್ನೂ ಹೆಚ್ಚಿಗೆ ಚರ್ಚಿಸದೇ ಆಕೆಯನ್ನು ಕರೆದುಕೊಂಡು ಹೋಗಲು ತೀರ್ಮಾನಿಸಿದೆ. ನಾನು ಆಕೆಯ ನಿಶ್ಚಯವನ್ನು ವೈದ್ಯನಿಗೆ ತಿಳಿಸಿದೆ ಅವನು ರೋಷಾವೇಶದಿಂದ ಕೂಗಿಕೊಂಡ. 'ನೀವೆಂತಹ ಕಲ್ಲೆದೆಯವರಾಗಿದ್ದೀರಿ? ಆಕೆಗೆ ಇಂತಹ ಸ್ಥಿತಿಯಲ್ಲಿ ಈ ವಿಷಯವನ್ನು ಪ್ರಸ್ತಾಪಿಸಿದ್ದಕ್ಕೆ ನೀವು ನಾಚಿಕೊಳ್ಳಬೇಕು. ನಿಮ್ಮ ಹೆಂಡತಿಯನ್ನು ಇಲ್ಲಿಂದ ಕರೆದುಕೊಂಡು ಹೋಗುವ ಸ್ಥಿತಿಯಲ್ಲಿ ಅವರಿಲ್ಲ. ಸ್ವಲ್ಪ ಅಲುಗಾಡಿದರೂ ಆಕೆ ಅದನ್ನು ಸಹಿಸಿಕೊಳ್ಳಲಾರರು. ದಾರಿಯಲ್ಲಿ ಆಕೆ ಕೊನೆಯುಸಿರೆಳೆದರೂ ನನಗೆ ಆಶ್ಚರ್ಯವಾಗುವುದಿಲ್ಲ.

ಆದರೆ ನೀವು ಪಟ್ಟು ಹಿಡಿಯುವುದಾದರೆ ನಿಮಗಿಷ್ಟಬಂದಂತೆ ಮಾಡಬಹುದು. ನೀವು ಅವರಿಗೆ ಗೋಮಾಂಸದ ಕಟ್ಟನ್ನು ಕೊಡದಿದ್ದರೆ ನಾನು ಅವರನ್ನು ಒಂದು ದಿನ ಕೂಡಾ ನನ್ನ ಛಾವಣಿಯಡಿಯಲ್ಲಿ ಇಟ್ಟುಕೊಂಡು ಅಪಾಯಕ್ಕೆ ಸಿಕ್ಕಿಕೊಳ್ಳುವುದಿಲ್ಲ'.

ಆದ್ದರಿಂದ ನಾವು ಆ ಸ್ಥಳವನ್ನು ತಕ್ಷಣವೇ ಬಿಡಲು ನಿರ್ಧರಿಸಿದೆವು. ತುಂತುರು ತುಂತುರು ಮಳೆ ಬೀಳುತ್ತಿತ್ತು. ಸ್ಟೇಷನ್‌ಗೆ ಸ್ವಲ್ಪ ದೂರವಿತ್ತು. ನಾವು ಡರ್ಬಾನ್‌ನಿಂದ ಫೀನಿಕ್ಸ್‌ಗೆ ರೈಲಿನಲ್ಲಿ ಪ್ರಯಾಣ ಮಾಡಬೇಕಾಗಿತ್ತು. ನಿಸ್ಸಂಶಯವಾಗಿಯೂ ನಾನು ತೀರಾ ಭಾರಿ ಅಪಾಯವನ್ನು ಎದುರಿಸುತ್ತಿದ್ದೆ. ನಾನು ದೇವರಲ್ಲಿ ಪೂರ್ಣ ಭರವಸೆಯನ್ನಿರಿಸಿಕೊಂಡಿದ್ದೆ ಮತ್ತು ನನ್ನ ಕಾರ್ಯವನ್ನು ಮುಂದುವರೆಸಿದ್ದೆ. ನಾನು ಮುಂಚಿತವಾಗಿ ಫೀನಿಕ್ಸ್‌ಗೆ ಓಲೇಕಾರ (ಮೇಸಿಂಜರ್) ನನ್ನು ಕಳಿಸಿ ವೆಸ್ಟ್‌ಅವರಿಗೆ ಸ್ಟೇಷನ್‌ನಲ್ಲಿ ಜೋಲೆ (ಹ್ಯಾಮಕ್-ಬಟ್ಟೆಯ ಅಥವಾ ಹುರಿಯಬಲೆ ಅಥವಾ ಜೋಲು ಮಂಚ) ಬಿಸಿಹಾಲು ತುಂಬಿದ ಸೀಸೆ ಮತ್ತು ಬಿಸಿನೀರಿನ ಸೀಸೆಯೊಂದಿಗೆ ನಮ್ಮನ್ನು ಎದುರುಗೊಳ್ಳುವಂತೆ ತಿಳಿಸಿದ್ದೆ. ಕಸ್ತೂರ್‌ಬಾಯ್‌ಅವರನ್ನು ಜೋಲೆಯಲ್ಲಿ ಕರೆದೊಯ್ಯಲು ಆರು ಮಂದಿ ಆಳುಗಳನ್ನು ಕರೆತರುವಂತೆ ತಿಳಿಸಿದ್ದೆ. ಆಕೆಯನ್ನು ಮರು ರೈಲಿನಲ್ಲಿ ಕರೆದೊಯ್ಯಲು ಅನುಕೂಲವಾಗುವಂತೆ ಸ್ಟೇಷನ್‌ಗೆ ಹೋಗಲು ರಿಕ್ಷಾ ಸಿಕ್ಕಿತು. ಆಕೆಯನ್ನು ಅಂತಹ ಅಪಾಯ ಸ್ಥಿತಿಯಲ್ಲಿ ರಿಕ್ಷಾದಲ್ಲಿ ಕೂರಿಸಿ ಹೊರಟುಬಿಟ್ಟೆವು.

ಕಸ್ತೂರ್‌ಬಾಯ್‌ಗೆ ಹುರಿದುಂಬಿಸುವ ಅಗತ್ಯವಿರಲಿಲ್ಲ. ಪ್ರತಿಯಾಗಿ ಆಕೆ ನನ್ನನ್ನು ಸಾಂತ್ವನಗೊಳಿಸುತ್ತ ಹೇಳಿದಳು:

'ನನಗೆ ಏನೂ ಆಗುವುದಿಲ್ಲ. ಪೇಚಾಡಬೇಡಿ'.

ಅನೇಕ ದಿನಗಳಿಂದ ಆಹಾರ ಇಲ್ಲದಿದ್ದುದರಿಂದ ಆಕೆ ಕೇವಲ ಮೂಳೆ ಮತ್ತು ಚರ್ಮವಾಗಿದ್ದಳು. ಸ್ಟೇಷನ್‌ನ ಪ್ಲಾಟ್‌ಫಾರ್ಮ್ ತುಂಬಾ ದೊಡ್ಡದಾಗಿತ್ತು, ರಿಕ್ಷಾವನ್ನು ಸ್ಟೇಷನ್ ಒಳಗಡೆಗೆ ಕರೆದೊಯ್ಯಲು ಸಾಧ್ಯವಿರಲಿಲ್ಲ. ರೈಲನ್ನು ಮುಟ್ಟಲು ಸ್ವಲ್ಪ ದೂರ ನಡೆದು ಹೋಗಬೇಕಾಗಿತ್ತು. ಆದ್ದರಿಂದ ನಾನು ಆಕೆಯನ್ನು ತೋಳುಗಳಲ್ಲಿ ಎತ್ತಿಕೊಂಡು ಕಂಪಾರ್ಟ್‌ಮೆಂಟ್‌ನಲ್ಲಿ ಕೂರಿಸಿದೆ. ಫೀನಿಕ್ಸ್‌ನಿಂದ ನಾವು ಆಕೆಯನ್ನು ಜೋಲಿಯಲ್ಲಿ ಒಯ್ದೆವು. ನಿಧಾನವಾಗಿ ಆಕೆ ಜಲಚಿಕಿತ್ಸೆಯ ಮೂಲಕ ಚೇತರಿಸಿಕೊಂಡಳು ನಾವು ಫೀನಿಕ್ಸ್‌ಗೆ ಬಂದ ಮೇಲೆ ಎರಡು ಅಥವಾ ಮೂರು ದಿವಸಗಳಲ್ಲಿ ಒಬ್ಬ ಸ್ವಾಮಿ ನಮ್ಮ ಸ್ಥಳಕ್ಕೆ ಬಂದಿದ್ದರು. ನಾವು ಹೇಗೆ ವೈದ್ಯನ(ಡಾಕ್ಟರ್) ಸಲಹೆಯನ್ನು ತಿರಸ್ಕರಿಸಿ ದೃಢ ನಿಶ್ಚಯದಿಂದ ನಮ್ಮ ದಾರಿ ಹಿಡಿದಿದ್ದೆವು ಎಂಬುದರ ಬಗ್ಗೆ ಅವರು ಕೇಳಿದ್ದರು. ನಮ್ಮ ಮೇಲೆ ಕನಿಕರ ಹುಟ್ಟಿದ್ದರಿಂದ ನಮಗೆ ಬುದ್ಧಿಮಾತು ಹೇಳುವ ಉದ್ದೇಶದಿಂದ ನಮ್ಮ ಬಳಿಗೆ ಬಂದಿದ್ದರು. ಆ ಸಮಯದಲ್ಲಿ ನಮ್ಮ ಎರಡನೇ ಮಗ ಮಣಿಲಾಲ್ ಮತ್ತು ಮೂರನೇ ಮಗ ರಾಮ್‌ದಾಸ್ ಆ ಸಮಯದಲ್ಲಿ ಅಂದರೆ ಸ್ವಾಮಿ ನನ್ನನ್ನು ನೋಡಲು ಬಂದಾಗ ನನ್ನ ಜತೆಯಲ್ಲಿದ್ದರು ಎಂದು ನೆನಪಿಗೆ ತಂದುಕೊಳ್ಳುತ್ತಿದ್ದೇನೆ. ಸ್ವಾಮಿ ಮನುವಿನ ಗ್ರಂಥದಿಂದ ಆಧಾರಗಳನ್ನು ಉಲ್ಲೇಖಿಸುತ್ತ ಮಾಂಸವನ್ನು ತೆಗೆದುಕೊಳ್ಳುವುದರಿಂದ ಧರ್ಮಕ್ಕೆ ಲೋಪವಾಗುವುದಿಲ್ಲವೆಂದು ವಾದಮಾಡಿದರು. ನನ್ನ ಹೆಂಡತಿಯ ಎದುರಲ್ಲಿ ಅವರು ಈ ಚರ್ಚೆ ನಡೆಸಿದ್ದುದು ನನಗೆ ಇಷ್ಟವಾಗಲಿಲ್ಲ. ಆದರೆ

ನಾನು ಕೇವಲ ಸೌಜನ್ಯತೆಯ ದೃಷ್ಟಿಯಿಂದ ಅವರ ವಾದವನ್ನು ಕೇಳುತ್ತ ಸಹಿಸಿಕೊಂಡಿದ್ದೆ. ನನಗೆ ಮನುಸ್ಮೃತಿಯ ಶ್ಲೋಕಗಳು ಗೊತ್ತಿದ್ದವು. ಆದರೆ ನನ್ನ ಅಭಿಪ್ರಾಯವನ್ನು ಪುಷ್ಟೀಕರಿಸುವುದಕ್ಕೆ ಅವುಗಳ ಅಗತ್ಯವಿರಲಿಲ್ಲ. ಈ ಶ್ಲೋಕಗಳು ಪ್ರಕ್ಷಿಪ್ತ (ತಪ್ಪು ಅಭಿಪ್ರಾಯವನ್ನುಂಟುಮಾಡಲು ಗ್ರಂಥದ ಮಧ್ಯೆ ಸುಳ್ಳುಮಾತುಗಳನ್ನು ಸೇರಿಸುವುದು) ಎಂದು ಭಾವಿಸುವ ಪಂಗಡವೊಂದಿದೆ ಎಂಬುದು ಕೂಡಾ ನನಗೆ ಗೊತ್ತಿತ್ತು. ಆದರೆ ಅವು ಪ್ರಕ್ಷಿಪ್ತವಲ್ಲ ಎಂದು ಸಾಧಿಸಿದರೂ ಧಾರ್ಮಿಕ ಗ್ರಂಥಗಳಿಂದ ಭಿನ್ನವಾಗಿ ಮತ್ತು ಸ್ವತಂತ್ರವಾಗಿ ಶಾಕಾಹಾರಿ ವ್ರತದ ಬಗ್ಗೆ ನನ್ನದೇ ಅಭಿಪ್ರಾಯಗಳನ್ನು ಇಟ್ಟುಕೊಂಡಿದ್ದೆ. ಕಸ್ತೂರ್‌ಬಾಯ್ ಶ್ರದ್ಧೆ ಅಚಲವಾಗಿತ್ತು. ಆಕೆಗೆ ಮತಧರ್ಮದ ಗ್ರಂಥಗಳು ನಿಗೂಢ ವಿಷಯಗಳಿದ್ದ ಪುಸ್ತಕಗಳಂತಿದ್ದು ಪೂರ್ವಜರ ಸಾಂಪ್ರದಾಯಿಕ ಧರ್ಮ ಆಕೆಯ ಮಟ್ಟಿಗೆ ಸಾಕಾಗಿತ್ತು. ನನ್ನ ಮಕ್ಕಳು ತಮ್ಮ ತಂದೆಯ ಸೂತ್ರಗಳಲ್ಲಿ ದೃಢ ವಿಶ್ವಾಸವನ್ನಿರಿಸಿಕೊಂಡಿದ್ದರು. ಆದ್ದರಿಂದ ಅವರು ಸ್ವಾಮಿಯ ಬೋಧನೆಯನ್ನು ಹಗುರವೆಂದು ಭಾವಿಸಿದರು. ಆದರೆ ಕಸ್ತೂರ್‌ಬಾಯ್ ಈ ಮಾತು ಕತೆಯನ್ನು ತಕ್ಷಣವೇ ಕೊನೆಗೊಳಿಸಿದಳು: 'ಸ್ವಾಮೀಜೀ ನೀವು ಏನೇ ಹೇಳಿದರೂ ನಾನು ಗೋಮಾಂಸದ ಕಟ್ಟನ್ನು ಸೇವಿಸಿ ಚೇತರಿಸಿಕೊಳ್ಳಲು ಇಷ್ಟಪಡುವುದಿಲ್ಲ. ದಯವಿಟ್ಟು ಇನ್ನೂ ಹೆಚ್ಚಿಗೆ ವ್ಯಥೆಪಡಬೇಡಿ. ನಿಮಗೆ ಇಷ್ಟವಿದ್ದರೆ ನನ್ನ ಗಂಡನ ಜತೆಯಲ್ಲಿ ಮತ್ತು ಮಕ್ಕಳ ಜತೆಯಲ್ಲಿ ಚರ್ಚಿಸಬಹುದು. ಆದರೆ ನಾನು ನಿರ್ಣಯ ಮಾಡಿಬಿಟ್ಟಿದ್ದೇನೆ'.

29. ಮನೆಯೊಳಗೆ ಸತ್ಯಾಗ್ರಹ

1908ರಲ್ಲಿ ನಾನು ಮೊಟ್ಟಮೊದಲು ಸೆರೆವಾಸದ ಅನುಭವವನ್ನು ಪಡೆದೆ. ಕೈದಿಗಳು ಅನುಸರಿಸಬೇಕಾಗಿದ್ದ ಕೆಲವು ಕಟ್ಟಳೆಗಳು ಬ್ರಹ್ಮಚಾರಿಯು ಸ್ವಯಪ್ರೇರಿತನಾಗಿ ಅನುಸರಿಸುತ್ತಿದ್ದ ಕಟ್ಟಳಗಳಂತಿದ್ದವು ಎಂಬುದನ್ನು ಅರಿತುಕೊಂಡೆ. ಬ್ರಹ್ಮಚಾರಿಯೆಂದರೆ ಸ್ವಯಂ ನಿಯಂತ್ರಣ ಹೇರಿಕೊಂಡು ಅನುಷ್ಠಾನಮಾಡಲು ಅಪೇಕ್ಷಿಸುವವನು. ಉದಾಹರಣೆಗೆ ಅಂತಹ ಕಟ್ಟಳೆಗಳಲ್ಲಿ ಒಂದೆಂದರೆ ಸೂರ್ಯ ಮುಳುಗುವುದರೊಳಗೆ ಕಡೆಯ ಊಟವನ್ನು ಮುಗಿಸಬೇಕು ಎಂಬುದು. ಭಾರತೀಯ ಇಲ್ಲವೇ ಆಫ್ರಿಕದ ಕೈದಿಗಳಿಗೆ ಟೀ ಇಲ್ಲವೆ ಕಾಫಿಯನ್ನು ಕೊಡುತ್ತಿರಲಿಲ್ಲ. ಇಷ್ಟಪಟ್ಟರೆ ಅವರು ಬೇಯಿಸಿದ ಆಹಾರಕ್ಕೆ ಉಪ್ಪನ್ನು ಸೇರಿಸಿಕೊಳ್ಳಬಹುದಾಗಿತ್ತು. ಆದರೆ ಕೇವಲ ನಾಲಿಗೆಯನ್ನು ತಣಿಸಲು (ಅಂದರೆ ರುಚಿಗೆ) ಅವರಿಗೆ ಬೇರೆ ಏನೂ ದೊರೆಯುತ್ತಿರಲಿಲ್ಲ. ತಮಗೆ ಮಸಾಲೆಪುಡಿಯನ್ನು ಕೊಡಬೇಕೆಂದೂ ಮತ್ತು ಅಡಿಗೆ ಮಾಡುವಾಗ ಆಹಾರಕ್ಕೆ ಉಪ್ಪನ್ನು ಸೇರಿಸಲು ತಮಗೆ ಅವಕಾಶ ಕೊಡಬೇಕೆಂದು ನಾನು ಸೆರೆಮನೆಯ ಅಧಿಕಾರಿಗೆ ಕೇಳಿಕೊಂಡೆ. ಅವನು ಹೀಗೆ ಹೇಳಿದ: 'ನಿಮ್ಮ ನಾಲಿಗೆಯನ್ನು ತೃಪ್ತಿಪಡಿಸಿ ಕೊಳ್ಳಲು ನೀವು ಇಲ್ಲಿಲ್ಲ. ಆರೋಗ್ಯದ ದೃಷ್ಟಿಯಿಂದ ಹೇಳುವುದಾದರೆ ಮಸಾಲೆಪುಡಿಯ ಅವಶ್ಯಕತೆಯಿಲ್ಲ.

ನೀವು ಉಪ್ಪನ್ನು ಅಡಿಗೆಮಾಡುವಾಗ ಇಲ್ಲವೇ ಅಡಿಗೆಯ ನಂತರ ಸೇರಿಸುವುದರಿಂದ ವ್ಯತ್ಯಾಸವೇನೂ ಆಗುವುದಿಲ್ಲ'.

ಅಂತಿಮವಾಗಿ ಈ ನಿರ್ಬಂಧಗಳನ್ನು ಬದಲಾಯಿಸಲಾಯ್ತು. ಆದರೆ ಅದಕ್ಕಾಗಿ ತುಂಬಾ ಕಷ್ಟಪಡಬೇಕಾಯ್ತು. ಆದರೆ ಈ ಎರಡೂ ಕಟ್ಟಳೆಗಳು ಆತ್ಮಸಂಯಮಕ್ಕೆ ಅಗತ್ಯವಾಗಿದ್ದ ಹಾಗೂ ಹಿತಕರವಾದ ಕಟ್ಟಳೆಗಳೇ ಆಗಿದ್ದವು. ಅಂತರಂಗದಿಂದ ಬಾರದ ನಿರ್ಬಂಧಗಳು ತೀರ ಅಪರೂಪವಾಗಿ ಯಶಸ್ವಿಯಾಗಬಹುದು. ಆದರೆ ನಿರ್ಬಂಧಗಳನ್ನು ವ್ಯಕ್ತಿಯೇ ತಾನಾಗಿ ಹೇರಿಕೊಂಡಾಗ ಅವು ಖಂಡಿತವಾಗಿಯೂ ಉಪಯುಕ್ತ ಪರಿಣಾಮಗಳನ್ನುಂಟುಮಾಡುವುವು. ಆದ್ದರಿಂದ ಸೆರೆಮನೆಯಿಂದ ಬಿಡುಗಡೆಯಾದ ತಕ್ಷಣವೇ ನಾನು ನನ್ನ ಮೇಲೆ ಈ ಎರಡು ಕಟ್ಟಳೆಗಳನ್ನು ಹೇರಿಕೊಂಡೆ. ಆಗ ನನಗೆ ಸಾಧ್ಯವೆಂದು ಕಾಣಿಸಿದ್ದರಿಂದ ಟೀ ಕುಡಿಯುವುದನ್ನು ಬಿಟ್ಟುಬಿಟ್ಟೆ ಮತ್ತು ಸೂರ್ಯ ಮುಳುಗುವಷ್ಟರಲ್ಲಿ ನನ್ನ ಕಡೆಯ ಊಟವನ್ನು ಮುಗಿಸುತ್ತಿದ್ದೆ. ಈ ಎರಡು ಕಟ್ಟಳೆಗಳನ್ನು ಆಚರಿಸಲು ನಾನು ಈಗ ಪ್ರಯಾಸಪಡಬೇಕಾಗಿಲ್ಲ.

ಹೇಗಾದರೂ ಇರಲಿ, ಉಪ್ಪನ್ನು ಪೂರ್ತಿಯಾಗಿ ಬಿಟ್ಟುಬಿಡಬೇಕಾದ ಸಂದರ್ಭವೊಂದು ಒದಗಿಬಂತು. ಈ ನಿರ್ಬಂಧವನ್ನು ನಾನು ಹತ್ತು ವರ್ಷಗಳಕಾಲ ಒಂದೇ ಸಮನಾಗಿ ಮುಂದುವರೆಸಿದ್ದೆ. ಉಪ್ಪು ಮನುಷ್ಯನ ಆಹಾರದ ಅತ್ಯಾವಶ್ಯಕ ಪದಾರ್ಥವಲ್ಲ ಎಂದು ಸಸ್ಯಾಹಾರಿವ್ರತ ಕುರಿತು ಬರೆದಿದ್ದ ಯಾವುದೋ ಒಂದು ಪುಸ್ತಕದಲ್ಲಿ ಓದಿದ್ದೆ. ಇದಕ್ಕೆ ಪ್ರತಿಯಾಗಿ ಉಪ್ಪಿಲ್ಲದ ಆಹಾರ ಆರೋಗ್ಯಕ್ಕೆ ಉತ್ತಮ ಎಂದು ಅದರಲ್ಲಿ ಹೇಳಲಾಗಿತ್ತು. ಉಪ್ಪಿಲ್ಲದ ಆಹಾರ ಬ್ರಹ್ಮಚಾರಿಗೆ ಉಪಯುಕ್ತ ಎಂದು ನಾನು ತಾರ್ಕಿಕವಾಗಿ ಊಹಿಸಿಕೊಂಡೆ. ದುರ್ಬಲ ಶರೀರವುಳ್ಳವರು ದ್ವಿದಳಧಾನ್ಯಗಳನ್ನು ತ್ಯಜಿಸಬೇಕೆಂದು ಓದಿದ್ದೆ ಮತ್ತು ಅದನ್ನು ಕಾರ್ಯರೂಪಕ್ಕೆ ತಂದೆ. ನನಗೆ ದ್ವಿದಳಧಾನ್ಯಗಳೆಂದರೆ ತುಂಬಾ ಇಷ್ಟ.

ಶಸ್ತ್ರಚಿಕಿತ್ಸೆಯ ತರುವಾಯ ತಾತ್ಕಾಲಿಕವಾಗಿ ವಿಶ್ರಾಂತಿ ಪಡೆದಿದ್ದ ಕಸ್ತೂರ್‌ಬಾಯ್‌ಗೆ ಮತ್ತೆ ರಕ್ತಸ್ರಾವ ಆರಂಭವಾಯ್ತು. ಈ ಬೇನೆ ಯಾವುದಕ್ಕೂ ಜಗ್ಗದಂತೆ ಕಂಡುಬಂತು. ಜಲಚಿಕಿತ್ಸೆಯೊಂದೇ ಅದಕ್ಕೆ ಸಾಕಾಗಲಿಲ್ಲ. ಆಕೆ ನನ್ನ ಯಾವುದೇ ಚಿಕಿತ್ಸೆಯನ್ನು ವಿರೋಧಿಸದಿದ್ದರೂ ನನ್ನ ಚಿಕಿತ್ಸೆಗಳಲ್ಲಿ ಅವಳಿಗೆ ತುಂಬಾ ಶ್ರದ್ಧೆಯಿರಲಿಲ್ಲ. ಹಾಗಿದ್ದರೂ ಖಂಡಿತವಾಗಿಯೂ ಆಕೆ ಹೊರಗಿನಿಂದ ಯಾವುದೇ ಸಹಾಯವನ್ನು ಕೇಳಲಿಲ್ಲ. ಆದ್ದರಿಂದ ನನ್ನ ಎಲ್ಲ ಚಿಕಿತ್ಸೆಗಳು ವಿಫಲವಾದ ಮೇಲೆ ನಾನು ಆಕೆಗೆ ಉಪ್ಪು ಮತ್ತು ದ್ವಿದಳಧಾನ್ಯಗಳನ್ನು ತ್ಯಜಿಸುವಂತೆ ತಿಳಿಸಿದೆ. ಎಷ್ಟು ವಾದಿಸಿದರೂ ಆಕೆ ಅದಕ್ಕೆ ಒಪ್ಪಿಗೆ ಕೊಡಲಿಲ್ಲ. ನಾನು ನನ್ನ ಸಲಹೆಗೆ ಆಧಾರಗಳನ್ನೊದಗಿಸಿದರೂ ಆಕೆ ಒಪ್ಪಲಿಲ್ಲ. 'ತನಗೆ ಯಾರೇ ಆದರೂ ಈ ಸಲಹೆಯನ್ನು ಕೊಟ್ಟರೂ ತಾನು ಅವನ್ನ ಬಿಡುವುದಿಲ್ಲ' ಎಂದು ಆಕೆ ಕಡೆಯಲ್ಲಿ ಸವಾಲು ಹಾಕಿದಳು. ನನಗೆ ದುಃಖವಾಯ್ತು, ಜತೆಯಲ್ಲಿ ಸಂತೋಷವೂ ಆಯ್ತು. ಆಕೆಯ ಮೇಲೆ ನಾನಿಟ್ಟಿದ್ದ ಪ್ರೀತಿಯನ್ನು ಸುರಿಸಲು ನನಗೊಂದು ಅವಕಾಶ ದೊರಕಿತೆಂದು ನನಗೆ ಸಂತೋಷವಾಗಿತ್ತು. ನಾನು ಆಕೆಗೆ ಹೀಗೆ ಹೇಳಿದೆ: 'ನೀನು ತಿಳಿದುಕೊಂಡಿರುವುದು ತಪ್ಪು. ನಾನು ಹುಷಾರಿಲ್ಲವೇ ಮಲಗಿದ್ದರೆ ಮತ್ತು ವೈದ್ಯರು ಈ ಪದಾರ್ಥಗಳನ್ನು ಇಲ್ಲವೇ ಇತರ ಪದಾರ್ಥಗಳನ್ನು ಬಿಟ್ಟುಬಿಡಬೇಕೆಂದು

ಸಲಹೆ ಕೊಟ್ಟಿದ್ದರೆ ನಾನು ಹಿಂದುಮುಂದು ನೋಡದೇ ಹಾಗೆ ಮಾಡುತ್ತಿದ್ದೆ. ಆದರೆ ಇಲ್ಲಿ ನೋಡು! ಯಾವುದೇ ವೈದ್ಯಕೀಯ ಸಲಹೆಯೂ ಇಲ್ಲದೆಯೇ ನಾನು ಉಪ್ಪನ್ನು ಮತ್ತು ದ್ವಿದಳಧಾನ್ಯಗಳನ್ನು ಒಂದು ವರ್ಷ ಬಿಟ್ಟು ಬಿಡುತ್ತೇನೆ. ನೀನು ಹಾಗೆ ಬಿಟ್ಟರೂ ಇಲ್ಲವೇ ಹಾಗೆ ಬಿಡದಿದ್ದರೂ ನಾನು ಅವನ್ನು ಬಿಟ್ಟುಬಿಡುತ್ತೇನೆ'.

ಆಕೆಗೆ ಹಠಾತ್ತನೇ ಆಘಾತವಾಯ್ತು. ತುಂಬಾ ದುಃಖದಿಂದ ಆಕೆ ಹೇಳಿದರು: 'ದಯವಿಟ್ಟು ನನ್ನನ್ನು ಕ್ಷಮಿಸಿ. ನಿಮ್ಮನ್ನು ಚೆನ್ನಾಗಿ ತಿಳಿದುಕೊಂಡಿರುವ ನಾನು ನಿಮ್ಮನ್ನು ಕೆರಳಿಸಬಾರದಾಗಿತ್ತು. ಈ ವಸ್ತುಗಳನ್ನು ಬಿಟ್ಟುಬಿಡುವುದಾಗಿ ನಾನು ಮಾತುಕೊಡುತ್ತೇನೆ. ಆದರೆ ದೇವರ ಸಲುವಾಗಿಯಾದರೂ ನೀವು ನಿಮ್ಮ ಪ್ರತಿಜ್ಞೆಯನ್ನು ವಾಪಸ್ ತೆಗೆದುಕೊಳ್ಳಿ. ಇದು ನನಗೆ ಕಠಿಣ ಸಜೆಯೇ ಆಗುವುದು'.

'ಈ ಪದಾರ್ಥಗಳನ್ನು ಬಿಟ್ಟುಬಿಡುವುದರಿಂದ ನಿನಗೆ ತುಂಬಾ ಒಳ್ಳೆಯದಾಗುವುದು. ಅವಿಲ್ಲದೆಯೂ ನೀನು ಚೆನ್ನಾಗಿರುವೆ ಎಂಬುದರಲ್ಲಿ ನನಗೆ ಅಲ್ಪಸ್ವಲ್ಪ ಸಂಶಯವೂ ಇಲ್ಲ. ನನ್ನ ಬಗ್ಗೆ ಹೇಳುವುದಾದರೆ ನಾನು ಪ್ರಾಮಾಣಿಕವಾಗಿ ತೆಗೆದುಕೊಂಡ ಪ್ರತಿಜ್ಞೆಯನ್ನು ಹಿಂದಕ್ಕೆ ತೆಗೆದುಕೊಳ್ಳಲಾರೆ. ಅದರಿಂದ ಖಂಡಿತವಾಗಿಯೂ ನನಗೆ ಪ್ರಯೋಜನವಾಗುತ್ತದೆ. ಏಕೆಂದರೆ ಎಲ್ಲ ನಿರ್ಬಂಧಗಳು ಯಾವುದು ಅವನ್ನು ಪ್ರಚೋದಿಸಿದರೂ ಅವು ಮನುಷ್ಯರಿಗೆ ಒಳ್ಳೆಯದನ್ನೇ ಮಾಡುವುವು. ಆದ್ದರಿಂದ ನೀನು ನನ್ನನ್ನು ಒಂಟಿಯಾಗಿರಲು ಬಿಟ್ಟುಬಿಡು. ಇದು ನನ್ನಗೊಂದು ಪರೀಕ್ಷೆಯೇ ಆಗಿದೆ. ನಿನ್ನ ನಿರ್ಣಯವನ್ನು ಸಾಧಿಸುವಲ್ಲಿ ಇದು ನಿನಗೆ ನೈತಿಕ ಬೆಂಬಲವೂ ಆಗುವುದು.

ಆಕೆ ನನ್ನನ್ನು ನನ್ನ ಪಾಡಿಗೆ ಬಿಟ್ಟುಬಿಟ್ಟಳು. 'ನೀವು ತುಂಬಾ ಹಠಮಾರಿ'. ನೀವು ಯಾರ ಮಾತನ್ನೂ ಕೇಳುವುದಿಲ್ಲ' ಎಂದು ಕಣ್ಣೀರು ಸುರಿಸಿದಳು.

ಈ ಘಟನೆಯ ತರುವಾಯ ಕಸ್ತೂರ್‌ಬಾಯ್ ತ್ವರಿತವಾಗಿ ಚೇತರಿಸಿಕೊಳ್ಳಲಾರಂಭಿಸಿದಳು. ಅದಕ್ಕೆ ಉಪ್ಪು ಬಿಟ್ಟದ್ದು ಕಾರಣವೋ ಅಥವಾ ದ್ವಿದಳಧಾನ್ಯಗಳಿಲ್ಲದ ಆಹಾರವನ್ನು ಸೇವಿಸಿದ್ದು ಕಾರಣವೋ ಅಥವಾ ಆಕೆಯ ಆಹಾರದಲ್ಲಿ ಉಂಟಾಗಿದ್ದ ಬದಲಾವಣೆಗಳ ಫಲವೊ ತಿಳಿಯದು. ಜೀವನಕ್ಕೆ ಸಂಬಂಧಿಸಿದ ಇತರ ನಿಯಮಗಳನ್ನು ಆಚರಣೆಗೆ ತರುವಲ್ಲಿ ನಾನು ಕಟ್ಟುನಿಟ್ಟಾಗಿ ಎಚ್ಚರಿಗೆ ವಹಿಸಿದ್ದುದರ ಪರಿಣಾಮವೋ ಅಥವಾ ಆ ಘಟನೆಯಿಂದ ಉತ್ಪನ್ನವಾಗಿದ್ದ ಮನೋಲ್ಲಾಸದ ಪರಿಣಾಮವೋ ಹಾಗಿದ್ದರೆ ಅದು ಎಷ್ಟರಮಟ್ಟಿಗೆ ಎಂದು ನಾನು ಹೇಳಲಾರೆ. ಆದರೆ ಆಕೆ ತ್ವರಿತವಾಗಿ ನವಚೈತನ್ಯವನ್ನು ತಂದು ಕೊಂಡಳು ಮತ್ತು ರಕ್ತಸ್ರಾವ ಪೂರ್ಣವಾಗಿ ನಿಂತುಹೋಯಿತು. ನಾನು ಏನೋ ಒಂದು ರೀತಿಯಲ್ಲಿ ಕಪಟವೈದ್ಯ (ಕ್ವಾಕ್) ಎಂಬ ಗೌರವವನ್ನು ಹೆಚ್ಚಿಸಿಕೊಂಡೆ.

ನನ್ನ ಮಟ್ಟಿಗೆ ಹೇಳುವುದಾದರೆ ಹೊಸದಾಗಿ ತಿರಸ್ಕರಿಸಿದ ಪದಾರ್ಥಗಳಿಂದ ನನ್ನ ಸ್ಥಿತಿ ತುಂಬಾ ಉತ್ತಮವಾಯ್ತು. ನಾನು ತ್ಯಜಿಸಿದ್ದ ಪದಾರ್ಥಗಳಿಗಾಗಿ ನಾನು ಎಂದೂ ಹಾತೊರೆಯಲಿಲ್ಲ. ವರ್ಷ ವೇಗವಾಗಿ ಸರಿದುಹೋಯ್ತು. ಇಂದ್ರಿಯಗಳು ಹಿಂದೆಂದಿಗಿಂತಲೂ

ಹೆಚ್ಚಾಗಿ ಶಿಸ್ತಿಗೊಳಗಾಗಿವೆ ಎಂದು ನನಗೆ ಗೊತ್ತಾಯ್ತು. ಪ್ರಯೋಗವು ಸ್ವಾವಲಂಬನೆಯ ಪ್ರವೃತ್ತಿಯನ್ನು ಪ್ರಚೋದಿಸಿತು. ನಾನು ಭಾರತಕ್ಕೆ ಹಿಂದಿರುಗಿದ ತರುವಾಯ ಬಹಳ ಕಾಲ ಈ ಪದಾರ್ಥಗಳನ್ನು ತ್ಯಜಿಸಿದ್ದೆ. 1914ರಲ್ಲಿ ನಾನು ಲಂಡನ್‌ನಲ್ಲಿದ್ದಾಗ ಅಂದರೆ ಆಗ ಒಂದೇ ಒಂದು ಬಾರಿ ಈ ಎರಡೂ ಪದಾರ್ಥಗಳನ್ನು ಮತ್ತೆ ತೆಗೆದುಕೊಂಡೆ ಎಂಬುದರ ಬಗ್ಗೆ ಮುಂದಿನ ಅಧ್ಯಾಯದಲ್ಲಿ ಹೇಳುತ್ತೇನೆ.

ದಕ್ಷಿಣ ಆಫ್ರಿಕದಲ್ಲಿ ನಾನು ನನ್ನ ಸಹಕಾರ್ಯಕರ್ತರುಗಳ ಮೇಲೆ ಉಪ್ಪಿಲ್ಲದ ಮತ್ತು ದ್ವಿದಳಧಾನ್ಯಗಳಿಲ್ಲದ ಆಹಾರದ ಪ್ರಯೋಗ ನಡೆಸಲು ಪ್ರಯತ್ನಿಸಿದೆ ಮತ್ತು ಒಳ್ಳೆಯ ಫಲಿತಾಂಶಗಳನ್ನು ಕೂಡಾ ಪಡೆದೆ. ವೈದ್ಯಶಾಸ್ತ್ರದ ಪ್ರಕಾರ ಈ ಆಹಾರದ ಮೌಲ್ಯದ ಬಗ್ಗೆ ಎರಡು ಅಭಿಪ್ರಾಯಗಳಿರಬಹುದು. ಆದರೆ ನೈತಿಕವಾಗಿ ಹೇಳುವುದಾದರೆ ವ್ಯಕ್ತಿಯು ತಾನಾಗಿಯೇ ಏನನ್ನಾದರೂ ವರ್ಜಿಸುವುದರಿಂದ ಅವನ ಜೀವಕ್ಕೆ ಒಳ್ಳೆಯದಾಗುವುದು ಎಂಬುದರಲ್ಲಿ ಸಂಶಯವೇ ಇಲ್ಲ. ವ್ಯಕ್ತಿಯು ತಾನಾಗಿಯೇ ನಿರ್ಬಂಧವನ್ನು ಹೇರಿಕೊಂಡು, ತೆಗೆದುಕೊಳ್ಳುವ ಆಹಾರವು, ಇಂದ್ರಿಯ ಸುಖಕ್ಕಾಗಿ ಒಬ್ಬಾತ ತೆಗೆದುಕೊಳ್ಳುವ ಆಹಾರಕ್ಕಿಂತಲೂ ಭಿನ್ನವಾಗಿರುತ್ತದೆ. ಅಂತಹ ಭಿನ್ನತೆ ಅವರ ಜೀವನ ಮಾರ್ಗಗಳಷ್ಟೇ ಭಿನ್ನವಾಗಿರುತ್ತವೆ. ಬ್ರಹ್ಮಚರ್ಯಕ್ಕಾಗಿ ಹಂಬಲಿಸುವವನು ಭೋಗಜೀವನಕ್ಕೆ ತಕ್ಕುದಾದ ಮಾರ್ಗಗಳನ್ನು ಅನುಸರಿಸುವ ಮೂಲಕ ಆಗಾಗ್ಗೆ ತನ್ನ ಉದ್ದೇಶವನ್ನು ತಾನೇ ವ್ಯರ್ಥಗೊಳಿಸುತ್ತಾನೆ.

30. ಆತ್ಮಸಂಯಮದ ದಿಕ್ಕಿನಲ್ಲಿ

ಹಿಂದಿನ ಅಧ್ಯಾಯದಲ್ಲಿ ನನ್ನ ಆಹಾರಕ್ರಮದಲ್ಲಿ ಕೆಲವು ಬದಲಾವಣೆಗಳನ್ನು ತಂದುಕೊಳ್ಳಲು ಕಸ್ತೂರ್‌ಬಾಯ್ ಕಾಹಿಲೆ ಹೇಗೆ ಸಾಧನವಾಯಿತು ಎಂಬುದನ್ನು ವಿವರಿಸಿದ್ದೇನೆ. ಮುಂದಿನ ಹಂತದಲ್ಲಿ ಬ್ರಹ್ಮಚರ್ಯಕ್ಕೆ ಒತ್ತಾಸೆ ನೀಡುವ ಸಲುವಾಗಿ ಹೆಚ್ಚು ಬದಲಾವಣೆಗಳನ್ನು ಆಚರಣೆಗೆ ತರಲಾಯ್ತು.

ಇದರಲ್ಲಿ ಮೊದಲನೆಯದೆಂದರೆ ಹಾಲನ್ನು ವರ್ಜಿಸಿದ್ದುದು: ಮೊದಲ ಬಾರಿಗೆ ರಾಯ್‌ಚಂದ್‌ಭಾಯ್ ಅವರಿಂದ ಹಾಲು ಪಶು ಪಶುಪ್ರವೃತ್ತಿ (ವಿಷಯಲಂಪಟತೆ)ಯನ್ನು ಕೆರಳಿಸುತ್ತದೆ ಎಂಬುದನ್ನು ಅರಿತುಕೊಂಡೆ. ಸಸ್ಯಾಹಾರಿವ್ರತ ಕುರಿತ ಪುಸ್ತಕಗಳು ಈ ವಿಚಾರವನ್ನು ಮತ್ತಷ್ಟು ಪುಷ್ಟೀಕರಿಸಿದವು. ಆದರೆ ಬ್ರಹ್ಮಚರ್ಯ ವ್ರತ ಕುರಿತ ಪ್ರತಿಜ್ಞೆಯನ್ನು ತೆಗೆದುಕೊಳ್ಳುವವರೆಗೂ ನಾನು ಹಾಲನ್ನು ಬಿಡುವ ಮನಸ್ಸುಮಾಡಿರಲಿಲ್ಲ. ದೇಹದ ಪೋಷಣೆಗೆ ಹಾಲಿನ ಅವಶ್ಯಕತೆಯಿಲ್ಲ ಎಂಬುದನ್ನು ತುಂಬಾ ಹಿಂದೆಯೇ ಮನವರಿಕೆಮಾಡಿಕೊಂಡಿದ್ದೆ. ಆದರೆ ಅದನ್ನು ವರ್ಜಿಸುವುದು ಸುಲಭದ ಮಾತಾಗಿರಲಿಲ್ಲ. ಆತ್ಮ ಸಂಯಮವನ್ನು ಕಾಪಾಡಲು ಹಾಲನ್ನು ವರ್ಜಿಸುವುದು ಅವಶ್ಯಕ ಎಂಬು ವಿಚಾರ ನನ್ನಲ್ಲಿ ಬೆಳೆಯುತ್ತಿತ್ತು. ಆ

ಸಮಯದಲ್ಲಿ ಕಲ್ಕತ್ತದಿಂದ ಬಂದಿದ್ದ ಯಾವುದೋ ಸಾಹಿತ್ಯ ನನ್ನ ಕಣ್ಣಿಗೆ ಬಿತ್ತು. ಅದರಲ್ಲಿ ಹಸುಗಳು ಮತ್ತು ಎಮ್ಮೆಗಳು ಅವುಗಳ ಪಾಲಕರುಗಳಿಂದ ಅನುಭವಿಸುತ್ತಿದ್ದ ಚಿತ್ರ ಹಿಂಸೆಯನ್ನು ವರ್ಣಿಸಲಾಗಿತ್ತು. ಇದು ನನ್ನ ಮೇಲೆ ಅದ್ಭುತ ಪರಿಣಾಮವನ್ನುಂಟುಮಾಡಿತು. ಅದನ್ನು ನಾನು ಮಿ. ಕ್ಯಾಲೆನ್‌ಬಾಕ್ ಜತೆಯಲ್ಲಿ ಚರ್ಚಿಸಿದೆ.

ದಕ್ಷಿಣ ಆಫ್ರಿಕದ ಸತ್ಯಾಗ್ರಹದ ಇತಿಹಾಸದಲ್ಲಿ ಓದುಗರಿಗೆ ಮಿ. ಕ್ಯಾಲೆನ್‌ಬಾಕ್‌ನನ್ನು ನಾನು ಪರಿಚಯಮಾಡಿಕೊಟ್ಟಿದ್ದರೂ ಮತ್ತು ಹಿಂದಿನ ಅಧ್ಯಾಯದಲ್ಲಿ ಅವನ ಬಗ್ಗೆ ಪ್ರಸ್ತಾಪಿಸಿದ್ದರೂ ಅವನ ಬಗ್ಗೆ ಇಲ್ಲಿ ಇನ್ನೂ ಹೆಚ್ಚಿಗೆ ಹೇಳುವುದು ಅವಶ್ಯಕ ಎಂದು ಭಾವಿಸಿದ್ದೇನೆ. ನಾವು ಆಕಸ್ಮಿಕವಾಗಿ ಭೇಟಿಯಾಗಿದ್ದೆವು. ಅವನು ಮಿ. ಖಾನ್‌ನ ಗೆಳೆಯನಾಗಿದ್ದ. ಅವನಲ್ಲಿ ಪಾರಮಾರ್ಥಿಕ ವಿಚಾರ ಆಳವಾಗಿ ಬೇರೂರಿರುವುದನ್ನು ಕಂಡು ಖಾನ್ ಅವನನ್ನು ನನಗೆ ಪರಿಚಯಮಾಡಿಕೊಟ್ಟಿದ್ದ.

ನಾನು ಅವನ ಪರಿಚಯಮಾಡಿಕೊಂಡಾಗ ಅವನಲ್ಲಿದ್ದ ಸುಖಾಭಿಲಾಷೆ ಮತ್ತು ದುಂದುವೆಚ್ಚವನ್ನು ಕಂಡು ಬೆಚ್ಚಿಬಿದ್ದಿದ್ದೆ. ನಮ್ಮ ಮೊದಲ ಭೇಟಿಯಲ್ಲಿ ಅವನು ಧರ್ಮಕ್ಕೆ ಸಂಬಂಧಿಸಿದ ವಿಷಯಗಳ ಬಗ್ಗೆ ಸೂಕ್ಷ್ಮವಾದ ಪ್ರಶ್ನೆಗಳನ್ನು ಕೇಳಿದ್ದ. ನಾವು ಪ್ರಾಸಂಗಿಕವಾಗಿ ಗೌತಮ ಬುದ್ಧನ ಸಂನ್ಯಾಸ (ಲೌಕಿಕ ಸಂಬಂಧಗಳ ತ್ಯಾಗ)ದ ಬಗ್ಗೆ ಮಾತಾಡಿದೆವು. ನಮ್ಮ ಪರಿಚಯ ಬಹುಬೇಗನೇ ತುಂಬಾ ಆಪ್ತ ಗೆಳೆತನದಲ್ಲಿ ಪರಿಪಕ್ವವಾಯ್ತು. ನಾವಿಬ್ಬರೂ ಒಂದೇ ರೀತಿಯಲ್ಲಿ ಯೋಚಿಸುತ್ತಿದ್ದೆವು. ನಾನು ನನ್ನ ಜೀವನದಲ್ಲಿ ಮಾಡಿಕೊಳ್ಳುತ್ತಿದ್ದ ಬದಲಾವಣೆಗಳನ್ನು ಅವನು ಕೂಡಾ ಅವನ ಜೀವನದಲ್ಲಿ ಅಳವಡಿಸಿಕೊಳ್ಳಬೇಕು ಎಂಬುದರ ಬಗ್ಗೆ ಅವನಲ್ಲಿ ದೃಢ ನಂಬಿಕೆ ಹುಟ್ಟಿತ್ತು.

ಆ ಕಾಲದಲ್ಲಿ ಅವನು ಒಂಟಿಯಾಗಿದ್ದ. ಕೇವಲ ತನಗಾಗಿ ಅವನು ತಿಂಗಳಿಗೆ 1200 ರೂಪಾಯಿಗಳನ್ನು ಖರ್ಚುಮಾಡುತ್ತಿದ್ದ. ಅದೂ ಅಲ್ಲದೇ ಮನೆ ಬಾಡಿಗೆಯ ರೂಪದಲ್ಲಿ ಇನ್ನೂ ಹೆಚ್ಚು ಹಣ ಖರ್ಚಾಗುತ್ತಿತ್ತು. ಈಗ ಅವನು ತಿಂಗಳಿಗೆ ಕೇವಲ 120 ರೂಪಾಯಿ ಖರ್ಚುಮಾಡುವಷ್ಟರ ಮಟ್ಟಿಗೆ ತನ್ನ ಖರ್ಚನ್ನು ತಗ್ಗಿಸಿದ್ದ. ಅವನ ಜೀವನ ಅಷ್ಟೊಂದು ಸರಳವಾಯ್ತು. ನಾನು ಕುಟುಂಬವನ್ನು ದೂರ ಕಳಿಸಿದ ಮೇಲೆ ಮತ್ತು ಸೆರೆಮನೆಯಿಂದ ಬಿಡುಗಡೆಯಯಾದ ಮೇಲೆ ನಾವು ಒಟ್ಟಿಗೆ ವಾಸಿಸಲಾರಂಭಿಸಿದೆವು. ಅವನು ತುಂಬಾ ಕಠಿಣವಾದ ಜೀವನವನ್ನು ನಡೆಸುತ್ತಿದ್ದ.

ಈ ಕಾಲದಲ್ಲಿ ನಾವು ಹಾಲಿನ ಬಗ್ಗೆ ಚರ್ಚಿಸುತ್ತಿದ್ದೆವು. ಮಿ. ಕ್ಯಾಲೆನ್‌ಬಾಕ್ ಹೀಗೆ ಹೇಳಿದ: 'ನಾವು ಎಡಬಿಡದೇ ಹಾಲಿನ ದುಷ್ಪರಿಣಾಮಗಳ ಬಗ್ಗೆ ಮಾತಾಡುತ್ತಿದ್ದೇವೆ. ಹಾಗಿದ್ದರೆ ನಾವೇಕೆ ಅದನ್ನು ಬಿಟ್ಟುಬಿಡಬಾರದು? ಖಂಡಿತವಾಗಿಯೂ ನಮಗೆ ಅದರ ಅವಶ್ಯಕತೆಯಿಲ್ಲ'. ಈ ಸಲಹೆಯನ್ನು ಕೇಳಿ ನನ್ನ ಮನಸ್ಸಿಗೆ ಹಿತವಾಯ್ತು ಮತ್ತು ಆಶ್ಚರ್ಯವೂ ಆಯ್ತು. ನಾನು ಸಂತೋಷದಿಂದ ಈ ಸಲಹೆಯನ್ನು ಸ್ವಾಗತಿಸಿದೆ. ಅಲ್ಲಿಯೇ ಆ ಕ್ಷಣದಲ್ಲಿ ಹಾಲನ್ನು ತ್ಯಜಿಸುವುದಾಗಿ ಪ್ರತಿಜ್ಞೆ ಮಾಡಿದೆವು. 1912ನೇ ವರ್ಷದಲ್ಲಿ ಟಾಲ್‌ಸ್ಟಾಯ್ ಫಾರ್ಮ್‌ನಲ್ಲಿ ಈ ಪ್ರಸಂಗ ನಡೆಯಿತು.

ಆದರೆ ಹೀಗೆ ತ್ಯಾಗಮಾಡಿದ್ದರೂ ನನಗೆ ತೃಪ್ತಿ ಸಿಗಲಿಲ್ಲ. ಇದರ ತರುವಾಯ ಬಹುಬೇಗನೇ ನಾನು ಪರಿಶುದ್ಧ ಫಲಾಹಾರದ ಮೇಲೆ ಜೀವಿಸಲು ನಿರ್ಧರಿಸಿದೆ. ಜತೆಯಲ್ಲಿ ನಾನು ಸಾಧ್ಯವಾದಷ್ಟು ಮಟ್ಟಿಗೆ ಅತ್ಯಂತ ಅಗ್ಗದ ಹಣ್ಣುಗಳಿಂದ ಕೂಡಿದ್ದ ಆಹಾರವನ್ನು ಸೇವಿಸಲು ನಿರ್ಧರಿಸಿದೆ. ಅತ್ಯಂತ ಬಡಜನರ ಜೀವನ ಸಾಗಿಸುವುದು ನಮ್ಮ ಮಹದಾಶೆಯಾಗಿತ್ತು.

ಫಲಾಹಾರವು ತುಂಬಾ ಅನುಕೂಲಕರವಾಗಿತ್ತು. ವಾಸ್ತವವಾಗಿ ಅಡಿಗೆಯ ಕೆಲಸ ನಿಂತೇ ಹೋಯಿತು. ಕಚ್ಚಾ (ಹಸಿ) ನೆಲಗಡಲೆ, ಬಾಳೆಹಣ್ಣುಗಳು, ಖರ್ಜೂರ (ಉತ್ತುತ್ತೆ) ನಿಂಬೆಹಣ್ಣುಗಳು, ಮತ್ತು ಆಲಿವ್‌ಎಣ್ಣೆ (ಅಡುಗೆಯಲ್ಲಿ ಬಳಸುವ, ಆಲಿವ್ ಹಣ್ಣುಗಳಿಂದ ತೆಗೆದ ಎಣ್ಣೆ) ನಮ್ಮ ಎಂದಿನ ಆಹಾರದಲ್ಲಿ ಸೇರಿದ್ದವು.

ಬ್ರಹ್ಮಚರ್ಯವನ್ನು ಹಂಬಲಿಸುವವರಿಗೆ ಇಲ್ಲಿ ನಾನು ಒಂದು ಎಚ್ಚರಿಕೆಯ ಮಾತನ್ನು ಹೇಳಲೇಬೇಕು. ಬ್ರಹ್ಮಚರ್ಯ ಮತ್ತು ಆಹಾರದ ನಡುವೆ ಆಪ್ತ ಸಂಬಂಧವನ್ನು ಏರ್ಪಡಿಸಿಕೊಂಡಿದ್ದರೂ ಮನಸ್ಸು ಎಲ್ಲದಕ್ಕಿಂತ ಮುಖ್ಯವಾದದ್ದು ಎಂಬುದನ್ನು ಗಮನದಲ್ಲಿಟ್ಟುಕೊಳ್ಳಬೇಕು. ಪ್ರಜ್ಞಾಪೂರ್ವಕವಾಗಿ ಹೊಲಸಾಗಿರುವ ಮನಸ್ಸನ್ನು ಉಪವಾಸದಿಂದ ಸ್ವಚ್ಛಗೊಳಿಸಲು ಸಾಧ್ಯವಾಗದು. ಆಹಾರದಲ್ಲಿ ಬದಲಾವಣೆಮಾಡಿಕೊಳ್ಳುವುದರಿಂದ ಏನೂ ಪರಿಣಾಮ ಉಂಟಾಗದು. ಮನಸ್ಸಿನ ಕಾಮುಕತೆಯನ್ನು ತೀವ್ರವಾದ ಆತ್ಮ ಪರೀಕ್ಷೆಯ ಮೂಲಕವಲ್ಲದೇ ಮತ್ತು ದೇವರಿಗೆ ಶರಣಾಗದೇ ಬುಡಸಹಿತ ಕಿತ್ತು ಹಾಕಲು ಸಾಧ್ಯವಾಗದು. ಕಡೆಯದಾಗಿ ದೇವರ ಅನುಗ್ರಹವಿಲ್ಲದಿದ್ದರೆ ಕಾಮುಕತೆಯನ್ನು ಕಿತ್ತು ಹಾಕಲು ಸಾಧ್ಯವಾಗದು. ಆದರೆ ದೇಹ ಮತ್ತು ಮನಸ್ಸಿನ ನಡುವೆ ನಿಕಟ ಸಂಬಂಧವಿದೆ. ದೇಹ ಮತ್ತು ವಿಷಯಾಸಕ್ತ ಮನಸ್ಸು ಸವಿತಿನಿಸುಗಳು ಮತ್ತು ಭೋಗದ ಬಗ್ಗೆ ಹಾತೊರೆಯುತ್ತಿರುತ್ತವೆ. ಈ ಪ್ರವೃತ್ತಿಯನ್ನು ತೊಲಗಿಸಲು ಆಹಾರದ ಮೇಲಿನ ನಿರ್ಬಂಧಗಳು ಮತ್ತು ಉಪವಾಸ ಅವಶ್ಯಕವೆಂದು ಕಂಡುಬರುತ್ತವೆ. ವಿಷಯಾಸಕ್ತ ಮನಸ್ಸು ಇಂದ್ರಿಯಗಳನ್ನು ನಿಯಂತ್ರಿಸುವ ಪ್ರತಿಯಾಗಿ ಅವುಗಳ ಗುಲಾಮನಾಗಿ ಬಿಡುತ್ತಿದೆ. ಆದ್ದರಿಂದ ದೇಹಕ್ಕೆ ಯಾವಾಗಲು ಪ್ರಚೋದನಕಾರಿಯಲ್ಲದ ಆಹಾರ ಮತ್ತು ಆಗಿಂದಾಗ್ಗೆ ಉಪವಾಸ ಅವಶ್ಯಕ.

ಆಹಾರ ನಿರ್ಬಂಧಗಳು ಮತ್ತು ಉಪವಾಸದ ಬಗ್ಗೆ ಹಗುರವಾಗಿ ಮಾತಾಡುವವರು ಎಲ್ಲವನ್ನೂ ಅವುಗಳ ಮೇಲೆ ಹೊರಿಸಿ ಹಕ್ಕು ಸ್ಥಾಪಿಸುವವರಷ್ಟೇ (ಅಂದರೆ ಅದೇ ಸರ್ವಸ್ವ ಎಂದು ಭಾವಿಸಿ) ತಪ್ಪು ಮಾಡುತ್ತಾರೆ. ಯಾರ ಮನಸ್ಸು ಆತ್ಮಸಂಯಮ, ಆಹಾರ ನಿರ್ಬಂಧಗಳು ಮತ್ತು ಉಪವಾಸಗಳ ಕಡೆಗೆ ಒಲಿದಿರುತ್ತದೋ ಅವರಿಗೆ ಇವು ತುಂಬಾ ಸಹಕಾರಿ ಎಂದು ನನ್ನ ಅನುಭವ ನನಗೆ ಕಲಿಸಿಕೊಟ್ಟಿದೆ. ವಾಸ್ತವವಾಗಿ ಅವುಗಳ ಸಹಾಯವಿಲ್ಲದೇ ವಿಷಯಾಸಕ್ತಿಯನ್ನು ಪೂರ್ಣವಾಗಿ ಮನಸ್ಸಿನಿಂದ ಕಿತ್ತು ಹಾಕಲು ಸಾಧ್ಯವಾಗದು.

31. ಉಪವಾಸ

ಹಾಲು ಮತ್ತು ಧಾನ್ಯಗಳನ್ನು ಬಿಟ್ಟು ಫಲಾಹಾರದ ಮೇಲೆ ಪ್ರಯೋಗವನ್ನು ಪ್ರಾರಂಭಿಸಿದ್ದ ಕಾಲದಲ್ಲಿ ನಾನು ಆತ್ಮ ಸಂಯಮದ ಸಾಧನವೆಂದು ಉಪವಾಸವನ್ನು ಆರಂಭಿಸಿದೆ. ಈ ಕಾರ್ಯದಲ್ಲಿ ಮಿ. ಕ್ಯಾಲೆನ್‌ಬಾಕ್ ಕೂಡಾ ನನ್ನ ಜತೆಯಲ್ಲಿ ಸೇರಿಕೊಂಡ. ನನಗೆ ಆಗಾಗ್ಗೆ ಉಪವಾಸ ಮಾಡಿ ಅಭ್ಯಾಸವಾಗಿತ್ತು. ಆದರೆ ನಾನು ಕೇವಲ ಆರೋಗ್ಯದ ದೃಷ್ಟಿಯಿಂದ ಉಪವಾಸ ಮಾಡಿದ್ದೆ. ಒಬ್ಬ ಗೆಳೆಯನಿಂದ ತಿಳಿದುಕೊಂಡ ಪ್ರಕಾರ ಆತ್ಮ ಸಂಯಮಕ್ಕೆ ಉಪವಾಸ ಅತ್ಯಗತ್ಯ.

ವೈಷ್ಣವ ಕುಟುಂಬದಲ್ಲಿ ಜನಿಸಿದ್ದರಿಂದ ಮತ್ತು ನನ್ನ ತಾಯಿ ಎಲ್ಲ ಬಗೆಯ ಕಠಿಣವ್ರತಗಳನ್ನು ಆಚರಿಸುತ್ತಿದ್ದುದರಿಂದ ನಾನು ಭಾರತದಲ್ಲಿದ್ದಾಗ ಏಕಾದಶಿ ಮತ್ತು ಇತರ ಉಪವಾಸದ ದಿನಗಳನ್ನು ಆಚರಿಸುತ್ತಿದ್ದೆ. ಆದರೆ ಹಾಗೆ ಆಚರಿಸುತ್ತಿದ್ದಾಗ ನಾನು ನನ್ನ ತಾಯಿಯನ್ನು ಸುಮ್ಮನೇ ಅನುಸರಿಸುತ್ತಿದ್ದೆ ಮತ್ತು ನನ್ನ ತಂದೆತಾಯಿಯರನ್ನು ಪ್ರಸನ್ನಗೊಳಿಸಲು ಅವುಗಳನ್ನು ಆಚರಿಸುತ್ತಿದ್ದೆ.

ಆ ಕಾಲದಲ್ಲಿ ನಾನು ಉಪವಾಸದ ಸಾರ್ಥಕತೆಯನ್ನು ಅರ್ಥಮಾಡಿಕೊಂಡಿರಲಿಲ್ಲ ಇಲ್ಲವೇ

ಅವುಗಳಲ್ಲಿ ವಿಶ್ವಾಸವೂ ಇರಲಿಲ್ಲ. ಆದರೆ ನಾನೀಗಾಗಲೇ ಉಲ್ಲೇಖಿಸಿರುವ ಗೆಳೆಯನು ಅದರ ಆಚರಣೆಯಿಂದ ಪ್ರಯೋಜನ ಪಡೆಯುತ್ತಿದ್ದಾನೆಂದೂ ಮತ್ತು ಬ್ರಹ್ಮಚರ್ಯ ವ್ರತಕ್ಕೆ ಅದರಿಂದ ಒತ್ತಾಸೆ ಸಿಗುವುದು ಎಂಬ ಭರವಸೆಯನ್ನಿಟ್ಟುಕೊಂಡಿದ್ದಾನೆ ಎಂಬುದನ್ನು ಅರಿತೆ. ನಾನು ಅವನ ಆದರ್ಶವನ್ನು ಅನುಸರಿಸಿದೆ ಮತ್ತು ಏಕಾದಶಿ ಉಪವಾಸವನ್ನು ಆಚರಿಸಲಾರಂಭಿಸಿದೆ. ನಿಯಮದಂತೆ ಹಿಂದೂಗಳು ಉಪವಾಸದ ದಿವಸ ಹಣ್ಣು ಮತ್ತು ಹಾಲನ್ನು ತೆಗೆದುಕೊಳ್ಳುತ್ತಾರೆ. ಆದರೆ ಅಂತಹ ಉಪವಾಸವನ್ನು ನಾನು ಪ್ರತಿದಿನವೂ ಆಚರಿಸುತ್ತಿದ್ದೇನೆ. ಆದ್ದರಿಂದ ಈಗ ನಾನು ಪೂರ್ಣ ಉಪವಾಸವನ್ನು ಆರಂಭಿಸಿದೆ. ಕೇವಲ ನೀರನ್ನು ಕುಡಿಯುತ್ತಿದ್ದೆ.

ನಾನು ಈ ಪ್ರಯೋಗವನ್ನು ಆರಂಭಿಸಿದಾಗ ಹಿಂದೂ ಮಾಸವಾದ ಶ್ರಾವಣ ಮತ್ತು ಇಸ್ಲಾಮಿನ ತಿಂಗಳಾದ ರಂಜಾನ್ ಒಂದರೊಡನೊಂದು ಸೇರಿಕೊಂಡಿದ್ದವು. ಗಾಂಧಿಮನೆತನದವರು ವೈಷ್ಣವ ವ್ರತಗಳನ್ನಲ್ಲದೇ ಶೈವ ವ್ರತಗಳನ್ನು ಕೂಡಾ ಆಚರಿಸುತ್ತಿದ್ದರು. ಅವರು ಶೈವ ದೇವಾಲಯಗಳಿಗೆ ಅಲ್ಲದೇ ವೈಷ್ಣವ ದೇವಾಲಯಗಳಿಗೂ ಹೋಗುತ್ತಿದ್ದರು.

ಕುಟುಂಬದ ಕೆಲವು ಸದಸ್ಯರುಗಳು ಶ್ರಾವಣ ತಿಂಗಳಿನಲ್ಲಿ ಪೂರ್ತಿಯಾಗಿ ಪ್ರದೋಷ (ಸಂಧ್ಯಾಕಾಲದವರೆಗೂ ಉಪವಾಸವಿರುವುದು)ವನ್ನು ಆಚರಿಸುತ್ತಿದ್ದರು. ನಾನು ಹಾಗೆ ಮಾಡಲು ತೀರ್ಮಾನಿಸಿದೆ.

ಟಾಲ್‌ಸ್ಟಾಯ್ ಫಾರ್ಮ್‌ನಲ್ಲಿ ನಾವಿದ್ದಾಗ ಈ ಮುಖ್ಯ ಪ್ರಯೋಗಗಳನ್ನು ಕೈಗೊಂಡಿದ್ದೆವು. ಅಲ್ಲಿ ಮಿ. ಕ್ಯಾಲೆನ್‌ಬಾಕ್ ಮತ್ತು ನಾನು ಕೆಲವು ಸತ್ಯಾಗ್ರಹಿ ಕುಟುಂಬಗಳ ಜತೆಯಲ್ಲಿ ವಾಸಿಸುತ್ತಿದ್ದೆವು. ನಮ್ಮ ಜತೆಯಲ್ಲಿ ಯುವಕರು ಮತ್ತು ಮಕ್ಕಳು ಕೂಡಾ ಇದ್ದರು. ಮಕ್ಕಳಿಗಾಗಿ ಶಾಲೆ ಕೂಡಾ ಇತ್ತು. ಅವರಲ್ಲಿ ನಾಲ್ಕು ಅಥವಾ ಐದು ಮಂದಿ ಮುಸಲ್ಮಾನರಿದ್ದರು. ಧಾರ್ಮಿಕ ಆಚರಣೆಗಳನ್ನು ನಡೆಸಿಕೊಂಡು ಹೋಗುವಂತೆ ನಾನು ಅವರನ್ನು ಯಾವಾಗಲೂ ಹುರಿದುಂಬಿಸುತ್ತಿದ್ದೆ ಮತ್ತು ಪಾರ್ಸಿ ಯುವಕರುಗಳು ಕೂಡಾ ನಮ್ಮ ಜತೆಯಲ್ಲಿದ್ದರು. ಅವರವರಿಗೆ ಸಲ್ಲುವ ಧಾರ್ಮಿಕ ಆಚರಣೆಗಳನ್ನು ಅನುಸರಿಸುವಂತೆ ಅವರನ್ನು ಹುರಿದುಂಬಿಸುವುದು ನನ್ನ ಕರ್ತವ್ಯ ಎಂದು ಪರಿಗಣಿಸಿದ್ದೆ.

ಆದ್ದರಿಂದ ಈ ತಿಂಗಳಲ್ಲಿ ಮುಸಲ್ಮಾನ್ ಯುವಕರಿಗೆ ರಂಜಾನ್ ಉಪವಾಸವನ್ನು ಆಚರಿಸುವಂತೆ ಅವರ ಮನಒಲಿಸಿದೆ. ಸಹಜವಾಗಿ ನಾನು ಪ್ರದೋಷವನ್ನು ಆಚರಿಸಲು ತೀರ್ಮಾನಿಸಿದ್ದೆ. ಆದರೆ ನನ್ನ ಜತೆಯಲ್ಲಿ ಸೇರಿಕೊಳ್ಳುವಂತೆ ಹಿಂದೂ, ಪಾರ್ಸಿ ಮತ್ತು ಕ್ರಿಶ್ಚಿಯನ್ ಗೆಳೆಯರನ್ನು ಕೇಳಿಕೊಂಡೆ. ಸ್ವಾರ್ಥತ್ಯಾಗ ಕುರಿತ ಯಾವುದೇ ವಿಷಯದಲ್ಲಿ ಇತರರೊಂದಿಗೆ ಸೇರುವುದು ಯಾವಾಗಲೂ ಒಳ್ಳೆಯದೆಂದು ಅವರಿಗೆ ವಿವರಿಸಿದೆ. ಫಾರ್ಮ್(ಒಕ್ಕಲು ಜಮೀನು)ನ ಅನೇಕ ನಿವಾಸಿಗಳು ನನ್ನ ಪ್ರಸ್ತಾಪವನ್ನು ಸ್ವಾಗತಿಸಿದರು. ಹಿಂದೂ ಮತ್ತು ಪಾರ್ಸಿ ಯುವಕರು ಎಲ್ಲ ವಿಷಯಗಳಲ್ಲೂ ಮುಸಲ್ಮಾನರನ್ನು ಅನುಕರಿಸಲಿಲ್ಲ. ಅದರ ಅವಶ್ಯಕತೆಯೂ ಇರಲಿಲ್ಲ. ಮುಸಲ್ಮಾನ್ ಯುವಕರು ಸೂರ್ಯ ಮುಳುಗುವವರೆಗೂ ತಮ್ಮ ಊಟಕ್ಕಾಗಿ ಕಾಯಬೇಕಾಗಿತ್ತು. ಆದರೆ ಇತರರು ಹಾಗೆ ಮಾಡಲಿಲ್ಲ. ಆದ್ದರಿಂದ ಅವರು ಮುಸಲ್ಮಾನ್ ಗೆಳೆಯರಿಗಾಗಿ ಸವಿಯಾದ ತಿನಿಸುಗಳನ್ನು ತಯಾರಿಸಿ ಅವರಿಗೆ ಬಡಿಸುತ್ತಿದ್ದರು. ಮಾರನೇ ದಿನದ ಬೆಳಗ್ಗೆ ಸೂರ್ಯನು

ಹುಟ್ಟುವುದಕ್ಕೂ ಮುಂಚಿತವಾಗಿ ಮುಸಲ್ಮಾನರು ಊಟ ಮಾಡುವಾಗ ಅವರ ಜತೆಯಲ್ಲಿ ಹಿಂದೂಗಳು ಅಥವಾ ಇತರ ಯುವಕರು ಇರುತ್ತಿರಲಿಲ್ಲ. ಸಹಜವಾಗಿ ಮುಸಲ್ಮಾನರನ್ನು ಬಿಟ್ಟಂತೆ ಇತರರಿಗೆ ನೀರು ಕುಡಿಯಲು ಅವಕಾಶವಿತ್ತು.

ಈ ಪ್ರಯೋಗಗಳ ಪರಿಣಾಮವೇನೆಂದರೆ ಎಲ್ಲರಿಗೂ ಉಪವಾಸದ ಮೌಲ್ಯದ ಮನವರಿಕೆಯಾದದ್ದು. ಅವರಲ್ಲಿ ಅತ್ಯುತ್ಕೃಷ್ಟವಾದ ಸಮುದಾಯ ಪ್ರಜ್ಞೆ ಬೆಳೆಯಿತು.

ನಾವೆಲ್ಲರೂ ಟಾಲ್‌ಸ್ಟಾಯ್ ಫಾರ್ಮ್‌ನಲ್ಲಿ ಶಾಕಾಹಾರಿಗಳಾಗಿದ್ದೆವು. ನನ್ನ ಭಾವನೆಗಳನ್ನು ಗೌರವಿಸಲು ಎಲ್ಲರೂ ಸಿದ್ಧರಾಗಿದ್ದುದರಿಂದ ಇದು ಸಾಧ್ಯವಾಯಿತು ಎಂದು ಕೃತಜ್ಞತಾಪೂರ್ವಕವಾಗಿ ಹೇಳಿಕೊಳ್ಳುತ್ತಿದ್ದೇನೆ. ರಂಜಾನ್ ತಿಂಗಳಲ್ಲಿ ಮುಸಲ್ಮಾನ್ ಯುವಕರಿಗೆ ಮಾಂಸ ದೊರೆಯುತ್ತಿರಲಿಲ್ಲ. ತಾವು ಅದನ್ನು ತಪ್ಪಿಸಿಕೊಂಡೆವೆಂದು ಅವರಲ್ಲಿ ಯಾರೂ ಎಂದೂ ನನಗೆ ತಿಳಿಸಲಿಲ್ಲ. ಅವರು ಶಾಕಾಹಾರಿ ಆಹಾರದ ರುಚಿಯನ್ನು ಸವಿದು ಸಂತೋಷ ಪಟ್ಟರು. ಹಿಂದೂಯುವಕರು ಆಗಾಗ್ಗೆ ಸವಿಯಾದ ಶಾಕಾಹಾರಿ ತಿನಿಸುಗಳನ್ನು ಅವರಿಗಾಗಿ ತಯಾರಿಸುತ್ತಿದ್ದರು. ಫಾರ್ಮ್‌ನ ಸರಳತೆಯನ್ನು ಉಳಿಸಿಕೊಳ್ಳಲು ಪ್ರಯತ್ನಿಸಲಾಗುತ್ತಿತ್ತು.

ಉಪವಾಸ ಕುರಿತ ಈ ಅಧ್ಯಾಯದ ಮಧ್ಯದಲ್ಲಿ ನಾನು ಉದ್ದೇಶಪೂರ್ವಕವಾಗಿ ವಿಷಯಾಂತರಿಸಿದ್ದೇನೆ (ಅಂದರೆ ಮುಖ್ಯ ವಿಷಯವನ್ನು ಬಿಟ್ಟು ಬೇರೆ ವಿಷಯದತ್ತ ಹೊರಳಿದ್ದೇನೆ.) ಏಕೆಂದರೆ ಈ ಮಧುರ ಸ್ಮೃತಿಗಳನ್ನು ನಾನು ಬೇರೆ ಎಲ್ಲೂ ಕೊಡಲು ಸಾಧ್ಯವಾಗುತ್ತಿರಲಿಲ್ಲ. ಪರೋಕ್ಷವಾಗಿ ನನ್ನ ವಿಶಿಷ್ಟ ಗುಣವನ್ನು ಅಂದರೆ ನಾನು ನನ್ನ ಸಹಕಾರ್ಯಕರ್ತರುಗಳನ್ನು ಎಲ್ಲ ವಿಷಯಗಳಲ್ಲೂ ನನ್ನ ಜತೆಯಲ್ಲಿರಿಸಿಕೊಳ್ಳಲು ಇಷ್ಟಪಡುತ್ತಿದ್ದೆ ಎಂಬುದನ್ನು ವಿವರಿಸಿದ್ದೇನೆ. ಒಳ್ಳೆಯದು ಎಂದು ನಾನು ಮೆಚ್ಚಿಕೊಂಡಿದ್ದ ಎಲ್ಲ ವಿಷಯಗಳಲ್ಲೂ ಅವರನ್ನು ನನ್ನ ಜತೆಯಲ್ಲಿ ಸೇರಿಸಿಕೊಳ್ಳುತ್ತಿದ್ದೆ. ಅವರೆಲ್ಲರಿಗೂ ಉಪವಾಸ ಎನ್ನುವುದು ಹೊಸ ವಿಷಯವಾಗಿತ್ತು. ಆದರೆ ರಂಜಾನ್ ಮತ್ತು ಪ್ರದೋಷಗಳ ನಿಮಿತ್ತ ಆತ್ಮಸಂಯಮದ ಸಾಧನವಾಗಿ ಉಪವಾಸದ ಬಗ್ಗೆ ಅವರಲ್ಲಿ ಆಸಕ್ತಿ ಹುಟ್ಟಿಸುವುದು ನನಗೆ ಸುಲಭವಾಗಿತ್ತು.

ಈ ಪ್ರಕಾರ ಸಹಜವಾಗಿ ಫಾರ್ಮ್‌ನಲ್ಲಿ ಸ್ವಾರ್ಥತ್ಯಾಗದ (ಅಂದರೆ ಸಂಯಮದ) ವಾತಾವರಣ ಮೂಡಿತ್ತು. ಫಾರ್ಮ್‌ನ ಎಲ್ಲ ನಿವಾಸಿಗಳು ಅರ್ಧ ಅಥವಾ ಪೂರ್ತಿ ಉಪವಾಸಗಳಲ್ಲಿ ನಮ್ಮ ಜತೆಯಲ್ಲಿ ಸೇರಿಕೊಳ್ಳಲಾರಂಭಿಸಿದರು. ಅದರಿಂದ ಒಟ್ಟಿನಲ್ಲಿ ಅವರಿಗೆ ಒಳ್ಳೆಯದಾಗಿತ್ತು ಎಂದು ನಾನು ದೃಢವಾಗಿ ನಂಬಿದ್ದೇನೆ. ಈ ಸ್ವಾರ್ಥತ್ಯಾಗ ಎಷ್ಟರಮಟ್ಟಿಗೆ ಅವರ ಹೃದಯಗಳನ್ನು ಸ್ಪರ್ಶಿಸಿತ್ತು ಮತ್ತು ಇಂದ್ರಿಯಾಸಕ್ತಿಯನ್ನು ಗೆಲ್ಲಲು ಹೆಣಗಾಡುತ್ತಿದ್ದ ಅವರಿಗೆ ಎಷ್ಟರಮಟ್ಟಿಗೆ ಸಹಾಯಮಾಡಿತು ಎಂಬುದನ್ನು ಖಚಿತವಾಗಿ ನಾನು ಹೇಳಲಾರೆ. ಆದರೆ ನಾನು ಅದರಿಂದ ನೈತಿಕವಾಗಿ ಮತ್ತು ದೈಹಿಕವಾಗಿ ತುಂಬಾ ಪ್ರಯೋಜನ ಪಡೆದೆ ಎಂದು ಮನವರಿಕೆಮಾಡಿಕೊಂಡಿದ್ದೇನೆ. ಹಾಗಿದ್ದರೂ ಉಪವಾಸ ಮತ್ತು ಅದೇ ಬಗೆಯ ಶಿಸ್ತಿನ ಕ್ರಮಗಳು ಅದೇ ಬಗೆಯ ಪರಿಣಾಮವನ್ನು ಎಲ್ಲರಲ್ಲೂ ಉಂಟುಮಾಡುತ್ತದೆ ಎಂಬುದನ್ನು ಅತ್ಯವಶ್ಯಕವಾಗಿ ಒಪ್ಪಿಕೊಳ್ಳಬೇಕಾಗಿಲ್ಲ ಎಂದು ನನಗೆ ಗೊತ್ತಿದೆ.

ಆತ್ಮ ಸಂಯಮದ ದೃಷ್ಟಿಯನ್ನಿಟ್ಟುಕೊಂಡು ಉಪವಾಸ ವ್ರತವನ್ನು ಕೈಗೊಂಡಾಗ ಮಾತ್ರ ಅದು ಪಶು ಪ್ರವೃತ್ತಿ (ಕಾಮುಕತೆ)ಯನ್ನು ನಿಗ್ರಹಿಸಲು ಸಹಾಯಮಾಡಬಲ್ಲದು. ತಮ್ಮ ಪಶು ಪ್ರವೃತ್ತಿ ಮತ್ತು ನಾಲಿಗೆಯ ರುಚಿ ಉಪವಾಸ ಮಾಡಿದ ನಂತರ ಆಗುವ ಪರಿಣಾಮಗಳನ್ನು ಉತ್ತೇಜಿಸುವುದು ಎಂದು ನನ್ನ ಕೆಲವು ಗೆಳೆಯರು ಖಚಿತವಾಗಿ ಕಂಡುಕೊಂಡಿದ್ದಾರೆ. ಅದರ ಅರ್ಥವೇನೆಂದರೆ ಆತ್ಮ ಸಂಯಮದ ಬಗ್ಗೆ ಎಡಬಿಡದ ಹಂಬಲ ಇರದ ಹೊರತು ಉಪವಾಸ ನಿರರ್ಥಕವಾಗುವುದು. ಈ ಸಂದರ್ಭದಲ್ಲಿ ಭಗವದ್ಗೀತೆಯ ಎರಡನೇ ಅಧ್ಯಾಯದ ಸುಪ್ರಸಿದ್ಧ ಶ್ಲೋಕವನ್ನು ಉಲ್ಲೇಖಿಸುವುದು ಯೋಗ್ಯ ಎಂದು ಭಾವಿಸಿದ್ದೇನೆ:

ತನ್ನ ಇಂದ್ರಿಯಗಳನ್ನು ಉಪವಾಸವಿರಿಸುವ ಮನುಷ್ಯನ

ಇಂದ್ರಿಯ ಭೋಗವಸ್ತುಗಳು ಹೊರಗೆ ಕಾಣುವಂತೆ ಮಾಯವಾಗುತ್ತವೆ.

ಹಿಂದುಗಡೆ ಉತ್ಕಟ ಆಶೆಯನ್ನು ಬಿಟ್ಟಿರುತ್ತವೆ; ಆದರೆ ಯಾವಾಗ

ಅವನು ಪರಮ ಶಕ್ತಿ (ದೇವರು)ಯನ್ನು ಕಂಡಾಗ (ಸಾಕ್ಷಾತ್ಕಾರವಾದಾಗ)

ಉತ್ಕಟ ಆಶೆ ಕೂಡಾ ಮಾಯವಾಗುತ್ತದೆ.

ಆದ್ದರಿಂದ ಉಪವಾಸ ಮತ್ತು ಅದೇ ಬಗೆಯ ಶಿಸ್ತಿನ ಕ್ರಮ ಆತ್ಮ ಸಂಯಮದ ಗುರಿಯನ್ನು ಮುಟ್ಟುವ ಒಂದು ಸಾಧನವಾಗಿದೆ. ಆದರೆ ಅದೇ ಸರ್ವಸ್ವವಲ್ಲ. ಶಾರೀರಿಕವಾಗಿ ಉಪವಾಸವಿರುವುದರ ಜತೆಯಲ್ಲಿ ಮಾನಸಿಕ ಉಪವಾಸ ಕೂಡಾ ಸೇರಿಕೊಳ್ಳದಿದ್ದರೆ ಅದು ಬೂಟಾಟಿಕೆಯಲ್ಲಿ ಮತ್ತು ವಿಪತ್ತಿನಲ್ಲಿ ಕೊನೆಗೊಳ್ಳುತ್ತದೆ.

32. ಶಾಲಾ-ಶಿಕ್ಷಕನಾಗಿ

ನಾನು ಈ ಅಧ್ಯಾಯಗಳಲ್ಲಿ, ದಕ್ಷಿಣ ಆಫ್ರಿಕದ ಸತ್ಯಾಗ್ರಹದ ಇತಿಹಾಸದಲ್ಲಿ ಉಲ್ಲೇಖಿಸದಿದ್ದ ಅಥವಾ ಕೇವಲ ಆಸಕ್ತಿ ಕೆರಳಿಸುವ ವಿಷಯಗಳನ್ನು ವಿವರಿಸುತ್ತಿದ್ದೇನೆ ಎಂಬುದನ್ನು ಓದುಗ ಮನಸ್ಸಿನಲ್ಲಿಟ್ಟು ಕೊಂಡಿರಬೇಕು. ಹಾಗೆ ಮಾಡಿದಾಗ ಓದುಗನು ಸುಲಭವಾಗಿ ಇತ್ತೀಚಿನ ಅಧ್ಯಾಯಗಳ ನಡುವಣ ಸಂಬಂಧವನ್ನು ಅರಿತು ಕೊಳ್ಳುತ್ತಾನೆ.

ಫಾರ್ಮ್ ಬೆಳೆದಂತೆ ಆದರ ಹುಡುಗರಿಗೆ ಮತ್ತು ಹುಡುಗಿಯರಿಗೆ ಶಿಕ್ಷಣ ಕೊಡಲು ಏನಾದರೂ ವ್ಯವಸ್ಥೆ ಮಾಡುವ ಅವಶ್ಯಕತೆ ಕಂಡು ಬಂದಿತು. ಇವರಲ್ಲಿ ಮುಸಲ್ಮಾನರು, ಹಿಂದೂಗಳು, ಪಾರ್ಸಿಗಳು ಮತ್ತು ಕ್ರಿಶ್ಚಿಯನ್ ಬಾಲಕರಿದ್ದರು ಮತ್ತು ಕೆಲವು ಹಿಂದೂ ಬಾಲಕಿಯರಿದ್ದರು. ಅವರಿಗಾಗಿ ವಿಶೇಷವಾಗಿ ಶಿಕ್ಷಕರುಗಳನ್ನು ನೇಮಿಸಲು ಸಾಧ್ಯವಿರಲಿಲ್ಲ ಮತ್ತು ಅದರ ಅವಶ್ಯಕತೆ ಕೂಡಾ ಇರಲಿಲ್ಲ ಎಂದು ನಾನು ಭಾವಿಸಿದ್ದೆ. ಅರ್ಹತೆ ಗಳಿಸಿದ್ದ ಭಾರತೀಯ ಶಿಕ್ಷಕರುಗಳು ಸಿಗುವುದು ದುರ್ಲಭವಾಗಿದ್ದರಿಂದ ಅದು ಸಾಧ್ಯವಿಲ್ಲದ ಮಾತಾಗಿತ್ತು. ದೊರೆತರೂ ಜೊಹಾನ್ಸ್‌ಬರ್ಗ್‌ನಿಂದ 21 ಮೈಲಿಗಳ ದೂರದಲ್ಲಿದ್ದ ಸ್ಥಳಕ್ಕೆ ಕಡಿಮೆ ಸಂಬಳ ತೆಗೆದುಕೊಂಡು ಬರಲು ಯಾರೂ ಸಿದ್ಧರಿರಲಿಲ್ಲ. ನಮ್ಮ ಬಳಿ

ಖಂಡಿತವಾಗಿಯೂ ಹಣ ಉಕ್ಕಿ ಹರಿಯುತ್ತಿರಲಿಲ್ಲ. (ಅಂದರೆ ಹೆಚ್ಚು ಹಣವಿರಲಿಲ್ಲ) ಫಾರ್ಮ್‌ನಿಂದ ಹೊರಗಡೆಯಿದ್ದ ಸ್ಥಳಗಳಿಂದ ಶಿಕ್ಷಕರುಗಳನ್ನು ಆಮದು ಮಾಡಿಕೊಳ್ಳುವ (ಅಂದರೆ ಕರೆಸಿಕೊಳ್ಳುವ) ಅವಶ್ಯಕತೆಯಿದೆಯೆಂದು ನಾನು ಭಾವಿಸಿರಲಿಲ್ಲ. ನನಗೆ ಚಾಲ್ತಿಯಲ್ಲಿದ್ದ ಶಿಕ್ಷಣ ವ್ಯವಸ್ಥೆಯಲ್ಲಿ ನಂಬಿಕೆಯಿರಲಿಲ್ಲ. ನಾನು ಅನುಭವ ಮತ್ತು ಪ್ರಯೋಗದ ಮೂಲಕ ತಾಜಾ ವ್ಯವಸ್ಥೆಯನ್ನು ಕಂಡುಕೊಳ್ಳಲು ಮನಸ್ಸು ಮಾಡಿದ್ದೆ. ನನಗೆ ಇಷ್ಟು ಮಾತ್ರ ತಿಳಿದಿತ್ತು: 'ಆದರ್ಶಪ್ರಾಯವಾಗಿರುವ ಸನ್ನಿವೇಶದಲ್ಲಿ ತಾಜಾ ಶಿಕ್ಷಣವನ್ನು ಕೇವಲ ತಂದೆತಾಯಿಯರು ಮಾತ್ರ ನೀಡಬಲ್ಲರು.' ಹಾಗಿದ್ದರೆ ಹೊರಗಡೆಯ ನೆರವು ಕನಿಷ್ಠ ಮಟ್ಟದಲ್ಲಿರಬೇಕು. ಟಾಲ್‌ಸ್ಟಾಯ್ ಫಾರ್ಮ್ ಒಂದು ಕುಟುಂಬದಂತಿದೆ. ಈ ಕುಟುಂಬದಲ್ಲಿ ನಾನು ತಂದೆಯ ಸ್ಥಾನದಲ್ಲಿದ್ದೇನೆ. ಆದ್ದರಿಂದ ನಾನು ಎಳೆಯರ ತರಬೇತಿಯ ಜವಾಬ್ದಾರಿಯನ್ನು ಸಾಧ್ಯವಾದಷ್ಟು ಮಟ್ಟಿಗೆ ಹೊತ್ತುಕೊಳ್ಳಬೇಕು.

ಈ ಕಲ್ಪನೆಯಲ್ಲಿ ನಿಸ್ಸಂಶಯವಾಗಿಯೂ ನ್ಯೂನತೆಗಳಿದ್ದವು. ಎಲ್ಲ ಎಳೆಯರು ಅವರ ಬಾಲ್ಯಕಾಲದಿಂದಲೂ ನನ್ನ ಜತೆಯಲ್ಲಿ ಇರಲಿಲ್ಲ. ಅವರು ಬೇರೆ ಬೇರೆ ಪರಿಸರದಲ್ಲಿ ಮತ್ತು ಬೇರೆ ಬೇರೆ ಪರಿಸ್ಥಿತಿಯಲ್ಲಿ ಬೆಳೆದಿದ್ದರು. ಅವರೆಲ್ಲರೂ ಒಂದೇ ಧರ್ಮಕ್ಕೆ ಸೇರಿರಲಿಲ್ಲ. ನಾನು ಕುಟುಂಬದ ಯಜಮಾನನ ಸ್ಥಾನವನ್ನು ಸ್ವೀಕರಿಸಿದರೂ ಬೇರೆ ಬೇರೆ ಸನ್ನಿವೇಶಗಳಲ್ಲಿ ಬೆಳೆದಿದ್ದ ಎಳೆಯರಿಗೆ ನಾನು ಹೇಗೆ ಪೂರ್ಣ ನ್ಯಾಯವನ್ನು ಒದಗಿಸಲಿ?

ಆದರೆ ನಾನು ಯಾವಾಗಲೂ ಹೃದಯ ಸಂಸ್ಕೃತಿಗೆ ಅಥವಾ ಚಾರಿತ್ರ್ಯದ ನಿರ್ಮಾಣಕ್ಕೆ ಮೊದಲ ಸ್ಥಾನವನ್ನು ನೀಡುತ್ತೇನೆ. ವಯಸ್ಸು ಮತ್ತು ಬೆಳಸಿದ ರೀತಿ ಬೇರೆ ಬೇರೆಯಾಗಿದ್ದರೂ ಎಲ್ಲರಿಗೂ ಒಂದೇ ರೀತಿಯಲ್ಲಿ ನೈತಿಕ ತರಬೇತಿಯನ್ನು ಕೊಡಬಹುದು ಎಂಬ ವಿಶ್ವಾಸ ನನ್ನಲ್ಲಿತ್ತು. ಆದ್ದರಿಂದ ನಾನು ಅವರ ಜತೆಯಲ್ಲಿ ಅವರ ತಂದೆಯಂತೆ ಇಪ್ಪತ್ತನಾಲ್ಕು ಗಂಟೆಗಳ ಕಾಲ ವಾಸಿಸಲು ತೀರ್ಮಾನಿಸಿದೆ. ಚಾರಿತ್ರ್ಯದ ನಿರ್ಮಾಣ ಅವರ ಶಿಕ್ಷಣಕ್ಕೆ ಉಚಿತವಾಗಿರುವ ನೆಲೆಗಟ್ಟು ಎಂದು ನಾನು ಭಾವಿಸಿದ್ದೆ. ನೆಲಗಟ್ಟನ್ನು ಭದ್ರವಾಗಿ ಹಾಕಿದರೆ ಮಕ್ಕಳು ಇತರ ಎಲ್ಲ ವಿಷಯಗಳನ್ನು ತಾವೇ ಸ್ವಂತವಾಗಿ ಇಲ್ಲವೇ ಗೆಳೆಯರ ನೆರವಿನಿಂದ ಕಲಿತುಕೊಳ್ಳುತ್ತಾರೆ ಎಂದು ನಾನು ಖಂಡಿತವಾಗಿಯೂ ನಂಬಿದ್ದೆ.

ಆದರೆ ಜತೆಯಲ್ಲಿ ಗ್ರಾಂಥಿಕ ಶಿಕ್ಷಣದ(ಲಿಟರರಿ ಟ್ರೈನಿಂಗ್) ಅವಶ್ಯಕತೆಯನ್ನು ನಾನು ಪೂರ್ಣವಾಗಿ ಒಪ್ಪಿಕೊಂಡದ್ದರಿಂದ ನಾನು ಮಿ. ಕ್ಯಾಲೆನ್‌ಬಾಕ್ ಮತ್ತು ಸಾರ್ಜೆಂಟ್ ಪ್ರಾಗ್‌ಜೀ ದೇಸಾಯಿಅವರ ನೆರವನ್ನು ಪಡೆದು ಕೆಲವು ತರಗತಿಗಳನ್ನು ಆರಂಭಿಸಿದೆ. ನಾನು ಶಾರೀರಿಕ ಬೆಳೆವಣಿಗೆಯನ್ನು ಉಪೇಕ್ಷಿಸಿರಲಿಲ್ಲ. ದಿನನಿತ್ಯದ ಕರ್ತವ್ಯಗಳನ್ನು ನಡೆಸುವಾಗ ಅವರು ಶಾರೀರಿಕ ಬೆಳೆವಣಿಗೆಗೆ ಅಗತ್ಯವಾಗಿದ್ದ ತರಬೇತಿಯನ್ನು ಪಡೆಯುತ್ತಿದ್ದರು. ಏಕೆಂದರೆ ಫಾರ್ಮ್‌ನಲ್ಲಿ ಸೇವಕರುಗಳಿರಲಿಲ್ಲ. ಹಾಗಾಗಿ ಎಲ್ಲ ಕೆಲಸಗಳನ್ನು ಅಂದರೆ ಅಡಿಗೆ ಮಾಡುವುದರಿಂದ ಹಿಡಿದು ಕಸಗುಡಿಸಿ ಶುಚಿಮಾಡುವವರೆಗೆ ಎಲ್ಲವನ್ನೂ ನಿವಾಸಿಗಳೇ ಮಾಡುತ್ತಿದ್ದರು. ಅನೇಕ ಹಣ್ಣಿನ ಮರಗಳನ್ನು ನೋಡಿಕೊಳ್ಳಬೇಕಾಗಿತ್ತು ಮತ್ತು ತೋಟದಲ್ಲಿ ಕೆಲಸ ಕೂಡಾ ಸಾಕಷ್ಟು ಇರುತ್ತಿತ್ತು. ಮಿ. ಕ್ಯಾಲೆಲೆನ್‌ಬಾಕ್‌ಗೆ ತೋಟಗಾರಿಕೆ ಕೆಲಸ ಪ್ರಿಯವಾದುದಾಗಿತ್ತು. ಸರಕಾರಿ ಮಾದರಿ

ತೋಟಗಳಲ್ಲೊಂದರಲ್ಲಿ ಅವನು ಈ ಕೆಲಸದಲ್ಲಿ ಸ್ವಲ್ಪ ಅನುಭವವನ್ನು ಕೂಡಾ ಗಳಿಸಿಕೊಂಡಿದ್ದ. ಚಿಕ್ಕವರಾಗಿರಲಿ ಇಲ್ಲವೇ ದೊಡ್ಡವವಾಗಿರಲಿ, ಅಡಿಗೆ ಮನೆಯ ಕೆಲಸದಲ್ಲಿ ನಿರತರಾಗಿಲ್ಲದವರು ತೋಟದಲ್ಲಿನ ಕೆಲಸಕ್ಕೆ ಸ್ವಲ್ಪ ಸಮಯ ನೀಡಬೇಕೆಂಬುದು ಕಡ್ಡಾಯವಾಗಿತ್ತು. ಈ ಕೆಲಸದಲ್ಲಿ ಮಕ್ಕಳು ಹೆಚ್ಚು ಪಾಲು ಪಡೆದಿದ್ದರು. ಗುಂಡಿಗಳನ್ನು ತೋಡುವುದು, ಮರಗಳನ್ನು ಕಡಿದು ಬೀಳಿಸುವುದು ಮತ್ತು ಹೊರೆಗಳನ್ನು ಎತ್ತಿಕೊಂಡು ಹೋಗುವುದು ಈ ಕೆಲಸದಲ್ಲಿ ಸೇರಿದ್ದವು. ಇದರಿಂದ ಅವರಿಗೆ ಸಾಕಷ್ಟು ವ್ಯಾಯಾಮ ಸಿಗುತ್ತಿತ್ತು. ಅವರು ಈ ಕೆಲಸವನ್ನು ಸಂತೋಷದಿಂದ ಮಾಡುತ್ತಿದ್ದರು. ಆದ್ದರಿಂದ ಅವರಿಗೆ ಸಾಮಾನ್ಯವಾಗಿ ಬೇರೆ ವ್ಯಾಯಾಮ ಇಲ್ಲವೇ ಕ್ರೀಡೆಗಳ ಅವಶ್ಯಕತೆಯಿರಲಿಲ್ಲ. ಸಹಜವಾಗಿ ಅವರಲ್ಲಿ ಕೆಲವರು ಅಥವಾ ಕೆಲವು ಬಾರಿ ಎಲ್ಲರೂ ಕಾಯಿಲೆ ಬಂದಂತೆ ನಟಿಸುತ್ತಿದ್ದರು ಮತ್ತು ಕಿರುಚಾಡುತ್ತಿದ್ದರು. ಕೆಲವು ವೇಳೆ ನಾನು ಅವರ ಹುಡುಗಾಟಿಕೆಯನ್ನು ಗಮನಕ್ಕೆ ತೆಗೆದುಕೊಳ್ಳುತ್ತಿರಲಿಲ್ಲ. ಆದರೆ ಆಗಾಗ್ಗೆ ಅವರ ಜತೆಯಲ್ಲಿ ಕಟ್ಟುನಿಟ್ಟಿನಿಂದ ನಡೆದುಕೊಳ್ಳುತ್ತಿದ್ದೆ. ಕಟ್ಟುನಿಟ್ಟಾಗಿರುವುದನ್ನು ಅವರು ಇಷ್ಟಪಡುತ್ತಿದ್ದರು ಎಂದು ಹೇಳುವ ಸಾಹಸಮಾಡುವುದಿಲ್ಲ. ಆದರೆ ಅವರು ಎದುರುಬಿದ್ದ ಯಾವುದೇ ಪ್ರಸಂಗ ನನ್ನ ನೆನಪಲ್ಲಿಲ್ಲ. ಒಬ್ಬಾತ ಕೆಲಸಮಾಡುವಾಗ ಅವನ ಜತೆಯಲ್ಲಿ ಆಟವಾಡುವುದು ಸರಿಯಲ್ಲ ಎಂದು ನಾನು ಕಟ್ಟಿನಿಟ್ಟಿನಿಂದ ಅತಿಶಿಸ್ತಿನಿಂದ ವರ್ತಿಸುತ್ತಿರುವಾಗ ವಾದ ಮಾಡಿ ಅವರನ್ನು ಒಪ್ಪಿಸುತ್ತಿದ್ದೆ. ಆದರೆ ಈ ರೀತಿಯಲ್ಲಿ ಮನ ಒಲಿಸಿದರೂ ಅದು ತಾತ್ಕಾಲಿಕವಾಗಿರುತ್ತಿತ್ತು. ಮತ್ತೆ ಕೆಲಸವನ್ನು ಬಿಟ್ಟು ಆಟವಾಡಲು ಹೋಗುತ್ತಿದ್ದರು. ಏನೇ ಇರಲಿ ನಾವು ಒಟ್ಟಿಗೆ ಬಾಳಿದೆವು. ಯಾವುದೇ ಪ್ರಮಾಣದಲ್ಲಾದರೂ ಅವರು ಚೆನ್ನಾಗಿರುವ ಮೈಕಟ್ಟನ್ನು ಬೆಳೆಸಿಕೊಂಡರು. ಫಾರ್ಮ್‌ನಲ್ಲಿ ಯಾರೂ ಕಾಯಿಲೆ ಮಲಗಲೇ ಇಲ್ಲ ಎಂದು ಹೇಳಬಹುದು. ಒಳ್ಳೆಯ ಗಾಳಿ ಮತ್ತು ನೀರು, ಮತ್ತು ಕ್ಲುಪ್ತ ವೇಳೆಯಲ್ಲಿ ಆಹಾರ ಇದಕ್ಕೆ ಬಹುಮಟ್ಟಿಗೆ ಕಾರಣ ಎಂದು ಹೇಳಬಹುದು.

ವೃತ್ತಿಗೆ ಸಂಬಂಧಿಸಿದ ತರಬೇತಿಯ ಬಗ್ಗೆ ಒಂದು ಮಾತನ್ನು ಹೇಳಬೇಕು. ಎಳೆಯರಲ್ಲಿ ಪ್ರತಿಯೊಬ್ಬನಿಗೂ ಯಾವುದಾದರೂ ಕೈಕಸಬಿನಬಗ್ಗೆ ಉಪಯುಕ್ತ ಶಿಕ್ಷಣವನ್ನು ಕೊಡಬೇಕೆಂಬುದು ನನ್ನ ಇಚ್ಛೆಯಾಗಿತ್ತು. ಈ ಉದ್ದೇಶನ್ನಿಟ್ಟುಕೊಂಡು ಮಿ. ಕ್ಯಾಲೆನ್‌ಬಾಕ್ ಟ್ರ್ಯಾಪಿಸ್ಟ್ ಮಾನಸ್ಟರಿ (ಟ್ರ್ಯಾಪಿಸ್ಟ್ ಸಂನ್ಯಾಸಿವರ್ಗದ ವಿರಕ್ತನಿವಾಸ)ಗೆ ಹೋಗಿ ಬೂಟು ತಯಾರಿಸುವುದನ್ನು ಕಲಿತುಕೊಂಡು ಬಂದಿದ್ದ. ನಾನು ಅದನ್ನು ಅವನಿಂದ ಕಲಿತೆ ಮತ್ತು ಆ ಉದ್ಯೋಗವನ್ನು ಕೈಗೊಳ್ಳಲು ಸಿದ್ಧರಾಗಿದ್ದ ಕೆಲವರಿಗೆ ಈ ಕೌಶಲವನ್ನು ಕಲಿಸಿಕೊಟ್ಟೆ. ಮಿ. ಕ್ಯಾಲೆನ್‌ಬಾಕ್‌ಗೆ ಬಡಗಿ ಕೆಲಸದಲ್ಲಿ ಸ್ವಲ್ಪ ಅನುಭವವಿತ್ತು ಮತ್ತು ಇನ್ನೊಬ್ಬ ನಿವಾಸಿಗೆ ಕೂಡಾ ಈ ಕೋಶಲ ಗೊತ್ತಿತ್ತು. ಆದ್ದರಿಂದ ನಮ್ಮಲ್ಲಿ ಬಡಗಿಯ ವೃತ್ತಿ(ಮರಗೆಲಸ) ಕುರಿತಂತೆ ಸಣ್ಣ ತರಗತಿಯಿತ್ತು. ಹೆಚ್ಚುಕಡಿಮೆ ಎಲ್ಲ ಎಳೆಯರಿಗೂ ಅಡುಗೆಮಾಡುವ ಕೆಲಸ ಗೊತ್ತಿತ್ತು.

ಇವೆಲ್ಲವೂ ಎಳೆಯರಿಗೆ ಹೊಸದಾಗಿದ್ದವು. ಎಂದಾದರೊಂದು ದಿನ ತಾವು ಈ ವಿಷಯಗಳನ್ನು ಕಲಿಯಬಹುದು ಎಂಬುದರ ಕನಸನ್ನು ಕೂಡಾ ಅವರಾರು ಕಂಡಿರಲಿಲ್ಲ.

ಸಾಮಾನ್ಯವಾಗಿ ದಕ್ಷಿಣ ಆಫ್ರಿಕದಲ್ಲಿ ಭಾರತೀಯ ಮಕ್ಕಳು ಮೂರು ಆರ್‌ಗಳಲ್ಲಿ ಮಾತ್ರ (ಓದುವುದು, ಬರೆಯುವುದು ಮತ್ತು ಸ್ವಲ್ಪ ಮಟ್ಟಿನ ಗಣಿತ?) ತರಬೇತಿಯನ್ನುಪಡೆಯುತ್ತಾರೆ.

ಟಾಲ್‌ಸ್ಟಾಯ್ ಫಾರ್ಮ್‌ನಲ್ಲಿ ನಾವು ಒಂದು ನಿಯಮವನ್ನು ರೂಪಿಸಿದ್ದೆವು. ಅದು ಯಾವುದೆಂದರೆ ಶಿಕ್ಷಕರು ಮಾಡದೇ ಇರುವ ಯಾವುದನ್ನೂ ಎಳೆಯರಿಗೆ ಮಾಡುವಂತೆ ಹೇಳಬಾರದು ಎಂಬುದು. ಆದ್ದರಿಂದ ಎಳೆಯರಿಗೆ ಯಾವುದೇ ಕೆಲಸವನ್ನು ಮಾಡಬೇಕೆಂದು ಹೇಳಿದಾಗ ಅವರ ಜತೆಯಲ್ಲಿ ಸಹಕರಿಸಲು ಒಬ್ಬ ಶಿಕ್ಷಕರು ಇದ್ದೇ ಇರುತ್ತಿದ್ದರು.

ಶಿಕ್ಷಕರು ಬಹುಮಟ್ಟಿಗೆ ಎಳೆಯರೊಂದಿಗೆ ಕೆಲಸ ಮಾಡಬೇಕಾಗಿತ್ತು. ಹೀಗಿದ್ದುದರಿಂದ ಎಳೆಯರು ಏನನ್ನು ಕಲಿತರೂ ಅದನ್ನು ಅವರು ನಗುನಗುತ್ತ ಕಲಿತಿದ್ದರು.

ಗ್ರಾಂಥಿಕ ತರಬೇತಿ ಮತ್ತು ವ್ಯಕ್ತಿತ್ವದ ನಿರ್ಮಾಣ ಕುರಿತಂತೆ ಮುಂದಿನ ಅಧ್ಯಾಯಗಳಲ್ಲಿ ವಿವರಿಸಬೇಕಾಗುವುದು.

33. ಗ್ರಾಂಥಿಕ ತರಬೇತಿ

ಹಿಂದಿನ ಅಧ್ಯಾಯದಲ್ಲಿ ಟಾಲ್‌ಸ್ಟಾಯ್ ಫಾರ್ಮ್‌ನಲ್ಲಿ ಶಾರೀರಿಕ ತರಬೇತಿಯನ್ನು ಹೇಗೆ ಒದಗಿಸಿದೆವು ಎಂಬುದನ್ನು ನಾವು ಕಂಡಿದ್ದೇವೆ. ಪ್ರಾಸಂಗಿಕವಾಗಿ ನಾವು ವೃತ್ತಿಪರ (ಒದ್ಯೋಗಿಕ) ಶಿಕ್ಷಣದ ಬಗ್ಗೆ ಕೂಡಾ ಅರಿತುಕೊಂಡಿದ್ದೇವೆ. ನನಗೆ ತೃಪ್ತಿಯಾಗುವಷ್ಟರ ಮಟ್ಟಿಗೆ ಈ ಕೆಲಸ ನಡೆಯದಿದ್ದರೂ ಹೆಚ್ಚು ಕಡಿಮೆ ಈ ಕೆಲಸದಲ್ಲಿ ಸಫಲತೆ ಸಿಕ್ಕಿತು ಎಂದು ಹೇಳಿಕೊಳ್ಳಬಹುದು.

ಏನೇ ಇರಲಿ, ಗ್ರಾಂಥಿಕ ತರಬೇತಿ (ಲಿಟರರಿ ಟ್ರೈನಿಂಗ್-ಅಕ್ಷರ ಶಿಕ್ಷಣ ಅಥವಾ ಬರವಣಿಗೆಯಲ್ಲಿ ತೊಡಗಿಕೊಳ್ಳಲು ತರಬೇತಿ) ತುಂಬಾ ಕಷ್ಟದ ವಿಚಾರವಾಗಿತ್ತು. ನನ್ನ ಬಳಿ ಅವಶ್ಯಕವಾಗಿರುವ ಸಂಪನ್ಮೂಲಗಳಿರಲಿಲ್ಲ. ಇಲ್ಲವೇ ಬರವಣಿಗೆಯಲ್ಲಿ ತೊಡಗಿಸಲು ಅಗತ್ಯವಾಗಿದ್ದ ಸಾಧನಗಳೂ ಇರಲಿಲ್ಲ. ಈ ವಿಷಯದಲ್ಲಿ ನಾನು ಇಷ್ಟಪಡುವಷ್ಟರ ಮಟ್ಟದಲ್ಲಿ ತೊಡಗಿಕೊಳ್ಳಲು ನನ್ನ ಬಳಿ ಸಮಯವೂ ಇರಲಿಲ್ಲ. ದೈಹಿಕವಾಗಿ ಶ್ರಮಪಡುತ್ತಿದ್ದದ್ದರಿಂದ ದಿನದ ಕಡೆಯಲ್ಲಿ ನನಗೆ ತುಂಬಾ ಆಯಾಸವಾಗಿರುತ್ತಿತ್ತು. ವಿಶ್ರಾಂತಿಯ ಅಗತ್ಯವಿದ್ದಾಗ ನಾನು ತರಗತಿಗಳನ್ನು ನಡೆಸಬೇಕಾಗಿತ್ತು. ಇದಕ್ಕೆ ಪ್ರತಿಯಾಗಿ ನಾನು ಲವಲವಿಕೆಯಿಂದ ಇರದಿದ್ದಾಗ

ತುಂಬಾ ಕಷ್ಟಪಟ್ಟು ನಿದ್ರೆ ಮಾಡದೇ ಎಚ್ಚರವಾಗಿರಲು ಪ್ರಯತ್ನಿಸುತ್ತ ತರಗತಿಯನ್ನು ನಡೆಸಬೇಕಾಗಿತ್ತು. ಬೆಳಗಿನ ಹೊತ್ತಿನಲ್ಲಿ ಫಾರ್ಮ್‌ನಲ್ಲಿ ನಾನು ಕೆಲಸ ಮಾಡಬೇಕಾಗಿತ್ತು ಮತ್ತು ಮನೆಕೆಲಸಮಾಡಬೇಕಾಗಿತ್ತು. ಆದ್ದರಿಂದ ಮಧ್ಯಾಹ್ನದ ಊಟದ ತರುವಾಯ ಶಾಲಾ ವೇಳೆಯನ್ನು ನಿಗದಿಪಡಿಸಲಾಗಿತ್ತು. ಶಾಲೆಗೆ ತಕ್ಕುದಾದ ಬೇರೆ ವೇಳೆಯೇ ಇರಲಿಲ್ಲ.

ನಾವು ಗ್ರಾಂಥಿಕ ತರಬೇತಿಗೆ ಹೆಚ್ಚೆಂದರೆ ಮೂರು ಪೀರಿಯಡ್ಡು (ಒಂದು ಪಾಠಕ್ಕೆ ನಿಗದಿಪಡಿಸಲಾದ ಕಾಲಾವಧಿ)ಗಳನ್ನು ಒದಗಿಸಿದ್ದೆವು. ಹಿಂದಿ, ತಮಿಳು, ಗುಜರಾತಿ ಮತ್ತು ಉರ್ದು ಭಾಷೆಗಳನ್ನು ಕಲಿಸುತ್ತಿದ್ದೆವು. ಬಾಲಕರ ದೇಶ್ಯಭಾಷೆ (ವರ್ನಾಕ್ಯುಲರ್) ಮೂಲಕ ಪಾಠಗಳನ್ನು ಹೇಳಿಕೊಡಲಾಗುತ್ತಿತ್ತು. ಜತೆಯಲ್ಲಿ ಇಂಗ್ಲಿಷ್ ಅನ್ನು ಕಲಿಸಲಾಗುತ್ತಿತ್ತು. ಗುಜರಾತಿ ಹಿಂದೂ ಮಕ್ಕಳಿಗೆ ಸ್ವಲ್ಪಮಟ್ಟಿಗೆ ಸಂಸ್ಕೃತದ ಪರಿಚಯಮಾಡಿಸಿಕೊಡುವ ಅವಶ್ಯಕತೆಯಿತ್ತು. ಎಲ್ಲ ಮಕ್ಕಳಿಗೆ ಪೀಠಿಕಾರೂಪದಲ್ಲಿ (ಎಲಿಮೆಂಟರಿ) ಚರಿತ್ರೆ, ಭೂಗೋಳಶಾಸ್ತ್ರ ಮತ್ತು ಅಂಕಗಣಿತ (ಅರಿತ್‌ಮಿಟಿಕ್)ವನ್ನು ಕಲಿಸಲಾಗುತ್ತಿತ್ತು.

ನಾನು ತಮಿಳು ಮತ್ತು ಉರ್ದು ಭಾಷೆಗಳನ್ನು ಕಲಿಸುವ ಜವಾಬುದಾರಿಯನ್ನು ಹೊತ್ತುಕೊಂಡಿದ್ದೆ. ಸೆರೆಮನೆಯಲ್ಲಿದ್ದಾಗ ಮತ್ತು ಪ್ರಯಾಣ ಮಾಡುವ ಕಾಲದಲ್ಲಿ ನಾನು ಸ್ವಲ್ಪಮಟ್ಟಿಗೆ ತಮಿಳನ್ನು ಕಲಿತುಕೊಂಡಿದ್ದೆ. ಪೋಪ್‌ನ ಉತ್ಕೃಷ್ಟ ತಮಿಳು ಕೈಪಿಡಿ (ಹ್ಯಾಂಡ್‌ಬುಕ್)ಗಿಂತ ಹೆಚ್ಚಾಗಿ ನನಗೆ ಗೊತ್ತಿರಲಿಲ್ಲ. ಒಂದೇ ಒಂದು ಪ್ರಯಾಣ ಕಾಲದಲ್ಲಿ ನಾನು ಸಂಪಾದಿಸಿಕೊಂಡಿದ್ದ ಉರ್ದುಲಿಪಿ (ಅಕ್ಷರ ವ್ಯವಸ್ಥೆ)ಯಷ್ಟೇ ನನ್ನ ಉರ್ದು ಜ್ಞಾನವಾಗಿತ್ತು. ಮುಸಲ್ಮಾನ್ ಗೆಳೆಯರೊಂದಿಗೆ ಸಂಪರ್ಕ ಹೊಂದಿದ್ದ ಕಾರಣದಿಂದಾಗಿ ನಾನು ಕಲಿತಿದ್ದ ಚಿರಪರಿಚಿತ ಪರ್ಷಿಯನ್ ಮತ್ತು ಅರೇಬಿಕ್ ಶಬ್ದಗಳ ಮಿತಿಯಲ್ಲಿ ನನ್ನ ಭಾಷಾಜ್ಞಾನವಿತ್ತು. ಸಂಸ್ಕೃತದ ಬಗ್ಗೆ ಹೇಳುವುದಾದರೆ ಪ್ರೌಢಶಾಲೆಯಲ್ಲಿ ನಾನು ಕಲಿತಿದ್ದಕ್ಕಿಂತ ಹೆಚ್ಚಿನ ಜ್ಞಾನವಿರಲಿಲ್ಲ. ನನ್ನ ಗುಜರಾತಿ ಕೂಡಾ ಶಾಲೆಯಲ್ಲಿ ಒಬ್ಬಾತ ಕಲಿತದ್ದಕ್ಕಿಂತ ಮೇಲ್ಮಟ್ಟದಲ್ಲಿರಲಿಲ್ಲ.

ಈ ಬಂಡವಾಳದೊಡನೆ ನಾನು ನನ್ನ ಬೋಧನಾ ಕಾರ್ಯವನ್ನು ನಿರ್ವಹಿಸಬೇಕಾಗಿತ್ತು. ಗ್ರಾಂಥಿಕ ಸಾಧನದ ದಾರಿದ್ರ್ಯವಿತ್ತು. ನನ್ನ ಸಹೋದ್ಯೋಗಿಗಳು ಈ ವಿಷಯದಲ್ಲಿ ನನಗಿಂತ ಒಂದು ಹೆಜ್ಜೆ ಮುಂದಿದ್ದರು. ಆದರೆ ನನ್ನಲ್ಲಿ ನನ್ನ ದೇಶದ ಭಾಷೆಗಳ ಬಗ್ಗೆ ಪ್ರೀತಿಯಿತ್ತು. ಶಿಕ್ಷಕನಾಗಿ ನನ್ನ ಸಾಮರ್ಥ್ಯದಲ್ಲಿ ನನಗೆ ವಿಶ್ವಾಸವಿತ್ತು. ನನ್ನ ವಿದ್ಯಾರ್ಥಿಗಳಲ್ಲಿ ಅಜ್ಞಾನವಿತ್ತು. ಅವುಗಳೆಲ್ಲಗಳಿಗಿಂತ ಹೆಚ್ಚಾಗಿ ಅವರಲ್ಲಿದ್ದ ಔದಾರ್ಯ ನನಗೆ ಅನುಕೂಲಕರವಾಗಿತ್ತು.

ತಮಿಳು ಬಾಲಕರೆಲ್ಲರೂ ದಕ್ಷಿಣ ಆಫ್ರಿಕದಲ್ಲಿ ಜನಿಸಿದ್ದರು. ಆದ್ದರಿಂದ ಅವರಿಗೆ ಅಲ್ಪಸ್ವಲ್ಪ ತಮಿಳು ಗೊತ್ತಿತ್ತು. ಆದರೆ ಅವರಿಗೆ ಲಿಪಿ (ಅಕ್ಷರಗಳು) ಗೊತ್ತೇ ಇರಲಿಲ್ಲ. ಆದ್ದರಿಂದ ನಾನು ಅವರಿಗೆ ಲಿಪಿಯನ್ನು ಮತ್ತು ವ್ಯಾಕರಣದ ಮೂಲಪಾಠಗಳನ್ನು ಕಲಿಸಬೇಕಾಗಿತ್ತು. ಅದು ಸಾಕಷ್ಟು ಸುಲಭವಾಗಿತ್ತು. ಎಂದಾದರೊಂದು ದಿನ ನನ್ನನ್ನು ತಮಿಳು ಸಂಭಾಷಣೆಯಲ್ಲಿ ತಾವು ಸೋಲಿಸಬಹುದು ಎಂಬುದು ನನ್ನ ವಿದ್ಯಾರ್ಥಿಗಳಿಗೆ ಗೊತ್ತಿತ್ತು. ಇಂಗ್ಲಿಷ್ ಗೊತ್ತಿಲ್ಲದ ತಮಿಳರು ನನ್ನನ್ನು ನೋಡಲು ಬಂದಾಗ ಈ ವಿದ್ಯಾರ್ಥಿಗಳು ನನ್ನ ದುಭಾಷಿ (ಬೇರೆ ಬೇರೆ ಭಾಷೆಗಳನ್ನಾಡುವವರ ಸಂಭಾಷಣೆಯನ್ನು ಪರಸ್ಪರ ಭಾಷಾಂತರಿಸಿ ಹೇಳುವವನು)ಗಳಾಗುತ್ತಿದ್ದರು.

ನಾನು ಅವರೊಂದಿಗೆ ಖುಷಿಯಿಂದ ಹೊಂದಿಕೊಂಡಿದ್ದೆ. ಏಕೆಂದರೆ ಯಾವಾಗಲೂ ನಾನು ನನ್ನ ಅಜ್ಞಾನವನ್ನು ವಿದ್ಯಾರ್ಥಿಗಳಿಂದ ಮುಚ್ಚಿಟ್ಟುಕೊಳ್ಳಲು ಪ್ರಯತ್ನಿಸುತ್ತಿರಲಿಲ್ಲ. ಎಲ್ಲ ವಿಷಯಗಳಲ್ಲೂ ನಾನು ವಾಸ್ತವವಾಗಿ ಹೇಗಿದ್ದೆನೋ ಹಾಗೆಯೇ ಅವರ ಎದುರು ಕಾಣಿಸಿಕೊಳ್ಳುತ್ತಿದ್ದೆ (ಅಂದರೆ ನನ್ನ ಬಣ್ಣವನ್ನು ಬದಲಾಯಿಸಿಕೊಳ್ಳುತ್ತಿರಲಿಲ್ಲ). ಆದ್ದರಿಂದ ಭಾಷೆಯಬಗ್ಗೆ ನನ್ನಲ್ಲಿದ್ದ ಅಜ್ಞಾನ ಅಗಾಧವಾಗಿದ್ದರೂ ಅವರ ಪ್ರೀತಿಯನ್ನಾಗಲೀ ಗೌರವವನ್ನಾಗಲೀ ಕಳೆದುಕೊಳ್ಳಲಿಲ್ಲ. ಇದಕ್ಕೆ ಹೋಲಿಸಿ ಹೇಳುವುದಾದರೆ ಮುಸಲ್ಮಾನ್ ಬಾಲಕರಿಗೆ ಉರ್ದು ಕಲಿಸುವುದು ಸುಲಭವಾಗಿತ್ತು. ಅವರಿಗೆ ಉರ್ದುಲಿಪಿ ಗೊತ್ತಿತ್ತು. ನಾನು ಅವರಲ್ಲಿ ಓದುವ ಆಸಕ್ತಿಯನ್ನು ಮಾತ್ರ ಪ್ರಚೋದಿಸಿದ್ದರೆ ಸಾಕಾಗಿತ್ತು. ಅವರ ಕೈಬರಹವನ್ನು ಸುಧಾರಿಸಿದ್ದರೆ ಸಾಕಾಗಿತ್ತು.

ಈ ಎಳೆಯರು ಬಹುಮಟ್ಟಿಗೆ ಅನಕ್ಷರಸ್ಥರಾಗಿದ್ದರು ಮತ್ತು ಶಾಲಾಶಿಕ್ಷಣವನ್ನು ಪಡೆಯದವರಾಗಿದ್ದರು. ಆದರೆ ನಾನು ಕಲಿಸುತ್ತಿದ್ದಾಗ ಅವರಿಗೆ ಹೆಚ್ಚು ಕಲಿಸುವ ಅವಶ್ಯಕತೆಯಿಲ್ಲ ಎಂಬುದನ್ನು ಅರಿತುಕೊಂಡೆ. ಅವರನ್ನು ಆಲಸ್ಯದಿಂದ ಬಿಡಿಸಬೇಕಾಗಿತ್ತು ಮತ್ತು ಅವರ ವ್ಯಾಸಂಗದ ಮೇಲ್ವಿಚಾರಣೆಯನ್ನು ನೋಡಿಕೊಳ್ಳಬೇಕಾಗಿತ್ತು. ಇದರಿಂದ ನನಗೆ ಸಾಕಷ್ಟು ನೆಮ್ಮದಿ ಸಿಕ್ಕಿದ್ದರಿಂದ ಬೇರೆಬೇರೆ ವಯಸ್ಸಿನಲ್ಲಿದ್ದ ಬಾಲಕರುಗಳನ್ನು ಒಟ್ಟಿಗೆ ಕೂರಿಸಬಹುದಾಗಿತ್ತು ಮತ್ತು ಅವರಲೆಲ್ಲರೂ ಒಂದೇ ಒಂದು ಕೊಠಡಿಯಲ್ಲಿ ಒಟ್ಟಾಗಿ ಕುಳಿತುಕೊಂಡು ಬೇರೆ ಬೇರೆ ವಿಷಯಗಳನ್ನು ಕಲಿಯುತ್ತಿದ್ದರು.

ನಾವು ಸಾಕಷ್ಟು ಕೇಳಿರುವಂತಹ ಪಠ್ಯಪುಸ್ತಕಗಳ ಬಗ್ಗೆ ಹೇಳುವುದಾದರೆ ನನಗೆ ಅವು ಬೇಕು ಎನಿಸಲಿಲ್ಲ. ಲಭ್ಯವಿದ್ದ ಪುಸ್ತಕಗಳನ್ನು ಕೂಡಾ ತುಂಬಾ ಬಳಸಿಕೊಂಡ ನೆನಪು ಕೂಡಾ ನನ್ನಲ್ಲಿಲ್ಲ. ಬಾಲಕರಿಗೆ ಪುಸ್ತಕಗಳ ಬಾರಿ ಹೊರೆಯನ್ನು ಹೊರಿಸುವ ಅವಶ್ಯಕತೆಯಿಲ್ಲ ಎಂಬುದನ್ನು ನಾನು ಅರಿತಿದ್ದೇನೆ. ವಿದ್ಯಾರ್ಥಿಯ ತಾಜಾ ಪಠ್ಯಪುಸ್ತಕವೆಂದರೆ ಅವನ ಶಿಕ್ಷಕ ಎಂದು ನಾನು ಯಾವಾಗಲೂ ಭಾವಿಸಿದ್ದೇನೆ. ನನ್ನ ಶಿಕ್ಷಕರು ನನಗೆ ಪುಸ್ತಕಗಳಿಂದ ಕಲಿಸಿದ್ದುದು ತುಂಬಾ ಕಡಿಮೆ ಎಂದು ನೆನಸಿಕೊಳ್ಳುತ್ತಿದ್ದೇನೆ. ಪುಸ್ತಕಗಳಿಗೆ ಹೊರತಾಗಿದ್ದ ವಿಷಯಗಳನ್ನು ಸ್ವತಂತ್ರವಾಗಿ ಅವರು ನನಗೆ ಕಲಿಸಿರುವುದು ನನ್ನ ನೆನಪಲ್ಲಿ ಸ್ಪಷ್ಟವಾಗಿ ಉಳಿದುಕೊಂಡಿದೆ.

ಮಕ್ಕಳು ಹೆಚ್ಚು ಶ್ರಮಪಡದೇ ತಮ್ಮ ಕಿವಿಗಳು ಹಾಗೂ ಕಣ್ಣುಗಳ ಮೂಲಕ ಹೆಚ್ಚುಹೆಚ್ಚು ವಿಷಯುಗಳನ್ನು ಗ್ರಹಿಸಿಕೊಳ್ಳುತ್ತಾರೆ. ನಾನು ನನ್ನ ಬಾಲಕರುಗಳೊಂದಿಗೆ ಯಾವುದೇ ಪುಸ್ತಕವನ್ನು ಮೊದಲಿನಿಂದ ಕಡೆಯವರೆಗೆ ಓದಿದ್ದ ನೆನಪಿಲ್ಲ. ಆದರೆ ನಾನು ನನ್ನ ಭಾಷೆಯಲ್ಲಿ, ನಾನು ಓದಿದ್ದ ವಿವಿಧ ಪುಸ್ತಕಗಳಿಂದ ಜೀರ್ಣಿಸಿಕೊಂಡದ್ದನ್ನು ಅವರಿಗೆ ನೀಡಿದ್ದೆ. ಅವನ್ನು ಅವರು ತಮ್ಮ ಮನಸ್ಸಿನಲ್ಲಿ ಇನ್ನೂ ಇಟ್ಟುಕೊಂಡಿದ್ದಾರೆ ಎಂದು ಧೈರ್ಯವಾಗಿ ಹೇಳಬಲ್ಲೆ. ಪುಸ್ತಕಗಳಿಂದ ಕಲಿತದ್ದನ್ನು ನೆನಪಲ್ಲಿಟ್ಟುಕೊಳ್ಳುವುದು ಅವರಿಗೆ ಕಷ್ಟಸಾಧ್ಯವಾಗಿತ್ತು. ಆದರೆ ನಾನು ಅವರಿಗೆ ಬಾಯಿಯ ಮೂಲಕ ಏನನ್ನು ತಿಳಿಸಿ ಕೊಟ್ಟಿದ್ದೇನೋ ಅದನ್ನು ಅವರು ತೀರ ಸುಲಭವಾಗಿ ಹೇಳಬಲ್ಲರು. ಓದುವುದು ಅವರಿಗೊಂದು ಕಷ್ಟದ ಕೆಲಸವಾಗಿತ್ತು. ಆದರೆ ನಾನು ಹೇಳುವುದನ್ನು ಕೇಳಿ ಅವರಿಗೆ ಆನಂದವಾಗುತ್ತಿತ್ತು. ಆದರೆ ನಾನು ವಿಷಯವನ್ನು ಆಸಕ್ತಿ ಹುಟ್ಟುವಂತೆ ಹೇಳುತ್ತ

ಬೇಸರಪಡಿಸದಿದ್ದರೆ ಅವರು ಸಂತೋಷದಿಂದ ಅವನ್ನು ಕೇಳಿಸಿಕೊಳ್ಳುತ್ತಿದ್ದರು. ನನ್ನ ಮಾತು ಅವರಲ್ಲಿ ಪ್ರಶ್ನೆಗಳನ್ನು ಕೇಳುವಂತೆ ಪ್ರಚೋದಿಸುತ್ತಿತ್ತು. ಇದರಿಂದ ನಾನು ಅವರ ಗ್ರಹಣಶಕ್ತಿಯ ಮಟ್ಟವನ್ನು ಅರಿತುಕೊಳ್ಳುತ್ತಿದ್ದೆ.

34. ಆಧ್ಯಾತ್ಮಿಕ ತರಬೇತಿ

ಬಾಲಕರ ಶಾರೀರಿಕ ಮತ್ತು ಮಾನಸಿಕ ತರಬೇತಿಗಿಂತಲೂ ಆಧ್ಯಾತ್ಮಿಕ (ಆತ್ಮಜ್ಞಾನ) ತರಬೇತಿ ತುಂಬಾ ಕಷ್ಟದ್ದಾಗಿತ್ತು. ಅಧ್ಯಾತ್ಮದ ತರಬೇತಿಗೆ ನಾನು ಧಾರ್ಮಿಕ ಗ್ರಂಥಗಳನ್ನು ತೀರ ಅಲ್ಪ ಎನ್ನುವಷ್ಟರಮಟ್ಟಿಗೆ ಅವಲಂಬಿಸಿದ್ದೆ. ಹಾಗಿದ್ದರೂ ಸಹಜವಾಗಿ ಪ್ರತಿಯೊಬ್ಬ ವಿದ್ಯಾರ್ಥಿಯೂ ಅವನ ಸ್ವಂತ ಧರ್ಮದ ತಿರುಳಿನ (ಮೂಲತತ್ವ) ಪರಿಚಯ ಮಾಡಿಕೊಂಡಿರಬೇಕೆಂದು ನಾನು ಭಾವಿಸಿದ್ದೆ. ಅವನ ಸ್ವಂತದ ಮತಗ್ರಂಥಗಳ ಬಗ್ಗೆ ಸಾಮಾನ್ಯ ಜ್ಞಾನವನ್ನು ನನಗೆ ಸಾಧ್ಯವಾದಷ್ಟರ ಮಟ್ಟಿಗೆ ಒದಗಿಸಿದೆ. ಅದೂ ಕೂಡಾ ನನ್ನ ಮನಸ್ಸಿಗೆ ಹೊಳೆದಂತೆ ಬೌದ್ಧಿಕ ತರಬೇತಿಯ ಭಾಗವಾಗಿತ್ತು. ಟಾಲ್‌ಸ್ಟಾಯ್ ಫಾರ್ಮ್‌ನಲ್ಲಿ ಎಳೆಯರಿಗೆ ಶಿಕ್ಷಣ ಕೊಡುವ ಹೊಣೆಯನ್ನು ಹೊತ್ತುಕೊಳ್ಳುವುದಕ್ಕಿಂತಲೂ ಮುಂಚಿತವಾಗಿ ಬಹಳ ಕಾಲದ ಹಿಂದೆಯೇ ಅಧ್ಯಾತ್ಮದ ತರಬೇತಿಗೆ ಅದರದೇ ಆದ ವೈಶಿಷ್ಟ್ಯವಿದೆ ಎಂದು ಗ್ರಹಿಸಿಕೊಂಡಿದ್ದೆ. ಅಧ್ಯಾತ್ಮವನ್ನು ಬೆಳೆಸುವುದೆಂದರೆ ಚಾರಿತ್ರ್ಯ (ವ್ಯಕ್ತಿತ್ವ)ವನ್ನು ಬೆಳೆಸುವುದು ಎಂದು ಭಾವಿಸಿದ್ದೆ. ಒಬ್ಬಾತ ಆತ್ಮಸಾಕ್ಷಾತ್ಕಾರದ ಕಡೆಗೆ ಮತ್ತು ಭಗವಂತನ ಅರಿವಿನ ಕಡೆಗೆ ಶ್ರಮಿಸುವಂತೆ ಅದು ಅವನಿಗೆ

ಸಾಮರ್ಥ್ಯವನ್ನೊದಗಿಸುವುದು. ಎಳೆಯನ ತರಬೇತಿಯಲ್ಲಿ ಇದು ಮುಖ್ಯ ಭಾಗವಾಗಿದೆ ಎಂಬ ಅಭಿಪ್ರಾಯವನ್ನಿಟ್ಟುಕೊಂಡಿದ್ದೆ. ಅಧ್ಯಾತ್ಮದ ಸಂಸ್ಕಾರ (ಕಲ್ಚರ್) ವಿಲ್ಲದ ತರಬೇತಿಯಿಂದ ಏನೂ ಪ್ರಯೋಜನವಿಲ್ಲ ಮತ್ತು ಅದು ಕೇಡುಂಟುಮಾಡುವುದು ಎಂದು ನಾನು ಭಾವಿಸಿದ್ದೆ.

ಆತ್ಮ ಸಾಕ್ಷಾತ್ಕಾರ ಜೀವನದ ನಾಲ್ಕನೆಯ ಹಂತದಲ್ಲಿ ಅಂದರೆ ಸನ್ಯಾಸದಲ್ಲಿ (ಪ್ರಾಪಂಚಿಕ ಸುಖ ಭೋಗಗಳ ತ್ಯಾಗ) ಮಾತ್ರ ಸಾಧ್ಯವಾಗುವಂತಹದು ಎಂಬ ಮೂಢನಂಬಿಕೆ ನನಗೆ ಪರಿಚಿತವಾದುದೇ ಆಗಿತ್ತು. ಆದರೆ ಜೀವನದ ಕಡೆಯ ಹಂತದವರೆಗೆ ಈ ಅಮೂಲ್ಯವಾದ ಅನುಭವವನ್ನು ಪಡೆಯಲು ಸಿದ್ಧತೆ ನಡೆಸುವುದನ್ನು ಮುಂದಕ್ಕೆ ಹಾಕುತ್ತ ಹೋಗುವವನು ಆತ್ಮ ಸಾಕ್ಷಾತ್ಕಾರವನ್ನು ಗಳಿಸಿಕೊಳ್ಳುವುದಿಲ್ಲ ಎಂಬುದು ಸಾಮಾನ್ಯ ತಿಳಿವಳಿಕೆಯಾಗಿದೆ. ಅವನು ಎರಡನೆಯದಾದ ಮತ್ತು ಮರುಕ ಹುಟ್ಟಿಸುವಂತಹ ಬಾಲ್ಯಾವಸ್ಥೆಯನ್ನು ಅಂದರೆ ಮುಪ್ಪನ್ನು ಗಳಿಸಿಕೊಳ್ಳುತ್ತಾನೆ. ಅವನು ಭೂಮಿಗೆ ಭಾರವೆಂಬಂತೆ ಬದುಕುತ್ತಾನೆ. ನಾನು ಬೋಧಿಸುತ್ತಿದ್ದ ಕಾಲದಲ್ಲಿ ಅಂದರೆ 1911-12ರಲ್ಲಿ ಈ ಅಭಿಪ್ರಾಯಗಳನ್ನು ಇಟ್ಟುಕೊಂಡಿದ್ದೆ ಎಂಬ ನೆನಪು ನನ್ನಲ್ಲಿದೆ. ಆದರೆ ಆ ಅಭಿಪ್ರಾಯಗಳನ್ನು ಅದಕ್ಕೆ ತಕ್ಕ(ತದ್ವತ್ತಾದ) ಭಾಷೆಯಲ್ಲಿ ನಾನು ವ್ಯಕ್ತಪಡಿಸಿಲ್ಲದಿರಬಹುದು.

ಈ ಆಧ್ಯಾತ್ಮಿಕ ತರಬೇತಿಯನ್ನು ಹೇಗೆ ಕೊಡಬೇಕು? ಮಕ್ಕಳು ದೇವರ ಸ್ತುತಿಗೀತೆಗಳನ್ನು ಕಂಠಪಾಠಮಾಡುವಂತೆ ಮತ್ತು ವಾಚನಮಾಡುವಂತೆ ತರಬೇತಿ ಕೊಟ್ಟಿದ್ದೆ. ನೈತಿಕ ತರಬೇತಿ ಕುರಿತಂತೆ ಬರೆದಿರುವ ಪುಸ್ತಕಗಳಿಂದ ವಿಚಾರಗಳನ್ನು ಓದಿ ಹೇಳುತ್ತಿದ್ದೆ. ಆದರೆ ಇದರಿಂದ ನನಗೆ ತೃಪ್ತಿ ಸಿಕ್ಕಿರಲಿಲ್ಲ. ನಾನು ಅವರೊಂದಿಗೆ ಆಪ್ತ ಸಂಬಂಧವನ್ನು ಬೆಳಸಿಕೊಳ್ಳುತ್ತಿದ್ದಂತೆ ಪುಸ್ತಕಗಳ ಮೂಲಕ ಒಬ್ಬಾತ ಅಧ್ಯಾತ್ಮದ ತರಬೇತಿಯನ್ನು ಕೊಡಲಾರ ಎಂಬುದನ್ನು ಗ್ರಹಿಸಿಕೊಂಡೆ.

ಶಾರೀರಿಕ ಪರಿಶ್ರಮದ (ಎಕ್ಸರ್‌ಸೈಸ್-ವ್ಯಾಯಾಮ) ಮೂಲಕ ಶಾರೀರಿಕ ತರಬೇತಿಯನ್ನು ನೀಡುವಂತೆ, ಬೌದ್ಧಿಕ ಪರಿಶ್ರಮದ ಮೂಲಕ ಬೌದ್ಧಿಕ ತರಬೇತಿಯನ್ನು ನೀಡುವಂತೆ ಆಧ್ಯಾತ್ಮಿಕ ತರಬೇತಿಯನ್ನು ಕೇವಲ ಆತ್ಮ (ಸ್ಪಿರಿಟ್)ದ ಪರಿಶ್ರಮದ ಮೂಲಕ ನೀಡಲು ಸಾಧ್ಯವಾಗುವುದು. ಆತ್ಮದ ಪರಿಶ್ರಮ ಪೂರ್ತಿಯಾಗಿ ಶಿಕ್ಷಕನ ಚಾರಿತ್ರ್ಯ ಮತ್ತು ಜೀವನವನ್ನು ಅವಲಂಬಿಸಿರುತ್ತದೆ. ಶಿಕ್ಷಕನು ತನ್ನ ವಿದ್ಯಾರ್ಥಿಗಳ ನಡುವೆ ಇರಲಿ ಅಥವಾ ಇಲ್ಲದಿರಲಿ ಅವನು ತನ್ನ ನಡತೆ ಮತ್ತು ಆಚರಣೆಯ ಬಗ್ಗೆ ಸದಾ ಜಾಗೃತನಾಗಿರಬೇಕು.

ಅನೇಕ ಮೈಲಿಗಳಷ್ಟು ದೂರದಲ್ಲಿರುವ ಶಿಕ್ಷಕನಿಗೆ ತನ್ನ ಜೀವನ ಮಾರ್ಗದ ಮೂಲಕ ವಿದ್ಯಾರ್ಥಿಗಳ ಆತ್ಮಗಳ ಮೇಲೆ ಪ್ರಭಾವ ಬೀರಲು ಸಾಧ್ಯವಾಗುವುದು. ನಾನು ಸುಳ್ಳುಗಾರನಾಗಿದ್ದರೆ ಬಾಲಕರಿಗೆ ಸತ್ಯವನ್ನು ನುಡಿಯವಂತೆ ಬೋಧಿಸುವುದು ವ್ಯರ್ಥವಾಗುವುದು. ಹೇಡಿಯಾದ ಶಿಕ್ಷಕನು ತನ್ನ ಶಿಷ್ಯರನ್ನು ಗಂಡುಗಲಿಗಳನ್ನಾಗಿ ಮಾಡಲು ಪ್ರಯತ್ನಿಸಿದರೂ ಯಶಸ್ವಿಯಾಗಲಾರ. ಆತ್ಮ ಸಂಯಮವನ್ನು ಅರಿಯದವನು ತನ್ನ ಶಿಷ್ಯರಿಗೆ ಆತ್ಮ ಸಂಯಮದ ಮೌಲ್ಯದ ಬಗ್ಗೆ ಬೋಧಿಸಲಾರ. ಆದ್ದರಿಂದ ನನ್ನ ಜತೆಯಲ್ಲಿ ವಾಸಿಸುತ್ತಿರುವ ಹುಡುಗರಿಗೆ ಮತ್ತು ಹುಡುಗಿಯರಿಗೆ ಚಿರಂತನ ಗುರಿ-ಪಾಠದಂತೆ (ಅಂದರೆ ಆದರ್ಶಪ್ರಾಯನಾಗಿ) ಇರಬೇಕು ಎಂಬುದನ್ನು

ಅರಿತುಕೊಂಡೆ. ಅವರು ಈ ಪ್ರಕಾರ ನನ್ನ ಬೋಧಕರುಗಳಾಗಿದ್ದರು ಮತ್ತು ಅವರ ನಿಮಿತ್ತವಾಗಿ ನಾನು ಒಳ್ಳೆಯವನಾಗಿರಬೇಕು ಮತ್ತು ಮುಚ್ಚುಮರೆಯಿಲ್ಲದೇ ಜೀವನ ಮಾಡಬೇಕು ಎಂದು ಕಲಿತುಕೊಂಡೆ. ನನ್ನ ಪೋಷಿತರ ಅಂದರೆ ಶಿಷ್ಯರ ಸಲುವಾಗಿ ನಾನು ಬಹುಮಟ್ಟಿಗೆ ಟಾಲ್‌ಸ್ಟಾಯ್ ಫಾರ್ಮ್‌ನಲ್ಲಿ ನನ್ನ ಮೇಲೆ ನಾನು ನಿರ್ಬಂಧಗಳನ್ನು ಹೇರಿಕೊಂಡೆ ಮತ್ತು ಶಿಸ್ತಿನ ಕ್ರಮಗಳನ್ನು ಹೆಚ್ಚಿಸಿಕೊಂಡೆ ಎಂದು ಹೇಳಬಹುದು.

ಅವರಲ್ಲೊಬ್ಬನು ಪ್ರಚಂಡನಾಗಿದ್ದ, ಶಿಸ್ತಿಗೆ ಬಗ್ಗದವನಾಗಿದ್ದ. ಸುಳ್ಳು ಹೇಳುತ್ತಿದ್ದ ಮತ್ತು ಸದಾ ಜಗಳವಾಡುತ್ತಿದ್ದ (ಜಗಳಗಂಟ). ಒಮ್ಮೆ ಅವನು ತುಂಬಾ ಉಗ್ರವಾಗಿ ಸಿಡಿದುಬಿದ್ದ. ನನ್ನನ್ನು ತೀವ್ರವಾಗಿ ಕೆರಳಿಸಿದ. ನಾನು ಎಂದೂ ನನ್ನ ಬಾಲಕರನ್ನು ಶಿಕ್ಷಿಸುತ್ತಿರಲಿಲ್ಲ. ಆದರೆ ಈ ಬಾರಿ ನನಗೆ ತುಂಬಾ ಕೋಪ ಬಂದಿತ್ತು. ನಾನು ಅವನೊಡನೆ ವಾದಿಸಿ ವಿವೇಕ ಮೂಡಿಸಲು ಪ್ರಯತ್ನಿಸಿದೆ. ಆದರೆ ಆತ ಯಾವುದಕ್ಕೂ ಜಗ್ಗಲಿಲ್ಲ. ನನ್ನನ್ನೇ ತನ್ನ ವಶಮಾಡಿಕೊಳ್ಳಲು ಪ್ರಯತ್ನಿಸಿದ. ಕಡೆಯಲ್ಲಿ ನಾನು ಕೈಯಲ್ಲಿ ಒಂದು ರೂಲು ದೊಣ್ಣೆಯನ್ನು (ರೂಲರ್) ಎತ್ತಿಕೊಂಡು ಅವನ ತೋಳಿನ ಮೇಲೆ ಒಂದು ಏಟು ಕೊಟ್ಟೆ. ಅವನಿಗೆ ಹೊಡೆಯುತ್ತಿರುವಾಗ ನಾನು ನಡುಗಿದೆ. ಅವನು ಅದನ್ನು ಗಮನಿಸಿದ್ದ ಎಂದು ಧೈರ್ಯವಾಗಿ ಹೇಳಬಲ್ಲೆ. ಹುಡುಗರೆಲ್ಲರಿಗೂ ಇದು ಖಂಡಿತವಾಗಿಯೂ ಹೊಸ ಅನುಭವವಾಗಿತ್ತು. ಆ ಹುಡುಗನು ತುಂಬಾ ಅತ್ತ ಮತ್ತು ಕ್ಷಮಿಸುವಂತೆ ಬೇಡಿಕೊಂಡ. ಹೊಡೆತ ಅವನಿಗೆ ತುಂಬಾ ನೋವುಂಟುಮಾಡಿತ್ತು ಎಂದು ಅವನು ಅತ್ತಿರಲಿಲ್ಲ. ಅವನಿಗೆ ಹಾಗೆ ನೋವಾಗಿದ್ದರೆ ಅವನು ಪ್ರತಿಯಾಗಿ ನನ್ನನ್ನು ಹೊಡೆಯುತ್ತಿದ್ದ. ಏಕೆಂದರೆ ಆತ ಹದಿನೇಳರ ಪ್ರಾಯದ ಯುವಕನಾಗಿದ್ದು ದೃಢವಾದ ಶರೀರವನ್ನು ಹೊಂದಿದ್ದ. ಇಂತಹ ಕ್ರೂರವಾದ ಶಿಕ್ಷೆಯ ಕಡೆಗೆ ನಾನು ಸೆಳೆಯಲ್ಪಟ್ಟಿದ್ದರಿಂದ ನನಗುಂಟಾಗಿದ್ದ ನೋವನ್ನು ಅವನು ಅರ್ಥಮಾಡಿಕೊಂಡಿದ್ದ. ಈ ಪ್ರಸಂಗದ ತರುವಾಯ ಅವನು ಎಂದೂ ನನ್ನ ಮಾತನ್ನು ಮೀರಲಿಲ್ಲ. ಆದರೆ ಈ ಕ್ರೂರ ವರ್ತನೆಗಾಗಿ ನಾನು ಇನ್ನೂ ಪಶ್ಚಾತ್ತಾಪಡುತ್ತಿದ್ದೇನೆ. ಆ ದಿನ ನಾನು ಅವನ ಮುಂದೆ ನನ್ನಲ್ಲಿದ್ದ ಸಾತ್ವಿಕ ಸ್ವಭಾವವನ್ನು ಪ್ರದರ್ಶಿಸದೇ ಪಶುಸಹಜವಾದ ಕ್ರೌರ್ಯವನ್ನು ಪ್ರದರ್ಶಿಸಿದ್ದೆ ಎಂದು ಈಗಲೂ ವಿಷಾದಿಸುತ್ತಿದ್ದೇನೆ.

ನಾನು ಯಾವಾಗಲೂ ಉಗ್ರವಾದ ಅಂದರೆ ಶಾರೀರಿಕ ಶಿಕ್ಷೆಯನ್ನು ವಿರೋಧಿಸುತ್ತಿದ್ದೆ. ಕೇವಲ ಒಂದೇ ಒಂದು ಸಂದರ್ಭದಲ್ಲಿ ನಾನು ನನ್ನ ಮಕ್ಕಳಲ್ಲಿ ಒಬ್ಬನನ್ನು ಶಾರೀರಿಕವಾಗಿ ಶಿಕ್ಷಿಸಿದ್ದೆ ಎಂಬ ನೆನಪು ನನ್ನಲ್ಲಿದೆ. ಆದ್ದರಿಂದ ಇಂದಿನ ದಿನದವರೆಗೂ ರೂಲುದೊಣ್ಣೆಯನ್ನು ಬಳಸಿಕೊಂಡು ಶಿಕ್ಷಿಸಿದ್ದುದು ಸರಿಯೇ ಅಥವಾ ತಪ್ಪೇ ಎಂದು ತೀರ್ಮಾನಿಸಲು ನನಗೆ ಸಾಧ್ಯವಾಗಿಲ್ಲ. ಪ್ರಾಯಶಃ ಕೋಪದಿಂದ ಮತ್ತು ಶಿಕ್ಷಿಸಬೇಕೆಂಬ ಅಪೇಕ್ಷೆಯಿಂದ ಪ್ರಚೋದಿಸಲ್ಪಟ್ಟಿದ್ದರಿಂದ ಅದು ನ್ಯಾಯವಾದದ್ದಲ್ಲ. ಅದು ಕೇವಲ ನನ್ನ ಹತಾಶೆಯನ್ನು ವ್ಯಕ್ತಪಡಿಸುವಂತಿದ್ದಿದ್ದರೆ ಅದು ನ್ಯಾಯವಾದದ್ದು ಎಂದು ತೀರ್ಮಾನಿಸಬಹುದಾಗಿತ್ತು. ಆದರೆ ಈ ಪ್ರಸಂಗದಲ್ಲಿ ಉದ್ದೇಶ ಮಿಶ್ರಿತವಾಗಿತ್ತು.

ಈ ಘಟನೆಯು ನನ್ನನ್ನು ಚಿಂತಿಸುವಂತೆ ಮಾಡಿತು ಮತ್ತು ವಿದ್ಯಾರ್ಥಿಗಳನ್ನು ತಿದ್ದಲು ಇನ್ನೂ ಉತ್ತಮವಾಗಿದ್ದ ಕ್ರಮವನ್ನು ಕಲಿಸಿಕೊಟ್ಟಿತು. ಈ ಪ್ರಶ್ನಾರ್ಹ ಸಂದರ್ಭದಲ್ಲಿ ಆ ಕ್ರಮವನ್ನು

ಅನುಸರಿಸಬಹುದಾಗಿತ್ತೆ ಎಂಬುದರ ಬಗ್ಗೆ ನನಗೇನೂ ತಿಳಿಯದು. ಆ ಏಳೆಯನು ಆ ಘಟನೆಯನ್ನು ಬಹುಬೇಗನೇ ಮರೆತುಬಿಟ್ಟ. ಆದರೆ ಅವನಲ್ಲಿ ತುಂಬಾ ಸುಧಾರಣೆ ಕಂಡುಬಂತು ಎಂದು ನಾನು ಭಾವಿಸುವುದಿಲ್ಲ. ಆದರೆ ತನ್ನ ಶಿಷ್ಯರ ಬಗ್ಗೆ ಒಬ್ಬ ಶಿಕ್ಷಕನು ತನ್ನ ಕರ್ತವ್ಯವನ್ನು ಉತ್ತಮವಾಗಿ ನಿರ್ವಹಿಸಬೇಕು ಎಂಬುದರ ಬಗ್ಗೆ ಈ ಘಟನೆಯು ನನಗೆ ಚೆನ್ನಾಗಿ ತಿಳಿಸಿಕೊಟ್ಟಿತು.

ಈ ಘಟನೆಯ ತರುವಾಯ ಕೂಡಾ ಹುಡುಗರು ಆಗಾಗ್ಗೆ ಅವಿವೇಕದಿಂದ ನಡೆದುಕೊಳ್ಳುತ್ತಿದ್ದರು. ಆದರೆ ನಾನೆಂದೂ ಉಗ್ರ ಶಿಕ್ಷೆಯನ್ನು ಕೊಡಲು ಮುಂದಾಗಲಿಲ್ಲ. ಈ ಪ್ರಕಾರ ನನ್ನ ಕೈಕೆಳಗಿದ್ದ ಹುಡುಗರಿಗೆ ಮತ್ತು ಹುಡುಗಿಯರಿಗೆ ಆಧ್ಯಾತ್ಮಿಕ ತರಬೇತಿಯನ್ನು ನೀಡುವ ಸಾಹಸದಲ್ಲಿ ಆತ್ಮಶಕ್ತಿಯನ್ನು ಕುರಿತಂತೆ ಹೆಚ್ಚು ಹೆಚ್ಚಾಗಿ ತಿಳಿದುಕೊಂಡೆ.

35. ಗೋಧಿಯಲ್ಲಿ ಕಳೆ

ನಾನು ಟಾಲ್‌ಸ್ಟಾಯ್ ಫಾರ್ಮ್‌ನಲ್ಲಿದ್ದಾಗ ಮಿ. ಕ್ಯಾಲೆನ್‌ಬಾಕ್ ಒಂದು ಸಮಸ್ಯೆಯ ಕಡೆಗೆ ನನ್ನ ಗಮನವನ್ನು ಸೆಳೆದಿದ್ದ. ಅಲ್ಲಿಯವರೆಗೂ ಇದು ನನಗೆ ಹೊಳೆದಿರಲಿಲ್ಲ. ನಾನು ಈಗಾಗಲೇ ಹೇಳಿರುವಂತೆ ಫಾರ್ಮ್‌ನಲ್ಲಿದ್ದ ಕೆಲವು ಹುಡುಗರು ಕೆಟ್ಟವರಾಗಿದ್ದರು ಮತ್ತು ಮಿತಿ ಮೀರಿದ್ದಿರು. ಅವರಲ್ಲಿ ಪೋಲಿಗಳೂ ಇದ್ದರು. ಇವರ ಜತೆಯಲ್ಲಿ ನನ್ನ ಮೂವರು ಹುಡುಗರು ಪ್ರತಿದಿನವೂ ತಿರುಗಾಡುತ್ತ ಅವರ ಸಂಪರ್ಕದಲ್ಲಿರುತ್ತಿದ್ದರು. ನನ್ನ ಮಕ್ಕಳ ಸ್ವಭಾವವನ್ನೇ ಹೊಂದಿದ್ದ ಇನ್ನೂ ಕೆಲವು ಹುಡುಗರು ಅವರ ಸಂಪರ್ಕವನ್ನು ಬೆಳೆಸಿಕೊಂಡಿದ್ದರು. ಇದರಿಂದ ಮಿ. ಕ್ಯಾಲೆನ್‌ಬಾಕ್ ಕಳವಳಪಟ್ಟಿದ್ದ. ಆದರೆ ಈ ಅಂಕೆತಪ್ಪಿದ ಮಕ್ಕಳ ಜತೆಯಲ್ಲಿ ನನ್ನ ಮಕ್ಕಳನ್ನು ಬಿಡುವುದು ಅನುಚಿತವಾದದ್ದು ಎಂಬುದರ ಮೇಲೆ ಮಾತ್ರ ಅವನು ಗಮನಹರಿಸಿದ್ದ.

ಒಂದು ದಿನ ಅವನು ಗಟ್ಟಿಯಾಗಿ ಬಾಯಿಬಿಟ್ಟು ಮಾತಾಡಿದ: 'ನಿಮ್ಮ ಸ್ವಂತದ ಹುಡುಗರನ್ನು ಕೆಟ್ಟಹುಡುಗರೊಂದಿಗೆ ಬೆರೆಯಲು ಬಿಡುವ ನಿಮ್ಮದಾರಿ ನನಗೆ ಒಪ್ಪಿಗೆಯಾಗುತ್ತಿಲ್ಲ. ಅದರಿಂದ ಕೇವಲ ಒಂದೇ ಒಂದು ಫಲ ಸಿಗುವುದು. ಈ ಕೆಟ್ಟ ಸಹವಾಸದ ಮೂಲಕ ಅವರು ಕೆಟ್ಟು ಹೋಗುತ್ತಾರೆ.'

ಆ ಕ್ಷಣದಲ್ಲಿ ಈ ಪ್ರಶ್ನೆ ನನ್ನನ್ನು ತಬ್ಬಿಬ್ಬುಮಾಡಿತೆ ಎಂಬುದು ನನ್ನ ನೆನಪಲ್ಲಿಲ್ಲ. ಆದರೆ ನಾನು ಏನು ಹೇಳಿದೆ ಎಂಬುದನ್ನು ನೆನಪಿಗೆ ತಂದುಕೊಳ್ಳಬಲ್ಲೆ:

'ನಾನು ಹೇಗೆ ಪೋಲಿಗಳು ಮತ್ತು ನನ್ನ ಹುಡುಗರ ನಡುವೆ ಭೇದಮಾಡಬಲ್ಲೆ? ನಾನು ಸಮಾನವಾಗಿ ಈ ಇಬ್ಬರ ಹೊಣೆಯನ್ನು ಹೊತ್ತುಕೊಂಡಿದ್ದೇನೆ. ನಾನು ಆಹ್ವಾನಿಸಿರುವುದರಿಂದ ಈ ಎಳೆಯರು ಬಂದಿದ್ದಾರೆ. ನಾನು ಅವರಿಗೆ ಸ್ವಲ್ಪ ಹಣ ಕೊಟ್ಟು ಓಡಿಸಿಬಿಟ್ಟರೆ ಅವರು ಜೊಹಾನ್ಸ್‌ಬರ್ಗ್‌ಗೆ ತಕ್ಷಣವೇ ಓಡಿಹೋಗುತ್ತಾರೆ ಮತ್ತು ತಮ್ಮ ಹಿಂದಿನ ದಾರಿಯನ್ನೇ ಹಿಡಿಯುತ್ತಾರೆ. ನಿನಗೆ ಸತ್ಯವನ್ನೇ ಹೇಳುವುದಾದರೆ, ಇಲ್ಲಿಗೆ ಬಂದಿರುವುದರಿಂದ ಅವರನ್ನು ನನ್ನ ಜವಾಬುದಾರಿಗೆ ವಹಿಸಲಾಗಿದೆ ಎಂದು ಅವರು ಮತ್ತು ಅವರ ಪಾಲಕರುಗಳು ನಂಬಿದ್ದಾರೆ ಎಂದು ಖಂಡಿತವಾಗಿಯೂ ಭಾವಿಸಬಹುದು. ಅವರು ಇಲ್ಲಿ ತುಂಬಾ ಅನಾನುಕೂಲತೆಯನ್ನು ಕಿರುಕುಳವನ್ನು ಸಹಿಸಿಕೊಳ್ಳುತ್ತಿದ್ದಾರೆ ಎಂದು ನಿನಗೆ ಮತ್ತು ನನಗೆ ಚೆನ್ನಾಗಿ ಗೊತ್ತಿದೆ. ಆದರೆ ನನ್ನ ಕರ್ತವ್ಯ ಏನು ಎಂದು ನನಗೆ ಸ್ಪಷ್ಟವಾಗಿ ಗೊತ್ತಿದೆ. ನಾನು ಅವರನ್ನು ಇಲ್ಲಿ ಇರಿಸಿಕೊಂಡಿದ್ದೇನೆ. ಆದ್ದರಿಂದ ನನ್ನ ಹುಡುಗರು ಅವರ ಜತೆಯಲ್ಲಿ ವಾಸಿಸಬೇಕು. ತಾವು ಇತರ ಹುಡುಗರುಗಳಿಗಿಂತ ಮೇಲ್ಮಟ್ಟದಲ್ಲಿರುವವರು ಎಂದು ನನ್ನ ಹುಡುಗರು ಭಾವಿಸುವಂತೆ ಬೋಧಿಸಬೇಕು ಎಂದು ನೀನು ಖಂಡಿತವಾಗಿಯೂ ಇಷ್ಟಪಡುವುದಿಲ್ಲ. ಅವರ ತಲೆಗಳಲ್ಲಿ ತಾವು ಮೇಲ್ಮಟ್ಟದವರು ಎಂಬ ಭಾವನೆಯನ್ನು ಹುಟ್ಟುಹಾಕಿದರೆ ಅವರನ್ನು ಅಡ್ಡದಾರಿಗೆ ಒಯ್ದಂತಾಗುವುದು. ಇತರ ಹುಡುಗರೊಂದಿಗೆ ಇವರು ಸಹವಾಸ ಮಾಡಿದರೆ ಒಳ್ಳೆಯ ಶಿಷ್ಟಾಚಾರವನ್ನು ಅವರು ಕಲಿತಂತಾಗುತ್ತದೆ. ಅವರು ತಾವಾಗಿಯೇ ಒಳ್ಳೆಯದು ಮತ್ತು ಕೆಟ್ಟದ್ದರ ನಡುವಣ ಭಿನ್ನತೆಯನ್ನು ಕಲಿತುಕೊಳ್ಳುತ್ತಾರೆ. ಅವರಲ್ಲಿ ಏನಾದರೂ ಒಳ್ಳೆಯದಿದ್ದರೆ ಅದು ಅವರ ಸಂಗಡಿಗರ ಮೇಲೆ ಪ್ರಭಾವಬೀರಬಲ್ಲದು ಎಂದು ನಾವೇಕೆ ನಂಬಬಾರದು? ಏನೇ ಇರಲಿ ಅವರನ್ನು ಇಲ್ಲಿ ಇಟ್ಟುಕೊಳ್ಳದೇ ನನಗೆ ಬೇರೆ ದಾರಿಯೇ ಇಲ್ಲ. ಅದರಿಂದ ಏನೇ ಅಪಾಯವುಂಟಾದರೂ ನಾವು ಅದನ್ನು ಎದುರಿಸಲೇಬೇಕು.'

ಮಿ. ಕ್ಯಾಲೆನ್‌ಬಾಕ್ ತನ್ನ ತಲೆಯನ್ನಲ್ಲಾಡಿಸಿದ.

ನಾವು ಭಾವಿಸಿರುವಂತೆ ಇದರಿಂದ ಕೆಟ್ಟ ಪರಿಣಾಮವಾಯ್ತು ಎಂದು ಹೇಳುವಂತಿಲ್ಲ. ನನ್ನ ಮಕ್ಕಳಿಗೆ ಈ ಪ್ರಯೋಗದಿಂದ ಕೆಟ್ಟದಾಯಿತು ಎಂದು ನಾನು ಪರಿಗಣಿಸಿಲ್ಲ. ಇದಕ್ಕೆ ಪ್ರತಿಯಾಗಿ ಅವರು ಏನಾದರೂ ಸ್ವಲ್ಪ ಪ್ರಯೋಜನ ಪಡೆದರು ಎಂದು ನಾನು ಕಂಡುಕೊಂಡಿದ್ದೇನೆ. ಅವರಲ್ಲಿ ಅಲ್ಪಸ್ವಲ್ಪ ಪ್ರತಿಷ್ಠೆಯ ಕುರುಹೇನಾದರೂ ಉಳಿದುಕೊಂಡಿದ್ದರೆ ಅದು ನಾಶವಾಯ್ತು ಮತ್ತು ಎಲ್ಲ ಬಗೆಯ ಮಕ್ಕಳೊಂದಿಗೆ ಬೆರೆಯುವುದನ್ನು ಕಲಿತುಕೊಂಡರು. ಅವರು ಪರೀಕ್ಷೆಗೊಳಗಾಗಿದ್ದರು ಮತ್ತು ಶಿಸ್ತುಬದ್ಧತೆಗೆ ಒಳಪಟ್ಟರು.

ಈ ಪ್ರಯೋಗ ಮತ್ತು ಇದೇ ಬಗೆಯ ಪ್ರಯೋಗಗಳು ನನಗೆ ಒಂದು ವಿಷಯವನ್ನು ತೋರಿಸಿಕೊಟ್ಟಿದ್ದವು. ಒಳ್ಳೆಯ ಮಕ್ಕಳನ್ನು ಕೆಟ್ಟಮಕ್ಕಳೊಂದಿಗೆ ಕೂರಿಸಿ ಕಲಿಸಿದರೆ ಮತ್ತು ಅವರ ಸಹವಾಸಕ್ಕೆ ತಳ್ಳಿದರೆ ಅವರು ಏನನ್ನೂ ಕಳೆದುಕೊಳ್ಳುವುದಿಲ್ಲ. ಎಂದು ನಾನು ಭಾವಿಸಿದ್ದೇನೆ.

ಆದರೆ ತಂದೆತಾಯಿಯರು ಇಲ್ಲವೇ ಪಾಲಕರ ಜಾಗರೂಕ ದೃಷ್ಟಿಯಡಿಯಲ್ಲಿ ಈ ಪ್ರಯೋಗ ನಡೆಯಬೇಕು.

ಹತ್ತಿಯ ಬಟ್ಟೆಯಲ್ಲಿ ಸುತ್ತಿಟ್ಟ ಮಕ್ಕಳು (ಅಂದರೆ ಅತಿಜಾಗರೂಕತೆಯಿಂದ ಮತ್ತು ಅತಿ ಅಕ್ಕರೆಯಿಂದ ಬೆಳೆಸಿದ್ದ ಮಕ್ಕಳು) ಯಾವಾಗಲೂ ಎಲ್ಲ ಪ್ರಲೋಭನೆ ಮತ್ತು ದುಷ್ಟತನಗಳಿಗೆ ಬಲಿಯಾಗದೇ ಗಟ್ಟಿಯಾಗಿದ್ದು ಪರಿಶುದ್ಧರಾಗಿರುತ್ತಾರೆ ಎಂದು ಹೇಳಲು ಸಾಧ್ಯವಾಗದು. ಹಾಗಿದ್ದರೂ ಬೆಳೆಯುತ್ತಿರುವ ಎಲ್ಲ ಬಗೆಯ ಬಾಲಕರನ್ನು ಮತ್ತು ಬಾಲಕಿಯರನ್ನು ಒಟ್ಟಿಗೆ ಸೇರಿಸಿ ಕಲಿಸುವಾಗ ತಂದೆತಾಯಿಯರು ಮತ್ತು ಶಿಕ್ಷಕರು ಉಗ್ರ ಪರೀಕ್ಷೆಯನ್ನು ಎದುರಿಸಬೇಕಾಗುತ್ತದೆ. ಅವರು ಸದಾ ಜಾಗೃತೆಯಿಂದಿರಬೇಕಾಗುತ್ತದೆ.

36. ದೇಹದಂಡನೆಯ ರೂಪದಲ್ಲಿ ಉಪವಾಸ

ಸರಿಯಾದ ದಾರಿಯಲ್ಲಿ ಬಾಲಕರನ್ನು ಮತ್ತು ಬಾಲಕಿಯರನ್ನು ಬೆಳೆಸುವುದು ಮತ್ತು ಅವರಿಗೆ ಶಿಕ್ಷಣ ಕೊಡುವುದು ತುಂಬಾ ಕಷ್ಟಕರವಾಗಿರುವುದು ಎಂಬುದು ದಿನದಿಂದ ದಿನಕ್ಕೆ ನನಗೆ ಸ್ಪಷ್ಟವಾಗತೊಡಗಿತು. ಅವರಿಗೆ ನಾನೇ ನಿಜವಾದ ಶಿಕ್ಷಕನೂ ಮತ್ತು ಪಾಲಕನೂ ಆಗಬೇಕಾಗಿದ್ದರೆ ನಾನು ಅವರ ಹೃದಯಗಳನ್ನು ಸ್ಪರ್ಶಿಸಬೇಕು. ಅವರ ಸುಖ-ದುಃಖಗಳನ್ನು ಹಂಚಿಕೊಳ್ಳಬೇಕು. ಅವರ ಎದುರಿರುವ ಸಮಸ್ಯೆಗಳನ್ನು ಬಗೆಹರಿಸಿಕೊಳ್ಳಲು ಅವರಿಗೆ ನೆರವು ನೀಡಬೇಕು. ಯೌವನದಲ್ಲಿ ಏರಿಳಿಯುತ್ತಿರುವ ಆಶಯಗಳನ್ನು ಸರಿಯಾದ ದಾರಿಯಲ್ಲಿ ತೆಗೆದುಕೊಂಡು ಹೋಗಬೇಕು.

ಸೆರೆಮನೆಯಿಂದ ಕೆಲವು ಸತ್ಯಾಗ್ರಹಿಗಳನ್ನು ಬಿಡುಗಡೆ ಮಾಡಿದ ತರುವಾಯ ಟಾಲ್‌ಸ್ಟಾಯ್ ಫಾರ್ಮ್ ಬಹುಮಟ್ಟಿಗೆ ನಿವಾಸಿಗಳಿಲ್ಲದೇ ಖಾಲಿಯಾಯ್ತು. ಉಳಿದುಕೊಂಡಿದ್ದವರಲ್ಲಿ ಬಹುತೇಕ ಎಲ್ಲರೂ ಫೀನಿಕ್ಸ್‌ಗೆ ಸೇರಿದ್ದರು. ಆದ್ದರಿಂದ ನಾನು ಅವರನ್ನು ಅಲ್ಲಿಗೆ ಕಳಿಸಿಬಿಟ್ಟೆ. ಇಲ್ಲಿ ನಾನು ಅಗ್ನಿಪರೀಕ್ಷೆಗೆ ಒಳಗಾಗಬೇಕಾಯ್ತು.

ಆ ದಿವಸಗಳಲ್ಲಿ ನಾನು ಫೀನಿಕ್ಸ್ ಮತ್ತು ಜೊಹಾನ್ಸ್‌ಬರ್ಗ್ ನಡುವೆ ಓಡಾಡುತ್ತಿರಬೇಕಾಗಿತ್ತು. ಒಮ್ಮೆ ನಾನು ಜೊಹಾನ್ಸ್‌ಬರ್ಗ್‌ನಲ್ಲಿದ್ದಾಗ ಆಶ್ರಮದ ಇಬ್ಬರು ನಿವಾಸಿಗಳು ನೈತಿಕವಾಗಿ ಪತನಗೊಂಡಿದ್ದಾರೆ. (ಅಂದರೆ ಅಡ್ಡದಾರಿ ಹಿಡಿದಿದ್ದಾರೆ) ಎಂಬ ಸುದ್ದಿ ಮುಟ್ಟಿತು. ಸತ್ಯಾಗ್ರಹದ ಹೋರಾಟ ಮೇಲುನೋಟಕ್ಕೆ ಕಾಣುವಂತೆ ವಿಫಲವಾಗಿದೆ ಅಥವಾ ತಲೆಕೆಳಗಾಗಿದೆ ಎಂಬ ಸುದ್ದಿ ಬಂದಿದ್ದರೂ ಅದು ನನ್ನನ್ನು ದಿಗ್ಭ್ರಮೆಗೊಳಿಸುತ್ತಿರಲಿಲ್ಲ ಆದರೆ ಈ ಸುದ್ದಿ ಸಿಡಿಲು ಬಡಿದಂತೆ ನನ್ನ ಮೇಲೆ ಎರಗಿತ್ತು. ಅಂದೇ ನಾನು ಫೀನಿಕ್ಸ್‌ಗೆ ರೈಲಿನಲ್ಲಿ ಕೂತು ಹೊರಟೆ. ಮಿ ಕ್ಯಾಲೆನ್‌ಬಾಕ್ ನನ್ನ ಜತೆಯಲ್ಲಿ ಬರುವುದಾಗಿ ಬಲವಂತಪಡಿಸಿದ. ನನ್ನ ಪರಿಸ್ಥಿತಿ ಹೇಗಿದೆ ಎಂಬುದನ್ನು ಅವನು ಗಮನಿಸಿದ್ದ. ನಾನು ಒಂಟಿಯಾಗಿ ಅಲ್ಲಿಗೆ ಹೋಗಬೇಕೆಂದಿರುವುದನ್ನು ಅವನಿಗೆ ಒಪ್ಪಿಕೊಳ್ಳಲು ಸಾಧ್ಯವಿರಲಿಲ್ಲ. ಏಕೆಂದರೆ ನನ್ನ ಮನಶ್ಯಾಂತಿಯನ್ನು ಕೆಡಿಸಿದ್ದ ಸುದ್ದಿಯನ್ನು ಅವನೇ ತಂದು ನನಗೆ ಮುಟ್ಟಿಸಿದ್ದ.

ಪ್ರಯಾಣ ಮಾಡುತ್ತಿರುವಾಗ ನನ್ನ ಕರ್ತವ್ಯ ಏನು ಎಂದು ನನಗೆ ಸ್ಪಷ್ಟವಾಗಿತ್ತು. ತನ್ನ ಶಿಷ್ಯ ಅಥವಾ ಪೋಷಿ (ಪೋಷಣೆಯಲ್ಲಿರುವವನು)ಯ ನೈತಿಕ ಚ್ಯುತಿಗೆ ಸ್ವಲ್ಪಮಟ್ಟಿಗೆ ಪಾಲಕ ಅಥವಾ ಶಿಕ್ಷಕನು ಜವಾಬುದಾರ ಎಂದು ನಾನು ಭಾವಿಸಿದೆ. ಆದ್ದರಿಂದ ಈ ಪ್ರಶ್ನಾರ್ಹ ಪ್ರಸಂಗದಲ್ಲಿ ನನ್ನ ಜವಾಬುದಾರಿ ಏನು ಎಂಬುದು ಬೆಳಕಿನಷ್ಟು ಸ್ಪಷ್ಟವಾಗಿತ್ತು. ನನ್ನ ಹೆಂಡತಿ ಆಗಲೇ ಈ ವಿಷಯದಲ್ಲಿ ನನ್ನನ್ನು ಎಚ್ಚರಿಸಿದ್ದಳು. ಆದರೆ ಎಲ್ಲರನ್ನೂ ಸುಲಭವಾಗಿ ನಂಬುವ ಸ್ವಭಾವವಿದ್ದ ನಾನು ಆಕೆಯ ಎಚ್ಚರಿಕೆಯನ್ನು ನಿರ್ಲಕ್ಷಿಸಿದ್ದೆ. ಅಪರಾಧಿಗಳಿಗೆ ನನ್ನ ಹತಾಶೆಯನ್ನು ಮತ್ತು ಅವರು ಎಷ್ಟು ಆಳಕ್ಕೆ ಪತನಗೊಂಡಿದ್ದಾರೆ (ಅಧೋಗತಿ) ಎಂಬುದನ್ನು ಅವರಿಗೆ ಮನದಟ್ಟುಮಾಡಿಸಲು ಇರುವ ಒಂದೇ ಒಂದು ಮಾರ್ಗವೆಂದರೆ ದೇಹದಂಡನೆ ಎಂದು ನಾನು ಭಾವಿಸಿದೆ. ಆದ್ದರಿಂದ ಏಳು ದಿನಗಳ ಕಾಲದ ಉಪವಾಸವನ್ನು ನಾನೇ ಸ್ವತಃ ನನ್ನ ಮೇಲೆ ಹೇರಿಕೊಂಡೆ. ನಾಲ್ಕೂವರೆ ತಿಂಗಳುಗಳ ಕಾಲ ದಿನಕ್ಕೆ ಒಂದು ಒಂದು ಊಟ ಮಾಡುವುದಾಗಿ ಪ್ರತಿಜ್ಞೆಮಾಡಿದೆ. ಮಿ. ಕ್ಯಾಲೆನ್‌ಬಾಕ್ ನನ್ನನ್ನು ಹೀಗೆ ಮಾಡದಂತೆ ತಡೆಯಲು ಪ್ರಯತ್ನಿಸಿದ. ಆದರೆ ಅವನ ಪ್ರಯತ್ನ ವ್ಯರ್ಥವಾಯ್ತು. ಕಡೆಯಲ್ಲಿ ಅವನು ದೇಹದಂಡನೆ (ಪ್ರಾಯಶ್ಚಿತ್ತ)ಯ ಔಚಿತ್ಯವನ್ನು ಅನುಮೋದಿಸಿದ. ತಾನು ಕೂಡಾ ನನ್ನ ಜತೆಯಲ್ಲಿ ಸೇರುವುದಾಗಿ ಬಲವಂತಪಡಿಸಿದ. ನನಗೆ ಅವನ ಪ್ರೀತಿ ಸ್ಪಷ್ಟವಾಗಿ ಗೋಚರವಾಗುತ್ತಿದ್ದರಿಂದ ಅವನನ್ನು ತಡೆಹಿಡಿಯಲು ಸಾಧ್ಯವಾಗಲಿಲ್ಲ. ನನ್ನ ಮನಸ್ಸಿನಿಂದ ಭಾರಿ ಹೊರೆ ಕೆಳಗಿಳಿದಂತಾಗಿದ್ದರಿಂದ ನನಗೆ ತುಂಬಾ ನೆಮ್ಮದಿ ಸಿಕ್ಕಿತ್ತು. ಅಪರಾಧಿಗಳ ಮೇಲಿದ್ದ ನನ್ನ ಕೋಪ ಕಡಿಮೆಯಾಯಿತು ಮತ್ತು ಅವರ ಮೇಲೆ ಪರಿಶುದ್ಧವಾದ ಮರುಕ ಉಂಟಾಯಿತು ಈ ಪ್ರಕಾರ ಸಾಕಷ್ಟು ನಿರಾತಂಕಗೊಂಡು ನಾನು ಫೀನಿಕ್ಸ್‌ಅನ್ನು ತಲ್ಪಿದೆ. ನಾನು ಇನ್ನಷ್ಟು ತನಿಖೆಮಾಡಿದೆ ಮತ್ತು ನನಗೆ ಅಗತ್ಯವಾಗಿದ್ದ ಇನ್ನೂ ಹೆಚ್ಚಿನ ವಿವರಗಳನ್ನು ಪಡೆದುಕೊಂಡೆ.

ನನ್ನ ದೇಹದಂಡನೆ ಎಲ್ಲರನ್ನೂ ನೋಯಿಸಿತ್ತು. ಆದರೆ ಅದು ವಾತಾವರಣವನ್ನು ತಿಳಿಗೊಳಿಸಿತು. ಪಾಪಿಯಾಗುವುದು ಎಷ್ಟೊಂದು ಭಯಂಕರವಾದದ್ದು ಎಂಬುದನ್ನು ಎಲ್ಲರೂ ಮನದಟ್ಟುಮಾಡಿಕೊಂಡರು. ಬಾಲಕರೊಂದಿಗೆ ಮತ್ತು ಬಾಲಕಿಯರೊಂದಿಗೆ ಬೆಸೆದುಕೊಂಡಿದ್ದ ನಂಟು ಮತ್ತಷ್ಟು ಗಟ್ಟಿಯಾಯ್ತು ಮತ್ತು ಅದು ಪರಿಶುದ್ಧವಾಯ್ತು.

ಸ್ವಲ್ಪ ದಿನಗಳ ತರುವಾಯ ಈ ಘಟನೆಯಿಂದ ಉತ್ಪನ್ನವಾಗಿದ್ದ ಸನ್ನಿವೇಶದಿಂದಾಗಿ ನಾನು ಹದಿನಾಲ್ಕು ದಿನಗಳ ಉಪವಾಸವನ್ನು ಕೈಗೊಳ್ಳಬೇಕಾಯ್ತು. ಇದರ ಪರಿಣಾಮಗಳು ನನ್ನ ನಿರೀಕ್ಷೆಯನ್ನೂ ಮೀರಿದ್ದವು.

ತನ್ನ ಶಿಷ್ಯರ ಕಾರಣದಿಂದಾಗಿ ಕರ್ತವ್ಯಚ್ಯುತಿ ಉಂಟದಾಗ ಶಿಕ್ಷಕನು ಉಪವಾಸವನ್ನು ಕೈಗೊಳ್ಳುವುದು ಅವನ ಕರ್ತವ್ಯವಾಗಿದೆ ಎಂದು ಈ ಘಟನೆಗಳಿಂದ ಸಾಧಿಸಿ ತೋರಿಸುವುದು ನನ್ನ ಉದ್ದೇಶವಲ್ಲ. ಹಾಗಿದ್ದರೂ ಕೆಲವು ಸಂದರ್ಭಗಳಲ್ಲಿ ಈ ಕಠಿಣವಾದ ಪರಿಹಾರೋಪಾಯ ಅಗತ್ಯವಾಗುವುದು ಎಂದು ನಾನು ಹೇಳುತ್ತೇನೆ. ಆದರೆ ದೃಷ್ಟಿಕೋನ ಸ್ಪಷ್ಟವಾಗಿರಬೇಕು ಮತ್ತು ಆತ್ಮಶಕ್ತಿ ದೃಢವಾಗಿರಬೇಕು. ಮೊದಲೇ ಇವುಗಳ ಬಗ್ಗೆ ಖಚಿತತೆ ಇರಬೇಕು. ಶಿಕ್ಷಕ ಮತ್ತು ಶಿಷ್ಯನ ನಡುವೆ ಸಾಚಾ ಪ್ರೀತಿಯಿಲ್ಲದಿದ್ದರೆ, ಶಿಷ್ಯನ ಕರ್ತವ್ಯಚ್ಯುತಿ ಶಿಕ್ಷಕನ ಜೀವಾಳವನ್ನು ಮುಟ್ಟದಿದ್ದರೆ ಮತ್ತು ಶಿಕ್ಷಕನಲ್ಲಿ ಶಿಷ್ಯನಿಗೆ ಗೌರವವಿಲ್ಲದಿದ್ದರೆ ಉಪವಾಸ ಅನುಚಿತವಾಗಿಬಿಡುವುದು ಮತ್ತು ಕೇಡನ್ನು ಕೂಡಾ ಉಂಟುಮಾಡಬಹುದು. ಇಂತಹ ಪ್ರಸಂಗಗಳಲ್ಲಿ ಉಪವಾಸಗಳ ಔಚಿತ್ಯದ ಬಗ್ಗೆ ಸಂಶಯಗಳು ಏಳಬಹುದಾದರೂ ಶಿಷ್ಯನ ತಪ್ಪುಗಳಿಗೆ ಶಿಕ್ಷಕ ಹೊಣೆಗಾರ ಎಂಬ ಬಗ್ಗೆ ಯಾವುದೇ ಪ್ರಶ್ನೆಯನ್ನು ಎತ್ತಲಾಗದು.

ಮೊದಲನೆಯ ದೇಹದಂಡನೆ ನಮ್ಮಲ್ಲಿ ಯಾರಿಗೂ ಕಷ್ಟವಾದಂತೆ ತೋರಲಿಲ್ಲ. ನಾನು ನನ್ನ ಎಂದಿನ ಚಟುವಟಿಕೆಗಳನ್ನು ನಿಲ್ಲಿಸಿರಲಿಲ್ಲ. ಅಥವಾ ಮುಂದಕ್ಕೆ ಹಾಕಿರಲಿಲ್ಲ. ದೇಹದಂಡನೆಯ ಇಡೀ ಅವಧಿಯಲ್ಲಿ ನಾನು ಕಟ್ಟುನಿಟ್ಟಿನಿಂದ ಹಣ್ಣುಗಳ ಆಹಾರವನ್ನು ಸೇವಿಸುತ್ತಿದ್ದೆ ಎಂದು ನಾನು ನೆನಪಿಗೆ ತಂದುಕೊಳ್ಳುತ್ತಿದ್ದೇನೆ. ಎರಡನೇ ಉಪವಾಸದ ಕಡೆಯ ಭಾಗದಲ್ಲಿ ನಾನು ತುಂಬಾ ಕಷ್ಟವನ್ನು ಅನುಭವಿಸಬೇಕಾಯ್ತು. ಆಗ ನಾನು ಪೂರ್ಣವಾಗಿ ರಾಮನಾಮದ ಅದ್ಭುತ ಸಾರ್ಥಕತೆಯನ್ನು ಅರ್ಥಮಾಡಿಕೊಂಡಿರಲಿಲ್ಲ. ಈ ಕಾರಣದಿಂದಾಗಿ ಯಾತನೆಯನ್ನು ತಡೆದುಕೊಳ್ಳುವ ಸಾಮರ್ಥ್ಯ ಅಷ್ಟರಮಟ್ಟಿಗೆ ಕಡಿಮೆಯಾಗಿತ್ತು. ಇನ್ನೂ ಇದರ ಬಗ್ಗೆ ಹೇಳುವುದಾದರೆ ಉಪವಾಸದ ತಂತ್ರದ ಬಗ್ಗೆ ನನಗೆ ಏನೂ ಗೊತ್ತಿರಲಿಲ್ಲ. ಮುಖ್ಯವಾಗಿ ಓಕರಿಕೆ ಬರುವಂತಾದರೂ ಮತ್ತು ರುಚಿಯಿಲ್ಲದೇ ಜುಗುಪ್ಸೆಯನ್ನುಂಟುಮಾಡುವಂತಿದ್ದರೂ ತುಂಬಾ ನೀರನ್ನು ಕುಡಿಯುವ ಅವಶ್ಯಕತೆಯಿದೆ ಎಂದು ನನಗೆ ಆಗ ಗೊತ್ತಿರಲಿಲ್ಲ. ಮೊದಲಬಾರಿಯ ಉಪವಾಸ ಸುಲಭವೆಂದು ತೋರಿಬಂದದ್ದರಿಂದ ನಾನು ಎರಡನೇ ಬಾರಿ ಸಾಕಷ್ಟು ಎಚ್ಚರಿಕೆಯಿಂದಿರಲಿಲ್ಲ. ಮೊದಲಬಾರಿ ನಾನು ಉಪವಾಸ ಮಾಡುತ್ತಿದ್ದಾಗ ಪ್ರತಿದಿನವೂ ಸ್ನಾನಮಾಡುತ್ತಿದ್ದೆ. ಆದರೆ ಎರಡನೇ ಬಾರಿ ಉಪವಾಸ ಮಾಡುತ್ತಿದ್ದಾಗ ನಾನು ಎರಡು ಅಥವಾ ಮೂರು ದಿನಗಳ ತರುವಾಯ ಸ್ನಾನ ಮಾಡುವುದನ್ನು ಬಿಟ್ಟುಬಿಟ್ಟೆ. ರುಚಿಯಿಲ್ಲದ್ದರಿಂದ ಮತ್ತು ಜುಗುಪ್ಸೆಯನ್ನುಂಟುಮಾಡುತ್ತಿದ್ದರಿಂದ ತೀರ ಸ್ವಲ್ಪ ನೀರನ್ನು ಕುಡಿಯುತ್ತಿದ್ದೆ. ಗಂಟಲು ಕಡೆಯ ದಿವಸಗಳಲ್ಲಿ ಒಣಗಲಾರಂಭಿಸಿತ್ತು ಮತ್ತು ದುರ್ಬಲವಾಗುತ್ತಿತ್ತು. ಆದ್ದರಿಂದ ನಾನು ತೀರ ತಗ್ಗಿದ ದನಿಯಲ್ಲಿ ಮಾತಾಡುತ್ತಿದ್ದೆ. ಹಾಗಿದ್ದರೂ ನಾನು ಬರವಣಿಗೆಯ ಅವಶ್ಯಕತೆಯಿದ್ದಾಗ ಹೇಳಿ ಬರೆಸುತ್ತ ನನ್ನ ಕೆಲಸವನ್ನು ಮುಂದುವರೆಸಿದ್ದೆ. ಸತತವಾಗಿ ರಾಮಾಯಣ ಮತ್ತು ಇತರ ಪವಿತ್ರ ಗ್ರಂಥಗಳನ್ನು ಬೇರೆಯವರಿಂದ ಓದಿಸಿ ಕೇಳುತ್ತಿದ್ದೆ. ಎಲ್ಲ ತುರ್ತು ವಿಷಯಗಳಲ್ಲಿ ಚರ್ಚಿಸಿ ಸಲಹೆ ನೀಡುವಷ್ಟು ಶಕ್ತಿಯನ್ನು ಉಳಿಸಿಕೊಂಡಿದ್ದೆ.

37. ಗೋಖಲೆಅವರ ಭೇಟಿಮಾಡಲು ಹೊರಟಿದ್ದುದು

ದಕ್ಷಿಣ ಆಫ್ರಿಕದ ಅನೇಕ ಸ್ಮೃತಿಗಳನ್ನು ನಾನು ಬಿಟ್ಟುಬಿಡಬೇಕು. 1914ರಲ್ಲಿ ಸತ್ಯಾಗ್ರಹ ಹೋರಾಟ ಮುಕ್ತಾಯಗೊಂಡಾಗ ಲಂಡನ್ ಮೂಲಕ ತಾಯ್ನಾಡಿಗೆ ಹಿಂದಿರುಗುವಂತೆ ಗೋಖಲೆಅವರ ಆದೇಶ ನನ್ನ ಕೈಸೇರಿತು. ಆದ್ದರಿಂದ ಜುಲೈನಲ್ಲಿ ಕಸ್ತೂರ್‌ಬಾಯ್ ಮತ್ತು ಕ್ಯಾಲೆನ್‌ಬಾಕ್ ಜತೆಯಲ್ಲಿ ನಾನು ಇಂಗ್ಲೆಂಡ್‌ಗೆ ಪ್ರಯಾಣ ಮಾಡಿದೆ.

ಸತ್ಯಾಗ್ರಹದ ಕಾಲದಲ್ಲಿ ನಾನು ಮೂರನೇ ದರ್ಜೆಯಲ್ಲಿ ಪ್ರಯಾಣ ಮಾಡುವುದನ್ನಾರಂಭಿಸಿದ್ದೆ. ಆದ್ದರಿಂದ ನಾನು ಈ ಪ್ರಯಾಣಕ್ಕೆ ಮೂರನೇ ದರ್ಜೆಯ ಮೂರು ಟಿಕೀಟುಗಳನ್ನು ಕೊಂಡಿದ್ದೆ. ಆದರೆ ಈ ಮಾರ್ಗದಲ್ಲಿ ನೌಕೆಯಲ್ಲಿ ಮೂರನೇ ದರ್ಜೆಯ ಪ್ರಯಾಣಕ್ಕೆ ಒದಗಿಸಲಾಗುವ ಸೌಲಭ್ಯಕ್ಕೂ ಮತ್ತು ಭಾರತೀಯ ಕರಾವಳಿ ನೌಕೆಗಳು ಅಥವಾ ರೈಲು ಬಂಡಿಗಳ ಪ್ರಯಾಣಕ್ಕೆ ಒದಗಿಸಲಾಗುವ ಸೌಲಭ್ಯಕ್ಕೂ ನಡುವೆ ಸಾಕಷ್ಟು ವ್ಯತ್ಯಾಸವಿತ್ತು. ಭಾರತದ ರೈಲು ಅಥವಾ ನೌಕೆಗಳಲ್ಲಿ ಪ್ರಯಾಣ ಮಾಡುವಾಗ ಕೂರುವ ಆಸನಗಳು ಸಾಕಷ್ಟಿರುವುದಿಲ್ಲ. ಮಲಗುವ ಅವಕಾಶವಿರುವ

ಸ್ಥಳಗಳಂತೂ ಇನ್ನೂ ಕಡಿಮೆ ಇರುತ್ತವೆ. ಸ್ವಚ್ಛತೆ ಇರುವುದೇ ಇಲ್ಲ ಎನ್ನಬಹುದು. ಆದರೆ ಇದಕ್ಕೆ ಪ್ರತಿಯಾಗಿ ಲಂಡನ್‌ಗೆ ಪ್ರಯಾಣ ಮಾಡುವ ಕಾಲದಲ್ಲಿ ಆನೌಕೆಯಲ್ಲಿ ಸಾಕಷ್ಟು ಕೊಠಡಿಗಳಿದ್ದವು ಮತ್ತು ಸ್ವಚ್ಛತೆ ಕೂಡಾ ಚೆನ್ನಾಗಿತ್ತು. ಅವಿಜಹಜು (ಸ್ಟೀಮ್‌ಶಿಪ್) ಕಂಪನಿಯು ನಮಗೆ ವಿಶೇಷವಾದ ಸೌಲಭ್ಯಗಳನ್ನು ಒದಗಿಸಿತ್ತು. ಕಂಪನಿಯು ನಮಗೆ ಏಕಾಂತ (ಕ್ಲಾಸಿಟ್) ಕೋಣೆಯ ಸೌಲಭ್ಯವನ್ನು ಒದಗಿಸಿತ್ತು. ಏಕೆಂದರೆ ನಾವು ಫಲಾಹಾರಿಗಳಾಗಿದ್ದೆವು. ಉಗ್ರಾಣದ ಅಧಿಕಾರಿ (ಸ್ಟ್ಯುವರ್ಡ್-ಆಹಾರಸಾಮಗ್ರಿಗಳನ್ನು ಒದಗಿಸುವ ಅಧಿಕಾರಿಗೆ) ನಮಗೆ ಹಣ್ಣುಗಳನ್ನು ಮತ್ತು ಆಹಾರ ಯೋಗ್ಯ ಕಾಯಿಗಳನ್ನು - ಬೀಜಗಳನ್ನು ಒದಗಿಸುವಂತೆ ಅಪ್ಪಣೆ ಪಡೆದಿದ್ದ. ನಿಯಮದ ಪ್ರಕಾರ ಮೂರನೇ ದರ್ಜೆಯ ಪ್ರಯಾಣಿಕರಿಗೆ ಅಲ್ಪ ಸ್ವಲ್ಪ ಹಣ್ಣುಗಳನ್ನು ಮತ್ತು ಕಾಯಿ-ಬೀಜಗಳನ್ನು ಒದಗಿಸಲಾಗುತ್ತಿತ್ತು. ಈ ಸೌಲಭ್ಯಗಳಿದ್ದುದರಿಂದ ನೌಕೆಯಲ್ಲಿ ಕಳೆದ ಹದಿನೆಂಟು ದಿನಗಳು ತುಂಬಾ ಹಿತಕರವಾಗಿದ್ದವು.

ಈ ಪ್ರಯಾಣ ಕಾಲದಲ್ಲಿ ಜರುಗಿದ ಕೆಲವು ಪ್ರಸಂಗಗಳು ದಾಖಲಿಸಲು ಯೋಗ್ಯವಾಗಿದೆ. ಮಿ ಕ್ಯಾಲೆನ್‌ಬಾಕ್‌ಗೆ ದುರ್ಬಿನೆಂದರೆ (ಬೈನಾಕ್ಯುಲರ್) ತುಂಬಾ ಇಷ್ಟ. ಅವನ ಬಳಿ ಬೆಲೆಬಾಳುವಂತಹ ಒಂದೋ ಅಥವಾ ಎರಡು ದುರ್ಬಿನುಗಳಿದ್ದವು. ಪ್ರತಿದಿನವೂ ನಾವು ಇವುಗಳಲ್ಲಿ ಒಂದರ ಬಗ್ಗೆ ಚರ್ಚೆ ನಡೆಸುತ್ತಿದ್ದವು. ನಾವು ಆಶಿಸುತ್ತಿರುವ ಗುರಿಯನ್ನು ಮುಟ್ಟಲು ತಕ್ಕುದಾದ ಸರಳತೆಯ ಆದರ್ಶವನ್ನು ಪಾಲಿಸಲು ಈ ಸ್ವತ್ತು ಬೇಕಾಗಿಲ್ಲ ಎಂದು ಅವನಿಗೆ ಮನದಟ್ಟುಮಾಡಿಸಲು ಪ್ರಯತ್ನಿಸುತ್ತಿದ್ದೆ. ಒಂದು ದಿನ ನಾವು ಚಾಲಕಕೋಣೆ (ಕ್ಯಾಬಿನ್-ಹಡಗು ಚಾಲಕನ ಕೋಣೆ)ಯ ತೆರಪುಗುಂಡಿ (ಪೋರ್ಟ್‌ಹೋಲ್ - ಗಾಳಿಬೆಳಕು ಬರಲು ನೌಕೆಯ ಪಕ್ಕದಲ್ಲಿ ಮಾಡಿರುವ ತೆರಪುಗುಂಡಿ)ಯ ಪಕ್ಕದಲ್ಲಿ ನಿಂತಿದ್ದಾಗ ನಮ್ಮ ಚರ್ಚೆ ಉತ್ಕಟ ಸ್ಥಿತಿಯನ್ನು ತಲ್ಪಿತು.

'ನಮ್ಮ ನಡುವೆ ವಿವಾದಕ್ಕೆ ಕಾರಣವಾಗಿರುವ ಈ ವಸ್ತುಗಳನ್ನು ಉಳಿಸಿಕೊಳ್ಳುವ ಬದಲು ಅವುಗಳನ್ನು ಕಡಲಲ್ಲಿ ಏಕೆ ಎಸೆಯಬಾರದು ಮತ್ತು ಅವುಗಳ ಸಂಬಂಧವನ್ನೇಕೆ ಕಡಿದುಕೊಳ್ಳಬಾರದು?' ಎಂದು ನಾನು ಪ್ರಶ್ನಿಸಿದೆ.

'ಖಂಡಿತವಾಗಿಯೂ ಅನಿಷ್ಟ ಪದಾರ್ಥಗಳನ್ನು ದೂರ ಎಸೆದುಬಿಡಿ.' ಎಂದು ಕ್ಯಾಲೆನ್‌ಬಾಕ್ ಹೇಳಿದ.

'ಅದೇ ನನ್ನ ಉದ್ದೇಶವಾಗಿದೆ.' ಎಂದು ನಾನು ಹೇಳಿದೆ.

'ನನ್ನ ಉದ್ದೇಶವೂ ಅದೇ ಆಗಿದೆ.' ಎಂದು ಅವನು ಹೇಳಿದ.

ಕೂಡಲೇ ನಾನು ಅವನ್ನು ಕಡಲಿಗೆ ಎಸೆದುಬಿಟ್ಟೆ. ಅವುಗಳ ಬೆಲೆ ಸುಮಾರು 7 ಪೌಂಡುಗಳು. ಮಿ. ಕ್ಯಾಲೆನ್‌ಬಾಕ್ ಅವುಗಳಲ್ಲಿ ಇಟ್ಟುಕೊಂಡಿದ್ದ ವ್ಯಾಮೋಹಕ್ಕೆ ಹೋಲಿಸಿದರೆ ಅವುಗಳ ಬೆಲೆ ಅಷ್ಟೇನು ಹೆಚ್ಚಲ್ಲ ಎನ್ನಬಹುದು. ಹಾಗಿದ್ದರೂ ಅವುಗಳನ್ನು ತೊಲಗಿಸಿದ ಮೇಲೆ ಕ್ಯಾಲೆನ್‌ಬಾಕ್ ಎಂದೂ ಅವುಗಳಿಗಾಗಿ ಪಶ್ಚಾತ್ತಾಪಪಡಲಿಲ್ಲ.

ಮಿ. ಕ್ಯಾಲೆನ್‌ಬಾಕ್ ಮತ್ತು ನನ್ನ ನಡುವೆ ನಡೆದ ಅನೇಕ ಪ್ರಸಂಗಗಳಲ್ಲಿ ಇದು ಕೇವಲ ಒಂದು ಎಂದು ಹೇಳಬಹುದು. ಪ್ರತಿದಿನವೂ ನಾವು ಈ ಪ್ರಕಾರ ಏನಾದರೂ ಹೊಸದನ್ನು ಕಲಿತುಕೊಳ್ಳುತ್ತಿದ್ದೆವು. ಏಕೆಂದರೆ ನಾವಿಬ್ಬರೂ ಸತ್ಯದ ಮಾರ್ಗದಲ್ಲಿ ಹೆಜ್ಜೆಯಿಡಲು ಪ್ರಯತ್ನಿಸುತ್ತಿದ್ದೆವು. ಸತ್ಯದ ಕಡೆಗೆ ನಡೆಯುವಾಗ ಕೋಪ ಸ್ವಾರ್ಥ, ದ್ವೇಷ ಮುಂತಾದವು ಸಹಜವಾಗಿ ಎದುರಿಸಲಾಗದೇ ದಾರಿಯನ್ನು ಬಿಟ್ಟುಕೊಡುತ್ತಿದ್ದವು. ಏಕೆಂದರೆ ಹಾಗಾಗದಿದ್ದರೆ ಸತ್ಯವನ್ನು ಸಾಧಿಸುವುದು ಅಸಾಧ್ಯವಾಗುವುದು. ಯಾರು ವಿಷಯಾಸಕ್ತಿಗಳಿಂದ ಓಲಾಡುತ್ತಿರುತ್ತಾರೋ ಅಂತಹವನಲ್ಲಿ ಒಳ್ಳೆಯ ಆಶಯಗಳಿದ್ದರೂ, ಮತ್ತು ಅವನು ಮಾತಿನಲ್ಲಿ ಸತ್ಯವಂತನಾಗಿದ್ದರೂ ಅವನೆಂದೂ ಸತ್ಯವನ್ನು ಕಾಣಲಾರ. ಸತ್ಯದ ಸಫಲ ಅನ್ವೇಷಣೆ ಯಾವುದೆಂದರೆ ಪ್ರೀತಿ ಮತ್ತು ದ್ವೇಷ, ಸುಖ ಮತ್ತು ದುಃಖ ಮುಂತಾದ ಇಮ್ಮುಖ (ಡ್ಯೂಯಲ್) ತೊಡರುಗಳಿಂದ ಪಡೆಯುವ ಪೂರ್ಣ ವಿಮೋಚನೆಯಾಗಿದೆ. ನಮ್ಮ ಪ್ರಯಾಣವನ್ನು ಆರಂಭಿಸಿದಾಗ ನನ್ನ ಉಪವಾಸ ಮುಗಿದು ಹೆಚ್ಚು ದಿನಗಳಾಗಿರಲಿಲ್ಲ. ನಾನು ನನ್ನ ಸಹಜ ಶಕ್ತಿಯನ್ನು ಮತ್ತೆ ಗಳಿಸಿಕೊಂಡಿರಲಿಲ್ಲ. ಸ್ವಲ್ಪ ಮಟ್ಟಿಗೆ ವ್ಯಾಯಾಮ ಮಾಡಲು ನಾನು ಹಡಗಿನ ಅಟ್ಟ (ಡೆಕ್)ದ ಮೇಲೆ ತಿರುಗಾಡುತ್ತಿದ್ದೆ. ಇದರಿಂದ ನಾನು ತಿಂದದ್ದನ್ನು ಅರಗಿಸಿಕೊಳ್ಳಲು ಮತ್ತು ನನ್ನ ಹಸಿವನ್ನು ಹೆಚ್ಚಿಸಿಕೊಂಡು ಚೇತರಿಸಿಕೊಳ್ಳಲು ಪ್ರಯತ್ನಿಸುತ್ತಿದ್ದೆ. ಆದರೆ ಈ ವ್ಯಾಯಾಮ ಕೂಡಾ ನನಗೆ ಅಸಾಧ್ಯವಾಗಿತ್ತು. ಮೀನಖಂಡಗಳು ನೋಯುತ್ತಿದ್ದವು. ಲಂಡನ್‌ಅನ್ನು ಮುಟ್ಟಿದ ಮೇಲೆ ನನ್ನ ಸ್ಥಿತಿ ಉತ್ತಮವಾಗುವುದಕ್ಕಿಂತ ಇನ್ನೂ ತೀವ್ರವಾಗಿ ಕೆಟ್ಟುಹೋಗಿತ್ತು ಎಂದು ಕಂಡುಬಂತು. ಅಲ್ಲಿ ನನಗೆ ಡಾ. ಜೀವ್‌ರಾಜ್‌ಅವರ ಪರಿಚಯವಾಯ್ತು. ನಾನು ಅವರಿಗೆ ನನ್ನ ಉಪವಾಸ ಮತ್ತು ನಂತರ ಅನುಭವಿಸುತ್ತಿರುವ ನೋವಿನ ಬಗ್ಗೆ ಎಲ್ಲವನ್ನೂ ತಿಳಿಸಿದೆ. ಅವರು ಹೇಳಿದರು: 'ಕೆಲವು ದಿನಗಳ ಕಾಲ ನೀವು ಪೂರ್ಣ ವಿಶ್ರಾಂತಿಯನ್ನು ಪಡೆಯದಿದ್ದರೆ ನಿಮ್ಮ ಕಾಲುಗಳು ಉಪಯೋಗಕ್ಕೆ ಬರದೇ ಹೋಗಿಬಿಡಬಹುದು.'

ದೀರ್ಘಕಾಲ ಉಪವಾಸ ಮಾಡಿದವನು ನಷ್ಟವಾಗಿದ್ದ ತನ್ನ ಶಕ್ತಿಯನ್ನು ಮತ್ತೆ ಗಳಿಸಿಕೊಳ್ಳಲು ಅವಸರಪಡಬಾರದೆಂಬುದನ್ನು ಆಗ ನಾನು ಕಲಿತುಕೊಂಡೆ. ಅವನು ತನ್ನ ಹಸಿವನ್ನು ಕೂಡಾ ಹತೋಟಿಯಲ್ಲಿರಿಸಿಕೊಳ್ಳಬೇಕು. (ಅಂದರೆ ಹಸಿವನ್ನು ಇಂಗಿಸಿಕೊಳ್ಳಲು ಹೆಚ್ಚು ಹೆಚ್ಚು ತಿನ್ನಬಾರದು). ಉಪವಾಸ ಮಾಡುವುದಕ್ಕಿಂತಲೂ ಅದನ್ನು ಮುರಿದಾಗ ಪ್ರಾಯಶಃ ಹೆಚ್ಚು ಎಚ್ಚರವಹಿಸಬೇಕು ಮತ್ತು ಅತಿರೇಕಕ್ಕೆ ಹೋಗದೆ ಸಂಯಮದಿಂದಿರಬೇಕು.

ಮದೀರಾದಲ್ಲಿದ್ದಾಗ ಮಹಾಯುದ್ಧ ಯಾವುದೇ ಕ್ಷಣದಲ್ಲಾದರೂ ಆಸ್ಫೋಟಗೊಳ್ಳಬಹುದು ಎಂಬ ಸುದ್ಧಿಯನ್ನು ನಾವು ಕೇಳಿದೆವು. ನಾವು ಇಂಗ್ಲಿಷ್ ಕಾಲುವೆಯನ್ನು ಪ್ರವೇಶಿಸಿದಾಗ ಯುದ್ಧ ನಿಜಕ್ಕೂ ಸ್ಫೋಟಗೊಂಡಿದೆ ಎಂಬ ಸುದ್ಧಿಯನ್ನು ಕೇಳಿದೆವು. ಸ್ವಲ್ಪ ಕಾಲ ನಮ್ಮನ್ನು ಅಲ್ಲಿ ತಡೆದು ನಿಲ್ಲಿಸಿದರು. ಕಾಲುವೆಯ ತುಂಬಾ ಇಡಲಾಗಿದ್ದ ಜಲಾಂತರ್ಗಾಮಿ (ಸಬ್‌ಮೆರೀನ್) ಸಿಡಿಮದ್ದು (ಮೈನ್)ಗಳ ಮಧ್ಯೆ ನುಣುಚಿಕೊಂಡು ಪ್ರಯಾಣ ಮಾಡುವುದು ದುಸ್ಸಾಹಸವೇ ಆಗಿತ್ತು. ಸೌತಾಂಪ್ಟನ್ ಅನ್ನು ಮುಟ್ಟಲು ಸುಮಾರು ಎರಡು ದಿನಗಳು ಬೇಕಾದವು 4 ಆಗಸ್ಟ್ ನಲ್ಲಿ ಯುದ್ಧದ ಘೋಷಣೆ ಹೊರಬಿತ್ತು. 6ನೇ ತಾರೀಖು ನಾವು ಲಂಡನ್ ಅನ್ನು ಮುಟ್ಟಿದೆವು.

38. ಯುದ್ಧದಲ್ಲಿ ನನ್ನ ಪಾತ್ರ

ಗೋಖಲೆಅವರು ಪ್ಯಾರಿಸ್‌ನಲ್ಲಿ ಸಿಕ್ಕಿ ಹಾಕಿಕೊಂಡಿದ್ದಾರೆಂದು ನನಗೆ ಇಂಗ್ಲೆಂಡ್‌ಗೆ ಬರುತ್ತಿದ್ದಂತೆ ತಿಳಿಯಿತು. ಪ್ಯಾರಿಸ್‌ಗೆ ಅವರು ಆರೋಗ್ಯದ ನಿಮಿತ್ತ ಹೋಗಿದ್ದರು. ಆದರೆ ಪ್ಯಾರಿಸ್ ಮತ್ತು ಲಂಡನ್ ನಡುವೆ ಸಂಪರ್ಕ ಕಡಿದುಹೋಗಿದ್ದರಿಂದ ಅವರು ಯಾವಾಗ ವಾಪಸಾಗುತ್ತಾರೆ ಎಂದು ತಿಳಿಯದಾಗಿತ್ತು. ಅವರನ್ನು ನೋಡದೇ ನನಗೆ ತಾಯ್ನಾಡಿಗೆ ಹಿಂದಿರುಗಲು ಇಷ್ಟವಿರಲಿಲ್ಲ. ಆದರೆ ಗೋಖಲೆ ಎಂದು ಹಿಂದಿರುಗುತ್ತಾರೆ ಎಂದು ಯಾರಿಗೂ ಖಚಿತವಾಗಿ ಗೊತ್ತಿರಲಿಲ್ಲ.

ಈ ಮಧ್ಯೆ 'ನಾನು ಏನು ಮಾಡಬೇಕು? ಯುದ್ಧದ ವಿಷಯದಲ್ಲಿ ನನ್ನ ಕರ್ತವ್ಯವೇನು? ಸತ್ಯಾಗ್ರಹಿಯೂ ಮತ್ತು ಸೆರೆಮನೆಯಲ್ಲಿ ನನ್ನ ಒಡನಾಡಿಯೂ ಆಗಿದ್ದ ಸೊರಾಬ್ಜಿ ಅಡಜಾನಿ ಆಗ ಲಂಡನ್‌ನಲ್ಲಿ ವಕೀಲವೃತ್ತಿಗೆ ಓದುತ್ತಿದ್ದ. ಅವನು ಒಬ್ಬ ಅತ್ಯುತ್ತಮ ಸತ್ಯಾಗ್ರಹಿಯಾಗಿದ್ದರಿಂದ ಬ್ಯಾರಿಸ್ಟರ್‌ಆಗಿ ಅರ್ಹತೆಯನ್ನು ಗಳಿಸಿಕೊಳ್ಳುವಂತೆ ತಿಳಿಸಿ ಅವನನ್ನು ಇಂಗ್ಲೆಂಡ್‌ಗೆ ಕಳಿಸಿಕೊಡಲಾಗಿತ್ತು. ಬ್ಯಾರಿಸ್ಟರ್ ಆಗಿ ಅವನು ದಕ್ಷಿಣ ಆಫ್ರಿಕಕ್ಕೆ ಹಿಂದಿರುಗಿ ನನ್ನ ಸ್ಥಾನವನ್ನು ವಹಿಸಿಕೊಳ್ಳಬಹುದು ಎಂಬ ಉದ್ದೇಶವನ್ನು ಇಟ್ಟುಕೊಳ್ಳಲಾಗಿತ್ತು. ಡಾ. ಪ್ರಾಣ್‌ಜೀವನ್ ಮೆಹ್‌ತಾ ಅಡಜಾನಿಯ ವೆಚ್ಚವನ್ನು ವಹಿಸಿಕೊಂಡಿದ್ದರು. ಅವರ

ಜತೆಯಲ್ಲಿ ಮತ್ತು ಅವರ ಮೂಲಕ ನಾನು ಡಾ. ಜೀವ್‌ರಾಜ್ ಮೆಹ್‌ತಾ ಮತ್ತು ಇತರರೊಡನೆ ಸಮಾಲೋಚನೆ ನಡೆಸಿದೆ. ಈ ಇತರ ಭಾರತೀಯರು ಇಂಗ್ಲೆಂಡ್‌ನಲ್ಲಿ ವ್ಯಾಸಂಗಮಾಡುತ್ತಿದ್ದರು. ಅವರ ಜತೆಯಲ್ಲಿ ಸಮಾಲೋಚನೆ ನಡೆಸಿದ ತರುವಾಯ ಗ್ರೇಟ್ ಬ್ರಿಟನ್ ಮತ್ತು ಐರ್ಲೆಂಡ್‌ನಲ್ಲಿದ್ದ ಭಾರತೀಯ ನಿವಾಸಿಗಳ ಸಭೆಯನ್ನು ಏರ್ಪಡಿಸಲಾಯ್ತು. ನಾನು ಅವರ ಮುಂದೆ ನನ್ನ ಅಭಿಪ್ರಾಯಗಳನ್ನು ಮಂಡಿಸಿದೆ.

ಇಂಗ್ಲೆಂಡ್‌ನಲ್ಲಿ ವಾಸಿಸುತ್ತಿದ್ದ ಭಾರತೀಯರು ಯುದ್ಧದಲ್ಲಿ ಕೊಂಚ ಪಾತ್ರ ವಹಿಸಬೇಕೆಂದು ನಾನು ಭಾವಿಸಿದ್ದೆ. ಇಂಗ್ಲಿಷ್ ವಿದ್ಯಾರ್ಥಿಗಳು ಸ್ವಯಂ ಪ್ರೇರಿತರಾಗಿ ಸೇವೆ ಸಲ್ಲಿಸಲು ಸೇನೆಯಲ್ಲಿ ಸೇರಿಕೊಳ್ಳುತ್ತಿದ್ದರು. ಭಾರತೀಯರು ಅವರಿಗಿಂತ ಹಿಂದೆ ಇರಬಾರದು. ಈ ವಾದ ಸರಣಿಗೆ ಅನೇಕ ಆಕ್ಷೇಪಣೆಗಳು ಎದುರಾದವು. ಭಾರತೀಯರು ಮತ್ತು ಇಂಗ್ಲಿಷರ ಲೋಕಗಳ ನಡುವೆ ಇರುವ ಅಂತರದ ಬಗ್ಗೆ ಒತ್ತಿ ಹೇಳಲಾಯ್ತು. ನಾವು ಗುಲಾಮರು ಆದರೆ ಅವರು ಯಜಮಾನರುಗಳು. ಯಜಮಾನನ ಕಷ್ಟದ ವೇಳೆಯಲ್ಲಿ ಗುಲಾಮನು ಅವನೊಂದಿಗೆ ಹೇಗೆ ಸಹಕರಿಸಬಲ್ಲ? ಯಜಮಾನನ ಕಷ್ಟದ ವೇಳೆಯಲ್ಲಿ ಆ ಅವಕಾಶವನ್ನು ಉಪಯೋಗಿಸಿಕೊಂಡು ಸ್ವತಂತ್ರನಾಗಲು ಪ್ರಯತ್ನಿಸುವುದು ಗುಲಾಮನ ಕರ್ತವ್ಯವಲ್ಲವೆ? ಆಗ ಈ ವಾದ ನನಗೆ ಮೆಚ್ಚಿಕೆಯಾಗಲಿಲ್ಲ. ಭಾರತೀಯ ಮತ್ತು ಇಂಗ್ಲಿಷಿನವನ ನಡುವೆ ಇದ್ದ ಸ್ಥಾನಮಾನಗಳ ಅಂತರದ ಅರಿವು ನನ್ನಲ್ಲಿತ್ತು. ಆದರೆ ಗುಲಾಮಗಿರಿಯ ಮಟ್ಟಕ್ಕೆ ನಾವು ಪೂರಾ ಕುಗ್ಗಿ ಹೋಗಿದ್ದೇವೆ ಎಂಬ ವಾದವನ್ನು ನಾನು ನಂಬಿರಲಿಲ್ಲ. ಬ್ರಿಟಿಷ್ ವ್ಯವಸ್ಥೆಗಿಂತ ಬ್ರಿಟಿಷ್ ಅಧಿಕಾರಿಗಳಲ್ಲಿರುವ ವೈಯಕ್ತಿಕ ದೋಷವೇ ಇದಕ್ಕೆ ಕಾರಣ ಎಂದು ನಾನು ಭಾವಿಸಿದ್ದೆ. ಪ್ರೀತಿಯಿಂದ ಒಲಿಸಿಕೊಂಡು ಅವರನ್ನು ಪರಿವರ್ತಿಸಬಹುದು ಎಂದು ನಾನು ಭಾವಿಸಿದ್ದೆ. ಬ್ರಿಟಿಷರ ಸಹಕಾರ ಮತ್ತು ನೆರವಿನ ಮೂಲಕ ನಾವು ನಮ್ಮ ಸ್ಥಾನಮಾನವನ್ನು ಉತ್ತಮಪಡಿಸಿಕೊಳ್ಳಬೇಕಾಗಿದ್ದರೆ ಅವರ ಕಷ್ಟದ ವೇಳೆಯಲ್ಲಿ ಅವರ ಜತೆಯಲ್ಲಿ ಭುಜಕ್ಕೆ ಭುಜ ಕೊಟ್ಟು ಹೋರಾಡಿ ಅವರ ಸಹಾಯವನ್ನು ಗಳಿಸಿಕೊಳ್ಳುವುದು ನಮ್ಮ ಕರ್ತವ್ಯವೇ ಆಗಿದೆ. ವ್ಯವಸ್ಥೆಯು ದೋಷ ಪೂರಿತವಾಗಿದ್ದರೂ ಇಂದು ತೋರುವ ರೀತಿಯಲ್ಲಿ ಅಂದು ಅಷ್ಟೊಂದು ಅಸಹನೀಯವಾಗಿತ್ತು ಎಂದು ನನಗೆ ಕಂಡುಬರುತ್ತಿರಲಿಲ್ಲ. ಇಂದು ವ್ಯವಸ್ಥೆಯಲ್ಲಿ ನಾನು ನಂಬಿಕೆಯನ್ನು ಕಳೆದುಕೊಂಡಿರುವುದರಿಂದ ಸಹಕರಿಸಲು ನಿರಾಕರಿಸುತ್ತಿದ್ದೇನೆ. ಆ ಗೆಳೆಯರು ವ್ಯವಸ್ಥೆಯಲ್ಲೇ ಅಲ್ಲದೇ ಅಧಿಕಾರಿಗಳಲ್ಲಿ ಕೂಡಾ ನಂಬಿಕೆಯನ್ನು ಕಳೆದುಕೊಂಡಿದ್ದರಿಂದ ಅವರು ಹೇಗೆ ತಾನೇ ಸಹಕರಿಸುತ್ತಿದ್ದರು?'

ಭಾಗತೀಯರ ಸ್ಥಾನಮಾನಗಳನ್ನು ಉತ್ತಮಪಡಿಸಲು ಮತ್ತು ಭಾರತೀಯರ ಹಕ್ಕುಗಳ ಬಗ್ಗೆ ಧೈರ್ಯವಾಗಿ ಘೋಷಿಸಲು ಅದೇ ಸಕಾಲವೆಂದು ನನ್ನ ಸೂಚನೆಯನ್ನು ವಿರೋಧಿಸುತ್ತಿದ್ದ ಗೆಳೆಯರು ಭಾವಿಸಿದ್ದರು.

ಇಂಗ್ಲೆಂಡ್ ಎದುರಿಸುತ್ತಿದ್ದ ಕಷ್ಟವನ್ನು ನಮ್ಮ ಅವಕಾಶಕ್ಕೆ ತಿರುಗಿಸಿಕೊಳ್ಳಬಾರದೆಂದು ನಾನು ಭಾವಿಸಿದ್ದೆ. ಯುದ್ಧ ಮುಂದುವರೆಯುತ್ತಿರುವಾಗ ನಮ್ಮ ಹಕ್ಕುಗಳ ಬಗ್ಗೆ ಬಲವಂತಪಡಿಸುವುದು ದೂರದೃಷ್ಟಿಯಲ್ಲವೆಂದೂ ಮತ್ತು ಒಪ್ಪತಕ್ಕದ್ದಲ್ಲವೆಂದು ನಾನು ಭಾವಿಸಿದ್ದೆ. ಆದ್ದರಿಂದ ನಾನು ನನ್ನ ಸಲಹೆಗೆ ಅಂಟಿಕೊಂಡೆ ಮತ್ತು ಸ್ವಯಂಸೇವಕರುಗಳಾಗಿ ಸೇರಲು

ಬಯಸುವವರನ್ನು ಆಹ್ವಾನಿಸಿದೆ. ಇದಕ್ಕೆ ಒಳ್ಳೆಯ ಪ್ರತಿಕ್ರಿಯೆ ಸಿಕ್ಕಿತು. ವಸ್ತುತಃ ಎಲ್ಲ ಪ್ರಾಂತಗಳಿಗೆ ಮತ್ತು ಎಲ್ಲ ಧರ್ಮಗಳಿಗೆ ಸೇರಿದವರು ಸ್ವಯಂ ಸೇವಕರುಗಳ ಪಟ್ಟಿಯಲ್ಲಿ ಸೇರಿದ್ದರು.

ನಾನು ಲಾರ್ಡ್ ಕ್ರೂ ಅವರಿಗೆ ಪತ್ರ ಬರೆದು ಈ ಎಲ್ಲ ವಿಚಾರಗಳನ್ನು ತಿಳಿಸಿದೆ. ನಮ್ಮ ಪ್ರಸ್ತಾಪಕ್ಕೆ ಒಪ್ಪಿಗೆ ಕೊಡಲು ಅದಕ್ಕೂ ಮುಂಚೆ ಷರತ್ತೆಂದು ಪರಿಗಣಿಸುವುದಾದರೆ ನಾವು ಆ್ಯಂಬುಲೆನ್ಸ್ ಸಂಚಾರಿ ಚಿಕಿತ್ಸಾಲಯ ಕೆಲಸದಲ್ಲಿ ತರಬೇತಿಯನ್ನು ಪಡೆಯಲು ಸಿದ್ಧಾಗಿರುವುದಾಗಿ ತಿಳಿಸಿದೆ.

ಲಾರ್ಡ್ ಕ್ರೂ ಸ್ವಲ್ಪ ಹಿಂದುಮುಂದು ನೋಡಿ ನಮ್ಮ ಪ್ರಸ್ತಾಪವನ್ನು ಒಪ್ಪಿಕೊಂಡರು. ವಿಷಮ ವೇಳೆಯಲ್ಲಿ ಸಾಮ್ರಾಜ್ಯಕ್ಕೆ ನಮ್ಮ ಸೇವೆಯನ್ನು ಸಮರ್ಪಿಸಿದ್ದಕ್ಕಾಗಿ ನಮ್ಮನ್ನು ವಂದಿಸಿದರು.

ಸ್ವಯಂಸೇವಕರುಗಳು ಪ್ರಸಿದ್ಧರಾಗಿದ್ದ ಡಾ. ಕ್ಯಾಂಟ್‌ಲೀ ಅವರ ಕೆಳಗೆ ಗಾಯಗೊಂಡವರಿಗೆ ಪ್ರಥಮ ಚಿಕಿತ್ಸೆಯನ್ನು ಕೊಡುವುದರ ಬಗ್ಗೆ ಪ್ರಾಥಮಿಕ ತರಬೇತಿಯನ್ನು ಪಡೆಯಲಾರಂಭಿಸಿದರು. ಅದು ಆರುವಾರಗಳ ಅಲ್ಪಕಾಲಾವಧಿಯ ವ್ಯಾಸಂಗ (ಕೋರ್ಸು) ಆಗಿತ್ತು. ಆದರೆ ಅದು ಪ್ರಥಮ ಚಿಕಿತ್ಸೆಯ ಇಡೀ ವ್ಯಾಸಂಗವನ್ನು ಒಳಗೊಂಡಿತ್ತು.

ನಮ್ಮ ತರಗತಿಯಲ್ಲಿ ಸುಮಾರು 80 ಮಂದಿ ಇದ್ದರು. ಆರುವಾರಗಳಲ್ಲಿ ನಮ್ಮನ್ನು ಪರೀಕ್ಷಿಸಲಾಯ್ತು. ಒಬ್ಬರನ್ನು ಬಿಟ್ಟಂತೆ ಉಳಿದವರೆಲ್ಲರೂ ಉತ್ತೀರ್ಣರಾದರು. ಇವರಿಗೆ ಸರ್ಕಾರವು ಮಿಲಿಟರಿ ಶಿಕ್ಷಣ (ಡ್ರಿಲ್‌ಕವಾಯತ್) ಮತ್ತು ಇತರ ತರಬೇತಿಯನ್ನು ನೀಡಿತು. ಕರ್ನಲ್ ಬೇಕರ್ ಇದರ ಮೇಲ್ವಿಚಾರಕನಾಗಿದ್ದ.

ಈ ದಿವಸಗಳಲ್ಲಿ ಲಂಡನ್ ನೋಡಬೇಕಾದ ಸ್ಥಳವೇ ಆಗಿತ್ತು. ಗಾಬರಿಯಿಂದ ಜನರು ಬೆಚ್ಚಿಬೀಳುತ್ತಿರಲಿಲ್ಲ. ಎಲ್ಲರೂ ತಮ್ಮ ತಮ್ಮ ಸಾಮರ್ಥ್ಯಕ್ಕೆ ತಕ್ಕಂತೆ ನೆರವು ನೀಡುತ್ತ ಸತತವಾಗಿ ದುಡಿಯುತ್ತಿದ್ದರು. ಗಟ್ಟಿಮುಟ್ಟಾದ ಶರೀರವುಳ್ಳ ಪ್ರೌಢರು ಕಾದಾಡಲು ತರಬೇತಿಯನ್ನು ಪಡೆಯುತ್ತಿದ್ದರು. ಆದರೆ ವಯಸ್ಸಾದವರು (ವೃದ್ಧರು) ದುರ್ಬಲರು ಮತ್ತು ಹೆಂಗಸರು ಏನು ಮಾಡಬೇಕು? ಇಷ್ಟಪಟ್ಟಲ್ಲಿ ಅವರಿಗೂ ಸಾಕಷ್ಟು ಕೆಲಸವಿತ್ತು. ಗಾಯಗೊಂಡವರಿಗೆ ಕಟ್ಟುವ ಪಟ್ಟಿಗಳನ್ನು ತಯಾರಿಸುವುದರಲ್ಲಿ ಮತ್ತು ಬಟ್ಟೆಯನ್ನು ಕತ್ತರಿಸಿ ಉಡುಪುಗಳನ್ನು ತಯಾರಿಸುವುದರಲ್ಲಿ ಅವರು ತಾವಾಗಿಯೇ ತೊಡಗಿಕೊಂಡಿದ್ದರು.

ಮಹಿಳೆಯರ ಕೂಟ (ಕ್ಲಬ್) ವಾಗಿದ್ದ ಲೈಸಿಯಂ ಯೋಧರ ಉಡುಪುಗಳನ್ನು ಸಾಧ್ಯವಾದಷ್ಟು ತಯಾರಿಸಿಕೊಡುವ ಕೆಲಸವನ್ನು ವಹಿಸಿಕೊಂಡಿತ್ತು. ಶ್ರೀಮಂತಿ ಸರೋಜಿನಿ ನಾಯ್ಡು ಈ ಕೂಟದ ಸದಸ್ಯೆಯಾಗಿದ್ದರು. ಅವರು ಹೃತ್ಪೂರ್ವಕವಾಗಿ ಈ ಕೆಲಸದಲ್ಲಿ ತೊಡಗಿಕೊಂಡಿದ್ದರು. ಮೊದಲ ಬಾರಿಗೆ ನನಗೆ ಆಕೆಯ ಪರಿಚಯವಾಯ್ತು. ಆಕೆ ನನ್ನ ಮುಂದೆ ಆಗಲೇ ಮಾದರಿಗೆ ತಕ್ಕಂತೆ ಕತ್ತರಿಸಲಾಗಿದ್ದ ಬಟ್ಟೆಯ ರಾಶಿ ಹಾಕಿದರು ಮತ್ತು ಅವುಗಳನ್ನೆಲ್ಲ ಹೊಲಿಸಿ ತಮಗೆ ಹಿಂದಿರುಗಿಸುವಂತೆ ತಿಳಿಸಿದರು. ನಾನು ಅವರ ಬೇಡಿಕೆಯನ್ನು ಒಪ್ಪಿಕೊಂಡೆ ಮತ್ತು ನನ್ನ ಪ್ರಥಮ ಚಿಕಿತ್ಸೆಯ ತರಬೇತಿಯ ಕಾಲದಲ್ಲಿ ನನ್ನಿಂದ ಸಾಧ್ಯವಾದಮಟ್ಟಿಗೆ ನನ್ನ ಗೆಳೆಯರ ಸಹಾಯ ಪಡೆದು ಅನೇಕ ಉಡುಪುಗಳನ್ನು ಹೊಲಿಸಿ ಕೊಟ್ಟೆ.

39. ಒಂದು ಆಧ್ಯಾತ್ಮಿಕ ಬಿಕ್ಕಟ್ಟು

ನಾನು ಇತರ ಭಾರತೀಯರೊಡನೆ ಯುದ್ಧಕ್ಕೆ ನನ್ನ ಸೇವೆಯನ್ನು ಅರ್ಪಿಸಿರುವ ಸುದ್ದಿ ದಕ್ಷಿಣ ಆಫ್ರಿಕವನ್ನು ಮುಟ್ಟುತ್ತಿದ್ದಂತೆ ನಾನು ಎರಡು ತಂತಿವಾರ್ತೆ (ಕೇಬಲ್)ಗಳನ್ನು ಸ್ವೀಕರಿಸಿದೆ. ಇವುಗಳಲ್ಲಿ ಒಂದನ್ನು ಮಿ. ಪೋಲ್ಯಾಕ್ ಕಳಿಸಿದ್ದ. ಅಹಿಂಸೆಯ ಬಗ್ಗೆ ನಾನು ಘೋಷಿಸಿದ್ದ ಪ್ರತಿಜ್ಞೆಗೂ ಮತ್ತು ನನ್ನ ಈಗಿನ ಕಾರ್ಯಕ್ಕೂ ಇರುವ ಸಾಮರಸ್ಯವನ್ನು ಅವನು ಪ್ರಶ್ನಿಸಿದ್ದ.

ನನ್ನ 'ಹಿಂದ್ ಸ್ವರಾಜ್ ಅಥವಾ ಇಂಡಿಯನ್ ರೂಲ್' (ನವಜೀವನ್ ಪಬ್ಲಿಷಿಂಗ್ ಹೌಸ್ ಪ್ರಕಟಿಸಿದೆ. ಬೆಲೆ, 50 ಪೈ. ಅಂಚೆ ವೆಚ್ಚ ಇತ್ಯಾದಿ 20 ಪೈ)ನಲ್ಲಿ ಈ ಪ್ರಶ್ನೆಯ ಬಗ್ಗೆ ಚರ್ಚಿಸಿದ್ದರಿಂದ ಸ್ವಲ್ಪಮಟ್ಟಿಗೆ ಇದನ್ನು ನಾನು ನಿರೀಕ್ಷಿಸಿದ್ದೆ. ದಕ್ಷಿಣ ಆಫ್ರಿಕದಲ್ಲಿ ನಾನು ಗೆಳೆಯರೊಂದಿಗೆ ಹಗಲೂರಾತ್ರಿ ಇದರ ಬಗ್ಗೆ ಚರ್ಚಿಸಿದ್ದೆ. ನಾವೆಲ್ಲರೂ ಯುದ್ಧದ ಅನೈತಿಕತೆಯನ್ನು ಮನದಟ್ಟುಮಾಡಿಕೊಂಡಿದ್ದೇವೆ. ಮುಖ್ಯವಾಗಿ ಯೋಧರ ಉದ್ದೇಶ ನನಗೆ ತಿಳಿಯದಿದ್ದಾಗ ಅಥವಾ ನ್ಯಾಯದ ಬಗ್ಗೆ ನನಗೆ ಗೊತ್ತಿಲ್ಲದಿದ್ದಾಗ ಯುದ್ಧದಲ್ಲಿ ಭಾಗವಹಿಸಲು ನಾನು ಒಪ್ಪಬಾರದಾಗಿತ್ತು. ಏಕೆಂದರೆ ನಾನು ನನ್ನ ಮೇಲೆ ಆಕ್ರಮಣಮಾಡುವವರ ವಿರುದ್ಧ ಕೂಡಾ ಕಾನೂನು ಕ್ರಮ

ಜರುಗಿಸಲು ತಯಾರಿರಲಿಲ್ಲ. ಹಾಗಿದ್ದರೂ ನಾನು ಹಿಂದೆ ಬೋಅರ್ ಯುದ್ಧದಲ್ಲಿ ಭಾಗವಹಿಸಿದ್ದೆ ಎಂಬ ವಿಚಾರ ನನ್ನ ಗೆಳೆಯರಿಗೆ ತಿಳಿದಿತ್ತು. ಆದರೆ ನನ್ನ ಅಭಿಪ್ರಾಯಗಳು ಅಲ್ಲಿಂದ ಮುಂದೆ ಬದಲಾಗಿವೆ ಎಂದು ಅವರು ಊಹಿಸಿದ್ದರು.

ವಾಸ್ತವವಾಗಿ ಬೋಅರ್ ಯುದ್ಧದಲ್ಲಿ ಭಾಗವಹಿಸುವಂತೆ ನನ್ನನ್ನು ಪ್ರೇರೇಪಿಸಿದ್ದ ಅದೇ ವಾದದ ಸರಣಿ ಈ ಸಂದರ್ಭದಲ್ಲಿ ಕೂಡಾ ನನ್ನ ಮೇಲೆ ಪ್ರಭಾವ ಬೀರಿತ್ತು. ಯುದ್ಧದಲ್ಲಿ ಭಾಗವಹಿಸುವುದು ಅಹಿಂಸೆಯೊಂದಿಗೆ ಯಾವ ರೀತಿಯಲ್ಲೂ ಹೊಂದಿಕೊಳ್ಳುವುದಿಲ್ಲ ಎಂಬುದು ನನ್ನ ಸ್ಪಷ್ಟವಾಗಿ ಗೊತ್ತಿತ್ತು. ಆದರೆ ಒಬ್ಬಾತನ ಕರ್ತವ್ಯದ ಬಗ್ಗೆ ಯಾವಾಗಲೂ ಒಬ್ಬಾತ ಸ್ಪಷ್ಟವಾದ ಅರಿವನ್ನು ಇಟ್ಟುಕೊಳ್ಳಬೇಕು ಎಂದು ಹೇಳಲಾಗದು. ಸತ್ಯದ ಉಪಾಸಕನು ಕೆಲವು ಬಾರಿ ಕುರುಡನಂತೆ ಕತ್ತಲೆಯಲ್ಲಿ ಹುಡುಕಾಡುತ್ತಿರುತ್ತಾನೆ. ಅಹಿಂಸೆ ಎನ್ನುವುದು ವ್ಯಾಪಕವಾಗಿರುವ ತತ್ವವಾಗಿದೆ. ನಾವು ಹಿಂಸೆಯ ದಳ್ಳುರಿಯಲ್ಲಿ ಸಿಕ್ಕಿಕೊಂಡಿರುವ ಅಸಹಾಯಕ ಜೀವಿಗಳಾಗಿದ್ದೇವೆ. ಜೀವ, ಜೀವದ ಮೇಲೆ ಬದುಕಿರುತ್ತದೆ ಎಂಬ ಮಾತಿನಲ್ಲಿ ಆಳವಾದ ಅರ್ಥವಿದೆ. ಮನುಷ್ಯನು ಪ್ರಜ್ಞಾಪೂರ್ವಕವಾಗಿ ಇಲ್ಲವೇ ಅಪ್ರಜ್ಞಾಪೂರ್ವಕವಾಗಿ ಬಾಹ್ಯದಲ್ಲಿ ಹಿಂಸೆಮಾಡದೇ ಒಂದು ಕ್ಷಣವೂ ಬದುಕಿರಲಾರ. ಅವನ ಬದುಕು ಅಂದರೆ ತಿನ್ನುವುದು, ಕುಡಿಯುವುದು ಮತ್ತು ಅಲ್ಲಿ ಇಲ್ಲಿ ಸುತ್ತಾಡುವುದು ಸ್ವಲ್ಪಮಟ್ಟಿನ ಹಿಂಸೆಯನ್ನು ಅವಶ್ಯಕವಾಗಿ ಒಳಗೊಂಡಿರುತ್ತದೆ ಮತ್ತು ತುಂಬಾ ಸೂಕ್ಷ್ಮವಾಗಿಯಾದರೂ ಯಾವುದೇ ಜೀವದ ನಾಶವಾಗುತ್ತಿರುತ್ತದೆ. ಆದ್ದರಿಂದ ಅಹಿಂಸೆಯ ಉಪಾಸಕನ ಎಲ್ಲ ಕಾರ್ಯಗಳ ಸರಣಿಯೂ ಅನುಕಂಪದಿಂದ ಕೂಡಿದ್ದರೆ ಅವನು ತನ್ನ ನಿಷ್ಠೆಯಲ್ಲಿ ಸಾಚಾ ಆಗಿ ಉಳಿದುಕೊಂಡಿರುತ್ತಾನೆ. ಅತ್ಯಂತ ಚಿಕ್ಕಪುಟ್ಟ ಜೀವಿಯ ವಿನಾಶವನ್ನು ತನ್ನಿಂದ ಸಾಧ್ಯವಾದಷ್ಟು ತೊರೆದರೆ, ಮತ್ತು ಅದನ್ನು ರಕ್ಷಿಸಲು ಪ್ರಯತ್ನಿಸಿದರೆ ಹಾಗೂ ಈ ಪ್ರಕಾರ ಹಿಂಸೆಯ ದಿನನಿತ್ಯದ ಭಯಂಕರವಾದ ಜಂಜಾಟದಿಂದ ಬಿಡುಗಡೆ ಪಡೆಯಲು ನಿರಂತರಾಗಿ ಹೋರಾಡಿದರೆ ಅವನಲ್ಲಿ ಸಾಚಾ ಶ್ರದ್ಧೆ ಉಳಿದುಕೊಂಡಿರುವುದು. ಅವನಲ್ಲಿ ನಿರಂತರವಾಗಿ ಸ್ವಯಂ ಸಂಯಮ ಮತ್ತು ಅನುಕಂಪ ಬೆಳೆಯುತ್ತ ಹೋಗುವುದು. ಆದರೆ ಅವನೆಂದೂ ಬಾಹ್ಯದ ಹಿಂಸೆಯಿಂದ ಪೂರ್ಣವಾಗಿ ಬಿಡುಗಡೆ ಪಡೆಯಲಾರ.

ಅಹಿಂಸೆಯಲ್ಲಿ ಇಡೀ ಜೀವನದ ಸಮಗ್ರತೆ ಅಡಗಿರುತ್ತದೆ. ಒಂದು ಅಂಗ ಮಾಡುವ ತಪ್ಪು ಎಲ್ಲದರ ಮೇಲೂ ಪರಿಣಾಮ ಬೀರುತ್ತದೆ. ಆದ್ದರಿಂದ ಮನುಷ್ಯನು ಎಂದೂ ಪೂರ್ತಿಯಾಗಿ ಹಿಂಸೆಯಿಂದ ಬಿಡುಗಡೆ ಪಡೆಯಲಾರ. ಅವನು ಎಲ್ಲಿಯವರೆಗೆ ಸಮಾಜ ಜೀವಿಯಾಗಿರುತ್ತಾನೋ ಅಲ್ಲಿಯವರೆಗೂ ಅವನು ಹಿಂಸೆಯಲ್ಲಿ ಭಾಗಿಯಾಗಿರಬೇಕಾಗುತ್ತದೆ. ಏಕೆಂದರೆ ಹಿಂಸೆಯಲ್ಲಿ ಸಮಾಜದ ಪೂರಾ ಅಸ್ತಿತ್ವವೇ ಅಂತರ್ಗತವಾಗಿರುತ್ತದೆ. ಎರಡು ರಾಷ್ಟ್ರಗಳು ಹೋರಾಡುತ್ತಿರುವಾಗ ಅಹಿಂಸೆಯ ಉಪಾಸಕನ ಕರ್ತವ್ಯವೆಂದರೆ ಯುದ್ಧವನ್ನು ನಿಲ್ಲಿಸಲು ಪ್ರಯತ್ನಿಸುವುದು. ಯಾರಲ್ಲಿ ಈ ಕರ್ತವ್ಯ ನಿರ್ವಹಿಸಲು ತಕ್ಕ ಸಾಮರ್ಥ್ಯ ಇರುವುದಿಲ್ಲವೋ, ಯಾರಲ್ಲಿ ಯುದ್ಧವನ್ನು ತಡೆಯುವ ಅರ್ಹತೆಯಿಲ್ಲವೊ ಅಂತಹವರು ಯುದ್ಧದಲ್ಲಿ ಭಾಗವಹಿಸಬಹುದು. ಹಾಗಿದ್ದರೂ ಅವನು ಹೃತ್ಪೂರ್ವಕವಾಗಿ ತನ್ನನ್ನು, ತನ್ನ ರಾಷ್ಟ್ರವನ್ನು ಮತ್ತು ಜಗತ್ತನ್ನು ಯುದ್ಧದಿಂದ ಮುಕ್ತಗೊಳಿಸಲು ಪ್ರಯತ್ನಿಸಬೇಕು.

ಬ್ರಿಟಿಷ್ ಸಾಮ್ರಾಜ್ಯದ ಮೂಲಕ ನನ್ನ ಮತ್ತು ನನ್ನ ಜನರ ಸ್ಥಾನಮಾನವನ್ನು ಮೇಲ್ಮಟ್ಟಕ್ಕೊಯ್ಯುವ ಬಯಕೆಯನ್ನು ನಾನು ಇಟ್ಟುಕೊಂಡಿದ್ದೆ. ನಾನು ಇಂಗ್ಲೆಂಡ್‌ನಲ್ಲಿದ್ದಾಗ ಬ್ರಿಟಿಷ್ ನೌಕಾದಳದ ರಕ್ಷಣೆಯಲ್ಲಿದ್ದೆ. ಅದರ ಶಸ್ತ್ರಸಜ್ಜಿತ ಶಕ್ತಿಯಡಿಯಲ್ಲಿ ಆಶ್ರಯ ಪಡೆದಿದ್ದೆ. ಆದ್ದರಿಂದ ನಾನು ನೇರವಾಗಿ ಅದರ ಸತ್ವಯುತವಾದ ಹಿಂಸೆಯಲ್ಲಿ ಭಾಗವಹಿಸಿದ್ದೆ. ಈ ಕಾರಣದಿಂದಾಗಿ ನಾನು ಸಾಮ್ರಾಜ್ಯದೊಂದಿಗೆ ನನ್ನ ಸಂಬಂಧವನ್ನು ಉಳಿಸಿಕೊಳ್ಳಲು ಇಷ್ಟಪಡುವುದಾದರೆ ಮತ್ತು ಅದರ ಪತಾಕೆಯಡಿಯಲ್ಲಿ ಜೀವಿಸಲು ಇಷ್ಟಪಡುವುದಾದರೆ ನನ್ನ ಮುಂದೆ ಇದ್ದ ಮೂರು ದಾರಿಗಳಲ್ಲಿ ಒಂದನ್ನು ಆರಿಸಿಕೊಳ್ಳಬೇಕಾಗಿತ್ತು: ನಾನು ಬಹಿರಂಗವಾಗಿ ಯುದ್ಧಕ್ಕೆ ವಿರೋಧವನ್ನು ಘೋಷಿಸುವುದು ಮತ್ತು ಸತ್ಯಾಗ್ರಹದ ನಿಯಮದ ಪ್ರಕಾರ ಸಾಮ್ರಾಜ್ಯವು ತನ್ನ ಮಿಲಿಟರಿ ನೀತಿಯನ್ನು ಬದಲಿಸಿಕೊಳ್ಳುವವರೆಗೆ ಅದನ್ನು ಬಹಿಷ್ಕರಿಸುವುದು, ಅಥವಾ ನಾಗರಿಕ ಅಸಹಕಾರವನ್ನು ಅಂದರೆ ಉಲ್ಲಂಘಿಸಲು ಅರ್ಹವಾಗಿರುವಂತಹ ಅದರ ಕಾನೂನುಗಳನ್ನು ಉಲ್ಲಂಘಿಸುವ ಮೂಲಕ ಸೆರೆವಾಸವನ್ನನುಭವಿಸುವುದು; ಅಥವಾ ಸಾಮ್ರಾಜ್ಯದ ಪರವಾಗಿ ಯುದ್ಧದಲ್ಲಿ ಭಾಗವಹಿಸುವುದು ಮತ್ತು ಆ ಮೂಲಕ ಯುದ್ಧದ ಹಿಂಸಾಕೃತ್ಯಗಳನ್ನು ಎದುರಿಸಲು ತಕ್ಕ ಸಾಮರ್ಥ್ಯವನ್ನು ಮತ್ತು ಅರ್ಹತೆಯನ್ನು ಸಂಪಾದಿಸಿಕೊಳ್ಳುವುದು. ನನ್ನಲ್ಲಿ ಈ ಸಾಮರ್ಥ್ಯ ಮತ್ತು ಅರ್ಹತೆಯಿರಲಿಲ್ಲವಾದ್ದರಿಂದ ಯುದ್ಧದಲ್ಲಿ ಸೇವೆಸಲ್ಲಿಸುವುದನ್ನು ಬಿಟ್ಟಂತೆ ನನಗೆ ಬೇರೆ ದಾರಿಯೇ ಇಲ್ಲ ಎಂದು ನಾನು ಭಾವಿಸಿದ್ದೆ.

ಅಹಿಂಸೆಯ ದೃಷ್ಟಿಕೋನದಿಂದ ನಾನು ಹೋರಾಡುವವರು ಮತ್ತು ಹೋರಾಡದಿರುವವರ ಮಧ್ಯೆ ಭೇದ ಮಾಡಲಿಲ್ಲ. ಯಾವನಾದರೂ ಸ್ವಯಂ ಪ್ರೇರಿತನಾಗಿ ಡಕಾಯಿತರ ತಂಡದಲ್ಲಿ ಅವರ ಹೊರೆಯಾಳಾಗಿ ಕೆಲಸಮಾಡಿದರೆ ಅಥವಾ ಆ ಡಕಾಯಿತರು ತಮ್ಮ ವೃತ್ತಿಯಲ್ಲಿ ತೊಡಗಿದ್ದಾಗ ಕಾವಲುಗಾರನಾಗಿ ಅಥವಾ ಅವರು ಗಾಯಗೊಂಡಾಗ ಅವರ ಶುಶ್ರೂಷೆಮಾಡಿ ಸೇವೆ ಸಲ್ಲಿಸಿದ್ದರೆ ಅವನು ಡಕಾಯಿತರಷ್ಟೇ ಡಕಾಯಿತಿ ಮಾಡಿದ ಅಪರಾಧ ಮಾಡಿದಂತಾಗುತ್ತದೆ. ಇದೇ ರೀತಿಯಲ್ಲಿ ಯಾರು ಯುದ್ಧದಲ್ಲಿ ಗಾಯಗೊಂಡವರಿಗೆ ಶುಶ್ರೂಷೆಮಾಡುವಷ್ಟರಮಟ್ಟಿಗೆ ಮಿತಿಯಲ್ಲಿ ಸೇವೆಸಲ್ಲಿಸಿದ್ದರೂ ಅವರು ಯುದ್ಧಮಾಡಿದ ಅಪರಾಧದಿಂದ ಮುಕ್ತರಾಗಲಾರರು.

ನಾನು ಪೋಲ್ಯಾಕ್‌ನ ತಂತಿ ಬರುವುದಕ್ಕೂ ಮುಂಚೆಯೇ ಇದೇ ರೀತಿಯಲ್ಲಿ ನನ್ನಷ್ಟಕ್ಕೆ ನಾನೇ ಇಡೀ ವಿಷಯದ ಬಗ್ಗೆ ವಾದದಲ್ಲಿ ತೊಡಗಿಕೊಂಡಿದ್ದೆ. ಅವನ ತಂತಿ ಬರುತ್ತಿದ್ದಂತೆಯೇ ಈ ಅಭಿಪ್ರಾಯಗಳನ್ನು ನಾನು ಅನೇಕ ಗೆಳೆಯರೊಡನೆ ಚರ್ಚಿಸಿದೆ ಮತ್ತು ಯುದ್ಧದಲ್ಲಿ ಸೇವೆ ಸಲ್ಲಿಸುವುದರ ಬಗ್ಗೆ ಪ್ರಸ್ತಾಪಮಾಡುವುದು ನನ್ನ ಕರ್ತವ್ಯವೆಂದು ತೀರ್ಮಾನಿಸಿದೆ. ಇಂದು ಕೂಡಾ ಈ ವಾದ ಸರಣಿಯಲ್ಲಿ ಯಾವುದೇ ನ್ಯೂನತೆ ಇದೆ ಎಂದು ನಾನು ಭಾವಿಸಿಲ್ಲ ಮತ್ತು ಬ್ರಿಟಿಷರ ಬಾಂಧವ್ಯಕ್ಕೆ ಅನುಕೂಲಕರವಾಗಿದ್ದಂತಹ ಅಭಿಪ್ರಾಯಗಳನ್ನು ಆಗ ನಾನು ಇಟ್ಟುಕೊಂಡಿದ್ದೆ. ಹಾಗೆಯೇ ಈಗ ಕೂಡಾ ಇಟ್ಟುಕೊಂಡಿದ್ದೇನೆ. ಈ ಕಾರ್ಯ ಮಾಡಿದ್ದಕ್ಕಾಗಿ ನನಗೆ ಪಶ್ಚಾತ್ತಾಪವಾಗಿಲ್ಲ.

ಆಗ ಕೂಡಾ ನನ್ನ ನಿಲುವಿನ ಸಾಚಾತನದ ಬಗ್ಗೆ ನನ್ನ ಎಲ್ಲ ಗೆಳೆಯರ ಮನಒಲಿಸಿ ಅವರನ್ನು ಒಪ್ಪಿಸಲು ನನಗೆ ಸಾಧ್ಯವಾಗಿರಲಿಲ್ಲ ಎಂದು ನನಗೆ ಗೊತ್ತಿದೆ. ಈ ಪ್ರಶ್ನೆ ಸೂಕ್ಷ್ಮವಾದದ್ದು. ಇದರಲ್ಲಿ ಅಭಿಪ್ರಾಯ ಭೇದಗಳಿವೆ. ಆದ್ದರಿಂದ ಯಾರು ಅಹಿಂಸೆಯನ್ನು ನಂಬಿಕೊಂಡಿದ್ದಾರೋ ಮತ್ತು ಜೀವನದ ಪ್ರತಿ ಹೆಜ್ಜೆಯಲ್ಲೂ ಅದನ್ನು ಆಚರಿಸಲು ಗಂಭೀರವಾಗಿ ಪ್ರಯತ್ನಿಸುತ್ತಿದ್ದಾರೋ ಅಂತಹವರ ಎದುರು ನಾನು ನನ್ನಿಂದ ಸಾಧ್ಯವಾದಷ್ಟು ಸ್ಪಷ್ಟವಾಗಿ ನನ್ನ ವಾದವನ್ನು ಮಂಡಿಸುತ್ತಿದ್ದೇನೆ. ಸತ್ಯದ ಆರಾಧಕನು, ರೂಢಿಯಲ್ಲಿರುವ ಅಭಿಪ್ರಾಯಕ್ಕೆ ಸವಾಲೆಸೆಯುವಂತಹದೇನನ್ನೂ ಮಾಡಬಾರದು. ಅವನು ತನ್ನ ತಪ್ಪನ್ನು ತಿದ್ದಿಕೊಳ್ಳಲು ಸಿದ್ಧನಾಗಿರಬೇಕು. ತಾನು ತಪ್ಪು ಮಾಡಿದ್ದೇನೆ ಎಂದು ಅವನಿಗೆ ಯಾವಾಗಾದರೂ ಕಂಡುಬಂದರೆ ಅದೇನಾಗಲಿ ಎಂದು ಭಾವಿಸಿ ಅವನು ತಪ್ಪೊಪ್ಪಿಕೊಳ್ಳಬೇಕು ಮತ್ತು ಅದಕ್ಕಾಗಿ ಪ್ರಾಯಶ್ಚಿತ್ತ ಮಾಡಿಕೊಳ್ಳಬೇಕು.

40. ಕಿರು ಸತ್ಯಾಗ್ರಹ

ಕರ್ತವ್ಯವೆಂದು ಭಾವಿಸಿ ನಾನು ಯುದ್ಧದಲ್ಲಿ
ಭಾಗವಹಿಸಿದರೂ ನನಗೆ ಯುದ್ಧದಲ್ಲಿ ನೇರವಾಗಿ
ಭಾಗವಹಿಸುವ ಅವಕಾಶ ಸಿಗಲಿಲ್ಲ. ಆದರೆ ವಾಸ್ತವವಾಗಿ
ಈ ವಿಷಮ ಘಟ್ಟದಲ್ಲಿ ಕೂಡಾ ಕಿರು ಸತ್ಯಾಗ್ರಹ ಎಂದು
ಕರೆಯಬಹುದಾದದ್ದನ್ನು ಬಲಾತ್ಕಾರಕ್ಕೊಳಗಾಗಿ ಸಾಧಿಸಿ
ತೋರಿಸುವ ಅವಕಾಶ ಒದಗಿಬಂತು.

ನಮ್ಮ ಹೆಸರುಗಳಿಗೆ ಅನುಮತಿ ದೊರೆತು ಸೈನ್ಯಕ್ಕೆ
ಸೇರಿಸಿಕೊಂಡ ತರುವಾಯ ನಮ್ಮ ತರಬೇತಿಯ
ಮೇಲ್ವಿಚಾರಕನಾಗಿ ಒಬ್ಬ ಅಧಿಕಾರಿಯನ್ನು ನೇಮಿಸಲಾಯ್ತು
ಎಂದು ಈಗಾಗಲೇ ಹೇಳಿದ್ದೇನೆ. ಈ ಆಜ್ಞಾಧಿಕಾರಿ
(ಕಮಾಂಡಿಂಗ್ ಆಫಿಸರ್) ತಾಂತ್ರಿಕ ವಿಷಯಗಳನ್ನು
ಕುರಿತಂತೆ ಮಾತ್ರ ನಮ್ಮ ಮುಖ್ಯಸ್ಥನಾಗಿರುವನೆಂದು
ನಾವೆಲ್ಲರೂ ಭಾವಿಸಿದ್ದೆವು. ಇತರ ಎಲ್ಲ ವಿಷಯಗಳಲ್ಲೂ
ನಮ್ಮ ದಳದ ಮುಖ್ಯಸ್ಥ ನಾನೇ ಆಗಿದ್ದೇನೆಂದೂ ಹಾಗಾಗಿ
ಆಂತರಿಕ ಶಿಸ್ತಿಗೆ ನಾನೇ ನೇರವಾಗಿ ಜವಾಬುದಾರ
ನಾಗಿರುವೆನೆಂದು ಭಾವಿಸಿದ್ದೆ. ಇದರ ಅರ್ಥವೇನೆಂದರೆ
ಆಜ್ಞಾಧಿಕಾರಿಯು ನನ್ನ ಮೂಲಕವಾಗಿ ದಳದೊಂದಿಗೆ
ವ್ಯವಹರಿಸಬೇಕಾಗಿತ್ತು. ಆದರೆ ಮೊದಲಿನಿಂದಲೂ
ಅಧಿಕಾರಿಯು ಅಂತಹ ಅಭಿಪ್ರಾಯಕ್ಕೆ ನಮಗೆ
ಅವಕಾಶವನ್ನೇ ಕೊಡಲಿಲ್ಲ.

ಸೊರಾಬ್ಜಿ ಅಡಜಾಣಿಯ ಜಾಣನಾಗಿದ್ದ. ಅವನು ನನ್ನನ್ನು ಎಚ್ಚರಿಸಿದ: 'ಈ ಮನುಷ್ಯನ ಬಗ್ಗೆ ಎಚ್ಚರದಿಂದಿರಿ. ಅವನು ನಮ್ಮ ಮೇಲೆ ಅಧಿಕಾರ ಚಲಾಯಿಸುವ ಮನಸ್ಸುಳ್ಳವನಂತೆ ಕಾಣುತ್ತಾನೆ. ನಾವು ಅವನ ಯಾವುದೇ ಆಜ್ಞೆಯನ್ನು ಒಪ್ಪಿಕೊಳ್ಳುವುದಿಲ್ಲ. ನಾವು ಅವನನ್ನು ನಮ್ಮ ಶಿಕ್ಷಕನೆಂದು ಪರಿಗಣಿಸಲು ಸಿದ್ಧರಾಗಿದ್ದೇವೆ. ನಮಗೆ ಬೋಧಿಸಲು ಅವನು ನೇಮಿಸಿರುವ ಯುವಕರುಗಳು ನಮ್ಮ ಬಳಿಗೆ ಯಜಮಾನರುಗಳಾಗಿ ಬಂದಿರುವಂತೆ ವರ್ತಿಸುತ್ತಿದ್ದಾರೆ.'

ಈ ಯುವಕರುಗಳು ಆಕ್ಸ್‌ಫರ್ಡ್ ವಿದ್ಯಾರ್ಥಿಗಳಾಗಿದ್ದು ನಮಗೆ ಬೋಧಿಸುವ ಉದ್ದೇಶದಿಂದ ಬಂದಿದ್ದರು. ಆಜ್ಞಾಧಿಕಾರಿಯು ಅವರನ್ನು ನಮ್ಮ ವಿಭಾಗದ ಮುಖ್ಯಸ್ಥರುಗಳನ್ನಾಗಿ ನೇಮಕಮಾಡಿದ್ದ.

ಆಜ್ಞಾಧಿಕಾರಿಯ ಸ್ವೇಚ್ಛಾಪ್ರವೃತ್ತಿಯನ್ನು ಗಮನಿಸಿದ್ದೆ. ಆದರೆ ನಾನು ಸೊರಾಬ್ಜ್‌ಗೆ ಆತಂಕಗೊಳ್ಳಬಾರದೆಂದು ತಿಳಿಸಿ ಅವನನ್ನು ಸಮಾಧಾನಪಡಿಸಲು ಪ್ರಯತ್ನಿಸಿದ್ದೆ. ಆದರೆ ಅವನು ಸುಲಭವಾಗಿ ಒಪ್ಪಿಕೊಳ್ಳುವವನಾಗಿರಲಿಲ್ಲ.

'ನೀವು ತುಂಬಾ ನಂಬುತ್ತೀರಿ. ಇವರು ನಿಮ್ಮನ್ನು ಕಳಪೆ ಮಾತುಗಳಿಂದ ಮೋಸಗೊಳಿಸುವರು. ಕಡೆಯಲ್ಲಿ ನೀವು ಅವರ ಮರ್ಮವನ್ನು ಅರಿತು ನಮಗೆ ಸತ್ಯಾಗ್ರಹನಡೆಸಿ ಎಂದು ಹೇಳುವಿರಿ. ಹೀಗೆ ನೀವು ದುಃಖಪಡುವಿರಿ ಮತ್ತು ನಿಮ್ಮೊಂದಿಗೆ ನಾವೆಲ್ಲರೂ ದುಃಖಪಡುವಂತೆ ಮಾಡುವಿರಿ.' ಎಂದು ಅವನು ನಗುತ್ತ ಹೇಳಿದ.

'ನನ್ನ ಪಕ್ಷವನ್ನು ಸೇರಿಕೊಂಡ ಮೇಲೆ ನೀನು ದುಃಖವನ್ನಲ್ಲದೇ ಬೇರೆ ಏನನ್ನು ನಿರೀಕ್ಷಿಸುವೆ?' ಎಂದು ನಾನು ಉತ್ತರಿಸಿದೆ. 'ಮೋಸಹೋಗುವುದಕ್ಕಾಗಿಯೇ ಸತ್ಯಾಗ್ರಹಿಯು ಹುಟ್ಟಿರುತ್ತಾನೆ. ಆಜ್ಞಾಧಿಕಾರಿಯು ನಮ್ಮನ್ನು ಮೋಸಗೊಳಿಸಲಿ. ಕಡೆಯಲ್ಲಿ ಮೋಸಗಾರನು ಸ್ವತಃ ತಾನೇ ಮೋಸಕ್ಕೆ ಒಳಗಾಗುತ್ತಾನೆ ಎಂದು ನಾನು ನಿನಗೆ ಲೆಕ್ಕವಿಲ್ಲದಷ್ಟು ಸಾರಿ ಹೇಳಿಲ್ಲವೆ?'

ಸೊರಾಬ್ಜಿ ಗಟ್ಟಿಯಾಗಿ ನಕ್ಕ. 'ಹಾಗಿದ್ದರೆ ಒಳ್ಳೆಯದು' ಎಂದು ಅವನು ಹೇಳಿದ: 'ಮೋಸಕ್ಕೆ ಒಳಗಾಗುವುದನ್ನು ಮುಂದುವರಿಸಿ. ಎಂದಾರೊಂದು ದಿನ ಸತ್ಯಾಗ್ರಹದಲ್ಲಿ ನೀವು ಪ್ರಾಣ ಬಿಡುವಿರಿ ಮತ್ತು ನನ್ನಂತಹ ಬಡಪಾಯಿಗಳನ್ನು ನಿಮ್ಮ ಹಿಂದೆ ಎಳೆದುಕೊಂಡು ಹೋಗುವಿರಿ'

ಅಸಹಕಾರ ಕುರಿತಂತೆ ದಿವಂಗತ ಮಿಸ್. ಎಮಿಲಿ ಹಾಬ್‌ಹೌಸ್ ನನಗೆ ಬರೆದಿದ್ದ ಈ ಮಾತುಗಳು ನನ್ನ ನೆನಪಿಗೆ ಬಂದವು: 'ಸತ್ಯದ ಸಲುವಾಗಿ ಈ ದಿವಸಗಳಲ್ಲೊಂದರಲ್ಲಿ ನೀವು ನೇಣುಗಂಬ ಏರುವಂತಾದರೆ ನನಗೆ ಆಶ್ಚರ್ಯವಾಗುವುದಿಲ್ಲ. ದೇವರು ನಿಮಗೆ ಸರಿಯಾದ ದಾರಿಯನ್ನು ತೋರಿಸಲಿ ಮತ್ತು ಅವರು ನಿಮ್ಮನ್ನು ರಕ್ಷಿಸಲಿ.'

ಆಜ್ಞಾಧಿಕಾರಿಯ ನೇಮಕದ ತರುವಾಯ ಸರಿಸುಮಾರಾಗಿ ಕೆಲವೇ ದಿವಸಗಳಲ್ಲಿ ಸೊರಾಬ್ಜಿಯೊಂದಿಗೆ ನನ್ನ ಸಂಭಾಷಣೆ ನಡೆಯಿತು. ಕೇವಲ ಕೆಲವೇ ದಿವಸಗಳಲ್ಲಿ ಆಜ್ಞಾಧಿಕಾರಿಯೊಡನೆ ನಮ್ಮ ಸಂಬಂಧ ಮುರಿದು ಬೀಳುವ ಹಂತವನ್ನು ಮುಟ್ಟಿತು. ಕವಾಯತ್ತಿನಲ್ಲಿ ಭಾಗವಹಿಸಲಾರಂಭಿಸಿದಾಗ ನಾನು ನನ್ನ ಎಂದಿನ ಶಕ್ತಿಯನ್ನು ಮತ್ತೆ ಗಳಿಸಿಕೊಂಡಿರಲಿಲ್ಲ. ಏಕೆಂದರೆ ಹದಿನಾಲ್ಕು ದಿವಸಗಳ ಕಾಲ ನಾನು ಉಪವಾಸ ಕೂತಿದ್ದರಿಂದ ನನ್ನ ಶಕ್ತಿ ಕುಂದಿತ್ತು. ಕೆಲವು ಬಾರಿ ನಾನು ಗೊತ್ತು ಮಾಡಿದ್ದ ಸ್ಥಳಕ್ಕೆ ನನ್ನ ಮನೆಯಿಂದ ಸುಮಾರು ಎರಡು ಮೈಲಿಗಳಷ್ಟು

ದೂರ ನಡೆದುಕೊಂಡು ಹೋಗಬೇಕಾಗಿತ್ತು. ಇದರಿಂದ ಪ್ಲೂರಿಸಿ (ಪ್ಲೂರದ ಉರಿಯುತದಿಂದ ಎದೆ ಅಥವಾ ಪಕ್ಕೆಯಲ್ಲಿ ನೋವು ಕಾಣಿಸಿಕೊಳ್ಳುವುದು, ಮತ್ತು ಉಸಿರಾಡಲು ಕಷ್ಟವಾಗುವುದು)ಯಿಂದ ನರಳುತ್ತಿದ್ದೆ. ದುರ್ಬಲನಾಗಿ ಕುಗ್ಗಿಹೋಗಿದ್ದೆ. ಇಂತಹ ಸ್ಥಿತಿಯಲ್ಲಿ ನಾನು ವಾರದ ಕೊನೆಯ ಶಿಬಿರಕ್ಕೆ ಹೋಗಬೇಕಾಗಿತ್ತು. ಇತರರು ಅಲ್ಲಿಯೇ ಉಳಿದುಕೊಂಡರು. ಆದರ ನಾನು ಮನೆಗೆ ಹಿಂದಿರುಗಿದೆ. ಇಂತಹ ಸಂದರ್ಭಲ್ಲಿ ಸತ್ಯಾಗ್ರಹಕ್ಕೆ ಅವಕಾಶ ಒದಗಿಬಂತು.

ಆಜ್ಞಾಧಿಕಾರಿಯು ತನ್ನ ಅಧಿಕಾರವನ್ನು ಏನೋ ಒಂದು ರೀತಿಯಲ್ಲಿ ಮನಸ್ಸಿಗೆ ತೋಚಿದಂತೆ ಚಲಾಯಿಸಲಾರಂಭಿಸಿದ್ದ. ಎಲ್ಲ ವಿಷಯಗಳಲ್ಲಿ ತಾನೇ ಮುಖ್ಯಸ್ಥನೆಂದು ನಮಗೆ ಸ್ಪಷ್ಟವಾಗಿ ಅರ್ಥಮಾಡಿಕೊಟ್ಟಿದ್ದ. ಅಂದರೆ ಮಿಲಿಟರಿ ಮತ್ತು ಮಿಲಿಟರಿಯೇತರ ವಿಷಯಗಳಲ್ಲಿಯೂ ತಾನೇ ಯಜಮಾನ ಎಂದು ತೋರಿಸುತ್ತ ತನ್ನ ಅಧಿಕಾರದ ರುಚಿಯನ್ನು ತೋರಿಸಲಾರಂಭಿಸಿದ.

ಸೊರಾಬ್ಜಿ ಅತ್ಯಾತುರದಿಂದ ಮುಂದಿನ ಕ್ರಮವನ್ನು ಕೈಗೊಳ್ಳುವಂತೆ ಬಲಾತ್ಕಾರಿಸಿದ. ಮನಬಂದಂತೆ ವರ್ತಿಸುವ ಆಜ್ಞಾಧಿಕಾರಿಯನ್ನು ಸಹಿಸಿಕೊಳ್ಳಲು ತಯಾರಿರಲಿಲ್ಲ. ಅವನು ಹೇಳಿದ: 'ನಾವು ನಿಮ್ಮ ಮೂಲಕ ಎಲ್ಲ ಅಪ್ಪಣೆಗಳನ್ನು ಪಡೆದುಕೊಳ್ಳುವಂತಾಗಬೇಕು. ನಾವಿನ್ನೂ ತರಬೇತಿಯ ಶಿಬಿರದಲ್ಲಿದ್ದೇವೆ. ಆದರೂ ಎಲ್ಲ ಬಗೆಯ ಅಸಂಬದ್ಧ ಅಪ್ಪಣೆಗಳನ್ನು ಹೊರಡಿಸಲಾಗುತ್ತಿದೆ. ನಮಗೆ ಬೋಧಿಸಲು ನೇಮಕಗೊಂಡಿರುವ ಆ ಯುವಕರು ಮತ್ತು ನಮ್ಮ ನಡುವೆ ಅನುಚಿತವಾಗಿ ತಾರತಮ್ಯ ಮಾಡಲಾಗುತ್ತಿದೆ. ನಾವು ಆಜ್ಞಾಧಿಕಾರಿಯೊಂದಿಗೆ ಸ್ಪಷ್ಟವಾಗಿ ಮತ್ತು ಗಟ್ಟಿಯಾಗಿ ಈ ವಿಚಾರವನ್ನು ಹೇಳಿಬಿಡಬೇಕು. ಹಾಗಾಗದಿದ್ದರೆ ನಾವು ಇನ್ನೂ ಹೆಚ್ಚುಕಾಲ ಇದನ್ನು ಸಹಿಸಿಕೊಳ್ಳಲಾರೆವು. ನಮ್ಮ ದಳಕ್ಕೆ ಸೇರಿರುವ ಭಾರತೀಯ ವಿದ್ಯಾರ್ಥಿಗಳು ಮತ್ತು ಇತರರು ಅಸಂಬದ್ಧ ಅಪ್ಪಣೆಗಳಿಗೆ ತಲೆಬಾಗುವುದಿಲ್ಲ. ಸ್ವಾಭಿಮಾನದ ಸಲುವಾಗಿ ಕೈಗೊಳ್ಳಲಾಗಿರುವ ಉದ್ದೇಶದಲ್ಲಿ ಅದನ್ನು ಕಳೆದುಕೊಂಡು ಅವಮಾನವನ್ನು ಸಹಿಸಿಕೊಂಡಿರುವುದು ಸಾಧ್ಯವಾಗದ ಮಾತು.'

ನಾನು ಆಜ್ಞಾಧಿಕಾರಿಯ ಭೇಟಿ ಮಾಡಿದೆ ಮತ್ತು ನನಗೆ ಬಂದಿದ್ದ ದೂರುಗಳ ಬಗ್ಗೆ ಅವನ ಗಮನವನ್ನು ಸೆಳೆದೆ. ಅವನು ದೂರುಗಳನ್ನು ಬರಹದ ರೂಪದಲ್ಲಿ ಕೊಡುವಂತೆ ಬರೆದು ತಿಳಿಸಿದ. ಅದೇ ಸಮಯದಲ್ಲಿ ಅವನು ನನಗೆ ಹೇಳಿದ: 'ಈಗ ನೇಮಕಗೊಂಡಿರುವ ವಿಭಾಗದ ಅಧಿಪತಿಗಳ (ಕಮಾಂಡರ್) ಮೂಲಕ ದೂರುಗಳನ್ನು ಸಲ್ಲಿಸುವುದು ಸರಿಯಾದ ಮಾರ್ಗವೆಂದು ದೂರು ಸಲ್ಲಿಸಿದವರಿಗೆ ಮನದಟ್ಟುಮಾಡಿಸಿ, ವಿಭಾಗದ ಅಧಿಪತಿಗಳು ಶಿಕ್ಷಕರ ಮೂಲಕ ನನಗೆ ತಿಳಿಸುವರು.'

'ನಾನು ಯಾವುದೇ ಅಧಿಕಾರದ ಮೇಲೆ ಹಕ್ಕು ಸಾಧಿಸುತ್ತಿಲ್ಲವೆಂದು' ಅವನಿಗೆ ಉತ್ತರಿಸಿದೆ. 'ಮಿಲಿಟರಿಯ ಅರ್ಥದಲ್ಲಿ ನಾನು ಬೇರೆ ಯಾವನೇ ಖಾಸಗಿ ವ್ಯಕ್ತಿಗಿಂತ ದೊಡ್ಡವನಲ್ಲ. ಆದರೆ ಸ್ವಯಂಸೇವಕರ ದಳದ ಅಧ್ಯಕ್ಷನಾಗಿರುವುದರಿಂದ ಅನಧಿಕೃತವಾಗಿ ಅವರ ಪ್ರತಿನಿಧಿಯಂತೆ ವರ್ತಿಸಲು ನನಗೆ ಅವಕಾಶ ಕೊಡುವುದಾಗಿ ನಾನು ನಂಬಿಕೊಂಡಿದ್ದೆ. ನನ್ನ ಗಮನಕ್ಕೆ ತರಲಾಗಿರುವ ಕೋರಿಕೆಗಳನ್ನು ಮತ್ತು ಅವರ ಕಷ್ಟನಿಷ್ಠುರಗಳನ್ನು ವ್ಯವಸ್ಥಿತವಾಗಿ ಪ್ರತಿಪಾದಿಸಿದ್ದೇನೆ. ಅವನ್ನು ಹೆಸರಿಬಹುದಾದರೆ, ದಳದ ಸದಸ್ಯರುಗಳ ಭಾವನೆಗಳನ್ನು ಗಮನಕ್ಕೆ ತಂದುಕೊಳ್ಳದೇ ವಿಭಾಗದ

ನಾಯಕರುಗಳನ್ನು ನೇಮಿಸಿರುವುದರಿಂದ ತುಂಬಾ ಅತೃಪ್ತಿ ಉಂಟಾಗಿದೆ. ಅವರನ್ನು ವಾಪಸ್ ಕರೆಸಿಕೊಳ್ಳಬೇಕು ಮತ್ತು ಆಜ್ಞಾಧಿಕಾರಿಯ ಸಮ್ಮತಿಗೆ ಒಳಪಟ್ಟು ದಳದವರಿಗೆ ಅವರ ವಿಭಾಗದ ನಾಯಕರುಗಳನ್ನು ಚುನಾಯಿಸುವಂತೆ ಕರೆಕೊಡಬೇಕು'. ಎಂದು ತಿಳಿಸಿದೆ.

ಇದು ಆಜ್ಞಾಧಿಕಾರಿಗೆ ಇಷ್ಟವಾಗಲಿಲ್ಲ. 'ವಿಭಾಗದ ನಾಯಕರುಗಳನ್ನು ದಳದವರು ಚುನಾಯಿಸಬೇಕೆಂಬುದು ಮಿಲಿಟರಿ ಶಿಸ್ತಿಗೆ ಹೊಂದಿಕೊಳ್ಳುವುದಿಲ್ಲವೆಂದು' ತಿಳಿಸಿದ. 'ಈಗಾಗಲೇ ಮಾಡಿರುವ ನೇಮಕಗಳನ್ನು ಹಿಂದಕ್ಕೆ ತೆಗೆದುಕೊಳ್ಳುವುದು ಎಲ್ಲ ಶಿಸ್ತುಕ್ರಮಗಳನ್ನು ಬುಡಮೇಲು ಮಾಡುವಂತಹದು' ಎಂದು ತಿಳಿಸಿದ.

ಆದ್ದರಿಂದ ನಾವು ಸಭೆ ಸೇರಿದೆವು ಮತ್ತು ಸೇನೆಯಿಂದ ವಾಪಸಾಗುವುದರ ಬಗ್ಗೆ ತೀರ್ಮಾನಿಸಿದೆವು ಸತ್ಯಾಗ್ರಹದ ಗಂಭೀರ ಪರಿಣಾಮುಗಳ ಬಗ್ಗೆ ಸದಸ್ಯರುಗಳಿಗೆ ಮನವರಿಕೆಮಾಡಿಕೊಟ್ಟೆ. ಆದರೆ ಈ ನಿರ್ಣಯಕ್ಕೆ ಭಾರಿ ಬಹುಮತ ಸಿಕ್ಕಿತು. ಕಾರ್ಪರಲ್ (ಸಾರ್ಜೆಂಟ್ ಕೆಳಗಿನ ಸೈನ್ಯಾಧಿಕಾರಿ)ಗಳ ನೇಮಕಗಳನ್ನು ಹಿಂದಕ್ಕೆ ಪಡೆಯುವವರೆಗೆ ಮತ್ತು ತಮ್ಮ ಸ್ವಂತದ ಕಾರ್ಪರಲ್‌ಗಳನ್ನು ಚುನಾಯಿಸಲು ದಳದ ಸದಸ್ಯರುಗಳಿಗೆ ಅವಕಾಶವನ್ನು ನೀಡುವವರೆಗೆ ದಳದ ಸದಸ್ಯರುಗಳು ಮುಂದಿನ ಕವಾಯತ್‌ಗೆ ಮತ್ತು ವಾರದ ಕೊನೆಯ ಶಿಬಿರ (ಕ್ಯಾಂಪಿಂಗ್)ಕ್ಕೆ ಹಾಜರಾಗದೇ ದೂರ ಇರಬೇಕೆಂಬ ಕಟ್ಟಿಗೆ ಒಳಗಾಗಿರುವುದಾಗಿ ನಿರ್ಣಯದಲ್ಲಿ ತಿಳಿಸಲಾಗಿತ್ತು.

ನಾನು ತರುವಾಯ ಆಜ್ಞಾಧಿಕಾರಿಗೆ ಪತ್ರ ಬರೆದು 'ನನ್ನ ಸಲಹೆಯನ್ನು ತಿರಸ್ಕರಿಸಿ ಬರೆದಿರುವ ಪತ್ರದಿಂದ ತುಂಬಾ ನಿರಾಶೆಯಾಗಿದೆಯೆಂದು' ತಿಳಿಸಿದೆ. ನನಗೆ ಅಧಿಕಾರ ಚಲಾಯಿಸುವ ಆಸೆಯಿಲ್ಲವೆಂದು ಅವನಿಗೆ ಭರವಸೆಕೊಟ್ಟೆ. ಏಕೆಂದರೆ ನನಗೆ ಸೇವೆಯಲ್ಲಿ ತೀವ್ರಾಸಕ್ತಿಯಿರುವುದಾಗಿ ತಿಳಿಸಿದೆ. ಹಿಂದಿನ ನಿದರ್ಶನವೊಂದರ ಕಡೆಗೆ ಅವನ ಗಮನವನ್ನು ಕೂಡಾ ಸೆಳೆದೆ. ಬೋಅರ್ ಯುದ್ಧದ ಸಮಯದಲ್ಲಿ ದಕ್ಷಿಣ ಆಫ್ರಿಕದ ಭಾರತೀಯ ಅಂಬ್ಯುಲೆನ್ಸ್ ದಳದಲ್ಲಿ (ಸೌತ್ ಆಫ್ರಿಕನ್ ಇಂಡಿಯನ್ ಅಂಬ್ಯುಲೆನ್ಸ್ ಕಾರ್ಪ್ಸ್) ನನಗೆ ಅಧಿಕೃತ ದರ್ಜೆ (ರ್‍ಯಾಂಕ್) ಇಲ್ಲದಿದ್ದರೂ ಕರ್ನಲ್ ಗ್ಯಾಲ್‌ವೆಯ್ ಮತ್ತು ದಳದ ನಡುವೆ ಎಂದೂ ತೊಡಕುಂಟಾಗಲಿಲ್ಲ. ದಳದ ಅಪೇಕ್ಷೆಯನ್ನು ತಿಳಿದುಕೊಳ್ಳುವ ದೃಷ್ಟಿಯಿಂದ ಕರ್ನಲ್ ನನಗೆ ತಿಳಿಸದೇ ಯಾವುದೇ ಕ್ರಮವನ್ನು ತೆಗೆದುಕೊಳ್ಳುತ್ತಿರಲಿಲ್ಲ ಎಂದು ತಿಳಿಸಿದೆ. ಹಿಂದಿನಸಂಜೆ ನಾವು ಅಂಗೀಕರಿಸಿದ್ದ ನಿರ್ಣಯದ ಪ್ರತಿಯೊಂದನ್ನು ನನ್ನ ಪತ್ರಕ್ಕೆ ಲಗತ್ತಿಸಿದ್ದೆ.

ಇದು ಅಧಿಕಾರಿಯ ಮೇಲೆ ಯಾವುದೇ ಪರಿಣಾಮವನ್ನು ಉಂಟುಮಾಡಲಿಲ್ಲ. ಈ ಸಭೆ ಮತ್ತು ನಿರ್ಣಯ ಶಿಸ್ತಿನ ಉಗ್ರ ಉಲ್ಲಂಘನೆ ಎಂದು ಅವನು ಭಾವಿಸಿದ.

ಅಲ್ಲಿಂದ ಮುಂದೆ ನಾನು ಭಾರತೀಯ ವ್ಯವಹಾರಗಳ ಪ್ರಧಾನ ಕಾರ್ಯದರ್ಶಿ (ಸೆಕ್ರೆಟರಿ ಆಫ್ ಸ್ಟೇಟ್ ಫಾರ್ ಇಂಡಿಯ)ಗೆ ಪತ್ರ ಬರೆದು ಎಲ್ಲ ವಿಷಯಗಳನ್ನು ವಿವರಿಸಿ ಜತೆಯಲ್ಲಿ ನಿರ್ಣಯದ ಪ್ರತಿಯೊಂದನ್ನು ಲಗತ್ತಿಸಿದೆ. ದಕ್ಷಿಣ ಆಫ್ರಿಕದಲ್ಲಿನ ಪರಿಸ್ಥಿತಿ ಭಿನ್ನವಾಗಿದೆಯೆಂದು ಅವನು ಉತ್ತರಿಸಿದ. ವಿಭಾಗದ ಅಧಿಪತಿ (ಕಮಾಂಡರ್) ನಿಯಮಗಳಡಿಯಲ್ಲಿ ಅವರನ್ನು ಆಜ್ಞಾಧಿಕಾರಿಯೇ ನೇಮಕಮಾಡುವ ಅಧಿಕಾರ ಹೊಂದಿದ್ದಾನೆಂಬ ಅಂಶದ ಕಡೆಗೆ ನನ್ನ ಗಮನವನ್ನು

ಸೆಳೆದ. ಆದರೆ ಭವಿಷ್ಯದಲ್ಲಿ ವಿಭಾಗದ ಅಧಿಪತಿಗಳನ್ನು ನೇಮಿಸುವಾಗ ಆಜ್ಞಾಧಿಕಾರಿಯು ನನ್ನ ಶಿಫಾರಸುಗಳನ್ನು ಪರಿಗಣಿಸುವುದಾಗಿ ಕಾರ್ಯದರ್ಶಿಯು ಭರವಸೆ ಕೊಟ್ಟ.

ಇದಾದ ತರುವಾಯ ನಮ್ಮ ನಡುವೆ ತುಂಬಾ ಪತ್ರವ್ಯವಹಾರ ನಡೆಯಿತು. ಆದರೆ ನಾನು ಈ ಅಪ್ರಿಯ ಕಥೆಯನ್ನು ಲಂಬಿಸಲು ಇಷ್ಟಪಡುವುದಿಲ್ಲ. ಭಾರತದಲ್ಲಿ ನಾವು ಪ್ರತಿದಿನವೂ ಪಡೆಯುತ್ತಿರುವ ಅನುಭವದಂತೆಯೇ ನನ್ನ ಅನುಭವವವೂ ಇತ್ತು ಎಂದು ಹೇಳಿದರೆ ಸಾಕಾಗುವುದು. ಆಜ್ಞಾಧಿಕಾರಿಯು ಹೆದರಿಸಿ ಮತ್ತು ಚಾತುರ್ಯದಿಂದ ನಮ್ಮ ದಳದಲ್ಲಿ ಒಡಕನ್ನುಂಟುಮಾಡಿದ. ನಿರ್ಣಯಕ್ಕೆ ಮತ ಕೊಟ್ಟವರಲ್ಲಿ ಕೆಲವರು ಆಜ್ಞಾಧಿಕಾರಿಯ ಬೆದರಿಕೆಗೆ ಅಥವಾ ಅವನ ಪ್ರೇರಣೆಗೆ ಶರಣಾದರು ಮತ್ತು ವಚನ ಭ್ರಷ್ಟರಾದರು.

ಇದೇ ಕಾಲದಲ್ಲಿ ಗಾಯಗೊಂಡ ಯೋಧರ ಭಾರಿ ತುಕಡಿಯೊಂದು ಅನಿರೀಕ್ಷಿತವಾಗಿ ನೆಟ್ಲೆ ಆಸ್ಪತ್ರೆಗೆ ಬಂದಿತು ನಮ್ಮ ದಳ ಸೇವೆಗೆ ಕರೆ ಬಂದಿತು. ಆಜ್ಞಾಧಿಕಾರಿಯು ಯಾರ ಮನ ಒಲಿಸಿದ್ದನೋ ಅಂತಹ ಕೆಲವರು ನೆಟ್ಲೆಗೆ ತೆರಳಿದರು. ಆದರೆ ಇತರರರು ಅಲ್ಲಿಗೆ ಹೋಗಲು ನಿರಾಕರಿಸಿದರು. ನಾನು ಹಾಸಿಗೆ ಹಿಡಿದು ಮಲಗಿದ್ದೆ. ಆದರೂ ದಳದ ಸದಸ್ಯರುಗಳೊಂದಿಗೆ ನಾನು ಸಂಪರ್ಕವನ್ನಿಟ್ಟುಕೊಂಡಿದ್ದೆ. ಅಧೀನ ಕಾರ್ಯದರ್ಶಿ (ಅಂಡರ್ ಸೆಕ್ರೆಟರಿ ಆಫ್ ಸ್ಟೇಟ್) ಮಿ. ರಾಬರ್ಟ್ಸ್ ಈ ದಿವಸಗಳಲ್ಲಿ ನನ್ನನ್ನು ಭೇಟಿಮಾಡುತ್ತ ನನ್ನಲ್ಲಿ ಗೌರವವನ್ನು ತೋರಿಸಿದ್ದ. ಸೇವೆ ಸಲ್ಲಿಸಲು ಇತರರ ಮನವೊಲಿಸುವಂತೆ ಅವನು ನನ್ನನ್ನು ಬಲವಂತಪಡಿಸಿದ. ಅವರೆಲ್ಲರೂ ಸೇರಿಕೊಂಡು ಪ್ರತ್ಯೇಕ ದಳವನ್ನು ರಚಿಸಿಕೊಳ್ಳಬೇಕೆಂದು ಮತ್ತು ನೆಟ್ಲೆ ಆಸ್ಪತ್ರೆಯಲ್ಲಿ ಅವರು ಅಲ್ಲಿಯ ಆಜ್ಞಾಧಿಕಾರಿಗೆ ಮಾತ್ರ ಜವಾಬುದಾರರಾಗಿರಬಹುದೆಂದು ಸಲಹೆ ಕೊಟ್ಟ. ಇದರಿಂದ ಸ್ವಾಭಿಮಾನಕ್ಕೆ ಕುಂದಾಗುವ ಪ್ರಶ್ನೆಯೇ ಹುಟ್ಟುವುದಿಲ್ಲವೆಂದೂ ಮತ್ತು ಸರ್ಕಾರವನ್ನು ಸಂತೈಸಿದಂತಾಗುವುದೆಂದು ತಿಳಿಸಿದ. ಆಸ್ಪತ್ರೆಗೆ ಬಂದಿರುವ ಅನೇಕ ಮಂದಿ ಗಾಯಾಳುಗಳಿಗೆ ಉಪಯುಕ್ತ ಸೇವೆಯನ್ನು ಸಲ್ಲಿಸಿದಂತಾಗುವುದೆಂದು ತಿಳಿಸಿದ. ಈ ಸಲಹೆಯು ನನಗೆ ಮತ್ತು ನನ್ನ ಸಂಗಡಿಗರಿಗೆ ಒಪ್ಪಿಕೆಯಾಯ್ತು. ಇದರ ಫಲವಾಗಿ ಹಿಂದೆ ಉಳಿದಿದ್ದವರೆಲ್ಲರೂ ನೆಟ್ಲೆ ಆಸ್ಪತ್ರೆಗೆ ತೆರಳಿದರು.

ಹಾಸಿಗೆ ಹಿಡಿದು ಮಲಗಿದ್ದ ನಾನು ಮಾತ್ರ ದೂರ ಉಳಿದುಕೊಂಡೆ. ವಿಫಲವಾಗುತ್ತಿದ್ದ ಕಾರ್ಯವನ್ನು ಯಶಸ್ಸಿನೆಡೆಗೆ ತಿರುಗಿಸಿದ್ದೆ.

41. ಗೋಖಲೆಅವರ ಔದಾರ್ಯ

ನಾನು ಇಂಗ್ಲೆಂಡ್‌ನಲ್ಲಿದ್ದಾಗ ಪ್ಲೂರಿಸಿ ಬೇನೆಗೆ ಒಳಗಾಗಿದ್ದರ ಬಗ್ಗೆ ಈಗಾಗಲೇ ಪ್ರಸ್ತಾಪಿಸಿದ್ದೇನೆ. ನಂತರ ಬಹುಬೇಗನೇ ಗೋಖಲೆ ಲಂಡನ್‌ಗೆ ಹಿಂದಿರುಗಿದರು. ಕ್ಯಾಲೆನ್‌ಬಾಕ್ ಮತ್ತು ನಾನು ಆಗಾಗ್ಗೆ ಅವರನ್ನು ಕಾಣಲು ಎಡಬಿಡದೇ ಹೋಗುತ್ತಿದ್ದೆವು. ನಮ್ಮ ಮಾತುಕತೆ ಬಹುಪಾಲು ಯುದ್ಧದ ವಿಷಯ ಕುರಿತಂತೆ ನಡೆಯುತ್ತಿತ್ತು ಕ್ಯಾಲೆನ್‌ಬಾಕ್‌ನ ಬೆರಳ ತುದಿಗಳಲ್ಲಿ ಜರ್ಮನಿಯ ಭೂವಿವರಣೆ ಇರುತ್ತಿತ್ತು. ಅವನು ಯುರೋಪಿನಲ್ಲಿ ತುಂಬಾ ಸಂಚರಿಸಿದ್ದ. ಯುದ್ಧಕ್ಕೆ ಸಂಬಂಧಿಸಿದ್ದ ಅನೇಕ ಸ್ಥಳಗಳನ್ನು ಅವನು ಗೋಖಲೆಅವರಿಗೆ ಭೂಪಟದಲ್ಲಿ ತೋರಿಸುತ್ತಿದ್ದ.

ಪ್ಲೂರಿಸಿ ಬೇನೆ ನನ್ನನ್ನು ತಗುಲಿಕೊಂಡಿದ್ದ ಕಾಲದಲ್ಲಿ ಕೂಡಾ ಇದೇ ನಮ್ಮ ದಿನನಿತ್ಯದ ಚರ್ಚೆಯ ವಿಷಯವೂ ಆಗಿತ್ತು. ಆಗ ಕೂಡಾ ನನ್ನ ಆಹಾರ ಕುರಿತ ಪ್ರಯೋಗಗಳು ನಡೆಯುತ್ತಿದ್ದವು. ನನ್ನ ಆಹಾರದಲ್ಲಿ ನೆಲಗಡಲೇ ಬೀಜಗಳು, ಬಾಳೇಕಾಯಿ ಮತ್ತು ಬಾಳೇಹಣ್ಣು, ನಿಂಬೆಹಣ್ಣು, ಆಲಿವ್ ಎಣ್ಣೆ, ಟೊಮ್ಯಾಟೋಗಳು ಮತ್ತು ದ್ರಾಕ್ಷಿ ಸೇರಿದ್ದವು. ನಾನು ಪೂರ್ತಿಯಾಗಿ ಹಾಲನ್ನು, ಧಾನ್ಯಗಳನ್ನು, ಕಾಳುಗಳನ್ನು ಮತ್ತು ಇತರ ಪದಾರ್ಥಗಳನ್ನು ಬಿಟ್ಟುಬಿಟ್ಟಿದ್ದೆ.

ಡಾ. ಜೀವ್‌ರಾಜ್ ಮೆಹ್‌ತಾ ನನಗೆ ಚಿಕಿತ್ಸೆ ಮಾಡುತ್ತಿದ್ದರು. ಅವರು ಹಾಲು ಮತ್ತು ಕಾಳುಗಳನ್ನು ಸೇವಿಸುವಂತೆ ತುಂಬಾ ಒತ್ತಾಯಿಸುತ್ತಿದ್ದರು. ಆದರೆ ನಾನು ಅವರ ಸಲಹೆಗೆ ಜಗ್ಗಿರಲಿಲ್ಲ. ಈ ವಿಷಯ ಗೋಖಲೆಅವರ ಕಿವಿಗಳನ್ನು ಮುಟ್ಟಿತು. ಫಲಾಹಾರದ ಪರವಾದ ನನ್ನ ತರ್ಕವನ್ನು ಅವರು ತುಂಬಾ ಮೆಚ್ಚಿಕೊಂಡಿರಲಿಲ್ಲ. ನನ್ನ ಆರೋಗ್ಯಕ್ಕೆ ಸಂಬಂಧಿಸಿದಂತೆ ವೈದ್ಯರು ಏನನ್ನು ಗೊತ್ತುಪಡಿಸುತ್ತಾರೋ ಅದನ್ನು ತೆಗೆದುಕೊಳ್ಳಬೇಕೆಂದು ಅವರು ಅಪೇಕ್ಷಿಸಿದ್ದರು.

ಗೋಖಲೆ ಅವರ ಒತ್ತಾಯಕ್ಕೆ ನಾನು ಶರಣಾಗದಿರುವುದು ಸುಲಭದ ಮಾತಾಗಿರಲಿಲ್ಲ. ನಾನು ಒಲ್ಲೆ ಎಂದರೂ ಅದನ್ನು ಅವರು ಒಪ್ಪಿಕೊಳ್ಳದಿದ್ದಾಗ ಈ ಪ್ರಶ್ನೆಯ ಬಗ್ಗೆ ಯೋಚಿಸಲು ನನಗೆ ಇಪ್ಪತ್ನಾಲ್ಕು ಗಂಟೆಗಳ ಕಾಲಾವಕಾಶವನ್ನು ಕೊಡಬೇಕೆಂದು ಬೇಡಿಕೊಂಡೆ. ಆ ಸಂಜೆ ನಾನು ಮತ್ತು ಕ್ಯಾಲೆನ್‌ಬಾಕ್ ಮನೆಗೆ ಹಿಂದಿರುಗುತ್ತಿದ್ದಾಗ ನನ್ನ ಕರ್ತವ್ಯವೇನು ಎಂಬುದರ ಬಗ್ಗೆ ಚರ್ಚಿಸಿದೆವು. ಅವನು ನನ್ನ ಪ್ರಯೋಗದಲ್ಲಿ ನನ್ನ ಜತೆಯಲ್ಲಿದ್ದ. ಅವನಿಗೆ ಅದು ಇಷ್ಟವಾಗಿತ್ತು. ಆದರೆ ನನ್ನ ಆರೋಗ್ಯದ ದೃಷ್ಟಿಯಿಂದ ಅದನ್ನು ಬಿಟ್ಟುಬಿಡುವುದಾದರೆ ಅದಕ್ಕೆ ಅವನ ಒಪ್ಪಿಗೆಯಿತ್ತು ಎಂಬುದನ್ನು ನಾನು ಕಂಡುಕೊಂಡೆ. ನನ್ನ ಅಂತರಾತ್ಮ ಆಜ್ಞಾಪಿಸಿದಂತೆ ನಾನೇ ನಿರ್ಧಾರದವನ್ನು ತೆಗೆದುಕೊಳ್ಳಬೇಕಾಗಿತ್ತು.

ನಾನು ಇಡೀ ರಾತ್ರಿಯನ್ನು ಇದೇ ವಿಷಯದ ಬಗ್ಗೆ ಚಿಂತಿಸುತ್ತ ಕಳೆದೆ. ಪ್ರಯೋಗವನ್ನು ಬಿಟ್ಟುಕೊಡುವುದೆಂದರೆ ಈ ದಿಕ್ಕಿನಲ್ಲಿರುವ ಎಲ್ಲ ನನ್ನ ವಿಚಾರಗಳನ್ನು ತ್ಯಜಿಸಿದಂತಾಗುವುದು. ಹಾಗಿದ್ದರೂ ಅವುಗಳಲ್ಲಿ ಯಾವುದೇ ನ್ಯೂನತೆ ಇದ್ದಂತೆ ಕಂಡುಬರಲಿಲ್ಲ. ಎಷ್ಟು ದೂರದವರೆಗೆ ನಾನು ಗೋಖಲೆಅವರ ಪ್ರೀತಿಯ ಒತ್ತರಕ್ಕೆ ಶರಣಾಗಬೇಕು ಎಂಬುದೇ ಪ್ರಶ್ನೆಯಾಗಿತ್ತು. ಆರೋಗ್ಯ ದೃಷ್ಟಿಯಿಂದ ಹಿತವಾದುದೆಂದು ಕರೆಯಲ್ಪಡುವುದರಲ್ಲಿ ನಾನು ಎಷ್ಟರಮಟ್ಟಿಗೆ ನನ್ನ ಪ್ರಯೋಗವನ್ನು ಪರಿವರ್ತಿಸಿಕೊಳ್ಳಬಹುದು ಎಂಬುದೇ ಪ್ರಶ್ನೆಯಾಗಿತ್ತು. ಪ್ರಯೋಗದ ಹಿನ್ನೆಲೆಯಲ್ಲಿರುವ ಉದ್ದೇಶ ಮುಖ್ಯವಾಗಿ ಧಾರ್ಮಿಕವಾಗಿರುವವರೆಗೆ ಅದನ್ನು ಪಾಲಿಸಲು ನಾನು ಕಡೆಯಲ್ಲಿ ತೀರ್ಮಾನಿಸಿದೆ. ಉದ್ದೇಶ ಮಿಶ್ರಣಗೊಂಡಿದ್ದರೆ ವೈದ್ಯರ ಸಲಹೆಗೆ ಶರಣಾಗಲು ನಿರ್ಧರಿಸಿದೆ. ಹಾಲನ್ನು ತ್ಯಜಿಸುವುದರಲ್ಲಿ ಧಾರ್ಮಿಕ ವಿಚಾರಗಳು ಪ್ರಮುಖವಾಗಿದ್ದವು. ಕಲ್ಕತ್ತದಲ್ಲಿರುವ ಗೋವಳರು (ಗೋಪಾಲಕರು) ತಮ್ಮ ಹಸುಗಳಿಂದ ಮತ್ತು ಎಮ್ಮೆಗಳಿಂದ ಹಾಲಿನ ಕಡೆಯ ತೊಟ್ಟನ್ನು ಕೂಡಾ ಬಿಡದೇ ಕರೆದುಕೊಳ್ಳುತ್ತಿದ್ದರು. ಈ ದುಷ್ಟ ಕಾರ್ಯದ ಚಿತ್ರ ನನ್ನ ಮುಂದಿತ್ತು. ಮಾಂಸವು ಮನುಷ್ಯನ ಆಹಾರವಲ್ಲ. ಅದೇ ರೀತಿಯಲ್ಲಿ ಹಾಲು ಕೂಡಾ ಮನುಷ್ಯನ ಆಹಾರವಾಗಲಾರದು ಎಂಬ ಭಾವನೆ ಕೂಡಾ ನನ್ನಲ್ಲಿತ್ತು. ಬೆಳಗ್ಗೆ ನಾನು ಹಾಲನ್ನು ವರ್ಜಿಸಬೇಕೆಂಬ ನನ್ನ ನಿರ್ಧಾರಕ್ಕೆ ಬದ್ಧವಾಗಿರಬೇಕೆಂಬ ನಿರ್ಣಯವನ್ನು ತೆಗೆದುಕೊಂಡು ಹಾಸಿಗೆಯನ್ನು ಬಿಟ್ಟು ಮೇಲಕ್ಕೆದ್ದೆ. ಇದರಿಂದ ನನಗೆ ತುಂಬಾ ಸಮಾಧಾನ ಸಿಕ್ಕಿತು. ಗೋಖಲೆಅವರ ಬಳಿಗೆ ಹೋಗಲು ಭಯವಾಯ್ತು. ಆದರೂ ಅವರು ನನ್ನ ತೀರ್ಮಾನವನ್ನು ಒಪ್ಪುವರು ಎಂದು ನಾನು ನಂಬಿದ್ದೆ.

ಸಂಜೆ ನಾನು ಮತ್ತು ಕ್ಯಾಲೆನ್‌ಬಾಕ್ ಗೋಖಲೆಅವರನ್ನು ನ್ಯಾಷನಲ್‌ಲಿಬರಲ್ ಕ್ಲಬ್‌ನಲ್ಲಿ ಭೇಟಿಮಾಡಿದೆವು. ಅವರು ನನಗೆ ಮೊದಲು ಹಾಕಿದ್ದ ಪ್ರಶ್ನೆಯೆಂದರೆ: 'ಒಳ್ಳೆಯದು, ವೈದ್ಯರ ಸಲಹೆಯನ್ನು ಒಪ್ಪಿಕೊಳ್ಳಲು ನೀವು ತೀರ್ಮಾನಿಸಿರುವಿರಾ?'

ನಾನು ನಯವಾಗಿ ಆದರೆ ದೃಢವಾಗಿ ಉತ್ತರ ಕೊಟ್ಟೆ: 'ನಾನು ಒಂದನ್ನು ಬಿಟ್ಟಂತೆ ಎಲ್ಲ ವಿಷಯಗಳಲ್ಲಿ ಶರಣಾಗಲು ಒಪ್ಪಿದ್ದೇನೆ. ಅದರ ಬಗ್ಗೆ ನೀವು ನನ್ನನ್ನು ಬಲವಂತಪಡಿಸಬಾರದೆಂದು ಬೇಡುತ್ತೇನೆ. ನಾನು ಹಾಲನ್ನಾಗಲಿ ಇಲ್ಲವೇ ಹಾಲಿನ ಉತ್ಪನ್ನವನ್ನಾಗಲಿ ಅಥವಾ ಮಾಂಸವನ್ನಾಗಲಿ ತೆಗೆದುಕೊಳ್ಳುವುದಿಲ್ಲ. ಇವನ್ನು ತೆಗೆದುಕೊಳ್ಳದಿದ್ದರೆ ನನಗೆ ಸಾವು ಬರುವುದೆಂದಾದರೆ ಅದನ್ನು ಎದುರಿಸುವುದೇ ಒಳ್ಳೆಯದು ಎಂದು ಭಾವಿಸಿದ್ದೇನೆ.'

'ಇದು ನಿಮ್ಮ ಅಂತಿಮ ತೀರ್ಮಾನವೆ?' ಎಂದು ಗೋಖಲೆ ಪ್ರಶ್ನಿಸಿದರು.

'ನಾನು ಬೇರೆ ಯಾವ ರೀತಿಯಲ್ಲೂ ತೀರ್ಮಾನಿಸಲಾರೆ ಎಂದು ತಿಳಿಸಲು ವಿಷಾದಿಸುತ್ತೇನೆ.' ಎಂದು ನಾನು ಹೇಳಿದೆ. 'ನನ್ನ ತೀರ್ಮಾನದಿಂದ ನಿಮಗೆ ನೋವಾಗಿದೆ ಎಂದು ನನಗೆ ಗೊತ್ತಿದೆ. ನನ್ನನ್ನು ಕ್ಷಮಿಸಿ.'

ಸ್ವಲ್ಪಮಟ್ಟಿನ ನೋವಿನಿಂದ ಆದರೆ ಗಾಢವಾದ ಪ್ರೀತಿಯಿಂದ ಗೋಖಲೆ ಹೇಳಿದರು: 'ನಾನು ನಿಮ್ಮ ತೀರ್ಮಾನಕ್ಕೆ ಒಪ್ಪಿಗೆ ಕೊಡಲಾರೆ. ಇದರಲ್ಲಿ ಯಾವುದೇ ಧಾರ್ಮಿಕ ವಿಚಾರವೂ ಇಲ್ಲ. ಆದರೆ ನಾನು ನಿಮ್ಮನ್ನು ಇನ್ನೆಂದೂ ಒತ್ತಾಯಿಸುವುದಿಲ್ಲ.' ಹೀಗೆ ಹೇಳಿ ಅವರು ಡಾ. ಜೀವ್‌ರಾಜ್ ಮೆಹ್‌ತಾಅವರ ಕಡೆಗೆ ತಿರುಗಿ ಹೇಳಿದರು: 'ದಯವಿಟ್ಟು ಇನ್ನು ಮುಂದೆ ಅವರನ್ನು ಕಾಡಬೇಡಿ. ಅವರೇ ಹೇರಿಕೊಂಡಿರುವ ಮಿತಿಯಲ್ಲಿ ಏನನ್ನಾದರೂ ಶಿಫಾರಸುಮಾಡಿ.'

ವೈದ್ಯರು ತಮ್ಮ ಅಸಮ್ಮತಿಯನ್ನು ವ್ಯಕ್ತಪಡಿಸಿದರು. ಆದರೆ ಅವರು ನಿಸ್ಸಹಾಯಕರಾಗಿದ್ದರು. ಅವರು ನನಗೆ ಹೆಸರಿನ ಸಾರನ್ನು (ಮಂಗ್‌ಸೂಪ್) ತೆಗೆದುಕೊಳ್ಳಲು ಸಲಹೆ ಕೊಟ್ಟರು. ಜತೆಯಲ್ಲಿ ಅದರಲ್ಲಿ ಇಂಗನ್ನು ಬೆರಸಿಕೊಳ್ಳುವಂತೆ ತಿಳಿಸಿದರು. ನಾನು ಅದಕ್ಕೆ ಒಪ್ಪಿಗೆ ಕೊಟ್ಟೆ. ಒಂದು ಅಥವಾ ಎರಡು ದಿನಗಳ ಕಾಲ ಅದನ್ನು ತೆಗೆದುಕೊಂಡೆ. ಆದರೆ ಅದರಿಂದ ನನ್ನ ನೋವು ಹೆಚ್ಚಿತು. ಅದು ನನಗೆ ತಕ್ಕುದಲ್ಲ ಎಂದು ಭಾವಿಸಿದ್ದರಿಂದ ನಾನು ಮತ್ತೆ ಹಣ್ಣುಗಳು ಮತ್ತು ಕಾಯಿಬೀಜಗಳ ಕಡೆಗೆ ಹಿಂದಿರುಗಿದೆ. ವೈದ್ಯರಂತೂ ಬಾಹ್ಯ ಚಿಕಿತ್ಸೆಯನ್ನು ಮುಂದುವರಿಸಿದ್ದರು. ಹೊರಗಡೆಯ ನೋವು ಸ್ವಲ್ಪಮಟ್ಟಿಗೆ ಕಡಿಮೆಯಾಯ್ತು. ಆದರೆ ನನ್ನ ನಿರ್ಬಂಧಗಳು ಅವರಿಗೆ ಕಿರಿಕಿರಿಯನ್ನುಂಟುಮಾಡುತ್ತ ಅವರ ಚಿಕಿತ್ಸೆಗೆ ಅಡ್ಡಿಪಡಿಸುತ್ತಿದ್ದವು.

ಇಷ್ಟರಲ್ಲಿ ಗೋಖಲೆಅವರು ಲಂಡನ್‌ನ ಅಕ್ಟೋಬರ್‌ನ ಮಂಜನ್ನು ತಡೆದುಕೊಳ್ಳಲಾರದೇ ತಾಯ್ನಾಡಿಗೆ ಹಿಂದಿರುಗಿದರು.

42. ಪ್ಲೂರಿಸಿಯ ಚಿಕಿತ್ಸೆ

ಪ್ಲೂರಿಸಿ (ಪಕ್ಕಶೂಲೆ) ಪಟ್ಟು ಹಿಡಿದಿದ್ದರಿಂದ ಕಳವಳವನ್ನುಂಟುಮಾಡಿತ್ತು. ಆದರೆ ದೇಹದೊಳಕ್ಕೆ ಔಷಧಿಯನ್ನು ತೆಗೆದುಕೊಳ್ಳುವುದರಿಂದ ಅದು ವಾಸಿಯಾಗದು ಎಂದು ನನಗೆ ಗೊತ್ತಿತ್ತು. ಬಾಹ್ಯ ಚಿಕಿತ್ಸೆಯೊಡನೆ ಆಹಾರದಲ್ಲಿ ಬದಲಾವಣೆಯನ್ನು ಮಾಡಿಕೊಳ್ಳುವ ಮೂಲಕ ಅದನ್ನು ವಾಸಿಮಾಡಬಹುದು ಎಂದು ನನಗೆ ಗೊತ್ತಿತ್ತು.

ಸಸ್ಯಾಹಾರಿ (ಶಾಕಾಹಾರಿ-ವೆಜಿಟೇರಿಯನ್) ಎಂದು ಪ್ರಸಿದ್ಧರಾಗಿದ್ದ ಡಾ. ಆ್ಯಲಿನ್‌ಸನ್‌ಅವರನ್ನು ಚಿಕಿತ್ಸೆಗಾಗಿ ಕರೆಸಿಕೊಂಡೆ. ಅವರು ಆಹಾರದಲ್ಲಿ ಬದಲಾವಣೆಗಳನ್ನು ತರುವ ಮೂಲಕ ಕಾಯಿಲೆಗಳಿಗೆ ಚಿಕಿತ್ಸೆ ಮಾಡುತ್ತಿದ್ದರು. ಅವರನ್ನು ನಾನು 1890ರಲ್ಲಿ ಭೇಟಿಮಾಡಿದ್ದೆ. ಅವರು ನನ್ನ ಕೂಲಂಕಷ ಪರೀಕ್ಷೆ ಮಾಡಿದರು. ನಾನು ಹಾಲನ್ನು ತೆಗೆದುಕೊಳ್ಳ ಬಾರದೆಂದು ಹೇಗೆ ಪ್ರತಿಜ್ಞೆ ಮಾಡಿದೆ ಎಂಬುದನ್ನು ಅವರಿಗೆ ವಿವರಿಸಿದೆ. ಅವರು ನನ್ನನ್ನು ಉಲ್ಲಾಸಗೊಳಿಸುತ್ತ ಹೇಳಿದರು: ನೀವು ಹಾಲನ್ನು ತೆಗೆದುಕೊಳ್ಳಬೇಕಾಗಿಲ್ಲ. ವಾಸ್ತವವಾಗಿ ಕೆಲವು ದಿವಸಗಳ ಕಾಲ ಯಾವುದೇ ಕೊಬ್ಬು ಪದಾರ್ಥ (ಎಣ್ಣೆ, ಜಿಡ್ಡು ಇರುವ ಪದಾರ್ಥಗಳು)ಗಳನ್ನು ನೀವು ತೆಗೆದುಕೊಳ್ಳಬಾರದೆಂಬುದೇ ನನ್ನ ಇಷ್ಟವಾಗಿದೆ. ತರುವಾಯ ಅವರು ನನಗೆ ಸಾದಾ

ಕಂದು ಬ್ರೆಡ್(ರೊಟ್ಟಿ)ಅನ್ನು, ಬೀಟ್(ಬೀಟ್ ಎಲೆಗಳು ಗೆಡ್ಡೆ), ಮೂಲಂಗಿ, ನೀರುಳ್ಳಿ ಮತ್ತು ಇತರ ಗೆಡ್ಡೆಗಳು ಮತ್ತು ಬೇಯಿಸದ ಕಾಯಿಪಲ್ಯಗಳು, ತರಕಾರಿ ಮುಂತಾದ ಬೇಯಿಸದ ಪದಾರ್ಥಗಳನ್ನು ತೆಗೆದುಕೊಂಡು ಜೀವನ ಸಾಗಿಸಬೇಕೆಂದು ತಿಳಿಸಿದರು. ಜತೆಯಲ್ಲಿ ಮುಖ್ಯವಾಗಿ ಕಿತ್ತಳೆ ಹಣ್ಣುಗಳು ಮುಂತಾದ ತಾಜಾ ಹಣ್ಣುಗಳನ್ನು ತಿನ್ನಲು ಹೇಳಿದರು. ತರಕಾರಿಗಳನ್ನು ಬೇಯಿಸಬಾರದೆಂದೂ ಆದರೆ ಅಗಿದು ತಿನ್ನಲು ಸಾಧ್ಯವಾಗದಿದ್ದರೆ ಅವುಗಳ ಹೊರಮೈಯನ್ನು ಚೆನ್ನಾಗಿ ಉಜ್ಜಿಕೊಳ್ಳಬಹುದೆಂದು ಅಥವಾ ಹೆರೆದುಕೊಳ್ಳಬಹುದೆಂದು ತಿಳಿಸಿದರು.

ನಾನು ಈ ಪದ್ಧತಿಯನ್ನು ಮೂರು ದಿನಗಳ ಕಾಲ ಅನುಸರಿಸಿದೆ. ಆದರೆ ಬೇಯಿಸದ ತರಕಾರಿ ನನಗೆ ಚೆನ್ನಾಗಿ ಒಗ್ಗಲಿಲ್ಲ. ನನ್ನ ದೇಹವು ಪ್ರಯೋಗಕ್ಕೆ ಪೂರ್ತಿ ನ್ಯಾಯ ಒದಗಿಸುವ ಸ್ಥಿತಿಯಲ್ಲಿರಲಿಲ್ಲ. ಬೇಯಿಸದ ತರಕಾರಿಗಳನ್ನು ತಿನ್ನುವಾಗ ನನ್ನ ಮನಸ್ಸು ಮುದುಡಿಹೋಗುತ್ತಿತ್ತು.

ನನ್ನ ಕೊಠಡಿಯ ಕಿಟಕಿಗಳನ್ನು ದಿನವಿಡೀ ಅಂದರೆ ಇಪ್ಪತ್ನಾಲ್ಕು ಗಂಟೆಗಳ ಕಾಲ ತೆರದಿಡುವಂತೆ ಡಾ ಆ್ಯಲಿಸನ್ ಸಲಹೆ ಕೊಟ್ಟಿದ್ದರು. ಉಗುರುಬೆಚ್ಚನೆಯ ನೀರಿನಲ್ಲಿ ಸ್ನಾನಮಾಡಬೇಕೆಂದು, ನೋಯುತ್ತಿರುವ ಭಾಗಗಳನ್ನು ಎಣ್ಣೆಯಿಂದ ತಿಕ್ಕಿಕೊಳ್ಳಬೇಕೆಂದು ಮತ್ತು ಬಯಲಲ್ಲಿ ಹದಿನೈದರಿಂದ ಇಪ್ಪತ್ತು ನಿಮಿಷಗಳ ಕಾಲ ಓಡಾಡಬೇಕೆಂದು ಅವರು ಹೇಳಿದ್ದರು. ಈ ಎಲ್ಲ ಸಲಹೆಗಳು ನನಗೆ ಪ್ರಿಯವಾಗಿದ್ದವು.

ನನ್ನ ಕೊಠಡಿಗೆ ಫ್ರೆಂಚ್ ಮಾದರಿಯ ಕಿಟಕಿಗಳಿದ್ದವು. ಅವನ್ನು ಅಗಲವಾಗಿ ತೆರೆದಿಟ್ಟರೆ ಮಳೆಯ ನೀರು ಒಳಕ್ಕೆ ಬರುತ್ತಿತ್ತು. ಫ್ಯಾನ್‌ಲೈಟ್ (ಬಾಗಿಲಿನ ಅಥವಾ ಇನ್ನೊಂದು ಕಿಟಕಿಯ ಮೇಲೆ ಇಟ್ಟಿರುವ ಬೀಸಣಿಗೆಯಾಕಾರದ ಕಿಟಕಿ)ಅನ್ನು ತೆರೆಯಲು ಸಾಧ್ಯವಾಗುತ್ತಿರಲಿಲ್ಲ. ಆದ್ದರಿಂದ ನಾನು ಗಾಜನ್ನು ಒಡೆದು ನಿರ್ಮಲವಾದ ಗಾಳಿ ಒಳಗೆ ಬರುವಂತೆ ಮಾಡಿದೆ. ಮಳೆಯ ನೀರು ಒಳಗೆ ಬಾರದ ರೀತಿಯಲ್ಲಿ ಭಾಗಶಃ ಕಿಟಕಿ ಬಾಗಿಲುಗಳನ್ನು ತೆರೆದೆ.

ಈ ಎಲ್ಲ ಕ್ರಮಗಳಿಂದಾಗಿ ಸ್ವಲ್ಪ ಮಟ್ಟಿಗೆ ನನ್ನ ಆರೋಗ್ಯ ಸುಧಾರಿಸಿತು. ಆದರೆ ನಾನು ಪೂರ್ತಿಯಾಗಿ ಗುಣಮುಖನಾಗಲಿಲ್ಲ.

ಲೇಡಿ ಸಿಸಿಲಿಯ ರಾಬರ್ಟ್ಸ್ ನನ್ನನ್ನು ನೋಡಲು ಆಗಾಗ್ಗೆ ಬರುತ್ತಿದ್ದರು. ನಾವು ಗೆಳೆಯರಾದೆವು. ಹಾಲನ್ನು ತೆಗೆದುಕೊಳ್ಳುವಂತೆ ಆಕೆ ನನ್ನನ್ನು ತುಂಬಾ ಬಲವಂತಪಡಿಸಿದರು. ಆದರೆ ನಾನು ಒಪ್ಪಲಿಲ್ಲ. ಹಾಲಿಗೆ ಪರ್ಯಾಯವಾಗಿರುವ ಬದಲಿ ಪದಾರ್ಥವನ್ನು ಆಕೆ ಹುಡುಕಲಾರಂಭಿಸಿದರು. ಕೆಲವು ಗೆಳೆಯರು (ಫ್ರೆಂಡ್ಸ್) ಆಕೆಗೆ ಮೊಳಕೆ ಕಾಳಿನ ಹಾಲ (ಮಾಲ್ಟೆಡ್ ಮಿಲ್ಕ್)ನ್ನು ತೆಗೆದುಕೊಳ್ಳಬಹುದೆಂದು ತಿಳಿಸಿದ್ದರು. ಅದರಲ್ಲಿ ಹಾಲಿನ ಅಂಶ ಪೂರ್ತಿಯಾಗಿ ಇರುವುದೇ ಇಲ್ಲ ಎಂದು ಅವರ ಮಿತ್ರರಿಗೆ ಆದರ ಬಗ್ಗೆ ಏನೂ ಗೊತ್ತಿಲ್ಲದಿದ್ದವರು ಸಲಹೆ ಕೊಟ್ಟಿದ್ದರು. ಅದು ಹಾಲಿನ ಗುಣಲಕ್ಷಣಗಳನ್ನು ಹೊಂದಿದ್ದು ಅದನ್ನು ರಾಸಾಯನಿಕವಾಗಿ ತಯಾರಿಸಲಾಗುವುದೆಂದು ಅವರು ತಿಳಿಸಿದ್ದರು. ಧಾರ್ಮಿಕ ಭಾವನೆಗಳಿಗೆ ಕೊಂಚ ಕೂಡಾ ತೊಡಕಾಗಬಾರದೆಂದು ಲೇಡಿ ಸಿಸಿಲಿಯ ಅರಿತಿದ್ದು ಆದರ ಬಗ್ಗೆ ಅದರಾಭಿಮಾನವನ್ನಿಟ್ಟುಕೊಂಡಿದ್ದರು ಎಂದು ನನಗೆ ಗೊತ್ತಿತ್ತು. ಆದ್ದರಿಂದ ನಾನು ಅವರಲ್ಲಿ ದೃಢನಂಬಿಕೆಯನ್ನಿಟ್ಟುಕೊಂಡಿದ್ದೆ. ನಾನು ಆ ಪುಡಿಯನ್ನು ನೀರಿನಲ್ಲಿ ಕದಡಿದೆ ಮತ್ತು ರುಚಿ ನೋಡಿದಾಗ ಅದು ಹಾಲಿನಂತೆಯೇ ಇತ್ತು ಎಂಬುದನ್ನು

ಕಂಡುಕೊಂಡೆ. ನಾನು ಸೀಸೆಯ ಮೇಲಿದ್ದ ತಲೆಚೀಟಿ(ಲೇಬಲ್) ಅನ್ನು ಓದಿದೆ ಅದು ಹಾಲಿನ ಉತ್ಪನ್ನವೆಂದು ಸಾಕಷ್ಟುತಡವಾಗಿ ಅರಿತುಕೊಂಡೆ. ಆದ್ದರಿಂದ ಅದನ್ನು ವರ್ಜಿಸಿದೆ.

ನಾನು ಕಂಡುಕೊಂಡಿದ್ದನ್ನು ಸಿಸಿಲಿಯಅವರಿಗೆ ತಿಳಿಸಿದೆ ಮತ್ತು ಅದಕ್ಕಾಗಿ ಚಿಂತಿಸಬಾರೆಂದೂ ಕೇಳಿಕೊಂಡೆ. ಅವರು ಆತುರಾತುರವಾಗಿ ನನ್ನ ಬಳಿಗೆ ಬಂದರು ಮತ್ತು ತಮಗೆ ಇದರಿಂದ ತುಂಬಾ ವ್ಯಥೆಯಾಗಿರುವುದಾಗಿ ತಿಳಿಸಿದರು. ಅವರ ಗೆಳತಿ (ಫ್ರೆಂಡ್) ತಲೆಚೀಟಿಯನ್ನು ಓದಿರಲಿಲ್ಲ. ಅದಕ್ಕಾಗಿ ಆತಂಕಗೊಳ್ಳಬಾರದೆಂದು ಸಿಸಿಲಿಯ ಅವರಲ್ಲಿ ಬೇಡಿಕೊಂಡೆ. ಅಷ್ಟೊಂದು ಕಷ್ಟಪಟ್ಟು ನನಗೆ ಸಂಪಾದಿಸಿಕೊಟ್ಟಿದ್ದ ಪದಾರ್ಥವನ್ನು ನನಗೆ ಬಳಸಿಕೊಳ್ಳಲು ಸಾಧ್ಯವಾಗದ್ದಕ್ಕಾಗಿ ಕ್ಷಮೆ ಕೋರಿದೆ. ತಪ್ಪು ತಿಳಿವಳಿಕೆಯಿಂದ ಹಾಲನ್ನು ತೆಗೆದುಕೊಂಡಿದ್ದಕ್ಕಾಗಿ ನನ್ನಲ್ಲಿ ಅಪರಾಧ ಭಾವನೆಯಿಲ್ಲವೆಂದೂ ಮತ್ತು ಅದಕ್ಕಾಗಿ ವಿಷಾದಪಡುತ್ತಿಲ್ಲವೆಂದು ಅವರಿಗೆ ಭರವಸೆಕೊಟ್ಟೆ.

ಲೇಡಿ ಸಿಸಿಲಿಯಜತೆಯ ನನ್ನ ಸಂಪರ್ಕ ಕುರಿತ ಅನೇಕ ಇತರ ಮಧುರ ಸ್ಮೃತಿಗಳನ್ನು ನಾನು ಬಿಟ್ಟುಬಿಡಬೇಕಾಗಿದೆ. ವೈಫಲ್ಯಗಳು ಮತ್ತು ಕ್ಲೇಶಗಳ ನಡುವೆ ನನಗೆ ನೆಮ್ಮದಿಯನ್ನು ತಂದುಕೊಟ್ಟಂತಹ ಅನೇಕ ಮಿತ್ರರುಗಳನ್ನು ನಾನು ನೆನಸಿಕೊಳ್ಳಬಲ್ಲೆ. ನಿಷ್ಠೆಯುಳ್ಳವನು ಅವರಲ್ಲಿ ದುಃಖವನ್ನು ಶಮನಗೊಳಿಸುವಂತಹ ದೇವರ ದಯಾಪೂರ್ಣ ಕೃಪೆಯನ್ನು ಕಾಣುತ್ತಾನೆ.

ಮುಂದಿನ ಬಾರಿ ಡಾ. ಆ್ಯಲಿಸನ್ ನನ್ನನ್ನು ನೋಡಲು ಬಂದಿದ್ದಾಗ ಅವರು ವಿಧಿಸಿದ್ದ ನಿರ್ಬಂಧಗಳನ್ನು ಸಡಿಲಿಸಿದರು ಮತ್ತು ಕೊಬ್ಬು ಪದಾರ್ಥದ ಸಲುವಾಗಿ ನೆಲಗಡಲೆ, ಬೆಣ್ಣೆ ಅಥವಾ ಆಲಿವ್ ಎಣ್ಣೆಯನ್ನು ತೆಗೆದುಕೊಳ್ಳುವಂತೆ ತಿಳಿಸಿದರು. ನಾನು ಇಷ್ಟಪಟ್ಟರೆ ಅನ್ನದೊಂದಿಗೆ ಬೇಯಿಸಿದ ತರಕಾರಿಗಳನ್ನು ತೆಗೆದುಕೊಳ್ಳುವಂತೆ ತಿಳಿಸಿದರು. ಈ ಬದಲಾವಣೆಗಳು ಸ್ವಾಗತಾರ್ಹವಾಗಿದ್ದರೂ ಅದರಿಂದ ನಾನು ಪೂರ್ಣವಾಗಿ ಗುಣಮುಖನಾಗಲಿಲ್ಲ. ಇನ್ನೂ ತುಂಬಾ ಎಚ್ಚರಿಕೆಯ ಶಶ್ರೂಷೆಯ ಆವಶ್ಯಕತೆಯಿತ್ತು. ನಾನು ಬಹಳ ಮಟ್ಟಿಗೆ ಹಾಸಿಗೆಯಲ್ಲಿ ಮಲಗಿರಬೇಕಾಗಿತ್ತು.

ಡಾ. ಮೆಹ್‌ತಾ ಆಗಾಗ್ಗೆ ನನ್ನನ್ನು ನೋಡಲು ಬರುತ್ತಿದ್ದರು. ಅವರ ಸಲಹೆಗೆ ಕಿವಿಗೊಟ್ಟರೆ ಮಾತ್ರ ನನ್ನ ಕಾಯಿಲೆಯನ್ನು ವಾಸಿಮಾಡುವುದಾಗಿ ಅವರು ಖಂಡಿತವಾಗಿ ಹೇಳಿಬಿಟ್ಟರು.

ಈ ರೀತಿಯ ಪರಿಸ್ಥಿತಿಯಿದ್ದಾಗ ಮಿ. ರಾಬರ್ಟ್ಸ್ ಒಂದು ದಿನ ನನ್ನನ್ನು ನೋಡಲು ಬಂದ. ತಾಯ್ನಾಡಿಗೆ ಹಿಂದಿರುಗುವಂತೆ ತುಂಬಾ ಬಲವಂತಪಡಿಸಿದ: 'ಈ ಸ್ಥಿತಿಯಲ್ಲಿ ನಿಮಗೆ ನೆಟ್ಲೆಗೆ ಹೋಗಲು ಸಾಧ್ಯವಾಗದಿರಬಹುದು. ಮುಂದಿನ ದಿನಗಳಲ್ಲಿ ಚಳಿ ಇನ್ನೂ ತೀವ್ರವಾಗಲಿದೆ. ನೀವು ಭಾರತಕ್ಕೆ ಹಿಂದಿರುಗಬೇಕೆಂದು ನಾನು ತುಂಬಾ ದೃಢವಾಗಿ ಸಲಹೆ ಕೊಡುತ್ತಿದ್ದೇನೆ. ಏಕೆಂದರೆ ಅಲ್ಲಿ ಮಾತ್ರ ನೀವು ಪೂರ್ತಿಯಾಗಿ ಗುಣಮುಖರಾಗಬಹುದು. ಪೂರ್ತಿಯಾಗಿ ವಾಸಿಯಾದ ಮೇಲೆ ಯುದ್ಧ ಇನ್ನೂ ನಡೆಯುತ್ತಿದ್ದರೆ ನಿಮಗೆ ಸಹಾಯ ನೀಡಲು ತುಂಬಾ ಅವಕಾಶಗಳಿರುತ್ತವೆ. ಈಗ ಇದ್ದಂತೆ ಹೇಳುವುದಾದರೆ, ನೀವು ಈಗಾಗಲೇ ಏನು ಮಾಡಿರುವಿರೋ ಅದು ಯಾವ ರೀತಿಯಲ್ಲೂ ಕಡಿಮೆ ಮಟ್ಟದ ನೆರವು ಎಂದು ನಾನು ಭಾವಿಸುವುದಿಲ್ಲ.'

ನಾನು ಅವನ ಸಲಹೆಯನ್ನು ಒಪ್ಪಿಕೊಂಡೆ ಮತ್ತು ಭಾರತಕ್ಕೆ ಹಿಂದಿರುಗಲು ಸಿದ್ಧತೆಗಳನ್ನು ಮಾಡಿಕೊಳ್ಳಲಾರಂಭಿಸಿದೆ.

43. ತಾಯ್ನಾಡಿನ ಕಡೆಗೆ

ಭಾರತಕ್ಕೆ ಹೋಗುವ ಉದ್ದೇಶವನ್ನಿಟ್ಟುಕೊಂಡು ಮಿ. ಕ್ಯಾಲೆನ್‌ಬಾಕ್ ನನ್ನ ಜತೆಯಲ್ಲಿ ಇಂಗ್ಲೆಂಡ್‌ಗೆ ಬಂದಿದ್ದ. ನಾವು ಒಟ್ಟಿಗೆ ತಂಗಿದ್ದೆವು. ಸಹಜವಾಗಿ ಅದೇ ನೌಕೆಯಲ್ಲಿ ಒಟ್ಟಿಗೆ ಪ್ರಯಾಣ ಮಾಡಲು ಇಚ್ಛಿಸಿದ್ದೆವು. ಹಾಗಿದ್ದರೂ ಜರ್ಮನರ ಮೇಲೆ ಕಟ್ಟುನಿಟ್ಟಿನಿಂದ ಕಣ್ಣಾವಲು ಇಟ್ಟಿದ್ದರಿಂದ ಮಿ. ಕ್ಯಾಲೆನ್‌ಬಾಕ್‌ಗೆ ರಹದಾರಿಪತ್ರ (ಪಾಸ್‌ಪೋರ್ಟ್) ಸಿಗುವುದರಲ್ಲಿ ಸಂಶಯವಿತ್ತು. ಅದಕ್ಕಾಗಿ ನಾನು ನನಗೆ ಸಾಧ್ಯವಾದಷ್ಟು ಪ್ರಯತ್ನಪಟ್ಟೆ. ಮಿ ಕ್ಯಾಲೆನ್‌ಬಾಕ್ ರಹದಾರಿಪತ್ರವನ್ನು ಪಡೆಯಬೇಕೆಂದು ಆಶಿಸಿದ್ದ. ಮಿ. ರಾಬರ್ಟ್ಸ್ ಈ ವಿಷಯದ ಬಗ್ಗೆ ವೈಸ್‌ರಾಯ್‌ಗೆ ತಂತಿ ಕಳಿಸಿದ್ದ. ಆದರೆ ಲಾರ್ಡ್ ಹಾರ್ಡಿಂಜ್ ನೇರವಾಗಿ ಅವನಿಗೆ ಹೀಗೆ ಉತ್ತರಿಸಿದ್ದ: 'ಭಾರತ ಸರ್ಕಾರವು ಇಂತಹ ಯಾವುದೇ ಅಪಾಯವನ್ನು ಎದುರಿಸಲು ತಯಾರಿಲ್ಲ ಎಂದು ತಿಳಿಸಲು ವಿಷಾದವಾಗುತ್ತದೆ.' ನಮಗೆಲ್ಲರಿಗೂ ಈ ಉತ್ತರದ ಬಲ ಎಷ್ಟು ಎಂದು ಅರ್ಥವಾಗಿತ್ತು.

ಮಿ. ಕ್ಯಾಲೆನ್‌ಬಾಕ್‌ನಿಂದ ದೂರವಾಗುವುದು ನನಗೆ ಅಗಲಿಕೆಯ ಭಾರಿ ನೋವನ್ನು ತಂದಿತ್ತು. ಆದರೆ ಅವನ ನೋವು ಇದಕ್ಕಿಂತಲೂ ಹೆಚ್ಚಾಗಿತ್ತು. ಭಾರತಕ್ಕೆ

ಬಂದಿದ್ದರೆ ಅವನೊಬ್ಬ ಸರಳ ಮನಸ್ಸಿನ ಹಾಗೂ ಸುಖ ಜೀವನ ನಡೆಸುವ ರೈತ ಮತ್ತು ನೇಕಾರನಾಗಿ ಜೀವನ ಸಾಗಿಸುತ್ತಿದ್ದ. ಅವನೀಗ ದಕ್ಷಿಣ ಆಫ್ರಿಕದಲ್ಲಿದ್ದಾನೆ ಮತ್ತು ಹಿಂದಿನ ರೀತಿಯಲ್ಲಿ ಜೀವನವನ್ನೇ ನಡೆಸುತ್ತಿದ್ದಾನೆ. ವಾಸ್ತು ಶಿಲ್ಪಿಯಾಗಿ ಭರದಿಂದ ವ್ಯವಹಾರ ನಡೆಸುತ್ತಿದ್ದಾನೆ.

ನಾವು ಮೂರನೇ ದರ್ಜೆಯ ಟಿಕೇಟನ್ನು ಅಪೇಕ್ಷಿಸಿದ್ದೆವು. ಆದರೆ ಪಿ ಅಂಡ್ ಓ ನೌಕೆಗಳಲ್ಲಿ ಅವುಗಳು ಲಭ್ಯವಿರಲಿಲ್ಲ. ಆದ್ದರಿಂದ ನಾವು ಎರಡನೇ ದರ್ಜೆಯಲ್ಲಿ ಪ್ರಯಾಣ ಮಾಡಬೇಕಾಯ್ತು.

ನಾವು ದಕ್ಷಿಣ ಆಫ್ರಿಕದಿಂದ ಒಣಗಿದ ಹಣ್ಣುಗಳನ್ನು ಜತೆಯಲ್ಲಿ ತಂದಿದ್ದೆವು. ಏಕೆಂದರೆ ಬಹುತೇಕ ಅವು ನೌಕೆಗಳಲ್ಲಿ ಸಿಗುತ್ತಿರಲಿಲ್ಲ. ಆದರೆ ನೌಕೆಗಳಲ್ಲಿ ತಾಜಾ ಹಣ್ಣುಗಳು ಸುಲಭವಾಗಿ ದೊರೆಯುತ್ತಿದ್ದವು.

ಡಾ. ಜೀವ್‌ರಾಜ್ ಮೆಹ್‌ತಾ ನನ್ನ ಪಕ್ಕೆಲುಬುಗಳನ್ನು 'ಮೀಡ್ ಪ್ಲಾಸ್ಟರ್' (ಮೀಡ್ ಮುಲಾಮುಪಟ್ಟಿ)ನಿಂದ ಕಟ್ಟಿದ್ದರು ಮತ್ತು ಕೆಂಪು ಸಮುದ್ರವನ್ನು ಮುಟ್ಟುವವರೆಗೂ ಅವನ್ನು ತೆಗೆದುಹಾಕದಂತೆ ನನಗೆ ತಿಳಿಸಿದ್ದರು. ಎರಡು ದಿವಸಗಳ ಕಾಲ ನಾನು ಈ ಇರುಸುಮುರುಸನ್ನು ಸಹಿಸಿಕೊಂಡೆ. ಆದರೆ ಕಡೆಗೂ ಅದನ್ನು ಸಹಿಸಿಕೊಳ್ಳಲು ಸಾಧ್ಯವೇ ಆಗದು ಎಂದನ್ನಿಸಿತು. ಸಾಕಷ್ಟು ಕಷ್ಟಪಟ್ಟು ನಾನು ಪ್ಲಾಸ್ಟರ್‌ಅನ್ನು ಬಿಚ್ಚಿದೆ. ತರುವಾಯ ನನಗೆ ಸರಿಯಾಗಿ ಮೈಕೈ ತೊಳೆದುಕೊಳ್ಳುವ ಮತ್ತು ಸ್ನಾನಮಾಡುವ ಸ್ವಾತಂತ್ರ್ಯ ದೊರಕಿತು.

ನನ್ನ ಆಹಾರ ಬಹುಪಾಲು ಹಣ್ಣುಗಳಿಂದ ಮತ್ತು ಕಾಯಿ-ಬೀಜಗಳಿಂದ ಕೂಡಿತ್ತು. ಪ್ರತಿ ದಿನವೂ ನನ್ನ ಸ್ಥಿತಿ ಸುಧಾರಿಸುತ್ತ ಹೋಯಿತು. ಎಂದು ನಾನು ಕಂಡುಕೊಂಡೆ ಮತ್ತು ನಾವು ಸೂಯೆಜ್ ಕಾಲುವೆಯನ್ನು ಪ್ರವೇಶಿಸುತ್ತಿದ್ದಂತೆ ನನ್ನ ಸ್ಥಿತಿ ತುಂಬಾ ಉತ್ತಮವಾಗಿದೆ ಎಂಬ ಭಾವನೆ ಉಂಟಾಯಿತು. ನಾನು ದುರ್ಬಲನಾಗಿದ್ದೆ. ಆದರೂ ಅಪಾಯದಿಂದ ಹೊರಗಿದ್ದೆ. ಕ್ರಮೇಣ ನನ್ನ ವ್ಯಾಯಾಮವನ್ನು ಹೆಚ್ಚಿಸಿಕೊಳ್ಳತೊಡಗಿದೆ. ಈ ಸುಧಾರಣೆಗೆ ಹೆಚ್ಚಾಗಿ ಸಮಶೀತೋಷ್ಣ ವಲಯದ ಪರಿಶುದ್ಧ ಗಾಳಿಯೇ ಕಾರಣ ಎಂದು ನಾನು ಭಾವಿಸಿದ್ದೆ. ಇಲ್ಲಿದ್ದ ಇಂಗ್ಲಿಷ್ ಮತ್ತು ಭಾರತೀಯ ಪ್ರಯಾಣಿಕರ ನಡುವಣ ಒಂದು ಬಗೆಯ ಅಂತರವನ್ನು ದಕ್ಷಿಣ ಆಫ್ರಿಕದಿಂದ ಪ್ರಯಾಣ ಮಾಡುವಾಗ ನಾನು ಗಮನಿಸಿರಲಿಲ್ಲ. ಅದಕ್ಕೆ ನನ್ನ ಹಳೆಯ ಅನುಭವ ಅಥವಾ ಬೇರೆ ಯಾವುದೇ ಕಾರಣವಿತ್ತೆ ಎಂದು ನನಗೆ ತಿಳಿಯದು. ನಾನು ಕೆಲವು ಇಂಗ್ಲಿಷಿನವರೊಡನೆ ಮಾತಾಡಿದೆ. ಆದರೆ ಆ ಮಾತುಕತೆ ಹೆಚ್ಚಾಗಿ ಔಪಚಾರಿಕವಾಗಿತ್ತು. ದಕ್ಷಿಣ ಆಫ್ರಿಕದ ನೌಕೆಗಳಲ್ಲಿ ಖಂಡಿತವಾಗಿಯೂ ನಡೆಯುತ್ತಿದ್ದಂತಹ ಯಾವುದೇ ಬಗೆಯ ಹೃತ್ಪೂರ್ವಕ ಸಂಭಾಷಣೆ ಇಲ್ಲಿ ನಡೆಯಲೇ ಇಲ್ಲ ಎನ್ನಬಹುದು. ತಾನು ಆಳುವ ಸಂತತಿಗೆ ಸೇರಿದವನು ಎಂಬ ಭಾವನೆ ಇಂಗ್ಲಿಷಿನವನ ಮನಸ್ಸಿನಲ್ಲಿ ಮತ್ತು ತಾನು ಆಳ್ವಿಕೆಗೆ ಒಳಪಟ್ಟ ಪ್ರಜೆ ಎಂಬ ಭಾವನೆ ಭಾರತೀಯನ ಮನದಾಳದಲ್ಲಿ ಪ್ರಜ್ಞಾಪೂರ್ವಕವಾಗಿಯೋ ಇಲ್ಲವೇ ಅಪ್ರಜ್ಞಾಪೂರ್ವಕವಾಗಿಯೋ ಇದ್ದುದು ಇದಕ್ಕೆ ಕಾರಣ ಎಂದು ನಾನು ಭಾವಿಸಿದ್ದೆ.

ತಾಯ್ನಾಡನ್ನು ಸೇರಲು ನಾನು ಕಾತರನಾಗಿದ್ದೆ ಮತ್ತು ಈ ವಾತಾವರಣದಿಂದ ಬಿಡುಗಡೆ ಪಡೆಯಲು ಇಚ್ಛಿಸಿದ್ದೆ. ಏಡನ್‌ಗೆ ಬರುತ್ತಿದ್ದಂತೆಯೇ ಏನೋ ಒಂದು ರೀತಿಯಲ್ಲಿ ತಾವು ತಾಯ್ನಾಡಿನಲ್ಲಿದ್ದೇವೆ ಎಂಬ ಭಾವನೆ ಆಗಲೆ ಪ್ರಾರಂಭವಾಗಿತ್ತು. ನಮಗೆ ಏಡನ್‌ನಿವಾಸಿಗಳ

ಪರಿಚಯ ತುಂಬಾ ಚೆನ್ನಾಗಿತ್ತು. ಡರ್ಬಾನ್‌ನಲ್ಲಿ ಮಿ. ಕಕೋಬಾದ್ ಕವಾಸ್‌ಜೀ ದೀನ್‌ಷಾ ಅವರ ಭೇಟಮಾಡಿದ್ದೆ ಮತ್ತು ಅವರ ಹಾಗೂ ಅವರ ಪತ್ನಿಯ ಜತೆಯಲ್ಲಿ ಆಪ್ತ ಸಂಬಂಧ ಹೊಂದಿದ್ದೆ.

ಕೆಲವು ದಿನಗಳ ತರುವಾಯ ನಾವು ಬಾಂಬೆ (ಮುಂಬೈ)ಯನ್ನು ಮುಟ್ಟಿದೆವು. ಹತ್ತುವರ್ಷಗಳಕಾಲ ಪರದೇಶದಲ್ಲಿದ್ದು ತಾಯ್ನಾಡಿಗೆ ಹಿಂದಿರುಗುತ್ತಿರುವುದು ನನಗೆ ಪರಮಾನಂದವನ್ನುಂಟು ಮಾಡಿತ್ತು.

ಗೋಖಲೆ ನನಗಾಗಿ ಬಾಂಬೆಯಲ್ಲಿ ಸ್ವಾಗತ ನೀಡಲು ಜನತೆಯನ್ನು ಪ್ರೇರೇಪಿಸಿದ್ದರು. ಆರೋಗ್ಯ ಚೆನ್ನಾಗಿಲ್ಲದಿದ್ದರೂ ಅವರು ಅಲ್ಲಿಗೆ ಬಂದಿದ್ದರು. ಅವರಲ್ಲಿ ವಿಲೀನಗೊಳ್ಳುವ ಉತ್ಕಟ ಆಸೆಯನ್ನಿಟ್ಟುಕೊಂಡು ನಾನು ಭಾರತಕ್ಕೆ ಬಂದಿದ್ದೆ. ಹಾಗೆ ನಾನು ಮುಕ್ತನಾಗಲು ಆಶಿಸಿದ್ದೆ. ಆದರೆ ವಿಧಿ ಬೇರೆರೀತಿಯಲ್ಲಿ ಇಚ್ಛೆಸಿತ್ತು.

44. ವಕೀಲಿ ವೃತ್ತಿಯ ಕೆಲವು ಸ್ಮೃತಿಗಳು

ಭಾರತದಲ್ಲಿ ನನ್ನ ಜೀವನ ಪ್ರವಹಿಸಿದ ಮಾರ್ಗವನ್ನು ನಿರೂಪಿಸಲು ಹೊರಡುವ ಮುಂಚಿತವಾಗಿ ದಕ್ಷಿಣ ಆಫ್ರಿಕದಲ್ಲಿನ ಕೆಲವು ಅನುಭವಗಳನ್ನು ನೆನಪಿಗೆ ತಂದುಕೊಳ್ಳುವುದು ಅವಶ್ಯಕ ಎಂದು ಕಾಣುತ್ತದೆ. ನಾನು ಅವನ್ನು ಉದ್ದೇಶಪೂರ್ವಕವಾಗಿ ಬಿಟ್ಟುಬಿಟ್ಟಿದ್ದೆ.

ವಕೀಲಿವೃತ್ತಿ ಕುರಿತ ನನ್ನ ಕೆಲವು ಸ್ಮೃತಿಗಳನ್ನು ನಿರೂಪಿಸುವಂತೆ ನನ್ನ ಕೆಲವು ವಕೀಲ ಮಿತ್ರರು ಕೇಳಿದ್ದಾರೆ. ಈ ಸಂಖ್ಯೆ ತುಂಬಾ ದೊಡ್ಡದಾಗಿರುವುದರಿಂದ ಅವನ್ನೆಲ್ಲ ವಿವರಿಸಲು ಹೊರಟರೆ ಅವೇ ಒಂದು ಸಂಪುಟ (ವಾಲ್ಯೂಮ್-ಗ್ರಂಥದ ಒಂದು ಭಾಗ)ವನ್ನು ಆಕ್ರಮಿಸಿಕೊಳ್ಳುವುವು ಮತ್ತು ಅವು ನನ್ನನ್ನು ನನ್ನ ಉದ್ದೇಶದಿಂದ ಹೊರಕ್ಕೆ ತಳ್ಳಿ ಬಿಡುವುವು. ಸತ್ಯದ ಆಚರಣೆಗೆ ಸಂಬಂಧಿಸಿದಂತೆ ಕೆಲವು ಸ್ಮೃತಿಗಳನ್ನು ನೆನಪಿಗೆ ತಂದುಕೊಳ್ಳುವುದು ಪ್ರಾಯಶಃ ಅನುಚಿತವಾಗಲಾರದು.

ನಾನು ಜ್ಞಾಪಿಸಿಕೊಳ್ಳುತ್ತಿರುವಂತೆ ಮತ್ತು ಈಗಾಗಲೇ ಹೇಳಿರುವಂತೆ ನಾನು ನನ್ನ ವೃತ್ತಿಯಲ್ಲಿ ಎಂದೂ ಅಸತ್ಯವನ್ನು ಅವಲಂಬಿಸಿರಲಿಲ್ಲ. ನನ್ನ ವಕೀಲಿ ವೃತ್ತಿಯಲ್ಲಿ ಬಹುಭಾಗ ಸಾರ್ವಜನಿಕ ಹಿತಾಸಕ್ತಿಯಿಂದ ಕೂಡಿತ್ತು. ಆದಕ್ಕೆ ನನಗೆ ತಗುಲಿದ ವೆಚ್ಚವನ್ನು ಬಿಟ್ಟಂತೆ ಅದಕ್ಕೂ

ಹೆಚ್ಚಾಗಿ ನಾನು ವಸೂಲ್ಮಾಡುತ್ತಿರಲಿಲ್ಲ. ಕೆಲವು ಬಾರಿ ಆ ವೆಚ್ಚವನ್ನು ಕೂಡಾ ನಾನೇ ಹೊತ್ತುಕೊಳ್ಳುತ್ತಿದ್ದೆ. ಇದನ್ನು ಹೇಳುವಾಗ ನಾನು ನನ್ನ ವಕೀಲಿ ವೃತ್ತಿಗೆ ಸಂಬಂಧಿಸಿದಂತೆ ಅವಶ್ಯಕವಾಗಿರುವ ಎಲ್ಲವನ್ನು ನಾನು ಹೇಳಿದ್ದೇನೆ ಎಂದು ಭಾವಿಸಿದ್ದೇನೆ. ಆದರೆ ಗೆಳೆಯರು ಇನ್ನೂ ಹೆಚ್ಚಿಗೆ ತಿಳಿಯಲು ಇಷ್ಟಪಡುತ್ತಿದ್ದಾರೆ. ಸತ್ಯದಿಂದ ಬೇರೆ ಕಡೆಗೆ ತಿರುಗಲು ನಿರಾಕರಿಸಿದ ಕೆಲವು ಸಂದರ್ಭಗಳನ್ನು ನಾನು ಸ್ವಲ್ಪ ಮಟ್ಟಿಗೆ ವಿವರಿಸಿದರೂ ಆದರಿಂದ ವಕೀಲಿ ವೃತ್ತಿಗೆ ಲಾಭವಾಗಬಹುದು ಎಂದು ಅವರು ಭಾವಿಸಿರುವಂತೆ ಕಾಣುತ್ತದೆ.

ವಕೀಲಿ ವೃತ್ತಿಯು 'ಸುಳ್ಳುಗಾರನ ವೃತ್ತಿ' ಎಂದು ನಾನು ವಿದ್ಯಾರ್ಥಿಯಾಗಿದ್ದಾಗ ಕೇಳಿದ್ದೆ. ಆದರೆ ಇದರಿಂದ ನಾನು ಪ್ರಭಾವಿತನಾಗಲಿಲ್ಲ. ಏಕೆಂದರೆ ಸೂಕ್ತ ಸ್ಥಾನವನ್ನಾಗಲಿ ಇಲ್ಲವೇ ಸುಳ್ಳು ಹೇಳಿ ಹಣ ಗಳಿಸುವ ಆಶಯವನ್ನಾಗಲಿ ನಾನು ಇಟ್ಟುಕೊಂಡಿರಲಿಲ್ಲ.

ದಕ್ಷಿಣ ಆಫ್ರಿಕದಲ್ಲಿದ್ದಾಗ ಅನೇಕ ಬಾರಿ ನನ್ನ ತತ್ವ ಪರೀಕ್ಷೆಗೊಳಗಾಗಿತ್ತು. ನನ್ನ ವಿರೋಧಿಗಳು ತಮ್ಮ ಸಾಕ್ಷಿಗಳಿಗೆ ಹೇಳಿಕೊಟ್ಟು ತಯಾರಿ ಮಾಡುತ್ತಿದ್ದುದು ನನಗೆ ಆಗಾಗ್ಗೆ ಗೊತ್ತಾಗುತ್ತಿತ್ತು. ನನ್ನ ಕಕ್ಷಿಗಾರನಿಗೆ ಅಥವಾ ಅವನ ಸಾಕ್ಷಿಗಳಿಗೆ ಸುಳ್ಳು ಹೇಳುವಂತೆ ನಾನು ಹುರಿದುಂಬಿಸಿದ್ದರೆ ನಾವು ಮೊಕದ್ದಮೆಯನ್ನು ಗೆಲ್ಲಬಹುದಾಗಿತ್ತು. ಆದರೆ ನಾನು ಯಾವಾಗಲೂ ಈ ಪ್ರಲೋಭನೆಯನ್ನು ತಡೆಹಿಡಿದುಕೊಳ್ಳುತ್ತಿದ್ದೆ. ಕೇವಲ ಒಂದು ಸಂದರ್ಭದಲ್ಲಿ ಮೊಕದ್ದಮೆಯನ್ನು ಗೆದ್ದಮೇಲೆ ನನ್ನ ಕಕ್ಷಿಗಾರನು ನನಗೆ ಮೋಸಮಾಡಿದ್ದ ಎಂಬ ಸಂಶಯ ನನ್ನಲ್ಲಿ ಉಂಟಾಗಿತ್ತು ಎಂಬುದು ನನ್ನ ನೆನಪಲ್ಲಿದೆ. ನನ್ನ ಕಕ್ಷಿಗಾರನ ಮೊಕದ್ದಮೆ ನ್ಯಾಯಯುತವಾಗಿದ್ದರೆ ಮಾತ್ರ ಗೆಲ್ಲಬೇಕು ಎಂದು ನಾನು ಯಾವಾಗಲೂ ನನ್ನ ಅಂತರಾಳದಲ್ಲಿ ಇಷ್ಟಪಡುತ್ತಿದ್ದೆ. ನನ್ನ ಫೀಜನ್ನು (ರುಸುಮು) ಗೊತ್ತುಪಡಿಸುವಾಗ, ಮೊಕದ್ದಮೆಯಲ್ಲಿ ನಾನು ಗೆದ್ದರೆ ಕೊಡಬೇಕಾದ ಫೀಜಿನ ಬಗ್ಗೆ ಯಾವುದೇ ಷರತ್ತನ್ನು ವಿಧಿಸಿದ ನೆನಪಿಲ್ಲ. ನನ್ನ ಕಕ್ಷಿಗಾರ ಗೆಲ್ಲಲೀ ಇಲ್ಲವೇ ಸೋಲಲಿ ನಾನು ನನ್ನ ಫೀಜಿಗಿಂತ ಹೆಚ್ಚಿನ ಇಲ್ಲವೇ ಕಡಿಮೆ ಹಣವನ್ನು ನಿರೀಕ್ಷಿಸಿರಲಿಲ್ಲ.

ನಾನು ಸುಳ್ಳು ಮೊಕದ್ದಮೆಯನ್ನು ತೆಗೆದುಕೊಳ್ಳಬೇಕೆಂದು ನಿರೀಕ್ಷಿಸಬಾರದೆಂದೂ ಅಥವಾ ಕಕ್ಷಿಗಾರರಿಗೆ ತರಬೇತು ನೀಡಿ ತಯಾರು ಮಾಡುವುದಿಲ್ಲವೆಂದು ಯಾವನೇ ಹೊಸ ಕಕ್ಷಿಗಾರನಿಗೆ ಆರಂಭದಲ್ಲೇ ಎಚ್ಚರಿಸುತ್ತಿದ್ದೆ ಇದರ ಪರಿಣಾಮವಾಗಿ ನನ್ನ ಬಳಿಗೆ ಸುಳ್ಳು ಮೊಕದ್ದಮೆಗಳು ಬರುತ್ತಿರಲಿಲ್ಲ. ಅಂತಹ ಗೌರವ ನನಗೆ ಪ್ರಾಪ್ತವಾಗಿತ್ತು. ಖಂಡಿತವಾಗಿಯೂ ನನ್ನ ಕಕ್ಷಿಗಾರರಲ್ಲಿ ಕೆಲವರು ನ್ಯಾಯಯುತ ಮೊಕದ್ದಮೆಗಳನ್ನು ನನಗೆ ವಹಿಸಲು ಇಟ್ಟುಕೊಳ್ಳುತ್ತಿದ್ದರು ಮತ್ತು ಸಂಶಯಾಸ್ಪದ ಮೊಕದ್ದಮೆಗಳನ್ನು ಬೇರೆಯವರಿಗೆ ವಹಿಸುತ್ತಿದ್ದರು.

ಒಂದು ಮೊಕದ್ದಮೆ ಕಠಿಣ ಪರೀಕ್ಷೆಯನ್ನೊಡ್ಡಿತ್ತು. ನನ್ನ ಉತ್ತಮ ಕಕ್ಷಿಗಾರರಲ್ಲೊಬ್ಬರು ಆ ಮೊಕದ್ದಮೆಯನ್ನು ನನ್ನ ಬಳಿಗೆ ತಂದಿದ್ದರು. ಆ ಮೊಕದ್ದಮೆಯು ಅತ್ಯಂತ ಸಂಕೀರ್ಣ ಸ್ವರೂಪದ ಲೆಕ್ಕಾಚಾರಕ್ಕೆ ಸಂಬಂಧಿಸಿದ್ದು ತುಂಬಾ ದಿನಗಳ ಕಾಲ ಮುಂದುವರಿದಿತ್ತು. ಅನೇಕ ನ್ಯಾಯಾಲಯಗಳ ಮುಂದೆ ಭಾಗಗಳಲ್ಲಿ ಅದು ವಿಚಾರಣೆಗೆ ಬಂದಿತ್ತು. ಅಂತಿಮ ಘಟ್ಟದಲ್ಲಿ ನ್ಯಾಯಾಲಯವು ಅದರ ಜಮಾಖರ್ಚು ಲೆಕ್ಕ (ಬುಕ್ ಕೀಪಿಷಿಂಗ್)ವನ್ನು ಕೆಲವು ಅರ್ಹತೆಯುಳ್ಳ ಲೆಕ್ಕಿಗ (ಅಕೌಂಟೆಂಟ್)ರ ಪಂಚಾಯಿತಿಗೆ ಒಪ್ಪಿಸಿತು. ತೀರ್ಪು ಪೂರ್ತಿಯಾಗಿ ನನ್ನ ಕಕ್ಷಿಗಾರನ

ಪರವಾಗಿ ಹೊರಬಿತ್ತು. ಆದರೆ ಪಂಚಾಯಿತಿಗೆ ಕೂತವರು ಲೆಕ್ಕ ಹಾಕುವಾಗ ಪ್ರಮಾದವಶಾತ್ (ಅಂದರೆ ಯಾವುದೇ ಉದ್ದೇಶವಿಲ್ಲದೇ) ಒಂದು ತಪ್ಪು ಮಾಡಿದ್ದರು. ಚಿಕ್ಕ ತಪ್ಪಾಗಿದ್ದರೂ ಅದು ತೀವ್ರಸ್ವರೂಪದ್ದಾಗಿತ್ತು. ಅಂದರೆ ಒಂದು ದಾಖಲಾತಿಯು (ಲೆಕ್ಕದಪುಸ್ತಕದಲ್ಲಿ ದಾಖಲುಮಾಡಿದ್ದುದು) ಖರ್ಚಿನ (ಡೆಬಿಟ್) ಕೆಳಗೆ ನಮೂದಾಗಬೇಕಾಗಿದ್ದುದು ಜಮಾ (ಕ್ರೆಡಿಟ್)ದ ಕೆಳಗೆ ನಮೂದಾಗಿಬಿಟ್ಟಿತ್ತು. ಆದರೆ ವಿರೋಧಿಗಳು ತೀರ್ಪನ್ನು ಬೇರೆ ಕಾರಣಗಳಿಗಾಗಿ ವಿರೋಧಿಸಿದ್ದರು. ನಾನು ನನ್ನ ಕಕ್ಷಿಗಾರನ ಕಿರಿಯ ನ್ಯಾಯವಾದಿಯಾಗಿದ್ದೆ. ಹಿರಿಯ ನ್ಯಾಯವಾದಿಗೆ ಈ ತಪ್ಪು ಗೊತ್ತಾದಾಗ ನಮ್ಮ ಕಕ್ಷಿಗಾರನು ಆ ತಪ್ಪನ್ನು ಒಪ್ಪಿಕೊಳ್ಳಬೇಕಾಗದ ಅಗತ್ಯವಿಲ್ಲವೆಂದು ಅಭಿಪ್ರಾಯಪಟ್ಟರು. ಯಾವನೇ ನ್ಯಾಯಾವಾದಿಯು ತನ್ನ ಕಕ್ಷಿಗಾರನ ಹಿತಾಸಕ್ತಿಗೆ ವಿರುದ್ಧವಾಗಿರುವ ಏನನ್ನೂ ಒಪ್ಪಿಕೊಳ್ಳಲು ಬದ್ಧನಾಗಿಲ್ಲವೆಂಬ ಸ್ಪಷ್ಟವಾದ ಅಭಿಪ್ರಾಯವನ್ನಿಟ್ಟುಕೊಂಡಿದ್ದರು. ನಾವು ತಪ್ಪನ್ನು ಒಪ್ಪಿಕೊಳ್ಳಲೇಬೇಕೆಂದು ನಾನು ಹೇಳಿದೆ.

ಆದರೆ ಹಿರಿಯ ನ್ಯಾಯವಾದಿಯು ಹೀಗೆ ಒತ್ತಿ ಹೇಳಿದರು: 'ಹಾಗೆ ಮಾಡಿದರೆ ನ್ಯಾಯಾಲಯವು ಇಡೀ ತೀರ್ಪನ್ನು ರದ್ದುಪಡಿಸುವ ಸಂಭವವಿದೆ. ಬುದ್ಧಿ ನೆಟ್ಟಗಿರುವ ಯಾವನೇ ನ್ಯಾಯವಾದಿಯೂ ಅಷ್ಟರಮಟ್ಟಿಗೆ ತನ್ನ ಕಕ್ಷಿಗಾರನ ಮೊಕದ್ದಮೆಯನ್ನು ವಿಪತ್ತಿಗೆ ಸಿಕ್ಕಿಸಲಾರ. ಏನೇ ಇರಲಿ ಅಂತಹ ಅಪಾಯವನ್ನು ಎದುರಿಸಲು ಮುಂದಾಗುವವರಲ್ಲಿ ನಾನು ಕಡೆಯವನಾಗಿರುತ್ತೇನೆ. (ಅಂದರೆ ಅಪಾಯವನ್ನು ಮೈಮೇಲೆ ತಂದು ಕೊಳ್ಳುವುದಿಲ್ಲ) ಮೊಕದ್ದಮೆಯನ್ನು ಹೊಸದಾಗಿ ವಿಚಾರಣೆಗೆ ಕಳಿಸುವುದಾದರೆ ನಮ್ಮ ಕಕ್ಷಿಗಾರನಿಗೆ ಎಷ್ಟು ಖರ್ಚಾಗಬಹುದು ಎಂದು ಯಾರೂ ಹೇಳಲಾರರು. ಅಂತಿಮ ತೀರ್ಪು ಏನಾಗಬಹುದು ಎಂಬುದನ್ನು ಕೂಡಾ ಯಾರೂ ಹೇಳಲಾರರು.'

ಈ ಸಂಭಾಷಣೆ ನಡೆದಾಗ ಕಕ್ಷಿಗಾರ ಹಾಜರಿದ್ದ. ನಾನು ಹೇಳಿದೆ: 'ಇಬ್ಬರು ಕಕ್ಷಿಗಾರರು ಮತ್ತು ನಾವು ಅಪಾಯವನ್ನು ಎದುರಿಸಬೇಕು. ನಾವು ತಪ್ಪನ್ನು ಒಪ್ಪಿಕೊಳ್ಳಲಿಲ್ಲ ಎಂಬ ಕಾರಣಕ್ಕೆ ನ್ಯಾಯಾಲಯವು ತಪ್ಪು ತೀರ್ಪನ್ನು ಎತ್ತಿಹಿಡಿಯುವುದು ಎಂದು ಹೇಗೆ ಸಮರ್ಥಿಸಲು ಸಾಧ್ಯವಾಗುವುದು? ತಪ್ಪನ್ನು ಒಪ್ಪಿಕೊಳ್ಳುವುದರಿಂದ ಕಕ್ಷಿಗಾರನು ಸಂಕಟ ಪಡುವನು ಎಂದು ಭಾವಿಸುವುದಾದರೆ, ಅದರಲ್ಲಿ ತೊಂದರೆ ಏನಿದೆ?

'ನಾವೇಕೆ ಈ ತಪ್ಪನ್ನು ಒಪ್ಪಿಕೊಳ್ಳಬೇಕು?' ಎಂದು ಹಿರಿಯ ನ್ಯಾಯವಾದಿಯು ಪ್ರಶ್ನಿಸಿದ.

'ನ್ಯಾಯಾಲಯವು ತಪ್ಪನ್ನು ಕಂಡುಹಿಡಿಯಲಾರದು ಅಥವಾ ನಮ್ಮ ವಿರೋಧಿಯು ಅದನ್ನು ಪತ್ತೆಮಾಡಲಾರ ಎಂಬುದಕ್ಕೆ ಖಾತರಿ ಏನು?' ಎಂದು ನಾನು ಪ್ರಶ್ನಿಸಿದೆ.

'ಹಾಗಿದ್ದರೆ ಒಳ್ಳೆಯದು. ನೀವು ಈ ಮೊಕದ್ದಮೆಯಲ್ಲಿ ವಾದಿಸುವಿರಾ? ನಿಮ್ಮ ಷರತ್ತಿಗನುಗುಣವಾಗಿ ವಾದಿಸಲು ನಾನು ಸಿದ್ಧನಾಗಿಲ್ಲ.' ಎಂದು ಹಿರಿಯ ನ್ಯಾಯವಾದಿಯು ದೃಢಮನಸ್ಸಿನಿಂದ ಹೇಳಿದರು.

ನಾನು ವಿನಯಪೂರ್ವಕವಾಗಿ ಹೇಳಿದೆ: 'ನೀವು ವಾದಿಸದಿದ್ದರೆ ನಮ್ಮ ಕಕ್ಷಿಗಾರರು ಅಪೇಕ್ಷಿಸಿದರೆ ನಾನು ವಾದ ಮಾಡುತ್ತೇನೆ. ತಪ್ಪನ್ನು ಒಪ್ಪಿಕೊಳ್ಳದಿದ್ದರೆ ನಾನು ಈ ಮೊಕದ್ದಮೆಯ ಜತೆಯಲ್ಲಿ ಸಂಬಂಧವನ್ನಿಟ್ಟುಕೊಳ್ಳುವುದಿಲ್ಲ.'

ಹೀಗೆ ಹೇಳಿ ನಾನು ಕಕ್ಷಿಗಾರನ ಕಡೆಗೆ ನೋಡಿದೆ. ಸ್ವಲ್ಪಮಟ್ಟಿಗೆ ಅವನಿಗೆ ಕಸಿವಿಸಿಯಾಗಿತ್ತು. ನಾನು ಮೊದಲಿನಿಂದಲೂ ಈ ಮೊಕದ್ದಮೆಯಲ್ಲಿ ಭಾಗವಹಿಸಿದ್ದೆ. ಕಕ್ಷಿಗಾರನಿಗೆ ನನ್ನಲ್ಲಿ ಪೂರ್ಣ ನಂಬಿಕೆಯಿತ್ತು. ಅವನು ನನ್ನನ್ನು ತುಂಬಾ ಚೆನ್ನಾಗಿ ಅರಿತಿದ್ದ. ಅವನು ಹೇಳಿದ: 'ಹಾಗಿದ್ದರೆ ಒಳ್ಳೆಯದು. ನೀವು ಈ ಮೊಕದ್ದಮೆಯದಲ್ಲಿ ವಾದಮಾಡಿ ಮತ್ತು ತಪ್ಪನ್ನು ಒಪ್ಪಿಕೊಳ್ಳಿ. ನಮ್ಮ ಪಾಲಿಗೆ ಅದೇ ಬರುವುದಾದರೆ ನಾವು ಕಳೆದುಕೊಳ್ಳೋಣ. ದೇವರು ನ್ಯಾಯವನ್ನು ರಕ್ಷಿಸುತ್ತಾನೆ.' ನನಗೆ ಸಂತೋಷವಾಗಿತ್ತು. ನಾನು ನನ್ನ ಕಕ್ಷಿಗಾರನಿಂದ ಇದಕ್ಕಿಂತ ಕಡಿಮೆಯಾಗಿದ್ದ ಏನನ್ನೂ ನಿರೀಕ್ಷಿಸಿರಲಿಲ್ಲ. ಹಿರಿಯ ನ್ಯಾಯವಾದಿಯು ನನಗೆ ಎಚ್ಚರಿಕೆ ಕೊಟ್ಟ. ನನ್ನ ಮೊಂಡುತನದ ಬಗ್ಗೆ ಮರುಕ ಪಟ್ಟ. ಆದರೆ ಅದೇ ರೀತಿಯಲ್ಲಿ ಅಭಿನಂದಿಸಿದ.

ನ್ಯಾಯಾಲಯದಲ್ಲಿ ಏನಾಯಿತು ಎಂಬುದಕ್ಕೆ ಮುಂದಿನ ಅಧ್ಯಾಯವನ್ನು ನೋಡೋಣ.

45. ಚಾಲಾಕಿನ ನಡೆವಳಿಕೆ

ನನ್ನ ಸಲಹೆಯ ತರ್ಕಬದ್ಧತೆಯ ಬಗ್ಗೆ ನನ್ನಲ್ಲಿ ಸಂಶಯವಿರಲಿಲ್ಲ. ಆದರೆ ಮೊಕದ್ದಮೆಗೆ ಪೂರ್ಣ ನ್ಯಾಯ ಒದಗಿಸುವ ನನ್ನ ಸಾಮರ್ಥ್ಯದ ಬಗ್ಗೆ ನನ್ನಲ್ಲಿ ತುಂಬಾ ಸಂಶಯವಿತ್ತು. ಸರ್ವೋನ್ನತ ನ್ಯಾಯಾಲಯದ ಮುಂದೆ ಇಂತಹ ಕ್ಲಿಷ್ಟ ಮೊಕದ್ದಮೆಯ ಬಗ್ಗೆ ವಾದಿಸುವುದು ಭಾರಿ ಸಾಹಸದ ಕಾರ್ಯವೇ ಆಗಿತ್ತು. ನಾನು ಪೀಠ (ಬೆಂಚ್)ದ ಮುಂದೆ ಭಯದಿಂದ ನಡುಗುತ್ತ ನಿಂತುಕೊಂಡೆ.

ನಾನು ಲೆಕ್ಕಾಚಾರದಲ್ಲಿನ ತಪ್ಪನ್ನು ಪ್ರಸ್ತಾಪಿಸುತ್ತಿದ್ದಂತೆಯೇ ಒಬ್ಬರು ನ್ಯಾಯಾಧೀಶರು ಹೇಳಿದರು:

'ಮಿ. ಗಾಂಧಿ, ಇದು ಚಾಲಾಕಿನ (ಮೋಸದ) ನಡೆವಳಿಕೆಯಲ್ಲವೆ?'

ಈ ಆರೋಪವನ್ನು ಕೇಳಿ ನಾನು ಕುದಿಯುತೊಡಗಿದೆ. ಇದಕ್ಕೆ ಲೇಶಮಾತ್ರವೂ ಆಧಾರವಿಲ್ಲದಿದ್ದರೂ 'ಚಾಲಾಕಿನ ನಡವಳಿಕೆ' ಎಂಬ ಆರೋಪವನ್ನು ಸಹಿಸಿಕೊಳ್ಳಲು ನನಗೆ ಸಾಧ್ಯವಾಗಿರಲಿಲ್ಲ.

'ಈ ಬಗೆಯಲ್ಲಿ ಪ್ರಾರಂಭದಿಂದಲೇ ಪೂರ್ವಕಲ್ಪಿತ ಅಭಿಪ್ರಾಯವನ್ನಿಟ್ಟುಕೊಂಡಿರುವ ನ್ಯಾಯಾಧೀಶರಿರುವಾಗ ಈ ಕ್ಲಿಷ್ಟ ಮೊಕದ್ದಮೆಯಲ್ಲಿ ಗೆಲ್ಲುವ ಸಂಭವ ತೀರ

ಕಡಿಮೆ'. ಎಂದು ನನ್ನಲ್ಲೇ ಹೇಳಿಕೊಂಡೆ. ಆದರೆ ನಾನು ನನ್ನ ಅಭಿಪ್ರಾಯವನ್ನು ಸ್ತಿಮಿತಕ್ಕೆ ತಂದುಕೊಂಡು ಉತ್ತರಿಸಿದೆ:'

'ನನ್ನ ವಾದವನ್ನು ಕೇಳುವುದಕ್ಕೆ ಮುಂಚೆಯೇ ತಾವು (ಯುವರ್ ಲಾರ್ಡ್‌ಶಿಪ್) ಚಾಲಾಕಿನ ನಡೆವಳಿಕೆಯ ಬಗ್ಗೆ ಸಂಶಯಪಡುವುದನ್ನು ಕಂಡು ನನಗೆ ಆಶ್ಚರ್ಯವಾಗುತ್ತಿದೆ.'

'ಆರೋಪದ ಪ್ರಶ್ನೆಯೇ ಇಲ್ಲ.' ಎಂದು ನ್ಯಾಯಾಧೀಶರು ಹೇಳಿದರು. 'ಇದು ಕೇವಲ ಸೂಚನೆ.'

'ಈ ಸೂಚನೆಯು ಇಲ್ಲಿ ಆರೋಪವಾಗಿ ಪರಿಣಮಿಸುತ್ತಿರುವಂತೆ ಕಾಣುತ್ತಿದೆ. ತಾವು ನನ್ನ ವಾದವನ್ನು ಆಲಿಸಬೇಕೆಂದು ಕೇಳಿಕೊಳ್ಳುತ್ತಿದ್ದೇನೆ. ತರುವಾಯ ಕಾರಣವಿದ್ದರೆ ನನ್ನ ಮೇಲೆ ದೋಷಾರೋಪವನ್ನು ಹೊರಿಸಬಹುದು.'

'ಮಾತಿನ ಮಧ್ಯೆ ಅಡ್ಡಬಂದಿದ್ದಕ್ಕೆ ನಾನು ವಿಷಾದಪಡುತ್ತೇನೆ.' ಎಂದು ನ್ಯಾಯಾಧೀಶರು ಉತ್ತರಿಸಿದರು. 'ಲೆಕ್ಕದಲ್ಲಿ ತಪ್ಪಾಗಿರುವುದರ ಬಗ್ಗೆ ನಿಮ್ಮ ವಿವರಣೆಯನ್ನು ದಯವಿಟ್ಟು ಮುಂದುವರಿಸಿ.'

ನನ್ನ ವಿವರಣೆಗೆ ಆಧಾರವಾಗಿರುವ ಸಾಕಷ್ಟು ಮಾಹಿತಿಗಳು ನನ್ನ ಬಳಿಯಲ್ಲಿದ್ದವು. ಈ ಪ್ರಶ್ನೆಯನ್ನೆತ್ತಿದ್ದ ನ್ಯಾಯಾಧೀಶರಿಗೆ ವಂದನೆಯನ್ನು ಸಲ್ಲಿಸಬೇಕು. ಹಾಗೆ ಎತ್ತಿದ್ದರಿಂದಲೇ ನಾನು ತೀರ ಮೊದಲಿನಿಂದಲೇ ನನ್ನ ವಾದವನ್ನು ಮಂಡಿಸಿ ನ್ಯಾಯಾಲಯದ ಗಮನವನ್ನು ಸೆಳೆಯುವಲ್ಲಿ ಸಮರ್ಥನಾಗಿದ್ದೆ. ನಾನು ತುಂಬಾ ಉತ್ತೇಜನಗೊಂಡಿದ್ದೆ ಮತ್ತು ವಿಸ್ತಾರವಾಗಿ ವಿವರಗಳನ್ನು ನೀಡಿದೆ. ನ್ಯಾಯಾಲಯವು ತಾಳ್ಮೆಯಿಂದ ನನ್ನ ವಾದವನ್ನು ಆಲಿಸಿತು. ಲೆಕ್ಕದಲ್ಲಾಗಿರುವ ತಪ್ಪು ಪೂರ್ಣವಾಗಿ ಯಾವುದೇ ಉದ್ದೇಶವಿಲ್ಲದೇ ಪ್ರಮಾದವಶಾತ್ ಆದದ್ದು ಎಂದು ನಾನು ನ್ಯಾಯಾಧಿಶರನ್ನು ಒಪ್ಪಿಸುವಲ್ಲಿ ಸಮರ್ಥನಾದೆ. ಆದ್ದರಿಂದ ಅವರು ಇಡೀ ತೀರ್ಪನ್ನು ಹೊಡೆದುಹಾಕುವ ಮನಸ್ಸು ಮಾಡಲಿಲ್ಲ. ಆ ತೀರ್ಪಿಗೆ ಈಗಾಗಲೇ ಸಾಕಷ್ಟು ಶ್ರಮ ವಹಿಸಲಾಗಿತ್ತು.

ತಪ್ಪನ್ನು ಒಪ್ಪಿಕೊಂಡಿರುವುದರಿಂದ ಇನ್ನೂ ಹೆಚ್ಚಿನ ವಾದದ ಅವಶ್ಯಕತೆಯಿಲ್ಲವೆಂದು ವಿರೋಧಿ ನ್ಯಾಯವಾದಿಯು ಭಾವಿಸಿದಂತೆ ಕಾಣುತ್ತದೆ. ಆದರೆ ನ್ಯಾಯಾಧೀಶರು ಅವರ ವಾದದ ನಡುವೆ ಅಡ್ಡ ಬರುತ್ತಿದ್ದರು. ಏಕೆಂದರೆ ಈ ತಪ್ಪು ಯಾರಿಗೂ ಗೊತ್ತಾಗದಂತೆ ನುಸುಳಿಕೊಂಡಿದ್ದರಿಂದ ಅದನು ಸುಲಭವಾಗಿ ಸರಿಪಡಿಸಬಹುದು ಎಂದು ಅವರಿಗೆ ಮನವರಿಕೆಯಾಗಿತ್ತು. ನ್ಯಾಯವಾದಿಯು ತೀರ್ಪಿನ ಮೇಲೆ ಆಕ್ರಮಣಮಾಡಲು ತುಂಬಾ ಕಷ್ಟಪಟ್ಟರು. ಪ್ರಾರಂಭದಲ್ಲಿ ಸಂದೇಹವನ್ನು ವ್ಯಕ್ತಪಡಿಸಿದ್ದ ನ್ಯಾಯಾಧೀಶರು ಈಗ ಖಂಡಿತವಾಗಿಯೂ ನನ್ನ ಪರವಾಗಿದ್ದರು.

'ಪ್ರಾಯಶಃ ಗಾಂಧಿ ತಪ್ಪನ್ನು ಒಪ್ಪಿಕೊಳ್ಳದಿದ್ದಿದ್ದರೆ ನೀವು ಏನು ಮಾಡುತ್ತಿದ್ದೀರಿ?' ಎಂದು ಅವರು ಪ್ರಶ್ನಿಸಿದರು.

'ನಾವು ನೇಮಿಸಿದ್ದ ಲೆಕ್ಕಿಗನಿಗಿಂತ ಇನ್ನೂ ಹೆಚ್ಚು ಅರ್ಹತೆಯುಳ್ಳ ಹಾಗೂ ಪ್ರಾಮಾಣಿಕವಾದ ನಿಪುಣ ಲೆಕ್ಕಿಗನ ಸೇವೆಯನ್ನು ಪಡೆಯುವುದು ನಮಗೆ ಅಸಾಧ್ಯವಾಗಿತ್ತು.'

'ನಿಮ್ಮ ಮೊಕದ್ದಮೆಯನ್ನು ನೀವು ಉತ್ತಮವಾಗಿ ಅರಿತುಕೊಂಡಿರುವಿರಿ ಎಂದು ನ್ಯಾಯಾಲಯವು ಊಹಿಸುತ್ತದೆ. ಯಾವನೇ ನಿಪುಣ ಲೆಕ್ಕಿಗನು ಮಾಡಬಹುದಾದಂತಹ ಹಾಗೂ ಗೊತ್ತಾಗದಂತೆ ನುಸುಳಿಕೊಂಡಿರಬಹುದಾದ ತಪ್ಪಿನಾಚೆಗೆ ನೀವು ಏನನ್ನೂ ಎತ್ತಿ ತೋರಿಸಲಾಗಿಲ್ಲ. ಆದ್ದರಿಂದ ಈಗ ಸ್ಪಷ್ಟವಾಗಿರುವ ತಪ್ಪಿನ ಕಾರಣದಿಂದಾಗಿ ಹೊಸದಾಗಿ ಖಟ್ಲೆ ಹೂಡುವುದಕ್ಕೆ ಮತ್ತು ಹೊಸದಾಗಿ ಇನ್ನೂ ಹೆಚ್ಚು ಖರ್ಚುಮಾಡುವಂತೆ ಎರಡೂ ಪಕ್ಷಗಳನ್ನು ಬಲವಂತಪಡಿಸಲು ನ್ಯಾಯಾಲಯವು ಇಷ್ಟಪಡುವುದಿಲ್ಲ. ತಪ್ಪನ್ನು ಸುಲಭವಾಗಿ ಸರಿಪಡಿಸಲು ಅವಕಾಶವಿರುವಾಗ ನಾವು ಹೊಸ ವಿಚಾರಣೆಗೆ ಆದೇಶ ನೀಡಲಾರೆವು.' ಎಂದು ನ್ಯಾಯಾಧೀಶರು ತಮ್ಮ ಮಾತನ್ನು ಮುಂದುವರಿಸಿದರು.

ಈ ಪ್ರಕಾರ ಎದುರು ನ್ಯಾಯವಾದಿಯ ಆಕ್ಷೇಪಣೆಯನ್ನು ನ್ಯಾಯಾಲಯವು ತಳ್ಳಿಹಾಕಿತು. ಆದರೆ ನ್ಯಾಯಾಲಯವು ತಪ್ಪನ್ನು ಸರಿಪಡಿಸಿದ ತೀರ್ಪನ್ನು ದೃಢೀಕರಿಸಿತೆ ಅಥವಾ ಪಂಚಾಯಿತಿಗೆ ತಪ್ಪನ್ನು ಸರಿಪಡಿಸುವಂತೆ ಆದೇಶ ನೀಡಿತೆ ಎಂಬುದನ್ನು ಕುರಿತಂತೆ ನಾನು ಮರೆತುಬಿಟ್ಟಿದ್ದೇನೆ.

ನನಗೆ ಸಂತೋಷವಾಗಿತ್ತು. ಹಾಗೆಯೇ ನನ್ನ ಕಕ್ಷಿಗಾರನಿಗೂ ಮತ್ತು ಹಿರಿಯ ನ್ಯಾಯವಾದಿಗೂ ಸಂತೋಷವಾಗಿತ್ತು. ಸತ್ಯದ ಜತೆಯಲ್ಲಿ ರಾಜೀ ಮಾಡಿಕೊಳ್ಳದೆಯೇ (ಅಂದರೆ ಸತ್ಯಕ್ಕೆ ಕಳಂಕ ತರದೇ) ವೃತ್ತಿಯನ್ನು ನಡೆಸುವುದು ಅಸಾಧ್ಯವಲ್ಲ ಎಂಬ ನನ್ನ ನಿಶ್ಚಿತಾಭಿಪ್ರಾಯ ದೃಢಪಟ್ಟಿತು.

ಹಾಗಿದ್ದರೂ ವೃತ್ತಿಯ ನಡೆವಳಿಕೆಯಲ್ಲಿರುವ ಸತ್ಯಸ್ಥಿತಿ ಕೂಡಾ ಅದನ್ನು ಕಲುಷಿತಗೊಳಿಸುವಂತಹ ಮೂಲಭೂತ ನ್ಯೂನತೆಯನ್ನು ವಾಸಿಮಾಡದು ಎಂಬುದನ್ನು ಓದುಗನು ನೆನಪಲ್ಲಿಟ್ಟುಕೊಳ್ಳಬೇಕು.

46. ಸಹಕಾರ್ಯ ಕರ್ತರುಗಳಾಗಿ ಬದಲಾದ ಕಕ್ಷಿಗಾರರು

ನೆಟಾಲ್‌ನಲ್ಲಿ ಮತ್ತು ಟ್ರಾನ್ಸ್‌ವಾಲ್‌ನಲ್ಲಿ ವಕೀಲಿ ವೃತ್ತಿ ನಡೆಸುವಾಗ ಭಿನ್ನತೆ ಇರುತ್ತಿತ್ತು. ನೆಟಾಲ್‌ನಲ್ಲಿ ಜಂಟೀ ವಕೀಲ ವೃತ್ತಿ ಇರುತ್ತಿತ್ತು. ಅಂದರೆ ನೆಟಾಲ್‌ನಲ್ಲಿ ಬ್ಯಾರಿಸ್ಟರ್ ಆದವನು ವಕೀಲ (ಆ್ಯಡ್ವಕೇಟ್)ನ ಸ್ಥಾನವನ್ನು ತುಂಬಬಹುದಾಗಿತ್ತು ಮತ್ತು ಅವನು ನ್ಯಾಯವಾದಿ (ಅಟರ್ನಿ)ಯಾಗಿ ಕೂಡಾ ವೃತ್ತಿಯನ್ನು ನಡೆಸಬಹುದಾಗಿತ್ತು. ಆದರೆ ಟ್ರಾನ್ಸ್‌ವಾಲ್‌ನಲ್ಲಿ ಬಾಂಬೆಯಲ್ಲಿರುವಂತೆ ನ್ಯಾಯವಾದಿಗಳ ಮತ್ತು ವಕೀಲರ ಕಾರ್ಯಕ್ಷೇತ್ರಗಳು ಬೇರೆಬೇರೆಯಾಗಿರುತ್ತವೆ. ಬ್ಯಾರಿಸ್ಟರ್‌ನಿಗೆ ವಕೀಲನಾಗಿ (ಆ್ಯಡ್ವಕೇಟ್) ಇಲ್ಲವೇ ನ್ಯಾಯವಾದಿಯಾಗಿ (ಅಟರ್ನಿ) - ಇವುಗಳಲ್ಲಿ ಯಾವುದನ್ನಾದರೂ ಆರಿಸಿಕೊಳ್ಳುವ ಹಕ್ಕಿರುತ್ತದೆ. ಆದ್ದರಿಂದ ನಾನು ನೆಟಾಲ್‌ನಲ್ಲಿದ್ದಾಗ ವಕೀಲನೆಂದು ಅಂಗೀಕಾರ ಪಡೆದಿದ್ದೆ. ಟ್ರಾನ್ಸ್‌ವಾಲ್‌ನಲ್ಲಿದ್ದಾಗ ನ್ಯಾಯವಾದಿಯಾಗಿ ಅಂಗೀಕಾರ ಪಡೆಯಲು ಪ್ರಯತ್ನಿಸಿದ್ದೆ. ಏಕೆಂದರೆ ವಕೀಲನಾಗಿದ್ದರೆ (ಆ್ಯಡ್ವಕೇಟ್) ಭಾರತೀಯರೊಂದಿಗೆ ನೇರ ಸಂಪರ್ಕ ಸಾಧಿಸಲು ಸಾಧ್ಯವಾಗುತ್ತಿರಲಿಲ್ಲ. ದಕ್ಷಿಣ ಆಫ್ರಿಕದಲ್ಲಿನ ಬಿಳಿಯ ನ್ಯಾಯವಾದಿಗಳು ನನಗೆ ಮೊಕದ್ದಮೆಯ ಬಗ್ಗೆ ಮಾಹಿತಿಯನ್ನು ಒದಗಿಸುತ್ತಿರಲಿಲ್ಲ.

ಟ್ರಾನ್ಸ್‌ವಾಲ್‌ನಲ್ಲಿ ಕೂಡಾ ನ್ಯಾಯವಾದಿಗಳು ಮ್ಯಾಜಿಸ್ಟ್ರೇಟ್‌ಗಳ ಮುಂದೆ ವಾದ ಮಂಡಿಸಬಹುದಾಗಿತ್ತು. ಒಂದು ಸಂದರ್ಭದಲ್ಲಿ ನಾನು ಜೊಹಾನ್ಸ್‌ಬರ್ಗ್‌ನಲ್ಲಿ ಮ್ಯಾಜಿಸ್ಟ್ರೇಟ್ ಮುಂದೆ ಒಂದು ಮೊಕದ್ದಮೆಯನ್ನು ನಡೆಸುತ್ತಿರುವಾಗ ನನ್ನ ಕಕ್ಷಿಗಾರನು ನನಗೆ ಮೋಸ ಮಾಡಿದ್ದ ಎಂಬ ವಿಚಾರ ತಿಳಿಯಿತು. ಅವನು ಸಾಕ್ಷಿ ಕಟಕಟೆಯಲ್ಲಿ ಪೂರ್ಣವಾಗಿ ಕುಸಿದು ಬಿದ್ದದ್ದನ್ನು ಗಮನಿಸಿದೆ. ಆದ್ದರಿಂದ ನಾನು ವಾದ ಮಾಡದೇ ಮ್ಯಾಜಿಸ್ಟ್ರೇಟ್‌ಗೆ ಮೊಕದ್ದಮೆಯನ್ನು ವಜಾಮಾಡುವಂತೆ ತಿಳಿಸಿದೆ. ವಿರೋಧಿ ವಕೀಲ ದಿಗ್ಭ್ರಮೆಗೊಂಡ. ಮ್ಯಾಜಿಸ್ಟ್ರೇಟ್‌ಗೆ ಸಂತೋಷವಾಗಿತ್ತು. ನನ್ನ ಕಕ್ಷಿಗಾರನಿಗೆ ಸುಳ್ಳು ಮೊಕದ್ದಮೆಯನ್ನು ನನಗೆ ವಹಿಸಿದ್ದಕ್ಕಾಗಿ ಛೀಮಾರಿಹಾಕಿದೆ. ನಾನೆಂದೂ ಸುಳ್ಳು ಮೊಕದ್ದಮೆಗಳನ್ನು ಒಪ್ಪಿಕೊಳ್ಳುವುದಿಲ್ಲವೆಂದು ಅವನಿಗೆ ಗೊತ್ತಿತ್ತು. ಅವನಿಗೆ ಅದನ್ನು ಮನವರಿಕೆಮಾಡಿಕೊಟ್ಟಮೇಲೆ ಅವನು ತನ್ನ ತಪ್ಪನ್ನು ಒಪ್ಪಿಕೊಂಡ. ನಾನು ಮ್ಯಾಜಿಸ್ಟ್ರೇಟ್‌ಗೆ ಅವನ ವಿರುದ್ಧ ತೀರ್ಪು ನೀಡುವಂತೆ ಕೇಳಿಕೊಂಡಿದ್ದರಿಂದ ಅವನು ಕೋಪಗೊಳ್ಳಲಿಲ್ಲ ಎಂಬ ಭಾವನೆ ನನ್ನಲ್ಲಿ ಉಂಟಾಗಿತ್ತು. ಏನೇ ಇರಲಿ ಈ ಮೊಕದ್ದಮೆಯಲ್ಲಿ ನಾನು ನಡೆದುಕೊಂಡ ರೀತಿಯಿಂದ ನನ್ನ ವೃತ್ತಿಯ ಮೇಲೆ ದುಷ್ಪರಿಣಾಮವಾಗಲಿಲ್ಲ. ಖಂಡಿತವಾಗಿಯೂ ಅದರಿಂದ ನನ್ನ ಕೆಲಸ ಸುಲಭವಾಯಿತು. ನನ್ನ ಸತ್ಯನಿಷ್ಠೆ ವೃತ್ತಿ ಬಾಂಧವರ ನಡುವೆ ನನ್ನ ಗೌರವವನ್ನು ಹೆಚ್ಚಿಸಿತು ಎಂಬುದನ್ನು ನಾನು ಕಂಡುಕೊಂಡೆ. ವರ್ಣದ ಕಾರಣದಿಂದಾಗಿ ಅಡೆತಡೆ ಉಂಟಾದರೂ ಕೆಲವು ಮೊಕದ್ದಮೆಗಳಲ್ಲಿ ಅವರ ವಿಶ್ವಾಸವನ್ನು ಕೂಡಾ ಗಳಿಸಿಕೊಂಡಿದ್ದೆ.

ನನ್ನ ವೃತ್ತಿಪರ ಕಾರ್ಯದಲ್ಲಿ ನನ್ನ ಕಕ್ಷಿಗಾರರಿಂದ ಇಲ್ಲವೇ ನನ್ನ ಸಹೋದ್ಯೋಗಿಗಳಿಂದ ನನ್ನ ಅಜ್ಞಾನವನ್ನು ಮರೆಮಾಚದಿರುವುದು ನನ್ನ ಸ್ವಭಾವ ಕೂಡಾ ಆಗಿತ್ತು. ನಾನು ಏನು ಮಾಡಬೇಕೆಂದು ತಿಳಿಯದೇ ಕಕ್ಕಾಬಿಕ್ಕಿಯಾಗಿದ್ದಾಗ ನನ್ನ ಕಕ್ಷಿಗಾರನಿಗೆ ಬೇರೆ ನ್ಯಾಯವಾದಿಯಿಂದ ಸಲಹೆ ಪಡೆಯುವಂತೆ ತಿಳಿಸುತ್ತಿದ್ದೆ. ಆದರೆ ಅವನು ನನ್ನನ್ನು ಬಲವಾಗಿ ಅಂಟಿಕೊಂಡರೆ (ಅಂದರೆ ನಾನೇ ಮೊಕದ್ದಮೆಯನ್ನು ನಡೆಸಬೇಕೆಂದು ಒತ್ತಾಯಿಸಿದರೆ) ಹಿರಿಯ ನ್ಯಾಯವಾದಿಯೊಬ್ಬರ ಸಹಾಯವನ್ನು ನಾನು ಪಡೆಯಲು ಅವಕಾಶವಿರಬೇಕೆಂದು ತಿಳಿಸುತ್ತಿದ್ದೆ. ಈ ಬಗೆಯ ಮುಚ್ಚುಮರೆಯಿಲ್ಲದ ನಡೆವಳಿಕೆ ನನ್ನ ಕಕ್ಷಿಗಾರರಿಂದ ಅಪಾರ ಪ್ರೀತಿಯನ್ನು ಮತ್ತು ನಂಬಿಕೆಯನ್ನು ಗಳಿಸಿಕೊಟ್ಟಿತ್ತು. ಹಿರಿಯ ನ್ಯಾಯವಾದಿಯ ಸಲಹೆಯ ಅವಶ್ಯಕತೆಯಿದ್ದಾಗ ಕಕ್ಷಿಗಾರರು ಯಾವಾಗಲೂ ಹಿರಿಯನ್ಯಾಯವಾದಿಗಳ ಫೀಯನ್ನು ಕೊಡುತ್ತಿದ್ದರು. ಈ ಪ್ರೀತಿ ಮತ್ತು ನಂಬಿಕೆ ನನ್ನ ಸಾರ್ವಜನಿಕ ಕೆಲಸದಲ್ಲಿ ಒಳ್ಳೆಯ ನೆರವನ್ನು ಒದಗಿಸಿತು.

ಈಗಾಗಲೇ ಬಂದಿರುವ ಅಧ್ಯಾಯಗಳಲ್ಲಿ ದಕ್ಷಿಣ ಆಫ್ರಿಕದಲ್ಲಿ ನಾನು ವೃತ್ತಿ ನಡೆಸಿದ್ದುದರ ಉದ್ದೇಶವೆಂದರೆ ಸಮಾಜ ಸೇವೆ ಎಂದು ಸೂಚಿಸಿದ್ದೇನೆ. ಈ ಉದ್ದೇಶಕ್ಕೆ ಕೂಡಾ ಜನರ ವಿಶ್ವಾಸವನ್ನು ಗಳಿಸಿಕೊಳ್ಳುವುದು ಅನಿವಾರ್ಯವೇ ಆಗಿತ್ತು. ವಿಶಾಲ ಹೃದಯವುಳ್ಳ ಭಾರತೀಯರು ನಾನು ಹಣವನ್ನು ತೆಗೆದುಕೊಂಡು ವೃತ್ತಿಪರ ಕೆಲಸಮಾಡಿದ್ದನ್ನು ಸೇವೆಯೆಂದು ಉತ್ಪ್ರೇಕ್ಷಿಸಿ ದೊಡ್ಡದಾಗಿ ಕಂಡರು. ಅವರ ಹಕ್ಕುಗಳಿಗಾಗಿ ಅವರು ಸೆರೆವಾಸದ ಕಷ್ಟವನ್ನು ಅನುಭವಿಸಬೇಕೆಂದು ಸಲಹೆ ಕೊಟ್ಟಾಗ ಅವರಲ್ಲಿ ಅನೇಕರು ನಗುನಗುತ್ತ ನನ್ನ ಸಲಹೆಯನ್ನು ಒಪ್ಪಿಕೊಂಡರು ಅವರು

ಈ ಮಾರ್ಗದಲ್ಲಿದ್ದ ಸತ್ಯಸ್ಥಿತಿಯನ್ನು ಹೆಚ್ಚಾಗಿ ಪರಿಗಣಿಸದೇ ನನ್ನ ಮೇಲಿಟ್ಟಿದ್ದ ವಿಶ್ವಾಸ ಮತ್ತು ಪ್ರೀತಿಯ ಸಲುವಾಗಿ ನನ್ನ ಸಲಹೆಯನ್ನು ಒಪ್ಪಿಕೊಂಡಿದ್ದರು.

ಇದನ್ನು ಬರೆಯುತ್ತಿರುವಾಗ ನನ್ನ ಮನಸ್ಸಿನಲ್ಲಿ ಅನೇಕ ಮಧುರ ಸ್ಮೃತಿಗಳು ಸುಳಿದಾಡುತ್ತಿವೆ. ನೂರಾರು ಕಕ್ಷಿಗಾರರು ನನ್ನ ಗೆಳೆಯರಾದರು ಮತ್ತು ಸಾರ್ವಜನಿಕ ಸೇವೆಯಲ್ಲಿ ನನ್ನ ಸಾಚಾ ಸಹಕಾರ್ಯಕರ್ತರುಗಳಾದರು, ಅವರ ಸಹವಾಸದಿಂದಾಗಿ ಜೀವನ ಮಧುರವಾಯ್ತು. ಹಾಗಾಗದಿದ್ದಿದ್ದರೆ ಜೀವನದ ತುಂಬಾ ಕಷ್ಟಗಳು ಮತ್ತು ಅಪಾಯಗಳು ಇರುತ್ತಿದ್ದವು.

47. ಹೇಗೆ ಒಬ್ಬ ಕಕ್ಷಿಗಾರನು ಕಾಪಾಡಲ್ಪಟ್ಟ

ಈ ಹೊತ್ತಿಗಾಗಲೇ ಪಾರ್ಸಿ ರುಸ್ತೋಮ್‌ಜೀ ಅವರ ಹೆಸರು ಓದುಗನಿಗೆ ಚೆನ್ನಾಗಿ ಪರಿಚಿತವಾಗಿರಬಹುದು. ಅವರು ಒಮ್ಮೆ ನನ್ನ ಕಕ್ಷಿಗಾರರಾಗಿದ್ದರು ಮತ್ತು ಸಹಕಾರ್ಯಕರ್ತರೂ ಆಗಿದ್ದರು ಮತ್ತು ಪ್ರಾಯಶಃ ಅವರು ಮೊದಲು ನನ್ನ ಸಹಕಾರ್ಯಕರ್ತರಾದರು ಮತ್ತು ತರುವಾಯ ನನ್ನ ಕಕ್ಷಿಗಾರರಾದರು. ನಾನು ಅವರ ವಿಶ್ವಾಸವನ್ನು ಎಷ್ಟರಮಟ್ಟಿಗೆ ಗಳಿಸಿಕೊಂಡಿದ್ದನೆಂದರೆ ಅವರು ಖಾಸಗಿ ಗೃಹ ಕೃತ್ಯದ ವಿಷಯಗಳಲ್ಲಿ ಕೂಡಾ ನನ್ನ ಸಲಹೆಯನ್ನು ಅನುಸರಿಸುತ್ತಿದ್ದರು. ಕಾಯಿಲೆ ಹಿಡಿದು ಮಲಗಿದ್ದಾಗ ಕೂಡಾ ಅವರು ನನ್ನ ಸಹಾಯವನ್ನು ಅಪೇಕ್ಷಿಸುತ್ತಿದ್ದರು. ಹಾಗಿದ್ದರೂ ನಮ್ಮ ಜೀವನಕ್ರಮಗಳಲ್ಲಿ ತುಂಬಾ ಭಿನ್ನತೆಯಿತ್ತು. ಆದರೂ ಅವರು ನನ್ನ ಅಳಲೆಕಾಯಿ ಪಾಂಡಿತ್ಯ (ಕ್ವಾಕ್)ದ ಚಿಕಿತ್ಸೆಯನ್ನು ಒಪ್ಪಿಕೊಳ್ಳಲು ಹಿಂದೆ ಮುಂದೆ ನೋಡುತ್ತಿರಲಿಲ್ಲ.

ಈ ಗೆಳೆಯರು ಒಮ್ಮೆ ತುಂಬಾ ಕ್ಲಿಷ್ಟ ಪೇಚಿನಲ್ಲಿ ಸಿಕ್ಕಿಕೊಂಡರು. ಅವರು ಬಹುತೇಕ ತಮ್ಮ ವ್ಯವಹಾರಗಳ ಬಗ್ಗೆ ನನಗೆ ತಿಳಿಸುತ್ತಿದ್ದರು. ಆದರೆ ಅವರು ಒಂದು ವಿಷಯುವನ್ನು ಉದ್ದೇಶಪೂರ್ವಕವಾಗಿ ನನ್ನಿಂದ ಮುಚ್ಚಿಟ್ಟಿದ್ದರು. ಕಲ್ಕತ್ತ ಮತ್ತು ಬಾಂಬೆಯಿಂದ ಅವರು

ದೊಡ್ಡ ಪ್ರಮಾಣದಲ್ಲಿ ವಸ್ತುಗಳನ್ನು ಆಮದು ಮಾಡಿಕೊಳ್ಳುತ್ತಿದ್ದರು. ಆಗಾಗ್ಗೆ ಅವರು ಸುಂಕವನ್ನು ಕೊಡದೇ ಸರಕುಗಳನ್ನು ತರಿಸಿಕೊಳ್ಳುತ್ತಿದ್ದರು. ಆದರೆ ಅವರು ಸುಂಕದ ಅಧಿಕಾರಿಗಳೊಂದಿಗೆ ಉತ್ತಮ ಸಂಬಂಧ ಹೊಂದಿದ್ದರಿಂದ ಯಾರೂ ಅವರ ಬಗ್ಗೆ ಸಂಶಯ ಪಡುತ್ತಿರಲಿಲ್ಲ. ಕರ್ತವ್ಯವನ್ನು ನಿರ್ವಹಿಸುವಾಗ ಅಧಿಕಾರಿಗಳು ಅವರ ಸರಕುಪಟ್ಟಿ (ಇನ್‌ವಾಯ್ಸ್)ಯನ್ನು ನಂಬಿಕೆಯ ಮೇಲೆ ಒಪ್ಪಿಕೊಂಡು ಸುಂಕದ ಲೆಕ್ಕ ಹಾಕುತ್ತಿದ್ದರು. ಇವರಲ್ಲಿ ಕೆಲವರು ಈ ಕಳ್ಳತನದಲ್ಲಿ ಭಾಗಿಗಳಾಗಿದ್ದು ಕಂಡೂ ಕಾಣದಂತೆ ಸುಮ್ಮನಿರುತ್ತಿದ್ದರೆಂದು ತೋರುತ್ತದೆ.

ಗುಜರಾತಿ ಕವಿ ಆಖೋನ ಅವರ ಉಪಮೆಯನ್ನು ಬಳಸಿಕೊಂಡು ಹೇಳುವುದಾದರೆ ಪಾದರಸದಂತಿರುವ ಕಳ್ಳತನವನ್ನು ಬಲಪ್ರಯೋಗಿಸಿ ಅಡಗಿಸಲು ಸಾಧ್ಯವಾಗದು. ಪಾರ್ಸಿ ರುಸ್ತೋಮ್‌ಜೀ ಇದಕ್ಕೆ ಅಪವಾದವಾಗಿರಲಿಲ್ಲ.

ಈ ಸಜ್ಜನ ಗೆಳೆಯರು ನನ್ನ ಬಳಿಗೆ ತರಾತುರಿಯಿಂದ ಓಡಿಬಂದರು. ಅವರ ಗಲ್ಲಗಳ ಮೇಲೆ ಕಣ್ಣೀರು ಉರುಳಿ ಕೆಳಗೆ ಬೀಳುತ್ತಿತ್ತು. ಅವರು ಹೇಳಿದರು: 'ಭಾಯ್, ನಾನು ನಿಮಗೆ ಮೋಸಮಾಡಿದ್ದೇನೆ. ಇಂದು ನನ್ನ ಅಪರಾಧದ ಪತ್ತೆಯಾಗಿದೆ. ನಾನು ಕಳ್ಳತನದಿಂದ ಸುಂಕ ಕೊಡದೇ ಸರಕುಗಳನ್ನು ತರಿಸಿಕೊಂಡಿದ್ದೆ. ನಾನು ದುರ್ಗತಿಗೆ ತಳ್ಳಲ್ಪಟ್ಟಿದ್ದೇನೆ. ನಾನು ಸೆರಮನೆಯನ್ನು ಸೇರಬೇಕಾಗುವುದು. ನಾನು ನಾಶವಾಗಿದ್ದೇನೆ. ನೀವು ಮಾತ್ರ ನನ್ನನ್ನು ಈ ಇಕ್ಕಟ್ಟಿನಿಂದ ಪಾರುಮಾಡಲು ಸಮರ್ಥರಾಗಿರುವಿರಿ ನಾನು ನಿಮ್ಮಿಂದ ಏನನ್ನೂ ಮುಚ್ಚಿಟ್ಟಿಲ್ಲ. ಆದರೆ ವ್ಯಾಪಾರದ ತಂತ್ರಗಳ ಬಗ್ಗೆ ನಿಮ್ಮನ್ನು ಪೀಡಿಸಬಾರದೆಂದು ನಾನು ಭಾವಿಸಿದ್ದೆ. ಆದ್ದರಿಂದ ನಾನು ಎಂದೂ ಈ ಕಳ್ಳತನದ ಬಗ್ಗೆ ನಿಮಗೆ ಏನೂ ಹೇಳಿಲ್ಲ. ಆದರೆ ಈಗ ನಾನು ಅದಕ್ಕಾಗಿ ಎಷ್ಟೊಂದು ಪಶ್ಚಾತ್ತಾಪಡುತ್ತಿದ್ದೇನೆ!'

ನಾನು ಅವರನ್ನು ಸಮಾಧಾನಗೊಳಿಸಿದೆ ಮತ್ತು ಹೇಳಿದೆ: 'ರಕ್ಷಿಸುವುದು ಇಲ್ಲವೇ ರಕ್ಷಿಸದಿರುವುದು ದೇವರ ಕೈಯಲ್ಲಿದೆ. ನನ್ನ ಬಗ್ಗೆ ಹೇಳುವುದಾದರೆ ನನ್ನ ದಾರಿ ಯಾವುದು ಎಂದು ನಿಮಗೆ ಗೊತ್ತಿದೆ. ತಪ್ಪೊಪ್ಪಿಕೊಳ್ಳುವ ಮೂಲಕ ನಾನು ನಿಮ್ಮನ್ನು ರಕ್ಷಿಸಲು ಪ್ರಯತ್ನಿಸಬಹುದು.'

ಆ ಸಜ್ಜನ ಪಾರ್ಸಿಯ ಮನಸ್ಸು ತುಂಬಾ ನೊಂದುಕೊಂಡಿತು.

'ನಿಮ್ಮ ಮುಂದೆ ತಪ್ಪನ್ನು ಒಪ್ಪಿಕೊಂಡದ್ದು ಸಾಲದೆ?' ಎಂದು ಅವರು ಪ್ರಶ್ನಿಸಿದರು.

'ನೀವು ತಪ್ಪುಮಾಡಿ ನಷ್ಟವನ್ನುಂಟುಮಾಡಿದ್ದು ನನಗಲ್ಲ, ಆದರೆ ಸರ್ಕಾರಕ್ಕೆ. ಹಾಗಿರುವಾಗ ನನ್ನ ಮುಂದೆ ತಪ್ಪೊಪ್ಪಿಕೊಂಡರೆ ಅದರಿಂದ ಏನು ಪ್ರಯೋಜನ?'

'ಖಂಡಿತವಾಗಿಯೂ ನೀವು ಸಲಹೆ ಕೊಟ್ಟಂತೆ ನಡೆದುಕೊಳ್ಳುತ್ತೇನೆ. ಆದರೆ ನೀವು ನನ್ನ ಹಿಂದಿನ ನ್ಯಾಯವಾದಿ ಮಿ... ಅವರ ಸಲಹೆ ಪಡೆಯುವುದಿಲ್ಲವೆ? ಅವರೂ ಗೆಳೆಯರೇ ಆಗಿದ್ದಾರೆ.' ಎಂದು ಪಾರ್ಸಿ ರುಸ್ತೋಮ್‌ಜೀ ಹೇಳಿದರು.'

ವಿಚಾರಿಸಿದಾಗ ಕಳ್ಳತನದಿಂದ ಸುಂಕ ಕೊಡದೇ ಸರಕುಗಳನ್ನು ಬಹಳ ಕಾಲದಿಂದ ತರಲಾಗುತ್ತಿದೆ ಎಂಬ ಸತ್ಯ ಹೊರಬಿತ್ತು. ಆದರೆ ಸದ್ಯ ಪತ್ತೆಹಚ್ಚಲ್ಪಟ್ಟ ಅಪರಾಧ ಕೇವಲ

ಕೊಂಚ ಹಣವನ್ನು ಒಳಗೊಂಡಿತ್ತು. ನಾವು ಅವರ ನ್ಯಾಯವಾದಿಯ ಬಳಿಗೆ ಹೋದೆವು. ಅವರು ಕಾಗದಪತ್ರಗಳನ್ನು ಜೋಕೆಯಿಂದ ಪರಿಶೀಲಿಸಿದರು. ಮತ್ತು ಹೇಳಿದರು: 'ಈ ಮೊಕದ್ದಮೆಯನ್ನು ನ್ಯಾಯದರ್ಶಿಮಂಡಳಿ (ಜೂಅರಿ) ವಿಚಾರಿಸುತ್ತದೆ. ನೆಟಾಲ್‌ನ ನ್ಯಾಯದರ್ಶಿ ಮಂಡಳಿ ಭಾರತೀಯನನ್ನು ಅಪಾದನೆಯಿಂದ ಖುಲಾಸೆಮಾಡುವುದಿಲ್ಲ. ಆದರೂ ನಾನು ಆಸೆಯನ್ನು ಬಿಡುವುದಿಲ್ಲ'.

ನನಗೆ ಈ ನ್ಯಾಯವಾದಿಯ ಆಪ್ತ ಪರಿಚಯವಿರಲಿಲ್ಲ. ಪಾರ್ಸಿ ರುಸ್ತೋಮ್‌ಜೀ ಅವರ ಮಾತನ್ನು ತಡೆಯುತ್ತ ಹೇಳಿದರು: 'ನಿಮಗೆ ವಂದನೆ. ಆದರೆ ಈ ಮೊಕದ್ದಮೆಯಲ್ಲಿ ನಾನು ಮಿ. ಗಾಂಧಿ ಅವರ ಸಲಹೆಯಂತೆ ನಡೆದುಕೊಳ್ಳಲು ಇಚ್ಛಿಸಿದ್ದೇನೆ. ಅವರು ನನ್ನನ್ನು ನಿಕಟವಾಗಿ ಅರಿತಿದ್ದಾರೆ. ಹಾಗಿದ್ದರೂ ಅವಶ್ಯಕತೆ ಉಂಟಾದಾಗ ನೀವು ಅವರಿಗೆ ಸಲಹೆ ಕೊಡುವಿರಿ.'

ಈ ಪ್ರಕಾರ ನ್ಯಾಯವಾದಿಯ ವಿಚಾರವನ್ನು ಅಲ್ಲಿಯೇ ಕೈಬಿಟ್ಟು ನಾವು ರುಸ್ತೋಮ್‌ಜೀ ಅವರ ಅಂಗಡಿಗೆ ಹೋದೆವು.

ಈಗ ನಾನು ಅವರಿಗೆ ನನ್ನ ಅಭಿಪ್ರಾಯವನ್ನು ವಿವರಿಸುತ್ತ ಹೇಳಿದೆ: 'ಈ ಮೊಕದ್ದಮೆಯನ್ನು ನ್ಯಾಯಾಲಯಕ್ಕೆ ಒಯ್ಯುವುದೇ ಇಲ್ಲ ಎಂದು ನಾನು ಭಾವಿಸಿದ್ದೇನೆ. ನಿಮ್ಮ ಮೇಲೆ ಕಾನೂನು ಕ್ರಮ ಜರುಗಿಸಬೇಕೆ ಅಥವಾ ನಿಮ್ಮನ್ನು ಹಾಗೆಯೇ ಬಿಟ್ಟುಬಿಡಬೇಕೆ ಎಂಬ ತೀರ್ಮಾನವನ್ನು ತೆಗೆದುಕೊಳ್ಳುವುದು ಸುಂಕದ ಅಧಿಕಾರಿಗೆ ಬಿಟ್ಟದ್ದು. ಪ್ರತಿಯಾಗಿ ಅಧಿಕಾರಿಯ ಪ್ರಧಾನ ವಕೀಲ (ಸರ್ಕಾರದಿಂದ ನೇಮಿತನಾದ ಪ್ರಧಾನ ವಕೀಲ-ಅಟರ್ನಿ ಜನರಲ್)ನ ಮಾರ್ಗದರ್ಶನವನ್ನು ಪಡೆಯಬೇಕಾಗುತ್ತದೆ. ನಾನು ಈ ಇಬ್ಬರನ್ನೂ ಭೇಟಿಮಾಡಲು ಸಿದ್ಧನಾಗಿದ್ದೇನೆ. ನೀವು ಅವರು ನಿಗದಿಪಡಿಸುವ ದಂಡವನ್ನು ಕೊಡಲು ಮುಂದೆ ಬರಬೇಕು. ನನ್ನ ಊಹೆಯೆಂದರೆ ಅವರು ಅದನ್ನು ಒಪ್ಪಿಕೊಳ್ಳಬಹುದು. ಅವರು ಒಪ್ಪಿಕೊಳ್ಳದಿದ್ದರೆ ನೀವು ಸೆರೆಮನೆಗೆ ತೆರಳಲು ಸಿದ್ಧರಾಗಿರಬೇಕು. ಅಪರಾಧಮಾಡಿ ಸೆರೆಮನೆಗೆ ಹೋಗುವುದರಲ್ಲಿ ನಾಚಿಕೆಪಡಬೇಕಾದ್ದಿಲ್ಲ ಎಂಬುದು ನನ್ನ ಅಭಿಪ್ರಾಯ. ಏಕೆಂದರೆ ನಾಚಿಕೆಪಡಬೇಕಾಗಿರುವ ಕಾರ್ಯ ಈಗಾಗಲೇ ನಡೆದುಹೋಗಿದೆ. ಸೆರೆವಾಸವನ್ನು ನೀವು ಪ್ರಾಯಶ್ಚಿತ್ತವೆಂದು ಪರಿಗಣಿಸಬೇಕು. ಮತ್ತೆಂದೂ ಕಳ್ಳತನದಿಂದ ಸರಕುಗಳನ್ನು ತರುವುದಿಲ್ಲ ಎಂಬ ನಿರ್ಣಯವನ್ನು ತೆಗೆದುಕೊಂಡರೆ ಅದರಲ್ಲಿ ನಿಜವಾದ ಪಶ್ಚಾತ್ತಾಪವಿದೆ.'

ಪಾರ್ಸಿ ರುಸ್ತೋಮ್‌ಜೀ ನಾನು ಹೇಳಿದ್ದೆಲ್ಲವನ್ನೂ ತುಂಬಾ ಚೆನ್ನಾಗಿ ಸ್ವೀಕರಿಸಿದರು ಎಂಬುದರ ಬಗ್ಗೆ ನಾನು ಏನೂ ಹೇಳಲಾರೆ ಅವರೊಬ್ಬ ಧೈರ್ಯಶಾಲಿಯಾಗಿದ್ದರು. ಆದರೆ ಅವರ ಧೈರ್ಯ ಆ ಕ್ಷಣದಲ್ಲಿ ಅವರಿಗೆ ಕೈಕೊಟ್ಟಿತ್ತು. ಅವರ ಹೆಸರು ಮತ್ತು ಕೀರ್ತಿ ವಿವಾದದಲ್ಲಿ ಸಿಕ್ಕಿಕೊಂಡಿದ್ದವು. ತುಂಬಾ ಎಚ್ಚರದಿಂದ ಮತ್ತು ಪರಿಶ್ರಮದಿಂದ ನಿರ್ಮಿಸಿದ್ದ ಭವನವೊಂದು ಚೂರು ಚೂರಾಗುವಂತಾದರೆ ಅಂತಹವರ ಪರಿಸ್ಥಿತಿ ಏನಾಗಬಹುದು?

'ಒಳ್ಳೆಯದು, ನಾನೀಗಾಗಲೇ ಹೇಳಿರುವಂತೆ ನಾನು ಪೂರ್ಣವಾಗಿ ನಿಮ್ಮ ಕೈಯಲ್ಲಿದ್ದೇನೆ. ನೀವು ನಿಮಗೆ ಇಷ್ಟಬಂದಂತೆ ಮಾಡಬಹುದು.' ಎಂದು ಅವರು ಹೇಳಿದರು.

ಈ ಮೊಕದ್ದಮೆಯಲ್ಲಿ ಸಂಬಂಧಿಸಿದವರ ಮನಒಲಿಸಿಕೊಳ್ಳಲು ನನ್ನ ಎಲ್ಲ ಶಕ್ತಿಯನ್ನು ಪ್ರಯೋಗಿಸಿದೆ. ನಾನು ಸುಂಕದ ಅಧಿಕಾರಿಯ ಭೇಟಿಮಾಡಿದೆ ಮತ್ತು ಭಯಪಡದೇ ಇಡೀ ವ್ಯವಹಾರದ ಬಗ್ಗೆ ಅವರಿಗೆ ವಿವರಿಸಿದೆ. ಅವನ ಸುಫರ್ದಿಗೆ ಎಲ್ಲ ದಾಖಲೆ ಪುಸ್ತಕಗಳನ್ನು ಒಪ್ಪಿಸುವುದಾಗಿ ಮಾತುಕೊಟ್ಟೆ. ಪಾರ್ಸಿ ರುಸ್ತೋಮ್‌ಜೀ ಹೇಗೆ ಪಶ್ಚಾತ್ತಾಪ ಪಡುತ್ತಿದ್ದಾರೆಂಬುದನ್ನು ಅವನಿಗೆ ತಿಳಿಸಿದೆ.

ಸುಂಕದ ಅಧಿಕಾರಿ ಹೇಳಿದ: 'ಪಾರ್ಸಿ ವೃದ್ಧರ ಬಗ್ಗೆ ನನ್ನಲ್ಲಿ ಪ್ರೀತಿಯಿದೆ. ಅವರು ತಿಳಿಗೇಡಿಯಂತೆ ವರ್ತಿಸಿದ್ದಕ್ಕಾಗಿ ನನ್ನಲ್ಲಿ ವಿಷಾದವಿದೆ. ನನ್ನ ಕರ್ತವ್ಯ ಏನು ಎಂದು ನಿಮಗೆ ಗೊತ್ತಿದೆ. ನಾನು ಪ್ರಧಾನ ವಕೀಲರ ಮಾರ್ಗದರ್ಶನದಂತೆ ನಡೆದುಕೊಳ್ಳಬೇಕು. ಆದ್ದರಿಂದ ನೀವು ಅವರ ಮನಒಲಿಸಿಕೊಳ್ಳಲು ಪ್ರಯತ್ನಿಸಿ. ಇದು ನನ್ನ ಸಲಹೆ.

'ನೀವು ಅವರನ್ನು ನ್ಯಾಯಾಲಯಕ್ಕೆ ಎಳೆಯಲು ಬಲವಂತಪಡಿಸದಿದ್ದರೆ ನಾನು ನಿಮಗೆ ಕೃತಜ್ಞನಾಗಿರುತ್ತೇನೆ.' ಎಂದು ನಾನು ಅವನಿಗೆ ತಿಳಿಸಿದೆ.

ನಾನು ಅವನಿಂದ ಈ ವಾಗ್ದಾನವನ್ನು ಪಡೆದ ತರುವಾಯ ಪ್ರಧಾನ ವಕೀಲನೊಂದಿಗೆ ಪತ್ರವ್ಯವಹಾರವನ್ನು ಆರಂಭಿಸಿದೆ. ನಾನು ಅವನನ್ನು ಕೂಡಾ ಭೇಟಿಮಾಡಿದೆ. ನಾನು ಮುಚ್ಚುಮರೆಯಿಲ್ಲದೇ ಪೂರ್ಣವಾಗಿ ಎಲ್ಲವನ್ನೂ ಹೊರಗೆಡಹಿದ್ದನ್ನು ಕೇಳಿ ಅವನು ಅದನ್ನು ಮೆಚ್ಚಿಕೊಂಡ. ನಾನು ಏನನ್ನೂ ಮರೆಮಾಚಲಿಲ್ಲ ಎಂದು ಅವನಿಗೆ ಮನವರಿಕೆಯಾಗಿತ್ತು. ಇದರಿಂದ ನನಗೂ ಸಂತೋಷವಾಗಿತ್ತು.

ಈ ಮೊಕದ್ದಮೆಯ ಸಂಬಂಧದಲ್ಲಿ ಇಲ್ಲವೇ ಇನ್ನೊಂದು ಮೊಕದ್ದಮೆಯ ಸಂದರ್ಭದಲ್ಲಿ ಮುಂದೆ ತಿಳಿಸುವ ಮೆಚ್ಚಿಕೆಯನ್ನು ಪಡೆದಿದ್ದೆ. ಯಾವ ಸಂದರ್ಭದಲ್ಲಿ ಎಂಬುದು ನನ್ನ ನೆನಪಲ್ಲಿಲ್ಲ. ನನ್ನ ನಿಷ್ಕಾಪಟ್ಯ ಮತ್ತು ದೃಢನಿರ್ಧಾರವನ್ನು ಗಮನಿಸಿ ಆತ ಹೀಗೆ ಹೇಳಿದ್ದ: 'ನೀವು ಉತ್ತರದ ರೂಪದಲ್ಲಿ ಆಗದು ಎಂಬುದನ್ನು ಎಂದೂ ಸ್ವೀಕರಿಸುವುದಿಲ್ಲ.'

ಪಾರ್ಸಿ ರುಸ್ತೋಮ್‌ಜೀ ವಿರುದ್ಧದ ಮೊಕದ್ದಮೆಯನ್ನು ರಾಜಿಗೆ ಬರುವ ಮೂಲಕ ಬಗೆಹರಿಸಲಾಯ್ತು. ಅವರು ಕಳ್ಳತನದಿಂದ ಸುಂಕ ಕೊಡದೇ ತಂದಿದ್ದೇನೆ ಎಂದು ತಪ್ಪೊಪ್ಪಿಕೊಂಡ ಹಣದ ಎರಡು ಪಟ್ಟಿನಷ್ಟು ಹಣವನ್ನು ದಂಡದ ರೂಪದಲ್ಲಿ ಕೊಡಬೇಕಾಯ್ತು. ಇಡೀ ಮೊಕದ್ದಮೆಯ ವಿವರಗಳನ್ನು ಸಂಕ್ಷಿಪ್ತವಾಗಿ ಬರೆದು ಆ ಕಾಗದಕ್ಕೆ ಚೌಕಟ್ಟು ಹಾಕಿಸಿ ಅದನ್ನು ಅವರ ಕಛೇರಿಯಲ್ಲಿ ನೇತುಹಾಕಿಸಿದರು. ಅವರ ಉತ್ತರಾಧಿಕಾರಿಗಳಿಗೆ ಮತ್ತು ಸಹ ವರ್ತಕರುಗಳಿಗೆ ಅದು ಸದಾಕಾಲವು ನೆನಪಿಗೆ ಬರುತ್ತಿರಲಿ ಎಂದು ಅವರು ಹಾಗೆ ಮಾಡಿದ್ದರು.

ರುಸ್ತೋಮ್‌ಜೀ ಅವರ ಈ ಕ್ಷಣಿಕ ಪಶ್ಚಾತ್ತಾಪವನ್ನು ನಿಜವೆಂದು ನಂಬಿ ವಂಚನೆಗೊಳಗಾಗಬಾರದೆಂದು ರುಸ್ತೋಮ್‌ಜೀಅವರ ಗೆಳೆಯರು ನನ್ನನ್ನು ಎಚ್ಚರಿಸಿದರು. ನಾನು ಈ ಎಚ್ಚರಿಕೆಯ ಬಗ್ಗೆ ರುಸ್ತೋಮ್‌ಜೀ ಅವರಿಗೆ ತಿಳಿಸಿದಾಗ ಅವರು ಹೇಳಿದರು: 'ನಾನು ನಿಮಗೆ ಮೋಸಮಾಡಿದರೆ ನನ್ನ ಗತಿ ಏನಾಗಬಹುದು?'

ಭಾಗ - 5

1. ಮೊದಲ ಅನುಭವ

ನಾನು ತಾಯ್ನಾಡನ್ನು ಸೇರುವ ಮೊದಲೇ ಫೀನಿಕ್ಸ್‌ನಿಂದ ಹೊರಟಿದ್ದ ತಂಡವು ಅಲ್ಲಿಗೆ ಆಗಲೇ ಆಗಮಿಸಿತ್ತು. ನಮ್ಮ ಮೂಲ ಯೋಜನೆಯ ಪ್ರಕಾರ ನಾನು ಅವರಿಗೂ ಮೊದಲೇ ಬರಬೇಕಾಗಿತ್ತು. ಆದರೆ ಇಂಗ್ಲೆಂಡ್‌ನಲ್ಲಿ ನಾನು ಯುದ್ಧದ ಕೆಲಸದಲ್ಲಿ ಮಗ್ನನಾಗಿದ್ದರಿಂದ ನನ್ನ ಎಲ್ಲ ಲೆಕ್ಕಾಚಾರವು ತಲೆಕೆಳಗಾಯಿತು. ಇಂಗ್ಲೆಂಡ್‌ನಲ್ಲಿ ನಾನು ಅನಿರ್ದಿಷ್ಟವಾಗಿ ಇರಲೇ ಬೇಕಾಗುವುದೆಂದು ತಿಳಿದ ಮೇಲೆ ನಾನು ಫೀನಿಕ್ಸ್ ತಂಡಕ್ಕೆ ಭಾರತದಲ್ಲಿ ಉಳಿದುಕೊಳ್ಳಲು ಒಂದು ಸ್ಥಳವನ್ನು ಹುಡುಕಿಕೊಡ ಬೇಕಾಯ್ತು. ಸಾಧ್ಯವಾಗುವುದಾದರೆ ಅವರೆಲ್ಲರೂ ಭಾರತದಲ್ಲಿ ಒಟ್ಟಿಗೆ ವಾಸಿಸುತ್ತಾರೆ ಎಂದು ಇಚ್ಛಿಸಿದ್ದೆ. ಅವರು ಫೀನಿಕ್ಸ್‌ನಲ್ಲಿ ನಡೆಸಿದಂತಹ ಜೀವನವನ್ನೇ ಅಲ್ಲೂ ನಡೆಸುತ್ತಾರೆ ಎಂದು ಭಾವಿಸಿದ್ದೆ. ಅವರಿಗೆ ತಂಗಲು ಶಿಫಾರಸು ಮಾಡೋಣವೆಂದರೆ ನನಗೆ ಯಾವ ಆಶ್ರಮವೂ ಗೊತ್ತಿರಲಿಲ್ಲ. ಆದ್ದರಿಂದ ನಾನು ಅವರಿಗೆ ತಂತಿ ಕಳಿಸಿ ಮಿ. ಆ್ಯಂಡ್ರೂಸ್‌ಅವರನ್ನು ಭೇಟಿಮಾಡಿ ಅವರು ಹೇಳಿದಂತೆ ನಡೆದುಕೊಳ್ಳಬೇಕೆಂದು ತಿಳಿಸಿದೆ.

ಆದ್ದರಿಂದ ಅವರು ಮೊದಲು ಕಾಂಗ್ರಿಯ ಗುರುಕುಲದಲ್ಲಿ ಇಳಿದುಕೊಂಡರು. ಅಲ್ಲಿ ದಿವಂಗತ ಸ್ವಾಮಿ ಶ್ರದ್ಧಾನಂದ್‌ಜೀ ಅವರನ್ನು ತಮ್ಮ ಮಕ್ಕಳಂತೆ ನೋಡಿಕೊಂಡರು. ತರುವಾಯ ಅವರು ಶಾಂತಿನಿಕೇತನ್ ಆಶ್ರಮದಲ್ಲಿ ಉಳಿದುಕೊಂಡರು. ಅಲ್ಲಿ ಕವಿ ಮತ್ತು ಅಲ್ಲಿಯ ಜನರು ಅದೇ ಬಗೆಯ ಪ್ರೀತಿಯನ್ನು ಅವರ ಮೇಲೆ ತೋರಿಸಿದರು. ಈ ಎರಡೂ ಸ್ಥಳಗಳಲ್ಲಿ ಅವರು ಗಳಿಸಿಕೊಂಡ ಅನುಭವ ಅವರಿಗೆ ಮತ್ತು ನನಗೆ ಕೂಡಾ ತುಂಬಾ ಪ್ರಯೋಜನಕ್ಕೆ ಬಂತು.

ಆಗಾಗ್ಗೆ ನಾನು ಆ್ಯಂಡ್ರೂಸ್ ಅವರಿಗೆ ಹೇಳುತ್ತಿದ್ದಂತೆ ಕವಿ, ಶ್ರದ್ಧಾನಂದ್‌ಜೀ ಮತ್ತು ಪ್ರಾಂಶುಪಾಲ (ಪ್ರಿನ್ಸಿಪಾಲ್) ಸುಶೀಲ್ ರುದ್ರ ಅವರ ತ್ರಿಮೂರ್ತಿಗಳಾಗಿದ್ದರು. ದಕ್ಷಿಣ ಆಫ್ರಿಕದಲ್ಲಿದ್ದಾಗ ಆ್ಯಂಡ್ರೂಸ್ ಅವರ ಬಗ್ಗೆ ಎಷ್ಟು ಮಾತಾಡಿದರೂ ಆಯಾಸಗೊಳ್ಳುತ್ತಿರಲಿಲ್ಲ (ಅಂದರೆ ಅವರಿಗೆ ಸಾಕು ಎನಿಸುತ್ತಿರಲಿಲ್ಲ) ದಕ್ಷಿಣ ಆಫ್ರಿಕದ ಮಧುರ ಸ್ಮೃತಿಗಳಲ್ಲಿ ಮಿ. ಆ್ಯಂಡ್ರೂಸ್ ದಿನವಿಡೀ ಈ ಮಹಾನ್ ತ್ರಿಮೂರ್ತಿಗಳ ಬಗ್ಗೆ ಆಡುತ್ತಿದ್ದ ನುಡಿಗಳು ಅತ್ಯಂತ ಮಧುರವಾಗಿದ್ದವು ಮತ್ತು ಉಲ್ಲಾಸಭರಿತವಾಗಿದ್ದವು. ಮಿ. ಆ್ಯಂಡ್ರೂಸ್ ಸಹಜವಾಗಿ ಸುಶೀಲ್ ರುದ್ರಅವರ ಜತೆಯಲ್ಲಿ ಫೀನಿಕ್ಸ್ ತಂಡದ ಸಂಪರ್ಕಬೆಳೆಯುವಂತೆ ಮಾಡಿದ್ದರು. ಪ್ರಾಂಶುಪಾಲ ರುದ್ರ ಅವರಿಗೆ ಆಶ್ರಮವಿರಲಿಲ್ಲ. ಆದರೆ ಅವರಿಗೊಂದು ಮನೆಯಿತ್ತು. ಅದನ್ನು ಅವರು ಸಂಪೂರ್ಣವಾಗಿ ಫೀನಿಕ್ಸ್ ಕುಟುಂಬದ ವಶಕ್ಕೆ ಬಿಟ್ಟುಕೊಟ್ಟಿದ್ದರು. ತಂಡವು ಆಗಮಿಸಿದ ಒಂದೇ ದಿನದಲ್ಲಿ ಈ ತಂಡದವರು ಸಂಪೂರ್ಣವಾಗಿ ಸ್ವಂತ ಮನೆಯಲ್ಲಿ ಆರಾಮಾಗಿರುವಂತೆ ಅವರ ಜನರು ನೋಡಿಕೊಂಡರು. ಫೀನಿಕ್ಸ್ ಅನ್ನು ಬಿಟ್ಟು ಬಂದ ವ್ಯಥೆ ಅವರಲ್ಲಿ ಹುಟ್ಟಲೇ ಇಲ್ಲ.

ನಾನು ಬಾಂಬೆಯಲ್ಲಿ ಕಾಲಿರಿಸಿದಾಗ ಫೀನಿಕ್ಸ್ ತಂಡವು ಶಾಂತಿನಿಕೇತನಲ್ಲಿರುವ ವಿಚಾರ ತಿಳಿಯಿತು. ಗೋಖಲೆಅವರನ್ನು ಭೇಟಿಮಾಡಿದ ತರುವಾಯ ತಡಮಾಡದೇ ಅವರನ್ನು ಕಾಣುವ ತವಕದಿಂದಿದ್ದೆ.

ಬಾಂಬೆಯಲ್ಲಿ ನನಗೆ ಏರ್ಪಡಿಸಲಾಗಿದ್ದ ಸ್ವಾಗತ ಸಮಾರಂಭದಲ್ಲಿ ಪುಟ್ಟ ಸತ್ಯಾಗ್ರಹ ಎಂದು ಕರೆಯಬಹುದಾದ ಚಳಿವಳಿಯನ್ನು ನಡೆಸಲು ನನಗೊಂದು ಅವಕಾಶ ದೊರೆಯಿತು.

ನನ್ನ ಗೌರವಾರ್ಥ ಜೆಹಾಂಗಿರ್ ಪೆಟಿಟ್‌ಅವರ ವಾಸಸ್ಥಳದಲ್ಲಿ ಸಂತೋಷಕೂಟವನ್ನು ಏರ್ಪಡಿಸಲಾಗಿತ್ತು. ನಾನು ಅಲ್ಲಿ ಗುಜರಾತಿಯಲ್ಲಿ ಮಾತಾಡುವ ಧೈರ್ಯ ತೋರಲಿಲ್ಲ. ಆ ಕಣ್ಣುಚುಚ್ಚುವ ವೈಭವದ ಸೌಧದ ವಾತಾವರಣದಲ್ಲಿ, ಕರಾರುಬದ್ಧ ಶ್ರಮಿಕರ ನಡುವೆ ಅತ್ಯುತ್ತಮ ಜೀವನ ನಡೆಸಿದ್ದ ನಾನು ಅಸಂಸ್ಕೃತ ಒರಟು ಮನುಷ್ಯ ಎಂದು ಸ್ವತಃ ಭಾವಿಸಿದ್ದೆ. ಕಥಿಯಾವಾಡಿ ಜೋಲಂಗಿ, ಮುಂಡಾಸು ಮತ್ತು ಧೋತಿಯನ್ನು ಧರಿಸಿದ್ದ ನಾನು ಏನೋ ಒಂದು ರೀತಿಯಲ್ಲಿ ಇಂದಿಗಿಂತ ಅಂದು ಹೆಚ್ಚು ನಾಗರಿಕನಂತೆ ಕಾಣುತ್ತಿದ್ದೆ. ಮಿ. ಪೆಟಿಟ್‌ನ ಬಂಗಲೆಯ ಡೌಲು ಮತ್ತು ವೈಭವದ ಮಧ್ಯೆ ನಾನು ಸಹಜ ಪರಿಸರ ಬಿಟ್ಟು ಪೂರ್ಣವಾಗಿ ನೆಲೆಯನ್ನು ಕಳೆದುಕೊಂಡವನೆಂದು ಭಾವಿಸುತ್ತಿದ್ದೆ. ಹಾಗಿದ್ದರೂ ಸರ್ ಫಿರೋಜ್ ಷಾಅವರ ಕಾವಲು ರೆಕ್ಕೆಯ ಕೆಳಗೆ ಆಶ್ರಯವನ್ನು ಪಡೆದುಕೊಂಡು ನಾನು ತಕ್ಕಮಟ್ಟಿಗೆ ಚೆನ್ನಾಗಿ ನಡೆದುಕೊಂಡೆ.

ತರುವಾಯ ಗುಜರಾತಿ ಸಭೆಯ ಏರ್ಪಾಡಾಗಿತ್ತು. ಸನ್ಮಾನ ಪಡೆಯದೇ ಗುಜರಾತಿಗಳು ನನಗೆ ಅಲ್ಲಿಂದ ಹೋಗಲು ಬಿಡುತ್ತಿರಲಿಲ್ಲ. ದಿವಂಗತ ಉತ್ತಮ್‌ಲಾಲ್ ತ್ರಿವೇದಿ ಈ

ಸಮಾರಂಭವನ್ನು ಸಂಘಟಿಸಿದ್ದರು. ಮುಂಚಿತವಾಗಿ ನಾನು ಈ ಕಾರ್ಯಕ್ರಮದ ಬಗ್ಗೆ ತಿಳಿದುಕೊಂಡಿದ್ದೆ. ಗುಜರಾತಿಯಾಗಿದ್ದ ಮಿ. ಜಿನ್ನಾ ಸಭೆಯಲ್ಲಿ ಹಾಜರಿದ್ದರು. ಅವರು ಅಧ್ಯಕ್ಷರಾಗಿದ್ದರೆ ಅಥವಾ ಮುಖ್ಯ ಭಾಷಣಕಾರರಾಗಿದ್ದರೆ ಎಂಬುದನ್ನು ಮರೆತುಬಿಟ್ಟಿದ್ದೇನೆ. ಅವರು ಇಂಗ್ಲಿಷ್‌ನಲ್ಲಿ ಪುಟ್ಟದಾಗಿದ್ದರೂ ಅಪ್ಯಾಯಮಾನವಾಗಿದ್ದ ಭಾಷಣ ಮಾಡಿದರು. ನನ್ನಲ್ಲಿ ನೆನಪಿರುವಂತೆ ಇತರ ಭಾಷಣಗಳಲ್ಲಿ ಕೂಡಾ ಬಹುಪಾಲು ಇಂಗ್ಲಿಷ್‌ನಲ್ಲಿದ್ದವು. ತರುವಾಯ ನನ್ನ ಸರದಿ ಬಂದಿತು. ನಾನು ಗುಜರಾತಿಯಲ್ಲಿ ವಂದನೆಗಳನ್ನು ಸಲ್ಲಿಸಿದೆ. ಹಿಂದೂಸ್ಥಾನಿ ಮತ್ತು ಗುಜರಾತಿಯ ಮೇಲೆ ನಾನಿಟ್ಟಿದ್ದ ಪಕ್ಷಪಾತವನ್ನು ವಿವರಿಸಿದೆ. ಗುಜರಾತಿ ಸಭೆಯಲ್ಲಿ ಇಂಗ್ಲಿಷ್‌ನ್ನು ಬಳಸಿದ್ದರ ವಿರುದ್ಧ ನಾನು ನಮ್ರತೆಯಿಂದ ನನ್ನ ವಿರೋಧವನ್ನು ವ್ಯಕ್ತಪಡಿಸಿದೆ. ಸ್ವಲ್ಪಮಟ್ಟಿಗೆ ಹಿಂಜರಿಯುತ್ತ ನಾನು ನನ್ನ ವಿರೋಧವನ್ನು ವ್ಯಕ್ತಪಡಿಸಿದ್ದೆ. ಏಕೆಂದರೆ ಬಹುಕಾಲ ಹೊರದೇಶದಲ್ಲಿದ್ದು ತಾಯ್ನಾಡಿಗೆ ಹಿಂದಿರುಗಿದ ಅನನುಭವಿ ವ್ಯಕ್ತಿಯೊಬ್ಬ ಸಂಪ್ರದಾಯದಂತೆ ಸ್ಥಾಪಿತಗೊಂಡಿರುವ ಅಭ್ಯಾಸಗಳಿಗೆ ವಿರುದ್ಧವಾಗಿ ವಿರೋಧವನ್ನು ವ್ಯಕ್ತಪಡಿಸುವುದು ಅಸಭ್ಯ ನಡೆವಳಿಕೆ ಎಂದು ಪರಿಗಣಿಸಲ್ಪಡಬಹುದು ಎಂದು ಭಯಪಡುತ್ತಿದ್ದೆ. ಆದರೆ ಗುಜರಾತಿಯಲ್ಲಿ ಉತ್ತರಕೊಡಬೇಕೆಂಬ ನನ್ನ ಹಟವನ್ನು ಯಾರೂ ತಪ್ಪು ತಿಳಿದುಕೊಂಡಂತೆ ಕಂಡುಬರಲಿಲ್ಲ. ವಾಸ್ತವವಾಗಿ ಪ್ರತಿಯೊಬ್ಬರೂ ನನ್ನ ವಿರೋಧವನ್ನು ಒಪ್ಪಿಕೊಂಡಂತೆ ಕಾಣುತ್ತಿತ್ತು.

ನನ್ನ ದೇಶಬಾಂಧವರ ಮುಂದೆ ನನ್ನ ಹೊಸ ಬಗೆಯ ಧೋರಣೆಗಳನ್ನು ನಿವೇದಿಸಲು ನನಗೆ ಕಷ್ಟವಾಗದು ಎಂಬ ಭಾವನೆಯನ್ನು ಈ ಸಭೆಯು ಉತ್ತೇಜಿಸಿತು.

ಸ್ವಲ್ಪ ಕಾಲ ಬಾಂಬೆಯಲ್ಲಿ ಉಳಿದುಕೊಂಡ ತರುವಾಯ ಈ ಎಲ್ಲ ಪ್ರಾಸ್ತಾವಿಕ ಅನುಭವಗಳನ್ನು ತುಂಬಿಕೊಂಡು ನಾನು ಪೂನಾಕ್ಕೆ ಹೋದೆ. ಅಲ್ಲಿಗೆ ಬರುವಂತೆ ಗೋಖಲೆ ಅವರು ನನಗೆ ಕರೆಕೊಟ್ಟಿದ್ದರು.

2. ಪೂನಾದಲ್ಲಿ ಗೋಖಲೆ ಅವರ ಜೊತೆಯಲ್ಲಿ

ನಾನು ಬಾಂಬೆಯನ್ನು ಮುಟ್ಟಿದ ಕೂಡಲೆ ಗೋಖಲೆ ಸುದ್ದಿ ಕಳಿಸಿ ಗವರ್ನರ್ ನನ್ನನ್ನು ನೋಡಲು ಬಯಸಿದ್ದಾರೆಂದು ತಿಳಿಸಿದ್ದರು. ನಾನು ಪೂನಾಕ್ಕೆ ಹೊರಡುವ ಮುಂಚೆ ಅವರನ್ನು ಕಾಣುವುದು ಉಚಿತ ಎಂದು ಅವರು ತಿಳಿಸಿದ್ದರು. ಅದರ ಪ್ರಕಾರ ನಾನು ಗವರ್ನರ್ ಅವರನ್ನು (ಹಿಸ್ ಎಕ್ಸಲೆನ್ಸಿ) ಕಾಣಲು ಹೋದೆ. ಔಪಚಾರಿಕವಾಗಿ ಮಾತುಕತೆ ನಡೆದ ತರುವಾಯ ಅವರು ಹೇಳಿದರು:

'ನಾನು ನಿಮ್ಮಲ್ಲಿ ಒಂದು ವಿಷಯವನ್ನು ಪ್ರಸ್ತಾಪಿಸುತ್ತಿದ್ದೇನೆ. ಸರ್ಕಾರಕ್ಕೆ ಸಂಬಂಧಿಸಿರುವ ವಿಷಯಗಳ ಬಗ್ಗೆ ಯಾವುದೇ ಕ್ರಮಗಳನ್ನು ತೆಗೆದುಕೊಳ್ಳಲು ಉದ್ದೇಶಿಸಿದಾಗ ನೀವು ನನ್ನ ಬಳಿಗೆ ಬಂದು ನನ್ನನ್ನು ಕಾಣಬೇಕೆಂದು ಇಷ್ಟಪಡುತ್ತೇನೆ.

ನಾನು ಉತ್ತರಕೊಟ್ಟೆ: 'ನಾನು ತುಂಬಾ ಸುಲಭವಾಗಿ ಈ ಮಾತು ಕೊಡಬಹುದು. ನಾನು ವ್ಯವಹರಿಸಲು ಉದ್ದೇಶಿಸಿರುವ ಪಕ್ಷದ ಅಭಿಪ್ರಾಯವನ್ನು ಅರ್ಥಮಾಡಿಕೊಳ್ಳುವುದು ಸತ್ಯಾಗ್ರಹಿಯಾದ ನನ್ನ ನಿಯಮವೇ ಆಗಿದೆ. ಸಾಧ್ಯವಾದಷ್ಟುಮಟ್ಟಿಗೆ ಆ ಪಕ್ಷದೊಂದಿಗೆ ಹೊಂದಿಕೊಳ್ಳಲು ಪ್ರಯತ್ನಿಸುತ್ತೇನೆ. ನಾನು

ಕಟ್ಟುನಿಟ್ಟಿನಿಂದ ದಕ್ಷಿಣ ಆಫ್ರಿಕದಲ್ಲಿ ಈ ನಿಯಮವನ್ನು ಪಾಲಿಸಿದ್ದೇನೆ ಮತ್ತು ಇಲ್ಲಿಯೂ ಅದನ್ನು ಪಾಲಿಸುವವನಿದ್ದೇನೆ.'

ಲಾರ್ಡ್ ವಿಲಿಂಗ್‌ಡನ್ ನನಗೆ ಕೃತಜ್ಞತೆಯನ್ನು ಸಲ್ಲಿಸಿದ ಮತ್ತು ಹೇಳಿದ:

'ನೀವು ಇಷ್ಟಪಟ್ಟಾಗ ನನ್ನನ್ನು ನೋಡಲು ಬರಬಹುದು ಮತ್ತು ನನ್ನ ಸರ್ಕಾರ ಉದ್ದೇಶಪೂರ್ವಕವಾಗಿ ಯಾವುದೇ ತಪ್ಪನ್ನು ಮಾಡುವುದಿಲ್ಲ ಎಂದು ನಿಮಗೆ ಗೊತ್ತಾಗುವುದು.'

ಅದಕ್ಕೆ ನಾನು ಉತ್ತರಕೊಟ್ಟೆ: 'ನನ್ನಲ್ಲಿ ದೃಢವಾಗಿರುವ ನಂಬಿಕೆ ಅದೇ ಆಗಿದೆ.'

ಇದಾದ ತರುವಾಯ ನಾನು ಪೂನಾಕ್ಕೆ ಹೋದೆ. ಈ ಅಮೂಲ್ಯ ಕಾಲದ ಎಲ್ಲ ಸ್ಮೃತಿಗಳನ್ನು ಬರಹದ ರೂಪಕ್ಕೆ ತರುವುದು ನನಗೆ ಅಸಾಧ್ಯವಾಗಿದೆ. ಗೋಖಲೆ ಮತ್ತು ಸರ್ವೆಂಟ್ಸ್ ಆಫ್ ಇಂಡಿಯಾದ ಸದಸ್ಯರುಗಳು ನನ್ನ ಮೇಲೆ ಪ್ರೀತಿತೋರಿಸಿ ಮಾತೇ ಹೊರಡದಂತೆ ಮಾಡಿದರು. ನನ್ನ ನೆನಪಲ್ಲಿರುವಂತೆ ಗೋಖಲೆ ನನ್ನನ್ನು ಭೇಟಿಮಾಡಲು ಎಲ್ಲರನ್ನೂ ಕರೆಸಿದ್ದರು. ಅವರೊಂದಿಗೆ ನಾನು ಎಲ್ಲ ಬಗೆಯ ವಿಷಯಗಳನ್ನು ಕುರಿತಂತೆ ಮುಚ್ಚುಮರೆಯಿಲ್ಲದೇ ಮಾತಾಡಿದೆ.

ನಾನು ಸೊಸೈಟಿಯನ್ನು ಸೇರಿಕೊಳ್ಳಬೇಕೆಂದು ಗೋಖಲೆ ತವಕಪಡುತ್ತಿದ್ದರು. ನನ್ನದೂ ಅದೇ ಇಚ್ಛೆಯಾಗಿತ್ತು. ಆದರೆ ನನ್ನ ಆದರ್ಶಗಳು ಮತ್ತು ಕೆಲಸ ಮಾಡುವ ವಿಧಾನಗಳು ಮತ್ತು ಅವರ ಆದರ್ಶಗಳು ಮತ್ತು ವಿಧಾನಗಳ ನಡುವೆ ಭಾರಿ ವ್ಯತ್ಯಾಸವಿದೆಯೆಂದು ಸದಸ್ಯರುಗಳು ಭಾವಿಸಿದರು. ಆದ್ದರಿಂದ ನಾನು ಸೊಸೈಟಿಯನ್ನು ಸೇರಿಕೊಳ್ಳುವುದು ಉಚಿತವಾಗದು ಎಂದು ಅವರು ಭಾವಿಸಿದ್ದರು. ನನ್ನ ಸ್ವಂತದ ತತ್ವಗಳ ಬಗ್ಗೆ ನಾನು ಹಠ ಹಿಡಿದರೂ ಅವರ ಅಂದರೆ ಸೊಸೈಟಿಯ ತತ್ವಗಳನ್ನು ಸಹಿಸಿಕೊಳ್ಳಲು ನಾನು ಸರಿಸಮವಾಗಿ ಸಿದ್ಧವಿರುವುದಾಗಿ ಗೋಖಲೆ ನಂಬಿದ್ದರು.

ಅವರು ಹೇಳಿದರು: 'ಆದರೆ ಹೊಂದಿಕೊಳ್ಳಲು ನೀವು ಸಿದ್ಧರಿದ್ದೀರಿ ಎಂಬುದು ಸೊಸೈಟಿಯ ಸದಸ್ಯರುಗಳಿಗೆ ಇನ್ನೂ ಅರ್ಥವಾಗಿಲ್ಲ. ಅವರು ಅವರ ತತ್ವಗಳಿಗೆ ಬಲವಾಗಿ ಅಂಟಿಕೊಂಡಿದ್ದಾರೆ ಮತ್ತು ಸಲ್ಪಮಟ್ಟಿಗೆ ಅವರು ಸ್ವತಂತ್ರರೂ ಆಗಿದ್ದಾರೆ. ಅವರು ನಿಮ್ಮನ್ನು ಒಪ್ಪಿಕೊಳ್ಳುತ್ತಾರೆ ಎಂಬ ಅಪೇಕ್ಷೆ ನನ್ನಲ್ಲಿದೆ. ಅವರು ನಿಮ್ಮನ್ನು ಒಪ್ಪಿಕೊಳ್ಳದಿದ್ದರೂ ಅವರು ನಿಮ್ಮನ್ನು ಗೌರವಿಸುತ್ತಿಲ್ಲ ಅಥವಾ ಪ್ರೀತಿಸುತ್ತಿಲ್ಲ ಎಂದು ಒಂದು ಕ್ಷಣ ಕೂಡಾ ನೀವು ಭಾವಿಸಬಾರದು. ಅವರು ಯಾವುದೇ ಅಪಾಯವನ್ನು ಎದುರಿಸಲು ಹಿಂದೆ ಮುಂದೆ ನೋಡುತ್ತಿದ್ದಾರೆ. ಏಕೆಂದರೆ ನಿಮ್ಮ ಮೇಲಿಟ್ಟಿರುವ ಭಾರಿ ಗೌರವ ವಿಪತ್ತಿಗೊಳಗಾಗಬಾರದೆಂದು ಅವರು ಹಿಂಜರಿಯುತ್ತಿದ್ದಾರೆ. ಆದರೆ ಔಪಚಾರಿಕವಾಗಿ ನೀವು ಸದಸ್ಯರಾಗಬಹುದು ಇಲ್ಲವೇ ಆಗದಿದ್ದರೂ ನಿಮ್ಮನ್ನು ನಮ್ಮ ಒಬ್ಬ ಸದಸ್ಯರೆಂದೇ ಭಾವಿಸುತ್ತೇನೆ.'

ನಾನು ನನ್ನ ಆಶಯಗಳನ್ನು ಗೋಖಲೆಅವರಿಗೆ ತಿಳಿಸಿದೆ. ನಾನು ಸದಸ್ಯನಾಗಿ ಸೇರಿಕೊಳ್ಳಲಿ ಅಥವಾ ಸೇರಿಕೊಳ್ಳದಿರಲಿ, ನನಗೊಂದು ಆಶ್ರಮದ ಅವಶ್ಯಕತೆಯಿದೆಯೆಂದು ತಿಳಿಸಿದೆ. ಅಲ್ಲಿ ನಾನು ಫೀನಿಕ್ಸ್ ಕುಟುಂಬದೊಡನೆ ಜೀವನ ಸಾಗಿಸಲು ಇಚ್ಛಿಸಿರುವುದಾಗಿ ತಿಳಿಸಿದೆ. ನಾನು ಗುಜರಾತಿಯಾಗಿರುವುದರಿಂದ ಗುಜರಾತ್‌ನಲ್ಲಿ ಎಲ್ಲಾದರೊಂದು ಕಡೆ ಇರಲು ಖಾಯಿಷ್

ಪಡುವುದಾಗಿ ತಿಳಿಸಿದೆ. ಗುಜರಾತ್‌ನಲ್ಲಿ ಸೇವೆ ಸಲ್ಲಿಸುವ ಮೂಲಕ ದೇಶದ ಸೇವೆ ಸಲ್ಲಿಸಲು ತಕ್ಕ ಸಾಮರ್ಥ್ಯ ಪಡೆದಿದ್ದೆ ಎಂದು ನಾನು ಭಾವಿಸಿದ್ದೆ. ಅವರು ಹೇಳಿದರು: 'ನೀವು ಖಂಡಿತವಾಗಿಯೂ ಹಾಗೆ ಮಾಡಬೇಕು. ಸದಸ್ಯರುಗಳೊಡನೆ ನೀವು ನಡೆಸಿರುವ ಮಾತುಕತೆಯ ಫಲಿತಾಂಶ ಏನೇ ಆಗಿದ್ದರೂ ಆಶ್ರಮದ ವೆಚ್ಚಗಳ ಬಗ್ಗೆ ನೀವು ನನ್ನ ಕಡೆಗೆ ದೃಷ್ಟಿ ಬೀರಬೇಕು (ಅಂದರೆ ವೆಚ್ಚವನ್ನು ನಾನು ಹೊತ್ತುಕೊಳ್ಳುತ್ತೇನೆ). ಅದನ್ನು ನನ್ನ ಸ್ವಂತ ವೆಚ್ಚವೆಂದು ಭಾವಿಸುತ್ತೇನೆ.'

ನನ್ನ ಹೃದಯದಲ್ಲಿ ಸಂತೋಷ ಉಕ್ಕಿಹರಿಯಿತು. ಹಣವನ್ನು ಕೂಡಿಸುವ ಹೊಣೆ ತಪ್ಪಿದ್ದರಿಂದ ನನಗೆ ಆನಂದವಾಗಿತ್ತು. ಆ ಎಲ್ಲ ಕೆಲಸವನ್ನು ನಾನು ಸ್ವಂತದ ಪರಿಶ್ರಮದಿಂದ ಆರಂಭಿಸಬೇಕಾಗಿಲ್ಲವೆಂದು ಮನವರಿಕೆಮಾಡಿಕೊಂಡೆ. ನಾನು ಕಷ್ಟದಲ್ಲಿದ್ದಾಗ ಭರವಸೆ ಇಡಬಹುದಾದ ಮಾರ್ಗದರ್ಶಕನನ್ನು ಗಣನೆಗೆ ತೆಗೆದುಕೊಳ್ಳಬಹುದು ಎಂದು ನಾನು ಭಾವಿಸಿದೆ. ಇದರಿಂದ ನನ್ನ ಮನಸ್ಸಿನಲ್ಲಿದ್ದ ಭಾರಿ ಭಾರ ಇಳಿದಂತಾಯಿತು.

ಗೋಖಲೆಅವರು ದಿವಂಗತ ಡಾ. ದೇವ್‌ಅವರನ್ನು ಕರೆದು ಸೊಸೈಟಿಯ ಲೆಕ್ಕದ ಪುಸ್ತಕಗಳಲ್ಲಿ ನನಗಾಗಿ ಒಂದು ಖಾತೆಯನ್ನು ತೆರೆಯಲು ತಿಳಿಸಿದರು. ಆಶ್ರಮಕ್ಕೆ ಮತ್ತು ಸಾರ್ವಜನಿಕ ವೆಚ್ಚಗಳಿಗೆ ನನಗೆ ಏನು ಅಗತ್ಯವಾಗಿದೆಯೋ ಅದನ್ನು ಕೊಡಲು ತಿಳಿಸಿದರು.

ಈಗ ನಾನು ಶಾಂತಿನಿಕೇತನಕ್ಕೆ ಹೊರಡಲು ಸಿದ್ಧನಾದೆ. ನಾನು ಹೊರಡುವ ಮುನ್ನಾದಿನ ಗೋಖಲೆಅವರು ಆಯ್ದ ಗೆಳೆಯರನ್ನು ಆಹ್ವಾನಿಸಿ ಔತಣಕೂಟವನ್ನು ಏರ್ಪಡಿಸಿದ್ದರು. ನನಗೆ ಇಷ್ಟವಾಗಿದ್ದ ಉಪಾಹಾರವನ್ನು ಅಂದರೆ ಹಣ್ಣುಗಳು ಮತ್ತು ಕಾಯಿ-ಬೀಜಗಳನ್ನು ತರಿಸಿಕೊಳ್ಳುವುದರ ಬಗ್ಗೆ ಲಕ್ಷವಿಟ್ಟಿದ್ದರು. ಅವರ ಕೊಠಡಿಯಿಂದ ಕೆಲವೇ ಹೆಜ್ಜೆದಾಪುಗಳ (ಪೇಸ್-ಒಂದು ದಾಪೆಂದರೆ ಎರಡು ಹೆಜ್ಜೆಗಳ ನಡುವಣ ಅಂತರ)ದೂರದಲ್ಲಿ ಕೂಟವನ್ನು ಏರ್ಪಡಿಸಲಾಗಿತ್ತು. ಹಾಗಿದ್ದರೂ ಕೂಟದಲ್ಲಿ ಹಾಜರಿರಲು ನಡೆದುಕೊಂಡು ಅಲ್ಲಿಗೆ ಬರುವ ಸ್ಥಿತಿಯಲ್ಲಿ ಅವರಿರಲಿಲ್ಲ. ಆದರೆ ನನ್ನ ಮೇಲೆ ಅವರಿಟ್ಟಿದ್ದ ಪ್ರೀತಿ ಎಲ್ಲಕ್ಕಿಂತ ಮಿಗಿಲಾಗಿತ್ತು. ಬರುತ್ತೇನೆಂದು ಹಟ ಹಿಡಿದರು. ಅವರು ಬಂದರು. ಆದರೆ ತಲೆಸುತ್ತು ಬಂದಿದ್ದರಿಂದ ಎಚ್ಚರತಪ್ಪಿ ಬಿದ್ದರು. ಅವರನ್ನು ಎತ್ತಿಕೊಂಡು ಹೋಗಬೇಕಾಯ್ತು. ಹಾಗೆ ಮೂರ್ಛೆ ಬೀಳುವುದು ಅವರ ಮಟ್ಟಿಗೆ ಹೊಸ ವಿಷಯವಾಗಿರಲಿಲ್ಲ. ಅವರು ಮೂರ್ಛೆಯಿಂದ ಎದ್ದು ಚೇತರಿಸಿಕೊಂಡಾಗ ಔತಣಕೂಟವನ್ನು ಮುಂದುವರೆಸಬೇಕೆಂದು ಹೇಳಿ ಕಳಿಸಿದ್ದರು.

ಸೊಸೈಟಿಯ ಅತಿಥಿ ಗೃಹದ ಎದುರಿದ್ದ ಬಯಲಿನಲ್ಲಿ ಔತಣ ಕೂಟ ನಡೆಯಿತು. ಇದು ವಿದ್ವತ್ ಸಂಸ್ಥೆಯೊಂದು ನಡೆಸುವ ಸಾಮಾಜಿಕ ಗೋಷ್ಠಿಗಿಂತ ಹೆಚ್ಚಿನದೇನೂ ಆಗಿರಲಿಲ್ಲ. ಈ ಕೂಟದಲ್ಲಿ ಗೆಳೆಯರು ಆಪ್ತವಾಗಿ ನೆಲಗಡಲೆ, ಖರ್ಜೂರ ಮತ್ತು ಆ ಋತುವಿನ ತಾಜಾ ಹಣ್ಣುಗಳನ್ನೊಳಗೊಂಡ ಲಘು ಉಪಾಹಾರನನ್ನು ಸೇವಿಸುತ್ತ ಹರಟೆ ಹೊಡೆಯುತ್ತಿದ್ದರು.

ಆದರೆ ತಲೆಸುತ್ತಿ ಮೂರ್ಛೆ ಬೀಳುವುದು ನನ್ನ ಜೀವನದಲ್ಲಿ ಸಾಮಾನ್ಯ ಘಟನೆಯಾಗಿರಲಿಲ್ಲ.

3. ಅದು ಕೇಡಿನ ಸೂಚನೆಯಾಗಿತ್ತೆ?

ನಾನು ಪೂನಾದಿಂದ ರಾಜ್‌ಕೋಟ್‌ಗೆ ಮತ್ತು ಪೋರ್‌ಬಂದರ್‌ಗೆ ಹೋದೆ. ಅಲ್ಲಿ ನಾನು ನನ್ನ ಸಹೋದರನ ವಿಧವಾಪತ್ನಿಯನ್ನು ಮತ್ತು ಇತರ ಬಂಧುಗಳ ಭೇಟಿ ಮಾಡಬೇಕಾಗಿತ್ತು.

ದಕ್ಷಿಣ ಆಫ್ರಿಕದಲ್ಲಿ ಸತ್ಯಾಗ್ರಹ ನಡೆಯುತ್ತಿದ್ದಾಗ ನನ್ನ ಉಡುಪಿನ ಶೈಲಿಯನ್ನು ಬದಲಿಸಿಕೊಂಡಿದ್ದೆ. ಕರಾರುಬದ್ಧ ಶ್ರಮಿಕರ ಉಡುಪಿನೊಂದಿಗೆ ಹೆಚ್ಚಾಗಿ ಹೊಂದಿಕೊಳ್ಳಲು ಹಾಗೆ ಬದಲಿಸಿಕೊಂಡಿದ್ದೆ. ಇಂಗ್ಲೆಂಡ್‌ನಲ್ಲಿ ಕೂಡಾ ಮನೆಯೊಳಗಿರುವಾಗ ಅದೇ ಶೈಲಿಯನ್ನು ಅನುಸರಿಸಿದ್ದೆ. ಬಾಂಬೆಯಲ್ಲಿ ಇಳಿಯುವಾಗ ನಾನು ಕಥಿಯಾವಾಡ್ ಪೋಷಾಕನ್ನು ಅಂದರೆ ಒಂದು ಷರಟು, ಒಂದು ಧೊತಿ, ಒಂದು ಜೋಲಂಗಿ ಮತ್ತು ಬಿಳಿಯ ಉತ್ತರೀಯ (ಸ್ಕಾರ್ಫ್)ವನ್ನು ಧರಿಸಿದ್ದೆ. ಅವನ್ನೆಲ್ಲ ಭಾರತೀಯ ಗಿರಣಿ ಬಟ್ಟೆಯಿಂದ ಸಿದ್ಧಪಡಿಸಲಾಗಿತ್ತು. ಆದರೆ ನಾನು ಬಾಂಬೆಯಿಂದ ಮೂರನೇ ದರ್ಜೆಯಲ್ಲಿ ಪ್ರಯಾಣ ಮಾಡಬೇಕಾಗಿದ್ದರಿಂದ ಉತ್ತರೀಯ ಮತ್ತು ಜೋಲಂಗಿ ಭಾರವಾಗುವವೆಂದು ಭಾವಿಸಿ ಅದನ್ನು ಬಿಚ್ಚಿ ಹಾಕಿದ್ದೆ. ಎಂಟರಿಂದ ಹತ್ತು ಅಣೆ ಬೆಲೆಯುಳ್ಳ ಕಾಶ್ಮೀರಿ ಟೋಪಿಯನ್ನು ಕೊಂಡಿದ್ದೆ. ಈ ಫ್ಯಾಷನ್‌ನಲ್ಲಿ ಉಡುಪು ಧರಿಸಿಕೊಂಡಿದ್ದ ನನ್ನನ್ನು ಬಡಪಾಯಿಯೆಂದು ಭಾವಿಸಿ ಸೈನ್ಯಕ್ಕೆ ಸೇರಿಸಿಕೊಳ್ಳುವುದು ಖಂಡಿತವಾಗಿತ್ತು.

ಆ ಕಾಲದಲ್ಲಿ ಪ್ಲೇಗು ವ್ಯಾಪಕವಾಗಿ ಹರಡಿದ್ದರಿಂದ ಮೂರನೇ ದರ್ಜೆಯ ಪ್ರಯಾಣಿಕರುಗಳನ್ನು ವಿರಂಗಾಮ್ ಅಥವಾ ವಾಧ್ವಾನ್‌ಗಳಲ್ಲಿ ವೈದ್ಯಕೀಯ ಪರೀಕ್ಷೆಗೆ ಒಳಪಡಿಸುತ್ತಿದ್ದರು. ಯಾವ ಊರಲ್ಲಿ ಎಂಬುದನ್ನು ಮರೆತುಬಿಟ್ಟಿದ್ದೇನೆ. ನನಗೆ ಸ್ವಲ್ಪಮಟ್ಟಿಗೆ ಜ್ವರ ಬಂದಿತ್ತು. ಪರೀಕ್ಷಕ (ಇನ್‌ಸ್ಪೆಕ್ಟರ್)ನು ನಾನು ಜ್ವರದಿಂದ ನರಳುತ್ತಿರುವುದನ್ನು ತಿಳಿದು ರಾಜ್‌ಕೋಟ್‌ನಲ್ಲಿ ವೈದ್ಯಾಧಿಕಾರಿಯನ್ನು ಸ್ವತಃ ಕಾಣಬೇಕೆಂದು ತಿಳಿಸಿ ನನ್ನ ಹೆಸರನ್ನು ದಾಖಲಿಸಿಕೊಂಡನು.

ಪ್ರಾಯಶಃ ಯಾರೋ ಒಬ್ಬರು ದರ್ಜಿ (ಟೇಲರ್) ಮೋತಿಲಾಲ್‌ಅವರಿಗೆ ನಾನು ವಾಧ್ವಾನ್ ಮೂಲಕ ಪ್ರಯಾಣ ಮಾಡುತ್ತಿರುವುದಾಗಿ ತಿಳಿಸಿದ್ದರು. ಮೋತಿಲಾಲ್ ಆ ಸ್ಥಳದ ಖ್ಯಾತ ಸಾರ್ವಜನಿಕ ಸೇವಾಕಾರ್ಯಕರ್ತರಾಗಿದ್ದರು. ಅವರು ನನ್ನನ್ನು ಸ್ಟೇಷನ್‌ನಲ್ಲಿ ಭೇಟಿ ಮಾಡಿದರು. ಅವರು ವಿರಂಗಾಮ್‌ನ ಸುಂಕದ ಇಲಾಖೆಯ ವರ್ತನೆಯ ಬಗ್ಗೆ ಮತ್ತು ಅದರ ಕಾರಣದಿಂದಾಗಿ ರೈಲ್ವೆ ಪ್ರಯಾಣಿಕರು ಅನುಭವಿಸುವ ಎಡರುತೊಡರುಗಳ ಬಗ್ಗೆ ನನಗೆ ತಿಳಿಸಿದರು. ಜ್ವರದಿಂದ ಬಳಲುತ್ತಿದ್ದರಿಂದ ನನಗೆ ಹೆಚ್ಚಿಗೆ ಮಾತಾಡುವ ಇಚ್ಛೆಯಿರಲಿಲ್ಲ. ನಾನು ಪ್ರಶ್ನೆಯ ರೂಪದಲ್ಲಿ ಸಂಕ್ಷಿಪ್ತವಾಗಿ ಉತ್ತರಕೊಟ್ಟೆ:

'ನೀವು ಸೆರೆಮನೆಗೆ ಹೋಗಲು ತಯಾರಿರುವಿರಾ?'

ಮಾತಾಡುವ ಮೊದಲು ಏನೂ ಯೋಚಿಸದ ದುಡುಕು ಸ್ವಭಾವದ ಯುವಕರಲ್ಲಿ ಮೋತಿಲಾಲ್ ಕೂಡಾ ಒಬ್ಬರು ಎಂದು ನಾನು ಭಾವಿಸಿದ್ದೆ. ಆದರೆ ಮೋತಿಲಾಲ್ ಹಾಗಿರಲಿಲ್ಲ. ಅವರು ದೃಢವಾಗಿ ಆಲೋಚಿಸಿ ಉತ್ತರಿಸಿದರು:

'ನೀವು ನಮ್ಮ ನಾಯಕರಾಗಿ ಮುನ್ನಡೆಸುವುದಾದರೆ ನಾನು ಖಂಡಿತವಾಗಿಯೂ ಸೆರೆಮನೆಗೆ ಹೋಗುತ್ತೇನೆ. ಕಥಿಯಾವಾಡಿಗಳಾದ ನಮಗೆ ನಿಮ್ಮ ಮೇಲೆ ಮೊದಲ ಹಕ್ಕಿದೆ. ಹಾಗಿದ್ದರೂ ನಾವು ನಿಮ್ಮನ್ನು ಈಗ ಕಟ್ಟಿಹಾಕುವುದಿಲ್ಲ. ಆದರೆ ನೀವು ಹಿಂದಿರುಗಿದಾಗ ಇಲ್ಲಿ ನಿಲ್ಲುವುದಾಗಿ ಮಾತುಕೊಡಬೇಕು. ನೀವು ಇಲ್ಲಿಯ ಯುವಕರ ಚೈತನ್ಯವನ್ನು ಮತ್ತು ಕೆಲಸವನ್ನು ನೋಡಿ ಸಂತೋಷಪಡಬೇಕು. ಕರೆದ ತಕ್ಷಣವೇ ನಿಮ್ಮ ಮುಂದೆ ಹಾಜರಾಗುತ್ತೇವೆ ಎಂದು ನೀವು ನಮ್ಮ ಮೇಲೆ ನಂಬಿಕೆ ಇಡಬಹುದು.'

ಮೋತಿಲಾಲ್ ನನ್ನ ಮನಸ್ಸನ್ನು ಸೆರೆಹಿಡಿದರು. ಅವರ ಮಿತ್ರ ಅವರ ಗುಣಗಾನ ಮಾಡುತ್ತ ಹೀಗೆ ಹೇಳಿದ:

'ನಮ್ಮ ಗೆಳೆಯ ಒಬ್ಬ ದರ್ಜಿ ಮಾತ್ರ. ಆದರೆ ತಮ್ಮ ಕಸುಬಿನಲ್ಲಿ ಅವನು ಎಷ್ಟು ನಿಪುಣನಾಗಿದ್ದಾನೆಂದರೆ ಸುಲಭವಾಗಿ ತಿಂಗಳಿಗೆ 15 ರೂ. ಸಂಪಾದಿಸುತ್ತಾನೆ. ಅವನಿಗೆ ಅಷ್ಟು ಸಾಕಾಗುವುದು - ದಿವಸಕ್ಕೆ ಒಂದು ಗಂಟೆ ಕಾಲ ಕೆಲಸ ಮಾಡಿ ಉಳಿದ ಸಮಯವನ್ನು ಸಾರ್ವಜನಿಕ ಕೆಲಸಕ್ಕೆ ವಿನಿಯೋಗಿಸುತ್ತಾನೆ. ಅವನ್ನು ನಮ್ಮೆಲ್ಲರನ್ನೂ ಮುನ್ನಡೆಸುತ್ತ ನಾವು ಪಡೆದಿರುವ ಶಿಕ್ಷಣವನ್ನು ಕೂಡಾ ನಾಚಿಕೆಗೀಡುಮಾಡುತ್ತಿದ್ದಾನೆ.'

ಮಂದೆ ಮೋತಿಲಾಲ್ ನನ್ನ ಆಪ್ತ ಸಂಪರ್ಕಕ್ಕೆ ಬಂದರು. ಅವನ ಗುಣಗಾನದಲ್ಲಿ ಯಾವುದೇ ಉತ್ಪ್ರೇಕ್ಷೆಯಿಲ್ಲ ಎಂಬುದನ್ನು ಅರಿತುಕೊಂಡೆ. ಆಗ ಹೊಸದಾಗಿ ಪ್ರಾರಂಭವಾಗಿದ್ದ ಆಶ್ರಮದಲ್ಲಿ ತಿಂಗಳಲ್ಲಿ ಕೆಲವು ದಿನಗಳನ್ನು ಕಳೆಯಬೇಕೆಂಬ ನಿಯಮವನ್ನು ಪಾಲಿಸತೊಡಗಿದರು. ಮಕ್ಕಳಿಗೆ ಹೊಲಿಗೆ ಕೆಲಸವನ್ನು ಕಲಿಸುತ್ತಿದ್ದರಲ್ಲದೇ ಆಶ್ರಮಕ್ಕೆ ಸಂಬಂಧಿಸಿದ ಉಡುಪು ಇತ್ಯಾದಿ ಕೆಲವನ್ನು ಹೊಲಿದುಕೊಡುತ್ತಿದ್ದರು. ಪ್ರತಿದಿನವೂ ಅವರು ನನ್ನೊಂದಿಗೆ ವಿರಂಗಾಮ್ ಬಗ್ಗೆ ಮಾತಾಡುತ್ತಿದ್ದರು. ಪ್ರಯಾಣಿಕರು ಅನುಭವಿಸುತ್ತಿದ್ದ ಬವಣೆಯ ಬಗ್ಗೆ ಹೇಳುತ್ತಿದ್ದರು. ಅವರಿಗೆ ಅದನ್ನು ಖಂಡಿತವಾಗಿಯೂ ಸಹಿಸಿಕೊಳ್ಳಲು ಸಾಧ್ಯವಾಗಿರಲಿಲ್ಲ. ಯೌವನ ಪರಾಕಾಷ್ಠೆಯನ್ನು ಮುಟ್ಟಿದ್ದ ಘಟ್ಟದಲ್ಲಿಯೇ ಅವರು ಹಠಾತ್ ಕಾಯಿಲೆಗೆ ತುತ್ತಾದ್ದರಿಂದ ಅವರ ಜೀವ ಹಠಾತ್ತಾಗಿ ಮುಗಿದುಹೋಯ್ತು.

ಅವರಿಲ್ಲದಿದ್ದುದರಿಂದ ವಾಧ್ವಾನ್‌ನಲ್ಲಿನ ಸಾರ್ವಜನಿಕ ಕೆಲಸಕ್ಕೆ ಬಾಧೆ ಉಂಟಾಯಿತು.

ರಾಜ್‌ಕೋಟ್‌ಅನ್ನು ಮುಟ್ಟುತ್ತಿದ್ದಂತೆಯೇ ಮರುದಿನ ಬೆಳಗ್ಗೆ ವೈದ್ಯಾಧಿಕಾರಿಯನ್ನು ಕಂಡೆ. ನಾನು ಅಲ್ಲಿಗೆ ಅಪರಿಚಿತನೇನೂ ಆಗಿರಲಿಲ್ಲ. ವೈದ್ಯರಿಗೆ ನಾಚಿಕೆಯಾಯ್ತು. ಅವರಿಗೆ ಇನ್‌ಸ್ಪೆಕ್ಟರ್‌ಮೇಲೆ ಕೋಪಬಂತು. ಕೋಪಮಾಡಿಕೊಳ್ಳಬೇಕಾಗಿರಲಿಲ್ಲ. ಏಕೆಂದರೆ ಇನ್‌ಸ್ಪೆಕ್ಟರ್ ಕೇವಲ ಅವನ ಕರ್ತವ್ಯವನ್ನು ನಿರ್ವಹಿಸಿದ್ದ. ಅವನಿಗೆ ನಾನಾರು ಎಂದು ಗೊತ್ತಿರಲಿಲ್ಲ. ನನ್ನ ಪರಿಚಯವಿದ್ದಿದ್ದರೂ ಅವನು ಬೇರೆ ರೀತಿಯಲ್ಲಿ ನಡೆದುಕೊಳ್ಳಲಾಗುತ್ತಿರಲಿಲ್ಲ ವೈದ್ಯಾಧಿಕಾರಿಯು ನನ್ನನ್ನು ಮತ್ತೆ ಅವನ ಬಳಿಗೆ ಹೋಗಲು ಬಿಡಲಿಲ್ಲ. ಪ್ರತಿಯಾಗಿ ಇನ್‌ಸ್ಪೆಕ್ಟರ್‌ನನ್ನು ನನ್ನ ಬಳಿಗೆ ಕಳಿಸುವುದಾಗಿ ಅಗ್ರಹಮಾಡಿದರು.

ನೈರ್ಮಲ್ಯದ ಹಿತದೃಷ್ಟಿಯಿಂದ ಅಂತಹ ಸಂದರ್ಭಗಳಲ್ಲಿ ಮೂರನೇ ದರ್ಜೆಯ ಪ್ರಯಾಣಿಕರುಗಳ ತಪಾಸಣೆ ನಡೆಸುವುದು ಅವಶ್ಯಕವಾಗಿದೆ. ದೊಡ್ಡ ಮನುಷ್ಯರು, ಅವರ ಸ್ಥಾನಮಾನ ಏನೇ ಇರಲಿ, ಮೂರನೇ ದರ್ಜೆಯಲ್ಲಿ ಪ್ರಯಾಣ ಮಾಡಿ ಸ್ವತಃ ಬಡಪರಿಗೆ ಅನ್ವಯವಾಗುವಂತಹ ಎಲ್ಲ ನಿಯಮಗಳಿಗೆ ಒಳಗಾಗಬೇಕು. ಅಧಿಕಾರಿಗಳು ನಿಷ್ಪಕ್ಷಪಾತವಾಗಿ ನಡೆದುಕೊಳ್ಳಬೇಕು. ಅಧಿಕಾರಿಗಳು ಮೂರನೇ ದರ್ಜೆಯ ಪ್ರಯಾಣಿಕರುಗಳನ್ನು ತಮ್ಮ ಸಹಜೀವಿಗಳು (ಮನುಷ್ಯರು) ಎಂದು ಪರಿಗಣಿಸದೇ ಅವರೆಲ್ಲರೂ ಕುರಿಗಳು ಎಂದೇ ಭಾವಿಸುತ್ತಾರೆ ಎಂದು ನಾನು ನನ್ನ ಅನುಭವದಿಂದ ಕಂಡುಕೊಂಡಿದ್ದೇನೆ. ಅವರು ಈ ಪ್ರಯಾಣಿಕರುಗಳೊಂದಿಗೆ ದುರಹಂಕಾರದಿಂದ ಮಾತಾಡುತ್ತಾರೆ ಮತ್ತು ಪ್ರತಿಯಾಗಿ ಪ್ರಯಾಣಿಕರು ಪ್ರಯಾಣಿಕರಾಗಿ ವಾದಮಾಡಿದರೆ ಅದನ್ನಾಗಲಿ ಇಲ್ಲವೇ ಉತ್ತರವನ್ನಾಗಲೀ ಸಹಿಸಿಕೊಳ್ಳುವುದಿಲ್ಲ. ಮೂರನೇ ದರ್ಜೆಯ ಪ್ರಯಾಣಿಕನು ಅಧಿಕಾರಿಯ ಸೇವಕನೋ ಎಂಬಂತೆ ಅವನಿಗೆ ವಿಧೇಯನಾಗಿರಬೇಕು. ಅಧಿಕಾರಿಯು ನಿರ್ಭೀತಿಯಿಂದ ಬಯ್ಯಬಹುದು, ಚಚ್ಚಬಹುದು ಮತ್ತು ಬೆದರಿಕೆ ಹಾಕಿ ಲಂಚ ವಸೂಲ್ಮಾಡಬಹುದು. ತನಗೆ ಸಾಧ್ಯವಾದಷ್ಟರಮಟ್ಟಿಗೆ ತುಂಬಾ ಕಿರುಕುಳಕೊಟ್ಟು ಪ್ರಯಾಣಿಕನನ್ನು ಪೇಚಿನಲ್ಲಿ ಸಿಕ್ಕಿಸಬಹುದು. ಕೆಲವು ಬಾರಿ ಪ್ರಯಾಣಿಕನು ತಾನು ಪ್ರಯಾಣಮಾಡಬೇಕಾಗಿದ್ದ ರೈಲನ್ನು ಅಧಿಕಾರಿಯ ಕಿರುಕುಳದಿಂದಾಗಿ ತಪ್ಪಿಸಿಕೊಳ್ಳಬಹುದು. ನಾನು ಇವನ್ನೆಲ್ಲ ನನ್ನ ಕಣ್ಣುಗಳಿಂದಲೇ ನೋಡಿದ್ದೇನೆ. ಕೆಲವು ಸುಶಿಕ್ಷಿತರು ಮತ್ತು ಶ್ರೀಮಂತರು ಸ್ವಂತ ಇಚ್ಛೆಯಿಂದ

ಬಡ ಜನರ ಸ್ಥಾನಮಾನವನ್ನು ಒಪ್ಪಿಕೊಳ್ಳದ ಹೊರತು ಮೂರನೇ ದರ್ಜೆಯಲ್ಲಿ ಪ್ರಯಾಣಮಾಡದ ಹೊರತು ಸುಧಾರಣೆ ಸಾಧ್ಯವಾಗದು. ಬಡಜನರಿಗೆ ನಿರಾಕರಿಸಲಾಗಿರುವ ಸೌಲಭ್ಯಗಳನ್ನು ಅನುಭವಿಸಲು ಶ್ರೀಮಂತರು ತಿರಸ್ಕರಿಸಬೇಕು. ಪ್ರತಿಯಾಗಿ ತಪ್ಪಿಸಬಹುದಾದಂತಹ ಸಂಕಷ್ಟಗಳನ್ನು, ಅವಿನಯ ನಡವಳಿಕೆಯನ್ನು ಮತ್ತು ಅನ್ಯಾಯಯವನ್ನು ಶ್ರೀಮಂತರು ಮತ್ತು ಸುಶಿಕ್ಷಿತರು ಸಹಜವೆಂದು ಒಪ್ಪಿಕೊಳ್ಳದೇ ಅವುಗಳನ್ನು ತೊಡೆದುಹಾಕಲು ಪ್ರಯತ್ನಿಸಬೇಕು. ಆಗ ಮಾತ್ರ ಸುಧಾರಣೆಯಾಗುವುದು.

ನಾನು ಕಥಿಯಾವಾಡ್‌ಗೆ ಹೋದಾಗಲೆಲ್ಲ ವಿರಂಗಾಮ್‌ನ ಸುಂಕದ ಕಟ್ಟೆಯ ಸಂಕಷ್ಟಗಳ ಬಗ್ಗೆ ದೂರುಗಳನ್ನು ಕೇಳಿಸಿಕೊಳ್ಳುತ್ತಿದ್ದೆ. ಆದ್ದರಿಂದ ನಾನು ತಕ್ಷಣವೇ ಲಾರ್ಡ್ ವಿಲಿಂಗ್‌ಡನ್ ನನಗೆ ನೀಡಿದ್ದ ಆಶ್ವಾಸನೆಯನ್ನು ಬಳಸಿಕೊಳ್ಳಲು ನಿರ್ಧರಿಸಿದೆ. ಈ ವಿಷಯದ ಮೇಲೆ ಲಭ್ಯವಿದ್ದ ಎಲ್ಲ ಕಾಗದಪತ್ರಗಳನ್ನು ಸಂಗ್ರಹಿಸಿಕೊಂಡು ಅವನ್ನೆಲ್ಲ ಓದಿದೆ. ದೂರುಗಳು ಆಧಾರಸಹಿತವಾಗಿವೆ ಎಂದು ನಾನು ಸ್ವತಃ ಮನವರಿಕೆಮಾಡಿಕೊಂಡೆ. ನಾನು ಲಾರ್ಡ್ ವಿಲಿಂಗ್‌ಡನ್ ಅವರ ಖಾಸಗಿ ಕಾರ್ಯದರ್ಶಿಯನ್ನು ಭೇಟಿಮಾಡಿದೆ ಮತ್ತು ಗವರ್ನರ್‌ಅವರನ್ನು ಕೂಡಾ ಭೇಟಿಮಾಡಿದೆ. ಗವರ್ನರ್ ತಮ್ಮ ಸಹಾನುಭೂತಿಯನ್ನು ವ್ಯಕ್ತಪಡಿಸಿದರು ಆದರೆ ಈ ತಪ್ಪನ್ನು ದೆಹಲಿಯ ಮೇಲೆ ಹೊರಿಸಿದರು. 'ನಮ್ಮ ಕೈಯಲ್ಲಿ ಇದು ಇದ್ದಿದ್ದರೆ ನಾವು ತುಂಬಾ ಹಿಂದೆಯೇ ಕಾವಲುಬೇಲಿ (ಸುಂಕದ ಕಟ್ಟೆ)ಯನ್ನು ತೆಗೆದುಹಾಕುತ್ತಿದ್ದೆವು. ನೀವು ಭಾರತ ಸರ್ಕಾರದ ಬಳಿಗೆ ಹೋಗಬೇಕು' ಎಂದು ಕಾರ್ಯದರ್ಶಿಯು ಹೇಳಿದನು.

ನಾನು ಭಾರತ ಸರ್ಕಾರಕ್ಕೆ ಬರೆದೆ. ಆದರೆ ನನ್ನ ಪತ್ರ ತಲ್ಪಿದ್ದರೆ ಬಗ್ಗೆ ಅವರಿಂದ ಒಂದು ಪತ್ರ ಬಂದಿತು. ಆದರೆ ಅದನ್ನೂ ಮೀರಿ ಯಾವ ಉತ್ತರವೂ ಬರಲಿಲ್ಲ. ಮುಂದೆ ನನಗೆ ಲಾರ್ಡ್ ಚೆಲ್ಮ್ಸ್‌ಫರ್ಡ್‌ಅವರನ್ನು ಭೇಟಿಮಾಡುವ ಸಂದರ್ಭ ಒದಗಿದಾಗ ಮಾತ್ರ ಈ ಅನ್ಯಾಯಕ್ಕೆ ಪರಿಹಾರ ಪಡೆದುಕೊಳ್ಳಲು ಸಾಧ್ಯವಾಯ್ತು. ನಾನು ಅವರ ಮುಂದೆ ವಾಸ್ತವಾಂಶಗಳನ್ನು ಇಟ್ಟಾಗ ಅವರು ವಿಸ್ಮಯಗೊಂಡರು. ಅವರಿಗೆ ಈ ವಿಷಯದ ಬಗ್ಗೆ ಏನೂ ಗೊತ್ತಿರಲಿಲ್ಲ. ಅವರು ನಾನು ಹೇಳುವುದನ್ನು ಸಮಾಧಾನದಿಂದ ಕೇಳಿಸಿಕೊಂಡರು ಮತ್ತು ತಕ್ಷಣವೇ ದೂರವಾಣಿಯ (ಟೆರಿಫೋನ್) ಮೂಲಕ ಮಾತಾಡಿ ವಿರಂಗಾಮ್ ಕುರಿತ ದಾಖಲೆಪತ್ರಗಳನ್ನು ಕಳಿಸುವಂತೆ ತಿಳಿಸಿದರು. ಅಧಿಕಾರಿಗಳ ಬಳಿ ಯಾವುದೇ ವಿವರಣೆಯಿಲ್ಲದಿದ್ದರೆ ಮತ್ತು ಅದರ ಪರವಾಗಿ ವಾದ ಮಂಡಿಸಲು ಅವರಿಗೆ ಸಾಧ್ಯವಾಗದಿದ್ದರೆ ಆ ಕಾವಲುಬೇಲಿಯನ್ನು ತೆಗೆದುಹಾಕುವುದಾಗಿ ಮಾತು ಕೊಟ್ಟರು. ಈ ಸಂದರ್ಶನ ಮುಗಿದ ಕೆಲವು ದಿನಗಳ ತರುವಾಯ ವಿರಂಗಾಮ್‌ನ ಸುಂಕದಕಟ್ಟೆಯನ್ನು ತೆಗೆದುಹಾಕಿದ ಸುದ್ದಿಯನ್ನು ವರ್ತಮಾನಪತ್ರಿಕೆಗಳಲ್ಲಿ ಓದಿದೆ.

ನಾನು ಈ ಪ್ರಸಂಗವನ್ನು ಭಾರತದಲ್ಲಿನ ಸತ್ಯಾಗ್ರಹದ ಉದಯ ಎಂದು ಪರಿಗಣಿಸಿದ್ದೇನೆ. ಏಕೆಂದರೆ ಬಾಂಬೆ ಸರ್ಕಾರದೊಡನೆ ನಾನು ನಡೆಸಿದ್ದ ಸಂದರ್ಶನ ಕಾಲದಲ್ಲಿ ಕಾರ್ಯದರ್ಶಿಯು ನನ್ನ ಭಾಷಣವೊಂದರಲ್ಲಿ ಸತ್ಯಾಗ್ರಹ ಕುರಿತಂತೆ ಇದ್ದ ಉಲ್ಲೇಖದ ಬಗ್ಗೆ ಅವನ ಅಸಮ್ಮತಿಯನ್ನು ವ್ಯಕ್ತಪಡಿಸಿದ್ದ. ನಾನು ಆ ಭಾಷಣವನ್ನು ಬಗಸರ (ಕಥಿಯಾವಾಡ್)ದಲ್ಲಿ ಮಾಡಿದ್ದೆ 'ಇದೊಂದು

ಕೇಡಿನ ಸೂಚನೆಯಲ್ಲವೆ?' ಎಂದು ಅವನು ಪ್ರಶ್ನಿಸಿದ್ದ. 'ಬಲಿಷ್ಠ ಸರ್ಕಾರವೊಂದು ಇಂತಹ ಬೆದರಿಕೆಗಳಿಗೆ ಶರಣಾಗುವುದು ಎಂದು ನೀವು ಭಾವಿಸಿರುವಿರಾ?'

'ಇದು ಕೇಡಿನ ಸೂಚನೆಯಲ್ಲ' ಎಂದು ನಾನು ಉತ್ತರಕೊಟ್ಟೆ. 'ಇದು ಜನರಿಗೆ ಶಿಕ್ಷಣ ನೀಡುವಂತಹದಾಗಿದೆ. ಕುಂದುಕೊರತೆಗಳನ್ನು ನಿವಾರಿಸಿಕೊಳ್ಳಲು ಇರುವ ಎಲ್ಲ ನ್ಯಾಯಸಮ್ಮತ ಪರಿಹಾರಗಳನ್ನು ಜನರ ಮುಂದಿಡುವುದು ನನ್ನ ಕರ್ತವ್ಯವಾಗಿದೆ. ತನ್ನದೇ ಆದ ರೀತಿಯಲ್ಲಿ ರೂಪುಗೊಳ್ಳಲು ಬಯಸುವ ರಾಷ್ಟ್ರವೊಂದು ಸ್ವಾತಂತ್ರ್ಯಗಳಿಸಲು ತಕ್ಕ ಮಾರ್ಗಗಳನ್ನು ಮತ್ತು ವಿಧಾನಗಳನ್ನು ತಿಳಿದುಕೊಳ್ಳಬೇಕಾಗುತ್ತದೆ. ಸಹಜವಾಗಿ ಕಡೆಯ ಪರಿಹಾರವಾಗಿ ಹಿಂಸೆಯನ್ನು ಅದು ಒಳಗೊಂಡಿರುತ್ತದೆ. ಇದಕ್ಕೆ ಭಿನ್ನವಾಗಿ ಹೇಳುವುದಾದರೆ ಸತ್ಯಾಗ್ರಹವು ಸಂಪೂರ್ಣವಾಗಿ ಅಹಿಂಸೆಯ ಅಸ್ತ್ರವಾಗಿರುತ್ತದೆ. ಅದರ ಅನುಷ್ಠಾನ ಮತ್ತು ಮಿತಿಗಳನ್ನು ವಿವರಿಸುವುದು ನನ್ನ ಕರ್ತವ್ಯ ಎಂದು ನಾನು ಭಾವಿಸಿದ್ದೇನೆ. ಬ್ರಿಟಿಷ್ ಸರ್ಕಾರ ಬಲಿಷ್ಠ ಸರ್ಕಾರ ಎಂಬುದರಲ್ಲಿ ನನಗೆ ಸಂಶಯವಿಲ್ಲ. ಆದರೆ ಸತ್ಯಾಗ್ರಹ ಎನ್ನುವುದು ಉತ್ತಮೊತ್ತಮ ಪರಿಹಾರೋಪಾಯ ಎಂಬುದರಲ್ಲಿ ಕೂಡಾ ನನಗೆ ಸಂಶಯವಿಲ್ಲ.'

ಜಾಣರಾಗಿದ್ದ ಕಾರ್ಯದರ್ಶಿಯು ಸಂಶಯದ ದೃಷ್ಟಿ ಬೀರಿ ತಲೆಯಲ್ಲಾಡಿಸಿದ ಮತ್ತು ಹೇಳಿದ: 'ನೋಡೋಣ.'

4. ಶಾಂತಿನಿಕೇತನ

ರಾಜ್‌ಕೋಟ್‌ನಿಂದ ನಾನು ಶಾಂತಿನಿಕೇತನಕ್ಕೆ ಹೊರಟೆ. ಅಲ್ಲಿ ಶಿಕ್ಷಕರು ಮತ್ತು ವಿದ್ಯಾರ್ಥಿಗಳು ಪ್ರೀತಿಯಿಂದ ನನ್ನನ್ನು ಆನಂದಸಾಗರದಲ್ಲಿ ತೇಲಾಡಿಸಿದರು. ಸ್ವಾಗತ ಸಮಾರಂಭವು ಸರಳತೆ, ಕಲೆ ಮತ್ತು ಪ್ರೀತಿಯಿಂದ ಕೂಡಿದ್ದ ಸುಂದರ ಮಿಲನವೇ ಆಗಿತ್ತು. ಇಲ್ಲಿ ನಾನು ಕಾಕಾಸಾಹೇಬ್ ಕಾಲೇಲ್ಕರ್ ಅವರನ್ನು ಮೊದಲಬಾರಿಗೆ ಭೇಟಿಮಾಡಿದೆ.

ಕಾಲೇಲ್ಕರ್ ಅವರನ್ನು 'ಕಾಕಾಸಾಹೇಬ್' ಎಂದು ಏಕೆ ಕರೆಯುತ್ತಾರೆ ಎಂದು ನನಗೆ ಗೊತ್ತಿರಲಿಲ್ಲ. ಮುಂದೆ ನಾನು ಸಾರ್ಜೆಂಟ್ ಕೇಶವ್‌ರಾವ್ ದೇಶ್‌ಪಾಂಡೆ ಅವರಿಂದ ಈ ವಿಚಾರವನ್ನು ತಿಳಿದುಕೊಂಡೆ. ದೇಶ್‌ಪಾಂಡೆ ಇಂಗ್ಲೆಂಡ್‌ನಲ್ಲಿ ನನ್ನ ಆಪ್ತ ಮಿತ್ರರಾಗಿದ್ದರು ಮತ್ತು ನನ್ನ ಸಮವಯಸ್ಕರೂ ಆಗಿದ್ದರು. ಅವರು ಬರೋಡಾ ರಾಜ್ಯದಲ್ಲಿ ಒಂದು ಶಾಲೆಯನ್ನು ನಡೆಸುತ್ತಿದ್ದರು. ಅದರ ಹೆಸರು 'ಗಂಗಾನಾಥ್ ವಿದ್ಯಾಲಯ.' ಈ ವಿದ್ಯಾಲಯದಲ್ಲಿ ಕುಟುಂಬದ ವಾತಾವರಣವನ್ನು ಪ್ರತಿಷ್ಠಾಪಿಸುವ ಉದ್ದೇಶದಿಂದ ಶಿಕ್ಷಕರುಗಳಿಗೆ ಕುಟುಂಬದ ಬಾಂಧವ್ಯವುಳ್ಳ ಹೆಸರುಗಳನ್ನು ಕೊಡಲಾಗಿತ್ತು. ಸಾರ್ಜೆಂಟ್ ಕಾಲೇಲ್ಕರ್ ಅಲ್ಲಿ

ಶಿಕ್ಷಕರಾಗಿದ್ದರು. ಅವರನ್ನು 'ಕಾಕಾ (ಚಿಕ್ಕಪ್ಪ) ಎಂದು ಕರೆಯಲಾಗುತ್ತಿತ್ತು. ಫಡ್ಕೆ ಅವರನ್ನು ಮಾಮಾ (ಸೋದರಮಾವ) ಎಂದೂ ಕರೆಯಲಾಗುತ್ತಿತ್ತು. ಹರಿಹರ ಶರ್ಮಾಅವರಿಗೆ 'ಅಣ್ಣ (ಸಹೋದರ) ಎಂಬ ಹೆಸರು ಬಂದಿತ್ತು. ಇತರರಿಗೆ ಇದೇ ಬಗೆಯ ಹೆಸರುಗಳಿದ್ದವು. ಆನಂದಾನಂದ್ (ಸ್ವಾಮಿ) ಕಾಕಾಅವರ ಗೆಳೆಯರಾಗಿ, ಮತ್ತು ಪಟವರ್ಧನ್(ಅಪ್ಪ) ಮಾಮಾನ ಗೆಳೆಯರಾಗಿ ಕುಟುಂಬವನ್ನು ಸೇರಿಕೊಂಡರು. ಕಾಲಕ್ರಮದಲ್ಲಿ ಎಲ್ಲರೂ ಒಬ್ಬರಾದ ಮೇಲೆ ಒಬ್ಬರಂತೆ ನನ್ನ ಸಹಕಾರ್ಯಕರ್ತರುಗಳಾದರು. ಸಾರ್ಜೆಂಟ್ ದೇಶ್‌ಪಾಂಡೆಅವರನ್ನು' 'ಸಾಹೆಬ್' ಎಂದು ಕರೆಯಲಾಗುತ್ತಿತ್ತು. ವಿದ್ಯಾಲಯವನ್ನು ವಿಸರ್ಜಿಸಿದಾಗ ಈ ಕುಟುಂಬ ಕೂಡಾ ಒಡೆದುಹೋಯ್ತು. ಆದರೆ ಅವರು ತಮ್ಮ ಆಧ್ಯಾತ್ಮಿಕ ಸಂಬಂಧವನ್ನಾಗಲಿ ಇಲ್ಲವೇ ತಾತ್ಕಾಲಿಕವಾಗಿ ಅಂಗೀಕರಿಸಿದ್ದ ಹೆಸರುಗಳನ್ನಾಗಲಿ ಬಿಟ್ಟು ಕೊಡಲಿಲ್ಲ.

ಕಾಕಾಸಾಹೇಬ್ ಬೇರೆಬೇರೆ ಸಂಸ್ಥೆಗಳಲ್ಲಿ ಅನುಭವವನ್ನು ಗಳಿಸಿಕೊಳ್ಳಲು ಹೊರಟಿದ್ದರು. ನಾನು ಶಾಂತಿನಿಕೇತನಕ್ಕೆ ಹೋಗಿದ್ದ ಕಾಲದಲ್ಲಿ ಅವರು ಅಲ್ಲಿದ್ದರು. ಅದೇ ಸೋದರ ಕೂಟಕ್ಕೆ ಸೇರಿದ್ದ ಚಿಂತಾಮಣಿ ಶಾಸ್ತ್ರಿ ಕೂಡಾ ಅಲ್ಲಿದ್ದರು. ಅವರಿಬ್ಬರೂ ಸಂಸ್ಕೃತ ಬೋಧನೆಯಲ್ಲಿ ಸಹಾಯ ನೀಡುತ್ತಿದ್ದರು.

ಫೀನಿಕ್ಸ್ ಕುಟುಂಬಕ್ಕೆ ಶಾಂತಿನಿಕೇತನದಲ್ಲಿ ಪ್ರತ್ಯೇಕ ಬಿಡಾರಗಳನ್ನು ಒದಗಿಸಲಾಗಿತ್ತು. ಮಗನ್‌ಲಾಲ್ ಗಾಂಧಿ ಅವರ ಮುಖ್ಯಸ್ಥನಾಗಿದ್ದ. ಫೀನಿಕ್ಸ್ ಆಶ್ರಮದಲ್ಲಿದ್ದ ಎಲ್ಲ ನಿಯಮಗಳನ್ನು ಅತಿಜಾಗರೂಕತೆಯಿಂದ ಆಚರಿಸಬೇಕು ಎಂಬುದರ ಬಗ್ಗೆ ಅವನು ನಿಗಾ ಇಟ್ಟಿದ್ದ. ಪ್ರೀತಿ, ತಿಳಿವಳಿಕೆ ಮತ್ತು ತಾಳ್ಮೆಯಿಂದ ಕೂಡಿದ್ದ ಅವನ ವ್ಯಕ್ತಿತ್ವದ ಪರಿಮಳವನ್ನು ಇಡೀ ಶಾಂತಿನಿಕೇತನ ಅನುಭವಿಸುತ್ತಿತ್ತು.

ಅಲ್ಲಿ ಆ್ಯಂಡ್ರೂಸ್ ಇದ್ದರು ಮತ್ತು ಪಿಯರ್‌ಸನ್ ಕೂಡಾ ಇದ್ದರು. ನಮ್ಮ ಜತೆಯಲ್ಲಿ ತುಂಬಾ ಆಪ್ತ ಸಂಪರ್ಕ ಪಡೆದಿದ್ದ ಬೆಂಗಾಳಿ ಶಿಕ್ಷಕರಲ್ಲಿ ಜಗದಾನಂದಬಾಬು, ನೇಪಾಲ್‌ಬಾಬು, ಸಂತೋಷ್‌ಬಾಬು, ಕ್ಷಿತಿಮೋಹನ್‌ಬಾಬು, ನಾಗೇನ್‌ಬಾಬು, ಶರದ್‌ಬಾಬು ಮತ್ತು ಕಾಳೀಬಾಬು ಇದ್ದರು.

ನನ್ನ ಮಾಮೂಲಿ ಸ್ವಭಾವದಂತೆ ಬಹುಬೇಗನೆ ನಾನು ಶಿಕ್ಷಕರು ಮತ್ತು ವಿದ್ಯಾರ್ಥಿಗಳ ನಡುವೆ ಸಲೀಸಾಗಿ ಬೆರೆತುಹೋದೆ. ಸ್ವಯಂಸಹಾಯ (ಸ್ವಾವಲಂಬನೆ)ದ ಬಗ್ಗೆ ಅವರನ್ನು ಚರ್ಚೆಯಲ್ಲಿ ತೊಡಗಿಸಿದೆ. ಶಿಕ್ಷಕರು ಮತ್ತು ಹುಡುಗರು ವೇತನಪಡೆಯುವ ಅಡಿಗೆಯವರನ್ನು ಕೆಲಸದಿಂದ ಬಿಡಿಸಿ ಅವರ ಆಹಾರವನ್ನು ಅವರೇ ಸ್ವತಃ ಅಡಿಗೆಮಾಡಿ ಸಿದ್ಧಪಡಿಸಿಕೊಳ್ಳಬಹುದೆಂದು ನಾನು ಶಿಕ್ಷಕರಲ್ಲಿ ತಿಳಿಸಿದೆ. ಇದರಿಂದ ಶಿಕ್ಷಕರಿಗೆ ಅಡಿಗೆಮನೆಯನ್ನು ಬಾಲಕರ ದೈಹಿಕ ಮತ್ತು ನೈತಿಕ ದೃಷ್ಟಿಯನ್ನಿಟ್ಟುಕೊಂಡು ನಿಯಂತ್ರಿಸಲು ಸಾಧ್ಯವಾಗುವುದೆಂದು ತಿಳಿಸಿದೆ. ಇದರಿಂದ ವಿದ್ಯಾರ್ಥಿಗಳಿಗೆ ಸ್ವಾವಲಂಬನೆಯ ಗುರಿಯನ್ನಿಟ್ಟುಕೊಂಡಿರುವ ಪಾಠವನ್ನು ಕಲಿಸಿದಂತಾಗುವುದೆಂದು ತಿಳಿಸಿದೆ. ಶಿಕ್ಷಕರಲ್ಲಿ ಒಬ್ಬರೋ ಇಬ್ಬರೋ ತಮ್ಮ ತಲೆಗಳನ್ನು ಆಡಿಸಿದರು. ಅವರಲ್ಲಿ ಕೆಲವರು ಗಟ್ಟಿಯಾಗಿ ನನ್ನ ಪ್ರಸ್ತಾಪವನ್ನು ಅನುಮೋದಿಸಿದರು. ಹುಡುಗರು ಸ್ವಾಗತಿಸಿದರು. ಏಕೆಂದರೆ ಅವರಲ್ಲಿ ಸ್ವಾಭಾವಿಕವಾಗಿ ನಾವಿನ್ಯದ ಬಗ್ಗೆ ಅಭಿರುಚಿ ಇರುವುದರಿಂದ ನನ್ನ ಪ್ರಸ್ತಾಪವನ್ನು

ಸ್ವಾಗತಿಸಿದ್ದರು. ಅಂದರೆ ಅವರು ಹೊಸದನ್ನು ಸದಾ ಸ್ವಾಗತಿಸುತ್ತಾರೆ. ಆದ್ದರಿಂದ ನಾವು ಈ ಪ್ರಯೋಗವನ್ನು ಪ್ರಾರಂಭಿಸಿದೆವು. ನಾನು ಕವಿಗೆ ಅವರ ಅಭಿಪ್ರಾಯವನ್ನು ವ್ಯಕ್ತಪಡಿಸಲು ಕೋರಿದಾಗ ಶಿಕ್ಷಕರುಗಳಿಗೆ ಅದರ ಬಗ್ಗೆ ಒಲವಿದ್ದರೆ ತಾವು ಆ ಬಗ್ಗೆ ತಲೆಕೆಡಿಸಿಕೊಳ್ಳುವುದಿಲ್ಲವೆಂದು ತಿಳಿಸಿದರು. ಹುಡುಗರಿಗೆ ಅವರು ಹೀಗೆ ಹೇಳಿದರು: 'ಈ ಪ್ರಯೋಗವು ಸ್ವರಾಜ್ಯದ ಕೀಲಿ ಕೈಯನ್ನು ಒಳಗೊಂಡಿದೆ.'

ಈ ಪ್ರಯೋಗವನ್ನು ಯಶಸ್ವಿಗೊಳಿಸಲು ಪಿಯರ್‌ಸನ್ ತಮ್ಮ ದೇಹವನ್ನು ಸವೆಸಿದರು. ಅವರು ಅತ್ಯುತ್ಸಾಹದಿಂದ ಈ ಪ್ರಯೋಗದಲ್ಲಿ ಧುಮುಕಿದ್ದರು. ತರಕಾರಿಗಳನ್ನು ಹೆಚ್ಚಲು ಒಂದು ಗುಂಪನ್ನು, ಧಾನ್ಯಗಳನ್ನು ಶುದ್ಧಿಗೊಳಿಸಲು ಇನ್ನೊಂದು ಗುಂಪನ್ನು ಹೀಗೆ ಕೆಲವು ಗುಂಪುಗಳನ್ನು ರಚಿಸಲಾಯ್ತು. ನಾಗೇನ್‌ಬಾಬು ಮತ್ತು ಇತರರು ಅಡಿಗೆಮನೆ ಹಾಗೂ ಅದರ ಸುತ್ತಮುತ್ತ ನೈರ್ಮಲ್ಯವನ್ನು ಕಾಪಾಡುವ ಜವಾಬುದಾರಿಯನ್ನು ವಹಿಸಿಕೊಂಡರು. ಅವರು ಕೈಯಲ್ಲಿ ಸನಿಕೆ (ಸ್ಪೇಡ್)ಯನ್ನು ಹಿಡಿದುಕೊಂಡು ಕೆಲಸಮಾಡುತ್ತಿರುವುದನ್ನು ನೋಡಿ ನನಗೆ ಸಂತೋಷವಾಗುತ್ತಿತ್ತು.

ಆದರೆ ನೂರಾಇಪ್ಪತ್ತೈದು ಹುಡುಗರು ಅವರ ಶಿಕ್ಷಕರೊಡನೆ ಯಾವುದೇ ಭಯವಿಲ್ಲದೇ, ಯಾವುದೇ ಸಮಸ್ಯೆಗಳಿಲ್ಲದೇ ಸುಲಲಿತವಾಗಿ ಕಷ್ಟಪಟ್ಟು ಕೆಲಸಮಾಡುತ್ತಾರೆ ಎಂದು ನಿರೀಕ್ಷಿಸುವುದು ಅತಿರೇಕ ಎನ್ನಿಸುವುದು. ಪ್ರತಿದಿನವೂ ಚರ್ಚೆಗಳು ನಡೆಯುತ್ತಿದ್ದವು. ಕೆಲವರು ಪ್ರಾರಂಭದಲ್ಲೇ ತಮಗೆ ದಣಿವಾಗಿದೆ ಎಂದು ತೋರಿಸಿಕೊಳ್ಳಲಾರಭಿಸಿದರು. ಆದರೆ ಪಿಯರ್‌ಸನ್ ಆಯಾಸಗೊಳ್ಳುವ ವ್ಯಕ್ತಿಯಾಗಿರಲಿಲ್ಲ. ಮುಖದಲ್ಲಿ ನಗುವನ್ನು ಸೂಸುತ್ತ ಏನಾದರೊಂದು ಕೆಲಸಮಾಡುತ್ತಿರುವ ಅಥವಾ ಅಡಿಗೆಮನೆಯೊಳಗೆ ಅಥವಾ ಅಡಿಗೆಮನೆಗೆ ಸಂಬಂಧಿಸಿದ ಕೆಲಸದಲ್ಲಿ ತೊಡಗಿರುವ ಅವರನ್ನು ಯಾರಾದರೂ ಕಾಣಬಹುದಾಗಿತ್ತು. ದೊಡ್ಡ ದೊಡ್ಡ ಪಾತ್ರೆಗಳನ್ನು ತೊಳೆದು ಶುಭ್ರಗೊಳಿಸುವ ಕೆಲಸವನ್ನು ಅವರೇ ವಹಿಸಿಕೊಂಡಿದ್ದರು. ಪಾತ್ರೆಗಳನ್ನು ತೊಳೆಯುತ್ತಿದ್ದ ತಂಡದ ಎದುರು ವಿದ್ಯಾರ್ಥಿಗಳ ತಂಡವೊಂದು ಸಿತಾರ್‌ನುಡಿಸುತ್ತ ಈ ಕೆಲಸಮಾಡುತ್ತಿರುವಾಗ ಆಗುವ ಬಳಲಿಕೆಯನ್ನು ಹೋಗಲಾಡಿಸಲು ಪ್ರಯತ್ನಿಸುತಿತ್ತು. ಎಲ್ಲರೂ ಒಂದೇ ಸಮವಾಗಿದ್ದ ಹುರುಪಿನಿಂದ ಕೆಲಸ ಮಾಡುತ್ತಿದ್ದರು. ಶಾಂತಿನಿಕೇತನ್ ಸತತವಾಗಿ ದುಡಿಯುತ್ತಿರುವ ಜೇನುಗೂಡಿನಂತಾಯ್ತು.

ಈ ಬಗೆಯ ಬದಲಾವಣೆಗಳನ್ನು ಒಮ್ಮೆ ಪ್ರಾರಂಭಿಸಿದರೆ ಅವು ಬೆಳೆಯುತ್ತ ಹೋಗುತ್ತವೆ. ಫೀನಿಕ್ಸ್ ತಂಡದ ಅಡಿಗೆಮನೆಯನ್ನು ಅವರೇ ಸ್ವತಃ ನೋಡಿಕೊಳ್ಳುತ್ತಿದ್ದರಲ್ಲದೇ ಅಲ್ಲಿ ತಯಾರಾಗುತ್ತಿದ್ದ ಆಹಾರ ಕೂಡಾ ತುಂಬಾ ಸರಳವಾಗಿರುತ್ತಿತ್ತು. ಆರೋಚಕ (ಕಾಂಡಿಮೆಂಟ್ಸ್-ವ್ಯಂಜನ ಆಹಾರ ರುಚಿಸುವಂತೆ ಮಾಡುವ ಪದಾರ್ಥ)ಗಳನ್ನು ಅವರು ಬಿಟ್ಟುಬಿಟ್ಟಿದ್ದರು. ಅಕ್ಕಿ, ಬೇಳೆ, ತರಕಾರಿಗಳನ್ನು ಮತ್ತು ಗೋಧಿಹಿಟ್ಟನ್ನು ಕೂಡಾ ಒಂದೇ ಕಾಲದಲ್ಲಿ ಆವಿಪಾಕಪಾತ್ರೆ (ಸ್ಟೀಮ್ ಕುಕರ್)ಯಲ್ಲಿ ಬೇಯಿಸಲಾಗುತ್ತಿತ್ತು. ಬೆಂಗಾಳಿ ಅಡಿಗೆಮನೆಯಲ್ಲಿ ಸುಧಾರಣೆಯನ್ನು ತರುವ ದೃಷ್ಟಿಯನ್ನಿಟ್ಟುಕೊಂಡು ಶಾಂತಿನಿಕೇತನ್‌ನ ಹುಡುಗರು ಅದೇ ಬಗೆಯ ಅಡಿಗೆಮನೆಯನ್ನು ಆರಂಭಿಸಿದರು. ಒಬ್ಬರೋ ಅಥವಾ ಇಬ್ಬರೋ ಶಿಕ್ಷಕರು ಮತ್ತು ಕೆಲವು ವಿದ್ಯಾರ್ಥಿಗಳು ಈ ಅಡಿಗೆಮನೆಯನ್ನು ನಡೆಸುತ್ತಿದ್ದರು.

ಹಾಗಿದ್ದರೂ ಸ್ವಲ್ಪ ಕಾಲದ ತರುವಾಯ ಈ ಪ್ರಯೋಗವನ್ನು ನಿಲ್ಲಿಸಲಾಯ್ತು. ಸಂಕ್ಷಿಪ್ತ ಅವಧಿಯಲ್ಲಿ ಈ ಪ್ರಯೋಗವನ್ನು ನಡೆಸಿದ್ದರಿಂದ ಆ ಪ್ರಸಿದ್ಧ ಸಂಸ್ಥೆಯು ಏನನ್ನೂ ಕಳೆದುಕೊಳ್ಳಲಿಲ್ಲ ಎಂಬುದು ನನ್ನ ಅಭಿಪ್ರಾಯವಾಗಿದೆ. ಕೆಲವು ಅನುಭವಗಳು ಶಿಕ್ಷಕರಿಗೆ ನೆರವಾಗಿವೆ.

ಸ್ವಲ್ಪಕಾಲ ನಾನು ಶಾಂತಿನಿಕೇತನ್‌ನಲ್ಲಿ ತಂಗುವ ಆಶಯವನ್ನಿಟ್ಟುಕೊಂಡಿದ್ದೆ. ಆದರೆ ವಿಧಿ ಬೇರೊಂದನ್ನು ಇಚ್ಛಿಸಿತ್ತು. ನಾನು ಅಲ್ಲಿ ಒಂದು ವಾರವನ್ನು ಕೂಡಾ ಕಳೆದಿರಲಿಲ್ಲ. ಅಷ್ಟರಲ್ಲಿ ಗೋಖಲೆಅವರ ಸಾವಿನ ಸುದ್ದಿಯನ್ನು ಹೊತ್ತಿದ್ದ ತಾರು ನನ್ನ ಕೈ ಸೇರಿತು. ಶಾಂತಿನಿಕೇತನ್ ದುಃಖದಲ್ಲಿ ಮುಳುಗಿತು. ಎಲ್ಲ ಸದಸ್ಯರುಗಳು ನನ್ನ ಬಳಿಗೆ ಬಂದು ತಮ್ಮ ಸಂತಾಪವನ್ನು ಸೂಚಿಸಿದರು. ರಾಷ್ಟ್ರೀಯ ನಷ್ಟದ ಬಗ್ಗೆ ಸಂತಾಪವನ್ನು ವ್ಯಕ್ತಪಡಿಸಲು ಆಶ್ರಮದ ದೇವಾಲಯದಲ್ಲಿ ವಿಶೇಷ ಸಭೆಯನ್ನು ಕರೆಯಲಾಗಿತ್ತು. ಅದೊಂದು ಗಂಭೀರ ಸಭೆಯಾಗಿತ್ತು. ಅದೇ ದಿನ ನಾನು ನನ್ನ ಹೆಂಡತಿ ಮತ್ತು ಮಗನ್‌ಲಾಲ್‌ನೊಂದಿಗೆ ಪೂನಾಕ್ಕೆ ಹೊರಟೆ. ಉಳಿದವರೆಲ್ಲರೂ ಶಾಂತಿನಿಕೇತನ್‌ನಲ್ಲಿ ಉಳಿದುಕೊಂಡರು.

ಆ್ಯಂಡ್ರೂಸ್ ಬರ್ದ್‌ವಾನ್‌ವರೆಗೆ ನನ್ನ ಜತೆಯಲ್ಲಿದ್ದರು. 'ಭಾರತದಲ್ಲಿ ಸತ್ಯಾಗ್ರಹವನ್ನು ನಡೆಸಲು ತಕ್ಕ ಕಾಲ ಬರುವುದೆಂದು ನೀವು ಭಾವಿಸಿರುವಿರಾ? ಹಾಗಿದ್ದರೆ ಆ ಕಾಲ ಯಾವಾಗ ಬರುವುದೆಂಬುದರ ಬಗ್ಗೆ ನಿಮ್ಮ ಅಭಿಪ್ರಾಯವೇನು?' ಎಂದು ಅವರು ಪ್ರಶ್ನಿಸಿದರು.

'ಹೇಳುವುದು ಕಷ್ಟ' ಎಂದು ನಾನು ಉತ್ತರಕೊಟ್ಟೆ. 'ಒಂದು ವರ್ಷ ಕಾಲ ನಾನು ಏನೂ ಮಾಡುವುದಿಲ್ಲ. ಏಕೆಂದರೆ ನಾನು ಅನುಭವವನ್ನು ಗಳಿಸಿಕೊಳ್ಳಲು ಭಾರತದಲ್ಲಿ ಸಂಚರಿಸುವುದಾಗಿ ಗೋಖಲೆಅವರಿಗೆ ಮಾತುಕೊಟ್ಟಿದ್ದೇನೆ. ಪರೀಕ್ಷಣಾವಧಿ (ಪ್ರೊಬೇಷನ್)ಯನ್ನು ನಾನು ಮುಗಿಸುವವರೆಗೂ ಸಾರ್ವಜನಿಕರ ಪ್ರಶ್ನೆಗಳಿಗೆ ಯಾವುದೇ ಅಭಿಪ್ರಾಯವನ್ನು ವ್ಯಕ್ತಪಡಿಸುವುದಿಲ್ಲವೆಂದು ಅವರಿಗೆ ಮಾತುಕೊಟ್ಟಿದ್ದೇನೆ. ಒಂದು ವರ್ಷ ಮುಗಿದ ಮೇಲೂ ಮಾತಾಡಲು ಮತ್ತು ಅಭಿಪ್ರಾಯಗಳನ್ನು ಪ್ರಕಟಪಡಿಸಲು ಅವಸರಪಡುವುದಿಲ್ಲ. ಆದ್ದರಿಂದ ಐದುವರ್ಷಗಳ ಕಾಲ ಅಥವಾ ಇನ್ನೂ ಸ್ವಲ್ಪ ಕಾಲ ಸತ್ಯಾಗ್ರಹಕ್ಕೆ ಅವಕಾಶ ಒದಗಿಬರಲಾರದು ಎಂದು ಭಾವಿಸಿದ್ದೇನೆ.

'ಹಿಂದ್ ಸ್ವರಾಜ್ ಅಥವಾ ಇಂಡಿಯನ್ ಹೋಮ್ ರೂಲ್'ನಲ್ಲಿ ಪ್ರಕಟವಾಗಿದ್ದ ನನ್ನ ಕೆಲವು ಅಭಿಪ್ರಾಯಗಳ ಬಗ್ಗೆ ಗೋಖಲೆ ತಮಾಷೆ ಮಾಡುತ್ತಿದ್ದರು ಎಂಬುದನ್ನು ಈ ಸಂಬಂಧದಲ್ಲಿ ನಾನು ಉಲ್ಲೇಖಿಸಬಹುದು. ಅವರು ಹೀಗೆ ಹೇಳಿದ್ದರು: ಒಂದು ವರ್ಷ ಕಾಲ ನೀವು ಭಾರತದಲ್ಲಿ ಉಳಿದುಕೊಂಡರೆ ನಿಮ್ಮ ಅಭಿಪ್ರಾಯಗಳು ತಾವಾಗಿಯೇ ತಿದ್ದಿಕೊಳ್ಳಲ್ಪಡುವುವು.'

5. ಮೂರನೇ ದರ್ಜೆ ಪ್ರಯಾಣಿಕರ ಸಂಕಷ್ಟಗಳು

ಬರ್ದ್ವಾನ್‌ನಲ್ಲಿ ಮೂರನೇ ದರ್ಜೆಯ ಪ್ರಯಾಣಿಕನು ಎದುರಿಸಬೇಕಾಗಿದ್ದ ಸಂಕಷ್ಟಗಳನ್ನು ನಾವು ಎದುರಿಸಬೇಕಾಯ್ತು. ಟಿಕೀಟು ಪಡೆಯಲು ಕೂಡಾ ಪರದಾಡಬೇಕಾಯ್ತು. 'ಮೂರನೇ ದರ್ಜೆಯ ಟಿಕೀಟುಗಳನ್ನು ಇಷ್ಟು ಬೇಗ ಕೊಡಲಾಗುವುದಿಲ್ಲ.' ಎಂದು ನಮಗೆ ತಿಳಿಸಲಾಯ್ತು. ನಾನು ಸ್ಟೇಷನ್ ಮಾಸ್ಟರ್ ಬಳಿಗೆ ಹೋದೆ. ಅದೂ ಕೂಡಾ ಕಷ್ಟದಾಯಕವಾಗಿತ್ತು. ಯಾರೋ ಒಬ್ಬರು ದಯೆಯಿಟ್ಟು ಅವನು ಎಲ್ಲಿದ್ದಾನೆ ಎಂಬುದನ್ನು ತೋರಿಸಿಕೊಟ್ಟರು. ನಾನು ನಮ್ಮ ಕಷ್ಟವನ್ನು ಅವನಲ್ಲಿ ನಿವೇದಿಸಿಕೊಂಡೆ. ಅವನು ಅದೇ ಉತ್ತರವನ್ನು ಕೊಟ್ಟ. ಟಿಕೀಟು ಕೊಡುವ ಕಿಟಕಿ (ಬುಕಿಂಗ್ ವಿಂಡೋ) ತೆರೆದ ತಕ್ಷಣವೇ ನಾನು ಟಿಕೀಟುಗಳನ್ನು ಕೊಳ್ಳಲು ಅಲ್ಲಿಗೆ ಹೋದೆ. ಆದರೆ ಟಿಕೀಟು ಪಡೆಯುವುದು ಕೂಡಾ ಸುಲಭದ ಕೆಲಸವಾಗಿರಲಿಲ್ಲ. 'ಅಧಿಕಬಲವೇ ಉಚಿತವಾದದ್ದು' ಎನ್ನುವಂತೆ ಮುಂದೆ ಬರುತ್ತಿದ್ದ ಪ್ರಯಾಣಿಕರು ಬೇರೆಯವರ ಬಗ್ಗೆ ಅಸಡ್ಡೆ ತೋರುತ್ತ ಒಬ್ಬರಾದ ಮೇಲೆ ಇನ್ನೊಬ್ಬರು ಬರುತ್ತ ನನ್ನನ್ನು ಹೊರಕ್ಕೆ ದಬ್ಬುತ್ತಿದ್ದರು. ಆದ್ದರಿಂದ ನಾನು ಮೊದಲ ಗುಂಪಿನಲ್ಲಿ ಕಡೆಯವನಾಗಿ ಟಿಕೀಟು ಪಡೆಯಬೇಕಾಯ್ತು.

ರೈಲು ಆಗಮಿಸಿತು. ಆದರೊಳಕ್ಕೆ ನುಸುಳಿಕೊಳ್ಳುವುದು ಇನ್ನೊಂದು ಪರೀಕ್ಷೆಯೇ ಆಗಿತ್ತು. ರೈಲಿನಲ್ಲಿ ಆಗಲೇ ಇದ್ದ ಪ್ರಯಾಣಿಕರು ಮತ್ತು ಒಳಕ್ಕೆ ನುಗ್ಗಲು ಪ್ರಯತ್ನಿಸುತ್ತಿದ್ದ ಪ್ರಯಾಣಿಕರ ನಡುವೆ ಮುಕ್ತವಾಗಿ ಬೈಗುಳಗಳ ವಿನಿಮಯವಾಯ್ತು ಮತ್ತು ಪರಸ್ಪರ ನೂಕಾಟವೂ ನಡೆಯಿತು ನಾವು ಪ್ಲಾಟ್‌ಫಾರಮ್‌ನಲ್ಲಿ ಮೇಲಕ್ಕೂ, ಕೆಳಕ್ಕೂ ಅವಸರವಸರವಾಗಿ ಓಡಾಡಿದೆವು. ಆದರೆ ಎಲ್ಲ ಕಡೆಯೂ ಅದೇ ಬಗೆಯ ಉತ್ತರವನ್ನು ಪಡೆದೆವು: 'ಇಲ್ಲಿ ಸ್ಥಳವಿಲ್ಲ' ನಾನು ಗಾರ್ಡ್‌ನ (ರೈಲಿನ ಮೇಲ್ವಿಚಾರಕನ) ಬಳಿಗೆ ಹೋದೆ. ಅವನು ಹೇಳಿದೆ: 'ನಿಮಗೆ ಸಾಧ್ಯವಾಗುವ ಕಡೆಯಲ್ಲಿ ಒಳಕ್ಕೆ ನುಗ್ಗಲು ಪ್ರಯತ್ನಿಸಿ ಇಲ್ಲವೇ ಮುಂದಿನ ರೈಲಿನಲ್ಲಿ ಬನ್ನಿ.'

'ಆದರೆ ನನಗೆ ತುರ್ತು ಕೆಲಸವಿದೆ.' ಎಂದು ನಾನು ಗೌರವಪೂರ್ವಕವಾಗಿ ಉತ್ತರಕೊಟ್ಟೆ. ಆದರೆ ಅವನಿಗೆ ನನ್ನ ಮಾತುಗಳನ್ನು ಕೇಳಿಸಿಕೊಳ್ಳಲು ಬಿಡುವೇ ಇರಲಿಲ್ಲ. ಇದರಿಂದ ನಾನು ತಬ್ಬಿಬ್ಬಾದೆ. ನಾನು ಮಗನ್‌ಲಾಲ್‌ಗೆ ಎಲ್ಲಿ ಸಾಧ್ಯವಾಗುವುದೋ ಅಲ್ಲಿ ಒಳಕ್ಕೆ ನುಗ್ಗಲು ಹೇಳಿದೆ. ನಾನು ನನ್ನ ಹೆಂಡತಿಯ ಜತೆಯಲ್ಲಿ ಇಂಟರ್-ಕ್ಲಾಸ್ ಕಂಪಾರ್ಟ್‌ಮೆಂಟ್ (ಡಬ್ಬಿ)ನೊಳಕ್ಕೆ ಪ್ರವೇಶಿಸಿದೆ. ಗಾರ್ಡ್ ನಾವು ರೈಲಿನೊಳಕ್ಕೆ ಪ್ರವೇಶಿಸುವುದನ್ನು ಕಂಡಿದ್ದ. ಅಸಾನ್‌ಸೋಲ್ ಸ್ಟೇಷನ್‌ನಲ್ಲಿ ಅವನು ಹೆಚ್ಚಿನ ಚಾರ್ಜನ್ನು ನಮ್ಮಿಂದ ವಸೂಲ್ಮಾಡಲು ನಮ್ಮ ಬಳಿಗೆ ಬಂದ. ನಾನು ಅವನಿಗೆ ಹೇಳಿದೆ: 'ನಮಗೆ ಸ್ಥಳವನ್ನು ಹುಡುಕಿಕೊಡುವುದು ನಿಮ್ಮ ಕರ್ತವ್ಯವಾಗಿದೆ. ನಮಗೆ ಯಾವುದೇ ಸ್ಥಳ ಸಿಗಲಿಲ್ಲ. ಆ ಕಾರಣದಿಂದಾಗಿ ನಾವು ಇಲ್ಲಿ ಕೂತಿದ್ದೇವೆ. ಮೂರನೇ ದರ್ಜೆಯ ಕಂಪಾರ್ಟ್‌ಮೆಂಟ್‌ನಲ್ಲಿ ನಮಗೆ ಸ್ಥಳವನ್ನು ಒದಗಿಸಿದರೆ ನಾವು ಸಂತೋಷದಿಂದ ಅಲ್ಲಿಗೆ ಹೊರಟುಹೋಗುತ್ತೇವೆ.'

'ನೀವು ನನ್ನೊಂದಿಗೆ ವಾದಮಾಡಬಾರದು.' ಎಂದು ಗಾರ್ಡ್ ಹೇಳಿದ. 'ನಾನು ನಿಮಗೆ ಸ್ಥಳ ಒದಗಿಸಿಕೊಡಲಾರೆ. ನೀವು ಟಿಕೀಟ್‌ಗೆ ತಗಲುವ ಹೆಚ್ಚಿನ ಹಣವನ್ನು ಕೊಡಬೇಕು ಇಲ್ಲವೇ ಹೊರಗೆ ಹೋಗಬೇಕು.'

ಹೇಗಾದರೂ ನಾನು ಪೂನಾವನ್ನು ಮುಟ್ಟಬೇಕಾಗಿತ್ತು. ಆದ್ದರಿಂದ ನಾನು ಅವನೊಂದಿಗೆ ಗುದ್ದಾಡಲು ಸಿದ್ಧನಾಗಿರಲಿಲ್ಲ. ಹಾಗಾಗಿ ನಾನು ಅವನು ಒತ್ತಾಯಿಸಿದ್ದ ಹೆಚ್ಚಿನ ಹಣವನ್ನು ಅಂದರೆ ಪೂನಾದವರೆಗೆ ನೀಡಿದೆ. ಆದರೆ ನಾನು ಈ ಅನ್ಯಾಯದ ವಿರುದ್ಧ ಅಸಮಾಧಾನಪಟ್ಟಿದ್ದೆ.

ಬೆಳಗ್ಗೆ ನಾವು ಮೊಗಲ್‌ಸರಾಯ್‌ಅನ್ನು ತಲ್ಪಿದೆವು. ಮಗನ್‌ಲಾಲ್ ಮೂರನೇ ದರ್ಜೆಯಲ್ಲಿ ಸ್ಥಳವನ್ನು ಪಡೆದುಕೊಳ್ಳಲು ಸಮರ್ಥನಾದ. ಆದ್ದರಿಂದ ನಾನು ಅಲ್ಲಿಗೆ ಹೋಗಿ ಕುಳಿತುಕೊಂಡೆ. ನಾನು ಟಿಕೀಟು ಪರೀಕ್ಷಕನಿಗೆ (ಎಕ್ಸಾಮಿನರ್) ಎಲ್ಲ ವಾಸ್ತವಾಂಶಗಳನ್ನು ತಿಳಿಸಿ ನಾನು ಮೊಗಲ್‌ಸರಾಯ್‌ನಲ್ಲಿ ಮೂರನೇ ದರ್ಜೆ ಕಂಪಾರ್ಟ್‌ಮೆಂಟ್‌ಗೆ ಸ್ಥಾನವನ್ನು ಬದಲಿಸಿದ್ದರ ಬಗ್ಗೆ ದೃಢೀಕರಣಪತ್ರ (ಸರ್ಟಿಫಿಕೇಟ್)ವನ್ನು ಕೊಡಬೇಕೆಂದು ಕೇಳಿದೆ. ಆದರೆ ಅವನು ಅದನ್ನು ಕೊಡಲು ನಿರಾಕರಿಸಿದ. ನಾನು ರೈಲ್ವೆ ಅಧಿಕಾರಿಗಳಿಗೆ ನನಗಾಗಿರುವ ನಷ್ಟವನ್ನು ತುಂಬಿಕೊಡಬೇಕೆಂದು ಕೋರಿ ಪತ್ರ ಬರೆದೆ. ಈ ಸಂಬಂಧದಲ್ಲಿ ನನಗೆ ಕೊಟ್ಟ ಉತ್ತರ ಹೀಗಿತ್ತು: 'ದೃಢೀಕರಣಪತ್ರವನ್ನು ಹಾಜರುಪಡಿಸದಿದ್ದರೆ ಟಿಕೀಟಿಗೆ ಕೊಟ್ಟಿರುವ ಹೆಚ್ಚಿನ ಹಣವನ್ನು ಮರುಪಾವತಿಮಾಡುವುದು ನಮ್ಮ ಪದ್ಧತಿಯಲ್ಲಿಲ್ಲ. ಆದರೆ ನಿಮ್ಮ ಪ್ರಸಂಗದಲ್ಲಿ ನಿಯಮವನ್ನು

ಬಿಟ್ಟು ಅದನ್ನು ಅಪವಾದ (ಎಕ್ಸಿಪ್ಷನ್) ಎಂದು ಪರಿಗಣಿಸುತ್ತೇವೆ. ಹಾಗಿದ್ದರೂ ಬರ್ದ್‌ವಾನ್‌ನಿಂದ ಮೊಗಲ್‌ಸರಾಯ್‌ವರೆಗೆ ನೀಡಿರುವ ಹೆಚ್ಚಿನ ಹಣವನ್ನು ಹಿಂದಿರುಗಿಸಲು ಸಾಧ್ಯವಾಗದು.'

ಅಲ್ಲಿಂದ ಮುಂದೆ ನನಗಾಗಿರುವ ಮೂರನೇ ದರ್ಜೆಯ ಪ್ರಯಾಣದ ಅನುಭವಗಳನ್ನೆಲ್ಲ ಬರೆಯಲು ಕೂತರೆ ಅವೆಲ್ಲವೂ ಸಲೀಸಾಗಿ ಒಂದು ಸಂಪುಟವನ್ನು ತುಂಬುವುವು. ಆದರೆ ನಾನು ಈ ಅಧ್ಯಾಯಗಳಲ್ಲಿ ಪ್ರಾಸಂಗಿಕವಾಗಿ ಅವುಗಳ ಬಗ್ಗೆ ಬರೆಯಬಹುದು. ನನ್ನ ದೈಹಿಕ ದೌರ್ಬಲ್ಯದಿಂದಾಗಿ ಮೂರನೇ ದರ್ಜೆಯ ಪ್ರಯಾಣವನ್ನು ಬಲವಂತವಾಗಿ ಬಿಟ್ಟುಕೊಡಬೇಕಾಯಿತು ಎಂಬುದಕ್ಕೆ ಯಾವಾಗಲೂ ನಾನು ತೀವ್ರವಾಗಿ ವಿಷಾದಿಸುತ್ತೇನೆ.

ಮೂರನೇ ದರ್ಜೆಯ ಪ್ರಯಾಣಿಕರುಗಳ ಸಂಕಷ್ಟಗಳಿಗೆ ನಿಸ್ಸಂಶಯವಾಗಿ ರೈಲ್ವೆ ಅಧಿಕಾರಿಗಳ ಸ್ವೇಚ್ಛಾ ಪ್ರವೃತ್ತಿಯೇ ಕಾರಣವಾಗಿದೆ. ಆದರೆ ಪ್ರಯಾಣಿಕರುಗಳ ಒರಟುತನ, ಕೊಳಕು ನಡೆವಳಿಕೆಗಳು, ಸ್ವಾರ್ಥ ಮತ್ತು ಅಜ್ಞಾನವನ್ನು ಕೂಡಾ ಅದೇ ಮಟ್ಟದಲ್ಲಿ ದೂಷಿಸಬೇಕು. ತಾವು ಕೆಟ್ಟದಾಗಿ, ಹೊಲಸಾಗಿ ಅಥವಾ ಸ್ವಾರ್ಥದಿಂದ ನಡೆದುಕೊಳ್ಳುತ್ತಿದ್ದೇವೆ ಎಂಬುದು ಅವರಿಗೆ ಆಗಾಗ್ಗೆ ಮನವರಿಕೆಯಾಗುವುದಿಲ್ಲ ಎಂಬುದಕ್ಕೆ ಮರುಗಬೇಕು. ತಾವು ಮಾಡುವುದೆಲ್ಲವೂ ಸಹಜವಾದದ್ದು ಎಂದು ಅವರು ನಂಬಿಬಿಟ್ಟಿದ್ದಾರೆ. ಸುಶಿಕ್ಷಿತರಾಗಿರುವ ನಾವು ಅವರ ಬಗ್ಗೆ ತೋರುತ್ತಿರುವ ಔದಾಸೀನ್ಯದಲ್ಲಿ ಈ ಎಲ್ಲ ಲೋಪದೋಷಗಳನ್ನು ಗುರುತಿಸಬಹುದು.

ನಾವು ಕಲ್ಯಾಣ್‌ಅನ್ನು ಸೇರಿದಾಗ ತುಂಬಾ ಸುಸ್ತಾಗಿದ್ದೆವು. ಮಗನ್‌ಲಾಲ್ ಮತ್ತು ನಾನು ಸ್ಟೇಷನ್‌ನ ನೀರಿನ ಕೊಳವೆ (ವಾಟರ್- ಪೈಪ್)ಯಿಂದ ಸ್ವಲ್ಪ ನೀರನ್ನು ಬಳಸಿಕೊಂಡು ಸ್ನಾನಮಾಡಿದೆವು. ನಾನು ನನ್ನ ಹೆಂಡತಿಯ ಸ್ನಾನಕ್ಕೆ ಏರ್ಪಾಟುಮಾಡಲು ಹೊರಡುತ್ತಿದ್ದಾಗ ಸರ್ವೆಂಟ್ಸ್ ಆಫ್ ಇಂಡಿಯ ಸೊಸೈಟಿಯ ಸಾರ್ಜೆಂಟ್ ಕೌಲ್ ನಮ್ಮನ್ನು ಗುರುತಿಸಿ ನಮ್ಮ ಬಳಿಗೆ ಬಂದರು. ಅವರು ಕೂಡಾ ಪೂನಾಕ್ಕೆ ಹೋಗುತ್ತಿದ್ದರು. ಎರಡನೇ ದರ್ಜೆಯ ಸ್ನಾನದ ರೂಮಿಗೆ (ಬಚ್ಚಲು ಮನೆ) ಕರೆದುಕೊಂಡು ಹೋಗುವುದಾಗಿ ತಿಳಿಸಿದರು. ಆದರೆ ಅವರ ಸೌಜನ್ಯಪೂರ್ಣ ಸಹಕಾರವನ್ನು ಒಪ್ಪಿಕೊಳ್ಳಲು ಹಿಂದೆಮುಂದೆ ನೋಡಿದೆ. ನನ್ನ ಹೆಂಡತಿಗೆ ಎರಡನೇ ದರ್ಜೆಯ ಸ್ನಾನದ ರೂಮಿನ ಸೌಲಭ್ಯವನ್ನು ಬಳಸಿಕೊಳ್ಳುವ ಹಕ್ಕಿಲ್ಲವೆಂದು ನನಗೆ ಗೊತ್ತಿತ್ತು. ಆದರೆ ಅಂತಿಮವಾಗಿ ಈ ಅನುಚಿತ ನಡವಳಿಕೆಯ ಕಡೆಗೆ ಲಕ್ಷ ಕೊಡದೇ ಮುಗುಮ್ಮಾಗಿಬಿಟ್ಟೆ. ಇದು ಸತ್ಯದ ಆರಾಧಕನಿಗೆ ತಕ್ಕುದಲ್ಲ ಎಂದು ನನಗೆ ಗೊತ್ತಿದೆ. ನನ್ನ ಹೆಂಡತಿ ಆ ಸ್ನಾನದ ರೂಮನ್ನು ಬಳಸಿಕೊಳ್ಳಲು ಉತ್ಸುಕಳಾಗಿರಲಿಲ್ಲ. ಆದರೆ ಸತ್ಯದ ಆರಾಧಕನು ಅವನ ಹೆಂಡತಿಯಲ್ಲಿಟ್ಟಿದ್ದ ಪಕ್ಷಪಾತ ಸತ್ಯದಲ್ಲಿಟ್ಟಿರುವ ಅವನ ಪಕ್ಷಪಾತವನ್ನು ಕೂಡಾ ಮೀರಿಸಿತ್ತು. ಉಪನಿಷತ್ ಹೇಳುವಂತೆ ಚಿನ್ನದ ಮುಖಪರದೆಯ ಹಿಂದೆ ಸತ್ಯದ ಮುಖ ಅಡಗಿರುತ್ತದೆ.

6. ಓಲೈಸುವುದು

ನಾನು ಪೂನಾಕ್ಕೆ ಬಂದ ಮೇಲೆ ಮತ್ತು ಅಲ್ಲಿ ಶ್ರಾದ್ಧ ಕರ್ಮಗಳು ಮುಗಿದ ಮೇಲೆ ಸೊಸೈಟಿಯ ಭವಿಷ್ಯದ ಬಗ್ಗೆ ನಮ್ಮಲ್ಲೆ ಚರ್ಚೆ ಆರಂಭವಾಯ್ತು. ನಾನು ಸೊಸೈಟಿಯನ್ನು ಸೇರಬೇಕೆ ಅಥವಾ ಬೇಡವೆ ಎಂಬ ಪ್ರಶ್ನೆಕೂಡಾ ಚರ್ಚೆಗೆ ಒಳಗಾಗಿತ್ತು. ಸದಸ್ಯತ್ವದ ಪ್ರಶ್ನೆ ಸೂಕ್ಷ್ಮ ವಿಚಾರವಾಗಿದ್ದರಿಂದ ಅದನ್ನು ನಿಭಾಯಿಸುವುದು ಕಷ್ಟದ ವಿಷಯವೇ ಆಗಿತ್ತು. ಗೋಖಲೆ ಅವರಿದ್ದಾಗ ನಾನು ಸದಸ್ಯನಾಗಿ ಸೇರಿಕೊಳ್ಳಲು ಕೇಳಿಕೊಳ್ಳ ಬೇಕಾಗಿರಲಿಲ್ಲ. ನಾನು ಕೇವಲ ಅವರ ಇಷ್ಟಕ್ಕೆ ತಲೆಬಾಗಿದ್ದೆ. ಅದೇ ಸ್ಥಾನವನ್ನು ನಾನು ಮೆಚ್ಚಿಕೊಂಡಿದ್ದೆ. ಭಾರತೀಯ ಸಾರ್ವಜನಿಕ ಜೀವನದ ಆರ್ಭಟದ ಕಡಲಿನ ಮೇಲೆ ನೌಕೆಯನ್ನು ತೇಲಿಬಿಡುವಾಗ ನನಗೆ ಭರವಸೆಯಿಡಬಹುದಾದ ಚಾಲಕನ ಮಾರ್ಗದರ್ಶಕ ಅವಶ್ಯಕತೆಯಿತ್ತು. ಅಂತಹ ಚಾಲಕನನ್ನು ನಾನು ಗೋಖಲೆಅವರಲ್ಲಿ ಕಂಡಿದ್ದೆ. ಅವರ ಆಶ್ರಯದಲ್ಲಿ ನಾನು ಸುರಕ್ಷಿತ ಎಂದು ಭಾವಿಸಿದ್ದೆ. ಈಗ ಅವರು ಪರಲೋಕಕ್ಕೆ ಹೊರಟುಹೋಗಿದ್ದರು. ನಾನು ಈಗ ನನ್ನ ಸ್ವಂತದ ಸಾಧನವನ್ನೇ ಅವಲಂಬಿಸಬೇಕಾಗಿತ್ತು. ಸೊಸೈಟಿಗೆ ಪ್ರವೇಶಪಡೆಯುವುದು ನನ್ನ ಕರ್ತವ್ಯ ಎಂದು ಭಾವಿಸಿದೆ.

ಇದರಿಂದ ಗೋಖಲೆಅವರ ಆತ್ಮಕ್ಕೆ ಸಂತೋಷವಾಗುವುದೆಂದು ಭಾವಿಸಿದೆ. ಆದ್ದರಿಂದ ಹಿಂಜರಿಯದೇ ಮತ್ತು ದೃಢಮನಸ್ಸಿನಿಂದ ನಾನು ಓಲೈಸಲಾರಂಭಿಸಿದೆ.

ಈ ಸಂಧಿಕಾಲದಲ್ಲಿ ಸೊಸೈಟಿಯ ಅನೇಕ ಸದಸ್ಯರುಗಳು ಪೂನಾದಲ್ಲಿದ್ದರು. ನಾನು ಅವರ ಜತೆಯಲ್ಲಿ ವಾದಿಸಲಾರಂಭಿಸಿದೆ ಮತ್ತು ನನ್ನ ಬಗ್ಗೆ ಅವರಲ್ಲಿದ್ದ ಭಯವನ್ನು ದೂರಮಾಡಲು ಪ್ರಯತ್ನಿಸಿದೆ. ಒಂದು ಪಂಗಡದವರು ನನ್ನ ಪ್ರವೇಶದ ಪರವಾಗಿದ್ದರು. ಆದರೆ ಇನ್ನೊಂದು ಪಂಗಡದವರು ಪ್ರಬಲವಾಗಿ ಅದನ್ನು ವಿರೋಧಿಸಿದರು. ಯಾರೂ ನನ್ನ ಮೇಲಿನ ಪ್ರೀತಿಯಿಂದ ಒಪ್ಪಿಕೊಳ್ಳಲು ಸಿದ್ಧರಿರಲಿಲ್ಲ ಎಂದು ನನಗೆ ಗೊತ್ತಿತ್ತು. ಪ್ರಾಯಶಃ ಸೊಸೈಟಿಯ ಮೇಲಿದ್ದ ಅವರ ನಿಷ್ಠೆ ತುಂಬಾ ದೊಡ್ಡದಾಗಿತ್ತು. ಆದರೆ ನನ್ನ ಮೇಲಿದ್ದ ಅವರ ಪ್ರೀತಿ ಅದಕ್ಕಿಂತ ಕಡಿಮೆಯಾಗಿರಲಿಲ್ಲ. ಆದ್ದರಿಂದ ನಮ್ಮ ನಡುವೆ ನಡೆದ ಚರ್ಚೆಯಲ್ಲಿ ದ್ವೇಷಭಾವ ಇರಲಿಲ್ಲ. ಚರ್ಚೆ ಸಂಪೂರ್ಣವಾಗಿ ತತ್ವದ ಎಲ್ಲೆಯೊಳಗೆ ನಡೆಯಿತು. ನನ್ನನ್ನು ವಿರೋಧಿಸಿದ್ದ ಪಂಗಡದವರು ಅನೇಕ ಮುಖ್ಯ ವಿಚಾರಗಳಲ್ಲಿ ನನ್ನಿಂದ ಧ್ರುವಗಳಷ್ಟು ದೂರವಾಗಿದ್ದೇವೆ ಎಂದು ಭಾವಿಸಿದ್ದರು. ಸೊಸೈಟಿಯು ಯಾವ ಅತಿ ಮುಖ್ಯವಾದ ಉದ್ದೇಶಗಳನ್ನಿಟ್ಟುಕೊಂಡು ಸ್ಥಾಪಿಸಲ್ಪಟ್ಟಿತ್ತೋ ಆ ಉದ್ದೇಶವು ನನ್ನ ಸದಸ್ಯತ್ವದಿಂದ ಗಂಡಾಂತರಕೊಕ್ಕಳಗಾಗಬಹುದೆಂದು ಅವರು ಭಾವಿಸಿದ್ದರು. ಸಹಜವಾಗಿ ಅವರಿಗೆ ಅದನ್ನು ಸಹಿಸಿಕೊಳ್ಳಲು ಸಾಧ್ಯವಾಗಿರಲಿಲ್ಲ.

ದೀರ್ಘವಾಗಿ ಚರ್ಚಿಸಿದ ತರುವಾಯ ನಾವು ಚೆದರಿ ಹೋದೆವು. ಅಂತಿಮ ತೀರ್ಮಾನವನ್ನು ಮುಂದಿನ ದಿನಕ್ಕೆ ಮುಂದೂಡಲಾಯ್ತು.

ಮನೆಗೆ ಹಿಂದಿರುಗಿದಾಗ ನಾನು ಸಾಕಷ್ಟು ವ್ಯಾಕುಲಗೊಂಡಿದ್ದೆ. ಬಹುಮತವನ್ನು ಪಡೆದು ಸೊಸೈಟಿಯ ಸದಸ್ಯನಾಗಿ ಪ್ರವೇಶ ಪಡೆಯುವುದು ನ್ಯಾಯವೆ? ಗೋಖಲೆಅವರಲ್ಲಿ ನಾನಿಟ್ಟಿದ್ದ ನಿಷ್ಠೆಗೆ ಇದು ಸಮಂಜಸಎನಿಸುವುದೆ? ನನ್ನನ್ನು ಸೇರಿಸಿಕೊಳ್ಳುವುದರ ಬಗ್ಗೆ ಸೊಸೈಟಿಯ ಸದಸ್ಯರುಗಳ ನಡುವೆ ಅಷ್ಟೊಂದು ತೀವ್ರ ಮತ ಭೇದವಿದ್ದಾಗ ನಾನು ಅರ್ಜಿಯನ್ನು ಹಿಂದಕ್ಕೆ ಪಡೆಯುವುದೇ ಉತ್ತಮ ಎಂದು ನನಗೆ ಸ್ಪಷ್ಟವಾಗಿತ್ತು. ಈ ಮೂಲಕ ನಾನು ನನ್ನನ್ನು ವಿರೋಧಿಸುತ್ತಿರುವವರನ್ನು ಕಾಡುತ್ತಿರುವ ಸೂಕ್ಷ್ಮ ಪರಿಸ್ಥಿತಿಯಿಂದ ಪಾರುಮಾಡಬಹುದು. ಈ ಮಾರ್ಗದಲ್ಲಿ ಗೋಖಲೆ ಮತ್ತು ಸೊಸೈಟಿಯ ಮೇಲಿನ ನನ್ನ ನಿಷ್ಠೆ ಅಡಗಿದೆ ಎಂದು ನಾನು ಭಾವಿಸಿದೆ. ಈ ತೀರ್ಮಾನ ನನಗೆ ಮಿಂಚಿನಂತೆ ಹೊಳೆಯಿತು. ತಕ್ಷಣವೇ ನಾನು ಮಿ. ಶ್ರೀಮಾನ್ ಶಾಸ್ತ್ರೀ ಅವರಿಗೆ ಪತ್ರ ಬರೆದು ಮುಂದಕ್ಕೆ ಹಾಕಿರುವ ಸಭೆಯನ್ನು ನಡೆಸಲೇಬಾರದೆಂದು ಕೋರಿದೆ. ನನ್ನ ಅರ್ಜಿಯನ್ನು ವಿರೋಧಿಸಿದ್ದವರು ಕೂಡಾ ನನ್ನ ತೀರ್ಮಾನವನ್ನು ಮನಃಪೂರ್ತಿಯಾಗಿ ಮೆಚ್ಚಿಕೊಂಡರು. ಅವರು ಈ ಇಕ್ಕಟ್ಟಿನ ಪರಿಸ್ಥಿತಿಯಿಂದ ಪಾರಾಗಿದ್ದರು. ನಮ್ಮ ನಡುವಣ ಸ್ನೇಹ ಸಂಬಂಧ ಇನ್ನೂ ಆತ್ಮೀಯವಾಯ್ತು. ನನ್ನ ಅರ್ಜಿಯನ್ನು ಹಿಂದಕ್ಕೆ ತೆಗೆದುಕೊಂಡಿದ್ದರಿಂದ ನಾನು ನಿಜವಾಗಿಯೂ ಸೊಸೈಟಿಯ ಸದಸ್ಯನೇ ಆದೆ.

ನಾನು ಔಪಚಾರಿಕವಾಗಿ ಸದಸ್ಯನಾಗದಿದ್ದುದರಿಂದ ಒಳ್ಳೆಯದೇ ಆಯ್ತು ಎಂದು ನನ್ನ ಅನುಭವ ನನಗೆ ಈಗ ತೋರಿಸಿಕೊಟ್ಟಿದೆ. ನನ್ನ ವಿರುದ್ಧ ನಿಲುವನ್ನು ತೆಗೆದುಕೊಂಡಿದ್ದವರ ಉದ್ದೇಶ ನ್ಯಾಯಯುತವಾಗಿತ್ತು. ತತ್ವಗಳ ವಿಚಾರದಲ್ಲಿ ನಮ್ಮ ಅಭಿಪ್ರಾಯಗಳು ತೀರ

ವಿಭಿನ್ನವಾಗಿವೆ ಎಂಬುದನ್ನು ಕೂಡಾ ಅನುಭವ ತೋರಿಸಿಕೊಟ್ಟಿದೆ. ಆದರೆ ಭಿನ್ನತೆಗಳನ್ನು ಒಪ್ಪಿಕೊಳ್ಳುವುದೆಂದರೆ ಸ್ನೇಹಭಂಗ ಅಥವಾ ನಮ್ಮ ನಡುವೆ ವೈಮನಸ್ಯ ಉಂಟಾಗಿದೆ ಎಂದು ಅರ್ಥಮಾಡಬೇಕಾಗಿಲ್ಲ. ನಾವು ಸಹೋದರರಂತೆ ಉಳಿದುಕೊಂಡೆವು ಮತ್ತು ಸೊಸೈಟಿಯ ಪೂನಾ (ಪುಣೆ) ಭವನ ಯಾವಾಗಲೂ ನನ್ನ ಪಾಲಿಗೆ ಯಾತ್ರಾ ಸ್ಥಳವೇ ಆಗಿದೆ.

ಅಧಿಕೃತವಾಗಿ ನಾನು ಸೊಸೈಟಿಯ ಸದಸ್ಯನಾಗಿಲ್ಲ ಎನ್ನುವುದರಲ್ಲಿ ಸತ್ಯವಿದೆ. ಆದರೆ ಆತ್ಮಕ್ಕೆ ಸಂಬಂಧಿಸಿದಂತೆ ಹೇಳುವುದಾದರೆ ನಾನು ಎಂದೆಂದೂ ಸೊಸೈಟಿಯ ಸದಸ್ಯನೇ ಆಗಿದ್ದೇನೆ. ಆತ್ಮಕ್ಕೆ ಸಂಬಂಧಿಸಿದ ಸಂಬಂಧ ದೈಹಿಕ ಸಂಬಂಧಕ್ಕಿಂತ ತುಂಬಾ ಅಮೂಲ್ಯವಾದದ್ದು. ಆತ್ಮೀಯ ಸಂಬಂಧದಿಂದ ಪ್ರತ್ಯೇಕಗೊಂಡಿರುವ ದೈಹಿಕ ಸಂಬಂಧ ಆತ್ಮವೇ ಇಲ್ಲದ ದೇಹದಂತಿರುವುದು.

7. ಕುಂಭ ಮೇಳ

ತರುವಾಯ ನಾನು ಡಾ. ಮೆಹ್‌ತಾಅವರನ್ನು ಭೇಟಿಮಾಡಲು ರಂಗೂನ್‌ಗೆ ಹೋದೆ. ಮಾರ್ಗಮಧ್ಯೆ ನಾನು ಕಲ್ಕತ್ತಾ (ಕೋಲ್ಕತ್ತಾ)ದಲ್ಲಿ ಸ್ವಲ್ಪಕಾಲ ತಂಗಿದೆ. ನಾನು ದಿವಂಗತ ಭೂಪೇಂದ್ರನಾಥ್ ಬಸು ಅವರ ಅತಿಥಿಯಾಗಿದ್ದೆ. ಬಂಗಾಳದ ಅತಿಥಿ ಸತ್ಕಾರ ಇಲ್ಲಿ ಪರಾಕಾಷ್ಠೆಯನ್ನು ಮುಟ್ಟಿತ್ತು. ಆ ಕಾಲದಲ್ಲಿ ನಾನು ಕಟ್ಟುನಿಟ್ಟಿನಿಂದ ಫಲಾಹಾರಿ (ಕೇವಲ ಹಣ್ಣುಗಳನ್ನು ತಿಂದು ಜೀವಿಸುವವನು)ಯಾಗಿದ್ದೆ. ಆದ್ದರಿಂದ ಕಲ್ಕತ್ತಾದಲ್ಲಿ ದೊರೆಯುತ್ತಿದ್ದ ಎಲ್ಲ ಹಣ್ಣುಗಳನ್ನು ಮತ್ತು ಕಾಯಿ-ಬೀಜಗಳನ್ನು ನನಗಾಗಿ ತರಿಸಲಾಗುತ್ತಿತ್ತು. ಮನೆಯ ಮಹಿಳೆಯರು ರಾತ್ರಿಯಿಡಿ ಎಚ್ಚರವಾಗಿದ್ದು ಬೇರೆಬೇರೆ ಬಗೆಯ ಕಾಯಿಗಳ ಸಿಪ್ಪೆಯನ್ನು ಸುಲಿಯುತ್ತಿದ್ದರು. ಭಾರತೀಯ ಶೈಲಿಯಲ್ಲಿ ತಾಜಾ ಹಣ್ಣಿನ ವ್ಯಂಜನಪದಾರ್ಥ (ಮೇಲೋಗರ, ನಂಚಿಕೊಳ್ಳುವ ವಸ್ತು)ಗಳನ್ನು ಜೋಕೆಯಿಂದ ತಯಾರಿಸಲಾಗುತ್ತಿತ್ತು. ನನ್ನ ಸಂಗಡಿಗರ ನಡುವೆ ನನ್ನ ಮಗ ರಾಮ್‌ದಾಸ್ ಕೂಡಾ ಇದ್ದ. ಈ ಪ್ರೀತಿಯ ಅತಿಥ್ಯವನ್ನು ನಾನು ಎಷ್ಟೇ ಮೆಚ್ಚಿಕೊಂಡರೂ ಮನೆಯವರೆಲ್ಲರೂ ಇಬ್ಬರು ಅಥವಾ ಮೂವರು ಅತಿಥಿಗಳನ್ನು ಸತ್ಕರಿಸುವ ಕಾರ್ಯದಲ್ಲಿ ನಿರತರಾಗಿರುವುದನ್ನು

ನನಗೆ ಸಹಿಸಿಕೊಳ್ಳಲು ಸಾಧ್ಯವಾಗಲಿಲ್ಲ. ಆದರೆ ಇಂತಹ ಕಸಿವಿಸಿಯನ್ನುಂಟುಮಾಡುತ್ತಿದ್ದ ಉಪಚಾರಗಳಿಂದ ತಪ್ಪಿಸಿಕೊಳ್ಳಲು ಸಾಧ್ಯವೇ ಇಲ್ಲ ಎಂಬುದನ್ನು ನಾನು ಗ್ರಹಿಸಿದ್ದೆ.

ರಂಗೂನ್‌ಗೆ ಹೋಗುತ್ತಿದ್ದ ನೌಕೆಯಲ್ಲಿ ನಾನು ದಕ್ಕದ (ಡೆಕ್) ಪ್ರಯಾಣಿಕ (ಹಡಗಿನ ಕೋಣೆಯಲ್ಲಿ ಇರದೇ ದಕ್ಕದ ಮೇಲೆಯೇ ಊಟ, ನಿದ್ದೆ ಮಾಡುವ ಪ್ರಯಾಣಿಕ)ನಾಗಿದ್ದೆ. ಅತಿಯಾದ ಉಪಚಾರದಿಂದ ನಾನು ಸಾರ್ಜೆಂಟ್ ಬಸು ಅವರ ಮನೆಯಲ್ಲಿ ಪೇಚಾಡಿದ್ದರೆ ಇಲ್ಲಿ ಅತ್ಯಂತ ಕನಿಷ್ಠ ಉಪಚಾರವೂ ನನಗೆ ಸಿಕ್ಕಿರಲಿಲ್ಲವಾದ್ದರಿಂದ ಪೇಚಾಡುತ್ತಿದ್ದೆ.

ದಕ್ಕದ ಪ್ರಯಾಣಿಕರಿಗೆ ನೀಡಬೇಕಾಗಿದ್ದ ಕನಿಷ್ಠ ಸೌಲಭ್ಯ ಕೂಡಾ ನಮಗೆ ದೊರಕಿರಲಿಲ್ಲ. ಕೇವಲ ನೆಪಮಾತ್ರಕ್ಕೆ ಇದ್ದ ಸ್ನಾನದಮನೆಯಲ್ಲಿ ಸಹಿಸಲಸಾಧ್ಯವಾದಷ್ಟು ಹೊಲಸಿತ್ತು. ಕಕ್ಕಸುಗಳು ದುರ್ವಾಸನೆಯಲ್ಲಿ ಮುಳುಗಿಹೋಗಿದ್ದವು. ಕಕ್ಕಸನ್ನು ಬಳಸಲು ವಿಸರ್ಜಿಸಲಾದ ಮಲ-ಮೂತ್ರವನ್ನು ದಾಟಿಕೊಂಡು ಹೋಗಬೇಕಾಗಿತ್ತು ಇಲ್ಲವೇ ಅವುಗಳ ಮೇಲೆ ಹಾರಿಹೋಗಬೇಕಾಗಿತ್ತು.

ಮಾನವ ಪ್ರಕೃತಿಗೆ ಇದನ್ನು ಸಹಿಸಿಕೊಳ್ಳಲು ಸಾಧ್ಯವಾಗಿರಲಿಲ್ಲ. ನಾನು ಮುಖ್ಯಾಧಿಕಾರಿಯನ್ನು ಕಂಡರೂ ಏನೂ ಪ್ರಯೋಜನವಾಗಲಿಲ್ಲ. ಈ ದುರ್ವಾಸನೆ ಮತ್ತು ರೊಚ್ಚನ್ನು ಪ್ರಯಾಣಿಕರು ತಮ್ಮ ವಿವೇಕವಿಲ್ಲದ ನಡವಳಿಕೆಗಳಿಂದ ಇನ್ನಷ್ಟು ಹದಗೆಡಿಸಿದ್ದರು. ಕೂತಲ್ಲಿಯೇ ಉಗುಳುತ್ತಿದ್ದರು, ತಿಂದು ಉಳಿದ ಆಹಾರವನ್ನು ತಂಬಾಕು ಮತ್ತು ಎಲೆ-ಅಡಿಕೆಯನ್ನು ಸುತ್ತಮುತ್ತ ಚೆಲ್ಲಿ ಇನ್ನಷ್ಟು ಹೊಲಸುಮಾಡುತ್ತಿದ್ದರು. ಪ್ರತಿಯೊಬ್ಬರೂ ತಮಗೆ ಸಾಧ್ಯವಿರುವಷ್ಟು ಜಾಗವನ್ನು ಆಕ್ರಮಣಮಾಡಿಕೊಳ್ಳಲು ಪ್ರಯತ್ನಿಸುತ್ತಿದ್ದರು. ಅವರಿಗಿಂತಲೂ ಅವರ ಸರಕುಗಳೇ ಹೆಚ್ಚು ಜಾಗವನ್ನು ಆಕ್ರಮಿಸಿಕೊಂಡಿದ್ದವು. ಈ ಪ್ರಕಾರ ನಾವು ಎರಡು ದಿವಸಗಳ ಕಾಲ ಅತ್ಯಂತ ತೀವ್ರ ಯಾತನೆಗೊಳಗಾಗಿದ್ದೆವು.

ರಂಗೂನನ್ನು ಮುಟ್ಟುತ್ತಿದ್ದಂತೆಯೇ ನಾನು 'ಸ್ಟೀಮ್‌ಶಿಪ್ ಕಂಪನಿ'ಯ ಏಜೆಂಟ್‌ಗೆ ಪತ್ರ ಬರೆದು ಎಲ್ಲ ವಾಸ್ತವಾಂಶಗಳನ್ನು ಅವನಿಗೆ ತಿಳಿಸಿದೆ. ಈ ಪತ್ರದ ಪರಿಣಾಮದಿಂದಾಗಿ ಮತ್ತು ಡಾ. ಮೆಹ್‌ತಾಅವರ ಪ್ರಯತ್ನದ ಫಲವಾಗಿ ದಕ್ಕಿನ ಮೇಲೆ ಕೂತು ವಾಪಸು ಪ್ರಯಾಣಮಾಡುವಾಗ ಅದು ಸ್ವಲ್ಪಮಟ್ಟಿಗೆ ಉತ್ತಮವಾಗಿತ್ತು.

ರಂಗೂನ್‌ನಲ್ಲಿ ನನ್ನ ಫಲಾಹಾರ ಮತ್ತೆ ಅತಿಥೇಯನಿಗೆ (ಹೋಸ್ಟ್) ಹೆಚ್ಚಿನ ಬಾಧೆಯನ್ನು ಕೊಟ್ಟಿತು. ಡಾ. ಮೆಹ್‌ತಾಅವರ ಮನೆ ನನ್ನ ಸ್ವಂತ ಮನೆಯಂತೆಯೇ ಇದ್ದುದರಿಂದ ಏನೋ ಒಂದು ರೀತಿಯಲ್ಲಿ ಆಹಾರದ ದುಂದುಗಾರಿಕೆಯನ್ನು ಹತೋಟಿಯಲ್ಲಿರಿಸಿಕೊಂಡಿದ್ದೆ. ಹಾಗಿದ್ದರೂ ನಾನು ಸೇವಿಸಬಹುದಾದ ಪದಾರ್ಥಗಳ ಸಂಖ್ಯೆಯನ್ನು ಮಿತಿಯಲ್ಲಿರಿಸಿಕೊಳ್ಳದಿದ್ದುದರಿಂದ ನನ್ನ ನಾಲಿಗೆ ಮತ್ತು ಕಣ್ಣುಗಳು ಬಡಿಸಲಾದ ವಿವಿಧ ಪದಾರ್ಥಗಳನ್ನು ಸಾಕಷ್ಟು ತಡೆಯಲು ನಿರಾಕರಿಸಿದವು. (ಅಂದರೆ ಮಿತಿಮೀರಿ ತಿನ್ನುತ್ತಿದ್ದೆ.) ಊಟಕ್ಕೆ ಕ್ಲುಪ್ತ ವೇಳೆ ಎಂಬುದಿರಲಿಲ್ಲ. ವೈಯಕ್ತಿಕವಾಗಿ ಹೇಳುವುದಾದರೆ ನಾನು ರಾತ್ರಿಯಾಗುವುದಕ್ಕೂ ಮುಂಚಿತವಾಗಿ ಊಟಮಾಡಲು ಬಯಸುತ್ತಿದ್ದೆ. ಏನೇ ಆದರೂ ಎಂಟು ಅಥವಾ ಒಂಬತ್ತು ಗಂಟೆಗೆ ಮುಂಚಿತವಾಗಿ ಊಟ ಮುಗಿಸಲು ಸಾಧ್ಯವಾಗುತ್ತಿರಲಿಲ್ಲ.

ಈ ವರ್ಷ 1915 ಕುಂಭ ಮೇಳದ ವರ್ಷವಾಗಿತ್ತು. ಅದು ಹರಿದ್ವಾರದಲ್ಲಿ ಹನ್ನೆರಡು ವರ್ಷಗಳಿಗೊಂದು ಬಾರಿ ನಡೆಯುತ್ತದೆ. ನನಗೆ ಅದರಲ್ಲಿ ಭಾಗವಹಿಸಬೇಕೆಂಬ ತವಕವೇನೂ ಇರಲಿಲ್ಲ. ಆದರೆ ಮಹಾತ್ಮ ಮುನ್‌ಷಿರಾಮ್‌ಜೀಅವರ ಭೇಟಿಮಾಡಲು ಉತ್ಸುಕನಾಗಿದ್ದೆ. ರಾಮ್‌ಜೀ ಅವರ ಗುರುಕುಲದಲ್ಲಿದ್ದರು. ಗೋಖಲೆಅವರ ಸೊಸೈಟಿಯು ಕುಂಭದಲ್ಲಿ ಸೇವೆ ಸಲ್ಲಿಸುವ ಉದ್ದೇಶದಿಂದ ಸ್ವಯಂಸೇವಕರ ಭಾರಿ ದಳವೊಂದನ್ನು ಕಳಿಸಿತ್ತು. ಪಂಡಿತ್ ಹೃದಯನಾಥ್ ಕುಂಜ್ರು ಅದರ ಮುಖ್ಯಸ್ಥರಾಗಿದ್ದರು. ದಿವಂಗತ ಡಾ. ದೇವ್ ವೈದ್ಯಾಧಿಕಾರಿಯಾಗಿದ್ದರು. ಅವರಿಗೆ ಸಹಾಯಮಾಡಲು ಫೀನಿಕ್ಸ್ ತಂಡವನ್ನು ಕಳಿಸುವಂತೆ ನನ್ನನ್ನು ಕೋರಲಾಗಿತ್ತು. ಆದ್ದರಿಂದ ಮಗನ್‌ಲಾಲ್ ಗಾಂಧಿ ನನಗಿಂತ ಮುಂಚಿತವಾಗಿ ಅಲ್ಲಿಗೆ ಹೋಗಿದ್ದ. ರಂಗೂನ್‌ನಿಂದ ವಾಪಸಾದ ತರುವಾಯ ನಾನು ಆ ತಂಡವನ್ನು ಸೇರಿಕೊಂಡೆ.

ಕಲ್ಕತ್ತಾದಿಂದ ಹರ್‌ದ್ವಾರದವರೆಗಿನ ಪ್ರಯಾಣ ಬಹುಕಷ್ಟಕರವಾಗಿತ್ತು. ಕೆಲವುವೇಳೆ ಕಂಪಾರ್ಟ್‌ಮೆಂಟ್‌ಗಳಲ್ಲಿ ದೀಪವೇ ಇರುತ್ತಿರಲಿಲ್ಲ. ಸಹರನ್‌ಪುರದಿಂದ ಸರಕುಗಳನ್ನು ಅಥವಾ ಹಸುಗಳನ್ನು ಒಯ್ಯುವ ಕ್ಯಾರೀಜ್ (ಬಂಡಿ)ಗಳಲ್ಲಿ ನಮ್ಮನ್ನು ಒತ್ತೊತ್ತಾಗಿ ತುರುಕಿದ್ದರು. ಕ್ಯಾರೀಜ್‌ಗಳಿಗೆ ಚಾವಣಿಯಿರಲಿಲ್ಲ. ತಲೆಯ ಮೇಲೆ ಧಗಧಗಿಸುತ್ತಿದ್ದ ನಡುಹಗಲಿನ ಸೂರ್ಯ ಉರಿಯುತ್ತಿದ್ದಾಗ ಮತ್ತು ಕೆಳಗಡೆ ಇದ್ದ ಸುಡುವ ಕಬ್ಬಿಣದ ನೆಲಹಾಸಿನ (ಫ್ಲೋರ್) ಮೇಲೆ ಕೂತಿದ್ದಾಗ ನಾವೆಲ್ಲರೂ ಸುಟ್ಟು ಹೋಗುತ್ತಿದ್ದೆವು. ಇಂತಹ ಪ್ರಯಾಣದ ಕಾಲದಲ್ಲಿ ಕೂಡಾ ಬಾಯಾರಿಕೆಯ ತೀವ್ರಯಾತನೆಯನ್ನು ತಾಳಲಾಗದೇ ಪರಿತಪಿಸುತ್ತಿದ್ದ ಆಚಾರನಿಷ್ಠ ಹಿಂದೂಗಳು ಕೂಡಾ 'ಮುಸಲ್ಮಾನಿ' ನೀರಾಗಿದ್ದರೆ ಅದನ್ನು ಕುಡಿಯುತ್ತಿರಲಿಲ್ಲ. 'ಹಿಂದೂ' ನೀರು ಸಿಗುವರೆಗೂ ಕಾಯುತ್ತಿದ್ದರು. ಇದೇ ಹಿಂದೂಗಳು, ಕಾಯಿಲೆ ಮಲಗಿದ್ದಾಗ ವೈದ್ಯನು ಅವರಿಗೆ ಮದ್ಯ ಇಲ್ಲವೇ ಗೋಮಾಂಸದ ಕಟ್ಟನ್ನು ಸೂಚಿಸಿದ್ದರೆ ಮತ್ತು ಮುಸಲ್ಮಾನ್ ಅಥವಾ ಕ್ರಿಶ್ಚಿಯನ್ ಕಾಂಪೌಂಡರ್ (ಔಷಧಗಳನ್ನು ಮಿಶ್ರಣಮಾಡಿಕೊಡುವವನು) ಅವರಿಗೆ ನೀರನ್ನು ಕೊಟ್ಟಿದ್ದರೆ ಅದರ ಬಗ್ಗೆ ವಿಚಾರಿಸುತ್ತಿರಲಿಲ್ಲ ಇಲ್ಲವೇ ಅದನ್ನು ತೆಗೆದುಕೊಳ್ಳಲು ಹಿಂಜರಿಯುತ್ತಿರಲಿಲ್ಲ ಎಂಬುದನ್ನು ಗಮನಕ್ಕೆ ತಂದುಕೊಳ್ಳಬೇಕು.

ಶಾಂತಿನಿಕೇತನ್‌ನಲ್ಲಿದ್ದಾಗ ನಾವು ಕಲಿತದ್ದೇನೆಂದರೆ ಜಾಡಮಾಲಿಯ ಕಸುಬೇ ಭಾರತದಲ್ಲಿ ನಮ್ಮ ವಿಶೇಷ ಕಾರ್ಯಾಚರಣೆಯಾಗುವುದು ಎಂಬುದು. ಹರ್‌ದ್ವಾರದ ಸ್ವಯಂ ಸೇವಕರುಗಳಿಗೆ ಧರ್ಮಶಾಲಾದಲ್ಲಿ ಗುಡಾರಗಳನ್ನು ಹಾಕಿದ್ದರು ಡಾ. ದೇವ್, ಕಕ್ಕಸುಗಳೆಂದು ಬಳಸಿಕೊಳ್ಳಲನುಕೂಲವಾಗಲೆಂದು ಕೆಲವು ಗುಂಡಿಗಳನ್ನು ತೋಡಿದ್ದರು. ಅವುಗಳನ್ನು ನೋಡಿಕೊಳ್ಳಲು ಅವರು ಹಣಕೊಟ್ಟು ನೇಮಿಸಿಕೊಳ್ಳುವ ಜಾಡಮಾಲಿಗಳ ಮೇಲೆ ಅವಲಂಬಿತರಾಗಬೇಕಾಗುತ್ತಿತ್ತು. ಇಲ್ಲಿ ಫೀನಿಕ್ಸ್ ತಂಡಕ್ಕೆ ಸಾಕಷ್ಟು ಕೆಲಸವಿತ್ತು. ವಿಸರ್ಜಿಸಲಾಗಿದ್ದ ಮಲಮೂತ್ರಗಳ ಮೇಲೆ ಮಣ್ಣು ಸುರಿದು ಅವುಗಳ ವಿಲೇವಾರಿ ಕಾರ್ಯವನ್ನು ನಾವು ನೋಡಿಕೊಳ್ಳುವುದಾಗಿ ತಿಳಿಸಿದೆವು. ಡಾ. ದೇವ್ ಸಂತೋಷದಿಂದ ಒಪ್ಪಿಗೆ ನೀಡಿದರು. ಈ ಕಾರ್ಯವನ್ನು ವಹಿಸಿಕೊಳ್ಳುವುದಾಗಿ ನಾನು ತಿಳಿಸಿದ್ದೆ. ಆದರೆ ಮಗನ್ ಲಾಲ್ ಗಾಂಧಿ ಅದನ್ನು ಕಾರ್ಯಗತಗೊಳಿಸಬೇಕಾಗಿತ್ತು. ನನ್ನ ಕಾರ್ಯಕ್ರಮದಲ್ಲಿ ಬಹುಪಾಲು ಗುಡಾರದಲ್ಲಿ ಕುಳಿತುಕೊಂಡು

ದರ್ಶನ ಕೊಡುವುದಾಗಿತ್ತು. ನನ್ನನ್ನು ಭೇಟಿಮಾಡಲು ಬರುತ್ತಿದ್ದ ಅಸಂಖ್ಯಾತ ಯಾತ್ರಾರ್ಥಿಗಳೊಂದಿಗೆ ಧಾರ್ಮಿಕ ಇಲ್ಲವೇ ಇತರ ವಿಚಾರಗಳ ಬಗ್ಗೆ ಚರ್ಚೆ ನಡೆಸುವುದೇ ನನ್ನ ಮುಖ್ಯ ಕಾರ್ಯವಾಗಿತ್ತು. ಇದರಿಂದಾಗಿ ನನಗೆ ಒಂದು ನಿಮಿಷ ಕೂಡಾ ವಿರಾಮ ಸಿಗುತ್ತಿರಲಿಲ್ಲ. ನನ್ನ ದರ್ಶನಾಕಾಂಕ್ಷಿಗಳು ಸ್ನಾನಘಟ್ಟಕ್ಕೆ ಕೂಡಾ ನನ್ನನ್ನು ಹಿಂಬಾಲಿಸುತ್ತಿದ್ದರು ಮತ್ತು ನಾನು ಊಟಮಾಡುವ ಸಮಯದಲ್ಲಿ ಕೂಡಾ ನನ್ನನ್ನು ಒಂಟಿಯಾಗಿರಲು ಬಿಡುತ್ತಿರಲಿಲ್ಲ. ದಕ್ಷಿಣ ಆಫ್ರಿಕದಲ್ಲಿ ನಾನು ಮಾಡಿದ್ದ ಸಾಮಾನ್ಯ ಸೇವೆ ಇಷ್ಟೊಂದು ಗಾಢವಾದ ಪರಿಣಾಮವನ್ನು ಭಾರತ ದೇಶದುದ್ದಕ್ಕೂ ಬೀರಿದೆ ಎಂಬುದನ್ನು ನಾನು ಹರ್‌ದ್ವಾರದಲ್ಲಿ ಮನವರಿಕೆಮಾಡಿಕೊಂಡೆ.

ಆದರೆ ಇದು ಅಸೂಯೆ ಹುಟ್ಟಿಸುವಂತಹ ಪರಿಸ್ಥಿತಿಯಾಗಿರಲಿಲ್ಲ. ನನ್ನ ಪರಿಸ್ಥಿತಿ ಅತ್ತ ದರಿ, ಇತ್ತ ಪುಲಿ (ಎರಡು ಅಪಾಯಕಾರಿ ಮಾರ್ಗಗಳ ಮಧ್ಯೆ ಸಿಕ್ಕಿಕೊಂಡಿರುವಂತಹ ಸ್ಥಿತಿ) ಎನ್ನುವಂತಿತ್ತು. ಯಾರೂ ನನ್ನನ್ನು ಗುರುತು ಹಿಡಿಯದಿದ್ದಾಗ ಈ ನಾಡಿನ ಲಕ್ಷಾಂತರ ಮಂದಿ ಅನುಭವಿಸುತ್ತಿದ್ದ ಸಂಕಷ್ಟಗಳನ್ನು ಸಹಿಸಿಕೊಳ್ಳಬೇಕಾಗುತ್ತಿತ್ತು. ಅಂದರೆ ಈ ಸಂದರ್ಭದಲ್ಲಿ ರೈಲ್ವೆ ಪ್ರಯಾಣವನ್ನು ಉದಾಹರಿಸಬಹುದು. ನನ್ನ ಬಗ್ಗೆ ತುಂಬಾ ಕೇಳಿದ್ದವರಿಂದ ಸುತ್ತುವರೆದಿದ್ದಾಗ ಅವರ ದರ್ಶನದ ಹುಚ್ಚಿಗೆ ಬಲಿಯಾಗುತ್ತಿದ್ದೆ. ಇವುಗಳಲ್ಲಿ ಯಾವ ಪರಿಸ್ಥಿತಿ ಕರುಣಾಜನಕವಾಗಿದೆ ಎಂಬುದನ್ನು ಆಗಾಗ್ಗ ನನಗೆ ನಿಶ್ಚಯಿಸಲು ಸಾಧ್ಯವಾಗುತ್ತಿರಲಿಲ್ಲ ಕಡೆಯಪಕ್ಷ ದರ್ಶನಾಕಾಂಕ್ಷಿಗಳ (ದರ್ಶನ್‌ವಾಲಾಗಳು) ಕುರುಡು ಪ್ರೀತಿಯನ್ನು ಕಂಡು ನನಗೆ ಕೋಪಬರುತ್ತಿತ್ತು. ಇದರಿಂದ ಆಗಾಗ್ಗ ನನಗೆ ಕಿರಿಕಿರಿಯಾಗುತ್ತಿತ್ತು. ಆದರೆ ಪ್ರಯಾಣ ಎನ್ನುವುದು ಆಗಾಗ್ಗ ಯಾತನಾಮಯವಾಗುತ್ತಿದ್ದರೂ ನನ್ನನ್ನು ಅದು ಉನ್ನತಮಟ್ಟಕ್ಕೇರಿಸುತ್ತಿತ್ತು ಮತ್ತು ಎಂದೂ ನನ್ನಲ್ಲಿ ಅದು ಕೋಪವನ್ನು ಕೆರಳಿಸುತ್ತಿರಲಿಲ್ಲ.

ಆ ದಿವಸಗಳಲ್ಲಿ ನಾನು ಅಲ್ಲಿ-ಇಲ್ಲಿ ಸುತ್ತಾಡುವ ಸಾಮರ್ಥ್ಯವನ್ನು ಪಡೆದಿದ್ದೆ. ಅದೃಷ್ಟವಶಾತ್ ನಾನು ಹೆಚ್ಚು ಜನರಿಗೆ ಪರಿಚಿತನಾಗಿರಲಿಲ್ಲ ಮತ್ತು ಬೀದಿಗಳಲ್ಲಿ ಗಲಿಬಿಲಿಯನ್ನುಂಟುಮಾಡದೇ ಓಡಾಡಬಹುದಾಗಿತ್ತು. ಹೀಗೆ ಸುತ್ತಾಡುವಾಗ ನಾನು ಯಾತ್ರಾರ್ಥಿಗಳ ಅನ್ಯಮನಸ್ಕತೆಯನ್ನು, ಬೂಟಾಟಿಕೆಯನ್ನು ಮತ್ತು ಋಣವನ್ನು ಪರಿಹರಿಸಿಕೊಳ್ಳುವ ತವಕವನ್ನು ಅವರಲ್ಲಿದ್ದ ಧರ್ಮಶ್ರದ್ಧೆಗಿಂತಲೂ ಹೆಚ್ಚಾಗಿ ಗಮನಿಸುತ್ತಿದ್ದೆ. ಅಲ್ಲಿಗೆ ಇದ್ದಕ್ಕಿದ್ದಂತೆ ಬಂದು ಇಳಿದಿದ್ದ ಸಾಧುಗಳು ಜೀವನದ ಪ್ರಶಂಸಾರ್ಹ ವಸ್ತು-ವಿಷಯಗಳನ್ನು ಅನುಭವಿಸಲು ಜನ್ಮ ತಾಳಿರುವಂತೆ ಭಾಸವಾಯ್ತು.

ಇಲ್ಲಿ ನಾನು ಐದು ಪಾದಗಳಿದ್ದ ಹಸುವನ್ನು ಕಂಡೆ! ನನಗೆ ಆಶ್ಚರ್ಯವಾಯ್ತು. ಆದರೆ ತಿಳಿದವರು ಬೇಗನೇ ನನ್ನ ಭ್ರಾಂತಿಯನ್ನು ನಿವಾರಿಸಿದರು. ಐದು ಪಾದಗಳ ಈ ಬಡಪಾಯಿ ಹಸು ದುಷ್ಟರ ದುರಾಸೆಗೆ ಬಲಿಯಾಗಿತ್ತು ಈ ಐದನೇ ಪಾದ ಬೇರೇನೂ ಆಗಿರದೇ ಜೀವಂತ ಕರುವಿನ ಪಾದವನ್ನು ಕತ್ತರಿಸಿ ಅದನ್ನು ಹಸುವಿನ ಹೆಗಲ ಮೇಲೆ ಜೋಡಿಸಲಾಗಿತ್ತು. ಅಜ್ಞಾನಿಯಿಂದ ಹಣವನ್ನು ಕಸಿದುಕೊಳ್ಳಲು ಈ ಇಮ್ಮಡಿ ಕ್ರೌರ್ಯವನ್ನು ಎಸಗಿ ಶೋಷಿಸಲಾಗುತ್ತಿತ್ತು. ಐದು ಪಾಟಗಳಿದ್ದ ಹಸುವಿನಿಂದ ಆಕರ್ಷಿತನಾಗದಿದ್ದ ಹಿಂದೂ ಅಲ್ಲಿರಲೇ ಇಲ್ಲ. ಇಂತಹ ಪವಾಡ ಸದೃಶ ಹಸುವಿನ ಮೇಲೆ ದಾನದ ರೂಪದಲ್ಲಿ ಧಾರಾಳವಾಗಿ ಹಣ ಸುರಿಯದ ಹಿಂದು ಅಲ್ಲಿರಲೇ ಇಲ್ಲ.

ಜಾತ್ರೆ (ಕುಂಭ ಮೇಳ)ಯ ದಿನ ಬಂದೇ ಬಿಟ್ಟಿತು. ನನಗೆ ಅದೊಂದು ಸ್ಮರಣೀಯ (ರೆಡ್‌ಲೆಟರ್) ದಿನವೇ ಆಗಿತ್ತು. ನಾನು ಹರ್‌ದ್ವಾರಕ್ಕೆ ಯಾತ್ರಿಕನಂತೆ ಹೋಗಿರಲಿಲ್ಲ. ನಾನು ಭಕ್ತಿ ಶ್ರದ್ಧೆಯನ್ನು (ಅಂದರೆ ಧರ್ಮವನ್ನು) ಹುಡುಕಿಕೊಂಡು ಯಾತ್ರಾಸ್ಥಳಗಳಿಗೆ ಪದೇ ಪದೇ ಹೋಗಬೇಕೆಂಬ ಆಲೋಚನೆಯನ್ನು ನಾನು ಎಂದೂ ಮಾಡಿರಲಿಲ್ಲ. ಆದರೆ ಅಲ್ಲಿರುವರೆಂದು ವರದಿಯಾಗಿದ್ದ ಹದಿನೇಳು ಲಕ್ಷ ಜನರಲ್ಲಿ ಎಲ್ಲರೂ ಆಷಾಢಭೂತಿಗಳಾಗಿರಲಾರರು ಮತ್ತು ಕೇವಲ ಪ್ರೇಕ್ಷಕರಾಗಿರಲಾರರು. ಅವರಲ್ಲಿದ್ದ ಲಕ್ಷಾಂತರ ಜನರು ಅಲ್ಲಿಗೆ ಹಿರಿಮೆಯನ್ನು ಗಳಿಸಿಕೊಳ್ಳಲು ಮತ್ತು ಸ್ವಯಂ ಶುದ್ಧಿಕರಣಕ್ಕೆ (ತಮ್ಮನ್ನು ಶುದ್ಧಿ ಮಾಡಿಕೊಳ್ಳಲು) ಅಲ್ಲಿಗೆ ಹೋಗಿದ್ದರು ಎಂಬುದರಲ್ಲಿ ನನಗೆ ಸಂಶಯವೇ ಇರಲಿಲ್ಲ. ಈ ಬಗೆಯ ನಿಷ್ಠೆ ಎಷ್ಟರಮಟ್ಟಿಗೆ ಜೀವವನ್ನು ಮೇಲಕ್ಕೆತ್ತುವುದು ಎಂಬುದನ್ನು ಹೇಳಲು ಅಸಾಧ್ಯವಾಗದಿದ್ದರೂ ಕಷ್ಟಸಾಧ್ಯವಾಗಿದೆ.

ಆದ್ದರಿಂದ ಇಡೀ ರಾತ್ರಿ ಗಾಢವಾದ ಚಿಂತನೆಯಲ್ಲಿ ಮುಳುಗಿದ್ದೆ. ತಮ್ಮನ್ನು ಸುತ್ತುವರೆದಿದ್ದ ಬೂಟಾಟಿಕೆಯ ನಡುವೆ ಆ ಪವಿತ್ರ ಜೀವಗಳು ಕೂಡಾ ಇದ್ದವು. ತಮ್ಮ ಸೃಷ್ಟಿಕರ್ತನ ಎದುರು ಅವರು ತಮ್ಮ ಅಪರಾಧದಿಂದ ಮುಕ್ತರಾಗುವರು. ಹರ್‌ದ್ವಾರಕ್ಕೆ ಯಾತ್ರೆ ಹೋಗುವುದೇ ಪಾಪ-ವೆಂದಾಗಿದ್ದರೆ ನಾನು ಸಾರ್ವಜನಿಕವಾಗಿ ಅದರ ವಿರುದ್ಧ ದನಿ ಎತ್ತಬೇಕು. ಮತ್ತು ಕುಂಭದ ದಿನದಂದು ನಾನು ಹರ್‌ದ್ವಾರವನ್ನು ಬಿಟ್ಟು ಹೊರಗೆ ಹೋಗಬೇಕು. ಆದರೆ ಹರ್ ದ್ವಾರಕ್ಕೆ ಮತ್ತು ಕುಂಭಮೇಳಕ್ಕೆ ಯಾತ್ರೆ ಹೋಗುವುದು ಪಾಪವಲ್ಲ ಎಂದಾಗಿದ್ದರೆ ಅಲ್ಲಿ ಇರುವ ಅನ್ಯಾಯದ ಪರಿಹಾರಕ್ಕಾಗಿ ಮತ್ತು ನನ್ನನ್ನು ನಾನು ಶುದ್ಧೀಕರಿಸಿಕೊಳ್ಳಲು ಯಾವುದಾದರೂ ಬಗೆಯ ಸ್ವಾರ್ಥವನ್ನು ತ್ಯಾಗ ಮಾಡಬೇಕು. ಇದು ನನಗೆ ಸಹಜವಾಗಿತ್ತು. ನನ್ನ ಜೀವನ ಶಿಸ್ತುಪಾಲನೆಯ ನಿರ್ಣಯಗಳ ಮೇಲೆ ನೆಲೆಗೊಂಡಿತ್ತು. ಕಲ್ಕತ್ತ ಮತ್ತು ರಂಗೂನ್‌ಗಳಲ್ಲಿ ನನ್ನ ಅತಿಥೇಯರಿಗೆ ಅನವಶ್ಯವಾಗಿ ತೊಂದರೆ ಕೊಟ್ಟಿದ್ದೆ ಎಂಬುದನ್ನು ನೆನಸಿಕೊಂಡೆ. ಅವರು ನನ್ನನ್ನು ಧಾರಾಳವಾಗಿ ಉಪಚರಿಸಿದ್ದರು. ಆದ್ದರಿಂದ ನಾನು ನನ್ನ ನಿತ್ಯದ ಆಹಾರ ಒಳಗೊಳ್ಳುವ ಪದಾರ್ಥಗಳನ್ನು ಮಿತಿಯಲ್ಲಿರಿಸಿಕೊಳ್ಳಲು ತೀರ್ಮಾನಿಸಿದೆ. ನನ್ನ ಕಡೆಯ ಊಟವನ್ನು ಸೂರ್ಯ ಮುಳುಗುವ ಮೊದಲೇ ಮಾಡಿಬಿಡಬೇಕೆಂದು ನಿಶ್ಚಯಮಾಡಿಕೊಂಡೆ. ಈ ನಿರ್ಬಂಧಗಳನ್ನು ನನ್ನ ಮೇಲೆ ಹೇರಿಕೊಳ್ಳದಿದ್ದರೆ ನಾನು ನನ್ನ ಭವಿಷ್ಯದ ಅತಿಥೇಯರುಗಳನ್ನು ಸಾಕಷ್ಟು ಪೇಚಿನಲ್ಲಿ ಸಿಕ್ಕಿಸಬೇಕಾಗುತ್ತದೆ ಎಂಬುದನ್ನು ಮನವರಿಕೆಮಾಡಿಕೊಂಡೆ. ಹಾಗೆ ನಿರ್ಬಂಧಗಳನ್ನು ಹೇರಿಕೊಳ್ಳದಿದ್ದರೆ ನಾನು ಸೇವೆಯಲ್ಲಿ ತೊಡಗುವ ಪ್ರತಿಯಾಗಿ ನನ್ನ ಅತಿಥೇಯರುಗಳನ್ನು ನನ್ನ ಸೇವೆಯಲ್ಲಿ ತೊಡಗಿಸಿದಂತಾಗುವುದು. ಆದ್ದರಿಂದ ನಾನು ಭಾರತದಲ್ಲಿದ್ದಾಗ ಇಪ್ಪತ್ನಾಲ್ಕುಗಂಟೆಗಳ ಅವಧಿಯಲ್ಲಿ ಐದು ಪದಾರ್ಥಗಳಿಗಿಂತ ಹೆಚ್ಚಿಗೆ ಏನನ್ನೂ ತಿನ್ನಬಾರದೆಂದು ಪ್ರತಿಜ್ಞೆಮಾಡಿದೆ. ಕತ್ತಲಾದ ತರುವಾಯ ಊಟಮಾಡುವುದಿಲ್ಲವೆಂದು ಪ್ರತಿಜ್ಞೆಮಾಡಿದೆ. ನಾನು ಮುಂದೆ ಎದುರಿಸಬಹುದಾದ ಕಷ್ಟಗಳ ಬಗ್ಗೆ ಚೆನ್ನಾಗಿ ಯೋಚನೆಮಾಡಿದೆ. ಆದರೆ ಇದರಿಂದ ನುಣುಚಿಕೊಳ್ಳುವ ಮಾರ್ಗ ಇರಲೇಬಾರದೆಂದು ನಿಶ್ಚಯಿಸಿದೆ. ಕಾಯಿಲೆ ಮಲಗಿದರೆ ಏನಾಗಬಹುದು ಎಂಬುದರ ಬಗ್ಗೆ ಪೂರ್ವತಯಾರಿ ಮಾಡಿಕೊಂಡೆ. ಈ ಐದು ಪದಾರ್ಥಗಳಲ್ಲಿ ಔಷಧಿಯನ್ನು ಒಂದು ಪದಾರ್ಥ ಎಂದು ಪರಿಗಣಿಸಿದರೆ ಮತ್ತು ಆಹಾರದ ವಿಶಿಷ್ಟ ಪದಾರ್ಥದ

ಬಗ್ಗೆ ಅಂದರೆ ಇಷ್ಟವಾದ ತಿನಿಸಿನ ಬಗ್ಗೆ ಒಲವನ್ನು ತೋರಿಸದಿದ್ದರೆ ಏನಾಗಬಹುದು ಎಂಬುದರ ಬಗ್ಗೆ ಚಿಂತಿಸಿದೆ. ಏನೇ ಆದರೂ ಯಾವ ರೀತಿಯಲ್ಲೂ ನಿಯಮಕ್ಕೆ ಅಪವಾದ ಎಂಬುದಿರಬಾರದು ಎಂದು ಕಡೆಯಲ್ಲಿ ತೀರ್ಮಾನಿಸಿದೆ. (ಅಂದರೆ ನಿಯಮವನ್ನು ಏನೇ ಆದರೂ ಮೀರಬಾರದು ಎಂದು ತೀರ್ಮಾನಿಸಿದೆ.)

ಈಗ ಹದಿಮೂರು ವರ್ಷಗಳಿಂದ ನಾನು ಈ ಪ್ರತಿಜ್ಞೆಯನ್ನು ಪಾಲಿಸಿಕೊಂಡು ಬಂದಿದ್ದೇನೆ. ಅವು ನನ್ನನ್ನು ಕಠಿಣ ಪರೀಕ್ಷೆಗೆ ಗುರಿಮಾಡಿವೆ. ಆದರೆ ಅವು ನನ್ನನ್ನು ರಕ್ಷಾಕವಚದಂತೆ ಕಾಪಾಡಿವೆ ಎಂದು ಕೂಡಾ ದೃಢವಾಗಿ ಹೇಳಬಲ್ಲೆ. ಅವು ನನ್ನ ಆಯಸ್ಸನ್ನು ಕೆಲವು ವರ್ಷಗಳಷ್ಟು ಹೆಚ್ಚಿಸಿವೆ ಮತ್ತು ಅನೇಕ ಕಾಯಿಲೆಗಳಿಂದ ನನ್ನನ್ನು ಕಾಪಾಡಿವೆ ಎಂಬ ಅಭಿಪ್ರಾಯನನ್ನಲ್ಲಿದೆ.

8. ಲಕ್ಷ್ಮಣ್ ಝೂಲಾ

ಗುರುಕುಲವನ್ನು ಮುಟ್ಟಿ ಭೀಮಕಾಯ ಹೊಂದಿದ್ದ ಮಹಾತ್ಮ ಮುನ್‌ಷಿರಾಮ್‌ಜೀ ಅವರನ್ನು ಕಂಡಿದ್ದರಿಂದ ತುಂಬಾ ಸಮಾಧಾನ ಸಿಕ್ಕಿತು. ತಕ್ಷಣವೇ ನಾನು ಗುರುಕುಲದ ಪ್ರಶಾಂತ ವಾತಾವರಣ ಮತ್ತು ಹರ್‌ದ್ವಾರದ ಸದ್ದು - ಗದ್ದಲದ ನಡುವೆ ಇದ್ದ ವಿಚಿತ್ರವಾದ ಭಿನ್ನತೆಯನ್ನು ಗುರುತಿಸಿದೆ.

ಮಹಾತ್ಮ ನನ್ನನ್ನು ತಮ್ಮ ಪ್ರೀತಿಯಿಂದ ಪರವಶಗೊಳಿಸಿದರು. ಬ್ರಹ್ಮಚಾರಿಗಳೆಲ್ಲರೂ ನನ್ನನ್ನು ಉಪಚರಿಸಿದರು. ಇಲ್ಲಿ ನಾನು ಮೊದಲಬಾರಿಗೆ ಆಚಾರ್ಯ ರಾಮ್‌ದೇವ್‌ಜೀ ಅವರ ಪರಿಚಯಮಾಡಿಕೊಂಡೆ. ಅವರಲ್ಲಿ ಎಂತಹ ಶಕ್ತಿ ಮತ್ತು ಪ್ರಭಾವವಿದೆ ಎಂಬುದನ್ನು ತಕ್ಷಣವೇ ಕಂಡುಕೊಂಡೆ. ಅನೇಕ ವಿಷಯಗಳಲ್ಲಿ ನಮ್ಮ ನಡುವೆ ಅಭಿಪ್ರಾಯ ಭೇದಗಳಿದ್ದವು. ಏನೇ ಆದರೂ ನಮ್ಮ ಪರಿಚಯು ಬಹುಬೇಗನೇ ಗೆಳೆತನದಲ್ಲಿ ಪಕ್ವವಾಯಿತು.

ನಾನು ಆಚಾರ್ಯ ರಾಮ್‌ದೇವ್‌ಜೀ ಮತ್ತು ಇತರ ಪ್ರಾಧ್ಯಾಪಕರುಗಳೊಡನೆ ಗುರುಕುಲದಲ್ಲಿ ಕೈಗಾರಿಕಾ ತರಬೇತಿಯನ್ನು ಪ್ರಾರಂಭಿಸುವುದರ ಅವಶ್ಯಕತೆಯ ಬಗ್ಗೆ ದೀರ್ಘವಾಗಿ ಚರ್ಚೆ ನಡೆಸಿದೆ. ಅಲ್ಲಿಂದ ಹೊರಡುವ ಸಮಯ ಬಂದಾಗ ಆ ಸ್ಥಳವನ್ನು ಬಿಡುವ ನೋವು ನನ್ನನ್ನು ಹಿಂಡಿತು.

ನಾನು ಲಕ್ಷ್ಮಣ್ ಝೂಲಾ (ಗಂಗಾನದಿಯ ಮೇಲಿನ ತೇಲು ಸೇತುವೆ)ದ ಹೊಗಳಿಕೆಯನ್ನು ತುಂಬಾ ಕೇಳಿದ್ದೆ. ಹೃಷಿಕೇಶದಿಂದ ಸ್ವಲ್ಪ ದೂರದಲ್ಲಿ ಆ ಸೇತುವೆಯಿದೆ. ಸೇತುವೆಯನ್ನು ನೋಡಲು ಹೋಗದೇ ಹರ್‌ದ್ವಾರವನ್ನು ಬಿಡಬಾರದೆಂದು ನನ್ನ ಅನೇಕ ಗೆಳೆಯರು ನನಗೆ ಒತ್ತಿ ಒತ್ತಿ ಹೇಳಿದ್ದರು. ನಾನು ಕಾಲು ನಡಿಗೆಯಲ್ಲಿ ಈ ಯಾತ್ರೆಯನ್ನು ಕೈಗೊಳ್ಳಲು ನಿರ್ಧರಿಸಿದೆ. ಆದ್ದರಿಂದ ಎರಡು ಹಂತಗಳಲ್ಲಿ ಈ ಯಾತ್ರೆಯನ್ನು ಪೂರಯಿಸಿದೆ. ಹೃಷಿಕೇಶದಲ್ಲಿ ಅನೇಕ ಸನ್ಯಾಸಿಗಳು ನನ್ನನ್ನು ಕಾಣಲು ಬಂದಿದ್ದರು. ಅವರಲ್ಲೊಬ್ಬರು ನನ್ನ ಕಡೆಗೆ ವಿಶೇಷವಾಗಿ ಆಕರ್ಷಿತರಾಗಿದ್ದರು. ಫೀನಿಕ್ಸ್ ತಂಡ ಅಲ್ಲಿದ್ದುದರಿಂದ ಅವರ ಬಗ್ಗೆ ಸ್ವಾಮಿ ಅನೇಕ ಪ್ರಶ್ನೆಗಳನ್ನು ಕೇಳಿದರು.

ನಾವು ಧರ್ಮದ ಬಗ್ಗೆ ಚರ್ಚಿಸಿದೆವು. ಧಾರ್ಮಿಕ ವಿಚಾರಗಳ ಬಗ್ಗೆ ನನ್ನಲ್ಲಿ ಗಾಢವಾದ ಶ್ರದ್ಧೆಯಿರುವುದನ್ನು ಅವರು ಮನವರಿಕೆಮಾಡಿಕೊಂಡರು. ನಾನು ಗಂಗಾನದಿಯಲ್ಲಿ ಸ್ನಾನಮಾಡಿಕೊಂಡು ಬರುವಾಗ ನನ್ನ ತಲೆ ಬೋಳಾಗಿರುವುದನ್ನು ಮತ್ತು ಷರಟು ಧರಿಸಿಲ್ಲದಿರುವುದನ್ನು ಗಮನಿಸಿದರು. ನನ್ನ ತಲೆಯ ಮೇಲೆ ಶಿಖೆ (ಜುಟ್ಟು - ಕೂದಲ ಕುಚ್ಚು) ಮತ್ತು ನನ್ನ ಕುತ್ತಿಗೆಯ ಸುತ್ತಲೂ ಜನಿವಾರವಿಲ್ಲದಿರುವುದನ್ನು ಕಂಡು ಅವರಿಗೆ ದುಃಖವಾಯ್ತು. ಅವರು ಹೇಳಿದರು:

'ನಿಷ್ಠಾವಂತ ಹಿಂದೂ ಆಗಿ ಜನಿವಾರ ಮತ್ತು ಶಿಖೆಯಿಲ್ಲದೇ ತಿರುಗಾಡುವುದನ್ನು ಕಂಡು ನನಗೆ ದುಃಖವಾಗಿದೆ. ಹಿಂದೂ ಧರ್ಮದಲ್ಲಿ ಈ ಎರಡೂ ಬಾಹ್ಯ ಸಂಕೇತಗಳಾಗಿವೆ. ಪ್ರತಿಯೊಬ್ಬ ಹಿಂದು ಅವನ್ನು ಧರಿಸಲೇ ಬೇಕು'.

ಈ ಎರಡನ್ನು ಹೇಗೆ ತ್ಯಜಿಸಿದೆ ಎಂಬುದರ ಬಗ್ಗೆ ಒಂದು ಕಥೆಯಿದೆ. ನಾನು ಹತ್ತು ವರ್ಷದ ತುಂಟ ಹುಡುಗನಾಗಿದ್ದಾಗ ತಮ್ಮ ಜನಿವಾರಗಳಿಗೆ ಕೀಲಿಕೈ (ಕೀ) ಗೊಂಚಲನ್ನು ಸಿಕ್ಕಿಸಿಕೊಂಡು ಆಟವಾಡುತ್ತಿದ್ದ ಬ್ರಾಹ್ಮಣ ಹುಡುಗರನ್ನು ಕಂಡು, ಕರುಬುತ್ತಿದ್ದೆ. ನಾನು ಹಾಗೆ ಮಾಡಬೇಕೆಂದು ಇಚ್ಛಿಸುತ್ತಿದ್ದೆ. ಕಥಿಯಾವಾಡ್‌ನಲ್ಲಿ ಜನಿವಾರವನ್ನು ಧರಿಸಿಕೊಳ್ಳುವ ಪದ್ಧತಿ ವೈಶ್ಯ ಕುಟುಂಬಗಳಲ್ಲಿ ಸರ್ವಸಾಮಾನ್ಯವಾಗಿರಲಿಲ್ಲ. ಆದರೆ ಮೊದಲ ಮೂರು ವರ್ಣಗಳಲ್ಲಿ ಅದನ್ನು ಕಡ್ಡಾಯ ಮಾಡಬೇಕೆಂಬ ಚಳವಳಿಯು ಆಗತಾನೇ ಪ್ರಾರಂಭವಾಗಿತ್ತು. ಇದರ ಪರಿಣಾಮದಿಂದಾಗಿ ಗಾಂಧಿ ಮನೆತನದ ಅನೇಕ ಸದಸ್ಯರುಗಳು ಜನಿವಾರವನ್ನು ಧರಿಸಿಕೊಳ್ಳುವ ಪದ್ಧತಿಯನ್ನು ಅನುಸರಿಸಿದರು. ನಮ್ಮಲ್ಲಿ ಇಬ್ಬರು ಅಥವಾ ಮೂವರು ಬಾಲಕರಿಗೆ ರಾಮ್‌ರಕ್ಷವನ್ನು ಕಲಿಸುತ್ತಿದ್ದ ಬ್ರಾಹ್ಮಣನು ನಮಗೆ ಜನಿವಾರವನ್ನು ತೊಡಿಸಿದನು. ಆದರೆ ನನಗೆ ಕೀಲಿಕೈ ಗೊಂಚಲನ್ನು ಸಿಕ್ಕಿಸಿಕೊಳ್ಳುವ ಸಂದರ್ಭ ಬರದಿದ್ದರೂ ನಾನು ಒಂದು ಕೀಲಿಕೈಗೊಂಚಲನ್ನು ಸಂಪಾದಿಸಿಕೊಂಡು ಅದರೊಂದಿಗೆ ಆಟವಾಡಲಾರಂಭಿಸಿದೆ. ಮುಂದೆ ಜನಿವಾರ ಕಿತ್ತು ಹೋಯ್ತು. ಅದನ್ನು ಕಳೆದುಕೊಂಡಿದ್ದರಿಂದ ನನಗೆ ತುಂಬಾ ದುಃಖವಾಯ್ತೆ ಎಂಬುದು ನನ್ನ ನೆನಪಲ್ಲಿಲ್ಲ. ಆದರೆ ನಾನು ಹೊಸ ಜನಿವಾರವೊಂದನ್ನು ಹಾಕಿಕೊಳ್ಳಲು ತವಕಪಡಲಿಲ್ಲ ಎಂಬುದು ಮಾತ್ರ ನನ್ನ ನೆನಪಲ್ಲಿದೆ.

ನಾನು ಬೆಳೆದು ನಿಂತಾಗ ಭಾರತದಲ್ಲಿ ಮತ್ತು ದಕ್ಷಿಣ ಆಫ್ರಿಕದಲ್ಲಿ ಅನೇಕರು ಸದುದ್ದೇಶದಿಂದ ನನಗೆ ಜನಿವಾರ ತೊಡಿಸಲು ಪ್ರಯತ್ನಿಸಿದ್ದರು. ಆದರೆ ಅವರಿಗೆ ಯಶಸ್ಸು ಸಿಗಲಿಲ್ಲ. ಶೂದ್ರರು ಅವನ್ನು ತೊಡಬಾರದೆಂದಿದ್ದರೆ ಇತರ ವರ್ಣಗಳವರಿಗೆ ಅವನ್ನು ತೊಡುವ ಹಕ್ಕಿದೆಯೆ ಎಂದು

ನಾನು ವಾದಿಸಿದ್ದೆ. ಇದೊಂದು ಅವಶ್ಯಕವಾದ ಪದ್ಧತಿ ಎಂದು ಭಾವಿಸಿದ್ದುದನ್ನು ಮತ್ತೆ ಅನುಸರಿಸಲು ನನಗೆ ಇನ್ನಷ್ಟು ಕಾರಣಗಳು ಸಿಕ್ಕಿರಲಿಲ್ಲ. ಜನಿವಾರದ ಬಗ್ಗೆ ನನ್ನಲ್ಲಿ ಯಾವುದೇ ಆಕ್ಷೇಪಣೆಯೂ ಇರಲಿಲ್ಲ. ಆದರೆ ಅದನ್ನು ಧರಿಸುವುದರ ಬಗ್ಗೆ ಸರಿಯಾದ ಕಾರಣಗಳಿರಲಿಲ್ಲ.

ವೈಷ್ಣವನಾಗಿದ್ದರಿಂದ ಸಹಜವಾಗಿ ನಾನು ನನ್ನ ಕುತ್ತಿಗೆಯ ಸುತ್ತ ಕಂಠಿಯನ್ನು ಧರಿಸಿದ್ದೆ ಮತ್ತು ಹಿರಿಯರು ಶಿಖೆಯನ್ನು ಕಡ್ಡಾಯ ಎಂದು ಪರಿಗಣಿಸಿದ್ದರು. ಹಾಗಿದ್ದರೂ ನಾನು ಇಂಗ್ಲೆಂಡ್‌ಗೆ ಹೊರಡುವ ಹಿಂದಿನ ದಿನ ನನ್ನ ಶಿಖೆಯನ್ನು ತೆಗೆದುಹಾಕಿದೆ. ಹಾಗೆ ಇರಿಸಿಕೊಂಡಿದ್ದರೆ ನಾನು ಬೋಳುತಲೆಯಲ್ಲಿದ್ದಾಗ ಅದು ನನ್ನನ್ನು ಅಪಹಾಸ್ಯಕ್ಕೆ ಈಡುಮಾಡುತ್ತಿತ್ತು ಮತ್ತು ಇಂಗ್ಲಿಷರ ದೃಷ್ಟಿಯಲ್ಲಿ ಅನಾಗರಿಕನಂತೆ ಕಾಣುತ್ತಿದ್ದೆ ಎಂದು ಆಗ ನಾನು ಭಾವಿಸಿದ್ದೆ. ವಾಸ್ತವವಾಗಿ ದಕ್ಷಿಣ ಆಫ್ರಿಕದಲ್ಲಿದ್ದಾಗ ಕೂಡಾ ಈ ಹೇಡಿ ಭಾವನೆ ನನ್ನಲ್ಲಿತ್ತು. ನನ್ನ ಸೋದರ ಸಂಬಂಧಿ ಛಗನ್‌ಲಾಲ್ ಗಾಂಧಿ ಧಾರ್ಮಿಕ ಶ್ರದ್ಧೆಯನ್ನಿಟ್ಟುಕೊಂಡು ಅದನ್ನು ಇಟ್ಟು ಕೊಂಡಿರುವುದನ್ನು ಕಂಡಾಗ ಅವನು ಅದನ್ನು ತೆಗೆದುಹಾಕುವಂತೆ ಮಾಡಿದೆ. ಅದು ಅವನ ಸಾರ್ವಜನಿಕ ಕೆಲಸದಲ್ಲಿ ಅಡಿಯನ್ನುಂಟುಮಾಡುವುದು ಎಂದು ಭಯಪಟ್ಟಿದ್ದೆ. ಆದ್ದರಿಂದ ಅವನಿಗೆ ಅದರಿಂದ ದುಃಖ ಉಂಟಾದರೂ ಅವನು ಅದನ್ನು ತ್ಯಜಿಸುವಂತೆ ಮಾಡಿದೆ.

ನಾನು ಸ್ವಾಮಿಅವರಿಗೆ ಇಡೀ ವಿಷಯವನ್ನು ಏನೂ ಬಿಡದಂತೆ ಹೇಳಿದೆ. ಮುಂದುವರೆದು ಅವರಿಗೆ ಹೇಳಿದೆ:

'ಅಸಂಖ್ಯಾತ ಹಿಂದೂಗಳು ಜನಿವಾರವನ್ನು ತೊಟ್ಟುಕೊಳ್ಳದೆಯೇ ಹಿಂದೂಗಳಾಗಿಯೇ ಉಳಿದುಕೊಂಡಿರುವಾಗ ನನಗೆ ಅದರ ಅವಶ್ಯಕತೆಯಿಲ್ಲ ಎಂದು ತೋರುತ್ತದೆ. ಆದ್ದರಿಂದ ನಾನು ಅದನ್ನು ಧರಿಸುವುದಿಲ್ಲ. ಅದಕ್ಕಿಂತ ಹೆಚ್ಚಾಗಿ ಜನಿವಾರವು ಆತ್ಮಶಕ್ತಿಯನ್ನು ಪುನರುಜ್ಜೀವನಗೊಳಿಸುವಂತಹ ಸಂಕೇತವಾಗಬೇಕು. ಅದನ್ನು ಧರಿಸುವವನು ಉನ್ನತವಾದ ಮತ್ತು ಪರಿಶುದ್ಧವಾದ ಜೀವನ ನಡೆಸಲು ಉದ್ದೇಶಪೂರ್ವಕವಾಗಿ ಪ್ರಯತ್ನಿಸಬೇಕೆಂದು ಮೊದಲೇ ಚಿಂತಿಸಿರಬೇಕು. ಸದ್ಯದ ಭಾರತ ಮತ್ತು ಹಿಂದೂಧರ್ಮದ ಸ್ಥಿತಿಯನ್ನು ಗಮನಿಸಿ ಹೇಳುವುದಾದರೆ ಅಂತಹ ಅರ್ಥವುಳ್ಳ ಸಂಕೇತವನ್ನು ಧರಿಸುವ ಹಕ್ಕನ್ನು ಹಿಂದೂಗಳು ಎತ್ತಿಹಿಡಿಯುತ್ತಾರೆ ಎಂಬುದರಲ್ಲಿ ನನಗೆ ಸಂಶಯವಿದೆ. ಹಿಂದೂ ಧರ್ಮವು ಅಸ್ಪೃಶ್ಯತೆಯನ್ನು ತಾನಾಗಿಯೇ ತೊಳೆದುಕೊಂಡು ಪರಿಶುದ್ಧವಾದಾಗ, ಮೇಲು ಮತ್ತು ಕೀಳು ಎಂಬ ಭಿನ್ನತೆಗಳನ್ನು ತೊಡೆದುಹಾಕಿದಾಗ ಮತ್ತು ಅದರಲ್ಲಿ ತಡೆಯೇ ಇಲ್ಲದೇ ಹಬ್ಬುತ್ತಿರುವ ಇತರ ಅನಿಷ್ಟಗಳನ್ನು ಮತ್ತು ವಂಚನೆಗಳನ್ನು ತೊಡೆದು ಹಾಕಿದಾಗ ಮಾತ್ರ ಅಂತಹ ಹಕ್ಕು ದೊರೆಯುವುದು. ಆದ್ದರಿಂದ ಜನಿವಾರ (ಪವಿತ್ರ-ದಾರ)ವನ್ನು ಧರಿಸುವುದರ ವಿರುದ್ಧ ನನ್ನ ಮನಸ್ಸು ಬಂಡಾಯ ಹೂಡಿದೆ. ಆದರೆ ಶಿಖೆಯ ಬಗ್ಗೆ ತಾವು ನೀಡಿರುವ ಸಲಹೆ ಪರಿಗಣಿಸಲು ಅರ್ಹವಾಗಿದೆ. ಒಮ್ಮೆ ನಾನು ಅದನ್ನು ಇಟ್ಟುಕೊಂಡಿದ್ದೆ. ಆದರೆ ನಾಚಿಕೆಯಾಗುವುದೆಂಬ ತಪ್ಪು ಭಾವನೆಯಿಂದ ಅದನ್ನು ನಾನು ತ್ಯಜಿಸಿಬಿಟ್ಟೆ. ಆದ್ದರಿಂದ ಅದನ್ನು ಮತ್ತೆ ಬೆಳೆಸುವುದೇ ಸರಿಯಾದದದ್ದು ಎಂದು ನಾನು ಭಾವಿಸಿದ್ದೇನೆ. ನಾನು ನನ್ನ ಸಂಗಡಿರೊಂದಿಗೆ ಈ ವಿಷಯದ ಬಗ್ಗೆ ಚರ್ಚಿಸುತ್ತೇನೆ.'

ಜನಿವಾರದ ಬಗ್ಗೆ ನನ್ನಲ್ಲಿದ್ದ ಅಭಿಪ್ರಾಯವನ್ನು ಸ್ವಾಮಿ ಮೆಚ್ಚಿಕೊಳ್ಳಲಿಲ್ಲ. ಜನಿವಾರವನ್ನು ನಾನು ಧರಿಸದಿರಲು ಕೊಟ್ಟ ಅವೇ ಕಾರಣಗಳು ಅದನ್ನು ಧರಿಸುವುದರ ಪರವಾಗಿದ್ದ ಕಾರಣಗಳಾಗಿವೆ ಎಂಬಂತೆ ಅವರಿಗೆ ಕಾಣಿಸಿತು. ಇಂದು ಕೂಡಾ ನನ್ನ ಅಭಿಪ್ರಾಯ ಅಂದು ಹೃಷಿಕೇಶದಲ್ಲಿಟ್ಟುಕೊಂಡಿದ್ದ ಅಭಿಪ್ರಾಯದಂತೆಯೇ ಉಳಿದುಕೊಂಡಿದೆ. ಬೇರೆಬೇರೆ ಧರ್ಮಗಳು ಇರುವವರೆಗೂ ಪ್ರತಿಯೊಬ್ಬರಿಗೂ ಏನಾದರೊಂದು ವಿಭಿನ್ನರೀತಿಯ ಬಾಹ್ಯಸಂಕೇತದ ಅವಶ್ಯಕತೆಯಿರುತ್ತದೆ. ಆದರೆ ಸಂಕೇತವನ್ನು ಅಂಧಶ್ರದ್ಧೆಯ ಆಧಾರದಲ್ಲಿ ಮತ್ತು ತನ್ನ ಧರ್ಮ ಇತರ ಧರ್ಮಗಳಿಗಿಂತ ಶ್ರೇಷ್ಠವಾದದ್ದು ಎಂದು ತೋರಿಸುವ ಪ್ರತಿಷ್ಠೆಯ ಸಾಧನದಂತೆ ರಚಿಸಿಕೊಂಡಿದ್ದರೆ ಅದು ತಿರಸ್ಕಾರಕ್ಕೆ ಅರ್ಹವಾಗುವುದು. ಜನಿವಾರವು ಇಂದು ನನಗೆ ಹಿಂದೂಧರ್ಮವನ್ನು ಮೇಲೆತ್ತುವ ಸಾಧನವಾಗಿ ಕಾಣಿಸುತ್ತಿಲ್ಲ. ಆದ್ದರಿಂದ ನಾನು ಅದರ ಬಗ್ಗೆ ಅಲಕ್ಷ ತೋರುತ್ತಿದ್ದೇನೆ

ಆದರೆ ಶಿಖೆಯನ್ನು ತಿರಸ್ಕರಿಸಿದ್ದುದಕ್ಕೆ ಪುಕ್ಕಲುತನವೇ ಕಾರಣವಾಗಿತ್ತು. ನನ್ನ ಗೆಳೆಯರೊಂದಿಗೆ ಚರ್ಚಿಸಿದ ತರುವಾಯ ನಾನು ಅದನ್ನು ಮತ್ತೆ ಬೆಳೆಸಲು ತೀರ್ಮಾನಿಸಿದೆ.

ಈಗ ಲಕ್ಷ್ಮಣ್ ಝೂಲಾದ ಕಡೆಗೆ ಹಿಂದಿರುಗೋಣ. ಲಕ್ಷ್ಮಣ್ ಝೂಲ ಮತ್ತು ಹೃಷಿಕೇಶದ ಪ್ರಕೃತಿ ಸೌಂದರ್ಯ ನನಗೆ ಮುದ ನೀಡಿತು. ನಮ್ಮ ಪೂರ್ವಿಕರಲ್ಲಿದ್ದ ಪ್ರಕೃತಿ ಸೌಂದರ್ಯ ಕುರಿತ ಪ್ರಜ್ಞೆಗೆ ಮತ್ತು ಪ್ರಕೃತಿಯ ಸುಂದರ ರಚನೆಗಳನ್ನು ಧಾರ್ಮಿಕ ಮಹತ್ವದೊಂದಿಗೆ ಹೊಂದಿಸಿದ್ದ ಅವರ ದೂರದೃಷ್ಟಿಗೆ ತಲೆಬಾಗಿದೆ.

ಆದರೆ ಜನರು ಈ ಸುಂದರ ಸ್ಥಳಗಳನ್ನು ಬಳಸಿಕೊಳ್ಳುತ್ತಿದ್ದ ರೀತಿಯನ್ನು ಕಂಡು ನನಗೆ ಸಮಾಧಾನ ಉಂಟಾಗಲಿಲ್ಲ. ಹರ್‌ದ್ವಾರದಲ್ಲಿ, ಹಾಗೆಯೇ ಹೃಷಿಕೇಶದಲ್ಲಿ ಜನರು ರಸ್ತೆಗಳನ್ನು ಮತ್ತು ಗಂಗಾನದಿಯ ಚೆಲುವಾದ ದಡಗಳನ್ನು ಕಲುಷಿತಗೊಳಿಸಿದ್ದರು. ಅವರು ಗಂಗೆಯ ಪವಿತ್ರ ಜಲವನ್ನು ಕೂಡಾ ಹೊಲೆಗೆಡಿಸಲು ಹಿಂಜರಿದಿರಲಿಲ್ಲ. ಸಾರ್ವಜನಿಕರು ಸದಾ ಸುಳಿದಾಡುತ್ತಿರುವ ಸ್ಥಳಗಳಿಂದ ಸ್ವಲ್ಪ ದೂರಕ್ಕೆ ಹೋಗದೇ ನದಿಯ ದಡಗಳಲ್ಲಿ ಹಾಗೂ ಹಾದು ಹೋಗುವ ದಾರಿಯಲ್ಲಿ ಜನರು ಸಹಜ ದೇಹಬಾಧೆಯನ್ನು ತೀರಿಸಿಕೊಳ್ಳುತ್ತಿರುವುದನ್ನು ಕಂಡು ತುಂಬಾ ವೇದನೆಯಾಯ್ತು.

ನಾನು ಕಂಡಂತೆ ಲಕ್ಷ್ಮಣ್ ಝೂಲಾ ಗಂಗಾನದಿಯ ಮೇಲಿನ ಕಬ್ಬಿಣದ ತೇಲು ಸೇತುವೆಯಲ್ಲದೇ ಮತ್ತೇನೂ ಅಲ್ಲ. ಅಲ್ಲಿ ಆರಂಭದಲ್ಲಿ ಸೊಗಸಾದ ಹಗ್ಗದ ಸೇತುವೆಯಿತ್ತು ಎಂದು ನನಗೆ ತಿಳಿಸಿದ್ದರು. ಆದರೆ ಒಬ್ಬ ಲೋಕೋಪಕಾರಿ ಮಾರ್ವಾಡಿಯ ತಲೆಯಲ್ಲಿ ಹಗ್ಗದ ಸೇತುವೆಯನ್ನು ನಾಶಮಾಡಿ ಭಾರಿವೆಚ್ಚದಲ್ಲಿ ಕಬ್ಬಿಣದ ಸೇತುವೆಯನ್ನು ನಿರ್ಮಿಸಬೇಕೆಂಬ ಯೋಚನೆ ಹೊಳೆಯಿತು. ತರುವಾಯಅವನು ಅದನ್ನು ಸರ್ಕಾರದ ವಶಕ್ಕೆ ಒಪ್ಪಿಸಿ ಬಿಟ್ಟ! ಹಗ್ಗದ ಸೇತುವೆಯ ಬಗ್ಗೆ ನಾನು ಏನೂ ಹೇಳಲಾರೆ. ಏಕೆಂದರೆ ಅದನ್ನು ನಾನು ನೋಡಿರಲಿಲ್ಲ. ಆದರೆ ಅಂತಹ ಪರಿಸರದಲ್ಲಿ ಕಬ್ಬಿಣದ ಸೇತುವೆಯು ತೀರಾ ಅನುಚಿತವಾದದ್ದು ಮತ್ತು ಅದು ಆ ಪರಿಸರದ ಅಂದವನ್ನು ಕೆಡಿಸುತ್ತದೆ ಎಂದು ಹೇಳಬಲ್ಲೆ. ಈ ಯಾತ್ರಿಕರ ಸೇತುವೆಯನ್ನು ಸರ್ಕಾರದ ವಶಕ್ಕೆ

ಒಪ್ಪಿಸಿದ್ದುದು, ಆ ದಿನಗಳಲ್ಲಿ ನನ್ನಲ್ಲಿ ರಾಜನಿಷ್ಠೆಯಿದ್ದಿದ್ದರೂ ಅದು ಒಪ್ಪಿಕೊಳ್ಳುವಂತಹದಲ್ಲ ಎಂದು ಭಾವಿಸಿದ್ದೆ.

ಸೇತುವೆಯನ್ನು ದಾಟಿದ ಮೇಲೆ ಸ್ವರ್ಗಾಶ್ರಮ ಸಿಗುವುದು. ಅದೊಂದು ಹೊಲಸು ಸ್ಥಳವಾಗಿತ್ತು. ಗ್ಯಾಲ್ವನಿಕರಣಗೊಂಡಿದ್ದ (ಗ್ಯಾಲ್ವನೈಸ್ಡ್) ಕಬ್ಬಿಣದ ತಗಡುಗಳಿಂದ ಕಟ್ಟಲ್ಪಟ್ಟಿದ್ದ ಅನೇಕ ಕೀಲುಮಟ್ಟದ ಷೆಡ್ಡು (ಚಾವಣಿಯಿದ್ದ ಕಟ್ಟಡ)ಗಳಲ್ಲದೇ ಅಲ್ಲಿ ಮತ್ತೇನೂ ಇರಲಿಲ್ಲ. ಇವನ್ನು ಸಾಧುಗಳಿಗಾಗಿ ಕಟ್ಟಲ್ಪಟ್ಟಿದ್ದವು ಎಂದು ನನಗೆ ತಿಳಿಸಲಾಯ್ತು. ಆ ಸಮಯದಲ್ಲಿ ಅಲ್ಲಿ ಯಾರೂ ವಾಸಿಸುತ್ತಿರಲಿಲ್ಲ. ಮುಖ್ಯ ಕಟ್ಟಡದಲ್ಲಿದ್ದವರನ್ನು ಕಂಡಾಗ ಅವರ ಬಗ್ಗೆ ಒಳ್ಳೆಯ ಅಭಿಪ್ರಾಯ ಮೂಡಲಿಲ್ಲ.

ಆದರೆ ಹರ್‌ದ್ವಾರದ ಅನುಭವವು ನನಗೆ ಅಮೂಲ್ಯವಾದದ್ದಾಗಿತ್ತು. ನಾನು ಎಲ್ಲಿ ವಾಸಿಸಬೇಕು ಮತ್ತು ಏನು ಮಾಡಬೇಕು ಎಂಬ ಬಗ್ಗೆ ತೀರ್ಮಾನಿಸಲು ಈ ಅನುಭವವು ತುಂಬಾ ಸಹಾಯ ಮಾಡಿತ್ತು.

9. ಆಶ್ರಮದ ಸ್ಥಾಪನೆ

ಕುಂಭ ಮೇಳಕ್ಕೆ ಯಾತ್ರೆಗೆ ಬಂದದ್ದು ಹರ್‌ದ್ವಾರಕ್ಕೆ ನಾನು ಕೊಟ್ಟ ಎರಡನೇ ಭೇಟಿಯಾಗಿತ್ತು.

25 ಮೇ 1915ರಂದು ಸತ್ಯಾಗ್ರಹ ಆಶ್ರಮವನ್ನು ಸ್ಥಾಪಿಸಲಾಯ್ತು. ಶ್ರದ್ಧಾನಂದ್‌ಜೀ ನಾನು ಹರ್‌ದ್ವಾರದಲ್ಲಿ ನೆಲಸಬೇಕೆಂದು ಇಚ್ಛಿಸಿದ್ದರು. ಕಲ್ಕತ್ತದಲ್ಲಿದ್ದ ನನ್ನ ಕೆಲವು ಗೆಳೆಯರು ವೈದ್ಯನಾಥದಾಮ್‌ಅನ್ನು ಶಿಫಾರಸುಮಾಡಿದ್ದರು. ಇತರರು ರಾಜ್‌ಕೋಟ್‌ಅನ್ನು ಆರಿಸಿಕೊಳ್ಳುವಂತೆ ಗಟ್ಟಿಯಾಗಿ ಒತ್ತಾಯಿಸಿದ್ದರು ಆದರೆ ನಾನು ಅಹ್‌ಮದಾಬಾದ್‌ಮೂಲಕ ಹಾದು ಹೋಗುವಾಗ ನನ್ನ ಸ್ನೇಹಿತರು ಅಲ್ಲಿ ನೆಲಸುವಂತೆ ಬಲವಂತಪಡಿಸಿದ್ದರು. ಅವರು ತಾವಾಗಿಯೇ ಆಶ್ರಮದ ವೆಚ್ಚವನ್ನು ಭರಿಸುವುದಾಗಿಯೂ ಮತ್ತು ನಮಗೆ ವಾಸಿಸಲು ಒಂದು ಮನೆಯನ್ನು ಹುಡುಕಿಕೊಡುವುದಾಗಿ ಹೇಳಿದ್ದರು.

ನನಗೆ ಅಹ್‌ಮದಾಬಾದ್ ಬಗ್ಗೆ ಪಕ್ಷಪಾತವಿತ್ತು. ನಾನು ಗುಜರಾತಿ ಆಗಿದ್ದರಿಂದ ಗುಜರಾತಿ ಭಾಷೆಯ ಮೂಲಕ ದೇಶಕ್ಕೆ ಅತ್ಯುತ್ತಮ ಸೇವೆಯನ್ನು ಸಲ್ಲಿಸಲು ಸಮರ್ಥನಾಗಿದ್ದೆ ಎಂದು ಭಾವಿಸಿದ್ದೆ. ಹಾಗೆಯೇ ಅಹ್‌ಮದಾಬಾದ್ ಕೈ ಮಗ್ಗದ ನೇಯ್ಗೆಯ ಪ್ರಾಚೀನ ಕೇಂದ್ರವಾಗಿದ್ದರಿಂದ ಕೈನಿಂದ ಹೆಣೆಯುವ ಕುಟಿರ

ಕೈಗಾರಿಕೆಯನ್ನು ಪುನರುಜ್ಜೀವನಗೊಳಿಸಲು ತಕ್ಕ ಅತ್ಯಂತ ಅನುಕೂಲಕರವಾದ ಕ್ಷೇತ್ರವಾಗಬಹುದು ಎಂದು ನಾನು ಭಾವಿಸಿದ್ದೆ. ನಗರವು ಗುಜರಾತ್‌ನ ರಾಜಧಾನಿಯಾಗಿದ್ದರಿಂದ ಅದರ ಶ್ರೀಮಂತ ನಾಗರಿಕರುಗಳಿಂದ ಬೇರೆ ಕಡೆಗಳಿಗಿಂತ ಹೆಚ್ಚಿನ ಧನ ಸಹಾಯ ಇಲ್ಲಿ ದೊರೆಯಬಹುದು ಎಂಬ ಆಸೆಯನ್ನು ಕೂಡಾ ಇಟ್ಟುಕೊಂಡಿದ್ದೆ.

ಅಹ್‌ಮದಾಬಾದ್‌ನ ಗೆಳೆಯರೊಡನೆ ಚರ್ಚಿಸಿದ್ದ ವಿಷಯಗಳಲ್ಲಿ ಸಹಜವಾಗಿ ಅಸ್ಪೃಶ್ಯತೆಯ ಪ್ರಶ್ನೆ ಕೂಡಾ ಇತ್ತು. ಬೇರೆ ಎಲ್ಲ ರೀತಿಯಲ್ಲೂ ಯೋಗ್ಯನಾಗಿದ್ದರೆ ಒಬ್ಬ ಅಸ್ಪೃಶ್ಯ ಅಭ್ಯರ್ಥಿಯನ್ನು ಮೊದಲು ಸೇರಿಸಿಕೊಳ್ಳುವುದಾಗಿ ಅವರಿಗೆ ಸ್ಪಷ್ಟಪಡಿಸಿದ್ದೆ.

'ನಿಮ್ಮ ನಿಯಮಕ್ಕೆ ತಕ್ಕಂತಿರುವ ಅಸ್ಪೃಶ್ಯ ಎಲ್ಲಿದ್ದಾನೆ?' ಎಂದು ಒಬ್ಬ ವೈಷ್ಣವ ಗೆಳೆಯನು ಆತ್ಮವಿಶ್ವಾಸದಿಂದ ಪ್ರಶ್ನಿಸಿದ.

ಕಡೆಯಲ್ಲಿ ನಾನು ಅಹ್‌ಮದಾಬಾದ್‌ನಲ್ಲಿ ಆಶ್ರಮವನ್ನು ಸ್ಥಾಪಿಸಲು ತೀರ್ಮಾನಿಸಿದೆ.

ವಸತಿಗೆ ಸಂಬಂಧಿಸಿದಂತೆ ಹೇಳುವುದಾದರೆ ಅಹ್‌ಮದಾಬಾದ್‌ನಲ್ಲಿ ಬ್ಯಾರಿಸ್ಟರ್ ಆಗಿದ್ದ ಸಾರ್ಜೆಂಟ್ ಜೀವನ್‌ಲಾಲ್ ದೇಸಾಯಿ ನನಗೆ ಸಹಾಯಮಾಡಿದ್ದವರಲ್ಲಿ ಮುಖ್ಯ ವ್ಯಕ್ತಿಯಾಗಿದ್ದರು. ಅವರು ಅವರ ಕೊಚ್‌ರಾಬ್ ಬಂಗಲೆಯನ್ನು ಕೊಡಲು ಇಚ್ಛಿಸಿದರು. ನಾವು ಅದನ್ನು ಬಾಡಿಗೆಗೆ ತೆಗೆದುಕೊಳ್ಳಲು ತೀರ್ಮಾನಿಸಿದೆವು.

ಎಲ್ಲಕ್ಕಿಂತ ಮೊದಲು ನಾವು ಆಶ್ರಮಕ್ಕೆ ಹೆಸರೊಂದನ್ನು ಇಡಲು ತೀರ್ಮಾನಿಸಬೇಕಾಗಿತ್ತು. ನಾನು ಗೆಳೆಯರೊಂದಿಗೆ ಸಮಾಲೋಚನೆ ನಡೆಸಿದೆ. ಸೂಚಿಸಲ್ಪಟ್ಟ ಹೆಸರುಗಳಲ್ಲಿ 'ಸೇವಾಶ್ರಮ್' (ಸೇವೆಯ ನಿವಾಸ) ತಪೋವನ್ (ವಿರಕ್ತರ ನಿವಾಸ) ಎಂಬವು ಇದ್ದವು. ನಾನು 'ಸೇವಾಶ್ರಮ್' ಎಂಬ ಹೆಸರನ್ನು ಇಷ್ಟಪಟ್ಟೆ. ಆದರೆ ಅದರಲ್ಲಿ ಸೇವೆಯ ವಿಧಾನದ ಮಹತ್ವ ಸ್ಪಷ್ಟವಾಗುತ್ತಿರಲಿಲ್ಲ. ತಪೋವನ್ ಎಂಬುದು ಆಡಂಬರದ ಹೆಸರಿನಂತೆ ಕಾಣುತ್ತಿತ್ತು. ತಪಸ್ಸು ನಮಗೆ ಪ್ರಿಯವಾಗಿದ್ದರೂ ನಮ್ಮನ್ನು ತಪಸ್ವಿ (ತಪಸ್ವಿನ್-ವಿರಕ್ತರು)ಗಳೆಂದು ಕರೆದುಕೊಳ್ಳುವ ಧೈರ್ಯವಿರಲಿಲ್ಲ. ನಮ್ಮ ಸಿದ್ಧಾಂತ ಸತ್ಯನಿಷ್ಠೆಯಾಗಿತ್ತು ಮತ್ತು ನಮ್ಮ ವ್ಯವಹಾರ ಸತ್ಯದ ಅನ್ವೇಷಣೆ ಮತ್ತು ಅದರ ಸಮರ್ಥನೆಯಾಗಿತ್ತು. ದಕ್ಷಿಣ ಆಫ್ರಿಕದಲ್ಲಿ ನಾನು ಪ್ರಯತ್ನಿಸಿದ್ದ ವಿಧಾನವನ್ನು ನಾನು ನೇರವಾಗಿ ಭಾರತಕ್ಕೆ ಪರಿಚಯಮಾಡಿಸಲು ಇಚ್ಛಿಸಿದ್ದೆ. ಅದನ್ನು ಎಷ್ಟರಮಟ್ಟಿಗೆ ಅನ್ವಯಿಸಲು ಸಾಧ್ಯವಾಗಬಹುದು ಎಂಬುದನ್ನು ಭಾರತದಲ್ಲಿ ಪರೀಕ್ಷಿಸಿ ನೋಡಲು ಬಯಸಿದ್ದೆ. ಆದ್ದರಿಂದ ನಾನು ಮತ್ತು ನನ್ನ ಸಂಗಡಿಗರು 'ಸತ್ಯಾಗ್ರಹ' ಎಂಬ ಹೆಸರನ್ನು ಆರಿಸಿಕೊಂಡೆವು. ಈ ಹೆಸರು ನಮ್ಮ ಗುರಿ ಮತ್ತು ಸೇವಾ ವಿಧಾನವನ್ನು ತಿಳಿಹೇಳುತ್ತಿತ್ತು.

ಆಶ್ರಮವನ್ನು ನಡೆಸಲು ನಿಯಮಗಳು ಮತ್ತು ಆಚರಣೆಗಳ ಸಂಹಿತೆ(ಕೋಡ್)ಯ ಅವಶ್ಯಕತೆಯಿತ್ತು. ಆದ್ದರಿಂದ ಅದರ ಬಗ್ಗೆ ಕರಡು ಪ್ರತಿಯನ್ನು ತಯಾರಿಸಲಾಯ್ತು. ಗೆಳೆಯರನ್ನು ಆಹ್ವಾನಿಸಿ ಅದರ ಬಗ್ಗೆ ಅವರ ಅಭಿಪ್ರಾಯವನ್ನು ಪಡೆಯಲಾಯ್ತು. ನಾವು ಸ್ವೀಕರಿಸಿದ ಅನೇಕ ಅಭಿಪ್ರಾಯಗಳಲ್ಲಿ ಸರ್ ಗುರುದಾಸ್ ಬ್ಯಾನರ್ಜಿಅವರ ಅಭಿಪ್ರಾಯ ಇನ್ನೂ ನನ್ನ ನೆನಪಲ್ಲಿ ಉಳಿದುಕೊಂಡಿದೆ. ಅವರು ನಿಯಮಗಳನ್ನು ಇಷ್ಟಪಟ್ಟರು. ಆದರೆ ಆಚರಣೆಗಳಲ್ಲಿ ನಮ್ರತೆಯನ್ನು

ಸೇರಿಸಿಕೊಳ್ಳಬೇಕೆಂಬ ಸಲಹೆಯನ್ನು ಕೊಟ್ಟರು. ಏಕೆಂದರೆ ಯುವ ಜನಾಂಗದಲ್ಲಿ ನಮ್ರತೆಯ ಅಭಾವವಿದೆಯೆಂದು ಅವರು ನಂಬಿದ್ದರು. ನಾನು ಈ ದೋಷವನ್ನು ಗಮನಿಸಿದ್ದರೂ ನಮ್ರತೆಯು ಪ್ರತಿಜ್ಞೆಯ ವಿಷಯವಾಗುತ್ತಿದ್ದಂತೆಯೇ ಅದು ನಮ್ರತೆಯಾಗಿ ಉಳಿಯುವುದಿಲ್ಲ ಎಂದು ನಾನು ಭಯಪಟ್ಟಿದ್ದೆ. ನಮ್ರತೆಯ ನಿಜವಾದ ಸೂಚಿತಾರ್ಥವೆಂದರೆ ಅಹಂಅನ್ನು ನಾಶಮಾಡುವುದು (ಸೆಲ್ಫ್ ಇಫೇಸ್‌ಮೆಂಟ್). ಅಹಂಕಾರದ ನಾಶವೇ ಮೋಕ್ಷ (ಆತ್ಮೋದ್ಧಾರ)ವಾಗಿದೆ. ಹಾಗಾಗಲು ಸಾಧ್ಯವಾಗದಿರುವುದರಿಂದ ಅದು ಒಂದು ಆಚರಣೆಯಾಗಲಾರದು. ಅದನ್ನು ಸಾಧಿಸಲು ಇತರ ಆಚರಣೆಗಳ ಅವಶ್ಯಕತೆಯಿರುತ್ತದೆ. ಮೋಕ್ಷಕ್ಕಾಗಿ ಹಂಬಲಿಸುವವನ ಕ್ರಿಯೆಗಳಲ್ಲಿ ಅಥವಾ ಸೇವಕನಲ್ಲಿ ನಮ್ರತೆ ಅಥವಾ ಅವುಗಳ ಬಗ್ಗೆ ನಿಸ್ವಾರ್ಥಭಾವ ಇರದಿದ್ದರೆ ಮೋಕ್ಷ ಅಥವಾ ಸೇವೆಯ ಹಂಬಲ ಕೂಡಾ ಇರಲಾರದು. ನಮ್ರತೆಯಿಲ್ಲದ ಸೇವೆ ಸ್ವಾರ್ಥ ಅಥವಾ ಅಹಂಕಾರ ಆಗುವುದು.

ಈ ಕಾಲದಲ್ಲಿ ನಮ್ಮ ತಂಡದಲ್ಲಿ ಸುಮಾರು ಹದಿಮೂರುಮಂದಿ ತಮಿಳರಿದ್ದರು. ಐವರು ಯುವ ತಮಿಳರು ದಕ್ಷಿಣ ಆಫ್ರಿಕದಿಂದ ನನ್ನ ಜತೆಯಲ್ಲಿ ಬಂದಿದ್ದರು. ಉಳಿದವರು ದೇಶದ ಬೇರೆಬೇರೆ ಭಾಗಗಳಿಂದ ಬಂದಿದ್ದರು. ಒಟ್ಟಿನಲ್ಲಿ ನಮ್ಮಲ್ಲಿ ಇಪ್ಪತ್ತೈದು ಮಂದಿ ಪುರುಷರು ಮತ್ತು ಮಹಿಳೆಯರಿದ್ದರು.

ಈ ಪ್ರಕಾರ ಆಶ್ರಮ ಆರಂಭವಾಯ್ತು. ಎಲ್ಲರೂ ಒಂದೇ ಅಡಿಗೆಮನೆಯಲ್ಲಿ ಊಟ ಮಾಡುತ್ತಿದ್ದೆವು ಮತ್ತು ಒಂದೇ ಕುಟುಂಬದಂತೆ ಜೀವಿಸಲು ಪ್ರಯತ್ನಿಸುತ್ತಿದ್ದೆವು.

10. ಅಡಿಗಲ್ಲಿನ ಮೇಲೆ

ಆಶ್ರಮವು ತನ್ನ ಅಸ್ತಿತ್ವವನ್ನು ಪಡೆದು ಕೆಲವೇ
ತಿಂಗಳುಗಳಾಗುವಷ್ಟರಲ್ಲಿ ನಾವು ಪರೀಕ್ಷೆಗೊಳಗಾದೆವು.
ನಾನು ಅದನ್ನು ನಿರೀಕ್ಷಿಸಿರಲಿಲ್ಲ. ನಾನು ಅಮೃತ್‌ಲಾಲ್
ಥಕ್ಕರ್ ಅವರಿಂದ ಮುಂದೆ ತಿಳಿಸುವ ಒಂದು ಪತ್ರವನ್ನು
ಪಡೆದೆ: 'ದೀನ ಹಾಗೂ ಪ್ರಾಮಾಣಿಕ ಅಸ್ಪೃಶ್ಯ
ಕುಟುಂಬವೊಂದು ನಿಮ್ಮ ಆಶ್ರಮಕ್ಕೆ ಸೇರಿಕೊಳ್ಳಲು
ಅಪೇಕ್ಷಿಸುತ್ತಿದೆ. ನೀವು ಅವರನ್ನು ಸ್ವೀಕರಿಸುವಿರಾ?'

ನಾನು ವ್ಯಾಕುಲಗೊಂಡೆ. ಥಕ್ಕರ್ ಬಾಪಾ
ಅವರಂತಹ ದೊಡ್ಡ ಮನುಷ್ಯರಿಂದ ಶಿಫಾರಸು ಪಡೆದ
ಅಸ್ಪೃಶ್ಯ ಕುಟುಂಬವೊಂದು ಅಷ್ಟುಬೇಗನೇ ಆಶ್ರಮಕ್ಕೆ
ಪ್ರವೇಶಪಡೆಯಲು ಇಚ್ಛಿಸುತ್ತದೆ ಎಂಬುದನ್ನು ನಾನು
ನಿರೀಕ್ಷಿಸಿರಲೇ ಇಲ್ಲ. ನಾನು ಈ ಪತ್ರವನ್ನು ನನ್ನ
ಸಂಗಡಿಗರಿಗೆ ತೋರಿಸಿದೆ. ಅವರು ಅದನ್ನು
ಸ್ವಾಗತಿಸಿದರು.

ನಾನು ಅಮೃತ್‌ಲಾಲ್ ಥಕ್ಕರ್‌ಅವರಿಗೆ ನಾವು
ಆ ಕುಟುಂಬವನ್ನು ಬರಮಾಡಿಕೊಳ್ಳಲು ಒಪ್ಪಿರುವುದಾಗಿ
ತಿಳಿಸಿದೆ. ಆದರೆ ಎಲ್ಲ ಸದಸ್ಯರು ಆಶ್ರಮದ ನಿಯಮಗಳಿಗೆ
ಬದ್ಧರಾಗಿರಲು ಸಿದ್ಧರಿರಬೇಕೆಂದು ತಿಳಿಸಿದೆ.

ಆ ಕುಟುಂಬದಲ್ಲಿ ದುದಾಭಾಯ್, ಅವನ ಹೆಂಡತಿ ದಾನಿಬೆಹ್ನ್ ಮತ್ತು ಅವರ ಮಗಳಾದ ಲಕ್ಷ್ಮಿ ಇದ್ದರು. ಲಕ್ಷ್ಮಿ ಆಗಿನ್ನೂ ಕೇವಲ ತಪ್ಪು ಹೆಜ್ಜೆಯಿಡುತ್ತಿದ್ದ ಮಗುವಾಗಿದ್ದಳು. ದುದಾಭಾಯ್ ಬೊಂಬಾಯಿಯಲ್ಲಿ ಶಿಕ್ಷಕರಾಗಿದ್ದರು. ಅವರೆಲ್ಲರೂ ನಿಯಮಗಳಿಗೆ ಬದ್ಧವಾಗಿರಲು ಒಪ್ಪಿಕೊಂಡರು. ಅವರನ್ನು ಆಶ್ರಮಕ್ಕೆ ಸೇರಿಸಿಕೊಳ್ಳಲಾಯ್ತು.

ಅವರನ್ನು ಸೇರಿಸಿಕೊಂಡಿದ್ದರಿಂದ ಆಶ್ರಮಕ್ಕೆ ಸಹಾಯಮಾಡುತ್ತಿದ್ದ ಗೆಳೆಯರಲ್ಲಿ ನಡುಕ ಹುಟ್ಟಿಕೊಂಡಿತು. ಬಾವಿಯನ್ನು ಬಳಸುವ ವಿಚಾರದಲ್ಲಿ ಮೊಟ್ಟಮೊದಲ ತೊಂದರೆ ಕಾಣಿಸಿಕೊಂಡಿತು. ಆ ಬಾವಿಯನ್ನು ಬಂಗಲೆಯ ಮಾಲೀಕ ಭಾಗಶಃ ತನ್ನ ಹತೋಟಿಯಲ್ಲಿಟ್ಟುಕೊಂಡಿದ್ದ. ನೀರು ಸೇದುವ ಹೊಣೆಯನ್ನು ಹೊತ್ತುಕೊಂಡಿದ್ದವನು ನಮ್ಮ ಬಕೆಟ್ಟುಗಳಿಂದ ತೊಟ್ಟಿಕ್ಕುತ್ತಿದ್ದ ನೀರಿನ ಹನಿಗಳು ಅವನನ್ನು ಕಲುಷಿತಗೊಳಿಸುತ್ತದೆ ಎಂದು ಆಕ್ಷೇಪಿಸಿದ. ಅವನು ತನ್ನ ಕೋಪ ತೀರಿಸಿಕೊಳ್ಳಲು ನಮ್ಮನ್ನು ಶಪಿಸಿದ ಮತ್ತು ದುದಾಭಾಯ್ ಅವರ ಮೇಲೆ ಹಲ್ಲೆಮಾಡಿದ. ಬೈಗುಳವನ್ನು ಸಹಿಸಿಕೊಳ್ಳಬೇಕೆಂದು ನಾನು ಎಲ್ಲರಿಗೂ ತಿಳಿಸಿದೆ ಮತ್ತು ಏನೇ ಆದರೂ ಬಾವಿಯಿಂದ ನೀರು ಸೇದುವುದನ್ನು ನಿಲ್ಲಿಸಬಾರದೆಂದು ತಿಳಿಸಿದೆ. ಆ ಮನುಷ್ಯನಿಗೆ ನಾಚಿಕೆಯಾಯ್ತು ಮತ್ತು ನಮ್ಮನ್ನು ಕಾಡುವುದನ್ನು ನಿಲ್ಲಿಸಿದ.

ಹಾಗಿದ್ದರೂ ಧನ ಸಹಾಯ ನಿಂತುಹೋಯ್ತು. ಆಶ್ರಮದ ನಿಯಮಗಳನ್ನು ಅನುಸರಿಸಲು ಸಮರ್ಥನಾಗಿರುವಂತಹ ಅಸ್ಪೃಶ್ಯನ ಬಗ್ಗೆ ಪ್ರಶ್ನೆ ಕೇಳಿದ್ದ ಗೆಳೆಯನು ಅಂತಹ ಯಾರಾದರೊಬ್ಬರು ಬರಬಹುದೆಂದು ನಿರೀಕ್ಷಿಸಿರಲಿಲ್ಲ.

ಧನಸಹಾಯವನ್ನು ನಿಲ್ಲಿಸಿದ್ದುದರ ಜತೆಯಲ್ಲಿ ಸಾಮಾಜಿಕ ಬಹಿಷ್ಕಾರದ ಪ್ರಸ್ತಾಪವಾಗಿದೆಯೆಂಬ ಗಾಳಿಸುದ್ದಿಯೂ ಬಂದಿತು. ನಾವು ಇವೆಲ್ಲಕ್ಕೂ ಸಿದ್ಧರಾಗಿದ್ದವು. ನಮ್ಮನ್ನು ಬಹಿಷ್ಕರಿಸಿದರೆ ಮತ್ತು ಎಂದಿನ ಸೌಲಭ್ಯಗಳನ್ನು ನಿರಾಕರಿಸಿದರೆ ನಾವು ಅಹ್‌ಮದಾಬಾದನ್ನು ಬಿಟ್ಟುಹೋಗಬಾರದು ಎಂದು ನಾನು ನನ್ನ ಸಂಗಡಿಗರಿಗೆ ತಿಳಿಸಿದೆ. ಅದರ ಬದಲಾಗಿ ಅಸ್ಪೃಶ್ಯರ ಕೇರಿಗೆ ಹೋಗಿ ನೆಲಸಬೇಕೆಂದೂ ಮತ್ತು ಶಾರೀರಿಕ ಶ್ರಮದ ಮೂಲಕ ಏನನ್ನು ಸಂಪಾದಿಸಬಹುದೋ ಅದರಲ್ಲಿ ಜೀವಿಸಬೇಕೆಂದು ಅವರಿಗೆ ತಿಳಿಸಿದೆ.

ಪರಿಸ್ಥಿತಿ ಎಂತಹ ಮಟ್ಟ ಮುಟ್ಟಿತೆಂದರೆ ಒಂದು ದಿನ ಮಗನ್‌ಲಾಲ್ ನನಗೆ ಈ ಎಚ್ಚರಿಕೆ ನೀಡಿದ: 'ನಮ್ಮಲ್ಲಿದ್ದ ಹಣವೆಲ್ಲ ಮುಗಿದುಹೋಗಿದೆ. ಮುಂದಿನ ತಿಂಗಳು ಖರ್ಚು ಮಾಡಲು ಏನೂ ಉಳಿದಿಲ್ಲ.'

ನಾನು ಸಮಾಧಾನದಿಂದ ಉತ್ತರಿಸಿದೆ: 'ಹಾಗಿದ್ದರೆ ನಾವು ಅಸ್ಪೃಶ್ಯರ ಕೇರಿಗೆ ಹೋಗೋಣ.'

ಇಂತಹ ಪರೀಕ್ಷೆಯನ್ನು ನಾನು ಇದೇ ಮೊದಲ ಬಾರಿಗೆ ಎದುರಿಸುತ್ತಿರಲಿಲ್ಲ. ಅಂತಹ ಎಲ್ಲ ಸಂದರ್ಭಗಳಲ್ಲಿ ದೇವರು ಕಡೆಯ ಕ್ಷಣದಲ್ಲಿ ನನ್ನ ಬಳಿಗೆ ಸಹಾಯವನ್ನು ಕಳಿಸಿದ್ದ. ಮಗನ್‌ಲಾಲ್ ನಮ್ಮ ಹಣಕಾಸಿನ ಸ್ಥಿತಿಯ ಬಗ್ಗೆ ಎಚ್ಚರಿಸಿದ ಸ್ವಲ್ಪ ದಿನಗಳ ತರುವಾಯ ಒಂದು ದಿನ ಬೆಳಗ್ಗೆ ಒಂದು ಮಗು ನನ್ನ ಬಳಿಗೆ ಬಂದಿತು ಮತ್ತು ನನ್ನನ್ನು ನೋಡಲು ಅಪೇಕ್ಷಿಸುತ್ತಿರುವ ಒಬ್ಬ ಶೇಠ್ ಕಾರ್‌ನಲ್ಲಿ ಹೊರಗಡೆ ಕಾಯುತ್ತಿರುವುದಾಗಿ ತಿಳಿಸಿತು. ನಾನು

ಅವನ ಬಳಿಗೆ ಹೋದೆ. 'ನಾನು ಆಶ್ರಮಕ್ಕೆ ಸ್ವಲ್ಪ ಸಹಾಯಮಾಡಲು ಇಚ್ಛಿಸಿದ್ದೇನೆ. ನೀವು ಅದನ್ನು ಒಪ್ಪಿಕೊಳ್ಳುವಿರಾ?' ಎಂದು ಅವರು ಪ್ರಶ್ನಿಸಿದರು.

'ಖಂಡಿತವಾಗಿಯೂ' ಎಂದು ನಾನು ಹೇಳಿದೆ. 'ಸದ್ಯ ನಮ್ಮ ಹಣವೆಲ್ಲವೂ ಮುಗಿದುಹೋಗುವುದರಲ್ಲಿದೆ ಎಂದು ನಾನು ನಿವೇದಿಸಿಕೊಳ್ಳುತ್ತಿದ್ದೇನೆ.'

'ನಾನು ನಾಳೆ ಇದೇ ಸಮಯದಲ್ಲಿ ಬರುತ್ತೇನೆ.' ಎಂದು ಅವರು ಹೇಳಿದರು. 'ನೀವು ಇಲ್ಲಿರುವಿರಾ?'

'ಹೌದು' ಎಂದು ನಾನು ಹೇಳಿದೆ. ಅವರು ಹೊರಟುಹೋದರು.

ಮಾರನೇ ದಿನ ಗೊತ್ತಾದ ವೇಳೆಯಲ್ಲಿ ನಮ್ಮ ನಿವಾಸದ ಬಳಿ ಕಾರು ಬಂದು ನಿಂತಿತು. ಹಾರನ್ನು ಸದ್ದು ಮಾಡಿತು. ಮಕ್ಕಳು ಈ ಸುದ್ದಿಯನ್ನು ನನಗೆ ಮುಟ್ಟಿಸಿದರು. ಶೇಠ್ ಒಳಗೆ ಬರಲಿಲ್ಲ. ನಾನು ಅವರನ್ನು ನೋಡಲು ಹೊರಗೆ ಹೋದೆ. ಅವರ ನನ್ನ ಕೈಯಲ್ಲಿ 13,000 ರೂಪಾಯಿ ಮೊತ್ತದ ನೋಟುಗಳನ್ನು ಇಟ್ಟರು ಮತ್ತು ಹೊರಟು ಹೋದರು.

ನಾನು ಈ ಸಹಾಯವನ್ನು ನಿರೀಕ್ಷಿಸಿರಲಿಲ್ಲ ಅದು ಎಂತಹ ಹೊಸಬಗೆಯ ಸಹಾಯ ಸಲ್ಲಿಸುವ ವಿಧಾನವಾಗಿತ್ತು! ಈ ಸಭ್ಯರು ಇದಕ್ಕೂ ಮುಂಚೆ ಎಂದೂ ಆಶ್ರಮಕ್ಕೆ ಭೇಟಿ ಕೊಟ್ಟಿರಲಿಲ್ಲ. ನನಗೆ ಜ್ಞಾಪಕವಿರುವಂತೆ ಅವರನ್ನು ನಾನು ಕೇವಲ ಒಂದು ಬಾರಿ ಭೇಟಿಮಾಡಿದ್ದೆ. ಇದು ನನಗೊಂದು ವಿಶಿಷ್ಟ ಅನುಭವವಾಗಿತ್ತು. ಈ ಸಹಾಯದಿಂದಾಗಿ ನಾವು ಹರಿಜನಕೇರಿಗೆ ಸಾಮೂಹಿಕವಾಗಿ ಹೋಗಬೇಕೆಂದಿರುವುದನ್ನು ಮುಂದೂಡಿದೆವು. ಒಂದು ವರ್ಷಕಾಲ ನಾವು ಸುರಕ್ಷಿತವಾಗಿರುವೆವು ಎಂಬ ಭಾವನೆ ಉಂಟಾಯಿತು.

ಹೊರಗಡೆ ಬಿರುಗಾಳಿ ಬೀಸುತ್ತಿರುವಾಗ ಆಶ್ರಮದ ಒಳಗಡೆ ಕೂಡಾ ಬಿರುಗಾಳಿ ಬೀಸುತ್ತಿತ್ತು. ದಕ್ಷಿಣ ಆಫ್ರಿಕದಲ್ಲಿ ಅಸ್ಪೃಶ್ಯರು ನನ್ನ ಮನೆಗೆ ಬರುತ್ತಿದ್ದರು ಹಾಗೂ ಅಲ್ಲಿ ವಾಸಿಸುತ್ತಿದ್ದರು ಮತ್ತು ನನ್ನ ಜತೆಯಲ್ಲಿ ಊಟಮಾಡುತ್ತಿದ್ದರು. ಆದರೆ ಇಲ್ಲಿ ನನ್ನ ಹೆಂಡತಿ ಮತ್ತು ಇತರ ಮಹಿಳೆಯರು ಆಶ್ರಮದೊಳಕ್ಕೆ ಅಸ್ಪೃಶ್ಯ ಗೆಳೆಯರು ಪ್ರವೇಶಿಸುವುದನ್ನು ಅಷ್ಟಾಗಿ ಮೆಚ್ಚಿಕೊಂಡಂತೆ ಕಂಡುಬರಲಿಲ್ಲ. ದಾನಿ ಬೆಹ್ನ್ ಬಗ್ಗೆ ಅವರಿಗೆ ದ್ವೇಷವಿಲ್ಲದಿದ್ದರೂ ಆಕೆಯನ್ನು ಅವರೆಲ್ಲರೂ ಉಪೇಕ್ಷಿಸುತ್ತಿದ್ದಾರೆ ಎಂಬುದನ್ನು ನನ್ನ ಕಣ್ಣುಗಳು ಮತ್ತು ಕಿವಿಗಳು ಸುಲಭವಾಗಿ ಪತ್ತೆಹಚ್ಚಿದವು. ಹಣಕಾಸಿನ ತಾಪತ್ರಯ ನನ್ನಲ್ಲಿ ಆತಂಕ ಹುಟ್ಟಿಸಿರಲಿಲ್ಲ. ಆದರೆ ಒಳಗಡೆಯ ಬಿರುಗಾಳಿಯನ್ನು ನನಗೆ ಸಹಿಸಿಕೊಳ್ಳಲು ಸಾಧ್ಯವಾಗಿರಲಿಲ್ಲ. ದಾನಿಬೆಹ್ನ್ ಸಾಮಾನ್ಯ ಮಹಿಳೆಯಾಗಿದ್ದಳು. ದುದಾಭಾಯ್ ಅಲ್ಪ-ಸ್ವಲ್ಪ ಶಿಕ್ಷಣ ಪಡೆದಿದ್ದ. ಆದರೆ ಅವನಲ್ಲಿ ಸಾಕಷ್ಟು ತಿಳಿವಳಿಕೆಯಿತ್ತು. ಅವನಲ್ಲಿದ್ದ ತಾಳ್ಮೆ ನನಗೆ ಇಷ್ಟವಾಗಿತ್ತು. ಕೆಲವು ವೇಳೆ ಅವನು ಫಕ್ಕನೆ ಕೆರಳುತ್ತಿದ್ದ. ಆದರೆ ಒಟ್ಟಿನಲ್ಲಿ ಅವನ ಸಹನೆ ನನ್ನ ಮೇಲೆ ಗಾಢ ಪರಿಣಾಮವನ್ನುಂಟುಮಾಡಿತ್ತು. ಚಿಕ್ಕಪುಟ್ಟ ಅವಮಾನಗಳನ್ನು ನುಂಗಿಕೊಳ್ಳುವಂತೆ ನಾನು ಅವನಿಗೆ ಸಮಾಧಾನ ಹೇಳಿದ್ದೆ. ಅವನು ಅದನ್ನು ಒಪ್ಪಿದ್ದನಲ್ಲದೇ ಅವನ ಹೆಂಡತಿಗೆ ಕೂಡಾ ಹಾಗೆ ನಡೆದುಕೊಳ್ಳುವಂತೆ ಒಪ್ಪಿಸಿದ್ದ.

ಈ ಕುಟುಂಬವನ್ನು ಆ ಆಶ್ರಮದೊಳಕ್ಕೆ ಸೇರಿಸಿಕೊಂಡದ್ದು ಆಶ್ರಮದ ಪಾಲಿಗೆ ಬೆಲೆಯುಳ್ಳ ಪಾಠವಾಗಿ ಪರಿಣಮಿಸಿತು. ಪ್ರಾರಂಭದಲ್ಲೇ ನಾವು ಜಗತ್ತಿಗೆ ಆಶ್ರಮವು ಅಸ್ಪೃಶ್ಯತೆಯನ್ನು ಪ್ರೋತ್ಸಾಹಿಸುವುದಿಲ್ಲ ಎಂಬುದನ್ನು ಪ್ರಕಟಪಡಿಸಿದೆವು. ಆಶ್ರಮಕ್ಕೆ ಸಹಾಯಮಾಡಲು ಇಚ್ಛಿಸಿದವರು ಜಾಗರೂಕರಾಗಿರುವಂತಾಯ್ತು. ಈ ದಿಕ್ಕಿನಲ್ಲಿ ಆಶ್ರಮದ ಕೆಲಸವನ್ನು ಸಾಕಷ್ಟು ಸರಳಗೊಳಿಸಲಾಯ್ತು. ದಿನನಿತ್ಯ ಏರುತ್ತಿದ್ದ ಆಶ್ರಮದ ವೆಚ್ಚವನ್ನು ಭರಿಸುತ್ತಿದ್ದ ಬಹುಪಾಲು ಆಚಾರ ನಿಷ್ಠ ಹಿಂದೂಗಳನ್ನು ಗಣನೆಗೆ ತೆಗೆದುಕೊಂಡರೆ ಪ್ರಾಯಶಃ ಅಸ್ಪೃಶ್ಯತೆಯ ನೆಲಗಟ್ಟು ಅಲುಗಾಡುತ್ತಿದೆ ಎಂಬುದರ ಸ್ಪಷ್ಟ ಸೂಚನೆಯಾಗಿದೆ. ಖಂಡಿತವಾಗಿಯೂ ಇದಕ್ಕೆ ಇನ್ನೂ ಅನೇಕ ಪುರಾವೆಗಳಿವೆ. ಅಸ್ಪೃಶ್ಯರೊಂದಿಗೆ ಕೂತು ಊಟಮಾಡುವಷ್ಟು ದೂರ ಹೋಗಿದ್ದ ಆಶ್ರಮಕ್ಕೆ ನಿಜವಾದ ಹಿಂದೂಗಳು ಸಹಾಯ ಮಾಡಲು ಹಿಂಜರಿಯಲಿಲ್ಲ ಎಂಬ ವಾಸ್ತವಾಂಶ ಚಿಕ್ಕ ಪುರಾವೆಯೇನಲ್ಲ.

ಈ ವಿಷಯದ ಬಗ್ಗೆ ಇರುವ ಇನ್ನೂ ಅನೇಕ ಸಂಗತಿಗಳನ್ನು ನಾನು ಬಿಟ್ಟುಬಿಡುತ್ತಿದ್ದೇನೆ. ಅದಕ್ಕಾಗಿ ನಾನು ವಿಷಾದಿಸುತ್ತೇನೆ. ಮುಖ್ಯ ಪ್ರಶ್ನೆಯಿಂದ ಹುಟ್ಟಿಕೊಂಡ ಸೂಕ್ಷ್ಮ ಪ್ರಶ್ನೆಗಳನ್ನು ನಾವು ಹೇಗೆ ನಿಭಾಯಿಸಿದೆವು, ಅನಿರೀಕ್ಷಿತವಾದ ಕಷ್ಟಗಳನ್ನು ನಾವು ಹೇಗೆ ಪ್ರತಿಭಟಿಸಿ ಗೆದ್ದೆವು ಮತ್ತು ಇತರ ಅನೇಕ ವಿಷಯಗಳನ್ನು ನಾನು ಬಿಟ್ಟುಬಿಡುತ್ತಿದ್ದೇನೆ. ಸತ್ಯದೊಂದಿಗಿನ ಪ್ರಯೋಗಗಳನ್ನು (ಸತ್ಯಶೋಧನೆ) ವಿವರಿಸಲು ಈ ವಿಷಯಗಳು ಪ್ರಸ್ತುತವಾಗಿದೆ. ಮುಂದೆ ಬರುವ ಅಧ್ಯಾಯಗಳು ಕೂಡಾ ಇದೇ ಕೊರತೆಯಿಂದ ಸೊರಗಿವೆ. ನಾನು ಮುಖ್ಯವಾದ ವಿವರಗಳನ್ನು ಕೂಡಾ ಬಿಟ್ಟುಬಿಡಬೇಕಾಗಿದೆ. ಏಕೆಂದರೆ ಈ ನಾಟಕದಲ್ಲಿನ ಅನೇಕ ವ್ಯಕ್ತಿಗಳು (ಪಾತ್ರಗಳು) ಇನ್ನೂ ಬದುಕಿದ್ದಾರೆ. ಅವರಿಗೆ ಸಂಬಂಧಿಸಿರುವ ಘಟನೆಗಳಲ್ಲಿ ಅವರ ಹೆಸರನ್ನು ಅವರ ಒಪ್ಪಿಗೆಯಿಲ್ಲದೇ ಬಳಸಿಕೊಳ್ಳುವುದು ಉಚಿತವಲ್ಲ. ಅವರ ಒಪ್ಪಿಗೆಯನ್ನು ಪಡೆಯುವುದು ವಸ್ತುಶಃ ಅಸಾಧ್ಯ. ಆಗಾಗ್ಗೆ ಅವರನ್ನು ಸಂಪರ್ಕಿಸಿ ಅವರುಗಳಿಗೆ ಸಂಬಂಧಿಸಿರುವ ಅಧ್ಯಾಯಗಳನ್ನು ಪರಿಷ್ಕರಿಸುವುದು ಕೂಡಾ ಅಸಾಧ್ಯವಾಗಿದೆ. ಅಂತಹ ಕಾರ್ಯವಿಧಾನ ಆತ್ಮಕಥೆಯ ಮಿತಿಗೆ ಹೊರತಾದ್ದಾಗಿದೆ. ಆದ್ದರಿಂದ ನನ್ನ ಅಭಿಪ್ರಾಯದಲ್ಲಿ ಅವೆಲ್ಲವೂ ಸತ್ಯ ಶೋಧಕರಿಗೆ ಬೆಲೆಯುಳ್ಳದ್ದಾಗಿದ್ದರೂ ಅನಿವಾರ್ಯವಾಗಿ ಅವುಗಳನ್ನು ಬಿಟ್ಟು ಕಥೆಯನ್ನು ಹೇಳಬೇಕಾಗುವುದು. ಇದಕ್ಕಾಗಿ ನಾನು ವಿಷಾದಿಸುತ್ತೇನೆ. ಏನೇ ಆದರೂ ದೇವರು ಇಚ್ಛಿಸಿದರೆ, ಈ ನಿರೂಪಣೆಯನ್ನು ಅಸಹಕಾರದ ದಿನಗಳವರೆಗೆ ತರಬೇಕೆಂಬುದು ನನ್ನ ಆಸೆ ಮತ್ತು ಅಪೇಕ್ಷೆಯಾಗಿದೆ.

11. ಕರಾರುಬದ್ಧ ವಲಸೆಯ ನಿರ್ಮೂಲನ

ಸ್ವಲ್ಪ ಕಾಲ ನಾವು, ಪ್ರಾರಂಭದಿಂದಲೂ ಒಳಗಡೆಯ ಮತ್ತು ಹೊರಗಡೆಯ ಬಿರುಗಾಳಿಗಳನ್ನು ತಡೆದುಕೊಂಡು ಸುರಕ್ಷಿತವಾಗಿದ್ದ ಆಶ್ರಮಕ್ಕೆ ವಿದಾಯ ಹೇಳಿ, ನನ್ನ ಗಮನವನ್ನು ಸೆಳೆದಂತಹ ಒಂದು ವಿಷಯದ ಕಡೆಗೆ ಸಂಕ್ಷೇಪವಾಗಿ ಗಮನ ಹರಿಸಬೇಕಾಗಿದೆ.

ಕರಾರುಬದ್ಧ (ಮುಖ್ಯಸ್ಥನಿಗೆ ಬದ್ಧವಾಗಿರುವಂತೆ ಮಾಡಿಕೊಳ್ಳಲಾದ ಕರಾರು - ಇನ್‌ಡೆಂಚರ್) ಶ್ರಮಿಕರು (ಕೂಲಿಗಳು) ಯಾರೆಂದರೆ ಐದು ವರ್ಷಗಳಿಗೆ ಅಥವಾ ಇನ್ನೂ ಕಡಿಮೆ ಅವಧಿಗೆ ಕರಾರಿನ ಮೇಲೆ ಭಾರತದಿಂದ ವಲಸೆ ಬಂದಿದ್ದ ಶ್ರಮಿಕರು. 1914ರ ಸ್ಮಟ್ಸ್ - ಗಾಂಧಿ ಒಪ್ಪಂದದ ಪ್ರಕಾರ ನೆಟಾಲ್‌ಗೆ ಬಂದಿದ್ದ ಕರಾರುಬದ್ಧ ಶ್ರಮಿಕರು ನೀಡಬೇಕಾಗಿದ್ದ 3 ಪೌಂಡ್ ತೆರಿಗೆಯನ್ನು ತೆಗೆದುಹಾಕಲಾಗಿತ್ತು. ಆದರೂ ಭಾರತದಿಂದ ಬಂದಿದ್ದ ಸಾಮಾನ್ಯ ವಲಸಿಗರ ವಿಷಯದಲ್ಲಿ ಇನ್ನೂ ಪರಿಹಾರದ ಅವಶ್ಯಕತೆಯಿತ್ತು.

ಮಾರ್ಚಿ 1916ರಲ್ಲಿ ಪಂಡಿತ್ ಮದನ್ ಮೋಹನ್ ಮಾಲವೀಯ್‌ಜೀ ಕರಾರುಬದ್ಧ ವ್ಯವಸ್ಥೆಯನ್ನು ರದ್ದು ಮಾಡಬೇಕೆಂದು ಒಂದು ನಿರ್ಣಯವನ್ನು ಇಂಪೀರಿಯಲ್ ಲೆಜಿಸ್ಲೇಟಿವ್ ಕೌನ್ಸಿಲ್‌ನಲ್ಲಿ

ಮಂಡಿಸಿದರು. ಈ ನಿರ್ಣಯಕ್ಕೆ ಒಪ್ಪಿಗೆ ನೀಡಿದ ಲಾರ್ಡ್ ಹಾರ್ಡಿಂಜ್, ತಾನು ಚಕ್ರವರ್ತಿಯ ಸರ್ಕಾರದಿಂದ ಈ ವ್ಯವಸ್ಥೆಯನ್ನು ಕಾಲಕ್ರಮದಲ್ಲಿ ರದ್ದು ಮಾಡುವ ವಾಗ್ದಾನವನ್ನು ಪಡೆದಿರುವುದಾಗಿ ಘೋಷಿಸಿದ್ದ. ಹಾಗಿದ್ದರೂ ಇಂತಹ ಅಸ್ಪಷ್ಟ ಭರವಸೆಯಿಂದ ಭಾರತಕ್ಕೆ ತೃಪ್ತಿಯಾಗಲಾರದು ಆದ್ದರಿಂದ ತಕ್ಷಣವೇ ಅದನ್ನು ರದ್ದು ಮಾಡುವಂತೆ ಪ್ರತಿಭಟಿಸುವ ಅವಶ್ಯಕತೆಯಿದೆಯೆಂದು ನಾನು ಭಾವಿಸಿದೆ. ಭಾರತವು ಕೇವಲ ಅಸಡ್ಡೆ ತೋರಿ ಈ ವ್ಯವಸ್ಥೆಯನ್ನು ಸಹಿಸಿಕೊಂಡಿತ್ತು. ಜನರು ಈ ಅನ್ಯಾಯವನ್ನು ಪರಿಹರಿಸಿಕೊಳ್ಳಲು ಯಶಸ್ವಿಯಾಗಿ ಚಳವಳಿ ಮಾಡುವ ಕಾಲ ಬಂದಿದೆಯೆಂದು ನಾನು ನಂಬಿದ್ದೆ. ಕೆಲವು ನಾಯಕರುಗಳನ್ನು ಭೇಟಿಮಾಡಿದೆ ಮತ್ತು ವೃತ್ತಪತ್ರಿಕೆಗಳಲ್ಲಿ ಇದರ ಬಗ್ಗೆ ಲೇಖನಗಳನ್ನು ಬರೆದೆ. ತಕ್ಷಣವೇ ಇದನ್ನು ರದ್ದು ಮಾಡುವುದರ ಪರವಾಗಿ ಸಾರ್ವಜನಿಕರ ದೃಢ ಅಭಿಪ್ರಾಯವಿತ್ತು ಎಂಬುದನ್ನು ಕಂಡುಕೊಂಡೆ. ಸತ್ಯಾಗ್ರಹ ನಡೆಸಲು ಇದು ಯೋಗ್ಯವಾಗಿದ್ದ ವಿಷಯವಾಗಿತ್ತೆ? ಅದರಲ್ಲಿ ನನಗೆ ಸಂಶಯವೇ ಇರಲಿಲ್ಲ. ಆದರೆ ಅದನ್ನು ಯಾವರೀತಿಯಲ್ಲಿ ನಡೆಸಬೇಕು ಎಂದು ನನಗೆ ಗೊತ್ತಿರಲಿಲ್ಲ.

ಇಷ್ಟರಲ್ಲಿ ವೈಸ್‌ರಾಯ್ ಸಂಭವಿಸಬಹುದಾದ ರದ್ದಿಯಾತಿಯ ಅರ್ಥದ ಬಗ್ಗೆ ಗುಟ್ಟನ್ನು ಬಿಟ್ಟುಕೊಟ್ಟಿದ್ದ.' 'ಪರ್ಯಾಯ ಸಿದ್ಧತೆಗಳನ್ನು ಮಾಡಿಕೊಳ್ಳಲು ನ್ಯಾಯಸಮ್ಮತವಾಗಿರುವಷ್ಟು ಕಾಲಾವಕಾಶವನ್ನು ನೀಡಿ ರದ್ದುಮಾಡಲಾಗುವುದು' ಎಂದು ವೈಸ್‌ರಾಯ್ ಹೇಳಿದ್ದ.

ಆದ್ದರಿಂದ ಫೆಬ್ರವರಿ, 1917ರಲ್ಲಿ ಪಂಡಿತ್ ಮಾಲವೀಯ್‌ಜೀ ತಕ್ಷಣವೇ ಈ ವ್ಯವಸ್ಥೆಯ ರದ್ದಿಯಾತಿಯ ಬಗ್ಗೆ ಮಸೂದೆಯೊಂದನ್ನು ಮಂಡಿಸಲು ಅನುಮತಿಯನ್ನು ಕೇಳಿದರು. ಲಾರ್ಡ್ ಚೆಲ್ಮ್ಸ್‌ಫರ್ಡ್ ಅನುಮತಿ ಕೊಡಲು ನಿರಾಕರಿಸಿದ. ಅಖಿಲ ಭಾರತ ಮಟ್ಟದಲ್ಲಿ ಚಳವಳಿಯನ್ನು ಹೂಡುವ ಉದ್ದೇಶದಿಂದ ದೇಶದಲ್ಲಿ ಸಂಚರಿಸಲು ಅದು ನನಗೆ ಸಕಾಲವಾಗಿತ್ತು.

ಚಳವಳಿಯನ್ನು ಪ್ರಾರಂಭಿಸುವ ಮುಂಚೆ ವೈಸ್‌ರಾಯ್‌ನನ್ನು ಭೇಟಿಮಾಡುವುದು ಉಚಿತವೆಂದು ನಾನು ಭಾವಿಸಿದೆ. ಆದ್ದರಿಂದ ನಾನು ಅವನ ಸಂದರ್ಶನಕ್ಕೆ ಅವಕಾಶಮಾಡಿಕೊಡಬೇಕೆಂದು ಕೋರಿ ಪತ್ರ ಬರೆದೆ. ಅವನು ತಕ್ಷಣವೇ ಅನುಮತಿಯನ್ನು ಕೊಟ್ಟ. ಮಿ. ಮ್ಯಾಫೆ, ಈಗ ಸರ್ ಮ್ಯಾಫೆ ಆಗಿರುವವನು ಅವನ ಖಾಸಗಿ ಕಾರ್ಯದರ್ಶಿಯಾಗಿದ್ದ. ನಾನು ಅವನ ಆಪ್ತ ಸಂಪರ್ಕಕ್ಕೆ ಬಂದಿದ್ದೆ. ಲಾರ್ಡ್ ಚೆಲ್ಮ್ಸ್‌ಫರ್ಡ್‌ನೊಂದಿಗೆ ನನ್ನ ಮಾತುಕತೆ ತೃಪ್ತಿಕರವಾಗಿತ್ತು. ಅವನು ಸ್ಪಷ್ಟವಾಗಿ ಏನೂ ಹೇಳದಿದ್ದರೂ ಸಹಾಯಮಾಡುವುದಾಗಿ ಮಾತುಕೊಟ್ಟ.

ನನ್ನ ಸಂಚಾರವನ್ನು ಬೊಂಬಾಯಿಯಿಂದ ಪ್ರಾರಂಭಿಸಿದೆ. ಇಂಪೀರಿಯಲ್ ಸಿಟಿಜನ್‌ಶಿಪ್ ಅಸೋಸಿಯೇಷನ್‌ನ ಆಶ್ರಯದಲ್ಲಿ ಮಿ. ಜೆಹಾಂಗೀರ್ ಪೆಟಿಟ್ ಸಭೆಯನ್ನು ಕರೆಯುವ ಹೊಣೆಯನ್ನು ವಹಿಸಿಕೊಂಡಿದ್ದರು. ಅಸೋಸಿಯೇಷನ್‌ನ ಕಾರ್ಯಕಾರಿ ಸಮಿತಿಯು ಸಭೆಯಲ್ಲಿ ಮಂಡಿಸಲಾಗುವ ನಿರ್ಣಯಗಳನ್ನು ರೂಪಿಸಲು ಮೊದಲು ಒಟ್ಟಿಗೆ ಸೇರಿತು. ಸಮಿತಿಯ ಸಭೆಯಲ್ಲಿ ಡಾ. ಸ್ಟಾನ್ಲಿ ರೀಡ್, ಸಾರ್ಜೆಂಟ್ (ಈಗ ಸರ್) ಲಲ್ಲೂಭಾಯ್ ಸಮಲ್‌ದಾಸ್, ಸಾರ್ಜೆಂಟ್ ನಟರಾಜನ್ ಮತ್ತು ಮಿ. ಪೆಟಿಟ್ ಹಾಜರಿದ್ದರು. ವ್ಯವಸ್ಥೆಯನ್ನು ರದ್ದುಮಾಡಲು ಸರ್ಕಾರಕ್ಕೆ ಎಷ್ಟು ಅವಧಿಯನ್ನು ಗೊತ್ತುಪಡಿಸಬೇಕು ಎಂಬ ವಿಷಯದ ಸುತ್ತ ಚರ್ಚೆ ನಡೆಯಿತು.

ಮೂರು ಪ್ರಸ್ತಾಪಗಳಿದ್ದವು, ಅವು ಯಾವುವೆಂದರೆ ತಕ್ಷಣವೇ ರದ್ದು ಮಾಡಬೇಕು, 31 ಜುಲೈನ ಹೊತ್ತಿಗೆ ರದ್ದುಮಾಡಬೇಕು ಮತ್ತು ಸಾಧ್ಯವಾದಷ್ಟು ಜಾಗ್ರತೆಯಾಗಿ ರದ್ದುಮಾಡಬೇಕು. ನಿರ್ದಿಷ್ಟ ತಾರೀಖನ್ನು ಗೊತ್ತುಪಡಿಸಬೇಕೆಂದು ನಾನು ಇಷ್ಟಪಟ್ಟಿದ್ದೆ. ಏಕೆಂದರೆ ಆ ಸಮಯದೊಳಗೆ ಸರ್ಕಾರವು ನಮ್ಮ ಕೋರಿಕೆಗೆ ಒಪ್ಪಿಗೆ ಕೊಡದಿದ್ದರೆ ಏನು ಮಾಡಬೇಕು ಎಂಬುದನ್ನು ಆಗ ತೀರ್ಮಾನಿಸಬಹುದಾಗಿತ್ತು. ತಕ್ಷಣವೇ ರದ್ದುಮಾಡಬೇಕು ಎಂಬುದರ ಬಗ್ಗೆ ಲಲ್ಲೂಭಾಯ್ ತಮ್ಮ ಒಲವನ್ನು ವ್ಯಕ್ತಪಡಿಸಿದರು. ತಕ್ಷಣವೇ ಅಂದರೆ 31 ಜುಲೈಗಿಂತಲೂ ಕಡಿಮೆ ಅವಧಿಯನ್ನು ಸೂಚಿಸುವುದು ಎಂದು ಅವರು ಹೇಳಿದರು. 'ತಕ್ಷಣ' ಎಂಬ ಪದವನ್ನು ಜನರು ಅರ್ಥಮಾಡಿಕೊಳ್ಳಲಾರರು ಎಂದು ನಾನು ಅವರಿಗೆ ವಿವರಿಸಿದೆ. ಜನರು ಏನಾದರೂ ಮಾಡಬೇಕೆಂದು ಇಚ್ಛಿಸಿದರೆ ನಾವು ತುಂಬಾ ಸ್ಪಷ್ಟವಾಗಿರುವ ಶಬ್ದವನ್ನು ಬಳಸಬೇಕು. ಏಕೆಂದರೆ ಪ್ರತಿಯೊಬ್ಬರು 'ತಕ್ಷಣ' ಎಂಬುದನ್ನು ಅವರವರ ರೀತಿಯಲ್ಲಿ ಅಂದರೆ ಸರ್ಕಾರ ಒಂದು ರೀತಿಯಲ್ಲಿ ಮತ್ತು ಜನರು ಇನ್ನೊಂದು ರೀತಿಯಲ್ಲಿ ಅರ್ಥಮಾಡಿಕೊಳ್ಳುತ್ತಾರೆ. ಆದರೆ ಜುಲೈನ 31 ಎಂಬುದನ್ನು ಅಪಾರ್ಥಮಾಡಿಕೊಳ್ಳುವ ಪ್ರಶ್ನೆಯೇ ಏಳುವುದಿಲ್ಲ. ಆ ತಾರೀಖಿನೊಳಗೆ ಏನೂ ಆಗದಿದ್ದರೆ ನಾವು ಮುಂದಿನ ಕ್ರಮವನ್ನು ಕೈಗೊಳ್ಳಬಹುದು. ಡಾ. ರೀಡ್ ಈ ವಾದದ ಔಚಿತ್ಯವನ್ನು ಗ್ರಹಿಸಿದರು. ಅಂತಿಮವಾಗಿ ಸಾರ್ಜೆಂಟ್ ಲಲ್ಲೂ-ಭಾಯ್ ಕೂಡಾ ಇದಕ್ಕೆ ಒಪ್ಪಿಗೆ ಕೊಟ್ಟರು. 31 ಜುಲೈ ಕಡೆಯ ತಾರೀಖಾಗಿದ್ದು ಆ ದಿನದೊಳಗೆ ರದ್ದಿಯಾತಿಯನ್ನು ಘೋಷಿಸಬೇಕೆಂದು ಒಪ್ಪಿಕೊಳ್ಳಲಾಯ್ತು. ಈ ಸಂಬಂಧದಲ್ಲಿ ಸಾರ್ವಜನಿಕ ಸಭೆಯಲ್ಲಿ ನಿರ್ಣಯವನ್ನು ಅಂಗೀಕರಿಸಲಾಯ್ತು. ಭಾರತದಲ್ಲೆಲ್ಲ ನಡೆದ ಸಭೆಗಳಲ್ಲಿ ಇದರಂತೆಯೇ ನಿರ್ಣಯ ಮಾಡಲಾಯ್ತು.

ಶ್ರೀಮತಿ ಜಯ್‌ಜೀ ಪೆಟಿಟ್ ವೈಸ್‌ರಾಯ್ ಬಳಿಗೆ ಮಹಿಳಾ ನಿಯೋಗವನ್ನು ಕರೆದೊಯ್ಯಲು ತಮ್ಮ ಶಕ್ತಿಯನ್ನೆಲ್ಲ ವ್ಯಯಮಾಡಿದ್ದರು. ಈ ನಿಯೋಗದಲ್ಲಿದ್ದ ಮುಂಬಯಿ (ಬೊಂಬಾಯಿ)ಯ ಮಹಿಳೆಯರಲ್ಲಿ ನನಗೆ ನೆನಪಿರುವಂತೆ ಶ್ರೀಮತಿ (ಲೇಡಿ) ಟಾಟಾ ಮತ್ತು ದಿವಂಗತ ದಿಲ್‌ಷಾದ್ ಬೇಗಂಅವರುಗಳಿದ್ದರು. ಈ ನಿಯೋಗ ಭಾರಿ ಪ್ರಭಾವ ಬೀರಿತ್ತು. ವೈಸ್‌ರಾಯ್ ಧೈರ್ಯ ಹುಟ್ಟಿಸುವಂತಹ ಉತ್ತರ ಕೊಟ್ಟಿದ್ದ.

ನಾನು ಕರಾಚಿ, ಕಲ್ಕತ್ತಾ ಮತ್ತು ಇತರ ಅನೇಕ ಸ್ಥಳಗಳಿಗೆ ಭೇಟಿ ನೀಡಿದ್ದೆ. ಎಲ್ಲ ಕಡೆ ಚೆನ್ನಾಗಿ ಸಭೆಗಳು ನಡೆದವು. ಎಲ್ಲ ಕಡೆ ಮೇರೆ ಮೀರಿದ್ದ ಉತ್ಸಾಹ ಕಂಡುಬಂತು. ಚಳವಳಿಯನ್ನು ಪ್ರಾರಂಭಿಸಿದಾಗ ನಾನು ಅಂತಹದೇನನ್ನೂ ನಿರೀಕ್ಷಿಸಿಸರಲಿಲ್ಲ.

ಆ ದಿವಸಗಳಲ್ಲಿ ನಾನು ಒಂಟಿಯಾಗಿ ಪ್ರಯಾಣ ಮಾಡುತ್ತಿದ್ದೆ. ಆದ್ದರಿಂದ ನನಗೆ ವಿಚಿತ್ರ ಅನುಭವಗಳುಂಟಾಗುತ್ತಿದ್ದವು. ಗುಪ್ತ ಪೊಲೀಸರು (ಸಿ.ಐ.ಡಿ) ಯಾವಾಗಲೂ ನನ್ನ ಹಿಂದಿರುತ್ತಿದ್ದರು. ನನ್ನ ಬಳಿ ಮುಚ್ಚಿಟ್ಟುಕೊಳ್ಳುವಂತಹದೇನೂ ಇರಲಿಲ್ಲವಾದ್ದರಿಂದ ಅವರು ನನ್ನನ್ನು ಪೀಡಿಸಲಿಲ್ಲ ಅಥವಾ ನಾನು ಅವರಿಗೆ ಏನೂ ತೊಂದರೆ ಕೊಡಲಿಲ್ಲ. ಅದೃಷ್ಟವಶಾತ್ ಆಗ ನಾನು ಮಹಾತ್ಮತನದ ಮುದ್ರೆಯನ್ನು ಒತ್ತಿಸಿಕೊಂಡಿರಲಿಲ್ಲ. ಹಾಗಿದ್ದರೂ ನನ್ನನ್ನು ಅರಿತಿದ್ದ ಜನರಿರುವಲ್ಲಿ ಆ ಹೆಸರನ್ನು ಹಿಡಿದು ಕೂಗುವುದು ಸರ್ವಸಾಮಾನ್ಯವಾಗಿತ್ತು.

ಒಂದು ಸಂದರ್ಭದಲ್ಲಿ ಗುಪ್ತಚರ ಪೊಲೀಸಿನವರು ನನ್ನನ್ನು ಅನೇಕ ಸ್ಟೇಷನ್‌ಗಳಲ್ಲಿ ಪೀಡಿಸಿದರು. ಅವರು ನನ್ನ ಟಿಕೀಟನ್ನು ಕೇಳಿ ತೆಗೆದುಕೊಂಡು ಅದರ ಸಂಖ್ಯೆಯನ್ನು ಬರೆದಿಟ್ಟುಕೊಂಡರು. ಸಹಜವಾಗಿ ನಾನು ಅವರು ಕೇಳಿದ ಎಲ್ಲ ಪ್ರಶ್ನೆಗಳಿಗೂ ಸರಾಗವಾಗಿ ಉತ್ತರಕೊಟ್ಟೆ. ನನ್ನ ಸಹ ಪ್ರಯಾಣಿಕರು ನನ್ನನ್ನು ಸಾಧು ಇಲ್ಲವೇ ಫಕೀರ ಎಂದು ಭಾವಿಸಿದ್ದರು. ನನ್ನನ್ನು ಪ್ರತಿಯೊಂದು ಸ್ಟೇಷನ್‌ನಲ್ಲೂ ಪೀಡಿಸುತ್ತಿದ್ದುದನ್ನು ಕಂಡು ಅವರು ಕೆರಳಿದ್ದರು ಮತ್ತು ಗುಪ್ತ ಪೊಲೀಸರನ್ನು ಅಪಶಬ್ದಗಳಲ್ಲಿ ಬಯ್ಯುತ್ತಿದ್ದರು. 'ನೀವು ಈ ಬಡಪಾಯಿ ಸಾಧುವನ್ನು ಏಕೆ ಗೋಳಾಡಿಸುತ್ತಿರುವಿರಿ? ಎಂದು ಅವರು ಪ್ರತಿಭಟಿಸುತ್ತಿದ್ದರು.' ನೀವು ಈ ನೀಚರಿಗೆ ನಿಮ್ಮ ಟಿಕೀಟನ್ನು ತೋರಿಸಬೇಡಿ' ಎಂದು ನನಗೆ ಹೇಳುತ್ತಿದ್ದರು.

ನಾನು ಅವರಿಗೆ ಸಾವಧಾನವಾಗಿ ಹೇಳಿದೆ: 'ಅವರಿಗೆ ನನ್ನ ಟಿಕೀಟನ್ನು ತೋರಿಸುವುದರಿಂದ ನನಗೇನೂ ಕಷ್ಟವಾಗುವುದಿಲ್ಲ. ಅವರು ಅವರ ಕರ್ತವ್ಯವನ್ನು ಮಾಡುತ್ತಿದ್ದಾರೆ. 'ಪ್ರಯಾಣಿಕರಿಗೆ ಇದರಿಂದ ಸಮಾಧಾನವಾಗಲಿಲ್ಲ. ಅವರು ನನ್ನ ಬಗ್ಗೆ ಹೆಚ್ಚು, ಹೆಚ್ಚು ಸಹಾನುಭೂತಿಯನ್ನು ತೋರಿಸಲಾರಂಭಿಸಿದರು. ಅಮಾಯಕನನ್ನು ಈ ರೀತಿ ಪೀಡಿಸುವುದನ್ನು ಅವರು ಪ್ರಬಲವಾಗಿ ಆಕ್ಷೇಪಿಸಿದರು.

ಗುಪ್ತ ಪೊಲೀಸರು ಕೊಡುತ್ತಿದ್ದ ಕಷ್ಟ ಏನೇನೂ ಅಲ್ಲ ಎನ್ನಬಹುದು. ಆದರೆ ನಿಜವಾದ ಸಂಕಷ್ಟವೆಂದರೆ ಮೂರನೇ ದರ್ಜೆಯ ಪ್ರಯಾಣವಾಗಿತ್ತು. ಲಾಹೋರ್‌ನಿಂದ ದೆಹಲಿಗೆ ಬರುವಾಗ ನಾನು ಅತ್ಯಂತ ಕಟು ಅನುಭವವನ್ನು ಪಡೆದೆ. ನಾನು ಕಲ್ಕತ್ತಕ್ಕೆ ಕರಾಚಿಯಿಂದ ಲಾಹೋರ್ ಮಾರ್ಗದಲ್ಲಿ ಪ್ರಯಾಣ ಮಾಡುತ್ತಿದ್ದೆ. ಲಾಹೋರ್‌ನಲ್ಲಿ ನಾನು ರೈಲುಗಳನ್ನು ಬದಲಿಸಬೇಕಾಗಿತ್ತು. ರೈಲಿನಲ್ಲಿ ಒಂದು ಸ್ಥಳವನ್ನು ಸಂಪಾದಿಸಿಕೊಳ್ಳುವುದು ಕಷ್ಟಸಾಧ್ಯವಾಗಿತ್ತು. ಅದು ತುಂಬಿಹೋಗಿತ್ತು. ಕೇವಲ ಬಲ ಪ್ರಯೋಗಿಸಿ ಒಳಗಡೆ ಕೆಲವರು ನುಸುಳಿದ್ದರು. ಬಾಗಿಲುಗಳಿಗೆ ಬೀಗ ಹಾಕಿ ಭದ್ರಪಡಿಸಿದ್ದರೆ ಕಿಟಕಿಗಳ ಮೂಲಕ ಕಳ್ಳತನದಿಂದ ನುಗ್ಗಬೇಕಾಗಿತ್ತು. ಸಭೆಗೆ ತಾರೀಖು ನಿಶ್ಚಿತವಾಗಿದ್ದರಿಂದ ನಾನು ಕಲ್ಕತ್ತೆಯನ್ನು ಮುಟ್ಟಲೇಬೇಕಾಗಿತ್ತು. ನಾನು ಆ ರೈಲನ್ನು ತಪ್ಪಿಸಿಕೊಂಡಿದ್ದರೆ ಸಮಯಕ್ಕೆ ಸರಿಯಾಗಿ ಕಲ್ಕತ್ತೆಗೆ ಬರಲು ಸಾಧ್ಯವಾಗುತ್ತಿರಲಿಲ್ಲ. ಒಳಕ್ಕೆ ನುಸುಳುವ ಆಸೆಯನ್ನು ನಾನು ಬಹುಮಟ್ಟಿಗೆ ತೊರೆದುಬಿಟ್ಟಿದ್ದೆ. ಯಾರಿಗೂ ನನ್ನನ್ನು ಒಳಕ್ಕೆ ಕರೆದುಕೊಳ್ಳುವ ಇಷ್ಟವಿರಲಿಲ್ಲ. ಆಗ ಒಬ್ಬ ಪೋರ್ಟರ್ (ಹೊರೆಯಾಳು) ನನ್ನ ದುರವಸ್ಥೆಯನ್ನು ಕಂಡು ನನ್ನ ಬಳಿಗೆ ಬಂದು ಹೇಳಿದ: 'ನನಗೆ ಹನ್ನೆರಡಾಣೆ ಕೊಡಿ. ನಿಮಗೊಂದು ಸ್ಥಳವನ್ನು ಒದಗಿಸಿಕೊಡುತ್ತೇನೆ.' 'ಆಗಲಿ' ಎಂದು ನಾನು ಹೇಳಿದೆ. 'ನೀನು ನನಗೊಂದು ಸ್ಥಳವನ್ನು ಸಂಪಾದಿಸಿಕೊಟ್ಟರೆ ನಿನಗೆ ಹನ್ನೆರಡಾಣೆ ಸಿಗುತ್ತದೆ.' ಆ ಯುವಕನು ಒಂದು ಕ್ಯಾರೀಜ್‌ನಿಂದ ಮತ್ತೊಂದು ಕ್ಯಾರೀಜ್ (ಡಬ್ಬಿ)ಗೆ ಅಲೆಯುತ್ತ ಪ್ರಾರ್ಥಿಸಿದ. ಆದರೆ ಯಾರೂ ಅವನ ಕೋರಿಕೆಗೆ ಲಕ್ಷ ಕೊಡಲಿಲ್ಲ. ರೈಲು ಇನ್ನೇನು ಹೊರಡುತ್ತಿದೆ ಎನ್ನುವಾಗ ಒಬ್ಬ ಪ್ರಯಾಣಿಕನು ಹೇಳಿದ: 'ಇಲ್ಲಿ ಸ್ಥಳವಿಲ್ಲ. ಆದರೆ ನೀನು ಇಷ್ಟಪಟ್ಟರೆ ಅವರನ್ನು ಬಲವಾಗಿ ಒಳಕ್ಕೆ ತಳ್ಳಬಹುದು. ಅವರು ನಿಂತಿರಬೇಕಾಗುತ್ತದೆ. 'ಆಗಬಹುದೆ?' ಎಂದು ಯುವ ಪೋರ್ಟರ್ ಪ್ರಶ್ನಿಸಿದ. ನಾನು ಕೂಡಲೇ ಒಪ್ಪಿಕೊಂಡೆ. ಅವನು ಕಿಟಕಿಯ

ಮೂಲಕ ನನ್ನ ಇಡೀ ಶರೀರವನ್ನು ಒಳಕ್ಕೆ ದಬ್ಬಿದ. ಈ ಪ್ರಕಾರ ನಾನು ಒಳಕ್ಕೆ ಹೋದೆ ಮತ್ತು ಪೋರ್ಟರ್ ಹನ್ನೆರಡಾಣೆಯನ್ನು ಸಂಪಾದಿಸಿಕೊಂಡ.

ಆ ರಾತ್ರಿ ನನ್ನ ಪಾಲಿಗೆ ಪರೀಕ್ಷೆಯನ್ನೊಡ್ಡಿದಂತಿತ್ತು. ಉಳಿದ ಪ್ರಯಾಣಿಕರು ಹೇಗೋ ಕೂತಿದ್ದರು. ಮೇಲಿನ ಮಲಗುವ ಕಿರುಅಟ್ಟ (ಬಂಕ್)ದ ಸರಪಳಿಯನ್ನು ಹಿಡಿದುಕೊಂಡು ಎರಡು ಗಂಟೆಗಳ ಕಾಲ ನಿಂತಿದ್ದೆ. ಇಷ್ಟರಲ್ಲಿ ಕೆಲವು ಪ್ರಯಾಣಿಕರು ಎಡಬಿಡದೇ ನನ್ನನ್ನು ಪೀಡಿಸುತ್ತಿದ್ದರು. 'ನೀವೇಕೆ ಕುಳಿತುಕೊಳ್ಳಬಾರದು?' ಎಂದು ಪ್ರಶ್ನಿಸುತ್ತಿದ್ದರು. 'ಸ್ಥಳವಿಲ್ಲ'ವಲ್ಲ ಎಂದು ಹೇಳುತ್ತ ಅವರಿಗೆ ಸಮರ್ಥನೆ ನೀಡಲು ಪ್ರಯತ್ನಿಸಿದೆ. ಮೇಲಿನ ಮಲಗುವ ಕಿರುಕೋಣೆಯಲ್ಲಿ ಕಾಲು ಚಾಚಿಕೊಂಡು ಮಲಗಿದ್ದವರಿಗೆ ನಾನು ನಿಂತಿರುವುದನ್ನು ಸಹಿಸಿಕೊಳ್ಳಲು ಸಾಧ್ಯವಾಗಲಿಲ್ಲ. ಅವರಿಗೆ ನನ್ನನ್ನು ಎಷ್ಟು ಪೀಡಿಸಿದರೂ ದಣಿವಾಗಿರಲಿಲ್ಲ. ಹಾಗೆಯೇ ಅವರಿಗೆ ಸಮಾಧಾನದಿಂದ ಎಷ್ಟು ಬಾರಿ ಉತ್ತರಕೊಟ್ಟರೂ ನನಗೆ ದಣಿವಾಗಿರಲಿಲ್ಲ. ಕಡೆಯಲ್ಲಿ ಇದರಿಂದ ಅವರಿಗೆ ಸಮಾಧಾನ ಸಿಕ್ಕಿತು. ಅವರಲ್ಲಿ ಕೆಲವರು ನನ್ನ ಹೆಸರೇನು ಎಂದು ಪ್ರಶ್ನಿಸಿದರು. ನಾನು ನನ್ನ ಹೆಸರನ್ನು ಹೇಳುತ್ತಿದ್ದಂತೆಯೇ ಅವರಿಗೆ ನಾಚಿಕೆಯಾಯ್ತು. ಅವರು ನನ್ನ ಕ್ಷಮೆ ಕೋರಿದರು ಮತ್ತು ಸ್ಥಳವನ್ನು ಒದಗಿಸಿಕೊಟ್ಟರು. ಈ ಪ್ರಕಾರ ನನ್ನ ಸಮಾಧಾನಕ್ಕೆ ಪ್ರತಿಫಲ ಸಿಕ್ಕಿತು. ನನಗೆ ತುಂಬಾ ದಣಿವಾಗಿತ್ತು. ನನ್ನ ತಲೆ ತಿರುಗುತ್ತಿತ್ತು. ಅತಿ ಅವಶ್ಯಕತೆಯಿದ್ದಾಗ ದೇವರು ಸಹಾಯವನ್ನು ಕಳಿಸಿದ್ದ.

ಈ ಪ್ರಕಾರ ನಾನು ಹೇಗೋ ದೆಹಲಿಯನ್ನು ಮುಟ್ಟಿದೆ. ತರುವಾಯ ಕಲ್ಕತ್ತಕ್ಕೆ ಹೋದೆ. ಕಲ್ಕತ್ತ ಸಭೆಯ ಅಧ್ಯಕ್ಷರಾಗಿದ್ದ ಕಾಸಿಂಬಜಾರ್‌ನ ಮಹಾರಾಜರು ನನ್ನ ಅತಿಥೇಯರಾಗಿದ್ದರು. ಕರಾಚಿಯಂತೆ ಇಲ್ಲಿ ಕೂಡಾ ಮೇರೆಮೀರಿದ ಉತ್ಸಾಹ ಕಂಡು ಬಂತು. ಈ ಸಭೆಯಲ್ಲಿ ಅನೇಕ ಇಂಗ್ಲಿಷಿನವರು ಕೂಡಾ ಹಾಜರಿದ್ದರು.

ಜುಲೈ 31 ಕ್ಕೂ ಮುಂಚಿತವಾಗಿ ಸರ್ಕಾರವು ಭಾರತದಿಂದ ಬಂದಿದ್ದವರನ್ನು ಕುರಿತಂತೆ ಕರಾರುಬದ್ಧ ವಲಸೆ ವ್ಯವಸ್ಥೆಯನ್ನು ನಿಲ್ಲಿಸಿರುವುದಾಗಿ ಸರ್ಕಾರವು ಘೋಷಿಸಿತು.

1894ರಲ್ಲಿ ನಾನು ಮೊದಲಬಾರಿಗೆ ಈ ವ್ಯವಸ್ಥೆಯ ವಿರುದ್ಧ ಪ್ರತಿಭಟಿಸಿ ಮೊದಲ ಅರ್ಜಿಯ ಕರಡನ್ನು ತಯಾರಿಸಿದ್ದೆ. ಸರ್ ಡಬ್ಲ್ಯೂ, ಡಬ್ಲ್ಯೂ ಹಂಟರ್ ಈ ವ್ಯವಸ್ಥೆಯನ್ನು 'ಅರೆಗುಲಾಮಗಿರಿ' ಎಂದು ಕರೆದಿದ್ದರು. ಆ ಸಮಯದಲ್ಲಿ ನಾನು ಎಂದಾದರೊಂದು ದಿನ ಈ ವ್ಯವಸ್ಥೆ ಕೊನೆಗಾಣಬೇಕೆಂದು ಅಪೇಕ್ಷಿಸಿದ್ದೆ.

1894ರಲ್ಲಿ ಪ್ರಾರಂಭವಾಗಿದ್ದ ಈ ಚಳವಳಿಗೆ ಅನೇಕ ಮಂದಿ ನೆರವು ನೀಡಿದ್ದರು. ಮುಂದೆ ಬರಲಿದ್ದ ಸತ್ಯಾಗ್ರಹ ಈ ವ್ಯವಸ್ಥೆಯ ಮುಕ್ತಾಯವನ್ನು ತ್ವರೆಗೊಳಿಸಿತು ಎಂದು ಹೇಳದೇ ಇರಲಾರೆ.

ಈ ಚಳವಳಿಯ ಬಗ್ಗೆ ಇನ್ನೂ ಹೆಚ್ಚಿನ ವಿವರಣೆಗೆ ಮತ್ತು ಅದರಲ್ಲಿ ಭಾಗವಹಿಸಿದ್ದವರ ಬಗ್ಗೆ ತಿಳಿದುಕೊಳ್ಳಲು ನನ್ನ 'ಸತ್ಯಾಗ್ರಹ ಇನ್ ಸೌತ್ ಆಫ್ರಿಕ' (ದಕ್ಷಿಣ ಆಫ್ರಿಕದ ಸತ್ಯಾಗ್ರಹ)' ಎಂಬ ಕೃತಿಯ ಕಡೆಗೆ ಓದುಗನ ಗಮನವನ್ನು ಸೆಳೆಯುತ್ತೇನೆ.

12. ನೀಲಿಯ ಕಲೆ

ಚಂಪಾರಣ್ ಮಹಾರಾಜ ಜನಕನ ಭೂಮಿ. ಈ ನಾಡು ಮಾವಿನ ತೋಪುಗಳಿಂದ ತುಂಬಿ ತುಳುಕಾಡುತ್ತದೆ. ಹಾಗೆಯೇ 1917ರ ವರೆಗೂ ಈ ನಾಡು ನೀಲಿ (ಇಂಡಿಗೋ-ಇಂಡಿಗೋಫೆರ್ ಕುಲದ ಸಸ್ಯಗಳು, ಅವುಗಳಿಂದ ಪಡೆಯಬಹುದಾದ ನೀಲಿ ವರ್ಣದ್ರವ್ಯ) ತೋಟಗಳಿಂದ ತುಂಬಿತ್ತು. ಚಂಪಾರಣ್‌ನ ಗೇಣಿದಾರನು (ಟೆನೆಂಟ್) ಕಾನೂನಿನ ಪ್ರಕಾರ ತನ್ನ ಜಮೀನಿನ ಪ್ರತಿ ಇಪ್ಪತ್ತು ಭಾಗಗಳ (ಪಾರ್ಟ್ಸ್) ಮೂರು ಭಾಗಗಳಲ್ಲಿ ತನ್ನ ಜಮೀನುದಾರನಿಗಾಗಿ ನೀಲಿಯನ್ನು ಬೆಳೆಸಲು ಬದ್ಧನಾಗಿದ್ದ. ಈ ವ್ಯವಸ್ಥೆಯನ್ನು 'ತೀನ್‌ಕಾಥಿಯಾ' ಎಂದು ಕರೆಯಲಾಗುತ್ತಿತ್ತು. ಏಕೆಂದರೆ ಇಪ್ಪತ್ತು ಕಾ(ಖಾ)ತೆಗಳ (ಅಂದರೆ ಒಂದು ಎಕರೆಯಲ್ಲಿ) ಮೂರು ಭಾಗಗಳಲ್ಲಿ ನೀಲಿಯನ್ನು ಬೆಳಸಬೇಕಾಗಿತ್ತು.

ಆ ಕಾಲದಲ್ಲಿ ನನಗೆ ಈ ಹೆಸರು ಕೂಡಾ ಗೊತ್ತಿರಲಿಲ್ಲ ಎಂದು ಒಪ್ಪಿಕೊಳ್ಳುತ್ತಿದ್ದೇನೆ. ಅದಕ್ಕಿಂತ ಅದರ ಭೌಗೋಳಿಕ ಅಂದರೆ ಚಂಪಾರಣ್‌ನ ನೆಲೆಯ ಬಗ್ಗೆ ಏನೂ ಗೊತ್ತಿರಲಿಲ್ಲ. ನೀಲಿ ತೋಟಗಳ ಬಗ್ಗೆ ನನ್ನಲ್ಲಿ ಅಸ್ಪಷ್ಟ ಕಲ್ಪನೆ ಕೂಡಾ ಇರಲಿಲ್ಲ. ನಾನು ನೀಲಿಯ ಪೊಟ್ಟಣಗಳನ್ನು ನೋಡಿದ್ದೆ. ಆದರೆ ಅವು ಚಂಪಾರಣ್

(ಚಂಪಾರಣ್ಯ)ನಲ್ಲಿ ಸಾವಿರಾರು ಕೃಷಿಕರು ತುಂಬಾ ಕಷ್ಟದಿಂದ ಬೆಳಸಿದ್ದುದು ಮತ್ತು ತಯಾರಿಸಿದ್ದುದು ಎಂಬುದರ ಬಗ್ಗೆ ಕನಸನ್ನು ಕೂಡಾ ಕಂಡಿರಲಿಲ್ಲ.

ಈ ಸಂಕಟಕ್ಕೆ ಸಿಕ್ಕ ಕೃಷಿಕರಲ್ಲಿ ರಾಜ್‌ಕುಮಾರ್ ಶುಕ್ಲ ಒಬ್ಬರು. ತಾವು ಅನುಭವಿಸುತ್ತಿದ್ದ ಯಾತನೆಯಂತೆಯೇ ಯಾತನೆಪಡುತ್ತಿದ್ದ ಸಾವಿರಾರು ಕೃಷಿಕರಲ್ಲಿದ್ದ ನೀಲಿ ಕಲೆಯನ್ನು ತೊಳೆದುಹಾಕಬೇಕೆಂಬ ತೀವ್ರವಾದ ಆಸಕ್ತಿಯನ್ನು ಶುಕ್ಲ ತುಂಬಿಕೊಂಡಿದ್ದರು.

ಈ ವ್ಯಕ್ತಿ ನನ್ನನ್ನು ಲಕ್ನೋನಲ್ಲಿ ತಡೆದು ಹಿಡಿದುಕೊಂಡರು. 1916ರಲ್ಲಿ ಅಲ್ಲಿಗೆ ನಾನು ಕಾಂಗ್ರೆಸ್‌ನಲ್ಲಿ ಭಾಗವಹಿಸಲು ಹೋಗಿದ್ದೆ. 'ನಮ್ಮ ತೀವ್ರ ಯಾತನೆಯ ಬಗ್ಗೆ ವಕೀಲ್ ಬಾಬು ಎಲ್ಲವನ್ನೂ ನಿಮಗೆ ತಿಳಿಸುವರು' ಎಂದು ಅವರು ಹೇಳಿದರಲ್ಲದೇ ಚಂಪಾರಣ್‌ಗೆ ಹೋಗುವಂತೆ ಬಲವಂತಪಡಿಸಿದರು. ವಕೀಲ್ ಬಾಬು ಎಂದರೆ ಬೇರೆ ಯಾರೂ ಆಗಿರದೇ ಬಾಬು ಬ್ರಜ್‌ಕಿಶೋರ್ ಪ್ರಸಾದ್ ಆಗಿದ್ದರು. ಅವರು ಚಂಪಾರಣ್‌ನಲ್ಲಿ ನನ್ನ ಗೌರವಾರ್ಹ ಸಹ ಕಾರ್ಯಕರ್ತರಾದರು. ಅವರು ಬಿಹಾರ್‌ನ ಸಾರ್ವಜನಿಕಕಾರ್ಯದ ಆತ್ಮದಂತಿದ್ದರು. ರಾಜ್‌ಕುಮಾರ್ ಶುಕ್ಲ, ಬ್ರಜ್‌ಕಿಶೋರ್ ಅವರನ್ನು ನನ್ನ ಬಿಡಾರಕ್ಕೆ ಕರೆದುಕೊಂಡು ಬಂದರು. ಬ್ರಜ್‌ಕಿಶೋರ್ ಕಪ್ಪು ಆ್ಯಲ್ಪಾಕ (ಲಾಮಾಕುಲಕ್ಕೆ ಸೇರಿದ ಮೃಗದ ತುಪ್ಪುಳ) ನಿಲುವಂಗಿ (ಅಚ್‌ಕನ್) ಮತ್ತು ಷರಾಯಿಯನ್ನು ಧರಿಸಿದ್ದರು. ಅವರು ನನ್ನ ಮೇಲೆ ಯಾವುದೇ ಪ್ರಭಾವ ಬೀರಲಿಲ್ಲ. ಸರಳ ಮನಸ್ಸಿನ ಕೃಷಿಕರನ್ನು ಶೋಷಿಸುತ್ತಿರುವ ಯಾವನೋ ಒಬ್ಬ ವಕೀಲನಾಗಿರಬೇಕೆಂದು ನಾನು ಭಾವಿಸಿದ್ದೆ. ಚಂಪಾರಣ್ ಬಗ್ಗೆ ಅವರು ಏನೋ ಹೇಳಿದ್ದನ್ನು ಕೇಳಿ ಮಾಮೂಲಿನಂತೆ ಉತ್ತರಿಸಿದೆ: 'ನಾನೇ ನನ್ನ ಕಣ್ಣುಗಳಿಂದ ಅಲ್ಲಿಯ ಪರಿಸ್ಥಿತಿಯನ್ನು ನೋಡದ ಹೊರತು ಯಾವುದೇ ಅಭಿಪ್ರಾಯವನ್ನು ಕೊಡುವುದಿಲ್ಲ. ನೀವು ದಯವಿಟ್ಟು ಕಾಂಗ್ರೆಸ್‌ನಲ್ಲಿ ನಿರ್ಣಯವನ್ನು ಮಂಡಿಸಿ. ಸದ್ಯ ನನ್ನನ್ನು ನನ್ನ ಪಾಡಿಗೆ ಬಿಟ್ಟುಬಿಡಿ. 'ಸಹಜವಾಗಿ ರಾಜ್‌ಕುಮಾರ್ ಶುಕ್ಲ ಕಾಂಗ್ರೆಸ್‌ನಿಂದ ಸ್ವಲ್ಪ ಸಹಾಯವನ್ನು ಅಪೇಕ್ಷಿಸಿದ್ದರು. ಬಾಬು ಬ್ರಜ್‌ಕಿಶೋರ್ ಪ್ರಸಾದ್ ಚಂಪಾರಣ್‌ನ ಜನರ ಬಗ್ಗೆ ಸಹಾನು ಭೂತಿಯನ್ನು ವ್ಯಕ್ತಪಡಿಸುವ ನಿರ್ಣಯವನ್ನು ಮಂಡಿಸಿದರು. ಅದಕ್ಕೆ ಸರ್ವಾನುಮತದ ಅನುಮೋದನೆ ಸಿಕ್ಕಿತು.

ರಾಜ್‌ಕುಮಾರ್ ಶುಕ್ಲ ಅವರಿಗೆ ಇದರಿಂದ ಸಂತೋಷವಾಗಿತ್ತು. ಆದರೆ ತೃಪ್ತಿ ಸಿಕ್ಕಿರಲಿಲ್ಲ. ನಾನು ಸ್ವತಃ ಚಂಪಾರಣ್‌ಗೆ ಭೇಟಿಕೊಡಬೇಕೆಂದೂ ಅಲ್ಲಿಯ ರೈತರ ಸಂಕಟವನ್ನು ಪ್ರತ್ಯಕ್ಷವಾಗಿ ಕಾಣಬೇಕೆಂದು ಅವರು ಅಪೇಕ್ಷಿಸಿದ್ದರು. ಈಗಾಗಲೇ ನಾನು ಉದ್ದೇಶಿಸಿರುವ ಪ್ರವಾಸದಲ್ಲಿ ಚಂಪಾರಣ್‌ಅನ್ನು ಸೇರಿಸಿಕೊಳ್ಳುವುದಾಗಿಯೂ ಒಂದು ಅಥವಾ ಎರಡು ದಿನಗಳನ್ನು ಅಲ್ಲಿ ಕಳೆಯುವುದಾಗಿಯೂ ತಿಳಿಸಿದೆ. 'ಒಂದು ದಿನ ಸಾಕಾಗುವುದು' ಎಂದು ಅವರು ಹೇಳಿದರು. 'ನೀವು ನಿಮ್ಮ ಕಣ್ಣುಗಳಿಂದಲೇ ವಸ್ತುಸ್ಥಿತಿಯನ್ನು ಕಾಣುವಿರಿ.' ಎಂದು ಹೇಳಿದರು.

ಲಕ್ನೋನಿಂದ ನಾನು ಕಾನ್‌ಪೋರ್(ಕಾನ್ಪುರ)ಗೆ ಹೋದೆ. ಅಲ್ಲಿಗೆ ರಾಜ್‌ಕುಮಾರ್ ಶುಕ್ಲ ನನ್ನನ್ನು ಹಿಂಬಾಲಿಸಿದ್ದರು. 'ಇಲ್ಲಿಗೆ ಚಂಪಾರಣ್ ತುಂಬಾ ಹತ್ತಿರದಲ್ಲಿದೆ. ದಯವಿಟ್ಟು ಒಂದು ದಿನದ ಮಟ್ಟಿಗಾದರೂ ಅಲ್ಲಿಗೆ ಬನ್ನಿ' ಎಂದು ಅವರು ನನ್ನನ್ನು ಬಲವಂತಪಡಿಸಿದರು.

'ಈ ಬಾರಿ ನನ್ನನ್ನು ಕ್ಷಮಿಸಿ. ಆದರೆ ಅಲ್ಲಿಗೆ ನಾನು ಬಂದೇ ಬರುತ್ತೇನೆ ಎಂದು ಮಾತು ಕೊಡುತ್ತೇನೆ.' ಎಂದು ಹೇಳಿದ್ದರಿಂದ ನನ್ನ ಮಾತಿಗೆ ನಾನು ಕಟ್ಟು ಬಿದ್ದಂತಾಯಿತು.

ನಾನು ಆಶ್ರಮಕ್ಕೆ ಹಿಂದಿರುಗಿದೆ. ಪದೇ ಪದೇ ಕಾಣಲು ಸಿಗುತ್ತಿದ್ದ ರಾಜ್‌ಕುಮಾರ್ ಅಲ್ಲಿ ಕೂಡಾ ಇದ್ದರು. 'ದಯವಿಟ್ಟು ದಿನವನ್ನು ನಿಗದಿಪಡಿಸಿ' ಎಂದು ಅವರು ಕೇಳಿಕೊಂಡರು. 'ಒಳ್ಳೆಯದು. ನಾನು ಕಲ್ಕತ್ತೆಯಲ್ಲಿ ಒಂದು (ನಿರ್ದಿಷ್ಟ) ದಿನ ಇರಬೇಕಾಗುತ್ತದೆ. ಅಲ್ಲಿಗೆ ಬಂದು ನನ್ನನ್ನು ಭೇಟಿಮಾಡಿ ಮತ್ತು (ಅಂದರೆ ಚಂಪಾರಣ್‌ಗೆ) ಅಲ್ಲಿಗೆ ಕರೆದುಕೊಂಡು ಹೋಗಿ'. ಎಂದು ಹೇಳಿದೆ. ಹಾಗಿದ್ದರೂ ನನಗೆ ಎಲ್ಲಿಗೆ ಹೋಗಬೇಕು, ಏನು ಮಾಡಬೇಕು ಮತ್ತು ಏನೆಲ್ಲವನ್ನೂ ನೋಡಬೇಕು ಎಂದು ಗೊತ್ತಿರಲಿಲ್ಲ. ನಾನು ಕಲ್ಕತ್ತದಲ್ಲಿ ಭೂಪೇನ್ ಬಾಬುಅವರ ಸ್ಥಳ(ಮನೆ)ವನ್ನು ಮುಟ್ಟುವುದಕ್ಕೂ ಮುಂಚಿತವಾಗಿ ರಾಜ್‌ಕುಮಾರ್ ಶುಕ್ಲ ಅಲ್ಲಿಗೆ ಹೋಗಿದ್ದರು ಮತ್ತು ಅಲ್ಲಿ ತಳವೂರಿದ್ದರು. ಈ ಪ್ರಕಾರ ಈ ಶಿಷ್ಟಾಚಾರ ಗೊತ್ತಿಲ್ಲದ, ಕಪಟವರಿಯದ ಆದರೆ ದೃಢನಿಶ್ಚಯದ ಕೃಷಿಕ ನನ್ನನ್ನು ಆಕರ್ಷಿಸಿದ್ದರು.

1917ರ ಪ್ರಾರಂಭದಲ್ಲಿ ನಾವು ಕಲ್ಕತ್ತೆಯನ್ನು ಬಿಟ್ಟು ಚಂಪಾರಣ್‌ಗೆ ತೆರಳಿದೆವು. ನಾವು ಹಳ್ಳಿಗಾಡಿನ ಸಂಗಡಿಗರಂತೆ ಕಾಣುತ್ತಿದ್ದೆವು. ಯಾವ ರೈಲಿನಲ್ಲಿ ಪ್ರಯಾಣ ಮಾಡಬೇಕೆಂದು ಕೂಡಾ ನನಗೆ ಗೊತ್ತಿರಲಿಲ್ಲ. ಅವರು ನನ್ನನ್ನು ರೈಲಿಗೆ ಕರೆದುಕೊಂಡು ಹೋದರು ಮತ್ತು ಒಟ್ಟಿಗೆ ಪ್ರಯಾಣ ಮಾಡಿ ಬೆಳಗ್ಗೆ ಪಾಟ್ನಾವನ್ನು ತಲ್ಪಿದೆವು. ಇದು ಪಾಟ್ನಾಕ್ಕೆ ನಾನು ಕೊಟ್ಟ ಮೊದಲ ಭೇಟಿಯಾಗಿತ್ತು. ಉಳಿದುಕೊಳ್ಳೋಣವೆಂದರೆ ನನಗೆ ಅಲ್ಲಿ ಯಾವನೇ ಗೆಳೆಯ ಇಲ್ಲವೆ ಪರಿಚಿತ ಕೂಡಾ ಇರಲಿಲ್ಲ. ಸರಳ ಕೃಷಿಕನಾಗಿದ್ದ ರಾಜ್‌ಕುಮಾರ್ ಶುಕ್ಲ ಅವರಿಗೆ ಪಾಟ್ನಾದಲ್ಲಿ ಸ್ವಲ್ಪಮಟ್ಟಿಗೆ ಪ್ರಭಾವ ಇರಬಹುದು ಎಂದು ನಾನು ಭಾವಿಸಿದ್ದೆ. ಪ್ರಯಾಣ ಮಾಡುವಾಗ ಅವರ ಬಗ್ಗೆ ನನಗೆ ಇನ್ನೂ ಸ್ವಲ್ಪ ಹೆಚ್ಚಿನ ಪರಿಚಯವಾಗಿತ್ತು. ಪಾಟ್ನಾವನ್ನು ಮುಟ್ಟಿದ ಮೇಲೆ ಅವರ ಬಗ್ಗೆ ಇಟ್ಟುಕೊಂಡಿದ್ದ ಭ್ರಮೆಯೆಲ್ಲವೂ ಮಾಯವಾಯ್ತು. ಅವರಿಗೆ ಖಂಡಿತವಾಗಿಯೂ ಏನೂ ಗೊತ್ತಿರಲಿಲ್ಲ. ತನ್ನ ಗೆಳೆಯರೆಂದು ಭಾವಿಸಿದ್ದ ಅವರ ವಕೀಲರು ಖಂಡಿತವಾಗಿಯೂ ಆ ಬಗೆಯವರಾಗಿರಲಿಲ್ಲ. ಬಡಪಾಯಿ ರಾಜ್‌ಕುಮಾರ್ ಹೆಚ್ಚು ಕಡಿಮೆ ಅವರ ಜವಾನನಂತಿದ್ದರು. ಅಂತಹ ಕೃಷಿಕ ಕಕ್ಷಿಗಾರರು ಮತ್ತು ಅವರ ವಕೀಲರ ನಡುವೆ ಗಂಗಾ ಪ್ರವಾಹದಷ್ಟೇ ಅಂತರವಿತ್ತು.

ರಾಜ್‌ಕುಮಾರ್ ಶುಕ್ಲ ನನ್ನನ್ನು ಪಾಟ್ನಾದಲ್ಲಿದ್ದ ರಾಜೇಂದ್ರ ಬಾಬು ಅವರ ಮನೆಗೆ (ಸ್ಥಳಕ್ಕೆ) ಕರೆದುಕೊಂಡು ಹೋದರು. ರಾಜೇಂದ್ರ ಬಾಬು ಪುರಿಗೋ ಇಲ್ಲವೇ ಬೇರೆಲ್ಲಿಗೋ ಹೊರಟುಹೋಗಿದ್ದರು. ಎಲ್ಲಿಗೆ ಎಂಬುದನ್ನು ಮರೆತುಬಿಟ್ಟಿದ್ದೇನೆ. ಬಂಗಲೆಯಲ್ಲಿ ಒಬ್ಬರೋ ಇಲ್ಲವೆ ಇಬ್ಬರೋ ಸೇವಕರುಗಳಿದ್ದರು. ಅವರು ನಮ್ಮ ಕಡೆಗೆ ಗಮನವನ್ನೇ ಕೊಡಲಿಲ್ಲ. ನನ್ನ ಬಳಿಯಲ್ಲಿ ತಿನ್ನಲು ಸ್ವಲ್ಪ ಆಹಾರ ಪದಾರ್ಥವಿತ್ತು. ನನಗೆ ಖರ್ಜೂರ ಬೇಕಾಗಿತ್ತು. ನನ್ನ ಸಂಗಡಿಗರು ಅದನ್ನು ಪೇಟೆಯಿಂದ ತಂದುಕೊಟ್ಟರು.

ಬಿಹಾರದಲ್ಲಿ ತುಂಬಾ ಬಿಗಿಯಾಗಿದ್ದ ಅಸ್ಪೃಶ್ಯತೆಯಿತ್ತು. ಸೇವಕರು ಬಾವಿಯನ್ನು ಬಳಸುತ್ತಿದ್ದಾಗ ನಾನು ಬಾವಿಯಿಂದ ನೀರನ್ನು ಸೇದುವಂತಿರಲಿಲ್ಲ. ಏಕೆಂದರೆ ನನ್ನ ಬಕೆಟ್‌ನಿಂದ

ಹೊರಕ್ಕೆ ಬೀಳುವ ನೀರಿನ ಹನಿಗಳು ಅವರನ್ನು ಮಲಿನಮಾಡಬಹುದಾಗಿತ್ತು. ಸೇವಕರಿಗೆ ನಾನು ಯಾವ ಜಾತಿಗೆ ಸೇರಿದ್ದೆ ಎಂದು ಗೊತ್ತಿರಲಿಲ್ಲ. ರಾಜ್‌ಕುಮಾರ್ ನನ್ನನ್ನು ಒಳಗಡೆಯಿದ್ದ ಕಕ್ಕಸನ್ನು ಉಪಯೋಗಿಸುವಂತೆ ತಿಳಿಸಿದ್ದರು. ಆದರೆ ಸೇವಕರು ಕೂಡಲೇ ನನಗೆ ಹೊರಗಡೆಯಿದ್ದ ಕಕ್ಕಸನ್ನು ಉಪಯೋಗಿಸುವಂತೆ ತಿಳಿಸಿ ಅದನ್ನು ತೋರಿಸಿದರು. ನನಗೆ ಅಂತಹ ವರ್ತನೆ ಒಗ್ಗಿಹೋಗಿದ್ದರಿಂದ ಅದರಿಂದ ಆಶ್ಚರ್ಯವಾಗಲಿಲ್ಲ ಇಲ್ಲವೇ ಕಿರಿಕಿರಿಯುಂಟಾಗಲಿಲ್ಲ. ಸೇವಕರು ಅವರ ಕರ್ತವ್ಯ ಮಾಡುತ್ತಿದ್ದರು. ಏಕೆಂದರೆ ರಾಜೇಂದ್ರ ಬಾಬು ತಮ್ಮ ಸೇವಕರು ಹಾಗೆ ಮಾಡಬೇಕೆಂದು ಬಯಸುತ್ತಿದ್ದರು ಎಂದು ಅವರು ಭಾವಿಸಿದ್ದರು.

ಈ ಮನರಂಜಿಸುವ ಅನುಭವಗಳು ರಾಜ್‌ಕುಮಾರ್ ಶುಕ್ಲಅವರ ಬಗ್ಗೆ ನನ್ನ ಗೌರವವನ್ನು ಹೆಚ್ಚಿಸಿತು. ಅವರನ್ನು ಇನ್ನೂ ಚೆನ್ನಾಗಿ ಅರಿತುಕೊಳ್ಳಲು ಇದರಿಂದ ಸಾಧ್ಯವಾಯ್ತು. ರಾಜ್‌ಕುಮಾರ್ ಶುಕ್ಲ ನನಗೆ ಮಾರ್ಗದರ್ಶನ ನೀಡಲಾರರು ಎಂಬುದನ್ನು ಈಗನಾನು ಕಂಡುಕೊಂಡಿದ್ದೆ. ನಾನು ಲಗಾಮನ್ನು ನನ್ನ ಕೈಗಳಲ್ಲಿ ತೆಗೆದುಕೊಳ್ಳಬೇಕು ಎಂದು ಅರಿತೆ.

13. ಸಂಭಾವಿತ ಬಿಹಾರಿ

ನನಗೆ ಲಂಡನ್‌ನಲ್ಲಿ ಮೌಲಾನ ಮಜ್‌ಹರೂಲ್ ಹಕ್‌ಅವರ ಪರಿಚಯವಿತ್ತು. ಅವರು ಆಗ ನ್ಯಾಯವಾದಿಯಾಗಲು ಅಧ್ಯಯನ ಮಾಡುತ್ತಿದ್ದರು. ನಾನು 1915ರಲ್ಲಿ ಬಾಂಬೆ ಕಾಂಗ್ರೆಸ್‌ನಲ್ಲಿ ಅವರನ್ನು ಮತ್ತೆ ಭೇಟಿಯಾಗಿದ್ದೆ. ಅವರು ಆ ವರ್ಷ ಮುಸ್ಲಿಂ ಲೀಗ್‌ನ ಅಧ್ಯಕ್ಷರಾಗಿದ್ದರು. ಅಲ್ಲಿ ಅವರು ತಮ್ಮ ಪರಿಚಯವನ್ನು ಮತ್ತೆ ಮಾಡಿಕೊಟ್ಟರಲ್ಲದೆ-ನಾನು ಪಾಟ್ಣಕ್ಕೆ ಯಾವಾಗ ಹೋದರೂ ಅವರ ಜತೆಯಲ್ಲಿ ತಂಗಬೇಕೆಂದು ಆಹ್ವಾನಿಸಿದ್ದರು. ನಾನು ಈ ಆಹ್ವಾನವನ್ನು ನೆನಪಿಗೆ ತಂದುಕೊಂಡು ಅವರಿಗೆ ಚೀಟಿ ಬರೆದು ಕಳಿಸಿ ನನ್ನ ಭೇಟಿಯ ಉದ್ದೇಶವನ್ನು ಸೂಚಿಸಿದೆ. ತಕ್ಷಣವೇ ಅವರು ಕಾರ್‌ನಲ್ಲಿ ನನ್ನ ಬಳಿಗೆ ಬಂದರು ಮತ್ತು ತಮ್ಮ ಆತಿಥ್ಯವನ್ನು ಸ್ವೀಕರಿಸುವಂತೆ ಬಲವಂತಪಡಿಸಿದರು. ನಾನು ಅವರನ್ನು ವಂದಿಸಿದೆ ಮತ್ತು ಮೊದಲು ಸಿಗುವ ರೈಲಿನಲ್ಲಿ ನನ್ನ ಉದ್ದೇಶಿತ ಸ್ಥಳವನ್ನು ಮುಟ್ಟಲು ಮಾರ್ಗದರ್ಶನ ಮಾಡಬೇಕೆಂದು ಅವರನ್ನು ಕೋರಿದೆ. ನನ್ನಂತಹ ತೀರ ಅಪರಿಚಿತನಿಗೆ ರೈಲ್ವೆ ಮಾರ್ಗದರ್ಶಿ (ಗೈಡ್) ಯಿಂದ ಏನೂ ಪ್ರಯೋಜನವಾಗುತ್ತಿರಲಿಲ್ಲ. ಅವರು ರಾಜ್‌ಕುಮಾರ್ ಶುಕ್ಲ ಅವರೊಂದಿಗೆ ಮಾತಾಡಿದರು

ಮತ್ತು ನನಗೆ ಮೊದಲು ಮುಜಫರ್‌ಪುರ್‌ಗೆ ಹೋಗುವಂತೆ ತಿಳಿಸಿದರು. ಅದೇ ದಿನ ಸಾಯಂಕಾಲ ಅಲ್ಲಿಗೆ ಹೊರಡುವ ರೈಲು ಇತ್ತು. ಅವರು ನನ್ನನ್ನು ಅದರಲ್ಲಿ ಕೂರಿಸಿ ಬೀಳ್ಕೊಟ್ಟರು.

ಪ್ರಾಂಶುಪಾಲ (ಪ್ರಿನ್ಸಿಪಾಲ್) ಕೃಪಲಾನಿ ಆಗ ಮುಜಫರ್‌ಪುರ್‌ನಲ್ಲಿದ್ದರು. ನಾನು ಹೈದರಾಬಾದ್‌ಗೆ ಭೇಟಿಕೊಟ್ಟ ದಿನದಿಂದಲೂ ಅವರು ನನಗೆ ಪರಿಚಿತರಾಗಿದ್ದರು. ಡಾ. ಚೊಯ್ತ್‌ರಾಮ್ ಅವರ ಭಾರಿ ತ್ಯಾಗ ಮತ್ತು ಸರಳ ಜೀವನದ ಬಗ್ಗೆ ನನಗೆ ತಿಳಿಸಿದ್ದರು. ಪ್ರೊಫೆಸರ್ ಕೃಪಲಾನಿ ಒದಗಿಸುತ್ತಿದ್ದ ಹಣದಿಂದ ಡಾ. ಜೊಯ್ತ್‌ರಾಮ್ ಆಶ್ರಮವನ್ನು ನಡೆಸುತ್ತಿದ್ದರು. ಅವರು ಮುಜಫರ್‌ಪುರ್‌ನ ಸರ್ಕಾರಿ ಕಾಲೇಜಿನಲ್ಲಿ ಪ್ರಾಧ್ಯಾಪಕರಾಗಿದ್ದರು ನಾನು ಅಲ್ಲಿಗೆ ಹೋದಾಗ ಅದೇ ತಾನೆ ಅವರು ತಮ್ಮ ಹುದ್ದೆಗೆ ರಾಜೀನಾಮೆ ಕೊಟ್ಟಿದ್ದರು. ನಾನು ಬರುವ ವಿಷಯವನ್ನು ತಿಳಿಸಿ ಅವರಿಗೆ ತಂತಿ(ತಾರು) ಕೊಟ್ಟಿದ್ದೆ. ರೈಲು ಮಧ್ಯರಾತ್ರಿಯಲ್ಲಿ ಅಲ್ಲಿಗೆ ಮುಟ್ಟಿದರೂ ಅವರು ಕಾದಿದ್ದು ಸ್ಟೇಷನ್‌ನಲ್ಲಿ ವಿದ್ಯಾರ್ಥಿಗಳ ತಂಡದೊಂದಿಗೆ ನನ್ನನ್ನು ಕಂಡರು. ಅವರಿಗೆ ಅವರ ಸ್ವಂತದ ವಾಸಸ್ಥಳವೇ ಇರಲಿಲ್ಲ. ಅವರು ಪ್ರೊಫೆಸರ್ ಮಲ್ಕಾನಿಅವರ ಜತೆಯಲ್ಲಿ ಉಳಿದುಕೊಂಡಿದ್ದರು. ಆದ್ದರಿಂದ ವಸ್ತುಶಃ ಅಲ್ಲಿ ಮಲ್ಕಾನಿಅವರು ನನ್ನ ಅತಿಥೇಯರಾಗಿದ್ದರು. ಆ ದಿನಗಳಲ್ಲಿ ಸರ್ಕಾರದ ಪ್ರಾಧ್ಯಾಪಕರೊಬ್ಬರು ನನ್ನಂತಹವನನ್ನು ಉಳಿಸಿಕೊಳ್ಳುವುದು ಅಸಾಧಾರಣ ಸಂಗತಿಯೇ ಆಗಿತ್ತು.

ಪ್ರೊಫೆಸರ್ ಕೃಪಲಾನಿ ಬಿಹಾರದ ಅದರಲ್ಲೂ ಮುಖ್ಯವಾಗಿ ತಿರ್‌ಹಟ್ ವಿಭಾಗದ ಶೋಚನೀಯ ಪರಿಸ್ಥಿತಿಯ ಬಗ್ಗೆ ಮಾತಾಡಿದರು. ನನ್ನ ಕಾರ್ಯ ಎಷ್ಟು ಕಷ್ಟದ್ದು ಎಂಬ ವಿಚಾರವನ್ನು ನನಗೆ ತಿಳಿಸಿಕೊಟ್ಟರು. ಅವರು ಬಿಹಾರಿಗಳೊಂದಿಗೆ ಆಪ್ತ ಸಂಪರ್ಕವನ್ನು ಬೆಳಸಿಕೊಂಡಿದ್ದರು ಮತ್ತು ನಾನು ಬಿಹಾರಕ್ಕೆ ಬಂದಿರುವ ನಿರ್ದಿಷ್ಟಕಾರ್ಯದ ಬಗ್ಗೆ ಅವರೊಂದಿಗೆ ಆಗಲೇ ಮಾತಾಡಿದ್ದರು.

ಬೆಳಗ್ಗೆ ವಕೀಲರ ಸಣ್ಣ ತಂಡವೊಂದು ನನ್ನನ್ನು ಭೇಟಿಮಾಡಲು ಬಂದಿತು. ಅವರ ನಡುವೆ ರಾಮನವಮಿ ಪ್ರಸಾದ್ ಇದ್ದರು ಎಂಬುದು ನನ್ನ ನೆನಪಲ್ಲಿದೆ. ಅವರಲ್ಲಿದ್ದ ಶ್ರದ್ಧೆ ಮುಖ್ಯವಾಗಿ ನನಗೆ ಮೆಚ್ಚಿಕೆಯಾಗಿತ್ತು.

'ನೀವು ಇಲ್ಲಿ (ಅಂದರೆ ಪ್ರೊ. ಮಲ್ಕಾನಿಅವರ ನಿವಾಸದಲ್ಲಿ) ಉಳಿದುಕೊಂಡರೆ ಯಾವ ಕಾರ್ಯ ಮಾಡಲು ಬಂದಿರುವಿರೋ ಅದು ಸಾಧ್ಯವಾಗದು. ನೀವು ನಮ್ಮಲ್ಲಿಗೆ ಬಂದು ನಮ್ಮಲ್ಲಿ ಯಾರಾದರೊಬ್ಬರ ಜತೆಯಲ್ಲಿ ಉಳಿದುಕೊಳ್ಳಬೇಕು. ಇಲ್ಲಿ ಗಯಾ ಬಾಬು ಪ್ರಸಿದ್ಧ ವಕೀಲರಾಗಿದ್ದಾರೆ. ನೀವು ಅವರ ಜತೆಯಲ್ಲಿ ಉಳಿದುಕೊಳ್ಳಬೇಕೆಂದು ನಿಮ್ಮನ್ನು ಆಹ್ವಾನಿಸಲು ನಾನು ಅವರ ಪರವಾಗಿ ಬಂದಿದ್ದೇನೆ. ನಮಗೆ ಸರ್ಕಾರದ ಬಗ್ಗೆ ಭಯವಿದೆ ಎಂಬುದನ್ನು ಒಪ್ಪಿಕೊಳ್ಳುತ್ತೇನೆ. ಆದರೆ ನಾವು ನಮ್ಮಿಂದ ಸಾಧ್ಯವಾದ ನೆರವನ್ನು ನೀಡುತ್ತೇವೆ. ರಾಜ್‌ಕುಮಾರ್ ಶುಕ್ಲ ಹೇಳಿದ ಸಂಗತಿಗಳಲ್ಲಿ ಬಹುಪಾಲು ನಿಜವೇ ಆಗಿದೆ. ನಮ್ಮ ನಾಯಕರುಗಳು ಇಂದು ಇಲ್ಲಿಲ್ಲ ಎಂಬುದು ವಿಷಾದದ ಸಂಗತಿಯೇ ಆಗಿದೆ. ಹಾಗಿದ್ದರೂ ನಾನು ಅವರಿಬ್ಬರಿಗೂ ಅಂದರೆ ಬ್ರಜ್‌ಕಿಶೋರ್ ಪ್ರಸಾದ್ ಮತ್ತು ಬಾಬು ರಾಜೇಂದ್ರ ಪ್ರಸಾದ್ ಅವರುಗಳಿಗೆ ತಂತಿ ಕೊಟ್ಟಿದ್ದೇನೆ. ಅವರು ಬೇಗನೇ ಬರುವವರು ಎಂದು ನಾನು ನಿರೀಕ್ಷಿಸಿದ್ದೇನೆ. ನೀವು ಅಪೇಕ್ಷಿಸಿರುವ

ಎಲ್ಲ ವಿವರಗಳನ್ನು ಅವರು ನಿಮಗೆ ಕೊಡುತ್ತಾರೆ ಎಂಬ ಭರವಸೆಯಿದೆ. ಅವರು ನಿಮಗೆ ಸಾಕಷ್ಟು ನೆರವು ನೀಡುತ್ತಾರೆ. ದಯವಿಟ್ಟು ಗಯಾ ಬಾಬುಅವರ ಮನೆಗೆ ಬನ್ನಿ ಎಂದು ರಾಮನವಮಿ ಕೋರಿದರೂ ಗಯಾ ಬಾಬು ಅವರಿಗೆ ಪೇಚಾಟವುಂಟಾಗಬಹುದೆಂದು ನಾನು ಹಿಂದೆಮುಂದೆ ನೋಡಿದರೂ ಈ ಕೋರಿಕೆಯನ್ನು ನಿರಾಕರಿಸಲು ನನಗೆ ಸಾಧ್ಯವಾಗಲಿಲ್ಲ. ಆದರೆ ಅವರು ನನಗಾಗಿದ್ದ ಮುಜಗರವನ್ನು ನಿವಾರಿಸಿದರು. ಅವರು ಮತ್ತು ಅವರ ಕಡೆಯವರು ನನ್ನ ಮೇಲೆ ಪ್ರೀತಿಯ ಮಳೆಗರೆದರು.

ಬ್ರಜ್‌ಕಿಶೋರ್ ಬಾಬು ದರ್ಭಾಂಗದಿಂದ ಮತ್ತು ರಾಜೇಂದ್ರ ಬಾಬು ಪುರಿಯಿಂದ ಆಗಮಿಸಿದರು. ಬ್ರಜ್‌ಕಿಶೋರ್ ಬಾಬು ನಾನು ಲಕ್ನೊದಲ್ಲಿ ಭೇಟಿಮಾಡಿದ್ದ ಬಾಬು ಬ್ರಜ್‌ಕಿಶೋರ್ ಪ್ರಸಾದ್ ಆಗಿರಲಿಲ್ಲ. ಈ ಬಾರಿ ಅವರು ತಮ್ಮ ವಿನಮ್ರತೆ, ಸರಳತೆ ಮತ್ತು ಒಳ್ಳೆಯತನದಿಂದ ನನ್ನ ಮೇಲೆ ಗಾಢವಾದ ಪ್ರಭಾವ ಬೀರಿದ್ದರು. ಬಿಹಾರಿಗಳಲ್ಲಿ ಕಂಡುಬರುವ ವಿಶಿಷ್ಟ ಗುಣ ಅಂದರೆ ಅಸಾಧಾರಣ ಶ್ರದ್ಧೆಯನ್ನು ಅವರಲ್ಲಿ ಕಂಡೆ. ಇದರಿಂದ ನನ್ನ ಹೃದಯ ಸಂತೋಷದಿಂದ ತುಂಬಿಕೊಡು ಉಕ್ಕಿಹರಿಯಿತು. ಬಿಹಾರಿ ವಕೀಲರು ಅವರನ್ನು ಗೌರವಿಸುತ್ತಿದ್ದುದನ್ನು ಕಂಡು ನನಗೆ ಹಿತವಾಗಿತ್ತು.

ಬಹುಬೇಗನೇ ನಾನು ಆಜೀವಪರ್ಯಂತ ಇರುವಂತಹ ಗೆಳೆಯರ ಬಳಗದಿಂದ ಕಟ್ಟಿಹಾಕಲ್ಪಟ್ಟಿದ್ದೇನೆ ಎಂದು ನಾನು ಭಾವಿಸತೊಡಗಿದೆ. ಬ್ರಜ್‌ಕಿಶೋರ್ ಬಾಬು ನನಗೆ ಈ ವಿಷಯ ಕುರಿತಂತೆ ಎಲ್ಲ ಅಂಶಗಳನ್ನು ಮನವರಿಕೆಮಾಡಿಕೊಟ್ಟರು. ಅವರು ಬಡ ಗೇಣಿದಾರರ ಮೊಕದ್ದಮೆಗಳನ್ನು ಆಗಾಗ್ಗೆ ವಹಿಸಿಕೊಳ್ಳುತ್ತಿದ್ದರು. ನಾನು ಅಲ್ಲಿಗೆ ಹೋದಾಗ ಅವರ ಬಳಿ ಅಂತಹ ಎರಡು ಮೊಕದ್ದಮೆಗಳು ಇತ್ಯರ್ಥವಾಗದೇ ಉಳಿದುಕೊಂಡಿದ್ದವು. ಅಂತಹ ಯಾವುದಾದರೂ ಮೊಕದ್ದಮೆಯನ್ನು ಗೆದ್ದರೆ ತಾವು ಈ ಬಡಜನರಿಗೆ ಏನಾದರೂ ಸ್ವಲ್ಪ ಸಹಾಯಮಾಡಿರುವುದಾಗಿ ತಮ್ಮನ್ನು ತಾವು ಸಾಂತ್ವನಗೊಳಿಸಿಕೊಳ್ಳುತ್ತಿದ್ದರು. ಆದರೆ ಅವರು ಈ ಸರಳ ಮನಸ್ಸಿನ ರೈತರುಗಳಿಂದ ಶುಲ್ಕವನ್ನು ತೆಗೆದುಕೊಳ್ಳುತ್ತಿರಲಿಲ್ಲವೆಂದಲ್ಲ. ತಾವು ಶುಲ್ಕವನ್ನು ವಸೂಲ್ಮಾಡದಿದ್ದರೆ ತಮ್ಮ ಸಂಸಾರದ ವೆಚ್ಚವನ್ನು ಭರಿಸಲು ತಕ್ಕ ಸಾಧನವನ್ನು ಕಳೆದುಕೊಳ್ಳಬೇಕಾಗುವುದೆಂದು ವಕೀಲರುಗಳು ನಂಬಿಕೊಂಡಿದ್ದರು. ಶುಲ್ಕವನ್ನು ತೆಗೆದುಕೊಳ್ಳದಿದ್ದರೆ ಬಡಜನರಿಗೆ ಪರಿಣಾಮಕಾರಿಯಾಗಿ ಸಹಾಯ ಮಾಡಲು ತಮಗೆ ಸಾಧ್ಯವಾಗದೆಂದು ಅವರು ಭಾವಿಸಿದ್ದರು. ಬಂಗಾಳ ಮತ್ತು ಬಿಹಾರಗಳಲ್ಲಿ ಬ್ಯಾರಿಸ್ಟರ್‌ಗಳ ಶುಲ್ಕದ ಮಟ್ಟ ಮತ್ತು ಇವರು ವಸೂಲ್ಮಾಡುತ್ತಿದ್ದ ಶುಲ್ಕದ ಅಂಕಿಯನ್ನು ಕಂಡು ನನಗೆ ತಲೆ ಸುತ್ತುಬಂದಿತು.

'ನಾವು ಅವರ ಅಭಿಪ್ರಾಯವನ್ನು ಪಡೆಯಲು (ಇಂಥಿಂಥವರಿಗೆ) 10 ಸಾವಿರ ರೂಪಾಯಿ ಕೊಟ್ಟೆವು'ಎಂದು ನನಗೆ ತಿಳಿಸಿದರು. ಯಾವುದೇ ಪ್ರಸಂಗದಲ್ಲೂ ಅದು ನಾಲ್ಕು ಅಂಕಿಗಳಿಗಿಂತ ಕಡಿಮೆಯಾಗಿರುವುದಿಲ್ಲ.

ನನ್ನ ಮೃದುಸ್ವರದ ದೂಷಣೆಯನ್ನು ಅವರು ಕೇಳಿಸಿಕೊಂಡರು. ಆದರೆ ಅವರು ನನ್ನನ್ನು ಅಪಾರ್ಥಮಾಡಿಕೊಳ್ಳಲಿಲ್ಲ.

'ಈ ಮೊಕದ್ದಮೆಗಳ ಅಧ್ಯಯನ ನಡೆಸಿದ ಮೇಲೆ ನಾವು ನ್ಯಾಯಾಲಯಗಳಿಗೆ ಹೋಗುವುದನ್ನು ನಿಲ್ಲಿಸಬೇಕೆಂಬುದು ನನ್ನ ತೀರ್ಮಾನವಾಗಿದೆ' ಎಂದು ನಾನು ಹೇಳಿದೆ. 'ಈ ಮೊಕದ್ದಮೆಗಳನ್ನು ನ್ಯಾಯಾಲಯಗಳಿಗೆ ಒಯ್ಯುವುದರಿಂದ ಕಿಂಚಿತ್ ಒಳ್ಳೆಯದಾಗಬಹುದು. ರೈತರು ನಜ್ಜುಗುಜ್ಜಾಗುತ್ತಿರುವಾಗ ಮತ್ತು ಭಯಕ್ಕೆ ತುತ್ತಾಗಿ ನರಳುತ್ತಿರುವಾಗ ನ್ಯಾಯಾಲಯಗಳಿಂದ ಏನೂ ಪ್ರಯೋಜನವಿಲ್ಲ. ಅವರನ್ನು ಭಯದಿಂದ ವಿಮೋಚನೆಗೊಳಿಸುವುದೇ ನಿಜವಾದ ಪರಿಹಾರವಾಗಿದೆ. ಬಿಹಾರದಿಂದ ತೀನ್‌ಕಾಥಿಯಾವನ್ನು ಓಡಿಸುವವರೆಗೆ ನಾವು ನಿಶ್ಚಿಂತೆಯಿಂದ ಕೂರಲಾರೆವು. ಎರಡು ದಿವಸಗಳಲ್ಲಿ ನಾನು ಈ ಸ್ಥಳವನ್ನು ಬಿಡಬಹುದೆಂದು ಭಾವಿಸಿದ್ದೆ. ಆದರೆ ಈ ಕೆಲಸ ಎರಡು ವರ್ಷಗಳನ್ನು ಕೂಡಾ ಕಬಳಿಸಬಹುದು ಎಂದು ನಾನು ಈಗ ಮನವರಿಕೆಮಾಡಿಕೊಂಡಿದ್ದೇನೆ. ಅವಶ್ಯಕತೆಯಿದ್ದರೆ ನಾನು ಅಷ್ಟು ಸಮಯವನ್ನು ವಿನಿಯೋಗಿಸಲು ಸಿದ್ಧನಾಗಿದ್ದೇನೆ. ನಾನು ಈಗ ನನ್ನ ನೆಲೆಯನ್ನು ಕಂಡುಕೊಳ್ಳುತ್ತಿದ್ದೇನೆ. ಆದರೆ ನನಗೆ ನಿಮ್ಮ ನೆರವು ಬೇಕಾಗಿದೆ.'

ಬ್ರಜ್‌ಕಿಶೋರ್ ಬಾಬು ತುಂಬಾ ಶಾಂತಚಿತ್ತದಿಂದ ಇದ್ದರು ಎಂದು ಭಾಸವಾಯ್ತು.'ನಾವು ನಮಗೆ ಸಾಧ್ಯವಿರುವ ಎಲ್ಲ ಸಹಾಯವನ್ನು ಕೊಡುತ್ತೇವೆ' ಎಂದು ಅವರು ಸಮಾಧಾನವಾಗಿ ಹೇಳಿದರು. 'ಯಾವ ಬಗೆಯ ಸಹಾಯ ನಿಮಗೆ ಅವಶ್ಯಕವಾಗಿದೆ ಎಂದು ದಯವಿಟ್ಟು ತಿಳಿಸಿ.'

ಈ ಪ್ರಕಾರ ನಾವು ಮಧ್ಯರಾತ್ರಿಯವರೆಗೂ ಮಾತಾಡುತ್ತ ಕೂತಿದ್ದೆವು.

'ನನಗೆ ನಿಮ್ಮ ಕಾನೂನು ಜ್ಞಾನದಿಂದ ಕೇವಲ ಕಿಂಚಿತ್ ಸಹಾಯ ಪಡೆಯಬಹುದು' ಎಂದು ನಾನು ಹೇಳಿದೆ. 'ನನಗೆ ಕಾರಕೂನರ (ಗುಮಾಸ್ತರ) ಸಹಾಯ ಬೇಕಾಗಿದೆ. ನಿರ್ದಿಷ್ಟ ಅರ್ಥ ಅರಿತುಕೊಳ್ಳಲು ನಿಮ್ಮ ಸಹಾಯ ಬೇಕಾಗಿದೆ. ಸೆರೆವಾಸವನ್ನು ಕೂಡಾ ಅನುಭವಿಸಬೇಕಾಗಬಹುದು. ನೀವು ಅಂತಹ ಅಪಾಯವನ್ನು ಎದುರಿಸುವುದು ನನಗೆ ಇಷ್ಟವಾಗಿದ್ದರೂ ನಿಮ್ಮ ಸಾಮರ್ಥ್ಯ ಎಷ್ಟು ಎಂದು ನೀವು ಭಾವಿಸಿರುವಿರೋ ಅಷ್ಟರ ಮಟ್ಟಿಗೆ ನೀವು ಕೆಲಸ ಮಾಡಿದರೆ ಸಾಕಾಗುವುದು. ನೀವು ಕಾರಕೂನರಾಗಿ ಬದಲಾಗುವುದಾದರೆ ಮತ್ತು ಅನಿರ್ದಿಷ್ಟಕಾಲದವರೆಗೆ ನೀವು ನಿಮ್ಮ ವೃತ್ತಿಯನ್ನು ಬಿಟ್ಟುಕೊಡುವುದಾದರೆ ಅದು ಸಣ್ಣ ವಿಷಯವಾಗಲಾರದು. ಸ್ಥಳೀಯ ಹಿಂದಿ ಉಚ್ಚಾರಣೆಯನ್ನು ಅರ್ಥಮಾಡಿಕೊಳ್ಳಲು ನನಗೆ ಕಷ್ಟವಾಗುವುದು. ಕೈಥಿ ಅಥವಾ ಉರ್ದುವಿನಲ್ಲಿ ಬರೆದ ಕಾಗದಪತ್ರಗಳನ್ನು ಓದಲು ನನಗೆ ಸಾಧ್ಯವಾಗುವುದಿಲ್ಲ. ನೀವು ಅವನ್ನು ನನಗೆ ಅನುವಾದಿಸಿ ಕೊಡಬೇಕು. ಈ ಕೆಲಸಕ್ಕೆ ಹಣ ಕೊಡಲು ನಮಗೆ ಸಾಧ್ಯವಾಗದು. ಈ ಕೆಲಸವನ್ನು ಸೇವಾ ಮನೋಭಾವದಿಂದ ಮತ್ತು ಪ್ರೀತಿಯಿಂದು ಮಾಡಬೇಕು.'

ಬ್ರಜ್‌ಕಿಶೋರ್ ಬಾಬು ಕೂಡಲೇ ಇದನ್ನು ಅರ್ಥಮಾಡಿಕೊಂಡರು. ಅವರು ನನ್ನನ್ನು ಮತ್ತು ಅವರ ಸಂಗಡಿಗರನ್ನು ಒಬ್ಬರಾದ ಮೇಲೆ ಒಬ್ಬರಂತೆ ಪಾಟೀ ಸವಾಲು ನಡೆಸಿದರು. ನಾನು ಹೇಳಿದ್ದುದರ ಅಂದರೆ ಅವರ ಸೇವೆ ಎಷ್ಟು ಕಾಲ ಬೇಕಾಗುವುದು, ಅವರಲ್ಲಿ ಎಷ್ಟು ಮಂದಿಯ ಅವಶ್ಯಕತೆಯಿದೆ, ಅವರು ಸರದಿಯ ಮೇಲೆ ಸೇವೆ ಸಲ್ಲಿಸಬಹುದೇ ಮುಂತಾದವುಗಳ

ಬಗ್ಗೆ ಸೂಚ್ಯವಾಗಿ ತಿಳಿದುಕೊಳ್ಳಲು ಪ್ರಯತ್ನಿಸಿದರು. ತರುವಾಯ ಅವರು ವಕೀಲರುಗಳ ಕಡೆಗೆ ತಿರುಗಿ. ಅವರು ಎಷ್ಟರಮಟ್ಟಿಗೆ ತ್ಯಾಗಮಾಡಬಹುದು ಎಂಬುದರ ಬಗ್ಗೆ ವಿಚಾರಿಸಿದರು.

ಕಡೆಯಲ್ಲಿ ಅವರೆಲ್ಲರೂ ನನಗೆ ಮುಂದೆ ತಿಳಿಸುವ ಭರವಸೆಯನ್ನು ನೀಡಿದರು: 'ನಮ್ಮಲ್ಲಿರುವ (ಇಂಥಿಂಥ) ಸದಸ್ಯರುಗಳು ನೀವು ಏನು ಕೇಳಿದರೂ ಆ ಕೆಲಸ ಮಾಡುತ್ತಾರೆ. ನಮ್ಮಲ್ಲಿರುವ ಕೆಲವರು ನಿಮಗೆ ಅಗತ್ಯವಾಗಿರುವಷ್ಟು ಕಾಲ ನಿಮ್ಮ ಜತೆಯಲ್ಲಿರುತ್ತಾರೆ. ಸೆರೆವಾಸಕ್ಕೆ ಒಗ್ಗಿಕೊಳ್ಳುವುದು ನಮಗೆ ಹೊಸ ವಿಷಯವಾಗಿದೆ. ನಾವು ಇದನ್ನು ಜೀರ್ಣಿಸಿಕೊಳ್ಳಲು ಪ್ರಯತ್ನಿಸುತ್ತೇವೆ.'

14. ಅಹಿಂಸೆಯ ಮುಖಾಮುಖಿ

ಚಂಪಾರಣ್‌ನ ಕೃಷಿಕರ ಸ್ಥಿತಿಗತಿಯು ಬಗ್ಗೆ ವಿಚಾರಿಸುವುದು ಮತ್ತು ನೀಲಿ ಪ್ಲಾಂಟರುಗಳ ವಿಷಯದಲ್ಲಿ ರೈತರು ಅನುಭವಿಸುತ್ತಿದ್ದ ಬೇಗುದಿಯುನ್ನು ಅರ್ಥಮಾಡಿಕೊಳ್ಳುವುದು ನನ್ನ ಉದ್ದೇಶವಾಗಿತ್ತು. ಈ ಉದ್ದೇಶಕ್ಕೆ ನಾನು ಸಾವಿರಾರು ರೈತರನ್ನು ಭೇಟಿಮಾಡಬೇಕಾಗಿತ್ತು. ನನ್ನ ವಿಚಾರಣೆಯನ್ನು ಪ್ರಾರಂಭಿಸುವ ಮುಂಚೆ ಪ್ಲಾಂಟರ್‌ಗಳು ಇದರ ಬಗ್ಗೆ ಏನು ಹೇಳುತ್ತಾರೆ ಎಂಬುದನ್ನು ತಿಳಿದುಕೊಳ್ಳುವುದು ಅವಶ್ಯಕ ಎಂದು ಭಾವಿಸಿದೆ. ಮತ್ತು ವಿಭಾಗದ ಆಯುಕ್ತ (ಕಮೀಷನರ್)ರನ್ನು ಕಾಣುವುದು ಅತಿ ಮುಖ್ಯವೆಂದು ಭಾವಿಸಿದೆ. ನಾನು ಈ ಇಬ್ಬರ ಭೇಟಿಮಾಡಲು ಅನುಮತಿಯನ್ನು ಪಡೆದೆ.

ಪ್ಲಾಂಟರುಗಳಅಸೋಸಿಯೇಷನ್‌ನ ಕಾರ್ಯದರ್ಶಿಯು ನಾನು ಹೊರಗಿನವನೆಂದೂ ಪ್ಲಾಂಟರುಗಳು ಮತ್ತು ಅವರ ಗೇಣಿದಾರರುಗಳ ಮಧ್ಯೆ ಪ್ರವೇಶಿಸಬೇಕಾದ ಅಗತ್ಯವಿಲ್ಲವೆಂದು ತಿಳಿಸಿದ. ಆದರೆ ಮನವಿಯನ್ನು ಸಲ್ಲಿಸಬೇಕೆಂದಿದ್ದರೆ ಅದನ್ನು ಬರಹದಲ್ಲಿ ಸಲ್ಲಿಸಬೇಕೆಂದು ತಿಳಿಸಿದ. ನಾನು ನನ್ನನ್ನು ಹೊರಗಿನವನೆಂದು ಭಾವಿಸುತ್ತಿಲ್ಲವೆಂದೂ ಗೇಣಿದಾರರುಗಳು ಪರಿಸ್ಥಿತಿಯ ಬಗ್ಗೆ

ನಾನೇ ವಿಚಾರಿಸಬೇಕೆಂದು ಇಷ್ಟಪಟ್ಟರೆ ನನಗೆ ಹಾಗೆ ವಿಚಾರಿಸುವ ಹಕ್ಕಿದೆಯೆಂದು ಅವರಿಗೆ ವಿನೀತನಾಗಿ ಹೇಳಿದೆ.

ನಾನು ಭೇಟಿಮಾಡಿದ್ದ ಆಯುಕ್ತ ನನ್ನನ್ನು ಹೆದರಿಸಿದನು ಮತ್ತು ತಡಮಾಡದೇ ತಿರ್‌ಹಟ್‌ಅನ್ನು ಬಿಟ್ಟು ಹೊರಟು ಹೋಗುವಂತೆ ಬುದ್ಧಿ ಮಾತು ಹೇಳಿದನು.

ನಾನು ಈ ಎಲ್ಲ ವಿಚಾರವನ್ನು ನನ್ನ ಸಹಕಾರ್ಯಕರ್ತರುಗಳಿಗೆ ವಿವರವಾಗಿ ತಿಳಿಸಿದೆ ಮತ್ತು ಸರ್ಕಾರವು ನನ್ನನ್ನು ಮುಂದಕ್ಕೆ ಹೋಗದಂತೆ ತಡೆಯುವ ಸಾಧ್ಯತೆಯಿದೆಯೆಂದು ತಿಳಿಸಿದೆ. ನನ್ನನ್ನು ಬಂಧಿಸುವುದಾದರೆ ಮೋತಿಹಾರಿಯಲ್ಲಿ ಇಲ್ಲವೇ ಸಾಧ್ಯವಾದರೆ ಬೆತ್ತಿಯಲ್ಲಿ ಬಂಧಿಸುವುದು ಉತ್ತಮ ಎಂದು ಅವರಿಗೆ ತಿಳಿಸಿದೆ. ಆದ್ದರಿಂದ ನಾನು ಸಾಧ್ಯವಾದಷ್ಟು ಶೀಘ್ರವಾಗಿ ಆ ಸ್ಥಳಗಳಿಗೆ ಹೋಗುವುದು ಒಳ್ಳೆಯದು ಎಂದು ತಿಳಿಸಿದೆ.

ಚಂಪಾರಣ್ ತಿರ್‌ಹಟ್ ವಲಯ(ಡಿವಿಜನ್)ದ ಒಂದು ಜಿಲ್ಲೆಯಾಗಿದ್ದು ಮೋತಿಹಾರಿ ಅದರ ಮುಖ್ಯ ಕೇಂದ್ರಸ್ಥಳವಾಗಿತ್ತು. ರಾಜ್‌ಕುಮಾರ್ ಶುಕ್ಲಅವರ ಸ್ಥಳ ಬೆತ್ತಿಯ ಸಮೀಪದಲ್ಲಿತ್ತು. ಅದರ ನೆರೆಹೊರೆಯಲ್ಲಿದ್ದ ಹಾಗೂ ಕೋತಿಸ್‌ಗಳಿಗೆ ಸೇರಿದ್ದ ರೈತರುಗಳು ಜಿಲ್ಲೆಯ ಅತ್ಯಂತ ದರಿದ್ರರಾಗಿದ್ದರು. ಅವರನ್ನು ನಾನು ನೋಡಬೇಕೆಂದು ರಾಜ್‌ಕುಮಾರ್ ಶುಕ್ಲ ಅಪೇಕ್ಷಿಸಿದ್ದರು ಮತ್ತು ನನಗೂ ಅವರನ್ನು ನೋಡಬೇಕೆಂಬ ಕಾತರವಿತ್ತು.

ಆದ್ದರಿಂದ ನಾನು ನನ್ನ ಸಹಕಾರ್ಯಕರ್ತರುಗಳೊಂದಿಗೆ ಅದೇ ದಿನ ಮೋತಿಹಾರಿಗೆ ಹೊರಟೆ. ಬಾಬು ಗೋರಖ್ ಪ್ರಸಾದ್ ನಮ್ಮನ್ನು ತಮ್ಮ ಮನೆಯಲ್ಲಿ ಉಳಿಸಿಕೊಂಡರು. ಅವರ ಮನೆ ಪ್ರಯಾಣಿಕರ ಛತ್ರದಂತಾಯ್ತು ಅಲ್ಲಿ ನಮಗೆಲ್ಲರಿಗೂ ಸ್ಥಳ ಸಾಕಾಗುತ್ತಿರಲಿಲ್ಲ. ಅದೇ ದಿನ ಮೋತಿಹಾರಿಯಿಂದ ಸುಮಾರು ಐದುಮೈಲಿಗಳಷ್ಟು ದೂರದಲ್ಲಿದ್ದ ಊರಿನಲ್ಲಿ ಒಬ್ಬ ಗೇಣಿದಾರನನ್ನು ಹಿಂಸಿಸಿದ್ದಾರೆಂದು ನಾವು ಕೇಳಿದೆವು. ಬಾಬು ಧರಣೀಧರ್ ಪ್ರಸಾದ್‌ಅವರ ಜತೆಯಲ್ಲಿ ನಾನು ಅಲ್ಲಿಗೆ ಮಾರನೆದಿನ ಬೆಳಗ್ಗೆ ಹೋಗಿ ಅವನನ್ನು ನೋಡಬೇಕೆಂದು ತೀರ್ಮಾನಿಸಲಾಯ್ತು. ಆ ತೀರ್ಮಾನದ ಪ್ರಕಾರ ನಾವು ಆನೆಯ ಮೇಲೆ ಕುಳಿತುಕೊಂಡು ಆ ಸ್ಥಳಕ್ಕೆ ಹೊರಟೆವು. ಪ್ರಾಸಂಗಿಕವಾಗಿ ಹೇಳುವುದಾದರೆ ಗುಜರಾತ್‌ನಲ್ಲಿ ಎತ್ತಿನ ಗಾಡಿಯಿದ್ದಂತೆ ಚಂಪಾರಣ್‌ನಲ್ಲಿ ಆನೆ ಸರ್ವಸಾಮಾನ್ಯವಾಗಿತ್ತು. ನಾವು ಅರ್ಧದಾರಿ ಕೂಡಾ ಹೋಗಿರಲಿಲ್ಲ ಅಷ್ಟರಲ್ಲಿ ಪೊಲೀಸ್ ಸೂಪರಿಟೆಂಡೆಂಟ್‌ನ ದೂತ (ಮೆಸೆಂಜರ್) ನಮ್ಮನ್ನು ಬೆನ್ನಟ್ಟಿ ಹಿಡಿದ ಮತ್ತು ಸೂಪರಿಟೆಂಡೆಂಟ್ ಶುಭಾಶಯವನ್ನು ಕಳಿಸಿರುವುದಾಗಿ ತಿಳಿಸಿದ. ಅದರ ಅರ್ಥ ಏನು ಎಂದು ನನಗೆ ಗೊತ್ತಾಯ್ತು. ಧರಣೀಧರ್ ಬಾಬು ಅವರನ್ನು ಮೊದಲು ಗೊತ್ತುಮಾಡಿದ್ದ ಸ್ಥಳಕ್ಕೆ ಮುಂದುವರೆಯಲು ಬಿಟ್ಟು ನಾನು ದೂತನು ತಂದಿದ್ದ ಬಾಡಿಗೆ ಗಾಡಿ (ಕ್ಯಾರಿಯೆಜ್)ಯಲ್ಲಿ ಕೂತೆ. ತರುವಾಯ ಅವನು ಚಂಪಾರಣ್‌ಅನ್ನು ಬಿಡುವಂತೆ ತಿಳಿಸಿದ್ದ ನೋಟಿಸನ್ನು ನನಗೆ ಜಾರಿಮಾಡಿದ. ನೋಟಿಸನ್ನು ಸ್ವೀಕರಿಸಿದ್ದರ ಬಗ್ಗೆ ನಾನು ಒಪ್ಪಿಗೆ ಪತ್ರವನ್ನು (ಅಕ್ ನಾಲೆಡ್ಜ್‌ಮೆಂಟ್) ಕೊಡಬೇಕೆಂದು ಕೇಳಿದಾಗ ನಾನು ಆ ಆಜ್ಞೆಯ ಪ್ರಕಾರ ನಡೆದುಕೊಳ್ಳಲು ಉದ್ದೇಶಿಸಿಲ್ಲವೆಂದೂ ನಾನು ಕೈಗೊಂಡಿರುವ ವಿಚಾರಣೆಯು ಮುಗಿಯುವವರೆಗೆ ನಾನು ಚಂಪಾರ್‌ಣ್‌ಅನ್ನು ಬಿಡುವುದಿಲ್ಲವೆಂದು ಬರೆದೆ. ಆದಾದ ತರುವಾಯ ಚಂಪಾರಣ್‌ಅನ್ನು ಬಿಡಬೇಕೆಂಬ ಅಪ್ಪಣೆಯನ್ನು ಉಲ್ಲಂಘಿಸಿದ್ದಕ್ಕಾಗಿ

ಮಾರನೇ ದಿನ ನಡೆಯುವ ನ್ಯಾಯಾಂಗ ವಿಚಾರಣೆಗೆ ಹಾಜರಾಗಬೇಕೆಂಬ ಆದೇಶ (ಸಮನ್)ವನ್ನು ನಾನು ಸ್ವೀಕರಿಸಿದೆ.

ಇಡೀ ರಾತ್ರಿ ನಾನು ಎಚ್ಚರವಾಗಿದ್ದು ಪತ್ರಗಳನ್ನು ಬರೆದೆ ಮತ್ತು ಬ್ರಜ್‌ಕಿಶೋರ್ ಪ್ರಸಾದ್ ಅವರಿಗೆ ಅಗತ್ಯವಾಗಿದ್ದ ಸೂಚನೆಗಳನ್ನು ನೀಡಿದೆ.

ನೋಟಿಸು ಹಾಗೂ ನ್ಯಾಯಾಂಗ ವಿಚಾರಣೆಗೆ ಹಾಜರಾಗಬೇಕೆಂದು ಹೊರಡಿಸಿದ್ದ ಆದೇಶಗಳ ಸುದ್ದಿ ಕಾಳ್ಗಿಚ್ಚಿನಂತೆ ಹರಡಿತು ಮತ್ತು ಮೋತಿಹಾರಿಯಲ್ಲಿ ಅಂದಿನ ಹಿಂದೆಂದೂ ಕಾಣದಿದ್ದಂತಹ ದೃಶ್ಯಗಳು ಕಂಡು ಬಂದವು ಎಂದು ನನಗೆ ತರುವಾಯ ತಿಳಿಸಿದರು. ಗೋರಖ್‌ಬಾಬು ಅವರ ಮನೆ ಮತ್ತು ನ್ಯಾಯಾಲಯ ಜನರಿಂದ ತುಂಬಿಹೋಗಿತ್ತು. ಅದೃಷ್ಟವಶಾತ್ ನಾನು ರಾತ್ರಿಕಾಲದಲ್ಲಿ ನನ್ನ ಎಲ್ಲ ಕೆಲಸಗಳನ್ನು ಮುಗಿಸಿದ್ದೆ. ಆದ್ದರಿಂದ ನನಗೆ ಜನರೊಂದಿಗೆ ಸಮರ್ಥವಾಗಿ ಹೆಣಗಾಡಲು ಸಾಧ್ಯವಾಯ್ತು. ನನ್ನ ಸಂಗಡಿಗರು ನನಗೆ ತುಂಬಾ ಸಹಾಯ ಮಾಡಿದರು. ಅವರು ಜನಸಂದಣಿಯನ್ನು ನಿಯಂತ್ರಿಸಿದರು. ಏಕೆಂದರೆ ನಾನು ಹೋದಕಡೆಯಲ್ಲೆಲ್ಲ ಜನರು ನನ್ನನ್ನು ಹಿಂಬಾಲಿಸುತ್ತಿದ್ದರು.

ಅಧಿಕಾರಿಗಳ ನಡುವೆ ಅಂದರೆ ಕಲೆಕ್ಟರ್, ನ್ಯಾಯಾಧಿಪತಿ ಮತ್ತು ಸೂಪರಿಟೆಂಡೆಂಟ್ ಮತ್ತು ನನ್ನ ನಡುವೆ ಒಂದು ಬಗೆಯ ಸ್ನೇಹಪರತೆ ಇದ್ದಕ್ಕಿದ್ದಂತೆ ಉದ್ಭವಿಸಿತ್ತು. ನಾನು ಕಾನೂನಿನ ಪ್ರಕಾರ ನನ್ನ ಮೇಲೆ ಜಾರಿಗೊಳಿಸಲಾಗಿದ್ದ ನೋಟೀಸನ್ನು ಸ್ವೀಕರಿಸದೇ. ಪ್ರತಿಭಟಿಸಬಹುದಾಗಿತ್ತು. ಅದಕ್ಕೆ ಪ್ರತಿಯಾಗಿ ನಾನು ಅವನ್ನೆಲ್ಲ ಅಂಗೀಕರಿಸಿದ್ದೆ ಮತ್ತು ಅಧಿಕಾರಿಗಳೊಂದಿಗೆ ನಾನು ನಡೆದುಕೊಂಡ ರೀತಿ ಸರಿಯಾಗಿತ್ತು. ಆದ್ದರಿಂದ ನಾನು ವೈಯಕ್ತಿಕವಾಗಿ ಅವರ ಮನಸ್ಸನ್ನು ನೋಯಿಸಲು ಇಷ್ಟಪಟ್ಟಿರಲಿಲ್ಲ ಎಂಬುದನ್ನು ಅವರು ಅರಿತುಕೊಂಡರು. ಆದರೆ ನಾನು ಅವರ ಆದೇಶಗಳಿಗೆ ನಾಗರಿಕನಿಗೆ ಉಚಿತವಾದ ರೀತಿಯಲ್ಲಿ ಪ್ರತಿಭಟಿಸಲು ಇಷ್ಟಪಟ್ಟಿದ್ದೆ. ಈ ಪ್ರಕಾರ ಅವರು ನಿರಾತಂಕಗೊಂಡರು. ನನ್ನನ್ನು ಪೀಡಿಸುವ ಪ್ರತಿಯಾಗಿ ಅವರು ಜನಸಂದಣಿಯನ್ನು ಹತೋಟಿಯಲ್ಲಿಡಲು ನನ್ನ ಮತ್ತು ನನ್ನ ಸಹಕಾರ್ಯ ಕರ್ತರುಗಳ ನೆರವನ್ನು ಸಂತೋಷದಿಂದ ಬಳಸಿಕೊಂಡರು. ಆದರೆ ಜನರ ಪ್ರದರ್ಶನ ಅವರ ಕಣ್ಣಿಗಳಿಗೆ ಕಾಣುತ್ತಿದ್ದಂತಹ ನಿದರ್ಶನದಂತಿದ್ದು ಅದು ಅವರ ಅಧಿಕಾರವನ್ನು ಅಲುಗಾಡಿಸುವರೀತಿಯಲ್ಲಿತ್ತು. ಆಕ್ಷಣದಲ್ಲಿ ಜನರು ಶಿಕ್ಷೆಯ ಭಯವನ್ನು ತೊಡೆದುಹಾಕಿದ್ದರು. ಅವರ ಹೊಸ ಗೆಳೆಯ ಪ್ರದರ್ಶಿಸುತ್ತಿದ್ದ ಪ್ರೀತಿಯ ಶಕ್ತಿಗೆ ಅವರೆಲ್ಲರೂ ವಿಧೇಯರಾಗಿ ಶರಣಾಗಿದ್ದರು.

ಚಂಪಾರಣ್‌ನಲ್ಲಿ ಯಾರಿಗೂ ನಾನು ಪರಿಚಿತನಾಗಿರಲಿಲ್ಲ ಎಂಬ ಅಂಶವನ್ನು ನೆನಪಲ್ಲಿಟ್ಟುಕೊಳ್ಳಬೇಕು. ರೈತರೆಲ್ಲರೂ ಅಜ್ಞಾನಿಗಳಾಗಿದ್ದರು. ಗಂಗಾನದಿಯ ಉತ್ತರ ದಿಕ್ಕಿನಲ್ಲಿ ತುಂಬಾ ದೂರದಲ್ಲಿದ್ದ ಹಾಗೂ ಹಿಮಾಲಯದ ಬುಡದಲ್ಲಿ ಬಲಗಡೆಯಿದ್ದ ಹಾಗೂ ನೇಪಾಳ್‌ಗೆ ಅತ್ಯಂತ ಸಮೀಪದಲ್ಲಿದ್ದ ಚಂಪಾರಣ್ ಭಾರತದ ಉಳಿದ ಪ್ರದೇಶದಿಂದ ಬೇರ್ಪಟ್ಟಿದೆ. ಆ ಭಾಗದಲ್ಲಿ ಕಾಂಗ್ರೆಸ್‌ನ ಹೆಸರನ್ನು ಕೇಳಿದವರೇ ಇರಲಿಲ್ಲ. ಕಾಂಗ್ರೆಸ್‌ನ ಹೆಸರನ್ನು ಕೇಳಿದವರು ಕೂಡಾ ಅದಕ್ಕೆ ಸೇರಲು ಇಲ್ಲವೇ ಅದರ ಹೆಸರನ್ನು ಹೇಳಲು ಕೂಡಾ ಹೆದರಿ ಮುದುಡಿಕೊಳ್ಳುತ್ತಿದ್ದರು. ಈಗ ಕಾಂಗ್ರೆಸ್ ಮತ್ತು ಅದರ ಸದಸ್ಯರುಗಳು ಈ ನಾಡನ್ನು

ಪ್ರವೇಶಿಸಿದ್ದಾರೆ. ಆದರೆ ಕಾಂಗ್ರೆಸ್‌ನ ಹೆಸರಲ್ಲಲ್ಲದೇ ಇನ್ನೂ ಹೆಚ್ಚಿನ ನಿಜವಾದ ಅರ್ಥದಲ್ಲಿ ಪ್ರವೇಶಿಸಿದ್ದಾರೆ.

ನನ್ನ ಸಹಕಾರ್ಯ ಕರ್ತರುಗಳೊಂದಿಗೆ ಸಮಾಲೋಚನೆ ನಡೆಸಿ ಕಾಂಗ್ರೆಸ್‌ನ ಹೆಸರಲ್ಲಿ ಏನನ್ನೂ ಮಾಡಬಾರದೆಂದು ತೀರ್ಮಾನಿಸಿದೆ. ನಮಗೆ ಹೆಸರು ಮುಖ್ಯವಾಗಿರಲಿಲ್ಲ. ಆದರೆ ಕಾರ್ಯ ಮುಖ್ಯವಾಗಿತ್ತು. ಛಾಯೆ ಮುಖ್ಯವಾಗಿರಲಿಲ್ಲ ಆದರೆ ಮೂಲತತ್ವ ಮುಖ್ಯವಾಗಿತ್ತು. ಏಕೆಂದರೆ ಕಾಂಗ್ರೆಸ್‌ನ ಹೆಸರು ಸರ್ಕಾರಕ್ಕೆ ಮತ್ತು ಅವರನ್ನು ನಿಯಂತ್ರಿಸುತ್ತಿದ್ದ ಪ್ಲಾಂಟರುಗಳಿಗೆ ಅನಿಷ್ಟದಂತಿತ್ತು. ಅವರಿಗೆ ಕಾಂಗ್ರೆಸ್ ಎಂದರೆ ವಕೀಲರುಗಳ ಕೂಗಾಟದ ಅಡ್ಡ ಹೆಸರು ಎಂಬ ಭಾವನೆಯಿತ್ತು. ಕಾನೂನಿಂದ ತಪ್ಪಿಸಿಕೊಳ್ಳುವ ಉಪಾಯಗಳ ಮೂಲಕ ಕಾನೂನಿನಿಂದ ನುಣುಚಿಕೊಳ್ಳುವುದು, ಬಾಂಬು, ಅರಾಜಕತೆಯನ್ನುಂಟುಮಾಡುವ ಅಪರಾಧಗಳು, ವ್ಯವಹಾರ ಕೌಶಲ ಮತ್ತು ಬೂಟಾಟಿಕೆಯ ಅಡ್ಡ ಹೆಸರೆಂದರೆ ಕಾಂಗ್ರೆಸ್ ಎಂದು ಅವರು ಭಾವಿಸಿದ್ದರು. ಅವರಿಬ್ಬರಲ್ಲೂ ಈ ಭ್ರಾಂತಿಯನ್ನು ನಿವಾರಿಸಬೇಕಾಗಿತ್ತು ಆದ್ದರಿಂದ ಕಾಂಗ್ರೆಸ್‌ನ ಹೆಸರನ್ನು ಬಳಸಬಾರದೆಂದು ತೀರ್ಮಾನಿಸಿದೆವು. ರೈತರಿಗೆ ಕಾಂಗ್ರೆಸ್ ಎಂದು ಕರೆಯಲ್ಪಡುವ ಸಂಘಟನೆಯ ಪರಿಚಯಮಾಡಿಸಬಾರದೆಂದು ತೀರ್ಮಾನಿಸಿದೆವು. ಕಾಂಗ್ರೆಸ್‌ನ ಅಕ್ಷರಾರ್ಥಕ್ಕೆ ಬದಲಾಗಿ ಅದರ ಮೂಲತತ್ವವನ್ನು ಅರ್ಥಮಾಡಿಕೊಂಡರೆ ಮತ್ತು ಅದನು ಅನುಸರಿಸಿದರೆ ಸಾಕು ಎಂದು ನಾವು ಭಾವಿಸಿದೆವು.

ಆದ್ದರಿಂದ ಕಾಂಗ್ರೆಸ್‌ನ ಹೆಸರಲ್ಲಿ ನಮ್ಮ ಆಗಮನಕ್ಕೆ ಅಲ್ಲಿ ಸರಿಯಾದ ನೆಲೆಯನ್ನು ಬಹಿರಂಗವಾಗಿ ಇಲ್ಲವೇ ಗುಟ್ಟಿನಲ್ಲಿ ಸಿದ್ಧಪಡಿಸುವಂತೆ ಕೋರಿ ನಾವು ಅಲ್ಲಿಗೆ ಗುಪ್ತಚಾರರನ್ನು ಕಳಿಸಿಕೊಡಲಿಲ್ಲ. ರಾಜ್‌ಕುಮಾರ್ ಶುಕ್ಲ ಅವರಿಗೆ ಸಾವಿರಾರು ರೈತರನ್ನು ಸಂಧಿಸಲು ಅಸಾಧ್ಯವಾಗಿತ್ತು. ಅವರ ನಡುವೆ ರಾಜಕೀಯ ಕಾರ್ಯವಿನ್ನೂ ನಡೆದಿರಲಿಲ್ಲ. ಚಂಪಾರಣ್‌ನ ಹೊರ ಜಗತ್ತು ಅವರಿಗೆ ಗೊತ್ತಿರಲಿಲ್ಲ. ಹಾಗಿದ್ದರೂ ಅವರು ನನ್ನನ್ನು ಬಹುದಿನಗಳ ಸ್ನೇಹಿತನಂತೆ ಬರಮಾಡಿಕೊಂಡಿದ್ದರು. ರೈತರ ಭೇಟಿಯಲ್ಲಿ ನಾನು ದೇವರು, ಅಹಿಂಸೆ ಮತ್ತು ಸತ್ಯದ ಮುಖಾಮುಖಿಯಾಗಿದ್ದೆ ಎಂದು ಹೇಳಿದರೆ ಅದು ಅತಿಶಯೋಕ್ತಿ ಎನಿಸದು. ಆದರೆ ಅದು ಅಕ್ಷರಶಃ ಸತ್ಯವಾಗಿದೆ.

ಈ ಸಾಕ್ಷಾತ್ಕಾರಕ್ಕೆ ನನಗಿರುವ ಹಕ್ಕುಯಾವುದು ಎಂಬುದನ್ನು ಪರೀಕ್ಷಿಸಿದಾಗ ನನಗೆ ಬೇರೇನೂ ಕಾಣಿಸದೇ ಕೇವಲ ಜನರ ಮೇಲಿನ ನನ್ನ ಪ್ರೀತಿ ಮಾತ್ರ ಕಾಣಿಸಿತು. ಇದು ಪ್ರತಿಯಾಗಿ ಬೇರೇನೂ ಆಗಿರದೇ ಅಹಿಂಸೆಯಲ್ಲಿ ನಾನಿಟ್ಟಿದ್ದ ನಿಶ್ಚಲ ಶ್ರದ್ಧೆಯ ಅಭಿವ್ಯಕ್ತಿಯೇ ಆಗಿತ್ತು. ಚಂಪಾರಣ್‌ನಲ್ಲಿ ಕಳೆದ ಆ ದಿವಸ ನನ್ನ ಜೀವನದಲ್ಲಿ ಮರೆಯಲಾಗದ ಘಟನೆಯೂ ಮತ್ತು ನನಗೆ ಹಾಗೂ ರೈತರಿಗೆ ಸ್ಮರಣೀಯ ದಿನವೂ ಆಗಿತ್ತು.

ಕಾನೂನಿನ ಪ್ರಕಾರ ನಾನು ನ್ಯಾಯಾಂಗ ವಿಚಾರಣೆಯನ್ನು ಎದುರಿಸಬೇಕಾಗಿತ್ತು. ಆದರೆ ವಾಸ್ತವವಾಗಿ ಸರ್ಕಾರವನ್ನು ನ್ಯಾಯಾಂಗ ವಿಚಾರಣೆಗೆ ಒಳಪಡಿಸಬೇಕಾಗಿತ್ತು ಆಯುಕ್ತ ನನ್ನನ್ನು ಸಿಕ್ಕಿಸಲು ಹರಡಿದ್ದ ಬಲೆಯಲ್ಲಿ ಸರ್ಕಾರವನ್ನು ಸಿಕ್ಕಿಸುವುದರಲ್ಲಿ ಮಾತ್ರ ಯಶಸ್ವಿಯಾಗಿದ್ದ.

15. ಮೊಕದ್ದಮೆಯನ್ನು ಹಿಂತೆಗೆದುಕೊಂಡದ್ದು

ನ್ಯಾಯಾಂಗ ವಿಚಾರಣೆ ಆರಂಭವಾಯ್ತು. ಸರ್ಕಾರಿ ವಕೀಲ, ನ್ಯಾಯಾಧೀಶರು ಮತ್ತು ಇತರ ಅಧಿಕಾರಿಗಳು ಆತಂಕಪಡುತ್ತಿದ್ದರು. ಅವರಿಗೆ ಏನು ಮಾಡಬೇಕೆಂಬುದೇ ಗೊತ್ತಿರಲಿಲ್ಲ. ಮೊಕದ್ದಮೆಯನ್ನು ಮುಂದೂಡುವಂತೆ ಸರ್ಕಾರಿ ವಕೀಲನು ನ್ಯಾಯಾಧೀಶರನ್ನು ಒತ್ತಾಯಪಡಿಸುತ್ತಿದ್ದ. ಆದರೆ ನಾನು ಮಧ್ಯಪ್ರವೇಶಿಸಿದೆ ಮತ್ತು ಮೊಕದ್ದಮೆಯನ್ನು ಮುಂದೂಡದಂತೆ ನ್ಯಾಯಾಧೀಶರನ್ನು ಪ್ರಾರ್ಥಿಸಿದೆ. ಏಕೆಂದರೆ ಚಂಪಾರಣ್‌ಅನ್ನು ಬಿಟ್ಟು ಹೋಗುವಂತೆ ನೀಡಲಾಗಿದ್ದ ಆದೇಶವನ್ನು ಉಲ್ಲಂಘಿಸಿ ಅಪರಾಧಮಾಡಿದ್ದೇನೆ ಎಂದು ವಾದಿಸಲು ಇಷ್ಟಪಟ್ಟಿದ್ದೆ. ನಾನು ಮುಂದೆ ತಿಳಿಸುವಂತೆ ಸಂಕ್ಷಿಪ್ತ ಹೇಳಿಕೆಯನ್ನು ಓದಿದೆ:

'ಕ್ರಿಮಿನಲ್ ಪ್ರೊಸೀಜರ್ ಕೋಡ್‌ನ 144ನೇ ವಿಧಿಯಡಿಯಲ್ಲಿ ಹೊರಡಿಸಲಾದ ಆದೇಶವನ್ನು ಉಲ್ಲಂಘಿಸಿದಂತೆ ಕಂಡುಬರುವ ತುಂಬಾ ಗಂಭೀರವಾದ ಕ್ರಮವನ್ನು ನಾನು ಏಕೆ ತೆಗೆದುಕೊಂಡೆ ಎಂಬುದನ್ನು ತೋರಿಸುವ ಸಂಕ್ಷಿಪ್ತ ಹೇಳಿಕೆಯನ್ನು ನ್ಯಾಯಾಲಯದ ಅನುಮತಿಯನ್ನು ಪಡೆದು ಅದರ ಮುಂದಿಡಲು ನಾನು ಇಚ್ಛಿಸುತ್ತೇನೆ. ನನ್ನ ನಮ್ರ ಅಭಿಪ್ರಾಯದಲ್ಲಿ ಇದು ಸ್ಥಳೀಯ

ಆಡಳಿತ ಮತ್ತು ನನ್ನ ನಡುವಣ ಭಿನ್ನಾಭಿಪ್ರಾಯದ ಪ್ರಶ್ನೆಯಾಗಿದೆ. ನಾನು ಮಾನವೀಯ ಮತ್ತು ರಾಷ್ಟ್ರೀಯ ಸೇವೆ ಸಲ್ಲಿಸುವ ಉದ್ದೇಶವನ್ನಿಟ್ಟುಕೊಂಡು ಈ ದೇಶವನ್ನು ಪ್ರವೇಶಿಸಿದ್ದೇನೆ. ಇಲ್ಲಿಗೆ ಬಂದು ರೈತರಿಗೆ ಸಹಾಯಮಾಡಬೇಕೆಂಬ ಒತ್ತಾಯದ ಆಹ್ವಾನಕ್ಕೆ ಓಗೊಟ್ಟು ನಾನು ಹೀಗೆ ಮಾಡಿದ್ದೇನೆ. ತಮ್ಮನ್ನು ನೀಲಿ ಪ್ಲಾಂಟರುಗಳು ಚೆನ್ನಾಗಿ ನೋಡಿಕೊಳ್ಳುತ್ತಿಲ್ಲವೆಂದು ಈ ರೈತರು ಮೊರೆಯಿಡುತ್ತಿದ್ದಾರೆ. ಈ ಸಮಸ್ಯೆಯ ಅಧ್ಯಯನ ನಡೆಸದೆ ನಾನು ಯಾವುದೇ ನೆರವನ್ನು ನೀಡಲಾರೆ. ಆದ್ದರಿಂದ ನಾನು ಸಾಧ್ಯವಾದರೆ ಪ್ಲಾಂಟರುಗಳ ಮತ್ತು ಆಡಳಿತದ ನೆರವು ಪಡೆದು ಅಧ್ಯಯನ ನಡೆಸಲು ಇಲ್ಲಿಗೆ ಬಂದಿದ್ದೇನೆ. ನನಗೆ ಬೇರೆ ಯಾವುದೇ ಉದ್ದೇಶವಿಲ್ಲ. ನಾನು ಬಂದಿರುವುದರಿಂದ ಅದು ಯಾವ ರೀತಿಯಲ್ಲೂ ಸಾರ್ವಜನಿಕ ಶಾಂತಿಯನ್ನು ಕದಡುವುದೆಂದು ಮತ್ತು ಜೀವ ಹಾನಿಯಾಗುವುದೆಂದು ನಾನು ನಂಬಲಾರೆ. ಇಂತಹ ವಿಷಯಗಳಲ್ಲಿ ನನ್ನಲ್ಲಿ ಸಾಕಷ್ಟು ಅನುಭವವಿದೆ ಎಂದು ಸಮರ್ಥಿಸಿಕೊಳ್ಳುತ್ತಿದ್ದೇನೆ. ಹಾಗಿದ್ದರೂ ಆಡಳಿತವು ಬೇರೆ ರೀತಿಯಲ್ಲಿ ಯೋಚಿಸಿದೆ. ಅವರ ಕಷ್ಟವನ್ನು ನಾನು ಪೂರ್ತಿಯಾಗಿ ಮೆಚ್ಚಿಕೊಳ್ಳುತ್ತೇನೆ. ಅವರು ತಮಗೆ ದೊರೆತಿರುವ ವಿವರಗಳನ್ನು ಆಧರಿಸಿ ಮುಂದುವರೆಯುತ್ತಾರೆ ಎಂಬುದನ್ನು ಕೂಡಾ ಒಪ್ಪಿಕೊಳ್ಳುತ್ತೇನೆ. ಕಾನೂನನ್ನು ಪಾಲಿಸುವ ಪ್ರಜೆಯಾಗಿರುವ ನನ್ನ ಮೊದಲ ವರ್ತನೆ ಯಾವುದೆಂದರೆ ನನ್ನ ಮೇಲೆ ಜಾರಿಮಾಡಿರುವ ಆದೇಶವನ್ನು ಪಾಲಿಸುವುದಾಗಿತ್ತು. ಆದರೆ ನಾನು ಯಾರಿಗಾಗಿ ಬಂದಿರುವೆನೋ ಅವರ ವಿಷಯದಲ್ಲಿ ಕರ್ತವ್ಯ ಭ್ರಷ್ಟನಾಗದೇ ಹಾಗೆ ಮಾಡುವುದು ನನಗೆ ಸಾಧ್ಯವಿರಲಿಲ್ಲ. ಅವರ ನಡುವೆ ಉಳಿದುಕೊಂಡರೆ ಮಾತ್ರ ಅವರಿಗೆ ಸೇವೆ ಸಲ್ಲಿಸಲು ಸಾಧ್ಯವಾಗುವುದು ಎಂದು ನಾನು ಭಾವಿಸಿದ್ದೇನೆ. ಆದ್ದರಿಂದ ನಾನೇ ಸ್ವತಃ ಹಿಂದಕ್ಕೆ ಸರಿಯಲಾರೆ. ಈ ಕರ್ತವ್ಯಗಳ ಸಂಘರ್ಷದಲ್ಲಿ ನನ್ನನ್ನು ರೈತರಿಂದ ದೂರಒಯ್ಯುವ ಹೊಣೆಯನ್ನು ಆಡಳಿತದ ಮೇಲೆ ಮಾತ್ರ ಒಗೆಯಬಲ್ಲೆ. ಭಾರತದ ಸಾರ್ವಜನಿಕ ಜೀವನದಲ್ಲಿ ನನ್ನಂತೆ ಸ್ಥಾನಮಾನವನ್ನು ಹೊಂದಿರುವ ವ್ಯಕ್ತಿಯು ಆದರ್ಶವನ್ನು ರೂಪಿಸುವಲ್ಲಿ ತುಂಬಾ ಎಚ್ಚರದಿಂದಿರಬೇಕೆಂಬ ಅಂಶವನ್ನು ನಾನು ಪೂರ್ತಿಯಾಗಿ ಅರಿತುಕೊಂಡಿದ್ದೇನೆ. ಸಂಕೀರ್ಣ ಸ್ವರೂಪದ ಸಂವಿಧಾನದಡಿಯಲ್ಲಿ ನಾವು ಜೀವಿಸುತ್ತಿರುವುದರಿಂದ ಆತ್ಮಗೌರವವುಳ್ಳ ವ್ಯಕ್ತಿಯ ಕೇವಲ ಸುರಕ್ಷಿತವಾದ ಮತ್ತು ಗೌರವಾರ್ಹ ಮಾರ್ಗವೆಂದರೆ ನಾನು ಎದುರಿಸುತ್ತಿರುವಂತಹ ಪರಿಸ್ಥಿತಿಯಲ್ಲಿ ನಾನು ತೀರ್ಮಾನಿಸಿದಂತೆ ನಡೆದುಕೊಳ್ಳುವುದು, ಅಂದರೆ ಅವಿಧೇಯತೆಗಾಗಿ ಹೇರಲಾಗುವ ದಂಡನೆಯನ್ನು ಪ್ರತಿಭಟಿಸದೇ ಅದಕ್ಕೆ ತಲೆಬಾಗುವುದು ಎಂಬುದು ನನ್ನ ದೃಢ ನಂಬಿಕೆಯಾಗಿದೆ.'

'ನನ್ನ ವಿರುದ್ಧ ವಿಧಿಸಬಹುದಾದ ದಂಡನೆಯನ್ನು ಕಡಿಮೆಮಾಡಿಕೊಳ್ಳುವ ದೃಷ್ಟಿಯಿಂದ ನಾನು ಈ ಹೇಳಿಕೆಯನ್ನು ನೀಡುವ ಸಾಹಸ ಮಾಡುತ್ತಿಲ್ಲ. ಆದರೆ ಕಾಯಿದೆಬದ್ಧ ಅಧಿಕಾರಕ್ಕೆ ಅಗೌರವ ತೋರಿಸುವ ದೃಷ್ಟಿಯಿಂದ ನನ್ನ ಮೇಲೆ ಜಾರಿಮಾಡಲಾದ ಆದೇಶವನ್ನು ನಾನು ಉಲ್ಲಂಘಿಸಿಲ್ಲ. ನಮ್ಮ ಅಸ್ತಿತ್ವದ ಅತಿದೊಡ್ಡ ಕಾನೂನು ಅಂದರೆ ಅಂತರಾತ್ಮನ ಕರೆಯನ್ನು ಪಾಲಿಸಲು ಹಾಗೆ ಮಾಡಬೇಕಾಯ್ತು ಎಂಬುದನ್ನು ತೋರಿಸಲು ಈ ಹೇಳಿಕೆಯನ್ನು ನೀಡುತ್ತಿದ್ದೇನೆ.'

ವಿಚಾರಣೆಯನ್ನು ಮುಂದೂಡಲು ಅವಕಾಶವೇ ಇಲ್ಲದಂತಾಯ್ತು. ನ್ಯಾಯಾಧೀಶರು ಮತ್ತು ಸರಕಾರಿ ವಕೀಲ ದಿಗ್ಭ್ರಮೆಗೊಂಡರು. ನ್ಯಾಯಾಧೀಶರು ತೀರ್ಪನ್ನು ಮುಂದಕ್ಕೆ ಹಾಕಿದರು. ಇಷ್ಟರಲ್ಲಿ ನಾನು ವೈಸ್‌ರಾಯ್‌ಗೆ, ಪಾಟ್ನಾದ ಗೆಳೆಯರಿಗೆ ಮತ್ತು ಪಂಡಿತ್ ಮದನ್ ಮಾಲವೀಯ ಅವರಿಗೆ ಮತ್ತು ಇತರರಿಗೆ ತಂತಿ ಮೂಲಕ ಎಲ್ಲ ವಿವರಗಳನ್ನು ತಿಳಿಸಿದ್ದೆ.

ನಾನು ನ್ಯಾಯಾಲಯದ ಮುಂದೆ ತೀರ್ಪನ್ನು ಸ್ವೀಕರಿಸಲು ಹಾಜರಾಗುವುದಕ್ಕೂ ಮುಂಚಿತವಾಗಿ ನ್ಯಾಯಾಧೀಶರು ಬರಹದ ಮೂಲಕ ಸಂದೇಶ ಕಳಿಸಿ ಲೆಫ್ಟಿನೆಂಟ್ ಗವರ್ನರ್ ನನ್ನ ವಿರುದ್ಧದ ಮೊಕದ್ದಮೆಯನ್ನು ವಾಪಸ್ ತೆಗೆದುಕೊಳ್ಳಬೇಕೆಂದು ಅಪ್ಪಣೆ ಮಾಡಿರುವುದಾಗಿ ತಿಳಿಸಿದರು. ಕಲೆಕ್ಟರ್ ನನಗೆ ಪತ್ರ ಬರೆದು ಪ್ರಸ್ತಾಪಿಸಲಾಗಿರುವ ವಿಚಾರಣೆಯನ್ನು ನಾನು ನಡೆಸಲು ಸ್ವತಂತ್ರನಾಗಿರುವುದಾಗಿ ತಿಳಿಸಿದರು. ಅಧಿಕಾರಿಗಳಿಂದ ನಾನು ಅವಶ್ಯಕವಾಗಿರುವ ಯಾವುದೇ ಬಗೆಯ ನೆರವನ್ನು ನೆಚ್ಚಿಕೊಳ್ಳಬಹುದು ಎಂದು ತಿಳಿಸಿದರು. ಈ ತ್ವರಿತವಾದ ಮತ್ತು ಸಂತುಷ್ಟ ಮುಕ್ತಾಯವನ್ನು ಸ್ವಾಗತಿಸಲು ನಮ್ಮಲ್ಲಿ ಯಾರೂ ಅಷ್ಟು ಬೇಗ ಸಿದ್ಧವಾಗಿರಲಿಲ್ಲ.

ನಾನು ಕಲೆಕ್ಟರ್ ಮಿ. ಹೇಕಾಕ್‌ಅವರ ಭೇಟಿಮಾಡಿದೆ. ಅವರು ಒಳ್ಳೆಯವರಂತೆ ಕಂಡರು. ನ್ಯಾಯ ಒದಗಿಸಲು ಅವರು ಉತ್ಸುಕರಾಗಿದ್ದರು. ನಾನು ನೋಡಲು ಇಷ್ಟಪಡುವಂತಹ ಯಾವುದೇ ಕಾಗದಪತ್ರವನ್ನು ನಾನು ಕೇಳಬಹುದೆಂದು ಮತ್ತು ಯಾವಾಗ ನಾನು ಇಷ್ಟಪಟ್ಟರೂ ಅವರನ್ನು ನೋಡಲು ಬರಬಹುದೆಂದು ಅವರು ತಿಳಿಸಿದರು.

ಈ ಪ್ರಕಾರ ದೇಶವು ನಾಗರಿಕ ಅಸಹಕಾರ ಚಳವಳಿಯಲ್ಲಿ ನೇರ ಉದ್ದೇಶವುಳ್ಳ ಮೊದಲ ಪಾಠವನ್ನು ದೊರಕಿಸಿಕೊಂಡಿತು. ಈ ಪ್ರಸಂಗವು ಸ್ಥಳೀಯವಾಗಿ ಮತ್ತು ವೃತ್ತಪತ್ರಿಕೆಗಳಲ್ಲಿ ಬಿಚ್ಚು ಮನಸ್ಸಿನಿಂದ ಚರ್ಚಿಸಲ್ಪಟ್ಟಿತು. ನನ್ನ ವಿಚಾರಣೆಗೆ ಅನಿರೀಕ್ಷಿತವಾಗಿ ಪ್ರಚಾರ ಸಿಕ್ಕಿತು.

ಸರ್ಕಾರವು ತಟಸ್ಥವಾಗಿ ಉಳಿದುಕೊಂಡಿರಬೇಕೆಂಬುದು ನನ್ನ ವಿಚಾರಣೆಗೆ ಅಗತ್ಯವಾಗಿತ್ತು. ಆದರೆ ವಿಚಾರಣೆಗೆ ವೃತ್ತಪತ್ರಿಕಾ ವರದಿಗಾರರ ಬೆಂಬಲ ಅಥವಾ ವೃತಪತ್ರಿಕೆಗಳಲ್ಲಿ ಮುಖ್ಯ ಲೇಖನಗಳನ್ನು ಬರೆಯುವ ಮೂಲಕ ಬೆಂಬಲ ಪಡೆಯುವ ಅವಶ್ಯಕತೆಯೂ ಇರಲಿಲ್ಲ. ಖಂಡಿತವಾಗಿಯೂ ಚಂಪಾರಣ್‌ನ ಪರಿಸ್ಥಿತಿ ಎಷ್ಟು ಸೂಕ್ಷ್ಮವಾಗಿತ್ತೆಂದರೆ ಮತ್ತು ಕಷ್ಟದ್ದಾಗಿತ್ತೆಂದರೆ ನಾನು ಸಮರ್ಥಿಸಲು ಪ್ರಯತ್ನಿಸುತ್ತಿದ್ದ ಉದ್ದೇಶಕ್ಕೆ ಅತ್ಯಂತ ಪ್ರಬಲವಾಗಿದ್ದ ಟೀಕೆಗಳು ಇಲ್ಲವೇ ವರ್ಣರಂಜಿತವಾಗಿದ್ದ ವರದಿಗಳು ಸುಲಭವಾಗಿ ಹಾನಿಯನ್ನುಂಟುಮಾಡಬಹುದಾಗಿತ್ತು. ಆದ್ದರಿಂದ ನಾನು ಪ್ರಮುಖ ಪತ್ರಿಕೆಗಳ ಸಂಪಾದಕರುಗಳಿಗೆ ಪತ್ರ ಬರೆದು ಯಾವ ವರದಿಗಾರರನ್ನು ಕಳಿಸುವ ತೊಂದರೆಯನ್ನು ತೆಗೆದುಕೊಳ್ಳಬಾರದೆಂದು ಕೋರಿದೆ. ಪ್ರಕಟಣೆಗೆ ಯೋಗ್ಯವಾಗಿರುವ ಯಾವುದೇ ವರದಿಯನ್ನು ನಾನು ಅವರಿಗೆ ಕಳಿಸುವುದಾಗಿಯೂ ಮತ್ತು ಅವರಿಗೆ ಎಲ್ಲ ವಿಚಾರಗಳನ್ನು ತಿಳಿಸುತ್ತಿರುವುದಾಗಿಯೂ ಅವರಿಗೆ ಬರೆದು ತಿಳಿಸಿದೆ.

ನಾನು ಅಲ್ಲಿರುವುದಕ್ಕೆ ಪ್ರೋತ್ಸಾಹ ನೀಡಿದ್ದ ಸರ್ಕಾರದ ಧೋರಣೆ ಚಂಪಾರಣ್‌ನ ಪ್ಲಾಂಟರುಗಳನ್ನು ಅಸಮಾಧಾನಪಡಿಸಿತ್ತು ಎಂದು ನನಗೆ ಗೊತ್ತಿತ್ತು. ಬಹಿರಂಗವಾಗಿ ಏನೂ ಹೇಳದಿದ್ದರೂ ಅಧಿಕಾರಿಗಳಿಗೂ ಅದು ಇಷ್ಟವಾಗಿರಲಿಲ್ಲ ಎಂದೂ ನನಗೆ ಗೊತ್ತಿತ್ತು. ದಿಟವಾಗಿಲ್ಲದ ಮತ್ತು ತಪ್ಪುದಾರಿಗೆ ಎಳೆಯುವಂತಹ ವರದಿಗಳು ಅವರೆಲ್ಲರನ್ನೂ ಇನ್ನೂ ಹೆಚ್ಚಿಗೆ

ಕೋಪೋದ್ರಿಕ್ತರನ್ನಾಗಿ ಮಾಡಬಹುದಾಗಿತ್ತು. ಅವರ ಕೋಪ ನನ್ನ ಮೇಲೆ ಹಠಾತ್ತಾಗಿ ಎರಗುವ ಬದಲು ಬಡಪಾಯಿಗಳಾಗಿದ್ದ ಹಾಗೂ ಭಯಪಡುತ್ತಿದ್ದ ರೈತರ ಮೇಲೆ ಖಂಡಿತವಾಗಿಯೂ ಎರಗುವ ಸಾಧ್ಯತೆ ಇತ್ತು. ಇದರಿಂದ ಈ ಪ್ರಸಂಗದ ಬಗ್ಗೆ ಸತ್ಯವನ್ನು ಶೋಧಿಸುವ ನನ್ನ ಕಾರ್ಯಕ್ಕೆ ತೀವ್ರ ಅಡಚಣೆ ಉಂಟಾಗುತ್ತಿತ್ತು.

ಈ ಎಲ್ಲ ಮುನ್ನೆಚ್ಚರಿಕೆಗಳನ್ನು ತೆಗೆದುಕೊಂಡಿದ್ದರೂ ಪ್ಲಾಂಟರುಗಳು ನನ್ನ ವಿರುದ್ಧ ವಿಷಪೂರಿತ ಚಳವಳಿಯನ್ನು ನಡೆಸುತ್ತಿದ್ದರು. ವೃತ್ತಪತ್ರಿಕೆಗಳಲ್ಲಿ ನನ್ನ ಬಗ್ಗೆ ಮತ್ತು ನನ್ನ ಸಹಕಾರ್ಯ ಕರ್ತರುಗಳ ಬಗ್ಗೆ ಎಲ್ಲ ಬಗೆಯ ಸುಳ್ಳು ವರದಿಗಳು ಪ್ರಕಟವಾದವು. ಆದರೆ ನಾನು ತೆಗೆದುಕೊಂಡ ತೀವ್ರಸ್ವರೂಪದ ಮುನ್ನೆಚ್ಚರಿಕೆಯಿಂದಾಗಿ ಮತ್ತು ಅತ್ಯಂತ ಸೂಕ್ಷ್ಮವಾಗಿರುವ ವಿವರಗಳ ಬಗ್ಗೆ ಸತ್ಯವನ್ನು ಅರಿಯಲು ಹಠ ತೊಟ್ಟಿದ್ದರಿಂದ ಅವರ ಕತ್ತಿಯ ಅಂಚು ಅವರ ಕಡೆಗೆ ತಿರುಗಿತು.

ಬ್ರಜ್‌ಕಿಶೋರ್ ಬಾಬುಅವರಿಗೆ ಕೇಡುಂಟುಮಾಡಲು ಪ್ಲಾಂಟರುಗಳು ಸಾಧ್ಯವಿರುವ ಎಲ್ಲ ಪ್ರಯತ್ನ ಮಾಡಿದರು. ಅವರ ಮುಖಕ್ಕೆ ಮಸಿ ಬಳಿಯುವ ಪ್ರಯತ್ನ ಹೆಚ್ಚಿದಷ್ಟೂ ಜನರ ದೃಷ್ಟಿಯಲ್ಲಿ ಅವರ ಹಿರಿಮೆ ಹೆಚ್ಚುತ್ತ ಹೋಯಿತು.

ಇಂತಹ ಸೂಕ್ಷ್ಮ ಪರಿಸ್ಥಿತಿಯಲ್ಲಿ ಇತರ ಪ್ರಾಂತಗಳಿಂದ ಯಾವ ನಾಯಕರುಗಳನ್ನೂ ಆಹ್ವಾನಿಸುವುದು ಉಚಿತವಲ್ಲ ಎಂದು ನಾನು ಭಾವಿಸಿದೆ. ಪಂಡಿತ್ ಮಾಲವೀಯಾ ಜೀ ನನಗೆ ವಚನ ನೀಡಿ, ನನಗೆ ಯಾವಾಗ ಅವರ ಅವಶ್ಯಕತೆ ಉಂಟಾದರೂ ಅವರಿಗೆ ತಿಳಿಸಿದರೆ ಸಾಕು, ಬರುವುದಾಗಿ ಭರವಸೆ ಕೊಟ್ಟಿದ್ದರು. ಆದರೆ ನಾನು ಅವರಿಗೆ ಏನೂ ತೊಂದರೆ ಕೊಡಲಿಲ್ಲ ಈ ಪ್ರಕಾರ ನಾನು ಈ ಹೋರಾಟ ರಾಜಕೀಯ ಸ್ವರೂಪ ಪಡೆಯುವುದನ್ನು ತಡೆಗಟ್ಟಿದೆ. ಆದರೆ ನಾಯಕರುಗಳಿಗೆ ಮತ್ತು ಪ್ರಮುಖ ಪತ್ರಿಕೆಗಳಿಗೆ ಆಗಾಗ್ಗೆ ವರದಿಗಳನ್ನು ಕಳಿಸುತ್ತಿದ್ದೆ. ಅವುಗಳನ್ನು ಕೇವಲ ಅವರ ತಿಳಿವಳಿಕೆಗಾಗಿ ಕಳಿಸುತ್ತಿರುವುದಾಗಿಯೂ ಮತ್ತು ಅವನ್ನು ಪ್ರಕಟಿಸಬಾರದೆಂದು ತಿಳಿಸಿ ಕಳಿಸುತ್ತಿದ್ದೆ. ಒಂದು ಕಾರ್ಯದ ಗುರಿ ರಾಜಕೀಯವಾಗಿರಬಹುದು. ಆದರೆ ಉದ್ದೇಶ ರಾಜಕೀಯವಾಗಿಲ್ಲದಿದ್ದರೆ ಒಬ್ಬಾತ ಅದಕ್ಕೆ ರಾಜಕೀಯ ಸ್ವರೂಪವನ್ನು ಕೊಟ್ಟು ಅದಕ್ಕೆ ಹಾನಿಯನ್ನುಂಟುಮಾಡಬಹುದು. ಆದರೆ ಅದನ್ನು ರಾಜಕೀಯದ ಹೊರಗೆ ಇಡುವ ಮೂಲಕ ಅದಕ್ಕೆ ನೆರವಾಗಬಹುದು ಎಂಬುದನ್ನು ನಾನು ಕಂಡಿದ್ದೇನೆ. ಯಾವುದೇ ಕ್ಷೇತ್ರದಲ್ಲಿ ಜನಸಮುದಾಯಕ್ಕೆ ಸಲ್ಲಿಸುವ ನಿರ್ಲಿಪ್ತ ಸೇವೆ ಕೊನೆಯಲ್ಲಿ ದೇಶಕ್ಕೆ ರಾಜಕೀಯವಾಗಿ ಸಹಾಯಮಾಡುವುದು ಎಂಬುದಕ್ಕೆ ಚಂಪಾರಣ್‌ನ ಹೋರಾಟ ಸಾಕ್ಷಿಯಾಗಿದೆ.

16. ಕಾರ್ಯ ವಿಧಾನಗಳು

ಚಂಪಾರಣ್ ವಿಚಾರಣೆಯ ಪೂರ್ಣ ವಿವರಣೆಯನ್ನು ಕೊಡುವುದೆಂದರೆ ಆಕಾಲದ ಇತಿಹಾಸದ ಮತ್ತು ಚಂಪಾರಣ್ ರೈತನ ನಿರೂಪಣೆಯೇ ಆಗುವುದು. ಈ ಅಧ್ಯಾಯಗಳಲ್ಲಿ ಅವನ್ನೆಲ್ಲ ಚರ್ಚಿಸಲು ಸಾಧ್ಯವಾಗದು. ಚಂಪಾರಣ್ ವಿಚಾರಣೆಯು ಸತ್ಯ ಮತ್ತು ಅಹಿಂಸೆಯ ದಿಟ್ಟತನದ ಪ್ರಯೋಗವೇ ಆಗಿತ್ತು. ಆ ದೃಷ್ಟಿಕೋನದಿಂದ ಯಾವ ವಿಷಯಗಳು ಮೌಲ್ಯವುಳ್ಳದ್ದು ಎಂದು ನನಗೆ ಕಂಡುಬರುವುದೋ ಅವನ್ನು ಮಾತ್ರ ವಾರ ವಾರವೂ ನಿರೂಪಿಸುತ್ತೇನೆ. ಹೆಚ್ಚಿನ ವಿವರಗಳಿಗೆ ಓದುಗನು ಸಾರ್ಜೆಂಟ್ ರಾಜೇಂದ್ರ ಪ್ರಸಾದ್‌ಅವರು ಹಿಂದಿಯಲ್ಲಿ ಬರೆದಿರುವ ಚಂಪಾರಣ್‌ಸತ್ಯಾಗ್ರಹದ ಇತಿಹಾಸ (ಹಿಸ್ಟರಿ ಆಫ್ ದಿ ಚಂಪಾರಣ್ ಸತ್ಯಾಗ್ರಹ) ಎಂಬ ಕೃತಿಯನ್ನು ನೋಡಬೇಕು. ಅದರ ಇಂಗ್ಲಿಷ್‌ನ ಆವೃತ್ತಿ ಈಗ ಮುದ್ರಣಾಲಯದಲ್ಲಿದೆ ಎಂದು ನನಗೆ ತಿಳಿಸಲಾಗಿದೆ (ಸತ್ಯಾಗ್ರಹ ಇನ್ ಚಂಪಾರಣ್, ಪ್ರಕಟಣೆ - ನವಜೀವನ್ ಪಬ್ಲಿಷಿಂಗ್ ಹೌಸ್, ಅಹಮದಾಬಾದ್ - 14, ಬೆಲೆ: ರೂ. 2.25, ಅಂಚೆವೆಚ್ಚ ಮುಂತಾದವು: 90 ಪೈಸೆ)

ಆದರೆ ಈಗ ಈ ಅಧ್ಯಾಯದ ವಿಷಯದ ಕಡೆಗೆ ತಿರುಗೋಣ. ಬಡಪಾಯಿ ಗೋರಖ್‌ಬಾಬು ಅವರಿಗೆ ಅವರ ಮನೆಯನ್ನು ಖಾಲಿಮಾಡುವಂತೆ ಕೇಳಿಕೊಳ್ಳದೇ ಅವರ ಮನೆಯಲ್ಲಿ ವಿಚಾರಣೆಯನ್ನು ನಡೆಸುವುದು ಅಸಾಧ್ಯದ ಮಾತಾಗಿತ್ತು. ಮೋತಿಹಾರಿಯ ಜನರು ನಮಗೆ ಒಂದು ಮನೆಯನ್ನು ಬಾಡಿಗೆಗೆ ಕೊಡುವಷ್ಟರಮಟ್ಟಿಗೆ ಇನ್ನೂ ತಮ್ಮ ಭಯವನ್ನು ನಿವಾರಿಸಿಕೊಂಡಿರಲಿಲ್ಲ. ಹಾಗಿದ್ದರೂ ಬ್ರಜ್‌ಕಿಶೋರ್‌ಬಾಬು ಚಾಕಚಕ್ಯಕತೆಯಿಂದ ಸಾಕಷ್ಟು ದೊಡ್ಡದಾಗಿದ್ದ ಬಯಲನ್ನು ಹೊಂದಿದ್ದ ಮನೆಯನ್ನು ಸಂಪಾದಿಸಿದರು. ನಾವು ಈಗ ಅಲ್ಲಿಗೆ ವಾಸಸ್ಥಾನವನ್ನು ಬದಲಿಸಿದೆವು.

ಹಣವಿಲ್ಲದೇ ಕೆಲಸಮಾಡುವುದು ಅಸಾಧ್ಯವಾಗಿತ್ತು. ಈ ಬಗೆಯ ಕೆಲಸಕ್ಕೆ ಹಣ ಕೊಡುವಂತೆ ಸಾರ್ವಜನಿಕರನ್ನು ಕೋರುವುದು ಈ ಕಾಲದವರೆಗೆ ಪದ್ಧತಿಯಾಗಿ ಬಂದಿರಲಿಲ್ಲ. ಬ್ರಜ್‌ಕಿಶೋರ್‌ಬಾಬು ಮತ್ತು ಅವರ ಗೆಳೆಯರು ಮುಖ್ಯವಾಗಿ ವಕೀಲರುಗಳಾಗಿದ್ದರು. ಅವರು ಸ್ವತಃ ತಾವೇ ಹಣವನ್ನು ಒದಗಿಸಿಕೊಳ್ಳುತ್ತಿದ್ದರು. ಸಂದರ್ಭ ಬಂದಾಗ ಗೆಳೆಯರಿಂದ ಹಣವನ್ನು ತೆಗೆದುಕೊಳ್ಳುತ್ತಿದ್ದರು. ಅವರು ಮತ್ತು ಅವರಂತಹವರು ಹಣವನ್ನು ಒದಗಿಸಿಕೊಳ್ಳಲು ಸಮರ್ಥರಾಗಿದ್ದಾಗ ಜನರಿಗೆ ಹಣ ಕೊಡುವಂತೆ ಅವರು ಹೇಗೆ ಕೇಳಬಲ್ಲರು? ವಾದ ಈ ರೀತಿಯಿದ್ದಂತೆ ಕಾಣುತ್ತಿತ್ತು. ಚಂಪಾರಣ್‌ನ ರೈತರಿಂದ ನಾನು ಏನನ್ನೂ ಸ್ವೀಕರಿಸಬಾರದೆಂದು ಮನಸ್ಸು ಮಾಡಿದ್ದೆ. ಹಾಗೆ ಏನನ್ನಾದರೂ ಸ್ವೀಕರಿಸಿದ್ದರೆ ಅದಕ್ಕೆ ಅಪಾರ್ಥವನ್ನು ಕಲ್ಪಿಸಬಹುದಾಗಿತ್ತು. ಈ ವಿಚಾರಣೆಯನ್ನು ನಡೆಸಲು ಅಗತ್ಯವಾಗಿರುವ ಹಣಕ್ಕೆ ದೇಶದಲ್ಲೆಲ್ಲ ಮನವಿಮಾಡಿಕೊಳ್ಳಬಾರದೆಂದು ಕೂಡಾ ನಿಶ್ಚಯಿಸಿದ್ದೆ. ಹಾಗೆ ಮಾಡಿದರೆ ಅದಕ್ಕೆ ಅಖಿಲಭಾರತ ವ್ಯಾಪ್ತಿ ಸಿಗುತ್ತಿತ್ತು ಮತ್ತು ಅದು ರಾಜಕೀಯ ಸ್ವರೂಪ ಪಡೆಯುವ ಸಾಧ್ಯತೆಯಿತ್ತು. ಬೊಂಬಾಯಿಯ ಗೆಳೆಯರು 15,000 ರೂಪಾಯಿಗಳನ್ನು ಕೊಡಲು ಮುಂದೆ ಬಂದರು. ಆದರೆ ನಾನು ಅವರಿಗೆ ವಂದನೆ ಸಲ್ಲಿಸಿ ಅದನ್ನು ನಿರಾಕರಿಸಿದೆ. ಬ್ರಜ್‌ಕಿಶೋರ್‌ಬಾಬುಅವರ ಸಹಾಯದ ಜತೆಯಲ್ಲಿ ಚಂಪಾರ್ಣ್ ಹೊರಗೆ ವಾಸಿಸುತ್ತಿದ್ದ ಶ್ರೀಮಂತ ಬಿಹಾರಿಗಳಿಂದ ಸಾಧ್ಯವಾದಷ್ಟರಮಟ್ಟಿಗೆ ಹಣ ಪಡೆಯಲು ತೀರ್ಮಾನಿಸಿದ್ದೆ. ಇನ್ನೂ ಹೆಚ್ಚು ಹಣದ ಅವಶ್ಯಕತೆ ಉಂಟಾದರೆ ರಂಗೂನ್‌ನಲ್ಲಿದ್ದ ನನ್ನ ಗೆಳೆಯ ಡಾ. ಪಿ. ಜೆ. ಮೆಹ್‌ತಾಅವರನ್ನು ಕೇಳಬೇಕೆಂದು ನಿರ್ಧರಿಸಿದ್ದೆ. ಎಷ್ಟು ಬೇಕಾದರೂ ಅಷ್ಟು ಹಣವನ್ನು ನನಗೆ ಕಳಿಸಿಕೊಡಲು ಕೂಡಲೇ ಡಾ. ಮೆಹ್‌ತಾ ಒಪ್ಪಿಕೊಂಡರು. ಈ ಪ್ರಕಾರ ಈ ವಿಷಯದಲ್ಲಿ ನಮ್ಮಲ್ಲಿದ್ದ ಆತಂಕ ದೂರವಾಯ್ತು. ನಾವು ಚಂಪಾರಣ್‌ನ ದಾರಿದ್ರ್ಯವನ್ನು ಗಮನದಲ್ಲಿಟ್ಟು ಕೊಂಡು ಅದಕ್ಕೆ ಹೊಂದಿಕೊಳ್ಳುವಂತೆ ತುಂಬಾ ಮಿತವ್ಯಯವನ್ನು ಸಾಧಿಸಲು ಮನಸ್ಸು ಮಾಡಿದ್ದೆವು. ಖಂಡಿತವಾಗಿಯೂ ಕಡೆಯಲ್ಲಿ ನಮಗೆ ತುಂಬಾ ಹಣದ ಅವಶ್ಯಕತೆಯಿರಲಿಲ್ಲ ಎಂದು ಕಂಡುಬಂತು. ಒಟ್ಟಿನಲ್ಲಿ ನಾವು ಮೂರು ಸಾವಿರ ರೂಪಾಯಿಗಳಿಗಿಂತ ಹೆಚ್ಚಿಗೆ ಖರ್ಚುಮಾಡಲಿಲ್ಲ ಎಂಬ ಎಣಿಕೆ ನನ್ನಲ್ಲಿದೆ. ನನಗೆ ನೆನಪಿರುವಂತೆ ನಾವು ಸಂಗ್ರಹಿಸಿದ್ದ ಹಣದಲ್ಲಿ ಕೆಲವು ನೂರು ರೂಪಾಯಿಗಳನ್ನು ಉಳಿಸಿದ್ದೆವು.

ಪ್ರಾರಂಭದ ದಿನಗಳಲ್ಲಿ ನನ್ನ ಸಂಗಡಿಗರ ವಿಚಿತ್ರವಾದ ಜೀವನ ಕ್ರಮ ಅವರಿಗೇ ಮುಜಗರವನ್ನುಂಟುಮಾಡುವ ರೀತಿಯಲ್ಲಿ ಆಗಾಗ್ಗೆ ಗೇಲಿಗೆ ಗುರಿಯಾಗುತ್ತಿದ್ದವು. ಪ್ರತಿಯೊಬ್ಬ ವಕೀಲನ ಜತೆಯಲ್ಲಿ ಒಬ್ಬ ಸೇವಕ ಮತ್ತು ಅಡಿಗೆಯವನು ಅಲ್ಲಿ ಇರುತ್ತಿದ್ದರು. ಆದ್ದರಿಂದ ಪ್ರತ್ಯೇಕ ಅಡಿಗೆಮನೆ ಇರುತ್ತಿತ್ತು. ಅವರು ಆಗಾಗ್ಗೆ ಮಧ್ಯರಾತ್ರಿಯಷ್ಟು ತಡವಾಗಿ ರಾತ್ರಿಯೂಟ ಮಾಡುತ್ತಿದ್ದರು. ಅವರೇ ಅವರ ಸ್ವಂತದ ವೆಚ್ಚವನ್ನು ಭರಿಸಿಕೊಳ್ಳುತ್ತಿದ್ದರೂ ಅವರಲ್ಲಿದ್ದ ಅಶಿಸ್ತು ನನ್ನನ್ನು ಚಿಂತೆಗೀಡುಮಾಡಿತ್ತು. ಆದರೆ ನಾವು ಆಪ್ತ ಗೆಳೆಯರಾಗಿದ್ದರಿಂದ ನಮ್ಮ ಮಧ್ಯೆ ತಪ್ಪು ತಿಳಿವಳಿಕೆ ಉಂಟಾಗುವ ಸಾಧ್ಯತೆಯಿರಲಿಲ್ಲ. ಅವರು ನನ್ನ ಕುಚೋದ್ಯವನ್ನು ಹಗುರ ಮನಸ್ಸಿನಿಂದ ಸ್ವೀಕರಿಸಿದರು. ಕಡೆಯಲ್ಲಿ ಸೇವಕರುಗಳನ್ನು ತೆಗೆದುಹಾಕಬೇಕೆಂದು ಒಪ್ಪಿಕೊಳ್ಳಲಾಯ್ತು ಮತ್ತು ಎಲ್ಲ ಅಡಿಗೆಮನೆಗಳನ್ನು ಒಂದು ಮಾಡಬೇಕೆಂದು ನಿರ್ಧರಿಸಲಾಯ್ತು. ಕ್ಲುಪ್ತ ವೇಳೆಯನ್ನು ಎಲ್ಲರೂ ಅನುಸರಿಸಬೇಕೆಂದು ತೀರ್ಮಾನಿಸಲಾಯ್ತು. ಎಲ್ಲರೂ ಶಾಖಾಹಾರಿಗಳಾಗಿರಲಿಲ್ಲವಾದ್ದರಿಂದ, ಆಕಾರಣದಿಂದಾಗಿ ಎರಡು ಅಡಿಗೆಮನೆಗಳನ್ನು ಇಟ್ಟುಕೊಂಡಿದ್ದರೆ ವೆಚ್ಚ ಅಧಿಕವಾಗುವುದೆಂದು ಭಾವಿಸಿದ್ದರಿಂದ ಒಂದು ಸಾಮಾನ್ಯ ಶಾಖಾಹಾರಿ ಅಡಿಗೆಮನೆಯನ್ನು ಇಟ್ಟುಕೊಳ್ಳಲು ನಿರ್ಧರಿಸಲಾಯ್ತು. ಸರಳವಾದ ಊಟಗಳಿಗೆ ಹಟ ಹಿಡಿಯುವುದು ಕೂಡಾ ಅವಶ್ಯಕವಾಗಿತ್ತು.

ಈ ಎಲ್ಲ ಏರ್ಪಾಡುಗಳು ಗಮನಾರ್ಹವಾಗಿ ವೆಚ್ಚವನ್ನು ತಗ್ಗಿಸಿದವು. ಇದರಿಂದ ಸಾಕಷ್ಟು ಸಮಯ ಮತ್ತು ಶಕ್ತಿಯ ಉಳಿತಾಯವಾಯ್ತು. ಇವೆರಡೂ ನಮಗೆ ಅತ್ಯಗತ್ಯವಾಗಿದ್ದವು. ರೈತರ ತಂಡಗಳು ನಮ್ಮ ಬಳಿಗೆ ಹೇಳಿಕೆಗಳನ್ನು ನೀಡಲು ಬಂದವು. ಅವರನ್ನು ಸಂಗಡಿಗರ ದಂಡು ಹಿಂಬಾಲಿಸಿಕೊಂಡು ಬಂದಿತ್ತು. ಇದರಿಂದಾಗಿ ಕಾಂಪೌಂಡು ಮತ್ತು ತೋಟ ಜನರಿಂದ ತುಂಬಿಕೊಂಡಿತ್ತು. ನನ್ನ ದರ್ಶನ ಬಯಸಿ ಬರುತ್ತಿದ್ದವರಿಂದ ನನ್ನನ್ನು ಕಾಪಾಡಲು ನನ್ನ ಸಂಗಡಿಗರು ನಡೆಸುತ್ತಿದ್ದ ಪ್ರಯತ್ನ ಆಗಾಗ್ಗೆ ಫಲಕಾರಿಯಾಗುತ್ತಿರಲಿಲ್ಲ. ನಿಶ್ಚಿತ ವೇಳೆಯಲ್ಲಿ ನಾನು ದರ್ಶನಕೊಡಲು ಬಹಿರಂಗ ಪ್ರದರ್ಶನಕ್ಕೆ ಹಾಜರಾಗಬೇಕಾಗುತ್ತಿತ್ತು. ಹೇಳಿಕೆಗಳನ್ನು ತೆಗೆದುಕೊಳ್ಳಲು ಕಡೆಯ ಪಕ್ಷ ಐದರಿಂದ ಏಳು ಮಂದಿ ಸ್ವಯಂ ಸೇವಕರುಗಳ ಅಗತ್ಯವಿತ್ತು. ಹಾಗಿದ್ದರೂ ಸಂಜೆಯ ಹೊತ್ತಿಗೆ ಕೆಲವರು ಹೇಳಿಕೆಗಳನ್ನು ಕೊಡಲು ಸಾಧ್ಯವಾಗದೇ ಹಿಂದಿರುಗಬೇಕಾಗುತ್ತಿತ್ತು. ಈ ಎಲ್ಲ ಹೇಳಿಕೆಗಳ ಅಗತ್ಯವಿರಲಿಲ್ಲ. ಅನೇಕ ಹೇಳಿಕೆಗಳು ಪುನರುಕ್ತಿಗಳೇ ಆಗಿದ್ದವು. ಆದರೆ ಅವನ್ನು ತೆಗೆದುಕೊಳ್ಳದಿದ್ದರೆ ಜನರಿಗೆ ತೃಪ್ತಿಯಾಗುತ್ತಿರಲಿಲ್ಲ. ಈ ವಿಷಯದಲ್ಲಿ ಅವರ ಭಾವನೆಗಳನ್ನು ನಾನು ಮೆಚ್ಚಿಕೊಂಡಿದ್ದೆ.

ಹೇಳಿಕೆಗಳನ್ನು ತೆಗೆದುಕೊಳ್ಳುವವರು ಕೆಲವು ನಿಯಮಗಳನ್ನು ಅನುಸರಿಸಬೇಕಾಗಿತ್ತು. ಪ್ರತಿಯೊಬ್ಬ ರೈತನನ್ನು ನಿಕಟವಾಗಿ ಪಾಟೀಸವಾಲಿಗೆ ಒಳಪಡಿಸಬೇಕಾಗಿತ್ತು. ಯಾರು ಈ ಪರೀಕ್ಷೆಯಲ್ಲಿ ಉತ್ತೀರ್ಣರಾಗುತ್ತಿರಲಿಲ್ಲವೋ ಅವರನ್ನು ತಿರಸ್ಕರಿಸಲಾಗುತ್ತಿತ್ತು. ಇದಕ್ಕೆ ಸಾಕಷ್ಟು ವೇಳೆ ಗುತ್ತಿರಲಿ ಹಿಡಿಯುತ್ತಿತ್ತು. ಬಹುಪಾಲು ಹೇಳಿಕೆಗಳು ನಿರ್ವಿವಾದವಾಗಿದ್ದುದರಿಂದ ಅವನ್ನು ನಿರಾಕರಿಸಲಾಗುತ್ತಿರಲಿಲ್ಲ.

ಈ ಹೇಳಿಕೆಗಳನ್ನು ದಾಖಲಿಸುತ್ತಿದ್ದಾಗ ಗುಪ್ತ ಪೊಲೀಸು ಅಧಿಕಾರಿ (ಸಿ.ಐ.ಡಿ)ಯೊಬ್ಬರು ಯಾವಾಗಲೂ ಹಾಜರಿರುತ್ತಿದ್ದರು. ನಾವು ಅವರನ್ನು ತಡೆಯಬಹುದಾಗಿತ್ತು. ಆದರೆ ನಾವು

ಮೊದಲಿನಿಂದಲೂ ಗುಪ್ತ ಪೋಲಿಸರು, ಅಧಿಕಾರಿಗಳು ಹಾಜರಿರುವುದರ ಬಗ್ಗೆ ಗಮನಕೊಡುತ್ತಿದ್ದೆವಲ್ಲದೇ ಅವರನ್ನು ಗೌರವದಿಂದ ಕಾಣುತ್ತಿದ್ದೆವು. ನಮಗೆ ಸಾಧ್ಯವಿರುವ ಎಲ್ಲ ವಿವರಗಳನ್ನು ಅವರಿಗೆ ನಾವು, ನೀಡುತ್ತಿದ್ದೆವು. ಇದರಿಂದಾಗಿ ಯಾರೂ ನಮಗೆ ತೊಂದರೆಯನ್ನು ಕೊಡುತ್ತಿರಲಿಲ್ಲ. ಇದಕ್ಕೆ ಪ್ರತಿಯಾಗಿ ಗುಪ್ತ ಪೊಲೀಸು ಅಧಿಕಾರಿಗಳ ಎದುರಿಗೆ ಹೇಳಿಕೆಗಳನ್ನು ತೆಗೆದುಕೊಳ್ಳುತ್ತಿದ್ದರಿಂದ ರೈತರು ಭಯಬಿಟ್ಟು ಹೆಚ್ಚು ಧೈರ್ಯಶಾಲಿಗಳಾದರು. ಒಂದು ಕಡೆಯಲ್ಲಿ ರೈತರ ಮನಸ್ಸುಗಳಲ್ಲಿ ಗುಪ್ತ ಪೊಲೀಸರ ಬಗ್ಗೆ ಇದ್ದ ಅತಿಯಾದ ಭಯ ಓಡಿಹೋಯಿತಲ್ಲದೇ ಇನ್ನೊಂದು ಕಡೆಯಲ್ಲಿ ಪೊಲೀಸರು ಎದುರು ಇದ್ದುದರಿಂದ ಸಹಜವಾಗಿ ಹೇಳಿಕೆಗಳಲ್ಲಿ ಅತಿಶಯೋಕ್ತಿ ಇರದಂತೆ ಎಚ್ಚರವಹಿಸುತ್ತಿದ್ದರು. ಗುಪ್ತ ಪೊಲೀಸು ದಳದ ಗೆಳೆಯರ ವೃತ್ತಿಯೇ ಜನರನ್ನು ಬಲೆಗೆ ಬೀಳಿಸುವುದಾದ್ದರಿಂದ ರೈತರು ಅನಿವಾರ್ಯವಾಗಿ ಎಚ್ಚರಿಕೆಯಿಂದ ಇರಬೇಕಾಗಿತ್ತು.

ನನ್ನಲ್ಲಿ ಪ್ಲಾಂಟರುಗಳಿಗೆ ಕಿರಿಕಿರಿಯನ್ನುಂಟುಮಾಡುವ ಇಷ್ಟವಿರಲಿಲ್ಲ. ಆದರೆ ಅವರನ್ನು ವಿನಯಪರ ನಡವಳಿಕೆಯಿಂದ ಗೆಲ್ಲಲು ಬಯಸಿದ್ದೆ. ತುಂಬಾ ಗಂಭೀರ ಸ್ವರೂಪದ ಆರೋಪಗಳಿಗೆ ಗುರಿಯಾಗಿದ್ದ ಪ್ಲಾಂಟರುಗಳಿಗೆ ಪತ್ರ ಬರೆದು ಅವರನ್ನು ಭೇಟಿಮಾಡುವ ಉದ್ದೇಶವನ್ನಿಟ್ಟುಕೊಂಡಿದ್ದೆ. ನಾನು ಪ್ಲಾಂಟರ್ಸ್ ಅಸೋಸಿಯೇಷನ್‌ಗೆ ಕೂಡಾ ಭೇಟಿ ಕೊಟ್ಟಿದ್ದೆ ಮತ್ತು ಅವರ ಮುಂದೆ ರೈತರ ಕುಂದುಕೊರತೆಗಳನ್ನು ಇಟ್ಟಿದ್ದೆ. ಅವರ ದೃಷ್ಟಿಕೋನವನ್ನು ಕೂಡಾ ತಿಳಿದುಕೊಂಡಿದ್ದೆ. ಕೆಲವು ಪ್ಲಾಂಟರುಗಳು ನನ್ನನ್ನು ದ್ವೇಷಿಸುತ್ತಿದ್ದರು. ಕೆಲವರು ಅಲಕ್ಷ ತೋರಿದರು, ಇನ್ನು ಕೆಲವರು ನನ್ನ ಜತೆಯಲ್ಲಿ ಸೌಜನ್ಯದಿಂದ ನಡೆದುಕೊಂಡರು.

17. ಒಡನಾಡಿಗಳು

ಬ್ರಜ್‌ಕಿಶೋರ್‌ಬಾಬು ಮತ್ತು ರಾಜೇಂದ್ರಬಾಬು ಸಾಟಿಯಿಲ್ಲದ ಜೊತೆಗಾರರಾಗಿದ್ದರು. ಅವರಲ್ಲಿದ್ದ ಶ್ರದ್ಧೆಯನ್ನು ಕಂಡ ನನಗೆ ಅವರ ಸಹಾಯವಿಲ್ಲದೇ ಒಂದು ಹೆಜ್ಜೆಯನ್ನು ಮುಂದಿಡಲು ಅಸಾಧ್ಯವಾಗಿತ್ತು. ಅವರ ಅನುಯಾಯಿಗಳು ಅಥವಾ ಒಡನಾಡಿಗಳು ಅಂದರೆ ಶಂಭುಬಾಬು, ಅನುಗ್ರಹಬಾಬು, ಧರಣಿಬಾಬು, ರಾಮನವಮಿಬಾಬು ಮತ್ತು ಇತರ ವಕೀಲರುಗಳು ಯಾವಾಗಲೂ ನಮ್ಮ ಜತೆಯಲ್ಲಿ ಇರುತ್ತಿದ್ದರು. ಆಗಾಗ್ಗೆ ವಿಂಧ್ಯಬಾಬು ಮತ್ತು ಜನಕ್‌ಧಾರಿಬಾಬು ನಮ್ಮ ಬಳಿಗೆ ಬಂದು ನಮಗೆ ಸಹಾಯಮಾಡುತ್ತಿದ್ದರು. ಇವರೆಲ್ಲರೂ ಬಿಹಾರಿಗಳಾಗಿದ್ದರು. ಅವರ ಮುಖ್ಯ ಕಾರ್ಯವೆಂದರೆ ರೈತರುಗಳಿಂದ ಹೇಳಿಕೆಗಳನ್ನು ತೆಗೆದುಕೊಳ್ಳುವುದಾಗಿತ್ತು.

ಪ್ರೊಫೆಸರ್ ಕೃಪಲಾನಿಅವರಿಗೆ ನಮ್ಮ ಜತೆಯಲ್ಲಿ ಸೇರಿಕೊಳ್ಳದಿರಲು ಸಾಧ್ಯವಾಗುತ್ತಿರಲಿಲ್ಲ. ಅವರು ಸಿಂಧಿ ಆಗಿದ್ದರೂ ಹುಟ್ಟು ಬಿಹಾರಿಗಿಂತಲೂ ಹೆಚ್ಚಿನ ಬಿಹಾರಿಯಾಗಿದ್ದರು. ತಾವು ಸ್ವೀಕರಿಸಿದ್ದ (ಅಂದರೆ ಬೇರೆಪ್ರಾಂತವನ್ನು ತಮ್ಮ ತವರುಮಾಡಿಕೊಂಡ) ಪ್ರಾಂತದಲ್ಲಿ ತಮ್ಮನ್ನು ತಾವು ವಿಲೀನಗೊಳಿಸಿಕೊಳ್ಳಲು ಸಮರ್ಥರಾಗಿದ್ದ ಕೆಲವೇ ಕೆಲವು ಕಾರ್ಯಕರ್ತರನ್ನು ನಾನು

ಕಂಡಿದ್ದೇನೆ. ಕೃಪಲಾನಿ ಅಂತಹ ಕೆಲವರಲ್ಲಿ ಒಬ್ಬರು. ಅವರನ್ನು ಕಂಡ ಯಾರಿಗಾದರೂ ಅವರು ಬೇರೆ ಪ್ರಾಂತಕ್ಕೆ ಸೇರಿದವರು ಎಂಬ ಭಾವನೆ ಹುಟ್ಟುವುದು ಅಸಾಧ್ಯವಾಗಿತ್ತು. ಅವರು ನನ್ನ ಮುಖ್ಯ ದ್ವಾರಪಾಲಕರಾಗಿದ್ದರು. ಆ ಕಾಲದಲ್ಲಿ ನನ್ನನ್ನು ದರ್ಶನಾಕಾಂಕ್ಷಿಗಳಿಂದ ಕಾಪಾಡುವುದೇ ಅವರ ಜೀವನದ ಗುರಿ ಮತ್ತು ಉದ್ದೇಶವಾಗಿತ್ತು. ಅವರು ಒಮ್ಮೆ ತಮ್ಮ ನಿರಂತರ ಹಾಸ್ಯ ಪ್ರವೃತ್ತಿಯಿಂದ ಇನ್ನೊಮ್ಮೆ ಅಹಿಂಸಾತ್ಮಕ ಬೆದರಿಕೆಗಳಿಂದ ಜನರನ್ನು ತಡೆದು ದೂರ ಕಳಿಸುತ್ತಿದ್ದರು. ರಾತ್ರಿಯಾಗುತ್ತಿದ್ದಂತೆ ಅವರು ತಮ್ಮ ಶಿಕ್ಷಕ ವೃತ್ತಿಯನ್ನು ಸ್ವೀಕರಿಸುತ್ತಿದ್ದರು ಮತ್ತು ತಮ್ಮ ಇತಿಹಾಸದ ಅಧ್ಯಯನ ಮತ್ತು ಅವಲೋಕನದ ಹಿನ್ನೆಲೆಯಲ್ಲಿ ತಮ್ಮ ಒಡನಾಡಿಗಳನ್ನು ಸಂತೋಷಪಡಿಸುತ್ತಿದ್ದರು. ಬೇಟಿಮಾಡಲು ಬಂದಿದ್ದ ಯಾವನೇ ಅಂಜುಬುರುಕನಲ್ಲಿ ತ್ವರಿತವಾಗಿ ಧೈರ್ಯ ತುಂಬುತ್ತಿದ್ದರು.

ಮಾಟಿನಾ ಮಜ್‌ಹರುಲ್ ಹಕ್ ನಮ್ಮ ಸಹಾಯಕರ ಪಟ್ಟಿಯಲ್ಲಿ ತಮ್ಮ ಹೆಸರನ್ನು ದಾಖಲಿಸಿದ್ದರು. ಅವಶ್ಯಕತೆ ಬಿದ್ದಾಗ ನಾನು ಅವರನ್ನು ಗಣನೆಗೆ ತೆಗೆದುಕೊಳ್ಳಬಹುದಾಗಿತ್ತು (ಅಂದರೆ ಕರೆಸಿಕೊಳ್ಳಬಹುದಾಗಿತ್ತು). ತಿಂಗಳಿನಲ್ಲಿ ಒಂದು ಬಾರಿ ಇಲ್ಲವೇ ಎರಡು ಬಾರಿ ಅವರು ತಪ್ಪದೇ ನಮ್ಮನ್ನು ನೋಡಿಕೊಂಡು ಹೋಗುತ್ತಿದ್ದರು. ಆ ಕಾಲದ ಅವರ ಜೀವನದ ಡೌಲು ಮತ್ತು ವೈಭವವನ್ನು ಇಂದಿನ ಅವರ ಸರಳ ಜೀವನಕ್ಕೆ ಹೋಲಿಸಿ ನೋಡಿದರೆ ಅವುಗಳ ನಡುವೆ ಅತ್ಯಂತ ಭಿನ್ನತೆ ಇರುವುದನ್ನು ಗಮನಿಸಬಹುದು. ನಮ್ಮ ಜತೆಯಲ್ಲಿ ಅವರು ಸೇರಿಕೊಳ್ಳುತ್ತಿದ್ದ ರೀತಿಯಿಂದಾಗಿ ಅವರು ನಮ್ಮವರಲ್ಲಿ ಒಬ್ಬರು ಎಂಬ ಭಾವನೆ ಉಂಟಾಗುತ್ತಿತ್ತು. ಆದರೆ ಅವರ ಸೊಗಸುಗಾರಿಕೆಯ (ಫ್ಯಾಷನ್ ಬಿಲ್) ನಡವಳಿಕೆಯನ್ನು ಕಂಡ ಅಪರಿಚಿತನಲ್ಲಿ ತೀರಾ ವಿಭಿನ್ನ ಅಭಿಪ್ರಾಯವನ್ನು ಮೂಡಿಸುತ್ತಿತ್ತು.

ನಾನು ಬಿಹಾರದಲ್ಲಿ ಹೆಚ್ಚು ಹೆಚ್ಚು ಅನುಭವವನ್ನು ಗಳಿಸಿಕೊಳ್ಳುತ್ತಿದ್ದಂತೆ ಸರಿಯಾದ ಗ್ರಾಮೀಣ ಶಿಕ್ಷಣ ನೀಡದೇ ಖಾಯಮ್ಮಾಗಿ ಗ್ರಾಮಗಳಲ್ಲಿ ಕೆಲಸ ಮಾಡಲು ಸಾಧ್ಯವಾಗದು ಎಂಬುದನ್ನು ಮನವರಿಕೆಮಾಡಿಕೊಂಡೆ. ರೈತರಲ್ಲಿದ್ದ ಅಜ್ಞಾನ ಮರುಕ ಹುಟ್ಟಿಸುವಂತಿತ್ತು. ಅವರು ತಮ್ಮ ಮಕ್ಕಳನ್ನು ಅಲ್ಲಿ ಇಲ್ಲಿ ಅಲೆದಾಡಲು ಬಿಡುತ್ತಿದ್ದರು. ಇಲ್ಲವೇ ನೀಲಿ ತೋಟಗಳಲ್ಲಿ (ಪ್ಲಾಂಟೇಷನ್) ದಿನಕ್ಕೆ ಕೆಲವು ತಾಮ್ರದ ನಾಣ್ಯಗಳನ್ನು ಸಂಪಾದಿಸಲು ಬೆಳಗಿನಿಂದ ರಾತ್ರಿಯವರೆಗೂ ದುಡಿಯಲು ಬಿಡುತ್ತಿದ್ದರು. ಆ ದಿನಗಳಲ್ಲಿ ಗಂಡಾಳಿನ ಕೂಲಿ 10 ಪೈಸೆ ಅಥವಾ 10 ಬಿಲ್ಲೆ. (ಎರಡೂವರೆ ಅಣೆ - ಹಿಂದೆ ನಮ್ಮ ದೇಶದಲ್ಲಿ ಚಲಾವಣೆಯಲ್ಲಿದ್ದ ನಾಣ್ಯವನ್ನು ಪೈ ಎಂದು ಕರೆಯುತ್ತಿದ್ದರು. ಒಂದಾಣೆಯ ಹನ್ನೆರಡನೇ ಒಂದು ಭಾಗವನ್ನು ಪೈ ಎಂದು ಕರೆಯುತ್ತಿದ್ದರು) ಮೀರುತ್ತಿರಲಿಲ್ಲ. ಹೆಣ್ಣಾಳಿನ ಕೂಲಿ ಆರು ಪೈಸೆ (ಒಂದೂವರೆ ಅಣೆ) ಮತ್ತು ಮಕ್ಕಳ ಕೂಲಿ ಮೂರು ಪೈಸೆ (ಒಂಬತ್ತು ಕಾಸು) ಮೀರುತ್ತಿರಲಿಲ್ಲ. ದಿನಕ್ಕೆ 4 ಆಣೆ ಕೂಲಿ ಸಂಪಾದಿಸುವವನನ್ನು ತುಂಬಾ ಅದೃಷ್ಟಶಾಲಿಯೆಂದು ಪರಿಗಣಿಸಲಾಗುತ್ತಿತ್ತು.

ನನ್ನ ಒಡನಾಡಿಗಳೊಂದಿಗೆ ಸಮಾಲೋಚನೆ ನಡೆಸಿ ನಾನು ಆರು ಹಳ್ಳಿಗಳಲ್ಲಿ ಪ್ರಾಥಮಿಕ ಶಾಲೆಗಳನ್ನು ತೆರೆಯಲು ತೀರ್ಮಾನಿಸಿದೆ. ಹಳ್ಳಿಗರಿಗೆ ನಾವು ಒಡ್ಡಿದ್ದ ಷರತ್ತುಗಳಲ್ಲಿ ಒಂದೆಂದರೆ ಅವರು ಶಿಕ್ಷಕರಿಗೆ ಊಟ ಮತ್ತು ವಸತಿ ಸೌಲಭ್ಯವನ್ನು ಒದಗಿಸಬೇಕು ಎಂಬುದು. ಇತರ ವೆಚ್ಚಗಳನ್ನು ನಾವು ಭರಿಸುವುದಾಗಿ ತಿಳಿಸಿದೆವು. ಹಳ್ಳಿಗರ ಕೈಗಳಲ್ಲಿ ಸ್ವಲ್ಪ ಕೂಡಾ ಹಣ

ಇರುವುದೇ ಇಲ್ಲ. ಆದರೆ ಅವರು ಆಹಾರಪದಾರ್ಥಗಳನ್ನು ಒದಗಿಸಲು ಸಮರ್ಥರಾಗಿರುತ್ತಿದ್ದರು. ಅವರು ಧಾನ್ಯಗಳು ಮತ್ತು ಇತರ ಕಚ್ಚಾವಸ್ತುಗಳನ್ನು ಒದಗಿಸಲು ಸಿದ್ಧವಿರುವುದಾಗಿ ಕೂಡಲೇ ತಿಳಿಸಿದರು.

ಶಿಕ್ಷಕರುಗಳನ್ನು ಎಲ್ಲಿಂದ ತರುವುದು ಎಂಬುದು ದೊಡ್ಡ ಸಮಸ್ಯೆಯಾಗಿತ್ತು. ಸಂಬಳವಿಲ್ಲದೇ ಇಲ್ಲವೇ ತೀರಾ ಸ್ವಲ್ಪ ಭತ್ಯ (ಅಲೋಯನ್ಸ್) ಪಡೆದು ಕೆಲಸಮಾಡಲು ಮುಂದೆ ಬರುವ ಸ್ಥಳೀಯ ಶಿಕ್ಷಕರುಗಳನ್ನು ಹುಡುಕುವುದು ಕಷ್ಟದ ಮಾತಾಗಿತ್ತು. ಮಕ್ಕಳನ್ನು ಸಾಮಾನ್ಯ ಶಿಕ್ಷಕರುಗಳ ವಶಕ್ಕೆ ಒಪ್ಪಿಸುವುದು ಎಂದೂ ನನ್ನ ವಿಚಾರವಾಗಿರಲಿಲ್ಲ. ಶಿಕ್ಷಕರ ನೈತಿಕ ಗುಣದಷ್ಟು ಅವರ ಗ್ರಾಂಥಿಕ ಜ್ಞಾನ (ವಿದ್ಯಾರ್ಹತೆ) ಮುಖ್ಯವಾಗಿರಬೇಕಾಗಿರಲಿಲ್ಲ.

ಆದ್ದರಿಂದ ನಾನು ಸ್ವಯಂ ಪ್ರೇರಿತ (ವಾಲಂಟರಿ - ಸ್ವಂತ ಇಷ್ಟದಿಂದ) ಶಿಕ್ಷಕರುಗಳು ಬೇಕೆಂದು ಸಾರ್ವಜನಿಕ ಮನವಿಯನ್ನು ಮಾಡಿಕೊಂಡೆ. ಅದಕ್ಕೆ ಉತ್ತಮ ಪ್ರತಿಕ್ರಿಯೆ ಸಿಕ್ಕಿತು. ಸಾರ್ಜೆಂಟ್ ಗಂಗಾಧರರಾವ್ ದೇಶ್‌ಪಾಂಡೆ, ಬಾಬಾಸಾಹೇಬ್ ಸೋಮನ್ ಮತ್ತು ಮಂಡಲೀಕ್ ಅವರುಗಳನ್ನು ಕಳಿಸಿಕೊಟ್ಟರು. ಬೊಂಬಾಯಿಯಿಂದ ಶ್ರೀಮತಿ ಅವಂತಿಕಾಬಾಯ್ ಗೋಖಲೆ ಬಂದರು ಮತ್ತು ಪೂನಾ (ಪುಣೆ)ದಿಂದ ಮಿಸೆಸ್ ಆನಂದೀಬಾಯ್ ವೈಶಂಪಾಯನ್ ಬಂದರು. ಛೋಟಾಲಾಲ್, ಸುರೇಂದ್ರನಾಥ್ ಮತ್ತು ನನ್ನ ಮಗ ದೇವ್‌ದಾಸ್‌ನನ್ನು ಕಳಿಸುವಂತೆ ಆಶ್ರಮಕ್ಕೆ ತಿಳಿಸಿದೆ. ಇದೇ ಸಮಯಕ್ಕೆ ಸರಿಯಾಗಿ ಮಹದೇವ್ ದೇಸಾಯ್ ಮತ್ತು ನರಹರಿ ಪಾರಿಖ್ ಅವರವರ ಪತ್ನಿಯರೊಂದಿಗೆ ನನ್ನ ಜತೆಯಲ್ಲಿ ಸೇರಿಕೊಂಡರು. ಕಸ್ತೂರ್‌ಬಾಯ್ ಅವರನ್ನು ಕೂಡಾ ಈ ಕೆಲಸಕ್ಕೆ ಕರೆಸಿಕೊಂಡೆವು. ಇದೊಂದು ಸಾಕಷ್ಟು ಬಲಿಷ್ಠವಾದ ತಂಡವಾಗಿತ್ತು. ಶ್ರೀಮತಿ ಅವಂತಿಕಾಬಾಯ್ ಮತ್ತು ಶ್ರೀಮತಿ ಆನಂದೀಬಾಯ್ ಸಾಕಷ್ಟು ಸುಶಿಕ್ಷಿತರಾಗಿದ್ದರು. ಆದರೆ ಶ್ರೀಮತಿ ದುರ್ಗಾ ದೇಸಾಯ್ ಮತ್ತು ಶ್ರೀಮತಿ ಮಣಿಬೆಹ್ನ್ ಪಾರಿಖ್ ಅವರುಗಳಿಗೆ ಅತ್ಯಲ್ಪ ಗುಜರಾತೀ ಜ್ಞಾನಕ್ಕಿಂತ ಹೆಚ್ಚಿಗೆ ಗೊತ್ತಿರಲಿಲ್ಲ. ಹಾಗಿದ್ದರೆ ಈ ಮಹಿಳೆಯರು ಮಕ್ಕಳಿಗೆ ಹಿಂದಿಯಲ್ಲಿ ಹೇಗೆ ಕಲಿಸುವರು? ಮಕ್ಕಳಿಗೆ ಸ್ವಚ್ಛತೆ ಮತ್ತು ಒಳ್ಳೆಯ ನಡವಳಿಕೆಗಳನ್ನು ಕಲಿಸುವಷ್ಟರ ಮಟ್ಟದಲ್ಲಿ ವ್ಯಾಕರಣ ಮತ್ತು ಓದು, ಬರಹ ಮತ್ತು ಗಣಿತ (ಮೂರು ಅರ್‌ಗಳು)ವನ್ನು ಕಲಿಸಬೇಕೆಂಬ ನಿರೀಕ್ಷೆಯನ್ನಿಟ್ಟು ಕೊಂಡಿಲ್ಲವೆಂದು ನಾನು ಅವರಿಗೆ ವಿವರಿಸಿದ್ದೆ. ಅಕ್ಷರಗಳ ಬಗ್ಗೆ ಹೇಳುವುದಾದರೆ ಗುಜರಾತಿ, ಹಿಂದಿ ಮತ್ತು ಮರಾಠಿಯ ನಡುವೆ ಅವರು ಭಾವಿಸಿರುವಂತೆ ತುಂಬಾ ವ್ಯತ್ಯಾಸವಿಲ್ಲವೆಂದು ಅವರಿಗೆ ವಿವರಿಸಿದ್ದೆ. ಪ್ರಾಥಮಿಕ ಶಾಲೆಗಳಲ್ಲಿ ಯಾವುದೇ ರೀತಿಯಲ್ಲೂ ಅಕ್ಷರಮಾಲೆ ಮತ್ತು ಅಂಕಿಗಳನ್ನು ಮೂಲರೂಪದಲ್ಲಿ ಕಲಿಸುವುದು ಕಷ್ಟದ ವಿಷಯವೇನಲ್ಲ ಎಂದು ಅವರಿಗೆ ವಿವರಿಸಿದ್ದೆ ಇದರ ಪರಿಣಾಮದಿಂದಾಗಿ ಈ ಮಹಿಳೆಯರು ನಡೆಸುತ್ತಿದ್ದ ತರಗತಿಗಳು ತುಂಬಾ ಯಶಸ್ವಿಯಾಗಿದ್ದವು ಎಂದು ಕಂಡುಬಂದವು. ಈ ಅನುಭವವು ಅವರ ಕೆಲಸದಲ್ಲಿ ಆಸಕ್ತಿಯನ್ನು ಮತ್ತು ವಿಶ್ವಾಸವನ್ನು ತುಂಬಿ ಅವರಿಗೆ ಸ್ಫೂರ್ತಿ ನೀಡಿತ್ತು. ಅವಂತಿಕಾಬಾಯ್‌ಅವರ ಶಾಲೆಯು ಮಾದರಿ ಶಾಲೆಯಾಯ್ತು. ಆಕೆ ತಮ್ಮ ಹೃದಯ ಮತ್ತು ಆತ್ಮವನ್ನು ತಮ್ಮ ಕೆಲಸಕ್ಕೆ ಪೂರ್ಣವಾಗಿ ಸಮರ್ಪಿಸಿಬಿಟ್ಟಿದ್ದರು. ತಮ್ಮ ವಿಶಿಷ್ಟ ಕೌಶಲಗಳ

ಮುದ್ರೆಯನ್ನು ತಮ್ಮ ಕೆಲಸದ ಮೇಲೆ ಒತ್ತಿದ್ದರು. ಈ ಮಹಿಳೆಯರ ಮುಖಾಂತರ ಸ್ವಲ್ಪಮಟ್ಟಿಗೆ ಹಳ್ಳಿಯ ಮಹಿಳೆಯರನ್ನು ಮುಟ್ಟಲು (ಅಂದರೆ ಅವರ ಮೇಲೆ ಪ್ರಭಾವ ಬೀರಲು) ಸಾಧ್ಯವಾಗಿತ್ತು.

ಪ್ರಾಥಮಿಕ ಶಿಕ್ಷಣವನ್ನು ಒದಗಿಸುವ ಹಂತದಲ್ಲಿ ನಿಲ್ಲಲು ನಾನು ಇಷ್ಟಪಟ್ಟಿರಲಿಲ್ಲ. ಹಳ್ಳಿಗಳು ನಿರ್ಮಲವಾಗಿರಲಿಲ್ಲ, ಓಣಿಗಳು ಕಶ್ಮಲದಿಂದ ತುಂಬಿಕೊಂಡಿದ್ದವು, ಬಾವಿಗಳ ಸುತ್ತ ಕೊಚ್ಚೆ ಮತ್ತು ದುರ್ವಾಸನೆ ತುಂಬಿಕೊಂಡಿದ್ದವು ಮತ್ತು ಅಂಗಳಗಳು ಸಹಿಸಲಾಗದಷ್ಟು ಹೊಲಸಾಗಿದ್ದವು. ಹಿರಿಯರಿಗೆ ಸ್ವಚ್ಛತೆಯ ಬಗ್ಗೆ ಶಿಕ್ಷಣ ನೀಡುವ ಅವಶ್ಯಕತೆಯಿತ್ತು. ಅವರೆಲ್ಲರೂ ಅನೇಕ ಬಗೆಯ ಚರ್ಮದ ಕಾಯಿಲೆಗಳಿಂದ ನರಳುತ್ತಿದ್ದರು. ಆದ್ದರಿಂದ ಸಾಧ್ಯವಾದಷ್ಟು ನೈರ್ಮಲ್ಯದ ಕೆಲಸವನ್ನು ಮಾಡಬೇಕೆಂದು ನಿಶ್ಚಯಿಸಲಾಗಿತ್ತು ಮತ್ತು ಅವರ ಜೀವನದ ಎಲ್ಲ ಶಾಖೆಗಳನ್ನೂ ಆವರಿಸಿಕೊಳ್ಳುವಂತೆ ಕೆಲಸ ಮಾಡಲು ನಿರ್ಧರಿಸಲಾಯ್ತು.

ಈ ಕೆಲಸಕ್ಕೆ ವೈದ್ಯರ ಅಗತ್ಯವಿತ್ತು. ದಿವಂಗತ ಡಾ ದೇವ್ ಅವರ ಸೇವೆಯನ್ನು ನಮಗೆ ಒದಗಿಸುವಂತೆ ನಾನು ಸರ್ವೆಂಟ್ಸ್ ಆಫ್ ಇಂಡಿಯಾ ಸೊಸೈಟಿಯನ್ನು ಪ್ರಾರ್ಥಿಸಿದೆ. ನಾವಿಬ್ಬರೂ ಒಳ್ಳೆಯ ಗೆಳೆಯರಾಗಿದ್ದೆವು. ಅವರು ಕೂಡಾ ಆರು ತಿಂಗಳುಗಳ ಕಾಲ ಸೇವೆ ಸಲ್ಲಿಸಲು ಒಪ್ಪಿಕೊಂಡರು. ಶಿಕ್ಷಕರು ಅಂದರೆ ಪುರುಷ ಮತ್ತು ಮಹಿಳಾಶಿಕ್ಷಕರೆಲ್ಲರೂ ಅವರ ಕೈಕೆಳಗೆ ಕೆಲಸಮಾಡಬೇಕಾಗಿತ್ತು.

ಪ್ಲಾಂಟರುಗಳ ವಿರುದ್ಧ ಹೊರಿಸಲಾಗಿದ್ದ ದೂರುಗಳು ಮತ್ತು ಅವರ ರಾಜಕೀಯದಲ್ಲಿ ಯಾವುದೇ ರೀತಿಯಲ್ಲೂ ಪ್ರವೇಶಿಸಬಾರದೆಂದು ಅವರೆಲ್ಲರಿಗೂ ಆದೇಶಿಸಲಾಗಿತ್ತು. ಯಾವುದೇ ದೂರುಗಳನ್ನು ಸಲ್ಲಿಸುವವರು ಬಂದರೆ ಅವರನ್ನು ನನ್ನ ಬಳಿಗೆ ಕಳಿಸಬೇಕೆಂದು ಅವರಿಗೆ ತಿಳಿಸಿದ್ದೆ. ಯಾರೂ ತಮ್ಮ ಕ್ಷೇತ್ರವನ್ನು ಬಿಟ್ಟು ಹೊರಕ್ಕೆ ಹೋಗುವ ಸಾಹಸ ಮಾಡಬಾರದೆಂದು ತಿಳಿಸಲಾಗಿತ್ತು. ಗೆಳೆಯರು ತತ್ವನಿಷ್ಠೆಯನ್ನಿಟ್ಟುಕೊಂಡು ಈ ಆದೇಶಗಳನ್ನು ಪಾಲಿಸಿದರು. ಆಶಿಸ್ತಿನ ಒಂದೇ ಒಂದು ಪ್ರಸಂಗ ನನ್ನ ನೆನಪಲ್ಲಿಲ್ಲ.

18. ಹಳ್ಳಿಯ ಒಳಹೊಕ್ಕು ನೋಡುವುದು

ಸಾಧ್ಯವಾದಷ್ಟು ಮಟ್ಟಿಗೆ ಪ್ರತಿಯೊಂದು ಶಾಲೆಯನ್ನು ಒಬ್ಬ ಪುರುಷ ಮತ್ತು ಒಬ್ಬಳು ಮಹಿಳೆಯ ವಶಕ್ಕೆ ಒಪ್ಪಿಸಿದ್ದೆವು. ಈ ಸ್ವಯಂಸೇವಕರುಗಳು ವೈದ್ಯಕೀಯಸೌಕರ್ಯ ಮತ್ತು ನೈರ್ಮಲ್ಯದ ವಿಷಯಗಳನ್ನು ನೋಡಿಕೊಳ್ಳ ಬೇಕಾಗಿತ್ತು. ಮಹಿಳೆಯರನ್ನು ಮಹಿಳೆಯರ ಮೂಲಕ ಸಂಪರ್ಕಿಸಬೇಕಾಗಿತ್ತು.

ವೈದ್ಯಕೀಯ ಸಹಾಯ ನೀಡುವುದು ತುಂಬಾ ಸರಳ ವ್ಯವಹಾರವಾಗಿತ್ತು. ಸ್ವಯಂಸೇವಕರುಗಳಿಗೆ ಕೇವಲ ಹರಳೆಣ್ಣೆ. ಕ್ವಿನೀನ್ (ಸಿಂಕೋನ ಮರದ ತೊಗಟೆಯಲ್ಲಿ ದೊರಕುವ ಹಾಗೂ ಮಲೇರಿಯ ಜ್ವರಕ್ಕೆ ಬಳಸುವ ಔಷಧಿ) ಮತ್ತು ಸಲ್ಫರ್ (ಗಂಧಕ) ಮುಲಾಮನ್ನು ಔಷಧಿಗಳೆಂದು ಒದಗಿಸಲಾಗಿತ್ತು. ರೋಗಿಯು ಪೊರೆಕಟ್ಟಿರುವ (ಫರ್ಡ್) ನಾಲಿಗೆಯನ್ನು ತೋರಿಸಿದರೆ ಅಥವಾ ಮಲ ವಿಸರ್ಜನೆ ಸರಿಯಾಗಿ ಆಗುತ್ತಿಲ್ಲವೆಂದು ದೂರಿದರೆ ಹರಳೆಣ್ಣೆಯನ್ನು ಕುಡಿಸಲಾಗುತ್ತಿತ್ತು. ಜ್ವರ ಬಂದ ರೋಗಿಗೆ ಮೊದಲು ಗೊತ್ತಾದ ಪ್ರಮಾಣದಲ್ಲಿ ಹರಳೆಣ್ಣೆಯನ್ನು ಕುಡಿಸಿ ಕ್ವಿನೀನ್‌ಅನ್ನು ಕೊಡಲಾಗುತ್ತಿತ್ತು. ಕುರುಗಳು, ಕೀವುಗುಳ್ಳೆ, ಮತ್ತು ನವೆ, ತುರಿಗಳ ಪೀಡೆಗೆ ಒಳಗಾಗಿದ್ದ ರೋಗಿಯ ದೇಹದ ಭಾಗಗಳನ್ನು ಚೆನ್ನಾಗಿ

ತೊಳೆದು ತರುವಾಯ ಸಲ್ಫರ್ ಮುಲಾಮನ್ನು ಸವರಲಾಗುತ್ತಿತ್ತು. ಯಾವ ರೋಗಿಗೂ ಯಾವುದೇ ಔಷಧಿಯನ್ನು ಮನೆಗೆ ತೆಗೆದುಕೊಂಡು ಹೋಗಲು ಅನುಮತಿ ಇರಲಿಲ್ಲ. ಏನಾದರೂ ತೊಡಕು ಉಂಟಾದರೆ ಡಾ. ದೇವ್ ಅವರ ಸಲಹೆಯನ್ನು ಪಡೆಯಲಾಗುತ್ತಿತ್ತು. ಡಾ. ದೇವ್ ವಾರದಲ್ಲಿ ನಿರ್ದಿಷ್ಟಪಡಿಸಿದ ದಿವಸಗಳಲ್ಲಿ ಪ್ರತಿಯೊಂದು ಕೇಂದ್ರಕ್ಕೂ ಭೇಟಿ ನೀಡುತ್ತಿದ್ದರು.

ಸಾಕಷ್ಟು ಜನರು ಈ ಸರಳ ಸೌಲಭ್ಯವನ್ನು ಬಳಸಿಕೊಂಡರು. ಸರ್ವೇಸಾಮಾನ್ಯವಾಗಿ ಕಂಡುಬರುತ್ತಿದ್ದ ರೋಗಗಳು ಹೆಚ್ಚಿಗೆ ಇರಲಿಲ್ಲ ಮತ್ತು ಸರಳ ಚಿಕಿತ್ಸೆ ಕೊಟ್ಟರೇ ಈ ಕಾಯಿಲೆಗಳು ವಾಸಿಯಾಗುತ್ತಿದ್ದವು. ಈ ಕಾಯಿಲೆಗಳಿಗೆ ತಜ್ಞರ ನೆರವು ಬೇಕಾಗಿರಲಿಲ್ಲ. ಆದ್ದರಿಂದ ಈ ಕಾರ್ಯ ಯೋಜನೆ ಅಚ್ಚರಿ ತರುವಂತಹದೇನೂ ಆಗಿರಲಿಲ್ಲ.

ನೈರ್ಮಲ್ಯ ಕಷ್ಟಕರವಾದ ಕೆಲಸವಾಗಿತ್ತು. ಜನರು ತಾವಾಗಿ ಏನನ್ನಾದರೂ ಮಾಡಲು ಸಿದ್ಧರಾಗಿರಲಿಲ್ಲ. ಜಮೀನಿನಲ್ಲಿ ಕೆಲಸಮಾಡುವ ಕೂಲಿಗಳು ಕೂಡಾ ತಮ್ಮ ಸ್ವಂತದ ನೈರ್ಮಲ್ಯದ ಕಡೆಗೆ ಅಂದರೆ ತಮ್ಮ ಹೊಲಸನ್ನು ತೆಗೆದುಹಾಕಲು ತಯಾರಿರಲಿಲ್ಲ. ಆದರೆ ಡಾ. ದೇವ್ ಸುಲಭವಾಗಿ ಹಿಂಜರಿಯುವವರಾಗಿರಲಿಲ್ಲ. ಅವರು ಮತ್ತು ಅವರ ಸ್ವಯಂಸೇವಕರುಗಳು ಹಳ್ಳಿಯನ್ನು ಆದರ್ಶಪ್ರಾಯವಾಗಿ ಚೊಕ್ಕಟಮಾಡಲು ತಮ್ಮ ಶಕ್ತಿಯನ್ನೆಲ್ಲ ಕೇಂದ್ರೀಕರಿಸಿದರು. ಅವರು ರಸ್ತೆಗಳನ್ನು ಮತ್ತು ಅಂಗಳಗಳನ್ನು ಗುಡಿಸಿ ಚೊಕ್ಕಟಮಾಡಿದರು, ಬಾವಿಗಳಲ್ಲಿದ್ದ ಕಶ್ಮಲವನ್ನು ಹೊರಗೆ ತೆಗೆದುಹಾಕಿದರು, ಸಮೀಪದಲ್ಲಿದ್ದ ಹೊಂಡಗಳನ್ನು ತುಂಬಿಸಿದರು ಮತ್ತು ಹಳ್ಳಿಗರೇ ತಮ್ಮತಮ್ಮಲ್ಲೆ ಸ್ವಯಂ ಸೇವಕರುಗಳನ್ನು ಆರಿಸಿಕೊಳ್ಳುವಂತೆ ಪ್ರೀತಿಯಿಂದ ಅವರಿಗೆ ಮನವರಿಕೆ ಮಾಡಿಕೊಟ್ಟರು ಕೆಲವು ಹಳ್ಳಿಗಳಲ್ಲಿ ಹಳ್ಳಿಯವರೇ ಸ್ವತಃ ಅಂತಹ ಕೆಲಸ ಮಾಡುವಂತೆ ಅವರನ್ನು ಪ್ರೇರೇಪಿಸಿದರು. ಇತರ ಹಳ್ಳಿಗಳಲ್ಲಿ ಜನರು ಎಷ್ಟೊಂದು ಉತ್ಸಾಹ ತೋರಿಸಿದರೆಂದರೆ ನನ್ನ ಕಾರ್‌ಗೆ ಒಂದು ಸ್ಥಳದಿಂದ ಮತ್ತೊಂದು ಸ್ಥಳಕ್ಕೆ ತೆರಳಲು ಅನುಕೂಲವಾಗುವಂತೆ ರಸ್ತೆಗಳನ್ನು ನಿರ್ಮಿಸಿ ಕೊಟ್ಟರು. ಈ ಮಧುರ ಅನುಭವಗಳ ಜತೆಯಲ್ಲಿ ಜನರು ನಿರಾಸಕ್ತಿಯನ್ನು ತೋರಿದ್ದರಿಂದ ಕಹಿ ಅನುಭವಗಳು ಅವುಗಳೊಂದಿಗೆ ಕೂಡಿಕೊಂಡಿದ್ದವು. ಕೆಲವು ಹಳ್ಳಿಗರು ಈ ಕೆಲಸ ಮಾಡಲು ತಮಗೆ ಇಷ್ಟವಿಲ್ಲವೆಂದು ಸ್ಪಷ್ಟವಾಗಿ ತಿಳಿಸಿದ್ದರು ಎಂಬ ನೆನಪು ನನ್ನಲ್ಲಿದೆ.

ಈಗ ನಾನು ಅನೇಕ ಸಭೆಗಳ ಮುಂದೆ ವಿವರಿಸುತ್ತಿರುವ ಒಂದು ಅನುಭವವನ್ನು ನಿರೂಪಿಸಿದರೆ ಅದು ಅಪ್ರಕೃತ ಎನಿಸಲಾರದು: ಭೀತಿಹರ್ವ ಒಂದು ಸಣ್ಣ ಹಳ್ಳಿಯಾಗಿದ್ದು ನಮ್ಮ ಒಂದು ಶಾಲೆ ಆ ಹಳ್ಳಿಯಲ್ಲಿತ್ತು. ಅದರ ಸಮೀಪದಲ್ಲಿದ್ದ ಒಂದು ಸಣ್ಣ ಹಳ್ಳಿಗೆ ನಾನು ಭೇಟಿ ಕೊಡಬೇಕಾಯ್ತು. ಅಲ್ಲಿ ಕೆಲವು ಮಹಿಳೆಯರು ತುಂಬಾ ಕೊಳಕಾದ ಉಡುಪುಗಳನ್ನು ಧರಿಸಿಕೊಂಡಿರುವುದನ್ನು ನಾನು ನೋಡಿದೆ. ಅದನ್ನು ಕಂಡು ನಾನು ನನ್ನ ಹೆಂಡತಿಗೆ ಅವರು ಏಕೆ ತಮ್ಮ ಬಟ್ಟೆಗಳನ್ನು ಒಗೆದುಕೊಳ್ಳುವುದಿಲ್ಲ ಎಂದು ವಿಚಾರಿಸಲು ತಿಳಿಸಿದೆ. ನನ್ನ ಹೆಂಡತಿ ಅವರ ಜತೆಯಲ್ಲಿ ಮಾತಾಡಿದಳು. ಅವರಲ್ಲೊಬ್ಬಳು ಮಹಿಳೆ ನನ್ನ ಹೆಂಡತಿಯನ್ನು ಆಕೆಯ ಗುಡಿಸಿಲಿಗೆ ಕರೆದುಕೊಂಡು ಹೋದಳು ಮತ್ತು ಹೇಳಿದಳು: 'ಈಗ ನೋಡಿ. ಇತರ ಬಟ್ಟೆಗಳನ್ನು ಇಟ್ಟುಕೊಳ್ಳಲು ಪೆಟ್ಟಿಗೆ ಅಥವಾ ಕಪಾಟು ಇಲ್ಲ. ನಾನುಟ್ಟಿರುವ ಸೀರೆಯೊಂದೇ ನನ್ನ ಬಳಿ ಇರುವುದು. ನಾನು ಹೇಗೆ ಅದನ್ನು ಒಗೆದುಕೊಳ್ಳಲಿ? ಮಹಾತ್ಮಾಜೀಅವರಿಗೆ ಹೇಳಿ ನನಗೊಂದು

ಸೀರೆಯನ್ನು ಕೊಡಿಸಿ. ಆಗ ನಾನು ಪ್ರತಿ ದಿನವೂ ಸ್ನಾನಮಾಡುತ್ತೇನೆ ಮತ್ತು ಶುಭ್ರವಾಗಿರುವ ಉಡುಪನ್ನು ಧರಿಸಿಕೊಳ್ಳುತ್ತೇನೆ ಎಂದು ಮಾತು ಕೊಡುತ್ತೇನೆ.'

ಈ ಗುಡಿಸಲೊಂದೇ ಅಪವಾದವಾಗಿ ಉಳಿದುಕೊಂಡಿಲ್ಲ. ಈ ಮಾದರಿಯ ಗುಡಿಸಲುಗಳನ್ನು ಭಾರತದ ಅನೇಕ ಹಳ್ಳಿಗಳಲ್ಲಿ ಕಾಣಬಹುದು. ಭಾರತದಲ್ಲಿರುವ ಅಸಂಖ್ಯಾತ ಗುಡಿಸಲುಗಳಲ್ಲಿ ಪೀಠೋಪಕರಣಗಳಿಲ್ಲ, ಮತ್ತು ಬದಲಾಯಿಸಿಕೊಳ್ಳಲು ಬಟ್ಟೆಗಳು ಕೂಡಾ ಇಲ್ಲ. ತಮ್ಮ ಮಾನವನ್ನು ಕೇವಲ ಚಿಂದಿಯಿಂದ ಮುಚ್ಚಿಕೊಂಡಿರುತ್ತಾರೆ.

ಇನ್ನೂ ಒಂದು ಅನುಭವವನ್ನು ಇಲ್ಲಿ ದಾಖಲಿಸುತ್ತಿದ್ದೇನೆ. ಚಂಪಾರಣ್‌ನಲ್ಲಿ ಹುಲ್ಲಿಗೆ ಇಲ್ಲವೇ ಬಿದಿರಿಗೆ ದಾರಿದ್ರ್ಯವಿಲ್ಲ. ಭೀತಿಹರ್ವದಲ್ಲಿ ಅವರು ಶಾಲಾಕುಟಿರವನ್ನು ಈ ಪದಾರ್ಥಗಳಿಂದ ಕಟ್ಟಿದ್ದರು. ಯಾರೋ ಒಬ್ಬರು - ಪ್ರಾಯಶಃ ನೆರೆಯಲ್ಲಿದ್ದ ಯಾವನೋ ಒಬ್ಬ ಪ್ಲಾಂಟರ್‌ನ ಕಡೆಯವರು ಒಂದು ದಿನ ರಾತ್ರಿ ಅದಕ್ಕೆ ಬೆಂಕಿಯಿಟ್ಟರು. ಬಿದಿರು ಮತ್ತು ಹುಲ್ಲಿನಿಂದ ಇನ್ನೊಂದು ಗುಡಿಸಲನ್ನು ಕಟ್ಟುವುದು ಸೂಕ್ತವಲ್ಲ ಎಂದು ಭಾವಿಸಲಾಯ್ತು. ಈ ಶಾಲೆ ಸಾರ್ಜೆಂಟ್ ಸೋಮನ್ ಮತ್ತು ಕಸ್ತೂರ್‌ಬಾಯ್‌ಅವರ ಮೇಲ್ವಿಚಾರಣೆಗೆ ಒಳಪಟ್ಟಿತ್ತು. ಸೋಮನ್ ಪಕ್ಕಾ (ದೃಢವಾಗಿ ನಿಲ್ಲುವಂತೆ ಕಟ್ಟಿದ) ಕಟ್ಟಡವನ್ನು ಕಟ್ಟಲು ತೀರ್ಮಾನಿಸಿದರು. ಅವರ ಶ್ರಮದ ಸೋಂಕಿಗೆ (ಪ್ರಭಾವಕ್ಕೆ) ಒಳಗಾಗಿ ಅನೇಕರು ಅವರಿಗೆ ಸಹಕಾರ ನೀಡಿದರು. ಬಹುಬೇಗನೇ ಒಂದು ಇಟ್ಟಿಗೆಯ ಮನೆಯನ್ನು ಕಟ್ಟಲಾಯ್ತು. ಈಗ ಈ ಕಟ್ಟಡಕ್ಕೆ ಸುಟ್ಟುಹೋಗುವ ಭೀತಿಯೇ ಇರಲಿಲ್ಲ.

ಈ ಪ್ರಕಾರ ಸ್ವಯಂಸೇವಕರುಗಳು ತಮ್ಮ ಶಾಲೆಗಳ ಮೂಲಕ, ನೈರ್ಮಲ್ಯದ ಕೆಲಸಗಳ ಮೂಲಕ ಮತ್ತು ವೈದ್ಯಕೀಯ ಸಹಾಯವನ್ನು ಕೊಡುವ ಮೂಲಕ ಹಳ್ಳಿಯ ಜನರ ವಿಶ್ವಾಸವನ್ನು ಮತ್ತು ಗೌರವವನ್ನು ಗಳಿಸಿಕೊಂಡರು. ಹಳ್ಳಿಗರ ಮೇಲೆ ಒಳ್ಳೆಯ ಪ್ರಭಾವ ಬೀರಲು ಸಮರ್ಥರಾದರು.

ಆದರೆ ಈ ರಚನಾತ್ಮಕ ಕಾರ್ಯವನ್ನು ಖಾಯಮ್ಮಾಗಿ ನಡೆಸಿಕೊಂಡು ಹೋಗಬೇಕೆಂಬ ನನ್ನ ಆಸೆ ಈಡೇರಲಿಲ್ಲ ಎಂಬುದನ್ನು ಒಪ್ಪಿಕೊಳ್ಳಲೇಬೇಕು. ಸ್ವಯಂಸೇವಕರುಗಳು ಸ್ವಲ್ಪಕಾಲ ಮಾತ್ರ ಕೆಲಸ ಮಾಡಲು ಇಲ್ಲಿಗೆ ಬಂದಿದ್ದರು. ಹೊರಗಡೆಯಿಂದ ಇನ್ನೂ ಹೆಚ್ಚು ಜನರನ್ನು ಕರೆಸಿಕೊಳ್ಳಲು ನನಗೆ ಸಾಧ್ಯವಾಗಲಿಲ್ಲ. ಖಾಯಮ್ಮಾಗಿ ಯಾವುದೇ ಪ್ರತಿಫಲವನ್ನು ಅಪೇಕ್ಷಿಸದೇ ಕೆಲಸಮಾಡುವವರು ಬಿಹಾರ್‌ನಲ್ಲಿ ದೊರೆಯಲಿಲ್ಲ. ಚಂಪಾರಣ್‌ನಲ್ಲಿ ನನ್ನ ಕೆಲಸ ಮುಗಿಯುವಷ್ಟರಲ್ಲಿ ನನಗಾಗಿ ಕಾಯುತ್ತಿದ್ದ ಹೊರಗಡೆಯ ಕೆಲಸ ನನ್ನನ್ನು ಬೇರೆಕಡೆಗೆ ಎಳೆದುಕೊಂಡು ಹೋಯಿತು. ಹಾಗಿದ್ದರೂ ಚಂಪಾರಣ್‌ನಲ್ಲಿ ಕೆಲವು ತಿಂಗಳುಗಳ ಕಾಲ ಮಾಡಿದ್ದ ಕೆಲಸ ನನ್ನಲ್ಲಿ ಆಳವಾಗಿ ಬೇರೂರಿತು. ಅದರ ಪ್ರಭಾವ ಒಂದಲ್ಲ ಒಂದು ರೂಪದಲ್ಲಿ ಇಂದೂ ಗಮನಕ್ಕೆ ಬರುತ್ತಿದೆ.

19. ಒಬ್ಬ ಗವರ್ನರ್ ಒಳ್ಳೆಯವರಾಗಿದ್ದಾಗ

ಒಂದೆಡೆಯಲ್ಲಿ ಈಗಾಗಲೇ ಬಂದಿರುವ ಅಧ್ಯಾಯಗಳಲ್ಲಿ ನಾನು ವಿವರಿಸುವಂತಹ ಆ ಬಗೆಯ ಸಾಮಾಜಿಕ ಸೇವಾಕಾರ್ಯ ನಡೆಯುತ್ತಿದ್ದರೆ ಇನ್ನೊಂದು ಕಡೆಯಲ್ಲಿ ರೈತರ ಕುಂದುಕೊರತೆಗಳ ಬಗ್ಗೆ ಹೇಳಿಕೆಗಳನ್ನು ದಾಖಲಿಸುವ ಕೆಲಸ ತ್ವರಿತವಾಗಿ ಮುಂದುವರೆಯುತ್ತಿತ್ತು. ಅಂತಹ ಸಾವಿರಾರು ಹೇಳಿಕೆಗಳನ್ನು ತೆಗೆದುಕೊಳ್ಳಲಾಗಿತ್ತು. ಅವುಗಳಿಂದ ಪರಿಣಾಮವಾಗದೇ ಇದ್ದೀತೆ?. ತಮ್ಮ ಹೇಳಿಕೆಗಳನ್ನು ಕೊಡಲು ಬರುತ್ತಿದ್ದ ರೈತರ ಸಂಖ್ಯೆ ಏರುತ್ತಿದ್ದುದನ್ನು ಕಂಡು ಪ್ಲಾಂಟರುಗಳ ಕಡುಕೋಪ ಹೆಚ್ಚುತ್ತ ಹೋಯಿತು. ನನ್ನ ವಿಚಾರಣೆಯನ್ನು ನಿಷ್ಫಲಗೊಳಿಸಲು ಅವರು ತಮಗೆ ಸಾಧ್ಯವಿರುವ ಎಲ್ಲ ಪ್ರಯತ್ನ ಮಾಡಿದರು.

ಒಂದು ದಿನ ನನಗೆ ಬಿಹಾರ್ ಸರ್ಕಾರದಿಂದ ಒಂದು ಪತ್ರ ಬಂತು. ಅದು ಹೀಗಿತ್ತು: 'ನಿಮ್ಮ ವಿಚಾರಣೆಸಾಕಷ್ಟು ಸುದೀರ್ಘವಾಗುತ್ತಿದೆ. ನೀವು ಈಗ ಇದನ್ನು ಮುಕ್ತಾಯಗೊಳಿಸಲಾರಿರಾ ಮತ್ತು ಬಿಹಾರವನ್ನು ಬಿಟ್ಟು ಹೋಗುವುದಿಲ್ಲವೆ? 'ಈ ಪತ್ರವನ್ನು ನಯನಾಜೂಕಿನ ಭಾಷೆಯಲ್ಲಿ ಬರೆಯಲಾಗಿತ್ತು. ಆದರೆ ಅದರ ಅರ್ಥ ಸ್ಪಷ್ಟವಾಗಿತ್ತು.

ನಾನು ಅವರಿಗೆ ಉತ್ತರ ಬರೆದು ಜನರಿಗೆ ಪರಿಹಾರವನ್ನು ದೊರಕಿಸಿಕೊಡುವವರೆಗೂ ವಿಚಾರಣೆಯು ಸುದೀರ್ಘವಾಗಿರುವುದೆಂದು ಮತ್ತು ಬಿಹಾರ್‌ಅನ್ನು ಬಿಟ್ಟುಹೊರಡುವ ಇಚ್ಛೆ ನನ್ನಲ್ಲಿಲ್ಲವೆಂದು ತಿಳಿಸಿದೆ. ರೈತರ ದೂರುಗಳು ಪ್ರಾಮಾಣಿಕವಾದವುಗಳೆಂದು ಒಪ್ಪಿಕೊಂಡು ಅವುಗಳನ್ನು ನಿವಾರಿಸುವ ಮೂಲಕ ನನ್ನ ವಿಚಾರಣೆಯನ್ನು ಸರ್ಕಾರವು ಕೊನೆಗೊಳಿಸಬಹುದೆಂದು ಅಥವಾ ರೈತರುಗಳು ಮೊದಲ ನೋಟದಲ್ಲೇ ಅಧಿಕೃತ ವಿಚಾರಣೆಗೆ ತಕ್ಕ ವ್ಯಾಜ್ಯವನ್ನು ಹೂಡಿದ್ದಾರೆಂದು ಅಂಗೀಕರಿಸಿ ಕೂಡಲೇ ಅಧಿಕೃತ ವಿಚಾರಣೆ ನಡೆಸಲು ತಕ್ಕ ತಜ್ಞ ಸಮಿತಿಯನ್ನು ಸರ್ಕಾರ ರಚಿಸಬೇಕು ಎಂದು ತಿಳಿಸಿದೆ.

ಲೆಫ್ಟಿನೆಂಟ್ ಗವರ್ನರ್ ಎಡ್ವರ್ಡ್ ಗೈಟ್ ತಮ್ಮನ್ನು ಭೇಟಿಮಾಡುವಂತೆ ನನಗೆ ತಿಳಿಸಿದರು. ಒಂದು ಸಮಿತಿಯನ್ನು ನೇಮಿಸಲು ತಾವು ಒಪ್ಪಿರುವುದಾಗಿ ತಿಳಿಸಿದರಲ್ಲದೇ ಆ ಸಮಿತಿಯ ಸದಸ್ಯನಾಗುವಂತೆ ನನಗೆ ಆಹ್ವಾನ ನೀಡಿದರು. ನಾನು ಇತರ ಸದಸ್ಯರುಗಳ ಹೆಸರುಗಳನ್ನು ವಿಚಾರಿಸಿ ತಿಳಿದುಕೊಂಡೆ. ನನ್ನ ಸಹ ಕಾರ್ಯಕರ್ತರುಗಳೊಂದಿಗೆ ಸಮಾಲೋಚನೆ ನಡೆಸಿದ ತರುವಾಯ ನಾನು ಸಮಿತಿಯಲ್ಲಿ ಸೇರಲು ಷರತ್ತಿನ ಮೇಲೆ ಒಪ್ಪಿಗೆ ಕೊಟ್ಟೆ. ವಿಚಾರಣೆ ಮುಂದುವರೆಯುತ್ತಿದ್ದ ಕಾಲದಲ್ಲಿ ನನ್ನ ಸಹಕಾರ್ಯಕರ್ತರುಗಳೊಂದಿಗೆ ಸಮಾಲೋಚನೆ ನಡೆಸುವ ಸ್ವಾತಂತ್ರ್ಯ ನನಗಿರಬೇಕು ಮತ್ತು ಸಮಿತಿಯ ಸದಸ್ಯನಾಗುವುದರಿಂದ ನಾನು ರೈತರ ವಕೀಲನಾಗಿ ಮುಂದುವರೆಯುವುದನ್ನು ನಿರಾಕರಿಸಬಾರದು ಎಂಬುದನ್ನು ಸರ್ಕಾರವು ಪರಿಗಣಿಸಬೇಕು ಎಂಬ ಷರತ್ತನ್ನು ಒಡ್ಡಿದೆ. ವಿಚಾರಣೆಯ ಫಲಿತಾಂಶವು ನನಗೆ ತೃಪ್ತಿ ಕೊಡದಿದ್ದರೆ, ಮುಂದೆ ಯಾವ ಕ್ರಮವನ್ನು ಕೈಗೊಳ್ಳಬೇಕು ಎಂದು ರೈತರಿಗೆ ಮಾರ್ಗದರ್ಶನ ನೀಡುವ ಸ್ವಾತಂತ್ರ್ಯ ನನಗಿರಬೇಕು ಎಂಬ ಷರತ್ತನ್ನು ಹಾಕಿದ್ದೆ.

ಸರ್ ಎಡ್ವರ್ಡ್ ಗೈಟ್ ಈ ಷರತ್ತು ನ್ಯಾಯಬದ್ಧವಾದದ್ದು ಮತ್ತು ಸರಿಯಾದದ್ದು ಎಂದು ಒಪ್ಪಿಕೊಂಡರು ಮತ್ತು ವಿಚಾರಣಾ ಸಮಿತಿಯನ್ನು ಘೋಷಿಸಿದರು. ದಿವಂಗತ ಸರ್ ಫ್ರಾಂಕ್ ಸ್ಲೈಅವರನ್ನು ಸಮಿತಿಯ ಅಧ್ಯಕ್ಷರೆಂದು ನೇಮಿಸಲಾಯ್ತು.

ಈ ಸಮಿತಿಯು ರೈತರ ಪರವಾಗಿದ್ದಂತೆ ತೋರಿತು. ಕಾನೂನು ಬಾಹಿರವಾಗಿ ಪ್ಲಾಂಟರುಗಳು ಸುಲಿಗೆ ಮಾಡಿದ್ದಾರೆಂದು ಸಮಿತಿಯು ಕಂಡುಹಿಡಿದಿರುವ ಹಣದಲ್ಲಿ ಒಂದು ಭಾಗವನ್ನು ರೈತರಿಗೆ ಹಿಂದಿರುಗಿಸಬೇಕೆಂದು ಸಮಿತಿಯು ಶಿಫಾರಸುಮಾಡಿತು. ಕಾಯಿದೆಯ ಮೂಲಕ ತೀನ್‌ಕಾಥಿಯ ಪದ್ಧತಿಯನ್ನು ರದ್ದುಮಾಡಬೇಕೆಂದು ಕೂಡಾ ಸಮಿತಿಯು ಶಿಫಾರಸುಮಾಡಿತು.

ಸಮಿತಿಯು ಸರ್ವಾನುಮತದ ವರದಿಯನ್ನು ತಯಾರಿಸುವಲ್ಲಿ ಸರ್ ಎಡ್ವರ್ಡ್ ಗೈಟ್ ಅವರ ಪಾಲು ಅಧಿಕವಾಗಿತ್ತು. ಸಮಿತಿಯ ಶಿಫಾರಸುಗಳಿಗನುಗುಣವಾಗಿ ಭೂಸ್ವತ್ತಿಗೆ ಸಂಬಂಧಿಸಿದ ಮಸೂದೆಯನ್ನು ಅಂಗೀಕರಿಸುವಲ್ಲಿ ಕೂಡಾ ಇವರ ಪಾತ್ರ ಗಮನಾರ್ಹವಾಗಿತ್ತು. ದೃಢವಾದ ಧೋರಣೆಯನ್ನು ಅವರು ಅನುಸರಿಸದಿದ್ದರೆ ಮತ್ತು ಈ ವಿಷಯದಲ್ಲಿ ತಮ್ಮ ಕೌಶಲವನ್ನು ಪ್ರದರ್ಶಿಸದಿದ್ದರೆ ಸಮಿತಿಯ ವರದಿಯು ಸರ್ವಾನುಮತದ್ದಾಗಿರುತ್ತಿರಲಿಲ್ಲ ಮತ್ತು ಭೂಸ್ವತ್ತಿಗೆ ಸಂಬಂಧಿಸಿದ ಮಸೂದೆ ಅಂಗೀಕೃತವಾಗುತ್ತಿರಲಿಲ್ಲ. ಪ್ಲಾಂಟರುಗಳು ಅಸಾಧಾರಣ ರೀತಿಯಲ್ಲಿ

ತಮ್ಮ ಶಕ್ತಿಯನ್ನು ಪ್ರಯೋಗಿಸಿದ್ದರು. ಸಮಿತಿಯು ವರದಿಯನ್ನು ಕೊಟ್ಟಿದ್ದರೂ ಪ್ಲಾಂಟರುಗಳು ಮಸೂದೆಗೆ ಪಟ್ಟುಬಿಡದೇ ಸತತವಾಗಿ ತಮ್ಮ ವಿರೋಧವನ್ನು ಪ್ರದರ್ಶಿಸಿದರು. ಆದರೆ ಸರ್ ಎಡ್ವರ್ಡ್ ಗೈಟ್ ಕಡೆಯವರೆಗೂ ದೃಢವಾಗಿದ್ದರು ಮತ್ತು ಸಮಿತಿಯ ಶಿಫಾರಸುಗಳನ್ನು ಪೂರ್ಣವಾಗಿ ಜಾರಿಗೆ ತಂದರು.

ಸುಮಾರು ಒಂದು ಶತಮಾನಕಾಲ ಅಸ್ತಿತ್ವದಲ್ಲಿದ್ದ ತೀನ್‌ಕಾಥಿಯ ವ್ಯವಸ್ಥೆಯು ಈ ಪ್ರಕಾರ ರದ್ದಾಯ್ತು ಮತ್ತು ಇದರಿಂದಾಗಿ ಪ್ಲಾಂಟರುಗಳ ರಾಜ್ಯ ಕೊನೆಗೊಂಡಿತು. ಎಂದಿನಿಂದಲೂ ತುಳಿತಕ್ಕೆ ಒಳಗಾಗಿದ್ದ ರೈತರು ಏನೋ ಒಂದು ರೀತಿಯಲ್ಲಿ ತಮಗೆ ನ್ಯಾಯವಾಗಿ ಸಿಗಬೇಕಾಗಿದ್ದ ಭೂಮಿಯುನ್ನು ತಮ್ಮ ವಶಕ್ಕೆ ಪಡೆದುಕೊಂಡರು. ನೀಲಿಯ ಕಲೆ ಎಂದೆಂದೂ ತೊಳೆದುಹೋಗುವುದಿಲ್ಲ ಎಂಬ ಮೂಢನಂಬಿಕೆ ಹಾರಿಹೋಗಿ ಮಾಯವಾಯ್ತು.

ಕೆಲವು ವರ್ಷಗಳ ಕಾಲ ರಚನಾತ್ಮಕ ಕಾರ್ಯವನ್ನು ಮುಂದುವರೆಸಬೇಕೆಂದು ನಾನು ಇಷ್ಟಪಟ್ಟಿದ್ದೆ. ಹೆಚ್ಚು ಶಾಲೆಗಳನ್ನು ಪ್ರಾರಂಭಿಸಬೇಕೆಂದು ಮತ್ತು ಹಳ್ಳಿಗಳ ಒಳಹೊಕ್ಕು ಇನ್ನೂ ಪರಿಣಾಮಕಾರಿಯಾಗಿ ಕೆಲಸಮಾಡಬೇಕೆಂದು ಬಯಸಿದ್ದೆ. ಅದಕ್ಕೆ ನೆಲೆಗಟ್ಟನ್ನು ಸಿದ್ಧಗೊಳಿಸಲಾಗಿತ್ತು. ಆದರೆ ದೇವರಿಗೆ ಅದು ಇಷ್ಟವಾಗಿರಲಿಲ್ಲ. ಹಿಂದೆ ಅನೇಕ ಬಾರಿ ನಡೆದಂತೆ ನನ್ನ ಯೋಜನೆಗಳು ಕಾರ್ಯರೂಪಕ್ಕೆ ಬರಲು ದೇವರು ಅವಕಾಶ ಕೊಡಲಿಲ್ಲ. ವಿಧಿ ಬೇರೆ ಏನನ್ನೋ ತೀರ್ಮಾನಿಸಿತ್ತು. ನನ್ನನ್ನು ಬೇರೆ ಕಡೆಗೆ ಕೆಲಸಮಾಡಲು ಅದು ಎಳೆದುಕೊಂಡು ಹೋಯಿತು.

20. ಶ್ರಮಿಕರೊಡನೆ ಸಂಪರ್ಕ

ನಾನು ಸಮಿತಿಯ ಕೆಲಸವನ್ನು ಮುಕ್ತಾಯ ಗೊಳಿಸುವಷ್ಟರಲ್ಲಿ ಸಾರ್ಜೆಂಟರುಗಳಾದ ಮೋಹನ್‌ಲಾಲ್ ಪಾಂಡ್ಯ, ಮತ್ತು ಶಂಕರ್‌ಲಾಲ್ ಪಾರೀಖ್‌ಅವರುಗಳು ಬರೆದ ಪತ್ರ ನನ್ನ ಕೈಸೇರಿತು. ಖೇಡಾ ಜಿಲ್ಲೆಯಲ್ಲಿ ಬೆಳೆ ವಿಫಲವಾಗಿದೆಯೆಂದು ಮತ್ತು ಕಂದಾಯ ಕೊಡಲು ಅಸಮರ್ಥರಾಗಿರುವ ರೈತರಿಗೆ ಮಾರ್ಗದರ್ಶನ ನೀಡಬೇಕೆಂದು ಅವರು ನನ್ನನ್ನು ಕೇಳಿಕೊಂಡಿದ್ದರು. ಆದರೆ ಆ ಸ್ಥಳಕ್ಕೆ ಭೇಟಿ ನೀಡಿ ಖುದ್ದಾಗಿ ವಿಚಾರಿಸದೇ ಅವರಿಗೆ ಸಲಹೆ ಕೊಡುವ ಧೈರ್ಯ ಅಥವಾ ಸಾಮರ್ಥ್ಯ ನನ್ನಲ್ಲಿರಲಿಲ್ಲ ಇಲ್ಲವೇ ಅಂತಹ ಇಷ್ಟ ಕೂಡಾ ಇರಲಿಲ್ಲ.

ಅದೇ ಕಾಲದಲ್ಲಿ ಶ್ರೀಮತಿ ಅನುಸೂಯಾಬಾಯ್ ಅಹ್‌ಮದಾಬಾದ್‌ನ ಶ್ರಮಿಕರ ಪರಿಸ್ಥಿತಿಯ ಬಗ್ಗೆ ಬರೆದಿದ್ದ ಪತ್ರ ಕೂಡಾ ನನ್ನ ಕೈಸೇರಿತ್ತು. ಶ್ರಮಿಕರಿಗೆ ಕಡಿಮೆ ಕೂಲಿ ಕೊಡುತ್ತಿದ್ದಾರೆಂದೂ ಮತ್ತು ಶ್ರಮಿಕರು ತುಂಬಾ ದಿನಗಳಿಂದ ಬಡತಿ (ಇನ್-ಕ್ರಿ-ಮೆಂಟ್)ಯ ಬಗ್ಗೆ ಚಳವಳಿ ಹೂಡಿದ್ದಾರೆಂದು ಅವರು ತಿಳಿಸಿದ್ದರು. ಸಾಧ್ಯವಾದರೆ ಶ್ರಮಿಕರಿಗೆ ಮಾರ್ಗದರ್ಶನ ನೀಡಲು ನಾನು ಬಯಸಿದ್ದೆ. ತುಂಬಾ ದೂರದಲ್ಲಿದ್ದುಕೊಂಡು ಗಣನೀಯವಾಗಿ ಸಣ್ಣದಾಗಿದ್ದ ಈ ಪ್ರಸಂಗದಲ್ಲಿ

ನಿರ್ದೇಶನ ನೀಡುವ ವಿಶ್ವಾಸ ನನ್ನಲ್ಲಿರಲಿಲ್ಲ. ಆದ್ದರಿಂದ ನಾನು ಮೊದಲ ಅವಕಾಶವನ್ನು ಅಹ್‌ಮದಾಬಾದ್‌ಗೆ ಹೋಗಲು ಬಳಸಿಕೊಂಡೆ. ಈ ಎರಡೂ ವಿಷಯಗಳನ್ನು ತ್ವರಿತವಾಗಿ ಮುಗಿಸಿಕೊಂಡು ಮತ್ತೆ ಚಂಪಾರಣ್‌ಗೆ ಹಿಂದಿರುಗಿ ಅಲ್ಲಿ ಪ್ರಾರಂಭಿಸಲಾಗಿದ್ದ ರಚನಾತ್ಮಕ ಕೆಲಸದ ಮೇಲ್ವಿಚಾರಣೆಯನ್ನು ನೋಡಿಕೊಳ್ಳಬೇಕೆಂದು ಅಪೇಕ್ಷಿಸಿದ್ದೆ.

ಆದರೆ ನಾನು ಇಷ್ಟಪಟ್ಟ ರೀತಿಯಲ್ಲಿ ಚುರುಕಾಗಿ ಕೆಲಸಗಳು ನಡೆಯಲಿಲ್ಲ. ಆದ್ದರಿಂದ ನನಗೆ ಚಂಪಾರಣ್‌ಗೆ ಹಿಂದಿರುಗಲು ಸಾಧ್ಯವಾಗಲಿಲ್ಲ. ಈ ಕಾರಣದಿಂದಾಗಿ ಅಲ್ಲಿ ಒಂದಾದ ಮೇಲೆ ಒಂದರಂತೆ ಶಾಲೆಗಳು ಮುಚ್ಚಲ್ಪಟ್ಟವು. ನನ್ನ ಸಹಕಾರ್ಯಕರ್ತರುಗಳು ಮತ್ತು ನಾನು ಗಾಳಿಯಲ್ಲಿ ಅನೇಕ ಮಹಲುಗಳನ್ನು (ಅಂದರೆ ಗಾಳಿಗೋಪುರ) ಕಟ್ಟಿದ್ದೆವು. ಅವೆಲ್ಲವೂ ಸದ್ಯಕ್ಕೆ ಅದೃಶ್ಯವಾದವು.

ಇವುಗಳಲ್ಲಿ ಒಂದು ಕಾರ್ಯವೆಂದರೆ ಚಂಪಾರಣ್‌ನಲ್ಲಿ ಗ್ರಾಮ ನೈರ್ಮಲ್ಯ ಮತ್ತು ಶಿಕ್ಷಣದ ಜತೆಯಲ್ಲಿ ಗೋರಕ್ಷಣೆ ಕುರಿತದ್ದಾಗಿತ್ತು. ಪ್ರಯಾಣ ಕಾಲದಲ್ಲಿ ಗೋ ರಕ್ಷಣೆ ಮತ್ತು ಹಿಂದಿ ಪ್ರಚಾರ ಮಾರವಾಡಿಗಳಿಗೆ ವಿಶಿಷ್ಟವಾಗಿದ್ದ ದೃಡ ಶ್ರದ್ಧೆಯಾಗಿತ್ತು ಎಂಬುದನ್ನು ನಾನು ಗಮನಿಸಿದ್ದೆ. ನಾನು ಬೆತ್ತಿಯದಲ್ಲಿದ್ದಾಗ ಮಾರವಾಡಿ ಗೆಳೆಯನೊಬ್ಬ ಅವನ ಧರ್ಮಶಾಲೆಯಲ್ಲಿ ಆಶ್ರಯಕೊಟ್ಟಿದ್ದ. ಆ ಊರಿನ ಇತರ ಮಾರವಾಡಿಗಳು ಗೋಶಾಲೆ (ಡೈರಿ)ಯ ಬಗ್ಗೆ ತುಂಬಾ ಆಸಕ್ತಿ ವಹಿಸುತ್ತಿದ್ದುದನ್ನು ಕಂಡು ನನ್ನಲ್ಲೂ ಆಸಕ್ತಿ ಹುಟ್ಟಿಕೊಂಡಿತ್ತು. ಗೋರಕ್ಷಣೆ ಕುರಿತ ವಿಚಾರಗಳು ಖಂಡಿತವಾಗಿಯೂ ಆ ಸಮಯದಲ್ಲಿ ರೂಪುಗೊಂಡವು ಮತ್ತು ಈ ಕೆಲಸದ ಕಲ್ಪನೆ ಇಂದು ಕೂಡಾ ಹಾಗೆಯೇ ಇದೆ. ನನ್ನ ಅಭಿಪ್ರಾಯದಲ್ಲಿ ಗೋರಕ್ಷಣೆಯಲ್ಲಿ ಗೋಸಂತಾನಾಭಿವೃದ್ಧಿ, ಗೋವಿನ ಕುಲದ ಸುಧಾರಣೆ, ಎತ್ತುಗಳನ್ನು ಕರುಣೆಯಿಂದ ನೋಡಿಕೊಳ್ಳುವುದು, ಮಾದರಿ ಗೋಶಾಲೆಗಳನ್ನು ರೂಪಿಸುವುದು ಮುಂತಾದವು ಸೇರಿವೆ. ಮಾರವಾಡಿ ಗೆಳೆಯರು ಈ ಕಾರ್ಯದಲ್ಲಿ ಪೂರ್ಣ ಸಹಕಾರ ನೀಡುವುದಾಗಿ ಮಾತು ಕೊಟ್ಟರು. ಆದರೆ ನಾನು ಚಂಪಾರಣ್‌ನಲ್ಲಿ ಖಾಯಮ್ಮಾಗಿ ನೆಲೆ ನಿಲ್ಲದ್ದರಿಂದ ಈ ಯೋಜನೆಯನ್ನು ಕಾರ್ಯಗತಗೊಳಿಸಲು ಸಾಧ್ಯವಾಗಲಿಲ್ಲ.,

ಬೆತ್ತಿಯದಲ್ಲಿ ಗೋಶಾಲೆ ಇನ್ನೂ ಇದೆ. ಆದರೆ ಅದು ಮಾದರಿ ಗೋಶಾಲೆಯಾಗಿಲ್ಲ. ಚಂಪಾರಣ್‌ನ ಎತ್ತು ತನ್ನ ಶಕ್ತಿಮೀರಿ ಇನ್ನೂ ಕೆಲಸಮಾಡುತ್ತಿದೆ. ಹಿಂದೂಗಳೆಂದು ಕರೆದುಕೊಳ್ಳುವವನು ಈ ಬಡ ಪ್ರಾಣಿಯನ್ನು ನಿರ್ದಯವಾಗಿ ಇನ್ನೂ ಸದೆಬಡಿಯುತ್ತಿದ್ದಾನೆ ಮತ್ತು ತನ್ನ ಧರ್ಮಕ್ಕೆ ಅಪಕೀರ್ತಿ ತರುತ್ತಿದ್ದಾನೆ.

ಈ ಕೆಲಸ ಕಾರ್ಯರೂಪಕ್ಕೆ ಬರದೇ ಹಾಗೆಯೇ ಉಳಿದುಕೊಂಡಿದ್ದಕ್ಕಾಗಿ ಎಂದೆಂದೂ ನಾನು ವಿಷಾದ ಪಡುತ್ತೇನೆ. ನಾನು ಚಂಪಾರಣ್‌ಗೆ ಹೋದಾಗ ಮತ್ತು ಮಾರವಾಡಿ ಮತ್ತು ಬಿಹಾರಿಯ ಮೃದು ಸ್ವರದಲ್ಲಿ ದೂಷಣೆಯನ್ನು ಕೇಳಿದಾಗ, ಇದ್ದಕ್ಕಿದ್ದಂತೆ ಕೈಬಿಟ್ಟಿದ್ದ ಆ ಎಲ್ಲ ಯೋಜನೆಗಳನ್ನು ದೀರ್ಘವಾಗಿ, ನಿಟ್ಟುಸಿರುಬಿಡುತ್ತ ಮತ್ತೆ ನೆನಪಿಗೆ ತಂದುಕೊಳ್ಳುತ್ತೇನೆ.

ಶಿಕ್ಷಣಕ್ಕೆ ಸಂಬಂಧಿಸಿದ ಕಾರ್ಯ ಒಂದಲ್ಲ ಒಂದು ರೀತಿಯಲ್ಲಿ ಅನೇಕ ಸ್ಥಳಗಳಲ್ಲಿ ನಡೆಯುತ್ತಿದೆ. ಆದರೆ ಗೋರಕ್ಷಣೆಯ ಕಾರ್ಯವನ್ನು ಬುಡದಿಂದ ಕೈಗೆತ್ತಿಕೊಳ್ಳಬೇಕಾಗುತ್ತದೆ. ಆದ್ದರಿಂದ ಈ ಕಾರ್ಯ ನಾನು ಸಂಕಲ್ಪಿಸಿದ್ದ ದಿಕ್ಕಿನಲ್ಲಿ ಮುಂದುವರೆದಿಲ್ಲ.

ಖೇಡಾ ರೈತರ ಪ್ರಶ್ನೆಯನ್ನು ಚರ್ಚಿಸುತ್ತಿರುವಷ್ಟರಲ್ಲಿ ನಾನು ಆಗಲೇ ಅಹ್‌ಮದಾಬಾದ್‌ನ ಗಿರಿಣಿ ಕೈಗಳ (ಶ್ರಮಿಕರ) ಪ್ರಶ್ನೆಯನ್ನು ಕೈಗೆತ್ತಿಕೊಂಡಿದ್ದೆ.

ನಾನು ತುಂಬಾ ಸೂಕ್ಷ್ಮ ಪರಿಸ್ಥಿತಿಯಲ್ಲಿದ್ದೆ. ಗಿರಣಿ ಶ್ರಮಿಕರ ವಾದ ಬಲವಾಗಿತ್ತು. ಶ್ರೀಮತಿ ಅನುಸೂಯಾ ಬಾಯ್ ಅವರ ಸ್ವಂತ ಸಹೋದರ ಸಾರ್ಜೆಂಟ್ ಅಂಬಾಲಾಲ್ ಸಾರಾಭಾಯ್ ವಿರುದ್ಧ ಹೋರಾಡಬೇಕಾಗಿತ್ತು. ಅಂಬಾಲಾಲ್ ಗಿರಣಿ ಮಾಲಿಕರುಗಳ ಪರವಾಗಿ ಹೋರಾಟದ ನೇತೃತ್ವ ವಹಿಸಿದ್ದ. ನನ್ನ ಸಂಬಂಧ ಅವರೊಂದಿಗೆ ಸ್ನೇಹಪರವಾಗಿತ್ತು. ಆದ್ದರಿಂದ ಅವರೊಂದಿಗೆ ಹೋರಾಡುವುದು ನನಗೆ ತುಂಬಾ ಕಷ್ಟಕರವಾಗಿತ್ತು. ನಾನು ಅವರೊಂದಿಗೆ ಸಮಾಲೋಚನೆ ನಡೆಸಿದೆ. ವ್ಯಾಜ್ಯವನ್ನು ಪಂಚಾಯಿತಿ (ಮಧ್ಯಸ್ಥಿಕೆ) ಗೆ ವಹಿಸುವಂತೆ ಪ್ರಾರ್ಥಿಸಿದೆ. ಆದರೆ ಅವರು ಪಂಚಾಯಿತಿಯ ಮೂಲ ತತ್ವವನ್ನು ಮಾನ್ಯಮಾಡಲು ನಿರಾಕರಿಸಿದರು.

ಆದ್ದರಿಂದ ನಾನು ಶ್ರಮಿಕರಿಗೆ ಮುಷ್ಕರ ಹೂಡುವಂತೆ ಸಲಹೆ ಕೊಟ್ಟೆ. ಹಾಗೆ ಸಲಹೆ ಕೊಡುವ ಮೊದಲು ಅವರೊಂದಿಗೆ ಮತ್ತು ಅವರ ನಾಯಕರುಗಳೊಂದಿಗೆ ಆಪ್ತ ಸಂಪರ್ಕ ಸಾಧಿಸಿದೆ. ಮುಷ್ಕರ ಯಶಸ್ವಿಯಾಗಲು ಅವಶ್ಯಕವಾಗಿರುವ ವಿದ್ಯಮಾನಗಳನ್ನು (ಷರತ್ತುಗಳನ್ನು) ಅವರಿಗೆ ವಿವರಿಸಿದೆ:

1) ಹಿಂಸೆಯನ್ನು ಅವಲಂಬಿಸದಿರುವುದು.
2) ಮುಷ್ಕರ ಹೂಡಿದ್ದ ಸಂದರ್ಭದಲ್ಲಿ ಕೆಲಸಕ್ಕೆ ಹೋಗುವ ಕೆಲಸಗಾರರನ್ನು ಪೀಡಿಸದಿರುವುದು
3) ಧಾನಧರ್ಮ, ತಿರುಪೆಯನ್ನು ಅವಲಂಬಿಸದಿರುವುದು. ಮತ್ತು
4) ಎಷ್ಟು ಕಾಲ ಮುಷ್ಕರ ಮುಂದುವರೆದರೂ ದೃಢವಾಗಿರುವುದು ಮತ್ತು ಮುಷ್ಕರ ನಡೆಯುತ್ತಿರುವ ಕಾಲದಲ್ಲಿ ಯಾವುದೇ ಇತರ ಸಾಚಾ ಕೆಲಸ ಮಾಡಿ ಬದುಕಲು ಸಾಕಾಗುವಷ್ಟು ಹಣವನ್ನು ಸಂಪಾದಿಸಿಕೊಳ್ಳುವುದು.

ಮುಷ್ಕರದ ನಾಯಕರುಗಳು ಈ ಎಲ್ಲ ವಿದ್ಯಮಾನಗಳನ್ನು (ಷರತ್ತು)ಗಳನ್ನು ಅರ್ಥಮಾಡಿ ಕೊಂಡರು ಮತ್ತು ಅವನ್ನೆಲ್ಲ ಒಪ್ಪಿಕೊಂಡರು. ಸರ್ವ ಸಾಮಾನ್ಯ ಸಭೆಯಲ್ಲಿ ಶ್ರಮಿಕರು, ತಮ್ಮ ಕರಾರುಗಳನ್ನು ಮಾಲೀಕರು ಒಪ್ಪಿಕೊಳ್ಳುವವರೆಗೆ ಇಲ್ಲವೇ ವ್ಯಾಜ್ಯವನ್ನು ಪಂಚಾಯಿತಿಗೆ ವಹಿಸಲು ಒಪ್ಪುವವರೆಗೆ ಕೆಲಸವನ್ನು ಪುನರಾರಂಭಿಸುವುದಿಲ್ಲವೆಂದು ಪ್ರಮಾಣ ಮಾಡಿದರು.

ಈ ಮುಷ್ಕರದ ಕಾಲದಲ್ಲಿ ನನಗೆ ಸಾರ್ಜೆಂಟ್‌ಗಳಾದ ವಲ್ಲಭಭಾಯ್ ಪಟೇಲ್ ಮತ್ತು ಶಂಕರ್‌ಲಾಲ್ ಬಂಕರ್‌ಅವರುಗಳ ಆಪ್ತ ಪರಿಚಯವಾಯ್ತು. ಇದಕ್ಕೂ ಮುಂಚೆ ನನಗೆ ಶ್ರೀಮತಿ ಅನುಸೂಯಾಬಾಯ್‌ಅವರ ಪರಿಚಯ ಚೆನ್ನಾಗಿ ಆಗಿತ್ತು.

(ಸಬರ್‌ಮತಿ)ಯ ದಡದಲ್ಲಿದ್ದ ಒಂದು ಮರದ ನೆರಳಿನಡಿಯಲ್ಲಿ ಪ್ರತಿದಿನವೂ ಮುಷ್ಕರನಿರತರ ಸಭೆಯನ್ನು ನಾವು ನಡೆಸುತ್ತಿದ್ದೆವು. ಸಾವಿರಾರು ಮಂದಿ ಶ್ರಮಿಕರು ಈ ಸಭೆಗೆ ಹಾಜರಾಗುತ್ತಿದ್ದರು. ನಾನು ಭಾಷಣ ಮಾಡುವಾಗ ಅವರ ವಚನವನ್ನು (ಪ್ರಮಾಣವನ್ನು) ಹಾಗೂ ಶಾಂತಿ ಮತ್ತು ಸ್ವಾಭಿಮಾನವನ್ನು ಪಾಲಿಸುವುದರ ಬಗ್ಗೆ ಅವರಿಗೆ ನೆನಪು ಮಾಡಿಕೊಡುತ್ತಿದ್ದೆ. ಶ್ರಮಿಕರು ಪ್ರತಿದಿನವೂ ನಗರದ ಬೀದಿಗಳಲ್ಲಿ ಶಾಂತರೀತಿಯಿಂದ 'ಏಕ್‌ಟೇಕ್' (ಒಂದೇ

ಮಾತು-ವಚನವನ್ನು ಪಾಲಿಸಿ) ಎಂದು ಬರೆದಿದ್ದ ಧ್ವಜಪಟ (ಎರಡು ಕೋಲುಗಳ ಮೇಲೆ ಒಯ್ಯುವ ಧ್ವಜ ಪಟ)ವನ್ನು ಹಿಡಿದುಕೊಂಡು ಮೆರವಣಿಗೆಯಲ್ಲಿ ಹೆಜ್ಜೆ ಹಾಕುತ್ತಿದ್ದರು.

ಈ ಮುಷ್ಕರವು ಇಪ್ಪತ್ತೊಂದು ದಿನಗಳ ಕಾಲ ನಡೆಯಿತು. ಮುಷ್ಕರವು ಮುಂದುವರೆಯುತ್ತಿದ್ದಾಗ ನಾನು ಆಗಾಗ್ಗೆ ಗಿರಣಿ ಮಾಲೀಕರುಗಳೊಂದಿಗೆ ಸಮಾಲೋಚನೆ ನಡೆಸುತ್ತಿದ್ದೆ. ಶ್ರಮಿಕರಿಗೆ ನ್ಯಾಯವನ್ನು ಒದಗಿಸುವಂತೆ ಪ್ರಾರ್ಥಿಸುತ್ತಿದ್ದೆ. 'ನಾವೂ ನಮ್ಮ ಪ್ರಮಾಣ ಮಾಡಿದ್ದೇವೆ' ಎಂದು ಅವರು ಹೇಳುತ್ತಿದ್ದರು. 'ಶ್ರಮಿಕರೊಂದಿಗೆ ನಾವು ಇಟ್ಟುಕೊಂಡಿರುವ ಸಂಬಂಧ ತಂದೆ-ತಾಯಿ ಮತ್ತು ಮಕ್ಕಳ ನಡುವಿನ ಸಂಬಂಧದಂತಿದೆ.. ಹಾಗಿರುವಾಗ ನಾವು ಹೇಗೆ ಮೂರನೇ ಪಕ್ಷದ ಮಧ್ಯಸ್ತಿಕೆಯನ್ನು ಸಹಿಸಿಕೊಳ್ಳಬಲ್ಲೆವು? ಮಧ್ಯಸ್ತಿಕೆಗೆ ಅವಕಾಶವೆಲ್ಲಿದೆ.' ಎಂದು ಹೇಳಿದರು.

21. ಆಶ್ರಮದೊಳಗೊಂದು ಇಣುಕುನೋಟ

ಶ್ರಮಿಕರ ಮುಷ್ಕರದ ಪ್ರಗತಿಯನ್ನು ವಿವರಿಸಲು ಮುಂದುವರೆಯುವ ಮೊದಲು ಆಶ್ರಮದೊಳಗೊಂದು ಇಣುಕು ನೋಟ ಬೀರುವುದು ಅವಶ್ಯಕವಾಗಿದೆ. ನಾನು ಚಂಪಾರಣ್‌ನಲ್ಲಿ ಇರುವಷ್ಟು ಕಾಲ ಆಶ್ರಮ ಎಂದೂ ನನ್ನ ಮನಸ್ಸಿನಿಂದ ಮರೆಯಾಗಿರಲಿಲ್ಲ ಮತ್ತು ಆಗಾಗ್ಗೆ ನಾನು ಅಲ್ಲಿಗೆ ಅವಸರದ ಭೇಟಿ ನೀಡುತ್ತಿದ್ದೆ.

ಆಶ್ರಮವು ಅಹ್‌ಮದಾಬಾದ್‌ನ ಹತ್ತಿರದಲ್ಲಿದ್ದ ಒಂದು ಸಣ್ಣ ಹಳ್ಳಿಯಾದ ಕೊಚ್‌ರಬ್‌ನಲ್ಲಿದ್ದಾಗ ಆ ಹಳ್ಳಿಯಲ್ಲಿ ಪ್ಲೇಗು ಸ್ಫೋಟಗೊಂಡಿತು. ಇದರಿಂದ ಆಶ್ರಮದ ಮಕ್ಕಳಿಗೆ ಅಪಾಯ ಉಂಟಾಗಬಹುದೆಂದು ನನಗೆ ಸ್ಪಷ್ಟವಾಗಿತ್ತು. ನಾವು ಆಶ್ರಮದ ನಾಲ್ಕು ಗೊಡೆಗಳೊಳಗೆ ನೈರ್ಮಲ್ಯದ ನಿಯಮಗಳನ್ನು ಕಟ್ಟುನಿಟ್ಟಿನಿಂದ ಪಾಲಿಸಿದರೂ ಸುತ್ತಮುತ್ತ ಇದ್ದ ಅನೈರ್ಮಲ್ಯದ ಪರಿಣಾಮಗಳಿಂದ ನಮ್ಮನ್ನು ನಾವು ಸೋಂಕಿನಿಂದ ರಕ್ಷಣೆ ಪಡೆಯುವುದು ಅಸಾಧ್ಯವಾಗಿತ್ತು. ಆ ಕಾಲದಲ್ಲಿ ಕೊಚ್‌ರಬ್‌ನ ನಿವಾಸಿಗಳು ಈ ನಿಯಮಗಳನ್ನು ಚಾಚೂ ತಪ್ಪದಂತೆ ಅನುಸರಿಸುವಂತೆ ಮಾಡಲು ಇಲ್ಲವೇ ಹಳ್ಳಿಗೆ ಬೇರೆ ರೀತಿಯಲ್ಲಿ ಸಹಾಯಮಾಡಲು ಶಕ್ತರಾಗಿರಲಿಲ್ಲ.

ಪಟ್ಟಣ ಮತ್ತು ಹಳ್ಳಿಯಿಂದ ಸಾಕಷ್ಟು ದೂರದಲ್ಲಿ ಆಶ್ರಮ ಇರಬೇಕೆಂಬುದು ನಮ್ಮ ಆದರ್ಶವಾಗಿತ್ತು ಆದರೂ ಸುಲಭವಾಗಿ ಶ್ರಮವಿಲ್ಲದೇ ತಲ್ಪಲು ಸಾಧ್ಯವಾದಷ್ಟು ದೂರದಲ್ಲಿರಬೇಕಾಗಿತ್ತು. ಒಂದಲ್ಲ ಒಂದುದಿನ ನಮ್ಮದೇ ಆದ ಸ್ವಂತ ನೆಲವಲ್ಲಿ ತಳವೂರಲು ನಿರ್ಧರಿಸಿದ್ದೆವು.

ಕೊಚ್‌ರಬ್‌ಅನ್ನು ಬಿಟ್ಟು ದೂರ ಹೋಗಬೇಕೆಂಬ ನೋಟಿಸನ್ನು ಪ್ಲೇಗು ನಮಗೆ ನೀಡಿದಂತಿತ್ತು. ಅಹ್‌ಮದಾಬಾದ್‌ನ ಒಬ್ಬ ವರ್ತಕರಾಗಿದ್ದ ಸಾರ್ಜೆಂಟ್ ಪೂಂಜಾಭಾಯ್ ಹೀರಾಚಂದ್ ನಮ್ಮ ಆಶ್ರಮದೊಂದಿಗೆ ಆಪ್ತ ಸಂಪರ್ಕವನ್ನು ಬೆಳಸಿಕೊಂಡಿದ್ದರು. ಪರಿಶುದ್ಧವಾದ ಮತ್ತು ನಿಸ್ವಾರ್ಥಭಾವನೆಯನ್ನಿಟ್ಟುಕೊಂಡು ನಮಗೆ ಅನೇಕ ಬಗೆಗಳಲ್ಲಿ ಅವರು ಸೇವೆ ಸಲ್ಲಿಸುತ್ತಿದ್ದರು. ಅವರಿಗೆ ಅಹಮದಾಬಾದ್ ವಿಷಯದಲ್ಲಿ ಅಪಾರ ಅನುಭವವಿತ್ತು. ಅವರೇ ಸ್ವತಃ ನಮಗೊಂದು ಸೂಕ್ತ ಜಾಗವನ್ನು ಒದಗಿಸಿಕೊಡಲು ಮುಂದೆ ಬಂದರು. ನಾನು ಅವರೊಂದಿಗೆ ಕೊಚ್‌ರಬ್‌ನ ಉತ್ತರ ಮತ್ತು ದಕ್ಷಿಣ ದಿಕ್ಕುಗಳಲ್ಲಿ ಸೂಕ್ತ ಜಾಗವನ್ನು ಹುಡುಕಿಕೊಂಡು ಅಲೆದಾಡಿದೆ. ತರುವಾಯ ನಾನು ಅವರಿಗೆ ಉತ್ತರ ದಿಕ್ಕಿನಲ್ಲಿ ಮೂರು ಅಥವಾ ನಾಲ್ಕು ಮೈಲಿಗಳ ದೂರದಲ್ಲಿ ಒಂದು ತುಂಡು ಜಮೀನನ್ನು ಹುಡುಕಿಕೊಡುವಂತೆ ಕೇಳಿಕೊಂಡೆ. ಅವರು ಸದ್ಯ ನಾವಿರುವ ಜಾಗವನ್ನು ಅನಿರೀಕ್ಷಿತವೆನ್ನುವಂತೆ ಹುಡುಕಿಕೊಟ್ಟರು. ಸಾಬರ್‌ಮತಿ ಕೇಂದ್ರ ಕಾರಾಗೃಹದ ಹತ್ತಿರದಲ್ಲಿ ಆ ಜಾಗ ಇದ್ದುದು ನನಗೊಂದು ವಿಶೇಷ ಆಕರ್ಷಣೆಯಾಗಿತ್ತು. ಸತ್ಯಾಗ್ರಹಿಗಳ ಹಣೆಯಬರಹ ಕಾರಾಗೃಹಕ್ಕೆ ಹೋಗುವುದು ಎಂಬ ಅರ್ಥವಿದ್ದದ್ದರಿಂದ ನಾನು ಇದರ ಸೂಕ್ತ ಸ್ಥಾನವನ್ನು ಇಷ್ಟಪಟ್ಟೆ. ಕಾರಾಗೃಹಗಳಿಗೆ ಆಯ್ಕೆಮಾಡಿಕೊಳ್ಳುವ ಜಾಗಗಳು ಸಾಮಾನ್ಯವಾಗಿ ನಿರ್ಮಲವಾಗಿರುವ ಪರಿಸರವನ್ನು ಹೊಂದಿರುತ್ತದೆ ಎಂದು ನನಗೆ ಗೊತ್ತಿತ್ತು.

ಸುಮಾರು ಎಂಟು ದಿವಸಗಳಲ್ಲಿ ಕಾನೂನಿಗನುಗುಣವಾಗಿ ಮಾರಾಟವನ್ನು ಅಧಿಕೃತಗೊಳಿಸಲಾಯ್ತು (ಅಂದರೆ ಕ್ರಯಪತ್ರ ರಿಜಿಸ್ಟರ್ ಆಯ್ತು). ಈ ಜಾಗದಲ್ಲಿ ಕಟ್ಟಡವೂ ಇರಲಿಲ್ಲ ಇಲ್ಲವೆ ಮರವೂ ಇರಲಿಲ್ಲ. ಆದರೆ ಅದು ನದಿಯ ದಂಡೆಯಲ್ಲಿದ್ದು, ಜನಸಂಚಾರವಿಲ್ಲದ ಏಕಾಂತಸ್ಥಳದಲ್ಲಿದ್ದುದು ತುಂಬಾ ಅನುಕೂಲಕರವಾಗಿತ್ತು.

ಬಿಡಾರಗಳಲ್ಲಿ ವಾಸಿಸುವ ಮೂಲಕ ಈ ಜಾಗದಲ್ಲಿ ಆಶ್ರಮವನ್ನು ಪ್ರಾರಂಭಿಸಲು ತೀರ್ಮಾನಿಸಿದೆವು. ಖಾಯಂ ಮನೆಗಳನ್ನು ಕಟ್ಟುವವರೆಗೆ ಅಡಿಗೆಮನೆಗೆ ತಗಡಿನ ಷೆಡ್ (ಛಾವಣಿಯುಳ್ಳ ಕಟ್ಟಡ)ಅನ್ನು ನಿರ್ಮಿಸಲಾಯ್ತು.

ಆಶ್ರಮ ನಿಧಾನವಾಗಿ ಬೆಳೆಯುತ್ತಿತ್ತು. ಈಗ ನಮ್ಮಲ್ಲಿ ನಲವತ್ತಕ್ಕೂ ಮೀರಿ ಪುರುಷರು, ಮಹಿಳೆಯರು ಮತ್ತು ಮಕ್ಕಳಿದ್ದರು. ನಾವೆಲ್ಲರೂ ಒಂದೇ ಅಡಿಗೆಮನೆಯಲ್ಲಿ ಕೂತು ಊಟಮಾಡುತ್ತಿದ್ದೆವು. ಹಿಂದೆ ಇದ್ದ ಸ್ಥಳವನ್ನು ಬಿಟ್ಟು ಹೊರಡುವುದು ನನ್ನದೇ ಪೂರ್ಣ ಸಂಕಲ್ಪವಾಗಿತ್ತು. ಆದರೆ ಅದನ್ನು ಕಾರ್ಯಗತಗೊಳಿಸುವ ಹೊಣೆಯನ್ನು ಎಂದಿನಂತೆ ಮಗನ್‌ಲಾಲ್‌ಗೆ ಬಿಡಲಾಗಿತ್ತು.

ಖಾಯಮ್ಮಾಗಿ ವಸತಿ ಸೌಕರ್ಯ ಸಿಗುವ ಮುಂಚೆ ನಾವು ತುಂಬಾ ಕಷ್ಟ ಪಟ್ಟೆವು. ಮಳೆಯ ನೀರು ತಲೆಯ ಮೇಲೆ ಸುರಿಯುತ್ತಿತ್ತು, ನಗರಕ್ಕೆ ನಾಲ್ಕು ಮೈಲಿಗಳ ದೂರದಲ್ಲಿದ್ದ ಸ್ಥಳದಿಂದ ಆಹಾರ ಸಾಮಗ್ರಿಗಳನ್ನು ತರಬೇಕಾಗಿತ್ತು. ನೆಲ ಪಾಳುಬಿದ್ದಿದ್ದರಿಂದ ಎಲ್ಲೆಲ್ಲೂ ಹಾವುಗಳು ತುಂಬಿಕೊಂಡಿದ್ದವು. ಅಂತಹ ಪರಿಸರದಲ್ಲಿ ಪುಟ್ಟಮಕ್ಕಳನ್ನು ಇಟ್ಟುಕೊಳ್ಳುವುದು ಸಣ್ಣ ಗಂಡಾಂತರವೇನಾಗಿರಲಿಲ್ಲ. ಹಾವುಗಳನ್ನು ಕೊಲ್ಲಬಾರದೆಂಬುದು ಸಾಮಾನ್ಯ ನಿಯಮವಾಗಿತ್ತು. ಹಾಗಿದ್ದರೂ ನಮ್ಮಲ್ಲಿ ಯಾರೂ ಈ ಸರಿಸೃಪಗಳ (ಶೀತರಕ್ತದ ಶಲ್ಕವಂತ ಪ್ರಾಣಿಗಳು) ಭಯವನ್ನು ತ್ಯಜಿಸಿಲ್ಲ. ಈಗ ಕೂಡಾ ನಮ್ಮಲ್ಲಿದ್ದ ಭಯ ದೂರವಾಗಿಲ್ಲ.

ಫೀನಿಕ್ಸ್, ಟಾಲ್‌ಸ್ಟಾಯ್ ಫಾರ್ಮ್ ಮತ್ತು ಸಾಬರ್‌ಮತಿಗಳಲ್ಲಿ ವಿಷಪೂರಿತ ಸರಿಸೃಪಗಳನ್ನು ಕೊಲ್ಲಬಾರದೆಂಬ ನಿಯಮವನ್ನು ಬಹುತೇಕ ಅನುಸರಿಸುತ್ತಿದ್ದೆವು. ಈ ಎಲ್ಲ ಜಾಗಗಳಲ್ಲಿ ನಾವು ಪಾಳುಬಿದ್ದಿದ್ದ ಜಾಗಗಳಲ್ಲಿ ವಾಸಿಸಬೇಕಾಗಿತ್ತು. ಹಾಗಿದ್ದರೂ ಹಾವು ಕಡಿದು ಜೀವ ಕಳೆದುಕೊಂಡಿದ್ದ ಒಂದೇ ಒಂದು ಪ್ರಸಂಗ ಉಂಟಾಗಲಿಲ್ಲ. ಶ್ರದ್ಧಾದೃಷ್ಟಿಯಿಂದ ನೋಡಿದಾಗ ಈ ಸನ್ನಿವೇಶದಲ್ಲಿ ದಯಾಮಯಿಯಾನಾದ ದೇವರ ಅನುಗ್ರಹವಿರುವುದನ್ನು ಕಂಡಿದ್ದೆ. ದೇವರು ಎಂದೂ ಪಕ್ಷಪಾತಿಯಾಗಿರುವುದಿಲ್ಲ ಮತ್ತು ಅವನಿಗೆ ಜನಸಾಮಾನ್ಯರ ನೀರಸ ವ್ಯವಹಾರಗಳಲ್ಲಿ ಹಸ್ತಕ್ಷೇಪ ನಡೆಸಲು ಸಮಯವೇ ಇರುವುದಿಲ್ಲ ಎಂಬುದರ ಬಗ್ಗೆ ಯಾರೂ ವಿತಂಡ ವಾದಮಾಡಬಾರದು. ವಿಷಯದ ವಾಸ್ತವಾಂಶಗಳನ್ನು ವ್ಯಕ್ತಪಡಿಸಲು ಮತ್ತು ನನ್ನ ಈ ಏಕಪ್ರಕಾರದ ಅನುಭವವನ್ನು ವಿವರಿಸಲು ನನ್ನ ಬಳಿ ಬೇರೆಯಾವುದೇ ಭಾಷೆಯಿಲ್ಲ. ಮಾನವನ ಭಾಷೆಯು ದೇವರ ಮಾರ್ಗಗಳನ್ನು ವಿವರಿಸಲು ಅಪರಿಪೂರ್ಣವಾಗಿದೆ. ಅವು ವಿವರಿಸಲಾಗದಂತಹವು ಮತ್ತು ಮರ್ಮವರಿಯಲಾಗದ್ದು ಎಂಬುದರ ಬಗ್ಗೆ ನನ್ನಲ್ಲಿ ಎಚ್ಚರವಿದೆ. ಮನುಷ್ಯನು ಅವನ್ನು ವಿವರಿಸಲು ಧೈರ್ಯ ತೋರಿದರೆ ಅವನಲ್ಲಿರುವ ಅಸ್ಪಷ್ಟ (ಅಂದರೆ ಮನಸ್ಸಿನಲ್ಲಿರುವುದನ್ನು ತಿಳಿಯುವಂತೆ ಹೇಳಲು ಬಾರದ) ಮಾತಿನ ವಿನಹ ಅದಕ್ಕಿಂತ ಉತ್ತಮವಾದ ಮಾಧ್ಯಮ ಅವನ ಬಳಿಯಲ್ಲಿಲ್ಲ. ಕೊಲ್ಲದೇ ಇರುವ ನಿಯಮವನ್ನು ಚೆನ್ನಾಗಿ ನಿಯತವಾಗಿ ಇಪ್ಪತ್ತೈದು ವರ್ಷಗಳ ಕಾಲ ಅನುಸರಿಸಿದ್ದರೂ ಯಾವುದೇ ರೀತಿಯ ಪೀಡನೆಗೂ ಒಳಗಾಗದಿರುವುದು ಮೂಢನಂಬಿಕೆ ಎಂದು ನಂಬಿದರೂ ಅದು ಅದೃಷ್ಟವಶಾತ್ ಎಂಬಂತಿದ್ದ ಆಕಸ್ಮಿಕವಲ್ಲ. ಅದು ದೇವರ ಅನುಗ್ರಹವಾಗಿದೆ. ನಾನು ಈಗಲೂ ಈ ಮೂಢನಂಬಿಕೆಯನ್ನು ಎದೆಗವಚಿಕೊಂಡಿದ್ದೇನೆ.

ಅಹ್‌ಮದಾಬಾದ್‌ನ ಗಿರಣಿ ಶ್ರಮಿಕರ ಮುಷ್ಕರ ನಡೆಯುತ್ತಿದ್ದ ಕಾಲದಲ್ಲಿ ಆಶ್ರಮದ ನೇಯ್ಗೆ ವೀವಿಂಗ್ ಷೆಡ್‌ಗೆ ನೆಲೆಗಟ್ಟನ್ನು ಹಾಕಲಾಗುತ್ತಿತ್ತು. ಏಕೆಂದರೆ ಆಗ ನೇಯುವುದು ಆಶ್ರಮದ ಮುಖ್ಯ ಚಟುವಟಿಕೆಯಾಗಿತ್ತು. ಅಲ್ಲಿಯವರೆಗೂ ನಮಗೆ ನೂಲುವ ಚಟುವಟಿಕೆ ನಡೆಸಲು ಸಾಧ್ಯವಾಗಿರಲಿಲ್ಲ.

22. ಉಪವಾಸ

ಮೊದಲ ಎರಡು ವಾರಗಳ ಕಾಲ ಗಿರಣಿ ಶ್ರಮಿಕರು ತುಂಬಾ ಧೈರ್ಯವನ್ನು ಮತ್ತು ಆತ್ಮ ಸಂಯಮವನ್ನು ಪ್ರದರ್ಶಿಸಿದರು. ಪ್ರತಿದಿನವೂ ದೊಡ್ಡ ಸಭೆಗಳನ್ನು ನಡೆಸುತ್ತಿದ್ದರು. ಈ ಎಲ್ಲ ಸಭೆಗಳಲ್ಲಿ ನಾನು ಅವರಿಗೆ ಅವರ ಪ್ರತಿಜ್ಞೆಯು ನೆನಪುಮಾಡಿಕೊಡುತ್ತಿದ್ದೆ. ಮಾತುಕೊಟ್ಟದ್ದನ್ನು ಮುರಿಯುವುದಕ್ಕಿಂತಲೂ ಜೀವವನ್ನಾದರೂ ಬಿಡುತ್ತೇವೆ ಎಂದು ಅವರು ಮರಳಿ ಕೂಗಿ ನನಗೆ ಭರವಸೆ ಕೊಡುತ್ತಿದ್ದರು.

ಆದರೆ ಕಡೆಗೂ ಅವರಲ್ಲಿ ಉತ್ಸಾಹ ತಗ್ಗುತ್ತಿರುವ ಚಿಹ್ನೆಗಳು ಕಾಣಲಾರಂಭಿಸಿದವು. ಮನುಷ್ಯನಲ್ಲಿ ದೈಹಿಕ ದೌರ್ಬಲ್ಯ ಸಿಡುಕಿನ ಸ್ವಭಾವದಲ್ಲಿ ರೂಪಗೊಳ್ಳುವಂತೆ ಮುಷ್ಕರ ದುರ್ಬಲವಾಗುತ್ತಿದೆ ಎಂದು ಕಂಡುಬರುತ್ತಿದ್ದಂತೆ ಮುಷ್ಕರ ಮುರುಕರನ್ನು (ಇತರರು ಮುಷ್ಕರದಲ್ಲಿ ನಿರತರಾಗಿದ್ದಾಗ ಕೆಲಸಕ್ಕೆ ಹೋಗುವವರು) ಮುಷ್ಕರ ನಿರತರು ಹೆಚ್ಚುಹೆಚ್ಚಾಗಿ ಪೀಡಿಸಲಾರಂಭಿಸಿದರು. ಅವರ ಪ್ರವೃತ್ತಿ ದ್ವೇಷದ ಕಡೆಗೆ ತಿರುಗಿತು. ಮುಷ್ಕರ ನಿರತರಲ್ಲಿ ಪುಂಡು ಪ್ರವೃತ್ತಿ ಸ್ಫೋಟಗೊಳ್ಳಬಹುದೆಂದು ನಾನು ಹೆದರತೊಡಗಿದೆ. ಪ್ರತಿದಿನ ನಡೆಯುತ್ತಿದ್ದ ಸಭೆಗಳಲ್ಲಿ ಅವರ ಹಾಜರಾತಿ ಕೂಡಾ ಕ್ರಮೇಣ ಕುಗ್ಗುತ್ತಿತ್ತು. ಯಾರು

ಸಭೆಗಳಲ್ಲಿ ಕೂತಿರುತ್ತಿದ್ದರೋ ಅವರ ಮುಖಗಳ ಮೇಲೆ ನಿರಾಶೆ ಮತ್ತು ಹತಾಶೆ ಕಣ್ಣಿಗೆ ಹೊಡೆಯುವಂತೆ ಕಾಣುತ್ತಿತ್ತು. ಕಡೆಯಲ್ಲಿ ಮುಷ್ಕರ ನಿರತರು ತತ್ತರಿಸುತ್ತಿದ್ದಾರೆ ಎಂಬ ಸುದ್ದಿ ನನ್ನನ್ನು ಮುಟ್ಟಿತು. ನಾನು ತುಂಬಾ ಕಳವಳಪಟ್ಟೆ. ಇಂತಹ ಪರಿಸ್ಥಿತಿಯಲ್ಲಿ ನನ್ನ ಕರ್ತವ್ಯವೇನು ಎಂದು ತುಂಬಾ ಯೋಚಿಸತೊಡಗಿದೆ. ದಕ್ಷಿಣ ಆಫ್ರಿಕದಲ್ಲಿ ನಡೆಸಿದ್ದ ಭಾರಿ ಮುಷ್ಕರದ ಅನುಭವ ನನ್ನಲ್ಲಿತ್ತು. ಆದರೆ ಇಲ್ಲಿ ನಾನು ಎದುರಿಸುತ್ತಿದ್ದ ಪರಿಸ್ಥಿತಿ ಅದಕ್ಕಿಂತ ಭಿನ್ನವಾಗಿತ್ತು. ನನ್ನ ಸಲಹೆಯಂತೆ ಶ್ರಮಿಕರು ಪ್ರತಿಜ್ಞೆ ಮಾಡಿದ್ದರು. ಪ್ರತಿದಿನವೂ ತಪ್ಪದೇ ಶ್ರಮಿಕರು ತಮ್ಮ ಪ್ರತಿಜ್ಞೆಯನ್ನು ಪುನರುಚ್ಚರಿಸುತ್ತಿದ್ದರು ಅವರು ಮರಳಿ ಕೆಲಸಕ್ಕೆ ಹೋಗಬಹುದು ಎಂಬ ವಿಚಾರವನ್ನು ನಾನೆಂದೂ ಊಹಿಸಿರಲಿಲ್ಲ.

ಈ ಭಾವನೆಯ ಹಿನ್ನೆಲೆಯಲ್ಲಿ ನನ್ನ ಪ್ರತಿಷ್ಠೆ ಇತ್ತೆ ಅಥವಾ ಶ್ರಮಿಕರ ಮೇಲಿನ ನನ್ನ ಪ್ರೀತಿಯಾಗಿತ್ತೆ ಅಥವಾ ಸತ್ಯಕುರಿತ ತೀವ್ರಾಸಕ್ತಿಯಿತ್ತೆ - ಯಾರು ಹೇಳಬಲ್ಲರು?

ಒಂದು ದಿನ ಬೆಳಗ್ಗೆ - ಗಿರಣಿ ಶ್ರಮಿಕರ ಸಭೆ ನಡೆಯುತ್ತಿದಾಗ - ಏನು ಮಾಡಬೇಕೆಂದು ತಿಳಿಯದೇ ಕುರುಡನಂತೆ ತಡಕಾಡುತ್ತಿದಾಗ ಮತ್ತು ನನ್ನ ದಾರಿ ಯಾವುದು ಎಂಬುದನ್ನು ಸ್ಪಷ್ಟವಾಗಿ ಕಾಣದೇ ಅಸಮರ್ಥನಾಗಿದ್ದಾಗ ಥಟ್ಟನೆ ಬೆಳಕು ಕಾಣಿಸಿತು. ಕರೆಯದೇ ಬಂದ ಹಾಗೆ ಮತ್ತು ತಾನೇತಾನಾಗಿ ನನ್ನ ತುಟಿಗಳಿಂದ ಮುಂದಿನ ಶಬ್ದಗಳು ಹೊರಬಿದ್ದವು: 'ಕರಾರು ಏರ್ಪಡುವವರೆಗೂ ಮುಷ್ಕರಕಾರರು ಒಟ್ಟು ಗೂಡಿ ಮುಷ್ಕರವನ್ನು ಮುಂದುವರೆಸದ ಹೊರತು ಅಥವಾ ಅವರೆಲ್ಲರೂ ಒಟ್ಟಾಗಿ ಗಿರಣಿಗಳನ್ನು ಬಿಡುವವರೆಗೆ ನಾನು ಯಾವುದೇ ಆಹಾರವನ್ನು ಮುಟ್ಟುವುದಿಲ್ಲ' ಎಂದು ಘೋಷಿಸಿದೆ.

ಶ್ರಮಿಕರಿಗೆ (ಕೆಲಸಗಾರರಿಗೆ) ಸಿಡಿಲು ಬಡಿದಂತಾಯ್ತು. ಅನುಸೂಯಾಬೆಹ್ನ್‌ಅವರ ಗಲ್ಲಗಳ ಮೇಲೆ ಕಣ್ಣೀರು ಹರಿದು ಕೆಳಕ್ಕೆ ಬೀಳಲಾರಂಭಿಸಿತು. ಶ್ರಮಿಕರು ಉದ್ಗಾರ ತೆಗೆದರು: 'ನೀವಲ್ಲ ಆದರೆ ನಾವು ಉಪವಾಸ ಮಾಡುತ್ತೇವೆ. ನೀವು ಉಪವಾಸ ಮಾಡಿದರೆ ಅದು ಭಯಾನಕವಾಗುವುದು. ನಮ್ಮ ತಪ್ಪನ್ನು ಮನ್ನಿಸಿ. ನಾವು ಕಡೆಯವರೆಗೂ ನಮ್ಮ ವಚನಕ್ಕೆ ಬದ್ಧರಾಗಿ ಉಳಿದುಕೊಳ್ಳುತ್ತೇವೆ.'

'ನೀವು ಉಪವಾಸ ಮಾಡುವ ಅವಶ್ಯಕತೆಯಿಲ್ಲ.' ಎಂದು ನಾನು ಹೇಳಿದೆ. 'ನೀವು ನಿಮ್ಮ ವಚನಕ್ಕೆ ಬದ್ಧರಾಗಿ ಉಳಿದುಕೊಂಡರೆ ಸಾಕು. ನಿಮಗೆ ಗೊತ್ತಿರುವಂತೆ ನಮ್ಮ ಬಳಿ ಹಣವಿಲ್ಲ. ಸಾರ್ವಜನಿಕರ ದಾನಧರ್ಮವನ್ನವಲಂಬಿಸಿ ನಮ್ಮ ಮುಷ್ಕರವನ್ನು ಮುಂದುವರೆಸಲು ನಾವು ಇಷ್ಟಪಡುವುದಿಲ್ಲ. ಆದ್ದರಿಂದ ಯಾವುದೇ ಬಗೆಯ ಕೆಲಸ ಮಾಡಿ ಸಾದಾ ಬದುಕು ನಡೆಸುತ್ತ ಹೊಟ್ಟೆ ತುಂಬಿಸಿಕೊಳ್ಳಲು ನೀವು ಪ್ರಯತ್ನಿಸಬೇಕು. ಹೀಗೆ ಎಷ್ಟು ಕಾಲ ಮುಷ್ಕರ ಮುಂದುವರೆದರೂ ನೀವು ಅದನ್ನು ಲಕ್ಷಿಸದೇ ನಿರಾತಂಕವಾಗಿ ಉಳಿದುಕೊಳ್ಳುವಿರಿ. ನನ್ನ ಉಪವಾಸದ ಬಗ್ಗೆ ಹೇಳುವುದಾದರೆ, ಮುಷ್ಕರ ಇತ್ಯರ್ಥವಾದ ನಂತರ ಮಾತ್ರ ಅದನ್ನು ನಿಲ್ಲಿಸಲಾಗುವುದು.'

ಇಷ್ಟರಲ್ಲಿ ವಲ್ಲಭಾಯ್ ಮುನಿಸಿಪಾಲಿಟಿಯಲ್ಲಿ ಮುಷ್ಕರನಿರತರಿಗೆ ಏನಾದರೂ ಉದ್ಯೋಗವನ್ನು ದೊರಕಿಸಿಕೊಡಲು ಪ್ರಯತ್ನಿಸುತ್ತಿದ್ದರು. ಆದರೆ ಅಲ್ಲಿ ಯಶಸ್ಸು ಸಿಕ್ಕುವ ನಿರೀಕ್ಷೆ

ಹೆಚ್ಚಿರಲಿಲ್ಲ. ಆಶ್ರಮದ ನೇಯ್ಗೆ ಶಾಲೆಯ ನೆಲೆಗಟ್ಟಿಗೆ ಮರಳನ್ನು ತುಂಬುವ ಅವಶ್ಯಕತೆಯಿದೆಯೆಂದೂ ಮುಷ್ಕರ ನಿರತರಲ್ಲಿ ಕೆಲವರನ್ನು ಆ ಕೆಲಸಕ್ಕೆ ನೇಮಿಸಿಕೊಳ್ಳಬಹುದೆಂದು ಮಗನ್‌ಲಾಲ್ ಗಾಂಧಿ ಸಲಹೆ ಕೊಟ್ಟ. ಶ್ರಮಿಕರು ಈ ಪ್ರಸ್ತಾವನೆಯನ್ನು ಸ್ವಾಗತಿಸಿದರು. ಅನುಸೂಯಾಬೆಹ್ನ್ ತಮ್ಮ ತಲೆಯ ಮೇಲೆ ಬುಟ್ಟಿಯನ್ನಿಟ್ಟುಕೊಂಡು ಅವರಿಗೆ ಮುಂದಿನ ದಾರಿ ತೋರಿಸಿದರು. ತಕ್ಷಣವೇ ನದೀತಳದ ಕುಳಿಯಿಂದ ತಮ್ಮ ತಲೆಗಳ ಮೇಲೆ ಮರಳಿನ ಬುಟ್ಟಿಗಳನ್ನು ಇಟ್ಟುಕೊಂಡು ಹೊರಬರುತ್ತಿದ್ದ ಕೊನೆಯಿಲ್ಲದ ಶ್ರಮಿಕರ ಪ್ರವಾಹವನ್ನು ಕಾಣಬಹುದಾಗಿತ್ತು. ಅದು ನೋಡತಕ್ಕ ದೃಶ್ಯವಾಗಿತ್ತು. ಶ್ರಮಿಕರು ತಮ್ಮಲ್ಲಿ ಹೊಸಶಕ್ತಿಯನ್ನು ತುಂಬಿಕೊಂಡರು ಅವರಿಗೆ ಮಜೂರಿಯನ್ನು ಕೊಡುವ ಕೆಲಸವನ್ನು ನಿಭಾಯಿಸುವುದು ಕಷ್ಟಕರವಾಯ್ತು.

ನನ್ನ ಉಪವಾಸ ದಿಗಿಲು ಹುಟ್ಟಿಸುವಂತಹ ನ್ಯೂನತೆಯನ್ನು ಹೊಂದಿತ್ತು. ಏಕೆಂದರೆ ಹಿಂದಿನ ಅಧ್ಯಾಯದಲ್ಲಿ ಈಗಾಗಲೇ ಉಲ್ಲೇಖಿಸಿರುವಂತೆ ನನಗೆ ಗಿರಣಿ ಮಾಲೀಕರ ಜತೆಯಲ್ಲಿ ತುಂಬಾ ಆಪ್ತ ಮತ್ತು ನಿಕಟ ಸಂಬಂಧವಿತ್ತು. ನನ್ನ ಉಪವಾಸ ಅವರ ತೀರ್ಮಾನದ ಮೇಲೆ ಪರಿಣಾಮ ಬೀರದೇ ಇರಲು ಸಾಧ್ಯವೇ ಇರಲಿಲ್ಲ ಸತ್ಯಾಗ್ರಹಿಯಾಗಿ ನನ್ನಲ್ಲಿ ಅವರ ವಿರುದ್ಧ ಉಪವಾಸಮಾಡಬಾರದಾಗಿತ್ತು ಎಂಬ ಅರಿವಿತ್ತು. ಆದರೆ ಶ್ರಮಿಕರ ಮುಷ್ಕರದಿಂದ ಮಾತ್ರ ಅವರು ಪ್ರಭಾವಿತರಾಗುವರೀತಿಯಲ್ಲಿ ನಾನು ಅವರನ್ನು ಮುಕ್ತವಾಗಿ ಬಿಟ್ಟುಬಿಡಬೇಕಾಗಿತ್ತು.

ಹಾಗಿದ್ದರೂ ನಾನು ಉಪವಾಸಕ್ಕೆ ಗಿರಣಿ ಮಾಲೀಕರ ತಪ್ಪನ್ನು ಗಣನೆಗೆ ತೆಗೆದುಕೊಂಡು ಕೂತಿರಲಿಲ್ಲ. ಆದರೆ ಶ್ರಮಿಕರ ದೋಷವನ್ನು ಗಣನೆಗೆ ತೆಗೆದುಕೊಂಡು, ಗಿರಣಿ ಶ್ರಮಿಕರ ಪ್ರತಿನಿಧಿಯಾಗಿದ್ದ ನನಗೆ ಅದರಲ್ಲಿ ಪಾಲಿದೆ ಎಂದು ಭಾವಿಸಿದ್ದರಿಂದ ನಾನು ಉಪವಾಸಕ್ಕೆ ಕೂತಿದ್ದೆ. ಗಿರಣಿ ಮಾಲೀಕರೊಂದಿಗೆ ನಾನು ಕೇವಲ ವಾದಮಾಡಬಹುದಾಗಿತ್ತು. ಅವರ ವಿರುದ್ಧ ಉಪವಾಸಮಾಡುವುದು ದಬ್ಬಾಳಿಕೆ ಎನಿಸಿಕೊಳ್ಳುತ್ತಿತ್ತು. ನನ್ನ ಉಪವಾಸ ಅವರ ಮೇಲೆ ಒತ್ತಡವನ್ನು ಹೇರುವುದು ಎಂದು ನನಗೆ ಗೊತ್ತಿದ್ದರೂ ನಾನು ನಿಸ್ಸಹಾಯಕ ಎಂದು ಭಾವಿಸಿದ್ದೆ. ಉಪವಾಸಮಾಡುವುದು ನನ್ನ ಕರ್ತವ್ಯ ಎಂಬುದು ನನಗೆ ಸ್ಪಷ್ಟವಾಗಿತ್ತು.

ನಾನು ಗಿರಣಿ ಮಾಲೀಕರನ್ನು ನಿರಾತಂಕದಿಂದಿರುವಂತೆ ಮಾಡಿದೆ. 'ನಿಮ್ಮ ನಿಲುವಿನಿಂದ ರವೆಯಷ್ಟೂ ಹಿಂದೆ ಸರಿಯುವ ಅವಶ್ಯಕತೆಯಿಲ್ಲ' ಎಂದು ನಾನು ಅವರಿಗೆ ಹೇಳಿದೆ. ಆದರೆ ಅವರು ನನ್ನ ಮಾತನ್ನು ಅನಾದರದಿಂದ ಸ್ವೀಕರಿಸಿದರು. ಅಷ್ಟೇ ಅಲ್ಲದೇ ನನ್ನ ಕಡೆಗೆ ಸೂಕ್ಷ್ಮವಾಗಿ ಬಿರುನುಡಿಯ ತುಣುಕುಗಳನ್ನು ಬಿರುಸಾಗಿ ಒಗೆದರು. ಖಂಡಿತವಾಗಿಯೂ ಅವರಿಗೆ ಹಾಗೆ ವರ್ತಿಸುವ ಪೂರ್ಣ ಹಕ್ಕಿತ್ತು.

ಮುಷ್ಕರದ ಬಗ್ಗೆ ಗಿರಣೀ ಮಾಲೀಕರು ಹೊಂದಿದ್ದ ನಿಷ್ಠುರ ಮನೋಭಾವದ ಹಿನ್ನೆಲೆಯಲ್ಲಿದ್ದ ಮುಖ್ಯ ವ್ಯಕ್ತಿ ಶೇಠ್ ಅಂಬಾಲಾಲ್ ಆಗಿದ್ದ. ಅವನ ದೃಢ ಧೋರಣೆ ಮತ್ತು ಸ್ಪಷ್ಟವಾಗಿ ಗೋಚರವಾಗುತ್ತಿದ್ದ ಪ್ರಾಮಾಣಿಕತೆ ಅದ್ಭುತ ಎನ್ನುವಂತಿತ್ತು. ಅದು ನನ್ನ ಮನಸ್ಸನ್ನು ಸೆಳೆದಿತ್ತು. ಅವನ ಮೇಲೆ ಬಿರುಸಾಗಿ ಬೀಳುವುದು ಸಂತೋಷದ ವಿಷಯವೇ ಆಗಿತ್ತು. ವಿರೋಧಿಗಳ ಮೇಲೆ ನನ್ನ ಉಪವಾಸವು ಹೇರಿದ್ದ ಒತ್ತಡವು ನನ್ನ ಮನಸ್ಸನ್ನು ತ್ವರಿತವಾಗಿ ನೋಯಿಸಿತ್ತು.

ಆ ವಿರೋಧಿಗಳಲ್ಲಿ ಅವನೇ ಮುಖ್ಯವ್ಯಕ್ತಿಯಾಗಿದ್ದ. ಅವನ ಪತ್ನಿ ಸರಳಾ ದೇವಿ ಒಡಹುಟ್ಟಿದ ಸಹೋದರಿಯಂತೆ ನನ್ನ ಜತೆಯಲ್ಲಿ ಪ್ರೀತಿಯ ಸಂಬಂಧ ಹೊಂದಿದ್ದಳು. ನನ್ನ ಕಾರ್ಯದಿಂದ ಅವಳಲ್ಲುಂಟಾಗಿದ್ದ ಬೇಗುದಿಯನ್ನು ನನಗೆ ಸಹಿಸಿಕೊಳ್ಳಲು ಸಾಧ್ಯವಾಗಲಿಲ್ಲ

ಅನುಸೂಯಾಬೆಹ್ನ್ ಮತ್ತು ಇತರ ಅನೇಕ ಗೆಳೆಯರು ಮತ್ತು ಶ್ರಮಿಕರು ಮೊದಲ ದಿವಸ ನನ್ನ ಜತೆಯಲ್ಲಿ ಉಪವಾಸ ಕೂತಿದ್ದರು. ಉಪವಾಸವನ್ನು ಮುಂದುವರೆಸದಂತೆ ತುಂಬಾ ಕಷ್ಟಪಟ್ಟು ಅವರ ಮನ ಒಲಿಸಿದೆ.

ಇದರ ನಿವ್ವಳ ಪರಿಣಾಮವೆಂದರೆ ಸುತ್ತಲೂ ಸದ್ಭಾವನೆಯ ವಾತಾವರಣದ ಸೃಷ್ಟಿಯಾಯ್ತು. ಗಿರಣಿ ಮಾಲೀಕರ ಹೃದಯಗಳನ್ನು ಅದು ಆಪ್ತವಾಗಿ ತಟ್ಟಿತು. ಸಂಧಾನಕ್ಕೆ ಯಾವುದಾರೊಂದು ದಾರಿಯನ್ನು ಹುಡುಕತೊಡಗಿದರು. ಅನುಸೂಯಾಬೆಹ್ನ್ ಅವರ ಮನೆ ಚರ್ಚೆಯ ತಾಣವಾಯ್ತು. ಸಾರ್ಜೆಂಟ್ ಆನಂದ್‌ಶಂಕರ್ ಧ್ರುವ ಎಂಬುವವರು ಮಧ್ಯದಲ್ಲಿ ಪ್ರವೇಶಿಸಿದರು ಕೊನೆಯಲ್ಲಿ ಅವರನ್ನೇ ಮಧ್ಯಸ್ತಿಗಾರ (ಪಂಚ)ರೆಂದು ನೇಮಿಸಲಾಯ್ತು. ನಾನು ಕೇವಲ ಮೂರು ದಿನಗಳ ಕಾಲ ಉಪವಾಸಕೂತ ತರುವಾಯ ಮುಷ್ಕರವನ್ನು ಹಿಂದೆಗೆದುಕೊಳ್ಳಲಾಯ್ತು. ಗಿರಣಿ ಮಾಲೀಕರು ಶ್ರಮಿಕರಿಗೆ ಸಿಹಿಯನ್ನು ಹಂಚಿ ಈ ಸಂಭ್ರಮವನ್ನು ಆಚರಿಸಿದರು.

ಈ ವಿವಾದದ ಪರಿಹಾರದ ಒಪ್ಪಂದವನ್ನು ಆಚರಿಸಲು ಏರ್ಪಡಿಸಲಾಗಿದ್ದ ಸಭೆಯಲ್ಲಿ ಇಬ್ಬರು ಗಿರಣಿ ಮಾಲೀಕರು ಮತ್ತು ಕಮೀಷನರ್ (ಆಯುಕ್ತ) ಹಾಜರಿದ್ದರು. ಈ ಸಂದರ್ಭದಲ್ಲಿ ಕಮೀಷನರ್ ಶ್ರಮಿಕರಿಗೆ ಕೊಟ್ಟ ಸಲಹೆ ಹೀಗಿತ್ತು: 'ಮಿ. ಗಾಂಧಿ ನಿಮಗೆ ಸಲಹೆಕೊಡುವ ಪ್ರಕಾರ ನೀವು ಯಾವಾಗಲೂ ನಡೆದುಕೊಳ್ಳಬೇಕು.' ಈ ಎಲ್ಲ ಘಟನೆಗಳ ತರುವಾಯ ಬಹುತೇಕ ತಕ್ಷಣವೇ ಇದೇ ಸಭ್ಯ ಪುರುಷನೊಂದಿಗೆ ಸೆಣಸಾಟದಲ್ಲಿ ತೊಡಗಬೇಕಾಯ್ತು. ಆದರೆ ಪರಿಸ್ಥಿತಿ ಬದಲಾಗಿತ್ತು ಮತ್ತು ಆತ ಕೂಡಾ ಪರಿಸ್ಥಿತಿಯೊಂದಿಗೆ ಬದಲಾಗಿದ್ದ. ಆ ಸಮಯದಲ್ಲಿ ಖೇಡಾದ ಪಾಟಿದಾರರುಗಳಿಗೆ (ರೈತರಿಗೆ) ನನ್ನ ಸಲಹೆಯಂತೆ ನಡೆದುಕೊಳ್ಳಬಾರದೆಂದು ಅವನೇ ಎಚ್ಚರಿಕೆ ನೀಡಿದ್ದ!

ನಾನು ಈ ಅಧ್ಯಾಯವನ್ನು ಒಂದು ಘಟನೆಯನ್ನು ಉಲ್ಲೇಖಿಸದೇ ಮುಗಿಸಬಾರದು. ಆ ಘಟನೆ ಮನರಂಜಿಸುವ ಜತೆಯಲ್ಲಿ ಕರುಣಾಜನಕವೂ ಆಗಿತ್ತು. ಈ ಘಟನೆ ಸಿಹಿ ಹಂಚುವ ಸಂಬಂಧದಲ್ಲಿ ನಡೆಯಿತು. ಗಿರಣಿ ಮಾಲೀಕರು ಭಾರಿ ಪ್ರಮಾಣದಲ್ಲಿ ಸಿಹಿಯನ್ನು ತರಲು ಅಪ್ಪಣೆಮಾಡಿದ್ದರು. ಆದರೆ ಸಾವಿರಾರು ಮಂದಿ ಶ್ರಮಿಕರಿಗೆ ಅವನ್ನು ಹೇಗೆ ಹಂಚುವುದು ಎಂಬುದು ಸಮಸ್ಯೆಯಾಗಿ ಪರಿಣಮಿಸಿತು. ಯಾವ ಮರದ ಕೆಳಗೆ ಪ್ರತಿಜ್ಞೆಯನ್ನು ತೆಗೆದುಕೊಳ್ಳಲಾಗಿತ್ತೋ ಅದರ ಕೆಳಗೆ ಬಯಲಲ್ಲಿ ಸಿಹಿಯನ್ನು ಹಂಚುವುದು ಸೂಕ್ತ ಎಂದು ತೀರ್ಮಾನಿಸಲಾಯ್ತು. ಏಕೆಂದರೆ ಅವರೆಲ್ಲರನ್ನೂ ಒಟ್ಟಾಗಿ ಒಂದು ಸ್ಥಳದಲ್ಲಿ ಸೇರಿಸುವುದು ತುಂಬಾ ಅನುಕೂಲ ಎಂದು ಭಾವಿಸಲಾಗಿತ್ತು.

ಇಪ್ಪತ್ತೊಂದು ದಿನಗಳ ಕಾಲ ಪೂರ್ತಿಯಾಗಿ ಕಟ್ಟುನಿಟ್ಟಿನಿಂದ ಶಿಸ್ತನ್ನು ಪಾಲಿಸಿದ್ದ ಜನರನ್ನು ಏನೂ ಕಷ್ಟಪಡದೇ ಕ್ರಮಬದ್ಧವಾಗಿ ಸಾಲಾಗಿ ಸಿಹಿ ಹಂಚುವಾಗ ನಿಲ್ಲಿಸುವುದು ಸಾಮಾನ್ಯ ವಿಷಯವೆಂದು ನಾನು ಭಾವಿಸಿದ್ದೆ. ತಾಳ್ಮೆಯನ್ನು ಕಳೆದುಕೊಂಡು ಇತರರಿಗೆ ಬಿಡದೇ ಅದಷ್ಟನ್ನು

ಪಡೆದುಕೊಳ್ಳಲು ಹಿಗ್ಗಾಮುಗ್ಗಾ ಎಳೆದಾಡದೇ ಸಿಹಿಯನ್ನು ಹಂಚುವ ಕಾಲದಲ್ಲಿ ಅವರು ಸಾಲಾಗಿ ನಿಂತುಕೊಳ್ಳುವರು ಎಂದು ನಾನು ಭಾವಿಸಿದ್ದೆ. ಆದರೆ ಪರೀಕ್ಷಾ ಸಮಯ ಅಂದರೆ ಸಿಹಿಯನ್ನು ಹಂಚುವ ಸಮಯದಲ್ಲಿ ಯಾವುದೇ ಕ್ರಮವನ್ನು ಅನುಸರಿಸಿದರೂ ಅವೆಲ್ಲವೂ ವಿಫಲವಾದವು. ಸಿಹಿಯನ್ನು ಹಂಚಲು ಪ್ರಾರಂಭಿಸಿದ ಎರಡೇ ನಿಮಿಷಗಳ ತರುವಾಯ ಮತ್ತೆ ಮತ್ತೆ ಅವರ ಸಾಲುಗಳಲ್ಲಿ ಗಲಿಬಿಲಿ ಆರಂಭವಾಗುತ್ತಿತ್ತು. ಗಿರಣಿ ಕಾರ್ಮಿಕರ (ಶ್ರಮಿಕರ) ನಾಯಕರುಗಳು ಶಿಸ್ತನ್ನು ಮತ್ತೆ ಮತ್ತೆ ಸ್ಥಾಪಿಸಲು ಪ್ರಯತ್ನಿಸಿದರೂ ಅದು ವ್ಯರ್ಥವಾಗುತ್ತಿತ್ತು. ಈ ಗಲಿಬಿಲಿ, ನಜ್ಜುಗುಜ್ಜಾಟ ಮತ್ತು ಜಗ್ಗಾಟ ಕಡೆಯಲ್ಲಿ ಎಷ್ಟು ಹೆಚ್ಚಿತೆಂದರೆ ಸಾಕಷ್ಟು ಪ್ರಮಾಣದಲ್ಲಿ ಸಿಹಿ ತಿನಿಸುಗಳು ಶ್ರಮಿಕರ ಪಾದಗಳಡಿಯಲ್ಲಿ ಸಿಕ್ಕು ಅಜ್ಜಿ ಬಜ್ಜಿಯಾಗಿ ಹಾಳಾದವು. ಆದ್ದರಿಂದ ಕಡೆಯಲ್ಲಿ ಬಯಲಲ್ಲಿ ಸಿಹಿಯನ್ನು ಹಂಚುವ ಕಾರ್ಯಕ್ರಮವನ್ನು ಬಿಟ್ಟುಬಿಡಬೇಕಾಯ್ತು. ಕಷ್ಟಪಟ್ಟು ಉಳಿದಿದ್ದ ಸಿಹಿ ತಿನಿಸುಗಳನ್ನು ಮಿರ್ಜಾಪುರ್‌ನಲ್ಲಿದ್ದ ಶೇಠ್ ಅಂಬಾಲಾಲ್‌ಅವರ ಬಂಗಲೆಗೆ ತೆಗೆದುಕೊಂಡು ಹೋಗಲಾಯ್ತು. ಮಾರನೇದಿನ ಬಂಗಲೆಯ ಕಾಂಪೌಂಡ್‌ನೊಳಗೆ ಸಿಹಿಯನ್ನು ಯಾವುದೇ ಆತಂಕವಿಲ್ಲದೇ ಹಂಚಲಾಯ್ತು.

ಈ ಘಟನೆಯ ಹಿಂದಿರುವ ವಿನೋದದ ಮಗ್ಗುಲು ಸುಸ್ಪಷ್ಟವಾಗಿ ಗೋಚರವಾಗುತ್ತಿದೆ. ಆದರೆ ಅದರ ಕರುಣಾಜನಕ ಮಗ್ಗುಲನ್ನು ಉಲ್ಲೇಖಿಸಬೇಕಾಗಿದೆ. ಮುಂದೆ ವಿಚಾರಣೆ ನಡೆಸಿದಾಗ ಅಹ್‌ಮದಾಬಾದ್‌ನ ಭಿಕ್ಷಕರು ಏಕ್-ಟೆಕ್ ಮರದ ಕೆಳಗೆ ಸಿಹಿಯನ್ನು ಹಂಚುವರೆಂಬ ಸಮಾಚಾರದ ವಾಸನೆ ತಿಳಿದು ಅಲ್ಲಿ ಬಹು ಸಂಖ್ಯೆಯಲ್ಲಿ ನೆರೆದಿದ್ದರು ಎಂಬ ಅಂಶ ಗೊತ್ತಾಯ್ತು. ಸಿಹಿಯ ಹಸಿವಿಗೆ ಒಳಗಾಗಿದ್ದ ಅವರು ಹಿಗ್ಗಾಮುಗ್ಗಾ ಎಳೆದಾಡಿದ್ದರಿಂದ ಎಲ್ಲ ಗಡಿಬಿಡಿ ಮತ್ತು ಅವ್ಯವಸ್ಥೆ ಉಂಟಾಗಿತ್ತು.

ನಮ್ಮ ದೇಶ ಎಂತಹ ದಾರಿದ್ರ್ಯ ಮತ್ತು ಹಸಿವಿನ ಪೀಡೆಗೆ ಸಿಕ್ಕು ಸಂಕಟಪಡುತ್ತಿದೆಯೆಂದರೆ ಪ್ರತಿವರ್ಷವೂ ಹೆಚ್ಚು ಹೆಚ್ಚು ಜನರು ಭಿಕ್ಷುಕರ ಸಾಲುಗಳಲ್ಲಿ ಬಲವಂತವಾಗಿ ತಳ್ಳಲ್ಪಡುತ್ತಿದ್ದಾರೆ. ರೊಟ್ಟಿಗಾಗಿ ಅವರು ನಡೆಸುತ್ತಿರುವ ಹತಾಶ ಹೋರಾಟವು ನಡವಳಿಕೆಯ ಔಚಿತ್ಯದ ಎಲ್ಲ ವರ್ತನೆಗಳಿಗೂ ಅವರನ್ನು ಕುರುಡು ಮಾಡಿ ಬಿಟ್ಟಿವೆ. ಸ್ವಾಭಿಮಾನವನ್ನು ತೊರೆಯುವಂತೆ ಮಾಡಿಬಿಟ್ಟಿದೆ. ನಮ್ಮ ಲೋಕೋಪಕಾರಿಗಳು ಅವರಿಗೆ ಉದ್ಯೋಗವನ್ನು ಒದಗಿಸುವ ಬದಲಾಗಿ ಮತ್ತು ಹೊಟ್ಟೆ ತುಂಬಿಸಿಕೊಳ್ಳಲು (ಅಂದರೆ ರೊಟ್ಟಿಗಾಗಿ) ಕೆಲಸಮಾಡುವಂತೆ ಬಲವಂತಪಡಿಸುವ ಪ್ರತಿಯಾಗಿ ಅವರಿಗೆ ಭಿಕ್ಷೆ ನೀಡುವರು.

23. ಖೇಡಾ ಸತ್ಯಾಗ್ರಹ

ನನ್ನಲ್ಲಿ ಉಸಿರಾಡಲು ಕೂಡಾ ಪುರಸೊತ್ತಿರಲಿಲ್ಲ. ಅಹ್‌ಮದಾಬಾದ್‌ನಲ್ಲಿ ಗಿರಣಿ ಕಾರ್ಮಿಕರ (ಶ್ರಮಿಕರ) ಮುಷ್ಕರ ಮುಗಿಯುವಷ್ಟರಲ್ಲಿ ನಾನು ಖೇಡಾ ಸತ್ಯಾಗ್ರಹ ಹೋರಾಟದಲ್ಲಿ ಏಕಾಏಕಿ ಧುಮುಕಬೇಕಾಯ್ತು.

ವ್ಯಾಪಕವಾಗಿ ಬೆಳೆಗಳು ವಿಫಲವಾಗಿದ್ದರಿಂದ ಖೇಡಾ ಜಿಲ್ಲೆಯಲ್ಲಿ ಕ್ಷಾಮ ಬರುವ ಭೀತಿ ಉಂಟಾಗಿತ್ತು. ಖೇಡಾ ಪಾಟಿದಾರರು (ರೈತರು) ಆ ವರ್ಷದ ಭೂಕಂದಾಯವನ್ನು ಗೊತ್ತುಪಡಿಸುವ ಕ್ರಮವನ್ನು ತಾತ್ಕಾಲಿಕವಾಗಿ ಸ್ಥಗಿತಗೊಳಿಸಬೇಕೆಂಬ ಪ್ರಶ್ನೆಯ ಬಗ್ಗೆ ಪರ್ಯಾಲೋಚಿಸುತ್ತಿದ್ದರು.

ಸಾರ್ಜೆಂಟ್ ಅಮೃತ್‌ಲಾಲ್ ಥಕ್ಕರ್ ಆಗಲೇ ಈ ವಿಷಯದ ಬಗ್ಗೆ ವಿಚಾರಣೆ ನಡೆಸಿದ್ದರು ಮತ್ತು ಈ ಪರಿಸ್ಥಿತಿಯನ್ನು ಕಮೀಷನರ್‌ಗೆ ವರದಿಮಾಡಿದ್ದರಲ್ಲದೇ ವೈಯಕ್ತಿಕವಾಗಿ ಇದರ ಬಗ್ಗೆ ಅವರೊಂದಿಗೆ ಚರ್ಚಿಸಿದ್ದರು. ನಾನು ಬೆಳೆಗಾರರಿಗೆ ಇದರ ಬಗ್ಗೆ ನಿಶ್ಚಿತ ಸಲಹೆಯನ್ನು ಕೊಡುವುದಕ್ಕೂ ಮುಂಚಿತವಾಗಿ ಥಕ್ಕರ್ ಕಮೀಷನರ್‌ನನ್ನು ಕಂಡಿದ್ದರು. ಸಾರ್ಜೆಂಟ್‌ಗಳಾದ ಮೋಹನ್‌ಲಾಲ್ ಪಾಂಡ್ಯ ಮತ್ತು ಶಂಕರ್‌ಲಾಲ್ ಪಾರೀಖ್ ಕೂಡಾ ಈ ಹೋರಾಟದಲ್ಲಿ ಧುಮುಕಿದ್ದರು. ಸಾರ್ಜೆಂಟ್

ವಲ್ಲಭಾಯ್ ಪಟೇಲ್ ಮತ್ತು ದಿವಂಗತ ಸರ್ ಗೋಕುಲ್‌ದಾಸ್ ಕಹನ್‌ದಾಸ್ ಪರೇಖ್‌ಅವರುಗಳ ಮೂಲಕ ಬಾಂಬೆ ಲೆಜಿಸ್ಲೇಟಿವ್ ಕೌನ್ಸಿಲ್‌ನಲ್ಲಿ ಚರ್ಚೆಯನ್ನಾರಂಭಿಸಿದ್ದರು ಹೂಡಿದ್ದರು. ಒಂದಕ್ಕಿಂತ ಹೆಚ್ಚು ನಿಯೋಗಗಳು ಈ ಸಂಬಂಧದಲ್ಲಿ ಗವರ್ನರ್‌ಅವರನ್ನು ಭೇಟಿಮಾಡಿದ್ದವು.

ಈ ಸಮಯದಲ್ಲಿ ನಾನು ಗುಜರಾತ್ ಸಭಾದ ಅಧ್ಯಕ್ಷನಾಗಿದ್ದೆ. ಸಭೆಯು ಸರ್ಕಾರಕ್ಕೆ ತಂತಿಗಳನ್ನು ಮತ್ತು ಮನವಿಗಳನ್ನು ಕಳಿಸಿತ್ತು ಮತ್ತು ಕಮೀಷನರ್‌ಅವರ ಬೆದರಿಕೆಗಳನ್ನು ಮತ್ತು ಮೂದಲಿಕೆಗಳನ್ನು ತಾಳ್ಮೆಯಿಂದ ನುಂಗಿಕೊಂಡಿತ್ತು. ಈ ಸಂದರ್ಭದಲ್ಲಿ ಅಧಿಕಾರಿಗಳ ವರ್ತನೆ ಎಷ್ಟೊಂದು ಹಾಸ್ಯಾಸ್ಪದವಾಗಿತ್ತು ಮತ್ತು ಗೌರವಕ್ಕೆ ಕುಂದುಮಾಡುವ ರೀತಿಯಲ್ಲಿತ್ತೆಂದರೆ ಈಗ ಅದು ಬಹುಮಟ್ಟಿಗೆ ನಂಬಲಶಕ್ಯವಾದದ್ದು ಎಂಬಂತೆ ತೋರುತ್ತದೆ.

ಬೆಳೆಗಾರರ ಬೇಡಿಕೆ ಹಗಲಿನ ಬೆಳಕಿನಷ್ಟು ಸ್ಪಷ್ಟವಾಗಿತ್ತು. ಆದ್ದರಿಂದ ಅದನ್ನು ಒಪ್ಪಿಕೊಳ್ಳುವಂತೆ ಮಾಡುವ ದಿಕ್ಕಿನಲ್ಲಿ ಗೆಲ್ಲಬಲ್ಲ ವ್ಯಾಜ್ಯಹೂಡಲು ಈ ಬೇಡಿಕೆ ತಕ್ಕ ಮಟ್ಟಿಗೆ ಚೆನ್ನಾಗಿತ್ತು. ಭೂಕಂದಾಯ ನಿಯಮ (ಲ್ಯಾಂಡ್ ರೆವಿನ್ಯು ರೂಲ್ಸ್) ಗಳಡಿಯಲ್ಲಿ ಬೆಳೆ ನಾಲ್ಕು ಆಣೆಗಳಷ್ಟು ಅಥವಾ ಅದಕ್ಕೂ ಕಡಿಮೆಯಿದ್ದರೆ ಬೆಳೆಗಾರರು ಆ ವರ್ಷ ಭೂಕಂದಾಯವನ್ನು ಗೊತ್ತುಪಡಿಸುವ ಕ್ರಮವನ್ನು ಪೂರ್ತಿಯಾಗಿ ಸ್ಥಗಿತಗೊಳಿಸುವಂತೆ ಹಕ್ಕು ಮಂಡಿಸಬಹುದಾಗಿತ್ತು. ಅಧಿಕೃತ ಲೆಕ್ಕಾಚಾರದ ಪ್ರಕಾರ ಬೆಳೆ ನಾಲ್ಕು ಆಣೆಗಳಿಗೂ ಹೆಚ್ಚಾಗಿದೆ ಎಂದು ಹೇಳಲಾಗಿತ್ತು. ಆದರೆ ಇದಕ್ಕೆ ಪ್ರತಿಯಾಗಿ ಅಂದರೆ ಬೆಳೆಗಾರರ ದೃಷ್ಟಿಯಲ್ಲಿ ಬೆಳೆ ನಾಲ್ಕು ಆಣೆಗಳಿಗೂ ಕಡಿಮೆಯಾಗಿತ್ತು. ಆದರೆ ಸರ್ಕಾರವು ಇದಕ್ಕೆ ಕಿವಿಯನ್ನು ಒಡ್ಡಲು ತಯಾರಿರಲಿಲ್ಲ. ಪಂಚಾಯಿತಿಗೆ ಒಪ್ಪಿಸಬೇಕೆನ್ನುವ ಜನರ ಬೇಡಿಕೆಯನ್ನು ರಾಜದ್ರೋಹ ಎಂದು ಪರಿಗಣಿಸಿತ್ತು. ಕಡೆಯಲ್ಲಿ ಎಲ್ಲ ಮನವಿಗಳು, ಅರ್ಜಿಗಳು ಮತ್ತು ಪ್ರಾರ್ಥನೆಗಳು ವಿಫಲವಾದ ಮೇಲೆ ಮತ್ತು ಸಹ ಕಾರ್ಯಕರ್ತರುಗಳೊಂದಿಗೆ ಸಮಾಲೋಚನೆ ನಡೆಸಿದ ತರುವಾಯ ನಾನು ಪಾಟಿದಾರರು (ರೈತರು)ಗಳಿಗೆ ಸತ್ಯಾಗ್ರಹವನ್ನು ಕೈಗೊಳ್ಳುವಂತೆ ಸಲಹೆ ಕೊಟ್ಟೆ.

ಖೇಡಾದ ಸ್ವಯಂ ಸೇವಕರುಗಳ ಜತೆಯಲ್ಲಿ ಈ ಹೋರಾಟದಲ್ಲಿ ನನ್ನ ಮುಖ್ಯ ಸಂಗಾತಿಗಳಾಗಿದ್ದವರು ಸಾರ್ಜೆಂಟ್‌ಗಳಾದ ವಲ್ಲಭಾಯ್ ಪಟೇಲ್, ಶಂಕರ್‌ಲಾಲ್ ಬ್ಯಾಂಕರ್, ಶ್ರೀಮತಿ ಅನುಸೂಯಾಬೆಹ್ನ್, ಸಾರ್ಜೆಂಟರುಗಳಾದ ಇಂದು ಲಾಲ್ ಯಾಜ್ನಿಕ್, ಮಹದೇವ್ ದೇಸಾಯಿ ಮತ್ತು ಇತರರೂ ಈ ಹೋರಾಟದಲ್ಲಿ ಸೇರಿಕೊಂಡ ಸಾರ್ಜೆಂಟ್ ವಲ್ಲಭಾಯ್ ನ್ಯಾಯಾಲಯದಲ್ಲಿ ಉಜ್ವಲವಾಗಿ ಬೆಳೆಯುತ್ತಿದ್ದ ತಮ್ಮ ವಕೀಲಿ ವೃತ್ತಿಯನ್ನು ತಾತ್ಕಾಲಿಕವಾಗಿ ಸ್ಥಗಿತಗೊಳಿಸಿದ್ದರು. ವಾಸ್ತವವಾಗಿ ಅವರಿಗೆ ಈ ವೃತ್ತಿಯನ್ನು ಮತ್ತೆ ಮುಂದುವರೆಸಲು ಸಾಧ್ಯವಾಗಲೇ ಇಲ್ಲ.

ನಾವು ನಮ್ಮ ಮುಖ್ಯ ಕಛೇರಿಯನ್ನು ನಡಿಯಾದ್‌ನ ಅನಂತಾಶ್ರಮದಲ್ಲಿ ಪ್ರಾರಂಭಿಸಿದೆವು. ನಮ್ಮೆಲ್ಲರಿಗೂ ಸ್ಥಳಾವಕಾಶವನ್ನು ಒದಗಿಸಿ ಕೊಡುವಂತಹ ಇತರ ಯಾವುದೇ ವಿಶಾಲವಾದ ಕಟ್ಟಡ ನಮಗೆ ದೊರೆಯಲಿಲ್ಲ.

ಸತ್ಯಾಗ್ರಹಿಗಳು ಮುಂದೆ ತಿಳಿಸುವ ಪ್ರತಿಜ್ಞೆಗೆ ಸಹಿ ಹಾಕಿದರು:

'ನಮ್ಮ ಹಳ್ಳಿಗಳ ಬೆಳೆಗಳು ನಾಲ್ಕು ಆಣೆಗಳಿಗಿಂತಲೂ ಕಡಿಮೆಯಾಗಿರುವುದನ್ನು ತಿಳಿದು ನಾವು ಮುಂದೆ ಬರಲಿರುವ ವರ್ಷದವರೆಗೂ ಗೊತ್ತುಪಡಿಸಿರುವ ಭೂಕಂದಾಯದ ವಸೂಲಿಯನ್ನು ತಾತ್ಕಾಲಿಕವಾಗಿ ಸ್ಥಗಿತಗೊಳಿಸಬೇಕೆಂದು ಸರ್ಕಾರವನ್ನು ಪ್ರಾರ್ಥಿಸಿದೆವು. ಆದರೆ ಸರ್ಕಾರವು ನಮ್ಮ ಪ್ರಾರ್ಥನೆಯನ್ನು ಅಂಗೀಕರಿಸಿಲ್ಲ. ಆದ್ದರಿಂದ ನಾವು, ಕೆಳಗೆ ಸಹಿಮಾಡಿರುವವರು ಈ ಮೂಲಕ ಆತ್ಮಸಾಕ್ಷಿಗನುಗುಣವಾಗಿ ಘೋಷಿಸುವುದೇನೆಂದರೆ ನಾವು ನಮ್ಮ ಸ್ವಂತ ಇಚ್ಛೆಯಿಂದ ಸರ್ಕಾರಕ್ಕೆ ಈ ವರ್ಷ ಪೂರ್ತಿಯಾಗಿ ಇಲ್ಲವೇ ಉಳಿದಿರುವ ಭೂಕಂದಾಯವನ್ನು ಕೊಡುವುದಿಲ್ಲ. ಸರ್ಕಾರವು ತನಗೆ ಯೋಗ್ಯವೆಂದು ಭಾವಿಸಲಾಗಿರುವ ಯಾವುದೇ ಕಾನೂನು ಕ್ರಮಗಳನ್ನು ತೆಗೆದುಕೊಳ್ಳಲಿ ಮತ್ತು ನಾವು ಹಣ ಪಾವತಿಮಾಡದಿದ್ದುದರಿಂದ ಉಂಟಾಗುವ ಎಲ್ಲ ಪರಿಣಾಮಗಳನ್ನು ಸಂತೋಷದಿಂದ ಅನುಭವಿಸುತ್ತೇವೆ. ನಾವೇ ಸ್ವತಃ ಹಣ ಪಾವತಿಮಾಡಿ ನಮ್ಮ ವ್ಯಾಜ್ಯ ದೋಷಪೂರಿತವಾದದ್ದು ಎಂದು ಪರಿಗಣಿಸಲ್ಪಡುವುದಕ್ಕಿಂತಲೂ ಅಥವಾ ನಮ್ಮ ಸ್ವಾಭಿಮಾನಕ್ಕೆ ಕಳಂಕ ತಂದುಕೊಳ್ಳುವುದಕ್ಕಿಂತಲೂ ನಾವು ನಮ್ಮ ಜಮೀನನ್ನು ದಂಡವಾಗಿ ಕೊಟ್ಟುಬಿಡುತ್ತೇವೆ. ಹಾಗಿದ್ದರೂ ಸರ್ಕಾರವು ಇಡೀ ಜಿಲ್ಲೆಯಲ್ಲಿ ಗೊತ್ತುಪಡಿಸಿರುವ ಕಂದಾಯದ ಎರಡನೇ ಕಂತಿನ ವಸೂಲಾತಿಯನ್ನು ತಾತ್ಕಾಲಿಕವಾಗಿ ಸ್ಥಗಿತಗೊಳಿಸಲು ಒಪ್ಪಿಕೊಂಡರೆ, ನಮ್ಮಲ್ಲಿ ಯಾರಾದರೂ ಪಾವತಿ ಮಾಡುವ ಅನುಕೂಲ ಸ್ಥಿತಿಯಲ್ಲಿದ್ದರೆ ಬಾಕಿಯಿರುವ ಇಡೀ ಇಲ್ಲವೇ ತೀರಿಸದೇ ಉಳಿದಿರುವ ಭೂಕಂದಾಯವನ್ನು ಕೊಡಬಹುದು. ಕೊಡಲು ಸಮರ್ಥರಾಗಿರುವವರು ಅದನ್ನು ಕೊಡದೇ ತಡೆಹಿಡಿದಿರುವುದಕ್ಕೆ ಕಾರಣವೇನೆಂದರೆ ಅವರು ಪಾವತಿಮಾಡಿದ್ದರೆ ಥಟ್ಟನೇ ಆತಂಕಗೊಳ್ಳುವ ಬಡ ರೈತರು ತಮ್ಮ ಚರಸ್ವತ್ತನ್ನು ಮಾರಾಟ ಮಾಡಿಬಿಡಬಹುದು ಅಥವಾ ಬಾಕಿಯಿರುವ ಕಂದಾಯದ ಪಾವತಿಮಾಡಲು ಸಾಲದ ಬಲೆಯಲ್ಲಿ ಸಿಕ್ಕಿಬೀಳಬಹುದು ಮತ್ತು ಈ ಮೂಲಕ ತಮ್ಮ ಮೇಲೆ ತಾವೇ ಸಂಕಟವನ್ನು ತಂದುಕೊಳ್ಳುವರು. ಇಂತಹ ಪರಿಸ್ಥಿತಿಯಲ್ಲಿ, ಯಾರಿಗೆ ಪಾವತಿಮಾಡುವ ಸಾಮರ್ಥ್ಯವಿದೆಯೋ ಅವರು ಕೂಡಾ ಬಡವರ ಸಲುವಾಗಿ ತಮಗೆ ಗೊತ್ತುಪಡಿಸಿರುವ ಭೂಕಂದಾಯವನ್ನು ಕೊಡದೇ ತಡೆಹಿಡಿಯುವುದು ಅವರ ಕರ್ತವ್ಯ ಎಂದು ನಾವು ಭಾವಿಸಿದ್ದೇವೆ.'

ನಾನು ಈ ಹೋರಾಟಕ್ಕೆ ಅನೇಕ ಅಧ್ಯಾಯಗಳನ್ನು ಮೀಸಲಿಡಲಾರೆ. ಆದ್ದರಿಂದ ಈ ಸಂಬಂಧದಲ್ಲಿ ಅನೇಕ ಮಧುರ ಸ್ಮೃತಿಗಳನ್ನು ಹೊರಕ್ಕೆ ದಬ್ಬಬೇಕಾಗಿದೆ. ಈ ಪ್ರಮುಖ ಹೋರಾಟದ ಬಗ್ಗೆ ಪೂರ್ತಿಯಾಗಿ ಮತ್ತು ಆಳವಾಗಿ ಅಧ್ಯಯನ ಮಾಡಲು ಬಯಸುವವರು ಖೇಡಾದ, ಕತ್‌ಲಾಲ್‌ನ ಸಾರ್ಜೆಂಟ್ ಶಂಕರ್‌ಲಾಲ್ ಪಾರೀಖ್ ಬರೆದಿರುವ ಪೂರ್ಣ ಮತ್ತು ವಿಶ್ವಾಸಾರ್ಹವಾಗಿರುವ 'ಹಿಸ್ಟರಿ ಆಫ್ ಖೇಡಾ ಸತ್ಯಾಗ್ರಹ (ಖೇಡಾ ಸತ್ಯಾಗ್ರಹದ ಇತಿಹಾಸ)' ಎಂಬ ಕೃತಿಯನ್ನು ಓದುವುದು ಒಳ್ಳೆಯದು.

24. 'ಈರುಳ್ಳಿ ಚೋರ'

ಚಂಪಾರಣ್ ಭಾರತದ ತುಂಬಾ ದೂರದ ಮೂಲೆಯಲ್ಲಿರುವುದರಿಂದ ಮತ್ತು ವೃತ್ತಪತ್ರಿಕೆಗಳನ್ನು ಈ ಚಳವಳಿಯಿಂದ ಹೊರಗಿಟ್ಟಿದ್ದರಿಂದ ಅದು ಹೊರಗಿನ ಭೇಟಿಗಾರ (ವಿಸಿಟರ್)ರನ್ನು ಆಕರ್ಷಿಸಲಿಲ್ಲ. ಆದರೆ ಖೇಡಾ ಚಳವಳಿ ಹಾಗಾಗಲಿಲ್ಲ. ಪತ್ರಿಕೆಗಳು ದಿನದಿಂದ ದಿನಕ್ಕೆ ನಡೆಯುತ್ತಿದ್ದ ಘಟನೆಗಳನ್ನು ವರದಿಮಾಡುತ್ತಿದ್ದವು.

ಗುಜರಾತಿಗಳು ಈ ಹೋರಾಟದ ಬಗ್ಗೆ ಗಾಢವಾದ ಆಸಕ್ತಿಯನ್ನು ಹೊಂದಿದ್ದರು. ಏಕೆಂದರೆ ಈ ಹೋರಾಟ ಅವರಿಗೊಂದು ಹೊಸ ಅನುಭವವಾಗಿತ್ತು. ಈ ಉದ್ದೇಶದ ಯಶಸ್ಸಿಗೆ ಅವರು ತಮ್ಮ ಸಂಪತ್ತನ್ನು ಸುರಿಯಲು ಸಿದ್ಧರಾಗಿದ್ದರು. ಸತ್ಯಾಗ್ರಹವನ್ನು ಕೇವಲ ಹಣದ ಮೂಲಕ ನಡೆಸಲು ಸಾಧ್ಯವಾಗದು ಎಂಬುದನ್ನು ಕಂಡುಕೊಳ್ಳುವುದು ಅವರಿಗೆ ಸುಲಭವಾಗಿರಲಿಲ್ಲ. ಸತ್ಯಾಗ್ರಹಕ್ಕೆ ಹಣ ತೀರ ಕನಿಷ್ಠ ಪ್ರಮಾಣದಲ್ಲಿ ಬೇಕಾಗುವುದು. ನಾನು ಆಕ್ಷೇಪಿಸಿದರೂ ಬೊಂಬಾಯಿಯ ವರ್ತಕರು ಅವಶ್ಯಕತೆಗಿಂತ ಹೆಚ್ಚಾಗಿ ಹಣ ಕಳಿಸಿದರು. ಆದ್ದರಿಂದ ಚಳವಳಿಯ ಕೊನೆಯಲ್ಲಿ ಸ್ವಲ್ಪ ಸಿಲ್ಕು (ಬ್ಯಾಲೆನ್ಸ್) ನಮ್ಮ ಬಳಿಯಲ್ಲಿತ್ತು.

ಇದೇ ಕಾಲದಲ್ಲಿ ಸತ್ಯಾಗ್ರಹಿ ಸ್ವಯಂಸೇವಕರು ಸರಳತೆಯ ಹೊಸ ಪಾಠವೊಂದನ್ನು ಕಲಿತುಕೊಳ್ಳಬೇಕಾಯ್ತು. ಅವರು ಅದನ್ನು ಪೂರ್ತಿಯಾಗಿ ಮೈಗೂಡಿಸಿಕೊಂಡರು ಎಂದು ಹೇಳಲಾರೆ. ಆದರೆ ಅವರು ಗಣನೀಯವಾಗಿ ತಮ್ಮ ಜೀವನ ಮಾರ್ಗಗಳನ್ನು ಬದಲಿಸಿಕೊಂಡರು.

ಪಾಟಿದಾರ ರೈತರ ಬಗ್ಗೆ ಹೇಳುವುದಾದರೆ ಈ ಹೊರಾಟ ಅವರಿಗೆ ಕೂಡಾ ತೀರ ಹೊಸದಾಗಿತ್ತು. ಆದ್ದರಿಂದ ನಾವು ಹಳ್ಳಿಯಿಂದ ಹಳ್ಳಿಗೆ ಹೋಗಿ ಸತ್ಯಾಗ್ರಹದ ಮೂಲತತ್ವಗಳನ್ನು ವಿವರಿಸಿದೆವು.

ಕೃಷಿಕರಲ್ಲಿದ್ದ ಭಯವನ್ನು ಹೊಡೆದೋಡಿಸುವುದು ಮುಖ್ಯ ಕೆಲಸವಾಗಿತ್ತು. ಅಧಿಕಾರಿಗಳು ಮಾಲೀಕರುಗಳಲ್ಲವೆಂದೂ ಅವರು ಜನತೆಯ ಸೇವಕರೆಂದು, ಏಕೆಂದರೆ ತೆರಿಗೆ ಕೊಡುವವರಿಂದಲೇ ಅವರು ಅವರ ವೇತನವನ್ನು ಪಡೆಯುತ್ತಾರೆಂದು ರೈತರಿಗೆ ಮನವರಿಕೆಮಾಡಿಕೊಡಬೇಕಾಗಿತ್ತು. ಸೌಜನ್ಯ(ಸಿವಿಲಿಟಿ)ದೊಂದಿಗೆ ನಿರ್ಭಯವನ್ನು ಯೋಜಿಸಿಕೊಳ್ಳಬೇಕೆಂಬುದರ ಬಗ್ಗೆ ಅವರಿಗೆ ಮನವರಿಕೆಮಾಡಿಕೊಡುವುದು ಅಸಾಧ್ಯ ಎಂದು ನಮಗೆ ಆಗ ಕಂಡುಬಂದಿತು ಒಮ್ಮೆ ಅವರು ಅಧಿಕಾರಿಗಳ ಬಗ್ಗೆ ಹೊಂದಿದ್ದ ಭಯವನ್ನು ನಿವಾರಿಸಿಕೊಂಡ ಮೇಲೆ ತಮಗಾದ ಅವಮಾನಕ್ಕೆ ಪ್ರತಿಕಾರತೋರಿಸದೇ ಅವರು ಸುಮ್ಮನಿರುವರೆ? ಹಾಗೆಯೇ ಅವರು ಸೌಜನ್ಯತೆಯನ್ನು ಮೀರಿ ವರ್ತಿಸಿದರೆ ಅದು ಸತ್ಯಾಗ್ರಹವನ್ನು ಹಾಲಿನಲ್ಲಿ ಒಂದು ತೊಟ್ಟು ಇಲಿಪಾಷಾಣವನ್ನು ಬೆರಸಿದಂತೆ ಕೆಡಿಸಿಬಿಡುವುದು.

ನಾನು ನಿರೀಕ್ಷಿಸಿದ್ದುದಕ್ಕಿಂತಲೂ ಅವರು ಸೌಜನ್ಯತೆಯ ಪಾಠವನ್ನು ತುಂಬಾ ಕಡಿಮೆ ಕಲಿತಿದ್ದರು ಎಂದು ನಾನು ಮುಂದಿನ ದಿನಗಳಲ್ಲಿ ಮನವರಿಕೆಮಾಡಿಕೊಂಡೆ. ಸತ್ಯಾಗ್ರಹದ ಅತ್ಯಂತ ಕಷ್ಟಕರವಾದ ಭಾಗವೆಂದರೆ ಸೌಜನ್ಯತೆ ಎಂದು ನನ್ನ ಅನುಭವ ನನಗೆ ಕಲಿಸಿಕೊಟ್ಟಿತು. ಸೌಜನ್ಯತೆಯೆಂದರೆ ಇಲ್ಲಿ ಕೇವಲ ಸಂದರ್ಭಕ್ಕೆ ತಕ್ಕಂತೆ ಮಾತಾಡುವುದನ್ನು ಬೆಳಸಿಕೊಂಡಿರುವ ಬಾಹ್ಯದ ವಿನಯಪರ ನಡವಳಿಕೆ ಎಂದು ಅರ್ಥಮಾಡಿಕೊಳ್ಳಬಾರದು. ಅದು ಹುಟ್ಟಿನಿಂದಲೇ ಬಂದ ವಿನಯಪರ ನಡವಳಿಕೆಯಾಗಿದ್ದು ವಿರೋಧಿಗೆ ಕೂಡಾ ಒಳ್ಳೆಯದನ್ನು ಮಾಡಬೇಕೆಂಬ ಅಪೇಕ್ಷೆಯನ್ನು ಹೊಂದಿರುತ್ತದೆ. ಸತ್ಯಾಗ್ರಹಿಯ ಪ್ರತಿಯೊಂದು ವರ್ತನೆಯಲ್ಲಿ ಇವು ತಾವಾಗಿ ಕಾಣಿಸಿಕೊಳ್ಳಬೇಕು.

ಪ್ರಾರಂಭದ ಹಂತಗಳಲ್ಲಿ ಜನರು ತುಂಬಾ ಧೈರ್ಯವನ್ನು ಪ್ರದರ್ಶಿಸಿದರೂ ಸರ್ಕಾರವು ಕಠಿಣ ಕ್ರಮಗಳನ್ನು ತೆಗೆದುಕೊಳ್ಳದಿರಲು ಇಚ್ಛಿಸಿದಂತೆ ತೋರಿತು. ಆದರೆ ಜನರ ದೃಢನಿಶ್ಚಯದಲ್ಲಿ ಹೊಯ್ದಾಡುವ ಚಿಹ್ನೆಗಳು ಕಂಡುಬರದಿದ್ದಾಗ ಸರ್ಕಾರವು ದಬ್ಬಾಳಿಕೆಯನ್ನಾರಂಭಿಸಿತು. ಜಪ್ತಿ(ಅಟ್ಯಾಚ್‌ಮೆಂಟ್) ಅಧಿಕಾರಿಗಳು ಜಾನುವಾರುಗಳ ಮಾರಾಟಮಾಡಿದರು ಮತ್ತು ತಾವು ಹಿಡಿದುಕೊಳ್ಳಬಹುದಾದ ಚರ (ಮೂವಬಲ್) ಸ್ವತ್ತುಗಳನ್ನೆಲ್ಲ ಜಪ್ತಿಮಾಡಿ ವಶಪಡಿಸಿಕೊಂಡರು. ದಂಡನೆಯ ನೋಟಿಸುಗಳನ್ನು ಜಾರಿಮಾಡಿದರು. ಕೆಲವು ಪ್ರಸಂಗಗಳಲ್ಲಿ ಬೆಳೆದು ನಿಂತಿದ್ದ ಪೈರನ್ನು ಜಪ್ತಿಮಾಡಲಾಯ್ತು. ಇದು ರೈತರ ಎದೆಗುಂದಿಸಿತು. ಅವರಲ್ಲಿ ಕೆಲವರು ತಾವು ಕೊಡಬೇಕಾಗಿದ್ದ ಬಾಕಿಯನ್ನು ಕೊಟ್ಟುಬಿಟ್ಟರು. ಇತರರು ಅಧಿಕಾರಿಗಳಿಗೆ ಬಾಕಿಯನ್ನು ನಗದುಗೊಳಿಸಿಕೊಳ್ಳಲು (ತುಂಬಿಸಿಕೊಳ್ಳಲು) ಅನುಕೂಲವಾಗುವಂತೆ ಸುರಕ್ಷಿತವಾಗಿರಿಸಿಕೊಂಡಿದ್ದ

ಚರಸ್ವತ್ತುಗಳನ್ನು ಅವರಿಗೆ ಒಪ್ಪಿಸಲು ಇಚ್ಛಿಸಿದರು. ಆದರೆ ಇದಕ್ಕೆ ಪ್ರತಿಯಾಗಿ ಕೆಲವರು ಅಪ್ರಿಯವಾಗಿರುವ ಕೊನೆಯನ್ನು ಮುಟ್ಟುವವರೆಗೂ ಹೋರಾಡಲು ಸಿದ್ಧರಾಗಿದ್ದರು.

ಹೀಗೆ ಘಟನೆಗಳು ನಡೆಯುತ್ತಿದ್ದಾಗ ಸಾರ್ಜೆಂಟ್ ಶಂಕರ್‌ಲಾಲ್ ಪಾರೀಖ್‌ಅವರ ಗೇಣಿದಾರನೊಬ್ಬನು ತನ್ನ ಭೂಮಿಗೆ ಸಂಬಂಧಿಸಿದಂತೆ ಗೊತ್ತುಮಾಡಲ್ಪಟ್ಟಿದ್ದ ಭೂಕಂದಾಯವನ್ನು ಕೊಟ್ಟುಬಿಟ್ಟನು. ಇದರಿಂದ ತೀವ್ರ ಕಳವಳ ಉಂಟಾಯ್ತು. ತಕ್ಷಣವೇ ಶಂಕರ್‌ಲಾಲ್ ಪಾರೀಖ್ ತಮ್ಮ ಗೇಣಿದಾರ ಮಾಡಿದ್ದ ತಪ್ಪಿಗೆ ಪ್ರತಿಯಾಗಿ ದಾನಧರ್ಮದ ಉದ್ದೇಶಕ್ಕೆ ಅದೇ ಜಮೀನನ್ನು ಅಂದರೆ ಭೂಕಂದಾಯವನ್ನು ಪಾವತಿಮಾಡಿದ್ದ ಜಮೀನನ್ನು ಕೊಟ್ಟು ಆದ ತಪ್ಪನ್ನು ಸರಿಪಡಿಸಿದರು. ಈ ಪ್ರಕಾರ ಅವರು ತಮ್ಮ ಮಾನವನ್ನು ಕಾಪಾಡಿಕೊಂಡರು ಮತ್ತು ಇತರರಿಗೆ ಒಳ್ಳೆಯ ಮೇಲ್ಪಂಕ್ತಿಯನ್ನು ಹಾಕಿಕೊಟ್ಟರು.

ದಿಗಿಲುಗೊಂಡಿದ್ದವರ ಹೃದಯಗಳನ್ನು ಗಟ್ಟಿಮಾಡುವ ದೃಷ್ಟಿಯನ್ನಿಟ್ಟುಕೊಂಡು ಸಾರ್ಜೆಂಟ್ ಮೋಹನ್‌ಲಾಲ್ ಪಾಂಡ್ಯಅವರ ನೇತೃತ್ವದಲ್ಲಿದ್ದ ಜನರಿಗೆ ಒಂದು ಜಮೀನಿನಲ್ಲಿದ್ದ ಈರುಳ್ಳಿ ಬೆಳೆಯನ್ನು ಕಿತ್ತುಸಾಗಿಸಬೇಕೆಂದು ಸಲಹೆ ಕೊಟ್ಟೆ. ನನ್ನ ಅಭಿಪ್ರಾಯದಲ್ಲಿ ಈ ಜಮೀನನ್ನು ಅಧಿಕಾರಿಗಳು ಅನುಚಿತವಾಗಿ ಜಫ್ತಿಮಾಡಿದ್ದರು. ಇದು ನಾಗರಿಕ ಅಸಹಕಾರ ಎಂದು ನಾನು ಭಾವಿಸಿರಲಿಲ್ಲ. ಇದು ನಾಗರಿಕ ಅಸಹಕಾರವಾಗಿದ್ದರೂ ಬೆಳೆದು ನಿಂತಿದ್ದ ಪೈರಿನ ಜಫ್ತಿಯು ಕಾನೂನಿನ ಪ್ರಕಾರ ಸಮ್ಮತವಾಗಿದ್ದರೂ ನೈತಿಕವಾಗಿ ಅದು ನ್ಯಾಯಬದ್ಧವಾಗಿರಲಿಲ್ಲ. ಇದು ಲೂಟಿಯಲ್ಲದೇ ಮತ್ತೇನೂ ಆಗಿರಲಿಲ್ಲ. ಆದ್ದರಿಂದ ಜಫ್ತಿಯ ಆಜ್ಞೆಯಿದ್ದರೂ ಈರುಳ್ಳಿಯನ್ನು ಕಿತ್ತು ಸಾಗಿಸುವುದು ಜನರ ಕರ್ತವ್ಯವಾಗಿದೆ ಎಂದು ನಾನು ಅವರಿಗೆ ಸಲಹೆ ನೀಡಿದೆ. ಜನರಿಗೆ ದಂಡ ಅಥವಾ ಸೆರೆವಾಸವನ್ನು ಆಹ್ವಾನಿಸುವ ಪಾಠವನ್ನು ಕಲಿತುಕೊಳ್ಳಲು ಇದು ಒಳ್ಳೆಯ ಅವಕಾಶವಾಗಿತ್ತು. ಇಂತಹ ಅಸಹಕಾರದ ಅತ್ಯಾವಶ್ಯಕ ಪರಿಣಾಮ ಕೂಡಾ ಇದೇ ಆಗಿತ್ತು. ಸಾರ್ಜೆಂಟ್ ಮೋಹನ್‌ಲಾಲ್ ಪಾಂಡ್ಯಅವರಿಗೆ ಈ ವಿಚಾರ ಪ್ರಿಯವಾಯ್ತು. ಸತ್ಯಾಗ್ರಹದ ಮೂಲತತ್ವಗಳಿಗನುಗುಣವಾಗಿ ಏನಾದರೊಂದನ್ನು ಸಮಂಜಸವಾಗಿ ಮಾಡಿ ಸೆರೆವಾಸದ ರೂಪದಲ್ಲಿ ಯಾರಾದರೊಬ್ಬರು ಸಂಕಟಪಡದೇ ಚಳವಳಿಯು ಕೊನೆಮುಟ್ಟುವುದನ್ನು ಅವರು ಇಷ್ಟಪಡುತ್ತಿರಲಿಲ್ಲ. ಆದ್ದರಿಂದ ಅವರು ಜಮೀನಿನಿಂದ ಈರುಳ್ಳಿಯನ್ನು ಕಿತ್ತು ಸಾಗಿಸಲು ತಾವಾಗಿಯೇ ಮುಂದೆ ಬಂದರು. ಅವರ ಜತೆಯಲ್ಲಿ ಏಳು ಅಥವಾ ಎಂಟುಮಂದಿ ಗೆಳೆಯರು ಕೂಡಿಕೊಂಡರು.

ಸರ್ಕಾರ ಅವರನ್ನು ಸುಮ್ಮನೇ ಬಿಡಲು ಸಾಧ್ಯವೇ ಇರಲಿಲ್ಲ. ಸಾರ್ಜೆಂಟ್ ಮೋಹನ್‌ಲಾಲ್ ಮತ್ತು ಅವರ ಸಂಗಡಿಗರನ್ನು ದಸ್ತಗಿರಿ ಮಾಡಿದ್ದರಿಂದ ಜನರ ಉತ್ಸಾಹ ಹೆಚ್ಚಿತು. ಸೆರೆಮನೆಯ ಭಯ ಮಾಯವಾಗುತ್ತಿದ್ದಂತೆ ದಮನಮಾಡಬೇಕೆಂಬ ಇಚ್ಛೆ ಜನರ ಹೃದಯಗಳಲ್ಲಿ ತುಂಬಿಕೊಳ್ಳುತ್ತದೆ. ವಿಚಾರಣೆ ನಡೆಯುವ ದಿನದಂದು ಜನರು ಗುಂಪುಗುಂಪಾಗಿ ನ್ಯಾಯಾಲಯವನ್ನು ಮುತ್ತಿದ್ದರು. ಪಾಂಡ್ಯ ಮತ್ತು ಅವರ ಸಂಗಡಿಗರು ತಪ್ಪಿತಸ್ಥರೆಂದು ತೀರ್ಮಾನಿಸಲಾಯ್ತು ಮತ್ತು ಅಲ್ಪಾವಧಿಯ ಸೆರೆವಾಸದ ಶಿಕ್ಷೆಗೆ ಅವರನ್ನು ಗುರಿಪಡಿಸಲಾಯ್ತು. ನನ್ನ ಅಭಿಪ್ರಾಯದಲ್ಲಿ ತಪ್ಪಿತಸ್ಥರೆಂದು ತೀರ್ಮಾನಿಸಿದ್ದುದು ನ್ಯಾಯಬದ್ಧವಾಗಿರಲಿಲ್ಲ. ಏಕೆಂದರೆ

ಈರುಳ್ಳಿ ಬೆಳೆಯನ್ನು ಕಿತ್ತು ಸಾಗಿಸಿದ್ದ ಕ್ರಿಯೆಯು ಪೀನಲ್‌ಕೋಡ್‌ನಲ್ಲಿ 'ಕಳ್ಳತನ' ಎಂಬುದಕ್ಕೆ ಕೊಟ್ಟಿರುವ ವ್ಯಾಖ್ಯಾನದಡಿಯಲ್ಲಿ ಬರಲಾರದು. ಆದರೆ ನ್ಯಾಯಾಲಯಗಳಲ್ಲಿ ಮೊಕದ್ದಮೆಗಳನ್ನು ತಪ್ಪಿಸಿಕೊಳ್ಳಬೇಕೆಂಬ ನೀತಿಯನ್ನು ನಾವು ಅನುಸರಿಸುತ್ತಿದ್ದುದರಿಂದ ಮೇಲಿನ ನ್ಯಾಯಾಲಯದಲ್ಲಿ ಮೆಲ್ಮನವಿಯನ್ನು ಸಲ್ಲಿಸಲಿಲ್ಲ.

ತಪ್ಪಿತಸ್ಥರೆಂಬ ನಿರ್ಣಯಕ್ಕೆ ಒಳಪಟ್ಟವರನ್ನು ಸೆರೆಮನೆಗೆ ಒಯ್ಯುತ್ತಿರುವಾಗ ಮೆರವಣಿಗೆಯೊಂದು ಬೆಂಗಾವಲಾಗಿ ಅವರ ಜತೆಯಲ್ಲಿ ಹೊರಟಿತ್ತು. ಮೋಹನ್‌ಲಾಲ್ ಪಾಂಡ್ಯ ಜನರಿಂದ 'ಡೂಂಗ್ಲಿ ಚೋರ್' (ಈರುಳ್ಳಿ ಚೋರ) ಎಂಬ ಗೌರವಾರ್ಹ ಬಿರುದನ್ನು ಸಂಪಾದಿಸಿಕೊಂಡರು. ಇಂದೂ ಅವರು ಇದೇ ಹೆಸರಿನಿಂದ ನಲಿದಾಡುತ್ತಿದ್ದಾರೆ.

ಖೇಡಾ ಸತ್ಯಾಗ್ರಹದ ಮುಕ್ತಾಯವನ್ನು ಮುಂದಿನ ಅಧ್ಯಾಯಕ್ಕೆ ಬಿಡುತ್ತಿದ್ದೇನೆ.

25. ಖೇಡಾ ಸತ್ಯಾಗ್ರಹದ ಮುಕ್ತಾಯ

ಚಳವಳಿಯು ಅನಿರೀಕ್ಷಿತವಾದ ಕೊನೆಯನ್ನು ಮುಟ್ಟಿತು. ಜನರು ತಮ್ಮ ಶಕ್ತಿಯನ್ನು ಕಳೆದುಕೊಂಡಿದ್ದರು ಎಂಬುದು ಸ್ಪಷ್ಟವಾಗಿತ್ತು. ಕಠೋರವಾಗಿ ಚಳವಳಿಯನ್ನು ಮುಂದುವರಿಸಿದರೆ ಅದು ಪೂರ್ಣನಾಶದೆಡೆಗೆ ಹೋಗಬಹುದು ಎಂದು ನಾನು ಹಿಂಜರಿದೆ. ಹೋರಾಟವನ್ನು ಯಾವುದಾದರೊಂದು ರೀತಿಯಲ್ಲಿ ಹಿತಕರವಾಗಿ ಕೊನೆಮುಟ್ಟಿಸಲು ಉಪಾಯವೊಂದನ್ನು ಹುಡುಕುತ್ತಿದ್ದೆ. ಅದು ಸತ್ಯಾಗ್ರಹಿಗಳಿಗೆ ಸಮ್ಮತವಾಗಬೇಕಾಗಿತ್ತು. ಅಂತಹ ಒಂದು ಉಪಾಯ ತೀರ ಅನಿರೀಕ್ಷಿತವಾಗಿ ಕಾಣಿಸಿಕೊಂಡಿತು. ಶ್ರೀಮಂತ ಪಾಟಿದಾರರು (ರೈತರು) ಭೂಕಂದಾಯವನ್ನು ಕೊಟ್ಟರೆ ಬಡವರ ಕಂದಾಯವನ್ನು ತಾತ್ಕಾಲಿಕವಾಗಿ ಸ್ಥಗಿತಗೊಳಿಸಬಹುದೆಂದು ನಡಿಯಾದ್‌ನ ಮಾಮಲತ್‌ದಾರ್ ನನಗೆ ಹೇಳಿ ಕಳಿಸಿದರು. ನಾನು ಅದನ್ನು ಬರಹದಲ್ಲಿ ಕೊಡಬೇಕೆಂದು ತಿಳಿಸಿದಾಗ ಅವರು ಅದನ್ನು ಬರಹದಲ್ಲಿ ಕೊಟ್ಟರು. ಆದರೆ ಮಾಮಲತ್‌ದಾರ್ ಅವರ ತಾಲ್ಲೂಕಿಗೆ ಮಾತ್ರ ಹೊಣೆಗಾರರಾಗಿದ್ದರು.

ನಾನು ಕಲೆಕ್ಟರ್ ಬಳಿ ಇದರ ಬಗ್ಗೆ ವಿಚಾರಿಸಿದೆ. ಏಕೆಂದರೆ ಕಲೆಕ್ಟರ್ ಮಾತ್ರ ಇಡೀ ಜಿಲ್ಲೆಯ ಬಗ್ಗೆ ಆಶ್ವಾಸನೆ ನೀಡುವ ಅಧಿಕಾರ ಹೊಂದಿದ್ದ. ಮಾಮಲತ್‌ದಾರ್‌ನ ಆಶ್ವಾಸನೆ ಇಡೀ ಜಿಲ್ಲೆಗೆ

ಅನ್ವಯವಾಗುವುದೇ ಎಂಬ ಬಗ್ಗೆ ವಿಚಾರಿಸಿದೆ. ಮಾಮಲತ್‌ದಾರ್‌ನ ಪತ್ರದಲ್ಲಿರುವ ಷರತ್ತುಗಳಿಗನುಗುಣವಾಗಿ ಭೂಕಂದಾಯದ ವಸೂಲಾತಿಯನ್ನು ತಾತ್ಕಾಲಿಕವಾಗಿ ಸ್ಥಗಿತಗೊಳಿಸಿರುವುದಾಗಿ ಘೋಷಿಸಿ ಆದೇಶವನ್ನು ಆಗಲೇ ಹೊರಡಿಸಿರುವುದಾಗಿ ಅವನು ನನಗೆ ತಿಳಿಸಿದರು. ನನ್ನ ಗಮನಕ್ಕೆ ಅದು ಬಂದಿರಲಿಲ್ಲ. ಅದು ನಿಜವೇ ಆಗಿದ್ದರೆ ಜನರ ಪ್ರತಿಜ್ಞೆಯು ಸಫಲವಾಗಿತ್ತು. ಮತ್ತೆ ನೆನಪಿಗೆ ತಂದುಕೊಂಡರೆ ಪ್ರತಿಜ್ಞೆಯು ಅದೇ ವಿಷಯವನ್ನು ತನ್ನ ಗುರಿಯಾಗಿಟ್ಟುಕೊಂಡಿತ್ತು. ಆದ್ದರಿಂದ ನಮಗೆ ಈ ಆದೇಶಗಳಿಂದ ತೃಪ್ತಿಯಾಗಿದೆ ಎಂದು ನಮ್ಮಲ್ಲೇ ಹೇಳಿಕೊಂಡೆವು.

ಹಾಗಿದ್ದರೂ ಮುಕ್ತಾಯ ನನಗೆ ಸಂತೋಷವನ್ನುಂಟುಮಾಡಿರಲಿಲ್ಲ. ಪ್ರತಿಯೊಂದು ಸತ್ಯಾಗ್ರಹ ಚಳವಳಿಯು ಯಾವ ಬಗೆಯ ಘನತೆಯಿಂದ ಮುಕ್ತಾಯಗೊಳ್ಳಬೇಕಾಗಿತ್ತೋ ಅಂತಹ ಘನತೆ ಇದರಲ್ಲಿರಲಿಲ್ಲ. ಕರಾರಿನ ಮೂಲಕ ತಾನು ವಿಶೇಷವಾಗಿ ಏನೂ ಮಾಡಲಿಲ್ಲ ಎಂಬಂತೆ ಕಲೆಕ್ಟರ್ ತನ್ನ ಕಾರಭಾರವನ್ನು ಮುಂದುವರೆಸಿದ. ಕಂದಾಯ ವಸೂಲಾತಿಯನ್ನು ತಾತ್ಕಾಲಿಕವಾಗಿ ಸ್ಥಗಿತಗೊಳಿಸಿದ್ದ ಸೌಲಭ್ಯವನ್ನು ಬಡಜನರಿಗೆ ದಯಪಾಲಿಸಬೇಕಾಗಿತ್ತು. ಆದರೆ ಅವರಲ್ಲಿ ಯಾರಿಗೂ ಇದರಿಂದ ಪ್ರಯೋಜನವಾಗಲಿಲ್ಲ. ಯಾರು ಬಡವರು ಎಂದು ನಿರ್ಣಯಿಸುವ ಹಕ್ಕು ಜನರದ್ದು. ಆದರೆ ಜನರಿಗೆ ಈ ಹಕ್ಕನ್ನು ಚಲಾಯಿಸುವ ಅವಕಾಶವೇ ಇರಲಿಲ್ಲ. ಈ ಹಕ್ಕನ್ನು ಚಲಾಯಿಸುವ ಶಕ್ತಿ ಅವರಲ್ಲಿರಲಿಲ್ಲ ಎಂಬುದು ವಿಷಾದದ ಸಂಗತಿಯೇ ಆಗಿದೆ. ಆದ್ದರಿಂದ ಮುಕ್ತಾಯವನ್ನು ಸತ್ಯಾಗ್ರಹದ ವಿಜಯ ಎಂದು ಕೊಂಡಾಡಿದರೂ ನಾನು ಅದರ ಬಗ್ಗೆ ಸಂಭ್ರಮಗೊಳ್ಳಲಿಲ್ಲ. ಏಕೆಂದರೆ ಅದರಲ್ಲಿ ಪೂರ್ಣ ವಿಜಯದ ಅತ್ಯಗತ್ಯ ಅಂಶಗಳು ಇರಲಿಲ್ಲ.

ಸತ್ಯಾಗ್ರಹಿಗಳು ಬಲಿಷ್ಠರಾಗಿ ಮತ್ತು ಪ್ರಾರಂಭದಲ್ಲಿರುವುದಕ್ಕಿಂತ ಹೆಚ್ಚು ಚೈತನ್ಯಶೀಲರಾಗಿದ್ದರೆ ಸತ್ಯಾಗ್ರಹದ ಮುಕ್ತಾಯ ಮೌಲ್ಯವುಳ್ಳದ್ದು ಎಂದು ವರ್ಣಿಸಬಹುದಾಗಿತ್ತು.

ಹಾಗಿದ್ದರೂ ಚಳವಳಿಯಿಂದ ಪರೋಕ್ಷ ಪರಿಣಾಮಗಳಾಗಿದ್ದವು. ಅದನ್ನು ಇಂದು ಕೂಡಾ ಕಾಣಬಹುದಾಗಿದೆ ಮತ್ತು ಅದರ ಪ್ರಯೋಜನವನ್ನು ಇಂದು ಕೂಡಾ ಅನುಭೋಗಿಸುತ್ತಿದ್ದೇವೆ. ಖೇಡಾ ಸತ್ಯಾಗ್ರಹವು ಗುಜರಾತ್‌ನ ರೈತರ ಜಾಗೃತಿಯ ಪ್ರಾರಂಭವೂ ಮತ್ತು ಅವರ ಅಪ್ಪಟ ರಾಜಕೀಯ ಶಿಕ್ಷಣದ ಪ್ರಾರಂಭವೂ ಆಗಿತ್ತು.

ಡಾ. ಬೆಸೆಂಟ್‌ಅವರ 'ಹೋಂ ರೂಲ್' ಚಳವಳಿಯು ಖಂಡಿತವಾಗಿಯೂ ರೈತರನ್ನು ಮುಟ್ಟಿದೆ. ಆದರೆ ಖೇಡಾ ಚಳವಳಿಯು ಸುಶಿಕ್ಷಿತ ಸಾರ್ವಜನಿಕ ಕಾರ್ಯಕರ್ತರುಗಳನ್ನು ರೈತರ ವಾಸ್ತವ ಜೀವನದೊಂದಿಗೆ ಸಂಪರ್ಕವನ್ನು ಸ್ಥಾಪಿಸಿಕೊಳ್ಳುವಂತೆ ಬಲವಂತಪಡಿಸಿತು ಎಂದು ಹೇಳಬಹುದು. ಅವರು ರೈತರ ಜತೆಯಲ್ಲಿ ತಮ್ಮನ್ನು ಗುರುತಿಸಿಕೊಳ್ಳಬೇಕೆಂಬುದನ್ನು ಕಲಿತುಕೊಂಡರು. ಅವರು ತಮ್ಮ ಸೂಕ್ತ ಕಾರ್ಯ ಕ್ಷೇತ್ರವನ್ನು ಕಂಡುಕೊಂಡರು ಮತ್ತು ತ್ಯಾಗ ಮಾಡುವ ಅವರ ಸಾಮರ್ಥ್ಯ ಹೆಚ್ಚಿತು. ವಲ್ಲಭಾಯ್ ಈ ಚಳವಳಿಯ ಕಾಲದಲ್ಲಿ ತಮ್ಮ ಸಾಮರ್ಥ್ಯವನ್ನು ಅರಿತುಕೊಂಡರು. ಇದೇನೂ ಸಣ್ಣ ಸಾಧನೆಯೇನಾಗಿರಲಿಲ್ಲ. ಕಳೆದ ವರ್ಷದ ಪ್ರವಾಹ ಪರಿಹಾರದ ಕಾರ್ಯಾಚರಣೆಗಳಲ್ಲಿ ಮತ್ತು ಈ ವರ್ಷದ ಬಾರ್‌ಡೋಲೀ ಸತ್ಯಾಗ್ರಹದಲ್ಲಿ ಇದರ ಘನತೆಯನ್ನು ಮನವರಿಕೆಮಾಡಿಕೊಳ್ಳಬಹುದು. ಹೊಸ ಚೈತನ್ಯ ಮತ್ತು ಹೊಸ ಹುರುಪು

ಗುಜರಾತ್‌ನ ಸಾರ್ವಜನಿಕ ಜೀವನದಲ್ಲಿ ಸಹಜ ಪ್ರವೃತ್ತಿಯಾಯ್ತು. ಪಾಟಿದಾರ್ ರೈತನು ತನ್ನ ಶಕ್ತಿಯ ಬಗ್ಗೆ ಎಂದೂ ಮರೆಯಲಾಗದದಂತೆ ತನ್ನ ಪ್ರಜ್ಞೆಯನ್ನು ಬೆಳಸಿಕೊಂಡ. ಜನಸಮುದಾಯದ ಉದ್ಧಾರ ಅವರನ್ನೇ ಅವಲಂಬಿಸಿದೆಯೆಂಬ ಹಾಗೂ ತ್ಯಾಗ ಮತ್ತು ಯಾತನೆಯನ್ನು ಸಹಿಸಿಕೊಳ್ಳುವ ಅವರ ಸಾಮರ್ಥ್ಯವನ್ನು ಅವಲಂಬಿಸಿದೆಯೆಂಬ ಪಾಠ ಸಾರ್ವಜನಿಕರ ಮನಸ್ಸಿನಲ್ಲಿ ಅಳಿಸಲಾಗದಂತೆ ತನ್ನ ಮುದ್ರೆಯನ್ನೊತ್ತಿದೆ. ಖೇಡಾ ಚಳವಳಿಯ ಮೂಲಕ ಸತ್ಯಾಗ್ರಹವು ಗುಜರಾತ್‌ನ ಮಣ್ಣಿನಲ್ಲಿ ಗಟ್ಟಿಯಾಗಿ ಬೇರೂರಿತು.

ಆದ್ದರಿಂದ ಸತ್ಯಾಗ್ರಹದ ಮುಕ್ತಾಯದಲ್ಲಿ ಸಂಭ್ರಮಿಸುವಂತಹದೇನೂ ಇಲ್ಲವೆಂದು ನಾನು ಕಂಡುಕೊಂಡಿದ್ದರೂ ಖೇಡಾ ರೈತರು ಹಿಗ್ಗಿ ಮೆರೆಯುತ್ತಿದ್ದರು. ಏಕೆಂದರೆ ತಾವು ಏನನ್ನು ಸಾಧಿಸಿದ್ದೆವೊ ಅದು ತಮ್ಮ ಪ್ರಯತ್ನಕ್ಕೆ ತಕ್ಕಂತಿತ್ತು ಎಂದು ಅವರಿಗೆ ಗೊತ್ತಿತ್ತು. ತಮ್ಮ ಕುಂದುಕೊರತೆಗಳನ್ನು ಮತ್ತು ತಮಗಾಗಿರುವ ಅನ್ಯಾಯವನ್ನು ಸರಿಪಡಿಸಿಕೊಳ್ಳಲು ಅವರು ಸಾಚಾ ಮತ್ತು ಅಮೋಘವಾಗಿದ್ದ ವಿಧಾನವೊಂದನ್ನು ಕಂಡುಕೊಂಡಿದ್ದರು. ಅವರ ಹಿಗ್ಗಿಗೆ ಈ ಅರಿವೊಂದೆ ಸಾಕಾಗಿತ್ತು.

ಏನೇ ಆದರೂ ಖೇಡಾ ರೈತರು ಸತ್ಯಾಗ್ರಹದ ಅಂತರಾರ್ಥವನ್ನು ಪೂರ್ತಿಯಾಗಿ ಅರ್ಥಮಾಡಿಕೊಂಡಿರಲಿಲ್ಲ. ಮುಂದಿನ ಅಧ್ಯಾಯಗಳಲ್ಲಿ ನಾವು ನೋಡುವಂತೆ ಅವರು ಕಷ್ಟ-ನಷ್ಟಗಳನ್ನು ಅನುಭವಿಸಿ ಅದನ್ನು ಕಂಡುಕೊಂಡರು.

26. ಐಕ್ಯತೆಗೆ ತೀವ್ರಾಸಕ್ತಿ

ಯುರೋಪ್‌ನಲ್ಲಿ ಮಹಾಪಾತಕ ಯುದ್ಧ ನಡೆಯುತ್ತಿದ್ದಾಗ ಖೇಡಾ ಚಳವಳಿಯನ್ನು ಆರಂಭಿಸಲಾಗಿತ್ತು. ಈಗ ಬಿಕ್ಕಟ್ಟೊಂದು ಎದುರಾಯ್ತು. ದೆಹಲಿಯಲ್ಲಿ ನಡೆಯುವ ಯುದ್ಧ ಸಮ್ಮೇಳನಕ್ಕೆ ವೈಸ್‌ರಾಯ್ ಅನೇಕ ನಾಯಕರುಗಳನ್ನು ಆಹ್ವಾನಿಸಿದ್ದರು. ಈ ಸಮ್ಮೇಳನಕ್ಕೆ ಹಾಜರಾಗುವಂತೆ ನನ್ನನ್ನು ಒತ್ತಾಯಪಡಿಸಲಾಗಿತ್ತು. ವೈಸರಾಯ್ ಲಾರ್ಡ್ ಚೆಲ್ಮ್ಸ್‌ಫರ್ಡ್ ಮತ್ತು ನನ್ನ ನಡುವೆ ಆಪ್ತ ಸಂಬಂಧವಿತ್ತು ಎಂಬುದರ ಬಗ್ಗೆ ನಾನು ಈಗಾಗಲೇ ತಿಳಿಸಿದ್ದೇನೆ.

ಈ ಆಹ್ವಾನಕ್ಕೆ ಓಗೊಟ್ಟು ನಾನು ದೆಹಲಿಗೆ ಹೋದೆ. ಹಾಗಿದ್ದರೂ ಈ ಸಮ್ಮೇಳನದಲ್ಲಿ ಭಾಗವಹಿಸುವುದರ ಬಗ್ಗೆ ನನ್ನಲ್ಲೇ ಆಕ್ಷೇಪಣೆಗಳಿದ್ದವು. ಈ ಆಕ್ಷೇಪಣೆಗಳಲ್ಲಿ ಮುಖ್ಯವಾದದ್ದೆಂದರೆ ಆಲಿ ಸಹೋದರರಂತಹ ನಾಯಕರುಗಳನ್ನು ಸಮ್ಮೇಳನದಿಂದ ಹೊರಗಿಟ್ಟದ್ದು. ಅವರು ಆ ಸಮಯದಲ್ಲಿ ಸೆರೆಮನೆಯಲ್ಲಿದ್ದರು. ನಾನು ಅವರ ಬಗ್ಗೆ ತುಂಬಾ ಕೇಳಿದ್ದರೂ ಅವರನ್ನು ನಾನು ಒಂದೇ ಬಾರಿ ಅಥವಾ ಎರಡು ಬಾರಿ ಭೇಟಿಯಾಗಿದ್ದೆ. ಪ್ರತಿಯೊಬ್ಬರು ಅವರ ಧೈರ್ಯ ಮತ್ತು ಸೇವೆಗಳ ಬಗ್ಗೆ ಪ್ರಶಂಸಿಸಿ ಮಾತಾಡುತ್ತಿದ್ದರು.

ನಾನು ಆಗ ಹಕೀಮ್ ಸಾಹೇಬ್‌ಅವರ ಆಪ್ತ ಸಂಪರ್ಕಕ್ಕೆ ಬಂದಿರಲಿಲ್ಲ. ಆದರೆ ಪ್ರಾಂಶುಪಾಲ ರುದ್ರ ಮತ್ತು ದೀನಬಂಧು ಆ್ಯಂಡ್ರೂಸ್ ಅವರನ್ನು ಹೊಗಳುತ್ತ ನನಗೆ ಅವರ ಬಗ್ಗೆ ತುಂಬಾ ಹೇಳಿದ್ದರು. ನಾನು ಕಲ್ಕತ್ತದಲ್ಲಿ ಮಿ. ಶ್ವೈಬ್ ಖುರೇಷಿ ಮತ್ತು ಮಿ. ಖ್ವಾಜಾಅವರುಗಳನ್ನು ಮುಸ್ಲಿಂ ಲೀಗ್ ಸಭೆಯಲ್ಲಿ ಭೇಟಿಮಾಡಿದ್ದೆ. ಡಾಕ್ಟರ್‌ಗಳಾದ ಅನ್ಸಾರಿ ಮತ್ತು ಅಬ್ದುರ್ ರಹ್‌ಮಾನ್ ಕೂಡಾ ನನಗೆ ಪರಿಚಿತರಾಗಿದ್ದರು. ಒಳ್ಳೆಯ ಮುಸಲ್ಮಾನರುಗಳ ಸ್ನೇಹವನ್ನು ನಾನು ಹುಡುಕುತ್ತಿದ್ದೆ. ಮುಸಲ್ಮಾನರ ಮನಸ್ಸನ್ನು ಅವರ ಅತ್ಯಂತ ಪರಿಶುದ್ಧ ಮತ್ತು ಅತ್ಯಂತ ದೇಶಾಭಿಮಾನಿ ಪ್ರತಿನಿಧಿಗಳ ಮೂಲಕ ಅರ್ಥಮಾಡಿಕೊಳ್ಳಲು ಕಾತರನಾಗಿದ್ದೆ. ಆದ್ದರಿಂದ ಅವರೊಂದಿಗೆ ಆಪ್ತ ಸಂಪರ್ಕ ಪಡೆಯುವ ಉದ್ದೇಶದಿಂದ ಅವರು ನನ್ನನ್ನು ಕರೆದುಕೊಂಡು ಹೋಗುವಲ್ಲಿಗೆ ಅವರ ಜತೆಯಲ್ಲಿ ಹೋಗಲು ನನಗೆ ಯಾವುದೇ ಒತ್ತಡದ ಆವಶ್ಯಕತೆಯಿರಲಿಲ್ಲ.

ಹಿಂದೂಗಳ ಮತ್ತು ಮುಸಲ್ಮಾನರ ನಡುವೆ ಅಪ್ಪಟ ಮೈತ್ರಿ ಇಲ್ಲ ಎಂಬುದನ್ನು ದಕ್ಷಿಣ ಆಫ್ರಿಕದಲ್ಲಿ ತುಂಬಾ ಮೊದಲೇ ಮನವರಿಕೆಮಾಡಿಕೊಂಡಿದ್ದೆ. ಐಕ್ಯತೆಯ ದಾರಿಯಲ್ಲಿದ್ದ ಈ ತಡೆಯನ್ನು ತೆಗೆದುಹಾಕಲು ಒಂದೇ ಒಂದು ಅವಕಾಶ ಸಿಕ್ಕರೂ ಅದನ್ನು ನಾನು ಬಿಟ್ಟುಕೊಡುತ್ತಿರಲಿಲ್ಲ. ಯಾರನ್ನಾದರೂ ಅತಿಯಾಗಿ ಪ್ರಶಂಸಿಸಿ ಇಲ್ಲವೇ ಸ್ವಾಭಿಮಾನವನ್ನು ಬಿಟ್ಟುಕೊಟ್ಟು ಸಮಾಧಾನಪಡಿಸುವುದು ನನ್ನ ಸ್ವಭಾವವಾಗಿಲ್ಲ. ಆದರೆ ಹಿಂದು-ಮುಸ್ಲಿಂ ಐಕ್ಯತೆಯ ಪ್ರಶ್ನೆಯ ಮೇಲೆ ನನ್ನ ಅಹಿಂಸೆಯು ತೀವ್ರ ಪರೀಕ್ಷೆಯನ್ನು ಎದುರಿಸುವುದು ಎಂದು ನನ್ನ ದಕ್ಷಿಣ ಆಫ್ರಿಕದ ಅನುಭವಗಳು ನನಗೆ ಮನವರಿಕೆಮಾಡಿಕೊಟ್ಟಿದ್ದವು. ಈ ಪ್ರಶ್ನೆಯು ಅಹಿಂಸೆ ಕುರಿತ ನನ್ನ ಪ್ರಯೋಗಗಳಿಗೆ ವಿಶಾಲವಾದ ಕ್ಷೇತ್ರವನ್ನು ಒದಗಿಸುವುದು ಎಂಬುದನ್ನು ನಾನು ಗ್ರಹಿಸಿದ್ದೆ. ಈ ಗಾಢ ನಂಬಿಕೆ ಇನ್ನೂ ನನ್ನಲ್ಲಿದೆ. ನನ್ನ ಜೀವನದ ಪ್ರತಿಯೊಂದು ಕ್ಷಣದಲ್ಲಿ ದೇವರು ನನ್ನನ್ನು ಪರೀಕ್ಷೆಗೆ ಒಡ್ಡುತ್ತಿದ್ದಾನೆ ಎಂಬುದನ್ನು ನಾನು ಅರಿತು ಕೊಂಡಿದ್ದೇನೆ.

ದಕ್ಷಿಣ ಆಫ್ರಿಕದಿಂದ ನಾನು ಈ ಪ್ರಶ್ನೆ ಕುರಿತಂತೆ ಅಂತಹ ದೃಢವಾದ ಗಾಢ ನಂಬಿಕೆಯನ್ನಿಟ್ಟುಕೊಂಡು ಹಿಂದಿರುಗಿದಾಗ ನಾನು ಸಹೋದರರೊಂದಿಗೆ ಸಂಪರ್ಕ ಪಡೆಯುವುದು ಅತ್ಯಂತ ಮಹತ್ವದ್ದು ಎಂದು ಭಾವಿಸಿದ್ದೆ. ಆದರೆ ಅವರೊಂದಿಗೆ ಆಪ್ತ ಸಂಪರ್ಕವನ್ನು ಸಾಧಿಸುವ ಮೊದಲೇ ಅವರನ್ನು ದೂರಮಾಡಿಬಿಟ್ಟರು. ಮೌಲಾನ ಮೊಹಮದ್ ಅಲಿ, ಬೇತುಲ್ ಮತ್ತು ಛಿಂದ್‌ವಾಡದಿಂದ ಸೆರೆಮನೆಯ ಅಧಿಕಾರಿಗಳು ಅವಕಾಶ ಕೊಟ್ಟಾಗ ನನಗೆ ದೀರ್ಘವಾದ ಪತ್ರಗಳನ್ನು ಬರೆಯುತ್ತಿದ್ದರು. ಈ ಸಹೋದರರನ್ನು ಭೇಟಿಮಾಡಲು ನಾನು ಅನುಮತಿಯನ್ನು ಕೋರಿ ಅರ್ಜಿಸಲ್ಲಿಸಿದ್ದೆ. ಆದರೆ ಅದರಿಂದ ಏನೂ ಪ್ರಯೋಜನವಾಗಲಿಲ್ಲ.

ಆಲಿ ಸಹೋದರರು ಸೆರೆಮನೆಯನ್ನು ಸೇರಿದ ತರುವಾಯ ಮುಸ್ಲಿಂ ಗೆಳೆಯರು ಕಲ್ಕತ್ತದಲ್ಲಿ ನಡೆದ ಮುಸ್ಲಿಂಲೀಗ್ ಸಭೆಗೆ ಬರುವಂತೆ ನನಗೆ ಆಹ್ವಾನ ನೀಡಿದ್ದರು. ಮಾತಾಡುವಂತೆ ನನ್ನನ್ನು ಕೋರಿದ್ದರಿಂದ ಸಹೋದರರನ್ನು ಸೆರೆಯಿಂದ ಬಿಡಿಸುವುದು ಮುಸ್ಲಿಮರ ಕರ್ತವ್ಯವಾಗಿದೆಯೆಂದು ಅವರಿಗೆ ತಿಳಿಸಿದೆ. ಇದಾದ ಸ್ವಲ್ಪ ಕಾಲದ ಮೇಲೆ ಈ ಗೆಳೆಯರು ನನ್ನನ್ನು ಆಲೀಘರ್‌ನ ಮುಸ್ಲಿಂ ಕಾಲೇಜಿಗೆ ಕರೆದುಕೊಂಡು ಹೋದರು. ಯುವಕರು ತಾಯ್ನಾಡಿನ ಸೇವೆಗೆ ಫಕೀರರಾಗಬೇಕೆಂದು ಅಲ್ಲಿ ನಾನು ಅವರಿಗೆ ಆಹ್ವಾನಕೊಟ್ಟೆ.

ತರುವಾಯ ನಾನು ಸರಕಾರದೊಂದಿಗೆ ಸಹೋದರರ ಬಿಡುಗಡೆ ಕುರಿತಂತೆ ಪತ್ರವ್ಯವಹಾರವನ್ನು ಆರಂಭಿಸಿದೆ. ಇದರ ಸಂಬಂಧದಲ್ಲಿ ಸಹೋದರರು ಖಿಲಾಫತ್ ಬಗ್ಗೆ ಹೊಂದಿದ್ದ ಅಭಿಪ್ರಾಯಗಳ ಮತ್ತು ಚಟುವಟಿಕೆಗಳ ಅಧ್ಯಯನ ನಡೆಸಿದೆ. ಮುಸಲ್ಮಾನ್ ಗೆಳೆಯರೊಂದಿಗೆ ಚರ್ಚಿಸಿದೆ. ಮುಸ್ಲಿಮರ ಸಾಚಾ ಗೆಳೆಯನಾಗಬೇಕಾಗಿದ್ದರೆ ನಾನು ಸಹೋದರರನ್ನು ಸೆರೆಯಿಂದ ಬಿಡಿಸಲು ಮತ್ತು ಖಿಲಾಫತ್ ಪ್ರಶ್ನೆಗೆ ನ್ಯಾಯಬದ್ಧ ಪರಿಹಾರವನ್ನು ಒದಗಿಸಲು ನನಗೆ ಸಾಧ್ಯವಿರುವ ಎಲ್ಲ ನೆರವನ್ನು ನೀಡಬೇಕು ಎಂದು ಭಾವಿಸಿದೆ. ಅವರ ಬೇಡಿಕೆಗಳಲ್ಲಿ ಅನೈತಿಕವಾದುದೇನೂ ಇಲ್ಲದಿದ್ದರೆ ಈ ಪ್ರಶ್ನೆಯ ಸಮಗ್ರ ಅರ್ಹತೆಗಳ ಬಗ್ಗೆ ನಾನು ಪರಿಶೀಲಿಸಬೇಕಾಗಿರಲಿಲ್ಲ. ಧಾರ್ಮಿಕ ವಿಚಾರಗಳಲ್ಲಿ ಅವರವರ ನಂಬಿಕೆಗಳು ವಿಭಿನ್ನವಾಗಿರುತ್ತವೆ. ಅಂತಹ ಒಂದು ನಂಬಿಕೆ ಒಬ್ಬಾತನಿಗೆ ಮಾತ್ರ ಸರ್ವೋಚ್ಛವಾಗಿರುತ್ತದೆ. ಧರ್ಮಕ್ಕೆ ಸಂಬಂಧಿಸಿರುವ ಎಲ್ಲ ವಿಚಾರಗಳಲ್ಲಿ ಎಲ್ಲರೂ ಒಂದೇ ಅಭಿಪ್ರಾಯವನ್ನು ಹೊಂದಿದ್ದರೆ ಜಗತ್ತಿನಲ್ಲಿ ಕೇವಲ ಒಂದೇ ಒಂದು ಧರ್ಮವಿರುತ್ತಿತ್ತು. ಕಾಲ ಸರಿದಂತೆ ಖಿಲಾಫತ್ ಬಗ್ಗೆ ಮುಸ್ಲಿಮರು ಮುಂದೊಡ್ಡಿರುವ ಬೇಡಿಕೆಗಳು ಯಾವುದೇ ನೈತಿಕ ತತ್ವಕ್ಕೂ ವಿರುದ್ಧವಾಗಿಲ್ಲ ಎಂಬುದನ್ನು ಕಂಡುಕೊಂಡೆ. ಹಾಗೆಯೇ ಬ್ರಿಟಿಷ್ ಪ್ರಧಾನ ಮಂತ್ರಿ ಕೂಡಾ ಮುಸ್ಲಿಮರ ಬೇಡಿಕೆಯ ನ್ಯಾಯಬದ್ಧತೆಯನ್ನು ಒಪ್ಪಿಕೊಂಡಿದ್ದ ಎಂಬುದನ್ನೂ ಗ್ರಹಿಸಿದೆ. ಆದ್ದರಿಂದ ಪ್ರಧಾನ ಮಂತ್ರಿಯ ವಾಗ್ದಾನ ನೆರವೇರುವಂತೆ ಮಾಡುವಲ್ಲಿ ನಾನು ನನಗೆ ಸಾಧ್ಯವಿರುವ ನೆರವನ್ನು ಕೊಡಲೇಬೇಕೆಂದು ಭಾವಿಸಿದೆ. ವಾಗ್ದಾನವನ್ನು ಸ್ಪಷ್ಟಮಾತುಗಳಲ್ಲಿ ನೀಡಲಾಗಿತ್ತು. ಮುಸ್ಲಿಮರ ಬೇಡಿಕೆಗಳ ಅರ್ಹತೆಗಳನ್ನು ಪರಿಶೀಲಿಸುವುದು ಕೇವಲ ನನ್ನ ಅಂತರಾತ್ಮವನ್ನು ತೃಪ್ತಿಪಡಿಸುವುದಕ್ಕೆ ಅವಶ್ಯಕವಾಗಿತ್ತು.

ಖಿಲಾಫತ್ ಪ್ರಶ್ನೆ ಕುರಿತಂತೆ ನನ್ನ ನಿಲುವನ್ನು ಗೆಳೆಯರು ಮತ್ತು ಟೀಕಾಕಾರರು ಟೀಕೆಮಾಡಿದರು. ಟೀಕೆ ಮಾಡಲಾಗಿದ್ದರೂ ನನ್ನ ಅಭಿಪ್ರಾಯವನ್ನು ಪರಿಷ್ಕರಿಸಿಕೊಳ್ಳಲು ಇಲ್ಲವೇ ಮುಸ್ಲಿಮರಿಗೆ ಸಹಕಾರ ನೀಡಿದ್ದಕ್ಕಾಗಿ ಪಶ್ಚಾತ್ತಾಪಪಡಲು ನನಗೆ ಯಾವುದೇ ಕಾರಣವಿಲ್ಲ ಎಂದು ಭಾವಿಸಿದೆ. ಅಂತಹ ಸಂದರ್ಭ ಮತ್ತೆ ಒದಗಿಬಂದರೆ ನಾನು ಅದೇ ನಿಲುವನ್ನು ಅನುಸರಿಸುತ್ತೇನೆ.

ಆದ್ದರಿಂದ ನಾನು ದೆಹಲಿಗೆ ಹೋದಾಗ ವೈಸ್‌ರಾಯ್‌ಗೆ ಮುಸ್ಲಿಮರ ವ್ಯಾಜ್ಯದ ಬಗ್ಗೆ ತಿಳಿಸಲು ಪೂರ್ಣ ಸಂಕಲ್ಪ ಮಾಡಿದ್ದೆ. ಖಿಲಾಫತ್ ಪ್ರಶ್ನೆಯು ಮುಂದೆ ತೆಗೆದುಕೊಂಡ ಸ್ವರೂಪವನ್ನು ಆಗ ಇನ್ನೂ ತಳೆದಿರಲಿಲ್ಲ.

ನಾನು ದೆಹಲಿಯನ್ನು ಮುಟ್ಟುತ್ತಿದ್ದಂತೆ ಸಮ್ಮೇಳನದಲ್ಲಿ ಭಾಗವಹಿಸುವ ದಾರಿಯಲ್ಲಿ ಇನ್ನೊಂದು ಬಿಕ್ಕಟ್ಟು ಹುಟ್ಟಿಕೊಂಡಿತ್ತು. ಯುದ್ಧ ಸಮ್ಮೇಳನದಲ್ಲಿ ನಾನು ಭಾಗವಹಿಸುವುದರ ನೈತಿಕತೆ ಕುರಿತಂತೆ ದೀನಬಂಧು ಆ್ಯಂಡ್ರೂಸ್ ಪ್ರಶ್ನೆಯೊಂದನ್ನು ಎತ್ತಿದರು. ಇಂಗ್ಲೆಂಡ್ ಮತ್ತು ಇಟಲಿಯ ಮಧ್ಯೆ ಗುಪ್ತ ಕರಾರುಗಳಾಗಿದ್ದರ ಬಗ್ಗೆ ಬ್ರಿಟಿಷ್ ಪತ್ರಿಕಾರಂಗದಲ್ಲಿ ವಿವಾದ ಎದ್ದಿರುವ ವಿಚಾರವನ್ನು ಅವರು ನನಗೆ ತಿಳಿಸಿದರು. ಇಂಗ್ಲೆಂಡ್ ಯುರೋಪಿನ ಇನ್ನೊಂದು ಬಲಿಷ್ಠ ರಾಷ್ಟ್ರದೊಂದಿಗೆ ಕರಾರು ಮಾಡಿಕೊಂಡಿರುವಾಗ ನಾನು ಹೇಗೆ ಸಮ್ಮೇಳನದಲ್ಲಿ ಭಾಗವಹಿಸಲು ಸಾಧ್ಯ? ಎಂದು

ಆ್ಯಂಡ್ರೂಸ್ ನನ್ನನ್ನು ಪ್ರಶ್ನಿಸಿದರು ನನಗೆ ಈ ಕರಾರುಗಳ ಬಗ್ಗೆ ಏನೂ ಗೊತ್ತಿರಲಿಲ್ಲ. ಆದರೆ ದೀನಬಂಧು ಆ್ಯಂಡ್ರೂಸ್‌ಅವರ ಮಾತು ನನಗೆ ಸಾಕಾಗಿತ್ತು. ಆದ್ದರಿಂದ ನಾನು ಲಾರ್ಡ್ ಚೆಲ್ಮ್ಸ್‌ಫರ್ಡ್‌ಅವರಿಗೆ ಒಂದು ಪತ್ರ ಬರೆದು ಸಮ್ಮೇಳನದಲ್ಲಿ ಭಾಗವಹಿಸಲು ನಾನು ಹಿಂಜರಿಯುತ್ತಿದ್ದುದರ ಬಗ್ಗೆ ವಿವರಿಸಿದೆ. ತಮ್ಮೊಂದಿಗೆ ಆ ಪ್ರಶ್ನೆಯ ಬಗ್ಗೆ ಚರ್ಚಿಸಲು ಬರುವಂತೆ ಅವರು ನನ್ನನ್ನು ಆಹ್ವಾನಿಸಿದರು. ನಾನು ಅವರೊಂದಿಗೆ ಮತ್ತು ಅವರ ಕಾರ್ಯದರ್ಶಿ ಮ್ಯಾಫೆ ಅವರೊಂದಿಗೆ ಮಾತಾಡಿದೆ. ಇದರ ಫಲವಾಗಿ ನಾನು ಸಮ್ಮೇಳನದಲ್ಲಿ ಭಾಗವಹಿಸಲು ಒಪ್ಪಿಗೆ ಕೊಟ್ಟೆ. ವೈಸ್‌ರಾಯ್ ಈ ರೀತಿ ವಾದಿಸಿದ್ದರು: 'ಬ್ರಿಟಿಷ್ ಮಂತ್ರಿಮಂಡಳವು ಏನು ಮಾಡುವುದೋ ಅವೆಲ್ಲವೂ ವೈಸ್‌ರಾಯ್‌ಗೆ ತಿಳಿದಿರುತ್ತದೆ ಎಂದು ನೀವು ಖಂಡಿತವಾಗಿಯೂ ನಂಬುವುದಿಲ್ಲ. ಬ್ರಿಟಿಷ್ ಸರ್ಕಾರವು ತಪ್ಪು ಮಾಡುವುದಿಲ್ಲ ಎಂಬುದನ್ನು ಯಾರೂ ಸಮರ್ಥಿಸಲಾರರು, ನಾನೂ ಸಮರ್ಥಿಸುವುದಿಲ್ಲ. ಆದರೆ ಸಾಮ್ರಾಜ್ಯವು ಒಟ್ಟಿನಲ್ಲಿ ನ್ಯಾಯಬದ್ಧ ಶಕ್ತಿಯಾಗಿದೆ ಎಂಬುದನ್ನು ನೀವು ಒಪ್ಪಿಕೊಂಡರೆ ಮತ್ತು ಬ್ರಿಟಿಷರ ಸಂಬಂಧದಿಂದ ಒಟ್ಟಿನಲ್ಲಿ ಭಾರತಕ್ಕೆ ಪ್ರಯೋಜನವಾಗಿದೆ ಎಂಬುದನ್ನು ನೀವು ನಂಬಿದ್ದರೆ ಆಪತ್ತಿನ ಸಮಯದಲ್ಲಿ ಸಾಮ್ರಾಜ್ಯಕ್ಕೆ ಸಹಾಯಮಾಡುವುದು ಪ್ರತಿಯೊಬ್ಬ ಭಾರತೀಯನ ಕರ್ತವ್ಯ ಎಂಬುದನ್ನು ನೀವು ಒಪ್ಪಿಕೊಳ್ಳುವುದಿಲ್ಲವೆ? ನಾನು ಕೂಡಾ ಗುಪ್ತಕರಾರುಗಳ ಬಗ್ಗೆ ಬ್ರಿಟಿಷ್ ಪತ್ರಿಕೆಗಳು ಪ್ರಕಟಿಸಿರುವುದನ್ನು ಓದಿದ್ದೇನೆ. ಪತ್ರಿಕೆಗಳಲ್ಲಿ ಹೇಳಿರುವುದನ್ನು ಬಿಟ್ಟಂತೆ ಅದಕ್ಕಿಂತ ಹೆಚ್ಚಿಗೆ ನನಗೆ ಏನೂ ಗೊತ್ತಿಲ್ಲ ಎಂದು ನಾನು ನಿಮಗೆ ಭರವಸೆ ಕೊಡುತ್ತೇನೆ. ಆಗಾಗ್ಗೆ ಪತ್ರಿಕೆಗಳು ಸುಳ್ಳು ಸುದ್ದಿಗಳನ್ನು ಹರಡುತ್ತವೆ ಎಂದು ನಿಮಗೂ ಗೊತ್ತಿದೆ. ಇಂತಹ ಸಂಧಿಕಾಲದಲ್ಲಿ ಕೇವಲ ವೃತ್ತ ಪತ್ರಿಕೆಗಳ ವರದಿಯನ್ನು ಆಧರಿಸಿ ಸಾಮ್ರಾಜ್ಯಕ್ಕೆ ಸಹಾಯ ಮಾಡಲು ನಿರಾಕರಿಸುವಿರಾ? ಯುದ್ಧ ಮುಗಿದ ತರುವಾಯ ನೀವು ಇಷ್ಟಪಡುವ ಯಾವುದೇ ನೈತಿಕ ವಿಚಾರಗಳನ್ನಾದರೂ ಎತ್ತಬಹುದು ಮತ್ತು ಸವಾಲು ಹಾಕಬಹುದು. ಆದರೆ ಇಂದು ಅವನ್ನು ಎತ್ತಬಾರದು.'

ಈ ವಾದ ಹೊಸದೇನಾಗಿರಲಿಲ್ಲ. ಆದರೆ ಯಾವ ರೀತಿಯಲ್ಲಿ ವಾದ ಮಾಡಲಾಗಿತ್ತೋ ಮತ್ತು ಯಾವ ಘಳಿಗೆಯಲ್ಲಿ ಈ ವಾದವನ್ನು ಮಂಡಿಸಲಾಗಿತ್ತೋ ಅದರಿಂದಾಗಿ ಅದು ಹೊಸದರಂತೆ ಕಂಡುಬಂದದ್ದರಿಂದ ನನಗೆ ಅದು ಮೆಚ್ಚಿಕೆಯಾಯ್ತು. ಆದ್ದರಿಂದ ನಾನು ಸಮ್ಮೇಳನದಲ್ಲಿ ಭಾಗವಹಿಸಲು ಒಪ್ಪಿಕೊಂಡೆ. ಮುಸ್ಲಿಮರ ಬೇಡಿಕೆಗಳ ಬಗ್ಗೆ ನಾನು ವೈಸ್‌ರಾಯ್‌ಅವರಿಗೆ ಒಂದು ಪತ್ರವನ್ನು ಬರೆಯಬೇಕಾಗಿತ್ತು.

27. ಸೈನ್ಯಕ್ಕೆ ಸೇರಿಸಿಕೊಳ್ಳುವ ಕಾರ್ಯಚರಣೆ

ಆದ್ದರಿಂದ ನಾನು ಸಮ್ಮೇಳನದಲ್ಲಿ ಭಾಗವಹಿಸಿದೆ. ಸೈನ್ಯಕ್ಕೆ ಜನರನ್ನು ಸೇರಿಸಿಕೊಳ್ಳುವುದರ ಬಗ್ಗೆ ಮಂಡಿಸಲಾದ ನಿರ್ಣಯವನ್ನು ನಾನು ಬೆಂಬಲಿಸಬೇಕು ಎಂದು ವೈಸ್‌ರಾಯ್ ಉತ್ಸುಕರಾಗಿದ್ದರು. ಹಿಂದಿ-ಹಿಂದೂಸ್ಥಾನಿಯಲ್ಲಿ ಮಾತಾಡಲು ಒಪ್ಪಿಗೆ ಕೊಡಬೇಕೆಂದು ಕೇಳಿಕೊಂಡೆ. ವೈಸ್‌ರಾಯ್ ಒಪ್ಪಿಗೆ ಕೊಟ್ಟರು. ಆದರೆ ಇಂಗ್ಲಿಷ್‌ನಲ್ಲಿ ಕೂಡಾ ಮಾತಾಡಬೇಕೆಂಬ ಸಲಹೆಯನ್ನು ಕೊಟ್ಟರು. ನನ್ನಲ್ಲಿ ಭಾಷಣ ಮಾಡುವ ಇಚ್ಛೆಯಿರಲಿಲ್ಲ. ನಾನು ಈ ಸಂಬಂಧದಲ್ಲಿ ಕೇವಲ ಒಂದು ವಾಕ್ಯವನ್ನು ಉಚ್ಚರಿಸಿದೆ: 'ನನ್ನ ಹೊಣೆಗಾರಿಕೆಯ ಬಗ್ಗೆ ಪೂರ್ಣ ಪ್ರಜ್ಞೆಯನ್ನಿಟ್ಟುಕೊಂಡು ನಾನು ನಿರ್ಣಯವನ್ನು ಬೆಂಬಲಿಸುತ್ತೇನೆ.'

ನಾನು ಹಿಂದೂಸ್ಥಾನಿಯಲ್ಲಿ ಮಾತಾಡಿದ್ದುದರ ಬಗ್ಗೆ ಅನೇಕರು ನನ್ನನ್ನು ಅಭಿವಂದಿಸಿದರು. ಇಂತಹ ಸಭೆಯಲ್ಲಿ ಯಾರಿಗಾದರೂ ನೆನಪಿದ್ದರೆ ಹಿಂದೂಸ್ಥಾನಿಯಲ್ಲಿ ಮಾತಾಡಿದ ಮೊದಲನೇ ಪ್ರಸಂಗ ಇದು ಎಂದು ಅವರು ಹೇಳಿದರು. ವೈಸ್‌ರಾಯ್ ಭಾಗವಹಿಸಿದ್ದ ಸಭೆಯಲ್ಲಿ ಹಿಂದೂಸ್ಥಾನಿಯಲ್ಲಿ ಮೊದಲ ಬಾರಿಗೆ ಮಾತಾಡಿದ್ದೆ ಎಂಬುದನ್ನು ಕಂಡುಹಿಡಿದಿದ್ದುದು ಮತ್ತು

ಅಭಿವಂದನೆಯನ್ನು ಸಲ್ಲಿಸಿದ್ದುದು ನನ್ನ ರಾಷ್ಟ್ರೀಯ ಪ್ರತಿಷ್ಠೆಯನ್ನು ನೋಯಿಸಿತ್ತು. ನನ್ನಲ್ಲೇ ನಾನು ಮುದುರಿಕೊಂಡಂತಾಯ್ತು. ದೇಶಭಾಷೆಯೊಂದು ತನ್ನ ದೇಶದಲ್ಲಿ ನಡೆಯುವ ಸಭೆಯಲ್ಲಿ ನಿಷೇಧಕ್ಕೆ ಒಳಗಾಗಿತ್ತು ಎಂಬುದು ಎಂತಹ ದುಃಖದ ಸಂಗತಿಯಾಗಿದೆ? ನನ್ನಂತಹ ಅಪರೂಪದ ವ್ಯಕ್ತಿಯೊಬ್ಬ ಹಿಂದೂಸ್ಥಾನಿಯಲ್ಲಿ ಮಾತಾಡಿದ್ದರಿಂದ ಅಭಿವಂದನೆಗೆ ಅರ್ಹನಾಗುವುದು ಎಂತಹ ವಿಷಾದಕರ ಸಂಗತಿಯಾಗಿದೆ: ನಾವು ಎಷ್ಟೊಂದು ಕೆಳಮಟ್ಟಕ್ಕೆ ಕುಗ್ಗಿಹೋಗಿದ್ದೇನೆ ಎಂಬುದನ್ನು ಈ ಘಟನೆಗಳು ನಮಗೆ ನೆನಪುಮಾಡಿಕೊಡುತ್ತವೆ.

ನಾನು ಸಮ್ಮೇಳನದಲ್ಲಿ ಉಚ್ಚರಿಸಿದ ಒಂದು ವಾಕ್ಯ ಸಾಕಷ್ಟು ಮಹತ್ವವನ್ನು ಪಡೆದಿತ್ತು. ಸಮ್ಮೇಳನವನ್ನಾಗಲೀ ಇಲ್ಲವೇ ನಾನು ಬೆಂಬಲಿಸಿದ್ದ ನಿರ್ಣಯವನ್ನಾಗಲಿ ನನಗೆ ಮರೆಯಲು ಸಾಧ್ಯವಾಗಿಲ್ಲ. ನಾನು ದೆಹಲಿಯಲ್ಲಿದ್ದಾಗ ಇನ್ನೂ ಒಂದು ಕಾರ್ಯವನ್ನು ಮುಗಿಸಬೇಕಾಗಿತ್ತು. ನಾನು ವೈಸ್‌ರಾಯ್‌ಗೆ ಒಂದು ಪತ್ರ ಬರೆಯಬೇಕಾಗಿತ್ತು. ಇದು ನನಗೆ ಸುಲಭದ ಕಾರ್ಯವಾಗಿರಲಿಲ್ಲ. ಸರ್ಕಾರದ ಮತ್ತು ಜನರ ಹಿತಾಸಕ್ತಿಯ ದೃಷ್ಟಿಯಿಂದ ನಾನು ಹೇಗೆ ಮತ್ತು ಏಕೆ ಸಮ್ಮೇಳನದಲ್ಲಿ ಭಾಗವಹಿಸಿದೆ ಮತ್ತು ಜನರು ಸರ್ಕಾರದಿಂದ ಏನನ್ನು ನಿರೀಕ್ಷಿಸುತ್ತಾರೆ ಎಂಬುದನ್ನು ಸ್ಪಷ್ಟಪಡಿಸುವುದು ನನ್ನ ಕರ್ತವ್ಯ ಎಂದು ಭಾವಿಸಿದ್ದೆ.

ಪತ್ರದಲ್ಲಿ ನಾನು ಲೋಕಮಾನ್ಯ ತಿಲಕ್ ಮತ್ತು ಅಲಿ ಸಹೋದರರಂತಹ ನಾಯಕರುಗಳನ್ನು ಸಮ್ಮೇಳನದಿಂದ ಹೊರಗಿಟ್ಟದ್ದರ ಬಗ್ಗೆ ವಿಷಾದವನ್ನು ವ್ಯಕ್ತಪಡಿಸಿದ್ದೆ. ಜನರ ಕನಿಷ್ಠ ರಾಜಕೀಯ ಬೇಡಿಕೆಗಳನ್ನು ಮತ್ತು ಯುದ್ಧದಿಂದ ಸೃಷ್ಟಿಯಾಗಿದ್ದ ಪರಿಸ್ಥಿತಿಯಲ್ಲಿ ಮುಸ್ಲಿಮರ ಬೇಡಿಕೆಗಳೇನು ಎಂಬುದರ ಬಗ್ಗೆ ತಿಳಿಸಿದ್ದೆ. ಆ ಪತ್ರವನ್ನು ಪ್ರಕಟಿಸಲು ವೈಸ್‌ರಾಯ್ ಅವರ ಅನುಮತಿಯನ್ನು ಕೇಳಿದೆ. ವೈಸ್‌ರಾಯ್ ಸಂತೋಷದಿಂದ ಅನುಮತಿಯನ್ನು ಕೊಟ್ಟರು.

ಪತ್ರವನ್ನು ಸಿಮ್ಲಾಕ್ಕೆ ಕಳಿಸಿಕೊಡಬೇಕಾಗಿತ್ತು. ಏಕೆಂದರೆ ಸಮ್ಮೇಳನ ಮುಗಿದ ತರುವಾಯ ವೈಸ್‌ರಾಯ್ ಕೂಡಲೇ ಅಲ್ಲಿಗೆ ಹೊರಟು ಹೋಗಿದ್ದರು. ಈ ಪತ್ರ ನನ್ನ ಪಾಲಿಗೆ ಸಾಕಷ್ಟು ಮಹತ್ವದ್ದಾಗಿತ್ತು ಅದನ್ನು ಅಂಚೆಯ ಮೂಲಕ ಕಳಿಸಿದ್ದರೆ ತಡವಾಗುವ ಸಾಧ್ಯತೆಯಿತ್ತು. ತಡವಾಗುವುದನ್ನು ತಪ್ಪಿಸಬೇಕೆಂದಿದ್ದೆ. ಆದರೆ ಕಣ್ಣಿಗೆ ಕಂಡ ದೂತರ ಮೂಲಕ ಅದನ್ನು ಕಳಿಸುವ ಇಚ್ಛೆಯಿರಲಿಲ್ಲ. ಯಾವನಾದರೂ ಸತ್ಪುರುಷ ಆ ಪತ್ರವನ್ನು ತೆಗೆದುಕೊಂಡು ಹೋಗಿ ವೈಸ್‌ರಾಯ್‌ಅವರ ವಸತಿಗೃಹದಲ್ಲಿ ಅದನ್ನು ಸ್ವತಃ ಕೊಡಬೇಕೆಂದು ನಾನು ಇಷ್ಟಪಟ್ಟಿದ್ದೆ. ಆ್ಯಂಡ್ರೂಸ್ ಮತ್ತು ಪ್ರಿನ್ಸಿಪಾಲ್ ರುದ್ರ ಕೇಂಬ್ರಿಡ್ಜ್ ಮಿಷನ್‌ನ ರೆವರೆಂಡ್ ಐರೆಲೆಂಡ್‌ಅವರ ಹೆಸರನ್ನು ಸೂಚಿಸಿದರು. ಆ ಪತ್ರವನ್ನು ಓದಿ ಅದರಲ್ಲಿ ಒಳ್ಳೆಯ ವಿಚಾರಗಳಿವೆಯೆಂದು ಗೊತ್ತಾದರೆ ತಾವು ಅದನ್ನು ತೆಗೆದುಕೊಂಡು ಹೋಗುವುದಾಗಿ ಒಪ್ಪಿಕೊಂಡರು. ಅವರು ಆ ಪತ್ರವನ್ನು ಓದಿದರು. ಆ ಪತ್ರ ಖಾಸಗಿಯಾಗಿರಲಿಲ್ಲವಾದ್ದರಿಂದ ಅದನ್ನು ಅವರು ಓದುವುದಕ್ಕೆ ನನಗೆ ಆಕ್ಷೇಪಣೆಯಿರಲಿಲ್ಲ. ರೆವರೆಂಡ್ ಅವರಿಗೆ ಆ ಪತ್ರದಲ್ಲಿದ್ದ ವಿಚಾರಗಳು ಇಷ್ಟವಾದ್ದರಿಂದ ಅದನ್ನು ತೆಗೆದುಕೊಂಡು ಹೋಗಲು ಒಪ್ಪಿಗೆ ನೀಡಿದರು. ನಾನು ಅವರಿಗೆ ಎರಡನೇ ದರ್ಜೆಯ ಟಿಕೀಟು ಹಣವನ್ನು ನೀಡಿದೆ. ಆದರೆ ಅವರು ಅದನ್ನು ತೆಗೆದುಕೊಳ್ಳಲು ನಿರಾಕರಿಸಿದರು. ತಮಗೆ ಇಂಟರ್‌ಮೀಡಿಯೇಟ್ (ಮಧ್ಯಸ್ಥ ದರ್ಜೆ)ನಲ್ಲಿ ಪ್ರಯಾಣಮಾಡುವ ಅಭ್ಯಾಸವಿರುವುದಾಗಿ

ತಿಳಿಸಿದರು. ರಾತ್ರಿ ಕಾಲದಲ್ಲಿ ಪ್ರಯಾಣ ಮಾಡಬೇಕಾಗಿದ್ದರೂ ಕೂಡಾ ಅವರು ಅದೇ ದರ್ಜೆಯಲ್ಲೇ ಪ್ರಯಾಣ ಮಾಡಿದರು. ಅವರ ಸರಳತೆ ಮತ್ತು ನೇರವಾದ ಹಾಗೂ ಸಾದಾ ಮಾತಿನ ನಡವಳಿಕೆ ನನ್ನನ್ನು ಆಕರ್ಷಿಸಿತ್ತು. ಈ ಪ್ರಕಾರ ಪತ್ರವನ್ನು ಒಬ್ಬ ಸತ್ಪುರುಷನ ಕೈಗೆ ಒಪ್ಪಿಸಲಾಗಿತ್ತು. ಇದರಿಂದ ಒಳ್ಳೆಯ ಫಲಿತಾಂಶ ಸಿಗಬಹುದೆಂದು ಆಶಿಸಿದೆ. ನನ್ನ ಮನಸ್ಸಿಗೆ ಶಾಂತಿ ದೊರಕಿತು ಮತ್ತು ನನ್ನ ದಾರಿ ಸುಗಮವಾಯ್ತು.

ನಾನು ಹೊತ್ತುಕೊಂಡಿದ್ದ ಇನ್ನೊಂದು ಜವಾಬುದಾರಿಯೆಂದರೆ ಸೇನೆಗೆ ಜನರನ್ನು ಕೂಡಿಸುವುದಾಗಿತ್ತು. ಖೇಡಾದಲ್ಲಲ್ಲದೇ ನಾನು ಈ ಕಾರ್ಯವನ್ನು ಬೇರೆ ಎಲ್ಲಿ ಪ್ರಾರಂಭಿಸಬಹುದಾಗಿತ್ತು? ನನ್ನ ಸಹ ಕಾರ್ಯಕರ್ತರುಗಳನ್ನಲ್ಲದೇ ಬೇರೆ ಯಾರನ್ನು ತಾನೇ ಸೇನೆಗೆ ಸೇರಲು ಮೊದಲು ಆಹ್ವಾನಿಸಬಹುದಾಗಿತ್ತು? ಆದ್ದರಿಂದ ನಾನು ನಡಿಯಾದ್‌ಅನ್ನು ಮುಟ್ಟುತ್ತಿದ್ದಂತೆ ವಲ್ಲಭಾಯ್ ಮತ್ತು ಇತರ ಗೆಳೆಯರ ಸಭೆ ಕರೆದೆ. ಅವರಲ್ಲಿ ಕೆಲವರು ಈ ಪಸ್ತಾಪವನ್ನು ಸುಲಭವಾಗಿ ಅಂಗೀಕರಿಸಲು ಸಿದ್ಧರಾಗಿರಲಿಲ್ಲ. ಈ ಪ್ರಸ್ತಾಪವನ್ನು ಇಷ್ಟಪಟ್ಟವರು ಕೂಡಾ ಅದರ ಯಶಸ್ಸಿನ ಬಗ್ಗೆ ಆತಂಕಪಡುತ್ತಿದ್ದರು. ಸರ್ಕಾರ ಮತ್ತು ನಾನು ಮನವಿಮಾಡಿಕೊಳ್ಳಲು ಇಷ್ಟಪಡುತ್ತಿದ್ದ ವರ್ಗಗಳ ನಡುವೆ ಪ್ರೀತಿಯೇ ಇರಲಿಲ್ಲ. ಸರ್ಕಾರಿ ಅಧಿಕಾರಿಗಳಿಂದ ತಾವು ಅನುಭವಿಸಿದ್ದ ಸಂಕಟಗಳು ಇನ್ನೂ ಅವರ ನೆನಪಲ್ಲಿ ಹೊಚ್ಚ ಹೊಸದಾಗಿ ಉಳಿದುಕೊಂಡಿದ್ದವು.

ಹಾಗಿದ್ದರೂ ಅವರು ಈ ಕೆಲಸವನ್ನು ಪ್ರಾರಂಭಿಸುವುದರ ಬಗ್ಗೆ ಒಲವು ತೋರಿದರು. ನಾನು ಕೆಲಸವನ್ನು ಪ್ರಾರಂಭಿಸುತ್ತಿದ್ದಂತೆಯೇ ನನ್ನ ಕಣ್ಣುಗಳು ತೆರೆದುಕೊಂಡವು (ಅಂದರೆ ಜ್ಞಾನೋದಯವಾಯ್ತು) ನನ್ನ ಆಶಾಭಾವನೆಗೆ ಬಿರುಸಾದ ಪೆಟ್ಟು ಬಿತ್ತು. ಭೂಕಂದಾಯ ನಿರಾಕರಣೆ ಚಳವಳಿಯ ಕಾಲದಲ್ಲಿ ಜನರು ಚಾರ್ಜನ್ನು ತೆಗೆದುಕೊಳ್ಳದೆಯೇ ತಮ್ಮ ಗಾಡಿಗಳನ್ನು ಮನಃಪೂರ್ವಕವಾಗಿ ಕೊಟ್ಟುಬಿಡುತ್ತಿದ್ದರು. ಕೇವಲ ಒಬ್ಬನ ಅಗತ್ಯವಿದ್ದಾಗ ಇಬ್ಬರು ಸ್ವಯಂ ಸೇವಕರುಗಳು ಮುಂದೆ ಬರುತ್ತಿದ್ದರು. ಆದರೆ ಈ ಬಾರಿ ಬಾಡಿಗೆಗೆ ಕೂಡಾ ಒಂದು ಗಾಡಿಯನ್ನು ಪಡೆಯುವುದು ಕಷ್ಟಕರವಾಗಿತ್ತು. ಇನ್ನು ಸ್ವಯಂಸೇವಕರುಗಳ ಬಗ್ಗೆ ಹೇಳಬೇಕಾದ್ದೇ ಇರಲಿಲ್ಲ. ಆದರೆ ನಾವು ಭಯಭ್ರಾಂತರಾಗಿರಲಿಲ್ಲ. ನಾವು ಗಾಡಿಗಳ ಉಪಯೋಗವನ್ನು ಬಿಟ್ಟುಕೊಟ್ಟು ಕಾಲುನಡಿಗೆಯಲ್ಲಿ ಪ್ರಯಾಣ ಮಾಡಲು ನಿರ್ಧರಿಸಿದೆವು. ಈ ರೀತಿಯಲ್ಲಿ ನಾವು ದಿನಕ್ಕೆ ಇಪ್ಪತ್ತು ಮೈಲಿಗಳಷ್ಟು ದೂರ ಪ್ರಯಾಸದಿಂದ ನಡೆಯಬೇಕಾಗುತ್ತಿತ್ತು.

ಗಾಡಿಗಳು ನಮಗೆ ದೊರೆಯದಿದ್ದಾಗ ಜನರು ನಮಗೆ ಆಹಾರ ಕೊಡುವರು ಎಂಬುದನ್ನು ನಿರೀಕ್ಷಿಸುವುದು ದಡ್ಡತನದ ಮಾತಾಗಿತ್ತು. ಊಟ ಹಾಕಿ ಎಂದು ಕೇಳುವುದು ನ್ಯಾಯವಾಗಿರಲಿಲ್ಲ. ಆದ್ದರಿಂದ ಪ್ರತಿಯೊಬ್ಬ ಸ್ವಯಂಸೇವಕನೂ ತನ್ನ ಆಹಾರವನ್ನು ತನ್ನ ಭುಜಕ್ಕೆ ನೇತುಹಾಕಿಕೊಂಡಿರುವ ಸಣ್ಣ ಚೀಲದಲ್ಲಿ ಒಯ್ಯಬೇಕೆಂದು ತೀರ್ಮಾನಿಸಿದೆವು. ಬೇಸಗೆ ಕಾಲವಾಗಿದ್ದರಿಂದ ಹಾಸಿಗೆ ಅಥವಾ ಹೊದಿಕೆಯ ಅಗತ್ಯವಿರಲಿಲ್ಲ.

ನಾವು ಹೋದಲ್ಲೆಲ್ಲ ಸಭೆಗಳನ್ನು ನಡೆಸಿದೆವು. ಜನರು ಸಭೆಗೆಗಳಿಗೆ ಹಾಜರಾಗುತ್ತಿದ್ದರು. ಆದರೇ ಒಬ್ಬರೋ ಇಲ್ಲವೇ ಇಬ್ಬರು ಕೂಡಾ ಸೇನೆಗೆ ಸೇರಲು ಮುಂದೆ ಬರುತ್ತಿರಲಿಲ್ಲ.

'ನೀವು ಅಹಿಂಸೆಯ ಅವಿಚ್ಛಿನ್ನ ಭಕ್ತರಾಗಿದ್ದೀರಿ. ಹಾಗಿರುವಾಗ ನೀವು ಹೇಗೆ ನಮಗೆ ಶಸ್ತ್ರವನ್ನು ಕೈಯಲ್ಲಿ ಹಿಡಿಯಬೇಕೆಂದು ಕೇಳುವಿರಿ? ನಮ್ಮ ಸಹಕಾರಕ್ಕೆ ತಕ್ಕುದಾದ ಏನು ಒಳ್ಳೆಯದನ್ನು ಸರ್ಕಾರ ಭಾರತಕ್ಕೆ ಮಾಡಿದೆ?' ಈ ಬಗೆಯ ಪ್ರಶ್ನೆಗಳನ್ನು ನಮ್ಮ ಮುಂದೆ ಸಾಮಾನ್ಯವಾಗಿ ಇಡಲಾಗುತ್ತಿತ್ತು.

ಹಾಗಿದ್ದರೂ ನಮ್ಮ ಕಾರ್ಯ ದೃಢವಾಗಿ ಆರಂಭವಾಗಿತ್ತು. ಅದು ಗಂಭೀರ ಪರಿಣಾಮವನ್ನು ಬೀರಲಾರಂಭಿಸಿತ್ತು. ಸಾಕಷ್ಟು ಸಂಖ್ಯೆಯಲ್ಲಿ ಹೆಸರುಗಳು ದಾಖಲಾದವು. ಮೊದಲನೇ ತಂಡವನ್ನು ಕಳಿಸಿದ ತರುವಾಯ ಕೂಡಲೇ ಎಡಬಿಡದೇ ಸೈನಿಕರುಗಳನ್ನು ಕಳಿಸಲು ನಮಗೆ ಸಾಧ್ಯವಾಗಬಹುದು ಎಂದು ನಾವು ನಿರೀಕ್ಷಿಸಿದ್ದೆವು. ನಾನು ಆಗಲೇ ಕಮೀಷನ್‌ರ್ ಅವರೊಂದಿಗೆ ಮಾತುಕತೆ ನಡೆಸಿ ಹೊಸದಾಗಿ ಸೈನ್ಯಕ್ಕೆ ಸೇರಿದವರಿಗೆ ಎಲ್ಲಿ ವಸತಿ ಕಲ್ಪಿಸಲಾಗುವುದು ಎಂದು ಕೇಳಿದ್ದೆ.

ಪ್ರತಿಯೊಂದು ವಿಭಾಗದ (ಡಿವಿಜನ್) ಕಮೀಷನರ್ (ಆಯುಕ್ತ)ಗಳು ದೆಹಲಿಯ ಮಾದರಿಯಲ್ಲಿ ಸಮ್ಮೇಳನಗಳನ್ನು ನಡೆಸುತ್ತಿದ್ದರು. ಅಂತಹ ಒಂದು ಸಮ್ಮೇಳನ ಗುಜರಾತ್‌ನಲ್ಲಿ ನಡೆಯಿತು. ನನ್ನ ಸಹ ಕಾರ್ಯಕರ್ತರುಗಳನ್ನು ಮತ್ತು ನನ್ನನ್ನು ಆ ಸಮ್ಮೇಳನಕ್ಕೆ ಆಹ್ವಾನಿಸಲಾಗಿತ್ತು. ನಾವು ಆ ಸಮ್ಮೇಳನಕ್ಕೆ ಹಾಜರಾಗಿದ್ದೆವು. ದೆಹಲಿಗಿಂತಲೂ ಇಲ್ಲಿ ನನ್ನ ಸ್ಥಾನ ಕೆಳಗಿಳಿದಿತ್ತು ಎಂದು ನನಗೆ ಭಾಸವಾಯ್ತು. ಇಂತಹ ದಾಸ್ಯದ ಮತ್ತು ಶರಣಾಗತಿಯ ವಾತಾವರಣದಲ್ಲಿ ನನಗೆ ನಿರಾತಂಕವಾಗಿರಲು ಸಾಧ್ಯವಾಗಿರಲಿಲ್ಲ. ನಾನು ಹೇಗೋ ದೀರ್ಘವಾಗಿ ಮಾತಾಡಿದೆ. ಅಧಿಕಾರಿಗಳನ್ನು ಪ್ರಸನ್ನಗೊಳಿಸಲು ನಾನು ಏನೂ ಹೇಳಲಿಲ್ಲ. ಖಂಡಿತವಾಗಿಯೂ ನಾನು ಒಂದು - ಎರಡು ನಿಷ್ಠುರ ನುಡಿಗಳನ್ನೇ ಆಡಿದ್ದೆ.

ಸೇನೆಗೆ ಸೇರಿಕೊಳ್ಳಲು ತಮ್ಮ ಹೆಸರುಗಳನ್ನು ದಾಖಲಿಸುವಂತೆ ಜನರನ್ನು ಪ್ರಾರ್ಥಿಸಿ ಕರಪತ್ರಗಳನ್ನು ಹಂಚುತ್ತಿದ್ದೆ. ನಾನು ಜನರ ಮುಂದೆ ಒಡ್ಡಿದ್ದ ಒಂದು ವಾದ ಕಮೀಷನರ್‌ಗೆ ಹಿಡಿಸಿರಲಿಲ್ಲ: 'ಭಾರತದಲ್ಲಿನ ಬ್ರಿಟಿಷರ ಆಳ್ವಿಕೆಯ ಅನೇಕ ದುಷ್ಕೃತ್ಯಗಳಲ್ಲಿ ಇಡೀ ರಾಷ್ಟ್ರವನ್ನು ನಿರಾಯುಧವನ್ನಾಗಿ ಮಾಡಿದ ಕಾಯಿದೆಯನ್ನು ಅತ್ಯಂತ ಕರಾಳ ಎಂದು ಇತಿಹಾಸವು ಪರಿಗಣಿಸುತ್ತದೆ. ಶಸ್ತ್ರಾಸ್ತ್ರ ನಿಷೇಧ ಕಾಯಿದೆಯನ್ನು ಸರ್ಕಾರವು ಹಿಂದಕ್ಕೆ ತೆಗೆದುಕೊಳ್ಳಬೇಕೆಂದು ಇಚ್ಛಿಸಿದ್ದರೆ ಮತ್ತು ಆಯುಧಗಳನ್ನು ಹೇಗೆ ಉಪಯೋಗಿಸಬೇಕೆಂದು ಕಲಿಯಬೇಕಾಗಿದ್ದರೆ ಇಲ್ಲಿ ಅದಕ್ಕೆ ಅತ್ಯುತ್ತಮ ಅವಕಾಶವಿದೆ. ಬಿಕ್ಕಟ್ಟಿನ ಘಳಿಗೆಯಲ್ಲಿ ಮಧ್ಯಮ ವರ್ಗವು ಸರ್ಕಾರಕ್ಕೆ ತಾನಾಗಿ ಸಹಾಯ ನೀಡಿದರೆ ಅಪನಂಬಿಕೆಯು ಮಾಯವಾಗುವುದು ಮತ್ತು ಆಯುಧವನ್ನು ಇಟ್ಟುಕೊಳ್ಳುವುದರ ಮೇಲೆ ಹೇರಿರುವ ನಿಷೇಧವನ್ನು ಹಿಂದೆಗೆದುಕೊಳ್ಳಲಾಗುವುದು. 'ಕಮೀಷನರ್ ಈ ವಿಷಯದ ಬಗ್ಗೆ ಗಮನ ಸೆಳೆದರು ಮತ್ತು ತಮ್ಮ ನಡುವೆ ಭಿನ್ನಾಭಿಪ್ರಾಯಗಳಿದ್ದರೂ ಸಮ್ಮೇಳನದಲ್ಲಿ ನಾನು ಹಾಜರಾಗಿರುವುದಕ್ಕೆ ತಮ್ಮ ಮೆಚ್ಚಿಕೆಯನ್ನು ವ್ಯಕ್ತ ಪಡಿಸಿದರು. ನಾನು ನನ್ನ ನಿಲುವನ್ನು ವಿನಯಪೂರ್ವಕವಾಗಿ ನನಗೆ ಸಾಧ್ಯವಿರುವಷ್ಟರಮಟ್ಟಿಗೆ ಸಮರ್ಥಿಸಿಕೊಂಡೆ:

ಮೇಲೆ ಉಲ್ಲೇಖಿಸಲಾಗಿರುವ ಹಾಗೂ ವೈಸ್‌ರಾಯ್‌ಗೆ ಬರೆದ ಪತ್ರ ಇಲ್ಲಿದೆ:'

'ತಮಗೆ ಗೊತ್ತಿರುವಂತೆ, ಮತ್ತು ಎಚ್ಚರಿಕೆಯಿಂದ ಪರಿಗಣಿಸಿದ ಮೇಲೆ, 26ನೇ ತಾರೀಖ್ (ಏಪ್ರಿಲ್)ನಂದು ಬರೆದ ಪತ್ರದಲ್ಲಿ ಹೇಳಲಾಗಿರುವ ಕಾರಣಗಳಿಗಾಗಿ ನನಗೆ ಸಮ್ಮೇಳನದಲ್ಲಿ ಭಾಗವಹಿಸಲು ಸಾಧ್ಯವಾಗದು ಎಂದು ಭಾವಿಸಿದ್ದೆ ಆದರೆ ನೀವು ನನಗೆ ಭೇಟಿಮಾಡಲು ಅವಕಾಶ ಕೊಟ್ಟ ತರುವಾಯ ಮತ್ತು ಬೇರೆ ಯಾವುದೇ ಕಾರಣಕ್ಕಲ್ಲವಾದರೂ ಖಂಡಿತವಾಗಿಯೂ ನೀವು ನನಗೆ ತೋರಿದ್ದ ವಿಶ್ವಾಸಕ್ಕಾಗಿ ನಾನು ಸಮ್ಮೇಳನದಲ್ಲಿ ಭಾಗವಹಿಸಲು ಒಪ್ಪಿದ್ದೆ. ಗೈರುಹಾಜರಾಗಬೇಕೆಂದಿದ್ದುದಕ್ಕೆ ಒಂದು ಕಾರಣವೆಂದರೆ ಮತ್ತು ಪ್ರಾಯಶಃ ಬಲವಾದ ಕಾರಣವೆಂದರೆ ಲೋಕಮಾನ್ಯ ತಿಲಕ್, ಮಿಸೆಸ್ ಅನಿ ಬೆಸೆಂಟ್ ಮತ್ತು ಅಲಿ ಸಹೋದರರನ್ನು ಸಮ್ಮೇಳನಕ್ಕೆ ಆಹ್ವಾನಿಸದೇ ಇದ್ದುದು. ಸಾರ್ವಜನಿಕಾಭಿಪ್ರಾಯವನ್ನು ರೂಪಿಸುವ ಅತ್ಯಂತ ಬಲಿಷ್ಠ ನಾಯಕರುಗಳು ಎಂದು ನಾನು ಅವರನ್ನು ಪರಿಗಣಿಸಿದ್ದೇನೆ. ಅವರನ್ನು ಬರುವಂತೆ ಕೇಳಿಕೊಳ್ಳದೇ ಇರುವುದು ಅತ್ಯಂತ ಮುಖ್ಯ ಪ್ರಮಾದ ಎಂದು ಈಗಲೂ ಭಾವಿಸಿದ್ದೇನೆ. ಈ ನಾಯಕರುಗಳನ್ನು ಪ್ರಾಂತೀಯ ಸಮ್ಮೇಳನಗಳಿಗೆ ಆಹ್ವಾನಿಸಿದರೆ ಈ ಪ್ರಮಾದವನ್ನು ಸರಿಪಡಿಸಬಹುದು ಎಂದು ನಾನು ಗೌರವಭಾವದಿಂದ ಸಲಹೆ ಕೊಡುತ್ತಿದ್ದೇನೆ. ಪ್ರಾಂತೀಯಸಮ್ಮೇಳನಗಳಲ್ಲಿ ಅವರ ಸಲಹೆಯ ಪ್ರಯೋಜನ ಪಡೆಯಬಹುದು. ಈ ಮೂಲಕ ಸರ್ಕಾರಕ್ಕೆ ಅವರ ಸಹಾಯ ಸಿಗುವುದು. ಈ ಸಮ್ಮೇಳನದ ತರುವಾಯ ಪ್ರಾಂತೀಯ ಸಮ್ಮೇಳನಗಳು ನಡೆಯುತ್ತವೆ ಎಂದು ನನಗೆ ತಿಳಿದುಬಂದಿದೆ. ಭಾರಿ ಜನಸಮುದಾಯವನ್ನು ಪ್ರತಿನಿಧಿಸುವ ನಾಯಕರುಗಳಿಗೆ ಅಗೌರವ ತೋರಿಸಿ ಯಾವುದೇ ಸರ್ಕಾರ ಬಲಿಷ್ಠವಾಗಿರಲು ಸಾಧ್ಯವಾಗದು. ಆ ನಾಯಕರುಗಳು ಮೂಲಭೂತವಾಗಿ ವಿಭಿನ್ನ ಅಭಿಪ್ರಾಯಗಳನ್ನಿಟ್ಟುಕೊಂಡಿದ್ದರೂ ಅವರಿಗೆ ಅಗೌರವ ತೋರಿಸಬಾರದು. ಅದೇ ಕಾಲದಲ್ಲಿ ಸಮ್ಮೇಳನದ ಸಮಿತಿಗಳಲ್ಲಿ ಎಲ್ಲ ಪಕ್ಷಗಳಿಗೂ ಅವರ ಅಭಿಪ್ರಾಯಗಳನ್ನು ಮುಕ್ತವಾಗಿ ವ್ಯಕ್ತಪಡಿಸುವ ಅವಕಾಶಕೊಟ್ಟಿದ್ದಕ್ಕಾಗಿ ನನಗೆ ಸಂತೋಷವಾಗಿದೆ. ನನ್ನ ಬಗ್ಗೆ ಹೇಳುವುದಾದರೆ ಸಮ್ಮೇಳನದಲ್ಲಿ ಇಲ್ಲವೇ ಸೇವೆ ಸಲ್ಲಿಸುವ ಗೌರವವನ್ನು ನೀಡಿರುವ ಸಮಿತಿಯಲ್ಲಿ ಇಲ್ಲವೇ ಸಮ್ಮೇಳನದಲ್ಲಿ ನನ್ನ ಅಭಿಪ್ರಾಯವನ್ನು ವ್ಯಕ್ತಪಡಿಸದೇ ನಾನು ಉದ್ದೇಶಪೂರ್ವಕವಾಗಿ ಸಂಯಮದಿಂದಿದ್ದೆ. ಸಮ್ಮೇಳನದಲ್ಲಿ ಮಂಡಿಸಲಾಗಿದ್ದ ನಿರ್ಣಯಗಳಿಗೆ ನಾನು ಕೇವಲ ಬೆಂಬಲವನ್ನು ಸೂಚಿಸುವ ಮೂಲಕ ನಾನು ಸಮ್ಮೇಳನದ ಉದ್ದೇಶಗಳನ್ನು ಪರಿಪಾಲಿಸಲು ಇಚ್ಛಿಸಿದ್ದೆ. ನಾನು ಯಾವುದೇ ಕಟ್ಟುಪಾಡಿಗೂ ಒಳಗಾಗದೇ ಹೀಗೆ ವರ್ತಿಸಿದ್ದೆ. ನನ್ನ ಮನವಿಯನ್ನು ಒಪ್ಪಿಕೊಂಡಷ್ಟೇ ಶೀಘ್ರವಾಗಿ ಸರ್ಕಾರವು ಆಡಿದ ಮಾತನ್ನು ಕ್ರಿಯೆಗೆ ಪರಿವರ್ತಿಸಬೇಕೆಂದು ನಾನು ನಿರೀಕ್ಷಿಸಿದ್ದೇನೆ. ಇದರೊಂದಿಗೆ ಪ್ರತ್ಯೇಕ ಪತ್ರದಲ್ಲಿ ನಾನು ನನ್ನ ಮನವಿಯನ್ನು ನೀಡಿದ್ದೇನೆ.'

ಅಪಾಯದ ಘಳಿಗೆಯಲ್ಲಿ ನಾವು ಈಗಾಗಲೇ ತೀರ್ಮಾನಿಸಿರುವಂತೆ ಸಾಮ್ರಾಜ್ಯಕ್ಕೆ ಹೃತ್ಪೂರ್ವಕವಾಗಿ ಮತ್ತು ತಪ್ಪು ಕಲ್ಪನೆಗೆ ಅವಕಾಶವಿಲ್ಲದಂತೆ ಬೆಂಬಲವನ್ನು ಕೊಡಬೇಕು ಎಂಬುದನ್ನು ನಾನು ಮನವರಿಕೆಮಾಡಿಕೊಂಡಿದ್ದೇನೆ. ಹಾಗೆಯೇ ಈ ಸಾಮ್ರಾಜ್ಯದಲ್ಲಿ ಕಡಲಾಚೆಯ ಡೊಮಿನಿಯನ್ (ಬ್ರಿಟಿಷ್ ಕಾಮನ್‌ವೆಲ್ತ್‌ಗೆ ಸೇರಿರುವ ಸ್ವತಂತ್ರ ರಾಷ್ಟ್ರ) ಸ್ಥಾನಮಾನವನ್ನು ಪಡೆದು ಸದ್ಯದ ಭವಿಷ್ಯತ್ತಿನಲ್ಲಿ ಅದೇ ಅರ್ಥದಲ್ಲಿ ಪಾಲುದಾರರಾಬೇಕೆಂಬ ಆಶಯವನ್ನು ನಾವು

ಇಟ್ಟುಕೊಂಡಿದ್ದೇವೆ. ತುಂಬಾ ಶೀಘ್ರವಾಗಿ ನಮ್ಮ ಗುರಿಯನ್ನು ಮುಟ್ಟುವ ನಿರೀಕ್ಷೆಯನ್ನಿಟ್ಟುಕೊಂಡು ನಾವು ವರ್ತಿಸುತ್ತಿದ್ದೇವೆ ಎಂಬುದು ಶುದ್ಧ ಸತ್ಯವಾಗಿದೆ. ಈ ದೃಷ್ಟಿಯಲ್ಲಿ, ಕರ್ತವ್ಯವನ್ನು ನಿರ್ವಹಿಸುವುದರಿಂದ ಅದು ತಾನಾಗಿಯೇ ಹಕ್ಕನ್ನು ತಂದುಕೊಡುವುದು ಎಂದು ಭಾವಿಸಲಾಗಿದೆ. ಆದ್ದರಿಂದ ನಿಮ್ಮ ಭಾಷಣದಲ್ಲಿ ಪ್ರಾಸಂಗಿಕವಾಗಿ ಪ್ರಸ್ತಾಪಿಸಲಾಗಿರುವ ಹಾಗೂ ಸದ್ಯದಲ್ಲೆ ಈಡೇರುವುದು ಎಂದು ಭಾವಿಸಲಾಗಿರುವ ಸುಧಾರಣೆಗಳಲ್ಲಿ ಜನರು ನಂಬಿಕೆಯನ್ನಿಟ್ಟುಕೊಂಡಿದ್ದಾರೆ. ಕಾಂಗ್ರೆಸ್-ಲೀಗ್‌ನ ಕಾರ್ಯ ರೂಪದಯೋಜನೆಯ ಮುಖ್ಯ ತತ್ವಗಳಲ್ಲಿ ಇವು ಅಡಕವಾಗಿವೆ. ಈ ನಂಬಿಕೆಯಿಂದಲೇ ಸಮ್ಮೇಳನದ ಅನೇಕ ಸದಸ್ಯರುಗಳು ಸರ್ಕಾರಕ್ಕೆ ಹೃತ್ಪೂರ್ವಕವಾಗಿ ಸಹಕಾರ ನೀಡಿದ್ದಾರೆ ಎಂಬುದರಲ್ಲಿ ನನಗೆ ದೃಢವಾದ ವಿಶ್ವಾಸವಿದೆ.

ನನ್ನ ದೇಶಬಾಂಧವರಿಗೆ ಅವರ ಹೆಜ್ಜೆಗಳನ್ನು ಮತ್ತೆ ಗುರುತಿಸುವಂತೆ ಮಾಡಲು ನನಗೆ ಸಾಧ್ಯವಾದರೆ ಎಲ್ಲ ಕಾಂಗ್ರೆಸ್ ನಿರ್ಣಯಗಳನ್ನು ಹಿಂದಕ್ಕೆ ಪಡೆಯುವಂತೆ ಮಾಡಬಲ್ಲೆ. 'ಹೋಂ ರೂಲ್' ಇಲ್ಲವೇ 'ಜವಾಬ್ದಾರಿ ಸರ್ಕಾರ'ದ ಮಾತನ್ನು ಯುದ್ಧ ನಡೆಯುತ್ತಿರುವ ಕಾಲದಲ್ಲಿ ಪಿಸುಮಾತಿನಲ್ಲಿ ಹೇಳದಂತೆ ಮಾಡಬಲ್ಲೆ. ವಿಷಮ ಘಳಿಗೆಯಲ್ಲಿ ತನ್ನ ಎಲ್ಲ ಸಶಕ್ತ ಶರೀರವುಳ್ಳ ಮಕ್ಕಳನ್ನು ಸಾಮ್ರಾಜ್ಯಕ್ಕಾಗಿ ಭಾರತವು ತ್ಯಾಗಮಾಡುವಂತೆ ಮಾಡಬಲ್ಲೆ. ಹೀಗೆ ನಡೆದುಕೊಳ್ಳುವ ಮೂಲಕ ಭಾರತವು ಸಾಮ್ರಾಜ್ಯದ ಅತ್ಯಂತ ಮೆಚ್ಚಿನ ಪಾಲುದಾರನಾಗುವುದು ಎಂದು ನನಗೆ ಗೊತ್ತಿದೆ. ಜನಾಂಗದ ಭೇದಭಾವಗಳು ಭೂತಕಾಲದವುಗಳಾಗುವುದರಿಂದ ಅವು ಮಾಯವಾಗುವುವು. ಆದರೆ ವಾಸ್ತವವಾಗಿ ಇಡೀ ಸುಶಿಕ್ಷಿತ ಭಾರತವು ಹೆಚ್ಚು ಪರಿಣಾಮಕಾರಿಯಾಗಿರದ ಮಾರ್ಗವನ್ನು ಅನುಸರಿಸಲು ತೀರ್ಮಾನಿಸಿದೆ. ಆದರೆ ಸುಶಿಕ್ಷಿತ ಭಾರತವು ಸಮುದಾಯದ ಮೇಲೆ ಯಾವುದೇ ಪ್ರಭಾವ ಬೀರದು ಎಂದು ಹೇಳಲು ಸಾಧ್ಯವಾಗದು. ದಕ್ಷಿಣ ಆಫ್ರಿಕದಿಂದ ಭಾರತಕ್ಕೆ ಹಿಂದಿರುಗಿದ ಮೇಲೆ ನಾನು ರೈತರೊಂದಿಗೆ ತುಂಬಾ ನಿಕಟ ಸಂಬಂಧವನ್ನಿಟ್ಟುಕೊಂಡಿದ್ದೇನೆ. ಹೋಂ ರೂಲ್‌ನ ಅಪೇಕ್ಷೆಯು ಅವರ ಮನಸ್ಸಿನಲ್ಲಿ ಆಳವಾಗಿ ಪ್ರವೇಶಿಸಿದೆ ಎಂದು ನಾನು ನಿಮಗೆ ದೃಢಪಡಿಸುತ್ತಿದ್ದೇನೆ. ನಾನು ಹಿಂದಿನ ಕಾಂಗ್ರೆಸ್ ಅಧಿವೇಶನಗಳಲ್ಲಿ ಭಾಗವಹಿಸಿದ್ದೆ. ಸಂಸದೀಯ ಶಾಸನದ ಮೂಲಕ ನಿಶ್ಚಿತವಾಗಿ ಗೊತ್ತುಪಡಿಸಿರುವ ಅವಧಿಯೊಳಗೆ ಬ್ರಿಟಿಷ್ ಭಾರತಕ್ಕೆ ಪೂರ್ಣ ಜವಾಬುದಾರಿ ಸರ್ಕಾರವನ್ನು ನೀಡಬೇಕೆಂಬ ನಿರ್ಣಯದ ಪರ ನಾನೂ ಮತ ನೀಡಿದ್ದೆ. ಅದೊಂದು ದಿಟ್ಟತನದ ಹೆಜ್ಜೆ ಎಂಬುದನ್ನು ನಾನು ಒಪ್ಪಿಕೊಳ್ಳುತ್ತೇನೆ. ಹೋಂ ರೂಲ್‌ನ ನಿಶ್ಚಿತ ಕಲ್ಪನೆ ಅತ್ಯಂತ ಅಲ್ಪಾವಧಿಯೊಳಗೆ ಸಾಕ್ಷಾತ್ಕಾರವಾಗದಿದ್ದರೆ ಭಾರತೀಯರಿಗೆ ತೃಪ್ತಿ ಸಿಗದು. ಈ ಗುರಿಯನ್ನು ಸಾಧಿಸಲು ಯಾವುದೇ ತ್ಯಾಗವೂ ದೊಡ್ಡದಲ್ಲ ಎಂದು ಅನೇಕ ಭಾರತೀಯರು ಭಾವಿಸಿದ್ದಾರೆ ಎಂದು ನನಗೆ ಗೊತ್ತಿದೆ. ಸಾಮ್ರಾಜ್ಯದೊಳಗೆ ತಮ್ಮ ಅಂತಿಮ ಸ್ಥಾನಮಾನವನ್ನು ಪಡೆಯುವ ಅಪೇಕ್ಷೆಯನ್ನು ಇಟ್ಟುಕೊಂಡಿರುವುದರಿಂದ ಸಾಮ್ರಾಜ್ಯಕ್ಕೆ ತಮ್ಮನ್ನು ತಾವು ಬಲಿಕೊಡಲು ಸಿದ್ಧರಾಗಿರಬೇಕು ಎಂಬುದರ ಬಗ್ಗೆ ಕೂಡಾ ಅವರು ಜಾಗೃತರಾಗಿದ್ದಾರೆ. ಸಾಮ್ರಾಜ್ಯಕ್ಕೆ ಒದಗಿರುವ ವಿಪತ್ತಿನಿಂದ ಅದನ್ನು ವಿಮೋಚನೆಗೊಳಿಸಲು ನಮ್ಮ ಹೃದಯ ಮತ್ತು ಆತ್ಮವನ್ನು ಗಂಭೀರವಾಗಿ ಸಮರ್ಪಿಸಬೇಕು ಈ ಮೂಲಕ ತಮ್ಮ ಗುರಿಯನ್ನು ಮುಟ್ಟಲು ಹೊರಟಿರುವ ಯಾತ್ರೆಯ ವೇಗವನ್ನು

ಹೆಚ್ಚಿಸಿಕೊಳ್ಳಬಹುದು ಎಂದು ಕೂಡಾ ಅವರಿಗೆ ಗೊತ್ತಿದೆ. ನಾವು ರಾಷ್ಟ್ರವನ್ನು ವಿಪತ್ತಿನಿಂದ ಪಾರುಮಾಡಲು ಸೇವೆ ಸಲ್ಲಿಸಿದರೆ, ಅದರಲ್ಲಿ ಹೋಂ ರೂಲ್‌ಅನ್ನು ಗಳಿಸಿಕೊಳ್ಳಬೇಕೆಂಬ ತೀವ್ರ ಅಪೇಕ್ಷೆ ಕೂಡಾ ಅಡಗಿರುತ್ತದೆ ಎಂಬುದನ್ನು ನಾವು ಗ್ರಹಿಸಿಕೊಳ್ಳಬೇಕು.

ನಾವು ಸಾಮ್ರಾಜ್ಯದ ರಕ್ಷಣೆಗೆ ನಮ್ಮಲ್ಲಿ ಲಭ್ಯವಿರುವ ಪ್ರತಿಯೊಬ್ಬ ಮನುಷ್ಯನನ್ನು ಸಮರ್ಪಿಸಬೇಕು ಆದರೆ ಇದೇ ಮಾತನ್ನು ಹಣಕಾಸಿನ ಸಹಾಯದ ಬಗ್ಗೆ ಹೇಳಲಾರೆ. ಭಾರತವು ಈಗಾಗಲೇ ಸಾಮ್ರಾಜ್ಯದ ಬೊಕ್ಕಸಕ್ಕೆ ತನ್ನ ಸಾಮರ್ಥ್ಯವನ್ನು ಮೀರಿ ದಾನಮಾಡಿದೆ ಎಂಬುದನ್ನು ನಾನು ರೈತರ ಜತೆಗಿನ ನನ್ನ ಆಪ್ತ ಸಂಪರ್ಕದಿಂದ ಮನದಟ್ಟುಮಾಡಿಕೊಂಡಿದ್ದೇನೆ. ಈ ಹೇಳಿಕೆಯನ್ನು ನಾನು ಕೊಡುತ್ತಿರುವಾಗ ನನ್ನ ದೇಶಬಾಂಧವರಲ್ಲಿ ಬಹುಸಂಖ್ಯೆಯ ಜನರ ಅಭಿಪ್ರಾಯವನ್ನು ವ್ಯಕ್ತಪಡಿಸುತ್ತಿದ್ದೇನೆ ಎಂದು ನನಗೆ ಗೊತ್ತಿದೆ.

ಈ ಸಮ್ಮೇಳನ ಸರ್ವಸಾಮಾನ್ಯ ಗುರಿಯತ್ತ ಒಂದು ನಿಶ್ಚಿತ ಹಜ್ಜೆ ಎಂದು ಅರ್ಥಮಾಡಿಕೊಂಡಿದ್ದೇನೆ ಮತ್ತು ನಮ್ಮಲ್ಲಿ ಅನೇಕರು ಹೀಗೆ ನಂಬಿದ್ದಾರೆ. ಆದರೆ ನಮ್ಮದು ಒಂದು ವಿಚಿತ್ರ ಸ್ಥಿತಿಯಾಗಿದೆ. ನಾವು ಇಂದು ಪಾಲುದಾರಿಕೆಯ ಹೊರಗಿದ್ದೇವೆ. ನಮ್ಮದು ಉತ್ತಮ ಭವಿಷ್ಯದ ನಿರೀಕ್ಷೆಯ ಮೇಲೆ ನೆಲೆ ನಿಂತಿರುವ ಮುಡುಪಿನಂತಿದೆ. ಅಂತಹ ಅಪೇಕ್ಷೆ ಯಾವುದು ಎಂದು ನಾನು ತಪ್ಪು ಗ್ರಹಿಕೆಗೆ ಅವಕಾಶವಿಲ್ಲದಂತೆ ಮತ್ತು ಸ್ಪಷ್ಟವಾಗಿ ನಿಮಗೆ ಹೇಳದಿದ್ದರೆ ನಿಮಗೆ ಮತ್ತು ನನ್ನ ದೇಶಕ್ಕೆ ದ್ರೋಹ ಮಾಡಿದಂತಾಗುತ್ತದೆ. ನಾನು ಅದರ ಸಫಲತೆಗೆ ಯಾವುದೇ ಷರತ್ತನ್ನು ಹಾಕುವುದಿಲ್ಲ. ಆದರೆ ಈ ನಿರೀಕ್ಷೆಯು ಕೈಗೂಡದೇ ನಿರಾಶೆ ಉಂಟಾದರೆ ಅದರ ಅರ್ಥ ಭ್ರಾಂತಿ ನಿವಾರಣೆ ಎಂದಾಗುವುದು.

ನಾನು ಬಿಡಲಾರದ ಇನ್ನೂ ಒಂದು ವಿಷಯವಿದೆ. ನೀವು ನಮಗೆ ನಮ್ಮ ಸ್ವಂತ ನಾಡಿನಲ್ಲಿರುವ ಭಿನ್ನಾಭಿಪ್ರಾಯಗಳನ್ನು ಮರೆತುಬಿಡುವಂತೆ ಮನವಿಮಾಡಿಕೊಂಡಿರುವಿರಿ. ಈ ಮನವಿಯಲ್ಲಿ ಅಧಿಕಾರಿಗಳು ಎಸಗುವ ತಪ್ಪುಕೃತ್ಯಗಳು ಮತ್ತು ನಿರಂಕುಶಾಧಿಕಾರ ಕೂಡಾ ಸೇರಿದೆ ಎಂದಾದರೆ ನಾನು ಇದಕ್ಕೆ ಪ್ರತಿಕ್ರಿಯೆಯನ್ನು ವ್ಯಕ್ತಪಡಿಸಲು ಅಸಮರ್ಥನಾಗಿದ್ದೇನೆ. ನಾನು ಸಂಘಟಿತ ನಿರಂಕುಶಾಧಿಕಾರವನ್ನು ಕಡೆತನಕ ಪ್ರತಿಭಟಿಸುತ್ತೇನೆ. ಅಧಿಕಾರಿಗಳು ಒಬ್ಬ ವ್ಯಕ್ತಿಯನ್ನು ಕೂಡಾ ಪೀಡಿಸಬಾರದು ಎಂದು ನೀವು ಅಧಿಕಾರಿಗಳಿಗೆ ಮನವಿ ಮಾಡಿಕೊಳ್ಳಬೇಕು. ಹಿಂದೆಂದೂ ನಡೆಯದ ರೀತಿಯಲ್ಲಿ ಅವರು ಜನರೊಂದಿಗೆ ಸಮಾಲೋಚನೆ ನಡೆಸಬೇಕು ಮತ್ತು ಜನರಿಗೆ ಪ್ರಿಯವಾಗಿರುವ ಅಭಿಪ್ರಾಯವನ್ನು ಗೌರವಿಸಬೇಕು. ಚಂಪಾರಣ್‌ನಲ್ಲಿ ಬಹುಕಾಲದ ಹಿಂದಿನಿಂದ ನಡೆದುಕೊಂಡು ಬಂದಿದ್ದ ನಿರಂಕುಶಾಧಿಕಾರವನ್ನು ತಡೆಯುವ ಮೂಲಕ ನಾನು ಬ್ರಿಟಿಷ್ ನ್ಯಾಯಪದ್ಧತಿಯ ಪರಮೋತ್ಕೃಷ್ಟ ಸಾರ್ವಭೌಮತ್ವವನ್ನು ತೋರಿಸಿಕೊಟ್ಟಿದ್ದೇನೆ. ಖೇಡಾದಲ್ಲಿ ಸರ್ಕಾರವನ್ನು ಶಪಿಸುತ್ತಿದ್ದ ಜನರು ಈಗ ತಾವು ಪ್ರತಿನಿಧಿಸುವ ಸತ್ಯಕ್ಕಾಗಿ ಯಾತನೆಯನ್ನನುಭವಿಸಲು ಸಿದ್ಧವಾಗಿದ್ದಾಗ ಸರ್ಕಾರ ಪ್ರಬಲ ಶಕ್ತಿಯಾಗಿ ಉಳಿದುಕೊಳ್ಳುವುದಿಲ್ಲ ಪ್ರತಿಯಾಗಿ ಜನತೆಯೇ ಪ್ರಬಲ ಶಕ್ತಿಯಾಗಿರುತ್ತದೆ ಎಂದು ಅವರು ಭಾವಿಸಿದ್ದಾರೆ. ಆದ್ದರಿಂದ ಕಹಿಯನ್ನು ಮರೆತು ತನಗೆ ತಾನೇ ಸರ್ಕಾರವು ಜನರಿಗಾಗಿ ಕೆಲಸಮಾಡುವ ಸರ್ಕಾರವಾಗಬೇಕು ಎಂದು ಹೇಳಿಕೊಳ್ಳಬೇಕು. ಎಲ್ಲಿ ಅನ್ಯಾಯವಿದೆಯೋ ಅಲ್ಲಿ ನಿಯಮಬದ್ಧವಾಗಿ ಮತ್ತು

ಗೌರವಯುತವಾಗಿ ನಡೆಯುವ ಅಸಹಕಾರವನ್ನು ಸಹಿಸಿಕೊಳ್ಳಬೇಕಾಗುವುದು. ಈ ಪ್ರಕಾರ ಚಂಪಾರಣ್ ಮತ್ತು ಖೇಡಾಪ್ರಕರಣಗಳು ಯುದ್ಧಕ್ಕೆ ನಾನು ನೀಡಿರುವ ನೇರ ಮತ್ತು ವಿಶಿಷ್ಟ ಕೊಡುಗೆಗಳಾಗಿವೆ. ಆ ದಿಕ್ಕಿನಲ್ಲಿ ನಾನು ನಡೆಸುವ ಚಟುವಟಿಕೆಗಳನ್ನು ಸ್ಥಗಿತಗೊಳಿಸಿ ಎಂದು ನೀವು ನನಗೆ ಕೇಳಿಕೊಂಡರೆ ಅದು ನನ್ನ ಜೀವವನ್ನು ಸ್ಥಗಿತಗೊಳಿಸಿ ಎಂದು ಕೇಳಿದಂತಾಗುವುದು. ಪಾಶವೀ ಶಕ್ತಿಯ ಜಾಗದಲ್ಲಿ ಪ್ರೇಮಶಕ್ತಿಯ ಇನ್ನೊಂದು ಹೆಸರಾಗಿರುವ ಆತ್ಮಶಕ್ತಿಯ ಬಳಕೆಯನ್ನು ಜನಪ್ರಿಯಗೊಳಿಸುವಂತಾದರೆ ಅತ್ಯಂತ ಕೆಡುಕನ್ನುಂಟುಮಾಡುತ್ತಿರುವ ಇಡೀ ಜಗತ್ತಿಗೆ ಸವಾಲು ಹಾಕುವಂತಹ ಭಾರತವನ್ನು ನಾನು ನಿಮಗೆ ನೀಡಬಲ್ಲೆ ಎಂದು ನನಗೆ ಗೊತ್ತಿದೆ. ಆದ್ದರಿಂದ ಸಕಾಲವಾಗಿರಲಿ ಇಲ್ಲವೇ ಸಕಾಲವಾಗಿರದಿರಲಿ ವೇದನೆ ತರುವಂತಹ ಈ ಸನಾತನ ನ್ಯಾಯಶಾಸನವನ್ನು ನನ್ನ ಜೀವನದಲ್ಲಿ ನಾನೇ ಅಭಿವ್ಯಕ್ತಪಡಿಸುವಷ್ಟರಮಟ್ಟಿಗೆ ಕಟ್ಟುಪಾಡಿಗೆ ಒಳಗಾಗುತ್ತೇನೆ. ಯಾರು ಅದನ್ನು ಇಷ್ಟಪಡುತ್ತಾರೋ ಅವರಿಗೆ ಇದನ್ನು ಸ್ವೀಕರಿಸಲು ನೀಡುತ್ತೇನೆ. ನಾನು ಇತರ ಯಾವುದೇ ಚಟುವಟಿಕೆಯಲ್ಲಿ ಭಾಗವಹಿಸಿದರೆ ಅದರ ಗುರಿಯಾವುದಾಗಿರುವುದೆಂದರೆ ಈ ನ್ಯಾಯಶಾಸನದ ಎಣೆಯಿಲ್ಲದ ಹಿರಿಮೆಯನ್ನು ತೋರಿಸುವುದೇ ಆಗಿರುವುದು.

ಕಡೆಯದಾಗಿ ಸಾಮ್ರಾಟನ ಮಂತ್ರಿಗಳಿಗೆ ಮಹಮ್ಮದೀಯ ರಾಜ್ಯಗಳ ಬಗ್ಗೆ ದೃಢವಾದ ಭರವಸೆಯನ್ನು ಕೊಡುವಂತೆ ನೀವು ಅವರನ್ನು ಕೇಳಿಕೊಳ್ಳಬೇಕು. ಪ್ರತಿಯೊಬ್ಬ ಮಹಮ್ಮದೀಯನು ಇವುಗಳಲ್ಲಿ ಗಾಢವಾದ ಆಸಕ್ತಿಯನ್ನಿಟ್ಟುಕೊಂಡಿದ್ದಾನೆ ಎಂದು ನಿಮಗೆ ಗೊತ್ತಿದೆ ಎಂದು ನನಗೆ ಖಚಿತವಾಗಿದೆ. ಹಿಂದು ಆಗಿ ನಾನು ಅವರ ಉದ್ದೇಶದ ಬಗ್ಗೆ ಉದಾಸೀನ ಭಾವ ತೋರಲಾರೆ. ಅವರ ಸಂಕಟಗಳು ನಮ್ಮ ಸಂಕಟಗಳೇ ಆಗಿವೆ. ಆ ರಾಜ್ಯಗಳ ಹಕ್ಕುಗಳ ಬಗ್ಗೆ ಅವರ ಆರಾಧನಾ ಸ್ಥಳಗಳನ್ನು ಕುರಿತಂತೆ ಮುಸ್ಲಿಮರಲ್ಲಿರುವ ಅತಿ ಭಾವುಕತೆಯ ಬಗ್ಗೆ ಮತ್ತು ಭಾರತೀಯರು ಹೋಂ ರೂಲ್ ಕುರಿತಂತೆ ಮಂಡಿಸಿರುವ ಹಕ್ಕನ್ನು ಸಕಾಲದಲ್ಲಿ ನ್ಯಾಯಯುತವಾಗಿ ಮಾನ್ಯಮಾಡುವುದರ ಬಗ್ಗೆ ಉಪೇಕ್ಷೆ ತೋರದೆ ಗಮನಹರಿಸಿದರೆ ಅದರಲ್ಲಿ ಸಾಮ್ರಾಜ್ಯದ ಕ್ಷೇಮ ಅಡಗಿದೆ ಎಂದು ಭಾವಿಸಿದ್ದೇನೆ. ನಾನು ಈ ಪತ್ರವನ್ನು ಬರೆಯುತ್ತಿದ್ದೇನೆ ಏಕೆಂದರೆ ನಾನು ಇಂಗ್ಲಿಷ್ ರಾಷ್ಟ್ರವನ್ನು ಪ್ರೀತಿಸುತ್ತೇನೆ. ಇಂಗ್ಲಿಷಿನವನ ನಿಷ್ಠೆಯನ್ನು ಪ್ರತಿಯೊಬ್ಬ ಭಾರತೀಯನಲ್ಲೂ ಆವಾಹನೆ ಮಾಡಲು ನಾನು ಇಷ್ಟಪಡುತ್ತೇನೆ.'

28. ಸಾವಿನ ಹೊಸ್ತಿಲಲ್ಲಿ

ಸೇನೆಗೆ ಜನರನ್ನು ಕೂಡಿಸುವ ಕಾರ್ಯಾಚರಣೆಯ ಕಾಲದಲ್ಲಿ ನಾನು ನನ್ನ ದೇಹಸ್ಥಿತಿಯನ್ನು ತುಂಬಾ ಹಾಳುಮಾಡಿಕೊಂಡೆ. ಆ ದಿವಸಗಳಲ್ಲಿ ನನ್ನ ಆಹಾರದಲ್ಲಿ ಮುಖ್ಯವಾಗಿ ನೆಲಗಡಲೆ ಬೆಣ್ಣೆ ಮತ್ತು ನಿಂಬೇ ಹಣ್ಣುಗಳು ಇರುತ್ತಿದ್ದವು. ಮಿತಿ ಮೀರಿ ಬೆಣ್ಣೆಯನ್ನು ತಿನ್ನುವುದರಿಂದ ಒಬ್ಬಾತನ ಆರೋಗ್ಯಕ್ಕೆ ಹಾನಿ ಉಂಟಾಗುವ ಸಾಧ್ಯತೆ ಇದೆ ಎಂದು ನನಗೆ ಗೊತ್ತಿತ್ತು. ಆದರೂ ನಾನು ತುಂಬಾ ಬೆಣ್ಣೆಯನ್ನು ತಿನ್ನುತ್ತಿದ್ದೆ. ಇದರಿಂದಾಗಿ ನನಗೆ ಸ್ವಲ್ಪಮಟ್ಟಿಗೆ ಆಮಶಂಕೆ ತಗುಲಿಕೊಂಡಿತು. ಆದರೆ ನಾನು ಇದರ ಬಗ್ಗೆ ತುಂಬಾ ತಲೆಕೆಡಿಸಿಕೊಳ್ಳಲಿಲ್ಲ. ಅದೇದಿನ ಸಾಯಂಕಾಲ ನಾನು ಆಶ್ರಮಕ್ಕೆ ಹೋದೆ. ಆಗಾಗ್ಗೆ ನಾನು ಮಾಮೂಲಿಯಂತೆ ಅಲ್ಲಿಗೆ ಹೋಗುತ್ತಿದ್ದೆ. ಆ ದಿವಸಗಳಲ್ಲಿ ನಾನು ಯಾವುದೇ ಔಷಧಿಯನ್ನು ತೆಗೆದುಕೊಳ್ಳುತ್ತಿರಲಿಲ್ಲ. ಆದ್ದರಿಂದ ಒಂದು ದಿನದ ಊಟವನ್ನು ಬಿಟ್ಟುಬಿಟ್ಟರೆ ನನ್ನ ಆರೋಗ್ಯ ಸುಧಾರಿಸಿಕೊಳ್ಳುವುದು ಎಂದು ಭಾವಿಸಿದೆ. ಮಾರನೇ ದಿನ ಬೆಳಗಿನ ಊಟವನ್ನು ವಾಂತಿಮಾಡಿಕೊಂಡೆ. ತರುವಾಯ ನನ್ನ ಸಂಕಟ ಸಾಕಷ್ಟು ಮಟ್ಟಿಗೆ ಕಡಿಮೆಯಾಯ್ತು ಎಂದು ಭಾವಿಸಿದೆ. ಹಾಗಿದ್ದರೂ ನಾನು ಉಪವಾಸವನ್ನು ಮುಂದುವರೆಸಿ ಈ ಸಂಕಟದಿಂದ

ಪಾರಾಗಬಹುದು ಎಂದು ನನಗೆ ಗೊತ್ತಿತ್ತು. ನಾನು ಏನಾದರೂ ತಿನ್ನಲೇ ಬೇಕೆಂದಿದ್ದರೆ ಕೇವಲ ಹಣ್ಣಿನ ರಸವನ್ನು ಸೇವಿಸಬೇಕೆಂದು ನಿರ್ಧರಿಸಿದೆ.

ಆದಿನ ಏನೋ ಒಂದು ಹಬ್ಬವಿತ್ತು. ನನ್ನ ಮಧ್ಯಾಹ್ನದ ಊಟಕ್ಕೆ ನನಗೆ ಏನೂ ಬೇಡವೆಂದು ಕಸ್ತೂರ್‌ಬಾಯ್‌ಗೆ ಹೇಳಿದ್ದರೂ ಆಕೆ ನನ್ನಲ್ಲಿ ಆಸೆ ಹುಟ್ಟಿಸಿದಳು ಮತ್ತು ನಾನು ಆಮಿಷಕ್ಕೆ ಒಳಗಾದೆ. ನಾನು ಹಾಲನ್ನಾಗಲಿ ಇಲ್ಲವೇ ಹಾಲಿನ ಉತ್ಪನ್ನವನ್ನಾಗಲಿ ತೆಗೆದುಕೊಳ್ಳುವುದಿಲ್ಲವೆಂದು ಪ್ರತಿಜ್ಞೆಮಾಡಿದ್ದರಿಂದ ಆಕೆ ನನಗಾಗಿ ವಿಶೇಷವಾಗಿ ಸಿಹಿ ಗೋಧಿ ಅಂಬಲಿಯನ್ನು ತಯಾರಿಸಿದ್ದಳು. ಅದಕ್ಕೆ ತುಪ್ಪದ ಬದಲಾಗಿ ಎಣ್ಣೆಯನ್ನು ಸೇರಿಸಲಾಗಿತ್ತು. ಆಕೆ ನನಗೋಸ್ಕರ ಒಂದು ಬಟ್ಟಲು ತುಂಬಾ ಹೆಸರುಕಾಳು (ಪಾಯಸ?)ವನ್ನು ಕಾದಿರಿಸಿದ್ದಳು. ನನಗೆ ಈ ಎರಡೂ ತುಂಬಾ ಇಷ್ಟದ ಪದಾರ್ಥಗಳಾಗಿದ್ದವು. ನಾನು ಕೂಡಲೇ ಅವನ್ನು ತೆಗೆದುಕೊಂಡೆ. ಅವುಗಳಿಂದ ಯಾವುದೇ ಸಂಕಟ ಉಟಾಗುವುದಿಲ್ಲವೆಂದು ನಿರೀಕ್ಷಿಸಿದ ಕಸ್ತೂರ್‌ಬಾಯ್‌ಗೆ ಅದರಿಂದ ಸಂತೋಷವಾಗುವುದೆಂದು ಮತ್ತು ನನ್ನ ನಾಲಿಗೆಗೂ ತೃಪ್ತಿಯಾಗುವುದೆಂದು ಭಾವಿಸಿ ಅವನ್ನು ತಿನ್ನಲು ಇಷ್ಟಪಟ್ಟೆ. ಆದರೆ ಪಿಶಾಚಿ ಈ ಒಂದು ಅವಕಾಶಕ್ಕಾಗಿ ಮಾತ್ರ ಕಾಯುತ್ತಿತ್ತು. ಸ್ವಲ್ಪ ಮಾತ್ರ ತಿನ್ನುವ ಪ್ರತಿಯಾಗಿ ನಾನು ತುಂಬಾ ತಿಂದು ಹೊಟ್ಟೆ ತುಂಬಿಸಿಕೊಂಡೆ. ಇದು ಸಾವಿನ ದೇವತೆಗೆ ಕೊಟ್ಟ ಭಾರಿ ಆಹ್ವಾನವೇ ಆಗಿತ್ತು. ಒಂದು ಗಂಟೆಯೊಳಗೆ ಆಮಶಂಕೆಯು ಉಗ್ರ ಸ್ವರೂಪದಲ್ಲಿ ಕಾಣಿಸಿಕೊಂಡಿತು.

ಅದೇ ದಿನ ಸಾಯಂಕಾಲ ನಾನು ನಡಿಯಾದ್‌ಗೆ ಹೋಗಬೇಕಾಗಿತ್ತು. ತುಂಬಾ ಕಷ್ಟಪಟ್ಟು ನಾನು ಸಾಬರ್‌ಮತಿ ಸ್ಟೇಷನ್‌ಗೆ ಹೋದೆ. ಅಲ್ಲಿಗೆ ಇದ್ದ ದೂರ ಕೇವಲ ಹತ್ತು ಫರ್ಲಾಂಗುಗಳು. ಅಹಮದಾಬಾದ್‌ನಲ್ಲಿ ನನ್ನೊಡನೆ ಕೂಡಿಕೊಂಡ ಸಾರ್ಜಂಟ್ ವಲ್ಲಭಭಾಯ್ ಪಟೇಲ್ ನನ್ನ ಆರೋಗ್ಯ ಕೆಟ್ಟಿರುವುದನ್ನು ಗಮನಿಸಿದರು. ಆದರೆ ನನ್ನ ನೋವು ಎಷ್ಟೊಂದು ಅಸಹನೀಯವಾಗಿತ್ತು ಎಂಬುದನ್ನು ಊಹಿಸಲು ನಾನು ಅವರಿಗೆ ಅವಕಾಶವನ್ನೇ ಕೊಡಲಿಲ್ಲ.

ನಾವು ಹತ್ತು ಗಂಟೆಯ ಹೊತ್ತಿಗೆ ನಡಿಯಾದ್‌ಅನ್ನು ಸೇರಿದೆವು. ನಮ್ಮ ಮುಖ್ಯ ಕಛೇರಿಯಿದ್ದ ಹಿಂದೂ ಅನಂತಾಶ್ರಮಕ್ಕೆ ಸ್ಟೇಷನ್‌ನಿಂದ ಇದ್ದ ದೂರ ಕೇವಲ ಅರ್ಧ ಮೈಲಿ. ಆದರೆ ಆ ದೂರ ನನಗೆ ಹತ್ತುಮೈಲಿಗಳಷ್ಟಿತ್ತು ಎಂಬಂತೆ ಭಾಸವಾಯ್ತು. ನಾನು ಹೇಗೋ ಕಛೇರಿಯನ್ನು ಮುಟ್ಟಿದೆ. ಆದರೆ ನನ್ನನ್ನು ಹಿಂಡುತ್ತಿದ್ದ ನೋವು ಒಂದೇ ಸಮನೇ ಏರುತ್ತಿತ್ತು. ಸಾಕಷ್ಟು ದೂರದಲ್ಲಿದ್ದ ಕಕ್ಕಸನ್ನು ಎಂದಿನಂತೆ ಬಳಸುವ ಪ್ರತಿಯಾಗಿ ಪಕ್ಕದ ಕೊಠಡಿಯಲ್ಲಿ ಒಂದು ಕಮೋಡ್ (ಪೆಟ್ಟಿಗೆಯಲ್ಲಿ ಸೇರಿಸಿ ಮುಚ್ಚಳ ಹಾಕಿರುವ ಮಲಪಾತ್ರೆ)ಅನ್ನು ಇಡುವಂತೆ ಕೇಳಿಕೊಂಡೆ. ನನಗೆ ಹೀಗೆ ಕೇಳಿಕೊಳ್ಳಲು ನಾಚಿಕೆಯಾಗಿತ್ತು. ಆದರೆ ನನಗೆ ಬೇರೆ ದಾರಿಯಿರಲಿಲ್ಲ. ಸಾರ್ಜಂಟ್ ಫೂಲ್‌ಚಂದ್ ಕೂಡಲೇ ಕಮೋಡ್‌ಅನ್ನು ಒದಗಿಸಿಕೊಟ್ಟರು. ಎಲ್ಲ ಗೆಳೆಯರು ತುಂಬಾ ಕಳವಳಪಡುತ್ತ ನನ್ನನ್ನು ಸುತ್ತುವರೆದರು. ಅವರು ನನ್ನ ಬಗ್ಗೆ ಕಾಳಜಿತೋರಿಸಿದರು, ಪ್ರೀತಿಯಿಂದ ನನ್ನನ್ನು ಉಪಚರಿಸಿದರು. ಆದರೆ ಅವರಿಗೆ ನನ್ನ ನೋವನ್ನು ಪರಿಹರಿಸಲು ಸಾಧ್ಯವಾಗಲಿಲ್ಲ. ನನ್ನ ಹಠಮಾರಿತನ ಅವರ ನಿಸ್ಸಹಾಯಕತೆಯನ್ನು ಇನ್ನಷ್ಟು ಹೆಚ್ಚಿಸಿತು. ನಾನು ಎಲ್ಲ ಬಗೆಯ ವೈದ್ಯಕೀಯ ನೆರವನ್ನು ನಿರಾಕರಿಸಿದೆ. ನಾನು ಯಾವುದೇ ಔಷಧಿಯನ್ನು ತೆಗೆದುಕೊಳ್ಳುವುದಿಲ್ಲವೆಂದು ನಿಶ್ಚಯಿಸಿದ್ದೆ. ನನ್ನ

ತಪ್ಪಿಗೆ ದಂಡನೆಯೆಂದು ನೋವನ್ನು ಅನುಭವಿಸಲು ಮನಸ್ಸು ಮಾಡಿದ್ದೆ. ಆದ್ದರಿಂದ ಅವರು ಏನೂ ಮಾಡಲಾಗದೇ ಗಾಬರಿಯಿಂದ ನನ್ನನ್ನು ನೋಡುತ್ತಿದ್ದರು. ಇಪ್ಪತ್ನಾಲ್ಕು ಗಂಟೆಗಳಲ್ಲಿ ಮೂವತ್ತರಿಂದ ನಲವತ್ತು ಬಾರಿ ಮಲ ವಿಸರ್ಜನೆ ಮಾಡಿರಬೇಕು. ಪ್ರಾರಂಭದಲ್ಲಿ ನಾನು ಹಣ್ಣಿನ ರಸವನ್ನು ಕೂಡಾ ತೆಗೆದುಕೊಳ್ಳದೇ ಉಪವಾಸಮಾಡಿದೆ. ಹಸಿವಿನ ಗೀಳು ಪೂರ್ಣವಾಗಿ ಮಾಯವಾಯ್ತು. ಈ ಕಾಲದಲ್ಲಿ ನನಗೊಂದು ಕಬ್ಬಿಣದ ಚೌಕಟ್ಟಿದೆ ಎಂದು ಯೋಚಿಸುತ್ತಿದ್ದೆ. ಆದರೆ ಮುಂದೆ ನನ್ನ ಶರೀರ ಮಣ್ಣಿನ ಮುದ್ದೆಯಂತಾಗಿದೆ ಎಂದು ಭಾಸವಾಯ್ತು. ನನ್ನ ಶರೀರ ನಿರೋಧ ಶಕ್ತಿಯೆಲ್ಲವನ್ನೂ ಕಳೆದುಕೊಂಡಿತ್ತು. ಡಾ. ಕಾನುಗ ನನ್ನ ಬಳಿಗೆ ಬಂದು ಔಷಧಿಯನ್ನು ತೆಗೆದುಕೊಳ್ಳಬೇಕೆಂದು ವಾದಿಸಿದರು. ನಾನು ನಿರಾಕರಿಸಿದೆ. ಅವರು ನನಗೊಂದು ಚುಚ್ಚುಮದ್ದು (ಇಂಜಕ್ಷನ್) ಕೊಡುವುದಾಗಿ ಹೇಳಿದರು. ನಾನು ಅದನ್ನು ಕೂಡಾ ನಿರಾಕರಿಸಿದೆ. ಚುಚ್ಚುಮದ್ದುಗಳ ಬಗ್ಗೆ ಅಂದಿನ ದಿನಗಳಲ್ಲಿ ನನ್ನಲ್ಲಿದ್ದ ಅಜ್ಞಾನ ತೀರಾ ಹಾಸ್ಯಾಸ್ಪದವಾಗಿತ್ತು. ಚುಚ್ಚುಮದ್ದಿನಲ್ಲಿ ಏನೋ ಒಂದು ಬಗೆಯ ಸೀಅರಮ್ (ಹಾಲೊಡಕು ಅಥವಾ ರಕ್ತಸಾರ) ಇರಬಹುದು ಎಂದು ನಂಬಿಕೊಂಡಿದ್ದೆ. ಆದರೆ ತರುವಾಯ ನನಗೆ ತಿಳಿದು ಬಂದ ಪ್ರಕಾರ ವೈದ್ಯರು ಸಲಹೆ ಕೊಟ್ಟಿದ್ದ ಚುಚ್ಚುಮದ್ದಿನಲ್ಲಿ ಸಸ್ಯ ಪದಾರ್ಥ ಇತ್ತು ಎಂದು ಗೊತ್ತಾಯ್ತು. ಆದರೆ ತುಂಬಾ ತಡವಾಗಿ ಈ ಅಂಶವನ್ನು ನಾನು ಪತ್ತೆಹಚ್ಚಿದ್ದೆ. ಆದ್ದರಿಂದ ಏನೂ ಪ್ರಯೋಜನವಾಗಲಿಲ್ಲ. ಮಲ ವಿಸರ್ಜನೆಯಾಗುತ್ತಲೇ ಇತ್ತು. ನಾನು ಪೂರ್ಣವಾಗಿ ದಣಿದಿದ್ದೆ. ಹೀಗೆ ದಣಿದಿದ್ದರಿಂದ ಸನ್ನಿ ಹಿಡಿಸುವಂತಿದ್ದ ಜ್ವರ ನನ್ನನ್ನು ಕಾಡಲಾರಂಭಿಸಿತು. ಗೆಳೆಯರು ಇನ್ನೂ ಹೆಚ್ಚು ವೈದ್ಯರುಗಳನ್ನು ಕರೆದುಕೊಂಡು ಬಂದರು. ಆದರೆ ಅವರ ಮಾತನ್ನು ಕೇಳದ ರೋಗಿಗೆ ಅವರು ಏನು ಮಾಡಲು ಸಾಧ್ಯ?

ಶೇಠ್ ಅಂಬಾಲಾಲ್ ಅವರ ಧರ್ಮಪತ್ನಿಯವರೊಡನೆ ನಡಿಯಾದ್‌ಗೆ ಬಂದರು. ನನ್ನ ಸಹ ಕಾರ್ಯಕರ್ತರುಗಳೊಡನೆ ಸಮಾಲೋಚನೆ ನಡೆಸಿದರು. ತುಂಬಾ ಎಚ್ಚರಿಕೆಯಿಂದ ಅಹ್‌ಮದಾಬಾದ್‌ನಲ್ಲಿದ್ದ ಮಿರ್ಜಾಪುರ್ ಬಂಗಲೆಗೆ ನನ್ನನ್ನು ಸಾಗಿಸಿದರು. ಈ ಕಾಯಿಲೆಯಿಂದ ನರಳುತ್ತಿದ್ದ ಕಾಲದಲ್ಲಿ ಯಾರಿಗೂ ನನಗೆ ಸಿಕ್ಕಿದ್ದಕ್ಕಿಂತ ಹೆಚ್ಚಿನ ಪ್ರೀತಿಯ ಮತ್ತು ನಿಸ್ವಾರ್ಥ ಸೇವೆಯನ್ನು ಪಡೆಯಲು ಅಸಾಧ್ಯವಾಗಿತ್ತು. ಅಂತಹ ಸೇವೆಯನ್ನು ಪಡೆಯುವ ಸವಲತ್ತು ನನಗೆ ದೊರಕಿತ್ತು. ಆದರೆ ಒಂದು ಬಗೆಯ ತೀವ್ರವಲ್ಲದ ಜ್ವರ ಪಟ್ಟುಹಿಡಿದು ಉಳಿದುಕೊಂಡಿತ್ತು. ಅದು ದಿನದಿಂದ ದಿನಕ್ಕೆ ನನ್ನ ಶರೀರವನ್ನು ಕ್ಷೀಣ ಮಾಡುತ್ತಿತ್ತು. ಕಾಯಿಲೆ ನನ್ನನ್ನು ಇನ್ನೂ ದೀರ್ಘಕಾಲ ಹಿಡಿದುಕೊಂಡಿರುವುದು ಎಂದು ನಾನು ಭಾವಿಸಿದೆ. ಅದು ಸಾವಿನಲ್ಲಿ ಕೊನೆಗೊಳ್ಳಬಹುದು. ಶೇಠ್ ಅಂಬಾಲಾಲ್‌ಅವರ ಚಾವಣಿಯಡಿಯಲ್ಲಿ ನನ್ನ ಮೇಲೆ ಸಾಧ್ಯವಿರುವಷ್ಟು ಮಟ್ಟಿಗೆ ಪ್ರೀತಿ ಮತ್ತು ಆದರದ ಮಳೆಗರೆಯಲಾಗುತ್ತಿತ್ತು. ಅಂತಹ ವಾತಾವರಣದಲ್ಲಿ ನನಗೆ ಚಡಪಡಿಸುವಂತಾಗಿತ್ತು ನನ್ನನ್ನು ಆಶ್ರಮಕ್ಕೆ ಸಾಗಿಸುವಂತೆ ಬಲವಂತಪಡಿಸಿದೆ. ನನ್ನ ಪ್ರಾರ್ಥನೆಗೆ ಅವರು ತಲೆಬಾಗಬೇಕಾಯ್ತು.

ಆಶ್ರಮದಲ್ಲಿ ನಾನು ನೋವನ್ನು ಅನುಭವಿಸುತ್ತ ಹಾಸಿಗೆಯ ಮೇಲೆ ಹೊರಳಾಡುತ್ತಿದ್ದಾಗ, ಜರ್ಮನಿಯು ಪೂರ್ಣವಾಗಿ ಸೋತಿದೆಯೆಂಬ ಸುದ್ದಿಯನ್ನು ಸಾರ್ಜಂಟ್ ವಲ್ಲಭಭಾಯ್ ನನಗೆ

ಮುಟ್ಟಿಸಿದರು. ಸೈನ್ಯಕ್ಕೆ ಇನ್ನು ಮುಂದೆ ಸೇರಿಸಿಕೊಳ್ಳುವ ಅವಶ್ಯಕತೆಯಿಲ್ಲವೆಂದು ಕಮೀಷನರ್ ಹೇಳಿಕಳಿಸಿದ್ದರು. ಸೈನ್ಯಕ್ಕೆ ಸೇರಿಸಿಕೊಳ್ಳುವ ವಿಚಾರದ ಬಗ್ಗೆ ಇನ್ನು ಮುಂದೆ ತಲೆಕೆಡಿಸಿಕೊಳ್ಳಬೇಕಾಗಿಲ್ಲವೆಂಬ ಸುದ್ದಿ ನನಗೆ ತುಂಬಾ ನೆಮ್ಮದಿಯನ್ನು ತಂದುಕೊಟ್ಟಿತು.

ನಾನು ಈಗ ಜಲಚಿಕಿತ್ಸೆಯ ಪ್ರಯೋಗವನ್ನು ನಡೆಸಲಾರಂಭಿಸಿದೆ. ಇದರಿಂದ ನನಗೆ ಸ್ವಲ್ಪಮಟ್ಟಿನ ನೆಮ್ಮದಿ ಸಿಕ್ಕಿತು. ಆದರೆ ಮೈಕಟ್ಟನ್ನು ಬೆಳೆಸುವ ಕೆಲಸ ಕಷ್ಟದ್ದಾಗಿತ್ತು. ಅನೇಕ ವೈದ್ಯಕೀಯ ಸಲಹೆಗಾರರು ಅನೇಕ ಸಲಹೆಗಳಿಂದ ನನ್ನ ಚಿತ್ತಸ್ಥೈರ್ಯವನ್ನು ಕುಂದಿಸಿದರು. ಆದರೆ ಯಾವುದನ್ನೂ ಸ್ವೀಕರಿಸಲು ನನ್ನಮನಸ್ಸು ಒಡಂಬಡಲಿಲ್ಲ. ಹಾಲನ್ನು ತೆಗೆದುಕೊಳ್ಳಬಾರದು ಎಂಬ ವ್ರತಕ್ಕೆ ಅಡ್ಡಿಬರದಂತೆ ಮಾಂಸದ ತಿಳಿಸಾರನ್ನು ತೆಗೆದುಕೊಳ್ಳುವಂತೆ ಇಬ್ಬರೋ ಅಥವಾ ಮೂವರೋ ನನಗೆ ಸಲಹೆ ಕೊಟ್ಟರು. ತಮ್ಮ ಸಲಹೆಗೆ ಪೂರಕವಾಗಿ ಆಯುರ್ವೇದದಿಂದ ಆಧಾರಗಳನ್ನು ಕೊಟ್ಟರು. ಅವರಲ್ಲಿ ಒಬ್ಬರು ಮೊಟ್ಟೆಗಳನ್ನು ತೆಗೆದುಕೊಳ್ಳುವಂತೆ ಬಲವಾಗಿ ಶಿಫಾರಸು ಮಾಡಿದರು. ಅವರೆಲ್ಲರಿಗೂ ನಾನು ಕೊಟ್ಟ ಒಂದೇ ಒಂದು ಉತ್ತರ - ಆಗುವುದಿಲ್ಲ ಎಂಬುದಾಗಿತ್ತು.

ನನಗೆ ಆಹಾರದ ಪ್ರಶ್ನೆಯು ಶಾಸ್ತ್ರಗಳ ಆಧಾರದಿಂದ ನಿರ್ಣಯಿಸಬಹುದಾದದ್ದಾಗಿರಲಿಲ್ಲ. ನನ್ನ ಜೀವನ ಮಾರ್ಗದೊಂದಿಗೆ ಅದು ಅನ್ಯೋನ್ಯವಾಗಿ ಬೆರೆತು ಹೋಗುವಂತಹದಾಗಿತ್ತು. ನನ್ನ ಜೀವನ ಹೊರಗಡೆಯ ಯಾವುದೇ ಆಧಾರಗಳನ್ನು ಅವಲಂಬಿಸದೇ ಕೆಲವು ತತ್ವಗಳಿಂದ ಮಾರ್ಗದರ್ಶನ ಪಡೆಯುವಂತಹದಾಗಿತ್ತು. ನನಗೆ ಹೊರಗಡೆಯ ಪ್ರಮಾಣ ಗ್ರಂಥಗಳನ್ನು ನೆಚ್ಚಿಕೊಂಡು ಬದುಕುವ ಇಚ್ಛೆಯಿರಲಿಲ್ಲ. ನನ್ನ ಹೆಂಡತಿ, ಮಕ್ಕಳು ಮತ್ತು ಗೆಳೆಯರಿಗೆ ಒಂದು ತತ್ವವನ್ನು ಅನುಸರಿಸುವಂತೆ ಪಟ್ಟುಹಿಡಿದು ಬಲಾತ್ಕಾರಿಸುತ್ತಿದ್ದಾಗ ನಾನು ಹೇಗೆ ತಾನೇ ನನ್ನ ಸ್ವಂತದ ವಿಷಯದಲ್ಲಿ ಅದನ್ನು ಬಿಟ್ಟುಬಿಡಬಲ್ಲೆ?

ಈ ಎಳೆದಾಡಿದ್ದ ಮತ್ತು ನನ್ನ ಜೀವನದ ಮೊಟ್ಟ ಮೊದಲ ದೀರ್ಘಕಾಲದ ಕಾಯಿಲೆಯು ಈ ಪ್ರಕಾರ ನನ್ನ ತತ್ವಗಳನ್ನು ಪರೀಕ್ಷಿಸಲು ಮತ್ತು ಅವನ್ನು ಪ್ರಯೋಗಿಸಿ ನೋಡಲು ಒಂದು ವಿಶಿಷ್ಟ ಅವಕಾಶವನ್ನು ಒದಗಿಸಿಕೊಟ್ಟಿತ್ತು. ಒಂದು ದಿನ ರಾತ್ರಿಕಾಲದಲ್ಲಿ ನಾನು ಪೂರ್ಣವಾಗಿ ಹತಾಶೆಗೆ ಒಳಗಾಗಿದ್ದೆ. ನಾನು ಸಾವಿನ ಹೊಸ್ತಿಲಲ್ಲಿದ್ದೇನೆ ಎಂದು ಭಾವಿಸಿದ್ದೆ. ನಾನು ಅನುಸೂಯಾ ಬೆಹ್ನ್‌ಗೆ ಹೇಳಿಕಳಿಸಿದ್ದೆ. ಆಕೆ ಆಶ್ರಮಕ್ಕೆ ಓಡೋಡಿ ಬಂದಿದ್ದರು. ವಲ್ಲಭಭಾಯ್ ಡಾ. ಕನುಗ ಅವರನ್ನು ಕರೆದುಕೊಂಡು ಬಂದಿದ್ದರು. ಅವರು ನನ್ನ ನಾಡಿಯನ್ನು ಪರೀಕ್ಷಿಸಿ ಹೇಳಿದರು: 'ನಿಮ್ಮ ನಾಡಿ ಚೆನ್ನಾಗಿದೆ. ಖಂಡಿತವಾಗಿಯೂ ಏನೂ ಅಪಾಯ ಕಾಣಿಸುತ್ತಿಲ್ಲ. ಶಕ್ತಿ ವಿಪರೀತ ಕುಂದಿರುವುದರಿಂದ ಹಾಗೂ ಕಡು ಖಿನ್ನತೆ ಮತ್ತು ಕಳವಳದಿಂದ ಮಾನಸಿಕ ಅಸ್ವಸ್ಥತೆ ಉಂಟಾಗಿದೆ.' ಆದರೆ ನನ್ನಲ್ಲಿ ಭರವಸೆ ಹುಟ್ಟಿರಲಿಲ್ಲ. ಇಡೀ ರಾತ್ರಿಯನ್ನು ನಿದ್ರೆಮಾಡದೇ ಕಳೆದೆ.

ಸಾವಿನ ಆಗಮನವಿಲ್ಲದೇ ಬೆಳಗಾಯಿತು. ಆದರೆ ಅಂತ್ಯ ತುಂಬಾ ಹತ್ತಿರದಲ್ಲಿದೆ ಎಂಬ ಭಾವನೆ ನನ್ನಿಂದ ದೂರವಾಗಲಿಲ್ಲ ಆದ್ದರಿಂದ ನಾನು ಎಚ್ಚರವಾಗಿದ್ದ ವೇಳೆಯನ್ನು ಗೀತೆಯನ್ನು ಕೇಳುತ್ತ ಕಳೆದೆ. ಆಶ್ರಮದ ನಿವಾಸಿಗಳು ಗೀತೆಯನ್ನು ಓದುತ್ತಿದ್ದರು. ನನ್ನಲ್ಲಿ ಓದುವ ಸಾಮರ್ಥ್ಯವಿರಲಿಲ್ಲ. ನನಗೆ ಮಾತಾಡುವ ಇಚ್ಛೆ ಕೂಡಾ ಇರಲಿಲ್ಲ. ಸ್ವಲ್ಪ ಮಾತು ಕೂಡಾ

ಮಿದುಳಿನಲ್ಲಿ ವೇದನೆಯನ್ನುಂಟುಮಾಡುತ್ತಿತ್ತು. ಬದುಕಬೇಕೆಂಬ ಎಲ್ಲ ಆಸಕ್ತಿ ಮಾಯವಾಗಿತ್ತು. ಏಕೆಂದರೆ ನಾನು ಕೇವಲ ಬದುಕಬೇಕೆಂದು ಬದುಕಿರಲು ಬಯಸಿರಲಿಲ್ಲ. ಅಂತಹ ನಿಸ್ಸಹಾಯಕ ಸ್ಥಿತಿಯಲ್ಲಿ, ಏನೂ ಮಾಡದೇ ಗೆಳೆಯರು ಮತ್ತು ಸಹ ಕಾರ್ಯಕರ್ತರುಗಳ ಸೇವೆಯನ್ನು ಸ್ವೀಕರಿಸುತ್ತ ನಿಧಾನವಾಗಿ ನಶಿಸಿಹೋಗುತ್ತಿರುವ ದೇಹವನ್ನು ನೋಡುತ್ತ ಕಡು ಸಂಕಟದಲ್ಲಿ ಬದುಕಬೇಕಾಗಿತ್ತು.

ನಾನು ಈ ಪ್ರಕಾರ ಸಾವನ್ನು ನಿರೀಕ್ಷಿಸುತ್ತ ಮಲಗಿದ್ದಾಗ ಒಂದು ದಿನ ಡಾ. ತಲ್‌ವಾಲ್ಕರ್ ಒಂದು ವಿಚಿತ್ರ ಪ್ರಾಣಿಯೊಂದಿಗೆ ನನ್ನನ್ನು ನೋಡಲು ಬಂದರು. ಆತ ಮಹಾರಾಷ್ಟ್ರದಿಂದ ಬಂದಿದ್ದ. ಅವನು ಪ್ರಸಿದ್ಧ ವ್ಯಕ್ತಿಯಾಗಿರಲಿಲ್ಲ ಆದರೆ ಅವನನ್ನು ನೋಡಿದ ಕ್ಷಣದಲ್ಲಿ ಅವನು ನನ್ನಂತಹ ವಿಚಿತ್ರವ್ಯಕ್ತಿ ಎಂದು ಭಾವಿಸಿದೆ. ಅವನು ನನ್ನ ಮೇಲೆ ಅವನ ಚಿಕಿತ್ಸೆಯನ್ನು ಪ್ರಯೋಗಿಸಲು ಬಂದಿದ್ದ. ಅವನು ಗ್ರಾಂಟ್ ಮೆಡಿಕಲ್ ಕಾಲೇಜಿನಲ್ಲಿ ಹೆಚ್ಚು ಕಡಿಮೆ ಅಧ್ಯಯನವನ್ನು ಮುಗಿಸಿದ್ದ. ಆದರೆ ಪದವಿಯನ್ನು ಪಡೆದಿರಲಿಲ್ಲ. ಮುಂದೆ ನನಗೆ ತಿಳಿದು ಬಂದ ಪ್ರಕಾರ ಅವನು ಬ್ರಹ್ಮೋ ಸಮಾಜದ ಸದಸ್ಯನಾಗಿದ್ದ. ಅವನ ಹೆಸರು ಸಾರ್ಜಂಟ್ ಕೇಲ್ಕರ್. ಅವನೊಬ್ಬ ಸ್ವತಂತ್ರ ವಿಚಾರವುಳ್ಳ ಮತ್ತು ತನ್ನ ಇಚ್ಛೆಯಂತೆ ನಡೆಯುವ ಮನೋಪ್ರವೃತ್ತಿಯುಳ್ಳ ವ್ಯಕ್ತಿಯಾಗಿದ್ದ. ಅವನು ಮಂಜುಗೆಡ್ಡೆಯ ಚಿಕಿತ್ಸೆಯಲ್ಲಿ ದೃಢ ಶ್ರದ್ಧೆಯನ್ನಿಟ್ಟುಕೊಂಡಿದ್ದ. ಅದನ್ನು ನನ್ನ ಮೇಲೆ ಪ್ರಯೋಗಿಸಲು ಇಚ್ಛಿಸಿದ್ದ. ನಾವು ಅವನಿಗೆ ಮಂಜುಗಡ್ಡೆ ವೈದ್ಯ (ಐಸ್ ಡಾಕ್ಟರ್) ಎಂಬ ಹೆಸರನ್ನು ಕೊಟ್ಟೆವು. ಅರ್ಹತೆಯುಳ್ಳ ವೈದ್ಯರ ಕಣ್ಣು ತಪ್ಪಿಸಿರುವ ಕೆಲವು ಸಂಗತಿಗಳನ್ನು ತಾನು ಕಂಡುಹಿಡಿದಿರುವುದರ ಬಗ್ಗೆ ಅವನಲ್ಲಿ ಅಪಾರ ವಿಶ್ವಾಸವಿತ್ತು. ಅವನ ಚಿಕಿತ್ಸಾ ಪದ್ಧತಿಯಲ್ಲಿ ಅವನಿಗೆ ಶ್ರದ್ಧೆಯಿತ್ತು. ಅದನ್ನು ನನ್ನ ತಲೆಯಲ್ಲಿ ತುಂಬಲು ಅವನು ಸಮರ್ಥನಾಗಲಿಲ್ಲ. ಇದು ನನಗೂ ಮತ್ತು ಅವನಿಗೂ ದುಃಖದ ಸಂಗತಿಯೇ ಆಗಿದೆ. ನಾನು ಅವನ ಪದ್ಧತಿಯನ್ನು ಒಂದು ಹಂತದವರೆಗೆ ನಂಬಿದೆ. ಆದರೆ ಕೆಲವು ನಿರ್ಧಾರಗಳಿಗೆ ಬರುವಾಗ ಅವನು ತುಂಬಾ ಅವಸರಪಟ್ಟಿದ್ದ ಎಂದು ನಾನು ಭಾವಿಸಿದ್ದೆ.

ಅವನ ಶೋಧನೆಗಳ ಅರ್ಹತೆಗಳು ಏನೇ ಇರಲಿ ನಾನು ನನ್ನ ಶರೀರದ ಮೇಲೆ ಪ್ರಯೋಗ ನಡೆಸಲು ಅವನಿಗೆ ಅವಕಾಶಕೊಟ್ಟೆ. ನಾನು ಬಾಹ್ಯದ ಚಿಕಿತ್ಸೆಯ ಬಗ್ಗೆ ಚಿಂತಿಸಲಿಲ್ಲ. ಈ ಚಿಕಿತ್ಸೆಯಲ್ಲಿ ಶರೀರದ ಮೇಲೆ ಎಲ್ಲ ಕಡೆಯಲ್ಲಿ ಮಂಜುಗಡ್ಡೆಯನ್ನು ಕಟ್ಟಲಾಗುತ್ತಿತ್ತು. ಅವನ ಚಿಕಿತ್ಸೆಯ ಪರಿಣಾಮದ ಬಗ್ಗೆ ಅವನು ಹೇಳಿದ್ದನ್ನು ನನಗೆ ಅನುಮೋದಿಸಲು ಸಾಧ್ಯವಾಗದಿದ್ದರೂ ಖಂಡಿತವಾಗಿಯೂ ನನ್ನಲ್ಲಿ ಹೊಸ ನಿರೀಕ್ಷೆಯನ್ನು ಮತ್ತು ಹೊಸ ಚೈತನ್ಯವನ್ನು ಅದು ತುಂಬಿತು. ಸಹಜವಾಗಿ ಮನಸ್ಸು ದೇಹದ ಮೇಲೆ ಪ್ರಭಾವ ಬೀರಿತ್ತು. ನನ್ನಲ್ಲಿ ಹಸಿವನ್ನು ತೀರಿಸಿಕೊಳ್ಳುವ ಅಪೇಕ್ಷೆ ಉಂಟಾಯಿತು. ಐದರಿಂದ ಹತ್ತು ನಿಮಿಷಗಳವರೆಗೆ ಮೆಲ್ಲಗೆ ನಡೆಯಲಾರಂಭಿಸಿದೆ. ಅವನು ಈಗ ನನ್ನ ಆಹಾರದಲ್ಲಿ ಬದಲಾವಣೆ ಮಾಡಿಕೊಳ್ಳಬೇಕೆಂದು ಸಲಹೆ ಕೊಟ್ಟ. ಅವನು ಹೇಳಿದ: 'ನೀವು ಬೇಯಿಸದ (ಹಸಿಯ) ಮೊಟ್ಟೆಗಳನ್ನು ತೆಗೆದುಕೊಂಡರೆ ನಿಮ್ಮಲ್ಲಿ ಚೈತನ್ಯ ಹೆಚ್ಚುವುದು ಮತ್ತು ನಿಮ್ಮ ಶಕ್ತಿಯನ್ನು ಶೀಘ್ರವಾಗಿ ಮತ್ತೆ ಪಡೆಯುವಿರಿ ಎಂದು ನಾನು ನಿಮಗೆ ಭರವಸೆ ಕೊಡುತ್ತೇನೆ. ಮೊಟ್ಟೆಗಳು ಹಾಲಿನಂತೆಯೇ ಹಾನಿಯನ್ನುಂಟುಮಾಡದ ಪದಾರ್ಥವೇ ಆಗಿದೆ. ಎಲ್ಲ ಮೊಟ್ಟೆಗಳು ಗರ್ಭಾದಾನಮಾಡಬಲ್ಲವುಗಳಾಗಿಲ್ಲ (ಅಂದರೆ

ಅವುಗಳಿಂದ ಮರಿಗಳು ಹುಟ್ಟುವುದಿಲ್ಲ.) ಎಂದು ನಿಮಗೆ ಗೊತ್ತಿದೆಯೆ? ಮಾರುಕಟ್ಟೆಯಲ್ಲಿ ಗರ್ಭಧಾರಣ ಶಕ್ತಿಯನ್ನು ಕಳೆದುಕೊಂಡಿರುವ ಮೊಟ್ಟೆಗಳು ದೊರೆಯುತ್ತವೆ.' ಹಾಗಿದ್ದರೂ ಗರ್ಭಧಾರಣ ಶಕ್ತಿಯನ್ನು ಕಳೆದುಕೊಂಡಿರುವ ಮೊಟ್ಟೆಗಳನ್ನು ಕೂಡಾ ತೆಗೆದುಕೊಳ್ಳಲು ನಾನು ಸಿದ್ಧನಾಗಿರಲಿಲ್ಲ. ಆದರೆ ಆರೋಗ್ಯದಲ್ಲಿ ಸಾಕಷ್ಟು ಸುಧಾರಣೆಯಾಗಿದ್ದರಿಂದ ಸಾರ್ವಜನಿಕ ಚಟುವಟಿಕೆಗಳಲ್ಲಿ ನನಗೆ ಆಸಕ್ತಿ ಉಂಟಾಯಿತು.

29. ರೌಲಟ್ ವಿಧೇಯಕಗಳು ಮತ್ತು ನನ್ನ ಬಿಕ್ಕಟ್ಟು

ನಾನು ಮ್ಯಾಥೆರನ್‌ಗೆ ವಾಸ್ತವ್ಯವನ್ನು ಬದಲಿಸಿಕೊಂಡರೆ ಶೀಘ್ರವಾಗಿ ಚೇತರಿಸಿಕೊಳ್ಳಬಹುದೆಂದು ನನ್ನ ಗೆಳೆಯರು ಮತ್ತು ವೈದ್ಯರು ನನಗೆ ಸಲಹೆ ಕೊಟ್ಟರು. ಆದ್ದರಿಂದ ನಾನು ಅಲ್ಲಿಗೆ ಹೋದೆ. ಆದರೆ ಮ್ಯಾಥೆರನ್‌ನಲ್ಲಿ ನೀರು ತುಂಬಾ ಗಡುಸಾಗಿತ್ತು (ಕ್ಯಾಲ್ಸಿಯಮ್, ಮೆಗ್ನೀಸಿಯಮ್ ಮುಂತಾದ ಲವಣಗಳು ಕರಗಿರುವ ಕಾರಣದಿಂದಾಗಿ ಗಡುಸಾಗಿರುವುದು) ಆದ್ದರಿಂದ ಅಲ್ಲಿ ನಾನು ತಂಗಲು ತುಂಬಾ ಕಷ್ಟಪಡಬೇಕಾಯ್ತು. ಆಮಶಂಕೆಯ ಆಕ್ರಮಣದ ಪರಿಣಾಮದಿಂದಾಗಿ ನನ್ನ ಮಲದ್ವಾರದ ಪ್ರದೇಶವು ತುಂಬಾ ಮೃದುವಾಗಿತ್ತು ಮತ್ತು ಬಿರುಕುಬಿಟ್ಟದ್ದರಿಂದ ಮಲವನ್ನು ಹೊರಕ್ಕೆ ದಬ್ಬುವ ಸಮಯದಲ್ಲಿ ವೇದನೆಯಾಗುತ್ತಿತ್ತು. ಇದರಿಂದಾಗಿ ತಿನ್ನಬೇಕೆಂಬ ವಿಚಾರವೇ ನನ್ನಲ್ಲಿ ಬಹಳ ಅಂಜಿಕೆಯನ್ನು ಹುಟ್ಟಿಸುತ್ತಿತ್ತು. ಒಂದು ವಾರ ಮುಗಿಯುವ ಮುಂಚೆಯೇ ನಾನು ಮ್ಯಾರೆಥನ್‌ನಿಂದ ಇದ್ದಕ್ಕಿದ್ದಂತೆ ಪಲಾಯನ ಮಾಡಬೇಕಾಯ್ತು. ಶಂಕರ್ ಲಾಲ್ ಬ್ಯಾಂಕರ್ ಈಗ ತಾವಾಗಿಯೇ ನನ್ನ ಆರೋಗ್ಯದ ಪಾಲಕರಾಗಿ ನಿಯೋಜಿಸಲ್ಪಟ್ಟಿದ್ದರು. ಡಾ. ದಲಾಲ್‌ಅವರನ್ನು ಕಂಡು

ಸಲಹೆ ಪಡೆಯಬೇಕೆಂದು ಒತ್ತಾಯಿಸಿದರು. ಇದರ ಪ್ರಕಾರ ಡಾ. ದಲಾಲ್‌ಅವರನ್ನು ಕರೆಸಲಾಯ್ತು. ತತ್‌ಕ್ಷಣ ನಿರ್ಧಾರಗಳನ್ನು ತೆಗೆದುಕೊಳ್ಳುವ ಅವರ ಸಾಮರ್ಥ್ಯ ನನ್ನ ಗಮನವನ್ನು ಸೆಳೆಯಿತು:

ಅವರು ಹೇಳಿದರು: 'ನೀವು ಹಾಲನ್ನು ತೆಗೆದುಕೊಳ್ಳದ ವಿನಾ ನಾನು ನಿಮ್ಮ ಶರೀರವನ್ನು ಮತ್ತೆ ಕಟ್ಟಿ ಬೆಳಸಲಾರೆ. ಇದರ ಜತೆಯಲ್ಲಿ ನೀವು ಕಬ್ಬಿಣ ಮತ್ತು ಆರ್ಸನಿಕ್ ಚುಚ್ಚುಮದ್ದುಗಳನ್ನು ತೆಗೆದುಕೊಂಡರೆ ನಿಮ್ಮ ಮೈಕಟ್ಟನ್ನು ಪೂರ್ತಿಯಾಗಿ ಮತ್ತೆ ಶಕ್ತಿವಂತವನ್ನಾಗಿ ಮಾಡುವುದಾಗಿ ಖಾತರಿ ಕೊಡುತ್ತೇನೆ.'

'ನೀವು ನನಗೆ ಚುಚ್ಚುಮದ್ದುಗಳನ್ನು ಕೊಡಬಹುದು' ಎಂದು ನಾನು ಉತ್ತರ ಕೊಟ್ಟೆ. 'ಆದರೆ ಹಾಲಿನ ವಿಚಾರ ಇದಕ್ಕಿಂತ ಬೇರೆ. ನಾನು ಅದನ್ನು ತೆಗೆದುಕೊಳ್ಳುವುದಿಲ್ಲವೆಂದು ಪ್ರತಿಜ್ಞೆ ಮಾಡಿದ್ದೇನೆ.'

'ಖಚಿತವಾಗಿ ನಿಮ್ಮ ಪ್ರತಿಜ್ಞೆಯ ಸ್ವರೂಪ ಎಂತಹದು?' ಎಂದು ವೈದ್ಯರು ವಿಚಾರಿಸಿದರು.

ನಾನು ಅವರಿಗೆ ಇಡೀ ಕಥೆಯನ್ನು ಹೇಳಿದೆ ಮತ್ತು ನನ್ನ ಪ್ರತಿಜ್ಞೆಯ ಹಿನ್ನೆಲೆಯನ್ನು ವಿವರಿಸಿದೆ. ಹಸು ಮತ್ತು ಎಮ್ಮೆ ಫೂಕಾ (ಹಿಂಸೆ)ಗೆ ಒಳಗಾಗುತ್ತದೆ ಎಂದು ತಿಳಿದುಬಂದ ದಿನದಿಂದಲೂ ನನಗೆ ಹಾಲಿನ ಬಗ್ಗೆ ತುಂಬಾ ಜಿಗುಪ್ಸೆ ಉಂಟಾಗಿದೆ ಎಂದು ತಿಳಿಸಿದೆ. ಅದಕ್ಕಿಂತ ಹೆಚ್ಚಾಗಿ ಹಾಲು ಮನುಷ್ಯನ ಸ್ವಾಭಾವಿಕ ಆಹಾರವಲ್ಲ ಎಂಬ ಅಭಿಪ್ರಾಯವನ್ನು ಯಾವಾಗಲೂ ಇಟ್ಟುಕೊಂಡಿದ್ದೆ. ಆದ್ದರಿಂದ ನಾನು ಅದರ ಬಳಕೆಯನ್ನು ಪೂರ್ಣವಾಗಿ ತೊರೆದುಬಿಟ್ಟಿದ್ದೆ. ಕಸ್ತೂರ್‌ಬಾಯ್ ನನ್ನ ಹಾಸಿಗೆಯ ಬಳಿ ನಿಂತುಕೊಂಡು ನಮ್ಮ ಸಂಭಾಷಣೆಯನ್ನು ಪೂರ್ತಿಯಾಗಿ ಕೇಳಿಸಿಕೊಂಡಿದ್ದಳು.

'ಹಾಗಿದ್ದರೆ ಖಂಡಿತವಾಗಿಯೂ ಆಡಿನ ಹಾಲನ್ನು ತೆಗೆದುಕೊಳ್ಳುವುದಕ್ಕೆ ನಿಮ್ಮ ಆಕ್ಷೇಪಣೆಯಿಲ್ಲವಲ್ಲ.' ಎಂದು ಆಕೆ ನಮ್ಮ ಮಾತಿನ ನಡುವೆ ತನ್ನ ಮಾತು ಸೇರಿಸಿದಳು.

ವೈದ್ಯರು ಆ ಎಳೆಯನ್ನು ಹಿಡಿದುಕೊಂಡರು. 'ನೀವು ಆಡಿನ ಹಾಲನ್ನು ತೆಗೆದುಕೊಳ್ಳಿ. ನನಗೆ ಅಷ್ಟು ಸಾಕು.'

ನಾನು ಆ ಮಾತಿಗೆ ಮಣಿದೆ. ಸತ್ಯಾಗ್ರಹದ ಹೋರಾಟವನ್ನು ನಡೆಸಬೇಕೆಂಬ ತೀವ್ರಾಸಕ್ತಿ ನನ್ನಲ್ಲಿದ್ದುದರಿಂದ ಬದುಕಬೇಕೆಂಬ ಇಚ್ಛೆ ನನ್ನಲ್ಲಿ ದೃಢವಾಗಿತ್ತು. ಆದ್ದರಿಂದ ನಾನು ನನ್ನ ಪ್ರತಿಜ್ಞೆಯನ್ನು ತೆಗೆದುಕೊಂಡಾಗ ನನ್ನ ಮನಸ್ಸಿನಲ್ಲಿ ಕೇವಲ ಹಸು ಮತ್ತು ಎಮ್ಮೆಯ ಹಾಲನ್ನು ಗಮನದಲ್ಲಿಟ್ಟುಕೊಂಡಿದ್ದರೂ ಸಹಜವಾಗಿ ಅದರ ಅಂತರಾರ್ಥದಲ್ಲಿ ಎಲ್ಲ ಪ್ರಾಣಿಗಳ ಹಾಲು ಸೇರಿಕೊಂಡಿತ್ತು. ಹಾಲು ಮನುಷ್ಯನ ಸ್ವಾಭಾವಿಕ ಆಹಾರವಲ್ಲ ಎಂಬ ಅಭಿಪ್ರಾಯವನ್ನು ನಾನು ಇಟ್ಟುಕೊಂಡಿರುವವರೆಗೆ ಹಾಲನ್ನು ಬಳಸುವುದು ಉಚಿತವಾಗುತ್ತಿರಲಿಲ್ಲ. ಈ ವಿಚಾರಗಳೆಲ್ಲವೂ ನನಗೆ ಗೊತ್ತಿದ್ದರೂ ನಾನು ಆಡಿನ ಹಾಲನ್ನು ತೆಗೆದುಕೊಳ್ಳಲು ಒಪ್ಪಿಗೆ ಕೊಟ್ಟಿದ್ದೆ. ಸತ್ಯಕ್ಕೆ ನಿಷ್ಠೆ ತೋರುವುದಕ್ಕಿಂತಲೂ ಬದುಕಬೇಕೆಂಬ ಇಚ್ಛೆ ಪ್ರಬಲವಾಗಿತ್ತು. ಸತ್ಯದ ವ್ರತವು ಸತ್ಯಾಗ್ರಹ ಹೋರಾಟವನ್ನು ನಡೆಸಬೇಕೆಂಬ ತೀವ್ರಾಸಕ್ತಿಯಿಂದ ಪ್ರೇರಿತವಾಗಿದ್ದ ಪವಿತ್ರ ಆದರ್ಶದೊಂದಿಗೆ ರಾಜಿಮಾಡಿಕೊಂಡು ಕಳಂಕ ತಂದುಕೊಂಡಿತ್ತು. ಈ ಕಾರ್ಯದ ನೆನಪು ಈಗಲೂ ನನ್ನ ಹೃದಯದಲ್ಲಿ ಕಿರಿಕಿರಿಯನ್ನುಂಟುಮಾಡುತ್ತಿದೆ ಮತ್ತು ಮಾಡಿದ ತಪ್ಪಿಗಾಗಿ ಸಂತಾಪ ತುಂಬಿಕೊಂಡಿದೆ. ಆದರೆ

ಪ್ರಲೋಭನೆಗಳಲ್ಲಿ ಅತ್ಯಂತ ಸೂಕ್ಷ್ಮವಾಗಿರುವ ಅಂದರೆ ಸೇವೆಮಾಡಬೇಕೆಂಬ ಅಪೇಕ್ಷೆ ಇನ್ನೂ ನನ್ನನ್ನು ಹಿಡಿದಿಟ್ಟುಕೊಂಡಿದೆ. ಅದರಿಂದ ನಾನಿನ್ನೂ ಮುಕ್ತನಾಗಿಲ್ಲ.

ಅಹಿಂಸೆ ಕುರಿತಂತೆ ನಾನು ನಡೆಸಿರುವ ಸಂಶೋಧನೆಗಳ ಒಂದು ಭಾಗವಾಗಿ ಆಹಾರದ ವಿಷಯದಲ್ಲಿ ನಾನು ನಡೆಸಿರುವ ಪ್ರಯೋಗಗಳು ನನಗೆ ಪ್ರಿಯವಾಗಿವೆ. ಅವು ನನಗೆ ಆನಂದವನ್ನು ಮತ್ತು ರಂಜನೆಯನ್ನು ಒದಗಿಸಿಕೊಟ್ಟಿವೆ. ಆದರೆ ಇಂದು ನಾನು ಆಡಿನ ಹಾಲನ್ನು ಬಳಸುವುದರ ಬಗ್ಗೆ ಇಟ್ಟುಕೊಂಡಿರುವ ದೃಷ್ಟಿಕೋನ ಆಹಾರ ಅಹಿಂಸೆಯ ದೃಷ್ಟಿಯಿಂದ ನನ್ನನ್ನು ಬಾಧಿಸುತ್ತಿಲ್ಲ. ಸತ್ಯದ ದೃಷ್ಟಿಕೋನದಿಂದ ಅದು ನನ್ನನ್ನು ಬಾಧಿಸುತ್ತಿದೆ. ಅದು ಪ್ರತಿಜ್ಞೆಯ ಭಂಗವೇ ಆಗಿದೆ. ಅಹಿಂಸೆಗಿಂತಲೂ ಸತ್ಯದ ಆದರ್ಶ ಉತ್ತಮವಾದದ್ದು ಎಂದು ನಾನು ಅರ್ಥಮಾಡಿಕೊಂಡಿರುವಂತೆ ಕಾಣುತ್ತದೆ. ನಾನು ಸತ್ಯದ ಕೈಬಿಟ್ಟರೆ ಅಹಿಂಸೆಯ ಒಗಟನ್ನು ಬಿಡಿಸಲು ಸಾಧ್ಯವಾಗದು ಎಂದು ನನ್ನ ಅನುಭವ ನನಗೆ ತಿಳಿಸಿಕೊಟ್ಟಿದೆ. ತೆಗೆದುಕೊಂಡ ಪ್ರತಿಜ್ಞೆಗಳನ್ನು ಅಕ್ಷರಶಃ ಮತ್ತು ಅಂತರಾರ್ಥದ ದೃಷ್ಟಿಯಲ್ಲಿ ಕೂಡಾ ಈಡೇರಿಸಬೇಕು ಎಂಬುದೇ ಸತ್ಯದ ಆದರ್ಶವಾಗಿದೆ. ಈ ಪ್ರಸಂಗದಲ್ಲಿ ನಾನು ಅಂತರಾರ್ಥವನ್ನು - ನನ್ನ ಪ್ರತಿಜ್ಞೆಯ ಜೀವಾಳವನ್ನು - ಅದರ ಹೊರ ರೂಪಕ್ಕೆ ಮಾತ್ರ ಅಂಟಿಕೊಳ್ಳುವ ಮೂಲಕ ಕೊಂದುಬಿಟ್ಟಿದ್ದೇನೆ. ಅದು ನನ್ನ ಮನೋವೇದನೆಯಾಗಿದೆ. ಬೇರೆ ಮಾತಿನಲ್ಲಿ ಹೇಳುವುದಾದರೆ ಇಷ್ಟೊಂದು ಸ್ಪಷ್ಟವಾಗಿರುವ ತಿಳಿವಳಿಕೆಯಿದ್ದರೂ ನನ್ನ ಮುಂದಿರುವ ನೇರವಾದ ದಾರಿಯನ್ನು ನನಗೆ ಕಾಣಲು ಸಾಧ್ಯವಾಗಿಲ್ಲ. ಪ್ರಾಯಶಃ ನೇರವಾದ ಮಾರ್ಗವನ್ನು ಅನುಸರಿಸುವ ಧೈರ್ಯ ನನ್ನಲ್ಲಿಲ್ಲ. ತಳದಲ್ಲಿರುವುದು ಒಂದೇ ಒಂದು ಅರ್ಥ. ಸಂಶಯ ಎನ್ನುವುದು ಖಂಡಿತವಾಗಿಯೂ ಶ್ರದ್ಧೆಯ ದೌರ್ಬಲ್ಯ ಇಲ್ಲವೇ ಅದರ ಅಭಾವದ ಫಲಿತಾಂಶವೇ ಆಗಿದೆ. ಅದ್ದರಿಂದ 'ದೇವರೇ ನನಗೆ ಶ್ರದ್ಧೆಯನ್ನು ದಯಪಾಲಿಸು' ಎನ್ನುವುದೇ ರಾತ್ರಿ-ಹಗಲೂ ನನ್ನ ಪ್ರಾರ್ಥನೆಯಾಗಿದೆ.'

ತರುವಾಯ ಬಹು ಬೇಗನೇ ನಾನು ಆಡಿನ ಹಾಲನ್ನು ತೆಗೆದುಕೊಳ್ಳಲಾರಂಭಿಸಿದೆ. ಡಾ. ದಲಾಲ್ ಬಿರುಕುಗಳಿಗೆ ಯಶಸ್ವಿಯಾದ ಶಸ್ತ್ರಕ್ರಿಯೇ ನಡೆಸಿದರು. ನಾನು ಚೇತರಿಸಿಕೊಳ್ಳಲಾರಂಭಿಸುತ್ತಿದ್ದಂತೆ ಮುಖ್ಯವಾಗಿ ದೇವರು ನನಗಾಗಿ ಕೆಲಸವನ್ನು ಕಾದಿರಿಸಿದ್ದರಿಂದ ಬದುಕಬೇಕೆಂಬ ಆಸೆ ಮತ್ತೆ ಜಾಗೃತಗೊಂಡಿತು.

ನಾನಿನ್ನೂ ಪೂರ್ತಿಯಾಗಿ ಚೇತರಿಸಿಕೊಳ್ಳಲಾರಂಭಿಸಿರಲಿಲ್ಲ, ಆ ಹೊತ್ತಿನಲ್ಲಿ ನಾನು ಆಕಸ್ಮಾತ್ತಾಗಿ ವೃತ್ತಪತ್ರಿಕೆಗಳಲ್ಲಿ ಪ್ರಕಟವಾಗಿದ್ದ ರೌಲಟ್ ಸಮಿತಿಯ ವರದಿಯನ್ನು ಓದಿದೆ. ಆ ವರದಿ ಅದೇ ತಾನೇ ಪ್ರಕಟವಾಗಿತ್ತು. ಅದರ ಶಿಫಾರಸುಗಳು ನನ್ನನ್ನು ಬೆಚ್ಚಿಬೀಳಿಸಿದ್ದವು. ನಾನು ಈ ವಿಷಯದಲ್ಲಿ ತ್ವರಿತವಾಗಿ ಏನಾದರೂ ಕ್ರಮವನ್ನು ತೆಗೆದುಕೊಳ್ಳಬೇಕೆಂದು ಶಂಕರ್‌ಲಾಲ್ ಬ್ಯಾಂಕರ್ ಮತ್ತು ಉಮರ್ ಸೋಬಾನಿ ನನ್ನ ಬಳಿಗೆ ಬಂದು ಸಲಹೆ ಕೊಟ್ಟರು. ಇದಾದ ಒಂದು ತಿಂಗಳಲ್ಲಿ ನಾನು ಅಹ್‌ಮದಾಬಾದ್‌ಗೆ ಹೋದೆ. ಬಹುತೇಕ ನನ್ನನ್ನು ನೋಡಲು ಪ್ರತಿದಿನವೂ ಬರುತ್ತಿದ್ದ ವಲ್ಲಭ್‌ಭಾಯ್ ಅವರಿಗೆ ನನ್ನ ಅಭಿಪ್ರಾಯಗಳನ್ನು ತಿಳಿಸಿದೆ. 'ಏನಾದರೂ ಮಾಡಲೇ ಬೇಕು' ಎಂದು ನಾನು ಅವರಿಗೆ ಹೇಳಿದೆ. 'ಈ ಸನ್ನಿವೇಶದಲ್ಲಿ ನಾವು ಏನು ಮಾಡಬಹುದು?' ಎಂದು ಅವರು ನನ್ನನ್ನು ಪ್ರಶ್ನಿಸಿದರು. ನಾನು ಉತ್ತರಿಸಿದೆ: 'ಪ್ರತಿರೋಧದ ಪ್ರತಿಜ್ಞಾ ವಚನಕ್ಕೆ ಕೈಬೆರಳಿನಷ್ಟು ಜನ ಸಿಕ್ಕರೆ ಮತ್ತು ಪ್ರಸ್ತಾಪಿಸಲಾಗಿರುವ ಕ್ರಮಗಳನ್ನು ಕಾಯಿದೆಯಾಗಿ ಅಂಗೀಕರಿಸಿದರೆ ನಾವು ಕೂಡಲೆ ಸತ್ಯಾಗ್ರಹ ಮಾಡಲೇಬೇಕು.

ನಾನು ಈ ರೀತಿ ಮಲಗಿರದಿದ್ದರೆ ಏಕಾಂಗಿಯಾಗಿ ಅದರ ವಿರುದ್ಧ ಸಮರ ಸಾರುತ್ತಿದ್ದೆ. ಇತರರು ಅದೇ ಮಾರ್ಗವನ್ನು ಅನುಸರಿಸುವರು ಎಂದು ನಿರೀಕ್ಷಿಸುತ್ತಿದ್ದೆ. ಅದರ ಸದ್ಯದ ನಿಸ್ಸಹಾಯಕ ಸ್ಥಿತಿಯಲ್ಲಿ ಈ ಕೆಲಸಕ್ಕೆ ಒಟ್ಟಿನಲ್ಲಿ ನಾನು ತಕ್ಕವನಲ್ಲ ಎಂದು ಭಾವಿಸಿದ್ದೇನೆ.'

ಈ ಮಾತುಕತೆಯ ಫಲವಾಗಿ ನನ್ನ ಜತೆಯಲ್ಲಿ ಸಂಪರ್ಕ ಹೊಂದಿರುವವರನ್ನು ಕರೆದು ಸಣ್ಣ ಸಭೆಯೊಂದನ್ನು ಏರ್ಪಡಿಸಬೇಕೆಂದು ತೀರ್ಮಾನಿಸಲಾಯ್ತು. ರೌಲಟ್ ಸಮಿತಿಯ ವರದಿಯಲ್ಲಿ ಪ್ರಕಟವಾಗಿದ್ದ ಸೂಚನೆಗಳು ಒಟ್ಟಿನಲ್ಲಿ ಅಸಮರ್ಥನೀಯ ಎಂದು ನನಗೆ ರೌಲಟ್ ಸಮಿತಿಯ ಶಿಫಾರಸುಗಳಿಂದ ಕಂಡುಬಂತು. ಸ್ವಾಭಿಮಾನವುಳ್ಳ ಜನರು ಅವಕ್ಕೆ ಶರಣಾಗುವುದಿಲ್ಲ ಎಂದು ನನಗೆ ಭಾಸವಾಯ್ತು.

ಪ್ರಸ್ತಾಪಿಸಲ್ಪಟ್ಟ ಸಮ್ಮೇಳನವು ಕಡೆಯಲ್ಲಿ ಆಶ್ರಮದಲ್ಲಿ ನಡೆಯಿತು. ಇಪ್ಪತ್ತು ಜನ ಕೂಡಾ ಬಂದಿರಲಿಲ್ಲ. ನನಗೆ ನೆನಪಿರುವಷ್ಟರಮಟ್ಟಿಗೆ ಹೇಳುವುದಾದರೆ ಹಾಜರಾಗಿದ್ದವರಲ್ಲಿ ವಲ್ಲಭಭಾಯ್ ಜತೆಯಲ್ಲಿ ಶ್ರೀಮತಿ ಸರೋಜಿನಿ ನಾಯ್ಡು, ಮಿ. ಹಾರ್ನಿಮನ್, ದಿವಂಗತ ಮಿ. ಉಮರ್ ಸೋಬಾನಿ, ಸಾರ್ಜೆಂಟ್ ಶಂಕರ್‌ಲಾಲ್ ಬ್ಯಾಂಕರ್ ಮತ್ತು ಅನುಸೂಯಾ ಬೆಹ್ನ್‌ಅವರುಗಳಿದ್ದರು. ಈ ಸಭೆಯಲ್ಲಿ ಸತ್ಯಾಗ್ರಹ ಪ್ರತಿಜ್ಞೆಯ ಕರಡನ್ನು ತಯಾರಿಸಲಾಯ್ತು. ನನ್ನಲ್ಲಿ ನೆನಪಿರುವಂತೆ ಹಾಜರಿದ್ದವರೆಲ್ಲರೂ ಅದಕ್ಕೆ ಸಹಿಮಾಡಿದರು. ಆ ಸಮಯದಲ್ಲಿ ನಾನು ಯಾವುದೇ ನಿಯತಕಾಲಿಕೆಯನ್ನು ಸಂಪಾದಿಸುತ್ತಿರಲಿಲ್ಲ (ನಡೆಸುತ್ತಿರಲಿಲ್ಲ). ಆದರೆ ಆಗಾಗ್ಗೆ ನಾನು ನನ್ನ ಅಭಿಪ್ರಾಯಗಳನ್ನು ದಿನಪತ್ರಿಕೆಗಳಲ್ಲಿ ಪ್ರಕಟಿಸುತ್ತಿದ್ದೆ. ಈ ಸಂದರ್ಭದಲ್ಲಿ ನಾನು ಅದೇ ಪದ್ಧತಿಯನ್ನು ಅನುಸರಿಸಿದೆ. ಶಂಕರ್‌ಲಾಲ್ ಬ್ಯಾಂಕರ್ ಚಳವಳಿಯಲ್ಲಿ ತುಂಬಾ ಪ್ರಾಮಾಣಿಕವಾಗಿ ಮತ್ತು ಶ್ರದ್ಧೆಯಿಂದ ಸೇರಿಕೊಂಡರು. ಮೊದಲ ಬಾರಿಗೆ ನಾನು ಅವರಲ್ಲಿದ್ದ ಅದ್ಭುತ ಎನ್ನುವಂತಹ ಸಂಘಟನಾ ಸಾಮರ್ಥ್ಯವನ್ನು ಮತ್ತು ವಿಶ್ರಾಂತಿಯಿಲ್ಲದೇ ದುಡಿಯುವ ಪ್ರವೃತ್ತಿಯನ್ನು ಗಮನಿಸಿದೆ.

ಸತ್ಯಾಗ್ರಹದಂತಹ ಹೊಸ ಆಯುಧವನ್ನು ಸದ್ಯ ಅಸ್ತಿತ್ವದಲ್ಲಿದ್ದ ಯಾವುದೇ ಸಂಸ್ಥೆ ಸ್ವೀಕರಿಸಬಹುದು ಎಂಬ ಆಶಾಭಾವನೆ ವ್ಯರ್ಥವೆಂದು ನನಗೆ ಕಂಡುಬರುತ್ತಿತ್ತು. ನನ್ನ ಸೂಚನೆಯಂತೆ ಸತ್ಯಾಗ್ರಹ ಸಭಾ ಎಂಬ ಪ್ರತ್ಯೇಕ ಅಂಗವನ್ನು (ಸಂಸ್ಥೆಯನ್ನು) ಸ್ಥಾಪಿಸಲಾಯ್ತು. ಅದರ ಮುಖ್ಯ ಸದಸ್ಯರುಗಳನ್ನು ಮುಂಬಯಿಯಿಂದ ಆರಿಸಿಕೊಳ್ಳಲಾಗಿತ್ತು. ಈ ಕಾರಣದಿಂದಾಗಿ ಅದರ ಮುಖ್ಯ ಕಛೇರಿಯನ್ನು ಅಲ್ಲಿ ಸ್ಥಾಪಿಸಲಾಯ್ತು. ಒಡಂಬಡಿಕೆಗೆ ಕಟ್ಟುಬಿದ್ದ ಅನೇಕ ಮಂದಿ ಸತ್ಯಾಗ್ರಹ ಪ್ರತಿಜ್ಞೆಗೆ ಸಹಿಮಾಡಲಾರಂಭಿಸಿದರು. ಲಘುಪ್ರಕಟಣೆಗಳನ್ನು ಹೊರಡಿಸಲಾಯ್ತು. ಎಲ್ಲ ಕಡೆಯೂ ಸಾರ್ವಜನಿಕ ಸಭೆಗಳು ನಡೆಯಲಾರಂಭಿಸಿದವು. ಖೇಡಾ ಚಳವಳಿಯ ಚಿರಪರಿಚಿತ ಲಕ್ಷಣಗಳು ಮತ್ತೆ ಸ್ಮರಣೆಗೆ ಬರಲಾರಂಭಿಸಿದವು.

ನಾನು ಸತ್ಯಾಗ್ರಹ ಸಭಾದ ಅಧ್ಯಕ್ಷನಾದೆ. ಈ ಸಭೆಯಲ್ಲಿ ಕೂಡಿಕೊಂಡಿದ್ದ ಬುದ್ಧಿಜೀವಿಗಳು ಮತ್ತು ನನ್ನ ನಡುವೆ ಒಮ್ಮತಾಭಿಪ್ರಾಯವಿರುವ ಸಂಭವ ಕಡಿಮೆ ಎಂದು ನನಗೆ ಬೇಗನೇ ಗೊತ್ತಾಯ್ತು. ಸಭೆಯಲ್ಲಿ ಗುಜರಾತಿಯನ್ನು ಬಳಸಬೇಕೆಂಬ ನನ್ನ ಒತ್ತಾಯ ಮತ್ತು ನನ್ನ ಇತರ ಕೆಲವು ಕಾರ್ಯ ವಿಧಾನಗಳು ವಿಚಿತ್ರವೆಂದು ಅವರಿಗೆ ಕಂಡುಬಂತು. ಇದು ಅವರಿಗೆ ತೀರ ಅಲ್ಪ ಚಿಂತೆ ಅಥವಾ ಮುಜಗರವನ್ನುಂಟುಮಾಡಿರಲಿಲ್ಲ. ಹಾಗಿದ್ದರೂ ಅವರಲ್ಲಿ ಅನೇಕರು ಉದಾರವಾಗಿ ನನ್ನ ನಡೆನುಡಿಯನ್ನು ಸಹಿಸಿಕೊಂಡದ್ದಕ್ಕೆ ಅವರಿಗೆ ಗೌರವ ಸಲ್ಲಬೇಕು.

ಪ್ರಾರಂಭದಿಂದಲೇ ನನಗೆ ಸಭಾ ಹೆಚ್ಚು ಕಾಲ ಉಳಿಯುವುದಿಲ್ಲವೆಂಬುದು ಸ್ಪಷ್ಟವಾಗಿತ್ತು. ಸತ್ಯ ಮತ್ತು ಅಹಿಂಸೆಗೆ ನಾನು ಮಹತ್ವ ಕೊಡುತ್ತಿದ್ದುದು ಕೆಲವು ಸದಸ್ಯರುಗಳಿಗೆ ಇಷ್ಟವಾಗಿರಲಿಲ್ಲ ಎಂದು ನಾನಾಗಲೇ ಕಂಡುಕೊಂಡಿದ್ದೆ. ಏನೇ ಆದರೂ ಪ್ರಾರಂಭದ ಹಂತಗಳಲ್ಲಿ ನಮ್ಮ ಹೊಸ ಚಟುವಟಿಕೆಗಳು ಪೂರ್ಣ ರಭಸದಲ್ಲಿ ನಡೆಯತೊಡಗಿದವು. ಚಳವಳಿಯು ತೀವ್ರಗತಿಯಲ್ಲಿ ಮುಂದೆ ಹೆಜ್ಜೆ ಇರಿಸುತ್ತಿತ್ತು.

30. ಆ ಅದ್ಭುತ ಪ್ರದರ್ಶನ!

ಒಂದು ಕಡೆಯಲ್ಲಿ ರೌಲಟ್ ಸಮಿತಿಯ ವರದಿಯ ವಿರುದ್ಧದ ಚಳವಳಿ ತೀವ್ರತೆಯನ್ನು ಮತ್ತು ಘನತೆಯನ್ನು ಪಡೆಯುತ್ತಿದ್ದಾಗ ಮತ್ತು ಇನ್ನೊಂದು ಕಡೆಯಲ್ಲಿ ಸರ್ಕಾರವು ಅದರ ಶಿಫಾರಸುಗಳಿಗನುಗುಣವಾಗಿ ಪರಿಣಾಮ ಕಾರಿಯಾದ ಕ್ರಮಗಳನ್ನು ಕೈಗೊಳ್ಳಲು ತನ್ನ ನಿಶ್ಚಯವನ್ನು ಹೆಚ್ಚು ಹೆಚ್ಚು ಮಾಡುತ್ತಿದ್ದಂತೆ ರೌಲಟ್ ವಿಧೇಯಕವನ್ನು ಪ್ರಕಟಿಸಲಾಯ್ತು. ನಾನು ನನ್ನ ಜೀವಮಾನದಲ್ಲಿ ಕೇವಲ ಒಂದೇ ಒಂದು ಬಾರಿ ಭಾರತದ ಲೆಜಿಸ್ಲೆಟಿವ್ ಚೇಂಬರ್‌ನ ಕಲಾಪಗಳಿಗೆ ಹಾಜರಾಗಿದ್ದೆ. ಅದೆಂದರೆ ಈ ವಿಧೇಯಕದ ಮೇಲೆ ಚರ್ಚೆ ನಡೆಯುತ್ತಿದ್ದ ಸಂದರ್ಭದಲ್ಲಿ. ಶಾಸ್ತ್ರೀಜಿ ಭಾವಪರವಶತೆಯಿಂದ ಮಾತಾಡಿದರು. ಅವರು ಸರ್ಕಾರಕ್ಕೆ ಗಂಭೀರವಾದ ಎಚ್ಚರಿಕೆ ಕೊಟ್ಟರು. ವೈಸ್‌ರಾಯ್ ಮಂತ್ರಕ್ಕೆ ಪರವಶರಾದಂತೆ ಕಾಣುತ್ತಿತ್ತು. ಅವರ ಕಣ್ಣುಗಳು ಶಾಸ್ತ್ರೀಜಿಯ ಮೇಲೆ ನೆಟ್ಟಿದ್ದವು. ಶಾಸ್ತ್ರೀಜಿ ಅವರು ತಮ್ಮ ವಾಕ್ಸಂಪತ್ತಿನ ಬಿಸಿ ಪ್ರವಾಹವನ್ನು ಸುರಿಯುತ್ತಿದ್ದರು. ಆ ಕ್ಷಣದಲ್ಲಿ ನನಗೆ ತೋರಿದ್ದೆಂದರೆ ವೈಸ್‌ರಾಯ್ ಅದರಿಂದ ಗಾಢವಾಗಿ ವಿಚಲಿತರಾಗದೇ ಇರಲು ಸಾಧ್ಯವೇ ಇರಲಿಲ್ಲ. ಆ ಭಾಷಣ ಅಷ್ಟೊಂದು ಸಮರ್ಥವಾಗಿತ್ತು ಮತ್ತು ಭಾವ ಪರವಶತೆಯಿಂದ ತುಂಬಿಕೊಂಡಿತ್ತು.

ಆದರೆ ಒಬ್ಬಾತನು ನಿಜವಾಗಿಯೂ ನಿದ್ರೆ ಮಾಡಿದ್ದರೆ ಅವನನ್ನು ನೀವು ಎಬ್ಬಿಸಬಹುದು. ಆದರೆ ಅವನು ಕೇವಲ ನಿದ್ರೆ ಮಾಡುತ್ತಿರುವಂತೆ ನಟಿಸುತ್ತಿದ್ದರೆ ನೀವು ಏನು ಮಾಡಿದರೂ ಅದು ಅವನ ಮೇಲೆ ಏನೂ ಪರಿಣಾಮನ್ನುಂಟುಮಾಡುವುದಿಲ್ಲ. ಯಥಾವತ್ತಾಗಿ ಹೇಳುವುದಾದರೆ ಸರ್ಕಾರದ ಧೋರಣೆ ಈ ರೀತಿಯಲ್ಲಿತ್ತು. ಕಾನೂನಿನ ಔಪಚಾರಿಕತೆಯ ಪ್ರಹಸನದ ಮೂಲಕ ಹಾದುಹೋಗುವುದರ ಬಗ್ಗೆ ಮಾತ್ರ ಅದು ಕಾತರಗೊಂಡಿತ್ತು. ಅದು ಆಗಲೇ ತೀರ್ಮಾನವನ್ನು ತೆಗೆದುಕೊಂಡಿತ್ತು. ಆದ್ದರಿಂದ ಶಾಸ್ತ್ರೀಜಿಅವರ ಗಂಭೀರವಾದ ಎಚ್ಚರಿಕೆ ಸರ್ಕಾರದ ವಿಷಯದಲ್ಲಿ ಪೂರ್ಣವಾಗಿ ವ್ಯರ್ಥವಾಯ್ತು.

ಈ ಪರಿಸ್ಥಿತಿಯಲ್ಲಿ ನನ್ನದು ಕೇವಲ ಅರಣ್ಯರೋದನವಾಗಿತ್ತು. ನಾನು ಶ್ರದ್ಧಾಪೂರ್ವಕವಾಗಿ ವೈಸ್‌ರಾಯ್ ಅವರೊಂದಿಗೆ ವಾದಿಸಿದೆ. ನಾನು ಅವರಿಗೆ ಖಾಸಗಿಯಾಗಿ ಪತ್ರಗಳನ್ನು ಮತ್ತು ಸಾರ್ವಜನಿಕವಾಗಿ ಪತ್ರಗಳನ್ನು ಬರೆದೆ. ಅವುಗಳಲ್ಲಿ ಸ್ಪಷ್ಟವಾಗಿ ಸರ್ಕಾರದ ಕ್ರಮದಿಂದ ನನಗೆ ಸತ್ಯಾಗ್ರಹವನ್ನು ಕೈಗೊಳ್ಳದೇ ಬೇರೆ ದಾರಿಯೇ ಉಳಿದಿಲ್ಲ ಎಂದು ಅವರಿಗೆ ತಿಳಿಸಿದೆ. ಆದರೆ ಅವೆಲ್ಲವೂ ವ್ಯರ್ಥವಾದವು.

ವಿಧೇಯಕವನ್ನು ಇನ್ನೂ ಗೆಜೆಟ್‌ನಲ್ಲಿ ಶಾಸನವೆಂದು ಪ್ರಕಟಿಸಿರಲಿಲ್ಲ. ನಾನು ತುಂಬಾ ದುರ್ಬಲ ಸ್ಥಿತಿಯಲ್ಲಿದ್ದೆ. ಆದರೂ ಮದರಾಸಿನಿಂದ ನನಗೊಂದು ಆಹ್ವಾನ ಬಂತು. ನಾನು ಆ ದೂರ ಪ್ರಯಾಣದ ಅಪಾಯವನ್ನು ಎದುರಿಸಲು ತೀರ್ಮಾನಿಸಿದೆ. ಆ ಕಾಲದಲ್ಲಿ ಸಭೆಗಳಲ್ಲಿ ಸಾಕಷ್ಟು ಗಟ್ಟಿ ದನಿಯಲ್ಲಿ ಮಾತಾಡಲು ನನಗೆ ಸಾಧ್ಯವಾಗುತ್ತಿರಲಿಲ್ಲ. ಸಭೆಗಳಲ್ಲಿ ನೆಟ್ಟಗೆ ನಿಂತು ಮಾತಾಡುವ ಸಾಮರ್ಥ್ಯ ಇನ್ನೂ ನನ್ನಲ್ಲಿ ನೆಲೆ ನಿಂತಿಲ್ಲ. ಕಾಲ ಎಷ್ಟೇ ಇರಲಿ ನಿಂತುಕೊಂಡು ಮಾತಾಡಲು ಪ್ರಯತ್ನಿಸುತ್ತಿದ್ದಂತೆ ನನ್ನ ಇಡೀ ಶರೀರ ನಡುಗುತಿತ್ತು, ಎದೆ ಡವಡವನೇ ಬಡಿದುಕೊಳ್ಳಲಾರಂಭಿಸುತಿತ್ತು.

ದಕ್ಷಿಣದಲ್ಲಿರುವುದೆಂದರೆ ನನಗೆ ಯಾವಾಗಲೂ ಮನೆಯಲ್ಲಿದ್ದಂತೆ ಭಾಸವಾಗುತ್ತಿತ್ತು. ದಕ್ಷಿಣ ಆಫ್ರಿಕದಲ್ಲಿ ನಾನು ಮಾಡಿದ್ದ ಕೆಲಸದ ಕಾರಣದಿಂದಾಗಿ ತಮಿಳರು ಮತ್ತು ತೆಲುಗರ ಮೇಲೆ ನನಗೊಂದು ಬಗೆಯ ವಿಶೇಷ ಹಕ್ಕಿತ್ತು. ದಕ್ಷಿಣದ ಸಜ್ಜನರು ಎಂದೂ ನನ್ನ ನಂಬಿಕೆಯನ್ನು ನಿರಾಶೆಗೊಳಿಸಿಲ್ಲ. ಆಹ್ವಾನಪತ್ರದಲ್ಲಿ ದಿವಂಗತ ಸಾರ್ಜಂಟ್ ಕಸ್ತೂರಿ ರಂಗ ಅಯ್ಯಂಗಾರ್ ಅವರ ಸಹಿಯಿತ್ತು. ಆದರೆ ಮುಂದೆ ಮದರಾಸಿಗೆ ಹೋಗುವ ದಾರಿಯಲ್ಲಿ ನನಗೆ ತಿಳಿದು ಬಂದ ಪ್ರಕಾರ ಈ ಆಹ್ವಾನದ ಹಿನ್ನೆಲೆಯಲ್ಲಿ ಇದ್ದವರು ರಾಜಗೋಪಾಲಾಚಾರಿ. ಇದು ನನ್ನ ಮತ್ತು ಅವರ ಪ್ರಥಮ ಪರಿಚಯ ಎಂದು ಹೇಳಬಹುದು. ಯಾವುದೇ ರೀತಿಯಲ್ಲಿ ಎಣಿಸಿದರೂ ನಾವಿಬ್ಬರು ಮೊದಲಬಾರಿಗೆ ವೈಯಕ್ತಿಕವಾಗಿ ಪರಿಚಯ ಮಾಡಿಕೊಂಡೆವು.

ರಾಜ್‌ಗೋಪಾಲಾಚಾರಿ ಅದೇ ತಾನೇ ಸೇಲಂಅನ್ನು ಬಿಟ್ಟು ಕಾನೂನು ವೃತ್ತಿಯನ್ನು ಕೈಗೊಳ್ಳಲು ಮದರಾಸಿಗೆ ಬಂದಿದ್ದರು. ದಿವಂಗತ ಸಾರ್ಜಂಟ್ ಕಸ್ತೂರಿ ರಂಗ ಅಯ್ಯಂಗಾರ್‌ಅವರಂತಹ ಗೆಳೆಯರ ಬಲವಂತದ ಆಹ್ವಾನದ ಮೇಲೆ ಮತ್ತು ಸಾರ್ವಜನಿಕ ಜೀವನದಲ್ಲಿ ಇನ್ನೂ ಹೆಚ್ಚಿನ ಕ್ರಿಯಾಶೀಲ ಚಟುವಟಿಕೆಗಳನ್ನು ನಡೆಸುವ ದೃಷ್ಟಿಯಿಂದ ಅವರು ಮದರಾಸಿಗೆ ಬಂದಿದ್ದರು. ನಾವು ಮದರಾಸಿಲ್ಲಿ ಅವರೊಂದಿಗೆ ಉಳಿದುಕೊಂಡಿದ್ದೆವು.

ಅವರೊಂದಿಗೆ ಕೆಲವು ದಿವಸಗಳ ಕಾಲ ಉಳಿದುಕೊಂಡ ತರುವಾಯ ನನಗೆ ಈ ವಿಷಯ ಗೊತ್ತಾಯ್ತು. ಏಕೆಂದರೆ ನಾವು ಉಳಿದುಕೊಂಡಿದ್ದ ಬಂಗಲೆ ಸಾರ್ಜಂಟ್ ಕಸ್ತೂರಿ ರಂಗ ಅಯ್ಯಂಗಾರ್ ಅವರಿಗೆ ಸೇರಿತ್ತು. ಆದ್ದರಿಂದ ನಾವು ಅವರ ಅತಿಥಿಗಳೆಂದು ಭಾವಿಸಿದ್ದೆವು. ಏನೇ ಇರಲಿ ಮಹದೇವ್ ದೇಸಾಯಿ ನನ್ನ ತಪ್ಪನ್ನು ತಿದ್ದಿದರು. ಅವರು ಬಹುಬೇಗನೇ ರಾಜಗೋಪಾಲಾಚಾರಿಅವರೊಂದಿಗೆ ನಿಕಟ ಪರಿಚಯುವನ್ನು ಬೆಳಸಿಕೊಂಡರು. ರಾಜಗೋಪಾಚಾರಿಅವರಲ್ಲಿ ಹುಟ್ಟಿನಿಂದಲೇ ನಾಚಿಕೊಳ್ಳುವ ಸ್ವಭಾವವಿದ್ದುದರಿಂದ ಅವರು ಸದಾಕಾಲ ತೆರೆ ಮರೆಯಲ್ಲಿರುತ್ತಿದ್ದರು. ಆದರೆ ಮಹದೇವ್ ಅವರನ್ನು ನನ್ನ ರಕ್ಷಣೆಯಲ್ಲಿ ಬಿಟ್ಟರು. 'ನೀವು ಈ ಮನುಷ್ಯನ ಸಾಮರ್ಥ್ಯವನ್ನು ಪೋಷಿಸಬೇಕು.' ಎಂದು ಅವರು ಒಂದು ದಿನ ನನಗೆ ಹೇಳಿದರು.

ನಾನು ಹಾಗೆ ಮಾಡಿದೆ. ಪ್ರತಿದಿನವೂ ನಾವು ಒಟ್ಟಿಗೆ ಕೂತು ಹೋರಾಟದ ಯೋಜನೆಗಳ ಬಗ್ಗೆ ಚರ್ಚಿಸುತ್ತಿದ್ದೆವು. ಸಾರ್ವಜನಿಕ ಸಭೆಗಳನ್ನು ನಡೆಸುವುದರ ವಿನಾ ನಾನು ಆ ದಿವಸಗಳಲ್ಲಿ ಬೇರೆ ಯಾವುದೇ ಕಾರ್ಯಕ್ರಮದ ಬಗ್ಗೆ ಯೋಚಿಸಿರಲಿಲ್ಲ. ರೌಲಟ್ ವಿಧೇಯಕ ಕಡೆಗೂ ಶಾಸನವಾಗಿ ಜಾರಿಗೆ ಬಂದರೆ ಅದರ ವಿರುದ್ಧ ನಾಗರಿಕ ಅಸಹಕಾರವನ್ನು ಹೇಗೆ ತೋರಿಸುವುದು ಎಂಬುದನ್ನು ಕಂಡುಕೊಳ್ಳಲು ನನಗೆ ಸಾಧ್ಯವಾಗಿರಲಿಲ್ಲ. ಸರ್ಕಾರ ಒಬ್ಬಾತನಿಗೆ ಅವಕಾಶ ನೀಡಿದರೆ ಮಾತ್ರ ಅವನು ಆ ಕಾಯಿದೆಯನ್ನು ಉಲ್ಲಂಘಿಸಬಲ್ಲ. ಅದರಲ್ಲಿ ವಿಫಲವಾದರೆ ಇತರ ಕಾನೂನುಗಳನ್ನು ವಿನಯ ಪೂರ್ವಕವಾಗಿ ಉಲ್ಲಂಘಿಸಬಹುದೆ? ಹಾಗಿದ್ದರೆ ಎಲ್ಲಿ ಸೀಮಾರೇಖೆಯನ್ನು ಎಳೆಯಬೇಕು? ನಮ್ಮ ನಡುವೆ ಈ ಪ್ರಶ್ನೆಗಳ ಮತ್ತು ಇದೇ ಬಗೆಯ ಪ್ರಶ್ನೆಗಳ ಸಮೂಹವೇಚರ್ಚೆಯ ವಿಷಯವಾಗಿತ್ತು.

ಸಾರ್ಜಂಟ್ ಕಸ್ತೂರಿ ರಂಗ ಅಯ್ಯಂಗಾರ್ ಈ ವಿಷಯದ ಬಗ್ಗೆ ಕೂಲಂಕಷವಾಗಿ ವಿಚಾರ ಮಾಡಲು ಸಣ್ಣ ಸಭೆಯೊಂದನ್ನು ಕರೆದರು. ಅದರಲ್ಲಿ ಎದ್ದುಕಾಣುವಂತೆ ಭಾಗವಹಿಸಿದ್ದವರು ಸಾರ್ಜಂಟ್ ವಿಜಯರಾಘವಾಚಾರಿ. ನಾನು ಸತ್ಯಾಗ್ರಹ ವಿಜ್ಞಾನದ ಬಗ್ಗೆ ವ್ಯಾಪಕವಾಗಿರುವಂತಹ ಕೈಪಿಡಿಯೊಂದನ್ನು ರಚಿಸಬೇಕೆಂಬ ಸಲಹೆಯನ್ನು ಅವರು ಕೊಟ್ಟರು. ಅತ್ಯಂತ ಸೂಕ್ಷ್ಮ ವಿವರಗಳು ಅದರಲ್ಲಿರಬೇಕು ಎಂದು ಅವರು ತಿಳಿಸಿದರು. ಈ ಕೆಲಸ ನನ್ನ ಸಾಮರ್ಥ್ಯಕ್ಕೆ ಮೀರಿದುದೆಂದು ನಾನು ಭಾವಿಸಿದೆ. ಅದನ್ನು ನಾನು ಅವರ ಎದುರು ನಿವೇದಿಸಿಕೊಂಡೆ.

ಈ ವಿಚಾರಗಳ ಬಗ್ಗೆ ಇನ್ನೂ ಸಮಾಲೋಚನೆ ನಡೆಯುತ್ತಿರುವಾಗ ರೌಲಟ್ ವಿಧೇಯಕವನ್ನು ಶಾಸನವೆಂದು ಪ್ರಕಟಿಸಲಾಗಿದೆ ಎಂಬ ಸುದ್ದಿ ಮುಟ್ಟಿತು. ಅಂದಿನ ರಾತ್ರಿ ನಾನು ಇದೇ ವಿಷಯದ ಬಗ್ಗೆ ಚಿಂತಿಸುತ್ತ ನಿದ್ರೆಮಾಡಿದೆ. ಬೆಳಗಿನ ಸರಿ ಹೊತ್ತಿನಲ್ಲಿ (ಬೆಳಗಿನ ಜಾವದಲ್ಲಿ) ಸ್ವಲ್ಪಮಟ್ಟಿಗೆ ಎಂದಿಗಿಂತ ಮುಂಚಿತವಾಗಿ ನನಗೆ ಎಚ್ಚರವಾಯ್ತು. ಆಗ ನಾನಿನ್ನೂ ನಿದ್ರೆ ಮತ್ತು ಪ್ರಜ್ಞಾವಸ್ಥೆಯ ನಡುವಣ ಅರೆ ತಿಳಿವಳಿಕೆಯ (ಮಬ್ಬಿನ) ಸ್ಥಿತಿಯಲ್ಲಿದ್ದೆ. ಥಟ್ಟನೆ ಒಂದು ವಿಚಾರ ಕನಸಿನಲ್ಲಿ ಹೊಳೆದಂತೆ ನನ್ನ ಮೇಲೆ ಸಿಡಿದು ಬಿತ್ತು. ಬೆಳಗ್ಗೆ ಹೊತ್ತಿಗೆ ಮುಂಚೆ ನಾನು ಇಡೀ ಕಥೆಯನ್ನು ರಾಜಗೋಪಾಲಾಚಾರಿ ಅವರಿಗೆ ನಿರೂಪಿಸಿದೆ.

'ನಾವು ದೇಶಕ್ಕೆ ಸಾರ್ವತ್ರಿಕ ಹರತಾಳವನ್ನು ಆಚರಿಸುವಂತೆ ಕರೆಕೊಡಬೇಕೆಂಬ ವಿಚಾರ ಹಿಂದಿನ ರಾತ್ರಿ ಕನಸಿನಲ್ಲಿ ನನಗೆ ಹೊಳೆಯಿತು. ಸತ್ಯಾಗ್ರಹ ಎನ್ನುವುದು ಆತ್ಮ ಶುದ್ಧೀಕರಣದ ಒಂದು ಪ್ರಕ್ರಿಯೆಯಾಗಿದೆ. ನಮ್ಮದು ಪವಿತ್ರ ಹೋರಾಟ. ಆತ್ಮ ಶುದ್ಧೀಕರಣದ ಕ್ರಿಯೆಯೊಡನೆ ಇದನ್ನು ಪ್ರಾರಂಭಿಸಬೇಕು. ಈ ಪ್ರಕಾರ ಕೆಲಸಗಳನ್ನು ಹೊಂದಿಸಿಕೊಳ್ಳಬಹುದು ಎಂದು ಕಾಣುತ್ತದೆ. ಆದ್ದರಿಂದ ಆ ದಿನದಂದು ಭಾರತದ ಎಲ್ಲ ಜನರು ತಮ್ಮ ಎಲ್ಲ ವ್ಯವಹಾರವನ್ನು ನಿಲ್ಲಿಸುವರು ಮತ್ತು ಆ ದಿನವನ್ನು ಉಪವಾಸದ ಮತ್ತು ಪ್ರಾರ್ಥನೆಯ ದಿನವೆಂದು ಆಚರಿಸುವರು. ಮುಸಲ್ಮಾನರು ಒಂದು ದಿನಕ್ಕಿಂತಲೂ ಹೆಚ್ಚಾಗಿ ಉಪವಾಸ ಮಾಡಲಾರರು. ಆದ್ದರಿಂದ ಉಪವಾಸದ ಕಾಲಾವಧಿ ಇಪ್ಪತ್ನಾಲ್ಕು ಗಂಟೆಗಳೆಂದು ನಿಗದಿಪಡಿಸಬೇಕು. ಎಲ್ಲ ಪ್ರಾಂತಗಳು ನಮ್ಮ ಈ ಮನವಿಗೆ ಕಿವಿಗೊಡುವವೋ ಇಲ್ಲವೋ ಎಂದು ಹೇಳುವುದು ತುಂಬಾ ಕಷ್ಟಕರವಾಗಿದೆ. ಆದರೆ ಬಾಂಬೆ (ಮುಂಬಯಿ) ಮದ್ರಾಸು, ಬಿಹಾರ್ ಮತ್ತು ಸಿಂದ್ ಬಗ್ಗೆ ನನ್ನಲ್ಲಿ ಭಾರಿ ಭರವಸೆಯಿದೆ. ಈ ಎಲ್ಲ ಸ್ಥಳಗಳಲ್ಲಿ ಹರತಾಳವು ತಕ್ಕ ರೀತಿಯಲ್ಲಿ ಆಚರಿಸಲ್ಪಡುವುದು ಎಂದು ತೃಪ್ತಿಪಡಲು ನಮ್ಮಲ್ಲಿ ಕಾರಣವಿದ್ದೇಯಿದೆ.'

ರಾಜಗೋಪಾಲಾಚಾರಿ ತಕ್ಷಣವೇ ನನ್ನ ಸಲಹೆಯನ್ನು ಸ್ವೀಕರಿಸಿದರು. ಇತರ ಗೆಳೆಯರಿಗೆ ಈ ವಿಚಾರವನ್ನು ತಿಳಿಸಿದಾಗ ಅವರೂ ಸ್ವಾಗತಿಸಿದರು. ನಾನು ಸಂಕ್ಷಿಪ್ತ ಮನವಿಯ ಕರಡನ್ನು ತಯಾರಿಸಿದೆ. ಮೊದಲು ಹರತಾಳದ ದಿನವನ್ನು 30 ಮಾರ್ಚಿ 1919 ಎಂದು ನಿಗದಿಪಡಿಸಲಾಗಿತ್ತು. ಆದರೆ ತರುವಾಯ ಆ ತಾರೀಖನ್ನು ಏಪ್ರಿಲ್ 6 ಎಂದು ಬದಲಿಸಲಾಯ್ತು. ಈ ಪ್ರಕಾರ ಜನರಿಗೆ ಹರತಾಳವನ್ನು ಆಚರಿಸಲು ಕೇವಲ ಅಲ್ಪ ಕಾಲಾವಧಿ ಸಿಕ್ಕಿತ್ತು. ತಕ್ಷಣವೇ ಕೆಲಸವನ್ನು ಪ್ರಾರಂಭಿಸಬೇಕಾಗಿದ್ದರಿಂದ ಬಹಳ ದಿನಗಳಮುಂಚೆ ನೋಟಿಸನ್ನು ನೀಡಲು ಸಾಧ್ಯವಾಗಿರಲಿಲ್ಲ.

ಅದೆಲ್ಲ ಹೇಗಾಯಿತು ಎಂಬುದು ಯಾರಿಗೆ ಗೊತ್ತಿದೆ? ಒಂದು ತುದಿಯಿಂದ ಇನ್ನೊಂದು ತುದಿಯವರೆಗೆ ಇಡೀ ಭಾರತ ಆದರ ಎಲ್ಲ ಹಳ್ಳಿಗಳು ಮತ್ತು ಪಟ್ಟಣಗಳು ಆ ದಿವಸ ಪೂರ್ಣಹರತಾಳವನ್ನು ಆಚರಿಸಿದವು. ಅದೊಂದು ಅತ್ಯಂತ ಅದ್ಭುತ ಪ್ರದರ್ಶನವೇ ಆಗಿತ್ತು.

31. ಆ ಸ್ಮರಣೀಯ ವಾರ! - 1

ದಕ್ಷಿಣ ಭಾರತದಲ್ಲಿ ಸ್ವಲ್ಪ ಕಾಲ ಸಂಚಾರ ಮುಗಿಸಿದ ತರುವಾಯ ನಾನು ಪ್ರಾಯಶಃ ಏಪ್ರಿಲ್ 4 ರಂದು, ಸಾರ್ಜಂಟ್ ಶಂಕರ್‌ಲಾಲ್ ಬ್ಯಾಂಕರ್‌ಅವರಿಂದ ತಂತಿ ಸುದ್ದಿ ಬಂದದ್ದರಿಂದ ಮುಂಬಯಿಗೆಬಂದೆ. ಏಪ್ರಿಲ್ 6 ರಂದು ನಡೆಯುವ ಸಮಾರಂಭದಲ್ಲಿ ಭಾಗವಹಿಸುವಂತೆ ಅವರು ನನ್ನನ್ನು ಕೇಳಿಕೊಂಡಿದ್ದರು.

ಇಷ್ಟರಲ್ಲಿ ಮಾರ್ಚಿ 30ರಂದು ದೆಹಲಿ ಆಗಲೇ ಪೂರ್ಣ ಹರತಾಳವನ್ನು ಆಚರಿಸಿತ್ತು. ದಿವಂಗತ ಸ್ವಾಮಿ ಶ್ರದ್ಧಾನಂದ್ ಜೀ ಮತ್ತು ಹಕೀಮ್ ಅಜ್ಮಲ್‌ಖಾನ್ ಅವರ ನುಡಿ ಅಲ್ಲಿ ಕಾನೂನೇ ಆಗಿತ್ತು. ಏಪ್ರಿಲ್ 6ರವರೆಗೆ ಹರತಾಳವನ್ನು ಮುಂದುವರಿಸುವಂತೆ ತಿಳಿಸಿ ಕಳಿಸಿದ್ದ ತಾರು (ತಂತಿ-ವೈರ್)ಅಲ್ಲಿಗೆ ತುಂಬಾ ತಡವಾಗಿ ತಲ್ಪಿತ್ತು. ಅಂತಹ ಹರತಾಳವನ್ನು ಹಿಂದೆಂದೂ ಅಲ್ಲಿ ಯಾರೂ ಕಂಡಿರಲಿಲ್ಲ. ಹಿಂದೂಗಳು ಮತ್ತು ಮುಸಲ್ಮಾನರು ಏಕ ವ್ಯಕ್ತಿಯಂತೆ ಒಂದಾಗಿದ್ದಂತೆ ಕಂಡುಬರುತ್ತಿತ್ತು. ಸ್ವಾಮಿ ಶ್ರದ್ಧಾನಂದ್‌ಜೀಅವರನ್ನು ಜುಮ್ಮಾ ಮಸೀದಿಯಲ್ಲಿ ಭಾಷಣ ಮಾಡಲು ಆಹ್ವಾನಿಸಲಾಗಿತ್ತು. ಅವರು ಆ ಆಹ್ವಾನಕ್ಕೆ ಓಗೊಟ್ಟು ಅಲ್ಲಿ ಮಾತಾಡಿದರು. ಇವೆಲ್ಲವನ್ನೂ ಅಧಿಕಾರಿಗಳಿಗೆ ಸಹಿಸಿಕೊಳ್ಳಲು ಸಾಧ್ಯವಾಗಿರಲಿಲ್ಲ. ರೈಲ್ವೆ

ಸ್ಟೇಷನ್‌ಕಡೆಗೆ ಹರತಾಳದ ಮೆರವಣಿಗೆಯು ಹೋಗುತ್ತಿದ್ದಾಗ ಪೊಲೀಸರು ಅದನ್ನು ತಡೆದರು ಮತ್ತು ಗುಂಡು ಹಾರಿಸಿದರು. ಅನೇಕ ಮಂದಿ ಗಾಯಗೊಂಡರು ಮತ್ತು ಕೆಲವರು ಜೀವ ಬಿಟ್ಟರು. ದಬ್ಬಾಳಿಕೆಯ ಪ್ರಭುತ್ವ ದೆಹಲಿಯಲ್ಲಿ ಆರಂಭವಾಯ್ತು. ಶ್ರದ್ಧಾನಂದ್‌ಜೀ ನನಗೆ ತುರ್ತಾಗಿ ದೆಹಲಿಗೆ ಬರುವಂತೆ ತಿಳಿಸಿದರು. ನಾನು ಅವರಿಗೆ ತಂತಿ ಕಳಿಸಿ ಏಪ್ರಿಲ್ 6ರ ಸಮಾರಂಭಗಳು ಮುಂಬಯಿಯಲ್ಲಿ ಮುಗಿಯುತ್ತಿದ್ದಂತೆ ತಡಮಾಡದೇ ತಕ್ಷಣವೇ ದೆಹಲಿಗೆ ಹೊರಡುವುದಾಗಿ ತಿಳಿಸಿದೆ.

ಲಾಹೋರ್ ಮತ್ತು ಅಮೃತಸರದಲ್ಲಿ ದೆಹಲಿಯಲ್ಲಿ ನಡೆದ ಘಟನೆಯೇ ಅಲ್ಪಸ್ವಲ್ಪ ಮಾರ್ಪಾಡಿನೊಂದಿಗೆ ಪುನರಾವರ್ತನೆಯಾಯಿತು. ಅಮೃತಸರದಿಂದ ಡಾಕ್ಟರ್‌ಗಳಾದ ಸತ್ಯಪಾಲ್ ಮತ್ತು ಕಿಚ್ಲು ಅಲ್ಲಿಗೆ ಹೋಗುವಂತೆ ಒತ್ತಾಯ ಪೂರ್ವಕ ಆಹ್ವಾನ ನೀಡಿದರು. ಆ ಕಾಲದಲ್ಲಿ ನಾನು ಒಟ್ಟಿನಲ್ಲಿ ಅವರೊಂದಿಗೆ ಪರಿಚಯ ಬೆಳಸಿಕೊಂಡಿರಲಿಲ್ಲ. ಆದರೆ ನಾನು ಅವರಿಗೆ ದೆಹಲಿಯ ತರುವಾಯ ಅಮೃತ್‌ಸರಕ್ಕೆ ಭೇಟಿ ನೀಡುವ ಇಚ್ಛೆಯನ್ನಿಟ್ಟುಕೊಂಡಿರುವುದಾಗಿ ತಿಳಿಸಿದೆ.

ಏಪ್ರಿಲ್ 6ರ ಬೆಳಗ್ಗೆ ಮುಂಬಯಿಯ ನಾಗರಿಕರು ಸಾವಿರಾರು ಸಂಖ್ಯೆಯಲ್ಲಿ ಚೌಪಾಟಿಯಲ್ಲಿ ಸಮುದ್ರ ಸ್ನಾನಮಾಡಲು ಗುಂಪುಗೂಡಿದರು. ತರುವಾಯ ಜನರು ಮೆರವಣಿಗೆಯಲ್ಲಿ ಥಾಕೂರ್ ದ್ವಾರ್‌ಕಡೆಗೆ ಹೊರಟರು. ಮೆರವಣಿಗೆಯಲ್ಲಿ ಕೆಲವು ಹೆಂಗಸರು ಮತ್ತು ಮಕ್ಕಳು ಅಲ್ಲಿ-ಇಲ್ಲಿ ಸೇರಿಕೊಂಡಿದ್ದರು. ಮುಸಲ್ಮಾನರು ಅಧಿಕ ಸಂಖ್ಯೆಯಲ್ಲಿ ಸೇರಿದ್ದರು. ಥಾಕೂರ್‌ದ್ವಾರ್‌ನಿಂದ ಮೆರವಣಿಗೆ ಹೊರಟಿದ್ದಾಗ ನಮ್ಮಲ್ಲಿ ಕೆಲವರನ್ನು ಮುಸಲ್ಮಾನ್ ಗೆಳೆಯರು ಹತ್ತಿರದಲ್ಲಿದ್ದ ಮಸೀದಿಗೆ ಕರೆದುಕೊಂಡು ಹೋದರು. ಅಲ್ಲಿ ಭಾಷಣ ಮಾಡುವಂತೆ ನನ್ನ ಮತ್ತು ಶ್ರೀಮತಿ ನಾಯ್ಡು ಅವರ ಮನ ಒಲಿಸಿದರು. ಸಾರ್ಜಂಟ್ ವಿಠಲ್‌ದಾಸ್ ಜೆರಜಾನಿ ನಮಗೆ ಅಲ್ಲಿ ಮತ್ತು ಆಗಲೇ ನೆರೆದಿದ್ದ ಜನರಿಗೆ ಸ್ವದೇಶಿ ಮತ್ತು ಹಿಂದೂ - ಮುಸ್ಲಿಂ ಐಕ್ಯತೆಯ ಪ್ರತಿಜ್ಞಾವಚನವನ್ನು ಬೋಧಿಸಬೇಕೆಂದು ತಿಳಿಸಿದರು. ಆದರೆ ಪ್ರತಿಜ್ಞಾ ವಚನವನ್ನು ದುಡುಕಿನಿಂದ ಆತುರಾತುರವಾಗಿ ಬೋಧಿಸಬಾರದು ಮತ್ತು ತೆಗೆದುಕೊಳ್ಳಬಾರದು ಎಂದು ಆ ಪ್ರಸ್ತಾಪವನ್ನು ತಡೆಯಲು ನಾನು ಪ್ರಯತ್ನಿಸಿದೆ. ಜನರಿಂದ ಆಗಲೇ ಆಗಿರುವ ಕಾರ್ಯದ ಬಗ್ಗೆ ನಮ್ಮಲ್ಲಿ ತೃಪ್ತಿ ಇರಬೇಕು. ಒಮ್ಮೆ ತೆಗೆದುಕೊಂಡ ವಚನವನ್ನು ತರುವಾಯ ಮುರಿಯಬಾರದು ಎಂದು ವಾದಿಸಿದೆ. ಆದ್ದರಿಂದ ಸ್ವದೇಶಿ ವಚನದ ಪರಿಣಾಮಗಳನ್ನು ಸ್ಪಷ್ಟವಾಗಿ ತಿಳಿದುಕೊಳ್ಳುವ ಅವಶ್ಯಕತೆಯಿದೆ. ಹಿಂದು - ಮುಂಸ್ಲಿಂ ಐಕ್ಯತೆಯ ಬಗ್ಗೆ ತೆಗೆದುಕೊಂಡ ವಚನದಿಂದ ಉತ್ಪನ್ನವಾಗುವ ಗಂಭಿರವಾದ ಹೊಣೆಗಾರಿಕೆಯನ್ನು ಸಂಬಂಧಿಸಿದ ಎಲ್ಲರೂ ಪೂರ್ತಿಯಾಗಿ ಮನಗಾಣಬೇಕು. ಯಾರು ವಚನಗಳನ್ನು ತೆಗೆದುಕೊಳ್ಳಲು ಇಚ್ಛಿಸುತ್ತಾರೋ ಅವರೆಲ್ಲರೂ ಮರುದಿನ ಬೆಳಗ್ಗೆ ಇದೇ ಉದ್ದೇಶಕ್ಕೆ ಮತ್ತೆ ಸೇರಬೇಕೆಂದು ಕಡೆಯಲ್ಲಿ ನಾನು ಸಲಹೆ ಕೊಟ್ಟೆ.

ಮುಂಬಯಿಯಲ್ಲಿ ಹರತಾಳ ಪೂರ್ಣ ಯಶಸ್ಸನ್ನು ಕಂಡಿತು ಎಂದು ಹೇಳುವ ಅವಶ್ಯಕತೆಯೇನಿಲ್ಲ. ನಾಗರಿಕ ಅಸಹಕಾರ ಚಳವಳಿಯನ್ನು ಆರಂಭಿಸಲು ಪೂರ್ಣ ಸಿದ್ಧತೆಯನ್ನು ಮಾಡಲಾಗಿತ್ತು. ಇದನ್ನು ಕುರಿತಂತೆ ಎರಡು ಅಥವಾ ಮೂರು ವಿಷಯಗಳ ಬಗ್ಗೆ ಚರ್ಚಿಸಲಾಗಿತ್ತು. ಜನ ಸಮುದಾಯ ಸುಲಭವಾಗಿ ಉಲ್ಲಂಘಿಸಲು ಅವಕಾಶ ಇರುವಂತಹ ಕಾನೂನುಗಳ ಬಗ್ಗೆ

ಮಾತ್ರ ನಾಗರಿಕ ಶಾಸನ ಭಂಗ ಚಳವಳಿಯನ್ನು ನಡೆಸಬಹುದೆಂದು ತೀರ್ಮಾನಿಸಲಾಗಿತ್ತು. ಉಪ್ಪಿನ ತೆರಿಗೆ ತುಂಬಾ ಜನವಿರೋಧಿಯಾಗಿತ್ತು. ಅದನ್ನು ರದ್ದು ಮಾಡುವಂತೆ ಸ್ವಲ್ಪ ಕಾಲದಿಂದಲೂ ಪ್ರಬಲ ಚಳವಳಿಯೊಂದು ನಡೆಯುತ್ತಿತ್ತು. ಆದ್ದರಿಂದ ಉಪ್ಪಿನ ಕಾಯಿದೆಯನ್ನು ಉಲ್ಲಂಘಿಸಿ ಜನರು ತಮ್ಮ ಮನೆಗಳಲ್ಲಿ ಸಮುದ್ರದ ನೀರಿನಿಂದ ಉಪ್ಪನ್ನು ತಯಾರಿಸಲು ಸಿದ್ಧರಾಗಬಹುದೆಂದು ನಾನು ಸಲಹೆ ಕೊಟ್ಟೆ. ನನ್ನ ಇತರ ಸಲಹೆಯು ನಿಷೇಧಿಸಲಾಗಿದ್ದ ಸಾಹಿತ್ಯದ ಮಾರಾಟವನ್ನು ಕುರಿತದ್ದಾಗಿತ್ತು. ನನ್ನ ಎರಡು ಪುಸ್ತಕಗಳು ಅಂದರೆ 'ಹಿಂದ್ ಸ್ವರಾಜ್' ಮತ್ತು 'ಸರ್ವೋದಯ (ರಸ್ಕಿನ್‌ನ ಅನ್ ಟು ದಿಸ್ ಲಾಸ್ಟ್ ನ ಗುಜರಾತಿ ರೂಪಾಂತರ) ಎಂಬ ಕೃತಿಗಳನ್ನು ಆಗಲೇ ನಿಷೇಧಿಸಲಾಗಿತ್ತು. ಈ ಉದ್ದೇಶಕ್ಕೆ ಅವು ಆ ಸಮಯಕ್ಕೆ ಸರಿಯಾಗಿ ಒದಗಿಬಂದವು. ಅವನ್ನು ಮುದ್ರಿಸಿ ಬಹಿರಂಗವಾಗಿ ಮಾರಾಟಮಾಡುವುದು ನಾಗರಿಕ ಕಾನೂನನ್ನು ಉಲ್ಲಂಘಿಸಲು ಅತಿ ಸುಲಭ ಮಾರ್ಗವಾಗಿತ್ತು. ಆದ್ದರಿಂದ ಸಾಕಷ್ಟು ಸಂಖ್ಯೆಯಲ್ಲಿ ಪುಸ್ತಕಗಳ ಪ್ರತಿಗಳನ್ನು ಮುದ್ರಿಸಲಾಯ್ತು. ಬೃಹತ್ ಸಭೆಯ ಕಡೆಯಲ್ಲಿ ಅವನ್ನು ಮಾರಲು ಏರ್ಪಾಡು ಮಾಡಲಾಯ್ತು.

ಅದೇ ದಿನ ಸಾಯಂಕಾಲ ಉಪವಾಸ ಮುಗಿದ ತರುವಾಯ ಆ ಸಭೆಯನ್ನು ನಡೆಸಲು ತೀರ್ಮಾನಿಸಲಾಗಿತ್ತು. 6ನೇ ತಾರೀಖು ಸಾಯಂಕಾಲ ಸ್ವಯಂಸೇವಕರುಗಳ ದಂಡು ನಿಷೇಧಿಸಲ್ಪಟ್ಟಿದ್ದ ಕೃತಿಗಳನ್ನು ಜನರಿಗೆ ಮಾರಲು ಹೊರಟಿತು. ನಾನು ಮತ್ತು ಶ್ರೀಮತಿ ಸರೋಜಿನಿ ನಾಯ್ಡು ಕಾರುಗಳಲ್ಲಿ ಕೂತು ಹೊರಗೆ ಹೊರಟೆವು. ಬಹು ಬೇಗನೇ ಎಲ್ಲ ಪ್ರತಿಗಳು ಮಾರಾಟವಾದವು. ಈ ಮಾರಾಟದಿಂದ ಬಂದ ಹಣವನ್ನು ಮುಂದಿನ ನಾಗರಿಕ ಶಾಸನ ಭಂಗ ಚಳವಳಿಗೆ ಬಳಸಿಕೊಳ್ಳಬೇಕೆಂದು ನಿರ್ಧರಿಸಲಾಗಿತ್ತು. ಈ ಎರಡೂ ಪುಸ್ತಕಗಳ ಒಂದೊಂದು ಪ್ರತಿಗೆ ನಾಲ್ಕಾಣೆ ಎಂದು ಬೆಲೆಯನ್ನು ನಿಗದಿಪಡಿಸಲಾಗಿತ್ತು. ಆದರೆ ಯಾರೂ ಕೇವಲ ಅವುಗಳ ಮುಖಬೆಲೆಯನ್ನು ಮಾತ್ರ ಕೊಟ್ಟು ನನ್ನಿಂದ ಕೊಂಡ ನೆನಪೇ ಇಲ್ಲ. ಅದಿಕ ಸಂಖ್ಯೆಯಲ್ಲಿ ಜನರು ತಮ್ಮ ಜೇಬುಗಳಲ್ಲಿದ್ದ ಎಲ್ಲ ಹಣವನ್ನು ಸುಮ್ಮನೇ ಸುರಿದು ತಮ್ಮ ಪ್ರತಿಯನ್ನು ಕೊಂಡಿದ್ದರು. ಒಂದೇ ಒಂದು ಪ್ರತಿಯ ಬೆಲೆಗೆ ಪ್ರತಿಯಾಗಿ ಐದು ಮತ್ತು ಹತ್ತು ರೂಪಾಯಿ ನೋಟುಗಳು ಹಾರಾಡಿದವು. ಒಂದು ಪ್ರಸಂಗದಲ್ಲಿ ಪ್ರತಿಯನ್ನು ಐವತ್ತು ರೂಪಾಯಿಗೆ ಮಾರಿದ ನೆನಪಿದೆ! ನಿಷೇಧಿಸಲ್ಪಟ್ಟ ಪುಸ್ತಕವನ್ನು ಕೊಂಡದ್ದಕ್ಕೆ ಅವರನ್ನು ಬಂಧಿಸಬಹುದು ಮತ್ತು ಸೆರೆಮನೆಗೆ ದೂಡಬಹುದು ಎಂದು ಜನರಿಗೆ ಸರಿಯಾಗಿ ವಿವರಿಸಲಾಗಿತ್ತು. ಆದರೆ ಆ ಕ್ಷಣದಲ್ಲಿ ಜನರು ಸೆರೆಮನೆಗೆ ಹೋಗಬೇಕಾಗಬಹುದೆಂಬ ಭಯವನ್ನು ತ್ಯಜಿಸಿದ್ದರು.

ತರುವಾಯ ತಿಳಿದು ಬಂದ ಪ್ರಕಾರ ತಾನು ನಿಷೇದಿಸಿದ್ದ ಪುಸ್ತಕಗಳನ್ನು ವಾಸ್ತವವಾಗಿ ಮಾರಲಿಲ್ಲವೆಂದೂ ಮತ್ತು ಮಾರಲಾಗಿದ್ದ ಪುಸ್ತಕಗಳು ನಿಷೇಧಿಸಲ್ಪಟ್ಟ ಸಾಹಿತ್ಯದ ಅರ್ಥವಿವರಣೆಯಡಿಯಲ್ಲಿ ಬರುವುದಿಲ್ಲವೆಂದು ಸರ್ಕಾರವು ತನಗೆ ಅನುಕೂಲಕರವಾಗುವ ರೀತಿಯಲ್ಲಿ ಅಭಿಪ್ರಾಯಪಟ್ಟಿತ್ತು. ಮರುಮುದ್ರಣವಾಗಿದ್ದ ಪುಸ್ತಕಗಳು ನಿಷೇಧಿಸಲ್ಪಟ್ಟ ಪುಸ್ತಕಗಳ ಹೊಸ ಆವೃತ್ತಿಗಳಾಗಿದ್ದು ಅವನ್ನು ಮಾರುವುದು ಕಾನೂನಿನ ಪ್ರಕಾರ ಅಪರಾಧವಾಗುವುದಿಲ್ಲ ಎಂದು ಸರ್ಕಾರವು ಅಭಿಪ್ರಾಯಪಟ್ಟಿತು. ಇದರಿಂದಾಗಿ ಎಲ್ಲರಿಗೂ ಆಶಾಭಂಗವಾಗಿತ್ತು.

ಮಾರನೇ ದಿನ ಬೆಳಗ್ಗೆ ಸ್ವದೇಶಿ ಮತ್ತು ಹಿಂದು - ಮುಸ್ಲಿಂ ಐಕ್ಯತೆಯನ್ನು ಕುರಿತಂತೆ ಪ್ರತಿಜ್ಞೆಯನ್ನು ಬೋಧಿಸಲು ಇನ್ನೊಂದು ಸಭೆಯನ್ನು ಏರ್ಪಡಿಸಲಾಗಿತ್ತು. ವಿಠಲ್‌ದಾಸ್ ಜೆರಜಾನಿ ಅವರಿಗೆ ಹೊಳೆಯುವುದೆಲ್ಲವೂ ಚಿನ್ನವಲ್ಲ ಎಂದು ಮನವರಿಕೆಯಾಗಿತ್ತು. ಕೇವಲ ಕೈಬೆರಳುಗಳಲ್ಲಿ ಎಣಿಸುವಷ್ಟು ಮಂದಿ ಬಂದಿದ್ದರು. ನನಗೆ ಚೆನ್ನಾಗಿ ನೆನಪಿರುವ ಪ್ರಕಾರ ಆ ಸಂದರ್ಭದಲ್ಲಿ ಕೆಲವು ಸಹೋದರಿಯರು (ಸಿಸ್ಟರ್ಸ್) ಹಾಜರಿದ್ದರು. ಕೆಲವೇ ಕೆಲವು ಪುರುಷರು ಹಾಜರಿದ್ದರು. ನಾನಾಗಲೇ ಪ್ರತಿಜ್ಞಾವಚನದ ಕರಡನ್ನು ತಯಾರಿಸಿಕೊಂಡು ನನ್ನ ಜತೆಯಲ್ಲಿ ತಂದಿದ್ದೆ. ಅವರಿಗೆ ಪ್ರತಿಜ್ಞೆಯನ್ನು ಬೋಧಿಸುವ ಮುಂಚೆ ಚೆನ್ನಾಗಿ ಅದರ ಅರ್ಥವನ್ನು ವಿವರಿಸಿದೆ. ಹಾಜರಿ ಕಡಿಮೆ ಇದ್ದುದು ನನಗೆ ಅಚ್ಚರಿಯನ್ನೂ ತರಲಿಲ್ಲ. ಇಲ್ಲವೇ ಅದರಿಂದ ನನಗೆ ವಿಷಾದವೂ ಆಗಲಿಲ್ಲ. ಏಕೆಂದರೆ ಜನರ ಪ್ರವೃತ್ತಿಯಲ್ಲಿ ಇಂತಹ ವಿಭಿನ್ನ ಗುಣಲಕ್ಷಣವನ್ನು ನಾನು ಗಮನಿಸಿದ್ದೆ. ಪ್ರಚೋದಕ ಕೆಲಸದ ಬಗ್ಗೆ ಪಕ್ಷಪಾತ ಮತ್ತು ಸಾಕಷ್ಟು ರಚನಾತ್ಮಕವಾಗಿರುವ ಪ್ರಯತ್ನದ ಬಗ್ಗೆ ಅಸಡ್ಡೆ - ಜನರ ಈ ಮನೋಭಾವವನ್ನು ನಾನು ಗಮನಿಸಿದ್ದೆ. ಈ ವಿಭಿನ್ನ ಗುಣ ಇಂದು ಕೂಡಾ ಹಾಗೆಯೇ ಉಳಿದುಕೊಂಡಿದೆ.

ಆದರೆ ನಾನು ಈ ವಿಷಯಕ್ಕೆ ಒಂದು ಅಧ್ಯಾಯವನ್ನೇ ಮೀಸಲಿಡಬೇಕಾಗುವುದು. ಮತ್ತೆ ಕಥೆಯ ಕಡೆಗೆ ಹೊರಳುತ್ತೇನೆ. 7ನೇ ತಾರೀಖಿನ ರಾತ್ರಿ ನಾನು ದೆಹಲಿಗೆ ಮತ್ತು ಅಮೃತ್‌ಸರಕ್ಕೆ ಹೊರಟೆ. 8ನೇ ತಾರೀಖು ನಾನು ಮಥುರಾವನ್ನು ಮುಟ್ಟುತ್ತಿದ್ದಂತೆ ಪ್ರಾಯಶಃ ನನ್ನ ಬಂಧನವಾಗಬಹುದು ಎಂಬ ವದಂತಿಯನ್ನು ಕೇಳಿದೆ. ಮಥುರಾವನ್ನು ಬಿಟ್ಟ ತರುವಾಯ ಬಂದ ನಿಲ್ದಾಣದಲ್ಲಿ ಆಚಾರ್ಯ ಗಿದ್ವಾನಿ ನನ್ನನ್ನು ನೋಡಲು ಬಂದರು ಮತ್ತು ನನ್ನ ದಸ್ತಗಿರಿಯಾಗುವುದು ಎಂಬ ಖಚಿತ ಸುದ್ದಿಯನ್ನು ನನಗೆ ಮುಟ್ಟಿಸಿದರು. ನನಗೆ ಅವಶ್ಯಕವಿರುವ ಸೇವೆಯನ್ನು ನೀಡುವುದಾಗಿ ತಿಳಿಸಿದರು. ನಾನು ಅವರನ್ನು ವಂದಿಸುತ್ತ ನನಗೆ ಅವಶ್ಯಕವಾದರೆ ಅವರ ಸಹಾಯವನ್ನು ಪಡೆಯುವುದಾಗಿ ಭರವಸೆ ಕೊಟ್ಟೆ.

ಪಲ್‌ವಾಲ್ ಸ್ಟೇಷನ್‌ಅನ್ನು ರೈಲು ಮುಟ್ಟುವುದಕ್ಕೂ ಮುಂಚಿತವಾಗಿ ನನಗೊಂದು ಆದೇಶವನ್ನು ಬರಹದಲ್ಲಿ ಜಾರಿಮಾಡಲಾಯ್ತು. 'ನಾನು ಅಲ್ಲಿಗೆ ಹೋದರೆ ಶಾಂತಿಭಂಗವಾಗುವ ಸಂಭವವಿರುವುದರಿಂದ ಪಂಜಾಬ್‌ನ ಸರಹದ್ದನ್ನು ಪ್ರವೇಶಿಸದಂತೆ ನನ್ನನ್ನು ನಿರ್ಬಂಧಿಸಲಾಗಿತ್ತು.' ಎಂದು ಆದೇಶಿಸಲಾಗಿತ್ತು. ಪೊಲೀಸರು ನನಗೆ ರೈಲಿನಿಂದ ಕೆಳಗಿಳಿಯುವಂತೆ ತಿಳಿಸಿದರು. ನಾನು ಅವರ ಆಜ್ಞೆಯನ್ನು ನಿರಾಕರಿಸುತ್ತ ಹೇಳಿದೆ: 'ಅಗ್ರಹಪೂರ್ವಕವಾಗಿ ನನ್ನನ್ನು ಆಹ್ವಾನಿಸಿರುವುದರಿಂದ ನಾನು ಪಂಜಾಬ್‌ಗೆ ಹೋಗಲು ಇಷ್ಟಪಡುತ್ತಿದ್ದೇನೆ. ನಾನು ಅಶಾಂತಿಯನ್ನು ಉತ್ತೇಜಿಸಲು ಅಲ್ಲಿಗೆ ಹೋಗುತ್ತಿರಲಿಲ್ಲ ಆದರೆ ಅದರ ಉಪಶಮನಮಾಡಲು ಅಲ್ಲಿಗೆ ಹೋಗುತ್ತಿದ್ದೇನೆ. ಆದ್ದರಿಂದ ಈ ಅಪ್ಪಣೆಯ ಪ್ರಕಾರ ನಡೆದುಕೊಳ್ಳಲು ನನಗೆ ಸಾಧ್ಯವಾಗುವುದಿಲ್ಲ ಎಂದು ತಿಳಿಸಲು ವಿಷಾದವಾಗುತ್ತಿದೆ.'

ಕಡೆಗೂ ರೈಲು ಪಲ್‌ವಾಲ್‌ಅನ್ನು ಮುಟ್ಟಿತು. ಮಹದೇವ್ ನನ್ನ ಜತೆಯಲ್ಲಿದ್ದರು. ನಾನು ಅವರಿಗೆ ದೆಹಲಿಗೆ ಹೋಗಿ ಸ್ವಾಮಿ ಶ್ರದ್ಧಾನಂದ್‌ಜೀಅವರಿಗೆ ನಡೆದದ್ದೆಲ್ಲದರ ಬಗ್ಗೆ ಸುದ್ದಿಯನ್ನು ಮುಟ್ಟಿಸುವಂತೆ ತಿಳಿಸಿದೆ. ಜನರಿಗೆ ಶಾಂತಿಯಿಂದಿರುವಂತೆ ತಿಳಿಸಬೇಕೆಂದು ಹೇಳಿದೆ.

ನಾನು ಏತಕ್ಕಾಗಿ ನನ್ನ ಮೇಲೆ ಜಾರಿಮಾಡಿದ್ದ ಆದೇಶವನ್ನು ಉಲ್ಲಂಘಿಸಲು ತೀರ್ಮಾನಿಸಿದೆ ಮತ್ತು ಅದನ್ನು ಉಲ್ಲಂಘಿಸಿದ್ದಕ್ಕಾಗಿ ಏಕೆ ಶಿಕ್ಷೆಯನ್ನು ಅನುಭವಿಸಬೇಕಾಯ್ತು ಎಂಬುದರ ಬಗ್ಗೆ ವಿವರಿಸಲು ಅವರಿಗೆ ತಿಳಿಸಿದೆ. ನನ್ನ ಮೇಲೆ ಯಾವುದೇ ಶಿಕ್ಷೆಯನ್ನು ಹೇರಿದರೂ ಪೂರ್ಣವಾಗಿ ಶಾಂತಿಯನ್ನು ಕಾಪಾಡಿಕೊಂಡರೆ ನಮ್ಮ ಪಕ್ಷಕ್ಕೆ ಅನಿವಾರ್ಯವಾಗಿ ಜಯ ಏಕೆ ಸಿಗುವುದು ಎಂಬುದನ್ನು ವಿವರಿಸುವಂತೆ ತಿಳಿಸಿದೆ.

ಪಲ್‌ವಾಲ್ ಸ್ಟೇಷನ್‌ನಲ್ಲಿ ನನ್ನನ್ನು ರೈಲಿನಿಂದ ಹೊರಕ್ಕೆ ಕರೆದುಕೊಂಡು ಬರಲಾಯ್ತು ಮತ್ತು ಪೊಲೀಸ್ ಕಾವಲಿ (ಕಸ್ಟಡಿ)ನಲ್ಲಿ ಇಡಲಾಯ್ತು. ಸ್ವಲ್ಪ ಹೊತ್ತಿನಲ್ಲಿ ದೆಹಲಿಯಿಂದ ರೈಲೊಂದು ಬಂತು. ಮೂರನೇ ದರ್ಜೆಯ ಕ್ಯಾರೀಜ್‌ನಲ್ಲಿ ನನ್ನನ್ನು ಬಲವಂತವಾಗಿ ಕೂರಿಸಿದರು. ಪೊಲೀಸ್ ದಳವೊಂದು ನನ್ನ ಜತೆಯಲ್ಲಿತ್ತು. ಮಥುರಾವನ್ನು ಮುಟ್ಟುತ್ತಿದ್ದಂತೆ ನನ್ನನ್ನು ಪೊಲೀಸು ಚಾಳಿ (ಬ್ಯಾರಕ್)ಗೆ ಕರೆದುಕೊಂಡು ಹೋದರು. ನನಗೆ ಏನು ಮಾಡಬೇಕೆಂದಿದ್ದಾರೆ ಮತ್ತು ನನ್ನನ್ನು ಎಲ್ಲಿಗೆ ಕರೆದುಕೊಂಡು ಹೋಗಲಾಗುವುದು ಎಂಬುದರ ಬಗ್ಗೆ ಯಾವನೇ ಪೊಲೀಸು ಅಧಿಕಾರಿ ನನಗೆ ಏನೂ ಹೇಳಲಾರದವನಾಗಿದ್ದ. ಮಾರನೇ ದಿನ ಬೆಳಗ್ಗೆ 4 ಗಂಟೆಯ ಹೊತ್ತಿಗೆ ನನ್ನನ್ನು ಎಬ್ಬಿಸಿದರು ಮತ್ತು ಗುಡ್ಸ್‌ರೈಲಿನಲ್ಲಿ ಕೂರಿಸಿದರು. ಅದು ಮುಂಬಯಿಯ ಕಡೆಗೆ ಹೋಗುತ್ತಿತ್ತು. ಮಧ್ಯಾಹ್ನದ ಹೊತ್ತಿಗೆ ಮತ್ತೆ ನನ್ನನ್ನು ಸವಾಯ್ ಮಾಧೋಪುರ್‌ನಲ್ಲಿ ಇಳಿಸಿದರು. ಲಾಹೋರ್‌ನಿಂದ ಮೆಯ್ಲ್ ರೈಲಿನಲ್ಲಿ ಬಂದಿದ್ದ ಪೊಲೀಸು ಇನ್‌ಸ್ಪೆಕ್ಟರ್ ಮಿ. ಬೌರಿಂಗ್ ನನ್ನನ್ನು ತನ್ನ ವಶಕ್ಕೆ ತೆಗೆದುಕೊಂಡ. ನನ್ನನ್ನು ಅವನ ಜತೆಯಲ್ಲಿ ಮೊದಲನೇ ದರ್ಜೆಯಲ್ಲಿ ಕೂರಿಸಿದರು. ಈಗ ನಾನು ಸಾಮಾನ್ಯ ಕೈದಿಯ ಸ್ಥಾನ ಬಿಟ್ಟು 'ಸಂಭಾವಿತ ಕೈದಿ'ಯ ಸ್ಥಾನಕ್ಕೇರಿದ್ದೆ. ಈ ಅಧಿಕಾರಿಯು ಸರ್ ಮೈಕೇಲ್ ಓಡ್ವಯರ್‌ನನ್ನು ದೀರ್ಘವಾಗಿ ಪ್ರಶಂಸಿಸಿ ಮಾತಾಡಿದ. ವೈಯಕ್ತಿಕವಾಗಿ ಸರ್ ಮೈಕೇಲ್‌ಗೆ ನನ್ನ ಮೇಲೆ ದ್ವೇಷವಿಲ್ಲವೆಂದು ತಿಳಿಸಿದ. ನಾನು ಪಂಜಾಬ್‌ಅನ್ನು ಪ್ರವೇಶಿಸಿದರೆ ಶಾಂತಿ ಭಂಗವಾಗುವುದೆಂದು ಮಾತ್ರ ಅವನು ಭಯಪಟ್ಟಿದ್ದಾಗಿಯೂ ತಿಳಿಸಿದ. ಹೀಗೆ ಅವನು ಏನೇನೋ ಮಾತಾಡಿದ. ಕಡೆಯಲ್ಲಿ ನನಗೆ ಮುಂಬಯಿಗೆ ನನ್ನ ಸ್ವಂತ ಇಚ್ಛೆಯಂತೆ ಹಿಂದಿರುಗಲು ತಿಳಿಸಿದ. ಪಂಜಾಬ್‌ನ ಸರಹದ್ದನ್ನು ದಾಟುವುದಿಲ್ಲವೆಂದು ಒಪ್ಪಿಕೊಳ್ಳುವಂತೆ ತಿಳಿಸಿದ. ನನಗೆ ಈ ಅಪ್ಪಣೆಯಂತೆ ನಡೆದುಕೊಳ್ಳಲು ಸಾಧ್ಯವಾಗುವುದಿಲ್ಲವೆಂದು ತಿಳಿಸಿದೆ. ನನ್ನ ಸ್ವಂತ ಇಚ್ಛೆಯಂತೆ ಹಿಂದಿರುಗಲು ತಯಾರಿಲ್ಲವೆಂದು ತಿಳಿಸಿದೆ. ಇದರಿಂದಾಗಿ ಅಧಿಕಾರಿಗೆ ಬೇರೆ ದಾರಿಯೇ ಇಲ್ಲ ಎನ್ನುವಂತಾಯಿತು. ತಾನು ನನ್ನ ವಿರುದ್ಧ ಕಾನೂನಿನ ಪ್ರಕಾರ ಕ್ರಮ ತೆಗೆದುಕೊಳ್ಳುವುದಾಗಿ ತಿಳಿಸಿದ. 'ನೀವು ನನ್ನನ್ನು ಏನು ಮಾಡಬೇಕೆಂದು ಇಷ್ಟಪಡುವಿರಿ?' ಎಂದು ನಾನು ಪ್ರಶ್ನಿಸಿದೆ. ತನಗೇನೂ ಗೊತ್ತಿಲ್ಲವೆಂದೂ ಮುಂದಿನ ಆದೇಶಕ್ಕಾಗಿ ಕಾಯುತ್ತಿರುವುದಾಗಿ ತಿಳಿಸಿದ. 'ಸದ್ಯ ನಾನು ನಿಮ್ಮನ್ನು ಮುಂಬಯಿಗೆ ಕರೆದುಕೊಂಡು ಹೋಗುತ್ತಿದ್ದೇನೆ.' ಎಂದು ತಿಳಿಸಿದ.

ನಾವು ಸೂರತ್‌ಅನ್ನು ಮುಟ್ಟಿದೆವು. ಇಲ್ಲಿ ನನ್ನನ್ನು ಇನ್ನೊಬ್ಬ ಪೊಲೀಸ್ ಅಧಿಕಾರಿಯ ವಶಕ್ಕೆ ಒಪ್ಪಿಸಲಾಯ್ತು ನಾವು ಮುಂಬಯಿಯನ್ನು ಮುಟ್ಟುತ್ತಿದ್ದಂತೆ ಅವನು ಹೇಳಿದ: 'ಈಗ ನೀವು ಸ್ವತಂತ್ರರು. ನೀವು ಮೆರಿನ್ ಲೈನ್ಸ್‌ನಲ್ಲಿ ಇಳಿದರೆ ಒಳ್ಳೆಯದು. ಅಲ್ಲಿ ನಿಮಗಾಗಿ

ರೈಲನ್ನು ನಿಲ್ಲಿಸುತ್ತೇನೆ. ಕೊಲಾಬಾದಲ್ಲಿ ದೊಡ್ಡ ಗುಂಪು ಇರುವ ಸಂಭವವವಿದೆ.' ಅವನ ಇಷ್ಟದಂತೆ ನಡೆದುಕೊಳ್ಳಲು ನನಗೂ ಇಷ್ಟ ಎಂದು ನಾನು ಅವನಿಗೆ ಹೇಳಿದೆ. ಅವನಿಗೆ ಇದರಿಂದ ಸಂತೋಷವಾಯ್ತು. ನನ್ನನ್ನು ವಂದಿಸಿದ. ಅವನ ಇಷ್ಟದಂತೆ ನಾನು ಮೆರಿನ್ ಲೈನ್ಸ್‌ನಲ್ಲಿ ಇಳಿದೆ. ಅದೇ ಸಮಯಕ್ಕೆ ಸರಿಯಾಗಿ ನನ್ನ ಗೆಳೆಯನೊಬ್ಬನ ಗಾಡಿ ಹಾದು ಹೋಗುತ್ತಿತ್ತು. ಆ ಗಾಡಿಯಲ್ಲಿ ಕುಳಿತುಕೊಂಡು ನಾನು ರೇವಾಶಂಕರ್ ಜವೇರಿಅವರ ಸ್ಥಳಕ್ಕೆ ಹೋದೆ. ನನ್ನ ಬಂಧನದ ಸುದ್ದಿ ಜನರನ್ನು ಸಿಟ್ಟಿಗೆಬ್ಬಿಸಿದೆಯೆಂದೂ ಅವರಲ್ಲಿ ಹುಚ್ಚು ಉನ್ಮಾದ ಕೆರಳಿದೆಯೆಂದು ಗೆಳೆಯನು ನನಗೆ ತಿಳಿಸಿದ. 'ಪೈಧುನಿಯ ಬಳಿ ಯಾವ ಕ್ಷಣದಲ್ಲಾದರೂ ದೊಂಬಿ ಹಠಾತ್ತನೆ ಆರಂಭವಾಗಬಹುದು. ಮ್ಯಾಜಿಸ್ಟ್ರೇಟ್ ಮತ್ತು ಪೊಲೀಸರು ಈಗಾಲೇ ಅಲ್ಲಿಗೆ ಬಂದಿದ್ದಾರೆ.' ಎಂದು ಅವನು ಹೇಳಿದ.

ನಾನಿನ್ನೂ ತಲುಪಬೇಕಾಗಿರುವ ನನ್ನ ಸ್ಥಳವನ್ನು ಮುಟ್ಟುವಷ್ಟರಲ್ಲಿ ಉಮರ್ ಸೋಭಾನಿ ಮತ್ತು ಅನುಸೂಯಾ ಬೆಹ್ನ್ ಅಲ್ಲಿಗೆ ಬಂದರು. ತಕ್ಷಣವೇ ಮೋಟಾರ್‌ನಲ್ಲಿ ಕುಳಿತುಕೊಂಡು ಪೈಧುನಿಗೆ ಹೊರಡಬೇಕೆಂದು ತಿಳಿಸಿದರು. 'ಜನರು ಸಮಾಧಾನವನ್ನು ಕಳೆದುಕೊಂಡಿದ್ದಾರೆ ಮತ್ತು ತುಂಬಾ ಉದ್ರಿಕ್ತರಾಗಿದ್ದಾರೆ. ನಮಗೆ ಅವರನ್ನು ಶಾಂತಗೊಳಿಸಲು ಸಾಧ್ಯವಾಗಿಲ್ಲ. ನೀವು ಅವರ ಎದುರು ಕಾಣಿಸಿಕೊಂಡರೆ ಮಾತ್ರ ಅವರನ್ನು ಸಾಂತ್ವನಗೊಳಿಸಲು ಸಾಧ್ಯವಾಗುವುದು' ಎಂದು ಅವರು ಹೇಳಿದರು.

ನಾನು ಕಾರ್‌ನಲ್ಲಿ ಕೂತೆ. ಪೈಧುನಿಯ ಬಳಿ ಜನರ ಭಾರಿ ಗುಂಪು ನೆರೆದಿದ್ದುದನ್ನು ಕಂಡೆ. ನನ್ನನ್ನು ನೋಡುತ್ತಿದ್ದಂತೆ ಜನರು ಹುಚ್ಚರಂತೆ ಆನಂದದಿಂದ ಕೂಣೆದಾಡಿದರು. ತಕ್ಷಣವೇ ಮೆರವಣಿಗೆ ಹೊರಡಲು ಏರ್ಪಾಡುಮಾಡಲಾಯ್ತು. ಆಕಾಶವನ್ನು ಮುಟ್ಟುವಂತೆ ವಂದೇ ಮಾತರಂ ಮತ್ತು ಅಲ್ಲಾಹೋ ಅಕ್ಬರ್ ಕೂಗುಗಳು ಕೇಳಿಬರಲಾರಂಭಿಸಿದವು. ಪೈಧುನಿಯಲ್ಲಿ ಪೊಲೀಸು ಕುದುರೆ ಸವಾರರ ಪಡೆಯನ್ನು ಕಂಡೆವು. ಮೇಲಿನಿಂದ ಇಟ್ಟಿಗೆ ಚೂರುಗಳ ಮಳೆ ಬೀಳುತ್ತಿತ್ತು. ನಾನು ಶಾಂತರಾಗಿರಬೇಕೆಂದು ಗುಂಪನ್ನು ಪ್ರಾರ್ಥಿಸಿದೆ. ಆದರೆ ಇಟ್ಟಿಗೆ ಚೂರುಗಳ ಮಳೆಯಿಂದ ನಮಗೆ ತಪ್ಪಿಸಿಕೊಳ್ಳಲು ಸಾಧ್ಯವೇ ಇಲ್ಲ ಎಂದು ಕಂಡುಬಂತು. ಮೆರವಣಿಗೆಯು ಅಬ್ದುರ್ ರಹ್‌ಮಾನ್ ಬೀದಿಯನ್ನು ಬಿಟ್ಟು ಕ್ರಾಫರ್ಡ್ ಮಾರುಕಟ್ಟೆಯ ಕಡೆಗೆ ಹೊರಡಬೇಕಾಗಿತ್ತು. ಅಷ್ಟರಲ್ಲಿ ಹಠಾತ್ತಾಗಿ ಪೊಲೀಸು ಕುದುರೆಸವಾರ ಪಡೆಯು ಗುಂಪಿನ ಎದುರು ಬಂತು. ಫೋರ್ಟ್‌ನ ದಿಕ್ಕಿನಲ್ಲಿ ಇನ್ನೂ ಮುಂದುವರೆಯುವುದನ್ನು ತಡೆಯಲು ಆ ಪಡೆಯು ಎದುರಾಗಿತ್ತು. ಗುಂಪು ಒತ್ತೊತ್ತಾಗಿ ನೆರೆದಿತ್ತು. ಗುಂಪು ಪೊಲೀಸುಕಾವಲಿನ ಮೂಲಕ ನುಗ್ಗುತ್ತ ಬಹುಮಟ್ಟಿಗೆ ಒಡೆದುಹೋಗಿತ್ತು. ಆ ವಿಶಾಲ ಸಮೂಹದಲ್ಲಿ ನನ್ನ ದನಿ ಯಾರಿಗಾದರೂ ಕೇಳುವ ಅವಕಾಶವೇ ಇರಲಿಲ್ಲ. ಆ ಸಮಯದಲ್ಲಿ ಪೊಲೀಸು ಕುದುರೆ ಸವಾರ ಪಡೆಯ ಮುಖ್ಯ ಅಧಿಕಾರಿಯು ಗುಂಪನ್ನು ಚೆದುರಿಸುವಂತೆ ಅಪ್ಪಣೆ ಮಾಡಿದ. ತಕ್ಷಣವೆ ಕುದುರೆಗಳ ಮೇಲೆ ಕೂತಿದ್ದ ಪೊಲಿಸರು ಗುಂಪಿನತ್ತ ನುಗ್ಗುತ್ತ ತಮ್ಮ ಭಲ್ಲೆ (ಲಾನ್ಸ್)ಗಳನ್ನು ಝಳಪಿಸಲಾರಂಭಿಸಿದರು. ಒಂದು ಕ್ಷಣ ನನಗೂ ಅದು ತಗುಲಿ ಗಾಯವಾಗಬಹುದೆಂದು ಭಯಪಟ್ಟೆ. ಆದರೆ ನನ್ನ ಅಳುಕಿಗೆ ತಳಬುಡವಿರಲಿಲ್ಲ. ಏಕೆಂದರೆ ಭಲ್ಲೆಗಳನ್ನು ಹಿಡಿದುಕೊಂಡವರು ವೇಗವಾಗಿ ಹಾದುಹೋಗುವಾಗ ಭಲ್ಲೆಗಳು ಕೇವಲ ಕಾರನ್ನು ಉಜ್ಜಿಕೊಂಡು ಹೋಗಿದ್ದವು. ಜನರ ಸಾಲುಗಳು ಬೇಗನೇ

ಚೆದುರಿಹೋದವು. ಜನರು ದಿಕ್ಕೆಟ್ಟು ಜೆಲ್ಲಾಪಿಲ್ಲಿಯಾಗಿದ್ದರು. ಏನೂ ಮಾಡಲು ತೋಚದೇ ಓಡ ತೊಡಗಿದರು. ಕೆಲವರು ಪಾದದಡಿಯಲ್ಲಿ ಸಿಕ್ಕು ಅಜ್ಜಿಬಿಜ್ಜಿಯಾದರು, ಇತರರು ಬಡಿತಕ್ಕೆ ಸಿಕ್ಕು ಬಹಳವಾಗಿ ಚೆಚ್ಚಲ್ಪಟ್ಟರು ಮತ್ತು ನಜ್ಜುಗುಜ್ಜಾದರು ಮನುಷ್ಯತ್ವ ಅಂತಹ ದಾರುಣ್ಯ ಸ್ಥಿತಿಯಲ್ಲಿದ್ದಾಗ (ಅಂದರೆ ಜನರು ರಕ್ತ ಸುರಿಸುತ್ತ, ನರಳುತ್ತ ಬಿದ್ದಿರುವಾಗ) ಕುದುರೆಗಳಿಗೆ ಹಾದುಹೋಗಲು ಅವಕಾಶವೇ ಇರಲಿಲ್ಲ ಮತ್ತು ಜನರಿಗೆ ಚೆದುರಲು ಕೂಡಾ ಜಾಗವೇ ಇರಲಿಲ್ಲ. ಆದ್ದರಿಂದ ಭಲ್ಲೆ ಹಿಡಿದುಕೊಂಡಿದ್ದ ಪೊಲೀಸರು ಕಣ್ಣುಮುಚ್ಚಿಕೊಂಡು ಹಿಂದೆ ಮುಂದೆ ನೋಡದೇ ಗುಂಪಿನಲ್ಲಿ ದಾರಿಮಾಡಿಕೊಳ್ಳುತ್ತ ಮುಂದುವರೆಯುತ್ತಿದ್ದರು. ತಾವೇನು ಮಾಡುತ್ತಿದ್ದೆವೆಂಬುದನ್ನು ಅವರು ನೋಡಬಲ್ಲರು ಎಂದು ಕೂಡಾ ನಾನು ಊಹಿಸಲಿಲ್ಲ. ಇಡೀ ಪ್ರಕರಣ ಅತ್ಯಂತ ಭಯಾನಕ ದೃಶ್ಯವಾಗಿತ್ತು. ಕುದುರೆ ಸವಾರರು ಮತ್ತು ಜನರು ಒಟ್ಟಿನಲ್ಲಿ ದಿಗ್ಭ್ರಾಂತಿಗೊಂಡು ಒಂದುಗೂಡಿದ್ದರು.

ಈ ಪ್ರಕಾರ ಗುಂಪನ್ನು ಚೆದುರಿಸಲಾಯ್ತು ಮತ್ತು ಅದು ಮುಂದುವರೆಯುವುದನ್ನು ತಡೆಯಲಾಯ್ತು. ನಮ್ಮ ಮೋಟಾರ್‌ಗೆ ಮುಂದೆ ಹೊರಡಲು ಅವಕಾಶ ಕೊಟ್ಟರು. ನಾನು ಕಮೀಷನರ್ ಕಛೇರಿಯ ಬಳಿ ಕಾರನ್ನು ನಿಲ್ಲಿಸಲು ಹೇಳಿದೆ. ಅವನಿಗೆ ಪೊಲೀಸರ ನಡತೆಯ ಬಗ್ಗೆ ದೂರು ಕೊಡಲು ಕಾರ್‌ನಿಂದ ಕೆಳಕ್ಕೆ ಇಳಿದೆ.

32. ಆ ಸ್ಮರಣೀಯ ವಾರ! - 2

ನಾನು ಕಮೀಷನ್ ಮಿ. ಗ್ರಿಫಿತ್‌ನ ಕಛೇರಿಗೆ ಹೋದೆ. ಕಛೇರಿಯ ಕಡೆ ಏರಲು ಇದ್ದ ಎಲ್ಲ ಮಹಡಿ ಮೆಟ್ಟಲುಗಳ ಮೇಲೆ ತಲೆಯಿಂದ ಕಾಲಿನ ಬೆರಳವರೆಗೆ ಶಸ್ತ್ರ ಸಜ್ಜಿತರಾಗಿದ್ದ ಸೈನಿಕರುಗಳನ್ನು ಕಂಡೆ. ಮಿಲಿಟರಿ ಕಾರ್ಯಾಚರಣೆಗೆ ಅವರೆಲ್ಲರೂ ಸಿದ್ಧರಾಗಿ ನಿಂತಂತಿತ್ತು. ವರಾಂಡ ಚಟುವಟಿಕೆಯಿಂದ ಕೂಡಿತ್ತು. ನಾನು ಕಛೇರಿಯನ್ನು ಪ್ರವೇಶಿಸುತ್ತಿದ್ದಂತೆ ನಾನು ಮಿ. ಬೌರಿಂಗ್, ಮಿ. ಗ್ರಿಫಿತ್ ಅವರೊಡನೆ ಕೂತಿರುವುದನ್ನು ಕಂಡೆ.

ನಾನು ಕಂಡಿದ್ದ ದೃಶ್ಯಗಳನ್ನು ಕಮೀಷನರ್‌ಗೆ ವಿವರಿಸಿದೆ. ಅವನು ಸಂಕ್ಷಿಪ್ತವಾಗಿ ಉತ್ತರಕೊಟ್ಟ: ಮೆರವಣಿಗೆಯುಫೋರ್ಟ್‌ಕಡೆಗೆ ಹೊರಡಬಾರದೆಂದು ನಾನು ಇಷ್ಟಪಟ್ಟಿದೆ. ಏಕೆಂದರೆ ಅಲ್ಲಿ ದಂಗೆಯಾಗುವ ಸಾಧ್ಯತೆಯಿತ್ತು. ಜನರ ಮನ ಒಲಿಸುವುದು ಅಸಾಧ್ಯವೆಂದು ನನಗೆ ಕಂಡುಬಂದದ್ದರಿಂದ ಕುದುರೆ ಸವಾರ (ಅಶ್ವಾರೋಹಿ) ಪೊಲೀಸರಿಗೆ ಗುಂಪಿನಲ್ಲಿ ರಭಸದಿಂದ ನುಗ್ಗುವಂತೆ ಅಪ್ಪಣೆ ಮಾಡದೇ ನನಗೆ ಬೇರೆ ದಾರಿಯೇ ಇರಲಿಲ್ಲ.'

'ಆದರೆ ಇದರ ಪರಿಣಾಮ ಏನಾಗಬಹುದು ಎಂದು ನಿಮಗೆ ಗೊತ್ತಿತ್ತು. ಕುದುರೆಗಳು ಜನರನ್ನು ತುಳಿದು ಅಜ್ಜಿ ಬಜ್ಜಿ ಮಾಡುತ್ತಿದ್ದವು ಎಂದು ನಿಮಗೆ ಗೊತ್ತಿತ್ತು. ಕುದುರೆ ಸವಾರ ಪೊಲೀಸು ದಳವನ್ನು ನೀವು ಅಲ್ಲಿಗೆ ಕಳಿಸುವ ಅವಶ್ಯಕತೆಯೇ ಇರಲಿಲ್ಲ' ಎಂದು ನಾನು ಹೇಳಿದೆ.

'ನೀವು ಅದನ್ನು ತೀರ್ಮಾನಿಸಲಾರಿರಿ.' ಎಂದು ಗ್ರಿಫಿತ್ ಹೇಳಿದ. 'ಜನರ ಮೇಲಿನ ನಿಮ್ಮ ಬೋಧನೆಯ ಪರಿಣಾಮದ ಬಗ್ಗೆ ನಿಮಗಿಂತ ನಮಗೆ ಪೊಲೀಸು ಅಧಿಕಾರಿಗಳಿಗೆ ಚೆನ್ನಾಗಿ ಗೊತ್ತಿದೆ. ನಾವು ಕಠಿಣ ಕ್ರಮಗಳನ್ನು ಪ್ರಾರಂಭಿಸದಿದ್ದರೆ ಪರಿಸ್ಥಿತಿಯು ನಮ್ಮ ಕೈಮೀರಿತ್ತಿತ್ತು. ಜನರ ಮೇಲಿನ ನಿಮ್ಮ ನಿಯಂತ್ರಣ ತಪ್ಪಿ ಹೋಗುತ್ತಿತ್ತು ಎಂಬುದು ಖಚಿತವಾಗಿತ್ತು ಕಾನೂನನ್ನು ಭಂಗಗೊಳಿಸಬೇಕೆಂಬುದು ಬಹುಬೇಗನೇ ಅವರ ಮನಸ್ಸಿಗೆ ಹಿಡಿಯುತ್ತದೆ. ಶಾಂತಿಯನ್ನು ಕಾಪಾಡಿಕೊಳ್ಳುವುದು ತಮ್ಮ ಕರ್ತವ್ಯ ಎಂಬ ತಿಳಿವಳಿಕೆ ಅವರ ಸಾಮರ್ಥ್ಯಕ್ಕೆ ಮೀರಿದುದು. ನಿಮ್ಮ ಆಶಯಗಳ ಬಗ್ಗೆ ನನ್ನಲ್ಲಿ ಯಾವುದೇ ಸಂಶಯವಿಲ್ಲ. ಆದರೆ ಅವು ಜನರಿಗೆ ಅರ್ಥವಾಗುವುದಿಲ್ಲ. ಅವರು ಅವರ ಸ್ವಾಭಾವಿಕ ಪ್ರವೃತಿಗಳನ್ನು ಅನುಸರಿಸುತ್ತಾರೆ.'

'ಇಲ್ಲಿ ನಾನು ನಿಮ್ಮೊಂದಿಗೆ ವಾದಕ್ಕೆ ಇಳಿಯುತ್ತೇನೆ. ಜನರು ಸ್ವಭಾವತಃ ಹಿಂಸಾಪ್ರಿಯರಲ್ಲ, ಆದರೆ ಅವರು ಶಾಂತಿಪ್ರಿಯರು' ಎಂದು ನಾನು ಉತ್ತರಕೊಟ್ಟೆ.

ಈ ಪ್ರಕಾರ ನಾವು ತುಂಬಾ ಹೊತ್ತು ವಾದಮಾಡಿದೆವು. ಕಡೆಯಲ್ಲಿ ಮಿ. ಗ್ರಿಫಿತ್ ಹೇಳಿದ: 'ನಿಮ್ಮ ಬೋಧನೆ ಜನರಲ್ಲಿ ವ್ಯರ್ಥವಾಯಿತೆಂದು ನಿಮಗೆ ಮನವರಿಕೆಯಾಯಿತೆಂದು ಭಾವಿಸೋಣ. ಆಗ ನೀವು ಏನು ಮಾಡುತ್ತಿದ್ದಿರಿ?'

'ಹಾಗೆ ಮನವರಿಕೆಯಾದರೆ ನಾನು ನಾಗರಿಕ ಅಸಹಕಾರ ಚಳವಳಿಯನ್ನು ಸ್ಥಗಿತಗೊಳಿಸಬೇಕು.'

'ನಿಮ್ಮ ಮಾತಿನ ಅರ್ಥವೇನು? ನಿಮ್ಮ ಬಿಡುಗಡೆಯಾದ ತಕ್ಷಣ ನೀವು ಪಂಜಾಬ್‌ಗೆ ಹೊರಡುವುದಾಗಿ ಮಿ. ಬೌರಿಂಗ್‌ಅವರಿಗೆ ತಿಳಿಸಿದ್ದೀರಿ.'

'ಹೌದು. ಮುಂದೆ ಸಿಗುವ ರೈಲಿನಲ್ಲಿ ಹಾಗೆ ಹೊರಡಲು ಬಯಸಿದ್ದೆ. ಆದರೆ ಇಂದು ಅದರ ಪ್ರಶ್ನೆಯೇ ಏಳುವುದಿಲ್ಲ.'

'ಸುಮ್ಮನಿದ್ದರೆ ನೀವು ಅಪರಾಧಿ ಎಂಬ ಅಭಿಪ್ರಾಯ ಖಂಡಿತವಾಗಿಯೂ ಹೆಚ್ಚಾಗುತ್ತ ಹೋಗುವುದು. ಅಹ್‌ಮದಾಬಾದ್‌ನಲ್ಲಿ ಏನು ನಡೆಯುತ್ತಿದೆ ಎಂದು ನಿಮಗೆ ಗೊತ್ತಿದೆಯೆ? ಅಮೃತ್‌ಸರ್‌ನಲ್ಲಿ ಏನಾಯಿತು? ಎಲ್ಲ ಕಡೆಯಲ್ಲೂ ಜನರು ಹೆಚ್ಚುಕಡಿಮೆ ಉನ್ಮತ್ತರಾಗಿದ್ದಾರೆ. ನನ್ನ ಬಳಿ ಇನ್ನೂ ಎಲ್ಲ ವಾಸ್ತವಾಂಶಗಳಿಲ್ಲ. ಕೆಲವು ಕಡೆಗಳಲ್ಲಿ ಟೆಲಿಗ್ರಾಫ್ ತಂತಿಗಳನ್ನು ಕತ್ತರಿಸಲಾಗಿದೆ. ಈ ಎಲ್ಲ ದಾಂಧಲೆಗಳ ಜವಾಬುದಾರಿಯನ್ನು ನಾನು ನಿಮ್ಮ ಮೇಲೆ ಹೊರಿಸುತ್ತೇನೆ.'

'ಅವನ್ನು ಕಂಡುಹಿಡಿಯುತ್ತಿದ್ದಂತೆ ನಾನೇ ಅವೆಲ್ಲವನ್ನೂ ಮನಃಪೂರ್ವಕವಾಗಿ ಹೊತ್ತುಕೊಳ್ಳುತ್ತೇನೆ ಎಂದು ನಾನು ನಿಮಗೆ ಭರವಸೆ ಕೊಡುತ್ತೇನೆ. ಅಹ್‌ಮದಾಬಾದ್‌ನಲ್ಲಿ

ದಾಂಧಲೆಗಳಾಗಿವೆ ಎಂದು ನನಗೆ ಗೊತ್ತಾದರೆ ನನಗೆ ಆಶ್ಚರ್ಯವಾಗುತ್ತದೆ ಮತ್ತು ತುಂಬಾ ನೋವಾಗುತ್ತದೆ. ಅಮೃತ್‌ಸರ್ ಬಗ್ಗೆ ನಾನು ಏನೂ ಹೇಳಲಾರೆ. ನಾನು ಅಲ್ಲಿಗೆ ಹೋಗಿರಲಿಲ್ಲ. ಅಲ್ಲಿ ಯಾರೂ ನನಗೆ ಪರಿಚಿತರಲ್ಲ. ಪಂಜಾಬ್ ಸರ್ಕಾರವು ನಾನು ಅಲ್ಲಿಗೆ ಪ್ರವೇಶಿಸದಂತೆ ತಡೆಯದಿದ್ದರೆ ನಾನು ಅಲ್ಲಿ ಶಾಂತಿಯನ್ನು ಕಾಪಾಡುವಲ್ಲಿ ಸಾಕಷ್ಟು ಸಹಾಯ ಮಾಡುತ್ತಿದ್ದೆ ಪಂಜಾಬ್ ಬಗ್ಗೆ ಇಷ್ಟನ್ನು ಖಂಡಿತವಾಗಿ ಹೇಳಬಲ್ಲೆ. ನನ್ನನ್ನು ತಡೆದು ಅವರು ಅನವಶ್ಯಕವಾಗಿ ಜನರನ್ನು ಪ್ರಚೋದಿಸಿದರು.'

ಈ ಪ್ರಕಾರ ನಮ್ಮ ವಾದ ಮುಂದುವರೆಯಿತು. ನಮ್ಮಿಬ್ಬರ ನಡುವೆ ಒಮ್ಮತ ಏರ್ಪಡುವ ಸಾಧ್ಯತೆಯೇ ಇರಲಿಲ್ಲ. ಚೌಪಾಟಿಯಲ್ಲಿ ಸಭೆ ಕರೆದು ಮಾತಾಡಲು ಇಚ್ಛಿಸಿರುವುದಾಗಿ ತಿಳಿಸಿದೆ. ಜನರು ಶಾಂತಿಯಿಂದಿರಬೇಕೆಂದು ಕೇಳಿಕೊಳ್ಳುವುದಾಗಿ ತಿಳಿಸಿ ಅವರನ್ನು ಬೀಳ್ಕೊಟ್ಟು ಹೊರಕ್ಕೆ ಬಂದೆ. ಚೌಪಾಟಿಯ ಮರಳ ರಾಶಿಯ ಮೇಲೆ ಸಭೆ ನಡೆಯಿತು. ಅಹಿಂಸೆಯನ್ನು ಅನುಸರಿಸುವ ಕರ್ತವ್ಯ ಮತ್ತು ಸತ್ಯಾಗ್ರಹದ ಮಿತಿಗಳನ್ನು ಕುರಿತಂತೆ ನಾನು ದೀರ್ಘವಾಗಿ ಮಾತಾಡಿದೆ. 'ಸತ್ಯಾಗ್ರಹ ಮುಖ್ಯವಾಗಿ ಸತ್ಯನಿಷ್ಠೆಯ ಆಯುಧವಾಗಿದೆ. ಸತ್ಯಾಗ್ರಹಿಯು ಅಹಿಂಸೆಯನ್ನು ಪಾಲಿಸುವುದಾಗಿ ಪ್ರಮಾಣಮಾಡುತ್ತಾನೆ. ಜನರು ಅದನ್ನು ಮಾತಿನಲ್ಲಿ, ಕೃತಿಯಲ್ಲಿ ಮತ್ತು ಚಿಂತನೆಯಲ್ಲಿ ಕಾಯಾ, ವಾಚಾ ಮನಸಾ ಆಚರಿಸದ ಹೊರತು ನಾನು ಭಾರಿ ಸತ್ಯಾಗ್ರಹದ ಆಶ್ವಾಸನೆ ನೀಡಲಾರೆ.'

ಅನುಸೂಯಾ ಬೆಹ್ನ್‌ಅವರಿಗೆ ಕೂಡಾ ಅಹ್‌ಮದಾಬಾದ್‌ನ ಗಲಭೆಗಳ ಬಗ್ಗೆ ಸುದ್ದಿ ಮುಟ್ಟಿತ್ತು. ಅವರು ಕೂಡಾ ಬಂಧಿಸಲ್ಪಟ್ಟಿದ್ದಾರೆ ಎಂಬ ಗಾಳಿಸುದ್ದಿಯನ್ನು ಯಾರೋ ಹರಡಿದ್ದರು. ಅವರು ಬಂಧಿತರಾಗಿದ್ದಾರೆ ಎಂಬ ಗಾಳಿ ಸುದ್ದಿಯಿಂದ ಗಿರಣಿ ಕಾರ್ಮಿಕರು ತಾಳ್ಮೆಯನ್ನು ಕಳೆದುಕೊಂಡು ಹುಚ್ಚರಾಗಿದ್ದರು. ಅವರು ಕೆಲಸವನ್ನು ನಿಲ್ಲಿಸಿ ಹಿಂಸಾಕೃತ್ಯಗಳಲ್ಲಿ ತೊಡಗಿದ್ದರು. ಒಬ್ಬ ಸಾರ್ಜಂಟ್‌ನ ಕೊಲೆಯಾಗಿತ್ತು.

ನಾನು ಅಹ್‌ಮದಾಬಾದ್‌ಗೆ ಹೊರಟೆ. ನಡಿಯಾದ್ ರೈಲ್ವೆ ಸ್ಟೇಷನ್ ಬಳಿ ಹಳಿಗಳನ್ನು ಕಿತ್ತು ಹಾಕುವ ಪ್ರಯತ್ನ ನಡೆದಿತ್ತೆಂದು ನನಗೆ ತಿಳಿದುಬಂತು. ವೀರಂಗಾಮ್‌ನಲ್ಲಿ ಒಬ್ಬ ಅಧಿಕಾರಿಯ ಕೊಲೆಯಾಗಿತ್ತು. ಅಹ್‌ಮದಾಬಾದ್‌ನಲ್ಲಿ ಸೈನಿಕ ಶಾಸನ (ಮಾರ್ಷಲ್ ಲಾ)ವನ್ನು ಜಾರಿಗೆ ತರಲಾಗಿತ್ತು. ಜನರು ಭಯದಿಂದ ಕಂಗೆಟ್ಟಿದ್ದರು. ಹಿಂಸಾಕೃತ್ಯಗಳನ್ನು ನಡೆಸುವ ಮೂಲಕ ಅವರು ಚಪಲ ತೀರಿಸಿಕೊಂಡಿದ್ದರು. ಅದಕ್ಕಾಗಿ ಅವರನ್ನು ಬಡ್ಡಿ ಸಮೇತ ಹಿಂಸೆಯನ್ನು ಅನುಭವಿಸುವಂತೆ ಶಿಕ್ಷಿಸಲಾಗಿತ್ತು.

ಸ್ಟೇಷನ್‌ನಲ್ಲಿ ಒಬ್ಬ ಪೊಲೀಸು ಅಧಿಕಾರಿಯು ನನಗಾಗಿ ಕಾಯುತ್ತಿದ್ದು ನನ್ನನ್ನು ಕಮೀಷನರ್ ಮಿ. ಪ್ರಾಟ್ ಬಳಿಗೆ ಕಾವಲಿನಲ್ಲಿ ಕರೆದುಕೊಂಡು ಹೋದ. ಕಮೀಷನರ್ ಕ್ರೋಧಾವೇಶದಲ್ಲಿದ್ದಂತೆ ಕಂಡುಬಂತು. ನಾನು ಅವನೊಂದಿಗೆ ವಿನಯ ಪೂರ್ವಕವಾಗಿ ಮಾತಾಡಿದೆ. ಗಲಭೆಗಳು ನಡೆದದ್ದಕ್ಕಾಗಿ ನಾನು ನನ್ನ ವ್ಯಥೆ ಪಟ್ಟಿದ್ದೇನೆ ಎಂದು ತಿಳಿಸಿದೆ. ಸೈನಿಕ ಶಾಸನದ ಅವಶ್ಯಕತೆಯಿರಲಿಲ್ಲವೆಂದು ತಿಳಿಸಿದೆ. ಶಾಂತಿಯನ್ನು ಮತ್ತೆ ಸ್ಥಾಪಿಸುವ ಎಲ್ಲ ಪ್ರಯತ್ನಗಳಲ್ಲಿ ನಾನು ಸಹಕರಿಸಲು ಸಿದ್ಧವಿರುವುದಾಗಿ ಘೋಷಿಸಿದೆ. ಸಾಬರ್‌ಮತಿ ಆಶ್ರಮದ ಬಯಲಲ್ಲಿ

ಸಾರ್ವಜನಿಕ ಸಭೆಯನ್ನು ನಡೆಸಲು ಒಪ್ಪಿಗೆ ಕೊಡಬೇಕೆಂದು ಕೇಳಿಕೊಂಡೆ. ಈ ಪ್ರಸ್ತಾಪ ಅವನಿಗೆ ಮೆಚ್ಚಿಕೆಯಾಯ್ತು. ಪ್ರಾಯಶಃ ಏಪ್ರಿಲ್ 13ರಂದು ಭಾನುವಾರ ಆ ಸಭೆ ನಡೆಯಿತು. ಆದೇ ದಿನ ಇಲ್ಲವೇ ಮರುದಿನ ಸೈನಿಕ ಶಾಸನವನ್ನು ಹಿಂದೆಗೆದುಕೊಳ್ಳಲಾಯ್ತು. ಸಭೆಯಲ್ಲಿ ಮಾತಾಡುತ್ತ ನಾನು ಜನರಿಗೆ ಅವರ ತಪ್ಪುಗಳನ್ನು ಮನವರಿಕೆಮಾಡಿಕೊಡಲು ಪ್ರಯತ್ನಿಸಿದೆ. ಮೂರು ದಿವಸಗಳ ಕಾಲ ಪ್ರಾಯಶ್ಚಿತ್ತ ರೂಪದಲ್ಲಿ ನಾನು ಉಪವಾಸಮಾಡುವುದಾಗಿ ಘೋಷಿಸಿದೆ. ಒಂದು ದಿನ ಉಪವಾಸಮಾಡುವಂತೆ ಜನರಿಗೆ ಕರೆಕೊಟ್ಟೆ. ಹಿಂಸಾಕೃತ್ಯಗಳಲ್ಲಿ ತೊಡಗಿ ಅಪರಾಧ ಮಾಡಿದ್ದವರು ತಮ್ಮ ಅಪರಾಧದ ಬಗ್ಗೆ ತಪ್ಪೊಪ್ಪಿಕೊಳ್ಳಬೇಕೆಂದು ಸಲಹೆ ಕೊಟ್ಟೆ.

ನನ್ನ ಕರ್ತವ್ಯವೇನು ಎಂಬುದು ಸೂರ್ಯನ ಬೆಳಕಿನಷ್ಟು ಸ್ಪಷ್ಟವಾಗಿತ್ತು. ಶ್ರಮಿಕರ ನಡುವೆ ನಾನು ಸಾಕಷ್ಟು ಕಾಲ ಕಳೆದಿದ್ದೆ. ಅವರಿಗೆ ಸೇವೆ ಸಲ್ಲಿಸಿದ್ದೆ ಮತ್ತು ಅವರಿಂದ ಉತ್ತಮ ಕಾರ್ಯಗಳನ್ನು ನಿರೀಕ್ಷಿಸಿದ್ದೆ. ಆದರೆ ಆ ಶ್ರಮಿಕರು ಹಿಂಸಾಕೃತ್ಯಗಳಲ್ಲಿ ಭಾಗವಹಿಸಿದ್ದರು. ಅದು ನನಗೆ ಸಹಿಸಲಸಾಧ್ಯವಾಗಿತ್ತು. ಅವರ ಅಪರಾಧದಲ್ಲಿ ನನ್ನದೂ ಪಾಲಿದೆ ಎಂದು ನನಗೆ ಭಾಸವಾಗಿತ್ತು.

ನಾನು ಜನರಿಗೆ ತಪ್ಪೊಪ್ಪಿಕೊಳ್ಳುವಂತೆ ಸಲಹೆ ಕೊಟ್ಟಿದ್ದ ರೀತಿಯಲ್ಲಿ ಸರ್ಕಾರಕ್ಕೆ ಕೂಡಾ ಅವರ ಅಪರಾಧಗಳನ್ನು ಮನ್ನಿಸುವಂತೆ ಕೇಳಿಕೊಂಡಿದ್ದೆ. ಆದರೆ ಇವರಲ್ಲಿ ಯಾರೂ ನನ್ನ ಸಲಹೆಯನ್ನು ಒಪ್ಪಿಕೊಳ್ಳಲಿಲ್ಲ.

ದಿವಂಗತ ಸರ್ ರಮಣ್‌ಭಾಯ್ ಮತ್ತು ಅಹ್‌ಮದಾಬಾದ್‌ನ ಇತರ ನಾಗರಿಕರು ನನ್ನ ಬಳಿಗೆ ಬಂದು ಸತ್ಯಾಗ್ರಹವನ್ನು ನಿಲ್ಲಿಸುವಂತೆ ಪ್ರಾರ್ಥಿಸಿದರು. ಆದರೆ ಅವರ ಕೋರಿಕೆಯ ಅವಶ್ಯಕತೆಯೇ ಇರಲಿಲ್ಲ. ಏಕೆಂದರೆ ಎಲ್ಲಿಯವರೆಗೆ ಜನರು ಶಾಂತಿಯ ಪಾಠವನ್ನು ಕಲಿಯುವುದಿಲ್ಲವೋ ಅಲ್ಲಿಯವರೆಗೆ ಸತ್ಯಾಗ್ರಹವನ್ನು ತಾತ್ಕಾಲಿಕವಾಗಿ ಸ್ಥಗಿತಗೊಳಿಸಲು ನಾನು ಮನಸ್ಸು ಮಾಡಿದ್ದೆ. ಗೆಳೆಯರು ಸಂತೋಷಪಟ್ಟುಕೊಳ್ಳುತ್ತ ಹಿಂದಿರುಗಿದರು.

ಹಾಗಿದ್ದರೂ ಇನ್ನೂ ಕೆಲವರಿಗೆ ನನ್ನ ನಿರ್ಧಾರದಿಂದ ಸಂತೋಷವಾಗಿರಲಿಲ್ಲ. ನಾನು ಎಲ್ಲ ಕಡೆಗಳಲ್ಲೂ ಶಾಂತಿಯನ್ನು ನಿರೀಕ್ಷಿಸಿದ್ದರೆ ಮತ್ತು ಸತ್ಯಾಗ್ರಹವನ್ನು ಪ್ರಾರಂಭಿಸಲು ಅದನ್ನು ಪೂರ್ವಭಾವಿ ಷರತ್ತೆಂದು ಪರಿಗಣಿಸುವುದಾದರೆ ಸಾಮೂಹಿಕ ಸತ್ಯಾಗ್ರಹವನ್ನು ನಡೆಸುವುದು ಅಸಾಧ್ಯವಾಗುವುದೆಂದು ಅವರು ಭಾವಿಸಿದ್ದರು. ಅವರ ಮಾತನ್ನು ಒಪ್ಪದಿದ್ದುದಕ್ಕೆ ನನಗೆ ವಿಷಾದವಾಗಿತ್ತು. ಯಾರಿಗಾಗಿ ಕೆಲಸ ಮಾಡಿದ್ದೆನೋ, ಯಾರು ಅಹಿಂಸೆ ಮತ್ತು ಆತ್ಮ ವೇದನೆ (ಸೆಲ್ಫ್-ಸಫರಿಂಗ್)ಗೆ ಸಿದ್ಧರಾಗಿರುವುದಾಗಿ ನಿರೀಕ್ಷಿಸಿದ್ದೆನೋ ಅವರು ಅಹಿಂಸಾಯುತ (ನಾನ್-ವಯಲೆಂಟ್)ರಾಗಿಲ್ಲದಿದ್ದರೆ ಸತ್ಯಾಗ್ರಹ ಖಂಡಿತವಾಗಿಯೂ ಸಾಧ್ಯವಾಗದು. ಯಾರು ಸತ್ಯಾಗ್ರಹಕ್ಕೆ ಜನರನ್ನು ಮುಂದಕ್ಕೆ ಕರೆದುಕೊಂಡು ಹೋಗುತ್ತಾರೋ ಅವರಿಗೆ ಅಹಿಂಸೆಯ ಮಿತಿಯೊಳಗೆ ಆ ಜನರನ್ನು ಇಟ್ಟುಕೊಳ್ಳುವ ಶಕ್ತಿಯಿರಬೇಕು ಎಂಬ ದೃಢವಾದ ಅಭಿಪ್ರಾಯವನ್ನು ನಾನು ಹೊಂದಿದ್ದೆ. ಇಂದು ಕೂಡಾ ಅದೇ ಅಭಿಪ್ರಾಯವನ್ನು ನಾನು ಇಟ್ಟುಕೊಂಡಿದ್ದೇನೆ.

33. ಹಿಮಾಲಯದಂತಹ ತಪ್ಪೆಣಿಕೆ

ಅಹ್‌ಮದಾಬಾದ್‌ನ ಸಭೆ ಮುಗಿದ ತಕ್ಷಣವೇ ನಾನು ನಡಿಯಾದ್‌ಗೆ ಹೋದೆ. ನಾನು ಇಲ್ಲಿ ಮೊದಲಬಾರಿಗೆ 'ಹಿಮಾಲಯದಂತಹ ತಪ್ಪೆಣಿಕೆ' ಎಂಬ ಮಾತನ್ನು ಉಚ್ಚರಿಸಿದ್ದೆ. ತರುವಾಯ ಈ ಮಾತು ವ್ಯಾಪಕವಾಗಿ ಚಲಾವಣೆಗೆ ಬಂತು. ಅಹ್‌ಮದಾಬಾದ್‌ನಲ್ಲಿ ಕೂಡಾ ನನ್ನ ತಪ್ಪುಗಳ ಬಗ್ಗೆ ಮಸುಕಾದ ಗ್ರಹಿಕೆ ಆರಂಭವಾಗಿತ್ತು. ಆದರೆ ನಾನು ನಡಿಯಾದ್‌ಅನ್ನು ಮುಟ್ಟಿದಾಗ ಮತ್ತು ವಾಸ್ತವ ಸ್ಥಿತಿಯನ್ನು ಕಂಡಾಗ ಮತ್ತು ಖೇಡಾಜಿಲ್ಲೆಯ ಅಸಂಖ್ಯಾತ ಜನರನ್ನು ಬಂಧಿಸಿದ್ದಾರೆ ಎಂಬ ವರದಿಗಳನ್ನು ಕೇಳಿದಾಗ, ನಾನೊಂದು ಭಾರಿ ತಪ್ಪು ಮಾಡಿದ್ದೇನೆ ಎಂಬ ಅಭಿಪ್ರಾಯ ಥಟ್ಟನೆ ಹೊಳೆಯಿತು. ಖೇಡಾಜಿಲ್ಲೆಯ ಮತ್ತು ಇತರ ಕಡೆಗಳಲ್ಲಿದ್ದ ಜನರಿಗೆ ಈಗ ನನಗೆ ಕಾಣುತ್ತಿರುವಂತೆ ಅಕಾಲಿಕವಾಗಿ ನಾಗರಿಕ ಅಸಹಕಾರ ಚಳವಳಿಯನ್ನು ಪ್ರಾರಂಭಿಸುವಂತೆ ಕರೆಕೊಟ್ಟು ತಪ್ಪು ಮಾಡಿದ್ದೆ ಎಂದು ಭಾಸವಾಗುತ್ತಿದೆ. ನಾನು ಸಾರ್ವಜನಿಕ ಸಭೆಯ ಎದುರು ಮಾತಾಡುತ್ತಿರುವಾಗ ನನ್ನ ತಪ್ಪೊಪ್ಪಿಗೆ ನನ್ನನ್ನು ಭಾರಿ ಕುಚೋದ್ಯಕ್ಕೆ ಗುರಿಮಾಡಿತ್ತು. ಆದರೆ ತಪ್ಪೊಪ್ಪಿಕೊಂಡಿದ್ದರ ಬಗ್ಗೆ ಎಂದೂ ಪಶ್ಚಾತ್ತಾಪಪಡುವುದಿಲ್ಲ. ಏಕೆಂದರೆ ಒಬ್ಬಾತ ತನ್ನ ಸ್ವಂತದ ತಪ್ಪುಗಳನ್ನು ಉಬ್ಬು ಮೈ ಮಸೂರ

(ಕಾನ್‌ವೆಕ್ಸ್ ಲೆನ್ಸ್)ದಲ್ಲಿ ನೋಡುತ್ತ, ಬೇರೆಯವರ ತಪ್ಪುಗಳನ್ನು ಅದರ ಹಿಮ್ಮುಖದಲ್ಲಿ ನೋಡಿದಾಗ (ಅಂದರೆ ತನ್ನ ತಪ್ಪುಗಳನ್ನು ದೊಡ್ಡದು ಮಾಡಿಕೊಂಡು ನೋಡಿದರೆ ಮತ್ತು ಬೇರೆಯವರ ತಪ್ಪುಗಳನ್ನು ಸಣ್ಣದುಮಾಡಿಕೊಂಡು ನೋಡಿದರೆ) ಈ ಎರಡನ್ನೂ ತುಲನಾತ್ಮಕವಾಗಿ ಅಂದಾಜು ಮಾಡಲು ಸಮರ್ಥನಾಗುವನು. ಸತ್ಯಾಗ್ರಹಿಯಾಗಲು ಇಚ್ಛಿಸುವವರು ಈ ನಿಯಮವನ್ನು ಕಟ್ಟಿನಿಟ್ಟಿನಿಂದ ಮತ್ತು ನ್ಯಾಯನಿಷ್ಠೆಯಿಂದ ಅತ್ಯವಶ್ಯಕವವಾಗಿ ಆಚರಿಸಬೇಕು.

ಈಗ ನಾವು 'ಹಿಮಾಲಯದಂತಹ ತಪ್ಪೆಣಿಕೆ'ಯಾವುದು ಎಂಬುದನ್ನು ನೋಡೋಣ. ನಾಗರಿಕ ಅಸಹಕಾರದ ಅಭ್ಯಾಸಕ್ಕೆ ಯೋಗ್ಯನಾಗುವುದಕ್ಕಿಂತಲೂ ಮುಂಚೆ ಒಬ್ಬಾತನು ರಾಜ್ಯದ ಕಾನೂನುಗಳಿಗೆ ಮನಃಪೂರ್ವಕವಾಗಿ ಮತ್ತು ಗೌರವ ಪೂರ್ವಕವಾಗಿ ವಿಧೇಯನಾಗಿರಬೇಕು. ಬಹು ಮಟ್ಟಿಗೆ ಅವನ್ನು ಉಲ್ಲಂಘಿಸಿದರೆ ದಂಡನೆಗೆ ಗುರಿಯಾಗ ಬೇಕಾಗುತ್ತದೆ ಎಂಬ ಭಯದಿಂದ ನಾವು ಆ ನಿಯಮಗಳಿಗೆ ತಲೆ ಬಾಗುತ್ತೇವೆ. ನೈತಿಕ ತತ್ವಗಳನ್ನು ಒಳಗೊಳ್ಳದಂತಹ ಕಾನೂನುಗಳ ಎದುರಲ್ಲಿ ಈ ವರ್ತನೆ ಮುಖ್ಯವಾಗಿ ಸರಿಯಾದದ್ದು ಎಂದು ಭಾವಿಸಬಹುದು. ಉದಾಹರಣೆಗೆ, ಪ್ರಾಮಾಣಿಕನಾದ ಗೌರವಾರ್ಹನಾದ ವ್ಯಕ್ತಿಯು ಥಟ್ಟನೆ ಕಳವು ಮಾಡುವುದಿಲ್ಲ. ಕಳುವು ಮಾಡುವುದರ ವಿರುದ್ಧ ಕಾನೂನು ಇರಲಿ ಅಥವಾ ಇರದಿರಲಿ ಅವನು ಕಳುವು ಮಾಡುವುದಿಲ್ಲ. ಆದರೆ ಅದೇ ವ್ಯಕ್ತಿ ಕತ್ತಲೆಯಾದ ತರುವಾಯ ಬೈಸಿಕಲ್‌ನ ಮೇಲೆ ತಲೆದೀಪ (ಹೆಡ್ ಲೈಟ್)ವನ್ನು ಉರಿಸದೇ ಓಡಿಸಬಾರದೆಂಬ ನಿಯಮವನ್ನು ಉಲ್ಲಂಘಿಸಿದ್ದರೂ ಅವನು ಅದರ ಬಗ್ಗೆ ಪಶ್ಚಾತ್ತಾಪಪಡುವುದಿಲ್ಲ. ಖಂಡಿತವಾಗಿಯೂ ಈ ವಿಷಯದಲ್ಲಿ ತುಂಬಾ ಜಾಗ್ರತೆಯಿಂದಿರಬೇಕು ಎಂದು ಸ್ನೇಹಪೂರ್ವಕವಾಗಿ ಸಲಹೆ ಕೊಟ್ಟರು ಕೂಡಾ ಅದನ್ನು ಅವನು ಒಪ್ಪಿಕೊಳ್ಳದಿರಬಹುದು. ಈ ನಿಯಮವನ್ನು ಉಲ್ಲಂಘಿಸಿದ್ದಕ್ಕಾಗಿ ಕಾನೂನು ಕ್ರಮವನ್ನು ತಪ್ಪಿಸಿಕೊಳ್ಳಲು ಮಾತ್ರ ಅವನು ಈ ಬಗೆಯ ಯಾವುದೋ ಕಠಿಣ ನಿಯಮವನ್ನು ಪಾಲಿಸುವನು. ಹಾಗಿದ್ದರೂ ಸತ್ಯಾಗ್ರಹಿಯು ಸ್ವಇಚ್ಛೆಯಿಂದ ಮತ್ತು ಸ್ವಾಭಾವಿಕವಾಗಿ ನಿಯಮಗಳಿಗೆ ವಿಧೇಯನಾಗಿರಬೇಕು ಎಂಬುದು ದಾಸ್ಯತ್ವವಾಗದು. ಸತ್ಯಾಗ್ರಹಿಯು ಸಮಾಜದ ಕಾನೂನುಗಳಿಗೆ ಬುದ್ಧಿವಂತಿಕೆಯಿಂದ ಮತ್ತು ಸ್ವಂತ ಇಚ್ಛೆಯಂದ ತಲೆಬಾಗುತ್ತಾನೆ. ಏಕೆಂದರೆ ಹಾಗೆ ಮಾಡುವುದು ತನ್ನ ಪವಿತ್ರ ಕರ್ತವ್ಯ ಎಂದು ಅವನು ಪರಿಗಣಿಸುತ್ತಾನೆ. ಈ ಪ್ರಕಾರ ವ್ಯಕ್ತಿಯು ನಾಗರಿಕ ಕಾನೂನುಗಳಿಗೆ ಅತ್ಯಂತ ನಿಷ್ಠೆಯಿಂದ ತಲೆಬಾಗಿದಾಗ ಮಾತ್ರ ಯಾವ ನಿಯಮಗಳು ಒಳ್ಳೆಯದಾಗಿವೆ ಮತ್ತು ಯಾವ ನಿಯಮಗಳು ನ್ಯಾಯವಲ್ಲದ್ದು ಮತ್ತು ಅಧರ್ಮದಿಂದ ಕೂಡಿದ್ದು ಎಂದು ತೀರ್ಮಾನಿಸಲು ಯೋಗ್ಯನಾಗಿರುತ್ತಾನೆ. ಆಗ ಮಾತ್ರ ಕೆಲವು ನಿಯಮಗಳ ವಿರುದ್ಧ ವಿಶಿಷ್ಟ ಸನ್ನಿವೇಶಗಳಲ್ಲಿ ನಾಗರಿಕ ಅಸಹಕಾರವನ್ನು ಪ್ರದರ್ಶಿಸುವ ಹಕ್ಕು ಅವನಿಗೆ ದೊರೆಯುತ್ತದೆ. ಅತ್ಯವಶ್ಯಕವಾಗಿರುವ ಈ ಮಿತಿಯನ್ನು ಪಾಲಿಸದಿದ್ದುದು ನನ್ನ ತಪ್ಪಾಗಿತ್ತು. ಜನರು ಈ ಪ್ರಕಾರ ಅರ್ಹತೆಯನ್ನು ಗಳಿಸಿಕೊಳ್ಳುವುದಕ್ಕಿಂತಲೂ ಮುಂಚಿತವಾಗಿ ನಾನು ಅವರಿಗೆ ನಾಗರಿಕ ಅಸಹಕಾರ ಚಳವಳಿಯನ್ನು ಪ್ರಾರಂಭಿಸುವಂತೆ ಕರೆಕೊಟ್ಟಿದ್ದೆ. ಈ ತಪ್ಪು ನನಗೆ ಹಿಮಾಲಯದಂತಹ ತಪ್ಪೆಣಿಕೆಯಂತೆ ಕಾಣುತ್ತಿತ್ತು.

ನಾನು ಖೇಡಾ ಜಿಲ್ಲೆಯನ್ನು ಪ್ರವೇಶಿಸುತ್ತಿದ್ದಂತೆ ಖೇಡಾ ಸತ್ಯಾಗ್ರಹ ಹೋರಾಟದ ಎಲ್ಲ ಹಳೆಯ ನೆನಪುಗಳು ನನ್ನಲ್ಲಿ ಗೋಚರವಾದವು. ಯಾವುದು ಮನಸ್ಸಿನಲ್ಲಿ ಸ್ಪಷ್ಟವಾಗಿತ್ತೋ ಅದನ್ನು ಗ್ರಹಿಸಿಕೊಳ್ಳದೇ ನಾನು ಹೇಗೆ ವಿಫಲನಾಗಬಹುದಾಗಿತ್ತು ಎಂಬುದರ ಬಗ್ಗೆ ನಾನು ವಿಷಾದಪಡತೊಡಗಿದೆ. ನಾಗರಿಕ ಅಸಹಕಾರ ಚಳವಳಿಯನ್ನು ನಡೆಸಲು ಜನರು ಯೋಗ್ಯರಾಗುವುದಕ್ಕೂ ಮುಂಚಿತವಾಗಿ ಅದರ ತೀವ್ರ ಪರಿಣಾಮಗಳನ್ನು ಅವರು ಪೂಣವಾಗಿ ಅರ್ಥಮಾಡಿಕೊಳ್ಳಬೇಕು ಎಂದು ನಾನು ಮನವರಿಕೆಮಾಡಿಕೊಂಡೆ. ಹಾಗಿರುವಾಗ ದೊಡ್ಡ ಪ್ರಮಾಣದಲ್ಲಿ ನಾಗರಿಕ ಅಸಹಕಾರ ಚಳವಳಿಯನ್ನು ಮತ್ತೆ ಪ್ರಾರಂಭಿಸುವ ಮುಂಚಿತವಾಗಿ ಸತ್ಯಾಗ್ರಹದ ಕಠಿಣ ಷರತ್ತುಗಳನ್ನು ಚೆನ್ನಾಗಿ ಅರ್ಥಮಾಡಿಕೊಂಡಿರುವ ಹಾಗೂ ಪರಿಶುದ್ಧ ಹೃದಯವುಳ್ಳ, ಒಳ್ಳೆಯ ತರಬೇತಿಪಡೆದಿರುವ ಸ್ವಯಂ ಸೇವಕರುಗಳ ತಂಡವೊಂದನ್ನು ಕಟ್ಟುವುದು ಅವಶ್ಯಕ. ಅವರು ಜನರಿಗೆ ಈ ಎಲ್ಲ ವಿಚಾರಗಳನ್ನು ವಿವರಿಸುವರು ಮತ್ತು ಜನರು ಸರಿದಾರಿಯಲ್ಲಿ ನಡೆದುಕೊಳ್ಳುವಂತೆ ಅವರು ಸದಾ ಕೆಲಸ ಮಾಡುತ್ತ ನಿಗಾ ವಹಿಸುವರು.

ಈ ಎಲ್ಲ ಯೋಚನೆಗಳನ್ನು ಮನಸ್ಸಿನಲ್ಲಿ ತುಂಬಿಕೊಂಡು ನಾನು ಮುಂಬಯಿಯನ್ನು ತಲ್ಪಿದೆ. ಅಲ್ಲಿಯ ಸತ್ಯಾಗ್ರಹ ಸಭಾದ ಮೂಲಕ ಸತ್ಯಾಗ್ರಹಿ ಸ್ವಯಂಸೇವಕರುಗಳ ಪಡೆಯನ್ನು ರಚಿಸಿದೆ. ಅವರ ಸಹಾಯದಿಂದ ನಾನು ಸತ್ಯಾಗ್ರಹದ ಅರ್ಥ ಮತ್ತು ಅದರ ಅಂತರಾಳದ ಮಹತ್ವ ಕುರಿತಂತೆ ತರಬೇತಿಕೊಡುವ ಕಾರ್ಯವನ್ನು ಆರಂಭಿಸಿದೆ. ಇದೇ ವಿಷಯವನ್ನು ಬೋಧಿಸುವಂತಹ ಕರಪತ್ರಗಳನ್ನು ನೀಡುವ ಮೂಲಕ ಈ ಕಾರ್ಯವನ್ನು ಬಹುಮಟ್ಟಿಗೆ ಕೈಗೊಳ್ಳಲಾಯ್ತು.

ಈ ಕಾರ್ಯ ನಡೆಯುತ್ತಿದ್ದ ಕಾಲದಲ್ಲಿ, ನಾನು ಶಾಂತಿಯುತವಾಗಿ ಸತ್ಯಾಗ್ರಹವನ್ನು ನಡೆಸುವುದರ ಬಗ್ಗೆ ಜನರಲ್ಲಿ ಆಸಕ್ತಿಯನ್ನು ಹುಟ್ಟಿಸುವುದು ಕಷ್ಟದ ಕೆಲಸ ಎಂದು ಗ್ರಹಿಸಿಕೊಳ್ಳುತ್ತಿದ್ದೆ. ಸ್ವಯಂಸೇವಕರುಗಳು ಕೂಡಾ ಅಧಿಕಸಂಖ್ಯೆಯಲ್ಲಿ ಜನರನ್ನು ಸೇರಿಸಿಕೊಳ್ಳಲಾರದೇ ವಿಫಲರಾಗಿದ್ದರು. ವಾಸ್ತವವಾಗಿ ಸೇರಿಕೊಂಡವರು ಕೂಡಾ ತಪ್ಪದೇ ನಿಯಮಬದ್ಧವಾಗಿ ತರಬೇತಿ ಮುಂತಾದವಕ್ಕೆ ಹಾಜರಾಗುತ್ತಿರಲಿಲ್ಲ. ದಿನಗಳು ಸರಿದಂತೆ ಹೊಸದಾಗಿ ಸೇರಿದವರ ಸಂಖ್ಯೆ ಕ್ರಮೇಣ ಬೆಳೆಯುವ ಪ್ರತಿಯಾಗಿ ಕ್ಷೀಣಿಸತೊಡಗಿತು. ನಾನು ಮೊದಲುನಿರೀಕ್ಷಿಸಿದಂತೆ ನಾಗರಿಕ ಅಸಹಕಾರ ಕುರಿತ ತರಬೇತಿ ತ್ವರಿತವಾಗಿ ಪ್ರಗತಿ ಹೊಂದುವುದಿಲ್ಲವೆಂದು ಮನವರಿಕೆಮಾಡಿಕೊಂಡೆ.

34. 'ನವ್‌ಜೀವನ್' ಮತ್ತು 'ಯಂಗ್ ಇಂಡಿಯ'

ಈ ಪ್ರಕಾರ ಅಹಿಂಸೆಯ ಪಾಲನೆ ಕುರಿತ ಪ್ರಚಾರ ಕಾರ್ಯವು ಒಂದು ಕಡೆಯಲ್ಲಿ ನಿಧಾನವಾಗಿ ಪ್ರಗತಿಯನ್ನು ಸಾಧಿಸುತ್ತಿದ್ದರೂ ದೃಢವಾಗಿ ಮುಂದುವರೆಯುತ್ತಿತ್ತು. ಇನ್ನೊಂದು ಕಡೆಯಲ್ಲಿ ಸರ್ಕಾರದ ಕಾನೂನು ಬಾಹಿರ ದಬ್ಬಾಳಿಕೆಯು ರಭಸಗತಿಯಲ್ಲಿ ಮುಂದುವರೆಯುತ್ತಿತ್ತು. ಪಂಜಾಬ್‌ನಲ್ಲಿ ಅದು ಯಾವುದೇ ಮುಚ್ಚುಮರೆಯಿಲ್ಲದೇ ಅತ್ಯಂತ ಕರಾಳ ರೂಪದಲ್ಲಿ ಕಾಣಿಸಿಕೊಂಡಿತ್ತು. ನಾಯಕರುಗಳನ್ನು ಬಂಧಿಸಲಾಗಿತ್ತು. ಸೈನಿಕ ಕಾನೂನು (ಮಾರ್ಷಲ್ ಲಾ) ಅಂದರೆ ಬೇರೆ ರೀತಿಯಲ್ಲಿ ಹೇಳುವುದಾದರೆ ಕಾನೂನೇ ಇಲ್ಲ ಎಂಬಂತ ಸ್ಥಿತಿಯಲ್ಲಿದ್ದ ಕಾನೂನನ್ನು ಘೋಷಿಸಲಾಗಿತ್ತು. ವಿಶೇಷ ನ್ಯಾಯಮಂಡಲಿ (ಟ್ರಿಬ್ಯೂನಲ್)ಗಳನ್ನು ರಚಿಸಲಾಗಿತ್ತು. ಈ ನ್ಯಾಯಮಂಡಲಿಗಳು ವಾಸ್ತವವಾಗಿ ನ್ಯಾಯಾಲಯುಗಳಾಗಿರಲಿಲ್ಲ. ಆದರೆ ಇವು ದಬ್ಬಾಳಿಕೆಗಾರರಂತೆ ಯಾವುದೇ ನಿಯಮಗಳಿಗೆ ಬದ್ಧವಾಗದೇ ಮನಸ್ಸಿಗೆ ಬಂದಂತೆ ನಡೆದುಕೊಳ್ಳುವ ಉಪಕರಣಗಳೇ ಆಗಿದ್ದವು. ಸಾಕ್ಷಗಳ ಆಧಾರದಲ್ಲಿ ಸಮರ್ಥಿಸಲಾಗದಿದ್ದರೂ ಸ್ಪಷ್ಟವಾಗಿ ಕಾಣುವಂತೆ ನ್ಯಾಯಶಾಸನವನ್ನು ಉಲ್ಲಂಘಿಸಿ ತೀರ್ಪು

ನೀಡಲಾಗುತ್ತಿತ್ತು. ಅಮೃತ್‌ಸರದಲ್ಲಿ ಅಮಾಯಕ ಪುರುಷರನ್ನು ಮತ್ತು ಮಹಿಳೆಯರನ್ನು ಅವರ ಹೊಟ್ಟೆಗಳ ಮೇಲೆ ಕ್ರಿಮಿಗಳಂತೆ ತೆರಳುವಂತೆ ಶಿಕ್ಷಿಸಲಾಗುತ್ತಿತ್ತು. ಸಂಭವಿಸಿದ ಈ ಹಿಂಸಾಚಾರದ ಮುಂದೆ ನನ್ನ ದೃಷ್ಟಿಯಲ್ಲಿ ಜಲಿಯನ್‌ವಾಲಾ ಬಾಗ್ ದುರಂತವು ಮಂಕಾಗಿದ್ದಂತೆ ಕಾಣುತ್ತಿತ್ತು. ಆದರೆ ಜಲಿಯನ್‌ವಾಲಾ ಬಾಗ್ ಹತ್ಯಾಕಾಂಡವು ಭಾರತೀಯರ ಮತ್ತು ವಿಶ್ವದ ಗಮನವನ್ನು ಮುಖ್ಯವಾಗಿ ಸೆಳೆದಿತ್ತು.

ಪರಿಣಾಮಗಳನ್ನು ಗಮನದಲ್ಲಿಟ್ಟುಕೊಳ್ಳದೇ ತಕ್ಷಣವೇ ಪಂಜಾಬ್‌ಗೆ ಹೊರಡುವಂತೆ ನನ್ನನ್ನು ಬಲವಂತಪಡಿಸಲಾಗುತ್ತಿತ್ತು. ನಾನು ವೈಸ್‌ರಾಯ್‌ಅವರಿಗೆ ತಂತಿ ಕಳಿಸಿ ಅಲ್ಲಿಗೆ ಹೋಗಲು ಅನುಮತಿಯನ್ನು ಕೊಡಬೇಕೆಂದು ಕೇಳಿಕೊಂಡೆ. ಆದರೆ ಅದರಿಂದ ಏನೂ ಪ್ರಯೋಜನವಾಗಲಿಲ್ಲ. ಅವಶ್ಯಕವಾಗಿರುವ ಅನುಮತಿಯನ್ನು ಪಡೆಯದೇ ನಾನು ಹೊರಟರೆ ನನಗೆ ಪಂಜಾಬ್‌ನ ಸರಹದ್ದನ್ನು ದಾಟಲು ಅವಕಾಶವನ್ನು ನಿರಾಕರಿಸಲಾಗುತ್ತಿತ್ತು. ಹಾಗಾಗಿದ್ದರೆ ನಾಗರಿಕ ಅಸಹಕಾರ ಚಳವಳಿಯಿಂದ ನಾನು ಎಷ್ಟು ತೃಪ್ತಿಪಡಬಹುದಾಗಿತ್ತೋ ಅಷ್ಟನ್ನು ಮಾತ್ರ ಪಡೆಯಬಹುದಾಗಿತ್ತು. ಈ ಪ್ರಕಾರ ನಾನು ಗಂಭೀರವಾದ ಬಿಕ್ಕಟ್ಟಿನಲ್ಲಿ ಸಿಕ್ಕಿಕೊಂಡಿದ್ದೆ. ಈ ರೀತಿಯ ವಸ್ತುಸ್ಥಿತಿಯಿದ್ದಾಗ, ಪಂಜಾಬ್‌ನೊಳಗೆ ಪ್ರವೇಶಿಸಬಾರದೆಂಬ ಆದೇಶವನ್ನು ಉಲ್ಲಂಘಿಸುವ ಕ್ರಮವನ್ನು ನಾಗರಿಕ ಅಸಹಕಾರ ಎಂದು ವರ್ಗೀಕರಿಸಲಾಗದು ಎಂದು ನನಗೆ ತೋರಿತು. ಏಕೆಂದರೆ ನನ್ನ ಸುತ್ತ ನಾನು ಇಚ್ಛಿಸಿದಂತಹ ಪ್ರಶಾಂತ ವಾತಾವರಣ ಇದ್ದಂತೆ ನನಗೆ ಕಂಡುಬರಲಿಲ್ಲ. ಪಂಜಾಬ್‌ನಲ್ಲಿ ಲಗಾಮೇ ಇಲ್ಲದಂತೆ ಸ್ವೇಚ್ಛೆಯಾಗಿ ನಡೆಯುತ್ತಿದ್ದ ದಬ್ಬಾಳಿಕೆ, ಕ್ರೋಧ ಭಾವನೆಯನ್ನು ಮತ್ತಷ್ಟು ತೀವ್ರಗೊಳಿಸುವುದು ಹಾಗೂ ಉಲ್ಬಣಗೊಳಿಸುವುದು ಎಂದು ನನಗೆ ಭಾಸವಾಯ್ತು. ಆದ್ದರಿಂದ ನನ್ನ ಮಟ್ಟಿಗೆ ಹೇಳುವುದಾದರೆ ಅಂತಹ ಸಮಯದಲ್ಲಿ ನಡೆಸಲು ಸಾಧ್ಯವಾದರೂ ನಾಗರಿಕ ಅಸಹಕಾರ ಚಳವಳಿಯನ್ನು ನಡೆಸುವುದು ಉರಿಯ ಮೇಲೆ ಗಾಳಿ ಬೀಸಿದಂತಾಗುವುದು. ಆದ್ದರಿಂದ ನನ್ನ ಗೆಳೆಯರು ಸಲಹೆ ಕೊಟ್ಟರೂ ನಾನು ಪಂಜಾಬ್‌ಗೆ ಹೋಗಬಾರದೆಂದು ತೀರ್ಮಾನಿಸಿದೆ. ನುಂಗಲು ನನಗೆ ಈ ತೀರ್ಮಾನ ಕಹಿ ಗುಳಿಗೆಯಂತಿತ್ತು. ಪಂಜಾಬ್‌ನಿಂದ ಪ್ರತಿದಿನವೂ ಜನಸಾಮಾನ್ಯರ ಮೇಲೆ ನಡೆಯುತ್ತಿದ್ದ ಅನ್ಯಾಯ ಮತ್ತು ದಬ್ಬಾಳಿಕೆಯ ಸುದ್ದಿ ಹೊರೆಹೊರೆಯಾಗಿ ಬರುತ್ತಿದ್ದವು. ಆದರೆ ನಾನು ನಿಸ್ಸಹಾಯಕನಂತೆ ಹಲ್ಲುಗಳನ್ನು ಕಡಿಯುತ್ತ ಕೂರುವುದನ್ನು ಬಿಟ್ಟರೆ ನನಗೆ ಬೇರೆ ಏನೂ ಮಾಡಲು ಸಾಧ್ಯವಾಗಿರಲಿಲ್ಲ.

ಆ ಸಮಯದಲ್ಲಿ 'ದಿ ಬಾಂಬೆ ಕ್ರಾನಿಕಲ್' ದಿಗಿಲುಹುಟ್ಟಿಸುವ ರೀತಿಯ ಶಕ್ತಿಯಾಗಿ ಬೆಳೆಯುತ್ತ ಮಿ. ಹಾರ್ನಿಮನ್‌ಅವರ ವಶದಲ್ಲಿತ್ತು. ಇದ್ದಕ್ಕಿದ್ದಂತೆ ಅವರನ್ನು ಅಧಿಕಾರಿಗಳು ಅಪಹರಿಸಿಕೊಂಡು ಹೋಗಿಬಿಟ್ಟರು ಅಂದರೆ ಗಡೀ ಪಾರುಮಾಡಿದ್ದರು. ಸರ್ಕಾರದ ಈ ಕೃತ್ಯ ಹೇಯವಾದದ್ದು ಎಂದು ನನಗೆ ತೋರಿತು. ಇದು ಇನ್ನೂ ನನ್ನಲ್ಲಿ ಹೇಸಿಗೆಯನ್ನುಂಟುಮಾಡುವ ವಿಷಯವೇ ಆಗಿ ಉಳಿದುಕೊಂಡಿದೆ. ಮಿ. ಹಾರ್ನಿಮನ್ ಎಂದೂ ಕಾನೂನು ಮೀರಿ ಸ್ವೇಚ್ಛೆಯಿಂದ ನಡೆದುಕೊಳ್ಳುತ್ತಿರಲಿಲ್ಲ ಎಂದು ನನಗೆ ಗೊತ್ತಿದೆ. ಸತ್ಯಾಗ್ರಹ ಸಮಿತಿಯ ಒಪ್ಪಿಗೆಯಿಲ್ಲದೇ ನಾನು ಪಂಜಾಬ್ ಸರ್ಕಾರದ ಪ್ರತಿಬಂಧಕಾಜ್ಞೆಯನ್ನು ಮುರಿಯುವುದು ಅವರಿಗೆ ಇಷ್ಟವಿರಲಿಲ್ಲ. ನಾಗರಿಕ ಅಸಹಕಾರ ಚಳವಳಿಯನ್ನು ತಾತ್ಕಾಲಿಕವಾಗಿ ಸ್ಥಗಿತಗೊಳಿಸಿದ್ದನ್ನು ಅವರು ಅನುಮೋದಿಸಿದ್ದರು.

ಈ ಸಂಬಂಧದಲ್ಲಿ ನಾನು ನನ್ನ ತೀರ್ಮಾನವನ್ನು ಘೋಷಿಸುವುದಕ್ಕೂ ಮುಂಚಿತವಾಗಿ ಅವರು ನನಗೊಂದು ಪತ್ರಬರೆದು ತಾತ್ಕಾಲಿಕವಾಗಿ ಚಳವಳಿಯನ್ನು ಸ್ಥಗಿತಗೊಳಿಸುವಂತೆ ಸಲಹೆ ಕೊಟ್ಟಿದ್ದರು. ಮುಂಬಯಿ(ಬಾಂಬೆ) ಮತ್ತು ಅಹ್‌ಮದಾಬಾದ್ ನಡುವೆ ತುಂಬಾ ದೂರವಿದ್ದುದರಿಂದ ನಾನು ನನ್ನ ತೀರ್ಮಾನವನ್ನು ಘೋಷಿಸಿದ ತರುವಾಯ ಅವರು ಬರೆದಿದ್ದ ಪತ್ರ ನನ್ನ ಕೈ ಸೇರಿತ್ತು. ಆದ್ದರಿಂದ ಅವರನ್ನು ಹಠಾತ್ತಾಗಿ ಗಡೀಪಾರು ಮಾಡಿದ್ದುದು ನನ್ನನ್ನು ಚಕಿತಗೊಳಿಸಿತಲ್ಲದೇ ವ್ಯಥೆಯನ್ನುಂಟುಮಾಡಿತ್ತು.

ಈ ಎಲ್ಲ ಬೆಳವಣಿಗೆಗಳ ಕಾರಣದಿಂದಾಗಿ 'ದಿ ಬಾಂಬೆ ಕ್ರಾನಿಕಲ್'ನ ನಿರ್ದೇಶಕರುಗಳು ಪತ್ರಿಕೆಯನ್ನು ನಡೆಸುವ ಹೊಣೆಯನ್ನು ಹೊತ್ತುಕೊಳ್ಳುವಂತೆ ನನ್ನನ್ನು ಕೇಳಿಕೊಂಡರು. ಮಿ. ಬ್ರೆಲ್ವಿ ಆಗಲೇ ಸಿಬ್ಬಂದಿಯಲ್ಲಿ ಸೇರಿಕೊಂಡಿದ್ದರು. ಆದ್ದರಿಂದ ನನಗೆ ಅಲ್ಲಿ ಮಾಡಬೇಕಾಗಿದ್ದ ಕೆಲಸ ಹೆಚ್ಚಿರಲಿಲ್ಲ. ಆದರೆ ನನ್ನ ಸ್ವಭಾವಕ್ಕೆ ಸಹಜವಾಗಿ ಈ ಹೊಣೆಗಾರಿಕೆಯು ನನ್ನ ಭಾರವನ್ನು ಇನ್ನಷ್ಟು ಹೆಚ್ಚಿಸಿತು.

ಆದರೆ ಸರ್ಕಾರವು ನನ್ನ ನೆರವಿಗೆ ಬಂದಿತು. 'ದಿ ಕ್ರಾನಿಕಲ್'ನ ಪ್ರಕಟಣೆಯನ್ನು ತಾತ್ಕಾಲಿಕವಾಗಿ ಸ್ಥಗಿತಗೊಳಿಸುವಂತೆ ಸರ್ಕಾರ ಆದೇಶ ಕೊಟ್ಟಿತು.

'ದಿ ಕ್ರಾನಿಕಲ್'ನ ಆಡಳಿತ ನಿರ್ವಹಣೆಯನ್ನು ನೋಡಿಕೊಳ್ಳುತ್ತಿದ್ದ ಗೆಳೆಯರಾದ ಶ್ರೀಯುತ ಉಮರ್ ಸೋಬಾನಿ ಮತ್ತು ಶಂಕರ್‌ಲಾಲ್ ಬ್ಯಾಂಕರ್ ಅಸಮಯದಲ್ಲಿ 'ಯಂಗ್ ಇಂಡಿಯ'ವನ್ನು ಕೂಡಾ ನಿಯಂತ್ರಿಸುತ್ತಿದ್ದರು. 'ದಿ ಕ್ರಾನಿಕಲ್'ಅನ್ನು ದಮನಮಾಡಿರುವುದರಿಂದ ನಾನು 'ಯಂಗ್ ಇಂಡಿಯದ' ಸಂಪಾದಕತ್ವವನ್ನು ವಹಿಸಿಕೊಳ್ಳಬೇಕೆಂದು ಅವರು ನನಗೆ ಸಲಹೆ ಕೊಟ್ಟರು. ಹಿಂದೆ ತಿಳಿಸಿದ್ದ ಪತ್ರಿಕೆ ಅಂದರೆ 'ದಿ ಕ್ರಾನಿಕಲ್' ಬಿಟ್ಟುಕೊಟ್ಟಿರುವ ಜಾಗವನ್ನು ತುಂಬುವ ಸಲುವಾಗಿ 'ಯಂಗ್ ಇಂಡಿಯ'ವನ್ನು ವಾರಕ್ಕೆ ಒಂದು ಬಾರಿ ಪ್ರಕಟಿಸುವುದರ ಬದಲಾಗಿ ವಾರಕ್ಕೆ ಎರಡು ಬಾರಿ ಪ್ರಕಟಿಸಬೇಕೆಂದು ಅವರು ತಿಳಿಸಿದರು. ನನಗೂ ಅದೇ ಸರಿ ಎಂದು ಭಾಸವಾಗಿತ್ತು. ಸತ್ಯಾಗ್ರಹದ ಅಂತರಾರ್ಥವನ್ನು ಸಾರ್ವಜನಿಕರಿಗೆ ಮನವರಿಕೆಮಾಡಿಕೊಡಲು ನಾನು ಕಾತರನಾಗಿದ್ದೆ. ಈ ಪ್ರಯತ್ನದ ಮೂಲಕ ನಾನು ಪಂಜಾಬ್‌ನ ಪರಿಸ್ಥಿತಿಗೆ ಕಡೆಯ ಪಕ್ಷ ನ್ಯಾಯ ಒದಗಿಸಬಹುದು ಎಂಬ ಆಸೆಯನ್ನು ಇಟ್ಟುಕೊಂಡಿದ್ದೆ. ಏಕೆಂದರೆ ನಾನು ಬರೆದ ಎಲ್ಲವುಗಳ ಹಿನ್ನೆಲೆಯಲ್ಲಿ ಸತ್ಯಾಗ್ರಹದ ಸತ್ವ ಅಡಗಿತ್ತು. ಸರ್ಕಾರಕ್ಕೂ ಈ ವಿಷಯ ತಿಳಿದಿತ್ತು. ಆದ್ದರಿಂದ ಕೂಡಲೇ ನಾನು ಈ ಗೆಳೆಯರು ಕೊಟ್ಟಿದ್ದ ಸಲಹೆಯನ್ನು ಒಪ್ಪಿಕೊಂಡೆ.

ಆದರೆ ಇಂಗ್ಲಿಷ್ ಮಾಧ್ಯಮದ ಮೂಲಕ ನಾನು ಸಾಮಾನ್ಯ ಜನರಿಗೆ ಸತ್ಯಾಗ್ರಹದಲ್ಲಿ ತರಬೇತಿಯನ್ನು ಕೊಡಲು ಸಾಧ್ಯವಾಗಬಹುದೆ? ನನ್ನ ಮುಖ್ಯ ಕಾರ್ಯಕ್ಷೇತ್ರ ಗುಜರಾತಿಯಲ್ಲಿತ್ತು. ಆ ಸಮಯದಲ್ಲಿ ಸಾರ್ಜಂಟ್ ಇಂದುಲಾಲ್ ಯಾಜ್ಞಿಕ್ ಮೆಸರ್ಸ್ ಸೋಬಾನಿ ಮತ್ತು ಬ್ಯಾಂಕರ್‌ಅವರ ಗುಂಪಿನ ಒಡನಾಡಿಯಾಗಿದ್ದರು. ಅವರು ಗುಜರಾತಿ ಮಾಸ ಪತ್ರಿಕೆ 'ನವ್‌ಜೀವನ್' ಅನ್ನು ನಡೆಸುತ್ತಿದ್ದರು. ಈ ಗೆಳೆಯರು ಅದಕ್ಕೆ ಹಣಕಾಸಿನ ನೆರವು ನೀಡುತ್ತಿದ್ದರು. ಅವರು ಈ ಮಾಸಪತ್ರಿಕೆಯನ್ನು ನನ್ನ ವಶಕ್ಕೆ ಒಪ್ಪಿಸಿದರು. ಸಾರ್ಜಂಟ್ ಇಂದುಲಾಲ್

ಅದರಲ್ಲಿ ಕೆಲಸ ಮಾಡಲು ಮುಂದೆ ಬಂದರು. ಈ ಮಾಸಪತ್ರಿಕೆಯನ್ನು ವಾರಪತ್ರಿಕೆಯನ್ನಾಗಿ ಪರಿವರ್ತಿಸಲಾಯ್ತು.

ಇಷ್ಟರಲ್ಲಿ 'ದಿ ಕ್ರಾನಿಕಲ್' ಪುನರುಜ್ಜೀವನ ಪಡೆಯಿತು. ಆದ್ದರಿಂದ ಅದನ್ನು ಹಿಂದಿನಂತೆ ವಾರಪತ್ರಿಕೆಯಾಗಿ ನವೀಕರಿಸಲಾಯ್ತು. ಎರಡು ವಾರಪತ್ರಿಕೆಗಳನ್ನು ಎರಡು ಬೇರೆಬೇರೆ ಸ್ಥಳಗಳಿಂದ ಪ್ರಕಟಿಸುವುದರಿಂದ ನನಗೆ ಅನಾನುಕೂಲವಾಗಿತ್ತು ಮತ್ತು ಹೆಚ್ಚು ವೆಚ್ಚವನ್ನು ಭರಿಸಬೇಕಾಗಿತ್ತು. ಈ ಹೊತ್ತಿಗಾಗಲೇ 'ನವಜೀವನ್'ಅನ್ನು ಅಹ್‌ಮದಾಬಾದ್‌ನಿಂದ ಪ್ರಕಟಿಸುತ್ತಿದ್ದುದರಿಂದ ನನ್ನ ಸಲಹೆಯಂತೆ 'ಯಂಗ್ ಇಂಡಿಯ'ವನ್ನು ಅಲ್ಲಿಗೆ ವರ್ಗಾಯಿಸಲಾಯ್ತು.

ಈ ಬದಲಾವಣೆಗೆ ಇದರ ಜತೆಯಲ್ಲಿ ಇತರ ಕಾರಣಗಳೂ ಇದ್ದವು. 'ಇಂಡಿಯನ್ ಒಪಿನಿಯನ್'ನಲ್ಲಿ ನಾನು ಪಡೆದಿದ್ದ ಅನುಭವದ ಹಿನ್ನೆಲೆಯಲ್ಲಿ ಇಂತಹ ನಿಯತಕಾಲಿಕಗಳಿಗೆ ಅವುಗಳದ್ದೇ ಆದ ಸ್ವಂತದ ಮುದ್ರಣಾಲಯದ ಅವಶ್ಯಕತೆಯಿರುವುದೆಂಬುದನ್ನು ನಾನು ಕಲಿತುಕೊಂಡಿದ್ದೆ. ಇದಕ್ಕಿಂತ ಹೆಚ್ಚಾಗಿ ಅಕಾಲದಲ್ಲಿ ಭಾರತದಲ್ಲಿ ಜಾರಿಯಲ್ಲಿದ್ದ ಪತ್ರಿಕಾ ಕಾನೂನನ್ನು ಗಮನದಲ್ಲಿಟ್ಟುಕೊಂಡು ಹೇಳಬಹುದಾದರೆ ನಾನು ನನ್ನ ಅಭಿಪ್ರಾಯಗಳನ್ನು ಯಾವುದೇ ನಿರ್ಬಂಧವಿಲ್ಲದೇ ವ್ಯಕ್ತಪಡಿಸಲು ಇಚ್ಛಿಸಿದ್ದರೆ ಸದ್ಯ ಇದ್ದ ಮುದ್ರಣಾಲಯಗಳು ಅವನ್ನು ಪ್ರಕಟಿಸಲು ಹಿಂದೆ ಮುಂದೆ ನೋಡುತ್ತಿದ್ದವು. ಏಕೆಂದರೆ ಅವು ಸಹಜವಾಗಿ ವ್ಯಾಪಾರಿ ಉದ್ದೇಶವನ್ನಿಟ್ಟುಕೊಂಡು ಕೆಲಸಮಾಡುತ್ತಿದ್ದವು. ಆದ್ದರಿಂದ ನಮ್ಮದೇ ಸ್ವಂತದ ಮುದ್ರಣಾಲಯವನ್ನು ಇಟ್ಟುಕೊಳ್ಳಬೇಕೆಂಬುದು ಮಾಡಿಯೇ ತೀರಬೇಕಾದ ಅಗತ್ಯವಾಗಿತ್ತು. ಅಹ್‌ಮದಾಬಾದ್‌ನಲ್ಲಿ ನಿರಾಯಾಸವಾಗಿ ಈ ಉದ್ದೇಶವನ್ನು ಸಾಧಿಸಿಕೊಳ್ಳಬಹುದಾಗಿತ್ತು. ಆದ್ದರಿಂದ ಯಂಗ್ ಇಂಡಿಯವನ್ನು ಅಲ್ಲಿಗೆ ತೆಗೆದುಕೊಂಡು ಹೋಗಬೇಕಾಗಿತ್ತು.

ಈಗ ನಾನು ಈ ನಿಯತಕಾಲಿಕಗಳ ಮೂಲಕ ನನ್ನ ಸಾಮರ್ಥ್ಯಕ್ಕೆ ತಕ್ಕಂತೆ ಸತ್ಯಾಗ್ರಹದ ಬಗ್ಗೆ ಓದಬಲ್ಲ ಸಾರ್ವಜನಿಕರಿಗೆ ಶಿಕ್ಷಣ ನೀಡುವ ಕೆಲಸವನ್ನು ಪ್ರಾರಂಭಿಸಿದೆ. ಈ ಎರಡೂ ಪತ್ರಿಕೆಗಳು ತುಂಬಾ ವ್ಯಾಪಕವಾಗಿ ಪ್ರಸಾರವಾಗುತ್ತಿದ್ದವು, ಒಂದು ಕಾಲದಲ್ಲಿ ಪ್ರತಿಯೊಂದು ಪತ್ರಿಕೆಯೂ ನೆರೆಹೊರೆಯಲ್ಲಿ ನಲವತ್ತು ಸಾವಿರದಷ್ಟು ಪ್ರಸಾರವಾಗುತ್ತಿದ್ದವು. 'ನವಜೀವನ್'ನ ಪ್ರಸಾರ ಪರಿಮಿತಿಯನ್ನು ಮೀರಿದರೆ 'ಯಂಗ್' 'ಇಂಡಿಯದ ಪ್ರಸಾರ ನಿಧಾನವಾಗಿ ಹೆಚ್ಚುತ್ತಿತ್ತು. ಈ ಎರಡೂ ಪತ್ರಿಕೆಗಳ ಪ್ರಸಾರ ನನ್ನ ಕಾರಾಗೃಹವಾಸದ ತರುವಾಯ ತುಂಬಾ ಹೀನಸ್ಥಿತಿಗೆ ಇಳಿಯಿತು. ಇಂದು ಇವುಗಳ ಪ್ರಸಾರ ಎಂಟು ಸಾವಿರಕ್ಕೂ ಕಡಿಮೆಯಾಗಿದೆ.

ಮೊದಲಿನಿಂದಲೂ ನಾನು ಈ ನಿಯತಕಾಲಿಕ (ಜರ್ನಲ್)ಗಳಲ್ಲಿ ಜಾಹೀರಾತುಗಳನ್ನು ತೆಗೆದುಕೊಳ್ಳಬಾರದೆಂದು ನಿರ್ಧರಿಸಿದ್ದೆ. ಈ ಕ್ರಮದಿಂದ ಈ ಪತ್ರಿಕೆಗಳು ಏನನ್ನಾದರೂ ಕಳೆದುಕೊಂಡಿವೆ ಎಂದು ನಾನು ಭಾವಿಸಿಲ್ಲ. ಇದಕ್ಕೆ ಪ್ರತಿಯಾಗಿ ಹೇಳುವುದಾದರೆ ಅವುಗಳ ಸ್ವಾತಂತ್ರ್ಯವನ್ನು ಉಳಿಸಿಕೊಳ್ಳುವಲ್ಲಿ ಇದೊಂದು ಸಣ್ಣ ಕ್ರಮವೇನಾಗಿರಲಿಲ್ಲ ಎಂದು ನಾನು ನಂಬಿದ್ದೇನೆ.

ಪ್ರಾಸಂಗಿಕವಾಗಿ ಹೇಳುವುದಾದರೆ ಈ ನಿಯತಕಾಲಿಕ (ಪತ್ರಿಕೆ)ಗಳು ಸ್ವಲ್ಪ ಮಟ್ಟಿಗೆ ನನ್ನನ್ನು ನೆಮ್ಮದಿಯಿಂದಿರುವಂತೆ ನೋಡಿಕೊಂಡವು. ಏಕೆಂದರೆ ಅತಿಸಮೀಪದಲ್ಲಿ ನಾಗರಿಕ ಅಸಹಕಾರ

ಚಳವಳಿಯನ್ನು ಹೂಡುವ ಪ್ರಶ್ನೆಯೇ ಇರಲಿಲ್ಲ. ಮುಕ್ತವಾಗಿ ಯಾವ ಅಡೆತಡೆಯೂ ಇಲ್ಲದೇ ನನ್ನ ಅಭಿಪ್ರಾಯಗಳನ್ನು ಸಾರ್ವಜನಿಕರ ಪರಾಮರ್ಶೆಗೆ ಒಡ್ಡಲು ಮತ್ತು ಸಾರ್ವಜನಿಕರಿಗೆ ನನ್ನ ಹೃದಯವನ್ನು ಅರ್ಪಿಸಿಕೊಳ್ಳಲು ಈ ಪತ್ರಿಕೆಗಳು ನೆರವಾದವು. ಈ ಕಷ್ಟದ ಗಳಿಗೆಯಲ್ಲಿ ಜನರಿಗೆ ಉಚಿತವಾದ ಸೇವೆಯನ್ನು ಈ ಎರಡೂ ಪತ್ರಿಕೆಗಳು ಈ ಪ್ರಕಾರ ಸಲ್ಲಿಸಿದವು ಎಂದು ನಾನು ಭಾವಿಸಿದ್ದೇನೆ. ಸೈನಿಕ ಕಾನೂನಿನ (ಮಾರ್ಷಲ್ ಲಾ) ದಬ್ಬಾಳಿಕೆಯನ್ನು ಹಗುರಮಾಡುತ್ತ ಈ ಪತ್ರಿಕೆಗಳು ನಮ್ರತೆಯಿಂದ ಕೊಂಚ ಸೇವೆ ಸಲ್ಲಿಸಿವೆ.

35.   ಪಂಜಾಬ್‌ನಲ್ಲಿ

ಪಂಜಾಬ್‌ನಲ್ಲಿ ನಡೆದ ಎಲ್ಲ ಘಟನೆಗಳಿಗೂ ನಾನೇ ಜವಾಬುದಾರನೆಂದು ಸರ್ ಮೈಕೆಲ್ ಓಡ್ವೈಯರ್ ಭಾವಿಸಿದ್ದ. ಸಿಟ್ಟಿಗೆದ್ದಿದ್ದ ಕೆಲವು ಪಂಜಾಬಿ ಯುವಕರು ನಾನೇ ಸೈನಿಕಶಾಸನ ಜಾರಿಗೆ ಬರಲು ಜವಾಬುದಾರ ಎಂದು ಭಾವಿಸಿದ್ದರು. ನಾನು ನಾಗರಿಕ ಅಸಹಕಾರ ಚಳವಳಿಯನ್ನು ತಾತ್ಕಾಲಿಕವಾಗಿ ಸ್ಥಗಿತಗೊಳಿಸದಿದ್ದಿದ್ದರೆ ಜಲಿಯನ್‌ವಾಲಾ ಬಾಗ್ ಹತ್ಯಾಕಾಂಡ ನಡೆಯುತ್ತಿರಲಿಲ್ಲ ಎಂದು ಅವರು ಸಾರಿ ಸಾರಿ ಹೇಳುತ್ತಿದ್ದರು. ನಾನು ಪಂಜಾಬ್‌ಗೆ ಹೋದರೆ ನನ್ನನ್ನು ಕೊಲ್ಲುವುದಾಗಿ ಹೇಳುವಷ್ಟರಮಟ್ಟಿಗೆ ಕೆಲವರು ಬೆದರಿಕೆ ಹಾಕಿದ್ದರು.

ಆದರೆ ನನ್ನ ನಿಲುವು ಸರಿಯಾದದ್ದೆಂದು ನಾನು ಭಾವಿಸಿದ್ದೆ. ಮೇಲಿನ ಪ್ರಶ್ನೆಯ ಬಗ್ಗೆ ಬುದ್ಧಿಯುಳ್ಳ ಯಾವನೇ ವ್ಯಕ್ತಿಯೂ ನನ್ನನ್ನು ಅಪಾರ್ಥಮಾಡಿಕೊಳ್ಳಲಾರ.

ಪಂಜಾಬ್‌ಗೆ ಹೋಗಲು ನಾನು ಕಾತರನಾಗಿದ್ದೆ. ಇದಕ್ಕೂ ಮುಂಚೆ ನಾನು ಪಂಜಾಬ್‌ಗೆ ಹೋಗಿರಲಿಲ್ಲ. ಆದ್ದರಿಂದ ನಾನೇ ಸ್ವತಃ ಅಲ್ಲಿಗೆ ಹೋಗಿ ಅಲ್ಲಿಯ ವಿಷಯಗಳನ್ನು ತಿಳಿದುಕೊಳ್ಳಲು ತುಂಬಾ ತವಕದಿಂದಿದ್ದೆ. ನನ್ನನ್ನು ಪಂಜಾಬ್‌ಗೆ ಆಹ್ವಾನಿಸಿದ್ದ ಡಾ. ಸತ್ಯಪಾಲ್, ಡಾ. ಕಿಚ್ಲು ಮತ್ತು ಪಂಡಿತ್ ರಾಮ್‌ಭಜ್ ದತ್

ಚೌಧುರಿ ಆ ಸಮಯದಲ್ಲಿ ಸೆರೆಮನೆಯಲ್ಲಿದ್ದರು. ಆದರೆ ಸರ್ಕಾರಕ್ಕೆ ಅವರನ್ನು ಮತ್ತು ಇತರ ಕೈದಿಗಳನ್ನು ಹೆಚ್ಚು ಕಾಲ ಸೆರೆಮನೆಯಲ್ಲಿರಿಸಿಕೊಳ್ಳುವ ಧೈರ್ಯವಿರಲಿಲ್ಲ ಎಂದು ನನಗೆ ಖಂಡಿತವಾಗಿತ್ತು. ನಾನು ಮುಂಬಯಿಯಲ್ಲಿದ್ದಾಗಲೆಲ್ಲ ಅನೇಕ ಮಂದಿ ಪಂಜಾಬಿಗಳು ನನ್ನನ್ನು ನೋಡಲು ಬರುತ್ತಿದ್ದರು. ಈ ಸಂದರ್ಭಗಳಲ್ಲಿ ನಾನು ಹುರಿದುಂಬಿಸುವ ಮಾತುಗಳನ್ನಾಡಿ ಅವರನ್ನು ಉಪಚರಿಸುತ್ತಿದ್ದೆ. ಅದರಿಂದ ಅವರಿಗೆ ಸಮಾಧಾನ ಸಿಗುತ್ತಿತ್ತು. ಆ ಕಾಲದಲ್ಲಿ ನನ್ನಲ್ಲಿದ್ದ ಆತ್ಮವಿಶ್ವಾಸ ಒಬ್ಬರಿಂದೊಬ್ಬರಿಗೆ ತಗುಲುವ ಗುಣ ಹೊಂದಿತ್ತು.

ಆದರೆ ನಾನು ಪಂಜಾಬ್‌ಗೆ ಹೋಗುವ ದಿನವನ್ನು ಮತ್ತೆ ಮತ್ತೆ ಮುಂದಕ್ಕೆ ಹಾಕಬೇಕಾಯ್ತು. ವೈಸ್‌ರಾಯ್, ಪ್ರತಿ ಬಾರಿ ನಾನು ಅಲ್ಲಿಗೆ ಹೋಗಲು ಅನುಮತಿಯನ್ನು ಕೇಳಿದಾಗ 'ಈಗಲೇ ಬೇಡ' ಎಂದು ಹೇಳುತ್ತಿದ್ದರು. ಆದ್ದರಿಂದ ಈ ವಿಚಾರ ಮುಂದುಮುಂದಕ್ಕೆ ಹೋಗುತ್ತಿತ್ತು.

ಇಷ್ಟರಲ್ಲಿ ಸೈನಿಕ ಶಾಸನ ದಡಿಯಲ್ಲಿ ಪಂಜಾಬ್ ಸರ್ಕಾರ ನಡೆಸಿದ್ದ ಕೃತ್ಯಗಳ ಬಗ್ಗೆ ವಿಚಾರಣೆಯನ್ನು ನಡೆಸಲು ಹಂಟರ್ ಸಮಿತಿಯನ್ನು ನೇಮಿಸಲಾಗಿದೆ ಎಂದು ಘೋಷಿಸಲಾಯ್ತು. ಈ ಸಮಯದಲ್ಲಿ ಸಿ. ಎಫ್ ಆ್ಯಂಡ್ರೂಸ್ ಪಂಜಾಬ್‌ಗೆ ಬಂದಿದ್ದರು. ಅವರ ಪತ್ರಗಳು ಅಲ್ಲಿಯ ಪರಿಸ್ಥಿತಿಯ ಬಗ್ಗೆ ಹೃದಯ ಕಲಕುವಂತಹ ವಿವರಗಳನ್ನು ನೀಡಿದವು. ವಾಸ್ತವವಾಗಿ ಸೈನಿಕ ಶಾಸನ (ಮಾರ್ಷಲ್ ಲಾ)ದ ಅವಧಿಯಲ್ಲಿ ನಡೆದ ದುಷ್ಕೃತ್ಯಗಳು ಪತ್ರಿಕೆಗಳಲ್ಲಿ ಪ್ರಕಟವಾಗಿದ್ದ ವರದಿಗಳಿಗಿಂತ ತುಂಬಾ ತೀವ್ರವಾದದ್ದಾಗಿವೆ ಎಂಬ ಭಾವನೆ ನನ್ನಲ್ಲಿ ಹುಟ್ಟಿಕೊಂಡಿತು. ತುರ್ತಾಗಿ ಬಂದು ತಮ್ಮ ಜತೆಯಲ್ಲಿ ಸೇರಿಕೊಳ್ಳುವಂತೆ ಅವರು ನನ್ನನ್ನು ಬಲವಂತಪಡಿಸಿದರು. ಅದೇ ಸಮಯದಲ್ಲಿ ಮಾಲವೀಯಜೀ ತಂತಿಗಳನ್ನು (ಟೆಲಿಗ್ರಾಮ್ಸ್) ಕಳಿಸಿ ತಕ್ಷಣವೇ ಪಂಜಾಬ್‌ಗೆ ಹೊರಡುವಂತೆ ತಿಳಿಸಿದರು. ನಾನು ಮತ್ತೊಮ್ಮೆ ವೈಸ್‌ರಾಯ್‌ಅವರಿಗೆ ತಂತಿ ಕಳಿಸಿ ಈಗ ನಾನು ಪಂಜಾಬ್‌ಗೆ ಹೋಗಬಹುದೇ ಎಂದು ಕೇಳಿಕೊಂಡೆ. ಅವರು ನನಗೆ ಮರು ತಂತಿ ಕಳಿಸಿ ಒಂದು ನಿಶ್ಚಿತ ದಿನಾಂಕದ ತರುವಾಯ ನಾನು ಅಲ್ಲಿಗೆ ಹೋಗಬಹುದೆಂದು ತಿಳಿಸಿದರು. ಆದಿನ ಯಾವುದು ಎಂಬುದು ನನ್ನ ನೆಪದಲ್ಲಿ ಉಳಿದಿಲ್ಲ. ಪ್ರಾಯಶಃ ಅದು ಅಕ್ಟೋಬರ್ 17ನೇ ತಾರೀಖು ಆಗಿತ್ತು.

ನಾನು ಲಾಹೋರ್‌ಗೆ ಬರುತ್ತಿದ್ದಂತೆ ಅಲ್ಲಿ ನಾನು ಕಂಡ ದೃಶ್ಯ ಎಂದೂ ನನ್ನ ನೆನಪಿನಿಂದ ಅಳಿಸಿಹೋಗಲಾರದು. ರೈಲ್ವೇ ಸ್ಟೇಷನ್‌ನಲ್ಲಿ ಒಂದು ತುದಿಯಿಂದ ಮತ್ತೊಂದು ತುದಿಯವರೆಗೂ ಕುದಿಯುತ್ತಿದ್ದ ಮಾನವ ಕೋಟಿಯಿತ್ತು. ಇಡೀ ನಗರದ ಜನತೆ ಭಾರಿ ನಿರೀಕ್ಷೆಯನ್ನಿಟ್ಟುಕೊಂಡು ತಮ್ಮ ಮನೆಗಳಿಂದ ಹೊರಬಂದು ಅಲ್ಲಿ ನೆರೆದಿತ್ತು. ದೀರ್ಘ ಕಾಲದ ವಿಯೋಗದ ತರುವಾಯ ತಮ್ಮ ಆಪ್ತ ಸಂಬಂಧಿಯೊಬ್ಬನನ್ನು ಕಾಣಲು ಬಂದಿರುವಂತೆ ಜನರು ಅಲ್ಲಿಗೆ ಭಾವೋನ್ಮಾದ ತುಂಬಿಕೊಂಡು ನೆರೆದಿದ್ದರು. ನಾನು ದಿವಂಗತ ಪಂಡಿತ್ ರಾಮ್‌ಭಜ್ ದತ್ ಅವರ ಬಂಗಲೆಯಲ್ಲಿ ಉಳಿದುಕೊಂಡೆ. ನನ್ನನ್ನು ಉಪಚರಿಸುವ ಹೊಣೆ ಶ್ರೀಮತಿ ಸರಳಾ ದೇವಿಯವರ ಹೆಗಲ ಮೇಲಿತ್ತು. ಅದು ನಿಜವಾಗಿಯೂ ಆಕೆಗೆ ಹೊರೆಯೇ ಆಗಿತ್ತು. ಏಕೆಂದರೆ ಆಗ ಕೂಡಾ ಈಗ ಇರುವಂತೆ, ನಾನು ತಂಗಿದ್ದ ಸ್ಥಳವು ವಾಸ್ತವವಾಗಿ ಪ್ರಯಾಣಿಕರ ಛತ್ರವೇ ಆಗಿತ್ತು.

ಪಂಜಾಬ್‌ನ ಪ್ರಮುಖ ನಾಯಕರುಗಳು ಸೆರೆಮನೆಯಲ್ಲಿದ್ದ ಕಾರಣದಿಂದಾಗಿ ಅವರ ಸ್ಥಳವನ್ನು ಪಂಡಿತ್ ಮಾಲವೀಯಜೀ, ಪಂಡಿತ್ ಮೋತಿಲಾಲ್‌ಜೀ ಮತ್ತು ದಿವಂಗತ ಸ್ವಾಮಿ ಶ್ರದ್ಧಾನಂದ್‌ಜೀ ಅವರುಗಳು ತಕ್ಕರೀತಿಯಲ್ಲಿ ತುಂಬಿದ್ದರು. ಇದಕ್ಕೂ ಮುಂಚೆ ನನಗೆ ಮಾಲವೀಯಜೀ ಮತ್ತು ಶ್ರದ್ಧಾನಂದ್‌ಜೀ ಅವರುಗಳ ನಿಕಟ ಪರಿಚಯವಿತ್ತು. ಆದರೆ ಮೊದಲ ಬಾರಿಗೆ ನಾನು ಮೋತೀಲಾಲ್‌ಜೀ ಅವರೊಂದಿಗೆ ವೈಯಕ್ತಿಕವಾಗಿ ಆಪ್ತ ಪರಿಚಯ ಬೆಳಸಿಕೊಂಡೆ. ಈ ಎಲ್ಲ ನಾಯಕರುಗಳ ಮತ್ತು ಸೆರೆಮನೆಗೆ ಹೋಗುವ ಪುಣ್ಯದಿಂದ ವಂಚಿತರಾಗಿದ್ದ ಸ್ಥಳೀಯ ನಾಯಕರುಗಳ ನಡುವೆ ಮನೆಯಲ್ಲೇ ಇದ್ದಂತಹ ಭಾವನೆ ನನ್ನಲ್ಲಿ ಉಂಟಾಯಿತು. ಆದ್ದರಿಂದ ಅವರ ನಡುವೆ ನಾನೊಬ್ಬ ಅಪರಿಚಿತ ಎಂಬ ಭಾವನೆ ಉಂಟಾಗಲಿಲ್ಲ.

ಹಂಟರ್ ಸಮಿತಿಯ ಮುಂದೆ ಸಾಕ್ಷ್ಯಾಧಾರಗಳನ್ನು ಒದಗಿಸಬಾರದೆಂದು ನಾವು ಸರ್ವಾನುಮತದಿಂದ ಹೇಗೆ ತೀರ್ಮಾನಿಸಿದೆವು ಎಂಬುದು ಈಗ ಇತಿಹಾಸದ ವಿಷಯವೇ ಆಗಿದೆ. ಆ ಸಮಯದಲ್ಲಿ ಈ ತೀರ್ಮಾನದ ಕಾರಣಗಳನ್ನು ಪ್ರಕಟಿಸಿದ್ದೆವು. ಆದ್ದರಿಂದ ಇಲ್ಲಿ ಮತ್ತೆ ಅದನ್ನು ಉಲ್ಲೇಖಿಸುವ ಅವಶ್ಯಕತೆಯಿಲ್ಲ. ಇಷ್ಟು ದೀರ್ಘಕಾಲ ಆದಮೇಲೆ ಈ ಘಟನೆಗಳ ಬಗ್ಗೆ ಹಿಂದಿರುಗಿ ನೋಡಿದರೆ ಸಮಿತಿಯನ್ನು ಬಹಿಷ್ಕರಿಸುವ ನಮ್ಮ ತೀರ್ಮಾನ ಸರಿಯಾದದ್ದು ಮತ್ತು ಖಂಡಿತವಾಗಿಯೂ ಉಚಿತವಾದದ್ದು ಎಂಬ ಭಾವನೆ ಈಗಲೂ ಇದೆ. ಇಷ್ಟು ಹೇಳಿದರೆ ಸಾಕಾಗುವುದು.

ಹಂಟರ್ ಸಮಿತಿಯನ್ನು ಬಹಿಷ್ಕರಿಸಿದುದರ ತಾರ್ಕಿಕ ಪರಿಣಾಮ ಎಂಬಂತೆ ಅನಧಿಕೃತ ವಿಚಾರಣಾ ಸಮಿತಿಯನ್ನು ನೇಮಿಸಲು ನಿರ್ಧರಿಸಲಾಯ್ತು. ಕಾಂಗ್ರೆಸ್ ಪರವಾಗಿ ಈ ಸಮಿತಿಯು ಬಹುಮಟ್ಟಿಗೆ ಹಂಟರ್ ಸಮಿತಿಗೆ ಸಂವಾದಿಯಾಗಿ ವಿಚಾರಣೆಯನ್ನು ನಡೆಸಿತು. ಪಂಡಿತ್ ಮೋತಿಲಾಲ್ ನೆಹರು, ದಿವಂಗತ ದೇಶ್‌ಬಂಧು ಸಿ.ಆರ್ ದಾಸ್, ಸಾರ್ಜಂಟ್ ಅಬ್ಬಾಸ್ ತ್ಯಾಬ್‌ಜೀ, ಸಾರ್ಜಂಟ್ ಎಂ. ಆರ್ ಜಯ್‌ಕರ್ ಮತ್ತು ನನ್ನನ್ನು ಈ ಸಮಿತಿಗೆ ನೇಮಿಸಲಾಗಿತ್ತು. ವಾಸ್ತವವಾಗಿ ಪಂಡಿತ್ ಮಾಲವೀಯಜೀ ಈ ಸಮಿತಿಗೆ ಸದಸ್ಯರುಗಳ ನೇಮಕಮಾಡಿದ್ದರು. ವಿಚಾರಣೆ ನಡೆಸಲು ಬೇರೆ ಬೇರೆ ಸ್ಥಳಗಳನ್ನು ನಾವೇ ಹಂಚಿಕೊಂಡೆವು. ಸಮಿತಿಯ ಕೆಲಸವನ್ನು ಸಂಘಟಿಸುವ ಹೊಣೆ ನನ್ನ ಪಾಲಿಗೆ ಬಂದಿತ್ತು. ಹೆಚ್ಚು ಸ್ಥಳಗಳಲ್ಲಿ ವಿಚಾರಣೆಯನ್ನು ನಡೆಸುವ ಹೊಣೆ ಕೂಡಾ ನನ್ನ ಪಾಲಿಗೆ ಬಂದಿತ್ತು. ಪಂಜಾಬ್‌ನ ಹಳ್ಳಿಗಳ ಮತ್ತು ಪಂಜಾಬ್‌ನ ಜನರನ್ನು ತೀರ ನಿಕಟವಾಗಿ ಅರಿತುಕೊಳ್ಳುವ ಅಪರೂಪದ ಅವಕಾಶ ಈ ಮೂಲಕ ನನಗೆ ಒದಗಿ ಬಂದಿತ್ತು.

ವಿಚಾರಣೆಯನ್ನು ನಡೆಸುತ್ತಿರುವ ಕಾಲದಲ್ಲಿ ಪಂಜಾಬ್‌ನ ಮಹಿಳೆಯರ ಪರಿಚಯವನ್ನು ಕೂಡಾ ಮಾಡಿಕೊಂಡೆ. ಆ ಪರಿಚಯ ಹೇಗಿತ್ತೆಂದರೆ ನಾವು ಒಬ್ಬರನ್ನೊಬ್ಬರು ಆ ದೀರ್ಘಕಾಲದಿಂದ ಅರಿತುಕೊಂಡಂತಿತ್ತು. ನಾನು ಹೋದಲ್ಲೆಲ್ಲ ಅವರು ಗುಂಪುಗುಂಪಾಗಿ ಬರುತ್ತಿದ್ದರು. ನನ್ನ ಮುಂದೆ ಅವರು ನೂಲಿನ ರಾಶಿಗಳನ್ನು ಇಡುತ್ತಿದ್ದರು. ಪಂಜಾಬ್ ಭಾರಿ ಖಾದಿ ಕೇಂದ್ರವಾಗಬಹುದು ಎಂಬುದನ್ನು ಈ ವಿಚಾರಣೆಯ ಸಂದರ್ಭದಲ್ಲಿ ಮನವರಿಕೆಮಾಡಿಕೊಂಡೆ.

ಜನರ ಮೇಲೆ ಎಸಗಿದ್ದ ದುಷ್ಕೃತ್ಯಗಳ ಬಗ್ಗೆ ನನ್ನ ವಿಚಾರಣೆಯನ್ನು ಇನ್ನೂ ಮುಂದುವರೆಸುತ್ತ ಹೋದಂತೆ ಸರ್ಕಾರದ ದಬ್ಬಾಳಿಕೆ ಮತ್ತು ಸ್ವೇಚ್ಛಾನುಸಾರವಾಗಿದ್ದ ಸರ್ಕಾರಿ ಅಧಿಕಾರಿಗಳ ನಿರಂಕುಶ ಮನೋವೃತ್ತಿಯ ಬಗ್ಗೆ ಕಥೆಗಳನ್ನು ಕೇಳಿದೆ . ಅವನ್ನು ಕೇಳಿ ನನಗೆ ಸುಮ್ಮನಿರಲು ಸಾಧ್ಯವೇ ಆಗಲಿಲ್ಲ. ನನ್ನಲ್ಲಿ ನೋವು ಗಾಢವಾಗಿ ತುಂಬಿಕೊಂಡಿತು. ಯುದ್ಧದ ಸಮಯದಲ್ಲಿ ಅಧಿಕ ಸಂಖ್ಯೆಯಲ್ಲಿ ಯೋಧರನ್ನು ಒದಗಿಸಿದ್ದ ಪ್ರಾಂತವು ಈ ಎಲ್ಲ ಪಾಶವೀ ಅತ್ಯಾಚಾರಗಳನ್ನು ಸಹಿಸಿಕೊಂಡು ಶರಣಾಗತವಾಯ್ತು ಎಂಬುದು ನನ್ನನ್ನು ಆಶ್ಚರ್ಯಗೊಳಿಸಿತ್ತು ಮತ್ತು ಇನ್ನೂ ನನ್ನನ್ನು ಅದು ಆಶ್ಚರ್ಯ ಗೊಳಿಸುತ್ತಿದೆ.

ಈ ಸಮಿತಿಯ ವರದಿಯನ್ನು ಬರೆಯುವ ಕೆಲಸವನ್ನು ಕೂಡಾ ನನಗೆ ವಹಿಸಲಾಗಿತ್ತು. ಪಂಜಾಬ್‌ನ ಜನರ ಮೇಲೆ ಯಾವ ಬಗೆಯ ಪಾಪಕೃತ್ಯಗಳನ್ನು ಎಸಗಲಾಯ್ತು ಎಂಬುದನ್ನು ತಿಳಿದುಕೊಳ್ಳಲು ಇಚ್ಛಿಸುವವರು ಈ ವರದಿಯನ್ನು ಓದಬೇಕೆಂದು ನಾನು ಶಿಫಾರಸುಮಾಡುತ್ತೇನೆ. ವರದಿಯಲ್ಲಿ ಯಾವ ಕಡೆಯಲ್ಲೂ ಪ್ರಜ್ಞಾಪೂರ್ವಕವಾದ ಒಂದೇ ಒಂದು ಅತಿಶಯೋಕ್ತಿಯಿಲ್ಲವೆಂದು ನಾನು ಈ ವರದಿಯ ಬಗ್ಗೆ ಹೇಳಲು ಇಷ್ಟಪಡುತ್ತೇನೆ. ಈ ವರದಿಯಲ್ಲಿರುವ ಪ್ರತಿಯೊಂದು ಹೇಳಿಕೆಯೂ ಸಾಕ್ಷಾಧಾರಗಳ ಮೂಲಕ ಸಮರ್ಥಿಸಲ್ಪಟ್ಟಿದೆ. ಇದಕ್ಕಿಂತ ಹೆಚ್ಚಾಗಿ ಹೇಳುವುದಾದರೆ ಪ್ರಕಟವಾಗಿರುವ ಸಾಕ್ಷಾಧಾರಗಳು ಸಮಿತಿಯ ವಶದಲ್ಲಿರುವುದರ ಕೊಂಚಭಾಗ ಮಾತ್ರ ಆಗಿದೆ. ನ್ಯಾಯಸಮ್ಮತವಾಗಿದೆಯೇ ಎಂಬುದರ ಬಗ್ಗೆ ಕೊಂಚ ಸಂಶಯಕ್ಕೂ ಆಸ್ಪದ ನೀಡುವ ಒಂದೇ ಒಂದು ಹೇಳಿಕೆಯನ್ನು ಈ ವರದಿಯು ಒಳಗೊಂಡಿಲ್ಲ. ಸತ್ಯವಲ್ಲದೇ ಮತ್ತೇನನ್ನೂ ಒಳಗೊಳ್ಳದ ಅಂದರೆ ಕೇವಲ ಸತ್ಯವನ್ನು ಮಾತ್ರ ಪ್ರಕಟಪಡಿಸುವ ಅಭಿಪ್ರಾಯವನ್ನಿಟ್ಟುಕೊಂಡು ಈ ವರದಿಯನ್ನು ತಯಾರಿಸಲಾಗಿತ್ತು. ಬ್ರಿಟಿಷ್ ಸರ್ಕಾರವು ಎಷ್ಟು ದೂರದವರೆಗೂ ಹೋಗಲು ಶಕ್ತವಾಗಿತ್ತು ಮತ್ತು ತನ್ನ ಅಧಿಕಾರವನ್ನು ಉಳಿಸಿಕೊಳ್ಳಲು ಅದು ಎಂತಹ ಅಮಾನವೀಯ ಕೃತ್ಯಗಳನ್ನು ಮತ್ತು ಕ್ರೌರ್ಯವನ್ನು ಎಸಗಲು ಶಕ್ತವಾಗಿತ್ತು ಎಂಬುದನ್ನು ಓದುಗನು ಕಂಡುಕೊಳ್ಳಬಹುದು. ಇಲ್ಲಿಯವರೆಗೂ ನನಗೆ ತಿಳಿದಿರುವಷ್ಟರಮಟ್ಟಿಗೆ ಹೇಳುವುದಾದರೆ ಈ ವರದಿಯಲ್ಲಿ ಉಲ್ಲೇಖಿಸಲಾಗಿರುವ ಒಂದೇ ಒಂದು ಹೇಳಿಕೆಯನ್ನು ತಪ್ಪೆಂದು ಸಾಧಿಸಲು ಸಾಧ್ಯವಾಗಿಲ್ಲ.

36. ಖಿಲಾಫತ್‌ಗೆ ಎದುರಾಗಿ ಗೋರಕ್ಷಣೆ

ಸ್ವದ್ಯ ನಾವು ಪಂಜಾಬ್‌ನಲ್ಲಿ ನಡೆದ ಈ ಕರಾಳ ಕೃತ್ಯಗಳನ್ನು ಬಿಟ್ಟುಬಿಡೋಣ.

ಪಂಜಾಬ್‌ನಲ್ಲಿನ ಡ್ಯೇರ್‌ಆಡಳಿತ ವ್ಯವಸ್ಥೆಯ ಬಗ್ಗೆ ವಿಚಾರಣೆ ಆದೇ ತಾನೇ ಆರಂಭವಾಗಿತ್ತು. ಆಗ ನನಗೆ ಹಿಂದೂಗಳು ಮತ್ತು ಮುಸಲ್ಮಾನರ ಜಂಟೀ ಸಭೆಯೊಂದರಲ್ಲಿ ಭಾಗವಹಿಸುವಂತೆ ಆಮಂತ್ರಣ ಪತ್ರವೊಂದು ಬಂದು. ಖಿಲಾಫತ್ ಪ್ರಶ್ನೆಯ ಬಗ್ಗೆ ಪರ್ಯಾಲೋಚಿಸಲು ದೆಹಲಿಯಲ್ಲಿ ಈ ಸಭೆಯನ್ನು ಏರ್ಪಡಿಸಲಾಗಿತ್ತು. ಅದಕ್ಕೆ ಸಹಿಮಾಡಿದವರಲ್ಲಿ ದಿವಂಗತ ಹಕೀಮ್ ಅಜ್ಮಲ್ ಖಾನ್ ಸಾಹೇಬ್ ಮತ್ತು ಮಿ. ಅಸಫ್ ಆಲಿಅವರುಗಳಿದ್ದರು. ದಿವಂಗತ ಸ್ವಾಮಿ ಶ್ರದ್ಧಾನಂದ್‌ಜೀ ಅದರಲ್ಲಿ ಭಾಗವಹಿಸುವರೆಂದು ಹೇಳಲಾಗಿತ್ತು. ನನ್ನ ನೆನಪು ಸರಿಯಾಗಿದ್ದರೆ ಅವರು ಸಮ್ಮೇಳನದ ಉಪಾಧ್ಯಕ್ಷರಾಗಿದ್ದರು. ನನಗೆ ನೆನಪಿರುವಂತೆ ಆ ಸಮ್ಮೇಳನವು ಆ ವರ್ಷದ ನವೆಂಬರ್‌ನಲ್ಲಿ ನಡೆಯಬೇಕಾಗಿತ್ತು. ಖಿಲಾಫತ್ ಬಗ್ಗೆ ನಂಬಿಕೆದ್ರೊಹ ಮಾಡಿದ್ದ ಕಾರಣದಿಂದಾಗಿ ಉದ್ಭವವಾಗಿದ್ದ ಪರಿಸ್ಥಿತಿಯ ಬಗ್ಗೆ ಸಮ್ಮೇಳನವು ಪರ್ಯಾಲೋಚಿಸುವ ಉದ್ದೇಶವನ್ನಿಟ್ಟುಕೊಂಡಿತ್ತು. ಶಾಂತಿ ನೆಲೆಸಿದ್ದುದರ ಬಗ್ಗೆ

ನಡೆಯುವ ಉತ್ಸವಾಚರಣೆಯಲ್ಲಿ ಹಿಂದೂಗಳು ಮತ್ತು ಮುಸಲ್ಮಾನರು ಭಾಗವಹಿಸಬೇಕೆ ಎಂಬುದರ ಬಗ್ಗೆ ಕೂಡಾ ಚರ್ಚೆ ನಡೆಯುವ ಸಂಭವವಿತ್ತು. ಬೇರೆ ವಿಷಯಗಳ ಜತೆಯಲ್ಲಿ, ಖಿಲಾಫತ್ ಪ್ರಶ್ನೆಯನ್ನೇ ಅಲ್ಲದೇ ಗೋರಕ್ಷಣೆಯ ಪ್ರಶ್ನೆಯನ್ನು ಕೂಡಾ ಸಮ್ಮೇಳನದಲ್ಲಿ ಚರ್ಚಿಸಲಾಗುವುದು ಎಂದು ಆಮಂತ್ರಣ ಪತ್ರದಲ್ಲಿ ಹೇಳಲಾಗಿತ್ತು. ಆದ್ದರಿಂದ ಗೋವಿನ ಪ್ರಶ್ನೆಯ ಬಗ್ಗೆ ಒಮ್ಮತಕ್ಕೆ ಬರಲು ಇದೊಂದು ಸುವರ್ಣಾವಕಾಶವಾಗಿತ್ತು. ಗೋವಿನ ಸಮಸ್ಯೆಯ ಬಗ್ಗೆ ಇದ್ದ ಈ ಉಲ್ಲೇಖವನ್ನು ನಾನು ಇಷ್ಟಪಡಲಿಲ್ಲ. ನಾನು ಈ ಆಹ್ವಾನ ಪತ್ರಕ್ಕೆ ಉತ್ತರ ಬರೆಯುತ್ತ ಸಾಧ್ಯವಾದಷ್ಟು ಮಟ್ಟಿಗೆ ಸಮ್ಮೇಳದಲ್ಲಿ ಹಾಜರಿರಲು ಪ್ರಯತ್ನಿಸುವುದಾಗಿ ತಿಳಿಸುತ್ತ ಈ ಎರಡೂ ಪ್ರಶ್ನೆಗಳನ್ನು ಒಂದರೊಡನೊಂದು ಮಿಶ್ರಣಮಾಡಬಾರದೆಂದು ಸಲಹೆ ಕೊಟ್ಟೆ. ಚೌಕಾಸಿ(ಬಾರ್ಗಿನ್) ಮಾಡಿ (ಅಂದರೆ ಷರತ್ತುಗಳ ಮೂಲಕ) ಈ ಪ್ರಶ್ನೆಗಳನ್ನು ಬಗೆಹರಿಸಬಾರದೆಂದೂ ಮತ್ತು ಅವನ್ನು ಅವುಗಳ ಅರ್ಹತೆಯನ್ನು ಪರಿಗಣಿಸಿ ತೀರ್ಮಾನಿಸಬೇಕೆಂದೂ ಮತ್ತು ಅವನ್ನು ಬೇರೆಬೇರೆಯಾಗಿ ಪರಿಗಣಿಸಬೇಕೆಂದು ಸಲಹೆ ಕೊಟ್ಟೆ.

ಈ ಎಲ್ಲ ಆಲೋಚನೆಗಳನ್ನು ನನ್ನ ಮನಸ್ಸಿನಲ್ಲಿ ತುಂಬಿಕೊಂಡು ನಾನು ಸಮ್ಮೇಳಕ್ಕೆ ಹೋದೆ. ಮುಂದೆ ನಡೆದ ಇತರ ಅನೇಕ ಸಭೆಗಳಲ್ಲಿ ಹತ್ತಾರು ಸಾವಿರ ಮಂದಿ ಹಾಜರಿದ್ದಂತಹ ದೃಶ್ಯವನ್ನು ನನಗೆ ಇಲ್ಲಿ ಕಾಣಲಾಗದಿದ್ದರೂ ಈ ಸಮ್ಮೇಳನದಲ್ಲಿ ತುಂಬಾ ಹೆಚ್ಚು ಮಂದಿ ಹಾಜರಿದ್ದರು. ಮೇಲೆ ಉಲ್ಲೇಖಿಸಲಾಗಿರುವ ಪ್ರಶ್ನೆಯ ಬಗ್ಗೆ ನಾನು ದಿವಂಗತ ಶ್ರದ್ಧಾನಂದ್‌ಜೀ ಅವರೊಂದಿಗೆ ಚರ್ಚಿಸಿದೆ. ಅವರು ಸಮ್ಮೇಳನದಲ್ಲಿ ಭಾಗವಹಿಸಿದ್ದರು. ಅವರು ನನ್ನ ವಾದವನ್ನು ಮೆಚ್ಚಿಕೊಂಡರು. ಅದನ್ನು ಸಮ್ಮೇಳನದ ಮುಂದೆ ಇಡುವಂತೆ ಹೇಳಿ ಆ ಪ್ರಶ್ನೆಯನ್ನು ನನಗೆ ಬಿಟ್ಟುಬಿಟ್ಟರು. ಇದೇ ಪ್ರಕಾರ ನಾನು ದಿವಂಗತ ಹಕೀಮ್ ಸಾಹೇಬರೊಂದಿಗೆ ಕೂಡಾ ಚರ್ಚಿಸಿದೆ. ಖಿಲಾಫತ್ ಪ್ರಶ್ನೆಯು ನಾನು ನಂಬಿಕೊಂಡಂತೆ ನ್ಯಾಯಸಮ್ಮತವಾಗಿದ್ದು ಅದಕ್ಕೆ ಕಾನೂನಿನ ತಳಹದಿಯೂ ಇದ್ದರೆ ಹಾಗೂ ಸರ್ಕಾರವು ನಿಜವಾಗಿಯೂ ಅತಿ ಸ್ಪಷ್ಟವಾಗಿ ಕಾಣುವಂತೆ ಅನ್ಯಾಯ ಮಾಡಿದ್ದರೆ ಖಿಲಾಫತ್‌ನ ಲೋಪವನ್ನು ಸರಿಪಡಿಸುವಂತೆ ಮುಸಲ್ಮಾನರು ತಮ್ಮ ಹಕ್ಕೊತ್ತಾಯ ಮಾಡಬಹುದು, ಆಗ ಹಿಂದೂಗಳು ಅವರ ಜತೆಯಲ್ಲಿ ನಿಂತುಕೊಳ್ಳಬೇಕು ಎಂದು ನಾನು ಸಮ್ಮೇಳನಕ್ಕೂ ಮುಂಚಿತವಾಗಿಯೇ ವಾದಿಸಿದ್ದೆ. ಈ ಸಂಬಂಧದಲ್ಲಿ ಹಸುವಿನ ಪ್ರಶ್ನೆಯನ್ನು ತರುವುದು ಅಥವಾ ಷರತ್ತುಗಳಿಗೆ ಒಪ್ಪುವಂತೆ ಮುಸಲ್ಮಾನರನ್ನು ಬಳಸಿಕೊಳ್ಳುವುದು ಅನುಚಿತವಾಗುವುದು. ಅದೇ ರೀತಿಯಲ್ಲಿ ಖಿಲಾಫತ್ ಪ್ರಶ್ನೆಗೆ ಹಿಂದೂಗಳ ಬೆಂಬಲವನ್ನು ಗಳಿಸಿಕೊಳ್ಳುವುದಕ್ಕೆ ಪ್ರತಿಯಾಗಿ ಗೋಹತ್ಯೆಯನ್ನು ನಿಲ್ಲಿಸುವುದಾಗಿ ಮುಸಲ್ಮಾನರು ಬೆಲೆಯ ರೂಪದಲ್ಲಿ ವಚನ ನಿಡುವುದು ಕೂಡಾ ಅನುಚಿತವಾದದ್ದು. ಆದರೆ ಹಿಂದೂಗಳ ಧಾರ್ಮಿಕ ಭಾವನೆಗಳನ್ನು ಗೌರವಿಸಿ ಮುಸಲ್ಮಾನರು ಸ್ವಂತ ಇಚ್ಛೆಯಿಂದ ಗೋಹತ್ಯೆಯನ್ನು ನಿಲ್ಲಿಸಿದರೆ ಅದು ತುಂಬಾ ಶ್ಲಾಘನೀಯವಾಗಬಲ್ಲದು. ಆಗ ಇದು ಬೇರೆ ವಿಷಯವಾಗುವುದಲ್ಲದೇ ಹಿತಕರವಾಗುವುದು. ಒಂದೇ ಮಣ್ಣಿನ ಮಕ್ಕಳಾಗಿದ್ದು, ನೆರೆ ಹೊರೆಯವರಿಗೆ ತೋರಿಸಬೇಕಾಗಿರುವ ಕರ್ತವ್ಯಪ್ರಜ್ಞೆಯ ದೃಷ್ಟಿಯಿಂದ ಕೂಡಾ ಮುಸಲ್ಮಾನರು ಗೋಹತ್ಯೆಯನ್ನು ನಿಲ್ಲಿಸಬಹುದು. ಹೀಗೆ ಸ್ವತಂತ್ರ ಪ್ರವೃತ್ತಿಯನ್ನು ಪ್ರದರ್ಶಿಸಿದರೆ ಮತ್ತು ಕರ್ತವ್ಯವೆಂದು ಅದನ್ನು ಅನುಸರಿಸಿದರೆ ಅವರ ನಡತೆಯ ಘನತೆ ಕೂಡಾ ಹೆಚ್ಚುವುದು

ಎಂದು ನಾನು ವಾದಮಾಡಿದೆ. ಹೀಗೆ ನಡೆದುಕೊಳ್ಳುವುದು ತಮ್ಮ ನೆರೆಹೊರೆಯವರಿಗೆ ಸಲ್ಲಿಸಬೇಕಾದ ಕರ್ತವ್ಯವೆಂದು ಮುಸಲ್ಮಾನರು ಪರಿಗಣಿಸಿ ಅದನ್ನು ನೆರವೇರಿಸಬೇಕು. ಹಾಗಿದ್ದರೆ ಈ ಎರಡೂ ಪ್ರಶ್ನೆಗಳನ್ನು ಒಂದರಿಂದ ಇನ್ನೊಂದನ್ನು ಪ್ರತ್ಯೇಕಿಸಿ ಚರ್ಚಿಸಬೇಕು. ಸಮ್ಮೇಳನದ ಕಾರ್ಯಕಲಾಪ ಖಿಲಾಫತ್ ಪ್ರಶ್ನೆಗೆ ಮಾತ್ರ ಸೀಮಿತಗೊಳ್ಳಬೇಕು. ಎಂದು ನಾನು ವಾದಿಸಿದೆ. ಸಭೆಯಲ್ಲಿ ಹಾಜರಿದ್ದವರಿಗೆಲ್ಲ ನನ್ನ ವಾದ ಮೆಚ್ಚಿಕೆಯಾಯ್ತು. ಇದರ ಕಾರಣದಿಂದಾಗಿ ಗೋರಕ್ಷಣೆಯ ಪ್ರಶ್ನೆಯನ್ನು ಈ ಸಮ್ಮೇಳದಲ್ಲಿ ಚರ್ಚೆಗೆ ಎತ್ತಿಕೊಳ್ಳಲಿಲ್ಲ.

ನಾನು ಮುನ್ನೆಚ್ಚರಿಕೆಯನ್ನು ಕೊಟ್ಟಿದ್ದರೂ ಮೌಲಾನಾ ಅಬ್ದುಲ್ ಬಾರಿ ಸಾಹೇಬ್ ಹೀಗೆ ಹೇಳಿದರು: 'ಹಿಂದೂಗಳು ನಮಗೆ ಬೆಂಬಲ ಕೊಡಲಿ ಅಥವಾ ಕೊಡದಿರಲಿ ಮುಸಲ್ಮಾನರು ಹಿಂದೂಗಳ ದೇಶಬಾಂಧವರೇ ಆಗಿರುವುದರಿಂದ ಹಿಂದೂಗಳ ಸೂಕ್ಷ್ಮಭಾವಗಳನ್ನು ಗೌರವಿಸಿ ಗೋಹತ್ಯೆಯನ್ನು ಬಿಟ್ಟುಬಿಡಬೇಕು'. ಆ ಸಂದರ್ಭದಲ್ಲಿ ಬಹುಮಟ್ಟಿಗೆ ಮುಸಲ್ಮಾನರು ನಿಜವಾಗಿಯೂ ಗೋಹತ್ಯೆಯನ್ನು ಕೊನೆಗಾಣಿಸುತ್ತಾರೆ ಎಂದು ಕಂಡುಬಂತು.

ಪಂಜಾಬ್‌ಪ್ರಶ್ನೆಯನ್ನು ಖಿಲಾಫತ್‌ನೊಂದಿಗೆ ಕೂಡಿಸಬೇಕೆಂಬ ಸಲಹೆ ಕೆಲವು ಕಡೆಗಳಿಂದ ಕೇಳಿಬಂತು. ನಾನು ಈ ಪ್ರಸ್ತಾಪವನ್ನು ವಿರೋಧಿಸಿದೆ. ಪಂಜಾಬ್ ಪ್ರಶ್ನೆಯು ಸ್ಥಳೀಯ ವ್ಯವಹಾರವಾಗಿರುವುದರಿಂದ ಶಾಂತಿ ನೆಲೆಸಿದ್ದರ ಬಗ್ಗೆ ನಡೆಯುವ ಉತ್ಸವಗಳಲ್ಲಿ ಭಾಗವಹಿಸಬೇಕೆ ಅಥವಾ ಬೇಡವೇ ಎಂಬ ನಮ್ಮ ತೀರ್ಮಾನದೊಂದಿಗೆ ಅದನ್ನು ತೂಗಿ ನೋಡಬಾರದು. ನಾವು ಸ್ಥಳೀಯ ಪ್ರಶ್ನೆಯೊಂದಿಗೆ ಶಾಂತಿ ಸಂಧಾನಗಳ ಷರತ್ತುಗಳ ಪರಿಣಾಮದಿಂದಾಗಿ ಉದ್ಭವವಾಗಿರುವ ಖಿಲಾಫತ್ ಪ್ರಶ್ನೆಯನ್ನು ಬೆರಸಿದರೆ ನಾವು ಅಚಾತುರ್ಯದಿಂದ ವರ್ತಿಸಿದ್ದೇವೆಂಬ ಗಂಭೀರವಾದ ಆರೋಪಕ್ಕೆ ಗುರಿಯಾಗ ಬೇಕಾಗುತ್ತದೆ. ನನ್ನ ವಾದ ಸುಲಭವಾಗಿ ನಿಶ್ಚಿತಾಭಿಪ್ರಾಯವನ್ನು ರೂಪಿಸಿತು.

ಮೌಲಾನ ಹಸ್ರತ್ ಮೋಹಾನಿ ಈ ಸಭೆಯಲ್ಲಿ ಹಾಜರಿದ್ದರು. ನಾನು ಅವರನ್ನು ಇದಕ್ಕೂ ಮುಂಚೆ ಪರಿಚಯಮಾಡಿಕೊಂಡಿದ್ದೆ. ಆದರೆ ಇಲ್ಲಿ ಮಾತ್ರ ಅವರು ಎಂತಹ ಹೋರಾಟಗಾರರಾಗಿದ್ದರು ಎಂಬುದನ್ನು ನಾನು ಅರಿತುಕೊಂಡೆ. ಮೊದಲಿನಿಂದಲೂ ಒಬ್ಬರನ್ನೊಬ್ಬರು ವಿರೋಧಿಸುತ್ತಿದ್ದೆವು ಮತ್ತು ನಮ್ಮ ನಡುವೆ ಭಿನ್ನಾಭಿಪ್ರಾಯಗಳಿದ್ದವು.

ಈ ಸಮ್ಮೇಳನದಲ್ಲಿ ಅನೇಕ ನಿರ್ಣಯಗಳನ್ನು ಅನುಮೋದಿಸಲಾಯ್ತು. ಅವುಗಳಲ್ಲಿ ಒಂದೆಂದರೆ ಹಿಂದೂಗಳಿಗೆ ಮತ್ತು ಮುಸಲ್ಮಾನರಿಗೆ ಸ್ವದೇಶಿ ಪ್ರತಿಜ್ಞೆಯನ್ನು ತೆಗೆದುಕೊಳ್ಳುವಂತೆ ಕರೆ ಕೊಟ್ಟದ್ದು. ಅದರ ಜತೆಯಲ್ಲಿ ಸಹಜವಾಗಿ ಸೇರಿದ್ದ ಇನ್ನೊಂದು ಪ್ರತಿಜ್ಞೆಯೆಂದರೆ ವಿದೇಶಿ ವಸ್ತುಗಳ ಬಹಿಷ್ಕಾರ. ಆಗಿನ್ನೂ ಖಾದಿಗೆ ಸರಿಯಾದ ಸ್ಥಾನಮಾನ ಸಿಕ್ಕಿರಲಿಲ್ಲ. ಹಸ್ರತ್ ಸಾಹೇಬರು ಒಪ್ಪಿಕೊಳ್ಳುವಂತಹ ನಿರ್ಣಯ ಇದಾಗಿರಲಿಲ್ಲ. ಖಿಲಾಫತ್ ವಿಷಯದಲ್ಲಿ ಬ್ರಿಟಿಷ್ ಸಾಮ್ರಾಜ್ಯವು ನ್ಯಾಯಕೊಡದೇ ಅದನ್ನು ನಿರಾಕರಿಸಿದರೆ ಸೇಡು ತೀರಿಸಿಕೊಳ್ಳಬೇಕೆಂಬುದು ಅವರ ಗುರಿಯಾಗಿತ್ತು. ಅವರು ತಮ್ಮ ಇಚ್ಛೆಯ ಪ್ರಕಾರ ಇದಕ್ಕೆ ಪ್ರತಿಯಾಗಿ ಇನ್ನೊಂದು ಪ್ರಸ್ತಾಪವನ್ನು ಸಭೆಯ ಮುಂದಿಟ್ಟರು. ವ್ಯಾವಹಾರಿಕವಾಗಿ ಸಾಧ್ಯವಾಗುವಂತೆ ಕೇವಲ ಬ್ರಿಟಿಷ್ ವಸ್ತುಗಳನ್ನು ಬಹಿಷ್ಕರಿಸುವಂತೆ ಅವರು ಪ್ರಸ್ತಾಪವನ್ನಿಟ್ಟರು. ನಾನು ಅದನ್ನು ತಾತ್ವಿಕ ಮತ್ತು ವ್ಯಾವಹಾರಿಕ

ನೆಲೆಯಲ್ಲಿ ವಿರೋಧಿಸಿದೆ. ಈಗಾಗಲೇ ತುಂಬಾ ಪರಿಚಿತವಾಗಿರುವ ವಾದಗಳನ್ನೊಡ್ಡಿ ನನ್ನ ವಿರೋಧವನ್ನು ಸಮ್ಮೇಳನದ ಮುಂದಿಟ್ಟೆ. ನಾನು ಸಮ್ಮೇಳನದ ಎದುರು ಅಹಿಂಸೆ ಕುರಿತ ನನ್ನ ದೃಷ್ಟಿಕೋನವನ್ನು ಕೂಡಾ ಮಂಡಿಸಿದೆ. ಕೇಳುಗರ ಮೇಲೆ ನನ್ನ ವಾದಗಳು ಗಾಢ ಪರಿಣಾಮನ್ನುಂಟುಮಾಡಿದವು ಎಂಬುದನ್ನು ಗಮನಿಸಿದೆ. ನನಗಿಂತ ಮುಂಚೆ ಹಸ್ರತ್ ಮೋಹಾನಿಅವರ ಭಾಷಣವನ್ನು ಸಭಿಕರು ಗಟ್ಟಿಯಾಗಿ ಜಯಘೋಷ ಮಾಡುತ್ತ ಸ್ವಾಗತಿಸಿದ್ದರು. ನನ್ನದು ಕೇವಲ ಅರಣ್ಯ ರೋದನವಾಗಬಹುದು ಎಂದು ನಾನು ಭಯಪಟ್ಟೆ. ಸಮ್ಮೇಳನದ ಮುಂದೆ ನನ್ನ ಅಭಿಪ್ರಾಯವನ್ನು ಇಡದಿದ್ದರೆ ಅದರಿಂದ ಕರ್ತವ್ಯ ಲೋಪವಾಗಬಹುದು ಎಂದು ನಾನು ಭಾವಿಸಿದ್ದರಿಂದ ಮಾತ್ರ ನಾನು ಭಯಪಡದೇ ಮಾತಾಡಿದ್ದೆ. ಆದರೆ ನನ್ನ ಮನಸ್ಸಿಗೆ ಹಿತಕರವಾಗುವಂತೆ ಮತ್ತು ಅಚ್ಚರಿ ಹುಟ್ಟಿಸುವಂತೆ ಹಾಜರಿದ್ದ ಸಭಿಕರು ತುಂಬಾ ಗಮನವಿಟ್ಟು ನನ್ನ ಭಾಷಣವನ್ನು ಕೇಳಿಸಿಕೊಂಡುರು. ವೇದಿಕೆಯ ಮೇಲಿದ್ದವರು ಪೂರ್ಣ ಬೆಂಬಲ ನೀಡುವ ಮೂಲಕ ನನ್ನನ್ನು ಹುರಿದುಂಬಿಸಿದರು. ಒಬ್ಬರಾದ ಮೇಲೆ ಒಬ್ಬರಂತೆ ಭಾಷಣಕಾರರು ಎದ್ದುನಿಂತು ನನ್ನ ಅಭಿಪ್ರಾಯಗಳಿಗೆ ಬೆಂಬಲ ಸೂಚಿಸಿ ಮಾತಾಡಿದರು. ಬ್ರಿಟಿಷರ ವಸ್ತುಗಳ ಬಹಿಷ್ಕಾರದ ಉದ್ದೇಶ ಈಡೇರದೆಂದೂ ಮತ್ತು ಆ ನಿರ್ಣಯವನ್ನು ಅಂಗೀಕರಿಸಿದರೆ ತಾವು ಕುಚೋದ್ಯಕ್ಕೆ ಒಳಗಾಗಬಹುದೆಂದು ನಾಯಕರು ಅರಿತುಕೊಂಡರು. ತನ್ನ ಮೈಮೇಲೆ ಬ್ರಿಟಿಷ್ ತಯಾರಿಕೆಯ ಯಾವುದಾರೊಂದು ವಸ್ತುವನ್ನು ಇಟ್ಟುಕೊಳ್ಳದ ಯಾವನೇ ವ್ಯಕ್ತಿ ಆ ಸಭೆಯಲ್ಲಿ ಇರಲಿಲ್ಲ. ಆದ್ದರಿಂದ ಆ ನಿರ್ಣಯವನ್ನು ಅಂಗೀಕರಿಸಿದರೆ ಕೇಡಾಗಬಹುದಲ್ಲದೇ ಬೇರೆ ಏನೂ ಆಗದು ಎಂದು ಅನೇಕ ಕೇಳುಗರು ಮನವರಿಕೆಮಾಡಿಕೊಂಡರು. ಆ ನಿರ್ಣಯದ ಪರವಾಗಿ ಮತ ನೀಡಿದವರು ಕೂಡಾ ಅದನ್ನು ಕಾರ್ಯರೂಪಕ್ಕೆ ತರಲು ಅಸಮರ್ಥರಾಗಿದ್ದರು.

'ಕೇವಲ ವಿದೇಶಿ ವಸ್ತ್ರವನ್ನು ಬಹಿಷ್ಕರಿಸಿದರೆ ನಮಗೆ ತೃಪ್ತಿಸಿಗದು. ನಮ್ಮ ಅವಶ್ಯಕತೆಗಳಿಗೆ ತಕ್ಕಂತೆ ಸಾಕಷ್ಟು ಸ್ವದೇಶಿ ವಸ್ತ್ರವನ್ನು ತಯಾರಿಸಲು ನಾವು ಸಮರ್ಥರಾಗುವುದಕ್ಕೂ ಮುಂಚಿತವಾಗಿ ಈ ಬಹಿಷ್ಕಾರದ ಅವಧಿ ಎಷ್ಟು ಕಾಲ ಹಿಡಿಯಬಹುದು ಎಂದು ಯಾರಿಗೆ ಗೊತ್ತಿದೆ? ವಿದೇಶಿ ವಸ್ತ್ರದ ಬಹಿಷ್ಕಾರವನ್ನು ಪರಿಣಾಮಕಾರಿಯಾಗಿ ಜಾರಿಗೆ ತರಲು ಎಷ್ಟು ಕಾಲ ಹಿಡಿಯುವುದೋ ಯಾರಿಗೆ ಗೊತ್ತಿದೆ, ಬ್ರಿಟಿಷರ ಮೇಲೆ ತಕ್ಷಣವೇ ಪರಿಣಾಮ ಬೀರುವಂತಹ ಏನನ್ನಾದರೂ ನಾವು ಅಪೇಕ್ಷಿಸುತ್ತಿದ್ದೇವೆ. ನಿಮ್ಮ ವಿದೇಶಿ ವಸ್ತ್ರ ಬಹಿಷ್ಕಾರದ ನಿರ್ಣಯ ಹಾಗೆಯೇ ಇರಲಿ, ನಾವು ಅದರ ಬಗ್ಗೆ ತಲೆಕೆಡಿಸಿಕೊಳ್ಳುವುದು ಬೇಡ. ಆದರೆ ಅದರ ಜತೆಯಲ್ಲಿ ತ್ವರಿತವಾಗಿರುವ ಮತ್ತು ಬಿರುಸಾಗಿರುವ ಏನನ್ನಾದರೂ ನಮಗೆ ಕೊಡಿ.' ಹೀಗೆ ಮೌಲಾನ ಹಸ್ರತ್ ಮೋಹಾನಿ ಮಾತಾಡಿದರು. ನಾನು ಮೌಲಾನ ಹಸ್ರತ್ ಮೋಹಾನಿಅವರ ಭಾಷಣವನ್ನು ಕೇಳುತ್ತಿದ್ದಾಗಲೇ ವಿದೇಶಿ ವಸ್ತ್ರ ಬಹಿಷ್ಕಾರಕ್ಕಿಂತ ಮಿಗಿಲಾಗಿ ಹೊಸದಾಗಿರುವ ಏನಾದರೊಂದರ ಅಗತ್ಯವಿದೆ ಎಂದು ನನಗೆ ಭಾಸವಾಗಿತ್ತು. ಆ ಕಾಲದಲ್ಲಿ ನನಗೆ ತಕ್ಷಣವೇ ವಿದೇಶಿ ವಸ್ತ್ರ ಬಹಿಷ್ಕಾರ ಖಂಡಿತವಾಗಿಯೂ ಅಸಾಧ್ಯವಾದದ್ದು ಎಂದು ನನಗೆ ಕಂಡುಬಂದಿತ್ತು. ನಾವು ಇಷ್ಟಪಟ್ಟರೆ ನಮ್ಮ ಎಲ್ಲ ಬಟ್ಟೆಬರೆಗಳ ಅವಶ್ಯಕತೆಯನ್ನು ಪೂರಯಿಸಲು ಸಾಕಷ್ಟು ಖಾದಿಯನ್ನು ಉತ್ಪಾದಿಸಬಹುದು ಎಂದು ಆಗ ನನಗೆ ಹೊಳೆದಿರಲಿಲ್ಲ. ಮುಂದೆ ನನಗೆ ಈ ವಿಷಯ ಗೊತ್ತಾಯ್ತು. ಇನ್ನೊಂದು ರೀತಿಯಲ್ಲಿ

ಹೇಳುವುದಾದರೆ ವಿದೇಶಿ ವಸ್ತ್ರ ಬಹಿಷ್ಕಾರವನ್ನು ಪರಿಣಾಮಕಾರಿಯಾಗಿ ಜಾರಿಗೆ ತರಲು ಕೇವಲ ಗಿರಣಿಗಳ ಮೇಲೆ ಅವಲಂಬಿಸಿದ್ದರೆ ನಾವು ನಂಬಿಕೆದ್ರೋಹಕ್ಕೆ ಒಳಗಾಗಬೇಕಾಗಿತ್ತು ಎಂದು ಆಗ ಕೂಡಾ ನನಗೆ ಗೊತ್ತಿತ್ತು. ಮೌಲಾನ ಅವರು ತಮ್ಮ ಭಾಷಣವನ್ನು ಮುಗಿಸಿದಾಗ ನಾನಿನ್ನೂ ಈ ಇಕ್ಕಟ್ಟಿನಲ್ಲಿ ಸಿಕ್ಕಿಕೊಂಡಿದ್ದೆ.

ನನಗೆ ಸೂಕ್ತ ಹಿಂದಿ ಅಥವಾ ಉರ್ದು ಶಬ್ದ ಸಿಕ್ಕದಿದ್ದುರಿಂದ ನನ್ನ ಮಾತಿಗೆ ತಡೆ ಉಂಟಾಗಿತ್ತು. ವಿಶೇಷವಾಗಿ ಉತ್ತರ ಭಾರತದ ಮುಸಲ್ಮಾನರಿಂದ ಕೂಡಿದ್ದ ಕೇಳುಗರ ಮುಂದೆ ಇದೇ ಮೊದಲ ಬಾರಿಗೆ ತರ್ಕಬದ್ಧವಾಗಿ ಭಾಷಣ ಮಾಡುತ್ತಿದ್ದೆ. ಕಲ್ಕತ್ತದಲ್ಲಿ ಮುಸ್ಲಿಂ ಲೀಗ್ ಸಭೆಯಲ್ಲಿ ಉರ್ದುವಿನಲ್ಲಿ ಮಾತಾಡಿದ್ದೆ. ಆದರೆ ನಾನು ಅಲ್ಲಿ ಕೆಲವೇ ನಿಮಿಷಗಳ ಕಾಲ ಮತಾಡಿದ್ದೆ. ಇಲ್ಲಿ, ಅದಕ್ಕೆ ಪ್ರತಿಯಾಗಿ ವಿರೋಧಿಗಳಲ್ಲದಿದ್ದರೂ ವಿಮರ್ಶ ಚತುರರಾಗಿದ್ದ ಕೇಳುಗರ ಎದುರು ಮಾತಾಡಬೇಕಾಗಿತ್ತು. ಅವರಿಗೆ ನಾನು ನನ್ನ ವಿಚಾರಗಳನ್ನು ವಿವರಿಸಬೇಕಾಗಿತ್ತು ಮತ್ತು ನನ್ನ ದೃಷ್ಟಿಕೋನವನ್ನೂ ಅವರ ಮನಸ್ಸಿಗೆ ನಾಟುವಂತೆ ಹೇಳಬೇಕಾಗಿತ್ತು. ನಾನು ನನ್ನ ಎಲ್ಲ ಸಂಕೋಚವನ್ನು ಬದಿಗೆ ಸರಿಸಿದೆ. ನಾನು ಅಲ್ಲಿ ದೆಹಲಿ ಮುಸ್ಲಿಮರ ನಯನಾಜೂಕಿನ ಉರ್ದು ಭಾಷೆಯಲ್ಲಿ ಲೋಪವಿಲ್ಲದಂತೆ ಮಾತಾಡಲು ನಿಂತಿರಲಿಲ್ಲ. ಆದರೆ ನನಗೆ ಸಾಧ್ಯವಿದ್ದ ಹರಕುಮುರುಕು ಹಿಂದಿಯಲ್ಲಿ ಸಭೆಯ ಮುಂದೆ ನನ್ನ ಅಭಿಪ್ರಾಯಗಳನ್ನು ಇಡಲು ಅಲ್ಲಿದ್ದೆ. ಈ ರೀತಿ ನಾನು ಜಯಶಾಲಿಯಾದೆ. ಹಿಂದಿ-ಉರ್ದು ಮಾತ್ರ ಭಾರತದ ಜನರ ಮಾಧ್ಯಮವಾಗಿ ಸಾಮಾನ್ಯವಾಗಿ ಬಳಸುವ ಭಾಷೆಯಾಗಬಲ್ಲದು ಎಂಬುದಕ್ಕೆ ಈ ಸಭೆಯಲ್ಲಿ ಪ್ರತ್ಯಕ್ಷ ಸಾಕ್ಷಿ ನನಗೆ ದೊರೆಯಿತು. ಇಂಗ್ಲಿಷ್‌ನಲ್ಲಿ ಮಾತಾಡಿದ್ದರೆ ನಾನು ಕೇಳುಗರ ಮೇಲೆ ಅಂದು ಬೀರಿದ್ದಂತಹ ಪ್ರಭಾವವನ್ನು ಬೀರಲು ನನಗೆ ಸಾಧ್ಯವಾಗುತ್ತಿರಲಿಲ್ಲ. ಮೌಲಾನ ಅವರಲ್ಲಿ ಸವಾಲು ಹಾಕಬೇಕೆಂಬ ಇಚ್ಛೆ ಕೂಡಾ ಉಂಟಾಗುತ್ತಿರಲಿಲ್ಲ. ಅವರು ಸವಾಲು ಹಾಕಿದ್ದರೆ ನನಗೆ ಅದನ್ನು ಪರಿಣಾಮಕಾರಿಯಾಗಿ ಎದುರಿಸಲು ಸಾಧ್ಯವಾಗುತ್ತಿತ್ತೆ.!

ಹೊಸ ವಿಚಾರಕ್ಕೆ ನಾನು ಸೂಕ್ತವಾಗಿದ್ದ ಹಿಂದಿ ಅಥವಾ ಉರ್ದು ಶಬ್ದವನ್ನು ಥಟ್ಟನೆ ಪಡೆಯಲಾರದ ಸ್ಥಿತಿಯಲ್ಲಿದ್ದೆ ಇದರಿಂದ ನಾನು ಸ್ವಲ್ಪಮಟ್ಟಿಗೆ ತಬ್ಬಿಬ್ಬಾಗಿದ್ದೆ. ಕಡೆಯಲ್ಲಿ ನಾನು 'ಅಸಹಕಾರ' (ನಾನ್-ಕೋ-ಆಪರೇಷನ್) ಎಂಬ ಶಬ್ದದಿಂದ ವಿವರಿಸಿದೆ. ಈ ಸಭೆಯಲ್ಲಿ ಮೊಟ್ಟಮೊದಲ ಬಾರಿಗೆ ಈ ಶಬ್ದವನ್ನು ಬಳಸಿದ್ದೆ. ಒಂದು ವಿಷಯಕ್ಕಿಂತ ಅನೇಕ ವಿಷಯಗಳಲ್ಲಿ ಮೌಲಾನ ಸಹಕಾರ ನೀಡುತ್ತಿದ್ದ ಸರ್ಕಾರಕ್ಕೆ ಪರಿಣಾಮಕಾರಿಯಾಗಿ ಪ್ರತಿರೋಧವನ್ನೊಡ್ಡುವ ಬಗ್ಗೆ ಅವರೇ ಸ್ವತಹ ಮಾತಾಡುವುದು ವ್ಯರ್ಥ ಎಂದು ನನಗೆ ಅವರು ಭಾಷಣ ಮಾಡುತ್ತಿದ್ದಾಗ ಎನಿಸಿತು. ಶಸ್ತ್ರಬಲವನ್ನು ಆಶ್ರಯಿಸುವುದು ಅಪೇಕ್ಷಣೀಯವಾಗಿರಲಿಲ್ಲ ಇಲ್ಲವೇ ಅದು ಅಸಾಧ್ಯ ಕೂಡಾ ಆಗಿತ್ತು. ಆದ್ದರಿಂದ ಸರ್ಕಾರಕ್ಕೆ ನಿಜವಾಗಿಯೂ ಪ್ರತಿರೋಧವನ್ನೊಡ್ಡಬೇಕಾಗಿದ್ದರೆ ಅದರೊಂದಿಗೆ ಸಹಕರಿಸುವುದನ್ನು ನಿಲ್ಲಿಸುವುದೊಂದೇ ಮಾರ್ಗ ಎಂದು ನನಗೆ ಭಾಸವಾಯ್ತು. ಆದ್ದರಿಂದ ನಾನು 'ಅಸಹಕಾರ್' ಎಂಬ ಶಬ್ದವನ್ನು ಆರಿಸಿಕೊಂಡಿದ್ದೆ. ಆಗ ಅದರ ಎಲ್ಲ ತೆರೆತೆರನ ಪರಿಣಾಮಗಳ ಬಗ್ಗೆ ನನ್ನಲ್ಲಿ ಸ್ಪಷ್ಟವಾದ ಕಲ್ಪನೆ ಇರಲಿಲ್ಲ. ಆದ್ದರಿಂದ ನಾನು ವಿವರಗಳನ್ನು ನೀಡಲು ಮುಂದಾಗಲಿಲ್ಲ. ನಾನು ಇಷ್ಟು ಮಾತ್ರ ಹೇಳಿದೆ:

'ಮುಸಲ್ಮಾನರು ತುಂಬಾ ಮುಖ್ಯವಾದ ನಿರ್ಣಯವನ್ನು ಅಂಗೀಕರಿಸಿದ್ದಾರೆ. ಶಾಂತಿ ಸಂಧಾನದ ಷರತ್ತುಗಳು ಅವರಿಗೆ ಪ್ರತಿಕೂಲವಾದರೆ- ದೇವರು ಹಾಗೆ ಆಗಗೊಡದಿರಲಿ- ಅವರು ಸರ್ಕಾರಕ್ಕೆ ಕೊಡುತ್ತಿರುವ ಎಲ್ಲ ಸಹಕಾರವನ್ನು ನಿಲ್ಲಿಸುತ್ತಾರೆ. ಈ ಪ್ರಕಾರ ಸಹಕಾರವನ್ನು ತಡೆಹಿಡಿಯುವುದು ಜನರಲ್ಲಿರುವ ಪರಾಧೀನಮಾಡಲಾಗದ (ಆಜನ್ಮ) ಹಕ್ಕಾಗಿದೆ. ಸರ್ಕಾರ ಕೊಟ್ಟಿರುವ ಬಿರುದುಗಳನ್ನು, ಪದವಿಗಳನ್ನು ನಾವು ಇಟ್ಟುಕೊಳ್ಳಬಾರದು. ಸರ್ಕಾರಿ ಸೇವೆಯಲ್ಲಿ ಮುಂದುವರೆಯಬಾರದು. ಖಿಲಾಫತ್‌ನಂತಹ ಮಹತ್ವದ ಉದ್ದೇಶಗಳಲ್ಲಿ ಸರ್ಕಾರವು ನಂಬಿಕೆ ದ್ರೋಹಮಾಡಿದರೆ ನಮಗೆ ಅಸಹಕಾರವನ್ನು ಬಿಟ್ಟಂತೆ ಬೇರೆ ಏನೂ ಮಾಡಲು ಸಾಧ್ಯವಾಗದು. ಆದ್ದರಿಂದ ನಂಬಿಕೆ ದ್ರೋಹಮಾಡಿದ ಸರ್ಕಾಕ್ಕೆ ಸಹಾಯ ನೀಡದಿರುವ(ಅಂದರೆ ಅಸಹಕಾರ ತೋರುವ) ಹಕ್ಕು ನಮಗಿದೆ'.

ಅಸಹಕಾರ ಎಂಬ ಶಬ್ದ ಚಾಲ್ತಿಗೆ (ಬಳಕೆಗೆ) ಬರುವ ಮುಂಚೆ ಅನೇಕ ತಿಂಗಳುಗಳು ಕಳೆದುಹೋದವು. ಆದರೆ ಸದ್ಯ ಈ ಶಬ್ದ ಸಮ್ಮೇಳನದ ಕಾರ್ಯಕಲಾಪಗಳಲ್ಲಿ ಕಳೆದುಹೋಯ್ತು. ಖಂಡಿತವಾಗಿಯೂ ಅಮೃತ್‌ಸರ್‌ನಲ್ಲಿ ಒಂದು ತಿಂಗಳ ತರುವಾಯ ಕಾಂಗ್ರೆಸ್ ಸಭೆ ಸೇರಿದ್ದಾಗ ನಾನು ಅಸಹಕಾರ ನಿರ್ಣಯಕ್ಕೆ ಬೆಂಬಲವನ್ನು ಸೂಚಿಸಿದ್ದೆ. ನಂಬಿಕೆದ್ರೋಹ ಆಗದು ಎಂಬ ಆಶಯವನ್ನಿಟ್ಟುಕೊಂಡು ನಾನು ಹಾಗೆ ಮಾಡಿದ್ದೆ.

37. ಅಮೃತ್‌ಸರ್ ಕಾಂಗ್ರೆಸ್

ಕೇವಲ ಹೆಸರಲ್ಲಿ ಮಾತ್ರ ನ್ಯಾಯಾಲಯಗಳಾಗಿದ್ದ ನ್ಯಾಯಮಂಡಳಿಗಳು ತೀರಾ ಅತ್ಯಲ್ಪ ಸಾಕ್ಷಾಧಾರದ ಬಲದಲ್ಲಿ ನೂರಾರು ಮಂದಿ ಪಂಜಾಬಿಗಳನ್ನು ಸೈನಿಕ ಶಾಸನದ (ಮಾರ್ಷಲ್‌ಲಾ) ಪ್ರಭುತ್ವದಡಿಯಲ್ಲಿ ಸೆರೆಮನೆಗೆ ತಳ್ಳಿದ್ದವು. ಪಂಜಾಬ್ ಸರ್ಕಾರಕ್ಕೆ ಅವರನ್ನು ಬಂಧನದಲ್ಲಿರಿಸಿಕೊಳ್ಳಲು ಸಾಧ್ಯವಾಗಿರಲಿಲ್ಲ. ಎಲ್ಲ ಕಡೆಗಳಲ್ಲಿ ಎದ್ದು ಕಾಣುವಂತಿದ್ದ ಈ ಅನ್ಯಾಯದ ವಿರುದ್ಧ ಹುಯಿಲೆದ್ದಿತ್ತು. ಅವರನ್ನು ಇನ್ನೂ ಹೆಚ್ಚು ಕಾಲ ಬಂಧನದಲ್ಲಿರಿಸಿಕೊಳ್ಳುವುದು ಸರ್ಕಾರಕ್ಕೆ ತಲೆನೋವಾಗಿ ಪರಿಣಮಿಸಿತ್ತು. ಕಾಂಗ್ರೆಸ್ ಪ್ರಾರಂಭವಾಗುವುದಕ್ಕೂ ಮುಂಚಿತವಾಗಿ ಬಹುಪಾಲು ಬಂಧಿತರ ಬಿಡುಗಡೆಯಾಗಿತ್ತು. ಲಾಲಾ ಹರ್‌ಕಿಷನ್‌ಲಾಲ್ ಮತ್ತು ಇತರ ನಾಯಕರುಗಳ ಬಿಡುಗಡೆಯಾಗಿತ್ತು. ಆಗ ಕಾಂಗ್ರೆಸ್ ಅಧಿವೇಶನ ಇನ್ನೂ ನಡೆಯುತ್ತಿತ್ತು. ಅಲಿ ಸಹೋದರರು ನೇರವಾಗಿ ಸೆರೆಮನೆಯಿಂದ ಅಲ್ಲಿಗೆ ಆಗಮಿಸಿದರು. ಜನರ ಸಂತೋಷಕ್ಕೆ ಪಾರವೇ ಇರಲಿಲ್ಲ. ತಮ್ಮ ಭರ್ಜರಿ ವೃತ್ತಿಯನ್ನು ತ್ಯಜಿಸಿದ್ದ ಪಂಡಿತ್ ಮೋತಿಲಾಲ್ ನೆಹರು ಪಂಜಾಬ್‌ಅನ್ನು ತಮ್ಮ ಮುಖ್ಯ ಕೇಂದ್ರವನ್ನಾಗಿ ಮಾಡಿಕೊಂಡಿದ್ದರು. ಅವರು ತುಂಬಾ ಸೇವೆ ಸಲ್ಲಿಸಿದ್ದರು.

ಅವರು ಕಾಂಗ್ರೆಸ್‌ನ ಅಧ್ಯಕ್ಷರಾಗಿದ್ದರು. ದಿವಂಗತ ಸ್ವಾಮಿ ಶ್ರದ್ಧಾನಂದ್‌ಜೀ ಸ್ವಾಗತ ಸಮಿತಿಯ ಅಧ್ಯಕ್ಷರಾಗಿದ್ದರು.

ಇಲ್ಲಿಯವರೆಗೆ ಕಾಂಗ್ರೆಸ್‌ನ ವಾರ್ಷಿಕ ಕಾರ್ಯಕಲಾಪಗಳಲ್ಲಿ ನನ್ನ ಪಾಲು ಕೇವಲ ಹಿಂದಿ ಬಗ್ಗೆ ರಚನಾತ್ಮಕವಾಗಿ ವಾದ ಮಾಡುವಷ್ಟಕ್ಕೆ ಸೀಮಿತಗೊಂಡಿತ್ತು. ರಾಷ್ಟ್ರ ಭಾಷೆಯಲ್ಲಿ ಭಾಷಣ ಮಾಡುತ್ತಿದ್ದೆ ಮತ್ತು ಆ ಭಾಷಣದಲ್ಲಿ ಸಾಗರೋತ್ತರ (ವಿದೇಶಿ) ಭಾರತೀಯರ ಪರಿಸ್ಥಿತಿಯನ್ನು ಅಧಿವೇಶನದ ಮುಂದಿಡುತ್ತಿದ್ದೆ. ಈ ವರ್ಷ ಕೂಡಾ ಇದಕ್ಕಿಂತ ಹೆಚ್ಚಾಗಿ ಏನನ್ನಾದರೂ ಮಾಡುವ ನಿರೀಕ್ಷೆಯನ್ನಿಟ್ಟುಕೊಂಡು ನನ್ನನ್ನು ಕರೆದಿರಲಿಲ್ಲ. ಹಿಂದಿನ ಅನೇಕ ಸಂದರ್ಭಗಳಲ್ಲಿ ನಡೆದಂತೆ ಥಟ್ಟನೆ ಒಂದು ಹೊಣೆಗಾರಿಕೆಯ ಕೆಲಸ ನನ್ನ ಬಳಿಗೆ ಬಂದಿತು.

ಹೊಸ ಸುಧಾರಣೆಗಳ ಬಗ್ಗೆ ರಾಜನ ಘೋಷಣೆ ಅದೇ ತಾನೇ ಹೊರಬಿದ್ದಿತ್ತು. ಒಟ್ಟಿನಲ್ಲಿ ಅದು ಕೂಡಾ ನನಗೆ ತೃಪ್ತಿಯನ್ನು ತಂದುಕೊಟ್ಟಿರಲಿಲ್ಲ. ಪ್ರತಿಯೊಬ್ಬರಿಗೂ ಅದು ಅಸಮರ್ಪಕ ಎಂದೇ ಭಾಸವಾಗಿತ್ತು. ಆದರೂ ಆ ಸಮಯದಲ್ಲಿ ಸುಧಾರಣೆಗಳು ದೋಷಪೂರಿತವಾಗಿದ್ದರೂ ಅದನ್ನು ಒಪ್ಪಿಕೊಳ್ಳಬಹುದೆಂದು ನಾನು ಭಾವಿಸಿದ್ದೆ. ರಾಜನ ಘೋಷಣೆಯಲ್ಲಿ, ಮತ್ತು ಅದರ ಭಾಷೆಯಲ್ಲಿ ಲಾರ್ಡ್ ಸಿನ್ಹಾ ಅವರ ಕೈವಾಡವನ್ನು ಗಮನಿಸಿದ್ದೆ ಮತ್ತು ಆಸೆಯ ಕಿರಣವೊಂದು ಕಾಣಿಸಿತು. ಆದರೆ ಅನುಭವಿಗಳಾಗಿದ್ದು ಬಲಿಷ್ಠ ಮುಖಂಡರುಗಳಾಗಿದ್ದ ದಿವಂಗತ ಲೋಕಮಾನ್ಯರು ಮತ್ತು ದೇಶಬಂಧು ಚಿತ್ತರಂಜನ್ ದಾಸ್ ಅವರುಗಳಂತಹ ನಾಯಕರುಗಳು ತಮ್ಮ ತಲೆಗಳನ್ನಾಡಿಸಿದರು. ಪಂಡಿತ್ ಮಾಲವೀಯಜೀ ತಟಸ್ಥರಾಗಿದ್ದರು.

ಪಂಡಿತ್ ಮಾಲವೀಯಜೀ ಅವರ ಕೊಠಡಿಯಲ್ಲಿ ನನ್ನನ್ನು ಇಳಿಸಿಕೊಂಡಿದ್ದರು. ಹಿಂದೂ ವಿಶ್ವವಿದ್ಯಾಲಯದ ಆಸ್ತಿಭಾರ ಸಮಾರಂಭದಲ್ಲಿ ನಾನು ಅವರ ಸರಳ ಜೀವನದ ಮಿನುಗು ನೋಟವನ್ನು ಕಂಡಿದ್ದೆ. ಆದರೆ ಈ ಸಂದರ್ಭದಲ್ಲಿ ಅವರ ಜತೆಯಲ್ಲಿ ಅದೇ ಕೊಠಡಿಯಲ್ಲಿದ್ದರಿಂದ ಅವರ ದಿನ ನಿತ್ಯದ ಕರ್ತವ್ಯಗಳನ್ನು ತುಂಬಾ ನಿಕಟವಾಗಿ ನೋಡಲು ನನಗೆ ಸಾಧ್ಯವಾಗಿತ್ತು. ಅದನ್ನು ಕಂಡು ನನ್ನಲ್ಲಿ ಆನಂದ ತುಳುಕಾಡತೊಡಗಿತು. ಅವರ ಕೊಠಡಿಯು ಬಡವರಿಗೆ ಆಶ್ರಯ ನೀಡುವ ಧರ್ಮ ಛತ್ರದಂತಿತ್ತು. ಅವರ ಕೊಠಡಿಯಲ್ಲಿ ಒಂದು ತುದಿಯಿಂದ ಇನ್ನೊಂದು ತುದಿಗೆ ಹಾದುಹೋಗಲು ಸಾಧ್ಯವಾಗುತ್ತಿರಲಿಲ್ಲ. ಅದು ಜನರಿಂದ ತುಂಬಿರುತ್ತಿತ್ತು. ಯಾವ ವೇಳೆಯಲ್ಲಾದರೂ ಅವರನ್ನು ಭೇಟಿಮಾಡಲು ಜನರು ಬರಬಹುದಾಗಿತ್ತು. ಬಂದವರು ತಮಗಿಷ್ಟಬಂದಷ್ಟು ಕಾಲ ಅಲ್ಲಿರಬಹುದಾಗಿತ್ತು. ಈ ಪುಟ್ಟಗೃಹದ ಒಂದು ಮೂಲೆಯಲ್ಲಿ ನನ್ನ ಚಾರ್‌ಪಾಯ್ (ಹಗುರವಾದ ಭಾರತೀಯ ಮಂಚ) ತನ್ನ ಎಲ್ಲ ಘನತೆಯೊಂದಗೆ ಮಲಗಿತ್ತು.

ಆದರೆ ನಾನು ಮಾಲವೀಯಜೀಅವರ ಜೀವನ ವಿಧಾನದ ವಿವರಣೆಯಿಂದ ಈ ಅಧ್ಯಾಯವನ್ನು ತುಂಬಲಾರೆ, ಆದ್ದರಿಂದ ನನ್ನ ವಿಷಯದ ಕಡೆಗೆ ಹಿಂದಿರುಗಬೇಕು.

ಈ ಪ್ರಕಾರ ನನಗೆ ಪ್ರತಿದಿನವೂ ಮಾಲವೀಯಜೀ ಅವರೊಂದಿಗೆ ಚರ್ಚೆ ನಡೆಸಲು ಸಾಧ್ಯವಾಗಿತ್ತು. ಅವರು ಅಣ್ಣನಂತೆ ಪ್ರೀತಿಯಿಂದ ಎಲ್ಲವನ್ನೂ ವಿವರಿಸುತ್ತಿದ್ದರು. ಬೇರೆಬೇರೆ ಪಕ್ಷಗಳ ವಿವಿಧ ದೃಷ್ಟಿಕೋನಗಳನ್ನು ನನಗೆ ವಿವರಿಸುತ್ತಿದರು. ಸುಧಾರಣೆಗಳನ್ನು ಕುರಿತ ನಿರ್ಣಯದ ಮೇಲಿನ ಕಾರ್ಯಕಲಾಪಗಳಲ್ಲಿ ನಾನು ಭಾಗವಹಿಸುವುದು ಅನಿವಾರ್ಯವಾಗಿತ್ತು ಎಂಬುದನ್ನು ನಾನು

ಅರಿತಿದ್ದೆ. ಪಂಜಾಬ್‌ನ ಅತ್ಯಾಚಾರಕ್ಕೆ ಸಂಬಂಧಿಸಿದಂತೆ ಕಾಂಗ್ರೆಸ್‌ನ ವರದಿಯನ್ನು ಬರೆಯುವಲ್ಲಿ ನನ್ನ ಪಾಲಿತ್ತು. ಇದರ ಸಂಬಂಧದಲ್ಲಿ ಇನ್ನೂ ಮಾಡಬೇಕಾಗಿರುವ ಕೆಲಸಗಳ ಕಡೆಗೆ ನಾನು ಗಮನ ಹರಿಬೇಕಾಗಿತ್ತು. ಈ ವಿಷಯದಲ್ಲಿ ಸರ್ಕಾರದೊಂದಿಗೆ ವ್ಯವಹರಿಸಬೇಕಾಗಿತ್ತು. ಆ ಸಮಯದಲ್ಲಿ ಖಿಲಾಫತ್ ಪ್ರಶ್ನೆ ಕೂಡಾ ನನ್ನ ಗಮನದಲ್ಲಿತ್ತು. ಆ ಕಾಲದಲ್ಲಿ ಮಿ. ಮಾಂಟೆಗೂ ನಂಬಿಕೆ ದ್ರೊಹಮಾಡುವುದಿಲ್ಲವೆಂದೂ ಅಥವಾ ಭಾರತ ನಂಬಿಕೆ ದ್ರೋಹದ ಬಗ್ಗೆ ಕಳವಳಪಡ ಬೇಕಾಗಿಲ್ಲವೆಂದು ನಾನು ಭಾವಿಸಿದ್ದೆ. ಆಲಿ ಸಹೋದರರು ಮತ್ತು ಇತರರನ್ನು ಸೆರೆಮನೆಯಿಂದ ಬಿಡುಗಡೆಗೊಳಿಸಿದ್ದುದು ಕೂಡಾ ಶುಭಸೂಚಕ ಚಿಹ್ನೆಯೆಂದು ನನಗೆ ಕಂಡುಬಂದಿತ್ತು. ಈ ಸನ್ನಿವೇಶಗಳಲ್ಲಿ ಸುಧಾರಣೆಗಳನ್ನು ಕುರಿತ ನಿರ್ಣಯನ್ನು ತಿರಸ್ಕರಿಸದೇ ಪುರಸ್ಕರಿಸುವುದೇ ಸರಿಯಾದದದ್ದು ಎಂದು ನಾನು ಭಾವಿಸಿದೆ. ಆದರೆ ದೇಶ್‌ಬಂಧು ಚಿತ್ತರಂಜನ್‌ದಾಸ್ ಇದಕ್ಕೆ ಪ್ರತಿಯಾಗಿ ಸುಧಾರಣೆಗಳನ್ನು ತಿರಸ್ಕರಿಸಲೇಬೇಕೆಂಬ ದೃಢವಾದ ಅಭಿಪ್ರಾಯವನ್ನಿಟ್ಟುಕೊಂಡಿದ್ದರು. ಸುಧಾರಣೆಗಳು ಪೂರ್ತಿಯಾಗಿ ಅಸಮರ್ಪಕವಾಗಿವೆಯೆಂದೂ ತೃಪ್ತಿಕರವಾಗಿರಲ್ಲವೆಂದು ಅವರು ಭಾವಿಸಿದ್ದರು. ದಿವಂಗತ ಲೋಕಮಾನ್ಯರು ಹೆಚ್ಚುಕಡಿಮೆ ತಟಸ್ಥರಾಗಿದ್ದರು. ಆದರೆ ದೇಶ್‌ಬಂಧು ಅಂಗೀಕರಿಸುವಂತಹ ಯಾವುದೇ ನಿರ್ಣಯದ ಪರವಾಗಿ ತಮ್ಮ ಮತ ಚಲಾಯಿಸಲು ತೀರ್ಮಾನಿಸಿದ್ದರು.

ಕಾಲಕ್ಕೆ ತಕ್ಕಂತೆ ನಡೆದುಕೊಳ್ಳುವ, ಚತುರತೆಯನ್ನುಳ್ಳ, ಯಶಸ್ಸಿಗಾಗಿ ಶ್ರಮಪಡುವ ಮತ್ತು ಎಲ್ಲ ಕಡೆಗಳಲ್ಲೂ ಪ್ರೀತಿಗೌರವವನ್ನು ಸಂಪಾದಿಸಿಕೊಂಡಿದ್ದ ನಾಯಕರುಗಳೊಂದಿಗೆ ಭಿನ್ನಾಭಿಪ್ರಾಯವನ್ನಿಟ್ಟುಕೊಳ್ಳುವುದು ನನಗೆ ಅಸಹನೀಯವಾಗಿತ್ತು. ಆದರೆ ಇದಕ್ಕೆ ಪ್ರತಿಯಾಗಿ ನನ್ನ ಅಂತರಂಗದ ದನಿ ಸ್ಪಷ್ಟವಾಗಿತ್ತು. ನಾನು ಕಾಂಗ್ರೆಸ್‌ನಿಂದ ಓಡಿಹೋಗಲು ಪ್ರಯತ್ನಿಸಿದೆ. ಅಧಿವೇಶನದ ಉಳಿದ ಅವಧಿಗೆ ನಾನು ಗೈರುಹಾಜರಾದರೆ ಅದರಿಂದ ಸಾಮಾನ್ಯವಾಗಿ ಎಲ್ಲರಿಗೂ ಹಿತವಾಗುವುದು ಎಂದು ನಾನು ಪಂಡಿತ್ ಮಾಲವೀಯಜೀ ಮತ್ತು ಮೋತಿಲಾಲ್‌ಜೀ ಅವರುಗಳಿಗೆ ತಿಳಿಸಿದೆ. ಇದರಿಂದ ಅಂತಹ ಗೌರವಾನ್ವಿತ ನಾಯಕರುಗಳೊಡನೇ ಇರುವ ಭಿನ್ನಾಭಿಪ್ರಾಯವನ್ನು ಪ್ರದರ್ಶಿಸದೇ ಆತಂಕದಿಂದ ನಾನು ಉಳಿದುಕೊಂಡಂತಾಗುವುದು.

ಆದರೆ ನನ್ನ ಸಲಹೆಯ ಬಗ್ಗೆ ಈ ಇಬ್ಬರು ಹಿರಿಯರು ಒಲವು ತೋರಲಿಲ್ಲ. ನನ್ನ ಸೂಚನೆಯನ್ನು ಲಾಲಾ ಕಿಷನ್‌ಲಾಲ್‌ಅವರ ಕಿವಿಗಳಲ್ಲಿ ಯಾರೋ ಪಿಸುಗುಟ್ಟಿದ್ದರು. 'ಹೀಗೆ ಮಾಡಕೂಡದು. ಇದು ಪಂಜಾಬಿಗಳ ಭಾವನೆಗಳನ್ನು ತುಂಬಾ ನೋಯಿಸುತ್ತದೆ'. ಎಂದು ಅವರು ಹೇಳಿದರು. ನಾನು ಈ ವಿಷಯವನ್ನು ಲೋಕಮಾನ್ಯರು, ದೇಶಬಂಧು ಮತ್ತು ಮಿ. ಜಿನ್ನಾಅವರುಗಳ ಜತೆಯಲ್ಲಿ ಚರ್ಚಿಸಿದೆ. ಆದರೂ ತಪ್ಪಿಸಿಕೊಳ್ಳುವ ಮಾರ್ಗಸಿಗಲಿಲ್ಲ. ಕಡೆಯಲ್ಲಿ ನನ್ನ ಹತಾಶೆಯನ್ನು ಮಾಲವೀಯಜೀ ಅವರ ಎದುರು ಬಿಚ್ಚಿಟ್ಟೆ. 'ನಾನು ರಾಜಿಯನ್ನು ನಿರೀಕ್ಷಿಸುತ್ತಿಲ್ಲ' ಎಂದು ಅವರಿಗೆ ತಿಳಿಸಿದೆ. 'ನಾನು ನಿರ್ಣಯವನ್ನು ಮಂಡಿಸಿದರೆ ಮತದಾನಕ್ಕೆ ಕರೆಕೊಡಬೇಕಾಗುವುದು ಮತ್ತು ಮತ(ವೋಟು)ವನ್ನು ತೆಗೆದುಕೊಳ್ಳಬೇಕಾಗುವುದು. ಆದರೆ ಇಲ್ಲಿ ಅದಕ್ಕೆ ಯಾವುದೇ ಏರ್ಪಾಡು ಮಾಡಿರುವಂತೆ ಕಂಡು ಬರುವುದಿಲ್ಲ. ಕಾಂಗ್ರೆಸ್‌ನ ಬಹಿರಂಗ ಅಧಿವೇಶನದಲ್ಲಿ ಇಲ್ಲಿಯವರೆಗೂ ಕೈಗಳನ್ನು ಎತ್ತಿ ತೋರಿಸುವ ಮೂಲಕ ಮತ(ವೋಟ್)ಗಳನ್ನು

ತೆಗೆದುಕೊಳ್ಳುವ ಪದ್ಧತಿಯಿದೆ. ಇದರ ಪರಿಣಾಮದಿಂದಾಗಿ ಪ್ರತಿನಿಧಿಗಳು ಮತ್ತು ಪ್ರೇಕ್ಷಕರ ನಡುವಣ ವ್ಯತ್ಯಾಸಕ್ಕೆ ಅವಕಾಶವೇ ಇಲ್ಲದಂತಾಗುವುದು. (ಅಂದರೆ ಪ್ರತಿನಿಧಿಗಳ ಜತೆಯಲ್ಲಿ ಪ್ರೇಕ್ಷಕರೂ ಮತ ನೀಡದಂತಾಗುತ್ತದೆ) ಇಂತಹ ದೊಡ್ಡ ಅಧಿವೇಶನಗಳಲ್ಲಿ ಮತಗಳನ್ನು ಎಣಿಸುವ ಸಾಧನಗಳೇ ಇಲ್ಲ. ಆದ್ದರಿಂದ ಮತಗಳ ಮೂಲಕ ತೀರ್ಮಾನಿಸಬೇಕೆಂದು ಕರೆ ಕೊಟ್ಟರೆ ಅದನ್ನು ನಡೆಸಲು ತಕ್ಕ ಸೌಲಭ್ಯವೂ ಇಲ್ಲ, ಮತ್ತು ಅದರಲ್ಲಿ ಯಾವುದೇ ಅರ್ಥವು ಇಲ್ಲ ಎಂಬ ತೀರ್ಮಾನಕ್ಕೆ ಬರಬೇಕಾಗುತ್ತದೆ. ಎಂದು ಹೇಳಿದೆ. ಆದರೆ ಲಾಲಾ ಹರಿಕಿಷನ್‌ಲಾಲ್ ನನ್ನ ನೆರವಿಗೆ ಬಂದರು. ಅವಶ್ಯಕವಾಗಿರುವ ಏರ್ಪಾಡುಗಳನ್ನು ಮಾಡುವ ಜವಾಬುದಾರಿಯನ್ನು ಅವರು ವಹಿಸಿಕೊಂಡರು. 'ಮತದಾನ ನಡೆಯುವ ದಿನದಂದು ಕಾಂಗ್ರೆಸ್ ಚಪ್ಪರಕ್ಕೆ (ಪೆಂಡಾಲ್) ಪ್ರವೇಶಿಸಲು ನಾವು ಪ್ರೇಕ್ಷಕರಿಗೆ ಅನುಮತಿಯನ್ನು ನೀಡುವುದಿಲ್ಲ. ಇನ್ನು ಮತಗಳ ಎಣಿಕೆಯ ಬಗ್ಗೆ ಹೇಳುವುದಾದರೆ ನಾನು ಅದರ ಬಗ್ಗೆ ಏರ್ಪಾಡು ಮಾಡುತ್ತೇನೆ. ಆದರೆ ನೀವು ಮಾತ್ರ ಕಾಂಗ್ರೆಸ್‌ನಿಂದ ಗೈರುಹಾಜರಾಗಬಾರದು'. ಎಂದು ಅವರು ಹೇಳಿದರು. ನಾನು ಅವರಿಗೆ ಸೋಲೊಪ್ಪಿಕೊಂಡೆ. ನಾನು ನಿರ್ಣಯವನ್ನು ನಿಯೋಜಿಸಿಕೊಂಡೆ ಮತ್ತು ಎದೆ ನಡುಗುತ್ತಿರುವಂತೆಯೇ ನಿರ್ಣಯವನ್ನು ಮಂಡಿಸಿದೆ. ಪಂಡಿತ್ ಮಾಲವೀಯಜೀ ಮತ್ತು ಜಿನ್ನಾ ಅದನ್ನು ಅನುಮೋದಿಸಬೇಕಾಗಿತ್ತು. ನಮ್ಮ ಭಿನ್ನಾಭಿಪ್ರಾಯಗಳಲ್ಲಿ ಯಾವುದೇ ರೀತಿಯ ಕಹಿ ಭಾವನೆಗಳು ಇಲ್ಲದಿದ್ದರೂ ಮತ್ತು ನಮ್ಮ ಭಾಷಣಗಳಲ್ಲಿ ಅಂತಹ ವಿಷಯಗಳು ಇಲ್ಲದೇ ಕೇವಲ ಒಣ ತರ್ಕವಿದ್ದರೂ ಜನರು ನಮ್ಮ ನಡುವೆ ಭಿನ್ನಾಭಿಪ್ರಾಯವಿರುವುದನ್ನು ಸಹಿಸಿಕೊಳ್ಳಲಾರರು ಎಂಬುದನ್ನು ನಾನು ಗಮನಿಸಿದೆ. ಅದರಿಂದ ಅವರಿಗೂ ನೋವಾಗಿತ್ತು. ಅವರು ಏಕಾಭಿಪ್ರಾಯವನ್ನು ಅಪೇಕ್ಷಿಸಿದ್ದರು.

ಭಾಷಣಗಳು ಆಗುತ್ತಿರುವಾಗಲೇ ವೇದಿಕೆಯ ಮೇಲೆ ಭಿನ್ನಾಭಿಪ್ರಾಯಗಳನ್ನು ಇತ್ಯರ್ಥಗೊಳಿಸುವ ಪ್ರಯತ್ನಗಳು ನಡೆಯುತ್ತಿದ್ದವು. ಅದೇ ಉದ್ದೇಶದಿಂದ ಟಿಪ್ಪಣಿ ಬರೆದ ಚೀಟಿಗಳು ಮುಕ್ತವಾಗಿ ನಾಯಕರುಗಳ ನಡುವೆ ವಿನಿಮಯವಾಗುತ್ತಿದ್ದವು. ಮಾಲವೀಯಜೀ ಈ ಅಂತರವನ್ನು ಮುಚ್ಚಲು ಸರ್ವ ಪ್ರಯತ್ನ ಮಾಡಿದರು. ಆ ಸಮಯದಲ್ಲಿ ಜೆರಮ್‌ದಾಸ್‌ನನ್ನ ಕೈಗೊಂದು ತಿದ್ದುಪಡಿಯನ್ನು ನೀಡಿದರು ಮತ್ತು ಪ್ರತಿನಿಧಿಗಳನ್ನು ಮತದಾನದ ಬಿಕ್ಕಟ್ಟಿನಿಂದ ತಪ್ಪಿಸಲು ಅವರದೇ ಆದಂತಹ ಸೌಮ್ಯರೀತಿಯಲ್ಲಿ ವಾದಿಸಿದರು. ಅವರ ತಿದ್ದುಪಡಿ ನನಗೂ ಮೆಚ್ಚಿಕೆಯಾಗಿತ್ತು. ಮಾಲವೀಯಜೀ ಎಲ್ಲ ಕಡೆಗಳಲ್ಲಿ ಆಶಾಕಿರಣಕ್ಕಾಗಿ ಕಣ್ಣು ಹಾಯಿಸುತ್ತಿದ್ದರು. ಜೆರಮ್‌ದಾಸ್‌ಅವರ ತಿದ್ದುಪಡಿಯು ಎರಡೂ ಪಕ್ಷಗಳಿಗೆ ಒಪ್ಪಿಯಾಗುವಂತೆ ತೋರುತ್ತದೆ ಎಂದು ನಾನು ಅವರಿಗೆ ಹೇಳಿದೆ. ತರುವಾಯ ಲೋಕಮಾನ್ಯರಿಗೆ ಅದನ್ನು ತೋರಿಸಿದಾಗ, ಸಿ. ಆರ್ ದಾಸ್‌ಅದನ್ನು ಒಪ್ಪಿಕೊಂಡರೆ ತಮಗೆ ಯಾವುದೇ ಆಕ್ಷೇಪಣೆಯಿಲ್ಲ ಎಂದು ಹೇಳಿದರು. ಕಡೆಯಲ್ಲಿ ದೇಶಬಂಧು ಕರಗಿ ನೀರಾದರು ಮತ್ತು ಸಾರ್ಜಂಟ್ ಬಿಪಿನ್ ಚಂದ್ರ ಪಾಲ್‌ಅವರ ಕಡೆಗೆ ಅನುಮೋದನೆಗಾಗಿ ದೃಷ್ಟಿಹರಿಸಿದರು. ಮಾಲವೀಯಜೀ ಭರವಸೆ ತುಂಬಿಕೊಂಡರು ಅವರು ತಿದ್ದುಪಡಿಯನ್ನು ಒಳಗೊಂಡಿದ್ದ ಚೀಟಿಯನ್ನು ಕಿತ್ತುಕೊಂಡು ದೇಶಬಂಧು ಸ್ಪಷ್ಟವಾಗಿ ಆಗಲಿ ಎಂದು ಉಚ್ಚರಿಸುವುದಕ್ಕೆ ಮುಂಚಿತವಾಗಿಯೇ ಕೂಗಿಕೊಂಡರು: 'ಸಹೋದರ

ಪ್ರತಿನಿಧಿಗಳೇ ರಾಜಿ ಏರ್ಪಟ್ಟಿದೆ ಎಂದು ತಿಳಿದು ನಿಮಗೆ ಸಂತೋಷವಾಗುತ್ತದೆ'. ಮುಂದೆ ಏನು ನಡೆಯಿತು ಎಂಬುದನ್ನು ವರ್ಣಿಸಲು ನನಗೆ ಸಾಧ್ಯವಾಗುವುದಿಲ್ಲ. ಕರತಾಡನದ ಶಬ್ದದಿಂದ ಚಪ್ಪರ ಛಿದ್ರಛಿದ್ರವಾಗುವಂತೆ ಕಂಡಿತು. ಇದಕ್ಕೆ ಮೊದಲು ಕೇಳುಗರ ಮುಖಗಳ ಮೇಲಿದ್ದ ಮಂಕು ಮಾಯವಾಗಿ ಹರ್ಷದ ಬೆಳಕು ಹೊಳೆಯಲಾರಂಭಿಸಿತು.

ತಿದ್ದುಪಡಿಯ ಮೂಲಪಾಠ(ಟೆಕ್ಸ್ಟ್)ವನ್ನು ವಿವರಿಸಿ ಹೇಳುವ ಅವಶ್ಯಕತೆಯಿಲ್ಲ. ಇಲ್ಲಿ ನನ್ನ ಪ್ರಯೋಗಗಳ ಒಂದು ಭಾಗವಾಗಿ ಹೇಗೆ ಈ ನಿರ್ಣಯವನ್ನು ಕೈಗೊಳ್ಳಲಾಗಿತ್ತು ಎಂಬುದನ್ನು ವಿವರಿಸುವುದಷ್ಟೇ ನನ್ನ ಉದ್ದೇಶವಾಗಿದೆ ಈ ಎಲ್ಲ ಅಧ್ಯಾಯಗಳು ನನ್ನ ಪ್ರಯೋಗಗಳಿಗೆ ಸಂಬಂಧಿಸಿವೆ.

ಈ ರಾಜಿಸಂಧಾನ ನನ್ನ ಹೊಣೆಗಾರಿಕೆಯನ್ನು ಮತ್ತಷ್ಟು ಹೆಚ್ಚಿಸಿತು.

38. ಕಾಂಗ್ರೆಸ್‌ಗೆ ವಿಧಿವತ್ತಾಗಿ ಪ್ರವೇಶಿಸಿದ್ದುದು

ಅಮೃತ್‌ಸರ್‌ನ ಕಾಂಗ್ರೆಸ್ ಅಧಿವೇಶನದಲ್ಲಿ ನಾನು ಭಾಗವಹಿಸಿದ್ದುದು ಕಾಂಗ್ರೆಸ್‌ನ ರಾಜಕೀಯ ಚಟುವಟಿಕೆಗಳಲ್ಲಿ ನಾನು ನಿಜವಾಗಿ ಪ್ರವೇಶಿಸಿದಂತಾಗಿತ್ತು. ಹಿಂದಿನ ಕಾಂಗ್ರೆಸ್ ಅಧಿವೇಶನಗಳಲ್ಲಿ ನಾನು ಹಾಜರಿದ್ದುದು ಪ್ರಾಯಶಃ ಕಾಂಗ್ರೆಸ್‌ಗೆ ಪ್ರತಿವರ್ಷವೂ ನಿಷ್ಠೆಯನ್ನು ನವೀಕರಿಸುವುಂತಿತ್ತೇ ವಿನಾ ಅದಕ್ಕಿಂತ ಹೆಚ್ಚಿನದೇನೂ ಆಗಿರಲಿಲ್ಲ. ಈ ಸಂದರ್ಭಗಳಲ್ಲಿ ನನಗಾಗಿಯೇ ಯೋಚಿಸಲಾದ ಯಾವುದೇ ಕಾರ್ಯವೂ ಇರಲಿಲ್ಲ. ಕೇವಲ ಖಾಸಗಿ ನೆಲೆಯಲ್ಲಿ ಭಾಗವಹಿಸಿದ್ದೆ. ನಾನು ಆ ಹಿಂದಿನ ಅಧಿವೇಶನಗಳಲ್ಲಿ ಹೆಚ್ಚಿನದೇನನ್ನೂ ಅಪೇಕ್ಷಿಸಿರಲಿಲ್ಲ.

ಅಮೃತ್‌ಸರ್‌ನ ಅನುಭವವು ನನಗೆ ಮಾಡುವಂತಹ ಒಂದು ಅಥವಾ ಎರಡು ಕಾರ್ಯಗಳಿವೆ ಎಂಬುದನ್ನು ತೋರಿಸಿಕೊಟ್ಟಿತ್ತು. ಪ್ರಾಯಶಃ ಆ ಕೆಲಸಮಾಡಲು ನನ್ನಲ್ಲಿ ಸಹಜ ಪ್ರವೃತ್ತಿಯಿದೆ ಮತ್ತು ಅದರಿಂದ ಕಾಂಗ್ರೆಸ್‌ಗೆ ಪ್ರಯೋಜನವಾಗಬಲ್ಲದು ಎಂದು ನಾನು ಭಾವಿಸಿದ್ದೆ. ಪಂಜಾಬ್‌ನ ವಿಚಾರಣೆ ಕುರಿತಂತೆ ನಾನು ಮಾಡಿದ್ದ ಕೆಲಸವನ್ನು ದಿವಂಗತ ಲೋಕಮಾನ್ಯರು, ದೇಶಬಂಧು, ಪಂಡಿತ್ ಮೋತಿಲಾಲ್‌ಜೀ ಮತ್ತು ಇತರ ನಾಯಕರುಗಳು ಮೆಚ್ಚಿಕೊಂಡಿದ್ದರು. ಅವರು ನನ್ನನ್ನು ಅವರ ಅನೌಪಚಾರಿಕ ಸಭೆಗಳಿಗೆ ಆಹ್ವಾನಿಸ

ಲಾರಂಭಿಸಿದರು. ಅಲ್ಲಿ ವಿಷಯನಿಯಾಮಕ ಸಮಿತಿಯ ಮುಂದೆ ಬರಬಹುದಾದ ನಿರ್ಣಯಗಳ ಬಗ್ಗೆ ಚಿಂತಿಲಾಗುತ್ತಿತ್ತು ಎಂದು ನನಗೆ ಕಂಡುಬಂತು. ಈ ಸಭೆಗಳಿಗೆ ನಾಯಕರುಗಳ ವಿಶೇಷ ವಿಶ್ವಾಸವನ್ನು ಗಳಿಸಿಕೊಂಡವರನ್ನು ಮತ್ತು ಯಾರ ಸೇವೆ ಅವಶ್ಯಕವಾಗಿರುವುದೋ ಅವರನ್ನು ಮಾತ್ರ ಆಹ್ವಾನಿಸಲಾಗುತ್ತಿತ್ತು. ಅಧಿಕ ಪ್ರಸಂಗಿಗಳು ಕೆಲವು ವೇಳೆ ಈ ಸಭೆಗಳಲ್ಲಿ ಪ್ರವೇಶಿಸಿಬಿಡುತ್ತಿದ್ದರು.

ಬರುವ ವರ್ಷಕ್ಕೆ ಸಂಬಂಧಪಟ್ಟ ಎರಡು ವಿಷಯಗಳು ನನ್ನಲ್ಲಿ ಆಸಕ್ತಿಯನ್ನು ಕೆರಳಿಸಿದ್ದವು. ಅವುಗಳಲ್ಲಿ ನನಗೆ ಸ್ವಲ್ಪಮಟ್ಟಿನ ಒಲವಿತ್ತು. ಇವುಗಳಲ್ಲಿ ಒಂದೆಂದರೆ ಜಲಿಯನ್‌ವಾಲಾಬಾಗ್ ಹತ್ಯಾಕಾಂಡದ ಸ್ಮಾರಕಕ್ಕೆ ಸಂಬಂಧಿಸಿದ್ದುದು. ಕಾಂಗ್ರೆಸ್ ನಿರ್ಣಯವನ್ನು ಭಾರಿ ಹುಮ್ಮಸ್ಸಿನಿಂದ ಅನುಮೋದಿಸಿತ್ತು. ಅದಕ್ಕಾಗಿ ಸುಮಾರು ಐದು ಲಕ್ಷ ರೂಪಾಯಿಗಳನ್ನು ಸಂಗ್ರಹಿಸಬೇಕಾಗಿತ್ತು. ನನ್ನನ್ನು ಒಬ್ಬ ಟ್ರಸ್ಟಿ (ಧರ್ಮದರ್ಶಿ, ವಿಶ್ವಸ್ಥ)ಯೆಂದು ನೇಮಿಸಲಾಗಿತ್ತು. ಸಾರ್ವಜನಿಕ ಉದ್ದೇಶಗಳಿಗಾಗಿ ಬೇಡುವವರ (ತಿರುಕರ) ಮಧ್ಯೆ ಮಾಲವೀಯಜೀ ಪ್ರಭು (ಪ್ರಿನ್ಸ್) ಎಂಬ ಗೌರವಕ್ಕೆ ಪಾತ್ರರಾಗಿದ್ದರು. ಈ ವಿಷಯದಲ್ಲಿ ನಾನು ಕೂಡಾ ಅವರಿಂದ ತುಂಬಾ ಹಿಂದಿರಲಿಲ್ಲ ಎಂದು ನನಗೆ ಗೊತ್ತಿತ್ತು. ನಾನು ದಕ್ಷಿಣ ಆಫ್ರಿಕದಲ್ಲಿದ್ದಾಗ ಈ ದಿಕ್ಕಿನಲ್ಲಿ ನನ್ನ ಸಾಮರ್ಥ್ಯವನ್ನು ಕಂಡುಕೊಂಡಿದ್ದೆ. ಭಾರತದ ಬಲಿಷ್ಠ ಪ್ರಭುಗಳಿಗೆ ರಾಜೋಚಿತವಾದ ದಾನ(ಕೊಡುಗೆ)ವನ್ನು ಕೊಡಬೇಕೆಂದು ಆಜ್ಞಾಪಿಸುವ ಮಾಲವೀಯಜೀ ಅವರ ಅಪ್ರತಿಮ ಗಾರುಡಿ ಶಕ್ತಿ ನನ್ನಲ್ಲಿರಲಿಲ್ಲ. ಆದರೆ ಜಲಿಯನ್‌ವಾಲಾಬಾಗ್ ಸ್ಮಾರಕಕ್ಕೆ ರಾಜರುಗಳ ಮತ್ತು ಮಹಾರಾಜರುಗಳ ಬಳಿಗೆ ಹೋಗಿ ದಾನ ನೀಡುವಂತೆ ಕೇಳಿಕೊಳ್ಳುವ ಪ್ರಶ್ನೆಯೇ ಇರಲಿಲ್ಲ, ಆದ್ದರಿಂದ ನಾನು ನಿರೀಕ್ಷಿಸಿದಂತೆ ಹಣ ಸಂಗ್ರಹಿಸುವ ಮುಖ್ಯ ಹೊಣೆ ನನ್ನ ಹೆಗಲುಗಳ ಮೇಲೆ ಬಿದ್ದಿತು. ಮುಂಬಯಿಯ ಉದಾರ ಮನಸ್ಸುಳ್ಳ ನಾಗರಿಕರು ತುಂಬಾ ಧಾರಾಳವಾಗಿ ಹಣ ನೀಡಿದರು. ಸ್ಮಾರಕ ಟ್ರಸ್ಟ್ ಸದ್ಯ ಬ್ಯಾಂಕ್‌ನಲ್ಲಿ ದೊಡ್ಡರೀತಿಯಲ್ಲಿ ಉಳಿಕೆಹಣ (ಕ್ರೆಡಿಟ್ ಬ್ಯಾಲೆನ್ಸ್)ವನ್ನು ಹೊಂದಿತ್ತು. ಆದರೆ ಅಂದು ದೇಶದ ಮುಂದಿದ್ದ ಸಮಸ್ಯೆಯೆಂದರೆ ಹಿಂದೂಗಳು, ಮುಸಲ್ಮಾನರು, ಸಿಖ್ಖರು ತಮ್ಮ ರಕ್ತ ಬೆರಸಿ ಪವಿತ್ರಗೊಳಿಸಿದ್ದ ಭೂಮಿಯ ಮೇಲೆ ಯಾವರೀತಿಯ ಸ್ಮಾರಕವನ್ನು ನಿರ್ಮಿಸಬೇಕು ಎಂಬುದಾಗಿತ್ತು. ಈ ಮೂರು ಸಮುದಾಯಗಳು ಪ್ರೀತಿ ಮತ್ತು ಮಧುರ ಬಾಂಧವ್ಯದ ಮೂಲಕ ಒಟ್ಟಿಗೆ ಕೂಡಿಕೊಳ್ಳುವ ಪ್ರತಿಯಾಗಿ ಎಲ್ಲರಿಗೂ ಕಾಣುವಂತೆ ಒಬ್ಬರ ವಿರುದ್ಧ ಇನ್ನೊಬ್ಬರು ಹೋರಾಡುತ್ತಿದ್ದರು. ಸ್ಮಾರಕ ನಿಧಿಯನ್ನು ಹೇಗೆ ಉಪಯೋಗಿಸಬೇಕೆಂದು ರಾಷ್ಟ್ರಕ್ಕೆ ಹೊಳೆಯುತ್ತಿರಲಿಲ್ಲ.

ಕಾಂಗ್ರೆಸ್ ಉಪಯೋಗಿಸಿಕೊಳ್ಳಬಹುದಾಗಿದ್ದ ನನ್ನ ಇನ್ನೊಂದು ಸ್ವಾಭಾವಿಕ ಕೌಶಲವೆಂದರೆ ಕರಡುಗಾರ (ಡ್ರಾಫ್ಟ್ಸ್‌ಮನ್- ಕರಡುಗಳನ್ನು ತಯಾರಿಸುವವನು)ನದಾಗಿತ್ತು. ಹೇಳಬೇಕಾದ್ದನ್ನು ಕೆಲವೇ ಮಾತುಗಳಲ್ಲಿ ವ್ಯಕ್ತಪಡಿಸುವ ಸಾಮರ್ಥ್ಯ ನನ್ನಲ್ಲಿ ಇದೆ ಎಂಬುದನ್ನು ಕಾಂಗ್ರೆಸ್ ನಾಯಕರುಗಳು ಕಂಡು ಹಿಡಿದಿದ್ದರು. ನಾನು ಈ ಸಾಮರ್ಥ್ಯವನ್ನು ಸತತ ಅಭ್ಯಾಸದಿಂದ ಕರಗತ ಮಾಡಿಕೊಂಡಿದ್ದೆ. ಆಗ ಕಾಂಗ್ರೆಸ್‌ನಲ್ಲಿ ಅಸ್ತಿತ್ವದಲ್ಲಿದ್ದ ಸಂವಿಧಾನ ಗೋಖಲೆಅವರಿಂದ ಪರಂಪರಾಗತವಾಗಿ ಬಂದದ್ದಾಗಿತ್ತು. ಅವರು ರಚಿಸಿಕೊಟ್ಟ ಕೆಲವು ನಿಯಮಗಳು ಕಾಂಗ್ರೆಸ್ ಕಾರ್ಯತಂತ್ರವನ್ನು ನಡೆಸುವ ಮೂಲಾಧಾರಗಳಾಗಿದ್ದವು. ಗೋಖಲೆಅವರ ಬಾಯಿಂದಲೇ ನಾನು ಈ ನಿಯಮಗಳ ರಚನೆಯನ್ನು ಕುರಿತ ಕುತೂಹಲಕಾರಿ ಕಥೆಯನ್ನು ಕೇಳಿದ್ದೆ. ಕಾಂಗ್ರೆಸ್‌ನಲ್ಲಿ

ಹೆಚ್ಚುತ್ತಿರುವ ವ್ಯವಹಾರಕ್ಕೆ ಈ ನಿಯಮಗಳು ಸಾಕಾಗುವುದಿಲ್ಲ ಎಂದು ಪ್ರತಿಯೊಬ್ಬರೂ ಭಾವಿಸಿದ್ದರು. ಈ ಪ್ರಶ್ನೆ ಪ್ರತಿವರ್ಷವೂ ಕಾಂಗ್ರೆಸ್‌ನ ಮುಂದೆ ಬರುತ್ತಿತ್ತು. ಆ ಕಾಲದಲ್ಲಿ ಒಂದು ಅಧಿವೇಶನದಿಂದ ಮತ್ತೊಂದು ಅಧಿವೇಶನದ ನಡುವಣ ಅವಧಿಯಲ್ಲಿ ವಾಸ್ತವವಾಗಿ ಕಾಂಗ್ರೆಸ್‌ನಲ್ಲಿ ಕೆಲಸಮಾಡಲು ತಕ್ಕ ಯಾವುದೇ ಕಾರ್ಯವಿಧಾನವಿರಲಿಲ್ಲ ಅಥವಾ ವರ್ಷದ ಉಳಿದ ದಿನಗಳಲ್ಲಿ ಹುಟ್ಟಿಕೊಳ್ಳಬಹುದಾದ ಆಕಸ್ಮಿಕ ಘಟನೆಗಳ ಬಗ್ಗೆ ವ್ಯವಹರಿಸಲು ತಕ್ಕ ಕಾರ್ಯವಿಧಾನವೂ ಇರಲಿಲ್ಲ. ಸದ್ಯ ಚಾಲ್ತಿಯಲ್ಲಿದ್ದ ನಿಯಮಗಳ ಪ್ರಕಾರ ಮೂವರು ಕಾರ್ಯದರ್ಶಿಗಳನ್ನು ಒದಗಿಸಲಾಗಿತ್ತು. ಆದರೆ ವಸ್ತುತಃ ಅವರಲ್ಲಿ ಒಬ್ಬ ಮಾತ್ರ ಕಾರ್ಯಭಾರ ಹೊತ್ತುಕೊಂಡಿದ್ದ (ಅಂದರೆ ಕೆಲಸಮಾಡುವ) ಕಾರ್ಯದರ್ಶಿಯಾಗಿದ್ದ. ಈ ಕಾರ್ಯದರ್ಶಿ ಕೂಡಾ ಪೂರ್ಣಾವಧಿ ಕೆಲಸಮಾಡುವವರಾಗಿರಲಿಲ್ಲ. ಅವರು ಏಕಾಂಗಿಯಾಗಿ ಕಾಂಗ್ರೆಸ್ ಕಛೇರಿಯನ್ನು ಹೇಗೆ ನಡೆಸಬಹುದಾಗಿತ್ತು? ಭವಿಷ್ಯದ ಬಗ್ಗೆ ಚಿಂತಿಸಲು ಅಥವಾ ಹಿಂದಿನ ಕಾಂಗ್ರೆಸ್‌ಗಳು (ಸಭೆಗಳು) ಹೊರಿಸಿದ್ದ ಜವಾಬುದಾರಿಯನ್ನು ಹಾಲಿ (ಇಂದಿನ) ವರ್ಷದಲ್ಲಿ ಅವರೊಬ್ಬರಿಗೆ ನಿರ್ವಹಿಸಲು ಹೇಗೆ ಸಾಧ್ಯವಾಗುತ್ತಿತ್ತು? ಆ ವರ್ಷ, ಈ ಕಾರಣದಿಂದಾಗಿ ಈ ಪ್ರಶ್ನೆ ಎಲ್ಲಕ್ಕಿಂತ ಹೆಚ್ಚು ಮಹತ್ವವನ್ನು ಪಡೆದುಕೊಳ್ಳುತ್ತದೆ ಎಂದು ಪ್ರತಿಯೊಬ್ಬರೂ ಊಹಿಸಿದ್ದರು. ಸಾರ್ವಜನಿಕ ವಿಚಾರಗಳ ಬಗ್ಗೆ ಚರ್ಚಿಸುವುದು ಕಾಂಗ್ರೆಸ್‌ಗೆ ಸುಲಭವಾಗಿರಲಿಲ್ಲ. ಕಾಂಗ್ರೆಸ್‌ನಲ್ಲಿ ಪ್ರತಿನಿಧಿಗಳ ಸಂಖ್ಯೆಗೆ ಮಿತಿಯನ್ನು ಗೊತ್ತುಪಡಿಸಿರಲಿಲ್ಲ. ಸದ್ಯ ಸಂಪೂರ್ಣ ಅವ್ಯವಸ್ಥೆಯಲ್ಲಿದ್ದ ಪರಿಸ್ಥಿತಿಯನ್ನು ಸ್ವಲ್ಪಮಟ್ಟಿಗೆ ಸುಧಾರಿಸುವುದು ಅವಶ್ಯಕವಾಗಿತ್ತೆಂದು ಪ್ರತಿಯೊಬ್ಬರೂ ಭಾವಿಸಿದ್ದರು. ನಾನು ಒಂದು ಷರತ್ತಿನ ಮೇಲೆ ಸಂವಿಧಾನವನ್ನು ರಚಿಸುವ ಹೊಣೆಯನ್ನು ಹೊತ್ತುಕೊಂಡೆ. ಕಾಂಗ್ರೆಸ್‌ನಲ್ಲಿ ಇಬ್ಬರು ನಾಯಕರುಗಳಿದ್ದಾರೆಂಬುದನ್ನು ನಾನು ಕಂಡುಕೊಂಡಿದ್ದೆ, ಅವರರಾರೆಂದರೆ ಲೋಕಮಾನ್ಯರು ಮತ್ತು ದೇಶ್‌ಬಂಧು. ಅವರಿಗೆ ಸಾರ್ವಜನಿಕರ ಮೇಲೆ ತುಂಬಾ ಹಿಡಿತ (ಪ್ರಭಾವ)ವಿತ್ತು. ಸಂವಿಧಾನವನ್ನು ರಚಿಸುವ ಸಮಿತಿಯಲ್ಲಿ ನನ್ನ ಜತೆಯಲ್ಲಿ ಅವರು ಜನಪ್ರತಿನಿಧಿಗಳಾಗಿ ಭಾಗಿಗಳಾಗಿರಬೇಕೆಂದು ಪ್ರಾರ್ಥಿಸಿದೆ. ಆದರೆ ಸಂವಿಧಾನ ರಚನೆಯ ಕೆಲಸದಲ್ಲಿ ವೈಯಕ್ತಿಕವಾಗಿ ಭಾಗವಹಿಸಲು ಅವರಿಗೆ ಸಮಯವಿಲ್ಲ ಎಂಬುದು ನಿಸ್ಸಂಶಯವಾಗಿರುವುದರಿಂದ ಅವರ ವಿಶ್ವಾಸವನ್ನು ಗಳಿಸಿರುವ ಇಬ್ಬರು ಮಹನೀಯರುಗಳನ್ನು ಸಂವಿಧಾನ ಸಮಿತಿಯಲ್ಲಿ ನನ್ನ ಜತೆಯಲ್ಲಿ ನೇಮಿಸಬೇಕೆಂದು ಅವರಿಗೆ ಸಲಹೆ ಕೊಟ್ಟೆ. ಸಮಿತಿಯಲ್ಲಿ ಮೂವರು ಮಾತ್ರ ಇರುವಂತೆ ಮಿತಿಯನ್ನು ಹೇರಬೇಕೆಂದು ತಿಳಿಸಿದೆ. ದಿವಂಗತ ಲೋಕಮಾನ್ಯರು ಮತ್ತು ದಿವಂಗತ ದೇಶಬಂಧು ಈ ಸಲಹೆಯನ್ನು ಒಪ್ಪಿಕೊಂಡರು. ತಮ್ಮ ಪ್ರತಿನಿಧಿಗಳೆಂದು ಅವರು ಅನುಕ್ರಮವಾಗಿ ಸಾರ್ಜಂಟರುಗಳಾದ ಕೇಳ್ಕರ್ ಮತ್ತು ಐ.ಬಿ. ಸೆನ್‌ಅವರುಗಳ ಹೆಸರುಗಳನ್ನು ಸೂಚಿಸಿದರು. ಈ ಸಂವಿಧಾನ ಸಮಿತಿಯು ಒಂದು ಬಾರಿ ಕೂಡಾ ಒಟ್ಟಿಗೆ ಸೇರಿ ಚರ್ಚಿಸಲಿಲ್ಲ. ಆದರೆ ಒಬ್ಬರು ಮತ್ತೊಬ್ಬರೊಡನೆ ಪತ್ರವ್ಯವಹಾರದ ಮೂಲಕ ನಮ್ಮಲ್ಲಿ ಸಮಾಲೋಚನೆ ನಡೆಸಿದೆವು. ಕಡೆಯಲ್ಲಿ ನಾವು ಒಮ್ಮತದ ವರದಿಯನ್ನು ನೀಡಿದೆವು. ಈ ಸಂವಿಧಾನದ ಬಗ್ಗೆ ನನ್ನಲ್ಲಿ ಹೆಮ್ಮೆಯಿದೆ. ನಾವು ಈ ಸಂವಿಧಾನವನ್ನು ಕೂಲಂಕಷವಾಗಿ ಯೋಜಿಸಿದರೆ ಮತ್ತು ಕಷ್ಟಪಟ್ಟು ಅದರ ಪ್ರಕಾರ ಸಾಧನೆ ಮಾಡಿದರೆ ಅದರಿಂದ ಸ್ವರಾಜ್ಯ ಸಿಗುವುದು ಎಂಬ ಅಭಿಪ್ರಾಯವನ್ನು ನಾನು ಇಟ್ಟುಕೊಂಡಿದ್ದೆ. ಈ ಹೊಣೆಗಾರಿಕೆಯನ್ನು ಹೊತ್ತುಕೊಳ್ಳುವುದರೊಂದಿಗೆ ನಾನು ಕಾಂಗ್ರೆಸ್ ರಾಜಕೀಯವನ್ನು ದಿಟವಾಗಿಯೂ ಪ್ರವೇಶಿಸಿದೆ ಎಂದು ಹೇಳಬಹುದು.

39. ಖಾದಿಯ ಹುಟ್ಟು

1908ರಲ್ಲಿ ನಾನು ಹಿಂದ್ ಸ್ವರಾಜ್‌ನಲ್ಲಿ ಭಾರತದಲ್ಲಿ ಬೆಳೆಯುತ್ತಿರುವ ದಿವಾಳಿತನಕ್ಕೆ ಕೈಮಗ್ಗ ರಾಮಬಾಣವಾಗಬಲ್ಲದು ಎಂದು ವಿವರಿಸಿದ್ದಾಗ ಕೈಮಗ್ಗ ಅಥವಾ (ನೂಲುವ)ಚರಕ (ವೀಲ್-ರಾಟೆ)ವನ್ನು ನಾನು ನೋಡಿದ್ದುದರ ನೆನಪು ನನ್ನಲ್ಲಿಲ್ಲ. ಆ ಪುಸ್ತಕದಲ್ಲಿ ನಾನು ಭಾರತದಲ್ಲಿರುವ ಜನ ಸಮುದಾಯಗಳನ್ನು ಪೀಡಿಸುತ್ತಿರುವ ದಾರಿದ್ರ್ಯವನ್ನು ನಿವಾರಿಸಿಕೊಳ್ಳಲು ಯಾವುದು ನೆರವು ನೀಡಿದರೂ ಅದೇ ಸ್ವರಾಜ್ಯವನ್ನು ಸ್ಥಾಪಿಸುವುದು ಎಂದು ನಾನು ಅರ್ಥಮಾಡಿಕೊಂಡಿದ್ದೆ. 1915ರಲ್ಲಿ ಕೂಡಾ ನಾನು ದಕ್ಷಿಣ ಆಫ್ರಿಕದಿಂದ ಭಾರತಕ್ಕೆ ಹಿಂದಿರುಗಿದಾಗ ವಾಸ್ತವವಾಗಿ ನಾನು (ನೂಲುವ) ಚರಕವನ್ನು ಕಂಡಿರಲಿಲ್ಲ. ಸಾಬರ್‌ಮತಿಯಿಲ್ಲಿ ಸತ್ಯಾಗ್ರಹ ಆಶ್ರಮವನ್ನು ಸ್ಥಾಪಿಸಿದಾಗ ನಾವು ಕೆಲವು ಕೈಮಗ್ಗಗಳನ್ನು ಅಲ್ಲಿ ಹೂಡಿದ್ದೆವು. ಹೀಗೆ ಹೂಡಿದ ತಕ್ಷಣವೇ ನಾವು ಕಷ್ಟದಲ್ಲಿ ಸಿಕ್ಕಿಕೊಂಡಿದ್ದೇವೆಂಬ ಅರಿವು ನಮ್ಮಲ್ಲಿ ಮೂಡಿತು. ನಮ್ಮಲ್ಲಿ ಎಲ್ಲರೂ ಅತಿಕಟ್ಟುನಿಟ್ಟಿಲ್ಲದ ವೃತ್ತಿಗಳಿಗೆ ಅಥವಾ ವ್ಯಾಪಾರಕ್ಕೆ ಸೇರಿದವರಾಗಿದ್ದೆವು. ನಮ್ಮಲ್ಲಿ ಒಬ್ಬರೂ ಕುಶಲಕರ್ಮಿಯಾಗಿರಲಿಲ್ಲ. ನಾವು ಮಗ್ಗಗಳಲ್ಲಿ ಕೆಲಸಮಾಡುವುದಕ್ಕಿಂತಲೂ ಮುಂಚಿತವಾಗಿ ನೇಯುವುದು ಹೇಗೆ ಎಂಬುದನ್ನು ಕಲಿಸಲು ನಮಗೊಬ್ಬ ನೇಯ್ಗೆ ತಜ್ಞನ

ಅವಶ್ಯಕತೆಯಿತ್ತು. ಕಡೆಯಲ್ಲಿ ಪಾಲಿಸಪುರದಿಂದ ಒಬ್ಬ ತಜ್ಞನನ್ನು ಕರೆಸಿಕೊಂಡೆವು. ಆದರೆ ಅವನು ತನ್ನಲ್ಲಿದ್ದ ಇಡೀ ಕುಶಲಕಲೆಯನ್ನು ನಮಗೆ ತಿಳಿಸಿಕೊಡಲಿಲ್ಲ. ಆದರೆ ಮಗನ್‌ಲಾಲ್ ಗಾಂಧಿ ಸುಲಭವಾಗಿ ತನ್ನ ಗುರಿಸಾಧನೆಯಲ್ಲಿ ವೈಫಲ್ಯವನ್ನು ಒಪ್ಪಿಕೊಳ್ಳುವವನಾಗಿರಲಿಲ್ಲ. ಯಂತ್ರವಿಜ್ಞಾನದಲ್ಲಿ ಸಹಜ ಪ್ರತಿಭೆಯನ್ನು ಪಡೆದಿದ್ದ ಮಗನ್‌ಲಾಲ್ ಗಾಂಧಿ ಬಹುಬೇಗನೇ ಈ ಕಲೆಯಲ್ಲಿ ಪೂರ್ಣ ನೈಪುಣ್ಯವನ್ನು ಗಳಿಸಿಕೊಂಡಿದ್ದ. ಅಲ್ಲಿಂದ ಮುಂದೆ ಒಬ್ಬರಾದ ಮೇಲೆ ಒಬ್ಬರಂತೆ ಅನೇಕ ಹೊಸ ನೇಕಾರರು ತರಬೇತಿ ಪಡೆದರು.

ನಮ್ಮ ಮುಂದೆ ನಾವು ಇಟ್ಟುಕೊಂಡಿದ್ದ ಗುರಿ ಯಾವುದೆಂದರೆ ನಮ್ಮ ಕೈಗಳಿಂದಲೇ ತಯಾರಿಸಲಾದ ಬಟ್ಟೆಯನ್ನು ನಾವು ಪೂರ್ಣವಾಗಿ ಧರಿಸಬೇಕು ಎಂಬುದು. ಆದ್ದರಿಂದ ನಾವು ಗಿರಣಿಗಳು ನೇಯಿದ್ದ ಬಟ್ಟೆಯ ಬಳಕೆಯನ್ನು ಕಾಲಹರಣಮಾಡದೇ ತಕ್ಷಣವೇ ತ್ಯಜಿಸಿದೆವು. ಭಾರತೀಯ ನೂಲುಹುರಿ (ಯಾರ್ನ್)ಯಿಂದ ಮಾತ್ರ ಕೈಯಲ್ಲಿ ನೇಯಲಾದ ಬಟ್ಟೆಯನ್ನು ಧರಿಸುವುದಾಗಿ ಆಶ್ರಮದ ಎಲ್ಲ ಸದಸ್ಯರುಗಳು ನಿಶ್ಚಯಿಸಿದರು. ಈ ಪದ್ಧತಿಯನ್ನು ಅನುಸರಿಸಿದ್ದರಿಂದ ನಮ್ಮ ಮುಂದೆ ಅನುಭವ ಲೋಕವೊಂದು ತೆರೆದುಕೊಂಡಿತು. ನೇರ ಸಂಪರ್ಕ ಪಡೆಯುವುದರ ಮೂಲಕ ನೇಕಾರರ ಜೀವನ ಪರಿಸ್ಥಿತಿ, ಅವರ ಉತ್ಪಾದನೆಯ ವ್ಯಾಪ್ತಿ, ನೂಲನ್ನು ಪಡೆಯುವಾಗ ಅವರು ಎದುರಿಸುತ್ತಿದ್ದ ಅಡಚಣೆಗಳು, ಮೋಸಕ್ಕೆ ಅವರು ಹೇಗೆ ಬಲಿಯಾಗುತ್ತಿದ್ದರು ಎಂಬುದರ ಬಗ್ಗೆ ಮತ್ತು ಕಡೆಯಲ್ಲಿ ಎಂದೆಂದೂ ಬೆಳೆಯುತ್ತಿದ್ದ ಅವರ ಸಾಲದ ಬಗ್ಗೆ ನಾವು ಅರಿತುಕೊಂಡೆವು. ತಕ್ಷಣವೇ ನಮ್ಮ ಅವಶ್ಯಕತೆಗಳಿಗೆ ತಕ್ಕಂತೆ ಎಲ್ಲ ಬಟ್ಟೆಯನ್ನು ಉತ್ಪಾದಿಸುವ ಸ್ಥಿತಿಯಲ್ಲಿ ನಾವು ಇರಲಿಲ್ಲ. ಆದ್ದರಿಂದ ಪರ್ಯಾಯವಾಗಿ ನಾವು ಕೈಮಗ್ಗದ ನೇಕಾರರುಗಳಿಂದ ನಮಗೆ ಅಗತ್ಯವಿರುವ ಬಟ್ಟೆಯನ್ನು ಪಡೆದುಕೊಳ್ಳಬೇಕಾಯ್ತು. ಆದರೆ ಭಾರತೀಯ ಗಿರಣಿ ನೂಲಿನಿಂದ ಸಿದ್ಧಪಡಿಸಿದ (ರೆಡಿ ಮೇಡ್) ಬಟ್ಟೆಬರೆ, ಬಟ್ಟೆ ವ್ಯಾಪಾರಿಗಳಿಂದ ಇಲ್ಲವೇ ನೇಕಾರರುಗಳಿಂದ ಸುಲಭವಾಗಿ ದೊರೆಯುತ್ತಿರಲಿಲ್ಲ. ನೇಕರಾರರು ನೇಯುತ್ತಿದ್ದ ಎಲ್ಲ ಉತ್ತಮ ತೆರೆದ ಬಟ್ಟೆಯನ್ನು ವಿದೇಶಿ ನೂಲಿನಿಂದ ನೇಯಲಾಗುತ್ತಿತ್ತು. ಏಕೆಂದರೆ ಭಾರತೀಯ ಗಿರಣಿಗಳು ಉತ್ತಮ ತೆರೆದ ಕೌಂಟು (ನೂಲು ಎಷ್ಟು ನಯವಾದದ್ದು ಎಂದು ಸೂಚಿಸುವ ಅಳತೆಯಾಗಿ ಒಂದು ಪೌಂಡು ತೂಕ ನೂಲಿನ ಉದ್ದ ಎಷ್ಟ ಗಜಗಳಿರುವುದೋ ಆ ಸಂಖ್ಯೆ) ನೂಲುಗಳನ್ನು ತಯಾರಿಸುತ್ತಲೇ ಇರಲಿಲ್ಲ. ಇಂದು ಕೂಡಾ ಭಾರತೀಯ ಗಿರಣಿಗಳಿಂದ ತಯಾರಾಗುವ ಉತ್ಕೃಷ್ಟಮಟ್ಟದ ಕೌಂಟುನೂಲಿನ ಉತ್ಪಾದನೆ ತುಂಬಾ ಮಿತಿಯಲ್ಲಿದೆ. ಅತ್ಯುತ್ಕೃಷ್ಟ ಮಟ್ಟದ ಕೌಂಟುಗಳನ್ನು ಅವು ಉತ್ಪಾದಿಸುತ್ತಿಲ್ಲ. ತುಂಬಾ ಪ್ರಯತ್ನಿಸಿದ ತರುವಾಯ ಕಡೆಯಲ್ಲಿ ಕೆಲವು ನೇಕಾರರು ನಮಗಾಗಿ ಸ್ವದೇಶಿ ನೂಲಿನಿಂದ ನೇಯ್ದುಕೊಡಲು ದೊಡ್ಡಮನಸ್ಸು ಮಾಡಿ ಒಪ್ಪಿಕೊಂಡರು. ಆದರೆ ಅವರು ಉತ್ಪಾದಿಸಿದ ಎಲ್ಲ ಬಟ್ಟೆಯನ್ನು ಆಶ್ರಮ ತೆಗೆದುಕೊಳ್ಳಬೇಕೆಂಬ ಷರತ್ತನ್ನು ವಿಧಿಸಿದರು. ಈ ಪ್ರಕಾರ ನಾವು ಗಿರಣಿ ನೂಲಿನಿಂದ ನೇಯ್ದ ಬಟ್ಟೆಯನ್ನು ಧರಿಸಿಕೊಂಡು ನಮ್ಮ ಗೆಳೆಯರ ನಡುವೆ ಅದನ್ನು ಪ್ರಚಾರಮಾಡುತ್ತ ನಾವು ಭಾರತೀಯ ನೂಲಿನ ಗಿರಣಿಗಳ ಸ್ವಯಂ ಪ್ರೇರಿತ ಏಜೆಂಟ್(ಪ್ರತಿನಿಧಿ)ಗಳಾದೆವು. ಇದರಿಂದಾಗಿ ನಾವು ಗಿರಣಿಗಳೊಂದಿಗೆ ಸಂಪರ್ಕ ಬೆಳಸಿಕೊಳ್ಳುವಂತಾಯ್ತು. ಆಡಳಿತ ನಿರ್ವಹಣೆ ಮತ್ತು ಕಷ್ಟನಷ್ಟಗಳ ಬಗ್ಗೆ ಸ್ವಲ್ಪ ವಿಚಾರಗಳನ್ನು ತಿಳಿದುಕೊಳ್ಳಲು ನಾವು ಸಮರ್ಥರಾದೆವು.

ಅವರೇ ತೆಗೆದ ನೂಲುಗಳಿಂದ ಅವರೇ ಹೆಚ್ಚು ಹೆಚ್ಚಾಗಿ ನೇಯುವುದೇ ಗಿರಣಿಗಳ ಗುರಿಯಾಗಿತ್ತು ಎಂಬುದನ್ನು ನಾವು ಕಂಡುಕೊಂಡೆವು. ಕೈಮಗ್ಗದ ನೇಕಾರರುಗಳಿಗೆ ಸಹಕಾರ ನೀಡಲು ಅವರು ಇಷ್ಟಪಡುತ್ತಿರಲಿಲ್ಲ. ಆದರೆ ಹಾಗೆ ಸಹಕಾರ ನೀಡುವುದು ಅನಿವಾರ್ಯವಾಗಿತ್ತು ಮತ್ತು ಅದು ಹಂಗಾಮಿ ಕೂಡಾ ಆಗಿತ್ತು. ನಮ್ಮ ನೂಲುಗಳನ್ನು ನಾವೇ ತೆಗೆಯುವುದರ ಬಗ್ಗೆ ನಮ್ಮಲ್ಲಿ ಕಾತರವಿತ್ತು. ನಾವೇ ಈ ಕೆಲಸವನ್ನು ಸ್ವತಹ ಮಾಡುವವರೆಗೆ ಗಿರಣಿಗಳ ಮೇಲಿನ ಅವಲಂಬನೆ ಹಾಗೇ ಉಳಿದುಕೊಳ್ಳುವುದು ಎಂಬುದು ನಮಗೆ ಸ್ಪಷ್ಟವಾಗಿತ್ತು. ಭಾರತೀಯ ನೂಲಿನ ಗಿರಣಿಗಳ ಏಜೆಂಟ್‌ರಂತೆ ಮುಂದುವರೆದರೆ ದೇಶಕ್ಕೆ ನಾವು ಯಾವುದೇ ಸೇವೆ ಸಲ್ಲಿಸಿದಂತಾಗುವುದಿಲ್ಲ ಎಂದು ನಾವು ಭಾವಿಸಿದೆವು.

ಮತ್ತೆ ಕಷ್ಟಗಳನ್ನು ಎದುರಿಸಬೇಕಾಯ್ತು. ನಮಗೆ ನೂಲು ತೆಗೆಯುವ ಚರಕವಾಗಲಿ ಇಲ್ಲವೇ ಹೇಗೆ ನೂಲು ತೆಗೆಯಬೇಕೆಂದು ಹೇಳಿಕೊಡುವ ನೂಲುಗಾರ (ಸ್ಪಿನ್ನರ್-ನೂಲು ತೆಗೆಯುವವನು)ನಾಗಲಿ ಸಿಗಲಿಲ್ಲ. ಆಶ್ರಮದಲ್ಲಿ ನೇಯಲು ಕೆಲವು ಚಕ್ರ (ರಾಟೆ-ಚರಕ)ಗಳನ್ನು ಪೇರ್ನ್‌ಗಳು ಮತ್ತು ಉರುಳಿ (ನೂಲನ್ನು ಸುತ್ತಿಡುವ ಬಾಬಿನ್)ಗಳನ್ನು ಸುತ್ತಿಡಲು ಬಳಸುತ್ತಿದ್ದೆವು. ಇವನ್ನು ನೂಲಿನ ಚರಕಗಳಂತೆ ಬಳಸಬಹುದೇ ಎಂಬ ಕಲ್ಪನೆ ನಮ್ಮಲ್ಲಿರಲಿಲ್ಲ. ಒಮ್ಮೆ ಕಾಳೀದಾಸ್ ಝೂವೇರಿ ಒಬ್ಬಳು ಮಹಿಳೆಯನ್ನು ಗುರುತಿಸಿದರು. ಆಕೆ ನೂಲು ತೆಗೆಯುವುದು ಹೇಗೆ ಎಂಬುದನ್ನು ತೋರಿಸಿಕೊಡುವುದಾಗಿ ಅವರು ತಿಳಿಸಿದರು. ಆಕೆಯ ಬಳಿಗೆ ನಾವು ಆಶ್ರಮದ ಸದಸ್ಯನೊಬ್ಬನನ್ನು ಕಳಿಸಿದೆವು. ಹೊಸ ವಿಷಯಗಳನ್ನು ಕಲಿತುಕೊಳ್ಳುವಲ್ಲಿ ಅವನು ಅಸಾಧಾರಣ ಪ್ರತಿಭೆ ಹೊಂದಿದ್ದ. ಆದರೂ ಅವನು ಈ ಕಲೆಯ ಗುಟ್ಟನ್ನು ಗಳಿಸಿಕೊಳ್ಳದೇ ಹಿಂದಿರುಗಿದ.

ಹೀಗೆ ಕಾಲ ಸರಿಯುತ್ತಿತ್ತು. ಸರಿಯುವ ಕಾಲದೊಂದಿಗೆ ನನ್ನ ಅಸಮಾಧಾನವು ಹೆಚ್ಚುತ್ತಿತ್ತು. ಆಶ್ರಮಕ್ಕೆ ಭೇಟಿಕೊಡುತ್ತಿದ್ದ ಯಾರಲ್ಲಾದರೂ ಕೈನಿಂದ ನೂಲು ತೆಗೆಯುವುದರ ಬಗ್ಗೆ ಸ್ವಲ್ಪ ಮಟ್ಟಿನ ಮಾಹಿತಿ ಇದೆ ಎಂದು ಕಂಡುಬಂದರೆ ಈ ಕಲೆಯ ಬಗ್ಗೆ ಅವನೆದರು ಪ್ರಶ್ನೆಗಳ ಸುರಿಮಳೆಯನ್ನು ಸುರಿಸುತ್ತಿದ್ದೆ. ಆದರೆ ಈ ಕಲೆ ಮಹಿಳೆಯರಿಗೆ ಮಾತ್ರ ಗೊತ್ತಿತ್ತು. ಎಲ್ಲರೂ ಆ ಕಲೆಯನ್ನು ಬಿಟ್ಟಿಬಿಟ್ಟಿದ್ದರೂ ಯಾವುದೋ ಕಣ್ಣಿಗೆ ಕಾಣದಷ್ಟು ದೂರದ ಮೂಲೆಯಲ್ಲಿ ಯಾರೋ ಒಬ್ಬ ಒಂಟಿ ನೇಕಾರ (ನೇಕಾರ್ತಿ) ಇರಬಹುದು. ಅದು ಕೇವಲ ಮಹಿಳೆಗೆ ಮಾತ್ರ ಗೊತ್ತಿರುವುದರಿಂದ ಆಕೆ ಆ ನೂಲುಗಾರ (ನೂಲುಗಾರ್ತಿ) ಯಾವ ಸ್ಥಳದಲ್ಲಿದ್ದಾನೆ ಎಂಬುದರ ಪತ್ತೆ ಹಚ್ಚಬಹುದು.

1917ನೇ ವರ್ಷದಲ್ಲಿ ನನ್ನ ಗುಜರಾತಿ ಗೆಳೆಯರು ನನ್ನನ್ನು ಬ್ರೋಚ್ ಶಿಕ್ಷಣ ಸಮ್ಮೇಳನದ ಅಧ್ಯಕ್ಷತೆಯನ್ನು ವಹಿಸಲು ಕರೆದುಕೊಂಡು ಹೋದರು. ಅಲ್ಲಿ ಅಸಾಧಾರಣ ಮಹಿಳೆಯಾಗಿದ್ದ ಗಂಗಾಬೆಹ್ನ್ ಮಜುಮ್‌ದಾರ್ ನನ್ನ ಕಣ್ಣಿಗೆ ಬಿದ್ದರು. ಅವರು ವಿಧವೆಯಾಗಿದ್ದರು. ಆದರೆ ಅವರಲ್ಲಿದ್ದ ಸಾಹಸಶೀಲ ಪ್ರವೃತ್ತಿಗೆ ಮೇರೆಯೇ ಇರಲಿಲ್ಲ. ಅಂಗೀಕೃತವಾಗಿರುವ ಶಿಕ್ಷಣಎಂಬ ಪದದ ಅರ್ಥದಲ್ಲಿ ಹೇಳುವುದಾದರೆ ಅವರು ತುಂಬಾ ಶಿಕ್ಷಣ ಪಡೆದಿರಲಿಲ್ಲ. ಆದರೆ ಧೈರ್ಯದಲ್ಲಿ ಮತ್ತು ಸಾಮಾನ್ಯ ತಿಳಿವಳಿಕೆಯ ದೃಷ್ಟಿಯಲ್ಲಿ ಹೇಳುವುದಾದರೆ ಅವರು ನಮ್ಮ ಸುಶಿಕ್ಷಿತ ಮಹಿಳೆಯರನ್ನು ಸುಲಭವಾಗಿ ಮೀರಿಸಿ ಬಿಡುತ್ತಿದ್ದರು. ಅವರು ಆಗಲೇ ಅಸ್ಪೃಶ್ಯತೆಯ ಶಾಪವನ್ನು ನಿವಾರಿಸಿಕೊಂಡಿದ್ದರು. ನಿರ್ಭಯವಾಗಿ ಶೋಷಿತ ವರ್ಗಗಳ ಜತೆಯಲ್ಲಿ ಬೆರೆಯುತ್ತಿದ್ದರು ಮತ್ತು

ಅವರ ಸೇವೆ ಮಾಡುತ್ತಿದ್ದರು. ಅವರಿಗೆ ಜೀವನ ಸಾಗಿಸಲು ತಕ್ಕಷ್ಟು ಸ್ವಂತದ ಆದಾಯವಿತ್ತು ಮತ್ತು ಯಾರನ್ನೂ ಜತೆಯಲ್ಲಿ ಕರೆದುಕೊಳ್ಳದೇ ಎಲ್ಲಿಗೆ ಬೇಕಾದರೂ ಹೋಗುತ್ತಿದ್ದರು. ಅವರು ಸಲೀಸಾಗಿ ಕುದುರೆ ಸಮಾರಿಮಾಡುತ್ತಿದ್ದರು. ಗೋಧ್ರಾ ಸಮ್ಮೇಳನದಲ್ಲಿ ನಾನು ಅವರ ಆಪ್ತ ಪರಿಚಯ ಮಾಡಿಕೊಂಡೆ. ನಾನು ಅವರ ಮುಂದೆ ಚರಕ ಕುರಿತ ನನ್ನ ದುಃಖವನ್ನು ದೀರ್ಘವಾಗಿ ತೋಡಿಕೊಂಡೆ. (ನೂಲುವ) ಚರಕವನ್ನು ಶ್ರದ್ಧೆಯಿಂದ ಮತ್ತು ಎಡಬಿಡದೇ ಪ್ರಯತ್ನಿಸಿ ಹುಡುಕಿಕೊಡುವುದಾಗಿ ಮಾತುಕೊಟ್ಟು ನನ್ನ ಎದೆಯ ಮೇಲಿದ್ದ ಭಾರವನ್ನು ಹಗುರಮಾಡಿದರು.

40. ಕಡೆಗೂ ಗೋಚರವಾಯ್ತು

ಕಡೆಗೂ, ಗುಜಾರಾತ್‌ನಲ್ಲಿ ಕೊನೆಯಿಲ್ಲದಂತೆ ಸುತ್ತಿದ ಮೇಲೆ ಗಂಗಾಬೆಹ್ನ್ ಬರೋಡಾ ರಾಜ್ಯದ ವಿಜಾಪುರ್‌ನಲ್ಲಿ (ನೂಲುವ)ಚರಕವನ್ನು ಪತ್ತೆಮಾಡಿದರು. ಅಲ್ಲಿ ಅನೇಕ ಮಂದಿಯ ಬಳಿ ಅವರ ಮನೆಗಳಲ್ಲಿ (ನೂಲುವ)ಚರಕಗಳಿದ್ದವು. ಆದರೆ ತುಂಬಾ ಹಿಂದೆಯೇ ಅವು ನಿರುಪಯೋಗಿ ಹಳೆಪಳೆ ಸಾಮಾನೆಂದು ಅವರು ಅಟ್ಟದ ಕೋಣೆಯಲ್ಲಿ ಅವನ್ನು ಬಿಸಾಕಿದ್ದರು. ತಾವು ನೂಲು ತೆಗೆಯುವ ಕೆಲಸವನ್ನು ಮತ್ತೆ ಪ್ರಾರಂಭಿಸಲು ಸಿದ್ಧರಾಗಿರುವುದಾಗಿ ಅವರು ಗಂಗಾಬೆಹ್ನ್ ಅವರಿಗೆ ತಿಳಿಸಿದರು. ಆದರೆ ತಮಗೆ ಯಾರಾದರೂ ಹಂಜಿ(ಸ್ಲಿವರ್)ಯನ್ನು ವ್ಯವಸ್ಥಿತವಾಗಿ ಎಡಬಿಡದೇ ಒದಗಿಸುವುದಾಗಿಯೂ ಮತ್ತು ತಾವು ತೆಗೆದ ನೂಲನ್ನು ಕೊಳ್ಳುವುದಾಗಿ ಮಾತುಕೊಡಬೇಕೆಂದು ತಿಳಿಸಿದರು. ಗಂಗಾಬೆಹ್ನ್ ಈ ಸಂತೋಷದ ಸುದ್ದಿಯನ್ನು ನನಗೆ ತಿಳಿಸಿದರು. ಹಂಜಿಗಳನ್ನು ಒದಗಿಸುವುದು ಕಷ್ಟಕರವಾದ ಕೆಲಸವೆಂಬಂತೆ ತೋರಿತು. ನಾನು ಈ ವಿಷಯವನ್ನು ದಿವಂಗತ ಉಮರ್ ಸೋಬಾನಿಅವರಿಗೆ ತಿಳಿಸಿದಾಗ ಅವರು ಕೂಡಲೇ ತಮ್ಮ ಗಿರಿಣಿಯಿಂದ ಸಾಕಷ್ಟು ಹಂಜಿಗಳನ್ನು ಒದಗಿಸುವ ಜವಾಬುದಾರಿಯನ್ನು

ಹೊತ್ತುಕೊಂಡರು. ಉಮರ್ ಸೋಬಾನಿಅವರಿಂದ ಪಡೆದ ಹಂಜಿಗಳನ್ನು ನಾನು ಗಂಗಾಬೆಹ್ನ್ ಅವರಿಗೆ ಕಳಿಸಿದೆ. ಬಹುಬೇಗನೇ ನೂಲು ಎಂತಹ ಪ್ರಮಾಣದಲ್ಲಿ ವಿಪುಲವಾಗಿ ಬಂದು ಬೀಳಲಾರಂಭಿಸಿತೆಂದರೆ ಅವನ್ನು ಸಮರ್ಥವಾಗಿ ನಿಭಾಯಿಸುವುದೇ ದೊಡ್ಡ ಸಮಸ್ಯೆಯಾಯಿತು.

ಮಿ. ಉಮರ್ ಸೋಬಾನಿಅವರ ಔದಾರ್ಯ ದೊಡ್ಡದಾಗಿತ್ತು ಆದರೆ ಯಾರಾದರೂ ಈ ಲಾಭವನ್ನು ಎಂದೆಂದೂ ಬಳಸಿಕೊಳ್ಳಬಾರದು ಎಂದನ್ನಿಸಿತು. ಅವರಿಂದ ಒಂದೇ ಸಮನೆ ಹಂಜಿಗಳನ್ನು ಸ್ವೀಕರಿಸುತ್ತ ಹೋದಂತೆ ನಾನು ಸಮಾಧಾನವನ್ನು ಕಳೆದುಕೊಳ್ಳಲಾರಂಭಿಸಿದೆ. ಇದಕ್ಕಿಂತ ಹೆಚ್ಚಾಗಿ ನನಗೆ ಗಿರಣಿ ಹಂಜಿಗಳನ್ನು ಬಳಸುವುದು ಮೂಲಭೂತವಾಗಿ ತಪ್ಪು ಎಂದು ಭಾಸವಾಯ್ತು. ಒಬ್ಬಾತ ಗಿರಣಿ ಹಂಜಿಗಳನ್ನು ಉಪಯೋಗಿಸಿಕೊಳ್ಳುವುದಾದರೆ ಗಿರಣಿ ನೂಲನ್ನು ಏಕೆ ಬಳಸಿಕೊಳ್ಳಬಾರದು? ಖಂಡಿತವಾಗಿಯೂ ಯಾವ ಗಿರಣಿಯೂ ಹಂಜಿಗಳನ್ನು ಬಹಳ ಹಳಬರಿಗೆ ಅಂದರೆ ಹಿಂದಿನ ಕಾಲದಲ್ಲಿ ಇದ್ದವರಿಗೆ ಒದಗಿಸುತ್ತಿರಲಿಲ್ಲ. ಹಾಗಿದ್ದರೆ ಅವರು ಹೇಗೆ ಹಂಜಿಗಳನ್ನು ಆಗ ತಯಾರಿಸಿಕೊಳ್ಳುತ್ತಿದ್ದರು? ಈ ಎಲ್ಲ ಯೋಚನೆಗಳನ್ನು ನನ್ನ ಮನಸ್ಸಿನಲ್ಲಿ ತುಂಬಿಕೊಂಡು ಹಂಜಿಗಳನ್ನು ಒದಗಿಸಬಲ್ಲ ಪಿಂಜಾರ (ಕಾರ್ಡರ್-ನೇಯುವುದಕ್ಕೆ ಮುಂಚೆ ಹತ್ತಿಯನ್ನು ಎಕ್ಕಲು ಬಳಸುವ ಹಣಿಗೆಯಿಂದ ಕೆಲಸಮಾಡುವವರು)ರನ್ನು ಹುಡುಕಿಕೊಡುವಂತೆ ತಿಳಿಸಿದೆ. ಬೆಹ್ನ್ ದಿಟ್ಟತನದಿಂದ ಈ ಕೆಲಸವನ್ನು ವಹಿಸಿಕೊಂಡರು. ಹತ್ತಿಯನ್ನು ಎಕ್ಕಲು (ಹಿಂಜಲು) ಸಿದ್ಧನಾಗಿದ್ದ ಒಬ್ಬ ಪಿಂಜಾರನನ್ನು ಅವರು ಗೊತ್ತುಪಡಿಸಿಕೊಟ್ಟರು. ಅವನು ತಿಂಗಳಿಗೆ ಮೂವತ್ತೈದು ರೂಪಾಯಿಗಳನ್ನು, ಅಥವಾ ಇನ್ನೂ ಹೆಚ್ಚಿನ ಹಣವನ್ನು ಬೇಡಿದ ಎಂದು ಕಾಣುತ್ತದೆ. ಆ ಕಾಲದಲ್ಲಿ 'ಯಾವ ಬೆಲೆಯನ್ನು ಕೊಟ್ಟರೂ ಅದು ಹೆಚ್ಚಲ್ಲವೆಂದು ಭಾವಿಸಿದೆ. ಹತ್ತಿಯನ್ನು ಎಕ್ಕಿದ ತರುವಾಯ ಹಂಜಿಗಳನ್ನು ತಯಾರಿಸಲು ಆಕೆ ಕೆಲವು ಯುವಕರುಗಳಿಗೆ ತರಬೇತಿಯನ್ನು ನೀಡಿದರು. ನಾನು ಬೊಂಬಾಯಿ (ಮುಂಬಯಿ)ಯಿಂದ ಹತ್ತಿಯನ್ನು ಕಳಿಸುವಂತೆ ಬೇಡಿಕೊಂಡೆ. ಸಾರ್ಜಂಟ್ ಯಶ್ವಂತ್‌ಪ್ರಸಾದ್ ದೇಸಾಯಿ ತಕ್ಷವೇ ಪ್ರತಿಸ್ಪಂದಿಸಿದರು. ಗಂಗಾಬೆಹ್ನ್‌ಅವರ ಉದ್ಯಮ ಈ ಪ್ರಕಾರ ನಿರೀಕ್ಷೆಗಳನ್ನು ಮೀರಿ ಏಳಿಗೆ ಹೊಂದಿತು. ವಿಜಾಪುರದಲ್ಲಿ ತೆಗೆಯಲಾಗಿದ್ದ ನೂಲಿನಿಂದ ನೇಯಲು ತಯಾರಾಗಿದ್ದ ನೇಕಾರರುಗಳನ್ನು ಬೆಹ್ನ್ ಪತ್ತೆ ಮಾಡಿದರು. ಬಹುಬೇಗನೇ ವಿಜಾಪುರದ ಖಾದಿ ತಾನಾಗಿಯೇ ಹೆಸರನ್ನು ಗಳಿಸಿಕೊಂಡಿತು'.

ವಿಜಾಪುರದಲ್ಲಿ ಈ ಎಲ್ಲ ಬೆಳವಣಿಗೆಗಳು ನಡೆಯುತ್ತಿದ್ದಾಗ ಆಶ್ರಮದಲ್ಲಿ ತ್ವರಿತ ಗತಿಯಲ್ಲಿ ಚರಕ (ನೂಲುವ ರಾಟೆ) ತನ್ನ ಸ್ಥಾನವನ್ನು ಭದ್ರಪಡಿಸಿಕೊಂಡಿತು. ತನ್ನಲ್ಲಿ ಉಜ್ವಲವಾಗಿದ್ದ ಯಾಂತ್ರಿಕ ಕೌಶಲವನ್ನು ಬಳಸಿಕೊಂಡು ಮಗನ್‌ಲಾಲ್ ಗಾಂಧಿ ಚರಕದಲ್ಲಿ ಅನೇಕ ಸುಧಾರಣೆಗಳನ್ನು ಅಳವಡಿಸಿದ. ಚರಕಗಳನ್ನು ಮತ್ತು ಅವುಗಳ ಉಪಸಾಮಗ್ರಿಗಳನ್ನು ಆಶ್ರಮದಲ್ಲಿ ತಯಾರಿಸಲಾರಂಭವಾಯ್ತು. ಆಶ್ರಮದಲ್ಲಿ ತಯಾರಾದ ಮೊದಲ ಖಾದಿ ತುಂಡಿಗೆ ಗಜಕ್ಕೆ 17 ಆಣೆಗಳ ಬೆಲೆಯಿಡಲಾಗಿತ್ತು. ನಾನು ಈ ತುಂಬಾ ಕಳಪೆಮಟ್ಟದ ಖಾದಿಯನ್ನು ಅದೇ ದರದಲ್ಲಿ ಗೆಳೆಯರುಗಳಿಗೆ ಶಿಫಾರಸು ಮಾಡಲು ಹಿಂದೆ ಮುಂದೆ ನೋಡಲಿಲ್ಲ. ಅವರು ಸಂತೋಷದಿಂದ ಈ ಬೆಲೆ ಕೊಟ್ಟು ಕೊಂಡುಕೊಂಡರು.

ನಾನು ಬೊಂಬಾಯಿಯಲ್ಲಿ ಕಾಯಿಲೆಯಾಗಿದ್ದರಿಂದ ಮಲಗಿದ್ದೆ. ಆದರೆ ಅಲ್ಲಿ ಚರಕಗಳಿಗಾಗಿ ಸುತ್ತಾಡುವಷ್ಟರಮಟ್ಟಿಗೆ ಸಮರ್ಥನಾಗಿದ್ದೆ. ಕಡೆಯಲ್ಲಿ ನಾನು ಇಬ್ಬರು ನೂಲುವವರನ್ನು ಅಕಸ್ಮಾತ್ತಾಗಿ ಕಂಡುಹಿಡಿದೆ. ಅವರು ಒಂದು ಸೇರು ನೂಲಿಗೆ ಅಂದರೆ 28 ತೊಲ ಅಥವಾ ಸುಮಾರು ಮುಕ್ಕಾಲು ಪೌಂಡಿಗೆ ಒಂದು ರೂಪಾಯಿ ಶುಲ್ಕ ವಿಧಿಸಿದರು. ಆಗ ನಾನು ಖಾದಿಯ ಉತ್ಪಾದನೆ, ವಿತರಣೆ ಮುಂತಾದ ಆರ್ಥಿಕತೆಯ ಬಗ್ಗೆ ಅಜ್ಞಾನಿಯಾಗಿದ್ದೆ. ಕೈನಿಂದ ಎಳೆದು ತೆಗೆದ ನೂಲನ್ನು ಪಡೆಯಲು ಎಷ್ಟು ಬೆಲೆ ಕೊಟ್ಟರೂ ಅದು ಹೆಚ್ಚಲ್ಲ ಎಂದು ನಾನು ಪರಿಗಣಿಸಿದ್ದೆ. ಆದರೆ ನಾನು ಇವಕ್ಕೆ ವಿಜಾಪುರದಲ್ಲಿ ಕೊಟ್ಟ ಬೆಲೆಗೂ ಮತ್ತು ಇಲ್ಲಿಯ ಬೆಲೆಗೂ ಹೋಲಿಸಿ ನೋಡಿದಾಗ ನಾನು ಮೋಸಹೋಗಿದ್ದೆ ಎಂದು ಕಂಡುಬಂತು. ನೂಲು ತೆಗೆಯುವವರು ತಮ್ಮ ಬೆಲೆಯಲ್ಲಿ ಕಡಿಮೆಮಾಡಿಕೊಳ್ಳಲು ಒಪ್ಪಲಿಲ್ಲ. ಆದ್ದರಿಂದ ನಾನು ಅವರ ಸೇವೆಯನ್ನು ತೆಗೆದುಕೊಳ್ಳದಿರಲು ನಿರ್ಧರಿಸಿದೆ. ಆದರೆ ಅವರಿಂದ ನಮ್ಮ ಉದ್ದೇಶ ನೆರವೇರಿತ್ತು. ಅವರು ನೂಲು ತೆಗೆಯುವುದನ್ನು ಶ್ರೀಮತಿಯರುಗಳಾದ ಅವಂತಿಕಾಬಾಯ್, ರಮಿಬಾಯ್‌ಕಾಮ್‌ದಾರ್, ಸಾರ್ಜಂಟ್ ಶಂಕರ್‌ಲಾಲ್‌ಅವರ ವಿಧವಾ ತಾಯಿ ಮತ್ತು ಶ್ರೀಮತಿ ವಸುಮತಿಬೆಹ್ನ್ ಅವರುಗಳಿಗೆ ಕಲಿಸಿಕೊಟ್ಟಿದ್ದರು. ನನ್ನ ಕೊಠಡಿಯಲ್ಲಿ ಚರಕ ಉಲ್ಲಾಸದಿಂದ ಗುಂಯ್‌ಗುಡುತ್ತಿತ್ತು. ಯಾವುದೇ ಉತ್ಪ್ರೇಕ್ಷೆಯಿಲ್ಲದೇ ಹೇಳಬಹುದಾದರೆ ಅದರ ಗುಂಯ್‌ಗುಟ್ಟುವಿಕೆ ನನ್ನ ಬಲಹೀನತೆಯನ್ನು ಕಡಿಮೆಮಾಡಿ ಪುನರಾರೋಗ್ಯವನ್ನು ತಂದುಕೊಡುವಲ್ಲಿ ಬಹುಮಟ್ಟಿಗೆ ಸಹಾಯ ಮಾಡಿತು. ಅದರ ಪರಿಣಾಮ ದೈಹಿಕ ಎನ್ನುವುದಕ್ಕಿಂತ ಹೆಚ್ಚಾಗಿ ಮಾನಸಿಕ ಎಂದು ಒಪ್ಪಿಕೊಳ್ಳಲು ನಾನು ಸಿದ್ಧನಾಗಿದ್ದೇನೆ. ಮನುಷ್ಯನ ದೈಹಿಕ ಶಕ್ತಿಯು ಮಾನಸಿಕ ಶಕ್ತಿಗೆ ಎಷ್ಟು ಸಮರ್ಥವಾಗಿ ಪ್ರತಿ ಸ್ಪಂದಿಸುತ್ತದೆ ಎಂಬುದನ್ನು ಮಾತ್ರ ಇದು ತೋರಿಸಿಕೊಡುತ್ತದೆ. ನಾನು ಚರಕದಲ್ಲಿ ನನ್ನ ಕೈಯನ್ನು ಇಟ್ಟಿದ್ದೆ. ಆದರೆ ಆ ಕಾಲದಲ್ಲಿ ನಾನು ಹೆಚ್ಚು ಕೆಲಸಮಾಡಲಿಲ್ಲ.

ಬೊಂಬಾಯಿಯಲ್ಲಿ ಮತ್ತೆ ಕೈನಿಂದ ತಯಾರಿಸಲಾದ ಹಂಜಿಗಳನ್ನು ಪಡೆಯುವಲ್ಲಿ ಅದೇ ಹಳೆಯ ಸಮಸ್ಯೆ ಕಾಣಿಸಿಕೊಂಡಿತು. ಸಾರ್ಜೆಟ್ ರೇವಾಶಂಕರ್‌ಅವರ ಮನೆಯ ಬಳಿ ಒಬ್ಬ ಪಿಂಜಾರನು ಪ್ರತಿದಿನವೂ ಅವನ ಬಿಲ್ಲಿನಿಂದ ಟಂಕಾರ ದನಿಮಾಡುತ್ತ ಹಾದು ಹೋಗುತ್ತಿದ್ದ. ಅವನನ್ನು ಕರೆಸಿಕೊಂಡೆ. ಅವನು ಹಾಸಿಗೆಗಳಲ್ಲಿ ತುರುಕಲು ಹತ್ತಿಯನ್ನು ಎಕ್ಕುತ್ತಿದ (ಹಿಂಜುತ್ತಿದ್ದ) ಎಂದು ತಿಳಿದುಕೊಂಡೆ. ಅವನು ಹಂಜಿಗಳಿಗೆ ಹತ್ತಿಯನ್ನು ಎಕ್ಕಲು ಒಪ್ಪಿಕೊಂಡ. ಆದರೆ ಅವನು ತುಂಬಾ ಹಣ ಕೊಡಬೇಕೆಂದು ಕೇಳಿದ. ಹಾಗಿದ್ದರೂ ನಾನು ಒಪ್ಪಿಕೊಂಡೆ. ಈ ಪ್ರಕಾರ ತಯಾರಾದ ನೂಲನ್ನು ನಾನು ಕೆಲವು ವೈಷ್ಣವ ಗೆಳೆಯರಿಗೆ ಕೊಟ್ಟೆ. ಅವರು ಪವಿತ್ರ ಏಕಾದಶಿಯ ದಿನದಂದು ಹಾರಗಳಿಗೆ ಅದನ್ನು ಬಳಸಿಕೊಂಡರು. ಸಾರ್ಜಂಟ್ ಶಿವಾಜಿ ಬೊಂಬಾಯಿಯಲ್ಲಿ ನೂಲು ತೆಗೆಯುವ ತರಗತಿಯನ್ನು ಆರಂಭಿಸಿದರು. ಈ ಎಲ್ಲ ಪ್ರಯೋಗಗಳಿಗೆ ಸಾಕಷ್ಟು ಹಣ ಖರ್ಚಾಯ್ತು. ಖಾದಿಯಲ್ಲಿ ಶ್ರದ್ಧೆಯನ್ನಿಟ್ಟುಕೊಂಡಿದ್ದ ತಾಯ್ನಾಡಿನ ಪ್ರೇಮಿಗಳು, ದೇಶಾಭಿಮಾನಿ ಗೆಳೆಯರು ಸಂತೋಷದಿಂದ ಈ ಖರ್ಚುವೆಚ್ಚವನ್ನು ವಹಿಸಿಕೊಂಡರು. ನಮ್ಮ ಅಭಿಪ್ರಾಯದಲ್ಲಿ ಹೀಗೆ ಖರ್ಚುಮಾಡಿದ ಹಣ ನಿರರ್ಥಕವಾಗಿರಲಿಲ್ಲ. ಅದು ನಮಗೆ ಅನುಭವದ ಸಮೃದ್ಧ ಭಂಡಾರವನ್ನು ತಂದುಕೊಟ್ಟಿತ್ತು. ಚರಕ(ನೂಲುವ ಚಕ್ರ)ದ ಸಾಧ್ಯತೆಗಳನ್ನು ಅದು ನಮಗೆ ಪ್ರಕಾಶಪಡಿಸಿತ್ತು.

ನನ್ನ ಉಡುಪುಗಳಿಗೆ ಖಾದಿಯನ್ನು ಏಕ ಪ್ರಕಾರವಾಗಿ ಅಂಗೀಕರಿಸುವುದರ ಬಗ್ಗೆ ನನ್ನಲ್ಲಿ ಆತುರ ಹೆಚ್ಚುತ್ತಿತ್ತು. ನನ್ನ ಧೋತಿ ಇನ್ನೂ ಭಾರತೀಯ ಗಿರಣಿ ಬಟ್ಟೆಯದಾಗಿತ್ತು. ವಿಜಾಪುರದಲ್ಲಿ ಮತ್ತು ಆಶ್ರಮದಲ್ಲಿ ತಯಾರಿಸಲಾದ ಕಳಪೆ ಖಾದಿ ಕೇವಲ 30 ಇಂಚುಗಳಷ್ಟು ಅಗಲವಾಗಿತ್ತು. ಒಂದು ತಿಂಗಳಲ್ಲಿ 45 ಇಂಚು ಅಗಲವಿರುವ ಖಾದಿ ಧೋತಿಯನ್ನು ನನಗೆ ಒದಗಿಸದಿದ್ದರೆ ನಾನು ಕಳಪೆಮಟ್ಟದ ಗಿಡ್ಡನೆಯ ಖಾದಿಯನ್ನು ಧರಿಸುವುದಾಗಿ ಗಂಗಾಬೆಹ್ನ್‌ಅವರಿಗೆ ನೋಟಿಸು ಕೊಟ್ಟೆ. ಈ ಅಂತಿಮ ಬೇಡಿಕೆಯಿಂದ ಅವರು ಬೆಚ್ಚಿಬಿದ್ದರು. ಆದರೆ ನಾನು ಅವರ ಮುಂದಿಟ್ಟಿದ್ದ ಬೇಡಿಕೆಗೆ ಸಮನಾಗಿ ತಮ್ಮ ಶಕ್ತಿ ಸಾಮರ್ಥ್ಯವನ್ನು ತೋರಿಸಿದರು. ಒಂದು ತಿಂಗಳೊಳಗೆ ಅವರು ನನಗೆ 45 ಇಂಚುಗಳಷ್ಟು ಅಗಲವಿದ್ದ ಒಂದು ಜೊತೆ ಖಾದಿ ಧೋತಿಯನ್ನು ಕಳಿಸಿಕೊಟ್ಟರು. ಈ ಪ್ರಕಾರ ಅವರು ನನ್ನನ್ನು ಆಸಮಯದಲ್ಲಿ ನಾನಿದ್ದ ಕಷ್ಟದ ಪರಿಸ್ಥಿತಿಯಿಂದ ಪಾರುಮಾಡಿದರು.

ಇದೇ ಕಾಲದಲ್ಲಿ ಸಾರ್ಜಂಟ್ ಲಕ್ಷ್ಮಿದಾಸ್ ಎಂಬುವವರು ಸಾರ್ಜಂಟ್ ರಾಮ್‌ಜೀ ಎಂಬ ನೇಕಾರನನ್ನು ಅವನ ಹೆಂಡತಿ ಗಂಗಾಬೆಹ್ನ್ ಜತೆಯಲ್ಲಿ ಲಾಠಿ (ಲಾಢಿ)ಯಿಂದ ಆಶ್ರಮಕ್ಕೆ ಕರೆದುಕೊಂಡು ಬಂದರು. ಅವರು ಆಶ್ರಮದಲ್ಲಿ ಖಾದಿ ಧೋತಿಗಳನ್ನು ನೇಯಲಾರಂಭಿಸಿದರು. ಖಾದಿಯ ಪ್ರಚಾರದಲ್ಲಿ ಈ ದಂಪತಿಗಳು ನಿರ್ವಹಿಸಿದ್ದ ಪಾತ್ರ ಗಮನಾರ್ಹವಾದುದಾಗಿತ್ತು. ಅವರು ಗುಜದರಾತ್‌ನಲ್ಲಿ ಮತ್ತು ಅದರ ಹೊರಗಡೆ ಕೂಡಾ ಕೈನಿಂದ ತೆಗೆದ ನೂಲಿನಿಂದ ನೇಯುವ ಕಲೆಯನ್ನು ಬಹುಸಂಖ್ಯೆಯಲ್ಲಿ ಜನರಿಗೆ ಕಲಿಸಿ ಅದರಲ್ಲಿ ಅವರನ್ನು ತೊಡಗಿಸಿದರು. ಮಗ್ಗದ ಬಳಿ ಕೂತಿದ್ದ ಗಂಗಾಬೆಹ್ನ್‌ಳನ್ನು ನೋಡುವುದೇ ಸ್ಫೂರ್ತಿದಾಯಕ ದೃಶ್ಯವಾಗಿತ್ತು. ಈ ಅಶಿಕ್ಷಿತ ಆದರೆ ಸ್ವಾಭಿಮಾನಿಯಾಗಿದ್ದ ಸಹೋದರಿಯು ಆಕೆಯ ಮಗ್ಗದಲ್ಲಿ ನೂಲುಗಳನ್ನು ಎಳೆಯುತ್ತ ನೇಯುತ್ತಿರುವಾಗ ಆಕೆ ಅದರಲ್ಲಿ ಲೀನವಾಗಿಬಿಡುತ್ತಿದ್ದಳು. ಆ ಸಮಯದಲ್ಲಿ ಆಕೆಯ ಗಮನವನ್ನು ಬೇರೆಡೆಗೆ ತಿರುಗಿಸಲು ಕಷ್ಟವಾಗುತ್ತಿತ್ತು. ಆಕೆಯ ಪ್ರೀತಿಯ ಮಗ್ಗದಿಂದ ಅವಳ ದೃಷ್ಟಿಯನ್ನು ಬೇರೆ ಕಡೆಗೆ ಸೆಳೆಯುವುದು ಇನ್ನೂ ಕಷ್ಟಸಾಧ್ಯವಾಗಿತ್ತು.

41. ಒಂದು ಬೋಧಪ್ರದ ಸಂವಾದ

ಖಾದಿ ಚಳವಳಿಯು ಆಗತಾನೇ ಪ್ರಾರಂಭವಾಗಿತ್ತು, ಆ ಕಾಲದಲ್ಲಿ ಸ್ವದೇಶಿ ಚಳವಳಿ ಎಂದು ಕರೆಯಲ್ಪಡುತ್ತಿದ್ದ ಚಳವಳಿಯು ಗಿರಣಿ ಮಾಲೀಕರುಗಳಿಂದ ತುಂಬಾ ಟೀಕೆಗೆ ಗುರಿಯಾಗಿತ್ತು. ದಕ್ಷ ಗಿರಣಿ ಮಾಲೀಕರಾಗಿದ್ದ ದಿವಂಗತ ಉಮರ್ ಸೋಬಾನಿ ತಮ್ಮ ಸ್ವಂತದ ಜ್ಞಾನ ಮತ್ತು ಅನುಭವವನ್ನು ನನಗೆ ನೀಡುತ್ತಿದ್ದರಲ್ಲದೇ ಇತರ ಗಿರಣಿ ಮಾಲೀಕರುಗಳ ಅಭಿಪ್ರಾಯವನ್ನು ತಿಳಿಸಿಕೊಡುತ್ತಿದ್ದರು. ಇವರಲ್ಲಿ ಒಬ್ಬರು ನನ್ನ ಮುಂದಿಟ್ಟಿದ್ದ ಅಭಿಪ್ರಾಯ ನನ್ನ ಮೇಲೆ ಗಾಢವಾದ ಪರಿಣಾಮವನ್ನುಂಟುಮಾಡಿತ್ತು. ತಮ್ಮನ್ನು ಕಾಣುವಂತೆ ಅವರು ನನ್ನನ್ನು ಒತ್ತಾಯಿಸಿದರು. ನಾನು ಒಪ್ಪಿಕೊಂಡೆ. ಮಿ. ಸೋಬಾನಿ ಈ ಸಂದರ್ಶನಕ್ಕೆ ಏರ್ಪಾಡುಮಾಡಿದರು. ಗಿರಣಿ ಮಾಲೀಕರು ಸಂವಾದವನ್ನು ಆರಂಭಿಸಿದರು.

'ಇಂದಿಗೂ ಮುಂಚೆ ಸ್ವದೇಶಿ ಚಳವಳಿ ನಡೆದಿತ್ತು ಎಂದು ನಿಮಗೆ ಗೊತ್ತಿದೆಯೆ?'

'ಹೌದು ನನಗೆ ಗೊತ್ತಿದೆ.' ಎಂದು ನಾನು ಉತ್ತರ ಕೊಟ್ಟೆ.

'(ಬಂಗಾಳ) ವಿಭಜನೆಯ ದಿವಸಗಳಲ್ಲಿ ನಾವು, ಗಿರಣಿ ಮಾಲೀಕರುಗಳು ಸ್ವದೇಶಿ ಚಳವಳಿಯನ್ನು ಪೂರ್ಣವಾಗಿ ಸ್ವಪ್ರಯೋಜನಕ್ಕಾಗಿ ಉಪಯೋಗಿಸಿಕೊಂಡೆವು ಎಂದು ನಿಮಗೆ ಕೂಡಾ ಗೊತ್ತಿದೆ. ಆ ಚಳವಳಿ ತನ್ನ ಪರಾಕಾಷ್ಠೆಯನ್ನು ಮುಟ್ಟಿದ್ದಾಗ ನಾವು ಬಟ್ಟೆಯ ಬೆಲೆಯನ್ನು ಏರಿಸಿದೆವು. ಇನ್ನೂ ಅತಿಕೆಟ್ಟ ಕೆಲಸಗಳನ್ನು ಮಾಡಿದೆವು.'

'ಹೌದು. ಅದರ ಬಗ್ಗೆ ಏನೋ ಸ್ವಲ್ಪ ಕೇಳಿದ್ದೆ. ಅದರಿಂದ ನನಗೆ ದುಃಖವಾಗಿದೆ.'

'ನಾನು ನಿಮ್ಮ ದುಃಖವನ್ನು ಅರ್ಥಮಾಡಿಕೊಳ್ಳಬಲ್ಲೆ. ಆದರೆ ಅದಕ್ಕೆ ಏನೂ ಕಾರಣವಿಲ್ಲ ಎಂದು ನನಗನ್ನಿಸುತ್ತಿದೆ ನಾವು ಲೋಕೋಪಕಾರಮಾಡಲು ವ್ಯಾಪಾರ ಮಾಡುತ್ತಿಲ್ಲ. ಲಾಭ ಗಳಿಸಲು ನಾವು ವ್ಯಾಪಾರಮಾಡುತ್ತೇವೆ. ನಾವು ಷೇರುದಾರ (ಷೇರ್‌ಹೋಲ್ಡರ್)ರನ್ನು ತೃಪ್ತಿಪಡಿಸಬೇಕು. ಒಂದು ವಸ್ತುವಿನ ಬೆಲೆಯನ್ನು ಅದಕ್ಕಿರುವ ಬೇಡಿಕೆ ನಿಯಂತ್ರಿಸುತ್ತದೆ. ಬೇಡಿಕೆ ಮತ್ತು ಸರಬರಾಜಿನ ನಿಯಮವನ್ನು ಯಾರು ತಾನೇ ತಡೆಹಿಡಿಯಬಲ್ಲರು? ತಮ್ಮ ಚಳವಳಿ ಸ್ವದೇಶಿ ಬಟ್ಟೆಗಿರುವ ಬೇಡಿಕೆಯನ್ನು ಪ್ರಚೋದಿಸುವ ಮೂಲಕ ಅದರ ಬೆಲೆಯನ್ನು ಏರಿಸುವುದು ಎಂದು ಬೆಂಗಾಳಿಗಳಿಗೆ ತಿಳಿದಿರಬೇಕಾಗಿತ್ತು.'

ನಾನು ಮಧ್ಯೆ ಪ್ರವೇಶಿಸಿ ಮಾತಾಡಿದೆ: 'ಬೆಂಗಾಳಿಗಳು ನನ್ನಂತೆ ಸುಲಭವಾಗಿ ವಿಚಾರಮಾಡದೇ ನಂಬಿಕೆಯಿಡುವವರು. ತಮ್ಮ ದೇಶ ಆಪತ್ಕಾಲದಲ್ಲಿದ್ದಾಗ ಗಿರಣಿ ಮಾಲೀಕರುಗಳು ತಮ್ಮ ದೇಶಕ್ಕೆ ದ್ರೋಹಬಗೆಯುವಷ್ಟರಮಟ್ಟಿಗೆ ತೀರಾ ಸ್ವಾರ್ಥಿಗಳಾಗಲಾಗಲಾರರು ಮತ್ತು ದೇಶದ್ರೋಹಿಗಳಾಗಲಾರರು ಎಂದು ಅವರು ನಂಬಿಬಿಟ್ಟಿದ್ದರು. ವ್ಯಾಪಾರಿಗಳು ವಿದೇಶಿ ಬಟ್ಟೆಯನ್ನು ಸ್ವದೇಶಿ ಎಂದು ಮೋಸಮಾಡಿ ವ್ಯಾಪಾರ ಮಾಡಿದ್ದರು. ವ್ಯಾಪಾರಿಗಳು ಅಷ್ಟು ದೂರ ಹೋಗಲಾರರು ಎಂದು ಬೆಂಗಾಳಿಗಳು ನಂಬಿದ್ದರು.'

'ನಿಮ್ಮ ನಂಬುವ ಸ್ವಭಾವ ನನಗೂ ಗೊತ್ತಿದೆ' ಎಂದು ಅವರು ಮತ್ತೆ ಹೇಳಿದರು. 'ಈ ಕಾರಣದಿಂದಾಗಿಯೇ ನಿಮ್ಮನ್ನು ನನ್ನಲ್ಲಿಗೆ ಕರೆಸಿಕೊಂಡು ಕಷ್ಟಕೊಟ್ಟೆ. ಈ ಸರಳ ಹೃದಯದ ಬೆಂಗಾಳಿಗಳು ಎಸಗುವ ಅದೇ ತಪ್ಪು ದಾರಿಯಲ್ಲಿ ನೀವು ಬೀಳಬಾರದು ಎಂದು ನಿಮಗೆ ಎಚ್ಚರಿಕೆ ಕೊಡಬಹುದೆಂದು ನಿಮ್ಮನ್ನು ಕರೆಸಿಕೊಂಡಿರುವೆ.'

ಹೀಗೆ ಹೇಳಿದ ಗಿರಣಿ ಮಾಲೀಕರು ತಮ್ಮ ಗಿರಣಿಯಲ್ಲಿ ತಯಾರಾಗಿದ್ದ ಬಟ್ಟೆಗಳ ಮಾದರಿಗಳನ್ನು ತೋರಿಸಲು ಅವರ ಬಳಿ ನಿಂತುಕೊಂಡಿದ್ದ ಗುಮಾಸ್ತನ ಕಡೆಗೆ ತಿರುಗಿ ಮೂಕಸನ್ನೆ ಮಾಡಿದರು. ಅದರ ಕಡೆಗೆ ಕೈ ತೋರಿಸುತ್ತ ಅವರು ಹೇಳಿದರು: 'ಈ ಬಟ್ಟೆಯನ್ನು ನೋಡಿ. ನಮ್ಮ ಗಿರಣಿಯಲ್ಲಿ ತಯಾರಾದ ಇತ್ತೀಚಿನ ಮಾದರಿ ಇದು. ಇದಕ್ಕೆ ತುಂಬಾ ಬೇಡಿಕೆಯಿದೆ. ಇದನ್ನು ನಾವು ತ್ಯಾಜ್ಯ ವಸ್ತು (ನೂಲು)ವಿನಿಂದ ತಯಾರಿಸುತ್ತೇವೆ. ಆದ್ದರಿಂದ ಸಹಜವಾಗಿ ಇದು ಅಗ್ಗದ್ದು. ನಾವು ಇದನ್ನು ಹಿಮಾಲಯದ ಕಣಿವೆಗಳಷ್ಟು ದೂರಕ್ಕೆ ಉತ್ತರಭಾಗಕ್ಕೆ ಕಳಿಸುತ್ತೇವೆ. ನಮಗೆ ದೇಶದಲೆಲ್ಲ ಏಜೆನ್ಸಿಗಳಿವೆ. ನಿಮ್ಮ ದನಿ ಇಲ್ಲವೇ ನಿಮ್ಮ ಏಜೆಂಟರುಗಳು ಮುಟ್ಟಲಾಗದ ಕಡೆಗಳಲ್ಲಿ ಕೂಡಾ ನಮ್ಮ ಏಜೆನ್ಸಿಗಳಿವೆ. ಇದರಿಂದಾಗಿ ನಮಗೆ ಇನ್ನೂ ಹೆಚ್ಚಿನ ಏಜೆಂಟರುಗಳ ಅವಶ್ಯಕತೆಯಿಲ್ಲ ಎಂಬುದನ್ನು ನೀವೇ ಕಂಡುಕೊಳ್ಳಬಹುದು. ಇದರ ಜತೆಯಲ್ಲಿ, ಭಾರತದಲ್ಲಿ ಬಟ್ಟೆಯ ಉತ್ಪಾದನೆ ಅದರ ಅಗತ್ಯಕ್ಕಿಂತಲೂ ತುಂಬಾ ಕಡಿಮೆಯಿದೆ ಎಂಬುದನ್ನು

ನೀವು ಅರಿತುಕೊಳ್ಳಬೇಕು. ಆದ್ದರಿಂದ ಸ್ವದೇಶಿ ಪ್ರಶ್ನೆಯು ಒಟ್ಟಾರೆ ಒಂದು ಬಗೆಯ ಬಟ್ಟೆಯ ಉತ್ಪಾದನೆಯಲ್ಲಿ ಪರಿಹಾರವಾಗುತ್ತದೆ. ನಮ್ಮ ಉತ್ಪಾದನೆಯನ್ನು ಸಾಕಷ್ಟು ಹೆಚ್ಚಿಸುತ್ತಿದ್ದಂತೆ ಮತ್ತು ಅವಶ್ಯಕವಾಗಿರುವಷ್ಟರಮಟ್ಟಿಗೆ ಅದರ ಗುಣಮಟ್ಟವನ್ನು ಸುಧಾರಿಸುತ್ತಿದ್ದಂತೆ ವಿದೇಶಿ ಬಟ್ಟೆಯ ಆಮದು ತಾನಾಗಿ ನಿಂತುಹೋಗುತ್ತದೆ. ಆದ್ದರಿಂದ ನನ್ನ ಸಲಹೆ ಏನೆಂದರೆ ಸದ್ಯದ ಕ್ರಮದಲ್ಲಿ ಚಳವಳಿಯನ್ನು ನಡೆಸದೇ, ಹೊಸ ಗಿರಣಿಗಳನ್ನು ಸ್ಥಾಪಿಸಬೇಕು ಎಂಬುದೇ ಆಗಿದೆ. ನಮಗೆ ಅವಶ್ಯಕವಾಗಿರುವುದು ನಮ್ಮ ವಸ್ತುಗಳಿಗಿರುವ ಬೇಡಿಕೆಯನ್ನು ಹಿಗ್ಗಿಸಲು ಪ್ರಚಾರ ಮಾಡುವುದಲ್ಲ. ಆದರೆ ಉತ್ಪಾದನೆಯನ್ನು ಹೆಚ್ಚಿಸುವುದು ತೀರ ಅವಶ್ಯಕವಾಗಿದೆ.'

'ಹಾಗಿದ್ದರೆ ಆ ವಿಷಯದಲ್ಲಿ ನಾನು ಈಗಾಗಲೇ ತೊಡಗಿದ್ದೇನೆ ಎಂಬುದರಿಂದ ನೀವು ನನ್ನ ಪ್ರಯತ್ನಕ್ಕೆ ಖಂಡಿತವಾಗಿಯೂ ಒಳ್ಳೆಯದಾಗಲೆಂದು ಹಾರೈಸುವಿರಿ.' ಎಂದು ನಾನು ಹೇಳಿದೆ.

'ಅದು ಹೇಗೆ ಸಾಧ್ಯ' ಎಂದು ಸ್ವಲ್ಪ ಮಟ್ಟಿಗೆ ಕಕ್ಕಾಬಿಕ್ಕಿಯಾಗಿ ಅವರು ಉದ್ಗಾರವೆತ್ತಿದರು. 'ಆದರೆ ಹೊಸ ಗಿರಣಿಗಳ ಸ್ಥಾಪನೆಗೆ ಪ್ರೋತ್ಸಾಹ ಕೊಡಬೇಕೆಂದು ನೀವು ಯೋಚಿಸುತ್ತಿರಬೇಕು. ಹೀಗಾದರೆ ಖಂಡಿತವಾಗಿಯೂ ನಿಮಗೆ ಅಭಿವಂದನೆಗಳು ಸಲ್ಲಬೇಕು.'

'ನಾನು ಕರಾರುವಾಕ್ಕಾಗಿ ಅದನ್ನು ಮಾಡುತ್ತಿಲ್ಲ.' ಎಂದು ನಾನು ವಿವರಿಸಿದೆ. 'ನಾನು ಚರಕ (ನೂಲುವವ ರಾಟೆ)ವನ್ನು ಪುನಶ್ಚೈತನ್ಯಗೊಳಿಸುವ ಕಾರ್ಯದಲ್ಲಿ ತೊಡಗಿಕೊಂಡಿದ್ದೇನೆ.'

'ಅದು ಏನು' ಎಂದು ಅವರು ಇನ್ನೂ ತುಂಬಾ ತಬ್ಬಿಬ್ಬಾಗಿ ಪ್ರಶ್ನಿಸಿದರು. ನಾನು ಅವರಿಗೆ ಚರಕದ ಬಗ್ಗೆ ಮತ್ತು ನಾನು ಅದರ ಹಿಂದೆ ಬಿದ್ದು ತುಂಬಾ ಹುಡುಕಿದ್ದರ ಕಥೆಯನ್ನು ಹೇಳಿದೆ. ಇನ್ನೂ ಮುಂದುವರೆದು ಹೀಗೆ ಹೇಳಿದೆ: 'ನಾನು ಪೂರ್ಣವಾಗಿ ನಿಮ್ಮ ಅಭಿಪ್ರಾಯವನ್ನು ಒಪ್ಪುತ್ತೇನೆ. ವಸ್ತುಶಃ ನಾನು ಗಿರಣಿಗಳ ಏಜೆಂಟ್ ಆಗುವುದರಿಂದ ಪ್ರಯೋಜನವಿಲ್ಲ. ಅದರಿಂದ ದೇಶಕ್ಕೆ ಒಳ್ಳೆಯದಾಗದೇ ತುಂಬಾ ಕೆಟ್ಟದಾಗುತ್ತದೆ. ನಮ್ಮ ಗಿರಣಿಗಳಿಗೆ ಮುಂದೆಬರುವ ಅನೇಕ ವರ್ಷಗಳ ಕಾಲ ಅವುಗಳ ವ್ಯಾಪಾರಕ್ಕೆ ಬೆಂಬಲ ನೀಡುವ ಅವಶ್ಯಕತೆಯಿರುವುದಿಲ್ಲ. ಆದ್ದರಿಂದ ಕೈನಿಂದ ತೆಗೆದ ನೂಲಿನಿಂದ ತಯಾರಿಸಲಾದ ಬಟ್ಟೆಗಳ ಉತ್ಪಾದನೆಯನ್ನು ಸಂಘಟಿಸುವುದು ನನ್ನ ಕೆಲಸವಾಗುವುದು. ಹಾಗೆ ಉತ್ಪಾದಿಸಲಾದ ಖಾದಿಯನ್ನು ಮಾರಲು ಮಾರ್ಗಗಳನ್ನು ಹುಡುಕಿಕೊಳ್ಳಬೇಕು. ಆದ್ದರಿಂದ ನಾನು ಖಾದಿಯ ಉತ್ಪಾದನೆಯ ಮೇಲೆ ನನ್ನ ಗಮನವನ್ನು ಕೇಂದ್ರೀಕರಿಸುತ್ತಿದ್ದೇನೆ. ನಾನು ಈ ಸ್ವರೂಪದ ಸ್ವದೇಶಿ ವ್ರತದ ಮೇಲೆ ಪ್ರಮಾಣ ಮಾಡುತ್ತೇನೆ. ಏಕೆಂದರೆ ಇದರ ಮೂಲಕ ನಾನು ಭಾರತದ ಅರೆ ಉದ್ಯೋಗಿಗಳಾಗಿರುವ ಮತ್ತು ಅರೆಹೊಟ್ಟೆಯಲ್ಲಿರುವ (ಅಂದರೆ ಅರ್ಧಹಸಿವಿನಿಂದಿರುವ) ಮಹಿಳೆಯರಿಗೆ ಕೆಲಸವನ್ನು ಒದಗಿಸಬಹುದು. ಈ ಮಹಿಳೆಯರಿಂದ ನೂಲು ತೆಗೆಸಿ ಅದರಿಂದ ನೇಯಲಾದ ಖಾದಿಯಿಂದ ಭಾರತೀಯರಿಗೆ ಉಡುಪುಗಳನ್ನು ಒದಗಿಸುವುದೇ ನನ್ನ ವಿಚಾರವಾಗಿದೆ. ಈ ಚಳವಳಿ ಎಷ್ಟರಮಟ್ಟಿಗೆ ಯಶಸ್ವಿಯಾಗಬಲ್ಲದು ಎಂದು ನನಗೆ ಗೊತ್ತಿಲ್ಲ. ಸದ್ಯ ಅದಿನ್ನೂ ಕೇವಲ ಆರಂಭದ ಹಂತದಲ್ಲಿದೆ. ಆದರೆ ಇದರಲ್ಲಿ ನನಗೆ ಪೂರ್ಣನಂಬಿಕೆಯಿದೆ ಏನೇ ಆದರೂ ಇದರಿಂದ ತೊಂದರೆಯಾಗದು. ಇದಕ್ಕೆ ಪ್ರತಿಯಾಗಿ ಸ್ವಲ್ಪ ಮಟ್ಟಿಗೆ ದೇಶದ ಬಟ್ಟೆಯ ಉತ್ಪಾದನೆಗೆ ಇದು

ತನ್ನದನ್ನು ಸೇರಿಸಬಲ್ಲದು. ಅದು ಎಷ್ಟೇ ಚಿಕ್ಕದಾಗಿದ್ದರೂ ಅಷ್ಟರಮಟ್ಟಿಗೆ ಘನತೆಯುಳ್ಳ ಲಾಭವನ್ನು ಸಂಪಾದಿಸಿಕೊಡುವುದು. ನೀವು ತಿಳಿಸಿರುವ ಕೆಡಕುಗಳಿಂದ ನನ್ನ ಚಳವಳಿಯು ಮುಕ್ತವಾಗಿದೆ ಎಂದು ನೀವು ಈ ಪ್ರಕಾರ ಗ್ರಹಿಸಿಕೊಳ್ಳಬಹುದು.'

ಅವರು ಹೀಗೆ ಉತ್ತರಿಸಿದರು: ನಿಮ್ಮ ಅಭಿಪ್ರಾಯದಲ್ಲಿ ನಿಮ್ಮ ಚಳವಳಿಯನ್ನು ಸಂಘಟಿಸುವ ಮೂಲಕ ಹೆಚ್ಚಿನ ಉತ್ಪಾದನೆಯನ್ನು ಗಳಿಸಿಕೊಳ್ಳುವುದಾದರೆ ಅದರ ವಿರುದ್ಧವಾಗಿ ನಾನು ಏನೂ ಹೇಳುವುದಿಲ್ಲ. ವಿದ್ಯುತ್ ಯಂತ್ರಗಳ ಈ ಯುಗದಲ್ಲಿ ಚರಕವು ಪ್ರಗತಿಯನ್ನು ಸಾಧಿಸಬಹುದೇ ಎಂಬುದು ಇನ್ನೊಂದು ಪ್ರಶ್ನೆಯಾಗಿದೆ. ಆದರೆ ನಾನಂತೂ ನಿಮಗೆ ಎಲ್ಲ ಯಶಸ್ಸನ್ನೂ ಹಾರೈಸುತ್ತೇನೆ.'

42. ಆದರ ಏರುವ ಪ್ರವಾಹ

ಖಾದಿಯ ಇನ್ನೂ ಮುಂದಿನ ಪ್ರಗತಿಯನ್ನು ವಿವರಿಸಲು ಇಲ್ಲಿ ನಾನು ಇನ್ನೂ ಹೆಚ್ಚಿನ ಅಧ್ಯಾಯಗಳನ್ನು ಮೀಸಲಿಡಬಾರದು. ಸಾರ್ವಜನಿಕರ ದೃಷ್ಟಿಯ ಎದುರು ನನ್ನ ವಿವಿಧ ಚಟುವಟಿಕೆಗಳು ನಡೆದ ನಂತರದ ಅದರ ಚರಿತ್ರೆ (ಕಥೆ)ಯನ್ನು ನಿರೂಪಿಸುವುದು ಈ ಅಧ್ಯಾಯಗಳ ವ್ಯಾಪ್ತಿಗೆ ಹೊರತಾದದ್ದು. ಆ ಪ್ರಯತ್ನವನ್ನು ನಾನು ಮಾಡಬಾರದು ಏಕೆಂದರೆ ಹಾಗೆ ಮಾಡುವುದಕ್ಕೆ ಆ ವಿಷಯದ ಮೇಲೆ ಒಂದು ಗ್ರಂಥವನ್ನೇ ಬರೆಯುವ ಅಗತ್ಯ ಬೀಳಬಹುದು. ಈ ಅಧ್ಯಾಯಗಳನ್ನು ಬರೆಯುವುದರ ನನ್ನ ಉದ್ದೇಶವೇನೆಂದರೆ ಸತ್ಯಕುರಿತಂತೆ ನಾನು ನಡೆಸಿದ್ದ ಪ್ರಯೋಗಗಳ ದಾರಿಯಲ್ಲಿ ಕೆಲವು ವಸ್ತುವಿಷಯಗಳು ಸ್ವಾಭಾವಿಕವಾಗಿ ತಾವಾಗಿಯೇ ನನಗೆ ಕಾಣಿಸಿಕೊಂಡವು ಎಂಬುದನ್ನು ಸರಳವಾಗಿ ವಿವರಿಸುವುದೇ ಆಗಿದೆ.

ಹಾಗಿದ್ದರೆ ಅಸಹಕಾರ ಚಳವಳಿಯ ಕಥೆಯನ್ನು ಮತ್ತೆ ಆರಂಭಿಸಬಹುದು. ಆಲಿ ಸಹೋದರರು ಆರಂಭಿಸಿದ್ದ ಪ್ರಚಂಡ ಖಿಲಾಫತ್ ಚಳವಳಿಯು ಪೂರ್ಣವಾಗಿ ಪ್ರಗತಿಯ ಹಾದಿಯಲ್ಲಿ ಮುಂದುವರೆಯುತ್ತಿತ್ತು. ನಾನು ಇದೇ ವಿಷಯದ ಬಗ್ಗೆ ದಿವಂಗತ ಅಬ್ದುಲ್ ಬಾರಿ ಮತ್ತು ಇತರ ಉಲ್ಲೇಮಾಗಳ ಜತೆಯಲ್ಲಿ ದೀರ್ಘ ಚರ್ಚೆ ನಡೆಸುತ್ತಿದ್ದೆ.

ಮುಖ್ಯವಾಗಿ ಮುಸಲ್ಮಾನರು ಎಷ್ಟರಮಟ್ಟಿಗೆ ಅಹಿಂಸೆಯ ನಿಯಮವನ್ನು ಪಾಲಿಸಬಲ್ಲರು ಎಂಬುದರ ಬಗ್ಗೆ ಚರ್ಚೆ ನಡೆಸುತ್ತಿದ್ದೆ. ಇಸ್ಲಾಂ ಅದರ ಅನುಯಾಯಿಗಳ ಮೇಲೆ ಅಹಿಂಸೆಯ ನೀತಿಯನ್ನು ಅನುಸರಿಸದಿರುವಂತೆ ನಿಷೇಧ ಹೇರಿಲ್ಲ ಎಂದು ಕಡೆಯಲ್ಲಿ ಅವರೆಲ್ಲರೂ ಒಪ್ಪಿಕೊಂಡರು. ಇನ್ನೂ ಮುಂದುವರೆದು ಅವರು ಆ ನೀತಿಯನ್ನು ಅನುಸರಿಸುವುದಾಗಿ ಪ್ರಮಾಣ ಮಾಡಿದ್ದರಿಂದ ಅದನ್ನು ಪ್ರಾಮಾಣಿಕವಾಗಿ ಅನುಸರಿಸುವ ಕಟ್ಟಿಗೆ ಒಳಪಟ್ಟರು. ಕಡೆಯಲ್ಲಿ ಖಿಲಾಫತ್ ಸಮ್ಮೇಳನದಲ್ಲಿ ಅಸಹಕಾರದ ನಿರ್ಣಯವನ್ನು ಮಂಡಿಸಲಾಯ್ತು. ದೀರ್ಘವಾಗಿ ಅದರ ಆಗುಹೋಗಗಳ ಬಗ್ಗೆ ಚರ್ಚಿಸಿದ ತರುವಾಯ ನಿರ್ಣಯವನ್ನು ಅಂಗೀಕರಿಸಲಾಯ್ತು. ಒಮ್ಮೆ ಅಲಹಾಬಾದ್‌ನಲ್ಲಿ ಸಮಿತಿಯು ಇಡೀ ರಾತ್ರಿ ಈ ವಿಷಯದ ಮೇಲೆ ಚರ್ಚಿಸಿತು ಎಂಬ ಸ್ಪಷ್ಟ ನೆನಪು ನನ್ನಲ್ಲಿದೆ. ಪ್ರಾರಂಭದಲ್ಲಿ ದಿವಂಗತ ಹಕೀಮ್ ಸಾಹೇಬರಿಗೆ ಅಹಿಂಸಾತ್ಮಕ ಅಸಹಕಾರ ಕಾರ್ಯತಃ ಸಾಧಿಸಲು ಸಾಧ್ಯವಾಗುವುದೇ ಎಂಬುದರ ಬಗ್ಗೆ ಸಂಶಯವಿತ್ತು. ಆದರೆ ಅವರಲ್ಲಿದ್ದ ಸಂಶಯ ನಿವಾರಣೆಯಾದ ತರುವಾಯ ಅವರು ಹೃತ್ಪೂರ್ವಕವಾಗಿ ಈ ಚಳವಳಿಯಲ್ಲಿ ಧುಮುಕಿದರು. ಅವರು ನೀಡಿದ್ದ ನೆರವು ಚಳವಳಿಯ ಪಾಲಿಗೆ ಅಮೂಲ್ಯವಾದದ್ದಾಗಿತ್ತು.

ಇದರ ತರುವಾಯ ಕೆಲವೇ ದಿನಗಳಲ್ಲಿ ನಡೆದ ಗುಜರಾತ್ ರಾಜಕೀಯ ಸಮ್ಮೇಳನದಲ್ಲಿ ನಾನು ಅಸಹಕಾರದ ನಿರ್ಣಯವನ್ನು ಮಂಡಿಸಿದೆ. (ಅಖಿಲ ಭಾರತ) ಕಾಂಗ್ರೆಸ್‌ಗೆ ಮುಂಚಿತವಾಗಿ ಪ್ರಾಂತೀಯ ಸಮ್ಮೇಳನವು ಈ ನಿರ್ಣಯವನ್ನು ಅಂಗೀಕರಿಸುವುದು ಉಚಿತವಲ್ಲ ಎಂದು ಇದರ ವಿರೋಧಿಗಳ ಆರಂಭದ ಅಭಿಪ್ರಾಯವಾಗಿತ್ತು. ಹಿಂದಕ್ಕೆ ಮುಖ ತಿರುಗಿಸಿರುವ (ಬ್ಯಾಕ್‌ವರ್ಡ್) ಚಳವಳಿಗೆ ಮಾತ್ರ ಈ ನಿರ್ಬಂಧ ಅನ್ವಯವಾಗುವುದೆಂದು ನಾನು ಅವರ ಅಭಿಪ್ರಾಯವನ್ನು ವಿರೋಧಿಸುತ್ತ ಹೇಳಿದೆ. ಅಧೀನ ಸಂಘಟನೆಗಳಲ್ಲಿ ಅವಶ್ಯಕವಾಗಿರುವ ಎದೆಗಾರಿಕೆ ಮತ್ತು ವಿಶ್ವಾಸವಿದ್ದರೆ ಅವುಗಳಿಗೆ ಇಂತಹ ನಿರ್ಣಯವನ್ನು ಅಂಗೀಕರಿಸಲು ತಕ್ಕ ಸಾಮರ್ಥ್ಯವಿರುತ್ತದೆ ಮತ್ತು ಹಾಗೆ ಮಾಡುವ ಕರ್ತವ್ಯಕ್ಕೆ ಅವು ಕಟ್ಟು ಬಿದ್ದಿರುತ್ತವೆ ಎಂದು ನಾನು ಹೇಳಿದೆ. ಯಾರಾದರೊಬ್ಬರು ಅಪಾಯವನ್ನು ಎದುರಿಸಲು ಸಿದ್ಧವಾಗಿದ್ದರೆ ಮಾತೃಸಂಸ್ಥೆಯ ಪ್ರತಿಷ್ಠೆಯನ್ನು ಹೆಚ್ಚಿಸುವ ಪ್ರಯತ್ನ ನಡೆಸಲು ಅನುಮತಿಯ ಅಗತ್ಯವಿಲ್ಲ ಎಂದು ನಾನು ವಾದಿಸಿದೆ. ಆಗ ಈ ಪ್ರಸ್ತಾಪದ ಅರ್ಹತೆಗಳ ಬಗ್ಗೆ ಚರ್ಚೆ ನಡೆಯಿತು. ಈ ಚರ್ಚೆಯು 'ಹಿತಕರವಾದ ತರ್ಕಬದ್ಧತೆ'ಯಿದ್ದ ವಾತಾವರಣದಲ್ಲಿ ಅತ್ಯುತ್ಸಾಹದಿಂದ ನಡೆಯಿತು. ಮತಗಳನ್ನು ತೆಗೆದುಕೊಂಡ ತರುವಾಯ ಈ ನಿರ್ಣಯವು ಅತ್ಯಧಿಕ ಬಹುಮತದಿಂದ ಅಂಗೀಕೃತವಾಗಿದೆ ಎಂದು ಘೋಷಿಸಲಾಯ್ತು. ಈ ನಿರ್ಣಯ ಜಯಪ್ರದವಾಗಿ ಅಂಗೀಕಾರ ಪಡೆಯಲು ಸಾರ್ಜಂಟ್ ವಲ್ಲಭ್‌ಭಾಯ್ ಮತ್ತು ಅಬ್ಬಾಸ್ ತ್ಯಾಬ್ಜಿ ಅವರ ವ್ಯಕ್ತಿತ್ವ ಬಹುಮಟ್ಟಿಗೆ ಕಾರಣ ಎಂದು ಹೇಳಬಹುದು. ಅಬ್ಬಾಸ್ ತ್ಯಾಬ್ಜಿ ಅಧ್ಯಕ್ಷರಾಗಿದ್ದರು ಮತ್ತು ಅವರ ಒಲವೆಲ್ಲವೂ ಅಸಹಕಾರ ನಿರ್ಣಯದ ಪರವಾಗಿತ್ತು.

ಈ ಪ್ರಶ್ನೆಯ ಬಗ್ಗೆ ಚರ್ಚಿಸಲು ಅಖಿಲ ಭಾರತ ಕಾಂಗ್ರೆಸ್ ಸಮಿತಿಯು ಸೆಪ್ಟೆಂಬರ್ 1920ರಲ್ಲಿ ಕಲ್ಕತ್ತದಲ್ಲಿ ವಿಶೇಷ ಅಧಿವೇಶನವನ್ನು ಕರೆಯಲು ನಿರ್ಧರಿಸಿತು. ದೊಡ್ಡ ಪ್ರಮಾಣದಲ್ಲಿ ಅದಕ್ಕಾಗಿ ಸಿದ್ಧತೆಗಳು ನಡೆದವು. ಲಾಲಾ ಲಜ್‌ಪತ್‌ರಾಯ್ ಅಧ್ಯಕ್ಷರಾಗಿ ಚುನಾಯಿತರಾದರು.

ಬೊಂಬಾಯಿಯಿಂದ ಕಾಂಗ್ರೆಸ್ ಮತ್ತು ಖಿಲಾಫತ್ ವಿಶೇಷ ರೈಲುಗಳು ಕಲ್ಕತ್ತಕ್ಕೆ ಓಡಿದವು. ಕಲ್ಕತ್ತದಲ್ಲಿ ಪ್ರತಿನಿಧಿಗಳು ಮತ್ತು ಪ್ರೇಕ್ಷಕರ ಅತಿದೊಡ್ಡ ಸಮೂಹವೇ ನೆರೆದಿತ್ತು.

ಮೌಲಾನ ಶೌಕತ್ ಆಲಿಅವರ ಕೋರಿಕೆಯಂತೆ ನಾನು ರೈಲಿನಲ್ಲಿ ಕೂತಿದ್ದಾಗ ಅಸಹಕಾರ ನಿರ್ಣಯ ಕುರಿತಂತೆ ಕರಡನ್ನು ತಯಾರಿಸಿದೆ. ಈ ಕಾಲದವರೆಗೆ ಹೆಚ್ಚು ಕಡಿಮೆ ನನ್ನ ಕರಡುಗಳಲ್ಲಿ 'ಅಹಿಂಸೆಯ (ನಾನ್‌ವೈ ಆಲಂಟ್)' ಎಂಬ ಶಬ್ದವನ್ನು ಪ್ರಯೋಗಿಸಿರಲಿಲ್ಲ. ನಾನು ತಪ್ಪದೇ ನನ್ನ ಭಾಷಣದಲ್ಲಿ ಈ ಶಬ್ದವನ್ನು ಪ್ರಯೋಗಿಸುತ್ತಿದ್ದೆ. ಈ ವಿಷಯದ ಮೇಲಿನ ನನ್ನ ಶಬ್ದ ಸಂಪತ್ತು ಇನ್ನೂ ನಿಶ್ಚಿತ ರೂಪ ಪಡೆಯುವ ಹಂತದಲ್ಲಿತ್ತು.

'ನಾನ್‌ವೈ ಅಲಂಟ್ (ಅಹಿಂಸೆಯ) ಎಂಬುದಕ್ಕೆ ಸಮಾನವಾದ ಸಂಸ್ಕೃತ ಶಬ್ದದ ನೆರವಿನಿಂದ ಕೇವಲ ಮುಸ್ಲಿಂ ಕೇಳುಗರಿಗೆ ನನ್ನ ಮಾತಿನ ಅರ್ಥವನ್ನು ಮನವರಿಕೆಮಾಡುವುದು ಅಸಾಧ್ಯ ಎಂಬುದನ್ನು ನಾನು ಅರಿತಿದ್ದೆ. ಆದ್ದರಿಂದ ನಾನು ಮೌಲಾನ ಅಬ್ದುಲ್ ಕಲಾಮ್ ಅಜಾದ್‌ಅವರಿಗೆ ಇತರ ಯಾವುದಾದರೂ ಸಮಾನಾರ್ಥವುಳ್ಳ ಶಬ್ದವನ್ನು ತಿಳಿಸುವಂತೆ ಕೇಳಿದೆ. ಅವರು ಅದಕ್ಕೆ 'ಅ-ಅಮನ್' ಎಂಬ ಶಬ್ದವನ್ನು ಬಳಸುವಂತೆ ಸಲಹೆ ಕೊಟ್ಟರು. ಅದೇ ಪ್ರಕಾರ ಅಸಹಕಾರಕ್ಕೆ 'ತರ್ಕ್- ಏ-ಮವಾಲತ್' ಎಂಬ ಪದಗುಚ್ಛವನ್ನು ಬಳಸುವಂತೆ ಸಲಹೆ ಕೊಟ್ಟರು.

ಈ ಪ್ರಕಾರ ನಾನು 'ಅಸಹಕಾರ' ಎಂಬುದಕ್ಕೆ ಸಮಾನವಾಗಿದ್ದ ಹಿಂದಿ, ಗುಜರಾತಿ, ಮತ್ತು ಉರ್ದು ಪದಾವಳಿಯನ್ನು ರಚಿಸುವುದರಲ್ಲಿ ನಿರತನಾಗಿದ್ದೆ. ಆ ಸಮಯದಲ್ಲಿ ಆ ಮಹತ್ವದ ಕಾಂಗ್ರೆಸ್‌ನಲ್ಲಿ ಮಂಡಿಸಲು ಅನುಕೂಲವಾಗುವಂತೆ ಅಸಹಕಾರ ನಿರ್ಣಯವನ್ನು ರಚಿಸಿಕೊಡಲು ನನ್ನನ್ನು ಕರೆಸಿದರು. ಮೂಲ ಕರಡಿನಲ್ಲಿ' 'ಅಹಿಂಸೆಯ' (ನಾನ್ ವೈ ಅಲಂಟ್) ಎಂಬ ಶಬ್ದವನ್ನು ಬಿಟ್ಟುಬಿಟ್ಟಿದ್ದೆ. ಈ ಲೋಪವನ್ನು ಗಮನಿಸಿದೇ ನಾನು ಅದೇ ಕಂಪಾರ್ಟ್‌ಮೆಂಟ್‌ನಲ್ಲಿ ಪ್ರಯಾಣ ಮಾಡುತ್ತಿದ್ದ ಮೌಲಾನ ಶೌಕ್‌ತ್ ಆಲಿಅವರಿಗೆ ಕರಡನ್ನು ನೀಡಿದೆ. ರಾತ್ರಿ ನಾನು ಈ ತಪ್ಪನ್ನು ಕಂಡುಹಿಡಿದೆ. ಕರಡನ್ನು ವೃತಪತ್ರಿಕೆಗಳಿಗೆ ಕಳಿಸುವ ಮುಂಚೆ ಈ ಲೋಪವನ್ನು ಸರಿಪಡಿಸಬೇಕೆಂಬ ಸಂದೇಶದೊಂದಿಗೆ ಮಾರನೇ ಬೆಳಗ್ಗೆ ಮಹದೇವ್‌ಅವರನ್ನು ಕಳಿಸಿದೆ. ಇದನ್ನು ನಡುವೆ ಸೇರಿಸುವ ಮೊದಲೇ ಕರಡನ್ನು ಮುದ್ರಿಸಲಾಗಿತ್ತು ಎಂಬ ಅನಿಸಿಕೆ ನನ್ನಲ್ಲಿದೆ. ಅದೇ ದಿನ ಸಾಯಂಕಾಲ ವಿಷಯ ನಿಯಾಮಕ ಸಮಿತಿಯು ಸೇರಲಿತ್ತು. ಆದ್ದರಿಂದ ನಾನು ಕರಡಿನ ಮುದ್ರಿತ ಪ್ರತಿಗಳಲ್ಲಿ ಅವಶ್ಯಕವಾಗಿದ್ದ ತಿದ್ದುಪಡಿ ಮಾಡಿದೆ. ನಾನು ಕರಡನ್ನು ಸಿದ್ಧಪಡಿಸಿಟ್ಟುಕೊಳ್ಳದಿದ್ದರೆ ನಾನು ತುಂಬಾ ಕಷ್ಟದಲ್ಲಿ ಸಿಕ್ಕಿಕೊಳ್ಳುತ್ತಿದ್ದೆ ಎಂದು ನಂತರ ನನ್ನ ಅರಿವಿಗೆ ಬಂತು.

ಖಂಡಿತವಾಗಿಯೂ ನನ್ನ ಸ್ಥಿತಿ ಮರುಕಹುಟ್ಟಿಸುವಂತಿತ್ತು. ಯಾರು ನನ್ನ ನಿರ್ಣಯಕ್ಕೆ ಬೆಂಬಲ ಕೊಡುವರು ಮತ್ತು ಯಾರು ಅದನ್ನು ವಿರೋಧಿಸುವರು ಎಂದು ತಿಳಿಯದೇ ಖಂಡಿತವಾಗಿಯೂ ತಬ್ಬಿಬ್ಬಾಗಿದ್ದದೆ ಲಾಲಾಜೀ ಯಾವ ಅಭಿಪ್ರಾಯವನ್ನು ವ್ಯಕ್ತಪಡಿಸುವರು ಎಂಬುದರ ಬಗ್ಗೆ ನನ್ನಲ್ಲಿ ಯಾವುದೇ ಕಲ್ಪನೆ ಇರಲಿಲ್ಲ. ಕಲ್ಕತ್ತದಲ್ಲಿ ಕಾದಾಟಕ್ಕೆ ಪರಿಣಿತ ಯೋಧರುಗಳ ಭವ್ಯ ಸಮುದಾಯ ಸೇರಿತ್ತು ಎಂಬುದನ್ನು ಮಾತ್ರ ಕಂಡಿದ್ದೆ. ಆ ಪರಿಣಿತ

ಯೋಧರಲ್ಲಿ ಡಾ. ಬೆಸೆಂಟ್, ಪಂಡಿತ್ ಮಾಲವೀಯಜೀ, ಸಾರ್ಜಂಟ್ ವಿಜಯರಾಘವಾಚಾರಿ, ಪಂಡಿತ್ ಮೋತಿಲಾಲ್‌ಜೀ ಮತ್ತು ದೇಶಬಂಧು ಹಾಗೂ ಇನ್ನೂ ಕೆಲವರಿದ್ದರು.

ನನ್ನ ನಿರ್ಣಯದಲ್ಲಿ ಕೇವಲ ಪಂಜಾಬ್ ಮತ್ತು ಖಿಲಾಫತ್‌ನ ಅನ್ಯಾಯಗಳಿಗೆ ಪರಿಹಾರವನ್ನು ಪಡೆಯುವ ದೃಷ್ಟಿಯನ್ನಿಟ್ಟುಕೊಂಡು ನನ್ನ ನಿರ್ಣಯದಲ್ಲಿ 'ಅಸಹಕಾರ'ವನ್ನು ಸಮರ್ಥಿಸಿದ್ದೆ. ಹಾಗಿದ್ದರೂ ಅದು ಸಾರ್ಜಂಟ್ ವಿಜಯರಾಘವಾಚಾರಿಅವರಿಗೆ ಇಷ್ಟವಾಗಿರಲಿಲ್ಲ. 'ಅಸಹಕಾರವನ್ನು ಘೋಷಿಸಬೇಕಾಗಿದ್ದರೆ ಅದನ್ನು ನಿರ್ದಿಷ್ಟ ಅನ್ಯಾಯಗಳ ಜತೆಯಲ್ಲಿ ಏಕೆ ಪ್ರಸ್ತಾಪಿಸಬೇಕು? ಸ್ವರಾಜ್ಯ ಇಲ್ಲದಿರುವುದೇ ಅತ್ಯಂತ ದೊಡ್ಡ ಅನ್ಯಾಯವಾಗಿದ್ದು ದೇಶವು ಅದಕ್ಕಾಗಿ ಶ್ರಮಿಸುತ್ತಿದೆ. ಅದರ ವಿರುದ್ಧ ಅಸಹಕಾರವನ್ನು ನಿರ್ದೇಶಿಸಬೇಕು.' ಎಂದು ಅವರು ವಾದಿಸಿದರು. ಸ್ವರಾಜ್ಯದ ಬೇಡಿಕೆಯನ್ನು ನಿರ್ಣಯದಲ್ಲಿ ಸೇರಿಸಬೇಕೆಂದು ಮೋತಿಲಾಲ್‌ಜೀ ಕೂಡಾ ಇಷ್ಟಪಟ್ಟರು. ನಾಮ ಕೂಡಲೇ ಅವರ ಸಲಹೆಯನ್ನು ಒಪ್ಪಿಕೊಂಡೆ ಮತ್ತು ನನ್ನ ನಿರ್ಣಯದಲ್ಲಿ ಸ್ವರಾಜ್ಯದ ಬೇಡಿಕೆಯನ್ನು ಸೇರಿಸಿದೆ. ವಿಸ್ತೃತವಾದ, ಗಂಭೀರವಾದ ಮತ್ತು ಸ್ವಲ್ಪಮಟ್ಟಿಗೆ ಬಿರುಸಾಗಿದ್ದ ಚರ್ಚೆ ನಡೆದ ತರುವಾಯ ಅಂದು ಅಂಗೀಕೃತವಾಯ್ತು.

ಮೋತಿಲಾಲ್‌ಜೀ ಈ ಚಳವಳಿಯನ್ನು ಸೇರಿದವರಲ್ಲಿ ಮೊದಲಿಗರಾಗಿದ್ದರು. ಈ ನಿರ್ಣಯದ ಮೇಲೆ ಅವರೊಂದಿಗೆ ನಾನು ನಡೆಸಿದ್ದ ಮಧುರವಾದ ಚರ್ಚೆಯನ್ನು ನಾನಿನ್ನೂ ನೆನಸಿಕೊಳ್ಳುತ್ತಿದ್ದೇನೆ. ನಿರ್ಣಯದ ಪದವಿನ್ಯಾಸದಲ್ಲಿ ಕೆಲವು ಬದಲಾವಣೆಗಳನ್ನು ಮಾಡುವಂತೆ ಅವರು ಸಲಹೆ ಕೊಟ್ಟರು. ನಾನು ಅವನ್ನು ಅಂಗೀಕರಿಸಿದೆ. ದೇಶಬಂಧು ಅವರನ್ನು ಚಳವಳಿಗೆ ಒಲಿಸಿಕೊಳ್ಳುವ ಕಾರ್ಯವನ್ನು ಮೋತಿಲಾಲ್ ಜೀ ವಹಿಸಿಕೊಂಡರು. ದೇಶಬಂಧುಅವರ ಹೃದಯ ಅದರ ಕಡೆಗೆ ಬಾಗಿತ್ತು. ಆದರೆ ಜನಸಮುದಾಯದಲ್ಲಿ ಈ ಕಾರ್ಯಕ್ರಮವನ್ನು ನಡೆಸುವುದರ ಬಗ್ಗೆ ಇದ್ದ ಸಾಮರ್ಥ್ಯ ಕುರಿತಂತೆ ಅವರಲ್ಲಿ ಸಂಶಯವಿತ್ತು. ನಾಗ್‌ಪುರ್ ಕಾಂಗ್ರೆಸ್‌ನಲ್ಲಿ ಮಾತ್ರ ಅವರು ಮತ್ತು ಲಾಲಾಜೀ ಹೃತ್ಪೂರ್ವಕವಾಗಿ ಇದನ್ನು ಒಪ್ಪಿಕೊಂಡರು.

ವಿಶೇಷ ಅಧಿವೇಶನದಲ್ಲಿ ದಿವಂಗತ ಲೋಕಮಾನ್ಯರು ಇಲ್ಲದಿರುವುದರಿಂದಾದ ನಷ್ಟವನ್ನು ನಾನು ತುಂಬಾ ಗಾಢವಾಗಿ ಅನುಭವಿಸಿದೆ. ಲೋಕಮಾನ್ಯರು ಬದುಕಿದ್ದಿದ್ದರೆ ಆ ಸಂದರ್ಭದಲ್ಲಿ ಅವರು ನನ್ನನ್ನು ಹರಸುತ್ತಿದ್ದರು ಎಂಬುದು ಇನ್ನೂ ನನ್ನಲ್ಲಿರುವ ಗಾಢ ನಂಬಿಕೆಯಾಗಿದೆ. ಆದರೆ ಹಾಗಾಗದಿದ್ದರೂ, ಮತ್ತು ಅವರು ಚಳವಳಿಯನ್ನು ವಿರೋಧಿಸಿದ್ದರೂ ಅವರ ವಿರೋಧವನ್ನು ವಿಶೇಷಗೌರವವೆಂದೂ ಮತ್ತು ನಾನಾಗಿಯೇ ಕಲಿತುಕೊಳ್ಳಬೇಕಾದ ಬೋಧನೆಯೆಂದು ಪರಿಗಣಿಸುತ್ತಿದ್ದೆ. ನಮ್ಮ ನಡುವೆ ಯಾವಾಗಲೂ ಭಿನ್ನಾಭಿಪ್ರಾಯಗಳಿರುತ್ತಿದ್ದವು. ಆದರೆ ಅವು ಎಂದೂ ನಮ್ಮ ನಡುವೆ ವೈಷಮ್ಯವನ್ನು ಹುಟ್ಟಿಸಿರಲಿಲ್ಲ. ನಮ್ಮ ನಡುವೆ ಇದ್ದ ಸಂಬಂಧ ತುಂಬಾ ಆಪ್ತವಾದದ್ದು ಎಂದು ನನ್ನಲ್ಲಿ ನಂಬಿಕೆಯನ್ನುಂಟುಮಾಡಿದ್ದರು. ಈ ಸಾಲುಗಳನ್ನು ಬರೆಯುತ್ತಿರುವಾಗ ನನ್ನ ಮನೋದೃಷ್ಟಿಯ ಎದುರು ಅವರ ಮರಣದ ಸಂದರ್ಭ ಸ್ಫುಟವಾಗಿ ಕಾಣಿಸಿಕೊಳ್ಳುತ್ತಿದೆ. ಸುಮಾರು ಮಧ್ಯರಾತ್ರಿಯ ಹೊತ್ತಿನಲ್ಲಿ ನನ್ನ ಜತೆಯಲ್ಲಿ ಕೆಲಸಮಾಡುತ್ತಿದ್ದ ಪಟವರ್ಧನ್ ಲೋಕಮಾನ್ಯರ ಸಾವಿನ ಸುದ್ದಿಯನ್ನು ದೂರವಾಣಿ (ಟೆಲಿಫೋನ್)ಯ ಮೂಲಕ ಮುಟ್ಟಿಸಿದ. ಆ ಸಮಯದಲ್ಲಿ ನನ್ನ ಸುತ್ತಲೂ ನನ್ನ ಸಂಗಡಿಗರು ನೆರೆದಿದ್ದರು. ನನ್ನ ತುಟಿಗಳಿಂದ

ಮುಂದೆ ತಿಳಿಸುವ ಉದ್ಗಾರವೊಂದು ತಾನೇ ತಾನಾಗಿ ಹೊರಭಿತ್ತು: 'ನನ್ನ ಬಲಿಷ್ಠ ರಕ್ಷಕನೊಬ್ಬ ಹೊರಟುಹೋದ.' ಆ ಕಾಲದಲ್ಲಿ ಅಸಹಕಾರ ಚಳವಳಿಯು ಪೂರ್ಣ ಭರದಿಂದ ನಡೆಯುತ್ತಿತ್ತು. ನಾನು ಅವರ ಪ್ರೋತ್ಸಾಹ ಮತ್ತು ಸ್ಫೂರ್ತಿಗಾಗಿ ತವಕಪಡುತ್ತಿದ್ದೆ. ಅಸಹಕಾರದ ಅಂತಿಮ ಘಟ್ಟದ ಬಗ್ಗೆ ಅವರ ಅಭಿಪ್ರಾಯ ಏನಾಗಿರಬಹುದಾಗಿತ್ತು ಎಂಬುದು ಯಾವಾಗಲೂ ಊಹೆಯ ವಿಷಯವೇ ಆಗಿರುವುದು. ಅಂತಹ ಊಹೆ ಕೇವಲ ನಿರರ್ಥಕವೇ ಆಗುವುದು. ಆದರೆ ಇಷ್ಟು ಮಾತ್ರ ಖಂಡಿತವಾಗಿತ್ತು. ಕಲ್ಕತ್ತದಲ್ಲಿ ಹಾಜರಿದ್ದ ಪ್ರತಿಯೊಬ್ಬರ ಮೇಲೆ ಅವರ ಸಾವಿನಿಂದುಂಟಾದ ಗಾಢವಾದ ಶೂನ್ಯತೆ ಭಾರಿ ಪರಿಣಾಮವನ್ನುಂಟುಮಾಡಿತ್ತು. ರಾಷ್ಟ್ರದ ಇತಿಹಾಸದಲ್ಲಿನ ಅಂತಹ ವಿಷಮ ಗಳಿಗೆಯಲ್ಲಿ ಅವರ ಹಿತವಚನ ಸಿಗದೇ ಹೊದದ್ದಕ್ಕಾಗಿ ಎಲ್ಲರೂ ವಿಷಾದಿಸಿದರು.

43. ನಾಗ್ಪುರ್‌ನಲ್ಲಿ

ಕಲ್ಕತ್ತದ ವಿಶೇಷ ಅಧಿವೇಶನದಲ್ಲಿ ಅಂಗೀಕೃತವಾಗಿದ್ದ ನಿರ್ಣಯಗಳು ನಾಗ್ಪುರದ ವಾರ್ಷಿಕ ಅಧಿವೇಶನದಲ್ಲಿ ದೃಢೀಕರಣಗೊಳ್ಳಬೇಕಾಗಿತ್ತು (ಕನ್‌ಫರ್ಮ್‌ಡ್). ಇಲ್ಲಿ ಮತ್ತೆ, ಕಲ್ಕತ್ತದಲ್ಲಿದ್ದಂತೆ ಪ್ರತಿನಿಧಿಗಳ ಮತ್ತು ಪ್ರೇಕ್ಷಕರ ಭಾರಿ ನೂಕುನುಗ್ಗಲಿತ್ತು. ಆಗಿನ್ನೂ ಕಾಂಗ್ರೆಸ್‌ನಲ್ಲಿ ಪ್ರತಿನಿಧಿಗಳ ಸಂಖ್ಯೆಯನ್ನು ಮಿತಿಗೊಳಪಡಿಸಿರಲಿಲ್ಲ. ಇದರ ಪರಿಣಾಮದಿಂದಾಗಿ ಈ ಸಂದರ್ಭದಲ್ಲಿ ನೆರೆದವರ ಸಂಖ್ಯೆ ಹದಿನಾರು ಸಾವಿರವನ್ನು ಮುಟ್ಟಿತ್ತು ಎಂಬುದು ನನ್ನ ನೆನಪಲ್ಲಿದೆ. ಶಾಲೆಗಳನ್ನು ಬಹಿಷ್ಕರಿಸುವುದರ ಬಗ್ಗೆ ಇದ್ದ ಕಲಮಿಗೆ ಲಾಲಾಜೀ ಸಣ್ಣ ತಿದ್ದುಪಡಿಯನ್ನು ಸೂಚಿಸಿದರು. ನಾನು ಅದನ್ನು ಒಪ್ಪಿಕೊಂಡೆ. ಅದೇ ರೀತಿಯಲ್ಲಿ ದೇಶಬಂಧು ಅವರ ಸೂಚನೆಯಂತೆ ಕೆಲವು ತಿದ್ದುಪಡಿಗಳು ಸೂಚಿಸಲ್ಪಟ್ಟವು. ತರುವಾಯ ಅಸಹಕಾರ ನಿರ್ಣಯವು ಸರ್ವಾನುಮತದಿಂದ ಅಂಗೀಕೃತವಾಯ್ತು.

ಕಾಂಗ್ರೆಸ್‌ನ ಈ ಅಧಿವೇಶನದಲ್ಲಿ ಕಾಂಗ್ರೆಸ್ ಸಂವಿಧಾನದ ಪರಿಷ್ಕರಣ (ರಿವಿಜನ್) ಕುರಿತಂತೆ ಒಂದು ನಿರ್ಣಯವನ್ನು ತೆಗೆದುಕೊಳ್ಳಬೇಕಾಗಿತ್ತು. ಕಲ್ಕತ್ತದ ವಿಶೇಷ ಅಧಿವೇಶನದಲ್ಲಿ ಉಪ ಸಮಿತಿಯು ಕರಡನ್ನು ಮಂಡಿಸಲಾಗಿತ್ತು. ಆದ್ದರಿಂದ ಇಡೀ ವಿಷಯ

ಸಂಪೂರ್ಣವಾಗಿ ಸಾರ್ವಜನಿಕ ಚರ್ಚೆಗೆ ಒಳಗಾಗಿತ್ತು ಮತ್ತು ಅದರ ಬಗ್ಗೆ ಕೂಲಂಕಷವಾಗಿ ವಿಚಾರ ಮಾಡಲಾಗಿತ್ತು. ನಾಗ್ಪುರದಲ್ಲಿ ಅದರ ಬಗ್ಗೆ ಅಂತಿಮ ತೀರ್ಮಾನ ತೆಗೆದುಕೊಳ್ಳಬೇಕಾಗಿದ್ದಾಗ ಸಾರ್ಜಂಟ್ ವೀರರಾಘವಾಚಾರ್ ಅಧ್ಯಕ್ಷರಾಗಿದ್ದರು. ವಿಷಯ ನಿಯಾಮಕ ಸಮಿತಿಯು ಒಂದೇ ಒಂದು ಮುಖ್ಯ ಬದಲಾವಣೆಯನ್ನು ಮಾಡಿ ಕರಡನ್ನು ಅನುಮೋದಿಸಿತ್ತು. ನನಗೆ ನೆನಪಿರುವಂತೆ, ನನ್ನ ಕರಡಿನಲ್ಲಿ ಪ್ರತಿನಿಧಿಗಳ ಸಂಖ್ಯೆಯನ್ನು 1,500ಕ್ಕೆ ನಿಗದಿಪಡಿಸಲಾಗಿತ್ತು. ವಿಷಯ ನಿಯಾಮಕ ಸಮಿತಿಯು ಅದರ ಜಾಗದಲ್ಲಿ 6,000 ಎಂದು ಬದಲಿಯಾಗಿ ಸೇರಿಸಿತ್ತು. ನನ್ನ ಅಭಿಪ್ರಾಯದಲ್ಲಿ ಹೀಗೆ ಹೆಚ್ಚಿಸಿದ್ದುದು ಅವಸರದ ತೀರ್ಮಾನವಾಗಿತ್ತು. ಈ ಎಲ್ಲ ವರ್ಷಗಳ ಅನುಭವ ನನ್ನ ಅಭಿಪ್ರಾಯವನ್ನು ದೃಢಿಕರಿಸುತ್ತಿದೆ. ಬಹುಸಂಖ್ಯೆಯಲ್ಲಿರುವ ಪ್ರತಿನಿಧಿಗಳು ಯಾವ ರೀತಿಯಲ್ಲಾದರೂ ವ್ಯವಹಾರವನ್ನು ನಡೆಸಲು ಸಹಕಾರಿಯಾಗುತ್ತಾರೆ ಅಥವಾ ಈ ಸಂಖ್ಯೆ ಪ್ರಜಾಪ್ರಭುತ್ವದ ತತ್ವವನ್ನು ರಕ್ಷಿಸುತ್ತದೆ ಎಂದು ನಂಬುವುದು ಕೇವಲ ಭ್ರಮೆ ಎಂಬ ಅಭಿಪ್ರಾಯವನ್ನು ನಾನು ಇಟ್ಟುಕೊಂಡಿದ್ದೇನೆ. ಸಾವಿರದ ಐನೂರು ಪ್ರತಿನಿಧಿಗಳು, ಜನತೆಯ ಹಿತಾಸಕ್ತಿಯಲ್ಲಿ ಉತ್ಸುಕರಾಗಿದ್ದರೆ, ವಿಶಾಲ ಹೃದಯವುಳ್ಳವರಾಗಿದ್ದು ಸತ್ಯವಂತರಾಗಿದ್ದರೆ, ಎಂದಾದರೂ ಯಾವರೀತಿಯಲ್ಲಾದರೂ ಆರಿಸಲ್ಪಟ್ಟ ಬೇಜವಾಬ್ದಾರಿಯುಳ್ಳ ಆರು ಸಾವಿರ ಜನರಿಗಿಂತಲೂ ಉತ್ತಮವಾಗಿ ಪ್ರಜಾಪ್ರಭುತ್ವವನ್ನು ರಕ್ಷಿಸುತ್ತಾರೆ. ಪ್ರಜಾಪ್ರಭುತ್ವವನ್ನು ರಕ್ಷಿಸಲು ಜನರಿಗೆ ಸ್ವಾತಂತ್ರ್ಯದಲ್ಲಿ ತೀಕ್ಷ್ಣವಾದ ಪ್ರಜ್ಞೆಯಿರಬೇಕು, ಸ್ವಾಭಿಮಾನವಿರಬೇಕು, ಒಗ್ಗಟಿನಲ್ಲಿ ನಂಬಿಕೆಯಿರಬೇಕು. ಸತ್ಯವಂತರಾಗಿರುವ ಮತ್ತು ಒಳ್ಳೆಯ ಗುಣಗಳುಳ್ಳ ವ್ಯಕ್ತಿಗಳನ್ನು ತಮ್ಮ ಪ್ರತಿನಿಧಿಗಳಾಗಿ ಆರಿಸಿಕೊಳ್ಳಲು ಪಟ್ಟು ಹಿಡಿಯಬೇಕು. ಆದರೆ ವಿಷಯ ನಿಯಾಮಕ ಸಮಿತಿಯು ಸಂಖ್ಯೆಯ ವಿಚಾರದಲ್ಲಿ ಭ್ರಾಂತಿಗೊಳಗಾಗಿದ್ದರಿಂದ ಆರು ಸಾವಿರದ ಸಂಖ್ಯೆಯಾಚೆಗೂ ಹೋಗಲು ಇಷ್ಟಪಟ್ಟಿತ್ತು. ಆದರೆ ಆರುಸಾವಿರಕ್ಕೆ ಮಿತಿಯನ್ನು ಹೇರಿ ರಾಜಿ ಮಾಡಿಕೊಳ್ಳಲಾಗಿತ್ತು.

ಕಾಂಗ್ರೆಸ್‌ನ ಗುರಿ ಏನು ಎಂಬ ಪ್ರಶ್ನೆ ತೀವ್ರವಾದ ಚರ್ಚೆಯ ವಿಷಯವಾಗಿತ್ತು. ಸಾಧ್ಯವಾದರೆ ಬ್ರಿಟಿಷ್ ಸಾಮ್ರಾಜ್ಯದೊಳಗೆ ಇಲ್ಲವೇ ಅವಶ್ಯಕತೆ ಉಂಟಾದರೆ ಸಾಮ್ರಾಜ್ಯದ ಹೊರಗೆ ಸ್ವರಾಜ್ಯವನ್ನು ಗಳಿಸಿಕೊಳ್ಳುವುದು ಕಾಂಗ್ರೆಸ್‌ನ ಗುರಿಯಾಗಿರುವುದು ಎಂದು ನಾನು ಮಂಡಿಸಿದ್ದ ಸಂವಿಧಾನದಲ್ಲಿ ತಿಳಿಸಿದ್ದೆ. ಕಾಂಗ್ರೆಸ್‌ನೊಳಗಿದ್ದ ಒಂದು ಪಕ್ಷವು ಬ್ರಿಟಿಷ್ ಸಾಮ್ರಾಜ್ಯದೊಳಗೆ ಮಾತ್ರ ಸ್ವರಾಜ್ಯವನ್ನು ಗಳಿಸಿಕೊಳ್ಳಬೇಕೆಂದು ಸ್ಪಷ್ಟಪಡಿಸಿ ಸಂವಿಧಾನದ ಗುರಿಗೆ ಮಿತಿಯನ್ನು ಹೇರಬೇಕೆಂದು ಬಯಸಿತ್ತು. ಪಂಡಿತ್ ಮಾಲವೀಯಜೀ ಮತ್ತು ಜಿನ್ನಾ ಈ ದೃಷ್ಟಿಕೋನವನ್ನು ಮುಂದಿಟ್ಟಿದ್ದರು. ಆದರೆ ಅವರು ತಮ್ಮ ಅಭಿಪ್ರಾಯಕ್ಕೆ ಹೆಚ್ಚು ಮತಗಳನ್ನು ಗಳಿಸಿಕೊಳ್ಳಲು ಸಮರ್ಥರಾಗಲಿಲ್ಲ. ಮತ್ತೆ ಈ ಕರಡು ಸಂವಿಧಾನದಲ್ಲಿ ಸ್ವರಾಜ್ಯವನ್ನು ಗಳಿಸಿಕೊಳ್ಳಲು ಪ್ರಯತ್ನಿಸುವ ಮಾರ್ಗಗಳು ಶಾಂತಿಯುತವಾಗಿರಬೇಕು ಮತ್ತು ಕಾನೂನು ಬದ್ಧವಾಗಿರಬೇಕು ಎಂದು ಹೇಳಲಾಗಿತ್ತು. ಈ ಷರತ್ತಿಗೆ ಕೂಡಾ ವಿರೋಧ ಉಂಟಾಯ್ತು. ಅನುಸರಿಸುವ ಮಾರ್ಗಗಳ ಬಗ್ಗೆ ನಿರ್ಬಂಧ ಹೇರಬಾರದು ಎಂದು ಅಭಿಪ್ರಾಯ ಪಡಲಾಯ್ತು. ಆದರೆ ಕಾಂಗ್ರೆಸ್ ಬೋಧಪ್ರದವಾಗಿದ್ದ ಮತ್ತು ಮುಚ್ಚುಮರೆಯಿಲ್ಲದ ಚರ್ಚೆಯ ತರುವಾಯ ಮೂಲ ಕರಡನ್ನು

ಅಂಗೀಕರಿಸಿತು. ಜನರು ಈ ಸಂವಿಧಾನವನ್ನು ಪ್ರಾಮಾಣಿಕವಾಗಿ, ಚುರುಕುಬುದ್ಧಿಯಿಂದ ಮತ್ತು ಸತತ ಪ್ರಯತ್ನದಿಂದ ಕಷ್ಟಪಟ್ಟು ಸಾಧಿಸಿದರೆ ಅದು ಸಾಮೂಹಿಕ ಶಿಕ್ಷಣದ ಪ್ರಬಲ ಸಾಧನವಾಗುವುದು ಎಂಬುದು ನನ್ನ ಅಭಿಪ್ರಾಯವಾಗಿದೆ. ಅದನ್ನು ಸಾಧಿಸಲು ಪ್ರಯತ್ನಿಸುವ ಕೇವಲ ಪ್ರಕ್ರಿಯೆಯು (ಕಾರ್ಯವಿಧಾನ) ನಮಗೆ ಸ್ವರಾಜ್ಯವನ್ನು ತಂದುಕೊಡುವುದು ಎಂದು ನಾನು ಭಾವಿಸಿದ್ದೆ. ಆದರೆ ಈ ವಿಷಯದ ಮೇಲಿನ ಚರ್ಚೆ ಇಲ್ಲಿ ಅಪ್ರಸ್ತುತವಾಗಿದೆ.

ಹಿಂದು-ಮುಸ್ಲಿಂ ಒಗ್ಗಟ್ಟಿನ ಬಗ್ಗೆ, ಅಸ್ಪೃಶ್ಯತೆಯನ್ನು ನಿವಾರಿಸುವುದರ ಬಗ್ಗೆ, ಮತ್ತು ಖಾದಿಯ ಬಗ್ಗೆ ನಿರ್ಣಯಗಳು ಈ ಕಾಂಗ್ರೆಸ್‌ನಲ್ಲಿ ಅಂಗೀಕೃತವಾದವು. ಅಲ್ಲಿಂದ ಮುಂದೆ ಕಾಂಗ್ರೆಸ್‌ನ ಹಿಂದೂ ಸದಸ್ಯರುಗಳು ಅಸ್ಪೃಶ್ಯತೆಯ ಅನಿಷ್ಟವನ್ನು ಹಿಂದೂ ಮತದಿಂದ ತೊಡೆದು ಹಾಕುವ ಜವಾಬುದಾರಿಯನ್ನು ತಾವಾಗಿ ಹೊತ್ತುಕೊಂಡರು. ತೀರ ಒಣಗಿಹೋಗಿ ಮೂಳೆಚಕ್ಕಳವಾಗಿ ಅಸ್ಥಿಪಂಜರದಂತೆ ಕಾಣುತ್ತಿದ್ದ ಭಾರತೀಯರೊಂದಿಗೆ ಕಾಂಗ್ರೆಸ್ ಖಾದಿಯ ಮೂಲಕ ಸಜೀವ ಸಂಬಂಧವನ್ನು ಸ್ಥಾಪಿಸಿಕೊಂಡಿತು. ಖಿಲಾಫತ್‌ನ ನಿಮಿತ್ತ ಅಸಹಕಾರವನ್ನು ಅನುಸರಿಸಲು ನಿಶ್ಚಯಿಸಿದ್ದುದೇ ಹಿಂದು-ಮುಸ್ಲಿಂ ಐಕ್ಯತೆಯನ್ನು ಉಂಟುಮಾಡಲು ಕಾಂಗ್ರೆಸ್ ನಡೆಸಿದ್ದ ಹಾಗೂ ವ್ಯಾವಹಾರಿಕವಾಗಿ ಉಪಯುಕ್ತವಾಗಿದ್ದ ಭಾರಿ ಪ್ರಯತ್ನವಾಗಿತ್ತು.

ವಿದಾಯ

ಈ ಅಧ್ಯಾಯಗಳನ್ನು ಮುಕ್ತಾಯಗೊಳಿಸುವ ಸಮಯ ಈಗ ಬಂದಿದೆ.

ನನ್ನ ಜೀವನ ಈ ಹಂತದಿಂದ ಮುಂದಕ್ಕೆ ಸಾರ್ವಜನಿಕವಾಯ್ತು. ಇಲ್ಲಿಂದ ಮುಂದೆ ಜನರಿಗೆ ತಿಳಿಯದ ಯಾವುದೇ ವಿಚಾರ ಇಲ್ಲ ಎನ್ನಬಹುದು. ಇದಕ್ಕಿಂತ ಹೆಚ್ಚಾಗಿ 1921ರಿಂದ ಕಾಂಗ್ರೆಸ್ ನಾಯಕರುಗಳ ಜತೆಯಲ್ಲಿ ಎಷ್ಟೊಂದು ನಿಕಟವಾಗಿ ಕೆಲಸಮಾಡಿದ್ದೇನೆಂದರೆ ಅಲ್ಲಿಂದ ಮುಂದೆ ಅವರ ಜತೆಯಲ್ಲಿ ನಾನು ಹೊಂದಿದ್ದ ಸಂಬಂಧವನ್ನು ಪ್ರಸ್ತಾಪಿಸದೇ ನನ್ನ ಜೀವನದ ಯಾವುದೇ ಘಟನೆಯನ್ನೂ ವಿವರಿಸಲಾರೆ. ಶ್ರದ್ಧಾನಂದಜೀ, ದೇಶಬಂಧು (ಚಿತ್ತರಂಜನ್‌ದಾಸ್), ಹಕೀಮ್ ಸಾಹೇಬ್ ಮತ್ತು ಲಾಲಾಜೀ ನಮ್ಮ ಜತೆಯಲ್ಲಿ ಇಂದು ಇಲ್ಲದಿದ್ದರೂ ಇತರ ಪ್ರಮುಖ ಕಾಂಗ್ರೆಸ್ ನಾಯಕರುಗಳ ಸಮೂಹ ಇನ್ನೂ ಬದುಕಿದ್ದು ನಮ್ಮ ನಡುವೆ ಕೆಲಸಮಾಡುತ್ತಿರುವುದು ನಮ್ಮ ಅದೃಷ್ಟ ಎನ್ನಬಹುದು. ಕಾಂಗ್ರೆಸ್‌ನ ಇತಿಹಾಸವು, ನಾನು ಹಿಂದೆ ವಿವರಿಸಿರುವಂತೆ ಭಾರಿ ಬದಲಾವಣೆಗಳನ್ನು ಮಾಡಿಕೊಂಡಿದ್ದರೂ ಇನ್ನೂ ಅದು ನಿರ್ಮಾಣದ ಘಟ್ಟದಲ್ಲಿದೆ. ಹಿಂದಿನ ಏಳು ವರ್ಷಗಳಲ್ಲಿ ನಾನು ನನ್ನ ಮುಖ್ಯ ಪ್ರಯೋಗಗಳನ್ನು ಕಾಂಗ್ರೆಸ್ ಮೂಲಕ ಮಾಡಿದ್ದೇನೆ. ನಾನು ನನ್ನ ಪ್ರಯೋಗಗಳನ್ನು ಇನ್ನೂ ಮುಂದೆ ವಿವರಿಸಲಾರಂಭಿಸಿದರೆ ನಾಯಕರುಗಳ ಜತೆಯಲ್ಲಿ ನಾನು ಹೊಂದಿರುವ ಸಂಬಂಧವನ್ನು ಪ್ರಸ್ತಾಪಿಸದೇ ಬಿಟ್ಟುಬಿಡಲು ಸಾಧ್ಯವಾಗುವುದಿಲ್ಲ. ಇದನ್ನು ನಾನು ಕೇವಲ ಔಚಿತ್ಯದ ಅರಿವನ್ನು ಇಟ್ಟುಕೊಂಡು ಹೇಳುವುದಾದರೆ ಯಾವ ರೀತಿಯಲ್ಲೂ ಸದ್ಯ ಆ ಕೆಲಸ ಮಾಡಲಾರೆ. ಕಡೆಯದಾಗಿ ಹೇಳುವುದಾದರೆ ನನ್ನ ಪ್ರಯೋಗಗಳಿಂದ ಹೊರಬಿದ್ದ ಫಲಿತಾಂಶಗಳು ನಿರ್ಣಾಯಕವಾದವು ಎಂದು ಪರಿಗಣಿಸಬೇಕಾಗಿಲ್ಲ. ಆದ್ದರಿಂದ ಈ ನಿರೂಪಣೆಯನ್ನು ಇಲ್ಲಿಗೆ ಮುಕ್ತಾಯಗೊಳಿಸುವುದು

ನನ್ನ ಕರ್ತವ್ಯ ಎಂದು ನನಗೆ ಭಾಸವಾಗುತ್ತಿದೆ ವಾಸ್ತವವಾಗಿ ನನ್ನ ಲೇಖನಿ(ಪೆನ್) ಸಹಜ ಪ್ರವೃತ್ತಿಯಿಂದಲೇ ಮುಂದುವರೆಯಲು ನಿರಾಕರಿಸುತ್ತಿದೆ.

ನಾನು ಬಲವಂತವಾಗಿ ತಿರುಚಿ ಏನನ್ನೂ ವಿರೂಪಗೊಳಿಸದೇ ಓದುಗನಿಗೆ ವಿದಾಯ ಹೇಳುತ್ತಿದ್ದೇನೆ. ನಾನು ನನ್ನ ಪ್ರಯೋಗಗಳಿಗೆ ಅಧಿಕ ಮೌಲ್ಯವನ್ನು ಕಟ್ಟಿದ್ದೇನೆ. ಅವುಗಳಿಗೆ ನ್ಯಾಯ ಒದಗಿಸಲು ಸಮರ್ಥನಾಗಿದ್ದೇನೆಯೇ ಎಂಬುದು ನನಗೆ ಗೊತ್ತಿಲ್ಲ. ಪ್ರಾಮಾಣಿಕವಾಗಿ ಅವನ್ನು ನಿರೂಪಿಸಲು ಸರ್ವ ಪ್ರಯತ್ನ ಮಾಡಿದ್ದೇನೆ. ನನಗೆ ಕಂಡುಬಂದಂತೆ ಮತ್ತು ಅದನ್ನು ಸಾಧಿಸಿದ ಯತಾರ್ಥ ಸ್ಥಿತಿಯಲ್ಲಿ ಸತ್ಯವನ್ನು ವಿವರಿಸುವುದು ನನ್ನ ಸತತ ಪ್ರಯತ್ನವಾಗಿದೆ. ಪರಿಶ್ರಮ (ಅಭ್ಯಾಸ) ನನಗೆ ಮಾತಿಗೆ ಮೀರಿದ ಮನಶ್ಶಾಂತಿಯನ್ನು ತಂದುಕೊಟ್ಟಿದೆ, ಏಕೆಂದರೆ ಅದು ಚಂಚಲ ಮನಸ್ಕರಿಗೆ ಸತ್ಯ ಮತ್ತು ಅಹಿಂಸೆಯಲ್ಲಿ ನಂಬಿಕೆಯನ್ನು ತಂದು ಕೊಡುವುದು ಎಂಬುದೇ ನನ್ನ ಪ್ರಿಯ ಅಪೇಕ್ಷೆಯಾಗಿದೆ.

ಸತ್ಯಕ್ಕಿಂತಲೂ ಬೇರೆ ದೇವರಿಲ್ಲ ಎಂಬುದನ್ನು ನನ್ನ ಏಕಪ್ರಕಾರದ ಅನುಭವ ಮನವರಿಕೆಮಾಡಿಕೊಟ್ಟಿದೆ. ಸತ್ಯವನ್ನು ಸಾಕ್ಷಾತ್ಕರಿಸಿಕೊಳ್ಳಲು ಇರುವ ಒಂದೇ ಮಾರ್ಗವೆಂದರೆ ಅಹಿಂಸೆ ಎಂಬುದನ್ನು ಈ ಅಧ್ಯಾಯಗಳ ಪ್ರತಿಪುಟವೂ ಓದುಗನಿಗೆ ತಿಳಿಯಪಡಿಸದಿದ್ದರೆ ಈ ಅಧ್ಯಾಯಗಳನ್ನು ಬರೆಯುವಲ್ಲಿ ನಾನು ಪಟ್ಟ ಶ್ರಮ ನಿರರ್ಥಕ ಎಂದು ನಾನು ಭಾವಿಸುತ್ತೇನೆ. ಈ ವಿಷಯದಲ್ಲಿ ನನ್ನ ಪ್ರಯತ್ನಗಳು ನಿಷ್ಫಲ ಎಂದು ಸಾಬೀತಾದರೂ, ಸಾಧನ (ಸಾಧನವಾಗಿ ಬಳಸುವ ಮಾಧ್ಯಮ)ದಲ್ಲಿ ದೋಷವಿದೆಯಲ್ಲದೇ ಮಹಾನ್ ತತ್ವದಲ್ಲಿ ದೋಷವಿಲ್ಲ ಎಂಬುದನ್ನು ಓದುಗರು ಅರಿಯಲಿ. ಏನೇ ಆದರೂ ಅಹಿಂಸೆಯ ಬಗ್ಗೆ ನಾನು ನಡೆಸಿರುವ ಹೋರಾಟಗಳು ಏನೇ ಇರಲಿ ಅವಿನ್ನೂ ಅಪೂರ್ಣವಾಗಿವೆ ಮತ್ತು ಅಸರ್ಮಕವಾಗಿವೆ. ಆದ್ದರಿಂದ ನಾನು ಸತ್ಯವನ್ನು ಪಡೆಯಲು (ಕಾಣಲು) ಹೊರಟಹಾದಿಯಲ್ಲಿ ಕಂಡ ಪುಟ್ಟ ಕ್ಷಣಿಕ ಮಿನುಗು ನೋಟಗಳು, ಸತ್ಯದ ವರ್ಣನಾತೀತ ಉಜ್ವಲ ಪ್ರಕಾಶದ ಬಗ್ಗೆ ಒಂದು ಕಲ್ಪನೆಯನ್ನು ಕೂಡಾ ಕಟ್ಟಿಕೊಡಲಾರವು ನಾವು ದಿನನಿತ್ಯವೂ ನಮ್ಮ ಕಣ್ಣುಗಳಿಂದ ಕಾಣುವ ಸೂರ್ಯನಿಗಿಂತಲೂ ಅದು ಲಕ್ಷಾಂತರ ಪಟ್ಟುಗಳಷ್ಟು ಮಿಗಿಲಾಗಿ ತೀಕ್ಷ್ಣವಾಗಿದೆ. ವಾಸ್ತವವಾಗಿ ನಾನು ಹಿಡಿದಿರುವುದು (ಕಂಡಿರುವುದು) ಅತ್ಯುನ್ನತ ತೇಜಸ್ಸಿನ ಅತಿ ಮಂಕಾದ ಮಿನುಗು ನೋಟವನ್ನು ಮಾತ್ರ. ನನ್ನ ಎಲ್ಲ ಪ್ರಯೋಗಗಳ ಪರಿಣಾಮದಿಂದಾಗಿ ನಾನು ಗ್ರಹಿಸಿಕೊಂಡಿರುವುದೇನೆಂದರೆ ಸತ್ಯದ ಪರಿಪೂರ್ಣ ದರ್ಶನ ಅಹಿಂಸೆಯ ಪೂರ್ಣ ಸಾಕ್ಷಾತ್ಕಾರವನ್ನು ಮಾತ್ರ ಅನುಸರಿಸಬಲ್ಲದು. ಇಷ್ಟು ಮಾತ್ರ ನಾನು ದೃಢವಾಗಿ ಹೇಳಬಲ್ಲೆ.

ಸಾರ್ವತ್ರಿಕವಾದ ಮತ್ತು ಎಲ್ಲ ಕಡೆ ವ್ಯಾಪಿಸಿಕೊಂಡಿರುವ ಸತ್ಯದ ಚೈತನ್ಯವನ್ನು ಒಬ್ಬಾತ ಮುಖಾಮುಖಿ ನೋಡಬೇಕಾಗಿದ್ದರೆ ತನ್ನಂತೆಯೇ ತನ್ನ ಸುತ್ತ ಇರುವ ಅತ್ಯಂತ ನಿಕೃಷ್ಟ ಜೀವಿಯನ್ನು ಪ್ರೀತಿಸಲು ಶಕ್ತನಾಗಿರಬೇಕು. ಅದನ್ನು ಆಶಿಸುವ ಮನುಷ್ಯನು ಜೀವನದ ಯಾವುದೇ ಕ್ಷೇತ್ರದಿಂದಲೂ ಹೊರಗಿರಲಾರ. ಈ ಕಾರಣದಿಂದಾಗಿ ನನ್ನ ಸತ್ಯ ನಿಷ್ಠೆಯು ನನ್ನನ್ನು ರಾಜಕೀಯ ಕ್ಷೇತ್ರದ ಕಡೆಗೆ ಎಳೆದುಕೊಂಡು ಹೋಯಿತು. ಧರ್ಮವು ರಾಜಕೀಯದ ಜತೆಯಲ್ಲಿ ಸೇರಿಕೊಂಡು ಮಾಡುವಂತಹದೇನೂ ಇಲ್ಲ ಎಂದು ಹೇಳುವವರಿಗೆ ಧರ್ಮ ಎಂದರೇನು ಎಂಬುದೇ

ಅರ್ಥವಾಗಿರುವುದಿಲ್ಲ ಎಂದು ನಾನು ನಮ್ರತೆಯಿಂದ ಮತ್ತು ಸ್ವಲ್ಪವೂ ಹಿಂದೆಮುಂದೆ ನೋಡದೇ ಹೇಳಬಹುದು.

ಜೀವಿಸಿರುವ ಪ್ರತಿಯೊಂದರ ಜತೆಯಲ್ಲಿ ಗುರುತಿಸಿಕೊಳ್ಳಲು ಆತ್ಮ ಶುದ್ಧಿಕರಣವಿಲ್ಲದೇ ಸಾಧ್ಯವಾಗದು. ಆತ್ಮವನ್ನು ಶುದ್ಧಿಮಾಡಿಕೊಳ್ಳದೆಯೇ ಅಹಿಂಸೆಯ ನಿಯಮವನ್ನು ಪಾಲಿಸುವುದೆಂದರೆ ಅದು ಪೊಳ್ಳು ಕನಸಾಗಿ ಉಳಿದುಕೊಳ್ಳುವುದು. ಹೃದಯದಲ್ಲಿ ಪರಿಶುದ್ಧತೆಯಿಲ್ಲದವನು ದೇವರನ್ನು ಸಾಕ್ಷಾತ್ಕರಿಸಿಕೊಳ್ಳಲಾರ. ಆದ್ದರಿಂದ ಆತ್ಮ ಶುದ್ಧೀಕರಣ ಜೀವನದ ಎಲ್ಲ ಮಾರ್ಗಗಳ ಶುದ್ಧೀಕರಣ ಎಂಬ ಅರ್ಥವನ್ನು ಪಡೆಯಬೇಕು. ಶುದ್ಧೀಕರಣ ಉಚ್ಚಮಟ್ಟದಲ್ಲಿ ಒಬ್ಬರಿಂದೊಬ್ಬರಿಗೆ ವ್ಯಾಪಿಸಿಕೊಳ್ಳುವ ಗುಣವನ್ನು ಹೊಂದಿರುವುದರಿಂದ ಒಬ್ಬಾತನ ಶುದ್ಧೀಕರಣವು ಅವನ ಸುತ್ತಮುತ್ತಲಿರುವುದರ ಶುದ್ಧೀಕರಣಕ್ಕೆ ಅನಿವಾರ್ಯವಾಗಿ ದಾರಿತೋರಿಸುತ್ತದೆ.

ಆಧರೆ ಆತ್ಮ ಶುದ್ಧೀಕರಣದ ಮಾರ್ಗ ಕಠಿಣವಾದದ್ದು ಮತ್ತು ಕಡಿದಾದದ್ದು ಆಗಿದೆ. ಸಂಪೂರ್ಣ ಶುದ್ಧಿಯನ್ನು ಗಳಿಸಲು ಆಲೋಚನೆ ಮಾತು ಮತ್ತು ಕ್ರಿಯೆ (ಕಾಯಾ, ವಾಚಾ, ಮನಸಾ)ಗಳಲ್ಲಿ ಪೂರ್ಣವಾಗಿ ವಿಷಯಾಸಕ್ತಿಯನ್ನು (ಪ್ಯಾಷನ್) ತೊರೆಯಬೇಕು. ಒಂದನ್ನೊಂದು ವಿರೋಧಿಸುವ ಪ್ರೀತಿ ಮತ್ತು ದ್ವೇಷ, ಅನುರಾಗ (ಅಟ್ಯಾಚ್‌ಮೆಂಟ್) ಮತ್ತು ಜುಗುಪ್ಸೆ (ರಿಪಲ್ಷನ್)ಗಳಂತಹ ಪ್ರವೃತ್ತಿಗಳಿಂದ ಮೇಲಕ್ಕೆ ಏರಬೇಕು. ಎಡಬಿಡದೇ ಸತತವಾಗಿ ಅವುಗಳಿಗಾಗಿ ಸೆಣಸಾಡುತ್ತಿದ್ದರೂ ನಾನಿನ್ನೂ ಈ ತ್ರಿತ್ರಯ (ಮೂರರ) ಪರಿಶುದ್ಧತೆಗಳನ್ನು ನನ್ನಲ್ಲಿ ಮೂಡಿಸಿಕೊಂಡಿಲ್ಲ ಎಂದು ನನಗೆ ಗೊತ್ತಿದೆ. ಈ ಕಾರಣದಿಂದಾಗಿ ಜಗತ್ತಿನ ಪ್ರಶಂಸೆ ನನ್ನನ್ನು ಪ್ರಚೋದಿಸುವಲ್ಲಿ ವಿಫಲವಾಗಿದೆ. ಆದರೆ ಖಂಡಿತವಾಗಿಯೂ ಅದು ನನ್ನನ್ನು ಆಗಿಂದಾಗ್ಗೆ ಕುಟುಕುತ್ತಿರುತ್ತದೆ. ಶಸ್ತ್ರಗಳ ಬಲದಿಂದ ಜಗತ್ತನ್ನು ದೈಹಿಕವಾಗಿ ಗೆಲ್ಲುವುದಿಕ್ಕಿಂತಲೂ ಸೂಕ್ಷ್ಮವಾಗಿರುವ ವಿಷಯಾಸಕ್ತಿಗಳನ್ನು (ಪ್ಯಾಷನ್ಸ್-ಅರಿಷಡ್ವರ್ಗಗಳನ್ನು) ಗೆಲ್ಲುವುದು ಕಠಿಣ ಎಂದು ನನಗೆ ಭಾಸವಾಗುತ್ತಿದೆ. ಭಾರತಕ್ಕೆ ಹಿಂದಿರುಗಿದ ದಿನದಿಂದಲೂ ನನ್ನೊಳಗೆ ಸುಪ್ತವಾಗಿ ಅಡಗಿರುವ ವಿಷಯಾಸಕ್ತಿಗಳ ಅನುಭವವನ್ನು ಪಡೆದಿದ್ದೇನೆ. ಅವುಗಳ ಅರಿವು ನನ್ನನ್ನು ನಿಷ್ಪ್ರಯೋಜಕಗೊಳಿಸದಿದ್ದರೂ ವಿನಮ್ರನನ್ನಾಗಿಮಾಡಿವೆ. ಅನುಭವಗಳು ಮತ್ತು ಪ್ರಯೋಗಗಳು ನನ್ನನ್ನು ಉತ್ತೇಜಿಸಿವೆ ಮತ್ತು ತುಂಬಾ ಸಂತೋಷವನ್ನು ಕೊಟ್ಟಿವೆ. ಆದರೆ ನನ್ನ ಮುಂದೆ ಕಠಿಣವಾದ ವಕ್ರಪಥ ಇನ್ನೂ ಇದೆ ಎಂದು ನನಗೆ ಗೊತ್ತಿದೆ. ನಾನು ನನ್ನನ್ನು ಶೂನ್ಯಕ್ಕೆ ಸಂಕುಚಿತಗೊಳಿಸಿಕೊಳ್ಳಬೇಕು. ಎಲ್ಲಿಯವರೆಗೆ ಮನುಷ್ಯನು ತನ್ನ ಸ್ವಂತ ಇಚ್ಛೆಯಿಂದ ಸಹಜೀವಿಗಳ ನಡುವೆ ತಾನು ಕಡೆಯವನು (ಕಿರಿಯ) ಎಂದು ಕಲ್ಪಿಸಿಕೊಳ್ಳುವುದಿಲ್ಲವೋ ಅಲ್ಲಿಯವರೆಗೂ ಅವನ ಉದ್ಧಾರವಾಗುವುದಿಲ್ಲ. ಅಹಿಂಸೆ ಎನ್ನುವುದು ನಮ್ರತೆಯ ತೀರಾ ಕೊನೆಯ ಮಿತಿಯಾಗಿದೆ.

ಸದ್ಯಕ್ಕೆ ನಾನು ಯಾವ ರೀತಿಯಲ್ಲಾದರೂ ಓದುಗನಿಗೆ ವಿದಾಯ ಹೇಳಬೇಕು. ಹಾಗೆ ವಿದಾಯ ಹೇಳುವಾಗ, ದೇವರು ನನಗೆ ಮನಸ್ಸಿನಲ್ಲಿ, ಮಾತಿನಲ್ಲಿ ಮತ್ತು ಕ್ರಿಯೆಯಲ್ಲಿ (ಮನಸಾ, ವಾಚಾ, ಕಾಯಾ) ಅಹಿಂಸೆಯ ವರವನ್ನು ಅನುಗ್ರಹಿಸಲೆಂದು ಸತ್ಯರೂಪನಾದ ದೇವರಿಗೆ ಪ್ರಾರ್ಥನೆಯನ್ನು ಸಲ್ಲಿಸುವಾಗ ಓದುಗನು ನನ್ನ ಜತೆಯಲ್ಲಿ ಸೇರಿಕೊಳ್ಳಲಿ ಎಂದು ನಾನು ಅವನನ್ನು ಕೇಳಿಕೊಳ್ಳುತ್ತೇನೆ.